현대한국어-베트남어 중사전

저자: 권혁종

글로벌
어학사

LỜI CHÚC MỪNG

Từ khi tình hữu nghị giữa hai nước Việt –Hàn có nhiều người hiểu biết văn hóa của hai nước. Nhằm nâng cao nhu cầu giao lưu và phối hợp về nhiều lĩnh vực xã hội, kinh tế, khoa học, kỹ thuật của hai nước. Tôi rất vinh dự được giới thiệu cùng bạn đọc cuốn từ điển Hàn- Việt

do ông Kwon Hyuk Jong đã giảng bài trong trường Nhân Lực Quốc Tế Việt-Nam biên soạn. Ông đã nghiên cứu hơn 12 năm làm ra cuốn từ điển này, bao gồm thành ngữ, danh ngôn, tục ngữ, từ kinh thánh, từ trái nghĩa rất đa dạng và phong phú.

Tôi cảm phục công sức lao động miệt mài và quan tâm sâu sắc cùng lòng say mê nghiên cứu về ngôn ngữ. Từ đáy lòng mình, chúng ta chân thành tỏ lòng cám ơn Kwon Hyuk Jong và thành thật mong rằng cuốn từ điển này sẽ là người dẫn đường để góp phần giúp đỡ nhau thấu hiểu thêm nhiều lãnh vực không chỉ kinh tế văn hóa, khoa học kỹ thuật mà cả cuộc sống đời thường và giao lưu văn hóa, gia tăng hữu nghị của hai nước.

Một lần nữa xin chúc mừng người biên soạn và chân thành chúc cùng mong đi xa hơn nữa trên con đường nghiên cứu về tiếng Việt.

Trường đại học ngoại ngữ H.Q.
CHO JAE HYUN

축하의 말

한 – 베 사전 발간에 부쳐

　한월 양국이 수교한 이래 많은 사람들이 두 나라의 문화를 이해하고 사회, 경제, 학술 등 여러 분야에서 협력과 교류가 필요한 이때에 과거 베트남 국제 인력학교에서 강의 했던 권혁종(權赫宗)씨가 12년의 연구 끝에 펴낸 금번 한 – 베 사전을 독자 제현께 소개하게 되어 매우 영광스럽게 생각합니다.

　수많은 어휘와 숙어, 명언, 속담, 성경, 반의어 등 다양한 단어들로 짜여진 이 책에서 그의 학문에 대한 깊은 관심과 언어 연구의 끈질김은 우리에게 큰 감동을 줍니다.

　권혁종씨의 노고에 진심으로 감사하며 이 한 – 베 사전이 양국의 문화, 경제, 과학기술 등 많은 연구 분야 뿐 아니라 일상 생활에 이르기까지 나아가 두 나라 간의 문화 교류와 우호증진에 크게 기여하는 길잡이가 되기를 바랍니다.

　다시 한번 편저자에게 축하를 드리며 그의 베트남어 연구에 더욱 정진이 있기를 기원합니다.

2012 년 11 월
한국 외국어대학교 베트남어과 교수
조　재　현

머리말

  한-베 두나라가 국교를 수립한지 오래되었고 많은 부문에서 교류가 활발히 이루어지고 있는 가운데 특히 젊은 학도들이 서로의 언어를 이해하고자 노력하고 있음을 보고 한- 베 사전 편찬을 결심하고 각고 끝에 이 사전을 내놓게 되었다.
  양국의 언어가 똑 같이 어렵고 복잡하여 정확한 의미를 찾는데 시간이 많이 걸렸고 특히 베트남어는 남과 북이 뜻은 같으나 단어가 달라 이를 구분하여 수록하는 것과 속담과 성어 반의어까지 찾아 기록하는데 어려움이 많았다.
  이 큰 사전을 완성하는데 혼신의 노력을 기우렷으나 부족한 점이 많고 정확한 의미를 완전히 파악하지 못한 단어가 있을 것으로 생각한다.
  독자 제위의 질책과 격려를 함께 기대하며 앞으로 더 보완 수정해 갈 것이다.
  특별히 교정을 도와 주신 조재현 교수, 팜쑤언 쯔엉 그리고 이 사전이 나오기까지 협력해 주신 모든 분들께 깊이 감사드린다.

2012 년 2 월

베트남에서 엮은이 드림

LỜI NÓI ĐẦU

Hai nước Hàn-Việt đã thành lập và ngoại giao lâu đời, đang trong giai đoạn giao lưu về nhiều lĩnh vực, qua đó cho thấy được nhiều học sinh sinh viên hết sức nỗ lực để tìm hiểu về ngôn ngữ của hai nước do đó ã quyết tâm biên soạn ra quyển từ điển Hàn – Việt này.

Vì ngôn ngữ của hai nước rất là khó và phức tạp nên cần có nhiều thời gian để tìm hiểu ý nghĩa chính xác, đặt biệt trong tiếng Việt Nam có những nghĩa giống nhau mà từ ngữ thì khác nhau theo miền Bắc và miền Nam nên cần phải phân biệt cụ thể ,rõ ràng và tìm thêm những tục ngữ, thành ngữ , đặt biệt khó khăn nhất là khi tìm ra những từ phản nghĩa.

Để hoàn thành từ điển này tôi phải cố gắng nỗ lực hết mình nhưng tôi nghĩ vẫn còn có nhiều khuyết điểm có nhiều từ ngữ chưa nắm vững được nghĩa chính xác nên tôi mong nhận được rất nhiều sự góp ý của những độc giả để sửa chữa và bổ sung được hoàn thiện hơn.

Tôi xin chân thành cảm ơn giáo sư CHO CHE HYUN, PHẠM XUÂN TRƯỜNG đã giúp cho tôi điều chỉnh và đính chính lại và tất cả những người đã giúp đỡ cho đến khi cuốn từ điển này được xuất bản.

Tháng 2. năm 2012.
Người biên soạn ở Việt Nam

일러두기

많은 단어가 명사와 동사로 함께 쓰여지기 때문에 이를 구분하지 않았다.

예: 회복 (회복하다) hồi phục, khôi phục

표기의 중복을 피하기 위해 같은 동의어인 경우 제일 처음 나온 것을 ~ 로 표기하였다.

예: 해명 giải thích , giải trình
   해명을 요구하다 yêu cầu ~

일부의 다른 단어가 동의어가 되는 경우 괄호안에 표기하였다.

예: tiễn đưa, tiễn chân 인경우
   tiễn đưa(chân)

동의어인 경우 처음이나 끝에 ( ) 안에 표기하였다

예: 혓바닥 (혀) lưỡi
   환약 hoàn dược,thuốc viên(알약)

반의어는 (반) 속담은 (속) 명언은 (명) 등으로 표기하였다.
성경에 나오는 인물이나 사건은 (성경)으로 표기하였다.
예문에서 문장 첫머리 대문자 사용을 소문자로 기록한 경우도 있음

8. 합성어 등 단어의 띄어쓰기를 안한 경우도 있음.

SỰ HƯỚNG DẪN

Do có nhiều từ vựng được sử dụng chung nên không phân biệt được danh từ hay là động từ

Vd: 회복 hồi phục, khôi phục

Để tránh viết trùng, trường hợp đồng nghĩa thì thay thế dấu ~ cho từ ngữ đầu tiên nhất.

Vd: 해명 giải thích, giải trình.
　　해명을 요구하다 yêu cầu ~ .

Trường hợp có đồng nghĩa khác thì ghi vào trong dấu ngoặc đơn

Vd: tiễn đưa, tiễn chân.
　　Tiễn đưa (chân)

4. Trường hợp đồng nghĩa, ở đầu hay ở sau sẽ ghi trong ngoặc đơn ( )

Vd: 혓바닥 (혀) lưỡi
　　환약 hoàn dược, thuốc viên (알약)

5. làm dấu phản nghĩa thì (반) tục ngữ thì dấu (속) danh ngôn thì (명) vân vân.
6. những nhân vật hoặc sự kiện trong kinh thánh thì làm dấu(성경) vân vân.
7. có khi không sử dụng chữ hoa trong câu ví dụ
8. có khi không viết chừa khoảng trống như từ kép

* 베트남어 알파벳

A	Ă	Â	B	C	CH	D	Đ
아	아	어	베	쎄	쎄학	제	데
E	Ê	G	GH	GI	H	I	K
애	에	게	게학	게이	학	이응안	까
KH	L	M	N	NG	NGH	NH 엔학	O
까학	엘르	엠므	엔느	엔게	엔게학		오
Ô	Ơ	P	Q	R	S	T	TH
오	어	뻬	꾸	에르	에스	떼	떼학
TR	U	Ư	V	X	Y		
떼에르	우	으	베	익쓰	이자이		

* 베트남어 발음표(범례)

모음	단어	발음
A Ă Â E Ê I O Ô Ơ U Ư Y	Am Ăm Âm Em Êm Im Om Ôm Ơm Um Ưng Yêm	아-암 암 엄 앰 엠 임 오-엄 옴 어-엄 움 응 이엠

모음	단어	발음
B	Ba	바
C	Ca	까
CH	ác	악
	Cha	짜
	ách	아익(남부발음:악)
D	ếch	에익(남부발음:엑)
Đ	ích	잇
G	Da	자(남부발음:야)
Gh	Đa	다
Gi	Ga	가
H	Ghe	개
K	Gia	쟈(남부발음:이아)
Kh	Ha	하
L	Ke	깨
M	Kha	카
N	La	라
Ng	Ma	마
	Na	나
Ngh	Nga	응아
Nh	ang	앙
	Nghe	응애
	Nha	냐
	anh	안
P	ênh	엔
	inh	인
Q	Pha	파
R	áp	앞
S	Qua	꽈
T	Ra	자(남부발음:라)
	Sa	사
Th	Ta	따
Tr	át	앝
V	Tha	타
X	Tra	짜
	Va	바
	Xa	싸

ㄱ

ㄱ 첫 자음 phụ âm thứ nhất.
가 (끝) 없는 바다 biển vô hạn, biển vô cùng.
가 (가장자리. 주변) 길가 lề đường, bờ đường. 바닷가(해변) bờ biển
가 (임시의) 가건물 toà nhà ở tạm. 가시설 thiết bị tạm thời.
가 (사람) 철학가 triết học gia. 사상가 tư tưởng gia, nhà tư tưởng.
가 (거리. 구역) 월가 đường phố Wall. 은행가 đường phố ngân hàng.
가 (주소의) 종로 2 가 khu phố 2 Chong-no.
가 (노래) 애국가 quốc ca, bài ca yêu nước.
가 (값) 원가 nguyên giá. 도매가 gía bán sỉ. (반) 소매가 giá bán lẻ
가가대소 (한바탕 크게 웃다) cười xòa, cười phá lên.
가까스로 chỉ có (겨우). ~죽음을 면하다 chết hụt.
가가호호 (집집마다) từng nhà. nhà nhà
가까워지다 (거리) đến gần. (사이가) trở nên gần gũi.
(속) 가까운 남(이웃)이 먼 친척보다 낫다 bà con xa không bằng láng giềng gần(hàng xóm gần tốt hơn anh em xa).
가감하다 gia giảm. 증감하다 tăng giảm. 첨가 thêm bớt. 가감승제 cộng trừ nhân chia.
가까스로 죽음을 면하다 chết hụt.
가까이 (거리) gần. áp, kề. 서로 ~ 앉다 ngồi kề nhau. (친근한)gần gũi, 가까운 친구 bạn thân gần gũi. ~ 다가오다 nhích lại gần hơn, 얼굴에 ~ 붙이다 áp mặt. 가까이 가다 sán lại. 가까이 오다 gần tới, ~ 다가가다(접근)tiếp cận. ~앉다 ngồi khít lại. ngồi xề. ~에 ở gần. ~ 따라가다 theo sát.
… 와 ~ 서다 sát nhau đứng sát. ~ 박두한 sát bên cạnh.
가까이 따르다 theo riết(bén gót).
가까이 들어가다 sán vào.
가까이 왔다 đã đến gàn.
가까이 있는 giáp.
가까이 하다 xáp giáp. 얼굴을 가까이 대다 xáp mặt.
가까운 거리 khoảng cách khít nhau.
가까운 미래에 mai đây.
가까운 친척 quyến thuộc.
(속) 가까운 제 눈썹 못 본다(먼 일은 알지만 바로 눈앞의 일은 모른다) Mắt không nhìn được lông mày gần biết việc xa xôi mà không biết việc ngay trước mặt mình).
가까워진 gần đến.
가감하다 gia giảm.
가깝다 gần (반) 멀다 xa
가게 (상점) cửa hàng. tiệm, 신발가게 cửa hàng giày dép. ~를 보다 trông ~.
가격 (값) giá cả(tiền). 소매가 giá bán lẻ. 도매가 giá bán sỉ. ~을 올리다 tăng giá. ~을 정하다 ra (định) giá. ~을 내리다 hạ(xuống) giá, 원가 nguyên giá, giá vốn. 정가 (정찰가격) giá nhất định. 적정가격 giá phải chăng. ~표 biểu giá. bảng giá,

ㄱ

판매~ giá bán. ~을 깎다 ăn bớt. 구매~ giá mua. 시가 (시장가격) giá chợ. giá thị trường, 최저~ giá tối thiểu. 싼~ giá rẻ. giá hời, 높은 ~ giá cao. ~을 낮추다 giảm giá. 현금가 giá tiền mặt. ~을 올리다 tăng giá. ~변동 biến động giá cả. ~조정 điều chỉnh giá cả, ~파괴 phá giá. ~흥정 trả giá. 막 ~이 올랐다 vừa tăng giá. ~ 실랑이 kì kèo. ~이 팍팍 오르다 giá tăng vùn vụt, ~에 동의하다 ăn giá. ~을 정하다 định giá, ra giá, hóa giá. ~을 유지하다 cầm giá. ~을 고정시키다 dứt giá. ~통제 kiểm giá. ~을 조사하다 khảo giá.

가격이 싸지다 sụt giá. 가격의 하락 sự ~.

가격하락 sự sụt giá.

가결하다 nghị quyết. thông qua, 가결의 nghị quyết tạm

가경 (아름다운 경치) cảnh đẹp, danh lam thắng cảnh (명승고적)

가경 (재미있는 장면) cảnh có hay.

가경지 điền địa được sử dụng.

가계 (집안의 계통) gia thế, dòng dõi gia đình, hệ thống gia đình.

가계 (살림 수지 상태) gia kế, chi thu gia đình. 가계부 sổ thu chi gia đình. ~예산 ngân sách gia đình.

가계수표 ngân phiếu gia kế.

가계조사 điều tra thu chi gia kế.

가계약 hợp đồng tạm, khế ước tạm.

가계비 (살림에 드는 돈) kinh phí gia kế.

가곡 ca khúc, bài ca. 가곡집 quyển ca khúc.

가고무용의 공연 văn nghệ.

가공하다 chế biến, gia công, chế tạo, 가공계약 hợp đồng gia công. 가공한 목재 gỗ ~.

가공되지 않은(살아있는)tươi sống.

가공가죽 da thuộc(bốc), da nhung.

가공반 bộ phận gia công.

가공의 giả tạo, (허구) viễn tưởng. (상상의) 가공의 인물 nhân vật ~.이전에는 우주를 비행하는 일이 상상속에 서나 가능했지만 오늘날에는 현실화 됐다 việc con người bay lên vũ trụ trước đây là ~, ngày nay đã thành hiện thực

가공무역 mậu dịch gia công. 가공생산 sản xuất gia công. 가공수입 nhập khẩu gia công. (반) 가공수출 xuất khẩu gia công.

가공식품 thực phẩm chế biến.

가공 케이블 dây cáp trên không

가공할 (무서운) đáng sợ. kinh khủng.

가공품 hàng gia công.

가관 (가히 볼만한) khả quan, cảnh đẹp, (기이한 광경)kỳ quan.

가교 (다리를 놓다) bắc cầu, xây cầu.

가교 (임시 다리) chiếc cầu bắc tạm.

가구 đồ đạc trong nhà ,đồ gỗ, ~를 정리 하다 xếp dọn đồ đạc.

가구(집안의 사람 수) số nhân khẩu. 가구주 chủ nhà.

가구점 cửa hàng bán dụng cụ gia đình.

가꾸다 trồng trọt. (일구다. 경작하다) cày cấy. 야채를 가꾸다 trồng rau.

가규 (집안의 규율) gia quy, quy tắc gia đình.

가극 (오페라) ca kịch. hát. ~을 보다 coi hát. 가극장 (오페라 하우스) nhà hát kịch.

가끔 (때때로) đôi khi, thỉnh thoảng. 가끔 들르다 thỉnh thoảng ghé lại.
가금 (집에서 기르는 가축) gia cầm.
가급적 nếu được như vậy thì...
가나(국명) Gana.
가나안(성경,지명) Ganaan
가나오나 (오나가나)= 언제나 đi đi lại lại.
가난 cái nghèo. (반) 부 cái giàu. 가난한 nghèo khó. túng thiếu, (반) 풍족한 giàu có. 가난을 구제하다 trợ bần, ~뱅이 người nghèo, kẻ nghèo. 가난하고 굶주린 nghèo(túng) đói, 가난하고 비참한 bần hàn, cùng khốn, khốn khổ. 가난하고 배고픈 túng đói. 매우 (찢어지게) 가난한 nghèo rớt mồng tơi. 가난해도 깨끗이 (남루하나 향기롭게) đói cho sạch, rách cho thơm. 가난한 살림살이 cảnh nghèo, cảnh túng thiếu. 가난한 사람들 cùng dân. 가난한 사람들을 구제하다 cứu bần. 가난 때문에 공부를 못하다 vì nghèo mà thất học.
가난한 hàn, ~가정 ~ gia, gia đình túng thiếu. ~학자 ~nho, ~ 소녀~ nữ, ~학생 ~ sĩ, ~사람 hàn nhân. 가난하고 불행한 hàn khổ. ~집 nhà khó. ~자 kẻ khó khăn.
(속) 가난한 놈이 기와집만 짓는다(가난하면서 황당무계한 몽상만 한다 Kẻ nghèo khó lại xây nhà ngói (nghèo lại mơ tưởng hoang đường).
(명)가난한 사람보다는 죽은 사람이 더 행복하다 Người chết hạnh phúc hơn người nghèo.

가난한 자가 가난한 자를 돕는다 lá rách đùm lá tả tơi.
(명) 가난한 집에서 효자 난다 Nhà nghèo sinh hiếu tử.
(속) 가난한 집 족보 자랑하기(가난한 사람이 자랑할 것이 없고 다만 자랑할 것이라고는 조상밖에 없다 Người nghèo tự hào về gia phả của mình(người nghèo không có gì để tự hào nên chỉ có thể tự hào về tổ tiên của mình).
(속) 가난해도 마음은 하나(서로 변치 않음) một túp lều tranh hai quả tim vàng.
(명) 가난이 원수다 Nghèo khổ là kẻ thù.
가납 (임시로 납입함) tạm nộp.
가납 (기꺼이 받음) nhận bằng lòng.
가냘픈 nhỏ nhắn, yếu đuối, ốm yếu,. thướt tha. ~손 tay nhỏ nhắn. 같은 또래와 비교해서 ~ ~ so với lứa tuổi.
가내 (집안)= (가족) trong nhà, gia đình. 가내 평안하신지요? Gia đình anh có khoẻ không?
까놓고 말하면 lời nói thẳng (thật).
(속) 가는 말이 고와야 오는 말이 곱다 lời đi tốt thì lời lại sẽ tốt.
가누다 (몸을) đứng thẳng lên. (처리) nắm giữ, 가누지 못하다 không nắm giữ được.
가누다 (정신을 차리다) tỉnh lại. (몸을) xếp lại.
가는 곳마다(도처에) nơi nơi. khắp nơi.
(속) 가는 님은 밉상이요 오는 님은 곱상이라(내가 필요해서 오는 님은 나에게 이롭고 언제나 곱다) Người đi thì xấu, người đến thì

đẹp (người mình cần, có lợi cho mình bao giờ cũng tốt đẹp).
(속) 가는 말이 고와야 오는 말이 곱다 (모든 사람이 좋게 대해주기를 바란다면 그들에게 먼저 좋게 대해야 한다) Lời đi đẹp thì lại mới đẹp(muốn mọi người đối xử với mình tốt, hãy tốt với họ trước đã).
가느다랗다 mỏng manh.(반) 굵다 dày, 가는 모래 cát mịn. 가는 바늘 kim nhỏ. 가는 실 tơ mảnh, 가는 귀먹다 lảng tai. 가늘고 긴 눈 mắt chõm. 가는 허리 lưng ong. 가는 합사 tơ hóa học.
(속) 가는 세월에 오는 백발이라 (세월이 가니 노년기가 온다) Ngày tháng trôi đi, đầu bạc tới (ngày tháng trôi đi tuổi già đến nơi).
(속) 가는 정이 있어야 오는 정도 있다 (작은 과자가 가면 비스켓이 온다) Đi có tình thì lại mới có tình(bánh ít cho đi bánh quy cho lại).
가늘게 썰다 quét.
가늘어진 thuôn, 조금 가는 hơi ~.
가늠보다 (겨냥하다) nhắm. 겨누다 nhắm vào.
가늠쇠 đầu ruồi. 가늠자 đường ngắm, đầu ngắm. thước ngắm, 가늠구멍 lỗ chiếu môn.
가능하다(짐작) ước đoán, phỏng đoán.
가능하기 힘든 khôn lường.
가능하다 khả năng, 가능한가? há dễ?
가능하다 khả năng, có thể được. (반) 불가능하다 không có khả năng, không thể. 가능성 khả năng. 가능해요? được chăng?
가능한 할 수 있는 khả dĩ.

(명)가능한 한 항상 웃어라, 돈이 안 드는 약이다 Nếu được, hãy luôn mỉm cười vì nó là một thang thuốc mà không mất tiền.
가능한 한 ra dáng, ~열심히하다 chăm chỉ ~. 될수있는 한 빨리 càng sớm càng tốt.
가다 đi. (반) 오다 (돌아오다) về. 사라지다 (행방불명) mất tích. 전기가 나갔다 cúp điện. 꺼져버려! Đi đi! cút đi.가든지 말든지 당신 뜻대로 하세요 đi hay không tuỳ ý anh. 갈 계획이다 tôi tính đi. 가는 길이다 đang trên đường đi. 가는 자와 머무는자 khứ lưu. 가보다 đi thử.
가다가 (가끔) thỉnh thoảng, đôi khi.
(속) 가다가 중지 곧 하면 아니 가느니만 못하느니라(무슨 일을 하려면 끝까지 해야 한다) Đừng đi còn tốt hơn đi nửa chừng(nếu làm việc gì thì phải làm việc đến cuối cùng).
(속) 가면 갈수록 첩첩산중이다(일이 갈수록 어렵다) Càng đi núi càng trùng điệp(công việc ngày càng khó).
(속) 간다 간다 하면서 아이 셋 낳고 간다(사람이 지체하고 주저함), Miệng thì nói "đi thôi đi thôi" nhưng đẻ xong ba đứa con rồi mới đi (chỉ người lề mề, dùng dằng).
갔다가 돌아오다(왕복하다) vãng phản.
가다듬다 (자세를) sửa lại thái độ. 마음을 가다듬다 chuẩn bị tinh thần.
까다 (벗기다) bóc ra. 귤을 까다 bóc

vỏ quýt. 까서 먹다 bóc ra ăn.
까다 (제하다) trừ đi. 그 비용은 월급에서 깠다 kinh phí đó đã trừ vào tiền lương.
까다로운 khó tánh. (힘든)phiền toái, ~사람 người ~. (복잡한) diệu vợi.
까다롭다 (성미가) khó tính. khó tánh, cau có, 음식에 ~ kén ăn. 문제가 ~ phức tạp, rắc rối.
까다롭지 않은 dễ dãi, xuê xòa.
가닥 tao 세~의 줄 dây ba tao, (실마리. 단서) đầu mối, manh mối.
까닥거리다 lắc lắc, rung.
까딱했으면 (하마터면) suýt nữa thì, chỉ một chút sơ suất.
까닭 (이유) lý do.(원인) 까닭없이 không có lý do.
가담하다 góp phần. 가담 (참가) tham gia.
가당 (타당) 하다 phải chăng.
가당찮다 (지나치다) quá đáng.
가던길을 계속하다 tiếp tục con đường của mình.
가도 (가풍, 가훈) gia đạo. gia phong. gia huấn.
가도 (길) đường phố (가로).
가동교(들어 올리는 다리) cầu rút.
가동하다 vận hành. 가동율 phần trăm vận hành. 가동성 tính lưu động, tính vận hành.
가두 con đường. 가두에서 ở trên đường. 가두검색 kiểm soát trên đường phố. 가두선전 tuyên truyền trên đường. 가두시위 biểu tình trên đường. 가두연설 diễn thuyết trên đường. 가두진출 xuống đường. 가두판매 bán hàng trên đường. 가두녹음 thâu

băng trên đường.
가두다 (감금하다) bắt giam, nhốt. rốt.
가두리 (양어장) ao cá.
가드 (지키는 사람) nhân viên bảo vệ.
가드너(정원사) người làm vườn.
가득 (가뜩) đầy đủ. (충만한)đầy dẫy, ~ 담다 đựng đầy. ~ 넘치다 tràn ngập. xùm, ~ 차다 chứa đầy. đầy vun, ~ 실은 khắm, ~실은 배 tàu chở khẳm, 가득찬 đầy ắp, tú hụ, đầy ói(nghẹt), chan chứa. chật ních, đầy nghẹt 사람이 ~하다. đầy nghẹt người
가득하게 xùm, 밥을 그릇에 가득하게 담다 ~ bát cơm.
가득한 vun, 음식이 가득 넘치는 접시 đĩa thức ăn đầy ~.
가뜩이나 (더 한층) hơn nữa.
가든지 말든지 đi hay không đi.
가뜬 (거뜬) 하다 nhẹ mình.
가들막 (거들먹) 거리다 vênh mặt, ta đây.
가등기 đăng ký tạm.
가라! Đi đi ! bước đi !
가라사대 (말씀하시되) bảo rằng, cho rằng, phán rằng.
가라앉다 chìm xuống. đánh chìm. bị đắm, ngớt. trầm, (반)뜨다 nổi, 바람이 가라앉다 làm lặng gió. ngớt gió. 마음이 가라앉다 bình tỉnh lại. duôi, ngớt. 통증이 가라앉다 giảm đau. 가라앉았다 떳다하다 lặn lội, 가라앉히다(마음) định thần. lắng xuống, xoa dịu, (배고픔을) đỡ đói. 가라앉아 쌓이다 lắng đọng. (침전)lóng xuống.
가라앉게 하다 vuốt, 화를 가라 앉히다 vuốt giận.

ㄱ

가라앉은 배 tàu chìm(lặn).
가라지 (잡초) cỏ hoang, cỏ dại(lùng).
가락 (음조) âm điệu. làn điệu, 음절 (박자) nhịp điệu. (솜씨) khéo tay. ~이 틀린 lạc(lỗi) điệu.
가락지 (반지) cái nhẫn. 결혼 반지 nhẫn cưới. 다이아몬드 반지 nhẫn hột xoàn, kim cương. 엿가락 một loại kẹo. 가락국수 một loại phở.
가람 (절. 사원) chùa.
가랑눈 (분설) bụi tuyết.
가랑비 mưa phùn, lâm thâm. (반) 소나기 mưa rào.
가랑머리 bím tóc. (길게 땋은머리)
가랑무 nhánh củ cải.
가랑이(사타구니) đùi non, bẹn, háng
가랑이 (다리의 속된말) chân. 가랑이가 어지다 (살림살이가 몹시 궁색하다) nghèo rớt mồng tơi. ~를 벌리다 giạng chân(háng).
가랑이(바지의 다리가 들어가게 된곳 đũng quần.
(속) 가랑이가 찢어지도록 가난하다 (찢어지게 가난하다) Nghèo đến nỗi rách cả đũng quần (nghèo rớt mồng tơi).
가랑잎 (시든잎) lá héo, lá khô.
가래 (농기구)mai. thuổng, bai, 가래질 cày ấp,
가래침 đờm, đàm. 가래침을 뱉다 khạc đờm. ~기침 ho đàm.
떡가래 bánh gạo.
가래꾼 người cày. 가래질하다 cày cấy.
가래톳 bệnh sưng hạch. (임파선염)
가량 (쯤, 어림잡아. 대략. 약) khoảng chừng, vào chừng.
가려내다 (추려내다. 골라내다) chọn, lựa chọn.
가려먹다 (편식하다) kén ăn.
가려움 ghẻ lở, 가렵다 ngứa. 가려움증 ghẻ ngứa, 가려운 곳을 긁다 gãi vào chỗ ngứa.
가려주다 che trùng(phủ).
가련 (불쌍)하다 đáng thương. tội nghiệp, 불쌍히 여기다 thương xót. 가련한 sầu khổ.
가련(불쌍)하게 생각하다 thương xót.
가렴주구 (백성의 재산을 가혹하게 빼앗다) cưỡng đoạt tài sản.
가렵다 ngứa, 가려움 ngứa ngáy.
가령 (만약에) giả sử, nếu như, chẳng hạn như.
가령---고 해도 túng nhiên(sử).
가로 bề ngang. (반) 세로 bề dọc. ~로 줄서 정돈하다 dàn thành hàng ngang, ~좌표 hoành tuyến, ~와 세로 ngang dọc.
가로 (길) đường phố. phố phường, 가로수 cây đường phố.
가로되 (가라사대) nói rằng, cho rằng.
가로등 đèn đường.
가로막다 làm gián đoạn. đứng trấn, ngắt, chắn(chặn) ngang, ngáng chân, 가로막히다 bị gián đoạn. 말을 ~ ngắt lời. 길을 가로막다 chắn đường.
가로 무늬 kiểu sọc ngang.
가로변 (갓길) lề đường.
가로세로 ngang dọc, bề ngang và bề dọc.
가로쓰기 viết theo hàng ngang.
가로지르다 (가로로 지나가다) đi ngang qua (건너가다)
가로채다 cướp bóc, cướp đoạt. truy cản.

가로채어 말하다 nói chặn.
가로수 cây ven đường, rặng cây
가루 bột. phấn, 쌀가루 bột gạo. 꽃가루 phấn hoa, 밀가루 bột mì. 미숫가루 bột ngũ cốc. 가루비누 xà bông ~, xà phòng bột. 가루약 thuốc bột. 우유가루 sữa bột. ~로 만들다 xay bột, bóp vụn. tán, ~ 를 빻다 bôi bột, …에 ~를 뿌리다 lăn ~.
가료 (치료) chữa trị, điều trị.
가르다 (배를) mổ bụng. (나누다) phân chia. 선악을 가르다 phân biệt tốt xấu.
가르랑거리다 thở khò khè.
가르마(가리마) đường ngôi 가르마를 타다 rẽ đường ngôi, rẽ tóc.
가르쳐주다 (길) chỉ dẫn. 글을~ dạy học.
가르치다 dạy dỗ, giảng dạy, dạy học(bảo). chỉ dạy(bảo). (아이를) gõ đầu trẻ. 가르치기 시작하다 khởi giảng dạy.
(명) 가르치는 것이 배우는 것이다 việc dạy là việc học.
(명) 가르침은 배움의 반이다 việc dạy học là một nửa sự học.
가르치며 기르다 giáo dưỡng.
가르침 sự dạy dỗ. đạo, (교훈)giáo huấn. ~을 청하다 thỉnh giáo. xin thụ giáo, ~을 받다 thụ giáo.
(명)가르침은 배움의 반이다 Việc dạy học là một nửa sự học.
가리가리 (갈기 갈기) từng miếng, từng mảnh. 갈기 갈기 찢다 xé ra từng mảnh.
가리개 .(차양) màn che.

가리다 (덮다. 막다) che đậy, che. úp, 덮다 che phủ. 얼굴을 가리다 che mặt. úp mặt, (선택)kén chọn.
가리지 않고 먹다 ăn tạp.
가리키다 chỉ. trỏ, 길을 가르쳐주다 trỏ đường, 바늘은 2 시를 가리킨다 kim chỉ 2 giờ.
가마 (머리에 있는) cái xoáy tóc. (벽돌 굽는) lò gạch. (도기류)lò gốm. (타고 가는) kiệu. cáng, (신 부가 타는) kiệu hoa.
가마귀 (까마귀) con quạ(남). chim ác, chim ô(북)
(속) 까마귀 고기를 먹었나(자주 잊어버리는 사람에 대한 농담) Ăn thịt quạ rồi sao(ám chỉ đùa người hay quên).
(속) 까마귀 날자 배 떨어진다(연관이 없으나 어떤 일이 일어나 그 일과 연관이 있는 것처럼 의심을 받게 됨) Qua vừa bay thì quả lê rơi(không có liên quan mà có một chuyện nào xảy ra thì sẽ bị nghi ngờ như có liên quan với việc đó).
(속) 까마귀가 학이 되랴 (본질은 변하지 않는다) Qua sao biến thành hạc được(bản chất không thay đổi).
가마니 bao gạo. (쌀가마니)
가마솥 nồi lớn.
(속) 가마솥의 콩도 삶아야 먹는다 (먹고 싶으면 부엌으로 들어가야 한다) Đậu trong nồi lớn có luộc mới ăn được,(muốn ăn phải lăn vào bếp).
가마우지 (새) con chim cốc(물총새).
(속) 까막 까치도 집이 있다(누구나 고향이 있고 근원이 있다) Ác

ㄱ

là(chích chòe) đen cũng có nhà(ai cũng có quê hương, nguồn cội).
까마득하다 xa xa, xa xăm, xa xôi.
가막조개 (재첩. 민물조개) con sò.
까막눈이 (글을 모르는 사람) người mù chữ.
가만있자 để.
가만두다.(내버려두다) mặc kệ. 가만 두어라 (아랑곳하지 마라!) Mặc kệ đi!
가만 가만 (살살) lén lút. 가만가만 (살살) 걷다 rón rén (살금살금).
가만히(조용히) im lặng, lặng lẽ. ~ 누르다 siết nhẹ. ~서 있다 không nhúc nhích.
가만히 있다 lừ lừ. giữ yên lặng.
가만히 두다 (혼자 내버려두다) để yên. 나 혼자 있도록 해주세요. Để tôi yên.
가망 .(전망, 경치) viễn cảnh. (전망. 가능성) triển vọng. 가망이 있다 có hy vọng. viễn cảnh, ~없는 상태가 되다(환자) ở trong tình trạng tuyệt vọng.
가망성 있는 khả vọng. viễn tượng.
가맣다(빛깔이) đen đen, 까 맣게 하다 bôi đen, (아득하다. 멀다) quá xa.
까맣게 잊다 (완전히 잊다) quên mất hết.
까먹다 bóc ăn. (잊다) quên mất.
가매장 mai táng tạm. ký táng.
가맹 sự gia nhập. 가맹하다 gia nhập.
가면 mặt nạ. diện cụ, 가면을 쓰다 mang ~. ~을 벗기다 lật(lột) ~, 가면무도회 vũ hội hóa trang. ~가면 극 kịch ~.
가면제 (임시 면제) miễn thuế tạm thời.

가면허 giấy phép tạm.
가명 (집안의 명성) thanh danh gia đình.
가명 (가짜이름) tên giả. ngụy danh. ~을 쓰다 thác danh.
가묘 phần mộ gia đình, gia miếu.
가무 ca múa, ca vũ. 가무단 đoàn ca múa. văn công, ~공연 nhạc cảnh.
가무 (거무) 스름하다 hơi đen, đen đen (가무잡잡하다)đen giòn.
가문 gia môn, gia thế, dòng dõi. (권세 가문)thế tộc.
가문(종씨)의 사당 tông đường.
가문서(위조문서) giấy tờ giả mạo.
가물 (가뭄) hạn hán, khô hạn. (반) 장마 mùa mưa, 가물다 bị hạn hán. 가뭄난 nạn hạn hán.
(속) 가물에 콩나듯 giống như đậu mọc mùa hạn (đồ vật hiếm có, của quý).
가물가물 hắt hiu, thấp thoáng. 가물가물 꺼져간다 hắt hiu leo lắt.
가물가물한 hắt hiu
가물거리다 leo lét.
가물치 (물고기) cá lóc(남) cá quả(북)= cá chuối
가뭄 hạn hán. nắng ráo.(반) 홍수 lũ lụt.
까무러치다 (실신하다) ngất xỉu, bất tỉnh.
가뭇 (까뭇하다) hơi đen.
가미 thêm gia vị, tẩm hương vị. (가미하다)
가발 bộ tóc giả.
까발리다 vạch trần. (드러내다) phơi bày, lộ ra,
가방 túi xách, cặp sách. giỏ sách, 여행가방 túi du lịch, hành lý (트렁크)rương. 가방끈 quai xách. 가방

만드는 사람 thợ làm rương.
가방면 (가석방) thả tạm.
가버려 xéo đi.
가버리다(떠나버리다) xê ra.
가법 (덧셈) phép cộng.
가법 (가족규칙) gia pháp.
가변 비용 chi phí khả biến. 가변자본
 tư bản khả biến.
가볍다 (가벼이) nhẹ, thanh thản,
 (반) 무겁다 nặng. (경미한, 정도
 가 가벼운) nhẹ. 가볍게 여기다
 xem thường. 가볍게하다 xoa dịu,
 가벼운 식사 (조촐한 식사) bữa
 cơm đơn giản, bữa cơm thanh
 đạm. 홀가분하다 nhẹ mình. 가볍
 게 khẽ. 가볍게 말하다 nói khẽ, 가
 벼운 목소리 giọng nói thanh
 thản, 가볍게 기침하다 ho nhẹ,
 húng hắng. 가볍게 볼수없다
 không thể xem thường. 가볍게 힐
 끗보다 khẽ liếc. 가볍게 달리다
 bon bon.
가법고 경쾌한 phiêu nhiên.
가볍게 gượng nhẹ, tênh hênh. ~여기는
 nhẹ tay, (부드럽게) nhè nhẹ. (얇
 게) phong phanh. ~흔들다 phe
 phẩy. ~ 두드리다 vã. ~치다 vỗ
 nhẹ, 그는 내 어깨를 다독거렸다
 nó vỗ nhẹ vào vai tôi. ~게 만지다
 xoa xoa, 아 픈곳을 ~만지다 xoa
 xoa chỗ đau.
가법고 조용한 nỉ non. ~음악 nhạc ~.
가벼운 nhẹ nhàng. rì rào, thanh thản.
 (상쾌한) lâng lâng, ~ 바람 gió rì
 rào, ~ 병 bịnh nhẹ. ~운동을 하다
 hồi tĩnh, 가벼워지다 (병이 차도
 가 있다) bệnh đỡ. (동작이가쁜
 한) rập ràng, ~ 마음 lòng lâng

lâng. ~ 발걸음 bước chân rập
 ràng, 차도가 있습니까? Bạn đã
 đỡ chưa? ~ 자극 kích thích nhẹ
 nhàng, ~ 실수 lỗi nhẹ. ~ 배(경선)
 thuyền nan, ~형벌 hình phạt ~.
 tiểu hình, ~사랑 phong tình. ~목
 소리 giọng nói thanh thản.
가볍게 nhẹ nhõm. ~안도의 한숨을 쉬
 다 thở phào ~.
가볍게 치다 phót. 빰을 ~ ~ má.
가보 gia bảo. (한가정의 족보, 가계)
 gia phả.
가보다 i thử.
가봉(국명) Ga bông.
가봉 cắt may tạm. 가봉실(탈의실)
 phòng thử, ~공 thợ nguội.

가부 (옳고 그름) đúng hay sai. 가부
 간 có hay không. 좌우간 dù sao
 chăng nữa.
가부득 (더할수도 덜할수도 없음)
 không thể thêm bớt được.
가부장 gia trưởng. 가부장제 chế độ ~.
가부좌 (다리를 꼬고 앉다) ngồi chéo
 chân.
가뿐하다 (짐이 되지 않고 편안하다)
 nhẹ mình.
가뿐히 걷다 bước đi rập ràng.
가불 (미리 주다) tạm ứng, ứng trước.
 가불금 tiền ~.
까불다 choe choét, nô đùa
 경망스럽게 ~ hành động cử chỉ
 nhẹ nhàng.
까불리다 (키질하다) sàng lọc.
까불이 (장난꾸러기) quậy phá.
가쁘다 (숨이) thở hoi hóp, ngạt mũi.
 가 쁘게 숨쉬다 thở hoi hóp.
가쁜 숨을 쉬다 khó thở, thở khó khăn..

ㄱ

가사 (노래) lời bài ca, lời ca, lời hát. 가사를 넣다 phổ. 민요에 가사를 넣다 phổ lời cho một điệu dân ca.
가사 (옷) áo cà sa.
가사 (가령) giả sử, nếu như.
가사 việc nhà. ~일 gia chánh, ~를 꾸려 나가다 thu vén, ~를 잘돌보다 tề gia nội trợ.
가사를 맡다(살림을 하다) trì gia.
가산 (가정 재산) gia sản. gia tài
가산 (더하기. 더하다) 하다 tính thêm, cộng. 가산금 tiền ~.
가산세 thuế phạt thêm.
가상(상상)tưởng tượng, 가상의 vu khoát, (가정하여 생각함) giả tưởng. 가상극 kịch giả tưởng.
가상 (길거리. 노상) trên đường.
가상적(가정해 본 적) kẻ địch giả định.
가석방 thả lỏng, tại ngoại hậu cứu,. (가방면) thả tạm.
가설하다 xây dựng, xây cất.
가선 (선을 가설하는 일) đặt đường dây.
가설(설정한 가정) giả thuyết. 인류 기원에 대한 ~ ~về nguồn gốc loại người.
가설 공사 công trình xây dựng.
가설 극장 hát tạm.
가설하다 (전화등 을) bắt dây.
가성(노래소리) tiếng ca.
가성소다 xút.
가성명 tên giả.
가세하다 (힘을 보태다) tăng cường, cường hoá. 돕다 giúp đỡ.
가세 (집안 형편) khả năng gia đình, gia cảnh. 가세가 넉넉하다 gia cảnh sung túc.
가소롭다 (가소로운) buồn cười, nực cười, tức cười.

가속 (속도가 빨라짐) gia tốc. 가속기 máy ~. 가속도 tăng tốc độ, 가속운동 vận động tăng tốc. 가속도계 đồng hồ gia tốc. 가속장치 đạp ga. thiết bị tăng tốc,
가속펌프 bơm tăng tốc.
가속패달 bàn đạp ga.
가속 (가족) gia đình, gia thuộc.
가솔린(휘발유) xăng. dầu, trạm xăng, trạm ~. 가솔린 엔진 động cơ xăng. 가솔린 탱그 thùng xăng. ~펌프 bơm xăng.
가수 ca sĩ. 여가수 nữ ~.
가수금 khoản tạm thu.
가수분해 thủy giải.
가스 ga, hơi khí. 가스 계량기 đồng hồ ~. 가스관 ống dẫn chất khí. 가스 라이터 quẹt ga. 가스 기관 máy chạy bằng ga. ~를 잠그다 cúp hơi, ~등 đèn khí. ~불 khí thắp đèn.(연료용)khí đốt. ~실린더 ống hơi. ~중독방지 phòng hơi độc.
가스가 새다 xì hơi.
가스가 차다 đầy hơi.
가스 난로 lò sưởi ga. 가스등 đèn ga= 가스 램프. 가스 레인지 bếp ga. 가스로 lò ga. 가스 마스크 mặt nạ chống hơi độc. 가스미터(계량기) đồng hồ ga. 가스버너 lò bằng ga. 가스스토브 lò sưởi bằng ga. 가스 연료 nhiên liệu chất khí. 가스온도계 nhiệt kế bằng ga. 가스중독 bị nhiễm hơi độc. 가스탄 đạn hơi độc. 가스탱크 thùng chứa chất khí. 가스파이프 ống dẫn chất khí. 가스회사 công ty cung cấp chất khí.가스누설 lọt hơi.

가슴 ngực. lồng ngực, 가슴둘레 chu vi ngự, vòng ngực, 가슴설레다 đập loạn xạ, trong lòng nôn nao. 가슴속 trong lòng (마음속). 가슴앓이 chứng đau ngực. 가슴털 lông trên ngực. 가슴에 금띠를 매고 ngang ngực thắt đai vàng. 가슴에 기대다 dựa vào ngực. 가슴이 막히다 tức ~. ~이 아프다 đau lòng. ~아프게 하다 mích lòng, 가슴이 타다 cháy ruột(속이 타다). 가슴에 손을 얹다 để tay trên ngực. 가슴을 치다 đấm ngực. 가슴이 뻐근하다 tức ngực. 가슴이 찢어지다 xé lòng. 가슴이 터지다 nổ ~. 가슴 아픈 기억 nhớ da diết, 가슴이 팽팽하다 ngực căng ra. 가슴이 노출된 hở ngực. ~이 절리다 tức ngực, ~에 품다 ôm ấp, để lòng, ~졸이며 기다리다 đợi chòng vòng. ~을 펴다 ưỡn ngực.
가슴아파하다 thương cảm, cảm thương. 고아와 과부신세를 보고 ~ ~ trước cảnh mẹ góa con côi.
가슴아픈 기억 nhớ da diết.
가슴에 다는 검은 것 ve.
가슴에 몰래 숨겨둔 애정 mối tình u ẩn.
가슴에 십자가를 긋다 làm dấu thánh giá.
가슴에 품다 ôm ấp, 희망을 ~ ~ hy vọng.
가슴을 내밀다 ưỡn ngực.
가슴을 도려내다 xé ruột xé gan.
가슴을 노출시키다 phanh ngực. thồn thển(thện).
가슴이 두근거리다 đánh trống ngực, phập phồng, hồi hộp. 가슴이 떨리다 rung động. pháp phỏng, thổn thức, (가슴조이다) hồi hộp. 가슴이 둥글고 팽팽하다 bộ ngực căng tròn
가슴이 두근 거리다(두려움) tim đập mạnh. phập phồng
가슴이 떨리다(흥분으로) rung động
가슴이 메어질 정도로 흐느껴 울다 thổn thức.
가슴이 미여질 듯한 thê thiết, 부르는 소리가 ~ 듯하다 tiếng kêu thương ~.
가슴이 찢어지는듯 하다 rứt ruột.
가슴 (거슴)츠레하다 ngủ lơ mơ.
가습기 máy tăng độ ẩm.
가시(나무의) gai. 생선의 ~ xương cá.
가시거리 tầm nhìn xa, cự li nhìn thấy.
가시광선 (눈으로 볼수있는 보통광선) tia nhìn thấy. (반) 불가시광선 tia không nhìn thấy.
가시나무 cây gai. 가시덤불(풀 숲) bụi gai. 가시밭(풀숲) bụi gai.
가시면류관 mũ miện gai, ~, mão gai. 가시관 vòng(mão) gai, 가시가 돋치다 mọc gai. 가시가 박히다 bị đâm (dăm). ~가 걸리다 hóc xương.
가시떨기 bụi gai.
가시 (볼수있는) có thể nhìn thấy. ~거리 tầm nhìn xa.
가시밭길(인생의) đường đời gian khó..
가시다 (없어지다) hết. 통증이 가시다 hết đau. 더위가 싹 가시다 trời nóng hết rồi. (씻다)입을 가시다 súc miệng.
가시신호 tín hiệu nhìn thấy.
가시철사 dây thép gai.

ㄱ

가식 giả bộ, giả vờ. ~적 행동 câu ngầm.
가신 gia thần. phiên tần.
가십(흥미 본위의 쓸데없는 이야기) chuyện tầm phào.
가아제(가제) băng gạc (y tế).
가악 ca nhạc.
가압(압력을 가하다) tăng áp lực.
가압류 tịch biên tạm.
가약(혼약) hứa hôn.
가야금(가얏고) đàn thập lục, (tên nhạc khí cổ điển H.Q). (베트남의) đàn tranh
가야할지 말아야할지 nên chăng là phải đi.
가엄(가친) gia phụ. gia nghiem.
가업 gia nghiệp. 가업을 잇다 kế tục ~.
가없다(끝 없다) vô cùng, vô tận.
가연(불에 탈 수있는) dễ cháy. 가연물 chất ~. 가연성 tính ~. 가연체 chất cháy.
가열 tăng nhiệt độ. 가열기 máy tăng nhiệt độ. (끓이다) đun.
가엾다(불쌍하다) tang thương, đáng thương. 가엾은(불쌍한) tội nghiệp. 가엾어라 ! thật là tội nghiệp. 가엾은 광경 cảnh tang thương.
가엾게 생각하다 thương. tiếc thương.
가엾은(비참한) lầm than, ~인생 cuộc đời ~.
가영업 kinh doanh tạm.가영업소 điểm ~.
가예산 ngân sách tạm.
까오다이교(베트남의 신흥종교) đạo cao đài. ~의 사원 thánh thất ~.
가오리(물고기) cá đuối.
가옥(집) nhà cửa, phòng ốc, cao ốc.(높은집, 고옥) ~세 thuế ~. ~이 폐허가 되다 nhà cửa tan hoang. ~을 구입하다 tậu nhà.
가옥대장 sổ đăng ký nhà cửa..
가옥을 구입하다 tậu nhà.
가옥수당 phụ cấp nhà cửa.
가옥(가짜옥) ngọc nhân tạo(인조옥).
가외 phụ thêm. 가외 수입 thu nhập phụ (부수입). 가욋 사람 người ngoài cần thiết.
가외일 công việc ngoài.
가요(노래) bài hát, ca dao. 가요곡 bản ca dao. 국제 가요제 cuộc đua ca dao quốc tế.
가용(집안의 씀씀이) chi phí sinh hoạt dùng ở nhà.
가용물(액체에 잘녹는 물질) chất hoà tan.
가용성 tính hoà tan, tính nóng chảy.
가용한(쓸수있는)khả dụng.
가운(예복)lễ phục. (코트) áo choàng.
가운데 chỗ giữa. ~ 발가락 ngón chân giữa. ~손가락 ngón tay giữa. 가운데 (줄) gạch giữa, hàng giữa. 가운뎃 점 trung điểm.
(사이에) trong, 가운뎃 소리 âm giữa. 가운뎃 점 điểm ở giữa. 가운뎃집 căn nhà giữa. 가운데를 자르다 cắt ngay giữa.길 가운데 giữa đường.
...의 가운데 trong số, 10 명이 익사했는데 그 가운데 5 명이 아이들이었다 10 người bị chết đuối trong số đó 5 người là trẻ em.
가웃(되. 말 자등의 절반) rưởi, một nửa. 다섯자 가웃 năm thước rưởi.
가위(가히말하면) thật là. 가위(가히) 천하의 절색이라 thật là tuyệt sắc.

가위 kéo.
가위 눌리다 (무서운 꿈을 꾸다) gặp cơn ác mộng. bóng đè.
가윗날(한가위) ngày tết trung thu (추석날)
가위 바위 보 chơi oẳn tù tì, kéo búa bao. 가위 바위 보 할까? Chơi oẳn tù tì không?
가위표(x 표) dấu x.
가으내(가을 내내) suốt mùa thu.
가을 mùa thu. 가을갈이 cày ải mùa thu. 가을걷이 vụ thu hoạch mùa thu. 가을누에(추잠) nuôi tằm mùa xuân, nuôi tằm mùa thu. 가을바람 kim phong, gió vàng, 가을보리 lúa mạch ~. ~밤 đêm thu. thu dạ, ~벼 lúa thu. ~의 끝 tàn thu. ~달 thu nguyệt, ~달 과 봄바람 thu nguyệt xuân phong.
가을 안개(서리)thu sương.
가을하다(추수하다) gặt hái. 가을철 mùa thu. 가을장마 mưa tầm tả mùa thu.
가이드(안내) hướng dẫn. 가이드북 sách ~.
가이드(안내원) hướng dẫn viên.
가이사랴(성경지명) Sê-sa-rê.
가이드 라인(지침.지표) sách hướng dẫn.
가이없다(끝이 없다) vô cùng, vô tận.
가인(아름다운 여자) gái đẹp, giai nhân. tuyệt sắc. 가인박명 홍안박명 nhan bạc phận(아름다운 여자는 수명이 짧다).
가인(성경인물) Ca-in (tên riêng nhân vật trong kinh thánh.
가일층 hơn nữa, càng.
가입 vào, gia nhập. (반)탈퇴 thoát ra,

가입하다 gia nhập vào. 가입금 phí gia nhập.
가짜 đồ giả, giả.(반)진짜 thật, chân chính, (모조품) vật mô tạo. 위조지폐 (가짜돈) tiền giả mạo 가짜상품 hàng giả. 가짜영웅 anh hùng rơm. ~금 vàng giả.
가자미(생선) lờn(thờn) bơn. cá bơn.
가작(잘된 작품) tác phẩm hay.
가장(제일로) hơn cả. 가장 중요하다 quan trọng hơn hết (hơn cả). 가장 주요한 부분(기둥)rường cột, cốt sao. 나라의 기둥 rường cột của nhà nước, gạt trong nhất. ~아름다운 꽃 hoa khôi. ~아름다운 소녀 gái đẹp hơn cả.
(명)가장 좋은 팔자는 시기를 받을 정도의 부자도 아니며 멸시당할 정도로 가난하지도 않은 사람의 경우다 Người có số phận tốt nhất chính là người giàu mà không bị ghen ghét, nghèo mà không bị coi thường.
가장 가까운 거리 đường tối đoản.
가장 gia trưởng. chủ hộ, 가장제도 chế độ gia trưởng.
가장 긴급한 tối khẩn.
가장 나쁜 xấu nhất.
가장 낮은 hạng bét.
가장 능숙한 giỏi nhất.
가장 불행한 xui nhất.
가장 센 카드 chủ bài.
가장 이성적인 chí lí.
가장 좋은 것은 tốt hơn hết là.
(명)가장 중요한 자질은 상식이다 그런데 대부분 사람들은 상식이 없다 Cái quan trọng nhất chính là những tri thức đời thường nhưng

ㄱ

đại bộ phận con người thì lại thiếu tri thức đời thường đó.
(명)가장 힘든 일은 할 일이 없는 것이다 Việc vất vả nhất là việc ăn không ngồi rồi.
가장집물(집에 있는 온갖 세간) đồ đạt trong nhà.
가장 적게(최소한) ít nhất là.
가장자리 mé, ven, ria mép. 강가 mé song. (모서리)책상모서리 mép bàn. ~를 따라가다 ven theo. 제방을 따라가다 ven theo đê.
가장하다(임시로 매장하다) mai táng tạm.
가장하다 làm(giả) bộ, đội lốt. (위장하다) nguỵ trang. giả hình. ...인듯이 가장하다 giả vờ.
가장무도회 vũ hội hoá trang. khiêu vũ trá hình.
가장행렬 diễn hành hoá trang.
가재(대하.)tôm hùm.
가재걸음(발전이없음)chậm tiến, lạc hậu. 뒷걸음 bước lùi.
가재는 게편이라(서로 비슷하여 사정을 보아줌) tôm hùm bênh vực cua.
가재기구(도구) đồ dùng trong nhà.
가전(집안에 대대로 전하여 내려옴) gia truyền. 가전 비방(그집안에 대대로 전해오는 처방) đơn thuốc gia truyền.
가전제품(가전기기) đồ điện tử.
가절(아름다운 계절) mùa (thời vụ) tốt(좋은계절)
가정 gia đình. ~주부 phụ tướng, nội trợ, ~을 갖다 lập gia đình, thành gia, 가정없는(고아인) vô gia đình, 가정불화 gia đình xích mích, 가

정을 갖다 thành gia. lập gia đình. 가정과 자신의 부귀영화 vinh thân phì gia, 가정을 세우셨습니까 (결혼했습니까) anh lập gia đình chưa? 예 그래요 lập rồi. 아직이요 chưa. 가정에 묶이다 bị ~ trói, 가정을 돌보다 coi nhà, 가정 경제 kinh tế ~. ~용구 gia cụ, ~ 문제 gia vụ. 가정교사 dạy kèm tại nhà, gia sư. 가정용품 đồ dùng gia đình. ấm áp gia đình đầm ấm. 가정환경 hoàn cảnh ~. gia cảnh, 가정교육 giáo dục ~. 가정법원 toà án ~. tòa hòa giải, 가정부(식모) người giúp việc. 가정형편 (사정)nỗi nhà. ~의례 gia lễ. ~살림 살이 gia kế, ~용 gia dụng, ~문제 gia sự(vụ). ~에서 일어난 재앙 oan gia. ~을 파괴하다 phá gia.
가정형편이 어려운 vợ dại con thơ.
가정이야기를 솔직히 털어놓다 tâm sự về chuyện gia đình.
가정하다 giả định. định đề, --- 라고~ 하면 giả dụ.
가제=가아제(붕대) băng gạc.
가져가다 đem đi, mang đi.누가 책을 가져갔나? ai lấy sách rồi?
가져라 lấy đi.
가져오다 mang theo, đem theo(đến).
가조약하다 tạm ước.
가조인하다 ký tắt.
가족 người nhà, gia tộc. gia thất, ~계획 kế hoạch hoá gia đình, ~전체 cả nhà, ~수당 phụ cấp gia đình. lương vợ con, ~사진 hình chụp cả nhà, ~회의 hội đồng gia tộc, ~재산 gia tư, gia sản, ~ 들 gia thuộc,

~사당 gia miếu, ~의 불행 gia biến, ~의 명예 gia thanh, 가족을 부양하다 trị gia, 가족이 따로 나뉘어 살다 một chốn đôi quê, ~생계 수단 gia sinh, ~수 호 khẩu. ~에 대한 의 무 nợ nhà.
가족(일족)대표 tộc biểu.
가족 문제 gia sự.
가족의 제단 tôn đường.
가 주거 nơi tạm trú (임시거주). 가주소 địa chỉ tạm.
가 주권(주주에게 주는) chứng khoán tạm.
가죽 da. 가죽구두 giày da. 가죽가방 cặp da, túi da. 가죽으로 만든 패 thẻ bài làm bằng da. 가죽제품 đồ da. 가죽부대 bầu da.
가죽을 다루다(무두질하다) thuộc da.
가중(더 무겁게) làm cho nặng thêm. gia trọng.
가증(얄미운. 밉살스런) ghét. 가증하다(미워하다) ghét, hắt hủi.(반) 사랑하다 yêu.
가증한 gớm ghiếc, ~물건 đồ ~.
가증한 짓 sự gớm ghiếc.
...에서 ...까지 từ... đến ... 사이공에서 하노이까지 từ Sài Gòn đến Hà Nội.
가지(나무) cành cây, nhánh cây. 가지를 꺾다 gãy ~. 연한 ~ nhánh non. ~를 치다 chặt(mé) nhánh. trảy nhánh, ~ 를 내다 mọc nhánh.
가지(식물) cà tím(남), cà dái dê (북).
까지(때) cho đến(tới), đến. tận, 지금 ~ ~bây giờ, 돌아올 때까지 ~ về. 죽을 때까지 đến lúc chết. (마감) 다음주까지 đến tuần sau. 집까지 tận nhà.

--- 까지 đến khi(lúc). – 도 ngay cả.
가지가지(여러가지) nhiều thứ, đủ loại. 가지가지 이유로 đủ ly do.
가지마다 từng cành cây. 가지마다 사과가 많이 열렸다 có nhiều táo từng cành cây.
가지각색(여러가지. 각양각색) đủ loại.
가지고(데리고)가다 đem đi, đưa đi.
가지고 가다 đem theo. lấy đi. mang đến.
가지고 놀다 mó máy.
가지고 들어오다 đem vào.
가지고 오다 đem về, đem lại.
가지고있는(수중에) có sẵn. ~ 돈 túi tiền.
까지도 cho đến cả, 왕~ ~ vua.
가지다 lấy, cầm lấy, có. 가지고 있다 giữ. 손에 있다 giữ trong tay. (휴대)돈을 가지고있다 có tiền, mang theo tiền. 당신이 가져요! Anh lấy đi! 당신이 가지고 가세요!
Anh mang theo đi!
가지런하다 ngăn nắp, đều đặn, gọn gàng, bằng nha, 높이가 가지런하다 chiều cao bằng nhau. 신을 가지런히 놓다 xếp giày lại cho gọn gàng. 가지런히 정리하다 xếp ... gọn gàng.
가지런하지 않은 lủng củng, so le, 뒤죽박죽 쓴 글 văn ~. ~젓가락 đôi đũa so le.
까지만해도 ngay đến tận,
까진(벗겨진)xước.
까진 여자 gái tuồng luông.
가지치기 sự tỉa lá, ~ 하다 mé cây.
가지치다 tỉa nhánh cây, chặt nhánh cây, tỉa lá. 가지가 돋아나다 vươn

ra nhánh cây. 가지를 자르다 chặt nhánh cây. 가지치기 뜻다 lá.
가집행 thi hành tạm thời, chấp hành tạm thời.
가짓말(거짓말) nói dối. 거짓말하다 nói láo.
가차없다(조금도 봐 주지 않다) độc ác, nhẫn tâm. (무자비한)가차없이 một cách ~. 가차없이 처벌하다 trừng phạt một cách ~.
가창(노래) bài ca. ca xướng.
가책 sự ân hận, sự cắn rứt. 자책하다 tự trách. 양심의 가책을 받다 lương tâm bị cắn rứt.
가처분(법) bố trí tạm.
가청(들을 수 있음) nghe rõ. 가청거리 tầm nghe. 가청범위(가청주파) tần số âm thanh.
가축 gia súc, súc vật, vật nuôi,. 가금 (집에서 기르는 가축). gia cầm, 가축을 치다 (기르다) nuôi gia súc. 가축병원 bệnh viện thú y (수의 병원), 가축병 dịch gia súc. ~의 변(똥) phân chuồng.
가축을 방목하다 thả rong. 방목하는 돼지 lợn ~.
가축기르기(사육) chăn nuôi.
가축용 화차 toa chở súc vật.
가축전염병을 예방하다 phòng toi dịch.
가출하다 ra khỏi nhà. bỏ đi. 가출소녀 gái bỏ nhà đi bụi.
가출옥 tạm tha. thả tạm.
까치 chim sáo, bồ chao, ác là.
가치 giá trị. trị giá, tiếng vang, 가치있는 có giá trị, đáng giá, ra hồn, (귀중한) quý giá. 상품의 ~ trị giá sản phẩm, ~있는 작품 tác phẩm có tiếng vang. 가치없는 không có giá trị. không đáng, mất giá, 가치없는 화폐 tiền tệ mất giá, 이용가치 (유용가치) có giá trị hữu dụng.
가치 판단 phán đoán giá trị. 가치평가 (판단) đánh giá giá trị. 가치없는 것 (하찮은) rơm rác. 하찮은 이야기 chuyện rơm rác, 확실한 ~ ~ đích thực, ~를 잃다 mất giá.
가치가 없다 không đáng. ma. 아무런 ~ có ra ma gì.
가칠 (까칠) hạ dạ sần sùi, ram ráp. sần sượng,
까칠한 얼굴 bộ mặt sần sùi.
까칠까칠한 옷감 vải xấu sần.
가칭 (임시로 부르는 이름) tên tạm. 가칭 삼양회사 tạm gọi là công ty Sam Yang.
가타부타 (옳다거다 그르다거나) đúng hay sai.
가탄 (탄식할만한) đáng than thở.
가탈부리다 (방해하다) làm cho khó hơn.
가택 (사람사는 집) nhà ở. 가택 수색 khám xét nhà. 가택수색영장 lệnh khám nhà. 가택침입 xâm nhập nhà ở. ~연금 câu quản.
가톨릭 (천주교) công giáo, thiên chúa giáo. 기독교 tin lành.
가트 (GATT) (국제무역 관세 협정) hiệp định mậu dịch quốc tế.
까투리 con gà lôi mái.
가파르다 (경사진) dốc, vót, 가파른 길 đường dốc. (높고 가파른) cheo leo.
까페 tiệm nước.
가표 (덧셈기호 "+") dấu cộng. (반) 빼기부호 dấu trừ.

가표 (찬성표) phiếu tán thành. (반) 불찬성표 phiếu phủ định.
가풍 gia phong, thuyền thống gia đình.
가필 (글이나 문서를 보태거나 고침) sửa lại thêm.
가하다 (보태다) cộng thêm, gộp vào. 압력을 가하다 tạo áp lực.
가하다 (좋다, 옳다) phải, đúng, tốt.
가학 (학대를 가함) (가혹하게 학대하다) ngược đãi, bạc đãi.
가합하다 (합당하다) hợp lý, có lý do.
가해 (손해를 끼치다) thiệt hại. (반) 피해를 입다 bị thiệt hại.가해자 người gây ra thiệt hại(반) 피해자 người bị thiệt hại
가호 (호적) nhà hộ tịch. 가호적 hộ tịch tạm.
가호 (보살피고 돌봄) phù hộ, chăm sóc, bảo vệ.
가혹한 nghiệt ngã, tàn ác, khắc khổ, gắt gao, tàn(hà) khốc. kham khổ, hà khắc, 가혹한 법률 luật pháp nghiêm minh. ~명령 hà lịnh. ~정치 hà chính.
가혹한 형벌(비유) phủ việt.
가화 (아름다운 이야기) câu chuyện đẹp, giai thoại.
가화 (집안이 화목함) gia đình hoà thuận. 가화만사성 (집안이 화목 하면 만사가 잘 되어감) gia đình hoà thuận vạn sự thành đạt.
가효 (맛좋은 안주) đồ nhấm ngon. món ăn ngon,
가훈 gia huấn. thói phép.
가희 (아름다운 아가씨) cô gái xinh đẹp.
가히 (넉넉히. 틀림없이) thật là, quả nhiên, đủ. 가히 알 수 있을 것 같군 được biết đầy đủ.

각 (각각의) mỗi. 매일 mỗi ngày. 각자 ~người. 각사람에게 từng người.
각 góc. 직각 góc chính. 각도 góc độ. 삼각 tam giác. (뿔) sừng.
각각 mỗi một, mỗi. 각자자기 방이 있다 mỗi người đều có phòng riêng.
각각 mỗ cái, ~ 6 동이다 giá 6 đồng ~.
각각의 mỗi, riêng lẻ,(반)공통의 chung, 매일 ~ ngày, ~ 사람 mỗi người
깍깍울다 kêu ôm ọp.
각기병 bệnh tê phù. phù súng, cước khí, 각기병에 걸리다 bị mắc bệnh tê phù.
각도 góc độ. (수학) xó.
깍다 cắt, đẽo, gọt, chuốt,나무를 ~ đẽo gỗ, xén, cạo. 머리를 ~ cắt tóc. 가격을 ~ giảm giá.
깍다(흥정하다)trả giá.
각막(해부) màng cứng, giác mạc, 각막 이식술 sự ghép giác mạc.
각목(사각봉) tay thước.
각박한 (모질고 박정함)khắc bạc, tính chất vô nhân đạo. 각박하다 tàn nhẫn. ~ 세상 thế gian vô tình.
각반(정강이 받이) xà cạp.
각본 kịch bản.
각부처의 합동회의 hội đồng liên bộ.
각설탕 đường phèn(cục).
각성하다 tỉnh ngộ, thức tỉnh.
깎아내다 lấn
각아지른듯한 vót.
각운 vần chân. cước vận,두운 vần đầu. 요운 vần lưng.
각자 mỗi người.
각계각층 các tầng lớp. 각계각층의 인민 các tầng lớp nhân dân.

각가지 (다양한) đa dạng. 각가지의 nhiều loại.
각각으로 (시시각각으로) từng lúc, mỗi lúc.
각개 (하나하나) mỗi một. 각사람 mỗi một người.
각테이블마다 từng hàn.
각고 (고생하며 애씀) nỗ lực tích cực. 각고 끝에 성공 sau nỗ lực tích cực mới thành công.
각골 (뼈에 새기다) khắc cốt. 각골난망 (은혜가 뼈에 사무쳐 잊지 못함) khắc cốt ghi xương = ghi xương khắc cốt.
각광 dãy đèn chiếu trước sân khấu.
각광받다 (주목받다) thu hút chú ý của công chúng. (인기를 얻다) được lòng dân.
각국 mỗi quốc gia.
각기 (각자 저마다) mỗi một. 각기 다른 방언 các thứ tiếng khác.
각기병 bệnh phù.
각기둥 (수학) hình lăng trụ.
깍다(점수를) trừ bớt, 3 점을 깍았다 ~ ba điểm. (나무를) đẽo.
각도 góc độ, 각도(분도)기 thước đo góc.
깍두기 tên một loại Kim-chi (món ăn).
깍뚝거리다 (썰다) thái nhỏ.
각뜨다 (고기를 몇 부분으로 썰다) cắt ra từng phần.
깍듯하다 (예절 바르다) lịch sự, nhã nhặn. 깍듯이 인사하다 chào hỏi lịch sự.
각등 (네모진 등) lồng đèn xách hình vuông.
각로 (작은 난로) lồng ấp chân.

각론 đề mục thảo luận.
각료 thành viên nội các, các bộ trưởng.
각목 tay thước.
각반 xà cạp. 각반을 차다 quấn ~.
각방면 mỗi hướng. 사회의 각방면 mọi tầng lớp xã hội.
각별하다 (특별하다) riêng biệt, đặc biệt. (예외로) khác thường. 각별히 một cách đặc biệt.
각본 vở kịch, kịch bản.
각부 mỗi bộ phận, mỗi ban ngành. 각부장관 các bộ trưởng. 각부분 mỗi phần.
각사람 mỗi cá nhân, mỗi người.
각사탕 (각설탕) cục đường.
각살림 sự sống riêng. ~하다 sống riêng.
각색 (색깔) nhiều màu khác nhau. (종류) mỗi loại, mỗi kiểu. 각양각색의 đầy đủ mọi kiểu.
각색 (고쳐씀) 하다 phóng tác, kịch hoá.
각서 giấy cam kết. 외교통첩 (문서) công hàm.
각선미 nét đẹp đường cong, vẻ đẹp đôi chân.
각설하다 (화제를 바꾸다) đổi đề tài, chuyển câu chuyện.
각성하다 thức tỉnh, tỉnh giấc, tỉnh ngộ. 각성시키다 làm tỉnh giấc, làm tỉnh ngộ.
각시 (새색시) con dâu mới, cô dâu mới(신부). (반) 신랑 chú rể 각시인형 búp bê cô dâu.
각양 (갖가지 모양) kiểu đa dạng. 각양각색 (여러가지) đủ loại. 각양탐심 mọi thứ ham muốn.

깎았다 Giảm giá. 1000 동을깎았지만 dù bớt một nghìn đồng.
각오 (마음의 준비) sẵn sàng trong lòng= 결심 quyết tâm.
운 (시의) vần thơ.
각위 (여러분) quý vị. 관계자 각위 quý vị có liên quan.
각의 (내각의 회의) hội đồng nội các =의회. 임시 각의를 소집하다 triệu tập cuộc họp nội các bất thường.
각인 (각각의 사람) mọi người. ~각설 mỗi người mỗi ý.
각인 (도장을 새김) khắc con dấu.
각자 mỗi người. ~가 자기의 길이 있다 ~ mỗi ngả.
각적 (뿔로 만든 피리) ống sáo làm bằng sừng.
각종 các loại. 각종 경기 các loại trò chơi. 각종직업 các loại nghề.
깍쟁이 (구두쇠) người keo kiệt, người hà tiện. người bủn xỉn.
각주(부연설명) chú cước, (주석을 달다) chú giải, (주석) lời chú giải.
각주 (네모진 기둥) trụ hình vuông.
깍지 (껍질) vỏ bọc.
깍지 (재봉용 골무) cái đê đeo ngón tay (để bảo vệ ngón tay và đẩy kim khi khâu vá)
각지 (각처. 각지방) các bộ phận, các cục, mọi nơi.
각질 (보호하는 비늘) vảy cá. 거북이 각질 vảy con rùa.
각처 mọi nơi. khắp chốn, (도처) khắp nơi. ~에 흩어진 자료 tài liệu ở khắp nơi.
각추렴하다 (균등히 돈을 걷다) thu góp tiền. 각축 (맞서서 다툼을 벌 이다) cạnh tranh. 각축장 nơi cạnh tranh, vũ đài (cạnh tranh). 각축전 trận cạnh tranh.
각출하다 đóng góp.
각층(여러층) mọi tầng lớp.
각파 (정당) các đảng phái.
각판 (널판) bảng khắc.
각필(붓을 놓다) gác bút, dừng bút.
각하 (기각) hạ dạ bác bỏ, gạt bỏ.
각하 (지금 당장) ngay bây giờ.
각하 (높은사람에 대한 경칭) kính thưa, thưa. ngài thưa. tôn ông. 각 하께 감사드립니다 ôi ơn ngài.
각항 (각조항) các điều khoản, các điều kiện.
각혈 (토혈,) khái huyết, ho ra máu. hộc máu. sặc máu(gạch).
각형 (사각형의 준말) hình vuông.
깎다 (자르다) cắt. 머리를 깎다 cắt tóc. 손톱을 깎다 cắt móng tay. 손톱 끝을 다듬다 giũa móng tay. 연필 을 ~ gọt bút chì. 풀을 ~ cắt cỏ. 값을 ~ giảm giá. mặc(mà) cả.
간 gan (배짱:간 이 큰 =용감한) gan dạ.
(속) 간에 붙었다 쓸개에 붙었다 한다 (분명한 정치적 견해가 없이 이것 저것을 다 따름을 암시) Dính cả gan, dính cả mật (ám chỉ người ba phải, không có chính kiến rõ ràng).
(속) 간에 기별도 안 간다(음식이 너무 적어서 먹은 것 같지가 않다) Chẳng thấm vào gan (đồ ăn quá thiếu thì như là không có ăn).
(속) 간이 콩알만 해진다(깜짝놀라서 당황함) Gan trở nên bé như hạt đậu (kinh hoàng sợ mất mật).

ㄱ

간 (가옥의) căn phòng. 세간집 một căn hộ 3 phòng.
간간이 ít khi, (때때로) thỉnh thoảng. (반) 연속적으로 liên tục.
깐깐하다 (까다롭다) khó tính (= 세심하다 tỉ mỉ) (= 엄격하다 nghiêm khắc). 깐깐한 사람 người tỉ mỉ (khó tính).
간격 khoảng(gían) cách. ~을 두다 cách khoảng. 띄어쓰다 viết có ~
간결하다 ngắn gọn, đơn giản.
간결하게 ngắn gọn, thon lỏn, ~ 설명하다 giải thích ~. ~ 놓여있다 nằm gọn. ~대답하다 trả lời thon lỏn.
간결히 하다 tinh giản(giảm).
간경화 (병) bệnh gan cứng.
간계 (간책) mưu mô, gian kế.
간고(가난하고 고생스러움) gian khổ.
간곡히 (간절히) nài xin, một cách chân thật.
간과하다 bỏ qua, sơ qua, (모른체하다 묵인하다) lờ đi, 중요한 문제를 ~ bàn sơ qua một vấn đề quan trọng.
간과 (창과 방패: 무기) vũ khí.
간관(간언하는) gián quan.
간교한 láu cá. gian xảo, trí trá, (교활한) xảo quyệt. ~사람 người trí trá.
간교하게 웃다 cười láu linh.
간구 (가난하고 구차함) nghèo đói.
간구 (간청)khẩn cầu, cầu xin, nài nỉ.
간국 (소금물) (짠물) nước muối, nước mặn. 간국(소금물)에 절이다 ngâm nước muối.
간균 (세균) vi trùng(미생물)
간극 (틈) khe hở.
간관(간언하는 사람)gían thần.
간난 (어려움, 고초) gian khổ. 간난을

겪다 chịu cực khổ.
간단 (잠시 끊어짐) tạm ngưng. (반) 연속적 liên tục.
간단 없이 vô gián.
간단명료한 vắn tắt, đơn giản và rõ ràng. ~결론 kết luận ~, 간결하게 이야기 하다 nói ~, 짧은 연설 bài diễn văn ~.
간단하다 đơn giản, giản dị.(반)복잡하다 phức tạp, (용이하다) dễ dàng. 간단한 평론 đoản bình, 간단한 (조촐한) 식사 bữa ăn thanh đạm. 간단한 문제 vấn đề đơn giản. 간단명료한 giản minh. 간단하고 필수적인 giản yếu. 간단하게하다 tinh giản.
간단히(하게) gọn lỏn. ~ 대답하다 trả lời ~. ~ 말하다 nói vắn tắt. tóm tắt, ~요약하다 giản ước. ~번역하다 lược dịch, ~질문하다 lược vấn, ~심사하다 lược khảo.
간담 (마음. 심중) tấm lòng. 간담이 서늘하다 (깜짝놀라다) hết hồn, ngạc nhiên.
간담 (회) buổi thảo luận thân mật, hội nghị bàn tròn.
간당(도적무리)gian đảng.
간데 온데 없다 (사라지다) biến mất, mất tích.
간도 (셋길) 좁은 (골목) 길 đường hẻm.
간두지세(위태로운 형세) tình hình nguy hiểm.
간드랑 (간들) 거리다. (흔들거리다) lắc.
간드러지다 (가늘고 부드럽다) khả ái, hấp dẫn, duyên dáng.
간들간들 (산들산들). (바람이) 불어

nhẹ, hiu hiu. (태도가) đon đã.
간들거리다 (물체가) lắc lư. (태도가) đong đưa. 나뭇잎이 간들거리다 lá run rẩy trong gió.
간떨어지다(깜짝 놀라다) hết hồn.
간략히 (간단히) đơn giản. sơ lược, gọn hơ, 간략하게 말하다 nói vắn tắt, 간략하게 하다 tinh giản, (줄이다) rút ngắn, đơn giản hoá. 간략한 수속 thủ tục sơ lược.
간막이 (칸막이) vách ngăn, tấm bình phong. liếp.
간만 (밀물과 썰물) thuỷ triều.
간망 (간절히 바람) nài xin, van xin.
간맞추다 nêm nếm.
간명한 đơn giản, rõ ràng.
간물 (짠물) nước mặn.
간물 (마른 식품) lương khô.
간밤 (지난밤) tối qua, đêm qua.
간병하다 chăm sóc, trông nom người bệnh. 간병인 người chăm sóc (điều dưỡng).
간보다 (맛보다) nếm thử.
간부 cán bộ.
간부 (간통한 남자) gian phu.
간부 (간음한 여자) gian phụ.
간사(교활)한 gian trá, gian tà, láu cá, tinh ranh. quỷ quyệt, quắt quéo, 간사한 사람 người ~, người quỷ quyệt. ~유혹 sự dỗ dành ~.
간사 .cán sự. 간부 cán bộ.
간살부리다 (아양을 떨다) o bế, nịnh bợ, tán tỉnh, bợ đỡ, nịnh hót.
간상(간사한 상인)gian thương.
간상배 (간사한 장사치)gian thương, bọn cướp tống tiền.
간상세포 tế bào hình que.
간석지 (바닷물이 드나드는 개펄) đất bùn triều lên
간선도로 đường chính(quan). (반) 지선 đường nhỏ, đường hẻm.
간선 (간접선거) bầu cử gián tiếp. (반) 직선 bầu cử trực tiếp.
간섭하다 can thiệp, xen vào. thọc,다른 사람의 사적인 이야기에 끼어들지 말아라 không nên thọc vào chuyện riêng của người khác.
간성 (나라를 지키는 군인) lính, quân lính.
간소복 y phục đơn giản.(y phục đơn sơ)
간소한 giản dị, đơn sơ, mộc mạc, đơn giản. 간소한 식사 bữa ăn ~.
간소화 하다 đơn giản(giản dị) hoá. 기구를 간소화 하다 ~ cơ cấu.
간수 (교도관) cai tù, giám(thủ) ngục, ngục lại, lính canh. 간수장 quản giáo.
간수하다 giữ gìn, bảo quản.
간수하고 지키기 힘든 mỡ để miệng mèo.
간식 lót dạ. ăn qua loa. ăn nhẹ, ăn ~.
간신 (간사한 신하) gian thần. thần hạ ranh ma, (반) 충신 trung thần. ~배 thầy dùi.
간신히 (겨우) suýt nữa, suýt chút nữa. 간신히 차를 탓다 ~ được lên xe. ~ 죽음을 모면하다 xuýt chết.
간악한 độc ác, gian ác. 간악무도한 gian ác vô đạo.
간암 ung thư gan.
간언 (이간하는 말) lời quở trách. 이간질하다 làm phá vỡ, ly gián.
(속) 간에 붙었다 쓸개에 붙었다 dính cả gan, dính cả mật (ám chỉ người ba phải)

ㄱ

간여하다 xỏ xiên.
간염 viêm gan.
간원하다 van xin, nài xin, cầu xin.
간유 (생선 간기름) dầu gan cá.
간음하다 gian(tà) dâm, thông dâm. 간음(통)죄 tội ~. 간음하는 자 kẻ ngoại tình
간을 맞추다 (맛을 내다) nêm. 맛을 내게 하기위한 조미료 gia vị nêm.
간이 맞은 mặn miệng.
깐에는(내깐에는 =내가 보기에는) theo đánh giá (cân nhắc) của tôi.
간이하다 dễ dàng. 간이한 một cách đơn giản. 간이식당 quán ăn tự phục vụ. 간이술집 quán rượu.
간이침대 ván.
간자 (간첩) gián điệp.
간장 (음식) nước tương (남), xì dầu(북).
간장 (해부) lá gan.
간장(마음) lòng dạ. (간과창자) can trường. ~병 đau gan, 간장을 녹이다 (넋을 잃다. 매혹되다... 에 빠지다) say đắm.
간절하다 khẩn thiết, thiết tha. tha thiết, (반) 냉담한 lạnh lùng, 간절한 기도 cầu nguyện ~, 간절한 충고 lời khuyên chân thành. 간절히 một cách chân thành. 간절히 원하다 tha thiết muốn.
간절히 바라다 ao ước. 간절히 사모하다 hết sức mong muốn.
간접 gián tiếp. (반) 직접 trực tiếp. ~관찰 quan sát gián tiếp, 간접화법 lời nói gián tiếp.. 간접 목적어 từ (bổ ngữ) gián tiếp. 간접적인 방법으로 욕하다 chửi chó mắng mèo.

간접적으로 말하다 nói xa (móc).
간접 연루사건(법) phụ đới,
간접세 thuế gián thu.(반)직접세 thuế chánh.
간접 추리 suy lý gián tiếp(반)직접추리 suy lý trực tiếp.
간접 효과 hiệu quả gián tiếp. 간접질문 hỏi gián tiếp. 간접적으로 một cách gián tiếp.
간조 triều xuống hết. (반) 만조 triều lên cao.
간주하다 xem như, coi, trông chừng, (여기다) coi. 가족처럼 간주하다 (여기다) coi như gia đình.
간증 lời(can) chứng, ~하다 làm chứng
간지(십간과 십이지) can chi, thập can và thập nhị chi.
간지럽다 nhột. 간지럼을타다 dễ bị nhột. 코구멍이 간지럽다 nhột lỗ mũi.
간지럽히다(간지럼 태우다) nhột, chọc léc. thọc lét, cù nôn.
간직하다 giữ lại.(반)버리다 bỏ.
giữ gìn, bảo quản (보관하다). 마음에 간직하다 giữ trong lòng. 추억을 간직하다 ấp ủ ký ức. 간직 되어지다 lắng đọng.
간질이다 (간지럽게 하다) cù (chọc) lét. (간질밥 먹이다)
간질증 chứng động kinh. bệnh kinh phong, 간질환자 người bị động kinh.
간첩 (첩자. 스파이) gián điệp. thám tử.
간책 (간계) gian kế.
간척 khai hoang đất bằng thuỷ lợi. 간척지 đất khai hoang
간청하다 van xin, nài xin, nài nỉ, cầu

xin. cầu khẩn, 구명을 간청하다 xin tha mạng. 졸라대다 năn nỉ. xin xỏ, 돈을 빌리기위해 ~ nói khó để vay tiền. 저를 혼자있게 해 달라고 간청합니다 tôi van xin anh để cho tôi yên.

간추리다 (정돈하다) gọn gàng, sắp xếp.

간추린 뉴스 tin vắn.

간취하다 (알아내다) nắm chắc, nắm bắt.

간친 thân thiện, thân thiết.간친 (친목) 회 buổi họp thân hữu.

간택 (골라냄) kén chọn.

간통 gian thông. (통간) thông dâm, gian dâm, 간통죄 tội ngoại tình (thông dâm), tội gian dâm.

간통죄를 범하다 tư thông.

간통 gian dâm, gian thông.

간특 (간사하고 악독함) quỷ quyệt, xảo quyệt.

간파하다 khám phá, nắm vững, nắm chắc(파악하다).

간판 bảng hiệu. tấm biển, 겉치레 외관 diện mạo, hình thức.

간편한 giản tiện, tiện nghi, thuận lợi.

간하다 (맛을내다. 간을 맞추다) nêm muối, ướp muối. 간을보다 nếm thử mặn lạt thế nào.

(속) 간에 기별도 안 간다(먹은 음식이 너무 적다) chẳng thấm vào gan.(qúa ít đồ ăn mà đã ăn).

간하다(임금에게) khuyên răn cho vua.

간행하다(출판하다). xuất bản, phát(san) hành 출판사 nhà ~ 간행 출판 물 xuất bản phẩm, ấn phẩm. 정기 간행물 tạp chí xuất bản định kỳ.

간헐적인 không liên tục, bị gián đoạn. 간헐적인 호흡 thở không đều, bị gián đoạn

간호사 khán hộ.

간호하다 chăm sóc, trông nom.

간호원 y tá. nữ y tá. 수~ ~ trưởng.

간호보조사 hộ lý.

간혹 gián(thảng) hoặc, (시간적) thỉnh thoảng. (공간적 드물게) thưa thớt, rải rác.

갇히다 bị giam. 갇힌 tù hãm, (꽉막힌) u tù, ~ (고인) 물 nước đọng. 갇혀있는 giam hãm. 갇혀살다 sống tù hãm, 갇혀서 답답한(속어)cá chậu chim lồng.

갇힌자 kẻ bị cầm tù.

깔깔웃다 cười ầm lên. cười nắc nẻ.

갈가리 (가리가리) từng mảnh, từng miếng. (갈기갈기)

갈가마귀 con quạ.

깔깔하다 (거칠다) xù xì. 깔깔한 피부 làn da ráp nháp, (성미가) khó tính.

깔개 tấm đệm. chiếu.

갈거미 con nhện chân dài.

갈겨먹다(가로채 먹다) vồ lấy ăn.

갈겨쓰다 viết nguệch ngoạc. viết lam nham, 갈겨쓴 글씨 chữ viết nguệch ngoạc. (휘갈겨쓰다) viết ẩu. 갈겨써서 읽을 수가 없다 viết ẩu không đọc nổi.

갈구 (갈망) lòng khao khát.

갈고리 (갈고랑이) cái móc. cù nèo, 갈고쟁이 (갈고지) cái móc gỗ.~ 사용금지 cấm sử dụng móc. ~ 십자형 chữ vạn. ~로 끌어당기다 quẹo.

갈근 (칡뿌리) rễ cây dong. cát căn.

갈근 (걸근) 거리다 (욕심부리다) ham muốn. (목구멍이) cảm giác ngứa ngáy ở cổ vì đờm.

갈기 (목덜미에 난털) cái bờm. 말 갈기 bờm ngựa.

갈기갈기 tả tơi. (갈가리) từng mảnh vụn, từng miếng nhỏ. ~ 찢다 phá tán. ~찢어진 tả tơi, ten. ~ 찢어진 옷 áo xồng tả tơi.

갈기다 (치다) đánh đập. (총으로) bắn (발로) đá (연장으로 베다) đốn (글씨를) viết ngoáy.

깔기다 (분비하다) (배설물을) tiết ra bừa bãi.

깔끔하다 (모습이) gọn ghẽ. chải chuốt, (성격이) sắc sảo. 깔끔한 옷차림 ăn mặc gọn gàng. 깔끔히 옷을 차려 입다 ăn diện.

깔끔하지못한 bụng xụng(thụng). tèm hem(lem).

갈다 (바꾸다) thay đổi. (칼을) mài. rèn, 끌을 ~ mài(mại) đục, 낫을 갈다 mài lưỡi hái. (맷돌로) xay (윤나게) đánh bóng. (먹을) cọ sát (xát). (밭을) canh tác. sục bùn. (이를) ~ nghiến răng.

깔다 trải, trải ra, lót ra. (늘어놓다) tản ra. 돗자리를 ~ ~ chiếu, 책상 위에 종이를 ~ ~ giấy lên bàn, 책상보를 ~ ~ khăn bàn.

갈대 cây sậy, lau sậy, lau lách, 갈대밭 bãi ~. 갈대숲 bụi lau,새다리같이 가는 다리 chân như ống sậy. 상한 갈대 cây sậy đã gãy.

깔대기 (병에 물 담는 기구) cái phễu (북), cái quặng (남). 기름 붓는 ~ ~ rót dầu.

갈대아 (성경지명) Canh đê.

갈등 rắc rối, cát đẳng, phiền toái, cãi lẫy.

갈라디아서(성경) Ga-la-ti.

갈라서다 tách riêng ra. (헤어지다) chia tay, (이혼하다) ly hôn, ly dị.

갈라지다 chia ra, phân ra. nứt toác, cấu rứt, (사이가) tách ra khỏi. hở đi ra rải rác. (금가다) nứt nẻ. 갈라진 피부 da nứt nẻ.

갈라져(찢어져)있다 rách tét, 아오자이는 아래로 ~ áo dài rách tét xuống.

갈래 (갈라진 가닥) cành, nhánh cây.

갈리다 (분열되다) tách ra. (의견이) đối lập. (바뀌다) thay thế.

깔리다 (밑에) bị áp bức.

깔려 죽다 nghiến chết.

갈릴리 (성경) Ga-li-lê.

갈림길 (기로) lối rẽ, đường chia, nhánh đường.

갈마 (불교 업보에서 생긴 재해) nghiệp báo, nghiệp chướng.

갈마들다 (번갈아들다) luân phiên. 가뭄과 장마가 갈마들다 hạn hán và mưa tầm tả luân phiên.

갈망하다 mong muốn, háo hức, ước ao, khao khát. 갈망하는 tham ăn. 도미유학을 갈망하다 ao ước được du học ở Mỹ.

갈매 (짙은 초록색) màu xanh đậm. (열매) trái mận. 갈매나무 cây mận gai.

갈매기 hải âu(nga).

갈무리하다 (잘챙기어 간수하다)sắp xếp có thứ tự.

깔밋하다(깔끔) gọn ghẽ, (성격이) sắc sảo.

갈밭 (갈대밭) bãi sậy.

갈보 (창녀) gái điếm, gái đĩ. (속어) đồ trôi sông, 몸을 팔다 (갈보짓하다) mãi dâm. 매춘부집 nhà thổ. (청루:사창가) lầu xanh.
갈보집 고객 khách làng chơi.
깔보다 khi dễ(mạn). rẻ rúng.
đú đởn (얕잡아보다) coi thường, khinh bỉ, xem thường.
갈보리 (가을보리) lúa mạch thu.
갈봄 (가을봄) mùa xuân thu.
갈분 (칡가루) bột hoàng tinh, bột dong.
갈비 (갈비뼈. 늑골) (갈빗대) sườn. thịt sườn, rẻ sườn, 갈비구이 sườn nướng. 갈비탕 tên món lẩu sườn Hàn Quốc.
갈색 màu nâu. 진갈색 nâu đậm.(반) 연갈색 nâu non. 갈색말 ngựa séo.
갈수 (물이 마름) cạn nước, khan nước. 갈수기 (건기) mùa nắng. (반) 우기 mùa mưa.
(속) 갈수록 태산이다 (배우면 배울수록 더 많아진다) càng đi càng gặp Thái Sơn (càng học cao càng thấy bể học mênh mông).
갈수록 (날이. 시간이) càng ngày càng. ~ 태산이다 (어렵다) đồ vật ngày càng xấu đi. 마시면 마실수록 갈증이 더 난다 càng uống càng thấy khát. 나날이 좋아지다 ngày càng lành, ngày càng bớt đi. ~심해지다 càng hăng.
갈아내다 (묵은것을 치우다) đổi mới. 커튼을 ~ đổi rèm mới.
갈아대다 (새것으로 바꾸다) đổi lấy.
갈아세우다 trau.
갈아입다 thay quần áo. 새옷으로 갈아입다 thay áo mới. 갈아입을 옷

이 없다 không có gì để thay cả.
갈아주다 (새것으로 바꾸어주다) đổi cho mới. (물건을 사주다) mua cho. 과일을 갈아주다 mua trái cây cho.
갈아치우다 (바꾸어 버리다) đổi mới. 감독을 ~ đổi giám đốc mới.
갈아타다 (바꾸어 타다) đổi chuyến xe. 갈아타는 역 nhà ga chuyển xe.
갈아타는 말(역마) ngựa trạm.
갈앉다(가라앉다) chìm xuống.
갈이(바꾸는 일) việc đổi. 기와갈이 sự đổi ngói mới. (논을 가는 일) sự cày cấy, canh tác(갈이질).
갉아먹다 ăn mòn. gặm nhấm, đục khóet.
깔아뭉개다(멸시하다) khinh bỉ, coi rẻ.
갉작(긁적)거리다 gãi hoài.
갈증(목마름) khát nước. (반) 갈증을 풀다(해갈) giải khát. 해갈하는 집(음료수 가게) tiệm giải khát. ~이 해소되다 đã khát.
갈지자로 걷는 xiêu vẹo.
갈채(크게 박수치며 칭찬함) vỗ tay hoan hô. 우뢰같은 박수갈채 một tràn vỗ tay hoan hô, reo mừng to lớn. ~를 보내다 reo mừng.
갈치 cá hố. chạch biển.
(명)갈치가 갈치 꼬리 문다 chạch biển cắn đuôi chạch biển.
깔치(은어) (애인) mèo (북) bồ (남).
갈취하다 ăn cướp. bóc lột, 금품을 ~ ăn cướp tiền bạc, bòn rút.
갈취당하다 bị tống tiền.
갈퀴 cào. (긁어모으다) bừa cào. 잎사귀를 긁어모으다 cào lá cây.
갈탄 than non(nâu).

갈파하다(꿰뚫어보고 분명히 말함) thấy sâu tỏ rõ.
갈팡질팡(어찌할 바를 모르다.) bối rối, lúng túng, cánh bèo. ngập ngừng. (뒤죽박죽.엉망진창) lung tung.
갈피(가닥. 구별) phân biệt. 갈피를 잡지 못하다 không ~ được. (사이. 틈) khe hở, giữa. 책갈피에 끼워 둔 봉투 phong bì để giữa khe hở sách.
갈하다(목이 마르다) khát nước.
감(열매) quả hồng. 감나무 cây hồng.
감(느낌) cảm thấy. 친밀감 ~ thân mật.
감(자격. 몫) tư cách, phần. 신랑감 tư cách chú rể.
감가 상각(자산 가격을 감소해 가는 일) khấu hao
감각 cảm giác. 감각기관 giác quan. cảm quan, 감각기능 năng lực ~. 감각상실 mất hết ~. 감각마비 tê mê.
감감하다(소식이) mất tích, không biết gì cả. (어둡다. 모르다) ngu dại, không biết gì cả.
깜깜하다 tối mịt, tối đen. (소식이 깜깜무소식). không có tin gì cả. 깜깜한 밤 đêm tối mịt. 깜깜한 밤 đêm tối. 깜깜한 하늘 trời tối đen.
깜깜절벽(이야기가 전혀 통하지 않음) không thông cảm hết.
감격들다 cuốn hút.
감격 cảm kích. 감격적인 만남 cuộc hội ngộ vô cùng xúc động.
감관(감각기관) giác quan.
감군(군사를 줄임) giảm lực lượng vũ trang.

감귤(귤. 밀감) quít. ~의 속 알갱이 tôm.
감개무량하다 cảm khái, cảm kích vô cùng, xúc động nhiều. nao nao.
감광계 hóa quang kế.
감광지 giấy ảnh
감금하다 giam giữ. nhốt, cầm tù, giam cầm, u tù, (반)놓아주다 buông thả, 불법감금 giam bất hợp pháp.
감금(유폐) trọng cầm.
감금당하다 bị tù tội.
감기 bị cảm. (유행성) cảm cúm. 독감 bị cảm nặng. 감기 기운이 있다 cảm thấy bị cảm. 감기증세 chứng cảm, 감기약 thuốc cảm. ~에 걸리다 cảm mạo. bị cảm, ngộ gió. thụ(trúng) hàn.
감기다 bị cuốn, bị cuộn, quấn lại.
감 quả hồng, 감나무 cây hồng.
(속) 감나무 밑에서 입만 벌리고 누워 있다(노력없이 무엇을 얻으려 한다) Há miệng nằm dưới cây hồng (muốn lấy cái gì mà không có nỗ lực).
감내하다 (참고견디다) chịu đựng.
감다 (눈을) nhắm mắt. (실을) cuộn, cuốn, (두르다)quấn. vấn, 실패를 ~ vấn chỉ vào ống, (수건을 목에) quấn quanh. (머리를) gội đầu. (멱을.헤엄치다) đi tắm, đi bơi.
감당하다 cáng đáng, 시험을 ~ ~ cuộc thử nghiệm, (힘들게) chịu khó. 감당키어려운 khó gặm, (이겨내다) chịu được. 그일은 감당키 어렵다 (감당 못하다) tôi tự xét thấy không có khả năng trong việc đó.

감당할 능력이 있는 mạnh chân khỏe tay. nổ nang.
감당할수 없는 일을 시키다(성어) khiến muỗi đội núi
감도(느끼는 정도) mức độ cảm thấy.
감독하다 kiểm sát(thị). 감독관~ viên cai quản, giám sát, quản lý. 감독자 gíam thị, 감독(사장) giám đốc. 시험감독(관) giám khảo. 감독관 người quản lý. 감독기관 cơ quan giám đốc. 감독(지배인) ông bầu, 축구팀 감독 ông bầu đội bóng đá.
감독권 quyền giám đốc.
감돌다(머므르다). (눈물이) đẫm lệ. (생각이) giữ lại. (향기가) thoảng, thoang thoảng, 아직 침향(가라앉은 향기)이 감돌고 있다 hãy còn thoảng hương trầm. 향기가 ~ thoảng mùi hương. 꽃향기가 공기중에 감돌았다 mùi hoa thoảng qua trong không khí.
감동이 느껴지다 nao nao.
감동하다 cảm động, cảm xúc, rung cảm, xúc động. 감동적인(애처로운) thượng tâm, 감동해서 눈물을 흘리다 xúc động đến rơi lệ.
감동 받은 động lòng. chạnh lòng.
감동으로 떨리는 목소리 tiếng run vì cảm động.
감동시키다 rung cảm.
감득하다 được cảm thấy, biết rõ.
감등하다 giáng cấp, giáng chức.
감람나무 cây oliver. trám.
감람산 núi ô-li-ve.
감량하다 giảm cân.
감로수 nước cam lộ. 감로주 rượu ngọt.
감루 nước mắt cảm kích.
감리교 giám lý giáo, ~회 giáo hội giám lý.
감마선(물리) tia gam-ma.
감면하다(줄이거나 면제함) giảm bớt, miễn cho.
감명 cảm phục sâu sắc, ấn tượng sâu sắc. 감명을 주다 cảm kích.
감미로운 êm tai(dịu), thơm, dịu ngọt. , 감미롭고 점잖케 êm dịu từ tốn.
깜박깜박하다 lấp ló. nhay nháy.
깜박거리다 (이다) lập lòe, le lói. chớp chớp, nhấp nháy. (별빛이) lấp lánh. 깜박할 사이에 trong nháy mắt.
깜빡 만나다 lỡ gặp. 뱀을 ~ ~ rắn.
깜빡 먹어버리다 lỡ ăn.
깜박 못보고 빠뜨리다 phớt qua.
깜박 잊어버린 lấp lú.
깜박 잃어버리다 đánh rơi.
깜박 잊다 lơ đếnh. nhãng quen.
깜박이등(자동차) đèn nháy(hông).
깜박 놓치다 phớt qua
깜박---해 버리다 lỡ, ~깨뜨리다 ~ đánh vỡ.
깜박했다 xao lãng một lát, bất chợt không nhớ ra (망각)
감밥 cơm cháy, ~을 긁어내다 vét ~
감방 nhà giam. xà lim.
감법(빼기) phép trừ. (반)덧셈 phép cộng.
감별(식별)하다 phân biệt.
감복하다 cảm phục.
감봉하다 giảm tiền lương. 감봉처분하다 phạt bổng.
감사(사)vạn cảm.
감사하다 cảm tạ,(반)원망 oán hận, 감사합니다 cảm ơn, tạ ơn. 감사를 표하다 trần tạ, 감사 하지 않을 수 없다 không thể không cảm tạ, 감

사의 뜻을 나타내다 ngỏ lời ~.
감사하는 마음 ân tình.
감사할 줄 모르는 vô ân(nghĩa).
감사해 하다 đội ơn.
감사하다(조사) thanh tra. xét, 회사장부를 ~ xét sổ sách một công ty, 감사원장 (감찰감) tổng ~, (회계)kiểm tóan, 감사관 thứ sử.
감사원 viện thanh tra. 감사원장 tổng thanh tra.
감싸다(비호하다). đùm bọc. ủ ấm, vòng, 손으로 목을 ~ vòng cổ bằng tay, 가진자는 없는자를 도와주어야 한다 lá lành đùm lá rách.
감산(생산량이줆) giảm sản xuất. (반) 증산 tăng sản xuất.
감상(마음이 상함) đa cảm, uỷ mị. 감상주의 chủ nghĩa tình cảm. ~주의자 người có nhiều ~.
감상(느낌) cảm tưởng. cảm nghĩ.
감상(음미)하다 thưởng thức. cảm tưởng, âm nhạc을 ~ ~ âm nhạc. 달을 ~ thưởng trăng.
감성(감수성)tình cảm, duy cảm 예민한 감수성 tính nhạy cảm
감색 (짙은 남빛) màu chàm, màu xanh thẫm.
감세 giảm thuế.
감속 giảm(bớt) tốc độ. 감속장치 dụng cụ giảm tốc độ, ~기 hộp giảm tốc.
감소 sụt, giảm sút, suy(tiết) giảm, giảm bớt.(반) 증가 tăng gia. ~시키다 hạ(rút) bớt, suy tổn. xuống thang, chiết. ~되다 giảm thiểu.
감속하다 bớt tốc độ.
감쇠(차차 줄어짐)하다 suy giảm.

감수(감내)하다 chịu đựng. 모욕을 감수하다 chịu sự sĩ nhục.
감수(수명이 줄어듦) giảm thọ.
감수(수입. 수확이 줄어듦)giảm thu. (반) 증수 tăng thu.
감수(저술 편찬을 지도 교정함) hiệu đính quản lý.
감수성 tính thụ cảm, ~이 강한(예민한) cảm thụ. thụ cảm.
감시자 giám thị
감시탑 vòm canh.
감시하다 giám sát, canh gác, dòm dỏ, theo dõi, gác núi, trấn giữ, rình rập, canh giữ. 감시인(경비원) bảo vệ.
감식(식별) phân biệt, nhận rõ.
감식(식사를 줄이다)hạ giảm ăn, ăn kiêng (식이 요법)
감식가 người sành điệu.
감실거리다(감실감실) chập chờn, lung linh, mờ mờ, lờ mờ.
감안하다 cân nhắc, suy xét. đắn đo. tính toán.
감언(감언이설) lời đường mật 감언이설로 꾀다 cắn câu, mơn trớn,. ~로 속이다 đá đưa đầu lưỡi. tưng bốc. tán tỉnh.
감액하다 giảm giá. (반) 증액하다 tăng giá.
감연히(용감히) một cách dũng cảm.
감염(전염)시키다 lây bệnh. 감염되다 bị lây bệnh, cảm nhiễm, bị nhiễm bệnh.
감우 (호우) (적시에 내리는 비) mưa tốt
감원 (인원을 줄임) giảm nhân viên, giảm công nhân. (반) 증원 tăng thêm nhân viên.

감옥 nhà tù, nhà giam. nhà(để) lao, u thành. ~살이 (옥살이).đời sống trong tù(ngục tù), ~소 (교도소) nhà tù. 감옥에 있다(죽을때까지) rũ tù. ~에 갇히다 tù đày, ~에 들어가서도 cho dù có vào tù. ~에서 썩다 rũ tù, rục xương.
감옥에 가두다 bỏ tù.
감옥에 들어가게하다 tống ngục.
감옥에 붙잡아 두다 lưu giam.
감옥생활을 밥먹듯 하다 vào tù ra tội.
감옥에 집어넣다 tống giam(lao).
감옥장 tổng giám thị.
감은 (은혜에 감사함) cảm ơn ân huệ.
감읍 (감격하여 울다) cảm kích đến rơi lệ, cảm động đến rơi lệ.
감응 cảm ứng. cảm thông.
깜짝놀라다 hết hồn, giựt mình, giật mình. tưng hửng, thảng thốt, ngơ gẩn, khiếp đảm, 깜짝놀라운 ngơ ngẩn. kinh hoàng. khiếp đảm, ~게 하다 chưng hửng. 부르는 소리에 ~ tiếng kêu thảng thốt.깜짝 놀라 깨다 giựt mình thức dậy.
감자 khoai tây. 감자튀김 khoai tây chiên.
감자 (자본 (투자) 을줄임) giảm bớt đầu tư (vốn).
감전되다 bị điện giật. cảm ứng điện.
감전사 chết vì điện giật.
감점 giảm điểm.
감정 nỗi lòng, (기분) tâm trạng. (언짢은 마음) ác cảm. ~에 좌우 되는 tùy hứng, ~을 증폭시키다 nung nấu, ~을 눌러 쭈그러뜨리다 đè. ~을 불러 일으키다 chạnh.
감정 (정감)tình cảm, cảm tình, (반) 이성 lý tính, ~이 풍부한 tình cảm lai láng, giàu ~, ~과 이성에 모두 맞는 hợp lý hợp tình. ~이 없다(무 정한) vô tình.
감정적 요소들 tình điệu, âm nhạc ~ ~ của bài hát.
감정과 사상 tâm hồn.
감정과 이성 tình lý.
감정적인 dễ cảm.
감정하다 giám định, 감정(평가)cuộc ~.
감정하다 (사물의 진위를) nhận rõ, nhận xét. 감정가 (감정한 가격) giá cả kiểm định. 감정인 (감정가) người kiểm định.
감쪽같이 (원상대로) đổi hoàn toàn. 감쪽같이 속다 bị lừa dối hoàn toàn.
감죄 (죄를 감하다) giảm tội lỗi.
감주 (단술) rượu ngon, tốt,
감지하다 (직감으로 미리알다) nhận biết trước. 지진을 감지하다 nhận biết trước động đất.
감지덕지 (너무 감사함) cảm tạ vô cùng.
깜직하다 thông minh vặt, (영악하다) quá khôn ngoan, bảnh bao. (상황이) bi thảm (비참하다)
감질나다 cảm giác day dứt.
감찰하다 giám sát, thanh tra. 감찰 (감사)관 viên thanh tra.
감찰감(군사)tổng thanh tra.
감찰원 đô sát viên.
감찰위원장 tổng thanh tra.
감청 (도청) nghe lén (trộm).
감초 (식물) cây cam thảo (한약의 하나). 약방에 감초 (어떤 일에나 끼어드는 사람) cam thảo trong hiệu thuốc (chỉ người hay xen vào mọi việc).

ㄱ

감촉하다 cảm xúc, xúc giác, sờ có cảm giác. rờ, 감촉이 부드럽다 ~ mềm mại.

감추다 giấu. ẩn, che kín, nấp, núp, bọc lại, (품다) ấp, 감추어진 생각 ẩn ý, (비밀로 하다) giữ bí mật. 감추고 엿보다 rắp rình.

감추어진 u uẩn. u bí.

감축하다 (줄이다) bớt, thu nhỏ, giảm bớt. (감하다) hạ bớt.

감축시키다 thải giảm.

감축하다(감사하고 축하하다) cảm tạ chúc mừng.

(속) 감출수록 드러난다 (머리를 감추면 꼬리가 드러난다) Càng giấu giếm càng lộ ra ngoài (giấu đầu lòi đuôi).

감치다(선을 두르다) viền. 옷소매를 ~ ~ cổ áo.

감칠맛 ngon lành.

감탄 cảm thán. (탄복)하다 thán phục. 감탄할 만한 tuyệt vời. 감탄할만한 미모 xinh đẹp ~. 감탄부호 dấu chấm than. 감탄사 thán từ. cảm thán từ. từ cảm. 경치에 ~하다 xúc cảnh.

감탄사(기쁨의) chu cha, ôi! 너무 잘하다 ~ giỏi quá. (문장 끝에 붙는) thay, 대단히 유감이군요 tiếc thay, 애처롭구나 thương thay, 행복 하게 되었구나 may thay.

감투 (모자) nón, mũ. (벼슬) quan chức'(관직). 감투를 쓰다 được lên chức.

감투정신 tinh thần đấu tranh dũng cảm.

감퇴하다 giảm sút. 시력감퇴 giảm thị lực. 기억력이~ ~trí nhớ.

감퇴시키다 suy tổn.

감하다 giảm bớt. tiêu giảm.

감행하다 dám. 감히 뛰어내리다 dám nhảy xuống. 절벽등반을 감행하다 dám trèo lên vách đá.

감형하다 giảm hình phạt, giảm tội. 사형에서 종신형으로 감형되다 bản án tử được giảm khổ sai chung thân.

감호 quản lí bảo vệ. 환자를 감호하다 ~ bệnh nhân.

감화하다 cảm hoá. 감화를 받다 được ~. 감화교육 giáo dục ~. 감화시키다 cảm hoá.

감회 (회포) sự hồi tưởng, tình cảm, sự tưởng nhớ. cảm hoài. ~에 젖다 hoài cựu.

감흥 cảm hứng, hứng thú. ~을 불러일으키는 gợi cảm.

감히 (대담하게) bạo gan, mạnh dạn. (주제넘게. 뻔뻔스럽게) tráo trơ, trơ tráo. 감히 말하다 dám nói. 감히 말하는 mạnh miệng(mồm). 감히 어떻게 há dám. 감히---하다 dám, cạch. 감히---하지 않다 không(đâu) dám. 그는 감히 나에게 말을 걸지 못한다 anh ấy không dám nói với tôi.

갑(성냥. 담배) cái hộp.

갑각동물 giáp xác, 갑각류 ~ loại.

갑갑하다 bực bội, bực mình.(짜증나다) buồn tẻ.

(속) 갑갑한 놈이 송사한다(필요한 사람이 먼저 손을 쓴다) Kẻ buồn bực thì kiện tụng (ai cần thì ra tay trước).

갑남을녀(평범한 남여(사람) người

bình thường, bình dân.
갑년(회갑년) giáp niên, lục tuần, ngày sinh nhật 61 tuổi.
갑논을박(논쟁하다) đua tranh luận.
갑부(부자) phú hộ, người giàu.
갑상선(해부) tuyến giáp trạng. 갑상선호르몬 hormone ~.
갑시다 ta i đi!.
갑옷 áo giáp. giáp bào 갑옷투구 áo giáp mũ sắt. ~입은 병사 giáp binh.
갑자기 chợt, đột nhiên(ngột), thình lình. bỗng dưng. thốt nhiên. vụt. ~쓰러지다 lăn đùng, (뜻밖에. 예기치 않게) một cách bất ngờ. (갑작스럽게) bỗng chốc, bỗng nhiên. ~ 비가 내리다 bỗng nhiên trời mưa, ~ 죽다 chết ngóm, đột tử. ~ 변하다(문제가 생기다) dở chứng. ~눈앞에 출현하다 đột nhiên xuất hiện trước mặt, ~멈추다 ngừng lại thình lình, khựng lại, ~공격을 받다 ~ bị tấn công, ~그치다 nín bặt. ~딩굴다 lăn cổ, ~일어나다 choàng dậy. ~ 번지다 bừng.
갑자기 bất thình lình, bất ngờ, hốt nhiên, ~ 나빠지다(악화되다) giở chứng..
갑자기 깨다 bừng tỉnh.
갑자기 깨어나다 sãy thức. sực tỉnh.
갑자기 껴안다 ôm chầm, ôm chầm.
갑자기 기억나다 sãy nhớ.
갑자기 내닫다 u té chạy.
갑자기 뛰기 시작하다 chạy xợt.
갑자기 말을 그치다 nói im(bặt).
갑자기 방향을 꺾다 ngoẹo.
갑자기 벌떡 일어나다 vùng dậy.
갑자기 변하다 vụt biến.

갑자기 빛나다 bừng sáng.
갑자기 상기되다 sịch nhớ.
갑자기 생각나다 sực(chợt) nhớ, nảy ra bỗng nhớ. ~ 어두워지다 chợt tối. ~꼭 안다 ôm chầm. ~태도를 바꾸다 dở chứng.
갑자기 소리지르다 rú lên.
갑자기 멈추다 đứng khựng lại
갑자기 몸을 움츠리다 thốt giật mình.
갑자기 무서운 생각이 들다 giật mình.
갑자기 비추다 tóe ra.
갑자기 쑥 빠지다 thụt, 참호속에 다리가 빠지다 ~ chân xuống hố.
갑자기 악화되다 giở chứng.
갑자기 어두어지다 tối sầm lại.
갑자기 열다 sịch mở.
갑자기 외치다 vọt khí. 절규 sự ~.
갑자기 우는 소리가 나다 òa lên.
갑자기 울음을 터뜨리다 khóc òa.
갑자기 웃다 phì cười. vụt cười.
갑자기 웃음을 터트리다 cười phá.
갑자기 일어나다 choàng dậy.
갑자기 일어서다 quật khởi.
갑자기 목덜미를 잡다 thộp cổ.
갑자기 행운을 얻은 mèo mù vớ cá rán.
갑작스런 변화 sậu biến.
갑작스런 영감 ngẫu hứng.
갑작스런 재난 tai bay vạ gió.
갑작스럽게 đột xuất. ~ 태도를 바꾸다 trở chứng. ~ 쌀쌀한 태도로 바뀌다 trở chứng lạnh nhạt. ~ 대두된 사업 công tác đột xuất.
갑절(두배) gấp đôi. 학생이 갑절로 늘었다 học sinh tăng gấp đôi.
갑주 giáp trụ. sắt bọc, 전신~ ~ toàn thân.
갑판 boong, mạn, gian mui, sân tàu, 갑판으로 나갑시다 hãy lên ~.

값 giá cả (가격). 값이 얼마요? Giá bao nhiêu? 값을 계산하다 tính gía, 값이 싸다 (값싸다) giá rẻ. (반) 비싸다 giá đắt. 값을 높이 부르다 nói thách quá. 얼마의 값이 나갑니까? Đáng giá bao nhiêu? 값이 나가다 trị giá. 한치의 값어치도 없다 không có giá trị gì cả. 값없이 주다 ban cho nhưng không. 값싼 rẻ tiền.
(속) 값도 모르고 싸다고 한다(알지도 못하면서 말하기를 좋아한다) Không biết giá mà kêu rẻ(không biết mà hay nói).
값비싼 quý giá. tốn tiền.
값을 깎다 giảm giá, bớt giá.
값을 내리다 phá giá.
값어치있는 đáng giá, đáng tiền.
값지다(가치가 있다. 귀하다) quý giá, quý báu.
갓(삿갓) nón, mũ xưa.
(속) 갓 사러 갔다가 망건 산다(처음 의도를 잊고 다른 것을 염려한다) Đi mua mũ xưa, giữa chừng mua khăn quấn đầu (quên ý đồ ban đầu, lo sang việc khác).
(속) 갓 쓰고 자전거 탄다(어울리지 않는 모양) Đội mũ xưa mà đi xe đạp(hình thức không phù hợp).
갓(금방) vừa mới, tươi(곧바로). 즉사하다 chết tươi. 갓구운 고구마 khoai vừa mới nướng.(겨우)갓 열아홉살 vừa mới 19 tuổi.갓나다 (태어나다) mới sinh ra. 나트 mắt, 롯 lòng. 갓발하한 lú ra.
갓길 lề đường.
갓난 mới đẻ, ~아이 (간난애) bé con mới đẻ, trẻ con. con đỏ, đứa trẻ mới đẻ. (간난이) tí nhau
갓(갖)바치(제화공) thợ giày.
갓 태어나다 nứt mắt.
갓 태어난 lọt lòng, ~ 아이 đứa trẻ ~. trẻ con mới sanh.
강 dòng sông. giang hà, 큰강 sông cả, sông lớn.(반) 작은강 sông nhỏ. 하천 sông ngòi. 강줄기 ngành sông, phân lưu, 강변 bờ(mé) sông. 강을 건너다 qúa giang, sang sông, 강을 헤엄쳐 건너다 lội qua sông. 강건너편 bên kia bờ sông. 강과 바다 sông biển, ~바닥 đáy sông. 강입구 giang môn. ~기슭 hà biên. ~유역 hà vực. ~의 지류 nhánh sông. 강에 빠지다 té xuống sông. 강을 뗏목으로 건너다 thả bè sang sông. 강가 vệ sông. 강의 깊은 바닥 lòng sông. 강과 바다 sông biển.
강의 근원 thủy nguyên.
강의 상류(산악)지구 thượng du.
강의 왼쪽 기슭 tả ngạn.
강의 중류 trung lưu.
강의 흐름에 맡기다 trôi sông.
강간하다 hiếp dâm, hãm hiếp, cưỡng dâm. 강간미수 cố ý~, cố tình ~.
강강수월래 (민속춤) múa dân tộc Hàn Quốc.
(속) 강건너 불구경 (다른 사람에게 일이 생겼으나 나와 관계가 없으므로 보고만 있을 뿐이다) vượt sông xem lửa (người ta xảy ra chuyện mà chỉ xem mà thôi vì việc đó không liên quan đến mình).
강건너 세운집 nhà quá giang
강건한 khang kiện, (건강한) khoẻ mạnh, sức khoẻ.

강경 (꿋꿋함) ngoan cường, dứt khoát, ngoan cố. 강경한 태도 thái độ ~. 강경책 chính sách ngoan cố. 강경수단 hành động dứt khoát.
강구하다 (방법을 찾다) tìm cách, nghiên cứu. 대책을~ tìm ra phương án.
강국 (강대국) nước mạnh, cường quốc. (반)약소국 nước yếu, 최대 강국 siêu cường quốc.
강권 (강한 권력) cường quyền, quyền lực mạnh.
강권 (억지로 권함) ép buộc sai.
깡그리 (모조리) hết, tất cả. 깡그리 죽이다 giết ~.
강나루 (나룻터) bến đò. 강기슭 bên trong sông.
강남 (강의 남쪽) phía nam sông.
강낭콩 đậu que.
강냉이 (옥수수) ngô, bắp ngô. 옥수수가루 bột bắp.
강다짐하다 (억지로 부리다) ép buộc sai khiến.
강단 bục giảng, diễn đàn.
강당 giảng(thính) đường, hội trường.
강대한 cường đại.
강도 (강한 정도) cường độ. độ cứng, ~ 시험 sự thử sức..
강도 (도둑) kẻ cướp. phỉ đồ, đầu trộm đuôi cướp(속어). ~단 toán cướp. 해적 cướp biển. ~의 두목 tướng cướp. ~의 소굴 ổ trộm cướp, ~두명 hai tên trộm cướp.
강도사 (전도사) thầy truyền đạo.
강독서 sách tập đọc.
강동거리다 nhảy hoài.
강등 (등급을 낮추다) xuống chức, xuống cấp, giáng chức. 강등시키다 thuyên cấp. xuống chức.

강둑 (제방) bờ đê. bờ sông, ven sông, ~ 을 쌓다 đắp đê. 제방 보강공사 đê điều.
강등하다 giáng cấp.
강렬한 gắt, nồng nặc,
강력한 mạnh mẽ.
강력범 phạm nhân hung dữ.
강령 cương lĩnh, (기본 정책. 목표) chính sách, đường lối. 당의강령 chính sách của đảng. (주지)tôn chỉ.
강론(설교)하다 giảng luận. thuyên giải.
강림하다 (신이 인간세상에 내려옴) giáng sinh, hạ sinh. 강림절 Lễ giáng lâm, 성탄 (예수탄생) 절 lễ giáng sinh. 승천하다 thăng thiên.
깡마른 gầy guộc. sắt người. khẳng khiu. (호리호리 한)thon, ~ 몸 người thon.
강매하다(팔다) bắt buộc bán. 강매하다 (사다) bắt buộc mua.
강목 cương mục, (목록) mục lục.
강물 nước sông. 강물이 불었다 nước sông dâng lên. (반) ~ 줄었다 nước sông xuống.
강바닥을 깨끗이 긁어내다 nạo vét.
강박관념 (떠오르는 불쾌한 생각) ý nghĩ ám ảnh.
강변(강가)mé(ven) sông.
강변도로 đường dọc mé sông.
강변하다 biện minh.
강병 (강한 군사) lính (quân lính) sức mạnh.
강보 tả lót cho em bé. 강보에 싸인 아기 con bé quấn tả lót.
강사 giảng viên. giảng sư, 강연자

ㄱ diễn giả.
강산 giang sơn, sông núi. 금수강산 (아름다운 나라) giang sơn cẩm tú.
강생 (강림) 하다 giáng sinh.
강설 (눈이 내림) tuyết rơi. 강설량 lượng tuyết rơi.
강성한 cường thịnh, lớn mạnh, (웅대한) hùng vĩ. 강성한 국가 đất nước hùng vĩ.
강세 (강한 세력) thế lực mạnh. 음절의 ~ trọng âm.
강속구 (빠른공) trái bóng nhanh.
강술을 마시다 (안주 없이 마시다) uống rượu không đồ nhấm.
강습하다 tập huấn. 강습소 nơi tập huấn. 강습생 tập huấn viên.
강신술 thuật phép chiêu hồn.
강심제 thuốc trợ tim. thuốc mạnh.
강아지 chó con (남), cún con(북)
강아지 새끼 lứa chó.
강압 áp lực, ép buộc. hách dịch. ~적으로 여성을 꼬드겨서 정욕을 채우다 nài hoa ép liễu.
강압기(전압내리는) máy giảm thế
강약 mạnh yếu. cường nhược.
강요하다 ép buộc, bắt buộc. thôi thúc. áp đặt. cưỡng (반)따르다 tuân, 강요하는 bức xúc.
강어귀 cửa sông.
강연 (강의) 하다 giảng bài, diễn thuyết (연설하다)
강우 mưa. 강우량 lượng mưa. vũ lượng, 우기 mùa mưa.(반) 건기 mùa nắng.
강의 (강연) 하다 giảng bài. diễn giảng, ~를 빼먹다 trốn học. ~를 듣다 dự thính. ~를 중단하다 đình giảng. ~를 받다 theo học.
강의실 phòng học.
강인하다 bền vững, bền bỉ, dẻo dai.
강자 người có sức mạnh. (반) 약자 người yếu đuối.
강장제(보약) thuốc bổ.
강적 đối thủ đáng sợ.
강점 (장점) ưu điểm. (반) 약점 yếu điểm, khuyết điểm(결점)
강점하다 chiếm đóng. cường chiếm.
강정(찹쌀가루로 만든 한과) bánh rán.
강제 ép buộc (반)자진 tình nguyện.
강제하다 cưỡng bách. nài ép. bắt bí. gò ép.
강제노동 khổ sai.
강제노역 khổ dịch. xâu.
강제력 sức kháng từ.
강제로 결혼하다 bức hôn.
강제로 복종케하다 ép uổng.
강제로 사들이다 trưng mua.
강제과세 hoành chinh.
강제로 데리고 나가다 điệu ra
강제로 부탁하다 ép nài.
강제로 불게하다(심문) bức cung.
강제로 시키다 cưỡng ép.
강제로 제어 당하다 bị hãm ép.
강제 수용소 trại giam.
강제적으로 một cách ép buộc. 강제노동 lao động bắt buộc. đi xâu.
강조 (의문사에서) đấy. 누구야 ai đấy. 있고 말고 có đấy. ~표시 nghịch phách, (문미에서 부정강조) đâu. 전혀 모른다 không biết đâu. 결코 아니다 đâu có, không phải đâu. 그런일이 전혀 없다 đâu có việc như thế. (문미에서)그렇지! nhỉ, 정말 기쁘다 그렇지! vui nhỉ!.
강조하다 nhấn mạnh. cường điệu, ~한

점 điểm mà ~, 강조어구(문장 끝에서) nả, 맞지요! phải không nả.
강좌 (강의) giảng bài.
강직한 cương trực, ngay thẳng.
강진 động đất mạnh.
강철 sắt. thép gang. (녹슬지 않는) tôn. 철교 cầu ~. 철로 đường ~. ~선 dây thép, 강철판 tấm gang thép. sắt lá. ~같이 단단한 cứng như sắt. ~을 연마하다 tôi thép. ~같은 사람 người lòng sắt đá.
강철 같은 의지 ý chí sắt đá.
강철인간 người lòng sắt đá.
강청 (무리한 청) (강요) yêu cầu quá đáng.
강촌 (강가 마을) làng bên bờ sông.
깡총거리다 nhảy cà tửng.
강추위 quá lạnh lẽo.
깡충뛰다 nhảy tót, nhảy lò cò. cò cò.
깡충깡충 뛰다 nhảy xom xom.
강타 cái bốp, đánh đập mạnh, đòn chí tử, cú đánh, 강타자 kẻ cú đánh..
강탈하다 cướp bóc(lấy). toán, cướp giật, ăn cắp. cưỡng(tiếm) đoạt, 돈을 ~ tống tiền, 농지를 ~ ~ ruộng đất, 대담하게~ cướp táo tợn.
강토 cương thổ, (영토) lãnh thổ.
깡통 lon, hộp, (빈통) thùng rỗng.
강퍅한 ngang bướng.
깡패 lưu manh, côn đồ. du đảng(côn), ~두목 đầu đảng du côn, chúa trùm, (나쁜의미)유명한 깡패 du côn khét tiếng. ~세계 cả lũ.
강판 (쇠파이프) ống sắt.
강평하다 (평가하다) đánh giá, cân nhắc.
강포한 (흉악한) hung ác.
강폭 (강의 넓이) bề rộng sông.

강풍 cường(tất) phong, gió mạnh. (반) 미풍 gió dịu (ôn hòa). ~이 분다 gió thổi mạnh.
강하 giảm xuống. 기온강하 nhiệt độ hạ xuống. ~부대 quân dù.
강 (력)하다 mạnh mẽ, sức(hùng) mạnh. lực lưỡng, cứng cáp, 강한 훈련 huấn luyện ~, 강한술 rượu nặng. 강한 의지 cương quyết. hàm chí, 강한 세력 thế mạnh. 강해지다 làm tới ~, (튼튼한) mạnh bạo. 강한 햇살 nắng to.
강하고 감동적인(음악이)trầm hùng.
강한 thôi sơn, ~주먹을 한대 먹이다 cho một quả ~.
강한 기백 trang khí.
강한 냄새 thơm gắt.
(속) 강한 사람은 남의 공격을 받는다 (큰 나무는 큰 바람을 만난다) Kẻ mạnh bị người khác công kích (cây to gặp gió lớn).
강한 힘에 맞서지 않고 피하다(속어) tránh voi chẳng xấu mặt nào.
강하게 권하다 phân phó.
강하게 밀려오다(생리)bột khởi.
강하게 차 넣다(공) tém.
강호 (자연) giang hồ, cõi trần gian, thiên nhiên.
강해하다 giảng giải.
강행하다 ép buộc làm. cưỡng hành, 강행군 hành quân không nghỉ.
강화 (화해) hoà giải, cầu hòa, hoà hoãn. ~회의 hội nghị giảng hòa, (증진)bồi bổ. 정기를~ hỏa bồi bổ tinh khí.
갖다 xây dựng, gia đình을 ~ ~ gia đình.
갖고 있다 chứa.
갖은 tất cả, các, hầu hết. 갖은 방법

(모든 방법) tất cả các phương pháp. 갖은 고생 nhiều gian khổ. 갖은 고초를 다 겪다(속어)ngậm đắng nuốt cay.

갖바치 thợ giày, thợ đóng giày. 갖저고리 áo da.

갖 가지 (가지 가지. 여러가지) các loại.

갖가지 음식이 있다 nhiều thức, thức thức.

갖가지 방법 thủ thuật. ~으로 돈을 염출하다 xoay tiền.

갖추다 sẵn sàng, chuẩn bị.

(속) 같은 값이면 다홍치마(자신에게 가장 편리한 일을 선택한다) nếu giá bằng nhau thì váy đỏ (tự chọn điều gì thuận tiện cho mình nhất).

같다 giống nhau. (반) 틀리다 (다르다) khác nhau. 꼭 학생같다 giống như học sinh. 헌 것같다 giống như cũ. 서로 같다 như nhau. 같은 고향 cùng quê, đồng hương. 같이 나누다 phân chia đều nhau. 동등한 bằng nhau. 같이 앉다 ngồi gần nhau, kề nhau. 같이 자라다 đồng dưỡng. 같이 (함께) cùng nhau. 나같으면 nếu như 나. 나 같으면 거기 가지 않다 nếu tôi là anh thì tôi sẽ không đi đến đó. (추측) hình như. 비가 올것 같다 hình như trời mưa. 같은 값이면 nếu tất cả giống nhau. 함께 가자 hãy đi cùng nhau. 같은 tựa, 먼지와 같은 tựa cát bụi.

--- 같다 có vẻ, 피곤한것 ~ ~ mệt nhọc.

같게(동등)하다 so cho bằng.

같은(닮은) giống như.

...와 같은 tuồng như, 오늘 그는 피곤한 것 같다 ~ hôm nay anh ấy mệt.

같은 값이면 nếu cùng giá.

(속) 같은 값이면 과부집 머슴살이 (자신에게 가장 편리한 일을 스스로 선택한다) Nếu cùng giá thà đi làm cho người đàn bà góa (tự chọn điều gì thuận tiện cho mình nhất).

같은 경우의 đồng bệnh. 같은 당의 đồng đảng, 같은 형태의 đồng dạng, ~종류 의 đồng loại.

같은 계열의 ngang vai.

같은 날 trùng ngày. trong ngày đó.

같은또래 đồng bối.

같은 마음 đồng tình.

같은말을 되풀이하여 말하다 nhai nhải.

(속) 같은 말이라도 "아" 다르고 "어" 다르다 (같은 말이지만 듣기좋은 말과 귀가 따가운 말이 있으니 말할 때 골라서 하라) Tuy là cùng lời, nhưng "a" khác "ơ" khác (cũng là lời nói nhưng có lời êm tai, có lời chói tai nên hãy lựa lời khi nói).

같은 방법 một cách.

같은 부대의 đồng đội.

같은 성격의 đồng khí.

같은 시험에 합격한 đồng khoa.

같은 크기의 압력 đẳng áp.

같은 자리에 앉다 đồng tịch.

같은 종교의 đồng đạo.

같은 지위의 ngang hàng.

같은 침대를 사용하다 chung gối.

같은 테이블에서 함께 đồng bàn.

같은 환경처지에 있는 (성어) đồng hội đồng thuyền.

--- 같이 간주하다 coi như, 한가족처럼 여기다 ~ anh em một nhà.
같이 궐기하다 đồng khởi.
같이 내다(자금을)chung lưng.
...같이 보인다 ý chừng, 그는 결혼을 원하는 것 같이 보인다 anh ấy ~ muốn lấy vợ.
같이 사용하다 chung đụng.
같이하다(어려움을) chia xẻ.
같지 않은 bất đồng.
갚다(보상)thường hoàn, (돈을) trả lại, hoàn trả. (반) 빌리다 vay, mượn. (보답) đền đáp.
갸륵하다 đáng khen ngợi.
갸름한 trái xoan, ~얼굴 mặt ~.
갸름한 얼굴 khuôn mặt trái xoan.
갹출하다 (돈) góp tiền. 갹출금 tiền quyên góp. 갹출해서 도와주다 quyên trợ.
개 con chó(남), con cầy (북). 개를 기르다 nuôi chó. 개를 묶어놓다 xích chó, 개를 풀어주다 thả chó ra. ~에게 사슬을 묶다 xích chó lại, 개가 짖다 chó sủa. ~짖는 소리 tiếng chó sủa, gâu. 개가 고기를 입에 물다 chó ngáp phải thịt. 개를 두려워하다 sợ chó.
(속) 개같이 벌어서 정승같이 산다 (돈을 어렵게 벌어서 낭비한다) Kiếm tiền như chó, sống như đại thần (đồng tiền kiếm ra cực khổ nhưng lại tiêu xài phung phí).
개고기 thịt chó, (속어)thịt cầy.
(명)개도 먹을 때는 안 때린다 Chó đang ăn cũng không được đánh.
(속) 개새끼도 주인을 보면 꼬리 친다 (배은망덕한 자를 나무람) Chó con thấy chủ cũng vẫy đuôi mừng (mắng kẻ quên ơn).
(속) 개와 원숭이 사이(개와 고양이 처럼 서로 좋아하지 않는 사이) Liên quan như chó và khỉ (mối tương quan không thích như chó và mèo).
개 (한개. 두개) 한개 một cái. 두개 hai cái, miếng.
깨(참깨) mè, 검은~ ~ đen,
깨 하트 dầu mè(남), vừng(북). 들깨 mè thô. 참기름 dầu mè.
(속) 깨가 쏟아진다(신혼부부의 생활이 너무 행복하고 즐거운 것을 암시) Vùng bật dậy(ám chỉ cuộc sống của vợ chồng tân hôn rất hạnh phúc và hứng thú).
개가 (재혼) tái giá, tái hôn.
개가 (승리) khải ca, khải hoàn ca.
개각 cải tổ nội các.
개간하다 khai(phá) hoang, tịch hoang.
개간지구를 측량하다 trắc địa khu khai hoang.
개간 (처음 펴냄) xuất bản lần đầu.
개값(헐값)으로 팔다 bán lỗ. (반) 바가지 쓰다(비싸게 사다) mua hớ.
개강하다 khai giảng (trường) (반) 폐강하다 bế giảng. 개강하는 날 ngày ~.
개개의(낱낱이) từng cái một. 개개의 의견 ý kiến cá nhân. 개개인 từng cá nhân.
개과천선(잘못을 고침) ăn năn hối cải.
개관 khánh thành. 개관하다 khai mạc.
개관식 lễ khai mạc, lễ khánh thành.
개관(대충 살펴봄) khảo sát, nhìn khái quát, tổng quát.
개교하다 khai trường.

개구리 ếch, nhái. 우물안 개구리 ếch ngồi đáy giếng.(세상 물정에 어둠)
개구리 알 trứng ếch.
개국 khai quốc, thành lập quốc gia.
개꿈(악몽) ác mộng.
개기 일식 nhật thực toàn phần. hiện tượng nhật thực. 개기월식 toàn thực, hiện tượng nguyệt thực.
깨끼(새끼) 손가락 ngón tay út. (반) 엄지~ ngón tay cái.
개개인 mỗi một người
개고기(막된 사람) kẻ thô bạo.(개고기) thịt chó(남), thịt cầy (북), cầy tơ.
개골 개골(소리) choang choang.
개괄(총괄) 하다 tóm tắt, tóm lại, tổng kết. 개괄적으로 말하다 cai quát.
(속) 개구리 올챙이 적 생각 못한다 (가난한 사람이 부자가 되고 즐거우면 어려웠던 과거를 잊 어버린다) Ếch nhái quên mất thời nòng nọc, (chỉ người nghèo khổ khi giàu sang thì quên mất quá khứ khốn khó).
개구멍으로 들어오다 chun lỗ chó.
개구장이(장난꾸러기) phá phách, kẻ quậy phá, ranh con. nghịch ngợm
개그맨 nghệ sĩ hài, hoạt náo viên.
개근하다 luôn có mặt, chuyên cần, cần mẫn, không vắng mặt.
깨끗하다 sạch sẽ. tinh sạch, trong sạch, trong trẻo. (순수한)trong trắng, (맑은)quang đăng, 깨끗이 하다 làm cho ~. rửa sạch. sạch lọc, sáng sủa, dọn. rõ ràng. 깨끗이 잊다 quên hết. 깨끗이 손을 떼다 cắt đứt quan hệ. 깨끗이 닦다 lau chùi, 깨끗한 공기 không khí trong lành. 깨끗하게 살다 sống một cách tinh sạch. 깨끗이 타 버렸다 lửa cháy phèo. 깨끗이 청소하다 quét sạch.
(명)깨끗한 양심은 잠을 잘 들게하는 부드러운 베개다 Một lương tâm tốt là cái gối mềm làm cho người ngủ say.
깨끗이 하다 rửa sạch. dọn.
깨끗하고 몸에 이로운(산뜻한) trong lành.
깨끗한 물 thanh thủy. nước trong sạch.
깨끗한 정절 tiết sạch giá trong.
깨나다(깨어나다) tỉnh lại, thức tỉnh.
개념 khái niệm. 개념적인 thuộc về ~.
(속) 개눈에는 똥만 보인다(어떤 계층의 사람은 생각하는 것 또한 그 계층의 생각 뿐이다) Trông mắt chó chỉ thấy phân người (người thuộc tầng lớp nào thì cũng chỉ suy nghĩ giới hạn trong tầng lớp đó).
개다 trời trở nên quang đãng. (비가) tạnh mưa. 비가 갤것 같다 có vẻ tạnh mưa.
개다 (석다) trộn lộn. (이불을) gấp xếp chăn lại. (옷을) xếp áo. (반) 이불을 펴다 trải chăn ra.
깨다 thức dậy. tỉnh thức, chợt tỉnh, 깨우다 đánh thức. 잠이 덜깬 nửa thức nửa ngủ. 망상에서 깨어나다 làm tỉnh lại trong ảo mộng. 무지에서 깨다 (개화하다) khai hoá, cải hoá. 술을깨다 trở nên tỉnh táo. (꿈이) vỡ mộng. (알다) hiểu ra. (인식하다) nhận thức. (자각)

tự giác. Jalmot을 깨닫다 tự nhận lỗi lầm của mình.
깨어 앉다 ngồi dậy.
(속) 개도 제 주인은 알아본다(배반자를 구짖다) Chó cũng biết chủ mình (mắng kẻ phản bội)
깨지 않고 자다 ngủ một hơi, ngủ thẳng một giấc.
깨다(깨지다)mẻ, ića hana 부러지다 một cái răng bị mẻ.
깨어나려고 하다(잠에서)gượng dậy.
깨닫다 (알다) hiểu ra(thấu), giác ngộ. 깨닫지 못한 bất giác.
깨뜨리다 đập vỡ, đập bể, tan vỡ, phá vỡ, 그릇을~ đập vỡ chén, làm vỡ chén.
개떡 bánh bột gạo.
개떡 같다(보잘 것없다) vô dụng không giá trị.개떡같은 소리 nói bậy.
개똥밭 đất xấu.
(속) 개똥밭에 굴러도 이승이 좋다 (괴롭지만 죽는것보다 낫다) dù lăn vào bãi phân chó, cuộc sống này vẫn tốt đẹp hơn (cuộc sống dù khổ cực mấy cũng hơn là chết).
(속) 개똥밭에도 이슬 내릴 때가 있다 (비천한 사람일지라도 행운을 만날날이 있다) Cũng có lúc sương rơi xuống bãi phân chó (người hèn hạ cũng có lúc gặp may).
개똥벌레(반딧불). đom đóm, ~ 잡기 놀이 chơi bắt bướm. ~가 반짝반짝 빛나다 đom đóm lập lòe.
개돼지 같은놈 đồ súc vật.
개띠 tuất, ~의 해 năm ~.
개략 (대략) đại khái, sơ lược.
개량하다 sửa đổi. (개선) cải thiện.

개런티 (보증. 출연료 사례금) đảm bảo, bảo lãnh, tiền buổi diễn.
개론 (개설) khái luận, khái thuyết.
개막 khai mạc. 개막식 lễ khai mạc. ~ 연설 bài diễn văn ~.
개망신 (큰창피) xấu hổ. ~ 당하다 bị xấu hổ.
개머리(총의)gót báng súng.
개머리판 báng súng.
개명 đặt tên lại. cải danh. đổi tên.
개명성(새벽별)sao khải minh.
개문 mở cửa, khai môn.(반) 패문 đóng cửa, bế môn. 개문발차엄금 cấm chạy xe mở cửa.
깨물다 cắn. 혀를 깨물어 자살하다 cắn lưỡi chết. 깨무는 소리 sồn sột.
깨물어 부수다 cắn trắt.
개미 con kiến. ~굴 hang kiến, lỗ kiến. ~허리(가는허리) lưng ong.개미와 매미 kiến và ve. 개미집 ổ kiến.
(속) 개미 구멍으로 공든 탑 무너진다 (작은 소홀함이 큰 해를 불러온다) Tháp lớn dày công xây dựng cũng sụp vì lỗ kiến(sơ suất nhỏ dẫn đến thiệt hại lớn).
(속) 개미 쳇바퀴 돌듯 한다(일이 제자리 걸음 한다) Như kiến leo vòng tròn(công việc dậm chân tại chỗ).
개발하다 khai phát, phát triển, khai thác (개척하다). 개발도상국 nước đang phát triển. 경제 개발 phát triển kinh tế.
개밥 thức ăn của chó.
(속)개밥에 도토리(왕따당한 사람) Hạt dẻ trong thức ăn (người bị loại bỏ).
개방하다 mở rộng, khai phóng. 개방

ㄱ

대학 đại học mở. 개방경제 kinh tế tự do. 개방정책 chính sách mở rộng. 개방된 phóng khóang.
개방적인 thông thống, ~ 집 나 cửa ~.
개벽 (천지가 처음열림. 새로운 시대가 시작됨) mở đầu thời đại mới. 개벽하다 khai thiên.
개변하다 hoán cải.
개별 (따로 따로) cá nhân riêng. ~ 화하다 cá biệt hóa.
개별적인 riêng. 개별지도 chỉ đạo riêng.
개복수술 mổ bụng.
깨복쟁이 친구 bạn nối khố.
개봉하다 khai phong. (편지를) bóc thư, mở thư. (영화) chiếu phim lần đầu tiên. 개봉영화 phim mới phát hành. 개봉박두 sắp đến khai mở.
개봉한 편지 thư ngỏ.
깨부수다 đập tan, đập bể..
개비 (성냥) que diêm.
계산하다 tính tiền, tính toán. 계산기 máy tính. 계산서 giấy tính tiền, (영수증) hoá đơn.
개선하다 (고치다) cải thiện, cải tiến. (싸움에서)khải hoàn, (선거. 재선) tái bầu cử.
개선된 2 륜마차 xe cải tiến.
개선하다(싸움에서)khải hoàn, trở về trong chiến thắng, 개선가 khải hoàn ca.
개선문 cổng chào, khải hoàn môn.
개설하다 thành lập, thiết lập mới. (개략적으로 설명함) tóm lại, tóm lược.
깨소금 muối mè(남), muối vừng(북).
개성 cá tính. 뚜렷한 개성 cá tính

mạnh mẽ. ~주의 nhân vị.
개소리 (허튼소리) tiếng nhảm nhí. 개소리 하지마 đừng nói nhảm nhí!
개수 (건축물을 고침) tu bổ. 개수하다 tu bổ.
개수작 thái độ bất hợp lý, hành động xấu.
개술하다 tóm lại. (반) 상술하다 giải thích chi tiết.
개숫물 (설거지 하는 물) nước rửa chén (남). nước rửa bát(북)
개시(개점) (시장을 처음 열어 장사를 시작함) khai trương, mở đầu. ~로 사다 mua mở hàng.
개식사 lời chào nghi lễ.
개신 (고쳐 새롭게 함) sửa đổi mới, cải tạo.
개신교(기독교) đạo tin lành, đạo cơ đốc, cơ đốc giáo.
개심 khai tâm (마음을 바르게 고침), sửa đổi tâm tính. ~시키다 tái sinh.
개안 mở mắt nhìn. 개안수술 phẫu thuật phục hồi thị lực.
깨알 hạt mè. 깨알같은 (아주작은) rất nhỏ. 깨알같은 글씨 chữ rất nhỏ.
깨어나다 tỉnh lại, tỉnh dậy.깨어있으라 hãy tỉnh thức, 깨어있다 tỉnh thức, 일찍 일어난다 thức sớm, 뉴 tỉnh thức. 깨어 일어나다 thức giấc.
깨어 지키다 thức canh.
개업하다 khai nghiệp(trương), mở cửa hàng, mở đầu việc buôn bán. 변호사가 개업하다 mở văn phòng luật sư.
개역하다 (다시 고쳐 번역) phiên dịch lại.
개연성 (철학)sự có khả năng, khả

năng. (확률) xác suất. mức độ.
개연 요소 yếu tố cái nhiên.
개요 (대략) đại khái, đại cương.
깨우다 (잠) đánh thức. 아침 일찍 깨워주세요! Xin đánh thức tôi sáng sớm nhé. 소음이 나를 깨웠다 tiếng động làm tôi đánh thức.
깨우치다 (각성) tỉnh ngộ. tỉnh ra, (일 깨우다: 깨우쳐 주다) thức tỉnh, 잘못을 ~ nhận thức lại lỗi lầm. 깨우치게 하다 cảnh tỉnh.
개운하다 (홀가분하다) nhẹ mình, nhẹ nhõm, cảm thấy khoẻ lại.
개울 (도랑) kênh, rạch, ngòi.
개원하다 (병원을) mở bệnh viện. (국회를) khai mạc quốc hội.
개의치(아랑곳하지) 않고 mặc kệ. thèm vào, nhà không chút ~ 않는다 tôi thèm vào.
개의하다 (마음에 두고 생각하다) để ý. 그 일에 개의치 말게 đừng để ý về việc đó.
개의하다(고쳐 의논하다) bàn bạc cải bổ.
개으르다 lười biếng. 개으름뱅이 (장이) kẻ lười biếng.
개이다 tạnh ráo(trời). 날씨가 ~ tạnh trời.
개인 (도장을 바꾸어 새김) đổi con dấu.
개인 cá nhân. tư nhân, (반)무리 bầy, 개인적으로 một cách ~. 개인의 자유 tự do ~. 개인주의 chủ nghĩa ~. 개인소득세 thuế thu nhập ~. 개인관계 quan hệ ~. 개인 감정 tình cảm ~. 개인숭배 sùng bái ~. ~의 사생활을 파헤치다 moi móc đời tư của người ta, ~호 hố cá nhân, 개인교수 giáo sư ~. 개인전 phòng triển lãm ~, 개인참호 hầm ~.~수표 chi phiếu ~, ~ 의 의견 chủ kiến, ~재산 của riêng..~교습을 하다 dạy riêng. ~ 적인 사정 nỗi riêng, ~주택 nhà riêng(tư). 개인의 차 xe riêng. 개인상점 cửa hàng tư nhân.
개인의(사적인) riêng. riêng tay(tư). 개인집 nhà riêng.
(명)개인, 사업이든, 국가든 최고의 재산은 신념이다 Dù là cá nhân, là doanh nghiệp, hay nhà nước, tài sản lớn nhất vẫn là niềm tin.
개인비서 thư ký riêng.
개인 사무실 văn phòng riêng, thiểm nha.
개인 수표 séc cá nhân.
개인적으로 오다 tới riêng.
개인적인 관심 tư ích.
개인의 quyền tư quyền.
개인 기업 xí nghiệp tư nhân.
개인의 논 tư điền.
개인의 땅 tư địa.
개인 상업 tư thương.
개인 상점 cửa hàng tư nhân.
개인의 이익 tư ích.
개인의 일 tư sự.
개인재산 tư sản.
개인적인 원한 tư thù. thù riêng. 사사로운 원한을 품다 ôm ~.
개인간의 정 tư tình.
개인 주택 tư thất(phòng).
개인적으로 gạch tư dạy tư(riêng).
개인적으로 말하다 nói riêng.
개인호(개인참호) hố cá nhân.
개입하다 can thiệp, xen vào, dính vào, 직접 개입 (관여)하다

nhúng tay
개자 (겨자) hột cải. 겨자씨 hạt cải
개자식 chó đẻ, thằng đểu, ~같은놈 đồ ~.
개작하다 phóng tác, phỏng theo.
개장국 canh thịt chó.
개장하다 (다시 꾸미다) trang trí lại
개장하다 mở cửa, khai trương. khánh thành, 개장시세 giá cả ~.
개전 (뉘우치고 고침) hối lỗi. hối cải, (전쟁의 시작) khởi chiến, khai chiến, bùng nổ chiến tranh.
개점 mở cửa hàng.
개정 (법정을 열다) mở toà án, mở phiên toà.
개정 (고치다) sửa đổi. canh chính, 수정하다 hiệu đính, cải chính. 헌법 개정 bổ sung hiến pháp. 헌법을 개정하다 sửa đổi hiến pháp. 증보판 bản bổ sung.
개제 (제목을 바꿈) đổi đề mục.
개조 (고치어 다시만듦) cải tạo(tổ), sửa lại. ~하기 어려운 악습 tứ chứng nan y. ~교육 cải huấn.
개종하다 (종교) đổi tôn giáo. quy pháp(ra).
개죽음 (헛된 죽음) chết vô nghĩa. 개죽음 당하다 bị chết một cách vô nghĩa. uổng chết, toi mạng.
개중에는 (그속에는) trong số. 개중에는 좋은 것도 있고 나쁜 것도 있다 trong số đó có cái tốt, có cái xấu.
깨지다 bể, bể tan (남) vỡ, vỡ vụn (북). 깨지기 쉬운 그릇 chén dễ vỡ. 유리가 ~ ly vỡ tan tành, 산산히 ~ vỡ tan. 흥이 깨지다 mất vui. 깨지는 물건 취급주의 cẩn thận dễ vỡ. 깨진 틈 lỗ trống.

개진 (의견을 밝힘) bày tỏ, trình bày.
개짐 (생리대) băng vệ sinh.
개집 chuồng(ổ) chó.
개짖는 소리 gâu gâu.
개찬하다 biên tập lại, biên soạn lại.
개찰구 cửa soát vé. cổng.
개천 (작은 강) sông nhỏ. xẻo.
개척하다 khai thác. 땅을 개척하다 khai thác lô đất. 개척민 dân ~. 개척자 nhà ~. 개척사 (개척의 역사) khai thác sử.
개천 lạch, khe lạch.
개천가 bờ sông(lạch).
(속) 개천에서 용 난다(평민의 집에서도 출중한 인물이 나올 수 있다) Rồng bay ra từ khe lạch (trong nhà bình dân vẫn sinh được nhân vật xuất sắc).
개천절 ngày khai sinh ra đất nước.
개체 (낱낱의 물체) cá thể. (반) 집합체 tập thể. (단체) đoàn thể.
개최하다 (회의를) mở buổi họp. 전람회를 ~ mở cuộc triển lãm.
개축하다 (집을) tu bổ lại. 개축공사 công trình tu bổ.
깨치다 (터득하다) hiểu biết, tự giác.
개칭 (칭호를 고침) đổi xưng hô.
개키다 (포개다) gấp lại.
개탄하다 than vãn.
개통하다 khai thông. 개통식 lễ khai thông. 도로개통식 lễ mở đường.
개판하다(고치어 편집함) biên soạn lại.
개판 (온통 개판이다) lung tung hết, lung tung hết cả lên.
개펄 bùn biển.
개편하다 cải tổ, sửa lại, tổ chức lại.
개표하다 mở phiếu, khai phiếu, kiểm

phiếu. 개표소 nơi kiểm phiếu.
개폐 (열고 닫음) mở và đóng cửa, mở ra và đóng lại. 개폐교 cầu quay.
개학하다 bắt đầu học. (개강) khai giảng.
개항 mở rộng hải cảng.
개헌하다 sửa đổi hiến pháp. 개헌안 dự án hiến pháp.
개혁하다 cải cách. đổi mới, canh tân. 개혁자 người ~. 종교개혁 cải cách tôn giáo.
개화하다 (문명이) khai hoá. cải hóa. (반) 미개화된 chưa được khai hoá. 개화운동 phong trào khai hoá.
개화하다 (꽃이) nở hoa. 개화기 mùa hoa nở.
개황 (개략의 상황) tình hình chung. 일기개황 thời tiết chung.
개회하다 khai mạc hội nghị. 개회사 lời khai mạc. 개회식 đám chay.
깩소리 지르다 tiếng kêu lên inh tai.
객 (손님) khách, vị khách.
객고 (객지에서외 고생) vất vả ở xa nhà.
객관적 khách quan. (반) 주관적 chủ quan. 객관적 고찰 xem xét khách quan. 주관적 인식 nhận thức chủ quan.
객기 (혈기) quá gan dạ. 객기를 부리다 làm ~.
객년 (지난해) năm ngoái. (반) 다음해 (내년) năm sau.
객담 chuyện tầm phào (vô ích).
객담 (가래를 뱉음) nhổ đàm. ~ 검사 thử đàm.
객사하다 chết xa nhà, chết tha hương.
객석 ghế dành cho khách.

객선 (여객선) tàu chở khách.
깩 (찍) 소리 못하다 không dám hé môi.
객식구 người khách sống trong nhà.
객실 (기차) toa. (가정의 응접실) phòng khách.
객원 khách mời. 객원 교수 giáo sư được mời.
객지 khách địa, (타관. 타향) tha hương, tha phương. đất khách. ~에서 구걸 하다 tha phương cầu thực.
객차 xe chở khách. toa hành khách.(반) 화물차 xe chở hàng.
객채 khách thể.
객혈 ho ra máu. khái huyết.
갭 (틈) lỗ trống, khe.
갯벌 vũng.. (만) phá.
갱 (폭력배. 강도) kẻ cướp, lưu manh, côn đồ.
갱 (구덩이) hố, hầm.
갱도 lò, hầm.. 갱내 trong hầm.
깽깽거리다 kêu ẳng ẳng.
갱년기 canh niên kì, mãn niên kì, xung hạn. 갱년기 장애 bệnh chứng ~.
갱도 đường hầm. 지하~ hầm lò. 탄갱 도 lò than, ~를 받치고 있는 침목 thìu.
갱도용 소형화차 xe goòng.
갱부 người đào mỏ, (광부) thợ mỏ.
갱생 tái sinh, sự phục hồi, phục hưng.
갱신하다 đổi mới.
갱지. (백로지) giấy bìa.
거간꾼(중개인) môi giới. trọng mãi.
거개 (대부분) phần lớn, phần nhiều.
거구 thân thể to lớn.
거꾸로 ngược lại. ~떨어지다 rơi(rớt)

lại, ~ 넘어지다 lộn nhào. ~낳다 đẻ ngược.
거꾸러 뜨리다 (넘어 뜨리다) làm ngã xuống. (발을 걸어) làm vấp chân ngã xuống.
거꾸러지다 (넘어지다) ngã té. (지쳐서) ngã té vì quá mệt.
거국적 운동 phong trào toàn quốc.
거금 số tiền lớn, (때) trước đây. 거금 10 년 10 năm trước
거기(장소) chỗ kia, nơi đó. ~에 ở đấy, trong đó, 거기서 부터 từ đó. 거기가(그것이) 문제야 đó là vấn đề.
거기에다 thêm vào đó.
거나 hoặc, hay. 좋아하거나 싫어하거나 thích hay không thích.
거나하게 (얼큰히) 취하다 ngà ngà say.
꺼내다 kéo ra, rút, lấy ra. nhể, moi, đem ra, 가시를~ nhể gai, 이야기를~ bắt đầu kể chuyện.
꺼내올리다 vớt.
거년 khứ niên, (작년) năm ngoái. (반) 내년 năm tới.
거느리다 (통솔하다) lãnh đạo, chỉ huy. 다섯식구를 거느리다 nuôi 5 người trong gia đình.
거늘 (했거늘. 했는데. 했으나) nhưng mà. 먹으라고 했거늘 왜 먹지 않았어? Hãy ăn đi mà tại sao không ăn?
거니와(...면서) vừa...vừa. 예쁘기도 하거니와 영리하다 vừa đẹp vừa thông minh.
거닐다 đi bộ.
거담제 thuốc long đàm.
거대한 to lớn(tướng), to kềnh, khang trang, đồ sộ, khổng lồ. 거대한 도시 thành phố ~. 거대한 우주 vũ trụ bao la. ~ 규모로 hoành tráng. ~ 힘 thần dũng. ~사업 công trình đồ sộ.
거덜나다 (망하다) phá sản. 사업이~ công việc kinh doanh phá sản.
거동(태도) thái độ. 거동을 주시하다 để ý thái độ.
거동하다 cử động.
거두 (지도급 (큰) 인물) nhà lãnh đạo cao cấp. 정계의 거물(두) nhà lãnh đạo chính trị.
거두다 (모으다) thu, thu góp. 세금을~ thu thuế. 작물을 ~ thu hoạch. 큰 성과를 거두다 mang lại kết quả xuất sắc. (돌보다) chăm sóc. 숨을 거두다 tắt hơi.
거두절미하고 (요점만 말하면) nói tóm lại.
거드름 피우다 làm cao, ngẩng cao đầu.
거드름 피우며 걷다 khệnh khạng.
거드름 피우며 앉다 ngự.
거든(...하면) 그를 만나거든 (면) nếu gặp anh ấy.
거뜬하다 (홀가분하다) nhẹ mình.
거들 (코르셋) áo nịt ngực. ai xương hông.
거들다 giúp đỡ. làm giùm. tỷ trợ.
거들떠보다 để ý, chú ý đến. 거들떠 보지 않다 không để ý.
거들먹거리다 vênh mặt, vênh váo, làm ra vẻ. ra uy.
거듭나다 sanh lại. 성령으로~ ~ bởi thánh linh.
거듭하다 lập lại, nhắc lại.
거듭되다 trùng.
거래하다 buôn bán, mua bán hàng,

giao dịch, doanh thương, kinh doanh, mậu dịch. 거래 가격 gía xôn.

거래를 트다(은행과) mở, 은행에서 예금을 시작하다 mở một trương mục trong một ngân hàng.

꺼려하다(금기) kỵ húy.

거론 (제안) 하다 đề nghị. (언급) đề cập.

거룩한 thánh thay, thánh sạch, thiêng liêng. ~성 thành thánh, ~천사 thiên sứ thánh, (신성한) thần thánh, ~산제사 của lễ sống và thánh..

거룩한 것 đồ thánh.

거룻배 (나룻배) đò, phà. sà lan.

거류㊟하다 cư ngụ, cư trú. 거류민 dân cư trú.

거르다(여과) lọc qua. lượt, 커피를 걸러 내다 lượt cà phê, 술을 체로 거르다 lọc rượu qua cái rây.

거름 (비료) phân bón.

거리 (간격) cự ly. 서울까지 거리는? Từ đây đến Seoul bao xa?

거리 đường(남), phố (북), (재료) 반찬 거리 đồ ăn. (대상) 걱정 (근심)거리 nguyên nhân lo âu. 번화한 거리 đường phố đông đúc. ~를 배회하다 đi bát phố, lượn phố, ~ 측정기 kính(máy) trắc viễn.

거리감 cảm giác khó gần

꺼리다 ngại. ngại ngùng, 들어가기를 꺼리다 ngại đi vào. 꺼리어 피하다 kiêng cử, húy kỵ, 전혀 꺼려할 일이 아니다 việc không cần kỵ húy gì cả. 꺼리끼는 cưỡng miễn.

거리낌없이(마음대로)vung tàn tán, ~말하다 nói sỗ sàng, nói trắng ra.

(직언)trực ngôn. nói thẳng.

꺼림찍하다 không thoải mái.

거마비 (교통비) tiền vé, phí giao thông. lộ phí.

거만하다 kiêu ngạo, cao ngạo, kiêu căng, vênh váo, kiêu kỳ, cao kỳ.

거만을 떨다 lên nước(râu). 그녀는 나날이 거만이 더해간다 cô ta càng ~.

거만하게 vắt vẻo, sưng sưng, ~말하다 nói sưng sưng, ~힐끗보다 nhác trông ~, ~몸을 뒤로 젖히고 앉다 ngồi vắt vẻo.

거만한 태도를 취하다 vắt vẻo

거머리 con đỉa. vắt.

거머쥐다 nắm chặt, nắm vững.

거멓다 (꺼멓다) đen.

거목 cây to.

거무스름한 đen đen. 거무죽죽한 hơi đen. xám xịt, 거무칙칙한 ngầu ngầu.

거무스름한 hơi đen. ngâm ngâm, ~피부 nước da ~.

거문고 đàn tranh của Hàn Quốc. hồ cầm.

거물 (거두) nhà lãnh đạo lỗi lạc.

거미 con nhện. 거미집 ổ nhện, mạng nhện, 거미가 집을 짓다(줄을치다) nhện giăng tơ. vương tơ, 거미줄 tơ nhện,

(명)거미도 줄을 쳐야 벌레를 잡는다 Nhện cũng phải giăng tơ thì mới bắt được sâu.

거민 (거주민) dân cư.

거반 (거의) hầu hết.

거병 khởi binh. dấy nghiệp.

거봐! 잘됐다 (헛된짓 한 아이에게 놀리는 말) lêu!.

거부(부자) nhà triệu phú, nhà giàu có. cự phú.
거부 (거절) 하다 phủ quyết, từ chối, bác bỏ. ~권 quyền phủ quyết
거부감을 주는 gai ngạnh.
거북이 con rùa. qui. ~이 머리 qui ầu. ~의 등 mai(mu) rùa. qui bản. ~가 토끼를 이겼다 con thỏ bị con rùa rượt đến trước. 거대한 ~ ba ba. ~ 처럼 느리다 chậm như rùa.
거북선 thuyền rùa, tàu giống hình rùa.
거북하다 ngượng nghịu, (불편하다) bất tiện, không yên. 거북한 자리 chỗ khách sáo, chỗ ngại. 거북하게 걷다 đi ục ịch.
거사 (거창한 일) việc to lớn.
거사(숨어 사는 선비) ẩn sĩ, người ẩn núp.
거사 (큰일을 일으킴) khởi sự việc lớn.
거상 (상중임) đang tang lễ. 상복 tang phục.
거성 (위대한 인물) nhân vật vĩ đại.
거세(죽다)khứ thế.
거세다 (강하다) sức mạnh, dữ. 거센 파도 sóng dữ dội. 거센 (사나운) 여자 phụ nữ phóng túng (dữ).
거세하다 thiến, cắt, loại trừ, thanh lọc. 거세한 돼지 lợn ~, 불알 거세 ~ dái.
거소(거처) chỗ ở.
거수하다 giơ tay lên. 거수 투표(표결) thủ tuyển, biểu quyết bằng cách ~.
거수경례 chào bằng tay.
거스르다 (반대) nghịch, (대립하다) đối lập. (돈을) thói tiền lại. 거스름돈 tiền thói lại.

거스름돈을 돌려주다 trả tiền lại (북). thối tiền lại (남).
거슬러 올라가다 đi ngược lại . 과거로 ~ trở lại quá khứ, trở về dĩ vãng.
거슬리다 (귀에) khó nghe. 눈에 ~ nhìn gai mắt. 마음에 ~ không vừa ý.
거슬리는 xuôi ngược.
거슴츠레하다 mờ mờ.
거시의(대 규모의) vĩ mô, 거시 경제 kinh tế ~.
거시적안목 sự nhìn thấy toàn diện.
거실 phòng(buồng) khách.
거안제미 (깍듯이 공경함) hết sức kính trọng.
거액 (큰돈) số tiền lớn.
거역하다 (말을) không phục, không vâng theo.
거울 gương soi(북), kiếng(남) 거울을 보다 soi(xem) gương. 거울삼다 làm gương, lấy làm mẫu. ~속의 자신을 자세히 보다 ngắm vuốt. ~ 농 tủ kính.
거울 옷장 tủ gương.
거위 con ngỗng(남), ngan(북).
거유 học giả uyên bác.
거인 nhân vật vĩ đại, người khổng lồ.
거의 chút nữa, gần, xuýt, thiếu. hầu như, cơ hồ, ~도착한다 ~ đến, ~모든 hầu hết. (대략) khoảng, ước độ, ngót nghét, (하마터면) 죽을 번했다 suýt nữa tôi chết rồi. 거의 죽게 되다 hầu như chết chắc. ~죽다 nhừ tử, ~맞는 ngam ngám, ~끝난 gần xong. ~ 같은 sàn sàn, ~ 같은 연령 tuổi sàn sàn, (동등한)một chín một mười. 그는 ~ 익사할 뻔했다 thiếu chút nữa thì nó

chết đuối.
거의 가능성이 없는 trứng để đầu đẳng.
(명)거의 목표에 근접했을 때 계획을 포기하고 마는 사람이 있는가 하면 최후의 순간에 전보다 훨씬 더 힘차게 노력함으로써 마침내 승리를 얻어내는 사람도 있다 Nếu có người gần đạt được mục tiêu phải từ bỏ thì cũng có người khi ở vào giây phút cuối cùng đã nỗ lực gắng sức hơn và cuối cùng thì đạt được thắng lợi.
거의 비슷한 tiềm tiệm.
거의 아슬아슬하게 xuýt nữa.
거의 유사한 rưa rứa.
거의반 nửa chừng.
거의 1년 남짓 ngót một năm trời.
거의 죽어가는 부상자 người bị thương sống sót.
거장(특히 뛰어난 사람) chuyên gia vĩ đại.
거재 (큰재산) nhiều tài sản.
거저 일하다 làm miễn phí. 거저 먹다 ăn miễn phí.
꺼져가는 불씨 ngọn đèn gần tàn
거저먹기 (쉽다) dễ làm. 그일은 거저 먹기다 chuyện đó rất dễ làm.
거저 받다 lãnh không.
(속)거저먹으려하다(손안대고 코풀기) dây máu ăn phần.(không động tay, muốn hỉ mũi).
거저주다 cho không.(반)거저받다 lãnh không, nhận cách nhưng không.
거적 chiếu rơm.
거절하다 từ chối(nan), bác bỏ. cự tuyệt. 당신의 저녁초대를 거절해서 미안합니다 tôi rất tiếc phải ~

lời mời ăn cơm của anh.
거절의 뜻을 표하다 xua tay.
거점(활동) tụ điểm, (소굴) hang ổ. (요충지. 요새) hiểm trở, yếu điểm. 전략적 거점 vị trí chiến lược.
거주하다 (살다) ăn ở, cư trú. 거주권 quyền cư trú. 거주자 người thường trú, 거주민 dân cư
거주할수 있는 ở được.
거주지 gia cư.
거족적 (전국적) toàn quốc.
거죽 (표면) bên ngoài, mặt ngoài. (반) 안쪽 bên trong.
거즈 (솜) bông thấm nước.
거지 người ăn xin(hành khất). 남루한 ~ hành khất lam lũ..
거지 ăn mày, ăn xin, cái bang. (속어) đầu đường xó chợ, 거지신세 thân thế ăn mày.
(속) 거지도 부지런하면 더운 밥을 얻어 먹는다(쇠를 갈면 바늘 되는 날이 있다) Ăn mày cần cù cũng có ngày có cơm nóng ăn (có công mài sắt có ngày nên kim).
꺼지다(땅이) lún sụt, đất lún xuống.
꺼지다(불이) tắt đèn. 전기가 꺼지다 (나가다) cúp điện. 사라지다 biến mất. 꺼진 불 lửa tắt.
꺼져라 cút đi!
꺼져가다 tàn.
꺼지지 않는 불 lửa chẳng hề tắt
거지반 (거의) hầu hết.
거짓말 nói dối, nói điêu (북), nói xạo, nói dóc, nói láo, ngoa ngôn, (남).
거짓말장이 kẻ chuyên ~. 거짓의 giả dối, 거짓말 탐지기 máy dò nói dối.거짓 계약 nguy kế, 거짓말을 밥먹듯이 ~ 하다 nói dối như

ăn cơm bữa. 거짓 칭하다(사칭)mạo xưng. ~로 현혹하다 nói gạt.
거짓 그리스도 Christ giả.
(명)거짓말은 십리를 못간다 lời nói dối không đi quá 10 dặm.
거짓말하다 thả giọng.
거짓 맹세하다 thề dối.
거짓 보고하다 hoang báo.
거짓 선지자 tiên tri giả.
거짓 약속 lời hứa suông.
거짓 웃음 nụ cười giả dối.
거짓으로 웃다 cười nịnh.
거짓 증거(증언) chứng gian(dối).
거창하다 (웅대하다) hùng vĩ.
거처 nơi ở, nhà ở. (거주지) gia cư, ~ 할 집이 없는 vô gia cư.
거처 (지나) 가다 đi ngang qua.
거추장스럽다 (거북. 불편하다) bất tiện, phức tạp.
거취 (행동, 태도) thái độ, hành động.
거치하다 (그대로두다) để lại.
거치다 (통과하다) thông qua, đi qua.
거치적거리다 vướng mắc.
거친 thô, ~목소리 giọng bể.
거친 xù xì, lởm chởm, thô, gồ ghề, ~천 vải thô, ~피부 da thô, 거친 길 đường gồ ghề, ~들짐승 dã thú.
거칠게 (몹시) tháo thứ, phũ, ~ 일하다 ~ trong việc làm. ~ 때리다 đánh phũ. ~다루다 dằng co. ~ 행동하다 sấn sổ.
거친 머리카락 tóc rễ tre.
거친 바다 biển động.
거칠다 sần, thô. cục súc, (반) 부드러운 mượt mà, 거칠은 살결 làn da sần sùi. 거칠은 천 vải xấu, vải thô. 거칠고 난폭한 thô bạo. 거칠

고 껄끄러운 thô ráp. 거칠고 큰 thô tháp, 천박하고 덩치가 큰 모습 dáng người thô tháp.
거칠거칠한 xốp, ~피부 da ~.
꺼칠꺼칠한 nhám, ráp (반)부드러운 mềm mại.
거칠게 다루다 hà đãi. vày.
거칠게 말하다 nói suồng sã.
꺼칠한(매끈하지않은)lờm xờm. ~ 두발 đầu tóc ~. 꺼칠꺼칠한 nham nháp.
거침없다 không có trở ngại. tợn tạo. (당당히) đường hoàng,
거침없이(대담하게) đằng thẳng, triền, ~ 행동하다 vùng vẫy. ~ 이야기하다 nói triền.
거포 đại bác.
거푸 마시다 uống thêm nữa.
거푸집(건축)côppha, ~ 공사 côppha thi công
꺼풀 (껍질) lớp vỏ, vỏ.
거품 bọt. bọt mép, bọt miếng, 비누거품 bọt xà phòng, bọt xà bông. ~이 일다 sùi(nổi) bọt. trào bọt, lên bọt, ~투 성이의 đầy bọt. ~을 내뿜다 phòi bọt mép.
거하다 (살고 있다) ăn ở.
거한(큰 사람) người khổng lồ.
거행하다 thực hiện, tổ chức. cử hành. 성대히 ~ cử hành trọng thể. 혼례를 ~ tổ chức hôn lễ.
껵다리 người chân dài. người dong dỏng.
껵쇠 móc sắt. ngạt, ~괄호 dấu móc.
걱정 (근심) 하다 lo âu, lo buồn, lo lắng. e ngại, tư lự, (반) an tâm yên tâm, 돈에 대한 걱정 lo về tiền bạc. 걱정말게 khỏi lo. ~하는 마

음 lòng bồi hồi, 걱정하는 ái ngại. 걱정스러운 bận lòng(tâm), phiền lòng. ngay ngáy, ~없는(확실성이 있는) chắc tay. vô lo, ~이 많은 đa tư đa lự. ~을 면하다 khỏi lo sợ, - 이 아닐까 ~ 하다 e rằng(sợ). 걱정스러운 태도 vẻ tư lự.

걱정되는 áy náy. nhọc lòng. (불안한)lo ngại, thom thóp.

걱정하여 đăm chiêu.

걱정 마라 ừng sợ. hãy yên tâm đi.

(속) 걱정도 팔자 (걱정을 자주 하는 사람을 가리킴) Lo lắng cũng tại cái số (chỉ người hay lo).

걱정없는 vô lo, (확신하는)vững dạ. ~ 나이 tuổi ~.

꺾다 ngắt, hái, gãy. vít, 꽃을 ~ hái hoa. 가지를 ~ gãy nhánh cây. 방향을 왼쪽으로 꺾다 quay bên trái. 기를 꺾다 làm mất tinh thần. 꺽이다 bị ngắt.

꺾어서 가다(다른 길로) ngoặt.

꺽이다(부러지다). bị gãy, bị vỡ. trụn, 기운이 ~ nản lòng, nản chí. 풀이 ~ trụn vai, (전의를 상실하다) tỏa chiết, 전의를 상실하다 tỏa chiết ý chí chiến đấu.

건 (두건) khăn đội đầu.

건 (이거나) hay, hoặc. 짐승이건 새건 다 잡는다 bắt cả thú hoặc chim.

건 (조항, 사건, 안건) điều, sự kiện. 그 건은 아직 미결이다 điều đó chưa xong.

건 (마른) khô. 건포도 nho khô. 건어물 cá khô.

건각 đôi chân khoẻ mạnh.

건강(한) sức khoẻ. mạnh khoẻ, mạnh giỏi, khang(tráng) kiện, (반)아픈 đau ốm, 건강한 신체 thân thể ~, ~을 유지하다(돌 보다) giữ sức khoẻ. thủ thân, ~ 을 회복하다 hồi phục sức khoẻ. ~이 나빠지다 kém sức khoẻ. giảm sút sức khoẻ. ~한 cường tráng, (축원)건강하세요 chân cứng đá mềm, ~하게 자란 đỏ da thắm thịt, ~이 좋았다 나빠졌다 하다 mưa nắng, ~증명서 giấy khám bệnh, giấy bác sĩ, ~을 되찾다 hết bịnh, 새해건강을 빕니다 chúc sức khoẻ năm mới. 건강진단 khám sức khoẻ. ~서 giấy khám sức khoẻ. 건강에 주의하세요 hãy giữ gìn sức khoẻ! 건강에 해로운 có hại cho ~. 건강은 부보다 귀하다 sức khoẻ quý hơn tiền bạc. 건강을 잃으면 모든것을 잃는다 nếu mất sức khoẻ sẽ mất tất cả. ~을 돌보다 giữ ~.

(속)건강이 제일이다 ăn được ngủ được là tiên.. 그는 90 세이지만 여전 히 건강하다 ông ấy đã chín mươi nhưng vẫn còn tráng kiện, ~하고 회복이 빠른(구어) mát da mát thịt. 건강상 주는 휴가 nghỉ mất sức. ~이 쇠약해지다 sa sút ~. ~이 아주 좋은 có sức khoẻ dồi dào.

(명)건강을 유지하는데 필요할 정도로만 쾌락을 즐겨라 Hãy giữ sức khoẻ bằng cách tận hưởng vui sướng có chừng mực.

건강한 사람 võ phu.

건강해 보이는 tròn trịa.

건강상태 tình trạng sức khoẻ.

건강에 해로운 có hại cho sức khoẻ.

건강시술사 cán sự y tế.

ㄱ

건강증명서 giấy chứng nhận sức khỏe..
건곤(하늘과 땅) càn khôn.
건곤일색 (온통 같은 빛깔) tất cả một màu
건곤일척(한판승부) sự đánh cuộc, đánh cuộc.
건국하다 kiến quốc, dựng nước. 건국기념일 (개천절) lễ quốc khánh. 건국훈장 huy chương kiến quốc.
건기 mùa nắng (반)우기 mùa mưa.
건너다 đi qua, đi ngang qua, lội qua, băng qua, vượt qua. 철길을~ băng qua đường sắt. 다리를~ qua cầu. 바다를 ~ vượt biển. 강을~ lội qua sông. 건너뛰다 nhảy cóc.
건너가다 chuyển qua.
건너편 đối diện. bên kia, 학교 건너편이 우리집이다 nhà tôi đối diện trường.
(속) 건너편 산 보고 꾸짖기(남을 간접적으로 비판함) Nhìn qua núi bên kia mà mắng la, (phê phán người khác một cách gián tiếp).
건널목 đường chắn xe, đường băng ngang. 건널목지기 người canh gác.
건네주다 chuyển giao, trao tay. chuyển, đưa, 권한을 ~ ~ quyền hành, 편지를 ~ trao tay lá thư, 친구에게 책을 ~ đưa sách cho bạn, (수여하다) trao tặng.
건달 kẻ phóng đãng, kẻ ăn bám, người vô dụng, xỏ lá, chơi bời. 그는 ~이다 nó thật là người vô dụng.
건대 (내가 보건대) theo tôi. 듣건대 theo tôi nghe. 내 경험으로 보아서 theo kinh nghiệm của tôi.
건더기 chất đặc, ~가 없는 국물 canh suông,. 국건더기 ~ trong canh (súp).
건드러 (간드러) 지다 hấp dẫn, duyên dáng.
건드레하다 hơi say, ngà ngà.
건드리다 chọc tức (giận). động đến, (자극하다) kích thích, kích động. 여자를 ~ chọc gái, chọc ghẹo. 나를 건드리지 말아요 đừng chọc giận tôi.
건드리지 않은 nguyên lành. ~ 처녀 cô gái ~.
(명)건드리지 않은 벌이 쏠까? (남을 해 하지 않으면 남도 나를 해하지 않는다) Không trêu ong làm sao bị ong đốt.(không hại người thì người cũng không hại mình).
건들거리다 (흔들거리다) đu đưa, lúc lắc. 건들거리며 걷다 đi lúc la lúc lắc.
건립하다 xây dựng, xây cất. kiến lập.
건마는 (했는대도) dù cho, mặc dù. 노력했건마는 성공하지 못했다 dù cho hết sức nỗ lực nhưng vẫn không thể thành công.
건망증 chứng hay quên, đãng trí.
건물 (빌딩) toà nhà.
건반 bàn phím. 건반악기 phím nhạc khí.
건방지다 xấc láo, xấc xược, láo lếu, cao kỳ, ngạo mạn, ngạo nghễ, tự đại(cao), láo xược. 건방진 소리 하다 ăn nói ~.
건빵 bánh quy, bánh mì khô.
건배하다 nâng ly(cốc). chúc rượu, 건배합시다 cạn chén (잔을 비웁시다)
건사하다 (간직하고 돌보다) giữ gìn,

bảo quản.

건설하다 xây dựng, kiến trúc(thiết) (반) 파괴하다 phá hoại,. 건설적 의견 ý kiến xây dựng. 건설공사 công trình ~. 건설비 chi phí ~. 건설부 bộ xây dựng.

건성으로 qua loa, sơ qua. hờ hững, ~ 읽다 đọc ~.형식적으로 읽다 đọc qua loa, ~ 대답하다 hờ hững đáp. ư hữ, 문을 ~ 닫다 cửa khép hờ. ~ 말하다 nói suông, ~듣다 nghe hơi.

건성인 phớt.

건수(수량) số lượng. 취급건수 số lượng đang làm.

건시(홍시) quả hồng khô.

건실(견고, 확실)하다 vững chắc, vững vàng, chính xác. 건실한 사람 người đáng tin cậy. 건실한 경영 kinh doanh vững vàng.

건아 thanh niên khoẻ mạnh. trai tráng

건어 cá khô. 건어물(건조식품)lương khô.

건위 dạ dày khoẻ. 건위 (소화)제 thuốc tiêu hoá.

건의 (제의) đề(kiến) nghị. 건의서 giấy ~. 건의함 hộp thư góp ý.

건장한 tráng kiện. sức khoẻ. vạm vỡ, 건장한 노인 ông lão ~.

건전한 lành mạnh. ngay lành, kiện toàn, ~ 사상 tư tưởng ~. ~놀이 trò chơi ~.

건전지 pin khô. điện trì.

건재(건설자재) vật liệu xây dựng.

건재하다 ăn ở thường.

건조한 khô ráo, hanh hao, ~데 보관 bảo quản nơi khô ráo. 건조하고 화창한 날씨 trời nắng ráo.

건조하다 (건축) xây dựng, kiến trúc.

건조하다 (습기가 없다) khô. khô ráo, 건조기 (건기) mùa nắng, mùa khô. (반) 우기 mùa mưa. 건조 주의보 báo động khô hạn.건조시키다 làm khô. 건조 식품 lương khô.

건조하다(세우다)kiến tạo.

건지다 cứu vớt, giải cứu, vớt lên, kéo lên. 시체를 건지다 (인양하다) vớt xác chết trôi.

건초 (마른풀) cỏ khô. (짚)rơm. ~ 더미 đống(đụn) rơm. bó rơm, (잡초 cỏ dại)

건축 kiến trúc, xây dựng. (반) 파괴 phá hủy, ~술 thuật ~, 건축비 phí xây dựng. ~가 ~ sư. người xây nhà, 건 축가 사무소 văn phòng kiến trúc sư.

건축물 vật kiến trúc.

건축자재 tư liệu kiến trúc.

건축중인 đang cất.

건투 chiến đấu sức mạnh.

건평 diện tích của căn nhà.

건포(소고기등을 말린 것) cá khô. 건포도 nho khô.

건패율 mức độ xây dựng.

걷다 đi bộ. bước. 아장 아장 걷다 đi chập chững. (거두다) thu, (돈을) thu góp tiền. 수험생들의 시험지를 ~ thu bài thi của các thí sinh.

걸으면서 두팔을 흔들다 vừa đi vừa tung tẩy đôi tay.

걷어내다 hớt.

걷어올리다 vén. xăn, tốc, quén. 옷을~ ~ áo. 바지를 ~ vén quần. 잘 ~ ~ khéo.

걷어차다 đá. 정강이를 ~ đá ống quyển.

ㄱ

걷어치우다 lấy đi. 하던 일을 ~ chấm dứt, ngưng lại(중지하다)
걷잡다 cầm lấy. 걷잡을 수 없는 분노 giận giữ không kiềm chế được.
걷히다 (구름이) hết mây. (돈이) gom góp tiền.
껄끄럽다 không mềm mại, bị sần sùi.
껄껄웃다 cười khà.
걸다(고리로)móc, 손가락으로 ~ ~ cổ.
걸다 treo. móc. ngoắc. 옷을 ~ móc áo. 벽에 ~ ~ lên tường, 천정에 램프를 ~ ~ đèn lên trần nhà, 벽에 걸린 그림 bức tranh ~ trên tường, 깃발을 ~ treo cờ, (끼다) đeo, 땅이 ~ (기름지다) đất phì nhiêu. 먹을 것이 ~ nhiều món ăn. 농을 걸다 nói đùa. 시비를 ~ kích động, gây lộn. 전화를 ~ gọi điện thoại. 발동을 ~ khởi động máy. (문을)gài cửa. 문고리를 ~ khoá cửa.
걸다(내기하다) thách. 돈을 ~ đánh cuộc.
껄덕이 người háu ăn.
걸려 넘어지다 vấp ngã (té)
걸레 khăn lau tay.
(속) 걸레 씹는 맛(하기 싫은 일을 해야만 할 때 진저리가 난다) Như nhai giẻ rách (chán chường khi phải làm việc mình không thích).
걸리다 (매달리다) treo, máng. 법에 ~ vướng vào luật pháp. 그물에~ bị mắc lưới. 질병에 ~ nhiễm bệnh. nhuốm bệnh, 함정에 ~ mắc phải. 덫에 ~ vướng vào cạm bẫy. mắc bẫy, 마취에~ bị vướng vào cơn mê, 옷이 못에 ~ áo vướng vào cây đinh, (목구멍에) 가시가 걸리

다 mắc xương cá. 감기에 ~ bị cảm. (마음에) 그 일이 마음에 걸리다 việc ấy đè nặng lòng tôi.
걸리다 (필요) mất. 사이공까지 몇시간 걸리나요? Đến sài Gòn mất mấy giờ?
걸리다(시간이) mất, 10 분 걸리다 mất 10 phút.
걸리다(걷게 하다) dắt, 걸리고 가다 dắt đi.
걸림돌 đá ngáng chân. vướng phải. ~이 되다 làm gương xấu.
걸레 giẻ lau. 마른 걸레로 닦다 lau sạch bằng giẻ khô.
걸맞다 (어울리다) phù hợp, thích hợp, tương xứng.
걸머지다 (걸메다) mang, vác. 빚을~ mắc nợ. 등에 업다 cõng. 아이를 업다 cõng đứa bé trên lưng.
걸빵 (멜빵) dây đeo lưng.
걸상 (의자) cái ghế. 책상과 의자 bàn ghế.
걸쇠 then chốt. (빗장)chốt.
걸식하다 ăn xin, ăn mày. hồ khẩu
걸신들리다 tham ăn.
(명)걸신들린듯이 행복을 추구하지도 말고 불행을 두려워하지도 말라 Đừng theo đuổi hạnh phúc, cũng đừng sợ bất hạnh như quỉ đói thèm cơm làm gì.
걸어서 가다 đi vã.
걸음 bước chân. 한걸음씩 từng bước một. 걸음걸이 dáng(cách) đi. nước bước, thốn bộ, 무거운 ~ dáng đi nặng nề. ~을 멈추다 ngừng bước(chân). ~속도를 빨리 하다 rảo bước(cẳng).
걸음마 đi chập chững. ~를 배우다 tập

đi.
걸이 (모자걸이) móc nón.
걸인 (거지) ăn xin, ăn mày.
걸작 kiệt tác, tuyệt tác.
걸작품 tác phẩm vĩ đại.
걸출한 kiệt xuất, ~ 영웅 hùm thiêng
걸출한 작품 tác phẩm xuất sắc.
걸핏하면 thường hay. 걸핏하면 운다 thường hay khóc..
걸치다(옷을)đóng khố.
걸터앉다 ngồi lên. ngồi chàng hảng, 책상에 걸터앉다 ngồi lên bàn.
껌 kẹo cao su.
검 gươm. gươm giáo, 단검 dao găm.
검을 쑤셔 넣다 nạp gươm (반) 검을 빼다 rút gươm ra.
검고 윤이 나는 đen nhánh. ~ 머리칼 mái tóc ~.
검객 người đánh kiếm (gươm).
검거하다 bắt giữ. 모두 검거하다 vây bắt hết.
껌껌하다 tối đen.
검뇨하다 kiểm tra nước tiểu.
검다 (껌다) đen. đen tối,(반)하얀 trắng, 얼굴이~ nước da đen. (속이) 검다 lòng dạ đen tối. 검게하다 ám. 검은 기 cờ đen, 검은 눈 mắt huyền, 검게 타버린 cháy hoét. 검게 멍든 자국 vết máu thâm tím. 검은 ô, then, thâm, 검은 페인트를 칠하다 sơn then. ~수건 khăn thâm. 흑마 ngựa ô.
검도(검술) thuật đánh gươm.
검둥이 người da màu. 흑인 người da đen. 검둥오리 sâm cầm.
검량 kiểm tra số lượng.
검류계(전기를 측정하는)điện lưu kế.
검무(칼춤) múa gươm.

검문(조사)하다 kiểm tra.
검버섯(반점있는) lốm đốm đen.
검부러기 (지푸라기)rơm rạ.
검불(마른 풀) lá khô, cỏ khô.
검붉다 màu đỏ đen, 검붉은색 màu huyết dụ.
검사하다 kiểm tra. điều tra. tra cứu, (내사)xem xét, 서류를 ~ tra cứu hồ sơ, 회계 검사 kiểm toán. 검사서 giấy ~.
검사를 위해서 피를 빼다 trích huyết.
검사 공 tố viên, kiểm sát viên. quan biện lý. 판사 quan tòa, thẩm phán.
검산하다 kiểm toán.
검소한(절약) thanh đạm, tằn tiện, mộc mạc. giản dị (반) sa치스런 xa xi, ~성격 tính ~, 검소하게 살다 sống thanh đạm, chắt lót, ăn nhịn để dành, giản dị.검소하게 쓰다 tiết dụng.
검소한 가구 ổ đạc tuềnh toàng.
검소하게 사는 주부 tảo tần.
검색하다 khám xét, lục soát.
검속하다 bắt giữ.
검수기 (수질검사기) máy kiểm nước.
검술 kiếm thuật. thuật đánh gươm.
검시하다 khám xác chết. 검시관 nhân viên ~.
검안하다 (눈검사) kiểm tra mắt.
검약(절약)하다 tiết kiệm.
(명)검약 그 자체가 큰 수입원이다 Tiết kiệm, tự việc ấy đã là nguồn thu nhập lớn.
검역하다 kiểm dịch. 검역관 kiểm dịch viên. 검역소 trạm kiểm dịch.
검열(감사)관 viên thanh tra.
검열하다 xét duyệt, (영화등을)kiểm

ㄱ

duyệt. 검열 국 ty ~.
검온(온도)기 nhiệt kế.
검은 đen, đen đủi.
(속) 검은 고기맛 좋단다(햇볕에 탄 사람에 대한 농담) Thịt màu đen thì ngon (đùa người da sạm nắng).
(속) 검은 머리 파뿌리 되도록(백세까지 살기를 축원함) sống mãi từ khi tóc còn xanh đến lúc thành rễ hành (chúc sống thọ trăm tuổi).
검은 고양이 mèo mun.
검은 반점 thâm kim. ~이 있는 바나나 trứng cuốc.
검은 연기 khói mù mịt.
검은 때(반점)thâm kim, 옷을 빨지않고 오래 입으면 ~가 낀다 áo mặc lâu không giặt nên bị ~.
검열하다 kiểm duyệt. (군대의) diễn hành, xem xét lại.
검은 트라이, 햇빛에 탄 얼굴 mặt ~ vì sém nắng.
검은 머리 파뿌리 될때까지 cho đến răng long đầu bạc.
검은 빛을 띠다 en trùi trũi.
검은 콩 đậu đen. ô đậu.
검은 페인트 sơn then.
검인(도장을 찍다) đóng dấu. 검인정 giấy phép.
검인정 교과서 sách giáo khoa giấy phép.
검정 màu đen. 짙은 ~ đden sẫn
검정 사마귀 nốt ruồi.
검정필(허락) sự cho phép.
검증하다 kiểm chứng.
검전기 điện nghiệm.
검진하다 khám sức khoẻ.
검찰청 tòa thanh tra, viện kiểm sát.

công tố viện, 검찰총장 tổng thanh tra. chưởng lý
검출하다(화학) phân tích.
검침하다 đo số lượng (nước hay điện)
검토하다 kiểm thảo. rà lại. 재검토 tái ~.
검파기(물리)thám ba.
검파하다 dò tìm sóng.
검푸르다 màu xanh đen. thâm tím.
겁간 (강간)하다 hiếp dâm.
겁 hèn(nhút) nhát. ~에 질린 hơ hải. sái nhiên, 겁 이 많은 ké né. 겁에 질려 말문이 막힌 sợ điếng người.
겁내는 nhút nhát.
겁낼 것 없다(아무것도) không việc gì phải sợ.
겁없는 tợn tạo.
겁장이 kẻ nhát gan. đồ hèn nhát
겁에질려 hớt hải, hoảng sợ(hồn), dáo dác, ~보다 ngó dáo dác. ~ 소리치다 la hoảng. ~도망가다 hoảnng hồn chạy mất.
겁에 질리다 thất kinh.
겁에 질린 sái nhiên. ~ 파란 얼굴 xanh mặt.
겁나다(무섭다) sợ hãi. 겁이 나다 hơi sợ, 겁결에 소리쳤다 rùng mình la hét.. 겁없는 liều lĩnh. 겁에 질린 hoảng sợ. hớt hải, 죽는 것은 조금도 겁나지 않다 không sợ chết chút nào cả. 겁없이(제멋대로) ngang nhiên.
겁을 내다 sợ điếng.
껍데기 vỏ (껍질). 껍질을 벗기다 bóc vỏ, lột vỏ. 과일 껍질 vỏ trái cây. 껍질을 까다 gọt vỏ,
겁많은 non gan, hèn nhát..
겁먹다 hoảng loạn. 겁먹은 sợ sệt, nhút

nhát.
겁없이 bạt mạng, 겁없이 ---할 태세를 갖추다 lăm lăm, (제멋대로)ngang nhiên, 겁없는 bạt mạng.
겁에 질려 뛰다 hoảng hồn chồm tới.
겁에 질려 말문이 막힌 sợ điếng người.
겁에 질리다 thất kinh. hoảng lên.
겁에 질린 파란 얼굴 xanh mắt.
겁이많은 nhát gan, hèn nhát. 겁이 많은 아이 đứa bé quá nhát gan.
껍질 vỏ,(반)알맹이 ruột, ~을 벗기다 lột vỏ(da). 과일 ~을 벗기다 bóc vỏ, ~이 벗겨지다 trợt da.
겁탈하다 (빼앗다) kiếp đoạt, đoạt lấy. (강간) hiếp dâm.
-- 것 뿐만 아니라 không thôi mà -- nữa
것 (이것) cái này. (저것) cái kia.
겉과 속이 다르게 행동하다 ăn ở nhị tâm.
껑충한 lỏng khỏng, ~체격 hình dáng ~.
겉 (표면) bề mặt. (반) 속 bên trong, 외면 mặt ngoài, bề ngoài. 겉만 보고 판단하다 nhận xét qua bề ngoài. 겉만 번지르르한 màu mè. cà khổ. 겉으로 양심적인체 하다 giả nhân giả nghĩa, 겉으로 보기에는 nhìn bề ngoài thì. 겉보기에는 정숙하다 ngoài mặt thì hiền lành.
겉늙다 trông già hơn tuổi.
(속) 겉 다르고 속 다르다(사람이 두가지 성격을 가지고 있다, Ngoài vỏ khác trong ruột khác (người có tính cách hai mặt, xanh vỏ đỏ lòng)
겉돌다 xoay tự do.
겉맞추다(아첨하다) xu nịnh, tâng bốc, nịnh bợ.

겉모습 hình dong. gương mặt
겉모양 bề ngoài,
겉보리 lúa mạch chưa xay.
겉봉(겉봉투) bao thư, phong bì.
겉옷 áo ngoài(dài) (반)속옷 áo lót (vắn).
겉으로 들어난 재산 của nổi.
겉잡다 (어림잡다) ước độ, phỏng chừng.
겉장(표지) bìa sách.
겉짐작 ước độ.
겉치레 giả dạng, phô bày ra ngoài. ~뿐인 chơn chất, mầu mè
겉치레로 (형식적으로) đáp ứng dạ dip. ~ 하는 말 lời nói màu mè, ~ 속삭이다 thì thào màu mè. ~ 인사 말을 하다 ăn nói thớ lợ. ~로 차려 입은 옷 quần áo xênh xang.
겉치장(레) 하다 tô vẽ, tô hồng.
겉핥기로 읽다 đọc thiệp liệp.
겉핥기식으로 말하다 nói sơ qua.
겉핥기식으로 아는 vọc vạch, 베트남 어를 ~ 조금 알다 biết ~ ít tiếng Việt.
게 con cua. 게장젓 dầm con cua. ~의 등 껍질 vỏ cua. ~스프 riêu cua.
(속) 게 걸음 친다(진보가 없이 다만 후퇴만 있을 뿐이다) Đi theo kiểu cua bò(không có tiến bộ, chỉ có thụt lùi).
게스프 sup(riêu) cua
께 (아버지께) cho bố. 부모님께 편지를 보내다 gửi thư cho bố mẹ.
게걸스럽게 phồm phàm, ~먹다 ngốn ngấu.
게걸스러운 la liếm.
게다가 hơn nữa, ngoài ra, thêm vào đó(더욱이), huống gì, vả lại.

게릴라 du kích. ~ 근거지 căn cứ ~.
게릴라전(적근거지에서 싸우는) vành đai du kích.
게시록(성경) khải huyền.
게시하다 niêm yết. yết, 게시판 bảng (남), biển(북) bảng thông báo.
게시판에 내다 ra bảng.
게양하다 kéo cờ. dương.
게우다 (토하다) nôn mửa. nôn thốc.
게으르다 lười biếng. cù rũ(rù), (반) 부지런 하다 cần cù, 게으름뱅이 kẻ ~. 직무를 게을리 (소홀히)하다 xao lãng nhiệm vụ. 게으른 lười nhác (북), làm biếng, biếng nhác (남). 게으름(나태) tính lười, lười biếng. 게으름 피우다 nhàn tọa. 게으르고 멍청한 ù lì.
(속) 게으른 놈 짐 많이 진다(게으른 놈은 일 끝나기를 바란다 그래서 한번에 많은 것을 도맡는다) Kẻ lười nhác vác công nhiều đồ (kẻ lười muốn làm việc cho xong nên một lúc ôm đồm nhiều thứ).
게으름 피우지 않고 일하다 làm uất.
게을러 빠진놈 lười thối thây.
게임 trò chơi.
게재하다 đăng quảng cáo. 신문에 광고를 게재하다(싣다) đăng quảng cáo trên báo.
게트림하다 ợ (ăn không tiêu).ợ hơi.
겟세마네(성경) Ghết-sê-ma-nê.
겨 cám, trấu. 쌀겨 cám gạo.
바람에 나는 겨 gió thổi bay cám.
(속) 겨 묻은 개가 똥 묻은 개 나무란다 (자신의 결점은 모르고 남의 결점만 나무란다) Chó lấm cám mắng chó lấm phân(khuyết điểm của mình không biết, chỉ mắng la khuyết điểm của người khác).
겨냥하다 nhắm súng, chĩa vào, nhắm bắn. (겨누다) chĩa súng, rình bắn.
겨드랑이 nách. 옷의 ~ nách áo. 겨드랑이에 끼다 xách nách.
겨레(민족) dân tộc, (동포) đồng bào.
겨루다 thi đấu, thi đua, đua nhau. kình chống.
겨를 (여가) (시간) giờ rãnh. 겨를이 없다 không rãnh.
겨우 (간신히) vừa mới, chỉ có, suýt nữa. 겨우 한사람만 살았다 chỉ có một người còn sống. ~연명하는 hầm hút. ~이해하다 mới hay. ~조금 안다 biết võ vẽ.
겨우 생계를 이어가다 ăn xổi ở thì.
겨우내 (겨울내내) suốt mùa đông.
겨우살이 (겨울을 넘김) vượt qua mùa đông.
겨울 mùa đông. 겨울방학 nghỉ đông. 겨울의 끝 tàn đông.
겨워하다(힘겨워하다) cảm thấy quá sức mình.
껴안다 ôm lấy, ủ ấp, ghì. 꼭 ~ ôm chặt. 껴안고 키스 하다 ôm hôn, (어깨를) choàng vai, (갖다) ấp ủ, 희망을 갖다 ấp ủ hy vọng.
껴입다 mặc thêm nữa.
겨자 cải cay, mù tạt, 겨자씨 hột cải.
격감하다 suy giảm, giảm bớt.
격납고 kho máy bay.
격년으로 từng hai năm.
격노하다 giận dữ, kích nộ, sôi gan thịnh nộ. 격노한 lộn ruột. tức bực(tối).
격동시키다 kích động.
격동하다 rung động, chuyển động.
격랑 (큰 물결) sóng to, biển động to,

sóng thần.
격려하다 khích(tưởng) lệ, khuyến khích. nâng đỡ, nói khích, cổ vũ, 격려사 lời ~.
격렬한 mãnh(kích) liệt, sôi nổi, quyết liệt. ~폭풍 bão tố, ~ 경쟁 cạnh tranh ~. ~세미나 buổi họp sôi nổi, 격렬하고 영웅적인 항쟁 đấu tranh sôi nổi và anh dũng. ~ 토론 cuộc bàn cãi sôi nổi.
격론하다 tranh cãi sôi nổi.
격류 lũ dữ. 격류에 휩쓸려 가다 bị lũ dữ cuốn đi.
격리하다 cách ly. 환자를 격리하다 cách ly bệnh nhân.
격멸하다 huỷ diệt, huỷ hoại.
격무 công việc quá nặng (khó khăn). 격무에 지치다(시달리다) kiệt sức vì công việc. 격무로 쓰러지다 xỉu vì quá sức.
격문 bản kêu gọi. hịch.
격물치지 cách trí.
격발(발사) 하다 bóp cò nổ súng.
격변 thay đổi đột nhiên. 사회의 격변 thay đổi xã hội đột nhiên.
격분하다 giận dữ. ức lòng, ấm ức. kích phẫn.
격세지감 cảm giác cách biệt.
격식 cách thức. thể cách(lệ), ~에 맞지 않게 하다 làm không đúng ~. 격식을 차리다 làm khách, quan cách. giữ khách sáo. 격식을 차리지 마세요 xin đừng khách sáo. (예절) cung cách.
격심하다(매우 심하다) nặng nề, mãnh liệt. 격심한 경쟁 cạnh tranh quyết liệt. 격심한 통증을 느끼다 đau điếng.

격앙하다 quá khích, mất bình tĩnh.
격월로 từng hai tháng.
격의 없는 suồng sã. ~ 대화 câu chuyện không che giấu gì cả.
격언 cách ngôn, châm ngôn(잠언)
격일 cách nhật, ~제로 từng hai ngày.
격전 chiến đấu ác liệt. kích chiến
격정 tình cảm mãnh liệt.
격조사 tiểu từ cách.
격조하다 không nghe gì cả.
격조 높은 phong cách cao quý.
격주제로 từng hai tuần.
격증하다 tăng gia nhanh chóng.
격진 động đất mạnh.
격차 chênh lệch. cách biệt. 임금의 격차 ~ lương tháng.
격찬 quá khen.
격추하다 bắn(đánh) rơi.
격침하다 phá chìm.
격퇴하다 đẩy lùi.
격투를 벌리다 chiến đấu.
격파하다 phá hoại.
격하하다 xuống cấp, giáng cấp.
격한 gay gắt, ~ 감정 tình cảm mãnh liệt(gay gắt)
격하기 쉬운 성질 kích thích tính.
겪다(경험하다) kinh nghiệm, trải qua. (치르다) 손님을 치르다 tiếp đón.
견(실크)trù, 견으로 된 벨트 thất lưng ~.
견갑골 xương vai.
견강부회 (억지로 끌어다 맞춤) sự gượng gạo, không tự nhiên, sự bóp méo, xuyên tạc.
견고한 vững vàng, vững chắc(mạnh). kiên cố, vững chãi, 견고하게 서다 đứng vững. ~경제 kinh tế vững mạnh, 견고하게 하다(우호 관계)

ㄱ

siết chặt, 견고하게 지키다 kiên thủ, ~ 정도 độ rắn. 바위처럼 ~ vững như trồng. ~성 thành đồng.
견고한 애정 비유 vàng đá.
견디다 (참다) chịu đựng. ăn chịu. nỡ, kham, (배겨내다) 유혹에 견디다 chống lại sự cám dỗ. 견딜수 없는 nan kham.
견디지 못하다 chẳng chịu nổi.
견마(개와 말) khuyển mã.
견마지로 khuyển mã phi lao, nỗ lực một cách tận tình.
견문 (지식) kiến thức(văn). 견문을 넓히다 mở rộng kiến thức. 견문이 넓은 (박식한) thạo tin, 견문이 넓은 사람 người hiểu biết rộng.
견물생심 thấy của động lòng tham.
견본 kiểu, mẫu. mô bản, (상품의) hàng mẫu. ~ 으로 삼다(하다) làm ~.
견본 페이지 trang in thử.
견사 (명주실) chỉ tơ(quyển.
견습 tập việc(sự), ~하다 thử việc. thí sai, 견습공 công nhân thử việc.
견식 (식견) kiến thức, trí thức. ~이 넓은 thạo tin.
견실(튼튼)하다 vững chắc. 견실한 사람 người đáng tin cậy.
견우성 sao ngưu lang.
견우직녀 ngưu lang chức nữ.
견인하다 lôi kéo. 견인차 xe lôi. 견인력 sức kéo.
견장 cầu(ngù) vai. cái lon.
견적서 bảng báo giá.
견적하다 tính phỏng.
견주다 so sánh (비교하다)
견제(제지)하다 kiềm chế, chận lại, hạn chế. (방해) cản lại.

견지 (관점) quan điểm.
견지하다 giữ lấy. nắm giữ chặt. kiên trì
견직물 hàng tơ lụa. trừu.
견책하다(질책)khiển trách 견책받을 만한 đáng ~, 견출지 giấy để mở.
견학하다 kiến học, học qua quan sát.
견해(見解)kiến giải. 서로 다른 ~ ~ khác nhau. (생각) ý kiến. (관점) quan điểm, ~를 바꾸다 thay ổi ~. 나의 하찮은 ~ thiển nghĩ.
결강하다 sự vắng mặt.
결격 không đủ tư cách. 결격자 người ~.
결국 kết cục, cuối(sau) cùng, rốt cuộc.
결근하다 vắng mặt, nghỉ làm. 무단 ~ nghỉ không xin phép.
결근을 요청하다 xin nghỉ phép.
결과 kết(hệ) quả. (반)원인 nguyên nhân, 좋은 ~ hiệu quả, kết quả tốt. (반) 나쁜 ~ kết quả xấu. ~적으로 bởi đó. thành thử. ~를 생각지 않고 행동하다 làm càn. (부정의) tích sự, 어떤 ~도 얻을수 없다 chẳng được tích sự gì.
결과 없는 bất thành.
결과물 công cán.
결과를 얻다 thu hoạch, (속어)thành cơm thành cháo.
결코 --- 하지 않다 không hề.
결납품(결혼식의) trầu cau.
결단하다(단정을 내림) quyết đoán, quyết định, quyết tâm. 결단성 tính ~.
결딴나다 hư hỏng. 결딴내다 làm hư hỏng.
결단력(용기)khí tiết. ~있는 quả quyết.

(명)결단력은 강력한 자산이다 Tính quyết đoán vốn là một tài sản rất quý.
결단코 chẳng bao giờ. thế nào, ~ 만나지 않다 ~ gặp nhau. (결코). 나는 결코 가지 않을 거야 tôi ~ đi. thế nào tôi không đi.
결단하다 quyết đoán. (단체를 조직하다) tổ chức đoàn thể. 결단식 cuộc mít ting.
결당하다 thành lập đảng. 결당식 lễ thành lập ảng.
결론 kết luận. ~에 도달하다 ngã ngũ.
결렬되다 cắt đứt. bị gián đoạn, 회담은 결렬되었다 cuộc hội đàm bị gián đoạn.
결례 mất lễ phép.
결리다 cảm giác đau nhói. 가슴이 결리다 đau nhói ngực.
결막 màng mắt, nhãn. ~염(트라코마) sa nhãn. toét mắt, đau mắt. kích mạc.
결말(끝) kết thúc. 불행한 결말 ~ bất hạnh.
결박하다 trói. 범인을 결박하다 trói tội phạm.결박하여 끌려가다 bị trói giải đến.
결백 (순결) tinh khiết, thuần khiết. 청렴결백 thanh liêm khiết bạch. trong trắng, khiết bạch, ~을 주장 하다 tố oan. ~을 호소하다 khiếu oan.
결백한 vô tội, 나는 그가 결백하다고 확신한다 tôi tin chắc rằng nó ~.
결별(이별)하다 chia tay. (단절)đoạn tuyệt. 결별된 cách biệt.
결부시키다 nối kết lại, kết hợp với nhau.
결빙하다 đóng băng. 결빙기 mùa rét,

mùa lạnh.
결사 (단체를 조직함) kết xã, thành lập hội, tổ chức đoàn thể, 결사의 자유 tự do lập hội. 비밀결사 thành lập hội kín, một tổ chức bí mật.
결사(죽기를 결심하다) quyết tử.
결사대 đội quân cảm tử.
결사의 투쟁 tử chiến.
결사적으로 ề cổ, 결사적 투쟁 chiến đấu quyết tử. 결사반대 phản đối quyết tử.
결산 kết toán.
결산하다 thanh(quyết) toán. tính số, 결산보고서 báo cáo quyết toán, thanh lý. 수지결산 ~ thu chi.
결석(의학) kết thạch, sỏi thận.
결석하다 vắng mặt. thiếu mặt, vắng bóng, 무단결석 ~ không xin phép, 한번도 결석하지 않았다 không vắng mặt một lần nào cả. 결석계를 제출하다 cáo dả. 결석 사 ~. 정당한 이유없이 결석한 사람은 벌을 받게 될 것이다 những ai ~ không có lý do chính đáng sẽ bị phạt.
결선투표 biểu quyết cuối cùng.
결성하다 thành lập, (조직) tổ chức. 결성식 lễ thành lập.
결속선(건축)kẽm bô
결속하다 kết hợp, đoàn kết.
결손(손실) lỗ lã., thiệt hại, tổn thất.
결승선(골라인) mức ăn thua.
결승 vòng chung kết, ~전 chung kết. 결승전에 나가다 lọt vào vòng chung kết, 준결승 vòng bán kết.
결식 thiếu ăn. 결식 아동 đứa bé ~.
결실 (성과) thành quả.

결심 quyết tâm(lòng). lập chí(tâm), 담배 끊기를 결심하다 ~ cai thuốc lá. 단단히~하다 kiên quyết
결심서 quyết tâm thư.
결심(법) phán quyết. 결심공판 phiên toà phán quyết.
결여 (부족)thiếu, thiếu hụt. 그는 용기가 결여되어 있다 nó thiếu can đảm.
결연 (인연을 맺음) kết duyên.
결연히 quả quyết. quyết nhiên.
결연한 quả quyết, ~태도 thái độ~ (dứt khoát).
결원 tình trạng trống, chỗ trống, chỗ khuyết. 결원이 생기다 một vị trí bị bỏ trống
결의 quyết chí(ý). (의결) quyết nghị. 국회의 ~ quyết nghị của quốc hội.
결의문 bản quyết nghị.
결의 형제 kết nghĩa anh em.
결의하다 nghị quyết, quyết tâm, nhất định. quyết chí
결재하다 trình ký, chấp thuận. 결재를 얻다 được ~.
결전하다 quyết chiến. 결전 trận ~.
결점 khuyết điểm. sai sót, tật xấu, (반) 장점 ưu điểm. (성격상) nhược điểm. ~을 보충 하다 phụ khuyết, ~을 찾아내다 bới lông tìm vết. ~을 진지하게 인정하다 thành khẩn nhận khuyết điểm.
결정체 tinh thể. 노력의 결정체 thành quả nỗ lực.
결정하다 quyết(nhất) định. định đoạt, cảm đoán, ấn định, xác nhận, xác định, thẩm định, (반) 결정되지 않은 bất(vô) định, 결정되다 được ~.
결정적 타격 cú đánh dứt khoát.
그것은 내가 결정할 수 있는 것이 아니다 Việc ấy không do tôi định đoạt được.
결정하지 못한 vẩn vơ. 결정된 cả quyết. ~생각 nghĩ vẩn vơ..
결정(예정)론 thuyết tiền định.
결정화시키다 kết tinh.
결제하다(대금지불) thanh toán, thanh lý.
결집하다 tập trung, gom lại.
결초보은 kết cỏ ngậm vành.
결코 quyết, ~가지 않는다 ~ không đi.
결코(어떤 일이 있어도) thể nào, ~ 잊을수 없다 ~ không quên được.
결코 ...않다 chẳng bao giờ, chưa bao giờ, chẳng lẽ, chưa hề, chẳng hề, không bao giờ. đời nào. tuyệt nhiên, ~헛되지 않다 chẳng phải là vô ích đâu, ~ 그녀를 만나지 않겠다 tôi sẽ chẳng bao giờ gặp cô ta. ~ 그럴수 없다 chẳng hề như vậy. ~ 꺼지지 않는 불 lửa không bao giờ tắt. ~그런일이 없기를! không đời nào!. 우리는 ~ 헤어지지 않을 것이다 chúng tôi sẽ không bao giờ lìa nhau. 결코 그를 알지 못한다 không biết người đó đâu.
결코...아니다 chớ, chớ hề. 결코 아무도 없다 ~ có ai. 나는 결코 그를 알지 못한다 tôi chớ hề biết va.
결탁하다 âm mưu với nhau, cấu kết với nhau, (공모하다) thông đồng.
결투(투쟁). đấu tranh 계급 투쟁 ~ giai cấp. 정치투쟁 ~ chính trị. ~를 벌리다 chiến đấu. so kiếm.
결판나다 đã giải quyết rồi.
결핍(부족) thiếu sót. khiếm khuyết,

sự hụt, (반) 충분한 đầy đủ, tròn, 휘발유가 결핍 (부족) 하다 hết xăng.
결함 tỳ vết, (결점). 약점) sai sót, nhược điểm, khuyết(khiếm) điểm.
결합하다 kết hợp, chập. (반) 분리하다 chia rẽ, (결합시키다) phối hợp.
결합정신 tinh thần hợp quần.
결항하다 huỷ bỏ chuyến bay.
결핵 bệnh lao phổi. ~ 제거 trừ lao. 결핵환자 bệnh nhân lao phổi..
결핵을 치료하다 trị lao.
결행하다 thực hiện.
결혼 kết(thành) hôn. kết duyên, vu quy, (반) 이혼 ly hôn,
결혼을 파기하다 từ hôn.
결혼하다 đám cưới. lập gia đình, có vợ, lấy vợ, tiểu đăng khoa. 결혼지참금 hồi môn. 결혼 중매인 hồng diệp, xe duyên. 결혼 증서 hôn thư. 결혼을 거절하다 khước hôn (속애)dựng vợ gả chồng. ~을 알리다 rao hôn phối, ~을 강요하다 ép duyên, 결혼식 lễ thành hôn. đám cưới, 결혼했습니까? Bạn lập gia đình chưa? Anh có đôi bạn chưa?. 결혼신고 đăng kí kết hôn. 결혼증서 hôn thơ, thiệp cưới, ~ 잔치에 참여하다 ăn cưới. ~ 후 아내가 친정을 처음으로 방문하다 lễ lại mặt, 결혼식날 ngày cưới, 결혼기념일 ngày kỷ niệm ~. (억지로) 결혼시키다 buộc chân, 결혼 청첩장 thiệp cưới, thiếp hồng. 웨딩드레스 áo cưới. 결혼생활 cuộc sống hôn nhân. 결혼 선물 quà cưới. sính lễ, 결혼 증영서 sính mệnh, 결혼반지 nhẫn cưới, 중매 결혼 hôn nhân do mai mối, lễ dạm ngỏ, lễ hỏi. ~의 신(월하노인) nguyệt lão. ông tơ hồng, ~ 피로연(잔치) tiệc cưới, cỗ(ăn) cưới, ~이 사랑의 결과라 할지라도 kết hôn tuy là kết quả của tình yêu. ~의 신 nguyệt lão.
결혼의 맹약 tơ hồng.
결혼의 인연 tóc tơ.
결혼을 무효로 하다(파혼)tiêu hôn.
결혼을 파기하다 từ hôn.
결혼에 의해 관계를 맺다 làm sui.
결혼한 có gia đình, sánh đôi. ~남녀 đôi lứa. 아직 결혼하지 않았다 chưa ~.
결혼 적령기가 지나다 qúa lứa
결혼 지참금 giá tư.
결혼한 여자(속어) ván đã đóng thuyền
결혼후 신랑신부가 대면하는 의식 nhị hỷ.
결후(울대뼈) lỗ(lộ) hầu.
겸하다 kiêm, song. 문무를 겸비하다 văn võ song toàn. 전속부관 겸통역관 sĩ quan tuỳ viên kiêm thông dịch.
겸무하다 kiêm chức vụ.
겸비하다 kiêm toàn. 재색을 겸비하다 tài sắc vẹn toàn.
겸손한 khiêm tốn. từ tốn, (반) 오만한 kiêu căng, 겸손하게 말하다 nói một cách ~. 겸손하지 못한 chạy trước hươu. ~태도로 khép nép.
겸손한 말 (겸사) lời nói khiêm tốn.
(명)겸손해서 손해본 적이 없다, 돈이 안드는 즐거움이며 비용이 안들면 서 좋은 인상을 준다 Khiêm tốn chẳng gây thiệt hại cho ta, nó

ㄱ

là niềm vui không tốn tiền, không mất chi phí mà lại tạo được ấn tượng tốt với mọi người.
겸상하다 bàn ăn cho 2 người.
겸양 khiêm nhượng, nhún nhường. 겸양의 미덕 đức tính ~.
겸업하다 làm việc thêm.
겸연쩍은 ngượng nghịu, xấu hổ.
겸용하다 kết hợp sử dụng.
겸임하다 kiêm nhiệm.
겸직하다 kiêm chức, giữ thêm chức vụ.
겸하다 làm kiêm.
겸허하다 khiêm tốn, 겸허한 모습 vẻ người nhuần nhã.
겹 lớp. 두겹 hai lớp. 여러겹 nhiều lớp.
겹겹이 싸다 gói nhiều lớp.
겹겹이 쌓다 chồng chất.
겹글자 chữ kép.
겹다 (힘 겹다) hết sức khó khăn. 힘 겨운일 việc ~.
겹질리다 (접질리다) bị sai khớp, bong gân.
겹창 cửa sổ đôi.
겹치다 chồng chéo, trùng nhau. lặp đi lặp lại, chồng chất, 어려움이 ~ khó khăn ~, 손해가 겹치다 tổn thất chồng chất. 흉년이 ~ năm mất mùa ~.
경 kinh, (불경) kinh Phật.~을 염불하다 niệm ~.
경 (가벼운) nhẹ. 경공업 công nghiệp nhẹ. 경음악 nhạc nhẹ.
경(아랫사람:너) mày.
경(시간) khoảng. 3시경 khoảng 3 giờ.
경각 (순간) chốc lát.
경각심 lòng cảnh giác.
경감하다 giảm bớt, vơi bớt.

경감(경찰의) một viên chức cảnh sát.
경거망동하다 manh động, khinh động hành động nhẹ dạ.
경건하다 kính kiền, tin kính, ngoan đạo, 경건한 기도 cầu nguyện một cách ~.
경계 (선) ranh giới, biên giới. giới tuyến, ~표 mốc, 경계선 đường ~. ~말둑 cột mốc, ~구역 khu giáp giới. ~를 접하다 giáp giới, quân sự ~ ~ quân sự. ~가까운 giáp ranh.
경계를 설정하기 tiếp giới.
경계 (경비) bảo vệ, ~하는 cảnh giác. ~의 눈 mắt lanh. ~해야할 사람 (비유) mèo già hóa cáo.
경계하다(주의하고 살핌) tỉnh táo, âm mưu에 대해서 ~ ~ trước âm mưu.
경계(경보)상황 tình trạng báo động.
경고하다 cảnh cáo.(미리 알리다) báo trước. 경고(축구) thẻ vàng, 퇴장 thẻ đỏ.
경고신호 hiệu(còi) báo động.
경공업 công nghiệp nhẹ.
경과 kinh qua. tiến trình.
경과하다(시간) trôi qua. sẽ qua, (지나가다) trôi, 세월이 ~ thời gian ~, (경험) trải, (기한이) hết hiệu lực.
경과(과정)tiến trình.
경관 (경치) phong cảnh, cảnh vật, cảnh quan.
경관 cảnh sát viên. 여자 ~ nữ ~.
경구 châm ngôn. tục ngữ, (한해를 기원하는) thai chữ.
경구(입으로 들어감)thuốc vào miệng. ~ 피임약 thuốc ngừa thai.
경국지색(비유;미녀) sắc đẹp nghiêng nước nghiêng thành, nghiêng thành đổ nước.

경금속 kim loại nhẹ. (반) 중금속 kim loại nặng.
경기 (형편) hoàn cảnh, tình hình kinh doanh. 호경기 kinh doanh tốt đẹp.
(명)경기가 좋으면 모두가 좋아진다 nếu kinh tế mà khá lên thì tất cả mọi thứ đều trở nên tốt.
경기(아이의 증상)kinh đề.
경기(월경기) kinh kỳ.
경기 (시합) thi(trần) đấu, thi đua. 친선 ~ ~ giao hữu, 연습 ~ ~ để tuyển lựa, 경기장 sân vận động. vận động trường, đấu trường.
경기 심판 trọng tài, ~을 보다 làm ~ cho trận đấu. 국제심판 ~ quốc tế.
경기의 판수 ván, 세판에서 두판을 이기다 thắng hai trong ba ván, 첫판을 이기다 thắng ván đầu.
경기병 ky binh.
경기를 하다 giao đấu.
경기관총 súng máy nhẹ(tiểu liên)..
경기구(높이 올리는) khí cầu, quả bóng.
경내 trong khu vực. (경내의 수목) cây cối trong khu vực.
경내막 (해부) màng óc.
경뇌막 não bì mạc.
경대(거울) bàn soi gương.
경도 kinh đô, thủ đô. (지리)kinh độ, 동경도 kinh độ đông, (월경) kinh nguyệt.
경도(굳기) tính rắn chắc.
경락하다(경매) bán đấu giá. 경락인 người ngã giá.
경량급 (권투) võ sĩ hạng lông.
경력 lý lịch cá nhân. (내력) tiền tích.
경련 (발작) động kinh, kinh phong, co giật. 경련이 일어나다 bị ~.
경련(쥐)vọp bẻ, 그는 ~이 났다 nó bị ~.
경례하다 chào hỏi.
경로(노인 공경) kính lão, tôn trọng người già. 경로석 chỗ dành cho người lớn tuổi. 경로잔치 bữa tiệc ~. (노인을공경하다) kính lão, 노인 공경일 ngày lễ kính lão.
경로 (과정) quá trình. (여정)hành trình.
경륜 kinh luân, kinh nghiệm góp nhặt được. ~이 있는 thiệp đời.
경리 (회계) kế toán. 경리부 phòng ~. 경리사원 kế toán viên.
경리 장교 sĩ quan kế toán.
경마 cuộc đua ngựa. 경마장 trường đua. quần ngựa.
경망한 (경솔한) khinh suất, cẩu thả.
경모 (앙모) ngưỡng mộ.
경무관 chức vụ công an, tổng giám thị.
경매하다 bán đấu giá. cạnh mại. 경매에 붙이다 phát mại(mãi).
경멸하다 khinh bỉ(miệt). coi khinh. 경멸적인 khinh khỉnh.
경미하다 nhỏ mọn, nhẹ nhàng. 경미한 손실 tổn thất nhỏ, không đáng kể.
경박한 nhẹ dạ. cỡn cờ, khinh bạc, thiểu thảo (반) 신중한 thận trọng. ~ 아가씨 gái cỡn cờ. ~ 성격 tính nết thiểu thảo.
경배하다 thờ lạy.
경범 khinh tội.
경범죄 tội nhẹ.
경보 báo động. cảnh báo. 폭풍경보 ~ cơn bão.
경변증 (의학) bệnh xơ gan.

ㄱ

경부고속도로 đường cao tốc Seoul-Busan, xa lộ.
경부 임파선염(해부)tràng nhạc.
경비 (지출) kinh phí.
경비하다 cảnh bị, bảo vệ, trấn thủ, cảnh giác. canh phòng, 경비원 bảo vệ, người gác, 경비대 đội bảo vệ. 변경 (국경)을 ~ trấn thủ biên cương. 경비병 kẻ canh giữ. lính canh.
경비하기 위해 주둔하다 trú phòng.
경사 (경사스러운 일) việc ăn mừng, điềm lành.(축복 받을) diễm phúc. 더없는 ~ diễm phúc.
경사스러운 날 tốt ngày.
경사 đường nghiêng, 경사진 (기울 어진) dốc. vát, 경사진길 đường ~, 경사면 tà diện, 기울어진벽 tường nghiêng. 경사도 độ dốc, độ nghiêng(xiên).
경사(경찰의) hạ sĩ cảnh sát.
경상(상처) bị thương nhẹ(sơ sài)
경산부 sản phụ đẻ nhiều lần. (반) 초산부 sản phụ sinh con đầu lòng (con so).
경상비 phí thường lệ.
경색되다 nén cứng lại, sự tắt nghẽn. (시장경기가) thị trường khó khăn.
경서 kinh sách. (경전) kinh điển.
경석 đá bọt.
경선(선거) tranh cử. 대통령 선거에서 ~ 하다 ~ tổng thống.
경성시키다 làm cho tỉnh giấc.
경세 (세상을 다스림) (깨우침) đánh thức, thức tỉnh quần chúng nhân dân.
경솔한 nông nổi, khinh suất. hời hợt,

sỗ sàng, (반) 침착한 bình tĩnh, ~ 행동 hành động ~, 결솔한자 người ~. 경솔히 hành động nông nổi. 경솔하게 말하다 nói tuệch toạc.
경수로 lò hạt nhân.
경승 phong cảnh đẹp. 경승지 chỗ có ~.
경시하다 coi thường. khinh khi, khinh lờn(dể), .xem khinh.(반) 중시하다 trọng thị.
경식 bữa ăn nhẹ. 경식당 quán ăn nhẹ.
경신 (새롭게 바꿈) hạ đổi mới. 기록 경신 ghi kỷ lục mới.
경악하다 kinh ngạc, sửng sốt. 그 소식 에 경악했다 ~ khi nghe tin ấy.
경앙 (경모)하다 ngưỡng mộ, tôn sùng.
경애하다 kính(quý) mến, kính ái.
경어 lời nói kính cẩn. ~를 표하다 kính cẩn.
경어법 phép đề cao.
경연하다 tranh đua. 무용경연 cuộc thi múa. 미인경연대회 cuộc thi sắc đẹp (hoa hậu).
경연 (잔치) yến tiệc, tiệc vui.
경영 (수영)대회 cuộc thi bơi.
경영하다 kinh doanh(din).
경영 (관리) hạ kinh doanh, quản lý. 경영학 ~ học, 회사를 경영하다 ~ công ty. 경영주 giám đốc.
경영 분석하다 vận trù.
경외하다 kính sợ(nể).
경우 (상황) trường hợp, cảnh ngộ, tình huống. 이 ~에는 ở ~ này, 경 우에 따라 theo tình hình .어떠한 경우에도 dù trong hoàn cảnh nào.
경운기 xe cày cấy. xe máy cày

경옥 ngọc bích.
경위 (전말) quá trình từ đầu đến cuối. manh mối, 경위서 tài liệu manh mối. (상세 한 내막)ngành ngọn. ~를 알아내다 tìm ra manh mối.
경위(경찰의) trung uý cảnh sát.
경유 dầu dissel, dầu do, xăng dầu (휘발유)
경유하다 đi qua.
경음화 현상 tắc âm hoá.
경음악 nhạc nhẹ.
경이 (놀라움) ngạc nhiên. 경이적 kì lạ.
경이로운 thần linh(tình).
경의 (예의. 존중) lòng tôn trọng. 경의를 표하다 nể mặt, cung kính. tôn thượng. ~를 가지고 kính cẩn.
경작하다 cày(gieo) cấy, canh tác. cày bừa, xâm canh, 경작지 đất canh tác. canh địa. 경작자 điền giả(phu), 경작기 máy cày.
경장 (가벼운 차림) trang phục nhẹ.
경장(경찰의) hạ sĩ cảnh sát.
경쟁하러 가자!(은어) đi bảo đi (hãy đua xe đi)
경쟁자 (라이벌) đối(đấu) thủ, địch thủ, chiến tướng.
경쟁하다 cạnh tranh. tranh, tranh đua, ganh(thi) đua, bon chen, 경쟁 가격 giá cả ~. 경쟁력 sức ~. 경쟁상대 đối thủ ~. 경쟁시험 thi tuyển, công cua. 경쟁정신 óc ~. 상을 타려고 ~~ một giải thưởng.
경쟁 cuộc thi đua. sự tranh đua, cuộc thi. 나는 너와 ~을 하고싶지 않다 tôi không muốn tranh đua.
경쟁심 óc tranh đua.
경적 kèn, (싸이렌)còi. ~금지 cấm bóp còi, 경적을 울리다 bóp ~. 자동차 경적 tiếng còi xe.
경전 (불교의) kinh điển. (기독교) kinh thánh (성경), (회교) kinh coran.
경절 ngày lễ.
경정 sửa lại cho đúng.
경정(경찰의) cảnh sát trưởng.
경정맥(목의 정맥) tĩnh mạch cổ.
경제 kinh tế. 경제 절약 tiết kiệm ~. 경제과 khoa ~. 경제 문제 vấn đề ~. ~적인 tần tiện, ít tốn kém, 경제 정책 chính sách ~. 경제 협력 hợp tác ~. 자유경제 ~ tự do. 경제력 khả năng ~. 경제전 chiến tranh ~. 경제 공황(위기) khủng hoảng ~. ~전망 triển vọng ~. ~와 재정 kinh tài, 경제적 thuộc về ~. 경제 성장 phát triển ~ , tăng trưởng ~, 경제 경기 정체 đình trệ ~, 경제 동향 xu thế ~, 경제 격차 lỗ hổng ~, 경제 지표 chỉ báo ~, 경제 수준 trình độ ~, 경제 수명 tuổi thọ ~, 경제 가능성 tiềm lực ~. ~진출 phát triển kinh tế. ~에 관한 전문가 chuyên môn về kinh tế.
경제 정보 tìnn báo kinh tế.
경조 (조정경기) cuộc đua thuyền.
경조비 chi phí dùng trong dịp chúc mừng hay chia buồn.
경종 chuông báo động.
경죄 tội nhẹ.
경주 cuộc chạy đua. ~로 đường đua, 경주에 이기다 thắng cuộc. ~용 말 ngựa thi đua.
경중 khinh trọng, nhẹ và nặng.
경증 bệnh nhẹ. 경증 환자 bệnh nhân nhẹ.

경지 (상태). 어려운 경지 tình trạng khó khăn. (분야) lĩnh vực, 새로운 경지를 개척하다 khai thác lĩnh vực mới.
경지 (경작지) đất canh tác. ruộng đất, thổ canh, 경지 면적 diện tích ~.
경직 (굳어진) cứng rắn. cứng đờ. đơ. 목이 갑자기 굳어져 구부릴 수가 없다 cổ ngay đơ không cúi được.
경직하다(성격이) ngay thẳng
경진 (가벼운 지진) động đất nhẹ.
경질(단단한 성질) chất cứng.
경질 (바꿈) thay đổi.
경차(가벼운) khinh xa.
경찰 công an, cảnh sát. ~국 cảnh sát cuộc. ~조직망 màng lưới công an, 경찰에 알리다 báo ~. 경찰견 chó ~. 경찰서 đồn ~. 경찰관 ~ viên. đội xếp. ~서장 ti trưởng, 경찰봉 vồ..
경찰법에 위반하다 vi cảnh.
경찰이 중재하다 cảnh sát thường làm trọng tài.
경찰 총국장 tổng nha.
경찰에 체포되다 bị công an tóm.
경찰 재판소 tòa án vi cảnh.
경천동지 (크게 놀라게 함) làm cho kinh ngạc. động địa kinh thiên.
경첩 (민첩)하다 nhanh nhẹn, tháo vác.
경청하다 lắng nghe. thân nhĩ, 경청할 만 하다 đáng nghe.
경축하다 chúc mừng. quốc khánh, 경축일 ngày lễ quốc khánh.
경치 phong cảnh. cảnh trí. 좋은 ~ phong cảnh đẹp. 절경. 명승지(아름다운 ~) danh lam thắng cảnh. 시골 ~ (풍경) cảnh

đồng quê (nông thôn). ~좋은 곳 thắng địa. 밤경치 cảnh đêm. ~에 압도당하다 cảm cảnh. ~를 즐기 다 ngoạn cảnh.
경치를 보고 시를 짓다 tức cảnh. 경치에 취해서 시를 쓰다 tức cảnh làm bài thơ.
경칩(절기)kinh trập.
경칭 xưng tôn kính . Ví dụ (예): thưa, kính thưa. 귀빈 여러분 kính thưa quý vị.
경쾌하게 khinh khoái, thoăn thoắt, nheo nhẻo. nhẹ tênh hênh. ~ 걷다 đi thoăn thoắt. ~달리다 chạy xon xon.
경쾌한 (상쾌한) sảng khoái. ~ 기분 tâm trạng sảng khoái, vui vẻ. (재빠른)nhanh nhẹn.
경탄하다 thán phục, khâm phục.
경탄의 눈 đôi mắt khâm phục.
경편 (간편) thuận tiện, thích hợp.
경품 quà khuyến mãi. 경품권 phiếu thưởng.
경풍 (산들 바람) gió hiu hiu, gió thổi nhẹ.
경풍 (경기) chứng kinh phong, (경련하 다) co giật (của trẻ em).
경하다 (가볍다,경솔하다) khinh suất. (경미하다) nhỏ nhẹ.
경합하다 tranh đua, cạnh tranh.
경합금 kim loại hỗn hợp.
경향 (서울과 시골) thành phố và nhà quê.
경향 (추세) xu hướng, khuynh hướng. (지향) chí hướng.
경험 kinh nghiệm. từng trải, trải qua, (고 통따위를)xót dạ, 시련을~하 다 trải qua thử thách, 경험있는 사

람 người có kinh nghiệm, người từng trải. (반) 경험없는 사람 người không có kinh nghiệm, người non nớt. 경험이 풍부한 겸 dặn kinh nghiệm. từng trải, 무거운 시련을 경험하다 trải qua những sự thử thách gay go, 내경험으로는 theo ~ tôi. 미숙한 ~ non ~. 세상사에 ~이 많은 từng trải việc đời. 나는 결코 그러한 밤을 지내본 적이 없다 tôi chưa bao giờ trải qua một đêm như thế.
경험에 근거한 hậu nghiệm.
경험을 받아들이다 tiếp thụ kinh nghiệm.
경험을 전수하다 truyền thụ kinh nghiệm.
경험을 초월한 siêu nghiệm.
경험있는(익숙한) thiện nghệ.
경험이 많은 sạn đầu. ~사람 một tay thiện nghệ.
경험이 부족한 thiếu kinh nghiệm.
경험이 풍부한 사람 người sởi.
경험한바 있다 từng trải.
경호하다 hộ tống. 경호원 ~ viên. 경호임무를 맡다 theo ~.
경호(호위)군 quân hộ vệ.
경호병 vệ sĩ.
경화기 súng cầm tay.
경화증(병리)xơ cứng.
경환자 bệnh nhân bệnh nhẹ.
경황 cảnh huống, (여유) rảnh rỗi. ~이 없다 không có thời gian rảnh.
곁가지 nhánh phụ.
곁눈질하다 (힐끗보다) liếc mắt. háy mắt, khóe mắt, 오른 쪽을 힐끗보다 ~ sang bên phải. 소녀에게 윙크하다 liếc gái. 곁눈질로 흘겨보

다 nguýt.
곁두리 (샛밥) cơm qua loa.
곁들다 giúp đỡ.
곁들이다 thêm vào.
곁방(채) phòng bên cạnh. chái nhà.
곁방살이 하다 sống trong một phòng thuê.
곁뿌리 rễ nhỏ.
곁에 (옆에) bên cạnh. (가까이)gần gũi, 공원 곁에 ~ công viên. 창곁(옆)에 ~ cửa sổ.
곁에서 시중들다 túc trực.
계(계율) điều răn, khuyên. (합계) tổng số (cộng).
계 (계통) hệ thống. 한국계 베트남인 người lai Hàn Việt.
계(분야) giới. 정치계 ~ chính trị. 무역업계 ~ thương mại.
계간지 tạp chí từng quý. quý san.
계곡 (골짜기) thung lũng.
계관 (월계관) vòng hoa nguyệt quế. 계관시인 một nhà thơ được giải thưởng.
계교 (음모) âm mưu, mánh khoé.
계급 giai cấp. cấp bậc, 상류계급 ~ thượng lưu. (반) 하류계급 giai cấp hạ lưu. 계급투쟁 đấu tranh ~, 노동~ ~ lao động, 무산~ ~ vô sản.
계급성 tính giai cấp.
계기 (동기. 기회) động cơ, cơ hội.
계기 (양을 재는 기구) máy đo, dụng cụ đo.
계단 cầu thang, thang lầu(gác), bậc thang. 에스컬레이터 (자동계단) thang cuốn. thang tự động, 계단 손잡이 vịn cầu thang. ~을 뛰어내려오다 chạy xuống ~.
계단식 밭(논) nương.

계란 (달걀) trứng gà(북), hột gà(남) ~부침(후라이) ốp la, trứng chiên. ~흰자 lòng trắng. ~을 깨다 đập trứng gà. ~을 찌다 hấp trứng. (속) 계란으로 바위치기(불가능한 일) Lấy trứng mà chọi với đá (việc bất khả năng) (명)계란과 맹세는 깨지기 쉽다 Tứng và lời thề thường đều dễ vỡ.
계란의 흰자 lòng trắng. noãn bạch.
계란형 noãn hình.
계략 mưu kế, mưu mẹo, kế lược, thủ đoạn, (속임수) quỷ kế. ~을 꾸미다 lập kế. xoay sở, 계략에 빠지다 rơi vào ~, bị mắc mưu. ~을 쓰다 đánh bài. ~을 짜다 trù mưu.
계량하다 (수량을 헤아리다) lường, 쌀을 되다 ~ gạo.
계량기 đồng hồ. 전기 계량기 ~ điện. 수도계량기 ~ nước.
계류중 (유보중) sự bảo lưu, lưu giữ.
계리사 (공인회계사) kế toán viên được công nhận.
계명 điều răn. 십계명 10 điều răn.
계명 (법명) pháp danh.
계명성(샛별) sao Mai.
계명으로 노래하다(악) xướng âm.
계모 dì(mẹ) ghẻ, mẹ kế, kế mẫu. hậu mẫu. (반) 계부 kế phụ, cha kế, cha dượng, cha ghẻ.
계몽하다 khai hoá, giáo dục, khai sáng. khải mông(tâm)..
계발하다(일깨워 발전시킴) mở mang trí thức.
계보 dòng dõi, phả hệ, gia phả.
계사 (닭집) chuồng gà.
계산하다 tính tiền, tính(thành) toán. 계산서 (영수증) hoá đơn. 계산자

thước tính, 계산기 máy tính(kế toán). 계산대 (카운터) quầy tính tiền. 계산조견표 thành toán biểu, 계산하지 않는 không kể. 계 산하기 힘든 khôn lường.
계산을 잘못하다 làm tính trật. tính sai.
계산하여 생각해두다 tính chuyện.
계산할 수 없는 vô kể.
계상 (충당) 하다 thêm lên.
계세징인 (사람을 깨우쳐줌) giác ngộ, đánh thức quần chúng.
계속하다 tiếp tục(liền), nối tiếp, tiếp theo. mãi, (반) 중단 gián đoạn, 계속되는 liên tục (hồi) 계속되는 불행 hồi xui, 계속해서 lai rai. lia. ngắn dài, ròng rã, 계속해서 회전하다 xoay vần, 계속해서 탄식하다 thở than ngắn dài, 연속해서 6시간 일하다 làm việc sáu giờ liên tiếp. 계속 일하다 làm mãi. 계속되는 파도 sóng duy trì. ~ 내리다 tầm tã, kế tục, mãi, tiếp diễn.계속되다 còn tiếp, liên tiếp diễn ra, 연속적으로 liên tục. 뒤 tới tấp, 일이 계속 겹쳐오다 công việc tới tấp, 이야기를 계속하세요 xin hãy nói liên tục. 계속 왔다갔다 하다 đi về liên tục. 계속 남아 있다 vấn vương. 계속 여기저기서 놀기만 하다 ngồi lê. 계속 부르다 gọi riết. ...을 계속하여 쌍는, 아침까지 계속 자다 ngủ thẳng đến sáng.
계속 꾸짖다 xa xả.
계속 기다리다 ngong ngóng đợi.
계속 돌다 quay tròn.
계속 떠들썩한 râm ran
계속 똑바로 가십시오 cứ đi thẳng.
계속 반복하여 치다 đánh tới tấp.

계속 번영하는 thịnh lợi.
계속 불평하다 đay nghiến,
계속 서 있는 sừng sững
계속 쉬지않고 달리다 ruổi rong.
계속 앉아있다 xềm xệp.
계속 어렵다 khó khăn triền miên.
계속 울다 khóc ròng.
계속 울며 보채다 nhèo nhẹo.
계속 이야기를 하다 tiếp lời.
계속 자다 yên giấc.
계속 잔소리하다 xa xả, sa sả.
계속 재잘거리다 nói sa sả. ríu rít.
계속 재잘대다 ríu rít, líu ríu.
계속 지껄여대는 chéo léo.
계속해서 랜 hồi. (쭉) ròng rã. 한달이 ~ 흘러갔다 một tháng trời ~ trôi qua.
계속해서 불평하다 đay nghiến.
계속 혀를 놀리다 uốn lưỡi.
계속 흐느껴 우는 ti ti.
계속 흐르다 nhều nhão.
계수 (제수: 아우의 아내) em dâu, em vợ. (계산) tính toán, (지수)hệ số.
계수(수학) suất.
계수나무 cây quế. (상상의 나무) cây quế trên mặt trăng.
계승하다 thừa kế. kế thừa(vị), 전통을 ~ ~ truyền thống, 계승자 người ~.
계승권 quyền kế thừa.
계시(신이 가르쳐 알게함) khải thị. (경기에서 시간을 잼) tính giờ.
계시 (계시록) khải huyền . 계시하다 khải thị, phát giác ra.
계시다 (있다) có, ở. (하나님이) ngự, 우리안에 ~ ngự trong chúng ta, 어머니는 어디 계신가? Mẹ ở đâu?

계약하다 hợp đồng. thầu, giao kèo, khế ước. ~문서 khoán ước, (경매의 계약조건)điều kiện sách, 계약서 giấy ~, bản ~. tờ giao ước, 계약을 체결하다 ký ~. 계약인 chủ thầu, 다리건설을 위해 ~ thầu cất cầu, 계약을 취소하다 huỷ ~. 계약용지 tín chỉ
계약서를 작성하다 làm giấy, thảo hợp đồng..
계약서원본 nguyên khế.
계약금 tiền cọc, tiền đặt cọc. ~을 내다 đặt cọc.
계엄 giới nghiêm. 계엄령 lệnh ~. thiết quân luật, 계엄사령관 chỉ huy trưởng ~.계엄령을 선포하다 ban hành ~. 계엄을 해제하다 thu hồi ~.
계열 (계통) hệ thống, ngành. 기업의 계열화 hệ thống hoá xí nghiệp. 계열회사 chi nhánh công ty.
계원 nhân viên. 접수 계원 nhân viên tiếp tân.
계율 giới luật, (계명) điều răn.
계인 (도장) con dấu. 계인을 찍다 đóng dấu.
계장 trưởng ban.
계절 mùa, ~풍 gió ~. ~의 절정 giữa ~. ~에 맞지 않는 sái mùa. vụ, thời vụ, tuần tiết, 계절병 bệnh mùa đông.
계절의 중간 nửa mùa. 계절의 끝 cuối mùa.
계절 초기 đầu mùa.
계주 (이어달리기) chạy tiếp sức.
계진기 (먼지재는 기계) máy đo lượng bụi.
계좌 tài khoản. 계좌를 신청하다 (개

ㄱ

설하다) mở ~ (반) ~해약 đóng~
계집 gái. (반) 사내 trai. (계집애. 경멸적) con gái con đứa.
(명)계집의 독한 마음 오뉴월에 서리 친다 Lòng ác của người đàn bà gieo sương muối trong tháng năm tháng sáu.
계집종 con ở. tỳ.
계집질하다 ngoại tình.
계책 kế sách, mưu kế.
계측하다 đo lường, đo đạc.
계층 tầng lớp. giai tầng. 평민계층 ~ bình dân. 지식 ~ ~ trí thức.
계통 hệ thống. 계통에 따라 theo ~. 행정계통의 업무 nghiệp vụ hệ thống hành chính.
계피가루 bột quế.
계획(방도) mưu mẹo.
계획하다 kế hoạch. quy hoạch, trù hoạch, trù định, 도시계획 ~đô thị, 장기계획을 수립하다 lập ~ dài hạn 계획은 성공했다 ~ thành tựu, 계획은 백지화 되었다 ~ không thành tựu. 계획이 실패하다 thất sách. (전쟁의) trận đồ.
계획대로 theo ~. 5 개년 계획 ~ 5 năm. (전쟁의) 계획 trận đồ. 계획안 dự án.
계획적으로 속이다 đánh bẫy.
곗돈 tiền đóng góp của một nhóm.
고 (고인;죽은 사람) cố nhân, 고인의 유훈 lời di huấn của người qua đời.
고 (양. 수) 매상고 số lượng bán. 수확고 lượng thu hoạch.
고가 (가격) giá cao, cao giá, đắt đỏ.
고가교 cầu cao. (고가다리) cầu vượt.
고가도로 đường cầu cao.

고가 (오래된 집) căn nhà cũ.
고갈된 kiệt quệ. 자원고갈 ~ tài nguyên.
고갈 위험 nguy cơ cạn kiệt.
고깔 mũ thầy tu.
고감도 수신장치(무전) siêu tha phách.
고깝다 không hài lòng, khó ưa, khó chịu.
고것 (그것) cái đó.
고개 (머리) đầu. ~를 숙이다 cúi ~. gằm đầu, (목을 움츠리다) rụt cổ, ~를 흔들다 (거절) lắc đầu. ~를 끄덕이다 gật ~. ~를 들다 ngẩng ~. cất ~, 고개를 절레 절레 흔들다 đay đáy. 고개를 돌리다 lánh mặt. 반복해서~를 끄덕이다 gật gù, ~를 쳐들다 vảnh cổ.
언덕 đèo. đồi, 고갯길 đường đèo, đường dốc. 고개를 넘다 qua đèo.
고객(단골)khách hàng(quen) ~이 많은 đắt khách, ~유치 경쟁을 하다 câu khách.
고견 ý kiến hay, cao kiến.
고결한 cao nhã, cao khiết. ~ 인격 nhân cách ~. ~ 사람 cao nhân.
고결한 성품 nhân phẩm cao. tính tình tiêu sái.
고고하다 cao thượng, cao sang. 고고한 생활 cuộc đời ~.
꼬꼬댁 울다(닭) quác quác. cục tác. choác choác.
고고학 khảo cổ học. cổ học, 고고학자 nhà ~. ~을 연구하다 khảo cổ.
고고학 khảo cổ học.
고공 trời cao. 고공비행 sự bay cao.
고과표(능률표) phiếu năng suất.
고관 quan chức cao. quan to, qúi sĩ ~ 대작 lộc trọng quyền cao. ~의 저

택 sảnh đường.
고교 (고등학교) trung học phổ thông. 중학교 trung học cơ sở.
꼬꼽장이 người keo kiệt, bủn xỉn.
고구마 khoai lang. 감자 khoai tây.
고국(모국) non nước, cố quốc, nước mẹ. 고국산천 giang sơn ~.
고국에 돌아가다 về xứ mình.
고군분투하다 chiến đấu một mình, độc chiến.
고궁 cố cung, cung điện cổ.
고귀한 cao quý(nhã), thanh cao. cao thượng. ~집 đẳng nương nương. ~집안 quý môn.
~ 덕성 đức tính cao quý. ~ 사람 quý nhân.
고귀한 절개 cao tiết.
고금 xưa nay. cổ kim. 고금을 통하여 qua ~.
고급 cao cấp. .(반)하급 hạ cấp, 고급의 hảo hạng, 고급술 rượu hảo hạng, 고급종이 giấy bản. 고급제품 hàng ~. 고급장교 sĩ quan ~. 고급사원 nhân viên ~. ~화문석 chiếu đậu. ~ 주택 đài các.
고급 부관학교 trường tổng quản trị.
고기 thịt, ~한점 miếng ~, ~를 삶다 hầm ~. ~가 들어있 는 mặn, ~만두 bánh mặn. ~를 소금에 절여 보존하다 muối(ướp) thịt. ~를 잘게 자르다 pha ~. 물고기 cá, ~사세요 rao cá.
고기를 삼가하다 trì trai.
고기를 양식하다 thả cá.
고기를 잘게 저미다 thái thịt.
(속) 고기는 씹어야 맛이고, 말은 해야 맛이다(해 보아야 좋은지 아닌지 알게 된다) Thịt có nhai mới biết ngon, lời có nói mới biết hay (có làm thử thì mới biết được hay không)
고기 (물) con cá. (짐승의) thịt. 닭고기 ~ gà. 소고기~ bò. 고기한점 một miếng ~. cục thịt, 고기밥 (미끼) mồi cá. 절인 ~ cá kho, 신선한 고기 thịt tươi, 자라고기 thịt ba ba, 송아 지 ~ thịt bò con, thịt bê, 냉동 ~ thịt đông, 삶은 ~ thịt hầm(luộc), 썩은 ~ thịt hôi, 설익은 ~thịt tái, ~를 소금에 절여 저장하다 ướp thịt. ~국 canh thịt. 고기자르는 칼 dao cắt thịt. ~ 먹는 것을 절제하다 kiêng thịt. 고기의 내장을 꺼내다 mổ cá. ~를 저미다 sả thịt. 고기와 생선 thịt cá.
고기 근육 thớ thịt.
고기를 금하다 kiêng thịt.
고기모아두는곳(고기창고)vựa cá.
고기를 양식하다 thả cá.
고기를 저미다 quết(sả) thịt.
고깃배 rồi, ~를 타고 고기잡으러 가다 đi ~.
고기압 cao khí áp. (반) 저기압 khí áp thấp.
고기잡이 (어부) ngư phủ, ngư dân. (어업) nghề đánh cá. 고기잡다 bắt cá, đánh cá. đánh bắt. ~배 thuyền câu.
꼬끼오 울다 gà gáy o o.
고난 khổ nạn, tân toan. (비유) phong trần, 고난고초 gian khổ, 고난의 인생(비유) nắng mưa, ~속에서도 건강을 잃지 마십시오(축원)Chân cứng đá mềm
(역경) nghịch cảnh. gian lao, 고난을 견디다 chịu đựng ~. ăn gió nằm

ㄱ

mưa(성어). 고난을 극복하다 vượt qua ~. 고난(비유) mưa đá bão táp. tuyết sương.

(명) 고난은 사람의 참된 가치를 시험하는 시금석이다 Khổ nạn là hòn đá thử vàng giá trị thật của con người.

고난에 빠져있다 trầm luân.

고뇌 (고민) khó xử, đau đầu. ~하는 khổ não. não nuột. thiếu não.

고뇌 khổ sở, ~하는 não nề(nuột).

고뇌에 지친 ưu sầu(tư).

고니 (백조) thiên nga.

고다 (끓이다) sôi, luộc, hầm. 삶은 계란 trứng luộc. 한약을 고다 hầm thuốc đông y.

고담(옛이야기) tích xưa.

고당(부모님) cao đường.

꼬다 tréo, vắt, xoắn, vê, 다리를 ~ ~ chân, 다리를 꼬고 앉은 tréo mảy, (새끼를) bện, 실을 꼬다 xoắn chỉ, vê sợi chỉ,. (몸을) oằn oại.

고단하다 (피곤하다) mệt nhọc. (고달프다) mệt mỏi.

고달픈 농사일 chân lấm tay bùn.

고담 (옛날 이야기) chuyện(tích) xưa.

고답적인(시대에 뒤떨어진) lỗi thời, bảo thủ.

고대 thời xưa. cổ đại (반)현대 hiện đại, ~시대 cổ sơ, ~문학 cổ văn, 고대사 lịch sử cổ đại. cổ sử, ~ 시가 cổ thi, ~ 소설 tiểu thuyết cổ. 고대광실 (크고 좋은 집) ngôi nhà cổ tráng lệ.

고대의 cổ kính.

고대하다 chờ đợi sốt ruột. ngong chờ, 고대했던 소식 tin tức đã chờ từ lâu.

고도 (옛수도) cố đô, thủ đô cũ.

고도 (높이) đo(tầm) cao, ~계 cao kế, 비행~ cao độ phi hành. 낙하~ cao độ thả dù. ~의 문화수준 trình độ văn hoá cao.

고독한 cô độc, cô đơn. 고독한 (외로운) lẻ loi. tiu hiu. (아무도 없는)trơ trọi, ~ 생활을 보내다 sống lẻ loi. ~영혼 cô hồn. 혼자 고독하게 살다 sống tiu hiu.

고동소리 (사이렌) còi, kèn, tiếng còi. (심장의) mạch hô hấp.

고동을 울리다 thổi còi.

고되다 (힘들다) khó khăn. 고된일 công việc khó khăn. 고된 khốn khó, long đong. 고된일을 하다 phục dịch.

고된 농사 hai sương một nắng.

고된 삶 lao sinh.

고된 운명 số phận long đong.

고두밥 (몹시 된밥) cơm khô. (반) 진밥 cơm nhão.

꼬드기다(부추기다) giật dây, xúi giục(bảo).

고드름 cột băng.

고들고들 (꼬들꼬들)하다 cứng khô.

고등 cao đẳng.

고등 판무관 cao ủy.

고등학교 trung học phổ thông, cấp 3. 고등교육 giáo dục cấp cao.

고등학교 졸업학위 tú tài.

고등법원 toà án cấp cao. 대법원 tòa án tối cao.

고등어 cá thu.

고딕체 chữ gothic.

고라니 (동물) con nai.

고락 vui buồn. 고락을 같이 하다 chia sẻ ~.

꼬락서니 (꼴) (모양) hình dáng.
고랑(쇠고랑) xích tay. (밭고랑) luống cày.
고랑창 (수로) (개천) rạch, rãnh, mương.
고래 cá voi(ông), ~사냥 săn ~.
(속) 고래 싸움에 새우등 터진다(황소 싸움에 파리 모기 죽는다) Cá voi đánh nhau tôm vỡ lưng (trâu bò húc nhau ruồi muỗi chết)
고래 cá voi(kình), cá ông. 고래같다 to như ~. 고래사냥 (잡이) săn bắt ~.
고래로 (옛부터) từ xa xưa.
고래의 cổ lai.
고량진미 (맛있는 음식) cao lương mỹ vị.
고려 (한국) Cao ly. ~인삼 sâm ~.
고려하다 lo liệu, suy ngẫm, nghĩ ngợi, màng, (신경 써주다) chiếu cố, suy tưởng, lưu(để) ý, quan tâm, xem xét, suy nghĩ. 그 일은 고려할 필요가 있다 việc ấy phải suy xét cho.
고려할 가치가 없다 không đáng suy nghĩ. 고려중이다 đang suy nghĩ. 고려해 두다 trù liệu.
고려자기 đồ gốm Cao Ly(Goryo). 고려인삼 nhân sâm Hàn Quốc.
고려장 chôn sống người già.
고령 tuổi cao(thọ), cao niên. 고령층 bậc ~. 고령자 người ~. 고령이 되다 luống tuổi. 고령화 già lão hoá. ~토 đất sét trắng.
고로 (그런고로) do đó, cho nên, vì thế, vì vậy.
고료 (원고료) tiền bản thảo.
고루 (고루고루) đều đều, công bằng, bằng nhau.
고루 (높은집) nhà cao.
고루한 cổ lỗ, ~ 생각 ý chí bảo thủ.
꼬르륵 소리가 나다 ọc ọc, óc ách.
고르다 (선택하다) kén chọn, lựa chọn. tuyển chọn, (반) bỏ. 버리다 bỏ, 남편을 고르다 kén chồng (균일하다) giống nhau. (평평하게) 고르다 làm bằng phẳng. (건축) san bằng.
고름 mủ. 고름이 나오다 chảy mủ, mủ chảy. 고름을 짜다 nặn mủ (상처에서 나오는) nước vàng, ~을 짜내다 ra ~.
(속) 고름이 살 되랴(일이 이미 터져버린 것은 만회 할 수가 없다) Mủ thành thịt được không? (việc đã xảy ra không thể vãn hồi được).
고리 (문고리) chốt cửa, móc cửa. (커튼 고리)khoen treo màn, 고리짝 hộp nhỏ, hành lý nhỏ.
고리 (높은 이자) lợi tức cao, lãi cao. nặng lãi, 고리대금업자 người cho vay lãi cao.
꼬리 đuôi, vỹ(vĩ), ~를 말아 올리다 quắp ~, 개 꼬리 đuôi chó. 여우 꼬리 đuôi cáo. 꼬리를 물고 nối ~ . 꼬리를 흔들다 lắc ~, ~를 감추고 quắp đuôi, ~를 꼬다 cong đuôi, ~를 들다 dỏng.
(속) 꼬리가 길면 밟힌다(아무리 비밀로 해도 오래가면 드러난다) Đuôi dài thế nào cũng có ngày bị dẫm phải(dù có giữ bí mật để lâu dài thì sẽ bị phơi bày).
꼬리 없는 동물 vô hạch.
꼬리치다 nguẩy, 개가 ~ chó ~.
고리다 (구리다) hôi hám.

ㄱ

고리타분하다 (냄새가) thối tha, hôi thối. (성질. 생각이) thấp hèn, tầm thường.
꼬리표 nhãn hiệu. phiếu nhập, 꼬리표를 달다 dán ~.
고린 (구린내) mùi hôi.
고린도전서(성경) I Cô-rinh-tô.
고린도 후서(성경) II Cô- rinh-tô
고릴라 con khỉ dạng người. dã nhân người rừng, con khỉ đột. giả nhân.
고립된 cô lập, cách ly. lạc lõng. ~ 부대 cô quân, ~촌락 cô thôn, 고립주의 chủ nghĩa cô lập. ~마을 làng lạc lõng,
고립어 đơn lập.
꼬마 em bé, nhỏ nhắn. ~요정 yêu tinh.
고막 (조개) nghêu. (귀의) màng tai, cổ mạc. màng nhĩ, trống tai, ~염 viêm màng tai. thối tai.
꼬막 hến, sò.
고맙다 (감사하다) cám ơn, cảm tạ. 대단히 감사합니다 cám ơn nhiều.
고매한 cao đẹp, thanh cao(tao), cao siêu, thanh bạch. ~유학자 nhà nho thanh bạch.
고명 (명성) cao danh, quý danh. (박식 한) cao minh.
고명 딸 (외딸) con gái một (con gái duy nhất), con gái rượu.
고모 cô, cô mẫu(ruột), em gái của cha. 고모부 chồng ~, dượng.
고목 cổ mộc, cổ thụ. (마른 나무) cây khô. ~이 쓰러지다 cây chết rũ.
고무 cao su. ~공 banh ~. ~제품 hàng ~. ~줄 dây cao su, dây chun, ~농장 đồn điền cao su, (고무밴드) dây thun, 고무밴드 따먹기 chơi lịt. ~호스 ống ~. ~로 타이어를 때

우다 vá sống. ~타이어 vỏ đặc.
고무 젖꼭지 vú cao su.
고무총(새잡는)ná thun(남), súng cao su (북)
고무하다 cổ vũ, khuyến khích.
고무래(곡식을 긁어 모으는 기구) cái cào.
고문 (자문) cố vấn. 정치고문 ~ chính trị. 법률고문 ~ pháp luật. 기술 ~ cố vấn kỹ thuật. ~장교 sĩ quan hầu cận.
고문하다 tra, tra(hình) tấn, tấn khảo, hành hạ, tra khảo. 전기고문 tra điện, 야만적인 고문 tra tấn dã man. 죽도록 ~ tra tấn đến chết. 고문 도구 dụng cụ tra tấn.
고물 đồ cổ, ~상 người buôn bán sắt vụn(đồ cổ).
고물 (콩고물) bột đậu nành. 떡고물 bột bánh gạo. (골동품) đồ cũ, đồ cổ. cổ vật.
고물(배의;선미) phía sau tàu.
고미가 정책 (쌀값 올리는) chính sách tăng giá gạo.
고민하다 phiền não. lo nghĩ. đau khổ, lo lắng, 애정관계로 ~ ~ vì tình yêu.
고민하는 đăm chiêu.
꼬박(어떤 상태 그대로) trọn, ~ 일개월 trọn một tháng, 꼬박 3 일 낮밤 trọn 3 ngày đêm. (죽 계속하여) suốt. 꼬박 밤을 새우 thức suốt một đêm.
꼬박꼬박 (머리를 끄덕이다) gật đầu. 세금을 꼬박꼬박내다 đóng thuế đều đặn. 꼬박꼬박쓰다 viết nắn nót.
고발하다(고소) tố cáo, xưng xuất,

mạch, 음모를 ~ mạch âm mưu. cáo giác. buộc tội.
고배 (쓴잔) đắng cay. 고배를 마시다 (실패하다) thất bại.
고백전(고백서) truyền xưng.
고백하다 xưng tội, tự thú, thú nhận. tuyên xưng, xưng nhận, 잘못을 ~ thú tội.
고별 (이별)하다 chia tay, cáo biệt, ly biệt. 고별의 잔 chén quan hà.
~주 chén chia tay(quan hà)..
고병 (고참병) cựu chiến binh. (반) 신병 tân binh.
고본 (헌책) sách cũ. (필사본) bản thảo viết tay.
고봉 (높은 봉우리) đỉnh núi cao. 고봉준령 dãy núi cao.
고부간 (시어머니와 며느리사이) quan hệ mẹ chồng con dâu.
꼬부라지다 cong. líu, (비뚜러진) lệch, 모 자를 비뚜름하게 쓰다 đội mũ lệch, 곱사등의 (곱추) lưng còm.
꼬부랑할머니 bà còng lưng.
구부리다 (고부리다) quanh co, cong.
고분 (오래된 묘) cổ mộ. 고분 발굴 khai quật ~.
고분고분하다 dễ bảo, mềm lòng, dễ dạy(tính), ngoan ngoãn. 고분고분하는 아이 đứa bé ~.
고분자 cao phân tử. 고분자화합물 hoá chất ~.
고불고불 (꼬불꼬불) hơn cong queo, khúc khuỷu. ~길 đường vòng.
고뿔 (감기) bị cảm.
고비 (절정) cao điểm. (위기) nguy cơ. 고비를 넘기다 qua cơn nguy biến.
고비 사막 sa mạc Gô- bi
고삐 (말의) dây cương (ngựa). ~를 당

기다 kéo ~. ~를 끌고 가다 xỏ mũi, ~를 풀어주다 buông cương. ~를 늦추다 thả cương. ~를 풀고 달아나다 sổng~.
고빙 (초빙) hạ́ chào mời, chào đón.
고사포 súng cao xạ, súng cối, pháo binh phòng không. ~부대 khẩu đội.
고사하다 (말라서 죽다) chết khô. (고찰하다) khảo sát.
고사(시험)kỳ thi, (옛날의 일) chuyện xưa. (옛날역사) cổ sử. 고사실 phòng thi.
고사리 (식물) Kosari. cây dương xỉ.
고사를 지내다(집 지을때)động thổ
고사하고 (그만두고) không nói đến, không dính đến. 먹기는 고사하고 말도 안 한다 đừng nói đến ăn nói còn không nói nữa.
고산 núi cao, cao sơn, say núi. 고산식물 cây trên núi. ~지역 rẻo cao núi cao. 고산증 chứng say núi.
고산병 say núi.
고살 (고의적으로 살인) cố sát.
고샅 (골목길) đường hẻm(남), ngõ đường (북).
고상한 cao cả, cao sang, cao thượng. thanh cao. văn thái.(반)야비한 thô tục, ~태도 vẻ quý phái. vẻ đài các.
고생대 thời đại cổ sinh.
고생하다 vất vả, tân khổ. khôn khó, xoay trần, làm lụng, (반)편하다 nhàn nhã, khó khăn. quần quật, 고생끝에 기쁨 hết khó khăn lại vui vẻ, (고진감래) sau cơn mưa trời lại sáng
(명)고생끝에 낙이 온다(고진감

래)Khổ hết thì sướng đến.(khổ tận cam lai).
(명)고생끝에 즐거움은 감미롭다 Khi hết khổ thì niềm vui sẽ ngọt ngào.
고생 nỗi đau khổ, ~을 견디다 kham khổ
(명)고생 없이 얻는 것은 없다 Không có vất vả thì không đạt được cái gì cả.
고생을 사서하다 thân làm tội đời.
고생이 심한 làm trầy trật.
고서 cổ thư, sách cũ.
고성 thành cũ.
고성 (큰 소리) giọng to lớn. 고성방가 hát to.
고성능 khả năng cao, tính năng cao.
고성능 폭약 thuốc nổ bộc phá (반)저성능 폭약 thuốc nổ chậm.
고소출미 cao sản.
고소하다 (웃음) cười mỉa mai. (맛) hương vị ngon.
고소하다(법) tố cáo. 고소장 đơn kiện.
고소하는 자 kẻ nghịch(tố cáo)..
고소 sự tố cáo. (민사상) tố trạng.
고소를 취하하다 rút đơn kiện.
고소득층 giai cấp có thu nhập cao. 고소득자 người có thu nhập cao.
고속의 tốc hành.
고속도로 đường cao tốc(tốc hành). xa lộ.
고속버스 xe buýt tốc hành.
고속 (옛풍속) phong tục xưa.
고수 (곱슬)머리 đầu tóc quăn.
고수의(고단자) cao tay.
고수하다 cố thủ, giữ gìn kỹ, khăng khăng một mực.
고스란히 (변함없이) giống như cũ.
고슴도치 con nhím. ~도 제 새끼는 예뻐한다 hổ không ăn thịt con.
고승(주지승) thầy trụ trì, sư cụ, (화상) hòa thượng.
고시하다 cao thị, 입찰고시 ~ đấu thầu, (알리다) thông báo(sức). trực cáo.
고시 (시험) bài thi.
고시(옛시) cổ thi. thơ cổ, ~를 감상하다 thưởng thức ~.
꼬시다 (꼬여내다) gạ gái, tán gái(북) tán tỉnh gái, cua gái(남).
고식적인 (임시적인) tạm thời.
고심하다 suy nghĩ nặng nề. mưa mật. đăm chiêu, khổ tâm.
고심참담하다 lồm cồm. loay hoay, khổ tâm.
고아 mồ côi. bồ côi, con côi, cô nhi, 전쟁고아 ~ trong chiến tranh. 고아가 된 côi cút. 의지할 곳 없는~ mồ côi mồ cút, 부모를 모두 잃은 ~ mồ côi cả cha lẫn mẹ. ~ 들은 애정에 목말라 있다 đứa bé mồ côi khao khát tình thương.
고아원 viện(trại) mồ côi.
고아한 (고상하고 우아함) cao sang thanh nhã. cao đẹp.
고안하다 khảo cứu, day trở, sáng tạo.
고압 cao áp(thế). ~선 đường dây cao thế. dây nóng. ~전기 điện cao thế.
고압적인 quyền quý. ~태도 thái độ ~.
고약 cao dược. thuốc cao, 고약을 바르다 xoa ~.
(속)고양이에게 생선을 맡기다 cõng rắn cắn gà nhà.
고약하다 (성미가) khó tính, tính nết xấu xa. (날씨가) trời u ám.
고약한 냄새(비린내) thủm, ~가 나다 thum thủm. ~가 코를 찌르는 xộc.
고양이 con mèo. miêu, 검은~ mèo

mun, 들 고양이 mèo rừng, 암~ mèo cái, ~ 새끼 mèo con, ~울음 meo, 야옹 하고 울다 kêu meo, (은어) 깔치 (남) mèo. (북) bố. ~를 귀여워하다 o mèo.
(속) 고양이 달걀 굴리듯(일 처리가 순조롭다) Như mèo lăn trứng(xử lý công việc trôi chảy)
고양이 세수하듯 하다 rửa quáng quàng.
(속) 고와도 내 님 미워도 내 님 tốt cũng là chồng tôi, xấu cũng là chồng tôi.
고양하다 nâng cao.
고어 (옛말) lời xưa. cổ ngữ.
꼬여내어 속이다 giở trò ma giáo.
고엽 lá lột. ~제 chất độc màu da cam, ~ 피해 thiệt hại ~
고액 số tiền cao, nhiều. 고액납세자 người đóng thuế ~. ~ 입찰자 người trả giá cao nhất.
고언 (충고의 말) lời khuyên bảo.
고여있는 물 nước đọng(tù).
고역 (힘든 일) việc vất vả.
고열 sốt rét.
고옥 (높은 집) cao ốc, nhà cao.
고온 고온다습한 기후 khí hậu nóng và khô.
고요하다 im lặng. 아주고요한 im như tờ. 고요하고 평화로운 bình lặng. phẳng lặng.
고요하게 thinh không.
고요한 im lìm, ˇ êm(im) ả, thâm nghiêm, ninh tịnh(túc). thanh tịnh, tĩnh, 고요히 잠들다 ngủ một cách êm ả, ~ 정경 cảnhti5ch liêu. 죽은 듯이~ im thít.
고요함 bình tĩnh.(반) 소란한 hỗn loạn.

고용인 người làm(ở).
고용하다 thuê. thuê mướn, xử dụng, 고용인 người giúp việc. gia nhân, 고용주 chủ thuê lao động. 고용살이 đời sống làm thuê.
고운 diễm lệ. đẹp đẽ.
고운말 lời lịch sự.
고원지구 trung châu.
고원 cao nguyên, (평원) đồng bằng, ~지대 vùng cao nguyên.
고위 (높은 지위) cao cấp, chức vụ cao. 고위층 cấp trên, giai cấp thượng lưu. ~ 관리 công chức ~.
고위당국(상급)thượng cấp. cấp trên.
고유의 sẵn có.
고유한 (독자적인) độc đáo. 고유음악 âm nhạc truyền thống. 고유명사 danh từ riêng. 고유성 đặc tính.
고유번호(기호) mã. (전화의 지역번호) mã vùng.
고육지책 khổ nhục kế.
고율 suất cao. 고율의 이자 lãi ~.
고을 (마을) làng xóm, làng mạc.
고음 âm thanh cao, giọng cao.
고의 cố ý. ~가 아닌 vô ý.
고의적으로 cố(hữu) ý. dụng ý, cố ý, cố tình, một cách cố ý. (반) 고의가 아닌 vô ý. ~어기다 cố phạm. ~ 살인하다 cố sát.
고의적인 살인죄 tội cố sát.
고의로 심통부리다 ăn vạ.
고이 (곱게) đẹp đẽ. 고이 (편히) 자다 ngủ yên lành.
고인 (죽은이) người qua đời, cố nhân. 고인이 되다 chết mất rồi. ~의 초상 di tượng. ~이 남긴 필적 tự tích. ~의 사진 thần tượng. ~에 대해 생각하다 tưởng niệm.

고이다 đọng, ứ lại. 물이 ~ nước ~.
꼬이다 (실이) rối tung. (일이) rối tung, sai lầm. (마음이) khó chịu, khó tính.
꼬인 xoáy.
고인돌 ngôi mộ đá, mộ đá..
고자 người hoạn (liệt dương).
고자세 thái độ ngạo mạn. ~를 취하다 lắng nhắng.
고자질 mách lẻo. bô báo, sai bảo. 고자질 장이 kẻ ~. ~을 잘하다 ngồi lê ~.
고작 (겨우) chỉ có . 고작 한개만 먹다 chỉ có ăn một cái.
고장(지역)khu vực, vùng.
고장나다 hỏng hóc, bị hư, ăn banh. 기계에 무슨 고장이 있는지 검사하다 kiểm tra xem máy có ~ gì không.
고장이다 (망가지다) bị hư(남), hư hỏng(북). 고장난 차 xe hư.
고장나지 않도록 지원하다 tiếp liệu không hư.
꼬장꼬장하다(성미가) cương quyết. (노인이;건장하다) tráng kiện.
고저 cao thấp.
고적 (유적) di tích.
고적대 đội nhạc trống và sáo.
고적하다 (외롭고 쓸쓸함) lẻ loi, cô đơn. cô tịch.
고전 cổ điển, cổ tích, truyện cổ, ~작품 tác phẩm cổ điển. 고전적인 cổ điển. ~주의 chủ nghĩa ~. ~과 역사 kinh sử.
고전하다 chiến tranh (đấu) gay go. khổ chiến
고절(고통을 참고 절개를 지키다) khổ tiết.

고정된 cố định (반)변동하는 biến động. 고정가격 giá cả ổn định. thành giá, 고정관념 quan niệm cố định. 고정 자본 vốn cố định. ~대포 pháo binh ~. ~재산 tài cố định.
고정 방송망 mạng cố định.
고정불변 cố định bất biến.
고정시키다(묶다) gắn.
고정하다(정하다) ấn định, kẹt, 음식량을 ~ ~ số thực phẩm.
고조되는 cao trào.
고조된 분위기 bầu không khí dâng cao. 고조된 심령 tâm hồn phơi phới.
고조모 (고조할머니) bà cố. (반) 고조부(고조할아버지) ông cố. cao tổ.
고종사촌 anh em họ.
고주망태 say rượu nặng, quá say rượu. ~ 가 되다 say khướt.
고주파 cao tần. sóng chu kì cao. ~ 전류 điện cao tần, ~ 증폭 khuếch đại cao tần,(반)저주파 증폭 khuếch đại hạ tần.
고증하다 chứng minh bằng sách cũ.
고지 (고지대) vùng đất cao.
고지식하다 cương ngạnh, ngang cành bứa, (보수적이다) bảo thủ, không biết tuỳ thời.
고지하다(알리다) thông báo.
고진감래 khổ trước sướng sau. khổ tận cam lai.
고질병 cố tật, khuyết(túc) tật. túc tật.
고질환자 bệnh nhân mãn tính.
고집 tính ngoan cố, cứng đầu. 고집하다 cứ giữ ~. 고집장이 kẻ khó bảo, kẻ bướng bỉnh. 고집불통 quá ngoan cố. ~부리다 gân cổ.

고집센 đanh đá, ương ách, rắn đầu, đầu bò, chấp nhất. ba gai. cố chấp, bướng bỉnh, gàn dở. 고집센 여자 đàn bà đanh đá, 고집센 사람(속어) đầu bò đầu bướu.

고집센 성격 tính ương ách.

고집하다 khư khư. khăng khăng, giữ vững. 고집을 피우다 nằng nặc.

고집센 사람 ngoan hán.

꼬집다 nhéo(남), bẹo, véo, cấu(북). 꼬집어 말하다 nói chê bai. 뺨을~ véo má, bẹo má. 꼬집는 치료 nặn gió, 긁는 치료 cạo gió

고착 dính chặt vào. 고착관념 quan niệm vững chắc.

고찰하다 khảo sát.

고찰 (옛절) nhà chùa xưa.

고참 (선임자) thâm niên. 고참병 người cấp bậc cao. lính thiện chiến.

고창하다 (노래를 크게 부르다 hát to.

고철 sắt vụn.

고체 chất đặc. (반) 액체 chất lỏng. 고체연료 nhiên liệu đặc. ~가 기체로 기화하다 thăng hoa.

꼬챙이 xiên. gắp. xóc, ~로 찌르다 xóc. xâu.

고초 (고통) đau khổ, gian khổ. gian lao, 고초를 겪다 chịu cực khổ.

고추 ớt. 고추가루 bột ớt, ớt bột. ~처럼 매운 cay như ~. 고추장 tương ớt.

(성어)고추는 매워야 고추고, 여자는 투기해야 여자다 ớt nào ớt chẳng cay, gái nào là gái chẳng hay ghen chồng.

고추장 단지 hũ tương ớt.

(속) 고추장 단지가 열둘이라도 서방 님 비위 못 맞춘다(까다로운 남편 암시) Dù có mười hai hũ tương ớt cũng không làm ngon miệng đức chồng(ám chỉ người chồng khó tính).

고충 sự tình khó khăn, tình huống khó xử. 고충을 이해하다 thông cảm ~.

고취하다 cổ vũ, khích lệ.

고층의 cao tầng. 고층건물 nhà ~.

고치 (누에고치) cái kén. 고치에서 실을 잣다 quấn tơ ra khỏi kén.

꼬치 꼬치 (마르다) bị ốm nặng, bị bệnh nặng. ~ 캐묻다 hỏi tỉ mĩ. hạch hỏi đủ điều.

고치다 sửa. tu bổ, sửa đổi, 집을 ~ ~ nhà cửa, (교정하다) nắn. 나쁜 습관을 고치다 sửa một thói xấu.

고치다 (병을) chữa bệnh. (수선) sửa lại (đối). (교정하다) hiệu đính. cải bổ, (버릇을) bỏ thói quen xấu. 고치고 치유하다 rịt và chữa trị.

고통 (아픔) đau khổ. khổ đau, sầu khổ, khổ nhọc, (반) 쾌락 khoái lạc, ~을 감내하다 lăn lưng. 고통을 겪다 chịu khổ. 고통과 행운을 함께 나누다 chia ngọt sẻ bùi, ~이 심한 nhói lên. ~을 느끼다 cay đắng, ~스러운 thống khổ. khổ đau, khổ ải. ~스러운 노동 cù lao. (애정의 결과로 생긴) tình lụy. ~에서 벗어나다 trút gánh, ~소리 tiếng rên ri. ~ 당하는 자 người đau ốm, ~으로부터 해방된 siêu độ. ~을 느끼다 thấy đau. 고통스러운 모습 vẻ khổ sở.

고통이 따르는 애정 tơ mành.

꼬투리 (과일의) tên một loại vỏ trái

cây. (사건의 단서) đầu mối.
고프다 (배가) đói bụng.
고풍 phong tục xưa, phong cách xưa. cổ phong.
고하 (지위) cao thấp (địa vị). 신분의 고하를 불문하고 bất kể thân phận cao thấp
고하다 (말하다) nói. (통보) thông báo.
고학 khổ học, tự học khó khăn.
고학하다 tự học. khổ học, 고학생 học sinh ~.
고함소리 tiếng la hét. 고함지르다 la hét, la thét(고함치다). quát
고해 (세상의 괴로움) cực khổ trần gian. 고행자 người hãm mình.
고해성사 xưng tội.
고행 (괴로운 일) khổ hạnh. 고행자 người tu ~. ~을 견디다 hãm mình.
고향 quê hương(nhà), xứ sở. cố hương, đồng đất, (반) tha hương. 고향을 그리다 nhớ quê hương. ~으로 돌아가다 hồi hương(cư).quy vị. ~을 떠나다 ly hương. ~으로 시신을 가져가서 장례를 치르다 quy táng.
고혈 mồ hôi và máu. 백성의 고혈을 짜내다 gây áp lực.
고혈압 huyết áp cao. (반) 저혈압 huyết áp thấp.
고혹적 hấp dẫn, lôi cuốn.
고혼 (외로운 넋) tâm hồn lẻ loi. 수중고혼이 되다 chết đuối.
고환 (불알) hòn(trứng) dái, tinh(dịch) hoàn. ngoại thận.
고희(70 세) 70 tuổi, ~에 이르다 lên lão. cổ hy,
꼭 (반드시.) chắc chắn. tự khắc. 꼭묶다 thắt chặt. 꼭쥐다(붙잡다) nắm

chặt. 문을 꼭닫다 đóng cửa chặt.
꼭 학생같다 giống như là học sinh. 그사람을 꼭 만나야 돼요 nhất định phải gặp anh ta.
꼭 같은 giống hệt.
꼭 눌러서 뭉치다 ém. 밥을 ~ ~ cơm.
꼭 달라붙다 tríu,유아가 엄마의 유방에 ~ trẻ con ~ vú mẹ.
꼭 닮은 giống in. y(in) hệt, 부친을 ~ 자식 con bé ~ ông bố.
꼭대기 đỉnh, ngọn. (산) núi chỏm, ngọn núi. 나무꼭대기 đỉnh ngọn cây.
꼭두각시 con rối, bù nhìn, người nộm, (허수아비) bung xung. nộm. con rối, ~인형모양 hình múa rối
꼭맞다 sát sạt. 계산이 ~ tính ~.
꼭 살아야한다 quyết sinh.
꼭 필요하다 nhất thiết cần. 꼭 오세요 nhất định đến nhé!
꼭 갈 것입니다 nhất định đi
곡 (음악) khúc nhạc. 곡을 연주하다 diễn tấu khúc nhạc. 곡에 가사를 붙이다 phổ lời vào nhạc.
곡하다 (울다) khóc lóc.
곡가 (쌀값) giá gạo.
곡류 (곡식) thóc lúa. cốc loại.
곡괭이 cuốc chim.
꼭두새벽 (이른 새벽) sáng sớm, rạng đông. 꼭두새벽부터 từ ~.
곡마단 (서커스) đoàn xiếc.
꼭 맞다 vừa vặn, vừa khít. sít sao. 꼭 맞는 옷 quần áo sít sao. khin khít.
곡목 chương trình nhạc.
곡물 (곡식) thóc(lẫm) lúa, thóc gạo. 곡물시장 chợ ~. 곡물창고 kho ~.
곡물을 키질하는 풍구 quạt lúa(hòm).
꼭 붙잡다 (기회등을)nắm chắc.

곡보 (악보) nhạc phổ.
곡사광선 khúc xạ.
곡사포 pháo cối,. khúc xạ pháo.
꼭 살아야 한다 quyết sinh.
곡선 đường cong(vòng). khúc tuyến, ~을 그리다 khuất chiết.
곡선도표 biểu đồ ~.
곡선미 ~ mỹ .cái đẹp đường cong.
곡식 (곡물) thóc lúa. hoa lợi. ~창고 관리인 quản khố. lúa má, (벼이외의) hoa màu.
곡성 (울음 소리) tiếng khóc.
곡예(서커스) trò xiếc, xiếc. 곡예비행 sự bay ~. 곡예사 người ~, ~단 hát xiếc.
곡우(절기) cốc vũ.
곡자(구불구불한 자)thước cong.
곡절 (까닭) lý do. 인생의 파란곡절 thăng trầm trong cuộc đời.
곡조 điệu ca. xoang.
꼭지 (수도) vòi nước. (뚜껑의) tay cầm. 사과 꼭지 cuống quả táo. 꼭지가 떨어지다 rụng cuống.
꼭 필요한(절실한)thiết yếu
곡창 (곡식창고) vựa lúa, kho thóc. 이집트는 고대의 ~지대였다 Ai-Cập là vựa lúa của cựu thế giới.
곡하다 khóc lóc.
곡해하다 hiểu lầm, hiểu sai.
꼰 케이블 cáp xoắn.
곤경 chỗ bí, (어려움) khó khăn. ~에 처하다 ở vào một cảnh khó khăn. nhiều sự, tuyệt lộ, ~에 처해 있는 khó xử. ~에 빠뜨리다 nhiều sự. ~에 단련되다 quen cực khổ.
곤궁한 đói khó, cùng khổ, khôn cùng, ~생활 đời sống ~, (빈궁) nghèo khổ. (반) 부유한 giàu có.

곤두라지다 say rượu ngủ mê.
곤드레 만드레 취하다 say khướt(như chết).
곤드레 만드레 되어 자다 ngủ lang, ~취하다 say bí tỉ(khướt), say mềm.
곤두박질하다 té nhủi, ngã chúi(lộn). nhào đầu.
곤두서다 (머리카락이) xù tóc.
곤두세우다 chởm lên.
곤란하다 khó khăn. Khó xử, khốn nạn, 난처하다 bối rối. 이해하기 곤란하다 khó hiểu.
곤란을 당하다 cùng khốn.
(명)곤란에 봉착해도 차분한 마음을 가지도록 노력하라 Cho dù gặp phải khó khăn đến mấy cũng phải giữ cho tinh thần thật bình tĩnh.
곤란에 직면하다 đầu gió.
곤란에 처하다 va vấp. 일에 있어서 ~ ~ trong công việc
곤룡포 long cổn.
곤봉 chày, vồ. chùy, dùi cui. côn.
곤욕 (심한 모욕) sĩ nhục nặng. 곤욕을 당하다 chịu ~. ~을 치르다 vũ nhục.
곤장 gậy to, gậy tầy.
곤지 (연지) vết son đỏ trên trán.
곤충(해충) côn trùng, sâu bọ.
곤핍 (가난) nghèo khổ. thiếu thốn.
곤하다 kiệt sức, mệt gần chết.
곤히 잠들다(곤하게 자다) ngủ như chết. ngủ say.
곧 sắp, lát nữa, 곧 도착하다 sắp tới, (즉시) lập tức, ngay, liền. 곧가야 한다 phải đi ngay. (즉) tức là, tức thì. 곧 됩니까? Mang ra ngay không? 곧 --- 할 태세인 dợm, 곧 도착하다 sắp tới. ~다가올 gần tới.

~무너질 것 같은 gần sập., ~ 아이를 낳게되는 gần ngày..
곧...하려고 하다 toàn làm.
곧...할 지경이다 chớp.
곧다 thẳng. ngay (반)굽다 cong, 곧은 길 đường thẳng. (마음이) ngay thẳng. 곧은 사람 người ngay thẳng. 곧음(바른 마음) chính tâm.
곧게 하다(철근등을) uốn thẳng.
(속) 곧은 나무 쉬 꺾인다 (정직한 사람은 쉽게 모해당한다) Cây ngay dễ gãy(người ngay thẳng thì dễ mưu hại).
곧은 성격 thẳng tính.
곧바로(즉각) tức khắc(thời), thẳng băng, ngay băng, ~외출하다 đi ngay ~, ~나아가다 trở tới, 곧바르다 ngay thẳng. 곧바른 đoan.
곧이 곧대로 (바른 대로) thẳng thắn. ~말하다 nói thẳng, nói thật.
곧이듣다 (그대로 믿다) tin như vậy, nghe như thế.
곧잘 (제법잘) khá. 한국말을 곧잘한다 nói tiếng Hàn khá lắm. (가끔) 사고가 곧잘 일어난다 đôi khi xảy ra tai nạn. ~싸우는 hay gây.
곧장 (곧. 즉시) liền, thẳng, ngay. 곧장 돌아가다 trở về ngay. ~가다 đi thẳng. ~뛰어들어 오다 chạy thọt vào.
골 (노여움. 화) tức giận.
골 (뼈. 골수) tuỷ xương. 머릿골 óc, não.
골 (축구) gôn, (골문) cầu môn. 숫골인 sút vào gôn. ~키퍼 thủ môn, người giữ ~. 골을 지키다 thủ thành.
꼴(소의 사료) rơm khô. cỏ khô.

꼴 (모양) hình dáng , hình thể.
골간 chủ chết.
골갱이 (심) lõi.
골격(골자)cốt tử, (뼈대) khung, cốt cách, (건물의) cấu trúc. 골격이 건강한 사람 người to con.
골계(익살)hoạt kê.
골계 (익살) hài hước. 익살극. 소극. 희극 hài kịch.
골고다(성경) Gô-gô-tha.
골골하는 사람 (병이 깊은 사람) người bị bệnh lâu năm.
골고루 đều nhau, bằng nhau. ~ 나누어 주다 chia ra ~, phát cho ~. ~ 휘저어 섞다 khuấy đều
골다 (코를) ngáy. 코를 골며 자다 ngủ ~.
골덴(천) nhung kẻ.
골똘하다 (빠지다. 집중하다) say, miệt mài. 독서에 ~ đọc sách miệt mài.
골동품 đồ cổ, đồ vật quý.
꼴두기 (동물) bạch tuộc.
골든아워 (러쉬아워) giờ cao điểm.
골라내다 sàng lọc
골라잡다 kén chọn, lựa chọn.
골로새서(성경) Cô-lô-se
골막염 (의학) viêm màng xương.
골머리 (머릿골) đầu óc. 골머리를 앓다 nhức đầu.
골목 đường hẻm (남), ngõ (북). 뒷~ đường phía sau. 막다른 ~ ngõ cụt. ~대장 đứa trẻ đầu đàn.
골몰하다 (집중하다)mải mê. 일에 ~ mải mê công việc.
골무 (마느질) đê.
골문(축구) khung thành. gôn, ~을 지키다 giữ gôn, ~이 뚫리다 bị

thủng lưới.
골반 (해부) khung xương.
골방 phòng nhỏ.
골뱅이 ốc hương.
골뱅이(컴퓨터의 메일주소 표기에 쓰는) @.
골병 bệnh tuỷ sống.
골분 (비료) bột xương, phân.
꼴불견이다 khó coi.
꼴사납다 khó coi, xấu xí. cỏm dáng, 꼴사나운 짓 cử chỉ ~.
골상 (생김새) diện mạo. 골상학 não tướng học.
골수 cốt tủy, tuỷ xương. 골수염 viêm ~. 골수에 사무치다 tận ~.
곯아 떨어진 ngủ vùi, thẳng óng, 한잠을 곯아 떨어져 자다 đánh một giấc ~.
골인! Gôn! Vào!
골육 ruột thịt. 골육의 정 máu mủ, tình cốt nhục. 골육상잔 (동족 상잔) cốt nhục tương tàn. huynh đệ tương tàn.
골자 (요점) yếu điểm, điểm cốt yếu. 논쟁의 골자 yếu cốt của việc tranh cãi.
골짜기 thung lũng. sơn cốc. trũng. (반)봉우리 ngọn núi.
(속) 골짜기는 채우기 쉬어도 사람 마음은 채우기 어렵다(끝없는 탐심) Dễ đầy thung lũng, khó đầy lòng người (lòng tham vô cùng).
골절 gãy xương. 골절되다 bị ~.
꼴찌 (꼴등) hạng chót, hạng bét, hạng cuối, đứng cuối, vĩ.
골창 (고랑창. 수로) rạch, mương, hào.
골초(담배 많이피우는 사람) người ghiền thuốc.

골치 (머리) đầu óc. ~ 아픈 일 công việc đau đầu.
골치를 앓다 lấn cấn, cá nhân일로 ~ ~ chuyện riêng.
골치아픈 lắm chuyện, rầy rà.
골탄 than xương (củi).
골탕먹다 (속다) bị lừa đảo.
골통 sọ, bộ óc.
골키퍼 thủ môn
골파(채소)hành ta, hẹ.
골패 (서양장기) quân cờ.
골프 gôn. quần. 골프장 sân gôn.
골필 bút viết.
곪다 nung mủ, đặc mủ, muối mủ.
곯다 (배를 곯다) đói bụng.
곯아떨어지다 say rượu như chết. (잠에) ngủ say, ngủ vùi(thiếp).
곰 con gấu. 작은 ~ gấu chó, (반)큰 곰 gấu ngựa. ~ 쓸개 mật gấu.
곰곰히 (신중히) thận trọng. ~ 생각하다 suy nghĩ cho kỹ, nghĩ lại.
꼼꼼하다 (자세하고 신중하다) chu đáo. 일을 꼼꼼히 하다 làm việc một cách ~.
곰방대 (짧은 담뱃대) tẩu hút thuốc. xe điếu(lọ).
곰배팔이 người có tật ở cánh tay.
곰보 người mặt rỗ.
곰살 다 hoà nhã, dịu dàng, thân ái.
꼼짝달싹 못하다 tiến thoái lưỡng nan.
꼼짝못하다 không thể xê dịch (nhúc nhíc). 꼼짝하면 죽는다 động đậy là chết.
꼼짝않고 앉아있다 ngồi trơ trơ, ~ 서 있다 đứng chôn chân.
꼼짝않고 누워있다 nằm ì.
곰탕 canh thịt và cơm.
곰틀 (꼼틀.꿈틀)거리다 oằn oại, vặn

ㄱ

lại.
곰팡이 mốc. 곰팡이 핀 mốc mẹo, ~ 핀 빵 bánh mì ~ mẹo. 곰팡이를 막다 giữ cho khỏi mốc. 곰팡내 나는 mốc thếch, .lên meo.
곱하다 nhân lên. lần, 4 곱하기 2 는 8 이다 bốn nhân hai là tám, 두곱 gấp đôi (두배). 세곱 (세배) gấp ba.
꼽다 đếm(bằng ngón tay). 손꼽아 기다리다 đợi từng ngày.
곱다 (손이) cóng. 추위로 손이 곱다 tay tê cóng vì lạnh
곱다 (예쁘다) đẹp. 고운말 lời nói hay (lịch sự). 마음씨가 곱다 tấm lòng tốt. 곱다랗다 khá đẹp.
곱고 붉그스레한(피부)tươi nhuận.
곱배기 (두그릇) gấp đôi (hai tô).
곱사등이 (꼽추) người gù, gù lưng, lưng gù. lưng còm, 난장이 thằng lùn, 곱사병의 đệt.
곱살스럽다 xinh đẹp. (마음이) tấm lòng tốt.
곱새기다 suy nghĩ lại.
곱셈 phép(tính) nhân. ~구구표 bảng cửu chương, 나눗셈 phép chia. 덧셈 phép cộng. 뺄셈 phép trừ.
곱슬곱슬한 loăn xoăn. uốn tóc. quăn.
곱슬머리 tóc quăn.
곱자 thước đo góc. vạch. 재봉사의 ~ vạch của thợ may.
곱절 (두배) gấp đôi. 세곱 gấp ba.
곱창 ruột non của bò (heo)
꼽추 (곱사등이) người gù(đẹt). gù lưng. kẻ lom khom.
곱하다 nhân. lần. 곱하기 phép nhân. 4 곱하기 2 는 8 이다 bốn lần hai là tám.

곱한수(2 배로) tích số.
곳 (장소) chỗ, nơi, chốn. 편리한 곳 chỗ thuận lợi. 그곳의 명산물 đặc sản ở đó.
곳간 (창고) kho chứa hàng (kho). 창고차 thùng xe.
곳곳에 (마다) khắp nơi.
꼿꼿 (꼿꼿)하다 ngay thẳng. 꼿꼿한 자세 thái độ ~. (정직하다) ngay thật, ngay thẳng.
공(볼) trái banh(남), trái bóng, quả bóng(북). 공을 차다 đá banh, đá bóng. ~이 빗나가다 trái bong sút lệch. 공을 시축하다 phát bóng.
공을 강타하다(테니스에서) triu.
공사(공과사) công và tư, chung và riêng. 공과 사를 구별하다 phân biệt việc ~.
공 (수의) số không. 동그라미 hình tròn, vòng tròn. 공짜 miễn phí.
공 công nhân. 재봉공 thợ may. 벽돌공 thợ gạch.
공(공적) kỳ công, ~을 세우다 lập công.
(속) 공을 세운 사람은 후한 상을 주어야 한다(공이 있으면 상을, 죄가 있으면 벌을 받아야 한다) Phải hậu thưởng người lập công (có công phải thưởng, có tội phải phạt).
공간 không gian. khoảng không, 편안한~ ~ấm cúng
공갈 (위협) đe doạ, hăm doạ.
공감 (이해) hiểu thông cảm, cảm thông, đồng cảm. đồng tình.
공감을 불러 일으키다 kêu gọi ủng hộ.
공개하다(공개적인) công khai. ngỏ, ra miệng, 공개서한(공개장) thư

ngỏ.
공개재판하다 xử công khai.
공것 (공짜) miễn phí.
(속) 공것이면 소도 잡아먹는다(주어진 재산은 귀한 줄 모른다) Được cho không thì ngay cả bò cũng làm thịt mà ăn (của cho thì không biết quý).
공격 tấn công, công kích.(반)방어 phòng ngự, 공격을 받다 bị ~. ~과 수비 công thủ. ~무기 vũ khí ~, ~을 ~하다 đả kích. 기습 ~ ~ thình lình. ~을 개시하다 mở một ~. ~의 축 trục tấn công.
공경하다 kính chuộng, hiếu kính, (존경) kính trọng, tôn kính, cung kính. 스승을 공경하다 ~ sư phụ. 노인을 ~ kính trọng người già. ~하여 감사하다 bái tạ.
공고하다 thông cáo, công bố, loan báo, thông báo. 경매공고 thông báo bán đấu giá. 신문에 공고를 내다 ăng một ~ trên báo.
공고하다(의지가) vững chắc, vững vàng..
공고히하다 củng cố, 자신의 지위를 ~ củng cố địa vị của mình. (입장을) kiên định.
꽁꽁묶다(물건을)cột cho thật cứng chắc, (사람을)trói buộc cứng nhắc.
공공 (공동의) công cộng. 공공건물 toà nhà chung. công sảnh, ~자금 công quĩ(nho), ~재산 công sản, của chung, ~ 지출 công phí, ~사업 công trình công cộng. ~복지 phúc lợi chung. ~기금 công qũy. ~이익 công lợi. ~ 토지 công thổ, ~시설 thiết bị chung.

공공건물의 큰 로비 tiền sảnh.
공공기관 nhiệm sở.
꽁꽁묶인 tù túng.
공공연히 công nhiên, (숨김없이) một cách công khai. ~비난하다 đấu tố.
공과대학 đại học công nghệ (kỹ thuật).
공과금 (학비) học phí. chi phí công cộng
공관 (저택) tòa nhà. công cán. 총리공관 tòa nhà thủ tướng.
공교롭게 (하필) mắc phải, gặp phải, (우연히) (tình cờ, ngẫu nhiên). ~도 hiếm vì, ~ 비를 만나다 ~ trời mưa
공구 công cụ, dụng cụ. ~용 손가방 xà cột.
공군 không quân. ~원수 thống chế ~, 해군 hải quân. 육군 lục quân. 공군기지 căn cứ không quân. ~정찰대 không thám. ~력 không lực. ~소령 thiếu tá ~.
공군학교 trường không quân.
공권 (맨주먹.적수) tay không, tay trắng (공수)
공권 (시민권.공민권) công quyền. 공권박탈 mất ~. 공권력 quyền của công chúng, công lực..
공궤(음식을 드림)việc bàn tiệc(công quỹ)
공금 công quỹ. 공금횡령 biển thủ ~. ~을 지불하다 xuất quỹ. 공금을 횡령하다 tham ô. bỏ túi. thụt két.
공금을 사취하다 tư túi công quỹ.
공금을 몰래 개인용으로 취하다 tư túi.
공급하다 cung cấp. tiếp tế, cung ứng, (반)소비하다 tiêu dùng, 공급가격 giá ~. 공급선 điểm tiếp tế. 공급이

적고 수요가 많은 mật ít ruồi nhiều.
공급과 소비 cung tiêu. 공급과 수요 cung cầu.
공급이 부족한 tuyệt lương.
공기 không khí. ~중에 떠다니다 ~ thoảng qua. ~를 넣다 bơm. ~ 펌프 bơm hơi. ~펌프기 bơm bánh xe. ~역학 khí động lực học. ~요법 không khí trị liệu. ~구멍 lỗ thông hơi, ~압축기 máy ép hơi. ~통 mắt gió. ~관 ống hơi. ~를 빨아들이다 thở vào. hít vào. ~운동 không vận.
공기를 가르는 소리(슝) vi vút, 총탄이 슝하고 날아가다 đạn súng bay ~.
공기가 잘 통하고 넓은 집 căn nhà thoáng đãng.
공기청소기 máy hút bụi.
공기총 súng hơi.
공기 코크(기계)vòi xả hơi.
공기 (밥그릇) (빈그릇) bát (북), chén (남). 밥 한공기 một bát cơm(북), một chén cơm (남). ~필터 nồi e.
공기 (공사 기간) thời gian công trình.
공납금 (학비) học phí. 공납물 đồ cúng.
공단 khu công nghiệp.
공단 (특수법인) công ty liên doanh. 의료 보험관리 공단 liên doanh quản lý bảo hiểm y tế.
공단(고급비단)xa tanh.
공당(봉건시대의 법정) công đường.
공대 (대접)하다 tiếp đãi nồng hậu, nhiệt tình.
공대공미사일 tên lửa không đối không. (반) 공대지 마사일 tên lửa không đối đất.
공덕 (공중도덕) đạo đức chung.

공덕 công đức, (불교의 자선) từ thiện.
공돈 (거져 생긴돈) tiền trời cho. 공돈은 오래 못간다 ~ thì dễ đến dễ đi.
공동 công đồng, chung. hỗ tương, ~건물 toà nhà chung. ~관리 quản lý chung. ~소유 sở hữu tập thể. ~ 소유제도 chế độ công hữu, ~생활 đời sống chung, ~재산 của chung. ~모금 lạc quyên. ~시장 thị trường chung. 유럽공동시장 thị trường chung Âu châu.
공동문서 tuyên bố chung.
공동방어 phòng thủ chung.
공동성명을 내다 thông cáo chung.
공동연습 thao dượt hỗn hợp.
공동회합실 nhà rông.
공동묘지 nghĩa(sơn) trang. phần mộ chung.
공동의식 ý thức chung .
공동책임 liên đới, ~을 지다 chịu ~ trách nhiệm.
곤드리다 hết sức cố gắng, chăm chỉ.
공든 dày công, ~탑 tháp ~.
(속) 공든탑이 무너지랴 (열심을 다 하면 성공한다) Tháp dày công xây dựng sao đổ được, (cố gắng hết sức sẽ thành công).
공들여 다듬다 tia tót.
공락 (함락) hoá chiếm đoạt.
공란 (빈곳) chỗ trống, khoảng trống. 공란에 기입하다 điền vào ~.
공랭식 엔진 máy làm lạnh bằng không khí. (반) 수냉식 엔진 máy làm lạnh bằng nước.
공략하다 (빼앗다) chiếm đoạt, giựt lấy.
공로(공적) công lao, công ơn, việc làm đáng khen. (공중도로) quốc

공로. (항공로) đường hàng không, đường bay.
공론 (여론) dư luận, công luận.
공론 (탁상공론) bàn luận suông, tranh cãi không thực tế, không cơ sở.
공룡 (동물) con khủng long.
공률(공정률) mức sản xuất, lượng sản xuất. mức công trình.
공리 (공공의 이익) phúc lợi công cộng. (공공관리) chức viên. (도리) đạo lý.
공리공론 (탁상공론) lý luận suông.
공립 công lập. 공립학교 trường ~.
공막 (해부) màng mắt. 공막염 viêm ~.
공매 (경매) hạ đấu giá, bán đấu giá. 공매에 부치다 bán đấu giá.
공명정대 công (quang) minh, công bằng, liêm chính.
공명심 lòng công minh, thanh liêm.
공명 (공감. 동감) hạ thông cảm.
공명 (지위와 명성) công danh.
공모하다(모집하다) tuyển mộ, tuyển dụng.
공모하다(결탁하다),thông đồng, 공모하여 나쁜일을 하다 ~ làm bậy, 공모자 đồng loã, kẻ đồng phạm. ... 와 ~ thông(chung) lưng.
공무 công vụ, chức vụ. 공무를 수행하다(출장가다) đi công tác, 공무원 nhân viên, nhân viên nhà nước, chức viên.
꽁무니 xương cụt. 꽁무니빼다 quay lưng, chạy làng.
공문 (문서) công văn, biên bản, hồ sơ (공문서).
공물 đồ của nhà nước, của công.

công vật, (부처님께 바치는) lễ vật, vật dâng hiến. ngũ cúng, ~을 바치다 cống nạp. tiến cống.
공민 công dân, nhân dân. 공민권 quyền ~. 공민권을 빼앗다 tước quyền ~.
공박하다 phản bác.
공방 (빈방) căn phòng trống, cô phòng.
공방적 chiến thuật công kích và phòng thủ.
공배수 bội số chung. 최소공배수 ~ nhỏ nhất
공백 khoảng trống.
공범자 đồng loã(phạm). 공범죄 tội ~.
공법 (공사하는 법) cách kiến trúc, cách thiết kế.
공법 (국가기관의 법) công pháp, pháp luật.
공병 công binh. 공병대(공병부대) bộ đội ~ , ~학교 trường ~.
공보 (관보) công bố. 공보실 (체신부) bộ thông tin. 공보활동 hoạt động thông tin. ~담당관 tùy viên báo chí.
공복 (공무원의 이칭) công chức, công bộc.
공복 (빈속) bụng trống(không), ~에 마시다 uống lúc ~.
공부하다 học hỏi, học hành, ăn học. học tập. 공부를 잘하다 học giỏi. 공부를 게을리하다 lười học,공부를 못하다 học kém. 공부에 열중하다 chăm học. 공부방 buồng học, (서재)thư phòng(trai), (교실)phòng học
공부를 좋아하는 ham học.
공부를 할 수가 없는 thất học.

공부해온 것을 발표하다 trả bài.
공분 (공공의 분노) phẫn nộ chung. 공분을 느끼다 cảm thấy ~.
공비 (공공의 비용) công tác phí.
공사(공과사) việc công và việc tư, việc chung và việc riêng.
공사(작업) công trình. 공사중 đang xây dựng, đang sửa chữa. ~구역 công khu.
공사 선수금(건축)trả trước cho xây dựng
공사 (회사) công ty liên doanh. 담배 공사 ~ thuốc lá.
공사 (국가의 외교관) công sứ. 공관 công sứ quán, đại sứ.
공사참사관 tham tán công sứ.
공산주의 chủ nghĩa cộng sản. 공산당 đảng cộng sản, 공산화 cộng sản hoá. 공산권 khối ~. ~를 비난하다 tố cộng, ~를 반대하다 chống cộng. ~혁명가 quốc tế ca.
공산당의 무장군 xích vệ.
공산명월 ánh trăng núi trống. (비유: 대머리) đầu hói, trọc.
공산품 sản phẩm công nghiệp.
공상하다 ảo tưởng, ảo mộng, ảo vọng, mơ màng.
공상적인 viển vông, mộng tưởng. ~ 이야기 câu chuyện ~.
공상 (공무중 입은 부상) tai nạn lao động.
공생 sống chung. công sinh.
공석 (빈좌석) chỗ ngồi trống.
공석기간의(법률) hưu thẩm.
공선 bầu cử chung. 공선위원 uỷ ban bầu cử.
공설 thiết bị công cộng. 공설운동장 sân vận động công cộng. 공설

시장 chợ công cộng.
공세 tư thế tấn công. thế công, ~ 전략 thế công chiến lược, 외교공세 ~ ngoại giao. 전면~ thế công toàn diện.
공소 (상소)하다 kháng (chống) án. 공소를 기각하다 bác đơn kháng án. 공소를 제기하다 khống tố, 공소심 thẩm án.
공손히 một cách lịch sự. nhũn, nhũn nhặn,. (예의바르게) lễ độ, ~ 드리다 kính biếu(dâng), ~ 초대하 다 kính mời, ~말씀드리다 thưa, thưa, 신사숙녀 여러분 thưa quý bà quý ông, kính bẩm, ~ 맞아들이다 phụng nghinh, 공손한 태도 thái độ nhũn nhặn.
(속) 공손히 예의를 지키면 남들에게 치욕을 받지 않는다(남을 존중하면 남에게 존중을 받는다) Khi giữ nghĩa kính cẩn, không bị người sỉ nhục (tôn trọng người thì mình sẽ được người tôn trọng).
공손하게 kính cẩn. ~영접하다 đón tiếp ~. ~ 인사하다 thi lễ, 상관을 보면 즉시 예를 표한다 trông thấy quan trên vội vàng thi lễ.
공손한 말 rước, 어서 드세요 rước ông xơi nước.
공수 chuyển chở bằng hàng không. 공수부 cầu hàng không, 공수부대 bộ đội hàng không. 공수작전 hành quân nhảy dù.
공수 (빈손) tay trắng. không thủ, 공수래 공수거 tới tay không về tay trắng.
공수 (공격과 수비) tấn công và phòng thủ.

공수병 (광견병) bệnh dại (bệnh chó dại).
공수표 (부도수표) chi phiếu không.
공술 rượu miễn phí.
공술 (진술) 하다 cung khai, công khai. 공술서 tờ (giấy) trình (cung khai).
공습하다 oanh(không) kích. 공습받다 bị oanh tạc. 공습경보 cảnh báo không tập.
공시하다 thông báo, loan báo.
공식 (수학) công thức.
공식 chính thức, ~의식 nghi lễ chính thức. (공식행사) 공식적으로 một cách chính thức. 공식 발표 công bố ~. 공식방문 chuyến thăm ~. 공식화 ~ hoá. 의례적인 방문 thăm viếng xã giao.
공신 (공로가 있는 신하) công thần, thần hạ có công lao.
공신력 tin cậy, tín nhiệm.
공안 an ninh chung, công an. ~국 công an cuộc, ~원 (경찰관) công an viên, cảnh sát.
공약 (서약)하다 thề, cam kết. 공약 công ước, "(서약) lời thề.
공약수 ước số chung, mẫu số chung. (수학) số bị chia. công bội, 최대 공약수 ~ lớn nhất (tối đa)
공양하다 cung dưỡng, (부양하다) phụng dưỡng. (부처에게) dâng hiến. nhang đèn.
공언하다 tuyên bố, công bố, thừa nhận.
공업 công nghiệp. kỹ nghệ, 공업단지 khu ~. 공업계 giới ~. 공업도시 thành phố ~. 공업화 ~ hoá. ~ 제 품 sản vật ~, 공업학교 trường kỹ thuật ~.

공역 (공동번역) cùng dịch.
공여 (기여) hạ đóng góp.
공연하다 diễn, trình(công) diễn. mở màn, 연극을 공연하다 ~ kịch. 공연자 (배우) diễn viên. 여배우 nữ ~.
공연 buổi diễn. ~을 시작하다 khai diễn.
공연히 một cách vô ích. 공연한 일 việc làm vô ích.
공연한 근심을 하다 lo xa.
공염불 lời cầu phật không. 공염불에 그치다 kết thúc ~.
공영 (공공단체의 경영) quản lý công cộng. 공영방송 phát thanh công cộng (chung).
공예 công nghệ. 공예품 hàng mỹ nghệ, ~ phẩm,(소수민족의 공예품) thổ cẩm, hàng mỹ nghệ. 공예가 thợ thủ công.
공용 công dụng. 공용어 ngôn ngữ (tiếng) thông dụng. 공용하다 (함께 쓰다) sử dụng chung. 공용물 tài sản chung. ~문서 điệp.
공원 công viên. vườn tược, 국립공원 ~ nhà nước.
공원 (공장의 노동자) công nhân.
공유하다 sở hữu chung. công hữu, 공유재산 tài sản công hữu, công hữu. 공유의 thuộc ~. 공유지 đất công cộng.
공유화하다 sung công.
공으로 얻다 lấy được miễn phí.
공의 sự công bình, (정의) chính nghĩa. công lý, 자유와 정의를 위하여 vì tự do và ~.
공을 들이다(다듬다) tỉa tót.

공이 (절구공이. 곤봉) chày. 야구 bóng ~.
공익 công ích. ~사업 kinh doanh cho lợi ích chung. ~광고 quảng cáo công ích.
공인 công nhận. 공인회계사 kế toán viên công chứng(CPA)
공일 (주일) chủ nhật, chúa nhật.
공일 (무보수일) việc công, làm việc không có lương.
공임 (품삯) tiền lương, thù lao. 공임을 인상하다 tăng lương.
공자 Khổng tử. 공자의 가르침 (도) đạo ~. ~와 맹자 Khổng Mạnh.
공자 앞에서 문자씀 múa rìu qua mắt thợ
공짜 miễn phí. 공짜로 먹다 ăn chạc, ăn quịt.
공작 (제작) chế tạo, xây dựng. ~ 기계 máy công cụ.
공작 (직위) công tước.
공작 (새) chim công. công trống. 공작 새가 울다 tố hộ. ~이 꼬리를 펴다 xòe đuôi.
(속) 공작은 깃을 아끼고 범은 발톱을 아낀다 (사람은 자중할 줄을 알아야 한다) Chim công tiếc lông, hổ tiếc móng vuốt (con người phải biết tự trọng).
공작금 quỹ xây dựng.
공장 (물품 만드는 사람) thợ thủ công.
공장 công xưởng, nhà máy, phân xưởng. ~부지 khu vực ~. 제조~ xưởng chế tạo. 직소~ xưởng dệt.
공장에 제품을 공급하다 tiếp phẩm.
공장장 quản đốc xưởng.
공저 (책) làm chung. 공저자 tác giả chung.

공적 (공로) công tích, công lao. 공적을 세우다 lập ~. ~을 다투다 tranh công.
공적인 (공공의) công cộng. 공적 업무 công việc ~. (반) 사적업무 việc cá nhân. 공적생활 đời sống xã hội.
공적 (공공의 적) kẻ thù chung.
공전의 (전혀 없었던) chưa hề có, chưa từng thấy. 공전의 대성공 thành công chưa từng có.
공전절후(전무후무)không tiền tuyệt hậu.
공전 (지구가 공전하다) trái đất xoay quanh mặt trời. (반) 자전(지구가 자전하다) trái đất tự quay.
공정 (작업 과정) quá trình, công trình. ~을 나누다 phân đoạn.
공정과정 quy trình. 산업공정 ~ công nghệ.
공정 (공평) công bằng, không thiên vị.
공정한 công chính, (합법적) hợp pháp. 공정가격 giá chính thức.
공제하다 trừ, khấu trừ (hao), trích, 10% 를 ~ trích 10 phần trăm, 공제 khoản trừ, trích qũy. sự trích ra.
공존 tồn tại chung, cùng tồn tại. cộng tồn. (함께 살아감) chung sống,
공주 công chúa. ~의 개인교사 phụ đạo.
공중의 (대중의) công chúng, đại chúng. 공중도덕 đạo lí chung. 공중위생 vệ sinh công cộng. 공중변소 nhà xí công cộng, cầu tiêu.
공중전화 điện thoại công cộng.
공중 (허공) bầu trời, không trung. ~

임무 phi vụ, 공중을 날다 bay trên trời. 공중감시 kiểm soát không trung. 공중전 trận không trung. không chiến, ~지원 không trợ, 근접 ~ 지원 không trợ sát gần, ~에 매달린 lủng lẳng, lơ lửng, ~전을 연출하다 độ cánh. ~장애 에 의한 잡음 nhiễu âm.
공중제비를 하다(재주넘다) nhào lộn. 비행기가 ~ máy bay ~.
공증 công chứng. 공증인 ~ viên. chưởng khế, 공증인 사무실 phòng chưởng khế, 공증문서 giấy ~.
공지 (공터) lô đất trống (공한지)
공직 công chức, chức vụ cơ quan. 공직자 (공무원) công chức.
공진회 bày triển lãm để đánh giá, hội chợ (cạnh tranh).
공차 (빈차) xe trống.
공채 công trái, (증권) chứng khoán. 공채를 발행하다 phát hành ~.
공채하다(채용)tuyển dụng.
공창 gái đĩ công. (반) 사창 gái đĩ, gái điếm.
공책 (노트) tập vở. tập(남), vở(북).
공처가 người chồng sợ vợ, anh sợ vợ. (속어) nhất vợ nhị trời(하나님보다 마누라를 더 중히여기다)
공천하다 đề cử, tiến cử.
공청회 phiên nhóm nghe dư luận, công chính hội.
꽁초 (담배) mẩu thuốc lá, tàn thuốc lá.
공출 sự phân phối, cung cấp.
공치다 (헛탕치다) không có kết quả.
공치사 tự khoe khoang.
공탁하다 (맡기다) ký thác, uỷ thác.

공탁금 tiền ~.
공터 (공지.빈땅) lô đất trống.
공통의 chung. 공통의 이익 lợi ích ~. 공통성 tính chất ~ 공통점 điểm ~.
공통적으로 chung chạ. 함께살다 sống ~.
꽁트 truyện ngắn.
공판 (공개재판) toà án công khai.
공판 (공동판매) bán hàng chung. 공판장 chợ ~.
공평한 công bằng, công bình. 공평하게 một cách ~.(반)불공평한 bất công, 공평무사하게 처리하 다 xử trí công bằng vô tư. 공평무사 công bằng vô tư. tính không thiên vị, 공평성 tính vô tư.
공포하다 công bố, ban hành.
공포 (빈총)를 쏘다 bắn bia (không có đạn)
공포탄 đạn mã tử.
공포 (무서움) khủng khiếp, kinh khủng, kinh hoàng.. ~에 질린 điếng sợ(người). sái nhiên, ~로 몸 을 떨다 sợ run, ~에 질린 sái nhiên. 공포에 질린 눈(성어)mắt la mày lét, ~에 사로잡힌 hồn bất phụ thể. ~에 빠 지다 sảng sốt. ~에 싸이다 kinh tởm. ~에 떨다 run sợ. mất vía, ~에 질려 말못하는 líu lưỡi. ~로 떨고 있는 sảng hồn. ~에 질린 창백한 표정 vẻ mặt hốt hoảng nhợt nhạt.
공폭 (공중 폭격) oanh tạc.
공표하다 công(tuyên) bố. phanh phui.
공표 lời rao.
꽁하다 (언짢아하다) lòng hẹp hòi, không độ lượng.
공학 công nghệ học.

공한 (공적 편지) văn bản chính thức, công văn.
공항 (비행장) sân bay, phi trường. 공항에 착륙하다 hạ cánh. (반) 이륙하다 cất cánh. ~세 thuế sân bay, ~대합실 ga.
공해 (오염) ô nhiễm, thiệt hại chung.
공해 (넓은 바다) biển rộng. 공해상에서 ở ~.
공허한 hoang không, trống rỗng, ~마음 óc trống rỗng, (허무한) hư vô. 허무주의 chủ nghĩa ~. 공허감 cảm giác ~. 공허한 말 chuyện tào lao. ~말을 하다 nói trống.
공헌하다 đóng góp. công hiến,(반) 누리다 hưởng thụ. 평화에 크게 공헌하다 đóng góp lớn lao cho hoà bình.
공화국 nước cộng hoà. 공화당 đảng cộng hoà. 공화정부형태 chính thể cộng hòa.
공황 khủng hoảng. 경제공황 ~ kinh tế.
공회(의회)tòa công luận. (모임) buổi họp. ~당 quán.
공훈 (훈공. 공로) công lao(huân). (반) 죄과 tội tình.
공휴일 ngày nghỉ. 주일 chủ nhật, chúa nhật.
곶(갑:바다쪽으로 뻗어있는 땅) mõm đất. mũi đất(biển).
곶감 trái hồng khô. ~꼬치(꼬챙이) cọc hồng khô.
꽂다 (박다) cắm. (찌르다) đâm. giắt vào, (지르다) gài. 스위치를 꽂다 cắm ổ điện. 화병에 꽂을 ~ cắm vào bình hoa. 단추구멍에 장미를 ~ giắt hoa hồng ở khuy áo.

꽂을대 que đâm.
꽃 hoa(북), bông(남). bông hoa, 꽃이 피다 hoa nở. 트(khai) hoa, 꽃을 꺾다 ngắt hoa, phá tân. 꽃피는 시절 mùa hoa nở. 꽃을 가꾸다 trồng hoa. 꽃을 뽑다 chiết hoa, 꽃가루 hoa phấn, (사교계의) hoa khôi. 꽃시장 chợ bán bông, 꽃꽂이 cắm hoa. đĩa hoa, bát hoa, 꽃말 lời nói hoa mỹ. 시든 꽃 hoa héo. 꽃밭 (화원) vườn hoa(cảnh), cánh đồng hoa. 꽃잎 cánh hoa. 꽃향기를 채우 다 ướp hoa, ~이 열매가 되다 hoa kết thành trái.꽃무늬 목재 lát hoa. 꽃 모양표시(*)hoa thị 꽃등 ~ đăng, 꽃눈 nụ hoa. 꽃에 물을 주다 quán hoa. vảy nước lên hoa.
꽃과 잎 hoa lá.
꽃으로 꾸미다 chưng(kết) hoa.
꽃다발 bó hoa. chùm hoa, 화환 vòng hoa. lẵng hoa, 꽃봉오리 nụ hoa, búp hoa, 꽃잎 cánh hoa.
꽃다운 이름 tiếng thơm.
꽃동산 vườn hoa. 꽃무늬 hoa văn. 밭 vườn hoa. 꽃병 bình hoa. 꽃송이 bông hoa. 꽃다발 bó hoa. 꽃술 nhị hoa. 암술 nhị cái, 꽃잎 cánh hoa. 꽃받침 đài hoa.
꽃대(꽃줄기)cành hoa(북), nhánh hoa(남)
꽃마차 xe loan.
꽃모양 rằn ri.
꽃무늬 모양의 văn vèo.
꽃무늬의 từ hoa, ~ 목재 lát hoa.
꽃샘 추위 đợt rét. rét nàng Bân.
꽃바구니 lẵng(giỏ) hoa
꽃이 핀 복숭아 나무 yêu đào.

과 (와) và, cùng, với. 바늘과 실 kim và chỉ. 학교와 가정 trường học và gia đình. 당신과 가고 싶다 muốn đi với anh. 함께 가자 하ẫy cùng đi.
과(대학의) khoa, 문~ văn khoa, 이~ lý ~, 의~ y ~, 소아~ khoa nhi.
...과 같은 tựa, 비단과 같은 ~ vải lụa.
과감하다 (과감한) quả cảm, quả quyết. bạo dạn. 결연한태도 thái độ quả quyết.(반) 겁이 많은 nhát gan.
과객 (나그네) khách lạ, khách qua đường.
과거분사 qúa khứ phân từ.
과거시제 Thì quá khứ.
과거 quá khứ, dĩ vãng, (반) 현재 hiện tại. 과거의 thuộc về ~. ~의 일 vãng sự, 뼈아픈~ ~nhức nhối, ~를 잊다 quên dĩ vãng, 과거를 되돌아 보다 nhìn lại dĩ vãng. 과거사를 덮어두다 khép quá khứ. ~에는 ngày trước.
과거 (시험) khoa cử, thi cử. khảo thí, ~제도 chế độ ~, ~을 보는일 cử nghiệp, ~시험장 khoa tràng..
과거시험에 합격하다 đại đăng khoa.
과거시험에 두번째로 합격한 사람 bảng nhãn.
과거시험에 세번째로 합격한 사람 thám hoa.
과격한 quá khích, quá mức. sừng sộ, ~ 어조로 말하다 ăn nói sừng sộ, 과격한 요구 đòi hỏi ~. 과격한 언사 lời nói thô bạo. tố.
과공하다 (지나친 공손) quá khiêm tốn. 과공은 비례라 quá khiêm tốn 는 vô lễ.

과녁 bia, đích. xạ giới, 과녁에 명중하다 bắn trúng ~. trúng đích. ~의 중심 iểm trắng của bia.
과년 (지난해) năm qua, năm ngoái.
과년 (혼기를 지남) ế chồng. 과년한 처녀 phụ nữ lỡ thời.
과념하다 (지나치게 염려하다) quá lo lắng.
과다하다 quá nhiều, quá đa. 과다공급 cung cấp quá nhiều.
과단성 tính quả quyết, tính dứt khoát. ~있는 quả đoán.
과대평가 đánh giá quá cao. (반) 과소평가 đánh giá quá thấp.
과대한 (과장된) phóng đại, phô trương. 과대한 광고 quảng cáo ~.
과도 (과일칼) con dao gọt trái cây(남), con dao gọt hoa quả (북)
과도하다 quá đáng. 과도하게 một cách ~. qúa ư,과도한 quá độ, qúa chừng(lố), 너무많이 먹어서 숨을 쉴 수 없을 정도이다 ăn quá lố thì phát ách.
과도하게(분수에 넘치게)xểu xào.
과도기 thời kỳ quá độ. giao thời. 과도기 문화 văn hoá ~. 과도정부 chính phủ ~.
과두정치 quả đầu chính trị.
과량의 dư thặng.
과로하다 làm việc quá nhiều, lao lực. 과로로 건강을 해쳤다 bị kiệt sức vì ~. 과로로 죽다 lao lực mà chết.
과료처분 bị phạt vạ.
과립 (작은 알갱이) hột, hạt. ~성 결막염 sa nhãn.
과목 khoa mục, môn học. 전과목 toàn ~. 선택과목 ~ tự chọn. 필수과목

~ bắt buộc.
과목 (과수. 과일나무) cây ăn trái.
과묵한 lầm lì, ít nói(lời). tâm ngầm, quả ngôn, cù mì. trầm mặc, ~성격 tính nết cù mì.
과물전 cửa hàng bán trái cây.
과민하다 quá nhạy cảm. 과민증 tính quá nhạy cảm. 과민성 tính qúa mẫn
과민반응 sốc quá mẫn.
과밀(인구가 한곳에 많이 몰려있음) người đông đúc. 과밀도시 thành phố đông đúc.
과반수 đa số, phần lớn. quá bán, 과반 수를 차지하다 chiếm đa số.
과반 (지난번) thời gian vừa qua.
과보 (인과응보) nhân quả ứng báo, ác giả ác báo.
꽈배기 kẹo thèo lèo.
과부 goá phụ. vợ góa, ly phụ, 과부가 되다 trở thành ~. ~된 어머니 mẹ góa. ~될 운세인 sát phu. ~의 방 sương phòng.
과부(홀아비)로 살다 ở vậy. quả cư.
과부족 quá thiếu thốn.
과분하다 quá đáng. 과분하게 một cách ~. thái quá.
과세하다 đánh thuế. 부과 가치세 thuế giá trị gia tăng. 과세를 줄이다 giảm thuế.
과소하다 quá nhỏ. 과소평가하다 đánh giá quá thấp.
과속하다 quá nhanh, quá tốc độ. 과속 으로 달리다 chạy ~.
과수원 vườn trái cây. quả viên.
과시 chưng, (자랑)하다 khoe khoang, phô trương. nói khoác
과식하다 ăn quá nhiều, ách. 과식으

로 속이 거북하다 phát ách.
과신하다 quá tin.
과실(과일) trái cây(남), hoa quả (북). 과실을 재배하다 trồng ~.
과실수 cây ăn trái, cây lâu năm.
과실 (잘못) lỗi lầm, sai lầm(phạm). (죄과) tội lỗi, 과실을 범하다 phạm lỗi. ~살인죄(치사) tội ngộ sát.
과언 (지나친 말) lời nói quá đáng. 과 언이 아니다 nói như vậy không có gì là quá đáng.
과업 việc phải làm.
과연 quả nhiên, quả thật. quả là. ~ 그 는 억울하다 quả nó oan.
과열 quá nhiệt, quá lửa.
과오 (잘못.허물) sai trái, lỗi lầm. 과 오를 범하다 phạm lỗi lầm.
과외 thêm giờ. 과외공부 học thêm.
과욕을 부리다 tham lam quá.
과용 (지나치게 많이 씀) sử dụng quá nhiều. 약을 과용하다 uống thuốc quá liều lượng.
과육 cùi, múi, 오랜지~ múi cam.
과음하다 uống quá nhiều. uống rượu xều xào, 과음과식 하다 bội thực.
과인(황제의 자칭) quả nhân, (나) min.
과일 (과실. 열매) trái cây (남), hoa quả (북). ~껍질 칼 dao bào thái. ~가게 hàng quà. ~주스 nước trái cây. ~나무 quả mộc. ~주 rượu mùi.
과일이 떨어지도록 나무를 흔들다 rung cây cho trái rụng.
(성어) 과일을 먹을때는 심은사람을 기억하고, 물을 마실때는 근원을 기억하다 ăn quả nhớ kẻ trồng cây, uống nước nhớ nguồn.

과잉 (지나치게 많음) quá đa, quá dư. 과잉생산 sản xuất ~. 인구과잉 dân số quá đông. ~전압 siêu điện thế.
과자 mứt kẹo, bánh ngọt. 바삭 바삭 한 ~ bánh giòn (반)물러진~ bánh iu
과장(실장) trưởng ban (phòng).trưởng chuyền. trưởng khoa.
과장하다 phóng đại, phóng to, khoa trương, phô trương, thổi phồng. 과장하여 말하다 nói ngoa, 과장하여 자랑하다 một tấc đến trời, 남의 결점을 과장해서 말하다 thổi phồng những thiếu sót của người khác. 과장법 ngoa dụ. 과장해서 묘사하다 tô hồng, 제도를 과장해서 묘사하다 to hồng cho chế độ. 과장되게 말하다 thậm xưng, 민요속에서 과장되게 말하다 thậm xưng trong ca dao.
과정 quá trình. 생산과정 ~ sản xuất.
과제 (숙제) bài học, bài tập ở nhà 과제를 내다 ra bài.
과주 (과일주) rượu trái cây.
과중하다 quá trọng, quá nặng.
과즙 nước trái cây.
과찬하다 quá khen.
과태마라(국명)GoaTêmala
과태료 tiền phạt nộp trễ.
과표 (과세표준) tiêu chuẩn đánh thuế.
과하다 (부과하다) đánh thuế. (많다) quá nhiều.
과학 khoa học. (반)미신 mê tín, 과학적으로 một cách ~. 과학자 nhà ~. ~기술혁명 cách mạng khoa học kỹ thuật. ~연구 센 터 trung tâm nghiên cứu khoa học.

과학정보 tình báo khoa học.
곽 hộp. 성냥곽 ~ diêm.
꽉누르다 nhấn, nhấn vào.
꽉 (단단히) chặt. 꽉 매다 thắt ~. 꽉 묶다 buộc(cột) chặt, buộc thút nút. (가득히) đầy. 꽉찬물 nước đầy đủ. 꽉찬 chật như nêm, kín mít, đông nghẹt. 꽉 들어찬 đầy ắp.
꽉 막힌 tịt mít.
꽉 메우다 bít, 파이프를 ~ ~ ống.
꽉 움켜쥐다 bấu chặt.
꽉잡다 nắm chặt lấy. (매달리다)bám.
꽉 조이는(옷) sin sít.
꽉 조이다 siết chặt.
꽉채우다 dồn.
관 (널) áo quan, quan tài(북), cỗ áo, ván hòm(남). thọ mộc(đường), (망건) mão triều. 관의 덮개 판자 ván thiên.
(속) 관 속에 들어가도 막말을 말아라 (어떤 환경에서도 말은 신중히 해야 한다) Dù có vào quan tài cũng đừng có nói bậy (trong hoàn cảnh nào cũng phải thận trọng với lời nói).
관 짜는 사람 hàng xũ.
관 (무게단위) đơn vị trọng lượng. 1 관: 3,75kg.
관개(치수)trị thủy, (수리: 물을 이용함) thuỷ lợi. ~공사 công trình ~. ~시설 mương máng. ~용 수로 nông giang.
관객(관중) khán giả, quan khách.
관건 (핵심) mấu chốt. 문제의 관건 ~ của vấn đề.
관계 quan hệ. ~가 없다 không có liên quan. ~가 있는 liên(tương) can, hữu quan, ~를 맺다 kết giao, giao

ㄱ

thiệp, làm sui. ~를 끊다 cắt đứt ~. bỏ đảng. tạ tuyệt, tuyệt giao, 불윤 관계 ~ bất chính. ~기관 cơ quan liên hệ. 거래~ ~ mua bán. 외교 관계 ~ ngoại giao. ~되다 can hệ.
관계(상관) 없는 vô luận.
관계 (관리들의 사회) giới chính quyền, quan giới, giới viên chức.
관계(소관)부처 bộ sở quan.
관공리 (공무원) công chức.
관공서 công thự, cửa quan, quan nha, (정부 기관) cơ quan chính quyền, chính phủ. ~앞을 왔다갔다하다 thì thọt cửa quan.
관광 tham quan. 관광하다 đi tham quan, du lịch. 관광객 khách du lịch. 관광차 xe(ôtô) du lịch. 관광사업 kinh doanh du lịch.
관구 khu, khu vực.
관군 quân chính quy, quan quân, lực lượng chính quy.
관권 quan quyền, quyền chính phủ.
관급 chính phủ cung cấp.
관기 (관청의 기율) kỷ luật cơ quan.
관내 (관활 구역안) trong phạm vi quyền hạn.
관념 quan(ý) niệm. 시간관념이 없다 không có ~ thời gian. 책임관념이 없다 không có ý thức trách nhiệm.
관능적 khiêu dâm, dật dục, quyến rũ, hấp dẫn. 관능미 dâm mỹ.
관대 khoan dung, có lòng, khoan hồng, hiền từ, khoan đãi, bụng rộng rãi, 관대하게 một cách ~. 관대하게 웃다 cười độ lượng. 관대하게 대하다 tiếp đãi nồng hậu. nể nang.

관등성명 họ tên và chức vụ.
관람하다 xem, tham quan.
관련 liên quan(hệ). 관련된 문제 vấn đề có liên quan. ~시키다 móc xích.
관례(습) tục lệ, lệ thường, khuôn sáo, 오랜~에 따라 theo ~ cũ, (습관) thói quen. thói thường, 국제 ~ tập tục quốc tế. (통례. 선례) thông lệ, tiền lệ. (규약)ước lệ,
관례적으로 theo lệ thường.
관례상의 tục truyền. 관례에 의하면 -라고 한다 ~ rằng --.
관록 (품격) phẩm cách.
관료 quan liêu, quan trường. ~적인 quan cách, 관료정치 chính trị ~.
관류하다 chảy ngang qua.
관리 (공무원) chức viên, viên(quan) chức. ~의 전령 lính lệ. 관리의 아들 ấm con. ~들의 봉급 quan bổng. ~의 직책 quan chức. ~의 태도 quan dạng.
관리인 quản đốc.
관리하다 quản ly(trị), làm cai, coi sóc, (감시)trông coi, 관리자 quản đốc, 관리부 ban quản trị, bộ phận quản lý. 관리제도 quan chế. 관리실 phòng quản trị.
관리감독하다 quản đốc, ~ 관 viên ~.
관망하다 theo dõi, xem thử.
관명 (직명) chức danh.
관문 (국경의) cửa quan. 시험의 관문을 통과하다 vượt qua cuộc thi khó khăn. qua cầu.
관민 (공무원과 민간인) quan và dân, viên chức và dân thường.
관보 công báo, quan báo.
관복 quan phục, đồng phục nhân

viên văn phòng.
관비 học phí nhà nước. (반) 사비 학비 phí tư.
관사 nhà của nhà nước.
관사 (문법) mạo(quan) từ. 정관사 ~ xác định. (반) 부정관사 ~ phủ định(bất định).
관상대 đài quan sát khí hậu. quan tượng đài.
관상 xem tướng. bộ tướng, ~을 보다 xem tướng, 관상쟁이 thầy số, 관상가 thầy tướng, nhà xem tướng. tướng sĩ. ~술 tướng thuật. 그 사람은 일찍 죽을 관상이다 trông nó yểu tướng lắm.
관상 (음미) 하다 ngắm, thưởng ngoạn..
관서 cơ quan chính phủ.
관선 (관에서 뽑은) được chọn, bổ nhiệm vào cơ quan nhà nước. 관선 변호사 luật sư nhà nước.
관성(물리) lực quán tính, nọa tính.
관세 thuế. thuế đoan(quan), 관세없는 (면세) miễn thuế. 면세품 hàng ~. 세관 hải quan, thuế quan. 관세를 부과하다 đánh thuế. 관세청 (세관) cục hải quan, cục thuế. ~ 포함 bao gồm ~, 관세율 tỷ lệ chịu thuế. ~장벽 hàng rào thuế quan.
관솔 (송진)불 lửa từ nhựa cây.
관수하다 bảo quản (보관하다)
관습 (습관) tập quán, thói quen. cổ lễ, 관습상 lệ thường. 관습에 따라 theo lệ thường, theo tập quán.
관습보다 중요한 것이 없다(속어) thể vua thua toc dân.
(명)관습에 역행하는 방도를 택하면 항상 일이 잘 될 것이다 Nếu chọn

cách làm đi ngược lại với thói quen thì công việc sẽ luôn tốt đẹp.
관심 quan tâm.(반) 무관심 không quan tâm, 정치에 관심이 없다 không hề quan tâm đến chính trị, ~없는 bất cần, ~을 표시하다 đếm xia. ~을 두지 않는 không để ý. bất cần. ~을 가지다 quan tâm(hoài).
...에 관심을 가지다 lự.
관아 văn phòng chính phủ.
관악기 nhạc khí hơi.
관여하다 tham gia, (사건에) dính vào(líu), liên can. 정치에 관여하다 liên can chính trị.직접 ~ nhúng tay vào
관용 (너그럽게 용서함) lòng khoan dung, lòng khoan đãi.
관용 (습관적으로 씀) thông dụng. 관용구 thành ngữ. 관용어 quán dụng ngữ.
관용차 công xa.
관원 (공무원) viên chức, công chức.
관음(불교)quan âm.
관인 con dấu chính thức, ấn tín
관자놀이 chỗ giữa tai mắt. (해부) thái dương. màng tang.
관작 chức vị.
관장하다 quản lý.
관장하다(의학) quán trường, thụt. 관장기 máy thụt.
관재 việc quản lý tài sản.
관저 sảnh đường, (저택) đại sảnh.
관전하다 (보다) xem trận đấu.
관절 (해부) khớp xương. quan tiết, 무릎~ ~ đầu gối, ~을 잇다 xương nối khớp với xương khác, 다리의 관절이 빠지다 trật khớp chân.관

ㄱ

절약 thuốc giảm đau xương, 관절통 đau khớp xương.관절염 viêm xoang(khớp).

관점 quan điểm, lập trường.

관제 (통제) kiềm chế, quản chế. 관제탑 tháp ~. đài kiểm soát.

관조하다 thưởng ngoạn.

관존민비 quan tôn dân ti.

관중 quần(quan) chúng, khán giả, (청중)thính giả, ~석 khán đài.

관직 quan chức. ~에 오르다 thăng quan tiến chức, ~을 포기하다 ly chức.

관직에 임명하다 xuất chính ra làm quan.

관찰하다 quan sát, theo dõi. nhận xét, 관찰자 quan sát viên. 관찰위원회 hội đồng quản hạt. (주의깊게) soi xét. 관찰조(대) tổ quan sát.

관철 (수행)하다 quán triệt, hoàn thành, thực hiện, thi hành.

관청 cơ quan chính phủ. công sở.

관측하다 quan sát. suy trắc. 기상관측 ~ khí tượng. 관측소 điểm(đài) ~. (항공)đài không sát.

관통하다 xuyên qua, thấu qua. quán xuyến. thông suốt. xiên qua, 탄환은 가슴을 관통했다 viên đạn ngực.

관포지교 bạn nối khố.

관하 dưới chính quyền.

관해서 về, đối với. 이 일에 관해서 về việc này. – 관해서 생각하다 nghĩ đến. 나에 ~ về phần tôi.

관할하다 quản hạt. thi hành quyền lực. 관할관청 cơ quan quyền lực. 관할 위원회 hội đồng ~. 관할구역 khu vực chính quyền. 관할지

hạt. 관할 권 quyền ~.

관행 lệ thường, thói quen thông thường.

관허 giấy phép của cơ quan chính quyền.

관헌 công an chính phủ.

관현악(오케스트라) dàn(phường) nhạc. 관현악단 ban nhạc. ~기의 총칭 ti trúc.

관형격조사 tiểu từ định ngữ, 관형사 định từ, 관형사 형어미 đuôi từ chỉ định ngữ...관형어 định ngữ.

관혼상제 quan hôn tang tế.

관후하다 (너그럽고 온후함) nhân hậu.

괄괄하다 tính hay bốc hoả (lửa), mãnh liệt.

괄대 (괄시.홀대) 하다 đối xử hờ hững, tiếp đãi qua loa.

괄목할만 하다 đáng được xem lại.

괄시하다 tiếp đãi lạnh nhạt, coi thường.

괄호 (둥근) dấu ngoặc đơn. (모난) dấu móc. 이중~ dấu ngoặc đôi. (큰) dấu ngoặc ôm. 각~ ngoặc vuông.

괄호넣기 thêm vào chỗ trống.

괌(국명) Guam.

광(곳간) nhà kho.

쾅쾅(소리) ầm ầm, oàng oàng (âm thanh). 대포를 쾅쾅쏘다 pháo bắn ầm ầm.

광 (야구광) người mê bóng chày.

광각랜즈 thấu kính chiếu toàn cảnh.

광견 (미친개) chó điên. 광견병 bệnh chó dại. ~병의(의학) kỵ nước.

광경 quang cảnh, cảnh tượng. 참혹한 광경 thảm cảnh. 비통한 ~ cảnh tượng bi thống.

광고 (선전) quảng cáo. 공익~ ~ công ích, 신문에 광고를 내다 ~ trên báo. 광고판 bảng ~. ~대행사 hãng ~. ~난 cột ~.
광공업 (광업과 공업) công nghiệp mỏ.
광구 (태양의 표면) bên ngoài mặt trời.
광구 (채굴구역) khu vực hầm mỏ.
광기 phong iên, ~의 발작 cơn điên.
광년 (천문)quang niên. đơn vị cự li của tia. năm ánh sáng.
광대(익살꾼) chú hề. 여자광대 nữ hề.
광대한 rộng lớn, bao la. mênh mông, bát ngát, mang mang, man mác, (반) 좁은 hẹp, 광대한 바다 biển mang, ~들판 cánh đồng man mác.
광대뼈 xương gò má. quyền cốt. 광대뼈 나온사람 người có ~ cao.
광도 (빛의 밝기) quang độ. möùc độ ánh sáng. ~ 계 quang kế.
광도측정 phép trắc quang
광도를 측정하다 trắc quang.
광란하다 (미치다) điên cuồng, điên rồ. cuồng(mê) loạn.
광림 (찾아옴)하다 hiện diện, có mặt.
광막한 (넓은) rộng bao la, mênh mông. lồng lộng.
광맥 khoáng mạch.
광명 (빛) tia sáng.(반) 암흑 bóng tối, (비유) hy vọng (희망).
광명한 sáng láng.
광명정대한 quang minh chính đại.
광목 (무명배) vải bông.
광물 khoáng chất. chất quặng, 광물의 thuộc ~, khoáng sản.
광범한 rộng rãi. 광범하게 một cách ~.
광범위한 (광범한) rộng rãi.

광복절 lễ quốc khánh (15.8 năm 1945)ngày quốc khánh.
광부 thợ mỏ, công nhân mỏ. phu mỏ. ~는 지하에서 일한다 ~ làm việc dưới mặt đất.
광분하다 (정신없이 뛰다) (동분서주 하다) lăng xăng, chạy lung tung. 돈벌이에~ bận rộn kiếm tiền.
광산 (광석 캐는 곳) mỏ, nơi khoáng thạch. 광부 thợ mỏ. ~의 지질 địa chất mỏ, ~을 개발(척)하다 đào mỏ. khai mỏ(khoáng). thái quật. ~물 khoáng sản. ~을 탐사하다 thám khoáng.
광산 갱도용 화차 xe goòng.
광산에서 반출하다 vận xuất.
광상곡 (음악) rắp-xô-đi, nhạc khúc nhanh vui.
광석 khoáng thạch. quặng, 철광석 quặng sắt. ~ 을 골라내다 sang quặng.
광선(빛) tia sáng. (X 레이) quang tuyến. tia sáng, ánh sáng. quang tuyến. ~ 진 단법 phép đoán bịnh bằng ~. ~사진촬영 ảnh chụp bằng ~. ~ 치료 phép trị bịnh bằng ~. ~실 phòng ~.
광속 (광속도) tốc độ tia sáng.
광신적 cuồng tín. 광신자 người ~, kẻ ~.
광야 hoang dã, đồng vắng, quảng dã..
광언 (광담;허황된 말)) nói bậy bạ.
광업 khai thác mỏ.
광역 đất rộng, vùng rộng. 광역시 thành phố rộng lớn.
광영 (영광) vinh quang, vinh hiển.
광우리 (광주리) rổ, giỏ.
광원체 thể quang nguyên.

광유 (석유)dầu mỏ, dầu thô (원유)
광을 내다 đánh láng(bóng).
광음 (시간) thời giờ. quang âm.
광의 (넓은 의미) ý nghĩa rộng.
광인 (미친 사람) người điên (mất trí).
광장 quảng trường, công trường, bồn binh. quãng đường.
광적인 (미친 듯이) điên rồ (cuồng). 광적으로 một cách ~.
광전 (전기) hiện tượng quang điện. 광전자 quang điện tử
광점 điểm phát sáng.
광정 (바로잡음) sửa đổi, cải thiện.
광주 (광산주) chủ của khu mỏ.
광주리 rổ(남) giỏ. rá(북).
광증 (미친증세) chứng điên rồ.
광채 (빛) nước bóng, tia sáng. 광채가 나다 phát ra tia sáng.
광천수 suối nước khoáng.
광천(온천) 요법 thủy dục liệu pháp.
광케이블 cáp quang
광태 (미친 행태) hành động điên cuồng.
광택 sáng ngời, bóng láng. nhóang, 광택을 내다 đánh bóng. ~나는 bóng loáng, ~나는 그릇 bát sành. 광택이 나는 검은색 đen lánh.
광택 니스 vẹt-ni. ~를 칠하다 đánh ~.
광택제 dầu bóng.
광파 (물리) làn sóng sáng.
광포하다 giận dữ.
광폭한 cuồng bạo.
광폭 (넓은 폭) bề rộng (khổ vải rộng).
광풍 cuồng phong, gió lớn (mạnh), đông tố.
꽝 하고 귀가 울리다 ù tai.
광학 quang học. 광학기기 khí cụ ~. ~섬유 케이블 cáp sợi quang.

광화학 quang hoá học.
광활하다 rộng rãi, mênh mông. 광활한 수면 mặt nước ~.
광합성 quang hợp.
광휘 (반짝이는 빛) lấp lánh, sáng chói.
광희 (미친듯 기뻐함) phấn khởi.
괘(점괘) quẻ, quẻ bói.
꽤 khá. kha khá, 그녀는~매력적이다 nàng coi kha khá, 꽤 먼 거리 khá xa. 꽤 잘한다 khá giỏi.
꽤 유복한 khá giả.
꽤 전부터 가족과 멀리 떨어지다 bấy lâu xa cách gia đình.
괘념하다 lo âu. 괘념치 마시오 khỏi lo.
괘도 biểu đồ, sơ đồ.
괘선 (나란히 그은선) gạch.
괘씸하다 láo xược, đáng ghét. 괘씸한 녀석 kẻ xấc láo, gã đáng ghét.
괘종시계 đồng hồ treo tường(báo thức).
괘지 (양면괘지) giấy có gạch hàng.
꽥 소리지르다 la hét, la lên.
꽥꽥(오리소리)oác oác.
괜찮다 không sao. 괜찮아, 염려하지 말아 không sao, khỏi lo.
괜찮게 살다 làm ăn xì xằng.
괜히 (공연히.쓸데없이) một cách vô ích.
꽹과리 (작은징) chiêng nhỏ, cồng. 꽹 과리를 치다 đánh ~.
괭이 cái cuốc. cuốc bàn, ~로 đất để pha cuốc đất. 불도저 xe cuốc.
꾀 (지혜) kế, mưu kế, mưu chước, mẹo, láu cá, thủ đoạn, ma lanh. (지모)trí mưu, 꾀 많은 사람 người có nhiều mưu kế (thủ đoạn). 꾀에 넘어가다 rơi vào

bẫy, mắc mưu.
꾀가 많은 ranh, lọc lõi, 장난꾸러기야! ranh con!.
꾀꼬리 chim vàng anh(북), chim chích choè(남). hoàng oanh(điểu).
괴괴하다 (조용하다)tĩnh mịch, tĩnh mạc (적막하다)
괴 nén, 금괴 nén vàng.
괴금(금괴) vàng khối.
괴나리봇짐 túi xách du lịch.
괴다 (고이다) (물이) đọng lại. (받치다) chống đỡ. 기둥으로 괴다 chống đỡ bằng cột trụ. (발효하다) sôi sục lên men.
꾀하다 toan. mưu đồ.
꾀(술책) mẹo. (속임수) mánh khóe. mưu chước. ~가 많은 lôi.
꾀다 xui bảo, giùi. nhứ, (꼬시다) gạ gái, tán gái. (유혹) cám dỗ. lôi cuốn, mồi chài, 꾀어내다 dụ dỗ. 달콤한 말로 꾀여내다 gạ gái dùng lời đường mật. dỗ ngon dỗ ngọt.
괴담 (괴상한 이야기) chuyện kỳ quái.
괴도 (괴상한 도둑) kẻ trộm quái.
괴력 sức lực phi phàm.
괴로워하다 đau khổ. tư lự, phiền muộn, lao đao, phiền lòng, (반)즐거워하다 sung sướng, (근심) lo lắng. 괴로움 sự(nỗi) đau khổ. sự khó nhọc, 괴로워하는 thống thiết. 괴로운 일을 극복하다 san phẳng. 모든 곤란을 극복하다 ~ mọi khó khăn.
괴롭게 하다 làm khó. quấy rầy(quả).
괴롭다 (고통) đau khổ, cực khổ.
괴롭히다 quấy nhiễu(rối), ưu phiền, giày vò, vò xé, ray rứt. châm chọc, bắt nạt, (조롱)trêu ghẹo, mang lại

괴롭히다 làm phiền não. nhũng nhiễu. quấy nhiễu, phá rối.
괴롭히지 마라(사람들을 더 이상) đừng làm rầy người ta nữa.
괴뢰군 ngụy binh(quân)..
괴뢰 bù nhìn, bồ nhìn, ~정부 chính phủ bù nhìn. ~정권 tề ngụy, ngụy quyền.
괴멸하다 tiêu diệt, tàn phá. tan vỡ.
괴문 (괴상한 소문) tiếng đồn xấu.
괴물 quái vật. quái quỷ. ngóao ộp, ~ 단지 khỉ cùi.
괴벽 (괴이한 버릇) thói quen kỳ lạ, (khác thường).
괴변 (괴이한 변고) biến cố khác thường.
꾀병 giả bệnh. 꾀병부리다 giả đau, giả bệnh(ốm). bờ ốm. trá bịnh, ~을 부려 휴가를 신청하다 trá bịnh xin nghỉ.
꾀보 (꾀많은 사람) người gian xảo.
꾀부리다 né tránh, đổ vấy. 꾀부리며 일을 안 하다 ~ làm việc.
괴사 (괴상한 일) điều kỳ lạ.
괴상한 kỳ lạ. lập dị, ma bùn, 괴상한 물건 vật kỳ dị. ~녀석 đồ ma bùn.
괴수 (두목) đầu sỏ, sếp.
괴수 (요괴) yêu quái, quái vật.
꾀어내다 lôi cuốn.
괴이하다 kỳ diệu, lạ lùng, kỳ quặc.
괴짜 người lập dị (lạ thường). (기인) người kỳ cục..
꾀잠자다 giả bộ ngủ, giả vờ ngủ.
괴종시계 đồng hồ báo thức.
꾀죄죄하다 tồi tàn, bệ rạc, lôi thôi. 꾀죄죄한 옷차림 ăn mặc xơ xác.
괴질 căn bệnh kỳ lạ.
괴탄 (석탄 덩이) đống than đá. (반)

분탄 than bột.
괴팍한 hâm hấp, (성질이) khó tính, cầu kì. ~사람 người ~. người khó tánh.
꾀하다 mưu đồ, toan, (계획 하다) kế hoạch, toan. âm mưu, 자살을 ~ toan tự sát. 살인을 꾀하다 có âm mưu giết người.
괴한 khấu tặc, (수상한 자) kẻ khả nghi.
괴혈병 bệnh sco-bút. cam tẩu mã.
꾐 (꼬심) sự cám dỗ (dụ dỗ). 꾐에 빠지다 rơi vào bẫy.
굄돌 "(괴는돌) cột đá chống đỡ.
굉장하다 vĩ đại, hùng vĩ, hoành tráng. (장엄하다) nguy nga 굉장하지요? hoành tráng chứ hả?
굉장히 khá.
굉장한(사나운)tợn, 굉장히 사나운 dữ tợn.
교 (종교) tôn giáo, đạo. 기독교 đạo tin lành.
교가 ca khúc học đường.
교각 (다리 받치는 기둥) chân(sườn) cầu.(건축) mố cầu, 가운데~ trụ cầu
교각 사이의 철골연결 구조 vì cầu.
교각 살우 (일을 망침) làm việc thất bại.
교감(마음이 통함)giao cảm, ~신경 thần kinh ~.
교감 phó hiệu trưởng. 교장 hiệu trưởng.
교갑 (캡슐) hộp nhỏ để đựng viên thuốc.
교과 (학과) giáo khoa. ~과 과정 giảng khoa, 교과서 sách ~. 검정교과서 ~ hợp pháp. 국정교과서 ~ quốc gia chỉ định.

교관 (교원) huấn luyện viên. giáo viên.
교구 (편의상 나눈 구역) giáo khu.(종교의) giáo phận, xứ.
교구목사 cha(thầy) sở(cả).
교구 (교육 용구) giáo cụ, dụng cụ giảng dạy.
교권 (교사의 권리) quyền giáo viên.
교기 lá cờ trường.
교내 trong trường. 교내 운동장 sân trường. ~최우수학생 tài học quán trường.
교단 (종교단체) tập thể tôn giáo. (교실의) bục giảng.
교당 (교회) nhà thờ.
교대하다 thay đổi(chân). 교대로 thay phiên. lần lượt, 교대시간 giờ thay ca. 3 교대로 일하다 làm theo 3 ca. 친구와 ~ thay chân bạn. 우리는 교 대로 일을 했다 chúng tôi thay phiên nhau làm.
교도 (신도) tín đồ, tín hữu. gíao đồ.
교도하다 (지도하다) chỉ đạo, giảng dạy.
교도소 (감옥) nhà giam(tù), trại cải tạo. lao ngục(xá). ~에 오래 갇히다 rũ tù.
교도관(간수) ngục lại, cai tù, khán thủ..
교두보 đầu cầu. (거점) vị trí ~.
교란하다 rối loạn, rối ren. 후방을 ~ gây rối hậu phương. 교란시키다 quấy rối.
교량 (다리) cây cầu. cầu, ~좌우 난간 lan can. ~이 무너지다 sập cầu.
교련 (가르쳐 단련시킴) huấn luyện, rèn luyện.

교류 giao lưu. 문화 교류 ~ văn hoá. (전기) xoay chiều. ~발전기 giao điện cơ.
교리 giáo lý. đạo lý, 교리 문답 hỏi đáp ~. ~책 sách bổn, (천주교의)kinh bổn. ~에 순응하다 thuận đạo.
교만한 kiêu ngạo, kiêu căng. ~자세를 취하다 vênh váo. 교만해지다 lên râu, 교만히 행하는자 kẻ ăn ở ~.
(명)교만하고서 망하지 않은 사람은 아직까지 없다 Xưa nay không có ai kiêu ngạo mà không bại vong.
(명)교만은 재난을 부르고 겸허는 보수를 받는다 Kiêu ngạo sẽ dẫn tới tai họa, khiêm tốn sẽ nhận được nhiều ích lợi.
교목 (교내 목사) mục sư trưởng. (큰 나무) cây to.
교묘한 kỳ lạ, trí xảo, khéo. 교묘한 답변 ứng đáp khéo. ~계략 diệu kế(lược).
교묘히 피하다 lẩn khéo.
교무 (학교의) giáo vụ. (교회의) việc đạo, đạo vụ. 교무주임 trưởng giáo vụ, chủ nhiệm ~.
교문 cổng trường.
교민 kiều dân.
교미하다 (새) đạp mái. gíao vĩ, (짐승) phủ (사람:성교) giao hợp. 교미 (배) 기 mùa giao phối.
교배하다 (동물) lai(lấy) giống, thụ tinh. 인공수정 thụ tinh nhân tạo.
교배육종하다 pha giống.
교복 đồng phục học sinh.
교본 sách giáo khoa.
교부하다 (내어주다) ban cho, trao cho, đưa cho, giao phó.
교분 tình hữu nghị. 교분이 두텁다 thân thiết.
교빙하다 trao đổi người ngoại giao.
교사 (교원) giáo viên. nhà giáo. thầy đồ, (국교교사) thầy giáo. (건물) nhà trường.
교사하다 (교묘히 속이다) xảo trá. (시키다) xúi giục, chủ mưu. 폭동을 교사하다 chủ mưu bạo động.
교살하다 treo cổ. 교수형에 처하다 kêu án ~. 교살구(줄) dây thắt mạch.
교생 giáo sinh.
교서 (의견서) thông điệp. 대통령 교서 ~ tổng thống. sắc thư.
교섭 thương thuyết(lượng), ~을 통해 충돌(마찰)을 해결하다 giải quyết xung đột bằng ~.
교섭하다 giao thiệp, thương lượng. thương chước.
교섭능력이 뛰어난 lịch thiệp.
교수 sự treo cổ. (목을 매어죽임) treo cổ. ~대 giá treo cổ. đoạn đầu đài. ~형 treo, giảo hình.
교수형에 처하다 treo cổ. xử giảo(trảm), 강도짓을 해서 교수형을 당하다 bị xử giảo vì tội ăn cướp.
교수형에 해당하는 죄 tội chém đầu.
교수 giáo sư. giáo thụ, 강사 giảng sư.
교습 (가르치다) dạy dỗ, giảng dạy. 교습소 trường ~.
교시(가르침) giảng dạy.
교신하다 thông tín.
교실 phòng(buồng) học, lớp học. 교실 교단 bục giảng.
교안 giáo án. 교안을 짜다 soạn ~.

ㄱ

교양 (가르쳐 기름) giáo dưỡng. 교양 있는 có học thức. thanh lịch, (반) 교양없는 mất dạy. đều cánh.
교양서 sách gối đầu giường.
교언영색 gạ gẫm, nói ngọt sắc mặt uốn éo. 입발린 말로 사게하다 gạ mua.
교역하다 mậu dịch, giao dịch, mua bán.
교역자 (교계의) cả mục sư, người làm công quả.
교열(교정)하다 hiệu đính, xem lại.
교외 ngoại ô, ngoại thành. 서울 교외 ~ Seoul. ~지역 vùng ven
교외 (학교밖) bên ngoài trường. (반) 교내 trong trường. 교외생 sinh viên ngoại khoa. 교외활동 hoạt động ngoài trường. 교외교육 giáo dục (giảng dạy) ~.
교우 (학우) bạn học (동창). 교우 (동창)회 hội cựu học sinh. (종교의) tín hữu, giáo hữu.. ~ 관계에 있는 tương giao.
교원 giáo viên. 여교사 cô giáo. 교원 작격증 cấp bằng ~.
교유하다 (사귀다) xã giao. giáo hữu.
교육 giáo dục. 교육자 nhà giáo. 교육자가 되다 làm thầy, 교육계 giới ~. 교육영화 phim ~. 교육제도 chế độ ~. 학교 chế, ~행정 học chính, 가정교육 dạy dỗ ở nhà, giáo dục của gia đình. 직업교육 giáo dục nghề nghiệp. ~자료 gíao tài, 학교 교육 giáo dục ở trường học (học đường). 교육감 người phụ trách trông coi việc giáo dục. 교육위원회 ủy ban giáo dục. ~실습을 하다 kiến tập, ~청장 trưởng

phòng quân huấn, ~실습생 sinh viên kiến tập, 교육청 sở ~. ~지도하다 chỉ giáo.
교육을 받다 thừa giáo.
교육받지 못한 vô giáo dục.
교육부 bộ gíao dục, ~의 통지서 thông tư của ~..
교육대학 đại học sư phạm.
교육실습 giáo học thí sai.
교육장 trưởng ty giáo dục.
교외 ngoại thành,(반)시내 nội thành.
교의(교분) tình bạn, tình hữu nghị. (종교) giáo điều (lý).
교인 tín đồ. giáo dân, 기독교인 ~ tin lành. ~이 되다 vào đạo.
교자상 bàn ăn tròn.
교잡시키다(유전공학) tạp giao.
교장 hiệu trưởng. giám học, 교감 phó ~. (교련장) bãi tập.
교재 học cụ, (강의) dụng cụ dạy.
교전 (전투)하다 giao chiến(tranh). 교전국 chiến quốc. ~중에 우연히 만나다 tao ngộ chiến.
교전(서로 싸움) trận mạc.
교점 điểm giao nhau.
교접 (접촉) tiếp xúc. (성교) giao cấu (hợp).
교정하다 hiệu đính, đính chính, biên tập lại, sửa đổi, hiệu chính. (바르게) uốn nắn. 성격을 ~ uốn nắn tánh tình.
교정(정정) 협회 trại trừng giới.
교정 (학교운동장) sân trường, khuôn viên trường. vườn trường.
교정하다(잘못된 글자를 바로잡음) duyệt lại. 교정판 bản in ~.
교제하다 giao tế, giao thiệp, tới lui, xã giao, giao du, ứng thù, thông

công, giao tiếp. (속어) có đi có lại, 교제하기 어려운 khó chơi. nan du.
교제하기 힘들다 khó chơi.
교주 giáo chủ. (종교창립자), giáo chủ trùm.
교지 tạp chí nhà trường. (종교의) giáo lý. (학교땅) địa điểm trường.
교직 giáo chức. 교직원 giáo viên.
교차로 nút giao thông, ngã tư (사거리). tương giao của hai đường, ~를 연결하다 nối ngang.
교차선 giao tuyến.
교차점 nơi giao điểm. tương giao. nút.
교차하는 교통로 nút giao thông.
교착 (뒤섞임) hỗn hợp, pha trộn.
교착상태 bế tắc, mắc míu, (정체) đình trệ
교체 (환)하다 thay đổi, đắp đổi, thay thế. ~시기 giao thời.
교칙 quy tắc học đường. 교칙을 지키다 tuân theo ~.
교탁 bàn dạy học.
교태를 부리다 làm đỏm, khiêu gợi, lẳng lơ, làm đỏm dáng.
교통 giao thông. ~경찰 giao cảnh, ~질서 trật tự ~. ~로 đường đi lối lại, ~규칙 quy tắc ~. ~사고 tai nạn ~. tai nạn xe hơi, ~비 lộ phí, phí ~. ~신호 tín hiệu ~. ~위반 vi phạm luật lệ ~.~수단 phương tiện giao thông, chuyên chở (giao thông), ~호 hào ~, 교통표지판 biển báo, cột hiệu, ~이 막히다 kẹt xe. ~로를 차단하다 đánh giao thông.
교통규칙을 위반하다 đi trái lệ.
교통로(노선)tuyến đường.

교통순경 cảnh sát giao thông.
교통 안전주간 tuần lễ an toàn giao thông
교통마비 bị kẹt đường.교통체증에 걸리다 bị tắt đường, 교통표시판 bảng hướng dẫn, biển báo. cột hiệu.
교통수단 phương tiện giao thông
교통정리 điều khiển giao thong
교통호 hào giao thong.
교파 giáo phái.
교편을 잡다 dạy học sinh.
교포 kiều bào, người ở hải ngoại. 한국교포 Hàn kiều. 베트남교포 Việt kiều.
교풍 (학교 기율) kỷ luật nhà trường.
교합 (성교) giao hợp.
교향곡 dàn nhạc. 교향악단 ~ giao hưởng.
교화하다 giáo hoá, khai hoá. 교화하고 훈련하다 tu luyện.
교환하다 trao đổi, đánh đổi, giao hoán, chuyển hoán, đổi chác(thay). 의견을 ~ trao đổi ý kiến. 교환 부품 phụ tùng thay thế. 물물교환 đổi chác hàng hóa.
교환기 tổng máy.
교환대(전화) tổng đài.
교환센터 trung tâm thuyên chuyển.
교환율 tỉ giá
교활한 ranh ma, xảo quyệt. quỷ quyệt, láu cá, cáo già. ~성격 tính xảo quyệt. 교활하고 악랄한 giảo quyệt, ~아이 con ranh. ~ 술책 diệu kế(toán).
교황 Giáo hoàng, đức giáo hoàng. ~청 toà thánh. 로마~청 tòa thánh La mã.

교회 nhà thờ, hội thánh. giáo hội. ~의 본당 cung thánh. ~에 가다 đi xem lễ. ~로부터 제명하다 rút phép thông công.
교회에 다니는 사람 người đi nhóm ở hội thánh.
교훈 giáo huấn. bài học, (학교의 교육 이념) phương châm nhà trường. 우화적 교훈 ~ thuộc ngụ ngôn. ~을 받다 thọ giáo
구 (9) số chín. 제 9 의 thứ chín. (문법) câu văn, thành ngữ. (시의 구역) khu, khu vực. (행정)구 phường, phố phường. 서구 phường tây, 구청장 phường trưởng.
(오래된) cũ, cựu. 구세대 thế hệ trước (cựu).
구가 (칭송)하다 ca ngợi. 자유를 ~ ca ngợi tự do.
구각 (케케묵은 관습) hủ tục. 구각을 탈피하다 bài trừ ~.
구간 (다른 지점과의 사이) chia khu vực. 구간버스 xe buýt ~. (서적의) sách (tạp chí) cũ. (반) 신간 tạp chí mới.
구갈 (목 마름) khao khát.
구강 răng miệng. 구강위생 vệ sinh ~.
구개 (입천장) vòm miệng. 구개음 âm ~. ngạc âm.
구걸하다 ăn xin. khất. đi xin. xin tiền. hành khất.
구겨지다 co dúm, nát nhàu, 구겨진 옷 áo nhàu nát
구경하다 tham quan, vãng cảnh, ngắm cảnh.구경가다 đi ~ .
구경 (식물) rễ, củ. (총구의 직경) đường kính nòng súng. khẩu kính.
구경거리 cảnh quan ưa thích, cảnh

vật ưa thích.
구경군 (관광객) du khách, người tham quan. (방관자) người bàng quan.
구공탄 than đá, than bánh.
구곡간장 (마음속 깊은) đáy lòng sâu.
구관 (오래된 건물) toà nhà cổ.
구관 (옛 벼슬아치) quan cũ.
(속) 구관이 명관이라(어쨌든 갖고있는 경험이 더 낫다) Cũ quan là danh tài (dù sao người có kinh nghiệm vẫn hơn).
구관조 (새) loại chim con vẹt. yểng.
구교 (천주교) đạo thiên chúa. (반) 신교 (개신교) đạo tin lành.
구구각각인 một đằng--- một nẻo.
구구구 울다 gù
구구한 변명 biện minh nhỏ mọn.
구국 bảo vệ tổ quốc. cứu quốc.(반) 매국 bán nước.
구근 củ. 무우 củ cải. 양파 ~ hành. 파 ~ kiệu, ~ lá.
구금하다 giam cầm, giam giữ, câu lưu, nhốt. 자택에 구금당하다 bị nhốt trong nhà.
구급 cấp cứu. cứu cấp, 구급차 xe ~, xe cứu thương. 구급환자 bệnh nhân ~. ~약 thuốc cấp cứu
구기 (운송경기) thi đấu (trò chơi) banh.
구기다 vò, vò nát. 구겨진 종이 giấy bị vò. 종이를 ~ vò giấy.
구기자 (식물) trái của cây rau khởi. ~나무 cây rau khởi.
구기적 (꾸기적) 거리다 làm vò.
구김살(의복의)vết nhăn, (주름) nếp nhăn. ~을 펴다 (의복의) ủi thẳng vết nhăn (vò). 아오자이의 ~ ~

của áo dài.
구김없이 thẳng thớm, ~ 옷을 잡아 당기다 kéo vạt áo cho ~.
구난 (재난당한 사람을 구함) cứu nạn, cứu nguy. 구난 (구조) sẽn tàu cứu trợ.
구내식당 căn tin (학교).
구내염 viêm miệng.
구년 (지난)도 năm ngoái, năm vừa qua. (반) 신년 năm mới.
꾸다 (꿈을) nằm mộng. (돈을) vay mượn. vay tiền.
구단 (야구) đội bóng chày.
구더기 giòi, ròi. troi, trứng giun(ruồi).
(속) 구더기 무서워 장 못 담글까?(작고 많은 장애가 있을지라도 내가 원하면 반드시 해야 한다) Sợ giòi bọ không ngâm được tương hay sao? (tuy có nhiều trở ngại nhỏ, nhưng việc mình muốn làm thì phải làm).
구덩이 hầm, hố. 개인호 (참호) ~ cá nhân.
구도 cầu đạo, tìm đạo đức. 구도자 người ~. (도면구성의) kế hoạch sơ đồ. (옛 도로) đường cũ.
구독하다 mua đọc. (신문등의) 구독료 tiền đọc báo. 구독자 (신문) độc giả báo.
구두 giày. 하이힐 ~ cao gót. ~바닥 đế giày, ~약 sáp đánh giày, ~코 mũi giày, 마춤구두 ~ đặt,
~한 켤레 một đôi giày. ~를 닦다 đánh bóng ~. 구두끈 dây giày, 구둣발 chân mang giày. ~헤라 cây xỏ giày, ~약 xi đánh giày.
구두로 (말로) bằng lời nói.
구두산(동물:히드라)thủy tức.

구두쇠 (깍쟁이) người keo kiệt (hà tiện).bủn xỉn, (자린고비) cấp củm.
(명)구두쇠는 가난한 체 하면서 부자가 된다 Anh chàng keo kiệt làm như nghèo thì giàu thêm.
구두수업 sự học truyền khẩu.
구두시험 thi vấn đáp, thi miệng. 필기시험 thi viết. ~ 에 합격하다 đậu vấn đáp. ~ 에 떨어지다 thi hỏng vấn đáp.
구두점(마침표) dấu chấm câu. 구두점을 찍다 đánh ~.
꾸들꾸들하다 (마르다) khô ráo.
구들장 đá vuông dưới sàn phòng.
구라파 (유우럽) Châu âu.
구락부 câu lạc bộ.
구랍 (지난해의 섣달) tháng chạp năm ngoái.
구래의 (오래된) đã cũ. 구래의 풍습 hủ tục cũ.
꾸러미 bọc, gói. bịu, 옷 ~ bịu quần áo. 열쇠 ~ xâu chìa khóa.
구렁텅이 hầm hố, vực sâu. ~에 빠지다 sa vào ~.
구렁이 con trăn, con rắn to. 구렁이 담넘어 가듯하다 làm việc quá chậm.
구렛나루 (수염) râu dài(hầm).
꾸려나가다(가사를) thu vén.
구력(음력) âm lịch. (반) 신력(양력) dương lịch.
구령 khẩu lịnh, (명령) ra lệnh, chỉ huy.
구루병 (곱사병) bệnh còi xương.
구류하다 (가두다) cầm tù, nhốt, giam giữ. phạt giam, 5 일간 구류에 처하다 bị giam 5 ngày.

구르다 lăn, (데굴 데굴) ngã chúi liên tục. (발을) đạp lên.
꾸르륵 소리 sôi ruột, ọc ạch.
구름 mây, vân, đám mây. gợn mây, 구름에 덮이다 bao phủ mây. 먹구름 mây đen kịt. ~타고 날다 đằng vân, ~과 비를 타고 다니는 인물 đằng vân giá vũ. ~과 달 vân nguyệt. ~이 흩어지다 vén mây. mây tan.
구름에 나는 미풍 gió thoảng mây bay.
구름과 비 vân vũ.
구름과 연기 mây khói.
구름같이 모이다 Xúm đen xúm đỏ.
구름이 끼다 có mây, mây giăng, âm u.
구름 다리 (고가도) cầu vượt qua.
구릉(언덕) ngọn đồi. gò đống. khưu lăng.
구리 đồng đỏ. 청동 đồng đen. 구리를 입힌(구리 도금) mạ đồng. ~로 만든 북 trống đồng.
구리다 (냄새가) hôi thúi(hám), mùi khó chịu. (하는 짓이) hèn hạ.
구린내 tanh hôi.
꾸리다 (짐을) gói, bao lại, bó. (살림을) sắp xếp.
구매하다 mua, mua sắm, mua hàng. cầu mãi, 구매력 sức mua. cầu mãi lực, 구매 가격 giá mua, 구매자 người mua, khách hàng. 구매조합 hiệp hội tiêu dùng, 구매력 sức mua.
구멍 lỗ, lỗ thủng. hang, trôn, ~난 ruỗng nát, bị thủng, lủng, 바늘구멍 lỗ (trôn) kim. 구멍을 뚫다 xoi lỗ, khoét(đột) lỗ, khoan, ~을 내다 đâm thủng, lủng, ~을 막다 ủng

bể, 나무에 완전히 구멍을 내다 luồng cả tấm gỗ, ~이 많이 뚫린 lỗ chỗ. (틈)lỗ hổng, 많은 총탄 자국이 난 벽 bức tường lỗ chỗ nhiều vết đạn. ~난 제도 chế độ ruỗng nát. 귓볼에 ~을 내다 xỏ tai. ~에 떨어지다 xuống lỗ.
구멍을 파다 xáy lỗ.
구멍이 뚫리다 thua lỗ.
구멍가게 cửa hàng nhỏ. hàng xén.
꾸며내다(날조)đơm đặt. làm giả. xưng xưng.
구면이다 quen biết lâu.
구명하다 (연구하다) bắt hiểu nghiên cứu ra sáng. (목숨을 구하다) cứu mạng. tha mạng. 구명대(복) áo phao, áo cứu sinh. phao nổi, xe hoa, 구명벨트 đai nổi. 구명선 xuồng cứu cấp.
구명부이 phù nang
꾸무럭 (꾸물) 거리다 làm lờ đờ, chùng chình, chậm chạp, la cà, chần chờ. 꾸무럭 거리지 말고 đừng chần chờ.
구문 cấu trúc câu. ngữ đoạn, ~ 법(론) cú pháp. ~의 단락을 나누다 phân câu, (이미들은 이야기) chuyện cũ. (반) 초문 chuyện mới.
꾸물거리는 lết bết. chùng chình. lươn khươn, 꾸물거리며 대답하지 않다 lươn khươn không trả lời.
구물구물 움직이다 lổm ngổm.
구미 Tây âu. 구미각국 các quốc gia Tây âu.
구미 (맛) khẩu vị, ngon miệng. 구미를 잃다 mất ~. (반) 구미를 돋우다 kích thích ~.

꾸미다 trang sức(điểm), làm dáng(điệu), nặn, trang trí. trang hoàng, (치장) thắng bộ. 방을 꾸미다 trang trí phòng. (얼굴을) trang điểm. (음모를) bày đặt âm mưu. (서류 두통을) lập thành 2 bản. 옷을 차 려입고 결혼피로연에 가다 thắng bộ vào đi ăn cưới.
꾸밈 없는 đơn giản. (아름 답게 꾸민) hoa hòe, (마음의) ngay thẳng.
구밀복검(입에는 꿀이 있고 뱃속에는 칼이 있다) trong miệng có mật ong, trong bụng có dao găm, (겉으로친절한체하나 속으로는 해칠 생각을함)khẩu phật tâm xà. miệng na mô, bụng bồ dao găm.
구박하다 bạc đãi. (학대하다) hành hạ.
꾸벅거리다 (꾸벅이다) ngủ gục.
꾸벅꾸벅 졸다 thiu thiu ngủ. ngủ gà ngủ gật, mơ ngủ.
구법 luật pháp cũ. (반) 신법 luật pháp mới.
구변이 좋은 miệng lưỡi, hùng biện. 구변이 좋은 사람 người có tài hùng biện.
구별하다 phân biệt, phân chia. (반) 혼동 hỗn độn, 남녀구별 없이 không ~ nam nữ.
구별(분리)된 ể riêng.
구보 (달리기. 달음 박질) sự chạy. 뛰어가다 chạy đi.
구부러진 cong, quanh co. khum, (반) 쭉뻗은 thẳng đuột, 구부러진 길 đường ~. 등을 구부리다 cong lưng, còng lưng. 구부러지다 quằn.
구부리다 uốn cong., lúi cúi. lòm khòm. 몸을 자유자재로 ~ uốn dẻo.

구부리며 쓰러지다 ngã khuyu.
구부정 (꾸부정) 하다 hơi cong, cong cong.
구분 (분할)하다 chia ra, phân loại ra. (가르다) ngăn cách.
구불 구불 (꾸불 꾸불)한 quanh co, khúc khuỷu, uốn khúc, khúc quanh. uốn lượn ngoằn ngoèo, ~ 골목 ngõ ngách. ~줄을 서서 xếp hàng rồng rắn, ~ 굽이쳐 흐르다.
구불구불 감다 uốn khúc.
구비하다 có. cụ bị, 서류를 구비하다 có hồ sơ đầy đủ.
구비문학 văn học truyền miệng (khẩu).
구사하다 (자유자재로) sử dụng tự do. 영어를 구사하다 nói tiếng Anh lưu loát.
구사상 tư tưởng cũ. (반) 신사상 tư tưởng mới.
구사일생 thập tử nhất sinh, cao số.
구상하다 kế hoạch, vẽ ra kế hoạch. (아이디어를) tạo ý. (착상) đại ý.
구상유취 (아주 어린) miệng còn hôi sữa.
구색을 맞추다 có đủ loại cần thiết.
구석 xó, góc. 구석자리 chỗ ngồi trong góc. 구석구석 찾다 tìm khắp xó nhà. sục sạo khắp nơi,. ~에 처박아 두다 xếp xó.
구석기 시대 thời đại đồ đá cũ.
구석진곳 nơi hẻo lánh.
구설 lời vu cáo, khẩu thiệt, 구설수 số phận ~.
구성되다 gồm có.
구성원 thành viên(phần), phần tử.
구성하다 cấu thành, cấu tạo. tạo thành. 구성물 cấu tử.

구세 cứu thế. 구세주 chúa ~, đấng cứu tinh, chúa ~. 구세군 đội quân cứu hộ.
구세대(전세대) tiên thế.
구세계 cựu thế giới.
구속하다 nhốt, giam, cầm giữ. (죄를) cứu chuộc, chuộc tội, 구속함을 얻은자 người nhận được sự cứu rỗi.
구속영장 câu phiếu, lệnh bắt, lệnh giam. trát bắt. giấy tánh nã.
구수하다 (맛) thơm ngon, hương vị thơm ngon.
구수회의 buổi họp.
구술하다 nói chuyện. 구술 (구두)시험 thi vấn đáp(hùng biện).
구슬 hạt châu(cườm), hòn bi, ngọc thạch, ngọc ngà. ~치기 하다 đánh bi, ~치기 trò đánh bi, 구슬같은 giống ngọc trai. 구슬땀 giọt mồ hôi.
(명)구슬이 서말이라도 꿰어야 보배지 (나무 하나로는 산을 이루지 못한다) Hạt cườm có nhiều bao nhiêu thì cũng phải xâu lại mới thành bảo bối. (một cây làm chẳng nên núi non).
구슬리다 tán tỉnh, dụ dỗ.
구슬픈 sầu thảm, buồn bả, ai oán. tức tưởi. 구슬피 울다 khóc tức tưởi.
구습 tập quán cũ. 구습을 고수하다 cố thủ ~, theo ~.
구시대 cựu thời.
구시렁거리다 lầm bầm, lầm dầm.
구식의 kiểu cũ. (반) 신식의 kiểu mới.
구실 (역할) vai trò, bổn phận, nhiệm vụ. (핑계) viện cớ, biện minh. thác ngôn. 그럴듯한 구실 viện cớ khôn khéo. ~ 을 대다 giả thác.

구실을 만들다(변명하다) thoái thác. 일이 바쁜 것을 구실로 하다 ~ bận việc.
구실을 삼다 tạ đoan.
구실을 제시하다 viện chứng.
구실을 찾다 kiếm(viện) cớ. thoái thác. 거절의 ~ viện cớ để từ chối.
구심력 sức hướng tâm. sức lực tập trung.
구심점 điểm tập trung.
구심 (야구경기 주심) trọng tài.
구십에는 조금 못 미친 나이 tuổi thêm chín mươi.
구십춘광 3 tháng mùa xuân. (비유) tâm hồn trẻ trung.
구아바(과일) ổi, ~나무 cây ~.
구악 (전에 저지른 죄악) tội ác quá khứ (cũ).
구애하다 tỏ tình. xàng xê, 구애 (꺼리낌) sự ngại. 구애받지 않고 không ngại.
구약성서 cựu ước. (반) 신약성서 tân ước.
구어 lời nói. khẩu ngữ.
구역 khu vực, vùng, vùng đất, ~장.~ trưởng.
구역사(오랜) sử cũ.
구역질 sự mửa, sự ói.
구역질 나는 ghê tởm. buồn mửa. 보기 만해도 ~ trông phát ~.
꾸역꾸역 모여들다 tập trung liên tục (kế tiếp).
구연 (옛인연) nhân duyên cũ.
구연하다 diễn bằng lời nói.
구연산 (화학) acid citric.
구옥 (고옥;전에 살던 집) căn nhà cũ.
구우(옛친구) bạn cũ, bạn xưa.

굽다 nướng.
구원하다 cứu rỗi, cứu nguy, cứu vớt. ván cứu, 구원의 손길 bàn tay cứu vớt. 구원하실 sẽ cứu rỗi, 구원자 Đấng cứu rỗi. 구원파 chính phái cứu rỗi.
구원부대 quân tiếp viện.
구원을 얻다 ược rỗi(cứu).
구원한 (오래) vĩnh cửu.
구유 (여물통) máng cỏ, máng ăn. ~에 나신 예수님 Đức Chúa Giê-su sanh ra trong ~.
구의 (옛정분) tình bạn cũ.
구이. 갈비구이 sườn nướng. 닭구이 gà chiên (nướng).
구인하다 bắt giữ, bắt nhốt.
구인 (사람을 구함) tìm kiếm người. 구인광고 quảng cáo tìm người làm việc.
구일 (아흐레) thứ 9.
구입하다 mua. thu mua, sắm, sắm sanh. (반) 팔다 bán, 구입가격 giá ~. 식량을 ~ thu mua lương thực.
구장(식물) trầu, ~을 씹다 ăn ~. ~과 까우 ~ cau.
구장 (경기장) sân vận động. 야구장 sân bóng chày. 축구장 sân bóng đá.
구전 (말로 전함) truyền miệng. lời truyền khẩu.
구전문학 văn học truyền khẩu.
구절 (문법) mệnh đề.
구절양장 (꼬불꼬불한 길) đường khúc quanh (quanh co).
구정 Tết âm lịch. (반) 신정 Tết Dương lịch.
구정 (옛정) tình bạn cũ.
구정물 nước dơ (bẩn).

구제하다 cứu tế, cứu trợ. phát chẩn, khuông tế, 구제 사업 việc từ thiện. 구제와 봉사 bố thí và phụng sự, (해충을 없앰) huỷ diệt, tiêu diệt.
구제기금 quỹ cứu tế.
구제물 bố thí
구제도 chế độ (hệ thống) cũ.
구조하다 cứu trợ, cứu hộ, cứu giúp. cưu mang, 구조선 tàu cứu hộ. 구조를 요청하다 cầu cứu.
구조(짜서 이룸) cấu tạo. cấu trúc, kết cấu, 신경~ ~ thần kinh. ~물 뼈대 giàn.
구존(俱存:부모가 모두 살아계심) còn cha mẹ.
구좌 tài khoản. ~이체 chuyển khoản.
구주 (구세주) Chúa cứu thế. Đấng cứu rỗi, (유럽) Châu âu.
구주 (구주식) cổ phần cũ.
꾸준하다 bền gan(bi). kiên trì. 꾸준히 một cách ~, dẻo dai, đều đặn, ổn định. 꾸준히 나아가다 không ngừng tiến lên.
구중궁궐 cung điện sâu.
꾸지람 sự rầy la, la mắng
꾸짖다 la mắng, quở mắng. (반)칭찬하다 khen ngợi, (남)trách mắng, quở, (북)trách móc. nhiếc. 약속을 어긴 친구를 ~ trách móc bạn sai lời hẹn. 그는 내가 배은망덕하다고 꾸짖었다 nó trách tôi vong ơn.
구직 tìm việc làm.
구질구질한 một cách lôi thôi, lếch thếch.
구차하다 (매우 가난하다) nghèo khổ, nghèo nàn. 구차한 목숨 sự sống

hèn mọn.
구척장신 người to lớn (phi thường)
구천(황천) cửu nguyên(tuyền), (저승) âm phủ, âm ti, chín suối.
구청 văn phòng phường. 구청장 phường trưởng.
구체제 chế độ cũ, cơ cấu cũ.
구체적 의미 nghĩa đen.(반)상징적 의미 nghĩa bóng.
구체적 cụ thể.(반)추상적 trừu tượng, ~ 으로 một cách ~.
구체화 하다 ~ hoá. thể hiện, 구체적으로 보여주다 chỉ vẽ.
구축하다 (만들다) xây dựng, kiến trúc. (몰아내다) tống khứ, trục xuất.
구축함 khu trục hạm..
구출하다 cứu nguy, cứu giúp. ứng cứu. ứng lực ngứ cứu, 구출을 기다리다 hậu cứu.
구충약 thuốc trừ sâu bọ.구충제 thuốc sán, sát ký sinh trùng, (회충약) thuốc tím (sán), thuốc số lãi, thuốc xổ.
구취 (입 냄새) hôi miệng.
구치하다 giam giữ, nhốt. 구치소 nhà(phòng) giam. trại giam, ngục lao. tù.
구치 (어금니) răng cấm.
구타하다 đánh đòn, đánh đập.
구태의연하다 không thay đổi, giữ giống như cũ.
구태여 (일부러, 굳이) cố ý, cố tình.
구토하다 ói, mửa. 구토설사 tiêu chảy. nôn mửa.
구파 phái cũ. (반) 신파 phái mới.
구판 bản in cũ. (반) 신판 bản in mới.
구하다 (사다) mua. (살리다) cứu mạng. (다수의 의견을)trưng cầu. 민의를 ~ trưng cầu dân ý, (간청)nói khó.
(속) 구하면 얻게 되고 버리면 잃게 된다(노력하면 성공하고 노려하지 않으면 실패한다 Tìm thì được, bỏ thì mất(có nỗ lực mới thành công, không nỗ lực thì thất bại).
구해내다 giải(tiếp) cứu.
구현하다 thực hiện, biểu hiện.
구현시키다 thác sinh.
구형 (공모양의) hình cầu, có hình cầu. (수학:원)cầu hình. ~좌표 tọa độ cầu.
구형하다 tuyên án, phán xử.
구형 (시대에 뒤진 형) kiểu lỗi thời. (반) 신형 kiểu mới.
구호 khẩu hiệu. 선거구호 ~ bầu cử.
구호하다 cứu hộ. 구호물자 hàng trợ cấp.
구혼하다 cầu hôn. tán. 구혼자 người ~. 구혼을 승락하다 nhận lời cầu hôn. (반) ~을 거절하다 từ chối ~.
구혼자가 많은여자 đất chồng, ~ 많은 남자 đất vợ.
구획하다 phân chia, chia cắt. khu hoạch.
구획(블록) dãy phố
구휼하다 giúp đỡ, cứu trợ.
국 (음식) canh. 국물 nước canh, súp. 국을 끓이다 nấu ~, (관청의) cục, sở. 노동국 sở lao động, 교육국 sở giáo dục,. 출입국관리국 (소) cục quản lý xuất nhập cảnh. ~의 맛을 내다 điều canh.
꾹꾹 쑤시고 아픈 nhói buốt.
꾹누르다 ép chặt. 꾹참다 cố nhẫn nhịn

꾹꾹누르다 chấm chấm, 두눈을 ~ ~ đôi mắt.

국가 quốc gia, nhà nước. (산하) nước non, 국가 경제 kinh tế ~. 국가 기관 cơ quan nhà nước, ~고시 kỳ thi ~. ~예산안 dự án ngân sách quốc gia. ~를 설립하 다 dựng nước, lập quốc. ~소유의 quốc hữu. 국가의 재난 quốc họa, ~의 비밀 quốc mật, ~연합 quốc liên, ~의 영광 quốc quang, ~단체 quốc xã, ~의 특성 quốc tính, ~의 적 quốc thù, ~ 체제 quốc thể, ~의 기둥 quốc trụ, ~의 위신 quốc uy, ~ 반역자 quốc tặc, ~경제와 민생 quốc kế dân sinh. ~의 재원 tài nguyên của nhà nước. ~정보 tình báo ~. ~가 임차하다 trưng thầu. ~를 방어하다 vệ quốc. 국가의 기록 quốc ký. ~ 정책 quốc kế.

국가대표선수 tuyển thủ quốc gia.

국가를 위한 vì quốc, 나라를 위해 위험을 무릅쓰다 ~ vong thân.

국가 번호 mã số quốc gia.

국가예산 소위원회 tiểu ban ngân sách trong nước.

(명)국가의 가장 값진 자랑거리는 도덕 적으로 훌륭한 위인들이 있다는 것이다 Điều có giá trị đáng tự hào nhất của một quốc gia là có những vĩ nhân có đạo đức vĩ đại.

(속) 국가가 어지러우면 충신이 나오기 마련이다(나라가 위기에 처하면 애국자가 나오게 된다) Quốc gia nguy biến thì sinh ra trung thần(khi đất nước lâm nguy hẳn sẽ có người thể hiện lòng yêu nước).

국가의 돈을 절약하여 쓸줄 알아야 한다 phải biết tiết dụng tiền bạc của nhà nước

국가(노래) quốc ca.

국가유공자 người có công với nước, ~에게 지급해 주는 돈 tiền tuất.

국경(경계) ranh giới, biên giới. cảnh giới, ải. bờ cõi, 국경선 đường biên giới. 국경내 trong biên giới. ~ 초소 đồn ải. ~지점 địa đầu, ~수비대 bộ đội biên phòng. ~을 통과하다 qúa cảnh. ~경비를 하다 đi thú, ~과 강 quan hà. (불법으로)~을 넘다 vượt biên. ~지방을 경비하다 trấn biên.

국경 경비병 lính đồn thu. lính thú.

국경일 lễ quốc khánh, ngày lễ quốc gia.

국고 kho bạc, công khố, ngân khố nhà nước. tàng khố, 국고보조 trợ cấp của nhà nước. 총 ~ tổng ngân khố.

국고(국가기금) quốc khố.

국교 quan hệ ngoại giao. quốc giao, ~를 단절하다 tuyệt giao. (나라 종교) tôn giáo của quốc gia, quốc giáo.

꾹꾹눌러 담다 nhét vào.

국군 quốc quân(binh).

국군의 날 ngày lực lượng vũ trang.

국권 quốc quyền, chủ quyền nhà nước.

국기 quốc kì. xí, ~에 경례하다 chào cờ, 국기를 계양하다 kéo cờ. ~계양 대 kỳ đài, ~계양식 lễ thượng cờ.

국난 quốc nạn. ~에 순국하다 tuẫn nạn.

국내 quốc nội. nội địa, (반) 국외 quốc

ngoại. ~소식 tin trong nước. ~ 무역 quốc nội mậu dịch, ~정치 nội trị, ~의 안보 nội an. ~우편 thư nội địa. ~ 무역 quốc nội mậu dịch.
국내정보 tình báo nội địa.
국내통상 nội thương.
국도 quốc lộ, xa lộ.
국력 sức mạnh quốc gia.
국록 tiền lương nhà nước.
국론 dư luận trong nước.
국리 lợi ích quốc gia.
국립의 quốc lập, 국립공원 công viên quốc gia, vườn quốc gia, 국립대학 đại học quốc gia(lập). 국립도서관 thư viện quốc gia.
국립묘지 nghĩa trang quốc gia.
국립사범학교 trường quốc gia sư phạm.
국립은행 tổng đốc ngân hàng quốc gia.
국립음악학교 trường quốc gia âm nhạc.
국립통신학교 trường quốc gia bưu điện và viễn thông.
국립학교 trường nhà nước.
국면 khía cạnh, cục diện, tình hình.
국명 tên của quốc gia.
국모 quốc mẫu, nữ hoàng.
국무 (국정 사무) quốc vụ.국무를 처리하다 giải quyết việc nhà nước. 국무총리 (수상) thủ tướng chính phủ. thừa(tể) tướng, 국무회의 hội đồng nội các. ~대신 quốc vụ khanh.
국문 (언어) quốc văn. 국문법 ngữ pháp.
국물 nước canh.
국민 nhân dân. dân, quốc dân, 국민소득 thu nhập quốc dân. 국민운동 phong trào nhân dân. 국민장 tang lễ quốc gia. 많은~ đông đảo ~. ~의 미덕 dân đức, ~의 소망 dân nguyện, ~의 힘 dân lực(khí). ~의 사정 dân tình, ~의 소망 dân vọng, ~의 재산 dân tài, ~의 지적 수준 dân trí, ~에 의한 정치 dân trị. ~의 의무 nợ nước, ~을 위로하다 phủ dân(dụ), ~의 재산을 횡령하는 공무원(비유) mọt. ~의 예복 quốc phục. ~에게 친근한 thân dân. ~의 불행을 슬퍼하다 ưu dân. ~대회 đại hội ~. ~경제 kinh tế ~.
국민학교 (국교) trường tiểu học (sơ cấp), ~ 교장 trưởng giáo.
국밥 cơm chan canh, cơm gạo với canh.
국방 quốc phòng. 국방부 bộ ~. 국방비 phí ~. quân phí.
국번 (전화의) mã vùng. 시내~ mã số nội thành, 시외~ mã số vùng
국법 quốc pháp, luật nhà nước. 국법으로 금지하다 ngăn cấm bằng quốc pháp (pháp luật nhà nước).
국변 quốc biến.
국보 quốc bảo, bảo vật quốc gia. (관청의 전보) công điện
국보위 mặt trận bảo vệ tổ quốc.
국부 chủ tịch nước.
국부 (부분) bộ phận, cục bộ. (음부) âm hộ, ~ 가리개 khố, ~가리개를 차다 đóng khố.
국비 chi phí quốc gia.
국빈 quốc khách. 국빈대우 tiếp đón vị quốc khách.
국사 (국가 역사) quốc sử, lịch sử đất nước. (태자의 스승)quốc sư.

국사 (나랏일) quốc sự, việc nhà nước.
국사를 논하다 bàn luận quốc sự.
국사에 참여하다 tham dự việc nước.
국사범 quốc sự phạm.
국산무기 vũ khí nội hóa.
국산품 quốc sản, hàng nội.
국상 quốc tang, tang lễ quốc gia.
국새 ấn tín (con dấu) vua.
국서 quốc thư.
국선 변호사 luật sư của toà án.
국세 thuế nhà nước. quốc thuế, 국세청 cục thuế, tổng cục hải quan.
국세 (형세) tình hình, trạng thái.
국소 (국부) bộ phận.
국수 bún, cọng mì, phở, 쌀~ bún gạo. 소고기~ bún bò..
국수주의 (보수주의) chủ nghĩa bảo thủ. dân(quốc) túy.
국수 (으뜸가는자) người đứng đầu trong nước.
국시 (국정의 근본 방침) (정책) chính sách quốc gia.
국악 quốc nhạc.
국어 ngữ văn, quốc ngữ. 자국어 tiếng mẹ đẻ. 국어 교사 giáo viên dạy quốc ngữ.
국영 quốc doanh. 국영기업 xí nghiệp ~. 국영의 thuộc ~. ~ 농장 nông trường quốc doanh.
국왕 vua, quốc vương. ~알현 thiết triều.
국외 nước ngoài. ngoài cuộc, (해외) hải ngoại. 국외로 추방하다 đày biệt xứ. trục xuất cảnh ngoại, phát lưu(vãng).
국외소식 tin tức ngoại quốc,(반) 국내 소식 tin tức trong nước.
국운 số phận đất nước. quốc vận. 국운의 성쇠 thăng trầm đất nước.
국위 uy danh (quốc uy) nhà nước. 국위를 선양하다 đem lại vinh quang cho đất nước. (반) 국위를 손상시키다 làm mất vinh dự quốc gia.
국유의 thuộc tài sản nhà nước. 국유화하다 quốc hữu hoá. 국유재산 tài sản quốc gia. 국유림 rừng quốc gia. 국유지 đất đai nhà nước. (반) 사유지 đất tư nhân.
국자 cái giá, cái vá(남) cái muôi, thìa canh, gáo, (북) 국자로 국을 푸다 múc canh bằng ~.
국자감 quốc tử giám. ~의 학생 giám sinh.
국장 cục trưởng, trưởng nha (vụ). (국가의 장례식) quốc táng.
국적 quốc tịch. 국적을 취득하다 dành được quốc tịch. 그는 한국 국적을 가졌다 anh ta nhập quốc tịch Hàn Quốc. ~을 포기하다 tước ~.
국적(국가반역자) quốc tặc.
국전 triển lãm mỹ nghệ quốc gia.
국정 (나라의 정사) quốc sự, việc quốc gia. (국가의 정세) tình hình đất nước.
국정 교과서 sách giáo khoa cả nước (nhà nước chỉ định).
국제 quốc tế.(반) 국내 quốc nội, ~경기 thi đấu ~. ~결혼 kết hôn ~. ~공항 sân bay ~. 국제 노동기구 (ILO) tổ chức lao động ~. ~ 사회 cộng đồng ~. ~연맹 hội quốc liên, ~시장 thị trường ~. ~ 여성 연합회 hội phụ nữ ~, ~심판 trọng tài ~. ~법 luật ~. ~사법 tư pháp ~, ~사법 재판소 toà án ~. ~ 적십자사 hội

chữ thập đỏ ~. ~ 정세 tình hình ~. ~ 연합 liên hiệp quốc. ~연합상임옵져버 quan sát viên thường, ~ 연합기구 tổ chức liên hiệp quốc. ~ 연합 총회 hội đồng liên hiệp quốc. ~ 연합 헌장 hiến chương liên hiệp quốc. ~ 운송 quá cảnh ~. ~감시위원회 ủy ban giám sát ~. 국제 정전감시 위원회 ủy ban quốc tế kiểm soát đình chiến.
국제공공법률 quốc tế công pháp.
국제무역 mậu dịch quốc tế.
국제법 luật quốc tế.
국제선수 cầu thủ quốc tế.
국제어 quốc tế ngữ.
국제열차 liên vận, 하노이~ ~ Hà-Nội.
국제주의 quốc tế chủ nghĩa
국제통화기금 quỹ tiền tệ quốc tế.
국제헌병 sen đầm quốc tế.
국제화 quốc tế hóa.
국제회의 hội nghị quốc tế.
국졸 (국민학교 졸업) tốt nghiệp sơ cấp (tiểu học). 중졸 (중학교 졸업) tốt nghiệp trung học. 고졸 tốt nghiệp trung học phổ thông. 대졸 tốt nghiệp đại học.
국지 (일정 지역) vùng đất . 국지전 chiến tranh cục bộ.
꾹참다 nuốt hận, ráng chịu đựng.
국채 quốc trái. 공채 công trái. (반) 사채 tư trái. 국채를 발행하다 phát hành quốc trái.
국책 quốc sách, chính sách quốc gia.
국치 (나라의 수치) ô nhục quốc thể. quốc sỉ, 국치일 ngày ~.
국태민안 quốc thái dân an.
국토 quốc thổ. sông núi, bờ cõi, (나라) đất nước, lãnh thổ, đất đai tổ quốc.
국판 (종이 규격) .국판 200 페이지의 책 tập 200 trang khổ .
국풍 (그 나라 풍습) phong tục đất nước.
국학 văn học quốc gia. 국학자 nhà nghiên cứu văn học.
국한 (한정)하다 hạn định, hạn chế.
국한문 tiếng hán hàn (tiếng Hàn quốc và Trung quốc)
국헌 (헌법) hiến pháp.
국호 quốc hiệu.
국혼(민족정신) quốc hồn.
국화 (나라 꽃) quốc hoa. (국화 꽃) hoa cúc. cúc hoa. 노란~ kim cúc.
국회 quốc hội, nghị viện(sĩ), hội đồng quốc gia. 국회의원 dân biểu, đại biểu quốc hội. 국회의사당 toà quốc hội. 국회법 luật ~. nghị án, 국회의원 경선 tranh cử dân biểu, tranh cầu dân ý. ~의결 nghị quyết của ~. ~의장 chủ tịch ~.
군 (쓸 데없는) 군소리 lời nói vô dụng. 군음식 (군것질) ăn vặt(quà). 군 (군단) quân. 제 7 군 quân đoàn 7. (행정구역) quận. đoàn quận. 제 3 군 quận ba. (사람) anh. 김군 anh Kim. (반) 양 cô. 김양 cô Kim.
군과 현 quận huyện.
군 (구나) .재미있군! Hay quá. 맛 있군! Ngon quá. 날씨가 좋군! Trời đẹp quá.
군가 (군대의 노래) quân ca, bài ca của quân đội.
군거하다 (떼지어 살다) sống tập thể. quân cư.
군것질 ăn quà. ăn vặt.

군경 quân đội và cảnh sát. 헌병 quân cảnh.
군계 일학 (여럿중 뛰어난 비유) (학 trong đàn gà) nhân tài xuất sắc trong nhiều người.
군고구마 khoai lang nướng.
군공 (전공) chiến công.
군관 quân quản. (무관)quân quan.
군관위원회 ủy ban quân quản.
군관구 (군구) quân khu. 제 2 관구 quân khu 2.
군국 (군사를 중히 여기는 나라) quốc gia quân sự. 군국주의 국민 thần dân.
군기 (군의 기율) quân kỷ, kỷ luật quân đội. (군사의 기밀) bí mật quân sự. (군의 깃발) quân kỳ.
군납 cung cấp hàng cho quân đội. 군납품 quân nhu.
군단 quân đoàn. đạo binh, 제 3 군단 quân đoàn 3. ~사령부 tập đoàn quân, ~ 최고사령관 tổng tư lệnh ~.
군단(집단으로 모이다) quần đoàn.
군대 quân đội, bộ đội. ~를 통솔하다 cầm quân, đề binh, ~를 감축하다 giải binh, ~에 가다 (입대하다) đi lính, ra lính, vào bộ đội. ~교대 chuyển quân, ~규칙 điều lệnh, ~의 재교육 chỉnh huấn. ~를 집합하다 hội binh, ~를 철수하다 rút quân, hồi binh, ~를 일으키다 dấy binh. ~를 훈련 시키다 luyện(tập) binh, ~를 주둔시키다 lưu thú, trú quân, ~를 모으다 tập trung ~, ~재산 tài quân sự, ~를 동원하다 động binh. ~식 quân cách, ~의 행오 quân ngũ. ~의 퇴각을 차단하다 cắt đường rút lui của đạo quân, ~의 배치 trận thế, ~의 훈련 quân huấn. ~ 약품 quân dược. ~를 진격시키다 tiến binh, ~약품 quân dược, ~행진곡 quân hành ca, ~의 휘장 quân hiệu. ~의 규율 quân luật. ~엠블런스 quân y xa. ~를 대체시키다 tiếp phòng. ~를 널리 분산시키다 rải quân mành mành.

(명)군대든 사업이든 오로지 리더쉽, 경영,전략에 달렸다 Dù là quân đội hay kinh doanh, sự thành công được quyết định bởi khả năng lãnh đạo, sự kinh doanh và chiến lược.
군더더기 đồ vật thừa.
군데 nơi. 두군데 hai nơi.
군도(칼) gươm, kiếm. (섬들) quần đảo. 필립핀 ~ quần đảo Phi-líp.
군동료 đồng ngũ.
군란 (군의 반란) quân phiến loạn.
군략 (전술. 전략) chiến lược, chiến thuật.
군량 lương thực quân đội.
군량미 quân lương.
군령 quân lệnh.
군림하다 ngự trị, trị vì, thống trị.
군마 quân mã, ngựa chiến (quân).
군말 (군소리) lời nói vô dụng.
군매점 cửa hàng quân đội.
군모 mũ sắt quân đội (철모)
군목 cha tuyên uý.
군무 nghĩa vụ quân sự, quân vụ.
군문에 들어가다 (입대하다) đi lính, đi vào bộ đội.
군민 quân và dân.
군민정 quân dân chính.
군번 số quân.

ㄱ

군벌 phe cánh quân đội. quân phiệt.
군법 quân pháp.
군법회의 toà án quân sự. ~에 회부되다 bị đưa ra trước ~.
군병원 quân y viện.
군복 quân(nhung) phục.
군복무 의무 quân dịch.
군부 bộ quân đội.
군불 lò sưởi.
군비 quân phí. (전쟁을 위한 비용) quân bị. 군비 확장 tăng ~. (반) 군비축소 giảm ~. tài bình.
군비 (軍備):군사 대비) võ bị, 육군 사관학교 trường ~ quốc gia.
군사 (군무에 관한일) quân sự. ~정보 tình báo quân lực, quân báo, 군사고문 cố vấn quân sự. ~혁명 위원회 hội đồng quân nhân cách mạng. ~잠재력 tiềm lực quân sự, ~ 예절 quân lễ, ~고문 quân sư, ~법정 toà án quân sự, ~비밀 bí mật quân sự, quân cơ, ~교육 quân sự giáo dục, ~계급 quân giai. ~화 quân sự hóa, ~통신 quân thư, ~학교 quân trường(hiệu), ~기호 quân hiệu. ~기밀 quân cơ. 군사기지 căn cứ quân sự. ~지역 khu vực quân sự, ~계급 quân giai, ~집단 quân giới, ~재판 quân hiến, ~기호 quân hiệu, ~장비 quân dụng, ~용어 quân dụng ngữ, ~철도 thiết lộ quân sự, 군사를 모집하다 triệu mộ, 군사력 sức lực quân đội, quân lực. 군사력을 배치하다 bố phòng, ~ 예절 quân lễ. ~력을 강화하다 chạy đua vũ trang.. ~ 업무 binh nghiệp. ~우편 quân bưu. (군병) quân lính, quân nhân. (병사) quân gia. ~법

정 toà án ~.
군사(군비)의 võ bị, 육군사관학교 trường võ bị quốc gia.
군사 시험 (에 합격한 사람) võ cử.
군사업무 담당관 tư mã.
군사원조 viện trợ quân sự.
군사력 정보 tình báo quân lực.
군사 부 quân sư phụ, ~ 일체 ~ nhất thể.
군사잠재력 tiềm lực quân sự.
군사적 방어 phòng thủ quân sự.
군사기동훈련 điều quân.
군사를 일으키다(거병) cử binh.
군사령관 chủ tướng, tư lệnh quân đoàn, chỉ huy trưởng quân đoàn.
군사령부 bộ tư lệnh quân đoàn.
군사장비 quân dụng.
군사 재판 quân hiến. ~권 thẩm quyền quân sự.
군사 총동원 tổng động binh(viên).
군살 thịt thừa.
군색하다 nghèo khổ.
군서(떼지어 삶) sống tập thể.
군세 sức mạnh quân đội.
군소 (작은) 군소기업 xí nghiệp nhỏ.
군소리 (군말) lời nói vô dụng.
군(괜한)소리 없이 조용하게 không kèn không trống.
군수 quận trưởng.
군수물자 quân nhu(hỏa). 군수공업 công nghiệp quân nhu. ~품과 군량미 quân thực.
군수품 đồ quân dụng. ~배낭 túi đạn. ~과 군량미 quân thực.
군신 vua và thần(tôi). (신하) quần thần.
군악 quân nhạc. 군악대 đội quân nhạc.
군영 trại lính. khu quân sự.

군왕 (임금) vua, quân vương, (국왕) quốc vương.
군용기 hàng không quân sự.
군용의 quân dụng, dùng cho quân đội. 군용품 đồ quân dụng. 군견 (군의 개) quân khuyển.
군 우편 센터 trung tâm quân bưu.
군웅 những anh hùng. 군웅할거 cạnh tranh~. hùng cứ.
군율 quân luật, quân kỷ.
군음식 (군것 질) thức ăn phụ. ăn quà.
군의 (관) quân y. 군의무소) trung tâm quân y.
군의관 학교 trường quân y.
군의 당지도부 tổng chính ủy.
군인 quân nhân. lính tráng. 육군 lục quân. 해군 hải quân. 공군 không quân. ~ 가 족 gia binh, nhà võ, 군인정신 tinh thần quân nhân. ~을 뽑다 tuyển quân.
군인 같은 용모 võ tướng.
군 입대를 연기하다 hoãn dịch.
군자 quân tử, người đạo đức cao. ~는 한 입으로 두 말을 해서는 안된다 quân tử nhất ngôn.
(속)군자 일언 중천금 ăn một bát, nói một lời.
(속) 군자는 입을 아끼고 범은 발톱을 아낀다(학덕을 지닌 사람은 일반적으로 겸손하다) Quân tử tiếc lời nói, hồ quý móng vuốt của mình (người có học, có đức thường khiêm tốn).
군자금 quỹ quân sự.
군작전 계략을 짜다 trù mưu về hành quân.
군장 quân trang. (군복) quân phục,
군장비 binh bị.

군정 chính quyền quân đội. ~학교 trường quân chính.
군제 hệ thống quản lý quân đội.
군종 quân chủng.
군주 quân chủ. ~국 nước ~, ~제도 chế độ ~. ~의 의무 quân đạo. ~제 ~ chế. ~를 섬기다 tôn quân.
군중 quần chúng. 군중심리 tâm lý ~. quần tâm. ~의 힘 quần lực.
군중속에서 trong đám đông. 나는 ~ 그를 언뜻 발견하였다 tôi thoáng thấy nó ~.
군진(군대의 진영) doanh trại quân đội.
군집하다 tự tập trung, tụ tập lại, xúm lại.
군차량 quân xe(xa).
군청 toà quận.
군청색 tím than.
군초소 đồn binh.
군축하다 giảm quân bị. tài binh.
군침 thừa nước bọt. 군침을 삼키다 thèm ăn nuốt nước bọt. ~을 삼키게 하다 thèm nước dãi.
군통수권자 nhà cầm quyền quân sự.
군표 chi phiếu quân đội.
군함 chiến hạm. quân hạm.
군항 quân cảng.
군호(암호) khẩu lệnh. mật khẩu.
군혼 quần hôn.
군화 giày bốt, giày quân nhân.
굳건하다 chắc chắn, bền chặt. 굳건히 một cách ~.
굳게 닫다 trít, 눈을 꼭 감다 nhắm trít mắt lại.
굳게 맹세하다(속어)thề non hẹn biển.
굳게 믿다 tin chắc.
굳게 숨기다 kín đáo.

굳다(경화하다)xơ hóa.
굳세게(용맹스럽게) khảng khái.
굳어있는 lì lợm.
굳어지다 trở nên cứng. cô đọng, (혀가) líu lưỡi.
굳은(단단한) cứng ngắc. 굳은 살 chai da. 굳은 결의를 가지고 nhất quyết.
(속) 굳은 땅에 물이 고인다 (경제적이고 인내력 있는 사람은 재산을 축적할 수 있다) Nước đọng nơi đất rắn(người cần kiệm và bền bỉ thường tích lũy được tài sản).
굳이 dứt khoát, tích cực, tuyệt đối. 굳이 사양하다 dứt khoát từ chối.
굳히다 chắc chắn, xác định.
굴 (조개) sò, con hàu. trai, 굴 양식장 chỗ nuôi hàu. 굴 껍데기 vỏ ~. ~ 양식 업자 người nuôi ~.
꿀 mật. mật hoa, 벌꿀 mật ong. 꿀 같이 달다 ngọt như ~. 꿀벌 ong mật. (봉밀)phong mật.
(속) 꿀 먹은 벙어리(어떤 일을 다 알면서도 아무말 없는 사람을 이르는 말) Người câm ăn mật ong(chỉ người đã biết điều gì mà không nói gì cả).
굴 (동굴) hang động. 굴을 파다 đào hang, 터널 đường hầm, (짐승의) hang ổ.
꿀꺽 삼키다 nuốt một hơi (mạch). nốc, 꿀꺽 마시다 uống một mạch, nốc rượu = 꿀떡삼키다
굴곡 khúc quanh. 역사의 굴곡 ~ của lịch sử. 어두운 ~ ~ u tối
꿀꿀 울음소리(돼지) éc éc.
굴다. 못살게 굴다 quấy rối, làm chán.
굴다리 (육교) cầu cạn, cầu vượt.

굴대 (차축) trục xe.
굴대받이(축) ổ trục.
꿀떡삼키다 ăn ngốn.
굴뚝 ống dẫn khối, ống khối.
굴뚝새 chim hồng tước.
굴러 넘어지다 ngã lăn cù.
굴러떨어지다 lăn đùng xuống.
굴렁쇠 cái vòng. ~ 채 cây đánh vòng.
굴레 (고삐) dây cương. 말에 굴레를 씌우다 thắng cương ngựa.
굴리다 lăn. lăn lóc, 공을 굴리다 làm lăn quả bóng.
꿀리다 (움츠리다) chùn bước.
꿀물 nước mật ong.
굴복하다 chịu thua, khuất(thần) phục, đầu hàng. cúi lạy, 굴복하지 않는 bất phục. 굴복시키다 chiêu hàng..
굴삭기(굴착기) máy xúc, máy đào đất.
굴착공 thợ khoan.
굴신하다 cúi xuống.
굴욕 (모욕) sỉ nhục, nhục nhã. 굴욕을 당하다 chịu nhục. 굴욕을 참다 phải chịu sỉ nhục. ~적인 패배 thua trận nhục nhã. ~을 느끼는 tỏa nhục.
굴절 khúc xạ. 굴절렌즈 kính khúc xạ.
굴젓 cá muối hàu.
굴종하다 phục tùng, quy phục. chịu lòn.
굴지의 (뛰어난) xuất sắc, ưu tú, (발군의) lỗi lạc
굴진 (착) 하다 đào đất. tháp khoan.
굴착공 thợ khoan.
굴하다 cúi xuống, khuất phục. 역경에 굴하지 않다 không cúi đầu trước nghịch cảnh.
굵기 bề dày, độ dày. 굵다 mập béo.
굵은 설탕 đường cục.

굶다 đói khát. treo miệng, 굶어죽다 chết vì đói. 굶기다 chết đói. 굶겨죽이다 bỏ chết đói. 굶주린 đói lả.
굶주리다 đói kém. khao khát, cơ cực, 돈에 굶주리다 khao khát tiền.
꿇다 quỳ gối, quỳ xuống. 꿇어앉다 quỳ gối.
꿇어 앉았다가 섰다가 하다 sì sụp, ~하며 절하다 lạy ~.
꿈 giấc mơ, mộng. mơ mộng,(반) 현실 hiện thực, (미몽) mê mộng. 꿈꾸다 chiêm bao, mơ mộng. tơ tưởng, nằm mê(mộng), nằm mơ, 무서운 꿈을 꾸다 gặp ác mộng. 꿈만 같다 như mơ. 꿈을 상실하다 đánh mất~, 꿈나라 cõi mộng, cõi mơ. 꿈에 나 타나다 ứng mộng, ~의 조짐 mộng triệu, ~이 실현되다 mộng sẽ thành sự thật.
(속) 꿈에 서방 만난 것 같다(희망이 소원성취되는 경우를 암시) Giống như gặp chồng trong mộng(ám chỉ trường hợp mong ước của mình đã được toại nguyện)
(속) 꿈을 꿔야 임을 보지(원인 없이 어떻게 결과가 있겠는가) Không mơ sao gặp được người yêu(không có nguyên nhân sao có kết quả).
꿈결에 mơ màng, mơ mộng.
꿈꾸다(공상)mơ, (갈망)vọng tưởng.
꿈뜬(게으른)uể oải.
꿈벵이 con giòi. ấu trùng ve ve, (사람) người lười biếng (chậm chạp).
(속) 굼벵이도 뒹구는 재주가 있다(아무리 부족한 사람도 어떤 장점 하나는 가지고 있다) Ấu trùng ve ve cũng có tài cựa quậy mình (con người dù thấp kém đến mấy cũng có một ưu điểm nào đó).
굼실(우굴)거리다 loi nhoi.
꿈자리 사납다 điềm xấu (dữ).
굼 (꿈)적거리다 động đậy, nhúc nhích (굼실거리다)
꿈쩍않다 không nao núng (nhúc nhích). sá quản. nhơn nhơn, 야단맞아도 ~ bị mắng mà cứ ~.
꿈쩍않고 있는 tỉnh bơ.
굼(꿈)지럭 거리다 nhúc nhích, động đậy.
꿈틀거리다 luồn lách, nhúc nhích. ngọ nguậy, quằn. (벌레가)nghí ngoái.
굽 (말발굽) móng ngựa. 발뒷꿈치 gót chân.
굽다 (구부러지다) cong, xoắn. khúc quanh. 굽은길 đường quanh co. đường cong, (빵을) nướng, ram, quay. nung, 고기를 ~ ram thịt, 잘 구워주세요 nấu chin kỹ dung, 살짝 구워주세요 nấu tái cho nhé, 구운 고기 thịt nướng.
(속) 굽은 나무가 선산을 지킨다(쓸모 없을 것으로 보이는 것이 쓸모있는 것으로 바뀔 수가 있다) Cây cong giữ mồ mả tổ tiên, (thứ trông có vẻ vô dụng, hóa ra lại được việc).
굽은(완곡한) lum khum. vu khúc.
굽은 나무(오르지 못할 나무)cây mọc cong.
쇠를 굽다 nung.
굽실거리다 khúm núm, khép nép, lạy lục.
굽어보다 (내려다보다) nhìn xuống.

ㄱ

(살피다) quan tâm đến, để ý đến.
굽어흐르다 nao nao, ~는 물 ~ dòng nước.
굽이굽이 khúc quanh. 굽이굽이 흐르는 강 sông ~.
굽이치다 dợn sóng, (파도가) sóng(uốn) lượn (cuộn lại). nhấp nhô. 굽이쳐흐르다 quanh co.
굽히다(머리를) cúi đầu. (몸) cúi xuống. (허리) khom lưng. (뜻을) oặt. 주장을 굽히지 않다 giữ vững chủ trương.
굿 thần chú, câu thần chú. 굿하다 đọc ~. 굿보다 (구경하다) xem trừ tà ma, xem yểm trừ.
굿굿(꿋꿋)하다 cứng rắn, vững chắc. quật cường. (성격이) ngay thẳng.
굿바이 (안녕) chào tạm biệt. 궁궐 lâu đài, cung điện. ~을 보호하다 túc vệ.
꿍꿍거리다 rên rỉ, lầm bầm.
꿍꿍이셈 (꿍꿍잇속) âm mưu bí mật, âm mưu trong đầu.
궁극의(마지막의) sau cùng, cuối cùng. 궁극적 의도 ý ~.
궁극적인 위치 vị trí mang tính cao nhất
궁금증 lòng băn khoăn. 궁금하다 băn khoăn. 소식이 궁금하다 lo lắng về tin tức.
궁녀 cung nữ (nhân).
궁도 thuật bắn cung.
궁둥방아를 찧다(넘어지다) ngã té.
궁둥이 mông đít. (새들의) phao câu, 궁둥이가 무겁다 (게으르다) lười biếng. ~를 때리다 vỗ đùi, 땅바닥에 ~를 붙이고 앉다 ngồi trệt.
궁리하다 liệu lý, liệu bề, suy nghĩ kỹ,

nghiên cứu.
궁벽한(외진) hẻo lánh, xa xôi.
궁상스럽다 có vẻ nghèo nàn. 궁상떨다 làm ra vẻ nghèo.
궁수 người bắn cung.
궁술 thuật bắn cung. 궁술가 người bắn cung.
궁시 (활과화살) cung tên. tên nỏ.
궁여지책 biện pháp cuối cùng.
궁전(.궁궐) cung điện. cung đình, dinh cơ, kim ốc, (상상의)cung trăng. ~ 정원 sân rồng, ~의 남문 ngọ môn.
궁정 sân rồng. long đình.
궁중의 스승 thầy dùi.
궁지 tình huống khó xử. 궁지에 몰리다 vào ~. hết phương. nột. (막다른 길) cùng đường.
궁창 khung trời.
궁터 nơi cung điện.
궁핍한 cảnh nghèo khó. eo hẹp, quẫn bách, túng bấn, 궁핍한 생활 cuộc sống nghèo khó.
궁하다 (난처하다) khó khăn.
궁하면 생각하라 lúng túng thì phải tính.
(속) 궁하면 통한다(어려움은 지혜를 낳는다) Cùng thì thông(cái khó ló cái khôn).
궁합 cung hợp, hoà hợp hôn nhân, 궁합을 보다 xem tuổi. 선을 보다 Xem mặt, ~이 잘 맞는 부부 lứa đôi.
궁형 hình vòng cung.
궂다 (날씨가) trời khó chịu. (성질이) khó ưa. 궂은비 cơn mưa kéo dài. 궂은 일 việc không may (rủi ro). 궂은 일을 맡아서 하다 xốc vác.

권(책의) quyển. 몇권 ~ mấy.
권하다 giới thiệu, mời. 책을 권하다 ~ sách. 앉기를 권하다 mời ngồi.
권고 lời khuyên bảo. 권고하다 khuyên bảo, đề nghị. nhắn nhủ.
권농 (농사를 권하다) khuyến nông.
권능 quyền năng(phép), năng lực.
권두사(언) (머리말) lời nói đầu.
권력 quyền lực. 권력욕 khao khát ~. ~을 휘두르다 bính quyền. ~을 장악하다 chấp chính. ~과 명성 uy danh, ~자 nhà cầm quyền. ~을 쥐다 cầm quyền. 그는 가장~이 세다 nó có quyền hơn hết, ~을 서 로 뺏다 tranh quyền, ~을 탐하다 tham quyền. ~을 집중하다 tập quyền.
권력 아래 dưới quyền.
권력에 의지하다 ỷ quyền, thị thế.
권련(담배) thuốc lá.
권리 quyền lợi.(반) 의무 nghĩa vụ, 특권 đặc quyền. 권한 quyền hạn. 권리와 의무 quyền hạn và nghĩa vụ. ~와 명성 lợi danh, ~를 박탈하다 đoạt quyền, 권리를 남용하다 lạm dụng ~. lộng hành, 권리를 상실하다 đánh mất ~. (반) 권리를 획득하다 dành được ~. được quyền. ~를 나누다 phân quyền. ~를 위임하다 ủy quyền.
권리가 집중되다 nhất nguyên.
권리를 버리다 thiện vị.
권리를 탐내는 태도(속어) trâu buộc ghét trâu ăn.
권리를 침해하다 việt quyền.
권말 (책의끝) đoạn cuối sách. (반) 권두 đầu sách.
권면하다 khuyên bảo, động viên.
권모술수 gian trá thủ đoạn, mưu mô gian xảo.

권문세가 quyền môn(gia), gia đình có thế lực. kẻ tàn che ngựa cưỡi. ~의 자손 thế gia tử đệ.
권불십년 quyền thế không kéo dài lâu.
권사 bà khuyến sĩ
권선징악 khuyến thiện trừ ác, tốt khen xấu chê.
권세 quyền thế. 권세를 부리다 sử dụng ~. ~가 하요 gia(môn). ~와 지위가 높은 행복한 생활 tàn che ngựa cưỡi. ~를 잃은 귀족 thực khách.
권세자(명사)thân hào.
권속 (식구) gia quyến, quyến thuộc, gia đình. 일가권속 họ hàng bà con.
권신 (권세 있는 신하) quyền thần. ~들 bọn ~.
권외 ngoài phạm vi (lĩnh vực). 정치권외에 ngoài phạm vi chính trị.
권위 quyền uy. uy quyền. ~를 침해하다 lấn quyền.
권유하다 khuyên nhủ(dụ). rủ.
권익 quyền lợi và lợi ích.
권장하다 khuyến khích, động viên.
권좌 ngôi quyền lực.
권주 mời uống rượu, mời nhậu. ~가 bài hát ~. ~가를 부르다 hãm.
권총 súng lục (ngắn). súng sáu. ~ 결투 đấu súng.
권태 mệt mỏi, chán ngán. 권태기 thời kì ~.
권토중래 lấy lại sức mạnh.
권투 võ thuật. đấu quyền, 권투선수 võ sĩ. ~ 하다 đánh võ, 권투시합 trận đấu ~. ~의 링 rinh.

권화.(화신) hiện thân, nhân cách hóa.
권하다 khuyên. khuyến khích(bảo).
권학 khuyến học, ~회 hội ~.
권한 quyền hạn. ~을 빼앗다 tiếm ~. ~을 넘겨주다 trao quyền.
궐기하다 dấy lên, kích động, kích khởi.
궐내 trong cung điện.
궐련(담배) thuốc lá. ~을 피우다 hút thuốc.
궐석 (결석) không có mặt, vắng mặt. 궐석재판 án vắng mặt, án khuyết tịch, xét xử ~.
궐위 chỗ trống.
꿩 chim trĩ, gà lôi. gà rừng, 암꿩 trĩ mái, ~사육장 chuồng nuôi trĩ.
(속) 꿩 구어 먹은 자리(일하고 흔적을 남기지 않음을 암시) Nơi nướng chim trĩ ăn(làm việc gì không để lại dấu vết).
(속) 꿩 먹고 알 먹다(한 가지 일로 두 가지 이익을 얻는 것) Ăn chim trĩ ăn cả trứng(làm việc một cái mà lấy được ích lợi hai cái).
궤 (통) thùng, thố, tủ, hộp, rương. 밥통 thố cơm.
꿰다 xỏ, xâu, (바늘에 실을) xỏ kim. 꽂다 cắm.
궤도 quỹ đạo, băng chuyền, (기차의) đường ray, nền nếp.
꿰뚫다 (관통하다) xuyên qua, sáng(thông) suốt, đâm qua, thấu qua. 마음을 꿰뚫어 보다 nhìn thấu trong lòng. thấu suốt.
꿰뚫어보는 눈 mắt sắc.
깨뜨리다 đập vỡ, bẻ gãy.
꿰매다 (깁다) khâu, may vá. 옷을 꿰매다 vá quần áo. 꿰맨것을 뜯어

내다 tháo chỉ. 꿰매지 않은 tuột chỉ.
궤멸하다 tiêu diệt, huỷ diệt.
궤변 quỷ(ngụy) biện. 궤변가 người ~.
궤양 ung nhọt. 위궤양 ~ bao tử.
궤적(지나온)mặt cầu, quỹ tích, (행적. 자국) chiến công của người, vết bánh.
궤주(도망가다) chạy trốn, bỏ chạy.
꽥소리지르다 thét lên, la hét.
귀 tai. nhĩ, 귀가 멀다 điếc tai. lãng tai, 귀가 밝은 thính tai. (반) 귀가 어두운 nặng tai, hơi điếc. 귀를 후비다 nạo lỗ tai, lấy ráy tai, ngoáy tai, váy tai, ~를 막다 bưng tai, ~에 거슬리는 chướng tai. khó nghe, trái tai, rườm tai, 귀를 쫑긋세우고 dỏng tai. 귀를 쫑긋 세우다 vành tai, xứng tai, 귀와 눈 tai mắt. 귀가 째질 듯 시끄러운 chan chát, ~를 기울이다 lắng nghe (tai). nghe ngóng. thân nhĩ, 귀를 쫑그리다 giành tai. 귀와 눈 tai mắt, 귀의 후부(해 부) mang tai. ~가 아픈 nhức tai.
귀를 잡아 비틀다 xách tai.
귀를 틀어 막다(듣기를 거절하다)bịt tai.
귀에 거슬리는 이야기 câu chuyện trái tai.
귀에 너무 익은 ròm tai.
귀를 막고 눈을 가리다(무관심) đắp tai cài trốc.
귀가 멍멍하다 chói(chỏi) tai. choáng tai.
귀가 밝은 thính tai.
귀가얇은 mỏng tai.
귀가 울리다 ù tai, ù ra. 귀가 웡웡 울리

다 kêu lùng bùng..
귀가 터질듯한 폭음 tiếng nổ chát chúa.
귀절 một mệnh đề, một câu.
귀가하다 về nhà. 늦게 귀가하다 về nhà muộn. 귀가길 đường về.
귀감 gương mẫu, mẫu mực. mực thước.
귀에 거슬리는 khó nghe. ngứa tai, ~이 야기 câu chuyện ~.
귀에 들리다 thấu tai.
귀걸이 hoa tai(남), bông tai(북). vòng tai, vành khuyên. (방언)trâm, bông tai, 귀걸이를 하다 đeo ~.
귀결 (결말) kết thúc. quy kết, đương nhiên 귀결 kết cuộc hợp lý.
귀경하다 trở về.
귀골 người quý tộc.
귀공자 quý tử. (반) 귀낭자 quý nương (con gái cưng)
귀국 về nước. 귀향하다 hồi hương.
귀국 (상대국가) quý quốc.
귀금속 đá quý, kim loại quý. ~제품 vàng bạc. ~덩어리 vàng cốm.
귀 기울이다 lắng nghe, lóng(giống) tai. vểnh tai.
귀나다 (모나다) không đều. (의견이) bất đồng ý kiến.
귀납법 phép quy nạp.
귀납적 quy nạp. 귀납적으로 cảm ứng ~.
귀낭자 quý nương.
귀농하다 về làm ruộng. 귀농민 nông dân ~.
(방귀를) 뀌다 đánh rắm (북), xì hơi (남).
귀담아듣다 lắng nghe.
귀댁 quý quyến.
귀동냥 tai nghe học hỏi. ~으로 배우

다 học mót.
귀동자 (귀공자) quý tử.
귀두(거북이 머리) quy đầu, (자지 대가리)bao qui đầu. ~염 sưng qui đầu.
귀뚜라미 con dế. 집~ dế mèn, 야생~ dế đồng.
귀뜸하다 rỉ tai, lời gợi ý, mách nước, ám chỉ.
귀뜨이다 quan tâm chú ý đến.
귀로 đường về nhà. 귀로에 오르다 lên ~. lui về(gót).
귀마개 nút tai.
귀머거리 người(kẻ) điếc. 귀먹다 bị điếc.가는 귀가 먹다 lãng tai. ~ 인체하다 giả bộ điếc.
(속) 귀머거리 삼년이요, 벙어리 삼년이라(며느리는 시집에서 때로는 귀머거리로 때로는 벙어리로 참으며 살아야 한다) Làm điếc ba năm làm câm ba năm(con dâu ở nhà chồng phải luôn nhẫn nhịn, có lúc phải giả như câm như điếc).
귀물 vật quý, vật hiếm.
귀밑까지 빨게지다 đỏ ửng mang tai.
귀밑머리 tóc gáy.
귓볼을 뚫다 nhĩ châm.
귀뿌리 mang tai.
귀부인 quý phu nhân.
귀빈 quý vị (여러분), quý khách.
귀사 quý công ty. 귀서 quý thư, kính thư.
귀설다 lạ tai, không quen tai.
귀성 về nhà. 귀성객 người về nhà. 귀성길 đường ~.
귀소본능 bản năng trở về.
귀속 về, thuộc về. 그 일은 나의 임무에 속한다 việc ấy ~ bổn phận của

tôi,. 귀속재산 tài sản thuộc về nhà nước.
귓속 lỗ tai. 귓속말하다 thào.
귀순하다 trở về phục tùng. quy thuận, 귀순병 binh sĩ ~. hàng binh,귀신 같은 사람 ma xó, 귀신들린 ma ám.
귀신 quỷ thần, tà ma, yêu tà, ~들 đồ quỷ, ~들린 quỷ ám, ~같은 quỷ dạ xoa, ranh ma, (마귀) ma, ma quỷ. 넋 hồn ma. ~이야기 chuyện ma, ~같이 잘 아 는 사람 ma xó.
귀신 들리다(사로 잡히다) bị qui ám.
(속) 귀신 씨나락 까먹은 소리를 한다 (입 속으로 중얼거리기 때문에 아무도 알아 듣지 못한다) Tạo ra âm thanh như quỷ thần bóc vỏ lúa ăn(nói lầm bẩm trong miệng, không ai nghe rõ được).
귀양가다 đi đày, đày ải. 귀양보내다 lưu đày. đày ra, chinh phạt, 귀양살이(살다) sống lưu đày.
(속) 귀에 걸면 귀거리 코에 걸면 코거리(말이나 규칙을 자기 편한 대로 정한다) Treo vào tai gọi là khuyên tai, treo vào mũi thì gọi là vòng mũi (mình quyết định lời nói hoặc quy tắc tùy theo mình muốn).
귀염둥이(응석둥이) con cưng.
귀엣말 lời nói thầm. 귀속말하다 thì thầm. thào vào tai.
귀담아듣다 lắng nghe (귀기우려듣다).
귀여리다 dễ bị lừa.
귀여운 kháu khỉnh, xinh, duyên dáng, ngộ nghĩnh. ~ 아이 đứa nhỏ ngộ nghĩnh. ~얼굴 mặt hoa. ~소녀 xuân nữ.

귀여워하다 vuốt ve, âu yếm. nâng niu.
귀염받다 được quý mến, được yêu thương, được cưng.
귀엽다 dễ thương, dịu dàng. (반)얄밉다 đáng ghét, 귀염성(귀여움) duyên dáng, tính dễ thương.
귀엽고 사랑스럽다. đẹp nõn nà.
귀영 (귀대)하다 trở về doanh trại.
귀의 (돌아와 의지하다) về nương tựa.(불교에서) qui y(phật). 불문에 귀의하다 quy y phật môn.
귀인 quý nhân, người quý tộc.
귀일 hợp nhất.
귀임하다 quay về nhiệm vụ.
귀적 (입적) sự chết của thầy tu.
귀절 một câu (mệnh đề).
귀접스럽다 (지저분하다.더럽다) dơ bẩn, hèn hạ.
귀족 quý tộc. ngọc bội(chỉ), 귀족계층 giai cấp ~. ~의 sang cả.
귀족적인 sang (반) 천한 hèn.
귀족정장 áo xiêm.
귀중 (귀하) kính gửi, thưa quý ông. 귀중하다 quý báu. quý trọng, 귀중품 đồ quý báu. vật quý, 귀중한 것 vàng ngọc. châu báu.
귀중한 상품 quý hóa. 귀한물건 quý vật. trân vật.
귀지 ráy tai. (귀밥). cứt ráy.
귀질기다 không cảm giác nghe.
귀착 (돌아오다) trở về, quay về. (귀결) phần cuối.
귀찮다 phiền toái, phiền phức, quấy rầy, gây khó chịu. 귀찮게 하다 làm phiền, ngầy ngà, rầy. (괴롭히다) trêu trọc, trêu ngươi, làm bực mình.

귀찮은 이야기 câu chuyện nhàm chán
귀천 quý báu và hèn hạ, cao quý và thấp hèn. 귀천의 차별없이 cao thấp như nhau.
귀청 (고막) màng tai. ~을 찢는듯한 đinh tai. 귀먹 óc. ~이 찢어질듯한 폭발음 tiếng nổ inh tai.
귀청이 터질 것 같은 vang tai(óc).
귀체 quý thể.
귀추(결과) kết quả, xu hướng.
귀퉁이 (모퉁이) góc, xó. 길모퉁이 xó đường, góc đường.
귀하 thưa ông, kính thưa. 귀빈여러분 kính thưa quý vị. ~의 딸 quý nữ.
귀하다 cao quý. quý báu, 귀여운 자식 đứa bé dễ thương. quý tử. (드물다) hiếm có. 귀한 손님 vị khách quý. 귀한 물건 quý vật.
귀하고 천한 quý tiện. sang hèn.
(속) 귀한 자식 매 한대 더 때리고, 미운 자식 떡 한 개 더 주랬다(매를 아끼면 아이를 버린다) Thương con đánh thêm một roi, ghét con cho thêm cái bánh, (thương cho roi cho vọt).
귀히 여기다 yêu chuộng, 평화를 ~ ~ hòa bình.
귀한것에서 평범한 것까지 고루 갖춘 (비유)thượng vàng hạ cám.
귀하고 복된 것은 마음에 있다 của người phúc ta.
귀하고 천한 sang hèn.
귀한 자식(영식) qúy tử.
귀한 아내 chầu bà.
귀향하다 về quê hương, hồi hương.
귀항하다 (항구로 돌아가다) trở về cảng.

귀화하다 (국적 이전) nhập tịch. 미 국인으로 ~ ~ dân Mỹ.
귀환하다 trở về, hồi hương. quy hoàn, 귀환 일자 quy kỳ.
귀휴하다 trở về nghỉ ngơi.
귓가 vành tai.
귓결에 tình cờ, ngẫu nhiên (우연히)
귓구멍 lỗ tai.
귓등 mặt sau tai. ~으로 듣다 nghe không kỹ.
귓바퀴(볼) loa(tráy) tai, vành tai. 귓밥 ráy tai.
귓병 bịnh nhức lỗ tai.
귓볼 vành tai. thùy.
귓속말 lời rỉ tai, lời thì thầm.
귓집 (귀마개) mũ len che tai, đồ che tai.
규격 khuôn khổ. quy cách, 귀격화하다 ~ hoá.
규례 điều lệ, quy tắc. mạng lịnh.
규명하다 thẩm tra. 죄상을 ~ thẩm tra tội.
규모 quy mô. 대규모 ~ lớn. (반) 소규모 ~ nhỏ. 거대한~로 hoành tráng, (척도)tỷ lệ xích.
규방 buồng the, khuê phòng, buồng xuân, phòng riêng của phụ nữ.
규범 quy phạm, luật lệ, điều lệ. khuôn phép, khuôn mẫu. 아이들을 ~속에 넣어 훈련시키다 đưa trẻ em vào khuôn mẫu. 똑 같은 ~을 따르다 theo cùng một khuôn mẫu.
규석(광물) đá lửa.
규수 (처녀) gái tơ, trinh nữ.
규약 quy ước. (계약) hợp đồng, khế ước. ước định, qui chế, 봉급 ~ qui chế tiền lương.
규율 nội quy, trật tự, quy luật, 정해진

~ quy luật nhất định, 규율있는 có trật tự (kỷ cương). (반)규율없는 mất trật tự. vô kỷ luật.
규정하다 quy định. 제도를 규정하다 ~ chế độ. 규정된 시간 thời gian ~. 규정된 질서에 따라 theo trật tự ~. 규정을 준수하다 tuân theo ~. 규정된 비율 định suất. 규정한 도 hạn ngạch. 규정에 맞는 hợp lệ. 규정을 범하여 벌을 받다 ngả vạ.
규정요금 lệ phí.
규제하다 qui chế. 출판을 규제하다 ~xuất bản.
규중(규방) buồng the. 규중처녀 trinh nữ ~.
규칙 quy tắc. thể lệ, (준칙)chuẩn tắc, 규칙을 지키다 giữ ~. 교통규칙 ~ giao thông. 규칙적인 đều đặn. 규칙적인 습관 thói quen đều đặn (đều đều). 규칙을 정하다 đưa ra ~. 규칙을 위반하다 vi phạm ~. sai phép, ~에 맞지않는 sái phép, 규칙대로하다 điển chế(chương).
규칙에 어긋난 trái lệ. 교통규칙을 위반 하다 đi trái lệ.
규칙적으로 식사를 못하다 no dồn đói góp.
규탄하다 chỉ trích, khiển trách, bắt lỗi.
규합하다 tập trung, tụ tập.
균 (세균) vi khuẩn. 세균을 배양하다 cấy ~. 균에 감염되다 nhiễm trùng.
균등하다 bằng nhau, công bằng. 균등 하게 một cách ~. 비용을 균등하 게 부담하다 chia phần chi phí ~. 균등하게 배분하다 đánh đồng. quân phân, chia đều.

균배하다 chia công bằng (균분하다)
균사(식물)thể sợi.
균열 đường nứt, chỗ nứt. 균열이 생기 다 rạn nứt.
균일 (균등)하다 như nhau, giống nhau.
균전(논을 균등하게 나누다) quân điền. ~제도 chế độ ~.
균형 cân bằng, thăng bằng, quân bình. 균형잡힌 cân đối, cân nhau. 균형 을 유지하다 làm cân nhau, giữ thăng bằng, (반)균형을 잃다 mất thăng bằng. 그는 ~을 잃고 넘어졌 다 nó mất thăng bằng và té. ~을 맞추다 làm cho quân bình.
귤 quít.
그 (3 인칭)hắn, hắn(anh) ta, y, nó, va, (그것) cái đó, ấy. nó, 그날 ngày ấy (đó). 그사람 anh ấy. 그여자 cô ấy. 바로 그가 그렇게 말했다 chính nó nói thế, 그때문에 với lý do đó. do đó, vì cớ ấy, 그후에 kể từ đó. 그까짓것 việc đó. 그같이 như vậy, 그는 운좋게 성공했다 nó thành công nhờ may. 그는 우 리를 안다 y biết chúng tôi, 나는 그 만큼 키가 크다 tôi cũng cao lớn như y, 너는 그를 사랑하니? cô có yêu y không? 그는 80이 넘 었다 ông ấy đã hơn tám mươi.
그 가격에 사다 ăn giá.
(명)그가 역경을 어떻게 견디어내는가 를 보면 그 사람됨을 알 수 있다 Hãy nhìn anh ta vượt qua nghịch cảnh để biết anh ta là người thế nào.
그가 음악을 들을 때 그는 무아지경에 빠졌다 khi nó nghe âm nhạc thì

nó chẳng biết trời đất gì nữa.
그 기회에 nhân thế.
그의 모든 생애 trọn đời nó.
그의 방문이 뜸해져간다 những cuộc thăm viếng của nó thưa lần.
그는 미성년자다 nó chưa đúng tuổi.
그는 나이 이상으로 성숙했다 nó đã luống tuổi rồi.
그 까닭으로 thảo nào, vì thế.
그 구두쇠는 자신을 결코 죽지 않을것이라 믿었다 người hà tiện tưởng mình không bao giờ chết.
그의 운명은 네게 달렸다 số phận của nó tùy ở anh.
그와는 초면이다 Tôi không quen biết anh ấy.
그(사람) y, 그의 아내 vợ y.
그것 cái đó, ~은 단지 소문이다 đó chỉ là tin đồn. ~은 가능하다 ~ có thể được.
그것은 오래됐다 xưa lắm rồi.
그것에 관하여 về việc ấy.
그것으로 충분한(이제 좋은)thôi thôi.
그것들 nấy.
그결과 thế là. kết quả của việc đó..
그곳 chỗ đó, nơi đó. 그곳까지 đến nơi đó.
그끄러께 (3년전에) 3 năm trước.
그끄저께(그끄제) hôm kìa. (3 일전) 3 ngày trước.
그 나라에 가면 그곳의 풍속을 따라야 한다 nhập gia tuỳ tục
그나마 vẫn còn, chỉ có vậy. 그나마 다행이다 vẫn còn may mắn.
그 나쁜년(경멸적) con ấy.
끄나풀 sợi dây.
그날 hôm ấy. ~안으로 nội nhật.
그날밤 đêm hôm đó.

그날과 그시간 ngày và giờ đó.
그날벌어 그날먹고 살다 sống đắp đổi qua ngày.
그냥 như vậy. 그냥두다 mặc kệ đi. 그냥 두세요 mặc kệ tôi. 그냥 먹다 cứ ăn thôi. ~주다 cho không.
그냥 지나치다 xuê xoa.
그네 u. xích đu. đu bay, ~를 타다 đánh đu, 그네뛰다 chơi ~.
그네들 những người đó.
그녀 cô ấy(ta), chị ấy. nàng, 그여자 bà ấy. bả.
그녀석 khứa. thằng, 나는~를 버렸다 tôi đã bỏ ~. 그는 ~에게 알려 주었다 nó lại cho ~ biết.
그놈 gã kia, kẻ đó, gã khốn.
그늘 bóng, bóng rợp.(반) 양지 nơi có nắng, 나무그늘 bóng cây. (부모의 보호:슬하) sự che chở. 그늘진 bóng tối. 그늘 밑으로 가자 đi dưới bóng rợp. ~을 찾아가다 trốn nắng.
그날 bữa ấy(đó). 그날 그날 ngày ngày. 그날 벌어 그날 먹고 살다 sống đắp đổi qua ngày.
그 다음날 bữa sau. ~밤 đêm sau.
그 다음에 kế đó.
그 다음에 뭐가 더 있습니까? rồi sau nữa.
끄다 (전기) tắt điện, tắt đèn.(반)켜다 bật đèn, (촛불을) thổi nến, tắt nến.엔진을~tắt máy.
그따위 cùng loại (thứ). ~녀석 kẻ cùng loại. đồ ấy.
그다지 đến nỗi. 그녀는 그다지 예쁘지 않다 cô ấy không đến nỗi đẹp.
그당시에 bấy giờ. dạo ấy. trong thời kỳ ấy. 나는 ~ 학생이었다 trong

그대 anh, chị, em. (경) ngươi, nào는 그대를 사랑한다 anh (em) yêu em(anh). 그대들 các anh (chị).
(명)그대 이외의 누구에게나 관대하라 Trừ bản thân mình ra, hãy rộng lòng với tất cả mọi người.
그때 lúc(từ) đó, bấy giờ, hồi(khi) ấy, ~ 부터 từ lúc đó, từ đấy. 그때마침 (바로 그때) ngay lúc đó. 그때까지 đến lúc đó. ~가 바로 lúc đó chính là.
그때에 thuở ấy.
그때 이후로 từ ấy.
그때마다 mỗi lúc như vậy
그 때문에 vì thế. bởi thế(vậy).
그때부터 từ đó.
그대로 như vậy, như thế. ~로 두다 giữ vẹn, ~ 내버려두다 mặc kệ như vậy. 그대로 두어요 cứ để mặc đi
그대로 맡기다 mặc(thây) kệ.
그대로이다(맞다) phải rồi. đúng như vậy.
그대로 하다 làm như vậy.
그대로 행하다 đồng đi vậy.
끄덕이다 (머리를) gật đầu, đồng ý.
끄떡않고 trơ thổ địa.
끄떡없다 (안전하다) an toàn không sao.
끄덩이 (머리) đuôi tóc. 머리끄덩이를 잡다 túm tóc.
그동안 trong khi đó, thời gian qua. 그동안 어떻게 지냈어? Thời gian qua bạn thế nào?
그뒤 nhiên hậu.
그득하다 (가득하다) đầy đủ.
그들 chúng, chúng nó(bạn), ~ 중 하나 một trong bọn chúng nó.
그들이 행한대로 tùy việc họ làm.
그라나다(국명) Grênađa
그라운드 (운동장) sân vận động.
그라프 (그래프) đồ thị, biểu đồ.
그람 gram. 3 그람 3 gram.
그랑프리 (대상) giải thưởng lớn.
그래 (예) vâng (북), dạ (남). ư, phải (긍정). (반) 부정 không.
그래 rồi, nay. 그래 그다음에는? Rồi sao nữa? 그래 어쨌단 말이요 rồi gì nữa? 그래야 như thế thì.
그래요? Thế à! Vậy à!
그래도 nhưng mà, dầu vậy, thế mà. 비가오지만 그래도 나는 가겠어 trời mưa thế nhưng tôi sẽ đi.
그래서 cho nên, vì thế, thành ra, bởi thế, vậy(thế) thì, do đó. 그래서 어쨌단 말이야 vậy thì là sao? 그래서 어떻게 되었나? Thế thì đã sao.
그래프 đồ thị, biểu đồ, ~의 수직축 trục tung, ~의 수평축 trục hoành.
그랜드 (큰) lớn. 그랜드파이아노 đàn piano lớn.
그램(무게단위)gam.
그랬더니 vì vậy mà.
그러께 năm ngoái.
그럴바에야 chớ chi. 놀러가면 시간을 너무 빼앗긴다 ~ 집에서 독서하는 것이 더 낫다 đi chơi mất thì giờ quá ~ ở nhà đọc sách thì tốt hơn.
그렇기 때문에 vì thế. bởi lẽ ấy. thành ra. thành thử.
그러기에 thế mà, do đó. vì vậy mà.
그러기 위해서 để làm được điều đó.
그러기 전에 trước khi đạt được điều đó.

그러니까(그때문에) hèn chi. bởi thế, 그렇게 노니까 시험에 떨어지지 chơi như thế ~ bị rớt.
그럭저럭 bằng cách này cách khác. xì xằng. ~ 살다 làm ăn xì xằng.
그러나 nhưng, nhưng mà, mà lại, cơ mà, hãy còn, song le.
그러나 저러나 (어쨌던) dù sao, dù vậy, dù sao chăng.
그러니 vì thế.
그러다가 thế rồi.
그렇다면 đã vậy. vậy thì. thế là. ~ 가라 vậy thì đi.
그러면(그럼) thì. thế thì, thế ra, vậy thì, nếu vậy thì. thôi thì, grơm 당신이 학생이요? thế ra anh là học sinh à?
그러면 그렇지 vậy thì đúng vậy.
그러므로 vì thế, cho nên, vì vậy, thế là, thế thì, do vậy, (그런고로) bởi vậy(đó)
그러므로....하는 것은 ...때문이다 sở dĩ. 시험에 떨어진 것은 공부를 게을리 했기 때문이다 sở dĩ thi trượt là vì lười học.
그러모으다 thu thập lại, gom lại, lấy lại.
그러자 rồi thì, sau đó, ngay sau đó.
그러잖아도 (그러하지 않아도) dù vậy, tuy thế mà.
그러잡다 bắt lấy.
그러저러하다 thế này thế khác, điều này điều nọ.
그러쥐다 cầm giữ.
그러한 như thế, như vậy. 그런까닭에 vì thế. 바로 그러니까 chính vì thế. ~상황에서 trong những tình trạng như thế.

그러한 것이 인생이다 đời là thế đấy.
그러하옵니다 xin vâng.
그런가하면 nói như vậy thì
그런대로 (대강) đại khái, thế nào cũng được. 그런대로 이야기 해보아 kể chuyện ~.
그런까닭에 vì thế, nên chi.
그런데 thế mà. thế nhưng,, (문두에서) hay là, còn, nhưng rồi, ~도 dẫu thế. cho dù vậy
그런면에서 trên phương diện đó.
그런 사람 một người như thế.
그런의미에서 từ ý nghĩa đó.
그런이유로(그래서) thế thì.
그런즉 thế thì, (그래서) cho nên, (그렇다면) bởi(như) vậy. bởi đâu.
그럴듯하다 đáng tin cậy. 그럴듯하게 들리다 nghe hợp lý (그럴싸하다).
그럴듯한(있음직한) huyền thuyết.
그럴듯한 구실 biện cớ khôn khéo.
그럴만한 đáng nói, ~이유 lý do ~.
그럴바에야 chớ chi.
그럴법하다 có thể xảy ra, có khả năng.
그럼 thế ra. (물론. 당연한) dĩ nhiên, đương nhiên, chắc chắn, quả vậy. 그렇고 말고 đúng vậy (thế), chắc là vậy. 그럼 당신이 이 지방의 사람이요? thế ra anh là người ở địa phương này à?.
그럼 그렇지! thảo nào!
그럼에도 불구하고 dầu vậy. vậy mà, tuy thế(nhiên), tuy vậy. thế mà.
그러면 nếu vậy. thôi thì, 그러면 가자 ~ hãy đi.
그러한(그 정도의) nọ kia.
그렁그렁하다 (눈물이) đầm đìa.
그렇게 thế, như(có) thế, ~ 하면 có

như vậy. ~도 많다 vậy cũng rất nhiều. 그는 ~ 늙지 않았다 nó không già đến thế. ~ 말한후 그는 곧바로 떠 났다 nói như ~ rồi nó đi ngay. ~ 유 치하게 굴지 마 đừng làm trò trẻ con.

그렇게 하다 làm như vậy, cứ làm đi.

그렇기 때문에 vì vậy, vì thế mà, bởi lẽ. thành ra. ~오히려 vì thế mà trái lại.

그렇기는 하지만 tuy vậy, tiếng thế..

그렇지 đúng vậy, đúng thế. vậy vay, ừ hén, thế chứ 뭐 cùng quá tội. 그 사람은 참 총명하다 그렇지! anh ấy thật là thông minh vậy vay!.

그렇다 dầu vậy.

그렇다면 vậy thì, nếu như thế. thế là. ~ 나는 더 할 말이 없다 ~ tôi không còn gì nói nữa. ~ 너는 여기 머무는 것이 낫다 nếu ~ tốt hơn anh ở lại.

그렇다보니 trong khi đó thì.

그렇다하더라도 (어쨌던) dù sao, tuy thế mà. 그 게 해야 하고 말고 phải làm thế này chứ.

그렇습니다 đúng như thế.

그렇지만 tuy nhiên, tuy vậy. song. thế mà. thế nhưng.

그렇지 않으면 nếu không thì.

그로기 되다 loạng choạng.

그로 말미암아 do vậy.

그로 인해 do đó. do vậy.

그로테스크한 kỳ cục, kỳ quái, kỳ dị.

그루 (나무) 나무한그루 một gốc cây.

그루갈이 (두모작) hai vụ. 3 모작 3 vụ.

그루터기 (밑동) rạ, gốc cây. tồn căn.

그룹 một nhóm. khóm, toán, tóp, ~으로 나누다 chia ra từng tóp, 그룹활동 hoạt động nhóm.

그르다 (옳지 않다) không đúng, sai lầm.

끄르다 cởi bỏ, tháo gỡ, mở.

그르렁 거리다 khò khè.

끄르럭 거리다 ợ liên tục.

그르치다 (망치다) làm hư hỏng.

그릇 (밥) bát, bát đĩa (북), chén (남). (접시) đĩa. ~을 던지다 quăng niêu. ~에 붓다 rót vào. ~을 헹구다 tráng chén. ~에 밥을 담다 đơm cơm.

그릇된 sai lầm. ~ 생각 quan niệm ~.

그리고(및) và. mà, nào là, 그는 읽고 쓸줄 안다 nó biết đọc và viết, 목욕하고 시장가고 nào là tắm nào là đi chợ. ~나서 sau đó, từ đấy, nữa khi. 얼굴을 땅에 대고 기도하다 sấp mặt xuống đất mà cầu nguyện.

그리고나서 từ đấy.

그리다 vẽ, vẽ tranh. họa. 눈썹을 ~ ~ lông mày, 초상을 ~ ~ chân dung, 그림 을 ~ ~ tranh, (사모하다) thương nhớ, thương mến. (고향을) nhớ nhà, nhớ quê, luyến tiếc, 그리운 nhớ. 그리워하다 nhớ thương. nhớ mong. luyến tiếc, 유년시절을 그리워하다 luyến tiếc thời thơ ấu. 그립게 생각나다 nhớ nhung.

그리하면 như thế thì.

그리하여 thành thử.

그리스도 Chúa Jesus. Đấng Christ.

그리이스 Hy lạp. ~신화 thần thoại ~.

그린벨트 vòng đai xanh(녹지대)= vành đai xanh.

그린 빛의 vàng rộm.

그릴랜드(국명) Grinlen
그림 tranh, bức(tấm) tranh(vẽ), đồ hoa, bức hoạ. ~을 배우다 học vẽ, ~을 그리다 vẽ tranh, 그림이 꺼꾸로 되었다 bức hoạ lộn ngược, 훌륭한 ~ ~ đẹp, ~책 sách tranh(hình).
(명)그림이 걸려있는 방은 사상이 걸려 있는 방이다 Phòng có treo bức tranh là phòng có treo tư tưởng.
그림 물감 sắc tố.
그림재료 chì than. màu keo.
그림쪽(동전의)mặt hình(반)문자판 mặt số.
그림의 떡 nhem thèm. nhịn thèm,
그림책 sách hình.
그림자 bóng, bóng mát, bóng tối. 나무 그늘 (그림자) bóng cây.
그리운 (그립다) yêu mến, thương nhớ. 고향이 그립다 tha thiết nhớ nhà (quê).
그만이다 tốt nhất. 맞이 그만이다 hương vị tốt nhất.
그만(중지) 그만울어라 đừng khóc nữa.
그만그만하다 (비슷하다) tương tự với nhau, cũng vậy.
그만두다 thôi, chấm dứt, bãi. ngừng. chừa, 해직하다 bãi chức. (포기) từ bỏ. (취소) huỷ bỏ. (사퇴) nghỉ việc. 일을 ~ thôi làm.
그만두게 하다 can ngăn.
그만큼 như thế, mức như vậy, sá bao, chừng ấy. bấy nhiêu, ~의 돈 ngần ấy tiền.
그 말이 tiếng ấy.
그맘때 khoảng thời gian đó. (나이) khoảng tuổi đó.

끄무레하다 (날씨) u ám, có mây đen.
그물 lưới. vàng lưới, võng la, ~을 치다 quẳng(đánh) ~. buông ~. ~을 쳐서 잡다 vây ráp, ~을 던지다 nén(quăng) ~, tung ~, thả ~, ~에 걸리다 mắc(sa) lưới. ~을 펼치다 chăng(giăng) lưới. trương la, vãi chài(lưới), ~을 짜다 đan lưới. ~로 새를 잡다 lưới chim. ~눈(망사)mắt lưới.
(속) 그물도 없이 고기를 탐낸다(일하지 않고 받기를 바란다) Không có lưới mà đòi có cá(không làm mà đòi hưởng).
그물침대 võng, ~와 파라솔 võng lọng, ~를흔들다 đưa ~. ~ 침대를 걸다 mắc võng.
꾸물꾸물하다 (꾸물거리다) do dự, làm từ từ (chậm chạp)
그믐날 ngày cuối tháng. tất niên, 그믐밤 đêm cuối tháng. ~ 같이 어두운 tối mù như đêm ba mươi.
그밖에 ngoài ra, nữa, hơn nữa. ~또 뭐? cái gì nữa đó? ~또 누구? ai nữa? ~무엇을 원하십니까? Anh còn muốn gì nữa?
그보다 hơn là, ~놀란 것은 đáng ngạc nhiên hơn là.
그분(예수님) Đấng.
그뿐아니라 không chỉ như thế.
그 사건(일) sự ấy.
그 사람으로 인해서 bởi có người.
그사이 trong lúc đó, trong khi đó. 그뿐만이 아닙니다 không chỉ có thể mà thôi đâu.
그 순간 순간에 chốc chốc
그슬리다 bị hơi cháy.
그 아버지 chả.

그 아버지에 그아들 cha nào con nấy.
그선생에 그제자다 thầy nào trò nấy.
그와 같은 dường ấy, như thế ấy.
그와같이 dường ấy. vậy. ~하다 làm như vậy.
그야말로 quả nhiên, quả thật, thật ra. ~ 아름답다 đẹp tuyệt vời.
그 옆에 kế bên.
그예 (기어이. 마침내) cuối cùng, sau cùng.
그외 (그밖에) ngoài ra, mặt khác.
그윽하다(향기) ngào ngạt.
그윽하게 퍼지다 ngạt ngào.
그윽한 (아늑한) êm ả, tĩnh mạc.
그을리다 cháy riu riu, ăn da. 그을음 bồ hóng. khói đèn. lọ nồi(nghẹ)
그이 (그사람) người ấy. (남편) anh ấy, chồng mình.
그이상은 hơn nữa, ~ 모른다 không biết gì ~.
그 이유로 vì có đó. ~ 당연히 thảo nào.
그이후로 từ đó.
그 일은 내 힘에 겹다 việc ấy quá sức tôi.
그 일자리는 아직 비어있다 chỗ làm vẫn còn trống.
그장소에서 체포되다 bị bắt tại chỗ.
그저 (줄곧) liên tục, suốt. 비가 그저 내린다 mưa ~. (목적 없이) (멍하니) 그저 앉아 있다 ngồi thẫn thờ. (딴 뜻 없이. 무심코). 그저 농담으로 한말이다 chỉ nói đùa thôi.
그저 그렇다 cũng vừa thôi. tàm tạm.
그저 그런(보통의)nhì nhằng.
그저께 hôm kia. 그 그저께 hôm kìa, ~ 밤 đêm ~.
그전 (이전) trước, cũ. 그전주소 địa chỉ ~.

그전에 trước kia.
그정도 chừng(nhường) ấy. ~면 충분하다 ~ cũng đủ.
그(이) 정도의 dường ấy.
그제야 (그때에야 비로소) rốt cuộc, cuối cùng, sau cùng.
그쪽(자네)đằng ấy, ~은 누구세요? ai đấy.
그 주변 gần đó.
그중에 trong đó, trong số đó. 그중에 이것을 좋아한다 thích cái này ~.
그 중에는 tựu trung.
그 즉시 liền đó.
그쯤 chừng ấy(nấy).
그 지방의 풍습에 따르다 tùy tục.
그지 없다 (끝이 없이. 한이 없다) vô cùng, không giới hạn. 하늘은 ~ 바ầu trời vô cùng.
끄집어 내다 kéo ra, lấy ra. (이야기를) 바ắt đầu kể chuyện.
그 처녀들 các nàng đó.
그처럼 (그와같이) như thế, dường ấy, làm vậy. như vậy, ~혼자인데 어찌 무섭지 않겠는가 một mình như thế tài nào mà chẳng sợ?.
그치다 dừng, tạnh, ngừng lại, xong, hết. (반)시작하다 bắt đầu, 비가 ~ mưa tạnh.
그칠줄 모르는 bất tận, chẳng cùng.
그토록 (그렇게) như thế, đến nỗi.
끄트머리 (끝) đỉnh, mút. (단서) manh mối.
그후 sau khi, sau đó.
그 후에(그 후로부터) từ đấy.
극 (드라마) vở kịch. 극적인 giống như kịch. ~을 쓰다 soạn kịch.
극작가 nhà soạn kịch.
극기(절제) sự tiết độ.

극적으로 (갑작스레) đột ngột. 극적으로 살았다 được sống ~.

극광 cực quang.

극구 (온갖 말을 다하여) hết lòng, hết sức, tận tuy. 극구칭찬하다 ~ khen, quá khen.

극권 vòng cực. 남극 nam cực. (반) 북극 bắc cực.

극기 khắc kỷ, tự kiềm chế.

극단의 cực đoan. 극단주의 chủ nghĩa ~. (과격한) quá khích. 극단적인 (지나친) lố mức. 극단으로 mèm, 술에 취해 곤드레 만드레가 되다 say mèm.극단론자 quá kích (khích).

극단 (연극단체) đoàn kịch.

극도로 cực độ, cùng kiệt, rất đỗi, muôn phần, (최대한)tột độ, tối đa, lớn nhất. ~약한 yếu ớt. 극도로 불안에 사로잡히다 rất đỗi lo âu.

극도로 가슴아픈 lòng đau tái tê.

극도로 겁에 질리다 táng đởm kinh hồn.

극도로 원한 맺힌(성어) thâm gan tím ruột.

극도로 위급한 thậm cấp chí nguy.

극도로 위태로운 thùy nguy.

극도로 화를 내다 đùng đùng thịnh nộ.

극동 (지리) viễn đông. cực Đông.

극락 cực lạc, thiên đường. ~으로 가다 thác xuống suối vàng.

(속) 극락길 버리고 지옥길로 간다(나쁜 길 가기를 고집하고 남에게 해가 되는 악한 일을 한다) Bỏ đường lên cực lạc, đi đường vào địa ngục (cố chấp đi theo con đường xấu, làm việc ác có hại cho người).

극력 hết sức, cực lực, 극력 반대하다 ~ phản đối.

극렬분자 phần tử cực đoan.

극렬하게 kịch liệt.

극복하다 khắc phục, hành xác, vượt qua. 어려움을 극복하다 ~ khó khăn.

극본 (각본) vở kịch.

극배우의 일행 phường chèo.

극비(천기)thiên cơ, bí mật kín đáo. tuyệt mật, 극비리에 hết sức bí mật. 극비에 부치다 giữ bí mật tuyệt đối. 극비의 tuyệt mật.

극비서류 tài liệu tuyệt mật.

극비인 tối mật, 극비공문 công văn ~.

극빈한 (가난한) nghèo khổ nhất. kiết xác, thiếu thốn, 극빈자 người ~. người cực nghèo, ~ 생활 đời sống kiết xác(thiếu thốn). đời sống khổ cực. khố rách áo ôm. (초라한 사람) kẻ khố rách áo ôm.

극빈자 수용소 viện tế bần.

극상의 (최고의) tột bực. 극상의 미인 người đẹp ~.

극성스럽다 (과격하다) quá khích.

극소의 xíu, (극소량) nhỏ nhất. 극소치 giá thấp nhất.

극심하다 quá nhiều, tột bực. 극심한 더위 nóng kinh khủng. 극심한 시련 cuộc thử thách gay go.

극심한 창피 cay cực.

극약 (독약) độc dược.

극언하다 nói thẳng, phát biểu thẳng.

극영화 phim kịch(chuyện).

극예술 kịch nghệ.

극우파 phái cực hữu. (반) 극좌파 phái cực tả.

극작하다 viết (soạn) kịch. 극작가 nhà

~. kịch tác gia. người viết truyện phim.

극장 nhà hát, rạp hát, ~표 vé xem phim, giấy(vé) hát. ~계 giới kịch trường.

극장표 파는 여자 xơ vơ.

극점 cực điểm, đỉnh cao, tột độ.

극좌파 phe (phái) cực tả. (반) 극우파 phái cực hữu.

극좌표 tọa độ cực.

극지 vùng cực địa. 극지 탐험 thám hiểm cực địa.

극진히 hết sức hết lòng, tận tình, tận tâm. 극진히 대접하다 tiếp đãi nhiệt tình.

극초 단파(물리)vi ba.

극치 tuyệt đỉnh, tuyệt vời. cực trị, tối cao điểm. 예술의 극치 đỉnh cao nghệ thuật.

극한 cực hạn, hạn độ cực. 극한투쟁 đấu tranh ~.

극한 (매서운 추위) cực hàn.

극형 cực hình. (참형)trảm tội.

극히 (매우) tuyệt vời, cực kỳ. ngắt, tối, 극히 아름다운 đẹp ~. tuyệt mỹ, ~위험한 sâu hiểm. 극히 위험한 인물 người sâu hiểm. ~차다 lạnh ngắt, ~ 필요한 tối cần thiết. ~ 쉬운 dễ như chơi. ~어려운 문제 vấn đề gay. ~피곤한 khốn quyện, 극히(매우) 가는 li ti, 가는 글씨 chữ ~.

극히 무거운 죄 tội tày đình.

극히 비싸게 팔다 bán mắc thắt họng.

극히 소량 tí xíu.

극히 작은 tí, nhỏ tí, tí ti.

극히 적은 양 thẻo, 극히 소량의 약 một thẻo thuốc.

극히 중요한 일 việc tối quan trọng.

끈 sợi dây. dây thừng (ren). 구두끈 dây giày. 끈을 매다 cột. (반) ~ 풀다 cởi, tháo. 끈을 꽉 매다 thắt buộc.

(속) 끈 떨어진 뒤웅박(불안정하고 의지할 곳이 전혀 없는 환경) Như cái gáo bầu không có dây(hoàn cảnh bấp bênh, hoàn toàn không có nơi nương tựa).

근 (중량단위) ký. 한근 một ký.

근간 (근본. 뿌리) căn bản, rễ, gốc rễ, cơ sở.

근간(최근) gần đây, mới đây.

근거 nền tảng, căn cứ. 근거가 희박하다 bóng gió. ~ 가 없는 bông lông. 근거 없다 không đâu, ~지 căn cứ địa. hang ổ. …에 근거하다 vin, 그의 말에 ~ ~ vào câu nói của nó.

근거가 있는 có sách, ~ 말을 하다 ăn nói ~.

근거없는 소문 tin đồn vô căn cứ.

근거없이 남을 모함하다 điều nọ tiếng kia. 근거없이 비방하는 말 điều ong tiếng ve. 근거없이 mỏrya hada điều ra tiếng vào. 근거없이 시기하다 ghen bóng, 근거없이 말하다 nói mò. phóng ngôn.

근거없는 말 phù ngôn.

근거리 khoảng cách ngắn. (반) 장거리 cự ly xa (dài). ~방어사격 hỏa lực cận phòng.

근거리 왕복 운행열차 thoi.

근검하다 cần kiệm, tiết kiệm, thanh đạm. 근검절약하다 tiết kiệm.

근경 (가까이 보이는 경치) cảnh đẹp gần. (반) 원경 viễn cảnh.

근골 (근육과 뼈) bắp thịt và xương.

근교 ngoại thành, ngoại ô, ngoại vi
끈끈하다 (질기고 차지다) dẻo, dính chặt, nhớt..
근근히 chỉ có ít, trơ trụi. 근근히 살아가다 ăn ở chỉ có ít nhiều. 독 nhật. ~ 삶을 이어가다 sống sót sau một trận bão.
끈기 kiên nhẫn, sự kiên tâm. 끈기 있게 một cách kiên trì.
근년 năm vừa qua.
근대 cận đại. 근대사 sử ~. 근대문학 văn học ~. ~음악 tân nhạc.
근 (끈) 덕 거리다 (움직이다) lung lay, đu đưa.
끊다 bỏ, cai, dứt, (손을 떼다) tách rời.
끈덕지다 (질기다) bền bỉ, bám chặt.
(명)끈덕짐을 대신할 만한 것이 이 세상에는 없다 Trên đời này không có gì có thể thay thế được tính nhẫn nại.
끈덕지게 묻다 lục vấn.
끈덕지게 붙어다니다 đeo đẳng.
끈덕지게 추구하다 eo đẳng
근동 cận đông. (반) 극동 viễn đông.
근들거리다 lắc lư, lung lay.
근래 gần đây, mới đây, vừa qua. ~ 몇일동안 mấy bữa nay.
근로하다 (일하다) lao động, làm việc. 근로에 대한 보수 thù lao.
근로자 후생복지 hỗ trợ phúc lợi cho người lao động.
근류병 (의학) sâu quảng.
근린 (가까운 이웃) người lân cận (hàng xóm).
근면한 chăm chỉ, cần cù, siêng năng. 근면하게 một cách siêng năng.
근면절약하다 cần kiệm.
근무하다 làm việc, phục vụ. 근무연한 nhiệm kỳ ~. 근무일 ngày làm việc.
근무시간 giờ hành chánh, giờ làm việc(남), giờ hành chính(북).
근묵자흑 gần mực thì đen gần đèn thì sáng.
근무처 nơi làm việc.
근방(근처) gần kề, ở gần, gần đó.
근배 (편지의 끝말) lời chào cuối thư "thành thật", "chân thành".
근본 căn bản, cơ bản, căn cứ, cơ sở. tố chấy. 근본문제 vấn đề cơ bản.
근본(뿌리)을 잊다 vô bản.
근사하다 (비슷하다) gần giống, gần đúng, tương tự. (훌륭한) tốt đẹp. (멋있다) có diện(duyên).
근사오차 sai số xấp xỉ.
근성 căn tính, (본성) bản tính, tính tình. 깡패근성을 드러내다 lộ ra bản tính lưu manh.
근세 cận thế, cận đại. 근세사 lịch sử ~.
근소한 ít ỏi, một ít. sát nút, ~ 차로(아깝게) 지다 thua sát nút.
근소하게 이긴 시합 trận thắng sát nút.
근속하다 làm việc liên tục, phục vụ tiếp tục. 5 년근속 phục vụ liên tiếp 5 năm.
근수 (중량) trọng lượng, cân.
근수 (수학;루트)nghiệm số.
근시(안) cận thị. 근시경(안경) mắt kính cận thị. kính cận. ~의 눈 mắt cận thị.
근시안적인 tạm bợ, ~사상 tư tưởng ~.
근신하다 kiềm chế, kiềm hãm. cẩn thận, dè giữ.
근신(임금의 가까운 신하) cận vệ.
근실하다 (부지런하다) siêng năng,

chăm chỉ, cần cù.
근실거리다 (가렵다) ngứa.
근심하다 lo âu, lo lắng, lo buồn. mối lo, bối rối.(반) 안심하다 an tâm, 근심이 많음 đa sầu. 근심과 걱정 ưu sầu.
근심스러운 khắc khoải. ~ 모습 vẻ sầu.
근심을 없애다 xua đuổi.
근심걱정 없을 나이 tuổi vô lo.
(명)근심걱정에 대한 최고의 처방은 행동이다 Hành động là phương thuốc tốt nhất để trị lo âu.
(명)근심걱정을 하고 있으면 소소한 일도 큰 그림자로 느껴질 때가 많다 Cú mãi lo âu thì việc nhỏ cũng có thể trở thành hình bóng lớn.
근심으로 수척해진 얼굴 mặt ưu tư.
근심하고 번민하다 ưu phiền.
근심하는 lo,(반)기뻐하는 mừng.
끊어져 흩어지다 đứt tung.
끊어진 không mạch lạc.
근엄한 nghiêm chỉnh(cẩn), tôn nghiêm, nghiêm trọng (khắc). 근엄한 태도 (안색) vẻ mặt ~.
근영(최근 찍은 사진) hình ảnh mới đây.
근왕(충성심) lòng trung thành.
근원 nguồn gốc, căn nguyên, cội nguồn. 금전욕은 만악의 근원이다 ham tiền là nguồn gốc của mọi tội ác. ~을 찾다 thảo nguyên.
근원이 없는 vô căn.
근원을 추구하다 truy nguyên.
근위병 cận vệ, cấm binh. 근위대 cấm vệ.
근육 bắp thịt. bắp cơ, cân nhục, gân quốc. ~ 이쑤시다 đau nhức cơ bắp. ~통 đau bắp thịt. ~주사

chích thịt. ~이 늘어진 ~ nhão nhoét. 강한 ~ gân đá. ~조직 thớ sụn. ~이 튼튼한 gân quốc.
근이 없는(수학)vô nghiệm.
근일(요사이) dạo này, gần đây.
근자에 (최근에, 요사이) mới đây, dạo này. thời buổi nầy.
근저(근본) cơ sở, căn bản, nền móng.
근저(근작) sách mới phát hành (xuất bản) gần đây
끈적끈적한 nhớt nhát, lầy nhầy, nhơn nhớp. dính. ~ 아스팔트 nhựa cao su rơn rớt, (반 응고) sệt lại. 끈적거리다 láp nháp. nhơn nhớt.
끈적이는 rít chịt.
근절하다 nhổ rễ, huỷ diệt. diệt trừ. trừ tuyệt(tiệt). 근절 sự tiêu diệt..
근점(가까운 지점) cận điểm, điểm ở gần.
근접하다 đến gần, sát bên. xáp lại, hãm cạnh. 근접하여 앉다 ngồi sát nhau.
근접방어 cận phòng.
근정 (삼가드리다) kính biểu.
근조(슬픔을 나누다) chia buồn
근지럽다 (간지럽다) ngứa, nhột (근질거리다)
근직하다 (근실하고 정직한) trung thành và ngay thẳng.
끈질기다 dai dẳng. 끈질긴 병 bệnh dai dẳng. 끈질기게 나, ~ 요구하다 xin nà. 끈질기게 달라붙다 nhằng nhằng.
근질근질하다 rặm, 몸이~ thấy ~ người.
근처 ở gần. quanh quất.
근청하다 chăm chú nghe, lắng nghe.
근치하다 (근본적으로 고침) trị tận gốc.

근친(근족) cận thân, họ hàng bà con gần. 근친결혼 hôn nhân ~. 근친상간 loạn luân. 근친상간죄 tội ~, tội dâm loạn, loạn dâm.
근친 cô dâu mới về thăm ba mẹ sau hôn lễ.
근하신년 chúc mừng năm mới. cung chúc tân niên.
근해 (연해) duyên hải, ven biển.
근화(가까운 곳의 불(화재)) đám cháy gần nhà.
근황 tình hình mới đây. cận huống, 무역의 근황 tình hình mới của mậu dịch (buôn bán, giao thương)
끊다 cắt, ngắt. cai, tách rời, từ bỏ, 관계를 끊다 cắt đứt quan hệ. 전기를 끊다 (단전하다) cúp điện. 술을 끊다 cai rượu. (표를) mua vé. (목숨을) giết, bị đứt. 아편을 ~ từ bỏ thuốc phiện. 인연이끊어지다 nhân duyên bị cắt đứt. (손을) tách rời.
끊어지다 (자르다) chặt, cắt. (중단.차단) gián đoạn. (소식이) bị gián đoạn. (관계가) tạm ngừng. (목숨이) tắt hơi thở.
끊임 없이 không ngừng, ra rả, thường xuyên, vô tận. liên miên, không ngớt, triền mien. ~ 노력하다 nỗ lực không ngừng, ~ 부침하는 인생 lên voi xuống chó, ~걱정하다 lo ngay ngáy. ~말하다 nói mép.
끊임없이…하다 thao thao bất tuyệt.
끊임없는 mien man. tiếp liền. rả rich. (정절있는)thủy chung.
글(자) chữ. (문구)đoạn văn, 소문자 chữ nhỏ, chữ thường. (반) 대문자 chữ hoa.글을 스며 살다 sống

bằng ngòi bút, ~의 뜻 tự nghĩa. 글씨 스는법 thư pháp. 글을 짓다 viết sách.
글씨 자국 thư tích. 글씨본 tập đề.
글자를 빠뜨리다 viết sót(nhảy).
글자맞추기놀이 đố chữ.
글자수수께끼놀이 tự mê.
끌 đục. 끌로 깎다 mài đục.
끌다 kéo, lôi kéo.(반)밀다 ẩy.
끌경이 bàn chải lông ngựa.
끌끌하다 (마음이 곧고 바르다) ngay thẳng chính trực.
끌다 (당기다) kéo. lôi kéo, (주의를) lôi cuốn sự chú ý. (발을) lết, lê, 끌고 가다 đi lê chân. 한걸음씩 끌며 다가오다 lết từng bước tới gần, (미루다) kéo dài ra. 회의가 오래끌다 buổi họp kéo dài. 끌고 가서 넘겨주다 em nộp.
글동무 (동창) bạn học.
글라이더 tàu lượn.
글라스 (컵) cái ly(남), cốc (북).
글래머 걸 (멋진 미인) cô gái hấp dẫn.
글러지다 (틀려버리다) sai trái, làm sai.
글리세린 gơ-ly-xe-lin.
끌러지다 (풀어지다) thả lỏng, tuột ra.
끌려가다 bị đày.
끌려다니다 bị lôi kéo, 이리저리~ ~ bởi việc nọ việc kia.
끌리다 lết.
끌어내다 tuốt, 칼을 뽑다~ ~ gươm.
끌어내리다 vít. đè sập.
끌어당기다 lôi, kéo, ghìm đà. gò, (매혹 시키다)thu hút, 고삐를 ~ gò cương. 많은 청취자를 ~ thu hút nhiều người nghe.
끌어대다 (돈을) tăng thêm. (인용)

끌려 가다 bị giải đến.
끌어들이다 kéo vào. (포섭) kéo về phe mình. (유혹) dụ dỗ. rủ rê, lôi cuốn.
끌어모으다 tụ lại.
끌어안다 ôm lấy, ôm chặt. úm, úm ấp, choàng, 엄마가 아이를 안고 있다 mẹ úm con.
끌어올리다 nâng(kéo) lên, làm nổi lên. vén lên, khóat.
글월 (글) chữ viết, câu viết. (글자) nét chữ. 글자 맞추기 놀이 đố chữ
글제 (제목) tựa đề, chủ đề.
글피 ngày(bữa) kìa. 그저께 (그제) hôm kia.
긁다 gãi. sây, 가려운 곳을 ~ ~chỗ ngứa, 머리를~ ~ đầu, (할퀴다) cào cấu, 긁어모으다 cào.
긁는치료 cạo gió, 꼬집는 치료 nặn gió.
긁어당기다 vơ vào.
(속) 긁어 부스럼(작은 일을 크게 만든다) Gãi thì sinh mụn nhọt).
긁어(갉아)먹다 gặm nhấm. (뼈를) gặm xương.
긁어 모으다 tom góp. vét. chập. 호주머니 속의 돈을 다 ~ vét hết tiền trong túi.
긁히다 bị trầy. (감정을) xúc phạm. 긁힌 자국 vết trầy(cào). 긁힌 벽 tường sây sát.
끓다 (물) sôi, sôi sục, đun sôi. (마음이) nóng lên. (화가 끓어오르다) bùng lên. (가래가) đờm (dãi) lên.
끓는 물 nước sôi.
끓고가다 dắt.
끓이다 pha. sôi, đun, hãm, chưng, (차를) pha trà (남), pha chè (북). (속을.마음) bận tâm, lo lắng, đun sôi. 물을 ~ đun sôi nước. 끓인물 nước sôi(chín). 끓여서 표백하다 nấu trắng.
끓는 물속에 넣다(고기를)tái chần.
끓인 우유의 막 váng sữa.
금 vàng. 금반지 nhẫn ~. 금을 입힌 mạ ~. 금목걸이 dây chuyền vàng. 금을 찾아 헤매다 tìm vàng. 금의 삼각지대 tam giác vàng.
금으로 이를 하다 bịt vàng.
금을 탐색하다 cuộc đi tìm vàng.
금 (값) giá cả.
금 (선) gạch, vạch. (결합기호. 하이픈) vạch ngang (-).
금가다 nẻ, rạn nứt, nứt rạn.
금이 간 rạn, rịa. ~잔 chén ~.
금강력 sức mạnh kim cương.
금강산 núi Kim Cương (tên một ngọn núi rất đẹp ở Hàn Quốc).
(명)금강산도 식후경이라(금강산이 아름다울지라도 배가 불러야 그것을 느낄 수 있다) Núi Kim Cương là cảnh đẹp sau khi ăn(núi Kim Cương tuy đẹp nhưng cũng chỉ cảm nhận được vẻ đẹp khi no bụng).
금강석 kim cương thạch, đá quý kim cương. rô.
금계 khu vực cấm.
금계랍 (키니네) thuốc ký ninh, thuốc trị sốt rét.
금고 két(tủ) sắt. (국가의) kho bạc.
금고 (법) phạt tù. ~형 cấm cố.
금과 유황과 몰약 vàng nhủ hương và mộc dược.
금과 돌 vàng đá.

금과 옥 vàng ngọc.
금과옥조 nguyên tắc vàng (kim khoa ngọc luật)
금관 vương miệng bằng vàng.
금관악기 nhạc cụ bằng thau (đồng)
금광 (광산) khoáng sản, mỏ vàng. (광맥) mạch vàng. ~갱부 người đào mỏ.
금괴 khối vàng, thoi vàng, quặng vàng.
금권 quyền lực tiền bạc. 금권만능 kim quyền vạn năng.
금궤 rương vàng, hộp vàng.
금기(삼가함) cấm kỵ, kỵ húy, tối kỵ, ngăn ngừa, tránh khỏi. ~사항 điều ~. 운 전수의 음주는 ~ 사항 입니다 đối với tài xế uống rượu là ~.
금남지역 khu vực cấm đàn ông (nam).
금년 năm nay. kim niên.
금니 răng vàng. ~를 하다 bịt ~.
금단 (엄격히 금함) ngăn cấm, cấm đứt, cấm ngặt. cấm đoán. ~의 과일 quả cấm. ~의 궁전 thâm cung.
금덩어리 vàng thoi(khối).
금도 (도량) rộng lượng, khoan dung.
금도금 mạ(thép) vàng. vàng son.
금동옥녀 kim đồng ngọc nữ.
금란지계 bạn vàng, tình bạn cũ.
금력 sức mạnh tiền bạc.
금렵 (사냥을 금함) cấm săn bắn. 금렵기 mùa ~.
금령 lệnh cấm. 금령을 내리다 ban hành ~. (반) 금령을 해제하다 bãi bỏ ~.
금리 lợi tức, lãi.
금맥 mạch vàng.
금명간 trong vài ngày.

금물 điều cấm, luật cấm. 건강에 담배는 금물이다 thuốc lá (hút thuốc) là có hại cho sức khoẻ.
금박 thếp vàng. vàng diệp(lá), quỳ. 금박을 입히다 mạ vàng.
금박지 trang kim.
금반지 kim hoàn. nhẫn vàng.
금발 sợi tóc vàng.
금방 ngay bây giờ, vừa khi, tức khắc, tức thì.
금방석에 앉다 sống trên đống vàng.
금방 익은 chín sớm.
금방 금방 vùn vụt, 가격이~오르다 giá tăng ~.
끔벅(뻑)거리다 lung linh, long lanh (반짝거리다). 눈을 깜박이다 nhấp nháy.
금번(이번) lần này.
금법 luật cấm.
금분 (사금) bụi vàng.
금불 (상) tượng phật.
금붕어 cá vàng.
금붙이 vật phẩm vàng, đồ bằng vàng.
금빛 양장을 한 장부 sổ vàng.
금빛으로 빛나는 vàng óng. 금빛의 비단실 tơ tằm ~.
금빛 책표지 bìa sách mạ vàng.
금사 sợi chỉ vàng.
금산 núi vàng, mỏ vàng.
금상 tượng vàng, tượng mạ vàng.
금상첨화 (좋은 것이 더하다) thêm tốt đẹp hơn, thêm huy hoàng. ~인 song hỉ.
금색 màu vàng.
금생 đời này,(반) 내생 đời sau.
금서 cấm thư.
금석(옛과 지금) xưa và hiện giờ, xưa nay. (대리석) cẩm thạch.

금석 vàng và đá. kim thạch, 금석지교 tình bạn keo sơn (vững chắc).
금설 (금가루) bụi vàng.
금성(별) sao hôm. kim tinh. thái bạch.
금성철벽 (방비가 견고함) phòng ngự kiên cố.
금세공 thợ bạc, thợ vàng bạc. 금세공장이 thợ vàng bạc.
금속 kim loại. 금속공업 công nghiệp ~. 경금속 ~ nhẹ. 귀금속~ quý. 비금속~ thường. ~의 총칭(오금) ngũ kim. ~으로 만든 돈 tiền đúc.
금속의 부딪치는 소리 xoang xoảng. cọc cạch.
금수(짐승과 새) cầm thú, (짐승) thú vật, gia súc(가축). 금수류 loài thú, 금수같은 사람 kẻ thô bạo.
금수(수출입 금함) cấm xuất nhập khẩu. ~ 조치 lệnh cấm vận.
금수강산 giang sơn cẩm tú, đất nước đẹp đẽ.
금슬 (실) cầm sắt, (부부애) tình yêu giữa vợ chồng. 금실이 좋다 tốt đẹp ~. chồng loan vợ phượng.
금슬좋은 부부 uyên, uyên ương. hảo hợp.
금식하다 kiêng ăn, bóp miệng, bóp mồm, (기도할 때) ăn chay nằm đất. 금식기도 kiêng ăn cầu nguyện.
금액 giá tiền. số tiền.
금야 tối nay.
금어 cấm câu cá. 금어기 mùa ~. 금어구역 khu vực ~.
금언 lời vàng, châm(kim) ngôn.
금연 cấm hút thuốc. bỏ thuốc lá.
금요일 thứ sáu.

금욕 cấm dục, kiên cử, khổ hạnh. 금욕 생활을 하다 sống khổ hạnh.
금욕고행 diệt dục khổ hạnh.
금월 (이달) tháng này.
금융 tiền tệ, chứng khoán, vốn liếng, tín dụng. ~ 기관 cơ quan tài chánh
금융센타 trung tâm tín dụng.
금은 vàng bạc. ~장신구 đồ kim ngân, ~ 세공사 thợ bạc. 금은괴 thoi.
금의환향하다 vinh quy, khải hoàn trạng nguyên về quê, cẩm y hoàn hương. ~하는 날 ngày ~.
금일 hôm nay. ~중으로 nội nhật ~.
금이간 nứt nẻ. ~ 접시 đĩa rạn nứt.
금일봉 tiền đính kèm.
금자탑(피라밋) kim tự tháp.
금잔 (골든 컵) cúp vàng.
금잔화 (식물) cây cúc vạn thọ.
금장식 trang sức vàng.
금쟁반 mâm vàng
금전 tiền, món tiền, tiền bạc. ~의 총 칭 tiền nong, 금전적 원조 giúp đỡ tiền bạc. tư cấp.
금제(못하게 함) ngăn cấm, cấm chỉ. 금제품 hàng cấm.
금조개 (전복의 껍질) vỏ bào ngư.
금족령 lệnh cấm ra ngoài. 금족 cấm túc.
금주 tuần này. 금주중 trong tuần này.
금주(술을 금함) cấm uống rượu.
금종이 giấy vàng.
금줄 dây xích vàng. 금맥 mạch vàng.
금지 cấm chỉ, ngăn cấm. (반) 해제 giải tỏa, 금지구역 khu vực cấm. nghiêm(vùng) cấm, 금지조항 điều khoản cấm. 수출입 금지 cấm xuất nhập khẩu, cấm ra vào.

금지된 궁전 cung cấm.
금지옥엽 (귀한 자녀) quỳnh chi ngọc diệp, con gái quý báu.
금지환 (금가락지) nhẫn vàng.
끔직하다 (끔직스럽다) kinh ngạc, kinh khủng, khủng khiếp. 끔직한 광경 cảnh ~. (극진) 대우가 끔직했다 tiếp đãi hết lòng.
금치산자 người thiếu khả năng về tài sản, người bị khai trừ.
금침 (이부자리) chăn gối, đồ ngủ.
금테(안경의) gọng kính vàng.
금패 thẻ vàng, huy chương vàng.
금품 tiền mặt và vật giá trị.
금하다 cấm, ngăn cấm, cấm chỉ. 분노를 금할 수 업다 tức giận không chịu nổi.
금항아리 chĩnh vàng cốm.
금혼식 lễ cưới vàng.
금화 đồng tiền vàng. tiền vàng.
금환식 (일식의 하나) một loại nhật thực.
금회 (이번) lần này.
금후 sau đây, từ nay, từ bay giờ.
급(등급) đẳng cấp. (계급) cấp bậc, giai cấp.
급강하하다 hạ xuống gấp, rơi xuống đột ngột. sà xuống
급거 (서둘러) vội vàng, hấp tấp.
급격히 nhanh chóng. 기온이 급격히 떨어지다 nhiệt độ hạ xuống nhanh chóng.
급경사 đường dốc lớn.
급고 thông báo khẩn cấp.
급구 cấp cứu.
급급하다 mải miết. 돈 벌이에 급급하다 ~ kiếm tiền.
급기야 (마침내) cuối cùng, rốt cuộc.

급냉시켜 강도를 높이다 tôi.
급등하다 (갑자기 오르다) tăng lên bất ngờ. (반) 급락하다 giảm xuống đột ngột.
급락 (급제와 낙제) đỗ và rớt, đậu và rớt.
급료 (봉급) tiền lương, tiền công. 급료를 받다 lãnh lương. ~의 반액 nửa lương. ~지불표 sổ lương.
급류 dòng nước chảy nhanh. thác xiết.
급무 (급히 할일) việc khẩn cấp.
급박한 cấp bách.
급변 chuyển biến bất ngờ.
급병 bệnh đột nhiên. 급병환자 bệnh nhân đột nhiên.
급보 báo động gấp, báo cáo khẩn cấp.
급부 (공급하는 일) sự phân phối.
급비 tiền trợ cấp, (장학금) học bổng.
급사하다 chết tại chỗ.
급사 bồi bàn, bồi bếp. (사무실의) nhân viên phục vụ
급살맞다 (급하게 (갑자기)죽다) chết đột ngột.
급상승하다 tăng lên nhanh (khẩn cấp) (급승하다).
급선무 vấn đề khẩn cấp.
급선봉 (맨앞장) người đi tiên phong.
급성병 bệnh cấp tính.
급성설사(성어)thượng thổ hạ tả.
급성통증 cơn đau kịch phát.
급소 yếu điểm, nơi quan trọng, chỗ hiểm, điểm dễ bị tổn thương. ~를 찌르다 điểm huyệt.
급속히 nhanh chóng, một cách mau lẹ. 급속한 cấp tốc, vượt bậc, 급속한 진보 tiến bộ vượt bậc.
급송하다 gởi nhanh.
급수하다 cung cấp nước. 급수관 ống

dẫn nước.
급수 (등급) hạng. cấp số,패더급 ~ lông. 밴턴급 ~ gà. 헤비급 ~ nặng.
급습하다 tấn công bất ngờ. tập kích.
급식하다 cung cấp bữa ăn (cơm).
급여 (봉급) tiền lương. ~를 받다 ăn lương.
급우 bạn cùng lớp, bạn học (동창).
급유하다 đổ xăng (북), vô xăng (남). 급유선 tàu chở dầu. 급유소 (주유소) trạm xăng dầu.
급작 (갑작)스럽다 bất ngờ, thình lình.
급전하다 thay đổi bất ngờ. 상황의 급전 thay đổi tình hình khẩn.
급전직하 chuyển biến bất ngờ.
급전환하다 thay đổi bất ngờ.
급정거하다 ngừng đột ngột.
급제 하다 thi đậu, thi đỗ, đỗ đạt. cập đệ.
급조하다 xây cất vội vàng.
급증하다 gia tăng nhanh, tăng lên gấp đôi.
급진하다 tiến nhanh chóng.
급진사회당 đảng cấp xã.
급진적인 cấp tiến, 급진사상 tư tưởng ~.
급커어브 khúc quẹo. 급커어브를 틀다 quay khúc quẹo.
급체하다 bất ngờ bị nghẹn thức ăn.
급템포 nhịp độ nhanh.
급파하다 phái gấp, cử đến gấp. 경찰을 급파하다 đưa công an tới gấp
급하다 (긴급) khẩn cấp.(반) 더디다 chầm chậm, 급한 일 việc ~. việc gấp, cấp vụ, 급히서두르다 vội vàng gấp rút. 급하게 먹다 ăn vội vàng. nuốt vội, 급할수록 천천히 càng vội càng chậm.

급한 통보 cáo cấp.
(속) 급할수록 돌아가 다(일을 급하게 서두르면 일을 망신다) Càng gấp càng lộn ngược lại, (khi làm việc, gấp, vội vàng thường dễ hỏng việc).
(명)급할수록 신중히 Càng gấp càng từ từ.
급하게 te te, lật đật, ~말하다 nói ~. ~준비하다 xăm năm(rắm). 신부 감을 찾으러 가려고 급히 준비하다 xăm măm đi hỏi vợ.
급행 (열차) xe lửa tốc hành. 급행권 vé tốc hành. 급행료 giá vé tốc hành. ~선 tàu nhanh. ~선 tàu nhanh.
급히(빨리) mau lẹ, nhanh, vội, ngay tức thì. vụt. (성급히) một cách vội vàng. ~ 떠나다 đi vội vàng. 통보하다 cáo cấp, ~ 따라 가다 bươn theo, ~ 날아가다 bay vụt lên, 급히 알 리다 phi báo, 전투명령을 ~ 알리 다 phi báo lệnh chiến đấu, ~편지를 쓰다 viết vội bức thư, ~가다 bươn. tong tả. vội đi, ~입에 넣다 bỏ tọt vào miệng. ~ 뛰다 vụt chạy. (브레이크) ~ 밟다 bóp thắng(phanh). ~방향을 바꾸다 ngoe ngoảy.
(속) 급히 먹은 밥이 체한다(일을 서두르면 실패하기 쉽다) Cơm ăn vội thì tức bụng,(làm việc mà vội vã thì dễ thất bại).
끙끙거리다 hừ hừ. xúyt xoa, 끙끙신음하다 kêu ~. rên hừ hừ.
끙끙거리며 신음하다 rên rỉ. xúyt xoa. hừ hừ. kêu ư ứ, rên khừ khừ.
긍긍 (전전긍긍) 하다 lo lắng, hoảng

loạn, run sợ.
긍정하다 khẳng định. (반) 부정하다 phủ định.
긍지 niềm tự hào. 긍지를 갖다 giữ lòng tự hào.
긍휼히 여기다 thương hại, thương xót.
긍휼한 마음 lòng thương xót.
끝 kết thúc, cuối, chấm dứt.(반) 시작 bắt đầu, 마지막 날 ngày tận thế.
끝없는 vô cùng, vô tận, vĩnh viễn. 혓끝 cực, 혀끝 chót lưỡi.
끝이 좋다 kết quả tốt. 수술 끝이 좋다 kết quả phẫu thuật thành công. 끝이 없다 không có kết thúc. ~에 이르다 kỳ cùng, (도구의) đốc, 칼끝 đốc gươm, (꼬리) vĩ.
끝난 xong, chung tất. 끝내다 làm xong.
끝없는 vô cực(tận). vô biên.
끝까지 변하지않는 애정 비유 sắt son.
끝까지 đến cùng. (극단으로) tận, 하늘 ~ tận mây xanh.
끝끝내 cho đến cùng, liên tục. 끝끝내 반대하다 phản đối liên tục.
끝나다 hết, tất, bãi. 기한이~ ~ hạn, 예배가~ tất lễ, (끝내다) kết thúc. 용무를 끝내다 xong việc. 회의를 끝내다 kết thúc buổi họp. 연회가 ~ tiệc đã bãi.
끝내다 kết thúc. cho xong, nốt, thoát, dứt. 끝내 라 làm nốt đi, (완성하다) hoàn tất, 식사를 ~ ăn xong. 빚을 갚다 thoát nợ, 이야기를 ~ kết thúc câu chuyện. 회의를 ~ kết thúc cuộc họp.
끝내려고 서두르다 tống táng.
끝내주게 봉사하다 phụng sự hết mình.
끝마치다 kết thúc, hoàn tất, hết rồi,

làm xong.
끝부분 vạt.
끝없이 반복하여 말하다 nói dai.
끝없이 따지다 lý sự cùn.
끝없이(광대한) mênh mông.
끝없이 요구하다 thèm.
끝장 phần cuối, phần kết thúc. 끝장 났다 đi đến kết thúc. 원만히 끝 장났다 kết thúc tốt đẹp.
끝장면 mãn cuộc.
끝판 (에지다) bị thua ở vòng cuối.
끼 bữa ăn. 한끼를 거르다 bỏ một bữa ăn.
기 (원기) sinh khí, sức sống. 기를 쓰고 liều mạng. 기가 막히다 (비유) sửng sốt, ngạc nhiên. 기를 펴지 못하다 thu mình lại, gượng ép mình. 시장기 (배고픔) cảm giác đói. 기가 살다 hồ hởi phấn khởi.
기 (깃발) cờ. 기를 올리다 kéo ~. 기를 내리다 hạ ~. 기수 người cầm ~.
기 (기일) kỳ, kỳ hạn. 폐병제 1 기 bệnh lao giai đoạn 1.
기가죽은(의기소침한) phẫn chí.
기각하다 bỏ rơi, ruồng bỏ. bác bỏ
기간 thời kỳ(gian), 견습~ tập sự, 재직 ~ đông trong thời kỳ tại chức, thời hạn. 기간을 단축하다 rút ngắn thời gian. (반) 기간을 연장하다 kéo dài thời gian. 기간산업 kinh doanh mẹ đẻ. 기간잡지 tạp chí phát hành định kỳ.
기간제로 빌리다 thuê bao, 전화를 ~ thuê bao máy điện thoại
기갈 đói khát.
기갑부대 đơn vị thiết giáp. thiết đoàn.
기갑사단 sư đoàn thiết giáp.
기강 (기율) kỷ luật, kỷ cương. 기강을

ㄱ

바로 잡다 giữ ~ lại, trau dồi ~.
기개 (기세) khí thế, tâm hồn, khí khái. ~가 넘치는 khảng khái, 기개 있는 사나이 người khí khái.
기거하다 (살다) ăn ở, sinh hoạt hằng ngày. 함께기거하다 sống chung. (학교나 병원안에서) nội trú.
기꺼이 vui lòng, tự ý, tự nguyện, sẵn lòng, ~ 응하다 vui lòng. ~ 같이 가겠다 tôi sẵn sàng đi với anh. ~하지요 tôi sẵn lòng.
기껏 (힘을 다하여) hết sức. 기껏 일하다 làm việc hết sức. 기껏 한 것이 헛수고다 làm hết sức ma`vẫn hoài công. 기껏해야 tối đa là. 기껏해야 20 살이다 tối đa là 20 tuổi. (고작) chỉ có.
기결의 đã quyết định, dứt khoát. 기결 사항 vấn đề đã quyết.
기경 (경작) hạ dạ cày cấy, canh tác.
기계 máy móc, cơ khí. ~화 máy móc hoá. cơ khí hóa, ~를 조립하다 lắp ráp máy móc. ~를 돌리다 chuyển động máy móc. ~와 같다 giống như máy. 기계를 고치다 sửa máy. ~장치 thiết bị, cơ khí. ~처럼 정확하다 chính xác như máy.~ 부품 linh kiện ~. ~제작 chế tạo máy, 기계수리공 thợ sửa máy. ~를 멈추다 hãm máy, ~가 고장나다 hỏng máy, 기계실(배) buồng máy, ~수리공 thợ máy, phó máy, ~를 분해하다 tháo ra máy, ~는 잘 작동된다 máy chạy tốt. 기름 짜는 ~ ~ ép dầu. ~로 제작하다 chế tạo bằng máy.
기계공학(물체의 균형을 연구하는) tĩnh học.

기계의 성능(출력) công suất.
기계적으로(저절로) máy tay. ~ 따르다(모방) rập khuôn.
기계 (기괴한 계책) mưu mô.
기고 (원고를 보냄) gửi bản thảo trên báo.
기고만장하다 phô trương, phấn chấn, lòng tự hào.
기골 thân thể phi thường. khí cốt.
기공 (공사를 시작함) khởi công. 기공식 lễ ~. (숨쉬는 구멍) lỗ khí.
기공법(체력단련의)khí công.
기관 cơ quan. (연구원(소))viện, 국가행정 연구원 viện quốc gia hành chính, 해양연구소 hải học viện, 전문기관 ~ chuyên môn. 행정기관 ~ hành chính. (증기파이프) ống dẫn hơi nước.
기관 bộ máy, 소화 ~ ~ tiêu hóa.
기관(폐) khí quản. 기관염 viêm ~. 기관절개수술 phẫu thuật ~.
기관단총 súng tiểu liên, 기관총 súng máy, 기관총발사대 ổ súng máy.
기관지 phế quản. cuống phổi, ~ 지염 viêm ~, bệnh đau cuống phổi.
기관차 đầu máy, đầu tàu. 전기기관차 đầu máy điện.
기관포 súng cối xay.
기괴한 kỳ lạ, kỳ quái quỷ. kỳ quặc.
기교 kỹ xảo, tinh xảo, khéo léo. 기교를 부리다 làm mánh khoé. (속임수) xảo thuật. ~가 있는 xảo.
기구(도구) công cụ, dụng cụ. khí cụ. 의료 ~ dụng cụ y tế.
기구(조직) tổ chức, cơ cấu. bộ máy, 세계보건 기구 ~ y tế thế giới. 행정 ~ bộ máy hành chính. ~를 간소화하다 tinh giản cơ cấu.

기구(공기의) khí cầu, quả bóng. ~를 올리다 thả ~. ~의 중심 trung cầu.
기구한 운명 số phận bất hạnh (lênh đênh). 기구하게 불운한 운명 con tạo lá lay.
기권하다 bỏ phiếu trắng. bỏ cuộc, (경기의) vắng mặt. 기권표 lá phiếu trắng.
기근 đói kém. nạn đói, ~의 해 năm ~. ~예방 phòng cơ. ~을 극복하다 treo niêu.
기금 quỹ. 국고출납책임자 thủ ~. 공공기금 công ~. 기금모집 gom ~. 복지~ ~ phúc lợi, 구제~ ~ cứu tế, 국제통화~ ~ tiền tệ quốc tế. 노후연금~ ~ dưỡng lão, 퇴직~ ~ hưu bổng.
기급하다 (놀라다) ngạc nhiên.
끼끗하다 (깨끗하고 생기가 있다) sáng sủa.
기기 máy móc.
기기묘묘 kỳ lạ vô cùng.
기나긴 dằng dặc.
기녀 (기생) kỹ nữ, ả đào. ~가 기적에서 빠져나오다 hoàn lương
기념 kỷ niệm. ~으로 남기다 lưu niệm, ~사진 ảnh ~. ~품 đồ ~, quà lưu niệm. ~비 đài ~. 기념물 ký vật.
기념품 가게 cửa hàng quà lưu niệm
기능(직능) kỹ (chức) năng. cơ năng, tác vụ, 기능을 발휘하다 phát huy ~.
기능공 thợ có tay nghề. 기능 교육 giáo dục nghề. 특수기능 kỹ năng đặc biệt. 기능장애 rối loạn kỹ năng.
끼니 bữa ăn. 끼니를 거르다 bỏ đi không ăn.

기다 bò, trườn. 뱀이 기어가다 rắn trườn.
(속) 기는 놈 위에 나는 놈이 있다(잘하는 이 사람보다 더 잘하는 다른 사람이 있다) Trên người bò, có kẻ bay(người này đã giỏi có người khác giỏi hơn).
끼다 (안개가) kết dày, đan dày, kẹp, lồng vào, trở nên mù. 겨드랑이에 책을 끼다 cầm sách trong tay. (반지를) đeo nhẫn. (팔장을) khoanh tay. (착용) mang, 장갑을 ~ mang bao tay, (참가) tham gia. (축하파티에) tham dự liên hoan. 구름이 ~ mây dày. 안개가 짙게 ~ sương mù dày đặc.
기닿라다 (길다) khá dài.
기다랗게 thượt, thượt dài. 사지를 벌리고 ~ 눕다 nằm ~.
기다리다 chờ đợi. đứng chực, ngóng, nghe ngóng, 소식을~ ngóng tin, (기회를) ~ cơ hội. 기다리다 지치다(성어) ăn đợi nằm chờ. 잠간 기다리세요 chờ một chút. 기다림에 지치다 mỏi mắt, lóng ngóng.
기담 (이상한 이야기) câu chuyện kỳ lạ. truyện kỳ.
기대하다 trông chờ (đợi), mong đợi, ngóng trông. trông mong, 기대에 부응하다 đáp ứng mong đợi. (반) 기대에 어긋나다 trái với mong đợi. 너에게 기대하고 있다 kỳ vọng nơi anh. 기대이상의 결과 kết quả vượt trên mong đợi.
기대에 벗어난 trơ khác, 계속 희망하고 있었는데 결국 기대에 벗어나 아무것도 아니었다 hy vọng mãi nút cục ~ chẳng có gì.

기대다 dựa, nương dựa, tựa. ké, vực, 몸을 ~ 기대 người. (팔,다리를) tì, 다른 사람에게 기대다 dựa vào người khác. 팔꿈치를 책상에 올려놓다 tì cùi tay lên bàn. (의지하다) ỷ lại.
기도하다 cầu nguyện. khấn vái. 기도회 buổi họp ~. 중보기도 cầu thay. 기도중에 hồi còn ~. 기도문 lời ~.
기도한대로 되다 ăn nhằm.
기도사(카톨릭) thầy cúng.
기도하다 (꾀하다) dự định, ý đồ, mưu toan. 자살을 ~ mưu toan tự sát.
기독교 đạo tin lành, cơ đốc giáo. ~ 신도 giáo dân, 교회 nhà thờ.
기동하다 (움직이다) cử động, vận động, chuyển động, lưu động.
기동축(군사)trục chuyển quân.
기동부대 đội quân cơ động.
기동전 vận động chiến.
기둥 cột trụ, cây cột. ~을 세우다 dựng cột. 나라의기둥 cột trụ nhà nước. 기둥에 부딪치다 va vào cột, ~간의 거리 nhịp cầu.
기러기 ngỗng trời.
기둥서방 kẻ mối lái, dĩ đực.
기득권 quyền lợi đã giành được.
기량 khả năng, năng lực. ~계 khí kế.
기력 (힘) khí lực, tâm lực, tâm sức. dũng khí. 기력이 없는 không có dũng khí. ~을 다해서 일하다 mang hết tâm lực ra làm việc.
기로 (갈림길)đường chia, khúc mắc.
기록 (문서) văn kiện,(서류) hồ sơ. (의사록) biên bản. (노트)bút ký, 기록을 남기다 lập biên bản. 기록영화 phim tư liệu.
기록보존실 phòng lưu trữ hồ sơ.

기록하다 ghi chép, biên vào, vào sổ tịch biên. …라고 기록되다 chép rằng. 기록부 tịch bộ.
기록된 ã chép, ~ 말씀 lời chép. ~바와같이 như có chép rằng.
기록부 sổ đăng bạ. sổ bộ. (출생,사망)sổ sinh tử.
기록을 세우다 đạt kỷ lục, lập kỷ lục. 기록을 깨뜨리다 phá kỷ lục. 신~ kỷ lục mới. 기록보유자 kỷ lục gia. 세계신기록 kỷ lục thế giới.
기뢰 (수뢰) thuỷ lôi.
기류 luồng hơi, luồng không khí.
기류하다 (임시거주) tạm trú. 기류지 nơi ~.
기르다 nuôi. chăn, nuôi dạy,(반) 버리다 bỏ, (어린애를) ~ trẻ. (수염을) để râu, nuôi râu. (동물)chăn nuôi, (배양)bồi dưỡng.
(속)자신을 배반할 사람을 모르고서 기르다 nuôi ong tay áo.
기를 쓰다 loay hoay, cắm đầu cắm cổ, 기를 쓰고 찾다 ~ tìm
기름 dầu, mỡ (지방). 기름을 치다 tra ~. vô dầu, 기름이 묻다 dính ~. 기름을 바르다 bôi(thoa) ~. xức dầu, 기름때 cặn ~. 기름통 thùng ~. 돼지 ~ mỡ lợn. 등잔 ~ đèn dầu. ~탱크 bình dầu. ~짜는 기계 cái lọc áp. ~으로 문지 르다 xoa dầu.
기름을 뽑아내다 ép dầu.
기름끼 같이 미끄러운 trơn nhẫy.
기름띠 vũng dầu.
기름에 담그다 tẩm dầu.
(속) 기름에 물 탄 것 같다(서로 화합하지 못한다) Giống như hòa nước vào dầu(không hòa hợp với nhau được.)

기름지다 (비옥하다) phì nhiêu. mỡ màu 기름진 땅 đất ~.
기름진(많은) 고기 thịt mỡ.
기를 못쓰다 rụt thể.
기를쓰고 cắm đầu cắm cổ, loay hoay. ~ 하다 ~ làm.
기름하다 hơi dài.
끼리 cùng, đám, (학생끼리) ~học trò. 저희끼리 ~ chúng tôi. 출신~ cùng xuất thân, 친인척~ cùng quan hệ thân thiết.
끼리끼리 từng băng từng nhóm, từng cặp, từng đôi.
기리다 (칭찬하다) khen, ca ngợi.
기리며 생각하다(죽은이를)tưởng vọng.
기린 hươu cao cổ. kỳ lân.
기립(일어나다) khởi lập. đứng dậy.
기마 kỵ mã. 기마병(기병) kỵ binh. lính cơ, cơ bình. ~부대 quân kỵ mã.
기마사 người phi ngựa.
기마술 thuật cỡi ngựa.
기막히다 bị ngạt thở (hơi), chán nản. (비유) ngạc nhiên, kinh ngạc. 기막힌 미녀 người (mỹ nữ) đẹp cực kỳ.
기만하다(속이다) lừa đảo, dối trá, lừa gạt. ăn gian(lận), 기만적인 sảo trá.
기말 cuối khoá (kỳ). 기말고사 thi cuối kỳ(mãn khóa).
기명(서명) 하다 ký tên. 기명투표 bỏ phiếu công khai. (반) 무기명투표 bỏ phiếu kín. (그릇) bát đĩa, chén.
기묘하다 kỳ diệu, kỳ dị, kỳ lạ(cục). (기적적인) mầu nhiệm.

기문 chuyện lạ, tin lạ. (숨구멍) lỗ thở.
기물 (용기.그릇) chậu, bình, lọ, đồ dùng dụng cụ.
기미 nhọt đen. (심기) cảm giác. (낌새) tánh khí, dự đoán. thầm kín.
기민한 (민첩한) tháo vác, nhanh chóng, sắc sảo, sốt sắng. 기민한 행동 hành động linh động, 기민하게 linh động, tinh nhanh.
기민 (굶주린 국민) người thiếu ăn.
기밀 cơ mật, (비밀) bí mật, kín đáo. 기밀사항 chuyện bí mật. 기밀서류 tài liệu bí mật.
기박하다 không may mắn, rủi ro..
기반(기초) móng, nền tảng, cơ sở. 집의 ~ móng nhà, (굴레) xiềng xích.
기반을 잃다 vong bản.
기반시설 hạ tầng cơ sở
기발한 mới(kỳ) lạ, khéo léo. ~꾀 kỳ mưu.
기방(요정) nhà trò.
기백 khí phách, (정신) tinh thần, tâm hồn. ~이 있는 thượng võ. 기백 없는 táng khí.
기뻐하다 vui vẻ, đẹp lòng, bằng lòng.
기뻐서 견딜수 없다 mở cờ, mâm mộc으로 ~ ~ trong bụng.
기뻐서 날뛰다 nhảy múa. mừng rỡ.
기뻐서 싱글 벙글하다 mặt tươi cười hơn hở. 기뻐서 깡총깡총 뛰다 nhảy cỡn, động cỡn.
기뻐서 어쩔줄 모르다 khấp khởi. 속으로 ~ trong lòng khấp khởi.
기뻐서 제정신이 아닌 khấp khởi.
기법 (기술) kỹ thuật, kỹ xảo.
기벽 thói quen quái.
기별 (소식) tin tức. 기별을 듣다 nghe tin.

기병 kỵ binh, kỵ sĩ. ~용 칼 mã tấu, (군대를 일으킴) khởi binh.

기복 chìm nổi, lên và xuống. 기복이 많은 생애 cuộc sống thăng trầm. ~이 있는 nhấp nhô khuất khúc 기복이 심한 trập trùng, ~ 언덕(구릉) đồi núi ~. ~ 급류 trèo đèo lội suối.

기복이 많은 lô nhô, ~ 파도 sóng ~.

기본 cơ sở, căn bản.기본과정 khoá cơ bản. 기본급 lương căn bản. 기본 급료 mức lương ~. (참고) 수당 phụ cấp. ~의도 chủ ý. ~료 phí cơ bản.

기본정보 tình báo căn bản.

기본형(문법) nguyên thể.

기본요금 phí cơ bản.

기부하다 quyên góp, đóng góp, tặng. 기부금 tiền ~.

기분(심정) long(bụng) dạ, tâm trạng(sự). tâm địa(tư), 기분이 좋다 ~ vui vẻ. mát ruột, ~이 언짢은 u uất, ươn, đau buồn, ục ịch, 축제 기분 (분위기) bầu không khí lễ hội. 기분 좋은 ngon lành, (마음) tâm địa bụng dạ.기분전환하다 tiêu khiển, giải trí(buồn). di dưỡng, mua vui, ~ 전 환으로 노래를 부르다 ca hát để mua vui, 기분을 진정시키다 trấn an, ~ 좋은 sướng, thoải mái, thư thái, khoan khoái, thánh thót.(반) 괴로운 khổ, ~이 매우 좋아지다(남의 말을 듣고) lên mây, ~ 좋은 밤 cát tịch, ~ 나쁜 buồn bực. ~을 잘 맞추어 주다 chiều như chiều vong, ~을 물어보다 ướm hỏi, ~을 억제하다 dằn lòng.

기분이 상쾌하다 phấn khởi.

기분좋게 놀러가다 đi chơi cho thỏa chí.

기분좋은 바람 linh phong.

기쁘다 vui vẻ, vui mừng, hân hạnh,(반) 슬프다 buồn, 대 단히 ~ hân hoan, phấn khởi. hồ hởi 기뻐서 울다 quá mừng đã khóc. 기쁨 niềm vui, vui mừng. 기쁨을 참지 못하다 không thể dấu ~.마음이 극도로 ~ sung sướng muôn phần, 기쁨과 노여움 hỷ nộ. 기쁨이 넘치다 phấn khởi. (반)슬퍼하다 buồn.

기쁘게하다 đẹp lòng, 하나님을 ~ làm cho Đức Chúa Trời ~.

기쁘고 슬픈 vui buồn.

기쁜 vui mừng, vui sướng, khóai chí. vui vẻ. êm đềm. ~소식 tin ~, (기독 교)tin lành, hảo âm. ~얼굴 hỷ sắc. ~얼굴표정 mặt mày hớn hở. 기쁨의 눈물을 흘리다 mừng rơi nước mắt. 한없이 ~ vui sướng vô cùng, 기쁨으로 가득찬 mừng khắp khởi. 기쁨으로 가슴이 두근거리다 mừng run. 기쁨으로 안절부절 못하다 run vì mừng. 기쁨을 느끼는 vui miệng.

기쁨과 슬픔이 교차되는 감정 vui buồn lẫn lộn.

기브앤드 테이크 cho và nhận.

기사(신문의) bài báo, ký sự. 기사를 싣다 đăng bài viết. ~전체를 다시 인쇄하다 ăng lại trọn một bài báo.

기사 (기술자) kỹ sư. 운전기사 tài xế, bác tài. 건축기사 kỹ sư kiến trúc. (말타는) kỵ sĩ.

기사(기이한 일) sự kỳ

기사적인(의협심 있는) hào hiệp

기사 회생 hồi sinh, làm cho tỉnh lại. (성어)khởi tử hồi sinh.
기상 (일어나다) thức dậy.
기상(대기현상) khí tượng, thiên khí, ~ 대 đài khí tượng.
기색 khí sắc, sắc mặt. 기색이 좋지 않다 ~ không tốt. 기색을 살피다 đoán sắc mặt. 불안한 기색 vẻ mặt bực bội. (굶주린 안색) vẻ mặt đói khát.
기생하다 (붙어 삶) ăn bám, ký sinh, sống dựa vào. 기생동물 động vật ký sinh. 기생충 ký sinh trùng, giun sán.
기생 (술파는) ca kỹ, ả đào, vũ nữ, gái giang hồ, kỹ nữ. ~집을 차리다 gá thổ.
(속) 기생 오라비 같다(남에게 빌붙어 살기를 좋아하는 게으른 남자) Giống như anh kỹ nữ (người đàn ông lười nhác sống bám vào người khác).
기생목(겨우살이 식물) tầm gửi.
기생충 giun sán. ký sinh trùng.
기선(배) tàu thuỷ.
기선(앞지름) đón đầu. 기선을 잡다 nắm vững đầu.
기성 (이미 이루어진) 기성복 quần áo may sẵn. 기성작가 nhà văn nổi tiếng. 기성화 giày đóng sẵn.
기성회 hội bảo trợ. 학교기성회 tổ chức bảo trợ học đường.
기세좋게 lia lia. phăm phăm, ~ 달리다 chạy ~.
기세 khí thế. ~를 올리다 đầy đà.
기세하다 (죽다) qua đời, chết.
기세에 편승하다 thừa thế. 승리의 기세를 타다 ~ thắng lợi.

기세가 꺾인 sờn.
기소 khởi tố, truy tố. công tố, buộc tội, 기소되다 bị ~. 기소자 người ~. quan biện lý, 기소장 tờ cáo trạng.
기수 (비행기 머리) mũi máy bay. 기수를 북으로 돌리다 quay mũi máy bay về hướng Bắc. (깃발을 든 사람) người cầm cờ. (말 타는 사람) người cưỡi ngựa. (홀수) số lẻ. (반) 짝수 số chẵn.
기숙사 ký túc xá. học xá, ~ 규칙 nội qui ký túc xá. ~학생 ký túc sinh.
기숙하다 ghé vào.
기술 kỹ thuật. công nghệ, ~개발 phát triển ~. ~도입 áp dụng ~. ~이전 chuyển giao công nghệ. ~혁신 đổi mới ~. 첨단~ ~ tiên tiến. 신~ ~ mới. ~자 thợ ~. ~보조사 thợ bạn, ~수준 trình độ ~. ~직업을 배우다 học nghề, ~동작을 시범으로 보이다 thao diễn. ~사용과정 quá trình công nghệ. ~이 좋은(어떤 일에 경험이 풍부한)thạo nghề. ~이 모자라는자가 연장탓만 한다 vụng chèo khéo chống.
기술동작을 시범으로 보이다 thao diễn.
기술감사 thanh tra kỹ thuật.
기술설계하다 thiết kế kỹ thuật.
기술정보 tình báo kỹ thuật.
기술하다 ghi và thuật lại, tường thuật.
기술학교 trường kỹ thuật.
기를 쓰다 cố gắng hết sức. 기를 써서 일하다 làm hết sức mình.
기슭 mé, bờ. 강기슭 bờ (mé) sông. 산기슭 chân núi. ~으로 흐르다 trôi vào bờ.
기습 tấn công bất ngờ. ~공격 kỳ tập

ㄱ

공격, đánh úp, ~전 trận kỳ tập. (이상한 풍습) phong tục kỳ lạ.
기습단 toán đột kích.
기승 (굽히지 않는 기세) khí thế bất khuất (không khuất phục). (뛰어난 경치) phong cảnh tuyệt vời.
기식하다(빌붙다)gạnh, ăn vọ(bám), thác thực,
기식처 thổi cơm trọ.
기신호 dấu hiệu bằng cờ.
기실은 (사실은) thật là.
기아 (굶주린) đói khát, nạn (chết) đói. 기아상태 cơ hàn. cơ cực.
기악 nhạc khí.
기안 (기초) hạ khởi thảo, phát thảo. 기안자 người ~.
기암괴석 hòn đá kỳ lạ.
기압 khí áp. ~계 ~ kế, 저기압 khí áp thấp. (반) 고기압 ~ cao.
기약 (약속) lời hứa hẹn. 기약하다 hẹn. ước hẹn, ~ 없는 mọt gông.
기어 số xe. 기어를 넣다 vào số. gài số, ~를 바꾸다 đổi số, sang số. ~를 저속으로 바꾸다 trả số. ~ 전환장치 cây sang số.
기어다니다 bò lê bò la.
기어오르다 trèo (북), leo, bò lên (남). 나무에 ~ ~ cây.
기어이 (반드시. 마침내) phải, cuối cùng. 기어이 가고 말았다 cuối cùng đi rồi.
기어들어가다 chui. trườn vào léo hánh..
끼어들다 xen vào. chêm vào. xia, (간섭) can thiệp. 끼어들 어 말하다 nói gạt(xía). 그는 무슨 일이든 항상 끼어든다 chỗ nào việc gì nó

cũng ~. 이야기 도중에 ~ ~ một câu chuyện.
기어코 (한사코) liều lĩnh.
끼어팔기 sự khuyến mãi.
기억하다 nhớ, ghi(tưởng) nhớ, ky ức, hồi tưởng. trí nhớ, nhớ lại. (반)잊다 quên, 내기억에 의하면 theo tôi nhớ. 나의 기억속 에 깊이 새겨진 일 việc xảy ra in sâu vào trí nhớ của tôi, 잘 기억하세요 nhớ lấy nhé! 기억력 trí nhớ, khả năng nhớ. ký lực, 기억 력을 배양하다 bồi dưỡng trí nhớ, ~력 좋은 nhớ dai, 기억상실 mất trí nhớ. 기억감퇴 giảm trí nhớ. 기억에 남다 còn nhớ rõ. 기억하여 쓰다 mặc tả, 평생 ~ nhớ đời. ~이 막 났을 때 내는 소리 아! ờ. 기억 하기 위하여 để nhớ.
기억장치(컴퓨터:메모리) bộ nhớ. truy nhập bộ nhớ, lõi.
끼얹다 tưới. rảy, trút, 성수를 ~ rảy nước thánh, 나무에 물을~ tưới cây.
기업 xí nghiệp, doanh nghiệp. 기업화하다 ~ hoá. 기업을 운영하다 vận hành ~. 기업인 nhà ~. 기업계 giới ~. 연합기업 ~ liên hợp, 개인기업 ~tư nhân. 국영기업 ~nhà nước. 중소기업~vừa và nhỏ. 대기업 ~ lớn.
기업(유업) cơ nghiệp. ~을 창립하다 khai cơ lập nghiệp
기여하다 đóng góp. 국가 발전에 기여하다 đóng góp vào sự phát triển của đất nước.
기여(그 나머지) vật còn lại.
기연 (기이한 인연) cơ duyên, duyên

kỳ ngộ.
기연가 미연가 하다 (분명치 않다) mơ hồ, không rõ ràng.
기염 (기세) khí thế, phấn khởi, hăng hái.
기예 kỹ nghệ, nghề thủ công.
기온 nhiệt độ. 기온의 변화 thay đổi ~. 기온이 낮다 ~ thấp. (반) 기온이 높다 ~ cao.
기와 ngói. 기와를 이다 lợp ngói. 기와 지붕 mái ~. 기와집 nhà ~. ~ 공 thợ làm ~.
기왕에 dĩ vãng, đã rồi, trước đây.
기왕이면 làm ra rồi thì.
기용하다 bổ nhiệm, chỉ định làm việc, chọn lựa cho làm.
기우 (쓸데없는 걱정) lo âu vô ích.(속) 기우 lo bò trắng răng.
기우(기이한 만남) hội ngộ tình cờ.
기우(비오기를 빎) cầu mưa. 기우제 cúng ~. 기우제를 지내다 đảo vũ.
끼우다 cài, lắp đặt. 책속에 끼우다 cài vào trong sách.
기우 (끼우)뚱거리다 tròng trành, bẻ gã ~ tàu ~.
기운 (힘) sức lực (mạnh). (원기) khí lực. (추세) xu hướng, khuynh hướng. ~이 빠지다 lặng người. 갑자기 ~이 빠지다 bỗng lặng người. ~을 내다 nhún. ~이 쭉빠진(맥빠진)신神 thờ. (기회와 운수) cơ hội.
기운없이(기죽은) tiu nghỉu.
기운을 막다 nghẹt ngòi.
기운없는 tiu nghỉu. (낙담한)thối chí.
기울다 nghiêng ngả, xiên, dốc. lệch lạc, xế, xê xế, 석양이 차차 ~ bóng chiều xê xế, (가라앉다) khuất bóng, (쇠하다) suy sụp, tàn tạ.

(해가) lặn. tàn. (해가 기울다) mặt trời tàn(lặn) . ...로 기울어지 다 nghiêng về. 기울어져 있다 ngả nghiêng.
기울기(경사) thiên độ.
기울어지다 tà tà, 석양이 서쪽으로 ~ ~ bóng ngã về tây.
기울어진 tà, ~ 달 trăng tà. (치우친) thiên lệch. (경사진)xiêu vẹo, 집이 기울다 nhà xiêu vẹo.
기울이다 (귀를) lắng(lóng) nghe, lắng tai, nghiêng tai. (몸을)chúi xuống, (주의를) chú ý, nghiêng về, chao.
기웃거리다 ngó nghê nhiều lần, nhìn trộm nhiều lần. thấp tho.
끼워넣다 lồng, 유리를 ~ ~kính.
기원하다 cầu nguyện, la trời, khấn khứa, mong muốn, cầu mong, cầu xin. 기원 lời ván vái.
기원(근원) nguồn gốc, gốc tích, bắt nguồn. nguyên lai. 인류의 ~ ~ loài người.
기원 (서력 기원) tây nguyên, kỷ nguyên. tây lịch.
기원전(BC) trước tây lịch.
기율 kỷ luật, trật tự.
기이한 kỳ lạ(dị), quái lạ, ~만남 kỳ ngộ, ~ 광경 kỳ quan. ~소식 kỳ văn. ~ 징조 quái triệu. ~일 quái sự. ~모습 quái dạng. ~현상 quái tượng. ~행동을 하다 tác quái.
기이다 (숨기다) giấu, che giấu.
끼이다 nhét, kẹp vào giữa.
끼어들다 (참견하다) xen vào.
기인(이상한 사람) người khác thường (lạ lùng)
기인하다 do, vì, gây ra, sinh ra, tạo

ra.
기일 (제삿날) ngày giỗ. kỵ nhật.
기일(기한) ngày hẹn, nhật kỳ, ngày đã hẹn trước.
기입하다 điền vào, ghi vào. (쓰다)đề. 이름을 기입하다 đăng ký tên, ghi tên vào, ghi danh. 종이에 ~ điền vào mẫu.
기자 phóng viên, ký giả, nhà báo. ~ 회견 họp báo. ~대표단 đại diện báo chí. ~ 클럽 làng báo.
기장 (길이) bề dài, độ dài. (훈장) huy hiệu, cấp hiệu, huy chương. (기념의 표지) phù hiệu.
기장 (장부를 기록하다) ghi vào sổ. (항공기의) cơ trưởng. trưởng phi công.
기재 (기이한 재주) kỳ tài, tài đặc biệt. 기계재료 vật liệu máy.
기재하다 (장부에) ghi vào sổ, điền vào.
기저 nền tảng, căn bản, cơ sở.
기저귀 tã lót, cái tã, khăn vệ sinh của bé sơ sinh. 기저귀를 채우다 quấn tã lót cho bé.
기적 phép lạ, dấu lạ, màu nhiệm. kỳ tích, 기적적으로 một cách ~. 기적적으로 살아나다 thoát khỏi cái chết một cách ~. ~같은(기묘한) mầu nhiệm, vi diệu.
기적(소리) còi hơi, tiếng còi, kèn. 기적을 울리다 bóp còi, thổi còi.
끼적거리다 (아무렇게나 쓰다) viết cẩu thả, viết ẩu.
기전기(전기 일으키는 기계) máy phát điện.
기절하다 ngất xỉu, bất tỉnh. té xỉu. tắt hơi.
기절할만큼의 điếng người.
기점 cơ điểm, (출발점) điểm xuất phát. khởi điểm, (반) 종점 điểm cuối cùng. (본 바탕이 되는) điểm chính.
기정의 đã quyết, đã định. 기정사실 vấn đề đã quyết. việc đã rồi.
기조 cơ bản, căn bản.
기존의 vốn có, sẵn có. 기존시설 cơ sở vật chất có sẵn.
기죽은 tiu nghỉu.
기준 tiêu chuẩn. chuẩn mực, lương ~ mức lương. ~을 달성하다 trúng cách.
기중기 cần trục(cẩu). máy trục.
기증하다 đóng góp, quyên góp, biếu. 기증자 người ~.
기지 (재치) lanh lợi, tháo vác, thông minh. 기지가 넘치는 khôn khéo, nhanh trí, 기지와 재능 cơ năng.
기지(지점) căn cứ. 작전기지 địa điểm hành quân. 항공기지 căn cứ không quân.
기지개를 켜다 vươn vai(mình). giăng tay. vươn tay.
기진맥진하다 bị kiệt sức, mệt xác, xơ xạc, quá mệt mỏi, kiệt(mỏn) sức. bở hơi tai. ứ hơi. rụng rời.
기진맥진한 lừ thừ, lừ thừ.
기진맥진해지다 lừ.
기질(성격) khí chất, tính tình, tinh thần. (특성)tính khí. 상인기질 ~ hám lợi.
기차 xe lửa(남), tàu hoả(북). hỏa xa, 기차를 놓치다 nhỡ tàu. ~객실 toa, 일등차 객실 toa hạng nhất. ~는 10 분 늦었다 ~ trễ 10 phút.
기차가 터널을 빠져나가다 xe lửa ra

khỏi đường hầm.
기차가 탈선하다 làm xe lửa trật.
(속) 기차 화통 삶아 먹은 소리(소리가 큰 사람) Tiếng luộc ống khói tàu hỏa ăn(người nói to lớn tiếng).
기차다 (기막히다) sửng sốt, ngạc nhiên. 기차서 말문이 막히다 ngạc nhiên không nói nên lời được.
기착하다 dừng lại, ngừng lại.
기척 (알수있는 소리) ký hiệu bằng âm thanh.
기체 chất khí, (비행기의 동체) thân máy bay.
기초(초안) bản thảo, khởi thảo, dự thảo. 헌법을 기초하다 ~ hiến pháp. 헌법기초 위원회 uỷ ban dự thảo hiến pháp. ~조사 điều tra cơ bản. ~과학 khoa học cơ bản.
기초 cơ bản(sở). nền tảng, ~ 건설 kiến thiết ~, ...에 기초를 (근거를) 두다 căn cứ vào, ~건축 xây dựng cơ bản, 기초를 세움 triệu cơ. ~를 알기 시작하다 vỡ vạc.
기초화장 phấn lót trang điểm
기총 súng máy. 기총소사 bắn ~.
기치(깃발) ngọn cờ. (현수막) biểu ngữ. 기치를 높이 들고 tung bay ngọn cờ. (비유적) tư thế, quan điểm, thái độ.
끼치다 (소름이) ớn xương sống, ớn lạnh, rùng mình. (폐를) làm phiền. (손해를) làm tổn hại. (후세에) để lại, lưu lại.
기침 chứng ho, cơn ho, tiếng ho. 기침하다 bị bệnh ho. 심한기침 ho nặng, trầm trọng. 마른 ~ ho khan, 기침하다 (일어나다) thức dậy. 기

침감기 cảm ho. ho gió.
기타 ngoài ra, cái khác. (악기) đàn guita. đờn, (베트남의) đàn nguyệt
기탁하다 ký thác, uỷ thác. 기탁자 người uỷ thác.
기탄 (꺼리낌) sự ngại, sự do dự. 기탄 없이 ngay thẳng.
기통(실린더) xylanh. 6 (육) 기통 엔진 động cơ 6 xylanh.
기특하다 (귀염성이 있다) đáng ca ngợi.
기틀 yếu tố. (기초) nền tảng.
기펴다 cảm giác thoải mái.
기포 bong bóng.
기폭장치 hỏa pháo.
기폭제(약) thuốc nổ phá.
기표(투표)하다 bỏ phiếu. 기표소 nơi bầu cử.
기품(품격) phẩm cách, phẩm giá, nhân cách. ~ 있는 cao đẹp. ~있는 몸가짐 loan xa.
기풍 kỷ luật, nhân cách, tính cách.
기피하다(피하다) tránh khỏi, trốn tránh. kiêng khem. 병역기피자 lính đào ngũ.
기필코 chắc chắn, nhất định, nhất thiết.
기하학 kỷ hà học. hình học.
기한 kỳ(trình) hạn. ~이 끝나다 mãn hạn(kỳ). ~이 지나다 quá hạn. ~대로 đúng hạn, ~을 정하다 định hạn, ~이 되다 đến định hạn,
기한(춥고 배고픔) đói và lạnh..
기합 khí lực. (제재) rèn luyện ý chí
기항하다 tàu ghé tạm.
기행 nhật ký du lịch, bài ghi ~. (기이한 행동) hành động lạ.
기혈 khí huyết.

기형 dị(kỳ) hình, dị dạng. 기형아 em bé ~, quái thai, (불구) dị tật

기호 dấu(ký) hiệu, nhãn hiệu. (고유번호)mã, (취미)thị hiếu, sở thích, ưa thích. 여성의 ~ thị hiếu của phụ nữ, 기호에 맞다 hợp với sở thích. 우리는 같은 취미를 갖고 있다 chúng tôi có những thị hiếu giống nhau.

기혼 đã kết hôn. 기혼자 người ~.

기화하다(증발) bay(hóa) hơi, bốc hơi.

기회 cơ hội, dịp. 기회를 포착하다 chộp lấy ~. thừa cơ hội, đắc thế, ~가 있으면 nếu có dịp, 온집안이 다 외출한 틈을 타서 thừa cơ hội cả nhà đi vắng, 이좋은 ~를 놓치지 마시오 đừng bỏ lỡ dịp thuận lợi này. ~주의 chủ nghĩa ~, ~를 잘 보다 luồn lách, ~를 얻다 thừa dịp, đắc thời, ~주의적인 hoạt đầu. ~를 엿보다 chờ dịp(cơ hội). ~를 이용하다 lừa cơ(dịp). ~를 잡다 nhờ dịp. thừa cơ hội, ~를 이용하려는 행동 té nước theo mưa. 그런 ~는 두번다시 오지 않는다 một cơ hội như thế không xảy ra lần thứ hai. …한 기회에 sẵn dịp. nhân tiện. (명)기회는 주변에 얼마든지 있다, 손을 뻗쳐 그것을 붙들어라 Cơ hội luôn xuất hiện nhiều xung quanh chúng ta, hãy dơ tay ra nắm bắt lấy nó.

기회주의자 kẻ xu thời.

기회를 놓치다 nhỡ dịp(cơ). thất cơ, thác quá. 기회를 놓쳐 싸움에 지다 thất cơ thua trận.

기회를 이용하다(타다)tiện dịp. lừa dịp, 도둑질 할 틈을 타다 lừa dịp ăn trộm.

기회를이용하려는 행동 té nước theo mưa.

기회를 찾다 tìm dịp.

기획 (계획) kế hoạch. 기획하다 lập ~. 기획부 bộ ~. ~국 nha kế hoạch.

기후 khí hậu, thời tiết. 무더운 기후 ~ nóng, ~ khó chịu. ~풍토 thủy thổ.

기후가 나쁜 산악지역 rừng thiêng nước độc.

기후가 상쾌한 mát trời.

끽소리 tiếng kêu la, (자동차 브레이크 의)xịch, tiếng hét. 끽소리 못하다 không kêu la 1 chút nào cả. 자동차가 입구 앞에서 끽 하고 서다 ô tô đỗ xịch trước cửa.

끽연하다 hút thuốc.

긴 dài(반) 은 ngắn.

긴 trường, 먼 길 đường ~.

긴 가뭄 cửu hạn.

긴 밤 trường dạ.

긴시간 giờ lâu.

긴 여정 dặm trường.

긴 의자 trường kỷ.

긴급사태 nguy biến.

긴급상황 tình trạng khẩn trương.

긴급한 khẩn cấp. cấp thiết. cấp cấp.

긴급한 문제 vấn đề cần kíp(cấp bách).

긴급히 khẩn cấp. khẩn thiết, 긴급대책 đối phó ~. 긴급조치 biện pháp ~

긴급보고 cấp báo, báo gấp.

긴급지령 lệnh tiền.

긴긴밤 đêm trường.

긴막대(지팡이) hèo.

긴말 lời nói dài. 긴말하다 nói dài dòng. 긴말하지 않겠다 tôi sẽ không nói dài dòng.

긴밀한 chặt chẽ, kín đáo. 긴밀한 관

계를 맺다 giữ quan hệ chặt chẽ.
긴밀한 우호 thắm thiết tình hữu nghị.
긴밀하게 하다 gắn chặt.
긴바지(스커트)quần quét đất.
긴박한 cấp bách. 긴박한 문제 vấn đề ~.
긴 여정을 가다 rong ruổi.
(명)긴 여행을 해야 말의 힘을 알게 되고 오래 함께 지내야 사람의 마음을 알게 된다 Đi đường xa mới biết sức ngựa, ở lâu mới biết lòng người.
긴요한 cần yếu, yếu khẩn, thiết yếu, quan trọng. 긴요한 문제 vấn đề ~.
긴 대의자(침대) chõng tre.
긴 세월이 지나다 lưu niên.
긴 속눈썹 mi dài.
긴수염 râu dài.
긴장 căng thẳng, khẩn trương, thấp thỏm. ~을 완화하다 làm dịu ~, (데탕트) hòa hoãn, ~상태 tình trạng ~. ~된 분위기 bầu không khí ~. ~된 근육 bóng gân, ~하게 하다 giật gân, ~을 풀다 thư giãn, hồi tĩnh, bớt tay. bung ra. ~한 cam go.
긴장하다 rút. 긴장하고 일하다 làm ~.
긴축하다 rút bớt, giảm bớt. 긴축정책 chính sách ~.
긴 파도(파문) sóng dài.
긴(요긴)하다 quan trọng, hệ trọng.
긴 한숨을 쉬다 than vãn.
긷다 (물을) kéo, bơm.
길 đường, đường sá, nẻo đàng, đoạn đường. đường phố, đường(lối) đi. 국도 lộ (quốc lộ), 지름길 đường tắt. 길을 잃다 lạc đường, lạc mất,

đi lạc, thất lộ, 길을 막다 chắn đường, tắc đường, kẹt xe. triệt lộ, 길가(갓길) lề đường. ria đường, (노변)vệ(rệ) đường,길을 잘 못들다 ngộ(lỗi) đạo. lộn ~, 길이 막히다 tắc đường. kẹt xe(남) ´ùn tắc(북), 막힌 길 ngõ cụt, 교통마비 kẹt đường. ~을 막고 ngáng đường, ~에 둑을 쌓다 đắp đường. 길을 예비하다 dọn ~. 길을 넓히다 trổ đường., 길을 만들다 làm đường. 길의 끝 đầu đường. ~을 가르쳐 주다 trỏ(vạch) ~, 길가장 자리 via đường, ~을 안내하다 dẫn(đưa) đường. 길을 따라 dọc đường, ~을 치우다 dọn đường, 길을 평평하게 하다(로울러로)lăn đường, 길 을 열다 mở đường, 길의 방향을 틀다 nghẻo(nghẹo). ~을 잘못 딛 다 nhỡ bước. ~을 내려가다 xuống đường. 길을 예비하다 dọn ~.
(속) 길 닦아 놓으니까 미친년이 먼 저 지나간다(열심히 일 해 놓으니까 엉뚱한 놈이 먼저 그 성과를 누린다) Lau đường xong mụ điên đi trước, (sau khi khổ công làm một điều gì đó, người hưởng thành quả trước lại là một kẻ không xứng đáng).
길가(노변) lề(vệ) đường.
길 에 오르다 lên ~. 귀국길에 오르다 lên ~ về nước.
길이 질퍽거리다 ướt dề.
길을 떠나다 khăn gói lên đường.
길을 떠나기 위해 준비한 식량 tư lương.
길을 잃어버리다 lạc đường.

길 (길이) bề dài, độ dài.
길거리 đường phố. ~에서 ngoài đường. 길거리를 쏘다니다 đi lang thang trên đường.
낄낄거리다 cười khúc khích.
낄낄웃다 cười khúc khích(hí hí).
길길이 (높이) cao. ~뛰다 nhảy cao.
길년 (좋은 해) một năm tốt.
길눈 (감각) khả năng phán đoán. 길눈이 밝다 giác quan nhìn tốt. (반) 길눈이 어둡다 giác quan nhìn xấu.
길다 dài. (반) 짧다 ngắn.
길고 깊은 xa thẳm, ~동굴 hang ~.
길고 짧음 đoạn trường.
(속) 길고 짧은 것은 대봐야 안다(싸워 보아야 비로소 승자와 패자를 알 수 있다) Cái ngắn cái dài có đo mới biết(phải qua tranh đấu mới biết người thắng kẻ bại).
길고 가는 손가락 ngón thon dài.
길고 일직선인 도로 đường xa tắp.
길게 눕다 nằm sõng sượt.
길게 설명하다 nói dài dòng.
길게 이어진 땅 dải đất.
길게 펴다 dăng, 그물침대를 ~~ võng.
길게 펼쳐진 땅 dải đất.
길게 하다 cho dài. nối dài.
길동무 bạn đường, bạn cùng đi.
길들이다 tập cho quen, huấn luyện cho thuần thục(hóa).
길들여지다 quen mui.
길러내다(양성) đào tạo.
(속) 길러준 개 주인을 문다(주인을 배반하는 배은망덕한 자) Chó nuôi cắn chủ(kẻ vô ơn phản chủ).
길마 (안장) yên ngựa. 안장 (길마) 를 얹다 thắng yên.

길모퉁이 góc(xó) đường.
길목 chỗ rẽ, góc rẽ.
길몽 giấc mơ đẹp. (반) 흉몽 ác mộng (악몽).
길보 tin vui. (반) 흉보 tin xấu.
길쌈하다 khâu vá, dệt may.
길손 (여행자) du khách, lữ hành.
길 안쪽에 집을 짓다 cất nhà sụt vào xa đường.
길운 (행운) vận may. hồng vận, (반) 악운 (불행) bất hạnh.
길이 chiều(độ) dài. trường độ, ~를 재다 dò.
길이길이 mãi mãi, vĩnh cửu, đời đời.
길일 ngày lành(tốt). ngày lành tháng tốt, cát nhật, (반) 흉일 ngày xấu. ~을 택하다 chọn ~. thượng lương.
길잡이 kim chỉ nam.
길조 điềm tốt. (반) 흉조 điềm rủi.
길조의(경사스러운) 날 giai tiết.
길쪽 bên đường.
길쭉하다 hơi dài.
길짐승 thú bò sát, loài bò sát. (반) 날짐승 loài lông vũ.
길하다 may mắn. (반) 흉하다 rủi ro.
길 한가운데 ngay chính giữa đường.
길흉 vận may rủi, lành dữ, số tốt xấu. cát hung. rủi may. ~이 신비롭게 교차하다(길흉성쇠) vận hội.
김 (수증기) hơi nước. 김을 빼다 xả hơi.
--- 김에 nhân, nhân dịp. tiền thế. 책방을 지나가는 김에 책을 샀다. nhân đi qua nhà sách mua sách.
김나가다 (빠지다) mất vị giác. hả hơi. xẹp xuống.
김빠진 맥주 bia không mùi vị, bia nhạt nhẽo.

김매다 nhổ cỏ.
낌새 (눈치) nhận thức. 낌새 채다 ~ được.
김장하다 làm kim chi, rau củ ngâm muối.
(속)김치국부터 마신다(줄 사람은 생각도 안하고 있는데 받을 사람은 서두르고 있다) Uống từ canh dưa kim chi trước, (người cho không suy nghĩ, nhưng người nhận thì vội vàng).
깁 (비단) tơ lụa.
깁다 khâu, vá víu, 옷을 깁다 vá quần áo.
깁브스 thạch cao. ~하다 phủ ~.
깃 (옷깃) cổ áo.
깃 (털) lông chim.
깃대 cột cờ. cán cờ.
깃들이다 (새가) xây tổ, làm tổ.
깃발 lá(ngọn) cờ. tinh kỳ. 깃발을 흔들다 phất cờ. 깃발을 높이들다 phất cao ~. ~ 을 달다 kéo cờ. ~의 총칭 tinh kỳ, 온 땅이 ~ 로 뒤덮힌 tinh kỳ rợp đất. ~을 바꿔 흔들다 trở cờ. ~을 펴다 xổ cờ. ~을 올리다 mở cờ.
깃털 lông. vũ, ~부채 vũ phiến, ~처럼 가벼운 nhẹ như lông hồng. ~을 뽑다 nhổ lông. ~이 없는 trụi lông. ~을 세우다 xù lông.
낑낑거리다 rên rỉ liên tục, kêu ẳng ẳng.
깊다 sâu xa, sâu. sâu đậm, sâu sắc, thơi, (반)얕다 cạn. 깊은 관심 quan tâm sâu sắc. 깊은 인상 ấn tượng sâu sắc. 깊은 사랑 tình nghĩa sâu đậm. 깊숙이 xa xôi. tung thâm, khắn khít. 깊숙이 공격

하다 đánh tung thâm, 깊은 애정 ân ái, yêu thương gắn bó, tình cảm sâu kín. 깊은 샘 giếng thơi(khơi). 깊은 뿌리 thâm căn, 깊고 먼 sâu thăm thẳm. 깊고 어두운 thâm u, 깊고 어두운 숲 rừng núi thâm u. 깊숙이 접근하다 thâm nhập.
깊게 뿌리박힌 ăn sâu vào.
깊숙한곳에서 밖을 내다보는 to hó.
깊어지다 đào sâu.
깊은 sâu, uyên thúy. thâm, (반)얕은 nông. ~가슴에 간직되어지다 lắng đọng.
깊은 감동을 받다 bị xúc động.
깊은 관계가 되다(부정한) tằng tịu.
깊은 관심을 갖다 nặng lòng.
깊은 교제 thâm giao.
깊은 눈 mắt sâu.
깊은 동굴 u động.
깊은 명상에 잠기다 tĩnh(tịnh) tọa.
깊은 밤 thâm canh(dạ).(반) 대낮 ban ngày. ban ngày ban mặt.
깊은 산림 thâm lâm.
깊은 산중 só rừng.
깊은 생각에 잠긴 trầm tư, mặc tưởng.
깊은 애정 nặng(tơ) tình, tình thâm, tình cảm sâu kín.~으로 맺어지다 gắn bó.
깊은 우물 giếng khơi.
깊은 우정 nghĩa keo sơn.
깊은 웅덩이 lòng chảo.
깊은 잠에 빠지다 ngủ mê.
깊은 학식이 있는 사람 người có thực học.
깊이 chiều(độ) sâu, bề dày, độ dày. thâm độ, 깊이 감동하다 cảm động sâu sắc. 깊이 잠들다 ngủ

mê, ngủ sâu. ~ 감사하다 thâm tạ, ~ 숨겨진 thâm trầm, uẩn, ~ 빠지다 thâm nhập, lún sâu. ~ 넣다 thâm nạp, ~ 빨아들이다 rít. ~패인 sâu hoáy, 깊이 연구하다 đào sâu, đi sâu, ~생각하다 trầm ngâm, suy tính(tích). ~없는 hời hợt, 깊은이론 luận sâu. ~스며들다 tẩm nhiễm. 깊이갈이(농업)thâm canh.
깊이 원한을 품다 thâm thù.
깊이 뿌리박힌 thâm căn cố đế.
깊이 이해하다 thấm nhuần.

ㄴ

나 tôi, chính tôi, ta, bản thân tôi. ngô, (자신을 높임)tao,나의(것) của tôi, của riêng tôi. 나에게 đối với tôi. 나의 동생 em tôi. 나의 생각으로 는 theo ý tôi, 나의 집(사택)nhà tư, 나를 거듭나게 하다 ngài đã sinh tôi ra lần nữa. 나의 수고는 허사였다 tôi đã mất công. 나의 소녀 cô mình, 나는 누구일까요? tôi là ai ư? 나는 언제나 운이 좋다 lúc nào tôi cũng gặp may, 나는 신이 아니고 사람이다 tôi không là thiên thần mà là người. 나의 친구중 하나 một người bạn của tôi. 나는 그가 살아있다는 것을 확신한다 tôi tin chắc rằng nó còn sống. 나는 그를 의지한다 tôi tin cậy vào nó. 나입니까?có phải tôi không? 나는 그를 알지 못한다 tôi không quen(biết) nó. 나의 사랑하 는 동생 em thân mến.
나의 일에 간섭하지 마! kệ tôi.
나는 스스로 꾸려나가야 한다 tôi phải tự lo liệu lấy.
나는 의지할 사람이 필요하다 tôi cần một người mà tôi có thể tin cậy được.
(명)나는 이 세상의 어느 능력보다도 사람을 다루는 능력을 가진 사람을 더 대우할 것이다 Tôi sẽ đãi ngộ cho những người có năng lực quản lý con người hơn bất cứ các năng lực khác.
나가게 하다 buông ra.
나도(나까지) ngay cả tôi.
나도 모르게 bất giác tôi. ~ 몸을 떨다 ~ giật mình.
나도 모르는 순간에 có khi nào mình đã vô ý.
(속) 나 먹자니 싫고 개 주자니 아깝다 (지나치게 편협하고 이기적이다) Mình ăn thì không thích, cho chó thì tiếc(quá hẹp hòi, ích kỷ).
나를 구원하소서 xin cứu lấy tôi.
나를 내버려 둬! kệ tôi.
나를 인하여 vì cớ ta.
나보다 못한사람 người kém hơn mình.
나 역시 너와 같은 생각이다 tôi cũng tưởng như anh.
나 나 nhưng, nhưng mà. 가난하나 정직하다 dù nghèo nhưng thẳng thắn. 좋으나 싫으나 해야 한다 dù thích hay không thích cũng phải làm.
나가다 đi ra ngoài. bước ra. xéo,(반) 들어가다 vào, vô, 가버려 xéo đi, 방에서~ đi ra khỏi phòng. 학교에 가다 đi đến trường. 물건 사러 가다 đi ra ngoài mua đồ. (팔리다) bán. 잘나가다 (팔리다) bán chạy. 집을 ~ rời khỏi nhà.
나간채 다시는 돌아오지 않다 i mất mặt.
(속) 나간 놈의 집구석 같다(텅 빈 황폐 한 집 암시) Giống như nhà của kẻ bỏ đi(ám chỉ ngôi nhà vắng vẻ (hoang).
(속) 나간 사람 몫은 있어도 자는 사람 몫은 없다(일을 해야만 먹을 수 있다) Có phần cho người ra đi, chẳng có phần cho người ngủ(có làm thì mới có ăn).

나가떨어지다 (넘어지다) ngã xuống, té ngã.
나자빠지다 ngã nhào. (녹초가 되다) bị kiệt sức, mệt lả.
나귀 con lừa.
나그네 khách lạ, du khách, hành nhân, (속어) đầu đường xó chợ. ~처럼 살다 phiêu ngụ.
나긋나긋하다 mịn màng, mềm mại. dẻo, 나긋나긋한 살결 làn da ~. (태도가) nhã nhặn.
나긋 나긋하게 thõng thẹo, lả lướt. ~걷다 đi ~.
나날이 ngày qua ngày. hàng ngày, (점차로)lần lần(hồi)
나누기 phép chia, chia rẽ.
나누다 chia, cắt, chia(san) sẻ, phân phát nhau, phân cách, vạch.재산을 나누다 phân chia tài sản.똑같이 4 개로 나누다 chia cái này ra 4 phần đều nhau. 나누는 정신 tinh thần chia sớt. 다른 사람에게 사랑을 나누어주다 san sẻ tình yêu cho người khác.
나누어 분배하다 qua phân.
나누어 주다 phát cho.
나누어진 부분 phần chia.
나누며 베푸는 삶 đời sống chia sẻ và ban cho.
나눗셈 phép(tính) chia, 곱셈 phép nhân.
나눗수 số chia.
나다 (출생) đẻ, sinh đẻ. (세상에 처음) mới ra đời. (싹이) nảy mầm. (자라다) mọc lên. 풀이 ~ cỏ mọc. (불이) đám cháy. (냄새가) mùi lộ ra, đánh hơi. 신맛이 ~ có vị chua. (병이) bị ốm (bệnh). (눈물이) chảy nước mắt. (나타나다) xuất hiện. (사고가) xảy ra tai nạn. (땀이) chảy mồ hôi. (홍수가) xảy ra lụt lội.
나다니다 đi chơi.
나 때문에 tại tôi.
나들이가다 đi tham quan. 나들이 옷 đồ mặc đi chơi.
나딩굴다 ngã lăn.
나라 (국가) nhà (đất) nước. xứ, 우리 ~ xứ ta, 낯선 ~ xứ lạ, 더운 ~ xứ nóng, 나라를 위해 vì nước. 멀리 떨어진 나라 xứ xa, 어느 나라서 왔습니까? Anh từ nước nào tới? 꿈나라 đất nước mơ ước. 달나라 cõi Hằng (trăng). 나라꽃 quốc hoa. ~와 민족을 사랑하다 yêu nước thương nòi, ~를 버리다 bỏ xứ. ~를 세우다 dựng nước. ~와 국민에게 이로운 ích quốc lợi dân. ~를 다스리고 세상을 구하다 kinh bang tế thế. ~의 동량 lương đống. ~를 잃다 mất nước. vong quốc, ~의 관습 quốc phong, ~의 휘장 quốc huy, ~에 대한 의무 nợ nước. ~의 체면 quốc thể.
나라가 기울다 nghiêng nước.
(명) 나라가 시끄러우면 망한다 Đất nước mà rối loạn thì sẽ bị diệt vong.
나라를 다스리다 trị quốc.
나라를 통치하다 kinh quốc.
나라님 vua, hoàng đế.
(속) 나라 하나에 임금이 셋이다(하나의 산에 두 호랑이가 있을 수 없다) Một nước ba vua.(một khu rừng không thể có hai cọp).
나락(심연) vực sâu, (지옥) âm phủ,

địa ngục. (반) 천국 thiên đường.
나란히 sánh vai, kề vai. song song. sát cánh, ~ 서다 xếp hàng. ~ 앉다 ngồi kế bên. ~걷다 sánh bước. đi song song, song hành. đi hàng đôi,
나래 (날개) cánh. (농기구) dụng cụ ủi đất.
나력(의학:경부임파선염)tràng nhạc.
나로서는 về phần tôi.
나루 (터) bến đò, bến phà.
나룻배 chiếc đò (phà). đò giang, ~로 나르다 độ khách,. ~사공 người lái đò. ~계류부표 phao neo, ~의 뱃 머리 sãi đò, 나룻터 giang cảng. ~로 건너다 sang đò.
나르다 chở(남), đèo(북), chuyên chở, mang đi, vận tải. 화물을 배로 나르다 ~ hàng hoá bằng tàu. (어깨에 메고) khuân vác. (어깨로)gánh.
나르시즈 sự tích Hoa thuỷ tiên. 나르시즘 lòng tự ái, tự tôn.
나른하다 mệt mỏi, lừ đừ.
나름 tuỳ thuộc. 그 나름의 생각 suy nghĩ tùy thuộc vào anh ta.
나리 (식물:백합) hoa huệ.
나마 tuy, mặc dầu. (-지만) 작지만 (작으나마) 귀엽다 tuy nhỏ mà dễ thương.
나마 (라마)나마교 Lạt ma, Lạt ma giáo.
나막신 guốc gỗ. ~끈 quai guốc.
나맥 (보리쌀) lúa mạch.
나머지 còn lại, phần còn lại. dư(thặng) số, 나머지 상품 hàng hoá ~. ~ 재산 dư sản, ~수 số ~, số dư, 나머지 사람은 어디 있나요?

Những người ~ ở đâu? 먹고 남은 것 đồ ăn thừa.
나무 cây. mộc, ~를 베다 chặt(xẻ) cây. ~ 밑에서 dưới gốc cây. ~를 말리다 phơi củi, ~에 올라가다 trèo (lên) cây. leo cây.뽕~ cây dâu. ~ 그늘(그 림자) bóng cây, bóng mát. ~상자 thùng gỗ. hòm gỗ. ~토막 khúc gỗ, trấn cản, (속) 나무가 독하면 열매가 없고 여자가 독하면 자식이 없다. cây độc không có quả, gái độc không có con. ~ 하러가다 đi củi, ~는 열매를 맺는다 cây sinh trái. ~에서 떨어지다 ở trên cây tụt xuống, ~의 옹이 mắt gỗ, ~에 물을 주다 tưới tắm, ~를 돌보다 chăm bón, ~가 없는 산 đồi trọc. ~한 그루 도 없다 cây cỏ trọi trơn, ~를 깎아 vạc gỗ, ~를 쓰러뜨리다 ngả(hạ) cây. ~를 뽑다 bứng cây. nhổ cây.(반) ~를 심다 trồng cây(trọt), ~를 타다 leo cây. ~에 구멍을 내다(곤충이) ăn gỗ. ~를 흔들다 rung cây, 나뭇가지 끝을 잘라내다 ngắt ngọn, ~쟁반 mâm gỗ. ~의 진 nhựa mủ. 나무에서 과실이 떨어지도록 흔들다 rung cây cho trái rụng. ~가지가 행인을 가로막다 thác lác.
나무가 없는 trụi cây.
나무결 thớ gỗ(cây).
(명)나무는 다른 것보다 자신의 팔자에 잘 순응하는 것 같애 나는 나무가 좋다 Tôi thích cái cây vì cây biết phục tùng số phận của mình hơn các thứ khác.
(속) 나무에 오르라 하고 흔든다(남을 해치고자 덫을 놓는 나쁜 사람)

Nói người ta leo cây rồi rung(người xấu có ý gài bẫy hại người).
나무에 흙을 북돋아 주다 vun cây.
(명) 나무는 보고 숲을 보지 못하는(본질을 볼줄 모르는)thấy cây không thấy rừng.
나뭇군 tiều phu. sơn tràng.
나뭇잎 lá cây, ~사이로 qua khe lá, ~이 스치는 소리 loạt xoạt. 사악사악 소리나다 kêu loạt xoạt. ~이 바스락 거리는 소리 xạc xào.
나뭇가지 nhánh cây, ~가 뻗치다 xòe.
나무꼭대기 ngọn cây. thụ mạt.
나무다리 cầu bằng gỗ.
나무라다 (꾸짖다) la(xỉ) mắng, mắng mỏ. rầy, quấy rầy, 나무람을 듣다 bị ~.
나무로 된 패 thẻ bài.
나무목다리(버팀) nạnh.
나무 벤치 tràng kỷ.
나무사다리 thang cây, thang gỗ.
나무 속심 lõi cây.
(속) 나무에 올라 고기를 구한다(있을 수 없는 곳에서 물건을 찾는 무익한 일) Leo lên cây tìm cá(tìm vật ở nơi không thể có, làm chuyện vô ích).
나무 이름(식물) vông.
나무 자의 단위 thước mộc.
나무 절단기 kéo tỉa cây.
나무조각 phiến gỗ.
나무좀(곤충) mọt.
나미아미타불 nam mô a di đà phật (lời cầu khấn trời phật).
나무주걱 xêu.
나무침대 phản gỗ, mảnh ván.
나무하다 đốn củi, chặt củi.

나무통발(고기잡이) te.
나뭇꾼 người đốn củi. tiều phu.
나물 rau tươi, rau trộn.
나빠지다 trở nên xấu. sinh tệ, 병이 더 ~ bệnh trở nên nặng.
나쁜 xấu xa, xấu xí. tệ, dở,(반) 좋은 tốt, 나쁜 짓 hành động ~. 나쁜놈 thằng đểu, chiên ghẻ, kẻ xấu xa. ~금 vàng dở, 품질이 나쁘다 chất lượng kém (không tốt). 나쁘게 생각하다 suy nghĩ xấu xa. 나쁘게 말하다 nói xấu, 나쁜책 sách vở xấu. ~평판 ô danh, 나쁜 습관 thói xấu, tất xấu. ...할 ~마음을 가지다 đang tâm, đang tay, ~성격 nết xấu, ~소식 tin xấu, hung tín, ngạc báo, tiếng ác, ~의미로 바뀌다 sang nghĩa xấu xa. ~버릇 tật. tịt, thói, 머리 흔드는 버릇 tịt hay lắc đầu, ~습성을 되풀이 하는 ngựa quen đường cũ. ~ 버릇이 되다 quen thói. thành dịch, ~일을 하려고 모이다 tụ bạ.
(명) 나쁜 친구와 함께 있느니 보다 혼자 있는 편이 더 낫다 Chơi bạn xấu thì ở một mình còn tốt hơn.
나쁜 결과가 되다 xui nên.
나쁜 길로 빠지게하다(…을) luân lạc.
나쁜놈들과 몰래 내통하다 thậm thụt với kẻ xấu.
나쁜 면 bề trái.
나쁜 명성 tiếng xấu.
나쁜 버릇 thói. tịt. 배신하는 ~ thói bội bạc. 머리를 흔드는 버릇 tịt hay lắc đầu. ~이 되다 thành dịch.
나쁜 소리는 오래 남는다 tiếng còn bia danh.
나쁜 의도 tim đen. (생각)ý xấu.

나쁜 일에 동조하다 vào hùa.
나쁜 일을 도모하려고 모이다 tụ bạ.
나쁜 일을 선동하다 xui xiểm.
나쁜 수단 thủ đoạn.
나박 (깍두기. 총각)김치 kim chi củ cải.
나방(누에) con ngài.
나발 (팔) cây kèn, loa.
나병 bệnh cùi (hủi), bệnh phong. 나병원 trại hủi, 나병환자 bệnh nhân cùi. ~ 치료소 trại cùi bến sắn.
나부 (벗은 여자) phụ nữ khỏa thân.
나부끼다 rủ xuống, (펄럭이다) phất phơ. 깃발이 바람에 펄럭거리다 lá cờ ~ trước gió.
나부랑이 (조각) miếng, mảnh. 종이~ miếng giấy.
나불거리다 vẫy, đung. 입을 나불거리다 nói huyên thuyên.
나불나불지꺼리는 nhạy miệng.
나붓이 (부드럽게 점잖게) dịu dàng, êm ái. 나붓이 절하다 chào một cách ~.
나비 con bướm. 호 điệp, ~와 벌 bướm ong.나비넥타이 cà vạt bướm. 나, ~유충 sâu bướm. (너비) bề rộng.
나삐 (나쁘게) xấu. 나삐보다 nhìn xấu.
나비춤 vũ điệu bướm.
나사 vít.. (나사못)đinh ốc, xoắn ốc, 나사로 조이다 siết ốc, siết vít. ~ 조이는 기구 chìa vít. ~못 의 머리 trôn ốc, ~못을 돌리다 xoáy trôn ốc. ~를 풀다 tháo ~.
나사(모직) vải len
나사렛(성경) Na-xa-rét.
나사송곳 ống xăm.
나서다 bước ra, đứng ra, xuất hiện.

집을 나서다 ra khỏi nhà. (간섭하다) can thiệp, xen vào. 네가 나설 일이 아니다 không phải lo việc của anh. 나서서 말하다 đứng ra mà nói
나선상 (형) hình xoắn ốc, loa, đường xoắn ốc. 나선계단 (에스카레이터) cầu thang cuốn.
나슨 (느슨)하다 lỏng lẻo, thả lỏng.
나아가다 tiến lên(tới), bước ra, tiến triển. (좋아지다) đã khá hơn.
나아가고 물러서다 tiến thoái.
나아지다(개선) cải tiến, (호전되다)thuyên giảm.
나약하다 nhu nhược, hèn yếu. mềm, 나약한 태도 thái độ mềm, 나약해지다 sờn lòng (chí).
나열 (배열) 하다 bày biện, xếp vào hàng. la liệt.
나오다 ra, ra ngoài, bước ra. trở ra, (태양이) ló ra, 태양이 막 나오고 있는 중이다 mặt trời vừa ló ra, 집에서 밖에 나오지 마세요 đừng đi ra ngoài. 피가 ~ chảy máu. 회사에 ~ tới công ty. 신문에 ~xuất hiện trên báo chí. 월급이 ~ có lương. 좋은결과가 ~ có kết quả tốt. 이 책은 막 나왔다 sách này vừa phát hành.
나오다(낳다) đâm. 싹이 ~ ~ mầm.
나오시오 ra đây.
나위 xứng đáng, tuyệt vời. 아내로서 더할 나위 없다 là một người vợ tuyệt vời.
나이 tuổi, tuổi tác, trạc tuổi, xuân xanh. 제 ~에 nhìn vào tuổi tôi. ~가 많다 nhiều tuổi. ~ 순서로 theo thứ tự tuổi. ~가 어린 ít(nhỏ) tuổi,

non dại, trứng nước, 아직 어린 아이 con còn trứng nước, 결혼 ~가 되다 tới tuổi lập gia đình. ~가 같다 bằng trạc, ~가 몇입니까? Bao nhiêu tuổi (xuân xanh)? ~를 우려하다 nề hà tuổi tác. ~ 를 먹다 đã có tuổi rồi, luống tuổi, ~를 잊다 vong niên, ~ 가 70 이 다되다 tuổi đời đã gần 70. ~ 들고 약해지다 tuổi già sức yếu. 나이가 든 nhiều(lớn) tuổi, ~ 아린 첩 하ầu non, ~든 사람들 ông già bà cả. ~ 어린 하인 thằng nhỏ. 나이 지긋한 하녀 u em. ~가 많은 여자 mẹ. 나이 많은 사람(존칭) tiên sinh.
나이테 vòng gỗ.
나이가 들어 비틀거리며 걷다 đi lụm cụm.
(속) 나이 이길 장사 없다(젊을 때 아무리 건강할지라도 늙어지면 약해 진다 그것이 인간의 생노병사의 규칙이다) Không có tráng sĩ thắng được tuổi già(lúc trẻ có khỏe mạnh đến mấy thì về già cũng yếu đi, đó là qui luật sinh lão bệnh tử của con người).
나이브 (순진함) chất phát, ngây thơ.
나이아가라 폭포 thác nước Niagara.
나이트 (밤) buổi tối, đêm. 나이트 크럽 hợp đêm, vũ trường(캬바레) (night club) câu lạc bộ đêm.
나이팅 게일 chim hoạ mi.
나이프 (칼) con dao.
나인 (궁녀) cung nữ, thị nữ.
나일강 sông Nil.
나일론 ny-lông.
나이값 cách cư xử theo tuổi tác.
나자빠지다 ngã nhào(lăn).

나자신 tao, choa. bản ngã.
나전 (자개로 만든 공예품) ốc xà cừ.
나전어 tiếng La Tinh.
나절 (날의 한동안) nửa ngày. 한나절 nửa ngày. 반나절 một phần tư ngày.
나졸 người tuần tra.
나중에 sau đó, sau này. mai mốt, rồi thì. (반)처음에 lần đầu.
나찌당원 đảng viên đảng quốc xã.
나찌즘 chủ nghĩa quốc xã.
나지막하다 hơi thấp.
나직이 말하다 nói nhỏ, nói thì thầm.
나직하다 hơi thấp. (신분이) thấp kém.
나처럼(나와같이) như mình.
나체 khỏa(lõa) thân, ở truồng, ~미 vẻ đẹp ~. 반~ bán ~. ~화 hội họa ~.
나체의 tô hô. trần trùng trục.
나치하다 (잡아감) bắt giữ.
나침판 la(địa) bàn. (길잡이) kim chỉ nam, 항해용 ~ la bàn hàng hải. ~의 바늘 kim nam châm.
나타나다 xuất hiện. hiện lên(ra), nảy sinh, ra mặt, trở ra, (반)숨다 ẩn náu, (보여지다) hiển hiện, 갑자기 ~ đột nhiên ~. 효과가 ~ có hiệu quả. 나타나 보이다 hiện ra sừng sững.
나타내다 biểu hiện, thể hiện, biểu thị. ló. tỏ vẻ, 노염을 ~ biểu hiện tức giận. 그 배가 시야속으로 들어오다 chiếc tàu ló.
나태하다 lười biếng, lờ đờ, chậm chạp.
나태해서...하려고 하지 않는 trây lười.
나토 NATO khối quân sự Bắc Đại Tây Dương.

나팔 (나발) kèn. loa, 나팔수 người thổi kèn. thợ kèn.
나팔소리 tò te.
나팔꽃 hoa loa kèn, hoa tía. 나팔관 (해부) vòi trứng.
나포하다 truy nã, bắt giữ. tróc nã. 범인 을 ~ ~ phạm nhân, 흉악범을 잡다 tróc nã hung thủ.
나프탈린(방취제) long não. băng phiến.
나혼자 있게 해주세요 xin để tôi yên.
나획하다 (잡다) bắt giữ.
나훔(성경) Na-hum.
나흘날 ngày thứ tư. 나흘 bốn ngày.
낙 (즐거움) sự vui vẻ, thích thú, hài lòng. 독서의 낙 thích thú (say mê) đọc sách.
낙관 lạc quan. yêu đời,(반)비관 bi quan, 낙관적인 생각 suy nghĩ một cách ~. ~적인 태도 thái độ ~, ~주의 chủ nghĩa ~, 장래를 낙관하다 ~ về tương lai. 너무 낙관하지 마세요 đừng ~ quá! 낙관적인 사람(낙관주의 자) người lạc quan (반)비관적인 사람 người bi quan.
낙관 lạc khoản. (도장을 찍음) ký tên và đóng dấu. ~을 찍다 ấn lạc khoản.
낙농 (우유를 생산하는 농업) nông trường bò sữa. ~가 người nuôi bò sữa. 낙농장 trại bò sữa. ~업자 trại làm sữa và bơ. ~제품 sản phẩm từ bò sữa.
낙담하다 nản chí(lòng), chán nản, thất vọng. ngao ngán.
낙담(우울)tình trạng trầm trệ.
낙도 hòn đảo xa xôi.
낙락장송 cây thông cao xum xuê.

낙뢰 (벼락) sấm sét. 낙뢰를 당하다 bị sét đánh.
낙루하다 rơi lệ, khóc lóc.
낙마하다 bị ngã ngựa.
낙망하다 thất vọng.
낙망시키다(의지를 꺽다) tỏa chí. nản lòng.
낙방하다 thi rớt(trượt), bị hỏng thi.
낙상하다 ngã, ngã té.
낙서하다 viết ẩu, viết cẩu thả, viết loạn (bay). 낙서금지 cấm viết bay. 벽에 낙서하다 viết bay lên tường.
낙석 vẫn thạch (đá), đá lăn. đôi thạch, 낙석주의 đề phòng đá lăn.
낙선하다 thất cử, thi rớt, không trúng cử. 낙선자 người bị thất cử (người không được chọn). 출품이 bị loại ra.
낙성 (공사를 다 끝냄) lạc thành, hoàn thành. 낙성식 lễ ~, lễ khánh thành. lễ lạc thành.
낙수 홈통 máng xối
낙숫물 giọt mưa rơi. nước mái giọt. (속) 낙숫물이 댓돌(섬돌)을 뚫는다 (힘이 약하지만 오래 지속하면 성공한다) Nước mái giọt đục thủng đá bậc thang(tuy sức yếu nhưng kiên trì trong thời gian dài thì sẽ thành công).
낙승하다 chiến thắng dễ dàng.
낚시 câu. ~질하다 câu cá, đi câu, 낚싯대 cần câu, ~줄 dây câu cá. ~를 드리우다 buông câu. 낚싯배 ghe(thuyền) câu. ~바늘끝 ngạnh.
낚시줄 찌 phao câu. ~바늘을 드리우다 thả cầu.
낙심하다 nản lòng, nản chí, ngã lòng,

thất vọng.
낚아채다 vồ lấy. 무언가를 ~ ~ vật gì.
낙엽 lá rụng. lá vàng(khô), ~이 지다 la rụng. ~수 cây rụng lá. ~을 밟으며 산책하다 đi dạo dẫm trên lá rụng.
낙엽이 진 xơ xác.
낙오하다 lạc hậu, thụt lùi. 낙오자 kẻ rớt đài, người lạc hậu.
낙원 lạc viên, thiên thai, (천국) thiên đường, cõi cực lạc. (반) 지옥 địa ngục.
낙인 dấu hiệu sỉ nhục. 그는반역자란 낙인이 찍혔다 hắn có nốt dát sỉ nhục là kẻ phản bội.
낙장 (책의 장수가 빠짐) những trang bị thiếu hụt.
낙제하다 lạc đệ, thi trượt (thi rớt). đánh(bị) rớt, 낙제생 học trò thi trượt (thi rớt).
낙제시키다 truy, 수험생을 ~ ~ một thí sinh.
낙조 (석양.황혼) mặt trời lặn, hoàng hôn, lạc chiếu.
낙지 bạch tuột nhỏ. mực ma, ~볶음 mực xào.
낙진 chất thải phóng xạ.
낙차 chênh lệch nước rơi.
낙착 (일이 끝남) kết thúc, giải quyết. 낙착짓다 đi đến ~.
낙찰되다 thầu. 낙찰하다 đấu thầu thành công, trúng thầu. 낙찰가 (격) giá cả theo hợp đồng. 낙찰인 người bỏ thầu.
낙천적 lạc quan. 낙천가 người ~. 낙천주의 chủ nghĩa ~.
낙타 lạc đà.
낙태하다 phá(lạc) thai, nạo thai. thôi thai, 낙태수술 phẫu thuật ~. 낙태약 thuốc phá thai. 인공낙태 phá thai bằng thuốc
낙토 lạc thổ.
낙하하다 nhảy xuống, nhảy dù.
낙하산 cái dù. 낙하산으로 내리다 xuống bằng dù. thả dù,낙하산을 펴다 mở dù. 낙하병 quân dù, lính dù. 낙하산부대 bộ đội nhảy dù. 낙하산으로 탈출하다 trốn thoát bằng dù. 낙하지역 khu vực nhảy dù. ~을 투하하다 thả dù.
낙하산의 멜빵 đai dù.
낙향하다 trở về nông thôn (quê hương).
낙화하다 hoa rụng, hoa rơi lả tả.
낙화생 (땅콩) đậu phụng (남), đậu lạc (북). lạc hoa sinh.
낙후하다 lạc hậu, thụt lùi.(반)진보하다 tiến bộ, 낙후된 경제 nền kinh tế ~.
낚다 câu cá, đánh cá. 강에서 고기를 ~ câu cá ở sông.
낚싯대 cần câu (cá).
낚시 câu cá. 낚시꾼 thợ ~. 낚시도구 đồ ~. 낚시터 bãi câu. 낚시 바늘 lưỡi câu. ~밥 mồi câu. ~줄 dây câu. 낚싯배 thuyền câu cá. 낚시질 sự câu cá. ~ 바늘을 드리우다 thả câu.
난(어려움) nan.
난(난초) hoa lan, (신문의)cột chữ. (반란) loạn,
난을 일으키다 khởi(tác) loạn.
난을 평정하다 trị loạn.
난간 lan can.
난감한 (어려운) khó chịu, không thể chịu đựng.

난공불락의 요새 pháo đài vững chắc, hiểm trở, hiểm yếu.
난관 (장애) vướng mắc, cản trở, khó khăn. chông gai. (어려움) gian nan, ~에 봉착하다 đi đến (gặp) ~. ~을 극 복하다 vượt qua sự khó khăn.
(명)난관을 극복함으로써 영웅이 된다 Nếu có thể khắc phục được khó khăn thì có thể sẽ trở thành anh hùng.
난관에서 빠져나오다 xở.
난관없이 잘풀리는(성어)thông đồng bén giọt.
난국 tình hình khó khăn. 난국 (곤경)에 처하다 tuyệt lộ, đường cùn.
난군 (반란을 일으킨 군대) đội quân phản loạn.
난대 miền nhiệt đới, vùng nhiệt đới.
난데없이 (갑자기) bất ngờ, đột nhiên.
난도질하다 cắt xé vụn (tan), thái xé nhuyễn.
난독하다 đọc bừa bãi. 난독가 người ~.
난동 rối loạn, náo động, quấy rầy.
난로 lò, vỏ~ lò sưởi. 가스 난로 lò ga. 석유~ lò dầu do. 전기 ~ lò điện. 난로를 피우다 đốt lò sưởi, ~에 불을 붙이다 thắp đuốc.
난류 hải lưu ấm, dòng nước hơi nóng.
난리 loạn ly, 소식을 듣고 집안이 난리가 났다 sau khi nghe tin cả nhà loạn ly cả lên. (전쟁) chiến tranh, khó khăn. 물난리 nạn nước lụt. 난리 (전쟁)가 나다 chiến tranh bùng nổ. ~를 진압하다 dẹp loạn.
난립하다 nhiều người tranh cử.
난만하다 (꽃이) hoa nở nhiều.
난망 (잊기 어렵다) không thể quên được, khó quên mất. 백골난망(은혜가) chẳng bao giờ quên ơn.
난맥 tình hình hỗn loạn, lộn xộn.
난무하다 (어지럽게 내리다) nhảy xuống xối xả. 눈이 ~ tuyết rơi xối xả.
난문제 vấn đề khó khăn. 난문제를 풀다 giải quyết ~.
난민 nạn nhân(dân). tai dân, 전쟁 난민 ~ chiến tranh. ~을 구조하다 cứu giúp ~.
난발 bắn bừa bãi, bắn ẩu. (남발) lạm phát tiền. (헝클어진 머리) tóc bù xù.
난방 sưởi nền, phòng sưởi. 난방시설 thiết bị sưởi. 난방중 문 닫아주세요. phòng đang sưởi đóng cửa dùm!
난봉부리다 lăng nhăng, phóng đãng. 난봉군 kẻ ~. đãng tử.
난사 (어려운 일) việc khó khăn. (총을 마구쏘다) bắn súng bừa bãi. loạn xạ. bắn vung tàn tán.
난사람 (뛰어난 사람) người xuất sắc, người có năng lực đặc biệt.
난산 (어렵게 아이를 낳음) khó đẻ con, khó sanh con.
난삽 (어렵게 진행됨) tiến hành khó khăn.
난색 không sẵn lòng. 난색을 보이다 vẻ mặt ~.
난생 đẻ trứng. noãn sinh, 난생동물 động vật ~.
난생 처음이다 có kinh nghiệm đầu đời.
난세 (어지러운 세상) trần (thời) hỗn loạn (nhiễu nhương). loạn thế, 난세포 tế bào trứng. noãn bào

난소 ổ trứng, noãn sào, 난소염 viêm ~.
난수표 bảng số lộn xộn.
난숙하다 (잘익다) chín rục (nấu).
난시 (난세) thời hỗn loạn.
난시(의학) loạn thị. 난시의 chứng~.
난신 thần hạ làm rối loạn đất nước.
난심 (어지러운 마음) rối lòng.
난외 (신문의) khoảng trống trên báo.
난용 (남용.마구씀) lạm dụng.
난이 (어려움과 쉬움) khó và dễ. 난이도 độ ~.
난입하다 vào bừa bãi. xông xáo, 남의 집에 ~ xông xáo vào nhà người ta. 난입자 kẻ ~.
난자 tế bào trứng. buồng trứng, noãn tử, trứng(반)정자 tinh trùng.
난자하다 (마구 찌름) đâm mạnh.
난잡한 bừa bãi, lộn xộn. nham nhở. ~ 남녀관계 điếm đàng.
난잡하게 rối mắt. bừa bãi. ~살다 sống ~.
난장판 quang cảnh rối loạn (lộn xộn).
난장이 chú lùn, thằng lùn, người cọc
난적 quân rối loạn.
난전 cuộc hỗn chiến.
난점 vấn đề gay go, điểm khó khăn.
난제 vấn đề khó khăn, nan(nạn) đề.
난조 hỗn loạn, rối loạn.
난증 (낫기 어려운 증세) chứng nan y.
난처한 khó xử, phân vân, lúng túng, rắc rối. 난처한 입장 tình trạng ~. 난처한(결정할 수 없는) 문제 vấn đề phân vân. 난처하게 하다 quấy quả. làm phân vân. ~책임을 회피하다 tránh tiếng.
난청 nặng tai.
난초 hoa lan. ~의 어린 가지 rò lan.
난측 (알기 어려움) không biết rõ,

khó đoán.
난치 khó chữa bệnh, nan y(trị). 난치병 bệnh nan y.
난타하다 cứ đánh mạnh, đấm liên tục, đánh túi bụi, loạn đả(ẩu)..
난투 cuộc đánh lộn, ẩu đả.
난파 (따뜻한 공기) không khí ấm áp. (반) 한파 không khí lạnh.
난파선 tàu đã phá tan. tàu bị nạn.
난포(소낭) nan quả.
난폭한 bạo lực. thô bạo, hoạnh họe, ~ 사람 kẻ dữ dội. ~언어 lời thô kệch.
난폭하게 차를 몰다 lái xe ẩu, 난폭하게 싸우다 đánh nhau thô bạo
난필 chữ viết cẩu thả.
난항 chuyến bay khó khăn.
난해한 khó hiểu. nan giải. tối nghĩa, ~ 문구 câu văn tối nghĩa.
난행 (불교) tu khổ hạnh.
난행 (난폭한 행동) hành động dữ dội.
난형난제 (막상막하: 비슷비슷함) tương tự, gần giống nhau. (속어) cá đối bằng đầu.
난황(노른자위) noãn hoàng.
낟알 hột, hạt.
낟가리 đống rơm, cỏ khô.
날 ngày. nhật, 날로 mỗi ngày, ngày càng. 어느날 ngày nào đó. 날마다 mỗi ngày. 날씨 thời tiết. ~이 밝아서 sáng ra. ~을 정하다 định ~. 날이 갈수록 ngày càng. 날이 저물다 ngày tàn xế. xế chiều, 날이 갈수록 좋게 하다 trau dồi. 날이 어두워 지고 있다 trời bắt đầu u ám. 날이 갈수록 안좋은 càng ngày càng tệ.
날 (칼의) lưỡi dao. (날것) thức ăn

sống. 날계란 trứng còn sống. 날이 무딘 가위 kéo mũi tròn.

날강도 kẻ cướp, kẻ cướp bóc.

날개 cánh chim. 비행기 ~ cánh máy bay. 날개를 치다 vỗ cánh. ~를 펴다 sải cánh, tung(giương) cánh, xoải, 날개 돋친 듯 팔리다 bán chạy, bán đắt hàng như tôm tươi. 날개죽지 đầu cánh. 두~를 펴다 sải cánh, ~를 탁탁치다 vỗ cánh rào rào. đập cánh lạch phạch. ~깃을 다듬다 ria lông ria cánh. ~를 달다 chắp cánh. ~가 없는 không cánh, ~도 없이 나르려 한다 không cánh mà bay. ~를 늘어 뜨리다 sã cánh. ~를 나란히 해서 날다 bay sát cánh. ~를 접다 xếp cánh.

날개짓하다 vỗ cánh.

날것 đồ sống, tươi, thức ăn còn sống. ~으로 먹다 ăn tươi(gỏi), nuốt sống(tươi), 날고기 thịt còn sống.

날계란 trứng sống.

날김치 (생김치) kim chi mới làm, kim chi chưa chua.

날다 bay. 살살 ~ bay là là, hoảng을 ~ bay lên trời. 높게 ~ bay cao. (반) 낮게 ~ bay thấp. 나는 듯이 달리다 chạy như gió. 이리저리~ bay lượn, bay liệng, 빨리 ~ ~ vèo. 나는듯이 빨리 vèo vèo, 오토 바이가 나는듯이 달리다 xe máy chạy vèo vèo.

(속) 나는 새도 떨어뜨리고 닫는 짐승도 못 가게 한다(경국지색의 여자를 칭송함) Chim đang bay cũng phải rơi, thú đang chạy cũng phải dừng(ca ngợi sắc đẹp nghiêng nước nghiêng thành của người phụ nữ).

날다 (빛깔이 바래다) phai màu, bị đổi màu.

낡은 cũ, ~일을 없애다 xí xóa chuyện cũ.

낡고 더러운 tàu. ~ 상의 áo mặc đã tàu.

날도둑놈 (날강도) kẻ cướp.

날다람쥐 con sóc bay.

날뛰다 nhảy múa, nhảy nhót, phởn phơ, (미쳐서) nổi điên. 기뻐 ~ nhảy cẫng.

날라리 (악기) kèn Clarinet.

날랜 (빠른) nhanh, mau lẹ. lẹ. 화살같이 날랜 lẹ như chớp nhóng.

(속) 날랜 토끼 잡고 나면 그 사냥개도 잡아 먹는다(은혜를 곧 잊어버리는 태도 암시) Bắt xong con thỏ nhanh nhẹn, ăn thịt cả con chó(ám chỉ thái độ vô ơn ngay).

날려보내다 thả cho bay. 비둘기를 ~ thả chim bồ câu. 새를 ~ thả chim. (재산을) tiêu tan, phung phí. 주색에 가산을 ~ ăn chơi tiêu tán.

날렵하다 tháo vác, thông minh, sắc sảo.

날로 (생으로)날로 먹다 ăn sống. (점점) 날로 발전하다 ngày càng phát triển hơn. ~좋아지다 càng ngày càng khá. ~삼키다 nuốt sống.

날름 (날쌔게) mau lẹ, nhanh chóng.

날름 거리다 thè thụt. 혀를~ thè lưỡi. 뱀이 혀를 ~ con rắn thè lưỡi.

날름쇠 (벨브) ống van. (총의) cò súng. (용수철) lò xo.

날리다 thả, làm cho bay. 연을~ thả diều. 먼지를 ~ phủi bụi. 도박으

ㄴ

로 재산을 ~ tài sản bay hết vì đánh bạc. 바람에 모자를 ~ bị bay cái nón vì gió. 이름을 ~ nổi tiếng. 깃발이~ cờ tung bay trong gió.
날림 (아무렇게나 만듦) 날림공사 công trình cẩu thả.
날마다 hàng (hằng) ngày, mỗi ngày. trấn nhật.
날빛 (햇빛) ánh sáng mặt trời.
날삯 (일당) lương công nhật, lương một ngày làm.
날밤새우다 thức suốt đêm (cả đêm).
날받이 việc quyết định ngày (kết hôn, đi du lịch).
날쎄다 nhanh chóng, mau lẹ.
날쎄게 tót, ~ 오르다 leo ~
날샐녘 (새벽) sáng sớm, bình minh, rạng đông.
날생선 cá sống.
날서다 (날카롭다) sắc bén. 칼을 날세우다 mài dao.
날수 (일수) số ngày. 날수가 좋다 ngày may mắn. (반) 일수가 나쁘다 ngày xui xẻo.
날씨 trời, thời tiết. thiên thời, 날씨가 좋다 trời đẹp, trời nắng, 나쁜 ~ ~ xấu, 좋은 ~ ~ đẹp, ~가 변하다 trở trời, 날씨가 맑다 thời tiết trong lành, 일기 예보 dự báo ~. 오늘 날씨는 어떤가? ~ hôm nay thế nào?날씨가 따뜻하다 trời ấm. ~가 비가온다 ~ mưa, ~가 변하다 giờ trời, 온화한~ thời tiết ôn hoà. ~가 너무 덥다 trời oi bức quá, 날씨가 불규칙하다 thời tiết không ổn định. 비가 오지 않으면 좋겠는데 ước gì không mưa.날씨가

흐리다 trời có mây. ~가 좋아지다 tạnh trời.
날씬하다 thon thả, thon gọn, thanh mảnh,(반) 뚱뚱한 béo, (호리호리한)mảnh khảnh, mảnh mai. 날씬한 몸매 dáng người thon thả, thân hình thon thả. 날씬한 여자 người phụ nữ thon thả.
날아가다 bay đi mất. 새가 ~ chim bay đi mất. 모가지가 ~ bị sa thải. 날이 저물다 xế chiều.
날아서 흩어지다 bay tan tác.
날아가버리다(손실) thất thoát
날인하다 đóng dấu. nhật ấn, 서명 ~ ký tên. 날인자 người ~.
날짜 ngày tháng. ~가 없다 không ghi ~. 날자를 정하다 định ~. ~를 써 넣다 để ngày, 결혼 ~ ngày kết hôn.
날짝지근하다 (나른하다) mệt mỏi, uể oải.
날조 (위조)하다 bịa(đơm) đặt. điêu ngoa, đặt bày(chuyện), đặt để, thêu dệt. nguỵ(niết) tạo, dựng đứng, 날조자 người ~. 날조된 이야기 chuyện ~. 모든 이야기를 ~ thêu dệt đủ mọi chuyện.
날줄(경도.경선) kinh độ tuyến. (반) 씨줄 (위선.위도) vĩ độ (tuyến).
날짐승 loài chim (cầm). ~과 들짐승 chim muông
날치 (물고기) cá chuồn.
날치기하다 bắt lấy, cướp giật. bắt cóc, ~꾼 kẻ giật đồ.
날카롭다 sắc bén. nhọn sắc, nhọn, chua chát. 날카로운 칼 dao ~. (반)무딘칼 dao cùn, 날카로운 눈 mắt ~. 날카로운 가시 gai nhọn,

날카로운 눈매를 갖다 tráo trưng, 날카롭게 말하는 ăn nói sắc sảo, 날카롭게 하다 mài cho ~. 날카로운 모서리 sắc cạnh. (예리한) sắc sảo.
날파람 (날카로운 기세) thế lực sắc bén, hăng hái.
날포 며칠 ngày.
날품 việc làm công nhật. ~삯 lương công nhật.
날품팔이 người ăn lương công nhật. người phu phen. ~ 노동자 người làm công.
낡다 sờn, cũ, mòn. tả tơi. 낡은 가구 đồ đạt mòn cũ. 낡은 습관 thói quen (tập quán) cũ. 낡은 생각 suy nghĩ cũ (lỗi thời, tụt hậu). 낡은 hơi cũ, (중고)차 xe cũ, xe đã qua sử dụng. 낡은 옷 áo quần tả tơi. 낡은 것을 새것으로 바꾸다 (성어)thay cũ đổi mới.
남(방향) nam
남남 북녀(남쪽 남자는 재주가 좋고, 북쪽 여자는 인물이 예쁘다) Trai nam gái bắc, (đàn ông miền nam tài giỏi, phụ nữ miền bắc xinh đẹp).
남 (타인) người khác. 남모르는 비밀 bí mật ~ không biết. 남앞에 trước mặt ~. 남에게 이야기하다 nói với ~. 남에게 의존하다 dựa vào ~. 남의 물건에 손대지 마세요 đừng động vào đồ ~. 남녀 nam nữ. 남 모르는 투쟁 cuộc chiến đấu thầm lặng.
남이 말못하게 혼자 독점하다 nói tướp.
남의 약점을 이용하다 ăn chẹt.

남과 어울리지 못하다(사교성이 없다) khủng khỉnh, 사교성도 없고 거드름 피운다 ~ làm cao.
(명) 남을 가르치는 일은 스스로 배우는 일이다 Việc dạy cho người khác chính là tự học.
(속) 남에게 원한을 맺어 놓은 것은 곧 재앙의 씨가 된다(누구에게 원수지거나 원망하지 말라) Oán người khác, đó là mầm mống của tai ương, (chớ gây thù chuốc oán với ai).
(속) 남의 눈에 눈물 내면 제 눈에는 피눈물 난다(남에게 해를 끼치면 더 큰 징벌을 받는다) Nếu làm người khác chảy nước mắt thì mình sẽ phải chảy máu mắt(mình gây hại cho người khác thì sẽ bị trừng phạt nặng hơn).
남에게 폐를 끼치며 살다 ăn hại.
남의 마음을 사로잡다 thu phục lòng người.
남의 마음을 상하지 않도록하다 nể..
남의 일을 맡아하다 thay lai.
남이 말 못하게 혼자 독점하다 nói tướp.
남이 이루어놓은 결과를 즐기다 tọa hưởng kì thành.
남을 과소평가하고 자신을 과대평가하다 tự thị.
남을 모함하다 ăn không nói có.
남을 위해 대신 죽다 thế mạng.
남 등쳐먹고 사는 사람(비유)ngồi mát ăn bát vàng.
남간호사 nam y tá.
남몰래 괴로워하다 uất ức ngấm ngầm.
남반구 nam bán cầu.
남보다 뛰어난(발군의) lỗi lạc.

ㄴ

(속) 남의 돈 천냥이 내 돈 한푼만 못하다(많고 적고 간에 내 돈이 훨씬 귀하다) Ngàn lạng tiền người không bằng một xu tiền mình(dù ít dù nhiều, tiền của mình vẫn quý hơn cả).
남의 말에 따르다 nghe lời.
(속) 남의 밥에 든 콩이 굵어 보인다(남의 것을 탐한다) Hạt đậu trong bát cơm người khác thấy to hơn(tham của người khác).
(속) 남의 사위 오거나 가거나(다른 사람 일에 의견을 낼 필요가 없다) Con rể người khác mặc đến hay đi (không cần thiết tham gia ý kiến vào việc của người khác).
남의 약점을 건드리다 chạm nọc.
남의 약점을 들춰내다 bới móc.
남의 떡이 더 커보인다 đứng núi này trong núi nọ
남의 의견에 따르다 lĩnh ý.
남의 일에 참견하다 chõ miệng.
남의 일을 맡아하다 thay lại.
(속) 남의 장단에 춤춘다(자신의 의견은 없이 남의 의견만 따른다) Múa theo nhịp dài nhịp ngắn của người khác(bản thân mình không có chủ kiến, chạy theo ý người khác).
남의 재산을 자기것으로 만들다 tơ hào.
남의 집에 얹혀 살다 trú ngụ.
(속) 남의 집 금송아지가 우리집 송아지만 못하다(언제나 내것이 남의 것보다 낫다) Bê vàng nhà người không bằng bê nhà mình(của mình lúc nào cũng tốt hơn của người khác).
(명) 남의 칭찬을 받고 싶거든, 자기 칭찬을 하지 말아라 Muốn người khác khen thì đừng tự khen mình.
남의 팔에 기대다 chống nẹ.
남의 호의를 이용하여 자기 이득을 취하다(속어)thấy bở đào mãi.
남 (남자) nam, đàn ông. (반) 여자 nữ, đàn bà. 남빛 (색) màu chàm, xanh đậm.
남 이발사 thợ nam.
남 아프리카(국명) Nam phi.
남자의 것(은어)con cu, 여자의 것 con chim
남가 일몽 (꿈) giấc mơ hão huyền. nam kha nhất mộng.
남겨두다 để phần, chừa, sót lại. 가르칠 시간을 ~ chừa thời giờ dạy.
남경 (남쪽(경)도시 thành phố Nam kinh.
남근 (남경) (남성의 성기) dương vật. (반) 음부 (여성의 성기) âm hộ.
남극 nam cực.(반)북극 bắc cực, ~해 nam bằng dương, ~광 nam cực quang. 남극탐험 thám hiểm nam cực.
남기다 để, dư lại, còn lại, để lại. mứa, lợi, mẹo, ~ ăn bỏ mứa, 좋은 인상을 남기다 để lại ấn tượng tốt. 이름을 후세에 ~ để lại tiếng thơm cho hậu thế. 돈을 다 쓰고 한푼도 남기지 않았다 tiêu hết tiền không lợi đồng nào, 발자국을 ~ để lại vết chân. 유산을 ~ để lại di sản. 조금도 남기지 않다 không để lại chút nào.
남김없이 hết sạch, hết nhẵn. veo, 돈을 ~ 써버리다 tiêu veo cả tiền.
남녀 nam nữ, trai gái. 남녀를 불문하고 không kể ~. 남녀관계 quan hệ

~. 남녀동등 bình đẳng ~. ~노소
 già trẻ trai gái. nam phụ lão ấu. ~
의 부정관계 chồng chung vợ chạ.
~의 장난 nguyệt hoa. ong bướm.
불순한 관계에 있는 남녀 trai gái.
남녀가 깊은 관계에 빠지다 tằng tịu.
남녀가 서로 사랑을 고백하다. trai gái tình tự với nhau.
남녀간의 비밀스런 사랑 tư tình.
남녀 구별없이 không phân biệt trai gái.
남녀유별 phân biệt giới tính nam nữ.
남녘 miền nam, về phía nam.
남다 còn lại. còn dư, thừa, lưa, (반) 부족하다 thiếu, 남은 일 việc ~. 남은고기 thịt thừa, 아직 몇 개 남아 있을까? còn lưa bao nhiêu? 남은 음식(속어)cơm thừa canh cặn. ~돈 tiền dư, 얼마 남지 않았다 không ~ bao nhiêu. 남은 원한 di hận, 남아있다 sót lại, có dư. 남은 천 vải vụn.
남아있는 dư thừa(반)모자란 thiếu.
남겨두다 chừa, 자리를 ~ ~ một chỗ.
남는게 아니라 부족할까 걱정이야 không sợ dư chỉ sợ thiếu.
남다르다 khác với người khác, hơn người, đặc biệt, riêng biệt. 남다른 노력 nỗ lực hơn người. 남달리 khác thường.
남단 cực nam.
남대문 cổng phía nam.
남동생 em trai. xá đệ.
남동풍 gió đông nam.
남루한 rách nát, lam lũ, mảnh vụn, rách rưới.
남매 chị em (trai). 삼남매 ba chị em.
남모르게 giấu giếm, giữ kín, không ai biết, giữ bí mật. 남모르는 슬

픔 nỗi buồn thầm kín. 남몰래 가다 đi lén, 남몰래 사랑하다 yêu thầm.
남 모르는(조용한)thầm lặng, ~ 투쟁 cuộc chiến đấu ~.
남몰래 thầm, âm thầm, ~사랑하다 yêu ~, 남몰래 배우다 học lỏm.
남문(궁전) ngọ môn.
남미 Nam mỹ. 남미의 thuộc ~.
남바위 (추위를 막는 모자 (옷)) áo viền lông.
남반구 nam bán cầu.
남발하다 lạm phát. 지폐의 남발 ~ tiền giấy (bạc).남발(인플레이션) sự ~.
남방 phương nam, phía nam.
남방샤스 áo thun
남벌(함부로 베다) chặt cây ẩu, chặt cây bừa bãi.
남베트남 Nam Việt(Kỳ).
남복 trang phục nam.
남부 nam bộ, miền nam. ~사람(은어) người HTV (반) 북부 사람 người VTV (HCM, TV 와 VN, TV 에서 유래된 것).
남부끄럽다 xấu hổ, hổ thẹn. 남부끄럽지 않다 không có gì đáng xấu hổ.
남부럽다 ham muốn. (반) 남부럽잖다 không ham muốn.
남부 사투리 thổ âm nam bộ.
남부여대하다 sống phiêu lưu, cuộc sống nghèo phiêu lãng.
남북 Bắc Nam. 남북전쟁 cuộc nội chiến, chiến tranh Nam Bắc. 남북통일 thống nhất Nam Bắc.
남비 nồi, lọ, ấm. ~ 뚜껑 nắp nồi. ~ 받침 cái rế, 소형~ ~ba, ~바닥 그을

음 nhọ nồi
남빛 màu chàm(lam), xanh đậm (남색)
남사당 diễn viên hát rong.
남산골 샌님 thầy giáo nghèo.
남색 màu chàm, xanh đậm.
남생이 con rùa nhỏ.
남서풍 gió tây nam.
남성 nam, đàn ông, nam giới, nam tính. mày râu, 남성적인 여자 phụ nữ nam tính. 남성미 vẻ đẹp đàn ông. (반) 여성미 vẻ đẹp phụ nữ. ~의 복 nam phục.
남성병동(병원의) trại đàn ông.
남승 nhà sư, thầy tu.
남십자성 (별) chòm sao nam thập. sao chữ thập.
남아 nam nhi, (대장부) con trai. ~선호사상 tư tưởng trọng nam. 남아답게 như đàn ông.
남아돌다 dư dả. thừa mứa, (여분)dư thừa.
남아프리카 Nam Phi. 남아연방 liên bang ~.
남아메리카 Nam Mỹ.
남양 vùng biển nam. ~군도 quần đảo biển nam.
남여 (덮개 없는 가마) kiệu không mui.
남용하다 lạm dụng. mạo lạm, 직권을 ~ lạm dụng chức quyền.
남우세스럽다 (남부끄럽다) cảm thấy xấu hổ, đáng hổ thẹn,
남위 (남쪽의 위도) vĩ độ nam. (반) 북위 vĩ độ bắc. 남위 20 도 vĩ độ 20 nam.
남유달리 (남다르다) khác thường, phi thường, khác biệt.

남유럽 nam Châu Âu. (반) 북유럽 bắc Châu Âu.
남의 것을 뜯어먹다(기식)ăn bám
남의 눈에 띄지않는 ngầm.
남의 목소리를 흉내내다 pha tiếng.
남의 아픈곳을 건드리다 chạm nọc.
남의일에 말참견하다 máy miệng.
남의 눈 quan sát, chú ý người khác.
남의 눈을 꺼리다 tránh sự chú ý. ~을 끄는 chếm chệ.
(명)남의 눈에 눈물 내면 제 눈에는 피 눈물 난다 Nếu làm người khác chảy nước mắt thì mình sẽ phải chảy máu mắt.
(속어) 남의 마누라에게 더 신경 쓰는 남편 văn mình vợ người.
남의 재산을 자기것으로 만들다 tơ hào.
남의집살다 (머슴살다) làm việc như đầy tớ. 머슴 (하인) tôi đòi, đầy tớ.
남자 đàn ông. con trai, nam nhân, (반) 여자 đàn bà, con gái. 멋있는 남자 đàn ông bảnh bao. 멋쟁이 người bảnh bao. 남자답다 đáng mặt đàn ông. 남자중의 남자 đàn ông trong giới đàn ông. 남자체면 thể diện đàn ông. 나도 남자다 tôi cũng là ~. 남자친구 bạn trai. (반) 여자친구 bạn gái. ~ 생식기 buổi. hạ bộ.
남자의 비유 râu mày. 남자들 bọn ~. 남 자다운 trông vẻ râu mày.
남자다운자 trang nam nhi.
남자는 배짱이고 여자는 절개다(남녀의 좋은 덕목).Đàn ông thì dũng cảm đàn bà thì tiết hạnh(đức tính tốt đẹp của nam nữ).

남자에 속하는 thuộc về đàn ông.
남자와 여자 sĩ nữ.
남자(비유) râu mày.
남자용 팬츠 quần đùi.
남자의 기개(호연지기) tang bồng.
남자의 긴옷 áo xiêm.
남자의 성격 nam tính.
남자에 빠진 dại trai. 남자에 빠져 정신 없는 여자 con gái ~.
남자의 연인 tình nương.
남자다운 làm trai, ~ 자 trang nam nhi.
남자단식(탁구)bóng bàn đơn nam.
남작 nam tước. 남작부인 phu nhân ~.
남장 trang phục nam, nam trang. 남장하다 mặc y phục nam.
남전도회 ban truyền giáo năm giới.
남정네 (남자들) những đàn ông.
남조선 (남한) Nam Hàn, Nam Triều Tiên. (반) bắc Hàn (북한)
남쪽 Phía Nam, miền Nam.(반)북쪽 phía Bắc, 남쪽으로 향하다 hướng về phía Nam.
남존여비 nam tôn nữ ti, trọng nam khinh nữ. 남존여비 사상 tư tưởng ~.
남종 nô lệ nam. (반) 여종 nô lệ nữ.
남중국해 Nam hải.
남지나해 biển Nam Hải.
남진하다 tiến về hướng nam. (반) 북진하다 tiến về phương bắc.
남짓하다 khoảng chừng. 나이가 서른 남짓하다 ~ 30 tuổi.
남창 đĩ đực, đĩ trai.
남탕 phòng tắm nam. (반) 여탕 phòng tắm nữ.
남태평양 Nam Thái Bình Dương.
남편 chồng. (영감탱이)ông xã, chúa xuân, 남편에게 충실하다 chung thuỷ với chồng. 남편을 잃다 mất chồng. 남편을 섬기다 phục tùng chồng.(반)~을 버리다 trốn chúa lộn chồng, ~을 구하다 kiếm ~, ~에게 순종하지 않다 không trung thành với chồng. ~을 주관하다 lâm át chồng. ~을 버리고 다른이를 택하다, lộn chồng, ~을 사별한 góa chồng. ~을 따르다(종부)tòng phu. ~의 역할을 다하다 trọn đạo làm chồng. ~의 동생 em chồng. ~을 선택하다 gieo cầu. ~의 실가 nhà chồng. ~을 모시다 sửa túi nâng khăn. ~을 살해하다 sát phu.
남편의 임신불능으로 부인에게 다른 남자와 관계를 맺어 아이를 갖도록 허락하다 thả cỏ.
남포 (등) đèn dầu.
남풍 gió nam. nam phong.
남하하다 tiến về hướng nam.
남학생 nam sinh.
남한 Nam Hàn. (반) 북한 Bắc Hàn.
남해 biển phía nam.
남행하다 về miền nam. 남행열차 chuyến tàu hoả về miền nam.
남향집 nhà đối diện phía nam.
남획하다 đánh hết cá.
납 chì, đạn. (납탄) 연필 bút (viết) chì.. 퓨으즈 cầu chì.
납 (밀납) sáp ong.
납골당 nhà hài cốt, hầm mộ.
납공하다 nộp cống.
납금하다 nộp tiền.
납기 kỳ hạn trả tiền. (납품의) ngày giao hàng. (세금의) ngày đóng thuế.
납땜하다 hàn, mối hàn. 납땜인두 que hàn.

납득하다 hiểu biết. 납득하기 어렵다 khó hiểu. 납득시키다 làm cho hiểu. tin chắc, xiêu lòng, 납득할 수 있는 설명 giải thích có thể hiểu. khuyên giáo.
납량하다 hưởng không khí mát mẻ.
납본하다 nộp sách mẫu.
납부하다 trả tiền. nạp, nộp, (세금을) nộp thuế. 납부금 (학비) học phí. 납기기한 hạn trả tiền.
납북되다 bị bắt cóc về hướng bắc.
납상 (웃 어른께 드림) biếu, hiến dâng.
납세하다 đóng thuế. 납세 고지서 thông báo nộp thuế. 납세 의무 nghĩa vụ nộp thuế. 납세자 người nạp thuế.
납신거리다 (입을 빨리 놀리다) nói liến thoắng, lém lỉnh.
납입금 (납부금) học phí, tiền nộp.
납작 업드리다 đặt xuống thấp. vái dài, 납작한 lép, bằng phẳng, thấp, lùn. 코가 납작해지다 mất mặt, mất thể diện.
납작 업드려 빌다 vái dài.
납작코 mũi tẹt(xẹp), 납작 가슴 ngược lép..
납지 giấy bạc. (은박지)
납채 (신부집에 보내는 예물) lễ vật gửi nhà cô dâu, gửi quà cưới đến nhà cô dâu.
납치하다 bắt cóc. 납치범 tội phạm ~. 여객기를 납치하다 cướp máy bay chở khách.
납폐 quà mừng cưới.
납품하다 giao hàng.
낫 liềm(남), lưỡi liềm, lưỡi hái(북).
낫으로 잔디를 깎다 phát cỏ.

낫놓고 기역자도 모른다(아주 어리석은 사람을 가리킴) Đưa cái liềm ra hỏi mà không biết chữ.
낫다 tốt hơn, hay hơn. 누구보다 ~ tốt hơn bất cứ ai. 건강은 돈보다도 ~ sức khoẻ tốt hơn tiền. 없는 것보다 있는 것이 더 ~ có còn hơn không có. (병이) lành bịnh, bệnh đỡ hơn nhiều. (감기가) hết bị cảm. (저절로) tự khỏi bệnh.
낫살 (나이) tuổi.
낭군 lang quân, (남편) chồng yêu dấu, anh yêu.
낭떠러지 (절벽) vách đá, vách đứng.
낭독하다 đọc thành tiếng, đọc to, đọc vang vang, tuyên đọc. 칙령을 ~ tuyên đọc sắc lệnh.
낭랑한 oang oang, lanh lảnh ~ 목소리 giọng oang oang, sang sảng. ~ 음성 tiếng nói sang sảng, 낭랑히 울리다 sang sảng.
낭랑하게 읊다 ngân nga
낭만적 lãng mạn. 낭만주의 chủ nghĩa ~
낭만적인 풍경 gió trăng.
낭보 tin vui, tin mừng.
낭비하다 lãng (tiêu) phí, hao(hư) phí, phung(vung) phí. bỏ phí, xài lớn, tốn tiền,(반)절약하다 tiết kiệm, (소모)tốn kém, 젊음을 ~ bỏ phí tuổi xuân. 낭비가 심한 ~ nhiều. 시간의 낭비 ~ thì giờ (thời gian). (노동력을)mất công.
낭비시간 giờ chết
낭설 (헛소문) tin vịt. lưu ngôn, 근거 없는 낭설 tin đồn không căn cứ.
낭송하다 đọc thuộc lòng. ca ngâm.
낭인 (실업자) người thất nghiệp.

낱개 một cái, một miếng. ~로 mỗi một. ~로 1000 원 mỗi cái 1000 won. ~로 파는 상품 hàng hóa bán từng cái một. ~로 포장한 차 trà gói.
낱낱이 từng , mỗi một. ~보고하다 báo cáo tường tận (chi tiết).
낱돈 (잔돈) tiền lẻ. (반) 큰돈 tiền lớn. ~으로 바꾸다 đổi lấy ~.
낱말 từ, từ vựng, ngữ vựng.
낱알 mỗi hạt (hột)
낳다 (출산) sinh (sanh) con (남), đẻ con (북). sinh hạ, 딸을 ~ đẻ con gái. 닭이 알을 ~ gà ~ trứng. 돈이 돈을 ~ tiền ~ ra tiền. 나아서 키우다 sinh thành(dục).
낳아서 기르다 sinh nở.
나은지 몇 달밖에 안되었다 mới được mấy tháng tuổi.
내 (나의. 내가) 내책 sách của tôi. ~동생 em tôi. 내것이다 của tôi. 내것이란것 cái của mình.
내가 가기 전에 trước khi tôi đi.
내가 그를 처음 알게되었을 때 khi tôi mới quen với nó.
내 (강) con sông. 내를 건너다 qua sông. (연기) khói. (냄새) mùi, mùi hương. (줄곧.쭉) 겨우 내 suốt mùa đông. (다음) 내주 tuần tới.
내가 공개할 차례다 đến lượt tôi khai.
내가 말을 많이 하면 남편은 말이 적다 đặng cái này mất cái kia.
(명)내가 저지른 일은 인과응보의 죄 값을 받는다 Mình sẽ nhận quả báo cái mình đã làm ra.
내 가슴이 두근거린다 tim tôi đập mạnh.

내각 nội các. ~을 개편하다 cải tổ ~. 내각을 조직하다 tổ chức ~. ~ 위기 khủng hoảng nội các.
내감(내시) nội giám. nội thị.
내객 khách đến thăm.
내걸다 treo ra ngoài. 기를 ~ treo cờ. 간판을 ~ treo bảng. 목숨을 ~ liều mạng.
(명)내것 주고 뺨 맞는다 Cho người ta vật của mình mà còn bị tát má.
내게 달려있다 tùy thuộc vào tôi
내공(내부공격) nội công.
내과 nội khoa. (반) 외과 ngoại khoa. 내과 병원 bệnh viện ~. ~ 과장 trưởng khoa nội. 내과치료 điều trị ~. 내과 병동 khu ~. 내과 의학 khoa nội. ~의사 bác sĩ ~.
내관 (내시.환관) nội quan, thái giám, hoạn quan.
내관하다 (방문하다) viếng thăm. 내관자 khách viếng.
내교섭 giao thiệp không chính thức.
내구력 sức bền. 내구력이 있다 có ~.
내국 (자기 나라) nhà nước mình. ~시장 chợ quê. ~통신 tin nhà. 내국인 người trong nước. (반) 외국인 người nước ngoài.
내규 nội quy. 회사의 ~ nội quy công ty.
내근하다 làm việc trong phòng. 내근 사원 nhân viên văn phòng.
내기 cá độ, cá cược. đánh cuộc, canh bạc, 돈내기 cược tiền. ~에 이기다 thắng(ăn) cược. được cuộc (반) ~에 지다 thua cược. 천원 ~하다 cược 1000 won.
내남편(아내) lương nhân.
내내 trong suốt. 일년~ trong suốt một

낭자 (머리) búi tóc.
낭자 (처녀) thiếu nữ, trinh nữ.
낭자하다 mất trật tự, rải rác. 선혈이 ~ 댐m máu.
낭패하다 thất bại, hỏng hóc, điều sai lầm, thất vọng.
낭포 nang thúng.
낭하 (복도) hành lang.
낮 ban ngày. (반) 밤 ban đêm. 밤낮없이 không kể ngày đêm. 달이 낮같이 밝다 trăng sáng như ~. 밤낮 가리지 않고 일하다 làm việc cả ngày đêm.
낮과 밤 nhật dạ.
낮거리 giao hợp giữa ban ngày.
낮다(낮은) thấp. trũng,(반)높은 cao, 낮은 언덕 đồi thấp. 낮은 목소리 thấp giọng. giọng thổ, 신분이 낮은 thân phận thấp kém. 낮은 임금 lương thấp(ít). 낮은 담장 tường thấp, 저지 논 ruộng trũng, 낮은창(신발) đế thấp, 낮은 소리로 말하다 rì rầm, nói sẽ, 낮은계급 hạ cấp, cấp dưới. 낮고 볼품없는 lụp xụp, ~ 집 nhà ~.
낮아지게 되다 bị hạ xuống.
낮은 가격 giá rẻ.
낮은 위치에 있는(속어)thấp cổ bé họng.
낮은 음조 nốt trầm.
낮은 지위 địa vị thấp kém.
낮은 직책(속어)đầu binh cuối cán.
낮은 책상 cái bàn lùn.
낮도깨비 (파렴치한) vô liêm sĩ, gã trơ tráo.
낮도둑 kẻ hám ăn.
(속)낮말은 새가 듣고 밤말은 쥐가 듣는다(언제 어디서나 말을 조심해야 한다) Lời nói ban ngày có chim nghe, lời nói ban đêm có chuột nghe, (dù ở đâu, khi nào thì cũng phải cẩn thận lời nói).
낮잠자다 ngủ ngày, ngủ trưa. (반) 밤잠자다 ngủ đêm.
낮참 (점심) cơm trưa.
낮추다 hạ thấp, hạ xuống. 값을 ~ hạ giá, giảm giá, xuống giá. 목소리를 ~ xuống giọng, hạ giọng.
낮춤말 lời nói bình thường. (반) 높임말 lời nói tôn trọng.
낯 (얼굴) khuôn mặt, nét mặt. 낯을 알다 biết mặt. 낯을 가리다 che mặt. 낯을 돌리다 quay mặt. 낯 (체면)을 세우다 giữ thể diện.
낯가리다 (아이가) sợ người khác.
낯가죽이 두텁다 trơ tráo, không hổ thẹn (xấu hổ).
낯간지럽다 xấu hổ, hổ thẹn.
낯내다 tự hào, khoe khoang.
낯두껍다 trơ tráo, không biết xấu hổ.
낯바닥 (얼굴) khuôn mặt, nét mặt (낯짝).
낯부끄럽다 hổ thẹn.
낯붉히다 thẹn đỏ mặt.
낯빛 mặt đỏ.
낯설다 lạ mặt, chưa quen biết.(반) 낯익다 quen mặt(biết), thân mật, 낯선 사람 người ~. hàng xứ. 낯선 곳 nơi lạ lẫm. 낯선 손님 khách lạ, 낯선 땅 một nước xa lạ. 낯선 아가씨 gái xa lạ, (어색 하다)lạ nước lạ cái.
낯선 인상 dị tướng. 낯선 얼굴 mặt lạ. 낯선 땅에 오다 đến nơi xa lạ.
낯익다 quen mặt. 낯익은 얼굴 khuôn mặt quen.

năm. 아침부터 ~ trong suốt buổi sáng. (항상) luôn luôn. 내내 건강 하세요 chúc sức khoẻ luôn luôn. ~서 있는 sừng sững.
내년 năm sau, năm tới. lai niên. ~ 9월 tháng 9 sang năm.
내놓다 đưa ra, đặt ra, bỏ ra. (의견등을) hiến kế. 주머니에서 돈을 ~ rút tiền trong túi ra. 혀를 ~ thè lưỡi ra. 팔여고 ~ bày hàng ra bán. 집을 ~ bán nhà.
내 눈앞에서 사라져라 cút đi cho rảnh mắt.
내다 nộp, 세금을 ~ ~ thuế.
내다 đưa ra, trả. 돈을 ~ trả tiền. 힘을 ~ ra sức. 용기를 ~ dũng cảm lên. 신문에 광고를 ~ quảng cáo trên báo. 가게를 ~ khai trương cửa hàng. 점심을 ~ đãi ăn trưa. 쌀을 시장에 ~ bán gạo ở chợ.
내다 버리다 quăng bỏ.
내다보다 nhìn ra. 창밖을 내다보다 nhìn ra ngoài cửa sổ. 앞 일을 ~ thấy tương lai.
내닫다 chạy ra bất ngờ. (말이) lồng lên.
내달 tháng sau. ~까지 sang tháng.
내담 (와서 이야기함) tới và nói chuyện. (비밀이야기) chuyện bí mật.
내던지다 ném, vụt, quăng, quẳng, bỏ ra. 의자를 ~ ném ghế. 목숨을 ~ hy sinh sinh mạng.
(명)내 돈 한푼이 남의 돈 천냥보다 낫다 Tiền của mình một xu vẫn hơn một nghìn tiền của người khác.
내돌리다 lấy đồ ra cầu thả.
내동댕이치다 (내 던지다) ném.

내두르다 (휘두르다) vung. 손을 ~ vung tay.
내둘리다 (어지럽다) choáng váng.
내뜨리다(힘껏 던지다) quăng mạnh, ném mạnh.
내 뜻대로 ta theo ý muốn, ~ 하겠 습니다 xin để mặc tôi.
내디디다 bước tới bước, tiến tới.
내락 cho phép trước. 내락을 얻다 được ~.
내란 nổi(nội) loạn, ~을 일으키다 nổi loạn, ~을 진압하다 trấn áp ~. 내란죄 tội ~.
내레이션 (나레이션)해설 tường thuật, kể chuyện. 나레이터 (해설자) người kể chuyện.
내려가다 đi(bước) xuống.(반) 올라가다 đi lên, 이층에서 ~ đi từ tầng hai xuống. 산에서 ~ xuống núi. 물가가 ~ vật giá xuống. 가격 이 ~ gía hạ xuống, 온도가 ~ nhiệt độ xuống. (비탈을) xuống dốc.
내려놓다 để xuống, hạ xuống, đặt xuống.
내려다보다 nhìn xuống dưới. 창에서 거리를 ~ từ cửa sổ nhìn xuống đường. (낮추어 보다) coi thường.
내려앉다 ngồi thấp hơn. ổ vật, (무너지다) sụp đổ xuống. 오싹, 가슴이 ~ bị giật mình.
내려오다 xuống. leo xuống, 하늘에서 ~ từ trên trời xuống. 산에서 ~ từ trên núi xuống. 비행기에서 ~ từ máy bay xuống. 사다리를 걸어 ~ leo xuống thang.
내려지다 buông thõng, 팔이 ~ cánh tay ~.
내려찍다 chém xuống.

내려치다 đập một cú, đập xuống. 책상을 ~ đập mạnh xuống bàn.
내력 lai lịch, tiểu sử.
내륙 vùng nội địa.
내리 (줄곧) chạy suốt. (마구) ngớ ngẩn. 값을 마구 내리 깎다 giảm giá ~.
내리 누르다(압박) đè nặng.
내리다 xuống, đi xuống,(반)올리다 nâng lên, (강하) giáng hạ, rơi(đem) xuống. 비가 ~ mưa rơi. 눈이 ~ tuyết rơi. 막이 ~ hạ rèm. 물가가 ~ vật giá giảm. 비행기가 ~ máy bay đáp xuống, máy bay hạ cánh xuống. 값을 ~ xuống giá. 깃발을 ~ hạ cờ. 계급을 ~ hạ cấp.
내리뜨다 (눈을) cụp mí mắt.
내맡기다 dành.
내리막길 đường dốc xuống.
내리사랑 tình yêu dành cho trẻ con.
내리치다(비가) tạt. 비가 창문에 ~ mưa ~ vào cửa sổ.
내 마음을 사로잡은 감동 mối xúc động làm lòng tôi se lại.
내막 nội tình, sự việc bên trong. ~을 아는 사람 người biết ~. 내막 이야기 chuyện ~.
내 머리는 원래 곱슬머리다 tóc tôi dợn sóng tự nhiên.
내키지 않는 trái với ý muốn, 그녀는 ~ 결혼을 했다 nàng lấy chồng ~ của nàng.
내면 mặt trong.(반) 외면 mặt ngoài, 내면적 bên trong.
내명년 năm tới, 2 năm sau.
내몰다 đuổi ra khỏi.
내몰리다 bị đuổi ra.
내몽고 nội Mông cổ.

내무부 bộ nội vụ. ~장관 bộ trưởng nội vụ. ~차관 thứ trưởng ~.
내민(나와있는) thây lấy.
내밀히 (비밀리) bí mật, không cho biết.
내밀다 thè, thò, chìa, lồi ra, dô ra, xìa, phình ra. ưỡn. 배가 불룩하다 bụng phình ra. 내민 이마 trán dồ. 손을 ~ thò tay ra, chìa tay. 혀를 ~ thè lưỡi ra. 사람을 밖으로 ~ đẩy ra khỏi. 내밀리다 bị đẩy ra. 이마가 약간 ~ trán hơi dô ra
내 발뺌하다 lẩn tránh. 변호하다 (변명하다) bào chữa, biện minh.
내방하다 tới (đến) thăm, ghé thăm nhà. 내방객 khách vãng lai.
내빼다 chạy trốn, bỏ chạy (달아나다)
내뱉다 khạc ra, phun ra, nôn ra.
내버려두다 mặc. mặc kệ, mược, bỏ(để) mặc, 나를 내버려 둬! kệ tôi!. (일을 마무리 짓지 않고)bỏ lửng, 내버리다 vứt bỏ, bỏ đi.
내버려 두지 않다 không để.
내버려둔 tuồng luông.
내보내다 đuổi ra, thả ra, đưa ra. đổ ra, 집밖으로 ~ đưa ra khỏi nhà. (해고하다) sa thải. 식모를 ~ đuổi người giúp việc.
내복 (옷) ~ áo quần lót, áo quần mặt bên trong. ~을 갈아입다 thay quần áo lót.
내복약 thuốc uống.
내부 nội, nội bộ, bên trong.(반)외부 bên ngoài, 내부 phân chia rẽ ~. ~사정 tình hình ~. ~조직 tổ chức ~. ~변란 nội biến, ~간첩 nội gián, 간행물 nội san, ~의 힘 nội lực, ~ 상처 nội thương, ~사정 nội tình,

~땀샘(해부) nội tuyến. ~튜부(타이어)ruột bánh xe.
내부정화 cuộc thanh trừng nội bộ.
내분 nội bộ cãi nhau, bất hoà nội bộ.
내분비 (생리) nội tiết, bài tiết. 내분비선 những tuyến ~.
내뿜다 phun(phát) ra, phóng(thoát) ra. phì phèo, 담배연기를 ~ phì phèo khói thuốc. 담배를 뻐끔뻐끔 피우다 phì phèo điếu thuốc.
내빈(귀빈) vị(tân) khách. khách quý, ~석 ghế ngồi của khách. 내빈실 phòng tiếp tân.
내사하다 điều tra.
내색하다 tỏ ra, bộc lộ. 내색을 보이지 않다 không tỏ ra.
내생 cuộc đời sau khi chết, đời sau, kiếp sau.
내 생각으로는 theo ý kiến tôi.
내생포자(식물)nội sinh bào tử.
내선 (내부의 선) hệ thống điện trong nhà.
내성적 tiêu cực, mủ mỉ, thâm trầm. trầm lặng, trầm tính (반) 외향적 tính hoạt bát. 내성적인 사람 người mủ mỉ.
내세 đời sau, kiếp sau. lai thế. thế bên kia.
내세에 환생하다 (만나다)đầu thai kiếp sau.
내세우다(대열앞에) ~ sắp xếp đứng trước hàng. 대표로 ~ giới thiệu với đại diện.
내선날리즘 chủ nghĩa dân tộc.
내수품 hàng tiêu dùng nội địa.
내쉬다 thở ra. (반) 빨아들이다 hít vào.
내습하다 tấn công bất ngờ.

내시 (내관.환관) thái giám, nội giám, hoạn quan. nội thị.
내시경 nội chẩn kính. ~검사 phép ~.
내신 (편지) thư tín, thông điệp.
내신서 (학교의) bản tin nhà trường.
내실 (안방) phòng trong. (남의 아내) vợ của người khác.
내심 (속마음) thâm tâm, đáy lòng, nội tâm. ~으로 tận đáy lòng. 내심 (속)으로 후회하다 ân hận (hối hận) trong long(thâm tâm), 그는 속으로 매우 흡족해 한다 trong than tâm, nó rất bằng lòng.
내아내 nhà tôi, mẹ đĩ.
내 앞에서 trước mặt tôi.
내야수 (야구) người đứng chặn bóng trong sân.
내약 (묵계) hứa hẹn ngầm, thoả thuận ngầm.
내어주다 nộp.
내역 (명세) chi tiết khoản chi.
내연기관 đầu máy xe lửa. máy nổ.
내연의 처 vợ bé, nàng hầu(첩), vợ không hợp pháp.
내열 (열을 견디어 냄) chịu nóng. ~성의 chịu nhiệt.
내오다 mang ra, cầm ra.
내왕하다 đi lại. 그들은내왕하는 사이다 họ thường xuyên đi lại với nhau.
내외 (안팎) bên trong và bên ngoài. nội ngoại, 국내외 trong và ngoài nước. 내외하다 giữ khoảng cách. (부부) phu phụ, vợ chồng. (약) khoảng gần. ~사정 việc trong ngoài.
내용 nội dung.(반)형식 hình thức, 이야기 ~ nội dung câu chuyện. 책

내용 ~ sách. 형식과 ~ nội dung và hình thức. 내용 조정 điều chỉnh ~, ~이 풍부하다 ~ phong phú. (반) 내용이 빈약하다 ~ nghèo nàn. 내용 분석 phân tích ~. 내용이 없다 không có ~. 덩덩 đoãng ~이 좋고 정감있는 có nghĩa có tình.
내용이 없는 suông. ~글 văn rỗng.
내용이 좋은 có nghĩa, ~ 책 sách ~.
내우외환 mối lo toan trong ngoài.
내월 tháng tới, vào tháng sau.
내유외강 già trái non hột.
내응 (내통) nội ứng. 내응 (내통)자 kẻ ~.
내의 (속옷) quần áo lót. (속뜻) nghĩa bóng.
내 이름으로 danh ta.
내인 (나인) cung nữ, thị nữ.
내일 ngày mai. lai nhật,(반)어제 hôm qua, 내일 아침 sáng mai. 내일 저녁 tối mai. 오늘 일을 내일로 마루지 마라 việc hôm nay chớ để ngày mai. 내일의 세계 thế giới mai sau.
(명)내일 얻는 것이 있으려면 지금 희생해야 할 때가 많다 Nếu muốn ngày mai bạn thu được cái gì đó có ích thì bây giờ phải có nhiều lúc hy sinh.
내일밤 tối mai.
내일 아침 일찍 rạng mai.
내자(아내) nhà tôi, bà xã tôi, vợ tôi. (반)남편 ông xã tôi, (자금) tiền vốn trong nước. 내자 동원 huy động vốn trong nước.
내장 nội tạng. ~을 꺼내다 lòi ruột, 백내장 (의학) đục thủy tinh thể,

thông manh, màng.
내장 (실내 장식) trang trí nội thất. 내장 공사 công trình ~.
내재적 nội tại. ~가치 giá trị bên trong.
내적으로 trong nội bộ.
내적 생활 cuộc sống tinh thần.
내전 (왕비) hoàng hậu, hoàng phi.
내전 cuộc nội chiến. (전보가 옴) có điện tín.
내전근(해부)nội chuyển cân.
내젓다 vẫy tay.
내정 (안뜰) sân trong. (국내정치) chính trị nội vụ. nội chính.
내정간섭 xen vào nội bộ, dúng tay nội bộ.
내조하다 nội trợ, 그의 성공은 내조의 덕이다 thành công ấy là do nội trợ của vợ.
내조자 người vợ (nội trợ).
내조 잘하는 đôn hậu
내종사촌 anh em họ bên nội.
내쫓기다 bị đuổi. 해고당하다 bị sa thải.
내쫓다 trục xuất, xua đuổi, sa thải. ruồng rẫy, 아내를 ruồng rẫy vợ.
내주(다음주) tuần sau (tới). 내주 화요일 thứ ba tuần sau.
내주다 cho, đưa cho, trả cho. 월급을 ~ trả lương.
내지 (오지) nơi hẻo lánh, miền thôn quê vắng vẻ.
내지 (또는) từ .... Đến. 100 내지 200 từ 100 đến 200, giữa 100 và 200.
내직 nghề phụ.
내진 bác sĩ đến khám bệnh.
내진(지진의) động đất trong.
내집보다 좋은곳은 없다 sểnh nhà ra thất nghiệp.

내착 (도착)하다 đến, tới.
내채 (공채) công trái, quốc trái (국채)
내쫓다(손으로)xua, 파리를 ~ ~ ruồi.
내출혈 (의학) xuất huyết nội. (반) 외출혈 xuất huyết ngoại.
내치다 (던지다) ném, liệng, quăng.
내친김에 bắt đầu đang làm việc.
(속) 내 칼로 남의 칼집에 들면 찾기 어렵다(비록 내 물건일지라도 남의 손에 들어가면 찾아오기 어렵다) Dao của mình khi đã trao vào bao dao người khác thì khó lấy lại(tuy là đồ của mình nhưng khi vào tay người khác thì khó lấy lại).
(속) 내 코가 석자다(자신이 어려운 상황에 있기에 타인을 도울 수가 없다) Mũi mình ba thước(mình đang ở trong hoàn cảnh khó khăn, không giúp cho người khác được).
내키다 (하고 싶다) muốn làm, có ý thích. 마음 내킬 때 하게나 khi muốn cứ làm đi.
내키지 않는(마지못해) miễn cưỡng. ~듯이 느리게 말하다 nói nhây.
내키지 않는 목소리로 giọng miễn cưỡng
내탐하다 điều tra ngầm, điều tra bí mật.
내탓 lỗi tại tôi, ~으로 돌리다 nhận lỗi về mình, ~이야! ~ đấy.
내탕금 quỹ riêng của vua.
내통하다 liên lạc lén lút, nội ứng, thông đồng. tư thông, 내통자 nội ứng, kẻ phản bội. tay trong.
내팽개치다 dẹp, quăng. vứt bỏ.
내포하다 hàm, bao hàm, hàm chứa, 내포 의미 hàm ý.

내 품(손)에서 trên tay, 그녀는 ~ 세상을 떠났다 nàng đã chết ~ tôi.
내피 (속가죽) bên dưới lớp da.
내피 세포층(해부)nội mô.
내핍생활 cuộc sống tiết kiệm. ~을 하다 siết dây nịt.
내향적(내성적)nội hướng(반) 외향적 ngoại hướng, ~성격 tính cách ~.
내화 건물 toà nhà chịu lửa. 내화재 vật chịu được lửa.
내환(국내의 위험) nội hoạn.
내후년 năm kia, 3 năm sau.
냄비 nồi (남) xoong (북), cái chảo, cái nồi(후라이 판).
냄새 mùi. hơi hương, ~가 나다 hôi thúi(thối), bốc mùi, thối, 냄새를 맡다 ngửi, đánh hơi(mùi), thử ~. 쿠루, 담배 ~가 나다 có mùi thuốc lá. 향수 ~ mùi nước hoa. 나쁜 ~ mùi hôi. 술 ~가 나다 có mùi rượu. 땀 ~ mùi mồ hôi. 냄새가 좋다 mùi dễ chịu (thơm). 꽃 냄새를 풍기다 toả mùi hương. 냄새가 강렬한 nồng nặc. ~가 지독한 nặng mùi, ~가 번지다 bốc(dậy) mùi. ~가 진동하 다 nồng nặc. ~를 잘 맡다 thính mũi, sáng hơi. ~가 코를 찌르다 sặc sụa.
냄새가 고약한(썩은)thúi(thối).
냄새가 그득한 thối hoắng.
냄새를 잘 맡는 개 chó thính mũi.
냄새에 익숙해지다 bén mùi.
냅다 걷어차다 đá mạnh.
냅킨 (앞치마) khăn ăn, tạp dề.
냇가 bờ sông, ven sông.
냉 (병) huyết trắng(bạch). (대하) bạch đái.
냉맥주 bia ướp lạnh. 냉육 (냉고기)

ㄴ

thịt đông lạnh. 냉커피 cà phê đá.
냉각하다 làm lạnh. 냉각기 máy đông lạnh, máy làm lạnh. 냉각장치 thiết bị làm lạnh. 냉각장치팬 quạt thùng nước. 냉각 가공을 하다 rèn nguội.
냉궁(폐비를 구금하는) lãnh cung.
냉기 (찬공기) không khí lạnh buốt, lãnh khí, gió lạnh. hàn tính, ~가 도는 lạnh toát
냉기가 나는 en. 몸에 한기가 느껴지다 en trong người.
냉난방 máy lạnh, máy điều hoà.
냉담한 (무관심한) lãnh đạm. vô tình, ơ hờ, đạm tình. ~ 눈으 로 응시하다 nhìn với con mắt lãnh đạm, ~한 태도 thái độ vô tâm, hờ hững. 냉담한자 người lạnh nhạt.
냉대 đối xử lạnh nhạt. ~하다 tiếp đón lạnh nhạt. đối đãi thào thợt.
냉동 sự ướp lạnh. ~기 máy tủ đông. ~차 xe lạnh. toa ướp lạnh, ~시설 thiết bị ~, ~식품 thức ăn đông lạnh, ~된 새우 tôm ướp. ~고기 thịt ướp lạnh, thịt đông. 냉동처리하다 ướp, 냉동하다 ướp lạnh.
냉랭한 lạnh buốt, lạnh nhạt. lạnh ngắt
냉면 món mì lạnh, mì đá.
냉방 phòng lạnh, phòng tắm máy lạnh. (반)난방 phòng sưởi, 냉방중 문 닫아주세요 đang chạy máy lạnh đóng cửa dùm. ~장치 thiết lạnh.
냉소하다 cười nhạo, nhạo báng, mỉa mai. 냉소적으로 웃다 cười khẩy.
냉수 nước lạnh(nguội). (반) 온수 nước nóng. 냉수욕 tắm nước lạnh.
냉온수기 máy nước nóng lạnh
냉장 đông lạnh. ~고 tủ lạnh. 냉장고에 넣다 bỏ vào tủ lạnh. ~실 phòng lạnh.
냉습 (차고 축축함) lạnh và ẩm, hơi ấm.
냉엄하다 lạnh lùng, nghiêm khắc.
냉육 thịt đông lạnh.
냉전 chiến tranh lạnh. lãnh chiến.
냉정한 bình tĩnh, trầm tĩnh, lạnh lùng. trấn định,(반)다정한 tốt bụng, đa tình, ~ 태도 thái độ trầm tĩnh, ~ 사람 người lạnh lùng. ~ 얼굴 mặt lì.
냉정해지다 nguôi nguôi. nguội lạnh.
냉차 (얼음 넣은 차) trà đá.
냉천 suối nước lạnh.
냉철하다 (침착하다) điềm tĩnh , điềm nhiên. 냉철한 thép lạnh, sắt đá.
냉큼 (빨리) nhanh, vội vàng, mau lẹ. 냉큼 가거라 đi nhanh lên! 냉큼 대답하다 trả lời ngay.
냉풍 gió rét.
냉하다 (찬기운이 돌다) ớn lạnh, thờ ơ, lạnh lùng.
냉한 (식은 땀) mồ hôi lạnh.
냉해 tổn hại thời tiết lạnh.
냉혈 máu lạnh. ~동물 động vật ~.
냉혹한 (가혹한) tàn khốc, tàn nhẫn, tàn ác.
냥 (돈:금의 무게) 금 한냥 (돈) một chỉ vàng. (화폐단위) đơn vị tiền xưa. 다섯냥 5 nhang.
너 ngươi, anh, em, chị, cô, bây. 너희들 tụi bây. mậy(문미에 사용) 너 가니? đi không mậy?. 너의 của anh. 너 자신을 생각하세요 anh nghĩ anh trước đi đã. (아랫사 람

을 호칭하때) mày. 너 죽고 싶 어? mày muốn chết không? 너를 도울 준비가 되어있다 tôi sẵn sang giúp anh.
너에 관해서는 vè phần anh.
너와 나 tôi và bạn.
너구리 (동물) chó gấu trúc.
너그럽다 khoan dung(hoành), rộng rãi, nhân hậu. 너그럽게 생각하다 suy nghĩ rộng lượng.
너그러이 봐주다 xá hựu.
너글너글하다 (성미가) ~ bản tính phóng khoáng.
너나없이 như nhau, tất cả chúng ta. 우리는 ~ 가난하다 chúng ta đều nghèo như nhau. 우리는 ~다 가족이다 chúng ta đều là một gia đình.
너나할것없이 놀려대다(속어)tré không tha già không thương.
너더분 (지저분)하다 bừa bãi, lộn xộn.
너덕너덕 (얼룩 덜룩) han lốm đốm, vá víu.
너덜거리다 đu đưa, lúc lắc.
너덜너덜한 tả tơi. lươm bươm, rách tươm, ~ 옷 áo rách tươm..
너덧 (넷 가량) vào khoảng bốn, gần bốn.
너도밤나무 cây sồi.
너럭바위 tảng đá rộng.
너르다 (넓다) rộng rãi, mở rộng. 너른 수면 mặt nước ~.
너머 quá, vượt qua, bên kia. 강 ~에 phía bên kia sông. 한달 ~ 걸리다 mất hơn một tháng. 울타리 너머로 보다 nhìn qua hàng rào.
너무 quá, qúa đỗi, rất. ~ 가난하다 quá nghèo. 일을 ~하다 làm việc rất nhiều. ~괴로운 cực khổ, ~ 먹다 ăn nhiều. 그것은 ~하다 cái đó quá đáng quá. ~단 ngọt gắt, 그를 ~ 믿지 마세요 đừng tin anh ta quá nhiều. 너무 피곤해서 잠들었다 mệt quá tôi ngủ thiếp đi. 너무 약 하고 여윈 모습 thân tàn ma dại. ~고지식한 chấp nhất(nê), ~은혜스럽다 quá đỗi được ơn., ~취해서 기다 bò lê bò càng. ~익은 chín bấy(mõm). nẫu. ~익은 과일 quả chín nẫu. ~빠른 sớm quá.
(속) 너무 고르다가 눈먼 사위 얻는다 (지나치게 고르다가 나쁜 것을 고르게 된다) Qúa kén chọn, kén được rể mù(chọn cái gì đó quá kỹ, thành ra chọn phải cái xấu).
너무나 이치에 맞지 않는 đó họng.
너무 나쁜 xấu tệ hại.
너무너무 재미있군!vui quá trời.
너무 과다한 lút.
(속) 너무 과도하면 일을 그르친다 gia néo đứt dây.
너무 괴로운 cực khổ.
너무 귀여워하다 niu nâng niu.
너무 늦은 xanh cỏ.
너무 많이 넣다 quá tay.
너무 많이 먹은 no chán.
너무 비싼 tố se.
너무 이른 rất sớm.
너무도 어렵다 quá sức là khó khăn.
너무 소심한 quá cẩn thận.
너무 조잡한 thô kệch.
너무 차가운(비유) tiền trao cháo múc.
너부죽이 엎드리다 phủ phục, quỳ mọp xuống.
너무 무덥다 nóng bức quá.
너불거리다 phất phơ, vỗ.

너비 bề rộng.
너스레 (말 솜씨) khéo ăn nói.
너울 khăn trùm đầu.
너울거리다 gợn sóng, dao động.
너울너울 춤을 추다 khiêu vũ gợn sóng.
너저분한 lô thôi, bẩn thỉu. (살찐) bồ sút cạp.
너절하게 널려있는 ngập mắt, ~책 sách ~.
너절하게 눕다 nằm vạ vật.
너절하게 말하다 kể lể. huyên thiên.
너털거리다 lắc lư. 너털웃음 cười om sòm, tiếng cười ha hả.
너플거리다 rung rinh, phất phới.
너희 주님 Chúa mình.
너희들 các bạn(ngươi), chúng mày.
넉달 bốn tháng.
넉넉한 đầy đủ. khá khá, 충분하다 sung túc. 풍부하다 phong phú. 시간이 넉넉하다 còn đủ thời gian. 넉넉한 마음 tấm lòng khoan dung.
넉넉히 một cách đầy đủ. 넉넉히 살다 sống một cách sung túc (đầy đủ).
넉살좋다 (뻔뻔스럽다) trơ tráo, trơ trên.
넉아웃 đo ván. cú nốc ao.첫 라운드에서 ~ 되다 bị ~ ở hiệp đầu.
넋 linh hồn, hồn ma. ~이 나간 phù phép.
넋을 잃고 지켜보다 trơ mắt.
넋두리 (무당의) ~하다 nói thay cho người chết. (투덜거림) lời than phiền.
넌더리나다 (질리다) chán ngắt.
넌센스 bậy bạ, võng ngữ, vô lý, chuyện vô nghĩa.

넌지시 나타내다 phiếm chỉ.
넌지시 떠보다 nói luẩn quẩn. nói rào.
넌지시 말하다 nói cạnh, (암시) nói bóng gió. 넌지시 알려주다 đánh động.
널 (널판지) miếng ván. phiến gỗ, (관) quan tài. (유희용) ván bập bênh. 그네 xích đu.
널다 (펴놓다) trải ra. (걸다) phơi, treo. 옷을 ~ phơi quần áo.
널따랗다 khá rộng.
널뛰다 bập bênh. 널뛰기 trò chơi bập bênh. 그네를 뛰다 xích đu, đu đưa.
널리 rộng rãi. (전역에 걸친)phổ phiếm, ~알리다 hiểu thị(dụ), ~광고하다 quảng cáo một cách rộng rãi. ~교제하다 giao thiệp một cách ~. ~분배하다 phân bố ~. ~애송되다 truyền tụng, ~칭송되다 truyền tụng. ~사용되는 phổ dụng, ~퍼뜨리다 phao đồn.
널리 퍼지다 vang vọng, rải ra, (소문 따위)tung hê.
널리 퍼진 무공 chiến công vang lừng.
널리 퍼져있는 tràn lan. ~ 병 bệnh dịch ~.
널리다 rải rác. 낙엽이 뜰에 ~ lá rụng ~. (넓히다) mở rộng.
널찍이 rộng rãi. 널찍하다 mở rộng ra.
널찍하고 아름다운 khang trang.
널찍한(의복 따위의)thụng, 큰소매의 전통의상 áo thụng.
널판장 ván gỗ. 널평상 bộ ván.
널판지 tấm ván.
넓다(넓은) rộng. rộng rãi. quang đãng. khoảng khoát,(반) 좁다 hẹp, (광대한) thênh thang, ~ 거리 đường

~. rộng 집 nhà ~. 범위가 ~ phạm vi ~. 지식이 넓은 tri thức rộng. 넓고 좁음 quảng hiệp. 넓은교우관계 quảng giao. 넓어서 매우 통풍이 잘 되는 집 nhà rộng thông hơi. 넓고 깊은(박식한) uẩn súc. 넓은 길 đường sá quang đãng. 넓고 편리한 차 xe rộng rãi.
넓게 열다 banh, 입을 ~ ~ miệng.
넓고 큰(속어) cò bay thẳng cánh.
넓은(헐거운) thênh thênh.
넓은 도량 lượng hải hà.
넓은 사랑 tình thiên.
넓은 아오자이 áo dài thụng thịnh.
넓은 지역 khoảng rộng.
넓게 퍼지다 loang lan, 기름이~ dầu ~
넓이 bề(độ) rộng, bề ngang, chiều rộng. ~뛰기 nhảy xa. nhảy dài.
넓적다리 đùi, bắp đùi. vế.
넓직한 thoáng, ~ 집 nhà ~.
넓히다 mở rộng, làm cho rộng. nới rộng. 활동범위를~ nới rộng phạm vi hoạt động.
넘겨다보다 nhìn qua. (탐내다) thèm muốn.
넘겨씌우다 đổ lỗi cho người khác.
넘겨주다 đệ giao.
넘겨지다 bị nộp.
넘겨짚다 phỏng đoán.
넘고 처지다 quá to hoặc quá nhỏ không thích hợp.
넘기다 đưa ngang qua, chuyển qua, băng qua. 기한을 ~ qúa thời hạn, trải qua thời hạn. 재산을 ~ để lại tài sản. (인도) giao cho, đưa qua. 도둑을 경찰에 ~ giao kẻ trộm cho công an.
넘나들다 thường tới lui.

넘다 việt, (건너다) đi qua, qua, vượt qua. 나이가 40 을 ~ ~ tuổi 40. 담을 ~ vượt tường. 한계를 ~ vượt qua giới hạn.
넘버 (번호.수)con số.
넘버링 머시인 (번호찍는 기구) máy đóng số.
넘보다 (얕잡아보다) coi thường, đánh giá thấp.
넘실거리다.dợn sóng, (물이) dấy lên. chao động,
넘실넘실한 sóng sánh.
넘어가다 vượt(leo) qua, đổ. 국경을 ~ vượt biên qua. 해가 ~ mặt trời lặn. 나무가 ~ cây đổ, cây ngã. 고개를 ~ vượt đèo. 언덕을~ vượt qua đồi. 경계선을 ~ vượt qua giới tuyến. (쓰러지다) đổ xuống. (생략하고) nhảy cóc. 벽을 ~ leo qua tường.
넘어 도망가다(경계선을)vượt tuyến.
넘어뜨리다 vật ngã, xuống đất, đánh quy. 바람이 나무를~ gió thổi cây ngã. 상대를 ~ vật ngã một địch thủ, 정부를 ~ lật đổ chính quyền.
넘어서다 (어려운 고비를) ~ vượt qua giai đoạn khó khăn.
넘어오다 (책임. 소유권등) chuyển giao, chuyển đến.
넘어지다 bị ngã (북), bị té (남) bị đổ, ngã té(xuống), nhồ, sụp đổ.걸려 너머지다 vấp ngã. 넘어지지 않도록 조심하다 coi chừng té. 뒤로 ~ té ngửa.
넘어져 구르다 ngã lăn cù.
넘어져 살갗이 벗겨지다 ngã tượt da.
넘어져서 손을 삐다 ngã té và trặc tay.
넘어뜨리다 vấp phạm. vật ngã, 상대를

~ ~ một địch thủ.
넘쳐나게 되다 bị tràn ra.
넘쳐나오는 tuôn ra, dâng trào. ộc. giàn giụa. 넘쳐나오다 tuốn.
넘쳐흐르다 tuôn chảy(ra). tuôn trào. lênh láng. trướng dật. dào dạt.
넘치다 tràn, tràn đầy(ngập). trào, tuôn trào, tràn trề, sánh. (반)텅빈 cạn, (감정)chứa chan, dạt dào, 넘치는 사랑 yêu thương dạt dào, 희망이~ chứa chan hy vọng, 끓는 물이 ~ nước sôi trào ra, 그녀의 눈에서 눈물이 넘쳐있다 nước mắt của nàng trào ra, 강물이~ nước sông tràn. 애교가 ~ tràn đầy sự đáng yêu. 기쁨이~ tràn đầy niềm vui. 희망에~ chứa chan hy vọng. 넘칠정도로 가득찬 đầy ăm ắp. 넘치는(가득찬) 잔 ly đầy tràn. 사람이 차에 넘치다 người lóc nhóc cả xe. 받침 접시로 커피가 흘렀다 cà phê tràn ra đĩa.
넘치게 베풀다 dào dạt cưu mang.
넘치는 베베. chan chứa, ~재산의 ~.
넙치 (물고기) cá thờn bơn. cá dánh.
넝마 giẻ rách, mảnh vụn. 넝마주이 người nhặt giẻ rách.
넝마를 걸치다(너덜너덜하게 입다) ăn mặc xười.
넝쿨 cây leo, thân leo.
넣다 bỏ vào. nhập, đựng, 주머니에 ~ bỏ vào túi. 금고에 ~ nhập kho, 커피에 우유를 넣다 bỏ sữa vào cà phê. 손을 호주머니에 ~ bỏ tay vào túi quần. 돈을 통장에 넣다 bỏ tiền vào tài khoản.
넣어주다 đút.
네 (수) bốn. 종이 네장 bốn trang giấy, bốn tờ giấy. 네사람 bốn người. 네발 động vật bốn chân.
네가지 대표적인 식물(매,난,국,죽) tứ quý(mai, lan, cúc, trúc).
네가지 덕 tứ đức.
네가지 쾌락(먹고,자고,놀고,배설하는 일)tứ khoái(ăn,ngủ,chơi,ia)
네가지 해악(음주.음란. 도박. 마약) tứ đổ tường.
네개로 접는 병풍 tứ bình.
네번째 phần tư.
네 (대답) vâng, dạ. 네 알았어요 vâng tôi biết rồi.
네 (너의) 네집 nhà của anh. (너) bạn, mày, cậu. 네것 cái của bạn. 네집은 어디냐? nhà cậu ở đâu?
네가 만약 평화를 원한다면 전쟁을 준비하라 Nếu bạn muốn hòa bình thì hãy chuẩn bị chiến tranh.
네가 원하는 대로 như ý.
네가 잠시 떠나있는게 상책이다 tốt hơn hết là anh đi vắng trong một thời gian.
네가 좋아하는 만큼 anh muốn bao nhiêu tùy ý.
네거리 ngã tư.
네덜란드 Hà Lan
네모 (정방형) vuông, hình vuông. 네모꼴 hình bốn cạnh, (사각형) hình tứ giác.
네발 bốn chân. 네발 동물 động vật ~.
네번째 thứ tư.
네오클레시시즘(신고전주의) chủ nghĩa tân cổ điển.
네온 đèn nê-ông. 네온사인 đèn nê-ông quảng cáo, bóng đèn nê-ông.
네이팜탄 bom na-pan.
네임 (이름)tên họ.

네측면 tứ bề(biên).
넷째 thứ tư.
네커치프 (목도리) khăn quàng cổ.
네프킨 khăn ăn
네트 cái lưới, lưới. 네트워크 cái mạng, mạng lưới.
네 활개 tay chân. ~치다 đi khệnh khạng, đi nghênh ngang.
넥타이 cà vạt. ~를 매다 đeo ~, thắt ~.
넥타이 핀 kẹp ~
넴 (베트남 만두) nem.
넷 số bốn.
녀석 (놈) thằng, thằng cha, gã. đứa, 나쁜 ~ gã đểu.
년 đàn bà dâm ô, con mụ, mụ đàn bà. 망할년 con đàn bà vứt đi. 미친년 mụ điên.
년 (해) năm, niên. 3년 ba năm. 일년 사개월 một năm bốn tháng.
년호 niên hiệu
녘 (무렵)해질녘 lúc mặt trời lặn. (방향, 장소) hướng. 북녘 hướng bắc.
노 (끈) dây bện, dây cáp.
노 (배젓는) chèo. mái chèo. 노를 젓다 chèo thuyền. bơi thuyền.
노객 người già.
노경 tuổi già, lúc cuối đời. 노경에 들다 đã cao tuổi. xế bóng, 부모님께서 노경에 드셨다 cha mẹ đã xế bóng.
노고 công việc vất vả, cực nhọc, cố gắng. lao khổ, ~에 보답하다 đền bù sự vất và.
노고지리 (종달새) sơn ca.
노곤하다 mệt nhọc, mệt mỏi.
노골적 thẳng thắn, thô bạo, lộ liễu, trắng trợn. ~으로 một cách lộ liễu. thô bạo,~으로 말하면 nếu nói thẳng thắn. nói thô bạo, ~으로 위반하다 vi phạm thô bạo.
노구 (할멈) bà lão, bà già.
노끈 dây bện, dây cột, thừng, 노끈으로 묶다 thắt dây, buộc dây.
노굿노굿하다 làm cho mềm dẻo. (성격이) mềm dẻo, dễ uốn.
노기 sự tức giận, phẫn nộ, giận dữ. 노기를 띠다 giận ra mặt. 노기등등하다 trong cơn thịnh nộ.
노년 tuổi già. vãn niên, xế tuổi, ~이 되다 ến ~. ~에 달하다 xế tà.
(명)노년에 극빈자가 되면 철학가 라도 견디어 내기 힘들다 Cực nghèo vào cuối đời thì ngay cả nhà triết học cũng không chịu được.
노년기 lúc tuổi già, lúc cuối đời. 노년기에 접어들다(다다른) xế bóng, luống, 연세가 노년기에 가까워지다 tuổi đã luống, ~을 맞이하다 đối già. ~의 suy niên.
노년기를 대비해서 돈을 아 놓다 để dành tiền lúc tuổi già.
노느다 (분배하다) phân phát, phân phối. 반반씩 ~ chia đôi.
노닐다 đi dạo, tản bộ. 해변에서 노닐다 đi dạo ở bãi biển.
노는 사람 tay chơi.
노다지 (광맥) mỏ phong phú. (행운) vận đỏ (may). (금) vàng.
노닥거리다 giữ cho câu chuyện được vui vẻ. lơn.
노닥이다 (잡담하다) nói chuyện phiếm, nói huyên thuyên, tán gẫu.
노대가 thầy giáo già, chuyên gia từng trải.

노도 sóng to, biển động.
노독 (피로) cuộc hành trình mệt nhọc.
노동 lao động, làm việc. ~계약 hợp đồng lao động. 노동권 quyền ~. 노동규약 qui ước ~. 노동능률 năng suất ~. 노동력 sức ~. 노동법규 luật ~. 노동부 bộ ~. 노동시간 thời gian ~. 노동절 ngày quốc tế ~. 노동협약 hiệp ước ~. 두뇌노동 lao động trí óc. 육체 (근육) 노동 lao động chân tay. 노동계급 giai cấp ~. ~점수 công điểm, 노동을 착취하다 bóc lột ~. 노동조합 công đoàn lao động. 노동자를 채용하다 sử dụng người ~. 노동 과 자본 lao tư, 노동임금 tiền công ~. 노동조건 điều kiện ~. ~계 công giới, 강제노동 cưỡng bách ~. 노동계절 thời vụ ~. 시간외 노동 lao động ngoài giờ. 중노동 ~ nặng. 노동요 hát ví.
노동자 công nhân, nhân công, người lao động, ~와 농부 lao nông. ~의 총칭 thợ thuyền.
~지구(역) xóm lao động.
노동조합 중앙본부 tổng liên đoàn.
노동조합 총연맹 tổng công đoàn. tổng liên đoàn.
노동력 sức lao động.
노둔하다 chậm hiểu, ngu đần, khờ khạo.
노랑 vàng, màu vàng. 노랑머리 tóc ~. 짙은 ~ vàng sậm.
노랑이 (노랭이) (구두쇠) người keo kiệt, hà tiện.
노랗다 (싹수가 노랗다) chứng tỏ chỉ là lời hứa suông.
노랗게 된 vàng anh, ~피부 nước da ~.

노래 (가요) bài ca(hát). ca nhạc. (민요) dân ca. 노래하다 hát, ca hát. ca ngâm. xướng ca, 노래책 ca bản. 피아노에 맞추어 노래하다 hát theo đàn piano. 노래를 잘부르다 hát hay. 노래방 phòng karaoke. 곡 조에 맞게 노래하다 hát đúng điệu. 새노래 소리 tiếng chim hót.노래공부에 전념하다 chuyên tâm học ca. 술 자리에서 부르는 ~ hãm, ~하며 춤추다 múa hát. ~를 흥얼거리다 nghêu ngao. ~소리 tiếng hát.
노래가 울려퍼지다 ca vang.
노래를 취입하다 vô băng bài hát.
노랫가락 (베트남 전통)trống quân.
노랭이(자린고비) người keo kiệt.
노략하다 cướp bóc, cưỡng đoạt.
노려보다 nhìn chằm chằm, nhìn thẳng vào mặt, lừ(trừng) mắt, trợn trạo.
노력 nỗ lực. miễn lực, ra sức, có công, (반)태만 lười,꾸준히 노력하다 ~ một cách đều đặn. 필사의 노력 nỗ lực hết sức. 최후의 노력을 해 보겠습니다 tôi sẽ nỗ lực hết mình.
(명)노력으로 정복 하지 못하는 것은 없다 không có điều gì không chinh phục được bằng nỗ lực.
(명)노력하는 사람에게는 불가능한 일이 없다 không có việc gì là không thể đối với người còn nỗ lực.
노력하지 않고 얻고자 좋지 않은 것을 따르는 행동(노력하지 않고 남을 편승하여 이익을 취하다)theo đóm ăn tàn.
노련한 lão(cán) luyện, khéo léo. lịch

thiệp, ~정치가 nhà chính trị lịch thiệp, 노련한 의사 bác sĩ chuyên nghiệp. 노련한 솜씨 khéo tay.
노련가 tay sành sỏi.
노르웨이 Na Uy. ~사람 người ~.
노령 cao tuổi, tuổi già. tuổi hạc.
노루 (사슴) con nai, hươu.
노루잠 (자주 깨는 잠) giấc ngủ ngắn.
노르스름한 vàng vàng, hơi vàng.
노른자(달걀) lòng đỏ trứng. tròng đỏ.
노름 trò cờ bạc. 노름하다 đánh bạc, cá độ. 노름꾼 quân cờ bạc. 노름판 sòng bạc. 노름판을 벌리다 mở sòng bạc. 노름에 빠지다 ham mê cờ bạc. 노름패 quân bài. ~에서 자리세 hồ. ~에서 이기다 ăn cá. (속) 노름에 빠지면 신주도 팔아 먹는다(도박에 미친자는 가산이 망한다) Máu mê cờ bạc thì sẽ bán cả bài vị tổ tiên(kẻ mê cờ bạc sẽ tán gia bại sản)
노릇 chức năng, vai trò. 선생노릇 nghề nghiệp dạy học. 의사 노릇하다 đóng vai bác sĩ.
노리개 (장남감) trò chơi, đồ trang trí.
노리다 (쏘아보다) nhìn chòng chọc, nhìn chăm chú, nhắm vào. 기회를 ~ chờ cơ hội. 자리를 ~ nhắm vào vị trí. ngắm, 노리는 곳 điểm ngắm.
노린내 mùi hôi thúi. mùi khét.
노망한 lú lẫn, lẩm cẩm. 노망 tình trạng ~. tình trạng lẫn thần.
노면 mặt đường. 노면포장 sự lát ~.
노모 mẹ già. lão mẫu.
노목 (노수) cây cổ thụ.
노무자 công nhân. cu-li. 노무자관리 quản lý ~.

노반 nền đường.
노발대발하다 bực tức, phẫn nộ, nổi giận.
노방 (갓길) lề đường (노변)
노벨상 giải Nobel. ~수상자 người nhận giải thưởng Nobel. 노벨평화상 giải thưởng Nobel hoà bình.
노변 (난로 옆) bên lò sưởi. 노변잡담 câu chuyện ~. (길가)vệ đường.
노병 cựu chiến binh, người lính già.
노병 (오래된 병) bệnh già ~으로 죽다 chết vì ~.
노복(머슴) nô bộc, (늙은 하인) lão bộc, người giúp việc, người hầu.
노부모 bố mẹ già.
노부부 vợ chồng già.
노비 (교통비) lộ phí. (늙은 종) nô bộc già. nô ti.
노사 chủ và thợ. ~관계 quan hệ ~. 노사분쟁 tranh chấp ~. ~협의 thoả thuận ~.
노산 (나이 많아서 아이를 낳음) đẻ con lúc tuổi già.
노상 (항상) luôn luôn, thường xuyên. (길) trên đường. 노상 강도 ăn cướp đường. kẻ cướp đường via hè. cường đạo.
노상 휴게소 hàng quán. trạm trời.
노새 (나귀) con lừa.
노색 (노기) cái nhìn giận dữ.
노선 đường lối. (노정) lộ trình, (버스 노선) tuyến đường. 노선버스 tuyến xe buýt.
노선정찰 thám sát lộ trình.
노성 (성난 목소리) giọng nói giận dữ.
노성한(노숙한) lão thành.
노소 già trẻ. lão ấu, nam nữ 노소 ~ nam nữ. 남녀 노소를 막론하고 không

kể già trẻ nam nữ.
노송 cây thông già.
노쇠하다 lão suy. suy hủ, già yếu, già lọm khọm, (늙은) già nua, 노쇠하여 죽다 chết vì ~.
노숙하다 ngủ đường, ngủ chợ, ngủ lang thang, ngủ ngoài trời. 노숙자 kẻ ~. 노숙하는매우가난한(비유) màn trời chiếu đất.
노숙한 kinh nghiệm lão luyện. lão thành, ~혁명가 nhà cách mạng lão thành.
노스텔지아 (향수) nỗi nhớ nhà, lòng nhớ quê nhà.
노심 lo âu. 노심초사하다 làm cho lo nghĩ. lao tâm khổ tứ.
노승 ông sư già, lão tăng.
노아(성경) Nô-ê
노안 chứng viễn thị.
노약자 người già yếu.
노약한 lọm khọm.
노여움 sự giận dữ, cơn thịnh nộ. 노여움을 사다 gánh chịu ~.
노여워하다 xúc phạm.
노역하다 lao dịch, lao động cực nhọc. 노역자 người phu. 노역 형phạt hình khổ sai.
노예 nô lệ. tôi mọi,(반)chủ nhân. 노예와 같은 như ~. 노예로 팔리다 bị bán làm ~. ~로 삼다 ~ hóa, …의노예가 되다 trở thành nộ lệ của ai. ~처럼 일하다 làm việc như ~. ~를 해방시키다 phóng nô, 노예상인 kẻ buôn ~. 노예제도 chế độ ~. 노예해방 giải phóng ~. 노예폐지 xoá bỏ ~.
노예같이 일하는 사람 trâu ngựa.
노멀 bình thường.

노옹 ông già.
노카운트 không tính, không đếm.
노이로제 (히스테리) bệnh tưởng, chứng loạn thần kinh, cuồng loạn.
노익장 ông già tráng kiện.
노인 người già, ông già(cụ), lão nhân. bô(ông) lão, 노인병 bệnh tuổi già. ~을 공경하다 kính lão, (경칭) già cả. ~들 những người già cả. ~이 허리를 굽혀 열심히 일하다 lọm cọm. 노파가 허리를 굽혀 열심히 정원 청소를 하고 있다 cụ bà lọm cọm quét sân, ~을 돌보다 dưỡng lão. 노인들은 흔히 잠이 없다 người già thường tỉnh ngủ.
노인장(존칭의) lão trượng.
노인의 지팡이 tầm xích.
노임 tiền lương. 노임 인상 tăng lương.
노임(건축) nhân công
노자 (돈) chi phí du lịch. tiền lưng gạo bị.
노작 (역작) tác phẩm cần cù.
노잡이(노젓는)trạo phu.
노장 lão tướng, cựu tướng.
노적 (가리) đống lúa (thóc), đụn thóc.
노점 (작은 가게) cửa hàng lề đường.
노정 (드러냄) sự phơi bày. (노정, 여정) con đường đi. lộ trình.
노조 (노동조합) công đoàn.
노중 (길 가운데) trên đường.
노질하다 chèo thuyền.
노처녀 cô gái già, bà cô, phụ nữ ế. (반) 노총각 đàn ông ế (trai lỡ thời).
(속) 노처녀가 시집을 가려니 등창이 난다 (원하는 일이 실현되려고 하자 원하지 않는 일이 발생하여 방

해가 된다) Gái già sắp đi lấy chồng thì lại mọc nhọt lưng (khi điều mình mong muốn sắp được thực hiện thì lại có việc ngoài ý muốn xảy ra gây cản trở)
노천 lộ thiên, ở ngoài trời. ~극장 sân khấu lộ thiên. ~에서 자다 ngủ ngoài trời.
노천 시장 chợ trời.
노총 liên đoàn lao động. 노동조합 총연맹 thành lập liên đoàn lao động.
노총각 đàn ông ế, trai lỡ thời.
노출하다 lộ ra, hở, hở hang, nhu nhú, phơi bày. trống trải, 가슴을 노출시키다 hở ngực, 노출된 브라우스 áo hở cánh. 목과 어깨가 노출된 드레스 áo hở cổ và vai.
노친 cha mẹ già.
노칠까봐 vì sợ nhỡ tàu. 차를 ~ 걱정하다 lo vì sợ nhỡ trễ xe.
노크하다 gõ cửa.
노태 (늙은 모양) lão luyện, già dặn (노티).
노트 (공책) tập vở(남), quyển vở(북).
노트북 (컴퓨터)vi tính xách tay, loptop
노트 (속도단위) hải lý.
노파 bà già, bà cụ, (경멸적) con mẹ, 이 빠진~ bà cụ móm mém, 노파심 quan tâm lo lắng.
노폐물 vật liệu phế thải.
노폭 bề rộng đường.
노하다 tức giận, mất bình tĩnh.
노형 (당신) anh, ông.
노호하다 gầm lên giận dữ.
노화 lão hóa, ~에 대한 연구 lão khoa, ~현상 triệu chứng lão suy.
노환 suy nhược tuổi già.

노회(기독교) hội đồng trưởng lão.
노획하다 chiếm lấy. 노획물 chiến lợi phẩm.
노후 đến lúc tuổi già, đến lú tàn đời. 노후를 편히 살다 thoải mái lúc tuổi già. (오래된) hư nát, đã cũ. 노후선 tàu thuỷ cũ. 노후시설 đồ dùng mòn cũ. ~의 qúa tuổi. ~ 연금 기금 quỹ dưỡng lão.
녹 (녹봉) bổng lộc, tiền lương.
녹 (푸른) màu xanh lá cây. 녹음 bóng cây. 녹차 trà xanh.
녹 (녹슬다) rỉ sét, gỉ, vết bẩn. 놋이 동, 녹슨 bị han rỉ, han gỉ. 녹슬지 않는 강철 thép không gỉ.
녹각 (사슴뿔) sừng hươu nai, gạc. 녹각 giác.
녹녹 (눅눅)하다 ẩm thấp.
녹다 tan, chảy. 설탕이 물에 ~ đường tan trong nước. (쇠가) 녹다 bị làm chảy ra. (반하다) bị quyến rũ, say đắm. (손발이) làm cho ấm. 녹기 쉬운 nóng chảy
녹는점 (용해점)dung điểm.
녹다운 cú đánh gục, cú nốc-ao.
녹두(콩) đậu xanh (남), đỗ xanh (북)
녹로 máy tiện. 녹로 세공 xưởng tiện.
녹록하다 kém, xấu, không giá trị. 녹록 잖은 적 đối thủ đáng gờm.
녹말 (전분) chất tinh bột.
녹 방지제 phòng ri(sét). 녹방지약 thuốc ngừa sét(ri).
녹봉 bổng lộc, (급료) tiền lương.
녹비 (사슴가죽) da con nai (녹피)
녹비 (비료) phân bón xanh.
녹색 xanh lá cây, xanh lục. ~혁명 cách mạng xanh. ~을 띤 xanh xanh. hơi xanh. ~이끼 rêu xanh.

녹슬다 sét, ri, 녹슬지 않은 không ~.
녹 방지약 thuốc phòng sét.
녹신 녹신 (녹신녹신)하다 rất mềm dẻo.
녹아서 못쓰게 되다 nhão bét.
녹아 없어지다 tan mất.
녹아웃 cú nốc-ao.
녹엽 lá xanh. lục diệp.
녹옥 đá xanh.
녹용 sừng hươu non. lộc nhung.
녹음 bóng cây, tàn cây rậm lá.
녹음 (소리를) ghi âm. thu thanh, vô băng, 녹음기 máy ~. 녹음테이프 băng ~.
녹이다 làm cho tan, thổi, cho chảy ra, hoà tan. thét, 눈을~ cho tuyết tan. 쇠를~ nung chảy sắt. 금을 ~ thổi vàng, thét vàng. (반하게 하다) làm say mê. 손을 ~ làm cho ấm. 금을 ~ thét vàng.
녹여 만든 철 thép rèn.
녹지 vùng đất xanh tươi. 녹지대 vành đai xanh.
녹차 trà xanh.
녹청색의 xanh đồng.
녹초가 되다 mệt rã rời. mệt lả, chối xác, ăn bã, bủn rủn, bải hoải. 온 몸이~ rủn cả người, 녹초가 된 chối xác. 밤샘을 했기 때문에 ~ thức khuya bải hoải cả người. vật vờ, đừ, 녹초가 되어 주저앉다 ngồi vật vờ, 녹초가 되도록 때리다 đánh nhừ tử. 녹초가 되게하다 (속어)mệt lử cò bợ. 녹초가 될 정도로 피곤하다 mệt xoài.
녹터언 (야상곡) khúc nhạc đêm.
녹화하다 (푸르게) trồng cây gây rừng. 녹화운동 phong trào cây trồng. (방송을) ghi hình, thâu hình. 녹화방송 phát bằng băng ghi hình. 녹화기 máy ghi hình thể.
논 ruộng lúa (남), đồng lúa (북), sướng mạ, vườn ruộng, cánh đồng. 논을 갈다 cày ruộng. 논에 모를 심다 trồng mạ làm ruộng. ~에 물을 대다 đổ ải, làm dầm, 논에 물대는 차 thủy xa, 계단식 ~ nương, 논을 구입하다 tậu ruộng.
논객 người tranh luận, người bút chiến.
논거 lý lẽ, dẫn chứng, luận cứ.
논고 lý lẽ bên nguyên. ~하다 truy tố, khởi tố.
논공 đánh giá công trạng. ~행상 thưởng theo công trạng.
논구하다 bàn luận thấu đáo.
논급하다 nhắc đến, ám chỉ đến.
논길 lối đi nhỏ ở bờ ruộng.
논다니 (유녀) gái điếm, gái đĩ.
논단 (연단) bục giảng, diễn đàn.
논단 (논하여 단정함) luận đoán.
논두렁길 bờ. lối đi nhỏ ở bờ ruộng.
논둑 bờ. bờ ruộng.
논란 (논하여 비난함) lời phê bình, lời chỉ trích.
논리 luận lý. 논리적 logic. lô gích, 논리학 logic học. ~ 학. ~적으로 명백히 ra đầu ra đũa.
논문 luận văn. bài luận, 논문심사 thẩm tra ~. 논문을 쓰다 viết ~. 논문 지도교수 giáo sư hướng dẫn làm ~. 박사논문 ~tiến sĩ. ~작성자 thuyết giả.
논문서 chứng thư điền sản.
논물을 대다 tưới ruộng, dẫn thuỷ nhập điền.

논박하다 phản luận, phủ nhận.
논밭 전지 cả đồng ruộng lúa. 논밭 ruộng nương, ruộng rẫy, ruộng đất. 논밭이 갈라지고 ruộng đồng nứt nẻ. 논밭을 배급하다 quân cấp.
논배미 một thửa ruộng.
논법 (이론) lý luận, lý lẽ.
논설 luận thuyết, (사설) bài xã luận.
논설위원 người viết xã luận.
논술 bài diễn thuyết. ~하다 thuyết trình, phát biểu.
논어 (책) luận ngữ.
논외의 ngoài lề, không liên quan.
논의하다 luận bàn, bàn bạc, thảo luận, bàn luận.
논자 người tranh luận. luận giả, 개혁 논자 người chủ trương cải cách.
논쟁하다 tranh luận. luận tranh, bàn cãi. tranh cãi, luận chiến. 논쟁 sự thảo luận. 자유롭게 ~ ~ tự do.
논점 điểm tranh cãi. luận điểm.
논제 đề tài tranh luận. luận đề.
논조 luận điệu, 신문의~ ~của tờ báo.
논죄하다 tham hặc.
논증 luận chứng, lập luận, chứng minh.
논지 điểm tranh luận.
논파 bác bỏ.
논평 phê bình, bình luận, phê phán. ~하고 주석을 달다 bình chú.
논 (넌)픽션 chuyện thật, không hư cấu.
논하다 bàn bạc, truyền bảo.
놀.저녁놀 ráng chiều. (반) 아침 놀 ráng sáng.
놀 (노을.파도) sóng to, sóng thần.
놀다 chơi, giải lao, giải trí, vui chơi. (맴 돌다)vờn, 장난감을 가지고

놀다 chơi đồ chơi. 장기를 두고 ~ chơi cờ. 재미있게 ~ chơi một cách vui vẻ. 놀기를 좋아하는 ham chơi. 노는 데 빠지다 rượn chơi. 고양이가 쥐를 가지고 ~ mèo vờn chuột.
놀고 지내다 ăn không.
(명) 놀기 전에 일부러 hãy làm việc trước khi chơi.
놀러 나가다 (산책) dạo chơi.
놀라다 ngạc nhiên. sửng sốt, giật thót, 놀라서 소리치다 ngạc nhiên quá kêu lên. 놀랍게도 lấy làm lạ. (공포) hoảng sợ. 놀라움 kinh ngạc. 놀라서 ngỡ ngàng, 놀라서 서다 trời trồng. 놀람을 나타내는 소리 '와' ủa. ưở, 놀랄만한 kỳ diệu. 놀라 펄쩍 뛰다 giật mình. giẫy nảy. 놀란 sửng sờ, (겁먹은) khiếp sợ. 놀라운 광경 cái nhìn ~. 놀랄만한 진보 những bước tiến thần kỳ.
놀랍게 여기다 lấy làm lạ.
놀라게 하다 bắt nọn, truật.
놀라게 하는 rùng rợn.
놀라운 사실 sự thật đáng kinh ngạc.
놀라운 효력 thần hiệu, hiệu lực ngừa약 thuốc ~.
놀라서 눈이 휘둥그래지다 mắt trợn lên vì kinh ngạc.
놀라서 말문이 막히다 đớ. đớ lưỡi.
놀라서 멍하니 서있다 đứng sững sờ.
놀라서 발이 묶인듯이 멍하게 서있다 trời trồng.
놀라서 어리둥절하다 ngơ ngáo.
놀라서 주변을 두리번거리는 mặt tròn mắt dẹt.
놀라서 창백해지다 sợ tái mặt.
놀라서 큰소리치는 bài hải.

놀랄만한 일이 전혀 아니다(구어) trách nào mà chẳng.
놀리다 (조롱.희롱) chọc ghẹo(남). trêu(북). chơi xỏ, chành chọc, cợt đùa, xắc xói. 나를 놀릴셈이야? anh định lừa tôi à? (쉬게하다) cho nghỉ. 놀림당하다 mắc lỡm.
놀림감으로 삼다 làm trò chơi, làm trò cười.
놀아나다 (놀아먹다) sống trác táng, sống không giá trị.
놀음 (놀음 놀이. 노름)하다 đánh cờ bạc.
놀이 trò chơi. ~내기하다 đánh chơi, 꽃~ thú chơi hoa, thưởng hoa. 뱃놀이 đi chơi thuyền. ~공원 công viên giải trí. 술래잡기 trò chơi bịt mắt, trò rượt bắt, 숨바꼭질 ~ cút bắt, ~ trốn kiếm. 놀이 동아리 làng.
놀이에 훤하다 ăn chơi lõi.
놀이터 sân chơi.
놈 thằng, gã. đứa, 더러운~ thằng bẩn thỉu. 나쁜~ thằng xấu xa.
놈팽이 (건달) gã, kẻ phóng đãng, kẻ ăn bám.
놉 (일꾼) người giúp việc tạm thời.
놋 (놋쇠) chất đồng thau. 놋대접 chén bằng thau. 놋쇠 대야 thau. 놋쇠제품 đồ thau.
놋그릇 đồ thau.
농 (장난) trò chơi, trò đùa. 농담 nói đùa.
농 (고름) mủ.
농가 nhà nông thôn. nông gia(hộ).
농간 mưu đồ độc ác, thủ đoạn. ~을 부리다 dùng thủ đoạn. đổi trắng thay đen.

농경 nông canh. canh nông.
농공업 nông công nghiệp.
농공임업 công nông lâm nghiệp.
농과 khoa nông nghiệp. nông khoa, ~대학 đại học nông nghiệp.
농구(농기구) nông cụ, dụng cụ dùng trong nông nghiệp. (농기계)điền khí.
농구 (운동) bóng rổ. ~팀 đội bóng rổ. ~선수 tuyển thủ ~.
농군 (농민) nông dân.
농노 nông nô. ~제도 chế tạo ~.
농단 (독차지) hóa giữ độc quyền.
농담 nói đùa, đùa giỡn, nói chơi, chơi đùa. lời pha trò, bông đùa, 농담아니시죠? Anh không nói chơi chứ? ~하는 것이 아니다 không nói chơi đâu. pha trò. bông đùa, ~으로 đùa nghịch. ~을 주고 받다 đùa đi đùa lại. ~이 아니다 không phải đùa. ~이 진담되다 đùa thành thật. ~반 진담반 nửa đùa nửa thật. nửa chơi nửa thật, ~이 지나치다 đùa quá trớn. ~을 내뱉다 đùa nhả.
농땡이 kẻ lười ngay xương, kẻ đại lãn.
농땡이 치다 lơn tơn
농도 nồng độ. trọng suất, 술의 ~ nồng độ rượu. ~가 낮은 술 rượu ngọt.
농 (고름)들다 tạo mủ, mưng mủ, gôm mủ.
농락하다 đùa giỡn. lung lạc, 여자를 ~ đùa với gái. 돈으로 농락하다 đùa bằng tiền. (속어) làm mưa làm gió.
농루 (고름이 나오다) chảy mủ.
농림 nông lâm. 농림부 장관 bộ

trưởng bộ ~.
농막 (농촌 오두막) căn chòi nông dân. 망루 chòi canh(gác).
농막 (안개) sương mù. 짙은 ~ sương mù dày đặc.
농민 nông dân. nhà nông, dân cày. ~조합 nông hội. ~운동 nông vận.
농부 nông phu (dân). thợ cày.
농부와 노동자 nông công.
농번기 nông vụ (농사철)
농사짓다 làm ruộng. cày cấy, làm đồng, vụ, 농사 일 công việc ruộng đồng. nông vụ, 커피~ vụ cà phê.
농사의 제신 thượng điền.
농산물 nông sản vật, sản phẩm nông nghiệp. điền sản. ~소출 hoa lợi.
농산품 nông phẩm(sản).
농성하다 xúm quanh, vây quanh. 농성투쟁 cuộc đình công ngồi.
농수산부 bộ nông ngư nghiệp.
농숙 (너무 익은) chín nẫu (gục)
농아 người câm điếc. ~학교 trường câm điếc.
농악 nhạc cụ nông nghiệp.
농액 (농도 짙은 액채) chất sệt. 고름 chất mủ.
농약 nông dược, thuốc trừ sâu. ~을 뿌리다 phun thuốc trừ sâu.
농어 (물고기) cá hanh. cá rô.
농어민 nông ngư dân.
농어촌 nông ngư thôn, nông thôn với ngư dân.
농업 nông nghiệp. đồng áng, ~전문가 kỹ sư nông nghiệp, 농업경제 kinh tế ~. 농업국 nước ~. ~기술 kỹ thuật ~. 농업생산 sản xuất ~. 농업정책 chính sách ~. nông chính,

농업협동조합 hợp tác xã ~.
농업경제 조직 điền trang.
농업과 양잠 điền(nông) tang.
농업과 원예 nông phố.
농업용 수리시설 thủy nông.
농원 nông trại, đồn điền.
농작 nghề nông. 농작물 hoa màu, vụ mùa. mùa màng, 농작물 수확기 máy gặt.
농장 nông trường.´ nông trại. trang trại. 집단 ~ nông trang tập thể. 국영 ~ nông trường quốc doanh.
농장주 trại chủ.
농정 quản lý nông trang.
농지 đất cày cấy, đồng ruộng. (경지) 농지 개핵 cải tạo đất chăn nuôi.
농지세 điền tô.
농지거리 lời nói đùa.
농축하다 làm cao cho chất sệt.
농축우유 sữa đặc.
농촌 nông thôn. thôn quê, (반) 도시 đô thị, thành phố. 농촌 진흥 chấn hưng ~. 농촌진흥청 văn phòng phát triển ~. ~으로 이주시키다 sơ tán về ~. ~의 집 thôn cư.
농촌 우체국 trạm.
농촌 청년단 xã đoàn.
농촌협동 생산조직 tổ đổi công.
농탕치다 gùn ghè.
농토 đồng ruộng, đất trồng trọt.
농하다 (농담하다) nói đùa, vui đùa.
농학 ngành nông học. 농학박사 tiến sĩ nông học. ~자 nhà nông học.
농한기 thời kì nghỉ của nông dân.
농업 협동조합 (농협) liên đoàn hợp tác xã nông nghiệp.
농후하다 dày đặc, đậm. 농후한 đằm thắm, nồng hậu.

높낮이 cao thấp.

높다 cao.(반)낮다 thấp, 온도가 ~ nhiệt độ ~. 학력이 ~ sức học ~. 높은 임금 lương cao. 지위가 높은 사람 người có vị trí cao. 높은 가격 giá cao. 높은 생활비 phí sinh hoạt cao. 매우 높은 cao thẳm, cao vút, vòi vọi, 높고 건조한 cao ráo. 높고 맑은 (목소리) bổng. 높은 신분으로 태어남(속어) cành vàng lá ngọc. 높은 지위를 차지하다 ngoi, 영도자의 지위에 오르다 ~ lên địa vị lãnh đạo. 높고 위험한 nham hiểm. 높은 장롱 tủ đứng.

(속) 높은 가지가 부러지기 쉽다(지위가 높은 사람은 쉽게 유혹당하고 타락하게 된다) Cành cây cao thì dễ gãy (người ở địa vị cao thì dễ bị cám dỗ, trở nên tha hóa).

높은 덕망 thạc đức.
높은 덕행 đức cao, thịnh đức.
높은 명예나 벼슬 thanh vân.
높은 음표 dấu thăng.
높은 이자(고리) nặng lãi(lời).
높은 집 ngôi lầu.
높게 치솟다 chót vót, cao tót vời. 높게 솟은 산 núi cao ~..
높아지다(수위가)lắp xắp.
높다랗다 khá cao. 높직이 khá cao.
높이 chiều cao, độ cao. 높이 뛰기 sự nhảy cao. 장대 ~뛰기 nhảy sào. 재자리 ~ 뛰기 sự nhảy cao không chạy. ~ 날다 lượn. liệng, ~ 솟다 cao ngút, lênh khênh.
높이 걸어 차다 vích.
높이다 nâng cao, tôn cao, đưa cao lên. 담을 ~ nâng tường lên cao. 둑을 ~ đắp cao đê. 품질을 ~ nâng cao chất lượng.

높임말 từ tôn kính.

놓다 để, đặt. gác, 책상위에 ~ đặt lên bàn. 어디에 놓을까요? Để ở đâu? 손을 ~ buông ra, thả ra. 노아주시오 buông tôi ra. (불을) ~ đốt cháy. (가설) 전화를 ~ gắn điện thoại. 다리를 ~ bắt cầu qua sông. 주사를 ~ chích, tiêm chủng. 금실로 수를 ~ thêu chỉ vàng lên. 돈(빚)을 ~ cho vay, cho mượn. 세를 ~ cho thuê. 속력을 ~ tăng tốc độ.

놓아두다 để mặc. thả luống. 그대로 놓아두어라 cứ để mặt nó. 어린이를 놓아두면 일을 저지를 것이다 thả luống bọn trẻ, chúng sẽ hư.

놓아먹이다 thả cho ăn cỏ. 소를~ thả chăn bò.

놓아주다 buông ra, thả ra, thả tự do, buông tha (풀다), thả lòng(luống). 죄수를 ~ thả một tù nhân.

놓이다. 마음이 놓이다 cảm thấy bớt căng thẳng. 마음이 놓일때가 없다 không giây phút nào thanh thản.

놓치다 (기회등을) lỡ, lỡ dịp, nhỡ, bỏ lỡ, trễ, để vuột mất. vuột tay, (범인을) đánh mất, cho qua. 기차를 ~ lỡ tàu, nhỡ tàu. trễ xe lửa, 기회를 ~ bỏ lỡ cơ hội. 배를 ~ trễ tàu, 죄수를 ~ trượt mất kẻ tội phạm.

뇌 não. 뇌의 구조 cấu tạo của não. 뇌동맥 động mạch não, 뇌의 손상 tổn thương não. 뇌를 쓰다 dùng đầu óc. 뇌의 활동력 não lực.

뇌의 외피 vỏ não.

뇌까리다 nhai nhải, nói lải nhải.

뇌관 ngòi nổ, chất nổ. ~장치 chất nổ.
뇌다 nhắc lại, lập lại. 같은 말을 ~ nhắc đi nhắc lại.
뇌동하다 theo một cách mù quáng. 뇌동자 người bắt chước mù quáng.
뇌동맥경화증 chứng xơ cứng động mạch não.
뇌력 năng lực trí tuệ.
뇌리 đầu óc, trí tuệ. 뇌리에 깊이 새기다 ấn tượng khắc sâu trong đầu óc.
뇌막 não mạc, màng não(óc). ~염 bệnh viêm ~.
뇌물 hối lộ, đút lót, của đút, mua chuộc, phải quấy. ~을 받다 nhận của hối lộ. ăn tiền(đút), ~을 보내다 đút lót, ~로 먹다 ăn hối lộ. ~을 쓰다 đưa ~. đút lễ, lo lót, ~로 매수하다 mua chuộc bằng ~. ~사건 vụ ~. ~ 수회자 người nhận ~. ~증여자 người đưa ~. ~이 들어가야 비로소 끝난다 nhờ có phải quấy mới xong được. (깡패에게 바치는) tiền mãi lộ.
뇌물을 사용하다(입을 막다)trám miệng.
뇌병 bệnh não. 뇌병원 bệnh viện tâm thần. 뇌빈혈 bệnh thiếu máu não.
뇌성 (벼락) sấm chớp, tiếng sấm.
뇌성마비 bại não.
뇌쇄하다 (유혹하다) quyến rũ, làm say đấm, dụ dỗ, khéo lấy lòng.
뇌수술 phẫu thuật não, mổ não. 뇌신경 thần kinh não. não cân.
뇌세포 tế bào não.
뇌염 viêm não.
뇌우 bão sấm sét và mưa to.

뇌일혈(뇌출혈) chứng xuất huyết não, tăng xông nhồi máu.
뇌졸증 đột quỵ
뇌종양 chứng u não.
뇌진탕 chấn động não.
뇌출혈 xuất huyết não, chảy máu não.
뇌충혈 chứng sung huyết não.
뇌파(의학) sóng não đồ.
뇌하수체 (골밑샘) tuyến yên.
누가되다 ảnh hưởng xấu, liên lụy. 남에게 누가되다 (누를 끼치다) làm ~ đến người khác, bị quấy rầy, làm khó chịu.
누가 나에게 관심을 갖고 있나 có ai màng đến tôi.
누가 더 나은지 해보자 thử chạy thi coi ai hơn
누가 알았으랴(뜻밖에) nào ngờ.
누가 의심했겠는가? Ai ngờ?
누각 lâu đài. vọng lâu.
누계 tổng số, tổng cộng.
누관 (해부) tuyến lệ.
누가복음 (성경) Lu-ca.
누구 ai. người mô, những ai, ~시죠? Anh là ai? ~의 của ai, người nào. ~도 모른다 ai cũng không biết. ~나 알고 있다 ai cũng biết. ~세요 ai vậy (đó)? 누군가 người nào đó. 누군가 적당한 사람 bất cứ ai thích hợp. ~라도 bất cứ ai. ~나 약점은 있다 ai cũng có yếu điểm. 누군지 ai đó. 누군지 왔었다 ai đó đã đến. ~차례지? Đến lượt ai? 당신 차례 야 tới lượt anh, 누구야! ai đấy? ~를 둥둥 띄워주다 đưa ai lên mây. ~와 슬 픔을 나누다 san sẻ nỗi buồn với người nào. ~의 뜻

에 반대하여 sái ý. ~의 잘못입니까?lỗi tại ai? 누구를 존중하다 vì nể. ~때문에 vì ai. ~를 위해서 vì ai. ~를 본받다 soi gương người nào.

누구에게 마구 모욕을 주다 chửi người nào túi bụi.

누구의 의도를 추측하다 biết ý.

(명)누구나 그가 얻는 이득은 과감한 모험의 결실이다 Bất cứ ai, lợi tức mà họ kiếm được đều là kết quả sự mạo hiểm.

누구든지 kẻ nào.

누구라도 ai nấy.

누그러뜨리다 (태도) làm cho dịu lại.

누구나 모두 nào nấy.

누구라도(모두) ai nấy.

누구에게도 뒤지지 않는 như ai.

누구의 뜻에 반대하여 sái ý.

누군가를 위해 어떤 일을 하다 làm cho.

누그러뜨리다 xả, 화를 ~ xả giận.

누그러지다 nguôi, dịu, 노여움이~ ~ giận, (추위가) 시절 lạnh dễ chịu hơn. 통증이~ cơn đau đã dịu.

누글누글하다 mềm mỏng.

누긋하다 (성질) bình thản, điềm tĩnh.

누기 (물기) ẩm ướt, hơi ẩm.

누나 chị, chị gái, chị cả (누님)

누년 (여러해) nhiều năm.

누누이 (여러번) nhiều lần, liên tục. ~ 말하다 nói đi nói lại.

누님 chị gái, chị cả.

누다 (똥) đi cầu, ỉa. (오줌) đi tiểu, đi đái.

누대 (탑) cái tháp. (궁궐) lâu đài.

누더기 áo quần tả tơi (rách tả tơi). nùi giẻ, rách tướp. lam lũ. 누더기를 입고 rách bươm. ~ 를 입고있다 mặc áo quần rách rưới.

누더기가 된 rách tươi.

누덕누덕한 rách rưới.

누드 (나체) khoả thân. ~사진 ảnh ~. 누드쇼 màn trình diễn khoả thân.

누드 그림 họa hình trần truồng.

누락하다 bỏ đi, bỏ quên, bỏ lỡ, bỏ sót.

누란의 위기 sắp xảy ra hiểm hoạ.

누란지세(속어)cá nằm trên thớt.

누런 vàng khè. ~이 răng ~.

누렁물 nước màu vàng. 누렁물감 thuốc nhuộm vàng.

누렇다 vàng hẳn, có màu vàng.

누르스름한 hơi vàng. vàng vàng.

누렇게 익은 trọn, ~ 벼 gạo ~.

누룩 mẻ, (효모) men. 술의~ men rượu.

누룽지 (깜밥) cơm cháy. sém.

누르께 (누르스름) hoá bị nhuốm vàng, pha màu vàng, có màu hơi vàng.

누르다 đè xuống. 도장을 ~ đóng dấu.

누르락 푸르락 (성낸 모습) giận đỏ mặt.

누름 단추 nút chuông điện.

누리 (우박) cơm mưa đá.

누리 (세상) thế gian. 온누리 khắp thế giới.

누리다 được hưởng, thụ hưởng, có được. 행복을 ~ hưởng hạnh phúc. (냄새가) có mùi hôi thúi. 누린내 mùi hôi.

누명 ô danh, oan khúc, 누명을 쓰다 bị ô danh, bị mang tiếng xấu. oan khuất.

누문 (엿들음) nghe trộm (lén).

누범 vi phạm liên tục, tái phạm lỗi. ~

자 người tái phạm lỗi.
누비다 khâu may. 누비옷 quần áo đã khâu. 누비 이불 chăn bông, mền bông.
누선 (해부) tuyến nước mắt.
누설하다 tiết lộ, bộc lộ. 비밀을 ~ tiết lộ bí mật. 기밀을 ~ rò rỉ bí mật. 가스 누설 rò ga. 아무 생각없이 비밀을 ~ vô tình ~ điều bí mật.
누설되다 thủng, vỡ chuyện(lở), (탄로나다) vỡ lở.
누수 rỉ nước, thoát nước, rò rỉ nước.
누습 hủ tục, thói quen xấu.
누실 (빠뜨려 잃어버림) bỏ lỡ, cho qua.
누안 (눈물괸눈) đôi mắt đẫm lệ.
누에 con tằm. 누에를 치다 chăn nuôi tằm. ~ 치기 nghề nuôi tằm. 누에고치(번데기) nhộng tằm. giáp quả. keo tơ. tơ gốc.
누옥 (누추한 집) túp lều tồi tàn, căn nhà tầm thường.
누울자리를 보고 눕다 trông giỏ bỏ thóc, (분수를 알고 일하다) tùy(liệu) cơm gắp mắm.
누워 떡먹기 (아주 쉽다) công việc dễ dàng.
누워만 있는 nằm bẹp.
누워먹다 (놀고 먹다) nhàn rỗi, ăn chơi.
누워자다 nằm ngủ.
누이 (동생) em gái. 손위 누이 chị gái.
누이다 (대 소변) tống ra, cho đi đại tiện. (눕히다) đặt nằm xuống, cho đi ngủ.
누적된 tích luỹ, gom góp, được gom lại.
누전 rò điện. ~에 의한 화재 hoả hoạn vì rò điện.
누정 (몽정) mộng tinh.
누진세 tăng thuế dần, thuế luỹ tiến. 누진 소득세 thuế thu nhập luỹ tiến.
누차 (여러번) nhiều lần.
누추한 tính bẩn thỉu, tính dơ dáy, hèn hạ.
누출하다 rò rỉ, lỗ thủng, tiết lộ ra. 가스 누출 rò ga.
눅눅하다 bị ẩm ướt. iu xìu. 눅눅한 옷 áo quần đẫm ướt.
눅다 (무르다) mịn. mềm.
눅신눅신하다 mềm dẻo, dễ uốn.
눅이다 (반죽을) nhồi bột nhão. (마음을) yên tĩnh. (옷을) làm ướt quần áo. (목소리를) êm dịu.
눈 con mắt. 날카로운 ~ mắt sâu(tinh). 깊이 들어간 눈 mắt sâu hoắn, ~이 부시다 chói mắt. hoa mắt, ~이 나쁘다 mắt kém. ~에 해롭다 có hại cho mắt. ~에 불이나다 mắt nảy lửa. ~으로 밝맞. ~으로 인사하다 chào bằng mắt. ~으로 보고 dùng mắt nhìn để rồi, ~을 감다 nhắm mắt. chợp mắt, (반) 눈을 뜨다 mở mắt. ngủ dậy, ~을 가리다 bịt mắt. bưng mắt, ~을 비비다 dụi mắt. 남의 눈을 피하다 tránh con mắt của người khác. 눈이 흐린 cập kèm, 눈이 높다 yêu cầu cao. 사람을 보는 눈이 있다 có con mắt nhìn người. 눈을 크게 뜨다 mắt mở to ra. mắt thao láo. 벚의 mắt, (반) 눈을 가늘게 뜨다 nheo mắt, 눈 깜박할 사이에 trong chớp mắt. tía lia, cuồn cuộn, ~을 꼭 감다 nhắm nghiền. ~이 침침하

다 mắt mờ, 눈을 감기다(죽은이의) vuốt mắt, ~을 새기다 xăm mắt, ~을 반쯤 뜨다 hé mắt, ~에 거슬리는 chướng(nghịch) mắt, ngược(trái) mắt, 눈에 거슬리는 행위 hành vi trái mắt, 눈을 거의 감다 tít(híp) mắt, 눈을 깜박이다 chớp mắt, nháy mắt, 눈을 크게 뜨고 보다 trợn mắt. mắt trao tráo, nhướng mắt, giương mắt, ~을 부라리면서 sừng sộ. 눈에 눈물이 고이다 rưng rưng. ~을 갑자기 뜨다 bừng mắt. ~을 부릅뜨다 trố mắt. 눈 앞에 늘어 놓다 dàn mặt. 눈을 들다 ngước. 눈을 크게 뜨고 보다 trớn mắt. mắt trao tráo.
눈을 꼭감은채 묻다 hỏi trong khi nhắm nghiền.
눈을 뜨고 자다 ngủ chập chờn.
눈깜짝할 사이의 thun thút, 순간적인 바람 gió ~.
눈깜짝할 사이에 시간이 지나다 thấm thoát, ~ 10 년이 지났다 ~ đã 10 năm. 시간이 빨리 흐른다 thì giờ ~ trôi qua.
눈꼬리 đuôi mắt.
눈앞에서 nhãn tiền.
눈앞이 아찔하다 váng vất.
눈의 기미 quầng.
눈의 흰자위 lòng(tròng) trắng mắt. trợn mắt.
눈에 띄게하다 tỏ rạng.
눈에 띄는 dễ thấy. (현저한) siêu quần.
눈에 보이는 khả kiến.
눈은 눈으로 mắt đền mắt.
눈을 가리다 bưng mắt. (헝겊으로) bịt mắt.
눈을 휘둥그레뜨고 보다 xoe tròn mắt nhìn.
눈이 말똥말똥해지다 mắt cứ chong chong.
눈이 먼 tối mắt.
눈이 부은 sưng húp.
눈이 붓고 분비물이 젖어있는 toét nhèm.
눈이 어둡다 tối mắt.
눈이 휘둥그레지다 trợn tròn mắt.
눈 (내리는) tuyết. ~이 내리다 ~ rơi. ~을 맞다 gặp bão. 눈을 쓸다 quét ~. 눈이 쌓이다 tuyết chất chồng lên. 눈이 녹다(부서지다) tuyết tan. ~으로 덮인 phủ tuyết, ~같이 흰 trắng như ~, 눈과 같은 giống như ~, 눈에 발길이 막히다 bị ~ chân lại, 눈으로 덮힌 시내 thành phố đầy ~, 눈같이 하얀 ~ bạch, 흰눈 ~ bạch, 눈이 오다 ~ rơi. 쌓인 눈 đống ~. 눈 오는 계절 mùa tuyết rơi. 눈 처럼 흰 trắng như tuyết.
눈과 서리 tuyết sương.
눈오는 계절 mùa ~ rơi.
눈 (싹) mầm, chồi, nụ. 눈 (싹)이 나오다 đâm chồi.
눈금 (저울등) chia độ, mặt cân, mặt phân độ. 저울눈을 속이다 cân yếu. (체의 그물눈) mắt lưới. (편물의) mũi đan.
눈가리개 cái che mắt. 눈을 가리다 bịt mắt.
눈가림 (속임) dối trá, lường gạt, lừa gạt. (미봉책) thay thế tạm, lấp chỗ trống. 눈가림하다 (속이다) lừa gạt. 눈가림으로 하는 일 công việc tạm thời. ~을 하다 mà mắt.

눈깜짝할 사이에 trong chớp mắt, trong nháy mắt.
눈깔 con mắt. 눈깔사탕 kẹo như con mắt.
눈감아주다 bỏ qua cho, lơ đi, làm lơ, làm ngơ, nhắm mắt cho. 잘못을 ~ 봐 qua lỗi cho. 이번만 눈감아주세요 hãy bỏ qua cho tôi chỉ lần này.
눈꺼풀 mí mắt. 쌍~ mắt hai mí.
눈거칠다 khó coi, làm gai mắt.
눈결 cái liếc mắt.
눈꼴사나운 dơ mắt.
눈곱 ghèn mắt, dử. ~낀 눈 mắt ghèn.
눈대중 cước lượng. 눈대중으로 theo cái nhìn. (겉만보고) xem bề ngoài.
눈꼴사납다 làm gai mắt, nhìn một cách ghê gớm. khó coi, không đẹp mắt. ~을 흘기다 quắc mắt.
눈구멍 (안공) hốc mắt. (눈) con mắt.
눈구멍에 빠지다 rơi vào đống tuyết.
눈금 (자의) chia độ. 눈금을 긋다 chia độ, kiểm tra độ.
눈기이다 (속이다) lừa bịp, lừa dối.
눈길 ánh mắt. 눈길을 모으다 làm cho mọi người chú ý. ~을 피하다 tránh ánh mắt của ai đó. 부드러운 ~ cái nhìn trìu mến.
눈높다 nhìn cao. (안목이) sành sỏi, xét đoán giỏi. 미술품에 눈이 높다 am hiểu về nghệ thuật.
눈다래끼 chắp. mụt lẹo.
눈딱지 (흉한 눈) cặp mắt hung dữ.
눈독들이다 quan tâm tới, để mắt tới. 재산에 ~ quan tâm đến tài sản.
눈동자 tròng con mắt, con ngươi, đồng tử mắt. cầu mắt, 검은 ~ con ngươi đen, ~의 검은자위 lòng đen.
눈두덩 chỗ nhô lên của mí mắt. quầng mắt.
눈뜨다 thức tỉnh, tỉnh ngộ, mở mắt ra, ý thức, nhận thức rõ. 성에 ~ ý thức về sinh lý. 눈뜨게하다 giác ngộ.
눈뜬장님 (문맹) người mù chữ.
눈띄다 bắt gặp, được chú ý. 눈맞다 phải lòng nhau, vừa mắt nhau, yêu nhau. 눈맞아서 결혼했다 yêu nhau thì kết hôn. 눈망울 nhãn cầu.
눈맞추다 liếc nhau, lườm nhau.
눈매 khóe.
눈맵시 hình dạng, hình thù con mắt.
눈멀다 bị mù, đui, bị mất ánh sáng.
눈먼자 kẻ mù
눈물 nước mắt, giọt lệ. dòng lệ, lụy, châu lệ, ~을 흘리다 chảy ~. rơi lệ. lưu(thùy) lệ, rơi lụy, vẫn lệ, 눈물을 삼키다 nuốt ~. ~을 닦다 lau ~. gạt lệ, ~을 글 성이다 ứa lệ, ~을 적시다 quệt ~, ...를 감동시켜 ~을 흘리게 하다 làm người nào cảm động đến rơi lụy, nước mắt rơi ~. 눈물이 나오다 chảy ~. 눈물 없는 사람 người không có ~. 눈물젖은 얼굴 khuôn mặt đẫm ~. 눈물이 비오듯하다 ~ chảy ròng ròng. 눈물을 참다 cầm ~. 눈물이 고이다 rưng rưng nước mắt. ~ 고인 눈 mắt đẫm lệ, 눈물이 핑돌다 ngân ngấn, ngấn lệ, nước mắt long tròng. ~이 가득한 눈 mắt đầy lệ, 눈물을 뚝뚝흘리다 nước mắt chảy ròng ròng. lã chã, ~이 마르다 thức lệ, ~방울 giọt châu.

hạt lệ. ~이 글썽해지다 ứa nước mắt. 눈물을 뚝뚝 흘리며 울다 lụy rơi lã chã.

눈물짓다 (울다) khóc lóc.

눈바람 gió tuyết.

눈발 bông tuyết rơi.

눈방울 (눈알) (안구) nhãn cầu.

눈밭 mặt đất tuyết.

눈병 bệnh đau mắt. (안염) nhãn viêm, 눈병이 나다 bị đau mắt.

눈보라 cơn bão tuyết. 눈보라치다 bị bão tuyết.

눈을 부라리다 tráo mắt, sòng sọc. (응시하다) nhìn trừng trừng.

눈을 치뜨다 nghếch mắt.

눈을 후벼대다 móc mắt.

눈부시다 lóa. quáng mắt.

눈부신 bị chói mắt, sáng chói(rực). chói lòa(chang), quáng. vàng son, sáng lòa, choang choáng, (혁혁하다) nổi bật. ~ 발전 phát triển đáng chú ý (nổi bật). ~광택 đen nhánh. 눈부시게 빛나는 huy hoàng, 눈부시게 성공하다 hiển đạt. 눈부시게 흰 trắng mướt, 눈부실 정도로 하얀 치아 răng trắng nhởn. 자본주의의 ~ 시대는 이미 지났다 thời kỳ vàng son của chủ nghĩa tư bản đã qua lâu rồi.

눈부시게 하다 làm quáng mắt.

눈붙이다 (잠시 자다) ngủ chút xíu, ngủ gật.

눈빛 ánh mắt. 애원하는 눈빛 cái nhìn lôi cuốn.

눈사람 người tuyết.

눈사마귀 ve.

눈싸움 chơi ném tuyết. (눈겨룸) trận thi đấu đẹp mắt.

눈사태 tuyết lở. lở tuyết.

눈살. 눈살을 찌푸리다 cau mày. nhíu mày, tỏ vẻ khó chịu,

눈서리 tuyết và sương giá.

눈석임절 (눈녹는 계절) mùa tuyết tan.

눈설다 không quen biết, xa lạ.(반) 눈익다 quen thuộc, 눈선 땅 đất nước xa lạ, xứ lạ.

눈썰매 xe trượt tuyết. ~타다 đi bằng ~.

눈썹 lông mày. chân mày, ~을 다듬다 đánh ~, ~을 그리다(화장을 하다) vẽ ~. 속~ lông mi.

눈썹과 수염 râu mày.

눈속이다 loè, lừa dối. 눈속임 trò lừa bịp, lừa gạt.

눈시울 mí mắt. ~이 뜨거워지다 mủi lòng chảy nước mắt.

눈아래(목하) mục hạ.

눈알 (안구) nhãn cầu, con mắt.

눈앞 trước mắt. ~에 펼쳐지다 mở ra ~. 눈앞의 이익만 생각하다 chỉ nghĩ tới cái lợi trước mắt. 눈앞이 반짝이다 chóa mắt, ~의 이득 cận lợi, ~의 광경 cảnh tượng, ~에 일어난 일을 모르는체하다 giả đui giả điếc, 바로 눈앞에서 ngay dưới mũi ai. (시간적) 바로 눈앞에 ngay trước mắt. ~에서 사라져라 cút đi cho rảnh mắt. ~의 이익만 추구하다 tham bát bỏ mâm.

눈앞에서 nhãn tiền.

눈약 thuốc đau mắt.

눈어림 (눈대중) đo mắt, ước lượng.

눈에 trong mắt. ~는 눈 이에는 이 ăn miếng trả miếng.

눈에 가시 (눈에 거슬리는) chướng mắt, gai mắt. ngứa mắt. ngược

mắt, khó trông.
눈에 띄다 bắt mắt. 눈에 띄는 nổi bật.
눈에 띄게 하다 tỏ rạng.
눈에 번쩍하다 nảy đom đóm.
눈에 즐거운 khoái mắt.
눈에 해로운 hại mắt.
눈여겨보다 xem xét cẩn thận, quan sát kỹ.
눈요기가 되는 vui mắt.
눈요기하다 say mê ngắm.
눈웃음 nụ cười bằng mắt.
(속) 눈은 눈으로 못 본다 (두 눈은 서로 볼 수가 없다, 즉 자신의 결점을 찾기는 매우 어렵다) Mắt không thấy được mắt(hai mắt của người không nhìn thấy nhau, tức là tự tìm thấy khuyết điểm của mình là rất khó).
눈을 뜨다(각성)thức tỉnh.
눈을 부릅뜨다 trố mắt, đỏ ngầu.
눈을 거의 감다 híp mắt
눈을 씰룩거리다 máy mắt.
눈을 찡그리다 nheo mắt.
눈을 치켜올리다 nhướng mắt.
눈을 크게 뜨고 보다 nhìn trố mắt.
눈을 현혹시키다 lóa mắt.
눈의 공동(해부) xoang.
눈의 망막(해부)võng mạc.
눈이 따갑다 đau nhói mắt.
눈이 따끔따끔 아프다 xốn mắt.
눈이 닳도록 기다리다 mòn con mắt.
눈이 먼 tối mắt.
눈이 부시다 hoa mắt.
눈이 빛나는 sáng mắt.
눈이 어둡다 tối mắt. 돈을 보면 눈이 어두워 진다 thấy tiền thì ~ lại.
눈이 축축해지다 rân rấn.
눈이 흐리다 mắt lòa.

눈익다 quen thuộc, quen mắt. 눈익은 얼굴 khuôn mặt quen thuộc. (반) 눈설다 xa lạ.
눈인사하다 cúi đầu chào, gật đầu chào.
눈자위 (안광) lông nheo.
눈정기가 있다 cặp mắt sắc bén.
눈주다 (눈짓하다) nháy mắt.
눈초리 khoé mắt.
눈총맞다 căm ghét, căm thù. 눈총을 받다 bị chưởng mắt.
눈치 nhanh mắt. 눈치가 없다 không nhanh mắt. (반) 눈치가 빠르다 nhanh mắt. lẹ mắt, 눈치채다 biết nhận thức. ~껏 hành động làm lanh. ~빠르게 찾아내다 tìm ra ~.
눈치레 trưng bày.
눈치밥먹다 cùng ăn muối.
눈코뜰새 없다 (매우 바쁜) tối mày tối mặt, rất bận. 눈코뜰새 없이 허둥대는 모습 vuốt mặt không kịp.
눈흘기다 liếc mắt.
눋다 (타다) bị cháy bỏng. 밥이 눌었다 cơm khê, cơm khét.
눌러 앉다 lưu lại nữa.
눌리다 dồn ép, bị bấm, ấn xuống. (위 압에) bị áp đảo. 밥을 ~ nấu cơm khét (khê). 눌린자 kẻ bị hà hiếp.
눌변 (더듬 거리는 말솜씨) ít nói, cà lăm. (반) 능변 nói lưu loát.
눌어붙다 (타서) cơm bị khét dính chặt. (한자리에) dính chặt.
눌은 밥 (누룽지) cơm cháy sém.
눌하다 (더듬거리다) nói cà lăm.
눕다 nằm xuống. nằm dài. đặt lưng(mình). 땅바닥에~ nằm dưới đất, 잔디위에 ~ nằm trên cỏ. 자리에 ~ nằm nghỉ. 누워서 죽먹기

ngồi mát ăn bát vàng, dễ như ăn cháo (tục ngữ).

눕히다 làm cho nằm xuống, làm cho ngã (đổ) xuống, đè xuống.

눙치다 (위로하다) an ủi, vuốt ve, dỗ dành.

뉘 (쌀의) thóc chưa xay.

뉘 (누구) ai.

뉘엿뉘엿 (해가) mặt trời sắp lặn.

뉘우치다 (후회하다) hối hận(cải), hối tiếc, ăn năn, cải hối, hối lỗi. 죄를 ~ an năn hối lỗi.

뉴델리(지명) Tân đề ly.

뉴스타일(신식) lối mới.

뉴욕(지명) Nữu-ước. ~ 주지사 thống đốc tiểu bang ~.

뉴스 tin tức. âm tín, ~방송 bản tin thời sự. 국내~ tin trong nước. 해외~ tin thế giới. ~영화 phim thời sự, 스포스 ~ tin thể thao.

뉴스를 전하다 truyền tin, (통신하다) thông tin.

뉴우페이스 (새 얼굴) một khuôn mặt mới.

뉴질랜드(국명) Niu dilân

느글거리다 (느긋거리다) ói mửa, muốn ói, nôn.

느긋하다 (여유가 있다. 기분좋다) thoải mái, thấy hài lòng.

느긋한(서두르지 않는) thủng.

느긋하게 thong dong, thư trì, ~ 거닐다 i một cách thong dong.

느끼다 cảm thấy, cảm nhận. 추위를~ cảm thấy lạnh. 고통을 ~ cảm thấy đau khổ. 아픔을 ~ cảm thấy đau đớn. 불편을 ~ thấy bất tiện, phiền phức.

느끼하다 quá nhiều mỡ.

느낌 cảm giác. cảm nhận, cảm tính. 느낌씨 (감탄사) thán từ. 느낌표 dấu chấm than. ~을 받아들이다 cảm thụ.

느낌 일치 tâm đầu ý hợp.

느냐? (어미: 후 tố) 밥먹었느냐? ăn cơm chưa? 좋아하느냐? Thích không?

느닷없이 (갑자기) bất ngờ, đột nhiên, thình lình, đột ngột. ~나타나다 xuất hiện ~.

느렁이 (사슴의 암컷) con hươu cái.

느른하다 (노곤하다) uể oải, lừ đừ.

느릅나무 cây du.

느리광이 (느림보) người lười nhác (chậm chạp).

느리다 chậm trễ(chạp), lờ đờ. chậm rãi (반)빠르다) nhanh.

느림보 người ~. 느리게 khoan thai. 느린 걸음(구보) nước tế.

느린(둔한) trì trệ. (천천히)lờ đờ.

느림 (장식용 늘어뜨림의 천) núm tua.

느릿느릿 (천천히) từ từ, lề mề. lờ đờ, rề rề, ~다니는 택시 xe tắc xi chạy rề rề, ~걷다 đi bộ ~, đi chậm. chậm rãi

느슨하다 (줄이) lỏng lẻo, chùng. dùn, xộc xệch, (언행이) ung dung. 느슨한 방어 phòng vệ ~.

느슨하게 lỏng. nới lỏng. ~ 묶다 cột lỏng. ~ 하다 buông lỏng. nơi nới, 벨트를 ~ 하게 하다 nới thắt lưng, ~잡다 cầm ~.

느슨해지다 lỏng ra. rão. tuột ra, 끈이 느슨하게 풀리다 dây xích rão.

느즈막히 hơi trễ.

느타리 버섯 nấm hương.

느티나무 cây zeikova.

느헤미아(성경) Nê-hê-mi.
늑간 (해부) liên sườn.
늑골 gân cốt, (해부) xương sườn. 늑골의 thuộc ~.
늑대(이리) con chó sói. muông sói, (비유: 포악한 사람)lang sói. (명)늑대가 개처럼 보이듯이 아첨꾼은 친구처럼 보 인다 Chó sói nhìn cũng giống như chó nhà, bạn xu nịnh trông giống bạn bè.
늑맘(베트남 간장)nước mắm, mắm cái, ~소스 mắm nêm.
늑막염 (해부)viêm phế mạc, chứng viêm màng phổi, viêm màng phổi khô.
늑목 (체조기구) cái thang thể dục.
늑장부리다 la cà, nhởn nhơ, lề mề.
늑탈하다 cướp bóc, cướp phá.
는 (은)(조사) 책은 책상위에 있다 sách ở trên bàn.
는 (어미: 후사 tố) 먹는 물 nước uống.
늘(항상) luôn luôn, thường xuyên. 늘 바쁘다 luôn bận rộn. ~붙어다니다 lẽo đẽo đi theo. kè kè theo.
늘 따라다니다 leo nheo.
늘 예예하며 복종하다 vâng vâng dạ dạ.
는대로 theo như. 시키 ~하다 làm theo như sai bảo. 있는대로 theo như mình đang có.
늘그막에 lúc tuổi già, trong sự tàn tạ của cuộc đời.
늘다 lớn lên, tăng lên, tăng thêm. (반)줄다 giảm, 일꾼이 나날이 늘다 công nhân ngày càng đông lên. 몸무게가 ~ tăng trọng lượng cơ thể. 두배로 ~ tăng lên 2 lần. 30% 늘다 tăng lên 30%.

늘름 (날름)거리다 cái lưỡi thè thụp.
늘리다 làm cho tăng lên. tăng gia. 인구를~ tăng dân số. 재산을 ~ tăng thêm tài sản. 인원수를 ~ tăng nhân viên. 면적을~ mở rộng diện tích.
늘보 (느림보) lười nhác, kẻ chậm chạp.
늘 붙어다니다 lằng nhằng.
늘비하다 dàn trận, dàn thành hàng.
늘 싸움만 하며 지내다 ăn ở lục đục.
늘씬하다 mảnh khảnh, thon thả, mảnh mai.
늘어가다 tăng lên, tăng thêm lên. 범죄가 ~ tình trạng tội phạm ~. 생산이 ~ sản xuất tăng. (실력.능력 등) 진보 tiến bộ, thăng tiến.
늘어놓다 tung rải rác, phân tán khắp nơi. (물건을) sắp xếp, sắp đặt thành hàng, thành dãy. (진열) phơi bày, triển lãm, trưng bày. 진열장에 상품을 ~ trưng bày hàng hoá trong tủ kính. 이야기를 장황하게 ~ nói dài dòng hết hơi. 사업을 ~ mở rộng việc kinh doanh.
늘어뜨리다 thả xuống, hạ xuống dưới, treo lơ lửng, thòng. sã, rủ, 모기장을 ~ rủ màn, 날개를~ sã cánh, treo xuống, rũ xuống.
늘어서다 xếp hàng. 두줄로 ~ xếp hàng đôi.
늘어선 집 dãy nhà. 늘어선 거리 dãy phố.
늘어지다 (길어지다) kéo dài. (아래로)thòng xuống, (몸이) ủ rũ, suy yếu, kiệt sức. 피곤해서축 ~ bị kiệt sức trầm trọng.

늘어져 내리다 trập, xị, rủ xuống, 귀가 ~내린 개 chó ~ tai. 늘어져 내린 볼 má xị.

늘이다 kéo dài. vươn. 수명을 ~ kéo dài tuổi thọ. 목을 ~ vươn cổ.

늘쩍지근하다 (귀찮아하다) cảm thấy chán nản, mệt mỏi, u uất.

늙다 già đi. về già, hóa già, trọng tuổi, (반) 젊다 non trẻ, 늙은 사람 người già. 나이보다 늙게 보인다 trông già trước tuổi. 나이보다 젊게 보인다 trông trẻ hơn tuổi. 늙어감에 따라 như người già. 늙은 하인 bõ già. vú bỏ. 늙은 농부 lão nông. 늙은 여인 lão phụ. 늙어서 죽다 chết già. 늙어서 낳다 đẻ muộn, 늙어가다 già đi. 늙고 노쇠한 lão nhược. 늙고 쓸모없는 사람 lão hủ.

(속) 젊어서는 아버지를 의지하고 늙어서는 아들을 의지하라 trẻ cậy cha, già cậy con.

늙다리 già khom, (늙은이) ông già lẩm cẩm. khom gia.

늙수그레하다 khá già, hơi già.

늙어빠지다 rất già, hom hem.

늙어서도 직위와 권세를 탐하다 tham quyền cố vị.

늙은 때를 대비하여 돈을 모아놓다 để dành tiền lúc tuổi già.

늙은 여승 sư bà.

늙은 여자 lão phụ, (노파) bà già (남), bà lão (북), 늙은 창녀 đĩ rạc.

늙은 lão, già nua. ~ 농부 lão nông.

늙은 하녀 vú bõ(già).

늙은이 ông già, lão già, ông cụ, ~의 망령 tính lẩn thẩn của ông già..

늙히다 (처녀로) phụ nữ lỡ thì.

늠름한 oai nghi, oai vệ, uy nghi, đường bệ, oai nghiêm.

능 (무덤) lăng mộ, lăng tẩm hoàng gia.

능가하다 trội hơn, hơn, vượt trội(quá), vượt hơn. 젊은 이를 ~ vượt quá tuổi, trội hơn, giỏi hơn. --- 을 ~ du cách.

능갈치다 (능청스럽다) bào chữa khôn khéo.

능구렁이 con rắn có đốm vàng. trăn khoang, (사람) người quỷ quyệt.

능글능글한 xảo quyệt, ranh ma.

능금 (사과) quả táo. 배 quả lê.

능동적 năng động, tích cực, chủ động, mau mắn. tự ý,(반)수동적 thụ động, ~인 성격 năng động tính.

능라금수 (명주실 배) hàng tơ lụa.

능라비단 gấm, gấm vóc lụa.

능란하다 (노련하다) kỹ xảo, khéo léo, lão luyện, có chuyên môn.

능력 năng lực. tài, khả năng, quyền phép,(반)무능력 vô năng lực, (솜씨) tài ba, ~이 있다 có ~. có quyền phép, hả ~이 있다 có ~ làm gì đó. ~있는 사람 người có tài, tài tử. ~을 발휘하다 phát huy ~. 능력자 người có ~. 생산 ~ năng lực sản xuất. 능력 급여 lương theo ~. 지불능력 khả năng chi trả (thanh toán). ~을 겨루다 đọ tài.

능력과 경험 bản lãnh

능력에 맞는 일을 택하여 성과를 거두는 상황(비유) mèo nhỏ bắt chuột con.

능력에 맞지않게 돈을 소비함 vung tay quá trán.

능률 năng suất. ~을 올리다 nâng cao ~. 능률을 저하시키다 làm giảm ~. 생산 ~ năng suất sản xuất. 노동~ năng suất lao động.
능멸 (능모) coi khinh, coi thường. mạ.
능변 lưu loát. xảo biện, 능변가 (인) nhà hùng biện.
능사로 삼다 xem như việc mình.
능선 một vạch lằn. rặng đồi.
능소 (능묘) lăng mộ hoàng gia.
능소능대 (두루능함) có thể thích nghi được, tháo vác.
능소니 (곰 새끼) con gấu con.
능수능란 đủ tài năng. diệu thủ, ~한 사람 nhà chuyên môn tài năng.
능수버들 cành liễu rũ.
능숙한 tài giỏi, thông thạo. khôn khéo, kỹ xảo,(반)미숙한 vụng về, ~사람 người từng trải, thành thạo, lành nghề. ~일꾼 thợ khéo. 능숙하게 다루다 thao túng, 인재를 능숙하게 다루다 thao túng nhân tài.
능욕하다 hãm hiếp, xúc phạm, cưỡng hiếp.
능지기 người trông nom lăng mộ.
능지처참하다 chém nát ra, lăng trì. 능지처참형 xử phanh thây.
능청스럽다 mưu mô, lừa đảo. tùng xèo. 능청이 người nhiều mưu.
능통한 tài giỏi, rành, thành(thông) thạo, 외국어에 ~ ~ ngoại ngữ.
능필 (글씨를 잘 씀) nét chữ đẹp. ~가 người viết chữ đẹp.
능하다 giỏi, thành thạo.
능형 (마름모) hình thoi.
능히 có khả năng (năng lực), có tài.
늦가을 cuối thu. (반) 초가을 đầu thu.
늦은 trễ (남) muộn, muộn màng. (북) (반)이른 sớm, 늦은 밤 đêm khuya. 늦게 자다 ngủ muộn (trễ). 늦게 돌아오다 quay về muộn (trễ). 늦어도 1 시까지 오너라 muộn nhất là 1 giờ đến. 늦어도 3 일까지 muộn nhất đến ngày 3. 늦더라도 안하는 것보다 낫다 muộn còn hơn không. 빨리 가지 않으면 늦는다 không đi nhanh là muộn. 5 분 늦었어요 muộn 5 phút. 너무 늦었다 ~ quá rồi, 시계가 늦어요 빨라요?đồng hồ anh chạy sớm hay ~?, 그는 늦게 결혼 했다 nó cưới vợ ~, 너무 늦게 도 착했다 đến quá ~.
늦게 trưa, ~ 일어나다 dậy ~.
늦게까지 자지 않다 thức khuya.
늦게 아내를 얻다 (장가들다) lấy vợ muộn. 늦게 결혼한 여자 đàn bà cưới muộn..
늦게 일어나다 dậy trưa.
늦게 자고 일찍 일어나다 thức khuya dậy sớm.
늦게 잠자리에 들다 đi ngủ muộn.
늦게 피는꽃 hoa muộn.
늦더위 cái nóng muộn.
늦된 과일 trái cây lâu chín.
늦바람 cơn gió nhẹ. (늦바람나다) phóng đãng muộn.
늦배 (늦게 나은 새끼) sự để muộn.
늦벼 lúa lâu chín.
늦복 vận may cuối đời.
늦봄 cuối xuân. (반) 초봄 đầu xuân.
늦부지런 cố gắng muộn.
늦서리 sương giá muộn.
늦여름 mùa hè muộn. (반) 초여름 đầu hè.
늦은밤 canh khuya.

ㄴ

늦잠 thức dậy muộn. 늦잠꾸러기 người hay dậy muộn. 늦잠자다 ngủ trễ(quên), dậy muộn, ngủ ngày.

늦장마 mùa mưa đến muộn.

늦추다 (느슨하다) nới lỏng, làm cho chùng. (마음을) thư thái, nhẹ nhàng. (고삐를) thả lỏng dây cương. 속력을 ~ tốc độ chậm lại. 걸음을~ bước đi chậm chạp .(미루다) hoãn lại, đình lại, trì hoãn. 이틀 늦추다 hoãn lại hai ngày.

늦추위 đợt lạnh muộn.

늪(갯벌)vũng, (습지) đầm, đầm lầy, vùng lầy, bãi lầy.

니그로 (흑인) người da đen, dân da màu.

니스(광택) lớp dầu sơn. quang dầu.

니켈 (화학) chất kền. ~도금 mạ kền.

니켈강 thép nickel.

니카라과(국명) Nica ra goa.

니코틴 chất ni-cô-tin. ~중독 chứng nhiễm độc ~.

닉네임 (nick name) tên riêng, biệt danh, tên nhạo.

니트로글리세린 chất Ni-trô-gly-cê-rin.

니트 바지 quần nịt.

니힐리즘 (허무주의) thuyết hư vô.

님 (존칭) 아버님 cha thân yêu. 주인님 thưa ngài. 선생님 thưa thầy.

님프 (요정) yêu tinh, tiên, con gái đẹp trong thần thoại Hy-Lạp, nữ thần Nymth.

니까 bởi vì. 늦게 오니까 vì đến muộn nên...

닝겔주사를 맞다 tiếp nước đạm.

ㄷ

다 (모두) tất cả, cả, toàn bộ. 둘 ~ cả hai. 다 왔어요 đã đến cả rồi. 다 죽었다 chết hết rồi. 다 같이 가자 hãy để chúng tôi cùng đi.

(속) 다 된 밥에 재 뿌린다(거의 다 된 일을 망가뜨리다) Rắc tro vào nồi cơm gần chín(công việc gần xong thì lại làm hỏng hoàn toàn).

...다 (후사 동사) 먹다 ăn. 가다 đi. 보다 xem.

다가가다 lại(tới) gần, xích lại, (가만가만) mon men, 나에게 가까이 오지 마세요 đừng tới gần tôi.

다가 놓다 mang lại gần, đem lại gần, kéo lại gần. 밥을 다가 놓다 để cơm lại gần hơn.

다가 붙다 bám sát hơn.

다가 서다 tới gần, tiến lại gần, bước lại gần hơn, lân la.

다가 앉다 ngồi lại gần hơn. 더 ~ ngồi sít vào(vô)

다가 오다 sắp đến, xít, truy cập. 성탄절이 ~ lễ Nô-en ~.

다가오는 đến gần, đang đến. (친근한) gần gũi, 새해가 다가오다 năm mới đang đến. ~ 봄 mùa xuân đang đến gần. 점점 ~ sắp tới. 시험이 ~ kỳ thi cận kề. (앞으로) sắp tới.

다각 nhiều ngành. ~경영 kinh doanh ~. 다각 농업 nông nghiệp ~.

다각적 (다양한) nhiều mặt, đa dạng.

다각형 (기하) hình đa giác.

다갈색 màu nâu, màu nâu đất.

다감한 tính đa cảm, tính dễ xúc động.

다감하다 đa cảm, nhạy cảm. 다정다감한 nhiều tình cảm. 다정다감한 여자 phụ nữ nhiều tình cảm.

따갑다 (뜨겁다) nóng, nóng quá. 쏘시듯이 ~ gây nhức nhối, cảm giác đau nhói.

다 경험한 lịch lãm.

다과 (양) nhiều và ít. (차와 케익) trà và bánh ngọt.

다과회 tiệc trà. ~ 를 열다 đãi ~.

다구(차끓이는 도구) bộ đồ trà.

다국적 đa quốc gia. ~기업 công ty ~.

따귀 (뺨) cái má. ~를 때리다 tát vào má. bạt tai(nhĩ). bóp tai.

따귀를 때림(모욕)cái vả.

다그다 (당기다) kéo lại gần. 기일을 ~ kéo lại gần đến kỳ.

다그치다 kéo, gióng giả.

따끈따끈 (뜨근뜨근)하다 nóng bỏng, nóng hổi. ~한 감자 khoai tây ~.

따끔하다 đau đớn, nhức nhối, bị châm chích. 상처가 아직 ~ vết thương vẫn còn nhức nhối. (느낌이) dữ dội, khe khắt, gay gắt.

따끔하게 찌르다 chích.

따끔따끔 아프다 rần rần, nhăn nhắn, 따끔따끔 쑤시는 rát , thốn.

다급하다 (급하다) khẩn cấp, cấp bách. 다급한 용무 việc cấp bách.

다급한 것 같은 te tái.

다급히 te tái.

다기 (손재주가 많은) khéo tay.

다기지다 (당차다) gan dạ, dũng cảm. 다기진 사람 người can đảm. 다기지게 một cách gan dạ.

다난한 đầy trở ngại, nhiều biến động. 다난한 해 một năm đầy biến

동.
다녀가다 ghé qua, tạt vào, lưu lại.
다녀오다 đi về, ghé thăm. 학교에 ~ đi học về. 다녀왔어요 tôi đi về rồi.
다년간 trong nhiều năm. 다년생 식물 cây sống lâu năm.
(속) 따 놓은 당상이다(걱정없이 일이 이미 성공이다) Quan lại đã an chức(việc đã chắc chắn thành công, không phải lo lắng).
다뇨증 (의학) chứng đi tiểu nhiều.
다능한 đa năng, có nhiều tài, tháo vác. 다능한 사람 người có nhiều tài.
다니다 (왕복) đi tới lui, đi qua đi lại. 버스가 ~ xe buýt chạy qua lại. (자주 가다) thường xuyên lui tới. 교회에 ~ đi nhà thờ. 거리에 다니 는 사람 người qua lại trên đường.
다니엘(성경) Đa-ni-ên.
따님 (딸) con gái cưng.
따다 hái, ngắt. bít, bẻ. 꽃을 ~ hái hoa. 돈을 많이 따다 lấy được nhiều tiền.
다다르다 đi đến, đạt đến chỗ.
다다미 một loại thảm lót sàn.
따따부따 dáng người cãi nhau bằng lời cứng.
다다이즘 chủ nghĩa đa đa.
다다익선 càng nhiều càng tốt. đa đa ích thiện.
다닥 다닥 trong bó (bầy). ~붙어있다 dính ~. ~ 붙다 san sát, ~붙여 있 은 집 nhà cửa cất san sát.
다닥치다 (닥치다) đến gần, kéo gần, sắp đến.
다단 (다망) bận rộn, phức tạp.

다단식 로케트 tên lửa giàn phóng pháo hoa.
다달이 hằng tháng, mỗi tháng.
다대한 nhiều, to. ~ 희생자 nhiều người hy sinh.
다독하다 đọc nhiều. 다독가 người đọc nhiều sách.
다독거리다 vỗ. 어깨를 ~ vỗ vai. (달래 다) dỗ dành, xoa dịu. (위로하 다)an ủi, vỗ về,
따돌리다 (왕따당하다) loại trừ, đối xử thờ ơ, ngăn chặn, hắt hủi, tống (đuổi) ra ngoài. 그는 급우들 에게 따돌림 받고 있다 hắn bị các bạn học xa lánh.
다듬 (따듬. 더듬)거리다 cà lăm, lắp bắp.
다듬다 trau chuốt, chải chuốt, tỉa tót. 머리를 ~ tỉa tót mái tóc.
따뜻한 ấm áp, đầm ấm, hơi ấm, nồng nhiệt, niềm nở, ~환대 đón tiếp một cách niềm nở, ~날씨 thời tiết ấm áp. ~방 căn phòng ~. 따뜻한 gia đình đầm ấm. ~한 마òng âm lòng, tấm lòng ấm áp. 따뜻이 maắc óng ón niềm nở. nhiệt liệt đón mừng. 따뜻한 겨울 mùa đông ôn hoà. ~ 보금자리 tổ ấm. ~환영 đón tiếp niềm nở. 따뜻이 đại tiếp đãi ân cần. ~ nước ấm. ôn thủy.
(명)따뜻한 말 한마디가 3 년 겨울을 따뜻하게 지내도록 해줄 것이다 Một lời nói ấm áp có thể làm ấm một tấm lòng qua 3 năm mùa đông.
따뜻함이 있는 đầm ấm
따뜻하게 하다 hơ, ấm ủ. sưởi ấm. 어

린애 를 따뜻하게 감싸다 ủ con.
따라서 theo, nên chi, giống như. 법에 따라 처단하다 xử lý theo luật. 관습에 따라 행동하다 hành động theo thói quen. 약속에 ~ theo lời hứa, theo cam kết. (그러므로) вì vậy, cho nên, do đó, vậy thì.
…에 따라 theo. tùy theo. tùy. 요청에 따라 theo lời yêu cầu.
…에 따라서 y(tùy) theo.
…을 따라가다 men theo, 중턱을 ~ men theo sườn.
…을 따라 dài theo, chiếu theo. 해변을 ~ 걷다 đi ~ bãi biển.
따라가다 đi theo, men theo, đi tiếp theo. 아버지를 ~ đi theo bố. 길을 ~ đi theo con đường. 강가를 ~ men theo bờ sông, (좋지 않은 것을) 학 đời, (복종) vâng lời, nghe theo lời. 뒤지지 않도록 ~ theo kịp.
따라붙다 bắt kịp, vượt kịp.
따라오다 theo. 나를 따라오세요 hãy đi theo tôi.
따라잡다 đuổi(theo) kịp, tầm nã, 수영 경기에서 선두를 ~ theo kịp người lội đầu trong cuộc lội đua, (붙다) bắt kịp.
따라하다 bắt chước theo.
따라지 (노름판의) một điểm thấp trong thẻ. (따분한 존재) một cuộc đời khốn khổ.
다락방 gác lửng, gác xép.
다락같다 (매우 비싸다) rất đắt tiền.
다락 다락 (더럭 더럭) (성가시게 조르다) quấy rầy, những nhiễu.
다람쥐 con sóc, con sóc chuột. 얼룩 ~ sóc đất.

(속) 다람쥐 쳇바퀴 돌듯한다(계속 제자리 걸음만 한다) Giống như sóc leo đu quay(cứ xoay vòng, dậm chân tại chỗ).
다랑어 cá ngừ.
다래 (목화의) quả nang của cây bông vải.
다래끼 (눈의) mụn lẹo mắt. chắp. mắt hột.
다량 nhiều, số lượng lớn, phong phú. 다량 생산 sản xuất hàng loạt. ~ 으로 rộ lên.
따로 riêng rẻ. ~살다 sống riêng. ~두다 để riêng. ~데리고 가다 đem riêng, ~자다 ngủ riêng, 방을 ~ 잡아두다 đặt phòng riêng. ~내다 trả riêng. 따로따로 riêng biệt. ~ 가다 đi ~. 따로따로 싸다 gói riêng. ~기도하다 cầu nguyện riêng. ~묻다 hỏi riêng.
다루다 iêu hành. xử lý. chủ trì, 문제를 ~ xử lý vấn đề, vận hành, cư xử. 공평히 다루다 xử lý công bằng.
다루기 힘든 khó bảo, khó dạy, càn quấy,(반)다루기 쉬운 dễ bảo, 다루기 힘든 여자 một phụ nữ khó tính.
다르다 khác. sai(khác) biệt, (반) (같다) giống nhau, 아주 ~ rất khác. khác hẳn, 성격이 ~ khác về tính cách. 취미가 ~ sở thích khác. 다르지 않다 không khác. 사람마다 생각이 ~ mỗi người có suy nghĩ khác nhau. 크기가 ~ khác cỡ. 사본이 원본과 ~ bản sao không giống với bản chính. (훨씬)달라지다 thay đổi rõ rệt.

따르다 theo. thuận theo. theo đi. tùy hành. 따르는 자 kẻ đi theo. 유행에 ~ ~ đúng thời trang.
따르는 일과 거역하는 일 thuận nghịch.
따르게하다 tòng phục.
..에 따르면 theo. 그에 ~ ~ nó.
다른 것 khác biệt.
다른 곳에 nơi khác.
다른 곳으로 가다 nhổ neo.
다른 기질 dị chất.
다른 길로 돌아가다 tạt. 왼쪽길로 ~ tạt sang bên trái.
다른 나라 dị quốc.
다른 날 bữa nọ.
다른 모양으로 바뀌다(변장) thay hình đổi dạng.
다른 민족 dị tộc.
다른 방향 dị phương.
다른 사람 덕에 먹다 ăn bóong.
다른 사람에게 신세를 지다(성어) ăn gởi nằm nhờ.
다른 사람(타인)tha nhân, ~의 결점을 찾아내다 bới lông tìm vết.
다른사람의 말에 이어 계속하다 nối lời.
(명)다른 사람은 자주 용서하되 당신 자신은 결코 용서하지 말라 Hãy tha thứ thường xuyên cho người khác nhưng đừng bao giờ tha thứ cho bản thân mình.
다른 사람의 젖을 먹이다 bú nhờ.
다른 사람아닌 chẳng phải ai khác.
다른 인종 dị chủng.
따르다 theo, theo đúng, đi theo, làm theo, chạy theo, theo chân, tuân theo. 남의 뒤를 ~ theo đuổi ai đó. 법을 ~ tuân theo luật. 규정을 ~ tuân theo quy định. (복종) nghe theo, vâng lời. 명령을 ~ tuân theo mệnh lệnh. (응하다) đồng ý theo. 유행에 따르다 theo đúng thời trang.
---에 따르다(응하다) thể theo, 요청에 응하다 ~ lời yêu cầu.
따르지 않다 chống lại. 관습을~ ~ thói quen.
따르다 (붓다) rót, đổ. 차를 ~ rót trà.
따르르 구르다 lăn qua lăn lại. (종소리) 따르르 tiếng kêu leng keng.
다른 길로 돌아가다 tạt, 왼쪽길로 돌아가다 tạt sang bên trái.
다른 때 khi khác.
다른 등급 sai đẳng.
다른 말로 이야기하면 nói một cách khác.
다른 면 mặt khác.
다른 모양으로 바뀌다 thay hình đổi dạng.
다른 방향 phương hướng sai.
(명)다른 사람들에게 줄 수 있는 최고의 큰 선물은 훌륭한 모범을 보이는 것이다 Món quà lớn nhất có thể tặng người khác là cho họ thấy sự gương mẫu vĩ đại.
다른 사람과 마음이 맞다 ăn ý.
다른 사람에게 화를 입히다 giá họa. 무고하게 ~ vu oan giá họa.
다른 사람의 비밀을 찾아내다 tò mò.
(명)다른 사람을 이길 수 있는 한가지 방법은 그 사람보다 훨씬 정중한 것이다 Một phương pháp có thể thắng áp đảo người khác đó là sự nhã nhặn hơn người đó.
다른 사람이 이루어 놓은 결과를 즐기다 tọa hưởng kì thành.
다른 의견 ý kiến khác.

다른 지방 xứ khác.
다른 차에 옮기다 chuyển tải.
다른 특성 đặc tính khác biệt.
다른 편을 따르다 theo phe khác.
따름이다 (뿐이다) thôi, chỉ có. 다만 알고 있을 따름이다 chỉ biết mà thôi.
다름아니라 không phải là thứ gì khác 다름아닌 당신의 부탁이니까 vì anh, nếu anh cần.
다름없다 không khác, giống tương tự, giống như. 그는 죽은거나 ~ 트롱 hắn như kẻ chết rồi. 두사람은 부부나 ~ hai người đó đúng là vợ chồng.
다름없이 như nhau, bằng nhau. 전과 다름없이 대하다 tiếp đón như trước.
다리 (사람의) chân, cẳng. ~가 휘청거리다 la đà, ~를 끌다 khạng nạng, 의자의~ chân ghế. 긴다리 chân dài. (교량) cây cầu. 다리를 놓다 xây cầu qua sông. bắc cầu. ~를 건너다 qua cầu, 다리가 피곤한 모이 chân. 무거운것을 짊어져서 다리가 휘청거리다 vác nặng quá đi sế nế.
다리 저는 자 người què chân.
다리가 아파서 비틀거리며 걷다 đau chân đi tập tễnh.
다리를 꼬다 vắt(tréo) chân.
다리를 꼬고 앉다 ngồi chéo chân. xếp bằng.
다리를 끌며가다 lết đến.
다리를 벌리다 chạng(xoạc) chân. thải lai. choạc chân.
다리를 벌리고 서다 đứng chạng chân.
다리를 뻗다 thẳng chân ra.

다리를 삐다 sái chân.
다리를 오그리다 co chân lại.
다리를 절다 khiễng chân. khập khiễng.
다리를 쭈그리고 앉다 ngồi chò hỏ, ngồi chồm hổm.
다리를 쭉 펴고 앉다 dãi thẻ.
다리를 질질 끌다 lạch bạch. ~ 끌며 따라가다 lạch bạch chạy theo.
다리를 확 펴고 앉아 있다 ngồi dãi thẻ.
다리다 ủi quần áo.
다리미 cái bàn ủi(남) bàn là (북). 다리미질하다 ủi quần áo, là quần áo. 전기~ bàn ủi điện.
다리쇠 (쇠붙이 제구) cái kiềng ba chân.
다림보다 (겨냥대어 살펴보다) thăm dò.
다림줄 (수직 재는) sợi dây dọi.
다림질 판 bàn để ủi đồ
다림추 quả dọi chì, dây dọi.
다림판 (수평을 보는 기구) ống bọt nước.
다릿돌 (징검다리의) thềm đá, bậc đá.
다릿목 đường đi đến cây cầu.
다만 (오직) chỉ, duy nhất. 다만 웃을 뿐이었다 chỉ mỉm cười thôi. (그렇지만) tuy nhiên, dù sau. 함께 갈수 있지만 다만 시간이 없다 tôi có thể đi chơi với anh nhưng không có thời gian.
다 말하다 nói hết, hết lời.
다망하다(바쁘다) bận rộn, đa mang. (바라는 바가 많음) đầy hy vọng.
따먹다 hái ăn. 여자를 ~ làm ô uế trinh trắng của cô gái.
다면 (다방면. 여러면) nhiều mặt. 다면적 nhiều phía. 다면체 khối đa diện(nhiều mặt).

다모작 bội thu, nhiều vụ.
다목적 đa công dụng, đa mục đích. 다목적 댐 cái đập nhiều mục đích.
다 무너진 xười xĩnh, ~가옥 nhà cửa ~.
다문 박식 hiểu biết rộng, hiểu nhiều thông tin.
다물다 đóng, mím, khép, ngâm. 입을 꼭 다물다 mím chặt môi lại. 입을 ~ mím miệng, mím môi.
다미(동백꽃의 별명) trà mi.
다민족 국가 quốc gia đa chủng tộc.
다박나룻 (수염) bộ râu rậm.
다 박살난 liểng xiểng.
다발 bó, chùm, đống, lọn. 꽃다발 bó hoa. 짚 한다발 bó rơm. 사탕수수 ~ lọn mía ghim.
다방 (차실) phòng trà, quán cà phê, tiệm nước. quán giải khát.
다방면 nhiều mặt, nhiều loại. 다방면의 đa(thập) phương diện, đa dạng. 다방면으로 trong nhiều mặt.
다 받아주다 cưng.
다변 (수다스러움) ba hoa, bà tám, mỏng môi, nói nhiều. 다변가 kẻ mỏng môi, kẻ lắm mồm.
다변적 nhiều phía. ~외교 ngoại giao khéo léo. 다변형 hình đa giác.
다병 nhiều bệnh. 다병의 yếu đuối, hom hem.
다복한 hạnh phúc, may mắn.
다부일처 chế độ đa phu, có nhiều chồng. 다부녀 phụ nữ có nhiều chồng. 다부제도 chế độ đa phu.
다부지다 (옹골차다) nhất quyết, cương quyết. (다부진 사람) kẻ cứng rắn.

따분하다 (느른하다) lừ đừ, uể oải, thiếu sinh động. (지리하다) buồn chán, khô khan, nhạt nhẽo, buồn tẻ. 따분한 사람 người khô khan. 따분하게 여기다 ngáp ngược. 따분하게 길다 rông rài.
다분히 khá nhiều, hầu hết. 그에게는 가르치는 소질이 ~있다 anh ấy có khá nhiều tài dạy học.
다붙다 đến gần nhau, xích vô.
다비 (시채의 화장) hoả táng, hoả thiêu.
다사 (일이 많음) có nhiều việc. 다사한 (바쁜) bận rộn.
다사다난했던 해 năm xung tháng hạn.
다 사다 đoạn mãi(반)다 팔다 đoạn mại.
다산 đẻ nhiều, mắn con. 다산의 tốt nái, sòn sòn đẻ. sai con, 다산의 여자 đàn bà tốt nái.
다색 nhiều màu sắc, (다갈색) hơi nâu, nâu nâu (다갈색).
다 써서 비우다 vét sạch.
다 써버리다 suy hao. (다 떨어지다) kiệt. 쌀이 다 떨어지다 gạo đã kiệt.
다섯 số 5, năm. ngũ, ~배 gấp năm lần. ~째 thứ năm.
다소(어느정도) ít nhiều, chút ít. 수입의 ~에 따라 theo thu nhập ~. 영어를 ~하다 tiếng Anh nói được ~. 다소 춥다 lạnh ~. ~늦은 hơi muộn. ~젊은 hơi trẻ. ~꺼리는 ngài ngại. ~불안한 ngài ngại.
다소곳이 đàng hoàng. chồn hỏn, ~ 앉다 ngồi chồn hỏn, ~머리를 숙이고 cúi đầu ~, dễ bảo, một cách ngoan ngoãn.
다소곳하다 nhã nhặn, lịch sự. 다소곳한 태도 thái độ nhã nhặn.

다손치더라도 (했다하더라도) dù là, dầu là, ngay cả, tuy vậy. 그가 거짓말 했다손 치더라도 dù nó nói láu.

다수 đa số. đông đảo, phần đông, (반)소수 thiểu số, đại đa số의 phần lớn. ~의 의견에 따르다 tuân theo ý kiến đa số. ~민족 dân tộc đa số.

다수결 biểu quyết theo số đông. ~로 하다 quyết định theo đa số.

다스 một tá (12 개)

다스리다 trị, (통치) thống trị, cai trị. trị vì, (관리) quản lý. 나라를 ~ 통치 đất nước. (평정) đàn áp, làm yên. 폭도를 ~ đàn áp kẻ nổi loạn. (죄를) trừng phạt.

다스 (따스)하다 . (따뜻하다) ấm áp, ôn hoà. 따스한 공기 không khí ấm áp.

다습하다 (습기) ẩm ướt, hơi ẩm.

다습 (따습)다 ấm áp dễ chịu.

다시 lại, một lần nữa, nhắc lại. ~한번 một lần nữa. ~는 돌아오지 않다 mất mặt, 다시하다 làm lại, nhắc lại. ~읽다 đọc lại. ~시작하다 bắt đầu lại. 노이 lại, ~젊어지게하다 phản lão hoàn, ~고치다 chấn chỉnh. ~세우다 tái thiết. ~말하다 nói lại.

다시 가다 trở vào. 방으로 되돌아 가다 ~ phòng.

다시 가져오다 đem lên.

다시 만나다 gặp nhau, tái họp.

다시 만들다 tái tạo.

다시 말하면 (즉) tức là. 혁명은 ~ 진보 다 cách mạng ~ tiến bộ.

다시 발생하다 tái diễn.

다시 빌려주다 cho thuê lại.

다시 연주하다 tái diễn.

다시 오다(돌아오다)tái hồi.

다시 오실 그분 Đấng sẽ đến

다시—이 되다 hoàn lại

다시말하면 nói cách khác.

다시 매장하다 bốc mả, bốc mộ.

다시금 (더구나) vả lại

다시다 (입다시다. 불쾌감) chép môi. (혀를 차다) chắc lưỡi.

다시마 (식물) tảo bẹ biển.

다시없다 (유일하다) duy nhất. 비길데 없는 vô song. 다시없는 재주 tài vô song.

다시 연구하다 tái diễn.

다시 위탁하다 tái bổ nhiệm.

다시 인쇄하다 tái ấn.

다시 짜게하다(음식을) làm cho mặn lại.

다시잡다 lấy lại.

다시 점령하다 tái chiếm.

다시 젊어지다 trẻ lại.

다시 짓다 dựng lại.

다시 찾다 chuộc lại.

다시 채우다 tái cấp.

다시 태어나다 tái sinh(thế).

다식하다 ăn quá nhiều, ăn tham, háu ăn. 다식가 người ăn quá nhiều.

다신교 đa thần giáo, đạo đa thần.

다신론 thuyết đa thần.

다심한 (걱정이 많은) quá lo lắng.

다아크호오스 (강력한 상대) đối thủ (địch thủ) dữ dội.

다액 tiền lớn. ~납세자 người đóng thuế cao nhất.

다양한 đa dạng. 다양화 đa dạng hoá.

다양한 형태(방법) đa mode.(반)단순한 형태 đơn mode.

다언 (다변) nói nhiều.

다예 nhiều kỹ nghệ, tính tháo vác.
다오 (주오) đưa cho tôi, cho tôi. 밥 한 그릇 ~ đưa cho tôi một chén cơm.
따오기 (새) con cò quăm.
따옴표 dấu ngoặc kép ("...").
다용 (남용)하다 lạm dụng, tiêu xài quá nhiều.
-- 다운 như là, 가을~가을 thu ~ thu.
다운 (권투) cú nốc-ao.
다원설 (철학) thuyết đa nguyên. 다원론 đa nguyên luận. 다원 론자 người theo ~.
따위 (등등) như là, ví dụ như, vân vân. 그따위 것 một vật như thế. 너따위 những người như anh.
다윈설 thuyết Darwin.
다윗(성경) Đa-vít
다육질 có nhiều thịt.
다음 về sau, sau đó. 다음번 lần sau. ~사람 người tiếp theo. ~주 tuần sau. ~에 보자! lần sau gặp nhé. ~날 ngày hôm sau. 다음날 아침 sáng hôm sau. ~달 tháng sau. ~달 에 빚을 모두 갚겠다 tôi sẽ trả hết nợ cho tháng sau, ~정거장 trạm kế tiếp. 다음과 같다 như sau đây. 그다음은? Sau đó? ~페이지로 넘기다 đem sang.
다음에(나중에) đoạn. ~묻다 ~ hỏi.
다음날 아침 sáng hôm đó. sớm mai.
(속) 다음에 보자는 놈 무서운 놈 없다 (일을 미루기 좋아하는 사람 은 결코 일을 마치지 못한다) Kẻ nói hãy chờ xem không phải là kẻ đáng sợ,(người hay hoãn công việc thì chẳng kết thúc công việc được).
다음과 같이 như sau.

다음 다음날 ngày mốt, hai ngày sau.
다음 상영시간 giờ chiếu kế tiếp.
다음역 ga tới.
다음의 tiếp theo. tới, 다음주 tuần tới.
다음 장면 hạ hồi.
다음절어 từ đa âm tiết.
다음 페이지 trang sau. ~를 보세요 xin xem ~.
다음 해(내년) năm sau(tới).
다의어 từ đa nghĩa, từ nhiều nghĩa.
다이너마이트 chất đi.na-mít (thuốc nổ), cốt mìn, bộc phá.
다이아몬드 kim cương, hột xoàn. rô. ~의 광택 nước hột xoàn. ~광산 mỏ ~, ~ 반지 cà rá ~.
다이알로그 cuộc đối thoại.
다이어트 (금식)하다 ăn kiêng(khem).
다이얼 rà đài, mặt radio, bảng đồng hồ. ~을 돌리다 quay số, lên dây, rà đài.
다이제스트 (요약출판물) tạp chí tóm tắt tài liệu.
다인 (물리) đyn.
다 잃다(망치다)đi đời nhà ma.
다짜고짜(이유없이)chẳng nói chẳng rằng, chẳng nhẽ
다짜고짜로 (예고 없이) không báo trước, độc đoán.
다 큰(자란)lớn tướng (반) 어린 bé.
다자 협상 hội nghị đa quốc gia
다작하다 viết nhiều tác phẩm. 다작가 nhà văn sáng tác nhiều.
다잡다 luyện tập khắc khe. 학생들을 ~ đặt học sinh vào một kỷ luật nghiêm khắc.
다재다능한 có nhiều tài, đa tài. ~ 사람 người đa tài.
다정한 đa tình, hữu tình, có nhiều

tình cảm.(반)무정한 vô tình, (친밀한) thắm thiết, 다정다감한 đa tình đa cảm. ~사람 người tốt bụng.

다정하게 말하다 nhẹ lời.

다족류(지네 따위)đa túc loại.

다죄다 siết chặt lại.

다지다 nắm, chắc. (눌러서) làm cho cứng chắc. (땅을) làm cho đất dẽ lại.

따지다 bàn cãi, (시비를) phân biệt đúng sai, thẩm tra, tính tới, nói tới. lý sự.

다짐하다 thề, bảo đảm, hứa.

다채로운 sặc sỡ, loè loẹt. 다채로운 행사 chương trình đặc sắc.

다처 đa thê, nhiều vợ. 일부다처 chế độ đa thê. ~제도 chế độ đa thê.

다 출석한 đủ mặt.

다치다 bị thương. 손을 ~ bị thương ở tay. 다행이 다치지 않았다 may mà không bị thương.

다큐멘타리(기록영화)phim tài liệu.

다투다 tương đả(tranh), (말다툼) cãi nhau, tranh cãi, chửi nhau. (겨루다) cạnh tranh. 다투어 이야기하다 tranh nhau nói. 다투는 소리 lời ra tiếng vào.

다툼 sự cãi cọ, sự cãi nhau. cãi lẫy.

다하다 (마치다) kết thúc, 일을 ~ kết thúc công việc. 전력을 ~ dùng toàn lực. 노력을 ~ nỗ lực hết sức. 의무를 다하다 làm tròn nhiệm vụ.

다행히 may mắn, vận may, may sao(mà). (반) 불행 bất hạnh, 다행히도 một cách may mắn. 불행중 다행 trong cái rủi có cái may. ~

성공하다 may mắn thành công. ~다치지 않았다 may mà không bị thương. ~ 빨리오다 may mà đến sớm, ~ ...하는 일이 있으면 họa là.

다혈의 dư máu, hồng hào. 다혈질의 사람 người sôi nổi. 다혈질 tính nóng nảy.

다홍 đỏ thẫm, đỏ đậm. 다홍치마 váy màu đỏ sậm.

다화회 (다과회) buổi trà đàm.

딱 (정확히) đúng đắn. (꼭) đích đáng. (단호히) dứt khoát. (단호히) dứt khoát. (단호히) dứt khoát cương quyết từ chối. 입을 딱 벌리다 miệng há to ra. 딱맞는 ngám, đúng 맞는 금액 số tiền ngám.

딱꾹질 nấc cụt.

딱다구리 (새) chim gõ kiến.

딱다기 (연장) cái thìa gỗ. ~를 치다 đập lách cách.

닥닥긁다 cào, nạo. 닥닥긁다 cạo đi, cạo lại.

딱딱소리(의성어) lịch kịch. lốp cốp, 딱딱부딪 치다 động chạm ~.

딱딱부서지는 소리 tiếng rắc rắc.

딱딱치다 (손벽) vỗ tay.

딱딱거리다 (투덜대다) đay nghiến, cằn nhằn.

딱딱하다 cứng, rắn, khô cứng. ~한 나무 cây cứng. ~한 태도 có thái độ cứng rắn. ~한 분위기 không khí cứng nhắc. ~한 사람 người cứng nhắc. 딱딱하게 부풀다 (성기)cương cứng. 딱딱하게 굳은 rắn cốc, 딱딱해진 떡 lại gạo.

딱딱한 rắn rỏi, ~말 lời rắn.

닥뜨리다 (직면하다) đối mặt, giáp mặt, đối diện.

딱바라지다 chắc nịch, bè bè.
딱정벌레 con bọ cánh cứng.
딱지 giấy niêm phong, giấy làm dấu. 딱지를 붙이다 dán giấy niêm phong. 딱지 맞다 bị từ chối. 우표 딱지 tem. (상처의)chốc lở.
딱지(피가 난후 생기는)vết máu.
딱총 pháo, súng đồ chơi. ~가루 thuốc pháo.
닥치다 đến gần, tiếp cận. 눈앞에 닥친 위험 nguy hiểm cận kề. 닥쳐올(임박한)ngày sau.
닥치는대로 bừa, tanh bành, ~뒤지다 lục tanh bành, ~ 개간하다 khai thác bừa bãi. ~치다 đánh loạn xạ.
닥터 bác sĩ.
닥트공(건축) thợ ống khí
딱딱하면서 부드러운 cương nhu.
딱딱하게 굳은 rắn cấc.
딱하다 (가엾다) đáng thương, đáng khinh. 안 다 đáng tiếc. (난처)làm phiền hà. 딱한 입장 tình thế khó xử.
닦다 lau, chùi. 구두를 ~ lau giày. 걸레로 ~ lau bằng giẻ. 눈물을 ~ lau(chùi) nước mắt. 이를 ~ đánh răng. 유리창을 ~ lau cửa kính. 마루를 ~ lau sàn nhà.
닦달질하다 (꾸짖다) quở mắng, khiển trách.
닦아세우다(나무라다) quở mắng, mắng mỏ.
닦아내다 được tẩy xoá, chặm, đánh bóng. (윤나게)
딱정벌레 giáp trùng. niềng niềng.
닥치는대로 bô lô ba la, ~하다 làm bừa. ~먹다 ăn văng tê.
단 (장작 한단) một đống củi.

딴 (다른) khác, nửa, thêm. 딴것 những vật khác. 딴 곳으로 주의를 돌리다 khỏa lấp.
딴데 nơi khác, chỗ khác. ~를 보다 nhìn đi nơi khác. ~에 간다 đi chỗ khác. 저 가게가 딴데보다 싸다 cửa hàng đó rẻ hơn nơi khác. ~에 약속이 있다 tôi có hẹn với chỗ khác.
단(교단) bệ, đơn vị để ngồi trên bệ.
단 (계단) 한계단 một bậc thang.
단 (단 한 사람) chỉ một người.
단 nhóm, đám. 관광단 một nhóm du khách. 외교단 một đoàn ngoại giao.
단가 đơn giá. 생산 ~ đơn giá sản xuất. (노래) bài hát của một đoàn thể.
단간 phòng đơn. 단간 살림 ở phòng đơn.
단강 (불에 달군 강철) thép đã được tôi luyện.
단거리 cự ly ngắn. ~경주 chạy ~. chạy nước rút, ~선수 tuyển thủ ~.
단검 dao găm, đoản kiếm, dao ngắn .
단것 chất ngọt. ~을 좋아하다 ưa ngọt.
딴것 vật khác.
단견 (좁은 견해) ý kiến hẹp hòi.
단결 đoàn kết.(반)분열 chia rẽ, ~은 힘이다 đoàn kết là sức mạnh. 굳게 ~하다 đoàn kết một cách vững chắc. 단결력 sức mạnh đoàn kết. ~심 tinh thần ~. 단결하여 일하다 làm việc với tinh thần đoàn kết.
단결에 (단숨에) một mạch, một hơi.
단결 (단숨)에 들이키다 uống một mạch, một hơi.
단계 giai đoạn, (한 단계) một giai

đoạn, một bước. 진화~ ~tiến hóa, 최종 ~ giai đoạn sau cùng. (생산의) công đoạn

단골(고객)khách quen, ~손님 khách hàng quen. 뫼 hàng, 단골술집 quán rượu hay tới. 단골식당 nhà hàng quen.

단과대학 đại học đơn khoa. phân khoa.

단교 đoạn giao, không còn quan hệ. 양국간의 ~ sự đoạn giao giữa hai nước. 경제 단교 cắt đứt quan hệ kinh tế.

단구 (키작은 몸) người thấp, lùn. 단구의 bè bè.

단꿈 giấc mơ ngọt ngào.

단권 sách đơn quyển, quyển sách chỉ có một tập.

단궤 철도 đường xe lửa một ray.

단근 một gốc đơn.

단근질 tra khảo bằng sắt nung đỏ.

단기 trong thời gian ngắn. ~강습 khoá học ngắn hạn. 단기보험 bảo hiểm ngắn hạn. 단기융자 khoản vay ngắn hạn.단기체류 cư trú trong thời gian ngắn. 단기 복무 phục vụ theo giờ.

단기(단체의) lá cờ đoàn thể.

단김에 (단숨에) một mạch, một hơi.

단내 나다 (눌어서) ngửi thấy mùi cháy khét.

단념하다(그만두다) tuyệt khí, (포기하다) bỏ rơi, từ bỏ, thôi.

단념시키다 can gián.

단단 (딴딴)하다 cứng(남), rắn (북) vững chắc. cứng(rắn) chắc, (반) 부드러운 dẻo, 단단한 근육 bắp thịt rắn chắc, 단단한 신체 thể rắn 다이아몬드처럼 단단한 rắn như kim cương, 단단한 돌 hòn đá cứng. 딴딴해지다 trở nên cứng. 단단한 살 thịt săn, 쇠같이 ~ cứng như sắt. 단단한 결심 một quyết tâm vững chắc. 단단한 기초 nền tảng vững chắc. ~한 건물 toà nhà vững chắc. ~한 사람 người rắn chắc. 단단한 회사 công ty vững mạnh. 적의 방어가 매우 ~ quân địch phòng ngự rất chắc chắn. 단단한 허벅지 đùi chắc nịch. 단단하게하다 rắn lại.

단단한 나무(질이)thiết mộc.

단단하게 부풀다 cương cứng, 성기가 ~ dương vật ~.

단단히 một cách chắc chắn. khư khư, 집을 ~짓다 xây nhà ~. ~ 매다 cột ~. 단단히 약속하다 hứa ~. ~ 결심하다 kiên quyết vững vàng. ~묶다 buộc chặt, nai nịt. thít, núc níu. trói, ~ 껴안다 ôm khư khư, ~잠그다 đóng chặt.

딴데 chỗ khác, nơi khác. ~를 보다 nhìn đi ~. 딴데에 간다 đi nơi khác.

단도 dao nhỏ. ~칼 phi dao, 단도로 찌르다 đâm bằng con dao găm.

단도 자루 chuôi dao.

단독(병) đan độc.

단도직입적으로 một cách trực tiếp, minh bạch. xa xả. xông xổng. ~ 말하다 nói xông xổng.

단독의 đơn độc(chiếc), một mình.(반) 한 쌍의 ôi, 단독으로 một cách đơn độc, một mình. 단독으로 일하다 làm việc một mình. 단독회견 cuộc phỏng vấn riêng. 단독

정당 độc đảng, 단독 투자 đầu tư 100% vốn nước ngoài.
단독으로 riêng biệt. 어떤 곳에서 ~ 살다 sống ~ ở một nơi.
단두대 máy chém, đoạn đầu đài. 단두대의 이슬로 사라지다 chết dưới máy chém.
단락 (일의 수습) dàn xếp.
단락(문장의) tiết mục. 새로운 ~ xuống hàng(dòng), (절) tiết mục.
단란한 hoà thuận. 단란한 가정 gia đình sum họp.
단련하다 luyện, tôi luyện. luyện tập, rèn(đoàn) luyện. nung(hun) đúc, tui. 정신을 ~ rèn luyện tinh thần. 몸을 ~ rèn luyện cơ thể. 역경에 단련되다 được rèn luyện qua khó khăn. 추위에 몸을 ~ luyện cơ thể trong giá lạnh. 고난의 투쟁속에 서 단련되다 tôi luyện trong đấu tranh gian khổ.
단리 (경제) lãi suất đơn. (반) 복리 lãi suất đôi.
딴마음 (타의) ý định khác, mục đích khác. (악의) ác ý. (속셈) mục đích riêng. (반심) ý đồ gian xảo. 딴마음 있는 hai mặt, hai ý, bội tín.
단막극 một màn kịch. kịch ngắn.
딴말 lời nói khác. 지금 딴말 하지 마라 bây giờ đừng có nói kiểu khác. 딴말하다 nói kiểu khác..
단말마 giây phút cuối cùng. ~의 고통 giãy chết, cơn hấp hối.
단맛 vị ngọt. ngọt bùi. 단맛나다 hảo ngọt. ~이 감도는 ngọt lựng.
(속) 단맛 쓴맛 다 보았다(세상의 슬픔, 기쁨, 성공과 실패를 모두 겪어보

았다) Vị ngọt vị đắng đều đã nếm cả(đã trải qua việc vui buồn, thành công thất bại ở đời).
딴머리 (가발) bộ tóc giả.
단면 mặt cắt, khía cạnh. tiết diện, sã hội 생활의 한 단면 một khía cạnh của sinh hoạt xã hội. ~도 bản vẽ ~. thiết đồ.
단명 đoản mệnh. giảm thọ, mĩ nhân 단명 cái đẹp sớm tàn, hồng nhan bạc mệnh.
단모음 nguyên âm đơn. (반) 복모음 nguyên âm đôi.
단무지 củ cải ngâm dấm.
단문 câu đơn. câu ngắn. đoản văn.
단물 nước ngọt.
단박에 (즉시) ngay khi, ngay tức thì. 일을 ~해치우다 chấm dứt ngay lập tức.
단발머리 tóc cắt ngắn quá vai, mái tóc cắt ngắn. bom bê.
단발 (총포의) một phát đạn.
단백석 (광물) chất opal, ngọc miêu.
단백질 chất đạm, chất protein. 단백질의 thuộc chất đạm.
단번에(단숨에) một hơi(mạch), thốc ~에 잔을 비우다 uống ~ cạn ly, ~ 삼키다 nuốt nghiến. ~달리다 chạy thốc.
단한번 chỉ một lần. 단번에 một mạch, một hơi. (일제히)một loạt.
단벌옷 bộ com lê độc nhất, bộ trang phục chỉ có một. 단벌신사 người chỉ có một bộ com lê.
단병전 cuộc chiến sáp lá cà.
단분수 (수학) phân số đơn.
단비(필요할 때 오는 비) mưa nước ngọt.

단비 (수학) tỷ số đơn.
단비례 (수학) tỷ lệ thức đơn.
딴사람 những người khác. (달라진) 그는 아주 딴사람이 되었다 bây giờ anh ấy hoàn toàn là người khác.
단산하다 ngưng sinh đẻ, triệt sản.
딴살림하다 ra riêng, sống riêng ở nhà người khác.
단상 bục giảng. ~에 오르다 đứng trên ~.
단상 (단편적 생각) những ý tưởng chắp vá.
단색이 cùng màu, đồng màu, đơn sắc.
딴생각 mục đích thầm kính, động cơ khác.
단서 (실마리) đầu mối, đầu dây, manh mối. 단서를 잡다 có manh mối. 문제 해결의 단서 manh mối để giải quyết vấn đề. ~를 알아내다 tìm ra ~.
단서 (조건) điều kiện. 단서를 붙이다 thêm ~.
단선 (한줄) hàng đơn. 단선철도 đường xe lửa một ray.
단선 (전기) cúp điện. 단선하다 cúp điện.
단선 (둥근 부채) cái quạt tròn.
단성생식(생) trinh sản.
단세포 (생물) sinh vật đơn bào, tế bào đơn tính.
딴소리 (딴말) lời khác.
단속하다 bắt, lùng bắt. thắt đáy, 단속 강화 đẩy mạnh việc lùng bắt quản lý, giám sát, gián đoạn. 단속차 xe kiểm soát.
단속곳 (속옷) cái váy lót, quần lót.
단수하다 ngưng cung cấp nước. 단수 구역 khu vực bị cúp nước.
단수 (문법) số ít. (반) 복수 số nhiều.
단순하다 đơn giản, đơn sơ. đơn thuần, (반)복잡하다 phức tạp, 단순화 đơn giản hoá. 단순한 구제 cứu tế đơn thuần, 단순할 줄 알았는데, 실제로 매우 복잡하게 되었다 mới xem tưởng chừng đơn giản nhưng hóa ra lại rất phức tạp.
단순한 형태(방법) đơn mode.(반)다양한 형태 đa mode.
단순노동 lao động giản đơn.(반) 전문 노동 lao động phức tạp.
단순호치 răng trắng môi đỏ, một khuôn mặt đẹp.
단술 rượu ngọt.
단숨에 một hơi, một mạch, ù, miết, loáng một cái. ~에 먹다 ăn ~, ~안다 bế thốc. ~쭉마시다 tu ừng ực. tu một hơi, ~ 달리다 chạy miết(ù). ~ 잔을 비우다 uống một hơi. ~ 빨아들이는 소리(쭉) ực, 단숨에 쭉 들이 마시다 nuốt ực.
단숨에 압도하다 tuột luốt.
단시 (짧은 시) một thể thơ ngắn.
단시간 thời gian ngắn. 단시간에 trong khoảng thời gian ngắn.
단시일에 trong một thời gian ngắn.
단시합 cuộc thi đánh đơn. 단식경기 trận đấu đơn. đánh đơn.
단식하다 ăn kiêng, kiêng ăn, nhịn ăn. tuyệt thực, (불교) tịch cốc, chay hạ ăn chay. 단식투쟁 cuộc đình công tuyệt thực, đấu tranh tuyệt thực.
단신 một mình, đơn thân.
단신(간추린 뉴스) tin vắn.
단심 lòng thành tâm, tận(đan) tâm.

단심제 (법) phương thức xét xử riêng lẻ.
단아한 thanh nhã, phong nhã.
단안 (결정) phán quyết, kết thúc. 단안을 내리다 đưa ra một kết luận.
단안경 kính một mắt.
단애 (절벽) một vách đá.
단어 từ, từ vựng, ngữ vựng. cụm từ, ~장 sưu tập từ. 기본 ~ từ cơ bản. ~를 많이 알고 있다 biết nhiều từ. 새~ từ mới. 고루한~ cái từ cổ lỗ sĩ.
단언하다 quả quyết, nói một cách chắc chắn. ~할 수 없지만 tuy tôi không nói một cách chắc chắn được nhưng ...
단역 vai trò nhỏ bé, vai phụ. 단역을 하다 đóng vai phụ.
단연 (금연) bỏ thuốc lá, kiêng thuốc lá.
단연 (반드시.꼭) dứt khoát. (단호히) kiên định, chắc chắn.
단열의 đoạn nhiệt, ~재 tấm cách nhiệt
단엽 (식물) cây một lá. 단엽비행기 máy bay cánh đơn.
단오 đoan(trùng) ngọ, ~절 ngày tết đoan ngọ (mùng 5 tháng 5 âm lịch)
단원 thành(đoàn) viên.
단원제 phương thức độc viện. ~의회 viện lập pháp.
단위 đơn vị(nguyên). 계산의 ~ đơn vị tính. 화폐 ~ đơn vị tiền tệ. ~ 면적 đơn vị diện tích. 기본~ đơn vị chuẩn. 용적 ~ đơn vị trọng lượng. ~체계 hệ ~.
딴은 (제법) về phần, về phía. 내 딴은 về phái tôi, về phần tôi. (하기야)

thực vậy, quả thực, phải, đúng. 딴은 그렇소 quả thực vậy, anh nói có lý.
단음 (음악) âm thanh đơn điệu(âm), độc âm, giọng đều đều. 단음 절 từ đơn tiết. 단음악 âm nhạc đơn thanh. 단음계 âm thứ, âm ngắn.
단음 (금주) kiêng rượu, tiết chế rượu.
단일하다 đơn nhất, thuần nhất. 단일 경작 một vụ. 남북단일팀 đội thống nhất Nam Bắc Hàn. 단일 민족 thuần nhất một dân tộc, duy nhất, độc nhất. 단일 환율 tỉ giá hối đoái. 단일 hậu bố ứng cử đơn. 단일성 đơn tính.
단일 사상 tư tưởng thuần nhất.
단일어 từ đơn.
단일 함수(수학)đơn trị.
단자 (전기) giai đoạn cuối.
단자 số tiền cho vay ngắn hạn. 단자시장 thị trường cho vay ngắn hạn.
단짝 bạn thân tình, bạn tâm phúc.
단잠자다 ngủ ngon(rũ). 단잠을 깨다 thức dậy sau một giấc ~.
단장 (화장) trang điểm, tô điểm.
단장 đoàn(toán) trưởng, sĩ quan chỉ huy. 외교 ~ ~ ngoại giao.
단장의 thương tâm, não lòng. đoạn trường, 단장의 bi ai를 느끼다 cảm thấy đau lòng, tan nát trái tim
단장 (지팡이) cây gậy, cây ba ton, cây can.
단적으로 một cách thẳng thắn, bộc trực. ~으로 말하면 nếu nói một cách thẳng thắn...
단전하다 cúp điện.
딴전 피우다 giả vờ không biết, làm

ngơ.
단절하다 cắt đứt, đoạn tuyệt. 과거와 단절하다 đoạn tuyệt với quá khứ, 외교관계가 단절되다 quan hệ ngoại giao bị cắt đứt. 국교단절 đoạn tuyệt sự bang giao giữa hai nước. (중단) 국교를 단절하다 cắt đứt quan hệ ngoại giao.
단절된 tuyệt tự, ~가족 gia đình ~.
단점 nhược điểm, yếu điểm, khuyết điểm. sở đoản, 장점과 단점 ưu điểm và nhược điểm. 장점도 있고 단점도 있다 ưu điểm cũng có mà nhược điểm cũng có.
단점을 고치다 sửa chữa yếu điểm. 장점으로 단점을 커버하다 ưu điểm trùm lên yếu điểm.
단접하다 (쇠붙이를 붙이다) hàn lại.
단정하다(결정) quyết định, kết luận. 단정을 내리다 đưa ra kết luận.
단정히 앉다 ngồi chễm chệ.
단정히 하다 làm chỉnh tề. 단정한 의복 khăn áo chỉnh tề..
단정치 못한 lôi thôi (남), xốc xếch (북), lỏa tỏa, nhí nhảnh, 단정치 않게 입은 의복 quần áo lỏa tỏa.
단정한 gọn ghẽ, gọn gàng, đúng đắn, tươm tất, ngay ngắn. ngoan ngoãn. (옷차림) ăn mặc đàng hoàng, 단정하게 차려입다 ăn mặc tươm tất, chỉnh tề. (반) 단정치 않다 ăn mặc luộm thuộm. 용모가 ~ dung mạo đàng hoàng. ~사람 người ngăn nắp. 단정히 매다 thắt chỉnh tề. 단정하고 예의 바른 chững chạc và nhã nhặn. 단정하게 묶다 nai nịt gọn gàng. 단정한 외모 dáng người gọn ghẽ. 단정한 옷차

림 ăn mặc chỉnh tề. 단정하게 앉다 ngồi ngay ngắn.
단정 (배) tàu, thuyền, ca nô. 단정 (카누)경기 cuộc đua thuyền.
단조롭다 đơn điệu, buồn tẻ, vô vị. 단조로운 생활을 하다 trải qua một cuộc sống tẻ nhạt(buồn tẻ)
딴쪽 phương diện khác, mặt khác (반대쪽)
단종 (생식 기능 제거) triệt sản, sự thiến.
단좌 (좌석하나) ghế đơn.
단좌하다 ngồi thẳng.
단죄하다 xét xử tội phạm, kết tội, xử phạt.
단주하다 (술을 끊다) từ bỏ rượu, cai rượu.
단지 (그릇) hũ, bình đất, vại. ơ. 고추장 ~ hũ tương ớt.
단지하다 chặt một ngón tay (theo lời thề).
단지 (다만.오직) chỉ là. có điều, vỏn vẹn, chẳng qua. 단지 3 년 vỏn vẹn 3 năm, ~ 시간이 문제다 chỉ là vấn đề thời gian. ~ 혼자 mỗi một mình. ~ 한번 chỉ một lần thôi.
단지 조금 chút ít, tí đỉnh.
단지 혼자 lóc cóc.
단지...할 뿐이다 chực,단지 쓰러질 뿐이다 chực ngã.
단지 (구역) khu vực nhà ở.
단청 (채색)đan thanh, màu sắc, bức tranh muôn màu.
단체 đoàn thể, tập thể. toán,(반) 개인 cá nhân, 강도단 toán cướp, ~로 관람하다 tham quan ~. ~경기 trận đấu tập thể. ~생활 sinh hoạt tập thể. ~행동 hành động ~. 시민

~ đoàn thể dân sự. 정치 ~ đoàn thể chính trị. ~교섭 thương lượng tập thể. ~쟁의 tranh chấp ~. ~의 회비 đoàn phí. ~를 조직하다 kết xã. ~를 설립하다 lập hội.

단체정신 tinh thần đồng đội.

단총 (권총) súng lục, súng ngắn. 기관단총 súng tiểu liên.

단추 nút áo, khuy, (남), cút áo (북) khuy áo. 단추를 끼우다 cài nút áo lại. 똑딱~ khuy bấm, ~를 달다 đơm nút. ~가 떨어지다 nút sút ra, ~를 끄르다 mở nút. ~를 잠그다 (채우 다) gài nút(cúc)..

단추구멍 khuy, ~에 장미를 꽂다 giắt hoa hồng ở khuy áo.

단축하다 rút ngắn, thu nhỏ, giảm bớt. 시간을 ~ rút ngắn thời gian. 노동시간을 ~ rút ngắn thời gian lao động.

단출하다 (식구가) ít người (gia đình nhỏ). 단출한 살림 việc nội trợ đơn giản.

단층 (지질) biến vị.

단층집 nhà trệt.

단침 kim ngắn. đoản châm.

단칭 (간단한 명칭) danh xưng đơn giản.

단파 làn sóng ngắn.(반) 장파 sóng dài, ~수신기 máy thu ~. 단파방송 phát thanh trên ~.

딴판이다 hoàn toàn khác biệt.

단판 vòng đơn. 단판씨름 hiệp đấu vật vòng đơn.

단편소설 tiểu thuyết ngắn. đoản thiên, (반) 장편소설 tiểu thuyết dài.

단편적인 rời từng mảnh. ~으로 말하다 nói rời rạc.

단평 lời bình luận ngắn, bài phê bình ngắn gọn. 단평시사 bài phê bình sơ lược thời sự.

단풍(잎) lá khô, lá vàng, lá đỏ. 단풍들다 bị nhuốm đỏ (úa vàng). 단풍이 들다 vào mùa lá đỏ. cây lá đổi màu, 단풍이 한창이다 lá đỏ vào mùa đẹp nhất. 단풍나무 cây phong(thích).

단 하나가 유감스런 chỉ tội.

단 한번 chỉ một lần. 단번에 một mạch, một hơi. 단번에 삼키다 nuốt nghiến.

단 한가지 안 좋은 chỉ mỗi tội.

단 한사람 chỉ một người.

단합 (단결) đoàn kết, kết hợp. ~을 깨 뜨리고 분열시키다 chia uyên rẽ thúy.

단행하다 tiến hành, thực hiện.

단행범 phạm tội một mình. (반) 동범 tòng phạm.

단행법 quy luật riêng.

단행본 quyển sách đơn.

단호한 cứng rắn, kiên quyết, nghiêm nghị vững chắc. 단호히 qủa quyết, một cách cương quyết. dứt ý, ~ 태도 thái độ cứng rắn. ~조처를 취하다 có biện pháp dứt khoát. ~처리 kiên quyết xử lý, 단호하게 말하다 gằn. ~목소리로 gằn giọng. 단호하게 묻다 hỏi gằn. (명)단호한 결의야 말로 최상의 지혜 다 Sự quyết tâm vững chắc là trí tuệ vĩ đại nhất.

단호히 나가다 đi trớt.

단화 (구두) đôi giày.

닫다 (달리다) chạy. 말이 달리다 phi.

닫다 (닫치다) đóng lại. khép. (반)열

다 mở, 문을 ~ đóng cửa. 가게를 ~ đóng tiệm (cửa hàng). 공장을 ~ đóng cửa nhà máy. 건성으로 ~ khép hờ.

닫아걸다 (문) khoá trái cửa. 밖으로 ~ khoá từ bên ngoài.

닫치다 (문) đóng kín cửa.닫힌문 quan bế.

닫히다 bị đóng. 문이 ~ bị đóng cửa.

달 trăng, mặt trăng. nguyệt, đèn trời. nguyệt cung, thái âm, (달의 이명) ngọc thỏ, (아름다운 소녀) tố nga. 보름달 trăng rằm. 초승달 trăng lưỡi liềm, trăng đầu tháng. 달빛 ánh trăng. nguyệt quang, 달빛에 비친 풍경 cảnh trăng, 달이 지다 trăng lặn. 토 lặn, 달이 차고 기울다 trăng tròn và khuyết lân lân, 달이 맑다 trăng sáng. 달이 차다 trăng khuyết. 달도 차면 기운다 cái gì cực thịnh thì cũng có lúc đi xuống. 달이 뜨다 mặt trăng ló ra. 달밝고 시원한 날 hôm nay trăng thanh gió mát. 달나라 궁전 cung trăng. 달을 구경하다 ngoạn nguyệt. 상 nguyệt. 달 trăng, 가을밤 달을 구경하다 đêm thu thưởng nguyệt. 달을 보다 vọng nguyệt.

달 없는 밤 đêm không trăng.

달이 있던 어느날 밤 một đêm trăng.

달 (달력) tháng. 한달 một tháng. 윤달 tháng nhuận. 달마다 tháng nào cũng. 한달에 한번 mỗi tháng một lần. 달이 차지 않은 아이 đứa trẻ sinh non (sớm). 한달전 오늘 cách đây một tháng, 이달 말에 đến cuối tháng này.

딸 con gái, nương, ái nữ. (반) 아들 con trai. 맏딸 (큰딸) con gái đầu lòng. (반) 막내딸 con gái út. 딸을 시집보내다 gả con gái. 딸을 결혼시키는 일 thân sự.

(속) 딸이 셋이면 문 열어놓고 잔다 (집에 딸이 많으면 부모는 걱정거리가 없고 많은 도움을 받게 된다) Nhà có ba con gái thì mở cửa mà ngủ(nhà đông con gái bố mẹ được đỡ đần nhiều, ít phải lo lắng).

달가락 (딸깍) 거리다 kêu lách cách, làm kêu vang.

달갑다 vừa ý, hài lòng. 달갑지 않는 손님 vị khách không được hoan nghênh.

달걀 (계란) trứng gà. 생~ trứng sống. ~모양 hình trứng, 막 낳은 ~ trứng mới. ~껍질 vỏ trứng. ~을 낳다 đẻ trứng.달걀 노른자 tròng đỏ. ~을 품다 ổ gà. ~품질을 조사하다 soi trứng. ~을 깨다 đánh ~, 알을 부화하다 ấp ~. ~후라이 trứng rán. 삶은 ~ trứng luộc.

(속) 달걀로 바위 치기 (적수가 아니다) Lấy trứng chọi đá(không phải địch thủ).

달게 받다 phục tùng, qui phục, cam chịu.

달견 đầu óc sáng suốt, nhìn xa trông rộng.

달곰 새곰하다 ngọt gắt.

달곰 씁쓸하다 ngọt bùi.

달콤한 ngọt ngào, (맛) hơi ngọt, có vị ngọt (말이). ~ 말 lời nói ngọt như đường mật.약간 ~ ngòn ngọt.

달관하다 nhìn xa, cái nhìn thản nhiên.

달구다 nung nóng. 달구어 굳힌 쇠 thép da cứng.
달구지 (짐수레) xe bò.
달구질 (다지는 일) nện, nén, nhồi.
딸꾹질 nấc cụt, tiếng nấc cụt.
달그락 (딸그락) 거리다 kêu lẻng kẻng, kêu vang. 딸그락 소리 lục đục.
딸기 trái dâu tây. 딸기밭 vườn dâu tây. ~나무 cây dâu tây..
딸기쨈 mứt dâu
달다 (걸다) treo, mắc, gắn. (띠다) mang, đơm. 간판을 ~ treo bảng. 모기장을 ~ mắc màng (mùng). 훈장을 ~ gắn huân chương. 전화를 ~ mắc điện thoại. 집에 전등을 ~ mắc bóng đèn trong nhà. 단추를 ~ đơm nút. (맛이) ngọt. 입맛이 ~ cảm thấy ngon miệng.(반) 쓰다 đắng, 달게 먹다 ăn ngon miệng. (뜨거워지다) bị nóng. 얼굴이 화끈 달아오르다 khuôn mặt nóng bừng lên. (무게를) cân. 저울로 ~ cân trên cân.
(속) 달면 삼키고 쓰면 뱉는다(믿음과 지조 따위는 상관하지 않고 제 이익만을 챙긴다) Ngọt thì nuốt vào, đắng thì nhổ ra(chỉ nghĩ lợi ích của mình trước chứ không kể gì đến chữ tín hoặc lòng trung thành).
달달볶다 quấy nhiễu, chọc tức, phá rối.
딸라(미화) đô la.
달라붙다 dán vào, dính vào, bám chặt vào. đeo dính.
달라붙는 trết.
달라지다 (변화) biến đổi, bị thay đổi.
(반) 달라지지 않다 không thay đổi, vẫn như cũ, vẫn vậy.
달란트 ta-lâng.
덜렁하다 (가슴이) không yên lòng.
달랑 (딸랑)거리다 rung leng keng, rung liên tục.
달랑달랑 매달린 tòn ten. tòong teng.
달랑달랑 소리 nhong nhong, 말이~를 내며 달리다 ngựa chạy ~.
딸랑딸랑 소리내다 kêu long nhong.
딸랑이를 쳐서 알리다 rao mõ.
달래 (식물) củ tỏi rừng.
달래다 dỗ dành, ru hời, làm lắng dịu. quyến dụ. (어르다) xoa dịu, vỗ về, tán tỉnh. 아이를 ~ ru hời đứa bé.
달라다 đòi, yêu cầu, đòi hỏi. 도와 yêu cầu giúp đỡ. 돈을 꾸어~ đòi mượn tiền. 해 달라는 대로 làm theo như yêu cầu.
달라붙다 bám vào. dính bệt(chặt).
달랑달랑 매달린 tòong teng.
딸랑이를 쳐서 알리다 rao mõ.
달러 đô la. 10달러 10 đô la. 미국달러 đô la Mỹ.
달려가다 xông lên, lao vào.
달려들다 xông vào, xồ, tấn công. 개가 ~ chó xồ.
달려오다 chạy lại.
...에 달려있다 tùy, tùy thuộc, 시험에 합격여부는 그사람의 노력에 ~ thi đỗ hay không tùy thuộc ở sự cố gắng của anh ấy.
달력 tờ(niên) lịch. ~한권 một quyển lịch. (하루 한장씩 떼어내는) lốc.
달로켓 tên lửa mặt trăng.
달리 (다르게) khác nhau. 문제를 ~ 취급하다 xử lý vấn đề khác nhau

(riêng lẻ). 의견을 달리하다 ý kiến khác nhau. 달리 방도가 없는 một bề.

달리기(경주) chạy đua, .thi chạy, 100 미터달리기 thi chạy 100 mét.

달리다 (걸리다) treo, mắc. 허공에 ~ treo trên không trung. 나뭇가지에 ~ treo trên cành cây. 결정이 너에게 달려 있다 quyết định còn phụ thuộc ở anh.

달리다 (부족) thiếu, trở nên thiếu. 돈이 ~ thiếu tiền. 식량이 ~ thiếu lương thực. (힘에 부치다) không ngang sức, không đủ khả năng.

달리다 (뛰다) chạy. 힘껏 ~ chạy vắt giò lên cổ. 차가 부드럽게 달리다 xe chạy êm.

(속) 달리는 말에 채찍질 한다 (진행 중인 일에 더 힘을 보탠다) Ngựa đang chạy cho thêm roi(tiếp thêm động lực cho công việc đang tiến triển tốt).

딸리다 thuộc về. 나에게 딸린 식구 gia đình ~ tôi.

달마대사 đại sứ đạt ma.

달맞이 하다 đón mừng trăng tròn.

달맞이 꽃 (식물) cây hoa anh thảo.

달무리 vầng trăng. ~가 섰다 có một vầng trăng sáng.

달문 (잘 지은 글) bài luận văn sáng sủa.

달밝은 vằng vặc, sáng rõ. 밝은 달빛 trăng sáng ~, ~ 밤 đêm trăng.

달밤 đêm trăng. 달밤에 산보하다 đi dạo dưới trăng.

달변 lưu loát. xảo ngôn. (구어) mau mồm, 달변가 người nói lưu loát.

달빛 sáng trăng, ánh trăng bóng nga. 한줄기 ~ một tia sáng trăng. 달빛 비친 뜰 khu vườn có ánh trăng soi. 노란 ~ ánh trăng vàng võ. ~이 호수면에 서 반짝이고 있다 ánh trăng lấp lánh trên mặt hồ. ~이 발 (커튼)아래로 어른거리다 bóng nga thấp thoáng dưới mành. ~아래서 dưới ánh sáng mặt trăng.

달싹하다 (약간움직이다) lay động nhẹ.

달성하다 thành(thịnh) đạt, hoàn thành, đạt được(đến).(반) 미달하다 chưa đạt đến, 목표는 달성하기 힘들다 mục tiêu vượt quá tầm tay.

달아나다 (도망) trốn thoát, chạy(đi) trốn. thoát tẩu, xa chạy cao bay, 살짝 ~ lén đi.

달아매다 (매달다) treo lên.

달아보다 (무게) cân.

달아오르다 trở nên đỏ rực. (몸이) cảm giác nóng bức.

달음박질하다 chạy.

달이다 (약) nấu sôi, sắc lại, đun sôi. 한약을 ~ nấu thuốc sắc lại.

달인 약 thuốc sắc.

달인 (통달한 사람) người thông thạo, nhà chuyên môn.

딸자식 con gái của mình.

달짝지근하다 hơi ngọt.

달카닥거리다 làm kêu lách cách, lóc cóc.

달콤한 ngọt ngào. ôn tồn, đường mật, lịm ngọt, (그럴듯한)xởm, 인생의 ~ 맛 ngọt cuộc đời. ~ 말 lời nói ngọt ngào, lời đường mật. 약간~ ngòn ngọt. ~ 말로 말하다 nói ngọt, ~술 rượu ngọt, ~말 로 현혹

시키다 dỗ ngọt xớt. ~말로 속이다 lừa phỉnh, mơn trớn. 달콤하게 말하다 ngọt giọng, thơn thớt, ~어 조로 말하다 ngọt xớt.

달콤한 어조로 ngọt xớt, ~유혹하다 dỗ dành ngọt xớt.

달콤한 오랜지 cam đường.

달콤한 향내 xuân phường.

달팽이 ốc sên. 달팽이 걸음 đi chậm như ốc sên. ~가 안으로 들어가다 rút vào.

달포 khoảng một tháng.

달표면 mặt phị.

달필 (능필) viết đẹp, bút thông thạo. 달필가 người viết chữ đẹp.

달하다 (달성) đạt tới, tới mức. 목적지에 ~ tới nơi cần đi. 산꼭대기에 ~ lên tới đỉnh núi. 기준에 ~ đạt tiêu chuẩn. 재산이 수천만원에 ~ tài sản lên tới hàng chục triệu. 절정에 ~ đạt đến đỉnh cao.

닭 con gà. (십이지시의) dậu, 암탉 con gà mái. (반) 수탉 con gà trống. 싸움 ~ gà chọi. 닭을 치다 nuôi gà. 닭이 울다 gà gáy. 병아리 gà con. 닭장 chuồng gà. 농 gà, bu gà, 닭싸움 cuộc chọi(đá) gà (북) trận đá gà(남). ~다리 giò(tỏi) gà. 닭날개 cánh gà, 닭털을 뽑다 nhổ lông gà. 닭잡다 mổ gà, thịt một con gà, 닭가슴 ức gà. 닭피 tiết gà. 닭똥집 phao câu gà. 닭살 da gà. ~ 울음소리 tiếng gà gáy, eo óc. 닭살돋다 nổi da gà. 닭이 둥지로 뛰어들어가다 nhảy ổ. 닭우는 소리 te te. 닭이 꼬꼬하고 울다 gà gáy te te.

닭고기 바비큐 thịt gà rôti.

닭다리 giò(tỏi) gà.

닭똥 같은 눈물 nước mắt giọt như phân gà.

닭무리(한배 병아리) lứa gà.

닭바베큐 nướng gà.

닭의 꼬리처럼 내린 머리 tóc đuôi gà.

닭의 날개를 자르다 xơn cánh gà.

닭의 모래주머니 mề gà.

닭띠 dậu

닭어리 (닭가두는 물건) cái lồng nhốt gà.

(속) 닭 잡아먹고 오리발 내민다(자신의 나쁜 짓을 감추기 위해 방법을 찾아 남을 속이려 한다) Ăn thịt gà lại bày chân vịt ra ngoài, (muốn giấu cái lỗi của mình nên tìm cách lừa người khác).

닮다 hao hao. như. tợ. tựa. (따르다)noi theo, 닮은 점 điểm tương tự, như nhau. 닮지 않다 không như nhau. 다소 닮은 데가 있다 ít nhiều có chỗ giống. 아들이 아버지를 닮다 con trai giống bố. 두 아이가 서로 ~ hai đứa tợ nhau. 형제가 꼭 닮았다 anh em giống nhau. 꼭 닮았다 giống nhau như đúc. (보고배우다) noi theo, noi gương.

닮아가다 noi gương.

닳다 (헤지다) mòn, rách, hỏng. mòn mỏi, 구두뒷축이 닳았다 mòn gót giày. 끓여서 닳다 bị sắc lại. 닳고 닳은 여자 phụ nữ thạo đời, sành đời. 닳아 없어지다 hao mòn. tiêu ma. 닳아 해지다 tiêu hao. 닳아서 더 이상 쓸모가 없게 하다(속어) vắt cổ chày ra nước.

닳아 떨어진 rách mướp. rung rúc.

담 (담벽) bức tường. (울타리) vách, hàng rào. bờ rào, 벽돌담 tường gạch. 담을 만들다 rào.

담 넘어가다 bò qua tường.

땀 mồ hôi. bồ hôi, ~을 흘리다 đổ ~. 땀을 닦다 lau ~.땀과 눈물 mồ hôi nước mắt. 땀에 젖다 đẫm đìa. vã mồ hôi, 땀이 나다 ra ~. toát ~. ~ tóa ra. 땀내 (땀냄새) mùi ~. 땀샘 hãn tuyến, 땀투성이가 되다 ướt đẫm ~.땀으로 목욕하다 ướt đẫm mồ hôi. ~이 줄줄 흐르는 nhễ nhại mồ hôi, 땀흘린 자국 mồ hôi muối.

땀 (바느질) mũi khâu, mũi đan.

담(가래) đờm dãi, đàm. nước bọt. ~을 뱉다 nhổ đờm, khạt đờm. 담이 생기다 có đờm.

담 (쓸개) mật. 곰쓸개 (웅담) mật gấu.

담고있다 chứa đựng. hàm chứa.

담겨 있다 đựng. 상자에 무엇이 담겨 있을까 cái hợp này đựng gì? (불 어넣다)thấm đượm, 시에 애국심이 ~ câu thơ thấm đượm tinh thần yêu nước.

담력 sự gan dạ, can đảm. 담이 크다 to gan.

담가 (들것) cái kiệu, cái cáng.

담그다 ngâm. nhúng,.dìm, ướp, 더운 물에 ~ ngâm vào nước nóng. 술에 ~ ngâm rượu. 김치를 ~ làm dưa chua, ngâm rau củ.

담금질하다 un đúc, hun đúc.

담기다 chứa đựng. 그릇에 물이 담겨 있다 đĩa có đựng nước.

땀나다 toát. đổ mồ hôi, (힘들다) vất vả.

담낭(쓸개)đảm nang, (해부) túi mật.

땀내다. 감기 낫게 땀내다 xông cho ra mồ hôi để giải cảm.

담뇨 chăn. ~로 감다 quấn ~.

담다 đổ vào, đơm. bỏ vào, rót vào, cho vào. 바구니에 과일을 ~ cho trái cây vào giỏ. 밥을 ~ đơm cơm. 담아 두다 chứa.

담담하다 (물) sạch. (맛. 색채) nhạt, đơn giản, không loè loẹt. 담담한 심경 tâm hồn đằm đằm.

담당하다 đảm đương, đảm đang, đảm nhận, phụ trách. 그는 그일을 담당하고 있다 anh ta đang đảm đương việc ấy. 무역담당 việc buôn bán. 담당업무 nghiệp vụ đảm nhiệm. 담당구역 khu vực phụ trách. 담당책임자 người chịu trách nhiệm. 무얼 담당하나? Anh đảm đương việc gì ở công ty?

담대하다 táo bạo, gan dạ, liều lĩnh, vững lòng, can đảm. đảm đại. 담대하게 dạn dĩ, bạo gan.담대하게 말하다 nói cứng.

땀띠 rôm sảy. ~가 나다 bị nổi sảy. ~약 thuốc bột trị sảy.

담력 đảm lực, can đảm, gan góc, dũng cảm. ~이 있다 to gan. có sự dũng cảm. ~을 시험하다 thử độ gan dạ.

담론 cuộc thảo(đàm) luận. ~하다 thảo luận.

담박하다 nhẹ, nhạt. ~한 음식 món nhẹ. (마음이) hờ hững, lãnh đạm. 금전에 ~ không tham tiền.

땀받이 miếng vải lót để thấm mồ hôi.

땀방울 giọt mồ hôi.

담배 thuốc lá(hút). ~ 한갑 một bao

thuốc, một gói thuốc lá. ~한 개피 điếu thuốc, ~갑 hộp thuốc lá, ~한 보루 một tút ~, ~ 연기 khói ~. ~에 취하다 (중독되다) nghiện ~. ~에 불을 붙이다 đốt thuốc. ~를 권하다 mời thuốc. ~를 피우다 hút thuốc. ~를 말다 quấn thuốc. ~ 피워도 됩니까? Hút thuốc có được không? ~ 꽁초 đầu điếu thuốc. tàn thuốc lá, ~재 tàn thuốc, ~쌈지 túi đựng ~. ~ 한 보루 một tút thuốc lá. 담뱃대 (파이프) tẩu (ống điếu) thuốc. ~파이프 bíp, tẩu, vố, ~불을 비벼끄다 dụi tắt điếu thuốc. ~찌꺼기 xái thuốc.
담배가게 tiệm hàng bán thuốc lá.
담배 라이터 cái bật lửa.
담배를 말다 vấn thuốc.
담배를 피우면 건강을 해친다 hút thuốc làm tổn hại sức khỏe.
담배연기에 숨막히다 say thuốc.
담배의 필터 mẩu thuốc lá.
담백(순진)phi phong.
담뱃값 tiền mua thuốc lá. (팁) tiền bo.
담뱃대 tẩu thuốc,(대나무로 만든) ống thuốc lào (남), điếu cây (bắc)
담배재떨이 gạt tàn thuốc lá. 담뱃진 nhựa ~.
담벼락 (벽) bức tường.
담보 thế chấp. ~ 없이 không ~. 무 ~로 không có ~. ...를 담보로 넣다 lấy ... làm ~. ~로 잡다 nhận ~. làm tin, 담보계약 hợp đồng ~. 집 담보 thế chấp nhà. ~물 vật thế chấp. tín vật, của tin, ~물을 맡기다 ký quỹ, 담보인 người đứng ra ~. ~물 없이 돈을 빌려주다 cho vay khống. 담보비 tiền bảo đảm.

담뿍 đầy ắp, đầy tràn.
담비 con chồn marten.
담쌓다 rào tường. (관계를 끊다) tuyệt giao, cắt đứt quan hệ.
담색 màu nhạt. đạm sắc.
땀샘 (생리) tuyến mồ hôi.
담석 (의학) sỏi thận.
담세자 người đóng thuế. 담세력 khả năng đóng thuế.
담소하다 nói chuyện phiếm, chuyện gẫu, trò chuyện, tán gẫu(chuyện). đàm đạo. 밤새워서 이야기하다 trò chuyện cả đêm.
담수 nước ngọt(lã). đạm thủy, 담수어 cá ~. 담수호 hồ ~.
담요 cái mền (chăn). mát trải, nệm. ~로 덮다 trùm chăn.
담임하다 chủ nhiệm, đảm nhiệm. đam nhậm.담임선생 giáo viên ~, giáo viên phụ trách lớp.
담임목사 mục sư quản nhiệm
담쟁이 (식물) cây trường xuân, dây leo.
담즙 đảm trấp, túi mật.
담 (당)차다 táo bạo, dũng cảm, can đảm, liều lĩnh.
담청색 màu xanh nhạt. thanh khương.
담판하다 đàm phán. 담판중이다 đang ~. 외교담판 ~ ngoại giao.
담해 chứng ho có đàm.
담홍색 màu hồng.
담화하다 nói chuyện, đối thoại, đàm thoại. thoại thuyết.
담황색 mỡ gà, màu vàng chanh. ~의 비단 lụa ~.
답 (대답) trả lời. (해답) đáp án. 답이 맞다 trả lời đúng. ~을 내다 đưa ra câu trả lời.

답곡 (벼) hạt thóc.
답농 nghề trồng lúa, nghề nông.
...답다 như, giống như, thích hợp. 사내답다 thích hợp với đàn ông, như đàn ông. 여자답다 giống như phụ nữ.
답답하다 bực bội, bực mình, khó chịu, ngột ngạt, khó thở, ngạt thở. 답답한 방 căn phòng ngột ngạt. 답답한 날씨 thời tiết oi bức. 가슴이 ~ ngực khó thở. 답답한 사람 người không biết thích nghi.
답례 (인사) đáp lễ. ~품 món quà ~. 답례하다 đi thăm ~. 답례품으로 인사하다 gửi quà.
답변 trả lời. đáp biện, ~을 요구하다 yêu cầu. ~. 어떻게 답변해야 좋을지 모르겠다 không biết trả lời như thế nào là tốt. 질문에 ~하다 trả lời câu hỏi.
답보 상태 tình trạng bế tắc.
답사하다 khảo sát, điều tra, khám phá.
답사 câu trả lời, đáp từ. 답사를 하다 đáp từ, đọc văn đáp lễ.
답서 hồi âm, sự trả lời. 답서를 내다 trả lời một lá thư.
답습하다 đi theo, dõi theo từng bước.
답신을 내다 trình bản báo cáo. 답신서 bản báo cáo viết tay.
답안 đáp án. 영어~ đáp án tiếng anh.
답안지 (OMR 카드) phiếu đáp án, phiếu trả lời.
답장 thư trả lời. thư hồi âm, ~을 보내다 gửi thư trả lời. ~을 쓰다 viết thư trả lời.
답장하다 trả lời, phúc đáp. hồi âm.
답할 권리 quyền trả lời. 물음에 답하

다 trả lời một câu hỏi.
답전하다 phúc đáp điện, đánh điện trả lời.
답지하다 đổ xô vào, tới tấp. 감사장이 사방에서 ~ thư cảm ơn từ khắp nơi gửi về tới tấp.
답파하다 đi bộ, cuốc bộ, đi ngang qua.
닷 (다섯) số 5.
닷새 (5 일) 5 ngày. 닷샛날 thứ 5.
땅 đất đai, đất. thổ, thổ địa, nền. (반) 하늘 trời, 국토 quốc thổ, ~을 평평하게 고르다 cày ngang, san đất. ~을 갈다 cày đất. ~을 파다 đào đất. sục đất, xắn đất, ~을 사다 mua đất. ~을 측량하다 lượng địa, ~에 묻다 chôn xuống đất. 땅투기 đầu cơ đất. ~에 대여있다 sát đất. 땅끝 cùng đất. ~덩어리 cục đất.
땅에서 dưới ~. ~의 정기 địa khí. 땅끝에서 từ nơi cùng trái đất.
땅한평 miếng đất. 땅위에 엎드리다 nằm sát đất. 땅에 옆으로 눕다 nằm nghiêng dưới đất. 땅에 앉다 ngồi dưới đất.
땅속에 trong lòng đất. 얼룩진 ~ nền loang lổ.
(속) 땅 짚고 헤엄치기(아주 쉬운 일) Bơi trên đất(việc quá dễ dàng).
땅을 놀리고 있다 bỏ đất hoang.
땅을 북돋우고 물을 뿌리다 vun tưới.
(택지.대지) mảnh đất, lô đất. 땅을 일구다 canh tác, cày cấy.
땅 (총소리) tiếng nổ súng.
당 đảng, (당파) đảng phái. 당에 가입하다 gia nhập đảng. 당대회 đại hội đảng. 당을 짓다 gây nên phe đảng. 당을 구성하다 lập ~. ~에 대

한 신뢰 lòng tin ở ~. ~을 배반하는 phản đảng. 당에서 trong ~.

...당 1 인당 mỗi một người dân. 인구 1 인당 cho mỗi đầu người dân. 톤 당 cho mỗi tấn.

땅강아지 (곤충) con dế nhủi(dũi).

땅거미 con nhện đất.

땅거미가 질때 lúc sập tối, lúc sẩm tối.

땅고르는 차 xe ủi đất (hủ lô).

당고하다(부모의 상을 당함) chịu tang cha mẹ.

당고모 cháu họ gái của ông.

당과 kẹo ngọt, của ngọt.

당구 môn bi da. cầu bàn, 당구를 치다 chơi bi da. ~대 바 ~. 당구봉 gậy ~. 당구공 bóng ~, banh ~. 당구장 quán ~.

당국 cấp chính quyền, giới chức. đương cục, 당국의 지시에 의해 theo lệnh các cấp chính quyền. 당국자 người có thẩm quyền. nhà đương cục, 군당국 nhà cầm quyền quân sự.

땅군 người bắt rắn.

당권 quyền lãnh đạo đảng.

당규 điều lệ đảng.

당근 củ cà rốt.

당기 kỷ luật đảng.

당기다 (끌어) kéo, lôi. 그물을 ~ kéo mạnh lưới lên. (입맛이) có ngon miệng. (활을) lấy nỏ.

(속) 당기는 불에 검불 집어 넣는다 (타는 불에 기름을 끼얹다) Bỏ lá khô vào lửa đang rực cháy(thêm dầu vào lửa).

땅기다 (쥐가나다) bị chuột rút.

당나귀 con lừa. ~처럼 어리석은 ngu như ~, ~처럼 고집센 cứng đầu

như ~.

당나라 시 Đường thi.

당내 trong phạm vi đảng.

당년 (금년) năm này (nay). 그해 năm đó.

당년치 chỉ sử dụng được một năm.

당뇨병 bệnh tiểu đường, bệnh đái đường. ~환자 bệnh nhân mắc ~.

땅딸막하다 béo, lùn, có dạng bè bè.

땅딸보 người có thân béo lùn.

땅땅 bằng bằng (tiếng súng), chí chát.

땅땅거리다 khoác lác, khoe khoang.

당당하다 uy nghi, nghi quan, oai vệ, đường đường, trang trọng. 당당한 hiên ngang. lẫm liệt, (풍채좋은) to béo, 당당한 죽음 cái chết hiên ngang.

당당하게 một cách đường đường chính chính. đường hoàng.

당대 thời nay. đương đại, 당대의 대음악가 nhạc sĩ lớn của thời đại nay. ~사람 thời nhân.

땅덩이 trái đất.

당도하다 đi đến, đạt tới. 목전에 당도한 위험 nguy hiểm cận kề.

당돌하다 lỗ mãng, trơ tráo, cộc cằn, liều lĩnh. 당돌하게 đường đột.

땅떼기 mảnh đất nhỏ, mảnh sân nhỏ.

당락 kết quả cuộc bầu cử.

당략 chính sách của đảng.

당론 quan điểm của đảng.

당류 chất đường, đường hoá học.

당리 quyền lợi đảng.

땅마지기 vài mẫu ruộng.

당면하다 đối diện, mặt đối mặt, đương đầu. ~한 문제 vấn đề phải đối diện. 이것은 우리나라가 당면한 문제다 đây là vấn đề mà

당 đất nước chúng ta đang đối diện.
당면 món mì Trung quốc.
당목 vải coton, vải bông.
당무 việc đảng. đảng vụ.
당밀 mật đường, mật mía.
땅바닥 nền đất, mặt đất. ~에 주저앉다 ngồi xổm trên mặt đất.
땅바닥에 붙이다 trệt.
땅바닥에 궁둥이를 붙이고 앉다 ngồi trệt.
땅바닥에 눕다 nằm sát đất.
당번 trực. 오늘 누가 당번이야? Hôm nay ai trực ? 내일 저는 당번이다 ngày mai tôi trực. 매주 한번씩 당번이다 mỗi tuần trực một lần. 당번 (주번) 사람 sĩ quan thường trực.
땅벌 con ong đào lỗ, ong đất. tò vò.
당부하다 dặn dò. 일 잘하라고 ~ dặn dò phải làm việc cho tốt.
당분 độ đường. ~을 함유하다 chứa cả đường trong đó.
당분간 tạm thời, lúc này, hiện tại. 저는 ~ 바빠요 tạm thời tôi đang bận.
당비 lệ phí đảng, đảng phí.
당사국 quốc gia có liên quan.
당사자 (당자) đương sự, kẻ đương sự, đối tượng. 당사자간의 문제 vấn đề giữa các đương sự. 결혼 ~ các đương sự kết hôn. 소송 ~ đương sự tố tụng.
당산나무 cây xà cừ.
당선하다 trúng(thắng) cử. 당선가망이 있는 후보자 ứng cử viên có khả năng trúng cử. 당선이 확실하다 trúng cử chắc chắn. 당선되다 được trúng cử. 대통령에 ~ trúng cử tổng thống. 시장에 ~ trúng cử thị trưởng. 당선자 người ~. 무투표 ~ trúng cử không bỏ phiếu.
당세 uy thế đảng. (기간.시대) thời hiện tại.
당수(총재) đảng trưởng. **đảng khôi**.
당숙 anh em họ bên cha.
당시 lúc đó, khi đó, đương thời. 당시의 수상 thủ tướng ~. 당시의 풍속 phong tục đương thời, 당시 내가 없었어요 khi đó tôi không có mặt. ~에 đang thời.
당신 anh, cậu, ông, chị, mi, mầy, cô chú, bạn.
당신을 기다리게 해서 죄송합니다 tôi lấy làm tiếc đã để ông chờ.
당신이 저를 도와주실 것으로 믿습니다 tôi trông cậy anh giúp đỡ tôi.
(명)당신이 하고있는 일이 유익한 것이라면 그보상으로 넉넉한 생활을 하게될 것이다 Nếu công việc của bạn là có ích thì nghĩa là thù lao bạn nhận được sẽ giúp bạn có một cuộc sống tốt.
당신이 거절한다면 다음에 후회할 것입니다 nếu anh từ chối, anh sẽ hối tiếc sau nầy.
당신 눈은 어디에 두고 다닙니까? mắt của anh đâu.
당신의 딸 lịnh ái. 당신의 어머니 lịnh đường(từ).
(명)당신의 생각을 바꾸면 당신의 세계가 바뀐다 Nếu bạn thay đổi suy nghĩ thì thế giới của bạn cũng thay đổi
(명)당신의 건강을 유지하려면 당신이 원치 않는 것을 먹고 안좋아하는 것을 마시고 하고 싶지 않은 것을

하는 수밖에 없다 Muốn duy trì sức khỏe của bạn thì bạn phải ăn những thứ mà bản thân không muốn ăn, phải uống những thứ mà bản thân không muốn uống và làm những việc không muốn làm. 당신집에 갈것이다 tôi sẽ có mặt tại nhà anh.

당야 tối hôm đó.

당연하다 đương nhiên. 당연한 일 việc ~. 당연한 의무 nghĩa vụ ~. 내가 모르는 것이 ~ việc đó tôi không biết là ~. 빚진돈을 갚아야 하는 것이 ~ việc trả tiền đã vay là chuyện ~. 당연한 승패 thắng bại lẽ thường. 당연한 것을 칭찬 하다 khen phò mã tốt áo. 당연한 것으로 취해버리다 nuốt trôi.

당연히 lẽ tự nhiên, lẽ ra, dĩ nhiên, đương nhiên. 당연히(마땅히)...해 야 마땅한 đáng lẽ, đáng lý.

땅울림 cơn động đất nhẹ.

당원 đảng viên. 공산 ~ đảng viên đảng cộng sản. 평당원 hàng ngũ đảng. ~명부 danh sách ~.

당위원 đảng ủy viên, ~회 đảng ủy.

당의정 viên thuốc bọc đường.

당의 (당의원회) đảng bộ. (당의결의) nghị quyết đảng.

당인 đảng viên.

당일 ngày đó, đương nhật, trong ngày. 당일의 날씨 thời tiết trong ngày. 당일한유효표 phiếu có giá trị trong ngày.

당일치기 여행 chuyến du lịch trong ngày. 당일치기 공부 sự học luyện thi, sự ôn thi.

당장 ngay tại chỗ, ngay tức khắc. phắt, ~필요하다 cần ~. 당장나가 라 đi ra ngay. 나는 ~이 일을 해야 한다 tôi phải làm ngay việc này. 돈이 ~필요하다 tôi cần tiền ngay bây giờ.

당장에(즉시) ngay lập tức, tức thì, tớp. (곧바로)văng, 곧바로 하다 làm văng.

당쟁 đảng tranh.

당적 sổ đảng viên. đảng tịch, 당적을 가지다 gia nhập vào đảng.

당조짐하다(단속하고 조임) giám sát chặt chẽ.

당좌 tài khoản. ~를 열다 (트다) mở ~.

당좌 예금 gửi không kỳ hạn.

당지 (바로 그곳) chỗ ấy, nơi đó.

당지기 người trông coi (đền, miếu, thánh đường)

당지부 đảng bộ.

당직 trực. trực nhật, thường trực, ~을 교대하다 đổi ca trực. ~을 인계하 다 bàn giao ca trực. ~을 할당하 다 cắt người trực nhật, ~실 phòng trực. 당직자 người đương chức. ~ 장교 sĩ quan thường trực.

당질 cháu họ.

당집 (사당) đền, miếu, lăng.

당차다 dũng cảm, can đảm.

당착 (자가 당착. 모순) mâu thuẫn, xung đột.

당치 않다 (당찮다) không hợp lý. 당 찮은 값 giá ~. 당찮은 요구 yêu cầu ~. 당치도 않는 sao ang.

당첨하다 trúng thưởng. 일등 ~ trúng giải nhất. 복권에 ~ trúng xổ số. 당첨자 người trúng thưởng.

당초에 (처음에) lần đầu tiên, thoạt đầu, ban đầu, đầu tiên.

당칙 điều lệ đảng.
땅콩 đậu phụng (남), đậu lạc (북). ~을 볶다 rang lạc. ~기름 dầu ~.
당파 đảng phái, phe đảng. ~싸움 tranh chấp ~. 당파심 tinh thần bè phái.
당파 정신 óc đảng phái.
당하다 bị, chịu. 불행을 ~ chịu bất hạnh. 사고를 ~ bị tai nạn. 고통을 ~ chịu đau khổ. 패배를 ~ chịu thất bại. 부친상을 ~ chịu tang cha. (감당) gánh vác, ngang bằng, chống cự.
당해 관청 cơ quan có liên quan đến chính quyền.
당황하다 hoảng hốt, bối rối, lúng túng. ngỡ ngàng, cuống cuồng. (반) 침착한 bình tĩnh, 당황하게 하다 làm cho bối rối, khiến cho hoảng hốt. 당황하여 말이 안 나온다 lúng túng không nói thành lời. 그 소식을 듣고 당황했다 nghe tin ấy tôi bối rối. 당황하여 trong sự hỗn loạn. 일이 갑자기 생겨 ~ việc đột nhiên xảy ra thật là bối rối. 당황하지 말라 đừng luống cuống(bối rối), 당황하여 허둥대는 nháo nhác, 당황하여 쩔쩔매는 xớn xác. hoảng. 당황하여 어쩔줄 모르는 hoảng vía, 당황한 모습 vẻ bối rối.
당황하여 갈팡질팡하다 nơm nớp.
당황하여 달아나다 chạy tớn tác.
당황하여 말하다 nói rối rít.
당황하여 소리치다 la hoảng.
당황한 sợ mất mật. (아연실색한) ngây người.
당황하여 혼란스럽다 lộn tùng phèo.

당황스런 질문을 하다 vấn nạn.
닻 neo. 닻 줄 dây ~. 닻을 감다 cuốn ~. 닻을 내리다 thả ~. ~을 올리다 nhổ(kéo) neo. 닻을 올리고 바다로 나가다 thả buồm ra khơi.
닿다 đến, đi đến, đạt đến. xắp, 물이 복사뼈에 ~ nước xắp mắt cá, (접촉)sờ mó, 손 닿지 않는 곳에 chỗ không chạm tay tới. 바닥에 닿다 chạm tới đáy. 천장에 ~ chạm tới trần. 어린이의 손이 닿지 않는 곳에 보관하세요 bảo quản nơi trẻ em không để tay tới. 전선에 손 대지 마라 ừng sờ mó vào dây điện.
땋다 bện tóc, 머리를 ~ tết tóc.
닿소리 (자음) phụ âm. (반) 모음 nguyên âm. 반모음 bán nguyên âm.
대 (대나무) cây tre. 대마디 mắt tre, 대 ốt tre. ~울타리 hàng rào tre. 대나무 커튼 liếp, 대쪽 같은 사람 người ngay thẳng. 대비 cây chổi tre.
(속) 대 끝에서 삼 년이라(어려운 시기를 극복하기 위해서 참는다) Đứng trên ngọn tre ba năm, (chịu đựng để vượt qua thời kỳ khó khăn).
... 대 (수량) 3 대의차 3 chiếc xe. 2 대 1 의 스코어 tỉ số 2-1 (hai chọi một)
대 (시간. 세월) thời đại, đời. 3 대 ba đời. 80 년대 những năm 80. 그녀는 30 년대 여성이다 cô bước sang tuổi 30.
대가족 đại gia tộc. ~제도 chế độ ~.
때 khi, thời, lúc. giờ phút, ~가 가다

quá thời. 어느때 lúc nào đó. ~가 되면 nếu gặp thời, đúng lúc. 저녁 ~ vào buổi tối. 젊었을 때 lúc còn trẻ. 일이 있을 ~ khi có việc. (기회) 때를 못 만난 영웅 anh hùng không gặp thời. ~에 알맞다 đúng thời. ~를 놓치다 lỡ thời(dở). 때를 기다리다 đợi thời. 어떤 때는 đôi khi. 때에 따라서는 khi có nhu cầu. 마침 좋은 때에 vào đúng thời điểm. 때에 맞는 hợp thời, đúng lúc. 때를 거르다 (먹지 않다) không một bữa ăn. 때를따라 trong thì giờ có cần dùng.
-- 때마다 động dụng.
때에 맞추어 해야 할 일 thời vụ.
때 (몸의) ghét, cấn. (얼룩) dấu vết, vết dơ. 때가 묻다 trở nên dơ bẩn. 때를 벗기다 kì ~. 손때 vết bẩn tay.
대가 (큰집) ngôi nhà lớn. (권위자) ông chủ lớn. 음악의 대가 một nhạc sĩ vĩ đại.
댓가 (희생) 비산 댓가를 치르다 trả giá đắt. 어떤 댓가를 치르더라도 với bất cứ giá nào, bằng mọi giá.
대가극 kịch opera lớn.
대가다 (시간에) đến đúng giờ, đến kịp giờ.
대가리 phần đầu, đoạn đầu. 생선~ đầu cá. 소~ đầu bò.
(속) 대가리에 피도 안 말랐다(경험이 부족하고 젖비린내 나는) Máu đầu vẫn hãy còn chưa khô,(thiếu kinh nghiệm, mặt búng ra sữa).
대가족 đại gia.
대각선의 chéo, đường tréo. 대각선 đối giác tuyến, 대각선 đường chéo.

대각 (크게 깨달음) sự giác ngộ.
대각거리다 kêu răng rắc.
대간첩작전 hoạt động phản gián.
때깔 (옷감의) màu sắc, hoa văn, mẫu vẽ.
대갈하다(외치다) la hét.
대감 ngài (quí tộc). quan lớn.
대강 nói chung. đại khái, ngót,(반) 자세히 chi tiết, 대강을 말하면 nếu nói chung chung. 대강을 파악하다 nắm bắt chung. ~ 어보다 xem lướt qua. ~의 계산 tính xấp xỉ, ~의 결론 sơ kết.
대강대강(겉핥기로) 알다 thiệp liệp.
대강 대강 이해하다 hiểu biết sơ sơ.
대강해치우다 phiên phiến, 일을 ~ làm ~.
대강대강 (형식에 구애받지 않고) phiến phiến. ~ 말하다 nói trống không.
대갚음하다 báo đáp, đền ơn. (보복) trả thù.
대개 đại khái, nói chung. 대개 6 시에 일어나다 thức dậy khoảng 6 giờ. (일반적으로) nói chung, một cách chung chung. (거의) hầu như.
대개념 khái niệm cơ bản.
대거 (한꺼번에) mạnh mẽ, sung sức. (대규모로) đại quy mô.
대거리하다 (대들다) cãi lại, bắt bẻ lại, đáp trả lại.
대검 thanh kiếm. ~을 차다 đeo kiếm.
대검찰청 văn phòng uỷ viên công tố tối cao.
대견하다 (흡족하다) đầy đủ, thích đáng. 대견하게 여기다 đánh giá cao, coi trọng.

대결하다 quyết đấu, chạm trán, đương đầu với.
대경하다 hết sức ngạc nhiên. 대경실색하다 sợ tái mặt, thất sắc, giật nẩy mình.
대계 kế hoạch lâu dài, một dự định lớn. 국가의 백년 ~ chính sách quốc gia nền tảng lâu dài.
대고모 bà bác, bà cô. (반) 대고모부 chồng của bà cô.
대공 (건축) cây cột chính. (큰공) một kỳ công.
대공 phòng không. ~포화 hoả lực ~.
대공포 súng cao xạ. đại bác phòng không.
대공화포 tiểu cao.
대공 (군주) đại công tước.
대과 (큰 잘못) điều sai lầm lớn lao. 대과 없이 không có bất cứ một khuyết điểm nào.
대과거 (문법) thì quá khứ hoàn thành.
대관 (개관) cái nhìn tổng quát.
대관 viên chức cao cấp.
대관식 nghi lễ đăng quang
대관절 (도대체) thế nhỉ? Nói gì thế nhỉ?
대꾸 (말대꾸) lời cãi lại, lời đáp lại.
대구 (물고기) cá thu. (문장의) câu đối.
대구루루 (때구루루)굴러가다 lăn qua lăn lại.
대교 chiếc cầu lớn.
대국 nước lớn. 강대국 cường quốc.
대국적으로 보면 theo cách nhìn chung.
대국 (바둑의) tình thế trận đấu của ba-doog..
대군 đại quân, một quân đội to lớn.
대군 (정궁이 낳은 아들) vị hoàng thân.
대굴대굴 (때굴 때굴)구르다 lăn đi lăn lại.
대권 (왕권) quyền lực thống trị, chủ quyền.
대궐 hoàng cung.
대규모 đại quy mô.(반)소규모 quy mô nhỏ. ~작전 hành quân quy mô lớn. ~공동연구 thao dượt hỗn hợp đại quy mô(반)소규모 공동연구 thao dượt hỗn hợp nhỏ.
대규모 전쟁 chiến tranh rất quy mô.
대그릇 cái bát tre.
대근하다 thay thế làm việc.
대금 giá cả. 대금을 치르다 trả theo giá.
대금 (큰돈) tiền lớn.
대금 (고리대금. 돈놀이) tiền cho vay. 대금 업자 người cho vay nặng lãi.
대기하다 sẵn sàng, chờ đợi. chực. 대기를 명하다 ra lệnh sẵn sàng.
대기실 phòng đợi(xếp), nhà trước..
대기 khí trời, (공기) không khí. ~의 압력 áp suất ~. 대기오염 ô nhiễm khói.
대기 물리학 vật lý khí quyển.
대기권 khí quyển, sinh quyển
대기 (큰 그릇 인물) cái vại, đĩa to. (큰 인물) người có tài to lớn. 대기 만성 trái cây chín cây bảo quản tốt.
대기업가(실업가)kỹ nghệ gia.
대길하다 may mắn bất ngờ.
대난 tai họa lớn, đại nạn.
대나무 cây tre, thanh tre, trúc, nứa. ~ 사다리 thang tre, (대나무일종) nứa ngô, ~긴의자 chõng tre, ~다리 cầu tre, ~ 분재 đăng ngà. ~장

대 cây nêu. ~커튼 liếp. ~ 마디 đầu mặt. ~통에 넣어 지은 밥 cơm lam, ~ 발 mành mành, ~울타리 bờ tre. lũy(vuông) tre, ~ 젓가락 đũa tre, ~와 매화 trúc mai, ~로 만든 현 nan tre. 대로 만든 지팡 이 gậy tre, ~관 ống tre. ~총칭 tre nứa. ~끝을 날카롭게 자르다 vạt ngọn nứa.

대나무 매트 cót.
대나무 발(체) vỉ.
대나무 장대 sào.
대나무 장벽 lũy tre.
대납하다 trả thay cho người khác.
대낮 ban ngày. sáng trời,(반)밤중 nửa đêm, ~처럼 밝다 sáng như ~. 대 낮에 vào ~.
대내 đối nội. ~문제 vấn đề ~. 대내정 책 chính sách ~.
대노함 đại nộ.
대농업 trồng trọt quy mô lớn.
대농장 đại điền trang.
대뇌 (해부)đại não, óc.
대님(끈) ghệt.
대다 áp vào, ghé sát vào, động chạm vào, để gắn vào. 손을 대다 động tay vào. sờ mó, 수화기를 귀에 ~ áp ống nghe vào tai. (비교) so, đối chiếu với. (손을) đặt, sờ, mó. 손을 대지 않다 không đụng đến. (일에 손을) dùng đến. (기대다) dựa lưng vào. (향해서) nhắm vào. 누구에게 대고 한 말이오? Nói đó nhắm vào ai vậy?
대다 (공급) cung cấp. 학비를 ~ cấp học phí. (물을) tưới nước, cấp.
대다 (사실 대로) nói sự thật, thú tội.
때다 (불을) nhóm lửa, đốt lửa. 아궁이 에 불을 ~ nhóm lửa trong bếp.

대다수 phần lớn, phần đông, đại đa số. (반)극소수 thiểu số, ~의 지지 를 받다 nhận được sự ủng hộ của phần đông, được đa số ủng hộ. 대다수의 사람들 phần đông người ta.
대단결 đại đoàn kết.
대단원 hiệp cuối, hồi cuối.
대단찮다 không quan trọng, không đáng kể. 대단찮은 일 chuyện không quan trọng.
대단하다 nhiều, nghiêm trọng. 대단 한 금액 số tiền lớn. ~한 재산 tài sản lớn. (위대한) ~한 사람 một người vĩ đại. 그의 능력이 ~ năng lực anh ta rất cao. 그것은 대단한 것이 아니다 không phải là cái gì vĩ đại. 병이 ~ bị bệnh trầm trọng. 대단한 수고 (노력) dày công.
대단히(매우) lắm, rất, (참으로) tuyệt vời, (몹시) quá đỗi, ~어려운 quá đỗi khó khăn. ~ 중요한 일 điều hết sức quan trọng. ~많은 ú sụ. ~ 애처럽다 thương thay.
대단히 뛰어난 문구(절구) tuyệt cú.
대단히 행복하게 되었구나 may thay.
대담하다 mạnh dạn, táo(quá) bạo, gan dạ, đại đảm, cả gan, 대담하 게 들어가다 mạnh dạn bước vào. 대담하게 행하다 làm gan, 대담 무쌍한 liều lĩnh. mạo muội, 대담 하게 말하다 mạnh dạn nói. 대담 한 행동 hành động mạnh dạn. 대 담 하게 행동하는 mạnh tay, 대담 하게 묻다 dám hỏi, 대담해지다 đâm liều. 대담하게 táo tợn. mạo muội. 대담하게 말씀드리다 mạo muội góp ý mấy lời. 대담한 to

gan, ~사람 người to gan.
대담한 행동을 취하다 đánh bạo.
대담 (이야기) cuộc trò chuyện, diện đàm, thảo luận, đàm luận, buổi nói chuyện.
대답하다 trả lời. đáp lại, giải(hồi) đáp, 대답 câu ~,(반)질문하다 hỏi, 한 마디도 대답하지 않았다 không ~ được tiếng nào cả, 대답할 말이 없다 không có gì trả lời. 대답을 않다 không trả lời. (응답) đáp lại. 확실한 대답 câu trả lời chính xác. 대답에 궁하다 cứng lưỡi(miệng).
대답하고 받아들이다 ứng thừa.
대답하는 말(응)(손아랫 사람에게) ừ.
대답을 않고 참다 nhịn lời.
대답대신에 thay vì trả lời. ~ 웃음짓다 cười trừ.
대대 (군) tiểu đoàn. đại đội, ~장 ~ 트르엉, ~ 지휘부 ~ bộ, 연대 trung đoàn. 사단 sư đoàn.
대대로 đời đời. kiếp kiếp. thế thế, ~이어오다 tương truyền. ~교류하고 있는 양가 thế giao.
때때로 thỉnh thoảng, đôi khi(phen). có khi, lâu lâu, một hai khi.
때때옷 (색동옷) y phục đủ màu sắc.
대대적으로 một cách to lớn, bao quát, ở mức độ lớn.
대도 (큰길) đường cái, đại lộ, quốc lộ.
대도시 thành phố lớn. đại đô.
대독하다 đọc dùm cho người khác.
(속) 대동강 팔아 먹은 놈(욕심 많고 허세부리고 엉망진창인 사람) Thằng bán cả sông Đại Đồng, (người quá tham, khoác lác, làm những việc lung tung).
대동소이하다 giống nhau nhiều. đại đồng tiểu dị.
대동 (동봉)하다 được kèm theo.
대동단결 đoàn kết thống nhất.
대동맥 (해부)đại động mạch.
대두 (콩) đậu nành.
대두하다 (고개를 들다) ngẩng đầu lên, tạo được uy thế.
대들다 chống đối, nổi loạn, cãi lại.
대들보 cái xà nhà. xà ngang, thượng lương, 집안의 ~ trụ cột gia đình. ~를 세우다 bổ trụ.
대뜸 ngay lập tức. liền, 대뜸 승락하다 cho phép ngay.
대등 bình đẳng. đối đẳng, ~ 한 권리 quyền lợi ~. 남녀 ~한 조건으로 bằng một điều kiện bình đẳng nam nữ. 대등절 (문법) mệnh đề đẳng lập. ~한 관계 đẳng lập.
대등하다 bằng nhau, như nhau.
대란 đại loạn, xáo trộn lớn.
대략 khoảng chừng, độ. độ chừng. xấp xỉ, vào khoảng, ~ 4 주 xấp xỉ bốn tuần, ~ 얼마 만큼 độ bao nhiêu, (개요) đại khái. ~ 계산하다 khái toán. ~생각하다 tưởng chừng. 그는 ~ 50 세 가량이다 ông ấy vào khoảng 50 tuổi.
대략...정도인 xê xích, 대략 20 세 정도인 ~ hai mươi tuổi.
대량 số lượng lớn. khối(đại) lượng, ~으로 수입하다 nhập khẩu với ~. (반) 대량으로 수출하다 xuất khẩu với ~. 대량구입 mua ~. ~생산 sản xuất khối lượng (từng loạt), 대량주문 đặt hàng với ~.
대량 살육하다 tru diệt.
때려눕히다 đánh ngã.
때려서 만족한 sướng tay.

때려주다 đánh dần.
때려죽이다 đập chết.
대령 đại tá. 공군 ~ đại tá không quân. 해군 ~ đại tá hải quân.
대령하다 (명을 기다리다) đợi lệnh.
대로 đại lộ, quan lộ, đường cái (큰길)
대로. theo, y như, 마음대로 하세요 hãy làm theo ý anh. 생각하는 ~ 하세요 hãy làm theo anh nghĩ. (같이) giống như, y theo, đúng theo. 규칙대로 đúng theo luật lệ. 본대로 얘기하다 nói những điều đã thấy. 시키는 ~하다 làm theo sai bảo. 하고싶은 대로 하다 làm như anh muốn.
대로 (크게 화난) giận dữ, cơn thịnh nộ.
때로는 đôi lúc.
대롱거리다 lúc lắc, đu đưa.
대륙 lục địa, đại lục. đất liền, 대륙붕 thềm lục địa. 아시아 ~ đại lục Á Châu. ~성 기후 khí hậu có tính chất lục địa.
대륙간탄도미사일 tên lửa xuyên lục địa. tên lửa vượt đại châu.
때를따라 vào đúng lúc cần thiết
대를이은 사업 thế nghiệp.
대리 thay mặt, thay thế. ~를 보내다 gửi người đại diện. ~로서 với tư cách là nhà đại diện. 대리인 người thay thế, đại lý. ~경작하다 phát canh, 대리운전사 tài xế thuê. 법정 대리인 người đại diện pháp lý. ~위임장 tờ uỷ quyền. ...의 대리로서 직무를 수행하다 hành động thay mặt
대리점 đại lý. chi nhánh. phân điểm.
대리(직책) phó chuyên.

때리다 đánh, đập, tát. đấm, đả, 철썩~ tạt tai, 머리를 ~ đánh vào đầu. 뺨을 ~ tát vào má. 주먹으로 ~ đấm. đánh bằng nắm, thoi, 주먹으로 등을 ~ đấm lưng. (가볍게) búng, 귀를 가볍게 ~ búng tai. 때리고 치며 싸우다 đấm đá.
때림(찰싹 때리기)trận đòn.
대리석 đá cẩm thạch, đá hoa. 인조 ~ đá giả.
대리인 người đại diện, người được uỷ quyền. người thay thế.
대립하다 đối lập. 와 ~ đối lập với.
대립되는(상극) tương khắc. 형제가 서로 대립하다 hai anh em ~.
대마 (식물) cây gai dầu.
대마루 nóc nhà.
대마초(마리화나) cần sa(tây).
때마침 vừa đúng lúc, đúng thời điểm.
대만 Đài Loan. ~인 người ~.
대만원 một thính phòng chật ních, đám đông khán giả.
대망 một hy vọng lớn, hoài bão lớn.
대망하다 (바라다) mong chờ, trông mong.
대머리 hói đầu, đầu trọc, đầu trần, trụi đầu, ~가 되다 bị hói đầu, đầu bị sói.
대면하다 đối diện, ngang mặt, gặp nhau 대면시키다 cho gặp nhau. xuất đầu lộ diện.
대명(명성) đại danh.
대명사 đại danh từ, đại từ.
대모 mẹ đỡ đầu. (거북이)đồi mồi.
대목 (고비) cơ hội trọng đại. 섣달 대목 vào đúng cuối năm. 위험한 ~에서 vào lúc nguy cấp. 대목장 chợ phiên đúng vào dịp cuối

năm.
대못 đinh tre.
때문에 vì, vì rằng, tại vì, do, 건강문제 때문에 vì lý do sức khỏe, (그렇기)vì thế, 인민 ~ vì nhân dân, 나는 당신 ~ 그 일을 했다 vì anh tôi mới làm việc ấy, 무엇 ~ vì chuyện gì, 전쟁 ~ do bởi chiến tranh. --은 –때문이다 chẳng là, --- 때문에 --- 하다 chả là, 그가 친구이기 ~ 도와주었다 chả là bạn tôi giúp đỡ. ...때문에 난처해지다 khốn nỗi.
대문 cửa chính, cửa trước. ~에 써 붙인 한문 경구 thai chữ.
대문자 chữ hoa(cái).(반)소문자 chữ con.
대문장 văn phong lỗi lạc.
대문호 đại văn hào.
때묻다 (더러워지다) bẩn thỉu, dơ bẩn.
대미 관계 quan hệ với Mỹ.
대민 봉사 phục vụ cho dân.
대바구니 giỏ tre, gùi, rổ tre, cái thúng(남), cái mủng (북).
대바늘 (뜨개질 바늘) que đan tre.
대반역 đại nghịch(phản)..
대받다 (물려받다) kế nghiệp, thừa hưởng, thừa kế.
대발 bức mành tre.
대밭 bụi tre.
대배심(법)phòng luận tội.
대번에 (즉시) tức thì, lập tức, ngay khi. 대번에 알아맞히다 đoán đúng ngay.
대범한 hào hoa, hào hiệp, không khó tính, không cầu kỳ, rộng bụng(rãi). ~한 태도 một thái độ hào hiệp, khoan dung. 대범하게 행동하다 mạnh tay.

대법원 toà án tối cao. đại thẩm viện, ~장 quan toà, thẩm phán.
대법회 đại phật hội.
대변을 보다 đi đại tiện, đi cầu, đi ỉa, táo bón. 대변이 마려운 buồn ỉa.
대변보러 가다 đi đồng.
대변하다 thay lời, phát ngôn cho. 대변인 người phát ngôn. 친구를 ~ ~ cho bạn.
대별하다 chia ra một cách đại khái.
대변혁 đại biến.
대병력 đại binh.
대보 (옥새) con dấu của vua, cái triệu của vua.
대보다 so sánh, đối chiếu.
대본 (극의) vở, kịch bản.
대본 (빌린 책) sách cho thuê. 대본서점 nhà sách cho thuê.
대본산 toà tổng giám mục.
대부하다 cho vay. 대부금 tiền ~. 장기대부 cho vay dài hạn. 은행대부 tiền vay ngân hàng.
대부 이자율 lãi vay.
대부(천주교의) cha đỡ đầu.
대부분 phần lớn, đại bộ phận, phần đông, đa số, hầu hết (반) 일부분 một bộ phận.
대부인 đại phu nhân.
대부호 đại phú.
대분수 (수학) phân số hỗn hợp.
대불상 một tượng phật lớn.
대비하다 đối phó. 흉년을 ~ đối phó với năm mất mùa. 노후를 ~ đối phó với tuổi già. (불운에) tích cốc phòng cơ, (확실히 해두다) chắc ăn, (비교) so với.
--- 에 대비하여 phòng khi, bị olg것을 ~ 우산을 가지고 가다 mang cây

dù ~ trời mưa.
대비해두다 dành dụm. chắc ăn.
대비 (궁궐) hoàng thái hậu, vợ goá vua.
대빗 cái lược tre.
대사 (큰일) việc lớn, việc quan trọng, đại sự. 혼인은 인생의 ~다 hôn nhân là đại sự trong đời người.
대사 đại(quốc) sứ. 주한 베트남 ~ đại sứ Việt Nam tại Hàn Quốc. ~님 ngài đại sứ. 대사급회담 hội đàm cấp ~. 전권 ~ đại sứ toàn quyền. 특명전권 ~ đại sứ đặc mệnh toàn quyền. ~가 되다 đi sứ.
대사관 đại sứ quán, toà đại sứ. ~서기 tham vụ ngoại giao. ~주재 무관 tùy viên quân sự.
대사 (대사면) sự ân xá, đại xá, xá tội. 대사면령 một sắc lệnh ân xá. 대사면령을 내리다 ban sắc lệnh ân xá.
대사기꾼 đại bợm, đại bịp. đại gian.
대사 lời nói, (여극의)đài từ, ~를 말하다 nói lời vai diễn. 독백~ kịch một vai độc thoại, độc bạch.~를 외우다 nhắc vở.
대사령(대사면)xá lịnh.
대사면 đại xá cho.
대사업 công việc kinh doanh lớn, một xí nghiệp lớn, cơ đồ. đại sự, 국가적 ~ cơ đồ quốc gia.
대상 đối tượng. 비평의 ~ đối tượng của phê bình. 비난의 대상이 되다 thành đối tượng phê bình. 공격의~ đối tượng của công kích.
대상(큰장례)đại tang, (큰상) trọng thưởng.
대상인(큰 상인) đại thương.

대서하다 viết cho ai, viết hộ ai. 대서소 văn phòng công chứng. 대서인 (공증인) công chứng viên, người chép thuê.
대서다 (뒤에서다) theo gót chân người khác. (대들다) phản đối, thách thức.
대서양 đại tây dương. tây dương, 북대서양조약기구 (NATO) tổ chức an ninh Bắc đại Tây dương.
대서특필할 만한 사건 một sự kiện lớn.
대선 một chiếc tàu lớn.
대설 (큰 눈) cơn bão tuyết.
대성하다 làm xong, hoàn thành.
대성통곡하다 khóc la ầm ĩ.
대성공 thành công lớn.
대성황 thịnh vượng lớn, phồn vinh to.
대세 đại thế. ~를 따르다 theo ~.
대소하다 (크게 웃다) cười to, cười phá lên.
대소 (크고 작음)to nhỏ, cỡ lớn và nhỏ, rộng hay chật. 대소를 막론하고 không quan tâm kích cỡ.
대소동 rối loạn, náo động, lộn xộn.
대소변 phân và nước tiểu.
대소쿠리 cái giỏ tre.
대속하다 chuộc(để) tội. cứu(mua) chuộc, 인류의 죄를 대속하다 chuộc lại tội lỗi của loài người.
대솔 (큰 소나무) cây thông lớn.
대수 đại số học. 대수의 đại số, số lớn.
대수 (수학) lôga. đối số.
대수롭다 quan trọng, đáng giá. (반) 대수롭지 않다 không quan trọng. 대수롭지 않게 여기다 cho qua. sá quản.
대수술 phẫu thuật lớn.

대수학 đại số học.
대숲 bụi tre, lùm tre.
대승불교 phật giáo đại thừa.
대승적 견지 một quan điểm rộng rãi.
대승하다 chiến thắng lớn. đại thắng, 대승리 thắng lợi hoàn toàn.
대승을 거두다 quảng thắng.
대승정 (카톨릭) Đức tổng giám mục.
대시 (거침 없이 나아감) chạy nhanh.
대시인 thi bá.
대식하다 háu ăn, ăn nhiều. 대식가 người háu(láu) ăn. người ăn khỏe. người tham ăn.
대신하다 thay thế. thép, 그대신에 thay vào đó. 내 대신 가주세요 đi thế cho tôi, đi thay tôi. 대신 먹다 ăn thép, 대신 말하다 nói thép, 대신하여 thay mặt, 그를 대신하여 감사한다 thay mặt nó, tôi xin cám ơn anh, 편지 대신 전화하다 gọi điện thoại thay cho viết thư. ~의 대신에 thay vì(cho) 그의 동생 대신에 thay cho em nó, 대신 하여 말하다 đỡ lời.
...을 대신해 thế, 나는 그를 ~ 서명했다 tôi ký tên thế nó.
대신 갚아주다 đậy, 빚을~ trả nợ ~.
대신 울다 khóc mướn.
대신 해주다 làm hộ.
대신 써주다(대필) tá gà.
대신 죽다 chết thay, thế mạng.
대신 해주다(일을) làm hộ.
대신 아프다 đau hộ
대신(벼슬) đại thần, (장관) bộ trưởng.
대심하다(대질). đối chất.
대심원 toà án tối cao. tối cao pháp viện.
때아닌 sớm, non, không phải mùa.

trái mùa, trái thời.
대안(강의) bên kia bờ sông.
대안(다른 안) một kế hoạch đề xuất. đối án.
대야 (세수대야) chậu rửa. 세면대 la-va-bô.
대양 đại dương. biển cả,(반) đại lục, (해양)thương hải, ~을 건너가다 vượt ~. 대양항로 đường biển. 대양주 châu ~.
대언장담 (호언장담) hạ nói khoác, nói phóng đại. 허풍쟁이 kẻ nói khoác, khoác lác.
대업 một thành tưu lớn, một tổ chức kinh doanh lớn.
대여하다 cho vay, cho mượn.
대여섯 vào khoảng năm sáu.
대역사건 một vụ phản bội lớn.
대역사 một công tác quan trọng.
대역하다 đóng thay, đại diện.
대연회실 phòng khách tiết
대열 hàng ngũ. 대열을 지어 행진하다 diễu hành theo hàng. 대열이 흩어지다 loạn xạ, liếng xiếng. ~의 간격을 좁히다 siết chặt hàng ngũ.
대영 무역 mậu dịch với Anh, giao dịch mua bán với Anh. 대영정책 chính sách đối với nước Anh.
대오 (대열) hàng ngũ, đội ngũ. 대오를 지어 theo ~.
대오 (크게 깨달음) giác ngộ, tỉnh ngộ.
대오다 (시간에) đến đúng giờ.
대왕 đại vương. 알렉산더 ~ Alexander ~.
대외 đối ngoại, bên ngoài. ~무역 ngoại thương. ~관계 quan hệ đối ngoại. ~문제 vấn đề ~. ~정책 chính sách ~. ~개방 mở đối ngoại.

대요 đại ý, đại khái, sơ lược.
대용하다 thay thế. 대용식 món ăn thay thế. 대용품 vật thay thế.
대우하다 đối xử, đối đãi, đón tiếp tốt. 대우가 좋다 đối xử tốt. ~를 개선하다 cải thiện ~. 동등하게 ~ 대우 một cách bình đẳng. 차별 대우 phân biệt đối xử. 극진한 대우를 받다 được đối xử tốt, được tiếp đón niềm nở.
때우다 hàn thiếc. (깁다) khâu vá. 옷을 ~ khâu vá quần áo. (끼니를) thay thế bữa cơm. 빵으로 점심을 때우다 ăn một miếng bánh mì thay thế cho cơm trưa.
대우주 vũ trụ rộng lớn.
대웅성 (큰 곰자리별) chòm sao gấu lớn.
대웅전 chánh điện của đền.
대원 đội viên.
대원수 tổng tư lệnh. đại nguyên soái.
대위 đại uý. thượng úy, quan ba. 중위 trung uý. quan hai. 소위 thiếu uý. 대위의 지위를 얻다 được thăng chức ~.
대위법 (음악) đối âm. 대위법의 thuộc ~.
대음하다 uống rượu quá nhiều.
대응하다 đương đầu, đối mặt, đối ứng. ứng phó. chống chế. 대응책 biện pháp đối phó. 불의 의 일에 ~ ứng phó với việc bất ngờ.
대의 đại nghĩa, (요지) đại ý, ý chính, một quan niệm chung. 연설의 대의 ý chính bài diễn văn.
대의 (공평) công bằng.
대의원 người đại biểu, đại biểu.
대나무 의자 chõng tre.

대인 (어른) người lớn, đại nhân. 대인용 dành cho người lớn. (군자) người đức hạnh.
대인관계 quan hệ cá nhân. 대인 담보 an ninh cá nhân. 대인 처세 đối nhân xử thế.
대인기 nổi tiếng, ưa thích của quần chúng, tính đại chúng. 대인기다 rất phổ biến.
대인물 nhân vật vĩ đại.
대일외교정책 chính sách ngoại giao đối với Nhật Bản.
대임 (큰 임무) nhiệm vụ lớn. ~을 맡다 đảm trách một nhiệm vụ quan trọng.
대자 cây thước tre. (큰글자)đại tự.
대자로 누워있다 nằm dài.
대자로 퍼져 눕다 nằm đườn ra.
대자대비 đại từ đại bi.
대자리 chiếc chiếu tre.
대자보 (포스터) tờ áp phích, tờ quảng cáo tường.
대자본가 đại tư bản.
대자연 thiên nhiên hùng vĩ, tạo hoá.
대작 tác phẩm lớn. đại tác, kiệt tác một kiệt tác.
대작하다 uống rượu với nhau. đánh chén.
대장 đại tướng. 중장 trung tướng. 소장 thiếu tướng. 준장 chuẩn tướng. (무리의 대표)đội trưởng.
대장 (장부) sổ sách. 대장에 기입하다 ghi sổ.
대장 (해부) ruột già, đại tràng. ~염 viêm ruột kết. trống tràng, ~암 ung thư ~.
대장간 lò rèn, 대장장이 thợ rèn, thợ kim hoàn, ~ 받침쇠 hòn đe

대장경 các bộ kinh phật.
대장부 đại trượng phu. 대장부답게 굴다 cư xử như ~. ~다운 의기 trượng nghĩa.
대장정 chinh an.
대저 chung chung, khái quát.
대저 (큰 작품) tác phẩm lớn.
대저택 nhà cửa to lớn, lầu son góc tía. nhà tổ bố.
대적하다 đối địch, chống đối(cự), đối kháng. thù nghịch, 대적행위 hành động thù nghịch. 대적 (적수) một kẻ thù đáng sợ. (경쟁자) đối thủ đáng gờm. 대적하는자 kẻ thù nghịch.
대전 (의식) nghi lễ quốc gia. (축전) một lễ hội lớn. (법전) luật lệ. (종교의) giáo luật. (전집) bộ sưu tập hoàn chỉnh. (왕궁)đại điện.
대전 (전쟁) đại chiến, chiến tranh thế giới. 세계 1 차 대전 chiến tranh thế giới lần thứ nhất, đại chiến thế giới lần thứ nhất.
대전하다 đấu tranh, vấp phải. (경쟁) tranh đua, cạnh tranh.
대전제 (논리) đại tiền đề.
대전차 chiến xa. ~지뢰 mìn chống ~. ~호 hố chống chiến xa. ~분대 tiểu đội chống chiến xa. ~ 폭약 thuốc nổ chống chiến xa.
대절하다 đặt trước, thuê. 대절차 xe thuê.
대점포 gian hàng cho thuê.
대접 (그릇) bát (chén) canh, bát canh (북), chén canh (남).
대접하다 tiếp đón, đối đãi, chiêu đãi, tiếp khách, đãi đằng, 정중하게 ~ tiếp đãi một cách trịnh trọng.
대정맥 tĩnh mạch chủ. đại tĩnh mạch.
대제사장 thầy tế lễ cả.
대조하다(되다)đối chiếu. so lại, ...와 ~ đối chiếu với. 원문과 ~ đối chiếu với nguyên văn. 대조 sự so lại(tương phản). 대조적인 tương phản, 빛과 그늘의 대조 sự tương phản giữa ánh sáng và bóng tối.
대종 dòng chính, dòng lớn. 대종가 chủ gia đình. 대종손 người kế tục.
대좌하다 ngồi đối mặt nhau. (받침대) cái bệ, cái đôn.
대죄 tội giết người. (법률상) tội tử hình. (중죄) trọng tội.
대주교 vị tổng giám mục.
대주다 cung cấp, tiếp tế. 일감을 ~ cung cấp việc làm.
대중잡다 đánh giá chung chung.
대중 (군중) quần chúng. đại chúng, ~화하다 đại chúng hoá. 대중의 지지를 얻다 được ủng hộ của quần chúng. ~문학 văn học đại chúng.
대중성 tính đại chúng. lòng dân, ~식당 quán ăn bình dân. 대중교통수단 phương tiện giao thông công cộng. ~가요 dao khúc. dân ca. ~가격 giá bình dân. ~을 일깨우다 thức tỉnh ~. ~문화 văn hóa quần chúng.
대중없다 không có tiêu chuẩn.
대중요법 phương pháp điều trị đại chúng (phổ biến).
대지(부지:터)mặt bằng, đất đai, thửa đất, khu đất. 건축 ~ lô đất cất nhà.
대지 (지구) trái đất, mặt đất.

대지 (큰 뜻) ý chí lớn.
대지공격 cuộc tấn công đối đất.
대지주 một đại địa chủ.
대진하다 (대신진료하다) khám thay mặt cho. 대진의사 bác sĩ phụ tá.
대질심문하다 điều tra cho nhau. đối nại.
대질하다 đối chất.
대차 (큰 차이) khác biệt lớn. 대차 없다 không có ~.
대차 món nợ. 대차 관계 quan hệ tài khoản. 대차대조표 tờ quyết toán.
대찰 nhà chùa lớn.
대참사 họa ương.
대책 đối sách. ~을 세우다 xây dựng ~. 대책을 마련하다 chuẩn bị ~.
대처하다 đối phó, đối xử, chống chế. cư xử, ...에 ~ đối phó với. 정중히 ~ xử tử tế.
대처승 tu sĩ có vợ. (반) 비구승 tu sĩ không có vợ.
대척 đối cực, đối lập. 대척자 người tương phản.
대천지 원수 kẻ thù không hoà giải.
대첩 (크게 이기다) thắng lợi lớn.
대청 phòng lớn, đại sảnh.
대청소하다 tổng vệ sinh. 청소하다 dọn vệ sinh.
대체로 đại ý, đại thể, nhìn chung, lệ thường. ~ 말해서 nói chung. 대체적으로 đại loại(yếu). ~정확한 xấp xỉ.
대체하다 thay đổi, thế, thế cho, luân phiên. 대체물 vật thay thế. 대체품 thế phẩm. 석탄을 기름연료로 ~ lấy dầu lửa thế than đá.
대추 (과일) quả táo ta, táo tàu, quả chà là.

대출하다 cho thuê, cho vay, tạm ứng tiền. 대출금 tiền cho vay.
대출전담은행 ngân hàng tín dụng.
대충 hầu như, gần như, khoảng chừng, liệu chừng, phỏng chừng. trạc, ~ 예산을 잡아보다 tính phỏng chừng các phí tổn. ~ 알고 있다 tôi biết qua loa. ~짐작하다 đạc chừng. ~ 훑어보는(성어) mắt trước mắt sau. ~계산하다 tính phác. ~훑어보다 xem sơ qua. nhìn qua, 소설을 대충 읽다 xem sơ qua một cuốn tiểu thuyết. 대충 씹는 trếu tráo, 대충 씹어 먹다 ăn ~.
대충하다 làm cẩu thả.
대충 대충 qua loa, lờm lẹm, nhồng nhánh, thiệp liệp, đùm túm. ~ 접대하다 xuê xòa, ~씻다 tắm qua loa. ~ 명령을 내리다 chỉ tay năm ngón. ~ 먹다 ăn lờm lẹm.
대충 (보충) hadá bổ sung. 대충자금 quỹ ~.
대취하다 uống say như chết.
대치하다 đứng đối diện với, chạm trán với.
대칭의 đối xứng. 대칭점 tâm đối xứng.
대통(대나무통) ống tre. ~밥 cơm lam, (담뱃대의) tẩu thuốc lá.
대통 (절대왕권) đại thống. 운수가 대통하다 gặp một tình trạng may mắn.
대통령 tổng thống. đại thống lãnh, ~부인 phu nhân tổng thống. ~선거 cuộc bầu cử ~. 대통령 교서 thông điệp ~. ~선거인 các đại biểu thuộc uỷ ban bầu cử tổng thống. ~ 관저 dinh(phủ) ~. ~제 ~

chế.
대퇴골 xương đùi, xương bắp vế.
대퇴부 bắp đùi.
대패하다 đại bại, bị thất bại hoàn toàn. thua to(cay).
대파하다 đại phá, bị phá hoại lớn.
대판싸우다 tranh cãi sôi động.
대패 cái bào. 대팻날 lưỡi bào. 대팻가루 vỏ bào, ~ 질하다 bào nhẵn.
대포 đại pháo, đại bác. thần công. ~를 쏘다 bắn ~. 대포 소리 tiếng ~. ~탄 đạn đại bác, 대포를 놓다 (허풍떨다) nói phách. ~를 비치한 배 thông báo hạm.
대폭인상하다 giá tăng cao, tăng giá cao.
대폭풍 triền phong.
대표하다(대표하여) thay mặt, đại diện, đại biểu, tiêu biểu, thay thế cho. 가족을 대표하여 축하합니다 thay mặt gia đình, chúc mừng.
대표자 người thay mặt.
대표적인 tiêu biểu, ~인사말 lời chào hỏi ~.
대풍들다 mùa gặt bội thu.
대피하다 tránh xa, xa lánh, trốn tránh.
대피호 hầm núp(trú ẩn).
대필하다 viết cho ai. tá gà.
대하(냉) bạch đái. (큰강)sông cả.
대하(바닷가재) tôm hùm(rồng).
대하소설 trường thiên tiểu thuyết.
대하다 đối mặt nhau.
대한 đối với. 어버이에 대한의무 bổn phận đối với cha mẹ.
대한 (큰추위)đại hàn.
대학 đại học. ~1 년생 sinh viên đại học năm thứ nhất. ~에 응시하다 thi đại học. 국립 ~ đại học quốc gia. 법과대 đại học luật. 사범 ~ ~ sư phạm, 공과 ~ đại học kỹ thuật.
대학교육 giáo dục đại học. 대학원 viện đại học, cao học. 학장 chủ nhiệm khoa. ~총장 hiệu trưởng đại học.
대학생 sinh viên. sinh viên đại học.
대학에 상당하는 학력 sức lực tương đương đại học.
대학자 đại học giả.
대한 Đại Hàn, Hàn Quốc. 대한민국 Đại Hàn Dân Quốc. ~무역협회 hiệp hội mậu dịch Hàn Quốc. 대한적십자협회 hiệp hội chữ thập đỏ Hàn Quốc.
대한(지독한 추위) giữa mùa đông, đợt lạnh nhất.
...에 대한 ối với, 너에대한 그의 감정 những cảm tình ~ anh.
대합 (조개) sò. vọp.
대합실 phòng đợi, phòng chờ.
대항하다 chống đối. đối kháng, đương đầu, (반)복종하다 phục tùng, 대항력 sức ~. 대항 hành vi ~. ...에 대항하여 chống đối với. 대항책 biện pháp đối phó. phản gian kế.
대항 자세를 취하다 (손을 허리에 대고) chống nạnh.
대해 (해양) đại dương, biển khơi.
-- 에 대해서 đối với.
대해주다 đối xử, đối đãi, (맞아주다) khoan đãi, 즐겁게 ~ khoan đãi vui vẻ.
대행하다 thi hành thay thế.
대형 (큰 사이즈) cỡ lớn. (군대) đội hình, ~을 갖추다 dàn thành đội hình. (귀하)đại huynh. ~솥 nồi ba

mươi.
대형 보트 xà lúp.
대홍수 đại hồng thủy.
대화 đàm thoại, đối thoại, nói chuyện. 세 사람의 ~ cuộc nói chuyện của ba người. ~의 내용 nội dung cuộc nói chuyện. ~를 끝내다 kết thúc buổi nói chuyện. 대화극 lời thoại trong kịch. ~에 참가하다 góp chuyện. ~를 시작하다 gợi chuyện.
대화를 계속하다 tiếp tục câu chuyện.
대회 đại hội. ~를 열다 mở ~. 대회에서 연설하다 diễn thuyết tại đại hội. 전국 테니스 ~ giải tennis toàn quốc. ~신기록 kỷ lục mới của giải. 국제 태권도 ~ giải Taekwondo quốc tế.
대회(시합)trò chơi, kỹ năng ~ ~ lanh lẹ.
대훈장 đại huân chương.
대흉 đại hung, vận rủi. (큰흉년) mùa thu hoạch kém.
댁 (남의 집) nhà ở, nhà riêng. ~이 어디입니까? Nhà anh ở đâu?. 댁이 회사에 가깝다 nhà gần công ty. (남의 부인) phu nhân, bà xã. 집사람 (아내) nhà tôi.
대구르르 굴러가다 lăn qua lăn lại.
댄서 (무희) vũ nữ, diễn viên múa. 직업~ gái nhảy.
댄스 nhảy đầm, vũ, khiêu vũ. ~교사 vũ sư, giáo viên dạy nhảy. 댄스홀 sàn nhảy, vũ trường. 댄스파티 buổi khiêu vũ.
땔감(땔나무). củi đóm, củi lửa, que củi, 땔감(나무)를 하다 đốn củi.
댐 (땜) đập. đập nước. 강에 ~을 건설하다 xây dựng con đập trên sông.

땜 (땜질) sự hàn. ~하다 làm hàn. vá víu, hàn thiếc, hàn nồi.
땜질장이 thợ hàn.
댓구 (문장) câu đối
댓돌 (섬돌) bậc thang bằng đá, miếng đá kê bước chân.
땟물 (씻어낸) nước dơ bẩn.
댓진 (니코진) chất nicotin.
땡 (소리) tiếng kêu lanh lảnh.
땡땡소리 leng keng.
땡감 quả hồng còn xanh (chưa chín).
댕그랑 (땡그랑)거리다 tiếng leng keng(loảng choảng).
댕기 dải băng thắt bím tóc.
댕기다 bắt lửa. (불을) đốt lửa, bén lửa.
댕댕 (땡땡) leng keng. 종이 ~친다 chuông kêu ~.
땡땡하다 chặt kín, căng cứng.
땡땡이치다 khoáng khóa. lơn tơn.
땡잡다 vớ bở, thành công lớn, có vận may.
땡전한푼 없다 không có một đồng một chữ.
더 (정도) hơn, hơn nhiều. (거리) xa hơn. 더한층 càng ngày càng. 더 먹을 필요가 있다 cần phải ăn thêm nữa. 더 듣고싶지않다 chối tai. 당신은 더 이상 무엇을 원하십니까? Anh còn muốn gì nữa? 더 중요한 것 điều quan trọng hơn, 더 높은 cao hơn..
더 가다 (거리) vượt qúa. (시계가) đi quá nhanh.
더 계산하다 tính trôi.
떠꺼머리처녀 (총각) người có tóc tết đuôi sam.
더구나 (더군다나) hơn nữa, huống chi

(hồ), ngoài ra, vả lại.
떠나다 rời xa, rời đi, rời khỏi, từ giã, đi khỏi, lìa, bỏ đi, (헤어지다) ra đi, lìa bỏ. 그는 학교를 떠났다 nó từ giã nhà trường, 고향을 ~ rời quê hương. 회사를 ~ rời công ty. 멀리 ~ đi xa, rời xa. 성공하기 위해 집을 떠나다 vì thành công nên rời khỏi quê hương (gia đình). 그 생각이 머리에서 떠나지 않는다 ý nghĩ đó cứ ám ảnh trong đầu tôi. (세상을) chết, qua đời.
떠남을 알리다 cáo từ.
떠나버리다 xê ra.
더나아가 nói rộng thêm nữa.
더 나은 환경을 바라다 đứng núi này trông núi nọ.
더 나쁜 tệ hơn.
떠내다 múc ra. 국자로 국을 ~ múc canh ra.
떠내려가다 trôi vào bờ.
떠넘기다 nạnh. vu khống, 서로~ ~nhau.
떠다니다 lập lờ, (공중에) lơ lửng trên bầu trời. (물위에) trôi giạt. bồng bềnh, (방랑) lang thang. 물결치는 대로 ~ mặc cho sóng cuốn đi. 떠다니는 흰구름 mây trắng bồng bềnh.
떠다 밀다 (떠밀다) xô, đẩy sang. 앞으로 ~ xô về phía trước.
더덕(사삼) sa sâm.
더덕더덕 thành chùm, thành đàn.
(속) 더도 덜도 말고 늘 한가윗날만 같아라(한가윗날처럼 맛있게 먹고 잘 입고 잘 논다) Thêm bớt cũng thế như ngày lễ Trung Thu, (ăn ngon, mặc đẹp, chơi nhiều như ngày Trung Thu).
떠돌다 (소문이) tiếng đồn lan truyền (đồn ra). (물위에) trôi dạt, trôi nổi. buông trôi. (방랑) đi lang thang. 떠도는 lông bông.
떠돌며 돌아다니다 tung tăng.
떠돌아다니다 lưu đãng.
떠돌이 bụi đời, người đi lang thang.
떠들다 làm ồn ào, làm om sòm, làm ầm ĩ. 쓸데 없는 일로 떠들지 마시오! chẳng có gì đáng ầm ĩ!
(속) 떠들기는 천안 삼거리 같다(활기차고 소란함을 이르는 말) ồn ào như ngã ba đường Chơn an, (chỉ sự ồn ào, náo nhiệt).
떠들며 돌아다니다 nhảy nhót. tung tăng.
떠들썩하다 râm ran. (시끄럽다) ồn ào, ầm ĩ, náo động, lao xao. huyên náo. rộn rã, (소문이) có tiếng đồn khắp nơi. 떠들석하고 혼잡한 rộn rịch. 떠들석하게 알리다(소문 등을) khua chiêng gõ mõ.
떠들어대다 gây tiếng vang. 쓸데 없는 일로 떠들어 대다 chẳng có chuyện gì cũng làm rối lên. (길거리에서)떠들어 대다 nói uôm uôm ngoài đường.
더듬 (떠듬)거리다 nói lắp bắp, nói cà lăm. 더듬거리며 변명하다 cà lăm nói lời xin lỗi. 떠듬 떠듬 이야기하다 đả đớt, 더듬거리는 소리 tiếng ngọng nghịu.
더듬거리며 말하다 bập bẹ.
떠듬거리며 읽는 소리 ê a.
더듬다 mò, mò mẫm, sờ. rờ mó,. 더듬어 다rà soát, sờ soạng. mò

mẫm. quờ quạng. 성냥을 더듬어 찾다 mò mẫm tìm diêm. 기억을 ~ cố gắng nhớ lại. 더듬거리며 찾다 đi mò. lọ mọ. 더듬더듬 찾아나가다 quờ quạng đi ra.

떠듬 떠듬하다 vấp, 연설문을 떠듬 떠듬 읽다 nói ~ bài diễn văn.

더듬더듬 cà lăm. (손으로) sờ soạng. ~ 읽다 ấp úng nói về. 말더듬이 tật lắp.

더디다 chậm chạp, ù lì. lừ đừ. 진보가 ~ chậm phát triển.

...더라도 cho dù, dù là, giả sử. 농담이더라도 cho dù là lời nói đùa. 어떠한 일이 있더라도 cho dù xảy ra bất cứ điều gì.

더러 (어쩌다) thỉnh thoảng, đôi khi. (얼마쯤) một ít.

더러운 bẩn. ~손 bàn tay ~. ~ 옷(속어) quần nước sáo áo cháo lòng.

더러워지다 bị dơ, bị ố. lem luốc, bôi bẩn, vấy vá, 더러워진 것을 닦고 tẩy xoá lem luốc. 더러워진 세상 bụi trần. 진흙으로 더러워진 vấy bùn.

더럭 겁이나다 hoảng sợ bất thình lình.

더럭더럭 khăng khăng, ngoan cố. 돈을 달라고 ~조르다 khăng khăng xin tiền.

더럽다 bị dơ (남), bị(dơ) bẩn (북). ô uế, hôi hám, bẩn thỉu.(반)깨끗한 sạch, 더러운 옷 quần áo bẩn thỉu. 더러운 계집 gái không đứng đắn. (야비) hèn hạ, hèn mọn. 더러운 놈 thằng bẩn thỉu. 공기가 ~ không khí bẩn. 성격이 ~ bẩn tính. 더러운 냄새 hơi thúi. 더러운 용모 mặt mũi lọ lem. 더럽게 얼룩진

loang lổ. 더러운것 uế vật, vật bẩn thỉu.

더러운 bẩn, dơ dáy,(반)깨끗한 sạch.

더럽히다 làm cho dơ bẩn. điếm nhục, 물을 ~ làm bẩn nước. (명예등을) làm ô nhục, làm cho nhục nhã. 여자를 ~ lăng nhục. 몸을 ~ đánh mất sự trong trắng. 더럽혀지다 hoen ố, lấm lem.

떠름하다 (맛이) bị se lại một chút. (내키지 않다) không thích. 깨림직하다 cảm thấy bức rức.

떠 맡기다 bỏ mặc, dồn, dồn trách nhiệm. 모든 역할을~ dồn hết lên vai.

떠 맡다 bị giao trách nhiệm, tự gánh việc. 직책을 ~ nhậm chức.

떠 메다 đỡ một vật lên vai.

더미 đống, chồng, cụm. mó, 쓰레기 더미 đống rác. 한 지식 mớ tri thức.

떠 밀다 xô đẩy, đẩy xuống.

떠 받다 (머리로) húc vào, đâm đầu vào.

떠 받들다 (쳐들다) nâng lên, đỡ lên. (소중히 여기다) coi trọng.

떠 받치다 chống đỡ, ủng hộ, bênh vực. 벽을 기둥으로 ~ chống đỡ bức tường bằng cây cột.

더 빼어난 trội hơn.

더버리 (떠버리) người khoe khoang khoác lác, người hay ba hoa, người lăng xăng.

더먹머리 cậu bé đầu tóc rối bời.

떠벌리다 nói dóc(khoác), khoe mình, (과장) khoe khoang khoác lác.

떠보다 (무게) cân thử. (사람됨을) đo lường. (속뜻을) dò độ sâu, đo độ

sâu. 의향을 ~ thăm dò. 여론을 ~ thăm dò dư luận. (타진)ướm lòng.
더 보태서 말하다 nói vót.
더부룩하다 (속이) đầy bụng, khó tiêu, nặng bụng. (머리가) mái tóc rậm.
더부살이 kẻ ở nhờ, người hầu ở chung, người giúp việc ở chung. ~하다 ở đậu.
(속) 더부살이가 주인 마누라 속곳 베 걱정한다(지나치게 아첨하고 알랑거리는 태도) Kẻ ở nhờ lo vải áo lót cho bà chủ nhà(thái độ xun xoe, bợ đỡ quá mức).
더 북돋우다 vạ. 흙을 나무 밑둥에 ~ vạ thêm đất vào gốc cây.
더불어 cùng nhau, với, cũng như. thêm vào đó.
더불 gấp đôi, đôi. ~베드 giường đôi. ~룸 phòng đôi.싱글룸 phòng đơn. 일인용 베드 giường một.
더불류 씨 (W.C) phòng (nhà) vệ sinh.
더빙하다 (영화의 대사를 자기나라 말로 바꾸어 녹음) lồng tiếng.
더 아름답게 một cách đẹp đẽ.
더없이 hầu hết, phần lớn, tốt hơn là, hơn tất cả. ~ 아름다운 đẹp tệ.
더없는 행복 diễm phúc. (경사).
더 열심히 hăng hái. ~일하다 hăng hái làm việc.
떠올랐다 가라앉았다 하다 lấp lửng.
더 오래 가야만 비로소 끝난다 còn xơi mới xong.
떠오르다 mọc lên, dâng lên. trôi, ngoi, (반)가라앉다 lặn, (생각이) sực nhớ. (물위에) nổi lên. trôi lên, 달이 ~ trăng ~. (수면에)trôi lên mặt nước.
더우기 (더욱이) hơn nữa, ngoài ra, vả lại, thêm nữa, còn nữa, càng ngày càng. 더욱노력하다 cố gắng hơn. ~ 나는 ...을 확신할 수 없다 ~ tôi không chắc rằng....
더욱(훨씬) thêm. ~공부하다 học thêm.
더욱 견고히 하다 gia cố.
더욱 달겨들다(놀이에서) cay cú.
더욱더 càng lúc càng
더욱 그렇다 lại càng như thế.
더욱 북돋다 vun đắp.
더운 nóng (북), nực (남), 더위가 심한 계절 mùa nực, ~바람 viêm phong, (뜨거운) viêm nhiệt,
더운 나라 viêm bang.
더위 cơn nóng, nóng bức. ~속에 trong cái nóng bức. ~가 시작하다 đợt nóng bắt đầu. 더위에 못견디다 không chịu được nóng. ~를 피하다 tránh nóng. 더위를 견디다 chịu đựng cái nóng.
더위먹다 say nắng. trúng thử.
더위타다 cảm giác nóng.
더 이상 không còn nữa.
더 이상 듣고싶지않다 chối tai.
더 일찍 sớm hơn.
떠 있는 nổi lênh bềnh(đềnh).
더 적은 ít hơn.
더 큰 이 đấng tôn trọng hơn.
더펄거리다 bật lên lật xuống.
더하다 càng trở nên, càng. 더위가 ~ càng trở nên nóng hơn. 두통이 ~ cơn đau đầu càng nặng hơn. (보태다) cộng(gộp) vào, cộng thêm. 셋에 둘을 더하면 다섯이다 ba với hai là năm. (비교해서) hơn, nhiều hơn. 이술이 더 독하다 rượu này nặng hơn.
-- 에 더하여 ngoài ra.

더한층 hơn nữa.
더 해보세요 cộng xem đi.
더할나위없다 tốt nhất, hoàn hảo. hết sẩy, 더할나위없이 .hết chỗ nói, một cách hoàn hảo. ~맛있는 요리 món ăn ngon hết chỗ nói.
떡 bánh, bánh gạo, bánh ít. bánh đúc, 떡을 치다 giã bánh gạo. 떡을 떼다 bẻ bánh, ~시루 nồi hấp bánh.
떡잎 lá mầm.
떡의 일종 bánh trôi (북), chè xôi nước (남).
(속) 떡두꺼비 같다(뚱뚱하고 건강한 아이) Giống như cóc bánh(cậu bé mập mạp khỏe mạnh).
떡 벌리다 (딱 벌리다) mở to, mở rộng.
(속) 떡 본 김에 제사 지낸다(기회가 왔을 때 하고 싶은 일을 바로 시행한다) Nhân tiện nhìn thấy bánh, tế lễ luôn(khi cơ hội đến thì tiến hành ngay việc mình muốn làm).
덕 đạo đức. ~이 있는 사람 người có đạo đức. 덕이 높은사람 người có đạo đức tốt. 덕을 닦다 tu dưỡng đức hạnh. (덕분) ân huệ, đặc ân. 덕은 운명을 바꿀수 있다 đức năng thắng số. 덕있는 여자 hiền nữ. 덕있는 노인 kỳ đức, 덕이 있는 hữu tâm. 덕을 기리다 mộ đức. 덕이 없는 thiếu đức.
(명) 덕은 닦은 데로 가고, 죄는 지은 데로 간다 Đức tìm tới nơi tu, tội tìm đến nơi gây ác.
(명) 덕은 힘을 정복한다 Đạo đức chinh phục sức mạnh.
덕을 쌓아서 죄를 씻음 đái tội lập công.
덕을 기르다 dục đức. thực đức.
덕을 쌓다 thụ đức.

덕 있고 고결한 đức độ.
떡가래 một miếng bánh gạo.
떡가루 bột gạo. 떡가루를 빻다 giã gạo thành bột.
떡갈나무 cây sồi.
떡국 súp bánh gạo, bánh canh.
떡만두(베트남 전통음식) bánh chưng.
덕망 ảnh hưởng đạo đức. 덕망가 người nổi tiếng đạo đức.
떡메 cái vồ, cái chài.
덕목 đức tính, 최고의~ ~ cao nhất.
떡밥 (미끼) bả bột, mồi bột.
떡방아 máy xay gạo. ~를 찧다 xay gạo thành bột.
떡 벌어지다 rộng. 어깨가 ~ có đôi vai rộng.
덕분 (덕택) mắc nợ, công nợ, mang nợ, ~에 nhờ có, 당신이 걱정해준 덕분에 nhờ có sự săn sóc của anh..
덕성 tính đức hạnh. đức tính. 덕성스럽다 tốt bụng, đôn hậu. ~교육 giáo dục phẩm đức.
덕육 đức dục. giáo dục đạo đức,
떡잎 lá mầm, chồi. tử diệp.
덕장(덕있는 장수) đức tướng.
(속) 떡 주무르듯 한다(자기 마음대로 한다) Như là mân mê bánh(làm việc gì đó theo ý của mình).
(속) 떡 줄 사람은 생각지도 않는데 김칫국부터 마신다(아직 줄 생 각도 않는데 자신은 받을 준비부터 한다) Người cho bánh chưa nghĩ ra, đã uống canh kim chi trước, (người ta chưa có ý cho, nhưng mình đã chuẩn bị đón nhận).
덕지덕지 때가 끼다 phủ đầy đất.
덕치 đức trị.
덕택 hàm ơn, ân huệ, đặc ân. (조력)

giúp đỡ, cứu giúp, viện trợ, ủng hộ. 덕택으로 nhờ vào(có). 그분의 덕택이다 tôi mang ơn anh ấy. 이렇게 잘 된 것은 너의 ~이다 được như thế này là nhờ vào anh.

떡판 tấm ván.

덕행 đức hạnh, lòng hào hiệp.

던적스럽다 (치사하다) bủn xỉn, hèn hạ. (추잡한) khiếm nhã.

던지다 vụt, ném, quăng. tung, liệng, văng ra, 공을 ~ ném bóng. 돌을 ~ ném(liệng) đá. 강에 몸을 ~ tự gieo mình xuống sông. (투표) 깨끗한 한표를 ~ bỏ phiếu trắng. 던져넣다 nhét vào. 덤벼들어 높이 ~ tung bổng lên. 당신이 공을 얼마나 던질 수 있는지 던져보아 라 thử coi anh liệng trái banh được bao xa, 던져 떨어뜨리다 trịch hạ.

던지기를 하다 thảy lỗ.

던져 버리다 vứt bỏ(북), tung hê (남).

덜 thiếu, dở dang, không đầy đủ. 덜 구워진 nửa sống nửa chín. 덜 익은 과일 trái cây chưa chín.

덜거덕 (떨꺼덕) 거리다 kêu lách cách, kêu lạch cạch.

떨기 (한 떨기.송이) chùm, bó, cụm. ~ 나무(식물) mâm xôi.

덜다 (절약) dành dụm, để dành, làm nhẹ đi, làm cho đỡ, giảm bớt. (빼다) trừ, khấu trừ.

떨다 (몸을) run, rung, run lẩy bẩy. 무서워 ~ sợ quá đến run người. 손을 ~ run tay. 추워서 ~ lạnh quá nên run. ...을 보고 ~ run khi nhìn thấy cái gì đó. 떨고 있군요 anh run, 먼지를 ~ giũ bụi. 담요을 ~ giũ nệm. 애교를 ~ luôn luôn tươi cười vui vẻ. 주머니를 ~ dốc sạch túi. 왜 그렇게 떨고 있나? Sao run thế. 추워서 떨고 있다 run vì lạnh. 떨고있는 bần bật. 추위로 떨다 rét run.

덜덜떨다 sợ run. đánh bò cạp.

덜덜거리는 tòng tộc, 자전차가 ~다 xe đạp ~.

덜되다 (미완성) chưa hoàn thành, chưa kết thúc. 덜된 놈 một gã vô tích sự.

덜렁거리다 kêu leng keng, run leng keng. (행동) cư xử xấc láo, nông nổi, nhẹ dạ. 덜렁이 người nông nổi.

떨리다 rung, run, run rẩy, rùng mình. 말소리가 ~ giọng rung rung khi nói.

떨리는 목소리 tiếng run. ~로 말하다 nói giọng run.

덜미 gáy, (뒷덜미) cần cổ. 덜미잡히다 tóm lấy cổ.

덜어 내다 vợi, 쌀을 ~ ~ gạo.

떨어뜨리다 rơi xuống, bỏ xuống. (물방울을)nhỏ, 컵을 ~ làm rớt cái ly. 명성을 ~ (잃다) mất danh tiếng. 지위를 ~ làm giảm giá trị. 위신을 ~ làm giảm uy tín. 물건의 가치를 ~ làm mất giá trị. 속력을 ~ làm chậm lại. 떨어뜨린 물건의 rơi. 눈에 약을 ~ nhỏ thuốc vào mắt. 세방울의 피를 ~ nhỏ ba giọt máu xuống.

떨어지다 rụng, rơi rớt(xuống), hạ xuống. sa xuống, sụp xuống, đọa, trụy, 거꾸로 ~ rơi ngược xuống. 떨어진 나뭇잎 lá lẩu, 나무에서 ~ rơi từ trên cây xuống. 떨어진 과

일 trái rụng, 배에서 바다로 ~ rớt từ tàu xuống biển. 위에서 ~ rơi từ trên cao xuống. 온도가 ~ nhiệt độ hạ xuống. 물가가 ~ vật giá đi xuống. 신용이 ~ niềm tin bị giảm xuống. 해가 ~ lặn xuống. (낙제) trượt(북), rớt (남), bị hỏng. 인기가 ~ mất tính đại chúng, làm mất đi lòng ái mộ. (경쟁에서) bị bỏ xa, lạc hậu. 옷이 ~ (해지다) bị sờn, bị mòn. 떨어진 옷 áo quần bị sờn rách. 거리가 ~ xa lánh. (이탈한) xa rời.

떨어져 나가다(빠지다) mẻ.

떨어져 나오다(벗겨지다) tróc ra.

떨어져 내리다 sập xuống.

떨어져 살다 biệt cư.

떨어져 서다 đứng xa.

떨어져 있다 tránh xa.

떨어지지 않으려고 나뭇가지를 꼭 쥐다 bíu cành cây để khỏi ngã.

떨어진(외진) ở xa. (이탈한)xa rời.

덜 익은 sần, sượng. 설익은 감자 khoai ~, (왜소한) còi cọc.

떫은(맛) the.

떨이 món mua được, món hời.

떨치다 (명성을) làm cho nổi tiếng. 명성을 천하에 ~ đạt được danh tiếng khắp thế giới.

덜커덕 tiếng lách cách. 가슴이 ~하다 cảm thấy bất ngờ, bị sốc(덜컹거리다).

덜커덩거리다 kêu sầm. xóc lên, 덜커덩 덜커덩 tiếng lạch cạch, lộc cộc, 우마차가 ~ 지나가다 xe bò đi lộc cộc.

덜컥 겁이 나다 bất chợt thấy sợ hãi.

덜하다 làm nhỏ đi, thu nhỏ. (견주어서) nhỏ hơn, kém hơn.

떫다 (맛) the. 약간 떫은 the the.

덤 cái phụ, cái thêm, món thêm vào. 이것은 덤으로 드리는 것입니다 phần này cho thêm.

덤덤하다 bị mất tiếng, bị tắt tiếng, không nói được.

덤벙. 덤벙 물에 떨어지다 rơi tõm xuống nước.

덤벙거리다 hành động nhẹ dạ, nông nổi. 덤벙거리며 일하다 làm việc gì một cách cẩu thả.

덤벼들어 물다 tớp. 고기가 번개같이 미끼를 물다 cá ~ mồi.

덤불 bụi cây, lùm cây, cụm, gai ~ bụi gai. ~숲 bụi rậm, 장미~ cụm hồng.

덤비다 (달려들다) tấn công, xông vào, lao vào. (서둘다) vội vã, vội vàng, hấp tấp. 덤비지 마라 đừng vội vã.

덤프카 xe đổ rác.

덤핑(무역) bán phá giá, ~규제 hạn chế~.

덤핑하다 đổ đống hàng hoá.

덥다 nóng. 더운 날씨 thời tiết nóng nực. (몸이) bị sốt. 더워지다 trở nên nóng nực. 더워 죽겠다 nóng không thể chịu đựng nổi.

덥석 nhanh chóng, bất ngờ, chặt chẽ. 손을 ~쥐다 bất ngờ nắm chặt tay. ~물다 táp. 물고기가 먹이를 ~ 물다 cá táp mồi.

덧 (어느덧) không ai thấy, một thời gian ngắn.

덧나다 (병이) chiều hướng xấu hơn. (이가) mọc lên cao hơn.

덧니 răng hô(lồi).

떳다 가라앉았다 하다 phập phều, lấp lửng.
떳떳이 danh dự, công bằng, ngay thẳng. ~승부를 겨루다 chơi ngay thẳng.
떳떳하다 công bằng, ngay thẳng. ~한 행동 hành động công bằng. (반) 수상한 행동 hành động mờ ám.
덧문 cửa phía ngoài.
덧붙이다 thêm, thêm vào.(반) 줄이다 bớt, giảm, 덧붙여 말하다 tăng thêm. 소식을 더 알기 원하면 물어보세요 muốn biết tin tức thêm xin hỏi.
덧붙여 với lại.
덧셈 phép(tính) cộng, toán cộng. ~하다 cộng vào.
덧신 cái ủng rộng.
덧없는 đời ngắn ngủi. chóng tàn, ~인생 cuộc sống phù du, phù sinh. ~삶 hư sinh.
덧없음을 비유하는 말 phù vân.
덧없이 nhanh chóng, thoáng qua. ngoảnh đi ngoảnh lại, 세월이 ~ 가다 ngày tháng trôi thoáng qua.
덧저고리 áo khoác mặc thêm.
덩굴 cây leo, ~식물 cây bò. dây leo, (땅에 퍼지는) thực vật thân bò. 포도 ~ cây nho leo. ~장미 hồng leo. ~풀 sắn dây.
덩굴손 tua cuốn, tua cây leo. vòi cây.
덩그렇다 cao to, trang nghiêm.
덩달아 theo yêu cầu, lập lại. 덩달아 웃다 cười theo.
떵떵거리다 sống phung phí.
덩실거리다 nhảy múa tưng bừng, khiêu vũ sôi nổi. 기뻐서 ~ nhảy múa vui vẻ.

덩어리 cục, khối, miếng, đống. 금 ~ vàng khối, 한 ~가 되다 trở thành một cục, đống cục. 얼음 ~ cục băng. 핏~ cục máu. 흙~ cục đất, đống đất. 그는 욕심 덩어리다 anh ta có tính tham lam. ~로 사다 mua đống, 덩어리지다 xếp lại thành đống. 덩이 -→ 덩어리, ~진 kết khối.
덩치 vóc dáng, to lớn, khổ lớn, ~가 크다 vóc cao lớn, to xác, 덩치가 크고 튼튼한 vâm vạp, 레슬러처럼 건장한 사람 người vâm vạp như đô vật, 덩치가 큰 사람 một người to lớn.
덫 (올가미) bẫy. cạm bẫy. 덫을 놓다 đặt bẫy. giăng bẫy, 덫을 걸다 gài bẫy. ~에 걸리다 mắc(sa) bẫy.
덮개 cái bọc ngoài. vi buồm, (차량의)mui, ~ 없는 차 xe mui trần, 침대 ~ (시이트) khăn trải giường. 그릇의 ~ cái nắp vung. ~있는 집 모양의 배 thuyền bồng.
덮다 phủ lên, phủ đắp, che phủ, trùm lên, đắp. đậy, 이불을 ~ đắp chăn. 뚜껑을 ~ đóng nút, đậy nút. 덮어서 숨기다 bao trùm, 흙으로 ~ đắp đất. (은폐) che giấu. bưng bít. 책을 ~ đóng sách lại. 사실을 은폐하다 bưng bít sự thật. 덮어서 안보이게 하다 che. 건성으로 ~ phủ hờ. 담요로 ~ trùm chăn.
덮어 가리다 bịt, 귀를 틀어막다 bịt tai lại.
덮여있다(싸여있다) bao trùm
덮어놓고 (무작정) không cần biết lý do, không lý do, vô cớ không hỏi han. ~ 치다 đánh luôn mà không

hỏi han gì. 선생님은 ~나만 잘 못 했다고 하신다 thầy cứ nói là lỗi tại tôi mà không biết lý do gì.

덮어두다 (묵인하다) làm ngơ, làm lơ, khép, 과거사를 ~ khép qúa khứ, bỏ qua, không để ý. 잘못을 ~ bỏ qua lỗi lầm. (비밀로) giữ bí mật.

덮어쓰다. 애매한 죄를 ~bị buộc tội oan, bị đổ lỗi oan.

덮어씌우다 (그림) phủ, đậy. (죄를) buộc tội, gán cho tội lỗi.

덮여있다(포괄하다) bao trùm.

덮이다 bị che, bị phủ. 눈에 ~ bị tuyết che phủ.

덮인(입힌)lớp vỏ bọc.

덮치다 xớt, 독수리가 먹이를 덮쳤다 chim ưng xả xuống ~ mồi, (습격) 탄공, 공격. 폭풍우가 배를 덮쳤다 cơn bão ụp xuống tàu. 불행이 덮쳤다 gặp những chuyện rủi ro. 엎친데 덮친다 hoạ vô đơn chí.
  Trùm, chụp, bắt. 그물로 새를 ~ bắt chim bằng lưới.

덮혀지다 tròm, 머리가 귀까지 ~ tóc ~ quá tai.

데 (곳) chỗ, địa điểm, vị trí. 위험한 ~ chỗ nguy hiểm. 표파는데가 어디 지요? Chỗ bán vé ở đâu?

떼 (무리) một nhóm, đàn, đám đông, tập đoàn, bọn. 소 한떼 một đàn bò. 떼 (무리)를 지다 kết bầy. quây quần

떼 (잔디) đám cỏ, mảng cỏ. (고집)떼를 쓰다 quấy rầy.

데꺽 (손쉽게) dễ dàng. ~ 해결하다 giải quyết ngay lập tức.

떼굴떼굴 lăn đi lăn lại.

데다 (화상) bị cháy, bị đốt, bị bỏng. 덴 자국 theo vết bỏng. 진저리 나다 nếm đủ mùi.

떼다 (붙은 것을) lấy đi, bẻ, bôi đi, phân chia, cất đứt. 아이젖을 ~ cai sữa cho con. 떡을 ~ bẻ bánh. (봉한 것을) mở. (수표를) đưa ra, phát hành. (병을) 학질을 ~ thoát được sốt rét. (손을) tách rời.

데드라인 đường giới hạn không được vượt qua.

데려가다 đưa đi, dẫn đi. 아이를 학교에 ~ đưa con đi học.

데려오다 mang ai theo, mang tới, dẫn tới. 아들도 데려오세요 nhớ đưa con trai tới nhe!.

데리고 가다 dẫn đưa. đem theo. đem.

데릴사위 con rể ở nhà vợ. ~로 가다 gởi rể. ~로 삼다 ở rể.

떼먹다 quỵt nợ, trốn nợ. (잘라먹다. 횡령하다) biển thủ.

데모 biểu tình, đình công. ~하다 đám ~, 전쟁반대 ~ cuộc biểu tình phản đối chiến tranh. ~모임 đám biểu tình. ~를 해산하다 giải tán đoàn biểu tình. ~에 가담하다 tham gia ~. 데모대 đoàn người ~.

데모크라시 (민주주의) chủ nghĩa dân chủ, chế độ dân chủ.

떼밀다 xô ra(đẩy), đẩy ra. chen, 떼밀지 마 đừng xô đẩy tôi.

떼밀고 들어가다 xô vào.

데뷔하다 ra mắt, bước đầu, xuất hiện lần đầu.

데살로니가 전서(성경) I Tê-sa-lô-ni-ca.

데삶다 luộc chín, nấu chín.

데우다(따뜻하게) hâm lại.

데스크 cái bàn.
데시그램 đê-xi-gram. 데시미터 đê-xi-mét.
떼어내다(제거) cởi bỏ.
떼어놓다 (경주에서) vượt xa, hơn xa. (붙었던 것을) xé ra. 두사람 사이를 chia lìa hai người, chia lìa đôi lứa.
떼어먹다 → 떼먹다
떼이다 bị quỵt nợ, bị biển thủ.
데이비스컵 giải David. ~ 쟁탈전 giải thi đấu David.
데이터 dữ liệu, số liệu.
데이트 약속하다 hò hẹn.
데이트 ngày tháng, hẹn hò. (이성간의) hai người đang hẹn hò.
떼지어 ồ ạt. ~ 모이다 quây quần. ~ 날다 quần phi.
떼짓다 thành lập một nhóm. nườm nượp
데치다 (물에) luộc sơ, đun sôi nửa chín.
데카당 (문학) suy đồi, sa sút, suy tàn.
데탕트 (긴장완화) hòa hoãn.
-- 에 덴 phỏng, 덴곳 chỗ ~.
덴마크(국명) Đan-Mạch
델타지역(삼각주) vùng châu thổ, mạn xuôi.
뗏목 cái bè. bè gỗ, xe hoa, ~군 người lái bè. ~위에 지은집 nhà bè. ~으로 가다 thả bè.
뗏장 đám cỏ.
뎅그랑 (땡그랑)거리다 kêu leng keng.
뎅뎅 (땡땡) tiếng kêu ding ding, clang clang.
도 ...도 역시 cũng, cũng như. 까지도 ngay cả. (음악) nốt Đô.
또 (다시) lần nữa, lại ...cũng. 비가 ~ 왔어요 trời lại mưa. ~한번 lại một lần nữa. 또 뵙겠습니다 hẹn gặp lại. 돈을 ~ 달라한다 lại đòi tiền. 승리 또 승리 chiến thắng liên tục. 또 나중에 lúc khác, dịp khác. (그위에) hơn nữa, vả lại.
또 만나자 xin tạm biệt.
또는 hay là.
도 (행정구역) tỉnh. 푸엔성 (도) tỉnh Phú Yên. 도지사 tỉnh trưởng.
도. (온도) nhiệt độ. 각도 góc độ. (정도) mức độ, trình độ. 도를 넘다 quá mức.
도(도리) đạo, ~에 어긋난 vô đạo. 도를 가르치다 giảng đạo.
(명) 도는 길이다 Đạo là con đường.
도가니 nồi rót, cuộc thử thách lớn lao. 흥분의 ~가 되다 trở thành một cảnh náo loạn điên cuồng.
도감 quyển sách có hình ảnh minh hoạ.
도강하다 qua sông.
도개교 cây cầu quay.
도깨비 ma quỷ, yêu(quỷ) quái, ông ba bị. 도깨비 나오는 집 căn nhà có ma. 도깨비불 ma trơi. 여자도깨비 bà chằn.
(속) 도깨비 대동강 건너듯(어떻게 진전했는지는 분명치 않지만 결과는 빨리 나타났다) Như ma vượt sông Đại Đồng(không rõ diễn biến thế nào, nhưng kết quả đến nhanh chóng).
도거리 (전부) toàn bộ. 도거리로 tính toàn bộ.
도검 (칼) gươm, kiếm.
도계 đường ranh giới giữa các tỉnh.
도공 thợ làm đồ gốm. ~술 nghề làm

도 gốm.
도관 ống dẫn, mạch ống.
도괴 (무너짐) xẹp, sụp đổ, suy sụp.
도교 đạo Lão. Lão giáo. ~신자 đạo gia(sĩ).
도구 (연장) dụng cụ, đồ dùng. 공구 công cụ. (방편) phương tiện. 언어는 사상전달의 도구다 ngôn ngữ là phương tiện truyền bá tư tưởng.
도국(섬나라) 근성 tính hẹp hòi.
도굴하다 lén lút khai quật. quật mộ(mả).
도규 (의술) y thuật. (약숟가락) muỗng uống thuốc.
도그마 giáo lý, giáo điều, chủ nghĩa giáo điều.
도금 sự mạ vàng, lớp mạ. 도금하다 mạ vàng. 동에 금을 도금하다 đồng mạ vàng. ~술 nghệ thuật mạ. 도금제품 đồ mạ. 도금공 thợ mạ
도금한 도자기 đồ xi.
도급주다 cho thầu. 도급맡다 ký hợp đồng thầu.
도끼 cái rìu. 손도끼 cái rìu nhỏ. 망치 búa. ~로 자르다 nhát búa, ~ 손잡이 đầu rìu. ~질하다 quai búa.
(속) 도끼가 제 자루 못 찍는다(자신의 약점을 잘 알지만 고치기가 어렵다) Rìu không đẽo được cán (tuy biết rõ điểm yếu của mình nhưng rất khó sửa).
(속) 도끼자루 썩는 줄 모른다(시간이 빠르게 지나가는 것을 모른다) Đâu biết cán rìu bị mục(không biết thời gian trôi qua nhanh quá).
도기 (토기) đồ gốm, đồ sứ.

도끼눈(매섭게 쏘아보는 눈) cặp mắt trừng trừng giận giữ.
도난당하다 bị mất trộm, bị ăn cướp. 도난 mất trộm, 도난경보기 chuông báo trộm.
도난사건 vụ trộm.
도내 (도내의) trong tỉnh.
도너스 bánh rán
도뇨관(導尿管)을 꽂다(의학)thăm dò niệu.
또 다시 (한 번더) nữa, một lần nữa, lại. 또 다시 일어나다 trở lại, tái diễn, làm lại. 또 다시 하다 lặp lại.
또닥거리다 vỗ nhẹ, gõ nhẹ, đập khẽ.
도 단위 지방성회 tỉnh hội.
도달하다 đi đến, đạt đến. 목적지에 ~ đạt tới mục đích dự định. 도달 지점 nơi đi tới. 도달하기어려운 cao xa.
도당 bè(đồ) đảng, phe nhóm(lũ).(반) 개인 cá nhân.
도대체 sá chi, trời đất, thật là, đúng là, rốt cuộc. ~너는 누구냐? Đồ chết tiệt mày là ai? ~모르는 일이 없다 thật là không có cái gì là không biết. ~ 무슨 일이냐? Khốn thật việc gì vậy?
도덕 đạo(tư) đức. 도덕적 có tính ~. 도덕가 người có ~. ~관념 quan niệm ~. 공중~ đạo đức chung, ~ công cộng. ~수양 tu dưỡng đạo đức, ~교육 đức dục.
(명) 도덕이 변해도 양심은 변하지 않는다 Đạo đức có thay đổi nhưng lương tâm con người không thay đổi.
도떼기 시장 chợ ngoài trời, chợ lộ

thiên.
도도록하다 lồi ra, phồng ra, sưng lên.
도도하다 kiêu căng, kiêu ngạo. 도도하게 굴다 ăn ở một cách kiêu ngạo. 물이 도도히 흐르다 nước chảy tràn xuống. thao thao.
도도히 rông rổng, ~흘러나오다 tuôn ~.
도도히 넘쳐 흐르다 thao thao.
도두보다(사실보다 좋게보다)nhìn tốt hơn sự thật
도둑 kẻ(tên) trộm, thằng ăn trộm. cầu đạo, ~에게 열쇠를 맡긴 셈 giao trứng cho ác. 어제밤 우리집에 ~이 들었다 đêm qua có trộm vào nhà tôi. ~질하다 ăn trộm. trộm cướp, 도둑맞다 bị mất trộm, bị ăn cắp. 시계를 도둑맞았다 bị mất cắp đồng hồ. 도둑이 경찰에 붙잡혔다 ~ bị cảnh sát tóm được.
도둑놈 kẻ trộm. thằng ~.
(속) 도둑놈 문 열어준 셈(고양이에게 생선을 맡기다) Mở cửa cho kẻ trộm(cõng rắn cắn gà nhà).
(속) 도둑을 맞으려면 개도 안 짖는다 (불행과 재난이 연속 발생한다) Bị ăn trộm, chó lại không sủa, (điều xui rủi, tai họa liên tiếp xảy ra).
도둑의 굴 vùng.
(속)도둑이 제 발 저리다(죄를 지으면 마음이 조마조마하다) Kẻ trộm tê chân của mình(phạm tội thì tấm lòng bị sốt ruột).
도둑고양이 con mèo bị lạc, mèo hoang.
(속) 도둑질도 손발이 맞아야 한다 (무슨 일이고 성공하려면 협력 하고 마음이 맞아야 한다) Dù ăn trộm nhưng chân tay cũng phải phối hợp với nhau(trong bất cứ việc gì, muốn thành công thì đều cần phải có sự hợp tác ăn ý).
도드라지다 lồi ra, nhô ra, nhô lên. (내밀다) phồng ra. 도드라진 글자 chữ nổi.
도라이버 tuốt nơ vít.
도라지 (식물) cây hoa chuông. cát cánh.
도락 (방탕) chơi bời, phóng đãng, trụy lạc. (취미로) niềm vui thích, khoái lạc.
도란거리다 nói thì thầm với nhau.
도랑 (개천) hào, mương. đỗi, lạch, dòng kinh, 도랑을 치우다 tát(vét) mương. ~을 파다 đào mương, xẻ rãnh(mương). khai mương.
(속) 도랑치고 가재 잡는다(한 번의 노력으로 두 가지 소득을 본다) Đào mương nước bắt được tôm cua(nỗ lực một lần mà lấy được lợi tức hai cái).
또랑또랑하다 rất rõ ràng, dứt khoát.
도랑치마 (짧은 치마) cái váy ngắn.
또래 (같은 나이) đều trạc tuổi nhau, như nhau.
도래미 đồ rê mí.
도래하다 đến nơi, tới nơi. 기회가 ~ cơ hội có mặt.
도량 tính đại lượng, khoan lượng, tính khoan dung. ~이 있는 사람 người độ lượng, ~이 큰 độ lượng cao, khoan đại. ~이 좁은 hẹp bụng(dạ). ~이 넓은 rộng lượng.
도량형 đo lường. ~학 trắc lượng học, ~검사관 người ~. 도량형검사소 cục kiểm tra đo lường. ~기 máy

~. 도량형법 luật ~.
도려내다 moi lên, cắt ra, cắt xén. 썩은 곳을 도려내다 gọt bỏ phần hư.
도련님 con trai, người chưa vợ.
또렷 (뚜렷)하다 rõ ràng, minh bạch.
도령 → 도련님. 시동생 em rể.
도로 con đường, lối đi. (가로) đường phố. ~공사 công sự sửa đường. ~청소부 phu quét đường. ~가 처참히 망가지다 đường sá cấp thê thảm, ~보수작업 cấp phối, 도로관리 lục lộ. ~수리공 phu đường. 길고 일직선인 도로 đường xa tắp.
도로 (되짚어) trái, ngược. 먼저대로 như 전거 đời. 도로 가다 quay về. 도로 주다 trả lại. ~밀치다 xô lui.
도로 (헛수고) hoài công, phí công. 도로에 그치다 hoài công rồi.
도로아미타불 sự tái phát, sự trở lại.
...도록 để cho. 밤늦도록 cho tới quá nửa đêm. 늦지 않도록 để không muộn. 후회 없도록 để không hối hận.
도롱이 (비옷) áo mưa bằng rơm.
도료 thuốc màu. ~분무기 bình xịt phun sơn. 야광 ~ sơn dạ quang.
도루묵 (물고기) cá lăng lông.
도륙하다 tàn sát, thảm sát, tiêu diệt.
도르래 tời, róc rách. (장난감) cái ròng rọc.
도리 đạo lý. lẽ phải, ~에 맞는 đúng ~. thuần lý, xác đáng, (반) 도리에 벗어나다 ra ngoài vòng ~, trái ~,.
도리 (방도)가 없다 không có phương pháp. 자식의 도리 đạo làm con. 도리를 다하다 đáo lý. 도를 수행하다 hành đạo.
도리를 중시하고 재물을 경시함(성어)trọng nghĩa khinh tài.
도리에 어긋나다 trái lẽ(lý).
도리깨 cái đập lúa, cái néo. ~질 sự đập lúa.
도리도리 (아기에게) lúc la lúc lắc.
도리어 (반대로) trái lại, hơn là. 도리어 좋다 càng tốt hơn.
도리질하다 lắc qua lắc lại.
도립병원 bệnh viện tỉnh.
도립하다 (물구나무 서기) trồng chuối.
도마 tấm thớt.
(속) 도마에 오른 고기(운명을 타고나다) Cá nằm trên thớt (số phận đã an bài).
도마뱀 con thằn lằn (남), con thạch sùng (북), tắc kè.
도망가다 thoát đào(khỏi), trốn khỏi, thoát thân. đào tẩu. 죄수중 하나가 도망갔다 một trong những tù nhân đã ~.
도망하다(치다) trốn(đào) thoát, bỏ trốn, chạy trốn. tẩu thoát, (성어) cao chạy xa bay, 돈을 가지고 ~ ăn cắp tiền. 도망병 lính đào ngũ. (다른지역으로) cuốn xéo. 도망치는 tại đào.
도망군 (탈령병) kẻ đào ngũ.
도망자를 숨겨주다 oa đào.
도맡다 tự đảm trách, ôm đồm, tự gánh vác. 빚을 ~ gánh nợ.
도매로 팔다 bán sỉ. (반) 소매로 팔다 bán lẻ. 도매가격으로 giá ~. 도매로 사다 mua sỉ, cất hàng. 도매상 người bán sỉ. 도매시장 chợ ~. 도매상품 hàng hóa bán sỉ. 도매가격 gía bán sỉ. 도매업자 phê phán thương.
도매하다 bán buôn. 도매상인 người ~.

도매품 hàng hóa bán buôn.
도매와 소매 sỉ và lẻ.
도면 bức vẽ, bản vẽ. ~ 건축 (설계도) bản thiết kế.
도모하다 đặt kế hoạch, nghĩ kế.
도무지 chi hết, không một tí nào, hoàn toàn. ~ 알 수 없다 chẳng hiểu tí gì cả. ~맹세하지 말라 ừng thề chi hết.
도미 (물고기) cá chỉ vàng.
도미하다 đi thăm Mỹ. 도미실업단 một nhóm nhà doanh nghiệp tham quan nước Mỹ.
도미노이론 thuyết chơi đôminô.
도미니카(국명) ĐÔ MI NICA
도민 (섬사람) dân ở đảo. (도청소재지 사람) cư dân ở tỉnh.
또박또박 쓰다 viết thật nắn nót.
또박 또박 기록하다 nắn nót ghi
도박 cờ bạc, đổ bác, bài bạc. ~하다 đánh bạc. ~ 군 con bạc, đồ đồ, người đánh bạc. ~으로 망하다 bị sạt nghiệp vì cờ bạc. ~으로 탕진 하다 bán vợ đợ con, 도박장 sòng bạc(bài), đổ trường, 도박을 열다 chứa gá, 도박사들 모임 đám bạc. 도박을 운영하다 chứa cờ bạc. ~ 빚 nợ cờ bạc. ~에 몰두하다 nhảy bổ vào đám cờ. ~에서 지다 thua bạc. ~의 일인자 vua cờ bạc.
도박판에서 판을 깨고 돈을 주지않다 chạy làng.
도발하다 kích động, khiêu(thù) khích, khiêu chiến, khiêu gợi. 도발적인 có tính khiêu khích. 도발적인 행위 hành vi có tính khiêu chiến. 성적 도발 gợi dục.
도배하다 dán giấy tường. 도배장이

người dán giấy. 도배지 giấy dán tường.
도벌하다 đốn cây lén, chặt cây lén.
도법 thuật vẽ.
도벽 thói ăn cắp vặt. ~이 있다 có thói ăn cắp vặt. ~이 있는 táy máy.
도벽하다 tô tường.
도별 theo từng tỉnh. 도별인구표 biểu đồ dân cư theo từng tỉnh.
도보 đi bộ, đi dạo. ~로 가다 đi bộ. ~ 여행을 하다 đi bộ du lịch.
도보로 vã, ~가다 đi vã.
도보경주 đua chạy bộ, cạnh tẩu.
도붓장수 người bán rong, người bán rao.
도사 (도승) tín đồ đạo lão, đạo sư.
도사리다 (앉다) ngồi bắt chân chữ ngũ, ngồi bắt chéo chân. (마음을) thanh thản, điềm tĩnh. 뱀이 몸을 ~ con rắn nằm cuộn tròn.
도산 (파산)하다 phá sản, sạt nghiệp, 경제공항으로 ~ phá sản vì kinh tế bị khủng hoảng.
도살하다 thịt, mổ thịt, giết thịt, vật, mổ trâu (bò lợn). sát sinh. 소를 ~ ~ một con bò, 도살자 đồ tể. 도살장 lò mổ(sát sinh).. 가축 도살장 lò mổ gia súc.
도살업자 đồ tể.
도상 작전 chiến thuật trên bản đồ.
도색 màu hồng. ~유희 tình yêu say đắm. ~ 잡지 tạp chí lá cải.
도서 sách báo. đồ thư, ~ 목록 bản kê danh mục sách. 도서실 thư viện. ~ 열람실 phòng đọc sách. phòng duyệt lãm, ~열람자 độc giả. ~ 열람권 phiếu đọc sách.
도서 (섬) hòn đảo.

도서관 thư viện. đồ thư quán, thư phố, ~장 thư viện trưởng. 공공 ~ thư viện công cộng. 국립 ~ thư viện quốc gia. ~사서 quản thủ thư viên. ~원 quản thủ thư viện.

도서목록 thư mục.

도선장 bến phà, bến tàu.

도선 đường dây (điện).

도성 đô thành, thành phố chính.

도수 hai bàn tay không. ~ 체조 thể dục tự do.

도수 (회수) tần số. (안경등의) mực độ. 안경 돗수 lực thấu kính. (알콜의) tỉ lệ cồn. 도수료 (전화의) cước cuộc gọi.

도술 thuật của đạo sư.

도승 một tu sĩ phật giáo.

도시 (도무지) hoàn toàn, không một tí nào.

도시 thành phố(thị), đô thị. thị xã, thị trấn, kinh thành. 화려한 ~ thành phố hoa lệ. 대~ đô thị lớn. đô hội, ~화 đô thị hóa. ~화 하다 làm cho đô thị hóa. 대~ ~ lớn, ~생활 cuộc sống ~. ~계획 quy hoạch đô thị. 도시위생 vệ sinh ~. 도시인 người thành phố. 도시인구 dân số thành phố. ~한 가우데 giữa thành phố, ~ 전체가 떠들썩하다 tất cả ~ đều náo động. ~를 포위하다 vi thành.

도시는 몰라보게 훌륭히 변하였다 thành phố đã thay da đổi thịt.

도시의 군사지휘부(고어)thành đội.

도시의 청년단체 thành đoàn.

도시의 정당본부 thành bộ.

도심지에 살다 ở trong thành phố. 공업~ thành phố công nghiệp. 관광~ thành phố du lịch. 도시 미관 mỹ quan đô thị. ~한구석 ở một góc của thành phố. ~인구 단위 dân phố. ~의 행정구역 khu phố.

도시락 (점심) hộp đựng cơm, cái gà mèn. ~를 먹다 ăn cơm hộp. 도시락을 가지고 가다 mang theo cạp lồng cơm.

도식하다 ăn mà không làm việc. 도식배 người lười nhác.

도식 sơ đồ. ~화 sơ đồ hóa.

도심 trung tâm thành phố. ~지 khu ~. (시내) nội ô.

또아리형 파이프 ống xoắn.

또아리를 틀다(뱀이) rắn khoanh tròn.

도안 đồ án, phác họa, bản phác thảo. ~가 người phác thảo. ~공 thợ vẽ.

도야하다 uốn nắn. rèn đúc. 인격을 ~ uốn nắn nhân cách.

도약 tiến xuất, ~하다 nhảy vọt lên, phóng lên. ~경기 nhảy .(뛰어넘다)vượt bậc

도어맨 người gác cửa. 도어록(문손잡이) khóa cửa

도열병(벼) đốm nâu.

도열하다 sắp hàng, dàn hàng. (영접) hàng rào danh dự.

도예 nghệ thuật đồ gốm. ~가 thợ gốm.

도와주다 giúp đỡ, đỡ. trợ giúp. tiếp tay, 가정을 ~ phụ giúp gia đình. 도와준 사람(비유) cánh tay.

도와달라고 부르짖다 la làng.

도외시하다 bỏ mặc, không để ý, thờ ơ, hờ hững.

도요새 chim dẽ giun. dẽ gà.

도용하다 cóp, tham ô, biển thủ, dùng lén gì

도우미 cô hướng dẫn viên.
도움 sự giúp đỡ. sự tiếp trợ,(반)방해 cản trở, 도움을 청하라 hãy cầu cứu. ~을 믿다 trông vào, ~을 요청하다 tri hô.
도원경 đào nguyên.
도읍 thủ đô. ~을 정하다 thành lập ~. định đô.
도의 đạo đức, đạo lý, đạo nghĩa. 도의적으로 봐서 theo quan điểm ~. ~심 ý thức đạo đức.
도입하다 mở đầu, giới thiệu.
도자기 đồ gốm(sứ). ~공 thợ gốm. ~제품 ồ sứ.
도장 con dấu. ~을 찍다 đóng dấu. ~포(방) cửa hàng khắc dấu.
도장 phòng tập. 태권 ~ phòng tập Teakwon.
도장하다 (칠하다) phủ sơn.
도저히 không dám, không đâu, không chút nào. 그것은 ~ 불가능하다 việc đó tuyệt đối không thể được, hoàn toàn không thể được. ~알 수 없다 hoàn toàn không biết được.
도적 → 도둑 kẻ trộm. kẻ cắp, kẻ cướp.
도적의 우두머리 tướng giặc.
도적을 토벌하다 tiểu phi, trừ giặc cướp.
도전하다 thách thức, thách đấu, thử thách, thách đố. 도전장 tờ thách thức. 도전에 응하다 chấp nhận thách đấu. 세계기록에 ~ thách đấu kỷ lục thế giới. 도전자 người thách đấu.
도정 (거리 간격) khoảng cách, tầm xa. (길) tiến trình. 50 마일의 ~ khoảng cách 50 dặm.

도제(제자) đồ đệ.
도주 (도망)하다 bỏ chạy, chạy thoát. tẩu thoát, đào tẩu, 고양이가 생선을 물고 ~ con mèo ăn vụn gấp cá chạy thoát. (피하다) tránh khỏi. 도주자 kẻ bỏ trốn.
도중(에) đang, nửa đường, trung lộ, đang lúc trong. giữa chừng, 식사 ~ đang ăn cơm, trên đường. 집에 가는 ~ trên đường về nhà. ~에 그만두다 dừng giữa chừng. ~에 되돌아 오다 giữa đường quay trở về. ~에 포기하다 bỏ nửa chừng. ~에 부하를 바꾸다 thay ngựa giữa dòng, 도중하차 ngừng lại.
도지다 (심해지다) nặng hơn, gay gắt, nặng nề. 병이~ ngày càng tệ hơn.
도지사 tỉnh trưởng.
도 집행위원 tỉnh ủy viên.
도 집행위원회 tỉnh ủy.
도착하다 tới nơi, đến nơi, tới chỗ. ~하는 대로 ngay sau khi tới nơi. 무사히 ~ tới nơi an toàn vô sự. 차 몇시에 도착합니까? Xe mấy giờ đến nơi? 도착역 ga đến. 도착예정시간 thời gian dự định đến. ~지점 điểm đến. 3 시에 도착했다 tôi tới lúc 3 giờ, 지금 막 도착했다 tôi vừa mới tới.
도찰사(궁중의) đô sát.
도처 khắp nơi, nơi nơi, xa gần, tứ xứ, ~의 사람들 người ~, ~에서 đâu đó.
도청하다 nghe lén, rình nghe, chợt nghe, nghe lỏm, nghe trộm. 도청기 máy nghe lén. 전화를 ~ nghe trộm điện thoại.
도청 tòa chính quyền tỉnh . ~소재지

vị trí trong chính quyền tỉnh. tỉnh thành.

도체 (물리) chất dẫn. đạo thể, 반도체 chất bán dẫn. bán đạo thể.

도취하다 say, say sưa, mê hoặc, bị quyến rũ. 자기 도취 sự tự hấp thu.

도치법 (문법) phép đảo ngược.

도쿄 thành phố Đông-Kinh.

도큐멘터리 phim tài liệu, chuyện thật.

도킹 việc cho tàu vào cảng.

도탄 cảnh khốn cùng, cảnh cơ cực. ~에 빠지다 bị rơi vào ~.

도태하다 đào(đồ) thải, loại trừ, gạt bỏ. 자연도태 ~ tự nhiên. (반) 인위 도태 loại trừ nhân tạo.

도토리 hạt dẻ, quả dầu.

(속) 도토리 키 재기(별 차이가 없어서 낫고 못함을 가리기가 힘들다) Hạt dẻ đo chiều cao (không có sự chênh lệch thì khó phân biệt tốt hay không).

도통사 đô thống.

도통하다 biết tất cả, đạt tới trình độ cao.

도포 trang phục thời xưa.

도포하다 (바르다) gắn vào, dán vào.

도표 biểu đồ, đồ họa(thị). 통계 ~ biểu đồ thống kê. (거리표시) biểu chỉ đường, cột cây số.

도피 đào tị, ~하다 bỏ trốn, trốn tránh. tháo chạy(ra), 도피생활 cuộc sống lẩn trốn. 도피자 người bỏ trốn.

도하하다 qua sông. 도하작전 hành quân ~.

도학자 nhà đạo đức học. 도학에 정통 한 quán đạo.

또한 cũng, lại, lại nữa, cũng như vậy (thế). hơn nữa.

도합 (총계) tổng số, toàn bộ. (합해 서) tổng cộng, cả thảy. 도합 2000 원 cả thảy 2000 won.

도항하다 qua biển bằng tàu.

도해 biểu đồ. 도해 사전 từ điển minh họa.

도 행정 집행위원회 tỉnh ủy.

도형 hình vẽ. đồ hình, giản đồ, phẳng ~ hình phẳng.

도화 (복숭아꽃) hoa đào.

도화지 giấy vẽ.

도화선 ngòi nổ. dây chì.

도회 (도시) thành phố. 도회지 khu vực đô thị.

독 độc, nọc, độc tố, chất độc. ~이 있 다 có độc. ~을 타다 pha chất độc. 독을 중화하다 dã độc. 독사의 독 nọc độc. nọc rắn. ~을 넣다 tẩm thuốc độc.

독기(악취) uế khí.

독이 있는(독성의)thụ độc.

독에 감염된 nhiễm độc.

독 (항아리) vại, lọ, bình, hũ. 그는 독 안에 든 쥐다 nó cứ như là chuột mắc bẫy.

똑 (꼭) chính xác, đúng đắn. 똑 같다 chính xác như nhau.

독가스 độc khí.

똑같게 chặn chặn. 똑같이 giống như đúc.

똑똑 (두드리는) tiếng gõ nhẹ. 똑부러 지는 소리 tiếng tách.

독감에 걸리다 bị cúm. bị cảm nặng. 독감 bệnh cúm. cảm nặng.

똑 같다 giống nhau, giống hệt, giống y chang. 똑같은 날에 cùng một

ngày. 똑 같은 구조의 đẳng cấu.
똑같이 giống nhau. ~보이다 trông ~.
똑같이 예쁘다 đẹp như nhau. ~나누다 chia đều nhau. ~ 닮은 như đổ khuôn. ~말하다 nói y như vậy.
독가스 hơi độc. ~공격 tấn công khí độc. 방독 마스크 mặt nạ phòng hơi độc. ~탄 đạn hơi độc. ~를 내뿜다 thả hơi ngạt.
독거하다 sống một mình.
독경 tụng kinh, cầu kinh.
독과점 độc quyền. ~품목 hàng ~.
독기 chất độc hại. (악의) ác tâm, hiểm độc. 독기 있는 có chất độc.
독기운 tà khí.
독농가 nông dân cần cù.
똑딱거리다 kêu tích tắc. 시계가 똑딱똑딱 울린다 ông hồ ~.
똑딱단추 cúc bấm.
똑딱선 tàu thủy hơi nước.
독단적인 độc(võ) đoán. 독단적 chuyên quyền. duy ngã.
똑똑 (의성어) thánh thót, (물방울이 떨어지는 소리) lốn tốn, (소리) cốc cốc, lóc cóc, 목탁이 ~ 소리내다 mõ kêu lóc cóc, ~ 떨어지는 소리 tiếng chảy nhỏ giọt. 책상을 똑똑 치다 gõ nhẹ lên bàn. 눈물이 똑똑 떨어지다 nước mắt thánh thót rơi.
똑똑하다 thông minh(tuệ). tháo vác, tinh anh, ~한 아이 cậu bé ~. 머리가 ~ đầu óc ~. 똑똑한 체하다 làm ra vẻ ~. 똑똑하지도 멍청하지도 않은 dở khôn dở dại. 똑똑한 말투로 말하 다 nói sõi.
똑똑히 (분명히) rõ ràng, sáng tỏ.
독려하다 khuyến khích, động viên, cổ vũ, thúc giục.
독력으로 một tay, một mình, tự lực.
독립하다 độc lập.(반)예속되다 lệ thuộc, 독립을 선언하다 tuyên ngôn độc lập. 독립선언서 bản tuyên ngôn độc lập . ~정신 tinh thần ~. 독립국가 nước độc lập.
독립해서(단독으로) riêng biệt.
독립어 từ độc lập.
독무대이다 là bậc thầy, độc nhất trong ngành.
독물 (독) chất độc. (사람 독종) người xấu xa(hiểm độc).
똑바로 (거리) thẳng, thẳng tắp, theo đường thẳng. ~ 서다 đứng thẳng lên. ~ 가다 đi thẳng. ~ 대라 nói thật, thú nhận thật. ~보다 nhìn thẳng. ~날다 bay thẳng, ~선 suôn đuột.
독방 phòng riêng, phòng dành riêng. cô phòng, 독방에 감금 당하다 bị biệt giam.
독백 lời độc thoại. 독백하다 nói một mình. (무대에서)
독버섯 nấm độc.
독보적인 vô địch, không ai sánh bằng, vô song, không có đối thủ, có một không hai.
독본 sách để đọc. (단본)độc bản.
독부(사악한)độc phụ.
독불장군 người lập dị, cứng cổ cứng đầu 고집장이 người bướng bỉnh.
독사 con rắn độc, độc xà. ~의 족속 dòng dõi rắn lục.
독살하다 đánh bả, độc sát, thuốc, đầu độc. 개를 ~ thuốc chó, 독살자 kẻ đầu độc. 그는 독살되었다 nó đã bị thuốc chết.

독살스럽다 ác ý, độc địa, nham hiểm.
독생자 con độc sanh
독서하다 đọc sách. 독서가 người mê đọc sách. 독서회 câu lạc bộ ~.
독서담당관 thị độc.
독서에 미친 say sưa đọc sách.
독서용 탁자 bàn độc.
독선 độc tôn, ~적인 태도 thái độ ~
독선적인 độc tôn.
독설 lời nói hiểm độc. ~을 퍼붓다 nói châm chọc. ~적인(신랄한) sâu cay.
독성 độc tính, ~물질 chất độc.
독소 độc tố, chất độc. 노ọc độc, ~가 남아있는 lưu độc. ~를 퇴치하다 ngự chướng. ~를 제거하다 tiết độc.
독수공방 sống một mình, sống độc thân.
독수리 đại bàng. chim ưng. con ó.
독습 (자습) sự tự học.
독식하다 giữ độc quyền.
독신 độc thân. ~이다 là độc thân. ~으로 살다 sống độc thân. sống một mình, ~생활 cuộc sống độc thân. 나 않는가, 독신자 người độc thân, kẻ độc thân. ~녀 người phụ nữ độc thân.
독실한 sùng(mộ) đạo, ngoan đạo, thành thật, ngay thật, trung thực. 독실한 신도 tín đồ sùng đạo, tín đồ mộ đạo.
독심술 sự hiểu biết người khác.
독악한 độc ác.(반)온유한 lành.
독 안에 든 쥐 chạy đâu cho thoát. chạy đằng trời. chuột chạy cùng sào.
독액 nọc độc của con rắn.
독약 thuốc độc, độc dược, ~을 넣다 bỏ(đánh) ~. ~을 먹다 phục độc.
독어 (독일어) tiếng Đức
독연 (독주) biểu diễn độc tấu
독자(신문의)độc giả. 독자란 mục dành cho bạn đọc. (외아들) con một(độc).
독자의 (개인의) cá nhân, riêng tư. 독자적인 độc đáo. riêng tây. 독자성 tính độc đáo.
독자적 의지 ý riêng tây.
독재 độc tài. ~적 có tính độc tài. ~자 kẻ độc tài. 독재 군주 quân chủ độc tài. 독재 국가 quốc gia độc tài. ~정치 chính quyền độc tài. ~주의 chế độ độc tài, ~정책 hoành chính..
독전하다 đốc chiến, động viên tinh thần chiến đấu.
독점하다 độc chiếm, giữ độc quyền. lũng đoạn, 시장을 ~ lũng đoạn thị trường, 독점 가격 giá độc quyền.
독종 (사람) người độc ác
독주 (독한 술) rượu nặng. 독을 탄 술 rượu độc. chẩm tửu.
독주하다 chạy một mình. (음악) độc tấu. 독주자 người độc tấu. 독주회 cuộc biểu diễn độc tấu. 피아노 독주회 độc tấu dàn piano.
독지 (자선) lòng nhân đức, lòng từ thiện. 익명의 독지가 nhà hảo tâm ẩn danh, người sẵn lòng từ tâm.
독직 hối lộ, tham ô. ~공무원 một viên chức tham ô.
독차지하다 giữ độc quyền. 사랑을 ~ chiếm tình yêu.
독창 đơn(độc) ca, độc xướng, hát đơn

ca. (반) 합창 hợp ca, ~곡 bài hát đơn ca. 독창자 người diễn đơn ca.

독초 (풀) loại cây độc. độc thảo, (담배) thuốc lá mạnh.

독촉하다 đôn đốc, đốc thúc, thúc giục. 독촉장 thư nhắc nhở.

독충 côn trùng độc. độc trùng.

독침 (곤충) ngòi, vòi độc. 독바늘 cây kim độc.

독탕 nhà tắm riêng, phòng tắm riêng.

독특하다 đặc biệt, riêng biệt. độc đáo, duy độc, 한국의 독특한 풍습 phong tục riêng biệt Hàn Quốc.

독파하다 đọc xong, đọc hết.

독판치다 chiếm độc quyền.

독하다 có chất độc, có hại. (진하다) mạnh. 독한 술 rượu mạnh. 잔인한 thù hận. 독한 여자 đàn bà thù hận. 굳세다 chắc mạnh, dai. 독한 냄새 mùi ngai ngái.

독학하다 tự học. học lấy, độc học, 독학자 người tự học.

독혈 (나쁜 피) máu xấu. ~증 chứng ngộ độc máu.

독화살 tên tẩm thuốc độc.

독후감 cảm tưởng đọc sách.

돈 tiền bạc. xu, 현금 tiền mặt. (반) 외상 mua chịu. ~의 힘 sức mạnh của đồng tiền. 돈이 많이 들다 tốn tiền nhiều. 돈을 쓰다 xài tiền. tiêu pha, 돈을 분별없이 쓰다 ném tiền qua cửa sổ, 돈이 돈을 번다 tiền đẻ ra tiền. ~에 눈이 어둡다 tối mắt vì tiền. 돈이 많은 lắm tiền, 돈을 벌다 kiếm tiền. ~을 모으다 (절약하다) gom tiền. tần tiện, ~을 맡기다 gởi tiền cho. ~을 물 쓰듯 하다 tiêu tiền như nước. ~으로 바꾸다 đổi bằng tiền. 돈으로 된다면 얼마든지 내겠다 nếu trả được bằng tiền thì bao nhiêu cũng trả. 쉽게 번 돈이 쉽게 없어진다 tiền dễ kiếm thì dễ đi. 돈맛을 알다 biết được vị của đồng tiền. 빳빳한~ tiền mới cứng

돈씀씀이가 지나치다 tiêu pha rộng rãi.

돈과 쌀을 주다 (재해입은 자에게) phát chẩn.

돈먹고 사건을 조작하다 đảo điện.

(속) 돈이 만능이다 có tiền mua tiên cũng được. 돈을 빌리다 vay tiền, ~을 지불하다 giao tiền, 돈을 빌려주다 cho vay. 돈이 부족한 hụt(khan) tiền, túng tiền. ~을 꺼내다 móc tiền, 돈을 한푼한푼 모으다 gom tiền từng đồng. ~을 거출하다 đóng tiền. ~을 강탈하다 nạo tiền, ~을 요구하다 đòi tiền. ~을 꾸다 hỏi vay(nợ). 돈이 떨어져 쪼들리다 kẹt tiền. 돈을 낼 필요없는 khỏi trả tiền. 돈을 강제로 빼앗다 moi tiền. ~이 다 떨어진 nhẹ(nhẵn) túi.

돈과 힘을 소비하다 trả giá.

돈 놀이하는 자 người buôn bạc.

돈 씀씀이가 지나치다 tiêu pha rộng rãi.

돈으로 사다 (명예를) mãi danh.

돈으로 살 수 없는 vô giá, 그것은 매우 귀한것이어서 돈으로는 살 수 없다 vật ấy ~ tiền bạc không thể mua được.

돈을 가로채다 (속여서) lận tiền.

돈을 꺼내다 rút rỉa.

돈을 날려버리다 đã bay hết tiền, đổ bác

장에서~~ ở sòng bài.
돈을 낭비하다 lãng phí tiền bạc. uống tiền.
돈을 내다(자선사업에) quyên chẩn.
돈을 낼 필요없는 khỏi trả tiền.
돈을 내야만 음식을 주는(비유:너 무 차가운)tiền trao cháo múc.
돈을 달라고 떼쓰다 xin xỏ tiền nong.
돈을 던져 점치다(점괘를 보다) gieo quẻ.
돈을 들였으나 병은 고치지 못한 tiền mất tật mang.
돈을 마구 낭비하다 vung tiền qua cửa sổ. tiêu vung vãi.
돈을 마지못해 치러주다 nhả tiền ra.
돈을 목적으로 하는 trục lợi.
돈을 받다 thu tiền.
돈을 벌다 kiếm tiền.
돈을 받고 일하다 làm thuê(công).
돈(불량배에게 지불하는) mãi lộ.
돈 (중량) 금 한 돈 một chỉ vàng (kim).
돈을 찾다 rút tiền
돈꾸러미 gói tiền.
돈녀(자신의 딸을 낮추어서 일컫는 말 tiện nữ.
(속) 돈 떨어지자 입맛 나다(잃어버 린 다음에 비로소 가졌던 것의 귀함 을 안다) Hết tiền, miệng trở nên ngon(sau khi đánh mất người ta mới biết quý những thứ mình từng có).
돈더미 mớ tiền.
돈독한(도탑고 성실한) đôn đốc.
돈많은 사람과 결혼하려는 사람 người đào mỏ.
돈뭉치 cọc tiền, xấp tiền.
돈을 갈취하다 tống tiền.
돈을 목적으로 결혼하다 đào mỏ.

돈을 목적으로 하는 trục lợi
돈을 세다 xỉa tiền.
돈을 소비하다 tốn của.
돈을 쓰다 tiêu pha.
돈을 양손으로 쓸어담다 hốt tiền.
돈을 함부로 쓰다 tiêu phá.
돈을 헤프게 쓰다 tiêu tiền như rác.
돈이 많은 lắm tiền. (속어) tiền dư bạc trữ.
돈이나 물건을 갚다 trả của.
(명)돈이 있어서 아이디어가 나오는 것이 아니라 아이디어가 있어서 돈이 생기기 시작한다 Không phải có tiền rồi mới có ý tưởng mà có ý tưởng rồi tiền mới sinh ra từ đó.
돈이 한푼도 없다 không có xu cả. không có tiền nong gì cả.
돈 잃은 것을 아쉬워하다 tiếc của.
돈 꿰미 (꾸러미) xâu đồng tiền.
돈냄새 hơi đồng.
돈냥 một ít tiền.
돈놀이 cho vay đồng tiền. ~하다 cho vay lấy lãi. ~하는 사람 người cho vay lãi.
(속) 돈만 있으면 귀신도 부린다(돈이 있으면 못할 일이 없다) Có tiền là sai khiến được qui thần(có tiền không việc gì không làm được).
(명) 돈 모아 줄 생각 말고 자식 글 가 르쳐라 Đừng suy nghĩ cách kiếm tiền, hãy lo dạy chữ cho con cái.
돈 바꾸는 사람 người đổi bạc.
돈벌이 하다 kiếm tiền.
돈복 đồng tiền may mắn.
돈수 재배 quỳ lạy hai lần.
돈육 thịt heo.
돈 잃은 것을 아쉬워하다 tiếc của.

돈주머니 túi đựng tiền, hầu bao.
돈줄 nguồn tiền.
돈지갑 ví tiền (북), bóp tiền, túi bạc (남).
돈푼 số tiền nhỏ. 돈푼이나 모으다 để dành được số tiền nhỏ.
돈피(담비의) bộ da lông chồn (cáo).
돈후하다 hiền hậu.
돋구다 làm cao hơn.
돋다 (해가) mọc lên. (싹이) nẩy nở, nẩy mầm
돋보기 kính lúp.
돋우다 làm tăng thêm, làm cao thêm. 호기심을 돋우다 kích thích sự tò mò. (용기를) nâng lên.
돋치다. 날개가 ~ cánh mới mọc ra.
돌 hòn(viên) đá, đá cuội . ~을 깔다 rải đá. 돌에 채이다 (걸리다) vấp đá. 돌뚫는 기계(건축)máy khoan đá khí nén, 돌덩어리 gộp đá. ~더미 đống đá. 돌로 도로포장하다 lót đá. ~조각 phiến đá. 돌에 조각하다 san thạch. 돌로 조각하다 thạch khắc.
돌 (첫돌) thôi nôi, đầy năm. ~을 맞다 tròn một tuổi. ~잔치 tiêc đầy năm, tiệc thôi nôi, lễ thôi nôi.
돌개 바람 (회오리 바람) gió lốc.
돌격하다 xông(nhảy) tới, đụng mạnh, xung kích. 돌격대 đội xung kích. quân xung phong.
돌계단 (돌층계) bậc đá, cầu thang đá.
돌계집(석녀) một phụ nữ vô sinh.
돌고드름 (종유석) thạch nhũ, vú đá.
돌고래 cá heo. nược.
돌기 vật thò ra, ruột thừa.
돌기둥 cái cột đá.
돌날 ngày sinh nhật đầu năm.

돌다 quay, xoay. xoay vòng, 지구는 태양 주위를 공전한다 trái đất xoay vòng quanh mặt trời, (돌리다)xây, 그는 그녀를 보기 위해 몸을 돌렸다 nó xây lại để nhìn cô ấy. 빙빙 ~ quay tròn. xây bồ bồ, 뺑뺑~ xoay vòng quanh. 오른쪽으로 ~ quay phải. (소문이) lan truyền. (정신이)bị khùng, hóa điên. (전염병이) thịnh hành.
돌고 돈다 xoay vòng vòng.
돌다리 cây cầu đá.
(속) 돌다리도 두들겨 보고 건너라 (모든 일에 항상 신중해야 한 다) Cầu đá thì cũng phải gõ thử rồi hãy sang(luôn hãy cẩn trọng trong mọi việc).
돌담 bức tường đá.
돌대가리 người ngu đần.
돌더미 đống đá.
돌덩이 một cục đá.
돌도끼 rìu đá.
(속) 돌도 십년을 보고 있으면 구멍이 뚫린다(쇠도 갈면 바늘 되는 날이 있다) Đá nhìn mãi mười năm thì cũng thủng (có công mài sắt có ngày nên kim).
돌돌 (똘똘)말다 cuộn. vê, 종이를 ~ cuộn giấy lại.
똘똘하다 (똑똑하다) thông minh, sáng dạ, nhanh trí.
돌려가면서 주는 상 luân lưu, 번갈아 갖는 우승기 cờ ~.
돌려 놓다 quay lại, xoay để lại.
돌려 말하다 nói quanh.
돌려 보내다 trả lại, gởi trả lại.
돌려서 말하다 vòng vo.
돌려 쓰다 vay, mượn.

돌려 주다 trả lại cho. truy hoàn,(반)빌리다 vay, 빌린돈을 ~ trả tiền đã vay mượn.

돌리다 làm cho quay, quay vòng. (비틀다) vặn, 열쇠를 자물쇠에 넣어 돌리다 vặn chìa khóa trong ổ khóa, 팽이를 ~ chọi cù, chọi gụ, ném bông vụ. 잔을 ~ quay vòng chén rượu. 책상을 돌리세요 xoay cái bàn lại. (방향을) đổi hướng. (화제를) lảng sang chuyện khác. (주의를 딴데로) tập trung về hướng khác. (원인. 책임을) đổ tại, cho là, gán cho. 실패를 운으로 ~ quy sự thất bại cho vận rủi.

돌림감기 (유행성 감기) bệnh cúm.

돌림병 bệnh lây, bệnh dịch.

돌멩이 cục đá.

돌무더기 một đống đá.

돌발하다 chợt xảy ra, bột(đột) phát, nổ ra. 돌발적으로 bất ngờ. 돌발 사건 tai nạn bất ngờ(bột phát).

돌변하다 đột biến, đột ngột thay đổi. 날씨가 ~ thời tiết thay đổi đột ngột. (태도가)giở giẻ.

돌보다 trông nom, chăm sóc. săn sóc, trông chừng. để ý, chăn giữ(반) 버리다 bỏ, 환자를 ~ chăm sóc người bệnh. 노인을 ~ chăm sóc người già. 아이를 ~ ~ trẻ con.

돌보지 않다(가정을) bỏ bê, bỏ lơ, (남), sao lãng (북). nheo nhóc, 돌 보아주다 nhìn nhõ. 아이들을 돌 봐주다 nhìn nhõ con cái.

돌부리 gò đá lởm chởm.

(속) 돌부리를 차면 발부리만 아프 다 (이유없이 화를 내면 자신 에게 해가 될 뿐이다) Đá vào hòn đá thì chỉ đau chân mà thôi (nổi giận vô cớ thì chỉ tự làm hại mình).

돌부처 tượng phật đá.

돌산 núi đá.

돌아가다 đi(ra) về, trở về, (돌아오다) quay về. (다른길로)tạt, 왼쪽길로 ~ tạt sang bên trái, 집으로 ~ quay trở về nhà. (원상으로) trở lại, khôi phục lại, hồi phục. 정상 상태로 ~ trở lại trạng thái bình thường. 돌아가 서 보고하다 hồi báo, (우회하다) đi vòng, đi quay. 실패로 ~ hóa ra thất bại.

돌아가리라 đổ về.

돌아가신 할머니 tổ ti.

돌아눕다 nằm xoay trở lại.

돌아다니다 (쏘다니다) đi lang thang. đi lòng vòng, thả rông, (순회) đi một vòng. 유행성 감기가 ~ bệnh cúm lan tràn. 소문이 ~ tin đồn lan đi khắp nơi. 돌아다니며 감시 하다 canh tuần.

돌아버리다 (머리가) quay cuồng.

돌아보다 nhìn trở lại, quay nhìn trở lại. đoái nhìn xem, 과거를 ~ nhìn lại dĩ vãng (quá khứ). 잠깐 ~ liếc mắt nhìn lại. 학생 시절을 ~ nhìn lại thời học sinh. 앞뒤를 돌아보 지 않고 không tương ứng với hoàn cảnh.

돌아서 가다 đi vòng.

돌아서다 xây lại, (뒤로) quay về sau. (등지다) quay lưng(đi).

돌아앉다 ngồi xoay người.

돌아오다 về, trở về, quay trở về, trở lại. tái lai. 집으로 ~ ~ nhà, 서둘러 ~ ~ gấp, 외국에서 ~ từ nước ngoài trở về. 돌아오지 않는 세월 những năm tháng không quay trở lại.

돌아와 쉬다 về hưu.

돌연 (갑자기) thình lình, đột ngột(nhiên), bất ngờ. 돌연 해고하다 sa thải không báo trước. ~변이 sự đột biến. 근 dưới. lại giống. 돌연한 사고 tai nạn bất kỳ.

돌이켜보다 quái cổ.

돌이키다 (고개를) 돌리다 quay đầu. 마음을 ~ thay đổi tâm hồn. 돌이켜 생각컨데 suy nghĩ kỹ. 돌이킬 수 없는 không thể thay đổi được.

돌입하다 đột nhập, lao tới, xông tới. sấn tới(vào)..

돌잔치 tiệc thôi nôi.

돌잡이 sự chọn của đứa bé một tuổi.

돌쩌귀 (문고리) bản lề cửa.

돌절구 cái cối đá.

돌제 방파제 đê chắn sóng.

돌진하다 lao(nhào) vào, xông. xốc vào, đổ xô tới. nhảy tới, đấm về hướng ~ tấn công quân thù.

돌진해 오다 ập đến.

돌출하다 nhô ra, thò ra. ~부 phần nhô ra.

돌출부분 (갑상선의) bìu.

돌층계 cầu thang đá.

돌파하다 đột phá. 적진을 ~ đột phá trận tuyến địch vượt qua. 난관을 ~ vượt qua khó khăn. 지원자가 100명 이상 돌파하다 người tình nguyện tham gia quá 100 người.

돌파구 đột phá khẩu.

돌팔매질 sự ném đá. ~하다 ném đá.

돌팔이 người bán hàng lưu động. ~의원 (의사) lang băm, bác sĩ giả mạo. thầy lang vườn.

돌풍 trận bão, (회오리바람) gió lốc, làn gió.

돌피 (식물) cây kê dại.

돕다 giúp đỡ, trợ giúp. cứu trợ, đỡ đần, nâng đỡ, viện, vùa giúp, phụ. (부축하다)đỡ dậy, 하늘은 스스로 돕는 자를 돕는다 trời giúp người nào tự giúp mình. 소화를 ~ trợ giúp tiêu hóa.

돕지 않고 모른체함 mang con bỏ chợ.

돗바늘 cây kim dệt chiếu.

돗자리 cái chiếu, chiếu thảm. ~를 깔다 trải chiếu. ~를 말다 cuốn chiếu.

동 (방향) phía Đông. ~으로 가다 đi về phía Đông.

(속) 동에서 뺨맞고 서에서 화풀이 한다(자기에게 상처 준 사람에게는 화내지 않고 관계 없는 사람에게 화낸다) Bị tát tai đằng đông, lại đằng tây nổi giận, (không nổi giận với người gây tổn thương cho mình, lại nổi giận với người chẳng có liên quan gì).

동(행정구역) phường, 3동 phường 3

동(아파트의) lô, 102동 lô 102.

동 (구리) đồng, chất đồng. ~으로 만든 상 tượng làm bằng Đồng.

똥 cứt, phân. (마소의) phân bón, phân thú vật. 똥누다(싸다) ỉa, ỉa phẹt, đi cầu, đi đại tiện. 똥을 닦다 chùi phân (cứt), 똥마려운 mót ỉa.

똥을 지리다 vãi cứt.

(속) 똥 묻은 개가 겨 묻은 개 나무란다 (자신의 큰 잘못은 모르면서 남의 작은 허물을 흉본다) Chó lắm phân mắng chó lắm cám (bản

thân không biết lỗi nặng của mình mà lại lên mặt đi phê bình lỗi nhỏ của người khác).
(속) 똥 싼 놈이 성낸다(자신이 잘못하고 있으면서 다른 사람을 나무란다) Kẻ đại tiện còn nổi giận(mình có lỗi lại còn la mắng người khác).
똥배가 나온 ống bụng.
동감하다 đồng cảm, tán thành, thỏa thuận đồng cảm, thông cảm.
동갑 bằng tuổi, đồng niên. 그와 나는 ~이다 anh ta và tôi cùng tuổi. 우리는 ~이다 chúng tôi bằng tuổi nhau.
똥값 giá rẻ như bèo. ~으로 팔다 bán gần như biếu không.
동강나다 bị vỡ. 두동강나다 bị vỡ thành hai mảnh.
동거하다 sống chung với nhau. đồng cư, chung gối, đi lại, 나는 그녀와 ~한다 tôi sống chung với cô ta. 동거인 người ở chung.
동거하기 전 chưa ăn ở cùng nhau.
똥거름 phân bón.
동격 (같은 지위) cùng hàng, cùng đội. (문법) đồng cách. ~명사 danh từ đồng cách.
동결 (얼다) đóng băng, ướp lạnh. ~자산 tài sản hạn định. (중지) giữ bình thường.
동결하다 khê,채무를 ~ ~ nợ.
동경하다 ước mong, mong mỏi, ao ước. ước mơ.
동경 (지리) Kinh Đô, Đông Kinh.
동계의 (유사한) na ná, hơi giống. 동계회사 công ty liên kế.
동고동락하다 đồng cam cộng khổ,

chia sẻ vui buồn, cùng chịu sướng khổ, đồng cam cộng khổ.
동계 mùa đông. ~휴가 nghỉ đông. ~올림픽 thế vận hội mùa đông.
동공 (눈알) con ngươi, tròng đen, đồng tử. 동공 확대 giãn nở đồng tử.
동광 (광산) mỏ đồng.
동구 Đông Âu.
동구밖 vùng ngoại ô.
똥구멍 hậu môn, lỗ đít.
똥구멍이 찢어지게 가난하다(매우 가난하다)nghèo rách cả hậu môn, (nghèo rớt mồng tơi).
동국 cùng quê, cùng xứ. ~인 người đồng xứ, đồng hương.
동굴 hang động(hốc). động, 천연 ~ hang động thiên tạo. ~에서 생활하다 ở hang.
동궁(태자의 거처)đông cung. (태자) thái tử. 태자궁 cung điện thái tử.
동권 남녀 nam nữ bình quyền.
동그라미 vòng tròn. ~를 그리다 vẽ một vòng tròn.
동그란(둥근)tròn, ~눈 mắt tròn xoe.
동그라지다 ngã lộn nhào.
동그(똥그)랗다 tròn, theo vòng tròn.
동그스름하다 gần tròn, hơi tròn.
동(둥)글다 có dạng tròn, dạng hình cầu. 둥근달 trăng tròn. 얼굴이 ~ khuôn mặt tròn.
동급 cùng lớp. ~생 bạn cùng lớp.
똥끝 bãi cứt. ~이 타다 cảm thấy áy náy lo lắng sốt ruột.
동기 cùng lớp. ~생 bạn cùng lớp.
동기간 tình anh chị em. liên chi.
동기 (놋쇠) thau bằng đồng.
동기 lý do, động cơ, cái cớ, lẽ, tác

nhân(원인) (계절) mùa đông. ~휴가 nghỉ đông.

동나다 cạn kiệt, kiệt sức, bán hàng hết.

동남 Đông nam. ~으로 theo hướng đông nam. 동남풍 gió đông nam. 동남아시아 Đông Nam Á ~나라들 các nước đông nam á. 동남아 조약기구 tổ chức minh ước đông nam á. 동남아 상호방위 조약 hiệp ước liên phòng Đông Nam Á.

동냥질 ăn mày, ăn xin. 동냥중 tu sĩ khuất thực.

동네 làng xóm, ngôi làng. 같은 ~ cùng khu phố. ~ 사람들 hàng xóm.

동년 (같은 해) cùng năm, năm đó. ~배 khoảng tuổi như nhau, gần bằng tuổi. lứa thôi.

동녘 (동쪽) hướng đông.

(속) 똥 누고 밑 안 씻은 것 같다(일을 마쳤으나 불안감이 있다) Đi vệ sinh xong không rửa sạch, (làm việc gì đó xong, cảm thấy bứt rứt).

똥싸다 (똥누다) ỉa, đi cầu. 똥이 마렵다 mắc ỉa, mắc cầu.

동댕이치다 ném đi, vứt đi.

동떨어지다 cách xa ra, rời xa, xa cách.

동떨어진(현실로부터) xa vời. 현실과 ~ 이야기 chuyện ~.

동독 Đông Đức. 서독 Tây Đức.

동동 떠내려 가다 (둥실둥실 떠내려 가다) thả trôi. 발을 동동구르다 giậm chân. 동동거리다 nhảy lên nhảy xuống.

뚱뚱 (뚱뚱)하다 béo, mập. ~한 여자 phụ nữ béo. 뚱뚱해지다 trở nên béo. 배가 ~ có bụng phệ.

동등한 bình đẳng. ngang hang, ngang nhau, tương đồng, đồng(quân) đẳng, ~ 권리 quyền lợi ngang bằng nhau. ~ 입장에서 ở vị trí như nhau. ~하게 một cách bình đẳng. so bằng, ~하게 đối xử một cách bình đẳng. (거의 같은 정도의) một chín một mười. ...와 동등한 sánh bằng.

동등한 수준의 bằng vai.

동등한 위치에 있는(숙어) bằng vai phải lứa.

동란 (한국 동란) thời kỳ chiến tranh Hàn Quốc.

동량 (기둥과 들보) xà và cột. trụ thạch, (큰 인재) 국가의 동량 cột trụ của quốc gia.

동력 động lực. 동력계 động lực kế. ~사정 trạng thái lực. ~선 dây điện động lực.

동렬 cùng hàng, cùng dãy, đồng đội.

동록 (구리에 낀 독) gỉ đồng, gỉ xanh.

동료 đồng bạn, bạn cùng làm, bạn đồng hiệu, đồng liêu. bằng liêu. ~일꾼 thợ bạn.

동류 đồng loại, cùng loại. 와 ~ 이다 đồng loại với. (공모자) kẻ đồng lõa.

동륜(건축) dầm

동리 (동네) làng xóm, hàng xóm. ~사람들 người hàng xóm.

동막이하다 đắp đê, bảo vệ bằng đê.

동맥 động mạch. ~경화증 xơ cứng ~. 대~ động mạch chủ.

동맹 đồng minh. kết thân, ~국 nước đồng minh. 동맹을 맺다 kết đồng minh. 동맹군 lực lượng liên minh. 학생들이 동맹 휴교를 했다 các sinh viên đã bãi công. ~ 파업 cuộc đình công (bãi công). 동맹파업자 người đình công.

동맹조약 minh ước, 북대서양 동맹조약 ~ Bắc Đại Tây Dương.

동메달 huy chương đồng. 금메달 huy chương vàng.

동면 sự ngủ đông. ~동물 các loại thú ngủ đông.

동명 trùng tên. 동명이인 người trùng tên.

동명사 (문법) danh động từ.

동무 (친구) bạn, bạn đời. ~가 되다 kết bạn, trở thành bạn. 말동무 bầu bạn chuyện trò. 여자동무 bạn gái.

(속) 동무 따라 강남 간다(하고 싶지 않지만 끌려간다) Theo bạn đến tận Kang nam, (bị lôi kéo vào việc mà mình không muốn làm chút nào).

동문 (이하동문) vân vân, một đoạn văn giống nhau.

동문 (동창) bạn cùng khóa học, đồng môn, bạn học cùng trường. ~회 hội bạn cùng học.

동문서답하다 hỏi một đàng trả lời một nẻo, trả lời không thích đáng, hỏi đông trả lời tây.

동문서답식 lạc phách.

동문수학하다 đồng học, học cùng thầy.

동물 động vật, thú vật. con vật, ~본능 bản năng động vật. 사람을 ~처럼 대하다 đối xử người như thú vật.

동물원 sở thú. vườn bách thú, 식물원 vườn bách thảo, 동물학대

ngược đãi thú vật. 육식~ động vật ăn thịt. 초식~ động vật ăn cỏ. 고등 ~ động vật cấp cao . (반) 하등 ~ động vật cấp thấp. ~들의 발굽 móng guốc. ~이 교미하다 nhảy. ~ 보 호협회 hội bảo vệ thú vật.

동물성 thú tính(tánh).

동물의 먹이 thức ăn thô.

동물의 입을 가리는 도구 rọ.

동물의 촉각 râu con trùng.

동물의 털 súc mao.

동물의 피 tiết, 닭피 tiết gà.

동물은 죽어서 가죽을 남기고 사람은 죽어서 이름을 남긴다 động vật chết để da, người chết để tiếng

동민 dân làng, dân khu phố.

동반하다 đi cùng. tháp tùng. 가족동반 đi cùng gia đình. 동반자 người đồng hành. người đi cùng. 인생의 동반자 bạn đời, bạn trăm năm.

동반구 đông bán cầu.

동반자살 tự sát cặp.

동방 phương đông. 동방의 thuộc phương đông. 동방에 theo hướng đông. ~의 나라 một nước ở phương đông.

동방박사 thầy bác sĩ.

동방 (신혼 방) động phòng. (신방) phòng cô dâu. 동방화촉 động phòng hoa chúc (신혼밤).

똥배 người bụng phệ, ~가 나온 ỏng bụng..

동배 (신분이나 나이가 비슷한 사람) bạn đồng hiệu, người ngang hàng.

똥배 nẩy dạ ỏng bụng.

동백나무 cây hoa trà. sơn trà. 동백기

름 dầu hoa trà đồng.
동백꽃 hoa trà.
동범자(공범자) đồng phạm(lõa).
동병상련 cùng hội cùng thuyền, ngồi đồng cảnh ngộ dễ thông cảm nhau hơn. đồng bệnh tương lân.
동복 Y phục mùa đông.
동복의 cùng mẹ khác cha. (반) 이복의 cùng cha khác mẹ.
동봉하다 gửi kèm theo. đính kèm, sự ảnh~ gửi kèm tấm hình.
동부 nơi phía đông. (식물) cây đậu đũa.
동부인하다 đi cùng với vợ.
동북 miền đông bắc. ~동 hướng đông đông bắc. ~지방 khu vực đông bắc. ~풍 gió đông bắc.
동분모 (수학) cùng mẫu số.
동분서주 bận rộn việc, bôn ba, lăng xăng. đi loãng quãng, (살기위해) chạy ngược chạy xuôi.
동사 (문법) động từ. ~변화 sự chia động từ. 규칙동사 động từ quy tắc. (반) 불규칙동사 ngoại động từ. 완전~ động từ hoàn thành. 불완전~ động từ khiếm khuyết. 동사원형 động từ nguyên dạng. 동사과거형 động từ thì quá khứ.
동사하다 chết lạnh. 동사자 người chết cóng.
동사무소 uỷ ban phường.
동산 động sản ↔ 부동산 bất động sản.
동산을 자식에게 유언으로 증여하 다 truyền tử.
동상(위와 같음) như trên.
동상 tượng đồng. phỏng, ~을 세우다 xây tượng đồng. ~을 만드는 사람 người tạc tượng.

동상이몽 đồng sàng dị mộng
동색 đồng màu, cùng màu. đẳng sắc, ~초록은 동색이다 đồng thanh tương ứng.
동생 em. 여 ~ em gái↔남 ~ em trai, 동생이 둘있다 có hai người em.
(속) 동생 줄 것은 없어도 도둑 줄 것은 있다(가난해서 아무것도 줄 것이 없으나 도둑 맞을 것은 있다) Không có cái cho em, nhưng có cái cho kẻ trộm, (nghèo quá không có cái gì đáng cho ai, nhưng lại bị kẻ trộm ăn trộm).
동생동사 đồng sinh đồng tử.
동서(방향) đông và tây. 동서양 phương đông và tây. 고금 동서를 막론하다 trong mọi lứa tuổi và mọi quốc gia.
동서 (동어) hada sống chung với nhau, ~자 người sống chung.
동서 (자매의 남편)anh rể của vợ. 형제의 아내 chị dâu của chồng, em dâu của chồng. 동서간 đồng hao.
(속) 동서 시집살이는 오뉴월 서릿 발 친다(시집살이 중 동서시 집살이 가 가장 어렵다) Làm dâu chị em, gây ruộng sương tháng năm tháng sáu,(trong cuộc đời làm dâu, làm chị em dâu là khó nhất).
동서남북 đông tây nam bắc. bốn phương (사방)
동석하다 ngồi chung.
동선 dây cu-roa, (구리선) dây đồng.
동설 (같은 관점) cùng quan điểm
동성애(레스비언) đồng tính, tính dục đồng giới, cùng giới tính. ~연애 đồng tính luyến ái.
동성 (성이 같음) cùng họ. ~동본

người cùng họ cùng gia đình.
동수 con số giống nhau.
동승하다 cưỡi chung, lên cùng nhau, đi chung. 동승자 (동행자) bạn đồng hành.
동시 đồng thời, cùng lúc. 동시에 ở cùng lúc. cùng một lúc, ~ 통역 phiên dịch ngay cùng lúc. 폭풍과 동시에 홍수도 일어나다 cùng lúc với bão lụt cũng xảy ra. 우리는 동시에 입학했다 chúng tôi cùng nhập học với nhau. 동시녹음 thu thanh cùng lúc. ~촬영 quay phim ~. 동시에 발생하다 ngẫu hợp.
동시대 cùng thời, đương thời ~사람 người ~.
동식물 động vật và thực vật.
동식물원 thảo cầm viên.
동심 đồng tâm, cùng lòng. ~협력 đồng tâm hiệp lực. ~일체 ~ 나하 trí.
동심 tâm hồn trẻ con.
동아 đông á. 극동 viễn đông.
동아리 phần chia, khẩu phân. (무리) nhóm. khóm.
동아시아 Đông Á.
동아줄 dây cáp, dây thừng to.
동안 trong , trong vòng, 일주일 ~trong vòng một tuần. 오래 ~ trong thời gian lâu. 그 ~ 건강합니까?trong thời gian qua anh có khoẻ không? 제가 자는 동안 누가 왔어요?trong khi tôi ngủ ai đã đến. 제가 없는 동안 밖에 나가지 마세요 trong thời gian không có tôi đừng đi ra ngoài. 과거 3년 동안 trong 3 năm qua. 잠깐 ~trong một lát.

동안 (동쪽 기슭) bờ biển phía đông.
동안 (어린애의 얼굴) khuôn mặt trẻ thơ.
동액 (같은 액수) cùng một tổng số.
동양 đông dương, phương đông. ~ 문화 văn hoá phương đông. 동양사 lịch sử phương đông. ~학 đông phương học.
동업 đồng nghiệp, ~하다 cùng kinh doanh chung, cùng công tác chung. 동업자 người cùng kinh doanh.
동여매다 buộc, trói buộc. rịt.
동역자 người làm việc chung.
동역학 (물리)động lực học.
동 연대의 đồng niên.
똥오줌 phân nước tiểu.
동요하다 lung lay, xôn xao, chao đảo, lay chuyển, dao động, xóc nảy lên. lắc lư, (인심의) lay động , xao xuyến, rung động. 인심이 ~ nhân tâm xao xuyến, mãi ở ~ lòng dao động. 그에 대한 믿음이 동요하기 시작하다 niềm tin của tôi với anh ấy bắt đầu lung lay.
동요된(들떠있는)xao động.
동요 (노래) bài đồng dao.
동원하다 động viên, điều động, huy động. 인력 ~ huy động nhân lực. 총동원 tổng động viên.
동월(월말) cuối tháng. ~ 동일 ngày rày.
동위각 góc đồng vị.
동위 원소 chất đồng vị
동유럽 Đông Âu.
동음 đồng âm. ~이의어 từ ~.
동의하다 đồng ý. vui lòng, ưng thuận, thuận tâm. ưng bụng, thoả

thuận(hiệp), biểu đồng tình. 동의를 얻었다 được sự đồng ý, ...에 동의하다 đồng ý về cái gì đó.

동의 (같은 뜻) đồng nghĩa, cùng nghĩa. 동의어 từ đồng nghĩa.

동의 (제의) hạ để nghị. 동의에 찬성하다 tán thành một ~. 동의가 가결되다 đề nghị được chấp thuận. 긴급동의 một đề nghị khẩn cấp.

동의를 구하는 말(문미에서) 그렇죠? nhỉ, 재밌네요 그렇죠? hay lắm nhỉ?

동이 (항아리) vại, lọ, bình nước.

동이 (막내둥이) con út.

동이나다(모두 쓰다) tất tật.

동이다 (묶다) buộc dây, thắt. 넥타이를 ~ thắt cà vạt.

동인 (같은 사람) cùng một người. ~잡지 tạp chí của một nhóm.

동인도 đông Ấn Độ.

동일하다 đồng nhất, giống nhau. 동일하게 취급하다 đối xử như nhau. 동일 개념 khái niệm đồng nhất. 동일 원리 nguyên lý đồng nhất. 동일하게 đồng đều, đồng nhất đối xử đồng đều.

동일성 tính đồng nhất.

동일시하다 xem như nhau.

동자(사내아이) thằng bé con. 하이동(nhi), (눈동자) con ngươi.

동작 động tác, hành động. ~이 느리다 hành động chậm chạp. đù đờ, (거동) cư xử. (몸짓) cử chỉ. ~이 둔한 lù đù, lù khù.

동장군 (추운 겨울) mùa đông khắc nghiệt.

동전 đồng xu, tiền xu(đồng). chữ, ~을 넣다 bỏ tiền xu. ~넣는 기계의 구멍 miệng ống, ~으로 승부를 가리다 đánh sấp ngửa. ~의 뒷면 mặt sấp.

동절 mùa đông.

동점 (점수) cùng điểm, đồng điểm. ~이 되다 ngang điểm, hoà nhau.

동점하다 tiến tới phía đông.

동정(정절) chữ(đồng) trinh.

동정녀 gái đồng trinh.

동정하다 thông cảm, đồng tình, cảm mến, thương tình(xót), thương hại, cảm thông. 깊은 동정 thông cảm sâu sắc. 동정을 표시하다 biểu thị sự thông cảm. 진심으로 ~ chân thành cảm thông. 동정의 여지가 없는 khó thương.

동정심 lòng thương xót (hại). ~을 불러일으키다 làm động lòng trắc ẩn.

동정을 느끼다 ộng lòng thương xót.

동정 (순결) tinh khiết. ~을 지키다 giữ gìn tinh khiết.

동정 (의복의) cổ áo.

동정 (활동상) hoạt động. động tĩnh, 적의 ~을 살피다 canh chừng hoạt động của địch.

동제의 làm bằng đồng. 동제품 đồ đồng.

동조하다 đồng điệu, tự liên kết.

동조자 người đồng tình. cộng sự. (공범자)đồng lõa.

동족 đồng tộc, đồng huyết, cùng dòng họ. ~결혼 kết hôn cùng dòng họ. ~상잔 huynh đệ tương tàn. cốt nhục tương tàn.

동쪽 phía đông, hướng đông.(반)서쪽 phía tây, 동쪽 바람 gió đông.

(속) 동쪽도 좋고 서쪽도 좋다(줏대 없이 다 옳다고 하는 사람) Phía

동 cũng tốt, phía tây cũng được,(người ba phải không có chủ kiến).
동쪽해(아침해)vầng đông.
동종 cùng dòng họ. (같은 종류) cùng loại, cùng giống.
동지(절기) đông chí, ~섣달 tháng 11 và 12 âm lịch.
동지 (사람) đồng chí. ~회 đồng chí hội.
동지나해 biển đông China.
동진하다 chuyển về hướng đông.
동질 đồng hạng(chất), cùng chất lượng.
동짓달 tháng 11 âm lịch.
동차 (유모차) xe nay trẻ con.
동참하다 cùng tham gia. can dự.
동창(피부의) mụt nhọt.
동창생 bạn học, bạn cùng học, bạn đồng song. bạn đồng học, (동기생) hiệu hữu, 우리는 ~이다 chúng tôi cùng học với nhau. ~회 hội bạn cùng học.
동철 (신발의) đinh đế giày.
동체 thân cây, thân người. (비행기의) thân(sườn) máy bay.
동체 착륙 hạ cánh ở bụng.
동축 케이블 cáp đồng trục.
동치 (같은 수치) tương đương.
동치미 củ cải ngâm muối.
똥칠하다 làm nhơ bẩn, làm ô nhục. 얼굴에 ~ làm nhục dòng họ, làm mất danh tiếng.
동침하다 ngủ với nhau, (함께 살다) chung chăn gối, (성교)làm tình
동태 (상태) trạng thái. 경제 ~ hiện trạng kinh tế. 인구 ~ phát triển dân số.

동태 (동명태) cá pô lắc đông lạnh.
동토 (언땅) đất đông.
동트다 mặt trời mọc lên. 동틀 무렵 lúc tảng sáng(rạng đông), lúc bình minh.
동티나다 chịu phiền muộn, lo âu. (잘 못되다) bị rắc rối.
동티모르(국명) ĐÔNG TI MÔ
동파 bị phá do đông lạnh.
동판 bản khắc đồng. ~ 조각 chạm trổ bản khắc đồng.
동판금 xi đồng.
동판화 tranh khắc đồng.
동포 đồng bào. ~애 tình đồng bào.
동포 여러분! hỡi đồng báo!.
동풍 gió đông. đông phong.
동하다 (마음) chao đảo, dao động.
동학 bạn cùng học.
동해 biển đông hải. ~안 bờ biển đông.
동행하다 đi cùng, đi chung, đồng hành.
동행자 bạn đồng hành. bạn đường.
동향 hướng đông. ~집 nhà hướng đông.
동향(고향이 같은) đồng hương, đồng hương người cùng quê. (같은 방향의)đẳng hướng.
동향 (추세) xu hướng. 경제 ~ xu hướng kinh tế.
동혈 (같은 구멍) cùng hang, cùng động.
동형 (같은 형) cùng kiểu mẫu, đồng dạng.
동호인 người cùng sở thích.
동화하다 đồng hoá. 동화력 sức đồng hoá. 풍습에 동화하다 đồng hoá với phong tục. 동화 tác dụng sự đồng hoá.

동화 (동전) đồng xu. 10 원 동화 đồng xu 10 Won.

동화 chuyện dành cho thiếu nhi, chuyện tiên, đồng thoại. (요정이 야기)truyện thần tiên.

동활차 (이동 도르래) ròng rọc di động.

동회 (동사무소) vaên phoøng khu phoá.

돛 buồm, cánh buồm. 돛을 달다 (올리다)kéo buồm lên. trương buồm, thả buồm, 돛을 내리다 hạ buồm xuống. 돛단배 tàu buồm. 돛대 cột buồm. 돛을 감아올리다 cuốn buồm. 돛을 올리는 쇠사슬 quai chèo.

돠리 cái lát đầu.

때기 (논밭의 단위) một mảnh ruộng lúa.

돼지 con heo (남), con lợn (북). ~를 치다 nuôi heo (lợn). ~같이 먹다 ăn như heo (lợn). ~우리 chuồng heo (lợn). 오 lợn, ~저금통 ống heo, ống tiết kiệm. 새끼돼지 heo (lợn) con. 돼지 같이 뚱뚱하다 mập như heo. ~살코기 thịt heo nạc. ~가 꿀꿀 울다 lợn kêu ìn ịt. ~발톱 móng giò, ~ 비계기름 mỡ khổ. 돼지머리 sỏ lợn, 돼지가 코를 들이대고 파다 con heo ủi.

(명)돼지입에 진주 던지기 Vứt hòn ngọc vào miệng heo.

돼지갈비 sườn heo.

돼지고기 로스 thịt heo quay.

돼지 우는 소리 ủn in, 돼지가 꿀꿀거리다 lợn kêu ~.

돼지의 내장 lòng heo.

돼지의 후두 o.

돼지다리 giò heo.

돼지띠(십이지시) hợi.

돼지순대 dồi heo.

돼지감자 khoai mì (남), khoai sắn(북).

돼지머리 thủ. thủ lợn.

돼지여물통 máng lợn.

됐다! 차가 왔다 kìa! xe đã đến.

되 (곡식용) đấu. đong, thăng, thưng, 한되 một ~. 되를 속이다 cân thiếu.

(속) 되로 주고 말로 받는다(적게 주고 많이 받는다 Cho bằng đấu lấy lại thúng(cho thì ít mà lấy của người ta thì nhiều).

되감다 văn trở lại.

되갚다 trả lại. 그는 빌린돈 갚는 것을 잊어버렸다 nó quên ~ tiền nó đã mượn.

되게 (몹시) rất, quá, lắm, vô cùng. ~덥다 rất nóng.

되넘기 (다시 판매) bán lại cho. 되넘기다 bán lại.

되놈 (만주인) người Mãn Châu. (중국인) người Trung Quốc.

되는 대로 (마구) như có thể. (그냥) văng mạng, ~ 일을 하다 làm việc ~. ~ 지걸이다 nói ẩu. ~살다 sống không biết lo. ~막 말하다 nói hớ. ~맡기고 방관하다 nước chảy bèo trôi.

되다 (힘들다) khó khăn, gay go. 된밥 cơm khô. (반) 진밥 cơm nhão. 되게 동이다 buộc chặt. (심하다) mãnh liệt. 되게 얻어맞다 bị đập mạnh. 힘들다 vất vả, gay go, khó khăn.

되다. 쌀을 ~ đong gạo, lường gạo.

... 되다 trở nên, trở thành, thành. làm

nên, sinh ra. 슬퍼지다 sinh ra sầu não. 부자가 ~ trở thành người giàu. 어른이 ~ thành người lớn. 좋아하게 ~ trở nên thích. 물이 수증기가 ~ nước biến thành hơi nước. 감기가 폐염이 ~ cảm cúm biến chứng thành viêm phổi.

되도록 (될 수있는 대로) càng tốt, càng nhiều càng tốt. ~ 빨리 가거라 đi càng sớm càng tốt. 될 수 있게 cho đến khi mà.

되돌려 보내다 để lại. gởi lại.

되돌려 주다 trả lại, hoàn lại. (보답)thù đáp. (보복하다)trả miếng.

되돌리다 hoàn lại.

되돌아 가다 đi trở về, trở về, quay lại. 도중에서 ~ nửa đường quay lại. 본론으로 ~ trở lại vấn đề.

되돌아 보다 xây lưng. ngoái lại.

되돌아 오다 trở lại, quay trở về, trở về. 옛길로 ~ ~ con đường cũ, 그는 절대로 돌아오지 않는다 nó đi không bao giờ ~, 지나간 시간은 다시 돌아오지 않는다 thời gian trôi qua sẽ không bao giờ ~.

되돌아오는 길 phản lộ.

되롱거리다 treo lơ lửng.

되묻다 hỏi lại, hỏi lần nữa, hỏi ngược lại.

되바라지다 (노출되다) bộc lộ ra, phơi bày ra. 너무 똑똑하다 되바라진 사람 người thạo đời.

되부르다 gọi lại, gọi về. (소환하다) triệu về.

되살다 (소생) hồi sinh, tỉnh lại. 되살리다 cứu sống.

되새기다 (마음에) nghiền ngẫm, nghĩ tới nghĩ lui mãi.

되새김질하다 nhai lại.

되씌우다 đổ lỗi cho người khác.

되씹다 (말을) nhắc lại, nói lại. 한말을 ~ nhắc lại một lần nữa. (음식을) nhai lại.

뙤약볕 nắng như thiêu. ~에 쪼이며 dưới ánh nắng thiêu đốt.

되어가다 hoá ra, thành ra. 잘 ~ tiến hành tốt.

되지 못하다 (미달) thiếu, ít hơn, kém hơn. (미환성) không làm được, không kết thúc được. (사람답지 못함. 건방진) láo xược.

되지도 않는말을 마구하다 nói tầm bậy tầm bạ.

되짚어가다 trở lại ngay.

되찾다 lấy(ăn) lại. trở lại, thâu hồi. (회복) rút. 신속하게 활력을 ~ nhanh chóng hoạt động trở lại.

되튀어오르다 nảy lên, dềnh lên.

되풀이하다 nhắc lại, làm đi làm lại. 잘못을 ~ lại phạm lỗi, lại tái phạm. 되풀이해서 말하다 nhắc nhở, 되풀이해서 권유하다 nhắc nhủ.

되풀이하는 말 lời lặp.

된똥 phân cục.

된밥 cơm khô.(반)진밥 cơm nhão.

된서리 sương giá mạnh. (큰 타격) 된서리를 맞다 trải qua một tai hoạ lớn.

된소리 âm thanh căng mạnh.

된장 tương. ~국 canh ~. 간장 nước ~. 고추장 ~ ớt.

된죽 cháo sền sệt(đặc) (반)묽은 죽 cháo loãng..

될성부르다 có vẻ được làm.

될성 싶은 나무 cây có triển vọng tốt.

(속) 될성 싶은 나무는 떡잎부터 알아 본다(재능이 어려서부터 현저 하 게 나타난다) Cây có triển vọng tốt nhìn từ lá mầm thì biết (ngay từ nhỏ, người tài năng đã có những dấu hiệu nổi bật).

됨됨이 bản tính, tính nết. ~가 정직하 다 bản tính anh ấy thẳng thắn.

됫박. (한됫박) một doi (đơn vị dung lượng).

두 hai, một đôi. 두배 gấp đôi, hai lần. 두번 hai lần. 두번째 남편 đời chồng thứ hai.

뚜 (소리) còi, kèn. 경적을 울리다 bóp còi (kèn), tiếng còi. 나팔을 ~ 불 다 thổi kèn.

두가지 언어로 된 사전 từ điển song ngữ.

두각을 나타내다 làm ra xuất sắc.

두개골 sọ, đầu lâu. 두개골 đầu cái.

두개의 포신 súng hai lòng.

두 갈래의길 đường đôi. đôi đường.

두꺼비 con cóc. thiềm thừ.

(속) 두꺼비 파리 잡아 먹듯(무엇이고 기회만 있으면 거두어 먹는 다)Như cóc đớp ruồi(dù cái gì, có cơ hội là thu vén là ăn).

두꺼비집 (전기 스윗치) hộp cầu chì.

두건 mui vải, đầu cân, mũ, khăn dài đội trên trán. 흰~ mũ mấn, ~을 휘감다 quấn khăn.

두 건물을 잇는 복도 nhà cầu.

두걸음 나아가다 tới hai bước.

두껍다 dày đặc, (반)얇다 mỏng. 두꺼 운 판자 tấm ván dày. 두꺼운 벽 bức tường chắc. 두꺼운 책 quyển sách dày. 두껍게 입다 mặc dày. 두꺼운 dày (반) 얇은 mỏng.

두꺼운 천 vải bò.

뚜껑 nắp vung, cái vung (북), nắp(남). ~을 열다 mở(dở) nắp. (반) 뚜껑 을 닫다 đậy nắp. 뚜껑을 봉인하 다 đóng chai.

두께 độ dày. bề dày, ~가 얼마입니까? Độ dày bao nhiêu? ~가 3 인치 dày 3 inches.

두견 (소쩍새) chim quyên, đỗ quyên, đỗ vũ(불여귀)

두겹으로 꼬다 chắp đôi.

두고가다 bỏ quên., 우산을~ ~ cây ô.

두고두고 (영원히) mãi mãi, vĩnh viễn.

두골 xương sọ, đầu lâu.

두곳에 동시에 있을 순 없다 xay lúa thì đừng ẵm em.

두근거리다 phập phồng, run lên, run ray, hồi hộp (가슴이).

두나라 hai nước. 여러 나라 nhiều nước.

두 날개를 펴다 sải cánh.

두뇌 đầu óc, trí óc. đầu não, bộ não, trí não, 명석한 ~ đầu óc nhạy bén. 전자 두뇌 bộ óc điện tử. ~ 싸움 đấu trí. ~회전이 예리한 사람 dao pha. ~경쟁 đấu trí.

두뇌(정신) 노동 lao ộng trí óc.

두눈으로 분명히 목격하다 tận mục sở thị.

두눈을 뜨고 서로 노려보다 chiếu tướng.

두눈을 휘둥그레 뜨다 trợn trừng trợn trạo. xoe tròn nhìn.

두다 (놓다) để, đặt, bố trí, sắp xếp. 책을 책상위에 두다 để sách lên bàn. 그대로 ~ để mặc vậy. 그대 로 두세요 cứ để mặc vậy. (보관) giữ, dự trữ, cất giữ. (남겨두다)

để lại. 우산을 차에 두고 내리다 để quên cây dù trên xe. (고용) 식모를 두다 thuê một người giúp việc nhà. 양자를 두다 nhận nuôi một đứa bé. (설치) 부산에 지점을 ~ lập văn phòng chi nhánh ở Busan. 간격을 두다 bỏ lại khoảng cách. 희망을 ~ nuôi một hy vọng. 장기를 ~ chơi cờ, đánh cờ. 장기를 한판 두다 đi một nước cờ. 넣어두다 bỏ vào.

두다리를 벌리고 앉다 ngồi chè bè.

두더지 con chuột chũi.

두덜거리다 (투덜거기다. 불평하다) phàn nàn, kêu ca.

두덩 (두렁) con đê, luống đất, gò đất.

뚜뚜 나팔소리 tò te. 뚜뚜루 나팔을 불다 thổi kèn tò te.

두둑하다 (두텁다) dày. (넉넉하다) dồi dào, phong phú. 두둑한 (후한) 사례 phần thưởng hậu hĩ.

두둔하다(편들다) bênh vực, ủng hộ. 약자를 ~ bênh vực kẻ yếu.

두둥실 thả nổi lên.

두드러기 mày đay. rôm, mẩn. ~가 돋다(생기다) nổi ~. nổi nhọt,

두드러지다 nổi bật lên, dễ thấy, 두드러지게 보이는 đậm nét.

두 (뚜) 드리다 đánh, gõ, đập. vỗ, 문을 ~ gõ cửa. 등을 가볍게 ~ vỗ vào lưng nhè nhẹ. 북을 ~ đánh trống. 어깨를 ~ vỗ vai. 화가 나서 책상을 ~ tức giận đập bàn. 두드리는 소리(탁탁!) kỳ cạch.

두들기다 đánh đập. 늘씬하게 ~ đánh một cách nhừ tử.

두런거리다 nói thì thầm với nhau.

두렁 luống, ~길 con đường đê ở ruộng lúa (논두렁길)

두레 (모임) hợp tác xã nông nghiệp.

두레박(바가지) gầu múc nước.

(속) 두레박 줄이 짧으면 깊은 우물물을 뜨지 못한다(준비가 주도면밀하지 못하면 일이 성 공하지 못한다) Dây gầu ngắn thì không múc được nước giếng sâu(chuẩn bị thiếu chu đáo, việc không thành công).

두려움 sự sợ hãi, mặc cảm sợ hãi, kinh sợ. (걱정) lo lắng, lo âu. 두려움을 모르다 không sợ, can đảm, bạo dạn. ~ 때문에 얼어붙다 sợ cuống chân. ~때 문에 dễ dàng놀라고 당황하다 thần hồn nát thần tính.

두려움에 몸을 떨다 rợn người.

두려워 (무서워) hada sợ(kinh) hãi, lo(kinh) sợ. gờm. 낙제할까 ~ sợ thi rớt, sợ hỏng thi. 조금도 두려워 할 것 없다 không việc gì phải sợ, (잊을까봐)sợ quên.

두려워서 꺼리다 úy kỵ, khiêng sợ.

두려운 kinh khủng, kinh dị, hãi hùng, (남), chết khiếp, khủng khiếp (북)

두렵다 ngại, e ngại, sợ, lo sợ. 두려워 하다 gờm,두려워서 몸을 떨다 sợ quá nên run. 나는 죽음을 두려워 한다 tôi sợ cái chết.

두려움 없이 hiên ngang.

두려움 때문에 쉽게 놀라고 당황하다 (속어) thần hồn nát thần tính.

두려움 때문에 얼어붙다 sợ cuống chân.

두려움에 정신이 나가다 sợ hết hồn.

두렷이 (뚜렷이) một cách sáng sủa,

rõ ràng.
뚜렷하다 rõ ràng, minh bạch. 뚜렷한 (명백한) 사실 sự thật rành rành. ~ 증거 chứng cớ rõ ràng.
뚜렷한 rành rẽ. (현저한) nổi bật. (반) 흐미한 mờ mịt, 뚜렷한 결과 kết quả rõ ràng.
두령 người đứng đầu (lãnh đạo), lãnh tụ.
두루 rộng rãi, phổ biến, khắp nơi, bao quát. 세계를 두루 여행하였다 đã đi du lịch khắp thế giới.
두루마기 áo khoát (외투)
두루마리 cuộn giấy. ~책 sách cuốn.
두루뭉실하다 (분명하지 못하다) lộn xộn, hỗn độn. ~ 한 사람 người đoảng vị, người vô tích sự.
두루미 (새) con sếu trắng. 흑 ~ sếu đen.
두루치기 tính chất đa năng, đa dụng.
두르다 (싸서 가리다) bao lại. (옷을) mang, đeo, quấn quanh, quấn chặt.
두리반 (둥근소반) bàn tròn lớn.
두리번거리다 láo liên, nhìn quanh.
듀리안(과일) sầu riêng
두마음 hai lòng, phản phúc. 두마음 가진 사람 người ~.
두말하다 dối trá, lật lọng. 두말 않고 không kêu ca, không phản đối, ngay lập tức.
두명의 처를 가진 song thê
두메 산골 làng miền núi. ~사람 người miền núi.
두목 (두령) lãnh tụ, đầu sỏ. đầu mục, đại ca, trùm, (집단의) 두목 xếp, đầu nậu, 소매치기의 ~ tên đầu sỏ móc túi. 폭도의 ~ đầu sỏ nhóm bạo đồ.
두말 없이 không chần chừ, ngay lập tức. ~ 승낙하다 đồng ý ngay lập tức.
두문불출하다 tự giam mình.
두문자 (머리글자) chữ đầu.
두물게 năm thì mười họa.
두발 (머리칼) sợi tóc.
두배 gấp đôi, xấp đôi, 두배 이상 quá bội. ~로 늘리다 bội tăng.
뚜벅거리다 đi bộ một cách vênh mặt (nghênh ngang).
뚜벅뚜벅하는 구두 소리 tiếng giày lệt xệt.
두번째 thứ nhì, ~ 계급 thứ đẳng. 월요일은 한주의 ~ 날이다 thứ hai là ngày ~ của tuần lễ.
두번째 부인 kế thất(phối).
(명)두번째 생각이 늘 더 현명한 법이다 Suy nghĩ lần thứ hai bao giờ cũng sáng suốt hơn lần đầu.
두번째 아이 con dạ, con rạ
두번째 임신하다 chửa con dạ(rạ).
두벌갈이 gieo hạt lần hai.
두부 đậu hủ (남), đậu phụ (북). ~를 튀기다 ~ rán. (머리) thuộc đầu, bộ đầu.
두사람 사이 tay đôi. ~에 말다툼을 하다 cãi nhau ~.
두상 (머리위) đỉnh đầu. 두상에 ở trên đầu.
두상화 (식물) hoa hình đầu.
두서 (순서) thứ tự. ~없는 không có ~, lung tung. (단서) manh mối. ~ 없이 얘기하다 phiếm du, hồ ngôn loạn ngữ. 두서없이 대답 하다 trả lời ù ờ.
두서넛 mấy cái, đôi ba.

두세가지 일을 결합하여 하다 một công đôi việc.
두셋의 vài ba. 이삼일 vài ngày.
두손 hai tay. ~을 모으다 chắp tay, ~ 모으고 서로 인사하다 giao bái.
두손으로 들어서 주다 bưng cho.
두손으로 모으다 hốt.
두손모아 빌다 chắp tay vái.
(속) 두 손 털고 나선다(실패하고 맨손뿐이다) Phủi hai tay ra đi (thất bại chỉ còn tay trắng).
두손을 저으며 수영하다 lội sải.
(속) 두 손이 마주쳐야 소리가 난다 (두 쪽이 서로 결합해야 효과가 나타난다) Hai bàn tay đánh nhau mới có tiếng(hai bên kết hợp nhau thì mới có hiệu quả).
두아이는 서로 좋아하는 것같다 nghe chừng hai đứa mến nhau lắm.
두엄 phân trộn, phân bón. 두엄더미 một đống phân bón.
두 여자를 갖고 놀다 bắt cá hai tay.
두운 điệu âm đầu. ~을 맞추다 lập lại âm đầu.
두유 sữa đậu nành.
뚜장이(매춘집) kẻ mối lái, kẻ ma cô. trùm đĩ.
두절하다 (끊기다) ngừng lại, bị gián đoạn, bị đứt lại. 폭풍으로 교통이 ~ cơn bão làm gián đoạn giao thông.
두창(마마,천연두)thiên hoa.
두쪽 모두 cả hai bề.
두주 (말술) 두주를 불사하다 sẵn sàng uống rượu, uống rượu nhiều.
두터운 sâu đậm, bề dày, thân mật, ấm áp. 두터운 우의 tình bạn thân thiết, tình hữu nghị sâu sắc. ~ 정

hậu tình, ~ 경험 bề dày kinh nghiệm.
두통 nhức đầu, đau(nặng) đầu. đầu thống, 두통이 나다 bị nhức đầu, đau đầu.
두통거리 (걱정거리) chuyện lo lắng.
두툴두툴한 (울퉁불퉁한) ổ gà, gồ ghề. ~ 한 길 đường ~.
두툼하다 hơi mập, khá to. 두툼한 편지 bức thư khá dày.
두팔을 펴다 sải, 두팔을 쭉 뻗고 잔디에 눕다 nằm sải tay trên cỏ.
두팔을 펼친 길이 sải tay.
두폭 khổ đôi, ~의 천 vải ~.
두호하다 bảo vệ, ủng hộ. 두호아래 dưới sự ủng hộ.
두 호랑이가 서로 싸움 lưỡng hổ tương đấu.
둑 (뚝) đê. bờ mẫu, ~을 쌓다 đắp đê. be bờ.
뚝 (갑자기) bất thình lình. 음악이 ~ 그쳤다 tiếng nhạc ngừng thình lình. (떨어지는 소리) thịch thụi. bọp, xành xạch, 뚝하고 떨어지다 rơi đánh bọp, rơi xành xạch, (부러지는 소리) tiếng tách. phụt,
뚝하고 실 끊어지는 소리 phụt, 줄이 뚝하고 끊어지다 dây đứt đánh phụt.
뚝뚝 (물방울 소리) tiếng tí tách. ~ 흐르다 lã chã, 눈물을 ~ 떨어뜨리다 rơi nước mắt lã chã. 두드리는 소리 tiếng gõ.(물방울 소리)lộp độp, 비가 지붕에 ~ 떨어지다 mưa rơi tí tách mái nhà, ~ 떨어지다 chạy từng giọt, ri ra. ri ri. 벽에서 물이 ~ 떨어지다 nước ri rả qua tường.
뚝뚝하다 cứng quá, khó khăn. (성질

이) khó chịu (không ưa), không nhã nhặn.

뚝배기 cái tô bằng đất nung.
(속) 뚝배기보다 장맛이 좋다(겉보다 속이 훨씬 낫다) Tương thì ngon hơn tô đất nung(nội dung tốt hơn bên ngoài).

뚝별나다 dễ bực mình, hay gắt gỏng, nóng tính.

뚝심 sức chịu đựng, sức bền bỉ.

둔각 (기하) góc tù.

둔감하다 vô cảm, đần độn, chậm hiểu.

둔갑술 thuật huyền bí.

둔기 vũ khí bị cùn.

둔덕 vùng đồi núi, vùng cao. nổng.

둔부 mông đít, cái hông (엉덩이)

둔사 (꾸며 대는 말) lời thoái thác, lời xin lỗi, lời lảng.

둔세하다 tránh thế gian, từ bỏ đời, ở ẩn.

둔재 người chậm hiểu (tối dạ), người ngu đần.

둔전 (둔답, 둔전답) cánh đồng thuộc về bộ đội.

둔주하다 (도망하다) bỏ chạy. 둔주곡 (음악) soạn fuga.

둔질의 ngu đần, ù lì, vô giác.

둔탁하다 ngu si, ngốc, đần độn. 둔탁한 소리 tiếng không vang, âm thanh đục.

둔필 chữ viết xấu.

둔하다 cùn, đần(ngây) độn, chậm hiểu. ngoan ngu, 둔한 칼 con dao cùn. 둔한 사내 gã đần độn. 둔한 머리 đầu óc đần độn, đầu óc tối tăm. 감각이 ~ cảm giác không nhạy bén. 머리가 ~ ngu si, đần độn.

둔한(활기없는)trì độn, ~사람 người ~.

둘 hai. nhị, 제 2 둘 nhị, ~ 다 cả hai. ~ 중 하나 một trong hai. ~로 나누다 chia làm hai. chia đôi, ~로 접다 gấp đôi (hai). ~도 없는 một không hai, 둘도없는 아들 con trai một không hai, duy nhất, (비길데없는)vô song.
(속) 둘이 먹다가 하나가 죽어도 모른다(음식이 너무 맛 있어서 다른 것에는 정신이 없다) Cả hai ăn, một chết mà cũng không biết(thức ăn quá ngon nên người ăn không thể chú ý đến điều gì khác).

둘로 갈라지다 vỡ đôi. 그릇이 두조각이 나다 cái đĩa ~.

둘둘감다 (똘똘감다) cuộn, quấn, xoắn.

둘둘 말아 올리다 xắn lên, bạn được ~ ~ quần.

둘러대다(화제를 돌리다) nói lảng, (꾸며대다) đưa ra không đúng.

둘러막다 (싸다) vây vòng quanh, xoay quanh, bao quanh. 담으로 ~ vây quanh bằng tường.

둘러보다 nhìn vòng quanh, nhìn quanh, xem vòng quanh. 공장을 ~ nhìn vòng quanh công xưởng. 자기전에 집을 한번 ~ trước khi ngủ xem vòng quanh nhà một vòng. 좌중을 둘러보다 nhìn quanh mọi người có mặt.

둘러 붙다 đổi chiều (hướng). 유리한 쪽에 ~ chuyển sang hướng thuận lợi.

둘러싸다 vây bọc, bủa vây, vi nhiễu, quây,

둘러싸이다 bị vây quanh. 구경꾼에 ~ bị những người tò mò xem bao quanh. 삼면이 바다에 ~ bị bao bọc ba mặt là biển. 숲으로 둘러싸인 호수 hồ nước bị cây cối bao quanh.
둘러서다 đứng thành vòng tròn. (반) 둘러앉다 ngồi theo vòng tròn. 책상 주위에 둘러앉다 ngồi quanh bàn.
둘러쓰다 (머리에) đội (quấn) quanh đầu. (몸에) quấn đầy người. (변통해서) mượn tiền.
둘러치다 (두르다) vây quanh, bao quanh. 집에 돌담을 ~ rào xung quanh nhà bằng tường đá.
둘러치다(내던지다) quăng.
(속) 둘러치나 메어치나 매일반이다 (방법은 달라도 결과는 마찬 가지다) Vung tay quăng lên hay quăng xuống đều là một (cách làm khác nhau nhưng kết quả thì vẫn như nhau).
둘레 chu vi, xung quanh, đường tròn. 둘레 3 피트 chu vi 3 feet. ...의 둘레에 모이다 xúm lại. 우리는 테이블 ~에 앉았다 chúng tôi ngồi xung quanh bàn.
둘레를 애워싸다 vây chung quanh.
둘레에 모이다 xúm lại.
둘레에 벽이 있는 정원 vườn có tường xung quanh.
둘레 둘레보다 nhìn quanh (rải rác).
둘로 나누다 phân đôi.
둘리다 (둘러막히다) bị bao vây, bị bao quanh.
둘째 thứ hai. 끝에서 ~동생 em thứ hai từ dưới lên. ~아이 con thứ, 용모는 둘째 문제다 dung mạo là vấn đề thứ hai.

뚫다 (구멍) khoan. xoi, 구멍을 ~ xoi lỗ, 벽에 구멍을 ~ đục lỗ lên tường. đào. 터널을 ~ đào đường ham. (관통) xuyên qua. (침투) thâm nhập. (법망) lẩn tránh pháp luật. 적진을 ~ thâm nhập vào căn cứ quận địch. 길을 ~ mở đường. 굴을 ~ đào hang động. 인파속을 뚫고 나가다 đi từ đám đông ra.
뚫고 나오다 hắt lên, hắt ra. thay lẩy.
뚫리다 bị khoét lỗ, bị khui lỗ. thủng.
뚫어내다 (학문의 이치를) tinh thông, nắm vững.
뚫어지게 보다 nhìn chằm chằm, đăm đăm, tráo mắt(남), nhìn dán, nhìn hau háu, nhìn chòng chọc (북). 얼굴을 ~ nhìn chằm chằm vào mặt.
뚫어지게 응시하다 xoi xói.
둥둥 (소리) tiếng đùng đùng, tùng tùng. thùng thùng, tầm tầm. 북을 ~ 울리다 đánh trống kêu tùng tùng.
둥개다 (몸부림 치다) vùng vẫy, đấu tranh.
둥(뚱) 그렇다 có dạng tròn. 둥그렇게 theo vòng tròn.
둥근 tròn, vành vạnh,(반)일그러진 méo, ~ 얼굴 mặt ~, ~ 잎 lá tròn, ~ 모서리 góc ~, ~ 기둥 lăng trụ. ~ 물체 viên cầu.
(속) 둥근 돌은 구르나 모난 돌은 박힌다(까다롭지 않은 사람 은 재산을 모을 수 없고, 신중한 사람은 모을 수 있다) Đá tròn thì lăn, đá nhọn thì nằm lại(người dễ dãi thì không

giữ được tài sản, người kỹ tính thì có của).

둥근 달(만월)mặt trăng tròn.

둥그레하다 hơi tròn, gần tròn.

둥근톱 cưa tròn, cưa đĩa.

둥글다 có dạng tròn, có dạng hình cầu. 얼굴이 둥근 vòm, (둥근 얼굴) khuôn mặt tròn. 둥근 천장 vòm nhà.

둥글게 구부리다 uốn tròn.

둥글게 날다 liệng vòng.

둥글게 돌다 vận chuyển (xoay). 지구는 태양 주위를 돈다 trái đất ~ chung quanh mặt trời.

둥글게 뛰다 chạy vòng tròn.

둥글게 말다 tròn xòe.

둥글게 서다 đứng thành vòng tròn.

둥글게 앉다 ngồi thành vòng tròn.

둥글게 춤을 추다 nhảy vòng tròn.

둥글게 하다(만들다) vo, vo tròn.

둥글둥글 long lóc. (둥그렇게) tròn trặn. (원만하게) hoà thuận, thân thiên. ~하게 살다 sống hoà thuận với.

뚱딴지 (사람) người ngu ngốc. ~같은 짓 hành động lạ lùng.

뚱땅거리다 chơi nhạc, nô đùa, vui đùa. 뚱땅거리며 돌아다니다 tung tăng.

둥둥소리 tung tung. 둥둥치다 đáng ~.

둥둥하고 치다 đánh thì thùng.

뚱뚱한 béo, béo nục, to, ú, (북), mập (남). phục phịch. ~몸 tấm thân ~. ~여자 ếch bà. ~사람 người to. 돼지처럼 ~ ú như con heo.

뚱뚱하게 살찐 phổng phao.

뚱뚱해지다 phát phì.

뚱뚱보 (이) người to, béo. thằng nhóc,

người béo phệ 뚱뚱하다 mập, béo tốt, phát phì.

똥보 (뚱한 사람) người lầm lì.

둥실둥실 sôi nổi, trôi nổi, bồng bềnh. 배가 ~ 뜨다 tàu nổi bồng bềnh.

둥싯둥싯 từ từ, chầm chậm.

둥우리 cái rổ, lồng, chuồng, cũi chó (개집)

둥지 cái ổ, cái tổ. tổ ấm, ~를 짓다 làm ổ.

둥치 gốc một thân cây. 둥치다 (묶어서 동이다) cột chung, bọc lại.

뚱하다 (말이 적다) ít nói, lầm lì. (못 마땅하다) buồn rầu, ủ rũ, lãnh đạm. 뚱한 얼굴 vẻ mặt ảm đạm. 뚱한 모습 dáng lầm lì.

뒈지다 (죽다) chết, ngoẽo.

뒤 sau, (반) 앞 trước, (후방) đằng sau, phía sau. 뒤에 남다 ở lại phía sau. ~에 있다 ở phía sau. 바로 ~에 ngay phía sau. ~에 이어오다 đến ~. ~에서 공격하다 đánh tập hậu, ~에서 험담하다 kêu rêu, 맨 ~에 ở sau cùng. 뒤로가다 đi ra phía sau. 뒤에서 밀다 đẩy từ phía sau. 2,3일 뒤에 hai ba ngày sau. 뒤 따라가다 đi theo sau. 뒤로돌아! Quay đằng sau. (미래) 뒤에 trong tương lai. (나중, 다음) sau này, sau đó, về sau. 조반 뒤에 sau khi ăn điểm tâm. 누군가 뒤에서 조종하고 있는 것 같다 hình như có ai sai khiến hắn ở phía sau. 뒤를 밀어주다 ủng hộ. 아버지의 뒤를 잇다 nối nghiệp cha. (대변) 뒤가 마렵다 cảm giác chột bụng, mắc đại tiện, mắc cầu. 뒤를 보다 (똥 싸다) đi cầu, thải ra, đi ỉa. 뒤에

서 욕하다 cắn trộm.
…의 뒤에서 sau lưng.
뒤를 밟다 rõi, dõi.
뒤를 쫓다 săn bắt.
뒤곁 (뒷마당) sân sau.
뒤꼭지치다 (뒤통수치다) chán nản, nản lòng.
뒤꿈치 gót chân. (반) 팔꿈치 cùi chỏ.
뒤끓다 (끓다) sôi lên, sôi sục. 주전자 물이 끓는다 ấm nước sôi.
뒤끝 kết thúc, chấm dứt. ~이 나다 đã giải quyết.
뒤놀다 (흔들리다) lung lay, lay động. (배가 파도에) nhồi lên, hụp xuống.
뒤놀다 (뛰어놀다) chạy nhảy chơi, nô đùa.
뒤늦게 quá trễ, quá muộn.
뛰다 (튀다) trốn, nhảy, lấy đà. bắn tung toé. chồm lên. 불꽃이 ~ phát tia lửa. (도망) chạy trốn. (두근두근) hồi hộp. (달리다) chạy lao vào, va vào. (도약하다) nhảy lên. 기뻐서 ~ nhảy lên vui mừng. 3 미터를 ~ nhảy cao 3 thước. 그네를 ~ đu đưa. 널을 ~ chơi ván bập bênh. 깡충깡충 ~ nhảy nhót, 제자리뛰기 nhảy không lấy trớn.
뛰며 기뻐하다 nhảy nhót.
(속) 뛰는 놈 위에 나는 놈 있다(이 자도 잘 하지만 저 자는 더 잘 한다) Trên kẻ nhảy cao, còn có kẻ bay giỏi(người này tài còn có người khác tài hơn).
뒤따라오다 đến sau.
뒤따르다 đi theo, đi cùng. theo sau. 행렬을 ~ đi cuối, đi sau.
뒤를 대다 (공급) cung cấp. 학비를 대다 cấp học phí cho con.
뒤떨어지다 (처지다) chậm tiến. (시대 (유행) 에) lạc hậu, tụt hậu, lỗi thời. (학력이) đuối. (남다) rơi lại phía sau, ra khỏi hàng ngũ, rớt lại phía sau. 능력이 ~ năng lực kém hơn người khác. 체력이 약하지만 처지지 않으려고 노력하다 yếu sức nhưng cố gắng để không tụt hậu.
뒤덮다 che phủ, bao bọc, rợp, bao trùm. 하늘이 검은 구름으로 뒤덮혀 있다 bầu trời như phủ đầy mây đen. (감싸주다) che dấu. 붉은 깃발이 하늘을 ~ cờ đỏ rợp trời.
뒤덮이다 che phủ, che khắp. (눈물로) đầm đìa, 눈이 온들에 뒤덮이다 tuyết phủ khắp cánh đồng. 뒤덮힌 ngập ngụa, 쓰레기로 ~ 운동장 sân ~ rác.
뒤돌아보다 nhìn lại, quay lại nhìn. ngó lại, ngoái cổ, ngoái nhìn, ngoảnh lại, 과거를 ~ nhìn lại dĩ vãng.
뒤뚱거리다 đi lảo đảo. (비틀거리다) ~ 며 가다 đi loạng choạng.
뒤둥그러지다 (나둥그러지다) ngã chúi, ngã lăn.
뒤뜰 sân sau (뒤란)
뒤미처 ngay sau đó. 점심후 ~ 일을 했다 bắt tay vào việc ngay sau khi ăn trưa xong.
뒤로 돌아! quay sau!
뒤로 물러나다 lui lại(bước).
뒤로 자빠지다 té ngửa, chổng kềnh.
뒤바꾸다 lộn ngược, đảo ngược. 순서를 ~ đảo lộn thứ tự.
뒤밟다 theo dõi, đi theo dấu vết.

뒤버무리다 pha trộn (섞다)
뒤범벅되다 làm lộn, trộn lẫn, trộn lộn, lộn xộn.
뒤보다 đi cầu.
뒤보아주다 (보살펴주다) giúp đỡ trông nom, chăm sóc.
뒤서다 (뒤서서가다) đi phía sau, đi theo sau.
뒤섞다 pha trộn. 흙과 모래를 ~ trộn đất với cát.
뒤섞이다 trộn lẫn vào. xam xưa, 뒤섞인 hỗn hóa, luôm nhuôm, 서류가 ~ giấy tờ lung tung.
뒤숭숭하다 (마음이) bồn chồn, xáo trộn, áy náy. (혼란) làm rối loạn, bối rối. 세상이 ~ thời loạn.
뒤어가다 (뛰어나가다) chạy nhanh.
뒤스럭거리다 dò dẫm, sờ soạng.
뛰어나다 trội hơn. quán thế, siêu việt, 특별히 공부를 잘하다 học trội hơn, xuất sắc. 뛰어난 학자 học giả nổi tiếng. 뛰어난 능력 tài kỹ, 뛰어난 사람(은어) sao, 뛰어난 재능 đại(hùng) tài. tài quán thế, 뛰어난 물건 tuyệt phẩm, 뛰어나게 아름다운 óng ả. 뛰어나고 좋은 물건 vưu vật.
뛰어나오다 nhảy ra.
뛰어오르다 nhảy tót. 뛰어오르기 연습하다 tập nhảy.
뛰어난 kiệt xuất, trội, trỗi, siêu việt, diệu tuyệt, cái thế, tài ba, tài tình, tốt(xuất) chúng, ~정치가 nhà chính trị~, ~영웅 anh hùng cái thế. ~ 문학 작품 tuyệt bút. ~필치 nét vẽ thần tình.
뛰어내리다 nhảy xuống. 달리는 차에서 ~ nhảy ra khỏi xe đang chạy.

뛰어넘다 nhảy qua, vượt qua. (도약)vượt bậc, 울타리를 ~ nhảy qua hàng rào.
뛰어다니다 (깡충깡충) nhảy vòng quanh, nhảy loanh quanh.
뛰어들다 nhảy vào. đâm bổ, 무모하게 ~ đâm đầu, nhào đến, 물속에 ~ nhảy xuống nước. (끼어들다) xen vào.
뛰어오다 chạy đến. nhảy chồm đến,
뛰어오르다 nhảy lên. vắt nóc. 뛰어오르며 기뻐하다 nhảy nhót.
뛰어오르기 연습 tập nhảy.
뛰어일어나다 nhảy nhảm.
뛰엉키다 bị rối tung. nhằng nhịt, 뒤엉킨 실 chỉ rối lung tung. 뒤 엉켜 다투다 vật lộn.
뒤얽히다 bòng bong.
뒤엎다 lật đổ, đánh đổ, lật ngược. 판결을 ~ lật ngược phán quyết.
...의 뒤에서 sau lưng.
뒤에 달라붙다 tò tò. 애가 엄마뒤에 붙어 걷다 con ~ theo mẹ.
뒤에서 모략하다 gièm pha.
뒤에서 험담하다 nói xẳng.
뒤에 이어오다 ến sau.
뒤웅박 quả bí (bầu)
뒤적거리다 lục soát, lục lọi, tìm kiếm. 서랍을 ~ lục ngăn kéo tìm. 책을 ~ đọc lướt qua sách.
뒤져내다 tìm ra, lục ra được.
뒤쪽 phía sau(반) 앞쪽 phía trước.
뒤쫓다 theo đuổi, chạy theo sau. rượt bắt(theo). 개는 토끼를 쫓기 좋아한다 chó ưa rượt bắt thỏ. 적들이 도망치기 시작하여 우 리는 뒤쫓았다 địch bắt đầu chạy và chúng tôi rượt theo.

뒤주 thùng gạo.

뒤죽박죽 lộn xộn(bậy), hỗn độn, lung tung. đầu cua tai nheo, loạn xị, ~ 돌리다 quay cuồng.

뒤지다 (뒤떨어지다) tụt lùi, rớt lại đằng sau, thua kém, tụt hậu. 남에게 뒤지지 않다 không thua kém người khác.

뒤지다 (찾다) lục soát, lục lọi(lạo), tìm kiếm. 사람의 몸을 ~ lục soát người. 주머니를 ~ lục túi. 집안을 ~ lục soát nhà.

뒤집다 lộn, lộn ra, lật ra(mặt), úp, lật ngược. đảo, khuynh đảo, xáo trộn,(반) 고정시키다 cố định, 옷을 ~

~ áo lại, 양말을 ~ lộn tất ra. 접시를 뒤집어 놓다 lật sấp đĩa. 순서를 ~ đảo lộn thứ tự. 계획을 ~ đảo ngược kế hoạch. (전복) lật đổ. 배를 ~ lật úp thuyền. (혼란시키다) hỗn loạn. 그 소식은 장내를 발칵 뒤집어 놓있다 tin đó làm cho khán giả hoàn toàn hỗn loạn. 뒤집어 엎다(타도)xô đổ.

뒤집어 놓다 úp, đổ úp.

뒤집어 쓰다 (머리에) đội, trùm. 모자를 ~ đội mũ lên (북), đội nón vào (남). (온몸에) bao trùm, che phủ. 이불을 ~ trùm mền lên. 죄를 ~ đổ tội cho.

뒤집어지다 lật ngửa.

뒤집어 엎다 lật đổ. lật lại. lộn ngược.

뒤집히다 bị đảo lộn, bị đảo ngược, bị lật ngược. điên đảo, 계획이 ~ kế hoạch bị đảo lộn. 배가 ~ thuyền bị lật. 차가 ~ xe bị lật đổ.

뒤채 nhà sau, nhà vệ sinh ở bên sau.

뒤처리 sắp xếp trật tự.

뒤척이다(뒹굴다) oằn oại. lăn lộn. xì xục.

뒤척이며 자다 trăn trở.

뒤척이며 잠을 이루지 못하다 trằn trọc.

뒤쳐지다(공부가) tụt lùi.

뒤쳐진 chậm tiến.

뒤쫓다 theo sau. săn đuổi.

뛰쳐 나가다 xông ra.

뒤축 gót chân. 뒤축이 높은 신 giày cao gót.

뒤치다 lật đi lật lại.

뒤치닥거리 chăm nom, chăm sóc. 아이를 뒤치닥거리하다 trông nom trẻ con. 식사뒤치닥거리를 하다 rửa chén đĩa (남), rửa bát đĩa (북)

뒤통수 phía sau đầu.

뒤틀다 (비틀다) quấn, vặn, vặn lại. 팔을 ~ vặn lại cánh tay. 일을 ~ làm hỏng.

뒤틀리다 bị quấn (vặn). quặn quẹo, mâm ơi ~ ngang bướng. 일이 ~ công việc bị hỏng. 계획이 ~ kế hoạch đã bị hỏng. 뒤틀리듯 아프다 quặn.

뒤틀어지다 làm cong, làm oằn, bị vênh. 일이 ~ công việc bị hỏng.

뒤흔들다 rung, lắc, giũ, phủi mạnh. (마음을) xao lòng.

뒤흔들리다 đu đưa, lắc lư mạnh. (마음이) bối rối, lo âu.

뛸듯이 기뻐하다 nhảy nhót

뜀 (달리기) sự chạy. 뛰기 sự nhảy.

뜀뛰기 (경기 장대높이 뛰기) nhảy sào. ~판 ván nhảy.

뜀박질 (달리기) cuộc chạy đua. đà.

뜀틀(경기용) ngựa gỗ.

뒷간 (변소) nhà vệ sinh.
(속) 뒷간과 사돈집은 멀어야 한다(뒷간은 냄새가 나고, 사돈집이 가까우면 불화가 생긴다) Nnà về sinh và nhà thông gia phải xa nhau(nhà vệ sinh có mùi, sợ gần nhà thông gia sinh xích mích).
(속) 뒷간에 갈적 마음 다르고, 올 적 마음 다르다(급할 때는 다급 하게 굴다가 제 할 일을 다 하고 나면 마음이 달라진다) Khi đi vệ sinh, đi tâm trạng khác về tâm trạng khác (khi phải gấp gáp một việc gì thì vội vàng, nhưng sau khi làm xong việc mình thì tâm trạng khác).
뒷갈이 sự cày ruộng sau khi thu hoạch.
뒷거래 buôn bán gian lậu.
뒷걸음치다 bước lùi,đi thụt lùi, thụt lui.한 발짝 뒤로 물러서다 thụt lui một bước. (무서워서 움츠리다) chùn bước.
뒷골 não sau.
뒷골목 ngõ, ngõ hẻm sau (북), đường hẻm (남).
뒷공론 (소문) tin đồn nhảm, chuyện tầm phào. 험담하다 nói xấu sau lưng, đồn nhảm.
뒷구멍 (뒷문) cửa sau, cửa hậu, phương tiện bất chính. 그는 뒤구멍으로 입학했다 nó nhập học không theo thủ tục hợp pháp. (항문) hậu môn.
뒷굽 (신발의) gót giày.
뒷길 ngõ sau (북), hẻm sau (남), đường phụ (샛길).
뒷날에 ngày sau, về sau, tương lai. 뒷날을 생각하다 suy nghĩ về tương lai. 언젠가 뒷날 그것을 후회할 것이다 một ngày nào đó anh sẽ hối hận.
뒷다리 chân sau. cẳng sau.
뒷담당하다 chịu trách nhiệm về sau.
뒷덜미 cái gáy sau. ~를 붙잡다 tóm cổ.
뒷동산 ngọn đồi sau nhà.
뒷마당 sân sau.
뒷말 (뒷공론) nói xấu sau lưng.
뒷말이 많은 lắm chuyện.
뒷맛 dư vị. 뒤맛이 나쁘다 dư vị không vừa ý.
뒷맵시 bộ dạng sau lưng.
뒷면 mặt sau. mặt trái.
뒷모양 (뒷모습) hình dáng đằng sau. ~을 보다 nhìn theo ~.
뒷문 cửa sau.
뒷바라지 chăm sóc, chăm nom.
뒷바퀴 bánh xe sau.
뒷받침하다 giúp đỡ, ủng hộ.
뒷발 chân sau. ~로 서다 đứng bằng ~. chồm lên, 뒷발길질하다 đá phía sau, đá hậu.
뒷보증하다 bảo hành.
뒷부분 bề trái.
뒷북치다 làm nhặng xị một cách vô ích.
뒷생각 sự suy nghĩ sau khi hành động.
뒷소문 tin đồn sau.
뒷손가락질하다 chỉ trích, nói một cách khinh miệt.
뒤쪽 phía sau.
뒷축 trục sau.
뒷치닥거리 (뒷수쇄) sắp xếp đồ vật trật tự, gọn gàng. 식사의 ~를 하다 dọn sạch bàn sau khi ăn cơm.

뒷수습하다 thu xếp công việc, dàn xếp công việc.
뒷이야기 đoạn tiếp theo truyện.
뒷일 (장래일) việc tương lai, việc hậu sự. (남은일) việc còn lại. 애들의 뒷일을 부탁하다 giao phó cho anh chăm sóc con.
뒷자리 ghế sau, chỗ ngồi sau.
뒷조사 điều tra một cách bí mật.
뒷짐지다 chắp tay sau lưng.
뒷짐지고 서다 đứng chống nạnh.
뒹굴다 lăn lộn, cựa quậy, (침대에서) ~ trên giường. 굼벵이가 ~ 아 trùng ve ve cựa quậy, (봄부림치며)trăn trở, 빈들빈들 지내다 ăn không ngồi rồi.
듀엣 (음악) bài ca cặp đôi, bài hát song ca. ~으로 노래하다 song ca.
듀우리언(과일) sầu riêng.
뜨개질하다 làm đan, hàng dệt kim. 뜨개질 바늘 kim đan. que đan, (돗바늘)lẹm.
뜨거운 nóng hổi, nóng bỏng, nóng cháy, ~ 날씨 nóng gắt. ~ 부부 애 lửa lòng.
뜨겁다 nóng, nóng bỏng. nồng ấm, ~ 워지다 trở nên nóng. 뜨겁게 하다 hâm lại.
뜨겁게(열렬히) nồng nhiệt, ~맞이하다 ~ đón tiếp.
뜨끈뜨끈하다 nóng bỏng. ~한 감자 khoai tây nóng hổi.
뜨끔하다 đau nhói, cắn rứt. 양심이 ~ cắn rứt lương tâm.
뜨끔뜨끔(콕콕) 아프다 lâm dâm, bụng가 ~ đau bụng ~.
뜨기 (시골뜨기) hai lúa, nhà quê.
드나들다 (출입) đi ra vào, bước ra bước vào, lui tới.
뜨내기 (방랑자) bụi đời, người đi lang thang. ~손님 vị khách tình cờ. 뜨내기 장사 buôn bán làm ăn tạm thời.
드넓다 rộng rãi. 드넓은 하늘 trời lồng lộng.
드높다 rất cao.
뜨다 (느리다) chậm chạp. 걸음이 ~ chậm bước. (둔하다) chậm hiểu, tối dạ. (입이) ít nói. (사이가) rời ra, có khoảng cách. (물위에) nổi lên, trôi bồng bềnh.(반)가라앉다 chìm, 하늘에 구름이 ~ mây trôi bồng bềnh trên trời. (해가) mọc lên. (발효하다) lên men. 얼굴빛이 ~ sắc mặt trở nên vàng bủng. 누렇게 뜬 얼굴 khuôn mặt tái nhợt. 잔디를 ~ cắt cỏ. 흙을 삽으로 떠냈다 xúc đất lên bằng xẻng. 국을 뜨다 múc súp bằng cái ca. 눈을 ~ mở mắt, thức tỉnh. 성에 눈을 ~ bị kích thích dục cảm. 그물을 ~ đan lưới. 본을 뜨다 (본뜨다) bắt chước.
뜨는(부유하는)phù lưu. 뜬구름 phù vân.
뜨뜻이 ấm áp. 뜨뜻하다 ấm áp, nóng ấm. ~한 옷 bộ đồ ấm.
드디어 (마침내) cuối cùng, sau cùng, sau hết. 드디어 성공했다 cuối cùng đã thành công.
드라마 (극) phim, kịch, vở kịch, tuồng, nghệ thuật kịch. TV 드라마 kịch truyền hình, phim truyền hình.
드라마 대본 vở.
드라이 máy sấy khô. ~하다 làm khô

tóc, sấy tóc. ~크리닝 hấp tẩy, giặt khô. 드라이어 máy sấy.
드라이버 người lái xe, tài xế, bác tài. 드라이브 đi xe. (연장 공구) tuốt nơ vít, tua vít. 일자~ tô vít dẹp. 십자~ tô vít chấu (pake) 드라이브(테니스의) cú triu.
드러나다 xuất hiện, hiện ra, lộ ra. bị lộ, 술을 마시면 본성이 드러난다 uống rượu vào thì thể hiện rõ bản tính. 어깨가 ~ phô bày (hở) đôi vai ra. 비밀이 ~ bị lộ bí mật. 거짓말이 ~ vạch trần lời nói dối.
드러내다 phát lộ, bộc(để) lộ, phân tỏ, (감정을) biểu lộ. (반)감추다 ẩn, 재능을~ ~ tài năng, bị lộ ra, (감정)biểu lộ, ló dạng, bị lòi ra, cho thấy. 비밀을 ~ lộ bí mật ra ngoài. 드러내보이다 khai báo. lòi mặt thật ra.
드러낸(노출된)trần, hở,(반)숨겨진 kín, 빼낸 검 gươm ~.
드러눕다 nằm nghỉ. nằm ngửa, 병으로 ~ bị liệt giường.
드러쌓이다 (쌓이다) chồng lên, chồng chất, chất đống.
드럼 ráy. (북) cái trống. ~을 치다 khua trống.
드렁드렁 (코를 골다) ngáy to.
드레스 cái váy. ~를 입다 mặc váy. 웨딩 ~ áo cưới.
드레질하다 đánh giá ai.
드로오잉 bức vẽ, bản vẽ. ~페이퍼 giấy vẽ. (축구) ném bóng vào.
드르렁 드르렁(코고는 소리) khè khè. ngủ ngáy o o.
드리다 biếu, dâng hiến. dành, 방을 ~ (방을 만들다) thu dọn căn phòng.

드리우다 (늘어 뜨리다) rũ xuống, xả, buông xuống. 장막을 ~ buông màn xuống. 모기장을 ~ buông màn. 머리를 늘어뜨리다 xả tóc.
드릴(공구) máy khoan(doa).
드릴 (전율. 스릴) run lên, rùng mình, chấn động.
드림 (현수막) biểu ngữ, băng giấy màu. (장막) rèm.
드문 ít có, hiếm. ~재주 kỳ tài.
드문드문 (시간적) thỉnh thoảng, đôi khi. lác đác, 그런일이 ~ 일어난다 đôi khi xảy ra những việc như vậy. (공간적) thưa thớt. 나무를 ~ 심다 trồng cây một cách thưa thớt.
뜨물 nước vo gạo.
드물다 hiếm, ít có, hãn hữu, quý hiếm. (반)흔하다 nhiều, 이런 일은 ~ việc như vậy đúng là hiếm có. 드물게 일어나는 hiếm khi xảy ra.
드물게 chẳng mấy khi.
드리다 dâng, biếu, cho, tặng. 선물을 ~ tặng quà cho. 무엇을 해 드릴까요? Tôi có thể giúp gì được cho anh? 맥주를 드릴까요? Anh dùng bia nhé? 알려 ~ xin báo cho biết. 도와 ~ giúp cho. 보여 ~ cho xem.
드세다 uy thế mạnh, có quyền lực, có ảnh hưởng.
뜨음하다 ít xảy ra, không thường xuyên.
뜨이다 (눈에) bị nhận ra, đẹp lôi cuốn. 눈에 뜨이는 미녀 một gái đẹp lôi cuốn. (눈이) mở mắt ra, thức dậy. 아침 6 시에 눈이 ~

thức dậy lúc 6 giờ sáng.

드잡이 (싸움) cuộc hỗn chiến, trận ẩu đã. ~하다 (몰수하다) tịch thu.

득 (이익, 이득) lợi ích. lợi lộc.

득남 sinh con trai. (반) 득녀 sinh con gái.

득도 đắc đạo. ~하다 chứng quả.

득득 (줄을 긋는) bền, vững chắc. ~ 얼어붙다 bị lạnh cóng. ~ 긁다 cào (gãi) mạnh. 모기 문데를 ~ 긁다 gãi vết muỗi cắn.

득명하다 được danh tiếng, nổi tiếng.

득병하다 bị bệnh.

득세하다 phát huy quyền lực, trở nên có uy quyền.

득시글득시글하다 họp thành đàn, sống chung nhiều. 거지가 ~ đầy những kẻ ăn mày.

득실 (장단점) ưu và khuyết điểm. (손익) ích lợi và tổn thất. đắc thất, hơn thiệt, (성패) thành công và thất bại.

득의 theo như ý muốn. (자랑) tự hào, hân hoan.

득의양양하다 vác mặt lên.

득인심하다 chiếm được cảm tình của mọi người, đạt được nhân tâm.

득점 giành điểm, ghi điểm. Lấy điểm. ~하다 ghi điểm, ghi bàn. ~없이 không ghi được bàn. ~게시판 bảng ghi điểm. 개인 ~ số bàn thắng cá nhân.

득표 số phiếu thu được. 득표는 3000이다 được 3000 phiếu bầu.

...든지 hoặc ... hay, dù. 누구 ~ dù là ai. 언제~ bất cứ lúc nào. 오든지 말든지 dù đến hay không. 그가 죽든지 살든지 모른다 không thèm

quan tâm hắn sống hay chết. 무슨일이 있든지 오늘 꼭 가야 한다 cho dù có chuyện gì đi nữa thì hôm nay tôi phải đi.

든거지 난부자 (든거지) người nhìn có vẻ giàu sang nhưng thực ra lại nghèo.

뜬구름 đám mây trôi. phù vân, (덧없는 일) tính hay thay đổi, tính không bền. 인생은 ~ 같은 것 đời là một giấc mộng hão huyền.

(명) 뜬구름 잡기 Bắt đám mây trôi.

뜬눈으로 밤을 새우다 trải qua một đêm không ngủ, thức trắng đêm.

든든하다 rắn chắc, chắc chắn, vững mạnh. 든든하게 만들다 làm một cách chắc chắn. 든든한 회사 một công ty vững chắc. 든든히 một cách chắc chắn. 마음을 ~든든히 먹다 quyết tâm một cách chắc chắn.

집을 ~든든히짓다 xây nhà một cách chắc chắn. 그 말을 들을니 마음이 든든하다 nghe điều đó ra hoàn toàn đáng tin cậy. 배가 든든하다 bị đầy bao tử.

든부자 난거지 người trông có vẻ bần hàn nhưng thật ra rất giàu có.

뜬소문 tin đồn thất thiệt. ~이 돌다 ~ lan truyền

든직하다 đường hoàng, trang nghiêm, trầm tĩnh.

든침모 cô thợ may tại nhà.

뜯기다 (물리다) bị cắn. (빼앗기다) bị cướp. 돈을 ~ bị tống tiền, bị lấy (cướp) tiền. (머리털을) tóc bị nhổ. (풀을) thả súc vật đi ăn cỏ.

듣다 nghe, lắng nghe. nghe nói,(반)

말하다 nói, 들리다 nghe thấy, 빗소리를 ~ nghe tiếng mưa. 잘 못 듣다 nghe nhầm, nghe sai. 듣기 거북하다 (어렵다) khó nghe, nghe khó chịu. 트르, 듣기 거북한 말투 giọng trọ trẹ, 듣기좋은 bùi(sướng) tai, 끝까지 ~ lắng nghe nói cho đến hết. 잔소리 (꾸지람)을 ~ nghe quở trách. (반) 칭찬을 ~ được khen. 충고를 ~ nghe theo lời khuyên. 잘 듣는 약 thuốc rất công hiệu. 말을 듣지 않다 không nghe lời. 브레이크가 안 듣는다 cái thắng này không tốt. 빗 방울이 ~ giọt mưa rơi.
(속) 들으면 병이고 안 들으면 약이다 (들으면 걱정이 되니 차라리 안 듣는 것이 낫다) Nghe sinh bệnh, không nghe là thuốc(nghe điều gì đó rồi sinh ra lo lắng thì thà không nghe còn hơn).
듣기 쉽다 dễ(lọt) tai, dễ nghe.
듣기 싫은 잔소리 tiếng bắc tiếng chì.
듣기좋게 계속 울려퍼지는 ròn rã.
듣기 좋은 dễ nghe, vui(xuôi) tai. êm ái. khoái tai, ~음악 bản nhạc ~. 듣기 좋게 퍼지는 ròn rã.
듣기 좋아서 nghe bùi tai.
듣기 힘든 khó nghe.
(속) 듣기좋은 노래도 한두번이다 (아무리 듣기 좋은 소리도 계속 들으면 짜증난다) Bài hát hay cũng chỉ nghe một hai lần thôi(dù lời có hay đẹp đến mấy nhưng nghe mãi cũng sinh ra nhàm chán).
뜯다 (떼다) tháo dỡ ra. bóc ra, (털 따위를) xé ra, nhổ ra, bứt ra. 집을 ~ phá sập nhà. 현악기를 ~ chơi (đàn).
듣다못해 kiên nhẫn lắng nghe một cách ngây ngô.
뜯어 내다 (돈을) tống tiền, bòn rút.
뜯어 말리다 xé toạt ra, kéo rời ra.
뜯어 먹다 (고기를) gặm thịt. (풀을) nhơi cỏ (북), nhai cỏ (남). (남의 것을) ăn bám.
뜯어버리다 xé bỏ.
뜯어보다 mở ra nhìn. 편지를 ~ mở thư ra đọc. (살펴보다) nhìn cho kỹ. 안경을 쓰고 사람의 얼굴을 ~ quan sát kỹ người qua cặp kính.
들 cánh đồng, sân. (전답) đồng ruộng. (평야) đồng bằng. (농지) nông trại, nông điền. 들에서 일하다 làm việc trên cánh đồng. 들 (등등) vân vân.
들소 bò tót. ngâu. con bò rừng.
들장미 hoa hồng dại.
뜰 (정원) vườn sân nhà. 뒤뜰 sân sau. (반) 앞뜰 sân trước.
들것 cái kiệu, cái cáng. băng ca.
들고나다 đi ra đi vào. ra vào, tấp nập.
들고양이 mèo rừng.
들국화 hoa cúc dại. khúc.
들끓다 sôi nổi, lúc nhúc, bu. 집에 쥐가 ~ chuột bu lúc nhúc trong nhà. 개미가 설탕에 ~ kiến bu lúc nhúc trên đường.(법석 대다) rầm rộ
들깨 tía tô. 들기름 dầu ~.
들녘 đồng bằng, thảo nguyên.
들놀이 đi chơi dã ngoại. điền viên, ~ 가다 đi chơi ngoài trời.
들다. 장마가 들었다 vào mùa mưa. (칼날이) sắc bén. 잘 드는 칼 con dao sắc bén. (나이가) già hơn

nhiều, già hơn tuổi. (손에) cầm lấy. (예를) cho, đưa ra. 예를 들다 cho ví dụ. (높이다) nâng lên, giơ lên. 돌을 ~ nhấc cục đá lên. 손을 ~ giơ tay lên. 얼굴을 ~ ngước mặt lên. 음식을 ~ ăn uống. 더 드시지요 mời anh dùng thêm.
들다(물건을) bưng, xách, 가방을 ~ xách va-li.
들다 (들어가다) vào (북), vô (남). (살다) sống. 여관에 ~ ngụ ở quán trọ. 잠자리에 ~ đi lên giường ngủ. (가입) 보험에 ~ được tham gia bảo hiểm.
들고 나다 ra vào.
(속) 들어서 죽쑨놈은 나가도 죽쑨다 (집에서 부지런한 놈은 어디를 가도 일이 있다) Kẻ nào vào ninh cháo thì ra cũng ninh cháo(người siêng việc nhà thì đi đâu cũng có việc).
금년엔 흉년이 들었다 năm nay thất mùa. 피로 물들다 bị nhuốm máu. (마음에) thích hợp. 마음에 드는 여자 người con gái phù hợp. 마음에 들도록 để làm vui lòng. 마음에 들지 않다 không hợp ý, không vừa lòng. 이 그림이 마음에 든다 bức tranh này vừa ý tôi. 병이 ~ bị bệnh. 잠이 ~ ngủ thiếp đi. 정이 들다 có tình cảm, phải lòng. 철이 ~ trở nên nhạy cảm. 맛이 ~ có mùi vị, có hương vị. 김치맛이 들었다 kim chi đã ăn được. (수용) 이방엔 10 명이 들수 있다 phòng này có thể chứa được 10 khách. (필요) 돈이 얼마나 들었소? Đã trả bao nhiêu tiền.

들떠있다 xao động, nhấp nhổm, rộn rạo, (소란하다) làm ồn ào, làm om sòm.
(속) 드는 정은 몰라도 나는 정은 안다 (정이 들 때는 모르게 들어도 정이 식어질때는 뚜렷이 알 수 있다) Dù không biết tình đến nhưng biết tình đi (thương nhau thì không dễ nhận thấy, nhưng ghét nhau thì nhận thấy rất rõ).
들뜨다 (마음이)nôn nao, không yên. phơi phới. 들뜨게하다 khích nộ. 들뜬 청춘 phơi phới thanh xuân.
들들볶다 dằn vặt,남편을 볶는 아내 vợ ~ chồng, sôi nổi, kích thích. (사람을) gay phiền phức, khó chịu.
들락날락하다 ra vào thường xuyên.
들랑거리다 hay lui tới, thường xuyên qua lại.
들러리 (신랑의) phù rể. (신부의) phù dâu. 들러리 서다 làm ~.
들러붙다 dính chặt vào, bám chặt vào. 벽에 ~ gắn chặt vào tường.
들려주다 (알리다) báo cho, cho biết. (읽어서) đọc cho.
들르다 ghé thăm, ghé qua. triệng, 부산에 ~ dừng lại Busan. 광주에 이틀간 ~ lưu lại Gwang-Ju hai ngày.
들려 주세요!(정중하게) quá bộ!.
들리다 (소리) nghe thấy, nghe rõ. 들리는 데서 trong tầm nghe. (반) 안 들리는 데서 ngoài tầm nghe. 내말이 안 들리나? Bạn có nghe tôi nói không? 소문이 ~ tiếng đồn tới tai. 들리는 바에 의하면 theo tin đồn. 병이 ~ bị bệnh. 감기 ~ bị cảm lạnh. 귀신이 ~ bị ám

ảnh. 들리지 않는가? há không nghe đến sao?

들리다(잠시) ghé lại.

들먹거리다 lắc lên lắc xuống. 기뻐서 어깨가 ~ cười run cả vai. (마음이) dao động, áy náy.

들먹들먹 chuyển động lên xuống, luôn luôn động đậy.

들보 xà nhà, cây xà ngang. cây đà, rầm gác.

들볶다 gay ưu phiền. kéo cưa, 들볶이다 bị quấy rầy, bị trêu chọc. 제발 나를 들볶지 마라 xin đừng làm phiền tôi.

들부수다 đè nát.

들새 chim rừng.

들썩거리다 chuyển động. (마음이) dao động, xôn xao. (충동하다) náo động, lay động.

들쓰다 phủ lên. 먼지를 ~ bị phủ đầy bụi.

뜰아래채 cái chái bên ngoài nhà. 뜰 아랫방 căn phòng dưới sân nhà.

들어가다 vô(남), vào (북), đi vào. bước vào. nhập,(반)나가다 đi ra, xuất, 방으로 ~ đi vào phòng. 사지로 ~ đi vào chỗ chết. 숲속으로 ~ đi vào rừng. 군대에 ~ đi lính. 대학에 ~ ghi danh vào trường đại học.

들어가도 될까요? tôi vào được không?

들어내다 (쫓아내다) đuổi ra, hất cẳng. 뜰로 책상을 ~ đem cái bàn ra vườn.

들어맞다 (알맞다) vừa vặn, vừa khít. 이웃은 네게 꼭 들어맞는다 áo này rất vừa vặn với bạn.

들어먹다 (탕진) phung phí, lãng phí. 공금을 ~ tham ô của công.

들어박히다 (빠지다) chìm đắm vào. (나오지 않다) không ra khỏi nhà. 집에 들어박혀 있는 사람 người ru rú ở nhà.

들어붓다 (비가) mưa như trút nước. 들어붓는 비 mưa to, mưa tầm tả (장마). (술을) uống quá độ. 물을 ~ đổ nước.

들어서다 đi vào, bước vào. 구내에 ~ bước vào dinh cơ. (제 시간에) đến đúng giờ.

들어앉다 (퇴직) về hưu. 지배인으로 ~ đảm nhiệm chức vụ giám đốc.

들어 있다 đựng,무엇이 들어 있을까? hộp này đựng gì?

들어오다 vào, bước vào. 도둑이 ~ kẻ trộm vào nhà. 들어오세요 xin mời vào. (틈새로) lọt

들어 올리다 nâng, trục, trục lên, xách, bênh bồng, nhấc. xốc cho(반)내리다 hạ, (헹가래)dở lên(남), nhấc lên(북).다리를 ~ nhấc chân lên, 바지를 치켜올리다 xách quần.

들어주다 thừa nhận, ban cho.

들어차다 trở nên đầy tràn. 꽉 ~ nhồi nhét.

들엉기다 làm đặc lại, làm đông lại.

들여가다 đưa vào, mang vào.

들여놓다. 발을 ~ đặt chân vào.

들여다보다 nhìn vào, nhòm(dòm) vào. 우물을 ~ nhìn xuống giếng. 빤히 ~ nhìn chằm chằm. 얼굴을 빤히 ~ nhìn chòng chọc vào mặt, nhìn chăm chăm vào mặt.

들여다보이다 có thể nhìn thấy rõ. 빤히 ~ 보이는 거짓말 lời nói dối

rành rành.
들어보내다 gửi vào, để cho (ai) vào. 선물을 ~ gửi vào món quà.
들어올리다 nhắc. xách.
들어서 돌리다 huơ lên.
들여앉히다 (여자를) để cho phụ nữ vào nhà.
들여오다 mang vào, đem vào. 상을 ~ mang lên bàn ăn.
들오리 con vịt trời.
들은 귀 (경험) rút kinh nghiệm.
들은 바에 의하면 nghe đồn.
들은 풍월 học hỏi bằng cách nghe.
들이다 cho vào, đi vào. 사람을 집에 ~ cho người vào nhà. 큰 돈을 들어서 산것 cái đó phải trả bằng giá đắt. 새식모를 ~ thuê đầu bếp mới. (맛을) ưa thích. 돈에 맛을 ~ ham tiền. 머리에 물을 ~ nhuộm tóc. 길을 ~ đã thuần hoá.
들이닥치다 kéo lại gần, gần tầm tay, sắp xảy đến. 뜻하지 않은 손님이 ~ vị khách bất ngờ đến thăm.
들이대다 (반항) chĩa thách thức, thách đố. 권총을 ~ chĩa súng lục về phía. 증거를 ~ đưa chứng cớ ra trước mặt.
들이덤비다 tấn công, thách đố.
들이마시다 hớp, (공기를) hít vào. (반) 내품다 thở ra. 담배 연기를 ~ nuốt khói vào.
들이몰다 (마구) lái quá nhanh.
들이밀다 đẩy vào. 냅다 ~ đẩy mạnh.
들이밀리다 bị xô đẩy.
들이받다 va phải, đụng phải. 머리로 문을 ~ nó va đầu vào cửa.
들이빨다 hút, hít, mút. 손가락을 ~ mút tay.

들이불다 thổi mạnh.
들이붓다 đổ vào.
들이쑤시다 nhức nhối.
들이쉬다 hít vào. 숨을 크게 ~ hít sâu vào.
들이치다. 비가 ~ mưa như trút xuống.
들이키다 (마시다) uống một hơi.
들이퍼붓다. 비가 ~ mưa xối xả (폭우)
들일 công việc nông trại.
들장미 hoa hồng dại, cây tầm xuân.
들쭉날쭉한 gồ ghề, lồi lõm. lố nhố. lởi xởi. 등쭉날쭉하게 난 이 răng ~.
들쥐 con chuột đồng. điền thử.
들짐승 động vật hoang dã. muông thú.
들창 (창문) cửa sổ đẩy.
들창코 mũi hếch(hớt).
들추다 (뒤지다) lục soát, tìm kiếm. 호주머니를 ~ sục sạo trong túi. (들어올리다) nâng lên. (드러내다) vạch trần. 잘못을 ~ vạch trần lỗi lầm.
들추어내다 khải minh, xói móc, (찾아내다) tìm ra, khám phá ra. (드러내다) bộc lộ, vạch trần. bí mật을 ~ phơi bày bí mật, phát giác.
뜰층계 bậc thang bên sân nhà.
들치기 ăn cắp, kẻ ăn cắp.
들키다 (발각되다) bị phát hiện (phát giác). 들킬까봐 sợ bị khám phá ra.
들통나다 bộc lộ ra, phơi bày, vạch trần.
들판 cánh(ở) đồng, đồng, đồng bằng. 들판 에 ngoài đồng, ~에서 ngoài đồng.
뜸 (한방) sự đốt bằng cây ngải cứu.
뜸들이다 nấu chín kỹ. (일할때) để đủ giờ.

뜸부기 (새) con gà nước.
듬뿍 (가득히) tràn đầy, đầy đủ.
듬성듬성 thưa thớt. lác đác, thoi thót, lơ thơ. 집이 ~ 있다 nhà nằm rãi rác (thưa thớt). ~ 흩어 진 lác đác. ~ 곤두서는 tua tủa, 수염이 ~ 나다 râu mọc ~.
듬직한 1ù lù, đường hoàng. 면전에 듬직히 서다 đứng ~ trước mặt.
뜸질하다 hơ bằng lá ngải cứu.
뜸하다 dịu bớt, tạm lắng, yếu bớt. 뜸해지다 đến lúc tạm lắng.
뜻 (의지) ý chí. ý muốn, ý hướng ý định. 목적 mục đích. 희망 hy vọng. 야망 mong muốn. 의미 ý nghĩa. ~이 있는 có chí, 뜻이 없다 vô nghĩa. 뜻이 분명하다 nghĩa sáng, nghĩa đen. 하늘의 뜻 ý muốn của trời, 자기의 뜻을 달성하다 đạt được ý muốn của mình. 숨은 뜻 nghĩa ẩn, nghĩa tối, nghĩa bóng. 뜻에 따르지 않다 sái ý, 뜻을 다하다 hết ý, ...의 뜻에 따르다 chiều ý.
뜻에 맞는(만족스런) vừa(thích) ý. xứng ý. (부합한) lọn nghĩa.
뜻맞다 (의기상통) ăn ý với, thích hợp với. 마음에 들다 đúng với sở thích.
뜻대로 theo ý. phóng hoài, (좋을대로)mặc lòng(ý), ~ 안 되다 không theo ý muốn. ~하게 하다 thỏa mãn(nguyện), 요구대로 하게하다 thỏa mãn yêu cầu.
뜻밖의 bất ngờ. 뜻밖에 thình lình. nào ngờ, bỗng dưng, 그 것은 친만뜻밖이었다 điều đó hết sức bất ngờ. ~의 손님 vị khách bất ngờ. ~행운을 얻음 chó ngáp phải ruồi.

~횡재를 하다 chuột sa chĩnh gạo.
~의 인연 ngẫu duyên.
뜻밖에 내린 폭우 trận mưa lớn thình lình.
듯싶다 (것 같다) có vẻ như. 비가 올 듯싶다 có vẻ trời mưa.
듯이 như, như thế, cứ như là. 죽은 듯이 보였다 có vẻ như chết rồi.
뜻이 맞다 quen hơi.
뜻이 없는 vô nghĩa.
뜻이 있는 곳에 길이 있다 hữu chí cánh thành (속).
뜻있게 có ý nghĩa.
듯하다 có vẻ như, hình như, dường như. 비가 올 듯하다 có vẻ trời mưa. 배는 침몰할 듯 했다 tàu như sắp chìm. 학생인 듯하다 trông như học sinh.
뜻하다 (계획) kế hoạch, dự kiến, có ý định. 결심 quyết định. 의미 có ý nghĩa là.
뜻하지 않게 nào ngờ. ngờ đâu.
등 cái lưng. 등을 두둘기다 vỗ nhẹ lưng. ~을 돌리다 quay lưng lại. xây lưng, 등을 기대다 dựa lưng, 등을 맞 대고 앉다 ngồi đâu lưng, 등이 굽은 gù, khum lưng, 꼽추 người gù, (외면:등을 돌리다))day lưng, 등을 구부리다 gò lưng. (등급) lớp, hạng. 1 등 hạng nhất. 등등 vân vân. 등에업다 cõng. (등불) đèn. 등가리개 chao đèn. ~기름 dầu đèn(đốt). 등뒤에서 찌르다 đâm lén. 등에 혹이 있 는 소 bò u.
등에 매는 자루 tay nải(đẩy).
등에 지고 운송하다 thồ, 짐 싣는 말 ngựa thồ.
(속) 등에 찬 물을 끼얹는 것 같다(갑

자기 예기치 않는 일이 발생하다) Như bị dội nước lạnh vào lưng(bị bất ngờ vì một chuyện gì đó đột ngột xảy ra).
등에 불을 붙이다 châm đèn.
등에 불을 켜다 lên đèn.
등가물 tương đẳng.
등가방 ba lô, 손가방 cái cặp.
등갓 (등 가리개) chao đèn.
등거리 khoảng cách bằng nhau. 등거리의 cách đều.
등걸 (나무) chân cây. 등걸잠 ngủ có mặc quần áo.
등경(등받침) chân đèn.
등고선 đường đồng mức, đường viền, đường quanh. ~ 지도 đường viền quanh bản đồ.
등골 xương sống. ~이 오싹하다 thấy ớn lạnh. khó coi.
등꽃 hoa đậu tía.
등과하다 trúng tuyển kỳ thi.
등교하다 đi học, ghi danh học, tự học.
등귀 (값이 오름) tăng lên, tăng giá. 원료의 ~로 인해서 do bởi vì tăng giá nguyên liệu.
등극하다 lên ngôi. đăng cực.
등급 cấp bậc, hạng. bậc thứ, đẳng cấp, (순위) thứ bậc, ~을 낮추다 giáng cấp. ~이 다른 sai đẳng.
등급으로 나누다 phân hạng.
등기 đăng ký. trước bạ, ~가 되어있다 đã được ~. 등기 (등록) 번호 số ~. 등기 (등록) 말소 xoá sổ, huỷ bỏ ~. 등기료 lệ phí ghi tên, phí ~. 등기 부 đăng bộ(bạ), sổ sách. ~사항 vấn đề can phải ghi sổ. 등기소 sở ~. ~ 편지 thư bảo đảm.
등기우편 thư bảo đảm. 소포 bưu kiện.

등기로 부치다 gởi bảo đảm.
등나무 cây đậu tía.
등단하다 bước lên bục giảng.
등달다 (다급하여 애타다) nóng nảy, quá lo lắng.
등대 đèn biển(pha), hải đăng. tháp đèn. ~불 đèn báo hiệu trên biển.
등대지기 người gác hải đăng.
등대다 (의지하다) tin cậy vào.
등덜미 phần trên của lưng. ~ 를 잡다 tóm lưng cổ.
등등 vân vân.
등등한 đằng đằng, 살기~ ~ sát khí, (기세) khí thế quá mạnh.
등락 đổ (đậu) hoặc bị hỏng (rớt)
등록하다 đăng ký. trước(ký) bạ, vô số, 수하물을 ~ vô số các hành lý, ~금 lệ phí ~. 등록상표 nhãn hiệu. 등록세 thuế ~. 등록인 người ~. 등록된 cầu chứng, 등록필 bảo đảm ~. 등록번호 số đăng ký
등록부 sổ bộ.
등록 장부 sổ đăng bạ.
등록시키다 chiêu sinh.
등록금(학교) tiền làm thủ tục nhập học, tiền nhập học(입학금)
등롱(등의 바람막이 갓) lồng đèn.
등마루 sống lưng luống.
등목어 cá rô.
등반하다 trèo lên, leo lên.
등받이 cái lưng ghế.
등배수 số dảng bội.
등뼈(척추), xương sống yêu chùy, sống lưng.
등변 (수학) cạnh đều. ~삼각형 hình tam giác đều.
등본 (호적) bản sao hộ khẩu.
등분하다 chia bằng nhau, chia đều.

이익을 3 등분하다 chia lãi giữa ba người. 등분선 đường phân giác.

등불 ánh sáng đèn. ~을 켜다 bật đèn. đèn thắp, ~의 심지 đăng hoa.

등비 (수학) tỷ số đều. ~급수 cấp số nhân.

등사하다 sao chép lại, photo lại, chép lại.

등산하다 leo núi. đăng sơn, 등산가 người ~. 등산화 giày ~.

등살 sự quấy rồi (phiền nhiễu), khó chịu. 모기 ~에 잠을 잘 수 없다 muỗi vo ve làm tôi không thể ngủ được.

등색 (주황색) màu cam.

등성마루 (등). 손등 mu bàn tay. 발등 mu bàn chân. 책의 등면 gáy sách.

등성이 (잔등) mặt sau, lưng. 산 ~ đỉnh núi, ngọn núi.

등속 (물리) tốc độ đều.

등수 cấp, hạng, bậc. 같은 수 con số bằng nhau.

등식 (수학) tính bằng, tính ngang bằng.

등신 người khờ dại, người ngu xuẩn. ~같은 짓하다 làm trò hề.

등신상 bức tượng to như hề.

등심 (소고기)thịt thăn, thịt bò phần ngon. 등심 (심지) bấc đèn.

등심(식물의) lõm.

등심초 bồ thảo. cói, lác.

등압선 đường đẳng áp.

등어리 (등) lưng.

등외의 dưới mức bình thường.

등용하다 bổ nhiệm, thăng chức. 인재를 등용하다 tuyển dụng người tài.

등용문 cơ hội cho làm.

등위 cấp, bậc. 등위접속사 liên từ kết hợp.

등유 dầu lửa, dầu thấp đèn.

등의자 lưng ghế mây (대나무 의자)

등을 구부리고 걷다 i lom khom.

등을 돌리고 앉다 ngồi xoay lưng.

등자 (말 제구) bàn đạp ngựa.

등잔 cây đèn dầu.. ~불 bóng đèn, ánh đèn. ~을 밤새도록 켜놓다 chong đèn.

(명)등잔밑이 어둡다(자신의 약점은 흔히 모른다)Chân đèn thì tối(Nhược điểm của mình thường không biết).

등장하다 bước lên sân khấu, xuất hiện trên sân khấu. 등장인물 nhân vật ra sân khấu.

등재하다 đăng ký, ghi chép.

등정하다(산에) lên đến đỉnh núi.

등정하다(길에) khởi hành lên đường, bắt đầu đi.

등줄기 những phần xương sống.

등지다 trở nên xa lạ. (배반) phản bội. 벗을 ~ quay lưng lại bạn bè. 벽을 등지고 앉다 ngồi dựa lưng vào tường.

등짐 ba lô đeo trên vai. ~장수 người gánh hàng rong.

등차급수 (수학) cấp số cộng.

등창 nhọt lưng, (한의) thán thư. ~이 생긴 thuộc về bệnh ~.

등청하다 đi làm việc. (법정에)thăng đường.

등촉 (등불과 촛불) đèn dầu và nến.

등치다 (빼앗다) tống tiền, cướp. (등을 치다) đập vào lưng.

(속) 등치고 간 내먹는다(겉으로는 위

해주는 체 하면서 속으로는 해를 끼친다) Võ lưng người ta móc gan ăn(bên ngoài tỏ ra tử tế với người nhưng thật lòng thì lại có ý hại người đó).

등피 ngọn đèn, cây đèn. (등가죽) da lưng.

등하불명 (등잔밑이 어둡다) dưới chân nến thì tối.

등한하다 (소홀하다) hờ hững, cẩu thả, lười biếng, xao lãng.

등한시하다 xem thường.

등화 ánh đèn. ~ 가친의 계절 một mùa tốt để đọc.

띠다 (눈에) bắt gặp cái nhìn.

띄어쓰다 viết cách khoảng.

띄어쓰기 viết tách rời.

띄엄 띄엄 thưa thớt, lơ thơ.

띄우다 nổi lên, bay, tung bay. 연을 ~ thả diều. (물위에) thả trôi. 입가에 미소를 ~ nụ cười trên môi. 편지를 ~ gửi thư. (사이를) bỏ trống khoảng cách.

띠 (허리띠) dây lưng, thắt lưng, dải băng. 띠를 매다 buộc dây lưng. 나는 말띠다 tôi sinh năm con ngựa. 띠를 매다 thắt dây. dây buộc. (반) 띠를 풀다 tháo thắt (나이의)năm tuổi.

띠다 thắt dây lưng. (지니다) mang, đeo. 칼을 허리에 ~ đeo kiếm bên hông. 노기를 ~ nhìn giận dữ.

디도서(성경) Tít.

디디다 (밟다) đạp lên. vịn vào 땅을 ~ giẫm lên mặt đất.

디딜방아 cối xay gạo. cối cần.

디딤돌 bậc đá, thần đá.

디렉터 giám đốc.

디모데 전서(성경) I Ti-mô-thê.

띠바(베트남 악기) tì bà.

디스카운트 (할인하다) chiết khấu, giảm giá. 할인판매 (디스카운트 세일) bán hàng giảm giá.

디스크 (통증) thần kinh toạ.

디스크자키 người giới thiệu đĩa hát.

띠씨름 môn đấu vật đeo đai.

띠엄띠엄 (드문드문) rải rác, thưa thớt. ~심다 trồng cây ~ cách khoảng nhau. (천천히) từ từ.

디이젤기관 động cơ Diezel. ~기관차 đầu máy xe lửa Diezel.

디자이너 người thiết kế, thợ thiết kế.

디저어트 đồ tráng miệng. ~나이프 dao ăn đết-xe.

디지털 con số từ 0 đến 9.

디풀레이숀 (경제) giảm lạm phát. ~정책 biện pháp giảm lạm phát.

디프테리아 bạch hầu, hầu thống.

디럭스 sang trọng, xa xỉ.

딜러를 하다(도박의) làm cái, dỉler người ~.

딜레마 tình trạng tiến thoái lưỡng nan. ~에 빠지다 rơi vào tình trạng khó xử.

딩굴다 lăn lộn. trăn trở, cọ quậy, dĩng ở dài nhi lăn lông lốc.

딩딩하다. 배가 ~ ăn căng bao tử, ăn no bể bụng.

띵하다 (아파서). 머리가 ~ bị nhức đầu âm ỉ.

또박또박 쓰다 chữ viết một cách nắn nót.

ㄹ

- ㄹ까 ư, nhỉ? 그럴까? Thật không?, thật à? 그게 정말일까? Cái đó có thật không nhỉ? 그는 누구일까? Anh ta là ai nhỉ? 설마 그럴까? Lẽ nào lại như vậy nhỉ? 창문을 열까요? Có thể mở cửa sổ được chứ?
- ㄹ 걸. 이세상에 태어나지 않으면 좋았을 걸 phải chi tôi không có trên cõi đời này. 당신이 더 클 걸 tôi nghĩ là bạn cao hơn tôi. 그는 꼭 성공할 걸 tôi tin chắc là nó sẽ thành công.
- ㄹ 것 같다 (_ 같이 보이다) giống như sẽ, hình như sẽ. 비가 올 것 같다 hình như trời sẽ mưa.그는 안갈 것 같다 hình như anh ta không đi. 그는 늦을 것 같다 có vẻ anh ta sẽ đến muộn.
- ㄹ 는지. 그 것을 팔는지 물어볼까? nếu họ bán chúng ta sẽ hỏi chứ?
- ㄹ 듯이. 죽을 듯이 신음하다 hắn rên rỉ như là sắp chết.
- ㄹ라. 조심해라 넘어질라 cẩn thận kẻo ngã té.
- ㄹ 망정 dù, mặc dù, nhưng mà, ngay cả, tuy nhiên. 굶어 죽을 망정 도둑질은 안 한다 dù chết đói cũng không ăn cắp.
- ㄹ 바에. 할 바에는 잘해라. 공부할 바에는 잘해라 nếu đã làm học thì hãy cố gắng đi.
- ㄹ 밖에. 할일 없으니 책이나 읽을 밖에 không có việc gì làm ngoài việc đọc sách.
- ㄹ 뿐더러 không những ... mà còn, cũng như. 영어를 말할 뿐더러 불어도 한다 không những nói được tiếng Anh mà cả tiếng Pháp.
- ㄹ 수록 càng ... càng .... 빠르면 빠를수록 좋다 càng nhanh càng tốt. 클수록 좋다 càng lớn càng tốt. 이 책은 읽을수록 재미있다 sách này càng đọc càng hay.
- (으) ㄹ 수 없다 không thể ..., không thể làm được. 먹을 수 없다 không thể ăn. 추워서 참을 수 없다 lạnh quá chịu không nổi. 그는 믿을 수 없는 사람이다 anh ta là người không thể tin được. 안 갈 수 없다 không thể không đi. 모를 수 없다 không thể không biết.
- ㄹ 수 있다 có thể. 될 수 있는 대로 như có thể. 해결할 수 있다 có thể giải quyết được.
- ㄹ 지 dù là, có không. 그가 올지 모르겠다 tôi không biết nó tới đây không.
- ㄹ 지라도 ngay cả, dù là, mặc dù, chẳng hề gì. 비가 올지라도 가겠다 dù cho trời mưa tôi cũng sẽ đi, ngay cả trời mưa tôi cũng đi.
- ㄹ 지언정 thà... là, hơn là. 죽을지언정 살아서 치욕은 받지 않겠다 thà chết còn hơn chịu nhục.
- ㄹ 진대 (가령) trong trường hợp, nếu như (ㄹ 것 같으면) theo. 내가 볼 진대 그는 승산이 없다 theo nhận xét của tôi, cơ hội đều bỏ rơi hắn.
- ㄹ 터이다 cho là. 오전에 돌아올 터

이다 tôi cho là tôi về trước buổi trưa.
라(음계상) la.
- 라고 **là**. 옛날 한국을 고려라고 불렀다 ngày xưa Hàn Quốc gọi là Koryo. 기다리라고 해라 bảo hắn đợi. 들어오라고 할까요? Tôi có thể bảo hắn vào không? ~생각되다 thiết nghĩ, --라고는 생각도 못 했다 không ngờ. –라고 인정하다 cho rằng. –라고 믿다 ngỡ là.
- 라고 느끼다 lấy làm, 이상하게 느끼다 lấy làm lạ.
- 라고 말하다 nói rằng. tiếng là(rằng).
- 라는 **tên là**. 김이라는 사람 một người nào đó có tên là Kim.
- 라는. 법정에 출두하라는 통보를 받다 nhận được thông báo ra toà.
- 라니 김씨가 간첩이라니 깜짝 놀랐다 tôi rất ngạc nhiên khi nghe tin anh Kim là gián điệp.
- 라도. 어떤 아이라도 그 만한 것은 할 수 있다 bất cứ đứa trẻ nào cũng làm được điều đó.

라듐(화학) radium. quang chất. lôi đính.
라드(돼지기름) mỡ nước.
라디오 máy thu thanh, radio(남), cái đài(북).라디오를 듣다 nghe đài. ~전파 sóng radio.
라디오를 켜다 mở ra-đi-ô.
라디오 방송 vô tuyến truyền thanh.
라마 Lạt ma. ~교 Lạt ma giáo. ~교도 tín đồ Lạt ma. ~사원 tu viện lạt ma.
라면 (국수) mì gói(thánh), phở.
라벨(상표)nhãn hiệu, lá nhãn.

라야. 너라야 그것을 할 수 있다 chỉ có bạn mới làm được việc đó.
라오스(국명) nước Lào. Ai-Lao. vương quốc Lao.
라이닝 lớp vải lót.
라이벌(라이벌) đối thủ, địch thủ.
라이스카레 cơm cary.
라이온스 클럽 câu lạc bộ Lion.
라이터 máy lửa, quẹt máy, bậc lửa(북), hộp quẹt(남).
라이트(자동차의)pha, ~ (불)를 켜다 mở đèn.
라이트급(권투) hạng nhẹ (võ sĩ).
라이풀 (총) súng trường.
라인 đường, tuyến, dây.
라인업 (대형) đội hình.
라일락 (식물) đinh tử hương. đinh hương
라지에타(자동차)thùng nước xe hơi.
라케트 cái vợt.
라틴 Latin. ~어 chữ ~, 라틴 아메리카 Châu Mỹ Latin.
- 락말락. 담이 무너질락말락 한다 bức tường sắp sụp đổ.
란제리 quần áo lót, đồ vải.
람브레타 xe lam.
랍소디 (음악) khúc cuồng tưởng.
랑데뷰 cuộc hẹn. ~하다 hẹn nhau.
- 래서. 그를 오래서 (오라고 해서) 같이 놀자 hãy bảo anh ấy đến chơi với chúng ta.
래서야. 이래서야 됩니까? Bạn không nên làm thế.
래야. 그래야 마땅하지 bạn phải làm như vậy.
랜드카(물건나르는) băng lăn.
랜터 (전등) đèn lồng, đèn xách.
랜트카 xe mướn cho.

램프 (등) đèn. cây đèn,~ 를 켜다 thắp đèn(북), đốt đèn (남). ~의 갓 măng sông. ~의 등피 ống khói đèn. ~를 끄다 thổi tắt. thổi đèn. ~와 책 đèn sách. ~ 심 지 tim đen.
랭크 hạng. 랭킹 1 위 hạng nhất.
량(계량단위) lạng. 금 열량 mười lạng vàng.
런던 Luân Đôn
런어 người chạy đua. 러닝 cuộc chạy đua. 러닝샤스 áo thể thao. 러닝메이트 cuộc chạy đua tiếp sức.
러버 (애인) người yêu. 러브 (사랑) tình yêu, ái tình. 러브스토리 chuyện tình. 러브레터 lá thư tình.
러쉬아워(출퇴근시간)giờ cao điểm
러시아 nước Nga. ~인 người Nga.
럭비 môn bóng bầu dục.
럭키 (행운) may mắn, vận may.
런치 bữa ăn trưa.
레(음계의) rê.
레 귤러 đều đặn, cân đối. ~맴버 hội viên chính thức.
레미콘 bê tong tươi
레몬 quả chanh (북), trái chanh (남). ~즙을 짜내다 vắt chanh.
레몬쥬스 nước chanh.
레바논(국명) LI BĂNG
레벨 mức độ, trình độ. ~이 높다 trình độ cao.
레비게이션 máy chỉ đường.
레스비언 người tình dục đồng giới.
레스토랑 nhà hàng, tiệm ăn, quán ăn.
레슨 bài học. 피아노 ~ bài học piano.
레슬링 đấu vật. ~선수 người ~. ~ 시합 trận ~.
레위기(성경) Le-vi-ký..
레이 (화환) vòng hoa. ~를 목에 걸다 choàng vòng hoa quanh cổ.
레이다 ra đa. ~기지 trạm ~. ~관측소 đài ra đa. ~상에 나타난 표적 màn hiện sóng. ~정찰 thám sát bằng ~. ~운영자 trắc thủ.
리이디 quý bà, quý phụ nữ.
레이스 ren. 손으로 짠 ~ ren bằng tay. (장식수예품) đăng ten. ~ 장식 họa tiết.
레이스(경주)cuộc đua.
레이저 tia lade.
레인코트 áo mưa.
레일 đường ray xe lửa.
레저 giai trí, rảnh rỗi, thư nhàn. ~ 센터 trung tâm ~.
레지스턴스 vận động kháng cự.
레커차 chiếc xe kéo.
레코드 (기록) hồ sơ, biên bản. (축음기) máy hát(ghi âm). ~ 판 đĩa hát.
레크레이션 giờ chơi, giờ giải trí.
레테르 nhãn hiệu, chiêu bài. ~를 붙이다 dán nhãn.
레퍼리 (주심) trọng tài.
레퍼토리 chương trình biểu diễn.
렌즈 thấu kính. ống kính, 오목~ thấu kính lõm, 볼록~ ~ lồi, 현미경 kính hiển vi.
랜치 (공구) cái cờ lê.
렌트카 xe hơi thuê. xe lô.
려. 언제 떠나려나 ? khi nào anh sẽ đi?
_ 려네 tôi sẽ, tôi dự định. 자네가 가면 나도 가려네 tôi sẽ đi nếu anh đi.
_ 려느냐. 그것으로 무엇을 하려느냐 anh định làm gì với cái đó.
_ 려는. 너를 속이려는 생각은 털끝만 큼도 없다 tôi không có ý lừa dối anh chút nào.

_ 려는가. 언제 떠나려는가? Chừng nào anh đi?
_ 려는데. 내가 막 외출을 하려는데 그가 왔다 hắn đến đúng vào lúc tôi đi ra.
_ 려니. 나는 그가 시험에 합격되려니 생각했다 tôi tin chắc là nó sẽ thi đậu.
_ 려니와. 그는 학자도 아니려니와 정치가도 아니다 anh ấy không là học giả mà cũng không là nhà chính trị.
_ 려다가. 소풍을 가려다가 날씨가 흐려서 그만두었다 tôi định đi dạo nhưng không đi vì thời tiết xấu.
_ 려면. 일을 하려면 끝까지 하라 đã làm thì phải làm cho tới cùng.
_ 려면야. 하려면야 할 수 있지만 muốn là phải được.
_ 런만. 차를 운전할 수 있으면 좋으련만 tôi ao ước có thể lái xe được.
_ 렵니까? 언제 떠나시렵니까? Khi nào anh đi?
_ 로 bằng, với. 잉크로 쓰다 viết bằng mực. 포도로 만든 술 rượu làm bằng nho. 도보로 가다 đi bằng chân. (원인) 뇌일혈로 죽다 chết vì chứng tai biến mạch máu não. 일분차이로 기차를 놓치다 nhỡ tàu chỉ trong một phút. (방향) 부산으로 떠나다 đi về Buasan. (자격) với tư cách. 대표로 참석하다 tham gia với tư cách đại diện.
--- 로 이끌다 dẫn đến.
로가리즘(수학) lô-ga-rít.
로또(숫자를 맞추는 카드놀이) lô tô. 로또복권 vé số ~.
로마 La Mã. ~자 chữ ~. ~숫자 chữ số ~. ~교황 Đức Giáo Hoàng. 로마시의 별명 hoàng thành.
로마서(성경) Rô-ma
로만스 chuyện tình cảm lãng mạn. 로만티즘 chủ nghĩa lãng mạn. 로멘틱 lãng mạn, viễn vong.
로멘틱하고 꿈같은 thơ mộng.
로멘틱한 이야기 câu chuyện gió trăng.
로봇 rô-bốt, người máy, con bù nhìn.
로비 đại sảnh, buồng đợi. đi cổng sau, (이면공작) thương lượng ở sau, ~스트 chuyên gia. ~ 전문 심부름꾼 thầy thợ.
로서 (지위. 신분) như, đối với, thay cho. 교사로서 있을 수 없는 행위 một hành động không lễ phép với thầy giáo. 의사로서 với tư cách là bác sĩ.
로스구이 thịt bò quay.
로얄젤리 sữa ông chúa.
로우드쇼 buổi trình diễm lưu động.
로드워크 việc làm ngoài đường.
로울러(땅고르는) xe lu, xe ủi đất
롤러차 xe(tàu) lăn.
로우션 nước thơm, lotion.
로우스트 비프 thịt bò nướng.
로터리 vòng xoay, bùng(bồn) binh.
로우테이션 sự thay đổi, sự quay.
로우프 (줄) dây cáp, sợi dây, dây thừng. ~를 내리다 dòng dây. ~를 끊다 đứt dây.
로우힐 giày gót thấp. (반) 하이힐 giày gót cao.
로울러 trục lăn. ~스케이트 trò chơi trượt. ~ 차(땅고르는) xe lu, xe ủi đất. xe(tàu) lăn.
로울빵 ổ bánh mì.
로카빌리 (음악) nhạc sốc.

로케이션 quay phim hiện trường.
로켓트 tên lửa, rocket, ~탄두 đầu hỏa tiễn.
로켓 발사장치 súng phóng hỏa tiễn.
로코코식 kiểu rococo.
로키산맥 dãy núi Roky.
론. 논설 bài tiểu luận. 논의 thảo luận.
론도(음악)rondo.
롤러 con lăn.
_ 롭다. 향기롭다 thơm. 해롭다 có hại.
롱런 thời gian dài.
롱플레이 chơi lâu.
렌트겐 rontgen, tia X Quang. ~사진 ảnh chụp X quang, hình chụp X quang.
루마니아(국명) Lỗ Ma Ni
루머티스 bệnh thấp khớp.
루불(화폐단위) rúp.
루비(홍옥) hồng ngọc.
루우불 đồng rúp (tiền Liên Xô cũ).
루우즈 son. ~를 바르다 đánh phấn, tô son.
루우트 (경로) tuyến đường, con đường, lộ trình.
루트를 계산하다(수학)khai phương.
루프(밧줄)dây cầu dây.
루우피이 đồng rupi (tiền Ấn Độ)
룩색 cái ba lô.
룩셈부르크(지명) Lục xâm bảo.
룩스 nến, (조명의 단위) đơn vị đo lường ánh sáng.
룸바(음악) rum ba.
룸싸롱 bia ôm(퇴폐술집)
룸펜 kẻ lang thang.
룻기(성경) Ru-tơ.
_ 류 loại, hạng, kiểu thời trang.
류마티즘 (의학)tê(phong) thấp, bệnh thấp khớp. cốt khí.

르네상스 thời kỳ phục hưng.
르완다(국명) RUANDA
르포르타아즈 bản báo cáo.
를 (동사의 목적어) 우표를 수집하다 sưu tập tem. (전차사의 목적어) 개를 무서워 하다 sợ chó.
리가 없다 không được, không thể. 그것이 사실일리가 없다 đó không thể là sự thật được.
_ 리다. 서두르시오 늦으리다 mau lên kẻo muộn.
리더(지도자)người lãnh đạo.
(명)리더는 자기 비전을 납득 시킬 수 있어야 한다 Người lãnh đạo phải hiểu tiền đồ của mình.
(명)리더쉽이란 사람들로 하여금 그들이 하기 싫어하는 것을 하게하고 그 일을 좋아하게 만드는 능력이다 Khả năng lãnh đạo chính là năng lực làm cho những người làm những công việc mình không muốn, trở nên thích những công việc mình ghét.
리듬(박자) nhịp , nhịp điệu, tiết tấu.
리듬체조 thể dục nhịp điệu.
리드미칼하게 nhịp nhàng. 리듬 nhịp, nhịp điệu. 리드미컬한 음성 dặt dìu. dìu dặt.
리릭(서정시) bài thơ trữ tình.
리모콘 điều khiển từ xa.
리무진 xe hòm.
리바이벌 phục hồi, phục hưng.
리버럴 rộng rãi, hào phóng.
리버티 tự do.
리베리아(국명) LIBÊRIA
리본 dải băng, dây băng.
리비아(국명) LIBI
리사이틀 (독주회) tấu nhạc đơn.

리셉션 buổi tiếp tân. lễ tân.
리스트 danh sách. ~에 올리다 ghi vào ~.
리시버 người nhận. (기계) máy nghe.
리얼리즘 chủ nghĩa hiện thực.
리이그전 cuộc thi đấu đôi.
리이더 lãnh đạo, lãnh tụ,. ~십 nghệ thuật ~, 리이드하다 dẫn dắt.
리퀘스트 yêu cầu, thỉnh cầu.
리터 lít. 일 ~ một lít.
리턴메치 trận lượt về.
리트머스 시험지 giấy quỳ.
리포트 bản báo cáo.
리허설 dạo đàn, cuộc diễn tập. 린네르 vải lanh.
릴레이 달리기하다 chạy tiếp sức.
릴레이 시합 cuộc chạy đua tiếp sức. chạy tiếp sức.
림프 bạch huyết. 림파선염 chứng viêm tuyến bạch huyết.
립스틱 son môi. thỏi son, ~을 바르다 đánh môi.
링 (반지) chiếc nhẫn. (차바퀴의) vành bánh.
링(권투의)rinh.
링크 mối liên lạc, mắc xích, sân băng.

ㅁ

_ ㅁ 세 sẵn lòng. 내 나중 감세 tôi sẽ theo sau.

마 (남쪽) phía nam, hướng nam. 마파람 gió phía nam.

마 (식물) khoai mỡ, khoai mài.

마 (음악) nốt Mi.

마(옷감의 단위) mã cân, 한마 một ~.

마 (마귀) ma, ma quỷ. 마가들다 bị ám ảnh, có ma. 귀신들리다 bị ma quỷ ám ảnh. 마의 호수 hồ ma.

_ 마 người độc ác. 살인마 kẻ giết người tàn ác.

마가복음 (성경) Mác.

마각 biểu lộ chân tướng. ~을 드러내다 lộ bộ mặt thật.

마감 kết thúc. 업무를 ~하다 kết thúc giờ làm việc. 일을 ~하다 kết thúc công việc. ~ 날 ngày ~. 장부마감 đóng sổ. 마감시간 thời gian ~. 모집 ~ hết hạn tuyển dụng. ~시간을 연장하 다 triển hạn(kỳ).

마개 nút. 병~ ~chai, ~를 막다 đóng ~. 마개를 열다 mở nút. 병따개 cái khuy. đồ mở ~.

마고자 áo khoác

마구 (함부로) một cách bất cẩn, một cách tuỳ tiện. tì tì, túi bụi, cẩu thả, 말을 마구하다 nói năng tuỳ tiện. ~구겨놓다 vầy vò, ~ 아우성치다 thét mắng, 술을 ~ mửa dề dà uống rượu tì tì, ~날뛰다 múa men, 돈을 ~쓰다 tiêu tiền thoải mái. ~ 지껄이다 nói líu tíu, nói nhiều, (세차게). 비가 ~ 온다 mưa xối xả, mưa to. ~ 때리다 đánh túi bụi. ~ 달리다 chạy rông. 마구잡이로 욕하다 chửi vu vơ. ~번지다 lem lém.

마구 팔다 bán rong.

마구 흐트러진 머리 phi phát.

마구 (말 안장) bộ yên cương ngựa. ~를 달다(갖추다) thắng yên cương ngựa. ~상인 người làm yên ngựa.

마구간 chuồng(tàu) ngựa.

마구잡이로 cư xử bừa bãi, hành động khinh suất.

마굴 (마귀의) hang động ma (yêu quái). (악인의 소굴) sào huyệt. (창녀의) nhà thổ, nhà chứa.

마권 (승마투표권) vé đua ngựa.

마귀 ma quỷ. ~ 할멈 mụ phù thuỷ, kẻ yêu ma. la sát. ~같이 속이는 ma giáo. ~새끼 đồ ôn vật. ~를 쫓아내다 trừ tà ma.

마그네 사이트 (광물) chất ma-nhê. 마그네슘 bột ma-nhê.

마그네시아 (화학) 황산 ~ chất sulphát ma-nhê.

마그마(지구과학) mác-ma.

마냥 tình trạng no nê, tràng trề. thắng giấc. ~ 즐기다 chơi thoải mái. 깨지않고 마냥 자다 ngủ thẳng giấc.

마네킨 người mẫu. ~인형 hình nhân.

마녀 mụ phù thuỷ.(반)선녀 tiên nữ.

마노 (광물) đá mã não.

마누라 (아내) vợ, bà xã. 마누라를 얻다 lấy vợ.

마늘 củ tỏi, tỏi. ~ 장아찌 món tỏi ngâm.

마니교 Ma ni giáo.

마님 (부인) phu nhân.

마다 từng, mỗi. 집집 ~ từng nhà. 5 년마다 mỗi 5 năm, cách 5 năm. 이틀마다 cứ mỗi hai ngày. 날마다 mỗi ngày, hàng ngày. 매시간~ ~ giờ.
마다가라카스(국명) MAĐA GAX CA
마담 bà, phu nhân.
마당 (뜰) sân nhà. sàn, ~에서 ngoài sân, (경우) 이 급한 마당에 무엇 하나 trong lúc khẩn cấp này mà bạn còn làm gì. ~에 앉다 ngồi trịt xuống sân, ~을 치우다 thác khẩn.
마당발 bàn chân dẹt.
마당질하다 đập lúa.
마땅하다 (적합) thích hợp, đúng lúc, phù hợp, thích đáng, xứng đáng. 마땅한 값에 사다 mua giá vừa phải. 마땅한 조건으로 계약하다 ký kết hợp đồng theo điều kiện thoả đáng. 죽어마땅한 죄 tội đáng chết. 며느리를 못 마땅해 하다 không xứng đáng làm con dâu.
마땅치 않다 chẳng xứng hợp
마땅히 (당연히) xứng đáng, đáng. lẽ ra, đáng lý. 마땅한 벌을 받다 đáng bị phạt. ~ 좋은 사람을 만나야 한다 lẽ ra phải gặp người tốt.
마대 cái bao cát.
마도로스 (선원) thuỷ thủ.
마돈나 (성모) Đức mẹ.
마드모아젤 (귀족의 딸) tiểu thư, cô.
마뜩하다 vừa lòng, hài lòng.
마디 đốt, lóng, mấu, khớp. 손가락~ đốt(마두) tay, 다리마디 khớp chân. 한마디하다 nói một lời. 마디마디 mọi khớp, mọi lời nói. 대나무 ~ đốt tre.

마디풀(야채) rau răm.
마라톤 cuộc chạy ma-ra-tông (Marathon). chạy dai sức.
마량 (말의 먹이) cỏ khô, thức ăn cho ngựa.
마력 mã lực. (큰 힘) sức mạnh siêu nhiên. (신비한 힘) ma lực, phép mầu, bùa phép.
마련하다 (준비하다) sửa soạn, sẵn sàng. 비리다(반) bỏ, 집을 ~ mua một cái nhà. 돈을 ~ gom tiền lại, chuẩn bị.
마렵다 mắc. mót, 오줌이~ mắc đi tiểu. mót đái, 똥이~ mót ia.
마령(말방울)tràng nhạc.
마루 sàn nhà gỗ. ~를 놓다 lát ván sàn nhà. 산~ đỉnh núi. 용~ nóc nhà. 마루를 씻어 내다 rửa sàn nhà.
마루청 tấm ván lót sàn. ~을 깔다 lát sàn nhà.
마룻대(건축) cầu phong, đòn dông.
마루터기 chóp, đỉnh, ngọn, điểm cao.
마룻바닥 sàn nhà.
마르다 làm khô héo, khô. khô cạn, (반) 젖다 ướt, 쉽게 ~ dễ khô. 우물이 ~ giếng khô. 나무가 말라서 갈라지다 cây khô quá bị nứt. 말라서 주름이 가다 khô đét, 목이 ~ khát nước. 입술이 ~ khô môi. 마른 (야윈)사람 người gầy. 마른 뺨 má hõm, 밥을 못 먹어서 몸이 ~ không ăn được nên người gầy đi. 바싹~ khô quắt, 마른 khô cạn, cạn khô. (초목이) khô cằn. 말라 딱딱해 진 khô khốc. 마르고 호리호리한 lẳng khẳng. 마르고 키큰 체구 vóc hạc. (건조) khô.
말라 시든 khô héo.

마르다 (자르다) cắt ra. 옷감을 ~ cắt vải quần áo.
마르크(독일화폐) mác, mã khắc.
마르크스주의자 mác xít, ~ 주의 chủ nghĩa ~.
마른 khô, cạn, héo, ráo nước. se, (반) 젖은 ẩm, (여윈) mảnh dẻ, võ vàng, 볼이 마른 얼굴 mặt võ vàng, ~ 사람 người mảnh dẻ, ~걸레 giẻ lau khô. ~ 기침 chứng ho khan. ~ 반찬 cá khô, thịt khô. ~ 반점 đốm khô. ~ 안주 cá khô hoặc thịt khô nhấm với rượu. ~풀 cỏ héo, ~땅 đất khô hạn. 옷에서 물을 짜서 말리다 vắt quần áo cho ráo nước. 우물이 마르다 giếng cạn.
마른 하늘 bầu trời trong xanh.
(속) 마른 하늘에 날벼락(불의의 재앙) sét đánh giữa ngày quang tạnh(gặp tai ương bất ngờ).
마른 행주 khăn khô.
마름 (식물) cây ấu, củ ấu.
마름모꼴 hình thoi. tà phương hình.
마름질하다 cắt ra.
마리. 3 마리 개 3 con chó.
마리아. (성경)Ma-ri, Đức mẹ.
마리화나 (대마초) cần sa.
마마 (의학) bệnh đậu mùa. ~에 걸리다 lên đậu.
마마 (존칭어) muôn tâu bệ hạ. 대전 ~ tâu hoàng đế. 동궁 ~ tâu thái tử. 중전 ~ tâu hoàng hậu.
마마자국 vết sẹo rỗ, mặt rỗ.
마모되다 hao mòn. bào mòn. sổ lông.
마모비율 tỷ số hao mòn.
마무르다 kết thúc, hoàn thành. 일을 ~ hoàn thành công việc.
마무리하다 hoàn tất, kết thúc, chấm dứt. 마무리가 안된 lươn ươn.
마법 yêu ảo. (마술) huyễn thuật.
마법에 걸린 phù phép
마법을 쓰다 sử dụng ma thuật. 마법을 걸다 làm mê hoặc. bỏ bùa. 마법을 부리다 làm phép, 마법사 thầy phù thủy. thuật sĩ.
마병 mã binh.
마부 người giữ ngựa. mã phu.
마분지 giấy bồi(cứng).
마비 tê liệt. tệ tái, ~ 되다 bị tê liệt. tê bại, dại, 소아 ~ bệnh bại liệt trẻ con. 심장 ~ cơn đau tim. 전신 ~ chứng tê liệt toàn thân.
마사 công việc ngựa. 한국 마사회 hiệp hội Korea horse Affairs
마사지 xoa bóp. mát-xa.
마상에서 trên lưng ngựa.
마샬군도(국명) Quần Đảo MASHALL
마성 sự độc ác.
마셔라! hít nốt đi !
마셔버리다 nốc cạn.
마소 ngựa và gia súc.
마수 (검은 손) tay đen, tay xấu.
마수걸이 bán mở hàng đầu tiên.
마술 pháp thuật, ma thuật, ảo thuật. tay ấn, 마술을 부리다 biểu diễn ảo thuật. ~사 thuật sĩ, nhà ảo thuật, nhà ma thuật. phù thủy, ảo thuật gia. ~지팡이 đũa thần.
마술(승마술) thuật cưỡi ngựa. mã thuật.
마스카라 (화장품) mỹ phẩm vuốt lông mi, thuốc chải lông mi, mascara.
마스게임 đồng diễn thể dục.
마스코트 lá bùa hộ mệnh.

마스크 khẩu trang, mặt nạ, mạng che mặt (입마개)
마스터 ông chủ, chủ yếu.
마스더 베이션(수음) sự thủ dâm.
마스터키 chìa khoá chính.
마스터플렌 kế hoạch chủ yếu.
마스트 (돛대) cột cờ, cột buồm.
마시다 uống. nhậu, chè chén, nốc, để vào, (스프등을) hút. (삼키다) nuốt. 단숨에 ~ uống một hơi. 공기를 들이 ~ hít vào.
마시는 한약 thuốc chén.
마아가린 bơ thực vật.
마케팅 tiếp thị.
마아켓 (시장) chợ, thị trường.
마아크 dấu vết, nhãn hiệu.
마약 ma tuý, thuốc mê. 마약을 쓰다 gây mê, sử dụng ma tuý. ~ 중독자 người nghiện ma tuý. xì ke, 마약중독 ngộ độc ma tuý, xì ke.
마왕(사탄) ma vương, Satan.
마운드 gò đất, mặt đất, mô đất cao. (야구 투수판) ụ.
마을 làng xóm(xã). hương thôn, thôn ấp, ~ 사람 dân làng. làng nước, ~ 전체 cả làng, 새~ 운동 cuộc vận động ngôi làng mới. 작은 ~ ấp(남), thôn(북). ~입구 đầu làng xóm, cổng cái làng, ~의 관습 lệ làng. ~촌장 hương hào. ~회의 hương hội, hội đồng xã, ~풍습 hương tục, ~의 정자 đình trung. ~의 원로 già làng. ~유지 hào trưởng(mục). ~어귀 rìa làng. 마을 어귀에 있는 집 nhà ở rìa làng.
마을에서 조직한 민병 thôn đội.
마을의 권력자 cường hào.
마을의 순찰장 trương tuần.
마을의 일 việc làng.
마을 입구의 문 lư.
마을 학교(향교) hương hiệu.
마을 호적대장에 기입하다 vào làng.
마음 tấm lòng, bụng dạ, tâm tính(trí). tâm hồn(tình), tính cách.(반) 몸 thể xác, bất trắc~ lòng phản trắc, ~이 착하다 hiền lành. ~이 변하다 thay lòng đổi dạ. ~이 넓다 tính cách bao dung. (반) ~이 좁다 tính ích kỷ, bụng dạ hẹp hòi. ~에 걸리다 vấn vương, bị lưu tâm. ~을 다하다 hết lòng tận tâm, ~에 새기다 làm lòng, khắc vào lòng, lưu tâm, tạc dạ. ~을 잡다 quyết tâm. ~씨 좋은 hảo tâm, thơm thảo, ~이 아프다 đau lòng. xót xa, cay chua, 실패 때문에 마음이 아프다 cay chua vì thất bại, ~을 열다 mở lòng, phẫu tâm, ~ 을 털어놓다 khoản ngữ, giải bày tâm sự. ~이 평온한 êm lòng, ~이 편한 nhẹ nhàng, yên lòng, ~속으로 생각하다 nghĩ bụng(thầm). ~에 들다 vừa lòng. đành, nghe được, ~에 맞다 vừa lòng, như y, ăn ý, muốn. 따뜻한 ~ một tấm lòng nồng hậu. ~속 깊이 hết lòng, trong tận đáy lòng. ~속으로 trong lòng. ~대로 theo ý muốn. tha hồ. mặc sức, thả cửa, tùy ý(tâm). 마음대로 먹다 mặc sức mà ăn, (제멋대로)tùy tiện.
마음껏 향유하다 tận hưởng.
마음 깊이 kín nhiệm.
마음속에서 tại tâm.
마음에서부터 수양하다 tu tại tâm.
(속) 마음은 굴뚝같다(무엇을 간절히

하고 싶다) Lòng dạ như ống khói(trong lòng rất ham muốn điều gì đó).
마음대로 놀다 chơi thả giàn.
마음대로 먹고 마시다 tha hồ chén.
마음대로 쏠까 두렵다 sợ quá bắn vung tàn tán.
마음대로 움직이다(누구를)xỏ mũi.
마음대로 지껄이다 nói xoen xoét.
마음에 trong lòng(bụng).
마음에 걸리는 quan ngại. vương vía.
마음에 두다 để ý. mưu cầu.
마음에 드는(흡족한) đành.
 마음을 열고 dốc bầu tâm sự. 마음이 어지럽다 lòng dạ ngổn ngang. 저 사람 마음에 들기 어렵다 khó làm vừa lòng người kia . 마음이 들뜨다 nôn nao. cầm lòng không đậu, 마음속에 서 tại tâm, 마음 속 으로부터 từ đáy lòng. 마음을 가라 앉히다 tĩnh tâm. cầm lòng, định thần, 마음이 놓이다 yên lòng, 마음 속에서부터 수양하다 tu tại tâm, ~을 쓰다 đả động, sá, ~이 동요되다 cồn cào. ...에게 ~을 바치다 dâng trái tim cho người nào, ~을 정하다 định chí, chủ tâm, ~아프게하다 se lại. 마음속으로 떠올리다 hình dung. ~은 인체의 총사령관 (몸을 지배한다) tâm là chủ sóai của nhân thế. 마음대로 행하다 lộng hành, ~이 상한자 kẻ vỡ lòng, ~이 산란한 nao lòng, ~의 평정을 잃다 cuống cuồng, ~이 성한사람 người có tâm hồn thánh thiện. ~이 불안정하다 tâm thần thác loạn. ~놓고 웃다 cười phá lên, ~을 강팍케하다 cứng lòng, ~

을 기울이다 dốc chí. nghiêng lòng. ~내키는 대로 nhiệm tính.
마음을 졸이다 thắt gan thắt ruột.
마음을 허락한 벗 bạn tâm tri.
(명)마음을 사로잡아라 그러면 모든 사람들의 협력과 지원을 받게 된다 Hãy lấy được lòng người, nếu như thế thì bạn sẽ nhận được sự hợp lực, giúp đỡ của mọi người.
마음이 가난한 자 có lòng khó khăn.
마음이 깨끗한 자 kẻ có lòng trong sạch.
마음이 기쁘다 đẹp lòng.
마음이 내키지 않은 ươn mình.
마음이 온화하고 덕있는 thuần hậu, ~인물 nhân vật ~.
(명)마음이 편안해야 인생이 행복하다 Lòng phải thanh thản thì đời mới hạnh phúc.
마음 깊숙이 숨긴 은밀한 생각 ý nghĩ thâm trầm.
마음 먹은대로 하다 trối kệ.
마음상태 tâm trạng.
마음씨 ruột gan.
마음씨 곱고 인정 있는 tốt bụng.
마음속 tâm khảm, 추억을 마음속에 새기다 ghi những kỷ niệm vào ~. 마음속에 남다 kết đọng.
마음속에 간직하다(뼈에 새기듯) khắc cốt minh tâm, ghi xương khắc cốt. ghi việc gì vào trí..
마음속에 일어나는 정 sóng tình.
마음속의 것을 정확히 알아 맞추다 nói trúng tim đen.
마음 아파하다 rát ruột.
마음속에 분노를 느끼다 phẫn chí.
마음에 걸리다 vướng víu.
마음에 품다 hoài bão. 봉사를 ~ ~ cho

phụng sự.
마음에 품은 나쁜 의도 tim đen.
마음에 품은 원한 uất kết.
마음의 문을 열다 giải bày tâm sự.
마음의 양식 món ăn tinh thần.
마음을 같이하는 đồng lòng(tâm).
마음을 끄는 quyến rũ.
마음을 졸이는(매우 걱정스러운) thắt gan thắt ruột.
마음을 졸이게 하다 se lại.
마음을 품다 đem lòng.
마음을 상하게하다 mất lòng.
마음을 하나로 하다 nhất tâm.
마음의 상처 vết thương lòng.
마음의 힘 tâm lực.
마음가짐 (태도) thái độ quyết tâm.
마음껏 thoả thích. ~먹다 ăn ~. 휴일을 ~ 즐기다 nghỉ ngơi thoải mái. ~ 먹다 ăn no đến chán. ~누리다 tận hưởng. ~ 놀아나다 chơi bời loang toàng.
마음속으로부터 từ đáy lòng tôi. 마음을 가라 앉히다 tĩnh tâm.
마음놓다 (안심) yên tâm. 마음놓고 không lo lắng .
마음대로 tha hồ, như ý, tự tiện, tùy tiện(tâm), mặc sức, thả cửa , như ý muốn . 자기 ~하다 làm theo ý riêng. 네 마음대로 해라 bạn cứ làm theo ý riêng. ~ 먹고 놀다 ăn chơi thả cửa. ~자다 tha hồ mà ngủ, ~행하다 lộng hành, ~바꾸다 ~ thay đổi.
마음먹다 (의도) có ý định, có ý muốn. 만사가 마음 먹은대로 되었다 mọi việc được theo đúng ý muốn tôi.
마음보 bản tính, tính cách. ~가 사납다

khó tính.
마음속 trong tâm tư. tâm can. ~을 털어놓다 thổ lộ tâm can. ~속으로 기뻐하다 mừng thầm. ~에 일어나는 정 sóng tình.
마음쓰다 sử dụng đâu óc,chú ý tới.
마음씨 tấm lòng, tâm tính. ~가 좋은 사람 người tốt bụng.
마음씨 좋은(착한) tốt bụng, hảo tâm.
마음에 걸리는 quan ngại.
마음에 드는(사랑스런)dễ thương.
마음에 들다 hài lòng, vừa ý, thoả mãn. ưng, 마음에 안들다 không được ưa thích.
마음에 간직하다 để lòng(bụng).
마음에 두다 để tâm, nại ra, mưu cầu.
마음(밭)에 새기다 khắc ghi trong bia lòng. 마음에 품다 hoài bão.
마음의 고통으로부터 해방된 siêu độ.
마음의 밭 cánh đồng tâm hồn.
마음의 평정을 잃고 cuống quít
마음의 평화 tĩnh tâm.
마음을 가라 앉히다 bình(tĩnh) tâm, nguôi giận. định thần.
마음을 고쳐먹다 hồi tâm.
마음을 끄는 quyến rũ.
마음을 열다(터놓다)khai tâm.
(속)마음을 졸이는 thắt gan thắt ruột.
마음을 털어놓다 tỏ tình. giải lòng.
마음을 품다 mang tấm lòng.
마음이 내키지않는 làm gượng.
마음이 물질보다 귀하다 của ít lòng nhiều.
마음이 아프다 xót xa. thương tình.
(속) 마음이 즐거우면 발걸음도 가볍다(마음이 즐거우면 일이 가볍게 느껴진다) Lòng có vui vẻ thì chân bước đi mới nhẹ(trong lòng

có vui thì làm việc mới thấy nhẹ nhàng).
마음이 청결한자 người có lòng trong sạch.
마음이 흔들리다 nghiêng ngả.
마음조이다 lo buồn, băn khoăn.
마음편하게 tự nhiên, điềm an tâm 마음을 가지세요 xin cứ ~.
마이너스 toán trừ, phép trừ.
마이동풍 như nước đổ đầu vịt, (소귀에 경읽기)đàn gây tai trâu. ~이다 giả điếc.
마이크로 cực nhỏ. ~웨이브 lò vi ba. siêu dẫn, ~필름 vi phim. ~미터(측지계)thước trắc vi.
마이크 cái mi-cro. ~ 로폰 mi-cro, máy vi âm.
마일 dặm. 300 마일 300 dặm.
마작 mà(mạt) chược, ~놀이 thò lò.
마장(경마장) trường đua, vòng đua.
마저 (부사) với những thứ còn lại. (조사) ngay cả lại còn, ngoài ra, hơn nữa, nốt luôn. 이것 ~하고 가자 làm xong nốt cái này đi. 제 이름 마저 못쓰다 ngay cả tên cũng không viết được. 집마저 팔다 bán nốt cả nhà.
마적 bọn trộm cướp. lâu la.
마조히즘 sự bạo dâm.
마주보다 nhìn nhau. 마주보고 앉다 ngồi đối diện(đâu mặt).
마주서다 đứng đối diện(mặt).
마주치다 đụng nhau, diện hội, va chạm. đối đầu, ngẫu nhiên ~ tình cờ gặp.
마중 đón. ~ 나가다 đi đón, đi rước.
마지기(논 한 마지기) một mảnh ruộng.
마지막 cuối cùng, sau cùng. (반) 처음 lần đầu, 마지막으로 dứt khoát, sau hết, lần cuối. ~까지 đến cuối cùng. 그것이 내가 그를 본 마지막이었다 đó là lần cuối cùng tôi nhìn thấy anh ấy. ~숨이 끊어지기 전 trước khi trút hơi thở cuối cùng. ~때 thời kỳ sau rốt. ~ 희망 di mạng. ~세대 mạt đời(diệp). ~완행 열차 tàu vét, ~안식처 nơi an nghỉ cuối cùng. ~역주 nước nạp. 마지막 자손 thụ mạt.
마지막 숨을 쉬다 thở hơi cuối cùng.
마지막 숨쉬며 죽어가다 hoi hóp.
마지막으로 sau hết, 마지막으로 구조된 được cứu sau hết. 그는 ~ 왔다 nó tới ~.
마지막으로 바라다(명령) trăng trối.
마지못해 miễn cưỡng, bị ép buộc, bị cưỡng bách. ~ 허락했다 tôi bị ép buộc cho phép. ~ --- 을 하다 ép bụng(lòng). ~돈을 주다 xì tiền ra. ~ cho tiền.
마지않다, 감사하여 마지 않습니다 tôi không biết phải cám ơn anh bao nhiêu.
마차 xe ngựa. xa mã, giá. ~를 몰다 đánh xe, ~를 타다 đi ~. 4 륜마차 xe ngựa bốn bánh. ~뼈대 gọng xe.
마차운송 vận tải bằng lừa ngựa.
마찬가지이다 giống nhau, cũng vậy, như nhau. y như vậy.
--과 마찬가지로 đến đỗi.
마찰 cọ(ma) sát, (부부간)cãi cọ, ~이 생기다 sinh ra cãi cọ, ma sát ,chà sát. 전신을 ~ 하다 chà sát cơ thể. ~을 일으키다 gây ra cọ sát.
마찰(알력) xích mích.
마천루 tòa lâu đài, tòa nhà chọc trời.

마초(먹이) cỏ khô. lương thảo.
마추다 (주문) đặt hàng. 마춘 양복 бộ quần áo đặt may. 구두를 ~ đặt một đôi giày. 맞춤 구두 giày đặt.
마취 mê, gây tê, gây ngủ, mê man. ~상태 tình trạng mê man. ~ 약(제) thuốc mê(tê). 전신 ~ tê toàn thân. 마취작용 tác dụng tê. ~시키다 đánh thuốc mê. gây mê, ~주사 chích thuốc tê.
마치 giống như là, cứ như là. 마치 눈 처럼 희다 trắng giống như tuyết. (장도리. 망치) cây búa.
마치 ---인 것 같다 y(hình) như. 아픈 것같다 y như là bị ốm. 마치 잠에서 깼것같이 y như sau một cơn tỉnh ngủ.
마치…과 같은 hình(tựa) như.
마치---인것처럼 tự hồ, tựa hồ, dường như. 그는 마치 아무것도 모르는 듯이 하고있다 nó làm tự hồ chẳng biết gì.
마치다 kết thúc. xong rồi, kết liễu, văn, (반)시작하다 bắt đầu, 일을 ~ kết thúc công việc.
마침 đúng lúc. ngay lúc, may mắn sao lại, 마침 그때 문두드리는 소리가 났다 đúng lúc đó, có tiếng gõ cửa. 마침 잘 만났네 ồ may quá đang muốn gặp anh đây. 마침 그때 그가 왔다 anh ấy đã đến ngay lúc đó.
마침 그순간 đúng lúc.
마침---한때에 nhằm khi.
마침내 cuối(sau) cùng, sau rốt, rốt cuộc, cùng tận. 그는 ~ 이해하게 되었다 cuối cùng anh ta đã hiểu ra. 그는 ~ 성공했다 cuối cùng anh ta đã thành công.

마침표 dấu chấm. ~를 찍다 chấm câu
마케도니아(국명) MA XÊ ĐÔNIA
마태복음(성경)Ma-thi-ơ
마카오 MA CAO
마키아 벨리즘 thủ đoạn nham hiểm.
마파람 gió nam.
(속) 마파람에 게눈 감추듯 (음식 을 매우 빨리 먹는 것을 이르는 말) Như mắt cua nhấp nháy trước gió nam, (chỉ việc ăn nhanh, ăn sạch).
마피아(깡패조직) mafia
마포 sợi gai dầu (삼배).
마하 (물리) siêu thanh.(초음속)
마호가니 (식물) cây gụ.
마호멧교 → 회교 hồi giáo.
마후라를 걸치다 quàng vai(cổ).
마흔 bốn mươi.
막 (방금) ngay lúc, vừa mới. (바야흐로) sắp.
막 피어나려고하다 e ấp.
막…하려하다 sắp, sắp sửa, 막 출발하려하다 sắp đi. sắp lên đường, 막 떠오르는 태양 sơ nhựt, 지금 막 식사를 그쳤다 vừa mới ăn cơm xong. 막 떠나려하는데 khi tôi vừa mới đi. (함부로) cẩu thả, bất cẩn. (사납게) mãnh liệt, dữ dội. 막되다 mất dạy.
막 꺼질듯이 약한 leo heo.
막 익으려는 hườm.
막(커튼)trướng, (스크린) màn ảnh.
막내 con út. con rốt.
막차 chuyến xe cuối cùng, xe chót.
막 놓치다 (차) vừa hụt xe. 막 떠났다 xe vừa mới khởi hành.
막 (해부) màng. 처녀막 màng trinh.
막 (집) 오두막 túp lều, mái nhà tranh.

(휘장) bức màn, (연극의) hồi. 3 막극 kịch ba hồi. ~을 내리다 hạ màn.
막간 lúc tạm nghỉ, tạm dừng.
막걸리 men rượu.
막내 con út. ~동생 em út. ~딸 con gái út. ~ 며느리 con dâu út.
막노동 (막일) lao động cực nhọc, làm việc cực nhọc. ~군 người lao động chân tay. người phu
막다 bịt, vít, chặn lại, (방해)ngăn cản(trở), cách trở, (보호하다) che chở 구멍을 ~ bịt lỗ. 귀를 ~ bịt tai. 틈을 종이로 ~ bịt lỗ hổng bằng giấy. 입을 ~ ngăn chặn, ngăn không cho nói. 전염을 ~ ngăn chặn truyền nhiễm. 적을 ~ chặn địch. 길을 ~ chặn đường. 바람을 ~ ngăn gió. 자식생각을 막을 수 없다 không ngăn được nỗi lòng nhớ con.
막다르다 không có lối thoát. 막다른 골목 ngõ cụt, đường cùng, (북), hẻm cụt (남). 막다른 골목에 다다르다 đến đường cùng. 막다른 집 căn nhà ở cuối ngõ cụt. 막다른 길 (꽉막힌) đường cụt. 막다른 길에 몰리다 bị đẩy vào đường cùng quẫn.
막다른 위치 vị trí tận cùng.
막달라 마리아(성경)Ma-ri M-đơ len.
막대하다 (많다) rộng lớn, mênh mông. bao la, không lồ. 막대한 비용 phí tổn khổng lồ.
막대기 cái que, cây trượng. 쇠~ thỏi sắt, ~로 때리다 đánh bằng gậy. 대~ gậy tre. ~로 밀다 chống sào.

막둥이 (막내) con út. thúc quí.
막되다 mất dạy, vô giáo dục. 막되게 굴다 cư sử một cách thô lỗ.
막론하고 bất kể. bất luận, 남녀를 ~ bất kể nam nữ. 지위의 고하를 ~ bất kể giai cấp.
막료 ban tham mưu.
막막하다 hoang vắng, mênh mông. 막 막할 때 trong lúc cô đơn.
막말 lời nói bừa bãi. ~하다 nói bậy, nói không suy nghỉ.
막무가내로 ngoan cố, bướng bỉnh, khó bảo. 막무가내로 듣지 않다 nhất định không tuân theo.
막바지 (막다른) đường cùng. (일의 마지막단계) giai đoạn cuối.
막벌이하다 làm lao động chân tay. 막 벌이군 người lao động công nhật.
막사 doanh trại, trại lính. thành, thành lính. ~안에서 살다 ở trong thành lính.
막살이 cuộc sống nhọc nhằn.
막삼키다(씹지않고) nuốt vội.
막상 thực sự, thực tế. 막상 đang해보니 힘들다 tôi thực sự thấy khó khi làm.
막상막하 như nhau, ngang bằn nhau. 두 사람은 공부에 있어서 ~다 hai người đều sự học như nhau.
막 세상에 나오다 mới ra đời.
막스레닌주의 chủ nghĩa Mác Le nin
막심하다 to lớn. 막심한 손해 tổn thất to lớn.
막아내다 đề phòng, ngăn chặn, tránh xa. 적을 ~ tránh xa kẻ thù. 추위를 ~ giữ ấm.
막역한 (친한) thân mật. ~친구 người bạn thân.

막연한 mập mờ, mờ mịt, hàm hồ, bâng quơ, tơ lơ mơ. không rõ ràng. loáng thoáng, hồ đồ. 막연히 mờ đi, mang máng. mày mạy, ~ 대답 câu trả lời ~. 막연히 기억하다 nhớ mày mạy. 막연하게 물어보다 hỏi bâng quơ. ~이해하다 hiểu tơ lơ mơ.

막연하게 thoang thoáng, ~ 기억 하다 nhớ ~.

막 익힌 nóng sốt

막일 công việc cực nhọc. ~하다 lao động chân tay.

막장(갱도) đường hầm ngang..

막중한 quan trọng, rất quan trọng. ~임무 nhiệm vụ hết sức quan trọng. ~책임 trọng ký.

막차 chuyến xe cuối cùng, xe lửa chót, xe buýt chót.

막채굴한 nguyên khai, ~원유 dầu thô ~.

막 태어난 아이 trẻ sơ sinh.

막판 hiệp cuối.

막 피어나려고 하다 e ấp.

막후 ở hậu trường. ~인물 người đứng sau. ~에서 조종하다 (부추기다)giật dây.막후(밀실)대담 câu chuyện hậu trường

막히다 bị tắc, bị kẹt(lấp), bị tắc nghẽn. ngặt nghèo, trịt, ứ động, ứ trệ, chặn,(반) 뚫리다 thông, 숨이 ~ bi nghẹt thở. 굴뚝이 ~ ống khói bị bít. 길이 ~ con đường bị kẹt. ùn tắc, 앞뒤가 꽉 ~ kẹt cứng cả trước sau, 막힌 tịt, ngăn cách. trát trớ, 막힌 구멍 lỗ trát trở. 코가 ~ trịt mũi. 상품이 잘 팔리지 않고 막히다 hàng hóa ứ động. 방송망이 ~ tắc nghẽn mạng. 막힌 곳이 없는 thông thống.

막힘없는 tuồn tuột, 물이 막힘없이 이 흐르다 nước chảy ~.

막힘없이 tù tì. vanh vách, ~써 나가다 viết ~. ~읽다 đọc vanh vách.

만 (단지, 다만) chỉ, duy nhất. mà thôi, 꼭 한번만 chỉ một lần. 이번만 chỉ một lần này. 이 책은 읽을 만하다 quyển sách này đáng đọc. 오직 한 사람만 chỉ một người mà thôi, 그는 형 하나만 있다 nó chỉ có một người anh mà thôi.

(비교) 이꽃은 그만 못하다 hoa này không đẹp bằng hoa kia.

만 (때) 상경후 3 년만에 3 năm sau khi anh ấy đến seoul. (수량. 다수) 수 십만 hàng trăm ngàn. 만 mười nghìn. 백만 một triệu. 천만 10 triệu. 1 억 một trăm triệu. 10 억 một tỷ. (조 một ngàn tỷ).

만(수) muôn, vạn, man. 만사 vạn sự.

만 (지리) vịnh. 하롱베이 (만) vịnh Hạ Long .

만 (나이) vừa đúng. 만 18 세 vừa đúng 18 tuổi.

만(卍) 자 chữ vạn.

만가 bài hát buồn, bài ca truy điệu (tang lễ).

만감 cảm xúc muôn ngàn.

만강 bình an.

만개한 (활짝핀) mãn khai. 복숭 아꽃이 만개하다 hoa đào ~.

만겁 vạn kiếp.

만경 rộng lớn. ~창파 biển nước mênh mông.

만고 (옛) từ thời xa xưa. ~의 진리 chân lý muôn đời. ~의 영웅 vị

anh hùng mãi mãi.
만고불멸 vạn cổ bất diệt.
만고불변 không thai đổi mãi mãi.
만고 풍상을 겪다 trải qua mọi gian lao khốn khổ.
만곡하다 (구부러지다) làm cong, uốn cong.
만국 mọi quố gia. vạn quốc, ~기 những lá cờ của mọi quốc gia.
만군의 여호아 ĐỨC GIÔ HÔ VA vạn quân
만기 mãn hạn(kỳ). ~가 되다 đã mãn hạn. đáo hạn, 계약이 만기가 되었다 hợp đồng đã hết hiệu lực. 만기상환 thanh tóan theo kỳ hạn . ~일 thời hạn thanh tóan. hết hạn. 계약이 ~되다 hết hạn hợp đồng.
만끽하다 (먹다) ăn đầy đủ. (즐기다) thưởng thức no nê.
만나다 gặp. hội ngộ, vớ,(반) hẻo ra đi chia tay, 우연히 ~ gặp một cách tình cờ. 소나기를 ~ gặp mưa rào. 적을 ~ gặp địch. 몰래 ~ gặp riêng. 재앙을 ~ gặp phải tai nạn. 당신을 만난것 같다 hình như tôi đã gặp anh. 내가 아가씨를 만나는 것이 상 바랄 것이 무엇이 있겠는가 ước gì tôi đã gặp cô. 만나지 않다 không gặp, chừa mặt. 사냥가서 사슴을 ~ đi săn vớ được hươu.
만난 (많은 어려움) mọi khó khăn, vạn nan, mọi gian nan. 만난을 무릅쓰고 bằng bất cứ giá nào.
만날 (항상) luôn luôn.
만년 những năm cuối đời. vạn niên, (영원) muôn năm. 만년자가용(두 다리) xe muôn năm. cuốc bộ.
만년청(식물)vạn niên thanh.

만년필 cây bút máy. viết máy.
만능 vạn năng, quyền tuyệt đối. ~ 공구 công cụ đa năng. 만능선수 tuyển thủ đa năng. 그는 만능이다 anh ta việc gì cũng làm được. ~공 thợ giỏi. ~약 thuốc vạn năng. 만능칼 dao pha.
만능 기능인 một thợ giỏi toàn năng.
만능 스포츠맨 vận động viên toàn năng.
만단 mọi vật, mọi thứ. ~의 준비가 되어있다 mọi thứ đã sẵn sàng.
만담 mạn đàm, tiểu lâm, chuyện tầm phào. 만담가 diễn viên hài. ~을 하다 kể chuyện ~.
만당 toàn bộ căn nhà. (청중) toàn thể khán giả. ~하다 (꽉차다) đông nghịt.
만대 suốt(muôn) đời, (영원히) vạn đại(cổ), mãi mãi.
만도린(악기) đàn măng-đô-lin.
만두 chả giò, một loại bánh Hàn Quốc.
만득하다(늦어서 자식을 낳음) có con muộn.
만들다 làm, chế tạo. xây đắp, dựng nên, 책상을 ~ làm bàn học. 약초로 약을 ~ làm thuốc bằng dược thảo. 쌀로 술을 ~ làm rượu bằng gạo. 서류를 làm hồ sơ. 만들어 내다 đặt ra
만들어 낸 이야기 chuyện bịa đặt.
만령절(카톨릭)ngày cúng cô hồn.
만료하다 kết thúc, hòan thành. 기한은 오늘 만료한다 thời hạn kết thúc hôm nay. 임기만료 kết thúc nhiệm kỳ.
만류하다 cản trở, ngăn cản. 간곡히 ~ níu tay áo

만리 vạn ly.
만리장성 vạn lý trường thành.
만만하다 dễ dãi, dễ dàng. 만만치 않은 khó khăn. không trọn vẹn gì cả, 사람을 만만하게 보다 coi nhẹ, xem thường. 자신만만하다 có đầy lòng tự tin. 만만히 (므르게) một cách dịu dàng, dễ dàng.
만면. 희색이 ~하다 lúc nào cũng tươi cười.
만무하다 không thể là, hầu như không thể. 그가 그런 어리석은 말을 할 리가 만무하다 anh ấy không thể nói ra điều ngu như vậy.
만물 mọi vật. vạn(muôn) vật, ~의 영장 đức sáng tạo vạn vật. 만물상 cửa hàng tổng hợp. ~을 구제하다 tịnh độ.
만물이 고요하다 tất cả mọi vật đều yên tĩnh.
만민 muôn dân, mọi người, toàn dân. ~법 (국제법) luật quốc tế.
만반 mọi thứ, mọi vấn đề. ~의 준비를 갖추다 chuẩn bị mọi thứ sẵn sàng.
만발하다 nở đầy hoa.
만방 mọi quốc gia. vạn bang, 만방의 thuộc thế giới.
만배 vạn bội.
만병 các loại bệnh. ~통치약 thuốc trị bách bệnh. thuốc tiên.
만복 vạn phúc, ~을 빕니다 vạn sự như ý, mọi sự tốt lành. chúc mọi điều như ý
만부당하다 vô lý, quá đáng.
만부득이 vạn bất đắc dĩ.
만불 mười ngàn đô.
만분지일 một phần mười ngàn.
만사 vạn sự, mọi việc. ~형통 vạn sự hanh thông, ~가 잘 되었다 tất cả mọi việc tốt đẹp. ~가 뜻대로 되다 vạn sự như ý, 만사가 다 틀렸다! nguội điện cả rồi!.
(명)만사가 대화와 신뢰에 달려있 다 Vạn sự phù thuộc vào sự đối thoại và sự tin tưởng lẫn nhau.
만사는 시작이 어려운 것이다 vạn sự khởi đầu nan.
만사태평하다 tất cả chạy tốt. (성질이) sơ suất. 만사형통하다 mọi sự hanh thông, vạn sự hanh thông.
만사 태평으로 mọi việc đều yên lành.
만삭 sắp sinh. ~의 부인 phụ nữ sắp sinh (đẻ), 만삭인 mãn nguyệt khai hoa.
만산 cả ngọn núi.
만상 mọi vật trên vũ trụ.
만석꾼 nhà triệu phú.
만성하다 vãn thành, trưởng thành chậm. 대기만성하다 những tài năng đến muộn.
만성 mãn(mạn) tính. kinh niên, ~ 이 되다 trở nên ~. 만성병 bệnh ~. thâm cố(căn), trầm kha, 만성 위장염 viêm ruột ~. ~신장염 viêm thận ~, 만성 환자 bệnh nhân ~.
만세 mọi thế kỷ. 만년 mười ngàn năm. 만세! muôn năm. vạn tuế, 만세 3 창 muôn năm 3 lần. ~를 외치다 tung hô vạn tuế.
만수 vạn thọ, sống lâu.
만수초(식물) vạn thọ.
만수무강 sống lâu. ~을 빕니다 chúc trường thọ. chúc thọ.
만수무강하옵소서 (임금께) thiên tử vạn tuế.
만시지탄 hối tiếc vì đã bỏ lỡ dịp may.

hối bất cập.
만신창이 thương tích đầy mình. ung độc.
만심 (자만심) tính tự phụ, hơn mình, vênh váo.
만안 (편지끝 평안을 비는 말) vạn an.
만약 (만일) nếu, giả sử, lỡ ra. ~ --- 라 해도 giả sử, 만약 비가 오면 giả sử ngày mai trời mưa.
만약 ...라면 những như.
만약 ... 인 경우에 nhược bằng.
만연하다 lan truyền phổ biến.
만약 가능하다면 nếu được.
만약 그렇다면 nếu vậy, nếu thế.
만약 그렇지 않으면 nếu không. bằng không, 만약 열심히 공부하지 않으면 낙제 할 것이다 phải cố gắng học bằng không sẽ trượt, 먹어야만 한다 ~ 죽게 된다 phải ăn nếu không sẽ chết. 만약에 giả thiết.
만약--- 같다면 nếu như, 만약 달리 방법이 없다면 ~ không có cách nào.
만약...이 아니라면 bằng không.
만약---할수있다면 miễn sao, 절 개를 지킬수 있다면 죽어도 좋다 chết cũng được ~ giữ tròn khí tiết.
만약 자네가 할 수 있다면 quý hồ anh làm được.
만약---하면 hễ, bằng như, 만약 – 하는한 miễn là.
만왕 muôn vua, ~의 왕 vua của ~.
만연하는(전염성의)hay lây.
만용을 부리다 sử dụng vũ lực, bộc lộ thú tính.
만우절 ngày lừa phỉnh nhau, ngày cá tháng tư (mùng một tháng tư).
만약 ...한다면 miễn sao. hễ, nếu mà, 절개를 지킬수 있다면 죽어도 좋

다 chết cũng được miễn sao giữ tròn khí tiết.
만에 하나 muôn một, ~무슨일이 있으면 ~ có làm sao.
만원 người đông đúc. 만원이다 hết chỗ.
만월(보름(둥근)달) trăng tròn, vành trăng.
만약 ......한다면 hễ, nếu như, ví như. 만약 그가 거기 없다면 nếu như nó không có ở đó.
만유 vạn hữu, vạn vật, ~인력 sức hút vạn vật. ~인력의 법칙 định luật vạn vật sức hút.
만인 mọi người, vạn nhân. 그 것은 ~이 주지하는 바다 đó là vấn đề mà ai ai cũng biết.
만일 (만약) nếu, giả sử. 만일 당신이 대통령이라면 무엇을 먼저 하겠오? nếu anh là tổng thống trước tiên làm gì?
만일 그렇다면 nếu thế.
만일...라면 ví như, nếu như, 만일 그가 거기에 없다면 ~ nó không có ở đó.
만일...아니면 ví chăng, 만일 비가 안 온다면 ~ không mưa.
만일 ......하면 ví bằng. 만일 다시 산다면 ~ có sống lại.
만 일개월이 되다 đầy tháng.
만장 cả nhà. ~일치 tất cả đồng ý hết. vạn khẩu đồng thanh, chúng khẩu đồng từ, ~일치로 가결하다 nhất trí thông qua.
만장 깃발(장례식의) cờ vía.
만재하다 chất đầy.
만전 hoàn(vạn) toàn. ~을 기하다 đảm bảo chắc chắn. ~의 계획 vạn toàn

kế.
만점 đủ điểm, 100 điểm. 만점을 받다 đạt đủ điểm.
만저보다 sờ, sờ mó.
만조 cao trào, triều lên cao. nước lớn.
만족한 được hài(hởi) lòng, bằng lòng, thỏa(mỹ) mãn, thỏa lòng(chí), nở dạ(gan), hả hê(dạ), mãn nguyện, vừa lòng, vừa(mãn) ý. mỹ mãn, khoái tâm,(반)불만족한 bất mãn, (기쁜)khoái chí, aạ ~ rất hài lòng. thoải mái, cam lòng. 만족한 성생활 đời sống tính dục mỹ mãn. 만족감 대신에 thay vì được thỏa mãn..
만족,찬미의(문미에서)là, ôi 얼마나 아름다운가 đẹp đẹp là!
만족스러운 đẹp lòng. khoái tâm, mĩ mãn, sướng khoái. hợp(vừa) ý, duy tâm. vui dạ,(반) 불만족한 bất mãn, ~ 생활 đời sống sung túc. ~ 기분으로 식사하다 ăn uống cho thỏa lòng.
만족스러워졌다 đã thèm.
만족한가 (지?)hả dạ chưa? bằng lòng chưa?
(명)만족하는 사람은 언제나 부자 다 Người luôn tự hài lòng lúc nào cũng giàu có.
만족하다 tự an. thỏa(thích) chí. cam tâm(lòng). toại lòng.
만족하게 웃다 cười khoái chí.
만족할 만한(충분한) sung túc.
만종 tiếng chuông chiều
만좌 toàn thể. ~중에서 창피를 당하다 bị xấu hổ trước toàn thể bạn bè.
만주 nước Mãn Châu.
만지작거리다 mân mê, lục lạo, vân vê,

mò mẫn. măn, 아기가 엄마의 젖을 ~ con bé măn vú mẹ, 옷깃을~ vân vê cổ áo
만지다(더듬다)sờ, rờ, nắn, sờ soạng, 손으로~ tay nắn
만찬 bữa ăn tối. ~을 베풀다 đãi tiệc tối.
만천하에 trên thế giới, toàn thiên hạ.
만추 (늦가을) mùa thu muộn.
만춘 mùa xuân muộn. (청춘의 마지막) tàn xuân.
만취하다 say nhiều. say bí tỉ.
만큼 (비교) cũng, bằng. 이것도 그것만큼 좋다 cái này cũng tốt như cái kia. (정도) 그만큼은 나도 알고 있다 tôi chỉ biết chừng ấy thôi.
---만큼 bấy nhiêu, bụi rờn한~ ~ cần cù
만태 tình trạng đa dạng. 인생만태 các mặt cuộc đời khác nhau.
만평 lời phê bình linh tinh.
만필 chuyện trò thân mật.
만하(늦여름) mùa hè muộn
…만하다. 볼만하다 đáng xem. 살 ~ đáng sống. 가질 ~ đáng lấy. 달걀만하다 bé như quả trứng.
만학하다 học trẻ, học muộn.
만 한살이다 đầy năm(tuổi tôi).
만행 hành động dã man.
만혼하다(늘그막에 결혼하다) kết hôn muộn. văn hôn.
만화 hoạt hình(họa). truyện tranh. ~영화 phim ~.
만화경 kính vạn hoa.
만회하다 phục(văn) hồi, bù lại, lấy lại. 만회하기 어려운 khó thu hồi được. 만회책 một biện pháp phục hồi.
많다 nhiều. đắt, trăm, có nhiều, (반) 적다 ít, 많은 일 trăm việc, 한국에

구경할 만한데가 많다 ở Hàn Quốc có nhiều chỗ đáng tham quan.

많은 nhiều nhiều, trăm, ối, (phản) 적은 ít, ~일 trăm việc, (붐비는) đông đảo.
많은 봉급 hậu lộc.
많은 사람 lắm kẻ.
많은 사람들 rừng người. đoàn dân đông.
많은 재능이 억압받아 사장되어 버리다 nhiều tài năng bị vùi dập.
많은 사람들이 각자 다른 의견을 갖고 있다 bao nhiêu người thì bấy nhiêu ý kiến.

많아지다 tăng vọt.

(명)많이 보고 많은 어려움을 격고 많이 배우는 것이 배움을 받치는 세 기둥이다 Xem cho nhiều, trải qua khó khăn cho nhiều, học cho nhiều là ba cái cột chính hỗ trợ cho việc học.
많이 울다 khóc đứng khóc ngồi.
많이 찢어지다 toạc. 등이 많이 찢어진 상의 áo ~ lưng.
많은 경험 giàu kinh nghiệm.
많은 공이 드는 tướt bơ, 공을 많이 들여서 어려움이 비로서 끝났다 còn ~ mới xong.
많은 난관 đa cố.
많은 봉급을 받다 được trả lương cao.
많은 사람이 모이다 xúm đến.
많은 사람이 그의 주위에 몰려 들었다 một đám đông xúm lại chung quanh nó.
많은 양의 bề bộn.
많은 열매를 맺다 sai trái(quả).
많은 의견 chín người mười lý.

맏 con cả. 맏딸 con gái đầu lòng. 맏사위 con rể đầu. 맏아들 con trai đầu, con trai cả. 맏형 anh cả. huynh(anh) trưởng.

(속) 맏딸은 살림 밑천이다(맏딸은 결혼전에 일을 많이 해서 집안에 큰 도움이 된다) Con gái đầu lòng là nền tảng gia đình(con gái đầu lòng trước khi lấy chồng làm việc nhiều thì giúp đỡ gia đình)

맏아이 con trưởng.

맏물 (곡식) vụ thu hoạch đầu.

말 (동물) con ngựa. 경주 ~ ngựa đua. 암 ~ ngựa cái. (반) 숫말 ngựa đực. ~을 타다 cưỡi ngựa. đi ngựa, ~에 편자를 박다 đóng móng, ~에서 내리다 xuống ngựa. hạ mã, ~에서 떨어지다 ngã(té) ngựa. 말을 전속력으로 질주 시키다 phóng ngựa, ~이 질주하다 phi nước đại. 말굽 móng ngựa. 말발톱 mã đề. 말을 돌보는 사람 giám mã, ~의 재갈 hàm thiếc. 말의 꼬리 mã vĩ, 말을 탄 mã thượng, 말의 채찍 mã tiên thảo. ~발굽(편자)móng ngựa.

(속) 말 가는 데 소도 간다(남이 할 수 있는 일이라면 나도 열심히 하면 할 수 있다) Nơi ngựa đi cũng là nơi bò đến(việc người ta làm được thì mình cố gắng cũng sẽ làm được).

말의 안장 yên ngựa.
말굽박는 직공 thợ đóng móng ngựa.
말방울(마령)tràng nhạc.
말에 마구를 달다 thắng yên.
말에 박차를 가하다 thúc ngựa.
말이 끄는 4 륜마차 thổ mộ.

(속) 말똥에 굴러도 이승이 좋다 (고생이 되고 살기 힘들지 라도 죽는 것

보다는 낫다) Dù lăn vào phân ngựa, đời này vẫn đáng yêu(dù vất vả, sống khổ vẫn còn hơn là phải chết).
말띠 ngọ
말 lời nói, tiếng. lời lẽ, nhời, 외국~ tiếng nước ngoài. 모국어 tiếng mẹ đẻ. 서울말` tiếng Seoul. 말로 표현하다 biểu hiện bằng lời nói. ~로 표현할 수 없을 정도로 hết chỗ nói, ~로 다할 수 없는 không nói hết bằng lời được. ~을 꺼내다 bắt đầu lên tiếng. ~을 듣다 nghe lời. 말을 어기다 trái lời. 감사의 ~을 하다 nói lời cảm ơn. ~이 거칠다 nói năng cọc cằn. ~이 많은 사람 người nói nhiều(hay nói). 수다쟁이 bà tám, kẻ mỏng môi. ~이 적은 (없는) ít nói. ~이 많아 lắm lời. hay nói. dài mồm, đa ngôn, 말과 행동이 다르다 lời nói và hành động khác nhau. (속어) nói khác làm khác, 가는 ~이 고와야 오는 말이 곱다 mình phải tử tế với người khác thì người khác mới tử tế với mình. ~이 많으면 쓸 말이 없다 thùng rỗng kêu to, kẻ nói nhiều không làm được gì. 말을 들어야한다 phải vâng lời. 말을 더듬다 nói lắp. nói cà lăm, nói ấp úng, 말 더듬증 tật nói lắp. 말에 신중을 기하다 giữ mồm giữ miệng. 말을 잘하다 khéo nói, 말 없는 không lời, 말을 다하여 tận từ(ngôn), 말이 나오지 않는다 nghẹt họng, 말을 골라서 하다 trau lời, 말뿐인 (성의가 없는) đầu lưỡi. 말을 중간 중간 끊었다가 다시하다 đứt quãng, 말을 얼버무리다 nói lửng,. 말을 지어내다(유언비어를 뿌리다)ngồi lê đôi mách. 말이 지나치다 qúa lời. 말더듬이 người nói cà lăm..
말수가 적은 lầm lì. 말수는 적지만 주도면밀하다 ~ mà đhu đáo.
말이안 나오다(감동하여)nghẹn lời.
말을 가로막다 cắt ngang. ngắt lời
말을 마치다 phán xong.
말로 남의 마음을 찌르다 xeo nạy.
말로 거역하다 nói phạm.
말로 전하다 truyền khẩu.
말재주 tài ăn nói.
말로(생애의 마지막) mạt lộ, đường cùng.
말만으로 위로하다 an ủi mấy câu.
말문이 막히다 cứng miệng. tắc họng.
말 안듣는 ngỗ nghịch. bất trị. ~ 학생 học sinh ~.
말 안장 yên ngựa(cương). ~을 달다 thắng ~.
(속) 말은 해야 맛이고 고기는 씹어야 맛이다(말할 때 듣기 좋은 말을 고르고 좋은 대화를 위해 연습이 필요하 다) Nói có hay mới dễ nghe, thịt có nhai mới thấy ngon, (khi nói phải lựa lời cho xuôi tai và nghệ thuật nói chuyện cũng cần phải được luyện tập).
말을 걸다 hạ lời.
말을 막힘없이 유창하게하다 lịa miệng.
말을 이랬다 저랬다하면서 빚을 갚지 않는다 trây nợ.
말을 재치있게 하다 uốn lưỡi.
말을 퍼뜨리다(소문내다) sạo.
말을 할 수 없는(말문이 막힌) tịt ngòi.

말을 함부로해서 초래되는 불행 vạ miệng, vạ mồm vạ miệng.
말이 끝나자마자 rời miệng.
(명)말이 빠른 사람들은 보통 생각이 느린 사람들이다 Những người nói nhanh thường là những người suy nghĩ chậm.
말이나 행동이 거칠고 버릇없는 dúi dục chấm mắm cáy.
말이 달콤하나 위험한 mật ngọt chết ruồi.
말대꾸하다 đốp chát.
말문이 막힌 cứng họng.
말뿐인 đầu lưỡi, ~도덕 đạo đức ~.
말 뿐이다 hoẹt.
말을 점잖게 하다 nói năng chững chạc.
말수가 적은 lầm lì, 말수는 적지만 주도면밀하다 ~ mà chu đáo.
말 (단위) một đơn vị đo gạo.
말(동물) ngựa, mã.
말쑥한 rượt, ngăn nắp, ~아이 đứa ~.
말 잘 듣는 ngoan.
말 잘 안듣는 (골치 덩어리) nghịch ngợm, ngỗ nghịch.
말갈기 cái bờm ngựa. gáy ngựa.
말갛다 sáng sủa, sạch sẽ.
말꼬리를 잡다 gây chuyện cãi nhau, cãi bướng. 말 꼬리를 흐리다 nói mơ hồ.
말고삐 cương ngựa, dây cương, ~를 당기다 gò ~.
말꼬투리 sự nhắc lại lời hứa.
말공대하다 nói năng lễ độ, nói lịch sự
말구종(마부) xà ích. mã phu.
말끔히 lắt, 빚을 ~ 청산하다 trả ~ nợ.
말끝에 붙여 권유 nhé, 그럼 내일 또 보자 mai nhé.
말라기(성경)Ma-la-chi.

말라비틀어지다 rụi. ~진 나무 cây rụi.
말라빠진(여윈) lòi xương.
말라서 뼈가 앙상한 hom hỏm.
말라서 시든 khô héo. tàn lụi.
말레이지아(국명) Mã Lai.
말괄량이 đứa trẻ thích nô đùa. cô gái tinh nghịch, con vụ(cù).
말다 vò, 종이를 ~ ~ giấy.
말다툼 đôi co, cãi nhau, cãi cọ, lời qua tiếng lại, đấu khẩu, lời ra tiếng vào.
말단(직) thiềm chức.
말구종 người giữ ngựa.
말뚝 cọc. nọc, róng, ~을 박다 đóng cọc.
말라리아 (열병. 학질) bệnh sốt rét, đau rét, nhiệt bệnh. sốt cơn.
말라 딱딱해진 khô khốc. 말라 쪼그라들다 héo queo. 말라서 뼈가 앙상한 hom hỏm. ~비틀어지다 rụi rụm. ~시들다 tàn lụi.
말랑말랑한 xốp. giòn.
말려들다 lôi kéo vào, vân vít, liên lụy, 말려듬 sự liên lụy.
말로만 ngoài miệng.
말리다 làm khô, cho ráo, (싸움을) ngăn chặn cãi cọ.
말리다 phơi phóng, (의복을) hong áo quần.
말린 새우 tôm khô.
말린콩 đậu khô.
말문이 막히다 đớ họng(lưỡi). tịt ngòi, ~막혀 더 이상 다툴 수 없다 đớ ra không cãi được nữa 놀라 서~ đớ người.
말미잘 bông thùa. hải quỳ
말방울 소리(딸랑딸랑) long nhong, 말방울이 딸랑딸랑 소리내다 kêu

말복 rốt lòng.
말살하다 mạt sát, 말살시키다 diệt tuyệt.
말썽부리는 아이 con hư.
말세 mạt thế(đại). quý thế.
말소하다 gạc, 이름을~ ~ tên.
말수가 많다 rậm lời.
말쓸 차례(체스에서) nước cờ.
말씀 드리다 thưa rằng (thốt).
말씀을 제쳐놓다 bỏ sự dạy đạo
말씨 cách nói. 정중한 말씨 những lời lẽ thanh nhã. 말솜씨가 좋다 giỏi nói năng.
말실수하다 lỡ lời, nói không đúng chỗ, nói sai.
(속) 말 안하면 귀신도 모른다(말 하지 않으면 아무도 알 수 없다)Không nói thì qui thần cũng không biết(không nói ra thì sẽ chẳng có ai biết được).
말아 올리다 vo, vo tròn, 바지가랑 이를~ ~ ống quần.
말이 아니다 (이치에 맞지 않다) vô lý, ngớ ngẩn. (형편이) khốn khổ.
말이 많은(수다떠는) tò le. (미사 여구가 많은) trường giang đại hải.
말이 많으면 비밀을 지킬 수 없다 một miệng thì kín, chín miệng thì hở.
말이 지나치다 quá lời.
말안되다 nói bậy.
말없이 (조용히) lẳng lặng không nói. ~ 앉아 있다 ngồi không nói gì. 아무 말없이 결근하다 không đi làm mà không báo gì.
말렵 kết cục.(결국에)
말일 ngày cuối. 3월말일에 vào ngày cuối tháng 3.

말 잘듣는 dễ dạy(bảo). ngoan.
말장난하다 lộng ngữ.
말짱하다 (흠없다) không tì vết, hoàn hảo, sạch sẽ. 정신이 ~ tinh thần lành mạnh.
말재기 người nhiều chuyện.
말재주 người có tài hùng biện. ~가 있다 có tài ăn nói. (반) 말재주가 없다 kém ăn nói.
말전주 câu chuyện mách lẻo. ~군 người mách lẻo.
말조심 nói năng cẩn thận.
말주변 tài ăn nói. ~이 좋다 mau miệng. (반) ~이 없다 ăn nói vụng về.
말직 chức vụ thấp kém.
말질 (말다툼) cãi nhau.
말참견하다 xen vào, nói hớt, giỏ miệng, máy miệng, dính vào, can thiệp vào.
말채찍 roi ngựa, cái roi da.
말초신경 thần kinh ngoại biên, đỉnh đầu thần kinh.
말총 lông đuôi ngựa.
말치레하다 ăn nói dễ thương, ăn nói ngọt ngào.
말캉말캉하다 mềm dẻo.
말타기 (놀이) chơi nhảy ngựa.
말투 cách nói chuyện. (어감) ngữ khí, ~가 거칠다 dùng lời lẽ quá khích thô bạo. ~를 부드럽게하다 đấu dịu.
말편자 cái móng ngựa.
말하다 nói. thốt ra, 말하기 어렵다 khó nói. 너와 말할 시간이 없다 không có thời gian nói chuyện với anh. 아무를 좋게 말하다 nói tốt về ai. 누구에게도 말하면 안된다 việc này hoàn toàn chỉ có anh và tôi

biết. 모든것은 나중에 말하겠다 sau này tôi sẽ cho anh biết mọi sự. 네가 말한대로다 đúng như điều bạn nói. 말하기는 쉽고 행하기는 어렵다 nói dễ hơn làm. 작은 소리로 말하다 nói nhỏ. 부드럽게 말하세요 làm ơn nói khẽ, khe khẽ. 말할 필요가 없다 sá kể. - 에게 ~ nói với.
-- 라고 말하다 nói rằng.
말하고 싶어하다 ngứa miệng.
말하는 방법 cách ăn nói.
말하자면(소위)gọi là, (이를 테면) ấy là nói như vậy.
(속) 말 한마디로 천냥빚도 갚는다 (말만 잘 하면 어려운 일도 해결할 수가 있다) Một lời nói trả nợ ngàn vàng, (lời nói khéo léo sẽ giúp giải quyết được những chuyện khó khăn).
말 (언급) 할 가치가 없다 việc đó không đáng kể.
(명)말할 것이 가장 적을 것 같은 사람이 가장 말이 많다 Người có vẻ nói ít, thường lại là người nói nhiều nhất.
말할 수 없는 기쁨 niềm vui không thể tả được.
말할 수 없을 정도로 vô hồi, ~기쁘다 sung sướng ~.
말할 필요가 없다 khỏi nói.
말해주다(대신) nói giùm(hộ).
맑다 trong, sáng sủa, dễ dàng, dễ hiểu.(반)흐린 vẩn đục, 맑은물 nước sạch. 투명하고 맑은 물 nước trong, thanh tuyền,(반) 흐린 물 nước đục. 맑은 정신 đầu óc sảng khoái.
(명)맑은 물에는 물고기가 모이지 않는다 Nước trong không có cá ở.
맑게(깨끗하게) 하다 lóng cặn. 청정기 (여과장치) máy ~.
맑고 가벼운(목소리) thỏ thẻ.
맑은 lã, 생수 nước lã,(산뜻한) sáng sủa, (날씨가)trời không mây. (투명한)trong trẻo.
맑은 날씨 tốt trời.
맑은 하늘의 날벼락 sấm sét. ~ 같다 như sét đánh ngang tai.
맑은 소리 âm vô thanh.
맘모스(고대생물)ma mút, cổ tượng.
맘보 điệu nhảy Mam Bộ.
맙소사! chao ôi! ối trời ơi. chết nỗi.
맛 hương vị,. mùi vị, 맛좋은 ngon, mùi mẽ, thơm. khoái khẩu, , 매운 맛 vị cay. 맛을 알다 biết mùi vị. 맛이 변하다 vị thay đổi. 맛이 어떻습니까? Mùi vị thế nào? 무엇이고 먹어보아야 그맛을 알 수 있다 cái gì cũng vậy ăn rồi sẽ biết. 맛을 내다 nếm, điều vị, 고생의 맛을 보다 nếm vị vất vả 인생의 쓴 맛 단맛을 알다 biết vị ngọt đắng của cuộc đời. 맛이 없다 không ngon miệng, vị không ngon. 맛있는 음식 cơm lành canh ngọt. hảo vị. 맛있는 요리 món ăn mỹ vị. 맛있어 보이는 ngon mắt, 맛있는 ngon miệng, ăn ngon. ý vị. ngon lành
맛있게 익은 chín tới.
맛깔 vị, khẩu vị. ~스럽다 ngon, có hương vị. ~스러운 음식 món ăn ngon miệng.
맛나다 ngon. 맛난 음식 món ngon.
맛난이 (조미료) nước chấm, nước sốt,

đồ gia vị, hương liệu.
맛들다 nêm nếm, làm cho ngon miệng.
맛들이다 thêm gia vị vào, tăng thêm mùi vị.
맛배기 món nếm nhỏ.
맛보다 nếm, nếm thử, nhắp, nhấm nháp. 술을 ~ nếm rượu. 음식을 ~ 나ếm thử thức ăn.
맛없다 không ngon, vô vị. (반) 맛있다 ngon. 맛을 내다 nêm, 맛없이 요리한 음식 bữa ăn bổ bã. 맛있는 요리 món ăn thích khẩu.
맛사지하다 xoa(đấm) bóp, thoa bóp, nắn bóp
망보다 canh gác, trông coi, bảo vệ.
망을 보다 xích hầu.
망 (투망) mạng lưới. (덫) cạm bẫy. 망에 걸리다 bị mắc lưới. lọt lưới, (통신망) mạng lưới thông tin. 망의 구성(배열) cấu hình mạng.
망가뜨리다 làm(đánh) hỏng.
망가진(지다) hư hỏng.
망각 sao lãng, đãng trí, lãng quên, hay quên.(반)기억하다 nhớ, 임무를 망각하다 sao lãng nhiệm vụ. ~속으로 잠기다 quên lãng.
망간 (화학) chất man gan
망건 băng buộc đầu. khăn quấn đầu. mũ bịt tóc.
(속) 망건 쓰고 세수한다(어울리지 않는 일) Đội khăn quấn đầu rửa mặt(việc không xứng).
망고 cây xoài, trái xoài (남), quéo, măng cầu, (북)
망고스틴 (열매) măng cụt.
망국 một đất nước suy tàn.
망그러뜨리다 đập vỡ, phá hoại. 기계를 ~ đập tan máy móc.

망그러지다 đập vỡ, bị gãy vụng. 망그러진 남비 (후라이팬) cái chảo bẹ. 망가진 모자 mũ móp méo.
망극하다 ân huệ to lớn.
망극하옵니다 폐하 muôn tâu bệ hạ.
망나니 đao phủ. (못된 사람) tên lừa đảo, kẻ bất lương.
망년회 liên hoan cuối năm. buổi họp tất niên, ~를 열다 tổ chức buổi ~.
망념(헛된 생각)vọng niệm.
망령 lú lẫn, lẩm cẩm. ấu trĩ, lẩn thẩn. ~든 노인 người già lú lẫn. ~들다 bị ~.
망또 áo choàng, áo khoác. măng tô.
망동하다 hành động mù quáng. 경거 ~ cư xử mù quáng.
망둥이 cá bống.
(속) 망둥이가 뛰니까 꼴뚜기도 뛴다 (제분수도 모르고 남의 행동에 덩달아 설친다) Thấy cá bống nhảy, bạch tuộc cũng nhảy(không biết phận số mình mà thấy người khác làm thì làm theo việc đó)
망라하다 bao gồm. 총 ~ bao gồm tất cả.
망령 vong linh, (혼령) linh hồn người chết. (유령) hồn ma.
망령든(노망한)lẩm cẩm. lẩn thẩn, 망령기가 있는 노인 ông lão ~.
망루(전망대) chòi canh, tháp canh, vòm canh. vọng gác(canh).
망막(눈의) võng mạc. ~염 viêm ~.
망막하다 (넓다) rộng rãi, bao la, mênh mông. (막연) mờ mịt, không rõ ràng.
망망하다 bao la, mênh mông. 망망한 바다 biển ~.
망명하다 lưu vong. 미국으로 ~ sống

lưu vong ở Mỹ. 정치적 망명 sống lưu vong chính trị. 망명자 người ~. 망명정부 chính phủ ~. 망명죄인 tội nhân lưu vong.

망발하다 nói lời xấu xa, nói bậy.

망보다 canh gác, canh giữ, canh phòng.

망부 (죽은 아버지) người cha quá cố. (죽은 남편) người chồng quá cố.

망부(원정 나간 남편을 기다리다) vọng phu.

망사 màng lưới, lưới mỏng. (머리에 쓰는) lưới mũ sắt.

망상 ảo(mê) tưởng, si tưởng, ý nghĩ kỳ quái, huyễn mộng, tư tưởng lập dị. ~에 잠기다 bị hoang tưởng. 과대~ chứng hoang tưởng tự đại.

망석중이 con rối, bù nhìn.

망설이다(주저하다) do dự chần chờ, lưỡng lự, ngần ngừ, sung sung, phân tâm. ~지 않고 không do dự. 갈까말까 ~ chần chờ không biết nên đi hay không. 잠시~ ngần ngừ một tí, 망설이며 대답하다 bên lên trả lời. 망설이는(주저하는) trầm ngâm. 망설이는 태도 thái độ trầm ngâm. 망설임 di do. (명)망설여질 때에는 실패를 각오하고 해 보아라 Khi chần chừ, hãy chuẩn bị tinh thần sẽ thất bại và tiến hành đi.

망신 mất mặt, mất thể diện. ~을 당하다 bị ~. ~시키다 làm cho mất thể diện.

망실하다 bị mất. (망각) bị mất trí.

망아지 lừa con, ngựa con.

망언하다 nói lú lẫn (lẩm cẩm).

망연자실하다 nhớn nhác, cảm thấy hoang mang bối rối. ngã ngửa.

망연하다 bao la, ngơ ngác. ngớ. (어리둥절하게 하다) ngơ ngác. ngớ ngẩn, ngẩn ngơ. 슬픈 소식에 망연해졌다 ngẩn ngơ trước tin đồn đi, 망연해지다 lớ ngớ..

망원경 ống nhòm, kính viễn vọng. ~으로 보다 nhìn bằng ống nhòm. 망원렌즈 thấu kính viễn vọng. 망원 사진 bức ảnh chụp xa. 망원 사진기 máy chụp ảnh từ xa.

망월 mặt trăng tròn.

망인 người chết (망자).

망조들다 điềm thất bại.

망종 tên côn đồ.

망중한 giây phút giải lao giữa công việc bận.

망지소조하다 (갈팡질팡하다) lúng túng, cảm thấy khó xử.

망처 người vợ quá cố.

망측하다 thất thường, không bình thường. 망측한 생각 tư tưởng bất bình thường.

망치 cái búa. búa chém, mọt bảng ~ búa đóng đinh, ~로 두드리다 nện, đánh bằng búa. ~손잡이 cán búa.

망치다 làm hư hỏng, tàn phá. 신세를 ~ phá sản. 농산물을 ~ làm hư mùa màng. 일생을 ~ làm hư cuộc đời. 망친 인생 hư đời.

망태기 cái túi lưới.

망토 bành tô.

망판 (인쇄) độ trung gian.

망하다 diệt vong, phá(bại) sản. hư mất, chết mất, nhà nước ~ đất nước bị diệt vong, tàn phá. 회사가 ~ công ty bị diệt vong, công ty bị phá sản. 술로 ~ lụi tàn vì rượu.

망향 nhớ nhà, ~제 thờ vọng.
망혼 vong hồn, vong linh.
맞대결하다(맞서다) tỉ thí, hai đối thủ đang bước vào trận ~.
맞대면하다 đương đầu, đối mặt, đối lập. 맞바람 cơn gió ngược.
맞고소하다 phản tố.
맞다 đúng, phải. phải rồi, 맞는답 đáp án ~. 잘 맞는 시계 chiếc đồng hồ chạy đúng. 계산이 ~ tính đúng. 네 말이 ~ lời nói của cậu đúng. đúng với, hợp với, 맞죠? đúng chứ! 사실과 맞지 다 không ~ với sự thật. 조건에 ~ thỏa mãn điều kiện, đủ điều kiện. 의견이 서로 ~ ý kiến giống nhau. 마음에 ~ vừa lòng. 목적에 ~ đúng mục đích. 입에 ~ hợp khẩu vị. 취미에 ~ hợp sở thích. 맞는 옷 áo vừa. 몸에 꼭 맞는 vừa người. 맞게 말하다 nói đúng.
맞다(명중하다) trúng, 총에 ~ bị ~ đạn.
맞다 (맞이하다)đón chào, đón tiếp. đón rước, 정거장까지 나가 ~ ra tận ga đón ai. ....를 따뜻이 ~ đón ai một cách niềm nở. 비를 ~ bị phơi mưa. (때리다), 뺨을 맞다 bị đánh má. 매를 ~ bị tát, 도둑~ bị ăn cắp 퇴짜를 ~ bị từ chối, bị hất hủi.
맞다 phù hợp. (반) 맞지 않다 không phù hợp. 이음식은 나에게 맞지 않다 món ăn này không phù hợp với tôi.
맞다(어울리다)vừa, vừa vặn. 너의 옷은 잘 맞는다 áo của anh ~ quá.
맞닥뜨리다 đối mặt, bị đương đầu.

맞담배 피우다 hút thuốc trước mặt người khác.
맞당기다 kéo lẫn nhau.
맞대다 đối mặt, trực diện, đối diện với. 맞대고 욕하다 si vả ai ngay mặt.
맞대면하다 đối diện với nhau.
맞대결 đối chọi.
맞돈 (현금) tiền mặt.
맞들다 (함께들다) nâng đỡ nhau.
맞먹다 (힘이) ngang sức nhau. (비등) tương đương.
맞모금 (대각선) đường chéo.
맞물다 cắn nhau. (톱니바퀴가) khớp nhau, bắt chung nhau.
맞물리다 (기어가) ăn khớp với.
맞바꾸다 trao đổi nhau.
맞바람 gió ngược, ngược gió.
맞받다 đâm vào nhau, phản ứng. 태양빛을 ~ đón nhận ánh nắng mặt trời.
맞벌이하다 hai vợ chồng cùng đi làm. 맞벌이 생활 cuộc đời cùng đi làm.
맞보기 (도수 없는 안경) lau sạch mắt kính, miếng lau mắt kính.
맞보다 (마주보다) nhìn nhau.
맞부딪치다 vấp phải, va phải(vào), đụng phải. 머리가 바위에 ~ đầu va vào đá.
맞붙다 dán dính vào nhau, dính vào nhau. 맞붙어 싸우다 đánh xáp lá cà.
맞붙들다 tóm lấy nhau, cầm lấy nhau.
맞붙이다 dính vào nhau, làm cho đối mặt.
맞붙잡다 nắm lấy nhau, cầm lấy nhau.
맞상대 đương đầu trực tiếp.
맞서다 đứng đối diện với nhau.
맞선 gặp mặt, làm mai. 맞선보다 làm

mai (gặp mặt)
맞소송하다 tố cáo với nhau.
맞수 đối thủ.
맞아떨어지다 đúng. 계산이 ~ tính toán chính xác.
맞아서 시퍼렇게 멍이든 tím bầm.
맞아주다 đóng tay.
맞은편 đối diện. 강 맞은편 bên kia sông. 맞은편 집 căn nhà đối diện đường. 길 맞은편 bên kia đường,. ...의 맞은편에 있다 đâu mặt.
맞이하다 đón tiếp(rước), tiếp đón. (반)전송하다 tiễn đưa, 손님을 ~ đón khách. 새해를 ~ đón mừng năm mới. 따뜻하게 ~ tiếp đón niềm nở.
맞잡다 nắm chặt nhau. 손을 ~ nắm chặt tay nhau.
맞잡이 bằng nhau.
맞장구치다 phụ họa đồng ý.
맞절하다 cúi chào nhau.
맞지 않는 cọc cạch.
맞추다 (조립) lắp ráp. 래디오셋을 ~ lắp radio. 책상다리를 ~ lắp chân bàn vào ghế. 옷을 ~ đặt may áo. 양복을 ~ đặt may complê. 대장 (장부) 과 맞추다 đối chiếu với sổ chính. 기계를 ~ ráp máy móc. 안경 도수를 ~ lắp mắt kính theo độ. 환경에 ~ tự thích nghi với hoàn cảnh. 조율하다 lên dây, so dây. (주문하다) đặt hàng.
맞추기 위한 장부 mộng mẹo.
맞춤법 phép chính tả. 한글 ~ phép chính tả tiếng Hàn.
맞춤복 quần áo đặt may. ~부 khu may mặc.
맞흥정하다 mặc cả với nhau.

맞히다 (명중) bắn trúng. 표적을 맞히다 trúng dấu, trúng tâm.
맡기다 để mặc, giao, gửi nhờ, gửi gắm, trao phó, để nhờ, nhờ giữ. (주다) trao. (넘겨주다) khoán, quý trọng phẩm을 ~ gửi nhờ đồ quý. 돈을 ~ gửi nhờ tiền, gửi tiền giùm. 짐을 ~ gửi đồ nhờ. 은행에 돈을 ~ gửi tiền vào ngân hàng. (위탁)giao phó, phó thác (부탁) 일을 부ấn hơn giao việc nhờ ai làm giùm. 의사에게 ~ giao phó cho bác sĩ. 책임을 ~ giao trách nhiệm. 그에게 맡겨 둡시다 hãy để mặc kệ nó, --을—에게 맡기다 giao giữ..
맡다 bảo quản, chịu, giữ gìn, gìn giữ. 이 짐을 자네가 맡아 주게 tôi sẽ gửi dùm hành lý này cho. đảm nhận, phụ trách. 중책을 ~ đảm nhận trọng trách. 창고를 ~ phụ trách kho. (허가를) được phép. 냄새를 맡아보다 đánh hơi, ngửi. (낌새를) cảm giác khám phá.
맡은(받은) nhận lãnh.
매 cái roi, roi vọt. ~ 를 때리다 đánh bằng roi. ~를 맞다 bị ăn roi, bị ăn đòn.
(속) 매도 먼저 맞는 놈이 낫다(어려움이 있다면 처음부터 기쁘게 받아들이는 것이 더 낫다) Nếu bị đòn thì bị trước là hơn(nếu có khó khăn thì tốt hơn là hứng chịu ngay từ đầu).
(속) 매를 아끼면 애를 버린다 thương con cho roi cho vọt.
(속) 매 앞에 장사 없다 (매로 때리는 데는 견딜 사람이 없다) Trước roi đòn không có tráng sĩ (khi bị đánh

bằng roi không ai chịu nổi).
매 (맷돌) máy xay. (새) chim ó, chim ưng, 매와 개 ưng khuyển, diều hâu. 매부리코 cái mũi diều hâu. 매사냥 săn chim ưng (diều hâu) (독수리 đại bàng)
매 (맵시) 몸매 ngoại hình. 눈매 nhan sắc.
매한가지 hầu như, cũng vậy.
매 일요일 mỗi chủ nhật. 매달 mỗi tháng. 매번 mỗi lần.
매가하다 (집을 팔다) bán nhà. (파는 가격) giá bán.
매각하다 (팔다) bán. 매각공고 quảng cáo bán. 매개자 người trung gian.
매개하다 mai mối, trung gian, môi giới. 매개체 môi vật.
매개변수 tham(thông) số.
매거 (열거) 하다 liệt kê, kể ra.
매관매직하다 mua quyền bán chức.
매고 지고 vác lấy.
매국 tội phạm quốc. ~하다 phản quốc, bán nước. buôn dân bán nước, 매국적인 행위 hành vi bán nước. ~노 kẻ bán nước(mại quốc).
매국노를 처단하다 trừ gian.
매끄럽다 óng mượt, phẳng lì, bóng mượt. (반) 딱딱하다 cứng, 매끄러운 표면 mặt ngoài nhẵn bóng. 매끄럽고 번쩍이는 nhẵn bóng. 매끄럽게 빛나는 óng mượt.
매끄럽지 않은 trúc trắc. ~ 문장 câu văn ~.
매끄러운 머리카락 tóc mượt.
매끄러운 trơn láng, mạch lạc. ~ 연설 diễn văn có ~. ~ 강의 giảng mạch lạc.
(맥락있는) mạch lạc, ~머리카락 tóc mượt.
매끈매끈한 mướt. thin thín, nhờn, mị, trắng héu, 매끈매끈 잘 올린 머리 đầu cạo nhẵn trắng héu, 매끄러운 머리 tóc ~. ~ 한 손 tay nhờn.
매기 mỗi thời kỳ, mỗi giai đoạn.
매기다 đặt, định. 값을 ~ định giá. 세금을 ~ định thuế. 점수를 ~ định cho điểm. 등급을 ~ định cấp.
매너 cách xử sự, cách cư xử. ~가 좋다 cách hành xử tốt. 디에우. 매너리즘 kiểu cách.
매년 mỗi năm, hàng năm. thường niên.
매니저 người quản lý, người đại diện.
매니큐어 sự cắt sửa móng tay.
매다 (동여매다) buộc, trói, cài, cột, thắt.(반)풀다 tháo, 구두끈을 ~ cột (buộc) dây giày. 넥타이를 ~ thắt cà vạt. 소포를 ~ cột bưu kiện. 소를 나무에 ~ cột bò vào cây. 허리띠를 다시 ~ thắt dây nịch. 안전띠를 ~ thắt dây an toàn.
매다 (어깨에 짐을) vác.
매다 (김을 매다) nhổ cỏ dại, rẫy cỏ.
매달 mỗi tháng, hằng tháng.
매달다 cột lên, treo lên, lơ lửng, mắc vào. 줄로 ~ treo lên bằng dây thừng. 목을 ~ treo cổ. 매달린 lủng lẳng.
매달리다 bíu, bị treo, bám. vắt vẻo, bị mắc. buông thõng, xoắn, 아이가 엄마에게 ~ con bé xoắn mẹ, 허공에 ~ bị treo lên không trung. 나무에 ~ bị treo lên cây. 도와달라고 (붙들고 늘어지다)bám. (줄끝에) tòn ten.
매달린 깃발 cờ rũ.
매달아 늘어뜨리다 treo tòn ten.

매도하다 (팔다) bán hàng, bán lấy tiền. 매도계약 hợp đồng mua bán. 매도인 người bán. 매도증서 hóa đơn bán hàng.

매도하다 thóa mạ, lăng mạ, 누구나 다 매국노를 매도한다 ai ai cũng ~ bọn bán nước, (비난하다) kết án, chỉ trích, phê phán gay gắt.

매독 bệnh giang mai, tim la. ~에 걸리다 mắc ~

매듭 gút, nút. múi, mối dây, ~을 짓다 thắt nút. (반) ~을 풀다 mở nút. cởi ra. 실의 ~을 지어 꽉 묶다 thắt nút một sợi dây.

매듭짓다 kết thúc, chấm dứt. 일을 ~ 끝내다 kết thúc công việc.

매력 duyên, sức hút(hấp dẫn), sức quyến rũ, 여성적 ~ sức hút nữ tính. 성적 매력 sức hút giới tính. ~없는 여자 phụ nữ không có duyên. ~적인 dễ coi, có sức hấp dẫn, diễm lệ. ~적인 경치 giai cảnh. ~적인 아가씨 kiều nữ.. ~적인 자태 tư thái có duyên.

매력을 느끼다(홀리다) luyến, 경치에 홀린 사람 người ~ cảnh.

매력 있는 có(hữu) duyên, kiều diễm, hấp dẫn. ~ 소녀 thiếu nữ kiều diễm..

매립하다 lấp đầy. ~공사 công trình lấp. ~지 đất vỡ hoang.

메마른 khô, khô khan. ~땅 đất chai.

메말라 시든 đét.

매만지다 (정리하다) chỉnh lý, điều chỉnh. 머리를 ~ vuốt cho mượt tóc.

매맞다 bị đánh mạnh, bị quất mạnh, bị đánh đòn. ăn đòn.

매매하다 mua bán, buôn bán, giao dịch. 매매되다 đổi tay.

매머드 to lớn. ~기업 xí nghiệp đồ sộ (to lớn)

매명 tự quảng cáo.

매몰시키다 nhận chìm, 인재를 ~ ~ nhân tài.

매몰하다 chôn cất, mai táng.

매몰지점 địa điểm bùi lấp.

매몰스럽다 lạnh nhạt, không tử tế. 매몰스럽게 một cách lạnh nhạt. 매몰차다 hết sức khắt nghiệt.

매몰차다 lãnh đạm, lạnh lùng.

매무새 (옷) áo quần, đồ trang điểm.

매무시 trang điểm. ~가 단정하다 tự giữ cho gọn gàng lịch sự.

매문 công việc viết thuê.

매물 hàng để bán, vật để bán. ~로 내놓다 bày ra để bán.

매미 con ve. ve sầu, ~가 울다 ve ngâm, 개미 con kiến.

매미 우는 소리 ve ve.

매번 mỗi lần, mọi khi, lần nào cũng, .nhiều phen, 매번 폐를 끼쳐 죄송합니다 tôi xin lỗi lần nào cũng làm phiền anh.

매복하다 mai phục, nằm phục kích. núp sẵn. 매복지점 ổ phục kích. 매복병 phục binh.

매부(매형) anh rể, em rể.

매부리 cái mỏ diều hâu. ~코 mũi diều hâu. mũi lệch.

매사 mỗi sự việc. ~가 몹시 어려운 trăm cay nghìn đắng.

매사에 trong mỗi sự việc.

매사냥하다 săn bắn chim ưng.

매상 sự mua. 매상고 doanh thu. 그 날의 매상고 doanh thu trong ngày.

순매상고 doanh thu thực. 총 매상고 tổng doanh thu. ~전표 phiếu bán hàng

매설하다 đặt ngầm. 수도 관을 ~ đặt ống nước ngầm dưới mặt đất.

매섭다 dữ dội, mãnh liệt, gay gắt. 매서운 늘초리 cặp mắt nghiêm khắc, 매섭게 차가운 겨울 아침 sáng mùa đông lạnh buốt.

매소부 (매춘부) gái điếm.

매수하다 mua được. giấy, 사람을 ~ hối lộ, đút lót, mua chuộc. 매수인 người mua chuộc.

매스(대중) quần chúng. ~게임 đồng diễn thể dục.

매스꺼운 ghê tởm.매슥거리다 lợm.

매스콤 thông tin đại chúng. 매스미디어 phương tiện ~.

매시 mỗi giờ. 매시간마다 từng giờ.

매씨 (남의) chị ruột. 자기의 chị cả.

매식하다 ăn tiệm, ăn nhà hàng, ăn cơm ngoài.

매실 quả mận. ~주 rượu mận.

매암돌다 quay tròn. 매암돌리다 làm quay tròn.

매약 (매매계약) hợp đồng mua bán.

매약(약을 팖) bán thuốc.

매양 (항상. 늘) luôn luôn.

매여있다 vướng vít.

매연 (연기) khói đặc, hơi khói. đầy muội khói, ~공해 ô nhiễm khói thải.

매염 tính chất nhuộm (ăn mòn). ~제 thuốc nhuộm màu.

매우 quá, rất, lắm. rất đỗi, vô cùng, lòm, dường bao, ~ 아름답다 đẹp quá. đẹp tuyệt, dật mỹ, diễm tuyệt, ~용감한 gan lì tướng quân, ~가까운 gần cận, ~ 기쁘다 rất vui mừng. mừng rơn, khoái chí, tươi hớn, ~깊은 sâu thẳm, thăm thẳm, ~높은 cao vọi(ngất), ~먼 xa thẳm. mù khơi tít tắp, 매우 빨간 đỏ lòm, ~급한 gấp rút, ~조용한 im như tờ, vắng tanh. ~ 행복한 rất sung sướng, ~ 신선한 tươi thắm, ~ 작은 눈 mắt ti hí, ~ 닮은 in như, ~유감스러운 tiếc hùi hụi, ~기뻐 소리치다 mừng rú, ~ 덥다 quá nóng. ~ 싼 rẻ mạt. ~빠른 tía lia, ~어두운 tối mịt, tối như mực, ~높은 위치에 있는 사람 vân tiêu, ~쓸쓸한 buồn teo.

매우 어려운 hóc búa. 매우 쉬운 dễ ợt(ăn). như chơi, thám nang thủ vật, ~ 많이 sàn sạt. ~길게 thậm thượt. ~부끄러운 nhục nhã, ~가벼운 nhẹ bỗng, nhẹ xõm, ~약한 yếu ớt. ~지친 mệt lả, nhọc nhằn. ~긴급한 thượng khẩn,. ~ 복잡한 hóc búa. ~빠르게 băng băng. ~매우 위급한 상황 nước sôi lửa bỏng, ~ 고마운 đa tạ. ~곤란한 éo le, ~ 시끄러운 ầm ầm. ~가난한 túng thiếu, túng quẫn. ~먼거리 muôn dặm. ~ 큰 nặng chĩu, ~수줍어 하다 ê quá, ~ 흰 trắng bạch, ~먼 길 đường nghìn dặm, ~키큰 cao vút, ~효성스러운 chí hiếu. ~굶주린 đói lả, ~ 느슨한 lỏng le. ~ 궁핍한 xác vờ, đói khổ. ~걱정스러운 khắc khoải, ~낮은 thấp lè tè. trẹt lét, ~조용한 vắng ngắt. im phăng phắc. 매우감탄 하다 phục lăn. ~ 유창하게 읽다 đọc liến thoắng, ~ 지친 nhọc nhằn. ~슬픈 buồn rượi, buồn tanh, buồn xo. ~추운 nghiêm hàn, rét buốt. ~ 화난 cả giận. 그믐밤 같이 어두운 tối mù như đêm ba mươi, ~깨끗한 sạch bóng, ~야윈 tong teo, 매우 정교한 tuyệt xảo, ~ 재미있다 hay tuyệt vời, ~ 묽은 lỏng le. 먼지한 점 없이 깨끗한 sạch bong, ~적은 밥 cơm chim. ~느린 chậm rì. ~공평한 chí công. ~중요한 chí yếu, ~애매한 chung chung.. ~질긴 dai nhách. ~솜씨가 좋은 đại xảo. ~쓴 đắng đắng. 매우 적은 (속어)đếm đầu ngón tay. ~싫어하다 ghét cay ghét đắng, ~좋아하다 ham thích. ~정교한 tuyệt xảo. ~확실한 상황 hai năm rõ mười. ~가벼운 hồng mao..~ 조밀한 khít rịt. ~넓은 không bờ bến. ~맑은 물 nước trong leo lẻo. ~낡은 thổ tả, ~ 낡은 차 cái xe thổ tả, ~상세한 tỉ mỉ. ~부드러운 mềm lũn. ~ 얇은 mỏng dánh(tanh). ~지친 mỏi nhừ. ~ 얕은 nông choèn. ~ 깊은 sâu thẳm, sâu thăm thẳm, ~ 엉큼한 thâm thiểm, ~ 오래된 cũ rích. ~단 ngọt lịm.

매우 작은 nhỏ tí(teo). 매우 정통한 thành thạo, 매우 적은 양 ty hào, ~가까운 친구 bạn chí thiết, ~능숙한 xảo diệu, 매우 늙은 tuổi bạc(thọ), già sọm. ~ 긴 thườn thượt, 매우 긴 한숨을 쉬다 thở dài thườn thượt, 매우 높은 어조 giọng trịch thượng, 매우 비슷한 상태 trứng gà trứng vịt, ~파란 xanh rớt(rì). ~잔인한 thảm độc. ~ 간단한 tham nang thủ vật.

매우 난폭하게 때리다 đánh phũ. ~추한 xấu tợn(hoặc). 매우 훌륭하다 tốt lắm. 매우 어려운 정황인 túng thế. ~감사 합니다 cám ơn vạn bội, ~무거운 nặng trịch(trĩu), ~열심히 일하다 làm việc vất vả.매운탕 lẩu cay, tên món ăn Hàn Quốc.

매우 가깝고 친근한 tối đèn tắt lửa.

매우 감사합니다 cám ơn vô cùng

매우 깜깜한 tối đen, 먹저럼 깜깜한 방 phòng ~ như mực.

매우 귀중한 thiên kim.

매우 딱하게 여기다 buồn lắm.

매우 뛰어난 tuyệt thế.

매우 먼 장소 thiên nhai.

매우 무거운 trĩu nặng.

매우 바쁜(성어) tối mày tối mặt.

매우 밝은 sáng trưng.

매우 부드럽게 khẽ khàng.

매우 비천한 rất hèn mọn.

매우 사나운 부인 sư tử Hà đông.

매우 숙달된 tinh thông.

매우 쉬운 dễ ợt.

매우 심각한 tày đình.

매우 심한 tái tê. 극도로 가슴아픈 lòng đau ~.

매우 영리한 thạo.

매우 이상한 lạ hoặc.

매우 정통한(능숙한) thành thạo.

매우 좋은 tối hảo.

매우 지치다 nhọc nhằn.

매우 추운 lạnh toát.

매우 투명한 trong sáng(veo).

매우 활동적인 hào hoạt.

매우 확실한 상황(모두 보게된) hai năm rõ mười.

매우 황급히 먹다 ăn ngấu nghiến.

매우 희다 trắng hếu.

매월 mỗi tháng, hàng tháng.
매음 mại dâm. đánh đĩ, ~굴 동성 ~. 기 생 viện, 매음녀 gái mại dâm. ~하다 làm tiền,
매이다 bị cột, bị trói, bị buộc. 소가 나무에 ~ bò bị cột vào cây. 일에 ~ bị ràng buộc công việc. 목을 ~ bị treo.
매인 (각 사람) mỗi người.
매일 mỗi ngày, ngày(thường) ngày, hàng ngày. 매일매일 ngày qua ngày. 매일같이 hầu như mỗi ngày. ~의 일 công việc ~, ~ 사용하는 말들 chữ rất thường dùng(dụng).
매일반 cũng thế thôi, như nhau.
매입하다 mua. 매입가격 giá mua. 대량으로 매입하다 mua số lượng lớn.
매입율(은행) tỉ giá mua.
매장하다 chôn cất, táng, mai táng, hạ huyệt,. (사회적으로) khai trừ. 매장지 nghĩa địa. 국립 묘지 nghĩa trang. 가매장 mai táng tạm. 생~ chôn sống, (잊어버리다)chôn vùi, 매장 허가증 giấy phép chôn cất.
매장되어 있다 bị lắng đọng.
매장량 trữ lượng, số ước lượng trong mỏ. 석탄 ~ ~ than, 석유 매장량 trữ lượng dầu.
매장 quầy. (파는 곳) cửa hàng, (매점) cửa tiệm
매절마다 ở mỗi câu.
매조키즘 khổ dâm, bạo dâm.
매점 quán, quầy bán hàng, căn tin. 신문 ~ quầy báo. 학교 ~ quầy văn hóa phẩm.
매점 매석하다 mua sạch, mua toàn bộ, gom(găm) hàng, đầu cơ tích trữ.

쌀을 ~ đầu cơ lúa gạo.
매정하다 (스럽다) nhẫn tâm, lạnh lùng, vô tâm. quả tình.
매제 em rể. 형부 anh rể.
매주 mỗi(hàng) tuần. (사는 사람) người mua. (반) 파는 사람 người bán.
매주콩 đậu nành (남), đỗ nành (북) = đậu tương.
매지근하다 (미지근하다) nhạt nhẽo, hửng hờ, lãnh đạm.
매직 (필기구) bút tô.
매진하다(팔다) đã bán hết, bán sạch, không còn.
매진하다 phấn đấu, cố gắng lên, tiến tới.
매질하다 đánh đòn, đánh đập.
매체 phương tiện truyền đạt môi giới.
매축(매립)공사 công trình khai hoang.
매춘 mại dâm. đánh đĩ, bán trôn, ~부 gái mại dâm, con đĩ, ả giang hồ, gái điếm, gái làng chơi, gái giang hồ. ~생활 đời phấn hương, 매춘업소 nhà thổ, nhà săm, nhà chứa. 매춘부집 nhà thổ, ~부를 거느리다 chứa thổ, 매 춘가 xóm yên hoa, 매춘부가 되다 bán trôn nuôi miệng, 매춘부를 관리하다(숨기다) chứa đĩ. ~가 xóm yên hoa, 매춘하다 làm đĩ(gái). ~업 dâm nghiệp, ~업 을 하다 buôn phấn bán hương.
매춘 hành vi yên hoa.
매출하다 bán ra. 매출가격 giá bán ra.
매치 cuộc thi đấu.
매캐하다 có nhiều khói. 곰팡내 có mùi mốc.
매콤하다 có vị hơi cay (매큼하다)

매트 mảnh chiếu. 매트리스 tấm nệm. ~를 펼치다 giải chiếu.
매파 bà mai, bà mối.
매팔자 hoàn cảnh sung túc.
매표 bán vé. ~소 cửa ~, chỗ ~.
매품 hàng bán, vật bán.
매한가지 cũng vậy thôi, như nhau.
매형 anh rể.
매호 mỗi nhà.
매혹 mê hoặc(hồn), quyến rũ, hấp dẫn. 사람을 ~ mê hoặc người. 매혹적인 mê hồn(ly), có tính mê hoặc. hữu tình, 여자의 매력에 매혹당하다 bị mê hoặc bởi sức hấp dẫn của phụ nữ. ~시키는 노래 bài ca mê hồn.
매혹 당하다 (완전히) chết mê chết mệt. 매혹되다 mê mẩn.
매혹시키다 mê hồn, dụ hoặc. ~는 say người, 매혹시키는 미녀 sắc đẹp say người.
매화 hoa mai. ~나무 cây mai. ~가 얇게 피다 ~ nở trắng lốp.
맥(맥박) mạch. kinh mạch, sự co bóp, nhịp tim, 맥을 짚다 bắt mạch, xem mạch, 맥을 짚어보다 coi mạch, 약한 맥박 ~ yếu. 광맥 mạch mỏ. ~은 이상 없다 mạch bình thường. 맥박계 máy đo mạch. ~치다 co bóp
맥고모자 nón rơm.
맥관 (혈관) mạch máu.
맥락 mạch lạc, hệ thống tĩnh mạch. ~을 통하다 thông đồng, cấu kết. 문장의 ~ mạch văn.
맥맥하다 (코가) chói mũi.
맥빠지다 kiệt sức. (낙심) nản lòng, nản chí, thất vọng.

맥빠진듯이 thờ thẫn.
맥박 mạch, ~을 집다 xem(bắt) ~. ~을 재다 chẩn mạch.
맥반 (보리밥) cơm lúa mạch.
맥보다 (맥박을 짚어보다) bắt mạch.
맥비 phân bón lúa mạch.
맥시코 (국명) MỄ tây cơ.
맥아 mạch nha(엿기름). ~당 đường ~.
맥 없다 cảm giác mệt mỏi. 맥 없이 một cách yếu ớt, một cách bất lực. 맥없이 앉아있다 ngồi một cách mệt mỏi. 맥없이 쓰러지다 gục xuống.
맥풀리다 xuống tinh thần, suy sụp, chán nản.
맥주 rượu bia. ~거품 bọt bia. 생~ bia tươi. 김빠진 맥주 같다 nhạt như bia thiu. ~양조장 nhà máy bia. ~병 bia chai. 차게한~ bia ướp lạnh
맥추 mùa thu hoạch lúa mạch.
맨 가장자리에 thay lẩy, uống의 ~ 서다 đứng ~ ở bờ giếng.
맨땅에서 자다 ngủ dưới đất.
맨처음 trước tiên, trước hết. 복도 맨 끝에 ở tận cuối phong 맨 아래 dưới cùng.
맨발 bàn chân không. chân trần, 맨손 bàn tay không. ~로 가다 đi đất. ~로 걷다 đi chân không.
맨꽁무니 đuôi cuối cùng. 맨끝 chính lần sau cùng.
맨나중 tận cùng, ngay lần sau cùng. 맨 나중에 để kết luận, để kết thúc.
맨땅 bãi đất. ~에 앉다 ngồi bệt.
맨둥 맨둥하다 không có cây, trọc.
맨뒤 tận sau cùng.
맨드라미 (식물) hoa mào gà.
맨 마지막 sau rốt.

맨머리 cái đầu trần, đầu không đội mũ (nón).
맨먼저 (처음) ban đầu. 첫째로 trước hết.
맨몸 (알몸) khỏa thân. ~이 되다 trở nên ~. 맨몸으로 자다 ngủ mình khỏa thân.
맨밥을 먹다 ăn cơm không có món phụ nào, ăn cơm không.
맨션아파트 tòa nhà chung cư.
맨손 tay không. (속어)hai bàn tay trắng, ~으로 돌아오다 trở về tay không . 맨손체조 thể dục tay không. ~으로 돈을 모으다 ~ gây dựng cơ đồ.
맨송맨송 (맨숭맨숭하다) không có tóc. (산이) trơ trụi, không một bóng cây.
맨앞 tận phía trước. hàng đầu, ~에 ở trên cùng. 맨앞에 서서 가다 đi đầu, đến trước.
맨위 ngọn, chóp đỉnh. 맨위의 tột đỉnh, cao nhất.
맨 앞 페이지 trang ầu.
맨주먹 tay trắng.
맨처음 ban đầu, sớm nhất. ~에 trước tiên (hết).
맨홀 cái miệng cống, lỗ cống.
맴돌다 văng vẳng, ám ảnh, trăn trở. vờn, 그의 말은 아직도 나의 귀에 맴돌고 있다 những lời của nó vẫn còn ~ bên tai tôi. 그 새각은 항상 내 머리속에 맴돈다 ý nghĩ ấy luôn luôn ám ảnh tôi.
맵다 (매운) cay. 국이 맵다 súp (canh) cay quá. 맵고 쓴 cay đắng.
맵시 dáng vẻ, đường nét. 몸 ~ dáng người. 옷맵시 cách ăn mặc. 맵시

가 있다 diện quá. 맵시 있는 옷차림 ăn mặc diện quá. ~없는 옷 quần áo bụng xụng.
맵시를 내며 걷다 đi õng ẹo.
맷돌 cối xay, cối đá. cót két, ~질 nghiến rít. ~을 갈다 xay cối.
맹격 tấn công dữ dội.
맹견 chó hung dữ. chó ngao, ~주의 coi chừng chó dữ.
맹꽁맹꽁 (개구리) tiếng ộp ộp, kêu ộp ộp.
맹꽁이 giống ếch tròn nhỏ.
맹그로브 나무 cây đuốc (vẹt).
맹금 (새) loài chim ăn thịt. ~류 những chim dữ.
맹도견 (장님 인도하는 개) chó dẫn đứng.
맹독 thuốc độc nặng.
맹랑하다 (허망하다) (근거없다) không cơ sở (căn cứ), sai nhầm, không thể tin được. 맹랑한 소문 tin đồn bừa bãi. 맹랑한 적수 một địch thủ không tầm thường.
맹렬하다 hung dữ, mãnh liệt, kịch liệt. 맹렬히 một cách mạnh mẽ. ~히 반대하다 phản đối mãnh liệt. ~한 경쟁 cạnh tranh mãnh liệt. ~히 싸우다 đánh nhau một cách kịch liệt.
맹렬히 vũ bão, ~공격하다 tấn công ~. ~덥치다 xà xuống.
맹목 mù quáng. đui mù, ~적으로 một cách mù quáng. mê ám.
맹목적으로 따르다 truy tùy, 권력자를 ~ ~ người có quyền thế.
맹문 (경위를 모르고) không hiểu cảnh ngộ.
맹물 (물) nước lã. (사람) người tẻ

nhạt (싱거운 사람) (속) 맹물 먹고 속 차려라(찬물 먹고 정신 차려라) Hãy uống nước lạnh mà tỉnh ra(uống nước lạnh và tỉnh táo tinh thần).

맹방 (우방) nước liên minh.

맹성 (크게 깨달음) tỉnh ngộ, giác ngộ. ~을 촉구하다 thuyết phục tỉnh ngộ.

맹세 thề, thề nguyện, thề thốt(bồi), cam đoan (kết). đoan thệ, ~코 theo lời thề của tôi. 천지신명 께 ~하다 thề trước trời đất. 충성을 ~하다 thề trung thành. 거짓 ~ 하다 thề dối(gian), hay nói ~하다 thề sống thề chết, 굳게~하다 thề non hẹn biển, ~를 어기다 thề gian(dối), 맹세 하고 가약을 맺다 thề ước, 평생 사랑하기로 맹세하다 thề ước yêu nhau suốt đời, 맹세지거리 lời thề báng bổ. 불변의 맹세 thề sống cạn đá mòn. 너는 나를 영원히 사랑한다고 ~ 했다 anh đã ~ yêu tôi mãi mãi.

맹수 thú dữ, ác(mãnh) thú. ~사냥 đi săn ~.

맹습하다 tấn công mãnh liệt.

맹신하다 mê tín, cả tin, tin nhẹ dạ.

맹아 câm và mù. ~학교 trường dành cho người câm và mù.

맹아 (발아) mọc mộng, nảy mầm. 싹 nụ, chồi.

맹약 (서약) lời cam kết.(결혼의) tơ hồng.

맹연습 luyện tập gian khổ.

맹우(의형제) minh hữu.

맹위를 떨치다 nổi hung hăng (hùng hổ).

맹인 người mù. kẻ mù(đui), xoan, ~가 수 xẩm.

맹자 Mạnh Tử.

맹장(해부) ruột thừa. manh tràng, ~염 viêm ~. 맹장수술 mổ ~.

맹장 một tướng lãnh dữ.

맹점 một điểm mù.

맹종하다 phục tùng mù quáng. a dua, 맹종자 người theo mù quáng.

맹주 lãnh tụ giữa đồng minh.

맹진하다 tiến tới dữ, lao tới mạnh mẽ.

맹추 khờ dại.

맹타 cú đánh mạnh. ~자 tuyển thủ~.

맹탕 (국물) món canh nhạt. (사람) người ngu đần.

맹폭하다 ném bom bừa bãi. xà xuống.

맹풍 (폭풍) cơn bão.

맹학교 trường khiếm thị.

맹호 con hổ dữ. mãnh(hùng) hổ, 맹호부대 (사단) sư đoàn mãnh hổ. 백마사단 sư đoàn bạch mã.

맹활동 hoạt động sôi nổi (tích cực).

맹훈련 rèn luyện gian khổ, khổ luyện.

맹휴 (동맹파업) bãi công, đình công. 동맹휴교 bãi học.

맺다 cột, buộc. 매듭을 ~ cột nút. 열매를 ~ kết trái. 계약을 ~ ký hợp đồng. 동맹을 ~ kết đồng minh. 인연을 ~ kết nhân duyên. 부부의 인연을 ~ kết duyên vợ chồng. 의 형제를 ~ kết nghĩa anh em.

맺음말 lời kết thúc (phần cuối).

맺히다 bị nút, bị gút, bị kết lại. 눈물 맺힌 눈 đôi mắt đẫm lệ. 이슬이 ~ đẫm sương. 맺힌 원한 mối hận thù sâu nặng.

머금다 ngậm. 물을 ~ ngậm nước. 웃음을 머금고 nở nụ cười. 눈물을 ~

ngậm nước mắt.

머루 (식물) nho rừng, nho dại.

머리 đầu, cái đầu, đầu óc. thủ, ~위에 손을 돌리다 đưa tay vào sau đầu. ~가 좋다 thông minh, đầu óc minh mẫn. ~를 빗다 sửa(chải) tóc, sổ tóc. ~가 나쁘다 ngu, dốt. ~가 돌다 mất cảm giác, lộn xộn loạn trong đầu. ~가 아프다 đau đầu. nhức óc. ~ 좋은 tinh y. ~를 긁다 gãi đầu. ~를 들다 ngửng(ngấc) đầu, ngẩng đầu. ~를 숙이다 cúi(gục) đầu. ~를 감다 gội ~, ~를 쓰다 sử dụng đầu óc. động não, ~를 쓰다듬다 xoa đầu, ~를 맞대고 chụm đầu, ~는 감추고 꼬리는 드러내다 giấu đầu hở đuôi. ~를 물속에 넣다 hụp lặn, ~를 땅에 대고 절하다 khấu đầu. ~에 두르는 수건 khăn đóng. ~를 뒤쪽으로 젖히다 ngựa đầu ra sau.

머리끝이 서다 giờn tóc gáy.

머리(몸)이 큰 to đầu.

머리(가축의) sỏ, 돼지 ~ ~ lợn.

머리가 빙빙 돌다 xơ vơ.

머리를 갑자기 들다 vếch đầu.

머리를 구부리다 gục đầu.

머리를 기울이다(몰두) chúi đầu.

머리 묶음 lọn tóc.

머리 타래 lọn, 머리를 말아서 타래를 만들다 uốn tóc thành lọn.

머리를 부딪치다 va đầu, 벽에 ~ ~ vào tường.

머리 싸움을 하다 tranh khôn.

머리와 꼬리 thủ vĩ.

머리기름 dầu xức tóc.

머리로 받다 (헤딩) tét, 점프하여 헤딩으로 골을 넣다 nháy lên tết quả

bóng vào gôn.

머리를 가르다 rẽ tóc.

머리를 단정하게 하다 trau chuốt mái tóc.

머리를 드라이 하다 sấy tóc.

머리를 빼다 thò đầu.

머리를 쳐박고 넘어지다 tùng phèo.

머리를 흔들다 lắc đầu.

머리가 무겁다(음주후) nặng đầu.

머리가 완고한(융통성 없는) 사람 lô cốt.

머리고기 nọng.

머리끝이 서다 giờn tóc gáy.

머리속에서 떠나지않다 lởn vởn trong đầu óc.

머리 숙여 인사하다 gầm mặt xuống.

머리를 부딪히다 bươu đầu. đụng đầu.

머리에 쓰는 망사 lưới bao tóc.

머리의 상투 búi tóc, bối.

머리의 이 chấy.

머리 (카락) sợi tóc, mái tóc. ~를 기르다 nuôi tóc, để tóc dài. ~를 깎아 hớt tóc. ~를 빗다 chải đầu, sổ(sửa) tóc,(남) gỡ đầu (북). ...의 ~를 풀다 tháo tóc, 염색한 ~ tóc nhuộm. ~형 kiểu tóc. 머리카락이 없는 trọc lốc, 머리카락이 출렁거리다 lõa xõa. 머리카 락을 쭈볏하게 하다 làm rởn tóc gáy, 숱많은 ~ tóc rậm. 숱이 적은 ~ tóc thưa. 거친 ~ tóc rễ tre. 헝크러진 ~ tóc rối. 머리카락이 설 정도로 오싹하다 rợn tóc gáy. (가축의) sỏ.

머리 가리마 đường ngôi.

머리곁 đầu giường.

머리로 받다 tết. 점프하여 헤딩으로 볼을 골문으로 넣다 nháy lên ~ quả bóng vào gôn.

머리를 걷어올리다 vén tóc.
.머리를 내밀고 thò đầu
머리를 땋다 tết tóc.
머리를 말다 vấn tóc
머리를 매다 buộc đầu.
머리를 묶다 bới tóc.
머리를 수건으로 감다 bịt khăn.
머리를 쓰다듬다 vuốt tóc.
머리를 쓰다 động não.
머리를 짜내다 vắt óc, bóp óc(trán). moi óc. 머리를 짜내어 수학을 풀다 ~ để giải bài toán.
머리를 짜서 생각하다 nặn(nạo) óc.
머리를 풀다 xõa ra, xõa xuống. tháo tóc.
머리속에 계속 남아있다 vấn vương.
머리에서 떠나지 않고 빙빙 돌다 vấn vít.
머리에서 발끝까지 từ đầu đến chân. ~무장하다 vũ trang đến tận răng, 헝크러진 머리 tóc rũ rợi.
머리기름 dầu xức tóc. 머리가 빠지다 (탈모) rụng tóc. 머리를 끄덕이다 gật đầu.
머리띠 dây cuộc tóc, dây buộc tóc. 머리를 흔들다 lắc đầu.
머리말 lời nói đầu. lời tựa. đạo ngôn.
머리에 두르다 bịt đầu.
머리에 수건을 두르다 vấn khăn.
머리에 쓰다 đội lên đầu.
머리에 차는 각종장식 thủ sức.
머리에 피도 마르지 않은 (아주 어린) chưa ráo máu đầu. ~녀석 miệng còn hôi sữa.
머리맡에 bên gối.
머리를 획 숙이다 (맞지 않으려고) hụp xuống.
머리채 bím tóc dài. (묶음) lọn tóc.

머리치장하다 đi làm tóc, đi chải tóc.
머리카락 mái tóc. tóc tai, 흰머리 tóc bạc, tóc trắng. ~을 잡아 뽑다(쥐어뜯다) bứt tóc. nhổ tóc, ~을 땋다 gióc bín. ~이 자라다 mọc tóc. ~을 풀다 xả tóc. ~을 쭈볏하게 만들다 làm rởn tóc gáy. ~이 설 정도로 오싹하다 rợn tóc gáy.
머리털이 빠지다 tóc bị nhổ ra. trụi lủi.
머리핀 cái kẹp tóc. cặp tóc. trâm.
머리골을 썩히다 suy nghĩ nát óc.
머릿 수 số người.
머무르다 trú, nán lại, trú chân, ngụ, ở lại, lưu lại, lưu trú, 주막에 ~ ngụ ở quán. 친구집에 ~ ở nhà bạn. 손님을 머물게 하다 lưu khách, 호텔에 ~ lưu lại khách sạn. 머물곳 nơi trọ.
...에 머무르다 lưu cư.
머무적거리다 do dự, ngập ngừng. ~지 말고 không do dự.
머뭇거리다 → 머무적거리다 do dự, ngần ngừ. lần lữa. thấp tho, thập thò. 머뭇거리며 말하다 nói ngập ngừng.
머뭇머뭇하다 lần chần. lừng lờ.
머쓱하다 (기죽다) buồn nản, chán nản.
머슴 công nhân nông trường, đầy tớ, tôi đòi. người làm thuê. điền nô, ~살다 làm việc thuê. ~살이 cuộc đời làm thuê.
머지않아 chẳng bao lâu, mai đây, một mai. mấy chốc, mấy nả. ~ 생활이 나아질 것이다 mai đây cuộc sống sẽ tốt đẹp hơn.
머어큐롬 thuốc đỏ.
머풀러 khăn quàng cổ, khăn choàng

cổ (목도리)

먹 mực tàu(đen). 먹을 갈다 mài mực. 먹이 번지다 mực lem vào. 먹처럼 검은(속어) tối như mực.

먹을 가까이하면 검어지고, 등을 가까이하면 밝아진다(좋은 친구를 사귀어야 한다) gần mực thì đen, gần đèn thì sáng. (phải làm xã giao người bạn tốt).

먹구름 đám mây đen. ~이 하늘을 덮었다 trời ấy mây, bầu trời u ám.

먹다 ăn (남), xơi. nhá. (북). 아침을 ~ ăn sáng. 놀고 ~ ăn với chơi. 맛있게 ~ ăn một cách ngon lành. 하루세끼 ~ ăn ngày 3 bữa. 개도 먹는 개는 아니 때린다 trời đánh tránh bữa ăn. 욕을 먹다 bị chửi, ăn chửi. 먹고 살수 없다 (힘들다) kiếm sống khó khăn. 먹기 위해 일하다 làm việc kiếm sống. 그는 간신히 먹고 산다 hắn kiếm vừa đủ sống. 벌레 먹은 이 răng mục. 남의 재물을 ~ chiếm tài sản người khác. 뇌물을 ~ ăn hối lộ. 겁을 ~ bị sợ hãi. 더위를 ~ bị sốt.

먹을것을 탐하는 tham ăn.

먹기쉬운 ngon xơi.

먹는데 정신없는 mê ăn.

먹여주다 cho ăn.

먹고 남은 것 bơ thừa sữa cặn.

먹고 마시다 chén. ăn nhậu.

먹고 마시는 것 đồ ăn uống.

먹고 사는곳 nơi ăn chốn ở.

먹고 살 돈이 많은 trường vốn.

먹는것이 우선이다 dĩ thục vi tiên.

귀먹다 bị làm điếc.

먹먹하다 bị điếc tai, choáng tai (명명하다)

먹성 thèm ăn, ngon miệng.

먹실 (문신) xâm hình.

(속) 먹을 때는 장소를 가리고 놀때는 친구를 가려라 ăn chọn nơi, chơi chọn bạn.

먹음 직스럽다 cảm thấy ngon, có vẻ ngon 먹을수 없을 정도로 질리다 chán đến mang tai.

먹어치우다(착복)xà xẻo, tham ô.

먹이 thức ăn, mồi, lương thực, đồ ăn, món ăn, thực phẩm. 말먹이 thức ăn cho ngựa,. ~ 주기 sự trún mồi. 먹이(미끼)를 먹다 ăn mồi.

(새) 먹이를 주다 trún.

먹이다 cho ăn. 소에게 풀을 ~ cho bò ăn cỏ. 아기에서 젖을 ~ cho trẻ uống sữa, nuôi. 온 가족을 ~ nuôi cả gia đình. 네식구를 ~ nuôi bốn miệng ăn. 소를 ~ nuôi bò. 샤츠에 풀을 ~ hồ ao sơ mi. 물감을 ~ nhuộm. 기름을 ~ bôi dầu.

먹자판 một cảnh ăn uống huyên náo.

먹처럼 검은 tối như mực.

먹칠하다 bị vấy mực. (명예에) bị ô nhục.

먹통 hộp mực. (바보) người ngu dại.

먹히다 bị ăn. 쥐가 고양이에게 ~ chuột bị mèo ăn thịt. 먹느냐 먹히느냐의 싸움 đấu tranh một mất một còn. 밥이 잘 먹히다 ăn ngon miệng.

먼 xa, xa xăm. cách xa, viễn, xa xôi(tít), xa xa,(반)가까운 gần, 먼 흰구름 mây bạc xa xa, 아주 ~ xa lắc. 먼 지역 xứ xa.

먼길 đường xa (dài), ~을 떠나다 vân du. ~ 떠나기 위해 준비한 식량 tư lương.

먼길(이별)을 비유 quan hà.
먼나라 đất nước xa xôi.
먼데 nơi xa xôi.
먼동이 틀 때 lúc tảng sáng. ~트다 rạng sáng.
먼바다 trùng khơi, ~에서 고기를 잡다 đánh khơi.
먼발치서 보다 có tầm nhìn xa.
먼빛으로 보다 có tầm nhìn xa về.
먼저 trước, trước tiên, trước hết. 선불하다 trả ~, 예매하다 mua giấy ~, 그는 이곳에 3시 전에 올것이다 nó sẽ có mặt tại đây ~ ba giờ, ~가다 đi trước. ~도착하다 đi tới trước, ~먹다 ăn trước. 그가 제일 먼저 왔다 anh ta đến đầu tiên. 먼저 감사의 말씀을 드립니다 trước tiên tôi xin thành thật cám ơn quý vị. 먼저 가십시오 xin mời đi trước. 먼저 말한 바와 같이 như trước đây.
먼저 된 자 kẻ ở đầu.
먼저 먹는 사람(도박) tay trên.
먼저 태어난 so. ~ 아이 con so.
(명) 먼저 자신에게 물어보라 Hãy hỏi bản thân mình trước.
먼지 bụi bặm. đám bụi, ~투성이다 đầy bụi. 먼지 많은 길 đường nhiều bụi. ~를 털다 phủi(lau) bụi (북), giũ bụi (남). đập bụi, ~털이 cây hút bụi. phất trần, chổi lông, 먼지가 일다 đầy bụi. ~를 씻다 tẩy trần.
먼지와 때 trần cấu.
먼지흡입기(공기청소기) máy hút bụi.
멀거니 바라보다 nhìn ngây ra, nhìn bâng quơ.
멀겋다 lờ mờ, mù mịt. 멀건 우유 sữa loãng. 연한 커피 cà phê loãng.
멀끔 (말끔) 하다 làm sạch, lau chùi, sạch sẽ.
멀다 (눈이) bị mù, bị đui mù. 눈먼 사람 người mù. 돈에 눈이 ~ bị bế tắc về tiền bạc.
멀다 (거리가) xa xôi. 먼곳에 ở nơi xa. (반) 가깝다 gần, 멀지 않는 곳에 ở nơi không xa. 먼친척 anh em xa. 먼장래 tương lai xa. 갈길이 멀다 có một chuyến đi xa. 안보면 멀어진다 xa mặt cách lòng. 멀고 험한 여정 dặm ngàn. 멀고 가까운 하 cận. 멀고 똑바른 xa tắp. 그날은 아직 ~ ngày ấy hãy còn xa.
멀뚱멀뚱 khờ khạo, đãng trí, ngây dại.
멀리 xa xôi, cách xa. 멀리서 từ đằng xa. ở đằng xa, 멀리하다 tránh xa, xa lánh(lìa), xa cách, sa người을 ~ hả다, giữ khoảng cách. 나쁜 친구를 ~하다, tránh xa bạn bè xấu. 여자를 ~하다, giữ khoảng cách phụ nữ. ~떨어진 xa vắng(cách). xa xa, gần xa tít mù, xa khơi, 멀리 떨어져 있는 xa nhau, tương biệt, ly cách, ~까지 퍼지다 lừng lẫy. 그리 멀지 않는 không xa lắm, 여기서 멉니까?cách xa đây không? 볼수있는한 멀리 xa mút con mắt.
멀리 가다 đi xa.
멀리 귀양보내다 phóng lưu.
멀리 나가는 정찰 viễn thám.
멀리 넓게 보다 nhìn ra xa, trông với.
멀리서 감시하다 viễn tiêu.
멀리서 들려오다 vẳng nghe.
멀리보다 viễn vọng.
멀리서부터 từ xa.

멀리서 어떤 사람을 알아보다 thấy người nào từ xa.
멀리서 오다 viễn lai. 멀리서 온 손님 viễn khách.
멀리서 울리는 큰 소리 ì ầm
멀리 떨어져 결코 만날수 없는 두사람 sâm thương.
멀리 떨어져라! dan ra!
멀리 떨어져 앉다 ngồi ngoài.
멀리뛰기 môn nhảy xa
멀리 여행하다 viễn du.
멀리 하다 lánh xa. 그는 멀리해야 할 사람이다 nó là một người ta nên ~.
멀미 say, nôn mửa. ~약 thuốc say sóng, thuốc nôn. 배멀미 say sóng. 배멀미하다 bị say sóng, nôn mửa. 비행기 ~ say máy bay. 차 ~ say tàu xe.
멀쑥하다 (키가) cao và gầy. (모양이) đẹp, diện, duyên dáng.
멀어지다 càng xa hơn, trở nên xa. 두 사람의 관계가 ~ quan hệ hai người ngày càng xa hơn.
멀쩡하다 đầy đủ, trọn vẹn. 정신이 ~ có tinh thần lành mạnh.
멀찍막하다 khá xa, xa xa.
멀지않아 ít nữa.
멀찍멀직 떨어져 앉다 ngồi cách xa xa.
멀찍이 xa xa, ở khoảng cách xa. 멀찍이 사이를 두다 bỏ một khoảng khá xa.
멈추다 ngừng, ngưng, dừng. 비가 ~ tạnh mưa. 차가 ~ dừng xe. 딱 ~ dừng bất chợt. 일을 ~ ngừng làm việc. 멈추지 않고 không ngót. 멈추지 않고 계속해서 vô hồi kỳ trận.

멈추게 하다 chặn, 멈춰서라 dừng bước(chân).
멈칫하다 ngừng lại đột ngột, lưỡng lự, do dự, chùn bước.
멈칫거리다 do dự, ngập ngừng. 방에 들어오지 않고~ ngập ngừng khi bước vào phòng.
멋 sự hấp dẫn, thú vị, hợp thời trang, duyên, hay. 인생의 ~ thú vị của cuộc đời. ~있는 춤 điệu nhảy hấp dẫn. ~있는 남자 đàn ông hấp dẫn.
멋있다 mốt, diện quá, tuyệt vời, bảnh bao. 멋 있는 말 lời nói thú vị. 그녀의 옷차림은 멋있다 cách ăn mặc cô ấy rất mốt, thanh nhã. 멋을 낸 đài điếm. 멋부린 복장을 하다 ăn mặc ngon. 멋있는 옷을 입다 ăn mặc đỏm.
멋 있게 생기다 sành điệu
멋진사내 bảnh trai.
멋내다 (멋부리다) làm duyên, làm dáng.
멋대로 theo cách riêng, theo sở thích. ~굴다 làm theo cách riêng của mình, tùy thích, theo ý thích, theo ý mình. ~하다 làm theo ý mình.
멋들어지다 lộng lẫy, tráng lệ, huy hoàng. 멋들어지게 tuyệt vời.
멋없다 vô duyên, chán ngắt, tẻ nhạt, vụng về. (반)멋있는 có duyên, sành điệu. 멋없는 사람 người tỏ ra tẻ nhạt (vô duyên). 멋없이 굴다 hành động vụng về.
멋쟁이 người bảnh bao, người ăn mặc đúng mốt (남자), người ăn diện (여자멋쟁이). 멋쟁이 양복 com lê hợp thời trang.
멋적다 (멋없다) vô duyên. (불쾌) khó

chịu, khó ưa. (어색하다) cảm giác khó chịu.

멋지다 diện quá, hấp dẫn, càng hay, duyên dáng. 멋지게 보이다 có vẻ bảnh bao.

멍 vết bầm. ~이 들다 bị bầm, có vết bầm. thâm tím. 눈에 ~이 들다 có vết bầm nơi mắt. 내 팔은 온통 멍 투성이 다 tay tôi đầy ~, ~이 들도록 때리다 đánh cho bầm. 몸이 멍 투성이다 mình đầy ~. 멍이 든 tím bầm.

멍멍짖다 sủa (개가)

멍석 chiếu rơm, tấm thảm rơm.

멍에 cái ách, vạy, (소의)vai cày, ~를 매다 mang ách, 소에게 ~를 메우다 cài ách vào bò.

멍에줄 dây óng.

멍울 (덩이) bướu, chỗ u sưng.

멍청이 người đần độn, ngu đần. óc bùn, thằng đần (멍텅구리)

멍청한 ngớ ngẩn, đần độn, cù lần, dại dột, dốt. ngây ngô, khật khùng, lơ láo. (반)총명한 thông minh, 멍청한 얼굴 khuôn mặt đần độn. 멍청히 앉아있다 ngồi trích trích, 멍하니 앉아있다 ngồi thần thờ, ngồi ngơ. 정신이 멍하다 thần thờ. 귀가 멍하다 làm chói tai. 멍청하게 서있다 đứng đờ ra. 마치 허수아비처럼 ~ 료 láo như bù nhìn. ~놈 đồ ngu(bị thịt).

멍청해지다 đâm ra quẩn trí.

멍청히 있는 trơ ra, vêu.

멍하다(놀라서) sững sờ. ngẩn ngơ. ngây thôn. 멍해지다 lần thần. quẩn trí.

멍하니 서있다 đứng thần thờ. 놀라서 멍하니 서있다 đứng sững sờ.

멍하니 앉아있다 ngồi thần thờ.

멍하여 서서 보고있다 ngây người đứng nhìn.

메 (방망이) cái búa, cái vồ. (떡치는 메) cái vồ lớn.

멍한 lần thần. thuẫn, đực mặt. 멍하니 앉아있다 ngồi thuẫn.

메가톤 một triệu tấn.

메가폰 cái loa.

메기 (물고기) con cá trê. thiều.

(속) 메기가 눈은 작아도 저 먹을 것은 안다(사람이 아무리 이해력이 부족해도 자기의 이익은 안다) Cá trê mắt tuy nhỏ nhưng biết cái nào ăn được(người dù kém hiểu biết mấy cũng biết nhận ra mối lợi của mình).

메기다 (화살을) lắp mũi tên.

메뉴(식단표) thực đơn.

메다 gánh, (어깨에) mang vác trên vai. 을 메고 sung đeo vai.

메다 bị làm nghẹt. 목이 ~ cảm giác nghẹt thở. 코가 ~ mũi bị nghẹt.

메달 huy chương. bội tinh, mê đay, ~리스트 người được nhận huy chương. 금 ~ huy chương vàng.

메뚜기 con châu chấu, cào cào.

(속) 메뚜기도 오뉴월이 한 철이다 (사람이 올바른 때를 만나면 도약할 수 있다) Châu chấu rộ trong tháng năm tháng sáu (người khi gặp đúng thời cơ sẽ phát triển vượt bậc).

메뚜기목 trực sĩ loại.

메들리 thi đua hỗn tạp.

메론 dưa tây, dưa gang.

메리야스 hàng len tốt.

메마르다 khô khan, cằn cỗi.
메마른 길 đường ráo.
메모 sổ ghi nhớ, bản ghi nhớ. 그 nhắc, 메모지 sổ nháp(tay).
메모리(기억장치)bộ nhớ.
메밀 kiều mạch. ~가루 bột ~. ~묵 kẹo kiều mạch.
메부수수하다 (촌스럽다) thô lỗ, quê mùa.
메숲지다 (우거지다) um tùm. 메숲진 숲 khu rừng ~.
메스 con dao mổ. dao nhỏ.
메스껍다 (구역나다) lộn mửa, cảm thấy buồn nôn. ụa khan, trong ~ thấy khó chịu bao tử. 임산부는 자주 메스껍다 người có mang hay ụa khan.
메슥거리다 cảm giác muốn mửa. 메슥메슥하다 thấy khó chịu dạ dày.
메시아 Đấng Mê-si, (구세주) đấng cứu thế.
메시지 nhắn tin, thông điệp, thư, bức điện. điệp văn, mữ điệp.
메신저 người đưa tin, sứ giả.
메아리 tiếng vang, vọng, tiếng dội. dư âm(vang), phản hưởng, hồi âm. ~가 울리다 vang lại. ~가 들리는 ưởng
메아리치다 vang tiếng, vang lại.
메어치다 tung lên.
메우다 lấp, chặn. (틀어막다)trám, 구멍을 ~ lấp(trám) lỗ. 바다를 ~ lấp biển. 틈을 ~ lấp chỗ trống. 결손을 ~ bổ sung. 세금을 ~ đánh thuế. 멍에를 ~ làm ách vào bò.
메이데이 (국제농동일) 1 tháng 5 (ngày Quốc tế lao động)
메이커 người chế tạo. nhãn hiệu

메이크업 tô điểm, trang điểm.
메조소프라노 giọng nữ trung.
메주 viên bột đậu. ~를 쑤다 hấp đậu nành. ~덩이 viên kẹo đậu.
메주콩 đậu tương. đậu nành.
메지다 (찰기가 없다) không dẻo, không dính.
메질하다 đánh, đập.
메추라기 (새) con chim cút.
메카 thánh địa (성지)
메콩강 sông Mêkông, sông cửu long.
메카니즘 máy móc, cơ cấu, cơ chế.
메키하다 (곰팡내) mốc meo, ẩm mốc, có mùi mốc. 메키한 냄새가 나다 ngửi thấy mùi mốc. 연기 냄새가 ~ đầy khói.
메타놀 (화학) chất methyl alcohol.
메탄 chất mê-tan. 메탈 kim loại.
메트레스 nệm.
메틸알코올 thuốc ngủ gây mê.
멕시코만 vịnh Mễ tây cơ (Mexico)
멕시코시티 thành phố Mexico.
멘스 kinh nguyệt, đèn đỏ.
멘탈테스트(지능검사)kiểm tra trí thông minh.
멜 cái cọc ách ngựa. đòn gánh.
멜로드라마 kịch mê lô.
멜로디 giai điệu, điệu ca, điệu nhạc. ~를 넣다 phổ.
멜론 (외) quả dưa. dưa tây(gang).
멜빵 dải vải hẹp. 양복바지의 ~ dây đeo quần.
멤버 thành viên, hội viên.
멥쌀 gạo(lúa) tẻ, gạo thường, ~ 밥 cơm tẻ. 찹쌀 gạo nếp.
멧나물 loại cỏ dại ăn được.
멧누에 (산누에) con tằm rừng.
멧닭 con gà rừng đen.

멧돼지 heo rừng, con lợn lòi (rừng).
멧부리 (산봉우리) đỉnh núi, chóp núi.
멧새 chim núi.
며 (어미) và, hay là. 책이며 노트며 사책 và tập vở. 웃으며 말하다 nói chuyện với nụ cười.
며느리 con dâu, nàng dâu. 사위 chàng rể. 며느리를 보다 cưới vợ cho con trai. 효성스런 ~ con dâu hiền thảo. ~가 되다 làm dâu.
(명)며느리가 미우면 손자까지 밉다 Ghét con dâu thì ghét cả cháu.
며칠 (수일) vài ngày. ~전에 떠났다 đã bỏ đi cách đây vài ngày. ~전 hôm(ngày) nọ.
멱 (멱살. 목) cổ họng. 멱을 따다 cứa cổ. ~을 잡다 bắt(nắm) cổ.
멱 (목 욕) tắm. ~감다 tắm rửa.
멱씨름하다 túm lấy cổ nhau.
멱통 cổ họng.
…면 nếu, trong trường hợp. 시간이 있으면 nếu có thời gian, nếu rảnh rỗi.
면 bề mặt. 해~ mặt biển. 거울~ mặt gương. 뒷면 mặt sau. (반) 앞면 mặt trước. 사회~ mặt xã hội.
면(방면) phương diện, mọi mặt. 모든면에서 mọi ~.
면 (국수) miến, mì gói. 라면 mì gói ra-myon.
면 (행정구역) xã. 면 (옷감) vải bông.
면경 (손거울) gương nhỏ cầm tay.
면구스럽다 xấu hổ, hổ thẹn.
면내다 (체면을 세우다) giữ thể diện.
면담하다 phỏng vấn, gặp mặt. tiếp chuyện, 직접~ 하다 trực tiếp ~.
면대하다 gặp trực tiếp, phỏng vấn trực tiếp.

면도(하다)cạo râu. ~칼 con dao cạo. ~날 lưỡi dao cạo. 면도기 bàn cạo râu. 면도크림 kem cạo râu, 면도날을 세우다 liếc lưỡi dao cạo.
면려 (근면) siêng năng, chăm chỉ, cần cù. (격려) khuyến khích, cổ vũ, ủng hộ, động viên.
면류 loại mì.
면류관 vương miện, mũ miện. mão triều thiên.
면면하다 liên tục, liên tiếp, không bị gián đoạn. 면면히 liên tục, liên miên.
면모 nét mặt, diện(trạng) mạo. ~를 일신하다 thay đổi diện mạo mới.
면목 (체면) thể diện, mặt mũi. ~을 잃다 mất thể diện. xấu mặt, ~이 없다 không còn mặt mũi nào. tủi hổ, 그를 볼 면목이 없다 không mặt mũi nào nhìn anh ta. 면목을 세우다 giữ thể diện. ~이 안서다 mất mặt. ~없는 nhuốc.
면밀 (세밀)하다 tỉ mỉ, chi tiết. ~한 관찰 quan sát kỹ. 면밀하게 일을 처리하다 so bì.
면바르다 bằng phẳng.
면박하다 khiển trách, trách mắng ngay mặt.
면방적 xe chỉ, đánh sợi. ~기 máy xe chỉ bông.
면부득하다 không tránh được.
면사 sợi bông. 면사하다 (죽음을 면하다) tránh khỏi cái chết.
면사무소 văn phòng ủy ban xã.
면사포 tấm mạng che mặt cô dâu.
면사수건 khăn nhiễu.
면상 khuôn mặt, mặt.
…면서. 걸으면서 책을 읽는다 vừa đi

vừa đọc sách. 웃으면서 말하다 nói chuyện với một nụ cười.

면세 miễn thuế. ~수입품 hàng nhập khẩu miễn thuế. ~ 점 cửa hàng ~. 면세품 hàng ~. ~를 요청하다 xin ~.

면소하다(방면) tha bổng.

면수건 khăn bông.

면식 quen biết. 면식이 있는 사람 người quen. ~을 넓히다 quảng giao.

면양 con cừu. trừu, 양가죽 da ~.

면역 miễn dịch. ~이 되다 trở nên ~. 면역기간 thời gian ~. 면역체 miễn dịch thể. ~성 ~ tính.

면역 (일의) miễn trừ lao động. (병역의) miễn trừ quân dịch. (죄수의) miễn hình phạt.

면장 chủ tịch ủy ban xã, xã(lý) trưởng.

면장 (면허장) giấy phép.

면적 diện tích. 이 토지 면적은 얼마입니까? Miếng đất này diện tích bao nhiêu? 경작 ~ diện tích trồng trọt.

면전에서 trước mặt. diện tiền.

면접 phỏng vấn, tiếp diện. ~시간 thời gian ~. 면접시험을 치루다 trải qua cuộc thi phỏng vấn. ~ 시험에 합격하다 đậu vấn đáp.

면제하다 miễn, miễn trừ. xá, (용서) tha cho, 입학금을 ~ miễn tiền nhập học. 병역을 면제 받는다 được miễn nghĩa vụ quân sự. 세금을 ~ miễn thuế. 면제해주다 ~ cho. …하는 것을 ~ tha người nào khỏi làm việc gì.

면제품 hàng vải bông.

면죄 miễn tội.

면직하다 sa thải. 면직되다 bị miễn chức, bị sa thải. 직무 태만으로 면직되다 bị miễn chức vì làm việc lợi là. (정직) truất, 6 개월 봉급 정직 truất 6 tháng lương.

면직물 tấm vải bông.

면책하다(면전에서 책망) mắng thẳng vào mặt.

면책하다 miễn trách, (면하다) tránh né trách nhiệm. 면책되다 được miễn nghĩa vụ. 면책조항 điều khoản được miễn. 면책특권 đặc quyền lãnh sự.

면치례하다 giữ thể diện.

면포류 mảnh vải bông.

면하다 tránh được. khỏi, 위기를 ~ tránh được nguy cơ. 죽음을 ~ tránh được cái chết. 병역을 ~ miễn nghĩa vụ quân sự. 빚을 ~ miễn nợ. 책임을 ~ miễn trách nhiệm. …에 면하다 trông ra, 정원이 보이는 창문 cửa sổ trông ra vườn.

면학하다 học hỏi.

면학(비유) đăng hỏa. đèn sách, 십년간의 ~ mười năm ~.

면학에 힘쓰다 giùi mài.

면하다(향하다) hướng tới, nhìn ra. 큰 길에 면한 집 nhà hướng ra đường lớn. 창이 길에 면한 집 nhà cửa sổ hướng ra đường.

면허 cho phép, đồng ý. 자동차 ~운전시험 thi lấy bằng lái xe. ~를 얻다 được sự đồng ý.

면허증 giấy phép, môn bài. 가~ giấy phép tạm thời. ~을 갖고 있다 có giấy phép, sở hữu giấy phép. ~소지자 người có giấy phép. 운전 ~ bằng lái.

면화 (목화) bông chưa tinh chế.
면회 gặp mặt, gặp. ~를 신청하다 xin gặp. ~를 사절하다 từ chối gặp mặt. ~시간 thời gian gặp mặt. 병원의 면회시간 giờ thăm bịnh, ~일 ngày gặp mặt. ~사절 miễn (không) tiếp khách. ~인 người đến thăm, khách. ~를 사절하다 tạ khách.
멸공하다 diệt cộng.
멸균하다 khử trùng, sát trùng. diệt khuẩn, 멸균제 thuốc sát trùng.
멸망 diệt vong. sự hư mất, sụp đổ, 로마제국 멸망 diệt vong của đế quốc La Mã. ~ 시키다 làm cho diệt vong. ~의 길을 걷다 bước vào con đường ~. 멸망에 직면하다 đối diện với sự ~. 국가의~ sự ~ của một đất nước.
멸문 tiêu diệt toàn bộ gia đình. ~지화 tai họa tiêu diệt toàn bộ gia đình.
멸시 coi thường, miệt thị. (경멸)khinh miệt, ~당하다 bị coi thường. 가난하다고 멸시해서는 안된다 coi thường vì người ta nghèo là không được.
멸절 tiêu diệt.
멸족하다 tàn sát một gia đình.
멸종 sự diệt. ~된 tiêu diệt. ~된 민족 tuyệt chủng.
멸종되다 tuyệt diệt.
멸종하다 diệt chủng. 멸종위기에 빠지다 rơi vào nguy cơ ~.
멸치 cá cơm. 멸치젓 mắm cá cơm.
멸하다 tàn phá, phá hủy.
명 (목숨) 명이 길다 sống lâu. 운명 số mệnh, vận mệnh. (명령) mệnh lệnh. 당국의 명에 의하여 theo

lệnh của nhà cầm quyền.
명가 (명문) gia đình nổi tiếng. danh gia, ~의 출신이다 xuất thân từ gia đình có tiếng tăm.
명가수 ca sĩ nổi tiếng. danh ca.
명검 thanh kiếm sắc bén.
명경 (거울) gương. 명경지수 một tinh thần thanh thản.
명계 (지옥) âm phủ, địa ngục.
명곡 ca khúc nổi tiếng. 명곡 감상 thưởng thức ~.
명공 thợ thủ công giỏi. danh công.
명공 (봉건시대의) minh công.
명관 quan chức lừng danh.
명군 ông vua sáng suốt, một minh quân.
명궁 (사람) xạ thủ giỏi. (활) cây cung danh tiếng.
명귀 một câu nói tốt.
명금 con chim biết hót giỏi.
명기하다 ghi rõ ràng.
명년(내년) năm tới (sau)
명단 danh sách(biểu). sổ tên, 초청자 명단 danh sách những người được mời.
명단을 내리다 xét xử phân minh.
명답 câu trả lời đúng, câu trả lời thông minh.
명당 nơi tốt của ngôi mộ. ~에 매장하다 đắc địa.
명도 (명검) tay kiếm lừng danh. (불교) âm phủ.
명도 (밝기의 정도) sáng chói, độ sáng.
명도하다(넘겨줌) sơ tán, tản cư, ra khỏi nhà. 명도 통고 thông báo sơ tán.
명란젓 trứng cá pollach muối.
명랑한 sáng sủa, trong sáng, tươi vui,

vui vẻ, hớn hở. nhí nhảnh. ~ 가정 gia đình vui vẻ (hạnh phúc). ~ 기분 tâm trạng thoải mái. 명랑한 소녀 thiếu nữ vui tươi. ~ 목소리 giọng nói hớn hở. 명랑하게 một cách vui vẻ (hớn hở). ~ 표정 vẻ mặt sở sơ.

명령 mệnh lệnh. tiêu lịnh,(반)복종 phục tùng, (포고)hạ chỉ, ~하다 ra lệnh. hạ lệnh. truyền lịnh. sai khiến. ~대로 하다 làm theo lệnh. ~에 의하여 dựa theo lệnh. ~을 무시하다 xem thường mệnh lệnh. ~을 실행하다 thi hành ~. ~을 어기다 trái lệnh. ~을 받다 nhận lệnh. lãnh mạng, 그한테 가라고 명령했다 tôi đã ra lệnh cho anh ta đi. ~위반 vi phạm lệnh. ~하달하다 sức. ~체계 hệ thống quân giai. 일반 명령 tiêu lịnh chung, 특별명령 tiêu lịnh đặc biệt. ~을 요청하다 thỉnh mệnh. ~을 수행하다(받다) thụ mệnh, ~에 따르다 thừa lệnh(mệnh), vâng lịnh, ứng mệnh, ~에 순종하다 thuận mệnh. ~에 복종하다 tuân lịnh, vâng lịnh, (반) 명령에 불복종 하다 trái lịnh. vi lịnh(mạng).

명령을 내리다 xuống lịnh.
명령을 전하다 truyền lệnh. 병사에게 ~ ~ cho quân sĩ.
명령문 câu mệnh lệnh.
명료하다 rõ ràng, minh bạch, phân minh. 명료하게 발음하다 phát âm rõ.명료한 minh mẫn, rành mạch. rẽ rọt, 명료한 목소리 giọng rẽ rọt.
명류(명사) thân hào, nhân sĩ.
명리 giàu sang danh vọng. ~에 무관심하다 xem nhẹ ~.
명마 con ngựa tuyệt vời.
명망 tiếng tăm, danh giá, danh vọng, danh tiếng. vinh dự, ~을 얻다 đạt được danh tiếng. ~있는 사람이 많은 마을 vọng ấp.
명망가 người vinh dự. thạc vọng. ~의 가문 vọng môn.
명맥 tồn tại, đời sống. 겨우 ~을 이어가다 chỉ có tồn tại.
명멸하다 lấp lánh, lung linh. 명멸신호 tín hiệu nhấp nháy.
명명하다 đặt(chỉ) tên. mệnh danh.
명명백백하다 rõ như ban ngày.
명목 tựa đề, tên gọi, danh hiệu. (구실) lý do. ~상 trên danh nghĩa. 명목상의 임금 tiền lương trên danh nghĩa. ~상의 왕 vua hữu danh vô thực.
명목 (눈을 감다. 죽다) nhắm mắt. (죽다) chết.
명문 (뛰어난 문장) một áng văn hay.
명문 (문벌좋은) gia đình danh giá, dòng dõi quý tộc.
명물 sản phẩm đặc biệt, đặc sản. 대구의 명물 사과 quả táo đặc sản của Đaegu.
명미하다 đẹp đẽ.
명민하다 thông minh, sắc sảo.
명반석 đá phèn.
명백하다 rõ ràng, rành rành, minh bạch. hiển nhiên, rạch ròi. ngã lẽ, 명백한 사실 sự thật rõ ràng. 명백한 증거 chứng cứ rành rành. (속어)giấy trắng mực đen. 명백히 진술하다 thuật lại một cách ~. 명백한 증거 chứng cớ rành rành. minh chứng, thực tang, 명백히 하다

khải minh, 명백히 정하다 xác minh. 명백하고 정의로운 minh chính. 명백히 드러내다 trình minh, 명백히 정 하다 xác minh, 명백히 말하다 nói rõ ràng(sống sượng). 명백히 설명하다 bộc bạch.

명백한 trờ trờ, ràng ràng. sờ sờ. ~사실 사 그 thật ~. 눈앞에 분명히 있는데 보이지 않다 ~ trước mắt mà không thấy.

명백하게 tách bạch, ~말하다 nói ~.

명분 danh phận. nghĩa vụ tinh thần. 명분이 서지 않는 không thể lý giải.

명복 niềm hạnh phúc bên kia. ~를 빌다 cầu nguyện cho linh hồn được yên nghỉ.

명부 danh sách, danh bộ(tịch), sổ sách đăng ký. ~에 기입하다 ghi tên vào sổ. 참관인~ sổ lưu niệm. 회원~ danh sách hội viên.

명부 (저승) âm phủ.

명분 danh phận(nghĩa). ~상으로 규정하다 danh định.

명분이 있어야 설득력이 있다 danh chính ngôn thuận.

명사 (사람) tai to mặt lớn, một nhân vật danh tiếng. thân hào, tai mắt, 당대의 명사 nhân vật thời đại.

명사 (문법) danh từ. ~변화 chuyển đổi ~. 명사형 어미 đuôi danh từ.

명사수 nhà thiện xạ.

명산 núi nổi tiếng. (특산) đặc sản.

명상하다 trầm ngâm, suy ngẫm. thiền, 명상에 잠기다 trầm ngâm. nhập thiền.

명색 tên gọi, danh hiệu.

명석하다 thông suốt, sáng suốt, minh mẫn. 두뇌가 ~ nhạy bén. 명석한 사 sáng dạ(ý). (반) 명석치 못한 tối dạ. 명석하지 못한 학생 học trò tối dạ. 명석한 두뇌를 가진 sáng trí.

명성 danh tiếng(giá). tăm tiếng, thanh danh(vọng), phong thanh, danh vọng, uy danh, ~이 있다 có danh tiếng, có tên tuổi. ~이 높다 có tiếng tăm. 세계적인 ~ danh tiếng thế giới. 명성을 얻다 được danh tiếng. lập danh,(반) ~을 잃다 mất tiếng, ~을 갈망하 는 ham danh, ~이 자자하다 nức tiếng 명성을 날리다 rạng danh. ~있는 사람 tài danh. 천하에 날리는 ~ uy danh truyền thiên hạ, ~이 퍼지다 vang lừng, 명성이 사방으로 퍼지다 danh tiếng vang lừng, ~을 떨치다 tiếng tăm vang dội, ~높은 khét tiếng. ~을 더럽히다 bôi nhọ thanh danh, ~을 남기다 để tiếng, lưu phương, ~과 세력 thanh thế. ~을 올리다 lấy danh(tiếng). 명성(인기 등)이 떨어지다 lu mờ. ~을 얻기 위한 수단(명성의 사다리)thang danh vọng. ~얻 기를 갈망하다 háo danh.

명성과 위신 thanh uy.

명성과 지위 vọng địa.

명성 때문에 vị danh, ~은 아니다 không nên ~.

명성 (천문) sao Kim. minh tinh, 새벽의 (샛별) sao mai. 인기인 (스타) ngôi sao.

명세 chi tiết. 명세하게 설명하다 kể lại ~. 명세서 bản báo cáo chi tiết.

명소 nơi nổi tiếng. ~를 구경하다

ngắm cảnh ~.
명수 (뛰어난 솜씨를 가진 사람) người lão luyện, chuyên gia.
명승지 nơi danh tiếng. danh thắng
명승고적 danh lam thắng cảnh.
명시하다 làm cho sáng tỏ, trình bày rõ ràng.
명신(신하) danh thần.
명실 danh nghĩa và thực tế. ~상부한 có danh có thực, hữu danh hữu thực. 명실상부한 민주국가 nước dân chủ đúng nghĩa.
명심하다 ghi nhớ rõ, ghi đậm trong lòng. minh tâm.
명아주 (식물) cây tật lê.
명안 kế hoạch tuyệt vời.
명암 ánh sáng và bóng tối. ~도 sự rực rỡ.
명약(불로장생의) tiên đan.
명약관화하다 rõ như ban ngày.
명언 danh ngôn. ~집 tập ~.
명역 một bản dịch hay.
명연기 buổi diễn tuyệt vời.
명예 danh(vinh) dự. thanh danh. (반) 수치 xấu hổ, ~를 잃다 mất ~. ~를 존중하다 tôn trọng ~. ~를 추구하다 cầu(hiếu) danh, ~를 지키다 giữ gìn ~. ~교수 giáo sư ~. ~위원장 chủ tịch ~, ~박사 학위 học vị tiến sĩ danh dự. ~를 손상하다 làm ô danh. xúc phạm danh dự, ~를 회복하다 phục hồi ~. ~칭호 danh hiệu vinh dự. ~ 와 지위 danh vị.
명예롭게하다 vẻ vang. 그는 학교를 명예롭게 하였다 Nó làm vẻ vang cho nhà trường, ~를 훼 손하다 nói vu, làm mất thanh danh, ~를 더럽히다 bôi lọ. dơ danh, ~스러운 자리 ghế danh dự.
명예욕 tham(hư) danh.
명예졸업 thủ khoa.
명왕성(천문)Diêm vương tinh
명우 diễn viên nổi tiếng, ngôi sao.
명운 (운명) số phận, vận mệnh.
명운이 다하다 tới số.
명월 trăng tròn, trăng sáng. minh nguyệt.
명의 (이름) tên học. 명의상의 danh nghĩa. ~변경 chuyển tên. 명의를 변경하다 sang tên.
명의만이 아니라 실제로 thực thụ.
명의 (의사) danh y, bác sĩ nổi tiếng.
명인 một người nổi tiếng. 명인전 (장기의) giải vô địch của người đánh cờ chuyên nghiệp.
명일 ngày mai. minh nhật, (국경일.명절) ngày lễ hội.
명작 tác phẩm danh tiếng, danh tác, kiệt tác. áng văn.
명장 một tay thợ bậc thầy. (이름난 장수) một tướng tài. danh tướng.
명재(재능이 있는 사람) danh tài.
명재 경각 đang cận kề cái chết.
명저 (명작) kiệt tác, danh trứ, tác phẩm lớn.
명절 ngày lễ, tết. ~제사 giỗ tết. 중추절 tết trung thu. ~이 되면 đến ~. ~에 선물하다 tết. 학생들이 명절에 선생님께 선물하다 học trò tết thày.
명절을 세다 ăn tết.
명제 đề bài, đề tài. mệnh đề.
명조 (내일 아침) sáng mai.
명주 (비단) tơ lụa. ~실 sợi tơ. vải lụa, (이름난 술) rượu nhãn hiệu tốt. 명주실을 잣다 ươm tơ, (빛나는 진주)minh châu, (현명한 군주)

minh chủ. ~kết 같은 머리카락 tóc tơ. 명주실을 뽑아내다 xe tơ. 명주실을 짜다 kéo chỉ.

명중하다 bắn trúng.(반)오발하다 bắn trật, 복판에 명중하다 bắn trúng mục tiêu.

명찰 thẻ tên, thẻ đeo. (유명한 절) nhà chùa nổi tiếng.

명창 một ca sĩ nổi tiếng.

명철 sắc sảo, sự khôn ngoan, thông minh. ~한 사람 người ~.

명추 mùa thu năm tới.

명춘 mùa xuân năm tới.

명치(해부) chấn thủy, cuống bao tử, trũng ngực, lõm thượng vị.

명칭 tên gọi, danh xưng.

명콤비 một đôi lý tưởng. ~를 이루다 kết thành một cặp tuyệt vời.

명쾌하다 sáng sủa, rõ ràng.

명태 (물고기) một loại cá biển.

명토박다 (지명하다) chỉ ra, tỏ ra.

명필 nét chữ đẹp. ~가 người viết chữ đẹp.

명하다 ra lệnh, yêu cầu, hạ lệnh.

명하사(말하여)biểu.

명함 danh thiếp. thiếp danh, ~을 주고 받다 trao đổi danh thiếp. ~첩 sổ danh thiếp, sổ name card

명현 một học giả tiếng tăm.

명화 bức tranh nổi tiếng. (영화) phim nổi tiếng.

명확한 chính xác, rõ ràng, xác thực, chắc chắn. hiển nhiên, ~방증 bằng chứng hiển nhiên

명확히 논리적으로 밝히다 ra môn ra khoai.

명확히 설명하다 thuyết minh.

명확히 알다 tỏ tường.

명확히 조사하다 minh xét.

명확히 정하다 minh định.

몇 mấy, vài, một vài. ~년후에 mấy năm sau. 30 몇달라 ba mươi mấy đô la. ~십년 mấy chục năm. ~번 mấy lần. ~년만에 만나다 mấy năm rồi mới gặp. ~시에 오겠습니까 mấy giờ anh sẽ đến?. ~명이 있습니까 có bao nhiêu người?. ~살이에요 mấy tuổi rồi?. 몇번이고 nhiều lần, nhiều khi. 몇마디 재잘대다 (아기가) nói đỏ đẻ. 몇일 dăm ngày. vài ngày, 몇번이고 충고하다 dặn đi dặn lại. 몇번이나 반복하다 lặp đi lặp lại.

몇 개의 một đôi.

몇몇 một vài, một ít. ~은 죽고 ~은 부상이다 vài người bị chết vài người bị thương.

몇번 mấy lần(phen).

몇번이고(재삼재사) nhiều lượt.

몇사람 vài người, dăm người.

몇세대 이래 lâu đời.

모 (벼의) mạ. 묘목 cây con. 모를 심다 gieo mạ, cấy mạ.

모 (각) góc. (모서리) cạnh. 세모 ba góc. 모난 사람 người không tự nhiên.

모 khối, tảng. 두부한모 một miếng đậu hủ.

모 (어떤). 김모씨 ông Kim nào đó.

모 mẹ. 모회사 (본사) công ty mẹ.

모가지 (목) cái cổ.

모계 (꾀함) âm mưu, mưu kế.

모계(어머니 쪽) bên ngoại. ~제도 mẫu hệ, ~가족 gia đình mẫu hệ.

모골 tóc và xương. 모골이 소연 (오싹)하다 ớn lạnh, rùng mình.

모공 (털구멍) lỗ chân lông.
모과 (식물) trái mộc qua.
모교 mái trường xưa. ngôi trường cũ
모국 đất mẹ. nước mẹ đẻ, mẫu quốc, non nước, ~어 tiếng mẹ đẻ.
모권 mẫu quyền. ~사회 xã hội ~.
모근 (해부) chân tóc. ~이식 sự cấy tóc.
모금하다 quyên góp, quyên tiền, đóng góp. 모금운동 vận động đóng góp. 가두모금 đóng góp trên đường phố, quyên tiền. 모금함 thùng quyên góp.
모기 con muỗi. ~떼 đàn muỗi. 모기가 물다 muỗi cắn (đốt). ~를 쫓다 đuổi ~. 모기향 nhang muỗi. 모기를 잡다 (약을 뿌려) xông muỗi. ~에 물리다 bị muỗi đốt. ~ 물린 자국 nốt muỗi cắn. ~소리 vo ve, ~가 웽웽 울다 muỗi kêu vo ve, 학 질 ~ ~ sốt rét.
모기장 mùng (남), màn muỗi (북). ~을 치다(매달다) móc(mắc) ~, giăng ~. ~ 장대 lao màn, ~을 걷어올리다 vén mùng, 모기불을 피우다 đốt nhang đuổi muỗi.
모기둥 cây cột vuông.
모나다 góc, cạnh. (성질이) thô lỗ, cọc cằn.
모나코(국명) MÔ NA CÔ
모내기 gieo mạ. ~철 mùa gieo trồng. 모내다 gieo mạ.
모녀 mẹ và con gái. 모자 mẹ con
모노레일 đường xe lửa một ray.
모놀로그 (독백) độc thoại, nói một mình.
모니터 mo ni tơ, màn hình.
모닥불 lửa trại, lửa mừng. rọi lửa, ~을 피우다 đốt lửa trại.

모더니즘 hiện đại, canh tân. 모던 hiện đại, tân thời. mô đen
모데라토 (음악) nhịp vừa phải.
모델 người mẫu, kiểu mẫu, hình mẫu, khuôn mẫu. 모델하여 làm mẫu. 새모델 kiểu mới.
모독하다 báng bổ, làm ô uế, xúc phạm, bôi nhọ, 신성모독 báng bổ thần thánh.
모독 lời phạm thượng.
모두 tất cả. cả thảy, hết thảy, đều, cả đám, 우리모두 tất cả chúng tôi. ~ 없 어지다 hết sạch, 빚을 ~ 갚다 trả tất cả nợ. ~ 몇명입니까 tất cả là mấy người?. 사원들이 모두 갔 다 tất cả thành viên công ty đều đi. 모두 끝나다 tất cả xong rồi. hết trọi, ~ 잃은 mất cả, 우리 세사람 모두 cả ba chúng ta. 모두 같이 노 래 부르다 chúng ta hãy cùng hát chung. ~ 참석하다 tề tựu. 돈 을 ~ 써버리다 hết(túi) tiền.
모두 먹다 ăn tuốt.
모두 모이다 tề tựu.
모두 알고있는 lạ gì.
모두 죽다 chết ráo.
모두 죽이다 tru di, 3 족을 멸하다 ~ tam tộc.
모두 태워버리다(완전소각)thiêu hủy.
모두에 lúc bắt đầu.
모뜨다 (모방하다) bắt chước, mô phỏng, phỏng theo.
모든 tất cả, mọi, toàn bộ. chư. trọn, ~ 사람 tất cả mọi người. tuốt cả, người người, khắp mặt, ~경우에 trong tất cả các trường hợp. ~사지가 떨리다 run tất cả tay chân. ~수 단을 다하다 dùng tất cả các cách

thức. ~ 일 mọi việc, 모든 견지에서 ở mọi khía cạnh. 모든 것을 젖혀 놓고 트ước mọi việc. ~사람들을 즐겁게 하기 위해 để làm vừa lòng tất cả mọi người, ~궁리를 다한 cùng kỳ lý. ~ 가격이 올랐다 mọi vật đều lên giá. ~일 에 무관심하고 방관하는 태도(속어)mũ ni che tai, ~ 사람이 다 알다~ mọi người đều biết.

모든 곳 khắp cả.

(명)모든 사람 가운데 가장 불행한 사람은 자기가 불행하다고 생각하는 사람들이다 Trong tất cả mọi người người bất hạnh nhất là người tự cho mình là người bất hạnh.

(명)모든 사람의 말은 경청하되 자신의 말은 줄여라 Hãy lắng nghe ý kiến của mọi người và giảm lời nói của mình.

모든일이 뜻대로 되시길 vạn sự như ý.

모든 것 mọi thứ(vật). ~을 걸다 liều hết. (전체) tất cả. ~에 능통한(성어) thông thiên đạt địa. ~을 잃어버리다 trắng tay. thua trút túi. ~을 파괴하다 triệt hạ. ~을 주워담다 vơ đũa cả nắm. ~을 놓쳐버리다 lỡ dở hết.

모든 것이 잘되다 vạn sự như ý.

모든 곳 tứ xứ.

모든 권한 trọn quyền.

모든 나무마다 cây nào.

모든 민족 mọi dân.

모든 방법 hết cách(cấp). ~을 사용하다 dùng hết cách. ~을 다 동원한 tam khoanh tứ đốm.

모든 방책을 강구하다 xoay xỏa.

모든 사람을 능가하다 tuyệt vời(trần).

모든 사람을 때리다 đánh tuốt.

모든 사람은 형제다 tứ hải giai huynh đệ.

모든 사정 mọi nỗi.

모든이 ai nấy.

모든 일을 다 해내다 xong đời.

모든 정력을 쏟다 mang hết tinh lực ra làm việc.

모든 죄를 씻다 sạch tội.

(명)모든 철학은 두가지 단어 즉 지구력과 절제력에 들어있다 Tất cả mọi môn triết học đều có hai từ, đó là sự bền bỉ và sự điều độ.

모든 해결책을 궁리하다 xoay sở.

모락모락 (서서히) từ từ, ~ 자라다 phát triển từ từ.연기가~ 나다 khói lên chậm chạp.

모란 hoa mẫu đơn.

모랄 luân lý, ý thức đạo đức.

모래 cát. ~가 눈에 들다 cát vào trong mắt. ~위를 걷다 đi trên cát. ~땅 đất cát. ~밭 ruộng ~. ~사장 bãi cát. ~알 hạt cát. sạn. 모래톱 bờ cát. ~언덕 cồn cát. ~뻘 sa thổ. ~더미 đụn cát. ~상자 sa bàn.

모래성(더미) đống cát. non bộ.

모래시계 đồng hồ cát.

모래밑에 몸을 묻다 lấp mình ở dưới cát

모래주머니 túi cát, (닭) dạ dày cơ. (새) sa nang.

모래지역 sa trường.

모래집(양막) màng ối.

모레 (날짜) ngày kia (mốt). bữa kia. 글피 ngày kìa. nội ngày hoặc ngày mai mốt.

모략 mưu đồ, mưu kế. vu vạ, ~을 꾸미

다 đặt ~, lập ~. ~에 걸리다 mắc mưu, trúng kế. 중상~하다 vu oan giá họa.

모로 (옆으로) nghiêng về một phía, hướng tới một bên. 모로눕다 nằm nghiêng.

모로 가도 đi bằng cái gì.

(속) 모로 가도 서울만 가면 된다(어떤 수단을 써서라도 목적만 이루면 된다) Dù đi ngang, đến Seoul cũng được(dù sử dụng bất cứ thủ đoạn, miễn sao đạt mục đích là được).

모로코(국명) Ma-rốc.

모롱이 (산) đỉnh núi.

모루 (대장간의 받침쇠) cái đe.

모르다 không biết. 모르는 사람 người không biết (lạ). 글을 ~ không biết chữ. 전혀 ~ hoàn toàn không biết. 저는 아무것도 ~ tôi không biết gì cả. 세상을 ~ không biết đời. 여자를 ~ không biết thế nào là đàn bà. 자기도 모르게 vô ý thức, không có ý thức. 모르는 사람이 없다 quen biết tất cả mọi người. 안면이 없다 không quen biết. 느끼지 못하다 không cảm thấy. 부끄러움을 ~ không biết xấu hổ. 알아보지 ~ không nhận ra. 그가 누군지 모르겠다 tôi hầu như không nhận ra anh ấy là ai. 가난을 모른다 chưa trải qua cảnh nghèo.

모르는게 약이다 thà không biết thì hơn, không còn thì không nên biết. ngu si hưởng thái bình.

(명)모르는 사람의 눈물은 맹물에 지나 지 않는다 Nước mắt người lạ chẳng qua cũng chỉ là nước lạnh mà thôi.

모르는 사이에 나오다 vãi, ụt dạ bo ni 눈물이 나다 cười vãi nước mắt.

모르는 순간에 trong khoảnh khắc bất giác.

모르쇠 (무조건 모른다고 잡아떼는 일) giả ngu, giả dốt

모르타르 cái cối. vôi hồ. nề, mooc chê.

모르핀 chất morphino.

모른척하다 xuê xoa. thinh.

모른체하다 làm lơ(mặt lạ), giả lơ, giả vờ, giả làm ra vẻ không biết. 모른체하다 tôi vờ không biết. ~체 하지 마세요 đừng có giả vờ không biết. 모른체하고 bằng vẻ thờ ơ. 모른체하고 갖지 않다 lờ đi không trả.

(성어) 눈앞에서 일어나는 일을 모른 체하다 giả đui giả điếc.

모름지기 (반드시) nhất thiết bằng mọi cách, cần phải làm. 네 나이면 ~분별이 있어야 한다 ở tuổi này lẽ ra bạn phải biết nhiều hơn.

모리하다 đầu cơ, trục lợi. 모리배 kẻ đầu cơ.

모면하다 trốn tránh, tránh khỏi nguy cơ를 ~ tránh khỏi nguy cơ.

모멸하다 khinh bỉ, khinh khi, coi thường.

모명(타인의 이름을 사칭) mạo danh.

모모 (모모인) một số người nào đó.

모물 hàng da thú. ~전 cửa hàng da thú.

모반 (반란)하다 nổi loạn, phản loạn.

모발 tóc. sợi tóc, ~영양제 thuốc dưỡng tóc. ~탈락 rụng tóc.

모방하다 bắt chước, mô phỏng, học theo. theo đòi, 모방하여 만들다 làm theo mô phỏng, bắt chước làm.

모범 gương mẫu, mô phạm, tấm gương. ~적인 có tính mô phạm. mẫu mực, ~이 되다 thành tấm gương. ...을 모범으로 삼다 lấy gương là .... 모범생 học sinh gương mẫu. ~시민 công dân gương mẫu. ~청년 thanh niên ~. ~노동자 lao động tiên tiến, ~을 보이다 nêu gương.

모범전사 chiến sĩ thi đua.

모병하다 mộ lính, tuyển quân(binh), động viên. tuyển mộ.

모병관 sĩ quan tuyển sinh.

모본 một kiểu mẫu, vật mô phỏng.

모빌유 (자도차의) nhớt.

모사하다 kế hoạch, mô phỏng, bày mưu, bắt chước.

모살하다 mưu sát.

모새 → 모래 cát.

모색하다 mò mẫm, rờ rẫm, dò dẫm (đường). 암중 ~ mò mẫm trong bóng tối.

모생약 thuốc mọc tóc.

모서리 một góc cạnh. mép, 책상~ mép bàn.

모선 tàu mẹ, tàu của thuyền trưởng (사령선)

모성애 tình mẹ. 자녀에 대한 어머니의 ~ (사랑) tình mẹ thương con.

모세 (성경)Môi-se

모세관 (해부)mao quản, tiêm quản, mao mạch. ~ 현상 mao quản. 모세혈관 mao mạch, vi ti huyết quản.

모손 (닳아 없어짐) hao mòn.

모순 mâu thuẫn. 모순되다 trở nên ~. ~의 đối nghịch, 모순투성이다 đầy ~.

모순된 trái nhau, vi nghịch, ~ 생각 tư tưởng ~.

모습 hình dáng, hình ảnh, dáng. dáng dấp, 걷는 ~ dáng đi. 옛 ~ hình bóng cũ. ~이 드러나다 hình ảnh của ai đó xuất hiện. ~을 보이다 hiện hình, 어릴때의 ~khuôn mặt trẻ con. ~을 감추다 tàng hình. ~을 나타내다 vác mặt.

모시 vải gai. 부드러운~베 ~ mịn.

모시 옷 áo gai.

모시다 (어른을) sống cùng với. 부모님을 ~ sống cùng với bố mẹ.주인을 ~고 가다 đi theo chủ. 조상을 ~ thờ cúng tổ tiên.

모시항라 hàng vải gai dệt thưa.

모심기 (모내기) gieo mạ.

모아두다 tận thu.

모아들다 tập hợp, tập trung.곳곳에서 ~ khắp nơi tụ về. 떼지어 ~ họp thành đàn.

모아서 저장하다 thâu trữ.

모아서 조립하다 chụm.

모아 완성시키다 tổ thành.

모야(이슥한 밤중) mộ dạ.

모양 bộ dạng, hình, hình dạng, kiểu dáng. mô dạng, ~이 좋다 kiểu dáng đẹp. 비가 올 ~이다 hình như trời sẽ mưa. 모양을 내다 làm dáng, tự trang điểm. ~을 갖추다 (성형)thành hình. ~이 망가 지다 xẹo xọ, 모양사납다 có vẻ không thích hợp.

모양(기색) vẻ, 아름다운 모습 vẻ đẹp, 얼굴 생김새 vẻ mặt.

모양새 hình dạng, hình thể.

모어 (모국어) tiếng mẹ đẻ.

모여들다 xúm lại. –로 ~ đổ về. quần tam tụ ngũ.

모역 (역적질) 하다 mưu đồ làm phản.

모옥 (초가집) một túp lều tranh.

모욕하다 chửi mắng, sỉ nhục. làm nhục, lăng nhục, 모욕적인 언사 lời phê bình xúc phạm. tiếng chửi, 모욕을 주다 xúc phạm. 모욕을 당하다 bị sỉ nhục, bị xúc phạm. ~을 참다 chịu(nuốt) nhục. 법정 모욕죄 xúc phạm tòa án.

모션 cử động, cử chỉ.

모터 động cơ, mô tơ. ~보트 tàu máy, ghe máy. ~사이클 xe gắn máy.

모티브 động cơ.

모유 sữa mẹ. ~로 기르다 nuôi bằng ~.

모으다 gom góp, tập trung. nhóm, thu, chung, gộp, dồn, tụ tập,(반) 흩어지다 phân tán, 군인을 ~ tập trung quân lính. 기부금을 ~ gom tiền ủng hộ. 사람들을 ~ gom người. 돈을 한푼한푼 ~ gom tiền từng đồng, 불러 ~ nhóm họp lại kêu gọi. 우표를 ~ sưu tập tem. 정신을 ~ tập trung chú ý. 돈을 ~ kiếm tiền.

모음집(작품의) tạp văn.

모음 mẫu âm, nguyên âm. ~변화 biến đổi ~. ~조화 hòa hợp ~. 모음화 nguyên âm hóa. 자음 phụ âm

모의하다 âm mưu với nhau.

모의(어떤 일을 해봄) bắt chước, mô phỏng. ~재판 một phiên tòa giả. ~전투 trận giả.

모이 thức ăn cho súc vật. 닭모이 thức ăn cho gà. 모이 gà, ~를 주다 đút mồi.

모이족(산악에 사는) mọi.

모이다 tập hợp, họp, xúm, xúm họp, hội họp, dồn lại. đoàn tụ, tụ hội, (반)헤어지다 chia ly, (만나다)sum vầy, 아이들이 운동장에 ~ trẻ em tập trung tại sân vận động. 장터에 사람들이 ~ thiên hạ chen chúc nhau trong chợ. (삼 삼 오오로) tụm năm tụm ba. 모여서 서로 이야기하다 xúm lại nói chuyện.

모일 một ngày nào đó.

모임 cuộc(buổi) họp, buổi gặp mặt. băng nhóm, nhóm họp, đám, ~에 나가다 đi họp. 모임이 있다 có cuộc họp, có cuộc nhóm họp.

모자 cái nón (남), mũ (북). ~테 vành mũ. ~를 쓰다 đội mũ. (반) ~를 벗다 cởi(cất) mũ, dở(lột) nón. 테 넓은 ~ nón rộng vành. 귀가 리개~ mũ bịt tai, 차양~ mũ cát, 챙이 있는~ mũ lưỡi trai, 상주가 쓰는~ mũ mấn, 수영모 mũ lội, ~띠 dải nón. 모자 치수는? Đội mũ cỡ nào? ~ 턱끈 quai nón. ~끈 dây nón. ~를 쓰지 않은 đầu trần, ~를 쓰지않고 나가다 đội trời. ~걸이 giá nón. ~를 비스듬히 쓰다 đội nón nghiêng.

모자 크기 vòng nón.

모자 mẫu tử, mẹ con. ~의 정 tình mẫu tử. ~보건법 luật bảo vệ sức khỏe mẹ và trẻ em. ~가 모두 건강하다 cả hai mẹ con đều khỏe mạnh.

모자라다 thiếu, thiếu sót, không đủ. túng,(반)넉넉하다 đủ, 돈이 ~ thiếu tiền. 식량이 ~ thiếu lương thực. 영양이 ~ thiếu dinh dưỡng. 일손이 ~ thiếu người làm. 무엇이 모자 라는가? thiếu gì vậy?

모자이크 đồ khảm. ~색 màu sắc ẩn hiện.
모잠비크(국명) MÔ DĂM BÍCH
모정 tình mẹ, tình mẹ con. trắc dĩ.
모정 (사모하는 마음) tình thương, tình yêu.
모조리 tất tật, ~ 사다 mua ~.
모조하다 giả mạo theo, mô tạo. 모조 가죽 hàng giả da. giấy da, mô조진주 ngọc trai giả. 모조품 hàng giả. 모조장식품 nữ trang giả.
모조리 (모두) tất cả. ~ 털어놓다 thú nhận tất cả. 돈을 ~ 써버렸다 đã xài hết tiền.
모종 (농업) hạt giống. 모종하다 trồng cây con.
모종의 một nào đó, một ai đó.
모종삽 cái xẻng bứng cây. (흙손) dao vôi(xây).
모지다 có góc cạnh, có cạnh sắc, bén, sắc, khó khăn.
모지락스럽다 độc ác, dữ dội, thô bạo (모질다)
모지랑 비 cây chổi cùn.
모직물 hàng len, hàng sợi, nỉ, vải len.
모진 목숨 cuộc đời khốn khổ.
(명)모진 재난이 지나갔을 때 감미로운 행복이 오는 것이다 Tai nạn nghiệt ngã qua đi thì hạnh phúc ngọt ngào sẽ tới.
모질다 tàn bạo, vô tình, nhẫn tâm. 모진 사람 người nhẫn tâm. 모진 짓을 하다 làm việc độc ác. 모진 추위 lạnh dữ dội.
(속) 모진놈 옆에 있다가 벼락 맞는다 (나쁜 사람과 놀게 되면 재앙이 미칠 날이 있게 된다) Ở bên cạnh người cay độc, bị sét đánh(chơi với người xấu thì có ngày bị vạ lây).
모집하다 tuyển mộ, tuyển chọn, thu gom. 기금을 ~ gom quỹ. 병사를 ~ chiêu binh, 사람을 ~ chiêu dân, 사무원을 ~ tuyển chọn nhân viên. 지원자를 ~ tìm người tình nguyện. 신회원을 ~ tuyển chọn hội viên mới. 모집광고 quảng cáo tuyển dụng. 모집마감 khóa sổ. 여점원 모집 cần tuyển nữ nhân viên bán hàng.
모처 một nơi nào đó.
모처럼 hãn hữu, sau một thời gian dài. 그는 ~ 귀향했다 hắn đã quay về sau một thời gian dài. ~ 초대해 주셔서 감사합니다 cám ơn về lời mời thân tình của anh. ~주어진 được giao phó một cách hãn hữu.
모체 cơ thể của người mẹ. (근원) trạm gốc.
모친 mẹ ruột. mẫu thân, bà via tôi, ~살해죄 sát mẫu.
모태 lòng mẹ, tử cung. dạ con
모태신앙 đức tin từ trong bụng mẹ.
모터 mô tơ, động cơ.
모터보트 xuồng máy.
모터사이클 xe máy dầu(mô tô).
모토 khẩu hiệu, phương châm, môtô.
모퉁이 góc chỗ rẽ, khúc quẹo. xó, 길 모퉁이 xó (góc) đường.
모티브 động cơ. môtip.
모판 vườn ươm cây.
모표 huy hiệu gắn trên mũ.
모포 chăn, cái mền. ~를 덮다 đắp mền.
모피 da lông thú. ~외투 áo khoác lông thú. ~를 벗기다 rộp.
모필 cái bút lông.

모함하다 gài bẫy, đánh bẫy. mạo cáo.
모함 mẫu hạm. 항공 ~ hàng không mẫu hạm.
모해하다 mưu hại, âm mưu ám hại.
모험하다 mạo hiểm, liều. 모험적인 có tính chất ~. 모험을 즐기는 사람 người thích mạo hiểm. 모험삼아 해보다 làm thử chấp nhận ~. 모험성 tính mạo hiểm. 모험가 người mạo hiểm. 모험심 lòng mạo hiểm. 모허담 chuyện mạo hiểm (phiêu lưu), 모험하겠는가? dám liều (mạo hiểm) không?
모형 kiểu(khuôn) mẫu, mô hình. ~도 bản vẽ ~. 모형 비행기 máy bay ~. 인체~ mô hình người. ~을 만들다 tạo mô hình. nặn.
모호한 mơ hồ, lờ mờ. hồ đồ. ù ờ, vơ, ~ 문장 văn chương lờ mờ. 모호하게 묻다 hỏi vơ, 모호하게 말하다 nói lưỡng(trổng). nói bâng quơ.
모회사 (본사) công ty mẹ.
모후(황태후) mẫu hậu.
목 cổ. 긴 ~ cổ dài. ~을 매다 treo cổ. ~이 잘리다 bị chặt cổ. ~을 내밀다 thò cổ ra. ~을 일으켜 세우다 nghếch(thò) cổ, ~을 쭉 빼다 nghển cổ, ~ 졸라 죽이다 bóp cổ chết. ~을 베다 chém đầu. thủ cấp, ~에 걸리다 mắc ở cổ. ~이 마르다 khát nước. ~이 메다 ngạt thở. ~이 쉬다 khản cổ họng. thất thanh, 목이 쉬도록 소리지르다 kêu thất thanh, la khan tiếng. 목에 가시가 걸리다 mắc xương cá, ~이 쉰 khàn khàn, ~이 달아나다 bay đầu. ~을 자르다 cắt cổ. chặt đầu. 목뼈 chẩm cốt. ~이 컬컬하다 khé cổ. ~을 쳐들다 ngửa cổ. ~을 축이다 nhấp giọng. ~을 껴안다 ôm cổ. 앞으로 목을 빼다 thò cổ ra phía trước.
목을 구부리다 vẹo cổ.
목을 길게 빼다 vươn cổ.
목을 빼다 trẹo cổ.
목을 비틀다 vẹo cổ.
목을 조르다 tắc cổ.
목가 ca khúc về đồng quê. dã(mục) ca.
목에 걸치다 quàng cổ.
목을 매어 죽다 ải. thắt cổ(họng).
목매어 자살하다 tự ải.
목각하다 khắc gỗ. 목각화 tranh khắc gỗ.
목간 (목욕) tắm. 목욕 (목간)탕 phòng tắm. ~통 bồn tắm.
목걸이 dây chuyền, dây đeo cổ. vòng hột, vòng cổ, 진주 ~ dây chuyền hạt trai.
목검 thanh gươm gỗ.
목격하다 chứng(mục) kiến. mục kích, thị chứng, ~자 người ~. tá nghiệm. can chứng.
목골 (건축) khung gỗ, sườn gỗ.
목공 thợ mộc. ~소 xưởng mộc.
목관 ống điếu gỗ. ~악기 nhạc khí bằng gỗ.
목구멍 cổ họng, cuống họng. 목구멍이 아프다 đau cuống họng. ~에 가시가 걸리다 hóc xương cá.
목금 (실로폰) mộc cầm, đàn phím gỗ.
목기(나무로 만든) đĩa gỗ.
목눌하다 (순박하다) chất phát.
목다리 một cặp nạng.
목단 (모란) hoa mẫu đơn.
목대잡다 chỉ huy, quản lý làm việc.
목덜미 gáy. cổ, ~를 잡다 tóm gáy(cổ).

목도하다 (목격하다) chứng kiến.
목도리 khăn choàng (cổ), khăn quàng cổ (머플러)
목돈 tiền khá lớn, một số tiền khá nhiều, món tiền lớn.
목동 chăn bò, cậu bé chăn trâu. cao bồi.
목련 hoa mộc lan. ngọc lan.
목례하다 chào bằng mắt (đầu).
목로주점 quán rượu.
목록 mục lục. danh sách, (기록)chương mục, ~에 있다 có trong ~.목록을 만들다 phân thành ~. 재산 ~ bảng kiểm kê.
목마 ngựa gỗ. 회전 ~ xe ngựa gỗ quay.
목마르다 khát nước. (갈망) mong mỏi, ao ước, thèm muốn. 지식에 ~ khát khao học hỏi. 목말라 죽다 chết khát. 목마름을 참다 nhịn khát.
(속) 목 마른 놈이 우물 판다(급한 놈이 먼저 일한다)người khát nước thì đào giếng.(ai gấp thì làm).
목말을 태우다 cõng trên vai. cởi cổ(đầu), công kênh.
목매다 bóp cổ đến chết. 스스로 ~ thắt cổ tự tử.
(속) 목 매단 사람을 구한다면서 그 발을 잡아 당긴다(누구를 돕는다고 하면서 그 사람에게 해를 끼친다) Cứu người treo cổ bằng cách kéo chân người đó(muốn giúp ai việc gì, nhưng lại làm hại người đó).
목매달다 treo cổ. 스스로 ~ tự treo cổ.
(명)목이 마르기 전에 우물을 파라 Trước khi khát nước thì hãy đào giếng.
목이 메이다(울어서)ngăn ngắt.

(속) 목 메어 울면서 말을 못한다 (너무 슬프고 억울해서 말을 할 수가 없다) Khóc nghẹn lời, không nói được(quá buồn, quá uất ức đến nỗi không nói lên lời).
목이 맺히다 bị uất nghẹn.
목면 (무명) vải bông, cây bông vải.
목민 cai trị quần chúng. ~관 vị thống đốc.
목발 nạng, cẳng cây. chân gỗ.
목뼈 ống chân.
목불 tượng Phật gỗ.
목불인견 không thể mở mắt xem
목사 mục sư. ~가 되다 trở thành ~.신부 linh mục. 목사 임직 (안수) tấn phong, phong chức.
목상 tranh tượng gỗ.
목석 gỗ đá. ~같은 như gỗ đá. ~같은 사람 người vô cảm, người gỗ đá. 나는 목석이 아니다 tôi không phải là gỗ đá.
목선 tàu gỗ.
목성 (천문) sao Mộc. mộc tinh.
목소리 giọng nói. 고운 ~ giọng nói ngọt ngào. 맑은 ~ giọng nói trong trẻo. 큰 ~ giọng nói lớn. 듣기 싫은 ~ giọng nói ghét nghe. ~를 낮추다 hạ(dịu) giọng. (반) 목소리는 높이다 lên cao giọng. 슬픈 ~ giọng nói buồn. 목소리가 분명치 않은 giọng hơi lờ mờ. ~가 쉰 khan giọng, đẹt한 목소리 dương thanh. (째지는) ~ ~ the thé, 쉰목소리 tiếng khản, 좋은 ~ có giọng tốt, ~가 변하다 vỡ giọng(tiếng), 거친~ giọng bể, 낮은~ giọng thấp, ~가 좋은 tốt giọng, 부자연스러운 ~ giọng miền cưỡng, (반)자연스

러운~ giọng tự nhiên. ~를 바꾸다 trở giọng. ~를 낮추어 작게 말하다 hạ giọng nói nhỏ. ~를 나쁘게 바꾸다 giở giọng.
(명)목소리는 두번째 표정이다 giọng nói là nét mặt thứ hai.

목수 (목공) thợ mộc. 목공소 xưởng ~. ~업 nghề ~.

목숨 sự sống, mạng sống. ~이 끊어지다 chết, tắt thở. (반)~ 이 붙어 있다 gắn liền với mạng sống. ~에 관계 되다 có quan hệ tới tính mạng. ~을 걸다 liều mạng sống. quyên thân. ~을 바치다 hy sinh ~. hiến mình(thân), 목숨을 잃다 mất(táng) mạng. ~을 버리다 (걸고 모험하다) thí mạng, 남의 ~을 구하다 cứu mạng sống người khác. ~을 중히 여기다 coi trọng sự sống. hiếu sinh, ~걸고 도망하다 bỏ chạy thục mạng. ~을 걸다 quyên(thí) thân.

목숨걸고 liều mạng(mình). ~ 모험하다 vong mạng.

목숨을 부지하다 đắp đổi.

목쉬다 khản giọng, giọng khản đặc, bị khản tiếng. thất thanh, (잠긴) rè. 목이 쉬도록 지껄이다 nói cho đến khản tiếng.

목양하다 chăn nuôi cừu. 목양실 phòng chăn chiên, mục dương thất.

목양말 bít tất bông.

목어(불교의) mõ, ~를 두드리다 gõ ~.

목요일 thứ năm, ngày thứ năm.

목욕하다 tắm, tắm rửa. mộc dục, 목욕 시키다 tắm cho ai đó. 목욕실 phòng tắm. ~탕 nhà tắm công cộng. 냉수로 ~ tắm nước lạnh. 증기 목욕 (사우나) nhà tắm hơi. 목욕하고 빨래하다 tắm giặt.

목욕통(욕조)bồn tắm

목이 메어 말을 할 수 없다 nghẹn ngào.

목욕 재계하다 lễ rửa tội, lễ thánh tẩy.

목을 끌어안다 choàng cổ(hầu).

목을 길게 빼다 vảnh(vươn) cổ.

목을 조르다 tắc(siết) cổ. bóp(chẹn) cổ

목을 빼고 기다리다 ngóng cổ đợi.

목을 빼다 thò cổ.

목이 빠지게 기다리다 nhong nhóng.

목이 쉬도록 외치다 rao khản cả cổ.

목을 움츠리다 rụt cổ

목이 차도록 배부르다 no bứ bự.

목자 (목회자) Đấng chăn giữ, người chăn bầy(chiên), 여호와는 나의 목자 Đức Giê-hô-va là Đấng chăn giữ tôi, (성직자) mục sư, linh mục, cha, giáo sĩ.

목자르다 (목베다) chém đầu, chặt đầu. (해고하다) sa thải.

목잠기다 (목쉬다) bị khản tiếng.

목장 (농장) nông trại, trại nuôi súc vật. ~주인 chủ nông trại.

목장갑 bao tay bông.

목재 loại(súc) gỗ. ~의 결 vân gỗ, ~로 만들다 làm bằng gỗ. 건축용 ~ gỗ xây dựng. 목재상 người buôn gỗ. ~창고 vựa củi.

목적지 địa điểm đến.

목적 mục đích. ~이 없는 không có~. phiếm, ~없이 놀다 chơi phiếm, 공동의 ~ mục đích chung. ~에 맞다 phù hợp ~. 무슨 ~으로 với mục đích gì. ~을 달하다 đạt được ~. (성공)thành đạt, 목적을 바꾸다 đổi ~. 목적을 위해 자존심을 버리

것이다 nếu anh không trả nợ tài sản của anh sẽ bị ~. 밀수품을 ~ ~ hàng lậu.

몰씬(물씬). 장미꽃 냄새가 ~ 나다 hoa hồng có mùi thơm quá.

몰아 tất cả. 몰아사다 mua hết (tất cả)

몰아가다. 소를 풀밭으로 ~ thả bò nuôi ăn cỏ. 홍수가 많은 집을 ~ cơn lũ cuốn trôi nhiều nhà.

몰아내다 đuổi, đẩy lùi, trục xuất. tống ra, 마을에서 ~ đuổi ra khỏi làng. 죽음을~ đẩy lùi sự chết.

몰아넣다 săn đuổi, dồn. 궁지에 ~ dồn vào góc.

몰아대다 (재촉) thúc giục, thúc ép.

몰아붙이다 đẩy tất cả qua một bên.

몰아세우다 khiển trách nặng nề.

몰아오다 kéo đến, ào vào. 폭풍이 ~ cơn bão ào đến. 바람이 소나기를 ~ cơn gió mang theo mưa rào.

몰아주다 trả tất cả hết.

몰아치다. 소나기가 한거번에 ~ mưa rào to một lúc.

몰아치는 비 sậu vũ.

몰약 (식물) cây mộc dược (có mùi thơm)

몰염치한 trơ tráo, vô liêm sĩ, không biết hổ thẹn. ~하게도 một cách trơ tráo.

몰이 (사냥의) săn đuổi, lùng sục.

몰이해 không hiểu, thiếu hiểu biết.

몰인정한 vô nhân đạo, vô nhân, tàn ác, dã man.

몰입하다 vùi đầu, say mê, mải mê.

몰지각한 vô thức, không suy nghĩ. ~행동 hành động không thận trọng.

몰핀(약) mọt phin. (morphine)

몰하다 (죽다) qua đời, chết.

몸 cơ thể, thân thể. ~이 크다 to người. (반) ~이 작다 nhỏ người. ~이 단단하다 người rắn chắc. ~이 약하다 yếu người. ~에 지니다 mang bên người. tùy thân, ~을 망치다 hư người. ~을 숨기다 lẩn mình, trốn mình. 온몸에 khắp cơ thể. 몸이 뚱뚱한 béo phì. (반) 날씬한 thon thả. 몸이 불편하다 thấy khó ở. 몸에 좋다 có lợi cho sức khỏe. (반) 몸에 나쁘다 có hại cho sức khỏe. ~을 굽히고 밥짓기 lúi húi nấu cơm. 몸을 기어 들어오다 chui rúc. ~에 익히다 quen mui. 몸에 밴 quen thân. 몸에 차는 돈 주머니 ruột nghé. 몸에 밴 나쁜 습관 thói xấu thâm căn cố đế. 몸전체가 아프고 쑤시다 rêm cả người.

몸에 꽉끼는 바지 quần nịt.

몸에 열이나다 se mình.

몸에 지니다 tùy thân.

몸상태가 좋지 않은 khó ở, ươn mình.

(명)**몸에 비누가 있듯이, 마음에는 눈물이 있다** Nước mắt trong tâm hồn giống như xà phòng cần cho cơ thể sạch sẽ.

몸을 구부려 빠져나가다 chui qua.

몸을 굽실굽실하다 xì xụp lễ.

몸을 따뜻하게하다 sưởi.

몸을 아끼다 nương sức.

몸을 웅크리고 자다 nằm quèo.

몸을 지키다 thủ thân.

(명)**몸이 건강하고 빚이 없으면 마음에 꺼리끼는 데가 없는 사람인데 행복에 무엇을 더 추가할 수 있겠는가** Thân mình thì mạnh khỏe. không có nợ nần, trong lòng không vướng bạn thì hạnh phúc

của họ chẳng cần phải thêm vào gì nữa.
몸이 경직되다 người sắt.
몸이 굳어버리다(끔직한 장면을 보고) đứng sững như trời trồng.
몸이(머리가) 큰 to đầu.
몸이 나른한 nhọc nhằn.
몸이 녹초가 되다 người mỏi nhử.
몸이 마르고 키가 큰 leo kheo.
몸이 쇠약한 suy thể. 몸이 쇠약하다 thân thể suy nhược.
몸이 쑤시는 ê mình.
몸이 아픈(속어)vang mình sốt mẩy.
(명)몸이 약하면 마음도 약해진다 Nếu cơ thể yếu thì tinh thần cũng yếu.
몸이 여위어 감 cam còm.
몸이 으쓱으쓱 쑤시다 váng vất.
몸과 뼈(신체) hình hài.
몸이 재빠른 nhanh nhẹn.
몸이 좋지않은(찌부듯한) khó ở, khó chịu.
몸을 가리다 đóng khố che thân.
몸을 갑자기 일으키다 thon thót. phắt tiến ~ giật mình ~.
몸을 굽히다 cúi mình.
몸을 굽혀 추모하다 nghiêng mình.
몸을 기울이다 nghiêng mình.
몸을 낮게 구부리다 xàm xạp.
몸을 내던지다 dấn thân, (물에) trầm mình, lăn vào.
몸을 던져 돕다 xả thân giúp đỡ.
몸을 떨다 giật mình.
몸을 뒤척이다 nằm lăn. trở mình.
몸을 뒤틀다(출산할 때) quần quại.
몸을 바치다 bỏ mình.
몸을 숙이고 애원하다 lạy lục.
몸을 숨기다 trú ẩn, tàng thân.
몸을 움츠려 숨기다 ém.
몸을 웅크리고 자다 nằm bẹp.
몸을 조금 움직이다 nhúc nhắc.
몸을 좌우로 흔들어 움직이다 rún rẩy.
몸을 틀다 uốn mình.
몸을 팔다 mãi dâm. chơi đĩ, buôn son bán phấn.
몸을 팔아 살아가다 bán trôn nuôi miệng.
몸을 펴다 ưỡn.
몸을 피하다 trú chân, 비올때 ~ ~ lúc trời mưa, (숨기다) nương náu. 몸을 팔다 chơi đĩ.
몸가짐 bộ điệu, (거동) thái độ, cử chỉ. 위엄 있는 ~ thái độ nghiêm trang. ~이 바르다 cư xử cho phải phép.
몸이 근질근질하다 dậm dật trong người.
(명) 몸가짐을 경계하고 나쁜 벗을 따르지 마라 Cảnh giác chính mình, không theo bạn xấu.
몸값 (화대) tiền cho gái. (포로의) tiền chuộc.
몸나다 mập ra, phát phì.
몸단속 canh phòng, cẩn thận, bảo vệ.
몸단장 tô điểm, trang điểm.
몸이달다 háu hức, hăm hở.
몸둘곳이 없다 không có chỗ ở.
몸둘곳 없이 가난한 màn trời chiếu đất.
몸뚱이 cơ thể. ~가 크다 tầm vóc to lớn.
몸매 thân thể. tầm vóc. 날씬한 ~ thân hình thon thả. ~가 예쁘다 thân hình đẹp.
몸부림 (발버둥)치다 vùng vẫy, giẫy giụa. vật mình(vã), ưỡn ẹo, 고통으로 ~ vùng vẫy trước cơn đau. thống thiết, 몸부림 sự vùng vẫy. 누워서 ~ nằm vật vã.
몸부림치며 괴로워하다 uất ức.

몸살 phong hàn, ~이 나다 bị cảm mệt xác, mệt nhọc.

몸서리 rùng mình, chán ghét. ~ 치다 run, rùng mình, ớn lạnh. 듣기만 해도 몸서리치다 chỉ nghe thôi đã thấy ớn lạnh.

몸소 đích thân, tận tay, bản thân. ~ 가다 tự đi. ~보고하다 diện trình, 몸소 청소하다 tự làm vệ sinh mình. 나는 그것을~배달 했다 tôi đã giao vật ấy.

몸수색하다 lục xét, khám xét.

몸에 딱 붙는 vừa sát người.

몸에 밴 quen thân. 몸에배다 thấm vào cơ thể.

몸을 뒤척이다 nằm lăn.

몸을 숨기다 dung thân.

몸을 의지하다 nương mình.

몸져눕다 bị nằm liệt giường.

몸조리하다 quan tâm chăm sóc sức khỏe.

몸조심 (건강) chăm sóc bản thân. ~하다 tự chăm sóc, tự lo.

몸종 (시녀) thị nữ.

몸집 cơ thể, tầm vóc. ~이 크다 bự con (남), to(thần) xác (북). ~이 작은 lùn cùn. ~이 큰 체격 khổ người thô.

몸짓 điệu bộ, cử chỉ, động tác. ~하다 làm điệu bộ. ~으로 흉내내다 bắt chước bằng điệu bộ. ~으로 가라고 하다 nói bằng cử chỉ rằng "hãy đi đi"

몸차림이 깔끔한 tề chỉnh.

몸채 tòa nhà chính.

몸체 cơ thể.

몸치장하다 chưng diện, ăn mặc cho đẹp.

몸통 thân (cây, người).

몸풀다 sinh, đẻ.

몹쓸 độc ác, xấu. ~ 감기 cảm nặng. ~ 병 bệnh xấu. ~짓 hành vi xấu.

몹시 rất, lắm, quá. quá chừng, mạu rẻ miếng có được hay quá chừng, (mau.đại đại hì). ~예쁘다 đẹp quá. đại đại hì cổ mập (cảm sa hà đa) rất cám ơn. ~화 nản lầm lầm, ~가난하다 rất nghèo. nghèo xác xơ, ~바쁘다 rất bận. bí ga mọp sị on đa (장마) mưa tầm tả. ~힘든 tóc phở. ~더러운 nhơ nhớp. ~무서운 hãi hùng. ~배고픈 đói meo. ~하고 싶어하는 nóng nảy, ~놀라다 hết sức ngạc nhiên. kinh hồn. thất kinh. lấy làm lạ lắm.

몹시 격노하다 sôi gan(máu).

몹시 꾸짖다 rầy la. la rầy.

몹시 그리워하다 tư lương.

몹시 당황한 kinh hoàng.

몹시 안타까워하는 tiếc vãi máu mắt.

몹시 유감스러운 tiếc cay tiếc đắng.

몹시 증오하다 căm hờn.

몹시....하고 싶어하다 tấp tễnh. 앉아서 공부하지만 오로지 놀러가고 싶어서 안달이다 ngồi học bài mà chỉ ~ đi chơi.

몹시 허기진 ngấu.

몹시 흥분하다 sôi máu(gan).

몹시 힘들게 ộn ện, ~ 걷다 đi ~.

못 (연못) ao, vũng, hồ nước. 연못을 치다 tháo cạn nước.

못 đinh, cái đinh. ~을 박다 đóng đinh. ~에 걸다 treo vào đinh. ~ 뽑이 kiềm nhổ đinh. 나사못 con vít. ~을 뽑다 nhổ đinh. 가슴에 ~을 박다 làm xúc phạm ai nặng nề.

못 박힘을 당하다 chịu đóng đinh.

(명)못은 다른 못으로 빼듯 습관은 다른 습관으로 바꿀 수 있다 Thói quen này trở thành một thói quen khác, cũng giống như cái đinh này sẽ nhổ cái đinh kia.

못 (손발의) cục chai. 발바닥에 못이 생겼다 lòng bàn chân tôi có cục chai. 귀에 못이 박히도록 들었다 thấy chán ngán khi nghe như vậy.

못 (부정) không, không thể. 못 가겠다 không thể đi được, tôi sẽ không đi.

못가게 잡아놓다 giữ lại.

못걸이 một thanh gỗ có nhiều móc.

못나다 xấu xí, không đẹp.(반)잘나다 đẹp, 얼굴이 ~ khuôn mặt ~. (어리석다) ngu si, đần độn. 못난 짓을 하다 làm một điều rồ dại.

못난이 kẻ vô dụng, người ngu.

못내 luôn luôn. ~ 잊지 못하다 không bao giờ quên.

못되다 chưa xong. 일이 아직 ~ việc vẫn chưa xong, chưa đạt tới. 한달 봉급이 10 만원이~ lương tháng không tới 100 ngàn Won. (dưới 100 ngàn Won). 못된 아이 con hư, 앓고 나서 얼굴이 ~ nhìn khuôn mặt kém sau cơn bệnh. 못된 놈 thằng mất dạy. 못된 짓 hành động hư hỏng. 못된 짓을 하다 làm bậy, 못된 장난을 하다 chơi ác.

(속) 못된 송아지 엉덩이에 뿔난다 (사람답지 못한 사람이 교만하고 말을 안듣는다) Sừng mọc mông bê hư(người nhân cách không ra gì, kiêu ngạo và ngỗ nghịch).

못마땅하다 không thỏa mãn, không vừa lòng. ~한 기색이다 có vẻ không vừa lòng (vui).

못마땅한 không xứng hợp, (거슬리는) chướng tai gay mắt.

못박이다 (손발에) bị chai. 손바닥에 ~ có cục chai ở lòng bàn tay. (가슴에) đau xót trong tim.

못보고 넘어가다 sót lại, rót.

못본체하다 lơ đi, nhắm mắt, giả vờ (làm bộ) không thấy, không để ý đến, không quan tâm.

못뽑이 (집게) cây kềm nhổ đinh.

못살게 굴다 trêu chọc, thảm ngược. (북), chọc ghẹo (남).

못생기다 xấu xí. 못생긴 남자 đàn ông ~. 얼굴이 ~ khuôn mặt xấu xí (vô duyên). 아주 못생긴 ma mút.

못쓰다 không xài được, hư hỏng. 못쓸 물건 một vật không dùng được. 못쓸 사람 người hư hỏng (không dùng được). 못쓰게 되다 nguội điện.

못자리 (모판) luống đất gieo mạ. vườn ươm, ~하다 gieo mạ.

못지 않다 không kém. 그는 나에 ~않게 힘이 세다 anh ta khỏe chẳng kém tôi. A 는 B 에 ~ A không kém B.

못질하다 đóng đinh.

못하다 không làm được. 가지 ~ không đi được. 더 이상 마시지 ~ không thể uống được nữa. 물이 맑지~ nước không tinh khiết.

못먹을 바에야 밟아버린다 nếu không ăn được thì đạp đổ.

못하다 (열등) không bằng, thấp kém. 나는 그만 ~ tôi không bằng được anh ta. 그는 짐승만도 ~ hắn còn tệ hơn súc vật.

몽고 nước Mông Cổ.

몽고반점 vết chàm.
몽글몽글하다 (부드럽다) mềm mại, mềm lũn.
몽니 ngoan cố. ~부리다 làm ~.
몽땅 (모두) hết, tất cả. 돈을 ~ 잃었다 mất hết tiền.
몽당치마 chiếc váy cũ rách.
몽똑하다 lùn, mập bè bè.
몽둥이 cây gậy, roi. ~로 때리다 đánh bằng gậy, phang, (방망이)dùi cui.
몽롱하다 lơ mơ, mông lung, lờ mờ. 몽롱해지다 đờ đẫn, 의식이 ~ 해지다 nhận thức ~. 몽롱한 눈빛 ánh mắt đờ đẫn.
몽매하다 ngu dốt, không có học vấn.
몽매하게 되다 mê ngủ.
몽매에도 잊지 못하다 ngay cả khi ngủ không quên được.
몽상하다 mơ màng, mơ mộng. 몽상가 tưởng, ~가 người mơ mộng.
몽설하다 mộng tinh, mộng.
몽실몽실 (뭉실뭉실) ~ 살찌다 mập tròn ra.
몽유병 bệnh mộng du, thụy du. ~자 người mộng du, người thụy du.
몽정 mộng tinh(di). di tinh.
몽조 (꿈자리) điềm báo mộng.
몽진하다 vua trốn chạy qua nơi khác.
몽치 (방망이) dùi cui, gậy, roi. 쇠 ~ cây gậy sắt.
몽키(공구) mỏ lết.
몽타아지 vẽ chân dung. dựng phim,
몽혼 (마취) gây mê. tê mê, ~주사 chích thuốc tê
몽환 ảo ảnh, ảo tưởng.
뫼 (산) núi. (무덤) mả, mồ. 뫼를 쓰다 chôn cất, mai táng.
묘 (무덤) mồ, mả. mộ, (신전) miếu.

(문묘) lăng mộ. 주인 없는 묘 mồ vô chủ. 묘를 옮기다 bốc mộ
묘(신전) miếu mạo
묘한 kỳ cục, kỳ diệu, tế nhị, kỳ lạ.
묘계 mưu kế khôn khéo.
묘기 sự diễn kỳ diệu, vở kịch thâm thúy.
묘당(서거한 황제의 제단) miếu đường.
묘략 mưu lược.
묘령 tuổi thanh xuân. ~의 tuổi trẻ (꽃 다운 나이)
묘막 túp lều gần ngôi mộ.
묘목 cây non, mạ. ~을 기르다 ương cây.
묘미 tế nhị, vẻ đẹp, (맛) vị tốt.
묘방 (처방) toa thuốc hay tuyệt. ~이 없는 còn phương kế.
묘법 phương pháp tuyệt diệu.
묘비 bia mộ. mộ bi, bia đá, ~를 세우다 lập ~. ~명 văn bia.
묘사하다 mô tả, diễn tả. tả, (글로) miêu tả. 묘사문 câu ~. 묘사할 수 없이 아름다운 đẹp không thể tả được.
묘소 (국립묘지) nghĩa trang (묘역)
묘수 có tay nghề cao.
묘술 quỷ thuật.
묘안 tư tưởng tuyệt diệu. ~이 생각나다 tìm ra ~.
묘약 thuốc đặc hiệu.
묘연하다 (멀어서) xa xôi. (기억이) mơ hồ. (소식이) hoàn toàn không biết gì.
묘전 phía trước ngôi mộ.
묘족(베트남소수민족) mèo.
묘지 nghĩa địa. mộ địa. tha ma, 국립 ~ nghĩa trang quốc gia. ~를 파다 khai huyệt.

묘지기 người giữ mồ mả.
묘책 diệu sách, kế hoạch khôn khéo.
묘판 (못자리) luống đất gieo mạ. vườn ương cây.
묘하다 kỳ lạ, tế nhị, kỳ diệu. 묘한 사람 người kỳ lạ.
묘혈 (무덤) ngôi mộ. 스스로 ~을 파는 짓 một hành động tự sát.
묘호(사후의) miếu hiệu.
무 (무우) củ cải.
무 (무예) võ nghệ, võ thuật.
무 số không (영).
무가당 không có đường. ~오랜지 쥬스 nước cam nguyên chất.
무가치하다 không có giá trị, vô giá trị, không xứng đáng.
무간하다(친하다) thân thiết, gần gũi, thân mật.
무간섭 không can thiệp.
무감각하다 vô cảm giác, lãnh đạm, không cảm giác. 무감각해지다 mụ mị. quẩn trí. 무감각한 không thụ cảm. trơ như đá.
무감각증(무흥분증세)thiếu hưng phấn.
무감동 trơ trơ.
무강 bất diệt, vĩnh viễn. 만수 ~하옵소서 chúc ông trường thọ! Muôn năm!
무개 (덮개 없는) không đậy 무개차 (오픈카) xe ~. xe không mui.
무겁다 nặng, nặng nề. trĩu,(반) 가벼운 nhẹ, 매우 무거운 nặng trĩu, 무거운 짐 hành lý ~. gánh nặng, 무거운 과일 trĩu trái, 무거운 mảnh lòng tâm trạng nặng nề. 발걸음이 ~ bước chân nặng nề. 어깨가 ~ nặng gánh. 무거운 벌 hình phạt nặng. 무거운 책임 trách nhiệm nặng nề. 무거운 걸음으로 khệ nệ bước lên.
무거운 trĩu, trọng, máu ~ nặng ~.
무거운 물체 thể nặng.
무거운 부담 trọng thuế.
무거운(막중한) 세금 trọng thuế.
무거운 죄(중죄) tội nặng.
무거운 짐 진자 kẻ gánh nặng.
무겁게 드리워지다 nặng trĩu.
무게 quả(trái) cân, sức nặng, trọng lượng. ~가 나가다 cân nặng, ~가 얼마요 cân nặng bao nhiêu, ~를 달다 cân. 무게가 2 킬로그램이다 cân nặng 2 ký. ~를 달아주세요 làm ơn cân.
무결근 (무결석) người có mặt thường lệ.
무경험 thiếu kinh nghiệm, chưa được đào tạo.
무계출 결근 vắng mặt không báo trước.
무계획적 bất ngờ, ngoài ý muốn. ~인 짓 hành động hấp tấp, không có kế hoạch. ~인 생산 sản xuất không có kế hoạch.
무고하다 vu, vu cáo(oan). cáo gian, 무고자 người vu cáo. 도둑이라 고 무고를 당하다 bị vu là ăn cắp, 무고죄로 고소당하다 bị khởi tố vì tội vu cáo. 무고하게 화를 당하다 cháy thành vạ lây. 무고하게 죽다 hoạnh tử.
무고(위증)sự vu cáo.
무고한 사람 vô cô.
무곡 vũ khúc, nhạc khiêu vũ (무용곡).
무공 vũ công, chiến công. ~을 세우다 đạt thành ~. ~훈장 huy chương ~. huân chương quân công.

무과 cuộc tuyển quân thời phong kiến.
무과실 không có tội lỗi.
무관 võ quan, quan võ, quân quan. sĩ quan làm việc về quân sự.
무관계 không có liên quan. 나는 그와 무관계하다 tôi không có liên quan gì tới nó cả.
무관한 vô can. ngoài cuộc.
무관심 không quan tâm. tính lãnh đạm, sự vô tình, đạm mạc. (소흘한) hờ hững, 옷차림에 ~하다 không quan tâm gì tới ăn mặc. 사소한 일에 ~하다 không quan tâm tới việc nhỏ bé. (속담) 귀를 막고 눈을 가리다 (세상일에 무관심한 태도), đắp tai cài trốc. ~한 thờ ơ, lơ là, dửng dưng. 무관심하게 바라보다 lãnh nhãn.
무교육 không có giáo dục, thất học. ~자 người thất học.
무교절(성경) bánh không men.
무구하다 (깨끗하다) trong sạch, tinh khiết.
무국적 không có quốc tịch.
무궁하다 (영원하다) vĩnh cửu, vĩnh viễn, mãi mãi.
무궁무진하다 vô cùng, vô biên, vô hạn.
무궁화 râm bụt, hoa dâm bụt, quốc hoa của Hàn Quốc.
무궤도 không có đường đi. (벗어난) quá độ (mức).
무균 (의학) vô trùng(khuẩn). 살균한 thuộc khử trùng.
무근 không có căn cứ. 그 보도는 사실 ~이다 bản báo cáo ấy không căn cứ vào thực tế.
무급 không trả lương. ~으로 일하다 làm công không, không có thù lao. ~휴가 ngày nghỉ không lương.
무기 vũ khí. đấu cụ, gươm đao, (병기) binh đao, quân khí, ~를 들다 cầm ~. 무기를 빼앗다 cướp ~. 눈물은 여자의~다 nước mắt là vũ khí của đàn bà. ~원조 viện trợ~. 무기저장소 hầm ~.
무기 (기간) không có kỳ hạn, không giới hạn thời gian. ~연기 hoãn vô thời hạn. ~징역 tù chung thân. ~형 hình phạt vô thời hạn. ~한으로 không thời hạn.
무기(물) vô cơ. ~화학 hóa học ~. 무기체 vô cơ thể, 무기화합물 hợp chất vô cơ. ~ 질 chất ~, chất vô sinh, ~염 muối khoáng.
무기력 kiệt sức, nhu nhược, thiếu sinh hoạt. 무기력한 (남성) liệt dương. không còn khí lực. ~ 해진 nhão nhoét.
무기명 không đánh dấu, không ký tên. ~투표 bỏ phiếu kín. ~ 투표용지 phiếu trắng, lá thăm, ~투서 một đề nghị không có dấu (ký tên)
무기징역 tù chung thân. ~수 người ~.
무기한 không kỳ hạn. ~대부금 cho vay không thời hạn.
무기화학 hóa học vô cơ.
무난한 dễ dàng, thoải mái, không khó khăn, an toàn, đơn giản.
무남독녀 con gái một, con gái rượu.
무너뜨리다 phá hủy, kéo xuống. 벽을 ~ phá đổ bức tường.
무너져 내리다 đổ ập xuống.
무너지다 sụp đổ. sạt lở, sập xuống, đảm ~ tường ~. (권력이)hạ bệ.

무너진 둑을 보수하다 hạp long.
무념무상 trạng thái tịnh thần bình thản.
무능 vô năng, bất tài, không năng lực. kém cỏi, ~한 남편 chồng không có năng lực. ~한 사람 người bất tài. ~한 정권 chính quyền bất tài. 무능해서 해고 당하다 bị sa thải vì không có năng lực.
무능력 vô năng lực, ~者 kẻ bất tài.
무능력하고 무력한 bất tài bất lực.
무늬 hoa văn, mẫu mã, vân, ~를 넣다 đặt ~.무늬 있는 비단 mẫu vải lụa có in hoa. gấm vóc.
무단히 không xin phép, tùy tiện. 남의 물건을 ~ 사용하다 sử dụng đồ của người khác mà không xin phép. 무단출입금지 cấm tự ý ra vào. 무단결근 nghỉ làm không xin phép. 무단결석 vắng mặt không xin phép.
무단(군벌) quân phiệt, chuyên chế. ~정치 chính quyền quân sự.
무담보의 không thế chấp. 무담보 대부금 vay ~. 무담보 사채 giấy nợ không bảo hiểm.
무당 mụ phù thủy, bà thầy pháp.
무당 (무가당) không có đường.
무당벌레 con bọ rùa.
무대 sân khấu, vũ đài, sân chơi, sàn diễn,국제 ~에서 활약하다 nổi bật trên vũ đài quốc tế. 세계의 ~ sân khấu thế giới. ~에 서다 đứng trên sân khấu. ~에 오르다 đăng đài, ~에서 물러나다 rút lui khỏi ~. (은퇴) rời ~, ~감독 đạo diễn sân khấu. ~뒤 hậu trường, sau sân khấu. ~장치 khung cảnh, dàn cảnh, dàn dựng ~. ~예술 hoạt cảnh,무대옆 간막이 cánh gà, 무대 공포증이 있다 kl*íup.

무더기 đống, cả đống, chồng. tảng, ~로 쌓이다 chất đống, chồng chất, tích lũy. 흙더미 tảng đất.
무던하다 hào phóng, đủ. 무던히 rộng lượng đáng kể. 무던히 애쓰다 nổ lực đáng kể.
무덤 ngôi mộ, mồ (북), mả (남), huyệt, u đường, ~을 파다 đào huyệt.
무덤(죽음)에 가까운 gần đất xa trời, kề miệng lỗ.
무덤덤한 lơ láo.
무덥다 nóng bức. bức bối. oi ả,(반) 추운 lạnh, 무더운 날씨 thời tiết ~. 트리 nóng, 무더위 cái nóng oi ả.
무뎌진(칼날이) lụt, 이 칼은 잘 안든다 con dao này ~.
무도(춤) khiêu vũ. vũ đạo, ~곡 bản nhạc ~. 무도장 vũ trường. ~회 buổi tiệc ~. vũ hội.
무두장이 thợ thuộc da. 무두질하다 (가죽을 다루다)thuộc da.
무뚝뚝하다 cộc lốc. bình chân, cục cằn, thô lỗ, ~한 대답 trả lời ~.무뚝뚝한 말씨 ăn nói cộc lốc, ~한 사람 người cục cằn.
무뚝뚝하게 보이다 sị mặt.
무득점으로 끝나다 kết thúc không đều. trận đấu hòa
무디다 cùn, không bén. nhay nhay, (반)날카로운 sắc, 예리한 sắc sảo, 무딘 면도날 lưỡi dao cạo cùn. (말씨가) cộc lốc. 무딘 칼 dao cùn. 무딘 칼로 자르다 cứa
무량하다 vô cùng, cực kỳ, mênh mông, vô hạn.
무럭무럭 자라다 trưởng thành nhanh.

연기가 무럭무럭난다 khói tỏa lên mau lẹ.

무려 khoảng, ước chừng. 무려 2000 명 참석했다 khoảng 2000 người có mặt.

무력 vũ lực. ~을 쓰지 않다 không sử dụng ~. 무력간섭 can thiệp bằng ~. 무력도발 khiêu khích ~. 무력으로 해결하다 giải quyết bằng ~. 무력혁명 cách mạng bằng~. ~을 쓰다 dụng võ. ~에 의지하다 dùng đến ~.

무력하게 만들다 vùi dập.

무력하다 không có sức, bất(vô) lực. 무력한 군대 đội quân không có sức. 무력하게 하다 vùi dập. phá hư.

무력해지다 bó tay, bó gối.

무렵 (때) một lúc nào đó. 매화꽃 필 ~ vào lúc hoa mai nở. 그 무렵에 khi ấy, hồi ấy.

무례(실례) thất kính.

무례한 vô(thất) lễ. vô phép, khiếm nhã, lỗ mãng, nhâng nháo, xấu xược, thô lỗ, xách mé, 손님에게 무례하게 굴다 thất lễ với khách, 무례하게 대답하다 trả lời lỗ mãng, (버릇없는) bất lịch sự, hỗn hào, ~ 말을 하다 nói lời nói ~. ~한 짓을 하다 hành động một cách vô lễ. 무례하게 말하다 nói xon xỏn.

무뢰한 côn đồ, du côn.

무료 miễn phí. không mất(lấy) tiền, không ăn tiền, ~로 제공하다 cung cấp~. 무료봉사 phục vụ ~. 무료입장권 vé vào ~. 무료진료 khám bệnh ~.

무료건강체험실 phòng học thể nghiệm sức khỏe miễn phí.

무료편승하다 có giang.

무료한 chán ngắt, buồn tẻ, nhạt nhẽo. ~함을 달래다 làm khuây mối buồn tẻ.

무르다 (연하다) mềm mại, thiếu khí lực, yếu đuối, ủy mị. 사람이 무르다 ôn hòa. (물러지다)trở nên mềm dịu

(속) 무른 땅에 말뚝 박기(아주 쉬운 일) Đóng cọc vào nơi đất nhão, (công việc quá dễ dàng).

물르다 trả lại. (바둑에서) quay trở về.

무르익다 chín tới, ngọt lịm. 익은 감 quả hồng chín ngọt. 시기가~ chín muối.

무릅쓰다 liều, mạo hiểm, thách thức, bất chấp. 폭풍우를 무릅쓰고 나가다 ra đi bất chấp dông bão.

무릇... 이라면... 할때마다 hễ. 무릇 사람이라면 누구라도 배우지 않으면 안된다 hễ là người, ai cũng phải học

무릇(대저) nói chung, đại thể. 무릇 사람은 자기 본분을 지켜야 한다 nói chung mọi người đều phải chu toàn nhiệm vụ của mình.

무릎 đầu gối. ~으로 기다 bò bằng đầu gối. ~꿇다 quỳ gối.. quỳ xuống, ngã khuyu, 물이 ~까지 차다 nước ngập tới tận đầu gối. 무릎위에 앉다 ngồi lên đầu gối (đùi). ~뼈 xương bánh chè. ~관절 khớp ~. ~을 팔로안고 앉다 ngồi bó gối. ~꿇고 앉다 ngồi xếp bằng. ~꿇어! quỳ gối. ~이 깨지다 sầy đầu gối.

무리 (패거리) đàn, bầy, bọn, tụi, lũ, đoàn dân đông, đám. bọn mình, nhóm. phường, 양의 ~ đàn cừu. 사람의 ~ đoàn người. 한~의 포로 một lũ tù binh. 불량배의 ~ tụi lưu manh, ~를 짓다 lập đàn, kết thành. ~중의 두목 đầu đàn, 음악연주단 phường hát, 관현악 phường nhạc, ~지어 가다 đi rồng rồng. ~지어 생활하다 quần cư, ~를 이루어 왕래하다 dập dìu, 무리지어 움직이다 ồ ạt. ~를 놓치다 lạc đàn. 무리지어 쳐 들어가다 ồ ạt kéo vào, 무리지어 nườm nượp, 무리지어 축제를 보러가다 nườm nượp đi xem hội. ~중의 한사람 một người trong bọn.

무리수(수학) số vô tỉ.
무리져서 모이다 xúm đông. quần tụ.
무리지어 있다 túm tụm, 사람들이 문 앞에 ~ đám người ~ trước cửa.
무리하다 vô lý, quá đáng, không hợp lý. ~한 요구 yêu cầu quá đáng. 그가 화내는 것은 무리가 아니다 việc anh ta nổi giận cũng không phải là điều vô lý, . ~한 일 việc bất khả năng. ~를 하다 làm quá sức. ~하지 마세요 đừng quá sức.
무마하다 dỗ dành, vỗ về, vỗ nhẹ.
무망중 (갑자기) bất ngờ, thình lình.
무면허 không giấy phép. ~운전 lái xe ~.
무명 (옷천) vải bông. ~실 sợi (chỉ) vải.
무명천 vải bông.
무명의(이름없는) vô danh. 무명용사 dũng sĩ ~.무명용사의 무덤 mộ chiến sĩ ~. 무명선수 tuyển thủ vô danh.
무명지(약손가락) ngón tay vô danh, vô danh chỉ, ngón tay đeo nhẫn (không tên).

무모한 mạo muội, điên cuồng, ẩu, không suy nghĩ. vô lại, hấp tấp, vội vàng. liều lĩnh. 무모하게 덤벼드는 젊은 아이 ngựa non háu đá, 무모하게 뛰어들다 đâm đầu.
무모하게 따라가다 ùa theo.
무모증 bệnh không lông.
무미하다 vô vị. 무취 không mùi. 무색 không màu. 무미건조하다 tẻ nhạt. vô vị, khô khan, xảm, (성어)mất mặn mất nhạt, 무미건조한 시 bài thơ khô khan.
무미건조한 생활을 하다 sống một cuộc đời vô vị.
무반동총 súng không giật lại.
무 반주의 trình diễn không có đệm.
무방하다 (상관없다) không có vấn đề, không sao. 무방하다면 nếu bạn đồng ý, nếu không có vấn đề.
무방비 không chống đỡ, không phòng tránh, không bảo vệ. 무방비 도시 một thành phố bỏ ngỏ
무배당 không chia lãi.
무배생신(생물)vô phối sinh.
무법한 không có luật pháp. 무법자 tên lưu manh. kẻ sống ngoài vòng pháp luật, 무법천지 xã hội không có luật pháp, tình trạng vô chính phủ.
무변의 (끝이 없는) bao la, bát ngát, vô bờ, vô hạn. 무변대해 đại dương mênh mông.
무변화 không thay đổi. (단조로움) đơn điệu, buồn tẻ.
무보수의 không trả thù lao. ~로 일하다 làm việc không có thù lao.
무분별 không thận trọng, thiếu thận

trọng. ~하게 값을 매기다 vơ đũa cả nắm.
무비판 thiếu phê bình, không có phê bình.
무사 vô sự, bình an, không có chuyện gì.무사히 một cách bình an vô sự. ~히 끝나다 kết thúc một cách vô sự. ~히 돌아오다 trở về một cách bình an. 그는 무사히 집에 도착했다 anh ta tới nhà một cách vô sự.(탈없 이)sinh toàn.
무사 vũ sĩ, hiệp sĩ, chiến binh.
무사도 võ sĩ đạo. ~정신 tinh thần ~.
무사 (공평무사) công bằng, không thiên vị, vô tư.
무사고비행 chuyến bay an toàn.
무사안일 thái độ tiêu cực về mọi việc an toàn.
무사태평 thong dong, vô tư lự, yên bình. ~한 thong dong.
무사한 vô sự, ~ bình an vô sự.
무사히 sinh toàn.
무산 vô sản, không có tài sản. ~계급 giai cấp vô sản, ~. ~자 người vô sản. 프롤레타리아 ~계급 giai cấp vô sản.
무산계급으로 만들다 vô sản hóa.
무산독재 vô sản chuyên chính.
무산되다(사라지다) tiêu tan, tan biến. 그의 희망은 무산되었다 hy vọng của nó ~.
무상의 (최고의) tối cao.
무상한 (덧 없음) không chắc chắn, hay thay đổi. ~인생 vật đổi sao đời.
무상으로 không mất tiền. 무상배급 phân phối không thu tiền. 무상원조 viện trợ không hoàn lại.

무상출입하다 ra vào tự do.
무색 không màu sắc. 무색하다 (부끄러움) cảm thấy xấu hổ, e thẹn.
무색하게 하다(명성 등이 떨어지게 하다) lu mờ, làm ai xấu hổ. 그녀의 아름다움은 다른 모든 여성들을 무색케 했다 sắc đẹp của nàng làm ~ tất cả đàn bà khác.
무색소 vô sắc.
무생물 vô sinh vật, vô cơ, vật vô tri vô giác, ~시대 thời đại vô cơ..
무서리 sương giá đầu.
무서운 ghê sợ, kinh khủng (남), chết khiếp (북)= kinh dị.
무서움 sự sợ hãi, kinh(khủng) khiếp.
무서워하다 sợ hãi, sợ sệt, kinh khiếp. 호랑이를 무서워하다 sợ con hổ. 오! 무서워!êu ôi sợ quá!.
무서워 떨다 run sợ, hoảng loạn.
무서워 부들 붙들 떨다 rụng rời.
무선 vô tuyến, không dây. ~전보 ~ điện báo, ~방송 truyền hình vô tuyến. ~장치 thiết bị ~. 무선통신 thông tin ~. ~전화 điện thoại ~. 무선조종 hệ thống vô tuyến điều khiển. ~전신기 điện đài. ~전파 sóng vô tuyến. ~전신 ~ điện tín.
무서운 sợ hãi (남), đáng sợ, khiếp(북) ~광경 cảnh tượng hãi hùng. ~ 동물 động vật đáng sợ. ~ 영화 phim kinh dị. ~ 놈 thằng đáng sợ. ~ 힘 sức mạnh đáng sợ. 너무 무서워서 말을 못하다 sợ quá không nói được. 무서울 것이 없다 không có gì sợ. 무서움을 모르다 không biết sợ. 무섭게 서둘다 hết sức vội vàng. ~ 깍쟁이 một người hết sức keo kiệt. 무서워 떨게하다 làm

kinh động, 무섭게 깨려보다 gườm gườm. 무서워하다 khiếp sợ.
무성의(생물)vô tính. 무성 생식 sinh sản sinh dưỡng.
무성음의 vô thanh.
무성자음 phụ âm vô thanh.
무성영화 phim vô thanh(câm), (반) 유성영화 phim nói.
무성한 sum suê, um tùm. rậm, trạt, lá ~ 나무 cây lá sum suê. ~턱수염 râu xồm. ~수목 cây cối ~. 풀이 무성하게 자라다 cỏ mọc trạt. mọc xum xuê.
무성의 vô tính, bỏ ngoài tai. 무성생식 sinh sản vô tính. vô phái. 무성화 vô tính hóa
무성의한 không thành thực
무세포의 vô bào.
무소 (동물) con trâu,(코뿔소) con tê giác. 무소하다 (법) kết án sai.
무소부재한 có mặt khắp nơi.
무소부지한(모르는 바가 없는) thông suốt mọi sự.
무소불능 có khả năng mọi sự.
무소속 độc lập, không lệ thuộc. ~의원 nghị viên độc lập, không thuộc vào cơ quan nào.
무소득 không có thu nhập, không có nguồn thu.
무소식 không có tin tức.
(명) 무소식이 희소식이다 không có tin gì tức là tin lành.
무속(신앙) tín ngưỡng dân gian.
무쇠 sắt thép.
무수리(여종) thị nữ.
무수하다 vô số. 무수히 không đếm nổi. trùng trùng điệp điệp.
무수한 vô số, ~사람 vô số người.

무수히 많은 책 sách nhiều vô số.
무수히 밀려오는 물결 sóng trùng điệp.
무숙자 người vô gia cư.
무순 không có thứ tự, bừa bãi.
무술 võ thuật, vũ thuật.
무슨 gì, cái gì. ~일 việc gì. ~일에도 bất cứ việc gì. ~일이 일어나더라도 dù chuyện gì xảy ra. ~일로 오셨어요? anh tới đây có việc gì? 이것은 ~음식이에요? cái này là món ăn gì vậy? ~말이세요? anh nói cái gì? 무슨 일이세요 ? việc gì thế?, ~ 재주로 tài nào. ~일을 할듯말듯하다 nhấp nhứ.
무슨 이유 때문에 vì cớ gì.
무슨 이유로? cớ sao?
무슨일이든 열심히 하다 sốt sắng làm việc gì.
무슨 힘으로 –할 수 있겠는가 sức mấy mà, 무슨 힘으로 반대할 수 있겠는가~ dám chống lại.
무승부 trận đấu hòa, không phân thắng bại. ~로 끝나다 kết thúc ~.
무시하다 coi(xem) thường, qua mặt, gạt, khinh thường,làm lơ. trối thây, mặc kệ, …을 ~ coi thường cái gì đó. (반) 중시하다 coi trọng, 교통 신호를 ~ làm lơ tín hiệu giao thông. 규칙을 ~ coi thường quy tắc.
무시해버려! thấy mặc kệ nó.
무시로 bất cứ lúc nào, luôn luôn.
무시무시하다 đáng sợ, kinh khiếp, khủng khiếp. ~한 광경 quang cảnh khủng khiếp.
무시험 miễn thi. ~입학 nhập học miễn thi.
무식한 vô học, dốt nát, thất học. (반)

유식한 có học thức, ~ 놈 thằng vô học. 무식쟁이 người vô học.
무신경 không để ý, không chú ý, không tình cảm.
무신론 thuyết vô thần. ~자 người theo vô thần.
무실점으로 không mất một điểm nào cả.
무심한 vô tâm, vô tình, không để ý (chú ý). 무심히 một cách vô tâm. 무심히 창밖을 보다 nhìn lơ đãng ra cửa sổ.
무심코 thừa ưa.
무심코 입밖에 내다 lỡ miệng(mồm).
무심코 지껄이다 buột miệng nói ra.
무심코 생각해내다(언뜻)nhớ nhớ.
무심코--- 해버리다 trót. lỡ ra. ~ 말해 버리다 lỡ miệng, lỡ mồm.
무아경 cảm ngẫn. ngây hồn, ~에 들다 đạt đến mức độ ~. 무아지경에 빠지다 ngây ngất, hầu bóng.
무안하다 cảm giác xấu hổ, ngượng ngùng. 무안을 주다 làm cho ai xấu hổ.
무어 먹을것이 있나요?có gì ăn không ta?
무언의 승낙 bằng lòng ngầm.
무엇 gì, nào. 무엇해 làm gì, ~이든 bất cứ cái gì. bất kỳ điều gì đó, 무엇을 드릴까요? Ngài dùng gì ạ? Ông dùng gì ạ? 내가 무엇을 감추니? Tôi có giấu anh cái gì đâu? 너 ~ 하러 왔니? Anh đến đây làm gì? 그는 무엇하는 사람이냐? Anh ấy làm nghề gì? 무어라고? Anh nói gì? 무어라하든 dù ai có nói thế nào. 무엇을 해야 할지 모르겠다 không biết nên làm gì. 무

엇보다 hơn bất cứ cái gì. ~을 좋아하다 thích ~.무엇을 잃어버렸나? Đánh mất cái gì không?
무엇을 하는 버릇이 있다 có thói quen làm việc gì.
무엇을 하는체 하다 giả vờ làm việc gì.
무엇때문에(도대체) sá chi(gì).
무엇보다 hơn hết mọi thứ.
무엇이든지 điều gì.
(명)무엇이든지 겪어보기 전에는 불가능하다고 생각하지 말라 Nếu chưa làm thử việc gì, thì đừng bao giờ nghĩ là nó không thể làm được.
무언 im lặng.무언중 không nói một lời.
무언의 ngầm. ~ 승락 sự bằng lòng ~.
무언극 một vở kịch câm, tuồng câm.
무엄하다 khinh suất, thiếu thận trọng.
무엇보다도 trên hết. ~먼저 trước tiên.
무역 mậu dịch, buôn bán, thương mại. ~의 자유화 tự do hóa mậu dịch. ~을 재개하다 tái thiết lập quan hệ mậu dịch. 국영 ~ ~ quốc doanh, 대외 ~ ~ đối ngoại, ~원 ~ viên, ~ 관리 quản lý mậu dịch. ~균형 cân mậu dịch, ~마찰 xung đột ~. 무역 박람회 triển lãm mậu dịch. ~정책 chính sách thương mại. ~통계 thống kê thương mại. 무역 협력기구 tổ chức thương mại thế giới. 대한 ~진흥공사 tổ chức thương mại Hàn Quốc (KOTRA). ~업계 giới thương mại, ~법안(법전) thông hiệu, 무역항 thương cảng(khẩu).
무역법 thương luật.
무역상의 무리 thương đội.
무역업자 người buôn bán, thương nhân.

무역전쟁 thương chiến, 무역마찰이 나지 않도록 피하다 tránh xảy ra ~.
무역선 tàu buôn.
무역이 번성하다 nền thương mãi đang thịnh vượng.
무역부 bộ phận xuất nhập khẩu.
무역품이 암시장으로 빠져나가다 hàng mậu dịch thẩm lậu ra chợ đen.
무역항 부두 thương phụ. (중계)trung chuyển.
무역협정(약) thương ước.
무연 không có khói. 무연탄 than đá thô. than không khói. than bụi.
무연고 không bà con, không thân thuộc. ~분묘 ngôi mộ hoang.
무예 võ nghệ. ~를 닦다 rèn luyện ~.
무예에 정통한 thành thục võ nghệ.
무용족(소수민족)mường.
무용 múa, vũ đạo, vũ điệu, khiêu vũ. ~단 đoàn múa, đoàn vũ ba lê. ~연구소 trường dạy khiêu vũ. 티엠나이, ~극 vũ kịch. 무용 소 티엠나이.
무용 (쓸데 없음) vô dụng, vô ích, không cần thiết. 무용자 출입금지 không phận sự miễn vào.
무용 gan dạ, dũng cảm. ~담 truyện anh hùng.
무용지물 vật vô dụng.
무우 củ cải. ~김치 kim chi ~.
무우드음악 điệu nhạc.
무운 vận mệnh chiến tranh. ~을 빌다 cầu chúc được may mắn trong chiến tranh.
무위도식하다 ăn không ngồi rồi, cuộc sống nhàn rỗi. du thủ du thực.
무의무탁 không nơi nương tựa (cậy).

~한 고아 mồ côi không nơi nương tựa.
무의미하다 không có ý nghĩa, vô nghĩa. ~한 생활 cuộc sống vô nghĩa. ~한 말 lời nói vô nghĩa. ~한 놀이 trò trống(vè). 무의미 hư vô.
무의식 không có nhận thức, vô ý thức. ~중에 trong lúc vô nhận thức. bất ý. ~상태 tình trạng vô ý thức. 무의식적 행동 hành động vô thức, ~인 동작 động tác vô thức.
무의촌 ngôi làng không có bác sĩ.
무이자 không có tiền lãi.
무익한 vô ích.(반)유익한 hữu ích, ~생활을 하다 cuộc sống ~. 무익한 행운을 기다리지 말라 đợi thỏ âm cây.
무인 không có người, hoang vắng. ~위성 vệ tinh không có người lái. ~판매기 máy bán hàng tự động. ~비행기 máy bay không người lái. phi cơ không hoa tiêu.
무인도 đảo hoang, hoang đảo. (속어) đèo heo hút gió.
무인 (무사) võ sĩ, chiến sĩ. (군인) vũ nhân.
무인지경 vùng bỏ hoang.
무일푼 không có đồng tiền, cạn xu, nghèo xơ xác. ~의 tay trắng.
무임 miễn phí. ~승차 lên xe miễn phí. ~승차권 giấy lên xe miễn phí.
무임소 không xác định. ~장관 bộ trưởng ~.
무자격 không có tư cách. thiếu năng lực, ~자 người ~.
무자본 không có vốn.
무자비한 nhẫn tâm, độc ác, hung tàn.

tàn tệ, đem con bỏ chợ. ~ 행동 cư xử tàn tệ.
무자비하게 thậm tệ, ~때리다 đánh ~.
(속) 무자식이 상 팔자다(자식이 많으면 부모는 걱정이 많다) Không con là tốt số(cha mẹ có nhiều cái lo vì con cái).
무작위로 lấy mẫu bừa bãi.
무작정 không mục đích, không kế hoạch, vu vơ. ~웃다 cười góp.
무장 vũ trang, trang bị. ~하다 được trang bị. ~간첩 gián điệp~. 무장 경찰 cảnh sát ~. 무장군 인 giáp binh 무장해제하다 giải giáp, giải trừ quân bị, ~공병 thiết giáp công binh, 무장한 중대 trung đội vũ khí, ~해제시 키다 tháo vũ khí, 완전 ~ ~ đầy đủ, 무장봉기하다 khởi nghĩa~, 무장해제 tước vũ khí (khí giới). tài bình. 약 100 명의 적이 잡히고 무장해제되었다 trên 100 binh sĩ địch bị bắt và tước khí giới. 머리에서 발끝까 지 무장하다 ~ đến tận răng.
무장을 해체하다 tài bình.
무장투쟁 đấu tranh vũ trang.
무장지졸 đội quân không người chỉ huy.
무저항 không kháng cự. ~주의 chủ nghĩa~. chủ nghĩa bất bạo động
무적의 vô địch, không thể đánh bại. ~ 용사 dũng sĩ ~.
무적자 người không đăng ký cư trú.
무전여행 du ngoạn không tiền lộ phí.
무전 vô tuyến điện.
무전취식 (공짜로 먹다) ăn quịt.
무절제 quá(vô) độ, không kiểm chế, ~한 생활을 하다 cuộc sống quá độ.

무절조한 không chung thủy, không bền lòng. ~ 정치인 một chính khách không có nguyên tắc đạo đức
무정하다 không có tình cảm, vô tình (tâm). 무정하게 버리는 vắt chanh bỏ vỏ. 무정한(속어) cạn tàu ráo máng.
무정위의(물리)vô định hướng.
무정의(정하지 않은) vô định.
무정란 trứng không có trống.
무정량(측정할 수 없는 양)vô lượng.
무정부 vô chính phủ. ~상태 tình trạng ~. 무정부 주의 chủ nghĩa ~. 무정부주의자 người theo chủ nghĩa vô chính phủ.
무정자 vô tinh khí.
무정형의 không có hình dạng.
무제 (제목 없음) không tựa đề, không tên.
무제한 không giới hạn, vô giới hạn.
무조건 vô điều kiện. ~으로 승낙하다 đồng ý ~. ~ 반사 phản xạ ~. 무조건 항복 đầu hàng ~.
무조건 서두르다 vơ váo.
무좀 bệnh nấm chân. ~이 생기다 bị nấm ở chân.
무종교 không tôn giáo, không tín ngưỡng.
무죄 vô tội. ~가 되다 trở thành người vô tội. trắng án, 피고를 무죄로 하다 cho trắng án một bị cáo, ~를 주장하다 kêu(tố) oan, ~선고를 받다 được tuyên cáo vô tội. ~석방 tuyên bố trắng án. …에게 ~를 선언하다 tha tội không bắt tội người nào.
무죄를 신원(증명) 하다.thân oan.

무죄자를 위해 신원하다 thân oan cho kẻ vô tội.
무주택 vô gia cư. ~서민 dân ~. 무주택 인구 dân số ~.
무중력 không sức hút. không trọng lực
무증거 thiếu chứng cớ, không bằng chứng.
무지 ngu dốt, dốt nát. nạn thất học.
무지개 cầu vồng. móng trời, ~빛 màu cầu vồng. ~빛 의상 nghê thường, ~가 서다 có cầu vồng xuất hiện.
무지근하다 cảm thấy buồn tẻ.
무지러지다 bị mòn, bị cùn.
무지렁이 người khờ dại.
무찌르다 giết sạch, tàn sát, tấn công, xâm chiếm.
무지막지하다 cộc cằn ngu dốt. ~한 짓을 하다 vi phạm trắng trợn.
무지의 vô tri.
무지한 ngốc. mít. mù tịt, 소식에 ~ mù tịt về thời sự.
무지하고 천한 ngu hèn.
무직 thất nghiệp. ~이다 bị thất nghiệp. ~자 người thất nghiệp.
무진(무궁무진) không giới hạn, vô tận.
무진장하다 không bao giờ hết được, vô tận. 돈을 무진장 가지고 있다 có một kho tiền vô tận.
무질서한 lộn xộn, bề bộn, cồng kềnh, mất trật tự, không có trật tự. vô trật tự, lùng cùng, xộn xạo, 무질서하게 놓은 가구 đồ đạc xộn xạo. 무질서해지다 rối trí. (물건 배치가) linh kinh
무질서하게 lộn ẩu, ~ 밀치다 chen chúc. ~ 떼지어 ồ ạt.
무차별 không phân biệt, bừa bãi. 남녀 ~로 không phân biệt giới tính.

무착륙 không hạ cánh.
무참한 tàn nhẫn, nhẫn tâm. ~광경 một cảnh khủng khiếp.
무참하다 cảm thấy xấu hổ, e thẹn.
무채색 không sắc, không màu.
무책임 vô trách nhiệm. ~한 말 phóng ngôn, ~한 말을 하다 nói lời nói vô trách nhiệm. ~한 사람 người ~. 무책임하게 một cách ~.
무척 rất, lắm, quá. ~ 행복하다 rất hạnh phúc. 무척 기뻐서 háo hức. ~야윈 còm nhom.
무취 không mùi, không có hương thơm.
무취미 vô sở thích.
무치다 nêm gia vị. 나물을 ~ ướp gia vị vào rau củ.
무탈한 khoẻ mạnh.
무턱대고(마구) không cần biết lý do, không có lý do chính đáng. xô bồ, ~ 책망하다 trách mắng ~. ~ 달리다 chạy long tong. ~간섭하 다 lăng xăng.
무테안경 cặp kính không vành.
무통의 không đau đớn. 무통분만 sinh đẻ không đau.
무투표 당선 không biểu quyết lại.
무표정 mặt không cảm xúc. ~한 khuôn mặt không biểu cảm, khuôn mặt vô cảm. nét mặt tỉnh khô.
무풍의 không có gió. êm gió, 무풍지 대 vùng lặng gió.
무한 vô hạn(cùng). ~한 공간 không gian vô hạn. 무한한 hạo hạo.
무한대한 vô thời hạn.
무한 휴식 nghỉ vô hạn.
무한정으로 (언제까지라도) mãi mãi,

vĩnh viễn.
무해한 vô hại.
무허가 không giấy phép. ~ 판매 bán hàng ~.
무혈승리 thắng lợi không đổ máu.
무혈점령 cuộc chiếm không đổ máu.
무협 phong cách hiệp sĩ. ~소설 tiểu thuyết kiếm hiệp.
무형의 vô hình(thể), không có hình dạng. 무형문화재 tài sản tinh thần.
무형적 소모 hao mòn vô hình.
무형재산 tài sản vô hình.
무화과 quả sung, quả vả. ~나무 cây vả (sung). ~열매 trái vả (sung).
무효 vô hiệu.(반) 유효 có hiệu lực, ~가 되다 trở nên ~. 무효로 하다 thành ~. giải trừ, thủ tiêu, giải ước vô hiệu, hợp đồng vô hiệu lực. ~화 하다 vô hiệu hóa, 상대의 화력을 무효화 하다 vô hiệu hóa hỏa lực của đối phương.
무훈 vũ công, chiến công.
무휴 không có ngày nghỉ. 연중 ~ quanh năm không nghỉ, mở cả năm.
무희 gái nhảy, vũ nữ.
묵 mứt. 도토리묵 mứt quả đầu.
묵객 người viết chữ đẹp, họa sĩ. (문인)mặc khách.
묵계 ngụ ý, hiểu ngầm, thỏa thuận ngầm.
묵과하다 làm ngơ, thông đồng, đồng lõa.
묵낙하다 ưng thuận ngầm.
묵념 mặc niệm. mặc tưởng 묵념을 올리다 khấn khứa.
묵다 (오래되다) cũ. 묵은 관념 quan niệm cũ. 묵은 빚 món nợ cũ. 묵은 사상 tư tưởng cũ.
묵다(머무르다) trọ, trú ngụ. 너는 지금 어디에 묵고있느냐? bây giờ anh trọ ở đâu?, 여관에 ~ ở nhà trọ, 하루밤~ ở một đêm.
묶다 cột, buộc, trói. gắn, kẹp, thắt gút, bó, (반) 풀다 cởi, 손수건으로 ~ thắt gút khăn tay, 다발로 ~ cột thành bó. 머리를 ~ cột(kẹp) tóc. 팔을 뒤로해서 ~ trói ké, 누구를 나무에 ~ trói người nào vào gốc cây. 범인을 ~ trói tên tội phạm. 그는 기둥에 묶여 화형당했다 nó bị trói vào cột và bị thiêu chết. 일을 전혀 할 수 없는 약한 사람(속어) trói gà không chặt,
묶은 머리(상투) búi tóc.
묶음 bó, tệp, 한 ~ 의 종이 một bó giấy.
묶이다 bị trói, bị ràng buộc. 손발이 ~ tay chân bị trói. 두손이 뒤로 ~ hai tay bị trói ra sau. 규칙에 ~ bị ràng buộc bởi nguyên tắc. 시간에 ~ bị ràng buộc về mặt thời gian. 일에 ~ bị ràng buộc bởi công việc. 가정에 ~ bị gia đình trói.
묵도하다 mặc niệm, nguyện thầm. 전몰장병에 대하여 ~ mặc niệm về những người đã hy sinh trong chiến tranh.
묵례 chào cúi đầu.
묵묵히 ngầm, im lặng. mặc nhiên.
묵비권 quyền được im lặng. cấm khẩu, ~을 행사하다 giữ im lặng vững lập trường.
묵살하다 lờ đi, không quan tâm. ngoài tai.
묵상하다 trầm ngâm, trầm tư, suy tư, suy niệm. tụng niệm. 묵상기도

cầu nguyện tĩnh lặng.
묵수 ➔ 고수(굳게 지킴) sự bảo thủ
묵시 (신의) soi rạng thiên khải. ~록 khải huyền. mặc thị.
묵시하다 (가만이봄) nhìn qua, nhìn trừng trừng
묵은해 năm cũ, năm ngoái.
묵인하다 làm lơ, bao che.
묵주 ngọc trai xỏ vào dây. chuỗi hạt.
묵지 giấy than. ~를 받혀 쓰다 sao chép giấy than.
묵직이 một cách nặng nề.
묵직하다 nặng. (언행이) trang nghiêm. 묵직한(듬직한) lù lù.
묵척 đường đánh dấu bằng mực.
묵화 bức tranh mực tàu.
묵히다. 땅을 ~ 데 đất bỏ hoang.
묶음 một bó, một gói. (한 묶음) ~으로 팔다 bán từng bó.
문 cửa. cánh cửa, cổng cái, nagra는 ~ cửa đi ra. (반) 들어 가는 문 cửa vào. ~을 두드리다 gõ(gọi) cửa. khẩu môn, ~을 열다 mở cửa. (반) ~을 닫다 đóng cửa(ngõ). 문의 기둥 cột cửa, 문을 꼭 닫아주세요 Xin vui lòng đóng cửa lại. 문을 지키다 gác(giữ) cửa, (입구) 를 지키다 giữ cổng, 문 지키는 두 사자 hai sư tử trấn cửa. 문손잡이 nắm cửa, 문을 억지로 열다 cạy cửa. ~을 세게 닫다 sập cửa. ~을 넓히다 trổ cửa. 열고 닫는 문 cổng tán.
문이 닫히는 때를 종소리로 알리다 thu không.
문이 안쪽에서 잠겼다 cửa đóng chốt bên trong.
문을 세게 두드리다 dộng cửa.
문을 잠그다 cài(chận) cửa(chốt).

문을 열어 두다(문을 잠그지 않다) bỏ cửa trống
문을 조금(반쯤) 열어 두다 mở hé.
문 (문장) một câu. (글씨) chữ cái. 가나다 mẫu tự. 문이 무보다 강하다 ngòi bút mạnh hơn gươm giáo.
문간 ô cửa, cổng vào, lối vào.
문간방 tiền đình.
문갑 tủ đựng đồ văn phòng.
문고 văn khố, (서고)thư viện, tủ sách. 지방대학 문고 thư viện đại học địa phương.
문고리 chốt cửa. quả đấm cửa.
문공부 bộ văn hóa thông tin. ~장관 bộ trưởng ~.
문과 văn khoa. 이과 lý khoa. ~대학 đại học văn khoa.
문관 quan văn, văn chức(giai).(반)무관 võ quan.
문교 giáo dục. ~부 bộ giáo dục. ~부장관 bộ trưởng bộ ~. ~정책 chính sách ~. 문교행정 hành chính (chánh) giáo dục.
문교(문화와 교육)văn giáo.
문구 (문장) văn chương, câu, câu văn. câu cú, (사무용품) văn phòng phẩm. văn liệu.
문구멍 lỗ cánh cửa.
문단 giới văn chương. văn đàn, ~에 데뷔하다 khởi đầu giới văn chương.
문단속하다 khóa chặt cửa, đóng kín cửa.
문답하다 tra hỏi, vấn đáp. 문답식으로 theo dạng vấn đáp.
문대다 lau chùi, cọ rửa, chà xát (문지르다)
문둥병 bệnh hủi (phong). ~환자 bệnh nhân hủi. người phung.

문드러지다 làm loét ra, bị loét.
문득 (뜩)sực, bất ngờ, thình lình, đột nhiên. ~ 생각나다 sực nhớ. ~ 기억해 내다~ nhớ, ~떠오르다 gợi ý.
문란하다 loạn, loạn xị. 문란한 가정 gia đình không có nề nếp. 문란해지다 rơi vào hỗn loạn.
문루 (망루) cổng tháp.
문리 (문과와 이과) văn khoa và lý khoa. ~과 대학 đại học khoa học xã hội và nhân văn.
문맥 mạch văn. ngư cảnh, văn cảnh, 문맥상 thuộc ~. ~이 안맞는 lôn chôn. ~을 다듬다 mài giũa.
문맹 mù chữ. văn manh, 문맹을 퇴치하다 xóa nạn ~, ~률 tỷ lệ ~. 문맹퇴치운동 cuộc vận động đẩy lùi nạn mù chữ. ~퇴치 사업 bình dân học vụ.
문명 văn minh.(반)미개 không văn minh, ~국 nước ~. 근대~ văn minh hiện đại. ~사회 xã hội văn minh. 서양 ~ văn minh phương tây. ~화 하다 văn hiến.
문명(問名:결혼전 요한 것을 알아보는 의식) lễ vấn danh.
문묘 văn miếu.
문무 văn vũ(võ), ~겸비 văn võ song toàn(toàn tài). 문무백관 các quan văn quan võ. bá quan văn vũ.
문물 văn vật. 역사적인 ~ văn vật lịch sử. ~교환 hộ hoán.
문미에서 재촉할 때 쓰는 말 hè, 자 놀러가자 đi chơi hè.
문미에서 의문을 나타내는 말 ư. 그렇습니까? thế ư? 정말입니까? thật ư?.
문민정권 chính quyền dân sự.

문민 통치 제도 văn trị.
문밖 ngoài cửa (trời). 성문밖 ngoại ô thành phố.
문방구 dụng cụ văn phòng. ~점 cửa hàng văn phòng phẩm.
문방사우 văn phòng tứ bảo.
문벌 nòi giống, nhà dòng dõi. thế(môn) phiệt, ~ 좋은 사람 người có gia thế. ~이 좋은 nề nếp
문법 văn phạm, ngữ pháp. ~에 맞다 đúng ~. ~론 ngữ pháp học.
문병 đi thăm bệnh, hỏi han bệnh tình.
문빗장 cây gài cửa.
문사 (문인) nhà văn, văn sĩ.
문살 khung cửa lùa.
문상하다 lời chia buồn. điếu tang, (조상) phân ưu.
문서 tài liệu, văn kiện(thư), giấy tờ. hồ sơ, 문서로 bằng giấy tờ. ~보관함 thùng bảo quản giấy tờ. 문서위조 giả mạo giấy tờ.
문서위조죄 tội giả meo. ~를 범하다 phạm tội giả meo.
(속) 문서 없는 상전(무리하게 남을 비평하는자 Chủ nhân không văn tự(kẻ hay bắt bẻ người khác một cách vô lý).
문서 사무 sự vụ văn thư.
문설주 cột cổng, rầm cửa.
문소리 tiếng mở cửa.
문신 xăm mình, xăm hình lên da. ~을 하다 văn thân. xăm mình.
문안 hỏi thăm, vấn an sức khỏe. thăm nom, thỉnh an, đến thăm. 환자를~ 하다 thăm nom người ốm.
문안을 작성하다 phát thảo, dự thảo.
문어 (낙지) bạch tuộc, con mực phủ.
문어체 văn ngôn, ~로 쓰다 viết ~.

문예 văn nghệ, văn học và nghệ thuật. ~부 bộ phận văn học. ~비평 phê bình văn học. ~부흥 thời kỳ phục hưng~, 문예사조 tư trào ~. ~단 văn công, ~회관 cung văn hóa. ~공연 hội diễn.

문외한 ngoài đạo, người không chuyên môn. 나는 음악에 ~ 이다 tôi là người ~ đối với âm nhạc.

문우 bạn văn chương.

문원(신문잡지의 난) văn uyển.

문의 câu hỏi. thám tín, 사무실에 문의하십시요 hãy hỏi văn phòng. 전화 ~ hỏi qua điện thoại.

문인 nhà văn. văn nhân.

문자 chữ, nét chữ, chữ viết. văn tự, 알파 (가나다) mẫu tự. 문자그대로의 의미 nghĩa đen. (반) 비유 (상징)적 의미 nghĩa bóng. ~로 된 thành văn.

문자판(동전의) mặt số. 시계~ ~ đồng hồ.

문자로 된 thành văn.

문자 써서 말하다 nói chữ.

문짝 cánh cửa. ~이 흔들려 움직이다 cánh cửa rung động.

문장 câu, đoạn văn, văn chương. văn bài, 문장성분 thành phần câu. ~을 빠뜨리다 nhảy câu. ~을 교정하다 hiệu chính. ~력이 뛰어난 사람 nhà ngọc phun châu.

문장끝에서 간청하는 의미 với, 제발 나를 도와주세요 giúp tôi ~.

문장끝에 붙는 감탄사 thay. 대단히 유감이군요 tiếc thay.

문재(글재주) khả năng văn chương. văn tài.

문전 phía trước cổng. ~ 걸식하다 đi xin ăn bên ngoài.

문제 vấn đề.(반)해답 giải đáp, 사회 ~ ~ xã hội, 미해결 ~ vấn đề chưa giải quyết. 문제가 되다 thành ~. 문제를 일으키다 gây ra ~. 문제를 해결하다 giải quyết ~. 그것은 돈과 시간의 문제다 đó là vấn đề thời gian và tiền bạc. ~점 những điểm có ~. 정치 ~ vấn đề chính trị. 나는 그 ~에 대해서 걱정하지 않고 있다 tôi không lo ngại về ~ ấy, ~ 삼지 않다 không quản, 그일은 ~가 되지 않는다 việc đó không thành vấn đề. ~ 의 열쇠 mấu chốt của vấn đề. 문제를 중대시하다 quan trọng hóa ~. ~를 철저하게 알다 biết rõ tường tận một vấn đề. 고려중인 ~ ~ đang xem sét. 생사가 걸린~ ~ sống chết. ~를 면밀히 조사하다 xét soi vấn đề.

문제가 있다는 것은 가능성이 있다는 것이다 Có vấn đề tức là có khả năng.

(명)문젯거리만 찾는 사람은 언제나 문제에 마주친다 Người hay gây chuyện sẽ luôn phải đối đầu với chuyện.

문제되지 않다 xá chi.

무제의 핵심 vi, 핵심을 떠난 말을 하다 nói không ra vi.

문죄 điều tra tội lỗi.

문중 toàn bộ giống họ.

문지기(수위) bảo vệ, người gác cổng.

문지르다 cọ xát, cạ, xoa, thoa, chà xát. (비비 다) rà, 걸레로 마루를 ~ cọ rửa sàn nhà bằng giẻ lau.

문질러 없애다 vuột mất.

문지방 ngưỡng cửa, ngạch cửa, thềm

cửa. dạ cửa.
문집(총서) hợp tuyển văn học. văn tập.
문책하다 trách mắng. quở trách. 문책 받다 bị ~.
문체 phong cách văn chương. văn thể.
문초하다 tra hỏi.
문턱(문지방) ngưỡng cửa.
문투 phong cách văn học.
문틈 khe cửa.
문파 văn phái.
문패 bảng tên cửa.
문필 nghiệp văn chương. ~로 생활하다 sống bằng ngòi bút.
문하 môn hạ. ~생 môn đồ(hạ), môn sinh.
문학 văn học. từ(văn) chương, văn từ, ~론 bình luận văn học. ~박사 tiến sĩ ~. ~자 nhà văn. ~작품 tác phẩm ~. 고전 ~ văn học cổ điển. ~사 ~ sử, 근대 ~ văn học hiện đại. 민간 ~ ~ dân gian, 문학계 làng văn, giới văn học. 기록 ~ ~ thành văn, 구전 ~ ~ truyền miệng, 낭만 적인 ~ văn chương lãng mạn, ~전집 toàn tập văn học. văn tuyển, ~세계 văn giới, tù lâm. ~축제 liên hoan văn nghệ. ~클럽 tao đàn, ~을 애호하다 chuộng ~. ~을 가르치다 giảng văn. ~집단 văn đoàn. ~ 생활 văn nghiệp. ~선집 tuyển tập ~.
문학의 감수성 thụ cảm văn học.
문학의 신 văn xương.
문학의 형식 thể loại, văn học에는 많은 형식이 있다 văn học có nhiều ~.
문학적 명성 văn vọng.
문학클럽 tao đàn.
문학풍조 phong cách văn học.

문형(예술형식)thể tài. 논문체 ~ văn nghị luận.
문호 văn hào, đại ~ đại văn hào.
문호 môn hộ, ~를 개방하다 mở cửa.
문화 văn hóa. (반)야만 dã man, ~교류 giao lưu ~. 문화수준 trình độ ~. 문화제 lễ hội ~. ~인 người có ~. 문화재 tài sản ~.문화관 (원) nhà ~.
문후 hỏi thăm.
묻다 hỏi.(반)답하다 đáp, trả lời, 자세한 내용을 ~ hỏi nội dung cụ thể. 죄를 ~ hỏi tội. 책임을 ~ truy trách nhiệm. 자세히 ~ hỏi kỹ càng. (이것저것을) vặn hỏi. 물음 câu hỏi.
묻다 dính. lấm,잉크가 묻은 옷 áo dính mực. (매장하다) vùi, chôn vùi, mai táng. hạ thể, 바나나를 쌀 겨에 ~ vùi chuối vào trấu. 시체를 ~ chôn thi thể.
묻히다 bị dính. 구두에 흙을 ~ giày bị dính đất.
묻히다 (땅에) bị chôn, bị vùi. 산채로 ~ bị chôn sống. 눈에 ~ bị chôn dưới tuyết. 어둠에 묻혀 살다 sống trong tối tăm. 그는 국군 묘지에 묻혀 있다 Anh ấy được chôn cất ở nghĩa trang quốc gia. 묻힌것을 파내다 quật tàng.
물 nước. nác, thủy, 찬물 nước lạnh. (반) 더운 물 nước nóng. 물이 새다 rò nước. 물을 끌어 논에 대다 dẫn thủy nhập điền, 물이 새어나오다 rỉ ra, 물이 새는 통 thùng rò, ~이 나오다 có nước. ~에 담그다 ngâm nước. ~을 뿌리다 tưới nước. 벼(사이) ~, ~을 따르다 đổ ra, 한

입 가득한 물 ngụm nước. 물에 데 다 phỏng ~, 물을 타다 hòa với nước, thêm nước. ~을 짜내다 vắt nước. 물한모금 hớp (miếng) nước. 물로 훔치 다(닦다)xóa nhờn, ~을 잘 흡 수하다 xốp xáp, ~ 을 붓다 rót nước. ~이 빠지다 rút nước, 매우 깨끗한 물 nước trong leo lẻo. ~표면을 깨끗이 하다 khỏa nước. ~에 잘 젖는 háo nước, ~을 퍼붓는 té tát. ~위에 뜨다 nổi trên mặt nước, ~에 흠뻑적시다 té nước. ~을 틀다 (수도) mở nước, 물을 빼내다 xóc nước, 물에 빠지다 trấn nước, trầm nịch, trầm mình, (익사)thủy ách, 물에 빠져있는 đang chìm trong nước. 물을 흡수하다 hút nước, (밥지을 때) 물을 맞추 다 canh nước. 물을 뒤집어 쓰다 lụt lội. 물을 다른 그릇에 부어 넣다 đổ qua. 물로 여러 번 씻어내다 khỏa nước. 물을 식히다 để nước nguội nguội. 물에 잠기다(배 다) oi nước. 물을 가볍게 뿌리 다 vã, 물을 퍼 올리다 xách nước, 물이 넘치다 nước lên, 물 위에서 출렁이다(배가) rập rình. 물을 한방울씩 떨어뜨리는 유리관 trích quản.
물이 똑똑 떨어지는 tong tong.
(명)물은 건너보아야 알고 사람은 지내보아야 안다 Nước có lội qua mới biết nông sâu, người có sống cùng mới hiểu bụng dạ.
(속) 물은 깊을수록 소리가 없다 (사람이 높고 넓게 배울수록 더 겸 손하다)Nước càng sâu càng đằm tiếng(người càng cao, càng học rộng thì càng khiêm tốn).

물길(수로) thủy đạo(lộ).
물에 잠긴 úng thủy.
(속) 물은 낮은 곳으로 흐른다(선한 사람은 겸손하다) Nước chảy vào chỗ thấp(người tốt bụng thì khiêm tốn).
(속) 물이 깊어야 고기가 모인다(사람이 덕이 높고 재주가 많아야 많은 사람이 따른다) Nước sâu thì cá mới nhiều(người đức cao, tài rộng thì mới có nhiều người theo đến).
물과 불 thủy hỏa, ~은 서로 상극이다 ~ bất tương dung.
물뿌리개 bình tưới.
물에 흠뻑 적시다 té nước.
물 위에서 출렁이다(배) rập rình.
물의 위험 thủy hiểm.
물이 불은 tum húp.
물이 사방으로 흩어지다 nước bắn tung tóe.
물이 있으면 퍼낸다(생명이 있는 동안 희망이 있다) còn nước thì còn tát.
물이 졸졸 소리를 내며 흐른다 nước chảy tong tỏng.
물이 콸콸 흐르다 nước chảy ồ ồ(ục ục).
물이 한꺼번에 밀어닥치다 nước chảy òa vào.
물이 새다 rò rỉ.
물이 흔들리는 소리 sòng sọc.
물을 끌어대다 xách nước.
물을 논에 대다 tát nước vào ruộng.
물을 대다(관개)quán khái.
물을 끓이다 nấu(pha) nước (남), đun nước (북). thiêu thủy.
물 (물감) màu nhuộm. 머리에 물을 들이다 nhuộm tóc.
물을 끼얹다 rảy(tưới) nước. 성수를 끼

얹다 rảy nước thánh.
물을 너무 탄(맹탕) lềnh lảng.
물을 빨아들이다 thấm nước.
물을 퍼내다 tát nước.
물탱크 tháp nước.
물가 bờ nước, bến nước, mép nước.
물가 (값) giá cả, vật giá. ~의 상승 giá tăng lên. ~가 오르다 giá cả tăng. (반) ~가 내리다 hạ giá, giá cả giảm. ~안정 vật giá ổn định. ~통제 khống chế ~. ~가 매우 비싼 gạo châu củi quế.
물가지수 chỉ số vật giá.
물갈래 (지류) sông nhánh.
물감 thuốc nhuộm màu.
물개 con hải cẩu. ~가죽 da ~.
물거품 bọt, bong bóng nước, bọt nước.
물건 (물품) hàng hóa, đồ vật. 내물건 đồ vật của tôi. ~을 사다 mua sắm(hàng), 물건을 건네주자 마자 ngay khi giao hàng. ~을 교환하다 đổi hàng. ~을 곧장 보내다 gởi thẳng hàng hóa cho. ~을 싣고 내리다 bốc vác. ~을 적재하다 bốc xếp. ~을 집어서 잴수있는 자 thước kẹp.
물건값을 인상하다 tăng giá hàng hóa.
물건을 대충 싸다 đùm túm.
물건사기를 권유하다 dạm mua.
물건이 수면에 떨어지는 소리 tõm. 퐁당 연못에 떨어지다 rơi tõm xuống ao.
물것 các loại côn trùng chích đau.
물결(파도) sóng. (흐름)dòng nước, ~소리 tiếng ~. 거친 ~ cơn sóng dữ dội. (반) 잔잔한 ~ cơn sóng lăn tăn. 사람 ~ làn sóng người. ~이 일다 nhấp nhô, ~에 휩쓸리다 bị sóng cuốn trôi đi. ~이 이는 làm gợn. ~이 치다 lách chách.
물결치다 sóng dâng, sóng lên. dập dờn, ~치는 대로 phó mặc cho cơn sóng.
물경 một cách ngạc nhiên (sửng sốt).
물꼬 cửa cống (수문), ~를 트다 khươi. thét.
물고기 con cá. cá mú. ~떼 đàn cá. ~를 잡다 bắt cá.
(명)물고기는 큰 물에서 놀아야 한다 Cá thì phải bơi trong hồ nước lớn.
물고늘어지다 bám chặt lấy, bám vào.
물고동 (수도꼭지) cái vòi, vòi nước. ~을 틀다 vặn vòi nước.
물꼭지 khóa nước.
물구나무서다 trồng chuối, dựng ngược.
물구덩이 ao tù, vũng nước.
물굽이 chỗ rẽ dòng sông. ~ 치다 uốn khúc, lượn nước.
물권 quyền bất động sản. 물권의 이전 chuyển quyền bất động sản.
물귀신 quỷ biển, thủy quái, ma cỏ da. ~이 되다 bị chết đuối.
물끄러미 (멍하니) thẫn thờ. ~보다 nhìn ~. tráo mắt lên mà nhìn.
묽은 죽 cháo loãng. (반) 된죽 cháo đặc.
물기 hơi ẩm, nước ẩm. ~가 있다 bị ẩm. ~를 빼다 ráo nước, ~가 많은 lõng bõng.
물기둥 cây nước.
물기름 (머리기름) dầu xức tóc.
물난리 nạn lũ lụt. ~가 나다 bị thiên tai lũ lụt, xảy ra lụt. 식수난 khó khăn thiếu nước.
물납하다 trả bằng hiện vật. 물납세

đánh thuế hiện vật.
물너울 sóng thần.
물놀이 chơi nước, té nước.
물다(깨물다) cắn. kẹp. 모기가 ~ muỗi cắn. 물어죽이다 bị cắn chết. 입술을~ cắn môi. 입에 ~ ngậm trong miệng. 담뱃대를 ~ ngậm tẩu thuốc. (갚다) 세금을 물다 nộp thuế. 손해를 물다 (물어주다) đền bù (bồi thường thiệt hại cho).
물다(덥석) táp, vật gì bỏ vào miệng ~ cá ~ mồi. 개가 내 발을 ~ con chó ~ chân tôi.
물담뱃대 điếu cày.
물때 cấn nước. ~가 끼다 dang ~.
물떼새 choi choi.
물독 bình nước.
물들다 nhuộm ăn màu. tiêm(thâm) nhiễm, tập nhiễm. 피로 ~ bị vấy máu. 악에 ~ bị nhiễm thói xấu (ác). 관습에 ~ tiêm nhiễm thói quen. 잘못된 생각에 물든 thâm nhiễm những tư tưởng sai lầm. 나쁜 버릇이 들다 tập nhiễm thói xấu.
물들이다 nhuộm. 손톱을 빨갛게 ~ sơn móng tay màu.
물량 số lượng nguyên liệu.
물러가다 lùi lại. 한걸음 뒤로 ~ lùi một bước ra sau. 적이~ quân địch lùi bước.
물러나다 lui ra. thoái. triệt thoái.
물러서다 lùi, bước lùi. thoái(thụt) lui, kéo lui. 한걸음 뒤로 ~ ~ một bước sau.
물러앉다 ngồi ra phía sau.
물렁물렁한 ốp rộp. xôm xốp.
물렁하다 chín nẫu, chín rục. (성질이)

mềm mỏng, yếu đuối.
물레 xa, bánh xe xoay tròn.
물레방아 cối nước, cối xay nước, nhà máy nước. xe nước.
물려받다 được thừa kế, hưởng, thừa hưởng.아버지 재산을 ~ thừa kế tài sản của cha. 아버지 사업을 ~ được thừa kế sự nghiệp của cha.
물려주다 truyền cho, ban cho. nhường lại, 권리를 ~ giao quyền cho. 자식에게 사업을 ~ giao công việc làm ăn cho con. 재산을 ~ giao lại tài sản cho. 소유권을 ~ giao quyền sở hữu cho.
물려지내다 bị khống chế.
물력 sức mạnh vật chất. vật lực.
물론 đương nhiên, dĩ nhiên. đã đành, ~이지 đó là đương nhiên rồi. tất nhiên, lẽ tự nhiên.
물론이고 말고 chứ sao.
물리 vật lý. ~실험 thử nghiệm ~. 물리요법 (치료) vật lý trị liệu. ý liệu pháp, ~학자 nhà vật lý. 물리치료사 người tập vật lý trị liệu. ~적인 힘 lực mang tính vật lý. ~ 화 학적인 vật lý hóa, ~화학 hóa học ~. ~치료병원 nhà điều dưỡng.
물리학 vật lý học, ~자 nhà ~ .
물리다 (싫증나다) chán ngán. ngấy, lứ dừ, chê chán, 물리도록 먹다 ăn no nê. 한번 먹고 ~ ăn một bữa lứ dừ.
물리다 (미루다) hoãn lại.
물리다 bị cắn. 개에게 ~ bị con chó cắn.
물리다 (보상하다) đền bù, bồi thường.
물리치다 (거절) từ chối. 요구를 ~ từ chối yêu cầu. (격퇴) xua đuổi. 적을 ~ đẩy lùi kẻ thù.

물망에 오르다 được quần chúng ủng hộ.
물망초 (식물) cây cỏ lưu ly. cây forget me not
물매맞다 bị đánh mạnh (nhiều).
물멀미 (배멀미) chứng say sóng.
물목 (물품의 목록) danh mục hàng hóa.
물물교환하다 đổi chác hàng hóa. đánh đổi.
물밀듯이 들어닥치다 ào vào tràn ngập (du khách)
물밑 đáy nước. bada mít đáy biển.
물바가지 múc nước.
물방아 (물레방아) cối(quạt) nước, cối(máy) xay nước, nhà máy nước (물방앗간)
물받이 (홈통) máng xối. cầu máng.
물방울 giọt nước. ~이 방울방울 떨어지다 rơi long tong. ~떨어지는 소리(똑똑) long tong. lỏn tỏn. thánh thót, ~이 똑똑 떨어지다 giọt nước rơi thánh thót.
물뱀 rắn nước.
물벼락맞다 bị tạt nước, bị tưới nước bất ngờ.
물병 chai(ve) nước. bình đựng nước.
물보라 tia nước, bụi nước.
물부족 khan nước.
물불을 가리지 않고 bất chấp mọi khó khăn. điếc không sợ súng.
(속) 물불을 가리지 않는다(위험하고 어려운 일을 두려워하지 않는다) Không từ lửa nước, (không sợ gian nguy).
물불을 안가리는 liều lĩnh.
물비누 xà bông nước.
물싸움 cuộc tranh cãi về vấn đề nước.

물산 sản phẩm. ~전람회 cuộc triển lãm sản phẩm.
물살 dòng nước. ~이 빠르다 nước chảy nhanh.
물상 (사물) đồ vật, vật thể.
물새 con chim nước. thủy điểu.
물색 màu nước.
물색하다 tìm kiếm. 좋은 후임자를 ~ tìm người kế vị xứng đáng. (고르다) chọn, kén chọn.
물샐틈 없다 kín nước. (완벽) chặt chẽ.
물소 con trâu. ~와 소 trâu bò. ~새끼 nghé. ~와 말 ngựa trâu. ~의 등 sống trâu. ~를 기르다 chăn trâu. 10 마리 물소떼 một bầy một chục trâu. 농업용 ~ trâu cày. 새끼밴 ~trâu nái, 숫놈 ~ trâu đực, 물소를 잡아 잔치를 열다 mổ trâu mở tiệc. 물소 를 도살하다 vật trâu.
물속 trong nước. ~에 담그다 ngâm trong nước. ~을 짚고 헤엄치다 lội đứng. ~으로 풍덩 빠지다 ngã tòm xuống nước.
물속에 뛰어들다 phóng xuống.
물수리(바다새) ó cá.
물쓰듯하다 tiêu tiền như nước.
물시계 đồng hồ nước. (수도계량기) dụng cụ đo nước.
물씬하다 (냄새가) có mùi thơm ngào ngạt. 향수 냄새가~mùi thơm nước hoa
물심양면으로 cả về vật chất lẫn tinh thần.
물안경 mắt kính hơi.
물약 thuốc nước.
물어내다 lén mang ra khỏi nhà. (누설) tiết lộ. (변상) trả giá đền bù.
물어넣다(갚아넣다: 변상) đền bù, trả

물어뜯다 cắn đứt. ngoạm. rỉa.
물어보다 hỏi, hỏi cho biết. 길을 ~ hỏi đường. 이유를 ~ hỏi lý do.
물어주다 đền bù, trả giá.
물에 데다 phỏng nước
(속) 물에도 체한다(너무 안심하면 소홀하기 쉽다 그래서 작은 일일지라도 관심을 가져야 한다) Đầy bụng vì nước (khi quá yên tâm thì có thể sơ suất, vì vậy việc tuy nhỏ cũng phải để ý).
물에 몸을 던지다 trầm mình.
(속)물에 빠지면 지푸라기라도 잡는다(사람이 위험에 처하면 눈에 보이는 것은 무엇이나 붙잡는다) Khi rơi xuống nước, dù rơm tạm cũng cố gắng nắm lấy(con người trong lúc nguy nan sẽ bấu víu vào tất cả những gì mình thấy được).
(속) 물에 빠진놈 건져놓으니까 보따리 내노라 한다(사람을 구해주니까 오히려 배반한다) Vừa vớt thằng rơi xuống nước lên, nó hét: có đồ đạt hãy bỏ ra ngay, (cứu người nhưng lại bị người phản bội).
(속) 물에 빠진 새앙쥐(완전히 젖은) Chuột nhắt rơi vào nước, (bị ướt hoàn toàn).
물에 잘 젖는 háo nước.
물에서 나오려고 버둥거리다 ngóp.
물에서 단련하다(수련)thủy luyện.
물엿 món mứt kê, mạch nha.
물오르다 vươn lên. (사람이) trở nên giàu có.
물오리 con vịt rừng.
물욕 thị dục, vật dục, máu tham, dục vọng trần gian. 물욕에 빠지다 bị mù quáng vì tham lam. ~이 강한 tham lợi. tham tiền(tài). 물욕과 색욕이 강한 tham tài hiếu sắc.
물위 (수면) mặt nước. ~에 뜨다 nổi trên mặt nước.
물음 câu hỏi. ~표 dấu chấm hỏi.
물의 lời phê bình chung. ~를 일으키다 bị dư luận phê phán.
물자 vật tư, (상품) hàng hóa vật tư. (원료) nguyên liệu. (자원) tài nguyên. ~를 보급하다 cung cấp hàng hóa (vật tư). ~를 수 송하다 vận tải ~.
물자동차 (급수차) xe tiếp tế nước, xe cung cấp nước.
물장구치다 nhúng nước. quạt nước.
물장난 chơi(xịt) nước, nhúng vào nước.
물적증거 chứng cớ cụ thể. tang tích.
물정 tình trạng công việc. (세상인심) cảm nghĩ chung. 세상 물정에 어둡다 không biết gì cả.
물주 vật chủ, (자본주) nhà đầu tư, nhà tư bản. (노름의)hồ lì, chủ ngân hàng.
물주다 tưới nước.
물줄기 dòng nước. (분출하는) nước phun. ~를 따라 흐르다 trôi theo dòng nước.
물지게 cơ cấu dẫn nước.
물질 vật chất. ~문명 văn minh vật chất. ~욕 ham muốn ~. ~주의 chủ nghĩa duy vật(vật chất). ~적 욕망 thị dục. ~계 vật giới.
물집 dộp, (수포) phồng da, hắc lào, vết phỏng nước, ~이 생기다 có phồng da..
물체 vật thể, đồ vật.

물총 cây súng nước.
물총새 chim sả. bói cá. cốc. thúy điểu, thằng chài. chim trả.
물치료 thủy liệu pháp.
물컥. 썩은 냄새가 물컥나다 có mùi hôi thối.
물탱크 bồn chứa nước. đài nước.
물통 thùng nước, xô nước.
물펌프 máy bơm nước.
물표 vé, thẻ.
물품 vật phẩm. (상품) hàng hóa. ~세 thuế hàng hóa. ~배달증명서 giấy giao hàng. ~창고 tràn hàng.
물품 인수증 biên lai nhận hàng.
물한모금 hớp nước.
물항아리 chum , tum.
묽은 loãng. lỏng bỏng, 묽은 우유 sữa ~. 연한 커피 cà phê ~. 묽은 죽 cháo ~. (반) 된죽 cháo đặc.
묽게하다 pha loãng.
뭇 (여러) nhiều, đông đảo. 뭇 사람이 몰려온다 nhiều người ào vào.
뭇매를 때리다 đánh nhiều. 뭇매를 맞다 bị đánh nhiều.
뭇발길 những cú đá.
뭇소리 nhiều ý kiến, nhiều dư luận.
뭇시선 cách nhìn của mỗi người.
뭉개다 (짓이기다) vò nhàu, vò nát. (가지 않고) lãng phí.
뭉게구름 mây tích.
뭉게뭉게 phiêu diêu, 먹구름이 ~ 떠간다 mây đen bay ~. ~ 피어오르다 nghi ngút.
뭉그러뜨리다 sụp đổ. 담을 ~ sụp đổ cả bức tường.
뭉그러지다 vỡ vụng, đổ sập.
뭉뚝한 lùn mập.
뭉뚱그리다 gói một cách bất cần. 짐을 ~ gói thùng hàng một cách sơ sài.
뭉실뭉실한 bụ bẫm, phúng phính.
뭉치 xấp, 돈뭉치 xấp tiền. (꾸러미) một gói, một bó. 편지한 ~ một gói thư.
뭉치다 đoàn kết. tập hợp, tích tụ. 굳게 ~ đoàn kết một cách vững chắc. 뭉쳐서 대항하다 đoàn kết lại chống đỡ.
(명) 뭉치면 살고 흩어지면 죽는다 Đoàn kết thì sống, tan rã thì chết.
뭉친(덩어리진)kết khối.
뭉클하다 (감동) cảm giác nghẹn cổ họng, cảm xúc.
뭉툭(뚝)하다 lùn, mập.
뭍 đất liền. ~짐승 động vật sống trên đất liền.
뭐 cái gì, nào (무엇)
뭐가 남겠느냐(비유:머리자르고 꼬리자르고) khấu đầu khấu đuôi.
뭐라고? (무슨일이야?) nói gì?
뭐라고해도 – 해야 한다 nói gì thì nói.
뭔가 출출하여 tự nhiên thấy đoi đói.
뭘 알겠니? biết được cái gì hở.
뮤지컬 âm nhạc. ~코메디 nhạc hài.
미 (아름다움) xinh đẹp. vưu vật, 육체미 thân hình đẹp. vẻ đẹp cơ thể,자연의 ~ vẻ đẹp tự nhiên, vẻ đẹp. 여성미 vẻ đẹp phụ nữ. 미를 탐구하다 thẩm mỹ. ~를 겨루다 tranh giải sắc đẹp với.
미(음계) mi.
미가 (쌀값) giá gạo.
미가 (성경) Mi-chê.
미가공 thô, nguyên chất.
미각 vị giác, khẩu vị. ~기관 vị quan, ~신경 thần kinh vị giác. 미각을 돋우는 음식 món ăn hấp dẫn.

미간 giữa trán.
미감 cảm nhận về cái đẹp. mĩ cảm.
미간지 đất bỏ hoang.
미개한 dã man. 미개국 quốc gia chưa khai hóa. 미개 사회 xã hội sơ khai. 미개인 người man rợ.
미개하고 악한 행동(비유)thượng cẳng chân hạ cẳng tay.
미개인처럼 살다(성어) ăn lông ở lỗ.
미개간지 đất hoang.
미개발 chưa phát triển. ~국 nước không phát triển, chưa khai thác. ~기술 kỹ thuật chưa khai phát.
미개척의 chưa khai thác, không phát triển. ~시장 thị trường có tiềm năng. ~지 vùng đất chưa khai thác.
미결의 chưa được giải quyết, chưa dứt khoát. 미결문제 vấn đề chưa giải quyết. 미결사건 việc còn đọng lại.
미경 mỹ cảnh.
미곡 (쌀) thóc, gạo. ~검사 kiểm tra lúa gạo. 미곡상 người bán gạo. 미곡시장 thị trường gạo.
미골 (해부) xương cục.
미관 mỹ quan. ~을 손상하다 làm mất ~.
미관 (관직) cơ quan cấp thấp. (관리) viên chức cấp dưới. (신체 감각) cơ quan vị giác.
미구에 sớm, thời gian không lâu.
미꾸라지 cá chạch.
미국 nước Mỹ, Hoa Kỳ. ~국기 quốc kỳ Mỹ. ~정부 chính phủ Mỹ. ~국방성 ngũ giác đài.
미국무장관 ngoại trưởng Mỹ.
미군 quân Mỹ. ~점령지역 khu vực quân Mỹ chiếm đóng. 주한 ~ quân Mỹ đóng tại Hàn Quốc.

미궁 mê cung, mê lộ. 사건은 미궁에 빠졌다 vụ ấy còn trong mê cung.
미균(세균) vi trùng(미생물)
미그 (소련제 전투기) máy bay MIG.
미끄러지다 trượt chân. trợt, chuồi, buột, sút, sa chân, tuột xuống, ên 더에서 ~ tuột xuống dốc,칼이 손에서 buột con dao sút khỏi tay, 손에서 미끄러져 떨어지다 buột tay. 얼음판에서 ~ bị trượt chân trên băng đá. 미끄러져 떨어지다 cho chuồi xuống, tuột. trụt, tụt xuống, 아이들이 얼음판에서 ~ trẻ con trượt trên băng, (낙제하다) bị trượt (trượt vỏ chuối).
미끄럽다 trơn, nhẵn, mượt, khó giữ.
미끄러운 trơn,(반)꺼칠꺼칠한 ráp, 미끄러운 길 đường trơn. 뱀장어 같이 ~ ~ như lươn.
미끄러져 놓치다 sẩy.
미끄러져 떨어지다 trụt, tuột. 기와가 ~ ngói ~. 손에서 ~ tuột tay.
미끈거리다 đầy nhớt.
미끈미끈한 trơn tuột, long lỏng. 뱀장어가 미끈미끈해서 손에서 빠져나가다 con lươn ~ khỏi tay.
미끈하다 bóng mượt, duyên dáng, đẹp. 미끈하게 생기다 dễ nhìn, đẹp đẽ.
미끼 (낚시밥) mồi, cò mồi, con mồi, con thịt, bẫy. ~에 걸리다 bị nhử mồi, bị dụ dỗ. 낚시 ~ mồi cá. ~를 물다(방언) mám. ~를 달다 móc mồi. ~를 던지다 ném câu. thả mồi.
미나리 rau cần nước. cần đại
미남 đẹp(tốt) trai, điển(tốt) trai. ~인 giỏi trai, (반) 미녀 mỹ nữ, phụ nữ đẹp. gái đẹp
미납 chưa đóng(thanh toán), ~금 tiền

~. 미납세 thuế ~.
미녀 gái đẹp. mỹ(tố) nữ. má đào, giai nhân, (반)추녀 gái xấu xí (비유)thuyền quyên, 영웅호걸과 절세 미녀 trai anh hùng gái thuyền quyên, 미녀의 손 ngọc thủ. 최고의~ hoa khôi, ~의 눈길 sóng thu. ~의 모습 bóng hồng(gương). ~의 잠(꿈)giấc vàng(xuân). 절세~ sắc đẹp tuyệt trần, thiên hương quốc sắc.
미녀의 걸음 liên bộ.
미녀의 눈길 sóng thu.
미녀대회 일등 hoa hậu.
미네랄 nước khoáng vô cơ
미농지 một loại giấy (mỏng).
미니 nhỏ, bé, ngắn. ~스카트 váy ngắn.
미닫이 cửa kéo. ~창 cửa sổ kéo.
미담 giai thoại.
미덕 một đức tính tốt. mĩ đức. ~을 쌓다 tích đức.
(명) 미덕은 아름다움보다 훨씬 더 아름다운 것이다 Đức hạnh còn đẹp hơn cái đẹp rất nhiều.
미덥다 chắc chắn, đáng tin cậy. 미더운 사람 một người đáng tin cậy.
미동 nhúc nhích. ~도하지 않다 chẳng ~.
미들급 võ sĩ hạng trung.
미등 đèn hậu. đèn sau
미래 tương lai. vị(hậu) lai. ~에 trong tương lai. rồi ra. ~가 있다 có ~. ~의 남편 người chồng ~. 미래를 믿다 tin vào ~. 화려한 ~ tương lai xán lạn.
미래를 예언하다 đoán tương lai.
미래상 viễn ảnh tương lai.
미래의 어느날 ngày kia.

미래시제 thời tương lai. thì vị lai.
미량 số lượng rất nhỏ. vi lượng, ~ 원소 nguyên tố, 미량화학 vi hóa học.
미러 (거울) tấm gương. 백미러 kính chiếu hậu.
미러클 phép lạ(기적)
미려하다 đẹp đẽ, thanh lịch(thoát).
미력을 다하다 làm hết sức mình.
미련하다 ngu dại (남), dốt (북). ngơ ngẩn,(반)총명하다 thông minh, 미련퉁이 người ngu dại.
미련한 자 người dại.
미련 lưu luyến, gắn bó, lòng thương tiếc. 미련이 있다 còn gắn bó, còn thương tiếc. 그 여자에게 아직도 미련이 남아있다 vẫn còn lưu luyến với cô ấy.
미로 mê cung, mê lộ. đường lầm lạc, 미로에 빠지다 bị lạc vào mê lộ.
미루다 hoãn lại, đình hoãn, trì hoãn. dời. lần lữa, (반) 앞당기다 tiến lên.
미루다 (남에게 떠넘기다) nạnh. 서로 미루다 nạnh nhau.
미루나무 hoàn diệp lão.
미리 trước. 계획을 ~ 세우다 lên kế hoạch trước. ~보여주다 làm trước, ~ 준비하다 chuẩn bị trước. trù liệu, sắp sửa. 돈을 ~ 받다 nhận tiền trước. ~ 알려주다 cho biết trước. ~예견하다 (선견)tiên kiến. ~ 양해를 구하다 mạn phép, ~심사 수고 하다 tiên(định) liệu. ~예측하다 đoán trước, ~생각한 계획 dự mưu. ~만든 무덤 sinh khoáng.
미리 계획하다 mưu tính.
미리 알리다 báo trước.

(명)미리 예견한 위험은 반쯤은 피한 것이다 Biết trước được nguy hiểm cũng có nghĩa là đã tránh được một nửa rồi.
미리 이야기 하다 báo trước.
미리 정리하다 trù hoạch.
미리 준비해 두다 trù. 사전에 ~ trù bị. 사전에 자료를 ~ trù bị tài liệu.
미리 지불하다 trả trước.
미립 mẩu, mảnh nhỏ. 미립자 cực ít, hạt bụi. tiểu thể.
미만 ở dưới. 10세미만 어린이 trẻ em dưới 10 tuổi.
미만하다 (가득차다) tràn ngập, đầy đủ.
미망인 hóa bụa, sương phụ, vị vong nhân, (과부) quả phụ. 전쟁 ~ quả phụ thời chiến tranh.
미명 (새벽) bình minh, rạng đông. ~에 lúc bình minh. trời còn mờ mờ.
미명 danh tốt, tiếng tốt. 자선이란 미명 아래 nhân danh hội từ thiện.
미모 xinh đẹp. nhan sắc, tốt mã, ~의 여인 phụ nữ đẹp. ~의 아가씨 cô gái có nhan sắc. ~를 갖춘 가수 thanh sắc
미모의 sắc(vẻ) đẹp. tốt mã.
미모사(신경초)cây trinh nữ, mắc cỡ.
미목 nét mặt, vẻ mặt. ~이 수려하다 nét mặt đẹp đẽ.
미몽 ảo tưởng, ảo giác. ~에서 깨어나다 tỉnh mộng.
미묘하다 huyền vi, tế nhị. 미묘한 tế nhị, 미묘한 의미를 지닌 ý nhị, 미묘한 문장 câu văn tế nhị. 미묘한 말 lời nói ý nhị.
미문 văn chương tốt đẹp (tao nhã).
미물 (작은 물건) vật nhỏ, vi trùng(미생물).

미미하다 nhỏ yếu, nhỏ tí.
미발굴의 nguyên khai.
미발육의 còi cọc.
미발표 chưa công bố.
미복 y phục tốt.
미본토 lục địa mỹ.
미봉하다 giải quyết tạm thời. 미봉책 thay thế tạm thời.
미분 (수학) phép tính phân vi. vi phân, ~학 tính vi tính, ~ 방정식 phương trình vi phân.
미분하다 lấy vi phân.
미분기(분쇄기)bừa đĩa.
미분자 vi phân tử, nguyên tử.
미불의 chưa thanh toán, chưa trả tiền. 미불금 số tiền chưa trả.
미불 tiền Mỹ, đô la (미화).
미쁘다 đáng tin cậy, chắc chắn.
미비하다 không đủ, thiếu sót.
미사 những từ hoa mỹ. 미사여구를 늘 어놓다 sử dụng những ngôn từ hoa mỹ.
미사 (천주교) thánh lễ, lễ mi-sa. lễ mát. lễ cầu hồn. ~전서 sách lễ. ~에 참석하다 xem lễ.
미사일 tên lửa. hỏa tiễn, ~기지 căn cứ ~. 미사일 실험 thử nghiệm ~. 탄두 ~ tên lửa đạn đạo. 대공 ~ tên lửa đối không. 공대공 ~ tên lửa không đối không. 전략용 ~ tên lửa chiến lược. 지대공 ~ tên lửa đất đối không. 핵 ~ tên lửa hạt nhân. ~부대 bộ đội tên lửa. ~방어 phòng thủ tên lửa.
미상의 không biết, không nhận biết được. 저자 ~ nặc danh, giấu tên, ẩn danh,
미상불 (과연.참으로.아닌게 아니라)

quả thật, quả nhiên.
미상환 chưa trả nợ. ~액 số tiền chưa trả.
미색 màu vàng nhạt. (아름다운 빛깔) màu đẹp, mỹ sắc.
미생물 vi sinh vật. vi trùng, ~학 vi trùng học. ~학자 nhà ~.
미성 chất giọng êm ái. ~과 미모를 갖춘 가수 cô đào có đủ thanh sắc.
미성년자 vị thành niên. trẻ con. ~이다 còn ~.미성년 범죄 phạm tội ~.
미세하다 tinh vi, tế nhị, nhỏ tí.
미세물질분자 hạt cơ bản.
미세수술(현미경사용) vi phẫu thuật.
미세원자 vi thể.
미션스쿨 nhà trường sứ mệnh.
미소 mỉm cười, nụ cười. ~ 짓다 cười duyên(mim). múm mím, cười nụ, vi tiếu, 미소를 띠고(짓는) tươi cười
미소하다(작은) cực nhỏ, hớn hở(웃다)
미소년 cậu bé ưa nhìn, thiếu niên đẹp.
미수의 không thu góp, chưa thu góp. 미수죄 tội ác cố tình.
미숙하다 vụng về, thiếu kinh nghiệm. non tay,(반)능숙한 khéo, 미숙한 자 người chưa có kinh nghiệm, chưa chín chắn. 미숙한 사람 người chưa chín chắn. 미숙한 경험 non kinh nghiệm
미숙하게(서툴게) 하다 tay vụng về.
미숙련의 không chuyên môn. ~공 người không có tay nghề.
미술 mỹ thuật. ~가 mỹ thuật gia. ~감독 đạo diễn ~. 미술관 bảo tàng nghệ thuật. ~대학 đại học ~. ~품 tác phẩm ~. 미술 전람회 cuộc triển lãm ~. ~ 공예 mỹ nghệ, ~에 능숙한 người sành sỏi về họa.
미스 (실패.틀리다) sai lầm, lỗi lầm. (사람:양) 1. cô gái, 2. hoa hậu. 미스유니버스 (월드) hoa hậu hoàn vũ. 미스 베트남 hoa hậu Việt Nam. 미스 베트남 선발 대회 cuộc thi hoa hậu Việt Nam.
미스 코리아 hoa hậu(khôi) Korea.
미스터 ông (Mr)
미스터리 điều kỳ lạ.
미스프린트 lỗi in ấn.
미식하다 ăn món ngon. 미식가 người sành ăn.
미식축구 bóng đá Mỹ.
미신 mê tín, dị đoan. ~을 믿다 tin vào mê tín. 미신가 người mê tín.
미신적인 tin nhảm.
미심쩍다 nghi ngờ. 미심쩍은 듯이 một cách khả nghi.
미심쩍은 sinh nghi
미싯 가루 bột gạo rang.
미싱 máy may. 미싱사 (공) thợ may. 미싱반 chuyền máy may.
미아 đứa trẻ đi lạc. em bé thất lạc, ~를 찾다 tìm trẻ lạc,
미안하다 xin lỗi. ~하지만 기차 정거장이 어디예요? Xin lỗi cho hỏi nhà ga ở đâu? 미안합니다 Xin lỗi anh. 대단히 미안합니다 rất xin lỗi, thành thật xin lỗi. 기다리게 해서 ~ xin lỗi vì đã để anh đợi. 폐를 끼쳐서 미안합니다 xin lỗi đã làm phiền anh. 도와줄 수 없어서 ~ tôi rất lấy làm tiếc không thể giúp đỡ anh.
미안 (아름다운 얼굴) khuôn mặt đẹp.
미안마(국명) MY AN MA
미안해하다 hối tiếc, tiếc.

미약한 yếu đuối. tụy bạc.
미역 (식물) rong biển, tảo nâu biển.
미역감다 bơi lội.
미역국 canh rong biển.
미연에(사전에) trước khi. ~ 방지하다 ngăn ngừa trước khi xảy ra.
미열 cơn sốt nhẹ. ~이 있다 bị sốt nhẹ.
미온적 lãnh đạm, thờ ơ, không hăng hái.
미완성 chưa hoàn thành (tất), chưa làm xong, dang dở. dở dang, nửa mùa,(반)완성 hoàn thành, xong, 미완성 교향곡 bài nhạc giao hưởng dang dở. ~ 된 4 행시 yết hậu.
미용 vẻ đẹp, đẹp, thẩm mỹ. ~실 tiệm trang điểm, tiệm uốn tóc. ~사 thợ uốn tóc, thợ làm đẹp. 정형미용 thẩm mỹ chỉnh hình. 미용체조 thể dục thẩm mỹ.
(명)미운놈 떡 하나 더 준다 Cho thằng đáng ghét thêm một cái bánh.
미운 xấu xí(반) 예쁜 đẹp.
미움 căm ghét (thù). ~을 받다 bị ~.미움을 사다 bị ai căm ghét.
미워하다 ghét, ghen ghét, hắc hủi. căm thù, thù ghét,(반) 사랑 하다 yêu, 서로 ~ ghét nhau. 미워지다 đáng ~. 저사람은 미움을 받는다 người kia bị mọi người chán ghét.
미음 nước gạo, cháo nước gạo. ~을 쑤다 nấu ~. 미음죽 cháo lão.
미의 경쟁 đấu diễm.
미의식 có ý thức thẩm mỹ, có óc thẩm mỹ.
미의 여왕 quốc sắc.
미이라 xác ướp.
미팅 sự gặp gỡ, buổi họp mặt.

미인 mỹ(giai) nhân, người đẹp. 미인박명 hồng nhan bạc phận. ~계 mỹ nhân kế. 미인대회 cuộc thi hoa hậu. thi sắc đẹp, ~의 얼굴 ngọc diện. ~화 bức tranh tố nữ.
미인의 눈썹 xuân sơn.
미인의 아름다운 눈동자 thu thủy.
미인이 죽다 mai hương.
미장원 → 미용실 tiệm uốn tóc, phòng thẩm mỹ. thẩm mỹ viện
미장(건축)xây dựng thô
미장삽(흙손) cái bay.
미장이 thợ trét sơn (vữa). thợ sơn, 미장공 thợ tô.
미저골 (꽁무니뼈) xương cụt.
미적 감각 cảm giác thẩm mỹ. mỹ cảm.
미적 개념 thẩm mỹ quan.
미적분 phép vi tích phân. vi tích, giải tích toán học.
미적지근하다 không hăng hái, không nhiệt tình.
미전 (미술전람회) cuộc triển lãm nghệ thuật.
미점 (장점) ưu điểm. (반) 단점 khuyết điểm, nhược điểm.
미정의 chưa dứt khoát, chưa quyết định.
미제의(아직 해결되지 않은) chưa giải quyết.
미제 Mỹ chế tạo. ~ 자동차 xe hơi của Mỹ.
미조(손톱을 아름답게 다듬는 일) bộ móng tay đẹp. ~사 thợ làm móng,
미주 Mỹ châu, ~지역 vùng Châu Mỹ.
미주알 고주알 tỉ mỉ. ~ 캐묻지 말라 đừng hỏi tỉ mỉ.
미증유의 (전대미문) chưa bao giờ có, chưa từng có.

미지의 chưa biết, chưa quen biết. 미지수 ẩn số.
미지근하다 âm ấm. ~한 처사 biện pháp nửa chừng.
미진 (작은 지진) chấn động nhẹ.
미진하다 chưa xong, chưa hoàn tất.
미착의 chưa đến.
미처 (아직) 미처모르다 chưa biết.
미천한 thấp kém, hèn mọn, ~출생 xuất thân thấp hèn.
미쳤어 đồ khùng! 미쳐서 발작하다 nổi điên.
미추 đẹp xấu.
미취학의 chưa đi học. ~아동 trẻ em chưa đi học.
미치광이 (미친 사람) người điên. 더워서 미치겠다 nóng qúa phát điên lên mất. 그는 영화 미치광이다 anh ấy quá say mê điện ảnh. ~의 무서운 눈매 mắt người điên long sòng sọc. ~처럼 행동하다 tác quái.
미치다 bị điên, cuồng, ngộ, phát điên, hóa điên, mất trí. –에 ~ say mê, mê say, 미친 개 chó điên. chó ngộ, 미친듯이 날뛰다 nói như điên. 미치게 하다 đâm khùng. 미칠듯이 기쁘다 sung sướng đến ngất ngây. 미친척하다 đã giả điên. trá cuồng, 미치도록 좋아하다 thích mê tơi. 미친듯이 춤추다 múa máy, 미친 듯이 사랑하다 nịch ái, 미친듯이 화내다 điên tiết. 미친듯이 사랑에 빠지다 si tình.
미치다(흠뻑 빠지다) máu(si) mê.
미치다(이르다)đạt đến, kịp, 미치지 않다 không kịp.
---에 미치다 tầm tay.
미친(사랑에 빠진)si mê, ~듯이 사랑에 빠지다 si tình. 그는 그녀를 미친 듯이 사랑하다 chàng yêu nàng một cách say mê.
미친개 chó ngộ.
미친년 mụ điên.
(속) 미친년 달밤에 널 뛰듯(생각없이 미친 짓을 한다) Như mụ điên nhảy bập bênh đêm trăng, (hành động điên rồ, không suy nghĩ).
미친 사람 kẻ điên loạn.
미친 사랑 tình si
(명)미친자와 바보에게는 길을 비켜줘라 Hãy tránh đường kẻ điên và thằng ngốc.
미친척하다 giả điên.
(속) 미친 체하고 떡판에 엎드린다 (틀린 줄을 알면서도 아직도 탐한다) Làm như điên, úp người trên mẹt bánh, (tuy biết là sai mà vẫn tham lam).
미치다 (이르다) đạt đến, với tới. 힘이 미치지 못하다 vượt khỏi quyền hạn của mình.
미태를 부리다 (교태를 부리다) làm đỏm, làm dáng.
미터 mét. thước, thước tây, 길이 3 미터다 chiều dài là 3 mét. 택시미터 taxi mét. 미터제 hệ mét. ~법 phép đo lường.
미터 좌표 tọa độ thước.
미팅(모임) mít tinh, buổi họp mặt, sự gặp gỡ.
미풍 cơn gió nhẹ, gió thoảng(hây hây). khinh phong.
미풍양속 thuần phong mỹ tục.
미필 chưa hoàn tất (thành)
미학 mỹ học. duy mỹ, ~자 nhà ~.
미합중국 hiệp chúng quốc Mỹ.

미해결의 chưa giải quyết được.
미행하다 bám đuôi, bám sát theo dõi. (임금이)vi hành, 형사에게 미행당하다 bị thám tử theo dõi. 미행자 người theo dõi. 미행 사 theo dõi.
미혹 mê hoặc. 도 dành, 미혹당하다 bị mê hoặc.
미혼(독신)녀 quả(thất) nữ, người chưa chồng.
미혼남자 vị hôn phu. người chưa vợ.
미혼자 (독신) người độc thân, người chưa lập gia đình.
미혼임신 hoang thai, chưa chồng có thai.
미화 tiền Mỹ, đô la Mỹ. ~로 바꾸다 đổi ra ~.
미화하다 làm cho đẹp, tô điểm, trang điểm. tô vẽ. mỹ hóa.
미확인 chưa được xác nhận. ~보도 tin tức ~. ~ 비행 물체 vật bay ~.
미흡하다 không đủ, thiếu, không vừa lòng. 미흡한 점 điểm thiếu sót.
미희 phụ nữ đẹp, cô gái xinh đẹp.
믹서 máy trộn. 믹서하다 trộn, pha trộn.
믹서기 máy xoay sinh tố
민가 nhà của dân, nhà riêng.
민간 dân sự, dân gian. ~단체 đoàn thể dân sự. ~무역 thương mại phi chính phủ. ~요법 chữa trị dân gian. 민간인 người thường dân. ~의료 서비스 dân y.
민간신앙을 나타내는 민화 tranh thờ.
민간항공기 phi cơ nhân sự.
민감 nhạy cảm, mẫn cảm, nhạy bén. 열에 민감하다 nhạy cảm với nhiệt.
민감한 귀 sự thính tai.
민권 quyền lợi cá nhân. ~을 옹호하다 bảo vệ ~. ~운동 phong trào dân chủ.

민단 liên đoàn dân gian. 재일한국거류민단 hội liên hiệp Hàn Quốc ở Nhật.
민도 trình độ văn hóa. ~가 높다 ~ cao.
민둥민둥하다 trơ trụi, không có cây.
민둥산 núi trọc, núi không có cây. rừng chồi.
민들레 (식물) cây bồ công anh Trung Quốc, bồ công anh.
민란 cuộc nổi loạn, cuộc nổi dậy (khởi nghĩa).
민망 임금(베트남의) vua Minh mạng.
민망하다 khó xử, ngượng nghịu. 그의 초라한 모습이 보기에 민망하다 Anh ấy có vẻ khổ sở làm tôi phát ngượng.
민머리 (대머리) đầu trọc. đầu hói
민며느리 con dâu út
민물 nước ngọt. ~고기 cá ~. cá sông. cá đồng. ~새우 tôm nước ngọt, tôm đồng, ~조개 búng, bàda고기 cá biển
민박하다 thuê phòng tư gia, ngủ nhà dân.
민방위 phòng vệ dân sự. ~대 lực lượng nhân dân tự vệ, dân phòng. ~훈련 huấn luyện dân phòng.
민법 luật dân sự, dân pháp.
민병 dân quân. tuần đinh. ~단 quân đoàn dân. 민병대 xã đội, ~ 자위대 dân quân tự vệ. (마을 을 경비하는)tuần đinh.
민병대장 xã đội trưởng.
민복 thịnh vượng của dân, dân phúc.
민본주의 chế độ dân chủ, chủ nghĩa dân chủ.

민사 dân sự. ~법 luật ~. 민사법원 tòa án ~. ~사건 vụ án ~. 민사소송 tố tụng ~. 민사소송법 luật tố tụng ~. 민사재판 phiên tòa ~. ~ 업무 dân sự vụ.
민사의 고소(법률) tố trạng.
민생 sinh kế nhân dân. nhân sinh, ~문제 vấn đề nhân dân.
민선 cuộc tuyển cử quần chúng. ~의원 đại biểu được bầu cử nhân dân.
민속 dân tục, truyền thống dân gian. ~의 날 ngày ~. 민속무용 múa ~. 민속문학 văn học ~. 민속 옷 xà rông, 민속박물관 viện bảo tàng ~. 민속촌 làng dân tộc.
민속가극(베트남 남부)tuồng cải lương.
민수기(성경) Dân-số-ký.
민숭민숭하다 trọc, trơ trụi. (말짱하다) làm tỉnh táo
민심 dân tâm, nhân tâm, cảm tình quần chúng. ~을 잃은 정책 chính sách thất nhân tâm, ~을 잃다 thất nhân tâm, mất tính đại chúng.(반)~을 얻다 được lòng dân.
민어 cá croaker.
민영의 tư nhân quản lý. 민영사업 doanh nghiệp dân sự.
민예 nghệ thuật dân gian. ~품 hàng thủ công.
민완한 có tài, có năng lực. 민완가 người có tài.
민요 dân ca. phong dao, ~대회 cuộc thi dân ca. ~와 창극 quan họ.
민요 (민란) cuộc nổi loạn.
민원 lời ta thán dân. ~을 사다 kích động lòng căm thù của nhân dân.

민원상담소 trung tâm hội thảo dân chính. ~서류 giấy tờ dân sự. (탄원)khiếu lại
민의 ý dân. dân ý.
민의원 hạ nghị viện. ~의원 nghị sĩ hạ viện.
민정 chính quyền dân sự.
민정(국민의 형편) tình trạng nhân dân. ~을 살피다 chăm lo đời sống nhân dân. (국민에대한 행정) dân chính.
민정당 (민주정의당) đảng chính nghĩa dân chủ
민족 dân tộc. sắc tộc, sắc dân, ~의 화합 hòa hợp~. 민족적 có tính ~. ~감정 cảm tình ~. 민족성 tính ~. dân tính, ~의식 ý thức ~. 민족정신 tinh thần ~. ~해방 giải phóng ~. 소수~ dân tộc thiểu số. 유목~ ~ du mục, 다~국가 quốc gia nhiều dân tộc. ~주의 chủ nghĩa ~. ~자존심 lòng tự hào ~, ~ 자결 권 quyền dân tộc tự quyết
민족성 tính chất(cách) dân tộc.
민족이 멸망하다 tuyệt chủng.
민족주의 국가 nước dân tộc chủ nghĩa.
민족해방혁명 cách mạng giải phóng dân tộc.
민주 dân chủ. ~공화국 nước cộng hòa dân chủ. ~당 đảng dân chủ. ~사상 tư tưởng ~. 민주제도 chế độ ~. 민주화 추진운동 cuộc vận động dân chủ hóa. ~주의 chủ nghĩa ~. 민주정부 형태 chính thể dân chủ, 민주화하다 dân chủ hóa.
민주자유권 quyền tự do dân chủ.
민주주의 chủ nghĩa dân chủ.(반) 독재주의 chủ nghĩa độc tài, ~ 제도

chế độ dân chủ, ~국가 quốc gia dân chủ.

민주한국당 Đảng dân chủ Hàn Quốc.

민중 dân chúng, quần chúng. 민중의 tính đại chúng. ~대회 đại hội dân chúng. ~을 반하는 phản dân.

민첩한 tháo vác, liến thoắng, nhanh nhẹn, lanh, lẹ, mau mắn. 행동이 ~ hành động ~. 민첩하게 lẹ làng. ~ 아이 trẻ em lanh. 민첩하게 웃다 cười liếng thoắng.

민폐 phiền toái chung, gánh nặng chung.

민활하다 nhanh nhẹn, kịp thời. tinh nhanh. 민활하게 행동하다 hành động kịp thời.

믿다 tin, tin tưởng, tin cậy. (반) 의심하다 nghi ngờ, (의뢰하다) trông cậy, 그는 전적으로 자신만을 믿는다 nó chỉ trông cậy ở nó, 믿을 수 있는 có thể tin tưởng. (반) 믿을 수 없는 không thể tin được. 굳게 ~ tin một cách chắc chắn. 남의 말을 그대로 ~ tin theo lời của người khác. 아무를 ~ tin vào ai. …을 믿다 tin cái gì đó. 믿을만한 đáng tin, 믿을 만한 사람 người đáng tin cậy. 믿지 않다 không tin. 그 사람은 믿을 수 없다 anh ta không tin được. 나를 너무 믿지 말게 đừng tin vào tôi nhiều quá. 자기를 ~ tin vào bản thân. 믿기 어려운 khó tin. 믿을만한 사람을 고르다 chọn mặt gửi vàng. …라고 믿다 tin rằng.

믿는자 kẻ tin.

믿고 따르다 tin theo, (복종)tín phục, 당신을 믿고 따르면 모두 실패할 것이다 ~ anh thì hỏng cả.

믿고 받아들이다 tin nhận.

믿는 도리 đạo lý đã nhận tin.

(속) 믿는 도끼에 발등 찍힌다 (신뢰할 수 있는 사람에게 큰 손해를 입는다) Cái rìu mà mình tin tưởng lại chém vào chân. (bị người thân tín hãm hại).

믿는 마음 lòng tin

믿을 만한 정보 đích tin.

믿을 수 있는 신하 lương thần.

믿음 đức tin, niềm tin. (신뢰) lòng tin. ~을 잃다 mất ~. 믿음이 없는 사람 người không có niềm tin. (종교) người không có đạo.

믿음이 적은 ít đức tin.

(명)믿음은 산을 옮길 수 있다 Niềm tin có thể di chuyển cả quả núi.

믿음 (신앙). 믿음이 강하다 mộ đạo, sùng đạo. 독실한 신자 tín đồ mộ đạo (sùng đạo).

믿음의 방패 thuẫn đức tin.

믿음성 đáng tin cậy.

믿음직하다 chắc chắn, đáng tin cậy, xác thực.

믿음직한(충성스런)thủy chung.

밀 lúa mì. 보리 lúa mạch. 쌀 gạo.

밀랍 sáp ong. ~양초 đèn sáp.

밀가루 bột mì. ~를 뒤덮다 rắc bột. ~를 반죽하다 sú bột mì.

(속) 밀가루 장사하면 바람불고 소금 장사하면 비가 온다(운이 없어 서 무슨 일을 하든지 실패한다) Buôn bột mì thì gió thổi, buôn muối thì trời mưa (vận rủi, làm việc gì thất bại việc nấy).

밀감(귤) quả quít.

밀거래 lậu thuế.

밀계 mưu kế bí mật, kế hoạch bí mật. ~를 꾸미다 lập ~.
밀고하다 mật báo. chỉ điểm, cáo mật, mách nước, 밀고자 mật thám.
밀고 나가다 xơm tới.
밀고 당기다 giằng xé.
밀국수 mì sợi, bún.
밀다 đẩy. đùn đẩy. xô, (반) 당기다 kéo. 문을 ~ đẩy cửa. 등 뒤에서 ~ đẩy sau lưng. 밑에서 ~ đẩy bàn ra từ phía dưới. giúp đỡ, hỗ trợ. 탁자를 앞으로 ~ đẩy bàn ra phía trước. 서로 ~ đẩy nhau. 밀지 마! Đừng xô chứ!, 밀고 나아가다 đẩy tới.
밀다 (문지르다) kỳ cọ. 등을 ~ kỳ lưng. 때를 ~ kỳ ghét, kỳ đất bẩn. 수염을 밀다 (깎다) cạo râu. 김씨를 국회의원으로 ~ tiến cử ông Kim vào dân biểu
밀담 nói chuyện bí mật (riêng). mật nghị.
밀도 mật độ. ~가 높다 mật độ cao. 인구 ~ mật độ dân số.
밀도살 nghề bán thịt lậu.
밀려들다 ào ạt, ào vào, thúc đẩy. ồ lên. 밀려드는 파도 làn sóng ào ạt.
밀려나가다 ùa ra, 밀려나다 bị gạt.
밀려오다 ùa vào(đến).
밀렵 săn trộm. ~자 tên đi săn trộm. 꿩을 ~하다 săn trộm gà lôi (gà trĩ).
밀령 mật lệnh, lệnh kín. (칙령) mật dụ.
밀리미터 mi li mét.
밀리다 bị xô, bị đẩy. 인파에 ~ bị đẩy vào dòng người. 물결에 ~ bị nước cuốn. dồn, ứ. 일이 ~ công việc bị ứ. 일이 쌓이다 ối động, 밀린 일 việc bị dồn. 일이 산더미처럼 밀려 있다 việc dồn như núi. chưa trả. 밀린 월급 tiền lương chưa trả, nợ lương. 차가 ~ bị kẹt xe
밀림 rừng rậm. truông, sâm lâm. ~지대 khu vực ~.
밀림의 왕(호랑이) chúa sơn lâm
밀매하다 buôn lậu, bán lậu. 밀매자 người buôn bán hàng lậu. 밀매품 hàng lậu.
밀매매 vận chuyển hàng lậu. buôn lậu.
밀매음 mãi dâm bất hợp pháp. đĩ lậu.
밀모 (음모) âm mưu.
밀무역 buôn lậu. ~업자 người ~.
밀물(만조) triều lên. thủy triều lên, thượng triều, nước dâng, (반) 썰물(간조) triều xuống. ~이 들어오다 triều lên.
밀밭 đồng lúa mì.
밀봉하다 niêm kín, đóng kín. 밀봉교육 huấn luyện bí mật.
밀봉(꿀벌) con ong mật.
밀사 phái viên riêng. mật sai.
밀서 bức mật thư, thông báo mật.
밀수하다 buôn lậu. 밀수단 một nhóm buôn lậu. 밀수선 tàu buôn lậu. 밀수업자 người buôn lậu. 밀수입하다 nhập(buôn) lậu. 밀수품 hàng buôn lậu, hàng lậu. 밀수입한 술 rượu lậu.
밀수출 xuất khẩu lậu, buôn lậu hàng ra ngoài..
밀실 phòng bí mật. (정치의) hậu trường, hậu đài.
밀약 mật ước, lời hứa bí mật.
밀애(몰래 사랑하다) thầm yêu.
밀어 nói chuyện thầm, mật ngữ. ~를 속삭이다 nói thì thầm.
밀어내다 đẩy(xô) ra. gạt. nạng.
밀어넣다 nhét vào. dí vào. 입에 ~ dí

vào miệng.
밀어 붙이다 xốc tới.
밀어올리다 đùn. 흙을 ~ ~ đất.
밀월 tuần trăng mật. ~여행 du lịch tuần trăng mật.
밀의 hội ý bí mật.
밀입국 nhập cảnh lậu.
밀접하다 chặt chẽ, thân thiết. thiết cận, 밀접한 관계 quan hệ mật thiết. 밀접한 관계가 있는 quan thiết, 기후와 농작물 사이는 밀접한 관계가 있다 giữa khí hậu và hàng nông sản có quan hệ mật thiết với nhau.
-- 와 밀접하게 되다 gắn liền với.
밀정 lính kín, gián điệp. (스파이)
밀조하다 sản xuất bất hợp pháp (bí mật).
밀주 rượu đế (lậu). ~를 담그다 làm rượu lậu. 밀주 양조장 nhà máy chưng cất rượu lậu.
밀집하다 tập trung đông đúc. xúm xít, 인구가 밀집되어 있다 dân cư tập trung đông đúc.
밀집한 chi chít, xúm xít, rậm rạp, 밀집 가옥 nhà cửa xúm xít.
밀집지역 khu trù mật(tập thể).
밀집 rơm. ~모자 nón rơm. nón lá, mũ rơm.
밀착하다 dính chặt, dính díu, bám chặt, gắn bó, bám vào. xoắn xít.
밀쳐내다 hất ra.
밀초 cây nến sáp.
밀치다 xô, xô mạnh, đẩy mạnh. 밀치락 달치락 tính chủ động và tranh thủ. 밀치고 나가다 làm đến cùng. 밀치고 차지하다 lấn chiếm(vào). 서로~ chen lấn nhau, 밀치고 앉다

밀크 sữa. ~커피 cà phê ~.
밀탐 mật thám.
밀통하다 ngoại tình. 밀통죄 phạm tội ~.
밀폐하다 đóng kín. 밀폐된 상자 hộp kín hơi.
밀항하다 đi lậu. 밀항자 người đi lậu vé.
밀행 (남몰래 다님) đi một cách bí mật.
밀회하다 gặp gỡ bí mật. 밀회장소 một nơi bí mật.
밉다 ghét, đáng ghét. xấu(반)곱다 đẹp, 미운 사람 người đáng ghét. 죄가 밉지 사람이 미운것이 아니다 ghét tội chứ không phải ghét người. 밉게 굴다 hành động một cách đáng ghét.
밉살스럽다 đáng ghét. 밉살스런 녀석 kẻ đáng ghét.
밉상이다 bộ mặt ghê tởm.
밋밋한 giẹp lép, ~가슴 ngực ~.
밍밍하다 nhạt nhẽo, vô vị(싱겁다)
밍크 con chồn vizon. 밍크코트 áo khoát lông chồn vizon.
및 và, cũng, cũng như.
밑 (아래) dưới, phía dưới. (항문)trôn, 계단 ~에 dưới cầu thang. 바다 ~에 dưới đáy biển. 밑에서 두번째 gần cuối, thứ hai từ dưới lên. 밑으로 떨어지다 rơi xuống dưới. 나무 밑에 dưới gốc cây. 남의 밑에서 일하다 làm việc dưới người khác.
밑거름 phân bón cho trước.
(속) 밑구멍으로 호박씨 깐다(밖으로는 온순한 것 같으나 안으로는 상상할 수 없을 만한 일을 몰래 한다) Cắn hạt bí bằng hậu môn(bề

ngoài tưởng hiền lành, nhưng lại lén lút làm những việc không thể tưởng tượng ra).

밑그림을 그리다 phác. 밑그림 một bức phác họa, ma két.

(속) 밑도 끝도 없다(시작도 끝도 없다) Đáy, đuôi đều không có (không có bắt đầu cũng chẳng có kết thúc).

밑돌다 không đủ, thiếu, ít hơn.

밑동 gốc, chân.

밑면 (수학) cạnh đáy.

밑바닥 đáy, mặt dưới. 솥 밑바닥 dưới đáy nồi. 밑바닥 사람들 những người dưới đáy cùng của xã hội. ~生活을 하다 ăn mặc đói rách. ~생활(비유)ống xối.

(속) 밑빠진 독에 물 붓기(온 힘을 쏟으나 결과가 없음) Xối nước vào lon thủng đáy(nỗ lực hết sức nhưng không có kết quả gì cả).

밑바탕 bản chất, tính chất, cơ sở, bản tính.

밑받침 nền móng, vật chống, cái chống, cái kê.

밑밥 (낚시) mồi câu chìm.

밑변 đường đáy, mặt đáy.

밑알(둥지에 넣어두는)trứng lót ổ.

밑조사 điều tra sơ bộ.

밑줄기 phần dưới đáy.

밑줄을 치다 làm đường kẻ dưới. gạch chân

밑지다 bị thua thiệt. 밑지고 팔다 bán lỗ vốn.

밑창 đế giày.

밑천(원금)tiền gốc, (자본) tiền vốn, vốn liếng, quỹ. 밑천이 떨어지다 hết vốn.

밑층 (아래층) tầng trệt.

밑줄 kẻ chân, gạch chân, hàng dưới. 밑줄을 치다 gạch chân. 밑줄친 부분 bộ phận gạch chân.

밑판 tấm ván lót dưới.

ㅂ

ㅂ니까? Không? Có phải không? 일합니까? Làm việc không? 봅니까? Có thấy không? 누구입니까? Ai đấy?

ㅂ니다. 모릅니다 không biết.

ㅂ시다 hãy, cùng. 갑시다 hãy cùng đi. 먹읍시다 cùng ăn. 일합시다 cùng làm việc.

바 cách thức, cái việc. 할 바를 모르다 không biết cách làm. 위에 말한 바와 같이 như đã nói ở trên. 마, 나오. 내가 아는 바로는 cho đến khi nào tôi biết.

바 quán rượu, quầy bar.

바가지 cái gáo (북), cái ca (남). 바가지 긁다 lầu bầu, càu nhàu, làm mình làm mẩy.

(속) 바가지 긁다(아내가 남편에게 불평과 잔소리를 심하게 하다), Gãi vào cái gáo(người vợ càu nhàu và rầy rật quá nhiều với người chồng).

바가지 쓰다 (물건 살때) mua bị hớ.

바깥 bên ngoài, phía ngoài. bìa, 회관 ~ngoài hội trường. ~에 나가다 ra ngoài. (반) ~에 나가지 않다 không ra ngoài. ~에서 기다리다 đợi bên ngoài. ~에서 식사하다 ăn bên ngoài. ~공기 không khí bên ngoài. ~소문 tin đồn bên ngoài.

바깥쪽 bên (phía) ngoài. ~경치 ngoài cảnh. ~뜰 ngoài sân.

바깥 양반 (남편) người chồng.

바깥세계 cảnh ngoại.

빠개다 (쪼개다) chẻ, bửa. 빠개지다 nứt, gãy, đập vỡ.

바께쓰 xô, thùng nước.

바구니 giỏ, lẵng, thúng mủng, 꽃~ giỏ hoa, 대~ cái rổ tre, cái giỏ. sọt, 큰 ~ nia. ~만드는 사람 thợ đan thúng mủng. ~를 짜다 đan rổ.

바꾸다 thay đổi, đổi, dời đổi, chuyển đổi. hóan đổi, cải hoán, (교대) thay, (개편)cải biến, 계획을 ~ đổi kế hoạch. 방향을 ~ đổi phương hướng. 직업을 ~ đổi ngành nghề. 돈을 ~ đổi tiền. 달라로 ~ đổi ra tiền đô. 현금으로 ~ đổi ra tiền mặt. 자리를 ~ đổi vị trí. 모든것이 돈으로 바꿀 수 없다 không phải mọi thứ đều đổi bằng tiền được. A 를 B 로 ~ đổi A bằng B.대담하게 ~mạnh tay thay đổi, (작은 것을 큰 것으로) đánh tráo. 바꾸어 놓다 giao thế, chuyển vị.

바구미 (곤충) con mọc gạo.

바꿔치기 하다 đánh tráo. 나쁜것을 좋은것으로 ~ ~ của xấu lấy của tốt, 가짜로 ~ tráo đổi.

바뀌다 thay đổi, đổi lại, bị biến thành.

바글바글 끓다 sôi tràn ra, 물을 바글바글 끓이다 nấu nước sôi. 바글바글 북적대는 lúc nhúc.

바나나 quả chuối. ~다발 nải chuối. ~케익 bánh chuối. ~나무 tiêu.

바느질 vá may, may, khâu vá. kim chỉ.

바느질감 việc may vá.

바늘 cây kim may. kim găm, 낚시 ~ cái móc.시계 ~ kim đồng hồ. 바늘에 실을 꿰다 xâu kim, xỏ kim, xâu chỉ vào kim. ~ 끝 mũi kim

may. ~쌈 ống kim.
바늘귀 lỗ kim, trôn kim.
(속) 바늘 가는데 실 간다(밀접한 관계에 있는 것은 서로 따른다) Kim đi đâu, chỉ đi đó(mối quan hệ mật thiết thì đi theo nhau).
(속) 바늘 도둑이 소도둑 된다(처음 작은 도둑질이라도 고치지 않으면 나중에 큰 도둑이 된다) ăn trộm kim thành ăn trộm bò,(ban đầu ăn trộm cái nhỏ, không sửa thì sau quen tay ăn trộm cái lớn).
바늘 구멍 lỗ kim. 바늘로 찌르는 듯한 아픔 nỗi đau như bị kim châm.
(명) 바늘 구멍으로 하늘 보기(좁은 눈으로 세상보기) Nhìn trời qua lỗ kim(Nhìn đời bằng con mắt hẹp hòi).
(속)바늘방석에 앉은 것 같다(몹시 불안하고 불편하다 có cảm giác như ngồi trên bàn chông (rất bồn chồn và bất tiện)
바늘쌈 một gói kim.
바니싱크림 kem tan.
바다같이 깊은 사랑 tình thâm tợ hải.
바다 biển. biển khơi. ~로 ra biển. 거울 같은 ~mặt biển lặng như gương. ~가까이 sát biển, 고요한 ~ biển phẳng lặng. 끝 없는 ~ biển không bờ bến. 푸른 ~ biển xanh. ~로 가자 hãy ra biển. ~로 나가다 ra khơi, ~로 떨어지다 rơi xuống biển. ~낚시 câu biển. ~길 đường biển. hải đạo, ~에 뛰어들다 lao mình xuống biển, 바닷새 (갈매기) hải âu. ~ 표 범 chó biển, 바다소리 tiếng sóng (파도소리). 바다사자 sư tử ~. 바닷가 bờ ~. 바닷물 nước

biển, nước mặn. 냇물 nước ngọt. ~고기 cá biển(muối), ~해일 cây nước. ~를 건너다 vượt biển, ~에서 ngoài khơi.
(명)바다속에서 바늘 찾기 Mò kim đáy biển.
바다 거북이 trạnh.
바다색은 xanh nước biển.
바다 어귀 cửa bể.
바다의 궁궐(용궁) thủy phủ.
바다의 밑바닥 rốn bể.
바다의 요정 thủy tinh.
바다의 조류(뱃길) luồng lạch.
바다여행 hải trình.
바다 게 ghẹ.
바다와 산에 맹세하다 thệ hải minh sơn.
바닥 nền (남), sàn, trôn, (북) bề mặt, đáy, cuối trang, bề mặt dưới. 땅 ~에 trên mặt đất. 마룻 ~ nền nhà. 방 ~ sàn nhà, nền phòng. 손~ bàn tay, lòng bàn tay. 물 ~에 ở đáy nước. ~에 금이 나다 có đường nứt dưới đáy. ~청소용 걸레 cây lau nhà. 갱도~ sàn hầm. ~이 없는 vô đế, ~이 높은 집 nhà sàn.
바닥나다 bị cạn kiệt, bị tiêu hao. (돈이) cạn tiền.
바닥 첫째 (꼴찌) cuối lớp. 나는 반에서 ~다 tôi ngồi ở cuối lớp.
바닷가 bờ(mé) biển, ~를 산책하다 đi dạo trên bờ biển.
바닷 가재(대하) tôm hùm(vồng).
바닷 사람 (선원) thủy thủ, người đi biển.
바동 (둥) 거리다 vùng vẫy, quẫn quại.
바둑 môn cờ vây, cờ badook. 바둑을 두다 chơi cờ badook. ~의 명 수

kỳ thánh.
바둑무늬 có đốm hai màu.
바둑이 con chó đốm. chó vá.
바 (빠) 드득 kêu cót két. 이를 ~갈다 nghiến răng.
바둥대다 động đậy.
빠뜨리다 đánh lạc, lậu thoát, (잊다) quên sót, (빠지게 하다) liệng vào, gài bẫy, đánh bẫy, dụ vào bẫy. bỏ quên, bỏ qua. 지갑을 ~ làm rơi mất ví tiền. (유실) di thất, (떨어뜨리다) hãm vào.
빠뜨리고 듣다 nhãng tai. 설명을 ~ ~ bài giảng.
빠뜨리고 읽다 đọc cóc nhảy.
바득바득 khăng khăng. ~ 우기다 khăng khăng giữ ý kiến của mình.
빠듯하다 (겨우차다) vừa mới đủ, vừa đủ. 그는 봉급으로 빠듯이 (겨우) 살아간다 anh ấy vừa đủ sống với lương của mình.
바라다 mong muốn, mong ước(đợi). ước ao, vọng, ngóng, trông cậy, 평화를 ~ mong muốn hòa bình. 행복을 ~ mong muốn hạnh phúc. 부귀도 명예도 바라지 않는다 không mong gì phú quý, danh lợi. 빨리 답신해 주시기를 ~ mong anh trả lời cho càng nhanh càng tốt. 바라는 것들 những điều trông mong. 바라고 의지하다 mong mỏi và trông cậy.
바라문교 đạo Ba La Môn.
바라보다 nhìn chằm chằm. trông ngóng, 남의 얼굴을 ~ nhìn chằm chằm vào mặt ai đó (응시하다)
바락바락 liều lĩnh, liều mạng. ~기를 쓰다 cố liều mạng.

바람(바라는 것) sự mong đợi.
바람 cơn(luồng) gió. trận gió, không khí, hơi. ngọn gió, 무슨 바람이 불어서 여기까지 왔니 ngọn gió nào đưa anh đến đây, ~이 불다 gió thổi, trời sóng gió. ~ 이 순간적으로 불다 gió thổi phào, ~이 세다 gió mạnh. ~이 일다 nổi gió, ~이 그치다 gió ngừng thổi. tạnh gió. ~이 통하다 thông gió, thoáng gió. ~이 들어온다 có gió vào. ~을 쐬다 hứng gió, dạo mát, hóng gió. ~을 막다 chặn gió, ngăn gió. ~을 가라앉히다 làm lặng gió, ~이 휙 불다 gió thổi phụt, ~ 을 맞다 cảm gió. 바람이 윙 윙대다 thổi bễ, 바람이 빠지다 xẹp hơi. (반) ~을 넣다 bơm hơi. ngoại tình. ~난 여자 người đàn bà ngoại tình. ~구멍 lỗ thông gió. ~이 산들 산들 분다 gió hây hây. ~에 휘날리다 lất phất. ~을 피하다 khuất gió, ~부는 소리" 쏴" vi vu. ~이 쏴하고 불다 gió thổi vi vu, ~한점 없다 trời đứng gió. ~하나 없이 고요한 im(lặng) gió. ~을 싫어하다 kỵ gió. ~이 커튼을 흔들다 gió lắt lay tấm rèm. ~이 세계부는 lộng gió.
바람을 피우다 (외도하다)cắm sừng, 남편이 ~ người chồng bị ~.
바람 빠진 xẹp, ~타이어 bánh xe ~.
바람이 새다 xẹp xuống.
바람이 쌩쌩 분다 gió thổi ù ù(vi vút)
바람이 윙윙불다 gió thổi ràn rạt.
바람이 잘 통하는 trống gió, thông gió tốt. 통풍이 잘 되는 방 phong ~.
바람같이 사라지다 mất tăm tích.
바람과 먼지 phong trần.

바람과 서리 sương gió.
바람에 말리다 phơi gió.
바람에 따라 흔들흔들하다 vật vờ.
바람에 흔들리다 bị gió rung. gió lay.
바람을 보고 깃발을 흔든다(형세와 시기에 따라 야합하다) liệu gió phất cờ.
바람 한점 없는 오후 buổi chiều không gió.
바람에(원인) do,예수 믿는~마음대로 할수없다 do đã tin Giê-su không thể tự tiện làm.
바람둥이 người hay lăng nhăng, hay trai gái, đĩ bợm. sàm sỡ. ~기질을 가진 đĩ tính.
바람개비 (프로펠러) chong chóng.
바람따라 물결따라 xuôi gió xuôi nước.
바람따라 표류하다 trôi nổi.
바람결에 lời đồn, tiếng đồn. ~듣다 nghe bóng nghe gió.
바람에 날리다 gió phất phơ.
바람기 sức gió (바람의 징후(힘))
바람끼 있는 (남자) sàm sỡ, bổ bã.
바람나다 kéo dài cuộc sống phóng đãng.
바람막이 hàng cây chắn gió, hàng rào.
바람맞다 (속다) bị lừa gạt, bị bỏ ra, bị từ chối. 여자한테 ~ bị đàn bà đá (bỏ ra, từ chối).
바람쏘이다 hóng(hứng) gió.
바람직하다 đáng giá, phù hợp. 바람직한 일 một việc ~, ~한 사람 người thích hợp.
바람직하지 못한(나쁜) bất hảo.
바람피우다 (여자) cắm sừng. (서방질) ngoại tình. (부인이)thất thân
바랑(배낭) cái ba lô.
바래다 (색이) phai màu. úa, (배웅하다) tiễn đưa.
바레인(국명) BA REN
바램 (희망) ước mơ, nguyện vọng. 가장큰 ~ nguyện vọng lớn lao nhất.
바로 ngay thẳng. đăng thời, ~어제 hôm vừa qua, ~ 대답하다 trả lời một cách thẳng thắn. ~말하면 nếu nói một cách thẳng thắn. ~앉다 ngồi ngay. 모자를 ~써라 đội mũ cho ngay thẳng vào. ~그 때 ngay lúc đó. vừa lúc, ~ 눈 앞에 ngay trước mắt. ~위에 ngay phía trên. (반) 바로 밑에 ngay phía dưới. chính là, đúng là. 오늘이 바로 내 생일이야 hôm nay chính là ngày sinh nhật của tôi. ~옆 의 sát nách.
바로(즉시) liền.
바로 가까이에 vừa tầm.
바로 그때에 vừa lúc.
바로 그순간 ngay khoảnh khắc.
바로 그대로다 quả thế, đúng như vậy.
바로 그와같이 quả vậy.
바로 내 앞에 섰다 nó đứng ngay trước mặt tôi.
...의 바로 뒤를 따르다 nối gót, 아버지 ~ nối gót cha.
바로 눈앞에 역력하다 sềnh sềnh ngay trước mắt.
바로미터 (풍우계) phong vũ biểu.
바로 솟아오르다 trực thăng.
바로 여기입니다 chính tại đây.
바로 이 근처에 gần kề(đúng).
바로 현장에서 붙잡히다 bị bắt tại trận.
바로잡다 làm cho thẳng, khuông chính, sửa chữa, uốn nắn, sửa đổi. 마음을 ~ sửa chữa (uốn nắn) tâm trạng, 못된 버릇을 ~ uốn nắn những thói xấu.

바로크 시대 thời đại ba rốc. 바로크음악 nhạc ba rốc.
바로 현장에서 붙잡히다 bị bắt tại trận.
빠루(공구)xà beng nhổ đinh.
바르다 chính đáng, chân thật.
바른 chính đáng, thẳng. đúng đắn ~ 자세로 theo tư thế ngay thẳng. ~ 행동 hành động đúng. ~ 길을 걷다 đi con đường đúng. ~ 사람 người đúng đắn. chính nhân. ~길 chính lộ. ~마음 chính tâm.
바르게 대처하다 xử sự.
바르게 하다 uốn nắn.
바르다 (붙이다) bôi (북), thoa (남), phết, dán, gắn. trát, xát, 비누를 ~ xát xà phòng. 고약을 ~ dán cao dược. 종이를 ~ dán giấy. (페인트를) trát, trét. 피부에 ~ bôi lên da. 약물을 ~ bôi thuốc. 버터를 조금 바르다 phết(trét) ít bơ. 기름을 바르다 xức dầu. 벽을 ~ trát tường.
바르는 약(상처에)thuốc dấu.
바르다 tô, vẽ를 흙으로 ~ vách ~ bằng đất.
빠르다 nhanh chóng, nhanh. mau mắn, lẹ, mau lẹ, lẹ làng, (반) 느리다 chậm, 빠른 열차 tàu nhanh. 발이 ~ nhanh chân. 호흡이 ~ thở nhanh. 빛은 소리보다 ~ ánh sáng nhanh hơn tiếng động. 눈치가 ~ nhanh mắt. 동작이 ~ hành động nhanh. 이해가 ~ nhanh hiểu. 빠르면 빠를수록 좋다 càng nhanh càng tốt. 빠르고 간결하게 nhanh và gọn. 빠르고 세게 흐르다 chảy xiết.
빠르게 tría lịa, te, ~ 말하다 nói ~, ~달리다 chạy te.
빨리 해라! nhanh lên!.

빠른 말로 말하다 nói liến thoắng(lí láu).
빠른 말로 지껄이다 nói mau miệng.
빠른 속도 tốc độ góc.
바른정책 mỹ chính.
바르게 (기세좋게) lia lia. ro ro, ~ 발전하다 tiến bộ ~.
바르르 떨다 run lên. 무서워서 ~ run lên vì sợ.
바르적 (버르적)거리다 vùng vẫy, ngoắn ngoèo.
바른 길 đúng đường, (곧은 길) con đường thẳng. (옳은 길) đường lối đúng.
바른말 lời sự thật. ~하다 nói sự thật.
바른 신앙 đức tin đúng đắn.
바른 쪽 bên phải. (반) 왼쪽 bên trái.
바리캉 (머리깎는 기구) kéo xén lông.
바리케이트 vật chướng ngại. ~를 치다 dựng chướng ngại vật.
바리콘 (가변 측전기) tụ điện biến thế.
바리톤 giọng nam trung.
바벨론 Ba-by-lôn
바베큐 món ăn quay, thịt quay.
바베큐치킨 gà quay. 바베큐오리 vịt quay.
빠빠 (아빠) tía, bố.
바보 thằng ngốc(ngố), kẻ khờ dại (khờ khạo). người ngu, ~같은 ngây ngô, thôn, như là thằng ngốc. vụng dại, ~같은 소리 하다 nói như người ngu. ~같다 giống như người ngu. ~같이 보이다 trông như người ngốc. 이 바보야 này thằng ngốc. ~인체하다 giả ngu(dại). ~같은 이야기 loạn ngôn. ~가 되다 mụ người.
바보천치 thằng ngốc.

(명) 바보 하나가 여러 바보 만든다 Một thằng ngốc thì sẽ làm ra nhiều thằng ngốc khác.
바보 같은 사람(석상)phỗng đá.
바보짓을 하다 làm trò hề.
바보짓을 하도록 누군가를 꼬이다 xui trẻ ăn cứt gà.
바쁘다 bận, bận bịu (rộn). bận việc, dở tay,(반)한가한 nhàn hạ, rảnh rỗi, 바쁜 일정 một lịch trình bận rộn. 바쁜 하루 một ngày bận rộn. 공부에 ~ bận học. 저는 지금 아주 바빠요 bây giờ (hiện nay) tôi rất bận. 요즘 바빠요? Gần đây có bận không? 너무 바빠서 연락 못한다 bận quá không liên lạc được. 바쁜 용무로 có việc khẩn cấp. 바쁘게 돌아가는 dở việc. 바쁠수록 돌아가라 dục tốc bất đạt.
바쁜체하다 bắng nhắng.
바삐 (급히) vội vàng, hấp tấp. 바삐 간다 đi vội vàng.
바싹. 바싹마른 hết ráo, khô cạn, 바싹마른 얼굴 mặt hom, bộ mặt nhăn nhúm. 옆에 바싹 다가 앉다 ngồi xích lại gần. ~마른 우물 giếng nước khô cạn, ~탄 입술 môi khô bỏng.
바삭거리다 lạo xạo. lẻ xẻ, rì rào, 바삭바삭 소리가 나다 có tiếng ~.
바셀린(화학) va-dơ-lin.
바스락거리다 sột sạt. ~는 소리 tiếng sột sạt. xào xạc. tiếng rọ rạy.
바스러뜨리다 đập tan ra, nghiền nát.
바스러지다 bị bóp vụn, bẻ vụn.
바 quán bar, quán rượu.
바겐세일 bán hàng rẻ
바야흐로 vừa mới. 비행기가 ~ 이륙하려고 한다 máy bay vừa mới cất cánh.
바에야. 이왕 그만 둘 바에야 nếu anh từ bỏ chút nào về điều đó.
바와 같이 như. 당신이 아시는 바와 같이 như anh biết đó.
바운드 되다(튀다) đội lên.
바울(성경) Phao-lô.
바위 tảng đá, đá lớn, phiến đá. 낙석주의 (바위 추락주의) chú ý đá rơi, chú ý đá lăn.
바음자리표 (음악) khóa Fa.
바이러스 vi rút. 시에 vi trùng, 인플루엔자 ~ cúm siêu vi trùng.
빠이빠이 (바이바이) chào tạm biệt, tạm biệt.
바이스 (공구) một loại công cụ.
바이올린 vi-ô-lôn, vĩ cầm. ~독주 độc diễn ~. 바이올리니스트 người chơi đàn vĩ cầm. ~을 연주하다 chơi vĩ cầm. 베트남 바이올린 đàn nhị.
바자아(바자회) hàng tạp hóa từ thiện, cửa hàng tạp hóa từ thiện.
바짝 chặt chẽ, sát sao. (바싹) 바짝 말리다 phơi khô.
바짝 뒤따르다 theo hút(sát).
바짝 말라 죽다 ốm o gầy mòn.
바짝 붙어서 khít. ~ 다니다 đeo bám.
바짝 조리다 ngào.
바작 바작. 속이 바작바작 타다 trở nên bực bội, cáu kỉnh.
빠져나가다 chui ra, luồn qua. thẩm lậu, lách khỏi. lọt(thoát) ra, 사자가 우리를 ~ con sư tử thoát ra khỏi chuồng, 밀수품이 암시장으로 ~ hàng lậu thẩm lậu ra chợ đen, 빠져 앉다 ngồi lún.

빠져나갈 수 없는 상황(속어) thiên la địa võng.
빠져 처지다(자궁이) sa.
바주카포 súng ba dô ca.
바지 quần. (반) 상의 áo. 속바지 quần lót. 바지를 입다 mặc ~. (반) 바지를 벗다 cởi ~. ~ 단추를 채우다 gài cúc quần. ~ 주머니 túi quần. 작업복 quần áo lao động. 동복 phục, ~의 엉덩이 부분 đáy quần. ~를 걷어올리다 vo(vén) quần.
바지가 벗겨지다 quần tuột xuống.
바지락(섭조개)hến.
바지선 chiếc xà lan
빠지다 rơi xuống, rớt vào. sà vào, đam mê, mê man, chìm(say) đắm, đắm đuối, rượn, TV 에 빠져있다 mê man TV, 애정에 ~ đắm đuối tình yêu, 곤경에 ~ rơi vào hoàn cảnh khốn khó. 정치 이야기에 빠져있다 sa vào câu chuyện chính trị, 노는데 ~ rượu chơi, ...상태에 ~ lâm vào trạng thái hôn 수상태에 ~ rơi vào tình trạng hôn mê. tụt ra, rơi ra, tuột ra. 단추가 빠져 있다 cúc áo bị tuột. 살이 ~ gầy đi. 주색에 ~ đam mê rượu chè, say đắm, (ham mê) tửu sắc. 눈이 빠지게 기다리다 đợi dài cổ. 두 페이지가 빠졌다 thiếu mất 2 trang. 그 땅은 물이 잘 빠진다 mặt đất đó khô ráo. 누구에게도 빠지지 않는다 không chịu thua ai. 깊이~ chìm đắm. 주색에~ say đắm tửu sắc. 메 tửu sắc, 빠진 이 răng mẻ. (취하다)tì tì, 잠에 빠져있다 ngủ tì tì.
바지랑대 (빨랫대) cái sào treo quần áo.

바지저고리 (쓸모없는자) người vô tích sự, người lười biếng.
빠짐없이 không bỏ sót, không thiếu vắng, không ngoại lệ.
바짓가랑이 ống quần.
바치다 đưa, biếu, tặng, đề tặng, dâng cho, dưng ra, dành cho. 뇌물을 ~ đưa hối lộ. 일생을 ~ hy sinh cuộc đời. 나라에 몸을 ~ hy sinh cho đất nước. 애인에게 모든 것을 ~ dành cho người yêu tất cả.
바캉스 kỳ nghỉ hè.
바퀴 bánh xe. 벽, 자전거 ~ bánh xe đạp. 탱크~(게더필더) ~xích, 앞 ~ bánh trước. 뒷 바퀴 bánh sau. ~가 빠지다 trật bánh. ~를 달다 lắp ~. ~를 멈추다 dừng bánh. ~자국 vết xe, 차 바퀴링 vành xe(북), 니엔(남), 바퀴가 터지다 bánh xe bị nổ, 2. vòng. 한 ~돌다 quay một vòng. 공원을 한 ~돌다 đi một vòng xung quanh công viên.
바퀴벌레 con gián.
바퀴살 cái nan hoa (북), căm xe (남)
바탕 1.tính chất, tính cách. 2. nền, cơ sở, bề mặt. ~을 두다 dựa vào nền móng. ~이 되다 thành nền móng.
바탕 (한 바탕) một lần, một hiệp, một phiên. 한 ~놀았다 chúng tôi đã chơi một hiệp (một lần).
바통 dùi cui, gậy. ~을 받다 nhận gậy (dùi cui).
바투 (썩 가깝게) sát, sít vào. ~ 앉다 ngồi sát vào nhau.
바티칸 Va-Ti-Căng
밖 ngoài. (반) 안 trong. 밖으로 ra ngoài, 밖으로 엄숙한 체하다 bề ngoài có vẻ đạo mạo, 밖으로 내밀

다 dô. thò(반) 안 으로 당기다 kéo trong, 밖으로 떨어지다 ngã ra ngoài. 밖에서 ở ngoài, 밖에서 자다 ngủ ngoài trời.

밖으로 뻗쳐 나오다 tòi, 연필이 호주머니에서 쏙 나오다 bút ~ ở túi.

밖으로 튀어나온 sòi.

박(식물) quả bầu. ~꽃 hoa bầu,

박 (금박) lá kim.

박격하다 (공격) tấn công gần. 박격포 súng pháo (cối).

박격포 중대 trung đội súng cối.

박공 (건축) cột chống. đầu hồi.

박다 đóng. 못을 ~ đóng đinh. 나무에 쐐기를 ~ đóng cọc sắt vào cây. 명함을 ~ in danh thiếp.

박달나무 향기 đàn hương.

박대하다 bạc đãi(bẽo), cư xử lạnh nhạt. (반) 환대하다 đối xử thân tình.

박덕 (덕이 적음) thiếu đức tính.

박동 xung động.

박두하다 gần, tới gần, kéo lại gần. 개봉박두 sắp đến khai mở (diễn).

박람회 triển lãm, cuộc triển lãm. 회 chợ, 무역 ~ triển lãm mậu dịch. 국제 ~ hội chợ quốc tế.

박력 sức mạnh. ~ 있는 mạnh mẽ.

박리다매(값을 싸게 많이 판매함) bán nhiều lãi ít.

박멸하다 tiêu diệt, hủy diệt. truy quét, 결핵 박멸운동 chiến dịch chống bệnh lao.

박명 bạc mệnh, số không may. 가인 ~ giai nhân bạc mệnh.

박물관 viện bảo tàng. 국립 ~ viện bảo tàng quốc gia.

박박 (빡빡) ~ 긁다 gãi mạnh lên. 얼굴이 ~ 얽다 bị rỗ hoa khắp mặt. 머리를 ~깎다 cắt tóc ngắn. 빡빡하게 들어차다 bị nhồi nhét.

박복하다 không may, bất hạnh, rủi ro. (반) 행복하다 hạnh phúc.

박봉 tiền lương thấp (eo hẹp). ~으로 겨우 살아가다 vừa mới ăn ở bằng ít lương.

박사 tiến sĩ. ~학위를 수여하다 ban cho học vị~ . 법학 ~ luật khoa ~. 문학 ~ văn hkoa ~. 의학박사 (의사) bác sĩ.

박살하다 đánh chết. tiêu diệt.

박살나다 nát vụn.

박살을 내는 xiềng liềng.

박색 bộ mặt xấu xí, khuôn mặt không đẹp.

박수 vỗ tay. 우뢰 같은 ~ 소리 tiếng vỗ tay như sấm. ~로 맞이하다 chào đón bằng những tràng vỗ tay. 김씨에게 열렬한 ~를 부탁드립니다 xin quý vị dành một tràng ~ nhiệt liệt cho anh Kim.

박수갈채를 보내다 tràng vỗ tay.

박수 (무당) thầy phù thủy.

박식한 học rộng, thông thạo, thông thái. hay chữ. ~학자 uyên nho.

박식한 사람 bậc túc học. từ điển sống. thạc học.

박식가 nhà bác học.

박아넣다 dát. 옥을 ~ ~ ngọc.

박애 bác ái, lòng từ thiện. ~주의자 người ~.

박약하다 bạc nhược, yếu đuối. 의지가 ~ ý chí yếu đuối. 증거가 ~ chứng cớ yếu (thiếu).

박음질하며 꿰매다 may đột.

박이다 bị đóng vào. 가시박힌 손가락

박자 nhịp, dịp, tiết tấu. ~를 맞추어 theo ~, hòa ~. ~를 치다 gõ nhịp, ~를 맞추다 nhịp chân, 손으로 ~를 맞추다 đánh nhịp, giữ nhịp bằng tay.
박자가 안맞는 lộn chộn, ~합창 đồng ca ~.
박작 박작 (북적북적)거리다 lăng xăng, tất bật.
박장대소하다 vỗ tay cười khà. nhoẻn miệng cười. ngặt nghẹo.
박절하다 lạnh nhạt, nhẫn tâm (박정하다)
박정기 (섬유) máy chỉ vải.
박정한 tệ. 친구에게 박정하다 ~ đối với bạn.
박제 sự nhồi bông. 박제품 (동물) thú nhồi bông.
박쥐 con dơi (남), con dớt (북).
박진감 cảm giác (thấy) hiện thực. ~넘치는 có cảm thấy thực tế.
박차 xúc tiến, tiến hành mạnh. ~를 가하다 hết sức tiến. 말에 ~를 가하다 thúc ngựa.
박차다 đá bậc đi, loại bỏ. 자리를 박차고 나가다 tống ra khỏi phòng.
박치기하다 va đầu vào, đụng đầu vào.
박탈하다 (빼앗다) tước đoạt. nhắc, 농지를 ~하다 tước đoạt ruộng đất.
박테리아 vi khuẩn. vi trùng
박토 vùng đất khô khan. (반) 옥토 đất màu mỡ (phì nhiêu).
박하 cây bạc hà. ~사탕 kẹo bạc hà.
박하다 (인색하다) keo kiệt, hà tiện, . (각박하다) khắc bạc. 인심이 각박한 세상 thế gian khắc bạc.
박학한 bác học, có học rộng, thông thái.
박학 다식한 thâm nho, ~분 một vị ~.
박해하다 áp bức, đàn áp. bắt bớ, bách hại, 박해를 받다 bị khủng bố, bị hành hạ. 무서운 박해 bách hại khủng khiếp.
박해(핍박)를 당하다 chịu bắt bớ.
박히다 bị đóng vào. 사진이 잘 박혔다 bức ảnh chụp rõ.
밖 bên ngoài, ngoài. (반) 안 bên trong. ~에서 ngoài trời, 집 ~에서 ngoài nhà. 밖의 일 việc bên ngoài. ~에 나가다 ra ngoài. ~으로 내밀다 thò, ló, 머리를 창~에 내밀지 마라 đừng thò đầu ra ngoài cửa sổ. 2. 그밖에 ngoài cái đó ra. 하나밖에 없는 몸 cơ thể chỉ có một. 저는 3 천동 밖에 없다 tôi không có gì ngoài 3 ngàn đồng. 그것 ~에 모른다 không biết gì ngoài cái đó. 그렇게 할 수 밖에 없다 không thể không làm như thế. 자네 ~에 아는 사람이 없다 không biết ai ngoài cậu cả.
밖에 던지다 quăng ra ngoài.
밖으로 내 쫓다 đuổi ra ngoài.
반 (절반) một(phân) nửa, một phần hai. 무rưỡi, 반병 nửa bình. ~정도 khoảng một nửa. 농담반 진담반 nửa đùa nửa thật. 한시간 반 một tiếng rưỡi đồng hồ. 그 일을 반도 못했다 một nửa công việc anh ta cũng chưa làm xong. 비용을 반으로 줄이다 giảm kinh phí xuống còn một nửa. 반만 남아있다 chỉ còn lại một nửa. 반은 sự thật 반은 거짓 nửa thật nửa giả.
반 (학급) lớp học. 학생을 두반으로 나

누다 chia học sinh thành hai lớp.
반 (반대) 반제국주의 chủ nghĩa chống đế quốc. 반 공산주의 chủ nghĩa chống cộng sản.
반가공품 hàng bán thủ công. 반공개의 bán công khai.
반가와하다 vui mừng (sướng), hân hạnh. 만나서 기쁘다 (반갑다) hân hạnh được gặp anh. 소식을 듣고 아주 반가와하다 nghe xong tin thì rất vui mừng.
반가움 sự vui mừng.
반가이 vui vẻ. niềm nở, ~맞다 tiếp đón một cách ~
반감 ác cảm, hận thù. ~을 사다 khêu dậy mối hận thù. ~을 품다 nuôi dưỡng lòng thù hận.
반감하다 giảm một nửa. 흥미가 ~ giảm phân nửa hứng thú.
반갑다 vui mừng, vui, hân hạnh. 반가운 소식 tin vui. 반갑게 웃다 cười một cách vui mừng. 만나서 반가운 손님 vị khách được hoan nghênh.
반값 phân nửa giá. ~으로 사다 mua bằng ~. ~으로 깎다 giảm giá xuống một nửa.
반거들충이(재주를 배우다가 중지한 사람) người biết lõm bõm. người nông cạn
반격하다 phản công, phản kích. chống càn.
반경 (수학) bán kính. 행동반경 phạm vi hoạt động.
반공립학교 trường bán công.
반공(공산주의를 반대함) sự tố cộng.
반공산주의자 phản cộng.
반공운동 chiến dịch tố cộng.
반구 bán cầu. 서반구 tây bán cầu. 동반구 đông bán cầu.
반국가 phản quốc gia.
반군 quân nghịch, đạo quân phiến loạn.
반기 cờ hiệu khởi nghĩa. ~를 들다 vũ trang nổi dậy chống lại. khởi loạn.
반기 nửa kỳ, nửa năm. 상반기 nửa năm đầu. (반) 후반기 nửa năm cuối. 상~결산 quyết toán 6 tháng đầu năm.
반기다 vui mừng, hoan nghênh, hoan hỉ. 손님을 ~ vui mừng tiếp đón vị khách.
반나절 nửa ngày, nửa buổi. ~ 노동자 thợ làm ~.
반나체 bán khỏa thân, bán lõa thể. cởi trần.
반납하다 nộp lại, trả lại. 회사에 ~ nộp lại cho công ty.
반년 nửa năm. 반년마다 nửa năm một lần.
반다스 nửa tá, nửa lố.
반닫이 cái tủ.
반달(15 일) một nửa tháng.
반달 trăng khuyết, bán nguyệt, nửa vòng trăng.
반대 1. đối diện, đối nghịch, ~로 ngược lại. trái lại, ~방향으로 ngược chiều. 흑은 백의 ~이다 đen là ngược lại với trắng. ~로 말하다 nói trái lại. 2. **반대하다** phản đối, chống lại(chọi). đối lại, làm khó, chống báng, (반)찬성하다 tán thành, 반대한 사람 하나도 없다 không có một người phản đối. …에 ~하다 phản đối cái gì đó. 부모가 그 혼인에 ~하다 bố mẹ phản đối cuộc

hôn nhân ấy. 무엇이든 반대하지 않겠다 dù thế nào tôi cũng sẽ không phản đối. ~어 từ trái nghĩa, từ đối nghĩa. 반대운동 cuộc vận động phản đối. ~명제 nghịch(phản) đề. ~ 방향 nghịch chiều.

반대는 강할수록 열정을 더욱더 타오르게 할 뿐 생각을 바꾸게 하지는 못한다 Sự phản đối chỉ làm cho nhiệt huyết càng thêm cháy bỏng, chứ không làm thay đổi suy nghĩ.

…와 반대로 trái(ngược) lại.

반대말 phản nghĩa ngữ.

반대 예를 들다 phản thí dụ.

반대의(거슬리는) xuôi ngược.

반대인물 nhân vật phản diện.

반대쪽에 있는 đối diện.

반대증서 phản đối chứng thư.

반대당 địch đảng.

반덤핑 수입관세 thuế nhập khẩu chống bán phá giá

반도 bán đảo. 한~ Hàn bán đảo, bán đảo Triều Tiên(조선반도).

반도(반란의 무리) quân phiến loạn.

반도체 mạch bán dẫn. ~산업 công nghiệp bán dẫn. ~부품 linh kiện bán dẫn.

반동 phản động. ~분자 phần tử ~. tay sai ~, 반동사상 tư tưởng ~. ~력 lực, ~책략 phản mưu.

반두(손그물) vó.

반드럽다 (매끈하다) mượt, trơn, bóng loáng. 반드럽게 하다 làm cho mượt.

반(빤)드르르 một cách bóng loáng, một cách êm ả.

반드시 nhất định, nhất thiết. chắc chắn, thế tất. tất phải, quyết, ~ 이긴다 quyết thắng, ~ 그렇지 않다 không nhất định phải như vậy. 부자라고 해서 ~ 행복하지는 않다 không phải người giàu là nhất thiết sẽ hạnh phúc. 그는 ~ 이긴다 nhất định anh ta sẽ thắng. 번쩍이는 것이 ~ 다 금은 아니다 không phải thứ gì lấp lánh cũng là vàng. 식사 전에 손을 ~ 씻어야 한다 trước khi ăn nhất thiết phải rửa tay. … 하면 반드시 thì chớ, 도와주지 않으면 반드시 괴롭힐거야 không giúp đỡ thì chớ lại còn đến quấy rầy.

반드시…하다 thế tất, ắt phải.

반드시 그렇게 해야 한다 nhất thiết phải làm như vậy. 반드시만나다 gặp phải.

(명)반드시 돈으로 사람이 행복해지는 것은 아니다 Tiền chưa hẳn đã mang lại hạnh phúc cho con người.

반 (빈)들거리다(게으르다) ăn không ngồi rồi. (빛나다)) lấp lánh, long lanh.

빤들빤들 (반들반들) bóng láng. hoạt trạch, (게으른) lười biếng. ~ 빛나다 óng.

반듯하다 vuông vức.(정사각형)

반듯이 눕다 nằm ngửa.

반등 phục hồi nhanh chóng. 주가의 ~ tăng trở lại của cổ phiếu, ~하다 phục hồi lại.

반딧불 ánh sáng đom đóm.

반락 giảm giá ngược lại.

반란 phản loạn, nổi loạn. ~을 일으키다 gây ~. dấy loạn, tác phản, ~을

일으키기로 공모하다 thông mưu nổi loạn, 반란을 진압하다 trấn áp ~. tĩnh loạn, 반란군 quân ~. ngụy đảng, phiến quân. 반란자 kẻ ~. nghịch tặc.
반란을 선동하다 xướng(phiến) loạn.
반려자 bạn trăm năm. (부부) bầu bạn, đôi lứa.
반려(기각)하다 trả lại, bác lại. 사표를 ~ bác lại đơn xin thôi việc.
반론 phản thuyết(bác), chống cãi. mâu thuẫn. đính chính.
반말 lời nói không lễ phép, nói hỗn.
반면 mặt khác, tương phản, trái lại. ~에 trái với cái đó, ngược lại. 값이 싼 ~에 질이 안좋다 ngược lại với giá rẻ là chất lượng không tốt.
반면에(그런데) còn.
반명함판사진 cảnh gần.
반모음 bán nguyên(mẫu) âm.
반목하다 ghét nhau, đối lập.
반문하다 hỏi ngược lại.
반물색(검푸른색) màu xanh đen.
반미치광이 người hơi điên dại.
반민주적인 phản dân chủ.
반바지 quần đùi(ngắn), quần lửng, quần sọt(cụt).
반박하다 phản bác, cãi lại. chống cãi.
반반 một nửa và một nửa, hai phần bằng nhau. ~으로 나누다 chia làm hai nửa. ~으로섞다 trộn thứ một nửa. 승산은 ~이다 khả năng giành chiến thắng là năm mươi năm mươi.
반반하다 (바닥) bằng phẳng. 길을 반반하게 고르다 san bằng con đường. (생김이) đẹp, duyên dáng.
반발하다 phản đối, phản bác.

반백 nửa tóc bạc.
반벙어리 người không nói được rõ ràng.
반병신 người bị khuyết tật.
반복 lặp đi lặp lại, lặp lại, nhắc lại. ~하여 말하다 nói ~. 역사는 ~한다 lịch sử ~. ~해서 고개를 끄덕이다 gật gù.
반복어 từ lắp láy.
반봉건 phản phong.
반부화된 달걀 trứng lộn.
반분하다 chia đôi, chia đều.
반비례 tỷ lệ nghịch. phản tỷ lệ.
반사 phản xạ, phản lại, phản chiếu. ~적으로 có tính ~, có tính phản lại. 반사등 đèn phản chiếu. ~체 vật ~. 조건 ~ phản xạ có điều kiện. ~작용 chiếu ánh. ~광선 phản quang.
반사경 gương phản chiếu.
반사적인 vô ý thức, ~움직임 cử động ~.
반사회적 phản xã hội.
반삭 nửa tháng.
반상회 buổi họp tổ dân phố.
반색하다 vui mừng, hoan hỉ, hân hoan.
반생 nửa cuộc đời. 전 ~ nửa đầu cuộc đời. (반) 후 ~ nửa sau cuộc đời.
반석 bản thạch, khối, đá tảng (nhô). hòn đá. 반석같이 견고한 vững như bàn thạch.
반선전 phản tuyên truyền.
반성하다 tỉnh ngộ, phản tỉnh, tỉnh ra, xét mình, nhận ra, hiểu ra, hối cải. 자기의 행위를 ~ hối cải về hành vi của mình.
반세기 một nửa thế kỷ.
반소하다 bị cháy một nửa.
반소매 nửa tay áo. ~샤스 áo sơ mi tay

ngắn.
반송하다 gửi trả lại.
반송장 kẻ chết dở, người vô tích sự.
반수 phân nửa con số.
반숙 nấu chín phân nửa, chín một nửa. 나는 ~을 좋아한다 tôi thích trứng la cốc.
반숙 달걀 trứng la cốc(luộc sơ), .
반시간 nửa giờ.
반식민지국가 quốc gia bán thuộc địa.
반신(몸의 절반) bán thân, nửa người. ~사진 hình thẻ. 반신상 tượng ~. 상반신 nửa trên cơ thể. (반) 하반신 nửa dưới cơ thể. ~마비 liệt nửa người.
반신불수 bệnh liệt. sự liệt một bên. bại liệt bán thân.
반신(몸을 팔다) bán thân, 생활을 목적으로 몸을 팔다 ~ nuôi miệng
반신 hồi âm, đáp án. 반신료 bưu phí trả lại.
반신반의 bán tín bán nghi. nửa tin nửa ngờ. ngờ ngợ.
반액 nửa số tiền. ~으로 bằng nửa số tiền. ~으로 하다 bán bằng nửa số tiền. 12 세미만의 어린이는 ~ 입니다 trẻ em dưới 12 tuổi trả một nửa tiền.
반 액체 sệt sệt.
반어(반대말) từ phản nghĩa, trái nghĩa
반어적 표현 há, đọc어보지 못하였느냐 há không đọc.
반어적인 châm biếm. ~적으로 một cách ~.
반역하다 phản(thoán) nghịch, bội nghịch, làm giặc, mưu phản. 반역자 kẻ phản bội. phản tặc, loạn dân, 반역죄 tội phản quốc. 반역한 신

하 loạn thần.
반영 phản ánh, phản chiếu. 이책은 당시사회를 반영한다 quyển sách này phản ánh xã hội đương thời. 여론의 ~ phản ánh của dư luận. (빛의)hồi quang.
반영구적 bán thường trực.
반올림하다 làm cho tròn.
반원 nửa vòng tròn. ~을 그리다 tạo thành ~. ~형의 lưỡi liềm.
반월 (반개월) nửa tháng. (반달) trăng bán nguyệt.
반유동체 sền sệt, hơi lỏng.
반유태의 chống Do Thái.
반음 (음악) nửa âm.
반응 phản ứng. ~하다 phản ứng với. ~이 있다 có phản ứng. (반) ~이 없다 không có phản ứng. 반응을 일으키다 gây ~. 반응시간 thời gian ~. 반응실험 thử nghiệm ~, thí nghiệm ~. 반응열 phản ứng nhiệt. 연속~ ~ liên tiếp, 양성~ phản ứng dương tính. (반) 음성 ~ phản ứng âm tính. ~핵 phản ứng hạt nhân. ~을 나타내다 phản ứng.
반의반 (4 분의 1) một phần tư.
반의어 trái nghĩa, từ phản nghĩa.
반 이상 thái bán.
빤히 쳐다보다 nhìn đăm đăm(chăm chăm).
반일의 chống Nhật Bản. 반일감정 quan niệm chống Nhật.
반입하다 đưa vào, mang vào, thu vào.
반일 nửa ngày.
빤짝빤짝 (반작반작)빛나다 một cách lấp lánh, lập lòe, lóng lánh. óng ánh, loang loáng. 햇빛에 빤짝거리다 lấp lánh trong nắng. 반짝반

짝하는 별 sao lấp lánh. 반짝이는 구슬같은 눈물 hạt châu long lanh. 반짝거리다 chập chờn. 반짝반짝 빛나는 조약돌 hòn đá óng ánh.
반짝 들리다 (쉽게 들리다) bị kéo lên cao, được nâng lên cao.
반짝이다 lóng(lấp) lánh, lung linh, lấp loáng, thấp thoáng.
반작용 phản tác dụng. 작용과 반작용 tác dụng và phản tác dụng. 반작용적 có tính phản tác dụng. ~을 일으키다 gây phản tác dụng.
반장 (학교) lớp trưởng, trưởng ca (공장의) nhóm trưởng, trưởng chuyền (sản xuất).
반장화 giày bốt cổ ngắn.
반전 phản chiến, phản đối chiến tranh. ~운동 vận động phản chiến.
반전하다(형세가 뒤바뀌다) quay ngược lại, quay ngược chiều.
반절로 나누다 chia làm hai, chia đôi.
반점 vết đốm. nám đốm, 반점있는 có đốm đốm. vá, 햇빛에 탄~ nám đốm.
반 정도 lưng lửng, 적당히 먹다 ăn ~.
반정보 phản tình báo.
반정부 phản chính phủ, chống chính phủ. ~세력 nghịch đảng.
반제국주의 phản chủ nghĩa đế quốc. ~자 phản đế.
반제품 bán thành phẩm.
반쪽 phân nửa.
반주(음식의) rượu khai vị, ~로 마시다 nhắm rượu.
반주일 nửa tuần.
반주하다 đệm nhạc. họa, 오케스트라의 반주 dàn nhạc đệm. 반주자 người đệm nhạc. 반주에 따라 đệm theo. 반주단 의 무대 khoang nhạc.
반죽하다 nhồi, nhào, trộn, (밀가루를) nhào (nhồi) bột. (시멘트를) trộn xi măng.
반죽음 chết một nửa
반즈봉 (반바지) quần đùi, quần soóc
반쯤 nửa chừng, nửa đường. ~ 익은 밥 sơ cơm.
반쯤 감긴 lim đim.
반쯤 열다 mở hé, 문을~ hé cửa.
반쯤 익힌 nửa chín nửa sống.
반증 phản chứng. ~을 제시하다 đưa ra ~.
반지 cái nhẫn, cà rá, nhẫn. ~를 끼다 đeo nhẫn. (반) 반지를 빼다 tháo nhẫn. ~ 낀 손가락 ngón tay đeo nhẫn. 결혼 ~ nhẫn kết hôn, nhẫn cưới. 금~ nhẫn vàng. 루비~ nhẫn ru bi. 다이야 반지 nhẫn hột xoàn.
반지르르한 một cách hào nhoáng.
반지름 (반경) bán kính.
반직사광선 phản tác xạ.
반짇고리 hộp đồ khâu.
반질거리다 bóng loáng, hào nhoáng. (교활한) ranh mãnh.
반찬 thức ăn. 맛있는 ~ thức ăn ngon. 시장이 반찬이다 khi đói thì cái gì cũng ngon.
반창고 băng keo, (고약) thuốc cao dán.
반추하다 nhai lại. 반추동물 động vật nhai lại. loài nhai lại.
반출하다 đưa ra, dẫn ra.
반취하다 hơi say, ngà ngà say, nửa say.
반칙하다 cú đấm trái luật, chơi đểu, cú ăn gian, phạm luật. 반칙자 người phạm luật. vi phạm, phạm lỗi. 반

칙으로 퇴장당하다 bị đuổi khỏi sân vì phạm lỗi.
반칙으로 가격하다(복싱)đánh trái luật.
반투명하 trong mờ, mờ.
반팔 (옷) áo ngắn tay.
반평생(중년) nửa đời.
반포하다 công bố, ban hành.
반품하다 hàng bị trả, hàng trả lại, trả lại hàng.
반하다 phải lòng. 반한 여자 phụ nữ phải lòng ai. 서로 ~ phải lòng nhau. 2. bị hấp dẫn. 그림에 ~ bị cuốn hút bởi bức tranh. 여자의 아름다움에 ~ bị cuốn hút bởi vẻ đẹp của phụ nữ. 당신에게 반했다 anh phải lòng em rồi.
빤하다 (분명하다) rõ ràng. 빤한 이치 sự thật ~.
반하여 ngược lại, trái lại. 이에 ~ trái với cái này. 나의 의사에 ~ trái với ý tôi. …에 반하여 trong khi ~.
반 학우 song hữu.
반합 (세트) hộp cơm(남), cặp lồng (북), cà mèn.
반항 chống đối, phản kháng. ~적 có tính chống đối. ~적 태도를 취하다 có thái độ ~. 법에 ~하다 chống đối pháp luật.
반향 tiếng vang, vang lên. 반향을 일으키다 gây hưởng ứng.
반혁명 phản cách mạng.
반환하다 trả lại, trao trả, hoàn lại, đưa lại. 빌린 돈을 ~ trả lại tiền đã mượn. 포로를 ~ trao trả tù binh.
반환축 trục quay.
빤히 (명백히) rõ ràng. ~ 알다 biết rõ.(뚫어지게) bất động. 빤히 쳐다 보다 nhìn chăm chăm, ngó trân trân, nhìn sững, dán mắt nhìn (남), nhìn chòng chọc (북).
받다 nhận, thu nhận, lãnh, thọ lãnh, tiếp nhận, lấy, thụ.(반) 보내다 gửi, …을 받다 nhận cái gì đó. 편지를 ~ nhận thư. 사과를 ~ nhận lời xin lỗi. 뇌물을 ~ nhận hối lộ. 월급을 ~ nhận lương. 인정을 ~ được sự công nhận, nhận định. 2. bị, chịu, được. 모욕을 ~ bị sỉ nhục, 치료를 ~ được chữa trị. 수술을 ~ bị mổ, phải mổ. 혐의를 ~ bị nghi ngờ. (머리로) húc, báng, 사형언도를 ~ lãnh án tử hình.
받았다는 통지 báo nhận.
받들다 (공경하다) tôn kính, tôn cao, kính trọng. 스승을 ~ kính trọng thầy cô. 받들고 섬기다 tôn cao và hầu việc, (받쳐들다) đưa lên, nâng lên. (보좌)trợ lý. ủng hộ.
받들어총 bồng súng chào!
받아들이다 chấp nhận, tiếp nhận, nhậm, tiếp thu, hấp thụ, (환대) thụ ứng, (인수하다)thừa thụ, (사람을)kết(thu) nạp, 충고를 ~ tiếp nhận lời khuyên của ai đó. 요구를 ~ đồng ý yêu cầu. 제안을 ~ chấp nhận đề nghị. 받으실만한 đáng nhận.
받으라(상속) nhận lấy.
받은 nhận lãnh.
받아쓰기 chính tả. 받아쓰다 viết ~.
받아주다(용서) miễn chấp.
받치다 (괴다) kê vào, chèn vào. 책상 다리밑에 받침을 받치다 kê cái đỡ vào dưới chân bàn.
받침 cục kê, cái, cái đỡ. ~을 괴다 kê vào, chèn vào.

받침대(건축) cây cốt pha.
받히다 bị húc vào. 소에게 ~ bị bò húc.
발 1. chân. bàn chân. 머리에서 발까지 từ đầu tới chân. ~을 밟다 dẫm chân lên. ~이 저리다 tê chân. ~로 차다 dùng chân đá. ~로 서다 chồm. 네발 책상 cái bàn bốn chân, ~소리 tiếng bước chân. 2.(발걸음) bước chân. ~이 느리다 đi chậm. ~을 멈추다 dừng chân. 3.(총알) phát, viên. 탄약 30발 30 viên đạn. 3발쏘다 bắn 3 phát. 백발백중 trăm phát trăm trúng.
(속)발 없는 말이 천리 간다(소문은 멀리 퍼지기 때문에 조심해야 한다)Lời nói không có chân mà đi ngàn dặm.(phải cẩn thận khi nói vì tiếng đồn có thể lan xa).
발과 손 thủ túc.
발(창문의) rèm, ~을 내리다 buông ~.
발이 묶이다(떠나지 못하다) bó chân.
발이 미끄러지다 sẩy chân.
발이 빠른 nhanh chân.
발을 걸다 ngoéo. móc ngoéo.
발을 구르다 giậm chân.
발을 묶다 vướng chân.
발을 미끄러지게 하다 sia chân.
발을 삐다 sái chân (남), bong gân (북).
발을 뻗다 duỗi chân, ngay chân ra.
(속) 발을 뻗고 자겠다(걱정할 것이 없으니 안심하고 살겠다) Duỗi chân mà ngủ(không có điều gì đáng lo nên sống an tâm).
발을 길게 벌리다 chân xoãi dài
발을 오그리다 co chân lại.
발 (가리는) tấm màn. (출입구의) màn cửa, (바람막이) màn gió, ~을 치다 treo màn cửa.

발을 빼다 tháo lui. 어려움이 있다는 것을 알고 그들은 모두 발을 뺏다 biết khó khăn chúng tháo lui hết.
발을 뻗다 duỗi chân thẳng ra.
발을 벌리다 xoãi.
발을 펴다 ruỗi chân.
발을 헛디디다 hụt chân, sa sẩy. lỡ bước.
발이 미끄러지다 sẩy(sia) chân.
발가락 ngón chân. 손가락 ngón tay. ~뼈 lóng chân.
발가벗다 cởi bỏ quần áo, thoát y. 발가벗기다 lột trần.
발가벗은(전라의)trần truồng.
발가숭이 khỏa thân, thân thể trần truồng.
발각되다 bị lộ ra, bị phát hiện ra.
발간 (빨간). ~ 거짓말 lời nói dối rành rành. ~ 벽돌 màu đỏ gạch.
빨간 오랏줄 tơ hồng.
발간하다 xuất bản.
빨강 màu đỏ. ~색 바지 quần hồng.
빨갛게 익다 đỏ ói(ối).
빨강머리 tóc đỏ.
빨강 (갱)이 người theo chủ nghĩa cộng sản.
발(빨)갛다 đỏ thắm (thẫm). 얼굴이 빨갛게 되다 đỏ mặt (빨개지다).
발걸음 bước chân, bước đi. 가벼운 걸음으로 những bước chân nhẹ nhàng. ~을 재촉하다 rảo bước(cẳng).
발견하다 phát hiện, tìm ra(thấy), bắt gặp, khám phá. (과학적현상을) phát kiến, 발견자 người phát hiện, 나는 우연히 그것을 발견했다 tôi tình cờ phát hiện ra cái đó.
발광하다 điên cuồng, loạn óc(trí), mất

trí, phát điên. hóa dại.

발광 (빛을 발함) phát sáng ra, chiếu ra. ~신호 đèn tín hiệu. ~체 thể sáng mặt trời. 발광탄 đạn sáng.

발군의 (뛰어난) nổi bật. xuất sắc, lỗi lạc.

발굴하다 đào bới, đào lên. 시체를 ~đào bới thể xác, khai quật. 발굴품 đồ khai quật.

발굽 vó, móng guốc. ~을 구부리다 co vó lại, 말 ~ ~ ngựa.

발굽 아래 dưới gót chân.

발권 phát hành tiền giấy. ~은행 ngân hàng phát hành tiền giấy.

발그레하다 bị nhuốm màu đỏ.

발그림자 (발자욱) (국) dấu chân, vết chân.

발끈 화를 내다 nổi cơn thịnh nộ.

발급하다 cấp phát, phát hành. 여권을 ~ cấp phát hộ chiếu.

발끝 đầu ngón chân.~으로 걷다 rón rén(bước), đi ngón gót, ~으로 서다 kiễng chân. 끙긴 nhón gót.

발기 (제안)하다 đề xuất, đề nghị.

발기 cương cứng, cương lên, ngổng lên, cứng, dựng đứng. ~력 감퇴 giảm khả năng cương cứng. ~부전 liệt dương, bất lực. 발기 nuy.

발기하다 nứng cặc, nấng cặc. 성기가 ~ nứng buồi nứng cặc.

발길로 차다 đá bằng chân. 발길질 cú đá. 발길을 돌리다 quay trở lại.

발길을 멈추다 bít đường.

밝다 sáng(반)어두운 tối. 밝게 비추다 soi sáng.

밝아지다 rạng, 조금씩 ~ ràng rạng.

빨다 mút, hút. 사탕을 ~ mút kẹo. 젖을 ~ mút vú.

빨다 (세탁) giặt giũ. 옷을 ~ giặt quần áo.

발딱 일어서다 bật dậy.

발단 căn nguyên, khởi nguyên, khởi đầu. nguồn gốc.

--- 에서 발단하다 từ phát nguyên.

발달 phát triển, mở mang.(반)퇴보 suy tàn, 공업의 ~ phát triển công nghiệp.

빨대 ống hút.

발돋음하다 nhón chân.

발동 chuyển(phát) động. ~기(모터) máy nổ, động cơ. ~선 xuồng máy.

발뒤꿈치 gót chân. 발뒤축이 높은 gót cao.

발등 mu bàn chân. 발등을 밟다 dẫm lên chân.

발등상 bệ chân.

발 디딜곳을 잃다 thất sở.

발라내다 lột bỏ, bóc. 살구씨를 ~ lấy hạt quả mơ ra.

발랄한 sinh động, linh hoạt, hăng hái, sống động, 생기가 ~ hoạt bát.

빨랑빨랑 vội vàng, hối hả, nhanh, mau. ~ 해라 nhanh lên.

빨래 giặt giũ. ~줄 dây phơi áo quần. ~비누 xà bông giặt. ~감 quần áo giặt.

발레 vũ ba lê. 발레니나 nữ vũ ba lê. 발레단 đoàn múa ba lê.

발렌타인데이 ngày lễ tình yêu, ngày valentine.

발령하다 bổ nhiệm, công báo chính thức.

발로 (드러남) biểu lộ, bày tỏ.

빨리 nhanh chóng. mau mắn. ù, tọt, véo. (급히)xoắt, 급하게 먹다 ăn xoắt, ~ 오세요 hãy nhanh đến đây.

너무 ~ 왔어요 đến nhanh quá. 너무 ~가지 마세요 đừng đi nhanh quá. ~ 하세요 hãy làm nhanh lên. ~ 나가다 ù ra, ~따라가다 bươn theo. ~ 처리하다 làm lanh. ~ 시드는 mau tàn. ~ 달리다 chạy tọt, ~ 자라다 mau lớn. ~숨어라 trốn mau đi. 돈이 ~ 없어지다 tiền hết vèo. ~ 팔아치우다 tiêu thụ nhanh.

빨리 빠져나가다 tuồn, vẩm ỉ ~ con rắn ~ đi.

빨리 살찌게 하다 thúc(vỗ) béo.

빨리 쓰다 viết thau tháu.

빨리빨리(대강대강)phiến phiến.

빨리 걷다 bước mau.

빨리다 bị hút. 젖을 빨리다 cho con bú sữa mẹ.

발림말하다 tâng bốc.

발맞다 đi đúng nhịp. (반) 발맞지 않다 đi sai nhịp.

발맞추다 (같이 행동하다) hành động chung

발매하다 bán, phát mãi. 발매금지 cấm phát mãi.

발명하다 phát minh, sáng chế. chế ra, 발명자 người ~. 신발명품 một phát minh mới.

발목 (복사뼈) mắt cá chân. ~을 삐다 trật mắt cá. sai gân. trặc chân.

발목 cổ chân. ~을 삐다 sái chân, trẹo mắt cá (남), bong gân (북).

발문 lời kết (책의 끝에 적는 말)

발밑에 dưới chân, ở dưới quyền ai.

발바닥 lòng bàn chân. gan bàn chân. ~의 티눈 chai chân.

발발하다 nổ bùng, nổ ra. bộc phát, 전쟁 발발 bùng nổ chiến tranh. 병이 ~ bộc phát bệnh.

발빼다 (발뺌하다) rút lui khỏi, không chịu trách nhiệm, phủi tay.

발버둥치다 vùng vẫy, quằn quại. giãy. 물속에서 ~ ~ ở dưới nước.

발벗고 나서다 bắt tay vào vấn đề.

발병하다 bị(phát) bệnh.

발본색원 trừ tận gốc thói xấu.

발부리 đầu ngón chân.

발브(벨브) một cái van.

발사하다 nổ súng, nổ vang, bắn tên lửa. tác xạ, 발사임무 nhiệm vụ tác xạ, 어뢰발사관 ống phóng ngư lôi. 발사대 bệ phóng. 인공위성을 ~ phóng vệ tinh nhân tạo. 대포를 ~ bắn đại bác.

발사거리 tầm bắn.

발사포대 pháo đội tác xạ.

발산하다 làm bay hơi, phát tán, lan tỏa. 좋은 냄새를 ~ tỏa mùi thơm.

발상 (생각의) hình thành trong óc, nhận thức.

발상지 cái nôi, nguồn gốc. 문명의 ~ nguồn gốc văn minh.

발생(일어나다) phát sinh, trỗi dậy, xuất hiện, phát xuất, xảy ra(đến). 문제가 ~하다 phát sinh vấn đề. 열은 불에서 ~한다 nhiệt phát sinh từ lửa. 어떤 일이 일어나고 있는지 모른다 không biết việc gì đang xảy ra. 만약 그 같은 일이 생긴다면 nếu xảy ra như vậy, 어떤일이 일어나건간에 dù xảy ra thế nào 디 나, 동시에 발생하다 cùng xảy ra, 사건이 발생할때 trong trường hợp xảy ra, 그 일이 더 이상 발생하지 않도록 하라 đừng để việc ấy xảy ra nữa. 병이~ ốm phát, 사고가 ~하다 xảy ra tai nạn. ~시키다

khêu, 화나게 만들다 khêu mối giận.
발설하다 hở, phơi bày, tiết lộ, vạch trần. phát tiết. 이야기를 ~ hở chuyện.
발성 nói ra, phát thanh. ~기 máy phát thanh.
발소리 tiếng chân, thình thịch. ~를 죽이고 những bước chân rón rén.
발송하다 gửi đi, gửi. 우편물을 ~ gửi bưu phẩm. 발송인 người gửi.
발송용지 phiếu gởi.`
발신 đánh điện, gửi đi, sai phát. ~기 máy phát(truyền thanh). ~지 nguồn tin.
발신자 người gửi. 수신자 người nhận.
발아하다 nảy mầm, chồi nảy, mọc mộng. manh(phát) nha.
빨아내다 nút, hút ra. 독을~ ~ nọc.
빨아들이다 hít vào, hấp thụ, thấm, hút.
빨아들이는 소리(쪽) ừng ực.
빨아먹다 mút, ngậm. 사탕을 ~ mút kẹo. 백성의 피를 ~ thúc ép với dân chúng.
발악하다 xỉ vả. mắng nhiếc,
발안하다 đề xuất, đề nghị, đưa ra. 발안자 người kiến nghị.
발암 gây ung thư. ~물질 chất ~.
발언하다 phát ngôn, nói. cất tiếng, 발언을 금하다 cấm nói. 발언자 người phát ngôn. 발언권 quyền phát ngôn.
발연 (연기를 냄) tỏa khói, bốc khói.
발열 phát(tỏa) nhiệt(sốt). cơn sốt, ~하다 bị sốt, có nhiệt. ~의 sinh nhiệt.
발원하다 bắt nguồn, xuất phát. 메콩강이 중국에서 ~ sông mê kông bắt nguồn từ Trung Quốc.

발원지 nơi nguồn.
발육 lớn lên, trưởng thành. phát dục, 한창 ~하는 아이 đứa trẻ đang độ tuổi lớn. ~부전 còi, không lớn lên.
발육부진상태인 thui chột.
발음 phát âm. 정확하게 ~하다 phát âm một cách chính xác. 잘못 ~하다 phát âm sai. 발음기관 thanh quản. ~연습 luyện phát âm.
발의 sáng kiến, (제안.제의) đề nghị, kiến nghị. ~권 quyền ~.
발인하다 khiêng quan tài ra khỏi nhà.
발자국 vết chân, dấu chân. túc tích, ~을 남기다 để lại ~. ~을 따ra đi theo ~. 발자국 소리 tiếng bước chân.
발자귀 vết chân con thú.
발자취 dấu chân. ~를 남기다 để lại ~. ~를 따르다 noi bước.
발작(경련) co giật, kinh phong. sài dật.
발작스런 bất thường
발장단 nhịp chân 음악에 맞추어 ~을 치다 nhịp chân theo nhạc.
발전 phát triển. tăng tiến, tân tới,(반) 쇠퇴 suy tàn, 공업~ phát triển công nghiệp. 해외로 ~하다 phát triển ra nước ngoài. ~도상국 các nước đang ~. 경제~국가 nước có nền kinh tế phát triển. 빠르게 ~하다 tiến bộ ro ro. ~시키다 mở mang. khai triển.
발전 가능성 triển vọng.
발전 (전기의) phát điện. ~기 máy phát điện, động cơ ~. 원자력 ~ phát điện nguyên tử. ~소 nhà máy phát điện, trạm ~. 수력 ~소 trạm phát điện thủy lực.
발정 động cỡn(đĩ), muốn theo cái,

động đực. ~기 thời kỳ động đực.
발족하다 bắt đầu, khởi hành, khởi công.
발주하다 đặt mua hàng, đặt hàng.
발주자(건축) nhà thầu chính.
발진(종기) nhọt, đốm đỏ. ~이 난다 mọc nhọt.
발진티푸스 cơn sốt bệnh Rickettia.
발차 khởi hành, ra khỏi. ~시간 thời gian khởi hành. ~신호 tín hiệu ~.
발착 khởi và tới. ~시간 thời gian khởi hành và thời gian tới.
발췌하다 trích, trích đoạn, trích văn, 발췌 bản toát yếu. 발췌하여 번역하다 trích dịch.
발치 chân (tủ, ghế, giường) lân cận.
빨치산 quân du kích, nghĩa quân.
발칙한 (버릇없는) vô lễ, thô lỗ, láo xược. ~한 놈 kẻ láo xược.
발칵 bất ngờ, thình lình.
발칸반도 bán đảo Balkan(Ban-căn)..
발코니 bao lan, sân gác, bao lan(lơn), ban công.
발탁하다 tuyển chọn, lựa chọn. nhắc.
발톱 móng chân. (짐승의) vuốt. nanh móng, 발톱에 할퀴다 bị quào.
발파하다 làm tan vỡ, phá tan. 발파약 thuốc nổ.
발판 chỗ đứng, chỗ để chân, ván để chân, giàn giáo.
발판 사다리 thang xếp(gập).
발포하다 bắn pháo, bắn súng, phát đạn, nổ súng. hỏa phát, 발포지휘 điều khiển tác xạ.
발표 phát biểu, tỏ bày, công bố, thông báo. 정식으로 ~하다 phát biểu một cách chính thức. 시험결과를 발표하다 thông báo kết quả kỳ thi.

발하다 (피다) nở hoa. (명령을) công bố nội quy. (빛을) tỏa ra, chiếu ra. (냄새)tỏa ra.
발행 phát hành. 매월 2 회 ~하다 mỗi tháng phát hành 2 lần. 잡지를 발행하다 ~ tạp chí. ~을 정지하다 ngừng ~. 발행금지 cấm ~. 새 화폐를 발행하다 ~ tiền giấy mới. ~가격 giá ~. 발행일 ngày ~.
발호하다 nhảy lên vừa ý, thống trị ép.
발화하다 bắt lửa, bốc cháy. phát hỏa, 발화장치 bộ phận bắt lửa. 자연발화 tự bốc cháy.
반환하다 phát hoàn.
발회 (개회)khai mạc, buổi họp đầu tiên.
발효하다 lên men, dậy men, gây men.
발효시키다 ủ, 퇴비를 ~ ~ phân.
발효 men cái. (효과) đem lại hiệu quả, đưa đến kết quả. (효소) diệu mẫu.
발휘하다 phát huy. trổ, 실력을 충분히 ~ phát huy hết thực lực. 능력을 ~ phát huy năng lực. 재능을 ~ trổ tài.
발흥하다 nhảy bật lên, bật dậy.
밝기 độ sáng, tính sáng.
밝다 sáng, sáng rỡ.(반)어두운 tối, 밝은 곳에서 chỗ sáng.밝은 동안에 khi trời còn sáng. 달밝은 밤 đêm sáng trăng. 대낮처럼 밝은 sáng như ban ngày. 하늘이 밝아지다 trời sáng dần. 날이 밝기 전에 trước lúc bình minh. 밝은(달이) vằng vặc. 밝고 어두운 hối minh. 밝고 가벼운 thỏ thẻ. 밝은 달 trăng sáng(tỏ). 밝은빛 quang huy.
밝아지다 rạng. rờ rỡ. 밝아진 여명 bình minh rờ rỡ.

ㅂ

밝은 노란색 vàng rực.
밝은 미래 tương lai sán lạn.
밝은 방 phòng sáng.
밝을 녘 lúc rạng đông, lúc bình minh, lúc tảng sáng.
밝히다 làm cho rõ ra, giải rõ, tỏ ra, thể hiện, bày tỏ, công khai. 계획을 ~ công khai kế hoạch. 신분을 ~ làm rõ thân phận 이름을 ~ nói cho biết tên. 밝혀내다 phát giác. 애정을 ~ tỏ tình.
밟다 dẫm, bước. 남의 발을 ~ dẫm chân người khác. 잔디를 밟지 마세요 không dẫm lên cỏ. 외국땅을 ~ bước lên mảnh đất nước ngoài. 뒤를 ~ theo vết ai, theo sau. 수속을 ~ hoàn thành thủ tục. 밟아서 짓이기다 chà đạp
밟히다 bị dẫm lên.
밤 đêm. tối,(반)낮 ban ngày, 오늘 ~ đêm nay. 어젯밤 tối hôm qua. 내일밤 tối mai. 전날 ~ đêm hôm trước. 밤의 서울 Seoul về đêm. 서울의 밤 đêm Seoul. 밤의 침묵 sự yên lặng của ban đêm, 밤이 되다 đêm tới, chuyển sang đêm. ~을 새우다 thức đêm. thao thức, 밤이 아주 깊었다 đêm đã rất khuya. 밤늦게까지 공부하다 học tới khuya. ~마다 hằng đêm, mỗi đêm. 얼 đêm, 밤새도록 thâu đêm, suốt đêm, cả đêm. 그저께 밤 tối hôm kia, 밤 12시 12 giờ tối. 밤마다 잠 못이루고 뒤척이다 đêm đêm trăn trở. 밤에 아이가 우는 증상 dạ đề.
밤에 về ban đêm. trong đêm.
밤을 새다(친구집에서)trú đêm.
밤이 새도록 잠못이루다 thao thức cả đêm không ngủ.
밤 (과일) hạt dẻ. 밤색 có màu hạt dẻ. ~나무 cây ~. cây dẻ rừng.
밤길 đi đêm. ~을 가다 đi đêm.
밤 낚시 câu đêm. ~ 가다 đi câu cá đêm.
밤낮 ngày đêm. ~으로 공부하다 học tập ngày đêm. ~ 가리지 않고 không kể ~.
밤눈 tầm nhìn ban đêm. ~이 어둡다 mắc chứng quáng gà.
밤도와 (일하다) suốt cả đêm.
밤모임 dạ hội.
밤비 cơn mưa đêm, dạ vũ.
밤사이에 đang đêm, suốt đêm.
밤새 thâu đêm, ~ 깨어있는 thức ~, ~간호하다 túc trực.
밤새 계속 공격하다 tiếp tục tấn công suốt đêm.
밤새도록 cả đêm. đêm dài, thâu canh, chung dạ, triệt dạ, ~마시다 uống rượu suốt đêm.
(속) 밤새도록 울다가 누구 초상이냐고?(모호하여 무슨 일인지 원인도 알지 못하고 참여한다) Khóc cả đêm rồi hỏi là tang lễ của ai? (việc hồ đồ thì không biết nguyên nhân nhưng cũng tham gia).
밤새 놀며 다니다 hành lạc thâu đêm.
밤새 안녕하십니까? suốt đêm qua bình an chứ ạ?
밤새껏 thâu đêm.
밤새우다 ngồi suốt đêm, thức suốt đêm.
밤샘하다 thức suốt đêm. 밤샘은 건강에 해롭다 thức khuya có hại cho sức khỏe.
밤소경 người bị quáng gà.
밤소일하다 ngồi suốt đêm chơi bài.

밤손님 dạ khách, (도둑) kẻ trộm. ~이 들다 bị kẻ trộm.
밤송이 hạt dẻ gai.
밤안개 sương mù ban đêm.
밤알 hạt dẻ.
밤여행 dạ hành.
밤열차 chuyến tàu đêm.
밤이슬 sương đêm. ~을 맞다 phơi mình trong ~.
밤일 ca tối, ca đêm.
밤잠 giấc ngủ đêm.
밤중 nửa đêm. ~에 lúc ~. 에 đến khuya, ~내내 chỉnh dạ.
밤차 chuyến xe lửa đêm. ~를 타다 đi xe lửa đêm.
밤참 ăn quà đêm.
밤축제 dạ yến.
밤풍경 dạ sắc.
밤하늘 bầu trời đêm.
뺨(볼) má, 야윈 볼 má hóp, 붉그레한 볼 má hồng.
뺨을 대다 đưa má.
(속) 뺨 맞을 놈이 여기 때려라 저기 때려라 한다(벌을 받는 놈이 큰소리 친다) Kẻ bị đánh má còn kêu đánh vào chỗ này, chỗ nọ(kẻ bị trừng phạt còn lớn tiếng kêu la).
밥 1.cơm. ~한그릇 một bát cơm (북), một chén cơm (남). 밥그릇 bát cơm (북), chén cơm (남). ~을 짓다 nấu cơm (남), thổi cơm, đun cơm (북). 밥을 먹이다 cho cơm ăn. 쥐는 고양이의 밥이다 chuột là thức ăn của mèo. ~솥 nồi cơm. 전기 ~솥 nồi cơm điện. 밥통 thùng đựng cơm, nồi đựng cơm. ~을 푸다 dỡ cơm. 밥 담아두는 그릇 vịm.

밥만 축내는 인간아! đồ toi cơm!
밥을 담다 xới, 밥그릇에 ~ ~ cơm vào bát.
밥을 젓가락으로 긁어 먹다 và cơm.
밥공기 (사발) bát (북), tô (남).
밥값 tiền cơm.
밥그릇 chén (남), bát (북).
밥만 축내다 toi cơm.
밥만 축내는 인간아! (욕) đồ toi cơm!..
밥맛 ngon miệng.
밥벌레 người vô tích sự.
밥벌이하다 kiếm ăn, kiếm cơm.
밥상 bàn ăn. ~을 차리다 bày bàn ăn. (반) ~을 치우다 dọn bàn ăn.
밥숟가락 muỗng (남), thìa (북).
밥알 hạt cơm.
밥장사하다 bán thức ăn, quản lý nhà hàng, kinh doanh quán ăn.
밥장수 chủ nhà hàng.
밥주걱 cái múc cơm, vá, gáo.
밥줄 phương tiện sống, kế sinh nhai.
밥집 quán ăn bình dân.
밥짓다 nấu cơm.
밥투정 than phiền về các món ăn.
밥풀 hạt cơm.
밧데리 bình ắc-quy.
밧줄 dây thừng. lòi tói. ~과 키 lèo lái. ~을 팽팽하게 늘이다 chăng dây. ~ 매듭 nút dây. 굵은 ~ ~ lớn. ~을 타다 leo dây.
빳빳한 (꼿꼿한) cứng ngắc, thẳng thừng, cứng đầu. ~ 칼라 cổ áo cứng. ~돈 tiền mới cứng
빳빳히 thưởn thẹo, ~서서 걷느라 이곳 저곳 보기 어렵다 đi đứng ~ khó coi.
빵 bánh mì, bánh. 옥수수 ~ bánh ngô. 구운 ~ bánh nướng. ~을 굽다

nướng bánh. 빵문제 vấn đề kế sinh nhai. ~한조각 một miếng bánh. 빵부스러기 ruột bánh mì, ~이 부풀다 ~ nở ra, ~가루 bột bánh, ~ 가게 cửa hàng bánh. 빵 한덩이 một miếng bánh mì. (명) 빵은 생명의 양식 Bánh mì là lương thực của mạng sống. 빵을 떼어 나누다 bẻ bánh ra.
방 phòng, căn phòng. 방과 집 gian nhà, 빈 ~ phòng không, phòng trống. 방을 세주다 cho thuê phòng. ~을 예약하다 đặt ~. ~을 얻다 thuê phòng, lấy phòng. ~값 giá ~. 방을 치우다 dọn ~. 방한칸 một căn phòng. 방가격 giá phòng. ~을 청소하다 quét ~. ~의 구석 só nhà. 방이 조용해 졌다 căn phòng trở nên yên lặng.
방(벽에붙이는) đại cáo.
방갈로 căn nhà gỗ nhỏ.
방계회사(대리점) chi nhánh, một công ty phụ.
방공 phòng không. ~연습 luyện tập ~. ~ 훈련 báo động phòng không, ~호 hầm ~, hầm hố(núp), hầm trú ẩn. ~ 미사일 tên lửa ~.
방공정보 tình báo phòng không.
방과후 sau giờ học, sau tan học.
방관하다 bàng quan. 방관적 태도 thái độ ~. 방관자 người(kẻ) ~.
방광 (해부) bàng quang, bọng đái. 방광의 thuộc về ~. ~염 sưng ~.
빵구 xì hơi, xẹp bánh, nổ lấp.
방귀 đánh rắm. trung tiện, ~ 뀌다 đánh rắm (북), xì hơi, đánh địt (남). (은 어) nhạc không lời (베트남) ngáp của hậu môn (한국)

(명) 방귀 뀐놈이 성낸다 Đánh rắm còn nổi giận.
방그레 웃다 mỉm cười (방글거리다)
방글라데시(국명) BANG LA DEX. ~ 사람 người ~.
방금(막) vừa mới, mới đây, lúc nãy. ~ 말씀드린 것처럼 như vừa trình bày lúc nãy. 어머님이 방금 나갔어요 mẹ vừa ra ngoài xong. ~ 그를 만났다 vừa gặp anh ta lúc nãy. 방금 들어온 소식 tin tức nóng hổi.
방긋 웃다 nở nụ cười tươi đẹp.
방금전 vừa qua. Lúc nãy
방금 지난 vừa rồi.
방긋이 mở hé. 문을 방긋 열다 mở hé cửa.
빵나무 열매 trái mít.
방년 tuổi hoa, tuổi tươi đẹp. ~19 세의 처녀 cô gái tuổi 20 tươi đẹp, gái xuân.
방뇨하다(소변보다) đi tiểu, đi đái.
방담 nói chuyện tự do.
방대한 to lớn, khổng lồ. kỳ vĩ, ~한 예산 ngân sách khổng lồ.
방도 (방법) phương pháp, biện pháp, cách thức. 다른 ~가 없다 không có cách nào khác.
방독면 mặt nạ chống hơi độc, mặt nạ phòng độc. 방독 phòng độc.
방랑하다 lang thang, lãng du, phiêu lãng(lưu). lêu lổng, 세상을 ~ đi lang thang khắp nơi. 방랑자 lãng nhân, kẻ lang thang. lãng tử, giang hồ, 방랑생활 cuộc sống ~.
방랑요정 du tiên.
방랑시인 xẩm xoan.
방랑하는(속어)cầu bơ cầu bất.
방략 kế hoạch, chính sách, dự định.

방망이 dùi cui, gậy tay.
방매하다 bán hàng.
방면 phương diện, lĩnh vực, mặt. 의학 ~ mặt y học. 모든 ~에서 trên tất cả các mặt. 각 ~에서 trên các phương diện.
방면하다 phóng thích, thả cho(bổng). 무죄 방면 sự tha tội. 피고를 ~ tha bổng người bị can. 그 죄수는 죄가 없음이 밝혀졌고 곧 방면되었다 tên tù nhân được tuyên bố vô tội nên được tha bổng.
방명 quý danh. ~록 sổ danh sách.
방목하다 thả cho đi ăn cỏ. thả cỏ.
방문 thăm, thăm viếng. ~객 khách thăm. 탄, 모국 ~ thăm tổ quốc. 공식 ~ thăm chính thức. ~단 đoàn khách thăm. hội khách, jạm시 방문하다 ghé thăm. 방문 사절 không tiếp khách.
방물장수 người bán rong.
방미 tham quan Mỹ. 방미길에 오르다 đi Mỹ.
방바닥 sàn phòng.
방방곡곡 khắp cả nước. thập phương.
방범 phòng chống tội phạm. ~대 đội ~. 방범벨 chuông phòng chống trộm.
방법 phương pháp, cách thức. thể pháp, 새 ~ cách mới. 가장 좋은 ~ cách tốt nhất. 여러가지 ~으로 bằng nhiều cách khác nhau. 어떤 ~으로 bằng cách nào. ~을 개선 하다 tự cải, ~을 생각하다 suy nghĩ ra phương pháp, tìm cách. ~을 찾다 tìm cách. ~을 고치다 tự tu, diần ~ cách khác, phương pháp khác. 적당한 ~을 강구하다 áp dụng biện pháp đúng đắn. ~론 phương pháp luận. ~이 없는 vô phương.
방벽(방파제)thành tàu, (장벽) hàng rào.
방부 khử trùng. ~제 chất ~. nước javen.vô trùng, ~법 phép vô khuẩn.
방부처리하다 phòng hủ, (시체) ướp xác.
방불하다 dường như gần gũi, gần giống nhau.
방비 phòng bị. thú, ~가 없다 không ~.
방사능 năng lực phóng xạ.
방사선 tia phóng xạ. ~의 강도 độ mạnh của tia phóng xạ. ~치료를 받다 được điều trị bằng ~. 방사성 tính phóng xạ. 방사성 동위원소 chất đồng vị phóng xạ. ~성낙진 bụi phóng xạ. ~에 감염되다 nhiễm xạ.
방사선 요법 quang liệu pháp
방사성 물질 chất phóng xạ.
방사(밤일; 성교) phòng sự. giao phối.
방생 (불교) phóng sinh.
방석 cái nệm, cái đệm. ~에 앉다 ngồi trên nệm.
방성 대곡하다 khóc ầm ĩ.
방세 tiền phòng thuê, tiền thuê nhà. ~를 올리다 nâng giá thuê phòng. ~는 한달에 얼마요? Tiền thuê phòng một tháng là bao nhiêu.
방세간살이 những đồ đạc.
방송 truyền thanh(bá),(TV) phát thanh truyền hình, truyền thanh. ~을 듣다 nghe phát thanh. ~기자 phóng viên đài. ~망 mạng truyền thanh. ~시간 thời gian phát sóng. 위성~ phát sóng vệ tinh. 생~ phát thanh trực tiếp. 한국 ~ 공사 cơ quan

phát thanh truyền hình Hàn Quốc (KBS). ~국 đài phát thanh truyền hình. đài bá âm, 지방 ~ truyền hình truyền thanh địa phương. 방송회사 hãng phát thanh.

방송으로 먼곳으로 전파시키다 tiếng âm.

방수 1.phòng lũ lụt, chống nước. 2.chống(ky) nước, không thấm nước. ~외투 áo khoác không thấm nước. ~포 vải không thấm nước. ~화 giày không thấm nước.

방습 chống ẩm ướt.

방식 phương thức, phong cách, tác phong, hình thức, cách thức. lề lối, 일정한 ~으로 bằng một cách thức nhất định. ~대로 theo phương thức. ~을 세우다 tìm cách xây dựng cách thức. 작업~ lề lối làm việc.

방심하다 yên(phóng) tâm, không chú ý. (반) 방심하지 않다 chú ý (명)방심이 제일 무서운 적이다 Lơ là là kẻ địch đáng sợ nhất.

방심한듯이 thần thờ.

방심(부주의) tâm bất tại.

방아깨비 con châu chấu.

방아 cót két, ~소리 tiếng ~.

방아쇠 cò súng. lẫy, ~를 당기다 bóp(lẩy) cò. ~를 너무 일찍 당기다 cướp cò.

방아 찧다 xay thóc(lúa).

방안 phương án. biện pháp, ~을 세우다 xây dựng ~, làm kế hoạch.

방앗간 nhà máy xay gạo.

방약무인하다 trơ tráo, kiêu ngạo, kiêu căng.

방어 phòng ngự(vệ), phòng thủ. trấn ngự, tự vệ, chống giữ,(반)공격 tấn công, 전선을 ~하다 trấn ngự tiền tuyến, 최종 ~선 tuyến phòng ngự cuối cùng. 공격은 최상의 방어다 tấn công là cách phòng thủ tốt nhất. 방어 구역 khu vực phòng thủ. 방어망 mạng phòng thủ. ~선 tuyến phòng thủ. ~무기 vũ khí phòng thủ. 밀집 ~ phòng thủ dày đặc. 지역 ~ phòng thủ khu vực. ~적으로 오그리다 co thủ. ~진지 đồn thú.

방어목적의 땅 vành đai trắng.

방언 (사투리) tiếng địa phương, thổ âm, thổ ngữ. phương ngôn, 베트남남부 ~ thổ âm nam bộ.

방언학 thổ ngữ học.

방역 ngăn ngừa dịch bệnh.

방(발)열하다 tỏa nhiệt. ~기 bột ~.

방영하다 phát truyền hình. (영화를) chiếu phim.

방울 giọt. lục lạc, cái chuông. ~소리 tiếng chuông. 방울을 울리다 rung chuông. 물방울 giọt nước. 눈물 ~ giọt nước mắt. 잉크 한 ~ một giọt mực. 빗 ~ giọt mưa.

방울방울 떨어지다 rơi long tong.

방울져 떨어지다 nhóm. từ giọt.

방울 (작은) lục lạc.

방울뱀 con rắn chuông. mai gầm.

방위 phòng vệ, phòng thủ, thủ thế, bảo vệ. 자기 ~를 위해 để bảo vệ bản thân mình. ~를 강화하다 đẩy mạnh việc phòng vệ. 적의 ~제일선 tuyến phòng vệ đầu tiên của địch. ~ 선을 펴다 mở tuyến phòng vệ. ~군 quân phòng vệ. ~조약 hiệp ước phòng thủ. ~해역

phòng vệ sông biển. ~협정 hiệp định phòng thủ. 민간 ~ phòng thủ dân sự. ~나침반 địa bàn phương giác.
방위 (방향) phương hướng, phương vị. ~각 góc phương vị.
방음 cách âm. ~벽 tường ~. ~유리 kính cách âm. ~장치 thiết bị ~. ~재료 vật liệu ~.
방임하다 bỏ mặt, không dính vào. (반) 감독하다 quản lý.
방자하다 xấc xược, phóng túng, bừa bãi.
방잠망 mạng lưới chống tàu ngầm.
방장(지팡이)phương tượng.
방적 xe sợi, dệt sợi. ~회사 công ty vải sợi.
방전 phóng điện, tháo điện. ~전류 luồng phóng điện. ~기 điện khí quyển.
방점 dấu chấm câu.
방제 (막아서 없앰) phòng trừ.
방정하다(바르다) tốt, lịch sự, ngay thẳng. 품행방정 phẩm hạnh đạo đức tốt.
방정떨다 cư xử thiếu thận trọng.
방정맞다 thiếu suy nghĩ, cẩu thả, ẩu, liều. 방정맞게 얘기하다 nói tếu, 방정맞게 말하다 ăn nói tếu táo.
방정식 (수학) phương trình. 미분~ phương trình vi phân, 3 차~ ~ bậc ba.
방조(도와줌) giúp đỡ, hỗ trợ, tiếp tay. ~자 người ủng hộ, người cổ vũ. (동조자) người đồng lõa, người đồng phạm.
방조자(공범자) tòng phạm.
방조제 (둑) đê, đập ngăn nước biển.

방종하다 phóng túng, tung hoành, phóng đãng, 방종한 생활을 하다 cuộc sống chơi bời phóng đãng.
방종한 (까진)여자 gái tuổng luông.
방주 thuyền lớn. tàu. 노아의 ~ tàu Nô-ê.
방죽 đê bờ. ~을 쌓다 xây đê.
방증 bằng chứng
방지 phòng, chống, ngăn chặn(ngừa). 소년범죄 ~ chống tội phạm tuổi thiếu niên. 부패를 ~하다 ngăn chặn hủ bại. 사고를 ~하다 ngăn chặn tai nạn. 전쟁을 ~하다 ngăn chặn chiến tranh.
방직 dệt đan. ~기 máy đan dệt, máy dệt. ~공업 công nghiệp dệt.
빵집 tiệm bánh mì.
방책 (계획) phương sách, kế hoạch. (막는)울타리 hàng rào sắt.
방첩 phản gián điệp. ~대 đội ~.
방청하다 bàng thính, nghe, lắng nghe. 재판을 ~ dự một phiên tòa.
방추형 hình chóp, dạng hình chóp.
방축 (방죽) đê.
방축(천 따위가 줄어드는 것을 막음) chống co lại, ~가공 biện pháp ~
방출하다 phát ra, tỏa ra, tháo. nhả, tuôn ra. 정부미를 ~ mở kho gạo nhà nước.
방충망 cửa lưới chống muỗi.
방충제 thuốc trừ sâu. 좀약(나프탈린) long não.
방취제 chất khử mùi, thuốc khử mùi.
방치하다 bỏ mặt, ra rìa, bỏ bê, không dính vào. 방치된 chơ vơ.
방치한 채로 tuế toái. qua loa.
방침 phương châm. ~을 바꾸다 thay đổi ~. 방침을 세우다 xây dựng ~.

외교 ~ phương châm ngoại giao.
행동 ~ phương châm hành động.

방콕 Bang Kok (thủ đô Thái Lan).

방탄의 tính chất chống đạn. 방탄복 áo giáp chống đạn. ~유리 킨 ~. 방탄차 xe chống đạn.

방탕 phóng(hoang) đãng, ăn chơi. du đãng, trác táng, chơi bời. xả láng, ~한 자식 đứa con ~. ~자 kẻ ~. ~한 길 dâm đạo. ~하게 사는 sống phè phỡn. 방탕한 놀음에 끌어들이다 chơi bời rủ rê.
방탕삼매에 빠지다 truy hoan.
방탕한 여인 đãng phụ.

방파제 đê chắn sóng. đá trụ, cầu tàu.

방패 lá chắn, cái khiên đỡ. thuẫn, cái mộc, 창 cây lao (giáo). 방패와 창 (간과) can qua.

방편 thủ đoạn, cách thức, biện pháp, phương tiện. 일시적 방편 cách tạm, kế tạm.

방풍림 hàng cây chắn gió.

방학 kỳ nghỉ. 여름 ~ nghỉ hè. 겨울~ nghỉ đông. 여름 방학이 되다 vào kỳ nghỉ hè.

방한 chống lạnh. ~모 mũ ~. 방한화 giày ~. 방한복 áo gió, áo quần ~. 방한설비 thiết bị ~.

방한하다 tham quan Hàn Quốc.

방해 phương hại, trở ngại cho. cản trở, cản lại. (반)협력 hiệp lực, ~ 하다 làm trở ngại, vướng mắt, 공부를 ~ 하다 làm ảnh hưởng học hành. 영업을 ~하다 trở ngại tới kinh doanh. 교통을 ~하다 làm trở ngại giao thông. …의 ~가 되다 thành trở ngại cho. vướng chân, 내 일을 ~하지 마라 đừng làm trở ngại công việc của tôi. ~물 vật chướng ngại. trắc trở.
방해하다(속어)thọc gậy bánh xe.

방향 phương hướng. mé, 후방 mé sau, …의 ~으로 theo ~. 같은 ~으로 theo ~ giống nhau. (반) 반대 ~으로 theo hướng ngược lại. ~을 바꾸다 đổi(chuyển) hướng(chiều). xoay chiều, trở hướng, bám của phương án bị kì gio chuyển hướng, ~을 잃다 mất ~. ~전환 chuyển hướng. ~을 잡다 định hướng. 방향표 mũi tên. ~ 을 돌리다 ngành đi.
방향이 맞지않은 thất cách, ~않게 지어진 집 nhà làm ~.

방향 (향기) hương thơm. ~제 hương liệu. ~초 sả.

방형 hình vuông.

방호하다 bảo vệ, che chở, bảo hộ.

방화 (불을 막다) phòng hỏa, chống hỏa. ~기구 công cụ chống hỏa. ~벽 tường chống lửa. ~사 cát dập lửa. ~훈련 huấn luyện phòng hỏa. ~죄 tội đốt nhà.

방화 (불을 지르다) phóng hỏa, đốt lửa. ~범 tội phạm phóng hỏa.

방황하다 đi lang thang, lạc lõng, đi loanh quanh. 이곳저곳을 ~ đi lang thang chỗ này chỗ kia. 잠시 ~ bàng hoàng một lúc khá lâu.

밭 ruộng, cánh đồng. (계단식) nương, 감자 ~ ruộng khoai tây. 고구마밭 ~ khoai lan. 옥수수밭 ~ ngô. 채소 ~ ruộng rau. ~을 갈다 cày ruộng. ~에 씨를 뿌리다 gieo hạt ở ruộng.

밭의 면적단위 sào.

밭갈이 cày cấy, trồng trọt.

밭고랑 luống cày. 벙 khoai.
밭곡식 cánh đồng lúa.
밭농사 làm ruộng.
밭이랑 luống đất ở cánh đồng.
밭일 nghề nông. ~하다 làm nông (nghề nông)
빻다 xay bột. giã nhuyễn(nát). đâm.
배 1.bụng. ~가 아프다 đau(tức) bụng. ~가 나오다 sệ bụng, to bụng ra. (임신)chửa bóng, ~ 부르다 no bụng, bụng to. ~가 아직 덜 찬 릉 다, ~가 더부룩한 ngang dạ, ~가 부풀다 bụng trương, ~를 찌르다 đâm thủng bụng. ~가 빵빵하다 căng bụng. ~를 째다 mổ bụng, ~가 고픈 bụng đói. ~가 붓다 bụng sình, ~에서 소리가 나다 sôi bụng, 배가 고파 견딜 수가 없는 xấu đói. ~를 잡고 웃다 cười nôn ruột. 배가 아픈 tức bụng. 배를 잘라 열다 xẻ bụng.
배부르게 먹고 마시다 no nê.
배가 꽉 차다(물리다) lứ đừ.
배 2.tàu, tàu thủy(bè), thuyền. ~가 떠나다 tàu rời bến. ~가 항구에 닿다 thuyền cập bến. ~를 타다 đi thuyền(tàu). xuống tàu, ~를 부르다 réo đò, ~를 저어가다 giong, ~를 타고 가다 đi đường thủy, ~를 바다로 띄우다 buông khơi. ~로 건너다 đi đò, ~가 흔들리다 chòng chành. tròng trành, 배다리(철주)cầu tàu. 배의 옆부분 mạn thuyền, 배의 경적 còi tàu. ~를 놓치다 lỡ tàu. 배를 끌어올리다 trục tàu, 난파선을 끌어올리다 trục tàu bị chìm lên, 배에서 보트를 내리다 thả một chiếc xuồng trên tàu

xuống. 배의 계류장 vũng nước. 배를 장대로 밀다 chống đò.
배 3.quả lê(과일). ~를 먹다 ăn lê. ~ 먹고 이딱기 (좋은 일이 함께 생김) một công đôi việc.
배 4.(곱절) lần. 두배 gấp hai lần. 3 배 gấp 3 lần, gấp ba. 값을 ~를 받다 lấy giá gấp đôi. 길이가 ~다 dài gấp đôi. ~가 하다 tăng gấp đôi.
배가하다 bội phần, càng thêm, bào rỗ预 sẽ đẹp ~. 기쁨이 배가되다 càng thêm vui vẻ.
배겨내다 chống đỡ, kiên nhẫn, chịu đựng
배격하다 phản đối, bác bỏ
배경 bối(phôi) cảnh, cảnh, khung cảnh, 그때의~ bối cảnh lúc đó, 동양을~ 으로 한 소설 tiểu thuyết với ~ phương đông
배고프다 đói bụng, cảm thấy đói, bụng trống,(반)배부르다 no, 배고파 죽겠다 đói muốn chết, 배 고픈가? Cảm thấy đói không? 배고프고 갈증나는 đói khát. 배고프고 불행한 cơ khổ.
배고파 지치다 đói lả.
배고픔을 느끼다 đói veo, 금방 먹었는데 배가고프다 vừa ăn xong đã đói veo. 배고픔을 참 다 nhịn đói, 배고픔을 참지 못하다 háu đói.
배곯다 có cái bụng trống rỗng
배꼽 cái rốn(북), lỗ rún(남), 배꼽을 잡고 웃다 cười lộn ruột, ~ 빠지게 웃다 cười ngặt nghẽo. ~을 쥐다 ôm bụng, ~을 쥐고 폭소를 터뜨리다 ôm bụng mà cười.
배관 đặt ống dẫn, ~ 공사 công trình ~
배관공 thợ hàn chì

배교 bỏ đạo, bội giáo, ~자 kẻ ~
배구 bóng chuyền, đệm bóng, ~선수 tuyển thủ ~,배구하다 chơi ~, đánh banh, 배구경기 trận đấu ~
배금 tôn sùng đồng tiền, ~주의 chủ nghĩa tôn thờ đồng tiền
배급하다 phân phối, bao cấp, 식량을~ ~ lương thực, 배급제도 chế độ ~, 배급용지 phiếu cấp phát.
빼기 phép trừ
배기 thông gió, rút khí, ~가스 thóat hơi
배낭 ba lô, náng, túi dết, ~을 매다 đeo túi xách(반)배낭을 벗다 tháo túi xách, ~에 넣다 đồ vào ba lô, ~여행 du lịch ~
배나무 hồng đào.
빼내다 móc, (뽑다)nhổ, rút ra(ria), tháo ra, 권총을 ~rút súng, 닭털을 뽑다 nhổ lông gà, 못을 벽에서 뽑다 nhổ đinh tường, 제비를 뽑다 rút thăm
빼놓다 trừ. 일요일을 빼놓고는 집에 있다 tôi luôn ở nhà trừ ngày chủ nhật.
배뇨하다 đi tiểu. 배뇨를 촉진하는 lợi tiểu.
배니싱크림 kem tan, kem nền.
배다 (스미다) thấm, ngấm, ướt. lem nhem, 땀이 밴 옷 áo ướt đẫm mồ hôi. 붕대에 피가 배었다 máu thấm vào bông. 몸에 배다 ngấm vào người, 손에 밴 일 công việc quen thuộc. (잉태하다) mang thai (북), có bầu (남).
빼다 tháo, nhổ, rút, loại bỏ, trừ ra. 이를 ~ nhổ răng. 밭의 물을 ~ tháo nước ruộng. 명단에서 이름을 ~ rút tên từ danh sách. 봉급에서 ~ trừ vào lương. 7에서 2를 빼다 7 trừ đi 2. 10-8 =2 mười trừ tám còn hai, 내일 만 빼고 매일 갑시다 hãy đến bất cứ ngày nào trừ ngày mai, 그만 빼고 모두 tất cả trừ nó, 부 속품을 뺀 기계가격 giá tiền cái máy trừ đồ phụ tùng, 신부 외에 모두 도착했다 tất cả đều đến trừ cô dâu, 얼룩을~ tẩy sạch vết bẩn. 점잔 ~ làm bộ đoan trang, kiểu cách. 발을 ~ rửa tay. (차려입다) ăn mặc chải chuốc chỉnh tề. 뺄셈 기호 dấu trừ.
배다르다 người mẹ khác sinh ra. 배다른 형제 anh chị em khác mẹ.
배달 giao hàng(nạp). tống đạt, 신문을 ~하다 phát báo, giao báo tận nơi. 음식을 ~하다 đưa cơm. 신속~ giao hàng nhanh. ~구역 khu vực giao hàng. ~원 người giao hàng, người đưa. 무료~ giao hàng miễn phí. 시내 ~ giao hàng trong thành phố. 배달차 xe hàng. xe giao hàng.
배당(몫)phần, 5 분의 4 bốn ~ năm.
배당하다 chia phần, 주식을 ~ chia lãi cổ phần.이익 배당을 받다 được chia tiền lời.
배당금 tiền chia phần. 특별~(보너스) tiền thưởng.
빼돌리다 bớt xớ(xén).
배드민턴 môn cầu lông. vũ cầu. ~ 공 trái cầu.
배란 rụng trứng.
배려하다 để tâm, chăm nom (sóc), quan(lưu) tâm, lưu ý.
빼먹다 (빠뜨리다) bỏ quên, bỏ sót. 몇

군데 빼먹고 읽다 đọc nhảy (bỏ qua) vài đoạn. 학교를 빼먹다 (뺑소니치다) trốn học.
뱃멀미(가 나다)say tàu(sóng)
배면 phía sau, đằng sau.
배명(명을 받다) bái mạng.
배명식 lễ bái mạng.
배밀이하다 (기어가다) bò, trườn, lê bước.
배밑 khoang(hầm) tàu
배반하다 phản bội(phúc). tạo phản, 신뢰를 ~ phản bội niềm tin. 친구를 ~ phản bội bạn bè. …를 ~하다 phản bội ai. 배반당하다 bị phản bội. 아내에게 배반당하다 bị vợ phản bội. 나라를 ~ phản bội tổ quốc, phản quốc. 배반자 kẻ phản bội. nội phản.
(속)배반할 사람을 모르고기르다 nuôi ong tay áo.
배부하다 phân phối, phân phát.
배부르다 đầy bụng, đã đầy, no đầy bụng. 배부르게 먹다 ăn cho no.
배부르게 먹고 마시다 no nê.
배분하다 phân phát, phân phối. ăn chia.
배불뚝이 người bụng phệ(ỏng).
배상 bồi thường. ~을 받다 nhận ~.배상을 요구하다 yêu cầu ~. 손해를 ~하다 ~ thiệt hại. ~금 tiền ~. bồi khoản, 전쟁보상금 bội khoản chiến tranh, 배상의무 nghĩa vụ ~. 배상청구권 quyền yêu cầu ~.
배색하다 tô màu.
배서하다 chứng thực phía sau. (여권에) kiểm nhận. 배서인(전송자) người chuyển nhượng.
배석하다 ngồi với. 배석판사 trợ lý thẩm phán.
배선 mạng điện, hệ thống dây điện, mắc dây điện.
배설하다 tiết. bài tiết. 배설물 chất thải, phân, cứt đái.
배속하다 làm cho thuộc, giao việc, phân công.
배수하다(물을 뺌) bơm nước ra, tiêu thủy, tháo nước. 배수가 잘 되다 thoát nước tốt. 배수공사 công trình thoát nước. 배수관 ống thoát nước. 배수구 lỗ thoát nước. 배수로 đường thoát nước. đường rãnh. 배수펌프 bơm thoát nước. 2.cấp nước. 배수관 ống cấp nước.
배수하다(받아들임) chấp nhận, chấp thuận.
배수 bội số, 최소공~ ~ chung nhỏ nhất.
배수진을 치다 chiến đấu đến cùng.
배신하다 bội tín, bội bạc, phản bội, phụ bạc, phản phức, (성어)thay lòng đổi dạ.배신한 사람 người bội tín. 배신행위 hành vi ~.
배심 ban bồi thẩm. ~재판 xét xử bồi thẩm. 배심원 ban bồi thẩm. 배심원단 phòng dành cho bồi thẩm. ~원단 bồi thẩm đoàn
배아 phôi thai.
배알하다 tiếp kiến.
빼앗기다 bị cướp, bị lấy đi, bị đua rồi, bị mất. 돈을 ~ bị cướp tiền. 시계를 ~ bị lấy đồng đồ. 왕위를 ~ bị mất ngôi vua. 목숨을 ~ bị cướp mất mạng sống.
빼앗다 cướp, đoạt lấy, phỗng, soán. đạo. lấy, giật, lột. 닥치는 대로 ~ ~ tay trên, 권리를 ~ giành quyền lợi. 희망을 ~ lấy hy vọng. 정조를 ~

cướp lấy sự trinh tiết. 남의 물건을 ~ lấy đồ của người khác. 영토를 ~ lấy đất (lãnh thổ). 생명을 ~ lấy mạng sống. 시험지를 ~ giật tờ giấy thi. …의 권한을 ~ tiếm quyền.

빼앗아 먹다 ăn ghé(khín).

배양하다 bồi, bồi dưỡng. 배어나오다 rớm.

빼어난 xuất sắc, trội về. vượt trội.

배어나오다 rỉ ra. rớm. rướm.

배역 vai, vai trò. ~을 정하다 phân vai, chỉ định ~. ~을 하다 sắm vai. 햄릿을 연기하다 sắm vai Hamlet.

배열 sắp xếp, xếp đặt. bày biện. (두다) cất đặt, trình bày, (배치) bố cục, bố trí.

배영(수영의) bơi(lội) ngửa. ~선수 tuyển thủ ~.

배외 bài ngoại. ~사상 tư tưởng ~. ~운동 cuộc vận động ~.

배우 diễn viên. vai, đào kép, 주연 ~ vai chính, ~가 되다 thành ~. 영화 ~ diễn viên phim. 인기~ diễn viên nổi tiếng (đang được ưa thích).

배우다 học, học hỏi, học hành. tu nghiệp, 장사를 ~ học buôn bán. 책으로 ~ học bằng sách. 배운 사람 sĩ dân. 배우기가 쉽다 dễ học. 그들한테 배울 것이 없다 học có gì để học từ người đó cả. 한국말을 누구한테 배웠어요? Anh học tiếng Hàn từ ai? 배우지 못한 mất dạy, vô học.

배우지 못한놈(후레자식이) kẻ mất dạy.

배울만큼 배운사람 người học cao hiểu rộng.

배우자 bạn đời, phối ngẫu, đôi lứa. 반려자 bạn trăm năm. 적당한 ~를 고르다 chọn bạn đời thích hợp. trạch phối.

배움 sự học. ~의 길 việc học hành.

배웅 tiễn đưa. đưa chân,(반)마중 đón, ~나가다 đi tiễn đưa. 손님을 공항까지 ~하다 tiễn khách ra tận sân bay.

배은 bội ơn, bội bạc.

배은망덕한 vô(quên) ơn, vong ân, đen bạc, bội ân(ơn), không biết ơn.

배임 bỏ nhiệm vụ của mình.

배짜기 canh cửi. 배짜는소리 tiếng thoi đưa. 배틀(직기) khung cửi, máy dệt cửi.

배짱 sức dũng cảm, lòng dạ dũng cảm. dám làm, kiên quyết làm, có gan dạ. ~이 없다 không có gan. 배전의 thêm gấp đôi.

배전하다(전기를) cung cấp điện.

배점 phân loại điểm số.

배정(배치) sắp đặt, xếp đặt, bố trí. 시간을 ~ 하다 sắp xếp thời gian. 방을 ~하다 sắp xếp phòng.

배제 bài(khai) trừ, bài bỏ. trừ khử. triệt khai, 배제되다 bị loại trừ.

배증하다 tăng gấp đôi. 소득배증 thu nhập ~

뱃지 (뺏지) huy hiệu, phù hiệu.

배차하다 chỉ định chuyến xe.

배척하다 tẩy chay, bài trừ(xích), đuổi, 일본상품을 ~ tẩy chay hàng Nhật.

배추 cải thảo, bắp cải. (양배추) 김치 kim chi bắp cải. 무우 củ cải. 배추쌈 món cơm cuốn cải thảo. 상추쌈 cơm cuốn rau xà lách.

배출하다(생산량을) sản xuất ra.

배출하다(폐수를) thải ra, tuôn ra. 배출관 ống thải. 배출구 lỗ thoát ra, lối thoát ra. 배출장치 que phóng điệm. (인재를) bước vào đời.
배치 bố trí, sắp xếp. bài trí. bố cục,살림살이 배치 vật dụng bố cục, 인원 ~ bố trí nhân sự. 방어~ kế hoạch phòng ngự. 이을 ~ 하다 sắp xếp công việc.
배타(배척함) tẩy chay triệt khai, đuổi người khác
배탈나다 rối loạn bao tử, đau bao tử, bị bệnh về tiêu hóa.
배태(임신) mang thai (북), có bầu (남).
배터리 (밧데리)bộ pin, (자동차) ắc quy,
배팅 (야구) đánh bóng bằng gậy.
배편 chuyến tàu thủy, bằng tàu. bằng đường biển.
배포하다 phân phối, phân(ban) phát.
배필 bạn đời, bạn trăm năm. 적당한 ~ 을 고르다 chọn lựa bạn đời thích hợp.
배합 phối hợp, kết hợp với nhau. ~이 잘 되다 phối hợp tốt. 색깔을 ~하다 phối màu.
배형 (수영의) bơi ngửa.
.
배회하다 đi tha thẩn, đi la cà, loanh quanh. bôn ba. tha thủi.
배후 phía sau, hậu phương. 배후에 ở phía sau. 적의 배후를 치다 tấn công phía sau địch. ~조종자 người giật dây. kẻ đa sự. 배후로 물러나다 giật lùi.
배후를 둘러싸다(상대방을 치기위해) bọc hậu, hậu phương공격 đánh ~.
백(색) màu trắng

백 trăm, một trăm. 백년 trăm năm.
빽 (배경.줄) bảo trợ, ủng hộ. (후원자) người ủng hộ.
백골 bộ xương trắng.
백 túi xách. 핸드 ~ túi xách tay.
백곰 con gấu trắng.
백과사전 từ điển bách khoa.
백관 bách quan, mọi viên chức của chính phủ.
백그라운드 (무대배경) phông cảnh.
백그람 (100g) 100 gram (남), một lạng (북).
백금 bạch kim. pla-tin,~반지 nhẫn ~.
백기 lá cờ trắng. (항복의 표시) cờ trắng đầu hàng.
백난꽃 tố tâm.
백납 (의학) bệnh bạch tạng.
백내장 (의학) đục thủy tinh thể, bệnh đục nhân mắt. thông manh. vảy cá, ~이 생기다 mắt kéo màng.
백넘버 số ở sau lưng (xe).
백년 một trăm năm. ~대계 chính sách nhìn xa.
백년가약 lời hứa trăm năm. ~을 맺다 ràng buộc ~.
백년해로 bách niên giai lão, đầu bạc răng long.
백랍 chất sáp trắng, chất hàn.
백로 diệc bạch , con diệc , con cò (해오라기).
백마 bạch mã. ngựa bạch, (반) 흑마 ngựa ô.
백마의 그림자(은유:시간의 빠름) bóng câu.
백만 một triệu. ~장자 nhà triệu phú.
백만불 một triệu đô la.
백면서생 thanh niên mới lớn.
백모 cô, thím, bác gái.

(명)백문불여일견 trăm nghe không bằng mắt thấy, thấy hãy tin, xem hội đến chùa.

백미 gạo trắng(chà). (가장 아름다움) tấm gương tốt đẹp nhất.

백미러 kính(gương) chiếu hậu.

백반 (밥) cơm gạo.

백반병 (피부병.피진) lang ben.

백발 tóc bạc(sương), đầu bạc, tóc hoa râm(phát).~의 bạc phơ, ~이 될때 까지 살다 sống đến ~. ~ 머리 đầu bạc phơ.

백발노인 ông già đầu bạc.

백발백중 bách phát bách trúng, trăm phát trăm trúng.

백방으로 bằng mọi cách, mọi phương tiện. ~ 사람을 구하다 tìm người bằng mọi cách. ~뛰어다니다 long tóc gáy.

백배 một trăm lần. xấp trăm, ~의 gấp trăm lần.

백배하다 cúi đầu nhiều lần. 백배사죄하다 cúi đầu tạ lỗi trăm lần.

빽빽이 sít sịt, khít, chặt chẽ.

빽빽하다 đông đúc, rậm rịt,(반) 드문드문 thưa thớt, (촘촘하다) dày đặc, chặt chẽ, chi chít, um tùm. (붐비는) chen chúc. 빽빽한 수목 cây cối um tùm. 나무와 덩굴식물이 빽빽하다 cây cối và dây leo rậm rịt.

빽빽히 우거진 bùm tum, ~ 숲 rừng rậm ~.

백병전 cận chiến, trận đánh xáp lá cà. giáp chiến

백부 chú, bác. thúc bá.

백부자(식물)phụ tử.

백부장 thầy đội.

백분하다 chia ra 100 phần. 백분의 30 ba mươi phần trăm.

백분율 tỉ lệ phần trăm. suất bách phân.

백사 (흰모래) cát trắng. ~장 bãi ~, hải kim sa, (흰뱀) con rắn trắng. rắn mai. bạch xà.

백색 màu trắng. ~인종 chủng tộc da trắng.

백서 sách trắng. 경제 ~ chánh sách trắng kinh tế.

백선(피부버짐병) mạch lươn.

백설 tuyết. ~ 같은 trắng như tuyết.백설공주 công chúa bạch tuyết.

백설탕 đường cát trắng.

백성 nhân dân, quần chúng, bình dân, trăm họ. ~을 다스리다 mục dân.

백성들 앞에서 trước mặt thiên hạ.

백성을 두려워하다 sợ thiên hạ.

백수건달 kẻ lang thang nghèo.

백신(의학) vaccine. văcxin.

백악관 tòa nhà trắng. Bạch ốc.

백안시하다 nhìn một cách lạnh nhạt.

백야 đêm trắng.

백약 mọi thứ thuốc. ~이 무효하다 mọi thứ thuốc đều hóa ra vô hiệu quả.

백양 con cừu trắng.

백억 (숫자) mười tỷ.

백업 (야구) hỗ trợ, dự trữ.

백열 sáng rực, sáng chói. ~등 đèn ~.

백옥 viên ngọc trắng.

백운 đám mây trắng.

백의 áo đầm trắng. ~민족 dân tộc ~.

백인 người da trắng. ~종 giống ~, bạch chủng.

백일(대낮) sáng trắng, ban ngày ban mặt. ~하에 드러나다 đưa ra ánh sáng. 백일몽(헛된 공상) ảo mộng.

백일 một trăm ngày. (어린이의) ngày

thứ một trăm. ~기도 cầu nguyện cho một trăm ngày.
백일잔치(돌)tiệc thôi nôi
백일장 cuộc bút chiến. 주부 ~ bút chiến dành cho bà nội trợ.
백일해(백일기침) ho gà.
백일홍 (식물) cây bách nhật hồng, cây tử vi.
백작 bá tước. ~부인 phu nhân ~.
백장 (백정)đồ tể, người mổ thịt.
백장미 hồng bạch.
백전노장 cựu chiến binh.
백전백승 bách chiến bách thắng.
백절불굴 không khuất phục mãi.
백점 một trăm điểm.
백정 → 백장 đồ tể, người mổ thịt.
백조 vịt đàn, thiên nga (고니), vịt ngan (북), vịt xiêm (남). ngỗng trời.
백주에(대낮) giữa ban ngày. sáng bạch.
백주 (백알) rượu trắng.
백중지세 ngang bằng nhau, ngang sức nhau.
백중날 rằm tháng bảy âm lịch, lễ vu lan.
백지 giấy trắng. 백지 답안을 내다 đưa ra ~. ~위임장 trọn quyền ủy nhiệm.
(속) 백지장도 맞들면 가볍다(쉬운 일 일지라도 두 사람이 하면 더 쉽다) Dù một trang giấy trắng, cùng khiêng thì nhẹ hơn(dù là việc dễ nhưng hai người làm thì dễ hơn).
백지 수표 phiếu trắng.
백지도 bản đồ để trống.
백척간두 bước đường cuối cùng. ~에 서다 bị dồn vào ~.
백출하다 xuất hiện giữa đám đông.

백치 thằng(si) ngốc, người khờ dại. ngờ nghệch. ~의 노인 ông già si ngốc.
백태(열 때문에 혓바닥에 끼는 물질) chứng tưa lưỡi. (여러가지 자태) nhiều hình thể.
백팔번뇌 (불교) 108 dục cảm trần gian.
백팔십도 전환하다 hoàn toàn thay đổi.
백포도주 rượu vang trắng.
백합꽃(화) hoa huệ tây. hoa bách hợp, hoa loa kèn. bông hường.
백해무익하다 làm hại tất cả.
백핸드 (스포츠) quả trái, cú ve. ~로 치다 đánh trái.
백혈구 bạch huyết cầu. ~ 감소증 giảm bạch cầu.
백혈병 bệnh bạch cầu, bệnh huyết trắng, bệnh máu trắng.
백형 anh cả.
백호 hổ chuối.
백화 bách hoa.
백화점 cửa hàng bách hóa, siêu thị.
밴댕이 cá trích mắt to.
밴드 dải, băng, đai, dây.
뺀들 거리다 ăn không ngồi rồi.
뺀지 kìm, gọng kìm.
벤탄급 võ sĩ hạng gà.
벨런스 sự cân bằng.
벨브 cái van. cửa van. ~캡 nắp vòi.
뺄셈 phép(tính) trừ.
뱀 con rắn. xà, 독사 độc xà, rắn giống độc ác như rắn. ~이 허물을 벗다 rắn lột da.
뱀모습의 괴물 thuồng luồng.
뱀과 전갈 rắn rết(rít).
뱀띠 tuổi con rắn, sinh năm rắn.
뱀뱀이(배움이) tác phong lịch sự, nhã

nhặn. ~가 없는 사람 người mất dạy.
뱀장어 cá chình, con lươn. chạch.
뱁새 chim chích đầu đỏ.
(속) 뱁새가 황새를 따라가면 가랑이가 찢어진다(자신에게 벅찬 일을 남이 하는 것을 따라 하면 결국 자신이 해만 입는다) Chim chích đầu đỏ mà đi theo cò thì rách cả háng(bắt chước người ta làm những chuyện quá khả năng của mình thì kết cuộc chỉ có thiệt thân).
뱃고동 hồi còi tàu.
뱃길 đường thủy, đường hàng hải.
뱃노래 đò đưa, bài hát chèo.
뱃놀이 cuộc đi chơi tàu.
뱃놈 kẻ thủy thủ.
뱃머리 mũi tàu. ~를 돌리다 đi tàu, đáp tàu.
뱃멀미 chứng say sóng.
뱃사공 người chèo tàu.
뱃사람 thủy thủ. ~이 되다 đi biển.
뱃삯 tiền tàu, phí hành khách, tiền vé tàu.
뱃속 bụng, bao tử. ~이 비다 bị đói bụng. (속 마음) ý định.
뱃심좋다 có can đảm, có gan.
뱃전 mép tàu, sườn tàu.
뱃짐 hàng hóa tàu. ~을 싣다 chất hàng lên tàu.
뱅 (뺑) 돌다 quay tròn, xoay vòng.뱅뱅돌다 quay vòng vòng. luẩn quẩn.
뺑소니치다 chạy trốn, bỏ chạy. 사람을 치고 ~ đụng rồi chạy luôn.
뱅이 (후 tố) 가난~ người nghèo. 버렁 ~ kẻ ăn xin.

뱉다 nhổ, khạc ra. 침을 ~ nhổ nước bọt. 가래를 ~ nhổ đàm.
뺨 cái má. 뺨치다 tát vào mặt. bốp tai.
뺨치다 (능가하다) vượt trội, hơn hẳn. 전문가를 뺨치는 솜씨다 vượt trội tay nghề.
뻐꾸기 chim cu cu. tu hú.
뻐근하다 thấy khó khăn (nặng nề), thấy mệt nhọc, thẫn thờ.
버금가다 về thứ hai, ở vị trí thứ hai.
뻐기다 làm ra vẻ ta đây, làm cao(bộ).
버너 đèn. 가스~ đèn gas.
버둥거리다 thì thụp, vặn vẹo. ưỡn ẹo. loai nhoai.
버드나무(버들) cây liễu, dương liễu.
(속) 버들가지가 바람에 꺾일까(사람이 고집부리지 않고 환경에 적응하면 넘어지지 않는다) Cành liễu đâu có gãy trước gió(người không quá cố chấp, biết linh hoạt thích ứng với hoàn cảnh sống thì khó bị gục ngã).
버들잎 lá liễu, ~같은 눈썹 mày ~.
뻐드러지다 làm lồi ra, làm nhô ra.
뻣뻣해지다 làm cứng, cứng rắn.
뻐드렁니 răng hô(vổ), răng lồi, lộ xỉ.
버라이어티 sự đa dạng. ~쇼 biểu diễn đa dạng.
버럭 성내다 sừng cồ.
버럭 소리를 지르다 thình lình la lên. 버럭화를 내다 nổi giận đùng đùng.
버려두다 bị để lại, thả cỏ.
버려진 vô thừa nhận, (고독한) quạnh quẽ. (방치된) chơ vơ, ~땅 đất hoang.
버르적거리다 lăn lộn, quằn quại.
버릇 1(습관) thói(tính) quen, tập quán.

고치기 힘든 ~ thói tật ăn sâu. 버릇이 생기다 thành thói quen. 하는 ~이 있다 có thói quen là. ~을 고치다 chữa ~. 우는, 아이 의 ~을 고치다 uốn trẻ con, 세살 버릇이 여든까지 간다 thói quen từ nhỏ sẽ kéo dài cho đến lúc già. 2(예의).lễ nghĩa. ~이 없다 không có lễ nghĩa. ~ 없는 놈 thằng mất dạy (hư hỏng). 버릇없이 기르다 nuông chiều.

버릇없게 되다 làm hư.

버릇없게 굴지 마라 đừng vô lễ.

버릇없는 khiêm nhã, hỗn hào, thô bạo, vô hạnh, lỗng, (무례한)vi lễ, mất nét. ~행동 hành vi ~. ~눈빛 cặp mắt lác láo.

버릇없이 굴다 chờm bơm.

버릇(습관)이 되다 quen thói.

버리다 bỏ, từ bỏ, loại bỏ, vất bỏ, vứt bỏ, xả, (북), gạt bỏ, bỏ đi (남),(반)유 지하다 giữ, 쓰레기를 ~ vứt rác. (폐기)phế thải, 폐물을 ~ vứt đồ thải. (포기) từ bỏ, bỏ rơi. 지위를 ~ từ chức. (망치다) cướp phá. 매를 아끼면 아이를 버린다 thương con cho roi cho vọt. 가정을 ~ bỏ rơi gia đình. 몸을 버리다(바치다)xả mình. 그는 가정으로부터 버림을 당했다 nó bị gia đình từ bỏ.

버리기 어려운 정감 tơ vương, 첫사랑은 버리기 어렵다 ~ mối tình đầu.

버림받다(받은) bị bỏ rơi. bị từ bỏ, tiêu tao.

버마재비 (사마귀) bọ ngựa.

버마(국명) Miến Điện

버무리다 trộn, khuấy trộn. 나물을 ~ trộn rau xanh.

버석거리다 kêu sột soạt.

버선 bít tất Hàn Quốc. ~발 chân mang vớ. ~발로 trong đôi vớ.

(속) 버선이라면 뒤집어서 보이지(남이 의심할 때 설명할 수가 없기에 한숨만 쉴 수 밖에 없다) Nếu là bít tất thì lật trong mới biết(than thở khi bị người ta nghi ngờ, buồn khổ vì không giải thích được).

버섯 nấm. 향~ ~ hương. 산호~ ~ san hô.

버스 xe buýt. xe khách, ~를 놓치다 lỡ xe buýt. ~정류장 bến ~, nhà chờ ~. 관광~ xe buýt tham quan. 시외버스 xe đò. ~손잡이 tay cầm, tay vịn, ~는 만원이었다 ~ chật ních. ~는 매 십분마다 온다 ~ chạy mỗi 5 phút một chuyến.

(명) 버스 지나간 뒤 손들기 Xe buýt qua rồi mới vẫy tay.

버스 터미널 bến xe, xa cảng.

버스러지다 vỡ vụn.

버쩍 hoàn toàn, đầy đủ. ~늘다 tăng lên rõ rệt.

버젓이 công khai, thẳng thắn. ~ 말하다 nói thẳng thắn.

버찌 quả anh đào.

버짐 bệnh nấm vảy, bệnh ghẻ.

버클 cái khóa thắt lưng.

버터 bơ. ~를 bơ phết ~.

버터플라이 con bướm.

버튼 (단추) nút, khuy. ~을 잠그다 cài khuy áo lại.

버티다 (견디다) cam chịu, đỡ, chịu đựng. yểm hộ, 모든 어려운 일을 ~ chịu đựng mọi gian khổ. giữ vững, chống lại. 서로 ~ ganh đua với nhau. (다리를 벌리고)đứng chàng hảng.

버팀목 cột chống, nạng, vật chống. 버팀 빗장 kè

벅적거리다 lăng xăng, chộn rộn, xúm lại.

뻑적지근하다 cảm giác nặng nề.

벅차다 không thể chịu đựng. 이 일은 내게 ~ việc này quá nặng đối với tôi. 벅차서 말이 안 나온다 lòng tôi tràn ngập xúc động không nói được.

번 lần. 한~ một lần. 지난~ lần trước. 한 두번이 아니다 không phải một hai lần. 여러~ nhiều lần. (당번) ca trực. (번호) con số. 2번 số 2.

번갈아 luân phiên(ban). xen kẽ, ~ 앉다 ngồi xen kẽ, ~ 경비하다 ~ canh gác, 8시간마다 ~ 일한다 họ làm việc theo ca 8 tiếng luân phiên nhau.

번개 sấm chớp. sấm sét, ~불(빛) tia chớp. ~ 치다 trời đánh, ~를 맞다 bị trời đánh, 번깨같이 날쌔게 nhanh(mau) như chớp nhoáng. 번개가 번쩍인다 tia chớp sáng lên. ~처럼 날아가다 xẹt, ~처럼 빠르게 loe xoe.

(속)번갯불에 콩 볶아 먹는다(행동이 번개처럼 빠르다)Rang đậu bằng lửa chớp để ăn(hành động nhanh như chớp).

번거롭다 phức tạp, phiền phức(lao). 번거로운 생활 cuộc sống ~.

번거롭고 복잡한 phiền phức. ~일 công việc ~.

번거롭게하다 phiền nhiễu.

번뇌 sự phiền não. ~하다 phiền não.

번데기 nhộng, con nhộng.

번드르르하다 bóng loáng.

번득 (뜩)이다 tia chớp. choáng mắt, 번득거리다 lấp lánh. nhấp nhánh

번들거리다 bóng loáng.

번듯하다 bằng phẳng, thẳng băng

번민하다 lo nghĩ, phiền não, phiền muộn.

번번이 mỗi khi, mỗi lần.

뻔뻔하다 trơ tráo. bơ bơ, ngỗ ngược, 뻔뻔하게 vô liêm sỉ. 뻔뻔한 사람 người trơ trơ, người không có liêm sỉ.

뻔뻔스러운 trơ mặt, mo, mặt dày, trân, vô liêm sỉ, dơ, xếch mé, trâng tráo, ~얼굴 mặt mo. ~사람 người dơ. mặt mẹt. 뻔뻔한 얼굴을 하다 trân mặt ra.

번복하다 thay đổi. 결심을 ~ thay đổi ý định.

번성하다 thịnh vượng. phiền(phong) thịnh, (수목이) xum xuê, um tùm. 나라가 번성해야 국민이 잘 산다 nước ~ dân giàu.

번식하다 phiền thực, sinh sản. 번식기 thời kỳ ~, mùa ~.

번식시키다 sinh sôi, tư thực.

번안하다(안건을 뒤집음) thay đổi, (개작하다)phỏng theo.

번역 biên dịch. phiên dịch, dịch sang, 한국어로 ~하다 dịch ra tiếng Hàn. ~가 người ~. 번역서 bản dịch (번역문), ~작품 dịch phẩm.

번역본 dịch bản.

번영한 thịnh vượng, phồn hoa. (반)쇠퇴하는 suy tàn, (번창) phồn vinh, hưng thịnh. 국가의 번영 phồn vinh quốc gia.

번영의 기운 vượng khí.
번의하다 thay đổi ý định.
번잡 phức tạp, bối rối, rắc rối. ~한 거리 đường phố đông đúc.
번잡스럽다 tíu tít.
번잡한 phiền tạp. rộn ràng. (얼키고 설킨) lắt léo, ~ 세상일 việc đời ~.
번쩍거리다 lấp lánh, chớp. chiếu sáng. sáng ngời. lóe. 번쩍이는 sáng loáng. bóng láng.
(명)번쩍거린다 해서 전부가 황금은 아니다 Không phải tất cả những gì lấp lánh đều là vàng.
번쩍이는 nháng. sáng quắc(chói).
번쩍하면 울다 òa khóc một cách dễ dàng.
번제물 của lễ thiêu.
번져가다 lây lan sang.
번지 số nhà, mã số, số địa chỉ. 댁은 몇 번지입니까? Nhà anh số mấy?
번지다 lan đi, bốc lên, nhòe, tỏa ra, lan truyền.
번지르르한 bóng lánh, láng mượt. ~ 머리카락 đầu tóc láng mượt. ~(외모) bóng bảy
뻔질나게 liên tục, thường xuyên. ~출입하다 đi vào ra thường xuyên.
번창하다 thịnh vượng, phồn thịnh, phát đạt. 번창 시키다 hưng phát.
뻔하다 hiển nhiên, rõ rệt, rõ ràng. 뻔한 거짓말 nói láo rành rành.
뻔한 속임수의 이야기 chuyện trẻ con.
--뻔하다 hầu như, suýt, 차에 부딪칠 뻔했다 suýt đụng vào xe. 죽을 뻔했다 suýt chết
번호 con số. ~순대로 theo số thứ tự. 번호를 붙이다 đánh số. ~표 bản số, 비율. 국가번호 mã số quốc gia,

전화~ số điện thoại.
번화하다 phồn hoa, náo nhiệt. 번화한 거리 đường phố náo nhiệt, đường phố phồn hoa, 번화가 con đường náo nhiệt.
뻗다 1.bành trướng. duỗi, 세력을 ~ bành trướng thế lực. 2.팔을 ~ chìa tay, dang tay, duỗi tay thẳng ra. 쭉 뻗고 눕다 nằm duỗi thẳng. 오른 손을 뻗어요 chìa tay phải ra.
뻗어나온 nhô ra.
뻗어 넣다 thò, 손을 뻗어 호주머니에 넣다 thò tay vào túi.
뻗대다 (버티다) chống đối, giơ ra. 끝까지 ~ chống đối đến cùng.
뻗었다 (되지다.죽다) ăn xôi.
뻗치다 duỗi ra, chìa ra, xòe, 구조의 손을 ~ giúp đỡ ai một tay.
벌 con ong. 벌떼 đàn ong. ~에 쏘이다 bị ong đốt. 벌떼같이 바쁜 mắc cưi.
벌처럼 가는 허리의(속어)thắt đáy lưng ong.
벌의 침 nọc ong.
벌어진 어깨 vai vuông.
벌 (옷) 옷 한벌 một bộ quần áo.
벌 hình phạt. vạ,(반)상 thưởng, 벌을 받다 nhận hình phạt, bị phạt. thụ phạt, thọ hình(tội), 벌을 면하다 miễn hình phạt. ~을 받을만한 đáng phạt, đáng tội.
벌하다 phạt(반)상을 주다 ban thưởng.
뻘 (혈족관계) 그는 나의 아저씨 뻘이 된다 anh ấy là chú tôi.
벌 (뻘) 게지다 trở nên đỏ, làm cho đỏ.
벌거벗다 cởi trần truồng. cởi truồng, 벌거벗기다 lột trần. 벌거벗은 khỏa thân. ở trần, lộ thể. 완전히

벌거벗은 trần truồng như nhộng.
(속) 벌거벗고 환도 찬다(격식이 맞지 않고 비정상적이다) Cởi truồng, đeo gươm(kiểu cách không phù hợp mà lại lố bịch).
벌거숭이 người khỏa thân. ~산 ngọn núi trọc.
벌 (뻘)겋다 đỏ tươi, đỏ thắm.
벌꿀 mật ong. ~차 chè ~.
벌그스름하다 đo đỏ, hơi đỏ.
벌금 tiền phạt. tiền vạ, ~을 과하다 phạt tiền. ~을 물다 bị ~. phạt vạ, ~형 hình phạt tiền. 가중한 ~ ~ 나 중한. ~을 내다 đóng ~. trả tiền phạt, nộp tiền phạt. ~을 감하다 giảm phạt. 벌금형에 처하다 phạt vạ.
벌다 kiếm tiền. 생활비를 ~ kiếm tiền sinh sống. 한달에 백만동을~một tháng kiếm được 1 triệu đồng. 벌기 힘든 돈 đồng tiền kiếm được một cách khó khăn (không phải dễ).
벌떡 bất ngờ, thình lình. ~ 일어서다 vùng dậy, đứng phắt dậy, bật dậy.
벌떡거리다 đập nhanh, hồi hộp, rung động.
벌렁 자빠지다 ngã nằm(nhào). té bổ chửng.
벌레 sâu bọ, côn trùng. (작은)rươi, ~먹은 사과 trái táo bị sâu ăn. ~같이 많은 도둑 trộm cắp như rươi.
벌레의 나는 소리 vo vo.
벌레가 먹다 tràm, ~가 집기둥을 갉아 먹다 ~ cột nhà.
벌리다 mở ra, rộng ra, há, (손을) xoài. 입을 ~ há miệng. 날개를 ~ dang cánh. 두 다리를 ~dang hai chân.

벌목하다 đốn gỗ, chặt cây.
벌벌떨다 run lên, lẩy bẩy..
벌써 (이미) đã, xong trước rồi.(반) 아직 vẫn chưa, ~12 시 됐다 đã là 12 giờ. ~ 끝나다 đã xong rồi. ~ 준비 다 đã chuẩn bị xong rồi. ~일년 이 지나가다 lẹo tẹo mà đã hơn một năm rồi.
벌쓰다 bị phạt. 벌씌우다 trừng phạt.
벌어먹다 kiếm miếng ăn, tìm kế sinh nhai.
벌어지다 rộng ra, mở rộng ra, trải rộng ra, lan ra. 두사람의 사이가 ~ quan hệ hai người ngày càng xa.
벌이 cách sinh nhai, sinh kế, việc kiếm tiền. ~가 좋다 có thu nhập khá.
벌이다 bày ra. 사업을 ~ bắt tay vào kinh doanh.
벌주 rượu phạt.
벌집 tổ ong. ổ ong, đõ, 방안이 ~ 쑤셔 놓은듯 했다 căn phòng náo động đúng như là tổ ong.
벌채하다 chặt cây, đốn cây. luồng, 삼림을 ~ khai khẩn rừng. 개척 하기 위해 숲을 벌목하다 luồng rừng để khai thác, 벌채 금지의 산림 rừng cấm.
벌초하다 cắt cỏ, nhổ cỏ.
벌칙 quy định hình phạt, khoán lệ.
벌통 tổ ong bằng cây.
벌판 (평야.들) đồng bằng, hoang dã.
벌하다 đoán phạt.
범 (호랑이) con hổ, dần, con cọp. ~굴 에 들어가야 ~을 잡는다 có vào hang hổ mới bắt được hổ.
(속) 범은 그려도 뼈다귀는 못 그린다 (사람을 알고 얼굴을 알아도 그 마음은 모른다).Dù vẽ được hổ

nhưng không vẽ được xương, (biết người, biết mặt nhưng không biết lòng).
(속) 범 없는 곳에서는 토끼가 스승이다(장님나라에서는 애꾸눈이 왕 노릇 한다) Nơi không có hổ thì thỏ là thầy(trong xứ mù thằng chột làm vua).
(속) 범의 아가리를 벗어나 어머니의 품으로 돌아온다(매우 위험한 상황을 벗어나다) Thoát khỏi miệng hổ, trở về trong vòng tay mẹ,(đã thoát khỏi tình cảnh nguy kịch).
(속) 범을 길러 화를 입는다(화의 근원을 길러서 온전히 자신이 화를 당한다) Nuôi hổ bị lấy họa, (nuôi nguồn họa, ắt rước họa vào thân)
(속) 범 잡아먹는 담비가 있다(강한놈이 약한놈에게 패할 수가 있다) Có loài chồn bắt hổ ăn thịt(kẻ mạnh vẫn có thể bị đánh bại bởi kẻ yếu hơn mà mưu trí).
범하다 vi phạm, phạm tội.
범국민적인 khắp cả nước. 범국민운동 chiến dịch toàn quốc, phong trào toàn quốc.
범띠 tuổi con cọp, sinh năm con cọp.
범람하다 tràn ngập. tràn trề, đạt dào. 물이 범람했다 làng bị ~ khi nước lớn. 홍수로 마을에
범례 lệ mẫu, lệ chung, phàm lệ.
범벅이 되다 trộn lộn xộn.
범법 phạm pháp. ~행위 hành vi phạm pháp. ~자 người ~.
범부 người bình thường, bình dân.
범사 (만사) mọi việc(sự), việc thông thường, phàm sự.
범상하다 bình thường. 범상치 않은 lạ thường, khác thường.
범선 (돛단배) tàu(thuyền) buồm.
범속한 thông tục, tầm thường. phàm tục.
범신교 phiếm thần giáo.
범신론 thuyết phiếm thần. phiếm thần luận, ~자 người theo ~.
범어(산스크리트) tiếng Phạn. Phạn ngữ, ~학자 nhà học giả ~.
범용한 xoàng xĩnh, tầm thường. dung tục.
범위 phạm vi, giới hạn. 의 ~내에서 trong phạm vi. ~밖에 ngoài phạm vi. ~가 좁다 phạm vi chật hẹp. ~를 정하다 phân cương.
범인 (평범한) người bình thường.
범인 (죄인) phạm nhân. tội phạm, ~을 잡다 bắt tội phạm. ~을 심문하다 tra vấn kẻ phạm tội, ~을 은익하다 che dấu tội phạm. ~수사 điều tra ~, săn lùng ~. ~인도협정 hiệp định dẫn độ tội phạm.
범재 năng lực bình thường.
범절 nghi lễ, nghi thức.
범접하기 어려운곳(신성한곳) long bàn hổ cứ.
범죄 phạm tội. tội tình, ~예방 ngăn ngừa tội phạm. ~에 관련하다 liên quan tới tội phạm. ~발생율 tỉ lệ ~ phát sinh. ~수사 điều tra ~. 범죄자 tội phạm. 전쟁~자 tội phạm chiến tranh. 범죄행위 hành vi ~. 소년~ tội phạm thiếu niên. ~사건 hình vụ. ~의 주범 thủ ác.
범죄학 đại hình học.
범죄기록 sao lục án tòa.
범주 phạm trù. ~에 들다 trong ~.
범칙 phạm quy tắc. ~자 người ~. ~을

물리다 phạt đền
범하다 phạm, gây ra, xúc phạm, xâm phạm. 교칙을 ~ phạm nội quy nhà trường.
범행 tội lỗi, phạm tội. ~을 부인하다 chối tội. ~을 자백하다 thú nhận tội lỗi.
법 luật pháp, luật. (정률)định luật, ~의 효력 hiệu lực của luật. ~의 적용 áp dụng luật. ~을 만들다 làm luật, ~에 맞다 phù hợp luật, đúng luật. ~에 어긋나다 trái luật. ~에 따라 처리하다 xử lý theo luật. ~을 고치다 sửa luật. ~을 어기다 trái(phạm) luật. (반) ~을 지키다 tuân theo luật. 요리~ cách nấu ăn. 공부하는 ~ cách học, phương pháp học.
법의 범위 안에서 ở trong phạm vi pháp luật.
법에따라서 chiếu luật.
(속) 법은 멀고 주먹은 가깝다(옳고 그름을 따지기 전에 무력으로 남을 위협한다) Luật thì xa, nắm đấm thì gần,(trước khi phân biệt đúng sai, sử dụng vũ lực để đe dọa người khác).
법을 교묘하게 빠져나가다 tránh lưới pháp luật.
법을 제정하다 lập pháp.
법을 준수하다 suất pháp.
법과 khoa luật, ngành luật. ~를 수료하다 tốt nghiệp ~. ~대학 trường luật. ~학생 sinh viên luật.
법관 quan tòa, thẩm phán.
법규 luật lệ, pháp quy. quy điều.
법당 ngôi chùa, đền thờ.
법도 luật lệ, quy luật. pháp độ.

법랑(에나멜) men. ~질 lớp men.
법령 pháp lệnh, quy định, quy chế, sắc lệnh, ~을 발표하다 giáng chiếu(chỉ).
법률 pháp(sắc) luật. ~이 정하다 pháp luật quy định. ~상의 pháp địmh, ~에 규정되다 được quy định tại pháp luật. ~에 따르다 tuân theo ~, 서명을 받기 위해 대통령에게 ~을 제출하다 đệ ký một sắc luật lên tổng thống, ~책 sách luật, ~학 luật học, ~에 의해 금해진 quốc cấm. ~을 시행하 다 đem thi hành một đạo luật. ~을 공부하다 học luật, ~을 어기다 can phạm. ~ 서적 sách luật, ~ 사무소 văn phòng ~. ~상담소 nơi tư vấn pháp luật. ~위반 vi phạm ~. ~가 luật gia, luật sư (변호사). ~안 dự luật.
법률규정 pháp qui.
법률제도 pháp chế.
법률조항 điều luật.
법률준수 tuân thủ pháp luật.
법률학교 trường luật.
법리 (법이론) pháp lý. ~학자 nhà luật học.
법망 lưới pháp luật. ~을 피하다 lẩn trốn pháp luật. ~에 걸려들다 bị rơi vào ~.
법명 pháp danh.
법무 vấn đề pháp luật, pháp vụ. ~부 bộ tư pháp. ~부 장관 bộ trưởng bộ tư pháp.
법문 đạo Phật. (불경) kinh Phật
법복 áo choàng quan tòa. pháp y.
법사 pháp sư. thiền gia.
법석대다 rầm rộ. xôn xao.
법석떨다 gây ra náo động, dậy men,

ồn ào.
법식 (형식) hình thức, cách thức.
법안 dự luật. ~을 제출하다 đưa ra ~.
법열 trạng thái mê ly.
법왕 (교황) giáo hoàng.
법외의 pháp ngoại.
법원 tòa án. pháp viện, 지방~ tòa án địa phương. 고등~ tòa thượng thẩm. 대~ tòa án tối cao.
법의 (법복) áo choàng quan tòa.
법의학(자) pháp y. ~의 thuộc ~.
법이론 pháp lý.
법인 (사단법인) pháp nhân. công ty, ~ 조직 tổ chức hợp thành (pháp nhân). ~재산 tài sản pháp nhân(công ty)
법인에게 양도하다(부동산을) trừ lẫn.
법인세(영업세) thuế môn bài.
법적으로 hợp pháp, đúng luật. 법적근거 cơ sở pháp lý.
법전 luật điển, đạo luật,. bộ luật, 현행 ~ đạo luật hiện hành.
법정 tòa án. pháp đình, pháp trường. ~에 나가다 ra tòa, pháp đình. ~에 서 ở tòa án. ~에 출두하다 xuất hiện tại ~. ra trước vành móng ngựa,~을 열다 mở phiên tòa. ~가격 giá quy định. ~상속인 người thừa kế pháp luật. ~자본금 vốn pháp định, ~서기사무실 phòng lục sự. ~에 서다 xuất đình.
법정휴일 ngày lễ chính thức. ngày nghỉ theo luật định.
법제 pháp chế. ~처 văn phòng lập pháp.
법조계 giới pháp luật.
법조항 pháp điều.
법체제 pháp hệ.

법치국가 nước pháp trị, nước chính thể lập hiến. 법치주의 chủ nghĩa hợp hiến
법치제도(문치) văn trị.
법칙 nguyên tắc, pháp tắc.
법하다 có lý do chính đáng. 화날 법도 하다 có lý do để nổi giận.
법학 luật, luật(pháp) học. ~석사 thạc sĩ luật. ~박사 tiến sĩ luật. ~자 luật(pháp) gia.
법회 nhóm tín đồ Phật giáo.
벗 bạn, bạn bè. (죽마고우)trúc mai.
(명) 벗을 사귀는 데는 서로 마음을 알아주는 것보다 더 고귀한 것은 없다 Khi giao lưu với bạn, không có gì quý bằng hiểu lòng nhau.
(명) 벗을 사귀는 데는 신의를 귀히 하라 Trong giao lưu bè bạn, hãy coi trọng tín nghĩa.
벗겨지다 lột vảy, tróc, thoát khỏi, trụt, hói, tuột. trút ra, tách ra.(피부) bong, xước. tuột ra, cởi ra, trọc trụi, 바지가 ~ quần tuột xuống, 구두 가 ~ giày trụt, 살결이~bị trầy, 껍질이 벗겨진 나무 cây tróc vỏ, 손바닥 가운데가 ~ trầy trụa cả gan bàn tay. 벽지가 ~ giấy dán tường tróc ra. 페인트가 비에 젖어서 벗겨졌다 sơn tróc ra vì để ngoài mưa. 벗겨져 떨어지다 tróc vảy.
벗겨주다(걱정을)dẹp bỏ.
벗고 살다 ở truồng.
벗기다 cởi, tháo, lột, tuốt, bóc. 옷을 ~ cởi áo.나무 껍질을 ~ bóc vỏ cây. 바나나 껍질을 ~ bóc vỏ chuối.
벗다 cởi bỏ, cỗi, tháo.(반)입다 ăn mặc, 모자를 ~ cởi mũ.신발을 ~ cởi

giày. 안경을 ~ tháo kính. 옷을~ cởi áo.

뻣뻣하다 cứng rắn. lờm chờm, 뻣뻣한 ngay đơ, ~수염 râm lờm chờm. 죽어서 뻣뻣히 누워있다 nằm chết ngay đơ.

벗어나다 thoát(ra) khỏi. vuột khỏi, trút, (탈구) trật trẹo, 의심을 ~ trút sự nghi ngờ, 가난에서 ~thoát ra khỏi nghèo đói. 위기에서 ~ thoát ra khỏi nguy cơ. 죽음에서 ~ thoát khỏi cái chết. 경제 공황에서 ~지 못한다 chưa thoát khỏi khủng hoảng kinh tế. 어려움을 ~ ~ một sự khó khăn, 누군가의 손아귀에서 ~ ~ tay người nào. (책임을) rũ. 책임을 완전히 벗다 rũ hết trách nhiệm.

벗어날수 없는 운명 số mạng không thể tránh được.

벗어버리다 thoát lốt, (벗어던지다) ném tung ra, đá bật đi, tước bỏ, gạt bỏ. 책임을 ~ gạt bỏ trách nhiệm.

벗어지다 tuột xuống.

벗하다 làm bạn, kết bạn. 자연을 ~ kết bạn với thiên nhiên.

뻥소리 tiếng sập mạnh, tiếng nổ lớn. 구멍이 뻥뚫어지다 mở tung ra, 벙거지 mũ, nón xưa.

벙글거리다 tươi cười, nụ cười.

벙글벙글 웃다 cười một cách hớn hở.

벙긋하다 mở hé. 문이 벙긋 열려 있다 cánh cửa mở hé.

벙벙하다 không nói nên lời. lặng người

벙실거리다 mỉm cười.

벙어리 người câm. phu đám ma, ~가 되다 bị câm.

(속) 벙어리 냉가슴 앓듯(답답하고 걱정되는 일이 있으나 누구에게 토로 할 수가 없어서 매우 참기 힘들다) Như thằng câm đau ngực(có việc buồn bực, lo lắng nhưng không thể thổ lộ cho ai biết nên rất khó chịu).

(속) 벙어리 속은 그 어미도 모른다(설명을 들을 수 없기 때문에 일의 본질을 정확히 알 수가 없다) Nỗi lòng người câm, mẹ cũng không hiểu được(vì không nghe được giải thích, nên không biết chính xác bản chất sự việc).

벙커 hố cát.

벚꽃 hoa anh đào.

벚나무 cây anh đào.

베 vải. 무명베 vải bông. ~를 짜다 dệt cửi. 베틀 máy dệt cửi.

베개 cái gối. ~를 베다 tựa đầu lên gối, nằm lên gối.

베갯머리 bên cạnh giường.

베고니아 (식물) cây thu hải đường.

베끼다 sao chép, viết lại. phỏng theo.

베네쥬엘라(국명) VÊ NÊ DU ÊLA

베니어 lớp gỗ mặt. ~판 ván gỗ.

베다 (베개를) tựa đầu trên (gối).

베다 (자르다) cắt, chặt, chém. nhát, nhát, nhát, nhát, nhát, nhát, nhát, nhát, nhát, nhát, nhát, nhát. 손가락을 ~ cắt ngón tay.

베드 cái giường.

베드로 (성경)Phi-e-rơ

베드로 전서(성경) I Phi-e-rơ

베란다 hiên hè, hàng(mái) hiên (북), hàng ba, thềm ba (남). ~에서 ngoài hiên

베레모 mũ bê rê.

베스트 tốt nhất, hay nhất. ~셀러 sách bán chạy nhất, (인기상품) hàng ưa thích
베아링 bạc đạn.
베어내다 cắt bỏ, chặt bỏ. xẻo.
베어링 bi, vòng bi.
베어먹다 cắt ra ăn.
베어버리다 cắt, chặt, đốn.
베이다 bị cắt, bị đứt. 칼에 손가락을 ~ ngón tay bị dao cắt.
베이비 em bé.
베이스 (음악) giọng(nam) trầm.
베이스볼 (야구) bóng chày.
베이스캠프 trại đóng quân.
베이식(기본) cơ bản.
베이지색 có màu be.
베토벤 Bethoven.
베이컨 thịt lưng lợn.
베일 màn che.
베테랑 người từng trải. chuyện gia.
베트남 교포 Việt kiều.
베트남 Việt Nam. ~시가 ca công. 베트남의 옛 이름 Văn lang 베트남의 옛 수도 Phong châu, ~고전극 hát tuồng, ~노동요 hát ví. ~작가협회 hội nhà văn V.N. ~역사 Việt sử, nam sử. ~남부가극 nhạc tài tử. ~ 전통 곡주 rượu lúa mới. ~의 약초 thuốc nam. ~약초 명 칭 thuốc ta. ~교포 việt kiều, ~문학 Việt văn, 베트남화 하다 Việt hóa. ~어 tiếng Việt. 북부 베트남 Bắc Việt.
베트남은 1 년 내내 덥다 Việt-Nam trời nóng suốt năm.
베트남 민속가극 tuồng cải lương.
베트남 소세지 lạp xưởng.
베트남 소수민족의 악기 tính tẩu.
베트남 수공예 총연맹 tổng đoàn công kỹ nghệ V.N.
베트남 신문사 Việt-Nam thông tấn xã.
베트남 전통 맛사지 tẩm quất.
베트남 최고 금성훈장 sao vàng.
베틀 khung cửi. 베틀로 베를 짜다 dệt vải trên khung cửi.
베풀다 ban cho, ban phát, cưu mang. 가난한 사람에게 ~ cưu mang những người nghèo. chiêu đãi, tặng cho. 베풀어 주다 bố thí. 자선을 ~ bố thí. 은혜를 ~ ban đặc ơn (ân).
벤치 (긴 의자) ghế dài.
벤치레이터(통풍기)máy hút khí
벤텀급(권투) hạng gà.
벨 cái chuông. ~을 누르다 bấm chuông, ấn chuông. ~을 울리다 chuông reo. 벨소리 tiếng chuông. 나는 벨이 울리는 소리를 들었다 tôi nghe có tiếng chuông reo.
벨기에(국명) nước Bỉ. ~로 망명하다 trốn sang ~.
벨벳 nhung. 수놓은 ~ cẩm nhung.
벨브 van nước, xú báp.
벨트 vòng(vành) đai, dây thắt lưng, dây dai. dây trân, dây cu-roa, 안전~ dây thắt lưng an toàn, ~를 조이다 siết dây nịt, 그린 벨트 vòng đai xanh lục. ~ 를 느슨하게 하다 nới thắt lưng.
벵갈 보리수(식물) si.
뺑기 → 페인트 sơn.
벼 thóc (북), cây lúa (남), đồng lúa. ~ 를 심다 trồng lúa. ~를 베다 gặt lúa, 늦벼 ~ muộn, 볍씨 lúa giống, 벼에 따른 토지세 lúa ruộng, 올벼 lúa sớm, 이앙하지 않은 벼 lúa sạ, 벼를 말리다 phơi ~, 벼이삭을 줍

다 mót lúa, 벼이외의 곡식 hoa màu.
벼가 여물기 시작하다 vào mẩy.
(속)벼는 익을수록 고개를 숙인다(많이 배우면 배울수록 더 겸손해 진다)Lúa càng chín càng cúi đầu(Càng học nhiều càng khiêm tốn hơn)
벼를 훑어 말리다 tải thóc phơi.
벼멸구(곤충) sâu gai.
벼모(식물) mạ.
벼가 차차 고개를 숙이다 bông lúa ngày càng cong xuống, uốn câu.
뼈 xương, xương cốt, cục xương. ~를 잇다 nối xương, bó xương. ~가 부러지다 gãy(trẹo) xương. 뼈 대가 굵은 to xương, 뼈가 없는 không ~, không có tủy. 뼈속까지 시리도록 추운 lạnh thấu ~, ~와 가죽만 남았다 còn da với xương, da bọc xương, chỉ còn lại da và xương. ~속까지 tận xương tủy. ~저리게 느끼다 thấu xương. 뼈가 쑤시는 gai cột sống. 뼈마디 đốt xương. 뼈만 앙상하게 남은얼굴 mặt quắt. 뼈를 묻다 mai cốt. ~와 살 cốt nhục. 뼈에 아픔을 느끼다 nhức xương. 뼈에 사무칠 정도로 춥다 lạnh thấu xương.
뼈가루 thiêu tưởng.
뼈대(골격) khung, (집을) sườn nhà.
뼈만 앙상한 gầy lõ, lõ lẽo.
뼈를 관통하다 thấu cốt.
뼈를 발라내다 gỡ xương.
뼈국물 nước xương, nước lèo.
벼농사 làm ruộng.
뼈다귀 chất xương.
뼈대 khung xương, bộ xương. ~가 굵은 to xương. (틀) khung (북), sườn (남). ~를 만들다 đóng khung.
벼락 sấm, sấm sét. ~같은 như sấm. ~ 맞다 bị sét đánh. ~맞아 죽어라 chết rấp đi. 벼락성공한자 kẻ hãnh tiến.
벼락감투 thăng tiến nhanh.
벼락공부하다 học nhồi nhét, học ép, học chữa cháy. 시험때문에 ~ học thi theo kiểu chữa cháy.
벼락부자 kẻ hãnh tiến, nhà trọc phú, giàu chỉ sau một đêm. ~가 되다 trở nên giàu có trong chốc lát.
벼락치기공부 việc học đánh chớp nhoáng.
벼락치다 sét đánh. 벼락맞아 죽다 bị sét đánh chết.
벼락출세하다 bay nhảy
벼랑 (절벽) vách đứng.
벼루 cục đá mài mực. ~에 먹을 갈다 mài thỏi mực vào viên đá.
벼루와 붓 nghiên bút.
벼룩 con bọ chét. 〜 lải, ~시장 thị trường bọ chét, ~에 물리다 bị bọ chét cắn. 빈대 bọ xít.
(속) 벼룩의 간을 내어 먹지(어려운 사람의 금전을 뜯어 낸다) Kẻ ăn gan bọ chét(bắt lấy tiền của người cực khổ).
벼르다 có ý định, trù tính. 벼르던 기회 cơ hội chờ đợi đã lâu. 기회를 ~ đợi cơ hội.
벼리다 (갈다) rèn lưỡi. mài
벼멸구 sâu gai.
뼈빠지게 힘든 ốm xác.
벼슬 quan chức. ~하다 nhận chức, nhậm chức. ~이 높다 chức vụ cao.

(반) 벼슬이 낮다 chức vụ thấp.
벼슬살이 nghề công chức. ~하다 đang phục vụ chính quyền.
벼이삭 thóc rơi, đồng lúa. ve.
뼈아픈 nhức nhối, ~과거 quá khứ ~.
뼈저리다 làm đau lòng.
벼훑이 máy đập lúa.
벽 bức tường (세멘트벽), vách (대나무로 된 벽). ~을 바르다 trét tường, dán tường. ~을 칠하다 quét sơn tường. ~에 부딪치다 đụng (đâm) vào tường. 간막이~ vách ngăn, ~에 거는 등 đèn vách. 벽의 기반 móng tường. 벽돌담집 nhà tường gạch, 벽에 걸려있는 그림 những bức tranh treo trên tường. 벽에 등을 기대다 dựa lưng váo tường. ~을 넘다 trèo qua tường.
벽에 trên tường, ~ 걸다 treo ~.
벽걸이시계 đồng hồ treo.
벽공 bầu trời trong xanh.
벽난로 lò sưởi.
벽단을 쌓아서 만든 긴 축 trục khuỷu.
벽돌 gạch, gạch bốn lỗ. ~을 쌓다 xếp gạch. ~공 thợ hồ(nề), thợ nung.. ~담 tường gạch. ~조각 cục ~. ~집 nhà gạch, ~로 포장하다 lót gạch.
벽두 (글이) phần mở đầu, sự bắt đầu. ~에 trước hết.
벽력 (청천벽력) việc xảy ra thình lình.
벽로 lò sưởi.
벽보 báo tường, bích báo, yết thị, ~를 붙이다 dán yết thị, 벽보 첨부금지 cấm dán lên tường.
벽시계 đồng hồ treo tường.
벽신문 báo dán tường.
벽안 mắt xanh. ~의 소녀 cô gái ~.

벽오동 (식물) loại nấm lộng.
벽옥 ngọc thạch anh, bích ngọc.
벽장 hộc tường, phòng nhỏ tường, buồng riêng có vách ngăn.
벽장코 mũi tẹt.
벽지 (외딴곳) nơi xa xôi, hẻo lánh.
벽지 giấy dán tường.
벽창호 người cứng đầu cứng cổ.
벽촌 ngôi làng hẻo lánh, nông thôn hẻo lánh. sơn lâm.
벽해 bích hải, biển xanh.
벽화 tranh tường. ~가 người vẽ ~.
변(수학) vế.
변 1. cạnh, sườn, đường chuẩn thẳng. 2. (변리) lãi suất. 3. (변고) tai nạn. 변을 당하다 bị tai nạn. 4.변을 보다 đi cầu.
변(수학) vế.
변개하다 thay đổi, sửa đổi, biến đổi.
변검사 thử phân, 소변검사 thử nước tiểu
변경하다 thay đổi, chuyển biến, biến đổi. 날짜를 ~ thay đổi ngày tháng.
변경(국경) biên giới. ranh giới. (오지) quan tái.
변계 ranh giới.(국경)
변고 tai nạn, biến cố. ~를 당하다 gặp ~. ~가 있는 hữu sự.
변괴 tai ương khác thường.
변기 bàn cầu, cái bô(요강)
변덕 tính thất thường, đồng bóng. 변덕스럽다 tính tình thay đổi thất thường. ~장이 người hay thay đổi. ~부리다 biến đổi tâm trạng. (속어)trái gió trở trời, ~이 심한 ngang trái. sinh chứng.
변덕스러운 vật vờ. thất thường, lất khất, ~성질 tính ~.

변돈 tiền cho vay lấy lời.
변동하다 thay đổi, biến đổi, biến động. 물가가 ~ vật giá biến động. 정계의 변동 biến động chính trị. 조금도 변동이 없다 không có một chút thay đổi.
변두리 vùng ngoại ô(lân cận). (가장자리) bờ, mép. via.
변란 biến loạn, hỗn loạn.
변론(변호) 1.biện luận. biện bạch. 2.bào chữa. 피고를 위해 ~하다 bào chữa cho bị cáo. ~자 người biện hộ.
변류기 máy đổi điện, máy biến lưu.
변리 tiền lãi.
변명 biện minh, cáo(nói) thác, thanh minh. tạ sự, thạc cớ. (핑계)tạ từ. 그런 ~은 통하지 않는다 sự biện minh như vậy không thể chấp nhận được. ~을 찾다 chữa lỗi.
변모하다 thay đổi, biến dạng. 도시의 외관이 많이 변모했다 bề ngoài thành phố hoàn toàn ~.
변박하다 phản bác, phản luận.
변발 để chỏm. đuôi sam. 변발머리 bím tóc.
변방 viễn phương, vùng ranh giới.
변방영토 phiến thổ.
변변하다 đẹp, dễ nhìn, khá tốt.
변변찮은 thô sơ, mạt. ~ 운반수단 phương tiện vận tải ~.
변복하다 cải trang. 변복으로 trong lớp cải trang.
변비 bệnh táo bón. tiện bí, ~가 되다 đi táo, ~에 걸리다 bị táo bón. ~증 bệnh táo bón, chứng táo bón. ~약 thuốc nhuận trường, thuốc trị táo bón. thuốc tẩy.

변사 người diễn thuyết, người thuyết minh phim.
변사하다 (비명횡사하다) bất đắc kỳ tử, chết bất ngờ.
변상하다 bồi(để) thường. 변상금 tiền ~.
변색 biến màu, đổi màu. ngả, ra màu, 그 색은 변하지 않는다 màu ấy không thay đổi, không biến màu. 변색된 bạc màu, 검은 색 으로~하다 ngả sang màu đen.
변설 cách ăn nói. ~이 유창하다 ăn nói lưu loát.
변성 cải tạo, đổi mới. (성을 바꾸다) đổi họ. (목소리가 변하다) đổi giọng. ~기 tuổi đổi giọng.
변성명하다 cải danh, đổi tên.
변소 nhà vệ sinh. 공동 ~ nhà vệ sinh công cộng. 여자~ nhà vệ sinh nữ. 옥외 ~ nhà vệ sinh ngoài trời.
변소 수세미 cây trà bồn cầu.
변속하다 sang số.
변속기 hộp tốc độ, hộp số.
변속 레버 sự sang số.
변수 thông số(수학) đa chức năng. đa thức
변신 trá hình, chuyển mình, biến dạng, cải trang.
변심 thay đổi lòng dạ.
변압기 máy biến thế. 변압의 thứ cấp.
변여지 (천도 복숭아)) măng cầu. cây na
변음 (음악) dấu giáng(낮은 음 자리표)
변이 (생물) biến thể. 돌연 변이설 thuyết đột biến.
변장하다 cải(giả) trang, trá(giả) hình. đội lốt, thay hình đổi dạng (성어), 여자로 ~ giả làm phụ nữ. 승려의

몸으로 ~ trá hình làm nhà sư. 변장술 nghệ thuật cải trang. 간첩이 사업가로 ~ gián điệp đội lốt nhà kinh doanh.
변전소 trạm biến điện.
변절하다 bỏ đạo, thay lòng, lại sa ngã. 변절자 kẻ phản bội.
변제하다 bồi hoàn, hoàn trả lại.
변조(위조) giả mạo. ~화폐 tiền giả.
변조 (음악) đổi giọng.
변종 biến đổi, khác thường.
변주곡 biến tấu.
변죽을 울리다 ám chỉ, nói bóng gió. nói rào.
변증 biện chứng. ~적으로 một cách biện chứng. ~법 ~pháp. ~법적 유물주의 chủ nghĩa duy vật biện chứng.
변지 vùng hẻo lánh.
변질되다 tha hóa. 변질된 쌀 gạo hẩm.
변질하다 biến chất, trở nên xấu. hẩm.
변천하다 thay đổi, biến đổi. chuyển tiếp, biến thiên, chóng tàn, 시대의 변천 biến đổi của thời đại. (변천) phù trầm
변칙 bất quy tắc, không bình thường. trái thường.
변태 biến thái, bất thường.
변통하다 thích nghi, làm ra.
변하다 thay đổi. đổi đời, 마음이 ~ thay đổi lòng dạ. 맛이 ~ thay đổi vị. 모양이 ~ hình thức thay đổi. 변하지 않는 không thay đổi. đinh ninh,그는 전보다 많이 변했어요 so với trước đây anh ta đã thay đổi nhiều. 변하기 쉬운 dễ thay đổi. mau phai, 변함없이 một cách không thay đổi. có hậu. 변치않는

사랑 tình chung.
변할 수 있는 khả biến.
변함없는 사랑 chung ái.
변해라 소리치다 hô biến.
변혁하다 cải cách, cách mạng hóa.
변형하다 biến hình, biến hóa, đổi thành.
변호 biện hộ, bào chữa. ~의뢰인 người ủy quyền biện hộ. ~인 người biện hộ.
변호(지지)하다 vực.
변호사 luật(trạng) sư. thầy cãi, ~자격을 받다 lấy tư cách ~. 변호사에게 의뢰하다 nhờ (mướn) ~. 변호사 사무소 văn phòng ~. 대한 ~협회 hiệp hội ~ Hàn Quốc.
변화 biến hóa, biến chuyển, thay đổi. ~있는 có thay đổi. (마법으로) ~시키다 hóa phép(thành). 변화무쌍한 biến hóa khôn lường. ~발전하다 diễn biến.
(명) 변화가 인생을 즐겁게 한다 Thay đổi làm vui vẻ cuộc sống.
(명)변화란 어떤 것이든 두려운 것이다 Thay đổi là cái gì mà cũng ngại.
(명) 변화는 즐거움의 어머니 Thay đổi là mẹ của niềm vui.
변화없는 trần trần.
변환하다 thay đổi, biến đổi.
별 ngôi sao, sao. tinh cầu, ~빛 ánh sao. 하늘에 별 따기다 (매우 어렵다) rất khó như việc hái sao trên trời vậy. ~이 반짝이다 sao lấp lánh. ~을 관측하다 xem sao, ~을 관찰하다 chiêm tinh, 별이 밝은 밤 đêm đầy sao. (성어) 별이 총총하면 날씨가 좋고 별이 안보이면 흐리다

별 sao dày thì nắng, sao vắng thì mưa.
별이 빛나는 밤 một đêm có sao.
별개의 riêng biệt, độc lập.
별거 sống(ngủ) riêng, ly thân. 남편과 ~하다 ly thân với chồng.
별거 아니야! hại gì!
별것 cái đặc biệt. 그 것은 ~이 아니다 cái đó chẳng có gì đặc biệt. 그의 능력은 ~이 아니다 năng lực anh ta chẳng có gì đặc biệt.
별 것 아닌 phi bạc.
별고 vướng mắc, trở ngại. ~ 없이 không xảy ra tai nạn, an toàn. ~ 없다 không xảy ra gì cả.
별꼴 cảnh dị thường, kinh dị. 별꼴이야! kinh dị quá!
별관 nhà phụ, nhà riêng, nhà ngoài.
별궁 cung điện riêng.
별나다 kỳ lạ, khác thường, lạ lùng. quái quắc, 별난 사람 người kỳ lạ. kỳ nhân. 별난 성격의 trái tính.
별놈 người kỳ cục.
별다르다 lạ thường, đặc biệt. 별다른 일 việc khác thường.
별당 nhà biệt lập.
별도 phương pháp riêng, cách riêng. 별도의 của riêng. 별도의 지출 chi phí riêng. ~적금 quỹ riêng.
별도리 없다 không còn cách nào khác.
별똥 ánh sao băng. sao sa. ~이 떨어지다 sao xẹt.
별동군 biệt động quân.
별동대 biệt động đội.
별로 không lắm. ~ 좋지 않다 không tốt lắm. ~ 춥지 않다 không lạnh lắm. ~ 할 말이 없다 không có gì đáng nói.

별리의 정 tình khứ lưu.
별말 lời vô lý. ~을 다 한다 bạn nói vô lý.
별명 biệt danh, tên hiệu, biệt hiệu, tên khác. ~으로 부르다 gọi bằng ~
별문제 vấn đề khác. 이것과 그것은 별 문제이다 đó là hai vấn đề khác nhau.
별미 món ăn ngon miệng.
별반 좋지 않다 không tốt gì lắm.
별별 사람 đủ mọi hạng người.
별빛 ánh(sáng) sao. ~이 밝다 ngôi sao chiếu sáng ngời.
별 사람 người kỳ dị. ~을 다 보겠다 tôi chưa thấy người kỳ dị như thế.
별석 chỗ ngồi riêng biệt.
별세하다 qua đời, biệt thế, từ trần.
별세계 (별천지) một thế giới khác.
별소리 (별말) lời nói quá đáng.
별수 (비결) bí quyết, cách thức đặc biệt. ~가 없다 không có ~ gì.
별스럽다 (별나다) kỳ lạ, khác thường.
별식 món ăn đặc biệt.
별실 phòng riêng biệt.
별안간 thình lình, đột ngột.
별일 việc lạ lùng. ~ 없이 지내다 ăn ở như thường. ~없으시지요? không có ~ chứ ạ?
별일 아닌일을 걱정하다(기우) lo bò trắng răng.
별자리 chòm(ngôi) sao.
별장 biệt thự.
별종 loại khác.
별지 tài liệu đính kèm (동봉함)
별차 sự khác biệt. 별차가 없다 không có gì khác biệt.
별채 hậu đình. ~궁전 biệt điện.
별책(따로 만든 책) một phụ trang.

별천지 (별세계) thế giới khác.
별표(기호) dấu hình sao(hoa thị) (*)
별표 bản đính kèm. ~양식 mẫu đính kèm.
별항 (딴 항목) điều khoản riêng (khác).
별호 (호) bút danh, bút hiệu.
뼘 một gang, gang tay. ~으로 재다 đo bằng gang tay.
볍씨 hạt giống lúa. 측 메, ~를 뿌리다 gieo mạ.
볏(닭의) mào gà, (말갈기) bờm ngựa.
볏가리(볏더미) đụn thóc.
볏단 một bó lúa. 볏다발 đống lúa.
볏섬 một bao gạo.
뼛속까지 스며들다 nhập cốt.
볏짚 cây rạ, rơm lúa, rạ. ~모자 nón rơm, ~집웅 mái rơm.
병 bệnh, chứng bịnh, (남), ốm, bệnh tật (북). 병들다 bị bệnh (남), bị ốm (북). 가벼운 ~ = 위험하지 않는 ~ bệnh nhẹ, bệnh không nguy hiểm. (반) 중병 bệnh nặng. 병들다 mắc bệnh. 람 bệnh (반) 병이 낫다 khỏi(lành) bệnh. ~이 악화되다 bệnh nặng thêm. 병으로 bởi bệnh, vì bệnh. ~으로 결근하다 không đi làm vì bệnh. ~으로 죽다 chết vì bệnh. ~을 고치다 chữa bệnh(lành). ~을 예방하다 phòng bệnh. 병을 옮기다 truyền bệnh. ~을 이기다 thắng được bệnh. ~ 치료하다 trị bệnh. 눈~ bệnh đau mắt. 발~ bệnh đau chân. 심장~ bệnh đau tim. 위장~ bệnh đau bao tử. 정신~ bệnh tâm thần. 폐병 bệnh phổi. 병 나았는가? Bình phục chưa? Hồi phục chưa? 병후에 sau cơn bệnh. 병의 원인 căn bệnh. 병에 걸리다 mắc(thụ) bệnh, lâm(mang) bệnh. lên cơn. 열병에 걸리다 lên cơn sốt. 병이 깊어지다 nung bệnh. 병이 많이 나은 ngoài ngoài. 병에 전염되다 nhiễm bệnh. ~으로 누워만 지내는 ốm liệt giường. 병을 핑 계삼다 thác bịnh.
병에 잘 걸리는 ói ọp. ~ 아이 thằng nhỏ ~.
병든 자 người có bịnh.
병자 kẻ bịnh.
(명) 병을 알면 그 병은 반은 나은 것이다 Biết được bệnh là đã khỏi được một nửa bệnh.
병의 근원을 제거하다 trừ căn.
(명)병이 낫기를 간절히 소망하는 것이 병을 고치는데 한 몫을 한다 Ước mong thiết tha khỏi bệnh sẽ giúp một phần điều trị bệnh.
병이 퍼지다 truyền bịnh, ruồi ~.
병주고 약주다(속어)vừa đấm vừa xoa.
병 cái chai. ve chai, 꽃병 cái bình hoa. 호리병 thạp, 맥주 한병 một chai bia. 병에 담다 đóng chai. 병목 cổ chai. 설탕병 thạp đường, 병의 주둥이 miệng chai. ~을 씻어내다 súc chai.
병가 nghỉ vì bệnh. nghỉ dưỡng bệnh
병결 vắng mặt vì bệnh.
병고 bệnh tật, đau khổ vì bệnh. ~에 시달리다 chịu đựng cơn bệnh.
병과(군대의) binh chủng
병구완하다 chăm sóc, phục dịch bệnh nhân.
병권 cầm quyền quân đội.
병균 vi khuẩn. ~에 강한 lành da.

병기 binh khí, vũ khí. giáo mác. ~창고 kho vũ khí. ~장교 sĩ quan quân cụ.
병기 공장 xưởng quân giới.
병기학교 trường quân cụ.
병기 담당장교 sĩ quan quân cụ.
병나다 phát ốm, (병들다) bị bệnh. 과로로 병나다 làm nhiều đến nỗi bệnh.
병따개 cái khui bia
병동 khu nhà thương, nhà bệnh. trại.
병란 (내란) nội loạn.
병략 chiến lược.
병력 lực lượng quân đội, binh lực.
병력(병상 기록) bệnh lịch, bệnh án
병리 bệnh lý. ~ 학 ~ học.
병립하다 đứng chung nhau.
병마 (군대) quân đội, binh mã, (의학: 병) con ma bệnh.
병마개 nút chai. ~를 열다 mở ~. (반) 병마개를 막다 đóng ~.
병명 tên chứng bệnh. ~미상의 chứng bệnh không tên.
병무 việc quân sự.
병문안 가다 thăm bệnh.
병발하다(함께 일어남) xảy ra đồng thời.
병법 chiến thuật. ~가 nhà chiến thuật, chiến thuật gia.
병사 lính, chiến sĩ, binh sĩ. (군 주둔지) doanh trại. ~의 총칭 sĩ tốt. (병으로 사망) chết vì bệnh (병사하다)
병사를 모집하다 chiêu binh
병살 (야구) chết đôi.
병상 giường bệnh. ~에 눕다 nằm bệnh viện. ~에 누워있는 liệt giường, ~일지 hồ sơ giường bệnh, bệnh án.
병상병 (부상병) thương binh, thương bệnh binh.

병색 nước da bệnh hoạn.
병서 sách chiến lược. binh thư.
병석 (병상) giường bệnh.
병선 tàu chiến.
병세 tình trạng bệnh, bệnh tình. ~가 악화되다 bệnh bị xấu đi. (반) ~가 나아지다 bệnh được tốt hơn. ~가 회복기로 접어들다 chuyển bịnh. ~가 점점 깊어가 는 ủ bệnh.
병술 rượu đóng chai.
병신 (불구자) người tàn tật. 다리~ người què. ~이 되다 bị thương tật. ~ 구실을 하다 đóng vai người bệnh tật.
병실 phòng bệnh.
병아리 con gà con..
병약하다 yếu đuối, hay ốm đau. 병약한 èo ọt. ốm o. 병약한 체질 tạng yếu.
병약해지다 gầy tọp, tọp.
병어 (물고기) con cá chim.
병역 quân(binh) dịch. ~면제 miễn quân dịch. ~에 복무하다 thi hành quân dịch. ~이 면제되다 được miễn quân dịch. ~을 기피하다 trốn quân dịch. ~의무 nghĩa vụ quân dịch. ~법 luật ~. ~의 복무 đi quân dịch.
병역 명부 tướng mạo quân vụ.
병영 trại, doanh trại. thành lính. ~생활 cuộc sống quân đội. đời lính, ~에서 살다 ở trong ~, ~에 감금되다 bị cấm ~. ~캠프 trại lính.
병용하다 dùng chung.
병원 bệnh viện. nhà thương, ~에 입원하다 nhập viện. nằm viện. ~에 입원시키다 cho vào viện. ~에 다니다 tới ~. ~에 데리고 가다 đưa đến

bệnh viện. ~에 입원중이다 đang nằm viện. ~장 giám đốc ~. ~에 가는 길에 출산하다 đẻ rơi.

병원(병의 근원) nguồn bệnh, nguyên nhân bệnh, mầm bệnh. ~균 vi trùng, vi khuẩn. ~체 bộ phận nhiễm bệnh.

병인 nguyên do bệnh.

병자 (환자) bệnh nhân, người bệnh. 그는 병자 같다 nó giống như bệnh nhân, trông có vẻ bị bệnh. 병자를 돌보다 cứu bịnh.

병장 hạ sĩ, cai.

병적으로 một cách bệnh hoạn. 병적인 성격 tính chất khác thường.

병적(부) danh sổ quân đội. ~에 들다 nhập ngũ.

병정 người lính, quân nhân.

병존하다 tồn tại song song, cùng tồn tại.

병졸 binh nhì. lính trơn.

병종 binh chủng (병과). (사물의 등급) cấp ba.

병중임에도 불구하고 dù sức khỏe kém.

병증세 bệnh chứng.

병진하다 theo sát vai, theo kịp.

병참 ban hậu cần, quân nhu. ~장교 sĩ quan quân nhu, ~단 nha quân nhu. ~학교 trường quân nhu.

병창하다 hợp ca đôi.

병충해 tàn phá côn trùng. sâu bệnh. ~를 입은 수목 cây cối sâu bệnh.

병탄하다 thu hút, thêm vào, thôn tính. 다른 나라를 ~ ~nước khác.

병폐 thói xấu, điều ác.

병풍 bình phong. tranh tứ bình. trấn phong.

병합하다 thôn tính, sáp nhập, hỗn hợp. 일본은 1910 년 조선을 병합했다 Nhật Bản ~ Triều- Tiên năm 1910. 두 마을 을 하나로 ~ ~ hai làng lại làm một.

병행하다 đi song song với. đi đôi.

병환 bệnh hoạn.

병후 sau cơn bệnh, sau khi bệnh.

볕 (빛) ánh sáng. 볕이 잘 안드는 không có ánh sáng. ~ 들다 chiếu sáng. ~에 타다 nắng ăn.

볕을 쬐다 sưởi nắng, 처마밑에서 ~ ~ trước hè.

보 (걸음) bước chân. 제일 ~ bước thứ nhất. 일보전진 tiến lên một bước phía trước.

보 (보증) bảo đảm. 보증인 người bảo lãnh. 보를 서다 đứng ra bảo đảm.

보(봇물) hồ chứa nước.

보 (보좌) phụ tá. trợ lý 서기보 phó thư ký.

보 (보임, 맡김) bổ nhiệm. 보국방장관 bổ nhiệm bộ trưởng bộ quốc phòng.

보각 (기하) góc phụ.

보감 (귀감) gương mẫu.

보강하다 bồi đắp, tăng cường, bổ sung.

보건 y tế, bảo vệ sức khỏe. ~ 복지부 bộ y tế và phúc lợi. 보건소 trạm y tế. 지방보건소 trạm xá, 세계 ~기구 (WHO) tổ chức bảo vệ sức khỏe thế giới. ~법 tiêu chuẩn sức khỏe. 국민 ~운동 phong trào bảo vệ sức khỏe quốc gia. ~직원 vệ sinh viên. ~위생 ý tế, ~부 bộ y tế.

보검 thanh kiếm quý.

보격조사 tiểu từ bổ khuyết.

보결 phần bổ sung (phụ thêm). 보결하

다 lắp vào chỗ trống. ~선거 cuộc bầu cử riêng. ~선수 người đóng thế.
보고 báo cáo. trình, ~를 받다 nhận ~, được ~. 회의를 ~하다 báo cáo hội nghị. 보고자 người ~. 보고서 bản ~. giấy báo. tờ trình.
보고서를 간결하게 뽑다 rút gọn bản báo cáo.
보고(창고) kho báu, châu báu. kho tàng.
보고들어 혼자 배우다 học lỏm(mót).
보고 배우다 noi theo(닮다)
보고싶다 nhớ. muốn nhìn thấy
보관 bảo quản, giữ gìn. (상품을) cất hàng, ~ 되어 있다 đang được ~.
보관을 부탁하다 nhờ ai giữ (bảo quản). 영수증을 ~하다 bảo quản hóa đơn. 돈을 ~하다 bảo quản tiền nong. 재산을 ~하다 bảo quản tài sản. 개인물건을 스스로 ~하다 hành lý cá nhân tự bảo quản. 보관소 nơi giữ đồ. vựa, (창고) vựa hàng, ~된 뇌물 tham tạng.
보국 (나라를 지킴) bảo vệ tổ quốc.
보궐 선거 bầu cử riêng.
보궐 의원 ủy viên dự khuyết.
보균 bị nhiễm trùng. ~자 người mang mầm bệnh.
보글보글 끓다 sôi liên tục.
보금자리 ổ, tổ, tổ ấm. sào huyệt.
보급하다 phổ cập(biến). hậu cần, 보급되다 được phổ cập. 교육의 보급 giáo dục phổ cập. 새 방법을 ~시키다 phổ cập phương pháp mới. (공급하다) cung cấp, nạp, phổ biến(cập) 식량을 ~ cung cấp lương thực. 연료를 ~ cung cấp

nhiên liệu. 과학을 ~ phổ cập khoa học, 보급이 끊어지다 nguồn cung cấp bị cắt đứt. 보급로 đường ~.
보급시키다 truyền bá, 국어를 ~ ~ chữ quốc ngữ.
보급장교 sĩ quan tiếp tế.
보기만해도 구역질나는 trông phát tởm.
보기만 해도 매력있는 아가씨 con gái ưa nhìn.
보기 좋게 놓다 (순서대로) sắp xếp (배치하다)
보기(예) ví dụ, thí dụ. ~를 들다 nêu ~.
--을 ~로 들다 lấy cái gì đó làm ví dụ. 아래 보기와 같다 như ví dụ sau.
보기 (보는 각도) theo cách nhìn.
보기 좋은 đẹp mắt. dễ coi, xinh đẹp.
보기 흉한 tồi tàn. xấu, ~가옥 nhà cửa ~.
보내다 gửi. gởi gắm, (반)받다 nhận, (파송)sai, 돈을 ~ gửi tiền. 소포를 ~ gửi bưu phẩm. 차를 ~ cho xe đến. 사람을 ~ gửi người. 학교에 ~ đưa tới trường. 군대를 ~ gửi đi bộ đội. 심부름을 ~ nhắn gửi việc lặt vặt. 찬사를 ~ gửi lời khen ngợi. 시간을 보내기 위해서 để qua thời gian. 보내고 맞이하다 đón đưa.
보너스 (상여금) tiền thưởng. phụ cấp đặt đỏ.
보다 nhìn, trông, thấy, xem, coi, tham quan. (예배)chiêm ngưỡng, 보는 것 cái nhìn, 거울을 ~ soi gương. T.V 를 보다 xem ti vi. 축구를 ~ xem bóng đá. 영화를 ~ xem phim. 신문을 ~ đọc báo, xem báo. 자세히 ~ nhìn một cách cẩn thận. 눈으

로 ~ nhìn bằng mắt. 겉으로 보면 nhìn bề ngoài thì. 속을 ~ nhìn thấy nội tâm (bên trong). 보기에 좋다 trông rất hay. 어디보자 để tôi xem nào, xem nào. 나는 그것을 직접 내 눈으로 보았다 chính mắt tôi thấy việc ấy, 자 여기좀 보십시요 nào hãy xem đây một chút. 볼 것이 없다 không có gì coi cả. 보고 배우다 noi theo.
(속) 보고도 못 먹는 것은 그림의 떡이다(실지로 이용할 수 없는 것) Nhìn mà không ăn được là bánh trong tranh(cái gì mà không thể lợi dụng thực tế).
(명)보는 것이 믿는 것이다 Nhìn thấy thì sẽ tin.
(명)보는 것이 믿는 것이지만, 느끼는 것은 진실이 된다 Nhìn thấy thì sẽ tin, nhưng cảm nhận thì nó thành sự thật.
2.(보살피다) nom, trông, ~ trông trẻ em, trông coi, trông nom. 집을 ~ trông coi nhà cửa. 집을 좀 봐 주세요 hãy trông nhà cho tôi chút xíu.
3.chịu, bị. 손해를 ~ bị thiệt hại.
4.thi cử. 시험을 ~ đi thi.
5.đi vệ sinh. 소변을 ~ đi tiểu. 대변을 ~ đi cầu, đi đại tiện. 못 본체 하다 giả vờ không thấy. 차마 볼 수 없다 không chịu nhìn. 대체로 보아 tính tổng quát, tính toàn bộ. 어느모로 보나 mọi khía cạnh. 정직한 사람으로 보다 đánh giá là người tốt. 저마다 보는바가 다르다 mỗi người đều có quan điểm riêng. 사무를 보다 chăm lo việc kinh doanh. 장보러 가다 đi mua sắm, đi chợ.
보기드문(이상한) lạ kỳ.
보기좋은 dễ coi. sướng con mắt. (반) 보기흉한 tồi tàn.
(명)보기 좋은 떡이 먹기도 좋다 Bánh nhìn mà đẹp thì ăn cũng ngon.
보기에 좋은 sướng con mắt. vừa mắt.
본 적이 없다 lạ mắt.
보다 (해보다) thử, thử xem, thử dùng. 새옷을 입어보다 mặc thử bộ đồ mới. 다시 생각해 보겠습니다 tôi sẽ suy nghĩ kỹ lại.
보다(감상하다)thưởng thức
보다 (추측) có vẻ, dường như, hình như. 비가 올려나 보다 hình như trời mưa.
보다 (비교) hơn. 차보다 커피를 즐기다 thích cà phê hơn trà.
보다 먼 xa hơn, 나는 더 이상 멀리 갈 수가 없다 tôi không thể đi ~.
보다 나은(유리한)thắng thế, được thế.
보다 뛰어나다 ưu việt hơn.
보따리 bó, bọc, gói. ~장수 người bán hàng rong. buôn hàng
보다못해 không thể nào nán lại dự. ~ 그들의 싸움을 말렸다 ~ tôi chấm dứt ngay sự cãi nhau của họ.
보답 báo đáp, báo đền, bổ báo, đền bù, trả công. phần thưởng. (죽 음으로)đền mạng. 사람을 죽이면 죽음으로써 보상해야 한다 giết người đền mạng. 우정에 ~하다 báo đáp tình bạn. 노력에 ~하다 báo đáp cho sự nỗ lực. 악을 선으로 ~하다 lấy thiện trả ác. 보답으로 để đền đáp lại.
보도 thông báo, thông cáo, báo, thông

tin. 신문 ~에 의하여 dựa theo thông tin của báo chí. 보도장교 sĩ quan báo chí, 텔레비젼에 ~되다 được truyền trên truyền hình. 보도관제 che dấu tin tức. ~기관 cơ quan truyền thông.

보도(다니는 길) lề đường, via hè, bờ hè. ~를 걷다 đi trên ~

보동보동한 (포동포동) phúng phính, mũm mĩm, mập mạp.

보드랍다 mềm dẻo, mềm mỏng.

보들보들하다 rất mềm dịu, rất mềm mỏng.

보듬다 (안다) ôm, bồng, ôm chặt.

보디 cơ thể, thân thể. ~가드 vệ sĩ.

보라! đây nầy!

보라매 con chim ưng con.

보라색 tím.

보란듯이 hợm mình, ~자랑하다 khoe khoang ~.

보람 kết quả ích lợi, tác dụng, lợi ích. ~이 있다 có kết quả. (반) 보람이 없다 không có kết quả. ~ 없이 không có một chút kết quả. 노력한 ~이 있다 nỗ lực có tác dụng. ~없는 공부 việc học hành không có kết quả.

보람없는 không sanh trái.

보랏빛 màu tím. ~수정 thạch anh tím.

보로 (뽀로)통하다 (삐치다,토라지다) hờn dỗi. 보로통한 얼굴 bộ mặt hờn giận.

보료 tấm nệm đẹp.

보루 (요새) đồn lũy, pháo đài. ~를 구축하다 củng cố pháo đài.

보류하다 bảo lưu, giữ lại. 계획을 ~ bảo lưu kế hoạch. 의견을 ~ bảo lưu ý kiến. 당분간 ~ tạm thời bảo lưu. 보류중이다 đang bảo lưu.

보름 mười lăm ngày, nửa tháng. ngày rằm, ~안에 trong vòng ~. rằm. 7 월 보름 rằm tháng 7.

보름달(만월) trăng rằm (tròn). 정월보름 rằm tháng giêng.

보리 lúa mạch, hạt(đại) mạch. ~밭 cánh đồng lúa mạch, ruộng mạch. ~밥 cơm mạch. ~쌀 hạt lúa mạch. ~죽 cháo lúa mạch. ~차 trà lúa mạch. ~떡 bánh mạch nha.

(속) 보리밥에는 고추장이 제격이다 (상응하는 것이 결합하면 좋은 결과가 나온다) Tương ớt đi với cơm lúa mạch(kết hợp những thứ tương ứng với nhau sẽ tạo ra kết quả mỹ mãn).

보릿고개(식량사정이 가장어려운) đỉnh đèo bo bo. những ngày giáp hạt.

보리수 cây đa bồ đề.

보리타작 đập lúa.

보매 (얼핏보매) ở tia nhìn thoáng qua.

보모 bảo mẫu. 유치원 ~ bảo mẫu vườn trẻ.

보무당당히. ~ 행진하다 đi diễu hành một cách hiên ngang.

보물 báu vật, của quí(báu), bảo bối, ~창고 kho báu. kho vàng, tang vật, 나라의 보물창고 kho vàng quốc gia. ~ 찾기 sự tìm ~. 보물선 tàu chở báu vật. ~섬 đảo châu báu.

보배 châu báu. của quý, bửu bối, bửu vật, bảo bối, 숨은 보배 châu báu bị chôn vùi. ~로운 피 huyết báu.

보배합 của quý.

보배스럽다 (같다) quý báu, giá trị lớn.

보병 bộ binh. lính bộ, quân đồ bộ. ~과

기병 ~ và kỵ binh, ~ 사단 sư đoàn ~, 공병 công binh. 포병 pháo binh. ~총 súng trường. ~연대 trung đoàn bộ binh.

보복 trả thù, trả đũa, báo thù. hạ sát, báo trả, 보복적인 có tính trả thù. ~을 당하다 bị trả thù. ~수단 thủ đoạn ~

보부상(행상인)hàng rong.

보불전쟁 chiến tranh Pháp Phổ.

보살 (불교) bồ tát.

보살피다 chăm sóc, trông coi, trông nom. 환자를 ~ chăm sóc bệnh nhân. 보살피지 않는 sểnh ra.

보살펴주다 chắt chiu.

보상 bồi thường. đền bù, thường kim, bù đắp(hao), thưởng,(반) vản hạ phạt, --의 ~으로 bồi thường bằng cái gì đó. ~을 요구하다 yêu cầu ~. 전면 ~ bồi thường toàn diện. 일부~ bồi thường một phần. 보상금 tiền bồi thường. 전쟁~금 tiền bồi thường chiến tranh. ~을 주다 thưởng tiền. ..의 공훈에 보상하다 thưởng công.

보상법 luật thừa trừ.

보색 phối màu, màu kết hợp.

보석 bảo thạch, đá quý. kim hoàn, ~으로 장식하다 trang trí bằng đá quý. ~을 박다 gắn đá quý vào. ~반지 nhẫn có gắn đá quý. ~상점 cửa hàng trang sức. ~ 상자 hộp đựng đồ nữ trang, tiệm kim hoàn, ~과 돈(시집갈때 지니는) tư trang. ~ 세공인 ngọc nhân.

보석(풀어주다) thả bằng tiền bảo lãnh. ~ 되다 được thả bằng tiền bảo lãnh. ~금 tiền bảo lãnh(chứng).

보석을 허가하다 cho phép tại ngoại hầu tra.

보선(수선) bảo quản đường xe lửa. ~공사 việc bảo trì đường xe lửa. ~공 thợ bảo trì.

보선(보궐선거) bầu cử riêng.

보세 dây đai, đai buộc. xiềng xích, thương khổ, ~가공 gia công~, 보세창고 kho hàng ~.

보송보송한 살결 làn da mượt mà.

보수하다 sửa chữa, tu bổ(lý), bảo trì.trùng tu

보수(지킴) bảo thủ. ~적인 có tính bảo thủ. tồn cổ, ~당 đảng bảo thủ. ~주의 chủ nghĩa bảo thủ. 보수진영 phe ~.

보수적인 사고방식 đầu óc tồn cổ.

보수주의자 khuynh hữu.

보수(주는돈) tiền thù lao, tiền công. ~를 받지 않고 일하다 làm việc không có ~. 보수를 주다 trả ~.

보수계 (걸음을 세는 기계) máy đo bước, thiết bị đo bước.

보스 (두목) sếp, trùm, cầm đầu.

보슬보슬 dịu dàng, êm đềm. 보슬비가 ~ 내리다 có mưa phùn êm êm.

보슬비(이슬비) mưa phùn.

보습 (농기구) lưỡi cày.

보습 (보충) việc làm thêm, học thêm. ~교육 giáo dục bổ túc.

보시 (불교) bố thí.

보시기 cái chén nhỏ.

보신하다 tự bồi bổ cơ thể. dưỡng thân, 보신제 thuốc bổ.

보신탕 minh mạng thang, lẩu thịt chó. 혼합 ~ thịt cầy bảy món.

보십시요(여기 있습니다) đây nảy.

보란듯이 khoác lác, hợm mình.

보아주다 trông nom, chăm sóc. 남의 일을 ~ chăm lo việc người khác.
보안 bảo an, an ninh. ~경찰 cảnh sát an ninh. 보안등 đèn bảo an.
보안기관 cơ quan bảo an.
보안대장 tổng đoàn.
보안장교 sĩ quan an ninh.
보약 thuốc bổ. bổ dược, ~을 먹고 있다 đang uống ~. 보약용 뿌리 를 가진 나무 tam thất
보양 bổ dưỡng, ~식품 thực phẩm ~, ~지 nhà nghỉ cho sức khỏe.
보 (뽀) 얗다 trắng như sữa. 보얀 살결 làn da ~.
보어 (문법) bổ ngữ, bổ túc từ.
보여주다 trưng bày, cho xem. 신분증을 보여주십시요 làm ơn cho xem thẻ căn cước.
보였다 안보였다 하다 lấp ló. nhấp nhoánh.
보링 khoan. 보링 기계 máy khoan.
보온하다 giữ ấm, giữ nhiệt. ~병 bình giữ nhiệt.
보온병 phích (북), bình thủy (남).
볼 (공) quả bóng.
볼펜 cây bút bi.
보우컬 뮤직 thanh nhạc.
보우트 tàu, thuyền nhỏ. ~를 타다 đi xuồng. ~경기(레이스) cuộc đua thuyền. ~선수 tuyển thủ tàu.
보우링 bowling. ~장 sân chơi ~.
보유하다 có, sở hữu, giữ. hộ thủ, 세계 기록을 ~ giữ kỷ lục thế giới. 외환 보유량 lượng ngoại hối đang có.
보육하다 nuôi dưỡng, giáo dục. 보육원 vườn trẻ.
보은하다 đền đáp ơn, báo ơn, trả ơn.
보은의 마음 ơn nghĩa.

보응하다 báo thù, trừng phạt.
보이 bồi bàn. thằng bồi.
보이스카우트 hướng đạo sinh, đoàn thiếu niên, 보이프랜드 bạn trai.
보이다 1.trông thấy, thấy. 보이는 곳에서 trong tầm mắt. 보이지 않는 không nhìn thấy. …처럼 ~ trông. 2.trông có vẻ, nhìn có vẻ (남), dường như (북). 나이보다 젊어 ~ trông trẻ hơn tuổi. 보입니까? trông thấy không?
보이다(보여주다) cho xem, trình ra. 증명서를 ~ trình giấy chứng minh. 실력을 ~ cho thấy năng lực. 의사에게 ~ cho bác sĩ thấy. 더 싼 것을 보여주세요 hãy cho tôi xem cái rẻ hơn. (나타내다) biểu dương.
보인다 có vẻ, 슬퍼 ~ ~ buồn, 그녀는 약 20 세로 ~ nàng có vẻ độ 20 tuổi.
보이지 않게 해치고 반역하는 tiền môn cự hổ, hậu môn tiến lang.
보이지 않으면 점점 멀어진다 xa mặt cách lòng.
보이코트 (배척) tẩy chay. để chế.
보일러 lò(nồi) hơi. súp de, ~공 thợ ~, ~관 ống nồi súp de. ~가 새다 nồi hơi xì hơi.
보자기 vải quấn, vải bọc ngoài. tư nang.
보자마자 사랑하다 (사랑에 빠지다) tiếng sét ái tình.
보자 보자 하니까 chờ xem chờ xem.
보잘것 없다 không có giá trị, không có quan trọng. 보잘것 없는 일 vấn đề không quan trọng, chuyện nhỏ. 보잘것 없는 nhỏ mọn. nhỏ nhoi, tỏa tiết. tồi.

보짱 tâm trí, tinh thần (속에 품은 생각)
보장하다 bảo đảm, giữ gìn, chắc chắn. 평화를 ~ giữ gìn hòa bình. 생활을 ~ đảm bảo cuộc sống. 언론의 자유를 ~ đảm bảo quyền tự do ngôn luận. 사회보장 phúc lợi xã hội.
보전하다 bảo quản, duy trì, giữ gìn.
보정하다 sửa lại, hiệu chỉnh. bổ chính.
보조 trợ cấp, bảo trợ, bổ trợ, giúp đỡ, cung cấp. ~를 받다 được ~. 생활비를 ~하다 bảo trợ sinh hoạt phí. 남의 ~로 생활하다 sống bằng sự bảo trợ của người khác. 정부보조 trợ cấp chính phủ. ~금 tiền ~. 정부에서 보조금을 받다 được chính phủ trợ cấp.
보조 기계 máy phụ.
보조 동사 trợ động từ.
보조사 tiểu từ bổ trợ.
조조 용언 trợ vị từ.
보조 의사 y sĩ, thầy thuốc.
보조 편집인 trợ bút.
보조형용사 trợ tính từ.
보조 (걸음) bước chân, bước đi, nhịp đi. 경쾌한 ~ bước đi nhẹ nhàng. ~가 맞지 않다 đi sai bước. 보조를 맞추다 đi đúng bước. 고른 bước.
보조 폭약 thuốc nổ phụ.
보조개 lúm đồng tiền. hai mặt lõm, ~있는 양 뺨 má lõm.
보조금 tiền trợ cấp, cấp phí, tiền bù lỗ.
보족하다 bổ sung phụ thêm vào.
보존 bảo tồn, giữ gìn. lưu trữ(tồn), jal ~되어 있다 đang được ~. ~림 rừng ~. 자연 ~ 지역 khu vực bảo tồn thiên nhiên.
보좌관 phụ tá, trợ lý, giúp đỡ. 보좌역 người ~. tham tá, (시중들다) chầu chực.
보좌 ngôi, (왕의) ngai vàng, ngôi vua. 은혜의 ~ ~ ơn phước. ~에 앉다 ngự. ngự trên ngôi.
보증 1.bảo lãnh. đảm bảo, bảo chứng, bao biện, thế chân, ~을 서다 làm ~, đứng ra ~. 보증금 tiền ~. tiền cọc, tiền thế chân, ~금을 내다 đóng tiền thế chân,. 보증인 người cọc. ~계약 hợp đồng bảo hành. 보증서 giấy bảo hành.
보지하다 bảo trì, duy trì, giữ gìn.
보채다 rẹo rọc, 밤새껏~ ~ suốt đêm, quấy rầy, làm bực dọc. 보채는 아이 em bé hay quấy. 보채고 우는 gắt ngủ.
보철하다 bổ sung, cung cấp thêm.
보청기 ống nghe, máy trợ thính(âm).
보초 lính canh (gác). ~를 서다 đứng canh. ~근무 phiên trực, canh gác. ~병 bảo vệ, cận vệ.
보충 bổ sung. bù đắp, tăng bổ,(반)감소 giảm bớt, 수량을 ~하다 bổ sung số lượng. 결원을 ~하다 bổ sung chỗ thiếu. ~대 quân đội dự phòng. ~병 quân dự phòng. tân binh. ~요소 yếu tố bổ sung.
보충역 훈련소 trung tâm huấn luyện bổ sung.
보충학습 bổ túc.
보태다 thêm vào, bổ sung. 3에 3을 보태면 6이다 3 cộng 3 bằng 6.
보태다(윤색하다)thêm thắt, 이야기를 ~ ~ câu chuyện.
보통 bình(tầm) thường, phổ thông, chung.(반)특별 đặc biệt, ~이다 bình thường. ~투표 phổ thông đầu

phiếu, ~이 아니다 không phải bình thường. ~이하이다 dưới mức bình thường. ~사람과 다르다 khác với người ~. 보통교육 giáo dục phổ thông. 보통 진실 하지 않은 lá mặt, ~관계 quan hệ ~, ~우편 thư thường,. ~명사 danh từ chung. 고유명사 danh từ riêng.
보통의(통상의)thường, ~ 재주 dung tài. 평상시 옷을 입다 mặc quần áo ~.
보통때 những lúc bình thường.
보통 사람 phàm người, phàm nhân.
보통이야 xoàng thôi.
보퉁이 (보따리) bó, gói. ~를 꾸리다 gói.
보트 ghe (남), tàu nhỏ, xuồng đò (북). ~ 경기 đua thuyền, ~를 타다 đi xuồng.
보편적인 phổ biến, chung.(반)개별적인 cá biệt, 보편개념 khái niệm chung. 보편성 tính chất phổ biến.
보폭 một bước dài, một bước đi.
보필하다 phụ tá(bật), giúp đỡ(thêm).
보하다 làm cho khỏe ra. (직책을) bổ nhiệm.
보합세 (경제) vững vàng, ổn định, giữ bình tĩnh, giữ cân bằng. 시세는 ~ 상태다 giá cả ổn định.
보행 đi bộ. 보 hành, ~객 khách bộ hành. ~로 đường đi bộ. ~전용도로 đường dành cho người đi bộ.
보행자 통행금지 cấm qua lại.
보험 bảo hiểm. ~에 들다 tham gia ~.보험을 계약하다 ký hợp đồng ~. 보험금 tiền ~. 보험료 phí ~. 보험기간 thời gian ~. 보험물 vật ~. 보험회사 công ty ~. 상해~ bảo hiểm

thương tật. 생명 ~ bảo hiểm nhân thọ. 산재~ bảo hiểm tai nạn lao động. 건강~ bảo hiểm sức khỏe. 실업~ bảo hiểm thất nghiệp. 해상~ bảo hiểm hàng hải. 자동차~ bảo hiểm xe hơi. 피~자 người được bảo hiểm. ~ 증서 thẻ ~.
보혈 bổ huyết, bồi bổ máu. ~제 thuốc bổ máu.
보혜사 bảo huệ sứ.
보호 bảo hộ, bảo vệ. che chở, ~를 받다 nhận được sự ~. 국내산업을 ~하다 bảo hộ nền công nghiệp trong nước. ~관세 thuế bảo hộ. ~국 nước ~. 보호림 rừng ~. ~무역 bảo hộ mậu dịch. 야생동물의 ~지역 khu vực bảo vệ động vật hoang dã. ~조 loại chim được bảo vệ.
보호자 (후견인) giám hộ, thủ hộ.
보호막(차양) màn che.
보호자(성경) Đấng bảo vệ.
뽀로통하다 phụng phịu.
뽀쪽한 가시 gai nhọn
보화 (보물) châu báu, đá quý. của quí.
복 con cá nóc. 복국 (복탕) cháo cá nóc.
복날 tiết đại thử. 말복 cuối tiết đại thử.
복 phúc hạnh, hạnh phúc. phước lành, ~이 많다 có phúc. ~을 받다 được phúc, được may mắn. 새해 복 많이 받으세요 chúc mừng năm mới. 복을 빌다 cầu phúc. chúc phúc, ~이 많은 đa phúc. 복을 내리다 giáng phúc. 복을 주다 ban phước.
복과 화 phúc họa.
복간 tái bản, phát hành lại.
복강 khoang bụng. ~임신 bụng bầu.
복걸 (애걸복걸)하다 cầu xin.
복고 trở lại, phục cổ, hồi phục, lại sức.

복교 (복학) trở lại nhà trường.
복구 sửa chữa như cũ. ~공사 công trình sửa chữa.
복권 vé số. ~추첨 xổ số, rút số. ~이 당첨되다 trúng số. ~1 등 số độc đắc.
복권 (권리를 되찾음) phục hồi quyền hạn.
복귀하다 quay về, quay trở lại. 원상태로 ~ quay trở lại trạng thái cũ. 정상으로 ~ quay trở lại lúc đỉnh cao. 회사로 ~ quay trở lại công ty.
복날(여름날) ngày hè.
볶다 xào, chiên, rang, 오징어 볶음 mực ~, 땅콩을~ rang lạc.
볶은밥 cơm chiên(rang).
(속) 볶은 콩에서 싹이 날까(일이 전혀 일어날 수 없음을 암시) Đậu rang có nảy được mầm không (ám chỉ chuyện hoàn toàn không thể xảy ra)
복더위 thời gian tiết đại thử.
복덕방 nhà đất, trung gian bất động sản.
복도 hành lang. cu loa.
복록 phúc lộc.
복리 tiền lãi kép. ~로 계산하다 tính toán vào ~.
복리 phúc lợi. 국민의 ~를 증진하다 làm tăng phúc lợi của nhân dân. 복리사업 công việc ~.
복마전(악의 근거지) nơi huyên náo.
복막 (해부) màng bụng, màng mỡ, phúc mạc. ~염 viêm ~.
복면 mang che mặt, giả diện, mặt nạ. ~강도 kẻ cướp đeo mặt nạ.
복명(명령수행보고)phúc mệnh.
복모음 nguyên âm đôi, nhị trùng âm.
복무하다 phục vụ, đang làm cho. 복무 연한 thời hạn ~.
복문 câu kép, câu đôi.
복받지 못한 thiếu đức.
복받치다 vọt ra, phun ra.
복배 bụng và lưng,(앞면과 뒷면) trước và sau.
복병 phục binh, binh mai phục. ~을 배치하다 bố trí phục binh.
복부 bụng. 복부의 ở bụng.
복부인 người vợ hay gặp may mắn.
복비례 tỷ lệ đa hợp.
복사 phô tô copy, sao chép. chuyển tả, 원본을 ~하다 sao bản chính. ~기 máy phô tô copy. ~잉크 mực ~. ~지 giấy ~. giấy đánh máy. ~본(편지의) lưu chiểu.
복사(필사)본 bản sao, sao bản.
복사열 nhiệt bức xạ.
복사뼈 xương mắt cá. cườm chân.
복상(상복을 입음) có tang.
복상사 chết trên bụng
복색 quần áo.
복서 (권투선수) võ sĩ.
복선 hàng đôi, vạch đôi. ~궤도 băng chuyền đôi.
복선(소설의) tình tiết phụ, tình tiết thứ yếu
복성스럽다 ưa nhìn, thích mắt (복스럽다)
복수하다 phục thù, trả thù. báo thù, 복수적 có tính phục thù. 복수할 기회를 노리다 chờ cơ hội phục thù, --에 대하여 복수하다 trả thù cho cái gì đó. 복수전 cuộc chiến trả thù. 복수심에 불타는 thù hằn(hận).
(명)복수란 항상 소심하고 답답한 사람이 저지르는 싱거운 취미이다

Trả thù là sở thích nhạt nhẽo do người nhỏ nhen gây nên.
복수할 것을 맹세하다 thề sẽ trả thù.
복수 số nhiều. (반) 단수 số ít. ~를 나타내는 품사 những, 다른 사람들 những người khác.
복술 (점치는 방법) thuật bói toán.
복숭아 quả đào, cây đào. ~꽃 hoa đào. ~꽃술 nhị đào.
복스럽다 ưa nhìn, dễ nhìn.
복습하다 ôn tập, học ôn, ôn bài.
복시 (의학) chứng nhìn đôi. song ảnh.
복식 đấu đồng đội. ~경기 trận đấu đồng đội.
복식호흡 hô hấp bụng.
복싱 môn bốc, boxing. quần thảo, 프로 ~ bốc chuyên nghiệp.
복안 kế hoạch trong đầu. ~이 서있다 có sẵn kế hoạch.
복약 uống thuốc.
복어 con cá nóc.
복역 hành dịch, (복무) phục vụ. ~중이다 đang ~.
복연(화해)하다 hòa giải.
복용하다 uống thuốc. 1일 3회식후 복용 uống 3 lần 1 ngày sau bữa ăn. 복용방법 cách uống thuốc. 복용량(1회) liều lượng.
복원하다 phục nguyên(hồi), trở lại cảnh cũ.
복위하다 khôi phục chức vụ cũ. phục vị, (왕이)lên ngôi vua lại.
복음 tin lành, (복음서) sách phúc âm, kinh thánh. ~확장 mở mang ~, ~을 전하다 giảng tin lành.
복음교회 nhà thờ tin lành.
볶음밥 cơm chiên.
복음선교 목사 tuyên úy tin lành.

복작(북적)거리다 lăng xăng, xúm xít.
복잡한 phức tạp. thắc mắc, lôi thôi, đa đoan, rườm,(반)(단순한)đơn giản, 복잡하고기괴한 ~ kỳ quái. ~ 문제 một vấn đề phức tạp. ~ 일 việc ~. việc rắc rối, ~ 정세 tình hình lôi thôi, hai anh bạn thắc mắc với nhau, ~ 일에 연루되다 dây dính, 복잡해지다 trở nên ~. 잡한 생태계 phức hệ, ~하게 하다 làm cho ~. làm rắc rối.
복잡하게 얽힌 rắc rối.
복잡하고 난해한 일(속어)trăm thứ bà giằn.
복잡하고 어려운 phiền nan.
복잡함(불편)을 피하다 tránh trớ.
복장 quần áo, trang phục.
복장(복있는 장수) phúc tướng.
복제 phục chế. tái sản xuất, tái bản. ~품 vật ~, ~사진 ảnh phục chế.
복종 phục tùng, tuân thủ, nghe lời, (따르다)vâng dạ, vâng lời, đầu phục, tuân theo. thần phục, quy phục, kính trên nhường dưới,(반)강요하다 cưỡng, 명령에 ~하다 ~ mệnh lệnh. 부모에게 ~하다 ~ bố mẹ. 시키다 bắt cho ~. tòng phục, 법복종 (준수)하다 tuân thủ luật. 절대 ~ tuyệt đối ~. 그는 ~ 하는 것밖에 다른 수가 없다 nó không thể làm gì khác hơn là vâng lời.
복종하고 따르다 thuần phục.
복중 đang có tang.
복지 (성경) miền đất hứa.
복지 phúc lợi. 국민의 ~를 증진하다 tăng phúc lợi quốc dân. ~사회 phúc lợi xã hội. 복지후생 ~ xã hội,

~센터 trung tâm cải huấn.
복지기관 cơ quan phúc lợi.
복지기금 quỹ phúc lợi.
복직 phục chức, quay trở lại làm chức vụ cũ. ~되다 khởi phục.
복창하다 lặp lại, kể lại, nhắc lại.
복채 tiền cho thầy bói.
복첨 cuộc xổ số.
복통 đau bụng. phúc thống. ~에 걸리다 đau bao tử.
복판 giữa, trung tâm. ~에 ở giữa.
복합 phức hợp, kết hợp, hỗn hợp, tổng hợp. ~개념 khái niệm phức hợp. ~비료 phân bón tổng hợp. 복합어 từ ghép. 복합문 câu phức(kép).
볶다 rang, rán, chiên, nướng. 볶음밥 cơm chiên. (들볶다) quấy rầy. 과자를 사달라고 어머니를 들볶다 quấy rầy mẹ đòi kẹo.
볶은 커피 cà phê rang.
볶이다 (들볶이다) bị quấy rầy.
본 (본보기) kiểu mẫu, gương mẫu.
본 (본점) cửa hàng chính. 본사 công ty mẹ. (본명) tên thực. 본회의 phiên họp thường lệ.
본가 (친정) nhà vợ.
본값 giá vốn, giá gốc. ~에 팔다 bán giá vốn.
본격적인 thực tế, mẫu thực.
본고장 đúng quê hương (본고향).
본과 khóa chính quy. ~생 học sinh chính thức.
본관(관리의 자칭) nhà tự.
본교 ngôi trường.
본국 nước mẹ, bản quốc. trong nước, ~으로 돌아가다 quay trở về đất mẹ. 본국에 돌아오다 về xứ mình. ~에 인도하다(범인을) dẫn độ.

본남편 người chồng hợp pháp.
본능 bản năng. ~적인 có tính bản năng. ~에 따르다 theo bản năng. ~에 따라 행동하다 hành động theo bản năng. 자기 보존의 본능 bản năng tự bảo vệ. ~적 성질 thú tính.
본당 chánh điện.(교회)thánh đường
본대 quân chủ lực.
본댁 nhà ở.
본드 keo dán sắt.
본뜨다 bắt chước mẫu, làm theo mẫu.
본뜻 1. mục đích. 2.근본의 뜻 (진의) nghĩa cơ bản.
본디 bắt đầu, từ lúc bắt đầu.
본래 vốn, vốn có, đầu tiên, cố nhiên, căn nguyên.
본래대로 y nhiên.
본래의 tự nhiên, ~ 목소리 giọng ~.
본론 chủ đề chính.
본류 dòng suối chính.
본말 nguyên nhân và hậu quả. ~을 전도하다 làm ngược.
본맛 hương vị gốc (chính).
본명 tên thật. đích danh, (반) 가명 tên giả.
본무대 vũ đài chính,(어떤 일의 중심) giai đoạn chính.
본문 nguyên văn, thân bài,
본밑천 (본전) tiền vốn, quỹ.
본바닥 quê hương, tổ quốc, bản xứ. 커피의 ~ (본고장) xuất xứ cây cà phê.
본바탕 bản chất, căn bản.
본받다 theo mẫu, bắt chước theo mẫu, noi gương, học theo. học tập.
본받지 마라 đừng bắt chước.
본보기 gương mẫu. ~로 삼다 làm gương mẫu. ~가 되다 làm gương,

~를 보이다(따르다) noi (theo) gương. 본보기로 하다 theo gương. ~를 보여주다 treo gương.

본봉 lương căn bản.

본부 bộ chỉ huy, trụ sở, bản(hành) doanh, bản dinh. đoàn bộ.(반) 지부 chi bộ.

본부인 vợ chính, cù mộc, ~의 비유어 cột cái.

본분 bổn phận. phận sự. 사람의 ~ bổn phận làm người. ~을 다하다 làm hết bổn phận. ~을 게을리하다 sao nhãng bổn phận của mình. 자기 ~을 완성하다 hoàn thành bổn phận của mình.

본사 công ty mẹ, công ty gốc, trụ sở chính.(반)지사 chi nhánh.

본산 (불교의) chánh điện.

본색 (본디의 색) bản sắc. (타고난 성질) bản tính.

본서 trạm chính, trụ sở chính.

본성 bản tính. tâm địa, ~을 드러내다 hiện rõ~. 본성 그대로 (천진난만한) hồn nhiên. ~이 좋지 않은 có tính xấu.

본시 khởi đầu, cơ bản.

본심 (진의) ý định thật, tình ý. ~을 밝히다 thổ lộ ~.

본안 (원안) nguyên án.

본업 nghề chính. 부업 nghề phụ.

본연의 tự nhiên, thiên nhiên.

본영 (사령부) bộ tư lệnh.

본원 (근원) nguồn gốc.

본위. 자기본위의 사람 người ích kỷ.

본의 bổn ý, (의도) ý định. ~가 아니다 trái ý. 그것은 나의 ~가 아니다 tôi không có ~ như vậy.

본인 bản thân. ~사진 ảnh của ~ người đó. ~의 의견 ý kiến bản thân.

본적 nguyên quán. quê quán.

본적이 없는 lạ mắt.

본전 (원금) tiền vốn, vốn chính.

본점 trụ sở mẹ, văn phòng chính.

본제 đề tài chính, vấn đề chính.

본직 (본업) nghề chính.

본진 bộ chỉ huy quân sự.

본질 bản chất, thực(nguyên) chất.(반) 외형 bề ngoài. ~적으로 về bản chất. ~적인 차이 sự chênh lệch có tính bản chất. 본질고수 chất bảo thủ. ~적인 giá trị thực giá.

본처(본부인) vợ chính. chính thất, vợ đích. 본부인의 비유어 cột cái.

본처와 첩 thê thiếp.

본처 (이곳) nơi này

본체만체하다 thờ ơ, hờ hững, coi thường. 그는 길에서 나를 ~했다 anh ta coi tôi như không quen biết trên đường.

본초자오선 kinh tuyến gốc.

본토 đất liền, lục địa. ~박이 người quê quán. ~를 잃고 유리방황하는 thất thổ ly hương.

본향 bản hương.

본회의 buổi họp mặt chung (총회).

볼 (뺨) gò má. má, bọi이 헬쓱하다 có gò má hóp. ~이 훌쭉해지다 móp má.

볼(공)banh, bóng,

볼을 골대로 차다 tung lưới.

볼거리(종기) bướu. (볼만한 것)khá nhìn

볼꼴사납다 khó coi, xấu xí (볼썽사납다)

볼기짝(둔부) cái mông đít, cái hông. ~를 때리다 đánh vào ~.

볼레로 (무용) điệu nhảy bôlêrô.
볼록거리다 phồng lên xẹp xuống, phập phồng (두근거리다)
볼록거울 gương lồi.
볼록렌즈 thấu kính lồi.
볼록한 lồi, ~ 면 mặt lồi.
볼륨(음량) âm lượng
볼리비아(국명)BÔ LÔ VIA
볼만하다 đáng xem, đáng lưu ý.
볼만한 것이 없다 không có gì để xem.
볼맨소리 lời hờn dỗi.
볼모 (인질) con tin. ~로 잡다 giữ ai làm ~.
볼베어링 ổ bi.
볼수록 아름다운 ưa nhìn.
볼수 있게 되다 sáng mắt được.
볼일 công việc. 심부름 việc vặt.
볼장 다 보다 thế là xong, thế là đi đời rồi.
볼지어다 và nầy
볼트 (전압단위) vôn, 100 볼트 전기 dòng điện 100 vôn. (나사)bu lông, con xỏ. ~암페어 vôn am pe.
볼품 diện mạo, ngoại hình. ~ 있다 có dáng (phong cách). ~없다 không có gì để nhìn ngắm.
볼펜 bút bi.붉은~ viết đỏ
봄 mùa xuân. 인생의 ~ mùa xuân cuộc đời. 봄이 되다 vào xuân. ~이 왔다 xuân đến. ~비 mưa xuân. 이른 봄에 vào đầu xuân. (반) 늦은 봄에 vào cuối xuân. 봄기운 không khí mùa xuân. 봄농사 vụ xuân. ~바람 gió xuân. 봄내 suốt mùa xuân. 봄눈 tuyết xuân. 봄풍경 cảnh xuân. 봄을 즐기다 chơi(du) xuân. 봄을 맞이하다 đón(nghênh) xuân.

(명)봄이 오는 것을 알지 못한다면 11월이 얼마나 쓸쓸할까 Không biết mùa xuân đến thì tháng 11 thật là buồn.
봄경치 xuân cảnh, 봄경치를 바라보다 thưởng xuân.
봄맞이 하다 thưởng xuân.
봄날 ngày xuân, xuân nhật, thiều quang, 90 일의 ~ 중에서 60 일이 지났다 ~ chín chục đã ngoài sáu mươi.
뽐내다 (잘난척하다) vênh mặt, lên mặt, ra uy, tự khoe, làm ra vẻ ta đây, kiêu ngạo. (자랑)hãnh diện, 뽐내며 걷다 đi vênh váo. 뽐내며 말하다 nói dóc.
봄맞이꽃 cây hoa lài núi.
봄바람 xuân khí.
봄밤(춘야)xuân tiêu.
봄보리 lúa mạch xuân.
봄비 xuân vũ.
(속) 봄비에 얼음 녹듯한다(일이 쉽게 해결된다) Như băng tan trong mưa xuân(việc gì đó được giải quyết dễ dàng).
봄철 mùa xuân.
봄추위 se lạnh mùa xuân.
봄타다 bị bồn chồn, khó ăn.
봄햇살 xuân huy.
뽑다 nhổ, vặt, rút ra, tuốt. tháo ra. 권총을 ~ rút súng. 닭의 털을 ~ nhổ(vặt) lông gà. 못을 벽에서 ~ nhổ đinh tường. 제비를 ~ rút thăm. 이를 ~ nhổ răng. 뽑아내다 bới. 칼을 ~ tuốt gươm.
2.(선발) tuyển, chọn. 직원을 ~ tuyển nhân viên. 군인을 ~ tuyển lính (quân

뽑아버리다 vứt bỏ.
뽑이 (병따개) khuy, cái mở nút chai.
뽑히다 bị rút ra. được chọn, bị chọn. 축구선수로 ~ được chọn làm cầu thủ bóng đá.
봇짐(과거시험때 지고가는)lều chiếu.
뽕나무 cây dâu tằm. 뽕밭 ruộng dâu. 뽕잎 lá dâu. 뽕을 따다 hái lá dâu. 누에에게 뽕을 주다 cho tằm ăn lá dâu.
봉(봉지) một gói giấy. 약 한 봉지 một gói dược thảo.
봉 (봉황) con chim phượng hoàng.
봉건 phong kiến. ~제도 chế độ ~. 봉건적 có tính phong kiến. ~군주 quân chủ ~. 봉건사상 tư tưởng ~. 봉건시대 thời đại ~.
봉건시대의 잔재 tàn tích phong kiến.
봉급 lương. bổng cấp, cao. (반) 낮은 ~ lương thấp. ~을 지급하다 trả lương. ~을 올리다 tăng lương. (반) ~을 내리다 hạ lương. ~을 주다 phát lương. ~이 오르다 tăng lương.
봉기하다 khởi(dấy) nghĩa, nổi(chổi) dậy. 봉기의 기 cờ nghĩa.
봉기를 일으키다 vùng dậy.
뽕나무 cây dâu. tang bồng.
봉납하다 (바치다) dâng biếu (hiến). 봉납물 đồ biếu, vật cúng.
봉납으로 봉인하다 gắn xi.
봉돌 (낚싯봉) đá nhỏ để câu cá
봉두난발(흐트러진 머리털) đầu tóc bờm xờm.
봉래산 núi bồng.
봉밀(꿀) phong mật.
뽕빠지다(밑천이 다 떨어지다) khánh kiệt, hết tiền 봉변당하다 bị sĩ nhục, bị lăng mạ.
봉분하다 đắp(phong) mộ, xây mộ.
봉사 phục vụ, phụng sự, hoạt động từ thiện (xã hội). 끝내주게 봉사하다 ~ hết mình, xã hội ~활동 hoạt động phục vụ xã hội. ~단 đoàn (nhóm) hoạt động từ thiện.
봉사 (장님) người mù lòa.
(속) 봉사가 개천 나무란다(자신의 결점은 보지 못하면서 남을 책망한다) Người mù mắng con suối(không biết tự nhìn vào khuyết điểm của mình mà còn trách người khác).
(속) 봉사 문고리 잡기(일이 매우 어려움)Người mù nắm tay cửa (công việc rất khó khăn).
봉쇄하다 phong tỏa. tỏa bế, (반) 봉쇄를 풀다 giải tỏa. 입구를 ~ phong tỏa lối vào. 봉쇄정책 chính sách ~. 봉쇄경제 kinh tế ~. 해상 봉쇄 phong tỏa đường biển.
봉선화 hoa móng tay, cây bóng nước
봉송하다 tiễn đưa
봉안하다 cất giữ thiêng liêng, trân trọng cất giữ.
봉양하다 phụng dưỡng. 부모님을 ~ phụng dưỡng ba mẹ.
봉오리(꽃) búp, nụ. 꽃~ nụ hoa. ~가 피다 nụ hoa nở, thành hoa.
봉우리(산) ngọn núi.
봉인하다 đóng dấu thư, niêm phong.
뽕잎 lá dâu tằm. 뽕나무 cây dâu tằm
봉정 hiến dâng
봉접 ong bướm.
봉제 may mặc. ~공장 công xưởng may. ~공 thợ may. ~품 may vá.
봉지 cái bao, túi giấy, bao giấy (북),

cái bịch (남). 약 한봉지 một bao giấy thuốc, một gói thuốc.
봉직하다 phục vụ trong chính quyền.
봉착하다 đương đầu, đối mặt với.
봉토(영지) thái ấp(địa).
봉투 phong bì, bao bì. ~를 뜯다 bóc ~, mở ~. 편지 ~ bao thư. ~에 넣다 bỏ vào ~.
봉피 giấy gói ngoài.
봉하다 đóng bao, đóng lại. phong, 봉투를 ~ đóng bì thư. (직책을) phong chức.
봉함 niêm phong. ~엽서 bưu thiếp.
봉합하다 (꿰매다) khâu.
봉헌 hiến dâng, cống(phụng) hiến.
봉화 ngọn(khói) lửa, đuốc. ~를 올리다 dâng đuốc. ~대 bệ đuốc. phong hỏa đài.
봉황새 chim phượng hoàng.
봐주기 힘든 khó coi.
봐주다(용서하다) thể tình, 그가 봐주길 바란다 mong ông ấy ~ cho.
뵙다 tiếp kiến, thăm, gặp. (배알)bái yết.
뽀로통(뽀루퉁)하다 bĩu môi, hờn dỗi, phụng phịu. trẻ môi, 그녀는 뽀루퉁해 있다 nàng trẻ môi.
뾰족탑 tháp chuông, tháp nhọn.
뾰족하다 sắc, bén. nhọn hoắt, ~하게 하다 vót cho nhọn.
뾰족한 턱 cằm nhọn.
부(아버지) bố, cha.
부(재산) phú, tiền tài, giàu sang. ~를 갈망하는 ham(tham) giàu. 부를 추구하다 theo đuổi tiền tài.
부를 축적하다 trữ của.
부보다는 건강이 귀중하다 sức khỏe quý hơn tiền bạc.

부 bộ, cục, sở, ban. (부수) bản. 두부 (2부) 2 bản, bộ phận. 업무부 phòng nghiệp vụ. 외교부 bộ ngoại giao. 교통부 bộ giao thông.
부 phó. 부사령관 phó tổng tư lệnh.부의장 phó chủ tịch.
부가하다 thêm vào, bổ sung vào. 부가적 cộng thêm, tăng thêm. 부가가치세 thuế giá trị gia tăng.
부가세 thuế ngoại phụ.
부가수입 phụ thu.
부가적인 형벌 phụ gia hình.
부각 đắp nổi, đồ đắp nổi, chạm nổi.
부각시키다 nêu bật.
부감도(조감도) bản tóm tắt.
부강사(대학)phụ giảng.
부강하다 phú cường, giàu mạnh.(반) 빈약하다 nghèo yếu, 국가의 부강을 위하여 vì sự giàu mạnh của đất nước. 부강한 조국 tổ quốc giàu mạnh.
부검(시체해부) sự mổ thây.
부결하다 phủ quyết. 부결되다 bị phủ quyết. 부결권 quyền ~.
부계 dòng họ bên nội. nam lệ. phụ hệ.
부고 (죽음을 알림) báo tử, cáo phó, phó cáo, ~장 giấy báo tử. thơ chia buồn.
부과하다 đánh thuế. 부과금 tiền thuế, tiền phụ trội.
부과세 thuế phụ trội.
부관 sĩ quan cận vệ. tá lý.
부교 cầu phao(nổi), thuyền phao.
부교재 sách giáo khoa bổ trợ.
부국강병 quốc gia thịnh vượng và hùng mạnh. thực túc binh cường.
부국장(차장)phó ty.
부군(남편) phu quân, chồng.

부권 phụ quyền.
부귀 phú quý. ~공명 giàu sang phú quý. ~영화 vinh hoa ~. đỉnh chung. ~와 영예의 길 đường danh lợi.
부끄럼 (수줍음) sự xấu hổ. ~을 모르다 không biết xấu hổ. ~을 당하다 bị ~. 부끄럼을 알다 biết ~. ~이 없는 trơ trơ. trơ trẽn. ~을 타다 rụt rè mắc cỡ.
부끄럽다 xấu hổ (북), mắc cỡ (남). bẽ mặt, nhọ mặt, tủi thẹn, sượng. ~러운 일 việc ~. 부끄러워서 얼굴을 붉히다 xấu hổ đến đỏ mặt. 부끄러운 일이 없다 không có việc gì phải xấu hổ. 부끄럽습니다 tôi thấy hổ thẹn, xấu hổ. 부끄러워하다 e lệ. tủi mặt. 그녀는 사람을 부끄러워한다 cô ta e lệ trong xã giao.
부끄러운듯이 말하다 nói rát mặt.
부끄러운 e lệ(반)떳떳한 công bằng.
부끄러운 생각을 하다 tủi hổ.
부끄러운 표정을 하는 khép nép.
부끄러움이 없는 trơ trơ, ~얼굴 mặt ~.
부끄러워하다 e(hổ) thẹn, ê chệ(lệ), bẽn lẽn. thẹn thùng. rầy mặt. 부끄러워 하며 나타나다 xuất hiện bẽn lẽn. 부끄러워 얼굴을 붉히다 tẽn.
부끄럽게 느끼다 thẹn thuồng.
부근 ở gần, xung quanh, phụ cận. ~에 ở gần đó. 이 ~에 ở gần đây. 서울~ gần Seoul. 학교부근 phụ cận nhà trường.
부글거리다 sôi lên, sủi bọt.
부글부글 끓는 sốt sột, ~ 소리 lệt xệt. lụp bụp.
부금 tiền trả góp, phần cung cấp mỗi lần.
부기 kế toán. ~를 달다 giữ sổ sách kế toán.
부기 phần thêm, phần phụ lục. ~하다 viết thêm vào.
부나비(불나방) bướm văn vện.
부낭 (구명대) áo phao, lốp xe.
부녀 bố và con gái.(여자)phụ nữ
부녀운동을 하다 phụ vận.
부녀자 phụ nữ có chồng.
부농 phú nông, chủ trại giàu có. ~지주 thổ hào.
부닥치다 đương đầu, đối mặt, chạm trán. 곤란에 ~ đương đầu với việc khó khăn.
부단 không ngừng, liên tục. ~한 노력 nỗ lực không ngừng. ~히 노력하다 nỗ lực liên tục.
부담 gánh nặng, áp lực, chịu đựng.과중한 ~ gánh nặng quá mức. 자기 ~으로 tự chịu chi phí. 비용을 ~하다 chịu chi phí. ~을 주다 gây cho ai nặng nề. ~이 많다 nhiều gánh vác. ~이 되다 trở thành gánh nặng. (비용을) 부담하다 đài thọ.
부담을 덜다 nhẹ nợ.
부당 không chính đáng, không hợp lý. ~한 값 giá không hợp lý. ~한 요구 yêu cầu không chính đáng. ~한 해고 sa thải không chính đáng. ~이익을 얻다 ăn chặn, ~한 처벌 oan tội.
부당성 oan uổng.
부대(자루) bao, bịch. 밀가루 한부대 một bao bột mì.
부대 bộ đội. ~행진 bộ đội hành quân. 전투~ bộ đội chiến đấu. 지방~ bộ đội địa phương. ~장 sĩ quan chỉ

huy. 기동~ bộ đội đặc nhiệm. ~를 배치하다 dàn quân. ~를 이 동시키다 ra quân. ~를 해산시 키다 thoái ngũ. ~훈련소 trung tâm huấn luyện bổ sung. ~를 철수하다 bãi binh.
부대경비 phụ phí.
부대끼다 bị làm phiền, bị quấy rầy. 더위에 몹시 ~ bị khó chịu vì sức nóng.
부대시설 thiết bị phụ trợ
부덕하다 không có đức, thất đức.
부도 phá sản. ~가 나다 bị phá sản. ~를 내다 làm cho ~. ~수표(공수표) hóa đơn không thanh toán đúng hạn.
부도(여성의 도리) phụ đạo
부도덕 trái đạo đức, đồi bại. ~한 trắc nết. nghịch luân. phụ đức.
부도체 chất không dẫn điện.
부동 (작당)하다 cấu kết.
부동하다 (표류하다) trôi dạt, trôi nổi.
부동산 bất động sản. ~을 매매하다 buôn bán ~. ~세 thuế thổ trạch.. 부동산 거래소 nơi giao dịch ~. 부동산 보험 bảo hiểm ~. 부동산 양도 sang nhượng ~. 부동산 투기 đầu cơ ~. ~증서 địa khoán.
부동액 hóa chất chống đông.
부동의 trơ trơ, không động và đứng vững. đứng ~, 그는 여전히 움직이지 않는다 nó vẫn ~.
부동자세로 서다 đứng trơ trơ. đứng sững lại. đứng im.
부동자세를 취하다 đứng sừng sững.
부두 bến(u) tàu, bến cảng. 나룻터 bến đò. ~세(사용료) thuế bến. ~정박세 thuế đậu tàu. ~에 정박하다 ghé bến.
부두노동자 phu bến tàu.
부뚜막 lò nấu bếp, chạn bếp (남), hỏa lò (북).
(속) 부뚜막의 소금도 집어 넣어야 짜지(능력이 아무리 많을지라도 생활에 쓰지 않으면 아무 가치가 없다) Muối bếp cũng phải bỏ vào thì mới mặn được, (năng lực dù cao đến đâu nhưng nếu không sử dụng cho đời sống thì vẫn chẳng có giá trị gì).
부둥키다 nắm chặt, ôm chặt. 부둥켜 안다 ôm chặt.
부 (뿌)드득. 이를 ~갈다 nghiến răng kèn kẹt.
부드럽다 mềm mại, mềm mỏng, dịu. ôn tồn, mịn màng, trìu mến, nhu hòa, (반)딱딱하다 cứng, 부드러운 살결 nước da mịn màng. 부드럽게 말하다 nói một cách nhẹ nhàng. 부드러운 눈길 cái nhìn trìu mến. 부드러운 목소리 tiếng êm, 부드러운 목소 리로 말하다 nói rủ rỉ, 부드럽고 빛난 láng bóng, 부드럽고 달콤한 dịu ngọt, 매우 부드러운 mềm nhũn, 부드러운 음성 giọng trầm bổng, 부드러운 노랫소리 giọng hát mượt. 부드러운 매력 duyên hải. 부드럽게하다(말투)đấu dịu. 부 드럽고 온화한 nhu mì. 부드러 우면서도 강한 nhu cương. 부 드럽고 끈적끈적한 rền.
부드럽게 se sẽ, khẽ. ~말하다 nói ~. ~만지다 khẽ sờ.
부득부득 kiên gan, cứng cỏi, ngoan cố.
부득불 (부득이) bất đắc dĩ. 부득이한

사정으로 do bất đắc dĩ. ~한 경우에는 vào trường hợp ~. 부득이한 일이다 là việc bất đắc dĩ, bị bắt buộc làm. 부득이 가야만 한다 bị ép phải đi.

부들부들떨다 run lên, rùng mình. run rẩy, rùng rợn. khớp.

부 (뿌)듯하다 tràn đầy, tràn ngập, chặt. 가슴이 뿌듯해서 말을 못했다 lòng tôi tràn ngập không nói được nên lời.

부동 (같지 않음) không đồng đều, khác biệt. (움직일 수 없음) bất động

부동자세 tư thế bất động, ~로 서다 đứng trơ như thổ địa.

부등식(수학) bất phương trình.

부디 hãy, bằng mọi cách. ~ 오십시요 hãy đến bằng mọi cách. ~ 말씀해 주십시요 xin nhường lời cho ông. ~놀러와 주세요 mời ông quá bộ lại chơi.

부딪치다 xô động. vấp(đụng) phải.

부딪히다 va, va phải, va chạm, đụng chạm(đầu), đối đầu. va quệt, đụng phải, vấp phải, xung đột. 어려움에 ~ vấp phải một sự khó khăn, 남과 부딪히다 va chạm với người khác. 머리에 ~ chạm vào đầu. 벽에 ~ đụng vào tường. 차가 담에 ~ xe đụng vào tường. 기둥에 ~ va vào cột.

부라리다 (눈을) nhìn trừng trừng, nhìn giận dữ.

부락 làng xóm, (촌락) dân làng. bộ lạc, thôn, thôn trang, chòm xóm, ~민 người làng, bộ lạc. 유목~ bộ lạc du mục. ~보건소 trạm xá.

부랑아(집없는)đứa trẻ không nhà.

부랑자 ma-cà-bông. phù lãng nhân.

부랴부랴 một cách vội vàng. ~ 나가다 ra ngoài ~.

부러 (일부러) cố ý. 부러 하시는 말씀이지요 bạn cố ý nói phải không?

부러뜨리다 bẻ. bẻ gãy, đập vỡ. 막대기를 ~ bẻ cái que.

부러워하다 thèm muốn, ao ước, suy tị, ghen ty. 남의 것을 ~ thèm muốn cái gì của người khác.

부러지다 bị gãy. gãy đổ, 팔이 ~ tôi bị gãy tay. (뼈) lọi.

부럽다 ganh tị, thèm muốn. 부러운 눈으로 bằng con mắt ganh tị. 자네의 행복이 부럽네 tôi thèm muốn hạnh phúc của anh. 참 ~ tôi ghen với anh.

부레(공기주머니) bọng chứa khí. ~풀 keo cá, thạch cá.

부려먹다 bắt ai làm quá sức.

부력 sức nổi. phù lực.

부력 (재산) của cải, tiềm lực kinh tế.

부로커(중매인) môi giới.

부록 bản phụ lục. phụ bản. (신문의) phụ trương.

부루네이(국명) BRUNÂY

부루퉁하다 phụng phịu.

부류 (종류) loại, hạng. 항목 hạng mục.

부류물 vật trôi dạt.

부르다 no nê, đầy. 배가 ~ no bụng.

부르다 1.gọi, kêu (남), bảo (북). 이름을 ~ gọi tên. 택시를 ~ gọi taxi. 2. 노래를 ~ hát.

부르는 말(야!) ớ!.

부르는 소리 tiếng gọi.

부르다(소환) triệu. 왕이~ vua ~.

부름받다 được kêu gọi.

부르르 떨다 run rẩy.
부르주아(유산계급) giai cấp tư sản.(반)무산계급 giai cấp vô sản
부르쥐다. 주먹을 ~ bàn tay nắm chặt lại.
부르짖다 la hét, hô hào, kêu gào. 이구동성으로 ~ đồng thanh kêu gào.
부르짖음 (비명) tiếng thét, tiếng kêu thất thanh.
부르트다 phồng dộp, phồng da. 손이 ~ tay bị phồng giộp lên. tay bị dộp
부릅뜨다 trừng trừng giận dữ. 눈을 ~ nhìn một cách giận dữ.
부리 mỏ chim.
뿌리 1.rễ(gốc) cây. cội rễ(gốc), ~를 박다 cắm rễ, mọc rễ. đâm rễ, ~ 를 내리다 mọc(bén) rễ. 땅속에 ~를 내리다 cắm rễ sâu vào trong đất. ~를 뽑다 nhổ rễ. bứng rễ, ~를 캐다 khai căn, 2.(형상) 민주주의 사상이 한국에 깊이 ~를 박았다 tư tưởng chủ nghĩa dân chủ cắm rễ sâu vào Hàn Quốc. 뿌리뽑다 trừ tận gốc, nhổ bật rễ. ~ 까지 tận gốc. 뿌리깊은 rễ sâu vào. thâm căn, ~ 채 뽑다 đánh(trốc) gốc. 뿌리채 뽑아야 뒷탈이 없다 nhổ cỏ nhổ cả rễ.
뿌리뽑다(박멸하다)trừ tận gốc.
뿌리끝까지 tận gốc.
뿌리깊은 감정 mối cảm tình sâu lắng.
부리나케 vội vàng, cấp bách. ~ 도망가다 chạy trốn nhanh.
부리다 sai khiến, sử dụng, quản lý.하인을 ~quản lý người làm. 소를 ~ chăn nuôi bò. 말썽을 ~ nêu khó khăn trở ngại.
뿌리다 tưới, rải rác, rắc. vung vãi, rã,

phun, gieo. (끼얹다)xức, rưới, 향수를 ~ xức nước hoa, 잔디에 물을 ~ tưới nước cho cỏ. 식물에 살충제를 ~ phun thuốc trừ sâu cho cây cối. 씨를 ~ gieo hạt.
뿌리다(물보라를)xịt, 분무기 bình xịt muỗi.
뿌린만큼 거둔다 Gieo gì gặt đó(bụng làm dạ dịu).
부리망(소 입마개) mõm bò.
부리부리한(큰) to lớn phóng khoáng. thô lố.
뿌리치다 lắc. vùng, 손목을 ~ lắc cổ tay.
부마(임금의 사위) phò mã.
부모 bố mẹ (북), ba mẹ(má) (남). cha mẹ, tía má, phụ mẫu, bố cái, (문학에서) sân lai. (반)자식 con cái, ~사랑 tình yêu của ~. ~의 마음 tấm lòng ~. ~처자 bố mẹ vợ con. (성어) ~가 짝 지어주면 그대로 따르다 cha mẹ đặt đâu con xin ngồi đó. ~에 대한 자식의 도리 thần hôn, ~님께 정성을 다하다 tận hiếu, ~를 공경하다 thờ cha kính mẹ. kính thân, ~에게 물려받은 cha truyền con nối, ~의 의무를 다하다 trọng đạo làm cha mẹ.
부모에게 충실한 thảo 효성스러운 아들 con thảo.
부모가 자식을 훈계하다 bố mẹ răn con cái.
부모님 thầy u. ~의 은혜를 영원히 기린다 sống tết chết giỗ.
부모들의 노고 cù lao cúc dục.
부모를 공경하는 자식 con thảo.
부목을 대다 bó bằng thanh nẹp(gỗ)
(속) 부모는 항상 자식을 사랑한다

hùm dữ không nỡ ăn thịt con.
부문 bộ môn, bộ phận, khu vực.
부복하다 phục bản.
부본 (복사본) bản sao, bản phụ. (영수증을 떼어주고 남은 부분) cùi vé.
부부 vợ chồng, phu phụ, ~의 애정 tình cảm vợ chồng. (비유)yến oanh, tình phu thê, 젊은 ~ vợ chồng trẻ. 어울리는 ~ cặp vợ chồng xứng đôi. (반) 어울리지 않는 ~ cặp vợ chồng không xứng đôi. ~가 되다 trở thành vợ chồng. đồng tịch đồng sàng, ~처럼 살다 ăn ở với nhau như ~, ~의 인연을 맺다 kết duyên chồng vợ. 부부생활 cuộc sống vợ chồng. 신혼 ~ vợ chồng tân hôn (mới cưới). ~싸움 xung đột vợ chồng. 부부 (집안) 싸움 cơm không lành canh không ngọt. 부부가 남이야? Vợ chồng người ta hả? ~의 거실(방) loan phòng, 부부간의 뜨거운 사랑 hương lửa, 부부간 금실이 좋은(속어) cơm lành canh ngọt.
(속) 부부 싸움은 칼로 물 베기(부부 싸움은 일상의 일처럼 끝나면 그만이다) Vợ chồng cãi nhau thì như dao chém nước(vợ chồng cãi nhau xong rồi thôi coi như chuyện bình thường).
부부사이가 좋은 tốt đôi.
부부의 의 nghĩa vợ chồng.
부부애 tình chăn gối(vợ chồng), (속어) đầu gối tay ấp. ~가 좋은 xướng tùy.
부부가 서로 의좋게 잘 지내다 thuận vợ thuận chồng.
부부가 하나되면 못 할 일이 없다 (성어) thuận vợ thuận chồng tát biển đông cũng cạn.
뿌뿌하고 울다 kêu toe toe.
부분 bộ phận, phần chia.(반) 전부 toàn bộ, ~색맹 bộ phận mù màu.
부분일식(월식) khuy thực.
부분마다 từng phần, 전부 혹은 ~ tất cả hoặc từng phần.
부비트랩(지뢰밭) mìn bẫy.
부빙(얼음덩이) tảng băng nổi.
부사(사절단) phó sứ. (문법) phó từ, trạng từ. ~구 nhóm phó từ.
부사어 trạng ngữ.
부사장 phó giám đốc. 이사 chủ sự, giám đốc
부산떨다 rối rít.(반)침착하다 bình tĩnh.
부산을 떨다(남의 시선을 끌기 위해) bắng nhắng.
부산물(품) sản phẩm phụ.
부산하다 (바쁘다) bận rộn.
부삽 xẻng chữa lửa.
부상 bị thương. 팔을 부상당하다 bị thương tay. 부상자 người bị thương. ~병을 치료하다 cứu thương. ~자를 수송하다 tải thương. 부상당한(다친) thụ thương.
무상병 thương binh. ~을 들것에 태워 후방으로 옮겼다 cáng ~ về tuyến sau. ~ 요양소 trại ~.
부상(상장) giải phụ, giải đặc biệt.
부생초(식물)phụ sinh.
부서 bộ phận. 근무~ bộ phận làm việc. 생산~ ~sản xuất
부서지다 bị vỡ, tan. giập, bị hư. 부서지기 쉬운 dễ vỡ. mỏng mảnh. dòn (반)견고한 bền, 부서진 조각

mảnh vỡ.
부서지는 파도 sóng dập dồn.
부석부석한 lộm cộm, ~ 눈꺼풀 mi mắt ~, ~ 얼굴 bộ mặt hơi sưng.
부설 phụ vào. 부설도서관 thư viện phụ, phòng đọc sách phụ.
부설의 xép, 부설시장 chợ ~.
부설하다 xây cất, xây dựng. 철도를 ~ xây dựng đường sắt.
부성애 tình phụ tử.
부속 thuộc về, phụ thuộc,(반)독립 độc lập, 서울대학 부속병원 bệnh viện thuộc đại học Seoul. ~품 phụ tùng. ~건물 nhà ngang, ~성분 thành phần phụ thuộc. ~ 조향 phụ kiện. ~협약 phụ ước.
부속물 vật phụ thuộc.
부속 진료소 y xá.
부수 số lượng bản sao.
부수다 đánh phá, làm vỡ, làm(đánh) bể, xới, đập bể. đả đảo, 산산이 ~ tan thành từng mảnh. 접시를 ~ làm vỡ tan cái đĩa. 문을 ~ đập bể cửa. 부수어 없애다 hủy diệt. 흙을 ~ xới đất.
부수상 phó thủ tướng.
부수입 thu nhập phụ.
부수적인 이득 phù lợi.
부스러기 mảnh vụn. cám vụn, chổi cùn rế rách, 종이 ~ mảnh giấy lộn. 빵~ miếng bánh mì. 금~ vàng nốt
부스러지다 vỡ vụn. bóp vụn.
부스럭거리다 xào xạc. sột soạt, 낙엽이 바람에 ~ lá rơi ~ trong gió.
부스럼 đầu đanh, nốt, ung, ung nhọt, (종기:딱지) vảy ghẻ, vảy sưng. ~ 이 생기다 mần, ~이 벗겨지다 xước vảy, bong vảy.

부슬부슬 (부스스) 내리는 비 mưa phùn, mưa bụi.
부슬부슬 내리다 mưa sùi sụt.
부시다 lóa mắt, chói mắt. 햇빛에 눈이 ~ chói mắt vì ánh nắng mặt trời. 눈이 부셔서 뜰 수 없다 chói quá không mở mắt được.
부시시한(흐트러진) lớp xốp, ~ 머리 đầu tóc ~.
부시장 phó thị trưởng.
부식 sét rỉ, bị ăn mòn, ăn lủng, xâm thực, ~되지 않다 không bị ăn mòn. 산이 금속을 ~시키다 axít ăn mòn kim loại. ~제 chất ăn mòn. 부식 화되다 hà tính hóa.
부식물 món ăn thêm (phụ).
부식토 đất mùn(màu).
부신(곁콩팥)tuyến thượng thận. ~ 호르몬(해부)thận duyến tố.
부신의(콩팥부근의)thượng thận.
부실하다 (불성실) không đáng tin, không chân tình. 조사가 ~ điều tra chưa đầy đủ. 몸이 ~ sức khỏe yếu kém.
부실장 phó phòng.
부심하다 bỏ công sức, nỗi vất vả khó nhọc.
부심(경기) trọng tài phụ.
부싯돌 đá lửa.
부아가 나다 làm giận điên lên.
부양 nuôi, nuôi nấng, phù dưỡng. 가족을 ~ 하다 nuôi gia đình. 자식을 ~ 할 의무가 있다 có nghĩa vụ nuôi con cái. ~비 tiền nuôi nấng.
부양하다 (떠오르다) nổi lên, trôi nổi.
부양력 sức nổi.
부어오르다 sưng lên, sưng phù. hum híp, tấy. húp. 손이~ tay ~, 부어오

른 부위(의학)bắp chuối. 계속 울어서 눈이 부어올랐다 khóc mãi mắt sưng húp.
부은 sưng, ~ 얼굴 mặt ~.
부언하다 nói thêm.
부업 nghề phụ. ~으로 như ~.
부엉이 chim cú.
부엌 bếp, nhà bếp. ~일 công việc nhà bếp. ~칼 dao làm bếp. dao bầu, ~채(방) chái bếp, buồng bếp, ~의 선반 gác bếp, ~의 찻장 chạn. ~용구 vật dụng nhà bếp
부엌신 ông táo(công).
부여하다 ban cho. cấp cho. 권한을 ~ ban quyền cho.
부여잡다 túm chặt lấy.
부역(일을도와줌) hành dịch. sưu dịch. ~을 면제하다 miễn sai. ~에 나가다 làm sưu.
부연하다 bàn thêm, nói thêm.
부영사 phó lãnh sự.
부(뽀)옇다 trắng đục như sữa. 안개가 ~ sương mù dầy đặc.
부예지다 trở nên mờ mờ.
부왕 phụ vương.
부용 (연꽃) hoa sen.(미녀비유) phù dung
부원 nhân viên, cán bộ. 편집~ nhân viên ban biên tập.
부유하다 giàu có. giàu sang, 부유한 사람 người ~.부유한 집에서 태어나다 sinh ra trong một gia đình ~. 부유 한 사람 phú ông, 부유하게 살다 sống một cách ~. 부유층 tầng lớp ~. 부유한 가정 nhà giàu. 부유하게 오래 살다 phú thọ. 부유하게 하다 trau giồi. 부유한 삶 đời

sống đắt đỏ.
부유하다 (떠다니다) trôi dạt. 부유물 mảng. phao hơi.
부유하다고 하지만 실상은 아무것도 가진 것이 없는 tiếng cả nhà không.
부(뽀)유스름하다 có màu hơi trắng đục.
부은 sưng. 부은 얼굴 mặt sưng.
부음 tin báo tử. tin buồn.
부응하다 phù ứng(hợp), thích đáng, làm y theo.
부의금 tiền phúng điếu.
부의 원천 phú nguyên.
부의장 phó chủ tịch.
부익부 빈익빈 người giàu càng giàu hơn còn người nghèo lại càng nghèo.
부인 (아내) vợ. ~의 말을 잘 따르다 chiều vợ. 부인 화장도구 bội hoàn. ~의 동생 em vợ. ~의 도리를 다하다 nâng khăn sửa túi. ~의 용모 nữ dung. ~을 하늘보다 더 떠받들다 nhất vợ nhị trời.
부인의 의복(상의와 치마)xống áo.
부인에게 다른 남자와 관계하여 아이를 갖도록 허락하다 thả cỏ.
부인 phu nhân, bà. 김씨~ phu nhân ông Kim. 부인회 hội phụ nữ.
부인과(산부인과) phụ khoa.
부인이 남편을 살해하다 sát phu.
부인의 내실 thâm khuê.
부인의 방 buồng khuê(đào)
부인의 시선 sóng thu.
부인의 흰 모자(장례식의) mấn.
부인이 힘들게 일하다 tần tảo.
부인하다 phủ nhận. trái ngược. chối cãi, 사실을 ~ phủ nhận sự thật. 자

기 아이임을 ~ phủ nhận là con của mình. 부인할 수 없다 không thể phủ nhận.

부임하다 phó nhiệm, bổ nhiệm, nhận nhiệm vụ mới. 부임지 nơi nhiệm vụ mới.

부자 người giàu có. tài gia,(반)가난한 자 người nghèo. ~가 되다 trở thành người giàu có. phát tài, 부자인(속어)của ăn của để, tiền nghìn bạc vạn. 대단한 부자다 người rất giàu có. ~집 nhà giàu, phú gia, 부자와 가난한자 kẻ giàu người nghèo. 부잣집 아들 công tử bột.

(명) 부자로 사는 것이 부자로 죽는 것보다 낫다 Sống giàu hơn chết giàu.

부자라고 하지만 실상은 아무것도 없는 tiếng cả nhà không.

(성어) 부자가 더욱 부자된다 nước chảy vào chỗ trũng (giàu lại càng giàu thêm).

부자였다가 나중에 가난해진 tiền phú hậu bần.

부자 cha con. ~간의 정 lòng phụ tử.

부자연스럽다 không tự nhiên. 부자연스런 태도 thái độ ~.

부자연스런 목소리 giọng miễn cưỡng.

부자연스런 얼굴 mặt gượng gạo.

부자재 nguyên phụ liệu (부재).

부자유 không tự do. ~하다 không có tự do.

부자집 phú gia.

부작용 tác dụng phụ, hậu quả xấu. 약의~ tác dụng phụ của thuốc. ~을 일으키다 gây ~. 부작용이 없다 không có ~. ~이 일어나다 thứ

phát, ~염증 nhiễm trùng thứ phát.

부장 trưởng phòng. 경리 ~ trưởng phòng kế toán. 인사~ trưởng phòng nhân sự.

부장품 vật chôn dưới mộ.

부재(있지 않음) vắng mặt. đi vắng, đi khỏi, khuất, ~중 đang vắng nhà. xa vắng, 부재중에 trong vắng mặt, 부재 (결석)자 người ~. 부재자 투표 bỏ phiếu qua bưu điện, bỏ phiếu vắng. 그는 부재중이다 nó đi vắng, 그때 나는 ~중이었 다 lúc ấy tôi ~.

부쩍 (갑자기) 부쩍 많아지다 bất ngờ có tăng nhiều.

부쩍 기운이 생기다 hừng hực.

부적 bùa, bùa chú, ấn(hộ) phù, phù chú. 생명을 보존키 위한 부적 (호신부) bùa hộ mạng (mệnh). ~을 붙이다 trấn trạch.

부적격 không phù hợp, không đạt tiêu chuẩn. ~자 người ~.

부적당한 không đạt tiêu chuẩn. không phù(thích) hợp

부적임자 (부적격자) người không tiêu chuẩn.

부적절하다 không thích đáng, thất nghi, không thích hợp.

부전도체 vật không dẫn điện.

부전조약 công ước chống chiến tranh, hiệp ước hòa bình.

부전자전 cha truyền con nối. rau nào sâu nấy.

부절제하다 không điều độ, quá độ. ~한 생활을 하다 làm cuộc sống quá độ.

부젓가락 cây kẹp lửa, đũa bếp (남), đũa cả (북)

부정 bất chính, sai trái, bất hợp pháp. ~한돈 số tiền bất chính. ~한 수단 thủ đoạn ~. 부정부패 tệ nạn tham nhũng, bất chính hủ bại. ~수입 thu nhập ~. 부정하게 돈을 벌다 làm tiền, 부정행위 hành vi ~. trò khỉ, 부정선거 cuộc bầu cử ~. 부정한말을 입에담는 ác khẩu. 부정한 대우를 받다 thụ oan.
부정관사 bất định quán từ.
부정한 재산 của phi nghĩa.
부정맥(의 학) loạn nhịp.
부정문(문법) câu phủ định.
부정하다 không chung thủy. ~한 아내 người vợ ~. 부정한관계를 맺고있는 chồng chung vợ chạ.
부정한 관계를 맺다 lòng thòng. 그는 비서와 간통하였다 ông ta ~ với cô thư ký.
부정하게 돈을 벌다 làm tiền.
부정행위 (컨닝) quay cóp.
부정하다 phủ định, phủ nhận. nói ngược,(반)긍정하다 khẳng định, 그것은 부정할 수 없다 không thể phủ định được cái đó. 부정명제 mệnh đề phủ định.
부정적인(나쁜) tiêu cực. ~의미 ý nghĩa mang tính ~. 문제의 ~면 mặt ~ của vấn đề.
부정기의 không theo thường lệ. 부정기항공 chuyến bay không ghi trong lịch trình.
부정당 (부적당)하다 không thích hợp.
부정직하다 không trung thực, không ngay thẳng. sai ngoa.
부정직하고 악한 tà quyệt.
부정직한 gian, bịp bợm, bất lương. (반)ngay thẳng.

부정확 không chính xác, không đúng.
부제(기사등의) lời tòa soạn.
부조하다 giúp đỡ, phần đóng góp, vật đóng góp. phù trợ, 부조금 quỹ cứu tế. tử tuất, 상호~ giúp đỡ lẫn nhau.
부조리 điều phi lý, không hợp lý
부조장 tổ phó
부조화 không hài hòa, không hòa hợp.
부족하다 thiếu. thiếu sót(thốn), 모든게 ~ ~ tất cả, 수면부족으로 do thiếu ngủ. 자금 부족 thiếu vốn. 식량부족 thiếu lương thực. 영양이 ~ thiếu dinh dưỡng. 일손이 ~ thiếu người làm. 천원이 ~ thiếu một ngàn won. 부족한 점이 없다 người hoàn hảo, người không có điểm gì thiếu. 부족하고 어려운 thiếu thốn chật vật. 부족한게 없다 không ~ vật gì cả, 사교성이 ~ thiếu xã giao, 일손이 ~ ~ nhân công, 너는 얼마나 수업을 빠졌느냐? anh ~ tất cả mấy bài học? 한 사람이 빠졌다 ~ một người.
부족한(모자란) thiếu, túng, bất túc. (반)넉넉한 dư thừa, 돈이 모자라다 túng tiền.
부족하지 않은(많은) thiếu gì, 그들은 돈이 많다 họ ~ tiền.
부족액 sai ngạch thiếu.
부족 bộ tộc. ~사회 xã hội ~. 부족민 dân ~.
부종(의학) phù thũng.
부주석 phó chủ tịch.
부주의 cẩu thả, không chú ý, sơ(vô) ý, không cẩn thận. ~로 do không chú ý. ~로 인한 사고 tai nạn do không chú ý.

부주의하게 sơ ý. sơ sơ.
부주의한 không chú ý, sơ xuất, cẩu thả. bất cẩn. hớ hênh. hơ hỏng. (반)조심하는 cẩn thận.
부지 mặt bằng. lô đất, thổ cư, 건축~ lô đất xây cất. 가옥~ đất thổ cư.
부지하다 chịu đựng, cam chịu.
부지깽이 que cời lửa, cây kẹp lửa (부집게)
부지기수 vô số.
부지런한 chăm chỉ, cần cù, siêng năng. (반)게으른 lười biếng, ~ 사람 người ~. ~히 일하다 làm việc một cách chăm chỉ.
부지불식간에 (모르는 사이에) một cách vô ý thức (không biết).
부지사(부성장)phó tỉnh trưởng.
부지중 → 부지불식간에
부진하다 đình trệ, không tiến triển, giảm xuống. 사업이 ~ làm ăn bị đình trệ. 식욕이 ~ không muốn ăn uống. 장사가 ~ buôn bán bị ế ẩm.
부진상태다 rơi vào tình trạng không tiến triển. 지지부진하다 làm chậm tiến.
부질없다 vô ích, vô hiệu, vô hiệu quả. 부질없는 chuyện bá láp, 부질없는 소리를 하다 nói bậy (vô lý).
부차적(이차적) nguyên nhân thứ hai. 부차적인 진동 họa ba.
부차적인 것 ngõ ngách, 문제의~ ~ của vấn đề.
부착하다 gắn vào, dán vào.
부참모장 tham mưu phó.
부채 (빚) nợ nần. công nợ, trái khoản, 장부상의 빚 nợ ghi trên sổ. ~가 있다 có nợ. ~를 남기다 còn lại nợ, 데 lại nợ. ~를 갚다 trả nợ. ~액

tiền nợ. 고정 ~ nợ cố định. nợ dài hạn, ~를 지다 mắc nợ. ~로부터 벗어 나다 thoát nợ.
부채 quạt, ~춤 múa quạt. ~살 rẻ(nan) quạt, xương(hom) quạt, ~질 하다 nhen lên. ~모양의 hình rẻ quạt. ~꼴 hình quạt. ~를 펼치다 xòe quạt.
부처 (석가모니) đức(thần) Phật, Phật tổ. bụt, 불상 pho tượng Phật. hình Phật, ~탄신일 Phật đản. 부처님이 너와 함께하시길! mô phật !. ~에게 빌다 niệm phật.
부처는 중생을 구제한다 Phật tịnh độ chúng sinh.
(속) 부처도 다급하면 거짓말 한다(온순하고 진실한 사람도 급하면 거짓말을 하게 된다) Đức Phật gặp lúc cấp bách cũng nói dối, (người hiền lành, chân thật đến mấy gặp lúc cấp bách cũng sẽ nói dối).
부처 (부부) vợ chồng (cặp vợ chồng).
부추 (식물) hành tươi, củ tỏi tây.
부총리 phó thủ tướng.
부총서기(사무차장)phó tổng thư ký.
부총재(회장)phó hội trưởng.
부추기다 kích động, xúi giục. xúi đẩy, giật dây, hích lệ. xui dại, 부추겨 주는 말 을 하다 nói lót. 어린이를 ~ xui dại trẻ con. 일 군들이 파업 하도록 ~ xúi thợ đình công.
부축하다 dìu. chòi, 넘어지지않도록 ~ ~ kẻo nó ngã.
부치다 gửi, gửi đi. 소포를 ~ gửi bưu phẩm. 편지를 ~ gửi thư. 비행기로 짐을 ~ gửi hành lí bằng máy bay.
부치다 (부채로) dùng quạt. 힘에 부치다 vượt quá sức lực. 논밭을 ~ cày cấy. 음식을 ~ chiên, nướng.

부칙 (규칙외) điều lệ thuộc.
부친 phụ thân, cha, bố. ông via tôi. (반) 모친 mẫu thân.
부침개 (음식) bánh ướt (남), bánh cuốn (북)
부침 (떠오르고 잠김) sự chìm nổi, sự thăng trầm.
부탁하다 nhờ cậy (남), nhờ vả (북), mong muốn. phó thác, việc ~ nhờ ai việc gì đó. 누구에게 부탁해서 nhờ ai làm cái gì đó. 부탁을 들어 주다 nhận lời sự nhờ vả của ai. (반) 부탁을 거절하다 từ chối sự nhờ vả của ai. 부탁이 하나 있다 có một việc muốn nhờ. 부탁합니다 mong anh giúp. 제 부탁을 들어주시겠습니까? Anh có thể giúp tôi được không?
부탁합니다 xin ông miễn chấp. ~ 조용히 해요 tôi van anh im đi!.
부탁의 표현 làm ơn, 저에게 보여주십시요 ~ cho tôi xem.
부터 từ, từ khi, từ lúc. 처음~ 끝까지 từ đầu đến cuối. 아침~ 저녁까지 từ sáng đến tối. 두시~ 3 시까지 từ hai giờ đến ba giờ. 어릴때~ từ lúc nhỏ, từ thuở bé. 언제~ 그렇게 되었어요? Việc đó có từ bao giờ vậy? 무엇~ 시작할까요? Bắt đầu từ việc gì trước đây? 서울~ 부산 까지 từ Seoul đến Busan. 미국으로부터 온 편지 thư từ Mỹ gửi tới. 사장~ 직원까지 từ giám đốc đến nhân viên.
...로부터 나가다 ra khỏi. 집을 나가다 ~ nhà.
부통령 phó tổng thống.
부패한 hủ bại, bại hoại, thiu, thối hư. hư nát, thối tha, đồi bại, 부패하기 쉬운 음식 thức ăn dễ hư. 도덕의 부패 sự suy đồi đạo đức. ~ 사회 xã hội đồi bại. ~ (타락한)사람 người sa đọa. ~ 풍속 lậu tục. ~고기 thịt thiu.
부패하다 tham nhũng(ô). rữa.
부패시키다 đầu độc.
뷔페 (음식) tiệc đứng, tiệc bupphe.
부평초 (개구리 밥) bèo tấm. cánh bèo.
부표 (반대표) phiếu chống.
부표(이) cái phao. phao câu, phù tiêu, ~등 cái phao phát sáng. 선박안내 ~ phao hải tiêu.
부표물 lều bều.
부풀다 trương ra, phình ra. nở, 빵이 ~ bánh mì nở ra. (성기) cương.
부풀리다 phình(phùng) ra. trướng, 풍선을 ~ thổi bong bóng bay.
부풀어 오르다 phồng. phồng lên. trương nở. dậy cả lên. rộp. 화상으로 ~ ~ lửa. 피부가 ~ rộp da.
부품 bộ phận, linh kiện, (부속품) đồ phụ tùng. phụ liệu, 자동차 ~ phụ tùng xe hơi. ~을 조립하다 lắp ráp ~. 반도체~ linh kiện bán dẫn.
부피 khối. thể tích, 부피있는 cỡ khối lớn.
부하 thuộc hạ. bộ hạ, tôi, người cấp dưới, tay chân, ~사병 binh sĩ ~. 부하가 되다 làm tôi, …의 부하가 되다 thành ~ của ai đó. 그는 많은 유능한 ~를 거느리고 있다 anh ta đang có nhiều ~ có tài.
부합하다 phù hợp với. ý kiến이 ~ có ý kiến giống nhau.
부형 phụ huynh. 학부형회 hội phụ huynh học sinh.

부호 phú hộ, nhà giàu. hào phú.
부호(기호) dấu hiệu, ký hiệu. 기호를 붙이다 dán ký hiệu.
부화 ấp trứng. nở, 인공~ ấp trứng nhân tạo.
부화뇌동하다 hùa theo, phụ họa, làm theo ai một cách mù quáng.
부활 hồi sinh, phục sinh. sự sống lại, 구습이 ~하다 phong tục cũ tái xuất hiện. ~절 lễ phục sinh. ~의 때 đến khi sống lại.
부활하다 được sống lại. đầu thai.
부회장 phó chủ tịch, phó giám đốc.
부흥 phục hưng. phấn hưng, 경제~ phục hồi kinh tế. ~회 lệ hội ~. (기독교의) khóa bồi linh phấn hưng. ~강사 diễn giả phấn hưng.
북 (직조기) thoi cửi.
북 cái trống. 북을 치다 đánh trống. nổi trống.북채 dùi trống. 북소리 tiếng ~, 북가죽 mặt trống, 북의 연타 hồi trống. 야경을 알리는 북 trống canh, 목에 거는 작은 북 trống con, 원통형의 큰북 trống cơm, ~을 둥둥치다 trống đánh om thòm.
북울리는 소리 thòm, 북을 둥둥치다 đánh trống ~.
(속) 북은 칠수록 큰소리가 난다(나쁜 사람과 싸우면 싸울수록 피해를 입는다)Trống càng đánh càng kêu to(càng cãi nhau với người xấu thì càng bị thiệt).
북 bắc(반)남 nam.
북 (북쪽) phía bắc, phương bắc.
북경 Bắc Kinh.
북구 Bắc Âu.
북극 Bắc Cực. ~곰 gấu ~. 북극탐험 thám hiểm ~. ~성 sao bắc cực.

북(남)극권 vòng cực.
북녘 phương Bắc.
북단 cực Bắc.
북대서양 Bắc Đại Tây Dương. ~조약기구 (NATO) tổ chức liên minh Bắc Đại Tây Dương.
북돋우다 đắp đất, cổ vũ. nhen lên, 사기를 ~ cổ vũ tinh thần.
북동 phía Đông Bắc. ~풍 gió đông Bắc(may).
북두성 sao bắc đầu.
북두칠성 chòm sao gấu lớn.
북미 Bắc Mỹ. ~자유무역협정 hiệp định mậu dịch tự do Bắc Mỹ.
북반구 bắc bán cầu.(반) 남반구 nam bán cầu.
북받치다 trào lên, dâng trào.
북방 hướng(phương) bắc, khu vực phía Bắc.
북벌 cuộc viễn chinh phía Bắc.
북부 sóc phương. bắc bộ. ~를 쓸어버리다 tảo bắc.
북부지역(베트남) miền Bắc.
북북서 bắc tây bắc.
북빙양 bắc băng dương.
북상하다 bắc tiến, tiến về phía bắc.
북새통에 아이를 잃다 lạc mất con trong đám đông hỗn loạn.
북새통 chen chúc.
북서 phía tây bắc. ~풍 gió tây bắc.
북아프리카 Bắc phi.
북양 biển phía bắc.
북위 vĩ độ bắc. ~30도 vĩ độ 30 bắc.
북적거리다 lăng xăng, xúm xít.
북적대는(바글바글한) lúc nhúc.
북조선(국명) Bắc Triều Tiên
북쪽 phía bắc.
북진하다 tiến về phía bắc.

북면 mặt bắc.
북미 Bắc Mỹ.
북부 bắc bộ.
북풍 gió bắc. sóc phong.
북한 Bắc Hàn (bắc Triều Tiên).
북해 biển phía bắc.
북향 hướng bắc. ~집 nhà mặt về hướng bắc.
분 vị, người. 이분 vị này. 손님 한분 một vị khách. 분들 những vị, 몇 분이나 있습니까? Có mấy người ạ? 여러분 thưa quý vị.
분 phút. 1 시간 30 분 một giờ 30 phút. 8.30 분 비행기 chuyến bay 8 giờ 30 phút. 2 시 10 분전 hai giờ kém 10 phút.
분 phần. 3 분의 1 một phần ba. 3 분의 2 hai phần 3. 식사 3 인분 주세요 hãy cho suất 3 người ăn. 3 일분의 약 phần thuốc 3 ngày.
분(가루) phấn thoa mặt. ~을 바르다 đánh phấn. 분과 입술연지 phấn son.
분(분노)giận, phẫn nộ. 분이 나다 nổi giận. 분을 삭이다 nén giận, ~을 풀다 hả giận. ~을 그치다 dẹp ~.
분을 품다 uất nghẹn.
분 phân bón. 인분 cứt.
뿐 chỉ duy nhất. 너 ~만 아니라 không chỉ mình anh. 나는 의무를 다 했을 뿐이다 tôi chỉ làm hết nghĩa vụ của tôi. 그는 중국말 뿐 아니라 일본어도 잘 한다 không những anh ta giỏi tiếng Trung Quốc mà tiếng Nhật cũng giỏi. 믿을 만한 사람이 너 ~이다 người có thể tin được chỉ có mình anh. 그는 아들 하나 ~이다 anh ta chỉ có một người

con trai. 그것뿐인가? Chỉ cái đó thôi à?
분가하다 ở riêng, lập ra chi tộc.
분간 phân biệt. ~하기 어려운 khó ~. 선악을 ~하다 ~ thiện ác. 뭐가 뭔지 ~을 못하다 không ~ được cái gì ra cái gì.
분개하다 phẫn nộ(hận), căm giận. giận dữ, hậm hực. ưu phẫn.
분개하게 하다 trêu ngươi.
분견대 (분대) phân đội, chi đội.
분계선 đường ranh giới.
분골쇄신하다 làm hết sức mình. tan xương nát thịt.
분꽃 cây hoa phấn.
분과 ban, khoa, chi nhánh.
분광 (스펙트럼) quang phổ. ~기 kính ~. ~사진기 quang phổ ký.
분교 chi nhánh trường, phân hiệu.
분국 văn phòng phụ.
분권 chia quyền, phân quyền. ~주의 chủ nghĩa ~.
분급하다 phân cấp.
분규 tranh chấp, rắc rối, phức tạp.
분기(기간) phân kỳ, phân nhánh. ~점 bước ngoặt thời điểm.
분기 (분노) phẫn nộ.
분기하다(일어나다) thức tỉnh, hưng (kích) khởi, vùng vẫy.
분기(솟음) phun ra, xì hơi.
분김 cơn giận.
분납하다 trả nhiều lần.
분노 phẫn nộ, tức giận, thạnh nộ. ~ 하여 날뛰다 giãy nảy. ~의 불길 lửa giận. ~로 몸을 떨다 giận run, ~를 억제하다 nén giận. ~가 치밀다 nóng mắt. ~를 억누르다 nuốt giận.
(명)분노를 적으로 생각하라 Hãy nghĩ

nổi nóng là kẻ thù.
분노한(성난) tím gan.
분뇨 phân, cứt.
분단 phân cách, chia cách. 한반도의 비극적인 ~ sự phân chia đau thương của hai miền nam bắc. 분단국 quốc gia bị chia cách.
분단(지단의 하부조직)phân đoàn.
분단되다 chia cắt.
분담하다 cùng chịu, cùng chia sẻ, chia ra. 손해를 ~ cùng chịu rủi ro (thiệt hại). 비용을 ~ cùng chịu chi phí. 일을 ~ phân công.
분당하다 chia đảng, chia phe.
…뿐더러 không những … mà lại còn …,
분대(군대) phân(tiểu) đội. ~장 tiểu đội trưởng. suất đội.
분도기 thước đo góc.
분란 lộn xộn, mất trật tự.
분량 số lượng, khối lượng. 적은 ~ lượng nhỏ. phân lượng.
분류하다 phân loại, chia(sắp) loại. 물품을 ~ phân loại hàng hóa. 두 가지로 ~ chia làm hai loại.
분류 (세차게 흐름) chảy mạnh, phun mạnh mẽ.
분리 tách, tách(chia) ra. rời ra, tháo rời, phân ly(rẽ), biệt ly. 우유에서 크림을 ~하다 tách kem từ sữa ra. 재산 ~ phân chia tài sản. ~할 수 없다 không tách được. 분리되다 làm bong ra
분리시키다(이간) chia(phân) rẽ, rời nhau.(반)단결하다 đoàn kết, chúng tôi sẽ không bao giờ rời nhau.

분리 감소시키다 tách chiết
분리확정하다 phân định.
분립하다 biệt lập, phân lập, chia rẽ.
분립예배 nhóm riêng ra.
---뿐만 아니라—이기도하다 không những -- mà còn, 상호신뢰는 기쁨 뿐만 아니라 서로 의지하는 힘이 된다 tin tưởng lẫn nhau không những đem lại vui sướng mà còn có được sức nhờ cậy cho nhau.
분만하다 sinh đẻ. thai sản. 분만휴가 sự nghỉ hộ sản. 무통분만 sự đẻ không đau. 분만을 도와주다 hộ sinh.
분만을 촉진시키다 thúc đẻ.
분만이전(산전) sản tiền.
분말 (가루) bột, bụi. 분말로 만들다 tán làm bột. nghiền nát.
분망하다 rất bận, quá bận rộn.
분명한 rõ ràng(rệt). sờ sờ. hiển nhiên, ~ 기억 ký ức rõ ràng. ~한 대답 sự trả lời ~. ~사실 sự thật ~. ~ 증거 chứng cớ ~. 태도가 ~하다 thái độ ~. 분명치않은 lập lờ. ~실험 nghiệm minh.
분명한 목소리 tiếng thanh.
분명한 것 thiết án.
분명하게(확실히) hẳn hoi. 분명하게 설명하다 minh biện. ~말하다 nói rõ.
분명히 một cách rõ ràng. rành rọt, dứt khoát, sờ sờ. ắt, chắc hẳn, ~ 말하다 nói ~. nói rõ, ~ 기억하고 있다 đáng nhớ ~. 분명히 해야 한다 phải tỏ ra cho ~. ~알다 am hiểu, ~ 취했다 say tít. ~ 혀주다 sáng tỏ. ~ 나갔다 sờ sờ ra đấy. ~듣다 nghe rõ ràng, ~ …인듯하다 cơ chừng

này thì.
분명치 않게 대답하다 ừ ào.
분명히 나갔다 sờ sờ ra đấy.
분명히 보다 trông rõ.
분모 (수학) mẫu số. phân mẫu, 최소공통분모 mẫu số chung nhỏ nhất.
분자 tử số.
분묘 ngôi mộ, phần mộ. nấm mả.
분무기 bình xịt muỗi, máy bơm, máy phun nước. ~로 칠하다 sơn xì.
분발하다 cố gắng, hết sức nỗ lực, ngược xuôi, đi ngược đi xuôi,
분배하다 phân phối, phân chia. xăm xỉa, phân bố, chi phận,식량을 ~ phân phối lương thực. 평등하게 ~xăm xỉa đều, 재산을 자식에게 ~ chia tài sản cho con cái. 이익을 ~ chia lời cho.
분변하다 nhận thức rõ, phán đoán.
분별하다 phân biệt. 분별있는 사람 người có tri giác.
분별하기 힘든 vô ước.
분별없는 hơi điên. ~ 어린이 trẻ thơ.
분별력 없는 trơ như đá.
분별력 있는 mẫn đạt.
분별없이 말하다(경솔) nói hớ.
분봉하다 (제후를) cấp thái ấp cho. cấp đất phong hầu
분부하다 mệnh lệnh, ra lệnh, chỉ thị.
분분하다 (시끄럽다) ồn ào, om sòm. (어수선하다) làm lộn xộn. 의견이 ~ quan điểm họ trái ngược nhau.
분비하다 tiết ra. 분비기관 phân tiết.
분비물 sự tiết, chất bài tiết (배설물).
분비선 tuyến bài tiết. 내분비 chất nội tiết.
분사하다 (억울한 죽음) chết vì oan ức (tức giận).

분사(타서 죽음) chết cháy
분사 phản lực. xịt, phún xạ, tia, 분사기 (제트기) phản lực cơ.
분사 (언어) phân từ. 과거 ~ quá khứ phân từ.
분산(통계) phương sai.
분산하다 tan rã(tác), phân tán, giải tán. tản ra, xé lẻ,(반)집중하다 tập trung, 분산시키다 phân hóa, nhiễu xạ. tẩu tán. rải mành mành. 세력 을 ~ xé lẻ lực lượng.
분산렌즈 thấu kính phân kỳ.
분산하여 도주하다 tẩu tán.
분산과 재결합 tan hợp.
분서 (책을 태움) đốt sách.
분석 phân(giải) tích.(반)종합 tổng hợp, 실패의 원인을 ~하다 phân tích nguyên nhân thất bại. ~ 결과에 의하면 dựa theo kết quả phân tích. 화학~ phân tích hóa học. ~물 vật phân tích, ~실험하다 kiểm nghiệm
분쇄하다 tan rã(nát), đập(phá) vỡ, đè nát, chia vụn, đập tan, tiêu diệt. diệt liệt, 분쇄기 máy nghiền, máy tán. bừa đĩa. cối xay.
분수 vị trí xã hội, số phận. ~에 넘치는 phận ngoại. ~를 알고 일하다 tùy cơm gắp mắm.
분수 (수학) phân số.
분수(물) phun nước. ~가 솟고 있다 ~ đang chảy.
분수령 đường phân nước, (전환점)bước ngoặt
분승하다 đi tách riêng ra.
분식 mì gói. ~하다 ăn ~
분신 cái tôi khác, hiện thân của ai.
분신 (몸을 태움) sự tự thiêu. 분신자살

tự thiêu. bị thiêu sống(thân), ~한 승려 nhà sư tự thiêu.
분실 (관청의) chi nhánh văn phòng. (병원의) căn phòng cô lập.
분실하다 bị mất, biến mất. rơi rụng, 운송중에~ rơi rụng do chuyên chở., thất lạc, 분실물 vật bị mất.
분압 áp suất cục bộ.
분야 lĩnh(lãnh) vực. ngành, 연구 ~ lĩnh vực nghiên cứu. 산업의 각 ~ các lĩnh vực của nền công nghiệp. 새로운 ~를 개척하다 mở ra ~ mới.
분양하다 bán đất theo lô. 아파트를 ~ bán chung cư theo lô.
분업 phân bố lao động, phân bố lao động hợp lý, 분업화 chuyên môn hóa. phân xưởng.
분연히 dũng cảm, can đảm, kiên quyết.
분열 (늘어섬) đi thành hàng nối đuôi nhau. ~식 cuộc diễu hành qua.
분열하다 (갈라지다) đập gãy, phân biệt, phá vỡ. 핵분열 sự phân hạt nhân.
분외의 không xứng đáng, không công bằng. ~의 지위 vị trí ~.
분요 (분란) ~를 일으키다 gây ra rối loạn.
분원 chi nhánh bệnh viện.
분위기 bầu không khí. 가정적 ~ bầu không khí gia đình. 회사 ~ bầu không khí công ty. 어색한 ~ bầu không khí gượng gạo. 분위기를 깨다 phá tan ~. 자유로운 ~ 속에서 trong không khí tự do.
분유 sữa bột.
--- 뿐이다 (문미에서) mà thôi, chỉ mà, 다만 알고 있을 ~ chỉ biết ~.
분자 (물리) phân tử. (수학) tử số.

분자량 trọng lượng phân tử.
분잡히다 hỗn độn, hỗn loạn, rối loạn.
분장 (나누어 맡음) phân công, chia trách nhiệm.
분장하다 (꾸미다) hóa trang, trang điểm, cải trang. giả dạng, 여자로 ~ cải trang thành đàn bà. 분장실 phòng trang điểm. trang đài.
분재 cây cảnh (북), cây kiểng (남), trồng trong chậu.
분쟁 phân tranh, chia xé, (쟁의) tranh chấp, ~의 평화적 해결 giải quyết tranh chấp một cách hòa bình. ~ 중이다 đang tranh chấp. ~을 일으키다 gây ~. (반) 분쟁을 해결하다 giải quyết ~. điều xử, 노사간의 ~ tranh chấp giữa chủ và thợ.
분전하다 đánh liều mạng.
분점 phân viện, chi nhánh cửa hàng (văn phòng).
분점(밤과 낮을 가르는 시점) phân điểm.
분주하다 bận rộn. chạy vạy, bôn tẩu, tất bật,(반)한가하다 rảnh rỗi, 분주한 거리 đường phố đông người. 분주하게 bon chen, 분주하게 살다 sống bon chen.
분지 thung lũng, lưu vực.
분지르다 (부러뜨리다) làm gãy, làm đứt.
분첩 cái bông phấn.
분초 một giây phút. ~를 다투는 문제 다 gấp không chậm trễ.
분출하다 phun ra, bắn ra, phun lên, phát ra. (방출) chảy ra. 분출암 nham thạch phun ra.
분침 cây kim chỉ phút. 시침 cây kim chỉ giờ.

분탄 than bụn.
분탕질하다 lãng phí, hoang phí.
분통 sự giận dữ. ~이 터지다 nỗi giận, hóa điên. ~을 터뜨리다 uất hận. 잔인한 무리들에게 ~을 터뜨리다 uất hận cái lũ gian ác.
분투하다 phấn đấu. vật lộn.
분파 chi nhánh, môn phái, phân cành, chia nhánh.
분패하다 bị thất bại do oan ức
분포하다 được phân phối, được phân bố. 식물의 지리적 분포 sự phân bố thực vật về mặt địa lý. 분포도 sơ đồ phân bố.
분풀이 sự trả thù (đũa). ~하다 trả thù.
분필 phấn viết, viên phấn. ~로 쓰다 viết bằng phấn.
분하다 phẫn nộ, bực tức. 분해서 이를 갈다 nghiến răng tức tối.
분할하다 phân chia, phân cách, chia ra. (쟁탈)xâu xé, 분할매입 mua trả góp. 분할상속 thừa kế phân ly. 분할지불 trả góp, phân trả mỗi lần. trả từng kỳ.
분해하다 phân giải, tháo ra, phân tách ra. tháo ra. 기계를 ~ tháo máy móc. 물을 산소와 수소로 ~ tách nước thành oxy và hydro.
분해시키다 tháo máy. 분해시킬 수 없는 không tan.
분향하다 thắp hương, thắp nhang.
분향하고 예배하다 xông hương.
분홍 màu hồng.
분화구(화산의) miệng núi lửa.
분화하다 phun lửa, nổ ra.
분화하다(특수화) chuyên môn hóa.
분회 chi hội.
붇다 (부어오르다) sưng lên, nổi cục lên,

불 1.lửa. ngọn lửa, hỏa tai. ~을 끄다 tắt ~. chữa cháy(lửa), 불을 때다 đốt ~. 불을 뿜어내다 phun lửa, ~을 불어서 일으키다 thổi lửa, 불을 지르다 phóng hỏa, 담배에 ~을 붙이다 châm lửa thuốc lá. ~을 지피다 mồi(nhóm) lửa, ~ 속에 기름을 붓다 đổ dầu vào lửa. 2.bóng đèn (전등) ~을 끄다 tắt đèn. (반) ~을 켜다 bật điện, bật đèn(lửa). ~이 나가다 cúp điện. ~ 이 갑자기 나가다 đèn tắt phụt, 불을 피우다 nhóm lửa (남), gây bếp (북). 불이 점점 번지다 lửa lan dần. ~로 말리다 hơ lửa. ~을 일으키다 nhen lửa. ~을 쬐다 sưởi lửa. ~을 비추다 soi sáng.
불구덩이 lò lửa.
불로 금의 품질을 시험하다 thử lửa.
불이 꺼졌다 lửa đã tắt.
불이 타 번지다 lửa tràm.
불 (방화) hỏa hoạn. ~이 나다 đám cháy, cháy bùng, xảy ra hỏa hoạn. ~을 내다 làm cho cháy, phóng hỏa. ~을 밝히다 giong đèn, ~을 끄다 chữa cháy. cứu hỏa, 불을 지피다 chụm lửa. (반) 불을 끄다 dập(tắt) lửa. ~이 번지다 cháy lan. bốc lửa, 불로 말리다 hơ lửa. 불이 격렬하게 타다 lửa cháy rần rật. 불을 약하게 끓여 익히다 om.
불기운이 쇠하여지고 있다 lửa hạ bớt.
불난 집에 부채질하다(성난 사람을 더욱 화나게 한다)lửa cháy đổ dầu thêm.(làm tức giận cho người mà đã tức giận rồi).
불에 기름을 더하다 lửa cháy đổ dầu

thêm.
불을 뿜는 phun lửa.
불속으로 무엇을 던지다 liệng vật gì vào lửa.
불을 켜다 bật lửa,(반)불을 끄다 tắt lửa.
불 đô la. 10 불 mười đô la.
불 (부처) Đức Phật.
뿔 sừng, 쇠뿔 sừng bò, 뿔이 나다 mọc sừng, 뿔로 받다 húc.
불란서 nước Pháp.
불가리아(국명) BUN GA RI
불가하다 không được.
불가 tín đồ Phật, thầy tu, ngôi chùa. ~의 계율 pháp giới.
불가결 rất cần thiết.
불가능 không có khả năng, bất khả năng.(반)가능 khả năng, ~한 sao được, ~ 일 việc ngoài khả năng. ~한 일을 요구하다 yêu cầu việc ~.
불가능하다 không có thể.
불가분 không thể chia được.
불가불 (부득이) bất đắc dĩ. ~그렇게 했다 ~ tôi làm vậy.
불가사리 con sao biển.
불가사의한 điều huyền bí, điều kỳ diệu. vi diệu, ~하다 thần bí, huyền bí, diệu kỳ, vi diệu.
불가역성 không thể đảo ngược được. 불가역 현상 hiện tượng không thể thay đổi được.
불가지의 khó nhìn thấu được, kỳ lạ, không thể biết.
불가침 không xâm phạm. ~조약을 맺다 ký kết hiệp ước không xâm phạm. ~권 quyền bất khả xâm phạm.
불가피 không thể tránh. ~한 사정으로 việc không thể tránh, việc bất đắc

dĩ. 죽음은 ~하다 không tránh khỏi cái chết. 전쟁은~한 것이 아니다 chiến tranh không thể không tránh được.
불가피한 khó tránh. không tránh khỏi được.
불가항력 bất khả kháng, ~의 사고 tai nạn bất đắc dĩ.
불가해하다 khó hiểu, bí hiểm
불간섭 không can thiệp. ~주의 chủ nghĩa ~.
불감증 sự lãnh cảm, chứng không thích giao hợp.
불 같은 욕망 lửa dục.
불개미 kiến lửa.
불개입 không xen vào, không liên lụy.
불거지다 nhô ra, lồi ra, thò ra.
불건강하다 không khỏe, ốm yếu.
불건전 không lành mạnh. ~한 생각 suy nghĩ ~. 불건전한 사상 tư tưởng không lành mạnh.
붉게 타오르다 đỏ rực.
불결하다 bẩn, không sạch. uế, lọ lem, réch rác. 불결한 물 nước ~.
불경 bất kính, không tôn trọng. ~한 말 lời nói ~. ~죄 tội khi quân.
불경 Kinh Phật. ~의말씀 thông bạch, 주지 스님이 ~을 선창했다 hòa thượng đọc ~.
불경기 thời kỳ khó khăn, sế nế, ngưng đọng, suy thoái của thương mại, buôn bán ế ẩm. tiêu điều. nắng quái. 불경기인 sế nế, ~인 상점 cửa hàng sế nế. ~ 의 경제 kinh tế tiêu điều.
불경제 (낭비가 많음) lãng phí, phung phí.
불고하다 (돌보지 않음) không để ý.

불고기 thịt nướng(rán), thịt bò nướng. 냄새좋은 ~~ thơm phúc.
불공드리다 dâng cúng cho đạo Phật.
불공대천지수 (원수) kẻ tử thù.
불공평 không công bằng, tư vị. bất công, thiên vị.(반) 공평 công bằng, không thiên vị. ~하지 않은 không tư vị.
불꽃 (화염) pháo bông, pháo hoa. tàn lửa, ánh lửa, sáng của ~ ánh lửa tình yêu, ~놀이 chơi pháo bông. đốt ~, 불꽃이 튀다 tóe lửa. ~이 눈에서 번쩍 튀다 đổ đom đóm.
불과 không quá, không hơn. (단지) bất quá. ~10 명 không quá 10 người. 불과 일주일 전에 không quá một tuần trước.
불교 Phật giáo, đạo Phật. ~를 믿다 tin vào ~. 불교도 tín đồ Phật giáo. ~ 창시자 phật tổ. ~신자 thiện tín.
불교를 숭배하다 sùng phật giáo.
불교신도 pháp đồ. phật tử. tín đồ phật giáo. thiện tín.
불구덩이 quầng lửa.
불구하고 không kể, không để ý đến, bất chấp. 반대에도 ~ không để ý đến những lời phản đối. 비가 오는데도 불구하고 bất chấp trời mưa. 남녀를 ~ không phân biệt nam nữ.
…에도 불구하고 dẫu vậy.
불구 tàn(dị) tật. tàn phế, ~가 되다 què chân, tật nguyền, ~자 người ~. người què chân, kẻ phế tật, 절름발이 người què. 불구의 병 tật nguyền. 그 아이는 날때부터 ~ 였다 đứa con tật nguyền từ lúc mới sinh.

불구의 병(사고에 의한)thương tật.
불구대천의 적(속어)kẻ địch không đội trời chung. ~의 원수 tử thù.
불구속으로 không hạn chế.
불구속 입건하다 tại ngoại hậu cứu.
불굴의 bất khuất, không khuất phục. quật cường. ~영웅 anh hùng ~. ~ 전통 truyền thống ~. ~의 정신 tinh thần quật khởi.
불귀객 người chết. ~이 되다 qua đời, chết.
부귀의 객이 되다 biền biệt.
불규칙 không đều đặn, không điều độ, không có quy tắc. ~한 생활 sinh hoạt không điều độ. ~한 변화 sự biến hóa không có quy tắc. ~동사 động từ bất quy tắc.
불규칙적인(변덕스런) thất(vô) thường.
불규칙한 월경 loạn kinh.
불균형 không cân bằng. sự mất thăng bằng. xô lệch.
불그레하다 đo đỏ, hơi đỏ. lòng đào. đỏ au, đỏ hoe, 붉으스름해지다 đỏ ửng.
불그레한 볼 má hồng(đào).
불끈 (갑자기) thình lình. (단단히) chặt chẽ. 주먹을 ~ 쥐다 nắm chặt tay lại. ~동여매다 buộc chặt.
불급한 không cấp bách, không khẩn cấp, không gấp. ~문제 vấn đề ~.
불긋불긋한 tạo ra những mảng màu đỏ.
불기둥 một cột lửa.
불기소 không tố cáo. ~처분 xử lý ~.
불길 ngọn lửa. ~에 싸이다 bị lửa bao bọc. bị chìm trong lưỡi lửa.
불길이 활활 타오르다 ngùn ngụt.
불길한 không may mắn. ~징조 điềm

gở. hung triệu, ~예감 dự cảm(linh cảm) không may. ~말을 하다 nói gở.
불나다 bị đốt cháy.
불나방 con bướm đêm.
불난리 hỗn loạn hỏa tai.
불난집에 부채질하다 lửa cháy đổ thêm dầu.
불내다 làm đốt cháy.
불놀이 chơi pháo hoa.
불놓다 (방화) đốt cháy.
불능 không có khả năng. (성적으로) không thể có được.
불능한 bất tài.
불다 thổi. 바람이 ~ gió thổi. 불을 ~ thổi lửa. 커피를 식히려고 ~ ~ cho nguội cà phê, 휘파람을 ~ huýt sáo. 풍선을 ~ thổi bong bóng. 나팔을 ~ thổi kèn. 강풍이 분다 gió thổi mạnh, 죄상을 불다 thú tội.
(속) 불면 꺼질까 쥐면 터질까(자식을 너무 사랑함을 암시) Thổi thì sợ tắt, mà nắm chặt thì sợ vỡ(ám chỉ rất thương yêu con cái).
붉다 đỏ, hồng,(반)파랗다 xanh, 붉은 광장 quảng trường đỏ. 붉은 융 단 thảm đỏ. 붉은색 màu son, màu đỏ. 붉게화장한 볼 má phấn. 붉은 입 술 môi son.
붉은 계수나무 đan quế.
붉은 빛을 띠다 ửng.
붉게 타오르다 rừng rực.
붉어지다 đỏ gay, 얼굴이~ mặt ~.
불단 phật đài, bàn thờ, linh sàng.
불당 ngôi chùa. phật đường.
불때다 nhóm lửa. 방에 ~ làm ấm căn phòng.
불덩어리 quả cầu lửa, cục lửa.

불도(불교) đạo phật. (신자) tín đồ phật giáo. ~의 입문 không môn.
불도저 xe ủi đất.
불독(개) chó lửa.
불똥(램프 심지) hoa đèn, tia lửa.
불량 bất lương, bất chính, hư, xấu. 학 교성적이 ~하다 thành tích học kém, ~상품 hàng hư. ~소년 trẻ em hư hỏng. ~ 소녀 con gái lăng loàn(lẳng lơ).
부량품 thứ phẩm.
불량한 것(질이 불량한)thứ xấu.
불량한 위생시설 thiếu vệ sinh.
불량배 (깡패) lưu manh, thằng đểu, côn đồ. (한 량)túi cơm, (속어) đầu trộm mặt ngựa~에게 지 불하 는 돈 mãi lộ. ~ 패거리 tụi lưu manh.
불랙리스트 số đen, sổ bìa đen.
불러내다 gọi ra, gọi đến.
불량품 hàng hư. hàng thứ phẩm.
불러오다 gọi đến, mời đến. (사람을 보 내) chuyển cho ai gọi.
불러일으키다 gợi, gây ra.
불려가다 bị gọi ra. 사장에게 ~ bị gọi ra trước giám đốc.
불로장생 trường sinh bất tử (lão). ~약 thuốc ~. tiên(kim) đan, 불로초 cỏ trường sinh. thuốc trường sinh.
불로소득 thu nhập không làm việc, của trời cho (속) chó ngáp phải ruồi.
불로킹하다 chắn bóng.
불룩거리다 làm phồng lên.
불룩나와 있는 thây lẩy.
불룩하다 phồng ra. 불룩해지다 phình ra, giãn ra
불륜의 trái đạo đức, trái luân lý. lăng

lòan, 불륜관계 quan hệ ngoại tình. dâm hôn, cẩu hợp, dan díu. 불륜관계를 맺다 dan díu. 불륜을 범하다 dâm bôn.

불륜관계에 있는 남녀 trai gái dan díu.

불리하다 bất lợi, không thuận lợi. (반) 유리 tiện lợi, 불리한 입장에 ở thế bất lợi. 불리한 상황 tình thế bất lợi.

불리다 (배를) no đầy. (바람에) bị thổi. (물에) nhúng nước. 쌀을 물에 ~ ngâm gạo trong nước.

불만 bất mãn, bức xúc, không bằng lòng (hài lòng). (반)만족, 밯낭 lòng, ~스러운 결과 kết quả không bằng lòng. ~이 있다 có bất mãn. ~을 나타내다 bày tỏ bất mãn. 회사에 조금도 ~ 이없다 không có một chút bất mãn nào với công ty. 무슨 ~이 있습니까? Anh có bất mãn gì không? 직위에 ~을 가지고 있다 không hài lòng với chức vụ. 불만을 나타내는 말투(흥)ứ hự.

불만스러워 말을 하지 않다 hậm hực

불만스러워하다(스럽다) phật ý.

불만족한 bất bình.

불매동맹(운동) sự tẩy chay. để chế.

불면불휴로 일하다 làm ngày đêm.

불면 giấc ngủ không yên, ~증 chứng mất ngủ. thất miên, ~에 걸리다 bị mất ngủ. ~자 người bị chứng mất ngủ.

불멸 bất diệt, bất tử.

불명 (불분명) không rõ ràng, mơ hồ. 국적 ~의 선박 chiếc tàu không rõ lai lịch.

불명료 không rõ ràng.

불명예 mất danh dự, điều ô nhục, hổ thẹn.

불모의 dãy đất hoang phế, dãy đất cằn cỗi.

불모지 đất hoang, thảo điền, ~를 개간하다 khẩn hoang.

불목 (불화) bất hòa. (반) 화목한 hòa thuận.

불못(지옥) lò lửa.

불문(불사) thiền môn.

불문하고 không hỏi đến, không để ý đến, không kể. bất kỳ, 값의 고하를 ~ không cần hỏi giá cao thấp. 남녀노소를 ~ không kể gái trai già trẻ. 다소를 ~ không hỏi ít nhiều, (상관없이) bất kể

불문과 khoa văn học Pháp.

불문가지다 không cần phải hỏi, khỏi phải hỏi.

불문곡직하고(옳고 그름을 따지지 않고) không kể phải trái

불문율 luật chung, luật giang hồ.

불미스럽다 ghê tởm, không tốt.

불민하다 tối dạ, ngu si.

불바다 biển lửa, cháy bùng lớn lên.

불발되다 không nổ, phát súng tịt. xịt.

불발탄 đạn lép. đạn không nổ, trái phá chưa(không) nổ.

불법 bất hợp pháp, phạm(trái) luật. trái phép, (반)합법 hợp pháp, ~감금 giam giữ ~. 무기 ~소지 sở hữu vũ khí ~. 불법입국 nhập cảnh ~. ~으로 빼앗다 sang đoạt. 불법 외국인 근로자 người lao động nước ngoài ~. 불법행위 hành vi ~. 불법체류자 người cư trú ~.

불법을 행하는 자 kẻ làm ác.

불법(불교의) phật pháp.

불벼락 tia chớp, (호된 꾸중)la mắng

불변 bất biến, không thay đổi. son sắt. ~의 진리 chân lý không thay đổi. định luật bảo toàn, ~색 màu không đổi. ~성 tính không thay đổi. ~ 자본 tư bản bất biến. (고정자본)vốn cố định ~온도(물리) đẳng nhiệt. ~설 thuyết bất biến.
불복하다 không phục tùng, không vâng lời.
불복종 không phục tùng, không tuân lệnh.
불분명 không rõ ràng, lờ mờ. bất minh. bất tường.
뿔뿔이 thưa thớt, lưa thưa, rải rác. tan ra, ~흩어진 rải rác. rời rạc. ly tán. lèo tèo. 적의 내부가 뿔뿔이 흩어지다 nội bộ quân địch rời rạc.
불붙다 cháy. (마음속에) nấu nung, 불붙기 쉬운 dễ cháy.
불붙이다 đốt lửa, nhóm lửa.
불비하다 thiếu sót, sai sót. ~ 한점 khuyết điểm.
불빛 bóng(ngọn) đèn. ánh sáng.
불빛이 희미하다 ánh đèn tù mù.
불사 bất tử. ~불멸 bất tử bất diệt. ~약 thuốc bất tử. ~조 chim phượng hoàng.
불사르다 đốt cháy.
불사신 người không thể bị tấn công được. bất tử(diệt).
불사조(봉황) phụng(phượng) hoàng.
불사(사양하지 않음) sẵn sàng làm, tự nguyện làm.
불상사 việc không tốt. (부상하거나 죽다) thương vong.
불상 tượng Phật.
불쌍하다 tội nghiệp. đáng thương, xót xa. đói rách, khổ. 불쌍한 고아 mồ côi tội nghiệp, 그 아이는 참 ~ cậu bé ấy thật là ~. 불쌍히 여기다 thương xót. thương hại, đau thương, cảm thương, ngậm ngùi, 누구를 불쌍히 여기다 nhìn người nào một cách thương hại, 불쌍하기도 하지 thật đáng tiếc.
불쌍한 생각이 들다 động lòng thương.
불서 Kinh Phật.
불성실 không thành thật, không chân thành (trung thực), bạc bẽo. ~ 하게 처리하다 đánh trống bỏ dùi. ~한 lăng xăng.
불소 (화학) chất Flo.
불쏘시개 đóm lửa, con cúi, cây củi đóm. nòm.
불손하다 xấc láo, láo xược, bất nhã. bố láo, ngạo mạn. 불손한 어린이 đứa trẻ xấc láo.
불수. 반신 ~ bị liệt nửa người. 전신 ~ bị liệt toàn thân.
불쑥 lùi lũi, bất ngờ, thình lình. ~ 방문하다 đến thăm ~. ~ 나가다 ~ đi ra. ~말하다 sẩy lời.
불쑥 튀어 나온 vẩu, vổ. ~ 뻐드렁니 răng ~.
불순종하는 bất tuân.
불순 không thuần túy. ~사상 tư tưởng ~. ~ 동기에서 từ một động cơ ~. ~관계를 갖다 lẹo tẹo. ~ 관계에 있는 남녀 trai gái lẹo tẹo.
불순물 tạp chất. 광석에서 ~을 걸러내다 loại bỏ ~ trong quặng.
불승인 không tán thành, không công nhận.
불씨 than sống. (비유 :악의불씨) sự nhen nhúm tội ác ()

불씨가 꺼져가는 vạc.
불시에 bất thình lình, bất ngờ(thần). thốt nhiên, ~공격하다 tấn công ~. ~ 내린 명령 sậu lệnh.
불시착 hạ cánh ép buộc.
불식하다 xóa sạch, quét sạch.
불신 bất tín, không tin. ty hiềm. ~행위 hành vi ~. 불신의 tráo trở.
불신을 버리다 xóa bỏ sự ty hiềm.
(명)불신이 많은 사람은 신뢰를 얻기 힘들다 Người nhiều lần bất tín khó mà nhận được sự tín nhiệm.
불신임 không tín nhiệm. bất tín nhiệm. ~투표 bỏ phiếu ~.
불심검문 dò hỏi bất ngờ.
불안 không yên tâm, bất an. ~한 마음 tâm trạng bất an. ~을 느끼다 cảm thấy ~. ~감 cảm giác ~. 불안한 bất an, ngớp ngóp, (걱정되는) áy náy. ~에 빠뜨리다 day dứt. ~하고 어지럽다 bứt rứt và bối rối.
불안한 xăn văn, nhấp nhổm. chơi vơi. xốn xang. 누워도 불안해서 잠잘 수가 없다 nằm ~ mãi không ngủ.
불안해하다 lo sợ.
불안전 không an toàn.
불안정 không ổn định. (고장)trục trặc. 정국이 ~하다 chính cuộc ~.(자동차)trục trặc, ~ 한 vất vưởng. vơ vất, trật trưỡng, chông(lênh) chênh. nghiêng ngửa. hững hờ. ~ 한 생활 đời sống không ổn định. đời sống vất vưởng, cơm hàng cháo chợ, (반) 안정된 생활 đời sống ổn định.
불알 hòn dái, tinh hoàn, trứng dái. 불알거세 thiến dái.
불야성 thành phố hoạt động thâu đêm.

불어 tiếng Pháp. Pháp ngữ.
불어나다 tăng thêm, lan tràn. 3 배로 ~ tăng lên 3 lần. (물에 젖어서) nhoét, 불은 밥 cơm nhoét.
불어넣다(고취)hứng trí. (생각을) nhồi sọ. thấm đượm.
불어 들어오다 thổi vào, lùa vào, bầm ơi 창문으로부터 ~ gió từ cửa sổ ~.
불어서 날리다(먼지를)thổi bụi, 책위의 먼지를 ~ ~ trên quyển sách.
불어오다(바람) lùa, bấm ơi 창문으로 ~ gió ~ vào cửa sổ.
불에 기름을 붓다 châm dầu vào lửa.
불에 말리다 sấy.
불에 절이다 muối bằng lửa.
불여귀 đỗ quyên, đỗ vũ
불연이면 (그렇지 않으면) nếu không thì.
불연속선 đường không liên tục.
불온하다 bất lịch sự, không lịch sự. 불온한 행동 hành vi vô lễ. 불온 문서 thư khủng bố.
불완전 không hoàn hảo. bất toàn. ~한 점 nhược điểm., thiếu sót. ~동사 động từ khiếm khuyết. (미완성의) dở dang.
불요불굴의 hiên ngang. ~태도 thái độ hiên ngang.
불요불급하다 không cấp bách, không gấp.
불용성 (용해되지 않는) tính không hòa tan.
불우한 bất hạnh, rủi ro. ~처지 tình hình bất hạnh.
불운 không may mắn, rủi ro, phận bạc, xui xẻo. vận đen(suy) (반)hạnh vận đỏ, ~을 당하다 bị xui xẻo,

gặp vận xui. 불운한 cơ nhỡ. 불운한 때를 만나다 gặp lúc cơ nhỡ.
불운한 lận đận.
불운을 만나다 mặc phải, 공교롭게도 비를 만나다 ~ trời mưa.
불원간에(곧) mai mốt.
불유쾌하다 không thoải mái. 불유쾌하게 생각하다 không bằng lòng.
붉은 빛을 띤 ửng hồng
불을 끄다 dập tắt, (전등을) tắt đèn
불을 붙이다 đốt đèn, châm. châm lửa.
불을 쬐다 sưởi lửa.
불응하다 không đồng ý làm theo, không đáp ứng.
불의 bất nghĩa, ~를 고쳐 정의로 돌아오다 cải tà quy chính.
(명) 불의의 재물은 오래가지 못한다 Tài sản đến bất ngờ, không xài lâu được.
불의에 bất ngờ, thình lình. ~습격 tấn công ~.
불의의 재난 sóng gió.
불의한 trái đạo đức, bất chính, vô luân.
불의한 자 kẻ độc ác.
불이익 bất lợi, không có ích.
불이행 không thi hành, không thực hiện. 약속을 ~하다 không thực hiện lời hứa. 군 의무의 ~ không thi hành nghĩa vụ.
불인가 không cho phép.
불일간 (불일내) trong vài ngày, chẳng bao lâu.
불일 듯 하다 phát triển mạnh.
불일치 bất đồng, bất hòa. 언행 ~ lời nói và hành động bất đồng.
불임 vô sinh. ~증 chứng ~. ~의 không sinh sản.
불입하다 nộp tiền, trả tiền. 일시~ trả một lần.
불입금 tiền góp.
불 자국 đốm lửa.
불자동차 (소방차) xe cứu hỏa, xe chữa cháy.
불을 잡다 (진화) dập tắt lửa, chữa cháy.
불장난하다 chơi với lửa, (연애) ong bướm, (남녀간의 위험한 교제)đùa với tình yêu.
불전 điện thờ Phật.
불제 (액땜하다) yểm trừ.
불조심 cấm lửa, cẩn thận hỏa hoạn, đề phòng hỏa hoạn (화재예방)
불지르다 đốt cháy nhà.
불지피다 nhóm lửa (불때다)
불찬성 không tán thành, không đồng ý.
불찰 (부주의) cẩu thả.
불참 không tham gia, vắng mặt. ~자 người ~.
불철저한 không triệt để, không hoàn toàn.
불철주야 suốt ngày đêm, không kể ngày đêm. ~ 근무하다 làm việc ~.
불청객 người khách không mời mà đến.
불초소생 tôi con, kẻ hèn mọn này.
불충하다 không trung thành (chung thủy). thần thất trung.
불충분한 thiếu, không đủ. khiếm khuyết, không thấm. 증거 불충분으로 vì thiếu chứng cớ.
불충실하다 không trung thực.
불측한 마음 lòng phản trắc.
불치 không chữa trị được. ~병 bệnh nan y. bệnh bất trị. ~에 걸린 사람 người bị tàn tật.
불친절 không tử tế, không thân thiện.

손님에게 ~하다 không ~ với khách hàng.
불침번 canh phòng ban đêm. ~을 서다 thức nhắc. 온밤을 ~ 을 서다 thức nhắc suốt đêm.
불켜다 bật đèn. (반) 불끄다 tắt đèn.
불쾌한 khó chịu, không thoải mái. (혐오스런)hôi tanh,(반)유쾌한 sảng khoái, ~ 날씨 thời tiết khó chịu. ~ 냄새 mùi khó chịu. xú khí, ~ 말 lời nói ~. 불쾌지수 chỉ số ~, biểu thị ~. 불쾌하게 여기다 phật lòng.
불쾌하게 하다 phiền giận.
불쾌해지다 tấm tức.
불타 (석가모니) đức Phật.(thích ca mâu ni)
불타다 đang cháy. 불타는 사랑 tình yêu nồng cháy. 불타기 쉬운 dễ cháy. 완전히 불타버리다 cháy rụi. 불타는 듯한 nóng bức.
불탑 tháp chùa.
불통(막힘) bị gián đoạn.
불투명하다 không rõ ràng, mờ đục.
불투명한 미래 tương lai mờ ám.
불티 tia lửa, tàn lửa.
불편하다 bất tiện. không tiện,(반)편리한 thuận lợi, 몸이 ~ cảm thấy khó ở. khó chịu, 불편한 교통 giao thông không tiện, 불편을 느끼다 cảm thấy ~. 불편한 점 있으세요? Có gì bất tiện không? 불편 sự bất tiện.
불편부당 công bằng (vô tư)
불평하다 phàn nàn, cào(làu) nhàu, đầu cáo, than phiền, bất bình, kêu ca, bất mãn. ca cẩm. 왜 그렇게 불평하나 làm gì mà cào nhàu như thế. 불평을 줄줄 늘어놓다 nói ra nói vào.
불평해서 뭐 해? than phiền mà làm gì?
불평등 bất bình đẳng, không công bằng, không bằng nhau. ~조약 hiệp ước bất bình đẳng.
불피우다 đốt lửa.
불필요하다 không cần thiết. vị(bất) tất.
불필요한 부분을 잘라내다 tỉnh lược.
불하 (팔아넘김) chuyển nhượng, bán cho.
불학무식 mù chữ.
불한당 côn đồ. lưu manh
불합격 thi trượt, hỏng thi, không thi đỗ. (반) 합격 thi đậu (đỗ).
불합리한 không hợp lý, bất hợp lý. nghịch lẽ, (모순된)vô lý, phi lý(어리석은).(반) 합리적인 hợp lý.
불행 bất hạnh, không may. điều hại, đen đủi, khổ sở,(반)행운 may mắn,, ~한 소식 tin buồn. ~중 다행 trong cái rủi có cái may. ~을 당하다 gặp vận rủi, không may mắn. ~하게하다 làm khổ. ~한 날 hung nhựt. ~한 운명 khổ mệnh. phận bạc. số phận đen đủi. ~한 신세 phận rủi.
불행한 vô phúc. (영락한)hẩm hiu.
불행한 연분 duyên phận hẩm hiu.
(명)불행이 있으면 행운이 온다 Nếu có bất hạnh thì ắt sẽ có vận may.
(명)불행이 때로는 행운을 가져온다 Bất hạnh nhiều khi lại mang theo vận may đến.
(명)불행이란 항상 열려있는 문으로 들어온다 Bất hạnh luôn đi vào từ cánh cửa mở sẵn.

불행에 빠지다 gặp rủi.
불행에 빠진 아가씨를 돕다 giúp cô gái trong cơn hoạn nạn.
불행하게도 chẳng may, khốn thay. bất hạnh thay.
불허하다 không cho phép, không được phép.
불현듯 một cách bất ngờ, đột xuất.
불협화음의 không hòa âm. nghịch nhĩ.
불호령 mệnh lệnh nghiêm trọng. gào thét.
불화 bất(thất) hòa, xích mích. khủng khỉnh, 부부간의 ~ bất hòa giữa hai vợ chồng. 가정 ~ bất hòa gia đình. 두사람이 서로 불화하다 làm hai người xích mích với nhau.
불확실 không chắc chắn, không rõ rệt. ~성 tính phù phiếm.
불활성 가스 khí trơ.
불황 hạ giá, tình trạng buôn bán ế ẩm.
불효 bất(thất) hiếu. ~자 đứa con ~, kẻ ~.
불후의 bất diệt. ~명성 danh tiếng ~.
붉게 달구다 nung đỏ
붉다 đỏ, đỏ thẫm, đỏ thắm. 붉어지다 trở nên đỏ. 붉은 광장 quảng trường đỏ. 붉은 꽃봉오리 búp đỏ hồng, 붉게 타오르다 đỏ rực.
붉으스름해지다 đỏ ửng.
붉은 바지 hồng quần.
붉은 옷 hồng y.
붉은색 잉크 mực đỏ.
붉은 원의 과녁(사격의) hồng tâm.
붉은 태양 mặt trời đỏ chói.
붉히다 đỏ mặt. 얼굴을 붉히고 웅긴 đỏ.
뿜다 phun ra, bừng lửa, tỏa ra.
뿜어 나오다 vọt, 상처에서 피가 ~ máu ở vết thương ~ ra.

뿜어내다(방출) nhả ra.(반)빨아 들이다(흡착)hấp thu.
뿜어올리다 bơm nước ra(lên).
붐비다 đông đúc, chen chúc, tắc nghẽn. ùa đến.(반)쓸쓸한 hiu quạnh.
붐비지 않는 hơi vắng, văng vắng.
붓 bút lông(vẽ). ~을 놓다 dừng bút, 붓대 cán ~.
붓끝 đầu bút lông, ngòi bút.~이 무디어지다 bút bị tòe, ngọn bút tòe.
붓다 sưng lên. sình. 배가 ~ bụng sình. 손가락이 ~ sưng ngón tay. 눈이 ~ mắt sưng. 다리가 ~ chân bị sưng lên.
붓다 (쏟다) đổ, rót vào.dội vào, 물을 ~ đổ nước.
붕괴되다 sụp đổ(xuống), sập, đổ xuống(nát). 교량이 지진으로 ~ cầu ~ trong trận độngh đất.
붕긋하다 hơi cao.
붕당(무리) bè phái, bè cánh.
붕대 băng, băng bông, băng cứu thương. ~를 감다 băng bó, quấn bằng băng bông. 눈에 붕대를 한 사람 người băng mắt. ~를 풀다 tháo băng. ~를 갈다 thay băng.
붕붕거리다 kêu vo vo, kêu vù vù.
붕붕날다 vo vo bay.
붕어 con cá giếc. (잉어) cá chép
붕어하다 băng hà, chết, qua đời
붕우(친구) người bạn. bằng hữu.
붙다 dính, dán vào. 단단히 ~ dán chặt. 편지에 우표를 붙이다 dán tem vào thư.
붙들다 nắm, bắt. níu lấy, 팔을 ~ bắt lấy tay. 붙들고 놓지 않다 kiềm giữ. (매달리다) bíu, 떨어지지 않으려고 나뭇가지를 꼭 쥐다 bíu

cành cây để khỏi ngã.
붙들어 매다 thắng thúc.
붙들리다 bị bắt, bị tóm. 도둑이 현장에서 ~ kẻ trộm bị bắt quả tang.
붙어다니다 bám sát, đeo bám(đẽo), cặp kè, theo đuôi nhằng nhằng.(귀찮게) lẽo đẽo, 붙어따라가다 lẽo đẽo theo.
붙여 앉다 ngồi xít lại.
붙이다 dán, dán vào. (광고) niêm yết.
붙이는 약 thuốc dán.
붙임성 nhã nhặn. ~ 있는 dễ gần gũi. nhã nhặn, ~없는 태도 cách cư xử lạnh lùng. ~ 좋게 đon đả
붙잡다 nắm chặt. bắt lấy, điệu cổ, chộp, túm lấy, (와락) táp, 손을 ~ nắm chặt tay. 도둑을 ~ nắm chặt tên trộm. (꽉쥐다) giữ rịt.
붙잡히다 bị bắt.
부라운관 bóng đèn ống Braun.
부라질(국명) Brajil
브레지어 nịt ngực, cái yếm, áo ngực, nịt vú, xu chiêng.
브랜드 thương hiệu, nhãn hiệu.
브랜디 rượu Brandi.
브러시 (솔) bàn chải.
브레이크 cái thắng (남), cái phanh (북) ~를 걸다 thắng vào đạp phanh. thử thắng, hãm, ~를 늦추다 thả phanh. ~가 듣지 않다 thắng (phanh) không ăn. ~를 밟다 đạp thắng. ~는 작동되 느냐? thẳng ăn không? 작동하지 않는다 không ăn.
브롯지 trâm ghim hoa. ghim hoa cài áo
브로커 môi giới. 부동산~ môi giới bất động sản.

브로콜리(식물) bông cải, súp lơ.
브리핑 buổi thuyết trình. ~룸 phòng ~.
브리지 (다리) cây cầu.
블라우스 áo bà ba, áo cánh
블랙리스트 danh sách đen. số đen.
블랙박스 hộp đen.
블랙커피 cà phê đen.
블록(집단, 권) khối. 경제 ~ khối kinh tế.
블루으스 điệu nhảy blues.
블루진 quần gin xanh.
브랭크 chỗ trống.
브르조아 trưởng giả, ~계급 giai cấp ~.
비 mưa. ~가 오다 trời mưa, mưa đến. (반) ~가 멈추다 hết (tạnh) mưa. ~를 맞다 mắc mưa. dầm(dại) mưa, ~를 피하다 tránh mưa, trú mưa. 나무 밑으로 비를 피하다 trú mưa dưới gốc cây, 비를 기원하다 cầu mưa, 비에 젖다 ướt mưa. (흠뻑젖다) mắc mưa, 눈물이 비오듯 하다 khóc như mưa. 비를 불러 홍수를 내다 hô mưa dâng lên bão lụt. 비가 쏟아지다 mưa đổ xuống. 비가 새다 dột mưa. 비가 오지 않는다면 trừ phi trời mưa. 빗방울이 떨어지다 giọt mưa. 비가 주룩주룩 내리다 mưa rơi lộp bộp. 비가 뚝뚝 흐르다 mưa tã chã rồi. ~가 올 듯한 chuyển mưa. 비올듯이 어두운 sầm sì. ~가 자주오는 hay mưa. ~ 떨어지는 소리 lộp độp. 비오는 날 ngày mưa. 비가 쉬임없이 내리다 mưa ri rả. 비 맞은 mắc ~.
비가 그치다 tạnh mưa. 나는 곧 비가 그칠것으로 믿는다 tôi chắc mưa sắp tạnh. 비가 그쳤습니까? mưa tạnh chưa?

(명) 비오는 날을 준비하듯 어려운 때를 대비하라 Như chuẩn bị cho ngày mưa, hãy luôn chuẩn bị đối phó với mọi khó khăn.

(속) 비온 뒤에 땅이 굳어진다(어려운 일을 경험한 후에 일이 더 좋아진다) Sau cơn mưa đất cứng lại(trải qua khó khăn thì công việc mới chắc chắn hơn).

비가 계속 오락가락하다 mưa sập sùi.
비가 내리다 mưa sa.
비가 오는 달(우기) tháng mưa.
비가 올 것같다 trời sắp mưa.
비가 부슬부슬 내리다 mưa sùi sụt.
비가 약해지다 mưa ngớt, 비가 그치다 hết mưa, 비가 완전히 그치다 tạnh ráo. 비가 곧 올 것 같다 có vẻ sắp mưa. muốn mưa, 비를 피할 곳 chỗ trú mưa, 비가온다해도 가야 한다 nói gì thì nói mưa cũng phải đi

비(쓰는) cái chổi, chổi rễ. 빗자루 cán chổi
비 (비석) tấm bia. ~를 세우다 dựng bia, lập bia.
비 (왕비) hoàng phi.
비 (삐)걱 거리다 kêu cọt kẹt. nghiến.
삐걱거리는 xan, ~ 소리를 내다 rin rít.
삐걱삐걱소리 tiếng cọt kẹt.
비겁한 thô lỗ, hèn nhát. đảm khiếp. (반) 용감한 dũng cảm.
비결 bí quyết. 장사의 ~ bí quyết buôn bán. 성공의 ~ bí quyết thành công. 장수의 ~ bí quyết trường thọ.
비경 vùng đất thần bí, vùng đất hoang sơ.
비계 mỡ, chất béo. (계획) kế hoạch bí quyết.

비고 ghi chú. ~란 cột ~.
비꼬다 mỉa mai, nói xỏ, thốt ra lời nói châm biếm. 비꼬아 말하다 nói mát(khẩy), nói xỏ, 비꼬는 châm biếm.
비곡 (슬픈노래) giai điệu ai oán.
비공개 không công khai. ~회의 họp ~.
비공식 không(phi) chính thức. ~적 tính ~. 비공식 경기 trận đấu ~. ~ 회담 hội đàm ~
비공인의 không được phép, không được công nhận. 비공인 세계 기록 một kỷ lục chưa được ghi nhận.
비과세 miễn thuế. ~품 hàng ~.
비과학적 không có kỷ thuật. phi khoa học
비관 bi quan. 미래에의 ~ bi quan tiền đồ. ~적으로 보다 nhìn bằng con mắt bi quan.
비교 so sánh, ví. tỉ số. 그는 너와 비교할 수 없다 nó không thể ví với anh được, 와 ~하면 nếu so sánh với cái gì đó. ~도 안 된다 không thể so sánh được, không thể ví được. ...와 비교되는 sánh kịp.
비교되는 sánh kịp. ~사람이 적다 ít có người ~.
비교 측정기 thước so.
비교할만한 bì kịp. ~사람이 없다 không ai ~.
비교할 수 없는 sao bằng, không sánh kịp.
비교해 보다(시샘하는 의도로) tị nạnh.
비길데 없는 độc nhất vô nhị.
비교적 tương đối, ~적합하다 ~ thích hợp.
비구니(여승) ni cô, sư cô, sư ni.
비구름 đám mây mưa.

비구승(승려) nhà sư, vị tăng.
비국민 người không yêu nước.
비군사적 phi quân sự. 비군사화 phi quân sự hóa.
비굴하다 hèn hạ, đê tiện. sệp, (사내답지 않다) không xứng đáng là đàn ông. 비굴해지다 khuất thân. quy lụy, 비굴한 태도 thái độ lún. 비굴하게 굴다(설설기다) luồn cúi. 비굴 하게 추종하다 sụp lạy.
비굴하게 간청하다 van lạy.
비극 bi kịch.(반)희극 hài kịch, 비극배우 diễn viên ~. ~ 드라마 tấn bi kịch.
비근한 thông thường. 비근한 예를 들다 ví dụ ~
비금속 á kim, phi kim loại.
비 (삐)긋거리다 (어긋나다) sai sót, sai lầm, không đúng lắm.
비기다 (무승부) hòa, trận đấu hòa. không đều, 비긴 경기 trận hòa.
비기독교인 phi cơ đốc nhân
비길데 없는(뛰어난) tuyệt, tuyệt đẳng, vô song, ~ 재능 tài vô song, ~ 아름다움 ~ sắc.
비난 mỉa mai, phê bình. chê bai, chê trách, trách móc, khích bác, ~의 대상 đối tượng phê phán. 다른 사람을 비난하지 말고 자신을 비판하라 đừng trách người mà phải tự trách mình, (욕하다) gièm pha, ~ 받을만한 đáng chê, đáng trách
비너스 thần vệ nữ, thần tình ái.
비녀 trâm, kẹp tóc. cành thoa. ~와 관의 끈 ~ anh, ~와 홀 ~ hốt.
비논리적 phi luận lý, không hợp lý.
비뇨기과 khoa tiết niệu.
비뇨파이프(의학) ống tiết.

비누 xà bông (남), xà phòng (북). ~로 씻다 rửa bằng ~. 비누거품 bọt ~. ~조각 cục ~, ~방울 bọt ~. ~가루 bột ~. 물 ~ xà bông nước.
비늘 vảy cá. 비늘 없는 không có vảy. 생선 ~을 벗기다 lột(đánh) vảy cá.
비능률 thiếu năng suất (khả năng).
비닐 ni lông. ~수지 nhựa thông (cậy). ~봉투 bao ni lông. ~서류카버 bìa nút
비다 trống, vắng, không, rỗng. 빈방 phòng trống. 빈병 chai không. 빈 차 xe không. 빈자리 chỗ trống. 빈 터 chỗ trống. 빈손으로 bằng tay không, tay trắng. 뱃속이 ~ bụng trống rỗng. 빈방 있습니까? Có phòng trống không? 이자리가 비어 있어요 chỗ này đang trống.
삐다 (뼈를) trật khớp, (발목) sai gân.
삐딱하다(기울다)nghiêng, lảo đảo. (마음) không ngay thẳng
비단 không chỉ, như. 비단 그뿐 아니라 không chỉ thế.
비단(천) tơ(tấm) lụa, nhả tơ, gấm, vóc, ~옷 áo lụa, áo gấm, lượt là, yếm ~옷 áo the, ~이불 mền lụa, chăn lụa(gấm), ~실 tơ tằm, chỉ tơ, 비단 공단 gấm vóc. 비단을 짜다 dệt gấm. ~에 그린 그림 tranh lụa.
(속) 비단 옷 입고 밤길 걷는다(시간 적 공간적으로 적합하지 않는 일을 하다) Mặc áo gấm đi đường đêm(làm việc không phù hợp không gian , thời gian).
비단뱀(동물) mãng xà. trăn gấm.
비단결 같은 mịn như tơ lụa. nõn nường.
비대한 to béo, mập to. phì nộn.

비데오테이프 cuộn băng video.
비도덕적 phi đạo đức, thất đức, vô đạo đức, vô luân, phóng đãng. 도덕에 어긋난 생활을 하다 ăn ở thất đức.
비동맹 phi đồng minh.
삐뚜름하다 nghiêng đi, cong.
비둔하다 vụng về, có nhiều thịt.
비둘기 chim bồ câu. ~가 울다 ~ gáy. ~장 chuồng ~. 산 ~ bồ câu rừng. ~ 울음소리 cúc cu. ~의 눈(예쁜 눈) mắt bồ câu. (속) 비둘기는 콩밭에만 마음이 있다 (비록 이 일을 하고 있지만 속으로는 다른 일을 원하고 있다) Bồ câu chỉ để tâm trí ngoài ruộng đậu(tuy làm việc này nhưng bụng dạ lại để vào việc khác).
비뚤어진 méo mó(xệch), ~입 miệng ~. tà khúc(khuất). thiên thẹo, xiên xẹo. vạy. 글씨가 비뚤비뚤하다 chữ viết thiên thẹo.
삐뚤삐뚤 (꼬불꼬불) ~한 길 đường quanh co.
삐뚤어지다 quanh co, nghiêng. lạc lẽo. (마음이) không ngay thẳng.
비듬 gàu. gầu.
비등(동등)하다 ngang hàng, ngang sức.
비등하다 (끓다) nóng sôi, sôi. (여론) sôi sục. 비등점 điểm sôi.
비디오 video, vi-đê-ô, đầu máy, ~ 폰 điện thoại truyền hình.
삐라(전단)truyền đơn, tờ quảng cáo, tờ rắc. 벽보 bảng yết thị. 삐라를 뿌리다 phát ~, rải tờ rắc. 비행기는 적진에 ~ 를 뿌렸다 phi cơ rải ~ trên chiến tuyến địch.
비래하다 (날아서 옴) bay đến.

비련 mối tình bi thảm, tình yêu vô vọng.
비례 tỷ lệ. ~대표제 ~ đại biểu, tương ứng tỷ lệ. 반비례 tỷ lệ nghịch. ~ 해서 theo ~, (수학의) đại lượng tỉ lệ thuận.
비로소 ngay đó, chính lúc đó. mới, thủy. thỉ. 화재가 얼마나 무서운지 그때 ~ 알았다 ngay lúc đó thì tôi đã biết hỏa hoạn đáng sợ thế nào.
비록 cho dù. ~ 아무리 부자라도 cho dù giàu đến mấy. ~ 가난하기는 하지만 cho dù nghèo thì nghèo. ~ 나이는 젊지만 tuy còn trẻ.
비록—이지만 dầu rằng, dẫu.
비록--- 일지라도 mặc dầu(dù), tuy, tuy là. đi chăng nữa. 그녀는 비록 잘 생기진 못했지만 매력적이다 tuy không đẹp, cô ấy có sức quyến rũ.
비롯되다 được dẫn ra
비롯하다 bắt đầu, tính từ. …을 비롯해서 bắt đầu từ, gồm cả, kể cả. 이번 대회는 교장을 비롯해서 20 명 강사들이 왔다 đại hội lần này kể cả hiệu trưởng có 20 thầy cô đến tham gia.
비료 phân bón. ~를 주다 bón phân. 인조 ~ phân nhân tạo. 질소 ~ phân nitơ. 화학 ~ phân hóa học.
비료를 주어 북돋우다 vun bón.
비루하다 hèn hạ, bủn xỉn. ti lậu.
비리 phi lý, không hợp lý.(반) 합리 hợp lý.
비리다 tanh. 비린 것을 먹지 않다 không ăn những thứ tanh. 비린내 가 나다 có mùi tanh. 비릿하다 hơi tanh.

비린내 나는 tanh tao(tưởi).
비만 béo phì. ~해지다 trở nên ~.
비만아 em bé béo.
비말 (물보라) bụi nước, tia nước.
비망록 sổ ghi nhớ. giác thư.
비매 đồng mạnh tẩy chay.
비매품 hàng không bán.
비명횡사하다 bất đắc kỳ tử.
비명 tiếng thét(kêu). ~을 지르다 kêu thét (rít). 비명소리 tiếng kêu(thét).
비명 (비석에 새긴글) văn bia, văn mộ (비문)
비몽사몽간 nằm lơ mơ, nửa thức nửa mộng (ngủ).
비무장 phi quân sự. ~지대 khu ~.
비문 văn bia, ~을 새기다 tạc tượng.
비문법적인 bất thành cú.
비물질적인 vô sinh.
비밀 bí mật. kín nhẹm, u ẩn,(반)공개 công khai, 공개된 ~ bí mật được công khai. ~을 지키다 giữ ~, bảo mật. giữ kín, 비밀로 하다 giữ ~. 비밀을 누설하다 lộ ~. trống miệng, 이 일이 (은) ~이다 việc này bí mật đó nhé. 군사 ~ bí mật quân sự. ~문 công văn mật. ~정보 thông tin mật. 비밀회의 họp ~. ~기호 dấu hiệu kín, ~스럽게 âm thầm, ~을 폭로하다 tiết lộ ~. ~조직회 hội kín. ~출구 hang ngách, ~선 거 mật bảo, ~무장첩보부 대 đội quân thứ năm. ~리에 협상하다 mật đàm, ~실 hầm ~. ~모임 hội kín. ~자료 tài liệu mật. ~사회 mật hội, ~지역 mật khu, ~ 협정 mật ước. 비밀리에(은밀히) ngấm ngầm, 은밀한 계략 mưu toan ngấm ngầm. ~명령 mật lịnh.

비밀리에 vụng,(몰래)thầm lén, vụng trộm, ~하는 일 việc làm ~. 몰래 먹다 ăn vụng. ~서로 사랑하다 vụng trộm yêu nhau.
비밀스런 thầm kín.
비밀리에 들어가다 tiềm nhập.
비밀리에 가다 tiềm hành.
비밀리에 전해주다 ngầm nhắn.
비밀리에 접촉하다 thầm vụng gian díu.
비밀리에 협상하다 mật đàm.
비밀요원 양성학교 trường quân báo.
비밀정보 tin mật.
비밀정탐부대 phòng nhì.
비밀처방 toa thuốc bí truyền.
비밀문제 mật sự
비밀전보 mật điện.
비밀편지 thư mật.
비바(극초단파) viba.
비바람 gió mưa, mưa gió. ~을 맞다 trúng ~. ~ 몰아치는 소리 mưa xuống sầm sập
비바리 hải nữ (해녀)
비방(비밀한 방법) phương pháp riêng, bí pháp.
비방(비밀치료약) phương thuốc.
비방하다 phỉ báng, vu báng. sàm hãm. 비방중상하다 nói gian, nói điêu(không), 비방하는 자 kẻ vu báng. 비방하는 주청을 올리다 sàm tấu. 비방을 아랑곳하지 않다 thóa diện tự can.
비번 hết ca trực, hết phiên trực.
비범한 phi phàm. thánh tướng. hiếm có, ~ 사람 người ~. người hùng, lân phụng, 비범한 재주 một tài năng ~. tài tót vời.
비법 bí quyết, phương pháp bí mật. ~

을 전수하다 truyền bí quyết cho.
비벼서 불을 끄다 trầm.
비벼씻다 vo, vò. 쌀다 씻다 vo gạo.
비벼끄다 dụi tắt. giụi.
비보 tin buồn.
비복 (하인) người giúp việc, người hầu việc.
비분강개하다 đầy phẫn nộ chính đáng.
삐삐마른 hốc hác, gầy còm. 수척한 얼굴 mặt hốc hác.
비비꼬다 quấn chặt vào nhau, xoắn.
비비다 dụi, vò, xoa, chà xát, cọ. 눈을 ~ dụi mắt. 손을 ~ vò tay. 반찬을 넣고 밥을 ~ trộn gia vị vào cơm.
비비적거리다 xoa đi xoa lại.
비비틀다 văn chặt lại.
비빈 hoàng hậu và thứ phi.
비빔국수 món mì thịt bằm.
비빔밥 cơm trộn với gia vị, cơm trộn Hàn Quốc.
비사교적 phi xã giao, không giao du. quả giao.
비싸다 đắt tiền, đắt quá. mắt mỏ, (반) 싸다 rẻ, 터무니 없이 비싼 가격 giá cao một cách quá đáng. 너무 ~ quá đắt (북), quá mắt (남). 비싸게 지불하다 trả mắt(đắt). 비싸게 사다 mua đắt(반)싸게사다 mua rẻ.
비상 bất(khác) thường, khẩn cấp. ~한 경우 trong trường hợp khẩn cấp. ~ 경보 cảnh báo ~. 비상계단 hành lang thoát hiểm. ~구 cửa thoát hiểm. ngả ra, ~신호 tín hiệu khẩn cấp. ~착륙 hạ cánh ~. hạ cánh bắt buộc, 비상사태 tình trạng ~. 비상 경계 cảnh giác đặc biệt.
비상한(비범한) phi thường, 비범한 인물 nhân vật ~. ~능력 năng lực ~.

비상 (독약) chất độc thạch tín.
비상 sự bay vụt. 비상하다 song phi.
비상구 cửa ra, lối thoát hiểm
비 상근직 chỗ làm bán thời gian.
비상사태 tình trạng khẩn cấp. nguy biến, ~를 선포하다 tuyên bố ~.
비상선 hàng rào cảnh sát (lửa).
비상시 tình trạng khẩn cấp.
비상용다리 cầu tạm.
비상식적인 trái cựa, ngược đời. (이상한) lố, ~ 복장을 하다 ăn mặc lố. ~ 행동을 하다 làm ~.
비상식적인(돌발적인) hành động 을 하는 trái chứng, ~노인 ông già ~.
비생산적 phi sản xuất, không sản xuất.
비서 thư ký. đầu sai, 개인 ~ ~ riêng, 사장 ~ thư ký giám đốc. ~실장 chánh văn phòng. tổng ~. 비서직 thư ký thất.
비석 bia đá, bia mộ. ~을 세우다 lập bia. ~에 조각하다 khắc bia.
비소(화학) thạch tín. nhân ngôn.
비속한 thô bỉ, thô tục. mách qué, ~말 câu nói là lơi. lời mách qué.
비수 dao găm, con dao. chủy thủ.
비수 (슬픔과 근심) đau buồn, đau khổ.
비술 bí quyết, nghệ thuật riêng.
비스듬한 hơi nghiêng. xéo, tà tà, tạp ái ~ tháp nghiêng một bên. 비스듬하게 눕다 nằm nghiêng. 모자를 비스듬히 쓰다 đội nón xéo. 그림을 비스듬히 걸다 treo bức tranh xéo.
비스듬히 들이치다 (비.눈이) ré.
비스듬히 자르다 cắt vát.
비스름하다 hơi giống nhau.
비스켓(과자) bánh quy.
비스타비젼(와이드 스크린 영화)

phim màn rộng, viễn cảnh.
비슬거리다 lảo đảo.
비슷비슷하다 như nhau.
비슷하다 tương tự, giống nhau. như nhau.
비신사적 không lịch sự.
비실비실한 (힘 없는) bần thần.
비 실제적 không thực tế, phi thực tế.
비아냥거리다 chế nhạo.
삐약삐약울다 kêu chíp chíp.
비애 đau khổ, buồn rầu. sầu não.
비애국적 không yêu nước.
비약하다 bước nhảy, bay nhảy. (반) 순서에 따르다 tuần tự, (발전) tiến bộ, phát triển nhanh.
비양심적인 bất lương.
비어 tiếng lóng. lời nói thô tục
비어두다 để không.
비어있다 tuếch.
비어있는 trống. trống không.
비어 (맥주) rượu bia. ~홀 nơi uống bia.
비열하다 hèn hạ, đê tiện, đê(đớn) hèn. ty khuất, biệt liệt한 사람 người đê tiện,
비열한 bẩn thỉu. đê tiện, ti lậu. 비열한 자식 đồ chó chết.
비영리 sự công việc làm không vụ lợi.
비염 viêm mũi, viêm xoang.
비옥한 màu mỡ, phì nhiêu. mỡ màng. ~ 논(밭) cánh đồng ~.
비옥한 땅 đất xốp(màu), đất phì nhiêu (반) 비옥하지 않은 땅 đất cằn.
비올라 cây đàn viola
비옷 áo mưa, ~이 우산보다 나을리 없다 áo mưa sao bằng dù.
비용 chi phí, kinh(sở) phí. phi tổn, lữ hành ~ chi phí du lịch. ~이 들다 tốn kinh phí. (반) 비용 안드는 không tốn kinh phí. ~이 커지다 phí dụng tăng lên. ~ 을 부담하다 chịu chi phí. ~을 분담하다 cùng chịu chi phí. ~을 줄이다 giảm bớt kinh phí. bớt tiêu, ~은 개인부담으로 하다 chi phí cá nhân tự chịu. ~이 많이 드는 tốn hao.
비우다 bỏ trống, dốc, làm cho trống, để trống. 병을 ~ làm rỗng bình. 호주머니를 ~ giũ túi. 술잔을 ~ cạn chén, cạn ly. dốc chén rượu, 집을 ~ bỏ trống nhà. 비어있음 đang trống
비우호적 không thân thiện.
비운 bất hạnh, rủi ro.
비웃다 nhạo báng, chê cười, cười khinh bỉ, cười mỉa. giễu cợt, bông đùa. tiếu mạ. 남을 ~ cười mỉa người khác. 비웃음 điệu cười mỉa. 비웃음을 사다 bị chế nhạo. 비웃는 웃음을 짓다 cười khẩy.
비원 khu vườn riêng.
비원(소원) lời cầu xin tha thiết.
비위가 좋다 có bao tử tốt. 비위에 맞다 theo khẩu vị. (기분) tâm trạng. 비위를 맞추다 nịnh đầm, o bế, tán tỉnh, bợ đỡ ai. (윗사람의) 비위를 맞추다 nịnh bợ(hót). tán tỉnh người trên.
비위맞추기 힘든 oái oăm.
비위생적 mất vệ sinh, không vệ sinh.
비위에 거슬리는 (못 마땅한) chướng tai gai mắt.
비유 thí dụ, ví dụ, tỷ dụ, so sánh. ~적인 có tính tỷ dụ. ~해서 말하면 nói một cách so sánh. ~를 통해서 thông qua ví dụ.

비유말씀 lời ví dụ.
비유(은유) phúng dụ.
비육우 trâu bò, thú nuôi.
비윤리적인 vô luân.
비율 tỷ lệ. 남녀의 ~ tỷ lệ nam nữ. 의 ~ 로 theo ~ là. 3 대 1 의 ~로 theo tỷ lệ 3:1. (차) tỉ giá, 환율차 tỉ giá hối đoái. 큰 비율(척도)의 지도 bản đồ ~ lớn.
비율 측정자 thước tỉ lệ.
비음 (콧소리) âm mũi.
비씨지 접종 tiêm chủng B.C.G
비치 파라솔 cây dù che ở bãi biển.
비이프 thịt bò. ~스테이크 thịt bò bít tết.
비인간적인 bất nhân.
비인도적 không nhân đạo, tàn nhẫn, không có lòng nhân, độc ác. ~이고 무례한 무리들 lũ vô loại bất nhân.
비일비재한 việc thường xảy ra.
비자 vi sa, thị thực. 입국 ~ visa nhập cảnh. ~를 얻다 lấy ~. 비자를 발급하다 cấp ~. 비자를 연장하다 gia hạn ~.
비자금 quỹ đen. quỹ bù trừ.
비잔틴제국 đế quốc La Mã phương đông.
비장하다 (간직) dự trữ, tàng trữ, để dành, tích lũy. 비장품 hàng ~.
비장 (슬픔) bi thảm, thảm thương.
비장 (해부) lá lách. tỳ tạng.
비적(산적) thổ phỉ, kẻ cướp. ~토벌 tiễu trừ ~.
비전(전망) triển vọng. tiền đồ, ~이 있는 사람 người có triển vọng.
비전(비밀히 전해옴) truyền bí mật.
비전략 물자 hàng không chiến lược.

비전문가(경험없는 사람)tay ngang.
비전염성의 không truyền nhiễm.
비전투원 người không chiến đấu trực tiếp.
비정의 vô tâm, nhẫn tâm.
비정규과목 ngoại khóa.
비정규군 quân đội không chính quy.
비정상의 trái(bất) thường. lố bịch.
비 정통적 교의(이단) yêu đạo.
비조(시조) ông tổ, người sáng lập.
비좁다 chật chội, hẹp hòi.
비좁은(대만원) chật cứng. tù túng.
비종교적 không(phản) tôn giáo (tín ngưỡng).
비쭉 내밀다 (입술을) bĩu môi. 울려고 비죽거리다 bĩu môi suýt khóc.
비준하다 phê chuẩn(duyệt), 협약을 ~ phê chuẩn một hiệp ước.
비중 trọng lực riêng, tầm quan trọng, tỷ trọng tương đối, tỷ số, (밀도) tỷ trọng. 유출비중 tỷ số cấp phát, ~계 tỷ trọng kế. 차지하는 ~ tỷ trọng chiếm.
비즈니스 việc kinh doanh. ~맨 thương gia, doanh nhân.
(명)비즈니스를 할 때는 호황이 불황보다 더 위험하다 Trong kinh doanh, lúc làm ăn thuận lợi còn nguy hiểm hơn cả lúc khó khăn.
비지 bã đậu. 비지떡 bánh ~.
비지땀 mồ hôi. ~을 흘리다 đổ ~.
비질하다 quét chổi.
비집다 đẩy mạnh ra.
비참하다 bi thảm. thảm thương. sầu(nghèo) khổ, khốn khổ(cực), điêu linh, 비참한 상황 thảm trạng, khổ huống, 비참한 생활 cuộc sống nghèo khổ. 비참한 정경 tình

cảnh sầu khổ. 비참한 사건 hung sự, 비참한 광경 một cảnh tượng ~.
비참한 가정의 정경 nỗi trống trải.
비창하다 buồn bã (rầu).
비척비척 lảo đảo.
비천한 hèn mọn, đê hạ, thấp hèn. ty tiện. vi tiện. ~신분 chút thân.
비철금속 kim loại màu.
비첩, (첩) tỳ thiếp.
비추다 1.chiếu, rọi. ló, 풀래시를 ~ chiếu(ló) đèn pin. 램프로 얼굴을 ~ chiếu đèn vào mặt. 2.soi. 얼굴을 거울에 ~ soi mặt vào trong gương.
비축하다 dự trữ. chắt chiu, 비축미 gạo ~. 비축해 두다 tận thu. tồn trữ.
비취 (보석) ngọc bích. thúy, ~색 màu ~. (물총새) chim bói cá.
비취옥 thúy ngọc.
비치하다 cất giữ, đặt.
비치다 chiếu vào, rọi vào. 해가 방에 ~ mặt trời ~ phòng. 달이 창에 ~ trăng ~ cửa sổ.
삐치다 (토라지다) hờn dỗi, giận hờn.
비켜나다 bước lùi.
비켜서다 đứng sang một bên.
비키니 (수영복) áo tắm.
비키다 tránh, né. 물구덩이를 ~ tránh vũng nước. 차를 ~ tránh xe. 비켜! Tránh ra!
비타민 vitamin, sinh tố. vít, ~이 많다 nhiều ~. 종합~ vitamin tổng hợp.
비탄 buồn não, sầu. bi thán, ~에 잠기다 bị ~. ưu tư, rầu rĩ. não nùng. đau thương, buồn rười rượi, (상심)thương tâm, ~에 젖다 ngậm ngùi.
비탈길 đường dốc. (내리막길)đường dốc xuống
비탈을 내려가다 xuống dốc.
비통하다 não lòng, áo não, da diết. thảm thiết(thương), xót, buồn tê tái. chua xót, bi thảm, đau khổ. 비통한 소리 tiếng thảm thiết, 비통하게 울다 khóc như mưa(sướt mướt). 비통하게 울부짖는 소리 tiếng kêu khóc thảm thiết. 가슴아픈 기억 nhớ da diết.
비트(제일 작은 통신단위) bít.
비틀거리다 đi lảo đảo, tập tễnh, đi loạng choạng, vấp chân, chao động, nghiêng ngã. thất tha thất thểu. chênh choạng. 비틀걸음 bước đi loạng choạng. (아기의) chập chững. 술취한 사람처럼 ~ ~ như người say rượu. 돌에 걸려 ~ vấp một cục đá.
비틀다 vặn, xoắn. vít, vẹo, (꼬집다) cấu véo, 팔을 ~xoắn tay. 목을 ~ vẹo cổ, 닭모가지를 ~ vặn cổ gà. 비트는 힘 ngẫu lực.
비틀린 손 queo tay.
비틀비틀 걷다 bước đi lảo đảo. cò rò.
비틀어지다 vặn vẹo, xoắn.
비파 cầm, hồ cầm, tỳ bà, đàn mandolin Hàn Quốc, ~소리 tơ đồng, ~의 명수 cầm đài. ~의 현 tơ.
비판 phê phán. ~적 có tính ~. 비판을 받다 bị ~. 학설을~ ~ học thuyết.
비판하는 소리 tiếng xì xào.
비평 phê bình. ~을 받다 bị ~. 비평가 nhà ~. 문예~ phê bình văn nghệ.
비포장 도로 đường đất.
비품 vật cố định, trang bị đồ đạt.
비프스틱 bít tết. thịt bò bít tết.
비하 (낮춤) hạ thấp, vị trí thấp.

비하다 (비교하다) so sánh. ...에 비해 so với cái gì đó. 비할 수 없다 không thể so sánh được. 전에 비해 많이 좋아졌어요 so với trước đây thì tốt hơn nhiều.
비합리적 không hợp lý.
비합법적 bất hợp pháp, trái luật.
비행(행동) hành động xấu, đạo đức kém.
비행 bay, chuyến bay, phi hành, hàng không. 비행거리 chiều dài bay. ~기지 căn cứ bay. ~복 quần áo phi công. ~승무원 tiếp viên hàng không. nhân viên phi hành, ~고도 cao độ phi hành. ~시간 thời gian bay. ~단 phi đoàn, ~대대 phi đội, ~사 phi hành gia, ~접시 dĩa bay (U.F.O). ~통제구역 khu vực cấm bay. 민간 ~ chuyến bay dân sự. 시험~ bay thử nghiệm. 정찰비행 bay trinh sát. ~지역 không vực, ~ 위험지역 không vực nguy hiểm.
비행 임무 phi tác.
비행기 máy(tàu) bay. phi cơ, ~로 가다 đi bằng ~. 비행기를 타다 đi lên ~. (반) 비행기에서 내리다 xuống ~. ~를 조종하다 lái ~. 비행기 멀미를 하다 say ~. 비행사고 tai nạn ~. 비행기표 vé ~. 군용~ máy bay quân dụng. 무인자동 ~ ~ không người lái, 민간 ~ máy bay dân dụng. 수송 ~ máy bay vận tải. 여객 ~ máy bay chở khách. 전투 ~ máy bay chiến đấu. ~가 낮게 저공비행하다 bay rà. ~날개 cánh máy bay(phi cơ)
비행기조종사(비행사) phi công
비행기 동체 sườn(thân) máy bay.

비행기편 chuyến bay.
비행단 toán phi hành.
비행대 phi quân.
비행선 khí cầu.
비행속도 tốc độ bay.
비행장 sân bay, phi trường.
비행장까지 전송하다 tiễn đưa ra sân bay.
비행접시 dĩa bay.
비행정(수상비행기) tàu bay đáp xuống.
비현실적 không thực tế.
비호(호랑이) cọp bay, phi hổ.
비호같이 phóc, ~ 오르다 phóc lên xe. ~ 뛰어 내리다 nhảy phóc xuống, ~ 빠른 nhanh như ~. ~ 담을 뛰어 넘다 nhảy ~ qua hàng rào.
비호하다 đùm bọc, bảo vệ, phù hộ, che chở. (감싸다)bao bọc.
비화 (번지다) bén lửa, bắt qua.
비화 (슬픈 이야기) câu chuyện buồn.
비화 (비밀이야기) câu chuyện bí mật.
삑삑 불다(피리) thổi vo vo.
빈(공허한)trống hổng, rỗng, 빈돈주머니 túi ~.
빈객 vị khách danh dự.
빈곤 nghèo nàn, nghèo khổ, đói nghèo.(반)부유 giàu có, 사상의 ~ tư tưởng ~. 빈곤속에 자라다 lớn lên trong nghèo khổ. ~한 가정 gia đình ~.
빈곤 퇴치운동 phong trào xóa đói giảm nghèo
빈곳 chỗ trống khoảng.
빈공간 khoảng trống.
빈궁한 cảnh nghèo túng(khổ), lận đận.
빈궁기 giáp vụ.
빈농 nông dân nghèo.

빈땅 khoáng địa.
빈대 rệp. bọ xít, 침대에 ~가 있다 giường có ~.
빈대떡 bánh kếp đậu xanh.
빈도 tần số, tần độ. 사용의 ~ tần độ sử dụng. 빈도수 tần suất.
빈들 đồng vắng, ~에 nơi ~.
빈둥빈둥 돌아다니다 la cà. ăn không ngồi rồi.
빈둥거리다 đi lòng vòng, không làm việc chơi. đứng đường, 하는 일 없이 빈둥거리고 있다 không có việc làm đang lang thang.
빈둥거리며 지내다 ngồi nhà. ở nể.
빈둥빈둥 놀다 nhung nhăng.
빈들거리다 chơi nhảm(giỡn)
빈랑나무 cây cau, tân lang. ~열매 quả cau. ~ 송이 buồng cau.
빈말 chuyện không đâu (vớ vẩn). lời nói suông, ~하다 (잡담) tán gẫu, nói đầu môi.
빈민 người nghèo khổ, bần dân.(반) 부자 người giàu, ~굴 khu nhà ổ chuột. hang chuột, xóm nhà lá, ~구제소 trại tế bần
빈민을 구제하다 tế bần.
빈발하다 xuất hiện (xảy ra) thường xuyên.
빈방 phòng trống. buồng không.
빈번 nhiều lần, thường xuyên. ~히 một cách thường xuyên.(끊임 없이) không ngớt, ~히 일어나는 일 việc thường xuyên xảy ra.
빈병 cái bình không, cái chai không.
빈부 giàu nghèo, bần phú. ~의 구별 없이 không phân biệt ~. ~의 격차 sự cách biệt ~.
빈사 sắp chết. ~상태에 있다 trong trạng thái sắp chết.
빈상자 hộp không.
빈소 phòng để quan tài.
빈속 cái bụng rỗng.
빈손 tay trắng(không). ~으로 bằng bàn tay trắng. ~으로 돌아오다 quay trở về với bàn tay trắng. về không. (명) 빈손으로 왔다 빈손으로 간다 Sinh ra tay không và chết đi cũng tay không.
(명)빈 수레가 요란하다 Thùng rỗng kêu to.
빈승(가난한 수도승) bần tăng.
빈약 thiếu thốn, nghèo nàn. ~한 lùi xùi, ~ 혼례 đám cưới lùi xùi.
빈자리 (공석) ghế trống. chỗ trống.
빈정거리다 mỉa mai, chọc cười, nói đùa.
빈정대서 말하다 chửi xỏ.
빈조(식물) tần tảo.
빈주머니 túi rỗng.
빈집 nhà bỏ trống(không).
빈차 xe trống. toa không.
빈천 nghèo nàn thấp kém.
빈촌 ngôi làng nghèo.
빈축 khó chịu. ~을 사다 cau mày khó chịu.
빈칸 khoảng trống. ~을 채우다 điền khuyết.
빈탕 trống rỗng.
빈털터리 người nghèo xác xơ. ~가 되다 khánh kiệt. trọi trơn,
빈털터리의 trắng. xác xơ.
빈틈 chỗ trống, chỗ thiếu sót, khe hở. ~ 없이 không còn chỗ trống. cơ chỉ, ~을 메우다 lấp ~.
빈틈없는 chặt(반)엉성한 lỏng.
빈한하다 nghèo khổ.

빈혈 thiếu(mất) máu. ~증 bệnh ~. 악성 ~ bệnh ~ ác tính.
빌다 cầu xin, lạy, mong muốn. vái, khấn vái, cúng vái, 도움을 ~ cầu xin sự giúp đỡ. 목숨을 ~ xin mạng sống. 두손모아 ~ chắp hai tay xin.무릎을 꿇고 ~ quì gối xin. 용서를 ~ xin tha thứ.
(속) 비는 데는 무쇠도 녹는다(비록 잘 못이 있을지라도 뉘우치고 빌면 용서받게 된다) Van lạy thép thì thép cũng chảy ra(tuy có lỗi nhưng khi đã hối hận van xin thì sẽ được tha).
빌딩 tòa nhà, bin-đinh, 20 층~ ~20 tầng.
빌라 villa, (별장) biệt thự
빌라도(성경) Phi-lát.
빌레몬서 (성경) Phi lê- môn.
빌려주다 cho mướn(thuê). tá thái.
빌리다 cho mượn (남), cho vay (북), cho thuê.(반)돌려주다 trả, 돈을 ~ mượn tiền. (돈 을 내고) thuê, 이름을 ~ cho mượn tên. 책을 ~ cho mượn sách. 방을 ~cho thuê phòng. 기간제로~thuê bao, 빌린돈(대부) tá khoản.
빌로오드(벨벳) nhung.
빌립보서 (성경) Phi-líp.
빌붙다 tâng bốc, xu nịnh, bợ đỡ.
빌어먹다 đi ăn xin. ăn hại đái nát. 빌어먹을 놈 đồ ăn mày.
빌어먹을 (제기랄) mẹ kiếp, bỏ mẹ.
빗 cái lược. 참빗 lược dày, 뿔빗 lược sừng, ~으로 빗다 chải bằng lược.
빗다 chải đầu. 빗지 않은 머리 đầu không chải.
빗나가다 bỏ đi, quay đi, trật, trượt, rẽ hướng. nhông nhông, đi lệch, sai đường. 과녁에서 빗나가다 bắn không đúng. bắn trật
빗대다. 이름을 ~ cho tên giả.
빗대어 말하다 nói cạnh(xéo).
빗듣다 nghe sai.
빗디디다 (헛디디다) lỡ bước.
빗맞다 bắn không đúng. bắn trật
빗물 nước mưa. ~받이 mái hắt.
빗발 vệt mưa. 총알이 빗발처럼 쏟아지다 đạn bay như mưa.
빗방울 giọt(hạt) mưa. ~소리 tiếng ~.
빗변 (수학) cạnh huyền.
빗속에 ngoài mưa.
빗자루 cán chổi. cái chổi
빗장 cài chốt cửa. dõi cửa, then, ~을 걸다 cài(gài) then, 빗장을 지르다 đóng chốt.
빗줄기 cơn mưa to. 빗줄기가 세차다 trời đổ mưa mạnh mẽ
빗질하다 chải tóc.
빙 (삥) theo vòng tròn. 눈물이 빙돌다 cảm động đầm đìa nước mắt. 빙 둘러 앉다 ngồi ~. ngồi quây quần.
빙고 kho nước đá.
빙과 kem.
빙그레 웃다 nụ cười tươi, mỉm cười.
빙그르르 돌다 quay lướt nhẹ.
삥땅 tiền lại trả. ~치다(가로채다) bỏ vào túi.
빙 둘러앉다 ngồi quây quần.
빙벽 dãy băng.
빙부 (장인) cha vợ, bố vợ.
빙빙꼬다 lượn.
빙빙돌다 xoay quanh. quần quanh
빙빙 돌려서 말하다 nói quần quanh, nói vòng, kèo nhèo. giềm.
빙빙 돌아서 가다 đi vòng.

빙빙 돌려서 묻다 hỏi vặn vèo.
빙사탕 kẹo đường.
빙산 núi băng trôi. băng sơn.
빙상경기 thuật trượt băng.
빙설 băng tuyết.
빙수 nước đá.
빙어(생선) cá mại.
빙자하다 lấy cớ, viện cớ.
빙점 điểm đông, băng điểm.
빙충맞다(어리석다) vụng về, đần độn.
빙탄 nước với lửa, phản đối nhau
빙판 đường đóng băng.
빙하 sông băng. băng hà, ~시대 thời kỳ ~.

빚 món nợ, nợ nần, số tiền nợ. 이자 없는 ~ nợ không tính lãi. ~더미에 빠진 nợ lút đầu, ~ 독촉하다 thúc nợ, đòi nợ. 떼어먹 trái, ~을 떼어먹다 quịt nợ, 빚부담을 없애다 rảnh nợ, 빚을 면제해 주다 tha nợ cho, 빚을 갚도록 강요하다 sách trái, ~을 지다 mắc(gây) nợ. mang nợ, (반) 빚을 갚다(청산하다) trả(gỡ) nợ. thanh toán nợ, xong nợ, trừ nợ, ~이 있다 có nợ. vướng nợ, 빚연기를 요청하다 khất nợ, 빚을 다 갚은 hết nợ. ...의 빚을 갚다 thường trái. ~을 차차 갚다 trả lần lần. 만일 ~을 갚지 않으면 너의 재산은 압수될 것이다 nếu không trả nợ, tài sản của anh sẽ bị tịch thâu. 빚을 갚지 않다 trốn nợ. 빚을 다 털다 vỡ nợ.

빚을 완전히 갚다 trắng nợ.
빚쟁이(빚진 사람) người mắc nợ. 빚쟁이(빚을 준 사람) kẻ cho vay lấy lãi.
빚내다 mượn tiền.

빚놀이 vay nợ (빚놓다)
빚지다 thiếu, thiếu nợ, 너에게 얼마나 빚졌니? tôi ~ anh bao nhiêu?
빚청산 sự trả nợ, 그는 빚을 청산할 수 없다 nó không đủ sức trả nợ.
빚다. 술을 ~ ủ rượu nếp. (송편을) 트롯 bột nhào. 떡을 ~ vắt bánh, nặn bánh.
빚돈 món tiền nợ.
빚어내다 gây ra, dẫn đến. 빚어만들다 nắn và dựng nên.
빛 tia sáng, ánh sáng. 달~ ánh trăng. 햇빛 ánh nắng, ánh mặt trời. 희미한 ~ ánh sáng mờ mờ. ~을 비추다 soi rọi, ~을 발하다 phát ra ánh sáng. sinh quang, 빛을 발하는 물체 vật thể phát ra ánh sáng. (색깔) màu sắc. 가을 빛 màu mùa thu. 부드러운 ~ màu sáng dịu. 빛을 분산시키다 tán sắc, 얼굴 ~ sắc mặt. 실망의 ~ vẻ thất vọng. 눈~ ánh mắt. 빛 좋은 개살구(겉은 번지르르 하나 실속이 없음) ngoài mặt đẹp mà không có thực tế, 빛의 파장 quang lãng. 빛이 깜박이다 rung rinh.
빛을 얻다(보게되다)được sáng.
빛나다 sáng sủa. sáng.
빛으로 가득찬 bị ánh sáng tràn ngập.
빛의 속도 tốc độ ánh sáng.
빛의 파동 sóng ánh sáng.
빛나는 sáng, chiếu sáng, rực rỡ, óng ả, phát sáng. xán lạn, loang loáng, oanh liệt, (눈부신)chói lọi, ~ 눈 mắt sáng. 하늘에 ~ 별 sao phát sáng trên trời. 해가 ~ mặt trời chiếu sáng. 빛나는 sáng ngời, (금빛으로) vàng óng, ~공명 công

danh rạng rỡ, ~ 성공 hiển đạt. ~ 사업 sự nghiệp rạng rỡ. ~ 미래 tương lai rạng rỡ. ~ 전공 chiến công rực rỡ.

ㅅ

사 (음악) nốt Sol "G". (장기의 말) quân cờ. (십이지의) con rắn. (시간) 사시 giờ tỵ.

사 số bốn (4). 제4 thứ tư. 사분의 일 một phần tư. 사분의 삼 ba phần ba. 사월 tháng tư, 4배 bốn lần. 4층건물 tòa nhà bốn tầng.

사 (죽음) cái chết.

사 (사원.절) chùa, đền, miếu.

사 (역사) lịch sử. 한국문화사 lịch sử văn hóa Hàn Quốc. 현대~ lịch sử hiện đại.

사 (사적인) riêng tư, cá nhân.

사 (말.단어). 명사 danh từ. 형용사 tính từ. 송별사 lời chào tạm biệt. 취임사 lời nói mở đầu.

사가 (역사가) nhà viết sử, sử gia.

사가 (집) tư gia.

사각 bốn góc, tứ góc(giác). ~주 cột bốn góc. ~형 hình vuông. hình bốn góc. ~탁자 bàn vuông.

사각자(각도를 재는)thước nách.

사각(눈길이 미치지 못하는 범위)tử giác, góc không nhìn. ~지대 khu vực ~.

사각(기울어진 각) góc xiên. tà giác.

사각사각 sào sạo, lột sột, tiếng kêu răng rắc. ~발소리를 내며 걷다 chân bước ~, (바삭 바삭) rì rào. sột soạt. ~ 떨어지는 나뭇잎 소리 lá rơi rì rào.

사각모자 nón vuông.

사갈 (뱀과 전갈) rắn bọ cạp.

사감 (개인적 감정) cảm tình riêng, (언짢게 여기는 감정) hận thù riêng. ~이 있다 có thù riêng.

사감(감독) chủ nhiệm nhà tập thể, (기숙사)cô trông nom ký túc xá.

사개 (건축) mộng đuôi én.

싸개 giấy bao, bìa, cái bọc ngoài.

사거리 (네거리) ngã tư. 삼거리 ngã ba.

사건 vụ, vụ việc, sự kiện, vấn đề. 역사상 중요한 ~ sự kiện quan trọng trong lịch sử. ~의 원인 mầm mống, 소송 ~ vụ kiện, 이상한 ~이 일어나다 xảy ra chuyện lạ. 그 사건과 상관이 없다 không có liên quan gì đến vụ việc đó. 사기사건 vụ lừa đảo. 살인 ~ vụ giết người. 수회 ~ vụ nhận hối lộ. 연애~ vụ yêu đương. 추문~ vụ bê bối. ~을 일으키다 gây sự, sự kiện을 맡다 nắm chắc vụ (vấn đề). 사건개요 tóm tắt sự kiện. 사건의 작은일 tình tiết. ~의 전말 ngọn ngành. ~을 잘 일으키는 hay sinh sự. ~경위 sự thể.

사건에 끼어들다 xen vào việc gì.

사건을 일으키다 gây sự. sinh sự (chuyện). 사건을 잘 일으키는 hay sinh sự.

싸게 사서 비싸게 팔다 đong đầy bán vơi.

싸게 지불하다 trả rẻ.

사격 bắn(phát) súng. xạ kích, ~을 잘하다 bắn giỏi. ~대회 cuộc thi ~. thi tác xạ, ~거리 tầm súng, ~ 연습 luyện ~. 사격장 trường bắn. sân bắn, xạ trường, 실탄 ~ bắn đạn thật. ~전 trận đấu súng. ~각도 xạ giác, ~대 xạ biểu, ~팀(대)đội xạ

kích, ~술 xạ thuật, ~전 xạ chiến, ~범위 xạ cự, ~중지 tạm ngừng bắn. ~시합 đấu xạ. ~지역 vùng tác xạ.
사격을 개시하다 nổ súng. khai hỏa,
사격을 잘하는 thiện xạ.
사견 ý kiến riêng (cá nhân). ngã kiến, tư ý(kiến), ~으로는 theo ~.
사경(밤의) canh tư.
사경(죽음에 임박한) gần đất xa trời, kề miệng lỗ, sắp chết. ~에 처하다 cận kề cái chết.
사 경제 tổ chức kinh tế cá nhân.
사계절 bốn mùa. thiên thời.
사계(분야) lĩnh vực. 사계 의 권위자 chuyên gia trong ~ nào đó.
사고 tai nạn, sự cố, việc, ~가 나다 xảy ra tai nạn. ~를 일으키다 gây ra ~. (반) ~를 방지하다 ngăn ngừa tai nạn. 교통~ tai nạn giao thông. 철도 ~로 죽다 chết vì tai nạn đường sắt. 사고를 당해야 비로서 좋고 나쁨을 알수 있다 lâm nạn mới biết người tốt kẻ xấu. 자동차~ ~xe hơi. ~로 죽다 tử nạn. 자전거에서 떨어졌지만 별 사고는 없었다 ngã xe đạp nhưng không việc gì. 사고 당하다 sa cơ.
사고 (생각) suy nghĩ. ~력 sức (năng lực) suy nghĩ. ~방식 cách ~. (명)사고력이란 아이디어를 통해 현실을 포착하려는 노력이다 Năng lực tư duy là nỗ lực nắm bắt hiện thực thông qua ý tưởng.
사고(네가지 고난;생노병사)tứ khổ.
사고무친 tứ cố vô thân, không có bà con nào cả.
사고팔다(물건을) mua bán, (노예를)buôn người.

사고싶어하다 mặn mua.
사공 thợ thuyền, thợ bè, người lái(đưa) đò. 처녀 뱃사공 cô lái đò.
(속)사공이 많으면 배가 산으로 올라 간다(무슨 일이든 많은 사람이 가담하면 결정하기 어렵다) lắm lái đò thì đò lên núi, (bất cứ việc gì, quá nhiều người tham gia thì khó quyết định).
사과 xin lỗi. ~편지 thư ~. 사과할 것이 없다 không có gì phải xin lỗi. 사과하다 xin lỗi, tạ lỗi. cáo lỗi, 진심으로 사과하다 thành thật cáo lỗi. ~를 드리다 xin kiếu.
사과 quả táo, táo tây. (남), quả bôm (북). ~를 깎다 gọt táo. 이 ~는 속이 썩었어요 quả táo này hư rồi. ~쥬스 nước ép táo. ~나무 cây táo. ~농장 vườn táo tây.
사관 (장교) sĩ quan. ~학교 trường ~. 육군사관 sĩ quan lục quân. 육군사관 학교 trường sĩ quan lục quân, ~식당 phạn điếm sĩ quan.
사관학교 생도 sinh viên sĩ quan.
사관 quan điểm lịch sử. 유물~ quan điểm duy vật.
사관(대사관) sứ quán.
사관(역사 편찬관) sử quan.
사교 xã(hiếu) giao. ~적 có tính ~. 사교상의 예의 phép lịch sự ~. 사교술 phép ~, thuật ~. 사교적이다 dễ hòa đồng.
사교적인 quần chúng. 그는 매우 사교적이다 anh ấy rất ~.
사교계의 남녀 trai thanh gái lịch.
사교 (이단) dị đoan, dị(tà) giáo. tà đạo.
사구 (모래언덕) bãi cát, đụn cát, 싸구려 호텔 nhà săm.

사군자 sử quân tử (매,난,국,죽)) bốn laọi cây thanh cao (mai, lan, cúc, trúc).
사귀다 kết bạn, làm quen, giao du, kết giao, chơi với. 동무를 ~ kết bạn đồng môn. 나쁜 사람들과 ~ kết giao với những người xấu.
사귀기 쉬운 xuê xòa.
사귐성이 있다 dễ gần gũi. (반) 사귐성이 없다 khó gần gũi.
사그라지다 rút xuống, chìm xuống. 녹아서 ~ tan biến đi.
사극 sử kịch.
사근사근하다 cả nể, (성질) nhã nhặn, hào nhã. (먹기에) mềm.
사금 bụi vàng. sự đãi vàng, ~석 đá kim sá.
사기 (정신) tinh thần, chí(sĩ) khí. nhuệ khí, ~가 왕성하다 có chí khí cao. (반) 사기가 떨어지다 bị mất tinh thần.사기를 고무 (고취)하다 lên tinh thần. ~를 잃다 mất tinh thần. 왕성한 ~ ~ hăng hái.
사기 (년감) biên niên sử.
사기(역사서) sử ký.
사기(속임) lừa đảo, lừa. ~를 당하다 bị lừa gạt. mắc lận(miếng), 돈을 ~당하다 bị lừa tiền. 도박~ đánh bạc lừa đảo. ~성이 짙은 giả trá, ~를 잘치는 사람 mạt cưa mướp đắng, ~성이 많은 gian ngoan, 사기수단 thủ đoạn lừa đảo. ~죄 tội ~. 사기 행위 hành vi ~. ~꾼 kẻ ăn gian, kẻ lừa đảo. đa trá, nguỵ quân tử. bợm bãi. ~치다 xí gạt. lừa đảo(dối).
사기꾼 삶을 살다 lừa thầy phản bạn.
사기치는(속이는) ma mị. bịp bợm.
사기치기 위해서 감언이설하는(속어)

trèo đầu dê bán thịt chó.
사기업 công ty tư nhân.
4 기통 bốn động cơ, bốn máy.
사나이 (사내.남자) đàn ông. đực rựa, 사내아이 đứa bé trai. 사내 다운 사내 đàn ông cho đáng đàn ông. ~답게 굴다 cư xử như đàn ông.
사날 ba bốn ngày, vài ngày.
사납다 dữ, dữ dội, hung dữ, dữ tợn. (반)온순하다 hiền lành, mật tươi ~ nói năng ~. 성질이 ~ tính tình nóng nảy. 운수가 ~ không may đáng tiếc. 사납게 phũ, sanóng. hung dữ. 사나운 sư tử mãnh sư.
사납고 질투심이 많은 부인 sư tử Hà Đông.
사내 chàng trai. đực rựa. ~다운 thuộc về đàn ông, mệt sự sôi bảnh trai. ~의 본분을 다하다 phận làm trai
사내아이 chàng trai, thằng bé, cậu trai.
사내종 (머슴) đầy tớ trai.
사냥 đi săn. săn bắn, mãnh thú를 ~하다 săn mãnh thú. ~개 chó săn. ~꾼 thợ săn. liệp hộ, ~철 mùa đi săn. ~금지 cấm săn bắn. ~터 nơi săn, bãi săn. ~하러 가다 đi bắn(săn). 고래 ~ săn cá voi. ~터 nơi ~.
사냥감 con thịt. thú săn, ~이 phong phú 마을 xứ có nhiều thú săn.
사념 tư tưởng sâu xa.
사농공상 sĩ nông công thương.
사 (싸)늘하다. (날씨) lạnh lẽo. (무서운) ớn lạnh. (태도) lãnh đạm
사다 mua. đong, 비싸게 ~ mua đắt. (반) 싸게 ~ mua rẻ. 천원에 ~ mua với giá một ngàn won. 쌀 을 사다 đong gạo, 소매로 ~ mua lẻ. (반) 도매로 ~ mua sĩ. 사람을 ~ mua

người. 현금으로 ~ mua bằng tiền mặt. 건강은 돈을 주고도 못산다 sức khỏe không thể mua bằng tiền. 외상으로 ~ mua chịu. 원한을 ~ bị oán giận. 환심을 ~ được sự quý mến của ai. 그의 능력을 높이 사다 đánh giá cao năng lực của anh ta. 약 3 개 사겠다 mua chừng 3 cái.

사고 파는쪽이 서로 완전히 합의하다 (속어)thuận mua vừa bán.

사덕(네가지 덕)tứ đức.

사도록 권유하다 chào hàng. dạm mua.

싸다 (값) rẻ. (반) 비싸다 đắt, 싸게 사다 mua rẻ. 싸게 팔다 bán rẻ. 싸게 주세요 hãy bán rẻ cho tôi. 물가가 ~ vật giá rẻ. 살 가치가 없다 không đáng mua.

싸다 (물건을) gói, bọc, đùm. bao phủ, 물건을 신문으로 ~ gói đồ bằng báo. 책을 ~ bọc sách, 짐을 ~ gói hành lý. 종이에 싸주세요 gói vào tờ giấy.

싸다 (오줌을) đi tiểu. 똥을 ~ đi đại tiện, đi ỉa. ỉa phẹt, 불이 ~ ngọn lửa mạnh mẽ. 바지속에 ~ phẹt ra quần.

싸다니다 lăng xăng, 하루종일 ~ lăng xăng cả ngày.

사다리 (사닥다리) cái thang. cầu thang, (배승선용) cầu noi, ~의 가로대 bực thang. 층계 cầu thang. ~의 계단 nấc thang. ~를 오르다 leo lên ~, trèo thang,(반)~에서 내려오다 xuống ~, 내가 올라가는 동안 ~를 꽉 잡아라 giữ chắc ~ khi tôi leo lên, ~를 설치하다 bắc ~. ~를 벽에다 세우다 dựng ~ vào tường.

사다리꼴 hình thang.

사단법인 liên doanh pháp nhân.

사단 sư đoàn. ~장(사령관) tư lệnh sư đoàn, sư đoàn trưởng. 사단을 편성하다 tổ chức thành ~. 사단 사령부 bộ tư lệnh ~.

사담 chuyện riêng. ~하다 nói chuyện riêng.

사당 bàn thờ, đền thờ, nhà thờ họ, từ đường.

4 대가 한집에 삶 tứ đại đồng đường.

4 대 강대국(미,영,소,프랑스) tứ cường.

사대 기본 방위 tứ thiên.

사대부(양반)sĩ đại phu, người thuộc tầng lớp thượng lưu

사대성인 (베트남) 4 vị thánh bất tử 1. Thánh Gióng, 2.chữ Đồng Tử, 3.Trần Hưng Đạo, 4.Bà chúa Liễu hạnh.

4 대양 bốn biển. tứ hải.

사대 예술 tứ thuật.

사도 sứ đồ. (스승과 제자)sư đồ.

사도행전 (성경) Công vụ các sứ đồ.

사도(옳지 못한 길) tà đạo.

사또 trưởng làng,, ngài (속) 사또 덕분에 나팔 분다(남의 덕에 내가 유명해 진다) Nhờ ơn đức trưởng làng mà được thổi kèn (nhờ ơn đức người khác mình được thơm lây).

사돈 thông(dâu) gia (북), sui gia (남). ~ 간이 되다 trở thành ~. 사돈댁 mẹ vợ (ba).

사동문(문법) câu gây khiến.

사두마차 xe bốn ngựa, xe tứ mã.

사동사 động từ gây khiến. 사동접미사 hậu tố gây khiến.

사들이다 mua trữ, trữ hàng trong kho.
싸라기 gạo tấm. 눈~ hạt mưa đá li ti.
사라지다 biến mất, mất hút, biến đi, trốn mất, tàn phai, không còn nữa. (죽다)quy tiên, (무산되다) tiêu tan, 희망이 ~ tiêu tan hy vọng. 갑자기~ cút mất, 사라지지 않는 인상 ấn tượng không phai mờ. 연기로 ~ biến thành mây khói. 연기처럼 ~ tan biến như mây khói. 어둠 속에 ~ biến mất trong bóng tối. 모든 희망이 ~ tất cả hy vọng biến mất. 군중속으로 ~ đi mất hút vào đám đông.
싸락눈 tuyết mịn.
사락풀 vỉ.
사람 người, con người. 어떤 ~ người nào đó. 그 ~ người đó. 시골~ người quê. ~의 생명 sinh mạng ~. ~들 앞에서 trước mặt nhiều người. ~을 보는 눈이 있다 có con mắt nhìn người. 그는 어떤 ~입니까? Anh ta là người như thế nào? 집~ nhà tôi, bà (ông) xã. ~답다 xứng đáng con người. ~의 물결 người dòng. 도처에 ~들 ~ tứ xứ, ~을 닮은 nhân hình, ~이 없는 hoang vu, vắng vẻ, ~은 죽으면 이름을 남기고, 짐승은 죽으면 가죽을 남긴다 thú chết để da, người chết để danh, ~의 도리 đạo lý làm người. ~을 대하는 태도 đối nhân xử thế. ~마다 đối với mỗi người. ~답게 살다 làm người. ~속으로 숨어들다 len mình. ~을 돈을 주고 고용하다 mua họ. ~의 외양을 보고 내면을 추측하다(속 어)trông mặt mà bắt hình dong.

사람들(그들) người ta, những kẻ.
사람 없는 vắng. ~ 제방 bờ ~.
(명)사람들로부터 좋은 평을 얻으려면 자신을 자랑해서는 안된다. Muốn được nhận lời khen từ người khác thì đừng bao giờ tự hào về bản thân mình.
사람마다 다른 의견 mỗi người mỗi ý.
사람 방문이 없는(소식없는)vắng tiếng.
(속) 사람 위에 사람 없고 사람 밑에 사람 없다(사람은 평등하게 태어났다) Không có người trên người, không có người dưới người(con người ra đời là bình đẳng).
(명)사람은 산 같은 난관을 마주칠 때 큰 일을 이룰 수 있다 Đời sống con người lúc gặp khó khăn lớn như núi, nghĩa là việc lớn sắp thành.
사람으로 가득찬 nghìn nghịt. 초만원의 회장 hội trường ~.
사람을 고용하다 mướn người làm công.
사람을 낚는 어부 tay đánh lưới người.
사람을 놀라게 하다 làm sợ hãi người.
사람을 능가하다 hơn người.
사람들 người ta. ~은 누구나 ~ai cũng.
사람수(식구) miệng ăn, 세식구의 집 nhà có ba ~, ~ 를 세다 điểm đầu.
사람에게 알려지지 않게 하다 tránh tiếng.
(명)사람의 계산대로 되는 일은 없다 (사람의 일생은 운명에 달려있다) Không có điều gì hoàn toàn đúng theo tính toán của con người, cuộc đời của con người đôi khi phụ thuộc theo số phận.

사람을 무시해서 지칭하는 말 tên.
사람의 마음을 감동시키다 rung cảm lòng người.
(속) 사람의 마음은 조석변이다(사람의 마음은 쉽게 변한다) Lòng người như thủy triều lên xuống (lòng người dễ thay đổi).
사람의 마음을 바꾸다 chuyển ý.
사람 마음을 얻다 thu phục nhân tâm.
사람의 모습 dáng người.
사람의 생각이나 마음은 서로 비슷하다(성어) lòng và cũng như lòng sung.
사람의 왕래가 없는 시장 chợ vắng ngắt.
사람이 거의 없는 rất ít người.
사람이 없는 vắng(반)사람이 붐비는 đông đúc.
(명)사람이면 다 사람인가 사람다워야 사람이지 Nếu gọi là người thì có phải ai cũng là người đâu? Sống cho ra người thì mới là người.
(명)사람이란 자신이 직접 경험해서 안 것 이외에는 사실상 아무것도 모른다 Con người thực ra họ chẳng biết gì, ngoài những gì họ đã thực tế trải qua.
사람이 살지 않는 땅 đất trống.
사람이 좋은 có bụng. có nhân.
(명)사람이 훌륭할수록 더더욱 겸손해야 한다 Người càng vĩ đại thì càng khiêm tốn.
사람들 người ta, (세인) thiên hạ, người đời. ~의 구미에 맞추다(상인들이) làm dâu trăm họ. ~에게 비웃음을 당하다 bị người tiếng ma.
사람들이—라고 말하다 người ta nói rằng.
사람을 쉽게 믿다 nhẹ dạ cả tin
사람을 외모로 판단해서는 안된다 không nên xét đoán người bên ngòai
사람을 웃기다 làm trò.
사랑 tình yêu(thương), ái tình, yêu. thương yêu, yêu mến, tình mẹ thương con, yêu đương, từ ái. (반) 미워하다 ghét, (염정)diễm tình, ~하는 mến thương, thương mến, yêu quý, ~스럽다 đáng yêu, dễ thương. duyên dáng, 사랑이 없는 không có tình yêu. 부부의 ~ tình yêu vợ chồng. 자식에 대한 부모의 사랑 tình yêu bố mẹ dành cho con cái. 형제의 ~ tình yêu anh em. 변치 않는~ tình yêu không thay đổi. ~ 없는 결혼 hôn nhân không có tình yêu. ~에 보답하다 báo đáp tình yêu. ~에 빠지다 yêu say, thương nhau, rơi vào tình yêu. ~을 받다 chấp nhận tình yêu của ai. ~을 잃다 mất tình yêu. ~을 바치다 cống hiến ~. 사랑노래 bài hát ~. diễm ca, ~의 시 diễm thi, 이루지 못한 사랑 mối tình dở dang. ~을 약속하다 hẹn hò, 사랑에 폭 빠지다 chết mê chết mệt, 사랑하면 모두 좋게 보이고, 미워하면 나쁘게 보인다 yêu nên tốt, ghét nên xấu, 사랑의 결정 kết tinh tình yêu. ~스러움 sự duyên dáng. ~하고 애무하다 ưu ái âu yếm. 사랑은 가정의 행복을 유지하는 끈이다 tình yêu là sợi dây duy trì hạnh phúc gia đình. 남을 사랑하기에 앞서 자신을 사랑하라 trước khi

thương người phải thương mình đã.

(명) 사람을 받으려거든 사랑하고 사랑스러워져라 Muốn được yêu, hãy yêu và đáng yêu.

사랑스러운 yêu dấu, (귀여운)xinh xắn, (고운) diễm lệ.

사랑에 미친 tình si.

사랑에 빠져 반해버린 눈 mắt xanh,

사랑이 넘쳐흐르는 말 lời nói tình tứ.

사랑이야기 tình sử.

사랑의 감정을 눈으로 표시하다 tống tình, 젊은이들이 ~ bọn trẻ liết mắt tống tình.

사랑의 배 thuyền tình, 열정의 바다 위에 뜬 ~ ~ bể ái.

사랑의 인연 tình duyên.

사랑 (애정)에 충실한 chung thủy, chung tình.

사랑하는 yêu dấu. thân thương,. yêu quí, có tình.(반)미워하는 ghét, (친애하는)thân thương, ~ 형제 anh chị em ~. ~ 자식에게 đứa con ~. 사랑을 고백하다 tỏ tình. ~사람 ái lang, người yêu, ~딸 con gái cưng. ~사람과 도피하다 trốn theo tình nhân

사랑하고 존경하다 yêu vì.

사랑니 răng khôn. ~가 나다 mọc ~.

사랑채 giải vũ.

사략(역사의 개략)sử lược.

사레들리다 bị sặc. ho sặc sụa.

사려 tư lự. (사유)trí lự.

사려 깊은 ân cần, thận trọng, suy nghĩ. ung dung, ~사람 người thận trọng. ~얼굴 표정 vẻ mặt tư lự.

사려깊게 생각하다 liệu liệu.

사려깊고 호쾌한 trầm nghị.

사력을 다하다 cố sống cố chết.

사령 tư lệnh. ~관 tư lệnh. vị chỉ huy, 사령부 bộ ~. (본부)soái phủ, 전투 사령부 bộ ~ chiến đấu. 총 ~ bộ tổng ~. 총참모부 bộ tổng tham mưu. ~탑 đài kiểm soát máy bay lên xuống.

사령관이 탄 함정 soái hạm.

사령 (신령한 네가지 동물) 용.기린.거북.봉황 tứ linh (long lân quy phụng).

사례 một trường hợp cá biệt, một ví dụ. 그러한 ~는 드물다 trường hợp đó hiếm có

사례 (감사) cảm tạ. (보수) thù lao, trả công. ~하다 chuyển lời cám ơn, thưởng, thù lao.

사례금(코미숀)tiền công, hoa hồng, (팁)tiền nước.

사례품 phong bao.

사로잡다 (생포) bắt sống. sinh cầm, 호랑이를 ~ bắt sống con hổ. . 남자의 마음을 ~ chiếm giữ trái tim đàn ông. 적군을 ~ bắt sống quân địch. 사로잡으려고 추적하다 tập nã

사로잡히다 bị bắt sống, bị lôi cuốn, bị thu hút. 적군에게 ~ bị quân địch bắt sống. (정신적으로) bị vướng vào. (속은)mắc mưu.

싸롱(객실)xa lông.

사료(역사자료) tài liệu lịch sử. ~편찬 국 cục sưu tập ~.

사료(생각) suy nghĩ, suy xét.

사료 (먹이) thức ăn gia súc. ~가공회사 công ty chế biến ~.

사륙판 khổ sách 12. 사륙배판 khổ sách 24

사륜차 xe bốn bánh. xe tứ.
사르다 (태우다) đốt cháy.
사르르 một cách dịu dàng. 눈을 ~ 감다 khép nhẹ đôi mắt.
사리 cuộn. 새끼 한 ~ một cuộn thừng.
싸리(식물) cây cành mỏng
사리사욕 tư lợi, lợi ích cá nhân. tiểu kỷ. ~을 위해 일하다 làm việc vì ~.
사리(유골) cốt Phật, xá lị.
사리(이치) đúng đáng, lẽ phải. ~에 밝은 사람 người có ý thức.
사리를 판단할 수 있는 나이 đến tuổi hiểu biết.
사리에 맞다 đâu vào đấy. rẽ rồi.
사리에 벗어난 sái lẽ.
사리 분별 (숙어) điều hơn lẽ thiệt. ~을 할 줄 알아야 한다 phải biết ~.
사리다 (몸을) tự chế. (뱀이) cuộn tròn lại.
사립 tư lập, dân lập.(반)공립 công lập, ~학교 trường dân(tư) lập. 사립탐정 thám tử tư.
사립대학 đại học dân lập. 국립대학 đại học công lập.
사립문 cổng làm bằng cành non.
사마귀 mụn cóc, mụn nhỏ. hột cơm, (버마재비) con bọ ngựa.
사막 sa mạc. 사하라 ~ sa mạc Sahara.
사망 sự chết, tử vong. lìa đời, thất lộc,(반)출생 sinh, 교통사고로 사망하다 chết vì tai nạn giao thông. ~통보 thông báo tử, báo tử. ~보험 bảo hiểm tử vong. ~신고하다 khai tử, ~신고서 giấy báo tử. ~자 người tử vong. ~증명서(진단서)giấy khai tử. ~일 ngày chết.
사망한 아버지 tổ khảo.

사망기록부 sổ khai tử.
사망률 tỷ lệ tử vong. ~이 높다 ~ cao. 유아~ tỷ lệ tử vong trẻ sơ sinh.
사면 bốn mặt, bốn bề. tứ diện. ~이 바다로 둘러싸다 bao bộc bốn bề là biển. ~에서 공격을 받다 bị tấn công từ ~. ~체 hình bốn mặt. tứ diện thể.
사면(죄를 사함) ân xá, miễn tố, 죄인의 ~ ân xá cho tội nhân. xá miễn tội, 사면장 thư ~, quyết định ~. 특별 ~ ân xá đặc biệt. ~해 주다 dung xá. ~명령 sắc xá.
사면 (빗면.비스듬한 면) chỗ dốc,(경사도) độ dốc. 사면도 mặt cắt xéo.
사면 (사임) từ chức, đơn từ chức (사직서)
사멸하다 tiêu diệt, thủ tiêu.
사명 sứ mệnh(mạng). 중대한 ~을 띠다 mang ~ quan trọng. ~을 다하다 hoàn thành ~.
사모하다 yêu mến, nhớ mong, mong mỏi, 간절히~ ~ khẩn thiết.
사모님 quý bà, phu nhân, sư mẫu.
사무(적인) sự vụ.
사무국(정당의) ban bí thư.
사무소 sở.
사무실 văn phòng. phòng văn, bàn giấy, buồng giấy. 사무적인 sự vụ, có tính chất ~. 사무를 보다 làm việc trong ~. 사무직원 nhân viên ~. 사무복 trang phục công sở. 사무용품 đồ dùng ~, dụng cụ ~. văn phòng phẩm, 사무원 văn phòng hội đồng. thư ký. ~관리자 quản lý ~.
사무담당 책임자 chánh sự vụ.
사무실을 옮기다 thuyên chuyển

사무엘 상 (성경) I Sa-mu-ên.
사무원 thầy ký. (변호사 사무실의)thầy cò.
사무장 chánh sự vụ, tham sự, người quản lý văn phòng, đề lại.
사무직직원 thư lại.
사무총장(서기장) tổng thư ký.
사무차장(부서기장) phó tổng thư ký
사무치다 chạm vào tâm can, nhớ ai đau lòng. 사무치게 원망하다 oán hận..
사문하다 (심문하다) điều tra, thẩm tra, thẩm vấn, xét hỏi.
사문서 tài liệu riêng.
사물 sự vật, (개인의) đồ vật riêng.
사물의 근본 rễ chính(cái).
사물의 양면성 dao hai lưỡi.
사물놀이 nhạc dân tục bốn vật
사뭇 (멋대로) một cách cố ý, có chủ tâm. (줄곳) suốt từ. (매우) ~ 놀라다 rất ngạc nhiên
사민(4 계층: 사농공상) tứ dân, (sĩ, nông, công, thương)
사바사바하다 đút lót (hối lộ) cho cán bộ.
사박사박 소리 xào xạo.
사분기 một phần tư. quí (của năm). 일사분기 quý một.
사발 cái tô. 국~ tô canh, chén cháo.
사방 bốn phương, bốn bề(phía), tứ bề, tứ biên, tứ phía, tứ xứ. ~에 많은 đầy rẫy. ~에 널린 tứ tung.
사방으로 알려지다 tóe loe.
사방으로 요동치다 quẩy.
사방(동서남북)tứ phương(đông tây nam bắc), ~이 막힌 벽 vi tường.
사방에 떠도는 tứ chiếng, ~ 난봉꾼과 행실이 나쁜 요부 trai ~ gái giang

hồ.
사방에 마구 흩어진 vạ vật.
사방에 빚진 mắc nợ tứ giăng.
사방에 튀다 tóe.
사방에 퍼진 tứ giăng.
사방에 풍부한 đầy rẫy.
사방으로 날으다 tung bay.
사방으로 뒤지다 lục tung tóe.
사방으로 팔리는 물건 hàng bán tứ giăng.
사방으로 흩어지다 đi tứ tán. tan rã. tán loạn.
사방이 다 알고 있는 gần xa đều biết.
사방 둘레 tứ vi.
사방팔방 bốn phương tám hướng, ~으로 흩어지다 tung tóe
사방공사 công trình kiểm tra xói mòn.
4 배 xấp bốn.
사범 sư phạm, (모범) gương mẫu, kiểu mẫu. (스승) thầy giáo, sư phụ, sư phạm. ~대학(교육대학) đại học sư phạm. ~교육 giáo dục sư phạm, ~학교 trường sư phạm, ~학교 학생 giáo sinh.
사법 tư pháp. ~적 có tính ~. 사법권 quyền ~. 사법기관 cơ quan ~. ~재판 xét xử ~. 국제 ~재판소 tòa án ~ quốc tế. ~경찰 pháp cảnh. ~부 tư pháp bộ.
사변 (사고) (변란) biến loạn. ~이 일어나다 xảy ra ~.
사변 bốn bên. (사각형) hình tứ giác.
사별하다 từ(tạ) biệt, bị chia lìa bởi cái chết. yên nghỉ.
사병 binh sĩ. gia binh. (시중드는) lính hầu. (접는병풍)tứ bình.
사보(문방사우) tứ bảo.
사보다(시험삼아) mua thử.

사보쩨 (열매) xa bô chê (남), hồng xiêm (북)

사보타쥬(태업) làm cho chậm lại, làm lười biếng

사복 thường phục. ~경찰 cảnh sát mặc thường phục.

사복 (개인의 이익) tính tư lợi. ~을 채우다 làm giàu cho bản thân.

사복음(성경) tứ tin lành, ~서 bốn sách Phúc Âm.

사본 bản sao, phó bản, bản chép lại. (반) 원본 nguyên bản, bản chính (thảo).

사부 (스승) sư phụ, cha và thầy, người thầy đáng kính.

사부작 tác phẩm bộ bốn. 사부합창 hợp ca bộ tứ.

사북 trục đứng. (요긴한 부분) mấu chốt.

사분 (시간) bốn phút. (넷으로나누다) chia làm bốn.

사분기 quý. 2 사분기 quý 2.

사분오열 phá vỡ hoàn toàn. ~되다 chia năm xẻ bảy.

4 분의 1 phần tư

사뿐사뿐 걷다 bước đi nhẹ nhàng.

사비 chi phí cá nhân.

사사 (사사로운 일) việc riêng tư, việc cá nhân. vấn đề riêng.

사사 (모든일) mọi sự. ~건건 mọi việc.

사사 (가르침을 받음) được học hỏi.

사사기 (성경) Các Quan Xét.

사사로이 riêng tư, cá nhân, tư cách cá nhân.

사사오입 làm tròn con số, làm chẵn.

사사로운 원한 tư hiềm(thù), ~을 품다 ôm tư thù. ~을 버리다 xóa bỏ ~.

사산하다 chết lúc đẻ. 사산아 quái thai. 사산된 아이 con sa(sút).

사살하다 bắn chết.

사상 (역사상) trong lịch sử. ~ 최대의 lớn nhất ~. ~유례없는 죄악 tội ác tày trời.

사상 (사망과 부상) tử thương, chết và bị thương. ~자 người bị thương và chết.

사상 tư tưởng. 건전한 ~ tư tưởng lành mạnh. ~을 전달하다 truyền bá ~. 자유~ tự do, 위대한 ~ ~ cao cả, 사상가 nhà ~. 사상경향 khuynh hướng ~. 공산주의 ~ tư tưởng cộng sản chủ nghĩa. 동양 ~ tư tưởng đông phương. ~의 근원 nguồn ~. 사상성 tính ~.

사상개조 cải tạo tư tưởng.

사상대립 đấu tranh tư tưởng.

사상전향 tẩy não.

사상자 người thương vong, người thiệt mạng. 홍수로 인한 ~ người chết vì lũ lụt. ~ 명단 danh sách ~. ~수 số thương vong.

사색하다 suy nghĩ, suy ngẫm. tư biện. 사색에 잠기다 ngẫm nghĩ.

사생 (삶과 죽음) sống chết, sinh tử. ~ 관두에 서다 đứng trước sự sống và cái chết.

사생하다 (스켓치하다) phác họa.

사생아 con không hợp pháp, con ngoại tình, con hoang. con rơi, ~를 배다 chửa hoang.

사생활 đời sống cá nhân, đời tư, đời sống riêng. ~에 간여하다 can dự vào đời sống riêng tư.

사서(도서관의) người quản lý thư viện, thủ thư.

사서(네가지 책;대학,중용, 논어,맹자)

사서고생하다 mua việc, mua não chuốc sầu.
사서(중국의) tứ thư.
사서삼경 bộ sách tứ thư và tam tự kinh.
사서오경 tứ thơ ngũ kinh
사서 (역사서) sách lịch sử. (사전) từ điển.
사서함 hộp(hòm) thư bưu điện.
사석 (사사로운 자리) chỗ riêng tư. (반) 공석 chỗ chính thức,
사선 điểm nguy hiểm, đường khó như cái chết.
사선 (기하) đường xéo(xiên), phần bị che khuất.
사설(신문) bài báo chính, bài xã luận. bài xã thuyết.
사설담당기자 thuyết giả.
사설(개인의) cơ sở tư nhân. ~학교 tư lập học hiệu. tư thục.
사설 (노래의) bài tường thuật.
사설(거짓 발언)tà thuyết.
사성 bốn nhà đại hiền triết(공자,석가, 예수, 소크라테스) (Khổng Tử, Thích ca, Jesus, Socrates).
사성(중국어의) tứ thanh.
사소한 nhỏ bé, nhỏ nhoi, vặt vãnh, chuyện vặt. tế toái. ~잘못 lỗi nhỏ nhặt, nhỏ vụn. ~것나 신경쓰지 마세요. đừng để ý những việc nhỏ. ~ 말 다툼 xích mích, sáo sánh một sự việc nhỏ bé. lặt vặt.
사수 người bắn súng, xạ thủ, 명 ~ tay súng giỏi, xạ thủ có tiếng. 일 등사 수 xạ thủ hạng nhất.
사수 (굳게 지킴) tử thủ, chống giữ liều mạng.

사숙(사설학교) tư thục. ~을 열다 mở trường ~.
사숙하다 làm theo học.
사순재 (절) mùa chay, tuần chay. Lễ Tứ Tuần.
사술(4 대 예술;시,문학,의례,무용) tứ thuật.
사술(못된 술법) tà thuật.
사슬 dây xích, dây xiềng. ~에 매인 포로 tù binh bị cột vào dây xích. ~로 매다 cột vào dây xích. ~을 풀다 tháo xích. ~에서 벗어나다 thoát khỏi xiềng xích.
사슴 (노루) nai, hươu. ~뿔 sừng nai. gạc hươu, ~ 사육장 trại nuôi ~. 새끼사슴 nai con. 숫사슴 nai đực. (반) 암사슴 nai cái. 기린 hươu cao cổ, ~벌레 bọ dừa.
사시(오전 9 시-11 시) giờ ty.
사시(춘하추동) tứ thời.
사시나무 cây dương lá rung.
사식 thức ăn dành riêng cho tù nhân.
사신 (편지) thư riêng.
사신(죽음의 사자) tử thần. ~(죽음)은 누구에게나 있는 일이다 ~ không tha ai cả.
사신 (신하) sứ thần, sứ. ~을 파견하다 gửi sứ thần đi các nước khác. ~으로가다 đi sứ.
사실 sự thật, thật, thực tế(sự).(반) 허위 không có thật, ~로 말하면 nói đúng ra, nói đúng sự thật. 부인할 수 없는 ~ sự thật không thể phủ nhận. 명백한 사실 một ~ rõ ràng. ~을 근거로 하다 lấy sự thật làm căn cứ. ~을 과장하다 nói quá ~, ~을 왜곡하다 bóp méo(xuyên tạc) sự thật. ~을 조사하다 điều tra ~.

그것이 ~입니까? Điều đó là sự thật ư? ~은 그렇지 않습니다 sự thật thì không phải như thế. ~ 무 근이다 vô căn cứ. ~을 인식하다 (눈을 뜨다) mở mắt.
사실은(실제로) thì ra. thực ra.
사실을 말하자면 thực tình mà nói, ~ 그는 그것을 원하지 않는다 ~ nó không muốn thế.
사실주의 chủ nghĩa tả chân(thực). ~소설 tiểu thuyết ~. ~작가 nhà văn tả chân.
사실 (개인의 방) phòng riêng. 부인의 ~ buồng the.
사심(이기심) sự ích kỷ, sự tư tâm, riêng tư. ~없는 không có gì tâm tư.
사심(악한 마음) tà tâm.
사십 bốn mươi. tứ tuần. ~대 남녀 ông bà độ tuổi 40.
쌓아 올리다 chất đống.
사악(음주,음란,도박,마약)tứ đổ tường.
사악한 độc ác(bụng), tà ác, xấu xa. vô nhân, ~ 마음 mặt người dạ thú. lòng tà vậy.
사안 kế hoạch riêng. (안건)vấn đề
사암 (지질) sa thạch.
사약 thuốc độc chết.
사양 làm khách, ngại. từ nhượng. (거절) từ, ~하지 않고 không ~, 하기를 ~치 않고 không ~ cái gì đó. ~치 마십시오 đừng ~. 무엇이든지 ~말고 요구하십시오 đừng ~ chuyện gì cả hãy cứ yêu cầu.
사양치 않고 xoi xói, ~답하다 trả lời ~.
사양하겠습니다 (참석못할 경우) tôi xin kiếu.
사양 (해) mặt trời lặn, hoàng hôn.

사어 từ cổ(ngữ), từ không dùng nữa. 라틴어는 사어이다 tiếng La-tinh là từ ngữ.
사언절구(사행시)tứ tuyệt.
사업 công việc làm ăn, sự nghiệp, vụ, công chuyện, kinh doanh. (농사) vụ, lớn ~ công việc làm ăn lớn. ~에 관계하다 liên quan tới công việc làm ăn. 교육 ~ học vụ, ~에 성공하다 thành công trong làm ăn.(반)사업에 실패하다 thua lỗ, 민족해방 사업 sự nghiệp giải phóng dân tộc, ~을 계승하다 kế nghiệp, ~에 실패하다 thua lỗ, ~을 일으키다 hưng nghiệp, ~을 시작하다 bắt đầu ~. 무슨 ~을 하십니까? Bạn làm ăn ngành gì? ~이 잘 되다 công việc làm ăn phát đạt. ~가 nhà doanh nghiệp. ~계 giới làm ăn. ~자본 vốn làm ăn. 자선 ~ công việc từ thiện. ~처(장) chỗ làm ăn.
(명)사업가는 판단력이란 그가 알고 있는 정보의 범위를 벗어날 수 없다 Sức phán đoán của nhà doanh nghiệp không vượt qua được phạm vi của những thông tin mà người đó biết.
사업주 nghiệp chủ.
사역하다 làm công, thuê người làm công. 사역동사 (문법) động từ nguyên nhân.
사연 chuyện xảy ra, sự kiện, nội dung, ý chính. 편지의 사연 ý chính của lá thư.
사열하다 kiểm tra. 사열을 받다 bị ~. 사열관 người ~.
사영의 riêng tư. tư doanh, ~사업(기

업) xí nghiệp tư nhân(doanh).
사영 (수학) phép chiếu, hình chiếu.
사오나무(식물) sao.
사옥 tòa nhà của công ty.
사욕 ham muốn cá nhân, tư dục, ích kỷ.
사용 설명서 sách chỉ dẫn.
사용 sử dụng, xài. ~할 수 없다 không sử dụng được. ...을 ~하다 sử dụng cái gì đó. 마음대로 ~하다 sử dụng tùy theo ý muốn. 널리 ~되고 있다 được ~ một cách rộng rãi. 일상 ~되고 있다 đang được sử dụng hàng ngày. 유효하게 ~하다 sử dụng một cách có hiệu quả. ~ 금지 cấm ~. 사용가치 giá trị ~. 사용권 quyền ~. 사용량 lượng ~.
사용(롱용)되지 않는 không thông dụng.
사용법 cách dùng.
사우나 tắm nước nóng.
싸우다 1.đánh nhau (남) đánh lộn (북), chiến đấu. tác chiến, vật(gây) lộn, 필사적으로 ~ đánh nhau trối chết. 2.cãi lộn, cãi nhau. 사소한 일로 ~ cãi nhau vì việc nhỏ. (시비하다) gây lộn. 싸우는 소리 lời qua tiếng lại.
싸울 기세를 올리다 xừng
사우디 아라비아 Ả Rập Saudia.
사운 (회사의 장래) tương lai của một công ty.
사운드 tăng âm, ~ 박스 hộp tăng âm.
사운드 트랙 dải ghi âm, đường ghi âm.
사울왕(성경) vua Sau-lơ
싸움 cãi lộn, cãi nhau. chiến tranh, chiến đấu.(반)평화 hòa bình, ~터 bãi chiến trường, ~에 이기다

thắng trận. ~을 걸다 thách chiến. kiếm(khơi) chuyện, hằn học, cà khịa, 분쟁 tranh chấp. ~ 을 시작하다 khai thủ, ~을 말리다 can gián gây gổ. ~을 하다 đánh trận, ~군 người hay gây. ~조로 말하다 nói lẩy.
싸움하려고 하다 ㅎ gây sự.
(속) 싸움은 말리고 흥정은 붙이랬다 (사람이 나쁜 일을 보게되면 막고, 좋은 일을 하게되면 도와야 한다) Cãi nhau thì can ra, trao đổi thì phù vào(thấy người làm việc xấu thì ngăn còn việc tốt thì phù vào).
싸움닭 gà chọi(đá).
싸움판 trận đánh nhau. ~이 벌어지다 trận chiến xảy ra.
싸움패 một đám côn đồ.
싸워서 물리치다 đánh lui.
샤워하다 tắm, 샤워실 phòng ~, 샤워꼭지 vòi sen
사원 (직원) nhân viên, ~일동을 대표하여 thay mặt cho toàn thể nhân viên công ty. ~을 줄이다 rút bớt số nhân viên, giảm nhân viên. ~명부 danh sách ~. 신입~ nhân viên mới vào.
사원 (절) chùa, đền thờ. thiền đường, tự viện, phạn cung, (사사로운 원한) mối tư thù.
사원의 수호자 thủ từ.
사월 tháng tư.
사위 con rể, chàng rể. tế tử,(반) 며느리 con dâu, nàng dâu. 맏~ con rể đầu. ~를 맞다 đón ~. ~에 대한 존칭어 hiền tế, 사위 사랑은 장모 mẹ vợ bao giờ cũng quý con rể hơn. ~감 người hợp làm ~. ~가 되

다 làm rể.
(속) 사위도 반 자식이다(사위도 아내의 부모에게 친부모처럼 효도해야 할 책임이 있다) Con rể là con một nửa(con rể cũng có trách nhiệm báo hiếu cha mẹ vợ như cha mẹ ruột).
사위다 (타서 재가 되다) cháy ra tro, đốt sạch.
사위스럽다(불길한 예감이 들다)cảm thấy điềm rủi
사유(소유물) tư hữu. 토지의 ~ tư hữu đất đai. ~권 quyền ~. ~제도 chế độ ~, ~물 vật ~. 사유재산 tài sản ~. 사유지 đất ~.
사유 (생각) suy nghĩ, tư duy, suy xét, ngẫm nghĩ.
사유와 존재 tư duy và tồn tại.
사유 (이유) lý do, nguyên nhân, động cơ. ~없이 không có lý do.
사육하다 nuôi (trâu, bò, động vật). 사육장 trang trại, nông trường.
사육사 người nuôi súc vật. người nài.
사육자 người chăn nuôi.
사육제 (카니발) cuộc hội hè ăn uống linh đình.
사은 lòng biết ơn. ~회 tiệc tạ ơn.
사의 (감사) lòng cám ơn, ý biết ơn. ~를 표하다 bày tỏ lòng cám ơn.
사의 (사퇴할 마음) quyết định bãi chức. ~를 표명하다 gợi ý xin thôi việc.
사이 1.(공간) khoảng cách, giữa, không gian. 일정한 ~를 두고 giữ ~. 사이를 좁히다 rút ngắn ~. 책~에 편지를 끼우다 kẹp thư vào giữa sách. ~에 끼다 xỏ. ~가 동 떨어지다 ngăn cách.

2.(시간) khoảng thời gian, lúc, thời gian. 집을 비운 ~에 trong lúc nhà để trống. 밥먹을 ~도 없다 không có thời gian mà ăn cơm. 눈깜짝할~에 trong nháy mắt, 외출한~에 lúc vắng nhà, 3.(관계) quan hệ. 우리들 ~ quan hệ giữa chúng tôi. ~가 좋다 giao hảo, quan hệ tốt. ~가 가깝다 quan hệ gần nhau. 그 사람과 어떤 ~인가 quan hệ với người đó như thế nào? 그 들 ~가 좋지 않다 quan hệ họ không tốt. 사이좋개 지내다 giao hòa. ~가 좋아지다(좋은) tương đắc(thân).
사이가 나빠지다 thất hòa.
사이가 좋은 tương thân(đắc), ~친구 bạn bè tương thân.
-- 사이에 ở giữa.
사이공 Sài Gòn (thành phố Hồ Chí Minh). 사이공항 cảng Sài Gòn.
사이다 nước giải khát có gas.
싸이다 được gói, được bọc lại, bị che phủ. 화염에 싸인 집 ngôi nhà bao bọc trong ngọn lửa.
쌓이다 (겹쳐지다)được chồng, chất lên, (일) dồn dập.
사이드 (옆) lề mép, bên cạnh. ~카 xe thùng. 갓 길 (옆) lề đường.
사이렌 còi máy, còi báo động. ~을 울리다 thổi còi báo động.
사이비 giả tạo, giả mạo. ~군자 kẻ đạo đức giả. ~신자 tín đồ giả. ~종교 tôn giáo giả mạo. ngụy đạo, ~이단 dị đoan, tà giáo giả mạo.
사이사이 1.(공간) khoảng cách. (시간) thỉnh thoảng, đôi khi.
사이언스 (과학) khoa học. 사이언티스트 nhà khoa học.

사이즈 cỡ, kích cỡ. ~가 맞다 vừa cỡ. (반) ~가 안맞다 không vừa cỡ. ~를 재다 đo kích thước. ~가 어떻게 되십니까? Cỡ anh như thế nào? Kích thước thế nào?
사이클(자전거)xe đạp.
사이클론 phiêu phong, (폭풍) dông(bão) tố.
사이프러스 나무 trắc bách diệp.
사(싸)인 chữ ký, ký tên. ~을 받다 lấy (nhận) chữ ký. 서류에 ~을 하다 ký tên vào hồ sơ.
사인(개인)tư nhân.
사인하면 반드시 책임진다 bút sa gà chết.
사인(개인) tư nhân. 개인 상점 cửa hàng ~, 개인 기업 xí nghiệp ~.
사인 (죽은 원인) lý do chết, nguyên nhân chết. ~이 불명하다 không rõ lý do chết. ~을 조사하다 điều tra nguyên nhân cái chết. ~은 …이다 nguyên nhân chết là …
싸인불(이발소의) đèn hiệu.
사인조 nhóm bốn người.
사임하다 từ chức(quan), về hưu, thôi việc. trí sĩ, xin thôi, 사임을 통보하다 thông báo ~. 사장은 사임을 신청했다 giám đốc xin ~.
사자 (죽은 자) những người đã chết.
사자 (사신) sứ giả, phái viên, công sứ. 평화의 ~~ hòa bình.
사자(동물)con sư tử. 성난 ~ sư tử nổi giận, (상속인) người thừa kế. ~ 얼굴 형상의 동물(절의)nghê.
(명)사자도 파리로부터 자신을 지켜야 한다 Ngay cả sư tử cũng phải giữ mình khỏi ruồi.
사자새끼 sư tử con.

사자후(울부짖음) gầm gừ của sư tử. (열변) lời hô hào.
사장 giám đốc. 부 ~ phó ~. 사장이 되다 trở thành ~.
사장 (모래) bãi cát.
사장하다(간직) tích trữ.
사재 (개인재산) tài sản cá nhân. 사재를 털어서 phí tổn ~.
사재(역사에 쓰여진 자료) sử tài.
사저 tư gia, nhà riêng.
사적 dấu vết lịch sử, di tích lịch sử. ~을 보존하다 bảo tồn di tích lịch sử.
사적(역사적 사실) sự tích.
사적인 riêng, riêng tư, cá nhân. ~일 việc riêng, việc tư, 사적인 방문 thăm viếng riêng. ~관계 tư tình.
싸전 (쌀) cửa hàng gạo.
사전에 trước, trước khi. ~ 방지하다 phòng trước. ~ 알려 주다 cho biết ~. 사전에 준비하다 chuẩn bị ~. 사전협의 bàn bạc ~.
사전 từ điển. 월한사전 ~ Việt-Hàn, 한월사전 ~ Hàn-Việt, ~에서 단어를 찾다 tra ~, tìm trong ~. ~을 찾아 보시오 hãy tra ~, 사전에 없다 không có trong ~. 사전편집자 người biên soạn ~. 인명 ~ từ điển tiểu sử. 사전을 찾아 보았다 tôi tra từ điển.
사전학 từ điển học.
사전을 만드는 데는 많은 시간이 걸린다 làm ~ mất rất nhiều thì giờ.
사절단 phái đoàn. sứ đoàn, 친선 사절 phái đoàn hữu nghị.
사절하다 từ chối, phủ nhận. 면회사절 miễn tiếp khách. 입장사절 miễn vào. 미성년 입장불가 cấm trẻ em

vào. (관계를 끊다) tạ tuyệt.
사정 sự tình. (형편) hoàn cảnh, tình hình, tình huống. 가정~ hoàn cảnh gia đình. 자세한 ~ tình hình cụ thể. 지금 ~으로는 như tình hình hiện nay. 부득이한 ~ trong trường hợp bất đắc dĩ. 어떤 ~이 있더라도 dù cho bất cứ tình huống nào. ~이 많이 달라졌어요 tình hình đã khác đi nhiều. 가정 ~으로 vì hoàn cảnh gia đình. ~을 설명하다 bày tỏ sự tình.
사정에 맞게 tùy nghi.
사정 (조사함) duyệt lại, xem lại
사정거리 trong tầm bắn. đường bắn.
사정하다 (성교시) xuất tinh.
사정 사정하다 van xin, cầu xin.
사정없이 tàn nhẫn, nhẫn tâm. (거침없이) thẳng cánh, ~ 벌을 주다 trừng trị thẳng cánh. ~ 때리다 đánh xé xương.
사제 (카톨릭) linh mục. ông cố.
사제 (개인의 집) nhà riêng, tư gia.
사제품 hàng sản xuất lậu.
사제 (스승과 제자) thầy trò, sư phụ và đệ tử.
사조 tư trào, chiều hướng tư tưởng. 문예~ tư trào văn chương. 시대 ~ tinh thần thời đại.
사족 bốn chân, tứ chi. ~을 못쓰다 bị xuất thần quá say mê, điên dại.
사족(필요 없는 것) vật không cần. ~을 달다 gắn vào bánh xe thứ năm. vẽ rắn thêm chân.
사죄하다 tạ tội, xin lỗi. 무릎을 꿇고 ~ 퀴 gối xin lỗi. (용서하다) xá tội. tha lỗi
사주다 mua giùm.

사주하다 xúi giục, xúi bẩy.
사주 (운명) thiên mệnh, vận mệnh, số phận. ~ 보다 xem bói. ~장이 (점쟁이) thầy bói. 사주팔자 (운수) số phận con người.
사주를 받다(결혼의)xích thằng.
사중창 nhóm tứ ca. 현악 사중주 nhóm tứ cầm.
사증 visa, thị thực. ~을 받다 nhận ~. 사증을 발급하다 phát cấp ~. 입국 ~ visa nhập cảnh. 출국 ~ visa xuất cảnh. 여권의 사증을 받다 thị thực hộ chiếu.
사지(팔다리) tứ chi, tay chân. ~뼈 xương cốt tứ chi, ~마비 bị liệt tứ chi.
사지 (죽을 곳) vùng đất chết. tử địa, ~로 들어가다 đi vào chỗ chết. ~에 빠지다 rơi vào ~. 사지를 벗어나다 thoát khỏi ~.
사지코 (들창코) mũi hếch..
사직 (법관) quan tòa. (나라.조정) nhà nước. xã tắc
사직하다 từ(tạ) chức, thôi việc. 사직서 đơn xin thôi việc.
사진 ảnh, bức(tấm) ảnh. ~을 인(현)상하다 in ảnh, rửa ảnh. ~을 확대하다 phóng to ~. 사진이 실물보다 낫다 hình ảnh đẹp hơn người đời. ~을 찍다 chụp ảnh (북), chụp hình (남). 사진사 thợ chụp ảnh, thợ chụp hình. nhiếp ảnh gia, phó nhòm, 사진관 hiệu chụp ảnh, tiệm chụp hình. ~기 máy ảnh. 사진기자 phóng viên chụp ảnh. ~복제 phục chế ~. 사진틀 (액자) khung ~. 전신 ~ ảnh toàn thân. 반신 ~ ảnh bán thân. 흑백 ~ ảnh đen

trắng. 천연색 ~ ảnh màu.
사차 방정식 phức phương.
사차원 khổ thứ tư.
사찰 (절) nhà chùa.
사찰하다 điều tra, thanh tra.
사창 đĩ điếm. ~ 생활을 하다 cuộc sống ~. 사창가 dãy phố lầu xanh. ~굴 động ~, nhà thổ.
사채 nợ cá nhân, món nợ riêng. ~시장 tiền chợ riêng.
사채 (회사의) giấy nợ công ty.
사철 bốn mùa. 사철피는 꽃 hoa sống đời.
사체 (시체) xác chết, thi thể. tử thi. ~실 nhà ~. (미이라) xác ướp.
사체를 부검하다 khám nghiệm thi thể.
사촌 anh em họ hàng, ngoài huynh đệ, thân thích. ~ 동생 em họ, 사촌형 anh rể. 사촌누나 chị dâu.
(속) 사촌이 땅을 사면 배가 아프다 (누가 잘되는 것을 보면 미운 생각이 든다) Con chú bác mua đất thì mình đau bụng(thấy ai khấm khá lên thì sinh lòng ghen ghét).
사촌형제 anh em họ, anh em thúc bá.
사촌자매 chị em họ.
사춘기 tuổi dậy thì, xuân kỳ. ~의 남녀 nam nữ ~. 사춘기에 달하다 đến ~. dậy thì. ~의 소녀 xuân nữ.
사취하다 lừa gạt lấy, gian lận. lật lọng, lộn sòng.
사치 xa xỉ(hoa). my lệ,(반)검소 tiết kiệm, ~스러운 생활 cuộc sống ~. 사치품 hàng ~. 외래 ~품 hàng ngoại ~. 사치스럽게 một cách ~. ~스러운 xa xỉ, đế vương, (귀족적인)sang trọng. ~스러운 호텔 khách sạn sang trọng, ~스러운 옷

을 입다 ăn mặc sang trọng.
사치세 thuế xa xỉ.
사친회 hội nhà giáo và phụ huynh.
사칭하다 mạo xưng, mạo danh. lừa bịp, 신분사칭 mạo danh người khác. 인민을 ~ lừa bịp nhân dân.
사카린 chất đường, ngọt xót. xác ca rin.
사커 môn bóng đá.
사타구니 háng, bẹn.
사탄 sa tan. xa tăng. ~아 물러가라 hỡi qui Sa –tan lui ra.
사탕 kẹo. 사탕수수 cây mía. ~발림 lời đường mật. 사탕수수대 lóng mía. 사탕수수즙 nước mía.
사탕수수 껍질을 벗기다 xước(róc) mía.
사탕수수 찌꺼기 xác mía.
사태 tình hình, tình thái. ~를 개선하다 cải thiện ~. ~를 해결하다 giải quyết ~. 사태가 호전되다 ~ tốt đẹp hơn. 국가비상 ~를 선포하다 tuyên bố tình trạng khẩn cấp của đất nước. ~가 악화되고 있다 tình thế đang xấu hổ.
사태 추이를 지켜보는 정책 chính sách chờ xem.
사태 (산.눈등) lở đất. 눈 ~ tuyết lở. 산 ~ núi lở.
사택 nhà khách công ty. tư thất. nhà tư.
사토 đất cát.
사통 (밀통)하다 thông gian, thông dâm.
사통오달 rẽ ra mọi hướng.
사퇴하다 từ chức(quan), thôi việc. 자진~ từ chức tự nguyện.
사투하다 đấu tranh liều mạng. tử chiến.

사투리 (방언) tiếng địa phương, thổ âm, phương ngôn.(반) 표준말 giọng chuẩn, 시골 ~ giọng quê. 심한 ~로 말하다 nói giọng địa phương đặc sệt. 중부 ~ giọng miền Trung. 베트남 남부 ~ thổ âm Nam bộ.
사특한 ác độc, xấu xa.
사파 (사바.이세상) trần gian này.
사파이어 ngọc bích. lam bảo thạch.
사팔눈 mắt lé. 사팔뜨기 người bị ~. người mắt lác.
사포 (빼퍼) giấy nhám.
사표 đơn từ chức, về hưu. ~를 내다 nộp ~. 사표를 반려하다 trả lại ~. 사표를 수리하다 thụ lý ~. ~를 쓰다 xin thôi.
사표를 제출하다 đưa đơn xin thôi
사표(본보기) khuôn mẫu, mực thước, 학생들의 ~가 되다 làm ~ cho học sinh.
사푼이 nhẹ nhàng. ~ 앉다 ngồi ~.
사필귀정 cuối cùng thì lẽ phải cũng sẽ thắng.
싸하다 chua cay.
사하다 tha lỗi, tha thứ.
사하라 사막 sa mạc Sahara.
사학 (역사학) khoa học lịch sử. sử học.
사학 (학교) trường tư, tư thục.
사학년 (대학) năm thứ 4.
사항 việc, hạng mục, mục, vấn đề, nội dung. 모든 ~에 관하여 đối với tất cả các vấn đề. 관련 ~ các vấn đề liên quan. 주요 ~ nội dung chủ yếu.
사해 tứ hải, bốn biển. ~ 동포 anh em bốn biển một nhà.
사해동포주의 thế giới chủ nghĩa.

사해 (죽은 바다) biển chết.
사행(네가지 덕) tứ hạnh.
사행시(사언절구) tứ tuyệt.
사행심 lòng đầu cơ.
사향 mùi xạ hương. ~노루 con hươu xạ hương, ~수 nước xạ hương. ~초 cỏ xạ hương. ~고양이 cầy hương. ~냄새가 나다 ướp xạ hương.
사형 tử hình. tội chết, ~에 처하다 xử tử hình. xử quyết, ~을 받다 bị ~. ~을 선고하다 tuyên cáo ~. tru, ~ 선고 án ~, ~수 tội nhân ~. tử tù, ~ 장 (형장)pháp trường, bãi bắn, nơi thi hành án ~. ~죄 tội ~. ~폐지 bãi bỏ việc ~. 교수형 sự treo cổ. ~선고를 받다 đền tội.
사형에 처해야 마땅하다 đáng tử hình.
사형집행장(형장)pháp trường.
사화산 núi lửa đã tắt.
사환 (보이) bồi bàn, bồi tàu, cậu bé liên lạc.
사활문제 vấn đề sinh tử.
사회 xã hội, đời.(반)개인 cá nhân, ~적 có tính ~. ~의 쓰레기 rác rưởi của ~. 인류 ~의 진화 tiến hóa của ~ loài người. ~에 공헌하다 cống hiến cho ~. ~를 개조하다 cải tạo ~. ~를 알다 biết đời. ~경제 kinh tế ~. ~면 về mặt ~. ~봉사 phục vụ ~, từ thiện ~. ~문제 vấn đề ~. ~질서 trật tự ~. ~환경 hoàn cảnh ~. ~학 xã hội học. 상류 ~ xã hội thượng lưu. (반) 하류 ~ xã hội hạ lưu. 봉건 ~ xã hội phong kiến. 인간 ~ xã hội loài người. ~복지 phúc lợi ~. ~주의 chủ nghĩa ~.
사업 (봉사) công tác ~.~ 생활 đời

sống ~. ~악 페 나 ~. ~윤리 의 식 도덕 ~. ~ 현상 hiện tượng ~. ~의 해충 sâu mọt xã hội. ~문제 연구소 sở nghiên cứu vấn đề ~, ~ 의 중류 trung lưu ~, ~적 지위 địa vị ~, ~에 무익한 사람 người sống thừa. ~학자 nhà xã hội học.

사회개혁 cải cách xã hội.

사회계층 thang xã hội.

사회의 물질생활의 일체 존재 xã hội.

사회민주주의 dân chủ xã hội.

사회주의 연합 hợp tác xã hội chủ nghĩa.

사회주의혁명 cách mạng xã hội chủ nghĩa.

사회간접시설 cơ sở hạ tầng.

사회 풍자극 tuồng đồ.

사회학 quần học.

사후 sau cái chết. ~약방문 bác sĩ đến sau khi chết.

사후(일이 끝난 뒤)sau việc kết thúc

사후세계 đời(kiếp) sau.

사회(진행의) sự chủ tọa, 사회자 người dẫn chương trình. người chủ trì, người chủ tọa. đầu trò. ~ 를 보다 làm đầu trò. ~권 quyền chủ tọa.

사흗날 (사흘) ngày thứ ba trong tháng. 사흘 ba ngày. 사흘에 한번 ba ngày một lần.

(속) 사흘 굶어 도둑질 안할놈 없다 (빈 궁은 도적을 낳는다) Đói ba ngày, không có ai không ăn trộm(bần cùng sinh đạo tặc).

(속) 사흘 책을 안 읽으면 머리에 곰팡이가 슨다(여러날 책을 읽지 않으면 낙후되고 지식이 부족해 진다) Bốn ngày không đọc sách thì đầu mọc mốc(lâu ngày không đọc

sách sẽ trở nên lạc hậu, thiếu tri thức).

싹 mầm, chồi. (움)lõm, 새싹 mầm non, ~이 트다 mọc mầm, nảy mầm, đâm mầm. 싹을 나게하다 đâm chồi. 바나나의 싹 lõm chuối, 싹이 돋다 nhú, 나무의 싹이 돋다 mầm cây nhú.

(속) 싹이 노랗다(일이 처음부터 전망이 전혀 없다) Mầm vàng úa(việc ngay từ ban đầu đã không có triển vọng gì).

싹.(모두) hoàn toàn.

싹 죽이다 giết hoàn toàn

삭감 giảm, giảm bớt. 경비를 ~하다 giảm kinh phí. 예산을 ~하다 giảm ngân sách.

삭구(배에서 쓰는 밧줄) dây lắp ráp.

삭다 suy suyễn, suy tàn, mỏng mòn.

삭도(공중 삭도) đường dây cáp.

싹뚝 phập, xoẹt, 나무를~베다 chém cây ~. 한번에 머리를 ~ 자르다 cắt tóc đánh xoẹt một cái.

삭막하다 hoang vu, hoang vắng.

삭망(음력 1일과 15일) sóc vọng.

삭발하다 cắt tóc. thế phát, xuống tóc, 삭발수도 xuống tóc xuất gia.

싹싹 빌다 hạ mình xin lỗi.

싹싹 베다 nhát cắt bén. 싹싹 쓸다 quét sạch chặt.

싹싹하다 nhã nhặn.

싹수(가망) hứa hẹn, triển vọng. ~가 있다 đầy ~.

삭월세 thuê hàng tháng. 월셋방 căn phòng đã thuê.

삭이다 (분을 삭이다) nuốt giận.

삭제하다 xóa, loại(gạch) bỏ. bôi bỏ, san trừ, thải bớt. 명부에서 ~ gạt

bỏ tên trong danh sách. 편지의 일부를 삭제하다 xóa một phần của bức thư.
싹트다 mọc(đâm) mầm. 나아 lộc(chồi).
삭풍 (북풍) gió bắc mùa đông.
삭히다 (소화) tiêu hóa. (발효) gây men, làm lên men.
삯 (품삯) tiền công, tiền thù lao. ~군 người làm thuê. 크 làm khoán, ~바느질 tiền công may.
산 núi. trái núi, núi non, hòn núi, sơn, (반)들 cánh đồng, ~이 많다 nhiều núi. ~같이 쌓다 chất lên như ~. 한라 ~ núi Han La. ~ 속의 외딴집 ngôi nhà hẻo lánh trong núi. ~을 넘어가다 vượt núi. ~을 넘고 골짜기를 건너(곳곳에) trèo đèo lặn suối, ~을 여행하다 du sơn, ~의 꼭대기 sơn đỉnh, 산을 타다 vượt núi, ~에 터널을 뚫다 khai sơn, ~을 오르다 trèo núi, 산을 뚫다 xuyên sơn, 산을 뚫어 길을 내다 xuyên sơn mở đường, ~을 개간하다 khai sơn, ~에 올라가다 lên núi, leo núi. 산에 가야 범을 잡는다 có lên núi mới bắt được hổ. 산과 숲 núi rừng. 산새 chim rừng. ~딸기 dâu rừng. ~돼지 lợn rừng. ~토끼 thỏ rừng., 높고 가파른 산 núi cheo leo, 깊은 ~ núi thẳm. 산정상 chóp(đỉnh) núi. tuyệt đỉnh.
산을 넘고 물을 건너 lặn lội, ~ 여기까지 왔다 ~ tới đây.
(명)산에 가야 꿩을 잡고 바다에 가야 고기를 잡는다 Có lên núi mới bắt được chim trĩ, có xuống biển mới bắt được cá.
(속) 산은 오를수록 높고 물은 건널수록 깊다(학문은 배우면 배울수록 어렵다) Núi càng lên càng cao, nước càng lội càng sâu(học vấn thì càng học càng khó hơn).
산 (화합물) axít.
산간 giữa các ngọn núi. ~벽지 nơi hẻo lánh giữa núi.
산간지역(병을 얻기쉬운) ma thiêng nước độc.
산에 나무가 없는 trọc, 민둥산 núi trọc.
싼값 giá rẻ. 허이, ~으로 사다 mua giá rẻ. 값이 싸다 giá hời. 싼가격 giá rẻ(thấp).
산(상품) hàng hóa. 외국산 hàng ngoại. 국산 hàng nội.
산개 (전개)하다 triển khai, (부대를) dàn quân.
싼거리 (싼물건) hàng bán rẻ, món hời.
산계 (산맥) dãy núi, nhóm núi.
산고 (산통) cơn đau đẻ, đau bão.
산꼭대기 đỉnh núi, đầu núi(nổng), vẻo núi, ~가 안개로 덮혀있다 đỉnh núi bị sương mù bao phủ.
산골 rừng núi. sơn khê, ~ 사람 người miền núi.
산골짜기 thung lũng. rãnh núi, ~가 남쪽으로 뻗어있다 ~ chạy dài về hướng nam.
산과(산부인과) khoa sản. ~병원 bệnh viện sản. ~ 의사 bác sĩ sản khoa.
산금 (금을 생산함) khai thác mỏ vàng. ~지대 khu khai thác vàng.
산기 đau đẻ. (진통) cơn đau đẻ.
산기 (낳을 시기) thời gian sinh đẻ.
산기슭 chân núi. sơn cước(lộc), triền núi.
산길 đường đèo, đường núi.
산나물 rau dại

산넘고 물건너 băng ngàn vượt biển. ~ 돌아다니다 lăn lội.

산더미 một đống to. 할일이 ~ 같다 có hàng khối việc để làm.

산돼지 lợn rừng.

산들거리다 gió thổi nhẹ.

산들바람 gió hiu hiu. vãn phong, 산들산들 nhẹ nhàng, êm dịu. 산들산들 (살랑 살랑) 불다 gió hiu hiu.

산뜻하다 trong sạch. trong lành, sáng sủa, 산뜻한 날씨 thời tiết trong lành. 산뜻한 용모 mặt mũi sáng sủa.

산등성이 ngọn núi, đỉnh núi, chỏm núi.

산란 (알을 낳다) đẻ trứng. ~기 mùa đẻ trứng.

산란하다 tán loạn, tứ tung. 걱정으로 마음이 ~ lo quá nên rối tung lên. 사란한 심정 tơ lòng.

산록(산기슭) chân núi. ~ 지대 khu dưới chân núi.

산림(숲) rừng. rừng núi, sơn lâm, ~을 보호하다 bảo vệ ~. ~을 벌채하다 chặt rừng, phá rừng. 산림업 lâm nghiệp. ~ 지대 đất rừng, xứ nhiều ~. ~의 총칭 rừng rú.

산마루 đỉnh núi.

산마리노(국명) Xan Marino

산만 tản mạn. 머리가 ~한 사람 người không tập trung, người có đầu óc tản mạn.

산만한 tản mạn. lèo tèo.

산매 (소매) bán lẻ. (반) 도매 bán sỉ.

산맥 dãy núi, rặng núi. 알프스 ~ dãy núi Alps.

산모 sản phụ(mẫu). ~가 진통하다 giờ dạ.

산모퉁이 mũi núi, góc chân núi

산목숨 tính mạng sống

산문 văn xuôi. tản văn, ~시 thơ ~.

산물 (생산물) sản vật, sản phẩm. 주요 ~ sản phẩm chủ yếu. 노력의 ~ thành quả lao động.

산미 (신맛) vị chua. ~가 있는 có ~.

산민(산에 사는)sơn dân.

산밑 (산아래) chân núi, dưới chân núi.

산바람 gió núi (rừng).

산발 phát tán, lan ra, lan truyền. ~성 có tính lan rộng.

산발한 머리 bù xù, đầu tóc bù xù.

산벼락 맞다 trải qua một việc khủng khiếp.

산보 đi dạo. đi rảo. tản bộ, (산책) đi tản bộ.

산봉우리 đỉnh núi, ngọn núi, chóp núi.

산부 sản phụ. 산부인과 khoa sản. phụ khoa. khoa hộ sinh. 산부 인과 y sĩ bác sĩ sản. y sĩ sản khoa.

산부인과병원 nhà hộ sinh.

산부인과 의학 phụ khoa.

산불 cơn cháy rừng.

산비둘기 cu cu, chim bồ câu rừng.

산비탈 chỗ dốc núi. triền núi.

산사(절)sơn môn.

산사태 núi lở, lở núi, sập núi.

산사람 người rừng, người hoang dại, dã nhân.

산산이 từng mảnh. ~부서지다 đập vỡ ~. lạn, (산산조각으로 부서지다) bị vỡ từng mảnh, vỡ tan ra ~. (깨지다) đổ vỡ.

산산조각나다 tơi bời. bị giập nát.

산삼 cây nhân sâm rừng.

산상보훈 (수훈) buổi thuyết pháp trên núi.

산새 chim núi (rừng).

산성 tính axít, axít. ~도 độ ~. ~ 반응 phản ứng ~. 산성시험 thí nghiệm ~. ~비 mưa ~. ~ 토양 đất có tính axít. ~용액 dung dịch đệm. 산성도를 낮추다(속어) thau chua rửa mặn.

산세 hình thế núi.

산소 (무덤) mồ mả. tha ma.

산소 ôxy. khí ôxy, dưỡng khí, 공기중 ~ 농도 nồng độ ôxy trong không khí. ~마스크 mặt nạ ôxy. ~용접 hàn ôxy. ~를 조절하다 điều tiết không khí.

산소망 sự trông cậy sống.

산수 sơn thủy, núi sông.

산수화 tranh vẽ cảnh sông nước. bức tranh sơn thủy.

산수 (수학) tính toán, môn toán, số học. toán pháp.

산스크리트 Sanskrít, tính Phạn.

산신(령) sơn thần, ông thần núi.

산아 (아이를 낳음) sinh đẻ, sinh nở. ~제한 hạn chế ~, kế hoạch hóa gia đình.

산악 chóp núi, đỉnh(miền) núi. ~병 chứng say núi. ~회 câu lạc bộ (hội) leo núi. ~을 넘다 băng ngàn. ~ 지대 sơn cước.

산악인(은둔인) sơn nhân.

산악지구 thượng du.

산악지역을 방위하다 sơn phòng.

산악지의 밭 nương rẫy.

산악작전 hành quân miền núi.

산악포병 pháo binh sơn cước.

산야 sơn dã, núi đồng ruộng.

산약 (가루약) thuốc bột.

산양(동물) dê rừng

산업 công nghiệp. sản(thực) nghiệp. ~개발 phát triển ~. ~공해 ô nhiễm công nghiệp. ~국 quốc gia ~. ~도시 thành phố ~. ~ 박람회 triển lãm ~. ~재해 tai nạn ~. ~혁명 cách mạng ~. ~화 ~ hóa. ~가 nhà ~. ~개발 센터 trung tâm phát triển công nghiệp.

산욕 khăn quấn trẻ mới sanh. ~열 sốt hậu sản.

산울림 tiếng vang núi.

산 (생) 울타리 hàng rào sống.

산월 tháng sinh. ~이 되다 đến ~.

산입하다 bao gồm, kể cả, tính gộp vào.

산자부(산업자원부) bộ tài nguyên và công nghiệp.

산자수명 vẻ đẹp của sơn thủy.

산장 sơn trang, (별장) biệt thự

산재하다 nằm rải rác, lác đác.

산적 tặc phi. (비적) thổ phi. ~토벌 tiểu trừ ~. ~ 소굴 tặc sào.

산적하다 tích lũy, chất đống.

산전(분만이전) sản tiền.

산전산후 trước và sau khi sanh.

산전수전 다 겪다 vượt qua mọi trở ngại. sơn chiến thủy chiến đều trải qua cả.

산정 (산꼭대기) đỉnh(ngọn) núi.

산정하다 tính toán(chừng). 산정가격 định giá, sự đánh giá.

산족 người sơn cước. người rừng.

산줄기 một dãy núi.

산중 (산속) giữa núi, trong núi.

산중턱 trên sườn núi, triền núi. ~에 있는 집 nhà ~. ~에 층층으로 만든 논 ruộng bậc thang.

산지(산출지) nơi sản xuất, vùng sản xuất. 담배~ nơi sản xuất thuốc lá. 쌀의 ~ nơi sản xuất gạo.

산지 vùng núi, miền núi.
산지기 tiểu phu. (능지기) người trông coi mồ mả.
산채(반대세력이 모이는) sơn trại.
산채 (산나물) rau dại.
산채로 태우다 thiêu sống. 그는 산채로 불에 탓다 nó bị ~.
산책하다 đi dạo, dạo chơi, đi bộ. ngao du. (놀러나가다). 공원을 ~ đi dạo công viên. 산책을 나가다 đi dạo. dạo chơi, 산책길 đường ~.
(속)산에 가야 범을 잡지(무슨 일을 하기 전에 방법을 결정해야 성공 한 다) có lên núi mới bắt được cọp (làm việc gì trước hết phải xác định phương pháp thì mới thành công được).
산촌 khu làng miền núi. sơn xuyên.
산출 1.sản xuất ra. ~량 lượng sản xuất. ~력 sức sản xuất, 2, tính toán, năng suất.
산타크로스 할아버지 ông già Nô-en.
산탄 mảnh đạn, tán mạn đạn. ~총 súng săn.
산토끼 thỏ rừng(đế).
산통 (진통) cơn đau đẻ. đau bão.
산파 bà mụ, sản bà, bà đỡ. ~술 thuật đỡ đẻ.
산포(살포)하다 tung, rải rắc, phân tán
산표 những lá phiếu rải rắc.
산하(국토) non sông, sơn hà, núi sông. nước non, 아름다운~ ~ tươi đẹp. .thuộc về của. ~기업 các xí nghiệp dưới. 산하를 두루 다니다 nước non lặn lội.
산학공동체 cộng đồng giáo dục công nghiệp.
산학협동 kết hợp giáo dục công nghiệp.
산해진미 (진수성찬) sơn hào hải vị, cao lương mỹ vị. miếng ngọt miếng bùi.
산허리 sườn núi. ~에 낀 구름 thang mây.
산협 (계곡) thung lũng, khe núi.
산호 san hô. ~석 đá ~. ~섬 đảo ~. ~해 biển ~.
산화 ôxy hóa. ~하기 쉬운 금속 kim loại dễ bị ôxy hóa. ~방지제 chất chống ~. ~수소 ôxy hydro.
산후 sau khi sanh, sản hậu, 산후 후유증 hậu sản. ~회복 hồi phục ~.
살 .thịt, xác thịt, bắp cơ, da thịt. 살색 màu ~, ~이 찌다 béo lên. (속어)có da có thịt, (반) ~이 빠지다 gầy(sút) đi. thoát nhục, sút người, ~이 단단한 사람 chân tay rắn chắc. 살을 발라내다 gỡ thịt, 피부색 nước da. 피부색이 검은 사람 người nước da đen. 살과 피 máu thịt.
살이 야위는 병 thoát nhục.
살 (화살) mũi tên. ~ 같이 빠르다 nhanh như tên. 살을 쏘다 bắn tên.
살 (나이) tuổi. 스무살 hai mươi tuổi. 몇 ~입니까? Mấy tuổi? 23 입니다 hai mươi ba tuổi. 28~에 결혼했다 kết hôn khi 28 tuổi. (차바퀴의) căm. nan hoa, 자전차 바퀴살 nan hoa xe đạp.
쌀 gạo, lúa gạo. ~가게 cửa hàng gạo. ~가루 bột gạo. ~ 자루 đẫy ~, ~농사 trồng lúa. ~알 hạt gạo. ~을 씻다 vo(đãi) gạo. vút gạo, ~겨 cám gạo. ~벌레 bọ ~. ~을 빻다 đâm ~. ~을 찧다 giã gạo.

쌀을 볶다 rang cơm.
쌀 씻는 바가지 rá gạo.
살가죽 da, lớp da người.
살갑다 (다정하다) tốt bụng, nhiều tình cảm.
살강 (부엌선반) cái kệ bếp.
살갗 (피부) làn da, nước da. ~이 튼 네. ~을 긁다 sây da.
살결 nước da. ~이 검은 사람 người có nước da đen. ~이 곱다 làn da đẹp. ~이 거칠다 da sần sùi.
살코기 thịt nạc.
살구 mơ, quả mơ. hạnh, ~꽃 hoa mơ. ~나무 cây mơ.
쌀국수 phở. bún, 소고기~ ~ bò.
살균하다 khử(sát) trùng. 살균 우유 sữa ~. ~제 thuốc ~, thuốc sát trùng. 살균력 있는 sát vi trùng.
살그머니 lén lút, âm thầm, ngấm ngầm. 살그머니 나가다 lảng đi. (들어오다) lén đi (lén vào).
살금 살금 một cách lén lút (vụng trộm). ~ 한발 한발 나오다 lò dò bước ra, ~걸어가다 nhẹ bước, rón rén, đi se sẽ. ~ 들어오다 lẻn vào. ~ 도망치다 thì thụt.
살기 sát khí. ~가 넘치다 đầy ~. ~ 등등한 ~ đằng đẵng.
살길 kế sinh nhai. ~을 찾다 tìm ~.
살내리다 (체중이 줄다) sút cân, gầy đi.
살다 sống, đang sống. ăn ở, 산 물고기 cá sống. 산 교훈 bài học sống động. 살아 있는 동안에 trong khi còn sống. 100 살까지 ~ sống tới trăm tuổi. 살고 있다 đang ~. 먹지 않고 살다 không ăn mà ~. 살기 위해 먹다 ăn để ~. 오래 ~ sống lâu. 그는 남을 위해 산다 anh ta sống vì người khác. 같이 ~ sống chung, cùng sống. 부모님과 같이 ~ sống chung với bố mẹ. 혼자 ~ sống một mình. 행복하게 ~ sống một cách hạnh phúc. 월급으로 ~ sống bằng đồng lương. 잘 ~ sống sung túc (tốt). (반) 어렵게 ~ sống vất vả (khó khăn). 사람이 살지 않는 집 nhà không có người ở. 서울에서 ~ sống ở Seoul.
(속) 살아서 불효자라도 죽고나면 슬퍼한다(부모에게 불효한 누구라도 돌아가셨을 때는 후회하고 괴로워 한다) Khi sống bất hiếu với cha mẹ thì đến chết buồn khổ(ai bất hiếu với cha mẹ đến khi chết mới ân hận và ray rứt mãi khôn nguôi).
살기 위해서 먹지 먹기위해서 사는 것이 아니다 ăn để sống chứ không phải sống để ăn.
살기 좋은 농촌 gạo trắng nước trong.
사는 방식(태도) lối sống.
(속) 산 사람 입에 거미줄 치랴(사람이 아무리 가난하고 어려워도 살기 위해서 먹을 것을 찾아야 한다) Sao giăng dây nhện vào miệng người sống được(con người dù nghèo khổ đến mấy cũng phải tìm cái ăn để sống)
살 담배 (썬 담배) thuốc lá đã thái. (반) 잎 담배 thuốc lá nguyên.
살대 (화살대) thân mũi tên.
살뜰하다 tiết kiệm, tằn tiện (알뜰하다)
살랑살랑 hiu hắt. hiu hiu.
살래살래. 고래를 ~ 흔들다 lắc đầu. 꼬리를~ 흔들다 vẫy đuôi.

살려주다 cứu sống, cứu. tha giết, tha mạng, 목숨을 ~ cứu mạng sống. 물에 빠진 사람을 ~ cứu người rơi xuống nước. 살려 주세요 cứu tôi với！살려달라고 요청하다 xin tha mạng(giết).

살롱 (응접실) phòng khách.

살육하다 giết hại, tàn sát.

살리다 cứu sống, cứu. 사람을 ~ cứu người. (활용하다.발휘하다) tận dụng.

살림 cuộc sống. 살림 (생활형편)이 좋아지다 làm ăn phát, ~이 어렵다 ~ khó khăn. 생계 sinh kế. ~비용 chi phí sinh hoạt. ~군 người nội trợ giỏi. ~을 맡다 gánh vác gia đình. ~집 nhà ở. ~이 몹시 어려운 gieo neo.

살림을 하다 trì gia.

살림살이(가구) vật dụng.

살맛 1.vị đời. ~을 느끼다 cảm nhận ~. 2.thể xác. 여자의 ~을 알다 biết thể xác đàn bà.

살며시 (살그머니) lén lút, vụng trộm. ~보다 ngấp ngó. ~ 앉다 ngồi im thin thít.

살모사 rắn giun(trun). rắn luc.

살몽혼 (국소마취) gây tê tại chỗ.

살무사(살모사) rắn vipe, rắn lục, một loài rắn độc.

살벌한 khát máu, hoảng sợ.

쌀보리 lúa mạch.

살빛 màu da.

살살 nhẹ nhàng. ~ 피하다 ngấm ngầm lẩn tránh. 바람이 ~ 분다 gió thổi nhè nhẹ. ~씹다 lưa. 뼈 가 많은 생선을 먹을 때 살살 씹 어야 한다 cá nhiều xương ăn phải lưa. ~부

치다 phẩy, 부채를 ~ 부치다 cầm quạt phẩy. ~걷다 rén bước.

쌀쌀하다 lạnh nhạt. 쌀쌀한 태도 thái độ ~. 쌀쌀하게 대하다 cư xử ~.

쌀쌀한(냉담한) 접대 sự tiếp đón lãnh đạm.

살상 sát thương.

살색(피부색) màu thịt.

살생을 금하다(종교)giới sát.

살생하다(도살) sát sinh, (죽이다) giết, (살해하다)sát hại.

살수하다 (물을 뿌리다) tưới nước.

살수차 xe tưới đường.

살신성인하다 tự hy sinh vì nghĩa. sát thân làm nhân.

살아가다(기) mưu sinh. sinh tồn.

(명)살아간다는 것은 변화하는 것 같이 자주 변화하는 것이다 Cuộc sống là nột quá trình hoán biến đổi thường xuyên.

살아 계신(언제나) hằng sống, ~하나님 Đức Chúa Trời hằng sống.

살아나다 sống lại. 시든 꽃이 ~ hoa héo tươi trở lại.

살아남다 còn sống, sống sót. 살아남은 사람들 những người còn sống sót. 지진에서 ~ sống sót sau khi trận động đất.

살아생전에 trong suốt cả cuộc đời.

(속) 살아서는 잘하고 죽어서는 제사를 잘 지냄(부모님께) sống tết chết giỗ.

살아있는 sống, 아직~ còn~, ~ 사람 sinh linh. người đang ~.

살아있을 때 lúc còn sống.

살얼음 dải băng mỏng. ~을 밟는 듯하다 cảm nhận đang bước trên ~.

살육하다 giết chóc. sát lục.

살의 ý định giết người. ~를 품다 có kế hoạch giết người.

살인 sát nhân, giết người. án mạng, ~적인 có tính ~. ~죄 tội ~. ~ 사건이 발생하다 xảy ra vụ giết người, 살인자 kẻ giết người, sát thủ, ~미수 mưu toan giết người. ~범 tội phạm giết người. hung thủ, hung phạm, ~혐의자 kẻ bị tình nghi giết người.

살인사건 vụ án mạng.

살인펀치(강펀치) đòn chí tử.

살인죄 tội giết người, tội sát nhân. ~로 기소되다 bị khởi tố về tội giết người. ~로 잡히다 bị bắt về tội giết người. ~를 범하다 phạm tội giết người.

살짝 (모르게) lén lút, trộm, lỏm, ngấm ngầm. khe khẽ, ~듣다 nghe lỏm, ~들여다 보다 ngo ngó, ~가다 đi khe khẽ, lảng đi, ~보다 nhìn trộm, ~도망가다 ~ trốn đi. ~사다 mua lén lút, ~ 가버리다 lảng đi. 쌀짝 보다 dòm ngó. ~ 타다 cháy sém. ~넘기다(토스) chôn sân. ~몸을 숨기다 chui đụt. ~흘리다 để lộ. ~뿌리다 rẩy.

살짝 때리다 tay vả nhẹ.

살짝 미끄러져 나가다 lọn ra.

살짝 빠져나가다 lọn đi(ra).

살짝 스치다 xớt, 탄환이 머리를 ~ đạn ~ đầu.

살점 một miếng thịt.

살찌다 béo lên, mập ra, lên cân. 살찐 mập mạp (ú). to béo, béo ra, phương phi.(반)야윈 ốm, gầy, 살찐 얼굴 mặt ú.

살촉 đầu mũi tên.

살충하다 sát trùng. 살충제 thuốc ~, thuốc trừ sâu. 살충가루약 phấn rôm.

살코기 thịt nạc, thịt tươi.

살판나다 gặp vận may, gặp thời cơ

살펴보다 coi thử, tính liệu, xem qua, (남), xem thử, xem xét (북), (환자)chăm sóc, nhìn thoáng qua. 사방을 ~ nhìn qua bốn phía, nhìn khắp mọi nơi. 형세를 ~ quan sát tình hình.

살펴서 판단하다 lượng xét.

살포하다 phân tán, rải rác. tán phát. 전단을 ~ tán phát truyền đơn.

살풍경 (쓸쓸한) phong cảnh chán ngắt (nhạt nhẽo).

살피다 để ý, coi chừng kỹ. 행동을 ~ theo dõi hoạt động. 안색을 ~ ngắm kỹ khuôn mặt.

살해하다 giết người, sát hại. 양민을 ~ sát hại lương dân, 살해를 기도하다 có ý đồ giết người. 살해 현장 hiện trường ~. 살해하고 강탈하다 sát lược, 살해당하다 bị giết.

삵괭이 con mèo rừng.

삶 cuộc sống(đời). ~에 지치다 mệt mõi chán sống. chán đời. ~속에서 고뇌하다 dầm mưa dãi nắng. 삶은 그런것이다 nghề đời nó thế. ~과 죽음 sống chết.

삶의 경험 vốn sống.

삶에 연연해 하다 tham sinh.

삶과 죽음의 기로에 서다 chết dở sống dở.

삶의 기복 những thăng trầm của đời người.

삶의 방식 cách ăn ở, cách(lối) sống, thế đạo.

삶의 이유 lẽ sống.
삶의 향기 mùi đời.
삶다 (물에) đun sôi, luộc. hâm, nhừ, 삶은 계란 trứng luộc. 너무 ~ luộc chín quá. 푹 ~ nấu cho nhừ, 고기를 푹 ~ nướng chín thật kỹ.
삶은 고기 thịt luộc(hầm).
삼 (셋) ba. tam, 제 ~ thứ ba. 3 분의 1 một phần ba. ~등 vị trí thứ ba. 3 x 2 = 6 3 nhân 2 bằng 6.
삼 sợi gai dầu. 삼베옷 áo làm bằng ~.
삼 (인삼) nhân sâm. 산삼 sâm rừng.
쌈 cơm hấp lá. 상치쌈 cơm hấp rau xà lách.
삼가 một cách thành kính. ~ 조의를 표합니다 xin thành kính phân ưu. ~ 아뢰다 thưa(kính) bẩm.
삼가다 kiêng giữ, (조심하다) cẩn thận, thận trọng. 말을 ~ thận trọng lời nói. (억제.절제) kiềm chế. 술을 ~ tiết chế rượu. 담배를 ~ không hút thuốc. 삼 가하며 말하다 nói năng giữ gìn.
삼각 tam giác, ba góc. ~형 hình ~. 정~형 hình tam giác đều. ~ 관계 quan hệ tay ba, mối tình tay ba. ~자 một bộ ê-ke. ~다리 kiềng ba chân. 삼각팬티 quần xì lót tam giác. ~기 cờ đuôi leo. ~ 관계 연애 tam giác luyến ái.
삼각형의 중심 trực tâm.
삼각법 tam giác pháp.
삼각주(델타지역) vùng châu thổ, hạ du.
삼강오륜 tam cương ngũ luân lý. cương thường.
삼거리 ngã ba.
삼겹살 ba rọi.

삼겹실 chỉ ba sợi.
삼겹줄 dây bện ba.
삼경 nửa đêm, canh ba, 12 giờ đêm.
삼계탕 lẩu gà hầm sâm.
삼고초려 tam cố thảo lư.
삼관문(사원의)tam quan.
삼괴(과거시험의) tam khôi.
삼교(불교,유교,도교) tam giáo.
삼국 tam quốc. ~동맹 ba nước đồng minh. ~통일 thống nhất ba nước. ~시대 thời tam quốc. 삼국지 tam quốc chí. 삼국지연의 tam quốc diễn nghĩa.
삼군 ba quân (lục-hải- không quân).
삼권 tam quyền.
삼권분립 phân lập ba quyền.
3 급 tam cấp.
3 기통 ba máy.
삼년 ba năm. 삼학년 lớp ba. 대학교 삼학년생 sinh viên năm thứ ba.
삼년동안 계속(쭉) 3 năm ròng.
삼다 lấy, làm, coi như .... 모범으로 ~ lấy làm tấm gương. 며느리로 ~ làm con dâu. 고아를 양자로 ~ nhận trẻ mồ côi làm con nuôi.
삼다(세가지 복) tam đa.
삼단같은 머리 mái tóc dài rậm.
삼단계 ba giai đoạn. ~계획 kế hoạch ~. 삼단로케트 tên lửa ba tầng.
삼(3)단 기어 số ba.
삼단넓이뛰기 nhảy tam cấp.
삼단논법 phép tam đoạn luận. ~ 으로 논하다 dùng ~.
삼단뛰기 môn ngày ba bước.
삼대 ba thế hệ. ba(tam) đời. ba họ.
삼동 ba tháng mùa đông.
삼두정치 chế độ tam hùng. tam đầu chính trị.

삼등 hạng ba. ~열차 toa xe ~.
삼등미(향내나는 쌀) tám thơm.
삼등분하다 chia làm ba phần.
삼라만상 vạn vật trong vũ trụ. tam la vạn trạng mọi thứ
삼류 cấp ba. 삼류극장 rạp hát bình dân. ~작가 nhà văn hạng bét.
삼륜차 xe ba bánh, xe đạp ba bánh.
삼림 rừng cây. cây cỏ, (수풀) ngàn, ~을 도벌하다 chặt lén ~. ~관리 kiểm lâm, ~청 sở ~. ~학(임학) lâm học.
삼매 say mê, miệt mài. 독서 ~ đọc say mê, mê mãi đọc.
삼면 ba mặt. tam diện, (신문의) trang thứ ba.
삼모작 ba vụ mùa.
삼민주의 thuyết tam dân chủ nghĩa.
삼박자 nhịp ba.
삼발이 (철로된) cái kiềng ba chân (북). (삼각다리) bếp lò (남).
삼배 (세배) ba lần. xấp ba, 물가가 ~나 뛰었다 giá tăng gấp ba lên.
삼백초(식물) giấp.
삼베 vải gai dầu.
삼보(세가지 보물)tam bảo.
삼복(대서)đại thử, ~더위 trời nóng nhất mùa hè.
삼부 ba bản. 삼부작 tác phẩm bộ ba.
삼분 chia làm ba. 3 분의 1 một phần ba. ~하다 chia làm ba phần.
삼분오열 đập vỡ từng mảnh.
쌈싸먹다 ăn ghém.
삼삼오오 tụm năm tụm ba. lũ lượt, ~로 같이 가다 kéo đi lũ lượt.
삼삼제 tam tam chế.
삼삼하다 (맛이) không mặn mà còn ngon. (보기에) ngon tươi mát.

삼색 ba màu. tam tài, tam thể, ~기 cờ ~. cờ tam sắc.
삼선(전선의) ba pha.
삼선되다 được bầu chọn thứ ba.
삼성 ba ngôi sao.
삼세(전생,현생,내세). tam thế.
삼세대 tam sinh(thế).
삼손 (신화) Samson.
삼수갑산(교통이 불편한 오지) nơi khi ho cò gáy.
(속) 삼수갑산을 가도 님따라 가랬다 (아무리 고생이 되고 어렵더라도 부부는 함께 나누어야 한다) Dù phải đi hết núi non cũng quyết theo chồng (dù có khó khăn vất vả nào đi nữa thì vợ chồng đều phải chia sẽ với nhau).
삼승(수학) tam thừa.
삼시 (삼끼) ba bữa ăn.
삼십 ba mươi. 그는 ~대이다 anh ta khoảng ba bốn mươi tuổi.
삼십, 삼십일일(30,31)까지 있는 달 tháng đủ.
삼십육계 tam thập lục kế, ~를 놓다 (도망치다) chạy trốn.
(속) 삼십육계 줄행랑이 제일이다 (정세가 불리할 때는 피하는 것이 제일이다) Ba mươi sáu chước, chước chuồn là hơn (trong tình thế bất lợi cho mình thì tốt nhất là nên tránh đi).
삼십팔도선 vĩ tuyến 38.
삼엄하다 nghiêm trọng, nghiêm chỉnh. 삼엄한 경계 canh gác chặt chẽ. 삼엄한 경비를 유지 하다 nghiêm cảnh.
삼오야 (십오야) đêm trăng tròn.
삼용 (인삼과 녹용) sâm nhung.

삼우제(제사) tam ngu.
삼원(하늘,땅,사람)tam nguyên, ~색 ba màu cơ bản.
삼월 tháng ba.
삼위일체 tam vị nhất thể, (성삼위 일체) chúa ba ngôi (đức cha, đức con, đức thánh linh).
삼인 ba người. ~조 nhóm ba người. ~조 강도 kẻ cướp nhóm ba người. ~동행 필유아사(3 인이 동행하면 한사람은 반드시 스승이 된다) tam nhân đồng hành tất hữu ngã sư.
삼인칭 ngôi thứ ba. ~단수 (복수) ~ số ít (số nhiều).
삼일 ba ngày, ngày thứ ba. ~동안 trong ba ngày. ~ 내내 비가 왔다 trời mưa trọn ba ngày
삼일예배 buổi lễ chiều thứ tư.
삼일운동 phong trào giành độc lập 1 tháng 3 năm 1919.H, Q
삼일장 an táng sau ba ngày chết.
삼일절 lễ ngày 1 tháng 3 (ngày phong trào giành độc lập)
삼일천하 một triều đại ba ngày.
삼재(3 가지 재난) tam tai.
삼족 tam tộc. ~을 멸하다 tru di ~.
삼종지의 tam tòng, (여자는 어릴 때 아버지를 따르고 출가하면 남편을 따르며 남편이 죽으면 아들을 따른다 tại gia tòng phụ xuất giá tòng phu, phu tử tòng tử.
삼중의 gấp ba lần. 면, 삼중고 cản trở ba lần. 삼중주 phần triô, tam tấu. 삼중창 tam ca. 사중창 nhóm tứ ca
쌈장 tương ớt gia vị
쌈지 bao thuốc lá.

삼짓날 phương tam.
쌈짓돈 tiền túi. tiền trong đãy.
(속) 쌈짓돈이 주머니돈(어느 개인의 것이 아니라 모두가 공동의 것) Tiền trong đãy là tiền trong túi (không kể của riêng ai, tất cả là của chung).
삼차 lần thứ ba. 제 3 차 5 개년 경제 개발계획 kế hoạch phát triển kinh tế 5 năm lần thứ ba. ~원 ba chiều.
삼창 (만세) muôn năm ba lần.
삼척동자 một đứa trẻ con. ~라도 그것은 안다 ngay cả một đứa trẻ cũng biết điều đó.
삼천리 ba ngàn dặm.
삼촌 chú (em cha), chú bác, chú họ. 외 ~ cậu (em mẹ).
삼총사 nhóm ba người, bộ tam hùng.
삼추 ba thu, ba năm. 일각이 여 ~ cảm thấy dài như ba năm.
삼층 ba tầng. từng lầu thứ ba, ~집 nhà ~.
삼치 (물고기) cá thu.
삼키다 nuốt.(반)뱉다 nhổ, 군침을 ~ nuốt nước bọt. 눈물을 ~ nuốt nước mắt. 단숨에 ~ nuốt một mạch. 한번에 다 삼키다 ~ chửng, 치욕을 ~ ~ nhục, 침을 ~ ~ nước miếng, 삼킬때 나는 소리"카아" khà.
삼투 (스며듦) thấm vào, thấm đẫm.
삼투성(滲透성)thẩm thấu.
삼투압기 thẩm thấu kế.
삼파전 cuộc đấu tranh giữa ba phe.
삼팔선 vĩ tuyến 38.
삼포(삼밭) khu vực trồng sâm.
삼한사온 ba ngày lạnh bốn ngày ấm.
삼항식(수학) tam thức.

삽 cái xẻng, thuổng, bai. (북), cái mai (남). 삽으로 모래를 푸다 xúc cát bằng xẻng.
삽살개 chó lông bù xù.
쌉쌀하다 hơi đắng.
삽시간에 trong chốc lát, trong chớp mắt. trong thoáng chốc.
삽입하다 lắp vào, ráp vào.
삽입어 từ đệm.
삽화 minh họa. 삽화잡지 tạp chí ~.
삿갓 cái nón tre.
삿대 cái sào.
상 (거상) tang lễ. ~을 입다 có đám tang. chịu tang, (반) 상을 벗다 hết tang. ~을 알리다 phát tang.
상을 당하여 슬픈 tóc tang.
상중인 đám ky.
상을 당하여 슬픈 tóc tang.
상 phần trên, trên. ~반신 phần trên cơ thể.
상 (책상) cái bàn. ~을 치우다 dọn bàn. ~에 올려놓다 đặt lên bàn.
상(모양) tướng.
상 (동상) bức tượng. tượng ảnh, pho tượng, 사자상 tượng sư tử. ~을 세우다 lập tượng. ~을 뜨다 đúc tượng, nặn tượng. 자유의 여신상 tượng nữ thần tự do.
상 (상장) giải thưởng.(반)형벌 hình phạt, 일등 ~ giải nhất. 노벨평화상 giải thưởng Nôbel hòa bình. 상을 타다 nhận(đoạt) thưởng. thắng giải, 상을 받다 nhận thưởng. được thưởng, lĩnh thưởng, ~을 걸다 treo giải thưởng. 상을 주다 tặng thưởng. phát phần thưởng, 상을 차지하다 giựt giải, 상을 받았나? Ai đoạt phần thưởng? 상을 타

려고 겨루다 tranh giải.
상을 주어 칭찬하다 khen thưởng(반) 벌을 주다 làm phạt.
상(등급의)thượng(반) 하 hạ.
상도 벌도 없는 vô thưởng vô phạt.
쌍(짝) song, 쌍두마차 xe ~ mã.
상 (용모) dáng vẻ, diện mạo, ngoại hình. ~을 찌푸리다 cau mày, nhăn mặt.
상가 (가게) cửa hàng. 상가지역 khu kinh doanh.
상가 (초상집) (상가집) nhà tang lễ, tang gia.
상감 khảm, ~세공 hàng nạm vàng bạc.
상감(임금) vua, vương, ~마마를 맞이하다 nghênh giá.
상객(주빈) thượng khách.
상거 (떨어진 거리) khoảng cách.
상거래 giao dịch, mua bán. (무역) thương mại(vụ).
쌍꺼풀 hai mí mắt.
쌍검 song kiếm, ~무 múa ~.
상견하다 tương kiến, (대면)đối diện, gặp riêng.
쌍견 (양어깨) đôi vai. ~에 짊어지다 chống đỡ trên ~.
상경하다 lên tới kinh đô.
상계(하늘) thượng giới,(반) 하계(이세상) hạ giới.
상고 (시대) thời cổ đại. thượng cổ, ~ 시대 thời đại thượng cổ.
상고 (법) chống án, phá án, thượng cáo, kháng cáo. ~를 기각하다 bác đơn ~. ~심 tòa thượng thẩm.
상고(항소) pháp tòa thượng thẩm. tòa phá án.
상고하다 (상세히 검토하다) tra cứu chi tiết.

상고머리 kiểu tóc húi cua. đầu đinh
쌍곡선 (기하) hypecbon.
상공 (허공) bầu trời, không trung. 서울 ~을 날다 bay ngang qua Seoul.
상공 thương mại và công nghiệp. ~부 bộ công thương nghiệp. ~ 회의소 sở thương mại, thương hội.
상공(재상의 존칭)tướng công.
상공업 công thương nghiệp. ~자 công thương gia.
상과대학 trường đại học thương mại.
상관(상사)quan cấp trên, thượng quan, sĩ quan cao cấp, người cấp trên, thượng cấp, vai trên. ~을 죽이다 thí nghịch.
상관들에게 경의를 표하다 tôn thượng.
상관 liên(tương) quan. ~관계 mối ~, 그 일에 ~하고 싶지 않다 không muốn liên quan tới chuyện đó. ~ 없다 không có ~. (반) ~ 있다 có liên quan. có can hệ, 상관 없는 bất chấp. không ăn thua. ~하지 않다 trốn kệ. xá chi.
상관의 명에 복종하다 phụng mạng.
상관없다 không hề gì.
상궁 vị nữ quan.
상권 (책) sách thứ nhất.
상권 quyền thương mại, sức mua bán.
상궤(레일) đường ray. (바른 규정)đường lẽ phải
상규 lệ thường, luật lệ thường.
상극 tính xung khắc. ~이다 xung khắc với. ~되는 tương khắc.
상근 làm mỗi ngày (tháng). ~자 người làm việc mỗi ngày.
상금 tiền thưởng. thưởng kim, giải thưởng, 상금 십만원 tiền thưởng một trăm ngàn won. ~을 주다 cho

~. ~을 타다 nhận ~.
상급 1.cấp trên. 2.cao cấp. ~관리 công chức cao cấp. 상급생 sinh viên lớp trên. ~학교 trường cấp cao. ~장교 tướng tá.
상급(고위당국)thượng cấp.
상기된 얼굴 đỏ mặt, máu dồn lên mặt.
상기하다(기록) viết tường tận tỉ mỉ.
상기하다(생각)nhắc đến, tưởng nhớ, 희생 자들을 ~ ~ những người đã hy sinh, (회상) hồi tưởng, nhớ lại, gợi lại. 6.25 를 ~ gợi lại chiến tranh Hàn Quốc.
상기시키다 gợi lại. nhớ. 부모형제를 ~ nhớ cha mẹ anh em.
상기 viết ở trên. ~와 같이 như đã ~.
상납하다 nộp tiền cho cấp trên.
상냥하다 hiền lành, săn đón. hiền dịu, dịu dàng, ôn nhã, tốt bụng. từ tế, mâm ở상냥한 소녀 cô gái tốt bụng. 상냥하게 웃다 nở mặt, nở cười. 고객에게 ~ săn đón khách hàng. 상냥하고 자비깊은 hiền hậu, 상 냥하고 예쁜 mặt hoa da phấn, 상냥하고 덕있는 hiền hòa, 상냥하게 hiền từ
상냥한 tươi cười, ~표정 nét mặt ~.
상념 suy gẫm, trầm tư. ~에 사로 잡히다 mê mải suy gẫm.
상노 người hầu trai
상놈 thằng (kẻ) mất dạy. chó ghẻ, (반) 상년 đàn bà mất dạy (nết).
상단 (인쇄면) phần trên trước. (물체의) phần cao nhất.
상담하다 phỏng vấn, cà kê. 상담 cuộc ~
상담 phỏng vấn. cà kê. tiếp chuyện. (자문) tư vấn. ~소 phòng ~. 결혼

~소 phòng tư vấn hôn nhân. 무료 ~소 phòng tư vấn miễn phí. 직업 ~소 phòng giới thiệu việc làm.

상당하다 thích đáng, tương đương, phù hợp. 능력에 상당한 급여 tiền lương tương đương với năng lực. 상당한 보수 thù lao (trả công) thích đáng. (적당한. 합리적인) 상당한 수입 khoản thu nhập vừa phải. …에 상당하는 tương đương.

상당히 khá, kha khá, một cách tương đương, vừa phải. ~ 비싼 값 giá khá đắt, giá tương đương cao. ~ 먼 tương đương xa. ~ 잘 살다 khá giàu có. ~ 춥다 khá lạnh. 영어를 ~ 잘하다 tiếng anh khá giỏi. 상당히 많다 khá nhiều. ~ 오래동안 đằng đẵng.

상대 tương đối, đối phương. 연애 ~ đối tượng yêu. ~가 되다 thành ~. 술 ~ đối thủ uống rượu. ~성 이론 học(lý) thuyết tương đối. 상대가 안된다 không phải đối thủ. 상대적인 힘 sức mạnh ~, 상대적 자유 tự do ~, 상대(적)을 매도하다 thống mạ ~, 상대경어법 phép đề cao đối tượng. ~선수 đấu thủ

상대성 tính tương đối. ~ 이론 thuyết ~.

상대의 마음을 협박으로 상하게 하다 đòn gió.

상대방 đối phương. ~을 칭송하는 좋은 말 lời vàng tiếng ngọc.

상대방 골문에 슈팅하여 차 넣다 sút tung lưới đôi nhà.

상대방의 의사를 무시함 vuốt mặt không nể mũi.

상도덕 đạo lý trong kinh doanh.

쌍둥이(쌍생아) con sinh đôi, song sinh. ~를 낳다 sinh đôi. 세~ con sinh ba. ~형제 anh em sinh đôi, anh em song thai. ~로 태어나다 song thai(bào).

쌍두마차 xe hai ngựa. xe song mã, 쌍두의 có hai đầu. lưỡng đầu.

쌍두사(뱀) rắn hai đầu.

상등 thượng hạng. ~품 hàng cao cấp. 상등병 cai, hạ sĩ.

상등미(향기좋은 쌀) tám thơm.

상등의 hạng trên(tốt), thượng đẳng, bực trên. ~ 차 chè ~.

상량하다 (날씨가) mát dễ chịu.

상량(대들보)thượng lương. ~일자를 잡다 chọn ngày ~.

상량 하다(건축) lắp cây đà trên nóc nhà.

상련 (동병상련) đồng cảnh ngộ dễ thông cảm nhau, bạn cùng chia sẻ giúp đỡ nhau.

상례 thường lệ. ~에 따라 theo ~. ~대로 theo như ~.

상록의(상록수) cây thường xanh.

상론하다 thảo luận tường tận.

상류 (강의) thượng lưu. thượng nguồn, ~지구 thượng du. ~로 저어가다 chèo đi về hướng ~. 물줄기가 ~에서 흘러 내렸다 nước lũ từ thượng nguồn đổ về. 2.(사회의) cao cấp, thượng lưu. ~층 tầng lớp ~. ~사회 xã hội ~. ~계급 giai cấp ~. dòng sang.

상류의 남녀(사교계의) trai thanh gái lịch.

상륙하다 đổ bộ, cập bến, đăng lục, 상륙을 금지하다 cấm ~. 무사히 ~ đổ bộ an toàn. 상륙지점 vị trí đổ

bộ. trạm đổ bộ, 상륙작전 cuộc hành quân đổ bộ. 상륙지역 khu vực đổ bộ, 폭풍우가 ~ bão đổ bộ
상륙용 주정 tàu đổ bộ(há mồm).
상륙시키다 đổ bộ.
상말 (상스러운 말) lời nói thô tục. ~을 쓰다 dùng ~.
상면하다 gặp gỡ, gặp nhau.
상무(무예) thượng võ. ~정신 tinh thần ~.
상무위원 thành viên ủy ban thường trực. 상무이사 chủ sự hành chánh. tổng lý.
상무(상거래) thương vụ. ~관 người phụ trách thương mại.
상무기관 cơ quan thương vụ.
상미 (좋은 쌀) gạo hạng nhất.
상미하다 (맛보다) nếm, nếm thử.
상민 (평민) bình dân.
상반되다 trái ngược nhau. đối kháng.
상반된 trái ngược, tương phản, ~의견 ý kiến ~.
상반기 nửa năm đầu. (반) 하반기 nửa năm sau. ~ 결산보고 báo cáo quyết toán ~.
상반신 phần trên cơ thể. tượng bán thân. (반) 하반신 phần dưới cơ thể. ~ 사진 hình chụp bán thân. ~을 일으키다 ngỏm dậy.
쌍발 비행기 máy bay hai động cơ.
쌍방 song phương. đôi bên, ~의 이익 lợi ích ~.
쌍방이 재회를 기약하다 hai bên ước hẹn gặp nhau.
상배 (우승배)cúp giải thưởng.
상벌 thưởng phạt. ~ 없음 không ~. ~을 주다 thưởng phạt, 공명정 대하게 ~을 주다 ~ công minh.

상법 luật thương mại. thương pháp.
상병 (부상병) thương binh. 상이 용사 cựu thương binh.
상보 (책상보) khăn trải bàn.
상보 (자세한 보고) báo cáo chi tiết.
상복 áo tang. tang(hung) phục, tố phục, ~을 입다 mặc áo tang. tang phục. thủ chế. ~을 입고 있다 thụ tang.
상봉하다 gặp nhau. tương phùng.
상부 phần trên, bộ phận trên.
상부상조 hỗ trợ, giúp đỡ lẫn nhau, tương trợ tương phùng. (성어) lá lành đùm lá rách, ~회 hội tương tế.
쌍분 (쌍묘) ngôi mộ đôi.
상비 (예비) dự bị. ~군 quân ~. ~금 qũy dự trữ. 가정 ~약 thuốc dự trữ trong nhà.
상사 (군인) thượng sĩ.
상사 (관청의) cấp trên. ~에게 보고하다 thân báo.
상사 (비슷함) tương tự nhau.
상사 (사랑함) tương tư. 상사병 bệnh ~. ~병에 걸리다 mắc(ốm) bệnh ~.
상사 (회사) hãng, công ty. thương cục(cuộc), 외국 ~ công ty nước ngoài. 항공상사 hãng hàng không.
상상 tưởng tượng. truy tưởng, ~할 수 있다 có thể ~. (반) ~할 수 없다 không thể ~. ~하기 어렵다 khó ~. ~의 세계 thế giới ~. ~력 sức ~, trí tưởng tượng, óc ~. ~력이 풍부하다 sức tưởng tượng phong phú, giàu trí ~. ~의 세계 를 형상화하다 phục hiện.
상상속의 미래상 viễn ảnh.
상상(허구)의 viễn tưởng. 예날에는 사람이 우주를 비행하는 일이 상상 속에서나 가능했지만 오늘 날에는 현실화 됐다 việc con người bay lên vũ trụ trước đây là ~ , ngày nay đã thành hiện thực.
상상봉 (가장 높은) đỉnh cao nhất, tột đỉnh.
쌍쌍이 từng cặp, từng đôi.
쌍생아 sinh đôi.
상서(옛 벼슬) thượng thư. 형부 ~ ~ bộ hình.
상서로운 có điềm may mắn, có điềm lành.
상석 chỗ ngồi cao cấp hơn. (반) 말석 chỗ ngồi thấp. (테이블)đầu bàn.
상석에 앉다 ngồi đầu.
상선 (무역선) tàu buôn, tàu thương mại. thương thuyền.
상설 thường trực. ~위원회 ủy ban ~.
상성(성조의) dấu sắc. thượng thanh.
상세 tỉ mỉ, chi tiết, tường tận. cặn kẽ, ~한 보고 báo cáo ~. ~히 một cách ~. tinh tế. ~히 설명하다 giải thích một cách ~. tường giải, 상세히 (자세히) 쓰다 viết rất khúc chiết. 상세히 검토하다 rà soát. 상세히 묻다 hỏi cặn kẽ. ~히 알고 있다 biết cặn kẽ. 상세히 이야기 하다 kể lại tỏ tường. tường thuật. 상세 히 관찰하다 nhận xét tinh tế, 상세 하게 설명하다 tường trình. 지난 일을 사세히 이야기하다 tường thuật việc đã qua.
상소(고) thượng tố, kháng án (cáo). ~ 권 quyền ~. ~인 người ~. ~심 phiên tòa ~. 피 ~인 người bị kháng (kiện).
상소리 lời thô tục. ~하다 dùng ~.
상소(임금에게드리는) sớ, sớ tâu. ~문 khất từ. ~를 올리다 dâng ~.

상속 thừa kế. dư nghiệp, tổ sản. 아버지의 재산을 ~하다 ~ tài sản của cha. ~권 quyền thừa kế. quyền thừa tự, ~법 luật ~. ~인 người ~. 상속세(유산세) thuế di sản. ~ 받다 thừa kế, 상속분 phần gia tài, ~ 물을 분배하다 phân gia.
상속인이 없는 vô hậu.
상속(유산)tổ sản, ~ 분배 phần ăn gia tài.
상속자 thế tử. (후계자)thừa tự.
상쇄하다 khử bỏ nhau, xóa bỏ, bãi bỏ nhau. 채무를 ~ xóa bỏ nợ.
상수 (고수) chuyên gia, chuyên viên.
상수 (수학) hằng(thương) số. 절대 ~ hằng số tuyệt đối.
쌍수 cả hai tay. 쌍수로 찬성하다 đồng ý hoàn toàn.
상수도 cấp nước, nhà máy nước. hệ thống phun nước
상수리나무 cây sồi.
상순 thượng tuần. (반) 하순 hạ tuần. 5월 ~ thượng tuần tháng 5.
상술한 kể trên, nói trên. ~ 바와 같이 như đã đề cập trên đây.
상술하다 giải thích chi tiết.
상술 (장사 솜씨) đường lối thương mại.
상스럽다 thô tục, khiếm nhã.
상스러운(비속한) thô bỉ(tục), ~ 이야기 lời nói ~. ~말 những lời ~.
상스럽게 말하다 nói tục.
상습의 thông thường, theo lệ thường. 상습범 kẻ thường xuyên phạm tội.
상승하다 tăng lên. (반) 하강하다 hạ xuống, 가격 상승 giá cả tăng. 상승시키다 nâng lên.
상승과 하강 thăng giáng.

상승 (늘 이김) luôn luôn chiến thắng.
상시 (평상시) thời gian thông thường (thường lệ).
상식 thường thức, lẽ thường, thường biết, trí thức thường. 과 학에 관한 ~ những ~ về khoa học, ~적으로 bằng ~. ~ 있는 사람 người có lương tri. (반) ~ 없는 사람 người không có lương tri. ~에 어긋난 ngang trái.
상식을 벗어난 ngược đời.
상식 밖의 thường biết ngược đời
상신하다 báo cáo lên cấp trên. đề đạt, thưa gửi, 상신서 bản báo cáo.
상실 mất. đánh mất, 권리를 ~하다 mất quyền. 기억을 ~하다 mất trí nhớ.
상심(실망) tổn thương, thất vọng, mất lòng.
상심(마음을 상함)thương tâm, đau buồn, đau lòng. 아들을 잃고 ~하다 bị đau buồn vì mất con.
쌍심지 ngọn bấc đôi. ~가 나다 (몹시 화가 나다) tức giận bừng bừng.
쌍십절 (중국의) ngày lễ mười đôi.
상아 ngà(nanh) voi. ~제품 hàng ~. ~젓가락 đũa ngà, ~탑 tháp ngà, (대학교)phòng nghiên cứu đại học, ~패 thẻ(bài) ngà.
상아색 trắng ngà, ~ 피부 da ~.
상악 (해부) hàm trên.
쌍안경 song nhãn kính, (망원경) ống nhòm(dòm)
상앗대질 (삿대질) đẩy bằng sào. ~하다 chống sào.
상어 cá mập, cá kình. sa ngư, ~가죽 da ~. ~의 밥이 되다 thành mồi cho cá mập. ~기름 dầu ~.
상업 buôn bán, thương mại, thương nghiệp, mậu dịch. (무역)thương mãi, ~ 중심지 trung tâm thương mại. ~ 광고 quảng cáo ~. ~영어 tiếng anh ~. ~자본 vốn kinh doanh. ~정신 óc thương mại. ~재판소 tòa ~. ~계 giới thương mãi, ~이 번창하다 nền thương mãi đang thịnh vượng phát đạt.
상업(무역)법 thương pháp.
상업(실업)계 thương giới.
상업학교 trường thương mãi.
상업적인 일 thương sự.
상여 quan tài. ~를 메다 khiêng quan tài. ~군 người khiêng quan tài.
상여금 (보너스) tiền thưởng. 연말 ~ tiền thưởng cuối năm.
상연하다 trình diễn. 상연을 금하다 cấm ~. 새영화를 ~ trình chiếu phim mới. 신극을 ~ trình diễn vở kịch mới. 상연권 quyền ~.
상영하다 chiếu (phim). 상영중이다 đang chiếu. 영화를 ~ chiếu phim. 상영시간 thời gian ~.
상오 (오전) buổi sáng. (반) 오후 buổi chiều.
상온 (평상온도) nhiệt độ bình thường.
상왕(임금)thượng hoàng.
상용하다 thường dùng, thông dụng. 상용어 ngôn ngữ ~. 상용어구 câu thường dụng.
상원 thượng viện. viện quý tộc, ~의원 thượng nghị sĩ(viên).
상위 (서로 다름) (차이) khác nhau, bất đồng. ~점 điểm khác biệt.
상위 (높은 지위) địa vị cao. ~를 차지하다 được ở ~. ~계급(고관) thượng đẳng.
상응하다 tương ứng, (어울리다)

tương xứng, phù hợp.
상의 áo khoác. ~를 입다 khoác áo. ~ 윗주머니 túi trên ngực.
상의와 치마 xống áo.
상의하다 (토론하다) thảo luận, bàn bạc. 상의중이다 đang bàn bạc. (협상하다)thương nghị, bàn bạc.
상이군인 cựu thương binh. phế binh. ~ 요양소 trại thương binh.
상이 용사 수용소 trạm thu dung thương binh.
상이용사 우대정책 chính sách đãi ngộ thương binh.
상이한 dị đồng, ~종류 dị loại.
상이점과 유사점 điểm dị đồng.
상인 người buôn bán, thương gia. thương nhân, 소 ~ người buôn bán nhỏ. ~들의 조직 vạn buôn.
쌍 일차방정식(수학)song tuyến tính.
상임 thường trực. ~고문 cố vấn ~. ~위 원회 ủy ban ~. ban thường vụ, ~ 이사국 (유엔 안보이사회의) hội viên thường trực của hội đồng bảo an liên hiệp quốc. 국회상임위원 회 ủy ban thường trực quốc hội.
상자 cái thùng, cái hộp. hòm, tráp, 나무 ~ thùng gỗ. 한 ~ gấc một hộp đầy. 사과 한 ~ một thùng táo. ~에 넣다 bỏ vào thùng. ~로 사다 mua bằng thùng. ~를 열다 mở thùng. 유리~ thùng kính. 여 인들의 장식품 상자 tráp nữ trang. 빈랑나무 ~ tráp trầu.
쌍자엽 식물 song tử diệp.
상잔 tương tàn. 동족~ đồng tộc tương tàn. 민족상잔 dân tộc ~.
상장(지위가 높은 사람)thượng tướng.
상장 bằng khen, giấy khen.

상장 (상중임을 알리는 표) băng tang. ~을 달다 đeo ~.
상장하다 ghi vào danh sách.
상재 (뛰어난 재주) tài xuất sắc.
상쟁 tương tranh. 골육~ cốt nhục tương tàn.
상전 ông chủ. ~ 행세하다 đóng vai vua (ông chủ).
상전 (뽕밭) cánh đồng dâu tằm, nương dâu.
상전벽해(세상일이 덧없이 변천함) biến động của thiên nhiên, thương hải tang điền, tang hải.
상점 cửa(nhà) hàng. thương điếm, ~을 열다 mở ~. (반) ~을 닫다 đóng ~. ~가의 회장 trưởng phố.
상점가 hàng phố.
상접하다 tiếp xúc, va chạm.
상정하다 trưng bày, trình ra.
상정 (보통 인정) bản chất con người.
상제 (천제.하느님) thượng đế, đức chúa trời.
상제가 되다(거상중) đang có tang, mặc đồ tang.
상조 (서로 도움) giúp đỡ nhau. tương trợ. hỗ trợ.
상조 (시기상조) còn quá sớm.
상존하는(항상있는)thường xuyên.
상종 (서로 따르며 의 좋게 지냄) liên hợp, liên kết. kết giao
상좌 thượng tá, ghế cao nhất. (식탁의) đầu bàn.
상좌(불교의)thượng tọa.
상주하다 thường trú(tại). 상주군대 quân đội thường trực, 한국에 ~ thường trú tại Hàn Quốc. 상주 특 파원 đặc phái viên ~. 하노이 상주 기자 phóng viên ~ ở Hà-Nội.

상주하다(임금께) tường trình, báo trước vua.
상주(장례의) người chủ tang, tang chủ.
상중이다 có tang. để tang, tang tóc.
상중하 thượng trung hạ, tốt trung bình kém.
상지상 cái tốt nhất
상징 tượng trưng. biểu tượng. (표상)tiêu biểu, biểu tượng. ~적 có tính ~. 국가의 ~ tượng trưng cho đất nước. 평화의 ~ tượng trưng của hòa bình. ~시 thơ ca tượng trưng. ~주의 chủ nghĩa ~. 기는 나라를~한다 lá cờ ~ cho một nước. ~물 vật ~.
상징적 의미 nghĩa bóng.(반)구체적 의미 nghĩa đen.
쌍창 cửa sổ đôi.
상책 kế hoạch tốt nhất, thượng sách. 그이상 상책이 없다 đây là ~ của chúng ta.
상처 (부상) vết thương. (흉터)thẹo, (마음의)buồn lòng, trụa, ~가 나다 bị thương = (상처를 입다) ~를 꿰매다 khâu ~. ~를 남기다 để lại ~. ~에 붕대를 감다 băng ~. ~가 낫다 ~ khỏi. 옛~ vết thương cũ. ~를 묶다 bó ~. 상처에서 고름을 짜다 nặn mủ một vết thương. ~를 입다 tổn thương, ~를 주다 thương tàn, 스쳐서 벗겨진 ~ trầy trụa, ~를 입히다 chạm đến, ~를 싸매다 bó vít. ~를 보살피다 khám thương. ~가 아물고 새살이 나다 mọc da non. ~가 곪다 làm muồi. ~를 감싸다 sinh cơ. ~투성이의 sứt sẹo. 내 상처가 쑤신다 vết thương của tôi nhức lắm. 사랑의 상처 những vết thương tình yêu.
상처가 아물다 được lành.
상처자국 ngấn(thương) tích. vết thương, (흉터) thành sẹo.
상처 (아내의 죽음) cái chết vợ. ~하다 mất vợ, chết vợ.
상체 phần trên cơ thể. ~운동 tập thể dục ~.
상추 (식물) xà lách, rau diếp. 상추쌈 cơm cuốn ~.
상춘객 người ca tụng cảnh vật mùa xuân.
상충되다(모순) mâu thuẫn.
상층 tầng trên. thượng tầng(tằng), (상부) ~ 구조 thượng tằng kiến trúc. ~계급 giai cấp thượng lưu.
상치 (서로 어긋남) bất hòa, va chạm.
상쾌한 sảng khoái. tươi mát, rượi, (신선한) mát lành, ~ 아침 buổi sáng ~. ~ 느낌 khoái cảm, ~바람 làn gió mát lành, ~ 기분 tâm địa ~, 기분이 ~하다 tinh thần ~.
상쾌하고 시원하다 mát rượi.
상큼상큼 bước chân mạnh mẽ.
상큼한 tươi rói, ~웃음 cười ~.
상타다 nhận thưởng, đoạt giải thưởng.
상탄 (칭찬) khen ngợi, ca tụng. ~할만 하다 đáng ~.
상태 trạng thái, tình hình, cảnh trạng. tình(thể) trạng. 전쟁 ~ tình trạng chiến tranh. 건강 ~ tình trạng sức khỏe. 건강 ~가 좋다 tình trạng sức khỏe tốt. 경제 ~ tình hình kinh tế. 위험~ trạng thái nguy hiểm. 정신 ~ tình trạng tinh thần. 혼수~ tình trạng hôn mê. 환자의~가 나아지다 nâng cao thể trạng của bệnh nhân.

상태가 불분명한 nhập nhằng
쌍태 bào thai sinh đôi.
상통하다 hiểu nhau, thông cảm nhau.
상투 búi tóc. chỏm, ~를 올리다 cột tóc lại.
상투수단 thói tật xưa. 상투어 lời nói nhàm chán. lời tẻ nhạt, sáo ngữ, 상투적인 sáo mép. 상투어 chữ sáo. sáo ngữ.
상팔자 vận may, tốt số.
상패 huy chương gỗ. ~를 받다 được ~.
상편 tập một, quyển thứ nhất.
상표 nhãn hiệu (hàng hóa), lá nhãn, thương hiệu. ~를 붙이다 dán ~. ~권 quyền thương hiệu. 외국 ~ thương hiệu nước ngoài. 유명 ~ nhãn hiệu nổi tiếng. ~를 모방한 giả hiệu.
상품 hàng hóa. hóa(thương) phẩm, 각종 ~ các loại ~. ~화하다 biến thành ~. ~거래소 nơi trao đổi ~. ~견본 mẫu ~. ~권 quyền (giấy chứng nhận) ~. ~목록 danh mục ~. ~시장 thị trường ~. ~창고 kho ~. ~재고량 lượng hàng hóa tồn kho. ~ 전시를 하다 dọn hàng, ~진열장 kệ ~. ~진열대 sạp ~, ~번호 mã hiệu. ~의 유통 lưu thông hàng hóa. ~소비경로 tiêu lộ.
상품이 잘 팔려나가지 않다 hàng hóa ứ đọng.
상품을 주다 phát thưởng, 상품을 주어 칭찬하다 khen thưởng.
상품을 팔다 tiêu thụ, ~을 빨리 팔아 치우다 ~ nhanh.
상피세포 tế bào mô. biểu mô
상하 trên dưới. thượng hạ, ~구별 없이 không phân biệt ~. ~두권의 책 sách có hai tập. 상하평등 thượng hạ bằng đẳng. ~ 양원제의 lưỡng viện.
상하 (항상 여름) mùa hè vô tận.
상하다 1.hư hỏng, hư hại. thối, thối nát, sứt mẻ, úng, nhả, (생선이) ươn, 고기는 빨리 상한다 cá mau ươn, 상한 사과 quả táo úng. 상한 달걀 trứng thối, 상한 고기 thịt bị thiu. 음식이 ~ thức ăn hư. 상한 죽 cháo vữa, 상한 밥 cơm thiu(nhả), 2.tổn thương, bị thương. 감정을 상하다 làm tổn thương tình cảm. 속을 ~ làm tổn thương. 상한 냄새가 나는 khang kháng
상해 (중국) Thượng Hải.
상해 thương hại, bị thương. ~보험 bảo hiểm ~. ~죄 tội gây thương tích cho người khác. 상해를 주다 tổn hại.
상해 (상세하게 풀이하다) giải nghĩa tỉ mỉ.
상행 đi lên. ~열차 chuyến xe lửa ~.
상행위 quản lý kinh doanh.
상현달 trăng tròn dần, thượng huyền, trăng non. (반) 하현달 (반달) trăng khuyết.
상형문자 chữ tượng hình. tượng hình văn tự.
상호(간에) lẫn nhau, tương hỗ. ~의 이익을 위하여 vì lợi ích hai bên. ~원조 tương tế, ~계약 hợp đồng tương hỗ. ~관계의 giao hỗ, ~작용 tương tác, 상호의 hỗ tương. ~원조 hội tương tế. 상호애정 tương thân.
상호방위 liên phòng.
상호무역협정 hiệp định mậu dịch

상호부금에 가입하다 chơi họ.
상호 (상업 칭호) tên thương mãi.
상환 trả lại, trang trải, trừ lẫn, 외국 차관을 ~하다 trang trải món nợ ngoài, ~기금 vốn chìm để trả nợ. ~기한 kỳ hạn phải trả dứt.
상황 tình hình(trạng), sự tình, tình huống. trạng huống, cảnh ngộ, (정치 군사적) hình thế, ~을 설명하다 bày tỏ sự tình, ~이 좀더 희망적 이다 tình hình có vẻ khả quan hơn. 난처한 ~ ~ bối rối. 현재의 상황으로는 theo tình huống như hiện nay. ~을 파악하다 nắm bắt tình hình. ~을 조사하다 điều tra ~. 그곳 ~을 알려주세요 hãy cho tôi biết ~ ở đó. 경계 ~ ~ báo động. 상황에 맞게(비유) liệu cơm gắp mắm.
상황에 따라 tùy thời.
상회하다 còn hơn nữa, quá độ.
샅흔 (홈 디) vết sẹo.
샅 (사타구니) háng, đũng quần.
샅바 đai (băng) bắp đùi.
샅샅이 khắp nơi. ~뒤지다 tìm kiếm khắp nơi. sục sạo, lục. ~찾다 lùng xét.
쌓다 chất lên, chồng chất. đồn, (축적) tích lũy. 경험을 ~ tích lũy kinh nghiệm. 벽돌을 ~ xếp gạch. 장작을 ~ chất củi.
쌓인 눈 đống tuyết.
쌓아 두다 thâu trữ.
쌓아 올리다 xếp đống. 쌓아 올린 흙더미 ụ.
쌓이다 được chồng, chồng chất, lắng đọng. chất lên. dồn dập. 할 일이 산 같이 ~ việc chồng như núi. 많은 일이 하꺼번에 겹치다 nhiều công việc dồn dập trong một lúc.
샴페인 rượu sâm banh.
샹델리에(매달린 등)đèn treo.
새 con chim. ~의 부리 mỏ chim, ~소리 tiếng chim. ~를 기르다 nuôi chim. ~날개 cánh chim. ~를 사냥하다 đánh chim. ~둥지 ổ chim. 새 다리 같이 가는 다리 chân như ống sậy. 새총 súng săn. 새고기 thịt chim. 새떼 đàn chim. ~를 놓아주다 thả chim.
새가 새장에서 벗어나다 sổ lồng.
새가 싸우려고 깃털을 세우다 xừng lông.
새가 짹짹거리다 líu ríu. 새가 지저귀다 líu la líu lô.
(속) 새발의 피 máu chân chim (rất ít, không đáng kể).
(속) 새도 가지를 가려서 앉는다(먹을 때는 솥을 보고 앉을 때는 방향을 보고 있는다) Chim cũng chọn cành mà đậu(ăn trông nồi, ngồi trông hướng).
(속) 새도 날려면 움츠린다(일하기 전에 준비를 주도면밀하게 해야 한다) Chim muốn bay cũng phải nhún mình trước(trước khi làm việc gì phải chuẩn bị chu đáo).
새 (새로운) mới. ~해 năm mới. ~생활 cuộc sống ~. ~집 nhà mới.
새 개발도상국 nước mới mở mang.
(속) 새옷도 털면 먼지 난다(아무리 완전한 사람도 찾아보면 약간의 문제가 있다) áo mới giũ cũng có bụi (người dù có tốt đẹp đến mấy, xét đến cùng vẫn thấy có ít nhiều

vấn đề.
새빨간 거짓말 lời nói dối rành rành.
새까만 đen thui(kịt), đen ngòm, đen như than.
새까맣다 đen sậm. 새까맣게 타다 bị cháy đen.
새근 (쌔근)거리다 thở hổn hển.
새끼 bé nhỏ, con vật nhỏ. 소~ con bò con. ~를 낳다 đẻ con. gây giống, (경멸.욕) đồ, thằng. thằng nhóc, 개새끼 같은 놈 thằng chó. 저~ thằng kia. 저 바보~ đồ ngu ngốc kia. ~ 발가락 ngón chân út. ~손가락 ngón tay út.
새끼(줄)cọng dây tranh, ~를 꼬다 đánh tranh(gianh).
새기다 khắc. tạc, vạc, chạm, 마음에 ~ tạc dạ, 나무에 이름을 ~ khắc tên vào cây. 돌로 부처를 ~ khắc hình phật bằng đá. 마음 속에 ~ khắc vào lòng. 새기어 (새겨) 듣다 chăm chú nghe. 새겨넣다 nạm.
새김질하다 nhai lại.
새나다 (새어나오다) rò rỉ. 가스가 새다 rò ga. 지붕이 새다 giọt nóc nhà. 물이 ~ rỉ nước. 정보가 밖으로 ~ thông tin rò rỉ.
새다 1.sáng ra. 날이 (밤이) ~ trời sáng. 날이 새기 전에 trước khi trời sáng. (바람이) 씌 hơi. 바퀴 바람이 새다 bánh xe bị xì hơi. (물이) rỉ, chảy ra, 물이 새는곳을 막다 xảm chỗ rỉ nước. (스며나오다) tươm. 누출하다 xì ra.
새놓랗다 có màu vàng chói.
새달 (다음 달) tháng tới (sau).
새댁 (신부) cô dâu.
새떼 đàn chim.

새들 (자전거의 안장) yên xe.
새뜻 (산뜻)하다 sáng sủa.
새디즘 tính tàn bạo.
새로 mới, mới đây, gần đây. ~만든 mới làm(chế tạo), ~ 생기다 mới có, mới xuất hiện. 새로온 mới đến, ~온 선생님 thầy giáo mới. ~ 시작하다 mới bắt đầu. ~지은 옷 áo mới may, ~칠한 mới sơn, ~태어난 mới sanh, ~핀 mới nở, ~ 출발하다 mới xuất phát. ~ 단장하다 tân trang.
새로운 mới, môđen. ~ 종자를 만들다 lai tạo. ~별 tân tinh, ~ 법률 tân luật, ~ 패션 tân trang, ~운동 tân trào. 새로 단장하다 tân trang, 새로이 만들어진 tân tạo. ~효능이 있는 sinh cơ.
새로이 제정된 tân tạo.
새롭게 만든 tân chế.
새롭게 하다 tân trang.
새롭다 mới, mới lạ. 새로운 것 vật mới lạ. 아직도 기억에 ~ vẫn không phai mờ trong ký ức, vẫn còn rõ trong ký ức.
새롭게 만든 tân chế.
새로운(모던) môđen
새를 놓아주다 thả chim.
새모이 cơm chim.
새빨갛다 đỏ chói, đỏ thắm.
새빨간 đỏ gay, đỏ độc, đỏ tía(ứng).
새마을 운동 phong trào làng mới.
(속) 새발의 피(말 할 수 없이 작음) Máu chân chim(rất ít không đáng kể).
새벽 sáng sớm, bình minh. rạng đông, tinh mơ(sương), 이른 ~에 vào lúc

~. ~에 rạng ngày, lúc tang tảng, ~녘 tảng sáng, ~부터 해거름까지 từ sáng tới tối. ~에 떠나다 ra đi lúc ~.

새벽달 trăng sớm mai.
(속) 새벽달 보자고 초저녁부터 기다린다(일에 성급하게 서두르다) Chờ từ đầu tối hôm nay để xem trăng sớm mai(quá nôn nóng quá vội vàng trong công việc).
새벽별(샛별) sao mai. ~과 저녁별 sâm thương.
새벽기도 cầu nguyện sáng sớm.
새벽예배 thờ phượng buổi sáng, tĩnh nguyện.
새봄 mùa xuân mới
새 부대 bầu mới.
새사냥 săn chim. ~하다 bắn chim.
새사람 (신인) khuôn mặt mới. (새댁) cô dâu mới. (갱생자) người đang hồi sinh. 그는 아주 ~이 되었다 anh ta là người mới.
새싹 mầm(đọt) non, chồi, lộc. nụ. ~이 나다 đâm chồi.
새살(상처에 돋아나는) da non.
새삼스럽다 mới, tươi. ~게 lại nữa, một lần nữa.
새색시 cô dâu mới. tân nhân, (반) 새 서방 chàng rể mới.
새세대 thế hệ mới.
새소리 chiếp chiếp.
새소식 tin tức mới, ~이 없이(성어) tuyệt vô âm tín.
새신자 tân tín hữu. ~가 되다 nhập đạo.
새알 trứng chim.
새암 (샘) (부러워함) lòng ghen ty.
새앙 (생강) củ gừng. ~나무 cây gừng.
새앙쥐 chuột lắt(nhắt)..

새언약 giao ước mới.
새옷 quần áo mới.
(속) 새옷도 털면 먼지 난다(아무리 좋은 사람도 조사해 보면 크고 작은 문제가 있다) Áo mới giũ cũng có bụi(con người dù tốt đẹp đến mấy xét đến cùng vẫn thấy có ít nhiều vấn đề).
새옷을 입다 ninh bộ đồ mới.
새옹지마 (세상사가 헤아리기 어려움) cõi trời bí hiểm khôn lường. Tái ông chi mã, 인간만사~ nhân gian vạn sự Tái ông chi mã.
새우 tôm. tôm tép, 작은 ~ tôm rảo, ~늑맘 mắm tôm.
(속) 새우 싸움에 고래등 터진다(아랫사람이 저지른 일로 윗 사람이 해를 입는다) tôm đánh nhau cá voi xước lưng (người dưới làm sai nên làm hại cho người cấp trên).
새우등 lưng tôm, lưng còng. 나이가 들어 ~등이 되다 tuổi già nên lưng còng. 새우잠을 자다 ngủ cuộn mình. 새우젓 con tôm muối.
새우깡 bánh phồng tôm. bim bim tôm. ~알 trứng tôm hùm.
새우늑맘 mắm tôm.
새우다 thức, thức đêm. 밤을 ~ thức đêm. 밤새워 공부하다 thức đêm học. 밤새워 마시다 uống thâu đêm. 이야기로 밤을 새우다 nói chuyện thâu đêm. 밤새워 일하다 thức đêm làm việc.
새의 모래주머니 lòng mề.
새잡는 끈끈이 nhựa đánh chim.
새장(새집) cái lồng. tổ chim, ~에 새를 넣다 (기르다) nhốt chim vào lồng. ~에서 나오다 (벗어나다) xổ(sổ)

lồng.

새정권 tân chế, 새정책 tân chính sách.
새직분자 (교회.임직자) người mới nhậm chức.
새집 căn nhà mới. (새장) tổ chim, cái lồng.
새총 (공기총) súng hơi. súng săn. (고무줄 새총))giàng thun. (장난감 새총) ná cao su.
새출발 tạo khởi đầu mới, xuất phát mới.
새치 (흰머리) tóc sâu, tóc ngứa. ~가 나다 có ~.
새치기 (끼어듦) sự xen vào, tranh thủ vào.
새침하다 lạnh lùng, xa cách.
새카맣다 đen huyền.
새콤달콤한 chua ngọt.
새큰하다 đau khớp.
새털 lông chim. (솜털) lông tơ.
새파랗다 xanh đậm, xanh thẫm. 무서워서 얼굴이 새파랗게 질렸다 tái xanh mặt vì sợ.
새 (사)파이어 ngọc bích.
새하얗다 trắng xóa(lốp), trắng tinh, trắng như tuyết. trắng phau. 매화가 하얗게 피다 hoa mai trắng lốp.
새해 năm mới. ~를 맞아 đón ~. 묵은 해를 보내고 ~를 맞다 tiễn năm cũ đón năm mới. ~복 많이 받으세요 chúc năm mới (hạnh phúc). ~문안 thăm nhân dịp ~. ~차례 cúng ~. ~에 복을 얻다 hái lộc đầu năm. ~에 거는 đặt ra cho năm mới, ~를 전후하여 trước hoặc sau buổi đầu năm mới. ~인사를 하다 chúc tết. ~ 첫날 ngày đầu năm, tết nguyên đán.

새해 첫손님이 되다 xông nhà.
색 màu sắc. 부드러운 ~ màu sắc dễ chịu. ~이 바래다 phai màu, bay màu. phôi pha. ~이 짙은 sặm. ~이 변하다 thay màu, đổi màu. phai nhạt, ~이 진하다 màu sẫm. thắm, 얼굴 ~ sắc mặt. ~을 섞다 pha màu. ~ 을 혼합하다 phối sắc, 2.색을 좋아하다 háo sắc, dâm đãng. 색에 미친 인간 người si, lụy sắc đẹp ~ màu úa, 색가루묻어있는선(직선을 긋기위한) dây mực.
색을 입혀 작품을 만드는 미술 tranh khảm màu.
색깔 (빛깔) màu sắc. mầu, 색감 khả năng phán đoán màu sắc. ~의 농도 sắc độ.
색골 kẻ háo sắc (dâm đãng). 색광 chứng cuồng dâm, kẻ háo sắc (gái). 색광이 되다 mê dâm.
색다르다 mới lạ, khác thường. oái oăm. ngộ nghĩnh.
색도 (삭도) đường cáp. (색깔의 농도) sắc độ.
색도계 tỷ sắc kế.
색동저고리 áo con gái đủ màu.
색마 (색광) háu gái, cuồng dâm, kẻ đa dâm.
색맹 loạn sắc, mù màu. sắc manh. 그는 ~이다 anh ta ~. 적 ~ mù màu đỏ. 전~ mù màu toàn phần.
색바랜 은색의 bàng bạc.
색복(제복) sắc phục.
색상(방언) mầu sắc.
색색거리다 thở hổn hển.
색소 sắc tố. 색세포 tế bào ~. ~를 함유한 có ~, ~결핍증 chứng bạch tạng.
색소폰 kèn Saxophone. kèn co.

색시 (신부) cô dâu. (처녀) trinh nữ.
(아내) người vợ. (접대부) cô hầu bàn.
색실 sợi chỉ màu.
색안경 kính màu (색유리).
색연필 bút chì màu.
색욕 sắc dục, (육욕) nhục dục, dục tình. ~이 일어나다 nổi cơn dục tình. ~을 만족시키다 làm thỏa mãn cơn dục tình.
색욕광(의학) sắc cuồng.
색인 bảng mục lục, bảng liệt kê. sách dẫn. ~을 달다 làm ~.
색정 tính dâm dục. ~광(의학)điên dâm. kẻ si tình. ~을 불러 일으키다 ngứa nghề.
색종이 giấy màu. ~조각 bông giấy.
색주가 (술집) nhà thổ, lầu xanh.
색즉시공 (인생은 허무한 것) sắc sắc không không.
색채 (빛깔) màu sắc. sắc thái, 지방적 ~ màu sắc có tính chất địa phương. 정치적 ~가 있다 có màu sắc chính trị. 종교적 ~ màu sắc tôn giáo. ~가 난잡한 nham nhở.
색출하다 lùng bắt, tìm kiếm.
색칠하다 tô màu.
색판 인쇄 in màu.
샌님 người lịch sự tao nhã.
샌드위치 bánh sandwich (xăng-quít), 허기를 매우기 위해 ~를 먹다 ăn một miếng xăng quít cho đỡ đói.
샌들 dép, giầy xăng đan.
쌘트헤레나 (국명) Xanh Hêlen.
샐녘 (여명) bình minh, rạng đông.
샐러드 xà lách, rau xanh. ~유 dầu ~. ~를 섞다 trộn xà lách.
샐러리 tiền lương. ~맨 người ăn lương.

(식물)rau cần tây.
샘 nước giếng, nước suối.
샘(질투) ghen, ghen tuông. ~이 많다 ghen nhiều. ~이 나다 xuất hiện cơn ghen. ~을 받다 bị ghen.
샘물 nước giếng.
샘터 nguồn sông, suối nước.
샘플 hình mẫu, mẫu hàng.
샛길 đường hẻm (남), đường ngõ (북), đường phụ. ~로 빠져나가다 đi đường phụ.
샛노란 vàng khé.
샛밥 bữa ăn qua loa (간식).
샛별 sao mai, sao Kim (금성).
샛서방 người tình bí mật.
샛파란 xanh ngắt.
생 (생명) sự sống, cuộc sống. 생을 마치다 bóng xế.
생 (익지 않은) sống, tươi. ~고기 thịt ~. ~고무 cao su tươi. 생 (신선한) 우유 sữa tươi. 생나무 cây xanh. ~매장 chôn sống.
생가 nhà nơi sinh ra.
생가죽 da sống, da chưa thuộc.
생각 suy nghĩ, tưởng đến, bụng dạ, ý nghĩ. cho là, hoài. 소심한 ~ bụng dạ nhỏ nhen, 틀린 ~ ý nghĩ sai lầm, ~을 바꾸다 thay đổi ~. ~만해도 지겹다 nghĩ không thôi cũng thấy chán. 좋은 ~ ý nghĩ tốt. (반) 나쁜 ~ ý nghĩ xấu. ~이 떠오르다 xuất hiện ~. gợi ý, 문득 ~나다 sực nhớ. 아무 ~ 없이 không có ý nghĩ gì. ~에 따라 hành động theo ~. ~할 수 없다 không thể nghĩ được. 미래를 ~하다 nghĩ về tương lai. 잘 ~해서 결정하세요 hãy suy nghĩ kỹ rồi quyết định. 어

떻게 ~합니까? Anh nghĩ thế nào?
--에 대해 ~하다 nghĩ tới, --에 대해 생각해 보니 nghĩ vì, ~에 빠지다 trầm ngâm. 깊이 ~ 하다 suy tính. 생각없는 đầu rỗng. 생각없이 말하다 nói liều. ngoa mồm. ~을 딴데로 돌리다 phá tan. ~과 감정 quan cảm. 말하기 전에 먼저 ~하라 hãy ~ trước khi nói. 생각이 없습니까? nghĩ làm sao?
생각이 혼란하다 bối rối ở tâm tư.
생각에 빠져 헤어나지 못하다 vương vấn.
생각되다(겸손한 표현)thiết nghĩ, thiết tưởng.
생각하다(간주하다)xem, 그를 친구로 ~ ~ nó như bạn.
…라고 생각하다 thiết nghĩ.
생각하고 묵상하다 trầm tư mặc tưởng.
생각깊은 얼굴표정 vẻ mặt tư lự.
-- 라고 생각하다 nghĩ rằng.
생각나다 nhớ lại, nghĩ ra. 소년시절이 ~ nhớ lại thời thơ ấu. 너를 보니 동생 생각이 난다 tôi thấy anh thì nhớ đến em mình. 생각나게 하다 nhắc nhở(đến).
생각나게 하는 사람(것)thơ nhắc.
생각대로 되다 toại lòng(chí).
생각없이 이야기하다 gặp đâu nói đó.
(명)생각이 적을수록 말이 더 많다 Càng suy nghĩ ít thì càng nói nhiều.
생각지도 않게 không ngờ.
생각지도 않은 ngờ(dè) đâu.
생각처럼 되지 않는 cắc cớ.
생각컨대 đúng như tôi nghĩ.
생각해내다 nghĩ(nhớ) ra. nhắc đến, 방법을 ~ nghĩ ra phương pháp. 그의

이름을 ~ nhớ lại tên của anh ta.
생각해보다 nghĩ ngợi. 생각해 봅시다 thử nghĩ xem. 생각해보면 nếu thử suy nghĩ thì.
(속) 생감도 떨어지고 익은 감도 떨어진다(늙은이만 죽는 것이 아니고 젊은 사람도 죽는다) Hồng xanh cũng rụng hồng chín cũng rụng(không chỉ có người già chết mà người trẻ cũng chết).
생강 củ gừng. ~차 trà gừng. ~사탕 mứt gừng.
생것 (날것) đồ sống.
생겨나다 nảy sinh.
생견 (생명주) tơ thực.
생계 kế sinh nhai. ~가 막연하다 ~ mờ mịt. ~를 돕다 giúp đỡ ~. ~비 chi phí sinh hoạt. ~를 꾸려나가다 kiếm(làm) ăn, mưu(doanh) sinh. chạy ăn. ~ 활동을 하다 chạy chợ. ~를 열어주는 땅 đất lành chim đậu. ~수단 sinh kế.
생계를 위해 고향을 떠나 객지생활을 하다(성어) tha phương cầu thực.
생과부 góa phụ mà chồng vẫn sống.
생과자 bánh ngọt.
생글거리다 mỉm cười, tươi cười.
생금 (캐어낸 그대로의 금) vàng thô.
생금 (생포) bắt giữ.
생긋 웃는 tươi cười.
생기 sinh khí, linh hoạt, (활기)sôi động, sức sống. ~가 있다 có sức sống. ~를 주다 tiếp thêm sinh khí. ~있는 đầy sức sống, linh hoạt, linh động. ~넘치는 tươi tỉnh, sinh động, linh hoạt. nhộn nhịp. ~넘치는 얼굴 mặt mũi tươi tỉnh. ~가 다시 돌게하다 hú hồn. ~없는 rã

rượi. vô hồn, ~가 넘치는 청년시
대 tuổi trẻ đầy sinh khí
생기다 (발생) xuất hiện, nảy sinh, phát
sinh. 문제가 ~ phát sinh vấn đề.
무슨 일이 생겼어요? Có chuyện
gì xảy ra vậy? 병이 ~ có bệnh,
phát bệnh. 돈이 생기다 có tiền. 여
자 친구가 ~ có bạn gái.
(모양) 잘 생긴 đẹp trai (gái). (반) 못
생긴 xấu xí. 그 사람 어떻게 생겼
어요? Anh ta trông thế nào?
생김새 diện mạo, dáng điệu riêng.
dung nhan.
생나무 cây xanh, cây đang sống.
생년월일 ngày sinh (ngày tháng năm
sinh).
생떼를 쓰다 mè nheo.
생도 học trò, (학생) sinh đồ, học sinh.
생돈을 쓰다 dùng tiền không có mục
đích.
생동하다 sôi nổi, đầy sức sống.
생동감 sinh sắc, ~ 있게 표현하다 lột
tả. ~ 있는 sống động.
생득 (타고남) bẩm sinh.
생략 bỏ sót, lược(giảm) bớt, cắt giảm.
miễn trừ, thâu ngắn, ~어 (약자)
chữ viết tắt. ~부호 dấu chấm lửng.
연설을~하다 thâu ngắn một bài
diễn văn.
생령 sanh linh. (영혼) linh hồn.
생리 sinh lý. ~적 có tính ~. ~적 요구
nhu cầu có tính sinh lý. ~대 băng
vệ sinh. ~일 ngày ~, ngày có kinh.
~ 작용 tác dụng ~. ~ 중 인 có kinh,
~휴가 nghỉ ~. ~학 ~ học. 생리학
적 심리학 sinh lý tâm lý học. ~학
자 nhà ~. ~를 조절하다 điều kinh.
생리사별 sinh ly tử biệt.

생매장 chôn sống. ~ 되다 bị ~.
생맥주 bia tươi.
생면하다 gặp lần đầu. 생면목 người
xa lạ.
생명 sinh(tính) mạng, mạng sống. ~을
걸다 treo mạng sống,liều
mạng(mình), thục mạng, ~을 잃다
mất mạng. ~을 경시하다 khinh
sinh, ~을 걸고 싸우다 đánh nhau
thục mạng, ~을 단 축시키다 tổn
thọ, ~을 맡기다 ký mạng, ~을 구
하다 cứu mạng(sống), ~보험 nhân
thọ bảo hiểm, bảo hiểm sinh
mạng. 생명을 걸고 싸우다 đánh
liều mạng. ~을 보호하다 hộ mạng,
~을 빼앗다 cướp mạng sống, ~력
sức sống. sinh lực, cao hứng. ~력
이 있는 hữu sinh. ~의 위협을 무
릅쓰다 vào sinh ra tử.
생명(인생)을 걸다 liều mạng(mình).
생명이 있는 동안 희망이 있다 còn
nước thì còn tát.
생명(비유)xương máu, tổ quốc vì mục
숨을 희생하다 xy sinh ~ cho tổ
quốc.
생명과 재산을 지키다 bảo vệ tính
mạng và tài sản.
생명에 위험을 느끼다 nguy hiểm đến
tính mạng.
생명을 불어넣다 làm cho có sinh khí.
생명의 근원 mệnh căn.
생명선 đường sinh mệnh.
생명수 dung dịch nước truyền sức.
생명주 hàng vải bằng tơ sống.
생명체 thể sống
생모 mẹ ruột(đẻ). thân mẫu, (반) 생부
cha ruột.
생목숨 cuộc sống. (죄없는) cuộc sống

vô tội.
생무지 (어떤 일에 익숙하지 못한 사람) người mới.
생물 sinh vật. ~계 giới ~. ~학 ~ học.
생물역학 phép trắc định sinh vật.
생물학자 nhà sinh vật học.
생물에너지원동력 điện thế sinh vật.
생방송 truyền hình trực tiếp. ~ 되다 được ~.
생벼락 맞다 gặp tai họa bất ngờ.
생부 cha ruột. 생부모 cha mẹ ruột.
생불 đức phật sống. hoạt phật.
생사 sống chết, còn mất, sinh tử. (사멸) sinh diệt. ~의 문제 vấn đề ~. ~를 같이 하다 cùng sống chết, sống chết có nhau.
생사가 달린 sống chết.
생사를 좌우하는(가 걸린) sống thác.
생사(명주실) tơ sống.
생사람 người vô tội. ~ 잡다 bắt oan người vô tội.
생산 sản xuất. sinh sản,(반)소비 tiêu dùng, ~을 높이다 nâng cao ~. ~을 확대하다 mở rộng ~. (반) ~을 줄이다 giảm ~. ~가격 giá ~. ~량 lượng ~. ~능률 năng suất ~. ~력 sức ~. ~업 ngành ~. ~자본 vốn ~. 국내 ~ sản xuất trong nước. 국민총 ~ (GNP) tổng sản lượng quốc dân. ~ 규모 quy mô ~. ~비 chi phí ~. 생산부 bộ phận ~. 생산비용 giá thành. ~이 정체 되다 sản xuất ngừng trệ. ~ 품 phẩm vật, sản(xuất) phẩm, ~물 sản vật, ~력 sức ~, ~규정수준 định mức ~. ~자 nhà ~. ~을 증대시키다 tăng gia ~. ~을 증대하다 tăng sản.
생산자재 tư liệu sản xuất.

생산재 tư liệu lao động.
생산적인 sinh sản.
생산조합 tổ hợp(tập đoàn) sản xuất.
생살권 quyền sinh tử. 생살여탈권 quyền sinh quyền sát.
생색을 내다 gây ấn tượng tốt.
생생하다 tươi, sống, sinh động, mới. nóng hổi, 생생한 묘사 miêu tả sinh động. 기억이 ~ vẫn nhớ sinh động. 생생한 뉴스 tin tức nóng hổi. 생생한 실례 thí dụ sống động.
쌩쌩 vùn vụt, vun vút. ~달리다 chạy ~. (바람소리) ùù. 바람이~불다 gió thổi ùù.
생석회 đá vôi.
생선 cá. cá biển, ~가게 cửa hàng ~. ~ 장수 buôn bán ~. ~회 gỏi cá tươi. ~구이 cá nướng. ~찜 cá hấp, ~통조림 cá hộp, ~을 절이다 ướp cá. 신선한~ cá tươi. ~이 팔딱팔딱 뛰다 cá ục. ~뼈 xương cá.
생선의 눈 trứng cá.
생성 tạo thành, phát sinh ra, tạo ra.
생소한 lạ lẫm, xa lạ. tò te, ~ 곳 nơi ~. ~ 땅 mảnh đất xa lạ. ~ 사람 người xa lạ.
생수 nước mát, nước lã, nước suối, nước tự nhiên.
생시 giờ thức dậy. 꿈이냐 생시냐 tôi đang mơ hay tỉnh?.
생시(살아있는 동안) trong khi sống
생식하다 ăn thức ăn sống, ăn sống.
생식 sinh sản. sinh dục, ~력 sức ~. ~세포 tế bào sinh thực. ~기간 thời kỳ ~. 생식기 bộ phận sinh dục. dương vật, con cu, ~기능 chức năng ~. ~불능자 người bất lực ~. 유성~ sinh sản hữu tính. (반) 무성

~ sinh sản vô tính. ~구조 cấu tạo sinh dục. ~기관 cơ quan sinh dục.
생식기관이 없는(생물)vô phái.
생신 (생일) sinh nhật, ngày sinh.
생애 cuộc đời. sinh nhai. 행복한 ~ cuộc đời hạnh phúc. 정치가로서의 ~ ~ một nhà chính trị.
생야채 rau sống.
생약 thuốc sống, thuốc thiên nhiên, dược thảo.
생억지를 쓰다 đòi hỏi theo cách thức riêng.
생업 nghề sinh sống, nghề nghiệp.
생육하다 sinh nở.
생으로 (날로) còn sống. ~ 먹다 ăn sống.
생이별 sinh ly, 부부가 전쟁으로 ~하다 vợ chồng ~ vì chiến tranh.
생일 sinh nhật, ngày sinh. thọ đản, (반)기일 ngày mất, ~을 축하합니다 chúc mừng sinh nhật anh. khánh thọ, ~선물 quà sinh nhật. ~잔치(파티) tiệc ~. 생일 축하카드 thiệp chúc mừng ~. 생일케익 bánh ga tô (sinh nhật).
생장하다 lớn lên, trưởng thành. 생장을 돕다 nuôi cho lớn.
생장작 củi còn tươi.
생전 suốt đời. lúc còn sống, 생전에 trong suốt cuộc đời.
새전에 만든 묘 sinh phần.
생존 còn sống sót, tồn tại, sinh(di) tồn.(반)죽다 chết, ~을 유지하다 duy trì sự sống. ~권 quyền sống. ~ 투쟁 đấu tranh sinh tồn, ~자 người sống sót. ~문제 vấn đề sống còn. ~을 위해 싸우다 tranh sống.

(명)생존을 위해 책을 읽어라 Để đọc sinh tồn, hãy đọc sách.
생존경쟁 cạnh tranh sinh tồn. cạnh tồn. vật cạnh, vật lộn với đời,
생존의 수단 kế sinh nhai.
생죽음 (비명횡사) cái chết bất đắc kỳ tử.
생쥐 con chuột. chuột lắt.
생지옥 địa ngục trần gian.
생질 cháu trai. ~녀 cháu gái.
생채기 (긁힌 자국) vết trầy.
생체 vật thể sống. ~해부 giải phẫu sống. 생체공학 phỏng sinh học.
생탄 than đỏ.
생태 sinh thái. ~계 hệ ~. ~변화 biến hóa ~. ~학 sinh thái học.
생태적 특징 tính trạng.
생트집 buộc tội giả. ~ 잡다 buộc tội sai.
생판 (전혀 모름) không biết gì cả.
생포하다 bắt sống. sinh cầm.
생화 hoa thật, hoa tươi. (반) 조화 hoa giả.
생화학 hóa sinh học. ~자 nhà ~. ~ 무기 vũ khí vi trùng.
생환하다 sống sót trở về. sinh hoàn.
생환자 người sống sót.
생활 sinh hoạt, sống, cuộc sinh sống. 규칙적 ~ sinh hoạt đều độ. (반) 불규칙적 ~ sinh hoạt không đều độ. 월급으로 ~하다 sống bằng đồng lương. ~이 어렵다 cuộc sống khó khăn. 풍족한 ~ cuộc sống đầy đủ. 거지 ~을 하다 sống cuộc sống ăn mày. ~ 조건 điều kiện sống. ~리듬 nhịp điệu ~, ~환경 hoàn cảnh sống, môi trường sống. ~환경이 어수선하고 불안정하다 cảnh

sống điên mồng thác loạn, 도시~ cuộc sống đô thị. 정신 ~ đời sống tinh thần. 원시 ~ cuộc sống nguyên thủy. ~력 năng lực sống. ~비 phí(giá) sinh hoạt. ~습관 nếp sinh hoạt. ~이 편해지다 nỏi. ~이 좋아지다 làm ăn phất. ~의 기쁨 sinh thú.
생활기록부 sổ học sinh.
생활비를 벌다 độ thân.
생활의 기반을 만들어 내다 sinh cơ.
생활을 허비하다 vô dật.
생활정도 sinh hoạt trình độ.
생활수준 mức sống(sinh hoạt). ~을 높이다 nâng cao ~.
생활방식 phong cách sống.
생활양식 nếp sống.
생활통지표(학업성적표) học bạ.
생활패턴을 바꾸다 sửa tánh.
생활 필수품 hàng tiêu dùng.
생활형편과 사정 tình hình sinh hoạt và hoàn cảnh.
생회(생석회) đá vôi.
생후 sau khi sanh con. ~3 개월의 유아 em bé 3 tháng tuổi.
샤쓰 áo sơ mi lót trong.
샤아프 (날카로운) sắc bén. (음악: 높은 음표) nốt thăng, dấu thăng.
샤워 tắm. ~실 phòng tắm. 샤워기 vòi sen. ~룸 phòng tắm.
샴페인 rượu sâm banh.
샴푸 dầu gội đầu. ~로 머리를 감다 gội đầu bằng ~. 비듬 ~ dầu gội trị gàu.
샹들리에 đèn chùm.
샹송 bài hát, bài ca.
서 (서적) sách.
서 (경찰서) đồn cảnh sát (công an)
서 phía tây. 서향집 nhà hướng tây.

서가 kệ sách. (책꽂이) giá sách.
서가 (글씨에 능숙한 사람) người viết chữ đẹp.
서까래 rui, cây kèo, đòn tay, vì, xà ngang (대들보)
서간 (편지) thư từ. thư tín
서거하다 từ trần, qua đời, tạ thế, chết. chầu trời, 서거한 quá cố.
서경 kinh độ tây. 서경 40 도 40 kinh độ tây.
서고 tủ sách, thư khố, thư viện.
서곡 khúc dạo đầu (mở đầu).
서광 tia(hừng) sáng, tia hy vọng. 성공의 ~ tia sáng thành công.
서구 châu Âu, phương tây, tây bán cầu. ~ 문명 văn minh phương tây. ~사상 tư tưởng phương tây.
서궁 (황후의) tây cung.
서기 thư ký, để lại, bí thư 일등서기관 bí thư thứ nhất. (서기관) thầy thông giáo.
서기장 tổng thư ký.
서기 tây nguyên, tây lịch, công nguyên, năm dương lịch. (반) 단기 năm âm lịch.
서기 (상서로운 기운) điềm lành.
서글서글하다 (눈이) căng tròn mắt ra. (마음이) thoải mái.
서글퍼하는 buồn phiền.
서글프다 buồn, sầu muộn. đơn độc. sầu bi,(반) 즐거운 vui vẻ, 서글 픈 애기 câu chuyện sầu bi, 서글픈 노래 bài ca ai oán
서남 tây nam. ~풍 gió ~.
서낭당 miếu thần hộ mạng
서너개 một vài. dăm ba,사과 ~ một vài táo. 서넛의 vài bốn.
써넣다 điền vào, viết vào.

서녘 hướng tây. ~하늘 bầu trời ~.
서늘하다 (써늘하다) mát mẻ. hơi mát, rợi. 서늘한 바람 gió ~. (오싹하다) cảm thấy ớn lạnh.
서다 1. đứng lên (dậy).(반)앉다 ngồi. 거울 앞에 ~ đứng trước gương. 연단에 ~ đứng ra diễn đàn. 창 옆에 ~ đứng cạnh cửa sổ. 서있다 đang đứng. 하루종일 서있다 đứng cả ngày. (계속)서있는 sừng sững, 2.đứng ra làm. 보증을 ~ đứng ra làm bảo lãnh. 증인을 ~ đứng ra làm chứng. (멈추다) dừng lại, đứng lại. 시계가 ~ đồng hồ chết. 자동차가 ~ xe dừng lại. 이 차 어디에 섭니까? Xe này đỗ ở đâu?
서당 ngôi trường làng.
(속) 서당개 삼년에 풍월한다(무식한 사람이라도 어떤 부문에 오래 있으면 얼마간의 지식과 경험을 갖게 된다) chó từ đường, ba năm cũng biết đọc (dù người vô học nhưng ở lâu dài trong một bộ phận thì sẽ được biết cùng kinh nghiệm).
서도 thuật viết chữ đẹp. 서도가 người viết chữ đẹp.
서독 (국명) Tây Đức.
서두 lời mở đầu. ~에 thoạt đầu, ~를 장황하게 늘어놓다 rào trước đón sau.
서두르다 vội vàng, làm gấp, lanh chanh, nôn nả, hối hả, nháo nhác, tăng tả, phiên phiến, bươn bả. 서두를 필요 없다 không cần phải vội. 급히 서두르지 않으면 기차를 놓친다 nếu không nhanh thì không kịp tàu. 그렇게 서두르지 마라 đừng vội như vậy. 왜 서두르는가? Sao anh vội thế? 기차를 놓치지 않게 서두르다 nhanh lên cho kịp chuyến tàu. 서두를 것이 없는 nhấn nha.
서두르면 망친다 nóng ăn là hỏng việc.
서두르지 않는 thung dung.
서둘러(급히)hấp tấp. lật đật, ~일어나다 lật đật đứng dậy. ~나가다 vội ra, ~떨이 판매하다 bán tống bán táng cho hết.
서둘러라 mau lên. ù lên.
서두르면 망친다 nóng vội là hỏng việc
서랍 ngăn(ô) kéo, hộc bàn (tủ). ~속 trong ~. ~을 열다 mở ~. 책상밑 이동서랍 tủ rời để bàn
서러워하다 cảm thấy buồn bã. 서러운 đau buồn. lao sầu.
써레 (농기구) cái bừa. bồ cào.
서력기원 (서기) công(tây) nguyên.
서로 욕하다 cãi bậy, cãi nhau.
서로 닮 nhau. tương trợ, ~ 돕다 giúp đỡ ~. tương tế. ~ 사랑하다 yêu nhau. tương ái, ~ 보다 nhìn nhau. ~ 싸우다 (다투다) cãi nhau. ~의 이익 lợi ích của hai bên. 서로 돕다 hiệp trợ, tối lửa tắt đèn (가깝고 친근한), ~ 가까이 서다 đứng khít nhau, ~ 붙어 있는 khít nhau, ~ 섞여 조화를 이루다 dập dìu. ~경쟁하다 hỗ cạnh, ~ 붙다 díu. ~같은 đều nhau. ~같게 행동하는 사람들 một đồng một cốt.
서로 가까이 하다 sát nhau.
서로 거의 비슷한 의견 ý kiến tương đồng.
서로 겹쳐지게 하다 trùng hợp.

서로 귀뜸하다 mách nhau.
서로 근접한 sát cánh nhau.
서로 너무나 다른 một trời một vực.
서로 다른 sai biệt. ~ 의견 những ý kiến ~.
서로 다른 음정을 한꺼번에 연속 부르다 luyến.
서로 닮은 tương đồng. ~형제 hai anh em y như.
서로 더 자세히 이해하다 hiểu nhau cặn kẽ hơn nữa.
서로 떨어져 있는 tương cách.
서로 사랑하는 남녀 yến oanh.
서로 성격이 잘 맞는 tương hợp.
서로 세게 부딪히다 tông.
서로 아는 tâm tri. 마음을 허락한 벗 bạn ~.
서로 어울리다 tương xứng.
서로 인연이 없는 vô duyên.
서로 트집을 잡다(언쟁하다) vằng nhau. 술에 취하면 서로 트집을 잡는다 say rượu rồi vằng nhau.
서로 틀리다 sai biệt.
서로 마주보고 앉다 ngồi ngang mặt.
서로 만나 즐거워 하다 tay bắt mặt mừng.
서로 맞지 않은 tương kị. 이 두 약응 설 맞지 않으므로 함께 들지 마십시요 hai vị thuốc này tương kị không nên dùng cùng met lúc.
서로 모여 작은 단체를 이루다(성어) túm năm tụm ba.
서로 모이다 nhóm nhau lại.
서로 모이를 놓고 쟁탈하다 xâu xé.
서로 미루다 (부모 모시는 일을) đùn đẩy cho nhau. (일을) nạnh nhau
서로 밀치고 오다 xô nhau tới.
서로 반목하다 hiềm khích

서로 뺏다 tranh chấp.
서로 붙어서 열을이루다 nối đuôi san sát.
서로 비교함 đối sánh.
서로 비슷한 의견 ý kiến tương đồng.
서로 사랑하는 yêu nhau, tình tứ. thương thân thương ái.
서로 술을 권하다(대작)thù tạc.
서로 아는(마음을 허락한) tâm tri.
서로 알다 tương tri.
서로 양보하다 tương nhượng. nhường nhau.
서로 어울리는 tương xứng(반)서로 어울리지 않는 tương kị. 이 두 약 은 서로 어울리지 않으므로 함께 드시지 마십시요 hai vị thuốc này tương kị không nên dùng gừng một lúc.
서로 얼킨 chằng chịt.
서로 언쟁하는 부부 vợ chồng cứ lục đục với nhau.
서로 연결된 liên chi hồ điệp.
서로 연관관계가 있는 tương liên.
서로 욕하다 chửi lộn.
서로 으르렁거리다 lục đục. xâu xé nhau.
서로 윙크하다 đưa tình.
서로 의논하다 bàn riêng với nhau.
서로 짝을 이루다 sóng đôi.
서로 잘 아는 tương tri.
서로 잘 어울리다 đẹp đôi(duyên).
서로 잘 지내다 hạp nhau.
서로 잡아당기다 giằng co.
서로 잡으려고 추적하다 tập nã.
서로 존중하다 tôn trọng nhau.
서로 죽이다 tương tàn, tàn sát
서로 지지않는 không kém cạnh chi.
서로 친근한 thân cận với nhau.

서로 친밀한 tương thân.
서로 피를 마셔 맹세하다 sáp huyết nhau mà thề.
서로 한패가 되다 toa rập.
서로 합심하다 thuận nhau.
서론 lời giới thiệu, lời mở đầu
서류 tài liệu, hồ sơ, tư liệu. văn kiện, ~이면을 기 입하다 kiểm nhận, ~를 작성하다 làm ~, lập ~. ~에 서명하다 ký tên vào một văn kiện, ~를 제출하다 nộp hồ sơ, trình hồ sơ. (소송)đầu đơn, ~가방 cặp ~. 기밀 ~ tài liệu mật. 중요한 ~ tài liệu quan trọng. 서류전형 tuyển chọn bằng hồ sơ cá nhân. ~함 tủ đựng hồ sơ.
서류로 처리하는 업무 làm giấy.
서류 일을 맡은 사람 từ hàn.
서류구멍뚫개 đục lỗ giấy
서류카버(두터운) file hồ sơ
서류철에 끼워놓다 lưu trữ
서른 ba mươi. ~살 30 tuổi. ~번째 thứ ~.
서리 sương giá. 서릿발 cột sương. ~가 내리다 trời ~.
서리 (대리자) người thay quyền.
서리다 bị phủ đầy hơi nước. 유리창에 김이 ~ cửa kính ~.
서리맞다 (비유적) nản lòng, nản chí (낙담하다).
서막 việc mở đầu, lúc khởi đầu. ~곡 giáo đầu.
서머타임 (일광절약시간) thời gian tiết kiệm mùa hè.
서먹(어색)하다 ngượng ngùng, lạ lùng, không quen thuộc.
서면 giấy tờ. ~으로 bằng ~. 구두나 ~으로 bằng miệng hoặc bằng ~. ~으로 신청하다 đăng ký bằng ~. ~으로 알리다 cho biết bằng ~.
서명 ký tên. 제 danh, (책임자로)đứng tên, ~이 없는 편지 thư không ~. ~하다 ký tên vào. ~운동 cuộc vận động lấy chữ ký. ~자 người ~.
서명 (책 이름) tên sách.
서모 (아버지의 첩) vợ lẽ của cha, nàng hầu của cha.
서몽 (좋은 꿈) giấc mơ tốt lành.
서무 kế toán. công việc tổng quát, ~과 phòng kế toán.
서문 (머리말) lời nói đầu. tự luận. lời tựa, đề từ, ~을 쓰다 đề tựa.
서민 (평민) dân(con) đen, bình dân.
서민성(작품속의)tính nhân dân.
서반구 (서구) phương tây, tây bán cầu.
서반아 (스페인) Tây Ban Nha.
서방 tây phương, (서쪽) miền(phương) tây, phía tây.
서방 국가 thái tây.
서방 의학 tây y.
서방님 đức ông chồng, (남편) người chồng, ông xã. (반) 아내 bà xã, vợ.
서방질(아내의 간통) cắm sừng, bị vợ ngoại tình, chơi ngang, thông dâm, ngoại tình (오입질).
서벅서벅 (모래 밟는 소리) bước chân lạo xạo.
서법 thuật viết chữ đẹp. thư pháp.
서부 miền tây. ~고원지대 tây nguyên.
서북 tây bắc. ~풍 gió ~.
서브타이틀 (부제) đề phụ. (반) 메인타이틀 tiêu đề chính.
서비스 dịch vụ, phục vụ. ~개선 cải tiến dịch vụ.
서사 bài tường thuật. ~문 thể văn kể

chuyện. ~시 thiên anh hùng ca. sử thi, thơ tự sự, (서정시) thơ trữ tình(tự tình).

서생 (공부하는 사람) thư sinh, học sinh, sinh viên.

서서히 (천천히) từ từ. dần dần, dần dà. 세월은 ~ 지나간다 thì giờ ~ trôi qua. ~죽다 chết mòn.

서설 (서론) lời mở đầu.

서성거리다 lảng vảng, 시장 입구에서 ~ ~ đầu chợ.

서수 (차례) thứ tự. 서수사 (문법) số từ chỉ thứ tự.

서술격조사 tiểu từ vị cách.

서술어 vị ngữ. vị từ.

서술하다 tường(tự) thuật, mô (miêu) tả, diễn tả. 긍정 (서술)문 câu khẳng định. 문자 뚜tảt.

서스펜스 (긴장감) căng thẳng, tình trạng căng thẳng.

서슬 (기세) khí thế, khí khái. (날카로움) sắc bén. 서슬이 시퍼런 칼 thanh kiếm sắc. 서슬이 시퍼렇다 sắc sảo.

서슴다 (머뭇거리다) do dự. chần chờ, 서슴거리다 chần chờ. 서슴지 않고 không ~. 서슴 없이 không nao núng. 죽음도 서슴지 않다 cái chết cũng không ngại.

서식 mẫu giấy tờ (công văn). ~대로 theo mẫu. 일정한 ~ mẫu thứ nhất. 제 2 호 ~ mẫu số 2.

서식하다 ở, sống ở. 서식할 수 있다 có thể ở được. 서식지 môi trường ở, trú quán.

서신 (편지) thư(thơ) từ. thư tín, ~으로 연락하다 liên lạc bằng ~. ~용지 giấy viết thư. tiên.

서약 thề, thệ, thệ nguyện, thề ước, lời thề, cam kết. ~을 시행하다 thực hiện lời cam kết. ~을 지키다 giữ lời cam kết. (반) ~을 어기다 trái lời cam kết. ~서 bản ~. giấy thệ ước, 서약자 người ~. 명 예를 걸고~하다 lấy danh dự ra ~. ~을 받다 tuyên ~.

서양 tây phương, Châu Âu.(반)동양 phương đông, ~ 화하다 tây hóa. ~ 학문 tây học, ~문명 văn minh phương tây. ~사 lịch sử ~. ~요리 món ăn ~. ~음식 cơm tây.

서양식의 집 nhà tây.

서양 오얏 trái mận.

서어브 giao bóng, cú giao bóng.

써치라이트 (탐조등) đèn pha rọi.

서어클 nhóm, giới. ~활동 hoạt động nhóm. 독서~ nhóm độc giả.

서언 (머리말) lời nói đầu. tự ngôn.

서열 cấp, hạng tuổi, vai vế, thứ hạng(vị), ngạch bậc(trật), đẳng thứ.

서운하다 buồn, nhớ, cảm thấy đáng tiếc. 서운해하다 lấy làm buồn.

서울 (한국의 수도) Seoul, thủ đô Hàn Quốc.

(속) 서울 가서 김서방 찾기(주소도 사는곳도 몰라서 찾기 어렵다) đi Seoul tìm chàng Kim (không biết địa chỉ, ở nơi nào thì khó tìm)). (어떻게든)서울만 가면 miễn là tới Seoul.

서원 (글방) phòng học.

서원하다 (기원) cầu nguyện. (맹세) thề(thệ) nguyện.

서유럽 Tây Âu.

서인도제도 miền tây Ấn Độ.

서 있다 sừng sững
서자 thứ tử, (첩자식) con vợ lẽ. (사생아) con không hợp pháp.
서장 (경찰서장) trưởng cảnh sát, sĩ quan cảnh sát.
서재 phòng đọc sách(giấy). thư hiên.
서적 sách, sách vở. báo. thư tịch, ~ 애호가 người ham mê sách.
서점 thư quán, (책방) nhà sách, hiệu sách.
서정이 풍부한 trữ tình, ~시 thơ trữ(tự) tình. tâm thư, 서정문 văn trữ tình. 서정시인 nhà ~.
서쪽 phía tây. 시~ phía tây thành phố. ~으로 가다 đi về hướng tây.
서지 (책의 목록) thư mục.
서책 (책) sách.
서체 (글시체) chữ viết tay. lối chữ.
서출 (사생아) con vợ lẽ, con hoang.
써치라이트(탐조등)đèn rọi.
서캐(이의 알)trứng chi.
서커스 xiếc, trò xiếc (곡예)
서투르다 vụng về, không quen biết, xa lạ,(반)익숙하다 thành thạo, 서투른 표현 biểu hiện vụng về. 서투른 솜씨 bàn tay vụng về. 서툴게 수선하다 sửa vụng. 서툴게 하다 tay vụng về.
서투른 기술(자신의 기술을 낮추어 이르는 말)tiện kỹ.
서투른 vụng, ~짓을 하다 vụng ở. ~ 직공 thợ vụng.
(명)서투른 목수가 연장을 탓한다 thợ mộc tồi đổ lỗi tại cái bào.
(속) 서투른 무당 장구만 나무란다 (자신의 능력이 부족한 것은 모르고 장구 탓만 한다) Mụ phù thủy vụng về trách tại trống(không

biết mình thiếu năng lực mà chỉ đổ lỗi cho trống thôi).
서툰(아주 초보인)võ vẽ.겨우 조금 안 다 biết ~. ~손 tay nghịch.
서평 bài phê bình cuốn sách.
서표 (표지. 책장 사이에 끼워두는) thẻ đánh dấu.
서푼 어치도 못 된다 không đnáh giá một đồng xu nhỏ.
서풍 gió tây.
서학(서양학문) tây học.
서한 (서간.편지) lá thư.
서해 biển tây. (황해) hoàng hải.
서행 "chậm lại". ~하다 đi chậm lại.
서향 hướng về tây.
서화 thơ và họa.
서훈하다 tặng thưởng huân chương.
석달 ba tháng.
썩 (아주) rất. 노래를 ~ 잘 부른다 hát rất hay. (곧) ngay. 썩 물러가라! Đi ra khỏi đây ngay! 썩 꺼져라! Cút đi ngay!
석 (주석) cái thiếc. (돌) đá, thạch. (좌석) chỗ ngồi. 지정석 chỗ chỉ định.
석가 모니 phật thích ca mâu ni.
석가 성좌 liên đài.
석가 탄신일 ngày Phật Đản.
석간 báo buổi chiều. văn báo.
석고 thạch cao. ~붕대 băng ~. ~상 tượng ~. ~로 뜨다(빚어서 만들 다)nhào nặn.
석고로 틀을 뜨다(소조) nhào nặn.
석공 (석수) thợ xây đá. thợ nề.
석광 (주석을 파내는 광산) mỏ thiếc.
석굴 hang đá, hang động.
석권하다 chinh phục, lướt qua. 전 세계를 ~ lướt qua khắp thế giới.
석기시대 thời kỳ đồ đá. thạch khí thời

đại. 구~ thời kỳ đồ đá cũ. (반) 신~ thời kỳ đồ đá mới.

석녀(아이 못낳는 여자) thạch nữ.

섞다 pha, pha trộn(lẫn). hòa lộn, xáo, 카드를 ~ xáo bài, 물과 기름을 섞을 수 없다 không thể pha dầu với nước. 섞이지 않은 진짜의 tuần lương. 물을 ~ trộn với nước. 술에 물을 ~ trộn nước vào rượu. 무리 속에 섞이다 trà trộn vào đám đông.

썩다 hư hỏng, mục nát, ăn mòn. 이가 ~ hư răng, sâu răng. 과일이 ~ hoa quả ~. 우유가 ~ sữa hư. 썩은 계란 trứng ung. 썩어서 물이 나오다 nhão bét.

썩은 thối, hư nát, ung, ôi, 썩어빠진 thối nát, ~물 nước ~. ~계란 trứng gà ung, ~고기 thịt hôi. ~알 trứng thúi. ~천 vải mục.

(속) 썩은 새끼도 쓸 때가 있다(물건 이 평범하고 아무리 가치 없는 것이라도 쓸 때가 있다) Con cúi bằng rơm nát cũng có nơi dùng(vật dù cho tầm thường giá trị thấp đến mấy cũng có khi cần dùng đến).

석류 quả lựu. ~나무 cây ~. 석류석 thạch lựu.

썩은이 răng mục. răng sâu

석면(광물) thạch miên(ma).

석명 (설명) giải thích, giảng giải.

석묵(흑연) thạch mặc.

석방 thả ra, phóng thích. buông thả. (반)속박 ràng buộc, 교도소에서 ~ 되다 được thả khỏi tù. 포로를 ~ 하다 tha tù binh.

석벽 (돌벽) bức tường đá. (절벽) vách đá.

석별하다 hối tiếc ra đi, chia tay buồn.

석불 (돌부처) tượng Phật bằng đá.

석비 (돌비) bia đá.

석사 thạc sĩ. 박사 tiến sĩ, ~과정 khóa học ~. 석사논문 luận văn ~. ~학위 học vị ~. 문학~ thạc sĩ văn chương.

석상 pho tượng đá. phỏng đá.

석상 (회의 석상)에서 trong buổi họp.

석쇠 cái vỉ (고기 굽는)

석수 (석공) thợ xây đá. ~쟁이 phu hồ.

석순 (암석) măng đá, thạch nhũ dưới. măng tre (죽순)

석양 mặt trời lặn. tà(tịch) dương.

석연하다 thoát khỏi nghi ngờ.

석유 dầu lửa (남), dầu hỏa (북). thạch du, ~를 nhiên liệu. ~ tìm ~. ~등 đèn dầu. ~수송관 ống dẫn dầu. ~수출국 nước xuất khẩu dầu. ~자원 tài nguyên dầu. ~제품 sản phẩm dầu. ~채굴 khoang ~. ~탱크 thùng dầu. ~회사 công ty dầu hỏa. ~등 đèn dầu. ~펌프 cây xăng.

석유불이 전기불로 대체되었다 đèn dầu đã thay thế đèn điện.

석유왕 vua dầu lửa.

썩이다 (속을) ưu phiền, lo lắng.

썩히다 làm mục nát

섞인(혼합된) xen lẫn, bông hoa trắng ~ với hoa hồng.

석재 đá, đá xây dựng.

석전 (돌싸움) một trận đánh giả với đá.

석조 xây bằng đá. ~건물 tòa nhà ~.

석존 đức Phật.

석종유 (종유석) thạch nhũ.

석주 (돌기둥) cây cột bằng đá. thạch trụ.

석차 thứ tự của thành tích.
석청 (야생꿀) ong mật rừng.
석축 (돌담) bức tường đá.
석탄 than, than đá. thạch thán, ~층 lớp ~, ~을 때다 đốt than. ~을 캐다 đào than. ~가루 bột than. than cám, ~창고 vựa than, ~광 quặng ~. ~매장량 lượng ~ dự trữ. ~갱부 công nhân mỏ. ~운반(공급)선 tàu chở ~, ~가스 khí đá(than). ~탄광 mỏ than. ~ 광업 sự khai mỏ ~. ~ 공사 công ty thạch thán công xã
석탑 tháp đá.
썩어 문드러지다 rữa.
썩어 빠지다(부패한)thối nát.
썩은 ôi (반) 싱싱한 tươi, (냄새나는)thối rữa(rũa). thúi. ~ 달걀 trứng thúi(thối).
석판 thạch bản. li tô, phiến. ~기술 thuật in đá. ~인쇄 in thạch bản., ~인쇄본 sách in li tô.
석패 (애석한 패배) thất bại đáng tiếc.
석학 nhà đại học giả. thạc học. nhà học giả uyên bác.
석황(광물) thạch hoàng.
석회 vôi. ~석 đá ~. ~수 nước ~. ~암 đá ~. đá khái. thạch khôi nham. ~가 마 lò vôi. ~에 물을 붓다 tôi vôi.
석회를 섞다 tôi vôi.
섞갈리다 (한데 뒤섞이다) làm lộn xộn, làm rối nùi.
섞이다 bị trộn, bị pha trộn. 물과 기름 은 섞이지 않는다 dầu với nước không pha trộn được.
선(착한) thiện, cái thiện. ~을 행하다 làm điều thiện. ~을 악으로 갚다 trả thiện bằng ác. dĩ ân báo oán. 선악 thiện và ác. ~을 행하고 싶다

hướng thiện.
선의 근원 thiện căn, ~은 사람의 마음에 있다 ~ ở tại lòng ta.
선보다 xem mặt cô dâu.
선 (전선) dây, đường, tuyến. 전화~ đường dây điện thoại. 삼팔선 vĩ tuyến 38. 전선 dây điện, cáp điện. 송전~ dây tải điện.
선 vạch, (줄) dây, ~을 긋다 vạch, gạch. 하이픈(-) vạch ngang.
선을 두르다 viền. 레이스에 ~ ~ ren.
선 (불교의) thiền. 좌선 thiền định.
선각자 người thấy trước (lo xa). tiên triết.
선객 (배를 탄 승객) khách đi thuyền. ~명부 danh sách hành khách. 일등~ khách hạng nhất.
선거 bầu cử, tuyển cử. 선거하다 bỏ phiếu. ~에 이기다 thắng cử. (반) ~에 지다 thất cử. ~대책위원회 ủy ban bầu cử. 부정~ bầu cử bất chính (gian lận). 대통령 ~ bầu cử tổng thống. ~구 khu vực ~. 선거 운동 cuộc vận động ~. ~법 luật ~. 선거인단 đoàn cử tri. 총 ~ tổng ~, ~유권자 tuyển cử nhân.
선거권 quyền bầu cử. ~을 주다 ban quyền bầu cử. (반) ~을 박탈하다 truất(tước đoạt) quyền bầu cử. ~이 없다 không có ~. 선거권자 (유권자) cử tri.
선거위원회 의장 chủ tịch ủy ban tuyển trạch.
선견 thấy trước. tiên kiến, ~지명이 있는 nhìn xa trông rộng. lo trước, lo xa (반)선견지명이 없는 mù quáng.
선견지명이 있는 사람 đèn trời(giời)

선결하다 quyết định trước. tiên quyết, 선결문제 vấn đề được ~. 선결조건 điều kiện tiên quyết.
선경 (선계) cõi tiên. tiên cảnh, bồng lai tiên cảnh, (반) 현세 (이세상) cõi đời. 선계 tiên giới.
선고 (돌아가신 아버지) người cha đã qua đời.
선고 (판결을 알림) tuyên án, phán quyết, tuyên cáo. 선고하다 tuyên cáo. 무죄를 ~ tuyên cáo vô tội. (반) 유죄를 ~ tuyên cáo có tội. 3년 징역을 ~ tuyên cáo 3 năm tù. 선고문 bản án. 선고유예 án treo. 사형 ~ án tử hình, ~를 기각하다 đình cứu.
선교 truyền(tuyên) giáo, truyền đạo. rao giảng, ~사 tuyên giáo sĩ. giáo sĩ
선구자 tiền bối, người đi trước, người mở đường. 혁명의 ~ ~ cách mạng. ~적인 역할을 하 다 tiền khu.
선군(선왕)tiên quân.
선궁(신선이 사는) tiên cung.
선그라스 kính râm, kính màu.
선금 tiền ứng trước. tạm ứng, ~을 치르다 trả tiền trước.
선급하다 trả trước. 선급비용 chi phí trả trước
선남선녀 (어진 사람들) người ngoan đạo, thiện nam thiện nữ, thiện nam tín nữ.
선납하다 trả trước.
선내 ở trên tàu.
선녀 nàng tiên, tiên nữ(nga). 하늘나라 ~ hằng nga. ~와 용 tiên rồng.
선녀같이 아름다운 미녀 thuyền duyên.
선단(배끝) mạn tàu, (여러척의 배) đoàn tàu.
선대 thế hệ trước.
선도하다 dẫn đầu, lãnh đạo. (이끌다) tiền đạo.
선동 xúi giục, xúi bẩy. phiến động, thanh vận. ~의 목적으로 với mục đích ~. 누구의 ~을 받다 bị ai đó ~. 민중을 ~하여 난동을 일으키다 xúi giục dân chúng bạo loạn. 선동자 kẻ ~, đầu tên. 선동죄 tội ~. 반란을 선동하다 phiến loạn. 인심을 ~하다, phiến động nhân tâm. 선동하는 우두머리 cán bộ thanh vận.
선동(천사를 돕는 아이)tiên đồng.
선두 cầm đầu. ~에 서다 đứng đầu. tiền tiến, xướng xuất, ~주자 kẻ đứng đầu. (카드놀이) 선두로 하다 đánh trước. ~에서 지휘하다 suất lĩnh.
선두 (뱃 머리) mũi tàu (thuyền). ~에서 선미까지 từ mũi tới lái.
선득 (뜩) 하다 (추워서) cảm thấy lạnh. (놀라서) rùng mình. 선뜩선뜩하다 ớn lạnh, rung lên.
선들거리다 thổi nhẹ. 선들바람 gió nhẹ.
선뜻 (쾌히) vui vẻ, (가볍게) nhẹ nhàng ~ 승낙하다 vui vẻ đồng ý. ~단념하지 못하다 lừng chừng, 부탁을 ~ 들어주다 vui vẻ chấp nhận sự nhờ vả. 돈을 ~ 빌려주다 vui vẻ cho vay tiền.
선량한 lương thiện. tốt.(반)악한 độc ác, 선량한 시민 một công dân tốt. ~ 농부 lương nông. ~직업 nghề lương thiện.
선례 tiền lệ. ~가 있다 có ~. (반) ~가 없다 không có ~. --- 선례가 되다 thành ~ của ... ~에 따르다 theo ~.

~에 어긋나다 trái với ~.
선로 đường sắt (ray). ~를 놓다 đặt ~. ~를 따라가다 đi theo đường ray.
선린 tình láng giềng, tình hàng xóm.
선망하다 ganh tị. đố ky, thèm muốn.
선매하다(미리 팖) bán trước. (먼저 삼) mua trước, 선매권 quyền mua trước.
선머슴 đứa bé khó dạy.
선명하다 rõ, sáng. tươi sáng, chon chót, 선명하지 않다 không rõ ràng. 인쇄가 ~ in rõ. 선명도 độ sáng. 투각도, 선명한 색채 màu sắc tươi sáng.
선명한 tươi, ~ 색깔 màu tươi. ~붉은색 sắc đỏ ~, 선명하게 채색하다 làm cho màu ~ ra.
선무 làm cho bớt giận. ~공작 việc hòa giải.
선무당 bà thầy pháp mới. ~이 사람잡는다 lợn lành chữa thành lợn què.
선물 quà, món quà. vật tặng(biếu), đồ lễ, ~하다 làm quà, tặng quà. biếu tặng. 새해의 ~ quà năm mới. 생일 ~ quà sinh nhật. ~을 주다 cho (tặng) quà. ~을 받다 nhận ~. ~을 보내다 gửi ~. 축하~ quà chúc mừng. 결혼~ ~ cưới, 크리스마스 ~ món quà Giáng sinh(Nô-en). ~ 은 부담이 된다 của cho là của nợ.
선물케이크 quà bánh.
선미 (배의 꼬리) phần sau tàu.
선미(善美:아름다운)thiện mỹ.
선민 (선택받은 백성) những người được chọn lên.
선박 thuyền, tàu bè.tàu phà, ~출입 tàu bè ra vào. ~국적증서 giấy chứng nhận quốc tịch tàu. ~적재량 sức chở của tàu. ~업 ngành tàu. ~회사 công ty tàu biển. hãng tàu, ~노동자 thợ thuyền. ~안내 부표 phao tiêu.
선박의 용적톤수 sức trọng tải.
선반(물건을 얹어 두는 곳) kệ. tran, ~에 얹다 đặt lên kệ.
선반(공작기계) máy(khuôn) tiện. ~으로 깎다 cắt bằng ~. 선반공 thợ tiện. ~공장 xưởng tiện. ~의 축 trục máy tiện. 나사 깎는 ~ khuôn tiện bắt chỉ đinh ốc.
선발하다 (먼저 출발하다) xuất phát trước. 선발대 tiền trạm.
선발부대 đội tiền trạm.
선발하다 (추려 뽑다) tuyển chọn. 선 발팀 đội ~. 선발되다 được ~. 선 발시험 kỳ thi tuyển. 학생을 ~ tuyển sinh. 선발된 팀 đội tuyển.
선발 승진 thăng cấp tuyển chọn.
선발고용하다 tuyển dụng.
선발위원회 ủy ban tuyển trạch.
선배 tiền bối, đàn(vai) anh. (반) 후배 hậu bối, đàn em. ~처럼 행세하다 tỏ vẻ đàn anh.
선별하다 phân loại, chọn lọc.
선보다 xem mặt cô dâu, xem mặt. giạm, cung hợp để bỏa xem tuổi.
선복 (배의 내부) bụng tàu, thân tàu.
선봉 tiên phong, đi trước, dẫn đầu. ~에 서다 đi trước, đứng đầu.
선봉대(부대) quân tiên phong.
선봉대원 thành phần tiên phong.
선불하다 tạm ứng, trả trước, ứng tiền trước. 선불금 tiền ứng trước.
선비 (학자) một học giả.
선사(수도승)thiền sư.
선사 (선물)하다 tặng quà. 당신께 선

사하겠습니다 tôi sẽ biếu tặng cho anh.
선사시대 thời đại tiền sử.
선산 núi (nghĩa trang) tổ tiên. mồ mả tổ tiên.
선생 thầy, thày, thầy đồ, giáo viên. tiên sinh,(반)학생 học sinh, ~이 되다 thành giáo viên. 여~ cô giáo. ~님! Thưa thầy giáo! 엄한 ~ một thầy nghiêm khắc. 영어~ giáo viên tiếng Anh. 스승의 날 ngày nhà giáo. ~님(친근한존칭) me xừ. 그 ~에 그 학생 ~ nào trò nấy.
선서 lời thề. tuyên thệ, ~를 어기다 trái ~. (반) ~를 지키다 giữ ~. 복종할 것을 ~하다 thề sẽ phục tùng. 대통령 취임 선서를 하다 tuyên thệ nhậm chức tổng thống. ~문 bản tuyên thệ.
선선하다 mát mẻ. (성질이) thật thà.
선소리(서툰 말) lời nói lố bịch. lời nói nhảm nhí.
선손쓰다(선수를 쓰다) làm trước, giải quyết sớm (trước).
선수 (뱃 머리) mũi tàu.
선수 tuyển thủ, cầu thủ, vận động viên. 운동 ~ ~ thể thao, ~단 đoàn vận động viên. ~선서 tuyên thệ của vận động viên. ~촌 làng ~. 최우수 ~ vận động viên xuất sắc nhất. 후보~ vận động viên dự bị. 축구~ cầu thủ bóng đá. 국가 태권도 ~ tuyển thủ quốc gia Tekwondo.
선수치다 말을하다 rào trước đón sau.
선수권 giải vô địch. 전국 ~ giải vô địch toàn quốc. 세계 ~ 대회 giải vô địch thế giới. ~보유자 nhà vô địch. ~을 따다 giựt ~, ~쟁탈전(토

너먼트)vòng loại
선술집 quán rượu.
선승하다 (첫 판에서 이기다) thắng ván đầu.
선승 (참선하는 중 (스님)) nhà sư tu thiền.
선실 buồng của tàu.
선심 (착한) lòng tốt. thiện tâm, (넓은) hào phóng, tính rộng rãi. ~을 쓰다 làm việc thiện cho ai.
선심 (경기의) trọng tài biên. giám biên, 주심 trọng tài.
선악 thiện ác. hay dở. ~을 분별하다 phân biệt thiện ác (phải trái). ~에 관계없이 받아들이지 않으면 안 된다 hay dở gì rồi cũng phải chịu.
선악과(종교) trái thiện ác.
선약(약속) cuộc hẹn trước. ~이 있다 có hẹn, có cuộc hẹn. (신효한약) tiên dược, tiên đơn.
선양하다 tuyên dương, đề cao, tăng cao. 국위를 ~ làm tăng cao uy tín quốc gia, tuyên dương uy tín quốc gia.
선언 tuyên ngôn(cáo), tuyên cáo, tuyên bố. 유죄를~하다 tuyên bố có tội, 개회를 ~하다 tuyên bố khai mạc. 공산당 ~ tuyên ngôn Đảng Cộng Sản. 독립 ~ tuyên ngôn độc lập. ~서 bản tuyên ngôn. 독립선언서 bản ~ độc lập.
선열 tiên liệt. (열사) liệt sĩ. ~들을 거울삼다 noi gương các bậc ~.
선영(죽은 사람의 영혼) tiên linh.
선왕 cựu hoàng, vị vua quá cố. tiên vương. tiên chúa, tiên quân.
선외가 되다(들지 못함) bị loại bỏ.
선용하다 thích sử dụng, yêu thích sử

dụng, lợi dụng. 여가의 선용 lợi dụng thời gian rãnh rỗi.

선운(비유) 미녀 thuyền quyên.

선웃음(억지 웃음) nụ cười gượng gạo. ~치다 cười gượng.

선원 thuyền viên. thủy thủ, (수병) thủy binh, ~이 되다 trở thành ~. 선원생활 cuộc sống ~. 고급~ thuyền viên cao cấp. 선원을 해외로 송출하다 xuất khẩu ~ ra nước ngoài.

선위(양위)하다 thiện vị.

선유 (뱃놀이) chơi tàu.

선율 (멜로디) điệu ca, điệu hát, giai điệu, điệu nhạc. 아름다운 ~ điệu nhạc du dương.

선을 두르다(감치다)viền, 옷소매를 감치다 viền cổ áo.

선의(善意) thiện ý(chí), lòng vàng, ý(dạ) tốt. nhã ý, ~로 받다 nhận bằng ~. ~로 해석하다 nhắm theo chiều hướng ~. ~를 보이 다 chứng tỏ ~.

선인 (선친) người cha qua đời. 선인의 말씀을 따르다 tổ thuật.

선인(신선) ông tiên.

선인 (선한 사람) người lương thiện. người lành, thiện nhân, (반) ác nhân, người ác. (선조) tiên nhân. ~이 사는 궁 tiên cung.

선인장 cây xương rồng. cà gai.

선임자 (연장자) thâm niên. 선임장교 sĩ quan cao cấp.

선임순 승진 thăng cấp thâm niên.

선임하다 chọn lựa bổ nhiệm.

선입견 (선입관) định kiến. thành kiến, ~을 갖고 있다 có ~. (반) ~을 버리 다 gạt bỏ ~.

선잠 giấc ngủ lơ mơ (chập chờn). ~ 자다 ngủ lơ mơ. giấc ngủ. ngủ gà(tinh), ~자고 울다 ngủ nhè.

선장 thuyền(xa) trưởng. ~면허증 giấy phép ~. 선장실 phòng ~.

선재 (배만드는 재목) gỗ xây dựng tàu.

선적 (국적) quốc tịch một con tàu.

선적하다 chất thuyền, chất hàng.

선전 tuyên truyền. 역~하다 phản ~, ~ 광고 quảng cáo ~. 선전기관 cơ quan ~. ~활동 hoạt động ~. 과대 ~ tuyên truyền quá mức. 선전부 ban tuyên truyền. ~ 공작 công tác ngụy vận. ~영화 phim ~, ~ 요원 cán bộ ~, 전략 ~ chiến lược ~. ~ 원 ~ viên.

선전포고하다 tuyên chiến. 선전포고 lời ~. sự ~.

선전하다 (잘 싸우다) thiện chiến, chiến đấu quyết liệt. 선전하는 quân đội ~.

선정(善政) thiện chính, chính sách tốt, ~을 베풀다 cai trị tốt.

선정하다(고르다) tuyển chọn, chọn lọc.

선정적인 khiêu gợi, khêu gợi, ~글 văn khiêu dâm.

선제공격 tấn công trước.

선조 ông bà tổ tiên, tổ tiên. ông vải, tiên tổ,(반)hậu con cháu, ~들 già tiên. ~로부터 내려온 직업 nghề tổ truyền. ~를 sùng bái tôn sùng tổ tiên.

선조의 사업 tổ nghiệp.

선종(불교 종파) thiền tông (đạo Phật).

선주 chủ tàu. thuyền chủ, (전주인) người chủ cũ của ngôi nhà.

선지자 nhà tiên tri.

선지 (짐승의 피) tiết, máu động vật.
선진 tiên tiến.(반)낙후 lạc hậu, ~국 nước ~. 공업 ~국 nước ~, nước công nghiệp ~. ~기술 kỹ thuật ~., công nghệ ~.
선집 tuyển tập. hợp tuyển, 영시 ~ tuyển tập thơ tiếng Anh.
선착순으로 theo thứ tự người mới đến.
선착장 bến phà
선창하다 hát trước.
선창 (배의 창문) cửa sổ tàu. (부두) cầu tàu. ~은 텅 비어있었다 bến tàu vắng ngắt.
선처하다 cư xử khôn khéo.
선천적 bẩm sinh. trời sanh, tiên thiên, ~병 bệnh ~. 선천성 tính ~. 선천적인 có tính ~. ~인 재주 tài năng có tính ~. ~인 자질 khí bẩm. 선천성 불구자인 tiên thiên bất túc.
선체 thân(sườn) tàu, bụng tàu.
선출하다 bầu, tuyển chọn. công cử, 둘 중에 하나를 ~ lấy một trong số hai. 선출된 đắc cử.
선출되다 trúng tuyển.
선취하다 ghi điểm trước. 한점을 ~ ghi một điểm trước. 선취특권 (우선권) quyền ưu tiên.
선친 người cha qua đời.
선택 lựa(kén) chọn, chọn. tuyển, ~의 자유 tự do ~. 선택을 잘 하다 chọn tốt. (반) ~을 잘못하다 chọn sai, chọn nhầm. ~하기가 어렵다 khó chọn. ~권 quyền tuyển chọn. ~과목 môn nhiệm ý.
선편으로 bằng tàu.
선포하다 tuyên(ban) bố. công bố, ban hành. 계엄령을 ~ tuyên bố lệnh giới nghiêm.

선풍을 일으키다 gây ra cơn lốc.
선풍기 quạt máy. ~를 틀다 bật ~. (반) ~를 끄다 tắt ~. 선풍기 고정 링 chụp vặn quạt máy. 탁상용~ quạt bàn, 입식~ quạt đứng, 천 장~ quạt trần, 벽걸이~ quạt treo tường, ~날개 cánh quạt.
선하 (배의 화물) hàng hóa chuyên chở.
선하다 (눈에) sống động. 그 광경이 눈에 ~ tôi nhớ lại cảnh ấy.
선하다 (착하다) hiền lành, thiện, hiền lương. 선한 일 việc ~. 선한 것 điều thiện.
선한 사람은 좋은 일을 만나고 악한 사람은 화를 당함 trời có mắt.
선하면 좋은 일을 만난다 ở hiền gặp lành, gieo nhân nào gặt quả đó.
선한 목자 người chăn chiên hiền lành.
선행 việc làm tốt, việc làm thiện, việc phải, ~을 하다 làm phúc, hành động tốt. làm một việc phải, ~을 장려하다 thực đức, ~을 권장하다 khuyến thiện, ~을 표창하다 khen việc làm tốt.
선행하다 (앞서가다) vượt trước, đến (đi) trước.
선험(경험)적인 tiên(siêu) nghiệm.
선현 các nhà hiền cổ. tiên hiền.
선혈 máu tươi.
선형 kiểu quạt.
선호하다 ưa chuộng, 선호(좋아함) sự thích, 선호도 mức ~
선화지 giấy tái chế.
선회하다 xoay quanh, lượn quanh, vòng quanh. diều sáo, 선회비행 chuyến bay vòng.
선후 (앞뒤) phía trước và phía sau. (순서) thứ tự, trật tự.

선후책 kế hoạch trước sau, biện pháp điều trị.
섣달 tháng chạp. ~ 그믐 đêm giao thừa. ba mươi tết.
섣불리 (미숙하게) vụng về, ẩu, không cẩn thận. ~행동하다 vụng ở.
설 (설날) ngày Tết. (신정)tết dương lịch, (구정) tết âm lịch, ~을 쇠다 đón Tết. 설 이후에 ra giêng. ~이 오고 봄이가도 khi Tết đến Xuân về. 설날에 장식하기 위한 화려한 그림 tranh Tết.
설날의 첫손님 xông đất(nhà).
설거지하다 (설겆이 하다) rửa bát (북), rửa chén (남), 설거지통 bình xịt.
설경 cảnh tuyết phủ.
설계 thiết kế. 기초~ ~ móng, 집을 ~하다 ~ nhà. ~도 bản ~, bản vẽ ~. 설계 명세서 chi tiết bản thiết kế. ~사 người ~. 도시~ thiết kế đô thị. 기술 설 계하다 ~ kỹ thuật. ~자(도 안가)họa viên.
설교 giảng luận, giảng đạo. thuyết(hành) giáo, ~를 듣다 nghe thuyết giảng. ~하러 다니다 du thuyết. ~자 thuyết khách.
설교강대상(천주교) tòa giảng.
설다 (덜익다) chưa chín, nửa chín. 설 익은 과일 trái cây còn xanh. (낯설다) xa lạ, không quen thuộc. 낯선 사람 người lạ mặt. (서럽다) buồn.
썰다 thái mỏng, cắt lát. xé, 오이를 ~ thái dưa chuột. (동강내다) giữa.
설 다루다 (섣불리 다루다) quản lý vụng về, quản lý tồi.
설득 thuyết phục. cầu khiến, diễn dụ, xiêu lòng, ~력 sức ~. ~력이 있다 có sức ~. 이성으 로는 납득시킬수 없는 사람들 những người mà ta không thể ~ bằng lẽ phải được.
설렁줄 dây chuông.
설렁탕 lẩu bò. 염소탕 lẩu dê. 구탕 (보신탕) lẩu chó.
썰렁한 hơi lạnh, hơi ớn lạnh. ~ 분위기 bầu không khí lạnh lẽo.
설렁설렁 nhẹ nhàng.
설레다. 가슴이 ~ tim đập mạnh, hồi hộp. 설레게 하다 (뛰다) phát đập. đập lên. 설레는 마음(귀향하는 사람의) mã hồi.
설레설레 흔들다 lắc đầu.
설령 (가령) giá sử, dù là, mặc dầu.
설립 thiết(tạo) lập, thành lập, xây dựng. 학교를 ~하다 thành lập trường học. ~자 người thành lập (sáng lập).
설마 lẽ nào. ~ 그가 나를 잊었으랴 ~ anh ta đã quên tôi. ~ 그런 일이 있겠어요? ~ có chuyện như vậy.
(속) 설마가 사람 잡는다(발생할지 도 모르는 모든 상황에 대비하 여 무슨 일이든 주의깊게 준비해야 한다) Cái "lẽ nào" giết cả người(làm việc gì cũng phải chuẩn bị kỹ càng cho mọi tình huống có thể xảy ra)
설맞다 bị vết thương ngoài da. bắn trật, (매를) bị hơi đánh đòn
썰매 ván trượt tuyết. ~를 타다 chơi ~.
설명 giải thích. giảng giải, tỏ bày, cắt nghĩa, thuyết minh, ~ 할 수 없다 không thể giải thích được. ~을 요하지 않다 không cần phải ~. 설명을 요구하다 yêu cầu ~. 대충 ~하다 giải thích đại khái. 자세히 ~하

다 ~ cụ thể. ~서 bản thuyết minh..
설문 một câu hỏi.
썰물 triều xuống. thoái triều, nước ròng (반) 밀물 triều lên. nước lớn
설백 trắng như tuyết. tuyết bạch.
설법 bài thuyết pháp. ~하다 giảng đạo. thuyết pháp.
설복 (설득) thuyết phục. ~시키려고 온 갖말을 다하다 nói sùi bọt mép. 이 성으로는 납득(설득) 시킬수 없는 사람 người mà ta không thể thuyết phục bằng lẽ phải được.
설봉 (날카로운 말) lời sắc bén. (눈 덮인 산)đỉnh núi phủ tuyết.
설비 trang(thiết) bị, lắp đặt. 기술적인 ~ trang bị có tính kỹ thuật. ~가 빈약하다 trang bị nghèo nàn.
설빔 (설옷) quần áo ngày tết.
설사 ia chảy, bệnh tiêu chảy. tả chứng, thủy tả, ~약 tả dược, thuốc xổ, ~가 나다 lạnh dạ(bụng), ~ 할 것 같다 buồn đi ngoài. ~를 하다 té re. 밤새 ~를 하다 té re cả đêm.
설사 (설령) dù là, mặc dù, giả sử (가령).
설사 ...라 해도 dẫu rằng.
설산 ngọn núi tuyết.
설상가상 vừa tuyết xong lại sương muối (họa vô đơn chí). ~으로 đã xui lại xui thêm.
설설, 물이 ~끓다 nước sôi nhẹ nhàng.
설설기다 khúm núm, luồn cúi.
설왕설래하다 cãi tới cãi lui.
설욕 rửa nhục, phục thù. ~전 trận phục thù.
설움 buồn rầu, nỗi đau đớn. ~을 못이기다 không chịu nổi buồn rầu.
설원 bãi tuyết.

설익다 sống sít, nửa chín, sần sật, còn sống. tai tái, 이 고기 아직 설었다 (설익다) thịt này còn sống. 설익은 고기 thịt tái, 설익은 과일 trái gây sống sít.
설익은 tái,(반)잘 익은 nhừ, chín, ~ 밥 cơm sống(sồn sồn).
설전 (입씨름) cuộc đấu khẩu. thiệt chiến, ~을 벌이다 thiệt chiến.
설정 thành lập, tạo thành (설치)
설차림 chuẩn bị các món ăn Tết.
설치하다 lắp đặt, thiết bị, cài đặt, lắp, thành lập. 영사관을 ~ thành lập lãnh sự quán. 위원회를 ~ thành lập ủy ban.
설치다. 잠을 ~ ngủ không ngon.
설치류 동물 loại gặm nhấm.
설탕 đường. ~을 넣다 cho ~. ~을 치다 bỏ ~. ~가루 bột ~. ~물 nước ~. ~을 졸이다 thắng đường, 백~ đường trắng. (반) 흑~ đường đen. ~을 바르다 rim đường. ~이 녹다 đường thau.
설탕으로 재다 ướp đường.
설파하다 thuyết minh.
설해 thiệt hại do tuyết.
설혹 (설령) giá sử, dù là, mặc dù.
설화 (눈송이) bông tuyết.
설화 (전설) truyền thuyết, cổ tích, truyện. ~를 그린 그림 tranh truyện.
섬 đảo, hòn đảo. hải đảo.
섬 (쌀한 섬) một bao gạo. một thạch.
섬(곡식 담는 바구니) thúng.
섬돌 (층계) bậc thang đá.
섬거적 chiếu cói.
섬광 đèn nháy. ~전구 bóng đèn nháy.
섬기다 hầu, hầu cho, hầu việc, hầu hạ,

phục vụ cho. (모시다) chăm sóc, chăm nom. 노모를 ~ chăm nom mẹ già.

섬기는 자세 tư thế hầu việc.

섬나라 nhà nước của đảo. xứ đảo.

섬뜩하다(소름이 끼치다) giật mình, ớn lạnh. 섬뜩한 것을 느끼다 rùng mình. 어떤 사람에게 섬 뜩한 느낌을 주다 làm người nào rờn tóc gáy.

섬멸하다 đánh bại, hủy diệt, tiêu diệt. diệt trừ, tiễu trừ, 섬멸작전 hành quân tiêu diệt.

섬세한 tinh vi, tinh tế. (부드러운)mịn màng, ~감각 cảm giác tinh tế.

섬세하고 치밀한 nhuần nhị, ~ 문장 câu văn ~.

섬약하다 yếu đuối.

섬유 dệt, dệt sợi. xơ, tơ. ~공업 ngành công nghiệp dệt sợi. ~기계 máy dệt. ~유리 kính sợi. ~제품 hàng dệt sợi. ~협회 hiệp hội dệt may. ~ 작물 cây cho sợi. ~모양의 hình sợi, 인조~ sợi nhân tạo. 천연~ sợi tự nhiên. ~세포 thớ gân.

(명)섬유처럼 부드러운 마음과 오크 나무처럼 단단한 용기를… Tấm lòng phải mềm mại như sợi tấm lụa và dũng khí phải cứng như gỗ sồi.

섬유소 sợi huyết.

섬유질 sợi. chất xơ

섭렵하다 hiểu biết rộng, đọc nhiều.

섭리 ý chí của trời, cai trị của thượng đế.

섭생 (양생) giữ gìn sức khỏe.

섭섭하다 tiếc nuối, tiếc, buồn. 헤어지기가 ~ việc chia tay thật buồn. 섭섭하지만 tuy tiếc nuối nhưng. 섭섭하지만 사실이다 tuy buồn nhưng đó là sự thật.

섭씨 độ C. 섭씨 30 도 30 độ C. ~ 온도계 nhiệt kế C.

섭외 (연락) liên lạc. ~계원 nhân viên ~.

섭정 nhiếp chính (chánh). phụ chánh.

섭조개 hến

섭취하다 ăn vào bụng, lấy vào. 타국의 문명을 ~ du nhập văn minh nước ngoài.

성 (화) tức giận. ~이 나다 nổi giận. ~나게 하다 làm cho ai tức giận. ~을 잘내다 dễ giận, dễ nổi nóng. hay cáu.

성 họ. ~과 이름 họ và tên. ~을 바꾸다 cải họ.

성 (남녀의) giới tính. ~에 눈뜨다 đánh thức ~. 남성 nam tính. (반) 여성 nữ tính. ~교육 giáo dục ~. 성도덕 đạo đức về ~. 성기 (남성) dương vật. (여성) âm hộ. 성적욕구 khao khát về tình dục. 성적본능 bản năng tình dục. 성생활 sinh hoạt tính dục, 성심리 tâm lý tính dục, 성적생리 sinh lý tính dục.

성 thành, thành trì. ~을 방어하다 hộ ~, ~을 포위하다 bao vây ~. ~을 빼앗다 cướp ~. 견고한 성 ~ kiến cố, thành đồng. 성을 수 호하는 사람 thủ thành. 성이 함락되다 thành bị thất thủ.

성 (행정구역) tỉnh. (한국의 도에 해당).성장 tỉnh trưởng. 성집행위원회 ủy ban tỉnh.

성의 군사지휘부 tỉnh đội.

성단위 청년지부 tỉnh đoàn.

성 vị thánh. 성베드로 thánh Phi-e-rơ
성(별) tinh. 금성 kim ~, 수성 thủy ~, 행성 hành ~, 목성 mộc ~, 명성 minh ~.
성가 (명성) danh tiếng. ~를 높이다 làm tăng ~. (평판)thanh giá.
성가 (찬송가) bài thánh ca. 성가대 ban hát lễ. 성가집 tập thánh ca. ~를 부르다 tụng kinh.
성가시다 (귀찮다) nhàm tai, làm khó chịu, quấy rầy, 성가시게 요구하다 nằng nặc đòi.
성가시게하다 dằn vặt. quấy rầy. trêu gan.
성가신 (귀찮은) cách rách, ~ 이야기 câu chuyện nhàm chán.
성가시게 해서 죄송합니다 Xin lỗi vì đã quấy rầy.
성깔 sắc sảo
성감 cảm giác gợi dục, kích dục. ~대 vùng gợi dục.
성격 tính cách. tính nết, ~상의 결점 khuyết điểm về mặt ~. ~의 차이 khác biệt về ~. 격렬한~ tính nóng nảy, ~이 강하다 ~ mạnh mẽ. (반) ~이 약하다 ~ yếu đuối. ~이 좋은 사람 người có ~ tốt. ~에 맞다 hợp tính. ~형성 hình thành ~. ~을 바꾸다 đổi tính(tánh). ~이 좋지 않은 xấu nết, ~이 좋지않은 아이 con bé xấu nết, ~이 급한 nóng nảy, nóng giận, xấu tính, ~이 매우 급한(삼국지 의 '장비'같이)nóng như Trương Phi. 온후한 ~ ~ hiền hậu.
(명)성격은 좀처럼 못 고치는 것 Tính cách là cái rất khó sửa hơn bất cứ cái gì.

(명)성격이 운명이다 Tính cách là vận mệnh
성결한 thánh khiết, (정결한) tinh khiết.
성결교회 hội thánh thánh khiết.
성경 thánh kinh. 성경이야기 truyện kinh thánh. ~학자 người nghiên cứu~. ~책 sách thánh.
성경에 기록된 역사 thánh sử.
성공 thành công. thành đạt, cất đầu, (반) 실패 thất bại, 사업에 ~하다 làm ăn ~. nên công, ~으로 끝나다 kết thúc ~. ~을 기대하다 chờ đợi ~. ~을 빕니다 chúc bạn thành công. 기대 이상으로 ~하다 ~ quá sự mong mỏi của mình, 첫번째 시도에서 ~ 하다 ~ ngay lần đầu, 당신이 ~ 할 것을 확신한다 tôi chắc chắn anh sẽ ~, 나는 당신이 ~ 하리라 전망한다 Tôi đoán trước anh sẽ ~, ~완전한 성공 ~ mỹ mãn (hoàn toàn). 눈부시게~하다 hiển đạt
(명)성공이란 지성이나 행운보다는 인품에 좌우될 때가 많다 Thành công nhiều khi được quyết định bởi nhân phẩm hơn là năng lực, trí tuệ hay vận may.
성공에 이르다 tác thành.
성공에 이르는 길 vân thê.
(명)성공이란 운수의 문제가 아니다 Thành công không phải là vấn đề của số phận.
(명)성공하는 비결은 목적을 바꾸지 않는 것이다 Bí quyết của thành công là không thay đổi mục đích.
(명)서공하려면 마음가짐이 능력만큼이나 주요하다 Nếu muốn thành công tinh thần vì thái độ cũng

quan trọng như năng lực vậy.

(명)성공하려면 새로운 길을 열어 나가야 한다 Muốn thành công thì phải làm ra con đường mới.

(명)성공하면 수많은 사람이 떠밀어주지만 실패하면 누구도 거들떠 보지 않는다 Thường khi thành công thì có nhiều người giúp sức, khi thất bại thì không có một ai thèm ngó đến.

성과 thành quả. 노력의 ~ thành quả nỗ lực. 큰 ~를 얻다 giành được ~ to lớn. ~급 lương khoán. ~를 계속 지키다 thủ thành.

성과 이름 danh tánh..họ và tên

성곽(성채) thành quách, thành lũy.

성교 giao hợp, đụ, tính giao, giao cấu, đéo, quan hệ tình dục, ân ái. tíu lăng. ~불능자 người bất lực giao hợp. ~행위 hành vi tính giao. …와 온당치 못한 성관계를 맺다 trai gái.

성관계를 맺다(속어) ngủ, 그들은 결혼 전부터 성관계를 가졌다 Họ ngủ với nhau từ trước khi cưới.

성교육 giáo dục về giới tính.

성구 (성경구절) câu thánh kinh. (성어) thành ngữ.

성군 (별무리) chòm sao.

성군 (어진 임금) vua hiền hậu. thánh quân.

성글 벙글 (싱글벙글)웃다 cười hớn hở.

성금 tiền đóng góp, góp phần. 성금을 내다 đóng góp.

성급하다 nóng tính, nôn nóng, nóng gấp, nóng vội. 성급한 사람 người ~. 성급하게 행동하다 hành động một cách ~.

(속) 성급한 놈이 술값 먼저 낸다 (성질이 급한 사람은 자신이 먼저 해를 입는다) Người tính nóng vội trả tiền rượu trước(người tính nóng nảy, chỉ có thiệt cho mình trước).

성기 (남) dương vật, con cu, (반) (여) âm hộ(môn). con chim, cái lồn, ~가 발기된 nứng buồi.

성긴(듬성듬성한)thưa, thưa thớt, lơ thơ. 성긴 머리 tóc thưa,머리털이 ~ mái tóc lơ thơ.

성나다 (성내다) nổi giận, tức giận.

성난(격노한)xung. tức giận.

성냥 diêm, quẹt, que diêm. ~ 한갑 một hộp diêm. ~을 켜다 bật diêm. ~개비 que diêm

성내다(화내다)tức giận, giận dữ, sân si. nổi nóng.

성녀 thánh nữ.

성년 thành niên. tuổi trưởng thành, 장성한~ đủ lông đủ cánh, ~이 되다 số người, đến tuổi ~. 성년식 lễ ~. 성년자 người thành niên. (반) 미성년자 vị thành niên. ~나이 tuổi ~.

성년기에 달하다 đến thì.

성능 tính năng, thế năng, năng lực. ~ 검사 kiểm tra ~. 자주포의 ~ ~ của pháo tự hành.

성능 부족(성능이 떨어진) thiếu năng suất.

성단소(교회의) thánh điện.

성 단위 청년단 tinh đoàn.

성당 thánh đường, nhà thờ công giáo.

성대(해부) thanh đới(đái). dây thanh âm.

성대한 lớn lao, linh đình, to lớn. thịnh soạn. ~결혼식 đám cưới linh đình, ~ 식사 bữa ăn thịnh soạn. ~연회 tiệc mặn.
성대히 trọng thể, 성대히 영접하다 đón tiếp trọng thể. rước xách.
성대한 결혼식 đám cưới linh đình.
성대한 의식 đại lễ.
성대하게 long trọng, 낙성식을 ~ 치루다 làm lễ khánh thành ~. ~개막하다 khai mạc ~.
성대 dây thanh đới. dây phát âm, âm tơ. ~모방 bắt chước cách phát âm.
성덕(聖德) thánh đức.
성도 (신도) tín đồ. thánh đồ
성량 âm lượng của người. ~이 풍부하다 có giọng mạnh.
성령 đức thánh linh. 성부 성자 성령 đức cha, đức con, đức thánh linh. ~강림 ngự giáng thánh linh. ~에 의하여 bởi ~.
성령의 역사 sự làm việc của thánh linh.
성령충만 đầy dẫy thánh linh.
성례 (성혼)하다 thành hôn.
성루 thành trì, thành lũy, tháp canh (망루).
성립 hoàn thành, thực hiện, hình thành.
성명 họ tên. tên họ, tính danh, 이름 (성명) 없는 vô danh.
성명(의견발표) tuyên bố, bản tuyên bố. ~서 lời ~. 성명서를 발표하다 đưa ra lời tuyên bố.
성모 Đức mẹ, Đức bà, Thánh mẫu. ~ 마리아 Đức mẹ Maria.
성묘 tảo mộ. thăm mộ, 성묘하다 đi tảo mộ.
성문(成文) thành văn. ~헌법 hiến pháp ~.
성문 (성 출입구) cổng lâu đài.
성물(聖物:성스러운 물건)thánh vật.
성미 bản tính. ~가 급한 hay giận(gắt), ~에 맞다 hợp tính. (음식이) 하gcp khẩu vị. ~가 까다로운 사람(비유)ong vò vẽ
성범죄 phạm tội giới tính.
성벽 bờ lũy, tường thành. ~을 쌓다 xây ~.
성벽 (버릇) thói quen.
성별 giới tính. ~에 관계없이 không phân biệt giới tính.
성병 bệnh hoa liễu. bịnh tình, 화류병 tiêm la. ~예방 phòng ~.
성복하다(상복을 입다) mặc đồ tang.
성부 Đức cha. 성자 Đức con. 성령 Đức thánh linh.
성부성자성령 Thánh Phụ Thánh Tử Thánh Linh.
성분 thành phần. 약의~ thành phần của thuốc. 부 ~ thành phần phụ. 주~ thành phần chính.
성불하다 đi vào cõi niết bàn, đến cõi phật. 성불시키다 tế độ.
성사 (일을 이룸) đạt được thành công.
성사(聖史:성경에 기록된 역사)thánh sử.
성산이 있다 có hy vọng thành công.
성삼위 thánh tam vị. ba ngôi thánh. ~ 하나님 Đức Chúa Trời Ba ngôi thánh.
성상 (세월) ngày tháng, năm tháng.
성상 (임금) Đức vua, bệ hạ. (聖上) thánh thượng, (그리스도의 상) tượng thánh.
성서 (성경) kinh thánh. thánh thư, ~협회 hội phúc âm. ~주일 ngày

Chúa-nhật thánh thư. ~를 참고로 하다 xin xăm.
성선설, học thuyết thánh thiện, học thuyết về người tính vốn là thiện.
성성하다(백발) hoa râm. 백발이 성성한 노인 ông già tóc hoa râm.
성쇠 thịnh suy, (흥망) thăng trầm, lên xuống. 인생의 ~ thăng trầm của cuộc đời. 한나라의 흥함과 쇠함 ~ của một nước.
성수(좋은물) tịnh thủy. (교회) nước thánh, (카톨릭) nước phép. ~ 를 끼얹다 rảy ~.
성수기 thời gian bán nhiều, mùa đắt hàng.
성숙한 trưởng thành. thành thục, ~ 처녀 thiếu nữ đã ~. 성숙기 tuổi ~. 처녀가 성숙한 đến thì.
성숙된 chín muồi.
성스러운 thiêng liêng.
성스럽고 선한 thánh thiện.
성시(성스러운 시) thánh thi.
성신 chúa thánh thần. ~강림 giáng xuống của ~.
성실 thành thật. chân tâm, chân thành, trung thực, trung tín, ngay thẳng, ~하게 một cách ~. 성실한 사람 người ngay thật, người thành thật. 성실성이 없다 không trung thực, không thành thật. 성실히 살다 ăn ở ngay thật. 성실수당 (봉급에서 시간 엄수등 성실히 일함) phụ cấp chuyên cần. 성실하고 강직한 trung trực.
성실한(성어) ăn ngay ở thật.
성심 thành tâm, ý tốt. ~성의로 một cách chân thành. 성심껏 tận tâm, một lòng, ~성의 một lòng một dạ.

~성의껏 với tất cả sự thành thật.
성싶다 có vẻ, dường như. 눈이 올성싶다 (올 것 같다) có vẻ tuyết rơi.
성악 thanh nhạc. ~을 배우다 học ~. ~과 khoa ~.
성악설 học thuyết về tội ác.
성 안쪽 thành nội. 각 궁전들은 ~ 에 있다 các cung điện trong ~.
성안하다 lập một chương trình (kế hoạch).
성어 thành ngữ.
성애 (성적 애정) tình yêu nhục dục (giới tính).
성업중 đông khách hàng, đang bán chạy.
성에(서릿발) sương giá.
성염 (한 더위) thời điểm nóng bức.
성왕 (성군) vua sáng suốt
성욕 tính dục, (정욕) tình dục. ~이 강하다 ~ mạnh. ~을 만족시키다 thỏa mãn ~. 성욕을 자극하다 kích thích ~. ~감퇴 giảm ham muốn ~, ~증대 tăng dục.
성원하다 tích cực ủng hộ, hoan hô.
성원(인원) thành viên. ~이 되다 trở thành ~.
성은 ân huệ của vua. ~을 입다 thừa thiên huệ.
성음 (음성) giọng nói.
성의(誠意) thành ý, thành thật, tấm lòng thành. ~없이 quyệt.
성인(어른) người lớn. thành nhân, ~이 되다 trở thành ~, thành thân, trưởng thành ~ ~교육 giáo dục ~. ~병 bệnh ~.
성인 (성자) thánh nhân. chí thánh, thánh thiện. bậc Thánh. ~의 교리 thánh đạo. 공자는 ~이다 Khổng

tử là bậc thánh. ~도 잘못할 때가 있다 thánh nhân cũng có khi lầm. (속) 성인도 시속을 따른다(사람은 누구나 실제 환경에 따라서 살아야 한다) Thánh nhân cũng theo thời cuộc(con người ai cũng phải sống theo hoàn cảnh thực tế).

성인군자 cát nhân.

성자 thánh(hiền) nhân. ~로 모시다 phong thánh.

성장 trưởng thành, lớn lên, sinh trưởng, phát triển, tăng trưởng. 성인으로 ~하다 trở thành người lớn. ~이 빠르다 lớn nhanh. ~요인 yếu tố phát triển. 경제~ tăng trưởng kinh tế. ~률 tỉ lệ tăng trưởng. 경제 성장률 tỷ lệ tăng trưởng kinh tế.

성장한 자식과 손자 quế hòe

성장하다(차려 입다) mặc y phục đẹp.

성적 thành tích, điểm, kết quả. ~이 좋다 ~ tốt. (반) ~이 나쁘다 ~ xấu. 뛰어난 ~ thành tích nổi bật. ~을 올리다 nâng cao ~. 시험~ kết quả thi. 공부(학습)~ thành tích học tập. 성적표 bảng điểm học sinh. 성적표 bảng điểm.

성적(聖籍:성스러운 사적)thánh tích.

성적(性的) về mặt giới tính. ~매력 sự hấp dẫn giới tính. ~욕망 dục vọng giới tính, nhục dục. ~자극(흥분) sự kích thích tính dục. ~만족 tính dục mỹ mãn.

성적교제(운우지락)비유 mây mưa.

성전(聖戰) cuộc thánh chiến.

성전(교회) thánh đường. đền thờ. ~꼭대기 trên nóc đền thờ. 성 전 금고 kho thánh.

성전을 헐다 phá đền thờ.

성전환 thay đổi giới tính. ~수술 phẫu thuật ~.

성정 (본성) bản tính, bản chất.

성조 thanh điệu, biết nam ngữ 6 성을 가지고 있다 tiếng Việt có 6 ~.

성조와 발음 thanh âm.

성조기 quốc kỳ Mỹ.

성좌(별자리) chòm sao.

성주 chủ nhân tòa lâu đài.

성중 (성중에) bên trong tòa lâu đài.

성지(聖地)vùng đất thánh. thánh địa, ~순례 hành hương đất thánh.

성지(왕명) thánh chỉ.

성직 thánh chức. ~자 vị thánh chức, mục sư, giáo sĩ, tu sĩ. ~을 맡다 thoát trần.

성질 1.(성격) tính cách. ~이 좋다 ~ tốt. ~이 완고하다 ~ ngoan cố. 2.(성질) tính chất. 석탄의 ~ tính chất của than đá. 그 문제의 성질상 theo tính chất của vấn đề. ~이 옹졸한 tiểu khí.

성찬(잘차린) buổi yến tiệc. ~을 베풀다 đãi tiệc.

성찬식(교회의) lễ tiệc thánh. 성찬대 hương án. ~을 거행하다 chịu phép thánh thể.

성찰하다 tỉnh ngộ, tự gẫm, tự suy nghĩ.

성채 (요새) pháo đài

성충 (어른 벌레) thành trùng.

성취하다 đạt được. 목적을 ~ đạt được mục đích. 소원을 ~ đạt được nguyện vọng.

성취 thành tựu.

성층권 tầng bình lưu.

성치 않는 sứt sẹo.

성큼성큼 걷다 dáng đi hiên ngang. rắn

bước.
성탄일 thánh đản.
성탄절 lễ giáng sinh.
성패 thành bại, thua thắng, thành công hoặc thất bại. ~가 어떻든 간에 dù thành bại thế nào. ~는 시운에 달렸다 ~ phụ thuộc vào cơ hội.
성폭행 bạo hành giới tính.
성품 (품행) phẩm hạnh. phẩm chất, 고결한~ tính tình tiêu sái
성하 (한여름) thời điểm giữa mùa hè. thịnh hạ.
성하다 (온전하다) còn nguyên vẹn. (건강하다) sức khỏe.
성함 (이름) họ tên.
성행하다 thịnh hành.
성행위 hành vi về tình dục. ~를 하다 quan hệ tình dục, giao hợp.
성향 chiều(tính) hướng, khuynh hướng, xu hướng. 소비~ xu hướng lãng phí. 저축~ xu hướng tiết kiệm.
성현 thánh hiền, hiền nhân. ~의 가르침 lời giáo huấn của ~.
성호를 긋다(종교) làm dấu thánh.
성혼(成婚) hôn lễ, thành hôn.
성형 chỉnh hình, thẩm mỹ. ~수술 phẫu thuật ~. 미용~수술 phẫu thuật thẩm mỹ. ~외과술 phép tự chắp.
성화 (별.유성) sao băng.
성화 (타오르는 불) ngọn đuốc. 올림픽~ ngọn đuốc Olympic. ~대 bệ đuốc. ~봉송 rước đuốc.
성황 thịnh vượng. ~을 이루다 đạt được ~.
성황(城隍:마을의 수호신)thành hoàng. ~당 miếu ~.
성희롱 giỡn tính. 성적희롱 quấy rầy giới tính.

섶나무 sài.
섶 (옷섶) cổ áo. 섶을 지고 불속에 뛰어들다 ôm rơm cứu hỏa.
세(수) số ba. ~ 사람 3 người. ~ 개 3 cái.
세(조세) thuế (세금). ~의 부담 chịu thuế. ~를 과하다 đánh ~. ~를 내다 trả ~. 세를 면제받다 được miễn ~. ~를 징수하다 thu thuế.
세(빌리는) thuê, thuê mướn. ~주다 cho ~. 방세 phòng thuê. 집~ nhà thuê. ~를 들다 thuê cái gì đó. 집을 ~놓다 cho thuê nhà. 자동차를 ~주다 cho thuê xe hơi.
세 (세력) thế lực.
세가지 사악한 마음 tam bành.
세가지 친밀한 관계 tam thân.
세간살이 hàng gia dụng.
세간에 (세상에) trần gian.
세거리 (삼거리) ngã ba.
세게 một cách mạnh mẽ, mạnh. ~ 때리다 đánh mạnh. ~ 밀다 đẩy mạnh. ~치다 thụi. 등을 주먹으로 ~ 치다 thụi vào lưng, ~ 울리다 rầm. ~부딪치다 va vấp. ~용틀임하다 vùng.
세계 thế giới. toàn cầu. trên đời, trần cảnh, 전 ~ cả ~. ~ 각지로부터 các nơi trên thế giới. ~의 끝까지 đến tận cùng ~. ~에 유일한 duy nhất trên ~. 명성이 전~로 퍼지다 danh tiếng mở ra toàn thế giới. 어린이 ~ thế giới của trẻ em. ~관 thế giới quan, 밤의 ~ thế giới về đêm. ~경제 kinh tế thế giới. ~대전 chiến tranh ~. thế chiến, 제 1 차 ~대전 chiến tranh ~ lần thứ nhất. ~문제 vấn đề ~. ~박람회 triển lãm quốc tế. ~ 보건기구 tổ chức sức khỏe ~

(WHO). tổ chức y tế ~. 세계사 lịch sử ~. thế giới sử, ~에서 가장 행복한 사람 người sung sướng nhất trên đời, ~선수권 giải vô địch ~. 큰 ~ ~ vĩ mô, ~인권선언 tuyên ngôn nhân quyền ~. ~지도 bản đồ ~. 꿈의~ cõi mộng. 신~ tân ~, 구 ~ cựu ~, 세계시장 thế giới thị trường, ~형세 thế diện, ~화 toàn cầu hóa. ~적으로 유명한 nổi danh khắp thế giới.
세계 방송망 mạng toàn cầu.
세계올림픽 thế vận hội.
세계 일주 여행을 하다 du lịch vòng quanh thế giới.
세계공통어 thế giới ngữ.
세계기록 kỷ lục thế giới. ~을 세우다 lập ~. ~ 보유자 người đang nắm giữ ~.
세계사 thế giới sử.
세계표준시각 giờ quốc tế (G.M.T).
세공 thủ công. ~사 người ~. ~품 đồ ~. 금은세공사 thợ bạc.
세공을 바치다 tuế cống.
세관 hải quan, thuế quan, nhà thương chánh, ~의 검사 kiểm tra thuế quan. ~신고서 tờ khai ~. ~압수품 hàng thuế quan tịch thu. ~원 nhân viên ~. ~등록 신고서 giấy đăng ký ~, ~을 통과하다 thông quan.
세관통관 thủ tục thông quan.
세균 khuẩn, vi khuẩn. vi trùng, ~검사 kiểm tra vi khuẩn. ~을 박멸하다 diệt ~. 상처에 ~에 감염된다 vết thương bị nhiễm trùng (nhiễm khuẩn). ~에 의한 thuộc về ~, ~을 옮기다 di độc.
세균학 vi trùng học.

세금 thuế, thuế má, tiền(tô) thuế. sưu thuế, ~ 포함가격 giá gồm cả ~. ~을 내다 trả(đóng) thuế. ~을 납부하다 nạp ~. ~을 물리 다 (부과하다) đánh ~. ~을 줄이 다 giảm ~, ~ 징수가 미달하다 thất thu thuế, 세금을 징수하다(거두다) thu(thâu) ~. ~을 포탈 하다 trốn ~.~공제가격 giá trừ ~.~부담 chịu ~. ~을 면제하다 tha thuế. ~을 인상하다 tăng thuế, ~체납 tồn đọng ~. 세금혜택 ưu đãi ~.~ 미납 ~ chưa nộp.
세금 종류 sắc thuế. tô tức.
세기 thế kỷ. 금~ thế kỷ này. 21~ thế kỷ 21. ~의 대사건 sự kiện lớn của ~. 20 세기 초 (중,후)에 đầu (giữa, cuối) ~ 20. 수~에 걸쳐서 trải qua nhiều thế kỷ.
세기말 cuối thế kỷ.
세내다 (빌려주다) cho thuê. 차를 ~ cho thuê xe = 세놓다
세납 (납세) trả tiền thuế.
세네갈 (국가) Senegal, Xênêgan.
세뇌 tẩy não.
세다 (힘이) mạnh, khỏe sức, cứng. 고집이 ~ cứng đầu. 바람이 ~ gió thổi mạnh. 물결이 ~ sóng ~. 술이 ~ giỏi uống rượu.
세다 (수를) đếm. 다시 ~ đếm lại. 잘못 ~ đếm nhầm. 하나부터 열까지 ~ đếm từ một đến mười. 돈을 ~ đếm tiền. 셀 수 없다 không đếm được.머리 속으로 ~ nhẩm ~
세다 (머리털이) trở nên tóc bạc.
세단 (자동차) xe hơi mui kín.
세대 thế hệ. thế đại, 새로운 ~ thế hệ mới. 젊은 ~ thế hệ trẻ. ~교체 chuyển giao ~. ~를 계승하다 kế

thế. 다가오는 ~ những ~ sau này.
세대주 (호주) chủ hộ, căn hộ. 세대수 số nhân khẩu, số căn hộ.
세도 quyền hạn (lực). ~를 부리다 sử dụng ~. 세도가 thế thần.
세도있는 집안 quyền môn.
세레나데(소야곡) dạ khúc, dạ ca, khúc nhạc chiều
세력 lực lượng, thế lực, thế lợi, sức mạnh. 무장~ ~ vũ trang, 제 3 세력 ~ thứ ba, 자기 ~을 확대하다 mở rộng ~ của mình. ~이 있다 có thế lực. ~을 잃다 mất(thất) thế, (반) ~을 얻다 được thế, ~이 약해지다 thụt lùi. ~있는 가문 thế gia. ~ 있는 집안 hào gia(môn). ~이 쇠퇴하다 thế lực suy tàn. 불운을 맞고 ~ 을 잃다 bị sa cơ thất thế. ~범위 phạm vi thể lực.
세력있는 cỗ cánh. ~ 가문 thế gia.
세력 균형 thế quân bình.
세련된 nho nhã, cao nhã, trang nhã, đẹp đẽ, trau chuốt. ~문장 câu văn được trau chuốt. 세련되고 예의바른 thanh nhã. 세련되지 않은 thô kệch.
세례(식) lễ rửa tội. phép rửa tội, ~를 받다 được rửa tội, làm chịu phép báp têm (tít). ~명 tên ~. tên thánh, 세례를 주다 làm phép Báp Têm.
세례요한(성경) Giăng Báp Tít.
세로 bề(hàng) dọc, chiều dọc.(반) 가로 ngang, ~ 베다 chẻ dọc. ~ 쓰다 viết dọc. (반) 가로 bề ngang.
세론 (여론) dư luận.
세류 dòng suối nhỏ.
세르비아(국명) Secbia.
세리 người thu thuế. kẻ thâu thuế.

세립 hột nhỏ.
세마포 phin nõn.
세면하다 rửa mặt. 세면대 bồn ~, lavabô. 세면기 chậu (북), thau (남).
세모 ba góc. ~난모자 mũ ~. 세모기둥 cột ~. ~꼴 hình tam giác.
세모 (연말) cuối năm. tất niên.
세목 (작은 목차 (록)) chi tiết, tiết mục. ~으로 나누다 ghi ~.
세무 thuế vụ. ~공무원 nhân viên ~. bố chánh, 세무조사 điều tra thuế. 세무서 sở thuế, cục thuế. 세무서장 giám đốc sở thuế. 세무대학 đại học hải quan. ~장교 sĩ quan quan thuế.
세물 vật cho thuê. ~전 cửa hàng cho thuê.
세미나 hội thảo (토론), cuộc tọa đàm, seminar.
세미콜론 (을 찍다) chấm phẩy.
세미한 tế nhị. vụn vặt.
세밀한 tỉ mỉ. tế nhị. chi ly, tiêm tất. 세밀하게 một cách chi tiết.
세밀하게 덧붙이다 thêm thắt.
세미한 음성 tiếng tế nhị.
세밀히 검토하다 rà soát
세밀히 조사하다 xét nét.
세밑 (세모) cuối năm.
세발 (머리를 감다) gội đầu.
세발솥 đầu rau. vạt.
세발오토바이 mô tô ba bánh.
세발자전거 xe đạp ba bánh.
세배 mừng tuổi, chúc Tết lẫn nhau. 부모님께~하다 ~ cha mẹ, ~돈 tiền lì xì (mừng tuổi).
세번째의 결혼 tục hôn lần thứ ba.
세법 luật thuế.

세부(적으로) chi tiết. ~항목 điều vụn vặt. (세목) tiểu tiết.
세부득이 (부득이) bất đắc dĩ.
세분하다 chia nhỏ ra.
세비 (수당.보수) tiền trợ cấp.
세번 ba lần. ~째의 결혼 tóc hôn lần thứ ba.
세사 (세상사) việc đời, thế sự. ~에 밝은 사람 người rành ~.
(속) 세살 버릇 여든까지 간다(어릴 때의 버릇은 후에 교정하기 어려움으로 교정해야만 한다) Thói quen lúc ba tuổi theo mãi tới tuổi tám mươi(trẻ con ngay từ bé phải được uốn nắn vì thói quen hư về sau sẽ khó sửa).
세사람 사이 tay ba. ~에 토론하다 thảo luận ~.
세상 사람들 thiên hạ.
세상 thế gian, cuộc đời, cõi đời. giang hồ, trần gian, cõi trần, ~의 종말 tận cùng của ~ (thế giới). ~에 내려오다 giáng trần(thế), ~의 고통 trần lụy, ~을 다 덮는 그물(빠져나갈수 없는 상황 비유) thiên la địa võng, ~의 웃음거리가 되다 trở thành trò cười cho thiên hạ. ~에 나오다 ra đời. ~의 쓴 맛 단 맛을 다 맛보다 nếm đủ đắng cay cuộc đời. 이 ~에 cuộc đời này. ~살이 đời sống. ~에 진 빚 nợ đời, ~ 없어도 그 것은 못 하겠다 không làm điều đó bằng mọi giá. ~에 드러내다 phơi trần, ~을 구하다 cứu độ. ~의 변화 thế cố, ~을 구제하다 tế thế, giúp đời, ~을 등지다 ẩn dật. ~을 떠나다(죽다)lìa đời. ~에 싫증을 느끼다 chán đời.
세상사 tóc lụy.
세상에 나타나다 xuất thế.
세상을 돌아다니다 đi vòng quanh.
세상 일 việc đời.
세상에서 가장 행복한 사람 người sung sướng nhất thế giới.
세상물정 thế tình, tình đời, ~ 모르는 사람 nhãi ranh. ~에 익숙해진 lõi đời.
세상물정에 환한(밝은)lõi(sỏi) đời.
세상사람들 người đời, thiên hạ, ~을 속이다 lòe đời.
세상사(일) sự đời. tục lụy.
세상사를 등지다 cao cư.
세상사를 숙고하다 gẫm thế sự.
세상의 끝 tận thế. ~날 ngày ~.
세상의 인심과 사회의 윤리도덕 nhân tình thế thái.
세상을 돌아다니다 đi vòng quanh thế giới.
세상이야기 chuyện thế tục.
세상일 thế sự, việc đời, ~ 에 정통한 tinh đời. 행.불행으로 점철된 인생사 ~ thăng trầm.
세상끝날까지 cho đến tận thế.
세상에서 가장 무서운 것 (살아있는 마귀 곧 사람) ma sống (은어)
세상인심 cảnh đời.
세쌍둥이 con sinh ba. ~를 낳다 sinh ba.
세세하다 (세세히) chi tiết, tỉ mỉ. 세세히 기록하다 viết ~. 세세한 내용 đầu cua tai nheo.
세상물정에 익숙한(환한)lõi đời
세상일에 정통한 tinh đời.
세속 thế(trần) tục, thế gian. 세속의 thuộc ~. ~을 떠난 thanh cao. 세상 이야기 chuyện thế tục, ~적인 권

력 ~ quyền, ~을 초월하다 xa lánh ~. ~적인 trần(phàm) tục. ~의 냄새가 나는 tanh tưởi.
세수하다 rửa tay (mặt). 식사전에 ~ rửa tay trước khi ăn cơm. 세수대야 chậu rửa tay.
세수 (세수입) tổng thu nhập thuế.
세습 thế tập. tập ấm. ~귀족 thổ ty.
세시간 ba tiếng. ~ 동안 trong ~.
세심한 cẩn thận, chuyên chú. thận trọng. ~주의를 기울이다 cân nhắc. ~주의를 하다 giữ kẽ.
세심하게 연구하다 tinh nghiên.
세심히 살피다 tần mần
세안 rửa mắt. ~액 (제) thuốc nhỏ mắt.
세액 định giá đóng thuế.
세업 (가업) nghề cha truyền con nối.
세우 (가랑비.이슬비) mưa phùn, mưa bụi. (가는 비)vi vũ.
세우다 dựng nên, xây dựng(cất), lập ra, làm ra, vạnh, thiết(sáng) lập.(반) 파괴하다 phá hoại, 기둥을 ~ dựng cột. 기념비를 ~ lập bia kỷ niệm. (차를)ngừng lại, 동상을 ~ lập tượng đồng. 계획을 ~ lập kế hoạch. 원칙을 ~ lập nguyên tắc. 왕을 ~ đưa ai làm vua. 보증인을 ~ chỉ định người bảo lãnh. 톱날을 ~ mài lưỡi cưa. 체면을 ~ giữ thể diện. 말이 귀를 ~ con ngựa vành tai.
세워두다(문밖에)đứng ngoài.
세워주다 gầy dựng, 복있는자로 ~ ~ 한 사람이 có phước.
세워지다 được gây dựng
세원 nguồn thuế.
세월 ngày tháng, năm tháng. tuế nguyệt, 유수 같은 ~ tuế nguyệt thoi đưa, ~따라 theo ~. ~을 헛되이 보내다 để ngày tháng trôi đi vô ích. ~은 사람을 기다리지 않는다 thời gian không đợi con người. (속) 세월은 흐르는 물 같다(시간은 흐르면 다시는 돌아오지 않는다) ngày tháng trôi như nước chảy (thời gian trôi đi không bao giờ quay trở lại).
세월이 흐르다(지나가다)thời gian trôi qua.
세율 tỷ lệ thuế, mức thuế. thuế suất, ~의 변경 thay đổi về ~. ~을 올리다 nâng mức thuế. (반) ~을 내리다 hạ mức thuế. ~을 정하다 định mức thuế. ~표 bảng ~. thuế biểu, 수입~ mức thuế thu nhập.
세이브 (절약) tiết kiệm.
세인 (세상 사람) người thế gian, thế nhân, người đời. ~ 의 이목을 피하다 tránh sự chú ý của quần chúng.
세일 bán hạ giá, giảm giá.
세일즈맨 người bán hàng.
세입 thu nhập thuế hàng năm.
세입 (수입) thu nhập.
세자 thế tử, (황태자) hoàng thái tử.
세정 (인정) nhân tình, bản tính con người.
세정 (세무행정) thi hành thuế.
세정하다(씻다) tẩy, 세정제 thuốc ~.
세제 chất tẩy rửa. 합성~ bột giặt
세제 chế độ thuế. ~개혁 cải cách chế độ thuế. ~혜택 ~ ưu đãi
세제곱(입방)미터 thước khối.
세존(석가) phật thích ca mâu ni.
세종대왕 đại vương Sejong (người sáng tạo bảng chữ cái Hàn Quốc).

세주다 cho thuê. 배를 시간제로 ~ cho thuê bao thuyền theo thời gian. 방을 ~ cho thuê phòng.
세차하다 rửa xe. 세차장 bãi ~.
세차다 mạnh mẽ, dữ dội. 비가 세차게 내리다 trời mưa xối xả. 세찬 바람 gió táp. 세찬 폭포 ghềnh thác.
세차게 쏘다 bắn ráo riết
세찬 (음식) món ăn ngày Tết
세척 (씻다) rửa. 위를 ~하다 rửa ruột. ~제 tảo thương.
세출 chi phí hàng năm.
세칙 điều lệ chi tiết.
세탁 giặt giũ(ủi). ~기 máy giặt. ~물 đồ giặt. ~ 비누 xà bông giặt. ~소 tiệm giặt. hiệu giặt. ~사 thợ giặt.
세태 thế thái, thói(trò) đời. ~를 근 심하다 ưu thời mẫn thế.
세트 bộ, tập. 그릇 한 ~ một bộ bát chén.
세파 cuộc đời khó khăn.
세평 (평판) dư luận, công luận.
세포 tế(đa) bào. ~망(막) màng tế bào. ~분열 phân bào. ~조직 tổ chức ~. 원생 ~ tế bào nguyên sinh. ~가 죽다 hoại tử.
섹스 tình dục. đồi trụy, 섹시한 gợi dục, khiêu gợi. 섹시한 여자 người phụ nữ gợi dục (cảm).
섹스폰 kèn cor(co).
센머리 tóc bạc.
센서 mắt thần.
센서스 (인구조사) điều tra dân số.
센세이션 cảm động bất ngờ.
센스 cảm giác, cảm nhận. ~가 있다 có ~. (반) ~가 없다 không có ~. ~가 빠르다 cảm nhận nhanh.
센터 trung tâm.

센터 해프백(럭비의)trung ứng.
센터 포드(축구)trung phòng.
센트 đồng cent. 1 달러 5~ một đô 5 cent.
센티미터 centimet.
셀러드 ghém.
셀로판 xenlôfan.
셀룰로스 가루 bột giấy.
셀수없는 hằng hà, vô khối(kể), cơ man.
셀수없이 광대한 bạt ngàn
셀수없이 많은 ti tỉ.
셀프서비스 tự phục vụ.
셀프타이머 thiết bị bấm giờ tự động.
셈하다 tính toán, tính. 셈이 틀리다 tính sai. 셈을 잘하는 giỏi toán.
셈이다 coi như. 그의 노력이 실패한 ~ nỗ lực của anh ấy coi như thất bại. 잃어버린 셈치자 hãy ~ chúng ta mất nó.
셋 ba (3).
셋돈 tiền thuê.
셋방 phòng thuê. ~살이 sống trong ~. "셋방있음" phòng cho thuê. ~ 살이를 하다 đi ở. ngủ trọ.
셋집 nhà cho thuê.
셋째 thứ ba.
세익스피어 Shakespeare (1564-1616). ~전집 ~ toàn tập.
셔츠 somi. 와이~ áo ~. ~소매를 걷어 올리다 xắn tay áo sơ mi.
소 bò. ~가죽 da bò. ~ 한마리 một con bò. ~를 기르다 nuôi bò. 소를 몰다 long, 소고기 thịt ~. ~ 같이 먹다 ăn như bò. ~처럼 부리다 sai làm như bò. 소떼 đàn bò. 소머리 đầu bò, 물소 con trâu. 소싸움 đấu bò, 소 울음 bò rống. 소의 코뚜레

줄 dây mũi. 소를 죽이다 ngả bò, 소를 보고 우리를 짓다(형편에 맞게하다) liệu bò đo(lo) chuồng. 소 외양간 ràn bò.

(속) 소도 언덕이 있어야 비빈다(무슨 일이든지 의지할 곳이 있어야 할 수 있다) Có dốc thì bò mới cọ lưng được chứ(có nơi dựa dẫm có thể làm bất cứ việc gì).

(속) 소 잃고 외양간 고친다(늦은 걱정과 후회는 아무 소용이 없다) bò mất mới lo sửa chuồng (sự lo lắng, hối hận muộn màng, không có ích gì).

소 (작은) tiểu, nhỏ. ~도시 thành phố nhỏ. 소공동체 tiểu cộng đồng.
소를 희생하여 대를 얻다 thả con săn sắt bắt con cá rô.
소가족 gia đình nhỏ, tiểu gia đình.
소각하다 (태우다) đốt sạch, thiêu đốt(hóa). 완전히 ~ thiêu hỏa. 시체를 ~ thiêu hóa thi hài.
소갈머리 tính tình, ý định.
소갈비 sườn bò.
소감 cảm tưởng. ~을 말하다 nói ~.
소강상태 tình trạng yên tĩnh.
소개 giới thiệu. xưng danh, 의 ~로 theo giới thiệu của ai. 정식으로 ~하다 giới thiệu một cách chính thức. ~ 해 주다 ~ cho. ~를 받다 được giới thiệu. …라고 자기를 ~하다 tự giới thiệu tôi là …. 제 친구를 ~하겠습니다 tôi xin ~ bạn tôi. 자기 ~ tự ~. 소개장 thư(thơ) ~.
소개료 (비) tiền cò.
소개 (분산.산개)하다 phân tán, giải tán.
소켓 (전기줄 꽂는) ổ cắm, đui (암),

phích (수).
소견 ý(sở) kiến, quan điểm. thiển nghĩ. 얕은 ~ quan điểm nông cạn. (얕은 견식)thiển kiến, ~을 말하다 phát biểu ~. 저의~으로는 theo thiển kiến của tôi.
소경 người mù. ~이 되다 trở nên mù lòa.
(속) 소경 잠 자나 마나(온전히 무익 한 일을 하다) Người mù thức ngủ như nhau(làm việc hoàn toàn vô ích).
소경이 소경을 인도하다 thằng đui dắt thằng mù đi.
소고 (작은 북) trống nhỏ(bói).(반) 큰 북 trống cái(đại).
소곡 bản nhạc ngắn. đoản ca.
소곤거리다 nói thầm, nói thì thào (thì thầm). 소곤소곤 이야기하다 nói chuyện thì thầm, nói chuyện rào rào
소곤소곤 ti tê. nhỏ to, ~이야기하다 nói chuyện ~, (주룩 주룩)rào rào.
소관 quyền hạn, thẩm quyền.
소관(관계) 부처 bộ sở quan.
소구역 tiểu khu.
소국 quốc gia nhỏ.
소굴 hang ổ, sào huyệt. 도둑의 ~ sào huyệt bọn cướp.
(명)소귀에 경읽기 Đọc kinh tai bò.
소규모 tiểu quy mô. ~생산 tiểu sản xuất, ~조직 tiểu tổ. ~공업 tiểu công nghiệp.
소규모공업 tiểu công nghiệp.
소규모 수리농업 tiểu thủy nông.
소극적 tiêu cực. (반) 적극적 tích cực. ~태도를 취하다 có thái độ tiêu cực. 소극적 방법 phương pháp

tiêu cực.
소극 (희극) hài kịch. trò trớ trêu.
소근소근 말하다 nỉ non. rú rí. 소근 소근 속삭이다 xì xào. chào xáo.
소근소근하다 to nhỏ.
소금 muối. diêm, ~에 절이다 muối, kho, ướp ~. 생선을 소금에 절이다 muối cá, ~을 뿌리다 rắc ~. 음식에 ~을 치다 nêm ~ vào thức ăn. ~을 찍어먹다 chấm ~ ăn. ~물 nước muối(mặn). ~함 thủy, ~물에 담그다 ngâm muối. ~에 절인 생선 cá muối(chườm). ~에 절인 오리알 trứng vịt muối, 소금에 절인 배추 dưa cải, ~에 절여 다진 쇠고기 ruốc. ~상인 diêm thương. ~가루 muối bột. ~을 뿌리다 rắc muối, ~을 너무 많이 넣다 tra muối quá tay.
(속) 소금도 맛보고 사랬다(물건을 살 때는 잘 보고 사야한다) Nếm muối rồi hãy mua(khi mua hàng phải xem kỹ).
소금기둥 tượng muối.
소급하다 trở về trước (quá khứ).
소급효과 hiệu lực hồi tố. 소급하는 (효력이)hồi tố.
소급법(법) phép khử.
소기의 mong chờ. ~성과를 올리다 đạt được kết quả ~.
소나기 mưa rào. (반) 이슬 (가랑)비 mưa phùn. ~를 만나다 gặp ~, bị mắc mưa. 소나기 구름 mây tích mưa. 소낙비 mưa bóng mây.
소나무 cây thông(tùng). ~잎 lá thông kim. ~숲 rừng tùng, tùng lâm.
소나타(독주곡) bản xônát. nhạc độc tấu

소낭(의학) nang viêm.
소녀 thiếu nữ. nữ nhi, đào non(tơ), 십대 ~ thiếu nữ tuổi từ 10 ~ 19. ~시절 thuở (thời) ~. ~에게 추파를 던지다 liếc gái. ~를 희롱하다 chim gái.
소녀는 사춘기가 되었다 con gái đến tuổi dậy thì.
소년 thiếu niên, con trai, trẻ em. (반) 소녀 thiếu nữ, ~범죄 phạm tội ~. ~보호법 luật bảo vệ ~. ~시절 thời thiếu niên, thuở bé. ~소녀 thiếu niên nam nữ. giai gái, trai gái, tử nữ. ~회관 cung thiếu niên.
소년시대 tuổi trẻ. thời trai trẻ.
소년원(경범자 노역소)trại tế bần.
소논문 tiểu luận.
소농 tiểu nông. ~가 gia đình ~.
소뇌 (해부) tiểu não.(반)대뇌 đại não.
쏘다 bắn, xạ, nổ súng. phát súng, (벌레가)đốt, vẩy~ ong đốt, cắn, nọc, chích. 마구~ đốt túi bụi, xối xả ~. 쏘다 bắn ráo riết.
소다 sôđa, nước sôđa. tô đá.
쏘다니다 chạy rong (quanh).
소달구지 chiếc xe bò.
소담스럽다 thơm tho. ngon ngọt, 소담하다 đậm đà. một cách thích mắt
소대 tiểu đội. ~장 ~ trưởng. 중대 trung đội. 대대 tiểu đoàn. 연대 trung đoàn. 사단 sư đoàn.
소떼 đàn bò.
소도구 đồ dùng nhỏ.
소독 tẩy uế, khử trùng(độc), trừ độc, tiêu độc. tiệt trùng. 일광으로 ~하다 diệt trùng bằng ánh sáng. 끓는 물로 ~하다 tiệt trùng bằng nước sôi. ~기 máy tiệt trùng. ~약 thuốc

tẩy uế(tiêu độc). (머큐롬) thuốc đỏ, ~붕대 băng khử trùng. ~면 (거즈) bông khử trùng (hút nước). ~약 thuốc tiêu độc.
소돔성(성경) Xô Đôm.
소동 (소란) náo loạn, ầm ỹ. ~이 일어나다 xảy ra ~. ~을 일으키다 gây loạn. ầm ỹ lên. ngậu xị. ~하는 xôn xao.
소동파 (인명) Tô Đông Ba.
소득 thu nhập. lợi tức, sở đắc. (반)손실 tổn thất, 월~ thu nhập hàng tháng. 년~ thu nhập năm. ~수준 mức ~. 고~ thu nhập cao. 고 ~층 tầng lớp ~ cao. 개인~ thu nhập cá nhân. 국민~ thu nhập quốc dân. 총~ tổng thu nhập. ~세 thuế thu nhập (lợi tức). ~액 số tiền thu nhập. 종합 소득세 thuế thu nhập tổng hợp.
소득의 일부를 공제하다 trích một số tiền của lợi tức.
소등하다 tắt đèn.
소띠 (축생) 사루 (축시)
소라 (조개) ốc xà cừ. 소라고동 ốc xà cừ. (악기) vỏ sò
소란 (소동) náo loạn. sự rối loạn.
tao loạn, ~하다 ồn ào. xôn xao, 소란스럽게 웃고 떠들다 nói ồn ã cười. 소란스럽게 서로 묻다 hỏi nhau tíu tít. 소란스럽게 울다 khóc tru lên, 소란스러운 ồn ã, xào xạc. líu tíu. nhao nhao. lộn xộn.
소란스립다 tíu tít. ồm tỏi.
소란을 일으키다 nhiễu loạn.
소란하게 하다 khuấy động.
소량 số nhỏ. đôi chút, (약) liều thuốc nhỏ.

소련 liên xô, liên ban Xô Viết. ~국기 quốc kỳ ~
소령 thiếu tá. 공군~ thiếu tá không quân. 그는 막 ~으로 진급했 다 nó vừa được thăng cấp ~.
소로 đường hẻm (남), ngõ (북).
소록소록 râm rả, 비가~내리다 mưa ~.
소론(소논문) tiểu luận.
소름 ớn lạnh. (피부에 돋아나는) gai ốc, ~이 끼치다 sởn gáy. 온몸에 ~이 끼치다 ~ khắp cả người. 소름 끼치는 dựng tóc gáy, ghê gớm (구역질 나는)
소리 1.tiếng động, âm thanh. 맑은 ~ âm thanh trong trẻo. 벨~ tiếng chuông. 폭발~ tiếng nổ. 천둥~ tiếng sấm. ~가 나다 phát ra tiếng = (소리를 내다). ~를 듣다 nghe tiếng động. 2.(목소리) giọng nói. 작은 ~로 bằng giọng nhỏ. ~를 줄이다 tiêu âm, ~를 지르다 la hét. 날카로운 ~ giọng nói sắc sảo. 듣기 좋은 ~ giọng nói dễ nghe. 큰 ~ 하다 to tiếng. 윙윙 소리 ro ro, 없이 울다(오열하 다) thút thít. ~로 자기 위치를 알리다 đánh tiếng.
소리가 귀에 거슬리는 ông ổng.
소리없는 lim, 소리없이 가라앉다 chìm ~.
소리없이 입맞춤하다 hôn chùn chụt.
소리를 높이다 to tiếng, 언성을 높여 말다툼하다 ~ cãi.
소리를 속삭이다 to nhỏ.
소리를 죽이다 nín tiếng.
소리 지르다 kêu lên(la), trổi giọng.
소리를 질러서 자신의 위치를 알리다 đánh tiếng.
소리에 익숙해지다 bén tiếng.

소리의 상태를 조절하다 lấy giọng.
소리치다 la lên, reo hò. gào, kêu, thét. "도둑이야" 소리치다 tiếng kêu "kẻ trộm".
소리개 (새: 솔개) con diều hâu.
소리결 (음파) sóng âm.
소리마디 âm tiết.
소리 소리 지르다 kêu la.
소립자 một phần tử cơ bản.
소마 (오줌) nước tiểu.
소마소마 (조마조마) lo ngại, bồn chồn.
소말리아(국명)Somalia, Xômali. ~사람 người ~.
소망 kỳ vọng, ý muốn, sở ước, ước nguyện, (희망) hy vọng, nguyện vọng. 소망하다 mong muốn. ~에 따라 theo ~. 간 절한 ~ nguyện vọng thiết tha. 오랜 ~ hy vọng lâu nay. ~을 이루다 đạt được ~. 나는 아무런 ~도 없다 tôi không hề có ý muốn. ~을 품다 hoài vọng.
소매 tay áo. ống tay, ~를 걷어 올 리다 xắn tay áo, vén tay áo. ~에 매달리다 níu lấy ~. ~를 끌다 kéo ~. ~로 눈물을 적시다 lấy ~ quệt nước mắt.
소매 bán lẻ. (반) 도매 bán sỉ. ~가격 giá ~. ~시장 thị trường ~. ~점 cửa hàng ~. ~장사 buôn bán lẻ. ~로 사다 mua lẻ.
소매치기 kẻ móc túi. ~하다 móc túi. thó, ~를 당하다 bị móc túi. bị thó, ~조심 cẩn thận bị móc túi. coi chừng móc túi.
소매통 bề rộng tay áo.
소맥 (밀) lúa mì. tiểu mạch.
소멸하다 tiêu diệt, 소멸시키다 làm cho ~. phế trừ, suy hao, 권리의 소 멸 sự mất quyền lợi. 계약의 소멸 hết hợp đồng.
소멸되다 hao mòn.
소명 (임금의 부름) lời kêu gọi của vua.
소모하다 tiêu(suy) hao. tiêu tốn(dùng). hao tổn, tổn hao,(반)생산하다 sản xuất, 소모비 chi phí ~. 정력소모 ~ sinh lực. 큰 소 모 suy hao lớn, 소모품 hàng tiêu dùng.
소모전 chiến tranh tiêu hao. tiêu diệt chiến.
소모시키다 tiêu mòn.
소목(작은 목차)tiểu mục.
소몰이 người chăn bò.
소묘(스케치) bức vẽ phác (phác họa).
소문 tin(tiếng) đồn. thanh tích, lưu ngôn, ~에 의하면 theo tin đồn. 근거 없는 ~ tin đồn không có căn cứ. ~을 듣다 nghe tin đồn, nghe đồn. ~이 나다 có tin đồn. đồn ra, ~을 내다 gây ra tin đồn. …..라는 ~을 듣다 nghe đồn là…. 나쁜 ~이 나다 có tin đồn không tốt. 소문난 nổi tiếng. ~을 퍼트리다 phao ngôn. đồn đãi, ~에 듣다 trộm nghe, ~으로 떠도는 móng mánh. ~으로만 듣다 nghe bóng nghe gió. ~이 떠돌다(으로 흘러 듣다)nghe phong thanh. 나쁜 ~ thanh tích xấu.
(속) 소문난 잔치에 먹을 것 없다 (소문은 요란한데 실지로는 볼것이 없다) Bữa tiệc có tiếng là to, chẳng có cái gì mà ăn(cái mà có tiếng đồn tốt thật ra lại chẳng ra gì).
소문을 바람결에 듣다 nghe bóng nghe gió (nghe tiếng đồn).
소문이 퍼지다 đồn ra

소문 만복래 tiếng cười là liều thuốc bổ.
소박한 giản dị, bình dị, chất phác, mộc mạc. ~ 옷차림 ăn mặc ~. ~ 음식 món ăn giản dị, xoàng. ~삶 đời sống bình dị.
소박하고 고매한 giản dị thanh tao, ~生活 nếp sống ~. 소박하고 진실된 chân chỉ.
소박한 生活 đời sống giản dị. (반) 화려한 生活 đời sống xa hoa (lòe loẹt).
소박맞다 bị ngược đãi. tình phụ, 부인이 남편에게 ~ người vợ bị chồng tình phụ.
소박데기 (소박 맞은 여자) người vợ bị ngược đãi.
소반 bàn ăn nhỏ.
소방 cứu hỏa. ~기구 dụng cụ ~. ~대 đội ~. 소방모 nón (mũ) ~. 소방소 trại chữa cháy, 소방차 xe cứu hỏa. xe chữa cháy, ~펌프 bơm cứu hỏa. ~수 lính ~, ~용 호스 vòi rồng. ống ~, ~용 사다리 thang cứu hỏa.
소변 tiểu tiện. (반) 대변 đại tiện. (오줌)nước tiểu, ~을 보다 đi tiểu(đái). tè, ~을 참다 nhịn tiểu. nín đái, ~을 찔끔거리다 đái són, ~금지 cấm ~. 소변기 bồn tiểu, con vịt (은어). 소변관장 thông tiểu.~이 자주 나오다 tiểu són, ~이 마렵다 buồn đái, buồn đi giải.
소변 검사 thử nước tiểu
소변 봐줄 때 내는 소리 "쉬" xi xi.
소복하다 mặc quần áo trắng.
소비 tiêu dùng, tốn, tiêu thụ, xài, sử dụng.(반)생산 sản xuất, ~ 감퇴 giảm tiêu dùng. ~물가 vật giá tiêu dùng. ~ 生活 sinh hoạt tiêu dùng. ~ 자본 vốn ~. ~세 thuế tiêu dùng. ~ 절약 tiết kiệm tiêu dùng.
소비 비율 tỷ số tiêu thụ.
소비에트(국명), Xô-Viết, Liên Xô (소련)
소비자 người tiêu dùng(thụ). 일반 ~ người tiêu dùng bình thường. ~ 가격 giá bán ~. ~ 보호법 luật bảo vệ ~. ~상담소 phòng tư vấn ~. ~조합 hiệp hội ~.
소사하다 (기관총) bắn súng máy.
소사하다 (타서 죽다) bị chết cháy. chết thiêu, 소사자 người ~.
소산 kết quả. ~물 sản phẩm. thời tân.
소산 (증발)하다 biến mất, tan biến. tiêu tán.
소상 (제사날) ngày giỗ đầu.
소상인 tiểu thương gia. người buôn bán nhỏ.
소생 (자기 자녀) trẻ con. (자기 낮춤) tôi con
소생하다 hồi sinh, sống(tươi) lại. cải tử hoàn sinh, 꽃이 물속에서 다시 살아나다 hoa để vào nước tươi lại.
소선거구 khu vực bầu cử nhỏ. ~제 quy lệ ~.
소설 tiểu thuyết. truyện. ~적인 인물 nhân vật mang tính ~. ~화하다 ~ hóa. ~가 nhà ~. ~문학 ~văn học. 단편~ tiểu thuyết ngắn. (반) 장편~ tiểu thuyết dài. ~의 속편 tục biên của ~. ~을 đọc xem truyện.
소설 (절기) tiểu tuyết.
소세지 xúc xích. dồi
소속 thuộc, thuộc vào. ~시키다 cho thuộc vào, đưa vào. ~기관 cơ quan thuộc quyền. ~부대 đơn vị

trực thuộc. ~된 sở thuộc.
소송 tố tụng, kiện(tố) cáo. ~에 이기다 thắng kiện(tố). được kiện (반) ~에 지다 thua(thất) kiện. ~을 제기하다 khởi(thưa) kiện. kiện tụng, tranh tụng, 손해 배상청구를 제기했다 khởi kiện yêu cầu bồi thường. ~당사자 đương sự khởi kiện. 민사 ~ kiện dân sự. 형사 ~ kiện hình sự. 손해배상 ~ kiện đòi bồi thường thiệt hại. 이혼 ~ ra tòa ly dị. ~사건 vụ kiện. ~의뢰인 thân chủ. ~비 án phí. tụng phí, ~을 취하 하다 hưu hại. ~을 처리하다 điều đình vụ kiện.
소송 대리자 thầy dùi.
소송사건을 심리하다 xử án.
소송사건을 심사하다 thẩm cứu.
소수 thiểu số, số ít.(반)다수 đa số, ~의 사람들 những số ít người. ~민족 dân tộc thiểu số. 소수의견 ý kiến ~. 소수파 nhóm(phái) ~. phe ~
소수(나머지 수) số lẻ.
소수의(수학)tiểu số. số nguyên tố.
소수민족 마을 buôn làng, ~의 우 두머리 thống lý, 소수민족의 제사장 mo then. thầy tào.
소수점 (수학) dấu đặt sau số thập phân. ~ 아랫자리수 số lẻ thập phân.
소순환(피의) tiểu tuần hoàn.
소스 nước xốt. nước chấm, nguồn gia vị
소스라치게 놀라다 hoảng sợ, run sợ.
소슬한 lạnh, lạnh lẽo. ~가을바람 gió lạnh mùa thu.
소승 chú tiểu. ~불교 tiểu thặng(thừa).
쏘시개 (불쏘시개) bùi nhùi, củi nhóm lửa.
소시적(어렸을 때) thiếu thời.
소식 tin tức. nhận tín, vân mồng, (여행하는 사람의) tăm hơi. ~을 전하다 chuyển(bắn) ~. 무 ~이 희~이다 không có tin gì nghĩa là tin lành. 방금 들어온 ~ tin tức nóng hổi. ~이 없다 vắng tin. bặt(biệt) tin. ~두절 im hơi lặng tiếng, ~이 묘연하다 im bằng, ~을 가지고 오다 đem(đưa) tin.
소식도 없이 사라지다 đi biền biệt.
소식을 모으고 편집하다 thông tấn.
소식이 끊어지다 vắng bặt. biền biệt. 오래전부터 ~ ~ từ lâu.
소식하다 ăn ít.
소신 đức tin (quan điểm). ~대로 행하다 hành động theo quan điểm của mình.
소실 (첩) thiếp, vợ lẽ. ~자식 con vợ lẽ.
소실되다 hao hụt.
소실하다 (잃다) biến mất. tiêu vong(tan).
소심하다 nhát gan, nhút nhát. 겁쟁이 kẻ nhát gan.
소심한 rụt rè, tiểu tâm. nhỏ nhen, non gan,(반)용감한 dũng cảm, ~ 사람 người tiểu tâm, người non gan. ~ 생각 bụng dạ nhỏ nhen
소아 trẻ con, trẻ sơ sinh. tiểu nhi, ~과 khoa nhi. tiểu nhi khoa. ~과 의사 bác sĩ khoa nhi.
소아마비 bại liệt trẻ con. sài giật.
소아(자아) tiểu ngã.
(속) 쏘아 놓은 살이요 엎질러진 물이다(일이 이미 발생하여 후회해도 소용없다) Mũi tên bắn đi nước đổ đi(việc đã xảy ra rồi, có hối cũng

không kịp).
쏘아보다 nguýt.
소아시아 tiểu Châu Á.
쏘아올리다 bắn ra, phát ra. 인공위성을 ~ phóng vệ tinh lên trời.
소액 số tiền nhỏ. ~ 대부금 món nợ nhỏ.
소야곡 dạ khúc.
소양 (학식) học thức. ~이 있는 có ~.
소염제 thuốc chống viêm.
소오스 xốt. nước xốt. ~남비 soong.
소옥 (작은 집) nhà nhỏ, túp lều.
소외 (멀리함) xa lánh. 소외된 ghẻ lạnh, lạc loài, làm cho xa lạ.
소요 (필요함) cần thiết. ~ 시간 thời gian ~. 소요금액 số tiền ~.
소요 (산책)하다 tiêu dao, đi dạo, đi chơi.
소요하다 (소란스럽다) náo động, nổi loạn.(소동)tao nhiễu, 소요죄 tội phạm nổi loạn.
소용- sử dụng, tác dụng, ý nghĩa. ~ 없다 vô ích, vô dụng, không ích lợi gì. ~이 없어지다 đi đứt, 말해 봤자 무슨 소용이냐? Nói ra có ích gì?
소용없는 suông.
소용돌이 xoáy nước. ~ 치다 xoáy lốc, làm xoáy lốc. nước quần.
소우주 thế giới vi mô.
소원 nguyện vọng, cầu chúc, mong muốn, ước ao. ước nguyện, sở nguyện, ~대로 theo ý muốn. ~대로 되다 được theo ý muốn. ~을 들어주다 chấp nhận mong muốn. ~ 성취하다 thực hiện theo nguyện vọng. toại nguyện, mãn nguyện. đạt được sở nguyện.
...의 소원을 이루다 sính nguyện.
소원해지다 (멀어지다) trở nên xa lánh.
소위 thiếu úy. 중위 trung úy. 대위 đại úy.
소위 cái được gọi là. ~ 학행으로 ~ học sinh mà.
소위 (행위.한일) hành vi, thái độ.
소위원회(분과위원회)tiểu ban. 국 회 예산 ~ ~ ngân sách trong quốc hội.
소유 sở hữu. ...의 ~가 되다 thành ~ của ai. ~격 ~ cách. ~주 chủ ~. sản chủ, 소유지 đất ~. 개인~ sở hữu cá nhân. (반) 공동~ sở hữu chung.
소유자 tài chủ(gia), 소유권 이전 chuyển quyền ~. ~욕 chiếm ~.
소유대명사 đại từ sở hữu.
소유권 quyền sở hữu. ~을 갖고 있다 đang có ~. ~자 người có ~. ~을 이전하다 chuyển ~. ~침해 xâm phạm ~. ~이 이전되다 đổi chủ.
소음 tiếng ồn. tiếng động, 도시~ tiếng ồn đô thị. ~공해 ô nhiễm ~. ~방지 chống ~. ~이 들리다 nghe tiếng động.
소음기 máy giảm thanh, máy hãm thanh.
소이 (까닭) lý do.
쏘이다 bị đốt. 벌에 ~ bị ong đốt.
소이탄 bom cháy, đạn pháo(lửa).
소인 (작은 사람) trẻ con. (키작은) người lùn = 난장이. (소견좁은) người hẹp hòi. (자기자신) bản thân mình. (평범한 사람) tiểu nhân.
소인 (도장) con dấu bưu điện. ~을 찍다 đóng dấu bưu điện. 서울의 ~이 찍힌 편지 bức thư đóng dấu bưu điện Seoul.

소일하다 giết thời gian. 독서로 ~ 독
    sách ~. 소일거리 trò giải trí.
소임 nhiệm vụ, công việc. ~을 맡다
    nhận ~. 당연 nhiệm, ~을 다하다
    hoàn thành ~.
소자(작은 자) bọn nhỏ.
소자산 tiểu tư sản.
소작하다 thuê làm ruộng. 소작권
    quyền ~. 소작료 cho thuê làm
    ruộng. 소작인 tá điền. điền khách,
    người làm rẽ. 소작농 điền hộ.
소 작전지구 tiểu khu.
소장 (계급) thiếu tướng. 중장 trung
    tướng. 대장 đại tướng.
소장 (기소장) bản cáo trạng. ~을 제출
    하다 trình ~.
소장 (해부) ruột non. (반) 대장 ruột
    già.
소장품 vật sở hữu.
소재(거주) cư trú, sở tại, nơi ở. ~를 감
    추다 giấu nơi ở. ~를 모르다
    không biết nơi ở. ~ 불명이다
    không rõ ~. ~를 묻다 hỏi ~. 소재
    지 nơi ở. 책임 ~를 명확히 하다
    vạch rõ vị trí trách nhiệm.
소재 (재료) nguyên liệu, vật liệu.
소정 (규정) quy định. ~의 사항 những
    hạng mục ~. ~의 용지 sử dụng
    giấy ~. ~의 시간 giờ định trước.
소저(귀족의 딸). tiểu thư
소쩍새 đỗ quyên, đỗ vũ(불여귀)
소전제 (논리) tiền đề phụ.
소절 (짧은 구절) câu ngắn. (음악의)
    gạch nhịp.
소제(자신을 낮추어 일컫는 말 tiểu đệ.
    소주 rượu mạnh, rượu trắng (nặng độ).
소중 quan trọng. ~한 물건 vật ~. 목숨
    만큼 ~하다 quan trọng như mạng

sống.
소중한 yêu dấu, 나의 ~ 아이 con ~.
소중한 경험 kinh nghiệm quý báu.
소중한 분 thượng khách.
소중히 간직하다 ấp ủ, 희망을 ~ ~ hy
    vọng
소중히 여기다 yêu mến. báu bở. trọng.
소중히 하다 hoài bão.
소지 (가지고 있음) có, sở hữu 소지금
    tiền đang có. ~품 đồ dùng cá nhân.
소지 (요인) nền móng, cơ sở, nguyên
    nhân.
소지역의 기후 tiểu khí hậu.
소지주 tiểu địa chủ.
소진하다 (없어지다) sử dụng hết.
소질 tố chất, (자질) tư chất, ~이 있다
    có ~. 문학적 ~이 있는 사람 người
    có ~ về văn học. 유전적 ~ tư chất
    có tính chất di truyền. 그는 지도
    자가 될 ~이 있다 anh ta có ~ trở
    thành người lãnh đạo.
소집 triệu tập. chiêu tập, tập hợp, lâm
    국회를 ~하다 triệu tập quốc hội
    tạm thời. ~령 lệnh ~. 군대를 ~하
    다 triệu tập đi quân đội. ~ 영장
    giấy gọi nhập ngũ. 예비병을 ~하
    다 động viên quân dự bị. (회의
    를)mời đến.
소차 (작은 차이) chênh lệch nhỏ. (반)
    대차 chênh lệch lớn.
소찬 món ăn đơn giản.
소채 (야채) rau xanh. rau cải
소책자 cuốn sách nhỏ. (결혼한 부부
    에게 보내는)số gia đình.
소철나무(식물)thiên thế.
소청 lời cầu khẩn, lời yêu cầu.
소총 súng trường(mút). ~ 중대 trung
    đội liên thinh, ~ 사정거리 tầm

bắn ~, ~수 khinh binh.
소추하다 truy tố, (기소)하다 khởi tố.
소출 hoa lợi.
소치 (빚어진 일) kết quả, lý do.
소켓 (전기) ổ cắm. ~에 끼우다 lắp vào ~.
소쿠리 rổ treo.
소탈하다 không khách sáo, tự nhiên. 소탈한 xuề hòa. 소탈한 성격 tính nét xuề hòa. 소탈한 복장을 하다 ăn mặc xuềnh xoàng.
소탐대실 tham nhỏ bỏ lớn, tham bát bỏ mâm. tham tiểu thất đại.
소탕하다 quét sạch. tảo thanh(trừ), ruồng bố. san bằng, 소탕전을 펼치다 đánh tiêu diệt(hao). 봉 건잔재를 ~ quét sạch tàn tích phong kiến.
소탕작전 cuộc hành quân tảo thanh.
소통하다 hiểu biết nhau. (통과) thông qua
소파 ghế sofa. đi văng.
소포 bưu kiện, bưu phẩm. ~가 왔다 có ~ đến. 국내 ~ bưu kiện trong nước. 국제 ~ bưu kiện nước ngoài. ~로 보내다 gửi bằng ~.
소품 bức tranh nhỏ.
소풍 hóng gió, đi dạo, ~ 나가다 đi dạo, đi dã ngoại.
소프라노 giọng soprano. giọng nữ cao.
소프트웨어 phần mềm.
소피보다 đi tiểu.
소피스트 (궤변가) người ngụy biện.
소하천 tiểu khê.
소학 tiểu học.
소학교(초등학교) trường tiểu học, ~ 교사 trợ giáo.
소한 tiểu hàn(반) đại hàn.

소화(작은 그림)tiểu họa.
소화하다 tiêu hóa, 소화하기 쉬운 dễ tiêu. 소화불량의 đầy hơi. 소화 기관 bộ máy ~, bụng dạ. 소화가 잘 안되다 đình thực. 소화하기 어려운 음식 đồ ăn khó tiêu hóa.
소화불량을 일으키다 trúng thực.
소화불량이 되다 ăn lâu tiêu.
소화물 (소포) bưu kiện. ~을 보내다 gửi ~, gửi hàng. ~차 xe chở hàng
소화전 hộp chữa cháy, máy nước.
소화탄 lựu đạn dập lửa.
소프트웨어 phần mềm.
소행 (행위) hành vi, hành động.
소형 kích cỡ nhỏ. 소형의 cỡ nhỏ. ~ 비행기 máy bay loại nhỏ. ~ 차 xe loại nhỏ. ~버스 xe hòm.
소홀하다 sơ sót, sơ qua, lơ là, sơ ý, sơ hở, cẩu thả, sơ suất, hờ hững, xao lãng, không chú ý đến. 외모를 소홀히하다 không chú ý đến việc trau chuốt ngoại hình. 소홀히 수정하다 vá víu, 일을 소홀히 하다 sao nhãng công việc, chểnh mảng công việc. 경계를 소홀히하다 sơ hở cảnh giác. 소홀한 아내 vợ hờ. 소홀히 다루다 bỏ vật bỏ vạ. 소홀히 하다 nhẹ tay. 소홀히 해설하다 sơ giải.
소홀한 성격 tính nét sơ sót.
소화(불을 끔) cứu hỏa, chữa cháy. diệt hỏa. ~기 bình chữa cháy. ~용수 nước dập lửa. 소화전 (양수전) máy nước, ~ 펌프 bơm chữa cháy, (우스운 이야기) tiểu lâm
소화 tiêu hóa. ~가 잘 되는 음식 món ăn dễ ~. ~가 잘되지 않다 khó ~, ~ 기관 cơ quan ~. ~하기 힘든 음식

đồ ăn khó tiêu, bụng dạ, 소화제 (약) thuốc tiêu(muối), thuốc trợ tiêu. 소화불량 khó tiêu hóa.
소화관(소화흡수하는)thực đạo.
소환 gọi, gọi về, nại chứng, kêu gọi, triệu tập(hồi). thu hồi, ~을 받다 bị triệu tập. 법정에 ~되다 bị gọi ra tòa. 대사를 ~ 하다 triệu hồi đại sứ.
소환장 giấy đòi, tờ trát, nại chứng, (영장) trát đòi. ~을 송달하다 tống đạt trát đòi.
속 trong, bên trong, ở trong. 서랍 ~ trong ngăn kéo. 물~ dưới nước, trong nước. 산~ trong núi. 숲~ trong bụi cây. 마음~ trong lòng. 어둠 ~에 trong bóng tối. 빈곤 ~에서 từ trong đói nghèo. ~에서 나오다 từ trong ra ngoài. (반) ~으로 들어가다 đi vào ~. 2.(마음속) tấm lòng, bụng dạ, tâm địa. ~이 검다 bụng dạ đen tối. ~을 알 수 없는 사람 người không thể biết được bên trong. ~으로 웃다 cười trong bụng. ngậm cười, ~이 넓다 rộng lòng. (반) ~이 좁다 nhỏ nhen, ích kỷ. ~이 깊은 sâu thẳm. 속이 거북하다 ngấy, 속을 태우다 căm uất. (속) 속 빈 강정(모양만 있을 뿐 내 용이 없다) Bánh rán phồng ruột(chỉ có hình thức không có nội dung).
속에 아무것도 없는 rỗng ruột.
소을 다 빼내다 rút ruột.
속을 떠보다 dòm nom, nom dòm.
속뜻을 이해하다 hiểu ngầm.
속옷 đồ lót, ~ 허리띠 dây rút.
속이좁은 khó người tể ta. đáo để.
솟이 답답하다 đầy bụng khó tiêu.
속이 더부룩한 ngang dạ, nặng bụng.

속이 좋지 않다 rối loạn tiêu hóa.
속간하다 tiếp tục xuất bản.
속개하다 tiếp tục, bắt đầu lại.
속결하다 quyết định mau lẹ. 속결속행 quyết định và thi hành ngay.
속계 (현세) cõi trần. (반) 선계 cõi tiên. (진계)trần.
속곳 quần lót của phụ nữ.
속공 tấn công nhanh chóng.
속국 nước phụ(lệ) thuộc, nước chư hầu. ~이 되다 trở thành thuộc địa.
속기 tốc ký. ~사 ~ viên. 연설문을 ~로 받아쓰다 lấy một bài diễn văn bằng ~.
속꺼풀(속눈섭) mí trong.
쏙내밀다 lố.
속눈섭 lông mi. 긴~ lông mi dài. 인조 ~ lông mi nhân tạo (giả).
속다 bị lừa. mắc lừa, vào tròng, 잘속는 사람 người dễ bị lừa. 아 속았군 anh bị lừa rồi. 너에게 속지 않는다 tôi không bị anh lừa đâu. 너는 속고 있다 anh đang bị lừa đó. 나쁜놈들에게 ~ mắc mưu bọn xấu.
속닥 (숙닥) 거리다 (속삭이다) xì xào, thì thầm.
속단하다 quyết định vội vàng.
속달 gửi nhanh. ~로 보내다 gửi nhanh chóng(gấp), ~ 우편 thư phát nhanh, ~공문 công văn hỏa tốc.
속담 tục ngữ. ~에 있듯이 theo ~.
속도 tốc độ. ~가 빠르다 ~ nhanh. ~를 가하다 tăng ~. (반) ~를 줄이다 giảm ~. ~를 조절하다 điều chỉnh ~. ~계 bảng ~. ~ kế, 제한 ~ tốc độ giới hạn. ~위반 vi phạm ~ cho phép. 저속도로 với ~ thấp.

속도위반 vi phạm tốc độ, (은어:결혼 전 성교) ăn cơm trước kẻng.
속도 제한 tốc độ giới hạn.
속독 đọc nhanh.
속되다 tầm thường, thô tục, thấp hèn. 속된 이야기 chuyện tục (bậy). 속되게 말하다 nói vỗ.
속뜻을 이해하다 hiểu ngầm.
속락하다 giảm liên tục.
속량금 tiền chuộc.
속력 tốc lực, tốc độ. 전~으로 toàn ~. ~을 내다 tăng tốc. (반) ~을 줄이다 giảm tốc. 최대 ~ tốc độ cao nhất. ~제한 ~ giới hạn. 경제~ tốc độ kinh tế. 제한 ~ tốc độ quy định. 최고 속력으로 달리다 chạy hết tốc độ.
속마음 trong lòng, bụng dạ. thâm tâm, 서로 ~을 잘 알다 biết bụng dạ của nhau. ~을 터놓다 thổ lộ tâm can. 겉으로 그렇게 말하지 만 ~은 다르다 bên ngoài thì nói vậy nhưng trong lòng thì khác.
속말 nói thầm, lời nói thầm.
속명 (본명이외의) tên phổ biến. (어릴 때의 이름) tục danh.
속물 người phàm tục. ~ 근성 tính chất đua đòi.
쏙 빠지다(묻히다) lút đầu, 일에 묻히다 công việc ~.
속박하다 ràng buộc. trói buộc, ách lại, cương tỏa, ước thúc, (반)자유 tự do, (금족)quản thúc, 속박을 벗어나다 khỏi ~. 속박을 풀다 giải kết. 자유를~ ~tự do.
속박된 tù cẳng.
속병 căn bệnh bên trong.
속보 (빠른 걸음) bước nhanh.

속보 (빠른 보고) báo cáo nhanh.
속보이다 bộc lộ tấm lòng.
속사정 sự tình bên trong.
속사하다 bắn nhanh. 속사포 súng ~.
속삭이다 thì thầm, thì thào, rỉ tai, xì xào, rủ rỉ, thủ thỉ. 사랑의 속삭임 sự thì thầm của tình yêu. tiếng xì xào. 귀에 ~ thì thầm bên tai, rỉ tai. 속 삭이며 말하다 nói rỉ tai.
속삭임 tiếng xì xào.
속산 tính toán nhanh.
속살 (옷속의) lớp da ẩn bên trong. (속에 찬 살) lớp thịt bên trong.
속상하다 bị lo âu, đau lòng, tổn thương.
속 쓰 quần áo trong.
속설 (속담.속어) tục ngữ.
속성(성질) thuộc tính, 인간의 ~ ~ của con người.
속성 (빨리 이루어짐) đào tạo được nhanh. ~과 khóa học ngắn.
속성으로 기르다 vỗ béo, 속성으로 돼지를 길러 싸찌게 하다 ~ đàn lợn.
속성으로 하다 tốc(chóng) thành.
속세 thế gian này. (반) 내세 đời sau, cõi đời, kiếp sau. 속세를 벗어나다 thoát tục(trần). siêu tục, ~에 물들지 않은 tiêu sái, ~를 초월한 siêu thế. ~를 벗어나 극락세계로 감 siêu sinh tịnh độ.
속세로 추방당한 신선 trích tiên.
속세를 벗어나 기독교를 수도하다 tu kín.
속셈 (의도) ý đồ, ý định. (암산) tính toán trong đầu.
-- 할 속셈이다 định(rắp) tâm.
속속(잇달아) lục tục.
속속들이 tường tận (자세히). ~알다

biết rõ.
속수무책 vô phương kế, không ai giúp đỡ. hết kế(cách).
속 쓰리는 xót ruột.
속아넘어가다 bị lừa đảo. mắc lừa.
속아서 돈을 잃은 후부터는 사물을 보는 눈이 좀더 넓어졌다 bị lừa hết tiền rồi mới trắng mắt ra.
속어 tục ngữ, tiếng lóng (은어), tiếng thông tục. 속어 (은어)로 말하다 nói lái. nói tiếng lóng.
속어림 (속짐작) sự đoán trong.
속여서 빼았다 xí phần.
속이 불편하다 trong lòng không yên.
속옷 quần áo trong.(반)겉옷 áo dài, ~을 갈아입다 thay ~. (속곳) áo(đồ) lót,
속으로 계산하다 nhẩm tính.
속으로 기뻐하다 mừng thầm. 속으로 생각하기를 nghĩ thầm. ngầm nghĩ, 속으로 기뻐 견딜수 없다 mở cờ trong bụng.
속으로 바짝 음츠리다 thụt vào.
속요 dân ca.
속으로 쑤시는 đau âm ỉ.
속으로 웃다 cười thầm.
속으로(안으로) 웅크리다 thụt vào.
속으로 읽다 đọc thầm.
속으로 중얼거리다 lạu bạu.
속으로 토라지다 hờn mát.
속없다 trống rỗng. 속없는 사람 người ~. 속없는 말 lời nói ~.
속이 나쁜 xấu bụng.
속이 상하다 lòng sẽ buồn phiền.
속이 쓰리다 (욱신거리다) xót bao tử.
속이다 đánh lừa, xí(lường) gạt, gian dối, lừa dối (đảo), dối trá. bịp, lận, tráo trở. 자기를 ~ lừa dối bản thân.

속여서 돈을 빼앗다 lừa cướp tiền.
물건을 속여서 팔다 lừa bán hàng.
악의를 가지고 속이다 ăn gian.
gian dối, 속이고 달아나다 lẩn trốn.
속여서 빼앗다 trá khí.
속여서 편취하다 phỉnh lừa.
속임수 thủ đoạn lừa đảo, cạm bẫy, mánh khóe, (꾀)mưu chước. ~에 넘어가다 bị lừa đảo khóe gian. ~를 쓰다 dùng khóe gian. ~가 드러나다(꼬리를 드러내다) lòi đuôi.
속잎 bên trong lá.
속전(죄를 면하는) tiền lo lót, tiền chuộc.
속전속결 tốc chiến tốc quyết, tấn công mãnh liệt bất ngờ.
속절없다 phù phiếm. 속절없이 một cách vô hiệu. 속절없는 세상 thế gian ~.
속좁은 tèm nhèm.
속죄하다 chuộc(rửa) tội. thục tội, 죽음으로 ~ chuộc tội bằng cái chết.
속죄제물 tế thần.
속창(구두의) đế lót giày.
속출하다 xảy ra liên tục.
속치마 váy lót trong.
속칭 (통상 일컬음) gọi tên riêng.
속타다 bị đau khổ, bị quấy rầy.
속타는 tấm tức.
속탈 (배탈) rối loạn dạ dày, khó chịu bao tử.
속태우다 lo lắng.
쏙 튀어나온(돌출) chóc.
속판(재판)tục bản. ~을 만들다 toc biên.
속편 tập tiếp. ~을 만들다 tục biên.
속필 viết nhanh. ~로 묘사하다 tốc tả.

속하다 phụ thuộc, thuộc vào, nằm vào. 외무부에 속한 기관 cơ quan thuộc bộ ngoại giao.
속국 thuộc quốc, (식민지)thuộc địa.
속행 (걸음) bước đi nhanh.
속행 (계속)하다 tiếp tục. 경기를 ~ tiếp tục trò chơi.
속 허리띠 dây rút.
속화 (통속화) thông tục hóa.
속효 hiệu quả tức thì.
속히 (빨리) nhanh chóng, mau lẹ. mau kíp, ~해라 nhanh lên.
손 tay, bàn tay. ~이 크다 ~ to. ~을 들다 giơ ~ lên. đưa tay, ~ 을 벌리다 xòe tay, ~이 닿지 않는 곳에 두다 để nơi không với tay tới được. ~에 땀이 나다 ra mồ hôi tay. ~에 들다 cầm tay, nắm tay. ~으로 만들다 làm bằng ~. ~을 내밀다 thò ~ ra. chìa tay, ~을 잡다 bắt tay, nắm tay. cầm tay, 손에 손을 잡고 tay cầm tay, ~을 대다 đụng ~ vào. nhúng tay, ~을 쭉 펴다 thò tay, 두 ~을 모으다 chắp hai ~. ~을 흔들다 vẫy ~. 손에 익다 quen tay, 두 ~모아 빌다 chắp hai tay cầu khẩn. ~을 끊다 cắt đứt quan hệ. ~을 떼다 phủi tay, tách rời, 정치에서 손을 떼다 tách rời chính trị, 손을 털다 phủi tay, 손이 근질근질하다 ngứa tay. 손을 들어 거절의 뜻을 나타내다 khoát tay. ~으로 쓰다 viết tay, ~을 얹다 vịn, 어깨에 손을 얹다 vịn vai. 손을 잘못놀리다 lỡ tay. 손으로 싣고 내리다 bốc vác. 손을 저어 돌리다 huơ. 손으로 더듬다 mò, 손으로 더듬어 찾다 sờ soạng, 손이 빠른 mau tay.

손으로 단단히 누르다 khư khư.
손으로 원을 그리다 vành. 손과 발 thủ túc.
(속) 손도 안 대고 코 풀려고 한다 (힘을 쓰지 않고 이익만 보려 한다) Không động tay muốn hỉ mũi(không muốn dùng sức mà lại muốn được lợi).
손에 trong tay.
손에 맞는 vừa tay.
손에서 손으로 옮기다 sang tay.
손 안에 들어올 수 있는 tay với tới được.
손에 돋는 피부병 tổ đỉa.
손에 익은 일 công việc tốt tay.
손으로 쓴 문서 văn bản viết tay.
손을 꺼내다 rút tay ra.
손을 결박하다(무력해지다) thúc thủ.
손을 꽉 쥐다 siết tay.
손을 모아 빌다 cúng vái.
손을 뻗다 vói.
손을 비비다 xoa tay.
손을 실수하여 nhỡ tay.
손을 씻다 tịnh thủ.
손을 얹다(안수) đặt tay lên.
손을 잡고 수영하다 lội sải.
손을 쭉 펴다 thò tay.
손을 집어넣다 thọc tay vào.
손을 펴다 xòe tay. vói.
손을 허리에 대고 팔을 옆으로 벌리다 chống nạnh.
손 (손님) khách hàng, vị khách. (후손) con cháu. (손해) tổn thất.
손가락 ngón tay. ~을 꼽아 세다 đếm bằng ~. ~에 끼다 đeo vào ~. 엄지 ~ ngón cái. ~을 펴다 giở ngón, 집게 ~ ngón trỏ. 가운데 ~ ngón giữa. 약 ~ (무명지) ngón áp út. 새끼 ~

ngón út. ~ 자국 vết ~. ~을 빨다 bú tay, 손가락 끝으로 혈을 문지르다 chỉ châm, 손가락으로부터 미끄러지다 sút tay. ~마디 đốt(lóng) ngón tay. ~으로 집다 gảy, ~을 벌리다 xòe tay, ~을 자르다 đứt tay. ~으로 집어내다 móc ra. ~을 걸며 약속하다 ngoặc tay cam kết. ~으로 먹다 ăn bốc.

손가락 마디 lóng tay.

손으로 쓴 서신(서간)thủ giản.

(속) 손으로 하늘 찌르기(성공할 수 없는 일을 한다) Dùng tay chọc trời(làm việc không có hy vọng thành công).

손가락을 대다 thủ ấn.

손가락질하다 chỉ ngón tay. xỉa. xỉ xói, điểm mặt. 손가락질 받다 bị ~. 손가락질하며 나무라다 xắc xói.

손가방 túi xách tay, cái cặp, tay nải.

손갈퀴 cào tay.

손거울 gương nhỏ, gương cầm tay.

손겪다 (대접하다) tiếp đãi khách.

손곱다 (추위로) bị tê ngón tay.

손꼽아 기다리다 mong đợi, đợi từng ngày.

손그물 vợt cá, 손그물로 고기잡다 xúc(vợt) cá.

손금 chỉ tay.dấu vân tay, ~을 보다 xem(coi) ~. ~이 좋다 ~ tốt. ~쟁이 người bói tay.

손금보기(수상술)thuật coi tay.

손끝으로 가만히 건드리다 mâm mê

손기술 thủ thuật.

손길 (도움) giúp đỡ, giúp một tay. 손길 닿는 trong tầm tay.

손냄비 xanh.

손녀 cháu gái. (반) 손자 cháu trai.

손님 khách. tân. (놀러온) khách khứa, ~을 맞다 đón ~. nghinh tân, ~을 접대하다 tiếp ~. tiếp tân, ~을 모셔다 드리다 đưa khách, ~을 청하다 mời ~. chiêu ~, ~을 환영하다 rước ~, ~과 친구 tân bằng, ~을 부르다 thù khách, ~을 쫓아내다 trục ~, ~을 대접하다 đãi(khoản) khách, ~을 기쁘게하다 chiều khách, 귀한 ~ khách quý. (고객) khách hàng. ~이 많다 nhiều ~. ăn khách. (반) ~이 없다 không có ~. ~이 적다 ít ~. ~이 많은 đắc khách, 외부~ ~ bên ngoài. ~을 잡다 đi khách. ~을 머물게 하다 lưu khách, ~을 환대하는 hiếu khách. ~을 배웅하다 tống khách. ~을 송별하다 tiễn khách.

손님 전체 tất cả khách.

손놓고 있다 (할수없다) bó tay, bó gối

손때 vết bẩn tay.

손대다 đụng tay, chạm(mó) tay. 남의 물건에 손대지 마세요 đừng đụng tay vào đồ của người khác. 손을 못대게 하다 không cho ~ vào. 손대지 말것 cấm đụng tới.

(속) 손대지않고 코풀다 dây máu ăn phần.

손대지않은 nguyên vẹn(lành).

손대중하다 đo bằng tay.

손 댈 수 없는(제멋대로의) bất trị.

손떼다 phủi tay, chấm dứt.

손도장(지문) dấu tay. ~을 찍다 đóng ~, điểm chỉ, in tay.

손들다 giơ tay lên. (항복) đầu hàng.

손등 mu(lưng) bàn tay. 발등 mu bàn chân. ~으로 때리다 tát trái.

손맛사지 sự thoa bóp bằng tay.

손목 cổ tay. cườm tay, ~을 잡다 nắm ~. ~관절 khớp xương ~.
손목시계 đồng hồ đeo tay.
손바느질 may vá tay.
손바닥 bàn tay. ~뒤집듯이 như trở ~. 맨 ~ tay trắng. ~굳은살 chai tay, ~을 가볍게 때리다 khẽ tay, ~이 부르트다 dộp. ~을 뒤집다 gảy móng tay.
(명) 손바닥으로 하늘 가리기 Dùng lòng bàn tay che trời.
손발 tay chân. ~이 빠르다 nhanh tay nhanh chân. ~을 묶다 cột ~. ~을 씻다 rửa ráy chân tay. ~이 마비되다 chân tay tê bại.
손버릇이 나쁘다 hay ăn cắp vặt.
손버릇이 나쁜 táy máy. xấu tay, tắt mắt.
손뼈가 어긋나다 trặc tay.
손뼉치다 vỗ tay. vỗ tay lộp bộp. 손뼉을 탁탁치다 vỗ tay đôm đốp.
손봐주다 (돕다) giúp đỡ. 손봐주세요 giúp tôi một tay.
쏜살같이 nhanh như tên bay. long tóc gáy, ba chân bốn cẳng, ~ 달리다 chạy~. ~ 날다 bay như tên.
손상 tổn thương, hư, hư hại(hao). hỏng. tiêu hủy, ~되다 bị thiệt hại. ~시키다 xúc phạm, 명예를 ~시키다 làm tổn hại danh dự. nghịch lệ. ~되지 않은 nguyên. 자료를~하다 tiêu hủy tài liệu.
손상된 hư hại. bị tổn thương.
손색 thấp kém. ~이 없다 không có ~.
손수 đích thân, trực tiếp. ~ 검사하다 kiểm tra trực tiếp.
손수건 khăn tay(mũi). thủ cân. ~ 의 테두리 vành khăn. ~에 수 놓은 꽃무늬 thêu hoa trên khăn tay.
손수레 xe tay nhỏ, xe kéo, xe goòng nhỏ. xe ba gác.
손쉽다 dễ dàng, đơn giản. 손쉬운 문제 vấn đề ~.
손쉽게 xoành xoạch.
손쓰다 (애쓰다) nỗ lực, cố gắng. (준비) chuẩn bị, miễn ~ chuẩn bị trước.
손실(해) tổn thất, tổn(thiệt) hại. lỗ lã, 적은 ~ tổn thất nhỏ. ~을 입다 chịu tổn hại. thất thiệt, thua lỗ, ~을 끼치다 gây ~. ~액 số tiền ~. 인명과 재산의 ~ tổn thất về tài sản và người. 큰~을 입다 bị ~ nặng nề.
손심부름 chuyện lặt vặt (nhỏ nhặt).
손아귀 trong tay. ~에 넣다 tranh thủ.
손아래 cấp dưới. ~랫 사람 người cấp dưới, đàn em. ~ 사람에게 붙이는 말 thằng, 이 장난꾸러기 야! thằng ranh con!, 우리집 자식 thằng con tôi.
손어림 đo bằng tay.
손에 들고 다니는 금고 tráp bạc.
손에서 미끄러지다 sút tay.
손에 아무것도 남지 않다 trắng tay, hết cả không còn gì.
손윗 사람 người cấp trên. kẻ cả.
손으로가리키다 chỉ trỏ.
손으로 더듬다 mò.
손으로 더듬어찾다 quờ tay. rờ rẫm.
손으로만든(수예) may tay.
손으로 쓴 viết tay.
손으로 짠 털옷(쉐타) áo len dệt tay.
손으로 키질하여 골라내다 sàng tay.
손을 내밀다 ra tay.
손을 단단히 끼다 khư khư.

손을 들어 거절의 뜻을 나타내다 khoát tay.
손을 묶다(머리에 도리깨를 해서) trăng trói.
손을 쉬지않고 luôn tay, ~일하다 làm việc ~.
손을 잘못 놀리다 sẩy tay.
손을 저어 huơ, ~받지않다 ~tay không nhận.
손을 집어넣다 thọc tay vào.
손을 펴다 xòe bàn tay. sè tay.
손이 곱은 cóng, 추위 때문에 손이 곱다 tay tê cóng vì lạnh.
손이 근질근질하다 ngứa tay.
손이 있는날(피해야할 날짜) nguyệt kỵ.
손익 lỗ lãi. lỗ lời, thiệt hơn, ~을 따지다 tính toán ~
손익다 tay lão luyện, lành nghề. 손익은 사람 người lành nghề.
손일 việc chân tay.
손자 cháu trai. tôn, (반) 손녀 cháu gái, 장손 đích tôn.
손잡고 기뻐하다 tay bắt mặt mừng.
손잡이 tay cầm. tông, chuôi, cán. 문의 ~ tay cầm cửa, chốt cửa (문고리), ~브레이크 phanh tay. ~나사 tai hồng.
손장갑 găng tay (남), bao tay (북).
손재주 khéo(lanh) tay. ~가 있다 có sự ~. ~가 많다 rất ~. (뛰어난) hoa tay. ~있는 tay nghề. ~가 사툴다 tay nghề tập rọng.
손전등 đèn xách.
손찌검하다 (때리다) đánh, đập.
손질하다 (다듬다) tia tót, trau chuốt. 나무를 ~ tia cây. 수염을 ~ tia râu.
손짓 ra dấu bằng tay, ra hiệu tay, dùng tay, vẫy. 손짓하다 ra dấu tay, vẫy tay. vung tay, ~으로 가라고 하다 ra hiệu đi đi. 벙어리는 ~으로 말한다 người câm nói bằng tay. 손짓하여 부르다 vẫy gọi. 손짓 발짓으로 이야기 하다 khoa chân khoa tay, vung tay múa chân.
손치르다 (대접) chiêu đãi khách, tổ chức tiệc.
손크다 (후하다) rộng lượng.
손키스 hôn gió.
손톱 móng tay. ~을 기르다 nuôi ~, để ~. (반) ~을 깎다 cắt ~. ~을 빨갛게 물들이다 nhuộm ~ đỏ chói, sơn móng tay đỏ chói. ~깍이 đồ cắt ~. 손톱자국 dấu ~. 양심이라고는 손톱만치도 없다 chẳng còn một chút lương tâm trong người. 손톱 다듬는 줄 cái giũa ~. ~을 다듬다 giũa ~, ~과 어금니 trào nha, ~에 메니큐어를 칠하다 đánh móng tay. ~깍는 가위 kéo cắt móng tay.
손풍금 (아코디온) đàn xếp, đàn ăc-coođê ông.
손해 (손상) tổn hại, thiệt hại. 물적 ~ tổn hại về vật chất. 인적 ~ tổn hại về nhân mạng. 막대한 ~ tổn thất to lớn. ~를 끼치다 gây tổn thất. phá phách. (반) ~를 입다 chịu ~. bị thiệt hại, hãm hại, lỗ, ~를 배상하다 bồi thường ~. ~보험 bảo hiểm thiệt hại. ~를 보다 lỗ vốn, thiệt thòi, ~를 입히다 thương hại, hãm(tàn) hại. 손해보고 팔다 bán lỗ vốn, thiệt thòi.
손해와 이익(득실) hơn thiệt.
손해배상 bồi thường thiệt hại. ~ 소송을 제기하다 khởi kiện đòi bồi

thường thiệt hại. ~금 tiền ~. ~을 청구하다 yêu cầu ~. ~청구권 quyền đòi ~. 손해 판매 buôn bán thua lỗ.

쏟다 (붓다) đổ, dội vào.

쏟다 (집중하다) tập trung, 연구에 정력을 ~ tập trung vào nghiên cứu.

쏟아 내리다 vố, hoặc hẳn lên khi bị trợ 쏟아내렸다 trời ~ một đám mưa to.

쏟아 붓다 xối nước. trút, 자루에 쌀을 ~ trút lúa vào một cái bao.

쏟아져나오다 giàn giụa.

쏟아지다 đổ, trút xuống, giội. lai láng. 비가 ~ trời mưa trút xuống.

솔 (소나무) cây thông. 솔가지 cành thông.

솔 bàn chải. ~로 먼지를 털다 chải sạch bụi. 솔질 sự chải. 솔질하다 chải dùng. 솔로 이를 닦다 chải đánh răng.

솔(음계) sol.

솔깃해서 với sự hăng say.

솔로 (독창) đơn ca. 독주 độc tấu.

쏠리다 (기울다) nghiêng , xiên. 그녀에게 마음이 쏠린다 tôi bị cô ta thu hút.

솔방울 quả thông. trái tùng.

솔밭 rừng thông.

솔선하다 đứng đầu làm, dẫn đầu (đi đầu)việc. sáng kiến, 무슨 일을 하는데 솔선하다 có sáng kiến làm việc gì, 솔선해서 하다 phát khởi.

솔솔 nhẹ nhàng. hây hây, 바람이 ~분다 gió thổi nhẹ, gió thoang thoáng. gió hây hây thổi.

솔잎 lá thông kim.

솔직한 thật thà, thực tâm(dạ),

chân(thành) thật, thực bụng(lòng), thẳng thắn. đốc(tinh) thành, (반) 속이는 gian, solo jixkhà một cách ~. thẳng, ~ đại cấu câu trả lời ~. ~ 사람 người ~. solo jix말하다 nói ~. nói toạc. solo jixhà boán có vẻ thật thà. ~성격 tính thật thà. solo jix말하다 nói thẳng(trắng), solo jix말해서 nói thẳng ra thì. solo jix말 하면 của đáng. kì thực(tình). ~ 자기비판을 하다 thật thà tự phê bình.

솔직함(진실함)sự thật trần truồng.

솜 bông. ~덩이 cục ~. ~을 넣다 nhồi ~. ~옷 áo cục bông. vỏ chăn.

(속) 솜뭉치로 가슴을 칠 일이다(몹시 분개하고 억울하다) Đập ngực bằng cục bông(rất phẫn uất và oan ức).

솜사탕 kẹo bông gòn.

솜씨 tài khéo léo. ~ 있는 사람 người khéo tay. ~가 좋다(있는) khéo tay. ~를 자랑하다 tự hào khéo tay. 요리 ~가 있다 khéo nấu ăn. ~ 가 서투르다 lỡ tay.

솜저고리 áo cục bông.

솜털 lông tơ(măng). ~이 많은 phủ đầy ~.

솟다 trào ra, phun ra. 솟아나오는 샘물 nước suối ~. 피가 ~ máu ~. 용기가 ~ dũng khí ~.

솟아나다 trào ra. này,(반)가라앉다 lặn, 눈물이 ~ nước mắt ~. 솟아오르다 vọt lên. ngùn ngụt. ục, 그의 입에서 피가 흘러 나왔다 máu ở miệng nó ~.

솟아나오다 ứa. 눈물이 ~ ~ nước mắt.

솟을 대문 cái cổng cao.

송가 (찬송가) thánh ca.
송골매 (새) chim ưng (독수리)
송곳 cái khoan. 작은 ~ cây dùi, mũi khoan (큰 송곳). ~을 찌르다 cắm dùi. ~하나 꽂을 땅이 없다 không đất cắm dùi.
송곳니 răng nanh(chó).
송구 (경기) môn bóng ném (핸드볼)
송구영신 tống cựu nghinh tân, tiễn năm cũ đón năm mới.
송금 gửi tiền. 은행을 통하여 ~하다 chuyển khoản qua ngân hàng. ~수수료 phí ~. ~수취인 người nhận tiền . (반) 송금인 người ~.
송년 tiễn năm cũ, tất niên. ~회(망년회) lễ tất niên.
송달 gửi, tống đạt. 영장을 ~하다 tống đạt lệnh (송부)
송덕 khen ngợi, ca tụng. ~비 đài ca tụng.
송두리째 (모두) tất cả. 도박으로 재산을 ~ 없애다 đánh bạc đến nỗi mất ~.
송료 (운송료) cước chuyên chở, cước vận chuyển.
송림 rừng thông.
송백(소나무 총칭) tùng bách.
송별 lễ tiễn đưa. tống(tặng) biệt, ~회 buổi tiệc chia tay. ~주 tống tửu. 송별 하다 tiễn đưa(biệt). (반)맞이 하다 đón tiếp.
송부하다 gửi.
송사 việc kiện cáo (tố tụng).
송사 (공덕을 기리는 말) lời ca tụng.
송사리 (물고기) cá tuế. họ cá chép
송수하다 cung cấp nước. 송수관 ống nước.
송수신기 máy thu phát vô tuyến.

bộ(máy) thu phát.
송신하다 truyền, phát thanh.(반) 수신하다 nhận tin.
송아지 con bê, con bò con. bò tơ, ~고기 thịt bê.
송어 cá hồi.
송영 đón và tiễn đưa. nghênh tống.
송영식 lễ nghênh tống.
송영 (읊조리다) ngâm thơ.
송유관 ống dẫn dầu.
송이 đóa, bông, chùm. chòm, 꽃 한 ~ một ~ hoa. 장미꽃 한 송이 một bông hồng. 눈 ~ bông tuyết. 포도 한송이 một chùm nho.
송이 버섯 nấm thông.
송이송이 thành chùm.
송장 (시체) thi hài, tử thi. xác chết. 그는 산송장이다 anh ta giống như ~.
송장과 같은(경멸적)thối thây.
송장 (운송장) giấy vận chuyển.
송전 tải điện, dẫn điện. ~선 dây ~. ~소 trạm ~. ~을 끊다 cúp điện.
송죽 tre và thông.
송진 nhựa thông. tùng chi.
송청하다 tống công tố viện.
송축하다 chúc xin ban phúc.
송충이 sâu róm. rọm.
송치하다 gửi, giao, chuyển.
송판 ván thông.
송편 loại bánh gạo (lễ trung thu).
송풍 thông gió.
송화기 máy vi âm.
송환 gửi trở lại. 본국으로 ~하다 ~ nước sở tại. 송환자 người ~.
솥 cái nồi. 밥~ nồi cơm. 전기밥~ nồi cơm điện. ~뚜껑 nắp nồi, nắp vung. 압력~ nồi áp suất.
쏴 부는 소리 vi vu, 쏴아 쏴아(소리)

lào xào, sầm sập, 쏴쏴 하는 파도 소리 sóng ~. 소나기가 쏴 하고 내리다 mưa rào sầm sập.
쇄골(빗장뼈)xương đòn.
쇄국 cô lập. ~주의 chủ nghĩa ~.
쇄국정책 chính sách bế quan.
쐐기 nêm, canh. chèn, ~를 박다 đóng chêm, nêm vào. 쐐기로 바퀴를 고정 시키다 canh bánh xe. kê.
쇄도하다 ào(sấn) vào. ùa vào.
쇄신하다 sửa đổi, cải tiến. 서정~ đổi mới hành chánh.
쇠 (철) sắt. ~로 만들다 làm bằng sắt. (열쇠) chìa khóa.
쇠가죽 da bò.
쇠고기 (소고기) thịt bò.
쇠고랑 (수갑) còng tay. ~을 채우다 còng tay.
쇠고리 vòng sắt. ~를 걸다 móc ~.
쇠꼬챙이 xiên sắt.
쇠귀에 경읽기 nước đổ đầu vịt.
쇠다 (명절을) đón, kỷ niệm. 설을 ~ đón tết. 추석을 ~ đón trung thu.
쐬다 (햇볕에) phơi ra ánh sáng.
쇠락한 suy đốn.
쇠망치 búa sắt.
쇠망 (쇠멸)하다 suy tàn, suy sụp, đổ nát.
쇠몽둥이 roi sắt.
쇠뭉치 cục sắt.
쇠미하다 suy vi (yếu), tàn tạ. 가운 이 ~ vận nhà ~.
쇠뼈 xương bò.
쇠뿔 sừng bò.
쇠붙이 đồ sắt.
쇠사슬 dây xích, xích sắt. xiềng xích. ~로 매다 bị xích bằng ~.
쇠스랑 một loại nông cụ. cuốc chĩa.

쇠약하다 suy, suy nhược, ốm yếu, suy sụp, yếu đuối. 신경쇠약 suy nhược thần kinh. 쇠약해지다 suy nhược, mụ mẫm. 몸이 쇠약해지다 thân thể suy nhược.
쇠자르는 소리 giọng kim.
쇠잔하다 suy tàn (쇠진하다).
쇠절단기 kéo cắt cưa.
쇠줄 dây sắt. ~로 썰다 giũa.
쇠지레 xà beng.
쇠창살 rá lò.
쇠파리 con ruồi giòi.
쇠하다 (쇠약) yếu, mất sức.
쇠퇴하다 suy thoái(tàn). sa sút, suy giảm.(반) 흥성하다 hưng thịnh.
쇠퇴기 thời suy.
쇠퇴하는 기류 thoái trào.
쇠퇴와 번창 suy thịnh.
쇳소리 tiếng kim loại (sắt).
쇼올 khăn choàng. ~을 걸치다 quấn ~.
쇼룸 phòng trưng bày.
쇼원도우 tủ bày hàng.
쇼 sô, pha biểu diễn, pha, cảnh. ~걸 gái biểu diễn, gái nhảy. ~를 하다 chạy sô
쇼크 sốc, cơn sốc. ~를 받다 bị ~. (반) ~를 주다 gây ~ cho.
쇼킹 bị kích động.
쇼핑 mua sắm, mua đồ. ~ 가다 đi mua đồ, đi sắm hàng. ~센터 trung tâm mua sắm.
수 (수컷) đực, giống đực. ~염소 dê ~. ~개 chó ~. ~돼지 lợn (heo) ~.
수 (하는 기술) tay. 한수 위인 사람 người giỏi hơn, người trên tay.
수 (물) thủy, nước.
수 (운수) vận số, vận may. ~가 좋다 vận tốt. (반) ~가 나쁘다 xấu số.

수 (수효) con số. ~가 적다 số ít. ~를 세다 đếm số. ~를 채우다 sung số.
수 (장수) trường thọ.
수 (자수) thêu thùa. 수를 놓다 thêu, thêu dệt, 자수품 hàng thêu. 수예공 thợ thêu.
수 (시한수) bài thơ. 시한 ~ 읊다 ngâm một bài thơ.
수감 giam cầm, bỏ tù. ~ 되다 bị ~. bị tống vào ngục, 수감자 tù nhân.
수갑 còng(khóa) tay. vòng tay.
수강 được giảng dạy. ~생 học viên, người được đào tạo.
수거하다 thu gom.
수건 khăn. khăn mặt, ~으로 손을 닦다 lau tay bằng ~. ~을 짜다 vắt ~. 세수~ khăn rửa mặt. 손~ khăn tay. ~을 두르다 quấn khăn, chít khăn. 수건으로 눈을 가리고 잡는 놀이 bịt mắt bắt dê.
수검자 thí sinh.
수결 (싸인) ký tên.
수관형사 định từ chỉ số.
수고 vất vả, chịu cực, khó nhọc, công khó, cố gắng, công phu, nỗ lực. 헛~ hoài công, công dã tràng. 많은 수고 dày công, ~를 아끼지 않다 không tiếc sự nỗ lực. ~했지만 결과는 없다 đã vất vả nhưng không có kết quả. ~하셨습니다 anh đã vất vả nhiều lắm, ~하는(힘드는) khó nhọc.
수고하고 무거운 짐진자 kẻ mệt mỏi và gánh nặng.
수고비 (수고료) tiền thù lao.
수공 thủ công. làm bằng tay, ~업 ngành ~. thủ nghề, thủ công nghiệp, tiểu công nghệ, 수공업품 hàng ~. ~업자 thợ thủ công.

수공예 thủ công mỹ nghệ. ~품 hàng ~.
수공예인의 총칭 thợ, 기계공 ~ máy, 벽돌공(석공) ~ hồ, 인쇄 공 ~in, 자수공 ~ thêu, 굴착공 ~ khoan.
수 관형사 định từ chỉ số.
수괴 (괴수) kẻ cầm đầu.
수교 quan hệ hữu nghị, sang tay, quan hệ ngoại giao. ~조약 điều ước hữu nghị. 한-베 수교 십년 기념식 lễ kỷ niệm 10 năm thiết lập quan hệ ngoại giao Hàn - Việt.
수구 (운동) môn bóng nước. thủy cầu.
수구 (묵은 제도를 지킴) bảo thủ. ~파 phe ~. (보수적인)thủ cựu.
수국(식물) hoa đĩa. cây tú cầu
수군 lực lượng hải quân. thủy quân.
수군거리다 (수군수군하다) nói thì thầm, nói khe khẽ. xầm xì.
수궁 (용궁) thủy cung.
수그러지다 (머리) gục đầu. (기세) rũ xuống. 열이 ~ cơn sốt đã dịu bớt.
수그리다 cúi xuống (숙이다).
수금하다 thu tiền.
수금원 tài phú. thu ngân. ~의 가방 xắc cốt.
수급 (수요와 공급) cung cầu. ~의 균형 quân bình ~. ~계획 kế hoạch ~. ~관계 quan hệ ~. ~조정(조절) điều tiết ~.
수급(적의 목)thủ cấp.
수긍 đồng ý, ưng thuận, tán thành.
수기(손으로 씀) bản ghi nhớ.
수기 (깃발) lá cờ. ~신호 tín hiệu ~.
수난 (물난리) thủy nạn . (배의) bị đắm tàu (난파하다).
수난 (어려움) đau khổ, đau đớn, chịu khổ.

수납 thu, nhận, ~처 quầy thu tiền
수냉식 làm lạnh bằng nước.
수녀 tu nữ, xơ đay, ~가 되다 thành ~.
수녀원 ~ viện nhà tu kín.
수년 mấy năm. ~간 trong ~. ~전 ~ trước. ~동안 trong ~.
수놈 (수컷) con đực, giống đực. (반) 암놈 (암컷) con cái, con mái.
수뇌 đầu óc, bộ não. 군의 ~ bộ não của quân đội. ~부 ủy ban chấp hành.
쑤다 (죽을) nấu cháo. 풀을 ~ nấu hồ bột.
수다스러운 miệng lưỡi, tán gẫu, lắm mồm, ngoa ngoắt. chua ngoa, già họng,(말이 많다) nói nhiều. lắm lời. ~노파 mụ ngoa ngoắt. 수다를 떨다 tán gẫu (dóc).
수다스럽게 tò le, nả pháo ~ thổi ~.
수다스럽게 끊임없이 말하다 thao thao bất tuyệt.
수다를 떠는 léo mép(miệng), tán gẫu(dóc), lý la lý lắc.
수다쟁이 bà tám (남), ba hoa, kẻ mỏng môi (북), kẻ léo mép, bẻm mép, kẻ rậm lời.
수단 thủ đoạn, cách thức, phương pháp. 부정한 ~ thủ đoạn bất chính. ~을 가리지 않고 không chừa một ~ nào. ~을 바꾸다 thay đổi ~, thay đổi phương pháp. ~을 쓰다 dùng ~. 모든 ~을 다쓰다 dùng tất cả các ~. 비열한 ~ thủ đoạn dơ bẩn. 최후의 ~ phương pháp cuối cùng. ~없는 vô kế.
수단 (국명) Xu Đăng.
수달 (동물) con rái cá. thủy thát, ~피 da rái cá.
수당 tiền trợ cấp, phụ cấp, tiền thưởng (보너스). 가족 ~ tiền trợ cấp gia đình. 연말 ~ tiền thưởng cuối năm. 초과근무 ~ tiền trợ cấp làm thêm giờ. 시간 ~ lương giờ. 퇴직 ~ tiền thôi việc.
수도 thủ đô. đế đô, kinh đô, ~권 khu vực ~. 수도권 방위 phòng thủ khu trung tâm. ~ 외각지구 vùng ven nội thủ đô.
수도(상수도) nước máy, nước ống. ~를 놓다 đặt ~. (반) ~를 끊다 cắt nước, mất nước. ~관 ống dẫn nước. 수도료 (세) tiền nước. 수돗물 nước máy. ~꼭지 vòi nước. ~ 꼭지를 틀다 mở vòi nước.
수도 시설 (건축) xây dựng nước.
수도하다 tu khổ hành. tu trót, 수도사 tu sĩ. thầy tu, 수녀 nữ tu. 수도승 thầy tăng. 수도원 tu viện. đạo(tăng) viện, 수녀원 nữ tu viện. 수도회 tu viện.
수도승의 길에 들어서다 xuất thế.
수도의 길에 들어서다 xuất gia.
수동력(수력)lực thủy động.
수동역학 thủy động lực học.
수동적 (소극적). thụ động, tiêu cực ~으로 một cách ~. 수동적인 (피동적) bị động. ~ 방어 phòng thủ ~.
수동태 thụ động cách.
수동학 thủy động học.
수동식 제동기 thắng tay.
수동 (손으로) bằng tay. ~브레이크 phanh tay. (반) 자동브레이크 phanh tự động. ~펌프 bơm tay.
수두 (의학) bệnh thủy đậu. bỏng rạ. trái rạ.

수두룩하다 quá nhiều. 일이 ~ quá nhiều việc.
수라 bữa ăn vua chúa. 수랏상 bàn ăn vua chúa. ~를 드시다 ngự thiện.
수라장 quang cảnh hỗn loạn.
수락하다 chấp nhận, chấp thuận, đồng ý.
수란관 (해부) vòi trứng.
수량 số lượng. ~이 늘다 tăng ~. (반) ~이 줄다 giảm ~. ~부족 ~ không đủ. ~을 정하다 định lượng.
수량 (물의) lượng nước. thủy lượng, ~계 máy đo nước. thủy lượng kế.
수렁 bãi(đầm) lầy. ~에 빠지다 rơi xuống ~, sa vào ~. sa lầy.
수레 xe bò, xe ngựa. ~바퀴 bánh xe.
수레 끄는 사람 ngựa người.
수려하다 đẹp tuyệt vời. thanh tú, tài mạo. 깨끗하고 수려한 얼굴 vẻ mặt thanh tú, 청년 다운 수려한 용모 thanh niên tài mạo. tốt mã.
수력 thủy lực, sức nước. ~을 이용하다 sử dụng sức nước. ~발전소 trạm phát thủy điện.
수력(수세)thủy thế.
수력발전 thủy điện.
수력발전회사 công ty thủy điện.
수력에너지 thủy năng, than trắng.
수련하다 tu luyện, 언어수련 ~ ngôn ngữ, lành nghề, rèn luyện.
수련회(교회) khóa bồi linh.
수련 (식물) cây hoa súng.
수련(물에서 단련하다)thủy luyện.
수렴(여론등을 모음)thu liễm.
수렴제(오그라들게 하는 약)thuốc thu liễm.
수렵 (사냥) săn bắn. thú lạp, ~가다 đi săn. ~금지 cấm ~. ~생활 hái lượm.

수렵생활을 하다 thu lượm. ~의 즐거움 thú vui săn bắn.
수렵권 quyền săn bắn.
수령하다 nhận. lãnh, 월급을 ~ lãnh lương. 수령자 người nhận. 수령증 biên nhận
수령 대장 sổ thu.
수령(우두머리) thủ lĩnh, người cầm đầu, trùm, người lãnh đạo.
수령 (나무나이) tuổi (thọ) của cây.
수로 kênh, đường thủy, thủy đạo, thủy lộ(văn), đường sông biển. 수로 (수문)학 thủy lộ (văn) học. (항해로) đường hàng hải. ~를 만들다 khai thủy.
수로도 thủy đạo đồ.
수로학 thủy đạo học.
수로정찰 thám sát thủy đạo.
수록하다 ghi vào, ghi chép.
수뢰 (어뢰) thủy lôi, ngư lôi. ~정 tàu phóng ngư lôi. ~를 설치하다 thả ~.
수뢰 (뇌물) hối lộ, đút lót, mua chuộc.
수료 hoàn thành, kết thúc. ~증 giấy chứng nhận kết thúc.
수료법(물치료)thủy liệu pháp.
수류 thủy lưu, dòng chảy, dòng sông nhỏ.
수류탄 lựu đạn tay. tạc đạn. thủ lưu đạn, thủ pháo.
수륙 thủy và lục địa. ~양용비행기 thủy phi cơ.
수륙양용차 xe lội nước.
수리 sửa. sửa chữa. 자동차를 ~하다 ~ xe hơi. ~중이다 đang ~. ~공 bảo trì, thợ ~. thợ máy, ~공장 xưởng ~.
수리 (물의 이용) thủy lợi. ~공사 công

trình ~. ~학 thủy học.
수리시설(농업용)thủy nông.
수리 (처리) chấp nhận, nhận. thụ lý, 신청서를 ~하다 thụ lý đơn.
수리 (새) chim ưng, đại bàng.
수리 경제학(수학적 방법으로 경제를 연구하는학문) toán kinh tế.
수립하다 thiết lập, thành lập. 계획을 ~ thành lập kế hoạch. 새정당을 ~ thành lập chính đảng mới.
수마 (수해.홍수) lũ lụt, thủy ma. (심한 졸음) buồn ngủ, thần ngủ.
수만의 hàng chục ngàn, hàng vạn. ~의 관객 hàng ngàn khán giả.
수많은 nhiều. muôn vàn(ngàn), ~사람들 nhiều người. ~무리 đám dân đông.
수매하다 thu mua. 쌀수매 가격 giá thu mua gạo.
수맥(지하수) mạch nước.
수면 mặt nước. ~에 떠오르다 nổi lên ~. ~에 뜬 물고기를 잡다 bắt cá úi. 수면에 떠다니다 bồng bềnh
수면 (잠) giấc ngủ, ngủ. ~을 취하다 thụy miên, ~ 요법 thụy miên liệu pháp, ~을 방해하다 làm ảnh hưởng ~. ~시간 thời gian ngủ. ~제 thuốc ngủ. ~부족 thiếu(mất) ngủ. ~욕 ham ngủ.
수명 tuổi thọ. thọ mang, 자동차의 ~ tuổi thọ xe hơi. ~을 늘이다 tăng ~. 디연 thọ, (반) ~을 줄이다 giảm ~. ~이 길다 ~ dài. (반) ~이 짧다 ~ ngắn. 평균 ~ tuổi thọ trung bình.
수명 (제품의)tuổi bền.
수모 si nhục. ~를 당하다 bị ~, bị khinh bỉ.
수모자 (주모자) kẻ chủ mưu. thủ mưu.

수목 cây, cây cối, rừng. thụ mộc, ~이 없다 không có ~. ~이 울창하다 cây cối um tùm. ~원 vườn cây. 병충 해를 입은 ~ cây cối sâu bệnh. ~재배에 적합한 지질 thổ ngơi(nghi).
수목재배 thụ nghệ.
수묵화 tranh thủy mặc(mạc).
수문 cửa cống(nước). thủy môn.
수문 (문을 지킴) bảo vệ cửa. ~장 tướng ~. thủ môn.
수미 đầu và cuối. (시작과 끝)thủ vĩ.
수밀도 nước trái đào.
수밀코킹 (건축재) keo dán cửa.
수박 dưa hấu(đỏ).
(속) 수박 겉 핥기(구체적인 내용을 모른다) liếm vỏ dưa hấu (không biết nội dung cụ thể).
수반 người lãnh đạo (đứng đầu). 내각의 ~ người đứng đầu nội các.
수반하다 kèm theo, đi theo.
수배 truy nã. ~중인 범인 kẻ phạm tội đang bị ~. 경찰의 ~를 받고 있다 đang bị cảnh sát ~. 수배사진 ảnh ~. ~자 kẻ bị ~.
수배의 bội phần.
수백 hàng trăm. ~년 ~ năm. ~번 ~ lần. ~명 ~ người. ~ 수천리 mấy trăm mấy ngàn dặm.
수범(주범)thủ phạm.
수범 (솔선수범)하다 nêu gương cho người khác, tự làm việc trước.
수법 thủ đoạn(pháp). 범죄 ~ thủ đoạn phạm tội. 사기~ thủ đoạn lừa đảo.
수병 thủy binh, lính thủy.
수복하다 (되찾음) lấy lại, chiếm lại.
수복 (복과 장수) trường thọ và hạnh phúc, phúc thọ.

수부 (선원) thủy thủ. ~가 되다 đi biển.
수북수북 담다 (밥을) xúc đầy cơm vào.
수분 hơi nước, độ ẩm. ~이 많다 độ ẩm cao. mọng nước, ~이 있는 ngậm nước, ~을 흡수하다 hấp thụ ~. (꽃:수분하다) thụ phấn. 인공 ~ thụ phấn nhân tạo.
수불 (받고 치름) thu chi. ~금 tiền ~.
수비 (방어) phòng ngự, phòng vệ. canh thủ. ~를 강화하다 đẩy mạnh ~. ~병 lính phòng ngự. ~선수 cầu thủ hậu vệ, tuyển thủ hậu vệ. (축구의) tả biên. ~대 quân trấn.
수사 điều tra. ~에 착수하다 bắt tay vào ~. ~를 포기하다 từ bỏ ~. 가택 ~를 하다 ~ nhà riêng. ~과 khoa ~. ~관 ~ viên. hình cảnh, 범죄 ~ điều tra tội phạm. ~망 lưới vét, mạng ~.
수사 (문법) số từ.
수사학(언어의)tu từ học.
수사슴 hươu.
수사적 기교 cách tu từ.
수 사납다 không may.
수산 thủy sản. ~물 hàng ~. ~식품 thực phẩm ~. ~업 ngành ~. ~가공품 ~ gia công.
수삼차 vài lần.
수상(물위) trên mặt nước, nổi. ~ 가옥 (호텔) nhà nổi. thủy tạ, ~스키 trượt ván nước. ~운송 vận tải đường thủy. ~ 인형극 múa rối nước. ~식당 nhà hàng nổi. ~비행기 thủy phi cơ. ~행상인 người lái buôn.
수상(해상) bảo hiểm thủy hiểm.
수상 thủ tướng. tể tướng, tướng quốc.

전~ cựu ~. ~이 되다 trở thành ~. ~실 phòng ~. ~관저 tướng phủ.
수상 (상을 받다) nhận thưởng. ăn giải. ~자 người ~. 노벨 ~자 người nhận giải thưởng Nobel.
수상한 (의심) nghi ngờ, khả nghi, đáng ngờ, ám muội. mờ ám, ~ 여자 phụ nữ ám muội. đàn bà trắc nết. 수상히 여기다 nghi ngờ. ~행동 hành động mờ ám.
수색하다 lùng sục, lùng bắt, lục xét. tra khám, kiểm tra. 범인을 ~ lùng bắt tội phạm. 수색대 đội kiểm tra.
수생동물 thủy tộc.
수생식물 thủy sinh(thảo).
수석 (1 등) đứng đầu. (사람) người ~. ~으로 졸업하다 tốt nghiệp thủ khoa. ~합격자 thủ khoa, ~으로 합격하다 thi đậu thủ khoa.
쑤석거리다 xao động.
수선하다 sửa chữa(lại), vá. 시계를 ~ sửa đồng hồ. 구두를 ~ sửa giày. 수선공 thợ sửa. 옷을 ~ vá quần áo. 도로를 ~ sửa sang đường.
수선화 thủy tiên.
수성 (별) sao thủy. thủy tinh.
수성 (짐승같은 성질) thú tính, hung ác.
수성암 đá trầm tích. đá ngầm.
쑤셔넣다 tống vào, tém.
수세식 변소 nhà xí máy.
수세(守勢) thế thủ, thủ thế, ~를 취하다 phòng thủ. ~를 유지하다 giữ ~.
수세(水勢) thủy thế.
수세공 (수공) thủ công. ~품 hàng ~.
수세미 bàn chải rửa chén. ~나무 mướp hương.
수소 khinh khí, hydro. ~가스 khí ~. ~ 폭탄 bom ~, bom khinh khí. ~이

온 농도지수 chỉ số hydrogen.
수소문하다 (찾다) tìm, tìm kiếm.
수속 thủ tục. 체례, 입학~ 체례 xin học, 입국~ thủ tục nhập cảnh. (반) 출국 ~ thủ tục xuất cảnh. 복잡한~ ~ rườm rà
수송 vận chuyển(tải). chở, ~중이다 đang ~. ~기 máy ~. phi cơ vận tải, tàu chở hàng, ~대 đội ~. ~량 lượng ~. ~력 sức ~. ~비 phí ~. ~선 tàu ~, tàu vận tải. ~열차 tàu hàng. 해상~ vận tải biển. 육상 ~ vận tải đường bộ. 항공 ~ vận tải đường hàng không. ~장교 sĩ quan thông vận. ~회사 công ty vận tải.
식량을 ~하다 tải lương.
수수하다 (주고받다) cho và nhận, trao đổi. tàng tàng, (꾸밈이) lành lặn, 수수한 차림을 하다 ăn mặc lành lặn.
수수께끼 câu đố(thai), lời bí ẩn. ~같은 giống như ~. ~를 내다 ra câu đố, ~를 풀다 giải đáp ~. ~내기하다 đánh đố.
수수료(송금. 우편등) tiền cước, cước(chi) phí, thêm tiền, (코미숀) phí hoa hồng. ~를 내다 trả ~. ~를 면제 하다 miễn cước, ~를 징수하다 thu ~. ~를 받다 ăn hoa hồng.
수수방관 đứng khoanh tay nhìn. bó tay
수수하다 덤덤하다, 랑랑(덕), (간소하다) bình thường, 수수하게 입다 ăn mặc đơn giản(lành lặn)
수순(일을 진행하는)trình tự, 법률을 ~ ~ pháp luật.
수술 (꽃수술) nhị hoa. tiểu nhụy.
수술 mổ, mổ xẻ, phẫu(thủ) thuật. ~을

받다 bị mổ. 맹장 ~ mổ ruột thừa. ~실 phòng ~. ~대 bàn ~. 대~ đại phẫu thuật. 많이 번져서 당장 수술해야하다 loét nhiều nên phải mổ ngay. ~칼 dao mổ.
수술팀 toán giải phẫu.
수습 (바로 잡음)하다 dàn xếp, thu xếp, kiềm chế, 사태를 ~ 하다 thu xếp được tình thế.
수습 (배워 익힘) thực tập, thử việc. ~기간 thời gian thử việc. 수습사원 nhân viên thử việc.
쑤시개 (이쑤시개) cái tăm xỉa răng.
쑤시다 nhức, đau nhức. thốn, 이가 아파서 머리까지 ~ răng đau thốn đến óc, 다리가 ~ chân đau nhức. 귀가 ~ nhức tai. (찌르다) đâm, châm. 쑤시고 아픈 ê ẩm. xốn.
수식언 từ bổ nghĩa.
수식하다(꾸미다) trang hoàng. 수식어 từ bổ nghĩa.
수시(로) bất cứ lúc nào, mọi lúc, luôn luôn, thường thường, ~검사 kiểm tra thường xuyên
수신하다 nhận thư, tiếp nhận thông tin. 수신인 (수신자) người nhận.
수신기 máy thu(thâu).
수신 (심신을 닦음) tu thân. ~제가 tu thân tề gia.
수신 (물을 다스리는 신) thủy thần. (반) 산신 sơn thần.
수심(깊이) độ sâu của nước. ~을 재다 đo ~.
수심(근심) u sầu, u uất, u buồn. ~에 잠긴 trầm ngâm. ~에 차다 xạu mặt.
수심에 찬 xàu, ~얼굴 mặt ~.
수심(짐승 같은 마음) lòng hung ác
수십 hàng chục. ~년 ~ năm. ~명 ~

người.
수아질랜드 (국명) Xoadilen.
수압 thủy áp, áp lực nước. ~계 máy đo ~
수액 nhựa cây.
수양 tu dưỡng. sửa mình, đạo đức을 수양 하다 ~ đạo đức. ~을 쌓다 có ~. 정신~ ~ tinh thần.
수양딸 con gái nuôi. 수양 아버지 (양아버지.양부) cha nuôi, dưỡng phụ.
수양버들 cây liễu. thùy dương(liễu).
수업 học, giảng dạy. ~을 받다 học. ~중이다 đang học. ~료 học phí. ~시간 giờ học. tiết, ~일수 số ngày học. 과외~ học thêm. 수업이 끝나다 tan học, hết giờ học. ~에 임하다 lên lớp.
수업비 무료학교 trường miễn phí.
수없는 không đếm được, nhiều, vô số. muôn vàn, (셀 수 없는) hằng hà sa số
수에즈운하 kênh đào Suez.
수여 trao, tặng, trao tặng, ban tặng, thưởng. (왕이)수여하다 phong. 졸업증 ~식 lễ trao bằng tốt nghiệp. (칭호를)tặng phong.
수열 cấp số.
수염 râu. ~이 나다 mọc ~. ~을 기르다 để ~. ~을 깎다 cạo râu. 가짜 ~ râu giả. ~이 있는 có râu. ~을 살짝 들어 올리다 vểnh râu. ~이 짙은 rậm râu.
수염이 듬성듬성 나다 râu mọc tua tủa.
수염과 눈썹 tu mi.
(속) 수염이 대자라도 먹어야 양반이다(배가 불러야 체면을 세울 수 있다) Râu có dài, phải có ăn thì mới là trung thượng lưu(bụng có

수영 lội (남), bơi (북). ~의 명수 người bơi lội giỏi. ~을 잘하다 bơi giỏi. (반) ~을 못하다 không biết bơi. ~경기 thi(đua) bơi. ~복 quần áo bơi(tắm). ~ 선수 vận động viên bơi lội. 수영장 bể bơi (북), hồ bơi (남). ~팬츠 quần tắm.
수영법 cách bơi sải.
수예 nghệ thuật thủ công. ~품 hàng thủ công. ~공 thợ thêu.
수온 nhiệt độ nước.
수완 năng lực, khả năng. ~이 있다 có ~. đủ điều, mẫn cán. ~을 phát huy ~. 수완가 thầy bà.
수완이 좋은 tháo vát.
수요 nhu cầu, yêu cầu. ~가 많다 nhiều ~. ~를 충족시키다 thỏa mãn ~. ~와 공급 cầu cung, 국내 ~ nhu cầu trong nước. ~감소 giảm ~. (반) 증가 tăng ~.
수요일 thứ tư. 수요저녁예배 lễ thờ phượng tối thứ tư.
수용 chứa đựng, chứa, giam, thu dung, cắt. ~력 sức ~. ~소 trại tập trung(thu dung), 포로 수용소 trại giam.
수용소에서 해방하다(속어)tháo cũi sổ lồng.
수용하다(용납)dụng nạp. (고용)thu dụng, trưng mua, 인재를 ~ thu dụng nhân tài. 농지를 ~ trưng mua ruộng đất.
수우 (물소) con trâu.
수우프 súp, cháo, canh.
수운(배로 실어 나름) vận tải đường thủy.
수원 nguồn. (강의 근원)thủy nguyên,

~지 nguồn cung cấp nước.
수월하다 dễ dàng. (반) 수월찮다 không dễ dàng. 수월히 một cách dễ dnàg. 돈을 수월히 벌다 kiếm tiền ~. 수월하게 되어가다 suôn sẻ.
수위 (1 등) đứng đầu.
수위(수면 높이) mực nước. ~가 높다 ~ cao. 절대~ ~ tuyệt đối.
수위 (경비) người gác cổng (bảo vệ). ~ 는 그를 세우고 용무를 물었다 ~ chặn nó lại và hỏi nó muốn gì.
수육 thịt.
수은 thủy ngân. ~등 đèn ~. ~중독 trúng độc ~. ~온도계 nhiệt kế ~.
수음 (자위하다) thủ dâm.
수의 (시체에 입히는) vải liệm. ~를 입히다 khâm liệm.
수의 theo ý muốn. ~ 계약 hợp đồng riêng. giao kèo.
수의 (수의사) thú y. 수의사 bác sĩ ~. 수의학 thú y học.
수익 thu lợi, thụ ích. ~금 tiền ~.
수인 (죄수) tù nhân. (몇사람) vài người.
수일 (몇일) vài ngày. ~전에 ~ trước.
수임 (임무를 받음) bổ nhiệm chức vụ. ~자 người được bổ nhiệm.
수입 thu nhập. doanh thu, (반) 지출 chi tiêu, 월 ~ ~ hàng tháng. 많은 ~ nhập siêu, ~이 많은 사람 người có ~ nhiều. 경비포함된 ~ ~ ròng, 경비 뺀 순수입 ~ thuần, ~원 nguồn ~. 실~ ~ thực tế. 총~ tổng ~. (경영상의) 수입 doanh thu. ~을 올리다 bội thu. ~과 지출 thu chi. ~품 hàng nhập cảng. ~을 증가하다 tăng thu.

수입을 늘리고 지출을 줄이다 tăng thu giảm chi.
수입원을 잃다 thất thu.
수입관세 thuế nhập cảng.(반)수출 관세 thuế xuất cảng.
수입 (외국에서 사들임) nhập khẩu. (반) 수출 xuất khẩu. ~가격 giá ~. ~국 nước ~. ~금지 cấm ~. ~세 thuế ~. ~ 신고서 tờ khai ~. ~억제 품목 hạng mục hạn chế ~. ~자유화 tự do hóa ~. ~품 hàng ~. 밀~ nhập lậu. ~할당 quota ~. ~규제 qui chế ~. ~허가증 giấy phép nhập cảng. ~업자 nhà nhập khẩu. ~회사 hãng ~. ~ 초과 nhập siêu.
수자원 nguồn nước. ~개발 phát triển (khai thác) ~.
수작하다 trao đổi câu chuyện. 헛된~ nói càn, nói bậy.
수장(기관의 장)thủ trưởng.
수장하다 thủy tang.
수재(홍수) nạn lụt, lũ lụt. thủy tai, ~민 nạn nhân lũ lụt.
수재(천재) người thiên tài.
수저 muỗng (남), thìa (북), đũa muỗng.
수전(손가락떨기)lóng cóng.
수전(해전)thủy chiến.
수전노 (구두쇠.깍쟁이) người keo kiệt (hà tiện).
수절하다 giữ chung thủy. thủ tiết.
수정(水晶) thủy tinh. ~같이 맑은 물 nước trong như ~. ~석 đá ~. ~체 thủy tinh thể.
수정(정자와 난자의) thụ tinh. 인공 ~ thụ tinh nhân tạo.
수정된 trống, (반)비수정된 không ~. 비수정난 trứng không trống.
수정하다 (고치다) sửa chữa(sai), cải,

sửa đổi, sửa lại, tu sửa(chỉnh). nắn nót, 교과서를 ~ tu chỉnh giáo trình. 수정하고 보충하다 sửa chữa và bổ sung.
수정안 tu chính án.
수정시키다 ghép giống.
수정과 một loại món ăn.
수정체 màng kính.
수제비 món cháo lúa mì.
수제자 đệ tử ưu tú, học sinh ưu tú.
수족 thủy tộc, sinh vật biển. ~관 bảo tàng sinh vật biển.
수족(손발) tay chân. thủ túc, ~을 결박하다 trói ~.
수종(의학)chứng sũng nước. thũng, ~증으로 고생하다 phát thũng.
수종들다 hầu hạ(cho), (시중들다) phục dịch
수준 mức, tiêu chuẩn, tầm cỡ. trình độ. 지적 ~ trình độ học vấn. ~이 높다 trình độ cao. (반) ~이 낮다 trình độ thấp. ~에 달하다 đạt tới trình độ. 생활 ~ mức sống. 문화 ~ trình độ văn hóa. 최고 ~ mức cao nhất. ~향상 thang độ. 중간 ~ tầm cỡ trung bình. ~있는 작가 nhà văn có tầm cỡ.
수줍다 mắc cỡ, xấu hổ, hổ thẹn.(반) 활발하다 hoạt bát, 수줍어 하는 여자 phụ nữ hay ~. 수줍어서 말도 못한다 xấu hổ quá nói không được. 수줍음 tính nhút nhát. 수줍어하다 mắc cỡ, e dè, e lệ.
수줍어하는(얼굴을 붉히는) sượng mặt, ~하며 들어오다 ra vào ~.
수줍음이 없는 trơ trẽn. 부끄러움도 없이 이야기하다 ăn nói ~.
수중 (물속) dưới nước. ~에 가라앉다

chìm xuống nước. ~으로 뛰어들다 nhảy xuống nước. ~발레 múa nước. ~안경 kính mắt dùng dưới nước. ~인형극 múa rối nước.
수중공사 thủy công.
수중기술 thủy kỹ thuật.
수중에 (손에) trong tay. ~에 들어오다 rơi vào tay. ~에 돈을 가지다 sẵn tiền.
수증기 hơi, hơi nước, thủy chưng khí.
수지 (수입과 지출) thu chi. ~가 맞다 ~ đúng. ~ 결산 quyết toán ~. (이익) 수지 맞는 장사 việc kinh doanh có lời.
수지(송진) mủ. nhựa.
수지침(의학)thủy châm.
수직 đường thẳng góc. ~으로 chiều thẳng đứng. ~ 강하 xuống thẳng. ~이착륙기 = 헬리콥터 máy bay trực thăng.
수직의 thùy tuyến. (직립의) trực lập.
수직선 dây dụi(dọi). đường thẳng góc.
수직을 이룬 thẳng đứng. 산 등성이 수직을 이루다 vách núi ~.
수질 chất lượng nước.
수집 sưu tập, thu thập(góp), sưu tầm. tụ họp lại. quần tụ. 의견을 ~하다 thu thập ý kiến. ~가 người sưu tập. thu tàng gia, 우표 ~ sưu tầm tem. 자료를 ~ 하다 thu góp tài liệu.
수차 (여러 차례) vài lần, nhiều lần.
수찬 (편집)하다 biên soạn.
수채구멍 (하수구) cửa cống.
수채화 tranh màu nước. thủy thái họa. ~가 nhà ~.
수척하다 (여위다) gầy gò, hốc hác. hom hem, 수척한 얼굴 khuôn mặt hốc hác. 수척해진 tiều tụy. bơ

phở, ốm nhách. tó ré. 수척해진 환자 người ốm tó ré.

수천 hằng ngàn. ~명 ~ người. ~만 hàng triệu. ~년 ngàn thu.

수첩 sổ tay. ~에 적다 chép vào sổ.

수축하다 co lại(duỗi), teo lại. co rút. trun, xẹp xuống, xìu. 수축시 키다 xẹp, (혈관을) bóp lại. 오그라들다 thun, (공기가 빠진)lép xẹp, 공복 (텅빈 위)bụng lép xẹp.

수축하다 (고치다) sửa chữa, tân trang (새로 단장하다)

수출 xuất khẩu. (반) 수입 nhập khẩu. ~을 금하다 cấm ~. ~가격 giá ~. ~ 견본 hàng mẫu ~. ~경쟁력 sức cạnh tranh ~. ~국 nước ~. ~ 허 가 증 giấy phép xuất cảng, ~면허장 giấy phép ~. ~신고서 tờ khai ~. 총 ~액 tổng số ~. ~장려 khuyến khích ~. ~정책 chính sách mậu dịch. ~품 hàng ~ (반)수입품 hàng nhập khẩu. ~ 관세 thuế xuất cảng.

수출과 수입 xuất nhập.

수출시장 thị trường xuất khẩu. ~을 개 척하다 khai thác xuất khẩu.

수출초과 xuất tiêu.

수출입 xuất nhập khẩu. ~관리국 cục quản lý ~.

수취 (받다) nhận. ~인 người nhận. 수 취인 주소 địa chỉ người nhận.

수치 (부끄러움) xấu hổ, đáng xấu hổ. ~스럽다 xấu hổ. thẹn mặt, (욕된)nhục nhã, 수치스러운 행위 hành vi đáng ~. ~심이 없는 mặt mo, ~를 당하다 bị ~. 가문의 ~다 là ~ của gia đình. ~를 알다 biết ~. 청빈은 수치가 아니다 nghèo một cách thanh bạch không có gì là ~.

~를 모르는 trơ tráo, trơ mặt, dơ dáng. đón kiếp(đời).

수치감을 느끼지 못하다 không còn biết xấu hổ nữa.

수치를 씻어내다 rửa nhục.

수치(유용성) trị số.

수캐 con chó đực. (반) 암캐 con chó cái.

수컷 con đực, con trống, giống đực. (반) 암컷 con cái, giống cái.

수쿠터 xe vết-pa.

수탁 (위탁) ủy thác.

수탈하다 bốc lột, cưỡng(thu) đoạt, (횡령)biển thủ.

수탉 con gà trống.

수태하다 (임신) thụ thai. có mang.

수태할 나이가 되다 sổ người.

수통 (물통) chai nước, bình nước. (군대의)ca uống nước. bình toong.

수를 khung thêu.

수평 mức nước, ngang, thủy bình, ~적 으로 chiều nằm ngang. ~면 mặt nước.

수평으로 놓다 nằm ngang.

수평각(수) góc hội tụ.

수평기 ống thủy.

수평선 đường chân trời. góc biển chân trời. thiên nhai.

수포 (거품) bọt nước, bong bóng. ~로 돌아가다 thành bong bóng, không đến kết quả nào.

수포 (의학) phồng da, chỗ phồng, chỗ bị bỏng. ~가 sinh ra phồng.

수포창(수두) thủy đậu.

수폭 (수소폭탄) bom hydro, bom khinh khí.

수표 ngân phiếu, chi phiếu. séc, 여행자 ~ séc du lịch, 100 만원 수표 ~

một triệu. ~로 지급하다 trả bằng ~. ~를 현금으로 바꾸다 đổi ~ sang tiền mặt. 분실 ~ ngân phiếu bị mất. 위조 ~ ngân phiếu giả. ~를 발행하다 phát phiếu.
수풀 (숲) bụi rậm, bụi cây, rừng, lùm cây. 대나무 숲 lùm tre.
수프 món súp.
수피 (나무껍질) vỏ cây. (과일껍질) vỏ quả.
수필 bài tiểu luận. tùy bút, ~가 người viết tiểu luận. ~을 쓰다 tác văn.
수하 (부하) thủ hạ, bộ hạ, chân tay.
수하 (누구) người nào. ~를 막론하고 bất cứ ~.
수하물 (짐) hành lý. 작은 ~ hành lý xách tay. ~꼬리표 phiếu ~. ~보관소 nơi bảo quản ~.
수학 (글을 배움) học hỏi. ~여행 chuyến tham quan ~.
수학 số học, 고등~ ~ cao cấp, (산수) môn toán, toán học. ~자 nhà toán học. 응용 ~ toán ứng dụng. ~을 풀다 giải toán đố.
수학기호(함수,대수)toán tử.
수학시험 tính đố.
수해 bị thiệt hại do lũ lụt. ~를 입다 bị lũ lụt, thủy tai. ~방지 phòng chống lũ lụt. 수해 이재민 nhân dân vùng bị lũ lụt. ~지 vùng bị thủy tai.
수행 (따라감) đi cùng, đồng(tùy) hành. ~자 người ~. ---를 ~하여 cùng đồng hành với.
수행(닦음) tu hành. 수행자 thầy tu, ~단 đoàn tùy tùng.
수행원 tùy viên(tùng), kẻ tháp tùng, 왕과 그의 ~ vua và ~ của ông.

수행 (일을 해냄) thành quả, mang lại kết quả, thực hiện.
수행하다 theo đuổi, 항전을 ~ ~ kháng chiến, (완수) làm tròn, nhiệm vụ~ ~ nhiệm vụ. (종교)tu hành.
수험 (시험) đi thi. ~ chuẩn bị hạ ~. 수험과목 đề thi. ~료 lệ phí thi.
수험생 thí sinh, ~ 번호 số báo danh. 입학시험에 ~ 300 명이 지원했다 có 300 thí sinh dự cuộc thi vào.
수혈 truyền(sang) máu. tiếp huyết, tiếp máu, ~을 받다 được ~. ~ 제공자 người hiến máu.
수혈센터 trung tâm tiếp huyết.
수형 (형집행을 받음) chịu án, thụ án. (형벌을 받다)thụ hình, ~자 người đang ~. kẻ thụ hình.
수호하다 (지키다) bảo vệ. thủ hộ,
수호신 thần hộ mệnh(mạng).
수호천사 thần hộ mạng.
수화 nói bằng tay, ra dấu. ~법 cách nói chuyện bằng tay. 수화로 말하다 nói bằng cách ra dấu.
수화기 ống nghe. ~를 들다 nhấc máy lên. (반)~를 놓다 đặt ~. ~를 귀에 대다 áp ~ vào tai. ~를 잘못 놓다 để kênh.
수화(水化)시키다 thủy hóa.
수화물 hành lý, 여행용~ ~đem theo.
수확 thu hoạch, gặt lúa. cấy hái, mùa màng, ~기 mùa ~. ~량 lượng(số) ~. ~물 mùa màng.
수확철 ngày mùa.
수확기계 máy gặt(xén).
수환(水患) thủy loạn.
수회 (뇌물을 받음) nhận hối lộ, ăn hối lộ. 수회자 người ~. 수회사건 vụ

~. 수회혐의로 bị nghi là ~
수회 (여러차례) vài lần, nhiều lần.
수효 (수) số.
수훈(후세에 전하는 교훈) giảng đạo, đào tạo. 산상 ~ bài ~ trên núi.
수훈 (훈장을 받음) nhận huy chương. (뛰어난 공훈) chiến công xuất sắc.
쑥 (식물) cây ngải. 익모초 ích mẫu.
쑥맥 (바보) người ngu.
쑥갓 (식물) tần ô.
숙고하다 nghiền ngẫm, cân nhắc cẩn thận, suy nghĩ, suy tư, ngẫm nghĩ, đắn đo. động não
쑥꾹새 chim bồ câu núi.
쑥 내밀다 hắt lên. 쑥내민 thè lè.
숙녀 cô gái, thục nữ, thiếu nữ. ~방 buồng the.
숙녀 용품부 khu bán đồ thiếu nữ.
숙달하다 lành nghề, thành thạo. 한국어에 ~ rành tiếng Hàn. 숙달되다 thuần thục, (익숙해지다) điêu luyện,
쑥대밭이 되다 bị tàn phá.
쑥덕거리다 nói thì thầm , xì xào
쑥덕공론 nói chuyện riêng.
숙독하다 đọc kỹ.
쑥 들어가다 thỏm, xóp xọp, 두 눈이~ hai mắt ~ sâu.
숙련된 thành thạo. lành nghề, luyện đạt, sành sỏi, 미~ chưa ~. 숙련공 thợ lành nghề. tay thợ. xảo thủ(công), tay sành nghề.
숙련하다 thục luyện, binh pháp에 숙련되다 ~ binh pháp.
숙맥 (쑥맥) người ngu ngốc.
숙면 (잠이 깊이 듦) ngủ ngon(nồng).
숙명 (운명) số phận, số mệnh. kiếp số, trần duyên, ~이다 là cái số, là số

phận. ~론 túc mệnh luận, tiền định luận. ~론자 người tin thuyết tiền định.
숙모 cô, thím, mợ. bác gái. thúc mẫu.
숙박 ở, cư trú, ở trọ. 민가에 ~하다 (민박) ở trọ nhà dân. 숙박료 (비) phí nhà ở, tiền trọ. ~인 khách ở trọ.
숙부 (외삼촌) chú, bác, chú ruột, thúc phụ, dượng, cậu.
숙사 (합숙소) chỗ trọ, chỗ ở. túc xá.
숙성하다 lớn trước tuổi. 숙성한 아이 đứa trẻ ~.
숙소 nơi ở, chỗ ở. ~를 옮기다 chuyển chỗ ở.
쑥쑥 자라다 lớn nhanh như thổi. lớn bổng.
쑥스럽다 bất tiện, khó khăn, không ổn.
숙식하다 ăn ở. 숙식비 tiền ~.
숙어 thành ngữ. ~집 từ điển ~.
숙이다 cúi, hạ. ngã gục, 머리를 ~ cúi đầu = 고개를 ~
숙연한 trầm lặng, trầm tĩnh.
숙영하다 cắm trại. 숙영지 khu (nơi) ~.
숙원 (오래된 원한) mối thù lâu năm.
숙원 (오래전부터 바라던 소원) niềm ước mơ từ lâu.
숙의 (의논함) thảo luận kỹ. ~한 끝에 sau khi ~.
숙적 kẻ thù lâu đời.
숙정 (다스려 바로잡다) làm cho kỹ luật.
숙제 bài tập (học) ở nhà. bài vở, bài làm. ~를 내다 ra ~. ~를 하다 làm ~.
숙주나물 giá đậu xanh.
숙지하다 ghi nhớ, biết rõ. 숙지 사항 điều cần ~.
숙직 phiên trực đêm. trực ca, ~하다

đang trực đêm.
숙질 (숙부와 조카) chú cháu.
숙청하다 thanh lọc(trừng). trừ bỏ.
숙취하다 bị khó chịu sau khi nhậu (uống rượu).
숙환 (오래된 병) chứng bệnh mãn tính.
순 (싹) mầm, chồi. ~이 나다 đâm chồi, ra mầm.
순 (죽순) măng tre.
순 (순수한) thuần khiết, nguyên chất, ròng. ~금 vàng ròng. ~한국말 tiếng Hàn thuần khiết. ~수입 thu nhập thực.
순 (순서) thứ tự. 연령 ~으로 theo lứa tuổi. 크기 ~으로 theo thứ tự kích cỡ. 성적 ~으로 theo thành tích.
순간 trong giây lát, trong chốc lát. ~적으로 trong chốc lát.
순간적인 사랑 phong tình.
순검 (순찰)하다 đi tuần tra. 순찰대 đội tuần tra.
순견 (순비단) tơ ròng, tơ nguyên chất.
순결한 tinh khiết, trinh tiết (bạch), trong trắng, thuần khiết. ~ 사랑 mối tình thuần khiết. ~ 처녀 thiếu nữ ~. gái trinh. ~마음 tố tâm. 순결을 잃다 thất trinh. 순결을 깨뜨리다 phá trinh.
순경 tuần cảnh, (경찰) cảnh sát. 교통 ~ cảnh sát giao thông.
순교하다 sự chết vì đạo tuẫn giáo, tuẫn đạo, tử đạo. 순교자 người tử đạo, người chết vì đạo.
순국하다 chết vì nước, tử quốc, hy sinh vì nước. 순국선열 liệt sĩ, người chết vì đất nước. 순국정신 tinh thần xả thân.
순금 vàng ròng, thuần kim, vàng

nguyên(thuần) chất, vàng y.
순대 dồi lợn(북), dồi heo(남), cháo lòng.
순도 độ tinh khiết.
순도가 낮은 금 vàng thùa.
순라군 cảnh sát tuần tra.
순례 cuộc hành hương, đi hành hương. ~자 người hành hương. 성지를 ~하다 hành hương đất thánh.
순록 con tuần lộc, con nai.
순리 thuần lý, hợp lý. ~적인 xuôi xuôi.
순면 thuần bông, hoàn toàn bông. ~제품 hàng bông.
순모 thuần len.
순무(식물) su hào.
순문학 văn chương thuần túy. ~가 nhà văn chân chính.
순미(순수하고 좋은)thuần mỹ.
순박한 thuần phác, tinh bạch, lương thiện. ~농민 người nông dân ~.
순방하다 ghé thăm một vòng. 각국을 ~ ghé thăm các nước.
순발력 sức bật.
순백 trắng tinh. ~의 trắng như tuyết. trắng tinh(toát). thuần bạch. phơ. ~의 소금 muối ~.
순번 số thứ tự. ~을 기다리다 đợi ~.
순번제로 할당하다 cắt phiên.
순보 tuần báo.
순복음교회 hội thánh phúc âm toàn vẹn.
순비단 tơ thiệt.
순산하다 sinh đẻ dễ dàng. 순산후 모자가 모두 건강한(축하의 말) mẹ tròn con vuông.
순색(단색)의 thuần sắc.
순서 thứ tự, phiên, thứ lớp, trật tự. ~가 있다 có ~. ~가 엉망이다 vô trật tự,

bừa bãi. ~가 틀리다 sai ~. ~대로 theo ~, lần lượt. ~를 기다리다 đợi đến lượt mình. ~를 바꾸다 thay đổi ~. ~를 정하다 định ~. ~가 없는 loạn xị, ~에 따르다 tuần tự. (반)비약하다 nhảy vọt.
순소득 thu nhập thực = 순수입.
순수한 thuần túy, thuần khiết, tinh túy(thuần), nguyên chất, trong(trọn) trắng, thuần nhất.(반)불순한 không thuần nhất, ~ 동기 động cơ ~. ~시 thơ ca thuần túy. ~ 결정 tính chất quyết định. ~ 열정 nhiệt tình chất phác. ~물질 tinh chất.
순수한 마음 thanh tâm.
순수한 인생 cuộc đời thanh khiết.
순수하고 좋은 thuần mỹ.
순수이성 lý tính thuần túy.
순순히 dễ bảo. ~ 자백하다 xưng tội dễ dàng. ~ 대답하다 đành đáp, ~ 동의(묵인)하다 đành.
순시하다 đi tuần tra. 순시자 người tuần tra.
순시선 tàu tuần.
순식간에 trong giây lát. loáng. chỉ trong khoảnh khắc. vòn vọt, ~ 값이 오르다 giá cả tăng vòn vọt.
순양 (해양순찰) tuần tra biển. ~ 함 tàu tuần biển. tuần dương hạm. ~전투함 thiết giáp tuần dương hạm.
순연 hoãn lại, trì hoãn. 우천시 순연 ~ nếu trời mưa.
순위(위치, 지위) vị trí. địa vị, ~를 다투다 tranh giành ~. ~고사 thi đấu để xếp thứ hạng.
순은 bạc ròng. 순금 vàng ròng.
순음 (입술소리) âm môi.

순응하다 chiều theo, thuận, ưng thuận, thích nghi. (따르다) xiêu. (반) 역행하 다 ngược, nghịch, 환경에 ~ thích nghi với hoàn cảnh.
순익 (순이익) lợi nhuận ròng, thực lãi, thuần ích(lợi), lời ròng. 연~ lời ròng hàng năm.
순장(죽은지 열흘만에 지내는 장사) tuần táng.
순전 (순수)한 thuần nhất, thuần khiết, hoàn toàn.
순절 tuẫn tiết, (순사)하다 hy sinh vì nước.
순정 tình thật, trái tim thật.
순정품 (물건의) chính hiệu.
순조롭다 trôi chảy, suôn sẽ. xuôi, yên ổn, hanh thông, 순조로우면 nếu ~. 순조롭게 진행하다 tiến hành một cách ~, khuôn xếp, 순조 롭게 풀리다 xong xả, 일이 순 조롭게 풀리다 việc xong xả, 순조롭게 진척되다 xong xuôi. khuôn xếp. 만사가 순조롭게 진척되다 mọi việc đều xong xuôi, 순조롭게 진척되지 않다 khó trôi. 순조롭지 않은 ngang ngang. khó nuốt.
순조로운 tốt lành.
(명)순조로운 항해를 보장하는 것은 배가 아니라 능숙한 항해술이 다 Bảo đảm cho đi biển an toàn nhất là sự thuần thục của cách lái chứ không phải là con thuyền.
순조롭게 trót lọt, ~거행하다 làm ~. 진행되다(토론이)xung chiều. ~항해하다 xuôi buồm.
순조롭게 하다 làm trôi.
순종하다 vâng lời(phục) , thuận(tuần) phục, (복종하다) phục tùng (따르

는) để (반) 따르지않는 bất đề.
순종하는 mềm mỏng.
순종 thuần chủng. (반) 잡종 tạp chủng.
~동물 động vật ~.
순직하다 chết trong khi đang làm nhiệm vụ.
순진한 ngây thơ, chất phát. chân chất, ~ 사랑 mối tình trong sáng. ~ 마음 tấm lòng trong sáng, ngây thơ. ~ 처녀 cô gái ngây thơ. ~ 생각 suy nghĩ ngây thơ. 순진하고 솔직한 chất phác thật thà.
순차적으로 (차례로) theo thứ tự, thay phiên nhau.
순찰 tuần tra(phòng) đi rỏn(tuần), ~ 구역 khu vực ~. ~대 đội ~. ~차 xe ~. ~선 tàu tuần dương. ~검문 tuần kiểm.
순치하다 (길들이다) thuần hóa.
순탄하다. 길이 ~ đường bằng. 성질이 ~ hòa nhã, ôn hòa.
순탄치 못한 연분 duyên phận lỡ làng.
순풍 thuận gió, gió xuôi, thuận chiều gió. ngọn gió lành, ~에 돛을 달다 (순풍에 돛단듯 잘풀리다) thuận buồm xuôi gió
순풍에 xuôi gió.
순풍을 타고가다 vát.
순하다 (성질) nhu mì, ngoan ngoãn. nhẹ nhàng.
순항하다 tuần tra trên biển.
순행 tuần hành. (황제의) kinh lý của nhà vua (순회), tuần du.
순혈종 thuần huyết.
순화하다 tinh luyện, làm cho tinh khiết hơn. thuần hóa.
순환 tuần hoàn, xoay vòng. 피~ tuần hoàn máu. ~도로 đường vòng. 혈액 ~ tuần hoàn máu huyết. 빈곤의 악순환 tuần hoàn ác nghiệt của đói nghèo, vòng luẩn quẩn của đói nghèo. ~논법(리) vòng lẩn quẩn.
순회 (차례로 돌아다님) hoạt hành trình thay phiên. vòng quanh, tuần hồi, 시내를 ~ đi vòng quanh thành phố, ~ 재판소 tòa án lưu động. ~ 강연 lưu giảng. ~ 공연 lưu diễn. 지방 ~ đi thăm các địa phương.
숟가락 thìa (북), muỗng (남).수프 용 ~~ súp, 설탕 한 ~ một thìa đường.
술 rượu. tửu. 독한 ~ rượu nặng. (반) 약한 ~ rượu nhẹ. ~냄새 mùi ~. ~이 세다 uống rượu giỏi. (반) ~이 약하다 uống rượu kém. ~로 살다 sống bằng rượu. ~로 화를 풀다 ẩm hận, ~에서 깨다 tỉnh rượu, ~에 취하다 say rượu. quá chén, ~에 빠지다 sa vào rượu. ~을 대접하다 tiếp đãi rượu. ~을 끊다 bỏ rượu, cai rượu. 술담배를 피하라 hãy tránh xa rượu và thuốc lá. 술고래 (주정뱅이) kẻ nghiện rượu, con sâu rượu. hơi men, ~을 만들다 đặt ~, ~에 취하지 않는 mạnh rượu, 순수한 술 rượu nguyên chất, 술에 중독되다 thị tửu, ~을 마시다 nhậu nhẹt, 술냄새가 나다 sặc mùi rượu. 술을 깨다 giã rượu, 술이 덜깨다 còn tỉnh rượu. 술을 금하다(종교). giới tửu, 술을 따르다 chuốc rượu. ~을 참 다 nhịn rượu, ~을 올리다 dẫn rượu. 술가게 ti rượu. 술 따르 는 시중드는 사람 tửu bảo. ~을 권하다 tiến tửu.

(속) 술에 술 탄듯 물에 물 탄듯하다 (일에 많은 힘을 기울렸으나 분명한 성과가 없음) Như rượu pha vào rượu, như nước pha vào nước(nhiều công sức trong công việc, nhưng không có thành tích gì rõ rệt).
술안주 đồ nhắm rượu.
술에 미치다 mê uống.
술에 취해 곯아 떨어지다 say lử lừ.
술에취해 횡설수설하다 lè nhè.
술을 많이 마시는 사람 trạng rượu.
술을 좋아하는 rượu chè. 애주가 người ~.
술 (장식용) quả tua, chòm.
술 (꽃.술) nhụy hoa.
술시 (십이지시의) giờ Tuất.
술값 tiền rượu.
술꾼 con sâu rượu, người nghiện rượu.
술기운 ảnh hưởng rượu.
술김에 dưới ảnh hưởng rượu.
술 따르는 사람 tửu bảo.
술단지 nhạo.
술래잡기 bịt mắt bắt dê, trò chơi đuổi bắt(bịt mắt), (숨바꼭질) chơi ú tim (hú tim)
술렁거리다 làm xôn xao. 천하가 ~ thiên hạ đều xôn xao.
술망나니 (술고래) người say rượu bí tỉ, người nghiện rượu.
술밥 cơm ủ rượu.
술법 (마술) trò ma thuật, yêu thuật, ảo thuật. ~을 쓰다 dở trò ảo thuật (술수).
술병 chai rượu. vò. ve rượu.
술상 bàn nhậu, bàn rượu. ~을 차리다 chuẩn bị món nhậu.
술수를 부리다 dở tuồng(trò). 술수를

잘쓰는 사람 người lọc lõi.
술술 trôi chảy. 순조롭게 một cách ~.
술어학 thuật ngữ học.
술의 누룩 men rượu.
술자리 tiệc rượu, trong lúc uống rượu, băng nhậu.
술잔 chén(ly) rượu (남), ly rượu (북). ~을 돌리다 quay vòng ~. ~을 채우다 rót rượu, đổ rượu. ~을 주다 trao ~. ~을 기울이다 đánh chén. ~ 돌리기 tuần rượu.
술장사 kinh doanh rượu.
술주정꾼 bét be.
술중독 ma men. sâu rượu.
술집 quán(tiệm) rượu, tửu quán (gia). ~ 여자 gái quán rượu, gái uống rượu.
술책(꾀)mẹo, mưu mẹo. mưu kế, ~을 부리다 phải dùng ~.
술취하지않은 giã(dã) rượu.
술취한 say rượu, trầm túy, ~목소리 giọng say rượu.
술취해 횡설수설 늘어놓다 khề khà.
술타령하다 đòi uống rượu, mê uống rượu.
술통 thùng rượu. chế(tĩn) rượu
술회하다 (털어놓다) kể lại quá khứ, nhắc lại quá khứ.
숨 (숨결) hơi thở. ~을 쉬다 thở . ~을 내쉬다 thở ra. (반) ~을 들어 마시다 hít vào. ~ 쉬기가 어렵다 khó thở. 숨을 거두다 tắt hơi, tắt thở. ~이 막히다 ngạt(nghẹt) thở (hơi). khó(tắc) thở, (죽기전) 숨을 몰아쉬다 thở hắt, trút hơi thở cuối cùng. 숨이 끊기다 hết hơi, 숨을 가쁘게 쉬다 thở hồng hộc. 숨을 막 끊어지는 hấp hối. 숨을 희미하

게 쉬다 thoi thóp thở. ~이 차다
  thở hồng hộc.
숨을 내뱉다 phà.
숨이 끊어지려는 상태 trạng thái thoi
  thóp.
숨이 막히는 hầm hơi, 숨 가쁜 hấp hơi.
  hồng hềnh. ngắn hơi.
숨(목)막힌 mắc nghẹn.
숨결이 거칠다 thở nặng nhọc.
숨을 멈추다 nín hơi.
숨을 모으다(크게 말하기 위해)lấy hơi.
숨을 죽이다 nín thở. cầm hơi, ngậm
  tăm(hơi).
숨을 헐떡이다 thở dốc, sặc gạch.
숨이 끊어지다 trút hơi thở. 숨구멍 khí
  quản.
숨이 넘어갈듯이 웃다 cười sặc sụa lên.
숨기다 (감추다, 숨다) che dấu, dấu.
  cất giấu, giấu diếm, tàng trữ, chứa
  chấp, kín đáo(반)드러내 다 hở,
  (은 폐)che khuất, 나이를 ~ giấu
  tuổi. 이름을 ~ giấu tên. 몸을 ~
  giấu mình. 범죄를 ~ che giấu tội
  phạm. 사실을 ~ che giấu sự thật.
  얼굴을 ~ giấu mặt. 돈을 ~ giấu
  tiền. 숨겨진 ẩn khuất. bí ẩn. 숨겨
  있다 ẩn chứa. 훔친 물건을 ~ chứa
  chấp của ăn cắp. 범인을 ~ xá nặc.
숨김없이 이야기하다 giãi bày.
숨겨지다 bị khuất.
숨겨진 계략 mưu nhiệm.
숨겨진 뜻 ý tại ngôn ngoại.
숨겨진 매력 duyên thầm.
숨겨진 미덕 tiềm đức.
숨넘어가다 ngạt thở, nghẹt thở.
숨다 trốn mình, ẩn nút(núp), cất giấu.
  나무 뒤에 숨다 trốn sau cây. 숨은
  재주 tài năng chưa biểu hiện. 숨

은 공헌 cống hiến âm thầm. 숨은
  뜻 nghĩa bóng, nghĩa ngầm. – 의
  뒤에 ~ núp bóng. 그는 어디에 숨
  었 을까? nó trốn đâu rồi. 숨을곳
  을 제공하다 oa tàng.
숨막히는 ngạt thở. hơi ngạt.
숨막히게 더운 oi bức.
숨어있는 호랑이 cọp núp.
숨이 막히다 tắc thở. sặc.
숨이막힐듯한 rạo rực.
숨바꼭질 hú tim, ú tim. trò chơi cút
  bắt(trốn kiếm), ~ 하다 chơi ~.
숨소리 tiếng thở. ~를 죽이다 giữ hơi
  thở.
숨쉬다 thở, hô hấp.
숨쉴수 없도록 압박하는 thắt ngặt.
숨어다니다 lủi vào.
숨어들다 len lỏi.
숨어들어오다 trà trộn vào.
숨어 지내다 lánh mặt(mình).
숨이차서 헐떡이는 mòn hơi.
숨죽여 웃다 cười lén.
숨지다 (죽다) tắt thở. chết.
숨차다 thở dốc, thở hồn hển, thở hết
  hơi.
숨통 (숨구멍) khí quản.
숫(순수한) trinh nguyên. ~ 처녀 trinh
  nữ. gái tân. gái thanh tân. (반) 숫
  총각 chàng trai còn trinh nguyên.
숫돌 đá mài.
숫벌 ong đực.
숫자 con số, chữ số. 정확한 ~ con số
  chính xác. 아라비아 ~ chữ số Á
  Rập. ~로 표현하다 biểu hiện bằng
  con số. ~를 맞추는 카드놀 이(복
  권) lô tô.
숫제 (차라리) ~ 죽는 편이 낫겠다 thà
  là chết còn hơn. ~ 안가는 것이 좋

겠다 tốt hơn hết là không đi.
숭고한 cao cả.(반)저속한 dơ tục, ~한 이상 lý tưởng ~. ~미 vẻ đẹp ~.
숭늉(밥물) nước cơm cháy.
숭배 sùng bái. thờ, tôn sùng, chiêm ngưỡng,(경멸)khinh miệt, …을 ~ 하다 sùng bái ai. 개인 ~ sùng bái cá nhân. 영웅~ sùng bái anh hùng. 우상 ~ sùng bái thần tượng. 조상을~하다 thờ tổ tiên.
숭상하다 tôn trọng, kính trọng,
숭어 (고기) cá đối, cá quả. cá chuối.
숭엄하다 hùng vĩ, trọng thể, uy nghi.
숯 than gỗ, than củi. thán, ~덩이 cục ~. ~을 굽다 đốt(hầm) ~. ~이 되다 thành ~. 숯불 lửa than. ~장수 thợ buôn than. 숯굽는 사람 người hầm than củi. ~으로 만들다(탄화) thán hóa.
숱이 많은 머리 tóc dày đặc. 숱이 적은 lưa thưa. tóc thưa.
숲 rừng, bụi cây. ~속길 đường ~. ~에 사는 동물 động vật sống trong ~. 숲과 시내(샘) lâm tuyền. ~의 가장자리 mép(mé) ~. ~으로 들어가다 vào rừng. 숲한가운데 giữa ~. 숲에서 trong rừng.
쉬 (조용히 하라는 소리) tiếng xuyt.
쉬 (어린이 오줌 뉠 때) tiếng xi xi.
쉬 (곧) chẳng bao lâu nữa. ~오겠지 ~ 세 về.
쉬다 (음식) thiu. 쉰밥 cơm thiu, cơm hẩm.
쉬다 (목이) khàn. 목이 ~ khàn khàn, cổ khàn. 쉰목소리 giọng khàn.
쉬다 (휴식) nghỉ. hưu hạ, yên nghỉ, 쉬지 않고 không nghỉ. 잠시 ~ nghỉ một lát, tạm nghỉ. 쉴 사이가 없다

không có lúc nghỉ. 하루 ~ nghỉ một ngày. 병으로 ~ nghỉ bệnh. 학교를 ~ nghỉ học. (죽다) yên nghỉ.
쉬는날(휴일)ngày nghỉ.
쉬다(숨을) thở. 한숨을 ~ thở dài.
쉬이(새 쫓는 소리)ùi, ùi ùi.
쉬지않고(끊임없이) san sát, ~ 일을 하다 làm làm, ~ 조잘대다 nói san sát, tía lia. nói lia.
쉬쉬하다 bưng bít, lấp liếm, giữ kín.
쉬엄쉬엄 từ từ, không liên tục. ~ 일하다 làm ~.
쉬지않고 일하다 làm việc túi bụi.
쉬하다(소변) tè 아이가 ~ trẻ con ~.
쉭(획)소리나다 kêu xột xạt.
쉰 (50) năm mươi. ~ 살 năm mươi tuổi.
쉰목소리 eo éo.
쉬파리 con nhặng, ruồi xanh(trâu).
쉴곳 chỗ nghỉ.
쉴새없이 luôn mãi, tơi tới, ~ 묻다 luôn miệng hỏi chuyện. ~ 사다 mua tơi tới. ~일하는 vần vật.
쉼표 (음악) dấu lặng.
쉽게(쉽사리) 믿는 qúa nhẹ dạ, cả(dễ) tin.
(명)쉽게 얻은 재산은 쉽게 잃는다 của thiên trả địa.
쉽게 이기다 thắng dễ dàng.
쉽게 정드는 dễ thương.
쉽게 주인을 바꾸는(비유)thay thầy đổi chủ.
쉽게 화를 내는 dễ giận.
쉽다 dễ, dễ dàng.(반)어렵다 khó khăn, 쉬운일 việc dễ làm. 쉬운 문제 vấn đề ~. 읽기 쉬운 dễ đọc. 하기 쉬운 dễ làm. 부서지기 쉬운 dễ vỡ. 쉬운 것만하고 피한다 việc dễ thì làm còn việc khó thì tránh. 쉬이

얻은 것은 쉬이 없어진다 vào lỗ nhà ra lỗ hổng. 쉬운것만 하고 힘든 것은 피하다 dễ làm khó bỏ.
쉬운 suôn sẻ, ngon ăn, dễ, 그 일은 ~일이 아니다 việc ấy chẳng ngon ăn đâu. ~문제 văn thể ~.
쉽사리 dễ dàng. 돈을 ~ 벌다 kiếm tiền dễ. ~믿는 nhẹ dạ(tính).
쉽지않은 canh cánh.
쉿(조용히 해) xuỵt.
쉥(총알)소리 chíu.
슈퍼 siêu. ~맨 siêu nhân. quái kiệt, ~마켓(백화점) siêu thị. ~ 스타 siêu sao.
슛 sút. 롱 ~ sút xa. 정확한 ~ cú sút chính xác.
슛팅하다 sút, cú sút. 공을 골네트에 ~ sút banh vào gôn.
스넥 quà bánh, món ăn nhanh. ~바 hàng giải khát.
스가랴 (성경) Xa-cha-ri.
스냅사진 ảnh chụp nhanh. ~을 찍다 chụp ảnh nhanh.
스님 (중) thầy tu(chùa).
스르르 êm ả, ~잠들다 giấc ngủ đang êm ả.
스무 (스물) hai mươi. ~ 살 20 tuổi.
쓰다 (글) viết. 글을 ~ viết chữ. 이름을 ~ viết tên.
쓰다 (사용) dùng, sử(tiêu) dụng, tiêu, tiêu xài, (북), xài (남). 돈을 ~ sài(xài) tiền, dùng tiền. 힘을 ~ dùng sức. 머리를 ~ dùng đầu óc. 마음대로 ~ dùng tùy ý thích. 자주 ~ dùng thường xuyên. 오래 ~ dùng lâu. 이것을 무엇에 씁니까? Cái này dùng vào việc gì?
쓰다 (모자등) đội, đeo, mặc. 모자를 ~ đội mũ. 안경을 ~ mang kính. 가면을 ~ đeo mặt nạ.
쓰다 (맛) vị đắng.(반)달다 ngọt, 쓴 약 thuốc ~. 쓴 경험 kinh nghiệm đắng cay.
쓰고 맵다 đắng cay.
쓰다듬다 vuốt ve. xoa, vỗ về, mơn. 머리를 ~ vuốt đầu.
쓰디쓰다 quá đắng. đắng chẳng.
쓰라리다 đắng cay, đau đớn. 쓰라린 경험 kinh nghiệm ~.
스라소니 (동물) mèo rừng.
쓰러뜨리다 ném xuống, đấm ngã xuống. hạ, (바람이) gió thổi ngã. (때려서) đánh ngã xuống.
쓰러지다 ngã xuống, ngã té, vấp ngã, gục xuống, đổ xuống. rũ.. 앞으로 ~ đổ về trước. 바람에 ~ đổ vì gió. 총을 맞아 ~ trúng đạn gục xuống. 갑자기~ lăn đùng. 고목이 ~ cây chết rũ.
쓰러지다(벌렁 나자빠지다) đổ nhào, ngã nhào.
쓰러질듯한 lướt, ~벼 lúa ~ lá.
스럽다 có vẻ. 변덕 ~ có vẻ thất thường. vật vờ.
쓰레기 rác, rác rưởi. rác rến, ~를 버리지 마세요 đừng bỏ (vất) rác. ~ 버리는 곳 nơi đổ rác. ~를 치우다 dọn(hốt) rác. ~ 수거꾼 người gom rác. ~차 xe rác. ~통 thùng rác. 재활용 ~ rác tái sinh. ~집게 kìm gắp rác. 쓰레기장 chỗ phế thải. ~더미 đống rác. ~방기금지 cấm đổ rác.
쓰레받기 đồ hót rác.
쓰레질하다 (쓸다) quét rác.
쓰르라미 (곤충) con ve sầu.
스르르 (가볍게) nhẹ nhàng. ~ 눈을 감

다 khép nhẹ đôi mắt.
스리랑카 (국명) XRILANKA.
쓰리다 đau nhức, đau đớn. 가슴이 ~ ngực nhức nhối. 살갗이 ~ da thịt ê ẩm.
스릴 sự rùng mình, rung rợn. .
스마트한 hợp thời trang, có vẻ ăn diện, bánh bao.
스매싱 (테니스) cú đập mạnh. ~하다 đập mạnh bóng.
스모그 (연무) sương khói.
스며들다 thấm vào, thẫm, thấm qua, (우러나다) ngấm vào. ngào ngạt, 천천히 ~ thấm dần vào. 물이 스며 들지 않다 không thấm nước. 물이 땅에 스며든다 nước ~ đất. 물이 지붕으로 스며들다 nước thấm qua nóc. 비가 외투에 ~ nước mưa thấm qua áo choàng, 땀이 스며든 옷 áo thẫm những mồ hôi.
스며나오다 tươm.
스바냐 (성경) Sô-phô-ni.
스스럼 (어려워 하는 마음) ngại ngùng, e dè. ~ 없이 không e dè, không gượng gạo. ~ 없는 사이 quan hệ không có ngại ngùng.
스스로 (저절로) tự động, tự nhiên, tự thân. 문이 ~ 열리다 cửa tự mở. 그가 ~ 부른 재난이다 tai vạ do anh ta tự đem lại. 그녀가 ~왔다 cô ta tự đến. (자진해서) tự nguyện. ~ 봉사하다 tự nguyện phục vụ. ~ 생계를 꾸려나가다 tu chí làm ăn. ~ 숨다 ẩn mình, ~칭찬하다 trầm trồ, ~보다 diện kiến. ~ 생각하다 tự tưởng. ~ …하다 đem thân. ~낮추다 hạ(nhún) mình. ~강해지다 tự cường, ~ 분해되다 (유기질)tự

hoại. ~ 일을 처리하다 tự lo liệu lấy. ~이동하 다 tự hành. ~를 통제 하지 못하다 không(mất) tự chủ. ~ 변호하다 tự biện, ~편집하다 tự biên.
스스로 고치다 tự tân.
스스로 관리하다 tự quản.
스스로 교정하다 tự tân.
스스로 결정하다 tự quyết.
스스로 다스리다 tự trị.
스스로를 다짐하다 tự nhủ.
스스로 떠 받들다 tự phong. 스스로 황제의 자리에 오르다 ~ làm vua.
스스로 돕다 tự trợ, 하늘은 스스로 돕는자를 돕는다 tự trợ giả thiên trợ.
스스로 방위하다 tự vệ.
스스로를 물어보다 tự vấn.
스스로 변호하다 tự biện.
스스로 뽑내다 tự hào.
스스로를 통제하지 못하다 không tự chủ.
스스로를 환경에 적응시키다 tùy cơ ứng biến.
스스로에게 의지하다 ỷ mình.
스스로 이동하다 tự hành.
스스로 자신에 관하여 말하다 tự nói về mình.
스스로 즐기다 vui chơi.
스승 sư phụ, thầy, thầy giáo. ~의 날 ngày nhà giáo. ~의 은혜 ân nghĩa thầy giáo, công ơn thầy cô. ~과 제자 thầy trò. sư đệ, 여선생 cô giáo. (성어)스승을 속이고 친구를 배반하다 lừa thầy phản bạn. ~을 찾아 구하다 tầm sư học đạo.
스승이 전해준 도와 지식을 귀히 여기다 tôn sư trọng đạo.
(속) 스승의 그림자는 밟지 않는다 (스

승을 존경하고 존중 하는 마음)Không dám lên bóng của thầy (tỏ lòng kính trọng, tôn trọng thầy cô giáo).
(성어) 스승을 존경하며 가르침을 귀히 여기다 tôn sư trọng đạo.
스와질랜드 (국명) Xoadilen.
스에즈운하 kênh đào Suez.
스웨덴(국명) Thụy Điển.
스웨터 (털옷) áo len dài tay.
스위트홈 (즐거운 가정) một gia đình tổ ấm vui vẻ.
스윗치 công tắc điện. 전등의 ~ công tắc bóng đèn. ~를 내리다 tắt đèn. ~를 누르다 bấm công tắc điện. ~를 넣다 nối điện, 나이프 (두꺼비) 스위치 cầu dao điện.
스위스 Thụy Sĩ. ~사람 người ~.
쓰이다 được dùng vào. 일상생활에 쓰이는 물건 đồ vật dùng hàng ngày. 흔히 ~ thường dùng.
스쳐보다 liếc nhanh.
스쳐가다 lướt. 빨리 ~ lướt nhanh.
스쳐 다치다 sướt da.
스츄어디스 (여승무원) nữ chiêu đãi viên.
스치다 lướt, sướt, xẹt, thoáng qua, đi vượt qua. 스치고 지나가다 lướt(phớt) qua. 머리를 스치고 지나가다 bay xẹt ngang đầu. 총탄이 그의 어깨를 스쳤다 viên đạn sướt qua vai nó. 그의 입술에 미소가 스쳤다 một nụ cười thoáng qua trên môi nó.
스카프 (숄) khăn choàng cổ. khăn quàng.
스카우트(물색하다), do thám. trinh thám, (보이 스카우트) nhóm Scout.
스카이 bầu trời. ~ 다이빙 môn nhảy dù biểu diễn.
스카치 (양주) rượu uýt ky (위스키)
스캔들 (추문) Scandal, xì căng đan. vụ bê bối, vụ tai tiếng.
스커트 váy. xống, ~를 입다 mặc ~. 롱 ~ váy dài. 짧은 ~ váy ngắn.
스컹크 (동물) con chồn hôi. ~같이 악취가 나다 hôi như ~.
스케링 vệ sinh răng.
스케이트 trượt tuyết, ván trượt tuyết. ~장 sân trượt, bãi trượt tuyết. ~ 구두 giày trượt trên nước đá. ~를 타다 chơi trượt băng.
스케일 (규모) quy mô.
스캐줄(프로그램) chương trình, kế hoạch. 꽉찬 ~ kế hoạch kín. ~대로 theo kế hoạch. ~대로 진행하다 tiến hành theo ~.
스케치 phác(hình) họa, phác thảo. ~북 vở nháp.
스코어 tỷ số. ~ 보드 bảng ~, 3 대 2 의 ~로 với tỷ số 3:2. 1 대 0 의 ~로 이기다 thắng với tỷ số 1:0.
스코트랜드 (국명) Scốtlen, Tô Cách Lan.
스콜(비) mưa ngâu.
스쿠터 mô-bi-lét.
스쿨(학교) trường học.
스크랩 đoạn cắt, ảnh cắt. ~ 북 vở dán bài rời.
스크린 màn hình, màn ảnh. ~영상 tấm bình phong.
스키 ván trượt tuyết. ~를 타다 trượt tuyết, ~ 선수 người trượt tuyết.
스킨 (피부) da. ~ 파우더 phấn thoa da.
스타 ngôi sao. 축구 ~ ngôi sao bóng

đá. 세계 톱스타 ~ hàng đầu thế giới.
스타디움 sân vận động, trường đua.
스타트 xuất phát, bắt đầu. ~라인 đường vạch xuất phát.
스타일 kiểu, mẫu, thời trang, hình dáng. 옷 ~ kiểu áo.
스타킹 tất da phụ nữ, vớ, ~한벌 đôi vớ.
스타프룻 (과일) khế.
스테미너 sức, thể lực
스텐더드 tiêu chuẩn, mẫu.
스탠드(관중석) khán đài, (전기 스탠드) chân đèn. 덴 để bàn.
스텐딩 점프 nhảy không lấy đà.
스태프(부원, 간부) nhân viên. cán bộ, ~일동 toàn thể ~.
스탬프 con tem, con dấu. ~를 찍다 đóng dấu. hủy.
스테레오 âm thanh nổi.
스테이션(역, 정거장) nhà ga.
스테이지 (무대) sân khấu.
스테이크 thịt bò.
스테인리스 thép không rỉ. innox.
스텝 bước đi. ~을 밟다 nhún nhảy, khiêu vũ.
스토브 (난로) bếp lò, cái lò.
스토어 (가게) cửa hàng.
스토리 câu chuyện.
스톱 dừng lại, đứng lại. 스톱시키다 phanh xe (북), thắng xe (남).
스톱워치 đồng hồ bấm giây.
스튜디오 trường quay, phòng phát chương trình.
스튜어디스(여승무원)nữ tiếp viên hàng không.
스트라이크(동맹파업) cuộc đình công, cuộc bãi công.
스트레스 căng thẳng, áp lực, ứng suất.

스트렙토마이신 thuốc kháng sinh.
스트립쇼 thóat y vũ, màn biểu diễn thoát y.
스팀 (김) hơi nước, hơi nóng.
스티커 mảnh giấy, miếng giấy.
스티로폴 xốp.
스틸 sắt thép.
스틱 cây gậy.
스파이 gián điệp(tế), điệp báo, điệp viên, mật thám, thám thính. ~망 mạng ~. ~단 đoàn ~. ~ 비행 bay thám thính. ~의 미행 sự theo dõi của mật thám. ~활동 mật vụ. ~ 활동을 예방하다 phòng gian.
스패너 mỏ lét.
스펀지(면사) bông.
스페어 phụ tùng thay thế.
스페이드(트럼프의) lá phích.
스페인(국명) Tây Ban Nha.
스펙트럼 quang phổ. 흡수~ ~ hấp thụ.
스펠링(철자) mẫu tự.
스포츠 thể thao. ~기자 phóng viên ~. ~뉴스 tin ~. ~용품 đồ dùng ~. ~평론가 nhà bình luận ~. ~계 giới thể thao. 그는 ~에 광적이다 nó mê ~.
스포트라이트 đèn sân khấu, đèn pha.
스폰서(후원자) nhà tài trợ.
스폰지 mút, xộp, bọt biển. ~로 만든 làm bằng mút.
스푼 muỗng (남), thìa (북).
스프 xúp, mẽ, 쌀~ mẽ chúc. ~ 스푼 muỗng xúp(canh).
스프링 dây lò xo, (용수철) dây cót, (봄) mùa xuân
스프린(분무기)bình tưới (phun).
스프링보드(스포츠) nhảy cầu.
스피드 tốc độ. ~를 올리다 tăng tốc.
스피커 cái loa.

스핑을 걸다(테니스에서) tiu.
스핑크스 tượng Sphinx.
쏙 (쓸적) nhanh, êm. 쏙싹하다 bỏ vào túi.
쏙싹 쏙싹 xoèn xoẹt. 나무를 쏙싹 자르다 cắt gỗ ~.
쏙쏙(버석버석) 소리 xạch xạch, 눈 위를 버석버석 소리내며 걷다 đi bộ ~ trên tuyết.
쏙삭자르다 xoèn xoẹt cắt
쓴 맛 vị đắng, 쓴맛 단맛 vị đắng cay. 인생의 ~을 다 겪다 chịu tất cả đắng cay của cuộc đời. 쓴맛단 맛 다 보다 ngậm đắng nuốt cay.
쓴웃음 nụ cười cay đắng. ~을 짓다 cười cay đắng.
쓸개 cái mật. đởm. 곰~ mật gấu, hùng đởm.
슬그머니 lén lút. ~ 도망가다 lén lút, ~ 들어오다 (나가다) lén vào (ra). ~ 건네주다 giúi.
슬금슬금 lén lút. ~ 도망하다 ~ trốn đi.
슬기 (지혜) trí khôn, thông minh. ~가 있다 có ~.
슬기롭다 khôn ngoan.(재치있다) khôn khéo.(반)어리석다 ngu dại.
슬다 (녹슬다) sét gỉ, rỉ sét. 녹슨 칼 con dao bị ~.
쓸다 quét. 방을 ~ quét phòng. 썰다 (줄로) giũa. 톱을 갈다 giũa cưa.
쓸다(휩쓸다)vơ, (도박에서) 판을 ~ vơ hết.
쓸데 없는 vô dụng, vô ích. vớ vẩn. phù phiếm, không đâu vào đâu (숙어), ~ 놈 kẻ vô tích sự (vô dụng). ~ 돈을 쓰다 lãng phí tiền. ~ 걱정을 하다 lo lắng uổng công. ~ 이야기 chuyện tầm phào, tán

gẫu (잡담). 쓸데없는 vớ vẩn. ~말을 지껄이다 làm nhàm. ~ 말 loạn ngôn, lời hư không, ~말을 하다 hao hơi uống tiếng(lời). 쓸데없이 ...하다 hoài hơi. ~생각을 하다 nghĩ vớ vẩn.
슬라브(건축) đổ bê tông.
슬라이드(환등)đèn chiếu, ~영화 phim ~.
슬랭 (slang) tiếng lóng.
슬럼프 ế ẩm, bị hạ giá nhanh. ~에 빠지다 bị đình trệ.
슬레이트 ngói(đá) đen.
슬로우 chậm, từ từ.
슬로건 biểu hiện, (구호) khẩu hiệu, phương châm.
슬로바키아 (국명)Xlôvakia.
쓸려가다 cuốn đi, 홍수에 다~ đã bị lũ ~
슬로베니아(국명) Xlôvênia
슬로우 모션(화면) quay chậm.
슬리퍼 cái dép.
슬립(속옷) váy trong, quần áo lót.
쓸만하다(쓸모있다) hữu ích, có giá trị
쓸모없는 vô tích sự. vô dụng, cơm tai, vô ích, (반)쓸모있는 hữu dụng. (부숴져) thôi tha. ~사람 người vô dụng. đồ ăn hại. ~노력 cố gắng vô ích.
슬며시 lén lút.
쓸어가다 vơ lấy.
쓸어버리다 cuốn. tảo.
슬슬 một cách nhẹ nhàng. ~ 달래다 dỗ dành ~.
쓸쓸하다 lẻ loi, bơ vơ, cô đơn, rú rú, cô độc. thê lương,(반)즐거운 vui vẻ, 날씨가 ~ trời u buồn (u ám).
쓸쓸하게 지내다 sống một mình.

쓸쓸한 풍경 phong cảnh thê lương. (비유)chợ chiều.
쓸쓸한 thê lương, tẻ ngắt. tồi tàn, chua chát. rú rú. ~경치 cảnh ~.
쓸쓸하게 나가다 lóc cóc ra.
쓸쓸하게 돌아가다 lùi thùi ra về.
쓸쓸하게 웃다 cười chua chát.
슬쩍 (몰래) lén, riêng tư, kín đáo. ~ 보다 ngấp ngó. ngấp nghé, ~ 엿 보다 liếc trộm.
슬쩍 가버리다 lủi.
슬쩍 떠나다 chuồn, slemeyì 없어지 다 ~ mất, salsjjak 빠져나갈 방법 밖에 없다 chỉ còn có cách ~ đi.
슬퍼하다 buồn. than khóc(van), tủi lòng, (반)기뻐하다 hài lòng, (애도)thương tiếc, 마음속으로 ~ buồn trong lòng. 무엇때문에 슬퍼 하고 있어요? Anh buồn về cái gì vậy? 슬프고 처량한 buồn bực, 슬 프고 장엄한 réo rắt. 슬프고 울적 한 uất ấp.
슬퍼 보인다 có vẻ buồn.
슬퍼보이는 얼굴 mặt xụ xuống.
슬퍼지다(비탄에 잠기다) sa sầm)
슬피 울다 khóc sụt sùi.
슬픈 buồn. buồn rầu(hiu), sầu, đau xót, ủ ê(rũ), trầm muộn,(반)기쁜 vui, ~ 이야기 câu chuyện buồn. ~소식 tin ~. ~노래 bài hát ~. nhạc vàng, ~눈빛을 하다 ủ dột thu ba, ~얼굴 mặt ủ, ~곡조 điệu hát văn, 슬픈생 각 ưu(sầu) tư, 아주 ~ buồn tênh, ~ 목소리로 bằng giọng nói ~. ~얼굴 sụ mặt, 즐거울 때나 슬플 때나 dù lúc vui hay lúc buồn. 슬프고 우울 한 u uất, ~기색 vẻ buồn, ~ 모 습 vẻ ưu sầu.

슬픈 표정을 짓다 xạu mặt.
슬픈듯한 cú rũ. ~곡조 điệu hát văn.
슬픔 nỗi buồn, ~과 괴롬 ~ và phiền toái, ~속에 살다 sống trong ~. ~ 을 안고 있다 mang ~. 슬피 울다 khóc ảo não. ~을 씻어내 다 tảo sầu. ~에 젖어있는 đượm buồn. ưu tư. ~에 빠진 ưu muộn.
슬픔(근심)을 달래다 tiêu sầu, ~을 달래려고 술을 마시다 uống rượu để ~.
슬픔을 덜어주다 giải buồn(muộn).
슬픔을 마음속에 지니다 nỗi buồn vương vất trong lòng.
슬픔을 함께하다 chia buồn.
슬픔과 기쁨이 엇갈리는 buồn vui.
슬픔과 증오 sầu oán.
슬하 dưới. 부모 슬하에서 살다 sống dưới bố mẹ.
씀씀이 (지출) chi tiêu. ~가 많다 ~ lớn.
습격 tập kích, tấn công. ~을 당하다 bị ~.
습관 thói quen. tập quán, 귀한~ ~ đáng quý, 평소 ~ thói quen bình thường. ~적 có ~. 일찍 일어나는 ~ thói quen dậy sớm. …하는 ~이 있다 có ~ làm gì đó. ~을 버리는 것은 어려운 일이디 khó bỏ những ~, ~에 따라 theo ~. 전부터 의~ thói quen từ trước. 습관은 제 2 의 천성이다 thói quen là thiên tính thứ hai. 나쁜~에 빠지다 nhiễm thói xấu, ~이 붙다 nhiễm thói quen. ~들이다 tập quen.
습관이 되다 thành thói quen. quen thói (lệ). 아침 일찍 일어나는 것 이 ~ quen thói thức dậy sớm.
습관에 맞지 않다 trái lệ.

습관을 기르다 nhiễm một thói quen.
습관화 되다 bén mùi(hơi).
(명)습관이란 밧줄이다, 우리는 매일 습관의 실에 묶여가고 있는데 마침내는 그것을 풀어버릴 수 없게 된다 Thói quen là sợi dây thừng hằng ngày chúng ta thường bị sợi dây thói quen ràng buộc và cuối cùng thường không cởi nó ra được.
습기 hơi nước, hơi ẩm. thấp khí, ~가 있다 có ~. ~찬 공기 không khí có ẩm. ~찬 곳 nơi có độ ẩm. ~가 끼다 bị ẩm.
습기 있는 바람 gió nồm.
습기장(글씨본) tập đồ.
습니다 (서술형 어미) đuôi từ kết thúc câu trần thuật. 저는 밥을 먹습니다 tôi ăn cơm.
습도 độ ẩm. thấp độ, ~계 thấp độ kế, ~가 높다 ~ cao. (반) ~가 낮다 ~ thấp.
습득 giành được, lượm, nhặt. (반) 분실 bị mất. 습득물 vật lượm.
습득 (배워 터득함) học được, đạt được.
습성 tập tính, thói tục, (습관) thói quen, tập quán, tập tính.
습속 (풍속) tục lệ, phong tục.
씁쓸한 hơi đắng. chua chát, ~한 미소 mỉm cười chua chát.
습자 thuật viết chữ đẹp.
습작 làm thử cái gì đó.
습지(늪) đất đầm lầy. vũng lầy, đất ướt.
습진 bệnh eczêma, lở láy, sang thấp. bệnh chàm bội nhiễm. ~에 걸리다 phá nước. ~이 생 기다 sẩn.

습하다 bị ẩm.
승 thắng. 3 승 3 패 ba thắng ba bại (thua). 무승 3 패의 부진한 성적 thành tích kém không thắng ba thua.
승 (곱)하다 phép nhân.
승 (승려.중) thầy tu.
승강기 (엘리베이터) thang máy. ~가 고장나다 ~ hư. ~로 오르다 lên bằng ~.
승강이 (옥신각신) cãi nhau.
승객 hành khách. 일등 ~ khách hạng nhất. 승객명부 danh sách ~. ~을 태우다 chở khách. ~을 운송하다 chở khách.
승격하다 nâng cao uy tín, lên cấp cao.
승경 (경치) phong cảnh.
승계 (계승) kế tiếp, nối tiếp, thừa kế.
승급 (등급이) thăng cấp. (급료가) tăng lương.
승기 cơ hội thắng.
승낙 đồng ý. vâng chịu,(반)거부 từ chối, ~을 얻다 được sự ~. ~ 없이 không có sự ~. 구두 ~ đồng ý miệng. 사전 ~ đồng ý trước.
승냥이 (동물) con chó rừng. ~와 이리 sài lang.
승려 (중) thầy tu. nhà sư, sa môn, tăng đồ(lữ). hòa thượng. tăng ni. ~여러분! chư tăng! 머리를 깎고 ~가 되다 cạo đầu làm sư.
승률 tỷ lệ thắng lợi.
승리 thắng lợi. đắc(đánh) thắng, (반) 패배 thất bại, ~의 삶 đời sống đắc thắng, ~를 얻다 giành ~. 전쟁에 ~하다 thắng trận. 대~ đại thắng. 적군을 물리치고 ~하다 thắng quân địch. 승리자 người chiến thắng,

người ~. ~를 결정짓다 quyết thắng.

승마 (말을 타다) cưỡi(nài) ngựa. ~ 연습 luyện tập cưỡi ngựa. ~술 thuật ~. ~경기 đua ngựa. ~ 모자 mũ nài.

승무 (무용) khiêu vũ của phật giáo.

승무원 tiếp viên. 항공 ~ tiếp viên hàng không. 선박 ~ tiếp viên tàu thủy. 승무원 외 출입금지 cấm người ngoài ra vào.

승방 chùa ni cô. tăng(trai) phòng.

승병 lính thầy tu.

승복 áo của thầy tu. nâu sồng.

승복 (자백)하다 xưng tội, thú nhận tội. (따름) đầu hàng.

승부 thắng phụ, thư hùng(승패), thắng(hơn) thua. ~전 trận sống mái. ~를 가리다 trống mái.

승부차기 đá lưng lưu 11m.

승산 cơ hội thành công. 승산이 있다 có ~.

승선하다 lên(xuống) tàu. 승선권 vé tàu.

승세 thắng thế. 선거의 ~ ~ trong cuộc bầu cử.

승소하다 thắng vụ(kiện). 피고가 ~ bị cáo có được thắng vụ.

승수 (수학) số nhân.

승승장구하다 chiến thắng tiếp tục. thừa thắng.

승압기 máy tăng thế.

승용차 (자가용) xe hơi riêng. xe ca.

승원 (절) nhà chùa. (수도원) nhà tu, tu viện.

승인 chấp nhận(thuận), phê duyệt, thừa nhận, đồng ý. 정식으로 ~하다 ~ một cách chính thức.

승자 người chiến thắng. thắng trận, ~

쪽 bên thắng.

승전 chiến thắng. thắng trận, ~고 tiếng trống ~.

승제 phép nhân và phép chia. thừa trừ, 가감 ~ bốn phép tính số cộng trừ nhân chia.

승직 chức thầy tu.

승진되다 vinh thăng.

승진하다 thăng chức, thăng(tăng) cấp, thăng tiến. 승진이 빠르다 nhanh ~. 과장으로 ~ thăng cấp thành trưởng phòng.

승차하다 lên xe. 승차권 vé xe. 승차구 cửa lên xe.

승차권 vé tàu xe. ~ 매표소 nơi bán ~. ~예매 đặt mua ~.

승패 (승부) thắng(được) thua, thắng bại. 당연한 ~ ~ lẽ thường, ~를 결정하다 quyết định ~. ~를 겨루다 đấu tranh ~. ~가 걸린 ăn nhậu.

승하하다(임금이) băng hà, thăng hà, qua đời (vua).

승천하다 thăng thiên, lên thiên đàng. 예수의 승천 ~ của chúa Jesus. lễ ~.

승합 (합승)하다 đi xe chung. 승합차 ôtô con, xe buýt.

승화하다(화학) thăng hoa. 승화시키다 làm ~. thăng hồng.

씌우다 (모자) đội nón. (죄를) đổ lỗi cho.

시 thành phố. 호치민~ thành phố Hồ Chí Minh. 시위원회 hội đồng ~, ~인민위원회 ủy ban nhân dân thành phố. 시청 tòa thị chính. ~당국 chính quyền ~. 시단체 thành hội.

시(시간) giờ. 5시에 lúc 5 giờ. 오전 9

시 chín giờ sáng. 2 시 30 분 hai giờ 30 phút.
시 thơ. ~를 짓다(쓰다) làm thơ, đặt thơ. 시가 thơ ca. 서사시 sử thi. 서정시 thơ trữ tình. 시를 읊다 (낭송하다) ngâm thơ, bình thơ. 시의 제목 đề thi. 시 낭송 장소 tao đàn. 시의 운율이 틀린 바이 thơ thất luật. 시와 술 thi tửu. 시의 중요부분을 추려서 뽑아 내다 trích diễm. 시의 요운 yêu vận. 시의 제재 thi liệu. 시의 주제 thi tứ.
시적 감흥 thi vị. 시적인 맛 thi vị, 시적 의미 ý thơ 시적 매력 thi thú.
시적 영감 nguồn thơ.
시 (경멸의 감탄사) xì !
시 (음계) nốt Si.
씨 (종자) giống, mầm, hạt (북), hột (남). 사과 ~ hạt táo. ~를 뿌리다 gieo hạt (giống). gieo mầm, ~를 빼다 lấy giống. 씨받이용으로 하다 đi tơ. 씨 뿌리고 경작하다 gieo trồng, 씨를 고르다 lựa ~.
씨 뿌리는 자 kẻ gieo giống.
씨 뿌리기 위해 준비된 논 sướng dạ.
시가 (시중가격) giá thị trường.
시가 (시세.현시가) thời giá.
시가 (시) thơ(thi) ca, thơ và nhạc. ~에 곡을 붙이다 phổ nhạc.
시 낭송 장소 tao đàn.
시가 (남편집) nhà chồng, gia đình nhà chồng.
시가 (거리) đường phố. phố phường, ~전 trận ~. ~지 khu vực ~.
시가레트 (담배) thuốc lá. 궐련 thuốc xì gà.
시각 thời khắc, 하루 ~ 표 ~ biểu, (시간) thời gian, lúc, thời điểm, giờ phút. 약속한 ~ giờ phút hẹn. 이 ~에 vào lúc này. ~표 thời biểu.
시각(감각) thị giác. ~을 잃다 mất hút ~. ~교육 tập ~.~신경 thần kinh ~. (보는 각도)góc nhìn. ~신호 thị hiệu. ~ 기관 thị quan.
시각교육법 lối dạy học trực quan.
시간 thời gian, tiếng đồng hồ. thì giờ, ngày(thời) giờ, ~할 당 thời khắc biểu, (세월)ngày tháng, ~을 잃다 phí mất ~, 잃어버린 ~ 을 보충하다 kéo lại thì giờ đã phí mất, ~이 너무 빨리 지나가다 ngày tháng trôi qua rất nhanh, ~이 되었다 đã 된 시간 rồi, 시간내 에 trong vòng giờ, (일하는) buổi hầu, 한 ~ một tiếng đồng hồ, một giờ. ~이 걸리다 mất thời gian. tướt, ~이 많다 có nhiều thời gian. (반) ~이 모자라다 thiếu thời gian. ~이 있다 có thời gian. (반) ~이 없다 không có thời gian. 책을 읽을 ~이 없다 không có thời gian để đọc sách. ~을 묻다 hỏi giờ. ~을 맞추다 sửa đồng hồ lại cho đúng. 시간에 맞출 수 있나? Có kịp được không? ~은 돈이다 thì giờ là tiền bạc, ~을 낭비하다 lãng phí thời gian. mất thì giờ, rỗi hơi. uổng thì giờ, …할 ~ 이 없다 không đủ ~ để làm việc gì, ~을 낭비하지 마라 không nên bỏ phí thì giờ, ~을 절약하다 tiết kiệm thời gian. ~을 지키다 giữ đúng giờ. ~급료 lương tính theo giờ. ~을 한시간 뒤로 늦추다 sửa đồng hồ lui lại một giờ. ~간격 khoảng cách, ~문제 vấn đề thời gian. ~제한 giới hạn thời gian. 소

요. ~ thời gian cần thiết. 점심 ~ giờ nghỉ trưa. 취침 ~ giờ ngủ. 휴식 ~ giờ nghỉ ngơi, giờ nghỉ giải lao. 몇시간 걸립니까? Phải mất bao lâu? ~이 지나다 trôi qua, thấm thoát, ~을 끌다(판결을 연기하다)hoãn binh. rốn lại.

(명)시간이 약이다 Thời gian là thuốc thử lòng kiên nhẫn.

(명)시간 엄수는 최고의 예절이다 Tuân thủ thời gian là sự lịch sự tuyệt vời nhất.

시간을 헛되이 하다 qua ngày.
시간을 확보하다 tranh thủ thời gian.
시간이 빨리 지나가다 lẹo tẹo, thấm thoát. 벌써 일년이 지나가다 lẹo tẹo mà đã hơn một năm rồi. 눈깜짝할 사이에 십년이 지났다 thấm thoát đã mười năm.
시간이 지날수록 thời gian càng trôi qua.
시간 수당 tiền công theo giờ. 일일 수당 tiền công ngày.
시간외 ngoài giờ. ~ 근무 làm thêm giờ, tăng ca. ~수당 lương làm tăng ca.
시간제 노동자 công nhân phụ động.
시간제 업무 tại nghiệp.
시간제로 일하다 phụ động.
시꺼멓다 đen thui.
시간표 thời gian biểu, (학교) thời khóa biểu. (열차) bảng giờ xe.
시경과 서경(유교의) thi thư.
시경찰국 (시경) bộ tư lệnh cảnh sát đô thị. ~장 giám đốc sở công an thành phố.
시계 đồng hồ. ~를 고치다 sửa ~. ~가 서다 ~ chết. ~방향 chiều kim ~. ~ 수리공 thợ sửa ~. ~ tháp ~. 전

자 ~ đồng hồ điện tử. ~가 nhanh ~ chạy nhanh. (반) ~가 늦다 ~ chạy chậm. 야광 ~ đồng hồ dạ quang. 손목시계 đồng hồ đeo tay. ~바늘 kim đồng hồ, 벽 ~ đồng hồ treo tường. ~줄 dây đồng hồ. ~의 문자판 mặt đồng hồ. ~의 추 quả lắc. ~가 째깍 째깍 하고 움직이다 đồng hồ chạy tanh tách. ~가 멈추다 văng. ~태엽을 감다 vặn ~.

(명) 시계는 되돌릴 수 없다 không thể vặn ngược đồng hồ.

시계 (시야) tầm nhìn. 가시거리 ~ xa. ~ 안에서 tuyệt mục.

시골 nông thôn. thôn xã(dã), làng quê, miền quê. nhà quê, ~에 ở đồng, ~에서 자라다 lớn lên ở ~. ~에서 살다 ở nhà quê, sống ở ~. thôn cư, ~길 đường thôn quê. ~말 tiếng miền quê. ~사람 dân quê, người quê, người miền quê. dã dân, ~ 아가씨 con gái nông thôn, thôn nữ, ~ 아낙 thôn phụ, ~생활 cuộc sống miền quê. ~처녀 cô gái nhà quê. ~에서 나고 자라다 sinh trưởng ở đồng quê.

시골 구석 một làng hẻo lánh.
시골뜨기 hai lúa, nhà quê. bố cu. vai u thịt bắp(속어).
시공 thi công. ~도 sơ đồ ~
시공 (공간) không gian.
시공약(견본약) thuốc thử.
시구 sự ném quả banh đầu tiên. (시의 구절) câu của thơ ca.
시국 thời cuộc, thời thế. ~을 논하다 bàn bạc về ~.
시궁창 rãnh lầy. cống rãnh.
시귀 (시구절) câu thơ.

시그널 dấu hiệu, tín hiệu.
시끄러운 ồn ào, ầm ầm, om sòm, ồm tỏi, lao(xôn) xao, nhao nhao, náo loạn, nhốn nháo. ầm ỹ. rầm rầm. (반)조용한 im lặng, 시끄럽게 하다 làm ồn. rầm, 왜 그렇게 시끄러워? Sao mà ồn như thế? 시끄러워! ồn quá!, 시끄럽게 말다툼하다 cãi nhau ~, 시끄럽게 하지마! (떠들지마!) đừng làm om sòm. 시끄럽지만 즐겁다 ồn mà vui. 시그럽게 다가오다 rầm rập kéo đến. ~이야기 소리 tiếng nói lao xao. 시끄럽게 마구 울부짖다 kêu la ồi. 시끄럽게 울려퍼지다 ầm vang. vang rền, ~소리를 없애다 tiêu âm. 시끄럽게 웃다 cười ầm lên. 시끄럽게 지꺼려대다 kháo ầm, 시끄럽게 정적을 깨뜨리는 xáo động.
시 (씨)근거리다 khó thở, thở hồn hển. thở khò khè.
시끌벅적 rộn ràng, lốn nhốn, ~한 시장 chợ lốn nhốn, ~ 즐거운 vui nhộn.
시끌시끌하다 lúc nhúc. rôm rả.
시금석 đá thử vàng. thí kim thạch.
시금치 cải bó xôi, rau muống.
시급한 khẩn cấp. 시급히 lập tức.
시기 thời kỳ, lúc, kỳ. thưở. 시험 ~ kỳ thi. 매년 이~에는 mỗi năm vào thời kỳ này. 지금이 가장 좋은 ~ đây là thời kỳ tốt nhất. ~를 나누다 phân kỳ, ~상조인 trái thời. ~가 나쁜 thất thời.
시기 적절한 thích(hợp) thời. thuận thời. ứng thời.
시기 (기회) thời cơ, thời điểm, cơ hội. ~에 적합하다 hợp thời. (반) ~에 맞지 않다 không hợp thời. sái lúc,

~를 기다리다 đợi thời cơ. đãi thời, ~를 놓치다 bỏ lỡ cơ hội, nhỡ tàu, bị mất cơ hội. 무엇이나 ~가 있다 cái gì cũng có thời cơ của nó. ~가 나쁜 thất thời.
시기하다 (질투) ganh tị, đố kỵ, ghen ty, ghen ghét. ghen tuông, 시기심에서 do lòng ghen ghét.
시기하는 눈으로 với con mắt ganh tị.
시나리오 kịch bản, chuyện phim, kịch bản phim. ~작가 nhà ~.
시나브로 (조금씩) (천천히) từ từ.
시내 (개울) dòng suối. mương, ~물 nước suối.
시내 nội thành. ~에서 살다 sống trong thành phố. ~를 구경하다 tham quan thành phố. ~버스 xe buýt ~. ~전화 điện thoại ~. 시외전화 điện thoại liên tỉnh.
시냇가 bờ suối. 시냇물 nước suối. khe nước, ~에 심은 나무 cây trồng gần dòng nước.
(명)시냇물이 얕아도 깊은 것으로 생각하고 건너라 Dòng nước suối dù có cạn bạn cũng phải nghĩ là sâu mà bước qua.
시네(영화)xi nê.
시네라마 (시네마스코프) màn ảnh rộng.
시녀 thị nữ, người hầu gái. cô hầu.
시누이 chị chồng. em gái chồng, ~와 올케 chị chồng và chị dâu.
시늉 (흉내) bắt chước, giả bộ. 미친 시늉을 하다 giả điên. 죽은 시늉을 하다 giả chết.
시니어 (선배) tiền bối, đàn anh. (반) 후배 hậu bối, đàn em.
시다 (맛) chua. 맛이 ~ vị chua. 눈이

시다 cay mắt. 눈이 시어서 뜰수가 없다 mắt cay quá không mở được.
시단(동인회) thi xã.
시달하다 (지시) chỉ thị, chỉ dẫn.
시달리다 chịu đau khổ, khổ sở, vất vả, cực nhọc. 가난에 ~ ~ vì nghèo. 거리 소음에 ~ ~ vì tiếng ồn đường phố. 남편에게 ~ ~ vì chồng. 빚에 ~ ~ vì nợ. 더위에 ~ vất vả vì cái nóng. 병에 ~ đau khổ vì bệnh.
씨닭 con gà mái ấp.
시당숙 anh em họ của cha chồng.
시 당위원회 thành ủy.
시대 thời đại, thời gian, thời kỳ. 아버지 ~에는 vào thời của bố. 학생~ thời học sinh. 원자력 ~ thời đại nguyên tử. ~에 뒤지다 lạc hậu so với thời. 뒤 thời, ~의 변천에 따라 cùng với sự thay đổi của thời đại. ~에 뒤떨어진 hủ lậu, nhỡ thời, ~에 앞서다 đi trước thời đại. ~의 요구에 응하다 đáp ứng nhu cầu của thời đại. …의 ~는 지났다 ~ của ai đó đã đi qua. 그 ~에는 vào thời kỳ đó. 황금 ~ thời vàng son. hoàng kim ~, 석기~ thời kỳ đồ đá. thời đại thạch khí. 철기 ~ ~ đồ sắt, 청동기 ~ đồng khí ~, 중고 ~ trung cổ ~, 우리가 살고있는 현시대 ~ mà chúng ta đang sống. 시대에 따라 거기에 맞는 행동양식을 갖추다 ~ nào kỷ cương nấy. ~에 따라 그 ~에 맞추어서 thời nào thời nấy.
시대변화에 잘 적응하다 thức thời.
시대를 인식하다 thức thời.
시대의 유형감각 thời trang. ~에 빨리 따라가다 chạy theo ~.

시댁 nhà chồng.
시도 thử. 첫 ~ bước thử đầu tiên. 첫 번째 ~를 하다 làm ~ lần đầu, 그 방법을 ~하다 thử phương pháp đó.
시도하다 (꾀하다) toan. 탈출을 ~ toan trốn.
시동 khởi động. ~을 걸다 ~ máy, ra máy. ~장치 thiết bị ~. ~을 끄다 tắt máy.
시동생 em trai chồng.
시동인(詩同人) thi hữu.
시든 héo. ủ, (마른)풀 cỏ héo. ~꽃 hoa tàn.
시든(스러지는) mờ nhạt. ~ 달빛 ánh trăng ~.
시드니(지명) Sydney.
시들다 tàn, tàn héo, héo úa, dàu, tàn tạ. thui chột, phôi pha. (반)생생한 tươi, 시드는 미 sắc đẹp tàn phai. 시들고 마른 ủ rũ, (말라죽다)phôi pha, 꽃이 ~ hoa héo(tàn). 채소가 ~ rau bị héo. rau úa, 그의 인기도 시들었다 tiếng tăm của hắn phai nhạt. 시들어 오그라들다 héo tóp.
시들시들하다 hơi héo, hơi tàn. bợt bạt.
시들한 không vừa lòng (hài lòng). ~ 이야기 câu chuyện tẻ nhạt.
시디시다 quá chua.
시라소니(동물) linh miêu.
시래기 lá củ cải khô.
시럽 xi rô, (설탕물)nước đường.
시렁 kệ, giàn. ~에 얹다 để lên ~.
시디 (판) đĩa CD. 영화 ~ đĩa phim. 음악 ~ đĩa nhạc. ~플레이어 quay đĩa.
시력 thị(nhãn) lực. sức nhìn, tầm mắt, ~이 좋다 ~ tốt. sáng(tinh) mắt,

(반) ~이 약하다 ~ yếu. mắt kém, mắt gà mờ, ~이 약해지다 ~ yếu đi. ~ 감퇴 ~ giảm sút. ~ 검사 kiểm tra ~. 시력이 좋은 tinh(sáng) mắt. ~ 측정 장치 thị lực kế.
시력이 미치는 곳까지(시계 안에서) tuyệt mục.
시련 thử thách. ~을 받다 chịu ~. ~에 견디다 chịu đựng ~. 극심한 ~ cuộc ~ gay go, 가혹한 ~ thử thách khốc liệt. 많은 ~을 겪다 chịu nhiều ~. ~을 맞이하다 cọ sát. 무서운 ~ 을 통과하다 trải qua những ~ gay go. 우리는 큰시련을 당하고 있다 chúng tôi đang chịu một sự ~ lớn lao.
시련과 고통 thác ghềnh.
시론 (세론) dư luận thế gian. (시평) bài bình thơ.
시료 (무료치료) điều trị miễn phí. (시의 재료) dữ liệu thơ.
시루떡 bánh gạo hấp.
시류 (그시대 풍조) khuynh hướng thời đó. ~를 따르다 theo trào lưu. ~에 영합하다 xu thời.
시름 (걱정) lo lắng. ~이 많다 có nhiều ~. 시름 없다 không có gì ~.
씨름 đấu vật, vật. ~를 한판하다 đánh một ván vật. ~을 잘하는 사람 trạng vật, 씨름꾼 người ~, võ sĩ vật. ~판 sân đấu vật. 팔 ~ vật tay. gạt tay. 붙어서 씨름 하다 vật với nhau.
시름시름 triền miên, ~ 앓다 đau yếu ~.
시리다 (이가) răng lạnh . (귀가) tai lạnh.
시리아 (국명) Xyri.
시리즈 loạt. 연속극 kịch loạt. kịch nhiều tập
시립 thuộc thành phố. ~도서관 thư viện thành phố. ~병원 bệnh viện thành phố.
시말서 bản kiểm điểm, bản tự kiểm. ~를 쓰다 viết kiểm điểm.
시멘트 xi măng. ~를 바르다 trét ~. ~ 기와 ngói ~. ~믹서 trộn xi măng. (콘크리트) bê tông, ~믹서기(배합기) máy trộn bê tông. ~못 đinh thép, đinh sọc.
시멘트 바닥 sàn xi măng.
시모 (시어머니) mẹ chồng.
시몬(성경) Si-môn.
시무하다 (일하다) làm việc. 시무시간 giờ ~. giờ hành chánh, 시무식 lễ bắt đầu làm.
시무룩하다 (날씨) u ám, ảm đạm.
시무룩해 하다 xịu.
시문 thơ văn. thi văn. ~의 총칭 thơ phú. văn thơ(thi), ~으로 된 소설 truyện thơ.
시민 công dân, thị dân, người dân thành phố. 서울 ~ người dân thành phố Seoul. 미국 ~ công dân Mỹ. ~권 quyền công dân. công quyền. ~의 권리 dân quyền.
시발 (출발)하다 khởi hành, xuất phát. 시발역 ga ~. 서울시발 열차 xe lửa ~ từ Seoul. 시발점 điểm sơ khởi.
시방서(건축)thư yêu cầu kỹ thuật
씨방자루(식물)thư đài.
시뻘겋다 đỏ thắm, đỏ lòm.
시범 làm mẫu, gương mẫu. ~ 학교 trường học gương mẫu.
시베리아 Siberia. Tây bá lợi Á.
시보 (시간을 알림) còi báo giờ.

시부 cha chồng. 시부모 cha mẹ chồng.
씨부렁거리다 nói huyên thuyên, nói bi bô.
시비 (잘 잘못) đúng sai, phải trái. hắc bạch, thị phi, ~를 가리다 phân biệt phải trái. ~가 판명되다 ngã ngũ.
시비하다 (싸우다) gây lộn.
시비 (거름.비료를 주다) bón phân vào.
시사 thời sự, tin tức. ~문제 vấn đề ~. ~평론 bình luận ~. ~영화 phim ~, ~해설 lời bình luận ~. 시조 đàm.
시사하다 (암시) ám chỉ, gợi ý.
시사하다 (영화) xem trước phim.
시사회를 열다 dàn tập.
시삼촌 ông chú (bác) chồng.
시상 phần thưởng, ~하다 trao tặng thưởng. 시상식 lễ trao thưởng.
시상 (시의 구상) ý thơ.
시샘하다 suy tị.
시선 ánh mắt, mắt. ~이 부딪치다 ~ nhìn nhau. ~을 모으다 dồn ánh mắt về. ~을 피하다 tránh ~. ~을 던지다 vuột.
시설 thiết bị. trang bị, ~이 좋다 được ~ tốt. 이 사무실은 ~이 잘 되어 있다 thiết bị văn phòng này tốt. 시설비 chi phí trang bị. ~투자 đầu tư thiết bị. 공공 ~ thiết bị công cộng. 교육 ~ thiết bị giáo dục. 군사 ~ thiết bị quân sự.
시성 (위대한 시인) nhà thi hào. thi thánh.
시세 thời thế. ~에 역행하다 trái ngược ~. (시황)tiêu lộ.
시세가 좋을 때만 모여드는 친구 bạn phù thịnh.
시세에 맞지 않는 trái mùa. 시세(유

행)에 맞지않는 복장을 하다 ăn mặc ~.
시세 (시가) giá cả hiện hành, giá thị trường.
시소 (놀이기구) cầu bập bênh. ~를 타다 cưỡi ~.
시소게임(백중전) trận ngang sức.
시속 tốc độ giờ. ~ 60킬로 tốc độ 60 cây số giờ.
시술 (수술)하다 phẫu thuật, mổ.
시스템 hệ thống, tổ chức, chế độ, phương thức.
시승하다 lên xe thử, cưỡi thử.
시시각각 từng giờ từng phút. ~으로 변하다 biến đổi ~.
시시덕거리다 cười nói linh tinh. trêu ghẹo.
시시부지하다 tan ra mây khói. không đi đến đâu.
시시비비하다 tranh luận phải trái.
시시한 nhỏ bé, vô bổ, không quan trọng, nhỏ mọn, lặt vặt. ~ 뉴스 tin chó chết, ~ 일 vấn đề ~, chuyện chơi, việc vặt.(쓸모없는)vô bổ.
(명)시시하게 살기에는 인생이 너무나도 짧다 Nếu sống không có ích thì cuộc đời trở nên quá ngắn.
시식하다 (맛보다) nếm thử. tiên hưởng. nhắm nháp.
시신 (시체) xác chết, thi hài, thi thể. ~을 운반하다 tổng chung. ~을 이장하다 tổng táng.
시신경 thần kinh thị giác.
시아노겐(화학:青素)thanh tố.
시아버님 cha chồng. bố chồng, ông gia, (반) 시어머님 mẹ chồng.
시아주버니 anh chồng.
시안 (시험적으로 만든 안) kế hoạch

씨알 (종란) quả trứng gây giống.
씨암탉 con gà ấp.
시앗(남편의 첩) vợ bé chồng.
씨앗 (씨) hạt, hạt giống. ~을 뿌리다 gieo hạt.
시야 tầm nhìn, tầm mắt. nhãn giới, thị dã, thị giác trường, ~를 넓히다 mở rộng ~. ~에서 멀어지다 dần xa khỏi tầm mắt. ~가 넓다 tầm nhìn rộng. ~에서 사라지다 biệt dạng. khuất mắt. ~를 벗어나다 lẩn(rảnh) mắt.
시야가 넓어지다(실패후에)trắng mắt.
시야를 가리다 vướng mắt.
시약하다 phát thuốc miễn phí.
시어 lời thi, lời thơ.
시어머니 mẹ chồng.
(속) 시어머니 죽었다고 춤추더니 보리방아 찧을 때는 생각난다 (아무리 사람을 미워해도 그 사람이 죽을 때는 마음이 조금 아프다) Mau miệng nói mẹ chồng đã chết, nghĩ lại lúc xay giã lúa mạch(dù ghét người bao nhiêu thì khi người đó qua đời mình vẫn có chút xót xa).
시업하다 bắt đầu công việc. 시업식 lễ bắt đầu công việc.
시에스터(낮잠) nghỉ(ngủ) trưa.
시엠(태국의 옛이름)Xiêm.
시여 (거저줌) cho miễn phí.
시역 (시살) (임금을 죽임) giết vua.
시연하다 diễn tập.
시영 thành phố kinh doanh. ~버스 xe buýt ~.
시오니즘 chủ nghĩa phục quốc Do Thái. 시온 (예루살렘) Do thái.
시외 ngoại ô, ngoại thành.(반)시내 nội thành, ~에 살다 sống ở ~. 시외전화 điện thoại liên tỉnh. điện thoại đường dài, ~지구 ven nội.
시외버스 xe đò (남), xe khách (북).
시외가집 nhà của mẹ chồng.
시외삼촌 cậu của chồng.
시용 (써봄.사용해 봄) sử dụng thử.
시우(때를 맞추어 오는 비) cơn mưa đến đúng lúc.
시운 (운수) vận may, thời vận, điềm lành. ~을 만나다 gặp thời vận.
시운전 chạy thử, vận hành thử. 자동차의 ~ chạy thử xe hơi. 기계의 ~ vận hành thử máy móc.
시원섭섭하다 vui buồn lẫn lộn.
시원스럽다 thoải mái, dễ chịu. 시원스러운 성격 tính cách dễ chịu. 시원스러운 사람 người ~.
시원스럽게 sơ khoáng, ~버리다 bỏ ~.
시원시원하다 hoạt bát, sinh động.
시원시원하게 보기좋은 sạch mắt.
시원찮다 không thỏa mãn, không hài lòng, lờ mờ.
(속) 시원찮은 귀신이 사람 잡는다 (바보처럼 보이는 사람이 큰 일을 한다) Qủi thần khó tính hay bắt người(người trông có vẻ ngờ nghệch lại làm việc lớn).
시원하다 sảng khoái, mát mẻ, mát rượi, thoải mái. 시원한 bàn cơn gió mát. 기분이 ~ tâm trạng thoải mái. 말을 다 해서 속이 ~ nói hết cả rồi trong lòng thoải mái.
시월 tháng 10. ~십일 song thập.
시위 (데모) biểu tình. thị uy(oai), phản ~ cuộc biểu tình chống chiến tranh. ~자 người tham gia ~.
시위 (활시위) dây cung.

시위 (임금을 호위함) hộ vệ nhà vua.
시유 sở hữu của thành phố. ~재산 tài sản của thành phố.
시음하다 uống thử.
시읍면의 hàng xã, thôn làng và quận.
시의 (어의) ngự y.
시의 (정황) tình huống.
시의 (의심) tình nghi, nghi ngờ.
시의회 hội đồng thành phố, ủy ban thành phố. ~의원 ủy viên thành phố.
시이즌 (계절) mùa. 바캉스 ~ mùa nghỉ ngơi.
시이토 SEATO. (동남아시아 조약기구) tổ chức hiệp ước Đông Nam Á.
시인 nhà thơ, thi(phong) nhân. tao nhân. 여류 ~ nữ thi sĩ.
시인 작가의 모임(문원)văn uyển.
시인하다 thừa nhận, chấp nhận. 잘못을 ~ thừa nhận lỗi mình.
씨인 (영화.장면) cảnh phim.
시일 ngày giờ, thời gian. ~과 장소 ngày giờ và địa điểm. ~이 촉박하므로 vì thời gian gấp rút. ~이 지나다 quá ngày giờ. ~을 정하다 định ngày giờ.
시일링 (천장) trần nhà.
시작 bắt đầu. khởi đầu(thủy), nhen nhúm, cất, mở đầu, cử sang, (반) 끝내다 chấm dứt, (착수) mở đầu, 대화를~하다 mở đầu câu chuyện, 학기가 시작되 다 mở trường, ~되 다 được ~. 일을 ~하다 bắt đầu công việc. 걷기~ 하다 cất bước, 처음부터 다시 ~하다 ~ lại từ đầu. 9 월부터 ~하다 ~ từ tháng chín. 무엇부터 ~할까요? ~ từ cái gì? 비가 내리기 ~하다 mưa ~ rơi.
시작하다(공연을) mở màn.
시작도 끝도 없는 vô thủy vô chung.
시작과 끝 nguyên ủy. thủ vĩ.
(속) 시작이 반이다 bắt đầu đã là một nửa.
시작이 좋으면 끝도 좋다 khởi thủy tốt thì kết thúc cũng tốt. (성어)đầu xuôi đuôi lọt.
시작 (시를 짓다) sáng tác thơ.
시장 thị trường. 서울 ~ thị trưởng Seoul. ~선거 bầu cử ~. ~임기 nhiệm kỳ ~.
시장하다 (배가 고프다) đói bụng, cảm thấy đói. 몹시 ~ quá đói bụng.
시장이 반찬이다 đói ăn gì cũng ngon.
시장(물건 파는) thị trường, chợ. thương trường, ~을 장악하다 nắm ~. ~이 서다 nhóm chợ, ~을 độc chiếm 하다 độc chiếm ~. ~을 개척하다 mở ~. ~가격 giá ~. thị giá, ~경제 kinh tế ~. ~을 농단하다 lũng đoạn ~, 물건을 사기 위해 ~을 찾다 tìm ~ cho một món hàng gì, ~점유율 tỷ lệ chiếm giữ ~, thị phần. ~조사 nghiên cứu ~, điều tra ~. 국내 ~ thị trường trong nước. (반) 국외 ~ thị trường nước ngoài. 금융 ~ thị trường tiền tệ. 노동 ~ thị trường lao động. 도매 ~ chợ bán sỉ. 암~ chợ đen. 증권시장 thị trường chứng khoán. 시장경제도입 nhập kinh tế thị trường.
시장세 thuế chợ.
(속) 시장이 반찬이라 đói thì ngon miệng (khi đói, cơm ngon miệng)
시재 (시의 재능) tài năng thi ca.
시적의미 ý thơ. thi tứ.

시적영감 nguồn thơ. (시흥) thi hứng.
시적감흥 thi vị. ~이 풍부한 풍경 phong cảnh đầy ~.
시절 mùa, thời, thời tiết. 꽃피는 ~ mùa hoa nở. ~에 맞다 đúng mùa. 학생 ~ thời học sinh. 젊은 ~에 thời son trẻ. 소년 ~ thời thiếu niên.
시점 thời điểm, (관점)quan điểm, (시선이 닿는)tầm nhìn, 현재 의 ~ ~ của hiện tại.
시정하다 (고치다) sửa chữa, điều chỉnh. 잘못을 ~ sửa lỗi.
시정 (시의 행정) hành chánh thành phố. thị chính.
시정 (정치를 시작함.정무를 시작함) quản lý chính trị. ~방침 chính sách nhà nước. ~연설 diễn văn chính sách.
시정 (시적 정취) cảm hứng thơ, lòng thơ. ~이 넘쳐 흐르다 lòng thơ lai láng.
시제 (문법) thì (của động từ).
시조 tổ tiên, sư(ty) tổ, thủy tổ, sơ(ông) tổ, (문학) một thể thơ của Hàn Quốc.
씨족 thị tộc, chủng tộc. ~제도 chế độ ~.
시종(시작부터 끝까지)gót đầu. đầu đuôi. ~여일하지 못하다 tham đó bỏ đăng. (계속하여) chốc chốc.
시종(신하)tôi ngươi. (왕후의)đoàn tùy tùng.
시종일관 chung thủy, kiên chấp, 처음 사랑할 때처럼 서로 ~해야한다 cần ~ với nhau như lúc mới yêu.
시주하다 hiến dâng, hiến. (보시) bố thí, 시주물 của bố thí. 시주승 khất sĩ.

시중들다 (섬기다) hầu việc, hầu hạ, phục vụ, chăm sóc. 곁에서 ~ túc trực. 시중드는 보이 thằng bồi.
시중에 ở thành phố. 시중 은행 ngân hàng ~.
시집 tập thơ, sưu tập thơ
시집가다 vu quy. đi lấy chồng, xuất giá(môn).
시집갈 때 가져가는 보석과 돈 tư trang.
(속) 시집도 가기 전에 기저귀 마련한다(지나치게 빨리 준비에 마음을 쓰다) Trước khi đi lấy chồng, đã chuẩn bị tã lót(chuẩn bị lo lắng quá sớm).
시집보내다 gả con gái, gả chồng, đi lấy chồng. 시집살이 đời sống trong nhà bố mẹ chồng.
시즌 (계절) mùa.
시 집행 위원회 thị(thành) ủy.
시차 chênh lệch thời gian, thời sai, thời khác. 한국과 베트남은 2 시간의 ~가 있다 Hàn Quốc và Việt Nam chênh lệch là hai tiếng đồng hồ.
시찰하다 xem xét, thị sát. thăm thú, 현장을 ~ ~ thực tế. 시찰단 ban thanh tra.
시채 (공채) công trái thành phố.
시청(청사) tòa thị chính. thị sảnh.
시청(보고 들음) thính thị.
시청각 thính thị giác. nghe nhìn, ~교육 rèn luyện ~. ~교육실 phòng nghe nhìn. ~ 교재 giáo cụ trực quan.
시청하다 nghe, nghe nhìn. 시청실 phòng nghe. 시청자 thính giả, thính thị giả, người nghe.
시체 thi thể, tử thi. thây ma, ~ 발굴

khai quật ~. ~해부 giải phẫu ~.
mổ xác, ~를 발견하다 phát hiện ~.
~를 방부처리하다 ướp xác. ~를
임시로 안치하다 quàn tại, ~를 부
검하다 khám nghiệm tử thi. 시체
에서 나는 냄새 tử khí. ~는 이미
뻣뻣해 졌다 ~ đã cứng đờ.~를 매
장 하다 chôn xác. ~를 이장하다
tống táng.
시초 ban đầu, khởi đầu, đầu tiên.
시추선 tàu giàn khoan. 석유 ~ tàu giàn khoan dầu.
시축하다(경기에서) giao bóng.
시취 (시정) cảm xúc thơ.
시치미 giả bộ. ~ 떼다 tảng lờ, giả ngơ, giả vờ không biết.
시침 (시계 바늘) kim chỉ giờ.
시커멓다 đen thui. đen ngòm.
시크로 xích lô.
시큰거리다 cảm giác nhức nhối.
시큰둥하다 xấc láo, trơ tráo.
시큼하다 hơi chua, giôn giốt.(반) 달콤하다 ngọt.
시키다 sai, khiến, bắt. đặt, 일을 ~ sai việc. 사직을 ~ cho nghỉ việc. 공부를 ~ bắt học. 구경 ~ cho đi ngắm. 싸움을 ~ làm cho đánh nhau. 시키는 대로 하다 làm như sai bảo. 식사를 ~ đặt bữa ăn. 음식을 ~ gọi món, gọi thức ăn.
시트 (침대) khăn trải giường, vải trải giường.
시판하다 bán ở chợ (thị trường).
시퍼렇다 xanh mét. 권세가 ~ có quyền thế lớn.
시편 (성경) Thi – Thiên.
시평(시사에 관한) lời bình luận thời sự, thời luận, (시문학에 관한) bài bình thơ.
시하 (슬하) dưới cha mẹ.
시학 nghệ thuật thơ.
시한 giờ giới hạn. thời hạn, hạn chót. ~이 없는 vô thời hạn.
시한폭탄 bom nổ chậm.
시할머니 bà của chồng. (반) 시할아버지 ông của chồng.
시합 thi đấu, trận đấu. ~에 이기다 thắng trận đấu. 축구~ trận banh, 시합조 loạt thi đấu. 축구시합을 열다 tổ chức ~ bóng đá.
시해하다 thí nghịch.
시행 thi hành. tổ chức. 법률을 ~하다 ~ pháp luật. ~기간 thời gian ~. ~령 lệnh ~. nghị định, ~규칙 quy định ~. 전체 프로그램을 ~하다 ~ tất cả chương trình.
시행착오 thi hành thử và sai.
시험에 떨어지다 trượt vỏ chuối.
시험 1.thi, kỳ thi, (과거시험)thi cử. 수학 ~ ~ toán. ~을 보다 thi. dự thi, ~에 떨어지다 ~ trượt(rớt). trượt vỏ chuối, ~을 치르다 làm bài thi. (반) ~에 hợp cách ~ đỗ(đậu). đăng khoa, ~공부 học thi. ~문제 vấn đề ~. ~과목 môn ~. ~감독 giám khảo, chủ khảo, giám thị coi thi. ~학기 ~ ~ học kỳ. 엄격한 ~ cuộc thi gay go, 필기 ~ ~ viết. ~에 막 합격한 사람 vị tân khoa. ~ 보러 가다 đi thi. ~합격자 khoa bảng. ~수석합격자 khôi khoa(nguyên).
(실험) thử nghiệm. ~적 có tính ~. 기술을 ~하다 thử nghiệm kỹ thuật. 마이크 ~중이다 đang thử micro. 시험비행 chuyến bay thử.

구두 ~ cuộc thi vấn đáp. 입학 ~ kỳ thi vào. 자격 ~ (선발시험) kỳ thi tuyển. 필기 ~ thi viết.
시험관(감독)thí quan.
시험삼아 물어보다 thử hỏi.
시험삼아 쏴보다 dạo.
시험에 낙제하다 lạc đệ.
시험에 떨어진 것은 공부를 게을리 했기 때문이다 sở dĩ thi trượt là vì lười học.
시험에 막 합격한 사람 tân khoa.
시험에 실패하다 thi hỏng(rớt).
시험을 치르다 chịu cuộc thí nghiệm.
시험준비를 하다 luyện thi.
시험들다 sa vào cám dỗ.
시험관 (유리관) ống nghiệm . (시험감독) vị giám khảo.
시험장 trường thi. khoa trường. ~의 규칙 trường quy.
시험점수를 매기다 chấm thi.
시험지 giấy thi, giấy kiểm tra. ~를 교정하다 chấm thi.
시험하다 thử(thí) nghiệm(lòng).
시험해 보다 thử, thí điểm. 운명을 ~ thử thời vận.
시현하다 biểu lộ, biểu thị.
시형(시의 격식)thi cách, ~론(운율학) từ(thanh) luật.
시호 danh hiệu được sắc phong. húy danh.
시화(시와 그림) thơ và tranh, thi và họa. ~전 triển lãm thi họa.
시화하다 thi vị hóa, 삶을 ~ ~ cuộc sống.
시황제 Tần Thủy Hoàng (Trung Quốc).
시효 thời hiệu. ~정지 đình chỉ ~. 소멸 ~ tiêu diệt ~. 취득 ~ thủ đắc ~. ~

권 quyền lợi có ~.
시효가 없는(법률)vô thời hiệu.
시흥 thi hứng.
식 (양식)kiểu, hình thức, 한국식 호텔 khách sạn kiểu Hàn Quốc. 서양식으로 theo phong cách Châu Âu . (의식) lễ. 결혼 ~ lễ cưới. 장례 ~ lễ tang, tang lễ.
씩 mỗi, từng. 하나 ~ từng cái một, mỗi một. 조금 ~ từng chút. 한사람씩 từng người một, 두사람~ ~ hai người một.
식객 kẻ ăn chực. ~ 노릇하다 ăn chực. ~이 되다 thác thực.
식견 sự hiểu biết. kiến thức.
식곤증 chứng thiếu sinh khí.
식구 (가족수) hộ khẩu, gia quyến, người nhà. 한 ~처럼 지내다 sống như người một nhà.
식권 vé ăn.
식균성(식균작용)tính thực bào.
식기 (그릇) chén (남), bát (북).
식다 nguội, lạnh. 식은 밥 cơm nguội. 식은 커피 cà phê lạnh(nguội). 식기 전에 먹어라 ăn kẻo nguội. 식은 후에 sau khi nguội lạnh. (속) 식은 죽 먹기(아주 쉬운 일) Ăn cháo nguội(việc quá dễ dàng).
식단 thực đơn.
식당 nhà ăn, nhà hàng, tiệm ăn, ~의 급사 hầu sáng, (구내) căn tin. buồng ăn. ~을 운영하다 kinh doanh nhà hàng. ~에서 매식 하는 사람 thực khách.
식당칸(기차) toa hàng ăn.
식대 (봉급에서) tiền cơm.
식도 (식칼) dao làm bếp.
식도 (해부) thực đạo, cuống họng,

thực quản.
식도락 sành ăn. ~가 (미식가) người ~.
식량 lương thực. ~의 부족 thức ăn thiếu. 하루의 ~ thức ăn một ngày. ~부족으로 죽다 chết vì thiếu ăn. ~난 nạn thiếu ~. ~ 공급 cấp lương, 식량농업기구 (FAO) tổ chức lương thực và nông nghiệp thế giới. ~배급 phân phối ~. 예비 ~ thức ăn dự trữ. ~을 수송하다 tải lương. ~을 나누어주는 일 trường sinh khố. ~을 구하다 xin ăn.
식료 thực phẩm, đồ ăn. ~품 hàng ~.
식료품 생산업 sản nghiệp.
식림하다 trồng rừng.
식모 chị(người) giúp việc, con ở, con đòi, chị bếp, đầu bếp.
식목 trồng cây. ~일 ngày lễ ~.
식물 thực vật.(반)동물 động vật, ~의 분포 phân bố ~. ~분류 phân loại ~. 열대 ~ ~ nhiệt đới. ~계 giới ~. ~ 화학 thảo hóa học.
식물성 기름 dầu thảo mộc.
식물성 물질 thực vật chất.
식물원 vườn bách thảo. 동물원 sở thú, vườn bách thú.
식물재배가 전문화되다 chuyên canh.
식물 (음식) đồ ăn, thức ăn.
식민 thực dân. ~ 주의 chủ nghĩa ~. ~ 지 thuộc địa. 식민지 정책 chính sách thuộc địa. ~지로 만들다 thực dân, ~주의자 thực dân, 반식민지 투쟁 đấu tranh chống thuộc địa. 식민지화 thuộc địa hóa. ~지배하 다 bảo hộ ~.
식빵 bánh mì, săn quýt, nghĩa bóng (상징적 의미). 생존의 수단 kế sinh nhai.

식별하다 phân biệt. nhận rõ, thức biệt, 식별력 khả năng ~.
식복 (먹을 복) được may mắn có thức ăn.
식비 tiền ăn. 한달 ~가 얼마요? ~ một tháng là bao nhiêu? ~를 포함하다 bao gồm tiền ăn.
식사 (축사) lời chào mừng.
식사 ăn uống, bữa ăn. cơm nước, ăn. 아침~ bữa ăn sáng. 저녁~ bữa ăn tối. 간단한 식사 ăn một cách đơn giản (반). 성대한 식사 bữa ăn thịnh soạn. 규칙적으로 ~하다 ăn uống điều độ. ~ 준비하다 chuẩn bị bữa ăn. ~ 대접하다 mời cơm, mời dùng bữa cơm. ~ 시간 giờ ăn. 초라한 식사 bữa ăn đạm bạc. 검소한 (조촐한) 식사 bữa cơm thanh đạm. 식사예절 cung cách làm ăn. ~에 초대하다 mời ăn, thết cơm, ~채비를 갖추다 dọn cơm. ~ 때를 놓치다 quá bữa.
식사 전에 trước bữa ăn.
식사 대신으로 하다 trừ bữa, 식사 대신 에 감자를 먹다 ăn khoai ~.
식사 후에 sau bữa ăn.
식상하다 (물림) bị ngấy.
식생활 việc kiếm ăn.
식성 (구미) khẩu vị. ~에 맞다 hợp khẩu vị. ~에 맞는 음식 món ăn hợp khẩu vị.
식수 (나무) trồng cây.
식수 (물) nước uống.
식순 chương trình nghi lễ.
씩씩거리다 thở khó, khò khè. (숨차서) 씩씩거리다 thở khò khè.
씩씩하다 (용감하다) dũng cảm, tâm đảm, gan dạ. 씩씩하게 một cách

~.
식언하다 (약속을 어기다) nuốt lời.
식염수 nước muối. 식염 muối ăn.
식욕 (밥맛) ngon miệng. ham ăn, 식욕이 있다 có ~. (반) ~이 없다 không ngon miệng. 헐어 ~을 돋구는 khai vị, ~을 잃다 ăn mất ngon, biếng ăn, không muốn ăn. ~이 회복되다 lại bữa, ~감퇴 ~ giảm sút.
식욕이 나다 trả bữa.
식욕이 돋다 ăn dở.
식용 có thể ăn được, dùng để ăn. ~기름 dầu ăn (식용유). ~ 개구리 chão chuộc.
식육 ăn thịt. ~류 động vật để ăn thịt. ~소 bò thịt. 젖소 sữa bò.
식은 땀 mồ hôi lạnh. ~을 흘리다 toát ~.
(속) 식은 죽 먹기 ăn cháo nguội (việc quá dễ dàng).
식은물 nước nguội.
식음 (먹고 마심) ~을 전폐하다 bỏ ăn bỏ uống. mất ăn mất ngủ.
식이 (먹이) (음식) đồ ăn, món ăn. ~요법 phép trị bệnh theo món ăn. ăn kiêng.
식인 ăn thịt người. ~종 kẻ ~.
식자 học giả. ~우환 ngu si hưởng thái bình. kẻ không biết gì kẻ là vui sướng nhất.
식자공 (활자의) thợ sắp chữ.
식장 phòng nghi lễ.
식전 trước khi ăn. ~복용 uống (thuốc) ~. 식후복용 uống sau khi ăn.
식전 (의식) nghi thức, nghi lễ.
식중독 trúng thực. ~에 걸리다 bị ~, ngộ độc thức ăn.
식지 (집게 손가락) ngón tay trỏ.

식체 chứng khó tiêu.
식초 giấm. dấm chua. toan.
식충이 mọt cơm, (대식가) kẻ háo ăn.
식칼 dao bếp, dao ăn(rựa). dao phay.
식탁 bàn ăn. thồi, ~에 놓다 đặt bàn, 식탁보 nắp bàn. khăn bàn, ~용 칼 dao ăn(bếp). ~용 화로 hỏa thực. ~을 흔들다 rung bàn.
식품 thực phẩm, thức ăn. ~가공 chế biến ~. ~위생 vệ sinh thực phẩm. ~중독 ngộ độc ~. 인스턴트 ~ ~ ăn liền. 통조림 ~ ~ đóng hộp.
식품영양학 thực phẩm học.
식피술 phẫu thuật ghép da.
식혜 loại nước uống làm từ gạo.
식후 sau khi ăn. ~복용 uống thuốc sau khi ăn.
식히다 làm cho nguội. để lạnh, 물을 ~ làm nguội nước.
신 giày, dép. ~을 신다 mang ~. (반) ~을 벗다 cởi ~.
신 thần, vị thần. 조물주 tạo hóa. 신의 섭리 mạng trời. ~의 도움 ơn trên. 신에게 가호를 빌다 vái trời, cầu thần phù hộ, 신에게 제물을 바치다 tế thần.
신을 모신 사당 từ đường.
신과 성인 thần thánh.
신(신맛나는) chua, 신것을 좋아해 먹다 ăn rở.
신이여 감사합니다 nhờ trời(giời).
신이나다 có hứng, hứng lên.
신 mới, tân. ~발명 phát minh mới. 신세계 tân thế giới, thế giới mới.
신 (신하) thần hạ.
신간(서적) sách mới phát hành, sách mới.
신개발지 vùng mới quy hoạch.

신격화하다 tôn sùng, sùng bái.
신경써주다 chiếu cố, bận tâm.
신경 thần kinh. ~성 thuộc về ~. ~이 예민하다 ~ nhạy cảm. (반) ~이 둔하다 ~ đờ đẫn. ~을 자극하다 kích thích vào ~. ~과 뇌 cân não, ~계 hệ ~. ~세포 tế bào ~. ~통 đau ~. ~과민 ~ quá nhạy bén. ~쇠약 suy nhược ~. ~선(인체) dây pha.
신경전 chiến tranh cân não(tâm lý).
신경쓰지 않는다 không để ý đến, mặc kệ, quản bao, không quan tâm đến. xá chi, 신경외과 thần kinh ngoại khoa.
신경지 vùng đất mới. ~를 개척하다 khai thác ~.
신경질적이고 짜증을 잘내는 lồng lộn.
신경안정제 thuốc an thần.
신경초(미모사) cây mắc cở.
신경향 xu hướng mới.
신고 khai báo, kê khai. 경찰에 도난~하다 ~ bị trộm với cảnh sát. 세관에 ~하다 ~ với thuế quan. ~용지 tờ khai. ~서 tờ khai. 소득세~ kê khai thuế thu nhập. 출생~서 giấy khai sinh.
신고서 tờ khai. 수입 ~ ~ thu nhập. 수출~ ~ xuất khẩu. 입국~ ~ nhập cảnh. (반) 출국 ~ ~ xuất cảnh.
신고 (고통) gian khổ.
신곡 nhạc mới, giai điệu mới.
신곡(神曲)thần khúc, 단테의 ~ ~ của Dante.
신관 (뇌관) kíp nổ. cầu chì, 시한 ~ ~ giờ.
신관 (새건물) tòa nhà mới.
신관 (얼굴의 높인말) khuôn mặt.
신교 (개신교) đạo tin lành. tân giáo, ~

도 tín đồ ~.
신구 cũ và mới. tân cựu, ~장관 bộ trưởng cũ và mới.
신구해의 과도기 시간 giao thừa.
신국면 phương diện mới. khía cạnh mới, ~을 전개하다 triển khai ~.
신궁 nỏ thần.
신권 thần quyền. ~정치 chính trị ~.
신규 mới. ~모집 tuyển chọn người mới. ~로 채용하다 thuê người làm mới.
신극 kịch mới. hát cải lương.
신기한 kỳ lạ, thần(tân) kỳ. ~이야기 chuyện ~, ~활 nỏ thần.
신기다 (신발) mang vào chân.
신기록 kỷ lục mới. tân kỷ lục, ~을 세우다 lập ~.
신기루 ảo ảnh. 사막의 ~ ~ ở sa mạc.
신기원 kỷ nguyên mới. tân kỷ nguyên, ~의 사건 sự kiện lịch sử.
신나다 hứng thú, phấn khởi. 신이나서 hí hửng. 신나서 손짓발짓하며 말하다 hoa chân múa tay.
신남 tín đồ nam. (반) 신녀 tín đồ nữ.
신년 năm mới. tân niên, ~을 맞아 đón ~. ~ 축하 하러가다 lễ tết, ~을 축하하다 (새해 복 많이 받으세요) chúc mừng năm mới. 근하 ~ chúc năm mới hạnh phúc. ~축하선물 lễ tết.
신년벽두 trước thềm năm mới
신념 niềm tin. ~을 가지고 có ~, mang ~. 굳은 ~ ~ chắc chắn. ~을 잃다 mất ~. ~이 없다 không có ~.
(명)신념이 있는 한 사람은 관심만 가진 99 명과 맞먹는 영향력을 갖는다 Một người có niềm tin có ảnh hưởng tới 99 người chỉ có quan

tâm.
신다 mang, đeo. 구두를 ~ ~ giày. 양말을 빨리 신어라 ~ vớ nhanh lên. 신어보다 ướm thử.
신당 một đảng mới. tân đảng.
신대륙 tân đại lục, tân lục địa.
신도(신자) tín đồ. 기독교 ~ ~ tin lành, ~ cơ đốc giáo. 불교 ~ tín đồ Phật giáo.
신도라(sindora) 나무 gụ
신도시 thành phố mới.
신동 thần(thánh) đồng. 수학의 ~ ~ toán học.
신 뒤축 gót giày.
신드롬(증후군) hội chứng
신디케이트 (공동판매조직) công đoàn, nghiệp đoàn.
신랄한 sắc bén, chua cay, xẵng, cay độc,실랄하게 비판하다 mỉa mai. ~ 어조로 giọng ~. 신랄하게 말하다 nói chua(xẵng), nói gay.
신랑 chú rể, chàng rể, tân lang. (반) 신부 cô dâu, tân nương. ~가족 nhà trai. (반) 신부가족 nhà gái.
~측에 보내기 위해 선물을 남겨 두다 lại quả. ~들러리 phù rể.
신랑과 신부 chú rể và cô dâu, vợ chồng.
신력 tân lịch.
신령 thần linh, thần thánh. ~한 thiêng liêng, ~한 노래 linh khúc.
신록 xanh tươi cây cỏ.
신뢰 tin tưởng, tin cậy. tín nhiệm, ~할 수 있다 có thể ~ được. ~할 만한 chắc thật, ~를 받고 있다 được ~. ~를 배반하다 phản bội niềm tin. ~를 얻다 tâm phúc. ~하는 친구 bạn tâm sự. ~하는 사이 quan hệ

thân tín.
신뢰할 수 있는 thân tín, ~사람 người ~.
신뢰도 độ tin cậy.
신뢰하며 사랑하다 tin yêu.
신맛 vị chua.
신망(신임) tín nhiệm, tin tưởng, tin cậy. ~이 두텁다 có được lòng tin. ~을 얻다 giành được ~. 신망을 잃다 bị thất sủng.
신명(신, 하나님) Đức chúa trời. 천지 ~께 맹세하다 thề trước ~.
신명기 (성경) phục truyền luật lệ ký.
신명나다 hăng hái, vui thích, vui vẻ.
신묘하다 huyền diệu(bí), kỳ diệu. màu nhiệm, thần diệu.
신문 báo, tờ báo, báo chí. tân văn. ~에 의하면 theo ~. ~에 싣다 đăng lên báo. đăng tải, ~에 투고하다 viết bài cho tờ báo, ~에 nà ra xuất hiện trên ~. ~을 보다 xem ~. ~을 발행하다 phát hành báo. ~을 배달하다 phát ~, giao ~. ~값 tiền mua báo, giá báo. ~광고 quảng cáo trên báo. ~구독자 độc giả xem ~. 일간 ~ ~ hàng ngày, nhật báo. 조간 ~ báo buổi sáng. 주간 ~ báo tuần, tuần báo. ~사 tòa báo, tòa soạn báo. ~에 올리다 trích đăng, ~ 을 검열하다 duyệt báo. ~ 뭉치 tập báo. 신문사 사장 tổng biên tập.
신문의 맨 첫 페이지 trang nhất.
신문을 대충 보다 nhìn sơ qua tờ báo.
신문기사 bài báo, mục báo. ~를 쓰다 viết báo.
신문기자 phóng viên báo. nhà báo, ~ 회견 họp báo.
신문명 văn minh mới.

신문하다 truy hỏi. 좀도둑을 ~ ~ ăn cắp.
신물 (싫증)나다 bị chán ngán.
신민 dân, thần dân.
신바닥 đế giày.
신바람 náo nhiệt, nhộn nhịp.
신발 (신) giày dép. 신발 털이개 đệm chùi chân, thảm giậm chân. ~을 신다 đi giày, ~뒷굽 gót giày.
신발 끄는 소리 lệt xệt, lẹp kẹp. 뚜벅뚜벅하는 구두소리 tiếng giày ~.
신발견 phát hiện mới.
신발명 phát minh mới.
신발족 sự bắt đầu mới.
신방 tân phòng, phòng hoa chúc. phòng cô dâu.
신법 tân luật.
신변 (몸) thân thể. ~의 위험 đe dọa thân thể cá nhân.
신병 lính mới, tân binh. ~훈련 huấn luyện ~.
신병 (몸의 병) chứng bệnh, cơn bệnh.
신보(새로운 소식) tin mới.
신복(부하) người hầu, người đi theo.
신봉하다 sùng tín, tin cậy, tin tưởng.
신부(교회)đức cha, thần phụ, cha xứ, (결혼식)cô dâu, vợ mới cưới, ~방 phòng loan. ~를 이끌다 dẫn dâu, ~들러리 dâu phụ, thế nữ. ~의 가족 nhà gái, ~집에 가서 만나다 chạm ngõ. ~ 감을 구하다 kiếm vợ. ~의 장식품 tư trang, ~를 맞이하다 rước dâu, ~집에 결혼선물을 가져가다 nạp thái. ~를 맞이하는 예식 nghênh hôn.
신부측에 보내는 예물 quả phù trang.
신분 thân phận, tư cách, vị trí. ~이 높은 사람 người có vị trí cao. 학생~ tư cách học sinh. ~증명서 giấy chứng minh, thẻ căn cước. 신분내력 thân phận lai lịch.
신불 Trời và Phật.
신비 thần bí. bí hiểm, 자연의 ~ thần bí của tự nhiên. ~소설 truyện ~, tiểu thuyết ~. ~주의 chủ nghĩa ~. ~론 thuyết thần bí.
신비한(비밀한) mầu nhiệm.
신비한 하늘의 도 đạo trời vi diệu.
신비화하다 thần bí hóa.
신비스러운 (불가사이한) huyền bí, kỳ ảo, thần bí. tinh diệu, huyền ảo. bí hiểm. ~ 힘 kỳ công.
신빙성 tính xác thật.
신사 quý ông, người lịch sự. quân tử, (유명인사) thần sĩ. ~숙녀 여러분 kính thưa các quý ông quý bà (quý vị). ông bà, ~복 vét-tông, comp- lê. (예의 바른)trai thanh, ~ 다운 một cách lịch sự(quân tử), 비~적 không lịch sự. ~여러분! quý vị, chư ông!.
신사 용품부 khu bán đồ nam.
신사적인 đứng đắn.
신상 (개인) cá nhân. ~문제 vấn đề ~.
신상(신의 형상) thần tượng.
신상명세서(이력서) lý lịch cá nhâh.
신상 발언 nói về tình hình cá nhân.
신상필벌 thưởng phạt phân minh.
신색 (안색) sắc mặt. ~이좋다 trông ~ khỏe.
신생 tái sinh, hiện thân mới.
신생아 đứa bé mới sinh, trẻ sơ sinh. xích tử, ~의 두발 tóc máu.
신생활 cuộc đời mới.
신서 (책) sách mới .(편지) thư từ.
신석기 시대 thời đại đồ đá mới.

신선 ông bụt, ông tiên. thần(thiên) tiên, ~세계 cõi tiên, thế giới thần tiên. ~이야기 chuyện thần tiên.

(속) 신선 놀음에 도끼자루 썩는 줄 모른다(도박에 빠져 시간 가는 줄 모른다) Trông cờ cán búa mục lúc nào không hay(chơi cờ chơi bài quên cả thời gian).

신선로 음식 cù lao.

신선한 tươi, trong lành, xanh tươi. mới lạ, mát dịu, xuân sắc. ~채소 (야채) rau tươi. 아직~야채 rau còn ~, 싱싱한 생선 cá ~, ~ 과일 trái cây ~, 신선도 độ tươi. ~ 공기 không khí trong lành. ~공기를 마시다 hứng gió. ~이야기 câu chuyện mới lạ. ~우유 sữa ~. ~ 고기 thịt ~. ~알 trứng ~.

신선한 바람 xuân phong, (청풍) thanh phong.

신설하다 thành lập mới, thiết lập mới. 신설기업 xí nghiệp mới. 신설회사 công ty mới.

신설 (새로운 학설) học thuyết mới.

신성(새로운 별) tân tinh.

신성(神性) thần tính.

신성을 모독하다 báng bổ thần thánh.

신성하다 thiêng liêng, thần thánh(tính). linh thiêng. 신성함 thánh thiện.

신성시하다 thần thánh hóa.

신성한 곳(범접하기 어려운 곳) long bàn hổ cứ.

신성한 권리 thần quyền.

신성한 동물 thần vật.

신성한 항쟁 kháng chiến thần thánh.

신성하게하다 thành thánh.

신성화 thần thánh hóa.

신성히 숭배하다 tôn thờ.

신성히 여기다 tôn thờ.

신성히 여기며 숭배하다 tôn thờ.

신세(빚) sự mang ơn số phận, thân phận, thân thế. ~를 지다 mang ơn. ~ 타령하다 kể lại chuyện về cuộc đời mình.

신세계 tân thế giới.

신세대 thế hệ mới. ~복장 quần áo tân thời.

신소리(재치있는 대답) lối đối đáp dí dõm.

신속한 nhanh chóng. mau lẹ, thần tốc, chóng vánh, ~ 행군 cuộc hành quân thần tốc, 신속히 (하게) một cách ~. khẩn trương, 신속하게 tức tốc, 신속히 대처하다 bôn tập.

신수 dung mạo, sắc mặt. ~가 훤하다 ~ tốt.

신승하다 khó thắng, thắng một cách khó khăn.

신시(현대시) thơ hiện đại.

신시대 thời đại mới.

신식 kiểu mới, lối mới, phong cách mới. ~무기 vũ khí hiện đại.

신신부탁(당부)하다 khẩn cầu, nài xin.

신실한 một cách chân thật, trung tín, thật thà. (성심성의)thiệt tình.

신심 (신앙심) lòng tin, đức tin.

신안 ý kiến mới.

신앙 tín ngưỡng. đức tin, đạo tâm, ~상 담 tư vấn ~, ~의 tự do ~. ~인 tín đồ. ~ 생활 cuộc sống đức tin.

(명)신앙은 종교의 혼이며 노동은 종교의 몸이다 Tín ngưỡng là linh hồn của tôn giáo, lao động là thân thể của tôn giáo.

신앙먼저 ưu tiên trước hết cho đức tin.

신앙심 lòng mộ đạo. ~을 버리다 bỏ đạo.
신약 (성경) tân ước. (반) 구약 cựu ước.
신약 thuốc mới, thuốc tây (양약).
신약(신비한 약)thần dược.
신어 từ mới.
신여성 phụ nữ mới, phụ nữ hiện đại.
신역 (새 번역) bản dịch mới.
신열 bệnh sốt. ~이 나다 bị sốt.
신예 (최신) tối tân. ~ 무기 vũ khí ~.
신용 tín dụng, (믿음) niềm tin. ~있는 사람 người có ~. ~을 잃다 mất(thất) ~. (반) ~을 되찾다 tìm lại ~. (거래) tín dụng. ~기금 quỹ tín dụng. ~을 깨뜨리다 bội tín, ~ 기관 cơ quan ~. ~카드 thẻ ~. ~대부 cho vay ~. ~빚 nợ danh dự. ~은행 ngân hàng tín dụng.
신용장 thư tín dụng (L.C). tín phiếu, ~의 발행 phát hành ~. ~을 개설하다 mở ~. ~수출 L C xuất khẩu. (반) ~수입 L C nhập khẩu.
신용판매 bán chịu.
신원 (신분) thân phận. ~불명 không rõ ~. ~을 숨기다 giấu ~. ~조사 điều tra ~. ~증명서 chứng minh nhân dân, thẻ căn cước. ~보증 bảo lãnh ~. ~조회서 xác nhận hạnh kiểm.
신월 (초승달)trăng lưỡi liềm. (반) 보름달 trăng tròn.
신위 (위패) bài vị tổ tiên.
신음하다 rên ri. than van, 병상에서 ~ rên ri nằm bệnh viện. 신음소리 tiếng ~.
신의 (믿음과 의리) tín nghĩa, chung thủy, sự tin cậy. lòng son. ~ 있는 생활을 하다 ăn ở có ~.
신인 người mới nổi.

신인 (신과 사람) thần và người.
신인물 tân nhân vật.
신임 lòng tin, tín nhiệm. ~을 얻다 được lòng. 신임하여 중요한 일을 맡기다 tin dùng.
신임투표 cuộc bỏ thăm tín nhiệm.
신임 (새로 임명) bổ nhiệm mới. ~대사 đại sứ ~.
신임장 ủy nhiệm thư. sứ tiết.
신입 mới gia nhập. ~생 học sinh mới.
신자 (신도) tín đồ. (교우) giáo hữu, 기독교 신자 tín đồ tin lành. (카 톨 릭) họ đạo.
신작 (품) tác phẩm mới, sáng tác mới.
신작로 con đường mới làm.
신장 (키) chiều cao. (덩치) vóc dáng.
신장 (콩팥) quả thận, cật, thận cật. 신장결석 sỏi thận. thận kết thạch. ~병 bệnh thận.
신장 (새 복장) quần áo mới.
신장 개업 khai trương mới.
신장하다 (펼치다) mở rộng. 국위를 ~ mở rộng quốc uy.
신장(신발장) tủ giày.
신저 (새로 만든 책: 신간서) sách mới làm.
신전 miếu thờ(mạo). đền thần.
신접살이 sống trong ngôi nhà mới.
신정 ngày năm mới, tết dương lịch. (반) 구정 (설날) tết âm lịch, tết nguyên đán.
신정권 chính quyền mới.
신제품 hàng mới ra, kiểu chế tạo mới.
신조 (신념) tín điều, đức tin. ~를 지키다 giữ ~.
신종인플루엔자 bịnh cúm mới.
신주 bài vị tổ tiên. ~를 모시다 cất giữ ~. (위패) thần chủ.

신중한 thận(cẩn) trọng, chu đáo, cẩn thận. kỹ lưỡng, ý tứ, 신중히 một cách ~. 신중히 하다 giữ ý. 신중히 고려 하다 xem xét một cách ~. 신중히 행동하다 hành động một cách ~. 신중하지 못한 사람(비유)mèo mả gà đồng, 신중히 생각 하다 đắn đo. trộm nghĩ, hồi tâm, 신중하게 말하다 nương lời, 신중을 요하다 cần nương tay, 신중하게 생각하다 nghĩ chín, 신중히 조사하다 thẩm thận, 신중히 이야기하다 nói giữ mồm giữ miệng. 신중히 고르다 gạn lọc.

신지식 tri thức mới.
신진의 tân tiến.
신진 작가 nhà văn đang lên.
신진대사 thay cũ đổi mới. (생리) sự trao đổi chất.
신찬 biên soạn mới.
신참 người mới đến.
신창 (신바닥) đế giày.
신천지 tân thiên địa, trời mới đất mới.
신청 xin, yêu cầu, nộp đơn. ~에 거절하다 từ chối lời yêu cầu. ~기한 thời hạn nộp đơn. ~서 đơn xin(từ). giấy xin, đơn kính, 여권신청서 đơn xin cấp hộ chiếu. ~접수처 nơi tiếp nhận đơn xin (hồ sơ). 신청서를 받아주다 chấp đơn. 신청서를 제출하다 đưa đơn.
신체 thân thể, cơ thể. thể xác, mình mẩy. ~의 구조 cấu tạo cơ thể. ~를 단련하다 rèn luyện cơ thể. ~의 자유 tự do cá nhân. ~검사 khám sức khỏe, khám bệnh, kiểm tra cơ thể. ~장애자 người tàn tật.
신체시 một thể thơ mới.

신축하다 xây cất mới.
신축성 tính co giãn. đàn tính, tính linh hoạt, lun trun, ~ 있는 옷 áo có ~.
신춘 (이른 봄) đầu xuân. tân xuân.
신출귀몰하다 ẩn hiện bất thường. xuất qui nhập thần, 신출귀몰의 như bóng ma.
신출내기 người chưa kinh nghiệm.
신탁 phó mặc, giao phó, ủy thác. 재산을 ~하다 ủy thác tài sản. ~기금 quỹ công trái. ~자 người ủy thác.
신통한 kỳ lạ. thần thông, 신통력 năng lực huyền bí. phép thần thông. ~변화 thần thông biến hóa.
신트림 sự ợ. hơi ợ.
신파극 vở kịch mới.
신판 ấn phẩm mới.
신편 sách xuất bản mới.
신품 (신제품) hàng loại mới.
신하 hạ thần. thần hạ. tôi, 왕의 충성스런 신하들 những tôi trung thành của vua. ~와 자식의 도리 đạo thần tử.
신학 thần học. ~교 trường ~. chủng viện, ~박사 tiến sĩ ~. ~자 nhà ~.
신학(새로운) tân học.
신학생 sinh viên thần học.
신학기 học kỳ mới.
신학문 khoa học hiện đại.
신형 kiểu mới. ~자동차 xe loại mới.
신호 tín hiệu. ~하다 làm ~. làm dấu, máy nhau, 교통 ~ ~ giao thông. ~에 답하다 trả lời ~. ~를 해서 구조를 청하다 phát ~ yêu cầu cấp cứu. ~에 따르다 tuân theo ~. ~기 cờ(kỳ) hiệu. ~등 (불) đèn ~. đèn báo hiệu, ~를 보내다 ra dấu, ~탑 tháp ~. 경계신호 tín hiệu cảnh

giác. 조난 ~ ~ cứu nạn. ~ 깃발 cờ hiệu, 정지 ~ ~dừng lại. 위험 ~ ~ nguy hiểm. ~를 보내다 ra dấu, ra hiệu. ~로 말하다 nói ra dấu. ~전달 의 축 trục truyền tin.

신호 바운드 dội tín hiệu.

신호탄 đạn tín hiệu. pháo hiệu. ~을 쏘아 올리다 đốt pháo hiệu.

신혼 tân hôn. 신혼의 mới cưới, ~부부 vợ chồng ~. cặp vợ chồng mới cưới, ~생활 cuộc sống ~. ~여행 du lịch tân hôn, tuần trăng mật.

신혼밤 (동방화촉) đêm tân hôn (động phòng hoa chúc).

신혼방 động phòng.

신화 thần thoại(tích). ~적 có tính ~. ~적 인물 nhân vật có tính ~. ~화하다 ~ hóa. 그리스 ~ ~ Hy Lạp. ~작가 nhà ~ học. ~를 그린 그림 tranh thần thoại.

신환자 bệnh nhân mới.

신효한 약 thuốc tiên.

신흥 đang tiến bộ. ~국가 quốc gia phát triển. tân hưng quốc, ~계급 giai cấp tân tiến.

싣다 chất lên. 말에 짐을 ~ chất hành lý lên ngựa. 차에 물건을 ~ chất hàng hóa lên xe. 싣고 내리다 bốc dỡ.

싣다(올리다, 내다) đăng. 신문에 광고를 ~ đăng quảng cáo trên báo.

실 sợi chỉ, dây chỉ. dây nhợ, ~을 풀다 thái chỉ. ~로 꿰매다 may bằng chỉ. 실을 뽑다 kéo chỉ. quay tơ, 실을 꿰다 xâu. xỏ kim, ~을 감다 quay ~. quấn chỉ. 실을 꼬다 se(vê) chỉ. ~을 잣다 xe chỉ, (방적) se sợi. ~로 만든 공예품 thổ cẩm.

실꾸리 guộc.

실 묶음 lọn chỉ.

실뜨기 놀이 trò lộn dây.

실 (사실) sự thật. 실은 (사실은) thật là.

실(우표:seal) triện.

실가 (실제 가격) giá thực tế, đúng giá.

실각하다 bị mất chức.

실감 cảm nhận thực sự. ~ 나는 giống như thật. ~있게 một cách diễn cảm.

실감개 ống cuộn. ống chỉ, cuộn chỉ.

실개천 dòng suối nhỏ.

실격하다 bị loại ra. thất cách, 실격자 người bị loại.

실고추 ớt đỏ băm nhỏ.

실과 (과일) trái cây (남), quả (북).

실꾸리 một cuộn dây nhợ. guộc.

실국수 mì dẹt mỏng.

실권 thực quyền, quyền lực thật. ~을 쥐다 nắm ~. ~이 없는 hư hàm. ~이 없다 không có ~.

실기 (기회를 놓침) để lỡ cơ hội. thất cơ.

실기(실제기술) kỹ thuật thực tế.

실기시험 kỳ thi thực hành.

실낱 sợi dây. sợi chỉ. ~ 같은 목숨 tính mạng như ~.

실내 trong nhà, nội thất. ~디자인 thiết kế nội thất. ~수영장 hồ bơi trong nhà. ~장식 trang trí nội thất. ~체육관 nhà thi đấu có mái che

실내악 nhạc thính phòng.

실눈을 뜨다 lim dim. hấp him. tít mắt. ~ 뜨고 웃다 cười híp mắt.

실담배 thuốc rê, ~를 말다 vấn điếu ~.

실덕(덕망을 잃다) thất đức.

실락원 thất lạc viên.

실랑이질 đôi co (말다툼)

실력 thực lực, năng lực. ~이 있다 có ~. ~을 발휘하다 phát huy ~. ~을 보이다 chứng tỏ ~. ~자 người có ~. ~있는 군대 quân đội có ~, ~없는 vô năng, ~이 있으면 자연스럽게 알려진다 hữu xạ tự nhiên hương.
실례 thất lễ, vô lễ, bất lịch sự. ~지만 xin thứ lỗi. 실례합니다 xin lỗi. 잠깐~합니다 xin lỗi một chút.
실례(실제 본보기) ví dụ thực tế, trường hợp thực tế. ~를 들다 cho một ~.
실로(사실로) thật là, thật sự. kỳ thực. ~ 힘든 환경 hoàn cảnh khó khăn thật sự.
실로폰 (악기) mộc cầm, đàn phiếm gỗ. đống gỗ.
실록 tư liệu lịch sử. thực lục, ~영화 phim truyện.
실론(스리랑카) Tích lan.
실루에트 hình bóng chiếu.
실룩거리다(오그라지다) co rúm.
실 (씰)룩 거리다 co rúm.
실리 thực lợi. ~주의 chủ nghĩa ~.
실리다 (신문에) được đăng báo . (책에) được ghi vào sách.
실리콘 silicon.
실린더 xy lanh. viên(hình) trụ.
실마리 (단서)đầu mối, manh mối, tơ vương, ~를 찾다 tìm đầu mối. 사건의 ~ đầu mối của vụ án. ~를 잡다 nắm đầu mối.
실망 thất vọng. mất lòng,(반)희망 hy vọng, ~ 시키다 làm cho ~. làm ngã lòng, rủn chí, ~하다 bị ~. mất lòng. thoái chí, 나를 더 이상~시키지 마세요 đừng làm tôi ~ nữa.
실명 (눈이 멂) mất thị lực. thất minh, ~자 người mù.
실명 (본명) chính danh.
실무 công việc đang làm, việc làm thực tế. ~에 어둡다 chưa quen với công việc.
실물 vật thực, hiện vật. ~ 같이 보이다 trông như thật. ~ 보다 사진이 더 낫다 ảnh đẹp hơn bên ngoài.
실뭉치 một cuộn chỉ.
실밥 miếng chỉ bỏ, chỉn, đoạn chỉ bỏ, chỉ thừa.
실버들 cây liễu rũ cành.
실뿌리(지근) rễ con.
실비 chi phí thực tế. 실비판매 bán theo đúng giá.
실사 (문법) thực từ . (반) 허사 hư từ.
실사구시 cầu thị. thực sự cầu thị. ~를 통해 일하는 방식 lối làm việc ~.
실사하다 kiểm tra thực tế.
실사회 xã hội thực tế.
실상 thực trạng , hoàn cảnh thực tế. 사회의 ~ ~ xã hội, (사정) điều kiện thực tế.
실상(實相:실제의 모양)thực tướng.
실색 (얼굴색이 변함) mất màu, đổi sắc mặt.
실생활 trong đời sống thực tế.
실성하다 mất trí, bị điên. 실성한 사람 người ~. 실성증 chứng thất thanh.
실소하다 cười phá lên. 실소를 금치 못하다 không thể nhịn cười.
실속 thực chất, nội dung. ~이 있다 có ~. ~없는 tào lao.
실속있게 행동하다 ăn chắc mặc bền. (실속 없는 잔치가 소문만 멀리 간다 (소문은 흔히 사실과 다르다) Bữa tiệc kém thì tiếng đồn vang xa(tin đồn thường là tin không có thật).

실수(과실) lỗi, sai lầm, lỗi lầm. ngộ sự, làm lỡ, làm lẫn, vi thất, nói lỡ ~하다 nói nhầm. lấy nhầm, (혼동) lộn, 그것은 내 ~다 cái đó lỗi tại tôi. ~하다 ngộ nhận, ~로 --- 해 버리다 lỡ, ~로 취하다 lấy lộn, ~로 당신의 우산을 내가 가졌습니다 Tôi lấy lộn cái ô của anh. ~로 말하다 nói lỡ lời. ~로 임신하면 lỡ thai. ~로 죽이다 ngộ sát, 과실살인죄 tội ngộ sát. ~를 인정하다 nhận lỗi. 실수로 안절부절 못함 vò đầu bứt tai. (명)실수를 하고도 그것을 고치지 않는 사람은 또 다른 실수를 범하고 있는 것이다 Người nếu mắc sai lầm mà không biết sửa thì rồi sẽ mắc tiếp sai lầm khác.

실수 (실수입) thực thu, lợi tức thật.

실수 (실제의 수) con số thật. thực số,(반) 허수 hư số.

실수요 nhu cầu thực tế.

실습 thực tập. tập sự, ~생 sinh viên ~, thực tập sinh.

실시 thi hành. thực thi, thực hành, ~되다 được ~. 실시안 kế hoạch thi hành.

실신하다 té xỉu, ngất xỉu, bất tinh (남), thất thần, quay lơ, chết ngất (북).

실액수 số tiền thực tế.

실어증 (의학) chứng mất ngôn ngữ.

실언하다 nói lỡ lời. ăn lời. nhỡ miệng, nói nhịu. thất ngôn, ăn nói thất thố.

실업(失業) thất nghiệp. ~중이다 đang ~. ~대책 đối sách chống ~. ~보험 bảo hiểm ~. ~률 tỷ lệ ~. ~자 người ~. người vô nghề, ~난 nạn ~. ~수당 phụ cấp~.

실없는 tầm phào, vu vơ, ~ 약속 hứa suông. ~ 소리 võng ngữ. ~소리하다 ăn nói vớ vẩn.

실업(實業)thực nghiệp, (제조업) ngành công nghiệp, sản xuất, chế tạo. ~가(사업가) thương gia, doanh nhân. ~계 giới kinh doanh công nghiệp.

실없다 không giá trị, tầm phào. ăn nói vọng ngữ. 실없는 이야기 chuyện tầm phào, thật lãng nhẹ dạ.

실연하다 thất tình. 실연자 người thất tình. 실연당하여 괴로워하다 đau khổ vì ~.

실연 (연기) (공연)하다 trình diễn, diễn kịch. diễn xuất

실외 ngoài sân, ngoài trời.

실용 thực dụng, sử dụng thực tế. ~주의 chủ nghĩa thực dụng. ~주의자 người theo chủ nghĩa thực dụng. ~적 có tính thực dụng. ~품 hàng hóa sử dụng trong thực tế.

실용적인 tiện(thực) dụng. giản tiện.

실은 (사실은) thật ra, thật sự. lẽ ra. 실은 내가 그곳에 가야만 했다 lẽ ra tôi phải đi chỗ đó.

실의 (실망) thất vọng, thất ý. thất chí, 실의에 빠지다 thất ý.

실익 ích lợi thực tế. ~이 있다 có ích lợi.

실 인심 (인심을 잃다) mất lòng nhân dân (quần chúng).

실장 (회사) trưởng phòng. (학급) lớp trưởng. 부 ~ phó trưởng phòng.

실재 tồn tại, hiện có. thực tại. ~를 보고 추론하다 nhìn vào thực tại mà suy luận. 객관적 ~ thực tại khách quan.

실적 kết quả thực tế, thành tích.
실전 cuộc chiến hiện tại. ~에 참가하다 tham gia ~.
실점 mất điểm số.
실정 tình hình thực tế. thực tình, ~을 알다 biết ~. ~을 조사하다 điều tra ~.
실정 (정치를 잘못함) cai trị không giỏi.
실정법 hiến pháp của quốc gia.
실제 thực tế. thiết thực, chính cống, thiết(hiện) thật,(반)이론 lý thuyết, ~의 가치 giá trị ~. 이론과 ~ lý luận và ~. ~의 지출 thực chi, ~로 있는 일 việc có trong ~. ~소득 thu nhập ~. 실제 상황 tình huống thực tế. thực tình, ~로 thật ra, té ra. ~의 땅 thực địa. 실제환 전가격 thực hối, ~의 급료 tiền lương ~, ~의 재능 thực tài, ~ 적 문제 vấn đề ~, ~의 재산 thực sản, ~동원병력 quân số. 생각하기에는 간단하나, 실제로 매우 복잡하다 tưởng đơn giản thật ra rất phức tạp, 좋다고 생각했지만 실제로는 나쁘다 tưởng tốt té ra xấu. 실제 나이 tuổi thật. ~의 인간 con người thiết thực.
실제와 동떨어지다 thoát ly thực tế.
실족 lỡ chân. trượt chân. sa vào, lỡ bước. vấp phạm, (성경)phạm tội, 계단에서 ~하다 ~ ở cầu thang. 걸려서 실족하다 vấp ngã.
실족하게 하다 làm gương xấu.
실존 hiện hữu, hiện sinh.
실종 thất tung, (행방불명) mất tích(tăm). ~신고 khai báo ~. ~자 người ~.

실종되다 tuyệt tích.
실주 (증권) cổ phần thực tế.
실쭉하다 ủ rũ, buồn rầu.
실증 chứng cớ thật. chứng thực, ~을 잡다 (들다) nắm (nêu lên) bằng ~. ~론 thực chứng luận.
싫증나는 chán ngán, nhàm chán, chán ngáy
실지 (잃어버린 땅) đất bỏ hoang. ~를 회복하다 khôi phục ~
실지(실제)thực tế, ~로 행하다 thi hành ~.
실직 thất nghiệp, mất việc. ~자 kẻ mất việc.
실질 (본질) bản chất, vật chất, thực tế. ~임금(급료) lương thực tế.
실질과 거짓 thực giả.
실질의 수입 thực thu.
실질적 thực chất. thực tế. ~학문 (실학)thực học.
실질적인 권리 quyền lợi thiệt thực.
실책 sai lầm. thất sách, ~을 저지르다 làm lỗi, phạm sai lầm.
실천 thực tiễn. thực hiện, ~하다 đi vào ~. 실천적으로 có tính ~.
실천에 맞는 이론 lý luận đi đôi với thực tiễn.
실체 (철학) thực thể. ~가 없는 hư không, vô thể, không tồn tại, vô hình. (실질) thực chất. 인민전선의 ~ ~ của mặt trận nhân dân.
실추 (떨어뜨림.잃음) suy sụp, mất. 신용을 ~하다 mất niềm tin. 권력의 ~ mất quyền lực.
실측 (실제 측량) đo lường. (건설)도로를 ~하다 trắc địa con đường.
실컷 đã, thỏa mãn, thỏa thích, thoải mái, rộ lên, ~ 먹다 ăn thoải

mái(thỏa thích). ăn cho đã. ~ 마시다 uống cho đã. ~ 울다 khóc cho đã. ~웃다 cười rộ lên. ~이용하고 버리는 태도 vắt chanh bỏ vỏ.
실크대 kệ bếp.
실크류의 옷감 quần áo là lượt.
실크비단 tơ thiệt.
실타래 nồi chỉ.
실탄 đạn thật. (반) 공포탄 đạn giả. ~사격 bắn đạn, bắn súng.
실태 tình trạng thực tế. ~조사 điều tra ~.
실토하다 thú thật(tội), nói ra sự thật.
실팍지다 to khỏe.
실패 thất bại. bể mánh. (반) 성공 thành công. 시험에 ~하다 thi cử ~. ~자 người ~. 그의 모든 노력은 실패했다 tất cả cố gắng của nó đều ~. …을 얻는데 ~하다 xôi hỏng bỏng không.
(명)실패는 성공의 어머니 Thất bại là mẹ của thành công.
실패 (실을 감는) ống chỉ. cuộn chỉ, ~에 실을 감다 quấn chỉ vào ống.
실하다 (건강) khỏe mạnh . (내용) đầy đủ.
실학 khoa học thực hành. ~파 trường phái hiện thực.
실행 thực hành, thực hiện, thi hành. tuân hành,(반)이론 lý luận, ~할 수 없는 không thể thực hiện được. 계약을 ~하다 hợp đồng. 계획을 ~하다 thực hiện kế hoạch. 실행해 보아야 비로소 나쁜지 아닌지를 알 수 있다 có thực hành mới biết dở hay không, 학교의 실제 수업 시간 giờ ~ ở trường học.
실험 thử nghiệm, thí nghiệm. thực nghiệm, ~적 có tính ~. ~농장 nông trường ~. 실험소 bãi ~, nơi ~. 핵실험 ~ hạt nhân. ~용 흰쥐 chuột đồng nai(tam thể). ~이 성공하다 cuộc thí nghiệm được thành công, ~실 phòng thí nghiệm, ~주의자 người theo chủ nghĩa thực nghiệm, ~하여 확인하다 nghiệm đúng. 실험과학 khoa học thực nghiệm. ~센터 trung tâm thực nghiệm.
실현 thực hiện. ~ 불가능하다 không thể ~ được. nhiêu khê, ~되다 được ~. 이상을 ~하다 ~lý tưởng. 꿈을 ~하다 ~ giấc mơ.
실현되다 được ứng nghiệm.
실현불가능한 희망 ảo vọng.
실형 (징역, 투옥) tống giam, bỏ tù.
실화 (방화) hỏa hoạn bất ngờ. ~ 아닌 방화였다 đám cháy không phải tình cờ mà do cố ý.
실화(실제 이야기) chuyện thật sự.
실황 tình hình thực tế. ~방송(생방송) phát thanh trực tiếp.
실효 (효력) có hiệu lực, hiệu quả. ~ 성 (효과)thực hiệu.
실효 (효력을 잃음) mất hiệu lực.
싫다 ghét, không thích. 싫은 일 việc mình ghét. 보기 싫은 놈 thằng nhìn không ưa. 그런 말을 듣기 ~ ghét nghe những lời nói đó.
싫든 좋든 dù thích hay không thích.
싫어지다 ngán nỗi, chán ngán. trở nên ghét. 싫어! ngán quá.
싫어하다 ghét. chán ghét, gờm, hiềm, tởn. 담배냄새를 ~ ghét mùi thuốc lá. 수학을 ~ ghét toán học. 먹기 ~ ghét ăn. 나는 싫어하는 것 없다

tôi không ghét gì. 두 사람이 서로 ~ hai người hiềm nhau. 기름많은 고기를 ~ 먼 thịt mỡ. 싫증 chán ngán, chán ghét. ~ 나다 chán. chán ngắt, chán ngẩy, 공부에 ~ 나다 chán học.

심 (심줄.힘줄.근육) gân.

심 (마음) tấm lòng. (속심) lõi . (심지) tim đèn. (연필의) than chì.

심각한 trầm trọng, nghiêm khắc. ~ 문제 vấn đề ~. 심각히 một cách ~. ~ 얼굴을 하다 làm bộ mặt ~. 심각해졌다 trở nên nghiêm khắc. ~ 장애자 đại tật. ~병 nguy bệnh. bệnh ~. ~재난 tai vạ tày trời.

심각한 사태에 이르다 sa cơ.

심경 tâm tình(cảnh), tâm trạng. ~의 변화 thay đổi ~. ~을 고백하다 dốc bầu tâm sự.

심곡 (깊은 계곡) thung lũng sâu.

심금 (마음) lòng sâu xa, tấm lòng sâu xa. ~을 울리다 đụng chạm đến ~.

심기 (심경) tâm trạng.

심다 trồng, trồng cây. trồng tỉa.(반) 캐다 nhổ, bới.

심대하다 (크다) to lớn, nặng nề.

심덕 (덕성) đức tính. ~이 좋은 사람 người có ~ tốt.

심도 (깊이) chiều sâu, bề sâu. 위험 ~도 sâu nguy hiểm.

심드렁하다 (관심없다) thờ ơ, không quan tâm.

심란하다 (마음이 뒤숭숭하다) đầu óc rắc rối.

심려 (염려) lo lắng, lo âu. ~를 끼치다 gây ~ cho.

심력 (마음과 힘) lòng và sức, tấm lòng.

심령 (정신.마음) tâm linh, tâm hồn, linh hồn, tinh thần. 심령계 giới tâm linh. ~현상 hiện tượng tâm linh. ~학 siêu linh học.

심로 (심려) lo âu, lo lắng.

심록 (짙푸른)색 màu xanh đậm.

심리 tâm lý. ~상태 trạng thái ~. tâm trạng. 어린이의 ~ ~ trẻ con. ~적 có tính ~. ~작용 tác dụng ~. ~묘사 mô tả ~. ~현상 hiện tượng ~. ~소설 tiểu thuyết ~. ~테스트 tâm lý trắc nghiệm. 심리적 기쁨(자연 앞에서의)khoái cảm thẩm mĩ.

심리와 생리 tâm sinh lí.

심리 (심사.조사) thẩm tra(lý). ~중이다 đang ~. ~를 받다 đang bị ~.

심리전 tâm lý chiến. ~정보 tình báo chiến tranh tâm lý. ~양상 trường chiến tranh tâm lý.

심리학 tâm lý học. ~교육 giáo dục ~. ~자 nhà ~. 사회 ~ ~ xã hội.

심마니 (산삼캐는 사람) người đào nhân sâm rừng.

심문 thẩm vấn. truy vấn, xét hỏi, cật vấn, vấn tội, hỏi cung(tra), tra vấn, vặn. tra hỏi, ~중이다 đang ~. ~을 받다 bị ~. ~조사 thẩm vấn điều tra. 반동 분자를 ~ truy vấn tên phản động, pi cáo를 ~ hỏi xét hỏi người bị cáo, tội nhân을~하다 ~ tội nhân.

심미 thẩm mỹ. ~가 nhà ~. ~학 ~ học. ~주의 duy mỹ chủ nghĩa.

심박동 (맥박) nhịp tim. ~수 số nhịp tim.

심방 (방문) thăm viếng, ghé thăm.

심벌 (상징.기호) ký hiệu, biểu tượng. 평화의 ~ biểu tượng hòa bình.

심벌즈(악기) nao bạt. chũm chọe. (음악) tiu.

심벌리즘 (상징주의) chủ nghĩa tượng trưng.

심병 (근심병) chứng lo âu, chứng bất tình.

심보 (마음보) tấm lòng, tính tình. ~가 고약한 사람 người có tính tình khó ưa.

심복 tâm phục. ~부하 người hầu ~.

심부름 việc lặt vặt, việc vặt. ~ 보내다 sai bảo làm ~. sai vặt. ~소년 tiểu đồng.

심사 (마음보) tính tình, tấm lòng. tâm tư(기분). ~가 혼란하다 bối rối ở tâm tư.

심사하다 thẩm tra. dò(tra) xét, (심사결정) thẩm định, 최종심사 thẩm tra cuối cùng. 심사중이다 đang ~. 심사위원 ủy ban ~. 심사관 khảo quan. 심사 권 thẩm quyền. 그것은 그의 권한 밖이다 việc ấy không thuộc thẩm quyền của nó.

심사숙고 đắn đo, suy gẫm, ngẫm nghĩ, suy đi nghĩ lại. tư biện. ~끝에 sau khi ~. 미리 ~하다 tiên liệu. ~하여 정리하다 liều liệu mà thu xếp, ~하고 있다 đang trầm tư mặc tưởng.

심사위원에 의해 결정하다 thẩm đoán. (성어) 심사숙고 trầm tư mặc tưởng.

심산 (속셈) ý định, mục đích. ...할 ~으로 với ý định.

심산 (깊은 산) núi cao và hẻo lánh. ~ 유곡 núi cao và thung lũng hẻo lánh.

심상 bình thường. 심상치 않다 khác thường.

심성 tâm tính, (본성) bản tính, bản chất.

심술 (못된 마음) thói xấu, khó ưa. ~꾸러기 người khó chịu. ~궂은 khó tánh. hay gây. đành hanh, thiểm độc. ~ 궂은여자 gái đành hanh.

심술장이 mã phong.

심신 thân thể và tinh thần, thể xác và tinh thần. ~이 떨리다 tâm thần hoảng loạn, ~이 피로하다 mệt ~. ~이 즐거운 hứng khởi

심심하다 chán, buồn. 할 일이 없어 ~ không có việc làm nên chán quá. 심심하여 죽을 지경이다 chán quá gần chết.

심심풀이 (소일)하다 giải trí, tiêu khiển.

심심하다 (맛) vị nhạt nhẽo.

심야 đêm khuya. ~ 까지 đến tận đêm. ~작업 ca tối. 심야수당 tiền làm đêm. ~기도 cầu nguyện đêm khuya.

심약 (연약)하다 nhu nhược, yếu đuối.

심연(深淵) vực sâu, vực thẳm. thâm uyên. thúy uyên.

심오한 sâu kín uyên(thâm) áo, sâu sắc. thâm thúy, cao sâu, 심오한 도리 đạo lý uyên áo, ~학문 học vấn uyên thâm, kiến thức có uyên bác. ~계획 uyên mưu, ~ 지식 học thức uyên thâm.

심원 uyên nguyên, ~한 sâu xa, u huyền, ~사상 tư tưởng ~.

심의 (검토)하다 thẩm tra, điều tra.

심장 tim, trái tim. quả tâm. ~이 약하다 yếu tim. ~의 기능 chức năng tim. ~마비 liệt tim. ~병 bệnh tim. 심장

병약 thuốc trị bệnh tim. ~병환자 bệnh nhân bệnh tim. ~수술 phẫu thuật tim. 심장이 두근 두근 tim đập thình thịch. đánh trống ngực, ~이 멈추면 죽는다 khi trái tim ngưng đập thì người ấy chết, 그는 심장병 으로 죽었다 nó chết vì bịnh đau tim, ~의 고동 tiếng đập của tim, trống ngực. ~이 쿵쿵 뛴 다 trống ngực đánh thình thình. ~과 위 tâm phúc. ~이 약하다 đau tim.
심장의 활동력을 기르다 trợ tim.
심적상태 trạng thái tinh thần. 심적고통 đau khổ tinh thần.
심전도 (의학) điện tâm đồ. đo điện tim.
심정(경) tình cảm, tâm tình(dạ), tấm(nỗi) lòng. ~을 이해하다 thấu hiểu tấm lòng. ~이 복잡 혼란한 tơ lòng bối rối, ~을 서로 이야기하다 tri kỷ, ~을 고백하다 tình tự. ~을 토로하 다 thổ lộ tâm tình.
심줄 (근육) gân.
심중 trong lòng. ~에 품다 mang ~. ~을 털어놓다 bày tỏ tấm lòng.
심중에 숨긴 감정 trung khúc.
심증 một ấn tượng trong lòng . (법: 확신)) tin chắc..
심지 (본성) bản tính, tính tình, tâm địa, tâm tính, tâm trí.
심지 (촛불의) tia bấc đèn, bấc đèn.
심지어 thậm chí, còn hơn nữa. ~ 결혼 반지까지 팔았다 ~ bán cả nhẫn cưới. ~ 아이들조차 안다 thậm chí trẻ con biết. 심지어… 까지도 cả 에, ~ 선생님 까지도 cả đến thầy.
심취 (취함) say mê, mê đắm, mê mãi. ~자 người ~.

심취하다(마음을 빼앗김) túy tâm, cổ 문연구에 ~ ~ nghiên cứu cổ văn.
심통 (심지) tâm tính (심성)
심판 (경기의 주심) trọng tài. 부심 (선심) ~ biên. (법) phán quyết. thẩm phán(án), dự thẩm, tối hậu ~의 날 (심판날) ngày phán quyết cuối cùng, ngày phán xét.
심판하다 xét đoán(xử), 장래가 우리를 심판할 것이다 tương lai sẽ ~ chúng ta.
심판을 받다 bị đoán xét.
심판날 ngày phán xét.
심판대 trước tòa phán xét.
심판원(주심) trọng tài.
심폐(심장과 폐) tâm phế, ~소생술 ~ tô sanh thuật.
심포니 (교향곡) (오케스트라) dàn nhạc. 교향악단 dàn nhạc giao hưởng.
심포지움 hội nghị chuyên đề.
심하다 nặng nề, mạnh. nghiêm trọng, 심한 비 mưa to. 심한 감기 cảm nặng. 심하게 맞으 như đòn, 심하게 말하면 nếu nói một cách nặng lời. 심하게 취하다 say túy lúy, 농담이 너무 ~ lời đùa quá đáng. 심한 악취가 나는 hôi rình. 심한 말 nói sâu cay.
심한 외로움을 느끼다 cảm thấy trơ trọi.
심한 증상 triệu chứng nghiêm trọng.
심한 출혈(출산후) băng huyết.
심하게 rát. (몹시) thẳng tay, thẳng thừng, tá hỏa, ~ 하다 quá tay. ~취하 다 say túy lúy, ~때리다 đánh tá hỏa, ~어려운 túng bấn tơn. ~부서지다 giập gãy. ~ 떨어 지다 té

năng, 너무 ~ 쫓아다니다 theo dõi rát quá. ~ 꾸짖다 mắng chửi. thiết trách, nặng lời. ~ 아픈 ốm nặng. ~ 징계하다 trừng trị ~.
심혈 tâm huyết. ~을 가울이다 đặt hết cả ~ vào.
심호흡 hít thở sâu, thở sâu.
심혼 tâm hồn. ~을 울리는 trầm lắng.
심홍색 (짙은 다홍빛) màu đỏ tươi, màu đỏ đậm.
심화하다 đào sâu thêm, làm tăng thêm.
심회 (회포) tâm trí.
심히 rất, lắm, hết sức. (극도로) thậm, 심히 어렵다 khó lắm. 극도로 나쁜 thậm ác, ~꾸짖다 quát mắng.
십 mười. thập, ~일 mười ngày. ~년 mười năm. 십단위 chục, 스물 hai chục.
십간소 thập can, (주기) chu kỳ 10 năm.
십간의 신 tân.
십계(모세의) thập đạo.
십계명 (성경) mười điều răn. thập giới.
십년 mười năm , thập niên, ~전 trước ~.
(속) 십년공부 나무아미타불(오래동안 배웠지만 한순간에 헛된 것이 되다) mười năm học, a di đà phật (biết bao công sức lâu mà bị hư một lúc).
(명) 십년이면 강산도 변한다(모든 것이 시간 따라 변한다) mười năm thì sông núi cũng biến đổi (mọi sự đều thay đổi theo thời gian).
십년을 바라보고 나무를 심고, 백년을 바라보고 인재를 기른다(격언) thập niên thụ mộc, bách niên thụ nhân.
십년단위 thập kỷ.

십년공부 thập niên đăng hỏa.
(속) 십년 세도 없고 열흘 붉은 꽃 없다 (부귀영화는 오래 가지 않는다) Quyền thế không quá mười năm, hoa đỏ chẳng quá mười ngày(vinh hoa phú quý cũng không phải là mãi mãi).
씹다 nhai. găm, 잘씹다 nhai kỹ. 씹을 때나는 소리 chóp chép.
씹지않고 삼키다 nuốt trộng.
씹는담배 thuốc ăn.
(속) 십리도 못가서 발병난다(일이 중간에 장애에 부딪쳐 중도에 포기해야 한다) Chưa đi nổi 10 dặm thì sinh bệnh(công việc đang làm giữa chừng thì gặp trắc trở phải bỏ dở).
십만 một trăm ngàn, ~불 ~ đô la.
십대 lứa tuổi trên 10 ~ 20. ~들 lứa tuổi thanh thiếu niên.
10 명은 안으로 들어오고 나머지는 밖에 서 있다 mười người đi vào và 10 người ở ngoài.
십배 thập bội
십번 số mười.
십분 10 phút . (충분히) năng lực을 ~ 발휘하다 trình bày năng lực đầy đủ. tận dụng, ~활용하다 thi thố.
10 분의 3 ba phần mười.
십상팔구 chín phần mười, hầu như chắc chắn.
십시일반 nhiều người nỗ lực chung để thành một việc.
십억 một tỷ, một tỉ. 100 억 10 tỉ. 천억 100 tỉ. 1 조 1000 tỉ.
십이 mười hai. 제 12 thứ mười hai. 12 개 (한타스) một tá.
십이분 음표 nốt kép.

십이월 tháng mười hai, tháng chạp.
십이지 thập nhị chi, 12 con giáp. 쥐 (tí). 물소 (sửu). 호랑이 (dần). 토끼 (mẹo). 용 (thìn). 뱀 (ty). 말 (ngọ). 염소 (mùi). 원숭이 (thân). 닭 dận). 개 (tuất). 돼지 (hợi).
십이지시의 사시(오전 9 시~11 시) ty
십이지의 진(용띠) thìn..
십이지장 (해부) tá tràng. thượng tràng, ~충 con giun móc.
십인십색 mỗi người mỗi ý.
십일조 một phần mười.
십자 chữ thập. 적십자 chữ thập đỏ. 적십자회 hội chữ thập đỏ. ~군 quân chữ thập, thập tự quân, quân viễn chinh.
십자군 원정 thập tự chinh.
십자로 đường tréo nhau.
십자형 tréo nhau, ~의 대들보 thanh ngang. ~으로 가로질러 tréo chữ thập.
십자가 (예수의) thập tự giá, cây thánh giá(thập tự). ~에 못 박히다 bị đóng vào cây thánh giá. ~보혈 huyết báu trên thập tự giá. ~의 길 (도) con đường ~. ~표시 dấu thánh giá, ~를 긋다(가슴에) làm dấu thánh giá.
십자매 (새) con vẹt xanh.
십장 người quản đốc.
십종경기 cuộc thi đấu mười môn.
십중팔구 chín phần mười, có thể đúng.
씹지않고 삼키다 nuốt trửng.
십진법 phép thập phân, độ thập phân.
십진수 số thập phân.
씻겨가다 bị cuốn đi.
싯귀(운) vần thơ.
싯누렇다 màu vàng chói.

십퍼센트(프로) hái hôm chơi trừ bớt 10%.
씹하다 giao hợp, đụ. 씹할 놈아! Đụ mẹ!
씹히다 bị nhai.
씻다 rửa. tẩy(gột) rửa. rửa ráy, (헹구다)đãi. 손을 ~ rửa tay. 그릇을 ~ rửa chén (남), rửa bát (북). 물로 ~ rửa bằng nước. 치욕을 ~ rửa nhục. 이마의 땀을 ~ lau mồ hôi trên trán. 몸을 ~ tắm ~.
씻어내다 tảo trừ.
싯뻘겋다 màu đỏ chói.
씻은듯이 trong sạch, trong sáng. 하늘이 ~맑다 bầu trời trong sáng.
씽 (소리) huýt sáo, tiếng còi.
싱겁다 lạt (남), nhạt (북), nhạt nhẽo, tẻ nhạt. 맛이 ~ vị nhạt. 커피가 ~ cà phê nhạt. 싱거운 이야기 câu chuyện nhạt nhẽo. 싱거워지다 bị nhạt nhòa.
싱거운(무미건조한) nhạt thếch.
싱가포르 (국명) Singapo. Tân Gia Ba.
싱 (씽)그레웃다 nụ cười dịu dàng. 싱글거리다 cười rạng rỡ.
싱글벙글 웃다 tươi cười hớn hở. cười toét miệng.
싱글 (단독) đơn, một mình. 남자 ~ 결승전 trận chung kết đơn nam. ~룸 phòng đơn. ~베드 giường đơn.
싱글룸 phòng đơn. 더불룸 phòng đôi.
씽긋웃다 cười ngỏn ngoẻn.
싱숭생숭 đứng ngồi không yên.
씽씽(의성어) vù vù.
싱싱하다 tươi. tươi tốt, mơn mởn, 꽃이 ~ hoa tươi. 싱싱한 야채 rau xanh tươi. 싱싱한 수목 cây cối tốt tươi.

싱싱한(젊은) non nớt
- 싶다 muốn. 가고 싶지 않다 không muốn đi. 함께 가고 싶다 em ~ đi với anh.
싶어하다 muốn. 그는 집에 가고 ~ anh ta muốn về nhà.

ㅇ

아 (문두에서 감탄사) a ! Ai cha! Ôi!. 아! 그는 죽었다 ôi (a!) nó chết rồi. 아 그렇습니까? A! thế à? 아 졸립 다 a, buồn ngủ quá!
아! 이럴수가 vậy à?
아 오i !. (부를 때) 영식아 Young Sik ơi.
아가 (아기) em bé. (호칭) 아가 ! bé cưng, em yêu.
아까 (조금전) (방금) vừa mới, lúc nảy, lúc trước. 그는 ~ 출발했다 anh ta lúc trước đi, anh ta vừa mới đi. ~ 무슨 말을 했습니까? Vừa lúc nảy anh nói gì?
아가 (성경) Nhã ca.
아가미 cái mang cá. uyển đầu.
아가씨 cô gái, con gái. 식당 ~ cô phục vụ. 그 ~ 는 누구입니까? Cô gái ấy là ai? 한국 ~ cô gái Hàn Quốc.
아가페 사랑 yêu thương Agape.
아깝다 tiếc, tiếc rẻ, hối tiếc, tiếc nuối. 참 아까운 일이다 thật là việc đáng tiếc. 아깝게도 thật đáng tiếc. 노력이 아깝지 않다 không tiếc sự nỗ lực. 돈이 아깝지 않다 không tiếc tiền. 아까우나 시집보내다 giá mà gả.
아까워하다 tiếc rẻ.
아깝게 지다 thua sát nút.
아껴먹다 ăn dè.
아교 keo, côn, hồ. cốt giao, 아교질로 dính như keo.
아구창(의학) đẹn, tưa lưỡi.
아국 đất nước ta.
아군 lực lượng của mình.
아궁이 bếp lò, lò lửa, lò sưởi, miệng lò. ~에 불을 붙이다 nhóm bếp. ~ 의 재를 털어내다 đời bếp.
아귀 (갈라진 곳) chạc cây. 손 ~ trong tay. 아귀다툼 cãi nhau.
아귀(굶주린 귀신) ma đói là.
아기 đứa bé, em bé. hài đồng, ~를 데리고 가다 nơ con đi, ~가 잠들 도록 달래다 ru con. ~를 낳다 sinh con, ~가 젖을 토하 다 trớ. ~를 품에 안다 ấp. ~를 갖다 to bụng.
아기예수 hài nhi Giê su.
아기씨 (새댁) con dâu.
아끼다 tiết kiệm. tiếc rẻ, 돈을 ~ tiết kiệm tiền. 시간을 ~ ~ thời gian. 아끼지 않다 không ~. 돈을 아끼 어 쓰다 dùng tiền một cách ~.
(명) 아끼는 것은 온갖 행복의 근원이 다 Tiết kiệm là cội nguồn của hạnh phúc.
아기서다 (임신하다) có thai(북). có bầu(남)
아기자기한(행복한) hạnh phúc. (즐거운) ~ 분위기 bầu không khí vui vẻ.
아기작거리다(갸우뚱거리다) chập chững.
아낌없이 không tiết kiệm. ~ 쓰다 dùng ~, xài ~. ~ 주다 cho ~.
아나운서 phát thanh viên. xướng ngôn viên, 여 ~ phát thanh viên nữ.
아낙네 người phụ nữ, người vợ. ~들 những người đàn bà.
아날로그(디지털) cách biểu hiện bằng con số.
아내 vợ. (반) 남편 chồng. 젊은 ~ người vợ trẻ. sảnh hạnh ~ người

vợ yêu quý. ~를 얻다 lấy vợ. ~ 를 사별한 góa vợ, 그녀는 훌륭한 아내다 cô ấy là người vợ tuyệt vời. 아내 bà xã (남), nhà tôi (북). 남편 ông xã (남), ông nhà (북). "아내가 왕 (최고)이야" nhất vợ nhì trời mà!, vợ là nhất. ~를 친정에 보내다 cho về. ~를 취하다 thú thê, thụ thất, ~를 버리다 để vợ, ~를 길들이다 dạy vợ. ~ 를 내쫓다 để bỏ. ruồng rẫy vợ, ~를 고르다 kén vợ.
아내와 미리 약속하다 rấm vợ.
아내(남편)의 양친 ông gia bà gia.
아네모네 cây cỏ chân ngỗng.
아녀자 trẻ con và phụ nữ.
(속) 아는 것이 병이다(아는 것이 많으면 걱정이 된다) biết là bệnh (biết nhiều việc sinh ra lo lắng)
아니 (아니요.아뇨) không, không phải. không đâu, 안 (아니) 가다 không đi. 이것은 내것이 아니다 cái này không phải của tôi.
---은 아니다 chứ không.
아늑하다 ấm áp, dễ chịu. (편안한) gọn lỏn.
아는 사람 người quen.
아는체하다 giả vờ biết. ti toe, 일하는 체하다 giả vờ làm việc.
아니 (부사) không. 조금도 아니다 không chút nào. (대답) 더 드시겠어요? Ăn nữa không? 아니, 충분합니다 không, đủ rồi. (놀람) sao. ồ không! 아니, 이게 웬일이야 sao lại xảy ra như vậy? 아니! 이게 웬 떡이야? ồ không! đây là bánh từ đâu đến đấy? 아니! 이게 웬 은혠가? ồ không! đây là ơn phước gì vậy ta?

아니다 không phải.
(속) 아니땐 굴뚝에 연기날까(원인이 있어야 결과가 있다) không có lửa làm sao có khói (có nguyên nhân thì mới có kết quả).
아니꼽다 (지겹다) ghê tởm. 태도가 ~ thấy thái độ ~.
아내를 내쫓다 ruồng rẫy vợ.
아니나 다를까 (과연 그렇다) đúng như vậy. ~ 그는 거기에 있었다 ~ tôi thấy anh ấy ở đó mà.
아니면(혹은) hay, hoặc. âu là, 이것 아니면 저것 cái này hay cái kia.
아닌게 아니라 (과연) quả thật, quả nhiên. ~ 네 말이 옳다 ~ lời nói của anh đúng rồi.
아니다 không phải. chả, hổng, 그는 그런 사람이 ~ anh ta không phải là người như vậy.
아니면 nếu không phải. âu là, 내가 아니면 그 일은 못한다 ~ tôi việc đó không làm được, ngoài tôi ra không ai làm được việc đó.
아니라도 dù không phải là. 그가 친구가 ~ 잘 대접해야 한다 dù anh ấy không phải là bạn mà cũng phải tiếp đãi.
아닌 밤중에 xảy ra bất ngờ. ~ 홍두깨 식으로 ~ hoàn toàn.
아닌 밤중에 홍두깨 Nửa đêm bỗng dưng có trục quấn vải.
아닐수 없다 không thể không là, 축복이 ~ ~ một sự chúc phước.
아따 trời ơi, ôi trời. ~ 말도 많이 한다 ~ bạn nói nhiều quá
아다지오(음악) nhịp khoan thai.
아담 (성경) A-dam.
아담하다 thanh nhã, thanh tao.

아동 nhi đồng, trẻ em. 아동용품 đồ dùng trẻ con. ~교육 giáo dục trẻ con. ~병원 bệnh viện ~. ~복 quần áo trẻ em. ~심리학 tâm lý học ~.
아둔하다 chậm hiểu.(반)총명한 thông minh, 아둔한 (어리석은) đần độn(dại).
아드님 cậu con trai. (반) 따님 con gái (nói một cách yêu quý).
아드득 아드득 깨물다 nhai tóp tép.
아득하다 xa xôi. 아득한 옛날 ngày xưa ~. 졸업한 날이 ~ ngày tốt nghiệp ~. 갈길이 ~ còn đi đường ~.
아득히 먼 xa tít(lắc), xa thẳm, tít mù. 길은 아직 아득히 멀다 đường còn ~.. ~지점 quan sơn.
아득히 멀리에 xa khơi, 아득히 먼 조국산하 non nước ~.
아들 (아드님) con trai. (반) 딸 (따님) con gái. ~을 낳다 sinh ~. ~과 조카 con cháu. ~과 딸(속어) nếp tẻ.
아들녀석(놈) cu cậu.
아라비아(국명) Á Rập. ~ 문자 chữ ~. ~수자 chữ số ~.
아랑곳 chú ý, quan tâm. ~할 것 없다 không quan tâm đến. ~하지 않고 mặc kệ.
아랍에미리트 (국명) Á Rập Emirates. ~국가 các nước ~. ~연합 liên hiệp các nước Á Rập. 통일 ~ 공화국 các tiểu vương quốc Á Rập thống nhất.
아래 dưới, bên dưới.(반)위 trên, 아래로 내려가다 xuống ~. 나무 ~서 dưới cây . 제 아래 사람들 những người bên dưới tôi. ~로 떨어지다 rơi(té) xuống, tụt xuống. 아랫층

tầng ~. 열살 아래 사람들 những người dưới mười tuổi. ~로 내던지다 liệng xuống, ~와 같다 như sau. ~에 ở ~, gầm. 아래쪽 phía dưới, bên dưới. ~로 늘어지다 lòa xòa. ~ 굽히다 quỳ mọp. ~에 놓다 hạ. ~의 dưới đây. ~로 쳐지다 sệ.
아래로 늘어뜨리다 treo ngược.
아래로 밀다 xô xuống.
아래쪽으로 내려서 tùm hụp, 까만 수건을 ~ 얼굴을 완전히 가리다 chiếc khăn vuông đen ~ che kín mặt.
아래위 trên dưới, mặt trên và mặt dưới. (상하) thượng hạ.
아래위 사람 người cao thấp.
아래위로 움직이다 nhún.
아래채 (곁방) căn nhà chái.
아래층 (1 층) tầng trệt.
아래턱 hàm dưới. ~니 răng ~.
아래통 bộ phận dưới (아랫도리)
아랫니 răng hàm dưới.
아랫목 chỗ trên lò sưởi.
아랫방 phòng biệt lập.
아랫배 bụng dưới. bọng,(반)윗배 bụng trên.
아랫 사람 (나이) người ít tuổi hơn. (지위) người cấp dưới.
아랫 입술 môi dưới.
(명) 아랫 자리에 있으면서 윗사람의 신임을 얻지 못하면 백성을 다스릴 수 없다 Khi đang ở cấp thấp mà không được cấp trên tín nghiệm thì này khó điều hành được quốc gia.
아랫층 tầng dưới, tầng trệt.
아량 khoan dung, rộng rãi. 아량 있는 khoan dung, rộng lượng. cao

thượng, ~을 베풀다 làm cho ~.
아량이 넓은 thảo lảo.
아련하다 (희미하다) lờ mờ.
아련한 bảng lảng. ~ 달빛 ánh trăng ~.
아열대 cận nhiệt đới.
아령 (운동기구)quả tạ. ~체조 thể dục tạ, môn tập tạ.
아로새기다 khắc, chạm kỹ. 마음에 ~ chạm kỹ sâu vào lòng.
아롱지다 (얼룩덜룩하다) có lốm đốm.
아뢰다 tâu, báo cho cấp trên, bẩm, 폐하께 ~ tâu bệ hạ.
아루바 (국명) Aruba.
아류 (추종자) môn đồ. (모방자) người bắt chước. (둘째가는 사물) loại thứ nhì.
아르메니아(국명) Ac-mê-nia.
아르바이트 làm thêm, công việc làm thêm (học sinh).
아르젠티나 공화국 (국명) nước Cộng hòa Achentina.
아른거리다 lãng đãng, rung rinh. (마음에) thường ám ảnh.
아름 sư sải cả hai tay. 한 아름의 꽃다발 một ôm đầy bó hoa.
아름답다 đẹp. mĩ miều, mỹ lệ, ngoạn mục, phong tao,(반) 추하다 xấu, 아름다운 멜로디 âm điệu phong tao, 아름다운 여자 người phụ nữ xinh đẹp. dật nữ, (비유)yêu đào, 아름다운 마음 tấm lòng cao đẹp. 경치가 ~ phong cảnh đẹp, cảnh trí đẹp. 아름다운 기억 một ký ức đẹp. 아름답고 다채로운 bóng bầy. 아름다운 경치 cảnh đẹp. diệu cảnh. 아름답고 좋은것만 탐하다 ham thanh chuộng lạ. 아름다운 여자의 무리(비유) kim liên. 아름다운 눈 mắt phượng. mỹ mục.
아름다움 sắc đẹp. thịnh sắc, 원숙한 ~ ~ đương thì, ~이 시들다 ~ tàn tạ. 그녀는 자신의 ~을 자랑했다 nàng lấy làm tự đắc về ~ của nàng.
(명) 아름다운 구슬에도 티가 있다 (아무리 잘하는 사람도 실수가 있다) Ngọc đẹp cũng có bụi. (người tài giỏi đến mấy cũng có sai sót.
(명) 아름다운 나무는 그늘도 짙다 (심사숙고하는 사람은 행동도 진지하다) Cây đẹp thì bóng cũng đẹp(Người chín chắn thì hành động cũng đứng đắn)
아름다운 꽃 thiều hoa.
아름다운 마음씨 tấm lòng vàng.
아름다운 머리칼 tơ tóc.
아름다운 멜로디 âm điệu phong tao.
아름다운 목소리 tốt giọng(tiếng).
아름다운 발걸음 gót tiên(ngọc)
아름다운 불꽃(폭죽의)hoa cà hoa cải.
아름다운 빛 thiều quang.
아름다운 소녀 tố nga.
아름다운 처녀 hoa nữ.
아름다운 아내 diễm thê.
아름다운 얼굴 ngọc nhan.
아름다운 여성의 매력 quyến rũ của đàn bà đẹp.
아름다운 여자 yêu đào.
아름다운 풍경 sơn thủy.
아름다운 흑발 tóc mây.
아름다움에 매혹되다 say hoa đắm nguyệt.
아름다움이 시들다 sắc đẹp tàn tạ.
아름답게 고치다 sửa sắc đẹp.
아름답지만 매력 없는 여자 hữu sắc vô hương (người phụ nữ đẹp nhưng không hấp dẫn).

아름드리 một ôm. ~나무 cây to một ôm.
아름다운 이야기 giai thoại.
아름답게 고치다 sửa sắc đẹp.
아름답게 꾸미다 điểm xuyết
아리따운 여자 liễu yếu đào thơ.
아리다 (아프다. 쓰리다.쏘시다) (맛) chua cay. (상처) nhức. 눈이 ~ làm nhức mắt.
아리송하다 (모호하다) khó hiểu, mơ hồ.
아리아 (음악) aria.
아릿하다, 맛이 ~ có vị cay nồng.
아마(도) có lẽ, có khi, thì phải, có thể. hoặc là, ~ 하루 더 기다려야 할게요. có thể còn phải đợi thêm một ngày nữa. ~ 그가 올거야 có lẽ anh ta sẽ đến. 아마—아닐까 생각하다 nghĩ là.
아마존강 sông Amazon.
아마추어 Amatơ, tài tử, nghiệp dư, người không chuyên. ~ 축구 bóng đá nghiệp dư. ~와 프로의 경기 tài tử đấu với nhà nghề.
아마추어 참피온 vô địch hạng tài tử.
아메리카 America, Mỹ, Hoa Kỳ. ~ 대륙 Tân đại lục, ~주 châu Mỹ. 남북 ~ Nam Bắc Mỹ.
아메바 Amip. trùng a-míp.
아멘 A-men (xin được như nguyện!)
아명 tên gọi lúc còn nhỏ. nhũ danh.
아모스 (성경) A-mốt.
아무 bất cứ ai. ~라도 할 수 있다 ~ cũng làm được. ~에게나 약점이 있다 ~ cũng có nhược điểm. ~한테도 말하면 안되요 không được nói với ~. 아무도 모르다 không ai biết. ~것도 없다 không có bất cứ cái gì. ~생각 없다 không suy nghĩ gì cả. ~상관도 없다 không có bất cứ liên quan gì. ~일 없어요 không có bất cứ việc gì cả. ~도 알수없는 나오 hay, ai biết đâu. ~쓸모없는 đoảng vị. phế nhân, ~ 것도 섞지 않다 rặt. 아무도…아니다 không ai, ~것도 아니다 không hề gì. 아무도 모르게 도망가다 rút êm. 아무 대답이 없다 không đối đáp gì hết.
아무걱정하지 않는 vô lo vô lự.
아무것도 mô tê, ~ 하려고 하지 않다 nằm bẹp(dài), ~ 하지않다 làm không. nu na, rồi, 앉아서 ~ 하지 않다 ngồi rồi, 종일 앉아서 ~ 하지 않다 ngồi nu na cả ngày, ~ 모른다 chẳng biết ~ gì. ~ 않고 지내다 ở không. ~ 남지 않다 hết cả không có gì. ~무서워하지 말라 đừng sợ gì cả.
(명)아무것도 믿지말고 무슨 일이든 주위를 게을리 하지마라 Đừng quá tin vào bất cứ điều gì, đừng lơ là bất cứ điều gì.
(명)아무것도 한 일이 없는 사람은 아무것도 알지 못한다 Người không làm bất cứ cái gì thì không hiểu được bất cứ cái gì .
아무것도 아니다 chẳng thấm vào đâu cả, 그는 너에 비하면 ~ so với anh, nó ~.
(명)아무것도 해볼 용기가 없는 사람은 아무것도 바랄 필요가 없다 Người không có dũng khí làm bất cứ việc gì cũng đừng mong đợi điều gì cả.
아무개 người nào đó. (모씨) mỗ, 김 아

무개 ông Kim nào đó.
아무데 bất cứ nơi đâu. ~나 가도 좋다 đi đâu cũng được. 아무데나 있다 chỗ nào cũng có.
아무때나 bất cứ lúc nào. bất kỳ, ~ 갈 수 있다 ~ cũng có thể đi được. ~ 오세요 hãy đến ~ cũng được.
아무 득도 없이 반복하다 trùng lắp.
아무래도 dẫu sao, dù thế nào. ~ 내가 가야겠다 ~ tôi cũng phải đi. ~ 안 된다 không ra sao.
아무렇지도 않게 생각하는 như không.
아무렇지도 않은 듯이(태연히) thản nhiên, điềm nhiên.
아무런 사고 없이 không có bất cứ tai nạn nào xảy ra.
아무렇게나 lung tung beng, quấy quá, thế nào cũng được, bô lô ba la, cách nào cũng được, sơ sịa, ~ 말하다 nói bô lô ba la,~해치운 일 công việc làm quấy quá, (형식적으로) hờ hững, thờ ơ. ~ 차려 입은 ăn mặc sơ sài. (반) 단정히 차려 입다 ăn mặc chỉnh tề,(lịch sự.) ~ 버리다 bỏ xới. xốc xếch, tha, ~공부하다 học ~. 헤진 신발을 ~ 신다 tha đôi giày rách. ~ 휘갈겨 쓰다 viết quều quào.
아무리 cách mấy, đến mấy đi chăng nữa, ~ 해도 đằng nào. mấy. ~ 어려운 일도 참고 견디면 이룰수 있다 nước chảy đá mòn.
(명)아무리 걱정을 해도 단 한푼의 빚도 갚을 수 없다 Cho dù có lo lắng đến mấy cũng không thể trả nợ được dù chỉ một đồng .
아무리 ...일지라도 tuy nhiên.
아무리 ...할지라도 mấy. 아무리 무겁더라도 nặng mấy.
아무일 없는 듯한 tỉnh bơ.
아무일 없는듯이 말하다 nói tỉnh bơ.
아무튼 (어쨌든) dù sao cũng. dù gì đi nữa, ~ 출발전에 알려 주세요 ~ cho biết (báo) trước khi xuất phát.
아무렴 (당연히) đương nhiên. ~ 그래야지 ~ phải làm như vậy.
아무리--- 라 할지라도 dù sao, cho dù, dù thế nào. ~ 돈이 많아도 cho dù nhiều tiền đi nữa. ~ 피곤해도 일을 해야 한다 cho dù mệt mỏi cũng phải làm. ~ 노력해도 소용 없어요 cho dù có nỗ lực cũng không có kết quả. ~ 바빠도 전화를 해주세요 cho dù có bận thì cũng gọi điện thoại cho tôi.
아무말 bất cứ lời nào. ~ 없이 떠나다 ra đi không nói một lời. ~도 하지 않는 không nói không rằng.
아무 의미없는(이야기) rác tai.
아무일 bất cứ việc gì. 하루종일 ~ 없었다 cả ngày không có ~. ~ 일도 아닌 chưa việc gì.
아무짝에도 dù sao cũng. ~ 쓸모가 없다 ~ không được dùng nữa.
아무쪼록 như có thể, hết sức. bằng mọi cách, ~ 빨리 오세요 hãy đến đây nhanh ~.
아물거리다 lờ mờ, ám ảnh, lập lòe. 등불이 ~ đèn lập lòe. (인터넷) chập chờn.
아물다 khỏi, lành. 상처가 ~ vết thương đã khỏi rồi.
아물아물 mập mờ, lờ mờ.
아뭏든 dù sao đi nữa.
아미노산 axit amin.
아빠 cha, ba, tía (남), bố, bọ, (북). (반)

엄마 má (남), mẹ (북).
아버지 thầy, bố, bọ (북), cha, tía, ba (남). (집안에서)cậu, (구어)via, ~답다 đáng ra bố. ~의 사랑 tình yêu của cha. ~의 유산 di sản của bố. ~를 부양하다 can phụ, 아버지를 닮다 giống cha. ~를 따르다 tòng phụ, ~ 없는 아이 đứa bé không có bố. ~쪽의 친척 bà con bên nội. 큰 ~ bác trai. 작은 ~ chú. 큰 어머니 bác gái. ~ 와 아들 bố con. ~의 고향 quê nội(반) 어머니의 고향 quê ngoại.
…의 아버지를 살해하다 sát phụ.
(속) 아버지가 나쁘면 자식도 나빠진다 đời cha ăn mặn, đời con khát nước.
(명)아버지 한 사람이 백명의 교사보다 낫다 Một người cha có ích hơn lời của một trăm thầy giáo
아버지를 살해하다 sát phụ.
아버지의 고향 quê nội.
아버지의 뜻대로 theo ý muốn Cha.
아버지의 원하시는 뜻 ý muốn của Cha ta.
아베크 (한쌍) một cặp tình nhân.
아부 nịnh bợ, a dua, dua nịnh. bôn xu, 상사에게 ~하다 nịnh bợ cấp trên. ~꾼 kẻ nịnh bợ. nịnh thần. ~하며 말하다 nói ngon nói ngọt. ~ 하는 사람 tên a dua.
아뿔싸 trời ơi !. ~ 비가 또 오는군 ~ trời lại mưa nữa
아브라함 (성경) Áp-ra-ham.
아비 bố, cha.
아비규환 (비명) tiếng kêu la đau khổ. ~의 참상 cảnh thảm khốc.
아사하다 chết đói. 아사시키다 bỏ cho chết đói.
아삭아삭 tiếng nhai rau ráu.
아서라 thôi, bỏ ra, thôi nào! ~ 싸우지 마라 thôi đừng cãi nhau nữa.
아성 (본부) thành lũy, bộ chỉ huy.
아세안 (ASIAN) hiệp hội các nước Đông Nam Á.
아세틸랜 등 đèn đất(khí đá).
아쉬운 lưu luyến. ~ 인사 chào ~.
아쉬워하다 tiếc của(công).
아쉽다 tiếc, tiếc nuối. 시계가 없어져서 ~ mất đồng hồ thật đáng tiếc.
아스파라가스 (식물) cây măng tây.
아스팍 (ASPAC) hiệp Châu Á Thái Bình Dương.
아스팔트 nhựa. đường nhựa(hắc ín), ~를 깔다 rải nhựa. ~로 포장하다 tráng nhựa.
아스피린 thuốc aspirin.
아슬아슬하다 hồi hộp. theo đảnh, 아슬아슬한 승부 chiến thắng ~. ~하게 당선했다 trúng cử trong ~. 등이 책상가장자리에 아슬아슬하게 놓여 있다 cây đèn để theo đảnh ở mép bàn.
아씨 (호칭) chị ơi, cô ơi, bà.
아시아 Châu Á. 아시안 게임 đại hội thể thao ~. ~개발 은행 ngân hàng phát triển ~. ~ 영화제 liên hoan phim ~. ~주 Châu Á. 동남 아시아 Đông Nam Á. 동북 ~ Đông Bắc Á. 중앙 ~ Trung Á.
아아 (감탄사) a, ôi chao! 아아 슬프다 than ôi !
아아치 khung tò vò, cửa tò vò.
아케이트 cửa hàng có mái vòm.
아악 nhạc cung đình. nhã nhạc.
아야! úi da !

아양떨다 nũng nịu, làm dáng, uốn éo, nịnh bợ, tâng bốc. du nịnh.

아역 phân vai của trẻ em.

아연 (화학) kẽm. sắt hộp, ~도금 mạ kẽm. ~판 tấm kẽm. ~으로 도금하다 bọc kẽm.

아연실색 ngơ ngẩn. (당황한) ngây mặt, mất hồn.

아연하다 ngơ ngác, ngỡ ngàng.

아열대 Á nhiệt đới. ~기후 khí hậu ~.

아오자이 (베트남 전통의복) áo dài. ~는 등부터 아래로 갈라져 있다 áo dài rách tét xuống tới lưng.

아웅! ú òa!.

아웅다웅(아옹다옹) tiếng cãi nhau. ~하다 cãi nhau. bất bình, bực tức.

아우 em trai, em gái.

아우르다 kết hợp lại.

아우성치다 hò(la) hét. kêu bớ, inh ỏi.

아웃 (야구) bóng ra ngoài.

아울러 cùng nhau.

아이가 없는 son sẻ. ~ 아내 vợ ~. 아이 없는 부부 vợ chồng ~.

아이 đứa bé, đứa trẻ. trẻ con. chú bé, ~같은 như ~. nhi tính, ~를 못낳다 không đẻ con được. ~를 계속 낳다 sòn sòn, 계집 ~ bé gái. (반) 사내 ~ bé trai. 다섯살 된 아이 đứa bé năm tuổi. ~가 많다 đông con. ~가 없다 không có con. 자기 ~ con mình. 아이를 보살피다 trông con, ~를 돌보다 săn sóc trẻ con. ~를 낳고 키우다 sinh con đẻ cái. ~를 낳다 lâm bồn. ~ 갖기를 기도하다 cầu con. ~를 등에 업다 địu. ~가 똥을 싸다 ia đùn. ~를 응석받이로 기르다 nuông con. ~를 많이 낳은 여자 gái sề.

아이가 성가시게 붙어 다니다 bé con lẽo đẽo chạy theo chân mẹ.

아이가 없는 chân son mình rỗi. hiếm hoi, ~ 부부 vợ chồng hiếm hoi.

아이들을 아끼다 yêu dấu con cái.

(속) 아이를 낳는 데 속곳 벗어 달란다 (바쁜 사람에게 무리한 요구를 한다) Đang đẻ con còn bị đòi cởi quần lót(yêu cầu vô lý đối với người đang bận rộn).

아이를 많이 낳은(속어) con bế con bồng.

아이를 유모에 맡기다 mướn vú nuôi con.

아이를 보다 giữ trẻ con.

(속) 아이 보는 데서는 찬물도 못 마신다(아이들은 흉내를 잘 내기 때문에 모범을 보여야 한다) Nơi mà trẻ thấy thì nước lạnh cũng không được uống(phải làm gương cho trẻ vì trẻ hay bắt chước).

(속) 아이 싸움이 어른 싸움 된다 (작은 일이 큰 일이 된다) Trẻ em cãi nhau thành người lớn cãi nhau(việc nhỏ trở thành việc lớn).

아이를 속임수로 달래다 lừa dối trẻ con.

아이를 품에 안다 bồng bế, ẵm (bồng) con (남), bế con (북).

아이고 (머니) trời ơi, trời đất ơi, (아이구)chao ôi!, ối chà, úi chà, 아이고 맙소사! ối chao ôi, ~ 귀찮다 trời ơi, phiền toái quá. ~ 죽겠다 ôi mệt quá, chết nỗi. khốn nỗi. 아이쿠 하나님! hú hồn hú vía!.

아이고 불쌍한 내 팔자야 phần ẩm duyên ôi.

아이구 요 망나니야! con nõm!.

아이쿠! 어머나! úi, ối.
아이를 등에 업다 cõng con (남), cắp con (북).
아이디어 ý kiến. ~를 구상하다 tạo ý.
아이디카드 (신분증) thẻ căn cước. 아이디번호 số chứng minh nhân dân (CMND).
아이러니 (풍자.비꼬는 말) châm biếm, mỉa mai.
아이스 (얼음) đá lạnh, nước đá. ~박스 thùng đá. ~커피 (냉커피) cà phê đá. ~크림 kem. cà rem. 아이스크림 기계 máy kem.
아이슬렌드 (국명) Aixơlen.
아이오시 (IOC) (국제올림픽 위원회) ủy ban đại đội thể thao quốc tế.
아이적에(유년시절) lúc bé.
아이젠 (등산용구) móc leo, móc sắt.
아이템(항목) món.
아이티(I T) 업체 công ty vi tính.
아일랜드 (국명) Ái Nhĩ Lan, Ai-len.
아이큐 (IQ) chỉ số thông minh. ~테스트 ~ trắc nghiệm.
아장아장 다가가다 mon men.
아장아장 lót tót, ~ 걷다 đi chập chững, choài. 아기가 엄마 곁으로 ~ 다가가다 Bé mon men đến cạnh mẹ.
아장걸음 (걸음마) bước chân chập chững.
아저씨 chú, chú bác, cậu.
아전인수 mưu cầu lợi ích riêng tư.
아주 (전혀) rất, hoàn toàn. (극히) lòm, ~ 새빨간 đỏ lòm, 기분이 ~ 좋다 tâm trạng rất thoải mái (tốt). ~ 예쁘다 rất đẹp. ~가난 한 vắt mũi đút miệng, ~ 기뻐하다 rất vui. sướng rơn, 내일 아주 귀국한다 ngày mai tôi hoàn toàn về nước. ~ 중요한 일 việc vô cùng hệ trọng. ~ 작은 ít ỏi. ~긴 lê thê, ~긴 바지 quần lê thê. ~가벼운 nhẹ bổng. ~오래된 cũ mèm. ~무거운 è ạch.
아주까리 기름 dầu thù đủ.
아주 까만 đen thui.
아주 깨끗한 trong veo.
아주 검은 đen sì(hắc). đen kịt.
아주 날카로운 sắc lẻm. von, ~ 손톱 móng tay von.
아주 능숙한 thành tạo, 수공예에 아주 능숙하다 ~ tay nghề.
아주 달콤한 thơm phức.
아주 똑 같은 y như.
아주 돌연히 đùng một cái.
아주 먼 xa vời, vời vợi. tít tắp. thăm thẳm. ~길 đường xa thăm thẳm. ~ 옛날의 viễn cổ.
아주 명백한 sờ sờ trước mắt.
아주 새것인 mới nguyên.
아주 신 chua lét(loét).
아주 신이 나다 hí ha hí hửng.
(속)아주 쓸쓸한 vắng như chùa Bà Đanh.
아주 억세서 하늘도 다루지 못한다 trời đánh không chết.
아주 얇은 rất lép, xép xẹp.
아주 엄한 quá nghiêm.
아주 옛날에 ngày xửa ngày xưa.
아주 위험한 hiểm sâu. vạn tử.
아주 이상한 động trời.
아주 인색한 bo siết.
아주 작은 ly ti, vi ti, mảy may. 아주작게 쓴 글자 chữ viết ~.
아주 작은 조각 mảy may.
아주 작은 소리로 lí nhí. ~ 이야기 하다 nói ~.
아주 잔잔한 như tờ.

아주 잘하다 giỏi quá(quánh).
아주조금 một ít, chút xíu..
아주 조용한 lặng ngắt, yên ắng. ~ 우주 không gian(vũ trụ).
아프리카주 Châu Phi.
아주까리 (식물) cây thầu dầu. ~기름 dầu thầu dầu.
아주 깊은 thăm thẳm.
아주 나쁜 quá tệ.
아주 조금 ít ỏi.
아주머니(아줌마) bác gái, cô, dì, bà,
아주 멋있다 rất tuyệt vời.
아주버니 anh chồng.
아주 찬 nguội ngắt.
아주 창백한 xanh ngắt.
아주 형편없는 dở ẹc. ~음식 món ăn~.
아주 확실한 chắc mẩm.
아지랭이 hơi nóng lờ mờ. phù du, ~가 끼었다 có hơi lờ mờ.
아지트 nơi ẩn náu, nơi trú ẩn.
아직 chưa, vẫn, vẫn còn, vẫn chưa. hãy còn,(반)이미 đã, rồi, ~ 오지 않았다 ~ đến. 그는 ~도 살아 있다 anh ta vẫn còn sống. 그는 ~도 어린애다 anh ta vẫn là trẻ con. chưa ráo máu đầu, ~도 할 일이 많다 còn nhiều việc phải làm. ~ 3 시가 안되었어요 vẫn chưa đến 3 giờ. 아직도 chưa rồi. ~안된 chưa sao. ~아이가 없는 son rỗi. ~어린 tấm bé.
아직도 집에있는(미혼여성) tại thất.
아직 경험하지 않다 chưa từng.
아직 어두운 tối đất.
아직 서투른 tập tọng.
아직 어린 tấm bé, ~ 때부터 từ thuở ~.
아직도 집에 있는(미혼여성) tại thất.
아직 덜 되먹은 sống nhăn.

아직 멀었다 còn mệt, 너를 따라잡기는 ~ ~ tôi theo kịp anh.
아직 이야기를 확실히 이해못하다 chưa tỏ tường câu chuyện.
아직 희미한 tơ mơ.
아직 …하지 않았다 chưa từng(hề). 아직 보지 못했다 ~ thấy. ~살아있다 còn sống.
아직 말을 다하지 못했다 chưa nói xong.
아직까지 đến tận bây giờ, đến nay. 그 한테서 ~ 소식이 없다 đến giờ vẫn chưa có tin tức của anh ta. 아직 얼마나 남아 잇는가? Còn thừa bao nhiêu?
아질 (찔)하다 choáng váng.
아찔아찔하다 xâm mặt.
아집 ngoan cố, cố chấp.
아차 trời ơi!
아첨하다 nịnh bợ, xu nịnh, bợ đít(đỡ), o bế, nịnh hót. 아첨을 좋아하다 ưa nịnh. 아첨장이 người xu nịnh. 야첨꾼(자)gian nịnh, nịnh thần. 권력자에게 ~ xu nịnh kẻ quyền thế.
아첨받기를 좋아하다 ưa ngọt(nịnh).
아첨하여 말하다 nói tâng.
아첨하는 말단 관리(비유)ruồi xanh.
아취(정취) thanh nhã. ~가 있다 trang nhã. (반) ~가 없다 bất nhã.
- 아치(접미사) (hậu tố). 장사아치 người bán rong. 동냥아치 (거지) người ăn mày.
아치 (궁형) vòng cung. tò vò. ~모양의 문 cổng tò vò.
아침 (시간) buổi sáng.(반)저녁 buổi chiều, ~에 vào ~. ~ 일찍이 vào sáng sớm. tinh mơ, ~7 시에 vào

lúc 7 giờ sáng. ~부터 저녁까지 từ sáng tới tối. 내일~ sáng ngày mai. 일요일~ sáng chủ nhật. ~을 먹다 ăn sáng. ~과 저녁 dán tịch. ~식사 했습니까? Anh ăn sáng chưa? 아침나절 buổi sáng (trước 12 giờ). ~안개 sương mù buổi sáng. ~식사 포함 tính cả bữa ăn sáng. 아침식사를 하다 ăn cơm sớm. điểm tâm, lót dạ. 아침놀 ráng sáng. ~부터 밤까지 tối ngày.
(명) 아침에 도를 들으면 저녁에 죽어도 좋다 Buổi sáng nghe được đạo thì buổi tối chết cũng được.
(명)아침에 일어날 때마다 사람들에게 즐거운 날이 되게 해 주겠다는 결심을 하라 Hãy quyết tâm làm cho nhiều người thức dậy có một ngày vui vào mỗi buổi sáng.
아침이슬 sương mai. 안개 sương mù.
아침저녁 buổi sáng và buổi chiều. khuya sớm, (조반과 석식) điểm tâm và ăn tối. ~으로 제법 쌀쌀하다 sáng và chiều hơi lạnh.
아침일찍 tinh mơ(sương).
아카데미 viện hàn lâm, (학술원) viện khoa học và mỹ nghệ.
아카시아 cây keo, cây xiêm gai.
아코디언 cây đàn xếp, đàn accordion.
아틀리에 (화실) xưởng vẽ.
아티소(식물) artisô.
아파트 chung cư. nhà tập thể, ~단지 khu ~. 고층~ chung cư cao tầng.
아편 á phiện, thuốc phiện. ma túy, cơm đen, ~을 피우다 hút ~. ~ 매매 buôn bán thuốc phiện. 아편 중독 nghiện thuốc phiện. (마약) ma túy. 마약 (아편) 중독자 người

nghiện ma túy. ~을 끊다 cai á-phiện. ~사용을 금하다 giới yên. ~소굴 tiệm hút. ~쟁이 người ghiền ~. ~ 흡입자 người hút ~.
아폴로 (신화) thần Apollo.
아프카니스탄(국명) Afghanistan.
아프다 đau. đau đớn, ốm,(반)건강하다 sức khỏe, 목이 ~ đau cổ. 바늘로 찌르듯이 ~ đau như kim châm. 아파서 울다 khóc vì đau. 아픈데를 건드리다 chạm vào nỗi đau. (마음이) đau lòng, đau đớn. 심히 (격심하게) 아프다 đau điếng. 아프고 쑤시는 đau rêm. 아프다고 통보하다 cáo bịnh.
아픈자 kẻ đau.
아프레 (전후파) (아프레게엘) phái sau chiến tranh.
아프리카 Châu Phi. ~ 사람 người ~.
아프카니스탄 Apganixtan.
아프터서비스 bảo lãnh, phục vụ cho sau.
아픈 사람 người ốm, ~과 함께 지새우다 thức săn sóc ~.
아픈척하다 giả vờ ốm (bệnh).
아픈 체 하다 trá bịnh.
아픔 nỗi đau, đau đớn. 가슴의 ~ nỗi đau lòng. 이별의 ~ nỗi đau chia ly. ~을 느끼다 cảm thấy đau đớn. ~을 참다 chịu đau. 아픔을 견딜 수 없다 không chịu được nổi đau đớn.
아하! A ha! ~ 이제 생각나는군! A ha, bây giờ tôi nhớ ra rồi.
아호 bút danh.
아홉 chín, số chín. ~째 thứ chín. ~살 chín tuổi.
아황산 가스 khí axít sulfurơ.

아휴! hú vía!.
아흐레 (날) ngày thứ chín.
아흔 chín mươi.
아희 trẻ con. 아희 (이) 같다 như ~.
악 (놀람.고통때) oai oái! trời ơi!
악하고 소리 지르다 kêu oai oái.
악 ác, cái ác. 선악 thiện và ác. 악을 이기다 thắng ác. 악을 악으로 갚다 lấy ác trả ác. dĩ oán báo oán, 악을 선으로 갚다 lấy ác trả thiện. 악은 악을 낳는다 (인과응보) ác giả ác báo. 악을 선으로 보답하다(갚다) lấy thiện trả ác.
악한 ác(반)선한 lương thiện.
악에 대항하다 trở ngược.
악을 제거하다 trừ ác.
악을 행하다 tác ác.
악과 선 tà chính.
악감 (정) ác cảm. ~을 품다 mang ~. ~을 주다 gây ~ cho.
악곡 một bản nhạc, nhạc khúc, giai điệu.
악공 người tấu nhạc. nhạc công.
악귀 ma quỷ. ~를 쫓다 trừ tà. ~를 몰아내다 yểm trừ.
악극 nhạc kịch, opera. ~단 đoàn ca nhạc.
악기 nhạc khí, cây đàn, nhạc cụ. ~를 연주하다 biểu diễn.~, 악기를 타다 gảy đàn 현 ~ đàn dây. 타 ~ nhạc khí gõ. ~의 현(줄) dây đờn. ~의 활 cung kéo, vĩ. ~의 하나 tính tẩu.
악기소리 tiếng tơ(đàn).
악녀 ác nữ, người đàn bà độc ác.
악단 ban nhạc, đoàn nhạc. 교향 ~ dàn nhạc giao hưởng.
악담 nói xấu, nói bậy, phỉ báng. rêu rao.
악당 kẻ hung ác, đồ khốn, thằng đểu, chó má, bợm. ~의 부하 ưng khuyển.
악대 dàn(giàn) nhạc, nhạc đội, ban nhạc. 군악대 dàn nhạc quân đội. 악대장 nhạc trưởng.
악덕 mất nết, vô đạo đức, xấu xa. 악덕 기업주 một doanh nghiệp xấu xa. ~상인 người buôn bán xảo quyệt.
악독하다 ác độc, độc ác. thất nhân ác đức.(반)인자하다 nhân từ, 악독한 계획 thủ đoạn.
악랄한 ác nghiệt, quỷ quái, gian tà, (악독한) xấu xa, độc ác, xảo quyệt. 악랄하게 괴롭히다 trêu chọc ~. ~ 조작 giờ trò quỷ quái.
악력 (손으로 쥐는 힘) nắm chặt. ~계 đo lực tay.
악령 (악마.사신) ác linh, tà(yêu) ma.
악마 ác ma. quỷ, ~ 같이 như ~, Sa-tan. ~ 에게 사로잡힌 bị ma ám. ~들을 몰아내다 tống quỷ. ~를 쫓아내다 trừ tà.
(명) 악마는 악마를 알아본다 Quỷ dữ thì nhận ra quỷ dữ.
악명 tiếng xấu, ác danh. xú danh, tai tiếng, ~이 자자하다 tiếng ác đồn xa.
악명 높은 xấu tiếng.
악몽 ác mộng. ~을 꾸다 mơ thấy ~. 악몽에서 깨어나다 tỉnh dậy từ cơn ~. 악몽에 시달리다 gặp ~.
악물다 (이를) siết răng, mím răng chặt.
악바리(모진 사람) một gã dai nhách.
악법 hà pháp.
악보 bản nhạc, nốt nhạc. nhạc phổ. ~ 대 cái giá ~. 악보집 sách nhạc. ~

를 만들다 phở.
악사 nhạc sĩ (음악가). (작곡가) người sáng tác.
악선전 tuyên truyền sai.
악성 (유명한 음악가) một nhạc sĩ nổi tiếng. nhạc tính.
악성 ác tính. ~감기 cảm cúm ~.
악성부스럼 ung độc.
악성 종기 ung.
액세사리 trang sức, nữ trang. phụ đới.
악센트 trọng âm, ~를 두다 uốn giọng.
악수 bắt tay. ~를 나누다 bắt tay nhau. ~를 청하다 giơ tay ra (để bắt).
악순환(경제) vòng lẩn quẩn, tuần hoàn nghiệt ngã.
악쓰다 kêu la, la hét.
악습 thói quen xấu. thói xấu, tệ tục. 음주의 ~ thói quen xấu là uống rượu. ~이 몸에 배다 ~ ngấm vào người
악신(역병의)quan ôn.
악어 cá sấu. ngạc ngư, ~가죽 da ~. ~핸드백 túi xách tay bằng da ~.
악역 nhân vật phản diện. 그는 ~을 잘 한다 anh ta đóng vai ~ rất hay.
악연 (나쁜 인연) nhân duyên xấu.
악영향 ảnh hưởng xấu. ~을 받다 bị ~, chịu ~.
악용 sử dụng vào mục đích xấu. 돈을 ~하다 sử dụng đồng tiền vào mục đích xấu. 권력을 ~하다 sử dụng quyền lực vào mục đích xấu.
악우 người bạn xấu.
악운 vận đen(xui), ách vận. (반) 행운 vận may, may mắn. ~을 만나다 bị ~.
악의 ác(tà) ý. ý gian. ~가 있다 có ~. (반) ~가 없다 không có ~. ~를 품다 mang ~. ngậm lại. ~에 찬 말을

하는 độc mồm độc miệng. …에게 ~를 품다 thù oán người nào. ~를 가지고 속이다 gian dối.
악의적인 ma lanh.
악인 người ác, ác nhân. kẻ dữ.
악인의 손 tay kẻ dữ.
악장 nhạc trưởng . (지휘자) người chỉ huy dàn nhạc.
악전고투 chiến đấu gian khổ.
악조건 hoàn cảnh bất lợi. phần hèn.
악종(불한당) kẻ lưu manh. côn đồ
악질(질 나쁜 사람) người ác độc.
악착 tính nhỏ nhen. ~ 같다 khó uốn, kiên định.
악처 người vợ xấu, nghiệt phụ.
악천후 thời tiết xấu. độc trời.
악취 mùi thối, hôi thối. mùi hôi,(반) 향기 thơm, 추한 ~ hôi thúi, ~를 풍기다 tỏa mùi hôi. trở mùi, hôi tanh, ~를 없애다 xóa bỏ mùi hôi. ~를 제거하다 tẩy mùi. ~를 내뿜는 thối tha. ~를 발산하다 thối. 나는 thối rình.
악취를 내는 hôi hám.
악취미 thị hiếu xấu, sở thích xấu.
악평 tiếng xấu(dữ), nói xấu. tai tiếng. ~을 듣다 mang tai mang tiếng.
악평을 받다 bị tai tiếng. 비열한 인간 이라는 ~ ~ con người nhỏ nhen.
악폐(덕) thói xấu. tệ nạn(lậu), ~를 일소하다 bỏ ~. ~가 깊이 스며들다 tầm nhiễm thói xấu.
악풍 tập quán xấu.
악한 kẻ độc ác. gian ác, nham hiểm. ~ 음모 ác kế, ~ 꾀 mưu ác. ~마음을 품다 hoài hận.
악한 것 điều ác.
악한 생각 ác tưởng.

악한자 kẻ dữ(반)선한자 kẻ lành.
악한 종 đầy tớ dữ.
악행 hành động ác.
악하다 ác, độc ác. 악한 사람 người xấu (độc ác).
악화 trở nên xấu, trở nên tồi tệ. 병이 ~ 하다 (되다) bệnh trở nên xấu hơn. 날씨가 ~되다 thời tiết trở nên xấu. suy biến, ~시키다 sinh tật.

안 1. bên trong. (반) 밖 bên ngoài. 집 안에 ở trong nhà. 안에서 ở trong, 안으로 밀어 넣다 kéo vào, 집안으로부터 từ trong nhà. 안에 비집고 들어가 앉다 ngồi xía, 안으로 들어가다 đi vào trong. vô, vào, (달팽이가 안으로 들어가다)rút vào, 옷을 상자안에 넣다 bỏ áo quần vào trong thùng .
2.안에 (기간) trong vòng. 일주일 안에 trong vòng một tuần. 한달 안에 trong vòng một tháng. 수일 안에 trong vòng vài ngày. 여기가 제 안 사람 (아내) 입니다 đây là nhà tôi (vợ).
안과 밖 trong ngoài.
…안에 trong.
안 (제안) đề án, kế hoạch, phương án. 안을 세우다 xây dựng đề án. 안을 제출하다 đề xuất đề án. 안을 철회하다 rút khỏi ~.
안간힘을 쓰다(애쓰다) nén lại, (참다) kiềm chế.
안갈 수 없다 không thể không đi.
안감 lớp vải lót. ~을 대다 lót áo, kép
안개 sương mù, sa(mây) mù. ~가 짙다 ~ dày đặc. ~에 쌓인 산 núi được bao bọc bởi ~. 안개가 끼어있다 có ~. (반) 안개가 걷히다 ~ tan đi.

~가 낀 phủ ~. ~ 때문에 배가 늦게 도착했다 vì sa mù nên tàu đến trễ.
~낀 날 ngày đầy sương mù.
안개구름(기상)mây tầng.
안건 (안.사항) đề án, điều. 중요한 ~ điều quan trọng.
안경 kính mắt, kính đeo. 도수가 강한 ~ kính cao độ. ~을 쓰다 đeo kính. (반) ~을 벗다 tháo kính. ~알 tròng kính. ~테 gọng kính. 색~ (선그라스) kính màu.
안계 (눈에 보이는 범위) tầm nhìn. ~안에 있다 nằm trong ~. (반) ~ 밖에 있다 nằm ngoài ~. 안계가 넓다 ~ rộng.
안과 khoa mắt. nhãn khoa, ~병원 bệnh viện mắt. 안과의(사) bác sĩ chữa mắt.
안광 ánh mắt. ~이 날카롭다 ~ có sắc sảo.
안구 nhãn cầu. ~ 결막 mô mắt. ~ 돌출 (의학) lồi mắt.
안그러면 nếu không thì.
안기다 bế bồng, ôm ấp. 엄마품에 안겨 있는 아이 đứa bé được ôm trong lòng mẹ. 안기어 자다 được ôm ngủ.
안내 hướng(tiếp) dẫn. chỉ(đạo) dẫn. dẫn dắt, 누구의 ~ 로 theo sự hướng dẫn của ai đó. ~도 bản ~. 안내서(책) sách ~. 안내소 nơi ~. 안내자 người ~. 안내해 주시겠습니까 ? anh có thể ~ cho tôi được không?
안내하여 데리고 가다 dẫn đưa.
안내장(통지서)thông tri.
안내부표(해로의)phao hải tiêu.
안녕 bình an. (반) 불안 bất an, (인사)

안녕하십니까? Xin chào, bạn khỏe không?
안녕(인사) xin tạm biệt.
안녕히 계세요 xin chào, chúc ở lại bình an
안다 ôm, bế bồng. 아이를 ~ ~ bồng con. 잠간 아이를 안아주세요 hãy bồng con cho tôi một chút. 안아 일으키다 đỡ ai. 안고 어르 다 nhồi, 아이를 안고 어르다 nhồi đứa bé.
안단테 (음악) nhịp thong thả.
안달하다 nôn nả, nóng lòng, nóng nảy. thắc thỏm.(반) 침착하다 bình tĩnh, 가지 못해 ~ nóng lòng đi.
안달복달하다 nôn nóng. rộn rực.
안도 (안심) yên tâm. ~감 lòng ~.
안도의 한숨을 내쉬다 thở phào nhẹ nhõm.
안되다 (가엾고 애석하다) cảm thấy hối tiếc.
안되다 không được, cấm. 떠들면 안되 làm ồn ào là không được. 들어가 면 안될까요? Không được vào ư? 마음대로 하면 안되 ~ tự ý làm. 가지 않으면 안되 không đi là ~.
(속) 안되는 놈은 뒤로 넘어져도 코가 깨진다(운이 없는 사람은 무슨 일 을 해도 실패한다) Kẻ xấu số ngã ngửa cũng bị dập mũi(người số không may, làm việc gì thất bại)
안뜰 sân trước trong nhà.
안락한 an lạc. khoan khoái, êm đẹp, yên vui, ~ 생활 cuộc sống ~. 안락 하게 지내다 sống ~. 안락의자 ghế tay dựa. ~한 생활 cuộc sống êm đẹp, khoan khóai, an nhàn. yên vui.
안력 (시력) nhãn lực, thị lực.

안마 mát xa, xoa bóp, đấm bóp. 어깨 를 ~하다 ~ vai. ~기 máy xoa bóp. ~쟁이. ~사 thợ ~. ~의사 án ma khoa.
안마당 sân trong nhà.
안면 (편히 잠) ngủ ngon. ~방해 quấy rầy giấc ngủ.
안면 (지면) quen mặt. ~이 있다 có quen biết. ~있는 얼굴 mặt quen.
안면 (얼굴) khuôn mặt. nhan diện, ~을 때리다 đánh vỗ mặt. ~몰수하는 lá mặt lá trái.
안면렌즈 thấu kính đầu.
안목 nhãn mục(quan), thần trí, (인식. 식견) nhận thức, hiểu biết.
안무하다(위로) an ủi, làm yên.
안무 (무용) sang tác điệu múa.
안방 phòng bên trong. trong buồng.
안배 xếp đặt, (배치) sắp xếp. (배분) phân công, giao việc. 일을 ~ 하다 ~công việc.
안보(보안)bảo an, an ninh, an toàn. ~ 지역 vùng ~. 안보협의회 hội đồng bảo an.
(명)안 본 용은 그려도 본 뱀은 못 그린 다(상상하는 것은 자유롭 게 할 수 있으나 실제적인 것은 구체화 하기 어렵다), Dù có vẽ được rồng tưởng tượng, không vẽ được rắn đã nhìn thấy(trừu tượng thì có thể làm một cách tự do, còn thực tế sự thật thì khó nắm bắt khó cụ thể hóa.)
안부 hỏi thăm bình an. 김선생에게 ~ 전해 주세요 xin gửi lời hỏi thăm ông Kim. ~를 묻다 hỏi han(thăm). hỏi thăm sức khỏe. vấn an, ~의 말 lời thăm.

안빈낙도 an bần lạc đạo.
안사람 người nhà tôi, nhà tôi, vợ tôi.
안살림 đời sống gia đình.
안색 nhan sắc, sắc diện. (혈색) nước da. da dẻ, (표정) sắc mặt, vẻ mặt. nét mặt. ~이 변하다 đổi sắc mặt. ~이 창백하게되다 thất sắc.
안성맞춤 cái đúng, chính điều tốt nhất.
안수 đặt tay lên, cầu nguyện với đặt tay lên đầu. 안수례 lễ ~. ~기도 cầu nguyện thần điều trị. ~집사 chấp sự tấn phong(thực thụ)
안스럽다 thương tình.
안식하다 nghỉ ngơi. an nghỉ, 안식처 nơi an nghỉ. 마지막 안식 an nghỉ cuối cùng.
안식일 ngày sa bát, ngày nghỉ tế lễ, an tức nhựt. (주일) chúa nhật,.
안식 (식견) nhận thức, sáng suốt.
안심 yên tâm(lòng), an tâm. vững lòng, yên trí,(반)불안 bất an, ~이 되다 được ~, cảm thấy an tâm. (반) ~이 안되다 không yên tâm. (소고기의) thịt nằm.
안심시키다 vững lòng(tâm).
안심하라 hãy yên lòng.
안심부름 việc lặt vặt trong nhà.
안심찮다 (마음이 놓이지 않다) không yên tâm.
안염 chứng viêm mắt.
안약 thuốc mắt, thuốc nhỏ mắt. thủy dịch.
안온하다 yên lặng, yên tĩnh. an ổn.
안위 an nguy. 국가의 ~ an nguy của quốc gia.
안이 (손쉬움. 편안함) dễ dàng. ~하게 một cách ~.
안(속)이 깊은 동굴 hang sâu thăm thẳm.
안일 (집안일) việc nhà.
안일 (편함) nhàn rỗi. ~한 생활 cuộc sống ~.
안장 (장사지냄) an táng, chôn cất. ~식 lễ ~, 그는 이곳에 ~되었다 anh ta được an táng nơi đây.
안장 (말의) yên ngựa. ~을 얹다 thắng yên, ~없는 말 lưng trần.
안짱다리로 걷다 chân đi vòng kiềng.
안전 an toàn. ~한 장소 nơi ~. ~하게 một cách ~. 생명과 재산의 ~ an toàn về tính mạng và tài sản. ~감 cảm giác ~. ~수칙 nguyên tắc ~. ~장치 trang trí ~. ~점검 kiểm tra ~. ~제일 an toàn là trên hết. 교통 안전주간 tuần lễ an toàn giao thông.
안전모 mũ an toàn, nón bảo hiểm.
안전띠 dây lưng ~. đai ~. 안전벨트 vòng đai ~. ~지역 vùng ~. ~요소 yếu tố an toàn.
안전 정찰선 thám tuyến an ninh.
안전 (눈앞) trước mặt. ~에 펼쳐지는 풍경 cảnh ~.
안전기획부 (국가 안전 기획부) bộ kế hoạch an toàn quốc gia.
안절 부절 못하다 sốt ruột, đứng ngồi. lo sốt vó, (반)침착하다 bình tĩnh, 불안해서 ~ đứng ngồi không yên.
안정 ổn định. vững vàng, 물가가 안정되다 vật giá ~. 직업이 안정 되다 lạc nghiệp, ~을 유지하다 duy trì sự ~. giữ vững, ~시키다 làm cho ~. bình ổn, 경제 ~ ~ kinh tế. 정치 ~ ~ chính trị. ~성장 tăng trưởng ~. 통화 ~ ~ tiền tệ.
안정(편안함) yên tĩnh, yên bình. ~시키다 làm yên tâm.

(명)안정된 마음만이 세상을 제대로 볼 수 있다 Tấm lòng có yên tĩnh mới có thể nhìn được thế giới đúng hình ảnh của nó.

안쪽 bên trong, bề trong, mặt trong. 안쪽에 ở trong, phía trong. ~에서 열다 mở từ ~. ~에서 자물쇠를 채우다 khóa ở ~.

안좋은 tệ.

안주하다 sống một cách yên bình.

안주 (술) món nhắm, đồ nhắm. 술과 ~ rượu và đồ nhắm. 술 ~ đồ nhắm rượu.

안 주머니 cái trong túi.

안주인 bà chủ nhà. nữ chủ nhân.

안중에 없다 (무시하다) coi thường.

안질환 chứng bệnh mắt. bệnh tật mắt.

안집 ngôi nhà chính.

안착하다 đến nơi an toàn

안찰사(치안책임자) án sát.

안창 (구두의) lớp lót giày.

안채 nhà chính, nhà trên, nhà trong.

안출 (생각해 냄) phát minh, sáng kiến.

안치하다 đặt, cất giữ. 유해를 ~ phù lên một thi thể. (거주제한) an trí.

안타깝다 tiếc. tiếc nuối. 그를 못만나서 ~ thật tiếc khó gặp được anh. 참으로 ~ thật là đáng tiếc.

안타까워하다 tiếc thương.

안테나 an ten. dây trời, ~선 an ten dây.

안팎 bên trong và bên ngoài. 문 ~으로 cả trong và ngoài cổng. (내외) 일주일 ~ khoảng một tuần.

안팔리는 ế ẩm.

안하무인 coi thường, ngạo mạn, kiêu căng. mục hạ vô nhân.

앉다 ngồi. 단정히 ~ ngồi một cách đàng hoàng. 사장자리에 ~ ngồi vào vị trí giám đốc. 새가 나무에 ~ con chim đậu trên cành. 발을 꼬고~ ~ xếp bằng, 살며시~ ~ im thin thít, 앉아 놀다 ngồi chơi. 웅크리고 앉다 ngồi chồm hỗm. 멍하니 앉아있다 ngồi thần thờ. 맨땅에 앉다 ngồi bệt 앉아서 자다 ngủ ngồi.

(속) 앉아서 주고 서서 받는다 (빌려주기는 쉽고 되받기는 어렵다) Ngồi cho đứng nhận (khi cho vay mượn thì dễ, đòi lại thì khó).

(속) 앉은 자리에 풀도 안나겠다 (지나치게 인색한 사람을 암시) nơi chỗ ngồi, cỏ cũng không mọc (ám chỉ người qúa keo kiệt).

앉은뱅이 người què, kẻ què

앉은 키 chiều cao lúc ngồi

앉히다 để ngồi, cho ngồi, bố trí cho ngồi. 아이를 의자에 ~ để đứa bé ngồi trên ghế.

않다 không. 조금도 노력을 ~ không có một chút nỗ lực. 오지 ~ không đến. 집이 크지 ~ nhà không to. 춥지도 덥지도 ~ không nóng cũng không lạnh.

않을 수 없다 ép buộc. 가지 ~ bị ép phải đi. 웃지 ~ không thể cười được.

알 trứng, quả trứng. ~을 낳다 đẻ ~. 새 ~ trứng chim. ~을 깨다 làm vỡ trứng. ~을 품다 ấp ~.

알 (낟알) hạt, hột. 눈알 (안구) tròng mắt. 탄알 viên đạn, hòn đạn. 콩~ hạt đậu. 쌀 ~ hạt gạo. 모래~ hạt cát.

알거지 người nghèo kiệt xác.

알게 모르게(은밀히) ngấm ngầm.

알고보니...더라 hóa ra, ~학생이더라 ~anh ấy là học sinh.
알고리즘(수학:필산규칙)thuật toán.
알곡 (알곡식) hạt tốt. hạt lúa.(반)쭉정이 rơm rạ.
알다 biết, nhận biết(ra). quen. tri, tường, (반)모르다 không biết, 내가 알기에는 theo tôi biết. 이미 알고 있다 đã biết trước. 할 줄 ~ biết cách làm gì đó. 수영할 줄 ~ biết bơi. 자기를 ~ biết bản thân. 전혀 모르다 hoàn toàn không biết, không biết gì cả. ...에 대하여 ~ biết về cái gì đó. 자기 잘못을 ~ biết lỗi của mình. 남자를 ~ biết về đàn ông. 아는 관계 tri giao. 두 사람을 서로 알게하다 làm hai người quen nhau. (알아보다)nhận ra.
... 라고 알다 biết rằng.
알기 어려운 khôn biết.
(속)알아도 아는척 말랬다(겸손해야 한다) biết cũng làm ra vẻ như không biết(cần phải khiêm tốn)
알아야한다 phải nhận biết.
알지 못하겠느냐? há chẳng biết sao?
알고말고 hay chứ !, biết chứ !.
알고 행하다 tri hành.
알뜰하다 tiết kiệm, chắt bóp, thận trọng. 알뜰한 살림 cuộc sống ~. 알뜰하게 쓰다 nương nhẹ.
알뜰주부 tảo tần.
알랑거리다 nịnh hót, bợ đỡ, phỉnh nịnh, xun xoe. 후원자 앞에서 ~ xun xoe trước mặt người bảo trợ.
알량한 소리 nói bậy, nói càn.
알레그로 (음악) nhịp nhanh.

알레르기(두드러기) dị ứng. mày đay, ~체질 thể chất ~. tạng ~.
알려주다 cho biết, mách bảo. (통달하다)thông đạt, 회원들에게 회합의 소식을 ~ thông đạt tin họp cho các thành viên.
알려지다 được biết . (유명해지다) trở nên nổi tiếng. 알려지지 않은 ẩn số.
알력 (마찰.불화) xích mích, va chạm, bất hòa. ~이 생기다 gây bất hòa.
알록달록 (얼룩덜룩) lốm đốm. (얼룩말) ngựa rằn. ~한 고양이 mèo nhị thể.
알루미늄 nhôm.
알른거리다 (어른거리다) lấp lánh, lấp ló.
알리다 cho biết(hay). loan báo, hụ, 정중하게 ~ cần cáo, 누구에게 ~ cho ai biết. 미리 ~~ trước. 일주 전에 ~ cho biết trước một tuần. 전화로 ~ cho biết bằng điện thoại. 이미 알려 드린바와 같이 như đã cho biết. 경찰에 ~ báo cho công an.
알리바이 chứng cớ ngoại phạm.
알맞다 phù hợp. 알맞은 가격 giá ~. 알맞은 때에 vào lúc thích hợp. 알맞은 직업 nghề thích hợp.
알맞은 vừa phải, vừa vừa, thích đáng, thích ứng, ~거리 cự ly ~, ~문제 vấn đề thích ứng. ~더위 nắng ui ui.
알맹이 hạt, hột, múi, 땅콩 ~ múi lạc. ~ 있는 có ~.
알맹이가 없는 벼이삭 lúa trớp.
알몸 (똥이) thân thể trần truồng. 알몸, ~이 되다 người trần truồng. lột trần. cởi truồng, 알몸의 lõa lồ. ~ 아이

trẻ con ở lỗ. 누드그림 họa hình trần truồng.
알바니아(국명) Albania, Anbani.
알밤 hạt dẻ.
알부민(화학) noãn bạch.
알선 giới thiệu, môi giới. 일자리를 ~해주다 ~ việc làm. 남에게 ~하다 ~ cho người khác. …의 알선으로 theo sự ~ của ai. ~자 người ~.
알쏭달쏭하다 mơ hồ, không rõ.
알 수 없는(누구도) nào hay.
알아내다 hiểu ra, biết, phát hiện ra. 비밀을 ~ biết ra bí mật.
알아듣다 nghe ra. 누구의 말을 ~ nghe ra lời của ai. 목소리를 ~ nghe ra giọng nói.
알아듣기 어려운 말로 이야기 하다 xì xồ, nói líu lo.
알아맞히다 đoán đúng.
알아보다 nhận ra, nhận diện, bén hơi, tìm hiểu. 원인을 ~ tìm hiểu lý do. 성명 (이름)을 ~ tìm hiểu tên họ.
(속)알아야 면장을 하지(어떤 일이든 그 일에 관련된 지식과 실력이 있어야 한다) Có biết mới làm lý trưởng được.(bất cứ việc gì phải có thực lực cùng kiến thức đối với quan hệ việc đó).
알아주다 hiểu cho, biết cho. 남의 공로를 ~ biết cho công lao của ai. 내 마음을 알아주세요 hãy hiểu cho lòng tôi. 남의 곤경을 ~ hiểu cho hoàn cảnh khốn khó của ai.
알아차리다 cảm thấy trước, nhận thấy (알아채다)
알아서 하다 làm theo ý mình.
알약 thuốc viên(tễ), viên thuốc, đan dược, hoàn dược (환약), ~과 가루약 hoàn tán.
알은체하다 làm như biết, lo như biết
알음알음 quen biết nhau.
알짜 (좋은 것) vật tốt nhất.
알젓 trứng cá muối.
알제리아 (국명) Angiêri.
알지도 못하고 물건을 사다 mua càn.
알카리 chất kiềm. ~성 용액 dung dịch keo.
알젠티나 (국명) A-chen-ti-na.
알코올 cồn, chất cồn, rượu cồn. ~에 담그다 ngâm ~. ~측정계 đo độ cồn. ~램프 đèn cồn. ~중독자 người ghiền rượu, kẻ nghiện rượu (북), bợm nhậu (남). 의료용~ rượu thuốc. ~램프 đèn cồn. ~ 검출계 tửu tinh tế.
알콜중독 ngộ độc say rượu. sâu rượu. xe lọ.
알토 (음악) giọng nữ trầm.
알파 chữ anfa. ~선 tia anfa.
알파 (자모) mẫu tự, an- pha –bê, bảng chữ cái abc. ~순으로 theo thứ tự a b c.
알피니스트 (등산가) người leo núi.
알현하다 gặp nhà vua. ngự lãm. yết kiến vua.
앓는 소리 (신음) tiếng rên rỉ.
앓다 đau, bị đau. thọ bịnh, 가슴을 ~ đau ngực. 이를 ~ đau răng. 배를 ~ đau bụng.
(속)앓느니 죽지 ốm chết chứ sao.
(속)앓던 이 빠진 것 같다(더 이상 걱정할 것이 없다) Như là rụng răng sâu(không còn lo lắng)
암 (병) ung thư. ~세포 tế bào ~. 암이 생기다 xuất hiện ~. 암치료 tự liệu ung thư, 그는 ~으로 죽었다 anh

ta chết vì bệnh ~. 암에 걸리다 bị ~. 위 ~ bệnh ~ bao tử.

암갈색의 xám nâu.

암거래 buôn bán lậu, buôn bán chợ đen, sự buôn lậu. giao dịch chợ đen (암매).

암굴 (어두운 굴) hang ổ.

암기 học thuộc lòng. thông thuộc, ~력 trí nhớ.

암내내다 động đực, động dục. động cỡn. nục. rượn.

암놈 con cái, giống cái. (반) 숫놈 con đực, 암까마귀 quạ cái. ~이 숫 놈을 받아주다 chịu trống.

암녹색의 xanh ve chai.

암달러 đô la chợ đen. ~상인 người buôn ~.

암탉 con mái, gà mái. mẫu kê. (반)수탉 gà trống.

(속) 암탉이 울면 집안이 망한다(여자가 입이 싸면 집안이 망한다) gà mái gáy, nhà cửa tan vong (đàn bà nói nhiều tan hoang nhà cửa)

암담한 ảm đạm. ~표정 vẻ ~.

암독하다 đọc nhẩm.

암돼지 lợn sề.

암만해도 (아무리해도.도저히) tất nhiên là vậy. ~ 모르겠다 tất nhiên là tôi không biết.

암말말고 (아무말하지 말고)) không có lấy một lời nào. ~ 가세요 ~ hãy đi.

암매장 chôn cất bí mật.

암모니아 nước đái quỷ.

암반 hòn đá. (암석) đá cuội. ~층 đá vách.

암벽 vách đá.

암사자 sư tử cái.

암산하다 tính nhẩm(rợ), tính miệng.

암살 ám sát, thủ tiêu. ~을 기도하다 có ý ~. ~ 당하다 bị ~. ~미수 ~ không thành. ~자 kẻ ~.

암석 đá, ~학 thạch học, địa chất học.

암소 con bò cái. 숫소 con bò đực

암송하다 thuật lại, ngâm thơ. tụng kinh, 시를 ~ ngâm một bài thơ. 암송하여 말하다 nói lối.

암수 giống đực và giống cái.

암수오리(어린이 놀이) thia lia. ~ 놀이를 하다 ném ~.

암술 thư nhụy. ~꽃 thư hoa.

암술대(식물)vòi nhụy.

암시 ám chỉ, gợi ý, lời gợi ý, ám hiệu. bóng gió, cạnh khóe, ~를 주다 cho lời gợi ý. bóng gió, ám thị적으로 말하다 nói bóng gió.

암시세 giá chợ đen.

암시장 chợ đen, mạc sê noa.

암실 buồng(phòng) tối.

암암리에 ngầm, ngụ ý.

암약 hành động bí mật. ~하다 hành động một cách bí mật.

암염 (광물) muối mỏ.

암염소 dê cái(반)숫염소 dê đực.

암영 bóng tối.

암운 đám mây đen. ~으로 덮이다 bị mây đen bao phủ.

암유 (은유) ẩn dụ. ẩn dụ법 ~ pháp.

암자 cái am. ~에서 살다 trú trì. trụ trì. 비구니 ~ am cô vãi.

암장 an tang kín đáo. ~하다 chôn cất một cách bí mật.

암종 (의학) bệnh ung thư. hoài thư.

암죽 (묽은 죽) món cháo loãng. (반) 된죽 cháo đặc.

암중모색하다 dò dẫm trong bóng tối.

암초 đá ngầm. hòn rạn, ~에 부딪치다 đụng ~.
암캐 con chó cái. (반) 수캐 chó đực.
암컷 con cái, con mái.(반) 수컷 con đực, 암곰 gấu cái.
암컷과 수컷 thư hùng.
암탉 con gà mái. mẫu kê.
암토끼 thỏ cái(반)숫토끼 thỏ đực.
암투 xung đột, cãi nhau.
암펄 (여왕벌) con ong chúa.
암펌 (암범) con hổ cái.
암표상 con phe, kẻ đầu cơ vé.
암행하다 chuyến đi bí mật. 암행어사 người được ủy quyền riêng của nhà vua. mật vụ của vua.
암호 ám(mật) hiệu, mật mã. tín hiệu mật. thương số, ~를 풀다 mở tín hiệu, giải mã ám hiệu. ~코드 thông hiệu, ~문자 chữ ~. 암호전보 điện tín mật mã. ~열쇠 khóa mật mã. ~ 전달 mật mã chuyển vị. ~병 mật mã viên.
암흑 hắc ám, tối tăm(mịt), tối đen, bóng tối. mông muội, 암흑가 chỗ ở tối tăm. hắc điểm. ~시대 thời đại ~.
암흑속에서 trong thầm.
압권 phần tốt nhất.
압도 áp đảo. bóp bẹp, thắng quá, ~적 승리 thắng lợi một cách áp đảo. 다수에 ~ 당하다 bị ~ bởi đa số.
압력 áp lực. sức ép, 평균~ ~ trung bình, 군사 및 경제 ~ áp lực kinh tế và quân sự. ~을 주다 gây ~. 압력계 áp lực kế. ~솥 nồi áp suất. nồi chưng, ~시험 thử nghiệm ~. 액체 ~ áp lực lỏng. 외부 ~ áp lực bên ngoài.

압력을 가하다 thúc ép, áp lực을 가하여 타인을 자신의 의지에 따르도록 하다 ~ người ta làm theo ý mình.
압류 tịch(trưng) thu. thu một, 재산을 ~ 당하다 bị tịch thu tài sản. 물품을 ~하다 tịch thu đồ vật. ~를 해제하다 xóa bỏ sự tịch thu. ~ 영장 lệnh ~. 압류품 hàng ~, đồ ~.
압박 áp bức, áp lực, đàn áp, o ép, đè nặng.(반)해방 giải phóng, 일상생활의 ~ áp lực của cuộc sống thường ngày. ~을 받다 chịu áp lực. 가난하고 약한 사람을 ~하다 áp bức người nghèo yếu. 압박감 cảm giác bị áp bức. 피압박민족 dân bị áp bức.
압박감을 느끼다 trần.
압사하다 bị đè nặng chết.
압송하다 áp giải.
압수하다 tịch thu(biên). xiết, xiết nợ, sai áp, 면허증을 ~ tịch thu bằng giấy phép. 권총을 ~ tịch thu súng. 압수품 hàng bị ~.
압승하다 thắng lợi to lớn. nuốt sống.
압연기 máy đạp sắt. 압연공장 máy cán mỏng.
압정(압제 정치) chuyên chế, chế độ chuyên quyền. (압핀) đinh đĩa, ghim, đinh mũ.
압제 (압박) áp bức.
압지(물끼를 빨아드리는)giấy thầm, giấy thấm(dậm).
압착 sức ép. ~기 máy nén, máy ép.
압착하여 붙이다 ốp.
압축 chất ép, nén. bóp chặt, ~가스 ga nén. ~공기 không khí nén(ép). khí nén.
압핀 đinh ghim

앗! ối trời!, trời đất ơi!
앗기다 (빼앗기다) bị lấy đi.
앗다 (빼앗다) lấy đi.
앗아가다 giật lấy, vồ lấy.
앗수르 A-si-ri
앙가슴 ở giữa ngực.
앙갚음 sự trả thù. ~하다 trả thù. trả hờn.
앙골라 (국명) Ăn-gô-la.
앙금 cặn bã, chất lắng, cáu kinh, vật lắng, xái, ~을 남기다 lắng cặn. ~을 없애다 thải trừ chất cặn bã. nạo xái.
앙등 sự tăng lên. 원료값의 ~ tăng lên của nguyên liệu.
앙망하다 ngưỡng vọng.
앙모하다 ngưỡng mộ.
앙상블(조화) điều hòa, (옷 한벌) bộ quần áo.
앙상하다 hốc hác. ốm ròm, 뼈만 ~ 차 còn da bọc xương. 앙상하게 마른 xương xương. 앙상해진 đen đét, 앙상해진 몸 người gầy đen đét.
앙숙(미워하는:나쁜) 관계 mối quan hệ xấu.
앙심 hận, hằn thù, ác cảm. oan cừu, ~을 품다 có hằn thù, ~깊은 thù hận.
앙양하다 đề cao, nâng cao.
앙칼스럽다 dữ dội. 앙칼지다 mạnh mẽ.
앙케이트(설문조사) sự điều tra hỏi.
앙코올 bài hát lại.
앙탈하다(생떼를 쓰다) mè nheo.
앙화 (재앙) tai ương, tai họa.
앞 trước. mặt tiền. (반)뒤 sau. 눈앞에 무엇이 있다 có vật gì trước mắt, 앞으로 걸어가다 bước tới. 빌딩앞 mặt tiền của một cái nhà.

앞 (미래) 으로 trong tương lai. sau này. 앞으로 10 년후 mười năm sau này. (전면.전방) phía trước. 앞에 đằng trước. mặt trước, 맞은편에 đối diện. 집앞에 ở phía trước nhà. 바로 앞에 ngay phía trước. 앞집 nhà phía trước. 앞에 앉다 ngồi phía trước. 남의 앞에서 trước mặt người khác. 내눈 앞에 trước mắt tôi. 앞을 생각하다 suy nghĩ về sau này. 앞으로 5 년 năm năm sau. 앞으로 그런일을 다시 안하겠다 về sau không làm lại việc như vậy. 앞으로 쓰러지다 ngã giúi(trước).
앞으로 나아가지 않음은 퇴보하는 것 이다(격언)không tiến tức là lùi.
앞으로 구부리다 cúi xuống.
앞가슴 ngực.
앞길 con đường phía trước, con đường về sau, tương lai. ~이 멀다 con đường về sau còn xa lắm.
(속)앞길이 구만리 같다(젊어서 큰 일을 할 시간이 많다) Tương lai như dài chín vạn dặm (tuổi còn trẻ đủ thời gian để làm việc lớn)
앞길을 인도하다 truyền đạo.
앞날 (장래) tương lai, ngày sau, ngày mai. ~을 위하여 cho ngày sau. 앞날을 생각하다 suy nghĩ về tương lai. ~을 위해 저축하다 để dành tiền cho tương lai.
앞니 răng cửa. môn nha.
앞당기다 kéo lên trước, sớm hơn, cho sớm hơn. 시일을 3 일 ~ kéo sớm hơn ba ngày. 결혼 날자를 ~ kéo ngày kết hôn sớm hơn.
앞대문 (앞문) cửa trước. tiền môn
앞뒤 trước sau. đầu đuôi. ~ 생각 없이

không suy nghĩ ~. ~로 움직이다 chuyển động ~. ~가 모순됨 tiền hậu bất nhất, ~를 가리지 않는(무모한) bạt tê, bạt tử. ~가 없는(무질서한)không đầu không đũa.

앞뒷집 nhà bên cạnh.

앞뜰 sân trước.

앞머리 (이마) cái trán.

앞면(정면)chính diện(반) 뒷면(반면) phản diện.

앞못보다 bị đui. 소경이 소경을 인도하다 thằng đui dắt thằng mù đi.

앞바다 biển khơi.

앞바퀴 bánh lái ở trước.

앞발 chân trước

앞 브레이크(자전거)thắng trước.

앞서 (이전에) trước đây. 이에 앞서 trước nay. 앞서 말한 바와 같이 như trước giờ đã nói.

앞서가다 đi trước mặt.

앞서다 đứng trước. vượt, trước tiên, trước hết, 무엇보다 앞서는 것이 돈이다 tiền là trước hết mọi thứ. 결과는 우리 기대를 앞섰다 kết quả vượt qua sự mong mỏi của chúng tôi.

앞서다(경기에서) bỏ xa.

앞서서 trước khi, vượt trên, (출발에) ~ trước khi lên đường. 남보다 ~ vượt trên người khác, 부모에 ~ 죽다 chết trước cha mẹ. ~ 말하다 nói trước.

앞선 tiên, 예의를 먼저 배우고 나중에 학문을 익힌다 tiên học lễ hậu học văn.

앞세우다 dẫn đầu.

앞에 mặt trước. ~서 호령하고 뒤에서 받드니 tiền hô hậu ủng.

...의 앞에(전방에)trước mặt, 그는 바로 내 앞에 서있다 nó đứng ngay ~ tôi.

앞에총! bồng súng chào!, chuẩn bị khám súng !

앞으로 넘어지다 ngã sấp.

앞으로도 sau nầy.

앞으로 돌진하다 xông tới.

앞으로 밀다 xô tới.

앞을 내다보다 nghịch liệu.

앞을 바라보며 ngó ngay trước mặt.

앞일 việc tương lai. ~을 생각하다 nghĩ về ~. ~에 대비하다 chuẩn bị cho ~.

앞자락 phần trước.

앞잡이 (안내) người hướng dẫn , người dẫn đường . (주구) tay sai, vây cánh, nhân viên mật vụ. 경찰의 ~ cảnh sát chìm.

앞장 đứng đầu. ~을 서다 đứng lên đầu.

앞정강이 cẳng chân.

앞쪽 phía trước. ~군대 tiền quân.

앞좌석 chỗ ngồi đẳng trước

앞지르다 (추월하다) qua mặt, vượt qua. 훨씬 ~ vượt xa. (능가) vượt quá, 그는 모든 경쟁자를 앞질렀다 nó vượt qua tất cả đấu thủ của nó.

앞집 nhà phía trước.

앞차 xe đẳng trước. 앞서 떠난 차 xe vừa rồi.

앞채 (곁채) cái chái nhà.

앞치마 tạp dề, cái yếm (턱받이). ~를 쓰다 đeo ~.

앞 페이지 trang trước.

애 (아이) đứa bé, trẻ em. 애를 못 낳는 vô sinh.

애 (수고.걱정) 애쓰다 vất vả, lo lắng.

애가 타다 xót ruột, 애가 탑니다 nóng ruột quá.
애가 bài hát buồn.
애간장 끓듯이 슬프다 buồn rứt ruột.
애걸하다(빌다) nài xin, van xin. 애걸복걸하다(빌고 빌다) năn nỉ van xin.
애견 con chó cưng. ~가 người thích nuôi chó.
애고 (아이고) trời ơi ! (애고머니)
애곡 (애가) ca buồn.
애곡하다 khóc.
애교 sự nũng nịu, sự đáng yêu, sự hấp dẫn. ~가 있다 có nũng nịu. săn đón, 애교 있는 웃음 nụ cười có nũng nịu. nụ cười mơn. 애교를 떨다 nũng nịu, làm ra vẻ đáng yêu.
애교심 lòng yêu trường học.
애꾸눈(이 되다) chột mắt, mù một mắt. độc nhãn, 애꾸눈이 người bị ~, thiên manh.
애국 yêu nước, ái quốc. 애국자 người yêu nước. ~운동 cuộc vận động yêu nước. 애국심 lòng ~. 애국가 (국가) bài quốc ca. ~의 열정 nhiệt tình yêu nước. ~정신 tinh thần ~.
애국심을 일깨우는 시 bài thơ thức tỉnh lòng yêu nước.
애국정신 tinh thần yêu nước.
애국지사 thân sĩ yêu nước.
애굽(국명) Ai-cập
애끓는 phiền muộn.
애금가 người thích nuôi chim.
애기 đứa bé.
애 낳는 것을 돕다(조산) trợ sản.
애니미즘(유령관)vật linh giáo.
애달프다 đau buồn, đau lòng.

애당초 lần đầu tiên. ~부터 từ ban đầu.
애도하다 thương tiếc, sầu não, đau buồn. phân ưu, 한없이~ vô cùng ~. 친 구의 죽음을 ~ ~ cái chết của người bạn.
애독하다 say mê đọc sách.
애드벌루운 quả bóng quảng cáo.
애띤얼굴 khuôn mặt còn măng tơ.
애련(불쌍히 여김) lòng thương hại.
애로 (좁은 길) đường hẻm . (어려움) sự khó khăn.
애림녹화 bảo tồn cây xanh.
애마 con ngựa yêu thích.
애매하다 mơ hồ, hàm hồ, không rõ ràng. vu vơ,애매모호한 nước đôi, úp úp mở mở, 애매한 죄 bị buộc tội sai.
애먹다 lo lắng. 애먹이다 gây ưu phiền.
애모하다 yêu thương, gắn bó, ái mộ.
애무하다 âu yếm. nâng niu, mơn trớn
애물단지 vật trở ngại.
애벌레 ấu trùng. ~집 tổ sâu.
애사(애도사) lời đau buồn, câu chuyện buồn.
애사(회사를 사랑함) yêu công ty. ~심 lòng yêu công ty mình.
애서가 người ham mê sách, mọt sách.
애써서 일어서다 lóc ngóc đứng dậy.
애써 지키다 giữ khư khư.
애석하다 buồn bực và tiếc, thương tiếc. đáng(mến) tiếc. 애석하군! hoài của !.
애소하다 cầu xin, kêu gọi.
애송이 nhãi nhép. người chưa có kinh nghiệm, bấm ra sữa, (코흘리개) vắt mũi chưa sạch
애송하다 ngâm thơ.
애수 lữ hoài, đau buồn. ~에 잠긴 trầm

ngâm.
애쓰다 cố gắng, nỗ lực, loay hoay.
애쓴 보람이 없는 일 tuồng vô ơn.
애쓸만한 가치가 있는 bõ công.
애써일어나다 lồm cồm dậy.
애연가 người thích hút thuốc.
애오라지 (오직) chỉ. 친구는 오직 너뿐이다 chỉ có anh là bạn tôi.
애욕(강한 욕구) sự đam mê. (성적 욕망) tình dục, ~의 노예가 되다 trở thành nô lệ cho tình dục.
애용하다 thích sử dụng. 국산품을 ~ thích sử dụng hàng trong nước.
애워싸다 vây bủa.
애원하다 nài xin, cúi xin, khẩn nài. nằn nì, van lơn, khẩn khoản, mồm을 숙이고 ~ lạy lục.
애인 người yêu(thương). ~이 생기다 có người yêu. ~의 비위를 맞추 다 o bế ~.
애절하다 buồn rầu.
애정 tình yêu(thương), ái tình, tình ái (cảm). ~이 없는 không có ~. 애정이 넘치다 tràn đầy ~. 애정 없는 결혼 kết hôn không tình yêu. ~이 없는 사람 người không có ~. 애정이 깊은 사람 người có tình yêu sâu sắc. ~을 얻다 giành được tình yêu của ai. ~이 식다 tình yêu đã nguội. 부모의 ~ tình yêu của bố mẹ. 남녀간의 애정 tình yêu nam nữ. ~관계(올가미)lưới tình, ~관계를 끊다 cai tình. 고아들 은 ~ 에 목말라 있다 đứa bé mồ côi khao khát tình thương.
애정을 표현하다 tình tự.
애정있는 có tình.
애정이야기 chuyện phong tình.

애정 (사랑)에 충실한 chung thủy.
애족(애국애족) yêu nước và nhân dân.
애정이 원만하게 되다 tình yêu keo sơn gắn chặt.
애주 thích rượu. 애주가 người ~.
애지중지하다 con bé rất quý báu.
애착 lòng yêu thương, sự gắn bó, tình cảm. tơ tình. 애착을 느끼다 có tình cảm. ~심을 갖다 lưu luyến. tríu mến, quyến luyến. 서로 ~ 을 갖다 tríu mến nhau.
애창하다 thích hát.
애처 yêu vợ. 애처가 người yêu vợ (반) 공처가 người sợ vợ.
애처롭다 (측은하다) trắc ẩn, thương xót. 애처롭게 생각하다 thương hại, thương xót.
애첩 ái thiếp. sủng cơ.
애초에 lần đầu . (처음에) đầu tiên.
애칭 tên thân mật, biệt danh.
애타적 vị tha, có lòng vị tha. 애타주의 chủ nghĩa vị tha.
애타다 quá lo lắng, nóng ruột, nóng lòng. 애타지 마세요 đừng nóng ruột. 애타는 xót ruột. 애타게 기다 리다 chờ đỏ con mắt. 애타게하다 phiền nhiễu.
애타는(초조한) phiền lòng.
애태우다 lo lắng. 부모를 ~ quấy rầy cha mẹ.
애통 đau buồn, than khóc.
애틋하다 đau lòng, não lòng.
애펠탑 tháp Eiffel.
애향 yêu quê hương. 애향심 lòng ~.
애호 mến, ham muốn(chuộng), yêu thích. ưa thích, chiều chuộng, 애호가 người ưa thích . (보호) bảo vệ.

애호박 quả bí ngô tươi. bí đao.
(속) 애호박에 말뚝 박기(일을 파괴 하고자 함을 암시) Đóng đinh vào bí đao(ám chỉ việc làm mang tính phá hoại)
애화 câu chuyện buồn.
애환 niềm vui và nỗi buồn.
액 (액운) sự rủi ro, tai họa, bất hạnh.
액 (금액) số tiền, số lượng.
액 (액체) chất lỏng. (반) 고체 chất đặc.
액때우다(액땜) yểm trừ, vượt qua điều bất hạnh
액막이 (부적) bùa chú.
액년(흉년) năm mất mùa, năm hạn. 농가의 ~ năm mất mùa của nhà nông.
액면 giá trị ghi trên bề mặt. 액면이하 dưới ~. 액면가격 giá ghi trên bề mặt.
액사 (스스로 목매어 죽음) treo cổ tự tử.
엑셀레이터 (가속장치) ga máy gia tốc. ~를 밟다 dẫm ga, đạp ga, nhấn ga.
엑세사리 đồ phù thuộc. đồ trang sức.
액션 một hành động mạnh mẽ.
액수 (금액) số tiền, con số, số lượng.
엑스 (x 표) 표를 치다 dấu chéo, gạch chéo bỏ. ~레이(X-ray)를 찍다 chiếu điện.
X 선 tia roentgen.
액운 vận hạn, rủi ro, tai họa. róp. 액운을 피하다 thoát khỏi ~.
액운이 계속 겹치다 tội vịt chưa qua.
액자 (사진틀) khung ảnh. ~에 넣다 lồng khuôn.
액체 chất lỏng, dung dịch, dịch thể (반) 고체 chất đặc. ~공기 không khí ~. ~연료 nhiên liệu lỏng. ~산

소 ôxy hóa lỏng.
액체 정역학 thủy tĩnh học.
액화 hóa lỏng, dịch hóa, chuyển sang thể lỏng. ~가스 ga hóa lỏng.
앨범 an bum(bom), tập ảnh. ~에 끼우다 để vào an bum.
앰프 máy amply, máy phóng thanh.
앳되다 nhìn thấy trẻ.
앵 (소리) tiếng vo ve. 앵하는 모기 소리 ~ của con muỗi.
앵두 (과일) quả anh đào nhỏ.
앵무새 con vẹt (북), con két (남), ~처럼 따라 하다 học vẹt. ~ 처럼 말하다 nói như vẹt.
앵벌이(어린이를 이용하는 돈벌이) sự kiếm tiền lợi dụng trẻ con.
야 ôi ! trời ơi ! (부를 때) này ! ơi!, (기쁠 때) chu(chui) cha !.
야간 buổi tối, ban đêm, dạ gian, ca đêm. (반) 주간 ca ngày. ~영업 kinh doanh ban đêm. ~경기 trận đấu ban đêm. ~ 축구 경기 trận đá đèn, ~근무 làm đêm. ~당직 trực đêm. ~통행금지 cấm đi lại ban đêm. ~통행을 금지하다 cấm dạ. ~학교 trường học ban đêm. 주간근무 làm ngày.~경비원 canh thủ. ~전투 dạ chiến.
야간차 xe thùng.
야간편 (기차) chuyến đêm.
야경(경치) cảnh ban đêm. 서울의 ~ cảnh đêm Seoul.
야경하다(방범) tuần tra đêm. 야경꾼 người ~. tuần phiên(phu).
야광 dạ quang, phát quang. 야광시계 đồng hồ ~. ~주 ngọc ~. 야광충 trùng phát quang, sâu phát quang.
야고보서 (성경) Gia cơ.

야곱 (성경) Gia -cốp.
야구 bóng chày. 야 cầu, ~경기 trận đấu ~. 야구장 sân ~. 야구선수 tuyển thủ ~. 야구팬 người thích ~.
야쿠르트 món sữa chua.
야근 làm đêm. ~시간 thời gian ~. 야근 수당 phụ cấp ca đêm.
야금야금 먹다 ăn từ từ.
야기하다 gây ra(nên). xui nên, sanh, 분쟁을 ~ gây ra tranh chấp. 그의 말이 문제를 야기했다 lời nói của anh ấy ~ vấn đề.
야뇨증 chứng đái dầm.
야단(꾸짖다) la rầy, trách móc, khiển trách. 게으르다고 아들을 야단하다 la con trai lười nhác. ~을 맞다 bị la rầy, bị mắng mỏ. 늦어서 선생님한테 ~을 맞았다 đến muộn nên bị thầy giáo khiển trách.
야단법석을 떨다 rộn. 왜 그리 야단 법석이요 sao mà rộn lên thế.
야단치다(욕하다)xỉ vả.
야담 truyện cổ tích (lịch sử).
야당 đảng đối lập.(반)여당 đảng cầm quyền, ~의 영수 lãnh tụ phe đối lập.
야드(0,914m) y-a.
야릇하다 lạ lùng, kỳ dị.
야만적인 dã man. man rợ(dại), phũ phàng, ~ 사람 vũ phu, ~풍습 phong tục có tính ~. ~지배 nanh vuốt, 야만인 người man rợ, người rừng. (오랑캐) man di, 야만스러운 lòng lang dạ sói.
야말로. 너야말로 잘못이다 chính anh mới là có lỗi.
야망 tham vọng. hồ thỉ, ~을 품다 mang trong lòng một ~. ~ 찬 mộ

danh.
야맹 (의학) chứng quáng gà.
야멸스럽다 (야멸차다) không tình cảm, lạnh lùng.
야무지다 chắc bền, vững vàng, khỏe mạnh.
야바위 (속임수) sự lừa đảo. ~꾼(사기꾼) kẻ lừa đảo. tên gian hùng.
야박 bạc bẽo. ~한 세상 thế gian ~. 야박하게 굴다 đối xử một cách ~.
야반 nửa đêm. ~에 vào lúc ~. dạ bán, 야밤중 nửa đêm. ~도주 trốn vào ~.
야비한 thô bỉ(tục), thô lỗ, ti tiện, hèn hạ, vô văn hóa. tai quái, (반) 고상한 thanh cao, 야비한 말 lời nói ~. ~ 사람 người thô bỉ. ~한 취미 một thú vui vô văn hóa. 야비하게 말하다 ăn nói thô lỗ. ~범죄 trọng khoa.
야사 dã sử, lịch sử không chính thức.
야산 núi hoang.
야상곡 khúc nhạc đêm. dạ khúc.
야생 hoang, hoang dại, hoang sơ, rừng núi. ~과일 hoa quả dại. ~동물 động vật hoang dã. thú rừng, ~양배추 cải bẹ xanh. ~찔레나무 tầm xuân, ~과일 quả dại.
야생의(사나운) rừng, 멧돼지 lợn(heo) rừng.
야생 귀뚜라미 dế đồng.
야생화 hoa dại.
야성(거친 성질) dã tính, tính hoang dã. ~적인 có tính hoang dã.
야속하다 lạnh nhạt, hờ hững.
야수 dã thú, thú vật hoang. hồ lang, ~같은 thô lỗ.
야습 cuộc đột kích ban đêm.

야시장 chợ đêm.
야식 (저녁밥) bữa ăn tối.
야심 (야망) tham vọng, dã tâm. ~ 있는 có ~. 야심을 품다 mang ~.
야심적인 háo(hiếu) thắng.
야영하다 đóng quân, cắm trại. 야영지 quân trại, khu đất ~. quân doanh. 야영시키다 đóng quân. 야영하러 가다 đi cắm trại.
야옹하고 울다 kêu ngoao.
야외 ngoại ô, ngoài trời. ~경기 trận đấu ngoài trời. ~극장 sân khấu ngoài trời. ~운동 môn thể thao ngoài trời.
야외 훈련소 trại huấn luyện.
야위다 bị ốm (남), gầy đi (북), sút cân. xuống cân, 야위어 마른 ốm nhom, tong teo, (남), gầy còm (북). 야위고 큰 dong dỏng. 야위어 피골만 남은 ốm tong. 야위어지다 gầy tọp.
야윈 xọp, còm nhom,(반)살찐 béo, ~ 얼굴 mặt ~.
야유하다 giễu cợt, chế nhạo. bông lơn, trớ trêu (우롱하다)
야유회 buổi tiệc ngoài trời.
야음 đêm tối trời. 야음을 타고 bóng tối bao trùm.
야인 người rừng, dã nhân, người quê mùa.
야자 dừa. ~열매 trái dừa. sọ dừa, ~나무 cây dừa. rặng dừa.
야전 dã chiến. ~병원 bệnh viện ~.
야전침대 bộ ngựa, bộ ván.
야차(귀신) dạ xoa. quỷ dữ.
야채 (채소) rau, rau xanh(cỏ). ~를 가꾸다 trồng ~. 야채가게 cửa hàng rau quả. ~밭 ruộng rau. rẫy, ~요리 món rau luộc, ~국 canh rau. ~와 과일 sơ quả.
야채기름 dầu thảo mộc(thực vật).
야채절임 dưa món.
야포 (야전포) pháo dã chiến.
야한 hở hang, gợi dục, bậy. ~옷 áo hở hang. 옷차림이 ~ ăn mặc ~. ~복장 trang phục ~. ~말을 하다 nói tục tỉu.
야학 đi học buổi chiều (tối). dạ học.
야합하다 giao thiệp bất hợp pháp. (공모) âm mưu . (작당하다) cấu kết, thông đồng.
야행 chuyến đi ban đêm.
야행성 ăn đêm. ~ 새 chim ~.
--- 해야 한다 phải. 지금 가야한다 bây giờ phải đi. 모르면 물어보아야 한다 không biết thì phải hỏi.
야회 dạ hội, tiệc đêm. ~복 áo dạ hội, dạ phục, áo đuôi én.
야훼 하나님 Gia-vê Đức chúa trời.
약 (생략)하다 lược bớt, bỏ sót. 의례를 약하다 miễn trừ các nghi thức.
약 (대략) khoảng, độ chừng, ước chừng, khoảng chừng. vào trạc, 약 30 세 khoảng 30 tuổi.
약 thuốc. thuốc men, vị thuốc, liều thuốc, 감기~ thuốc cảm. 위장~ thuốc đau dạ dày. 기침~ ~ ho, ~상자 tủ đựng ~, 약을 복용하다 uống thuốc, phục thuốc(dược), ~을 마구 섞어 먹다 uống lộn ~, 약방 nhà ~, ~을 조제하다 điều chế thuốc. pha ~, ~을 bôi. 약처방 đơn ~. 가루 약 thuốc bột. 구두약 xi đánh giày. ~조제사 người bào chế, ~으로 쓰이는 나무 thổ phục linh. 이 약은

약효가 있다 ~ nầy công hiệu. 약으로 병을 치료하다 thuốc thang.
(속)약도 지나치면 해롭다 thuốc mà uống quá cũng có hại.
약을 먹어 제독시키다 uống thuốc tiết độc.
약을 빻을 때 쓰는 맷돌 thuyền tán.
약을 제조하다 tễ thuốc.
약을 조제하다 điều chế thuốc.
약을 주사하다 tiêm thuốc.
약간 ít nhiều, một ít, một chút. 한 술, 한 입. 나를 위해 ~ 남겨 두세요 để dành ít nhiều cho tôi. (몇 개의)một đôi, 혀에 역겨운 맛을 ~ 느끼다 ngứa lăn tăn ở lưỡi. ~ 더 큰 hơi lớn, nhỉnh, ~독한 ngai ngái. ~짠 hơi mặn, ~경사진 thoai thoải, ~취한 hơi say,~어두운 tôi tối. ~흥분하다 ngà ngà, tàng tàng. ~ 묽은 hơi loãng. ~ 닮은 lơ lớ. ~곰팡내가 나는 mông mốc. ~기울다 hơi nghiêng.
약간 다른 hơi khác, tiểu dị.
약간 당황하다 hơi ngỡ ngàng.
약간 더큰(뚱뚱한)hơi nhỉnh.
약간 달콤한 ngòn ngọt, hơi ngọt.
약간 목이 쉰 rè rè.
약간 배고픈 hơi đói, ngót dạ.
약간 수상한 hơi là lạ, ngờ ngợ.
약간 시큼한 hơi chua.
약간 신맛 chua chua.
약간 어두운 tôi tối.
약간 언덕진(경사진)thoải thoải.
약간의 vài ba(bốn).
약간 추운 se lạnh.
약간 틀리게 발음하다 nói trại.
약간 허리를 굽히다 hơi khom.
약간 호리호리한 hơi thon, thon thon.
약간 흔들리다 rung rung.
약간 흥분하다 ngà ngà say.
약값 giá thuốc.
약골 người yếu đuối.
약관(20 세) hai mươi tuổi xanh.
약관(조항) quy định, điều khoản.
약국 nhà thuốc tây, hiệu thuốc, tiệm thuốc.
약대 (낙타) con lạc đà.
약도 sơ đồ, lược đồ. ~를 그리다 vẽ ~. giản phác.
약물 (물약) thuốc nước.
약동하다 chuyển động sống động.
약력 tiểu sử tóm tắt. hành trình tóm tắt.
약리학 dược vật học.
약물소독 tẩy uế do thuốc. 약물중독 ngộ độc thuốc.
약발이 좋은 tốt thuốc.
약방 nhà thuốc tây, tiệm thuốc tây. dược phòng.
(속) 약방에 감초(무슨 일에나 끼어들다) cam thảo trong đơn thuốc (vật việc gì cũng can thiệp vào).
약방문 đơn thuốc.
약병 chai thuốc, lọ thuốc.
약봉지 gói thuốc nhỏ.
약분할 수 없는 수(수학)số vô ước.
약사 dược sĩ(sư). thầy thuốc.
약사발 một tách thuốc.
약삭빠른 khôn lắm(ranh), ma mãnh, sắc sảo, thông minh, láu lỉnh, nhanh trí. đa mưu. ~빠르게 처신하다 luồn lỏi(lọt).
약사용 방법 phục pháp.
약상자 tủ thuốc.
약소하다 thiếu, một ít, không đủ. nhược tiểu.
약소국 nước nhược tiểu.

약속 hứa hẹn, giao(đính) ước, lời hứa. hẹn hò, nguyện, ~시간 giờ hẹn. ~ 대로 đúng hẹn, theo như đã hứa. ~을 지키다 giữ lời hứa. y lời, thủ tín, (반) 약속을 어기다 không giữ lời hứa. thất hứa(tín), sai hẹn, ăn lời, sai(nuốt) lời, lỗi(thất) hẹn, 오늘 저녁에 만나기로 ~했다 hẹn với bạn là tối nay gặp. ~을 주고받다 giao hẹn, 약속은 약속이다 lời hứa vẫn chỉ là lời hứa. ~을 어긴적이 없다 chưa bao giờ thất hứa với ai cả, 약속을 어겼다 đã sai lời hứa. sai hẹn.
약속어음 giấy hẹn trả tiền. ~ 발행인 người hứa hẹn.
약손가락 ngón tay vô danh, ngón áp út.
약솜 (탈지면) bông hút nước, bông vệ sinh
약수(수학)ước số, 최대공약수 ước số chung lớn nhất.
약수 nước làm thuốc,
약수터 nơi suối nước khoáng.
약쑥 cây ngải cứu.
약술하다 tóm tắt, lược thuật.
약식 không chính thức. ~으로 một cách ~. 약식재판 xét xử chiếu lệ.
약오르다 (화나다) nổi giận. 약올리다 làm nổi giận. khiêu khích.
약용 sử dụng thuốc. ~식물 dược thảo.
약육강식 luật của kẻ mạnh đè kẻ yếu.
약자 kẻ yếu đuối, người yếu. ~를 보호하다 bảo vệ kẻ yếu. ~를 괴롭히다 ăn hiếp ăn đáp.
약자 (생략어) chữ tắt, chữ viết tắt . U.S.A 는 무슨 약자임니까? chữ U S A là viết tắt gì?
약장 (약 넣어두는 상자) tủ thuốc.

약재 vật liệu thuốc.
약전 bản tóm tắt tiểu sử.
약점 điểm yếu, chỗ yếu. thóp, nhược điểm, (반) 장점 ưu điểm, điểm mạnh. ~을 지니고 있다 có điểm yếu. ~을 잡히다 bị lợi dụng điểm yếu. ~을 드러내다 lộ chỗ yếu, phơi bày ~. 누구의 ~을 알다 biết ~ của ai. ~을 잡다 bắt thóp, ~을 지적하다 trúng mồm, ~을 들추어 내다 xói mói(móc).
약정하다 hợp đồng, ước định, khế ước, đồng ý.
약정서 định ước.
약제(약품) dược phẩm, thuốc. 약제사 dược sĩ. 약제사의 칼 dao tề.
약조하다 hứa, cam kết.
약주 (술) rượu thuốc. dược tửu.
약진(약한 진동) động đất nhỏ.
약진하다 lao tới, tiến vọt, (진보) tiến bộ.
약질 thể trạng yếu đuối.
약차약차 (이러이러)하다 nào đó.
약체 cơ thể yếu đuối.
약초 dược thảo, cây thuốc.
약칭 gọi tắt.
약탈하다 cướp bóc, ăn cướp, kiếp lược, chiếm đoạt, cưỡng đoạt. vơ vét, 약탈 당하다 mất cướp, 약탈자 kẻ cướp.
약품 dược phẩm(chất), thuốc men, ~회사 công ty dược.
약하다 yếu, yếu đuối(kém). yếu ớt, nhược,(반)강한 sức mạnh, 마음이 ~ yếu lòng, mềm lòng. 의지가 ~ ý chí yếu. 약한 술 rượu nhẹ. 실력이 ~ thực lực yếu. 심장이 ~ yếu tim. 몸이 ~ yếu người. 술에 ~ yếu

uống rượu, dễ say. 유혹에 ~ 되 bị
    dụ dỗ. 약한 의지 đoán chí. 약하고
    소심한 yếu hèn.
약하고 여윈 모습 thân tàn ma dại.
약학 dược học. ~을 공부하다 học
    thuốc.
약학 대학 trường thuốc. đại học y
    dược.
약한 목소리로 말하다 thều thào.
약한 사람을 도와야 한다 ta nên giúp
    đỡ người yếu.
약하다 (생략) lược bớt, bỏ sót.
약학과 khoa dược. 약사 dược sĩ.
약혼 đính hôn. hứa hôn, hôn ước, ~한
    여자 người phụ nữ đính hôn. ...와
    ~하다 đính hôn với. ~반지 nhẫn
    đính hôn. ~식 lễ ~. lễ chạm mặt,
    약혼자 hôn phu(반)약혼녀
    hôn(sính) thê, người đã hứa hôn.
    vợ chưa cưới, 약혼자 집에 선물을
    가지고 가다 sêu tết. ~을 파기 하
    다 từ hôn.
약화하다 yếu đi, trở nên yếu đi. 건강
    이 점점 ~ sức khỏe ngày càng yếu.
야회(밤모임) dạ hội.
약효 hiệu lực của thuốc. ~가 좋다 tốt
    thuốc khỏi bệnh.
얄궂다 xảo trá, kỳ lạ. 얄궂은 날씨 thời
    tiết khó chịu.
얄밉다 đáng ghét.
얄팍한 khá gầy. mỏng mảnh. ~ 재주
    thiển tài.
얇다 (엷다) gầy, mỏng.(반)두꺼운 dày,
    얇은 옷 áo mỏng. 얇게 썰다 thái
    mỏng. 입술이 얇다 (말이 많다)
    mỏng môi (nói nhiều). 얇은 종이
    giấy mỏng, giấy lụa, 얇게하다
    cán mỏng. 매우 얇은 mỏng tanh.

얇은 거즈(천) gạc.
얇은 기름막 váng dầu.
얇은 명주 sa.
얇은 비단 the.
얇은 직물 vải mỏng(thưa).
얇은 철판 sắt bản.
얇은 판 phiến mỏng.
얌전하다 nhã nhặn, lịch sự, tha thướt,
    từ tốn. thanh cảnh, 얌전한 걸음걸
    이 dáng đi tha thướt. 얌전하게 식
    사를 하다 ăn uống thanh cảnh.
(속)얌전한 고양이가 부뚜막에 먼저
    올라간다(사람이 보기에 얌전한
    것 같으나 뒤에서는 나쁜 일을 한
    다) Con mèo trông hiền lành nhất
    lại leo lên chạn bếp đầu
    tiên(người trông có vẻ hiền lành,
    nhưng đằng sau làm việc xấu).
얌치(얌채) người tự cao. lèo lá.
얏보다 khinh bỉ(북), khi dể(남)
양 con cừu. chiên, trừu, 양무리 đàn
    cừu. 양의 새끼 trừu con, 양 의 암
    컷 trừu cái, 양의 수컷 trừu đực,
    양치는 사람 (목동) người chăn
    cừu(chiên), 양털 lông cừu. 그는
    양같이 온순하다 anh ta hiền như
    cừu vậy.
(명) 양 가죽을 쓴 늑대를 조심하라
    Cẩn thận với con sói đội bộ lông
    cừu.
양 (분량) số lượng, lượng.(반) chất,
    양이 늘다 tăng số lượng. 양이 줄
    다 giảm số lượng. 양껏 먹다 ăn
    no đến chán. 양보다는 질이 문제
    다 phẩm chất cần hơn ~. ~을 늘리
    다 tăng trọng.
양보다 질이 더 중요하다 quý hồ tinh
    bất quý hồ đa. chỉ cần miễn là.

양 (접미사) 김양 cô Kim. (남자)군 김군 anh Kim.
양가 (좋은 집안) gia đình nề nếp. ~의 처녀 cô gái ~. 양가집 규수 thiên kim tiểu thơ.
양가 hai gia đình.
양각하다 (새기다) chạm khắc.
양갈보(창녀) gái điếm.
양계 nuôi gà. ~장 trại ~.
양곡 ngũ cốc, lương thực. ~상 người bán ~.
양과자 bánh Tây.
양국 hai quốc gia.
양궁 bắn cung. 궁술 thuật ~.
양귀비 (식물) cây anh túc xác, cây thuốc phiện.
양극 cực dương. (반) 음극 cực âm. (양쪽의) lưỡng cực.
양극단 lưỡng đoạn.
양금 (피아노) đàn dương cầm. piano.
양기 (남자의) dương khí, nghị lực, sinh khí, sức sống.
양날 (칼의) con dao hai lưỡi. ~ 면도칼 lưỡi dao cạo.
양녀 con gái nuôi. dưỡng nữ.
양념 gia vị. ~을 치다 nêm gia vị. ~가루 bột canh
양다리 hai chân. ~를 걸치다 đi hàng hai, bắt cá hai tay. ~걸친 사람 kẻ lá mặt lá trái, kẻ hai mặt.
양단하다 cắt làm hai, chia đôi.
양단간(좌우간) dù sao đi nữa. ~해야 할 일이다 dù sao cũng phải làm.
양달 (볕 드는 곳) có nhiều nắng. (반) 응달 không có nắng.
양담배 thuốc lá tây.
양당 hai đảng. ~제도 chế độ ~. 양단정치 chính trị ~.

양떼 bầy chiên. đàn cừu.
양도 chuyển nhượng, giao(nhường) lại, sang nhượng(tên). trao, ~할 수 있다 có thể ~ được. ~권 quyền kế thừa, 권리를 ~하다 chuyển nhượng quyền. 양도인 người ~.
양도체 (전기) chất dẫn điện.
양돈 chăn nuôi lợn. lợn cấn(bột), ~가 người ~
양동이 cái bình bằng kim loại.
양동작전 cuộc hành quân tuần hành. dương đông kích tây.
양두구육 treo đầu dê bán thịt chó (bên ngoài tốt mà bên trong kém)
양력 dương lịch. (반) 음력 âm lịch.
양력 나이 tuổi tây.
양력달 tháng dương lịch.
양로 dưỡng lão. ~연금 tiền trợ cấp ~. 양로원 viện ~.
양론 cả hai lý luận.
양립하다 hợp nhau, chung sống với nhau. 양립할 수 없는 không thích hợp. 양립할 수 있는 tương hợp(dung).
양막(태아를 둘러싼) ối.
양말 vớ (남), bít tất (북). ~을 구멍날 때 까지 신다 mang vớ đến rách.
양면 hai mặt. lưỡng diện. ~이 볼록 한 렌즈 thấu kính hai mặt lồi.
양면의(대립되는)trắng đen.
양모 (모직물) len. ~제품 hàng ~, hàng lông cừu.
양모 mẹ nuôi. (반) 양부 cha nuôi.
양미간 lông mày.
양민 lương dân, dân lành, dân thường. ~학살 giết hại thường dân. ~을 감언이설로 꾀다 mơn trớn dân lành. ~을 학살하다 tàn sát lương dân.

양반 (사대부) sĩ đại phu, người quý tộc. (반) 상민 dân thường, người bình dân.
(속)양반은 물에 빠져도 개 헤엄은 안 한다(죽을지라도 위엄을 잃지 않으려 한다) Qúy tộc rơi xuống nước cũng không bơi kiểu chó,(người dù có chết cũng không đánh mất phẩm giá của mình).
(속)양반은 얼어 죽어도 겻불은 안 쬔다, (죽을지언정 위엄을 잃지 않으려 한다) Qúy tộc chết cóng cũng không sưởi lửa tàn,(người dù có chết cũng không đánh mất phẩm giá của mình).
양방 song phương.
양배추 bắp cải. rau bắp.
양변 cả hai phía.
양병 đào tạo lực lượng vũ trang.
양보 nhượng bộ, nhường cho, nhân nhượng. 조금도 양보치 않다 không ~ một tý nào. 서로 ~하다 ~ lẫn nhau. 노인에게 자리를 ~하다 nhường chỗ cho người già. 길을 ~하다 nhường đường. ~하고 참다 nhường nhịn.
양보심 많은 thảo lảo, ~ 마음 bụng dạ ~.
양복 complê, âu phục, áo vét-tông. ~을 입다 mặc âu phục. ~을 맞추다 đặt may complê, ~ 한벌 bộ đồ vét-tông. ~바지의 가랑이 ống quần.
양볼 hai mặt, ~이 볼록한 ~ lồi
양봉 nuôi ong. ~하다 nuôi ong. ~가 người nuôi ong. ~업 nghề ~.
양부 cha nuôi, bố nuôi. dưỡng phụ.
양부모 bố mẹ nuôi.

양분하다 chia đôi, cắt đôi, chia đều.
양산하다 sản xuất hàng loạt.
양산 cái dù (남), cái ô (북) 양산을 쓰다 giương dù lên.
양상 khía cạnh. 심상치 않은 양상 một vẻ khác thường.
양상군자 (도둑) kẻ trộm, kẻ cắp.
양생 (건강 보존) chăm sóc sức khỏe.
양생학 dưỡng sinh học.
양서 quyển sách tốt.
양서류 lưỡng cư, lưỡng thê
양서류동물 động vật lưỡng cư.
양성반응 phản ứng tích cực(dương tính).
양성 lưỡng tính(phái), cả hai giới tính.
양성하다 đào tạo(luyện), giáo dục, bồi dưỡng. dưỡng thành, gây nên, 인재를 ~ đào tạo nhân tài. 민족정신을 양성하다 bồi dưỡng tinh thần dân tộc. 양성소 trường đào tạo.
양속 thói quen tốt. 미풍~ mỹ tục.
양손 cả hai tay. ~으로 들다 bưng. 밥을 ~으로 들다 bưng cơm. ~을 어깨높이로 올리다 khuỳnh tay ngai.
양손을 좌우로 벌려 들다 xang.
양송이 (버섯) nấm. ~재배 nghề trồng nấm.
양수(산모의) đầu(nước) ối.
양수기 máy bơm nước.
양수사 số từ chỉ lượng.
양순하다 biết vâng lời. 양순한 어린이 đứa trẻ dễ bảo.
양식(서양음식) món tây, món Âu. ~집 quán ăn Tây. 한식 món ăn Hàn Quốc.
양식(모형) kiểu, mẫu. dạng thức, 일정한 ~ mẫu nhất định. ~화하다 cách điệu hóa.

양식하다 nuôi, nuôi trồng. 양식장 nơi nuôi trồng. 양식 진주 ngọc trai nuôi. 양식 꿀 ong nuôi. 새우양식장 bãi nuôi tôm.
양식 (식량) lương thực, món ăn. ~이 부족하다 thiếu ăn. 그날그날의 양식을 벌다 kiếm ăn hàng ngày. (양심)lương trí, 마음의 ~ món ăn tinh thần. ~을 공급해 주다 giải lương. ~을 저장하다 trữ lương.
양심 lương tâm. thiên lương, ~에 따라 theo ~. ~에 반하다 trái với ~. ~에 부끄러운 행위 hành vi cắn rứt ~. ~이 있다 có ~. (반) ~이 없다 không có ~. vô ~, ~바르게 살다 sống lương thiện. ~이 결여된 vô ~
양심없는 vô lương tâm.
양심을 잃다 táng tận lương tâm.
양심의 가책을 받다 cắn rứt lương tâm (양심이 캥기다)
양심의 소리 tiếng gọi của lương tâm.
양아들 con trai nuôi.
양아버지 cha nuôi, bố nuôi. (반) 양어머니 mẹ nuôi.
양아치(거지나 넝마주이)người ăn xin, người nhặt giẻ rách.
양악 nhạc phương tây.
양안(양 기슭) hai bên bờ. (명안) ý kiến tốt, (두눈) hai mắt.
양약 thuốc tây. tân dược. 양약국 (약방) nhà ~. 양약은 입에 쓰다 thuốc tốt đắng miệng, 한 약 thuốc đông y. (좋은 약) thuốc tốt(hay).
양양하다 sáng lạn, sáng chói, rộng lớn.
양어 nuôi cá. ~장 ao nuôi cá, bãi ~.
양여하다 nhượng , sang nhượng , nhường (양도하다)

양옥 căn nhà phương tây.
양요리 (양식) món ăn phương tây.
양용 sử dụng hai bên. 수륙 ~ 비행기 thủy phi cơ.
양우(좋은 친구) lương hữu.
양원 cả hai viện. ~제도 chế độ hai viện. 상하 ~ thượng nghị viện và hạ nghị viện. ~제 lưỡng viện chế.
양위하다 từ ngôi, nhượng vị, thiện nhượng, thoái vị. 양위 sự thoái vị.
양육 nuôi nấng, dưỡng dục. sinh thành. ~법 cách nuôi nấng. 양육비 chi phí ~.
양육 (양고기) thịt cừu.
양의 (훌륭한 의사) lương y.
양의 (서양 의사) bác sĩ phương tây.
양이 (외국 사람을 배척함) trục xuất người nước ngoài.
양이온 (물리) ion dương.
양인 (두사람) hai người. (서양사람) người châu Âu.
양익 (두날개) hai cánh.
양자 con nuôi. dưỡng(nghĩa) tử, ~ 들 다 được nhận làm con nuôi. ~로 들어온 형 nghĩa huynh. (두사람) hai người. (양측) ~간 협약 ký hiệp ước tay đôi.
양자 (물리) lượng tử.
양자강 sông Dương Tử.
양잠 nuôi(canh) tằm. 양잠농가 người chủ trại ~. ~업 nghề tằm tơ.
양장 (의복) y phục phương tây.
양재 (인재) người tài năng.
양재기(그릇) chén nhôm.
양재사 thợ may. 양재학원 trường dạy ~.
양적으로 số lượng.
양전기 điện dương.(반) 음전기 điện

âm.
양전자 pozitron, điện tử dương(반) 음
전자 điện tử âm.
양조 làm rượu bia. ~장 nhà máy bia.
양조(날짐승)sáo sậu.
양쪽 hai bên, hai phía. ~이 다 모르다
hai bên đều không biết. 양쪽이 다
양보 안하다 cả hai bên đều không
nhượng bộ. ~다 cả hai.
양쪽이 싸우도록 유도하여 이익을 챙
김 tọa sơn quan hổ đấu.
양주 rượu Tây, rượu ngoại.
(속) 양지가 음지되고 음지가 양지된
다 (환경은 서로 뒤바뀐다) đất
nắng thành đất râm, đất râm thành
đất nắng (hoàn cảnh đảo ngược
với nhau).
양지 đất nắng,(반)음지 đất râm.
양지바른집 nhà hắt nắng.
양지쪽 phía có nắng.
양지하다 hiểu biết, nhận thức.
양진영 cả hai phe.
양질의 chất lượng tốt, phẩm chất tốt.
양찰하다 thông cảm, đồng cảm.
양책 một kế hoạch tốt.
양처 người vợ đảm đang. 현모 ~ hiền
mẫu lương thê.
양철 tôn, sắt mạ kẽm, ~지붕 mái tôn.
~집 nhà lợp tôn. ~통 ấm bằng
thiếc, ~공 thợ thiếc.
양초 cây nến. nến sáp (북), đèn cầy
(남). ~를 켜다 thắp nến.
양춘 mùa xuân. dương xuân.
양측 cả hai bên. ~의 tay đôi. ~간의 불
일치를 해소하다 tháo gỡ những
bất đồng giữa hai bên.
양측을 충동질하다 xui nguyên giục bị.
양치질 đánh răng, nước súc miệng.

양치기 nghề chăn nuôi cừu. kẻ chăn
chiên.
양친 cha mẹ, bố mẹ. song thân, song
đường. 양친이 건재해 계시는(살
아있는) cha mẹ song toàn.
양키 người Hoa Kỳ.
양탄자 tấm thảm. ~를 깔다 trải thảm.
양털 lông cừu, len.
양파 hành tây, củ hành. hành củ.
양팔 hai cánh tay.
양편 cả hai bên.
양품 đồ nhập ngoại, hàng nhập ngoại.
양피 da cừu. ~구두 giày ~.
양의 해 năm mùi.
양해하다 thông cảm, lĩnh hội, thể tất,
(이해) hiểu biết. 양해할 수 있다
có thể hiểu được. 양해하기 어려
운 khó hiểu. (받아들이다)nhận
lời.
양호하다 tốt, hay. 경과가 ~ kết quả tốt
đẹp.
양호교사 cô bảo mẫu. giáo viên chăm
sóc.
양홍색의 đỏ thắm.
양화 (외국 영화) phim nước ngoài. (외
국상품)dương hóa.
양화하다 Âu hóa, Tây hóa.
양회 (시멘트) xi măng.
얕다 cạn (남), nông, nông cạn, (북).
(반) 깊은 sâu. 얕은 호수 hồ cạn.
얕은 생각 cạn lòng. 얕은 그릇 cái
đĩa cạn. 얕은 지식 kiến thức nông
cạn, 얕은 상처를 입다 bị vết
thương cạn. 지붕이 얕은 집 nhà
mái thấp. 얕은 물 nước cạn. 얕은
견식 thiển kiến.
얕고 깊은 thiển thâm.
얕은 내도 깊게 건너라,(아무리 작은

일이라도 가볍게 보지 마라), Suối cạn cũng phải chuẩn bị như đi qua chỗ sâu,(việc dù nhỏ nhưng không được xem nhẹ.)
얕은(피상적인)nông cạn. ~생각 trí óc thiển bạc, thiển trí(ý). ~ 지식 thiển học, thiển văn.
얕보다 coi (xem) thường. coi nhẹ, 얕볼 수 없는 không thể xem thường được. 상대를 ~ xem thường đối phương.
어 (언어.국어) ngôn ngữ. 비속어 tiếng lóng. 외국어 ngoại ngữ. 속어 lời thông tục.
어가(가마) ngự giá. xa giá.
어간 căn tố, gốc(thân) từ, ngữ căn.
어감 ngữ cảm. ngữ khí.
어깨 vai. ~에 메다(지다) vác vai, đeo, gánh. khiêng vác, vai quẩy, 총을 어깨에 메다 đeo (mang) súng trên vai. 어깨를 펴다 ưỡn vai. 어깨를 두드리다 đấm vai, bóp(vỗ) vai. 어깨를 나란히 하다 sánh vai, ngang vai, (서로돕다) kề vai. 어깨가 넓다 vai rộng. 어깨가 무겁다 nặng gánh. 어깨에 지다 gánh lên vai. 어깨뼈 xương vai. ~를 으슥하다 nhún vai, ~를 껴안다 choàng vai, 그녀의 머리는 어깨까지 내려온다 tóc nàng xõa xuống hai bên ~, ~에 걸치다 quàng. khóac vai. vắt vai. ~를 움추리다 so ~.
(속) 어깨 너머 공부하다(남에게서 몰래 공부하다) Học qua vai (học lỏm từ người khác).
어깨에 trên vai, 그는 ~ 총을 메고 가 버렸다 nó ra đi súng ~. ~수건 을 걸치다 vắt khăn.
어깨까지 늘어뜨린 머리카락 tóc thề.
어깨높이 cao tới vai.
어깨를 삐다 trặc vai.
어깨를 아프게 때리다 vỗ vai đau điếng.
어깨걸이 (솔) khăn choàng.
어깨관절 khớp xương vai.
어깨동무 bạn thời trẻ. ~ 하다 đeo ngang vai, bá vai, choàng tay.
어깨총 (구령) đưa súng lên !
어깨춤을 추다 nhảy lên sung sướng.
어깻죽지 khớp vai.
어거하다 ngự trị.
어구 dụng cụ đánh cá. ngư cụ.
어귀. 강의 어귀 cửa sông. 마을의 ~ lối vào làng.
어귀 (언어의) nhóm từ.
어그러지다 (빗나가다) trái với. 예상에 ~ trái với dự đoán. 법에 ~ trái với luật. 기대에 ~ trái với mong đợi.
어근 ngữ(từ) căn, căn tố. 어원 từ nguyên.
어금니 răng cùng(cấm).
어긋나다 trái ngược, ngược. 길이 ~ trái đường. 모든일이 ~ mọi việc đều trái ngược.
어기다 trái, làm vỡ, không giữ. xâm phạm, quy tắc을 ~ trái với nguyên tắc, phá vỡ nguyên tắc. 맹세를 ~ trái với lời thề. 예정을 ~ trái với dự định. 약속을 ~ trái với lời hứa. 규칙을 어기지 말라 đừng làm trái nguyên tắc. 법을 어기다 vi phạm pháp luật.
어기적거리다 (비틀거리다) đi lảo đảo, lung lay.

어기차다 (꿋꿋하다) ngoan cố, bướng bỉnh.
어김없이 chắc chắn.
어느 nào. bất cứ, ~길로? ngả nào? ~길로 갈까? Đi đường nào đây? 어느 날에 vào một ngày nào đó. 어느 곳에서 ở một nơi nào đó. 어느경우에는 vào một trường hợp nào đó. 어느것보다 so với bất cứ cái gì. 어느날 một hôm(ngày) nọ. nhất đán, ~시대 thủa nào. 어느새 bỗng nhiên.
(명)어느 말이나 자기 짐이 가장 무겁다고 생각한다 Thường con ngựa nào cũng luôn cho rằng hành lý của mình là nặng nhất.
어느것 nào. bất cứ, 어느것이나 bất cứ cái gì.
어느곳 đâu, mô, ~이나 mọi nơi, 어디 가느냐? Anh đi mô?.
어느곳이든 가다 đi khắp.
어느때 lúc nào, khi nào. ~든지 bất cứ lúc nào.
어느덧 (어느새) đã rồi. đã qua, ngay khi, ngay,
어느모로보나 mọi khía cạnh.
(속)어느 장단에 춤을 추냐,(의견이 너무 많아 누구의 말을 따라야 할지 모르겠다), không biết nhảy theo điệu nhạc nào,(quá nhiều người góp ý, không biết nên nghe theo lời người nào).
어느정도 đến mức độ nào. ngần nào, ~인지 dường nào. ~정도인지 모른다 không biết mấy.
어느정도인가를 알아보는 것 tính đố.
어느쪽 mặt(phía) nào, hướng nào, phe nào.

(속) 어느 집 개가 짖느냐 한다(누구의 말도 듣지 않는다) Hỏi chó nhà ai sủa(chưa hề nghe ai nói cả).
어느틈에 nhanh chóng, ngay.
어따 (아따!) này ! ê !
어떠한 경우에도 đói no.
어떤 것(관계대명사) mà, 내가 갖고있는 책 sách mà tôi có, 당신이 본 사람 người mà anh thấy. ~이 더 소중하냐? cái nào trọng hơn?
(명)어떤 목적을 위해 살아가는 데서 바로 진한 행복이 생기는 것이다 Khi bạn tự hỏi sống vì mục đích gì, thì hạnh phúc chân chính sẽ sinh ra từ đó.
어떤분 một vị nọ. (사람)một người nọ.
어떤 시련도 잘 감수하는 사람(속어) mình đồng da sắt.
어떤 일에 뛰어들다 dấn thân(mình).
어떤 일을 하다 làm cho.
어떻다 (어떠하다) thế nào, ra sao.
어떻게 thế nào. làm sao, ~해서라도 bằng mọi cách. ~해서든지 bằng mọi cách. ~하지! (자신에게 하는 말) khổ quá.
어떻습니까? thế nào?
어떻게든 sao cho. 그는 ~ 모든 사람이 알아 듣도록 큰소리로 말했다 Anh ấy nói to ~ mọi người đều nghe thấy.
어떤 일 việc gì, ~ 에 걱정하다 lo ngại ~, ~ 에 익숙해지다 quen làm.
어떤 일에 흠뻑 빠진 sống sã.
어떤 일이 있더라도 dù có chuyện gì xảy ra. (반드시) thế nào, 어떤 사람 một người nào đó. một người nọ, 어떤 경우에는 trong vài trường hợp.

어떤 이유로도 lẽ nào
어쨌던 (든지) dù sao đi nữa.
어두운 tối, tối tăm. u tối(ám), nhập nhoạng, mờ mịt. ~색 sẫm màu.
màu tối, 비가 와서 하늘이 어둡다 có cơn mưa, trời u ám, (날씨) âm u. ~미래 tương lai mù mịt. ~표정을 짓다 nặng mặt. ~밤 tối trời. ~색상 sâm sẩm.
(속)어두운 밤에 주먹질 하기(이유 없이 성내다) Vung nắm đấm vào đêm tối(vô cơ nổi nóng).
어두운방에서 더듬어 찾다 mò tìm trong phòng tối.
어두워지다 sắp(xẩm) tối. sa sẩm.
어둑어둑하다 khá tối. mờ tối. vân vụ, xâm xẩm, 어둑 어둑 해지고부터 từ lúc ~.
어둑어둑해지는 저녁때에 đến sẩm tối.
어둑 어둑한 nhá nhem, ~ 날씨 trời ~.
어둠 bóng tối. ~속에서 trong ~. 어둠속에 사라지다 biến mất trong ~.
어둠속에서 길을 더듬어 가다 đi dò dẫm trong ~. 어둠녘 trời tối.
어두워지다 sẩm tối, sa sẩm. 하늘이 갑자기 ~ trời vừa ~ .
어두침침하다 tối tăm, mờ mờ.
어두컴컴한 nhập nhoạng. mù,(반) 밝은 sáng.
어둡다 tối. trời tối, 어두운 밤 đêm tối.
너무 어두워서 잘 볼 수 없다 tối quá nhìn không thấy. 그의 전도는 ~ tiền đồ của anh ấy tối quá.
어디 ở đâu. 어디까지 đến tận đâu? 어디 사세요? Anh ở đâu? 어디 가요? Anh đi đâu vậy? ~서 오셨습니까? Anh từ đâu đến? 여기 어디에 ở đâu đó gần đây. 어디서 본적

이 있다 đã từng gặp nhau ở đâu đó. 어디서나 (든지) bất cứ nơi đâu. 어디에 묵고 있나? trọ ở đâu?
어디론가 숨다 lẩn khuất đâu đó.
~에 주차합니까 mình đậu xe ở đâu. ~를 가든지 cho dù là đi đâu.
어디까지 đến đâu.
어디까지나 tới nơi. (철두철미)suốt qua.
어디보자 đâu xem nào. để tôi xem nào.
어디든지 đâu đâu. gần xa, khắp nơi, tứ xứ. 어디서나 다 그렇게 한다 ~ cũng làm như vậy.
어디에도 đâu nào.
어딘가에 đâu đấy.
어딜보나 비슷비슷한 ngắn hai dài một.
어떠하다 như thế nào, thế nào. 요즘 어떠십니까? gần đây anh thế nào? 술 한잔 어때요? uống một ly rượu có sao không?
어떤 경우에도 bất cứ hoàn cảnh nào, đói no.
어떤 대가를 치루더라도 bằng được.
어떤 일에 끼어들다 vọc, nam의 일에 끼어들지 마라 đừng ~ vào việc.
어떤 일을 무책임하게 하는 태도 chuồn chuồn đạp nước.
어떤일에 손실이 큰(속어)trầy vi tróc vẩy.
어떤일이 있어도 dù bất cứ lý do nào đó, lẽ nào, 어떤 이유도 없는 chả lẽ.
어떻게 như thế nào. ra sao, ~ 지내십니까? Anh sống thế nào? ~ 말해야 할지 모르겠습니다 không biết phải nói như thế nào. ~ 하면 좋을까요? Làm thế nào thì tốt đây? 이거 어때? cái này thì thế nào? 어떻

게 오셨어요? đến đến đây?
어떻게 할 수가 없다(…때문에 난처해
지다) khốn nỗi.
어떻게 해서라도 일어나 앉으려고 하
다 lồm cồm ngồi dậy.
어떻게든 sao cho, bằng được, ~학교를
졸업해야한다 phải tốt nghiệp
bằng được nhà trường, ~자리를
찾다 tìm chỗ ngồi sao cho.
어떻습니까? thế nào?
어란 (생선알) trứng cá.
어려워하다 ngượng nghịu. (반) 어려
워하지 않다 tự nhiên như ở nhà.
.
어려우나 희망이 있다(속어)còn nước
còn tát.
어렴풋이 một cách lờ mờ. mịt mờ, tơ
mơ, mạy, ~ 흐린 mịt mù, ~ 기억
하다 nhớ lờ mờ, nhớ mang máng.
~나타나다 ẩn hiện, ~듣다 nghe
mang máng. ~들리다 nghe hơi.
어렴풋이 이해하다 tơ mơ, ~ 하지만
이미 대답해 버리다 hiểu ~ mà đã
nói.
어렴풋한 bảng lảng.
어렵다 khó khăn, vất vả. nặng nhọc,
(반)쉬운 dễ, 어려운 문제 vấn đề
~. 한글 배우기가 ~ tiếng Hàn khó
học. 이 일은 나에게 너무 어렵다
việc này quá khó đối với tôi. 집안
이 ~ hoàn cảnh gia đình ~. 어렵지
않게 만나다 gặp gỡ một cách dễ
dàng. 어려운 일을 잘 해나가다
đảm đương. 어렵고 불쌍한(고난)
gian truân.
어렵게 살다 làm chỉ vừa đủ sống.
어렵지만 khó lòng mà.
어려운 chật vật, nặng nhọc, gian nan,

~ 난제 nan đề gay cấn. ~사건 nan
sự. ~질문을 퍼붓다 vặn hỏi
어려운(답답한) 정황 túng thế.
어려운 상황에 부딪힌 lúng túng.
어려운 일을 만났을 때 서로 도와주다
tay sốt đổ tay nguội.
어려운 일을 책임지다 đảm phụ.
어려운 처지에 빠지다 sống dở chết dở.
어려움 sự khó khăn. ~을 겪다 gặp ~.
어려움을 극복하다 khắc phục
khó khăn. ~을 헤쳐나가다 len lỏi.
~이 없어졌다 khó khăn đã tháo
gỡ.
어려움이 있다는 것을 알고 그들은 모
두 발을 뺐다 biết khó khăn chúng
tháo lui hết.
(속)어려울 때 서로 돕다 nhường cơm
sẻ áo
어뢰 ngư lôi. thủy lôi, ~를 발사하다
phóng ngư lôi. ~를 제거하다 vét
mìn, ~를 맞다 trúng ngư lôi. ~에
부딪치다 đụng mìn. 어뢰정 liệp
hạm. ~제거선 tàu vét mìn.
어루만지다 vuốt ve, cọ xát. 어루만지
고 애무하다 vuốt ve ân ái.
어룽더룽하다 có vết lốm đốm.
어류 loại cá.
어르다 tung nhẹ, dỗ, nựng nịu. đặn.
(속) 어르고 뺨치기(위하는 척 하면 서
남을 해친다) Đùa với trẻ bị tát
vào má(vừa giả bộ giúp vừa làm
hại người khác).
어른 người lớn.(반)아이 trẻ em, 집안
의 어른 ~ trong gia đình. ~ 답지
않다 không đáng mặt người lớn. ~
이 되다 thành ~. 어른 앞에서 그
런 말을 하면 안된다 trước mặt ~
mà nói như vậy không được. ~과

아이 lớn nhỏ, ~ 말에 참견하다 nói leo, 무얼 안다고~말에 참견하는거야! biết gì mà nói leo!
어른과 말다툼하다 trả treo.
어른거리다 chập chờn, thấp thóang, lập lòe.
(속)어른도 한그릇 아이도 한그릇(남녀노소 구분 않고 똑같이 대해주다) người lớn một bát, trẻ em cũng một bát,(không phân biệt nam phụ lão ấu, đối xử như nhau).
어른스럽다 đáng mặt người lớn. nhẹ nhõm, 어른스러운 소녀 cô bé nhẹ nhõm.
(속) 어른 없는 데서 자라났다(교육 이 부족한 사람 암시) Lớn lên ở chỗ không có người lớn (ám chỉ con người thiếu giáo dục).
어름 (더듬)거리다 nói lầm bầm, nói lập lờ.
어리광부리다 nũng nịu, trẻ con làm ra nghịch kiểu.
어리다 còn(thơ) trẻ, trẻ con, bé. bé bỏng. nhỏ. 어리지만 잘 알다 tuy nhỏ nhưng biết rõ. 어릴 때부터 từ nhỏ. 어린 마음에 tấm lòng trẻ em. 그는 나보다 3 살 어리다 anh ta trẻ hơn tôi 3 tuổi. 그는 나보다 어리다 anh ta kém tuổi tôi. 어린 시절 thời thơ ấu. tuổi thơ, thuở bé, 어린 무리 tụi trẻ, 어린 남자아이 cu. 어린소녀(비유)cánh hồng.
어려서 아직 경험이 풍부하지 않은 trẻ người non dạ.
어렸을 때(소시적)thiếu thời.
어릴 때 지어준 이름 tên húy. tục danh.
어리고 순진한 trẻ thơ, thơ ấu. nhỏ dại.
어리다 (눈물이) đẫm lệ. 눈물어린 눈 mắt ~. 눈물로 얼룩진 얼굴 khuôn mặt đầm đìa nước mắt.
어리바리 (얼큰히) mơ mơ màng màng.
어리둥절하다 bối rối , lúng túng . tớn tác, luống cuống. phân tâm.(반)침착하다 bình tĩnh.
어리둥절해진 lơ láo.
어리둥절하게 하다 ngơ ngác.
어리벙벙하다 lặng người. ngay mặt.
어리석은 khờ dại, vụng dại, ngây dại, ngốc nghếch, khờ khạo, ngu dốt, điên dại, ngu xuẩn. ~ 의견 ý kiến ~. ngu kiến(ý), ~ 사람 người ~. ~ 아이 ngoan đồng, ~ 희망 cuồng vọng. ~ 자 kẻ dại, 어리석고 완고한 ngu ngoan.
어린(젊은)thơ, 아직 어릴때부터 từ thuở còn ~.
어린 나무 cây con.
어린 나이 tuổi xanh.
어린싹 chồi mầm.
어린 시절 tuổi thơ. thời thơ ấu.
어린양 con chiên.
어린애 (어린 것.어린이) đứa trẻ, đứa bé, trẻ em(thơ). con thơ(nít), mụn con, (소아) thiếu nhi, ~를 안아주다 bế bồng, 어린애 sinh thực khí chim, 어린애와 같은 như trẻ con. ấu trĩ, ~없는 집 nhà không có trẻ con. 어린이날 ngày thiếu nhi(trẻ em). 어린이 신문 báo thiếu nhi. 어린이 세대 thế hệ măng non, ~ 들 bọn nhóc. 순수한 ~ trẻ thơ trong trắng. ~의 충칭 trẻ mỏ, ~를 돌보다 trông nom trẻ con.
어린애가 부모보다 더 지혜롭고 싶어하다 trứng khôn hơn vịt.
(속)어린 아이 가진 떡도 빼앗아 먹는

다(비열한 행동) Bánh của trẻ em cũng cướp để ăn, (hạnh động đê tiện).
(속)어린 아이 말도 귀담아 들어라 Lời trẻ em cũng phải lắng tai nghe.
어린아이의 놀이 trò chơi trẻ con.
어린이 입장불가 trẻ em không được vào.
어린왕 thiếu quân.
어린이 유괴범 mẹ mìn.
어린놈이 담배를 피우다 mới nứt mắt mà đã hút thuốc.
어릴 때 thời thơ ấu, ~ 부르는 이름 tên tục. ~지어준 이름 tên húy.
어림 (짐작) sự đoán, ước chừng, ước tính. 어림 잡다 đoán, tính phỏng, định chừng, ước tính(chừng).
어림짐작하다 đoán già đoán non.
어림없다 còn xa, quá xa.
어림짐작으로 theo phỏng đoán.
어릿광대 (광대) chú hề, thằng hề, anh hề, vai(trò) hề.
어마! (감탄사) trời ơi! chết chà! 어마! 이게 누구야! trời ơi! gặp anh ngạc nhiên quá!
어마 어마하다 (당당하다) nguy nga, hùng vĩ, tráng lệ, to lớn, khổng lồ.
어망 lưới cá, lưới kéo. rùng.
어린왕자 hoàng tử nhỏ bé.
어머! úi chà, ối dào. ~아름다워라 ~ đẹp quá.
어머니 mẹ, bu, mu, bầm, u, thương u, me (북), mẹ, má (남). (반) 아버지 cha, ~의 고향 quê ngoại, ~의 의무 를 다하다 trọn đạo làm mẹ. ~로서 의 지 시 từ huấn. ~다운 지시 từ huấn. ~의 가르침 mẫu giáo.
어멈 (하인) chị hầu phòng, người giúp việc.
어명 lệnh vua. chiếu lệnh, ngự bút.
어묵 chả cá. mức cá.
어문학 ngữ văn.
어물전 tiệm cá khô.
(속)어물전 망신은 꼴뚜기가 시킨다 Cửa hàng thủy sản đóng cửa do bạch tuộc gây ra.
어물거리다 trả lời lầm bầm
어물어물(머뭇 머뭇) ngập ngừng. ~ 말 하다 nói ~, nói lầm bầm.
어미(낮춤말) con mẹ. (문법) đuôi từ. phụ(vĩ) tố, 접미사 hậu tố. 어미 변 화 biến đổi đuôi từ. 연결~ đuôi từ liên kết.
어미닭 mái gà.
어미새 chim mẹ.
어민 ngư dân, người đánh cá, dân chài.
어버이 cha mẹ. 어버이 다운 đáng như ~. 어버이 날 ngày ba mẹ.
어법 ngữ pháp. 한국어법 ~ tiếng Hàn. ~에 어긋나다 mất ~.
어부 ngư phủ, thợ đánh cá. tay lưới.
어분(생선가루) phân cá.
어불성설(이치에 맞지 않는) phi lý, vô lý.
어사 (암행어사) mật vụ của vua.
어살(고기잡는 기구)ống trúm.
어색한 ngượng nghịu, gượng gạo, ngượng ngùng. 어색한 분위기 bầu không khí khó chịu. 여자와 같이 있기가 ~ cảm thấy ngại khi có phụ nữ.
어서 (빨리) nhanh. ~ 들어오세요 Xin mời vào. ~ 드세요 hãy ăn nữa đi. (공손한 말: 차 드세요) rước ông xơi nước, ~ 오세요. nhanh lên nào (vào). 어서 대답해 trả lời mau lên.

어선 tàu đánh cá, ngư thuyền. ghe chài. thuyền câu(chài).
어설프다 (탐탁찮다) sơ ý, cẩu thả.
어설픈(서투른)sống sượng. 어설프게 말하다 ăn nói ~.
어설프게 말하다 ăn nói sống sượng.
어설프게 찌르다 đâm lửng.
어수선하다 thác loạn, mất trật tự. nhộn. lộn nhộn. ngả ngốn.
어수선하고 불안정하다 thác loạn.
어수선하게 tanh bành, ~두다 để ~.
어순 (문법) từ chí thứ tự.
어스름한 chấp choáng, nửa tối nửa sáng, (황혼) hoàng hôn, chạng vạng. 어둑 어둑한 nhá nhem. 어둑어둑해지고부터 từ lúc nhá nhem.
어슬렁거리다 đi la cà, vất vơ, đi tha thẩn, nhung nhăng, đi lảng vảng, léng phéng, đi lang thang (헤매다), 노상을 ~ đi vất vơ ngoài đường, 어슬렁 어슬렁 걷다 ngao du.
어슴푸레하다 mờ mờ, mập mờ. ~ 한 어둠 bóng râm(rợp). 어슴푸레 하게 밝아오다 tang tảng.
어슷비슷하다 hao hao, như nhau.
어시장 chợ cá.
어안이 벙벙하다 lặng người.
어언간 vô ý, không chú ý.
어업 ngư nghiệp, nghề cá. ~가정 ngư hộ.
어여차 ! hò !
어엿하다 đáng kính trọng. 어엿한 집 안 gia đình đáng kính.
어우러진 đi cùng với, 좌절과 기쁨이 ~ sụp đổ ~ niềm vui.
어울리다 tương xứng, xứng đáng, thích hợp(nghi). vừa, vừa khít, 이 새옷 이 나에게 어울리니? áo mới này vừa tôi không?. 어울리지 않 는 khó coi, 어울리지 않는 옷 áo không phù hợp. 신발이 옷과 ~ đôi giày ~ với bộ quần áo. 잘 어울리는 부부 một cặp vợ chồng xứng đôi. …과 어울리다 hợp với , xứng với . (나쁜 의미의 어울림) chơi với. 나쁜 친구들과 어울리다 chơi với bạn xấu. 어울려 살다 hòa mình. 어울리지 않고 지나치 게 큰 to kềnh. 이 집은 나에게 어 울리지 않는다 cái nhà không thích hợp với tôi.
어울리는 한쌍 tốt đôi.
어울리지 않는(화합이 안되는) trống đánh xuôi kèn thổi ngược.
어원 từ(ngữ) nguyên. 어원을 조사하 다 tra từ gốc.
어음 hối phiếu, cổ phiếu. ~으로 지급 하다 trả bằng ~. ~을 현금으로 바 꾸다 đổi tiền hối phiếu lấy tiền mặt. ~을 결제하다 quyết toán bằng ~.
어의 nghĩa của từ. ngữ nghĩa, 일반적 어의로는 theo nghĩa thông thường. (용포) long bào, (왕의 주치의) ngự y.
어이구! trời ơi! (아이고)
어이없다 không biết làm thế nào cả, sững sờ, ngạc nhiên. 어이 없는 말 을 하다 nói bừa bãi.
어이없어하는 sửng người.
어장 bãi cá, ngư trường.
어제 (어저께) hôm qua. ~아침 sáng ~. ~신문 báo ~. 어제밤 đêm qua. 어 제부터 từ ngày hôm qua.

어제밤에 폭우가 쏟아졌다 đêm qua trời mưa lớn.
(명)어제의 일을 후회하지 말라 인생은 오늘 당신 마음속에 살아있으며, 당신의 내일을 만들고 있다 Đứng hối hận việc hôm qua, cuộc đời còn sống trong lòng bạn thì sẽ tạo ngày mai cho bạn.
어째서 hà cố(có), (왜) tại sao
어쨌든 dù sao chăng nữa. lẽ nào, bằng được. ~ 그것은 해야 한다 dù sao tôi phải làm cái đó. ~간에 có chăng.
어쩌다가 (우연히) ngẫu nhiên, tình cờ, bất ngờ. ~ 그를 길에서 만났다 ngẫu nhiên tôi gặp anh ấy trên đường.
어쩌면 (아마) có lẽ, thì phải. hoặc nhiên, (감탄) biết bao, làm sao. 어쩌면 색시가 그렇게 예쁠까? Làm sao cô đẹp như thế?
어쩐지 không biết tại sao. ~ 슬프다 khống biết tại sao cảm thấy buồn.
어정거리다 (한가하게 걷다) đi thong thả từng bước.
어쩔줄 몰르다 đứng ngồi, bỡ ngỡ, luống cuống, lúng túng. hoảng hồn.
어정쩡한 nước đôi, không rõ ràng. 어정쩡하게 lóng ngóng.
어쩔수 없다 không còn cách nào khác, bó tay. 어쩔수 없는 일 việc bất đắc dĩ. 어쩔수 없이 miễn cưỡng, bất đắc dĩ, ngặt vì.
어쩔수 없게되다 bó tay.
어조 (억양) giọng, giọng nói. (어감) ngữ khí. ~를 바꾸다 đổi giọng.
어조사(그렇지)he, 참 예쁘다 그렇지

đẹp quá he?
어족 ngôn ngữ chủng tộc. ngữ hệ. 인도유럽어족 ~ Ấn Âu.
어주(임금의 술) ngự tửu.
어중간한 dở dang. lưng chừng. quê. ~하게 일을 하다 làm ~.
어중이 떠중이 những người vô giá trị.
어찌됐든 dù sao chăng nữa.
어찌되었건(잘하든 못하든) hay hèn.
어찌하여 tại sao, cớ sao, lẽ nào
어찌 ...하지 않겠는가 tài nào mà chẳng? 혼자인데 어찌 무섭지 않겠는가? một mình ~ sợ.
어찌그리(매우) dường bao.
어지간하다 kha khá.
어지러운 ngất ngư. tạp nham. bề bộn. lúng túng.
어지럽게 (난잡하게) bừa bãi. ngổn ngang, ~ 날다 chao liệng. ~ 흩어지다 vãi ra. tán loạn.
어지럽다 chóng mặt, choáng váng. xây xẩm.
(속) 어질병이 지랄병 된다(병 예방을 권하는 것이 치료하는 것 보다 낫다) Bệnh chóng mặt thành chứng động kinh (khuyên phòng bệnh hơn chữa bệnh).
어지러져있다 làm lộn xộn, bị bừa bãi.
어지럽게 널려 있다 ngổn ngang. lều bều, (반) 잘 정돈되어 있다 gọn gàng.
어찌보면 nhìn theo một khía cạnh khác.
어찌씨 (부사) phó từ.
어찌하여 làm sao, cớ sao.
어찌할꼬? phải làm chi?
어찌할 도리가 없다 không thắng nổi chi hết.

어찌할 수가 없다 bó tay.
어찌할줄 모르는(버리자니 불쌍하고 잡자니 짐스러운)bỏ thì thương vương thì tội.
어찔어찔 choáng. ngầy ngật.
어질다 hiền lành, tốt bụng. ngoan đạo, 어진 마음 lòng nhân từ. 어진사람 hiền nhân. 어질고 착한 hiền lương.
(속) 어진 아내는 어리석은 남편을 만나기 쉽다(총명한 아내는 어리석은 남편을 만나더라도 남편을 잘 돕는다) Vợ tốt dễ gặp chồng ngốc(người vợ thông minh dù gặp chồng ngốc nhưng giỏi giúp chồng).
어차피 dù thế nào, dẫu sao, nói gì thì nói. 어차피 돈을 갚아야 한다 dẫu sao thì tiền cũng phải trả. 어차피 늦었으니 내일 가자 dẫu sao cũng muộn rồi thôi để ngày mai đi.
어처구니 없는 hoang đường, khó tin. ~이야기 câu chuyện khó tin.
어촌 làng chài, làng cá. vạn chài.
어투 cách nói, lối nói, ngữ khí.
어퍼커트 (권투) cú đấm móc từ dưới lên.
어포 lát cá khô.
어필 (어서) nét chữ vua. ngự bút.
어필 일 lời kêu gọi.
어학 học ngôn ngữ. ~에 재주가 있다 anh ta có năng khiếu về ~. 어학자 nhà ngôn ngữ.
어항 bình nuôi cá vàng. (고기잡는 항구) cảng cá.
어형 hình thái từ.
어회 (생선회)gỏi cá, lát cá sống.
어획 đánh cá. 어획고 mẻ cá.

어휘 (단어) từ vựng, ngữ vựng. từ ngữ, 이 사전은 ~가 풍부하다 từ điển này có nhiều từ. ~학 ~ học. ~학 từ vựng học.
어흠! hừm!
억 một trăm triệu. 10억 một tỉ.
억누르다 áp bức, đàn áp. 웃음을 ~ nén cười. (감정을) 억누르다 dằn lòng, kiềm chế. 억눌러 참다 nhịn. 억눌러 참으며 웃다 cười chúm chím.
억류하다 giam giữ, giữ. 어류되어 있다 đang bị ~.
억만 ức vạn, ~개의 세포 ức vạn tế bào.
억만장자 nhà tỷ phú, 백만장자 nhà triệu phú.
억새(짚) tranh, ~풀로 이은 집(초가 집) nhà tranh.
억설 (고집) ngoan cố.
억세다 mạnh mẽ, kiên cố, ngoan cố, vạm vỡ. to lớn. 건장한 몸 người vạm vỡ.
억수(호우)trận mưa lớn.
억수같이. 비가 ~ 내린다 trời mưa trút.
억압하다 áp bức, đàn(lấn) áp. gò bó. đè nén.
억양 (어조) giọng nói, âm(ngữ) điệu.
억울하다 oan ức, oan. uất ức, oan uổng. 그렇게 말하면 내가 억울하다 anh nói vậy thì oan cho tôi quá. 그녀를 억울하게 하다 đổ oan cho cô ta. 억울한 누명을 쓰다 thụ oán. 억울하게 죽다 chết oan,억울함 nỗi oan khuất. 억울한 죽음을 당하다 bức hại. 억울함을 풀다 giải oan. 억울하고 분한 oan khốc. 억울한 형벌 oan hình.
억제하다 ức chế, khắc chế, kìm chế, kìm nén. đè nén, 억제할 수 없는

không kìm nén được. 감정을 ~ kìm nén tình cảm. 노여움을 ~ kìm nén cơn tức giận. 성욕을 ~ ~ tình dục. 자신을 ~ tự ~.
억조창생 quần chúng vô cùng.
억지 tính bướng bỉnh, sự gắng sức.
(속) 억지가 사촌보다 낫다(남을 믿 는 것이 자신의 힘을 의지하 는 것만 못하다) Tính ngoan cố còn hơn anh em họ(nhờ cậy người không bằng dựa vào chính sức mình).
억지로 một cách ép buộc, cố gượng, cưỡng bức, gượng gạo, ép. ~로 하 다 làm dữ, …을 ~ 하게 하다 ép ai làm gì. 갱강 gượng, 술을 ~ 권하 다 ép rượu ai. ~ 결혼시키다 ép lấy ai, gả cho ép, dựng vợ gả chồng. ~밀어넣다 nhét, (내키지 않는) 미련 cưỡng. 억지 웃음 nụ cười gượng, ~ 웃다 gượng cười. ~시키다 bức bách. cưỡng hành.
억지로 말을 시키다 bắt lời.
…을 억지로 열다 nạy.
억지를 부리는 ngạo ngược. quấy.
억지를 쓰다 nói ngang.
(속) 억지 춘향이 노릇,(어울리지 않는 우스운 일을 함) Sự làm Chun Hyang bướng bỉnh (làm việc gì đó buồn cười không phù hợp).
억척 같은 여자 người đàn bà cứng cỏi.
억척스럽다 ngoan cố, cứng đầu.
억측하다 đoán, phỏng đoán. ức đạc, 억측에 지나지 않다 chỉ là suy đoán thôi. 타인의 의지를 ~ ức đạc ý người khác.
언감생심 sao dám. ~ 여기 들어왔느냐 sao còn dám đến đây nữa?
언급 đề cập đến, nói đến(lên). đả động,

cạnh khóe, nhắc, …에 언급하다 đề cập đến cái gì đó. ~을 회피하 다 tránh đề cập đến. 언급 (말)할 가치가 있는 đáng kể, ~할 가치가 없다 việc đó không đáng kể. ~할 필요없는 sá kể(quản). vẻ chi.
언니 (누나) chị gái.(반)여동생 em gái.
언덕 đồi, dốc. gò đất, ~을 올라가다 đi lên ~. (반) ~을 내려가다 đi xuống ~. 언덕길 đường dốc (đồi).
언덕배기 ngọn(đỉnh) đồi
언더라인 đường gạch dưới.
언도하다 tuyên án, phán quyết (판결 하다)
언동 nói và cử xử. ~을 삼가다 thận trọng ~.
언뜻 (갑자기) thoáng, đột ngột. 언뜻 떠오르다 sực nhớ. 언뜻 듣다 thoáng nghe, 언뜻 보다 thoáng thấy. 나는 군중속에서 그를 ~ 보 았다 tôi ~ thấy nó trong đám đông, ~망설이다 lưỡng lự một thoáng. ~의식 을 되찾다 bừng tỉnh.
언뜻 나타났다 사라지다 thoáng ẩn thoáng hiện.
언론 ngôn luận. ~의 자유 tự do ~. (반) ~의 탄압 đàn áp ~. 언론의 통제 khống chế ~. 언론기관 cơ quan ~. 언론계 làng báo. ~를 탄압하다 bịt(bụm) miệng. bịt miệng báo chí, ~인 nhà báo. ~규약 qui chế báo chí.
언론 운동 vận động báo chí.
언명 (분명히 말함) tuyên bố rõ.
언바란스 mất cân bằng.
(속)언 발에 오줌누기(임시변통) Đái vào chân bị tê cóng(cái dùng tạm thời).

언변 hùng biện. ~이 좋다 có tài hùng biện. khẩu biện, ~에 능하다 đưa đà(đẩy).

언사 lời nói, ngôn từ. 불손한 언사 lời nói không lịch sự.

언성 tiếng nói. ~을 높이다 cao giọng. cất tiếng, 화난 언성 giọng giận dữ. ~을 높혀 말다툼하다 to tiếng cãi.

언약 (약속) lời hứa, lời thề. lời giao ước, 굳게 언약하다 hứa một cách nghiêm chỉnh.

언어 ngôn ngữ. ~가 통하다 hiểu nhau. ~로 표현할 수 없다 không diễn đạt bằng ngôn ngữ được. ~장애 trở ngại về ~. 언어학 ngôn ngữ học.

언어도단 (말이 나오지 않음) không thể nói được. 자기아이를 버리다니 언어도단이다 bỏ rơi con mình thật là không thể nói gì cả.

언짢다 không tốt. quằm quặm, 배가 ~ bị đau bụng. 언짢은 얼굴 mặt~.

언쟁 tranh luận. xô xát, …와 언쟁하다 tranh luận với ai, cãi nhau với ai.

언저리 bờ. 강언저리 (기슭) bờ sông.

언제 khi(hồi) nào, bao giờ. ~까지 đến bao giờ. ~부터 từ khi nào. ~ 오셨어요? Anh đến từ khi nào? ~부터 시작합니까? Bao giờ bắt đầu?

언제까지나 hoài hoài.

언제나 luôn luôn, khi nào cũng, mỗi khi, bất cứ lúc nào. sớm khuya, ~ 면학에 힘쓰다 sớm khuya đèn sách, 그는 언제나 나한테 잘 해줍니다 luôn luôn anh ta cũng đối xử với tôi tốt.

언제나 살아계신 hằng sống.

언제든지 bất cứ lúc nào. ~ 놀러오세요 hãy đến chơi ~.

언젠가 khi(lúc) nào đó, lần khác.

언중유골이다(속뜻이 들어있다) nói lên với sự nghĩa trong.

언질 lời hứa.

언청이 tật sứt môi. 선천성 ~ sứt môi bẩm sinh.

언필칭 (항상) luôn luôn, thường xuyên.

언행 lời nói và hành động. ngôn hành, 언행불일치 ~ không thống nhất.

얹다 đặt, để. 가슴에 손을 얹고 생각하다 để tay lên ngực nghĩ.

얻다 giành được, được, lấy được, thu hoạch được. 승리를 ~ giành thắng lợi. 신용(믿음)을 ~ giành được tin tưởng. 자신을 ~ lấy được tự tin. 좋은 점수를 ~ giành được điểm tốt. 얻을게 하나도 없다 đi tong.

(속) 얻은 도끼나 잃은 도끼나 일반 (이익도 손해도 없음) Cái búa được cái búa mất là như nhau(chẳng có lợi, chẳng có hại gì).

얻어맞다 bị tát, bị cú, bị đánh. 얻어맞기 십상이다 bị đánh là đáng thôi.

얻어먹다 đi ăn mày, ăn xin.

얼 (정신) tinh thần. (혼) tâm hồn. 한국의 얼 tinh thần Hàn Quốc.

얼간이 (멍청이) người khờ dại, đồ đần độn.

얼결 (얼떨결) 에 trong tình thế hỗn loạn. ~에(무심히) --- 해버리다 trót.

얼굴 khuôn mặt. mặt, ~표정 bộ mặt, tuồng mặt, 무표정한 ~ khuôn mặt không biểu cảm. 못생긴 ~ khuôn mặt xấu. ~을 돌리다 quay(xây)

mặt, ngoảnh đi, (phản) 얼굴을 맞대다 đối mặt. ~을 대하다 gặp(giáp) mặt, ~을 찡그리다 nhăn(méo) mặt, nhíu mày. 놀란 ~ nét mặt ngạc nhiên. 실망한 ~ nét mặt thất vọng. 성난 ~로 bằng nét mặt giận dữ. 얼굴을 피하다 (숨기다) lánh(tránh) mặt. 갸름한 ~ mặt trái xoan. 얼굴에 먹칠을 하다(체면을 손상하다) bôi tro vào mặt. ~을 알아보다 nhận diện. ~을 가리다 che mặt, ~을 드러내다 phơi mặt, chường mặt, ~을 나타내다 lộ mặt(diện), ~을 붉히다 đỏ mặt. ửng đỏ. đỏ bừng mặt, thẹn thùng, 수치심으로 얼굴을 붉히다 thẹn đỏ mặt, ~을 쳐들다 vếch mặt, ~을 내밀다 trình diện. 신부가 양가에 인사하다 cô dâu ra trình diện hai họ, ~만 보아도 상대방의 마음을 읽는다 đi guốc trong bụng, ~을 더럽히다 bôi mặt. ~을 숙이다 cúi mặt. ~을 들다 ngửng mặt. ~을 찌푸리다 quắc mắt. ~을 똑바로 쳐다보다 nhìn thẳng vào mặt.
얼굴색이 변하다(화날 때) tía.
얼굴 생김새 vẻ mặt.
(속)얼굴에 모닥불을 담아 부은듯 (부끄러워 얼굴이 붉어짐) Giống như rọi lửa vào mặt, (ngượng ngùng nên mặt đỏ bừng lên).
얼굴에 화상을 입다 lửa trèm vào mặt.
얼굴을 땅에 대다 mặt xuống đất.
얼굴을 붉히는 sượng mặt.
얼굴을 싸안고 흑흑 울다 ôm mặt hu hu khóc.
얼굴조차 보기싫은 gớm mặt.
얼굴이 경직되다 đờ mặt.

얼굴이 달아오르다(부끄러워) rát mặt.
얼굴이 붉어지는 tím mặt.
얼굴이 잘생긴 sạch nước cản
얼굴이 창백해지다 sợ xanh mặt.
얼굴이 홀쭉한 vêu.
얼굴빛 (안색.표정) nét mặt, bộ diện, sắc mặt. ~이 변하다 sắc mặt đổi. ~에 변화가 없는 lì lợm.
얼근하다 (약간 맵다) hơi cay. (취하다) ngà ngà say, hơi say.
얼기설기얽힌 phức tạp, làm rối rắm.
얼다 đông, đặc lại, kết thành đá, đóng băng.(반)녹다 tan ra, 섭씨 0 도에서 얼다 nước đông ở 0 độ C. 한강은 1 월에 언다 sông Hàn đông đá vào tháng 1. 수도가 얼었다 nước vòi đóng băng. 얼어죽다 chết lạnh.
얼떨떨하다 mất bình tĩnh, lúng túng.
얼뜨기(바보) người khờ dại, đần độn. kẻ lừa. ngu xuẩn.
얼렁뚱땅 xảo trá, gian trá. ~ 넋을 빼앗다 tán tỉnh. 일을 ~해 치우다 làm một việc sơ sài.
얼레 (실감는 패) ống chỉ, cuộn chỉ.
얼레실(연 날리는 실) chỉ diều.
얼룩 vết, vết bẩn, vệt, đốm. tỳ ố. ~이 없다 không có đốm. ~이 sinh ra xuất hiện vết đốm. 얼룩 말 ngựa vằn(đốm). ~지게하다 loang lổ.
얼룩이 있는 lang, ~ 개 chó ~.
얼룩덜룩한 (얼룩얼룩) sặc sỡ, có lốm đốm. lấm tấm(chấm), 얼룩덜룩한 무늬의 옷 quần áo sặc sỡ.
얼룩지다 bị vấy bẩn, biến màu, nhòa.
얼른 (빨리) nhanh lên, mau lẹ. 얼른해 nhanh lên.
얼리다 đông lạnh(đặc). 생선을 ~ đông

lạnh cá.
얼마 (가격. 수량) bao nhiêu. mấy, 당신 몇살입니까? anh mấy tuổi, 오늘은 몇일입니까? hôm nay là ngày mấy? 이것은 ~입니까? Cái này giá bao nhiêu? 한달 월급이 ~입니까? Tháng lương anh bao nhiêu ? (동안) bao lâu? ~동안 trong bao nhiêu. ~든지 bất kể bao nhiêu. ~나 남아있어요? Còn lại bao nhiêu? 얼마나? Bao nhiêu? ~나 기쁜지 알만하다 lòng vui biết nhường nào.
얼마나(얼마만큼)dường nào.
얼마나 감사한 축복인가 chúc phước biết bao là cảm tạ.
얼마되지 않아 mấy nỗi.
얼마 않되는 지출금 món tiêu vặt.
얼마 안되어 chẳng bao lâu sau. chưa được bao lâu.
얼마 전에 cách đây không lâu.
얼마만큼 (어느정도) mức độ nào, phần nào.
얼빠진 dở hơi. dở người, Khùng.
얼버무리다 nói mập mờ . lươn lẹo, (섞다) trộn lẫn. (속이다) lừa đảo.
얼싸안다 ôm chặt.
얼씨구좋구나 hoan hô! tốt lắm!
얼씬거리다 xuất hiện, lại gần. héo lánh tới gần.
얼씬못하다 không dám đến gần.
얼어붙다 phủ đầy băng, bị đông. 강이 얼어붙다 sông bị đóng băng. 얼 붙을 듯이 추운 trời lạnh giá.
얼어붙은(경직된)thẳng ruột ngựa.
얼어 죽다 chết cóng.
얼얼하다 (상처가) nhức nhối . (맛이) có cay.

얼음 nước đá, đá, băng. ~이 얼다 đóng băng. ~덩이 tảng băng. 어름통 thùng đá. 얼음판 sân băng.
얼추 (대강.거의) gần, sắp , suýt. ~ 맞췄다 gần đúng.
얼치기로 일하다 (철저히 하지 않다) làm không đến nơi đến chốn.
얼큰히 취하다 ngà ngà say.
얼키고 설킨 bù. (문제가) rườm rà.
얼토당토 아니하다 không thích đáng. 얼토당토 않은 요구 đòi hỏi hết sức vô lý.
얽다(묶다) cột, buộc. 짐을 ~ cột hành lý.
얽다 (마마자국) bị rỗ hoa mặt. 얼굴이 얽은 사람 người bị rỗ mặt.
얽매다 buộc. 규칙으로 ~ trói buộc bằng nguyên tắc.
얽매이다 bị trói buộc, bị cột, nặng nợ, bị ràng buộc. vướng víu(mắc), 시간에 ~ bị trói buộc về mặt thời gian. 일에 ~ bị trói buộc bởi công việc. 계약조건에 ~ bị trói buộc bởi điều kiện hợp đồng. (정신적으로) bị nắm chặt. 옛 날 일에 얽 매어 있다 vướng víu với chuyện cũ.
얽매이지 않은 tứ túng.
얽어짜다(조립)xây lắp.
얽히다 bị vướng vào, đeo đai, rối, bị liên lụy. 실이 ~ chỉ bị rối. 얽힌 실 타 vò.. 마음이 실 얽히듯 복잡하구나 lòng rối như tơ vò.
얽힘(말려듬) sự liên lụy.
얽혀있다 hệ lụy.
얽히고 설킨 chằng chéo(chịt), dằng dịt. lù xù. rườm rà
엄격하다 nghiêm khắc(cách), nghiêm

túc. nghiêm ngặt, 엄격한 아버지 người cha ~. 엄격하고 명확한 nghiêm minh, 엄격한 규칙 những nguyên tắc nghiêm khắc. 엄격한 규율 thiết luật, 엄격하게 một cách ~. 엄격한 분 người khắc khổ. 엄격한 얼굴표정 mặt sắt.
엄격히 금지된 cấm ngặt.
엄격하게 금하다 trọng cấm.
엄금하다 nghiêm cấm.(반)권장하다 khuyến khích, 외출 엄금 nghiêm cấm đi ra ngoài. 소변엄금 ~ tiểu tiện. 화기엄금 ~ lửa. 엄금된 lệ cấm.
엄동설한 mùa đông khắc nghiệt. thịnh đông.
엄두도못내다 chờn chợn, khó tưởng tượng được.
엄마 má, u, má ơi, mẹ. me. ~만 붙어다 니다 quấn mẹ.
엄명 (엄한.명령) mệnh lệnh nghiêm khắc. nghiêm lệnh.
엄밀한 chính xác, kỹ lưỡng. nghiêm mật.
엄밀하게 추적하다 nghiêm truy.
엄벌하다 trừng phạt nghiêm khắc.
엄벙덤벙 vội vàng, hấp tấp, thiếu thận trọng.
(속)엄병덤벙하다가 물에 빠졌다 (계획이 없으면 실패만 있을 뿐이다) Cứ làm ẩu rồi sa xuống nước,(không kế hoạch thì hết cuộc chỉ gặp thất bại).
엄부 (엄한 아버지) bố khắc khe. nghiêm phụ.
엄살부리다 giả bộ phóng đại.
엄선하다 chọn lựa cẩn thận. bình tuyển.

엄수하다 tuân thủ một cách nghiêm chỉnh. nghiêm thủ, 명령을 ~ tuân thủ mệnh lệnh một cách nghiêm chỉnh.
엄숙한 nghiêm chỉnh, nghiêm túc. oai nghiêm, ~의식 buổi lễ nghiêm trang. điển lễ. 엄숙하고 신성한 oai linh.
엄습하다 tấn công bất ngờ. 엄습해 오 다 liên tục tấn công tới tấp.
엄연하다 (명백하다) minh bạch, rõ ràng. nghiễm nhiên.
엄정한 nghiêm chính, chính xác, đúng đắn.
엄중한 nghiêm khắc, nghiêm trọng.
엄지손가락 ngón tay cái. đại chỉ, 엄지 발가락 ngón chân cái.
엄책 (엄하게 꾸짖다) la rầy nghiêm khắc.
엄처시하(남편에게 쥐여사는 처지) bị sợ vợ.
엄청나다 nhiều, rất nhiều, quá lớn.
엄청난 것 trời bể. thái thậm.
엄청난 부정 trầm oan.
엄친 (엄한) bố khắc khe. nghiêm thân.
엄탐하다 lục soát kỹ.
엄포놓다 đe dọa, hăm dọa.
엄하다 nghiêm, nghiêm khắc. (가혹한) gắt gao. 엄한 규칙 nguyên tắc nghiêm khắc. 엄한 부모 cha mẹ nghiêm khắc (khắc khe). 엄하게 벌하다 phạt nghiêm khắc. 엄한 형 벌 nghiêm hình, 엄한 가르침 nghiêm huấn, 엄한법 nghiêm luật, 자녀 (식) 들에게 엄하다 nghiêm khắc với con cái. 엄하고 덕이 있 는 uy đức, 엄하고 명확한 nghiêm minh. 엄한 khắt khe, 엄하게 처벌

하다 nghiêm phạt. 엄하게 치죄하
다 nghiêm trị, 엄한 스승 nghiêm
sư.
엄히 경고하다 lấy giọng nghiêm.
엄히 금하다 cấm ngặt.
엄호하다 (보호하다) bảo vệ, che giấu,
che chở. 엄호사격 hỏa lực bảo vệ
(yểm trợ).
업 (직업) nghề nghiệp, việc làm .(업
보) nghiệp báo.
업계 giới kinh doanh.
업다 cõng. đai, 애기를 ~ cõng đứa trẻ.
아이를 등에 ~ cõng trên vai. địu,
업고 가다 cõng đi.
(속) 업으나 지나(일을 이렇게 하나 저
렇게 하나 매 한가지다) Cõng hay
gánh cũng thế (làm cách này hay
cách khác cũng đều giống nhau)
(속)업은 아이 3 년 찾는다(바로 옆에
있는데도 모른다), Ba năm tìm trẻ
con cõng sau lưng (có ở gần mình
mà mình không biết).
업무 nghiệp vụ, công việc. 업무외
ngoài nghiệp vụ. 업무보고 báo
cáo ~. 업무부 bộ phận ~.
업사이드 (축구) việt vị.
업신여기다 coi thường, coi khinh. 업
신여기는 태도 thái độ khinh
khỉnh.
업신여기지 마라 đừng khinh dể.
업보(불교)nghiệp báo, (탄고난)
nghiệp duyên.
업자 người kinh doanh, doanh nhân.
업저버 (방청객) người dự thính.
업적 thành tích, thành quả. 금년의 ~
kết quả trong năm này. 학문의 업
적 thành tích về mặt học vấn.
업종 ngành nghề.

업주 nghiệp chủ.
업히다 được cõng, bị vác trên vai.
없다 không có. 시간이 ~ không có
thời gian. 돈이 ~ không có tiền.
없는 것이 없다 (모두 있다)
không có cái gì là không có (có
tất cả). 능력이 ~ không có năng
lực. 할일이 ~ không có việc làm.
책임이 ~ không có trách nhiệm.
너의 도움이 없었더라면 나는 성
공하지 못했을 것이다 nếu không
có sự giúp đỡ của anh, tôi đã
không thành công.
없는 vô, 무의미 hư vô.
없애다 loại bỏ, xóa bỏ. trừ hại, tria,
phủi, 나쁜 습관을 ~ xóa bỏ tập
quán (thói quen) xấu. 장애물을 ~
tháo bỏ vật chướng ngại. (의심을)
phá tan.
없어지다 biến mất, tiêu biến(tán), bị
mất. đi khuất. 내지갑이 없어졌다
ví của tôi bị mất rồi. 점차로~ tiêu
biến dần đi.
없었던 일로 하다 xí xóa.
없이 không có. 휴일도 없이 계속 일하
다 không có ngày nghỉ cứ làm. 의
심 없이 허락하다 đồng ý mà
không nghi ngờ gì.
없이 살다 (가난하게 살다) sống trong
cảnh nghèo nàn.
엇갈리다 trái ngược không gặp nhau.
엇갈리는 tranh chấp, ~의견 ý kiến ~.
엇바꾸다 trao đổi với nhau.
엇비슷하다 hao hao, gần giống nhau.
엉거주춤하다 do dự, lưỡng lự.
엉경퀴 cây khế dại. bụi tật lê.
엉금엉금 lồm ngồm, 엉금엉금 기어가
다 bò lồm ngồm.

엉덩방아를 찧다 (넘어지다) té nhào, té ngửa.
엉덩이 trái đùi, (궁둥이) mông đít, bàn tọa. cơ bắm, ~ 큰 여자 người đàn bà mông to. ~ 무거운 사람 người nặng mông, (느린 사람) người lờ đờ), ~를 차다 đá đít. ~뼈 đai chậu.
(속) 엉덩이에 뿔났다(어린 사람이 가르침을 받지 않고 빗나갈 때 이르는 말) Mông mọc sừng(chỉ người trẻ không nghe lời dạy dỗ và bỏ đi)
엉덩춤 vũ điệu lắc mông.
엉뚱하다 lạ thường, vô lý, bất hợp lý. 어뚱한 생각 một suy nghĩ bất hợp lý. 어뚱한 요구 yêu cầu vô lý. 어뚱한 말을 하다 nói lộng ngôn.
엉뚱한 놈 kẻ không xứng đáng.
엉망이다 lộn xộn, bừa bãi, hư hỏng. 엉망이 되다 bị hư. 엉망이 되어 버린 rối mù.
엉망으로 xằng xiên.
엉망진창인 lung(tứ) tung, lộn bậy, (뒤죽 박죽) lộn xộn, bừa bãi.
엉망진창으로 하다 làm bậy bạ xằng.
엉성한 không hài lòng, lỏng chỏng. 엉성하게 놓인 가구 bàn ghế để lỏng chỏng.
엉클어지다 (실이) bị rối . (일이) bị rắc rối.
엉큼한 thâm, thâm độc, thâm thiểm. quắt quéo.
엉터리 giả mạo, giả bộ, không căn cứ. xạo, 엉터리(유령) 회사 công ty ma. ~로 말하다 nói xạo. ~인간 con người tam toạng. ~로 하다 làm tầm bậy.

엉터리로 tầm bậy.
엊그제 ngày hôm kia, vào ngày trước đây.
엊저녁 chiều hôm qua, đêm hôm qua.
엎다 lật đổ, đánh đổ, úp xuống. 술잔을 엎어놓다 lật úp chén rượu xuống.
엎드러지다 ngã xuống. 엎드러지면 코 닿을 데 ngay trước mắt bạn.
엎드려 간청하다 lạy.
엎드려 눕다 sườn sượt.
엎드려 등 넘기 (놀이) chơi nhảy cao.
엎드려 자다 yến ngọa.
엎드려 절하다 quỳ lạy.
(속) 엎드려 절받기(원하지 않는데 남이 요구해서 부득이 받음) Nằm nhận lạy(mình không muốn mà người ta yêu cầu, nhận bất đắc dĩ).
엎드리다 nằm úp mặt, nằm sấp, sấp mình xuống.(반) 눕다 ngửa, 땅에 납작 ~ nằm sấp xuống đất.
엎드려 뻗쳐! hất đất !
(속)엎드리면 코 닿을 데(아주 가까 운 곳), Nơi mà nằm xuống thì chạm mũi(nơi rất gần).
엎어지다 bị lật đổ.
엎지르다 làm đổ. 물을 ~ làm đổ nước.
(속)엎지러진 물, 깨진 독이다(일이 터진 후 후회해야 소용 없다), Nước đổ đi, chum đập vỡ, (việc đáng tiếc đã xảy ra thì dù có hối cũng muộn màng).
엎치락뒤치락하다 vứt lung tung.
엎친데 덮친다(어려움이 겹친다) Chất lên lưng kẻ nắm xuống, tăng thêm phiền nan. (khó khăn chồng chất).
에 vào, lúc. 아침에 vào buổi sáng. 그 전에 trước đó. 5시에 vào lúc 5 giờ. Trong, ở, tại. 방안에 trong

phòng. 서울에 ở Seoul. 저쪽에 ở đằng kia, tới. 학교에 가다 đi tới trường. 은행에 보내다 gửi vào ngân hàng.

… 에 관여하다 dính dáng.

… 에 따라서 y theo, 어머니 말씀에 따라서 ~ lời mẹ.

…에 의거하다 dựa vào(trên).

에까지 đến tận. 당신에게까지 đến tận anh.

에게 cho, tới, với. 친구에게 편지를 보내다 gửi thư cho bạn. 선생님에게 말씀을 드리다 nói với thầy.

에게로 hướng về, đối với. 어머니에게로 가거라 hãy hướng về mẹ.

에게서 (한테서) từ. 어머니에게서 편지가 왔다 nhận được thư từ mẹ.

에고이즘 (이기주의) tính ích kỷ.

에나멜 nước men, (법랑) sơn bên ngoài. ~ 가죽 da láng.

에너지 năng lượng. ~절약 tiết kêim ~. 전기 ~ năng lượng điện. 태양 ~ năng lượng mặt trời. ~역학 ~ học.

에누리 (깎다) giảm giá.

에는 theo. 내 생각에는 theo ý kiến tôi.

에다 vào, với. 종이에다 쓰다 viết vào giấy. 5 에다 6 을 보태다 cộng 6 với 5.

에덴동산 vườn Eden.

에델바이스 (식물) cây nhung tuyết.

에도 cũng. 밤에도 못자다 buổi tối cũng không ngủ.

에라 chà chà! Ôi, chao ôi! Này đấy! 에라 비켜! Ê này, tránh sang một bên, xích qua đí !

…에도 불구하고 dẫu mà, mặc dầu, tuy thế. 도시사람임에도 불구하고 người thành phố tuy thế.

에러 (잘못) sai sót, có lỗi.

에로 (선정적) tính khiêu dâm. 에로잡지 tạp chí khiêu dâm.

에베소서 (성경) Ê-phê-sô.

에로틱 dâm dục. 에로티즘(여색) nữ sắc.

에메랄드(벽옥) ngọc bích. ~색의 xanh biếc.

에미붙어먹을(씹할놈) đụ mẹ.

에베레스트산 núi e-vơ-rét.

에보나이트(화학)ê-bô-nít.

에서 ở, tại. 한국에서 ở Hàn Quốc. 집에서 쉬다 nghỉ tại nhà. 에서 돌아오다 từ trường về nhà. 3 페이지에서 시작하다 bắt đầu từ trang 3.

에세이(수필,소론) tiểu(bài) luận.

에스겔 (성경) Ê-xê-chi-ên.

에스라 (성경) E-xơ-ra.

에스오에스 (SOS) tín hiệu cấp cứu.

에스더 (성경) Ê-xơ-tê.

에스컬레이터 cầu thang cuốn, cầu thang tự động.

에스코트(경호) hộ tống.

에스토니아(국명) Estônia.

에어백(자동차) bóng không khí.

에어쇼 biểu diễn máy bay.

에어컨 máy điều hòa, máy lạnh. ~ 난방기 máy làm lạnh.

에어포켓 lỗ hổng không khí.

에우다 (에워싸다) vây quanh, bao quanh.

에이다 (도려내다) đục thủng, chọc thủng. 살을 에이는 듯이 춥다 lạnh buốt.

에이디(AD) tây nguyên.

에이스(제일인자) đứng đầu.

에이즈 (병) SIDA, HIV. ~ 예방교육

tuyên truyền phòng chống HIV.
에인절 (천사) thiên sứ.
에잇 더러운 놈 đồ khốn nạn!
에코(메아리) vọng.
에콰도르 (국명) Êcuađo.
에티켓 (예절) lễ phép.
에티오피아 (국명) Êtiôpia.
에펠탑 tháp Eiffel.
에피소오드 (짧은 이야기) câu chuyện ngắn.
에필로그(종결부) phần kết.
엑스광선(레이) tia X. X quang.
엑스레이 촬영 chụp ảnh quang tuyến.
엑스레이 치료 phép trị bịnh quang tuyến.
엑스트러 cái phụ.
엔간한 khá tốt, đáng kể. ~ 수입 thu nhập cao.
엔조이 thưởng thức, thích thú.
엔지오(NGO) tổ chức dân sự quốc tế.
엔진오일 dầu máy.
엔진이어 kỹ sư.
엔진 máy, động cơ. ~고장 trục trặc động cơ. 디젤 ~ động cơ diezen. ~을 시동걸다 để máy. ~의 시동 rà máy. ~시동소리 sịch sịch. ~을 끄다 tắt máy.
엔트로피(물리)nội chuyển lực.
엔화 đơn vị tiền Nhật.
엘레지 (비가) khúc bi thương. ngâm khúc.
엘리아(성경) Ê - li
엘리트 tinh hoa. 사회의~ ~ xã hội.
엘살바도르 (국명) En xanvado.
엘렉트론 điện tử.
엠블런스 quân y xa.
엘리베이터 thang máy. ~를 타다 đi ~.
엠씨 (MC) hoạt náo viên, người dẫn chương trình.

엠피 (MP) hến binh quân cảnh, hiến binh.
에콰도르 (국명) Ecuador.
에티오피아 (국명) Etiopia.
엑스 dấu X. ~광선 quang tuyến X.
엑스포 EXPO. hội chợ quốc tế.
여 nữ. (반) 남 nam. 남녀 nam nữ.
여(부르는 소리) ớ, 대머리여! ớ lão trọc.
여가 giờ rảnh. thời nhàn, không hạ, lúc rỗi rãi. ~가 없다 không có ~. ~시간 thì giờ nhàn rỗi, dư hạ. ngày rộng tháng dài. ~를 즐기다 thừa nhàn, ~를 가지다 rảnh việc.
여가수 nữ ca sĩ.
여간 một chút, một ít.
여간아니다(보통이 아니다) hiếm có, bất thường. 재주가 ~ tài năng hiếm có.
여간호사 nữ y tá, nữ khán hộ.
여감방 nhà giam nữ.
여객(여행자) hành khách. 여객기 máy bay ~. 여객선 thuyền chở khách. 여객명단 danh sách ~. 여객열차 tàu hỏa chở khách. 여객운송 vận chuyển ~.
여걸 nữ anh hùng. nữ kiệt. hiệp nữ.
여겨듣다 lắng nghe chú ý.
여겨보다 nhìn gần.
여공 nữ công nhân. ~학교 trường nữ công.
여공무원 nữ công chức.
여건 điều kiện, hoàn cảnh. ~이 허락한 다면 nếu điều kiện cho phép.
여경찰관 nữ cảnh sát viên.
여과되다 qua lọc.
여과하다 lọc ra. lượt, 여과기 máy lọc. rá lọc.

여과장치 있는 커피주전자 phin cà phê.
여과수 nước lọc.
여과지 giấy lọc.
여관 lữ quán, quán trọ. nhà trọ, 호텔 khách sạn. 하숙 (자취)집 nhà trọ. ~주인 chủ quán.
여광 (저녁놀) ráng chiều.
여교사 cô giáo. 여교장 nữ(cô) hiệu trưởng.
여군 nữ quân nhân.
여권 hộ chiếu. 비자 thị thực. 여권을 신청하다 xin ~. 여권을 내주다 phát ~. ~과 phòng ~.
여권 (여성의 권리) quyền của phụ nữ, nữ quyền.
여급 nữ hầu bàn.
여기 đây, ở đây, tại đây. nầy, ~까지 đến đây. 여기서부터 từ đây. 여기가 어딥니까? Đây là đâu? 오늘은 여기까지 하자 hôm nay chúng ta đến đây vậy.
여기 있습니다 đây nầy.
여기서 나가라! đi cho rảnh mắt!.
여기다 suy nghĩ, đối xử. kể như, 어린 애로 ~ kể như trẻ con.
여기자 nữ phóng viên.
여기저기 đây đó. đó đây, ~ 돌아다니다 đi đây đi đó. ~ 끌고 다니다 dẵng co. 여기저기 쏘다니다 đến nơi đến chốn. ~로 달리다 chạy tung tăng, ~널려있다 chỏng chơ. ~놀기만 하다 ngồi lê. ~살펴보다 ngó nghê. ~ 풀어 헤쳐놓다 đồ tháo thờm thàm.
여념이 없다 say mê.
여느 (보통의) bình thường. ~때 처럼 theo lệ thường. như thường.

여단 lữ đoàn. 보병 ~ lữ đoàn bộ binh.
여닫다 đóng và mở cửa.
여닫는지붕(자동차의) nóc kéo.
여담 (딴 이야기.잡담) chuyện khác, tán gẫu.
여당 đảng cầm quyền . (반) 야당 đảng đối lập.
여대 đại học nữ.
여대생 nữ sinh viên, nữ sinh đại học.
여덟 số tám. 여덟번 tám lần. 여덟째 thứ tám.
여독 hậu quả.
여동생 em gái. xá muội, ~의 남편 em rể.
여드레 tám ngày. 여드렛날 ngày thứ tám.
여드름 mụn, mụn nhọt. ~이 나다 mọc mụn, bị nổi mụn. ~을 짜다 nặn mụn.
여든 tám mươi. 여든이 넘다 hơn ~.
여래(부처의 존칭)như lại.
여러 nhiều. 여러 사람 nhiều người. ~학교 nhiều trường. 여러나라 nhiều quốc gia. ~지역 khắp chợ cùng quê.
(속)여러 마리 닭이 한 마리의 학만 못하다(많은 열등한 사람이 재능 있는 한사람 못하다), Nhiều gà không bằng một hạc(nhiều người kém hợp lại không bằng một người có tài).
여러해의 lâu năm. thâm niên.
여러 해가 지난후 sau nhiều năm trôi qua.
여러가지 nhiều loại. ~ 이유로 bằng nhiều lý do. ~ 꽃 hoa nhiều loại, nhiều loại hoa. ~ 의견 nhiều ý kiến, ~용도 nhiều công việc. ~ 불

교의 금도를 잘 지키다 thụ giới.
여러겹으로 묶다 nuộc.
여러 배 bội phần.
여러번 nhiều lần, mấy lần. lắm phen.
~ 깁다 vá chằng vá đụp, ~ 시도하다 thử ~. ~울리다 reo dồn dập. ~ 거듭하다 lập đi lập lại. ~감다 quấn tròn.
여러갈래의 길 chân rết.
여러날 nhiều ngày. ~ 비가 온다 mưa đến nhiều ngày.
여러분 quý vị. chư(liệt) vị, 신사숙녀 여러분 kính thưa các quý ông bà
여러종의(가지각색의)năm cha ba mẹ.
여러해 nhiều(lâu) năm. thâm niên.
여러 형태의 vạn trạng thiên hình.
여럿 nhiều người. ~이 함께 tườm tượp, ~이 함께 축제를 보러가다 đi xem hội tườm tượp.
여력 năng lượng dự trữ. dư lực.
여로 hành trình (여정). ~에 오르다 lên ~.
여론 dư luận. miệng thế(đời), lời ong tiếng ve, quần nghị. 여론을 무시하다 xem thường dư luận. 여론을 피하다 tránh ~. 여론조사 điều tra ~. ~ 의 평판 miệng tiếng. ~매체를 통하여 nhờ báo chí làm trung gian.
여론(공론) 법정 tòa án dư luận.
여류 phụ nữ. nữ lưu, nữ giới, 여류시인 nữ thi sĩ. 여류작가 nữ tác giả. nữ văn sĩ. ~화가 nữ họa. ~문필가 nữ sĩ.
여름 mùa hè. hạ,(반) 겨울 mùa đông, 여름에 vào mùa hè. ~ 휴가 thử giả, 여름방학 nghỉ hè. ~날 ngày hè, 여름옷 áo mùa hè. 겨울방학

nghỉ đông. ~의 끝 tàn hạ.
(속)여름에 하루 놀면 겨울에 열흘 굶는다(오늘 부지런히 절약하지 않으면 내일 어려움 을 당한다), Mùa hè một ngày chơi, mùa đông mười ngày đói(không lo cần cù, tiết kiệm hôm nay thì sau này sẽ gặp khó khăn).
여름비(하우)hạ vũ.
여름성경학교 trường bồi linh mùa hè.
여리다 dịu, phơn phớt, non, 마음이 여린 사람 tay non.
여망 (앞날의 희망) hy vọng tương lai. 국민의 여망 ~ của quốc dân.
여명 (여생) phần còn lại của cuộc đời.
여명 (날 샐 무렵) bình minh, lúc rạng đông. lê minh. tranh tối tranh sáng. ~이 밝아오다 tang tảng.
여무지다 vững chắc.
여물 cỏ cho súc vật. ~통 máng cỏ.
여물다 (익다) chín, chín muồi. (반)여물지 않은 lép.
여미다 lắp ráp, sửa lại. 옷깃을 ~ sửa lại áo.
여반장 (쉽다) dễ làm. (조령모개) lưỡi không xương.
여배우 nữ diễn viên. đào hát, cô(ả) đào. nữ tài tử.
여백 khoảng trống, chỗ trống. ~으로 남기다 để trắng một trang giấy.
여백(종이의) lề, 위쪽~ ~trên, ~에 쓴 비고㈜ lời ghi chú ở lề.
여백의 trắng.
여변호사 nữ trạng sư. nữ luật sư.
여보 (당신) em ơi, anh ơi, mình ơi, ái nương, cưng ơi. này.
여보세요 a lô. 여보세요 누구세요? A

lô ai đấy?
여보시오! quớ!.
여부 được hay không, phải trái. 사실 여부를 모르다 không biết được hay không.
여북하면(오죽하면) quá lắm. ~ 그런 말을 했을까 ~ nói như vậy.
여분 (나머지) phần còn lại, dư thừa. ~의 thừa thãi.
여비 chi phí du lịch, lộ(lữ) phí, phí đi đường.
여사 bà, nữ sĩ.
여사무원 nữ nhân viên.
여색(미색) nữ sắc, nhan sắc phụ nữ. 여색에 빠지다 đam mê nữ sắc.
여생 cuộc đời còn lại.
여섯 số sáu. 여섯째 thứ sáu. ~배 gấp sáu lần.
여성 giới nữ , nữ tính , đàn bà. phái yếu, giống cái . (집합적)bồ liễu, (반) 남성 nam tính, giống đực. 현대 ~ phụ nữ hiện đại. ~미 vẻ đẹp nữ tính. phụ đức, ~복 áo quần phụ nữ. ~잡지 tạp chí phụ nữ. ~해방운동 phong trào giải phóng phụ nữ. ~의 일 phụ công, ~의 속옷 áo túi, ~ 전용방 phòng the. ~의 장식 nữ sức, ~의 도리 phụ đạo. ~의 권리 nữ quyền. ~의 일생을 망쳐놓다 dập liễu vùi hoa. ~ 스러운 đào tơ liễu yếu. ~용 긴바지 quần phăng.
여성보살 quán thế âm.
여성역할 vai đào.
여성 킬러(여자를 잘 후리는)sở khanh.
여세(기세) sức mạnh thặng dư.
여송연(시가)xi gà.
여수 (여자죄수) nữ tù nhân.

여수 (향수) nhớ nhà trên đường đi.
여승 ni cô. đạo cô. sư nữ.
여식 con gái.
여신 nữ thần. 자유의 여신상 nữ thần tự do.
여신 (신용) tín dụng.
여신도 tín nữ.
여실 (사실 그대로)히 như thật, một cách sinh động.
여아 con gái.
여야(여당과 야당) đảng trong và đảng ngoài.
여왕 nữ hoàng. nữ vương, vương hậu, 영국여왕 nữ hoàng Anh Quốc. 여왕벌 ong chúa. phong vương, 여왕개미 kiến Chúa.
여우 con cáo. chồn, 여우의 모피 lông cáo. ~꼬리 đuôi chồn, 여우굴 hang cáo(chồn). 여우같이 giống như cáo. 늑대 con sói. ~ 사냥 cuộc săn chồn.
(속)여우를 피해가니 호랑이를 만난다(이 재난을 피하니 다른 재난을 만난다), Tránh cáo thì gặp hổ(tránh nạn này, gặp nạn khác).
여우 (여배우) nữ diễn viên.
여운 dư vị, âm thanh kéo dài. ~을 남기다 ngân, ~을 남기며 울려 퍼지다 ngân vang. ~이 있는 종소리 tiếng chuông ngân. chuông rền.
여울 ghềnh (급류)
여위다 (마르다) gầy còm(ốm), gầy gò. sụt cân. 여윈 사람 rạc người.
여유 dư thừa, dư. 시간의 여유 dư dả về thời gian. ~ 없는 생활 cuộc sống không có ~. 여유가 있다 có dư thừa. nhẩn nha, 여유 만만한 태도 thái độ ung dung. ~자금 dư

khỏan, 여유있게 말하다 chậm rãi nói. ~있게 들어가다 khoan thai bước vào.
여유를 갖다 thư thả.
여유있게(천천히)thong(thanh) thả, 여유있는 걸음으로 bước thong thả. (침착하게) ung dung, ~ 살다 ấm cật. 여유있는 dư dụ. thư thái.
여의 (여의사) nữ bác sĩ.
여의하다 như ý. 여의치 않다 không như ý.
여의다 (출가시키다) gả con gái . (잃다) 양친을 ~ bị mất bố mẹ. 남편을 ~ mất chồng.
여음 dư âm.
여인 đàn bà, phụ nữ. ~의 미가 사라져 예전과 같지 않다 nhạt phấn phai hương. 여인들 các người đàn bà.
여인숙 quán trọ. (매춘업소) nhà săm.
여일하다 (한결같다) trước sau như một.
여자 phụ nữ, đàn bà.(반)남자 đàn ông, ~ 같다 như phụ nữ. 성적매력이 있는 여자 phụ nữ có sức hút về giới tính. ~에 빠지다 sa vào đàn bà. đại gái, ~거저 khất cái, 여자기숙사 ký túc xá nữ. 여자손님 khách nữ. 여자친구 bạn gái. ~하녀 hoa nô, (격언) 여자가 남자에 반하는 것은 시간문제이므로 실수하면 안된다 khôn ba năm dại một giờ. ~수도승 sư vãi. ~ 텔런트 nữ tài tử. ~를 잘 꼬드기다 nịnh đầm. ~의 장식품 nữ trang, ~승무원 nữ chiêu đãi viên hàng không, ~로 성장하다 thành đàn bà, ~들의 일반적 감정 nhi nữ thường tình. ~ 뚜쟁이 tào kê. ~의 아름다운 흑발 tóc mây.
여자가 과부로 살다 sương cư.
여자같이 유약한 아이 nhóc con.
여자와 어린이 đàn bà con trẻ.
여자가 시집갈 때 가져가는 보석과 돈 tư trang.
여자가 애인을 부를 때 호칭 tình lang(quân).
(속) 여자가 한을 품으면 오뉴월에도 서리 친다(여자가 한을 품으면 매우 무섭다) Đàn bà ôm hận thì gieo sương muối trong tháng năm tháng sáu, (đàn bà ôm hận thì vô cùng đáng sợ).
여자처럼 속삭이는 thỏ thẻ như con gái.
여자처럼 허둥대다 rụt rè như con gái.
여자는 가르치기 어렵다(부인난화) phụ nhân nan hóa.
여자의 운명 phận má hồng.
여자지배인 bà giám đốc.
여자명창 đào nương.
여자를 잘 후리는 사나이 (래이디킬러) sở khanh. . 여자를 좋아하는 bay bướm. 여자를 잘 꼬드기다 nịnh đầm.
여자의 비위를 맞추다 o bế gái.
여자무당 đồng cô. then.
여자수험생 nữ thi sinh.
여자주술사 nàng rí.
여자중학교 trường nữ trung học.
여자 탈랜트 nữ tài tử.
여자통학생 nữ sinh ngoại trú.
여자의 품성(행) nữ hạnh.
여자하녀 nữ tì.
여장 (여자옷) quần áo phụ nữ. 여장하다 mặc đồ đàn bà.
여자에게 무엇이나 잘 해주는 사나이

ga lăng. 여자에게 빠진 dại gái.
여장 (여행차림옷) y phục du lịch.
여자를 희롱하다 chọc gái.
여자에게 사랑받는 남자 đào hoa.
여장군 nữ tướng.
여장부 nữ anh hùng. cân quắc anh hùng.
여전도회 ban truyền giáo phụ nữ.
여전하다 vẫn như trước, như trước đây. 여전히 게으르다 vẫn lười như trước.
여전히 vẫn chưa. vẫn(hãy) còn. thiếu điều. 그녀는~건강이 좋지 않다 nàng ~ yếu.
여전히 남아있다 vương vất.
여점원 cô gái bán hàng.
여정 (여로) hành trình, con đường đi. 하루의 ~ chuyến đi theo ngày.
여존 tôn trọng phụ nữ, nữ tôn. 여존남비 nữ tôn nam ti. (반) 남존여비 nam tôn nữ ti.
여종 đầy tớ gái, con nụ.
여종업원 nữ chiêu đãi viên.
여죄 tội ác khác. ~를 추궁하다 điều tra sâu thêm tội ác.
여쭈다 thưa, nói, trình bày.
여지 phạm vi. 발전의 여지 phạm vi phát triển. điều kiện, căn cứ. 선택의 여지가 남아있다 vẫn còn căn cứ để chọn.
여지(과일) vải.
여진 (지진) dư chấn.
여탕 phòng tắm nữ.
여태까지 cho đến nay. 지금까지 đến bây giờ. 여태까지 없었던 사건 sự kiện chưa từng có.
여파 hậu quả. dư ba, di hại, 전쟁의 ~ hậu quả chiến tranh.

여편네 (아내) vợ, bà xã. (반) 남편 chồng, ông xã.
여필종부 nữ tất tòng phu, phu xướng phụ tùng.
여하 như thế nào, ra sao. 여하한 (어떠한) 이유로 với lý do như thế nào đó. 여하한 경우에 trong trường hợp nào đó. 성공은 노력여하에 달렸다 thành công phụ thuộc vào nỗ lực như thế nào.
여하튼 (여하간.어쨌든) dẫu sao, dù sao chăng nữa. ~ 그는 위대한 인물이다 dẫu sao thì anh ta là một người vĩ đại. ~ 침착하세요 dẫu sao cũng hãy bình tĩnh.
여학교 trường nữ(sinh). nữ học đường.
여학생 nữ sinh. học sinh nữ.
여한 mối hận thù âm ỉ (dư thừa).
여행 du lịch, du hành. lữ hành ~의 계절 mùa ~. 각지를 여행하다 đi du lịch các nơi. 여행안내 hướng dẫn du lịch. ~을 떠나다 đăng(thượng) trình, 여행일정 lịch trình du lịch.
여행자 người đi ~. bộ hành, 여행객 du(lữ) khách, 해외여행 du lịch nước ngoài. 세계일주여행 du lịch quanh thế giới. 여행하는 기쁨 du hứng.
여행중에 먹다 ăn đường.
여행중에 쓸 돈 tiền ăn đường.
여행자 수표 séc du lịch.
여행 떠나기 전에 친구와 작별인사를 하다 từ biệt bạn trước khi đi xa.
여행가방 túi du lịch. va-li.
여행에서 무사히 도착함을 축하하다 tẩy trần.
여행짐을 꾸리다 sửa soạn hành trang.
여행수당 phụ cấp di chuyển.

여행용 휴대품 hành trang.
(속) 여행을 통하여 배우는 것이 많다 đi một ngày đàng, học một sàng khôn.
여행기 du ký.
여호아 (성경) Đức Giê-hô-va. 만군의 여호와 Đức Giê-hô-va vạn quân. ~닛시 ~ cờ xí, ~를 경외하다 kinh sợ~.
여호수아 (성경) Giô-suê.
여흥 sự giải trí, biểu diễn.
역 (기차) nhà ga. 역전 trước nhà ga. 역에서 표를 내다 trình vé ở ga.
역 (연극의) vai, vai trò. 1인 2역을 하다 người diễn hai vai. 로미오의 역을 하다 đóng vai Romeô. ---의 역을 하다 đóng vai.
역겨운 tởm lợm. ~ 냄새 dịch khí.
역겨워하다 ngáp ngược.
역으로 (거꾸로) ngược lại, trái lại.
역경 nghịch cảnh. gai góc, vận bĩ, nông nỗi. ~을 극복하다 khắc phục ~. 역경과 싸우다 chiến đấu với nghịch cảnh. 역경에 처하다 bị rơi vào ~. ~에 빠지다 lâm vận bĩ.
(명)역경에 처했을 때 사람은 처음으로 진실의 길로 들어서게 한다 Khi lâm vào nghịch cảnh người ta thường quay về con đường chân thật ban đầu.
(명)역경에 처했을 때 웃을 수 있는 사람은 없다 Không ai có thể cười được khi lâm vào nghịch cảnh.
역군 (일군) công nhân, người lao động.
엮다 (꼬다) bện. (짜다)kết đôi.
역도 cử tạ. 역도선수 vận động viên ~. lực sĩ.

역대 thế hệ kế tiếp. 역대회장 chủ tịch kế tiếp. ~왕조 lịch triều.
역대상 (성경) I Sử ký
역량 năng lực, sức mạnh, 역량이 있다 có năng lực. 역량 있는 정치가 nhà chính trị có năng lực. ~집중 tập trung lực lượng. ~을 분산시키다 rải mành mành.
역력하다 sáng sủa, dễ hiểu.
역류 chảy ngược. ~하는 nghịch lưu.
역마 ngựa trạm.
역마차 xe ngựa.
역모 âm mưu, âm mưu nổi loạn.
역무원(역원) nhân viên nhà ga.
역문 (번역문) bản dịch.
역방향 ngược chiều.
역반응 phản ứng ngược lại.
역병 bệnh dịch. thử dịch.
역부족 thiếu lực.
역비례 tỷ số nghịch.
역사 lịch sử. 역사적인 có tính lịch sử. 역사적인 사건 vụ việc có tính lịch sử. 사 kiện ~. 역사적 인물 nhân vật có tính lịch sử. 세계 ~ lịch sử thế giới. 역사에 기록되다 được ghi chép vào lịch sử. 역사가 sử gia, nhà lịch sử. 한국근대역사 lịch sử cận đại Hàn Quốc. ~의 한 페이지 trang sử, ~적 관점 quan điểm ~. 역사유적지 khu di tích lịch sử. ~의 굴곡들 những khúc quanh của ~. ~상의 변화 duyên cảnh. ~연구지 tạp chí nguyên cứu ~. ~책 thanh sử.
역사서 sách sử. thanh sử.
역사 (장사) tráng kiện.
역사 (건설) công việc xây dựng.
역산하다 đếm ngược.

역서 niên(sách) lịch, (연감) niên giám.
역선전하다 phản tuyên truyền.
역설하다 nhấn mạnh, khẳng định rõ ràng.
역설(반대) ý kiến ngược đời. 역설적으로 말하면 lời nói ngược đời.
역성들다(편들다) thiên vị, bênh vực
역수입하다 nhập khẩu lại . (반) 역수출하다 xuất khẩu lại
역습하다(반격) phản công(kích). 역습을 당하다 bị phản công.
역시 (또한) cũng, đúng là, chính là. 그는 ~ 정치가 이다 anh ta đúng là nhà chính trị. ~그렇습니다 cũng vậy thôi. ~마찬가지이다 cũng là một.
역시…라고 생각하다 những tưởng.
역시…와 같이 cũng vậy.
역용 (역이용-)하다 lợi dụng ngược lại.
역원(임원) công chức. nhân viên.
역임하다 kiêm giữ nhiều chức vụ.
역자 người dịch giả.
역작 tuyệt tác, tác phẩm tuyệt, kiệt tác.
역작용 (부작용-) tác dụng phụ.
역장 trưởng ga. xếp ga.
역저 tác phẩm đã làm hết sức.
역적 người nổi loạn. phản tặc. ~의 무리 nghịch đảng, 역적모의하다 âm mưu nổi loạn.
역전(반전) quay ngược lại, quay trái lại, trở ngược. 형세는 역전되었다 tình thế chuyển ngược lại. 역전승하다 thắng ngược. 역전패하다 thua ngược.
역전(정거장 앞) trước nhà ga.
역점 điểm chủ yếu, tầm quan trọng.
역정 cơn giận. 역정내다 tức giận, nổi giận.
역주하다 chạy hết sức, chạy nước rút.
역천의(하늘을 거스르는)nghịch thiên.
역청 nhựa lịnh thanh, (아스팔트) nhựa đường.
역추진로켓 tên lửa đẩy lùi.
역풍 cơn gió ngược. nghịch phong.
역하다(속이 메슥하다) buồn nôn, cảm giác muốn ói. 역한 냄새가 나다 khó ngửi.
역학 lực học, dịch tễ học. 항공~ ~ 하는 không
역할 vai trò. 역할을 하다 đóng vai trò, làm vai trò. ra trò. 중요한 역할 vai trò quan trọng. 결정적인 역할을 하다 đóng vai trò quyết định.
역행하다 đi ngược, nghịch hành, đi lùi, quay ngược trở lại.
역효과 kết quả ngược lại.
엮다 (짜다.땋다) đan, kết, bện. 짚을 엮다 bện rơm.
연 diều. 연을 날리다 thả diều.
연 cây sen. 연꽃 hoa sen. 연못 ao sen.
연 năm. 1 년 một năm. 연수입 thu nhập hàng năm. 연평균 bình quân năm. 연간계획 kế hoạch hàng năm. 연간 생산능력 năng lực sản xuất hàng năm. 연 1 회의 thường niên.
연인원 tổng số người.
연가(사랑의) bài tình ca.
연감 niên giám.
연강(연한 강철)thép non.
연거푸 liên tục, liên tiếp.
연결 nối kết, nối. liên kết,(반)절단 cắt rời, 서로 연결하다 nối kết với nhau, liên kết với nhau. dính liền, 섬과 육지를 연결하는 다리 cây cầu nối đảo và đất liền. ~하여 붙

이다 chắp.
연결되다(붙여놓다)thông sang, 응접실이 침실과 ~ phòng khách ~ phòng ngủ.
...과 연결되다 liên hệ.
연결되지않는 rời rạc.
연결 어미 đuôi từ liên kết.
연계 (영계) gà con.
연계하다 móc xích.
연고 thuốc mỡ, thuốc bôi.
연고(연관) liên quan, liên hệ. 연고가 없다 không liên quan.
연골(뼈) xương sụn.
연공 서열에 의해 승진하다 thăng cấp thâm niên.
연꽃 hoa sen, liên hoa, ~옥좌 đài sen. ~향료를 섞다 ướp sen.
연꽃씨 liên tử.
(명)연꽃은 흙탕물 속에서 나오지만 항상 깨끗하다 Hoa sen lớn lên từ bùn đen mà luôn trong sạch.
연관 (관련) liên quan. 긴밀한 연관 ~ chặc chẽ.
연구 nghiên(khảo) cứu. (궁리) liệu. liệu cách, 전문으로 연구하다 chuyên ~. 연구가 nhà ~. 연구생 ~ sinh. 연구소 viện ~. 역사연구 ~ lịch sử.
연극 kịch, diễn kịch. 탄 tuồng, màn kịch, thoại kịch, vở kịch, 연극을 상연하다 trình diễn vở kịch. diễn tuồng. đang diễn vở kịch, ~은 청중을 사로잡았다 diễn kịch làm khán giả hồi hộp, ~을 꾸미다 đóng kịch. ~의 장 diễn trường.
연근 (연뿌리) củ sen. ngó sen.
연금 hưu(niên) kim, hưu bổng, tiền lương hưu. 연금으로 생활하다 sống bằng ~. 연금제도 chế độ lương hưu.
연금해당 나이 tuổi hưu trí.
연금 (감금)하다 giam lỏng, bắt giữ không chính thức.
연금술 thuật luyện kim. ~사 nhà luyện kim. 연금로 lò luyện kim.
연기하다 kéo dài, hoãn lại, gia hạn, lùi lại. dời lại, (판결을)đình án, 연기되다 được kéo dài. 무기연기 kéo dài vô thời hạn.
연기 khói. ~가 나다 có khói. bốc khói, ~처럼 사라지다 tan như khói. 아니 땐 굴뚝에 ~ 날까 không có lửa làm sao có khói. ~냄새가 나는 hôi khói, ~가 올라가다 khói bốc lên. ~에 질식되어 죽다 bị ngộp khói chết. ~를 피우다 khói un. ~를 뿜어내다 nhả khói. hun, ~를 꼭 눌러 뭉치다 ém khói. ~로 가득 차다 hun khói. ~를 내 뱉다 phà. ~를 내다 lên khói. ~가 자욱한 ám khói. ~가 자욱이 끼다 khói ngút. xông khói, ~로 인 한 질식 oi khói. ~를 피워 모 기를 쫓아내다 un muỗi.
연기하다 biểu(trình) diễn, sắm vai, diễn xuất. 연기자 (배우) diễn viên.
연내 (연내에) trong năm.
연년 mỗi năm.
연단 bục giảng. diễn đàn(đài), ~에 서다 đứng trên ~. ~에 오르다 đăng đàn.
연단(훈련) rèn tập, rèn luyện.
연달아 (계속해서) tiếp tục, liên tục. thẳng một mạch, song song. ~ 말하다 nói lia lịa. 6 시간동안 ~ 차를 몰다 lái thẳng một mạch 6

tiếng đồng hồ.
연대 (시대) niên đại, thời đại. 연대순으로 theo niên đại. 연대기 bảng niên đại. niên biểu, ký sự. tạp sử.
연대책임 trách nhiệm chung(tương can).
연대 trung đoàn. liên đội, 연대장 trung đoàn trưởng. 대대 tiểu đoàn. 중대 đại đội. 소대 tiểu đội. ~본부 trung đoàn bộ.
연도 (연) năm. niên khóa, 2000 년도 năm 2000. 회계~ niên khóa tài chính.
연두 đầu năm. 연두사 bài diễn văn đầu năm.
연등행진을 하다 rước đèn.
연락 liên lạc. 전화로 연락하다 ~ bằng điện thoại. …로부터 연락을 받다 nhận được liên lạc từ. ~을 끊다 cắt đứt ~. 가급적 빨리 연락을 주세요 hãy liên lạc cho tôi nhanh như có thể. 여태까지 ~이 없다 đến bây giờ vẫn không có ~. ~망 màng lưới, 그에게 연락했어요? Liên lạc với anh ta chưa? 연락처 địa chỉ ~. 연락장교 sĩ quan liên lạc.
연령 (나이) tuổi tác, tuổi. niên linh(xỉ), 연령에 비하여 젊다 so sánh với tuổi trẻ. ~제한 giới hạn tuổi. 결혼 ~ tuổi kết hôn. 평균수명연령 tuổi thọ bình quân.
연령차이에 관계없는 vong niên.
연례 hàng năm. ~보고 báo cáo ~. 연례 행사 lễ hội ~. ~회의 hội nghị thường niên
연로하다 già.
연료 nhiên liệu. ~가 떨어지다 hết ~.

연료를 보급하다 nạp ~. 연료부족 thiếu ~. 액체연료 ~ lỏng . (반) 고체연료 nhiên liệu rắn. 기체 ~ nhiên liệu khí.
연료주급기 cột xăng.
연료비 (봉급에서) phụ cấp xăng.
연루 liên lụy. ~되다 bị ~. mắc mứu, can hệ. 연루자 người có ~.
연륜 (나무의 나이테) vòng năm.
연륜을 쌓다 có kinh nghiệm lâu đời.
연리 lợi tức hàng năm.
연립 liên hợp, liên minh. 연립정부 chính phủ ~.
연마 (단련)하다 mài giũa, luyện, thao(tôi) luyện, trau dồi. 철을 ~ luyện sắt, 기술을 ~ trau dồi kỹ thuật. 무예를 ~ thao luyện võ nghệ. 정신을 ~ tôi luyện tinh thần.
연마하다 (갈다) mài, bào mòn. nghiến, trau giồi, 사상을 ~ trau giồi tư tưởng. 연마기 máy mài. 연마지 (사포) giấy nhám.
연막 màn khói. 연막을 치다 tạo ~.
연말 cuối năm. giáp năm. (한해의 마지막)năm cùng tháng tận.
연말 보너스 tháng mười ba.
연맥(귀리) yến mạch
연맹(단체) liên đoàn. 청년 ~ ~ thanh niên.
연맹 liên minh, hiệp hội. ~에 가입하다 tham gia ~. 연맹국 các nước ~. 국제 연맹 ~ quốc tế. 육상경기 ~ hiệp hội điền kinh.
연명하다(생명을) kéo dài sự sống. 간신히 ~ kiếm vừa đủ sống.
연명하다(이름을) liên danh, 연명싸인하다 ~ký vào.
연모 (도구) dụng cụ, đồ dùng.

연모하다 yêu thương, luyến ái(mộ).
연모의 정 tình luyến mộ.
연목구어 tìm cá trên cây.(không thể thực hiện)
연못 ao (북), hồ (남), đìa. trì, vũng. (늪)đầm, (연꽃피는) đầm sen.
연무 (연기와 안개) sương mù, khói mù.
연무하다(무예를 단련함) rèn luyện. 연무대 trại ~.
연문 lá thư tình.
연미복 áo đuôi tôm.
연민(동정) lòng thương xót(hại), lòng trắc ẩn. ~을 가지다 quyến cố.
연민의 정 trắc ẩn.
연발 bắn liên tục. nổ ran, súng toàn 연발하다 bắn súng liên. 질문을 연발하다 hỏi liên tục. 폭죽이 ~ 하다 pháo nổ ran, ~권총 súng ngắn, chó lửa, ~로 쏘다 điểm xa.
연발음 liên thanh.
연발하다 (늦게 출발하다) khởi hành trễ.
연방정부 chính phủ liên bang. 연방수사국 cục điều tra liên bang Mỹ. 연방최고재판소 tòa án liên bang tối cao. 소비에트 연방 liên bang Xô Viết.
연배 (동년배) người cùng tuổi.
연변 ven, ven biên giới.
연병장 thao(võ) trường, sân luyện binh, nơi duyệt binh.
연보 báo cáo hằng năm.
연보 tặng vật của tín đồ, bố thí. (예물) lễ vật.
연봉 tiền lương năm. niên bổng.
연분 duyên phận. nhân duyên, ~을 맺다 kết duyên. xe, 부부의 연분을

맺다 kết duyên vợ chồng. 연분이 있으면 nếu có duyên.
연분홍 màu hồng nhạt.
연사 người diễn thuyết, nhà hùng biện.
연삭(마)기 máy cán.
연산 (산맥) dãy núi.
연산 sản lượng hàng năm.
연상 cao tuổi hơn. ~의 승려 sư ông.
연상시키다 nhớ lại. 연상하다 liên tưởng đến.
연서하다 ký chung. 연서로 theo chữ ký chung. 연서인 người ký tên chung.
연석(연회석) tiệc lớn.
연설 diễn thuyết. 대중앞에서 연설하다 ~ trước đám đông. ~자 diễn giả. ~문 diễn văn.
연세 (나이) tuổi tác. ~가 많다 tuổi cao, nhiều tuổi.
연소의(어린) ít tuổi, thiếu. trẻ măng, 나이 어린 교사 thầy giáo trẻ măng.
연소자 người trẻ. con em.
연소하다 (불에 타다) đốt cháy. hút khói, 연소장치 máy hút khói, 연소물 vật dễ cháy. 완전연소하다 cháy rụi.
연속 liên tục. 24시간 연속 liên tục 24 tiếng. 연속상연 trình chiếu liên tục. 연속극 kịch nhiều tập. ~울리는 북소리 thờm thờm, ~으로 물에 잠기다 hì hụp. ~적인 tiếp liền. ~되다 miên, ~적으로 liên miên, ~겹치다 dồn dập.
연속되는 재앙(속어) gió táp mưa sa.
연속음 tràng, 연발의 폭죽 tràng pháo.
연속해서 때리는 소리 thùm thụp, 딱 딱 때리다 đấm ~.

연속 파장 sóng duy trì.
연쇄 dây chuyền, loạt. 연쇄살인 사건 vụ giết người loạt. 연쇄반응 phản ứng dây chuyền.
연쇄점(체인점) chuỗi cửa hàng.
연수 tu nghiệp. 연수생 tu nghiệp sinh. thí sai, 한국에서 연수를 받았다 tu nghiệp tại Hàn Quốc. 어학연수 tu nghiệp ngoại ngữ.
연수입 thu nhập hàng năm.
연습 luyện tập. tập tành, ~부족 thiếu ~. 사격을 ~하다 luyện bắn. 영어 발음을 ~하다 luyện phát âm tiếng Anh. ~경기 trận đấu tập. ~장 sân tập. 총~ tổng diễn tập. ~문제 bài tập. ~벌레 con sâu luyện tập. ~지 giấy nháp. ~에 열중하다 đam tập. 합동~하다 ~ hỗn hợp'
연습장(노트) vở.
연승 thắng liên tục. 4 전연승하다 thắng 4 trận liên tiếp.
연시 khởi đầu một năm.(시무식)lễ ~.
연안 bờ biển. lộng, ~무역 buôn bán ven biển. ~ 어업 nghề lộng.
연안방어 phòng thủ duyên hải.
연애 tình yêu, yêu thương, luyến ái. ong bướm, 순결한 ~ tình yêu trong trắng. ~에 빠지다 sa vào tình yêu. ~결혼 yêu để kết hôn. ~편지 thư tình. 동성연애 đồng tính luyến ái. 삼각~ (관계) yêu đương ba chiều, quan hệ tay ba.. 자유~ yêu đương tự do.
연애(불장난) ong bướm.
연애사건(염문) giăng(trăng) gió. trăng hoa, phong nguyệt. chuyện trai gái.
연야 (밤마다) đêm đêm.

연약하다 yếu đuối, mềm yếu, yếu ớt, èo lả. non yếu. nhu nhuyễn.
연어 cá hồi. 연어통조림 cá hồi đóng hộp.
연역하다 suy diễn, 연역적 theo suy diễn. 연역법 phép ~.
연연하다 gắn bó sâu đậm. (애착; 잊지 못함) quyến luyến.
연예 cuộc biểu diễn. 연예란 mục giải trí. 연예계 giới diễn viên. 연예계 활동 hành động sân khấu. 연예인 diễn viên. ~단 감독 ông bầu.
연옥 (지옥) địa ngục, âm phủ (ti).
연와 (벽돌) gạch.
연원 (근원) nguồn gốc, căn nguyên.
연월일 ngày tháng năm. ~을 기입하다 ghi ~.
연유 (까닭, 유래) lý do, nguồn gốc.
연이은(끝없는)không dứt.
연이자율 ti suất lãi hằng năm.
연인 người yêu, người tình, tình nhân. 옛날의 연인 người yêu xưa. 한쌍의 연인 đôi bạn tình.
연인을 그리는 마음 tơ lòng.
연인사이 bồ, bồ bịch, tình nhân.
연일 mỗi ngày. chuỗi ngày, 연일 만원이다 mỗi ngày đông nghịt.
연임 bổ nhiệm lại.
연장 kéo dài, nối dài, gia hạn, trì hoãn. 수명을 ~하다 kéo dài tuổi thọ. 일주일 ~하다 kéo dài một tuần lễ. 비자를 연장하다 gia hạn Visa.
연장 (도구) công cụ, dụng cụ. 농사에 쓰는 ~ nông cụ.
연장자 người già hơn, người nhiều tuổi hơn. niên trưởng.
연재하다 phát hành theo từng kỳ. 연재소설 truyện ra từng số.

연적 tình địch, đối thủ tình yêu.
연전 (몇 년전)에 cách đây vài năm.
연전연승 chiến thắng liên tục.
연접하다 tiếp hợp.
연정 tình yêu, tình cảm nồng nàn.
연제 (연설제목) đề tài, chủ đề.
연좌데모 biểu tình ngồi.
연주하다 tấu, diễn tấu, đàn, đánh đàn. chạy đàn. 피아노를 ~ đánh piano. 악기를 ~ biểu diễn nhạc cụ. 연주회 hợp tấu.
연줄 mối liên hệ, ảnh hưởng. 좋은 연줄이 있다 có ảnh hưởng tốt.
연중 suốt năm. 연중무휴 không nghỉ suốt năm.
연지(립스틱) phấn hồng. thỏi son, 입술연지 son môi. 연지를 바르다 đánh ~. 연지와 분 son phấn.
연차 hàng năm. ~계획 kế hoạch ~. 연차보고 báo cáo ~.
연차 휴가 nghỉ phép.
연착 đến trễ, đến muộn. 기차가 연착했다 tàu đến muộn (trễ).
연철 sắt non, (잘 단련한 쇠) sắt đã rèn.
연체 chậm trễ. 연체되다 bị chậm trễ.
연체임금 lương truy cấp.
연체동물 động vật thân mềm, loài nhuyễn thể.
연초 đầu năm . (담배) thuốc lá.
연출하다 biểu(đạo) diễn, diễn xuất, dàn cảnh(kịch). 연출가 nhà ~ . 연출 책임자 đài trưởng.
연타하다 đánh đổ hồi, khua, 연타하는 북소리 tiếng trống ~.
연탄 than bụi, than luyện(nắm). than bánh. 연탄난로 lò ~. ~가스로 질식사하다 chết ngạt vì thán khí.
연통 ống khói. (공장의) ống khói cao (굴뚝).
연판장 giấy ký tên chung.
연판 bản in đúc. ~인쇄 in bằng bản in đúc.
연표 (연대기) niên biểu, bản niên đại.
연패하다 thua liên tục. 3 연패하다 thua 3 trận liên tục.
연필 bút(viết) chì. cây viết, ~을 깎다 gọt ~, chuốt ~. 연필깎개 đồ chuốt ~. ~꽂이 đồ đựng viết, ~심 ruột viết chì, ~ 지우개 tẩy chì.
연하의 nhỏ tuổi hơn.
연하장 thiệp chúc tết, thiệp chúc năm mới. 연하객 khách đầu năm.
연하다 mềm, dễ chịu. nhừ, non, 연한 빛 ánh sáng dịu. 연한 가지 nhành non, 진한 커피 cà phê đậm. 연한 노란색 hoe hoe. 연한 고기 thịt nhuyễn(mềm).
연하다 (체하다). 학자연하다 làm ra vẻ học giả.
연한 kỳ hạn. 복무연한 nhiệm kỳ, nhiệm kỳ tại chức. 재직연한 kỳ hạn nhiệm kỳ.
연한 차 (음료) trà loãng. (반) 짙은 차 trà đậm đặc. 연한커피 cà phe loãng. 연한 노랑색 ngà ngà.
연합 liên hợp, liên kết, liên hiệp. 연합국 nước liên kết. liên quốc, 국제연합 liên hiệp quốc. ~경영 liên doanh. ~군 liên quân. ~ 책임을 지다 chịu liên đới trách nhiệm. ~하여 조직하다 tổ thành.
연해 duyên hải. 연해경비 canh phòng ~. 연해지대 khu vực ~.
연해안 bờ biển.
연행하다 bắt đi, bị đem đến. 경찰서로 연행되다 bị đem đến đồn cảnh sát.

연혁 lịch sử. 학교연혁 lịch sử ngôi trường.
연호 tên kỷ nguyên. niên hiệu.
연화좌(불좌) tòa sen.
연회 yến hội, yến tiệc. bữa chén. cỗ bàn, 연회장 phòng ~. ~를 개최하다 yến ẩm, ~에 참석하다 dự tiệc(yến). ~를 베풀다 thết tiệc(yến).
연후에 sau đó, về sau, sau này.
연휴 ngày nghỉ liên tiếp, nghỉ dài ngày.
열 (줄) hàng, dãy. 종열 hàng dọc. 횡렬 hàng ngang. 전렬 dãy trước. (반) 후렬 dãy sau. 열을짓다 xếp hàng. 열을 이루다 nối đuôi.
열 (10) mười. mươi, 하나를 들으면 열을 안다 nghe một biết mười. 열이면 아홉까지 실패한다 mười thì thất bại tới chín. 열시 mười giờ. 열번째 thứ mười.
열 nóng, sức nóng. hơi nóng, nhiệt. 열을 발사하다 phát nhiệt. (반) 열을 흡수하다 hấp thụ nhiệt. (몸의) sốt, cơn sốt. 태양열 nóng của mặt trời, 온도 nhiệt độ. 부동산 투기열 cơn sốt đầu tư vào bất động sản. 열이 내리다 hạ(khỏi) sốt. hết sốt. 열이 나다 bị sốt. gây sốt. hâm hấp, 열이 높다 sốt cao. 환자의 열을 재다 đo nhiệt độ bệnh nhân. 축구열 cuồng nhiệt bóng đá. 열교환기 máy thay nhiệt. 열이 나는 (몸에)hâm hấp. 열이 있다 nóng đầu. 열이 있는 아이 trẻ em nóng đầu. ~을 전도하다 truyền nhiệt. 열처리하여 타이어를 때우다 vá chín.
열을 내는 (발열의) sinh nhiệt.
열을 전도하는 물질 chất truyền nhiệt.

열 가지 악(불교의)thập ác.
열강(강대국들) liệt cường.
열광 cuồng nhiệt. 열광적인 환영을 받다 được hoan nghênh một cách cuồng nhiệt (nhiệt liệt).
열광하다 nô nức. 열광하는 điên khùng.
열광적으로 hăm hở
열거하다 liệt kê. kê khai.
열기 hơi nóng. nhiệt khí, 열정 nhiệt tình. 신열 cơn sốt. 열기가 좀 있군요. bị sốt nhẹ.
(속)열길 물속은 알아도 한길 사람속은 모른다 có thể biết mười dòng đáy nước nhưng không thể biết một dòng suy nghĩ trong con người.
열이나다 bị sốt. có nhiệt, 화나다 tức giận, 열이나는 hâm hấp(nóng)
열이 오르다 bị sốt.(반)열이 내리다 hết sốt.
열녀 (절개를 지키는 여자) tiết phụ.(여장부) liệt nữ.
열다 mở. cạy,(반)닫다 đóng. (전개하다) mở ra, 문을 ~ mở cửa. 뚜껑을 ~cạy nắp, 열쇠로 ~ mở bằng chìa khóa. 반쯤~ hé, 잔치를 ~ mở tiệc. 길을 ~ mở đường. 회의를 ~ mở hội nghị. 열매가 열다 ra quả, ra trái. 열려진 문 cửa mở. (공개)ngỏ, mở ngỏ.
열고 닫는 문(대나무를 이용한) cổng tán.
열대 nhiệt đới. 열대성 저기압 áp thấp nhiệt đới. 열대식물 thực vật nhiệt đới. 열대기후 khí hậu~, 열대지방 khu vực ~. 온대 ôn đới.
열대어 cá chọi(kiếm). cá thia thia.

열댓 khoảng mười lăm
열도 (군도) quần đảo.
열 두 지파 mười hai chi phái.
(속) 열 두가지 재주 가진 놈이 저녁 거리가 없다(많은 사람이 재주가 있어도 여전히 곤궁한 처지에 빠져 있다) Kẻ có 12 cái tài không có cơm tối (nhiều người dù có tài vẫn sa vào cảnh khốn cùng).
열등 thấp hơn, kém hơn. thua kém, 열등감 tự ti mặc cảm, sự tự ti. (반) 우월감 mặc cảm tự tôn. 열등생 học sinh kém. ~계층 hạng bét(chót).
열락 (즐거움) niềm vui thích.
열람하다 xem xét kỹ. duyệt lãm, 열람권 thẻ thư viện. 열람실 (독서실) phòng đọc sách.
열량 calo. nhiệt lượng, 열량이 많다 có nhiều calo.
열렬하다 hăng hái, nồng nàn(cháy), nồng thắm, cháy bỏng, nhiệt liệt. 열렬한 사랑 tình yêu cháy bỏng(nồng cháy). 뜨거운 열렬한 애국심 lòng yêu nước nồng cháy(cháy bỏng). 열렬한 박수갈채 tràng pháo tay. 열렬한 정신 phấn chấn tinh thần. 열렬히 찬사를 보내다 vỗ tay kịch liệt, 열렬히 맞이하다 đón tiếp nồng hậu.
열리다 được mở. ngỏ, 문이 열려 있다 cửa đang mở. 문이 안으로 열려있다 cửa mở vào trong. 열매가 열리다 kết trái, ra quả.
열망 (갈망) khát vọng, mong muốn, thèm muốn, ước vọng, mong ngóng(mỏi), háo hức, cháy bỏng. nguyện vọng, ý nguyện, 열망하는

시선 cái nhìn thèm muốn, (사랑하는) mến thương, 자유열망 khát vọng tự do. ~하는 nóng nảy.
열매 trái cây, bông trái, (남), hoa quả (북). 열매를 맺다 kết(sa nh) trái. sai quả(trái),(반)~를 맺지 않는 không sanh trái, không ra quả . (비유적) đạt kết quả. 열매가 열다 ra trái, có trái. ~가 많이 달린 sai trĩu quả. ~가 알찬 mẩy, ~가 알찬 벼 thóc mẩy. ~가 열리기 시작하다 sinh trái. ~를 먹다 ăn trái, ~를 따다 hái trái.
열매를 맺지 못하다 không sanh trái.
열무 củ cải. 열무김치 kim chi củ cải.
열반 (불교) Niết bàn. nát bàn, tĩnh thổ.(반) 지옥 địa ngục.
열방 (외방) ngoại bang.
열배 gấp(xấp) mười.
(명)열번 찍어 안 넘어가는 나무 없다 (흐르는 물에 돌이 닳는다) Chặt mười lần, không có cây nào không đổ.(nước chảy đá mòn).
열변 nói sôi nổi. 열변을 토하다 nói sôi nổi.
열병 (마라리아) bệnh sốt rét. ~에 걸리다 bị sốt rét (nhiệt bệnh).
열병 diễn(điểm) binh, 열병식 cuộc duyệt binh, cuộc thao diễn.
열부(미덕있는) liệt phụ.
열분해하다 nhiệt phân.
열사 liệt sĩ.
(속) 열 사람이 지켜도 한 도둑을 못 막는다(좋은 열 사람이라도 나쁜 한 사람을 막을 수 없다), Mười người cũng không canh được một kẻ trộm (mười người tốt cũng không ngăn được một người có ý

xấu).
열사 (일사)병 say nắng. bệnh sốt rét
열성조 (대대의 왕) các đời vua.
열성스럽다 nhiệt tình, nhiệt thành. 열성을 다하다 hết tất cả ~. 젊은 열성으로 bằng nhiệt tình tuổi trẻ. 열성적으로 hăm hở. hăng hái. xăm xắn.
열성을 가진 사람 người hăng hái..
열세하다 bị kém về số lượng. 열세를 만회하다 làm đảo lộn tình thế.
(속) 열 손가락 깨물어 안 아픈 손가락 없다(이 자식 저 자식이 다 같은 귀한 자식이다) Cắn mười ngón tay, ngón nào cũng đau cả, (Đứa này hay đứa khác đều là con cả quý báu).
열쇠 chìa khóa. 자물쇠를 열쇠로 열다 mở ổ khóa bằng chìa khóa. 열쇠 구멍 lỗ khóa. 열쇠를 채우다 khóa cửa, vặn khóa. ~꾸러미 chùm(xâu) chìa khóa. ~걸이끈 xà tích.
열심 nhiệt tâm, phấn chí,(반) 태만 lười biếng, 열심히 một cách chăm chỉ, cần cù, siêng năng. chí chết, miệt mài, (흐트러짐이 없이) lui cui. 열심히 공부하다 học hành chăm chỉ. học rút, 열심히 배우다 siêng học, 열심히 일하다 làm việc cố gắng. 고 공, 열심한 phấn chấn. 열심을 다하다 loay hoay. 열심히 돌보다 vun đắp, ~질주시키다 hăng máu phóng.
열심히 달리는 tốc tả.
열심히하다(무슨일을 손으로) hí hoáy.
열심히 일함(속어)hai sương một nắng.
열십자 (십자가) cây thánh giá(천주교).

thập tự giá(기독교).
열악하다 thấp kém, kém, tồi tàn. khắc nghiệt.
열악한 풍토 thủy thổ khắc nghiệt.
열애하다 yêu cuồng nhiệt, yêu say đắm, say tình.
열어놓다(마음을)để hở.
열어 젖히다 bét mắt.
열에너지 nhiệt năng.
열연하다 biểu diễn sôi nổi.
열왕기상 (성경) I Các vua.
열용량 nhiệt dụng.
열의 nhiệt tình, nhiệt tâm. 열의 있는 sốt sắng. ~를 가지고 hăm hở.
열의 힘 nhiệt lực.
열전 trận đấu sôi nổi. (반)냉전 chiến tranh lạnh.
열전 (전기) tiểu sử.
열전기 nhiệt điện.
열정 nhuệ khí, nhiệt tình, máu nóng, hăng hái. (반)냉정 sự trầm (bình) tĩnh. (비유)tâm huyết, 열정가 người ~. 열정에 찬 청년 thanh niên đầy nhuệ khí. ~을 느끼다 rạo rực. ~적인 nồng thắm. hào hứng. 열정적인 기질 hỏa tính, ~을 높이 다 nâng cao nhiệt tình.
열정적으로 사랑하다 chung ái.
열정(사랑)의 바다 bể ái.
열중하다 chăm chú, miệt mài, hăng hái, mải miết.(반)태만하다 biếng, 열중하여 cặm cụi.
열차 (기차) xe lửa, tàu hỏa. 서울행 ~ xe lửa đi Seoul. 열차를 타다 đi xe lửa, bắt tàu. ~가 탈선하다 trật đường rầy, làm xe lửa trật, 열차시간표 bảng thời gian tàu. 급행 ~ xe lửa tốc hành. 화물 ~ tàu chở hàng.

여객 ~ tàu chở khách. 열차번호 số tàu. 열차칸 toa xe.
열차식당 toa ăn.
열처리 lò xử lý nhiệt độ.
열치료법 nhiệt liệu pháp.
열풍(기운) khí thế, cơn gió lớn. (뜨거운) gió nóng(lào).
열흘 mười ngày. tuần nhật, 열흘째 thứ mười.
열하루 mười một ngày.
열핵반응 phản ứng nhiệt hạch.
열혈아 người sôi nổi (nhiệt tình).
열화같이 노하다 nổi giận bừng bừng.
열화학 nhiệt hóa học.
엷다 mỏng. (빛깔이) nhạt. 엷은 빛 màu nhạt. 엷은 남빛의 상의 áo trứng sáo.
엷은 황색의 vàng vọt.
염 (염증) chứng viêm. 염증을 일으키다 bị ~.
염 (염습) liệm, khâm liệm.
염가 giá rẻ. 염가로 사다 mua rẻ. ~판매 hàng bán hạ giá.
염두에 두다 ghi nhớ.
염라(지옥) diêm la, 염라대왕 Diêm Vương. minh vương.
염려 (걱정) lo lắng(âu). 어머니의 건강을 염려하다 lo lắng cho sức khỏe mẹ. 염려마세요 đừng lo. ~되는 canh cánh. lo sợ. ~하지 마라 chớ lo.
염려하여 đăm chiêu.
염료 thuốc(phẩm) nhuộm. 천연염료 chất nhuộm thiên nhiên.
염류 thuốc muối. vật chất loại muối.
염모제 thuốc nhuộm tóc.
염문 trăng gió, trăng hoa, giăng gió, giăng hoa, chuyện tình, chuyện yêu đương.
염병 (장티푸스) bệnh sốt thương hàn. 염병할 mẹ kiếp. 염병할 놈아! gã mẹ kiếp!.
염분 độ mặn, hơi mặn, thành phần muối. 염분이 있다 có thành phần muối.
염불 lời cầu Phật. ~을 외우다 tụng kinh(niệm). ~하다 niệm.
(속) 염불에는 마음이 없고 잿밥에만 마음이 있다(책임에는 뜻이 없고 오직 권리에만 마음이 있다) Không có lòng niệm Phật, chỉ để ý tới cơm cúng (không hết lòng với trách nhiệm chỉ để ý đến quyền lợi).
염색 nhuộm. (반)퇴색 bạc màu, 머리를 염색하다 nhuộm tóc. ~공 thợ nhuộm. ~한 머리 tóc nhuộm.
염색약 thuốc nhuộm.
염색체 nhiễm sắc thể.
염세 yếm thế. ~ 주의 chủ nghĩa ~, (반) 낙관주의 chủ nghĩa lạc quan, 염세사상 tư tưởng ~.
염세(소금세)thuế muối.
염소 con dê. ~가 운다 dê kêu. 염소수염 râu dê. 숫염소 dê đực. (반) 암염소 dê cái. 염소탕 lẩu dê.
염습하다 khâm liệm.
염오하다 ghét, căm ghét, hắt hủi.
염원하다 ước, mơ ước, ước mơ.
염전 ruộng muối. diêm điền.
염주 chuỗi tràng hạt. ~를 돌리며 기도하다 lần tràng hạt.
염증 (실증) chán, chán ngắt, 염증이 나다 chán.
염증 viêm. 염증이 생기다 bị viêm. 감염에 의한 ~ viêm nhiễm.

염천 trời nóng bức.
염출하다 (돈을) góp thêm tiền.
염치 liêm sỉ. ~가 없다 không có ~. 염치없는 사람 người không có liêm sỉ. 몰염치한 vô ~.
염탐하다 do thám, dọ thám. nhòm nhỏ, 염탐군 (스파이) gián điệp.
염통 trái tim.
염하다(시체를) liệm. tang liệm.
염화 clo hóa. 염화칼리 clorua kali.
염화미소(이심전심) thần giao cách cảm.
엽기적 kỳ dị, kỳ quái.
엽록소 chất diệp lục.
엽색(호색) hảo sắc. 엽색가 người hảo sắc.
엽상체 tản, 엽상식물 tản thực vật.
엽서 bưu ảnh, bưu thiếp, bức thiệp. ~를 보내다 gửi thiệp.
엽전 đồng tiền Hàn Quốc.
엽초(잎의) mo. mo cau.
엽총 súng săn.
엿 mứt nếp, mạch nha. 엿가락 một thỏi mạch nha.
엿기름 mạch nha.
엿듣다 nghe trộm, nghe lỏm. 전화를 ~ nghe trộm điện thoại. 남의 이야기를 ~ nghe trộm chuyện người khác.
엿보다 nhìn trộm, rình xem, dò xem, liếc. dòm lén, 형세를 ~ xem hướng gió. 기회를 ~ rình cơ hội. 엿보는 사람 người rình.
엿새 (날) ngày thứ sáu. ~뒤에 khỏi sáu ngày.
영 số không. 영점 điểm không. 3 대 0 으로 이기다 chiến thắng 3:0. 영도 không độ.
영 (명령) mệnh lệnh, chỉ thị. 영을 내리다 ra lệnh.
영 (신령) tâm hồn, linh hồn. 영적 thuộc linh. 영적 눈 con mắt thuộc linh, 영과 육 linh hồn và thể xác. ~적 무기 vũ khí thuộc linh. ~적전쟁 chiến trận thuộc linh, ~적 지도자 người lãnh đạo thuộc linh. ~적인 힘 lực thuộc linh.
영감(노인) ông cụ già, ông già.(반)할멈 bà già
영감 linh cảm. hứng, hứng tình, cảm hứng, 영감이 들다 có linh cảm. 영감을 받다 đầy cảm hứng. 시적~ thi hứng.
영걸 (인물) người vĩ đại, vị anh hùng.
영겁 (영원)의 vĩnh kiếp, vĩnh viễn, mãi mãi.
영결 (사별)하다 tử biệt.
영계 gà giò, con gà con.
영계 (영적세계) cõi linh hồn.
영고(성함과 쇠함) thịnh vượng và suy tan.
영고성쇠(흥망성쇠) sự thăng trầm cuộc đời. tang hải, tang thương. vật hoán tinh di.
영공 không phận. vùng trời. (제공권)quyền kiểm soát không phận.
영관급 cấp tá, ~ 장교 sĩ quan cấp tá. 소령 thiếu tá. 중령 trung tá. 대령 đại tá.
영광 vinh hiển, vinh quang, hiển vinh,(반)치욕 sỉ nhục, ~을 돌리다 dâng sự vinh quang lên, khen ngợi, ~의 자리 chỗ ~, vinh quang. ~을 위하여 vì ~, 영광스러운 임무 nhiệm vụ ~. ~의 길 thang mây, đường công danh. vân trình, ~으

로 여기다 lấy làm vinh dự. ~의 절정 tuyệt đỉnh của ~. ~의 보좌 ngôi ~.
영광과 행운 vinh hạnh.
영광스러운 vẻ vang. vinh diệu.(반) 수치스러운 nhục nhã.
영구 vĩnh cửu. 영구히 một cách mãi mãi. 영구성 có tính vĩnh cửu. 영구적인 직무 chức vụ ~.
영구차 xe tang, xe linh cữu, xe đám
영구적 정상 무역관계 (PNTR) quan hệ thương mại bình thường vĩnh viễn.
영구한 vĩnh hằng.
영국 nước Anh. ~ 여왕 nữ hoàng Anh. 영국 황태자 thái tử Anh. ~교회 Anh Gíao.
영내 nơi trại lính, doanh trại. 영내근무 phục vụ trong trại. 영내생활 cuộc sống quân đội.
영농 nghề nông trại. 영농자금 quỹ nông trại.
영단 (과감한 결정) quyết định gan dạ.
영달 thăng quan tiến chức. 영달을 바라다 ao ước ~
영도하다 lãnh đạo. 영도자 người lãnh đạo.
영도(온도의) không độ, điểm đông.
영락하다 hắm hiu, bị sụp đổ, bị suy sụp.
영락없이 (확실히) chắc chắn.
영령 (영혼.죽은이) linh hồn đã qua đời.
영롱하다 sáng chói, rực rỡ.
영리 doanh lợi, lợi ích kinh doanh.
영리한 thông minh, lanh(linh) lợi. tinh ý,(반) 미련한 đần độn, 영리한 아이 đứa bé ~. 가장 영리한 아이 đứa bé ~ hơn hết, ~소년 tuệ đồng. (속) 영리한 고양이가 밤 눈 못 본다 (보기에는 영리한 것 같으나 일하는 것은 어리석다), Con mèo lanh lợi mắt lại không nhìn thấy ban đêm,(trông thông ninh lanh lợi mà lại làm việc ngốc nghếch).
영마루 đỉnh đồi.
영면하다(죽다) cái chết. yên giấc ngàn thu.
영명 danh tiếng, tiếng tăm (명성)
영묘하다 (신비스럽다) huyền bí.
영문 tiếng Anh. 영문법 ngữ pháp tiếng Anh.
영문 (까닭) lý do, nguyên do. 무슨 영문인지 모르지만 không biết lý do gì mà.
영문(병영의 문) cổng trại lính.
영미 Anh và Mỹ.
영민하다 sáng láng, sắc sảo, sáng dạ, thông minh.(반) 미련한 đần độn.
영별 (사별) từ biệt, chia tay mãi mãi.
영부인 phu nhân. 대통령 ~ phu nhân tổng thống.
영빈관 giao tế xứ.
영사 lãnh sự. 영사관 lãnh sự quán. 부영사 phó lãnh sự. 총영사 tổng lãnh sự.
영사기 máy chiếu phim(hình). 영사막 màn bạc ảnh. 영사실 phòng chiếu phim.
영상 hình, 영상을 보내다 truyền hình, (이미지) hình ảnh.
영상 (수상) thủ tướng.
영생 cuộc sống vĩnh cửu, hằng sống, sống muôn đời, bất tử. ~에 이르다 được sự sống đời đời.
영생복락 vĩnh sinh phúc lạc.

영세 nghèo nàn, nhỏ. ~기업 doanh nghiệp nhỏ lại nghèo. 영세민 dân nghèo.
영속적인 lâu dài, trường cửu.
영송 (송영) tiễn đưa.
영수 (받다) nhận, nhận lấy. 영수인 người nhận.
영수증 hóa đơn. giấy biên lai(nhận), 영수증을 주세요 cấp cho ~.
영수 lãnh tụ, người lãnh đạo (지도자).
영시 không giờ, đúng mười hai giờ.
영시 (영국의 시) thơ ca Anh, bài thơ Anh.
영식 con trai. (반) 여식 con gái. (귀한 자식) quý tử, quý nữ.
영아 đứa bé, em bé.
영악하다 dữ dội, dã man.
영악한 điêu xảo, lẻo lá, thông minh, lanh lợi, sắc sảo.
영애(딸) ái nữ, con gái cưng
영약 thuốc thần diệu. linh dược.
영양 dinh dưỡng. ~이 부족하다 thiếu ~. 영양상태 trạng thái ~. 영양섭취하다 tẩm bổ. ~을 주다 bổ dưỡng. 영양제 thuốc bổ dưỡng. sinh tố. ~실조 suy dinh dưỡng. sự thiếu ăn.
영양주사를 맞다 tiêm thuốc trợ lực.
영양가 높은 먹이 thức ăn tinh,(반)영양가 없는 먹이 thức ăn thô.
영양가 있는 동물의 먹이 thức ăn ủ.
영양결핍의 thiếu ăn.
영어 tiếng Anh. 영어를 잘하다 giỏi ~. (반) 영어를 못하다 kém ~. 영어를 유창하게 하다 tếng Anh trôi chảy. 영어회화 hội thoại ~. 영어(영자)신문 báo ~.
영어 (감옥) nhà tù.

영업 kinh doanh, buôn bán, làm ăn. 영업을 시작하다 bắt đầu mở cửa. 7시까지 영업하다 làm việc tới 6 giờ. 영업금지 cấm ~. 영업보고 báo cáo kinh doanh. 영업부 phòng kinh doanh. 영업세 thuế môn bài. 영업자본 vốn ~. 영업자 người ~. 영업허가 giấy phép ~. 영업정지 ngừng kinh doanh. 영업중 đang làm việc.
영역 vực, lĩnh vực. 영역의 한계 khoanh vùng, 과학영역의 한계 khoanh vùng khoa học. 전문 ~ lĩnh vực chuyên môn.
영역하다 dịch sang tiếng Anh.
영영 mãi mãi, vĩnh viễn. 고향을 영영 떠나다 rời bỏ quê hương mãi mãi.
영영무궁토록 mãi mãi, vô hạn.
영예 (명예) danh dự, vinh dự.
영예와 이익 vinh lợi.
영예와 수치 vinh nhục.
영욕 vinh quang và nhục nhã.
영웅 anh hùng. yêng hùng, ~ 답게 ra dáng ~, đáng ~. ~호걸 hùng kiệt, 민족~ anh hùng dân tộc. ~적인 anh dũng, hào hùng, (비꼬는) yêng hùng(영웅인체 뼈기는)
영우들을 본받다 theo gương các bậc anh hùng.
영웅호걸과 절세미녀 trai anh hùng gái thuyền quyên.
영원히 vĩnh viễn, mãi mãi. đời đời. muôn đời. muôn thuở,(반)찰나 một lát, 영원히 가다 ra đi vĩnh viễn. 영원불멸 vĩnh viễn bất diệt, ~한 세계 cõi vĩnh hằng. ~ 거주하다 ở hẳn. ~떠나다 đi biệt. ~존재하다 vĩnh tồn, ~이별하다 vĩnh

biệt, ~충성을 다하다 trung thành với ~. ~잠들다 yên giấc ngàn thu. 양국간 우의는 ~ 견고할 것이다 tình hữu nghị giữa hai nước đời đời bền vững.

영원한 가치 giá trị vĩnh cửu.

영원한 불 lửa đời đời.

영원한 행복 vĩnh phúc.

영원한 형벌 hình phạt đời đời.

영원불변 sông cạn đá mòn (비유),

영유하다 sở hữu luôn. 영유권 quyền sở hữu vĩnh viễn.

영육 thể xác và linh hồn, tinh thần và thể xác. 영육간 건강을 빈다 chúc lành mạnh thể xác lẫn tinh thần.(thuộc linh lẫn thuộc thể)

영장 trát lệnh, giấy đòi. 소집영장 lệnh tập hợp. triệu tập, 영장을 발부하다 ra giấy đòi. 영장을 집행하다 thi hành lệnh. 구속영장 lệnh bắt.

영장 chúa tể. linh trưởng, 사람은 만물의 영장 con người là chúa tể muôn loài.

영재 thiên tài, thiên tư.

영전하다 được đề bạt, được thăng chức (영진하다).

영전에 바치다 cúng cho người chết.

영점 số không, không điểm. 영점을 맞다 bị không điểm.

영접하다 đón(nghênh) tiếp, đón chào. 영접위원회 ban tiếp tân. 국가 원수를~ nghênh tiếp nguyên thủ quốc gia.

영정 chân dung, hình.

영제(남의 아우) em trai người khác.

영존하다 tồn tại muôn đời.

영주 cư ngụ lâu dài. ~권 quyền định cư.

영주(뛰어난 왕) vua sáng suốt.

영주(땅의 주인) chúa đất.

영지(거룩한 땅) lãnh địa. đất thánh.

영지버섯 nấm linh chi.

영차! tiếng hô hào, dô hò! dô ta! za! 영차! Nào! Dô ta!. 영차영차하며 나르다 hè nhau khiêng. 영차! 하고 끌어 당기다 lôi xành xạch.

영창(구치소) nhà giam. (음악) aria.

영치하다 giam giữ.

영탄 (감탄) thán phục, cảm thán.

영토 lãnh thổ. địa phận, 우리나라 영토에서 trong lãnh thổ nước ta. 타국의 영토를 침범하다 xâm phạm lãnh thổ nước khác. ~를 확장하다 mở rộng ~. 영토문제 vấn đề ~. 영토보전 bảo toàn(tồn), ~. 영토주권 chủ quyền ~.

영특하다 sáng sủa, thông minh, khôn ngoan. sáng dạ (반) 명석하지 못한 tối dạ.

영특한 자 người sáng dạ.

영하 dưới số không, âm. 영하 5 도 âm 5 độ C. năm độ dưới

영한 사전 từ điển Anh-Hàn.

영합하다 theo dòng, tâng bốc.

영해 hải(thủy) phận, vùng biển, lãnh(lĩnh) hải. 영해내에서 trong ~.

영향 ảnh hưởng. 영향을 주다 làm ~. động chạm, 나쁜 ~을 주다 gây ~ xấu. động chạm,영향을 미치다 gây ~. gò bó, 영향을 받다 bị ảnh hưởng, chịu ~.

영향력 thế lực, ~ 있는 thần thế, ~ 있는 사람 mạnh cánh. thế thần. ~을 이용하다 ý thế. 지역에서 가장 부유하고 영향력 있는 가정 met gia đình giàu có thần thế nhất vùng.

영험 phép mầu. ~이 있는 linh nghiệm.
영혼 linh hồn, vong hồn(linh). ~구원 cứu rỗi ~. ~정화 linh hồn tinh hoa. ~을 부르다 chiêu(gọi) hồn. ~과 접 촉하다 vía van. ~을 위한 제사 lễ cầu siêu.
영화 vinh hoa, phú quý ~ vinh hoa phú quý, (번영) thịnh vượng, phát triển, phồn vinh.
영화 phim (남), chiếu bóng (북), (극) hát bội. phim ảnh. điện ảnh, ~를 보다 xem ~. ~를 상영하다 chiếu phim. ~표(입장권) giấy hát bóng, vé chiếu bóng, 영화감독 đạo diễn phim. 영화계 giới điện ảnh. ~배우 diễn viên. 영화스타 ngôi sao phim(màn ảnh). 영화제 liên hoan phim. 영화제작 làm phim. 영화편집 biên tập ~. 영화관 rạp chiếu bóng, rạp chiếu phim. rạp hát, 탐정~ ~trinh thám, 공상과학~ ~khoa học giả tưởng, 공포~ ~kinh dị, 액션~ ~hành động, 첩보~ ~tình báo, ~화하다 điện ảnh hóa. ~관 chiếu ảnh(bóng), rạp hát bóng.
영화대본 truyện phim(phiếm).
영화 보러가다 xem hát.
영화촬영기 máy quay phim.
옅은 nhạt,(반)짙은 sẫm, ~녹색 lục nhạt. ~파랑의 xanh tươi.
옅어지다 phai nhạt. 애정이 떨어지 다 (사랑이 식다) tình yêu ~.
옅푸른색 màu hơi xanh.
옆 bên cạnh. rìa. mé, 옆에 ở ~. 길옆의 집 nhà cạnh đường. 문옆에 서다 đứng cạnh cửa. 옆집 nhà bên cạnh. 옆에앉다 ngồi cạnh. 옆 페이지 trang bên. 옆에 놔두다 cất phần.

옆문 cửa mạch. 강가 mé sông. 옆에 앉다 ngồi cạnh.
옆구리 hông, sườn, mạng sườn, lườn, bụng bên. ~뼈 xương sườn.
(속) 옆구리에 섬 찼다(많이 먹기만 한 사람에 대한 농담). Mang cái thúng vào mạng sườn, (đùa chỉ người ăn nhiều).
(속) 옆구리 찔러 절 받기(상대편은 원 하지 않는데 억지로 요구 하는것) Bị chọc vào mạng sườn, bắt nhận lạy(phía bên kia không có ý muốn, nhưng tự mình yêu cầu).
옆모습 vẻ mặt một bên.
옆으로 벌리다 giạng, gạng ngoài ra~ ~chân(háng).
옆으로 비켜서다 tránh qua, tránh ra.
옆으로 비키다 tránh. nánh, …에게 길을 비켜주다 tránh cho người nào đi qua, 내가 들어 가도록그는 한쪽으로 비켜섰다 nó ~ qua một bên để tôi đi vô.
옆으로 빗나가다 tràng, rẽ ngang.
옆쪽(한쪽) một bên. ~으로 움직이 다 xích ra.
예(구) 시대 thời xưa.
예 (대답) vâng (북), dạ (남)
예 (예를 들면, 보기) ví dụ, thí(tỷ) dụ. giả dụ, lấy ~. chẳng hạn như, 예를 들다 một ví dụ, lấy mẫu, (전례) tiền lệ. 예를 들어 말하다 ví von. …과 같은 예를 들면 ti như.
예 (예절) lễ. lễ phép, 혼례 hôn lễ.
예감 điểm báo, dè trước, điềm, dự cảm. linh tính. 좋은 예감 (길조) điểm lành . (반) 나쁜 예감(흉조) điềm xấu. 죽음을 예감하다 dự cảm cái chết. 갑작스런~ ngẫu hứng. 불길

한 ~이 들다 linh tính báo trước việc không hay.
예견하다 dự kiến(đoán), đoán trước, tiên kiến, dự liệu, biết(thấy) trước. tiên lượng(판단)
예고 báo(nói) trước. dự cáo, 예고대로 theo như ~.
예고없이 không báo trước. ~만나다 không hẹn mà nên, 하루전에 예고하다 báo trước một ngày.
예고편 phim xem trước.
예광탄 đạn lửa(vạch sáng).
예금 tiền gửi, tiền tiết kiệm. 정기 ~ tiết kiệm định kỳ, ~통장 sổ tiết kiệm, ~계좌 tài khoản tiết kiệm, ~부족 thiếu chi,
예기치 못한 xuất kỳ bất ý, ~ 불행 vạ vịt.
예기치 않은 bất ngờ, ~ 사고 tai nạn bất ngờ (bất thần). ~ 만남 sự gặp thình lình. ~ 변화 sậu biến.
예기치 않게 chẳng dè.
예납하다 trả tiền trước.
예년 năm bình thường.
예능 nghệ thuật, tài nghệ. 예능계 giới ~. 예능과 khoa nghệ thuật. 예능인 nghệ sĩ, nghệ nhân.
예닐곱 sáu hay bảy.
예라 (자) nào! 예라! 울지마라 nào! đừng khóc!
예레미아 (성경) Giê-rê-mi. 예레미아 애가 Ca thương.
예로부터 từ xưa tới nay.
예루살렘 (성경) Giê-ru-sa-lem
예리하다 sắc bén. nhuệ,(반) 무딘 cùn, 무딘 칼 dao cùn, 예리한 비평 lời phê bình sắc bén. 예리하게 하다 gại. vạc nhọn, 예리한 눈을 가진 mắt sắc sảo. 예리한 날 sắc cạnh.
예매 đặt mua trước, mua trước. 표를 예매하다 đặt mua trước vé.
예매하다 (미리팔다) bán trước.
예멘(국명) nước Yemen.
예문 một câu ví dụ.
예물 lễ vật. của lễ, 예물을 교환하다 trao đổi ~. (신부측에보내는) quả phù trang. ~없는 간구는 성취되지 못한다 vô vật bất linh.
예민한 nhạy cảm. mẫn nhuệ, 예민한 관찰 quan sát nhạy bén. ~감각 cảm giác nhạy bén. ~청각을 가지다 sáng tai, 귀가 예민하다 thính tai. 머리가 ~ đầu óc nhạy bén.
예바르다 (예의 바르다) nhã nhặn, lịch sự.
예방하다 (방문) ghé thăm một cách lịch sự.
예방하다 (방지) dự(đề) phòng, phòng chống. ngăn ngừa, 예방할 수 없다 không phòng trước được. 전염병을 ~ phòng chống bệnh truyền nhiễm. 예방약 thuốc ngừa, thuốc phòng chống. 예방주사 tiêm phòng. 예방접종 chích ngừa, tiêm vắc xin dự phòng. chủng đậu. 예방책을 강구하다 liệu trước. 예방법 phòng bịnh.
(명)예방이 치료보다 낫다 Phòng bệnh bao giờ cũng hơn chữa bệnh.
예배당 nhà thờ, hội thánh, lễ đường, giáo đường.
예배하다 thờ phượng, thờ cúng, làm lễ. lễ bái. dâng lễ ~.
예법 lễ phép, sự lịch sự, phép lịch sự.
예법과 교육 lễ giáo.
예보 dự báo. 일기 ~ dự báo thời tiết.

예보대로 theo dự báo.
예복(정장) lễ phục. ~을 입다 mặc ~.
예봉 (칼끝) điểm nhọn.
예쁘다 đẹp, xinh đẹp.(반)밉다 xấu, 예쁜 여자 cô gái đẹp. 예쁜 어린아이 kháu khỉnh. 예쁘면서 건강하다 vừa đẹp vừa sức khỏe.
예쁘구나! (긍정강조) đẹp quá nhỉ!
예비 dự(trừ) bị, chuẩn bị. 예비타이어 lốp xe ~, lốp xơ cua, 예비부품 linh kiện dự bị. 예비군 quân dự(trừ) bị. quân hậu bị. 예비 품 xơ cua, 예비병 lính dự(trừ) bị. ~역 장교 sĩ quan ~, 예비지식 kiến thức ban đầu. ~대학 dự bị đại học. ~로 사다 mua hờ. ~협정 hiệp định sơ bộ.
예비금 trữ kim.
예비역 cựu binh. hậu bị. ~장교 sĩ quan trừ bị.
예비의사(레지던트) y sĩ.
예사롭다 thông thường, thường lệ. 예사롭지 않은 không thường.
예산 dự toán, (연간예산) ngân sách, (국가예산) ngân sách quốc gia, tính toán trước. 예산을 초과하다 vượt quá dự toán. 예산외 ngoài dự toán. 예산액 (건축) bảng tiền lượng. ~이 남용되어 빠져 나가다 thâm hụt ngân sách.
예상 dự(ước) đoán, dự tính. 예상에 어긋나다 trái với dự đoán. 장래를 예상하다 dự tính về tương lai. ~치 못한 불운 phi họa. ~이 적중하다 trúng tủ.
예상치 못하게 nào ngờ.
예상치 않았던 bất thường. ~ 비용 những số chi tiêu ~.

예선 (경기) vòng loại, vòng sơ tuyển.
예속 lệ thuộc, thuộc về. nội thuộc. ~국 nước ~.
예수 Jêsus. Giê-su, 주예수 chúa Jêsus. 예수그리스도 Jêsus Chirst. ~ 교 Giê-su giáo. ~쟁이 đồ Giê-su. 예수님을 따르다 theo Ngài.
예순 sáu mươi.
예술 nghệ thuật. 예술적 가치 giá trị ~. 예술가 nhà ~. nghệ sĩ, 예술계 giới ~. 예술작품 tác phẩm ~. 예술품 mĩ nghệ phẩm, 예술제 liên hoan ~. ~을 위한 예술 ~ vì ~. ~과 문학 nghệ văn.
예술(기술)상의 재능 tài nghệ.
예스맨 người ba phải (고분고분 따르는 사람)
예습 chuẩn bị bài, học luyện thi.
예시하다 cho thí dụ, ra dấu, cho biết.
예식 nghi lễ, nghi thức. ~이 끝나다 tan lễ.
예심(사전심사) kiểm tra trước. (공판전의 심사) xét xử trước..
예약 đặt(giữ) trước. dự ước, 좌석을 예약하다 ~ chỗ. 방을 ~하다 đặt phòng trước. 표를 ~하다 đặt vé trước. 예약필 phải đặt trước chỗ. ~좌석 chỗ để dành, ~을 취소하다 hủy đặt chỗ
예언 dự ngôn, nói trước, tiền định, tiên tri. sấm ngôn, xăm. ~술 thái ất, 예언자 nhà tiên tri(선지자).
예외 ngoại lệ, chừa. 예외없이 không có ngoại lệ. hết thảy, không sót người nào.
이것은 예외다 cái này là ngoại lệ. 어느 한 사람도 예외 없이 không chừa một ai. 예외가 아니다

không ngoại lệ.
예외로하다 chừa, đặc cách. 어느 한사
람도 예외없이 không ~ một ai.
예우하다 đón tiếp một cách lịch sự.
예의검토하다 điều tra một cách sốt
sắng.
예의 lễ phép, lễ nghĩa, phép lịch
sự.(반)무례한 vô lễ, ~가 없다
không có ~. 예의를 지키다 giữ ~.
예의범절 phép xã giao. 예의 바른
다 lễ phép quá!, ~를 차릴줄 모르
는 vô ý vô tứ, 예의범절이 없는 여
자 nặc nô. ~ 바른 nết na, nhã nhặn.
lễ độ. đoan trang, ~바른부인 phụ
nữ nhã nhặn. 식사예절 cung cách
làm ăn, ~를 차리지 않는 suồng sã.
~없는 xàm xỡ. 예의범절이 나 빠
지다 hư đốn.
예의를 먼저 배우고 나중에 학문을 익
힌다 tiên học lễ hậu học văn.
예의 바르게 trân trọng.
예의바른 có lễ phép, đạm nhã. thủ lễ,
~ 학생 học trò ~.
예의와 교육 lễ giáo.
예전처럼 như cũ(xưa).
예절 lễ tiết, lễ phép, lễ nghĩa (격식),
~바른 thiệp lịch.
.예절바른 사람 người rất thiệp.
예의없이 만지는 sàm sỡ.
예인망 lưới kéo, lưới vét.
예인선 tàu dắt(kéo).
예장하다(예복을 입다) mặc lễ phục.
예전에 (옛날에) ngày xưa, năm xưa,
cũ. 옛날 사람 người đời xưa. 옛날
애인 người yêu cũ. 옛날 이야기
câu chuyện ngày xưa. 옛모습
hình dáng cũ. 옛상처 vết thương
cũ. 옛날집 ngôi nhà cũ. 옛친구

bạn cũ.
옛것을 계승하다 thừa tập.
예부터 지금까지 từ cổ chí kim.
옛 성인 tiên thánh.
옛 유학자 tiên nho.
예정 dự(tiền) định,(프로그램) chương
trình, kế hoạch. ~대로 theo kế
hoạch. 예정한 시간에 theo đúng
ngày giờ đã định. ~된 có số. ...할
예정이다 xắng xổ.
예정보다 빨리 sớm sủa.
예정론 hữu định luận. 예정설 thuyết
tiền định.
예지 dự(nhuệ) tri, 예지하다 đoán biết
trước. 예지(지혜) khôn ngoan.
예진하다(진단) chẩn đoán trước.
예찬 khen ngợi, ca tụng.
예측 đoán trước, đề chừng, ước lượng,
bói toán, phỏng đoán, ~불가능한
기업 một cơ nghiệp khó ước
lượng, (팔괴) thuật số.
예측할 수 없는 bất trắc. ~ 급변하는 세
상 vân cẩu.
(속) 예측하기 힘든 사람의 마음 lòng
chim dạ cá.
예치금 tiền gửi ngân hàng
예탁하다 ký thác vào ngân hàng. 예탁
금 tiền gửi ngân hàng.
예편하다 (제대) giải ngũ.
예포 bắn súng chào.
예표론(신학)loại hình học.
예행 diễn tập trước. 예행연습 diễn tập
trước.
예행연주를 하다 dàn tập.
옛날의 ngày xưa, xa(thuở) xưa, năm
xưa. thuở trước.(반)오 늘의 ngày
nay.
옛날부터 từ xưa.

옛날 애인을 만난 tình xưa nghĩa cũ.
옛날 수도(고도) cố đô.
옛날 유학자 tiên nho. tư văn.
옛말 (고어) từ cổ. 옛말에 lời xưa.
옛부터 지금까지 xưa nay. từ cổ chí kim.
옛사람 cổ nhân.
옛성인 tiên thánh.
옛일 việc đã qua. 옛일을 생각하다 nhớ về quá khứ.
옛적에 nẻo xưa.
옛추억 ký ức cũ, hồi tưởng cũ.
옛친구 cố nhân. cựu giao. ~를 만나다 ngộ cố.
옛풍습 cổ tục.
오 số năm. 다섯째 thứ năm. 5 배 gấp 5 lần. 5-2=3 5 trừ 2 bằng 3.
오! Ôi !, trời ơi!, 오! 하나님 ôi chúa ơi.
오가피 ngũ gia bì.
오각형 hình ngũ giác. năm góc.
오개년 계획 kế hoạch 5 năm.
오경(첫닭이 울 때) canh gà. (경서) ngũ kinh.
오계 5 giới răn.
오고가다 đi qua đi lại.
오고(부료의) ngũ khổ.
오곡(양곡) ngũ cốc.
오관 ngũ quan.
오그라들다 co lại, teo. sun lại, thót, 추워서 ~ co lại vì lạnh. 배가 ~ thót bụng. (타이어가) xìu.
오그라드는 thui, thui chột, 꽃이 다 오그라들다 hoa bị ~ hết.
오그라지다 bị đè nát.
오그리다 cuộn lại, co lại. 오그리고 자다 ngủ co lại.
오글쪼글하다 quăn queo.
오금(무릎 구부러지는 안쪽) nhượng

gối. khớp gối.
(속) 오금아 날 살려라(위급하여 달려감)Nhượng gối ơi, cứu tao với(việc nguy, lo chạy).
오기 cứng cỏi. 오기부리다 làm ~.
오기 (잘못 기입하다) ghi sai.
오나가나 (항상) luôn luôn, bao giờ cũng.
오냐! vâng, phải, dạ, ừ. 오냐 오냐 울지마라 nào nào, đừng khóc nữa.
오년 ngũ niên. ~계획 kế hoạch ~.
오뇌하다 bị đau khổ, phiền não.
오누이 hai chị em gái.
오뉴월 tháng 5 và tháng 6.
(속) 오뉴월 감기는 개도 안 앓는다, (여름에 감기든 사람에 대한 농담) Tháng 5 tháng 6, chó cũng không cảm cúm,(đùa người bị cúm vào mùa hè).
(속) 오뉴월 볕이 무섭다(오뉴월만 햇빛이 쨍쨍하다) Tháng 5 tháng 6, sao cũng sợ(chỉ tháng 5 tháng 6 trời nắng chang chang).
오는 tới. 오는 일요일 vào chủ nhật tới.
(명)오는 말이 고와야 가는 말이 곱다 Lời nói đến có ngọt ngào thì lời nói đi mới ngọt lại.
(명) 오는 정이 있어야 가는 정이 있다 Phải có tình đến thì mới có tình đi.
오늘 hôm(bữa) nay. ~부터 từ ngày hôm nay. ~안에 trong ngày hôm nay. 오늘오후 chiều hôm nay. 작년오늘 ngày này năm ngoái. 오늘밤 đêm nay. 오늘은 며칠입니까? Hôm nay là ngày mấy? 오늘 중으로 nội nhật hôm nay. 오늘은 선선하다 hôm nay se lạnh. ~날까지 cho đến ngày nay. ~ 아침 sáng

nay.
(명) 오늘 하루가 내일 이틀보다 낫다 một ngày hôm nay có ý nghĩa hơn hai ngày mai.
오늘날 ngày(lúc) nay. rày, 오늘날의 한국 Hàn Quốc ngày nay.
오다 lại, đến, tới. 이리 오세요 lại đây! 놀러 오세요 hãy đến chơi. 무슨 일로 오셨어요? Anh tới đây có việc gì? 비가 오다 mưa đến, trời mưa. 겨울이 오다 mùa đông đến.
(속) 오라는 데는 없어도 갈 데는 많다 (보기에는 일이 없는 것 같으나 실은 매우 바쁘다) Không có nơi đến, nhưng có nhiều nơi đi(nhìn qua tưởng chừng không có nhiều việc nhưng thật ra rất bận rộn).
(속) 오라는 딸은 안 오고 보기 싫은 며느리만 온다(원하는 사람은 안 오고 싫어하는 사람이 온다) Nói con gái đến thì không đến, chỉ có con dâu đến(người mong thì không đến, người căm ghét thì lại đến).
오다가다 (가끔) đôi khi, thỉnh thoảng.
오대륙 ngũ châu.
오대양 năm đại dương. 오대주 năm đại châu, ~육대주 ~ sáu lục địa,(4대양 오대주) năm châu bốn biển
오대주 ngũ đại châu.
오도독 오도독 lạo xạo. ~ 씹어먹다 ăn sậm sựt.
오도하다 dẫn dắt sai, ngộ đạo. (오도된) thất lạc.
오도(두)방정을 떨다 hành động một cách nông nổi.
오도 음정(음악) ngũ độ.
오독하다 đọc sai.

오뚜기 con lật đật (장난감)
오동통하다 lùn bè bè, phúng phính.
오두막 nhà tranh, nhà chòi, túp lều tranh. 초막 ốc, cái lán. mao điếm.
오들오들떨다 rung, run.
오디 (열매) cây dâu tằm.
오라줄 sợi dây.
오라(감탄사) phải, đúng.
오라기 (실오라기) sợi chỉ. 헝겊오라기 mảnh vải.
오라버니 anh của em gái.
오라토리오 Oratô.
오락 trò chơi, giải trí. cuộc vui, 오락실 phòng giải trí, ~공원 giải trí trường.
오락가락하다 đi đi lại lại. vẩn vơ, 비가 ~ trời mưa chốc chốc. 정신이 ~ nghĩ vẩn vơ.
오랑우탕(동물) đười ươm(ươi), vượn.
오랑캐 dã man, man rợ. ~꽃 cây hoa tím.
오래 lâu. lâu dài, ~전에 trước đây lâu. ~ 걸리다 mất nhiều thời gian. ~기다렸다 đợi lâu rồi. ~ 끌다 dằng dai. cò cưa, ~가는 dai dẳng. 오래된 나무 cổ(đại) thụ. 오래된 전설 truyền thuyết lâu dài.
오래 기다리다 ăn chực nằm chờ.
오래 근무한 고위층(성어)thâm niên cấp bậc.
오래 기억하다 nhớ lâu.
오래 살다 sống dai(lâu). thọ.
오래 앉아 있는 새가 살을 맞는다 Con chim đậu lâu thì trúng tên.
오래 지속된 우호적 관계 thế nghị.
오랜 가뭄 끝에 단비 온다 Sau hạn dài, mưa nước ngọt tới.
(속) 오랜 병에 효자 없다(부모가 오래

병석에 있으면 자식이 병수발에 소홀하게 된다) không có con hiếu tử khi cha mẹ đau ốm dài ngày(khi cha mẹ đau ốm dài ngày, con cái mệt mỏi có lúc sơ suất trong lúc phục vụ chăm non).

오랜 애정 tình yêu triền miên.

오랜 이별 cửu biệt. 오랜우정 cửu nghị.

오랜 친구 bạn lâu năm, thân cố..

오래된 lâu năm, cũ,(반)새로운 mới, ~ 교회 hội thánh lâu đời. ~음식 cơm thiu.

(명)오래된 평판은 없어지기 힘들다 Bình nguyên bằng phẳng lâu ngày thì khó mất.

오래되고 뒤떨어진 cũ kỹ

오래간만 đã lâu rồi. ~입니다 lâu rồi mới gặp.

오래다 lâu, cũ, xưa. 오랜 습관 tập quán lâu đời. 오래지 않아 không lâu trước đây.

오래도록 đã lâu, bấy nay. ~ 자네를 보지 못했다 bấy lâu nay chẳng thấy anh.

오래오래 mãi mãi, đời đời.

오래전부터 từ lâu(xưa).

오래전에(옛날에) năm xưa.

오래지 않아 chẳng bao lâu.

오랫동안 trong lâu ngày, đã lâu, từ lâu, bấy nay(lâu). lừa, lâu dài(반)순간 chốc lát, 오랜 가뭄 cơn hạn hán lâu ngày. 오랜 분쟁 tranh chấp từ lâu. 오랫동안 소식이 없다 lâu không tin tức. ~처다보는 trân trối, ~기다리다 chờ chực. 나는 ~그를 보지못했다 từ lâu tôi không gặp nó.

오랫동안 존재하다 còn lại lâu dài,

trường tồn.

오랜관습 phong hóa cũ.

오랜만에 만나 정답게 안부를 묻다 han huyên.

오랜 후에 cách lâu ngày.

오렌지 quả cam, cam. ~주스 nước cam. ~과 나무 phật thủ cam. ~ 껍질 da(vỏ) cam.

오려내다 cắt ra, cắt bớt. cạo. cắt đứt.

오로라 cực quang, ánh ban mai.

오로지 (다만) chỉ có, thiếu điều. ~ 한 가지 chỉ có một điều.

오로지 tuyền. ~ 늙은이들 뿐이다 ~ là người già.

오류 sai lầm. mậu(võng) luận, ~를 범하다 làm lỗi, phạm lỗi.

오륙일 năm bảy gày.

오륜 5 nguyên tắc xử thế. ngũ luân.

오륜 대회 (올림픽대회) đại hội thể thao quốc tế. thế vận hội

오르가슴 cực khoái (클라이맥스).

오르간 đàn ống. quản cầm.

오르내리다 leo lên leo xuống , lên xuống . (열이) lúc có lúc không. (입에) bị nói về.

오르다 đi lên, leo lên.(반)내려가다 đi xuống, 나무에 ~ leo lên cây. 산에 ~ lên núi. 비행기에 ~ lên máy bay. 열차에 ~ lên tàu. 왕위에 ~ lên ngôi vua. 약이 ~ tức giận. 확 오르다 vút lên.

오르지 못 할 나무(굽은 나무) cây mọc cong.

(속) 오르지 못 할 나무는 쳐다보지도 말아라(해 낼수 없는 일은 처음부터 하려고 하지 말아라) Chớ có nhìn cây mọc cong,(ngay từ đầu, đừng có ý định làm việc không

ngay thẳng).
오르락내리락하다 thăng trầm. lên voi xuống chó.
오르막 경사 dốc lên.
오르막길 đường dốc.
오른손 tay phải(hữu). ~잡이 thuận tay mặt,(반)왼손잡이 thuận tay trái.
오른쪽 bên(mặt) phải.(반)왼쪽 bên trái, ~밑바닥 dưới bên mặt. ~공격선수 hữu biên. ~에 về phía bên mặt. ~으로 돌다 xoay bên mặt.
오른쪽으로 가라는 신호(소몰이에서) thá ví.
오른편 bên phải(hữu)(반) 왼편 bên trái.
오름세 xu thế tăng lên.
오리 con vịt (남), con ngan (북). ~발 chân vịt. ~사육자 người nuôi vịt, 오리찜 vịt om. 오리죽 cháo vịt. ~가 꽥꽥 울다 ~ kêu cạp cạp.
오리발 내밀다(모른다고 발뺌하다 không biết gì cả.
오리무중 (행방불명) mất tích.
오리엔테이션 sự định hướng.
오리온 chòm sao O-ri-on.
오리지날 nguyên bản.
오막살이 cuộc sống lều tranh.
오만 (나라) Oman.
오만상을 찌푸리다 ngắm ngoảy.
오만한 kiêu ngạo(căng). ngạo mạn, hợm hĩnh, tự cao, tự đại, trịch thượng, thánh tướng. 오만하게 một cách ~. 오만을 부리다 ra vẻ ta đây. 오만하고 자만심이 강한 kiêu căng tự phụ. 오만하게 말하다 nói thánh tướng.
오명 ô danh. 오명을 씻다 xóa sạch ~. ~을 남기다 di xú.

오명을 지니고 살다 sống đục.
오메가 mẫu tự chót Hy-Lạp.
오목렌즈 thấu kính lõm. 눈이 오목하다 có mắt sâu.
오목한 trũng, lõm.(반)튀어나온 lồi. ~ 곳 chỗ ~.
오목해진 xẹp.
오묘한 kỳ diệu.
오물 (쓰레기) rác, rác bẩn, cáu ghét, chất thải. ~ 수거인 người đổ rác. ~차 xe rác. ~을 제거하다 phóng uế.
오물거리다 nhai.
오므라들다 co lại. 입을 오므리다 giúm môi, ngậm miệng lại. (꽃)오므리다 cụp.
오믈렛 ôplet. ~을 만들다 tráng trứng.
오미 ngũ vị.
오밀조밀하다 tỉ mỉ, quá kỹ càng.
오바댜 (성경) Áp-đia.
오발하다 bắn trật, bắn nhầm.
오방(동,서,남,북,중앙)ngũ phương.
오버벨트 dây curoa máy vắt sổ.
오버타임 ngoài giờ, thêm giờ, tăng ca.
오빠 anh trai (em gái gọi). hình anh (em trai gọi).
오벨리스크(거대한 돌기둥) thạch bi.
오병이어 năm bánh hai cá.
오보하다 báo cáo sai.
오보에 (악기) kèn ô-boa.
오복(5 가지복) ngũ phúc.
오붓하다 đủ, phong phú. 오붓하게 sống sung túc.
오싹하다 ớn lạnh, run rẩy. nổi ốc, đổ xương sống. 오싹하게 hạ làm nổi da gà. 오싹하게 느끼다 rởn tóc gáy.
오산하다 tính sai(lộn), tính lầm. thất

오 kế. vụng tính.
오살 (실수로 죽이다) ngộ sát.
오색 năm màu cơ bản. ngũ sắc, ~이 영롱하다 các màu rực rỡ. ~ 구름(좋은 징조)ngũ vân.
오선지 giấy chép nhạc.
오성(별의) ngũ tinh.
오소리 (동물) con lửng.
오솔길 đường nhỏ, đường mòn. 숲속의 ~ đường nhỏ khu rừng.
오수 nước cống, nước dơ.
오수 정화조 hô xí tự hoại.
오순절(기독교) lễ Ngũ-tuần.
오순도순 hòa thuận, thân thiện. ~ 잘 놀다 chơi ăn ý nhau.
오스트리아(국명) Áo.
오! 슬프도다 ô hô!. (애통하다) thương ôi!.
오시 giờ ngọ, (정오) 12 giờ trưa.
오스트렐리아 (국명) nước Úc, Ôxtrâylia. ~주 Úc châu.
오신하다 tin nhầm.
오실때까지 ngự đến.
오심하다 đánh giá sai.
오십 năm mươi. ngũ thập, ~주년 ngũ thập chu niên. ~대에 trong độ tuổi 50.
오십만 nửa triệu.
오아시스 ốc đảo. thanh thủy đảo.
오얏(자두) quả mận. ~나무 cây mận.
오언절구 ngũ ngôn.
오역하다 dịch sai.
오열하다 thổn thức, khóc sụt sùi,
오열 (간첩) bọn gián điệp.
오염 ô nhiễm. 오염되다 bị ~. 대기오염 ô nhiễm không khí. 수질 ~ ô nhiễm nguồn nước. 환경 ~ ô nhiễm môi trường.

오욕 ngũ dục. ~의 ô nhục.
오용하다 võng(vọng) dụng. dùng sai
오월 ngọ nguyệt. tháng 5.
오입하다 ngoại tình , chơi gái (오입질). 오입장이 kẻ chơi gái.
오입장이 남편(비 유) mọc sừng.
오작 ngũ tước.
오장 ngũ tạng, ~육부 ngũ tạng lục phủ. ~가 찢어지 는 đứt ruột đứt gan.
(속) 오장이 뒤집힌다(화가 나서 견딜 수 없음을 암시) Ngũ tạng lộn ngược ra(ám chỉ lúc tức giận kìm không nổi).
오죽 thế nào, đúng vậy.
오죽하면(정도가 매우 심하면) quá lắm, ~ 그렇게 때렸을까 quá lắm mà đánh mhư thế).
오줌 nước tiểu(đái), ~을 참다 nín đái.
오줌소태 đái dắt.
오케스트다 dàn nhạc. ~를 지휘하다 chỉ huy ~.
오토매틱 (자동) tự động.
올드미스 gái già, bà cô.
오음계 ngũ âm(thanh).
오이 dưa leo (남), dưa chuột (북). ~ 덩굴 dây dưa.
오인하다 nhận thức sai, hiểu nhầm (lầm), ngộ(mạo) nhận. (속어) trông gà hóa cuốc.
오일 (기름) dầu.
오일 năm ngày. 다섯째 thứ năm.
오자 từ sai.

오전 buổi sáng. ngọ tiền,(반)오후 buổi chiều, ~7 시 bảy giờ sáng. 일요일 ~ sáng chủ nhật. ~중에 trong buổi sáng. ban sáng.

오전오후 가림없이 thông tầm, ~ 계 속 일하다 làm ~.
오점 tì vết(ố), vết nhơ, vết đốm. ~을 지닌 이력 lý lịch có ~.
오존 khí ozon.
오종경기 5 môn thể thao.
오줌 tiểu tiện, nước tiểu. ~을 참다 nín đái, nhịn tiểu. ~이 잦다 tiểu thường xuyên. ~통 bọng đái. ~을 싸다 đi tiểu. 오줌이 마려운 맥 tiểu. mót đái.
오지 nơi hẻo lánh. ~의 나라 non nước nghìn trùng.
오지 그릇 (뚝배기) tô múc canh (남), thố múc canh (북)
오직 chỉ. chỉ có, ~ 공부만 하다 chỉ học không. ~한마디 nhất ngôn.
오직 혼자 trọi, ~ 앉다 ngồi ~.
오진 chẩn đoán sai. chẩn đoán nhầm.
오징어 mực, cá mực. ô tặc, ~ 볶음 mực xào. (말린) khô mực.
오차 sai số. 절대 오차 sai số tuyệt đối. 허용 ~ sai số cho phép. 근사오차 sai số xấp xỉ.
오찬 cơm trưa. ~에 초대하다 mời cơm trưa
오케스트라 dàn nhạc, dàn nhạc giao hưởng. ~의 지휘자 nhạc trưởng.
오케이 đồng ý, tán thành
오토마틱 레버(건축)máy kinh vĩ.
오토바이 xe gắn máy, xe máy (북), xe mô tô, Honda (남) 오토바이 앞 가리개 yếm xe
오토마틱 레버(건축)máy kinh vĩ.
오판하다 xét xử sai, đánh giá sai.
오퍼레이션 리서치(경영방법 연구) vận trù học.
오페라 nhạc kịch opera, ca kịch. ~ 명 가수 danh ca opera. 여성 오페라 가수 ca kĩ.
오페레타 ôpêret. 오페라가수 ca sĩ opera.
오픈카 xe mui trần, xe không mui. 사이드 (옆사이드) việt vị.
오펙 (OPEC) tổ chức các nước xuất khẩu dầu.
오피스 (사무실) văn phòng.
오한 lạnh lẽo, rét run. ~이 나다 cảm hàn. ~을 느끼다 ngấy sốt.
오합지졸 đám đông ô hợp. (비유) quân hồi vô lệnh.
오해 hiểu lầm. ngộ giải,(반)이해 thông hiểu, ~하기 쉬운 dễ hiểu lầm. ~를 사다 gây hiểu lầm. ~를 받다 bị ~. (반) 오해를 풀다 giải ngộ, xóa bỏ hiểu lầm. 오해마라 đừng hiểu lầm.
오행 ngũ hành sơn
오형 ngũ hình.
오호 trời ơi!
5 호실 phòng số 5.
오후 buổi chiều. ngọ hậu, ~에 vào ~. 오늘 ~ chiều nay. 그날 ~ chiều hôm đó. 상쾌한 ~ buổi chiều lâng lâng (sảng khoái)
오히려 trái lại, ngược lại. (차라리) thà 오히려 집에 있는 것이 낫다 thà ở nhà còn tốt hơn. 오히려 해가 되 다 ngược lại có hại.
옥 ngọc. hạt ngọc. ngọc bích. 옥가락 지 chiếc nhẫn ngọc bích, đá quý, 옥으 로 만든 잔 quỳnh bôi. 옥같 이 깨끗한 trong ngọc.
옥구슬 hạt ngọc.
(속) 옥도 닦아야 제 빛을 낸다(사람도 배우고 가르쳐야 한다) Ngọc cũng phải lau mới sáng(người có

học có giáo dục mới nên)
옥의 티 điểm.
옥 (감옥) nhà tù. ~에 갇히다 bị giam.
옥에 가두다 bỏ tù.
옥고 giam khổ trong tù. ~를 치르다 bị giam.
옥내 trong nhà. ~경기장 phòng tập thể dục.
옥녀(아름다운 여자) ngọc nữ.
옥답 ruộng lúa phì nhiêu.
옥도정기 cồn iốt(iod).
옥돌 đá quý, đá minh ngọc, đá chạm ngọc.
옥동자 con trai yêu quý.
옥문 cổng nhà tù.
옥리(교도관) ngục lại.
옥바라지하다 gửi áo quần và đồ ăn vào tù.
옥사 sự chết trong tù. ~하다 chết trong tù. lao tử. ~쟁이(옥졸) ngục tốt.
옥상 sân thượng, mái nhà, nóc nhà.
옥새 quốc ấn, ấn của vua. ngọc tỷ.
옥석 (옥과돌) ngọc và đá. ngọc thạch, (좋은 것과 나쁜 것) cây lúa mì và cỏ dại.
옥설 같은 ngọc tuyết.
옥쇄하다 chết vinh dự.
옥수수 bắp(lúa) ngô, bắp (남), ngô (북), ~ 밭 nương ngô. ~를 볶다 rang bắp, ~가루 bột ngô. ~껍질을 벗기다 vẽ bắp ngô.
옥수수 속대 lõi bắp ngô.
옥신각신하다 cãi nhau, cãi lộn.
옥안 (여자의 아름다운 눈) con mắt đẹp, ngọc nhãn.
옥양목 vải in hoa. diềm(dường) bâu.
옥외 bên ngoài, ngoài trời. ~ 연설 diễn văn ~. ~변소 chuồng tiêu(xí).

옥음(임금의 말) ngọc âm.
옥쟁반 khay ngọc.
(속) 옥쟁반에 진주 구르듯(목소리가 맑고 달콤해야 사람의 마음을 움직인다) Giống như trân châu lăn trong khay ngọc, (giọng nói trong sáng, ngọt ngào dễ đi vào lòng người).
옥졸(간수)kẻ giữ ngục.
옥좌 ngai vàng. ngôi, hoàng cực.
옥중 trong nhà giam. 옥중일기 nhật ký trong tù.
옥체 (임금의) thân nhà vua, long thể, ngọc thể.
옥토 đất màu mỡ. phi địa.
옥토끼 ngọc thỏ, (흰 토끼) thỏ trắng.
옥패 ngọc bội.
옥편 (사전) từ điển.
옥합 cái chai ngọc trắng.
옥황상제 ngọc hoàng(đế).
온백성 toàn dân.
온갖 mọi loại, mọi thứ. ~시련을 극복하다 vượt suối băng ngàn. ~고난을 겪다 lên thác xuống ghềnh.
온갖 방법을 모색하다 xoay trở.
온갖시련 chông gai. ~고통을 이겨내다(속에)trèo đèo lội suối. ~을 다 극복하다 vượt suối băng ngàn.
온갖 하소연을 하다(속에) nói khan nói vã.
온건파 정당 đảng ôn hòa.
온건한 ôn hòa. 온건주의 chủ nghĩa ~.
온고지신(옛것을 미루어 새것을 앎) ôn cố tri tân.
온기 hơi ấm.
온누리 toàn thế giới.
온 땅에 khắp cả xứ.
온땅이 깃발로 뒤덮힌 tinh kỳ rợp đất.

온당하다 chính(đốn) đáng, thích đáng. 온당한 요구 yêu cầu chính đáng.
온대 ôn đới. ~ 지방 khu vực ~. 열대 nhiệt đới.
온도 nhiệt độ. ôn độ, ~가 높다 nhiệt độ cao. (반) ~가 낮다 nhiệt độ thấp. 실내 ~ nhiệt độ trong nhà. 평균~ nhiệt độ bình quân. ôn độ trung bình, 최저 ~ nhiệt độ cao nhất. ~조절기 điều nhiệt. ~계 ôn độ biểu. ~가 떨어지다(내려가 다) ~ sụt(tụt) xuống.
온도의 차이가 없는 đều hòa. ~기후 khí hậu ~.
온도기압계 nhiệt áp kế.
온도측정 đo nhiệt độ.
온도계 nhiệt độ kế, nhiệt kế.
온돌 sưởi ấm sàn nhà.
온라인 trực tuyến. ~방식 hệ thống ~.
온몸 cả người, toàn thân. ~이 녹초가 되다 rũn ~, ~이 다 아프다 đau khắp mình.
(속) 온 몸이 입이라도 말 못한다 (과실이 이미 명확히 드러났으니 변호할 길이 없다) Toàn thân là miệng cũng không thể nói được(sai phạm đã rõ ràng, không thể bào chữa được).
(속) 온 바닷물을 다 켜야 맛이냐? (사람의 욕심은 끝이 없다) Thèm khát cả nước biển mới ngon hay sao? (chỉ người có lòng tham không đáy).
온상 ổ, lò. 악의 온상 ổ của ác.
온세계 toàn(cả) thế giới, toàn cầu, bốn phương.
온 세상에 khắp đất.
온수 nước ấm, nước nóng.

온순한 hiền lành, thuần, ngoan ngoãn.(반)난폭한 bạo lực, 온순하고 정직하여 ăn hiền ở lành. 온순하고 겸허한 태도 thái độ từ tốn.
온순성실한 hiền hậu.
온스 on xơ.
온실 nhà kính, phòng có hơi nóng. ôn thất, ~식물 thực vật trồng trong nhà kính.
온아하다 dịu dàng, dễ thương, duyên dáng.
온유하다 nhu mì, hiền lành. ôn nhu.
온음계의(음악)toàn âm.
온전한 nguyên vẹn, hoàn toàn. cho trọn, 온전하지 못하다 không hoàn chỉnh. (손대지않은) nguyên xi.
온전하게 되다 được khôi(trọn vẹn).
온정 tình cảm ôn hòa.
온종일 cả ngày, suốt(trọn) ngày.
온 지역 cả miền.
온집안 cả nhà.
온천 suối nước nóng. ôn tuyền, ~수 nước suối nóng.
온탕 phòng nước nóng.
온통 cả, toàn bộ, suốt. ~뒤덮다 bủa. ~뒤덮힌 안개 sương bủa.
온화하다 ôn hòa. dịu. 온화한 기후 khí hậu ôn hòa.
온화한 nhu mì, dễ tính, hòa hoãn, đầm ấm. dịu dàng,(반) 야수 같은 thô lỗ, 온화하고 정숙한 dịu hiền thùy mị
온화하고 덕있는 thuần hậu.
온화하고 상냥한 hòa nhã.
온후하다 hòa nhã, nhã nhặn. khoan hòa. hồn(ôn) hậu.
온힘 gân sức. ~을 다하는 chí tình.

온힘을 다해 뛰다(속어)vắt chân lên cổ mà chạy.
올 (올해) năm nay.
올가미 (덫) cạm bẫy, bẫy rập, tròng, bẫy. thòng lọng, ~를 씌우다 buộc dây vào. ~를 놓다 đặt bẫy. 펼쳐놓은 ~ bẫy rập đang giăng sẵn. 개를 잡으려 고 ~를 던지다 ném ~ để bắt chó. ~에 걸리다 vương bẫy.
올라가다 trèo lên, leo lên. bước lên. 계단을 ~ trèo bậc thang. 산에 ~ trèo lên núi. 지붕에 ~ trèo lên nóc nhà. 성적이 ~ thành tích đi lên. 물가가 ~ vật giá tăng lên. 기온이 ~ nhiệt độ tăng lên. 월급이 ~ lương tăng lên.
올라넘어가다 leo qua. 벽을 넘어가다 ~ tường.
올라오다 lên tới.
올려놓다 gác, bỏ lên. 발을 책상에~ gác chân lên bàn.
올려보내다(바치다) dưng.
올리다 nâng lên, đưa lên. cất lên, 손을 ~ giơ tay lên. 짐을 기차에 ~ đưa hành lý lên tàu. 월급을 ~ nâng lương lên. 값을 ~lên giá, nâng giá. 올리고 내리다 tăng giảm.
올리브 olive. cảm lãm. ~ 기름 dầu olive. ~나무 cây ~.
올림 (증정) biếu, tặng.
올림픽 ô-lim-pích, thế vận hội. ~ 경기 trận đấu ô-lim-pích. 올림픽 대회 đại hội Olympic. ~ 조직위원회 ủy ban tổ chức Olympic (OOC). ~ 헌장 hiến chương ~. 동계~ đại hội ~ mùa đông. 베트남 ~ 위원회 ủy ban ~ quốc gia Việt Nam. 올림픽 성화 ngọn lửa Ô-lim-pích.

올림픽이 TV 로 중계되었다 thế vận hội được vô tuyến truyền hình.
올무 (덫) cái bẫy, cái lưới.
올바르다 thẳng, đích đáng, đúng đắn, thẳng thắn. 올바른 사람 người thẳng thắn. 올바르게 ngay ngắn, ~ 살다 sống ngay thẳng.
올바른 đúng. thật.(반)틀린 sai.
올바른 길 vương đạo.
올바른 방법으로 약을 제조하다 làm thuốc theo vương đạo.
올빼미 cú mèo, chim cú. vọ.
올벼 lúa chín sớm. ré.
올챙이 con nòng nọc.
올케 em dâu, chị.
올해 năm nay. ~는 비가 많이 왔다 năm nay mưa nhiều.
옭매다 buộc chặt, trói chặt.
옮기다 chuyển, dời, di chuyển. sang qua, 가구를 ~ di chuyển đồ dùng trong nhà. 집을 시골로 ~ chuyển chủ quyền nhà về quê. 새집으로 ~ dời về nhà mới. 학교를 ~ chuyển trường. 집을 아들의 명의로 ~ chuyển chủ quyền nhà sang tên con trai. 산을 옮기고 바다를 메우다 dời núi lấp biển. 옮겨심다 di thực. ra ngôi. 옮겨따르다 rót sang. (사무실 을)thuyên chuyển. (다른 잔으로) chuyên. 차를 다른 잔으로 옮겨 붓다 chuyên nước trà. 옮겨 따르다 rót sang.
옮아가다 chuyển đi.
옮아오다 chuyển tới. 부산에서 서울로 ~ chuyển từ Busan tới Seoul.
옳다 đúng, chính xác. 옳지 않는 không đúng. 옳은 일을 하다 làm việc đúng. 네 말이 ~ anh nói đúng

rồi. 둘중 한사람만 ~ trong hai thì chỉ một người đúng. 옳은 길 con đường đúng. 옳은 말 lời nói đúng.
옳고 그름 chính tà. ~을 가리다 thị phi.
옳고 그릇됨을 알다 biết phân biệt phải trái.
옳게 고치다 tu chính.
옳은 phải(반) 틀린 sai, trái.
옳지! tốt! đúng rồi! 옳지! 그만하면 됐어 tốt! điều đó được đấy.
옴(두드러기) ghẻ lở, bệnh giun đũa.
옴짝못하게 걸려들다 vương.
옴쭉 달싹 못하다 không nhúc nhích chút nào cả.
옴 (움)트리다 co rút lại, chụm lại.
옴팍눈 (오목눈) mắt trũng sâu.
옴폭한 hõm vào, trũng sâu.
옵(옾)사이드 việt vị.
옵져버 quan sát viên.
옷집게 (올말리는 집게) kẹp phơi đồ.
옷 áo, áo quần. 겉옷 áo ngoài. 비옷 áo mưa. 속옷 áo lót. 잠옷 áo ngủ. 옷을 입다 mặc áo . (반) 옷을 벗다 cởi áo. thoát y, (화려하게)차려입다 lên khuôn, 옷을 갈아입다 thay áo, thay bộ áo. 낡은~ áo tàng tàng, 옷을 뒤집어 잘못 입다 mặc áo trái, ~에 풀을 먹이다 hồ quần áo, 옷과 용품 phục vật, ~을 헹구다 xả quần áo, ~이 땅에 끌리다 áo dài kéo hết dưới đất. 몸에 꽉맞는 얇은옷 áo mỏng bó sát mình. 옷을 더럽히다 trây, 팔이 길고 몸통 길이가 짧은 옷 áo bà ba. 옷에 난 구멍 chỗ rách của quần áo. 옷을 꿰맬수 없다 quần áo không thể tuột chỉ được. 옷이 꼭 맞는 vừa sát người. 옷을 벗기다 cởi áo.

옷을 개다 xếp áo.
옷을 입어보다 ướm áo.
옷의 솔기를 따다 tháo chỉ.
옷이 흠뻑젖다 quần áo ướt đầm.
(속) 옷이 날개다 áo là cánh (người đẹp nhờ lụa).
옷가게 tiệm bán quần áo, shop quần áo. 옷맞춤집 tiệm may.
옷감(천) chất vải. 얇은 ~ vải mỏng. 검고 두꺼운 천 vải ú.
옷감의 폭 khổ vải.
옷걸이 móc(máng) áo. mắc áo, giá áo, ~ 대 sào phơi, 옷을 ~에 걸다 móc áo vào móc.
옷고름 sợi dây áo khoác. ~을 매다 buộc dây áo khoác.
옷깃 cổ áo, ve(vạt) áo. ~언저리 tà áo.
옷단 đường viền.
옷맞춤집 tiệm may đo
옷소매 cổ áo. ~를 잡다 níu tay áo.
옷자락 gấu áo, vạt áo. manh(đuôi) áo, ~을 끌다 kéo lê quần áo.
옷장 tủ quần áo, tủ áo.
옷차림 cách ăn mặc. ~이 얌전하다 ~ gọn gàng. ~이 깔끔한 tề chỉnh, 그는 ~이 매우 까다롭다 anh ta khó tính về ăn mặc.
옷차림이 좋은 tươm, ~ 복장을 하다 ăn mặc ~.
옷치수 kích áo. 옷치장 lệ bộ.
옷핀(빨래말리는)kẹp phơi.
옹 người già, người lớn tuổi, ông.
옹고집 người ngoan cố (cố chấp).
옹골지다 nhồi đầy.
옹골차다 rắn chắc.
옹기장수 người buôn bán gốm.
옹기장이 thợ gốm.
옹기전 cửa hàng đồ gốm.

옹기종기 앉아 있다 ngồi thành đám.
옹달샘 suối nhỏ.
옹색하다 (궁핍하다) bị cạn túi, bị cháy túi. 옹색하게 살다 sống cảnh nghèo khó.
옹알거리다 bập bẹ.
옹위하다 bảo vệ.
옹잘거리다 (투덜거리다) cằn nhằn.
옹졸하다 hẹp hòi, không khoan dung.
옹주 nàng công chúa.
옹호 ủng hộ. 옹호자 người ~. ô dù.
옻 sơn mài. 옻칠한 제품 hàng sơn mài. 옻오르다 bị sơn mài. 옻독 에 오른 lở sơn.
옻나무 sắn.
와(과) và. 너와 나 anh và tôi. 그는 부모와 함께 산다 nó ở với cha mẹ, cùng…với. 친구와 cùng với bạn. 베트남과 교역하다 buôn bán với nước V.N.
와! oa!, ủa, ha!, ồ lên, đồng loạt. chà, 와! 정말 예쁘다 chà đẹp thật !. 와 달아나다 chạy cả loạt. 와! 웃다 cười ồ lên. 와! 울다 đều khóc ồ lên.
와글거리다 đám đông ồn ào.
와글와글 giau giàu.
와들와들떨다 run rẩy. lẩy bẩy, 추워서 ~떨다 run vì lạnh. 무서워서 ~ 떨다 sợ run. 손 발이 ~ 떨리다 ~ chân tay.
와락 thình lình. 문을 ~ 열다 ~ mở cửa.
와락 울음을 터뜨리다 khóc òa
와르르 vội vã. 그들은 ~ 극장으로 몰려갔다 họ vội vã đến rạp hát. ~ 웃다 cười ngất(vỡ bụng).
와병이다 bệnh liệt giường. ngọa bịnh.
와삭거리다 xào xạc. 가랑잎이 바람에 ~ những lá vàng xào xạc trong gió.
와세린(화학) thạch du chi.
와신상담 chịu đựng gian khổ. nằm gai nếm mật.
와이드스크린 màn ảnh rộng.
와이샤스 áo sơ mi.
와이프 người vợ.
와인 (술) rượu nho. ~잔 ly rượu.
와전하다 ngoa truyền, miêu tả sai, trình bày sai.
와중에 xoáy nước. 싸움의 와중에 힙쓸려 들다 bị rút vào xoáy nước, cãi nhau.
와트 oát, vát, watt. 60 와트전구 bóng điện 60 oát.
와해하다 đập tan, đập nát.
왁스 xi, sáp ong. 구두약 xi đánh giày.
왁자지껄하다 ồn ào, ầm ĩ. bô bô. nhộn nhịp. rộn rịp. 왁자지껄 웃다 cười toe toét.
완강하다 kiên cường. ngoan cường, (반)나약하다 yếu đuối, 완강하게 một cách ngoan cường. 완강한 저항 chống trả ngoan cường. 완강한 방어 phòng ngự ngoan cường
완강히 거절하다 chối đay đẩy.
완결하다 kết thúc hoàn toàn.
완고한 ngoan cố, cứng cỏi, cứng đầu, khăng khăng lắm, bướng bỉnh. 완고한 노인 ông già ~. ~답변 câu trả lời quanh quẩn. 완고한 사람 người ~. 완고하게 một cách ~. một mực. 완고하고 포악한 ngoan hãn. ~여성 ngoan phụ.
완곡한 uyển chuyển. khuất khúc. ~ 말 uyển ngữ, 완곡하게 가다 đi ~. ~ 답변 câu trả lời quanh quẩn.
완곡히 말하다 nói trại, nói bóng gió.

완공하다 hoàn công.
완구 (장난감) đồ chơi. ngoạn cụ.
완급 nhanh và chậm, tốc độ cao thấp.
완납하다 trả tiền hết, trả toàn bộ.
완두콩 đậu hòa lan, đậu cô ve.
완력 (힘) sức mạnh, sức lực. hùng khí.
완료하다 hoàn tất, hoàn thành, kết thúc
완만하다 thoai thoải. 완만한 경사 dốc thoai thoải.
완만히 (천천히) rì rì. ~ 흐르다 chảy ~.
완벽한 hoàn(toàn) hảo. toàn bích, hoàn thiện, vẹn vẽ, ~하게 một cách ~. chu toàn, trọn, ~문장 văn chương ~, 일을 ~ 하게 끝내다 kết thúc công việc một cách ~. ~ 성과 hoàn kết. ~ 행복 hoàn phúc. ~미 toàn mỹ, ~ 대외 명분 danh phận vẹn vẽ.
완벽한 재능을 가지다 toàn tài.
완벽하게 놀다 chơi thập thành.
완벽하게 아름다운 hoàn mỹ.
완벽체(통일체) chỉnh thể.
완비 hoàn bị, trang bị xong, hoàn tất, hoàn thành. 완비되어 있다 trang bị đầy đủ.
완비한 toàn bị, đầy đủ.
완상하다 thưởng thức.
완성하다 hoàn tất, hoàn thành, kết thúc. (반) 착수하다 bắt đầu, 일을 ~ hoàn thành công việc. 완성반 bộ phận hoàn tất.
완성된 hoàn thiện, xong, ~일 công thành.
완수하다 thành đạt, thành tích, thành quả.
완숙 달걀 trứng luộc chín.

완승하다 thắng lợi hoàn toàn.
완악하다 cứng đầu(lòng), cứng cỏi.
완연하다 sáng sủa. 완연하게 một cách ~.
완장 cái băng tay. băng tang.
완전한 hoàn toàn(hảo), toàn bộ. vẹn, hoàn chỉnh, thập toàn, (손대지 않은)nguyên vẹn, trọn vẹn, 완전한 행복 hạnh phúc trọn vẹn, toàn phúc. hạnh phúc mỹ mãn, 인간은 그 누구도 완전하지 않다 con người ta không ai được thập toàn cả, ~상태 trạng thái ~, ~ 재주 toàn tài. ~히 một cách ~. ~성공 thành công ~. (반) ~ 실패 thất bại ~. ~계획 hoàn kế, ~히 잊다 quên ~. quên mất đi. ~ 조화 hài hòa toàn mãn. ~히 갖추다 hoàn bị. 완전히 섬멸하다 đánh bại.
완전무결한 vẹn vẽ.
완전히 가다 hẳn đi.
완전히 알다 rành mạch.
완전히 젖은 ướt ráo.
완제품 hàng thành phẩm. ~의 질을 높이다 nâng cao chất lượng ~.
완전무결한 hoàn hảo. ~ 사람은 없다 không ai hoàn hảo. 완전히 멈추다 ngừng hẳn. tắt ngấm,
완전무장 võ trang đầy đủ.
완전하게 một cách trọn vẹn, thập phần. hoàn toàn mỹ mãn. dứt khoát, ~이해하다 hiểu thấu.
완전히 thấu đáo, trơn, ~알다 thấu triệt, ~ 가다 đi hẳn. ~ 잃어버 리다 mất trơn.
완전히 가라앉다 chìm nghỉm.
완전히 갚아버리다 trả róc.
완전히 끝내다 xong hẳn.

완전히 끝나지않은(속어)nửa đời nửa đoạn.
완전히 기울다 xiêu xọ.
완전히 나았다 (병) khỏi hẳn rồi.
완전히 나태해지다 lười xỏng lưng.
완전히 담당하다 quán xuyến.
완전히 둥근 vành vạnh, ~보름달 trăng tròn ~.
완전히 말살하다 tận diệt.
완전히 망치다 hỏng bét.
완전히 멈추다 ngừng hẳn. tắt ngấm.
완전히 바꾸다 giở mặt.
완전히 바뀜 trăm sự.
완전히 바닥나다 xoắn, 돈이 ~ ~ cả tiền.
완전히 빼앗다 nuốt trửng.
완전히 변하다 thiên biến vạn hóa.
완전히 불구가 된 xụi lơ.
완전히 불타버리다 cháy rụi.
완전히 불태우다 đốt phá.
완전히 비워 아무것도 없는 trống huếch trống hoác.
완전히 빈 rỗng không(lắm).
완전히 빗나간 sai hết.
완전히 알다 thấu triệt.
완전히 약탈하다 vơ vét.
완전히 없애버리다 tiệt(tuyệt) nọc.
완전히 없어지다 sạch trụi. hết trọi.
완전히 으스러진 nát bấy(bét).
완전히 이해하다 hiểu thấu(đáo).
완전히 잃다 mất trắng.
(속)완전히 잃은 것은 원상회복이 어렵다 của thiên trả địa.
완전히 잊다 quên lửng(hẳn).
완전히 자유로운 hoàn toàn tự do, đội trời đạp đất. hoàn toàn nhàn rỗi.
완전히 재산을 날리다 đi đời.
완전히 정반대로 trái hẳn.

완전히 죽다 chết nghim.
완전히 준비하고 기다린 연후에 일을 시작하다 tu hú sẵn tổ mà đẻ.
완전히 지다 thua trất.
완전히 착취하다 bóc lột đến xương tủy.
완전히 취하다 say vùi.
완전히 틀린 sai đứt đuôi. trật lất.
완전히 파괴하다 phá nát. tan hoang. triệt phá.
완전히 패퇴시키다 đánh gục.
완전히 포기하다 bỏ xụi.
완전히 …해버리다 nốt. 다 먹어버려라 ăn ~ đi.
완전히 허비하다 mất công toi.
완전히 희망을 잃다 mù mịt.
완제품 thành phẩm. ~의 질을 높이 다 nâng cao chất lượng.
완주하다 chạy hết quãng đường.
완충기 ống nhún.
완충물 trái độn.
완충지대 vùng đệm. khu hoãn xung, 완충판 cản đệm. 완충국 nước hoãn xung.
완치되다 được điều trị hoàn toàn. (완쾌되다) chữa khỏi hoàn toàn.
완쾌되다 khỏi(dứt) bệnh, bình phục.
완패하다 thất bại một cách toàn diện. thua trớt(xính vính).
완행열차 xe địa phương, xe chạy chậm. tàu vét.
완화 giảm bớt, dịu bớt, giảm nhẹ. 긴장을 ~하다 làm giảm bớt căng thẳng. ~시키다 nói, 규율을 좀 ~시키다 nới kỷ luật.
왈가닥 (장난꾸러기) cô gái tinh nghịch, cô gái xấc xược.
왈가왈부하다 dung lý lẽ để chống lại.

왈츠 van, (춤) điệu nhảy vanxơ.
왈칵 성을 내다 lóe lửa.
왈패 (망나니) kẻ gây rối, đứa bé lắc cắc.
왔다갔다하다 đi tới đi lui, đi đi lại lại, loanh quanh, lê lết. (배회) đi lang thang. 어슬렁거리다 tha thẩn.
왕 vua, ông vua. (태상)thái thượng, (통치자) quốc chủ. 퇴위한 ~ ông vua thoái vị. 왕중왕 vua của các vua. 석유왕 vua dầu mỏ. 왕을 세우다 lập vua. (반) 왕을 폐하다 phế vua. truất ngôi, 득점왕 vua phá lưới. 왕의 첩 thiếp hầu. quý phi. 왕의 근위부대 ngự lâm quân. 왕의 작품 ngự chế. 왕의 마차 phượng giá(xa). 왕 을 부르는 호칭 vua chúa. ~의 숙부 quốc thúc. ~의 첩(귀비) quý phi. ~의 배 thuyền rồng. ~의 집무실 sân chầu. ~이 경작한 논 밭 tịch điền. ~이 쉬는 장소 tịnh đế.
왕과 장군 vương tướng.
왕의 기품있는 몸가짐 long xa.
왕의 묘호 thế hiệu.
왕의 법령 sắc chiếu.
왕이 서거하다 vua đã băng.
왕이 직접 출전하다 thân hành.
왕이 친히 전투를 지휘하다 thân chinh.
왕의 표정(안색) long diện.
왕의 후계자 tự quân.
왕에게 경의를 표하다 triều bái.
왕에게 보고드리다 trần tấu.
왕에게 충성을 다하다 cần vương.
왕가 hoàng gia.
왕개미 kiến chúa.
왕거미 nhện chúa.
왕겨 trấu, cám gạo.

왕골 cây bấc, cây cói. 왕골자리 tấm chiếu cói.
왕관 vương miện.
왕국 vương quốc.
왕궁 cung vua. vương cung.
왕권 quyền lực nhà vua. vương quyền, ~을 빼앗다 soán ngôi(vị).
왕년 những năm đã qua, năm cũ, năm trước.
왕따당하다 bị loại bỏ(lạc loài), ~한 사람 người ~.
왕대비 thái hậu.
왕도 con đường thẳng tắp, vương đạo, hoạn lộ. 학문에는 ~가 없다 không có hoạn lộ trong học vấn.
왕도 (수도) thủ đô.
왕래 đi lại, qua lại. văng lai, lui tới, 사람의 ~ người qua lại. ~를 금하다 cấm người qua lại. ~가 많다 qua lại nhiều.
왕릉 ngôi(lăng) mộ hoàng gia. ninh lăng, viên lăng, ~ 과 사 원 lăng miếu.
왕림하다 thăm viếng, có mặt.
왕명 mệnh lệnh nhà vua. vương mệnh. thánh dụ.
왕모래 cát thô.
왕밤 hạt dẻ to.
왕방울 cái chuông to.
왕벌 con ong chúa (왕봉)
왕복 đi về, văng phục, khứ hồi. 하루 두번 ~하다 một ngày đi về hai chuyến. 왕복비행 bay đi bay về.
왕복표 (권) vé khứ hồi. ~운행열차 (비유) thoi cửi. 왕복 100 킬로미터 một trăm cây số đi về.
왕복 여비를 지급하다 cấp tiền văng phản.

왕비 vương phi, hoàng(chính) hậu. tôn nữ.
왕비의 침실 tiêu phòng.
왕새우 con tôm panđan. gấc.
왕생극락 lên thiên đường, về miền cực lạc.
왕성하다 mạnh mẽ, sung sức, thịnh vượng, hưng(xương) thịnh. 정력이 ~ sức lực sung mãn. 왕성한 의지 thịnh ý, 가장 왕성한 나이 lứa tuổi sung sức nhất. 사기가 ~ có tinh thần cao.
왕세손 cháu đích tôn nhà vua.
왕세자 hoàng tử. ~비 vợ hoàng tử.
왕손 vương tôn.
왕실 dòng dõi hoàng gia. vương thất.
왕업 vương nghiệp.
왕왕 thỉnh thoảng.
왕위 ngôi vua. vương vị, chín trùng, ngai vàng.~에 오르다 lên ~. đăng vị, 왕위를 물려주다 nhường ngôi vua. ~를 잇다 nối ~. kế ngôi(vị), ~를 잃은 thất vị, ~를 찬탈하다 thoán vị, tiếm ngôi(vị), ~를 이어 받다 nối ngôi.
왕위를 놓고 다투다 vật vương.
왕위를 빼았다 tiếm vị.
왕자 hoàng tử. vương giả, con vua, thân vương, (비유) 축구의 왕자 nhà vô địch bóng đá.
왕정 chế độ quân chủ.
왕조 triều đại. vương triều, 이씨 왕조 triều đại Ly. 응우옌 ~ ~ nhà Nguyễn, 명조 치하에서 중국은 매우 번영하였다 dưới ~ nhà Minh, nước Trung Hoa rất thịnh vượng, ~를 세우다 sáng nghiệp. ~ 시대의 관아 trị sở.

왕족 hoàng tộc. hoàng gia.
왕좌 ngai vàng, ngôi báu. cửu ngũ.
왕좌를 차지하기 위해서 다투다(비어)tranh bá đồ vương.
왕좌에 오르다 thượng vị.
왕진하다 đi thăm bệnh. 야간왕진 thăm bệnh buổi tối.
왕통 hậu duệ nhà vua. hoàng thống.
왕후 hoàng hậu. vương hầu. (고어) lệnh bà.
왜 tại sao. vì sao, bởi sao, cớ sao, 왜 그런지 tại sao vậy nhỉ. 왜 늦었어요? tại sao muộn (trễ). 왜 그렇게 생각하세요? tại sao nghĩ như vậy? 왜 안 오지요? tại sao chưa đến? 왜 안되지? há chẳng, 왜 그러십니까? tại sao vậy?. 왜 말이 없느냐? không thưa lại gì sao?
왜냐하면 vì, bởi vì, tại vì. 왜냐하면 -- 때문에 vì rằng. 잠깐 기다려라 너에게 말할 것이 있다 chờ một chút ~ tôi có chuyện muốn nói với anh. 병 때문에 결석하다 vắng mặt vì đau.
왜가리 (새) con diệc.
왜곡 bóp méo, dựng ngược, sai lạc, làm sai, xuyên tạc. xéo xó, 사실을 ~하다 ~ sự thật. 보도를 ~하다 bóp méo tin tức. ~하여 말하다 nói sái, ~시키다 bôi đen, làm méo, 현실을~시키다 bôi đen hiện thực.
왜구 quân Nhật.
왜놈 người Nhật, gã Nhật.
왜색 kiểu Nhật.
왜소하다 nhỏ xíu. còi cọc. 왜소해지다 choắt cheo. 왜소한 사람 nụy nhân.
왜식집(일본식당) nhà hàng Nhật.
왜인 người Nhật.

왜정때 khi thống trị của Nhật.
왱왱 (바람) vù vù. ~ 거리다 kêu vù vù.
외 (오이) dưa leo (dưa chuột).
외 ngoài, ngoài ra. 그외에 ngoài cái đó ra. 그 외에는 아무것도 없다 ngoài cái đó ra không còn cái gì nữa. 그 사람외에 아는 사람이 없다 ngoài anh ta ra không ai biết.
-- 외에 ở ngoài.
외가 bên ngoại, nhà ngoại, quê ngoại. ~친척 ngoại tộc.
외각 góc ngoài.
외간 남자와 눈이 맞아 달아나다 theo trai(giai)
외견상 theo dáng bề ngoài.
외계 ngoài giới, thế giới bên ngaòi, thế giới khác. ~로보터 từ một thế giới khác. 외계인 người ngoài hành tinh.
외고집 cứng(rắn) đầu, ngoan cố. ngang ngược, ~의 성격 tính tình ngang ngược, ~장이 người cứng đầu.
외골수인(선생처럼) rất thẳng.
외과 ngoại khoa. (반) 내과 nội khoa. 외과 의사 bác sĩ ~. 외과수술 phẫu thuật ~. ~수술실 nhà mổ, ~의학 khoa ngoại. ~절제술 phép cắt bỏ.
외곽(바깥 테두리) đường ngoài. ~단체 bộ phận phụ.
외곽지구 ven nội, 수도 ~ vùng ~ thủ đô.
외관 (겉모양) dáng ngoài, ngoài mặt, diện mạo. gương mặt, hình dung, 외관상 vẻ bề ngoài, ở bên ngoài, theo ngoại quan. 건물의 ~ ngoại quan tòa nhà. 외관상으로 사람을 판단하다 phán đoán người từ ngoại quan.
외관상의 biểu kiến.
외교 ngoại giao. đối ngoại, ~상 về mặt ~. ~단 đoàn ~, ~적인 có tính ~. 외교에 능하다 giỏi ~. 외교로 해결하다 giải quyết bằng ~. 외교가 nhà ~. 외교교섭 đàm phán ~. 외교관계 quan hệ ~. ~관계를 맺다 thông hiếu. 외교기관 cơ quan ~. 외교단절 đoạn tuyệt ~. 외교정책 chính sách ~. ~활동 ngoại vụ, ~문서 công điệp. giác thư, ~통첩 công hàm.
외교적 문서 thông điệp.
외교관 quan chức ngoại giao. ~ 특권 đặc quyền ngoại giao.
외교관계 quan hệ ngoại giao. bang giao, 외교관계를 수립하다 thiết lập quan hệ ngoại giao. 외교관계를 단절하다 đoạn tuyệt quan hệ ngoại giao.
외교의례 nghi lễ.
외구 (외적) kẻ xâm lược.
외구 (두려워함) sợ hãi, kinh sợ.
외국 nước ngoài. ngoại bang(quốc), (반) 조국 tổ quốc, ~으로 보내다 gửi ra ~. 외국으로 가다 đi ra ~. 외국에서 돌아오다 từ ~ về. 외국시장 thị trường ~. ~의 원조 ngoại viện, ~상품 ngoại hóa, hàng ngoại, 외국자본 vốn ~. ~에 살다 ở ngoại quốc, 외국자문회사 công ty tư vấn nước ngoài.
외국어 tiếng nước ngoài. sinh ngữ, ~대학 trường đại học ngoại ngữ.
외국인 người nước ngoài. ngoại nhân, 외국인 관광객 khách du lịch

nước ngoài. ~ 노동자 người lao động nước ngoài. 외국인 학생 học sinh nước ngoài. 외국인 등록증 thẻ người nước ngoài.

외국인 단독투자 vốn nước ngoài đầu tư 100%.

외국환 ngoại hối.

외근하다 làm việc ở ngoài.

외길 đường lối riêng.

외김치 kim chi dưa leo.

외나무다리 cây cầu gỗ.

외다 (외우다) thuật lại, thuộc lòng.

외따로 cô lập, đơn độc, tách ra, trơ trọi. 벌판에 초가집이 ~서 있다 một ngôi nhà tranh trơ trọi giữa cánh đồng.

외딴 hẻo lánh. 외딴섬 hòn đảo ~. ~길 khuất nẻo.

외딴곳(성어)thâm sơn cùng cốc.

외딴 장소 nơi vắng vẻ.

외딴집 nhà hoang vắng.

외도 (오입)하다 ngoại tình, chơi bời gái. chàng màng.

외동딸 con gái một, con gái rượu.

외란 ngoại loạn.

외람되다 tự phụ, tự tin, trơ tráo.

외래 ngoại lai, từ nước ngoài vào. ~사상 tư tưởng ngoại lai. 외래어 tiếng ngoại lai, tiếng mượn của nước ngoài. 외래품 hàng nhập khẩu. ~환자 bệnh nhân ngoại trú.

외래를 배제하다 bài ngoại.

외롭다 buồn, đơn độc, cô đơn. thui thủi, 외로운 마음 tâm hồn đơn độc. 외롭게 살다 sống một cách đơn độc. 홀로 외로 운 thui thủi một mình, 외로워하다 cảm thấy đơn độc, cô đơn. 외로운 lẻ loi, vò võ, trơ trọi, chơi vơi. (쓸쓸한)bơ vơ. hiu quạnh, 외롭게 살다 sống vò võ(hiu quạnh). 외로이 cô thân. 외로운 생활환경 cơm niêu nước lọ.

외롭게 남겨진 chơ vơ.

외로운 여성 chăn đơn gối chiếc.

외로움 sự buồn, sự đơn độc, sự cô đơn. ~을 덜어주다 đỡ phần hiu quạnh.

외마디소리를 지르다 kêu thét.

외면 bề ngoài, bên ngoài. ngoại diện.

외면하다 quay(trở) mặt, ngoảnh mặt.

외면당하다 bị mọi người quay mặt. 실패한 사람을 ~ trở mặt người thất bại.

외모 ngoại hình, bề ngoài. dáng dấp, mẽ, ~를 과시하다 khoe mẽ, 장사꾼 같은 ~ ngoại hình giống như nhà buôn. 사물을 외모로 판단하지 마라 đừng phán đoán mọi vật bằng bề ngoài. 외모가 멋진 사람 người màu mè. 외모로 판단해서는 안된다 không nên xét đoán bề ngoài.

(속) 외모는 거울로 보고 마음은 술로 본다(사람은 취했을 때 본색 이 드러난다) Bề ngoài soi bằng gương, trong lòng đo bằng rượu(khi say, người ta mới bộc lộ rõ con người thật).

외몽고 ngoại Mông.

외무 ngoại vụ. 외무부 bộ ngoại giao. 외무부장관 bộ trưởng bộ ngoại giao. 외무부차관 thứ trưởng bộ ngoại giao.

외박하다 ngủ ngoài trời, ngủ bên ngoài. ngủ trọ.

(속) 외밭에서 신을 고쳐 신지 말고 오

얏나무 아래서 갓을 바로 쓰지 마라(미묘한 상황에서는 다른 사람의 의심을 살 만한 일을 하지 마라). Đi qua ruộng dưa chớ sửa dày dép, đi qua vườn đào chớ sửa mũ, (trong những tình huống tế nhị, chớ làm những việc dễ khiến người khác nghi ngờ).
외방 (외지) bên ngoài.
외벽 (건축) bức tường rào.
외부 bên ngoài. ~에 나타나다 thể hiện ra ~. ~사람 người ~. 비밀이 외부에 새다 bí mật lộ ra ngoài. 외부간섭 can thiệp ~. ~감기 ngoại cảm. ~적 원인에 의한 ngoại sinh. ~로 드러내다 tòi.
외분비 bài tiết ra ngoài. ~선 tuyến ngoại tiết.
외빈 vị khách, khách nước ngoài.
외사과 bộ phận đối ngoại.
외사촌 anh em họ bên mẹ.
외삼촌 cậu, anh em của mẹ.
(속) 외삼촌 물에 빠졌나, 웃기는 왜 웃노(멋 없이 웃는 사람을 나무람) Cậu rơi xuống nước, cười gì mà cười,(mắng người cười vô duyên)
외상 mua chịu, bán chịu. 외상으로 팔다 bán chịu . (반) 외상으로 사다 mua chịu. ~으로 먹다 ăn chịu. 외상거래 buôn bán chịu.
외상 (부상) chấn thương, bị thương bên ngoài. bị ngoại thương.
외설 tục tĩu, lả lơi, dâm ô, khiêu dâm. ~문학 sách báo ~. ~을 말하다 nói ~.
외세 thế lực bên ngoài. ~에 의존하다 dựa vào ~.
(속) 외손뼉이 못 울고 한 다리로 가지 못한다(힘을 합치지 않고 혼자는 일 할 수 없다) Một bàn tay không vỗ thành tiếng được, một chân không bước đi được,(không có người chung sức, một mình làm không được).
외손자(손녀) cháu ngoại. ngoại tôn.
외숙 cậu. 외숙모 mợ.
외식하는 자들(외면을 꾸미는) bọn giả hình.
외식하는 자 kẻ giả hình.
외식 ăn cơm ở ngoài. đi ăn tiệm
외신 tin tức nước ngoài.
외아들 con trai một.
외야수 (야구) cầu thủ khu vực ngoài.
외양 (외모) ngoài hình. nhân dạng, ~을 꾸미다 đưa mặt tốt ra. ~으로 알아보다 nhận dạng.
외양간 chuồng ngựa. 소잃고 ~ 고치다 đóng cửa chuồng sau khi mất ngựa.
외연 (논리) bao hàm nghĩa rộng.
외연기관 động cơ đốt ngoài . (반) 내연기관 động cơ đốt trong.
외용 dùng ngoài da. ~약 thuốc ngoài da.
외우다 (암송) học thuộc lòng. 시를 ~ ngâm thơ. 외우기에 몰두하다 học gạo.
외유내강 mặt sữa gan lim.
외유하다 du lịch nước ngoài.
외이염(外耳炎) thổm lồm. thồm lồm.
외인 người nước ngoài. 출가외인 xuất giá ngoại nhân.
외인부대(프랑스의) lê dương. ~의 병사 lính ~.
외자 (외국자본) tiền vốn nước ngoài. ~도입 nhập ~ vào.

외짝 lẻ cặp.
외적 kẻ thù ngoại.
외제 hàng ngoại. 외제품 hàng ngoại. (반) 국산품 hàng nội . 외제차 xe ngoại. 외제품 선호 tư tưởng thích đồ ngoại.
외조모 bà ngoại . (반) 외조부 ông ngoại (외할아버지)
외종사촌 anh em họ ngoại.
외지 vùng ngoại.
외지다 bị cô lập, bị cách ly. u tịch.
외채 nợ nước ngoài. ngoại trái.
외척 (친척) bà con bên mẹ. ngoại thích. (국모의 가족)quý thích.
외출 đi ra ngoài. đi hứng gió, ~중이다 đang đi ra ngoài. ~이 허가되다 được phép đi ra ngoài. ~금지 cấm đi ra ngoài.
외치다 hò hét, thét, hô hào, kêu lên, thốt lên(ra), gào. 큰 소리로 ~ hò hét to. "도둑이야" 하고 외치다 gào lên "kẻ trộm".
외침(외치는 소리) tiếng kêu la.
외침(외국의 침략) ngoại xâm.
외토리 một người cô độc.
외투 áo choàng, áo khoác ngoài, áo khoác. ~를 입다 mặc ~.
외판원 người bán hàng ngoài.
외팔이 một tay. què tay.
외풍 gió lùa.
외피 da, lớp da ngoài, vỏ trái.
외할머니 bà ngoại . (반) 외할아버지 ông ngoại. 할머니 bà nội. 할아버지 ông nội.
외항 cảng ngoài. 외항선 tàu ra khơi.
외향성 hướng ngoại.
외향적 ngoại hướng, tính hoạt bát . (반) 내성적 trầm tính.

외형 dáng bên ngoài. dáng vẻ(bộ). ngoại hình.
외화 ngoại hối, ngoại tệ. ~는 받지 않음 không nhận ~. 외화관리 quản lý ~. 외한은행 ngân hàng ngoại tệ.
외화 (외국영화) phim nước ngoài.
외한 ngoại hối, ngoại tệ. 외한은행 ngân hàng ngoại hối, ngân hàng thương mại. ~을 거래하 다 buôn bạc(tiền). ~위기 khủng hoảng ngoại tệ.
왼손 tay trái(chiêu), tay tả, (반) 바른손.(오른손) tay phải.
왼손잡이 tay chiêu, thuận tay trái(tả).
왼쪽 bên trái(tả), ~으로 돌다 quay ~. 왼쪽으로 누세요 nghiêng bên trái . (반) 오른쪽으로 누세요 nghiêng bên phải. ~서랍 ngăn tủ bên tả. ~수비수(축구)tả biên.
왼쪽에 ở phía bên trái.
왼쪽기슭(강의) tả ngạn.
왼편 bên trái. phía tả.
요놈 gã này.
요 (이불) tấm nệm. 요를 깔다 xếp nệm lại.
요가 dôga. ~수련자 người tập dôga.
요강 bản tóm tắt . cương yếu, (오줌싸 는 그릇) cái bô.
요건 (조건) điều kiện tất yếu. ~을 갖추다 đáp ứng các điều kiện.
요격하다 phục kích. nghênh chiến.
요괴 yêu quái. ông ba bị.
요구 (요청) yêu cầu. yêu sách, đòi hỏi. xin xỏ,(반)돌려주다 trả, chính đáng ~ yêu cầu chính đáng . (반) bất đáng hạn ~ yêu cầu bất hợp lý. 요구에 응하다 đáp ứng yêu cầu. 손해 배상을 요구하다 yêu cầu bồi thường. 지

나친~ đòi quá đáng. ~를 만족시키다 thỏa nguyện.
요구르트 sữa chua.
요금 tiền, chi phí. ~ 인상 tăng phí. 가스 ~ tiền ga. 전기~ tiền điện. 수도 ~ tiền nước. 요금선불 trả tiền trước.
요기하다 làm đỡ đói. 사과로 요기하다 ăn táo cho đỡ đói.
요긴하다 cần thiết.
요나 (성경) Giô-na.
요는 - 이다 miễn là.
요다음에 lần sau.
요단강(성경)sông Giô-đanh.
요담하다 nói chuyện quan trọng.
요도 niệu đạo, ống đái, đường tiết niệu. ~검사 kiểm tra ~. 요도관 ống ~. 요도염 viêm ~.
요동하다 lung lay(liêng), dao động. lúng động, 천지를 ~ lung lay trời đất.
요동하지 않고 서있다 đứng trân trân.
요동치다 chao đảo, (꼬리를) quẫy đuôi.
요란하다 (시끄럽다) ồn ào, ầm ĩ, la vang. rộn ràng, 요란하게 một cách ồn ào . 요란한 음악소 리 khúc nhạc rộn ràng. (어지럽다) 요란한 복장 ăn mặc lòe loẹt. 요란하게 꾸미다 trang hoàng. 가옥을 요란하게 꾸미다 trang hoàng nhà cửa, trang lòe loẹt,요란스럽게 울다 xáo xác, (바스락거리는 소리) xào xạc.
요란한 rộn ràng, nhiều loạn, náo nức. 요란한 차소리 xe cộ ~. 요란한 분위기 không khí náo nức. ~음악소리 khúc nhạc ~.

요란한 토론 thảo luận rôm.
요란스럽다 tấp nập. 요란스럽게 들고 나다 chạy ra chạy vào ~.
요란하게 짖어대다 oăng oẳng.
요란하게 하다 quấy rối.
요람 (안내서) sách hướng dẫn.
요람 cái nôi. nhôi, ~을 흔들다 lúc lắc ~.
요새 (참호) đồn lũy, pháo đài.
요약 tóm tắt. giản phác(tả)
요량 (짐작) ước chừng.
요령 ý chính, chủ yếu, khéo tay. yếu lĩnh, 동작~ yếu lĩnh đồng tác.
요령(악기) chuông nhỏ.
요로 (고위.당국) giới cầm quyền, nhà chức trách.
요르단 Jordan. ~왕국 vương quốc ~.
요리 nấu(món) ăn, thổi nấu, làm cơm(bếp), (남) đun (북), nấu nướng. 요리를 만들다 làm món ăn. ~를 잘하다 nấu ăn giỏi. ~를 시키다 gọi đồ ăn, 요리기구 dụng cụ nấu ăn. 요리법 cách ~. 요리사(장) đầu bếp, người nấu bếp. 요리책 sách dạy ~. 서양 ~ món ăn Tây. 한국 ~ món ăn Hàn Quốc.
요리조리 đó đây.
요만큼 (이만큼) nhỏ chừng này.
요망스럽다 hay thay đổi.
요망하다 yêu cầu.
요망떨다 nông nỗi.
요물 (괴물) quái vật, người tinh quái.
요밀 (세밀)하다 tỉ mỉ, chi tiết (요밀조밀하다).
요법 phương pháp cứu chữa. (치료)liệu pháp
요부 người đàn bà khiêu gợi. yêu phụ, (허리) eo.

요사 (요절) chết non, yểu tử, chết yểu.
요사스럽다 xấu xa, đồng bóng.
요새 (요사이) gần đây. 요새 일어난 일 sự kiện mới đây.
요새 pháo đài, vùng chiến lược, đồn lũy. chiến lũy. (성루) thành lũy(trì).
요석 (결석) chứng sỏi niệu.
요셉(성경) Giê-sép
요소 yếu(niệu) tố. nguyên tố, 건강은 행복의 요소다 sức khỏe là yếu tố của hạnh phúc. 안전 ~ ~ an toàn. 보충 ~ ~ bổ sung.
요소 (중요지점) vị trí quan trọng. 요소요소에 theo các điểm quan trọng.
요소(尿素:화학) urêa.
요술 trò ma thuật. yêu thuật, ~을 부리다 bày ~. 요술로 속이다 lừa bằng ma thuật. 요술쟁이 thầy phù thủy.
요시찰인 명부 danh sách đen.
요식 hình thức.
요식업 kinh doanh nhà hàng.
요약 tóm tắt, tóm lại. toát yếu, dàn bài, khái(sơ) yếu, ước lược, 요약해서 말하면 nếu nói ~. 요약한 내용 nội dung ~. ~해 말하자면 tóm tắt, 요약해 서 해설하다 sơ giải, ~해 서 쓰다 viết tắt, ~설명하다 khái thuyết.
요약보고서 thuyết trình viên
요양 điều dưỡng, dưỡng bệnh. 요양중이다 đang điều dưỡng. ~원 liệu dưỡng viện, 요양소 nơi ~.
요엘 (성경) Giô-ên.
요연하다 rõ ràng. 일목요연하다 nhìn thấy sang sủa.
요염한 khiêu dâm, khêu gợi, thướt tha. ~눈매 con mắt ~. ~ 용모 dáng người thướt tha. ~처녀 kiều nhi.
요원 nhân viên cần thiết.
요원하다 xa cách, xa xôi.
요인 nhân vật quan trọng, nhân vật VIP, yếu nhân.
요인 (원인) nhân tố.
요일 ngày trong tuần. 오늘은 무슨 요일입니까? Hôm nay là ngày thứ mấy?
요전날(며칠전) hôm nọ, hôm trước.
요전에 ngày nọ.
요절하다 yểu tử, chết non. đoản số.
요절할 관상 yểu tướng. 그 사람을 보면 ~이다 trông nó ~ lắm.
요점 điểm chính, yếu điểm, cốt lõi, điểm quan trọng. 이야기의 ~ điểm chính của câu chuyện. 문제의 요점을 파악하다 nắm vững ~ của vấn đề. ~만 번역하다 phỏng dịch, 바로 그것이 ~이다 đó chính là điểm chính. ~없는 tầm phơ.
요점을 망하지 않다 nói quanh quẩn.
요점을 뽑아내다 trích yếu.
요정 yêu tinh. tiên nga(cô), ~의 나라 cõi tiên, tiên cảnh, dao phủ, (식당) nhà hàng. ~과 같은 tiên cốt. yêu ma, ~이야기 truyện thần tiên.
요정(기방)nhà tơ(trò).
요조숙녀 yếu điệu thục nữ.
요주의! giờ hồn!.
요즘 (요즈음) gần(giờ) đây. dạo này. ngày(đời) này, ~ 어떻습니까? Gần đây thế nào? 요즘 그녀를 만납니까? gần đây có gặp cô ấy không?
요지 vị trí quan trọng.
요지 (요점) điểm trọng tâm.
요지 (이쑤시개) tăm xia răng.

요지경 kính vạn hoa. ~속이다 rắc rối quá.
요지부동이다 kiên định, không dao động.
요직 chức vụ quan trọng.
요철 (울퉁불퉁한) gồ ghề, ổ gà, lởm chởm. ~길 đường ổ gà.
요청 mời, yêu cầu. yêu sách, 요청에 의해 theo lời mời của. 시대의 ~ 에 따라 theo yêu cầu của thời đại. ~에 응하다 thể theo lời yêu cầu.
요충 con giun kim. sán kim.
요충부 mắt xích
요충지 nơi trọng yếu. (군사)yếu khu, hồ cứ. xung yếu.
요컨대 nói tóm lại, tóm tắt, chung quy.
요통 chứng đau lưng.
요트 thuyền yat. thuyền buồm đua. 요트를 타다 trượt ~.
요판인쇄 thuật in hình chạm chìm.
요하다 yêu cầu, cần phải có. 설명을 ~ yêu cầu giải thích. 수리를 ~ yêu cầu sửa chữa.
요한복음 (성경) Giăng. 요한 일서 (성경) I giăng.
요항 các điểm chủ yếu.
요한 계시록 (성경) khải-huyền.
요행 (다행) sự may mắn. 요행수 cơ hội may mắn. ~만 바라다 há miệng chờ sung.
욕 chửi mắng, mắng nhiếc, la, rủa, chửi bới. 욕을 먹다 bị chửi, nhục. 욕을 당하다 bị nhục. 욕 을 해대 는 té tát.
욕을 잘 하는 사람 người hay nói xấu.
욕계 dục giới
욕구 ý muốn, ~를 일으키다 gợi thèm.
욕망 mong muốn, dục vọng, thèm khát.

(정욕)tình dục, ~을 억제하다 hạn chế them khát. diệt dục, 욕망을 품다 mang mong muốn.
욕망에 몸을 맡기다 tứ dục.
욕되다 nhục nhã, ô danh. 욕되게 하다 làm ô danh, loang lổ, 학교이름을 욕되게 하다 làm ô danh cho nhà trường.
욕먹다 bị sĩ nhục, bị chửi mắn.
욕보다 bị cưỡng hiếp.
욕보이다 làm nhục, làm hổ thẹn.
욕설 lời chửi. lời tục tiểu, 욕설하다 chửi.
욕지거리 lời chửi rủa.
욕실 phòng tắm.
욕심 (탐욕) lòng tham. (사욕) tư dục, 돈의 ~ tham tiền. ~이 많다 nhiều tham lam. ~이 나다 nảy ~. ~에 눈이 멀다 lòng tham làm cho mù mắt. ~을 가지고 보는 hau háu. ~을 부리다 tham. nhem thèm. ~많고 잔인한 tham tàn. ~을 제한하다 tiết dục.
욕심내다(탐내다) tham. thèm khát.
(속) 욕심엔 끝이 없다 no bụng đói con mắt.
욕장이 kẻ ăn nói thô tục.
욕정 dục tình, lòng dục. ~이 넘치는 tòm tem. ~을 일으키다 gợi ~. ~에 불타는 눈 cặp mắt si tình.
욕조 bồn tắm.
욕지거리를 잘하다 ăn nói tục tiu.
욕창(피부의) bệnh lở loét.
욕하다 chửi rủa(mắng). chửi thề. trù rủa, mắng nhiếc.
욥기 (성경) Gióp.
용 con rồng, long.
용과 뱀 long xà.

-용 dùng cho. 남자용 장갑 bao tay dùng cho đàn ông. 여성용 우산 ô (dù) dùng cho nữ. 사무용 dùng cho văn phòng. 연습용 dùng cho tập luyện.

용감한 dũng cảm. can đảm. tráng đởm, cảm quyết.(반)겁많은 nhát gan, 용감히 một cách ~. ~ 행위 hành vi ~. 용감히 싸우다 chiến đấu một cách ~. 용감하고 지혜로운 đảm lược.

용감한 사람 hảo nán.

(명)용감한 사람만이 제 몫을 찾는다 Chỉ có người dũng cảm mới giữ được phần của mình.

용건 việc. 무슨용건 việc gì. 급한 ~ việc cấp bách.

용골(배의) lườn.

용광로 lò nung, lò hồ quang, lò cao.

용구 dụng cụ. 운동 ~ dụng cụ thể thao.

용꿈 mơ rồng, mơ thấy điềm tốt.,

용궁 long(thủy) cung. thủy phủ.

용기 dũng(đảm) khí. (비유)tâm can, ~가 있다 có ~. ...할 용기가 있다 có dũng khí làm gì đó. ~를 내다 tỏ rõ ~. 용기를 잃다 mất ~. ngã lòng, 용기를 꺾다 làm mất ~. ~를 북돋다 vững lòng lại, ~를 주다 nói khích. ~없는 vô úy.

(명)용기가 중요하다 용기가 사라지면 모든 것이 없어진다 Dũng khí là quan trọng nhất, mất dũng khí thì tất cả mọi thứ đều mất.

(명)용기가 없이는 어떤 지혜도 결실을 맺을 수 없다 Cho dù có trí tuệ đến mấy, không có dũng khí thì không bao giờ có kết quả.

(명)용기 있는 사람은 역시 신념에 차

있다 Người có dũng cùng có đầy niềm tin.

용납 chấp nhận, dung nạp. ~할 수 없는 không thể chấp nhận được. 지각을 용납치 않다 không chấp nhận đến muộn.

용단 quyết định dứt khoát.

용달 (배달) giao hàng. 용달차 xe ~.

용도 mục đích sử dụng. 용도가 많다 nhiều ~.

용돈 tiền túi, tiền tiêu vặt. 용돈이 떨어지다 cạn hết tiền túi.

용두레 (두레.두레박) cái gàu.

용두사미 đầu rồng đuôi rắn, đầu voi đuôi chuột, bắt đầu tốt kết thúc xấu.

용두질 (수음) thủ dâm.

용띠(진) thìn

용량 dung lượng . (약의) liều lượng. (병따위의) sức chứa(đựng).

용렬한 tính chất xoàng.

용례 thí dụ, ví dụ. ~를 들다 cho một ~.

용마루 nóc nhà. ~기와 ngói lợp nóc.

용매 dung môi.

용맥(운명을 결정한다는 맥) long mạch.

용맹한 dũng mãnh. hùng dũng, ~장군 tướng hùng dũng, hổ tướng, 용맹 심 lòng ~.

용명 nổi tiếng gan dạ.

용모 dung(diện) mạo, mặt mũi, tướng mạo, sắc mặt, vẻ mặt. ~ 단정한 사람 người có dung mạo đàng hoàng. 매력적인 용모 vẻ mặt quyến rũ. 아름다운 ~ ~ xinh đẹp.

용모가 추한 xấu mã.

(속) 용모는 마음의 거울(사람의 마음은 그 외관(얼굴)에 나타난다)

Dung mạo là gương của tâm hồn,(tân hồn của con người sẽ hiện ra ở gương mặt).
용무 nhiệm vụ. ~를 마치다 làm kết thúc ~.
용법 cách dùng. 약의 ~ cách dung thuốc.
용변 (대변)을 보다 đại tiện, đi ia.
용병 lính đánh thuê, dung binh. 용병 술 thuật ~, chiến lược.
용병학 sách lược.
용봉(용과 불사조) long phụng.
용봉탕 món cá chép và gà.
용사 dũng sĩ, chiến sĩ gan dạ. ~의 아내 chinh phụ.
용상 (왕좌) ngai vàng. (왕의 침상) long sàng.
용색하다 giao hợp, giao cấu.
용서 tha(khoan) thứ. tha lỗi(cho) thứ, xá, thứ lỗi(tha), dung(miễn) thứ, bỏ quá, ~할 수 없다 không thể ~ được. 용서를 빌다 xin tha thứ. 무릎을 꿇고 용서를 빌다 quỳ gối xin tha thứ. ~받을 수 없는 과오 tội không thể tha thứ được. 우리는 ~하고 잊어야만 한다 ta nên quên và ~.
용서 받다 được tha.
용서해 주세요 tha thứ cho.
(명)용서하는 것은 좋은 일이나 잊어 버리는 것이 가장 좋다 Dung thứ là việc làm tốt, nhưng quên luôn đi là điều tốt nhất.
용선 thuê chiếc tàu. ~료 tiền thuê tàu.
용선(황제가 타는 배)thuyền rồng.
용설란 (식물) cây thùa.
용솟음치다 phun ra, tuôn ra.
용수 nước sử dụng. 생활용수 nước sinh hoạt. 용수(하수)로 cống nước.
용수철 (스프링) lò xo. ruột gà. 용수철 침대 giường ~.
용쓰다 (기운을 쓰다) đem hết sức.
용신하다 kiếm vừa đủ sống.
용안(얼굴)dung nhan, (임금의 얼굴) long(thiên) nhan. (황제비유)mặt rồng.
용안(식물) long nhãn.
용암 dung nham. phún thạch, ~을 분출하다 phun ~.
용액 dung dịch.
용어 từ ngữ. ~의 선택 tuyển chọn dùng từ. 전문~ từ chuyên môn.
용언 (문법) động từ , tính từ (동사와 형용사)
용역 giao việc, phục vụ, hầu hạ.
용왕 long vương, vua thủy tề.
용원 người lao động tạm thời.
용의 (할마음) sẵn lòng, có ý định.
용의주도한 tốt lo, 용의주도하게 준비하다 chuẩn bị ~.
용의자 kẻ có ý định, người bị tình nghi. phần tử tình nghi, 강도 ~ kẻ có ý định ăn cướp. 살인 ~ kẻ có ý định giết người.
용이하다 (쉽다) dễ dàng, dung dị, thoải mái.
용인하다 đồng ý, chấp nhận.
용장 dũng tướng.
용재 dung mối, (재목) gỗ xây dựng.
용적 (용량) dung lượng, dung(thể) tích. ~톤수(선박의)sức trọng tải.
용적계 thể tích kế.
용적율 (건축) diện tích sàn xây dựng
용접 hàn xì. ~공 thợ hàn. ~기 máy hàn. ~봉 que hàn. ~등 đèn xì, gas ~

hàn ga. 전기 ~ hàn điện. ~ 이음매 mối hàn.

용졸 (못나고 좀스러움) vụng về, hèn hạ.

용지 giấy. 시험지 giấy thi. 원서용지 giấy mẫu. 취업신청 ~ mẫu đơn xin việc.

용지 (대지) khu đất quy hoạch. 주택 ~ khu đất cất nhà.

용케 해치우다 kiếm cách.

용퇴하다 tự ý xin thôi việc.

용틀임하다 đành đạch..

용포 (임금의 옷)long(hoàng) bào.

용품 đồ dùng. vật dụng. 가정 ~ đồ dùng gia đình. 사무 ~ đồ dùng văn phòng.

용해 chảy, nóng chảy. dung giải, thắng mỡ, 불에 용해하다 hòa tan, nung chảy trong lửa. 용해로 (용광로) lò nung. (금속의) làm tan, tan ra, chảy ra. hòa tan.

용호 (용과범) long hổ. 용호상박 (강한 두 사람이 승부를 겨룸) long hổ tương phùng.

우 (등급) 우수 ưu tú, hạng nhất.

우 (오른 쪽) bên phải . (구령) 우로 나란히! Bên phải thẳng hàng!. 우향우! Bên phải quay.

우간다 (국명) Uganđa.

우거하다 u cư, ở tạm.

우거지 (배추의) lớp lá bắp cải.

우거지다 rậm rạp(rì). 뜰에 잡초가 ~ cỏ dại mọc ~ trong vườn. 우거진 숲 rừng rậm rì.

우거지상 (얼굴) mặt cáu kỉnh.

우격대다 giữ cứng đầu, bắt buộc theo ý mình, khăng khăng.

우격다짐하다 ép buộc, bắt buộc,

khăng khăng.

우경사상 tư tưởng hữu khuynh.

우국지사 nhà ái quốc, nhà yêu nước.

우군 quân đồng minh.

우구러 (쭈그려) 뜨리다 đè nát.

우구러 (쭈그려)지다 bị đè nát.

우글거리다 nhung nhúc. lau nhau.

우글쭈글하다 bị nhàu nát, nhăn nheo.

우금 (지금까지) đến nay, đến bây giờ.

우기 mùa(tháng) mưa . (반) 건기 mùa nắng.

우기다 khăng khăng. kiên gan, bền bỉ, 사실이라고 ~ khăng khăng là sự thật. 자기의견이 옳다고 ~ khăng khăng là ý kiến mình đúng.

우는 소리 tiếng khóc lóc. 짐승의 ~ 고양이 méo. 새 hót. 닭 ò ó o. 개 sủa (gâu gâu).

(속) 우는 아이 뺨치기(타는 불에 기름 붓기) Tát trẻ đang khóc mà tát vào má(đổ thêm dầu vào lửa).

우단 nhung. ~으로 만든 옷 áo ~.

우당탕퉁탕 với tiếng thịch.

우대 ưu đãi, ưu tiên.(반)천대 xem nhẹ, ~를 받다 được ưu đãi.

우두 bệnh chủng đậu. ~를 맞다 bị bệnh chủng đậu.

우두둑 깨물다 ngau ngáu.

우두둑우두둑 씹다 nhai ngau ngáu.

우두머리 xếp, người đứng đầu, thủ quân, chúa tể. cầm đầu bọn trẻ, trùm. (군의) đầu lĩnh.

우두커니 thần thờ. ~ 앉아있다 ngồi ~.

우뚝서다 đứng khựng lại, 전기 끊어진 로봇처럼 ~ ~ như rô bốt hết pin

우뚝 서있다 đứng cao ngất. 우뚝한 코 mũi cao.

우뚝 솟은 nghễu nghện. thoi loi.

우둔하다 ngu đần, ngu dại(si). ngu độn 우둔한 자야 ! ơi khùng. 우둔하고 고집센 si ngoan. 우둔한 사람 si nhân.

우등 ưu tú. 우등으로 졸업하다 tốt nghiệp loại ưu. 우등상 giải thưởng ưu tú. 우등생 sinh viên ưu tú.

우라늄 uranium. u-ran. ~광 mỏ ~.

우락부락한 (난폭한) thô bạo, thô lỗ.

우람하다 oai nghiêm , vặm vỡ, mạnh bạo (튼튼한)

우량 lượng mưa. vũ lượng, 우량계 thước đo ~. vũ kế. lượng vũ biểu. ~측정법 vũ học.

우량종 돼지 lợn lai kinh tế.

우량품 hàng chất lượng cao.

우러나다 ngấm ra.

우러러보다 ngưỡng mộ, ngước lên.

우러러존경하다 sùng kính. 우러러 존경받는 인물 nhân vật được thiên hạ sùng kính.

우렁이 ốc, ~요리 ốc nhồi. 달팽이 ốc sên.

(속) 우렁이도 집이 있다(의지할 곳 없는 자신의 처지를 한탄함). ốc cũng có nhà,(người không nơi nương tựa than thân trách phận).

(속) 우렁이 속 같다(속을 이해할 수 없다) Giống như ruột ốc(khó hiểu nội dung bên trong).

우렁차다 (소리) tiếng to lớn.

우려 (걱정) lo lắng. ưu lự, ~할 사태 tình hình đáng lo. 우려하는 태도로 bằng thái độ ~.

우려내다 (갈취하다) bòn rút. 돈을 ~ bòn rút tiền.

우로 cơn mưa bụi.

우롱하다 trêu chọc, nhạo báng. xỏ xiên. trớ trêu.

우뢰 sấm, sét, tiếng sét. ~소리 sấm vang, ~와 같은 박수소리 tiếng vỗ tay như sấm.

우루과이(국명) Uruquay.

우르르 ào ạt, xúm. ~ 모이다 xúm lại ào ào. (천둥소리) tiếng sấm sét. ~ 밀어닥치다 chạy sấn sổ, ~몰려 드러가다 xổ vào.

으르릉 쾅쾅 sầm sầm.

우르렁거리다 ầm ỹ

우리(듣는사람 제외) chúng tôi. (듣는 사람 포함)chúng ta, ta, tụi mình,(반) 적 địch, ~한국인 người Hàn Quốc chúng tôi. ~집 nhà tôi. ~끼리의 문제 vấn đề giữa ~ với nhau. ~회사 công ty ~. 우리나라 nước ~. ~의 인생 đời người của chúng ta. ~로 말미암아 bởi ~. 우리들 chúng con(mình). tụi mình. 우리들은 모두가 친구다 tụi mình đều là bạn.

(명)우리가 속는 일은 없다 우리가 착각을 하는 것이다 Công việc không đánh lừa chúng ta mà do chúng ta thường hiểu nhầm.

(명)우리가 최선을 다 했을 때는 마음 편하게 결과를 기다리게 된다 Khi chúng ta đã cố gắng hết mình thì chúng ta có thể an tâm ngồi chờ kết quả.

(명)우리가 훌륭해 질수록 더 훌륭한 사람을 만나게 된다 Chúng ta càng tài giỏi càng gặp nhiều người tài giỏi hơn.

(명)우리는 차가운 머리와 따뜻한 가슴을 지녀야 한다 Chúng tôi phải

có đầu lạnh và một trái tim nóng.

(명) 우리는 큰 액운을 당하면 꼼짝하지 못하면서 소소한 일에는 화를 잘 낸다 Khi gặp vận rủi ro lớn, chúng ta thường đứng im mà chịu trận, trong khi lại nổi nóng với những chuyện nho nhỏ.

(명) 우리는 항상 지나치게 많은 계획을 하면서도 항상 생각하는 것이 너무 적다 Chúng ta có vẻ lúc nào cũng rất nhiều kế hoạch nhưng suy nghĩ thường lại quá ít.

우리집 (겸손한 표현) tệ xá.

우리는 일찍 떠나야만 한다 chúng tôi phải lên đường sớm.

(명) 우리는 빈 손으로 이 세상에 태어났다 그러나 생의 목표는 무에서 무엇인가를 들어내는 것이다 Chúng ta sinh ra trên trái đất này bằng hai bàn tay không, nhưng mục tiêu của đời người là phải làm được một cái gì đó từ chỗ hai bàn tay không đó.

우리 둘 đôi ta.

(명) 우리에게 욕망이 있다면 꿈은 언제나 실현되는 것이다 Nếu chúng ta có lòng mong muốn thì ước mơ bao giờ cũng thành hiện thực.

(명) 우리의 비애는 거의 모두가 다른 사람과의 관계에서 생기는 것이다 Tất cả vui buồn của chúng ta đều sinh ra từ quan hệ giữa con người với con người.

우리 (짐승의) cái chuồng. cũi, rọ~ chuồng lợn. ~에 가두다 cũi, nhốt vào chuồng . 개집 cũi chó, 호랑이 우리 cũi sắt hổ, (새장) lồng. ~에서 빠져 달아나다 sổng lồng.

(속) 우리에 갇힌 범은 아이도 놀라지 않는다 (영험한 호랑이라도 갇히면 별수 없다) Hổ nhốt trong cũi thì trẻ em cũng không sợ (hùm thiêng khi đã sa cơ cũng hèn).

(속) 우물을 파도 한 우물을 파라 nghề gì cũng phải chuyên tâm thì mới thành công.

우리다 (물에) ngâm.

우마차 xe ngựa, xe bò.

우매하다 ngu dại, u mê, khờ dại. độn trí. 술은 사람을 우매하게 만든다 rượu làm con người trở nên u mê.

우매하고 무지한 u tối.

우매한 군주 hôn quân.

우묵하다 trũng vào, lõm vào.

우문 (어리석은 질문) câu hỏi khờ dại.

우물 giếng . ~을 파다 đào ~, 우물이 마르다 giếng cạn. ~가 bờ ~. ~물 nước ~.

(속) 우물 안 개구리 (세상 물정을 모르는 사람) toại tỉnh quan thiên, ếch ngồi đáy giếng (một người không biết tình thế trần gian).

(속) 우물 가에 어린애 보낸 것 같다 (무슨 일에 익숙하지 못한 사람을 보내면 걱정해야만 한다) Giống như để trẻ em trên miệng giếng (sai ai chưa thạo việc làm việc gì đó nên cảm thấy lo lắng).

우물 속을 긁어내다 vét giếng.

(속) 우물에 가서 숭늉 찾는다 (상식을 벗어난 일을 한다) Ra giếng tìm nước cơm cháy.(làm việc ngược đời)

(속) 우물을 파도 한 우물을 파라 (어떤 직업이든지 전념해야 성공한다) Đào giếng cũng chỉ đào một

cái(nghề gì cũng phải chuyên tâm thì mới thành công).
우물우물 말하다 lùng bùng.
우물우물 먹는 소리 xạp xạp. 돼지가 우적우적 먹는다 lợn ăn ~.
우물우물 씹다 xáy. nhai ngâu ngấu.
우물거리다 (씹다)nhai ngâu ngấu, nhai trệu trạo . (말을) lầm bầm. lắp bắp.
우물우물 씹는 trệu trạo.
우물쭈물하다 do dự, lưỡng lự, nửa ở nửa về. 우물쭈물 머무르다 nấn lại. nấn ná.
우물쭈물 시간을 놓치다 trùng trình mãi mất thì giờ.
우뭇가사리 xoa xoa, rau câu, thạch trắng.
우므러들다 co lại.
우므리다 (다물다) (입) mím môi, ngậm, bĩu môi.
우미하다 (뛰어나게 아름답다) ưu mỹ, thanh nhã. uyển diệu. 아 름다운 가사 lời ca uyển diệu.
우민 dân ngu dại. ~정책 chính sách ngu dân.
우박 mưa đá.
우발하다 xảy ra bất ngờ. 우발사건 sự kiện bất ngờ. 우발적인 không ngờ. 우발적인 병 ngẫu chứng.
우방 nước bạn, hữu bang, (맹방) nước đồng minh, liên minh.
우범 lo phạm tội. ~소년 thiếu niên dễ phạm tội.
우비 áo mưa.
우산 cây ô (북), cây dù (남). ~을 펴다 mở ô (dù). giương ô, (반) 우산을 접다 gập ô (북), xếp dù (남). sập dù, ~ 을 쓰다 cầm dù. ~틀 gọng

dù(ô).
우산의 살대 sườn dù.
우상 thần tượng. ngẫu tượng, ~화하다 ~hóa . ~숭배 sùng bái ~.
우생학(양질의 유전 형질을 보존키 위해 배우자의 선택 또는 결혼 등에 관해 연구하는 학문) ưu sinh học.
우선 trước tiên(hết). (반) 나중 sau này, 우선 소개부터 하겠습니다 trước tiên tôi xin giới thiệu.
우선 빌리고 보다 vay xổi.
우선은 전진! 후에 생각하자구 cứ đi đi rồi sẽ tính liệu sau.
우선 ưu tiên. 우선권 quyền ~. 우선권을 얻다 giành được quyền ưu tiên.
우세 ưu thế. 우세를 유지하다 duy trì ~. 군사적 ~ ~ quân sự, 우세 한 화력 ưu thế hỏa lực, ~한 공군 ưu thế không quân.
우세하다 ăn đứt.
우세한 ưu thắng.
우세스럽다 bị chế nhạo, xấu hổ.
우송하다 gửi thư qua bưu điện.
우수 (오른손) tay phải.
우수(절기) vũ thủy.
(속) 우수 경칩에 대동강이 풀린다 (자연현상) Vào tiết vũ thủy kinh trập nước sông Đại Đồng ấm lên,(hiện tượng tự nhiên).
우수(짝수) số chẵn. (반) 홀수(기수) số lẻ
우수하다 ưu tú, xuất sắc. 우수한 학생 học sinh ~. 우수한점 ưu điểm, 우수한 성적으로 bằng thành tích ~
우수 (우울) u(ưu) sầu. âu sầu, ~에 잠기다 thấm thía ~.
우수리 (거스름돈) tiền thối lại.
우수수 (소리) tiếng xào xạc. 나뭇잎이

우수수 떤다 những lá xào xạc trong gió.
우스개소리 tiếu lâm. nói đùa, lời nói hài hước. ~ 잘하는 tài pha trò. ~를 하다 kể chuyện tiếu lâm.
우스개 이야기 hài đàm, (소화집) tiếu lâm
우스꽝스러운 nực cười. rờm, vô lý, ~ 이야기 câu chuyện ~.
우스운 rí rỏm(ra). (익살스러운)tức cười, ~이야기 chuyện ~.
우습게 보다 coi khinh.
우습다 buồn cười, khôi hài. 우스운 이야기 câu chuyện cười. 우스워 죽겠다 buồn cười chết đi. 참 우습기도 하다 buồn cười thật. 우습고 황당무계한 buồn cười và hoang đường.
우승 thắng, thắng giải, vô địch. 연속 ~ thắng liên tục. 우승결승전 trận chung kết. 우승배 cúp vô địch. 우승자 (챔피온) người vô địch. 우승팀 đội vô địch. 준우승 á quân. thắng thứ nhì, 우승컵을 타다 đoạt cúp.
우승기 cờ vô địch, (번갈아 갖는) cờ luân lưu.
우시장 chợ gia súc.
우심하다 quá đáng, quá khích, vô cùng.
우아한 tao(uyển) nhã. nho(phong) nhã, nhã nhặn, nhã độ, nền nã, 우아하고 아름다운 ưu mỹ, ~ 몸가짐 cử chỉ ~. ~ 모습 dáng yêu kiều. cư chỉ phong nhã aröm dáng gia sa lời ca uyển nhã.
우악스럽다 dữ dội, hung ác. rừng mỡ. 우악스럽게 먹어대다 ăn no rừng mỡ.
우애 hữu nghị(ái). ưu ái. ~가 좋은 êm ấm. 우애롭다 thân mật.
우여곡절 thăng trầm. uẩn khúc, ~끝에 sau nhiều bước ~.
우연히 tình cờ, ngẫu nhiên. thừa ưa, 우연한 일 việc ~. 우연히 만나다 gặp ~. chạm phải, ngẫu ngộ, ngộ hội, chạm trán, 우연이 아니다 không phải ~. 그말을 우연히 들었다 tôi nghe thấy một cách tình cờ. ~손에 넣은 재산 của giời ơi. 우연한 인연 duyên kỳ ngộ, 우연히…되다 không hẹn mà nên.
우연 ngẫu nhiên(반)필연 tất nhiên.
우열 giỏi và kém. ưu liệt, ~을 다투다 tranh giành ~. ~을 비교하다 cân nhắc
우울한 ủ dột, u sầu, trầm uất, bâng khuâng, rầu rĩ, ~ 기색 vẻ ảm đạm.
우왕좌왕 đi đi lại lại. bồ nháo.
우울해하다 lo buồn. sầm mặt.
우울하다 buồn bã, buồn thảm, sầu, ủ rũ, trầm cảm, sầu cảm. 우울한 분위기 không khí ~. 우울증 chứng trầm cảm. 우울하게 보이다 có vẻ ~. 우울한 마음 lòng ngao ngán.
우울해지다 lo buồn. sầm mặt.
우월하다 ưu việt, ưu tiên, ưu tú, ưu thế. 우월감 mặc cảm tự tôn, cảm giác ~. (반) 열등감 mặc cảm tự ti. 우월성 tính ~.
우위 vị trí ưu thế.
우유 sữa. sữa bò. ~를 짜다 vắt sữa, bóp sữa, nặn sữa. 우유로 기르다 nuôi bằng sữa. ~통 hộp sữa. ~병 bình ~.
우유빛깔처럼 아름다운 trắng bóc.

우유부단 do dự, lưỡng lự, ngập ngừng, không dứt khoát. (비유) loanh quanh. ~한 태도 thái độ nước đôi.
우의 (비옷) áo mưa.
우의 (정) tình hữu nghị, tình bạn. 따뜻한 ~ tình bạn ấm áp. ~를 맺다 kết tình hữu nghị.
우이독경 như nước đổ đầu vịt. đàn gảy tai trâu.
우익 (오른 쪽 날개) cánh hữu. ~단체 tổ chức hữu. ~테러 khủng bố trắng.
우익의 hữu khuynh(반)좌익의 tả khuynh.
우장 áo mưa
우적우적 씹다 nhai tem tép.
우정 tình bạn, tình bằng hữu, tình hữu nghị, tình thâm giao, 우정의 한계 giới hạn ~, , ~을 맺다 đính kết. giao tình. ~을 끊다 tuyệt tình, ~이 깊은 nghĩa keo sơn. ~의 결속을 다지다 siết chặt tình bạn, (우체국 업무) sở bưu điện. ~통신부 bưu chính viễn thông. ~장교 sĩ quan quân bưu
우정을 오래 지속시키기 위해서는 돈 거래가 분명해야 한다 muốn giữ tình bè bạn lâu dài, tiền bạc phải phân minh.
우주 vũ trụ. hoàn vũ, 전~ khắp ~, ~를 탐험하다 thám hiểm ~. ~공항 sân bây ~. ~학자 nhà ~, ~복 áo quần ~. ~선 tàu ~. ~ tuyến, ~선 아폴로 tàu vũ trụ A-pô-lô, ~광선 tia ~, ~로켓 tên lửa ~, ~비행사 phi công ~. ~여행 du hành ~. 광대한 ~ mênh mông ~, ~론 vũ trụ luận. ~정거장 trạm phụ. ~항공과학기

술 hàng không vũ trụ. ~의 조화 máy trời.
우쭐대다 ta đây, vênh mặt, dương dương tự đắc. khoác lác.
우쭐하다 (우쭐거리다) dương dương tự đắc, tự cao tự đại.
우중에 trong cơn mưa. ~도 불구하고 bất kể trời mưa.
우중충하다 u ám, tối tăm.
우즈베크스탄(국명) Udơbêkixtan.
우지끈 kêu răng rắc (tanh tách).
우지직 우지직 lách tách. răng rắc. 대나무가 우지직하고 부러지 다 tre gẫy răng rắc.
우직하다 thật thà một cách ngu dại.
우마차 xe bò, xe ngựa.
우처(자신의 아내를 낮추어서 일컫는 말) tiện nội.
우천 ngày trời mưa. 우천인 경우 nếu trời mưa.
우체국 bưu điện. bưu cục. ~장 giám đốc ~. 우체부 người đưa thư. bưu tá. tổng thư văn.
우체(은행)환 măng đa.
우체통 hộp thư(thơ). thùng thư.
우측 bên phải(mặt) . (반) 좌측 bên trái. 우측통행 đi ~.
우툴두툴 (우둘두둘)한 gồ ghề, gập ghềnh.
우크라이나(국명) Ucraina.
우파 cánh hữu, hữu phái..
우편 bằng đường bưu điện. ~으로 보내다 gửi ~. 우편요금 tiền cước, cước phí. bưu phí, 우편번호 mã số bưu phẩm. 우편물 bưu phẩm.
우편차 xe bưu điện. xe thơ, 국내 ~ bưu phẩm trong nước. 등기 ~ bưu phẩm bảo đảm, thư bảo đảm.

속달 ~ bưu phẩm phát chuyển nhanh. 항공우편 thư hàng không. ~낭 túi đựng thư, ~업무 bưu(điện) chính. ~환 chuyển bằng đường bưu điện.
우편배달부 người đi thơ.
우편카드 bưu thiếp.
우편(오른쪽) bên hữu,(반)좌편 bên tả.
우편물 thư lưu ký, thư tín.
우편환 thư chuyển tiền.
우표 tem. giấy tín chỉ, ~한장 một tờ ~. 300 원짜리~ loại tem 300 won. ~를 수집하다 sưu tầm tem. ~를 붙이다 dán tem.(반)우표를 붙이지 않다 bóc tem, ~수집가 người sưu tầm tem. 기념 ~ tem kỷ niệm. ~앨범 tập tem.
우피 da bò.
우향우 quay sang phải . (반) 좌향좌 quay sang trái.
우호 hữu nghị, hữu hảo. ~관계 quan hệ ~. ~를 긴밀히 하다 thắm thiết tình hữu nghị. 우호적 một cách hữu nghị. thân tình. ~관계를 맺다 hòa hiếu.
우화 chuyện ngụ ngôn. ~집 tập truyện ngụ ngôn.
우환 (근심.걱정) lo lắng, lo âu.
우황청심환 viên ngưu hoàng.
우회전 rẽ phải, ~ 금지 cấm ~.
우회하다 vu hồi. đi đường vòng. mua đường, 우회로 đường ~. 우회전하다 quay sang phải. 우회전 금지 không được quay phải. 우회적으로 말하다 nói xa nói gần.
우후 sau cơn mưa. 우후죽순처럼 나오다(자라다) mọc nhanh như nấm ~
욱박지르다 hăm dọa, đe dọa. nạt. hét.

욱신거리다 xốn xang, xót, (쑤시다) nhoi nhói.
욱하다 nổi nóng, nổi giận.
운 (행운) vận may, số. 운이 좋다 vận may. (반) 운이 나쁘다 không may, xấu số. 운이 없는 xui xẻo. 운이 맞는 vần vè, 운이 다하다 hết thời.
운좋게 이득을 보다 vớ bở.
운 (시의) vần. 각운 vần chân. 요운 vần lưng. ~을 달다 đánh ~.
운동 vận động, thể thao. tập thể dục, 가벼운 ~ vận động nhẹ. ~부족 thiếu ~. 하루 1 시간 운동하다 mỗi ngày vận động 1 tiếng đồng hồ. ~선수 vận động viên. 운동경기 trận đấu thể thao. ~에너지 động năng, ~기구 dụng cụ thể thao. 운동장 sân vận động. 운동화 giày thể thao. giày vải, 모금 ~ cuộc vận động gom tiền. 선거 ~ cuộc vận động tranh cử(tuyển cử). 야외운동 vận động ngoài trời.
형식적 ~ thể thao lấy lệ (반) 적극적 ~ thể thao tích cực. 규칙적인~ thể thao đều đặn.
운동이 자연적으로 발생하다 phong trào tự phát.
(명)운동이 신체에 필요하듯 독서는 정신에 필요하다 Đọc sách cần cho tinh thần cũng giống như tập thể dục cần cho cơ thể.
(명)운동할 시간이 없다고 생각하는 사람은 조만간 앓아 눕게 되는 시간을 갖지 않을 수 없다 Người cho mình không thời gian tập thể dục sẽ sớm có thời gian nằm giường bệnh.
운동(조직적 활동)phong trào, chiến

dịch, 독립운동 phong trào giành độc lập. 문맹퇴치 ~ chiến dịch nạn mù chữ. ~이 자연적으로 발생되다 ~ tự phát.

운명 số mệnh, vận mệnh. số phận, số mạng, (정해진)định mệnh. ~의 장난 trò đùa của số phận. con tạo trớ trêu, 고된 ~ số phận long đong, 피할수 없는 ~ ~ không thể tránh được. ~에 몸을 맡기다 phó mặc cho số phận. 당하 phận, 운명을 결정하다 quyết định số phận. ~과 싸우다 chiến đấu với số phận. 그에게 닥칠 운명 số phận đang chờ đợi nó. ~ 지어 진 hữu số, 운명지우다(타고나다) an bài. ~이 다하다 tận số. 운명을 한탄하다 tủi số(phận). ~의 별 sao chiếu mạng.

운명의 근원 mệnh căn.
운명결정설 thuyết định mạng(mệnh).
운명(여자의) phận má hồng.
운명하다 (죽다) chết, qua đời.
운무 mây mù.
운문 văn vần(văn), ~으로 쓰다 viết theo ~.
운반 vận chuyển. vác, mang. 철도 ~ vận chuyển bằng đường sắt. 운반비 phí vận chuyển. khiêng, 시체를 ~하다 khiêng xác. ~기구 quang gánh. 상자를 ~하다 vác cái thùng.
운석 đá trời, sao sa, đá sao băng, thiên(tinh) thạch. vẫn thạch.
운세 vận thế. ~를 점치다 bói số.
운세판단 toán số.
운송 vận(đài) tải, vận chuyển. tiếp vận, ~계약 hợp đồng vận chuyển. ~보험 bảo hiểm ~. 운송비 phí ~. vận phí, 운송업 ngành vận tải. 해상 ~ vận chuyển đường biển. (반) 육상 ~ vận chuyển đường bộ. 화물 ~ vận chuyển hàng hóa (운수), ~수단 phương tiện chuyên chở.

운수 (운)vận may. thời mệnh, ~나쁜 rông. ~가 쇠하다 vận suy. ~를 점치다 xem số.
운수가 좋을 때 khi nên, ~는 하늘이 사람을 따라준다 ~ trời cũng chiều người.
운신하다 (움직이다) cử động, di chuyển.
운영하다 kinh doanh, (다루다) điều hành. 호텔을 ~ kinh doanh khách sạn.
운영비(국가의) ngân sách.
운용하다 vận dụng. 과학지식을 생산에 ~ ~ kiến thức khoa học vào sản xuất.
운우(구름과 비)vân vũ, ~지락(남녀의) 비유 mây mưa.
운운하다 vân vân.
운율 (박자) nhịp, nhịp điệu.
운율학(시형론)thanh luật.
운임 tiền cước vận chuyển, phí chuyển chở . 여객 ~ tiền xe hành khách.
운전 lái cho chạy, lái, vận hành. chuyển động, cầm lái, xe를 ~하다 lái xe. 운전기사 tài xế, bác tài (존칭). ~기사조수 lơ xe, 기계를 ~하다 lái máy. 운전노선 tuyến vận hành. ~면허증 giấy phép lái xe. 시운전 chạy thử, vận hành thử. ~연습소 trung tâm huấn luyện tài xế. ~학교 trường dạy lái xe.
운전수 tài xế, sốp phơ. ~가 갑자기 속도를 올렸다 ~ thình lình tăng tốc

lực(độ).
운전실(석) buồng(phòng) lái.
운좋은 vận may, ~ 날 lương nhật.
운집하다 tập họp lại, tụ họp lại.
운치있는 tao nhã, phong nhã(vị).
운하 kênh, sông(kinh) đào. hà vận, 파나마 ~ kênh Panama. ~를 파다 xẻ ~. ~를 파서 만들다 đào kinh.
운항하다 hàng hải.
운행하다 vận hành, chạy. 열차운행시간표 lịch trình xe lửa.
울 (울타리) hàng rào. ~안에 trong ~. 울을 치다 làm ~.
울긋불긋하다 nhiều màu sặc sỡ.
울다 khóc lóc. (개,늑대따위가) tru, 울면서 말하다 vừa khóc vừa nói. 아파서 ~ đau quá nên khóc. (반) 기뻐서 ~ mừng quá nên khóc. (동물이) kêu, hót, gào, rống. 소우는 소리 tiếng bò rống. 새가 ~ chim hót. 닭이 ~ gà gáy. 울보 đứa trẻ hay khóc. 울지도 웃지도 못하는 dở khóc dở cười. 눈물이 범벅이 되도록 울다 khóc lướt mướt. (짐승)rống lên, 갑자기 울음을 터트리다 bật lên khóc nức nở. 가슴이 메이도록 울다 thổn thức.
(속) 울며 겨자 먹기(싫어도 부득불 해야함) Khóc mà ăn mù tạt (không thích mà phải làm việc bất đắc dĩ).
울대뼈(결후) lộ hầu.
울렁 (두근)거리다 hồi hộp, phập phồng.
울려나오다 vọng ra. vọng tới.
울려퍼지다 văng vẳng, vang lên, lừng vang, vọng ra. giòn giã, rộn. ran lên. trôi, trôi. 그의 말이 아직도 내 귓가에 생생하 다(울려퍼지

다)những lời của nó vẫn còn ~ bên tai tôi. . (울려오다) vọng ra, vọng tới.
울룩 불룩한 khắp khểnh.
울리다 làm cho khóc, 어린애를 울리지 마세요 đừng làm trẻ con khóc. 종을 ~ rung chuông. 경적을 ~ ấn còi. 낭랑히 ~ sang sảng. (전화가) reo, 전화가 ~ điện thoại reo.
울리는 thì thòm.
(속) 울며겨자 먹기(싫어도 억지로 함) khóc mà ăn mù tạt (không thích mà phải làm việc bất đắc dĩ).
울부짖다 hú. 오랑우탄이 ~ vượn ~.
울분 oán giận.
울어대다 nhè mồm.
울음 khóc, khóc lóc. ~이 터지다 bật khóc. ~을 참다 nén không khóc. ~을 멈추다 nín khóc, ~을 꾹 참다 nuốt lệ, ~소리 tiếng khóc. hí(말의)
울적하다 u sầu, buồn rầu. bùi ngùi.
울지도 웃지도 못하는 dở khòc dở cười.
울창한 sum xuê, rậm. um, ~숲 rừng rậm rạp. rừng già. 풀이 우거 졌다 cỏ um.
울타리 hàng(bờ) rào. lũy, 대울타리 ~ tre.
(속) 울타리가 허하니까 이웃집 개가 드나든다(나의 약점을 잡히면 무시를 당한다)Bờ rào mỏng, chó láng giềng cứ chui qua chui lại(nhược điểm của mình bị người nắm được nên bị coi thường).
울퉁불퉁한 gồ ghề, gập ghềnh, lồi lõm, lởm chởm, mấp mô. ~ 길 đường ổ gà, đường kỳ khu.

울트라 바이러스 siêu vi khuẩn.
울화 phẫn nộ, tức giận. ~가 치밀다 cảm thấy giận trào lên. ~를 참고 마음에 담아두다 uất.
움 (싹) chồi, mầm. 움이 트다 đâm mầm . (움막) hầm trú, hầm chứa.
움직이다 động đậy, chuyển động, nhúc nhích, cựa quậy, lay chuyển. 움직일 수 없는 bất động, không thể chuyển động được. 다리를 ~ 거 동 chân. 군대를 ~ chuyển quân. 움직일 수없게되다 mắc kẹt, 움직이지 않다 không động đậy. 움직이면 죽는다 động đậy là chết đấy. 전기로 ~ chuyển động bằng 전기. 책상을 ~ nhúc nhích cái bàn. 조금도 움직이지 않다 chẳng nhúc nhích. 움직였는가? nhúc nhích chưa? 움직이지 않고 서있다 đứng trơ(sựng). trơ trơ.
움직이지 않는 trơ, 바위(石像)처럼 움직이지 않고 서있다 đứng trơ như phỗng đá.
움직임 sự chuyển động. 세계의 ~ chuyển động của thế giới. 여론의 ~ chuyển động của dư luận. 피스톤의 ~ chuyển động của pit tông.
움찔(움칠)하다 chột dạ. lùi bước. thon thót.
움집 hầm trú ẩn.
움츠러들다 co lại, cuộn lại.
움츠리다 rụt, co rúm, xo, quắt, sun, chùn lại, co ro(오그리다), 목을~ ~ cổ. 어깨를~ sun vai.
움츠리고 앉다 ngồi co rúm.
움칫하다 giật mình.
움켜잡다 chộp lấy , túm lấy, bấu, víu, (움켜쥐다).chụp lấy. bấu.

움큼 (한움큼) một nắm, một nhúm.
움푹 들어간 trõm, xọp, lóm, (패인) sâu hoắm. lõm, lép kẹp, ~ 눈 mắt ~, ~ 볼 má hóp, 배가 고파 움푹 꺼진 배 bụng đói lép kẹp, ~눈 mắt hõm.
움푹한 곳 trũng, lõm.
웃기다 làm cho cười, chọc cười. 청중을 ~ làm cho khán giả cười. 웃기지 마라 đừng làm cho cười nữa. 웃기는 đến hay. 웃기려고 과장되게 말하다 thậm xưng.
웃니 hàm răng trên.
웃다 cười. tiếu.(반)울다 khóc, 잘웃는 사람 người hay cười. 웃는 얼굴 khuôn mặt cười. sắc tiếu, 웃으면서 이야기하다 vừa cười vừa nói. 웃지 않을 수 없다 không thể không cười. 웃으며 대답하다 cười trả lời. 실눈뜨고 웃다~ híp mắt, 숨이 넘어갈듯이 ~ cười sặc sụa. 이를 보이고 ~ nhăn răng ra cười.
(속) 웃고 사람 친다(겉으로 선한척 하면서 속으로는 악의가 있다) Vừa cười vừa đánh người (bề ngoài tỏ ra thân thiện, bên trong có ý hại người).
(속) 웃는 낯에 침 못 뱉는다(가까이에서 즐거워 하는 사람에게 나쁘게 대할 수 없다) không nhổ nước miếng vào khuôn mặt đang cười được, (khó có thể đối xử tệ với người vui vẻ dễ gần).
웃도리 (상외) áo choàng (웃옷)
웃돈 tiền sai biệt.
웃돌다 vượt quá (초과하다)
웃몸일으키기 thể thao tập kiểu nằm

ngồi.
웃물 (상류) thượng nguồn, thượng lưu.
윗사람 người lớn hơn.(cấp trên)
웃음 nụ cười, cười. (반) 울음 khóc, ~ 소리 tiếng cười. ~소리 히히 히 하, ~이 터지다 (터트리다) bật lên cười. phi cười, cười rộ, 웃음판 nhóm cười phá lên. 웃음이 눈물로 변하다 chuyển cười thành khóc. ~짓다 nở mặt, 밝고 명랑한 ~소리 tiếng cười. ~이 많은 nhí nhảnh.
(속) 웃음 속에 칼이 있다(입에는 염불 배속에는 단검) Trong nụ cười có dao(miệng nam mô, bụng bồ dao găm).
웃음거리 trò cười, ~가 되다 làm ~, 남의 웃음거리가 되다 anh làm trò cười của người khác. 천하 에 ~ 가 되다 làm ~ cho thiên hạ.
웃음반 울음반 nửa cười nửa khóc.
웃음을 자아내다 tức cười.
웃음을 참다 nín cười.
웃통을 벗다 cởi áo khoác.
웅담(곰쓸개) mật gấu, hùng đởm.
웅대하 hùng tráng, hùng vĩ.
웅덩이 hũm, chuôm, ao tù. 들판~ ao chuôm, 물~ nước.
웅변 hùng biện. ~가 nhà ~. 웅변술 thuật ~.
웅비하다 nhảy xa cao, bay vọt lên.
웅성거리다 ồn ào.
웅얼거리다 lầm bầm. lầm thầm.
웅웅거리다 ré.
웅웅소리 xè xè, 웅웅 움직이다 chạy ~.
웅웅 울리는 om thòm.
웅장한 tráng lệ, hùng vĩ, hùng tráng.
웅크리다 thu mình, co ro. thụp, chồm

hỗm, (숨기 위해서)khom xuống, 웅크리고 앉다 ngồi co ro, ngồi thụp xuống. 웅크리고 자다 nằm co.
웅혼한 hùng hồn.
워낙 (원래가) vốn, vốn là. 그는 ~ 몸이 약하다 anh ta vốn là yếu đuối.
워밍업 khởi động.
원 (화폐단위) đồng won (tiền Hàn Quốc). 천원짜리 loại một ngàn won.
원 vòng(hình) tròn, đường tròn. 원을 그리다 vẽ một đường(vòng) tròn.
원 (소망) nguyện vọng, ước mong.
원기둥(원통)hình ống.
원기 nghị(sinh) lực, sức sống. nhựa sống, ~를 되 찾다 lại người.
원기왕성한 khang cường, yên mạnh.
원당(설탕원료)đường thẻ.
워드 chương trình word.
워싱턴 Washington.
워터 (물) nước. ~탱크 thùng ~.
원가 nguyên giá, giá cả vốn. ~로 팔다 bán bằng ~. 생산 ~ giá thành sản xuất.
원거리 khoảng cách xa, cự ly xa. ~ 통신 viễn thông.
원격조정 điều chỉnh từ xa. viễn khiển. ~탄 pháo xạ viễn khiển.
원격 측정법 trắc viễn.
원경 viễn cảnh.
원고(고소인) nguyên cáo . tiên cáo, (반) 피고 bị cáo.). ~와 피고 nguyên bị.
원고 bản thảo, bản chính. bản gốc, (초고)thảo bản, 사본 bản sao. 원고료 tiền bản thảo(nhuận bút)
원근 xa gần. viễn cận, 원근법 phối

cảnh.
원금 (밑천) tiền vốn, tiền gốc.
원금까지 합해서 이자를 붙임(속어)
  lãi mẹ đẻ lãi con.
원금과 이자 mẫu tử. gốc lãi. ~를 받다
  lấy vốn và lời.
원기왕성한(늙어서도)đẹp lão.
원내총무 đại diện trong nghị viện.
원년 năm đầu tiên, nguyên niên.
원단 ngày Tết. (직물) vải.
원대한 rộng rãi, hoằng viễn, lớn.
원대한 꿈 ước mơ cao xa.
원대복귀하다 trở về đơn vị gốc.
원동력 nguyên động lực. 생활의 ~
  động lực sinh hoạt.
원두막 trạm gác cánh đồng. sàn gác.
원둘레 đường chu vi(tròn). (수학) viên chu.
원래 vốn là, vốn có. nguyên khi, ~대
  로 như cũ. y nguyên, 그는 원래
  몸이 약하다 anh ta vốn ốm yếu.
  원래대로 되다 lành cả. ~부터
  nguyên thủy. 원래상태 nguyên
  trạng. 원상태를 유지하다 giữ
  đúng nguyên trạng. ~의 의미
  nghĩa gốc. ~의 상태로 되돌리 다
  phục hóa.
원래의 이 răng thiệt.
원래대로 치료하다 chữa lành.
원래대로 하면 chớ gì.
원로 người cao tuổi, nguyên lão. 원로
  회 hội ~. ~장로 trưởng lão già. ~
  장로추대식 lễ phong chức trưởng
  lão già. ~회원 nguyên lão hội viên.
원론 nguyên lý, nguyên luận.
원료 nguyên liệu. (반) 제품 thành
  phẩm, ~를 공급하다 cung cấp ~.
  tiếp liệu.

원리 nguyên lý.
원만한 mãn nguyện, viên mãn, tròn
  trĩnh, hoàn thành. ~해결 cách giải
  quyết ~. 원만히 một cách hoàn tất.
원망 phàn nàn, oán giận. oán hận, thù
  oán, ta oán, ~스러운 얼굴 khuôn
  mặt oán giận. 제 자신을 원망하다
  trách giận bản thân mình. 너를 원
  망하지 않는다 không trách anh
  đâu. ~하고 탄식하다 oán thán. ~
  하고 싫어 하다 thù hiềm.
원맨쇼 màn độc diễn.
원명 tên thật.
원모 sợi len thô.
원목 gỗ thô.
원무과 y vụ.
원문 nguyên văn, bản gốc. dạng bản, ~
  대로 theo ~. 원문에 충실하게 번
  역하다 dịch đúng từ nguyên văn.
원반 đĩa. 투원반 ném đĩa(남), ném
  đĩa(북). ~던지기 môn ném ~.
원방 khoảng cách xa.
원병 viện binh(quân). cứu binh, ~을
  보내다 gửi ~.
원본 nguyên bản, bản gốc. 사본 bản
  sao.
원부 (원장부) sổ cái.
원뿔대 (수학)viên đài.
원산지 nước sản xuất. 석탄의 원산지
  ~ than.
원상 tình trạng nguyên. ~대로 있는
  còn nguyên. 원상태를 유지하다
  giữ đúng nguyên trạng.
원색 màu gốc.
원생 nguyên sinh. ~동물 động vật ~.
원생 sinh vật thảo mao trùng.
원서 (원전) nguyên mẫu.
원서 (지원서) đơn xin. ~를 tiếp nhận

tiếp nhận đơn. ~를 제출하다 trình đơn xin. 입학 ~ đơn xin vào học.
원성 lời phàn nàn, lời kêu ca.
원소 nguyên tố. ~분석 phân tích ~. 동위~ nguyên tố đồng vị.
원수(국가의) nguyên thủ, (장군) nguyên soái. nguyên súy, thống chế, 대 ~ đại ~.
원수 (적) kẻ thù, thù hận. oán cừu, cừu địch,(반)친구 bạn. 은인 ân nhân, ~를 갚다 trả thù. báo thù, 원수지다 trở thành kẻ thù của nhau. 은혜를 원수로 갚다 trả ơn bằng thù.
(명)원수는 외나무 다리에서 만날 날이 있다 Sẽ có ngày gặp nhau oan gia trên cầu độc mộc.
원수를 사랑하라 hãy yêu kẻ thù nghịch.
원숙한 chín chắn, khéo léo. ~ 아름다움 sắc đẹp đương thì.
원숭이 con khỉ. hầu, sơn công, tiểu. tườu. ~ 구경거리 trò khỉ, ~띠(신) thân.
(속) 원숭이도 나무에서 떨어질 때가 있다(아무리 재주가 좋은 사람도 실수할 때가 있다). Khỉ cũng có lúc rớt từ trên cây xuống(người cho dù có tài giỏi đến mấy cũng có lúc mắc sai lầm).
(속) 원숭이 노수를 만났다(고기가 물을 만나듯 적합한 일을 만나다). Khỉ gặp cây xanh, (như cá gặp nước, gặp việc gì phù hợp với mình).
원시 viễn thị,(반) 근시 cận thị, 원시 안경 kính viễn thị. 원시안 tật ~.
원시 nguyên thủy(sơ). nguyên sinh, 원시적 có tính ~. 원시림 rừng ~. 원

시사회 xã hội ~. 원시인 người ~.
원심 phán quyết đầu tiên. 원심을 파기하다 hủy bỏ ~.
원심력 lực trung tâm, ly tâm lực. sức ly tâm, ~을 응용하다 quay rảy.
원아 (유치원) mầm non, vườn trẻ.
원안 bản thảo, nguyên án.
원앙 (새) uyên ương. chim oanh, 원앙금 (이불) chăn gối vợ chồng.
원액 dung dịch nguyên chất. đậm đặc.
원양 viễn dương. ~ 어선 thuyền cá ~.
원어 nguyên ngữ, (모국어) tiếng mẹ đẻ. ~민 người nguyên ngữ.
원업(전생에 진 빚) oan nghiệp(trái).
원예 nghề làm vườn, nghề trồng hoa. ~가 người làm vườn. ~업 nghề làm vườn.
원외의 관직 viên ngoại.
원용하다 viện dẫn chứng.
원음 âm gốc.
원유 dầu thô. vàng đen.
원인 nguyên nhân, nguyên do. nhân tố, căn nguyên, duyên cớ, cớ sự,(반) 결과 kết quả, (이유)lý lẽ, 근본~ nguyên nhân căn bản. 실패의 ~ nguyên nhân thất bại. 원인불명 không rõ nguyên nhân. 원일을 찾다 tìm ~. 간접 ~ nguyên nhân gián tiếp. (반) 직접 ~ nguyên nhân trực tiếp. 주요 ~ nguyên nhân chủ yếu.
(명)원인이 무엇이든 근심걱정은 용기를 빼앗아 가고 수명을 단축시킨다 Cho dù là nguyên nhân gì đi nữa thì lo âu cũng chỉ làm mất đi dũng khí và làm ngắn đi tuổi thọ.
원인과 결과 nhân quả, 인과관계 quan hệ ~.

원인론 suy nguyên luận.
원자력 nguyên tử năng, ~ 에너지 연구소장 trưởng nghiên cứu năng lượng điện nguyên tử. ~ 시계 đồng hồ nguyên tử.
원자 nguyên tử. ~무기 vũ khí ~. 원자누출사고 tai nạn rò ~. 원자분열 phân tán ~. 원자 탄두 đầu đạn ~.
원자핵 nguyên tử hạt nhân. 원자폭탄 bom nguyên tử. 원자력 에너지 năng lượng ~. ~로 lò ~. ~물리학 vật lý hạt nhân, 원자 핵융합 반응의 nhiệt hạch. ~설 thuyết ~.
원자량 trọng lượng nguyên tử.
원자재 nguyên liệu thô, nguyên vật liệu. ~수출 xuất khẩu ~.
원작 nguyên tác, bản gốc. ~자 tác giả đầu tiên.
원장 trưởng bệnh viện, viện trưởng.
원저 tác phẩm gốc. ~자 tác giả.
원점(근본되는) nguyên bản gốc.
원점(출발점) nguyên điểm, điểm xuất phát. ~으로 돌아가다 trở lại ~.
원정 viễn chinh. 해외 ~ viễn chinh hải ngoại. ~경기 trận đấu sân khách. ~군 quân ~.
원조(설립자) tổ sư. ~의 존칭 thánh sư.
원조하다 viện trợ. 원조를 받다 nhận ~. (반) 원조하다 cho ~. 원조를 청하다 yêu cầu ~. cầu viện, 원조금 tiền ~. 경제원조 ~ kinh tế. 군사~ viện trợ quân sự.
원조물품을 받다 tiếp nhận hàng viện trợ.
원족 (소풍) đi dạo, đi chơi.
원죄 tội nguyên thủy, nguyên tội, tội tổ tông.
원주 (기둥) cây cột, cột trụ. (원통)

viên trụ.
원주 (테두리) chu vi.
원주민 thổ dân (토착민), bản xứ.
원주인 nguyên chủ.
원직에 머물게 하다 lưu dụng.
원천 nguồn gốc. ~징수세 thuế trưng thu từ ~. ~을 잃다 mất gốc.
원추형의 hình(mặt) nón, hình trụ. trụ chóp. viên chùy.
원칙 nguyên tắc. ~을 세우다 xây dựng ~. 기본적인~ nguyên tắc cơ bản. ~없는 vô ~.
원컨대 tôi cầu xin, tôi hy vọng, mong rằng.
원탁(둥근 책상) bàn tròn. ~회의 hội nghị ~. viên trác hội nghị.
원통하다 oán giận, oán hận. 원통함을 설욕하다 tẩy(giải) oan.
원통 hình trụ(ống). viên trụ.
원판 (사진의) bản âm . (영화의) phim ảnh.
원폭 bom nguyên tử. ~희생자 nạn nhân ~.
원피스 áo một mảnh.
원하다 mong muốn, muốn. ham muốn, kỳ vọng, 원한다면 nếu muốn. 원하는 대로 theo như mong muốn. 평화를 원하다 mong muốn hòa bình. …하기를 원하다 mong muốn gì đó. 성공하기를 ~ mong muốn thành công. 뭘 원하지? muốn cái gì? …을 원하다 ước gì. 원하는 대로 như nguyên, 원하는 대로 성취함(성어) cầu được ước thấy.
원하시면 đẹp ý.
원한 hận(mối) thù, oán hận. ~을 품다 mang hận thù, hàm oan(hận), căm

hiềm oán, (반) 원한을 풀다 giải tỏa hận thù. tuyết hận. 원한을 품을 것 같다 có vẻ oán thù. ~을 사다 gây oán. ~을 참고 견디다 nuốt hận. ~의 마음 thù oán. 두 집안이 여러 세대에 걸쳐 서로 원한 지간이다 Hai gia đình có mối thù với nhau đã nhiều đời rồi.

원형 (원래의 형태) nguyên hình(dạng), nguyên mẫu.

원형 (둥근 모양) hình tròn. ~극장 sân khấu tròn, ~의 돔 vòm.

원형질 chất nguyên sinh.

원호 ủng hộ, cứu giúp. ~기금 quỹ cứu tế.

원혼 oan hồn, linh hồn ác độc.

원화 tiền won.

원활하다 hòa thuận, hòa hợp, êm dịu.

원활하게 trôi chảy, ~이동하다 di chuyển ~.

원활히 진행되는 yên ổn.

원흉 đầu sỏ.

월 tháng. 월평균 bình quân ~. 월 2 회 tháng 2 lần. 3 월 tháng 3.

월간 nguyệt san, xuất bản hàng tháng. ~잡지 tạp chí hàng tháng.

월경(멘스)kinh, thấy kinh, kinh nguyệt. tháng, ~중이다 có kinh, bẩn mình. thấy tháng. ~촉진제 thuốc thông kinh, 그녀의 ~은 규칙적이다 Nàng có ~ đều đều, 월경대 băng vệ sinh phụ nữ. 월경폐쇄기 thời kỳ mãn kinh. ~기 kinh(nguyệt) kỳ. ~중의 여자 phụ nữ hành kinh. ~이 끝나는 시기 kinh đoạn, ~ 출혈 kinh băng. ~이 그치다 tắt kinh.

월경이 없는 trần, 2 개월 동안 ~ 것은 임신의 증거이다 ~ hai tháng chắc là chửa.

월경불순 rong huyết.

월경촉진약 thuốc điều kinh.

월경하다 (국경을 넘다) vượt biên giới.

월계관 vòng nguyệt quế.

월계수(식물) nguyệt quế. ~의 열매 thanh mai.

월광 (달빛) ánh trăng. nguyệt quang, 월광곡 khúc ánh trăng.

월궁 nguyệt cung, nguyệt điện.

월권 lạm(vượt) quyền, tiếm quyền. ~행위 hành vi ~. 상관의 권한을 침범하다 vượt quyền cấp trên.

월금(악기) nguyệt cầm. đàn nguyệt.

월급 (봉급) lương tháng. nguyệt lương, ~으로 살다 sống bằng lương. ~이 오르다 tăng lương. (반) 월급이 내리다 hạ lương. ~날 ngày lãnh lương, ngày nhận lương. 월급쟁이 người làm công ăn lương. ~을 지불하다 trả lương, 많은 ~을 받다 được trả lương cao.

월급명세서 bảng lương.

월남 (베트남) Việt Nam. ~전쟁 chiến tranh ~.

월남하다 đi xuống miền nam Hàn Quốc.

월내에 trong vòng một tháng.

월동하다 trú đông. qua đông, 월동준비 chuẩn bị qua đông.

월등 vượt trội, nổi trội, xuất sắc. ~한 학생 học sinh xuất sắc. 월등히 một cách nổi trội. 영어를 월등히 잘 한다 giỏi tiếng Anh.

월등히 큰 quá khổ, 헐렁헐렁한 신 giày quá khổ.

월력 (달력) lịch.

월례 hàng tháng. ~보고 báo cáo ~.
월리 tiền lãi hàng tháng.
월말 cuối tháng. nguyệt tận, 월말에 vào ~. 월말까지 tới ~. 월말보고 báo cáo ~.
월맹 Việt-Minh, ~본부 thành bộ ~.
월면 (달표면) bề mặt của mặt trăng. ~보행 đi bộ trên mặt trăng. ~착륙 đổ bộ lên mặt trăng.
월보 bản tin hàng tháng.
월부 trả góp hàng tháng. ~로 사다 mua trả góp.
월부금 tiền góp.
월북하다 đi qua Bắc Hàn.
월색 ánh trăng.
월세 tiền thuê hàng tháng.
월세계 cõi mặt trăng.
월수 (수입) thu nhập hàng tháng.
월식 nguyệt thực. 부분 ~ nguyệt thực một ,phần. 개기 ~ nguyệt thực toàn phần. 일식 nhật thực. 월식 현상 gấu ăn trăng.
월액 số lượng một tháng.
월야 (달밤) đêm sáng trăng.
월요일 thứ hai.
월일 ngày tháng. 생년~ ngày tháng năm sinh.
월정 hợp đồng tháng. 월정구독자 người góp hàng tháng.
월초에 vào đầu tháng.
월출(月出) lúc trăng lên.
월하노인(결혼의 신) nguyệt lão.
월하빙인 (중매장이) người mai mối.
월회비 nguyệt phí(liễm)
웨딩 lễ cưới. ~드레스 áo cưới.
웨이스트 (허리) eo.
웨이터 anh bồi, bồi bàn.
웬 gì, nào. 웬사람이야 người nào đó,

ai vậy? 웬일이지? việc gì vậy?
웬걸 ôi! Chao ôi!
웬만큼 (어지간히) khá tốt. 영어를 ~한다 nói tiếng Anh khá tốt.
웬만하다 khá tốt, được, tương đối, đáng kể. 수입이 ~ thu nhập ~.
웬일 chuyện gì, vấn đề gì, lý do gì. 웬일이야? chuyện gì vậy?
웰터급 võ sĩ hạng trung.
웽웽 울다(모기) kêu vo ve.
위 trên, phía trên. 위에 ở trên, 위에서 말한 바와 같이 như đã nói ~. 언덕위의 집 nhà trên đồi. 의자 위에 앉다 ngồi trên ghế, 위에서 내려다 보다 nhìn xuống từ trên. 맨위에 trên cùng. 제일 위의 누나 chị trên cùng, chị lớn tuổi nhất. 그는 나보다 한 살 위이다 anh ta trên tôi một tuổi. 위를 보다 ngửa mặt, 위를 보고 눕다 nằm ngửa. 위로 뒤집어 놓다 lật ngửa. 위에 있다 cao hơn.
위를 향해 보다 ngước.
위로 들어 올리다 thưng.
윗주머니 túi trên ngực.
위에 걸치시오 quàng lên.
위 (위장) dạ dày. 위수술 phẫu thuật ~.
위경련 kinh phong dạ dày.
위계 địa vị cao thấp.
위계(거짓계략) ngụy kế, mưu giả, kế hoạch lừa bịp.
위관급 cấp úy, cấp sĩ quan. ~장교 sĩ quan ~, 대위 đại úy.
위국하다 bảo vệ tổ quốc.
위국군(베트남의 항불 혁명군) vệ quốc quân.
위궤양 chứng loét bao tử.
위급한 nguy cấp, khẩn cấp. 위급시에

vào lúc ~.
위기 nguy cơ, khủng hoảng. ~를 벗어 나다 thoát khỏi nguy cơ. ~에 처하 다 sa lầy.
(명)위기를 대처하는 것을 보면 사람 의 됨됨이를 안다 Nhìn cách ứng xử với khó khăn thì sẽ biết năng lực con người.
위나라(국명) nước Ngụy.
위대한 vĩ đại. cao cả. hoằng vĩ, ~업적 một sự nghiệp ~. ~인물 nhân vật ~. ~ 사상 tư tưởng cao cả. ~학자 đại gia. ~시인 đại thi hào. ~ 철학자 đại triết. ~유학자 đại nho.
(명)위대한 사람들은 목적이 있는데 다른 사람들은 소원이 있다 Người vĩ đại thường có mục đích khác, mà người khác mong muốn có.
(명)위대한 업적은 능력이 아니라 끈덕 짐으로 성취되는 것이다 Sự nghiệp vĩ đại không phải là do năng lực mà là do thành tựu của sự kiên trì.
위도(위선) vĩ độ. độ vĩ, vĩ tuyến..
위독하다 lúc nguy cấp, hấp hối. 위급한 상태 tình hình nguy cấp.
위력 uy(mãnh) lực, sức mạnh. 돈의 ~ uy lực của đồng tiền. 폭탄의 ~ sức mạnh của bom. 국가의 ~ sức mạnh của quốc gia. 위력으로 글 복시키다 khuất phục bằng sức mạnh.
위령제 lễ truy điệu. 전몰장병~ lễ truy điệu các anh hùng liệt sĩ.
위로 an ủi, yên ủi, ủy lạo, vỗ về, động viên. 병자를 ~하다 động viên người bệnh. 부상병을 ~ ủy lạo thương binh, 위로금 tiền an ủi. 불행한 사람을 위로하다 an ủi người bất hạnh. ~의 상 giải ~.
위로 향한 xếch, 위로 째진 눈 mắt ~.
위명(위대한 명성)danh tiếng vĩ đại
위명(가짜이름) tên giả
위무하다(진정시키다) nguôi ngoai, làm yên
위문하다 hỏi thăm, hỏi thăm sức khỏe
위반 vi phạm, sai phép, 정전협정을 ~하다 ~ hiệp định đình chiến, 법 에 위반되다 ~ pháp luật, 선거법을~하다 ~luật bầu cử, 교통규칙을~하다 ~ nguyên tắc giao thông, ~자 kẻ ~, 법률 ~ ~pháp luật, ~행위 hành vi ~
위법 trái(vi) pháp, vi phạm pháp luật, ~자 người ~, ~행위를 하다 hành động ~. ~행위 hành động vi pháp.
위벽 cuống bao tử
위병 bệnh bao tử, bệnh dạ dày
위병(경비병) vệ binh, lính gác, lính canh, ~소 phòng ~, ~근무 làm ~
위산(의학) vị toan, chất chua trong bao tử, ~과다 dư axít bao tử
위생 vệ sinh, ~적인 có ~, ~에 나쁘다 ~ kém, ~검사 kiểm tra ~, ~병 lính tải thương, ~ 검역 시스템 hệ thống kiểm dịch ~, ~주머니(비닐 봉지) túi nôn, ~학 ~ học.
위선(위도)vĩ tuyến, vĩ đạo
위선(거짓)đạo đức giả, hành động đạo đức giả, ~적 도덕 đạo đức giả dối, ~적인 tà ngụy. ngụy thiện.
위선자 kẻ giả hình. sấu.
위성 vệ tinh, ~궤도 qũy đạo ~, ~발사 phóng ~, 기상 ~ ~ khí tượng, 인공~~nhân tạo, 통신 ~ ~ thông tin, ~

중계방송 phát truyền trực tiếp qua~

위성국 các nước chư hầu, (속국) nước chư hầu. hầu quốc.

위세 uy thế, sức mạnh, uy lực, ~를 부리다 lên mặt. ~와 무력 uy vũ.

위수(주둔부대)đơn vị đồn trú, ~병원 bệnh viện đồn trú, 위수령 lệnh chỉ đồn trú.

위스키 rượu whisky

위시하다(비롯함)mở đầu, khởi đầu, 위시하여 bao gồm, kể cả

위신 uy tín, ~에 관계되다 có liên quan đến vấn đề ~, ~을 잃다 mất ~, ~을 손상하다 tổn thất ~, ~을 되찾다 phục hồi ~, ~손상 sự mất ~.

위아래 đầu đuôi. trên và dưới, lên xuống, ~로 굽이치다 nhấp nhô, ~로 흔들다 tung tẩy.

위아래(존비)tôn ti, ~질서 ~ trật tự.

위안 an ủi

위암 ung thư bao tử

위압 áp lực, áp đảo, áp bức, ~적으로 một cách ~

위압적인 어조 giọng hách.

위액 dịch vị, vị dịch.

위약하다(약속을 어기다)bội ước, không giữ lời hứa, (위가 약함) 바로 yếu đuối.

위엄있는 nghiêm trang, oai, uy nghi, uy nghiêm, thanh uy. ~말 dõng dạc nói, 위엄있고 용감한 oai hùng. 위엄을 나타내다 ra oai.

위엄있게 말하다 dõng dạc nói.

위업 thành tích vĩ đại, vĩ nghiệp, vũ công.

위염 chứng viêm dạ dày, vị viêm.

위와 같이 như trên.

위용 tướng mạo uy nghiêm

위원 ủy viên, ~장 chủ tịch ủy ban, ủy viên trưởng, trưởng ban, 행사준비위원장 ủy viên trưởng chuẩn bị lễ, 시 인민 위원장 chủ tịch ủy ban nhân dân thành phố, 상임~ ủy viên thường trực, 시 인민위원 thành ủy viên

위원회 ủy ban, ~를 조직하다 thành lập ~, 교육~ ~giáo dục, ~대표 tổng ủy viên, 상임~ ~thường trực, 운영~ ~ vận hành, 시 인민~ ~ nhân dân thành phố, ~안에 trong ban.

위의를 갖추고 một cách oai vệ(uy nghi)

위인 vĩ nhân, 역사상~들 những ~trong lịch sử, ~전기(열전) liệt truyện.

위인전 tiểu sử bậc vĩ nhân.

위임 ủy nhiệm, ủy quyền, cắt cử. ~받다 được ủy quyền, ~통치 ủy trị, 전권을~하다 ~ toàn quyền, ~장 giấy ủy quyền(nhiệm), ủy nhiệm thư, ~자 người ~

위자료 tiền an ủi, tiền bồi thường

위장(창자) bao tử, dạ dày, ~병 bệnh đường ruột, ~약 thuốc ~, thuốc đau dạ dày

위장 ngụy(nghi) trang, ~ 그물(군사) lưới ~, giả làm, 거지로~하다 ~ làm ăn mày, ~귀순 giả hàng

위정자 nhà chính trị, người cầm quyền chính phủ

(속) 위정자의 상자와 창고가 가득하면 백성들은 가난하게 된다(관리가 이익만을 도모하면 백성은 배고프고 가난하게 된다) Hòm đựng và kho của quan lại mà đầy thì dân trở nên nghèo,(quan chức mà chỉ lo mưu lợi cho mình thì dân nghèo đói).

위조하다 làm giả, giả mạo, 화폐를~ làm giả tiền giấy, 위조 화폐 tiền giả, 문서를~ ~ giấy tờ, 수표를~ ~ ngân phiếu, 위조 문서 giấy tờ giả, 위조수표 ngân phiếu giả, 위조증서 chứng từ giả, 위조품 hàng giả

위쪽(..의 위에)thượng, 고지대 사람들 đồng bào thượng.

위주(으뜸으로 삼음)làm chính, làm chủ, 자기~의 사고방식 cách suy nghĩ lấy mình làm chính, 남성~의 사회 xã hội lấy đàn ông ~, --위주로하다 lấy cái gì đó làm chủ, 장사는 이득 위주다 buôn bán đặt lợi ích lên đầu

위중하다 tình trạng nguy kịch

위증하다 khai man, ngụy(vọng) chứng, ~자 kẻ ~, ~죄 tội ~

위촉하다 ủy thác, giao việc cho

위축되다 teo lại, thu nhỏ, len lét.

위층 trên lầu, tầng trên(반)아래층 tầng trệt, 단층집 nhà trệt

위치 vị trí, vị thế, ~하다 nằm ở, 학교는 어디에 있는가 trường học nằm ở đâu?, ~가 좋다 ~ tốt, ~를 바꾸다 chuyển ~, ~를 정하다 định ~, phân vị. 발포 ~ vị thế tác xạ.

위치를 확정하다 định vị.

... 에 위치한(자리잡은)tọa lạc. 큰길 근처의 토지 miếng đất vị trí gần đường cái.

위탁 ủy thác, giao phó, ~를 받다 được ~, ~가공 gia công, ~자 người ~, ~판매 bán ~, ~품 hàng ~

위태하다 nguy hiểm, 위태롭게하다 gây ~

위 턱니 răng hàm trên.

위통 đau bụng, đau dạ dày(bao tử).

위트(재치)있는 hóm hỉnh, dí dỏm

위패 linh vị, bài vị, thần chủ, 조상의 ~ bài vị tổ tiên

위폐(위조지폐) tiền giả

위풍 oai phong, trang trọng, ~당당한 hiên ngang, uy phong, nghiêm trang

위하여(서) vì, để vì, cho, 사회를~ vì xã hội, 조국을~ vì tổ quốc, 너를~ vì anh, 나라를~몸을 바치다 hy sinh vì tổ quốc, 돈을~일하다 làm việc vì tiền, 살기~먹다 ăn để sống, 살기~먹지 먹기~사는 것이 아니다 ăn để sống chứ không phải là sống để ăn

---을 위해서 để mà, 살기 위해서 먹다 ăn để mà sống

---을 위해 준비하다 lo liệu.

위해(해로움)làm hại. nguy hại, ~를 가하다 làm hại, ~하다 xúc phạm.

위헌 trái pháp luật, phản hiến pháp.

위험 nguy hiểm,(반) 안전 an toàn, ~할 때는 vào lúc ~, ~에 빠지다 rơi vào tình trạng ~, ~에서 벗어나다 thoát khỏi tình trạng ~, giải nguy, thoát hiểm, ~인물 nhân vật ~, ~상태 tình trạng ~, ~지대 khu vực ~, ~물 vật ~, ~신호 tín hiệu ~, ~수위 qúa mức nguy, (재난)hiểm họa. ~하고 어려운 gian nguy. ~을 피하다 tránh sự nguy hiểm, 위 험한 정세 tình thế nguy, ~에서 구하다 cứu nguy, ~한 지점 tử địa, ~을 무릅쓰다 đánh liều. ~한 지역 hiểm địa, ~한 장소 hang hùm. ~을 알리

다 nổi hiệu. ~을 피하다 vi nạn, tỵ họa, ~에 처하다 ngộ hiểm(nạn). 위험한 재해 nguy hại. ~한 일을 하다 vuốt râu hùm. ~을 방관하다 tọa thị nguy hiểm.

위험물 진입금지 cấm mang chất nguy hiểm vào.

(명)위험하다고 아무것도 감행하지 않으면 모든 것을 잃게 된다 Nếu cho rằng việc gì cũng nguy hiểm không dám làm, thì sẽ đánh mất tất cả mọi cơ hội.

(명)위험이 적으면 이익도 적다 Nguy hiểm càng ít thì lợi ích càng ít.

위험한 곳에 돌진하다 xông pha.

위험지역을 지키다 thủ hiểm.

위험과 간난 thon von.

위험천만한(속어)thõng mắm treo đầu giàn.

위험한 적을 풀어주다(비유) túng hổ quy sơn.

위협 uy hiếp, đe dọa, hăm dọa, dọa nạt, dọa dẫm, ~ 적으로 hăm hở, 평화에 대한~ ~ hòa bình, ~이 되다 trở thành sự ~, ~사격 bắn cảnh cáo, ...을 뺏기 위해 ~ 하다 trấn lột. 약자를 ~하다 ~ kẻ yếu.

위화감 cảm giác không hòa thuận

위황병(의학)oải hoàng.

위훈(위대한 훈공)thành tựu to lớn

윗니 răng hàm trên

(속) 윗물이 맑아야 아랫물이 맑다, (위에서 일을 바르게 해야 아래서도 일을 바르게 할 수 있다) nước bên trên có trong thì nước dưới mới trong, (bề trên làm việc đúng thì bề dưới mới làm việc đúng được).

윗배 bụng trên,(반)아랫배 bụng dưới.

윙윙(의성어) vù vù. ràn rạt, ~ 소리 tiếng vo vo, bâng ~ bùi gió thổi ~.

윙크 nháy(đưa) mắt, 서로~하다 nháy nhau.

윗사람 cấp(tay) trên, người bề trên, trưởng giả,

(속) 윗사람이 아랫사람의 모범이 되어라 người trước bắc cầu, kẻ sau theo dõi

윗사람에게 말대답하다 trả treo.

윗사람을 공경하고 아랫사람에게 양보하다 trên kính dưới nhường.

윗쪽 mặt(phía) trên.

윗주머니 túi trên ngực.

윗층 trên gác.

윙윙 울리다 lùng bùng.

유가증권 chứng khoán

유가(유학자) người theo Nho giáo, nho giả. (학자의 집)thư hương.

유가족 gia tộc những người thương vong, gia quyến, thân quyến.

유감 tiếc, điều hối tiếc, nuối tiếc, ~없이 không có gì ~, ~의 뜻을 표하다 bày tỏ sự ~, ~스럽다 đáng ~, đáng hối tiếc, 매우~이다 đáng tiếc qúa, ~이군 hoài của, ~으로 생각하다 sám hối, 유감천만이다 thật là đáng tiếc.

...에 유감이다 xót xa.

유개차 xe có mui(반)무개차 xe không có mui

유격 du kích, ~전(게릴라전)chiến tranh ~, 유격전 무기 vũ khí lạnh.

유계(저승) kiếp sau

유고(사고)tai nạn, ~시에 vào lúc ~

유고(죽은 사람의) di cảo, (작품)tác phẩm của người chết

유고슬라비아(국명)Yugoslavia, Nam tư lạp phu.
유곡(깊은 산골)u cốc.
유골 hài(di) cốt, tro cốt, ~을 줍다 thu lượm ~, ~을 봉안하다 đặt hài cốt
유공 có công lao, ~훈장 huân chương công lao
유곽(청루)lầu xanh, nhà thổ, nhà đĩ.
유관기관 cơ quan hữu quan.
유괴 bắt cóc, 어린애를~하다 ~trẻ em, ~범 kẻ ~, ~사건 vụ ~, ~자 người tống tiền.
유괴하여 돈을 갈취하다 tống tiền.
유교 nho giáo, đạo nho, ~사상 tư tưởng nho giáo, ~의 학설 nho học.
유구하다 vĩnh viễn, vĩnh cửu, du cửu.
유구무언 không có lời biện minh
유권자 cử tri
유권해석 giải thích chính thức
유급 có trả lương, ~휴가 nghỉ ~, nghỉ phép ăn lương.
유급되다 lưu cấp, ở lạc lớp, đúp, 유급생 học trò ~
유기 có kỳ hạn, ~징역 khổ sai ~ (반) 무기징역 khổ sai vô hạn.
유기(화학)hữu cơ, ~물 ~vật, ~질 chất ~, ~비료 phân~, ~화학 hóa học ~
유기하다 (버리다) bỏ đi, ruồng bỏ, bỏ rơi, 유기물 vật bỏ rơi, 영아유기 vứt bỏ đứa con
유기적 hệ thống
유네스코 UNESCO (국제연합 교육과학 문화 기구)tổ chức giáo dục khoa học và văn hóa của liên hiệp quốc
유난히 hiếm, khác thường, ~ 크다 thô lố, 호박이 ~ 크다 quả bí to thô lố.
유년 thời thơ ấu, thanh thiếu niên, ~시절 lúc bé.
유념 chú ý, lưu ý
유능한 có tài, đắc lực, đủ khả năng, giỏi giang, ~사람 người ~
유니세프 UNICEF(유엔아동기금) tiền qũy trẻ em của quốc tế
유니콘(신화) lân, (기린) kỳ lân. ~과 봉황 lân phụng.
유니폼 đồng phục, bờ lu, ~을 입다 mặc ~
유다서(성경) Giu-đa
유다르다 bất thường, 유달리 một cách đặc biệt
유단자 người có cấp, người có đai
유대 mối liên hệ, ràng buộc, mối tương quan, gia đình간의 ~ mối ràng buộc gia đình. ~관계를 돈독히 하다 thắt chặt tình thân hữu.
유대교 Do thái giáo.
유대인 người Do thái.
유덕한 có đạo đức tốt, ~사람을 뽑다 tuyển đức.
유도(종교) nhu đạo.
유도 Judo, du đô, ~선수 tuyển thủ ~
유도하다 dẫn đường, dẫn đầu
유도체 dẫn xuất(nhiệt).
유도신문 câu hỏi khôn ngoan
유독 có chất độc, có độc, ~가스 ga độc, hơi độc, hơi ngạt, ~식품 thực phẩm độc
유독한(독소가 남아있는) lưu độc.
유독(오직 하나) chỉ có một, duy nhất
유동 lưu(nhu) động, chảy, ~자산 tài sản ~(반)고정자산 tài sản không ~, bất động sản, ~자본 tư bản lưu động. vốn luân chuyển, ~하는 것에 붙이는 접두어 làn, 연기 làn khói, 파도 làn sóng. 자유로이 이

동 가능한 책장 tủ sách ~.
유두(젖꼭지)núm vú, ~염 viêm ~
유들유들한 vô liêm sỉ, trơ tráo
유람 tham quan, du lãm, ngoạn du, ~객 khách du lịch, ~선 thuyền ~, du thuyền
유랑 lang thang, lưu lạc. trôi giạt, 낯선 곳에서 ~ 하다 trôi giạt nơi đất khách, 여기저기~하다 đi ~ đây đó, ~민 dân ~, ~생활 cuộc sống ~
유랑인생 cuộc đời lưu lạc.
유랑가수 xẩm xoan.
유랑자 đi bụi đời, trôi sông lạc chợ
유래(기원)gốc, nguồn gốc, ~하다 bắt nguồn
유럽 Châu-Âu, ~시장 thị trường ~, ~연합 liên hiệp Châu-Âu(EU)
유려한 thanh lịch(thoát), tạo nhã trôi chảy, lưu lóat, ~말씨 lời nói lưu loát, ~시문 câu thơ thanh thoát.
유려하게 ro ro. 의견을 청산유수같이 발표하다 phát biểu ý kiến ~.
유력한 có khả năng, mạnh, ~신문 tờ báo có sức mạnh, ~후보자 ứng cử viên có sức mạnh, ~우승 후보 ứng cử viên chức vô địch
유력자 vai vế.
유력해지다 cổ cánh.
유력자의 자제 con nhà.
유령 ma, con ma, ma quỷ,유령 이야기 chuyện ma, ~같은 giống như ma, ~회사 công ty giả. ~을 보다 thấy ma.
유령을 보다 thấy ma, 너는 정말 유령을 보았느냐?anh có thật thấy ma không?
유령이 되다 làm ma.
유례 ví dụ tương tự, trường hợp tương tự, ~가 없는 tày trời, không sánh kịp, không gì bằng
유로 연맹위원장 chủ tịch uy ban liên minh Châu-Âu
유료 phải trả tiền, ~도로 đường có thu lệ phí
유리 kính(북), kiếng(남), ~ 공장 nhà máy ~, ~관 ống ~, ~창 cửa sổ ~, ~문 cửa ~, ~조각 mảnh ~, mảnh thủy tinh, ~가 금이가다 kiếng rạn ra. ~를 끼우다 lắp kính.
유리(보석) lưu li.
유리수(수학) số hữu tỉ.
유리액(눈알의)thủy tinh.
유리한 thuận lợi, có lợi, ~조건 điều kiện ~, ~환경 hoàn cảnh thuận tiện, ~지역 thắng địa.
유리(떨어짐)cách ly, tách ra
유리방황하다 lưu ly.
유린하다 dẫm đạp, tàn phá
유림 nho lâm, người nghiên cứu Nho đạo
유망하다 có triển vọng, 유망한 장래 tương lai có hy vọng
유머스런 hài hước, dí dỏm, ~소설 tiểu thuyết ~.
유명한 nổi tiếng, có danh tiếng, có tiếng, tiếng tăm, vang danh, (반)무명 vô danh, ~사람 người ~, 유명해지다 trở nên ~, thành danh, nên danh, ~사적 thắng tích, ~선수 danh thủ. 유명인사 danh nhân. người có tiếng tốt, thịnh danh. (나쁜 의미의)khét tiếng, ~깡패 du đăng khét tiếng. ~ 비파 연주자 danh cầm. ~공원 danh viên, ~절 danh lam, ~유학자 danh nho, ~작가 danh sĩ, ~문학작품 danh phẩm,

~의사 danh sư.
유명해지다(남의 덕으로)thơm lây. 형이 명성을 얻으면 동생도 그 은혜를 입는다 anh thành đạt, em cũng ~.
유명무실 hữu danh vô thực
유명한 선수 danh thủ.
유명인물 tai to mặt lớn.
유명인사 danh nhân. thinh danh, người có tiếng tốt. thanh lưu. (사회 지도층) thân sĩ.
유모 nhũ mẫu, bà vú, phó mẫu, u em, ~차 xe nôi, xe đẩy em bé, ~노릇을 하다 ở vú.
유목 du mục, đời sống du cư, ~민 dân ~, ~민족 dân tộc ~. (어린나무) cây con.
유무 có hoặc không
유문(죽은이가 남긴글)tác phẩm của người chết
유물 di(duy) vật, di, vật di tặng, quá khứ의 ~ ~ qúa khứ để lại, lịch sử의 ~ ~ lịch sử, ~논자 người theo vật chất chủ nghĩa.
유물사관 sử quan duy vật.
유물주의 chủ nghĩa duy vật, ~자 người theo ~, 유물론 duy vật luận.
유미(미를 추구함) duy mỹ, thẩm mỹ, (아름다운 미인의 눈썹) mày liễu.
유민(방랑하는) lưu dân.
유발하다 gây ra, gây nên
유방 vú, ngực, ~이 크다 vú to
유방암 ung vú.
유방염 bịnh sưng vú.
유배 sự đày, ~자 người đi đày
유백색 màu trắng sữa(đục).
유별난 tuyệt luân, ~사상 tư tưởng ~.
유별한 đặc biệt, khác biệt, tuyệt luân,

~ 사상 tư tưởng tuyệt luân.
유보(보류)trì hõan, để chậm lại, lưu bộ, dời lại.
유복한 giàu có, sộp, ~사람 người ~
유복하게 살다 có ăn. 유복한 생활 đời sống sộp.
유복자 đứa bé được đẻ sau khi mất bố
유부녀 phụ nữ đã có chồng,(반)유부남 đàn ông đã có vợ
(속) 유비무한 làm khi lành để dành khi đau, cần tắc vô ưu.
유사한 tương tự, hao hao, na ná, giông giống. ~모양 hình ~, 유사품 hàng chợ.
유사시에 có chuyện thì, trong tình trạng khẩn cấp
유사 이전의 sử tiền. tiền sử.
유산 di(tự) sản, tài sản để lại, gia tài, 무형~ ~ vô hình, ~을 남기다 để lại ~, ~을 vật lừa truyền. ~을 nhượng. ~을 ~ 으로 남기다 lưu truyền. ~을 nhượng phân sản
유산계급 giai cấp hữu sản, xa mã (반) 무산계급 giai cấp vô sản
유산하다(임부의) sẩy(phá) thai. lau thai, ra(sào) thai. trụy thai
유상무상의(삼라만상의)vạn vật vũ trụ
유색인종 chủng tộc da màu
유색피부 da màu.
유생(유학하는)nho sinh.
유서(내력) lịch sử, (유언) di chúc. chúc ngôn(thư). bức thư tuyệt mệnh. 자필로 ~ 를 쓰다 tự tay viết ~.
유선(줄)dây, 전화선 đường dây điện thoại

유선형 hình thoi, hình dòng nước
유실하다 mất, thất lạc, bị mất, 유실물 đồ bị mất
유설(잘못된 학설) phê bình không đúng, (뜬소문) tin vịt.
유성(소리)có giọng nói, ~영화 phim có tiếng
유성생식 sinh sản hữu tính.
유성(별) sao băng, tinh lạc. du tinh.
유성(행성)hành tinh
유세(선거)vận động bầu cử
유세하다(세도 부림)sử dụng quyền lực, (선거운동) đi vận động bầu cử.
유소하다 nhỏ, trẻ nhỏ
유속(흐르는) lưu tốc.
유수 nước đang chảy
유숙하다 ăn ở tạm, 유숙자 người trọ
유순하다 ngoan ngoãn, dễ bảo
유습(풍습) các tục lệ cổ xưa
유시절 thời thơ ấu, tuổi thơ ấu
유식하다 có học thức, thông thái, 유식하게(문자써서)말하다 nói chữ
유신 duy tân.
유신론 thuyết hữu thần
유실 mất, thất lạc, ~되다 bị mất
유실물 đồ bị thất lạc
유실수(과일)cây trái. cây lâu năm.
유심히 chú ý, hữu tâm, quan tâm, ~듣다 lắng nghe một cách chú ý, ~바라보다 ngắm nghía, chằm chằm.
유심론 chủ nghĩa duy tâm, ~자 người duy tâm
유아 con trẻ, trẻ em, con nít, ấu nhi, anh nhi, ~복 quần áo ~, ~사망율 tỷ lệ trẻ em tử vong, ~용품 đồ dùng trẻ em, ~기 ấu thời
유아원 trường mẫu giáo.

유아(버린아이)đứa bé bị bỏ rơi
유아독존 độc tôn, tôi chỉ tin vào sức mình, duy ngã độc tôn.
유암 ung thư vú
유압계 máy đo sức ép dầu
유액(송진) sữa cây.
유야무야하다 không rõ ràng, mập mờ
유약하다 yếu đuối, nhu nhược.
유어(유사어)từ tương tự.
유언 di chúc(ngôn), ~에 따라 theo ~, ~하다 trối, ~도 못하고 죽다 chết không kịp trối, ~장 thư trăng trối. mạt mệnh, ~으로 남겨주다 để lại. ~을 하다 làm trối trăng.
유언으로 증여하다 truyền tử lưu tôn.
유언비어 phao ngôn, một tin vịt
유업 công việc còn dở dang, di nghiệp.
유역(강) lưu vực, 양자강~ ~ sông dương tử
유연하다 mềm dẻo, uyển chuyển, 유연한 채조 thể thao nhẹ, 유연한 멜로디 điệu nhạc du dương. 유연한 체질 thể chất mềm.
유영(수영)bơi lội, bơi qua
유예 trì hõan, gia hạn, hoãn lại, 집행~ treo, hoãn thi hành
유용한 hữu ích, có ích
유용(낭비)하다 lãng phí
유우머 hài hước, hóm hỉnh, ~소설 truyện hài, 유우머러스 khôi hài, hài hước
유스호스텔 nhà trọ thanh niên
유엔 Liên hiệp quốc(UN) ~군 quân ~, ~본부 trụ sở chính ~, ~기 cờ ~, ~사무총장 tổng thư ký ~, ~안전보장이사회 ủy ban bảo an ~, ~평화유지군 quân duy trì hòa bình ~, ~헌장 hiến chương ~, ~회원국

nước thành viên ~
유원지 khu vực chơi ngoài trời, vườn chơi, vườn tược(ruộng).
유월 tháng 6
유월절(기독교) lễ vượt qua.
유유상종 đồng thanh tương ứng.
유유히 bình tĩnh, điềm tĩnh, rỗi. thủng thỉnh, ~ 걷다 đi thủng thỉng.
유유자적하다 rỗi rãi, cuộc sống ẩn dật
유의 để ý, lưu ý, chú ý, quan tâm, ~사항 những điều lưu ý
유익한 có lợi, có ích, hữu ích, công dụng, (이로운) bổ ích, ~ 경험 kinh nghiệm hữu ích
유인성(부드럽고 질김) mềm dẻo
유인하다 cám dỗ, dụ dỗ, rủ rê.
유인전술 đạn học đường.
유인 우주선 tàu vũ trụ có người
유인물 ấn phẩm
유인원 con vượn, vượn người
유일신론 thuyết nhất thần.
유일한 duy(độc) nhất, có một không hai, ~친구 bạn ~, ~해결 방법 cách giải quyết ~, 유일무이한 chỉ có một mà thôi, ~길 độc đạo.
유임되다 lưu nhiệm.
유임하다 được bổ nhiệm lại
유입하다 chảy vào
유자(식물)cây thanh yên
유자녀 trẻ con của qúa cố
유자격자 người có đủ tư cách
유작 tác phẩm để lại của qúa cố
유장하다(느릿하다) rỗi rãi, rảnh rỗi
유적 di tích, dấu tích, vết tích, ~지 khu ~, 역사적~ ~lịch sử, 성의 ~ vết tích thành.
유전 di truyền, truyền giống, ~적 có tính ~, ~적인 병 bệnh ~, 부모로

병이~하다 bệnh ~ từ bố mẹ, 부전자전 cha truyền con nối
유전자 gien(Gene), di thể, ~은행 ngân hàng~, 성결정~ gien quyết định giới tính, ~요법 liệu pháp ~
유정 giếng dầu, ~을 파다 đào ~, ~탐사 điều tra ~
유제품(우유제품) sản phẩm sữa
유조선 tàu dầu, tàu chở dầu
유조차 toa chở dầu.
유족 di tộc, gia quyến, 전사자의 ~ gia quyến của người chết trong chiến tranh
유족하다 phong phú, dư dật, phong túc
유죄 có tội, ~로 판결되다 bị phán quyết là có tội, ~인 người có tội, 그는 ~냐 무죄냐? nó có tội hay vô tội? ~를 선언하다 tuyên bố có tội.
유죄선고를 받다 can án.
유죄판결 kết án.
유증(재산을 물려줌)để lại tài sản, ~자 người ~
유지 duy trì, (반)폐지 xóa bỏ, 건강을 ~하다 ~sức khỏe, 생명을~하다 ~mạng sống, 사회질서를~하다 ~ trật tự xã hội, 유지비 phí ~
유지(관심있는 사람) người có quan tâm
유징 dấu hiệu có dầu
유착 dính chặt vào, ~관계 quan hệ ~
유창 trôi chảy, lưu loát, trơn tru, ~하게 một cách ~, lau láu, trôi chảy, ~한 회화 đàm thoại lưu loát, ~하게 말하다 ăn nói lưu loát, nói trôi chảy. nói trơn tru.
유창하고 힘있는 hùng hồn. ~ 목소리

giọng ~.
유추하다 dùng phép loại suy
유축농업 nghề nông chăn nuôi gia súc
유출되다 chảy ra ngoài, 유출구 chỗ thoát ra, 유출물 vật tuôn ra
유출하다 ngoại xuất.
유출비율 tỷ số cấp phát.
유충 ấu trùng, (나비) sâu bướm.
유취하다 sắp xếp thành loại
유치하다 ấu trĩ, non nớt, 유치한 생각 suy nghĩ như trẻ con
유치하다(오게 하다)lôi cuốn, thu hút, 외국 관광객을~ ~ khách du lịch nước ngoài, 외자를~ lôi kéo vốn nước ngoài
유치하다(가두어 둠)giam giữ, cầm tù
유치(젖니)răng sữa(반)영구치 răng mãi mãi
유치원 mầm non, mẫu giáo, mẫu hiệu, vườn trẻ
유치한(미숙한)non nớt, ấu trĩ
유쾌한 sảng(du) khoái, vui vẻ, thú vị, tươi tắn(hớn), vui thích, phấn khởi, ~ 웃음 nụ cười tươi tắn.
유탄 súng lạc đạn, (수류탄) lựu đạn.
유탄포 lựu pháo.
유턴하다 quay đầu xe
유태 Do thái, ~민족 dân tộc~, ~인 người ~, ~계 gốc ~.
유택(묘) ngôi mộ
유토피아(이상향) điều không tưởng
유통 lưu thông, ~시키다 làm cho~, 새 화폐를 ~시키다 cho~tiền giấy mới, ~량 lượng ~, ~시장 thị trường~, ~되다 lưu truyền(hành), ~자본 vốn ~, ~경비 chi phí ~. ~을 방해하다 làm trở ngại ~. 많은 가짜돈이 유통되었다 nhiều tiền giả

được lưu hành.
유통 화폐 tiền bạc đang lưu hành.
유파 môn phái
유폐시키다 giam giữ, tạm giam
유포하다 rải, rải rắc, truyền bá
유품 di vật, di phẩm, mã, 죽은 사람의 ~ 을 태우다 đốt mã.
유풍(습) lưu phong.
유필 di bút.
유하다(머물다)lưu lại, ở lại
유학 du học, 자비~ ~ tự túc, ~생 lưu học sinh, 장학~생 lưu học sinh học bổng, (유교의) nho học.
유학자 nho giả, nhà nho. 유명한 ~ danh nho, ~의 행동 nho hạnh.
유한 hữu hạn, ~책임회사 công ty trách nhiệm hữu hạn (TNHH)
유한계급(한가한)lớp người nhàn hạ
유한(남은 한)mối hận thù
유해(유골)hài cốt, di hài, ~를 화장하다 hỏa táng di hài
유해하다 có(độc) hại, 농작물에~ có hại cho mùa màng, 담배는 건강에 ~ thuốc lá có hại cho sức khỏe, 유해수당 trợ cấp độc hại, 유해물질 chất hại
유행 mốt, thời trang, phổ biến, lưu hành, thịnh hành, 일시적~ lưu hành một thời, 짧은 바지의~ lưu hành quần sóoc, ~이 지나다 lỗi thời, qua mốt, ~을 따른 đúng mốt, 감기는 겨울에~된다 cảm cúm phổ biến vào mùa Đông, ~병 bệnh đang phổ biến, bệnh dịch, 병 시기 ~ 하던 이야기 câu chuyện được phổ biến. ~에 뒤진 quá mốt, hở, ~이 지난 quá thời. ~ 하고있는 의상의 모양 kiểu áo

thịnh hành.
유행가 bài hát phổ biến.
유행(시대)병 tật dịch. thời bệnh(dịch).
유행성 감기(독감) bệnh cúm, lưu hành tính cảm mạo, ~에 걸리다 ngộ cảm.
유향 hương trầm, nhũ hương.
유혈 đổ máu, lưu huyết, ~의 참사 tai nạn đổ nhiều máu, ~사건 cuộc đổ máu. ~사태 trạng thái lưu huyết.
유형(형체)hữu hình, cụ thể, vật chất, ~ 문화재 tài sản văn hóa cụ thể,(반) 무형문화재 tài sản tinh thần, ~자본 vốn cụ thể, ~적 소모 hao mòn hữu hình.
유형학(철학)loại hình học.
유형(귀양살이)đi đày, ~에 처하다 phát lưu.
유형(비슷한 틀) kiểu mẫu
유혹 cám dỗ, dụ dỗ, dỗ dành, lôi kéo, lôi cuốn, rủ. níu kéo. quyến rũ(dỗ), rủ rê, 술의 ~ ~ của rượu, ~을 이겨 내다 chiến thắng~, ~에 빠지다 rơi vào ~, 돈으로~하다 dụ dỗ bằng tiền, 미모로~하다 ~ bằng cái đẹp, (매춘부가) ~하다 níu kéo, 미성년 자를~하다 ~ vị thành niên, 어린 소녀를~하다 ~ gái tơ
유혼(죽은이의 혼)u hồn(linh). hồn người chết.
유화(그림)tranh sơn dầu
유화(사이좋게)nhu hòa
유화합물 lưu hóa vật.
유황 lưu hoàng (huỳnh), diêm sinh.
유회(회의가 성립되지 않음) ngừng họp
유효 hiệu lực, hữu hiệu, công hiệu, ~ 하게 một cách ~, ~한 방법 cách

thức ~, 시간을~하게 쓰다 sử dụng thời gian một cách ~, 이 계약은 1 년간~하다 hợp đồng này có hiệu lực một năm, ~기간 thời gian có ~, ~시한 thời hạn hữu hiệu.
유훈 giáo huấn của người qúa cố
유휴자본(활용되지 않는)tiền vốn để không
유흥 ăn chơi, chơi bời, ~장 nơi ~, ~가 phố ~, làng chơi, ~업소 chốn ~, ~비 chi phí ~, ~지 chỗ phong lưu
유희 cuộc(trò) vui, trò chơi, chơi đùa, du hí.
육 số 6, (고기) thịt, 정육(쇠고기)thịt bò
육각 sáu góc, lục giác, 육각형 hình lục giác
육감 giác quan thứ sáu, lục căn.
육감(성적 느낌)nhục dục, nhục cảm, ~ 적 có tính nhục cảm, ~적인 육체 cơ thể khêu gợi
육경(시,서, 역, 춘추, 예,악) lục kinh, (thi, thư, dịch, xuân thu, lễ, nhạc).
육교 cầu vượt qua, cầu chui(cạn).
육군 lục quân, (반) 해군 hải quân, ~대장 đại tướng ~, 대tướng sóai, ~대학 trường đại học ~, ~ 참모총장 tổng tham mưu trưởng ~, ~원수 thống chế.
육군본부 bộ tổng tham mưu.
육군사관학교 trường võ bị quốc gia.
육군언어학교 trường sinh ngữ quân đội.
육대주 sáu lục địa
육로 đường bộ, lục lộ, ~수송 vận chuyển ~, 해로 đường biển
육류 loại thịt

육면체 khối 6 mặt, hình lục giác
육박 gần sát bên trên,
육박전 cuộc chiến giáp lá cà, đánh giáp lá cà, xáp lá cà.
육발이(육손이)người có 6 ngón
육배 gấp sáu lần
육법전서(육법) lục pháp. (헌법, 형법, 민법, 상법, 형사소송법, 민사소송법, 헌 pháp, hình pháp, dân pháp, thương pháp, hình sự tố tụng pháp, dân sự tố tụng pháp).
육부(신체의) lục phủ.
육삼삼제 hệ thống giáo dục 6-3-3
육상 trên mặt đất, ~경기 môn thi điền kinh, ~생활 cuộc sống trên đất liền, ~운송 vận tải bằng đường bộ.
육성하다 nuôi dạy(dưỡng), nuôi nấng, vun trồng. dục thành. ươm.
육성시키다 vun đắp.
육성(소리)lời nói tự nhiên, lời nói thật
육수 nước sôi thịt, nước dùng.
육순 sáu mươi tuổi, tuổi lục tuần
육시를 할 놈(저주) trời đánh thánh vật.
육시처참 xử trảm nhiều khúc, ~하게 죽여야 할(속어) trời đánh thánh vật.
육식하다 ăn thịt, ăn mặn.
육식동물 động vật ăn thịt, thực nhục loại.
육신 xác thịt. thịt.
육십 sáu mươi, ~대 사람 người ở tuổi lục tuần. ~세가 되다 hoa giáp.
육아 nuôi dạy trẻ, ~비 phí ~, ~원(유치원) mầm non, vườn trẻ, mẫu giáo
육안 mắt thịt (thường), nhục nhãn, ~으로 볼수있다 có thể nhìn bằng ~
육영사업 công tác giáo dục
육욕 nhục dục. ~의 죄 tội lỗi về xác thịt.
육전 lục chiến,(반) 해전 hải chiến.
육종(종양) bướu thịt
육중한 lừng lững, (무거운) nặng nề
육지 đất liền, lục địa, (반) 바다 biển cả, ~에서 멀어지다 tách bến.
육척 sáu phút, ~장신 người cao ~
육체 cơ thể, thể xác, xác thịt, nhục thể, phần xác(반)영혼 phần hồn, linh hồn, ~와 정신 tinh thần và thể xác, ~적 쾌락 khóai lạc về thể xác(nhục dục)(반)육체적 고통 nỗi đau về thể xác, ~관계 quan hệ thể xác, ~적 욕망 nhục dục, dục vọng, ~적 형벌 nhục hình, ~노동 lao động tay chân, ~적 쾌락에 빠지다 chơi gái, ~의 즐거움 thú vui xác thịt.
육체 노동을 하다 xốc(tháo) vác.
육축(가축) lục súc.
육친 lục thân, (혈족)liên hệ họ hàng
육탄전 một trận đánh xáp lá cà
육포 thịt phơi nắng
육필 chữ viết riêng
육해공군 lục hải không quân, thủy lục không quân.
육혈포 súng lục, súng ngắn(권총)
육회 thịt bò sống thái nhỏ, gỏi thịt bò.
윤(윤기)nước bóng, nước láng, 윤이 나는 láng mướt. ..에 윤을 내다 tráng men, 윤기있는 nuột nà.
윤간 bọn cưỡng dâm, cưỡng dâm thay phiên
윤곽(선)đường nét, nét mặt nhìn nghiêng, (외형)hình trạng.
윤곽을 그리다(소묘)vẽ phác.
윤나다 bóng láng, bóng, 윤내다 làm bóng, 윤이나는 bóng nhoáng. lay

láy, 검게 빛나는 눈 mắt đen ~.
윤년 năm nhuận,
윤달 tháng nhuận
윤독하다 đọc lần lượt
윤락 sa ngã, luân lạc, ~여성 người đàn bà ~
윤리 luân lý, ~학 ~học
윤문(글을 아름답게 고치다)trau chuốt. 문장을 아름답게 고치다 ~ câu văn.
윤번 luân phiên, ~으로 lần lượt, ~제 hệ thống vòng
윤작하다 luân canh
윤전 xoay tròn, ~기 máy ép ~
윤창(노래)khúc hát tiếp nhau
윤택(광택)sáng bóng, (풍부)giàu có, phong phú
윤필 viết chữ, viết sách
윤허 cho phép, phê chuẩn
윤화(교통사고) tai nạn giao thông
윤활유 dầu nhớt, dầu mỡ, ~주입기 bơm mỡ.
윤회 luân hồi, đầu thai, chuyển hồi, hoàn sinh하다 đầu thai kiếp sau
윤회설 thuyết luân hồi. ~을 믿는 사람 người tin ~.
율(비율)tỷ lệ, 평균~ ~ bình quân, 사망율 ~ sự chết, 출산율 ~ sinh đẻ
율동 nhịp điệu, ~체조 thể thao ~
율례(법과 규칙) luật lệ.
율무(식물) ý dĩ.
율법 luật pháp, luật lệ, (계율)điều răn, 10 계명 mười điều răn.
율법사 thầy dạy luật.
율법 책 sách luật.
융기 phồng lên, lồi lên, nâng lên
융단 thảm, nhung, ~을 깔다 trải ~, ~제조소 xưởng làm ~, 붉은 ~ ~ đỏ.

융성 thịnh vượng, phát đạt
융숭하다 đậm đà, lưu tâm nhiều, rất quan tâm, 융숭히 đại접하다 tiếp đãi một cách chân thành
융자 cho vay, ~금 tiền ~, 단기 ~ ~ngắn kỳ
융점(녹는점) điểm nóng chảy
융통성 tính linh hoạt, ~이 있다 có ~, ~이 없는 사람 người không có ~. lô cốt.
융합하다 hợp lại thành một, hợp nhất, dung hợp.
융해(녹아내림) nóng chảy
융화 làm hòa thuận, dung hòa.
윷(놀이) trò chơi Yuch, 윷놀다 chơi trò Yuch
으깨다 tàn nhuyễn
으드득(소리) tiếng lốp cốp, ~ 이를 갈다 nghiến răng lốp cốp.
으드득 으드득 rào rạo, ~ 깨물다 nhai ~.
으뜸 đứng đầu, (두목) xếp
으뜸이 되다 làm đầu.
으레(마땅히)thông thường, luôn luôn
으니까 cho nên, vì, 내가 알았으니까 걱정 마세요 tôi đã biết rồi cho nên đừng lo
으로 bằng, với, theo, 왼손으로 쓰다 viết bằng tay trái, 나무로 만들다 làm bằng gỗ, 서면으로 알리다 thông báo bằng giấy tờ
으로서 với tư cách, là
으로써 bằng, 책은 종이로 만든다 làm sách bằng giấy
으면 nếu, 시간이 있으면 nếu có thời gian, 그렇지 않으면 nếu không như vậy, 날씨가 좋으면 등산한다 nếu thời tiết tốt thì tôi đi leo núi,

돈이 많이 있으면 좋겠다 nếu có nhiều tiền thì tốt biết mấy
으면서 vừa --- vừa, 아침을 먹으면서 신문을 본다 vừa ăn sáng vừa xem báo, 울면서 말하다 vừa khóc vừa nói
으르다(위협)đe dọa, hăm dọa(he), đe, nạt nộ. 죽인다고~ hăm giết
으르렁거리다 gầm thét, gầm gừ, xung khắc, ré. cãi nhau (다투다), 서로~ lục đục
으르렁으르렁 nhâu nhâu.
으름장을 놓다 hăm dọa
으리으리한 oai nghiêm, nguy nga
으스러지다 đổ nát, vỡ vụn
으스름 달밤 đêm trăng mờ mờ
으스스하다 ớn lạnh, rùng mình
으쓱거리다(우쭐대다) khoác lác
으슥하다 ít người qua lại, hẻo lánh
으쓱하다(무섭다)dựng tóc gáy, ớn lạnh
으슴푸레하다 lờ mờ, mờ mờ
으아(갓난아기) khóc oa oa
으아스러운 ngộ nghĩnh.
으악! oai óai, ~ 하고 소리지르다 kêu ~
윽박지르다(꾸짖다) hét lên, hăm dọa
은 bạc, ~도금 mạ bạc, 은으로 만든 반지 nhẫn làm bằng bạc, 은으로 도금하다 bịt bạc.
은거하다 sống ẩn dật, chui lủi.
은공 công lao
은괴 thoi bạc. bạc nén.
은근히 âm thầm, lặng lẽ, trộm, thiết, âm ỉ, một cách ~, ~ 기뻐하다 vui mừng một cách lặng lẽ, ~ 걱정하다 lo lắng ~
은금 vàng và bạc

은닉되거나 드러난 많은 재산 những của chìm của nổi.
은덕 ân đức, ân điển.
은 도금하다 tráng bạc.
은둔 ẩn dật, ~생활 cuộc sống ~, ~ 생활을 하다 ẩn cư, ở ẩn, u ẩn, dật cư. ~자 dật sĩ. sơn nhân. ~거사 u nhân.
은막 màn(ngân) bạc, ~의 여왕 nữ hoàng ~.
은메달 huy chương bạc
은밀한 âm thầm, mật thiết, thầm kín, bí mật, kín đáo, ~히 một cách ~, cất lén, ~애정 tình yêu ~, 은밀히 원망하다 ngầm oán. 은밀히 돕다 giúp đỡ tránh tiếng.
은밀한 곳(몸의) nơi kín.
은밀히—하다 làm trộm.
은밀히 뒷전에서 웃다 cười thầm.
은밀히 빠져나가다 thâm hụt.
은밀히 사랑하다 yêu thầm vụng.
은밀히 선동하다 xui ngầm.
은밀히 자신의 잇속을 챙기다 ăn mảnh.
은박지 giấy bạc
은반(스케이트장)sân băng,(달)mặt trăng.
은발(백발) tóc hoa râm.
은방(금은방)tiệm vàng bạc, cửa hàng bạc
은배(은잔)chén bạc(북), ly bạc(남), cúp bạc
은반지 nhẫn bạc
은백색 màu trắng bạc
은붙이 bạc
은빛 màu bạc, ~달 trăng bạc.
은사(사면) ân xá, ân tứ.
은사(사부) sư phụ

은사(은둔자)nhà ẩn dật
은 삼십 ba chục bạc.
은세계 cõi bạc, cảnh đẹp tuyết rơi.
은세공인 thợ bạc
은수저 đũa(muỗng) bạc.
은신하다 tự ẩn náu, ẩn nút, 은신처 chỗ ẩn náu, thảo đường, 은신술 phép tàng bình.
은어(물고기) cá bạc. ngần.
은어(말)tiếng lóng, ẩn ngữ, ~를 사용하다 nói ~,
은어로 말하다 nói lóng. nói lái.
은연중 trong bí mật
은유법 ẩn dụ pháp, phép ẩn dụ
은은히 tiếng êm dịu
은익(감추다)giấu, che giấu, ân nặc, vi ẩn, ~품 hàng ~, ~재산 của chìm.
은인 ân nhân, (은둔자)nhà ẩn dật
은장도 con dao bạc
은전(은혜) ân điển, ân huệ,
은전(돈) đồng tiền bạc, ~ 한 잎 một đồng bạc.
은정(은혜의) ân tình.
은종이 lá bạc
은총 ân sủng, ân huệ 구원의~~ cứu rỗi. ~을 입다 đắc sủng.
은태안경 gọng kính bạc
은택 ân trạch.
은토끼(비유;달) ngân thỏ.
은퇴하다 về hưu, về già, đào thế, 은퇴 경기 trận đấu ~, 은퇴한 관 리 hưu quan, 정계에서 ~ rút lui khỏi chính trường, 은퇴한 사람 dật dân. 은퇴하여 살다 tỵ thế.
은폐 che đậy(khuất), giấu giếm, rấp, 사실을~하다 ~ sự thật
은하 ngân hà, vân hán, 은하수 tinh(thiên) hà, ~계 dãy ~
은행구좌 tài khoản
은행 mgân hàng, nhà băng, ~에 예금 하다 gửi tiền vào ~, ~에서 대부받다 vay tiền ~, ~강도 vụ cướp ~, ~ 금리 lãi suất ~, ~신용장 thư tín dụng ~, ~원 nhân viên ~, ~통장 số ~, 외환 ~ ~ ngoại tệ, ~을 통하여 thông qua~, ~계좌 ngân khoản. ~구좌 tài khoản, ~구좌 번호 số tài khoản, ~ 수표책 sổ băng. ~대부 tín dụng ngân hàng.
은행의 대부 tín dụng.
은행(열매)bạch quả, ~나무 cây ~, cây ngân hàng.
(속) 은행나무도 마주 봐야 연다(남녀 부부가 화합해야 비로소 집이라 할 수 있다) Cây ngân hàng có đối diện nhau mới có quả(nam nữ vợ chồng có hòa hợp thì mới nên cửa nhà).
은혜 ân huệ, ân điển, ơn phước, ân nghĩa, công ơn, (반)원한 oán, 부모의 ~ công ơn của bố mẹ, 스승의 ~ ân nghĩa thầy giáo, ~를 잊다 quên ơn, ~를 갚다 trả(đền) ơn, tạ ân, ~를 상기하다 nhớ ơn, ~를 원수로 갚다 trả ơn bằng oán, làm ơn nên oán, 저는 그분의 ~를 입고있다 tôi mang ơn anh ta, ~를 모르는 bạc bẽo, phụ bạc(tâm), quên(vong) ơn, tệ bạc, bất nghĩa. ~를 모르는 자식 nghịch tử, ~를 베풀다 ra(làm) ơn, thi ân, ~를 기원하 다 cầu ân, ~에 감사하는 thù ân, ~에 보답하다 đền ơn cho, ~를 잃어버리다 phủi ơn, ~를 입다 thừa(thọ) ơn, chịu ơn, thụ ân, ~를

알다 tri ân. ~를 받다 có phước. tốt phúc.
은혜를 영원히 기림(비유) sống tết chết giỗ.
은혜를 원수로 갚는다 lấy oán trả ơn.
은혜로 nhờ ơn, 당신의 ~ ~ của anh.
은혜에 보답하여 선물하다 trả lễ.
은혜와 축복 ơn phước và chúc phước.
은혜의 해 năm ban ơn.
은혜충만 đầy dẫy ân điển.
은혼식 đám cưới bạc, ngân hôn.
은화 tiền bằng bạc, ngân tiền.
을 망정 dù là
을씨년스럽다(날씨) âm u, ảm đạm, thê lương.
...을 위해 준비하다 lo liệu.
... 을 조건으로 하다 miễn là.
읊다(읊조리다) ngâm thơ(nga). vịnh.
음(소리)âm , âm thanh, 높은 음 âm cao, 모음 nguyên âm, 자음 phụ âm, 음이 겹치다 điệp âm. 음의 부호 nốt trắng.
음(음양의) âm (반)양 dương.
음을 낮추다 xuống giọng.
음각하다(새기다) chạm khắc
음경 dương vật, cu, cặc. âm hành, ~위축 liệt dương.
음계 âm giai, cung bậc, giai điệu, thang âm, 전음계 tòan ~
음계의 ' 시' si.
음극 cực âm(반)양극 cực dương
음낭 bìu dái, âm(hạ) nang, tinh nang, đì.
음녀 đàn bà dâm đãng
음담패설 câu chuyện dâm ô, chuyện tục tĩu dâm ô, ~을 잘하다 đĩ miệng.
음덕 đức của tổ tiên, ~을 입다 được hưởng phước của tổ tiên
음독 uống thuốc độc, ~자살 tự tử uống độc
음란 dâm loạn, đĩ thõa, gian dâm, 음란한 음악 tà âm, ~한여자 gái ~, ~한 생활을 하다 chơi bời.
음량 âm lượng
음력 âm lịch(반)양력 dương lịch, ~삼월 tháng ba âm lịch, ~설 tết ~, tết nguyên đán, ~섯달 그믐밤 đêm trừ tịch. ~ 11 월 tháng mười một. ~ 12 월 tháng chạp. ~정월 tân chính.
음력 나이 tuổi âm lịch, tuổi ta.
음력의 달 tháng âm lịch.
음료 đồ uống, ~수 nước uống, nước giải khát, ~수집 quán giải khát.
음률 nhịp điệu
음매(소 우는소리)tiếng rống, nghé ngọ.
음모 âm mưu, tà mưu(kế), 암살을~하다 có âm mưu ám sát, ~에 관계하다 có liên quan đến ~, ~를 파헤치다 phá vỡ ~, vạch trần âm mưu, ~가 괴멸 하다 âm mưu tan vỡ, ~를 폭로하다 bại lộ ~. ~를 꾸미다 lập(sắp) mưu, gia hại.
음모(생식기 털) lông mu
음문(성기)âm môn, âm hộ
음미하다 thưởng thức
음반 đĩa hát
음부(음표)nốt, phím, (저승)âm phủ, cõi âm, trùng tuyền,
음부(국부,치부) âm hộ. vùng mu, ~가리개 khố.
음부(음탕한 여자) đàn bà dâm đãng
음산한 tối tăm u ám, ~분위기 tử khí.
음색 âm sắc

음서 sách báo khiêu dâm
음성 âm thanh, ngữ âm, ~기호 ký hiệu ~, (목소리) giọng nói, ~과 기품 thanh khí, ~이 부드러운(좋은 목소리) giọng êm ái, trầm bổng
음성을 감지하다 thẩm âm.
음성감지(청음) 능력 khiếu thẩm âm. ~이 있는 thính.
음성 âm tính(반)양성 dương tính, 검사 결과는 ~ 이다 kết quả kiểm tra là ~, ~이 뒤섞여 조화를 이루어내다 dập dìu.
음성복합어(반복어) từ láy, từ lắp láy.
음속 tốc độ âm thanh, vận tốc âm.
음속에 가까운 xuyên thanh.
음습하다 tối tăm ẩm thấp
음식 thức(đồ) ăn, ẩm thực, món ăn, ~을 대접하다 mời cơm, tiếp đãi cơm, 내가 좋아하는 ~ món ưa thích của tôi, ~을 줄이다 bớt ăn(miệng). ~을 사양하다 chống đũa. ~점 quán. hàng cơm. ~점 주인 ông quán. ~을 가리지 않고 잘 먹다 tạp ăn. ~을 먹어보다 thử một món ăn. ~물 thực vật. ~을 아끼다 ăn dè bữa.
음식 솜씨가 너무 서툰 Chém to kho mặn.
음식이 없는 không có gì ăn, vêu mõm.
(명)음식이 신체에 필요하듯 정신은 교양에 필요하다 Văn hóa cần cho tinh thần cũng giống như thức ăn cần cho cơ thể.
음악 âm nhạc, ~을 연주하다 biểu diễn nhạc, ~가 nhạc sĩ, 연주실 phòng hòa nhạc, ~학교 trường nhạc, 자선음악회 buổi ca nhạc từ thiện, 고전~ nhạc cổ điển, ~회 hội ~, ~

교사 nhạc sư, ~학원 nhạc viện, ~이론 nhạc lý, ~감상 thưởng thức âm nhạc, cảm nhạc. 듣기 좋은 음악 bản nhạc êm ái. ~의 보표 khuông nhạc. ~과 노래 nhạc ca,
음악소리 tiếng nhạc.
음악에 밝은 귀 tai nhạc.
음악작품 nhạc phẩm.
음악을 들을줄 모른다 không biết cảm nhạc.
음악에 미친 mê âm nhạc.
음양 âm dương, ~의 화합 hòa hợp ~.
음양괘 quẻ âm dương.
음역 tầm âm, 음역하다 dịch(phiên) âm, (발음에 따라 표기) chuyển tự
음영(그림자) bóng râm
음욕(과도한 색욕) dâm dục, âm욕을 품다 động tình tham muốn.
음용하다 uống
음운(소리단위) âm vị, âm vận, ~학 âm vị học
음울한 buồn rầu, ảm đạm, u sầu, u ám, ~날씨 trời u ám.
음울해 보이다 xịu.
음(_) 의 부호 dấu trừ.
음의 진동 hạ âm.
음자리표 nôt(khóa)nhạc.
음전기 điện âm(반)양전기 điện dương
음전자 âm điện tử
음절 âm tiết, nhịp điệu. vần, ~표 sách dạy đánh vần.
음정(음악) tông.
음조(음정) âm điệu
음주 uống rượu, nhậu, ~검사 kiểm tra nhậu, ~ 운전 uống rượu lái xe, ~측정기 máy đo hơi rượu, ~벽 thói quen ~
(속) 음지가 양지된다(화가 가고 복이

온다) Đất râm trở thành đất nắng, (họa đi phúc tới).
음질 âm sắc tiếng
음차(선율) âm thoa
음충(음흉)하다 xảo trá, xảo quyệt
음치 hát trật rồi, hát tầm bậy
음침하다 buồn rầu, ảm đạm, xảo trá
음침한(어두컴컴한) u ám. 사망의 ~ 골 짜기 trũng ~ của sự chết.
음탕한 dâm đãng, lơi lả, tà(hoang) dâm, dĩ thõa, dâm phóng, lẳng lơ, dâm dật, ~ 여자 đàn bà lẳng lơ, ~ 말 dâm ngôn, lời nói dâm, ~ 말을 하다 nói tục tĩu, 음탕하게 웃다 cười lả lơi. 음탕한것 đồ đĩ.
음파 sóng âm, âm(thanh) ba.
음파 측정기 thanh kế.
음표 nốt nhạc, ~꼬리 móc, 꼬리 있는~ nốt trắng.
음해하다 làm hại
음핵(클리토리스) âm vật, mòng đóc, âm hạch(공알)
음행 hành động tục tĩu, (외도) ngoại tình.
음향 âm hưởng, ~ 효과 hiệu qủa ~.
음향파(메아리) sóng vọng.
음향학 thanh(thính) học.
음험한(근성이 나쁨)khoảnh độc..
음흉한 gian hiểm, thâm độc(hiểm). ~ 집단 bọn ~.
읍 xã, phường, ~사무소 ủy ban phường, 읍민 dân phường
읍소하다 khóc lóc van xin
응 ừ, vâng, dạ, được
응결하다 đông lại, 응결점 điểm đông
응결시키다 đóng cục.
응고하다 đặc lại, ngưng cố, đông đặc lại, kẹo. 응고된 dót.

응급 cấp cứu, ~병원 bệnh viện ~, ~조치 xử lý ~, ~실 phòng ~
응급한 일에 대비(방비)하다 trở tay.
응급치료 xử lý cấp cứu, ~ 소 trạm cấp cứu, trạm cứu thương, ~치료를 받다 được ~
응급처치하다 sơ cứu
응낙하다 đồng ý, cho phép, 응낙없이 không ~
응달 chỗ bóng mát, bóng râm, ~진(응달의)rợp bóng
응답 trả lời, ứng đáp, 질의 ~ hỏi đáp
응당 đương nhiên, dĩ nhiên, chắc chắn
응대하다 ứng đối, đáp trả lời
응모 ứng mộ, xin tham gia, ~자 người ~
응변하다 ứng biến, 임기응변 tùy cơ ~.
응보 báo thù, báo oán, 인과 ~ ác giả ác báo
응분의 thích hợp, ~ 조치 biện pháp ~
응사하다 bắn lại
응석부리는 uốn éo, làm nũng. nũng nịu.
응석둥이(귀염둥이) con cưng
응석받이로 키우다 kiểu dưỡng.
응석을 받아주다 nuông chiều
응소하다 đáp lại lời kêu gọi
응수하다 đáp lại, cãi lại, ứng thù, (보복)trả đũa.
응시 ứng thí, ~자 người ~, thí sinh dự thi
응시하다(보다)nhìn chăm chăm, đăm đăm, thân nhãn, trừng mắt, nhìn trừng trừng, ...의 눈을 응시하다 thân mục.
응아 응아(우는소리) oa oa, e e.
응애 응애 tiếng khóc của em bé
응어리(근육의) cục u bắp thịt, (마음

의) ruột cây
응용 ứng dụng,널리~하다 ~ một cách rộng rãi, 실제에~하다 ~ vào thực tế, ~과학 khoa học ~, ~ 미술 nghệ thuật ~, ~ 도구 sự thích dụng.
응용수학 toán học ứng dụng.
응원 động viên, cổ vũ, ủng hộ, ~단 đoàn ủng hộ viên, ~자 người ủng hộ
응전하다 ứng chiến, tiếp chiến, chiến đấu đối với quân địch
응접실 phòng khách(tiếp tân), nhà ngoài, 응접하다 đón tiếp
응집하다 dính vào nhau, đặc lại, cố kết, ngưng tập, 응집력 lực cố kết
응징하다 trừng phạt, trừng trị
응축하다 làm đặc lại, cô đặc lại, ngưng tụ.
응축시키다(전기) tụ điện.
응큼한 xảo quyệt
응하다 đồng ý, ưng, chấp nhận, nhận lời, cho phép, hưởng ứng, 쾌히~ vui lòng chấp nhận
...에 응하다 thể theo. 요청에 ~ ~ lời yêu cầu.
응혈 máu đông lại, đông máu.
의 của, 나의 친구 bạn của tôi, 돈의 가치 giá trị của đồng tiền, 형님의 편지 thư của anh
...의 기회에 nhân.
의(관계) quan hệ, ~가 좋다 có ~ tốt
의(정의)chính nghĩa, công bình, ~를 위해서 vì ~, 의의 길 lối công bình. 의를 위해서 죽음을 각오하다 tựu nghĩa.
의거하여 dựa theo, căn cứ, 헌법에 의거하면 nếu dựa theo hiến pháp, 자료에 의하면 dựa theo tài liệu

의거(의로운 행동)nghĩa cử, khởi nghĩa
의견 ý kiến, 내~으로는 theo ~ tôi, 다른~ ~ khác, 반대~ ~ phản đối, ~의 대립 ~đối lập, ~을 표명하다 ngỏ ý, ~을 교환하다 bàn, trao đổi ~, ~의 충돌 xung đột ~, ~을 말하다 lên tiếng, ~을 phát biểu ~, thuyết trình, 우리는 모두 같은 ~이다 chúng tôi đồng một ý, 남의~을 반박하다 phản bác ~ của người khác, ~을 같이 하다 tương phù, ~일치 ~ nhất trí, ~을 내다 góp ý, hiến kế, 비평 ~을 내다 góp ý phê bình, ~서 giấy ~, ~에 반대하여 trái ý, ~이 틀린 phất ý, 다수의~을 구하다 trưng cầu, ~ 을 조율하다 châm chước. 사람마다 다른 의견 mỗi người mỗi ý, ~을 표명하다 ngỏ ý. ~을 바꾸다 đổi ý.
의견을 개진하다 trần thuyết, 문제에 대해 ~ ~ vấn đề.
의견을 듣다 nghe ý kiến..
의견에 따르다 chiều, tuyển ý, trúng ý. 부인의 말(의견) 에 잘 따르다 chiều vợ.
의견이 일치하다 thỏa thuận.
의결하다 quyết(nghị) định, giải(nghị) quyết, 의결권 quyền bỏ phiếu
의과 y khoa, ~대학 đại học ~, ~대학생 sinh viên~
의관(예복) lễ phục
의구심 ý nghi ngờ
의군(지원군)nghĩa quân.
의기 nghĩa khí, dũng cảm, can đảm, ~양양한 một cách đắc thắng, tỉnh táo, nghĩa khí, ~양양한 기쁨 nở gan nở ruột, ~양양한 모습 vẻ đắc

thắng, ~투합 tâm đầu ý hợp, tâm(tương) đắc, ~충만해지다 phấn khích, ~ 소침하다 nhụt ý(chí). phẫn chí. trầm trệ. rụng rời.

의논 bàn bạc, thảo luận, tụ họp(hội). ~중이다 đang bàn bạc
의논의 여지가 없는 ngã lẽ.

의대(의과대학)đại học y

의도 ý đồ, ý định, chủ tâm, chủ định, ~하다 nhằm vào, định tâm. ~를 숨기다 giấu ~, ~적으로 chủ tâm, dụng ý, ~를 털어놓다 bày tỏ ý định, ~를 파악하다 bắt mạch. ~를 알다 hiểu ý, 속으로~하다 định bụng. 곧 – 하려고 ~하다 rắp ranh. 반대파 들이 곧 구데타를 감행할 참이다 phe đối lập ~ đảo chính. 그건 내 뜻이 아니다 đó không phải là ý định của tôi.

의례 nghi lễ, 외교적~ ~ ngoại giao
의례적인 방문 đến thăm chiếu lệ
의례히 như thường lệ

의로운(의롭다) công bình cả, hào hiệp. công bằng. ~일을 위해 모여들다 tụ nghĩa. ~사람 người có nghĩa.
(속) 의롭지 않은 재물은 보더라도 가지려고 하지 마라(부정한 재물 은 탐하지 마라) Của bất nghĩa dù thấy chớ ham(đừng tham của bất chính).

의뢰 nhờ vả, nhờ cậy, trông nhờ, nương nhờ, ỷ lại, dựa dẫm,(반) độc lập độc lập, ~를 들어주다 chấp nhận ~

의료 y tế, ~기관 cơ quan ~, ~기구 y cụ, ~비 phí ~, ~시설 trang thiết bị ~, ~보험 bảo hiểm ~, ~보험카드 thẻ bảo hiểm ~, ~보험료 phí bảo hiểm ~, ~용 알côl rượu thuốc.

의료 센터 trung tâm bệnh viện.

의류 y phục, áo quần, ~와 장식품 phục sức.

의리 ý thức đạo đức, nghĩa lý, tình nghĩa

의무 nghĩa vụ, có tính nghĩa vụ, --할 의무가 있다 có nghĩa vụ làm cái gì đó, suất chức.
~교육 giáo dục ~, 병역 ~ ~ quân sự, ~중대 trung đội quân y. ~단 nha quân y.

의무과(병원의)phòng y tế.

의문 nghi vấn, nghi ngờ, ~을 품다 mang ~, ~이 생기다 xảy ra ~, ~의 인물 nhân vật ~, ~문 câu ~, câu hỏi, ~부호 dấu chấm hỏi. ~의 여지가 있는 tồn nghi. ~이 남는 문제 vấn đề tồn nghi.

의문 관형사 định từ nghi vấn.

의문 대명사 đại từ nghi vấn.

의문을 갖다 thắc mắc.

의문을 나타내는 말 ư, 그렇습니까? thế ư?

의문의 여지가 있는 tồn nghi.

의문사(문법) từ nghi vấn.

의뭉스럽다 xảo trá, quỷ quyệt, ranh mãnh(ma).

의미 ý nghĩa, nghĩa lý, ngụ ý, ~하다 nghĩa là, ~심장한 hoài dựng, 일반 적인~ theo ~ thông thường, 좋은 의미로도 나쁜 의미로도 이해할 수 있다 có thể hiểu theo nghĩa tốt và nghĩa xấu, ~와 가까운 번역 bản dịch sát nghĩa, ~를 바꾸다 chuyển nghĩa.

의미 깊은 ý vị.

의미심장한 뜻 ý sâu.

의미심장한 과찰 cai nhìn đầy ý nhị.
의미론 ngữ nghĩa học.
의법 처벌 trừng trị theo pháp luật
의병 nghĩa quân, ~을 일으키다 khởi nghĩa. hưng binh.
의복 quần áo, y phục, khăn áo. ~과 물품 phục dụng. ~길이 tà áo.
의부(양부) cha ghẻ, bố dượng
의분 phẫn nộ chính đáng
의붓딸 con gái ghẻ, 의붓아들 con trai ghẻ, 의붓자식 con ghẻ. con riêng
의붓아버지 cha(bố) ghẻ, ~ 어머니(계모) mẹ ghẻ, nghĩa mẫu.
의붓형제 anh em cùng cha khác mẹ
의사 bác sĩ, y, thầy thuốc, 전문 ~ ~ chuyên môn, 단골 ~ ~riêng, 유명한 ~ danh y. ~의 명령 y lệnh.
(속) 의사가 제 병 못 고친다(예리한 칼이라도 제 칼자루를 베지 못한다) Thầy thuốc không chữa nổi bệnh của mình(dao sắc chẳng gọt được chuôi mình).
의사(생각)suy nghĩ, ý kiến, (의미) ý tứ, ~ 소통 thông hiểu ý tứ, ý nghĩ, --할 ~가 있다 có ý nghĩ làm cái gì đó, ~가 서로 통하다 ý kiến hợp nhau, ~표시 trình bày ý kiến
의사를 나타내다 tỏ ý.
의사(국회의)nghị sự, ~일정 chương trình ~, nghị trình.
의상 y phục, quần áo, ~실 phòng phục trang.
의서 sách y khoa
의석 chỗ ngồi, vị trí
의성어 từ(tiếng) tượng thanh
의수 cánh tay giả (반)의족 chân giả
의술 y thuật
의식(감정) ý thức, nhận thức, ~적인 có tính ~,(입고 먹는) miếng cơm manh áo.
의식 lễ, nghi lễ, ~을 시작하다 cử lễ.
의식행렬 hàng rào danh dự
의식(정신) sự tỉnh, ~을 lạc bất tỉnh, li bì, mê man, chết ngất. (반)~을 되찾다 tỉnh lại, hồi tỉnh, ~이 점점 희미해지다(몽롱) lịm dần. lờ ngờ. ~을 회복하다 tỉnh dậy.
의식 불명의 rệu rã. ~ 적병 quân địch ~.
의식주 ăn mặc ở, áo quần ăn uống chỗ ở
(속)의식이 족해야 예절을 안다 no nên bụt đói nên ma
의심 nghi ngờ, ngờ vực. nghi ngại, tình nghi, (반)믿다 tin, (불신)ty hiềm, ~할것 없다 không có ~ gì, ~을 가지다 có sự ~, ~을 일으키다 gây sự~, 각 민족간의 불신을 다 버리다 xóa bỏ mọi sự ty hiềm giữa các dân tộc. ~스럽다(할만한)đáng ngờ, đáng(khả) nghi, ~쩍은 sinh nghi, ám muội, 깊게~하다 hồ nghi. ~을 품다(회의) hoài nghi. ~이 많은 đa nghi. ~스런점 nghi điểm, ~스러운 태도 nghi nghĩa, ~하는 마음 nghi tâm.
의심받다 bị tình nghi.
의심스런 증거 tá cứ.
의심없이 tất định.
의심을 풀다 đánh tan.
의아하다 hoài nghi, 의아스럽다 đáng ngờ
의안 dự án, ~을 부결시키다 bác bỏ ~
의약품 thuốc men
의역하다 dịch thoát.
의연금 tiền quyên góp, nghĩa quyên. ~을 주다 thí chẩn.

의연하게 nghiễm nhiên, ~앉아있다 ngồi ~.
의연히(당당히) ung dung, cương quyết, kiên quyết
의예과 khóa dự bị y khoa
의옥사건(뚜렷하지 아니한) vụ tai tiếng
의외로(재수좋게) may ra, ~ 복권이 당첨됐다 ~ trúng số.
으외의(뜻밖의)bất ngờ, không ngờ tới, ~ 결과 kết quả ~, ~일 việc không ngờ tới, ~ 호의 thù ân.
의욕 ý muốn, tham muốn, ~이 강한 사람 người có nhiều tham muốn, 생활~ ý chí sống còn
의욕이 없는 chồn lòng(dạ).
의용군 quân tình nguyện, nghĩa dũng quân.
의원(사람) nghị viên, nghị sĩ, 서울 출신~ ~ xuất thân ở Seoul, ~이 되다 trở thành ~, 국회~ dân biểu quốc hội, 국회의장 chủ tịch quốc hội
의원 y viện, (병원) bệnh viện, phòng khám bệnh
의원(기관) nghị viện, 상원 thượng ~, 하원 hạ ~
의원내각제 hệ thống nội các chính phủ
의의 ý nghĩa, ~를 고찰하다 luận nghĩa.
의의 길(옳은 길) đường công bình.
의인 người công bình(chính), người ngay thẳng,
의인법 sự nhân cách hóa
의자 ghế, 긴~ dài, ~ 방, 안락~ ~ có tay dựa, 등받이~ ~ tựa, 접는~ ~xếp(vải), ~ 보, ~vải, 흔들 ~ ~xích đu, 회전 ~ ~xoay tròn, 팔받이~ ghế bành, 야영용~ ~ ngựa, 높이

를 조절할 수 있는~ ~ phụ.
의자의 다리 tay ghế.
의장 chủ tịch, 국회~ ~ quốc hội
의장대 nghi trượng, đội cận vệ danh dự, ~행열 hàng rào danh dự.
의적 tên cướp hào hiệp
의절하다(절교) tuyệt giao
의젓하다 xứng đáng, ung dung, hiên ngang, có phẩm cách
의젓하기 sự cẩn thận chu đáo.
(속) 의젓하기는 시아버지 뺨 치겠다 (지나치게 신중한 사람을 조롱함) Sự cẩn thận chu đáo tát má ông gia(chế giễu người quá thận trọng).
의정서 nghị định thư
의제 chủ đề thảo luận
의족 chân giả(반)의수 cánh tay giả
의존 dựa vào, cây phép, -- 에 ~하지않다 không ~, 상호 ~ ~nhau, ~명사 danh từ phụ thuộc
의중 trong lòng, ~의 여인 cô gái ~
의중을 떠보다 ướm hỏi.
의중인(연인)ý trung nhân.
의지(도움을 받는) cây nhờ, nhờ vả, ỷ lại, nương(tin) cậy, cậy mình, nương tựa, nương thân, dựa, vực, ~할만한 친구 bạn có thể ~được, ~ 할 곳이 없다 không có chỗ ~, không nơi nương tựa, ~할 수 있다 có thể nhờ được, 몸을 벽에~하다 dựa người vào tường, ~할곳 없는 상황(성어) thân cô thế cô. ~할 점 điểm tựa.
의지를 꺽이다(낙담시키다) tỏa chí.
의지를 나타내다 tỏ ý.
의지하다(누군가에) nhờ ai.
의지(뜻) ý(tâm) chí, ý muốn, chí khí,

tình ý, ~를 표명하다 ngỏ lời, 불굴의 ~ ~ bất khuất, ~가 강하다 ~ mạnh mẽ, kiên cường(gan). ~가 굳은 cứng rắn. kiên gan, ~를 기르다 dưỡng chí. ~력 sức mạnh của ý chí. ~의 결핍 sự thiếu ý chí. ~를 단련시키다 rèn chí. ~를 굳게 지키다 bấm chí.
의지가지없다(사고무친)không nơi nương tựa
의처증 sự nghi ngờ về vợ mình
의취(의향) ý định, khuynh hướng ~.
의치 hàm răng giả, ~를 하다 trồng răng
의탁하다 nương nhờ, nương tựa
의표를 찌르다 làm cho sửng sốt
의하면 theo, dựa vào, dựa theo, 소문에~ dựa theo tin đồn, 법에~theo luật, 사정에 의해서 theo tình hình -- 에 의해 bởi.
의학 y học, ~계 giới ~, ~부 khoa y, ~박사 bác sĩ ~, 한방 ~ y học phương đông, ~경전 kim quỹ. ~이론 y lý.
의학 논문 y án.
의학생 y sinh. 외과 ~ ~ ngoại khoa.
의향 ý kiến(hướng), tình ý, ý định
의협심 lòng nghĩa hiệp, ~ 있는 hào hiệp
의형제 anh em kết nghĩa
의혹 nghi ngờ, ngờ vực, hoài nghi, ~을 품다 có hoài nghi, nghi nan, ~이 생기다 đâm nghi. ~을 갖다 ngờ vực.
의회 quốc hội, 제 3 차 ~ ~ khóa 3, ~를 소집하다 triệu tập ~(반)를 해산하다 giải tán ~, ~는 내일 개회한다 ngày mai ~ họp

이 răng, ~를 갈다 nghiến(ghê) ~, thiết xỉ, rít răng. ~가 흔들리다 ~lung lay, 본래의 이 răng thiệt, 이가 나다 mọc răng, ~를 닦다 đánh ~, ~를 빼다 nhổ ~, 썩은 이 ~sâu, ~가 아프다 nhức ~, ~뿌리 chân ~, 사랑니 răng khôn, 빼드렁니 ~lồi, 틀니 ~giả, 앞니 ~cửa, 어금니 ~hàm, ~를 보이다 nhe răng, 이가 시리다 răng lạnh lẽo, 이가 나기 시작할 때 khi răng bắt đầu mọc, ~가 빠지다 răng rụng. sớm răng, móm mém, ~가 부러지다 gãy ~, ~가 빠진 sún ~, triệt, 젖니~ sữa, 이를 덜덜 떨다 run cầm cập, 이를 악물다 (참다) cắn răng. mắm. 이가 덜덜 떨린다 răng sếu. 이가 벌레먹다 sâu răng.
이를 보이고 웃다 nhăn răng cười.
(속) 이 없으면 잇몸으로 산다(필요한 것이 없을 때는 있는 것을 잠시 사용한다) Không có răng thì sống bằng lợi(khi không có cái mình cần thì dùng tạm cái đang có sẵn).
이의 구멍을 메우다 trám răng.
이(톱니바퀴의) mấu.
이(곤충)con rận, con chấy(머리의 이), ~를 잡다 bắt rận
이(이것) này, cái này, 이 사람 người này, 이것 저것 cái này cái kia, 이것 외에는 ngoài cái này ra, 이 세상 thế gian này, 이달 tháng này
이(2) hai, 이삼일 동안 trong vòng hai ba ngày, 제 이 thứ hai, 이(2) 더하기 삼(3) = 5 2cộng 3 bằng 5
이간하다 ly gián, chia rẽ, làm cho xa lánh(xa lạ), nói gièm, 이간질 kế ~. 이간질하다 nói gièm.

이같이 như vậy, như thế
이것 cái này, ~은 얼마입니까? Cái này giá bao nhiêu tiền? 이사람은 누구입니까? người này là ai?, 이것 봐! Này! 이것저것 혼합하다 lai căng.
이것으로 모두 끝나다 thế là hết.
이것은 나의 것이다 này của tớ.
이것저것 này nọ, sau xưa. ~ 서로 이야기하다 nói chuyện sau xưa. ~ 걱정하다 lo quanh. ~ 묻다 vặn hỏi.
이것저것 두서없이 이야기하다 nói chuyện loằng quằng.
이것저것 마음을 쓰다 suy bì.
이것도 저것도 아닌 dở dơi dở chuột, nửa dơi nửa chuột.
이것이기도하고 저것이기도하다 nửa... nửa... 반은 진실이고 반은 거짓말을 하다 nói nửa đùa nửa thật.
이겨내다(극복)vượt qua.
이견 ý kiến bất đồng
이경 ca trực tối thứ hai, canh hai.
이곳 chỗ này, nơi này, ~에서 ở nơi này, 저곳에 가다 đi đây đó
이공과 khoa khoa học và cơ khí
이관하다 chuyển giao quyền quản lý
이교(이단) dị đoan(giáo), tà giáo. (사교) tà đạo.
이교대(근무) làm hai ca, 삼교대 làm ba ca
이구동성 dị khẩu đồng thanh, chúng khẩu đồng từ
이구아나(큰도마뱀)kỳ đà.
이국 vùng đất xa lạ, ~정취 tình cảm ngoại lai, ~에서 죽다 chết đường. ~땅 nước lạ, (성어) đất khách quê người.
이권 lợi quyền, quyền lợi

이끌다 dẫn đường, chỉ dẫn, dìu dắt. ...로 이끌다 dẫn đến.
이끌리어 가다 được dẫn đi
이글 이글 sôi nổi, ~타는 태양 ánh nắng chói
이끼 rêu, rong, ~가 끼다 rêu mọc
이기 ích(tư) kỷ, vị(duy) kỷ, 이기심 lòng ~, ~주의 chủ nghĩa ~, 이기적인 một cách ~, ~주의자 người chủ nghĩa ~. 이기적인 생각 đầu óc ~. 이기적으로 차지하다 vơ váo.
이기 lợi khí, (이로운 도구)đồ dùng~, 문명의~ ~ hiện đại
이기다 thắng, chiến thắng, 경기에~ ~ trận đấu, 선거에~ ~ cử, 소송에~ ~ kiện, được kiện, 3 대 2 로 ~ thắng 3-2, 이기고 통과하다 chiến thắng và vượt qua. (카드놀이에서) ù.
이기다(반죽하다)nhồi, 밀가루를~ ~ bột trộn lỗ vào, 고기를 잘게~ băm thịt
-- 이기도 하다 mà còn
...이기도 하고...이기도 하다...vừa ... vừa, 그는 학생이기도 하고 선생이기도 하다 nó là vừa sinh viên vừa thầy.
-- 이기만 하다면 quý hồ, 만약 자네가 할수만 있다면 ~ anh làm được.
이나마(나마) mặc dầu, dẫu sao đi nữa.
이날(오늘) hôm nay
이날저날 ngày này ngày nọ
이남 phía nam, 서울이남 ~ Seoul
이내 trong vòng, trong, 2 개월~ ~hai tháng, 자기 수입~에서 생활하다 sống trong mức thu nhập của mình, 일주일 내에 ~ một tuần
이네들 ngững người này

이년 hai năm, 대학교~(이학년) sinh viên năm thứ hai
이념 quan niệm, tư tưởng
이놈 thằng này, gã này, gã đàn bà này(이년)
이농하다 bỏ nông trại, 이농민 dân ~
이뇨제(오줌 잘 나오게 하는) thuốc lợi tiểu.
이니시아티브(시작,주도권)bước đầu, khởi đầu
이다 là, 나는 학생이다 tôi là học sinh, 그는 누구일까? Anh ta là ai? 1 킬로그램에 5000 동이다 1ký là 5 ngàn đồng
이따가 một lát sau
이따금 thỉnh thoảng, đôi khi. ~ 씩 bữa đực bữa cái.
이단(비정통적 교의)dị đoan, yêu đạo, ~자 người theo ~
2단 기어 số 2. ~로 바꾸다 sang số 2.
이달 tháng này, 이달 8일 ngày 8 tháng này, ~중 trong tháng này
이때(지금) lúc này, bây giờ
이대로 như vậy, ~둘수 없다 không thể để vấn đề ~, ~는 cứ để y ~.
이데올로기(사상) tư tưởng
이도 저도 아닌 huyền không.
이동 di động, chuyển động, dịch chuyển, xích, xê dịch, thiên đi, (양도)sang bộ, ~경찰 cảnh sát ~, ~ 병원 bệnh viện ~, ~전화 điện thoại ~, ~ 진료소 phòng khám ~, 인사~ thay đổi nhân sự, 좌측으로 ~하다 xê dịch qua tay trái.
이동 가능한 책장 tủ sách lưu động.
이동시키다 lưu chuyển, sơ tán.(반)고정시키다 cố định.
이동(교통)편 chuyến, 다음 차편 ~ sau.

이득 lợi ích, tức tiền,(반)손실 tổn thất, 부당~ đầu cơ trục lợi, ~을 보다 kiếm chác.
이든지 hay, hoặc, 무엇이든지 bất cứ cái gì
이듬해 năm tới
이등 thứ nhì, thứ hai, ~상 giải nhì, ~차 xe loại hai, ~품 hàng loại hai, ~급 hạng nhì.
이등변 삼각형 tam giác cân
이등분하다 chia đều, chia đôi
이때 lúc này, khi này
이라고(라고) 이것은 무엇~합니까 cái này gọi là gì
이란성(쌍생아) sinh đôi
이라크(국명) I rắc
이란(국명) I ran
이랑 luống đất, luống cày, ~을 만들다 đánh ~.
이래(그후) từ đó, từ lúc ấy, 해방~ từ giải phóng tới nay, 개방~ từ khi mở cửa tới giờ.
...이래로 từ lúc.
이래저래 cái này cái nọ, điều này điều khác, ~ 바쁘다 tôi bận rộn hết ~
이랬다 저랬다 thế này thế kia, cách này cách khác, hay thay đổi, (머뭇 머뭇) lấp lửng, hay thay đổi
이러면 어떨까요 thế này ra sao
이러므로 ấy vậy. vậy nên.
이럭저럭 bằng cách này hay cách khác
이러니 저러니(이러쿵 저러쿵) cái này cái nọ
이러지도 저러지도 못하는 trậm trầy trậm trật
이러하다 như thế này
이런(이러한)như vậy, như thế
이런저런 것 những thứ nọ thứ kia

이렇게 như vậy, như thế, ~하면 된다 làm ~ là được, 나는~생각한다 tôi nghĩ như này, ~추운 날씨는 처음이다 lạnh như thế này là lần đầu
이렇다 như vậy, như thế
이렇다 저렇다 thế này thế kia, ~말하다 nói ~
이렇듯 đến như thế
이레 bảy ngày, ngày thứ bảy
이력 lý lịch, ~이 좋다 có ~ tốt, ~서 sơ yếu ~ cá nhân, bản(khai) lý lịch
이례 ngoại lệ, ~ 적인 chưa từng thấy.
이로운 말은 귀에 거슬린다, Lời nói có ích thì thường khó nghe.
이론 lý luận(thuyết),(반)실제 thực tế, ~과 실천 ~và thực tiễn, ~을 세우다 xây dựng ~, 비뚤어진 ~ ~ quanh co, ~을 실천에 옮기다 đưa ~ vào thực tiễn, ~가 nhà ~, ~과학 ~ khoa học, (학설) lý thuyết.
이론(반대) phản đối, ~을 예를 들어 설명하다 thuyết lý.
이롭다 có ích lợi, có lợi, giúp ích
이루말할 수 없다 không thể tả được.
이루헤아릴수 없는 vô số, không đếm xuể được
이루다(성취하다)đạt được, đạt tới, hình thành,이루지 못한 không ~, 목적을~ đạt mục đích, 소원을~ ~ nguyện vọng
이루기 위해 để cho ứng nghiệm
이루지 못한 사랑 mối tình dở dang
이루어지다 có kết quả, làm thành
이루어진 ứng nghiệm.
이륙하다 cất cánh(반)착륙하다 hạ cánh, 이륙 활주로 đường băng ~
이륜차 hai bánh xe, xe đạp
이율배반 phản nghĩa cách.

이르다(시간)sớm, (반)늦은 muộn, 이른 아침 buổi sáng ~, sớm mai. 이른 새벽에 tờ mờ sáng, 이른 아침에 ban(hôm) mai, 이른 새벽에 trì minh. tờ mờ sáng.
이르다(도착) đến, tới nơi, 이르는 곳마다 ở khắp nơi, 이르게하다 dẫn đến.
이르다(고자질하다)mách lẻo.
이르되 phán rằng.
이른바 gọi tên là
이를테면 nói tóm lại
이름 tên, tên tuổi, ~을 짓다 đặt ~, ~을 부르다 gọi ~, hô danh, ~을 숨기다 đào(mai) danh, ~을 빼다 bỏ ~, gạch ~, ~이 무엇입니까 anh tên gì? 이름표 thẻ tên, ~을 떨치다 trì danh, 천하에~을 떨치다 trì danh thiên hạ. ~에 걸맞는 xứng danh. 이름없는 성도 thánh đồ không tên tuổi. ~를 드높이다 tôn cao tên. ~이 오르다 đề tên. ~의 중간명 chữ đệm(예:Trần thị Mai 의 thị)
이름없는 vô danh, ~평민 vô danh tiểu tốt.
이름과 나이 tên tuổi.
-- 의 이름으로 nhân danh.
이름난 nổi tiếng. ~작가 nhà văn ~.
이름뿐인 làm vì. ~왕 vua chỉ ~.
이름을 기입하지 않은 vô danh.
이름을 날리다 dương danh. hiển dương.
이름을 더럽히다 ô danh, vũ nhục.
이름을 들어서 인사하다 lấy tên mà chào hỏi.
이름을 등록하다 đăng tên. ký danh.
이름을 부르다 hô danh.
이름을 빌리다 mượn tên.

이름을 속이다 giả danh.
이름씨(명사) danh từ
이름을 올리다 đề tên.
이름을 적다 ghi tên. ~이름을적어놓다 liệt danh.
이리(늑대) chó sói, (방향) lối này, ở đây, ~ 오십시요 lại đây, ra đây.
(속) 이리를 내 쫓고 양을 기른다(악한 자를 제거하고 양민을 돕는다) Đuổi sói, nuôi cừu(trừ kẻ ác, giúp cứu dân lành).
이리저리 đây đó, ~살펴보다 nhìn khắp nơi, ~ 유랑하다(속어) trôi sông lạc chợ.
이마 trán, 넓은~ ~ rộng(반)좁은~ ~ nhỏ, 이마에 있는 상처 vết thẹo trên ~, 땀이 그의 ~에 흘러내리다 mồ hôi chảy xuống ~ của nó, 주름 살이 가득한 ~ ~ đầy vết nhăn, ~에 땀을 닦다 lau mồ hôi ~, ~에 입 맞 추다 hôn ~. 넓고 큰 ~ ~ rộng.
(속) 이마를 찔러도 피 한방울 안 나겠다(지나치게 인색한 사람) dù đâm vào trán cũng không có một giọt máu (chỉ người qúa keo kiệt). ~를 부딪히다 bươu trán. ~를 치다 vỗ trán.
(속) 이마에 내천자를 그린다(얼굴에 주름이 많다) trên trán vẽ đầy chữ xuyên(khuôn mặt có nhiều nếp nhăn)
이(2) 마일 hai dặm.
이만 từng này, đến mức độ này
이만큼 chừng này, ~의 ngần ấy, ~이면 된다 chừng này được rồi, 사이즈는~이다 kích cỡ là như vậy
이만하다 chừng này, 내 책상은~ cái bàn tôi rộng cỡ ~

이맘때 lúc này, khi này, 작년~ bằng lúc này năm ngóai
이맛살 cau mày, ~을 찌푸리다 cau mày
이메일 thư điện tử
이면(조사) nếu, trong trường hợp, 내가 왕이면 nếu tôi là vua
이면(양면) hai mặt
이면(뒷면) mặt sau, mặt trái, 사회의~ ~ của xã hội, ~사 lịch sử bên trong(mặt trái).
이명 tên khác
이모 dì (em mẹ), di mẫu. ~부 dượng(chồng dì), cô phu.
이 모든 것 hết thảy mọi sự này.
이 모든 일 mọi điều nầy.
이모작 hai vụ mùa một năm
이모저모 mỗi một khía cạnh vấn đề
이목(귀와 눈) tai mắt, nhĩ mục, ~을 끌다 chú ý chung
이목구비(용모)vẻ mặt, nét mặt
이문(이익)lợi ích, lợi nhuận
이물(뱃머리) mũi tàu
이미 đã, rồi, 그것은~끝났다 cái đó kết thúc rồi, 수업이~시작 다 buổi học đã bắt đầu rồi, ~ 5시다 năm giờ rồi. (앞서)trước, trước đây, ~ 갖추어진 sẵn có. ~있는 sẵn.(반) 희귀한 hiếm.
이미 임하다 đã đến tận.
이미 결혼한 여자 ván đã đóng thuyền.
이미 늙어 죽음을 바라보는 gần đất xa trời.
이미 총명하니 sẵn có thông minh.
이미지 ấn tượng
이민 di dân, ~가다 đi ~, 미국으로~가 다 đi ~ sang Mỹ
이 바보야(친한 사이에 사용) khí gió.

이바지하다 góp phần, đóng góp, 경제 발전에 ~ đóng góp cho phát triển kinh tế
2 박자(음악) song loan.
이반(인심의) ly gián
이발 cắt tóc(북) hớt tóc. san phát. (남), 이발소 nhà ~, ~기구 tông đơ, ~사 thợ cạo(ngôi), thợ hớt tóc.
이빨 răng, ~로 찢다(뜯다) cắn xé. ~을 드러내고 웃는다 tí toét.
이반(2 반) chuyền 2
이방(외국) dị bang. 이방의 xa lạ.
이방인 người lạ, hàng xứ, người nước ngoài, dân ngoại.
이배(두배) gấp đôi. ~로 곱한 수 tích số.
이번(금번) lần này, 다음번 lần sau, ~일요일 chủ nhật này, ~시험 thi lần này
이번(2 번) số hai
이변(사고) tai nạn, tai biến, tai họa(재앙)
이별 chia tay(lìa), ly(từ) biệt, ~의 눈물 nước mắt ~, 친구와의 ~ ~ với bạn, ~의 슬픔 nổi buồn ly biệt, ~주 rượu ~, 통곡 tống tửu, 이별한 ly cách. ~과 재결합 ly hợp.
...에게 이별을 고하다 từ biệt người nào.
이보다 낫다 tốt hơn cái này
이복 người mẹ khác, ~형제 anh em khác mẹ, dị bào. ~동생 nghĩa đệ, ~형 nghĩa huynh.
이본 dị bản.
이봐! này! úi dào.
이부 người cha khác
이부자리 bộ đồ giường, ~를 펴다 trải giường

이북(북한) miền Bắc, Bắc Hàn, 38 선 이북 vĩ tuyến 38 Bắc
이분하다 chia đôi, chia hai, nhị phân, 이분의 일 một nữa
이불 mền(남), chăn(북), đồ ngủ, ~을 덮다 đắp mền(chăn). trùm ~.
(속) 이불 속에서 활개친다(군중 앞에서 겁쟁이는 집 안에서 큰소리 친다) duỗi cẳng, duỗi tay trong chăn, (kẻ nhát trước đám đông lại hay to tiếng trong nhà mình).
이브닝 buổi tối, ~드레스 quần áo dạ hội
이비인후과 khoa tai mũi họng
이사야(성경) Ê – sai
이사하다 dọn nhà, dời nhà, chuyển, 새 집으로~ ~ tới nhà mới.
(속) 이사 가는 놈이 계집 버리고 간다, (칠칠치 못한 사람을 비웃는 의미) Chuyển nhà bỏ quên vợ, (hàm ý chê cười người đểnh đoảng).
이사오다 dọn vào.
이사 ủy viên quản trị, ~장 chủ tịch ~, ~회 ban giám đốc, 대표~ giám đốc, ~회의 hội đồng quản trị.
이삭 bông lúa, vỏ lúa, bởi~ bông lúa mạch, 벼이삭 thóc rơi, mót lúa, ~을 줍다 đi mót lúa, bòn mót.
이삭줍는 사람 người mót.
이삭(성경) Y – sác
이산(흩어진) ly tán, giải tán, phân ly, ~가족 gia đình ly tán. sẩy đàn tan nghé.
이산화 탄소 cacbon, đioxyt
이삼일 vài ngày, đôi ba ngày.
이상 trên, 나이가 40 이상 된 사람 người tuổi trên 40, 3 년이상 trên 3 năm, ~ 말한바와 같이 như đã

đề cập trên đây.
이상(더 많은)trở lên, 열흘 ~ mười ngày ~.
이상과 같이 thôi thì.
이상한 lạ lùng, lạ lẫm, ngoa, kỳ lạ, cầu kỳ, ly kỳ, ngộ, bất(dị) thường,(반) 평범한 bình thường, ~사람 người kỳ lạ, ~느낌 một cảm giác lạ, 이상하게 생각하다 suy nghĩ khác đi, ~것이 없다 không có gì lạ, ~ 계략 kỳ kế, ~인연 kỳ duyên, 이상하게 보다 lạ mắt, ~일 điều khác thường, 사 lạ, ~옷차림을 하다 ăn mặc ngoa, ~징조 điểm lạ, ~증상 dị chứng, ~사실 dị sự. ~물건 dị vật.
이상히 여기다 lấy làm kỳ, ~얼굴 모양 vẻ người.
이상 lý tưởng, 높은~ ~ cao cả, 그는~ 이 높다 anh ta có ~ cao đẹp, 이상적인 남편 người chồng ~
이상적인 hoàn thiện, ~방법 thiện pháp.
이상향 bồng lai
이색적인 tính mới lạ, tính khác thường
이설 dị thuyết, quan điểm khác

이성(판단력) lý trí(tính), duy lý, (진리) lẽ phải, vừa phải,(반) 감성 cảm tính, ~이없는 phi lý, 순수~ lý lẽ thuần túy,
이성을 잃다 mất trí, mê.(반)이성을 되찾다 tỉnh lại.
이성을 따르다 phục thiện.
이성(성이 다른)giới tính khác, dị tính, ~을 알다 phân biệt được ~, ~ 교제의 비유 vân vũ.
이세 nhị thế, con lai, (다음 세대)đời sau, 한국인 ~ con lai Hàn-Quốc

이세상 thế gian này, thiên hạ, cõi đời này, trần ai, hạ thế(phương), ở đời(trần gian), ~에서 ở ~.
(명)이 세상에서 원한의 감정만큼 사람을 완전히 지치게 하는 일은 없다 Trên thế gian này không có tình cảm nào làm cho con người ta mệt mỏi bằng sự oán thù.
(명)이세상에서 최악의 파산은 열정을 잃어버리는 사람이다 Trên thế giới này, sự phá sản lớ nhất của đời người là mất nhiệt huyết.
이세상의 인연 trần duyên.
이 소문이 tin nầy.
이송하다 di chuyển, dọn đi
이수하다(마치다)hoàn thành, kết thúc, làm xong
이쑤시개 tăm xỉa răng
이스라엘(국명) Ixaren, Do Thái
이스람교 đạo Hồi, Hồi giáo(회교)
이슬 sương, ~맺힌 꽃 bông hoa ướt đẫm ~, ~이 내리다 ~xuống(sa), 서리 sương giá, 안개 sương mù, ~비 mưa phùn, mưa bụi, ~비가 내리다 lâm râm, ~에 젖다 phơi ~, ~ 방울 giọt(hạt) sương. ~과 눈 sương tuyết. ~맺힌 ướt vì sương. phủ đầy sương.
이승 thế gian này, đời này, kiếp này (반)저승 kiếp sau, ~의 괴로움 đau khổ~
이씨(EC)위원회 ủy ban CHÂU ÂU.
이식하다 trồng lại, ra ngôi. 이식술 phép tự di thực, 심장이식수술 sự phép tim. 이식(의학) tiếp hạch.
이식용 칼 dao cây(tháp).
이심 hai lòng, hai mặt, ~을 품다 mang ~

이심전심 thần giao cách cảm, ~으로 dụng ngoại cảm
이십 số hai mươi, ~대 여자 phụ nữ độ tuổi 20, ~ 일 hai mươi mốt.
이십구일(29)까지 있는 달 tháng thiếu.
이십오(25) hai mươi nhăm.
이 안에 trong này.
이앙(모내기) cấy lúa, ~하지 않은 벼 lúa sạ.
이야기 chuyện, câu(kể) chuyện, (소설)truyện, ~하다 nói ~(남), trò chuyện(북), thuật lại(chuyện), (반)침묵하 다 câm, 장사~ ~ buôn bán, 우리끼리의 ~ ~ giữa chúng tôi với nhau, 옛날~ ~xưa, ~에 빠지다 say sưa bàn ~, 이야기를 슬쩍 돌리다 nói lảng, ~를 부풀리다 phóng đại ~, ~ 에 몰두하다 mắc nói chuyện, ~ 해서 피곤한 mỏi miệng, 재미없는 이야기 câu chuyện nhạt nhẽo. ~ 에 참여하다 góp chuyện. ~를 중단하다 dứt chuyện.
이야기 도중에 끼어들다 xen vào một câu chuyện.
이야기를 꾸며내다(지어내다) vẽ chuyện(trò).
이야기를 미화시키다 tô vẽ câu chuyện.
이야말로 chính là, ~내가 바라던 일이다 đây ~ việc tôi mong muốn
이양하다 chuyển cho, trao cho
이어(속어) tiếng lóng
이어가다 xâu chuỗi.
이어받다 thừa hưởng, thừa kế.
이어서(그다음에) rồi sau đó, kế đó.
이어지다 tiếp diễn.
이어폰 ống nghe

이엉집(초가집) căn nhà lá, nhà tranh
이역(이국)đất nước xa lạ,
이역(두가지 역할) một vai diễn đôi, 일인~을 하다 diễn ~
이열치열 lấy độc trị độc
이염 viêm tai
이온화현상 iôn hóa, điện li.
이와같이 vậy, như vậy.
이와마찬가지로 cũng giống như vậy.
이완되다 lỏng lẻo, giảm nhẹ, co duỗi, 전신이완 co duỗi toàn thân. 이완된 근육 lỏng gân.
이왕 dĩ vãng, quá khứ, đã rồi, ~에 늦었으니 천천히 가자 chúng ta hãy đi từ từ đã trễ rồi
이외 ngoài ra, trừ, trừ ra, 내 누이 외에 모든 사람이 출석했다 mọi người đều có mặt trừ chị tôi. 일요일~에는 ngoài chủ nhật ra, 기후 외에는 모든 것이 좋다 tất cả tốt trừ ra khí hậu, 월급~다른 수입이 없다 ngoài lương anh ta không có thu nhập gì khác
이욕 tính tham lam, ham lợi
이용 sử dụng, lợi dụng, nhân, thừa, tranh thủ, 공부를 더 하기 위해서 쉬는 시간을 이용하다 tranh thủ giờ nghỉ để học thêm, 이 기회를~하여 nhân cơ hội này, 약점을~하다 lợi dụng nhược điểm, 누구를~해 먹다 lợi dụng ai đó, (힘,세력을) ý. ý thế, ~할 수 있는 sẵn có.
이울다(기울다)xế, 해가 서쪽으로~ 마주 트로이 xế tây
이웃 hàng xóm, lân cận, ~집 nhà ~, ~사람 người lân cận, xóm(láng) giềng(남), người làng(북), ~나라 nước láng giềng, ~돕기 cuộc giúp

đỡ người lân cận.
이웃집 아가씨를 욕정으로 그리워하다 tơ mơ cô hàng xóm.
이웃하다 tiếp nối.
이웃사촌(매우 친근한) tối đèn tắt lửa.
이웃 친척 bà con xóm giềng.
(속) 이웃집 개도 부르면 온다(듣고도 못들은 체 하는 사람을 나무람) Chó láng giềng , gọi cũng sẽ đến (mắng người giả vờ không nghe khi được hỏi, được gọi).
이원론 thuyết nhị nguyên
이원제(양원제) chế độ lưỡng viện, nhị viện chế.
이월하다 mang sang gửi, 다음 연도로 ~ gửi trước năm sau.
이월(2 월)의 혹한 tháng hai rét lộc.
이유 lý do, lý lẽ, lý. 결석~ ~ vắng mặt, ~가 없다 không có ~, 무슨~로 với ~gì, (구실)cái cớ. ~를 달아 lý sự.
이유로 내세우다 lấy cớ.
이유없는 vô cớ, vô căn cứ, ~두려움 những sợ hãi vô căn cứ.
이유없이 vô lối, ~사람을 때리다 đánh người ~.
이윤 lợi nhuận, lợi ích, tiền(lời) lãi, ~이 있는 경영 doanh lợi. ~률 suất lợi nhuận.
이율 lãi(lợi) suất, ~을 인상하다 nâng ~, 법정~ ~theo luật định
이율배반 tương phản, tự mâu thuẫn
이윽고 ít lâu sau, một lát sau, ít(tí) nữa, còn khuya.
이음새 chỗ nối, đầu nối, ~가 없는 không có đường nối
2 음절 song âm tiết.
이의 quan điểm khác, (뜻)nghĩa khác, dị ý.

이의(반대)phản đối, chống đối, ~없이 không có~.
이익 ích lợi, lợi ích, xơ múi, ~이 있다 có ~, ~이 나다 phát sinh lợi, 자기 ~ ~của mình, 공동~ ~chung, ~을 절반씩 나누다 làm rẻ. ~을 추구하다 cầu lợi. ~을 내다 làm lợi ra, ~을 분배하다 chia lời. ~이 되는 đắc lợi. ~을 가져오다 giúp ích. 이익과 손해 lời lỗ. ~배당 phần lời. lợi suất, ~을 볼 것으로 생각마라 đừng có tưởng bở, ~을 증가시키다 phụ ích. ~ 을 얻다 ăn lãi.
이익을 남기며 교환하다 đánh tráo
이익을 위해 몸을 굽실거리다 vào luồn ra cúi.
이익과 손해를 비교하다 suy bì.
이익의 일부를 가로채다 ăn ngọn.
이익이 있는 món bở.
이인분 phần hai người, phần đôi, 이인조 bộ đôi,
2 인용 베개 gối chiếc. 2 인용 침대방 phòng hai giường.
이인(천재)thiên tài, (다른사람) người khác, 동명~ người trùng tên
이인칭 ngôi thứ hai (당신, 너)
이입하다 đưa vào, mang vào
이자 lãi, tiền lãi, tiền lời, ~를 지불하다 chịu lãi, trả lãi, 5 부이자 lãi 5 phần trăm, ~율 lãi suất, ~를 붙여 돈을 빌리다 vay lãi, 무~로 không có~, 높은~로 theo tiền lãi cao.
이자가 붙지않는 돈 tiền nằm.
이자가 붙다 sinh lãi(lời).
이자(양자)택일하다 chọn giữa hai
이장 trưởng làng, (촌장) lý trưởng.
이장하다 chôn vào nơi khác, di táng. cất mả(mộ).

이재민 dân bị nạn, ~을 구호하다 cứu hộ ~, 이재 구호금 qũy cứu tế
이적 phép mầu, phép lạ, ~을 행하다 làm phép
이적행위 hành động có lợi cho kẻ thù
이적(호적에서 떼어냄) thay tên đổi họ
이전 trước đây, ~보다 so với ~, ~의 가격 giá cũ, ~일 sự đã qua. ~의 판결 tiền án. ~생산과정 lao động quá khứ
이전에 trước, hồi(lúc) trước. 10 시 ~에 갑시다 hãy đến ~ 10 giờ.
이전투구하다 đấu đá.
이전하다 chuyển, chuyển giao, chuyển dịch, (이사하다) thiên cư. 이전할 수 없는 không chuyển cho người khác được, 다른 집으로~ ~ sang nhà khác
이점 điểm thuận lợi
이정도 chừng nầy.
이정표 biển báo, cột cây số
이제 bây giờ, lúc này, ~야 말로 절호의 기회다 lúc này là một cơ hội tốt nhất, 이제 ... 은 없다 còn đâu. ~ 아무것도 아니다 nào đâu. ~ 거의 날이 밝았다 trời gần sáng.
이제 돌아가겠습니다 xin phép về.
이제부터 sau nầy.
이제서야 mãi giờ này.
(속) 이제서야 어제의 잘못을 깨닫게 된다(일이 터지고 나서야 비로소 잘못된 것을 안다) Mãi giờ này mới thấu hiểu sai lầm ngày hôm qua(việc xảy ra rồi, mới nhận thấy là sai).
이조(이왕조) triều đại Y
이쪽 phía(đằng) này, ~으로 오세요 lại ~, ~길 ngã này.

이종(다른 종류) loại khác nhau, ~교배 cho lai giống
이종조카 con dì con già.
이종(두종류)loại hai, ~우편물 bưu phẩm ~
이주 di trú, di cư, xuất dương, ~민 dân ~. di dân, ~ 시키다 chuyển dân.
이중 hai lớp, hai lần, ~으로 싸다 gói bằng ~, ~의 뜻 hai nghĩa, ~과세 đánh thuế hai lần, thuế kép, ~과세 방지 협정 hiệp định chống đánh thuế hai lần, ~국적 hai quốc tịch, 이중문 cửa hai lớp
이중모음(복모음) nguyên âm đôi, nhị trùng âm.
이중 인격의 nhị tâm, 겉과 속이 다르게 행동하다 ăn ở ~
이중고 tra tấn gấp đôi
이중삼중으로 포위하다 trùng vây.
이중의(중복의) song trùng.
이중주를 하다 song tấu.
이중지출 chi trùng
이지적인 lý trí. trí thức, ~행동을 하다 hành động ~.
이지러지다 xế, khuyết, 달이 ~ mặt trăng đang~
이지마는 nhưng, nhưng mà, dù
이직하다 thôi việc, thay đổi nghề
이직자(실업자) người thất nghiệp
이질(병) bệnh ly, bệnh kiết.
이질(조카) cháu trai(con của chị)
이질화하다 tha hóa.
이 집은 나에게 어울리지 않는다 cái nhà không thích hợp với tôi.
이집은 지옥이다 nhà này là địa ngục.
이집트(국명) Ai Cập, ~사람 người ~
이차(두번째) lần hai, ~대전 chiến tranh thế giới lần thứ hai, ~방정식

bình phương bậc hai
이착륙 cất cánh và hạ cánh
이채롭다 kỳ lạ
이(그)처럼 như vậy(vầy), như thế
이첩하다 thông báo cho hay
이체(계좌) chuyển khoản, 구좌 tài khoản.
이층 tầng hai, trên lầu, hai tầng, ~집 nhà hai tầng, 단층집 nhà trệt
이치 lẽ phải, phép tắc, ~에 맞다 đúng về ~, đúng(hợp) lý. có(hữu) lý.
이치에 맞지 않은 vô lý.
이치에 맞지않게 지껄이다 tầm bậy tầm bạ.
이칭(별명) tên hiệu
이타적인 vị tha, 이타주의 chủ nghĩa vị tha, 이타심 lòng vị tha, 이타주의자 duy tha.
이탄(토탄) than bùn.
이탈하다 bỏ trốn, tháo lui. thoát ly, 직장을~ bỏ việt, (대열에서)ngã ra ngoài.
이탈리아(국명) Italia, nước Ý đại lợi. ~ 화폐이름 lia.
이태 hai năm
이텔릭체 chữ xiên.
이토록 như vậy
이튿날 hôm sau, ~아침 sáng ~
이틀 hai ngày, ~후에 ~sau, ~마다 hai ngày một lần, ~이 지나면 còn hai ngày nữa.
이팔청춘 đôi tám hoa niên, mười sáu tuổi, ~의 소녀 thiếu nữ mười tám cái xuân.
이편(이쪽) hướng này, lối này, phe ta
이핑계 저핑계 vin vào cớ này cớ nọ
이하 dưới, 500 원 이하 ~500 won, ~생략 những thứ bị bỏ sót

이하의 sau đây.
...이하의 trở xuống, 100 이하 một trăm ~.
이하선염 quai bị.
이한하다 rời khỏi Hàn –Quốc
이항식(수학)nhị thức.
이해 hiểu, tìm hiểu, thông cảm, hiểu biết, lý giải, nghe ra, 상호~ hiểu nhau, ~가 빠른 sáng ý, mẫn trí, 정세를 ~ 하다 tìm hiểu tình hình, ~하는 남편 người chồng biết suy nghĩ, 올바르게~ 하다 hiểu đúng, 남의 말을 ~ 하다 hiểu lời của người khác, ~하기 어렵다 khó ~, 어느 정도~하다 hiểu được phần nào, (철저히)이해하다 thông hiểu. 이해한것같이 보여주다 ra điều hiểu biết.
(명) 이해는 찬성의 시작이다 Hiểu là bắt đầu tán thành.
이해하지 못하다 thắc mắc. không thông cảm. 이해해 주다 thông cảm cho.
이해(이익과 손해) lợi và hại
이해력 năng lực hiểu biết, trí thông minh, trí não, ~이 빠른 có lí có lẽ. 이해력이 부족한 tối dạ(반)이해력이 충분한 sáng dạ.
이행하다 thực hiện, thực hành, thừa hành, (실행) thi hành. 약속을~ ~lời hứa, 계약을~ ~ hợp đồng, 의무를~ đang thừa hành công vụ. 의무를 이행할 때 trong lúc thi hành phận sự.
이행(완수) tròn. 임무를 완수하다 làm ~ nhiệm vụ.
이향(고향을 떠남) rời khỏi quê hương.
이향(타향) tha hương.

이현 악기 nhị huyền.
이형의 dị hình.
이혼 ly hôn, ly dị, bỏ vợ, để chồng(vợ), -- 와~하다 ~ với ai, ~을 요구하다 yêu cầu ~, 그녀는 얼마전 남편과 ~했다 không bao lâu trước đây cô ta đã ~ với chồng, 합의~ ~ có thỏa thuận, ~소송 ra tòa ~, ~절차 thủ tục ~
이혼 증서 cái tờ để.
이화작용 dị hóa
이환(병에 걸림) nhiễm bệnh, mắc bệnh
이회 hai lần, 1일 2회 hai lần một ngày, 연 ~ nửa năm một lần
이후 về sau, sau, mai hậu, 3년~ ba năm sau, 그 후에 sau đó, 그후에 다시 만나지 않았다 sau đó thì không gặp nửa, ~로도 về sau thì.
...이후로 từ khi, trở đi, 오늘이후 từ nay trở đi, 그가 결혼한 ~ 보지 못했다 ~ nó cưới vợ chúng tôi không gặp nó.
이후로는 dĩ hậu.
익년(내년) năm tới
익다 chín, chín muồi, 누렇게~ đang chín vàng, 익지 않은 과일 trái cây chưa ~, 너무~~ qúa, 푹 익은 chín nẫu, 기회가 익었다 cơ hội ~muồi, (성숙한) trưởng thành, chín chắn, 성숙한 처녀 cô gái chín chắn.
익지않은 xanh, xanh lè, 풋과일 trái ~.
익명의 nặc danh, không tên, ~ 편지 thư ~, 익명으로 편지질하다 rơi thư.
익모초(식물)ích mẫu, cây cỏ giống
익사하다 chết đuối(trôi), nịch tử. 익사 할뻔했다 suýt ~

익살 hài hước, khôi hài, trò hề, ~ 부리다 làm hề, ~스럽다 khôi hài, ~꾼 (광대) chú hề, ~맞게 굴다 pha trò.
익살맞은 trếu, ~말을 하다 nói ~.
익살스러운 trào phúng, hài hước, ~ 그림 tranh vui.
익숙한 thành(thông) thạo, tốt tay, thành thục, quen, ~일 việc tốt tay, 익숙해지다 trở nên~, làm quen. quen chịu, thuần dưỡng. 추위에 익숙해지다 quen chịu lạnh. 익숙 하지 않는 không quen.
익은 chín,(반) 설익은 sống, ~과일 hoa qủa chín.
(속) 익은 밥 먹고 선소리 한다(모호한 말을 하고 일관성이 없다) Ăn cơm chín, nói lời hồ đồ(người ăn nói hồ đồ, không nhất quán).
익일 hôm sau, dực nhựt.
익히다 rấm, làm chín, (과일을)làm cho chín, (술을) men (음식을)nấu chín, (운전을)học lái xe, 너무 ~ nấu cho nhừ, 불로~ rim.
인(도장) con dấu, (화학) lân tinh. phốt pho.
인시 giờ Dần
인가 nhà ở, ~가 많다 nhà đông người
인가하다 thừa nhận, cho phép, ~를 받다 được cho phép
인간 con(thân) người, ~다운 đáng ra ~, nhân đạo, ~의 손으로 만든 làm bằng bàn tay ~, ~미 vẻ đẹp ~, ~사회 xã hội loài người, ~성 nhân tính, tính ~, ~애 tình người, ~적으로 mang tính con người, ~적으로 대하다 đối xử mang tính con người. ~인지라 cũng là con người. ~세상의 운명 duyên số. ~의 욕망

nhân dục.
인간이 지켜야 될 도덕과 인품 thế đạo nhân tâm.
(명)인간은 사회적 동물이다 Con người là động vật mang tính xã hội.
(명)인간은 자유행위자다 Con người là kẻ có hành vi tự do.
인간을 싫어하는 사람 yếm nhân.
(명)인간의 교육은 죽을 때까지도 완성 되지 못한다 Giáo dục con người thì đến lúc chết cũng không hoàn thành hết được.
(명)인간의 비극은 목표에 도달하지 못하는 것이 아니라, 도달할 목표가 없는 데 있다 Bi kịch của đời người không phải là không đạt được mục đích mà là không có mục đích để đạt.
(명)인간의 역사란 원래 아이디어의 역사이다 Vốn là lịch sử của con người là lịch sử của ý tưởng.
인간관계가 안좋은 xấu chơi.
인간만사 nhân gian vạn sự, ~ 새옹지마 ~ tái ông chi mã.
인감 dấu ấn
인건비 phí phân công, chi phí cá nhân
인걸 một anh hùng, người vĩ đại
인격 nhân cách, ~상실 mất ~, ~을 존중하다 tôn trọng ~, 고상한~ ~ cao thượng. ~적으로 mang tính ~.
인격자 quân tử.
인것 같다 hình như, dường như, xem ra, nghe chừng(như), 맞는 것같이 보인다 xem ra thì đúng, 그가 간 것 같다 ~ nó đi rồi
...인것처럼 보이다 coi(xem) chừng.
인견 tơ nhân tạo, ~사 sợi ~

인경 tiếng chuông cấm đi qua.
...인 경우에 nhược bằng, 하고싶지 않으면 그만두게 nhược bằng không muốn làm thì thôi đi.
인계하다 bàn giao, chuyển giao, giao ban, 인계받다 nhận ~
인공 nhân tạo, ~미 vẻ đẹp ~, ~진주 ngọc ~, ~호흡 hô hấp ~, thổi ngạt ~부화 ấp trứng ~, ~수정 thụ tinh ~, ~위성 vệ tinh ~, ~다리 chân giả, 인공위성을 발사하다 phóng vệ tinh ~, ~포육으로 키우다 nuôi bộ.
인공실크 tơ nhân tạo.
인공유산시키다 làm ra thai, sa thai.
인과 nhân quả, ~관계 quan hệ ~, ~응보 ác giả ác báo, gieo gió gặt bão, quả báo. tính nhân quả. ~율 luật ~.
인과응보(불교)tiền oan nghiệp chứng. (스스로 일으킨 일로 인해 화를 당함을 비유) gieo gió gặt bão.
인광을 발하는(화학) lân.
인구 dân số, nhân khẩu, ~가 적다 ít ~, (반) ~가 많다 đông dân, ~가 희박한 곳 nơi ~ thưa thớt, ~가 늘다 ~tăng lên, ~감소 giảm ~, ~밀도 mật độ ~, ~조사 điều tra ~, ~통계 thống kê ~, ~폭발 bùng nổ ~, ~가 많고 부유한 trù phú. ~ 과 잉 nhân mãn. ~학자 nhà nhân khẩu học. ~증가 dân số tăng lên.
인권 nhân quyền, ~문제 vấn đề ~, ~선언 tuyên ngôn ~
인근 lân cận, hàng xóm, láng giềng, ~의 gần, kề
인근지역 vùng lân cận
인기 tiếng tăm, lòng dân, nổi tiếng, mến mộ, 세계적~가수 ca sĩ được yêu chuộng trên toàn cầu, ~좋은

여자 con gái đắt chồng, ~를 얻다 được lòng dân, ~가 있다 được mến mộ, 여성들에게~가 있다 được giới nữ yêu mến, 인기있는 배우 diễn viên ~. diễn viên được yêu thích, đào chớp bóng, ~가요 bài hát được yêu thích, ~직업 nghề nghiệp được yêu chuộn.
인기인(스타) ngôi sao.
인기 없는(평판이 좋지 못한)thất nhân tâm.
인기척 dấu hiệu cho biết, ~ 없는 vắng ngắt, vắng tanh. ~없이 쓸쓸한 tẻ ngắt.
인내 kiên nhẫn, nhẫn nại, nhịn nhục, kiên khổ, ~력 sức ~, sự bền bỉ, ~하다 kiên nhẫn, nín nhịn, bền chí, 인내심을 갖고 설명하다 kiên nhẫn giải thích. ~가 강한 사람 người tốt nhịn.
인내하며 공부하다 dùi mài.
인대 dây chằng
인덕(어진 덕)đức tính tốt, ~을 쌓다 tu nhân tích đức.
인덕(인복) nhân phước, nhân đức
인도적 nhân đạo, tính nhân đạo, (반) 비인도적 phi ~, ~문제 vấn đề ~
인도주의 chủ nghĩa nhân đạo. ~ 정책 huệ chính.
인도(보도) lề đường, bờ đường, via hè, đường dành cho người đi(반)차도 đường dành cho xe
인도(넘겨줌)chuyển giao, giao, (도망병을) dẫn độ, 재산을~하다 ~ tài sản, 도둑을 경찰에~하다 giao kẻ trộm cho cảnh sát, ~가격 giá ~, 범인~조약 điều ước dẫn độ tội phạm

인도하다(안내)hướng(tiếp) dẫn, 인도자 người ~
인도(국명) Ấn-đô, ~사람 người ~
인도네시아(국명) Inđônêsia, nước Nam Dương
인도지나(차이나) Inđô-China, Đông-Dương.
인도양 Ấn-độ-dương
인두 bàn ủi nhỏ
인두세 thuế thân, thuế đinh. sưu.
인디고(물감) cây chàm
인디언 người da đỏ, (인도사람) người Ấn Độ
인력 nhân lực, ~개발 phát triển ~, ~난 nạn thiếu~, ~동원 động viên ~, ~수출 xuất khẩu ~, 고급~ cao cấp
인력(흡수력) sức hút, hấp lực, 만유~ ~ vạn vật
인력거 xe kéo(lôi), ~꾼 phu xe.
인류 nhân loại, quần sinh. ~사 lịch sử~, ~ 역사상 trong lịch sử ~, ~사회 xã hội ~, ~애 tình yêu ~, ~문화 văn hóa ~
인류를 돕다 độ thế.
인륜 đạo đức, luân lý, nhân luân.
인마 người và ngựa
인망(인기) nổi tiếng, mến mộ
인면수심 một kẻ đầy thú tính. đồ mặt người dạ thú.
인멸하다 phá hủy, 증거를~ hủy bằng chứng
인명 nhân mạng, mệnh người, mạng sống con người, ~의 구조 cứu trợ người, ~의 손실 tổn thất nhân mạng, ~에 관계되다 liên quan tới sinh mạng con người
인물 nhân vật, vĩ đại ~ ~vĩ đại, 세계적~ ~ có tính thế giới

인문 nhân văn, ~과학 khoa học ~, ~주의 chủ nghĩa ~, ~지리 địa lý ~.
인민 nhân dân, trăm họ, ~의 권리 quyền lợi của ~, ~을 보호하다 bảo vệ ~, ~공화국 nước cộng hòa ~, ~교사 nhà giáo nhân dân, ~위원회 ủy ban ~, ~재판 tòa án ~, 인민투표 nhân dân đầu phiếu, ~의 재산을 착취하는 공무원 mọt già. ~과 군 대 quân dân, ~예술가 nghệ sĩ nhân dân.
인민법정 tòa án nhân dân.
인민군 quân đội nhân dân.
인박이다 nhiễm thói quen
인방 nước láng giềng
인복 may mắn gặp qúy nhân, nhân đức.
인본주의 chủ nghĩa nhân bản
인봉하다 niêm phong.
인부(품팔이) dân phu, người lao động
인분(똥) phân, cứt, (화학) chất lân.
인사 chào, cúi chào, chào hỏi, ~말을 하다 nói lời chào, ~를 주고받다 chào hỏi. ~도 없이 가버리다 đào tịch. ~시키다 tiến dẫn.
인사 nhân sự, ~과 phòng ~, ~교류 giao lưu~, ~장교 sĩ quan nhân viên(sự).
인사(지식인) nhân sĩ.
인사불성 bất tỉnh, vô ý thức, bất tỉnh nhân sự
인사이드 mặt trong
인산비료 phân photphat(lân).
인산(국상) quốc tang
인산(사람의 모임) núi người, rất đông người, ~인해 biển người núi người
인삼 nhân sâm, ~차 trà sâm, ~과 녹용 sâm nhung.
인상하다 tăng, 임금을~ ~ lương, 가격을~ nâng giá, tăng giá, vật giá ~ 물가 인상

인상 ấn tượng, 첫~ ~ ban đầu, 좋은~ ~tốt, ~을 남기다 để lại~, ~을 주다 gây~, cho~, ~을 받다(느끼다)cảm tưởng, ~을 찡그리다 chau mày. 인상 나쁜 사람 kẻ dư tướng.
인색하다 keo kiệt, hà tiện, bủn xỉn, tủn mủn. 돈에 ~ bóp bụng. 인색한 사람 sít sao.
인생 cuộc(đời) sống, cuộc đời, đời người, nhân sinh, ~의 목적 mục đích~, ~의 의미 ý nghĩa~, ~의 유전 chuyển vần, ~을 비관하다 bi quan về ~ (반)~을 낙관하다 lạc quan về~, ~관 quan điểm sống, nhân sinh quan, ~길 đường đời, 세로. ~의 변화 bể dâu. ~의 마지막 điểm cuối ~. 막 đời(kiếp), ~의 중반 nửa đời, ~의 황혼기 dư niên, ~의 고난 dãi gió dầm mưa. trần ai, phong trần, ~을 위한 예술 nghệ thuật vì nhân sinh, ~이 바뀌다 đổi đời. ~의 괴로움을 경험 하다 từng trải mùi đời. ~구제 độ nhân.
(명)인생이란 모험을 감행하느냐 아무 것도 안하느냐 둘 가운데 하나이다 Cuộc đời chỉ nằm trong hai dạng, có dám làm các việc mạo hiểm hoặc không dám làm cái gì.
(명)인생에서나 비즈니스에서나 미소 진 표정으로 말하는 사람이 이기는 것이다 Dù trong cuộc sống hay trong kinh doanh, người luôn nói bằng nụ cười là người chiến thắng.
인생경험 vốn sống, ~을 하다 thiệp đời.

인생항로 đường đời, thế đồ.
인생은 뜬 구름과 같은 것 đời là một giác mộng hão huyền
인생은 누구나 무거운 짐을 메고 있다 con người nào cũng mang cái ách khổ
인생은 피었다 지는 꽃과 같다 đời người giống như hoa nở tới tàn
(명)인생의 궁극적 목적은 지식이 아니라 해동이다 Mục đích tích cực đời người không phải là tri thức mà là hành động.
인선하다 chọn người
인성 nhân tính, nhân bản
인세(원고료)tiền bản quyền tác giả, nhuận bút
인솔하다 dẫn, dẫn dắt, dắt dây.
인쇄 in, in ấn, ~착오 lỗi in, ~ 형태(활자 모델)mẫu in, ~가 선명하다 in rõ, ~공 thợ in(sắp chữ), ~물 san vật, ~기 máy in, ~잉크 mực in, ~소 nhà in, ấn quán, ~술 thuật in ấn
인쇄 공장 xưởng in.
인수 số người, số lượng người
인수분해(수학) tìm thừa số
인수하다 nhận làm việc, được công nhận, 인수인계하다 giao nhận.
인수증 thu đơn.
인술(의 술) y thuật
인스턴트 식품 đồ ăn uống ngay(liền)
인스피레이션(영감)hứng tình.
인습 tục lệ đã lâu, tục truyền, ~에 얽매인 quá nệ.
인시 giờ Dần
인식 nhận thức(biết), nhận ra, ~론 ~ luận, 빨리~하다 ~ một cách nhanh chóng, ~력 sức~, ~부족 thiếu~

인식하지 못하다 không nhận biết.
인식할 수 없는 vô tri vô giác.
인식할 수 있다 có thể tri giác được.
인신 cơ thể con người, ~공격 chỉ trích cá nhân, ~ 매매 buôn bán người
인심 nhân tâm, lòng người, ~이 좋다 lòng người tốt bụng, ~쓰다 làm rộng lượng
인애(어진 마음)lòng từ thiện, lòng nhân đạo, nhân ái.
인양하다 kéo lên, vớt, 시체를 ~vớt xác chết trôi.
인어 người cá
인연 nhân(tơ) duyên, ~을 부끄러워하다 tủi duyên, ~을 맺다 kết(sánh) ~(반)~을 끊다 đứt ~, ~이 깊다 ~sâu nặng, 부부의~ ~ vợ chồng, (성어)인연이 있으면 만나고, 없으면 못만난다 hữu duyên thiên lý năng tương ngộ, vô duyên đối diện bất tương phùng, (전생의) tiền duyên.
인용 trích dẫn, dẫn dụng, lấy,(남), viện dẫn(북), 원본에서~ 하다 ~ từ nguyên bản, ~부호 dấu ngoặc kép, ~문 câu ~, ~구 trích đoạn. ~ 하고 설명하다 trích giảng. 경전을 ~하다 viện dẫn sách kinh điển. 증 거를 인용하다 viện chứng.
인원 nhân viên, ~을 제한하다 hạn chế số ~, ~분배 phân ~, ~을 줄이다 giảm ~, ~배치표 sơ đồ bố trí ~
인원수 đầu người, ~ 에 따라 theo ~.
인위적으로 tính chất nhân tạo
인육 xác thịt người, ~시장 chợ nô lệ
인자 nhân tố, 유전 인자 gien
인자(나) nhân tử. con người.
인자와 긍휼 nhân từ và thương xót.

인자한 lòng từ thiện, từ thiện, nhân từ, ~정치 nhân chính.

인장(도장)con dấu, (인감)triện.

인재 nhân tài, ~를 구하다 tìm kiếm ~, cầu tài, ~를 중용하다 trọng dụng ~. ~를 능숙하게 다루다 thao túng nhân tài.

인적자원 nhân lực, sức người, tài nguyên về con người

인적 nhân tích, ~이 끊어진 xa xôi hẻo lánh, 인적 없는곳 nơi vắng vẻ, 인적이 드문곳 hang cùng ngõ hẻm. khỉ ho cò gáy. thưa thớt.

인절미(음식)bánh gạo, bánh nếp

인접 phụ cận, tiếp cận(giáp), tiếp nối, ~한 마을 làng tiếp nối, làng phụ cận, ~国 nước láng giềng, lân quốc(bang). ~한 sát vách. 인접 한 이웃 láng giềng sát vách.

인접각(수학) tiếp giác.

인정 tình người, nhân tình, ~이 있다 có nhân tình, 따듯한~ ~ ấm áp, ~이 많다 nhiều~, 인정미 vẻ đẹp ~, ~많은 khoan ái, ~있는 mặn mòi, phúc hậu.

인정 있는 노파 bà cụ phúc hậu.

인정세태 nhân tình thế thái.

인정하다 công nhận, thừa nhận, nhận định, 인정을 받다 được ~, 인정하기 어렵다 khó ngửi, 시인으로서 인정받다 được công nhận là nhà thơ, 네가 옳다고~ tôi thừa nhận là anh đúng

인제 bây giờ, ~부터 từ ~.

인조 nhân tạo,(반)자연 tự nhiên, ~의 tính ~, ~가죽 da ~, ~견 tơ(lụa) ~, ~고무 cao su ~, ~진주 hạt trai ~, ~비단 tơ nhân tạo. ~목 gỗ giả.

인종 giống người, nòi giống, chủng tộc, sắc tộc, nhân chủng, ~적 차별 phân biệt đối xử chủng tộc, 같은~ cùng một ~, 백색~ người da trắng, 황색~ người da vàng

인주 mực dấu, ~함 hộp ~

인중(윗입술과 코사이)nhân trung.

인증하다(입증)dẫn chứng, chứng nhận.

인증 xác nhận

인지 tri thức con người

인지 con tem, 수입~ tem hải quan, ~세 thuế tem.

인지상정(보통마음) nhân chi thường tình, lòng người thường.

인질 con tin, ~로 잡히다 giữ bằng ~

인책하다 tự nhận trách nhiệm, 인책사임하다 gánh lấy trách nhiệm và từ chức

인척 thông(thân) gia, (친척) họ hàng, bà con, thân lực.

...인척하다 ra chiều, 만족한척하다 ~ vừa ý.

인체 cơ thể con người, nhân thể, ~구조 cấu tạo nhân thể, ~모형 mô hình cơ thể người, ~해부도 hình giải phẫu người

...인채로 두다 mặc(thây) kệ.

... 인체하다 giả vờ, trá, ra bộ(chiều), 열성적 ~ giả vờ hăng hái. 실패한 체(패배한척) hàdá bại. 친한척 하다 ra chiều thân mật.

인출하다 rút tiền, lấy ra, 은행에서 돈을 ~ ~ ở trong ngân hàng

인치하다 bắt giữ, bắt giam

인치 inch (đơn vị đo lường)

인칭 nhân xưng, 제 1 인칭 nhân xưng ngôi thứ nhất, ~대명사 đại từ

nhân xưng
인큐베이터(부화기) máy ấp trứng
인터내셔널 quốc tế
인터넷 nối mạng, ~으로 이야기하다 lúc chát
인터뷰 phỏng vấn, 신문기자와~하다 họp báo với các ký giả, ~하다 được ~
인터체인지 trao đổi lẫn nhau
인터페이스(컴퓨터의 접점)giao diện.
인터폰 bàn lập trình
인터폴 Interpol, cảnh sát quốc tế
인턴 bác sĩ thực tập nội trú
인테리어(실내장치) trang trí nội thất.
인토네이션(억양) ngữ điệu
인파 đám đông, làn sóng người
이풀루엔자 bệnh cúm
인품 nhân phẩm, ~이 좋다 ~ tốt
인플레이션 lạm phát, ~을 초래하다 gây ~, ~을 막다 ngăn chặn ~
인하 hạ xuống, giảm xuống, 가격을~ 하다 giảm giá, 임금 ~ giảm lương
인하다(인하여)do, vì do, vì, 부주의로 인한 손해 thiệt hại do không chú ý, 병으로 인하여 결석하다 vắng mặt vì bệnh
...로 인하여 nhân, 사냥으로 ~ nhân săn.
인해전술 chiến thuật bằng đám đông, chiến thuật biển người.
인허하다 đồng ý, cho phép
인형 búp bê, hình người, ~극 múa rối
인화 nhân hòa, ~단결 đoàn kết ~
인화물(화학)phốt pua, 인화수소 phốt phin.
인화하다(사진)in ra, 인화지 giấy in, (감광지)giấy ảnh.
인화 dẫn lửa(hỏa), dễ cháy, ~성 물질

vật dễ cháy
인후(목) yết hầu, họng. 인후경(목구멍을 비춰보는 거울) kiến soi ~.
일 việc, công việc(tác), vấn đề, vụ việc, công cuộc, sự kiện(việc), (공작) công tác. 좋은 ~ ~ tốt, 중대한~ ~quan trọng, 하기 싫은 ~ ~ ghét làm, 모든~이 쉽지않다 tất cả mọi việc đều không dễ, ~을 그르치다 hỏng việc, 급한~이 있을 때 khi có việc cần, ~을 찾다 kiếm việc, 일을 완전히 하다 làm cho trót, 일을 착수하다 vào việc, 일을 계속하다 tiếp tục làm việc, ~을 해결하다 giải quyết công việc, ~이 없다 không có việc làm, ~을 시키다 sai việc, 지시로, 일이 중간에 중지되다 giữa đường đứt gánh, ~을 끝내다 kết thúc công việc, ~을 시작하다 bắt đầu công việc, ~이 순조롭게 진행되다 công việc êm thấm, buông xuôi. 일이 꼬이다 công việc rối tinh, ~을 당하다 lâm vào, 일이 닥쳐야 하는 사람(속어)nước đến chân mới nhảy, 일에 시달리다 lụi cụi, ~을 망치다(흥을 깨다) phá bĩnh. 일을 마무리 짓지 않다 bê trễ. 일을 결합하여 하다 một công đôi việc. 일을 분배하다 phân công. 일을 완성하다 xong việc, 일을 중도에 포기하다 bỏ thừa(mứa). 일을 관망하다 chờ xem. ~을 돕다 giúp sức. ~을 쉬다 nghỉ việc, ~을 하다 làm việc, hành sự. 일이 잘되는 ngon lành. 일을 마치다 làm cho xong chuyện, 일을 중단하다 ngừng tay. 일을 떠맡다 nhận việc. ~을 깊이

생각하지 않다 nhẹ bụng(dạ). ~을 질질 끌다 om, ~을 맡기다 nhiệm chức. ~을 중도에 망치다 phá ngang. 일이 없는(한가한)rỗi việc. 이곳에 무슨 일로 왔니?anh đến đây có ~ gì?

일에 경험이 있는 thiện nghệ, 경험 많은 사람 một tay ~.

일에 매달리는 lìu địu.

일에 몰두하다 tham công tiếc việc.

일에 숙달되다 quen việc.

일은 사람이 꾸미되 이루는 것은 하늘에 달렸다 mưu sự tại nhân thành sự tại thiên.

일을 복잡하게 만드는 to chuyện.

일을 분업하다 phân nghiệp.

일을 잘하는 sõi việc.

일의 경위 nguyên ủy.

일의 상태 sự trạng.

일의 실마리 tơ vương.

일의 자초지종 nguồn cơn.

일이 갑자기 생겨 당황하다 tang gia bối rối.

일이 꼬여 엉망이 되어버리다 công việc rối tinh rối mù.

(명)일이 잘 될 때에 그만두라, 훌륭한 도박꾼은 모두 그렇게 한다 Hãy biết dừng lại khi mọi công việc đang tốt đẹp, tất cả những người đánh bạc khôn ngoan đều làm thế.

일이 혼란스럽다 công việc xô bồ.

일(하나) một, 일등 đứng đầu, 일년 một năm. 일 리터 lít.

일 리터 물 một lít nước.

일(날) ngày, 3 일 ba ngày, 5 월 13 일 ngày 13 tháng 5

일가 dòng họ, (가족) gia đình, ~친척 bà con anh em, bà con thân thích,

(일족) dòng họ.

일가친척이 없다 trơ trọi một mình.

일가견 quan điểm riêng

일가족 một gia đình, toàn gia.

일각 chốc, một lúc, ~을 다투다 không mất thì giờ

일간 ra hằng ngày, ~신문 nhật báo.

일개(한개) một cái

일깨우다 nói cho biết

일거리 việc làm, ~가 없다 mất việc, ~를 찾다 tìm việc làm.

일거일동(일거수 일투족) nhất cử nhất động, hành động, 남의~을 살피다 quan sát~ của người khác

일거에(단숨에) một mạch(lèo)

일거양득 nhất cử lưỡng tiện

일격 cú đánh, nhất đòn, ~에 chỉ một cú

일견하다 liếc nhìn qua, nhất kiến.

일고 chú ý, để ý, ~의 가치도 없다 không có gì đáng ~

일곱 bảy, số bảy, ~ 시 bảy giờ

일곱개의 구멍(얼굴의:두눈,두귀,두 코구멍,입) thất khiếu(hai con mắt, hai tai, hai lỗ mũi, miệng)

일곱번 뿐만 아니라 đến bảy lần đâu.

일과표 thời khóa biểu mỗi ngày, nhật khóa biểu.

일과 công việc hàng ngày, nhật khóa.

일과후 sau giờ làm việc.

일관된 nhất quán, trước sau như một,(반) 일관되지 않은 rời rạc.

일관성이 없는 không mạch lạc. rời rạc. bất nhất. ~ 사상 tư tưởng rời rạc. ~ 문체 văn thể ~.

일괄구입 mua được cả lô hàng, 일괄사표 đồng loạt từ chức, 일괄판매 bán cả loạt

일광 ánh sáng, nhật quang, bóng ô(vàng), ~소독 khử trùng ánh sáng, ~욕 tắm nắng
일구다(기경하다) cày cấy, khai thác, khai hoang
일구이언하다 hay nói dối
일군 con gặt, (품팔이) công(dung) nhân, người làm công, ~의 우두머리 thợ cả, thợ chủ.
일그러지다 méo mó, lệch cung, (반)완전한 trọn vẹn, 일그러진 얼굴 vẻ mặt~. méo mặt.
일그러진 현상 hiện tượng méo.
일급(일당)trả từng ngày, ~으로 일하다 làm việc ăn lương ngày, ~제 chế độ lương ngày
일급(일등급) hạng nhất, loại nhất
일기 nhật ký, ~ 책 cuốn ~, ~장 sổ ~
일기(기후) thời tiết, ~예보 dự báo ~, 내일~예보 dự báo ~ ngày mai
일기당천 đối thủ của cả ngàn người, võ nghệ xuất sắc.
일년 một năm, nhất niên, ~에 두 번 một năm hai lần, ~동안 quanh năm, ~내내 suốt năm. cả năm. chung niên. ~동안 계속 một năm ròng. ~뒤에 ~sau
일년생(학생)sinh viên năm thứ nhất, (나무) cây sống một năm
일념(열망) nguyện vọng
일다(물결)gợn sóng, (쌀을) vo gạo
일단(한번) một lần, ~결심한 이상 một khi bạn tập trung đầu óc
일단---하면 một khi, 일단 그가 오면 이야기해야 한다 phải nói một khi anh ta tới.
일단(한끝) một phần, 소감의~을 피력하다 diễn đạt cảm tưởng từng phần một

일단(무리)nhóm, đoàn, ~의 마음 tấc lòng, ~의 진심 tấc son, ~의 관광객 một đoàn du lịch
일단(단계)giai đoàn, 일단계 ~một, sơ giai, (급수)일단 cấp đầu tiên, (글의 단락)đoạn văn.
일단 기어 số một.
일단락 sự kết thúc
일당(패거리)nhóm đồng mưu, nó.
일당 lương ngày, công nhật, ngày công, ~을 벌다 ăn công nhật, ~근로자 công nhân ~, ~만원 một ngày 10ngàn won
일당정권 chính phủ độc đảng.
일당백 rất dũng cảm(một kháng chiến với một trăm)
일대 một đời, ~의 영웅 anh hùng ~
일대기 tiểu sử. tiểu truyện.
일대(지역)vùng lân cận, 이~ ~ này
일대 일 một chọi một, 1 대 10 의 경쟁 cạnh tranh một chọi mười
일 더하기 일은(1+1) 2 이다 một với một là hai.
일도양단 giải quyết nhanh một vấn đề
일독하다 đọc hết một lần
일동 toàn thể, 회원~ ~ hội viên, 사원~ ~ nhân viên công ty
일등 đứng đầu, hạng nhất, ~병 binh nhất, ~상 giải nhất, số độc đắc. ~차표 vé xe hạng nhất, ~품 hàng loại một, ~으로 들어오다 về nhất, ~급 hạng nhất. ~급 rượu hàng nhất. (제일)thứ nhất. ~상을 뽑다 trúng số độc đắc.
일등급 호텔 sang nhứt.
일란성 một noãn
일람하다 xem, nhìn đến, 일람표 bản

biểu(kê). bảng nhất lãm.
일러두기 lời ghi chú
일러바치다 mách lẻo, bảo cho biết
일러주다(알려주다) cho biết, báo tin
일력(한장씩 떼는) lịch lốc.
일련 번호 số thứ tự.
일렬 hàng, dãy, ~로 서다 đứng thành một ~
일례 ví dụ, ~를 들면 lấy ~
일루의 희망 một tia hy vọng
일류 loại một, hàng đầu, ~가수 ca sĩ đứng đầu, ~회사 công ty loại một
일률적으로 một cách đều đặn, nhất luật.
일리 hợp lý, 그것도 ~가 있다 điều đó ~
일막 một hồi, một màn, ~극 vở kịch ~
일만 mười nghìn.
일말의(조금) một ít, một chút, ~희망 도 없다 không có một ít hy vọng.
일망타진하다 bố ráp hết, bắt trụm. tôm cả nút.
일맥상통하다 có mối quan hệ
일면 một mặt, bề mặt, 또다른면 mặt khác
일면식 biết sơ sơ, quen biết qua loa
일명(한사람) một người, (한목숨)cả cuộc đời, 나라를 위해~을 바치다 hy sinh cả cuộc đời cho đất nước
일모(몰)hoàng hôn, chạng vạng, mặt trời lặn, bóng xế. xế tà.
일모작 một vụ mùa
일목요연하다 nhìn thoáng qua thấy dễ hiểu
일문(문중) thị tộc, bộ tộc
일문일답 hỏi một trả lời một, hỏi đáp
일박하다 qua đêm, 일박여행 du lịch ~
일반 nói chung, toàn thể, 일반적인

phổ thông, ~적으로 말하면 nói chung, ~사람 người bình thường, ~에 공개하다 mở cửa cho công chúng, ~사면 ân xá
일반 대중(서민)trăm họ.
일반적 관례 thường lệ, 일반적으로 theo ~.
일반대중언어 tiếng phổ thông.
일반도덕 luân thường.
일반명령 tiêu lịnh chung. 특별명령 tiêu lịnh đặc biệt.
일반상식 kiến thức phổ thông.
일반 서민(백성)thường(bình) dân
일반의 도리 lẽ chung.
일반화하다 khái quát. suy quảng.
일반지원사격 hỏa lực tổng trợ.
일반적으로 thông thường, (주로) đại thể. ~ 말해서 nói chung.
일반적인 분포 phổ biến tổng quát
일발 một viên đạn, ~의 총성 tiếng súng nổ
일방 một chiều, ~로(통행) đường ~, ~적 경기 trận đấu ~, ~적 행동 hành động chuyên nhất. ~적인 đơn phương.
일번 số một, ~타자 người đấu trận khai mạc
일벌(곤충)con ong thợ, 일벌레(사람)người làm luôn tay
일변하다 thay đổi hoàn toàn
일별하다 nhìn thoáng qua, (이별)chia tay
일보 một bước, ~전진 tiến lên ~, 일보 일보 전진하다 lần bước.
일보일보(점차로) lần.
일보(신문)báo hàng ngày, nhật báo
일보다 để ý đến việc
일본 Nhật-Bản, ~식 theo kiểu Nhật, ~

뇌염 viêm não Nhật-Bản, ~ 황제 Nhật hoàng.
일부 một phần, một bộ phận, ~의 사람들 một số người, ~를 수정하다 chỉnh sửa ~, ~를 복사하다 trích lục, 그것은 ~ 내 잘못이다 cái đó ~ lỗi tại tôi
일부(남편)người chồng, ~일처제 một vợ một chồng, chế độ ngẫu hôn, ~다처 chế độ đa phụ. đa thê(hôn), chồng chung.
일부분의 một phần, cục bộ.
일부종사 hết lòng vì chồng
일부금 tiền trả mỗi ngày
일부러(고의로)cố(hữu) ý, dụng tâm, cố tình, ~울다 ~ khóc, 너~그랬지 anh ~ làm ra vậy phải không?
일부분 một phần
일사 một vấn đề, ~부재리 nguyên tắc không bàn cãi một vấn đề hai lần
일사반기(일사분기) qúy đầu
일사병 sự say nắng, cảm nắng. sự trúng nắng. ~에 걸리다 bị trúng nắng.
일사불란하다 hoàn toàn trật tự
일사철리 dòng chảy nhanh, ~로 một cách ~
일산(하루생산)sản xuất một ngày, (일본제)hàng Nhật
일산화 탄소 carbon monoxide
일삼다 đầu chú, (전념) vùi đầu, hiến thân mình.
일상 hằng ngày, ~쓰는 물건 đồ vật dùng~, ~복 áo quần mặc~, thường phục, ~생활 cuộc sống~, sinh hoạt thường ngày, đời sống hằng ngày. ~용어 từ vựng ~, ~의 단어 dung ngôn.

일상적인 thông dụng.
일색 một màu, 천하 ~ nhan sắc tuyệt trần
일생 cả cuộc đời, một đời, dòng đời, mãn(trót) đời, trọn đời. ~에 한 번 một lần cả đời, ~에 세번 거듭 남 tam sinh. ~을 보내다 sống ~, ~을 바치다 hy sinh ~, ~동안 cùn(suốt) đời. chung thế. chung kiếp. ~을 마치다 xong một đời.
일석이조 nhất cử lưỡng tiện
일선(전선)mặt trận, chiến tuyến
일설 một dư luận, ~에 의하면 theo nguồn dư luận khác
일세 thời đại, đời, ~의 영웅 anh hùng ~, 헨리 1 세 vua Henri đệ nhất
일소 tiếng cười, nhật tiếu, ~에 부치다 cười xòa
일소하다 quét sạch, dọn sạch, xóa sạch, tẩy trừ.
일손 người giúp việc, ~ 부족 neo người, ~이 모자라다 thiếu ~, ~을 놓다 nghỉ tay. ~을 빌려주다 tiếp tay.
일수 số ngày
일수(일일 계산) tính từng ngày
일순간 một lúc, một chốc lát, ~에 trong chốc lát, một loáng.
일순간에 해 버리다 làm một xoét xong ngay.
일습(의복)một bộ com lê, (도구)một bộ
일승일패 một thắng một thua
일시 nhất thời, (잠시)tạm thời,(반)오래 lâu dài, ~적 có tính ~, lâm thời, một lúc, ~적 hiện tượng hiện tượng ~, ~적으로 아프다 đau một lúc.
일시적으로 tạm, ~ 거주하다 tạm cư. ~

사용하다 tạm dùng. ~ 살다 sống tạm.
일시적으로 안치하다(시체를)quàn.
일시적인 손님 tạm khách.
일시금 tiền mặt trả gọn(hết)
일식 nhật thực, 개기~ ~toàn phần, 부분~ ~ một phần, 월식 nguyệt thực.
일신하다 đổi mới, thay đổi toàn bộ
일신(자신)bản thân mình, chính mình, ~상의 사정 vì lý do riêng.
일신교 thuyết nhất thần, nhật thần giáo. ~론 nhật thần luận.
일심(재판) án sơ thẩm, ~에서 무죄선언 tuyên bố trắng án trong ~, 일심법정 tòa sơ thẩm.
일심(한마음)nhất tâm, lòng một, ~ 단결 đoàn kết một chiều.
일심동체 đồng dân.
일약 유명해지다 bật lên nổi tiếng
일어 tiếng Nhật
일어나다 thức dậy, thức, đứng dậy, chỗi dậy, nhổm dậy, xảy ra, xuất hiện,(반)자다 ngủ, aáng aỉ sớm aỉ ~ sớm buổi sáng, aáng bé đã aức aưa?, aự aáng ~ aảy ra aai aạn, aãi aáng aáng aảy aa, aự cơ aáng aấy aáng aự cơ aáng aấy aáng aạ aự aáng ~ aai aạn aương aảy aa do aẩu aả, aản aạn ~ aổi aậy, aân aộc aồi ~ aân aộc aổi aậy, (aát aiện)aảy aến(aa), aổi aậy, aùng aậy, aứng aậy aừng aự ngủ aồi aậy, aự aa nhớm aậy aẫm, (ainh aa) sanh aa.
일어나다(벌떡) đứng vụt dậy
일어나다(여론등이)sôi sục.
잃어버리다 bị mất, thất lạc.

일억(숫자) một trăm triệu
일언 một lời nói, 남아~중천금 lời nói đàn ông có giá trị như một giao kèo
일없다 không cần, không muốn
일엽편주 chiếc tàu nhỏ
일요일 chủ nhật, chúa nhật
일용 hàng ngày, ~기구 dụng cụ sử dụng ~, ~품 đồ dùng ~, đồ vật.
일원(근처) vùng lân cận, (성원)thành viên
일원론 nhất nguyên luận.
일원화 thống nhất
일원제 hệ thống độc viện, nhật viện chế.
일월 tháng một, tháng giêng
일월(해와 달)mặt trời và mặt trăng
일위 hạng nhất, vị trí thứ nhất, ~를 차지하다 giành chỗ ~
일으키다 dựng dậy, dấy lên, gây ra, 넘어진 사람을~ dựng người ngã dậy, 의심을~ gây ra sự nghi ngờ, 호기심을~ gây sự tò mò, 전쟁을~ gây chiến tranh, (생기게하다) nhen nhóm, 마음속에 ~ nhen nhóm vào lòng.
일을 깊이 생각하지 않는 nhẹ dạ.
일을 당하다 lâm, nguy hiểm ~ ~ nguy.
일을 복잡하게 만드는 to chuyện.
일이 갑자기 생겨 당황하다 tang gia bối rối.
일익 một vai (vai trò), ~을 đảm đương đóng một vai
일익(날로 더욱))ngày càng.
일인 một người, ~독재 chế độ độc tài do một người, (일본인)người Nhật
일인용 침대 giường một.

일인당 theo mỗi người, ~백원 mỗi người một trăm won
일인칭(문법)ngôi thứ nhất(나, 우리), 이인칭 ngôi thứ hai (당신, 너)
일일 ngày ngày, (하루)nhất nhật. ~의 생계 nhật kế.
일일이(하나씩)từng cái một, nhật nhật, (세심한) tỉ mẩn, ~보고하다 báo cáo đầy đủ, 앉아서 ~ 줍다 ngồi ti mẩn nhặt. ~ 열거하여 설명하다 đan cử.
일임하다 bỏ mặc cho, trao phó cho
일자(날자)ngày tháng, (날수)số ngày
일자리 chỗ làm, ~를 찾다 tìm~, ~를 잃다 mất ~, ~ 를 얻다 có được~, 키엠 được việc, ~를 부탁하다 xin việc, ~와 생계 công ăn việc làm
일자무식 mù chữ, ~자 một người ~
일장춘몽 giấc mơ xuân
일장일단 cả ưu lẫn khuyết điểm
일전에 ngày kia, cách vài ngày trước, ngày hôm nọ.
일절 tất cả, toàn bộ, ~사절 từ chối ~
일점일획 một chấm một nét.
일점홍(홍일점)phụ nữ duy nhất
일정 lịch(nhật) trình, kế hoạch một ngày, ~을 세우다 xây dựng ~, ~을 변경하다 thay đổi ~, ~표 bảng ~
일정한 nhất định, ~한 표준 tiêu chuẩn ~, ~서식 mẫu ~, ~량 một lượng ~, ~기한 thời hạn ~, ~비율 tỷ lệ ~, ~일에 얽매이다 câu nệ. ~일정기간에 일을 끝내다 dứt điểm. ~모양이 없는 vô định hình.
일정 지역에만 존재하는 định xứ, 일정 지역에만 분포된 에너지 năng lượng ~.
일정치 않은 vô thường. sâm si. 쌀값이

곳에 따라 ~ giá gạo các nơi sâm si nhau.
일정하게 물을 주다 tưới tiêu.
일정기간 시험에 응시하지 못하게 하다 đình khoa.
일제 của Nhật Bản, Nhật-Bản chế tạo
일제히 một cách toàn thể, răm rắp, nhất tề, ~검거하다 bắt đồng loạt, 일제히 따라하다 tuân theo răm rắp, 일제사격 loạt súng, ~발사하다 bắn loạt.
일제히 생기다 rộm. 온몸에 진물이 쫙 피다 ghẻ lở ~ khắp người.
일조에(하루아침에)một ngày sáng
일조(숫자) một ngàn tỷ
일족 tôn tộc. (친족) họ hàng bà con
일족의 계보 tông(tôn) chi.
일종 một loại
일주 một tuần, 일주 1 회 ~ một lần
일주하다 đi loanh quanh, 세계를~ đi vòng quanh toàn cầu
일주년 ngày kỷ niệm đầu tiên
일주기(제사)giỗ đầu
일지 lịch ghi nhớ, (일기) nhật ký,
일찌감치 hơi sớm, ~저녁을 먹다 ăn tối sớm
일찍이(옛날에) xưa kia.
일찍이—한적이 없는 hà tằng.
일찍이 sớm, 아침 ~ sáng sớm, ~죽다 chết~, 왔다 đến sớm, 왜 이렇게 ~가야만 하나 tại sao phải đi sớm thế ? (이전에) trước đây, ~ 없었던 chưa bao giờ có trước đây. 일찍 일어나다 dậy sớm.
(명)일찍 자고 일찍 일어나면 건강해지고 부유해지고 현명해진다 Đi ngủ sớm, dậy sớm sẽ làm khỏe ra, sáng suốt ra, giàu ra.

일직 trực nhật, ~ 장교 sĩ quan ~
일직선 đường thẳng, ~으로 thẳng tắp, thẳng hàng, ~으로 나아가다 xăm xăm.
일진(운수)vận may ngày, ~을 보다 coi ngày.
일진광풍 cơn gió mạnh dữ dội, gió lốc
일진일퇴 tiến tới và rút lui
일차 lần một, đợt một, ~적 의미 nghĩa gốc. ~적으로 가공하다 sơ chế.
1 차개념(철학)sơ chí.
1 차유합(의학)sơ chí.
1 차 함수 hàm số tuyến tính.
일착하다 đến thứ nhất
일처다부의 đa phu.
일체가 되다 hợp nhất thành một
일체(모두)tất cả, hết thảy, ~의 비용 toàn bộ chi phí
일촉즉발 tình trạng nổ ngay
일축하다 gạt bỏ, bác bỏ
일출 lúc mặt trời mọc, bình minh
일취월장 tiến bộ nhanh chóng
일층 tầng một, (더욱) hơn, nhiều hơn
일치 nhất trí, thống nhất, giống nhau, (조화)hòa khí, (화합)thuận thảo, ~단결 đoàn kết ~, 의견~ ~ ý kiến, 일치된 hiệp một. ...와 일치하다 trùng nhau. xứng với, ~시키다 xử hòa.
일치하는 trùng, 너의 의견은 내 의견과 일치한다 ý kiến của anh trùng với ý kiến của tôi.
일컫다 gọi là, cho là
일키로 một ký(남), một cân(북)
일탈하다 bỏ quên, bỏ sót
일터 nơi làm việc, cơ xưởng.
일파 môn phái, (종파)giáo phái
일파만파(확산) lan truyền hết cả.

일편 một bản, một bài
일편단심 tấm lòng chân thật, một lòng một dạ.
일평생 một cuộc đời, cả cuộc đời, ~ 독신으로 지내다 cả đời vẫn độc thân
일폭 một bức tranh, 동양화~ một bức họa phương đông
일품 hàng xuất sắc
일필휘지 viết bằng nét bút lông
일하다 làm việc, mần ăn, hành sự, 생계를 위해~ ~ vì sinh kế, 열심히~ ~chăm chỉ, 일하러 가다 đi mần(남), đi làm(북).
일하거나 처신하는데 주저하다 khó ăn khó nói.
일하기 매우 어려운 상황(성어) ông chẳng bà chuột.
일하는 시간 giờ hành chánh, buổi hầu.
일할(10 퍼센트) mười phần trăm
일행 đoàn tùy tùng, đồng hành.
일혈(뇌일혈) xuất huyết não
일화 chuyện vặt, ~집 giai thoại
일회 một lần, ~용 sử dụng~, ~복용량 liều lượng
일흔 bảy mươi
일희일비 lúc vui lúc buồn, vui buồn lẫn lộn
읽다 đọc, 신문을~ đọc báo, 읽기시험 thi đọc, 읽기 쉽다 dễ ~, 랑랑하게 ~ ~oang oang, 빠뜨리고~ cóc nhảy, 읽기 어려운 글자 chữ viết líu nhíu. chữ lu.
읽기 위한 책 sách tập đọc.
읽히다 đưa cho đọc, rộng rãi đọc sách được 읽히는 책 rộng rãi
잃다 mất, làm mất, tiêu vong, thất tán, (손실을 입다)thua thiệt, 크게 ~

thua to, 잃어버리다 bị lạc mất, đánh mất, thất lạc, rơi vãi. 노상에서 잃어버리다 rơi vãi dọc đường. (반)유지하다 còn, 잃어버리지 않은 không lạc, 기회를~ ~cơ hội, 어머님을~ ~ mẹ, 잃어버린 thất lạc, 잃어버린 재산 gia tài thất tán, 직업을~ ~ việc, 길을~ lạc đường, 지갑을 잃어버렸다 đánh mất ví tiền(bóp tiền), 잃어버린 아이 đứa trẻ thất lạc, 그 아이를 공원에서 잃어버린것 같다 hình như tôi lạc mất em bé trong công viên, (망하다) tiêu vong.

잃었던 것을 다시 찾다 thu phục.

임(애인) người yêu

(속)임도 보고 뽕도 딴다(동시에 두가지 이익을 얻음) vừa trông người tình vừa hái dâu(đồng thời muốn được hai cái lợi)

임검 thanh tra, điều tra

임관하다 bổ nhiệm sĩ quan

임균(의학)trùng lậu.

임금 lương, tiền lương, ~이 낮다 ~ thấp, ~을 지급하다 trả ~, trả công, ~을 받다 nhận ~, ~노동자 người lao động ăn ~, ~인상 tăng ~(반)~ 인하 hạ ~, 기본 ~ mức ~, ~ cơ bản, 능률~ ~ năng suất, 시간제~ ~ thời gian, ~을 주다 trả tiền công, ~을 동결시키다 chận ~.

임금(왕) vua, nhà vua, chúa thượng, ~이 총애하다 sủng ái, ~에게 불충하다 phạm thượng, ~이 붕어하다 (죽다)băng hà, băng giá. ~이 타는 수레 loan giá(xa). ~의 행렬 을 맞이하다 nghinh giá. ~의 칙령 ngự phán. thượng dụ, ~의 가마 ngự giá. ~을 보좌하다 chầu. ~이 옥좌에 앉다 ngự. ~이 병에 걸린 vi hòa.

임금에게 상소를 올리다 thượng biểu.

임금의 격식이라도 백성의 관습에 미치지 못한다(관습보다 중요한 것이 없다)thế vua thua tục dân.

임금이 이제 성년이 되어 친정하기 시작하다 vua đã lớn tuổi nên bắt đầu thân chính.

(명)임금이든 농부든 가정에 평화가 있는 사람이 가장 행복하다 Cho dù là vua hay dân thường, người có hạnh phúc nhất là người có một gia đình hòa thuận.

임금의 명에 복종하다 phụng chỉ.

임금의 사위(부마)phò mã.

임금의 선물 thiên lộc.

임금님 알현(접견) buổi chầu.

임금의 얼굴 mặt rồng.

임금의 옥체 ngọc(thánh) thể.

임금의 위풍 thần sắc.

임금의 자리 thiên vị.

임기 nhiệm kỳ, ~중 đang đương nhiệm, ~를 연장하다 kéo dài ~, ~를 마치다 kết thúc ~, 4 년~ ~ 4 năm

임기응변 tùy ứng, tùy cơ ứng biến, tháo vát, ~으로 ứng khẩu

임대 cho thuê, 집을~하다 ~nhà, ~가격 giá ~, ~계약서 hợp đồng ~

임대(전세)집 nhà cho thuê.

임대료 tiền sang nhà.

임면(임명과 해임) bổ nhiệm và sa thải, ~권 quyền ~

임명하다 bổ nhiệm, chỉ định, nhiệm mệnh. (성직에)tấn phong.

임무 nhiệm vụ, 중대한~ ~ quan trọng, ~를 수행하다 thi hành ~, hành sai,

~를 주다 giao ~, ~를 소홀히 하다 khoáng khiếm. (할당된)phần việc.
임무를 받다 thụ nhiệm.
임무를 완수하다 làm tròn nhiệm vụ.
임박 đến gần, sắp xảy đến
임부(임산부) đàn bà mang thai, thai phụ ~의 진통 sản giật. ~의 다리부종 sia chân.
임산물 lâm sản vật, hàng lâm sản
임상 lâm sàng, ~적 연구 nghiên cứu ~, ~진단 chẩn đoán ~
임상 분석 검사를 하다 xét nghiệm.
임석 có mặt, ~경관 ~của cảnh sát
임시 tạm thời, nhất thời, lâm thời, quyền thời. ~결정 quyết định ~, ~규정 quy định ~, ~면허 giấy phép ~, ~정부 chính phủ ~, ~휴업 tạm nghỉ, 임시거주 tạm trú, ngụ cư, ở nhờ, ~거주자 người tạm trú, ~로 살다 ở tạm, ~수당 bổng ngoại. ~보고 báo cáo tạm thời. ~법령 ước pháp. 임시로 xắp, ~로 하다 làm xắp.
임시 군사분계선 giới tuyến quân sự tạm thời.
임시로 대체하다 quyền đại.
임시로 묵다 trọ, ngủ đậu(đỗ). 호텔에 ~ trọ ở khách sạn.
임시로 뽑다 tạm tuyển.
임시로 설치된 제단 đàn tràng.
임시로 숙박하다 tá túc.
임시로 지은 오두막 quán.
임시방편으로 빌리다 vay đỡ.
임시변통 dùng tạm thời, ~하다 dùng tạm, ~에 능한 mềm mỏng.
임시보관소(짐) chỗ để hành lý.
임시재판 án tạm.
임신 mang(hoài) thai, có thai,(북), có bầu(남), chửa, bụng chửa, thụ thai, to bụng, cưu mang, thai nghén, ~한 여자 đàn bà có mang, ~달이 되다 đến tháng, ~중 đang có mang, ~ 6 개월 có mang 6 tháng, ~부 phụ nữ có mang, 자궁외 ~ có thai ngoài tử cung, 미혼~ hoang thai, ~해서 커진 배 bụng chửa ộ ệ, ~을 피하다 tỵ nhiệm, 처음으로~하다 chửa con so, 두번째로~하다 chửa con rạ, ~복 áo đầm bầu, ~못하는 vô sinh(애를 못낳는), 임신구토 hay ói. ~예방약 thuốc ngừa thai.
임신을 못하는 여자 đàn bà không sinh nở.
임신한 có mang, ~ 여인 trọng thân.
임야 miền rừng
임업 lâm nghiệp, ~을 발전시키다 phát triển ~
임용 bổ nhiệm, bổ dụng, thuê người. nhiệm dụng.
임에도 불구하고 tuy thế, tuy vậy, dầu rằng, 학생임에도 불구하고 học sinh tuy thế
임원 cán bộ, viên chức, công chức
임의 tùy(nhiệm) ý, ~의 장소 nơi ~, ~로 행동하다 hành động ~
임의로 theo ý muốn mình.
임자(소유자)người chủ, chủ nhân, người sở hữu, ~없는 vô chủ, ~없는 집 ngôi nhà hoang
임자(사랑하는) 있는 có nơi có chốn.
임재하다 ngự giáng.
임전태세 chuẩn bị một hành động
임정(임시정부) chính phủ tạm
임종 lâm chung, sự hấp hối, vuốt mắt, ~의 말 (유언) di chúc, 임종때 숨 결 thoi thóp. ~의 사람 người nuôi

~이 임박하다 hấp hối. ~직전의 속죄 의식 sám lễ. 부모님의 ~을 못 보다 không kịp về vuốt mắt cho cha mẹ gì.
임지 nơi bổ nhiệm, vị trí công tác
임질 bệnh lậu, 만성~ ~ mãn tính.
임차하다 cho thuê, 임차권 quyền ~
임파선 tuyến nước bọt, (림프선)tuyến bạch huyết, ~염 viêm bạch phối, sưng hạch. 임파액(해부) lâm ba.
임하다 nhìn ra, đối diện, (성령이) ngự vào, 큰 거리에 임한 집 nhà nhìn ra đường lớn, 바다에 임해있다 nhìn ra biển, (당면하다)đối diện, đối mặt
임학 sơn lâm học.
임해 bờ biển, dương hải
입 miệng(남), mồm(북), ~이 크다 ~to, ~을 벌리다 mở ~, (반) ~을 다물다 ngậm ~, câm miệng, ~을 열다 hé môi(răng), (말하다) khai khẩu, ~을 삐죽거리다 mếu miệng, mếu máo, bĩu môi, ~으로 먹여주다 mớm, ~을 쩍 벌리다 há hốc, ~을 조금 벌리고 웃다 nhếch môi, ~을 크게 벌리다 toét (há) miệng. há hốc mồm. toe, ~이 닳게 칭찬하다 tấm tắc khen ngợi. ~을 굳게 다물다 kín(mím) miệng, 입냄새 hôi miệng. 입닥쳐! ngậm miệng lại, 입이 가벼운 nhẹ miệng. 모는 môi, ~을 약간 벌리다 hở môi. ~을 막다 bưng miệng. 입을 열면 헤 cứ mở miệng. 입이 작은 tum húm, 입을 잘못 놀리다 sẩy miệng, 무심코 입을 잘 못 놀리다 vô ý nói sẩy miệng, 입을 헹구다 (가시다)súc ~, tráng miệng, 입을 오므리다 chúm miệng. 입벌리고 감 떨어지기만 기다린다 há miệng chờ sung. 입 으로 불다 hẩy, 화로불을 입으로 불다 ~ lò. 입속으로 중얼거리다(불평) lầu bầu. ồn ẻn, 입으로만 ngoài miệng. 입을 우물우물거리다 luồn mồm. 입에 침이 마른 quánh miệng. 입을 삐죽 내밀다 trớt môi, thưởi. ~을 크게 벌리고 웃다 toe miệng cười.
(속) 입과 혀는 재앙과 근심이 들어오는 문이다(말을 조심하지 않으면 재앙이 몸으로 들어 온다) Miệng và lưỡi là cửa vào của tai ương và lo lắng(nói không cẩn thận dễ mang họa vào thân).
(속) 입으로 예의가 아닌 말은 하지 않아야 한다(말할 때는 듣는 사람을 존중할 줄 알아야 한다) Đừng nói lời vô lễ(khi nói phải biết tôn trọng người nghe).
입은 마음의 문이다 Miệng là cửa của tấm lòng.
(속)입은 화의 문이요, 혀는 몸을 베는 칼이다(생각없이 말하는 것은 바로 자신을 해친다) Miệng là cửa vào của tai họa, lưỡi là dao chém mình(nói năng thiếu suy nghĩ sẽ làm hại chính mình).
(속)입을 경계해 남의 단점을 말하지 마라 Giữ miệng, chớ chê nhược điểm của người khác.
입을 다물고 아무것도 말하지 않는다 bịt miệng không nói gì.
(속)입이 광주리만 해도 말 못한다(잘못이 분명해졌으니 입이 커도 변명할 수는 없다) Dù miệng có to bằng cái thúng cũng không thể

nói được(sai phạm đã rõ ràng, miệng to cũng không thể biện minh được).

(속) 입이 밥 빌어오지 밥이 입 빌어올까(사람이 필요한 것이 있을 때 열심히 찾지 않고 앉아서 남이 가져오기를 바란다) Miệng cần cơm đến, đâu phải cơm cần miệng đến(người cần một điều gì đó không cố gắng tìm kiếm mà lại ngồi một chỗ mong người khác mang đến).

입가리개(동물) dàm.

입가에 trên môi, ~ 미소를 띠우고 với một nụ cười ~, ~에 가까이 대다 ghé miệng, 입 ria mép.

입가심하다 tráng miệng

입각하다 tham gia nội các

입감(감옥에 들어가다) bị giam giữ

입건 tạo thành vụ án

입경 đến thủ đô

입고 xếp hàng vào kho

입관 nhập quan, ~식 liệm xác, ~예배 lễ thờ phượng nhập liệm

입교(입학) nhập học

입구 cửa vào, cổng, lối(ngõ) vào,(반) 출구 lối ra, 동굴~ lối vào hang động, 마을 ~ cổng cái làng.

입국 nhập cảnh(반) 출국 xuất cảnh, ~날짜 ngày ~, ~사증 visa (thị thực), 불법~ ~ lậu, 재~ tái ~, ~수속 thủ tục ~

입궐하다 vào cung điện

입금 nhập tiền vào, đóng tiền vào, ~전표 giấy ký nhận

입길에 오르내리다 bị đàm tiếu

(속)입은 삐뚤어져도 말은 바로 해라 (어떤 환경에서도 바르게 말하라)dù miệng bị méo vẫn phải nói lời ngay thẳng (hoàn cảnh nào cũng nên nói thật)

입김 hơi thở

입냄새 나는 thối mồm.

입다 mặc, vận, ăn bận. (반)벗다 cởi, 옷을~ ~ áo, 양복을~ ~ com lê, 다 닳아질 때까지 입다 mặc áo cũ đến mòn cả, 은혜를~ mang ơn, 손해를~ chịu tổn hại, 상을~ chịu tang.

입을 것 đồ mặc.

(속) 입은 거지는 얻어 먹어도 벗은 거지는 못 얻어 먹는다(단정한 외모가 중요함을 암시) Ăn mày có áo xin được miếng ăn, ăn mày cởi trần khó xin ăn(hàm ý bề ngoài tươm tất rất quan trọng).

입담이 좋다 trôi chảy, mầu mè, lưu loát

입당하다 gia nhập đảng

입대하다 vào(đi) lính(quân đội), đầu quân, tòng(tùng) quân(ngũ), nhập ngũ,(반)제대하다 giải ngũ

입덧나다 ốm nghén, rở.

입도 선매하다 bán lúa trước mùa gặt

입동 bắt đầu mùa đông, lập đông.

입력하다 nạp vào, lưu lại.

입마개 khẩu trang, bịt miệng.

--을 입막음 하다 khóa miệng.

입막음을 하다(사건 따위) ém.

입맛 khẩu vị, ~이 좋은 ngon miệng, ~이 당기는 mềm môi, ~에 맞다 hợp ~, sướng miệng, thích khẩu, (반)~에 맞지않다 dở miệng, ~을 잃다 mất ~

입맛다시다 nhép miệng, nhắp môi, nhép môi, (실망의)chép môi

(miệng)
입맛쓰다 nếm mùi cay đắng, cảm thấy chua xót
입맞추다 hôn, thơm,(남), hun(북), 뺨에~ ~lên má, 아이의 볼에 ~ thơm vào má bé.
입멸(열반)하다 vào cõi niết bàn, chết
입문하다 vào học trường tư, nhập môn.
입문서 sách vỡ lòng.
입바르다 thẳng thắn, nói thẳng,
입발린 말로 사게하다 gạ mua
입밖에 내다 ra miệng, ~ 지 않다 giữ gìn miệng.
입방미터 thước(mét) khối, 입방체 khối, lập phương, 일미터 입방 một mét khối
(속) 입이 여럿이면 무쇠도 녹인다 (무슨 일이든지 많은 사람이 마음을 같이하면 다 이루어 진다) Miệng nhiều thì sắt cũng phải tan ra(bất cứ việc gì nhiều người đồng lòng đều làm được).
(속) 입이 열이라도 할 말이 없다 (변명, 변호할 수가 없다)mười cái miệng cũng chẳng nói được gì(không thể biện minh,bào chữa được)
입방아찧다 đay nghiến
입방체(형) hình lập phương.
입버릇 thói quen hay nói, ~이 되다 nhuần miệng.
입법 lập pháp, ~권 quyền ~, ~기관 cơ quan ~
입사 vào công ty, ~시험 thi tuyển vào công ty
입사각(투사각) góc tới
입산하다 đi vào núi, (절에)trở thành nhà sư
입상하다 đoạt giải, 일등으로~ ~nhất,

입상자 người ~
입상(서 있는 상) bức tượng đứng
입선 được thừa nhận, ~그림 bức tranh ~, ~작 tác phẩm đoạt giải
입성하다 vào tòa lâu đài
입소(군에) đi lính, vào bộ đội, (교도소에) bị tống giam
입수하다 nhận được, thu được, đạt được, 입수되다 thu được, kiếm được
입술 môi, 두꺼운 ~dày,(반)얇은 ~ ~ mỏng, 아랫~ ~ dưới, ~을 깨물다 cắn(mắm) môi, bậm môi. 나온 ~ môi xệ, 윗~ ~trên, ~을 쭉 내밀다 trớt môi, ~을 칠 하다 thoa son, ~을 굳게 다물다 mím môi, chu môi lại, ~을 새기다 xăm môi, 붉은~ môi son, ~이 움직이다 môi mấp máy, máy môi. ~이 뾰루퉁하다 trề môi. ~이 마르다 se môi.
(속) 입술에 침이나 바르고 말해라 (거짓말 잘하는 자를 나무람) Hãy bôi nước miếng vào môi rồi nói (mắng kẻ hay nói dối).
입술연지 sáp môi. ~를 바르다 đánh~.
입술과 혀 thần thiệt.
입시 thi nhập học, ~준비 chuẩn bị ~
입씨름 tranh cãi, đôi co
입신 thành đạt, lập thân, ~출세 thành công cuộc đời, ~양명(성어)công thành danh toại.
입심이 좋다 nói ba hoa, nói khoác lác, lanh(mau) miệng.
입아귀 góc miệng
입아프게 말하다 nói mỏi miệng.
입안(계획)하다 thời ra.
입안에서 계산하다 lẩm nhẩm.
입안이 헐었다 lở miệng có nhọt trong

입에 맞다 hợp khẩu vị, vừa miệng.
입에 맞는 떡(내 마음에 맞는 일) bánh khẩu vị(công việc vừa ý muốn của mình).
입에 물고가다 tha, nơ. 개가 뼈를 물고 가다 chó ~ cục xương.
입에 물다 ngáp phải. tớp, 물고기가 미끼를 물다 cá tớp mồi.
입에 발린말을 하다 nói miệng(mồm).
입에서 나오는 대로 말하다 thả giọng. nói trây.
입에 음식을 넣어주다 tọng đồ ăn vào miệng.
입에 컵을 갖다대다 môi đưa ly lên môi.
입에 쓰다 đắng miệng.
입에 쓴 약이 병에는 좋다 thuốc đắng miệng thì chữa được bệnh.
입안하다 đặt kế hoạch, phác thảo, 입안자 người lập kế hoạch, 입안서 phương án
입에 물다 ngậm, 입에 물고 가다 nơ, tha.
입양하다 nhận làm con nuôi
입어보다 mặc thử áo, 입어볼께요 để tôi ~
입영 vào lính(반)탈영 đào ngũ
입욕하다 tắm rửa
입원 nhập viện, vào nhà thương, ~중이다 đang nằm viện, ~시키다 đưa vào viện, cho nhập viện, ~료 chi phí ~, viện phí, ~수속 thủ tục ~ (반) 퇴원 수속 thủ tục xuất viện
입이 가벼운 mỏng môi.
입자(물리)hạt, phần tử
입짧다 ăn hơi ngon miệng
입장 vào, đi vào(vo), ~금지(사절)cấm ~, ~권 vé vào xem, 무료~ vào xem miễn phí, ~권 판매소 phòng bán vé, ~료 tiền vào cửa, 그는 ~을 거절당했다 nó không được vào.
입장(처지)vị trí, hoàn cảnh, điều kiện, lập trường, 곤란한~ hoàn cảnh khó khăn, 불리한~에 있다 đang ở trong hoàn cảnh bất lợi, 남의~을 이해하다 hiểu cho hoàn cảnh người khác, ~을 밝히다 tỏ ra lập trường của mình, ~을 공고히 하다 kiên định lập trường.
입적하다(불교) quy(viên) tịch. tịch diệt.
입정(불교)nhập định.
입주하다 dọn nhà mới
입증되다 được chắc chắn.
입증하다 làm chứng, chứng tỏ(giải),chứng minh (nhận), kiểm chứng, 유죄를~ ~ có tội(반)무죄를~ ~ vô tội
입지 địa thế, vị trí, ~조건이 좋다 vị trí có thuận lợi
입찰 đấu thầu, bỏ thầu, ~가격 giá ~, ~공고 thông báo ~, ~고시 cáo thị ~, ~자 người ~, 공개~ công khai ~, 보증 bảo lãnh dự thầu, ~판매 bán thầu. ~공고자 chủ thầu. ~판매 bán thầu.
입찰 참가자(청부인)người thầu khoán.
입천장 vòm miệng, nóc giọng.
입체 nổi, lập thể, ~지도 bản đồ nổi, ~사진 ảnh nổi, ~음향 âm thanh nổi, 입체파(미술) lập thể.
입초서다 đứng gác, 입초병 lính gác
입추 vào(lập) thu, bắt đầu mùa thu
입추의 여지가 없다 đầy ắp, đầy đủ,

không có chỗ cắm dùi.
입춘 bắt đầu mùa xuân, lập(khai) xuân.
입하 bắt đầu mùa hè, lập hạ.
입하(화물)chuyển hàng đến
입학 nhập học, ~금 tiền ~, ~일 ngày ~, ~식 lễ ~, ~생 học sinh vào ~, ~ 시험 thi nhập học, thi vào, ~ 선발시험 kỳ thi tuyển sinh. ~ 수속 thể lệ xin học.
입항 vào cảng, 인천항에~하다 vào cảng In-Chon
입헌 lập hiến, ~국 nước hiến pháp
입헌군주제도 chế độ quân chủ lập hiến.
입회 gia nhập, nhập hội, hòa nhập, (현장에)có mặt, tham dự, ~경관 có mặt cảnh sát, ~인 nhân chứng
입후보 ứng cử, ~자 ~viên, 국회의원으로~하다~ dân biểu, ~ nghị sĩ quốc hội
입히다 mặc quần áo cho, (도금)금을~ mạ vàng, 손해를 ~ gây thiệt hại cho
잇다 nối, nối lại, 줄을~ ~dây, 실을~ ~chỉ, 왕위를~ ~ ngôi, (계승) kế nghiệp, 지붕을~ lợp mái nhà
잇달다 nối lại(gót), 잇달아서 liên tục
잇달아 세상을 뜨다 nối gót qua đời.
잇달아 liền liền. ~사격하다 bắn ~ vào.
잇달아 일어나다 tiếp theo.
잇닿다 được nối tiếp nhau
잇몸 lợi(북), chân(nướu) răng(남), ~을 드러내고 웃다 nhăn răng ra cười. ~이 아프다 đau lợi răng. ~으로 씹다 nhai sếu sáo.
잇솔(칫솔)bàn chải đánh răng
있다 có, mang, sở hữu, 열쇠가 여기 있다 có chìa khóa đây, 무슨 일이 있어요? Có chuyện gì vậy? 경험이~ có kinh nghiệm, 있을 수 없는 일 việc không thể có
있고말고 có đấy.
있는 것이라고는 cái mà có chỉ là.
있는 그대로의 사실 sự thật trần truồng.
있는 힘을 다하다 kiệt sức. tất lực.
있을 수 없는 sao đang.
잉꼬(새) con vẹt đuôi dài
잉글랜드(영국) nước Anh
잉어 cá chép(gáy). cá mè. 큰~ cá trôi.
(속) 잉어가 뛰니까 망둥이도 뛴다(자신의 힘을 모르면서 남이 하는 것을 보고 따라한다) Cá chép nhảy vũ môn, cá chai cũng đòi nhảy theo(không biết tự lượng sức, thấy người khác làm cũng làm theo).
잉여 thặng dư, dư thừa, ~농산물 nông sản ~, ~가치 giá trị thặng dư, ~ 곡물 thóc gạo dư dụng. ~수입금 dư lợi. ~노동 lao động ~. ~재산 tài ~. ~상품 hàng hóa thừa mứa.
잉크 mực viết, mực máy, ~로 쓰다 viết bằng mực, ~병 lọ mực, 인쇄 ~mực in, ~스탠드 cái giá mực máy
잉크지우개 tẩy mực.
잉태하다 có bầu(남), thụ thai(북), mang thai, chịu thai.
잊다 quên, quên mất, chôn vùi, (반) 기억하다 nhớ, 우산을~ ~cái ô(북), quên cái dù(남), 잊을 수 없는 날 ngày không thể quên được, 잊지 않고 không quên, 잊기 잘하는 dễ ~, hay ~, 은혜를~ ~ ân huệ, 차에 놓고 오다 bỏ ~ trên xe, 가지고 오는 것을~ ~mang theo, 완전히~ ~

béng
잊지 않도록 일러주다 nhắc chừng.
잊어버리다 chôn vùi. bằng.
잊히다 không còn nhớ, 잊히지 않는 일 một việc không thể nào quên được.
잎 lá, diệp. ~이 다 떨어진 나무 cây trụi lá, ~이 없는 xơ rơ, trụi lá, 잎이 지다 lá rụng, 잎이 살랑살랑 움직이다 đong đưa. 잎이 바스락 거리는 소리 tiếng lá sột sạt. ~을 따다 suốt lá.
잎마름병(벼의) vàng lụi.
잎을 뜯다 tuốt lá.
잎이 뻗치다 xòe lá
잎사귀 lá non(nhíp).
잎장식으로 꾸미다 tráng thủy.
잎파랑이 diệp lục tố

ㅈ

자 thước, ~로 재다 đo bằng ~, 삼각자 thước tam giác

자 !(감탄사)đây!, nào!, chà, 자! 네 선물이다 đây quà của anh, 자! 어때요?. chà sao? 자! 오너라 nào! đến đây, 자, 한잔 하자 nào, hãy uống một chút

.... 하자마자 ngay khi, khi, 그녀는 나를 보자마자 울음보를 터트렸다 khi gặp tôi cô ta òa lên khóc

자(십이지시의) 자년(쥐띠)năm tý

자(글자) chữ cái, (자모) mẫu tự

자(자녀) con, con cái

--- 자 가자 hãy đi thôi, 먹자 ăn thôi

자가 nhà mình, tự mình, ~ 용 xe riêng

자가당착(자기모순)tự mâu thuẫn.

자각 tự giác, tự biết, tự nhận thức, 자기 결함을~ 하다 tự nhận biết khuyết điểm của mình

자갈 đá sỏi, đá cuội, cốt liệu, 길에~을 깔다 rải sỏi lên đường, ~길 đường sỏi, ~땅 đất sỏi. 굵은 ~sỏi to.

자갈색 màu hơi đỏ nâu

자강(스스로 강해지다) tự cường.

자개 xa cừ, ~그릇 đồ khảm ~, ~농 tủ áo ~

짜개다(쪼개다)nứt, nứt nẻ

자객 kẻ ám sát, sát thủ, thích khách.

자격 tư cách, chức tước, khả năng, năng lực, ~이 있다 có tư cách, ~이 없는 vô tư cách, 개인~으로 với ~ cá nhân, ~증명서 giấy chứng nhận tư cách, 회사 대표~으로 말하다 nói với~là người đại diện công ty, ~을 갖추다 cập cách, 유~자 người có đủ khả năng, ~이 충분한 đủ ~.

자격지심 cảm giác ray rứt lương tâm

자결하다 tự quyết định, ~권 quyền tự quyết, (자살)tự tử, tự sát(vẫn). tự tuyệt.

자고로 từ ngày xưa, ~내려온 풍습 phong tục đã có từ lâu

자고새 đa đa, gà gô.

자꾸 luôn luôn, thường xuyên

자국 vết, dấu vết, hằn, 개에게 물린~ ~ chó cắn, ~이 나다 có dấu, để lại dấu, ~을 지우다 xóa dấu, ~이 남아있다 còn lại dấu vết, 눈물~ ~nước mắt, 발~ dấu(vết) chân, 이빨~ vết răng, 총상~ vết thương đạn, 핏~dấu máu, vết máu

자국(자기나라) đất nước mình, tổ quốc, ~ 어 tiếng mẹ đẻ. ~ 의 문학 quốc văn.

자국민 người mình.

자궁 tử cung, thai bào, dạ con, ~하수 sa ~.

자귀(글자와 글귀) từ và câu, lời nói

자귀나무 cây bông gòn

자그마치 qúa nhiều, 술을~마셔라 đừng uống ~

자그마하다 nhỏ bé tí, tí xíu, 키가 자그마한 사람 người nhỏ bé, 자그 마한 방(속어) ổ chuột.

자극 kích thích, khiêu khích, gợi, 마음을 ~하다 gợi lòng, ~성 tính ~, ~을 받다 bị ~, được ~, ~에 phản ứng lại ~, 신경을~하다 ~ thần kinh, ~제 thuốc ~, ~성 음식 món ăn có tính.

자극(흥분)된 xao xuyến.
자극성의 chất kích thích.
자극(자석의 한 끝) cực từ.
자금 vốn, qũi, ngân quỹ, ~이 있다 có qũi, ~이 부족하다 thiếu qũi, thiếu vốn, 회전~ quay vòng, 기밀~ ~ bí mật, 비자금 qũi đen, ~을 같이 내다 chung lưng. ~을 조달하다 gây vốn.
자금원조를 하다 tư trợ, 친구에게 ~ ~ bè bạn.
자금난 nạn thiếu vốn
자급 tự cấp, ~경제 nền kinh tế ~, ~식당(뷔페) nhà hàng tự chọn, tự phục vụ
자급자족 tự cung tự cấp, tự cấp tự túc, ~의 정책 chính sách ~, 식량의 ~ ~ lương thực
자긍 tự hào, ~심 lòng ~, niềm ~, 민족~심 lòng ~ dân tộc.
자기(물리) từ khí. ~극 từ cực. ~를 띠게하다 từ hóa. ~에너지 từ năng. ~장 từ đạo. ~나침반 từ địa bàn.
자기 bản thân mình, cá nhân mình, tự mình(kỷ), ~스스로 tự bản thân mình, ~생각만하다 chỉ suy nghĩ đến mình không, ~마음대로하다 làm theo ý của mình, ~자신을 알다 tự biết ~, ~일을 자기가하다 việc ~ mình làm, ~죄를 뉘우치다 hối tội, ~만족 tự thỏa mãn, tự mãn, ~방위 tự vệ, tự bảo vệ bản thân, ~비판 tự phê bình, ~소개 tự giới thiệu bản thân, ~통제 sự tự chủ, ~를 낮추다 nhún mình, hạ mình, (자기의 기록) tự ghi, 자기자신 tự thân. 자기것이라고 잘못 주장하다 nhận vơ. ~정체를 노출시키다(속어) lạy ông tôi ở bụi này. ~모순 tự mâu thuẫn. ~만족 sự tự mãn.
자기본위의 vị lợi, (이기적인) tư kỷ. (편파적인) cục bộ, ~의 사상 tư tưởng ~.
(명)자기가 하는 일을 잘 파악하라, 일에 능통하라, 일에 끌려다니지 말고 일을 끌고 다녀라 Hãy nắm rõ công việc mình làm, hãy thông thạo công việc, đừng để công việc lôi kéo công việc.
자기감응 tự cảm.
자기관리 tự quản.
자기를 믿다 tự tín.
자기 마음 내키는 대로하다 tự chuyên.
자기민족 중심의 vị chủng.
(명)자기 목표를 위해 헌신하는 사람은 하늘이 저버리지 않는다 Những người biết hiến thân vì mục tiêu của mình thì sẽ không bao giờ bị trời bỏ rơi.
자기 백성 dân mình.
자기 스스로 하는 tự làm lấy.
자기 스스로 해석하다 tự giải.
자기 십자가 thập tự giá mình.
자기암시 tự kỷ ám thị.
자기 에너지 từ năng.
자기의식 tự kỷ ý thức.
자기의 심정을 털어놓다 phân trần.
자기의 입장을 해명하다 phân trần.
자기자극 tự kích thích.
자기 자식 con mình.
자기자신(본인) bản thân, tự thân. ~의 마음 lòng tây.
자기자신의(일개인의) riêng tây. ~ 집 tư gia.
자기자신을 한탄하다 tủi thân.

자기마음대로 loang toàng, ~놀러다니다 chơi bời ~.
자기가 한 것은 스스로 책임을 져야 한다(속담)bút sa gà chết.
자기멋대로(지저분하게) luông tuồng.
자기몸을 간수하다 nuôi thân.
자기 부인보다 항상 남의 부인에게 더 신경을 쓴다 văn mình vợ người.
자기 재주를 믿다 ỷ tài.
자기중독 tự thụ độc.
자기중심주의 tự kỷ trung tâm chủ nghĩa.
(명)자기 지론을 관철하기 위해 투쟁할 기회가 없다면 살아남을 수 없다 Nếu không có cơ hội đấu tranh để quán triệt ý tưởng của mình, thì không thể tồn tại được.
자기호신 sự tự vệ.
자기확신 lòng tự tin.
(속) 자기가 한 일은 자기가 책임을 져라 bụng làm dạ chịu.
자기(자석) nam châm, có từ tính, ~를 띠게하다(물리)từ hóa. ~를 띤 물체 từ khối, ~나침반 từ địa bàn. ~력 từ lực. ~저항 từ trở.
자기(도자기) đồ sứ, đồ gốm.
자나깨나(항상) luôn luôn.
자낭균(해부) nan khuẩn.
자네(2 인칭) anh, cậu, em, ngươi, (친구간) hiền hữu. eng. (너) mày.
자네들 chúng mày(bay).
자네가 잘 알다시피 như anh thừa biết.
자녀 con cái, tử nữ, ~교육 nuôi dạy con cái, giáo dục ~, 한 ~ 나기 운동 cuộc vận động sinh một con, 다루기 힘든 ~ đứa con ngỗ nghịch, ~를 낳다 để sinh con để cái. ~를 낳는 것 sinh con đẻ cái.
자녀가 되다 được làm con.
자다 ngủ,(반)일어나다 dậy, thức, 잠을 잘 자다 ~ ngon, 일찍 ~ ~ sớm, 늦잠~ ~ muộn, 깊이~ ~ say như chết, 자다가 몸을 뒤치다 giở mình. 자는 중에 뒤척이다 trằn trọc trong lúc ngủ.
(속) 자는 벌집 건드린다, 자는 범 코침주기(화를 자초하다) Trêu chọc tổ ong đang ngủ. Chọc mũi hổ đang ngủ(tự chuốc họa vào thân).
(명)자다가 벼락 맞는다(갑작스런 재난)Đang ngủ bị sét đánh.(tai bay vạ gió).
(속) 자던 입에 콩가루 떨어넣기(일어날 수 없는 일) Bỏ bột đậu vào miệng người đang ngủ(việc không thể xảy ra).
짜다(맛) mặn,(반)싱겁다 nhạt, 짜게 먹다 ăn mặn. (마음이)khó chịu
짜다(만들다) đan, 자리를 ~ đan chiếu. (물을) vắt, 물을 ~ vắt nước, 옷에서 물을 ~ vắt áo, 바구니를~ đan thúng mủng, lắp ráp, (책상을)đóng bàn, (비단을) dệt lụa, (옷을)vắt áo, (계획을) soạn thảo kế hoạch, (우유를) vắt sữa bò, nặn sữa, (편을)chia phe, (편성) tổ chức
짜서 말리다 vắt khô.
자담(스스로 부담)tự đảm đương, gánh vác
자당(어머니 의 존칭) mẹ
자도(자두) quả mận
자동 tự động, ~식 theo kiểu~, 반~식 bán ~, ~적으로 một cách ~, ~금전 출납기 máy trả tiền ~, ~기계 máy ~, ôtomat, ~문 cửa ~, 자동점 화포

pháo xiết, ~저울 cân ~. ~ 수확기 nghệ hòa cơ, ~소총 súng máy. tiểu liên. ~화기 súng ~. ~으로 감기는 시계 đồng hồ lên dây ~.

자동기록장치의 풍우계 phong vũ biểu tự ký.

자동적으로 기록하다 tự ký.

자동사 nội động từ (반)타동사 ngoại động từ

자동차 xe hơi(남), xe cộ(북), xe ô tô, ~를 운전하다 lái xe, ~로 가다 đi bằng xe, ~한대 một chiếc xe, ~에서 내리다 xuống xe, ~경주 đua xe ô tô, ~부품 phụ tùng xe, ~사고 tai nạn xe hơi, ~수리공장 trạm sửa xe, ga ra, ~주차장 bãi đậu xe, ga ra, 화물~xe tải, ~핸들 tay lái, ~조수 lơ xe, ~깔판 tấm thảm lót chân, ~트렁크 hòm (rương) xe, 유리선팅 dán kính màu, 해가리개 che nắng, ~등받이 áo lót ghế, 핸들 까바 bao vô lăng, bao tay lái, ~ 실내등 đèn trần xe, ~를 최대속력으로 달리다 mở bảy. ~ 의 여닫는 지붕 nóc kéo.

자동차 바퀴 bánh xe, vỏ.

자동차 수송 vận tải bằng xe hơi.

자동차를 빌리다 thuê xe.

자두(오얏) trái mận(남), qủa roi(북)

자디 잘다 rất nhỏ, tinh vi, nhỏ bé

자라(거북) con rùa, ~고기 thịt ba ba.

자라 보고 놀란 가슴 솥뚜껑 보고 놀란다(총 맞을 뻔한 새가 굽은 가지 보고 놀란다) Người sợ ba ba thì thấy cái vung nồi cũng sợ(chim bị bắn hụt sợ cành cây cong).

자동화 tự động hóa

자라다 lớn(mọc) lên, trưởng thành, ự유로 자란 아이 đứa bé lớn lên bằng sữa, 시골에서 자란 lớn lên ở nông thôn, 가난하게 자라다 lớn lên trong nghèo khổ, (재능등이) 나야 nở. 자라나는 세대 tuổi phát dục.

(속) 자라는 박에 말뚝 박는다(본성이 나쁜 사람만이 비열한 짓을 한다) Đóng cọc vào quả bầu đang lớn (chỉ người tâm địa xấu xa, làm việc hèn hạ).

자락(옷자락) vạt áo, gấu quần áo

자랑 tự hào, khoe khoang, hãnh diện, kiêu căng, nói khoác, ~은 아니지만 tuy không phải là tự hào nhưng, 교사인 것을 자랑으로 삼다 tự hào là tôi là giáo viên, 자기~ tự tự hào, tự khoe khoang.

자랑스럽다 đáng tự hào, tự hào về, tự hào, tự hào về, 자랑스런 mở mặt mở mày, 자랑스럽게 이야기 하다 kể chuyện một cách tự hào

자랑하다 khoe khoang, hãnh diện, tự khoe, khoa trương.

자랑거리 niềm tự hào, 새 시계가 내 자랑거리다 đồng hồ mới là ~của tôi

자력 tự lực, tự sức mình, ~으로 하다 làm bằng sức mình, ~갱생하다 ~ cánh sinh, (자석의 힘) lực từ

자료 tư liệu, ~를 수집하다 thu tập ~, ~를 제공하다 cung cấp ~, 연구~ ~ nghiên cứu, 통계자료 ~ thống kê

짜루아(돼지고기로 만든 음식)chả lụa(남), giò lụa(북)

자루(손잡이)cái cán, cái báng, 칼~ cán dao, 권총~ báng súng, 도끼~ cán rìu

자루(주머니)bọc(북), bịch(남), bao,

túi, 쌀~ bao(túi) gạo, (등에메는) tay đẩy.

자르다 cắt, chém, mé, đẵn,(남), thái, tia,(북), (가위로)vanh, 나무를~ cắt cây, 목을~ chặt cổ, 둘로~ cắt ra làm đôi, 나 무가지를 ~ tia một nhánh cây.

자리 chỗ, vị trí, ghế, chỗ ngồi, ~에 앉다 ngồi vào ~, ~의 흥을 깨다 phá hoãng, ~에서 일어서다 đứng lên tại chỗ, ~를 비우다 vắng ~, ~를 양보하다 nhường ~, ~를 다투다 giành ~, ~를 예약하다 đặt ~ trước, 이~비었습니까? Chỗ ngồi này có trống không? 여기가 제자리입니다 đây là chỗ tôi ngồi, ~예약 giữ trước chỗ ngồi

짜리 có giá trị, 100 원짜리 tờ giấy bạc 100won

자리옷(잠옷)áo ngủ

자리잡다 giữ chỗ, chiếm chỗ. (정착하다) lập nghiệp.

자리잡은 tọa lạc.

자린고비(구두쇠)hà tiện, keo kiệt, bủn xỉn, cắp cùm

자립하다 tự lập, 자립생활 cuộc sống ~

자립명사 danh từ độc lập

자막(스크린)màn ảnh, mạc, (영화제목) đầu đề

자마이카(국명) Giamaika

-- 자 마자 ngay khi, tức thì, 한국에 오자마자 전화한다 ~ đến Hàn-Quốc gọi điện thoại, 졸업하자마자 취직했다 tốt nghiệp xong là đi làm ngay

자만심 tự mãn, tự kiêu, tự phụ, tự hào. ~에 가득찬 vênh váo.

자만심이 강한 tự phụ(hào).

자만하다 tự mãn(đắc), phù khoa.

자만한 tự mãn.

짜 맞추다(달다)tra, 빗자루에 손잡이를 달다 ~ cán chổi.

자매 chị em, tỉ muội. ~같은 như ~, ~결연 kết nghĩa ~, 형제자매 anh chị em

자맥질하다 lặn hụp(lội).

자면서 무의식중에 오줌을 싸다 đái mé.

자멸 tự hủy diệt, tự tử(sát) ~을 초래하다 gây sự ~, 이 계획을 추구하는 것은 자멸하는 것이다 theo đuổi kế hoạch này là một việc tự tử.

자명하다 rõ ràng, rành mạch, hiển nhiên

자명종 đồng hồ báo thức, chuông đồng hồ.

자모(알파벳) mẫu tự, chữ cái, bảng chữ cái

자모(자모음)nguyên âm và phụ âm

자모(어머니)thân mẫu, từ mẫu. mẹ hiền.

자못 rất, lắm, ~크다 ~ lớn

자몽(과일) bưởi.

자문(상의), tư vấn, ~기관 cơ quan~, ~위원회 ủy ban ~, 자문상담소 cơ sở tư vấn. ~회의 hội đồng ~.

자문(스스로 묻다)tự hỏi, vấn tâm, ~자답 lời nói một mình

자물쇠(통) ổ khóa, 안전~ khóa an toàn, 소리나는 ~ khóa chuông, 번호를 맞춰서 여는~khóa chữ, ~를 잠그다 khóa ở khóa, ~를 열다 mở khóa, 열쇠 chìa khóa, ~ 구멍 lỗ khóa. ~로 잠그다 xích.

자미성 tử vi.

자빠뜨리다 đánh bạt, 나무를~ đốn cây

자빠지다(넘어지다) ngã xuống, ngã ngửa
(속) 자빠져도 코가 깨진다(운이 없는 사람은 쉬운 일도 어렵게 된다) Ngã ngửa mũi bị vỡ(với người không may thì việc tưởng dễ cũng gặp trắc trở).
자반 cá khô ướp muối
자발(자의)적 tự nguyện(ý), tự động, ~으로 행동하다 hành động có ~, ~으로 참가하다 ~ tham gia. ~으로 학업을 포기하다 ~ bỏ học.
자발없다 nôn nóng, ẩu, thiếu suy nghĩ
자백 thú nhận(thật), tự bạch(xưng), xưng tội, 죄를~하다 tự nói ra tội, thú tội, đầu thú. ~을 강요하다 hỏi tội.
자본 tư bản, tiền vốn, ~의 회전 quay vòng vốn của, ~을 공급하다 cung cấp ~, ~의 부족 thiếu ~, ~을 출자하다 hùn phần, ~을 투자하다 đầu tư ~, ~을 모으다 góp(kêu) vốn, 유동 ~~ lưu động, 고정 ~ cố định, 불변 ~ ~ bất biến, 가변 자산 ~ 可 biến, ~ 주의 chủ nghĩa ~, ...의~으로 bằng ~ của, ~가 나의 tư bản, ~금 qũi vốn, vốn ban đầu, (밑천)vốn liếng, ~소유주 ~ chủ sở hữu, 산업~ ~ công nghiệp, 유동~ ~lưu động, 자기~ ~ của mình, ~을 잃다 lụt. ~이 점차 빠져나가다 vốn liếng bị thâm hụt dần.
자본과 이자 vốn lãi(lời).
자본을 늘이다 tích tụ tư bản.
자본을 집중하다 tập trung tư bản.
자본이 부족한 thiếu vốn, 그들은 필요한 자본이 부족하다 chúng nó ~ cần thiết.

자본주의 chủ nghĩa tư bản, ~ 경제 kinh tế ~, ~ 국가 nước tư bản
자봉침(재봉침)máy may, máy khâu
자부(며느리) con dâu(반)사위 con rể
자부 tự hào(cao), tự phụ(kiêu), đắc chí, ~심 lòng tự hào, tự ái, sự tự trọng, tính tự phụ, ~심을 가지다 tự hào.
자비(자기비용)chi phí riêng, tự túc
자비 từ bi, sự thương xót, (인자) nhân từ, ~심 lòng ~, ~의 손길 cánh tay ~. ~를 베풀다 làm phúc.
자비로운 khoan ái. từ bi(thiện).
자비심이 많은 노파 bà lão có từ bi.
자산 tài sản, tư sản, ~가 nhà tư sản, 고정~ ~ cố định, ~평가 đánh giá~, 유형~ ~ hữu hình(반)무형~ ~ vô hình, ~을 남기다 để lại ~, ~과 수익 vốn lời. ~을 사업에 투자하다 bỏ vốn vào một công việc làm ăn.
자살 tự sát, tự tử, tự vẫn, tự tận, ~을 기도하다 có ý định ~, ~을 강요하다 bức tử. 권총~하다 tự sát bằng súng, ~자 người ~, 집단~ ~ tập thể, ~행위 hành vi ~
자살골(축구) đá vào lưới nhà
자상하다 tường tận, chu đáo, tinh tế, 자상하게 một cách ~
자색(얼굴)mặt xinh đẹp, vẻ đẹp riêng
자색(색) màu tím, ~옷 áo tía.
자생하다 tự phát, tự sinh, phát sinh tự nhiên, 자생론 phát sinh luận. 자생하는 나무 cây tự sinh.
자생체(자기를 띤 물체) từ khối.
자서전 tiểu sử của đời mình. tự truyện, 회고 ký(ức), ~을 쓰다 viết hồi ký
자석 nam châm, la bàn, từ thạch.
자선 từ thiện, ~ 사업 thiện cử, việc từ thiện, ~을 베풀다 làm ~, ~가 nhà

~, ~기금 qũi ~, ~단체 đoàn thể ~, ~바자회 hội thiện. ~모임 hội hợp thiện. ~기관 cơ quan ~.
자성(자기) từ tính, ~을 띠다 có ~..
자성하다 tự xét, tự vấn
자세 tư thế, 똑바로 선 ~ ~ đứng thẳng, 교육자의 ~ ~ của nhà giáo, 똑바로 선 자세 ~ đứng thẳng. (몸가짐) bộ điệu, 앉은~로 theo ~ ngồi, ~를 바로잡다 chỉnh đốn lại ~
자세한 tỉ mỷ, tường tận, chi ly, cặn kẽ, ~이야기 câu chuyện ~, ~내용 nội dung cụ thể, ~보고서 bản báo cáo chi tiết
자세히 một cách tỉ mỷ, tinh tế, cặn kẽ, ~이야기하다 nói chuyện ~, kể tường tận, ~설명하다 giải thích ~, tường trình, thuyên thích, ~알다 biết tường tận, ~ 진술하다 tường thuật, ~가르쳐주다 vạch mắt, ~보다 ngắm nghía, ~가르치다 dạy cặn kẽ, ~조사하다 tường sát. ~ 이해 하다 thông suốt.
자세히 묻다 hỏi kỹ càng. hỏi vặn.
자세하게 tỉ mỷ, một cách tỉ mỷ, tường tận(tế), ~점검하다 kiểm tra ~, ~이해 하다 hiểu tường tận.
자손(후예) con cháu, tử tôn, hậu côn(duệ), (반) 조상 tổ tiên, ~에게 전하다 truyền cho ~, -- 의 자손이다 là ~ của ai đó, ~을 남기다 di lưu.
자손만대 muôn đời con cháu.
자수성가 tự làm ra thành công.
자수하다 tự thú, đầu thú, 경찰에~ đầu thú với cảnh sát
자수(수를 놓다)thêu, thêu thùa, ~무늬 mẫu ~, ~실 chỉ ~, ~용 gươm kéo

thêu. ~틀 khung ~, ~기 máy ~, ~품 hàng ~, ~공 thợ thêu, thợ khâu.
자수정 tử thạch, thạch anh tím ametit
자스민(식물) lài.
자습 tự học(tập), 집에서~하다 ~ ở nhà, 영어~하다 ~ tiếng anh, ~서 sách ~
(속)자승자박 gậy ông đập lưng ông
자승자박하다 bị mắc bẫy
(속)자식을 길러봐야 부모의 은공을 안다 nuôi con mới biết công ơn mẹ cha
자시(밤 11시~새벽 1시)giờ tý, nửa đêm.
자식 con, con cái, tử tức, ~이 많다 đông con, ~을 키우다 nuôi con, ~을 보다 sinh thực, ~의 도리 tử chức, ~으로서의 의무 tử đạo, 저~이 사기꾼이다 thằng cha đó là quân lừa đảo, ~은 부모를 닮는다 rau nào sâu ấy, ~이 멸족하다(끊기다) mất giống, ~의 뜻에 맡기다 chiều con,
(명)자식 겉 낳지 속은 못 낳는다 Cha mẹ sinh con trời sinh tính.
(속) 자식도 품안에 있을 때 자식이다 (자식이 자라면 부모 마음대로 할 수가 없다) Con chỉ là con khi còn ôm trong lòng(khi con cái đã lớn, cha mẹ khó lòng sai bảo theo ý mình).
(명)자식에게 한가지 천부적 재능을 줄 수 있다면 열정을 주어라 Nếu có thể tạo cho con cái một tài năng thiên phú thì hãy tạo cho chúng sự nhiệt huyết.
(속) 자식을 길러봐야 부모의 은공을 안다 Nuôi con mới biết công ơn

mẹ cha.

자신 bản thân, (몸) mình, 나~ ~ tôi, 너 ~ ~anh, 그~ ~ anh ta, 그녀~ ~ cô ấy, ~ 보다 hơn là ~, ~의 공으로 돌리다 tư túi, ~을 희생하다(버리다) xả thân, ~을 괴롭게하다 khổ thân. ~을 욕하다 tự sỉ và mình. ~을 지키다 giữ mình(thân), ~을 평가하다 tự lượng, ~의 처지를 부끄러워하다 hổ phận, ~의 몸을 지키다 hộ thân, ~을 한탄하다 tủi thân. ~을 점검하다 tự kiểm điểm. ~을 억누르다 ép xác, nén lòng, ~을 가리다 che thân. 자신이 잘못 되었음을 인정하다 chịu nhận mình là trái, ~이 직접가다 thân hành. ~을 낮추다 hạ mình xuống.(반) 자신을 높이다 tôn mình lên.

자신의 감정을 표현하다 ngự tình.
자신의 건강을 돌보다 trông nom sức khỏe của mình.
자신의 견해를 발표하다 phát biểu quan niệm của mình.
자신의 공으로 돌리다 tư túi.
자신의 권리를 갖다 tự quyền.
자신의 권리를 주장하다 binh vực quyền lợi của mình.
자신의 능력에 맞는 일을 택하여 성과를 거둠 mèo nhỏ bắt chuột con.
(명)자신의 마음을 보다 깨끗이, 맑게 닦아라, 자신이라는 창문을 통해 세상을 보아야 하기 때문이다 Hãy trau dồi lòng mình trong sáng hơn, sạch hơn vì mình phải nhìn thế giới bên ngoài qua cửa sổ lòng mình.
자신의 뜻대로 theo ý muốn mình.
자신의 배우자 bạn trăm năm.
자신의 부모를 돕다 độ thân.
자신의 손으로 tự tay.
자신의 실수를 알고 시정하다 tu tỉnh.
자신의 심경을 털어놓다 tự tình.
자신의 임무를 완수하다 trọn đạo.
자신을 갖다 giữ tự tín.
자신을 과장하는 사람을 비꼬아 하는 말 mèo khen mèo dài đuôi.
자신을 높이다 tôn mình lên.
자신을 다스리다 tự chủ.
자신을 반성하다 tự xét mình.
자신을 방어하다 giữ mình, phòng thân.
자신을 변호하다 tự vệ.
자신을 보호하다 tự vệ.
자신을 소개하다 trình diện cho.
자신을 자랑하다 vỗ ngực.
자신을 존경하다 tự tôn.
자신을 평가하다 tự lượng.
(명)자신을 지나치게 높이 평가하는 것이나 낮게 평가하는 것은 똑같이 잘못이다 Tự đánh giá mình quá cao hay quá thấp đều là sai lầm.
자신의 부귀영화 vinh thân.
자신의 뿌리를 잊다 vong bản.
자신의 실리만을 계산하다(이기적인) tự tư tự lợi.
자신의 실수를 알고 시정하다 tu tỉnh.
자신의 심경 nỗi mình. ~을 털어놓다 tự tình.
자신의 생명을 경시하다 xem thường tính mạng của mình.
자신의 손으로 tự tay, ~ 쓰다 ~ viết.
자신의 양심에 고하다 vấn tâm.
자신의 운명에 대해 슬퍼하다 than van cho số kiếp của mình.

자신의 이름을 말하다 xưng danh.
자신의 직분에 만족하다 thủ phận.
자신의 집 tư gia.
자신의 처지를 한탄하다 than thân.
자신의 허물을 들어내는 행동 vạch áo cho người xem lưng.
자신(있는) tự tin, (자신감) lòng ~, ~이 없는 thiếu ~, 약어에 ~이 없는 yếu về tiếng Anh, ~이 있다 có sự ~, 성공할~이 있다 có ! sẽ thành công. ~만만한 đắc ý.
자신이 직접 하다 thân hành, 사장이 직접 검사에 나서다 giám đốc ~ đi kiểm tra.
(명)자신이 행복하다고 생각하지 않는 한 누구도 행복하지 않다 Không ai có thể hạnh phúc nếu không nghĩ mình đang hạnh phúc.
자신있는 tự tín. 자신을 갖다 giữ ~.
자심하다 tệ, xấu, trầm trọng
자아 bản(tự) ngã, cái tôi, ~의식 tự ý thức
자아성찰하다 tự kiểm điểm.
자아내다 gợi lên, khơi, 동정심을~ ~ 묘이 thương cảm, 슬픔을~ ~ 뇌이 buồn
자애 từ ái, (인자)tình cảm, lòng nhân từ ~심 깊은 nhân(phúc) hậu. ~를 베풀 다 từ tâm, ~로운 부모 từ thân.
자애(자존심) lòng tự ái, ích kỷ
자양분 dinh dưỡng
자연 tự nhiên, (천연)thiên nhiên, tạo hóa, ~히 một cách~, ~의 법칙 quy luật ~, thiên tắc, ~의 섭리에 따르 다 tuân theo quy luật ~, ~보호 bảo vệ ~, ~계 giới ~, ~과학 khoa học ~, vạn vật học. ~미 vẻ đẹp ~, ~자

원 tài nguyên thiên nhiên, ~현상 hiện tượng ~, ~ 환경 môi trường ~, hoàn cảnh ~, ~주의 chủ nghĩa ~. ~도태 thiên nhiên đào thải. ~주의자 nhà vạn vật học.
(명)자연 세계가 우리를 속이는 일은 없다, 우리를 속이는 것은 항상 우리 자신이다 Thế giới tự nhiên không bao giờ lừa dối chúng ta, thường chính chúng ta lừa chúng ta.
(명)자연 세계에는 용서라는 것이 없다 Trong thế gian tự nhiên không tồn tại cái gọi là dung thứ.
(명) 자연이 가장 좋은 의사이다 Tự nhiên là vị bác sĩ tốt nhất.
자연(선천)적인 thiên sinh.
(명) 자연은 신을 보여주는 거울이다 Tự nhiên là tấm gương phải chiếu thần linh.
자연현상을 관찰하다 quan tượng.
자연발생 tự phát, ngẫu sinh, ~론 ngẫu phát luận. thuyết tự sinh.
자연법 luật tạo hóa(thiên nhiên).
자연법칙 thiên vận.
자연사 cái chết tự nhiên.
자연산물 thiên sản.
자연석 đá tự nhiên.
자연스러운 목소리 giọng tự nhiên.
자연스럽지 않은 không tự nhiên.
자연신교 tự nhiên thần giáo.
자연요법 tự nhiên liệu pháp.
(명) 자연은 신의 예술품이다 Tự nhiên là tác phẩm nghệ thuật của thần linh.
자연학(자연생물학)tự nhiên học.
자연히 cố nhiên. ~ 생긴 thiên tạo.
자영하다 kinh doanh độc lập

자오선 đường kinh tuyến, tý ngọ tuyến, từ thiên.

자옥(옥)하다 um, dày đặc, 방안에 연기가~ có khói ~ trong phòng

자욱한 um, ~ 연기 khói um. 연기가 자욱하게 올라오다 khói um lên.

자욱히 피어오르다 ùn.

자외선 tia cực tím, tia tử ngoại. 뙤 ngoại tuyến.

자웅(사람)nam nữ, (동물)đực cái, trống(sống) mái, (암수)thư hùng, ~을 다투는 승부 trận thư hùng.

자원하다 tự nguyện, tình nguyện, 자원해서 ~ tự nguyện làm cái gì đó, 자원자(봉사자)người ~

자원군 quân tình nguyện.

자원 tài nguyên, nguồn lợi, 국가의~ ~ của quốc gia, ~이 풍부하다 ~ phong phú(반)~이 빈약하다 ~ nghèo nàn, ~을 개발하다 khai thác ~, ~관리법 luật bảo vệ ~, 물적~ ~ vật chất, 미개발~ ~ chưa khai thác, 인적~ ~ về con người, 광물~ ~ khoáng sản

자위(위로)tự an ủi, ~행위(수음) 후 dâm

자위(지킴) tự vệ, ~권 quyền ~, ~ 본능 bản năng ~, ~대 đội ~.

자유 tự do, 개인의 ~ ~ cá nhân, 언론의 ~ ~ ngôn luận, ~를 주다 đưa ~ cho ai, tháo khoán. 언론의~를 억제하다 hạn chế ~ ngôn luận, ~결혼 kết hôn ~, ~권 quyền ~, ~화 ~hóa, 자유스런 분위기 không khí cởi mở, ~분방한 phóng khoáng, cởi mở, ~를 잃는 것보다는 차라리 죽는게 낫다 thà là chết còn hơn là bị mất ~, ~독립보다 더 귀한 것은 없다 không có gì qúy hơn độc lập tự do, ~국가 quốc gia tự do, ~를 속박하다 quản thúc. ...의 자유를 박탈하다 bó thân. trăng trói, ~의 몸이 되다 cởi mở. ~를 위해 싸우다 tranh thủ tự do. ~시간 thì giờ rảnh. ~국가 quốc gia ~.

자유로운 tự do, thích thảng, tiêu dao. nhẹ nhõm. 영국은 ~ 나라다 Anh là một nước ~. ~사랑 tự do luyến ái. (소속되지 않은) thư nhàn.

자유로이(마음대로)tự tiện, ~도서관에 들어가다 ~ vào thư viện.

자유무역 tự do mậu dịch.

자유사상 tự do tư tưởng.

자유시 thơ tự do.

자유의지로 tùy tâm.

자유의지론(철학)vô định thuyết.

자유로워지다 rộng chân.

자유로이 이야기하다 túng đàm.

자유형 수영 bơi chó.

자유로운 마음을 갖다 rảnh trí.

자유롭게(한가하게) thảnh thơi. ~ 되다 rảnh mình(thân). rảnh rang. 완전 히 ~ hoàn toàn rảnh rang. ~ 변화하다 thả nổi.

자유케하다 buông tha. nghề tự do.

자유여신(미국뉴욕) Nữ thần Tự Do.

자유자재 được tự do, ~로 tùy ý

자유주의 chủ nghĩa tự do. ~ 사상 tự tưởng ~.

자유항 hải cảng tự do.

자유 훈련 thao dượt tự do.

자율 tự chủ, tự do ý chí, tự quản

자음 phụ(tử) âm, 모음 nguyên âm

자의로 tự ý mình, ý muốn, ~로 일을 행 하고 후에 통고만 하다 tiền trảm hậu tấu. ~ ..을 하다 tự ý làm.

자의식 tự nhận thức, tự giác
자이언트(거인)phi thường, khổng lồ
자인 thừa nhận, 실패를~하다 ~ thất bại, 잘못했음을~하다 ~ là mình có lỗi
자일(밧줄) dây cáp
짜임새 cấu tạo, cấu trúc
자 자! 그만 됐다 thôi thôi.
자자하다 được phổ biến rộng, truyền bá rộng, tự tạ hạc ca nắc nóm.
자자손손 con con cháu cháu
자작 tử tước, ~부인 phu nhân ~.
자작하다 tự làm, 자작농 người nông dân tự lập
자작나무 cây bu-lô
자잘한 nhỏ nhắn, lắt ngắt.
자장(물리)từ trường
자장가 bài hát ru, ~로 아이를 재우다 hát ru con ngủ, 자장 자장 ngủ đi ngủ đi
자재 vật tư, vật liệu, 건축~ ~ xây dựng
자적(유유자적)하다 sống cuộc sống thanh thả.
자전하다 tự xoay quanh, 지구는~ trái đất tự quay
자전거 xe đạp, ~를 타다 đi ~, ~공기 펌프 bơm xe đạp, ~체인 xích xe(북), 센 xe(남), ~뼈대 khung xe đạp, ~ 체인이 감기다 xích xe gắn lại(quấn lại), ~체인 가리개 chắn xích. ~손잡이 ghi đông. ~가 낡아 덜덜거리다 chiếc xe đạp tòng tọc.
자전(사전) từ điển, ~에서 단어를 찾다 tra một chữ trong ~.
자정 nửa đêm
자제 tử đệ, con em, (자녀) con cái

자제하다 tự kiềm chế, tự chế, dằn lại, 자제력 sức kiềm chế, 자제력을 잃다 rối ruột.
자조하다 tự trào, tự chế nhạo mình
자조적인 시 bài thơ tự trào.
짜조(베트남 전통 음식)chả giò(남), bánh đa lem(북)=nem
자제(스스로 제조)tự chế, tự tạo
자족하다 tự túc, 자족정신 tinh thần ~.
자존 tự tôn, 민족~정신 tinh thần~dân tộc
자존심 lòng tự ái, lòng tự tôn(trọng), ~이 강한 kiêu hãnh, ~이 높은 sang trọng, ~이 강한 사람 người có~ cao, ~이 있다 có ~, ~을 상하게하다 chạm ~, ~을 해치다 làm thương tổn lòng tự ái, (모욕하다) xúc phạm
자주 tự chủ, ~정신 tinh thần ~, ~ 적인 khái tính, ~권 quyền ~, ~성 tính ~.
자주(번번히) thường, thường xuyên(khi), hay, ~ 도와주다 ~ giúp đỡ, ~ 불 이 나다 nhà có róp hay bị cháy, 그와~만난다 gặp anh ta ~, 비가~온다 mưa tới ~, ~왕래 하다 tới lui, 낭 đi lại, ~고장이 나는 tậm tịt. 동족, ~아픈 hay đau. ~잊어버리다 hay quên. 나는 그를 ~ 본다 tôi ~ gặp nó luôn, ~ 집을 비우다 thường vắng nhà.
자주포 súng tự động. xe pháo.
자줏빛(색) màu tím, màu tía, tim tím.
자중 tự trọng, giữ tiếng. cẩn thận, thận trọng
짜증(나다)chán nản, nóng nảy, ~이 나는 chán nản. lừ lừ, ~내다 làm ~, ~ 내는 cáu bẳn. cau cau.
자지러지다 thu mình lại, co rúm lại

자진 tự nguyện, tình nguyện, ~ 해서 나오다 dẫn xác, 일을~해서 하다 ~ làm việc, (자살)tự tận.
자질 tư chất(cách), 총명한 ~ ~ thông minh.
자질구레한 nhỏ mọn, nhỏ nhẹn, lặt vặt, ~ 일 chuyện vặt, công việc lặt vặt
자찬하다 tự khen
자책 tự trách mình, ~감 cảm giác ~
자천하다 tự tiến cử, tự giới thiệu
자철광 quặng từ thiết. từ thiết khoáng.
자청하다 tình nguyện, sẵn sàng
자체 bản thân, đích thân, tự mình
자체무기를 사용하다 sử dụng vũ khí tự tạo.
자체설비로 제조하다 tự trang tự chế.
자체제조된 tự tạo.
자초하다 tự gây ra, tự dẫn đến, tự chuốc lấy, 화를 ~ tự gây họa
자초지종 đầu đuôi, nguồn cơn, vân vân(vi), ~을 이야기하다 kể lại ~
자축하다 tận hưởng một mình
자취(흔적)dấu vết, vết(tàn) tích, ~를 감추다 che đậy vết tích, lẩn mất, tàng tích, ~ 없이 사라지다 biệt tăm biệt tích.
자취하다 tự nấu ăn
자치 tự trị, tự quản, 자치권 quyền ~, ~제도 chế độ ~, ~지구 khu tự trị, 지방 ~ ~ địa phương
자치권이 있는(자율의) tự trị.
자친(모친) mẫu thân, mẹ hiền
자침(자석) từ châm.
자칫 súyt nữa, ~목숨을 잃을 번 했다 ~là mất mạng
자칭 tự xưng, 시인을~하다 ~ là nhà thơ
자카르타(국명) Jakarta

자켓 áo nịt
자크(지퍼)khoa kéo, dây kéo, ~를 채우다 kéo dây
자타 bản thân mình và người khác
자탄하다 tự than vãn, tự than thở
자태 hình dáng, tư thái, (티)thớ, 아름다운~một ~đẹp, 매력적인 ~ ~ có duyên. 학자다운 티가 전혀 없다 chẳng có thớ nhà khoa học.
자택 nhà riêng, ~에서 ở ~, ~에서 도를 닦다(닦는 사람) tu tại gia.
자퇴하다 tự xin thôi học
자투리 mảnh vải
자포자기 từ bỏ. tuyệt vọng.
자폭하다 tự hủy
자필 nét chữ của mình, thủ bút.
자학하다 tự hành hạ
자해하다 tự làm hại, thiệt mình(thân), 자해행위 tự hành hạ
자행하다 tự ý làm.
자형 chị chồng, anh rể
자혜(자선)lòng từ thiện.
자화(자기를 띠게하다) từ hóa
자화상 tranh tự họa
자화자찬 tự khen mình
자활 tự kiếm sống, tự túc
자획 số nét chữ
짝 một đôi, một cặp, (반려)đôi bạn, 짝을 이루다 cặp đôi.
(속) 짝 잃은 기러기 같다(고독한 사람의 경우를 가리킴) Giống như ngỗng trời mất đôi(chỉ người trong cảnh cô đơn).
짝 찢다 xé rách
작(작품) tác phẩm
작가 tác giả, văn sĩ, bình bút. cây bút. ~의 문체 văn phong, ~활동 văn nghiệp.

작고하다 qua đời, chết, 작고한 đã chết
작곡 soạn nhạc, sáng tác, 노래를~하다 ~ cho bài hát, ~가 nhà ~
작금 gần đây, mới đây, vừa qua
작년 năm ngoái(trước), 작년오늘 ngày này năm ngoái, ~여름 mùa hè ~
작다 nhỏ(남), bé(북), bé tí, 키가~ nhỏ người, 작아지다 trở nên nhỏ hơn, 작은 일 việc nhỏ bé, 작은 고추가 맵다 ớt nhỏ mà cay, 작은 목소리 âm thanh nhỏ, 작은 결점 sai sót. 작은 강(지류)sông con, (옷이)chật quá. 작은 길 lối nhỏ.
작은꼬마 em bé tí hon.
(명)작은 고추가 더 맵다 Ớt bé càng cay.
작은 냄비 trách.
작은 배수로 tiểu câu.
작은 뼈(생선의)xương giăm.
작은 수공업자 tiểu chủ.
작은 아궁이(용광로) lò chõ.
작은 재능 nghề mọn.
작은 집합체 tập hợp con.
작고 깊은 구멍 lỗ tun hút.
작고 보잘 것 없는 tẹp nhẹp.
작고 아주 매운 고추 ớt chỉ thiên.
작고 약한 nhỏ yếu.
작달막하다 bè bè, mập lùn, hơi thấp
작당하다 cấu kết
작대기 cái roi, gậy, cây rào
작동하다 chạy, vận hành, 전기로~ ~ bằng điện, 작동시키다 mở máy, cho máy chạy
작두 dụng cụ cắt rơm
작렬하다 nổ bùng, nổ tung
짝(쌍) song.
짝 맞추다 làm cho phù hợp, xứng đôi
작명 đặt tên

작문 làm văn, viết(tác) văn, văn bài, đặt câu. ~법 văn pháp.
작물 sản phẩm thu hoạch, tác vật.
작별 tạm biệt, từ biệt(giã), chia tay, tiễn biệt. ~ 인사 chào ~, tạ từ, thân cứu와 ~ 하다 từ biệt bạn, chia tay, ~하다(죽다)từ giã, thế sao을 ~ từ giã cõi đời. ~의 술잔 chén quan hà.
작별선물을 주다 tặng biệt.
작부(술집) cô hầu bàn, đầu rượu.
작부 면적(경작면적) diện tích canh tác
작사 viết lời, làm thơ, 이 노래는 그가 ~작곡 했다 anh ta sáng tác nhạc và lời, ~자 người viết lời ca
짝사랑 tình yêu đơn phương, mối tình đầu
작살 cây lao móc, chĩa, xà mâu, cây xiên đâm cá
작성하다 làm, làm thành, tạo nên, 계약서 2 통을~ hợp đồng làm thành 2 bộ, 서류를~ ~tài liệu(hồ sơ), 작성자 người làm bảng này
짝수 số chẵn(반)홀수 số lẻ, ~날 ngày chẵn.
작시하다 làm thơ, 작시법 luật thơ. thi pháp(phong).
짝신 một đôi giày không vừa
작심하다 quyết tâm, 작심삼일 ~ được ba ngày
작야 tối hôm qua
작약(식물) cây hoa mẫu đơn, thược dược.
작업 làm việc, tác nghiệp, ~중 đang ~, ~교대 thay ca ~, ~능률 năng suất ~, ~량 lượng ~ , ~모 mũ an toàn, mũ bảo vệ, ~복 quần áo lao

동(làm việc), ~시간 thời gian ~, ~장 nơi ~, ~환경 môi trường ~, ~시간이 끝나다 đến giờ tan tầm

작업분석 phân tích công tác.

짝없다(비길데 없다) vô địch, không có đối thủ

작열하다 nóng rực, 작열하는 태양 mặt trời ~

작용 tác dụng, ~과 반~ tác dụng và phản ~, 화학 ~ ~ hóa học, 부작용 ~phụ, ~물 tác nhân.

작위 tước, tước vị, 공작 tước công, 후작 tước hầu, 백작 bá ~. ~와 봉록 tước lộc. ~를 수여하다 sách phong.

작은 mọn, bé. cỏn con. (반) 거대한 khổng lồ, (하찮은) vụn, 어린아이 con mọn,(귀여운) bé bỏng, ~취미 sở thích cỏn con. ~소리로 말하다 nói khe khẽ, nói khẽ, thủ thỉ. (왜소 한) lùn cùn. ~옷 áo lùn cùn. ~손실 tổn thất nhẹ. ~사람 người nhỏ con. 나 người. ~악마 nhãi rang. ~시내 rào. sông nhỏ. ~도랑 rộc. ~꼬마 em bé tí hon.

작은(귀어운) bé bỏng.

(명)작은 일을 크게 만들지 마라 Chuyện nhỏ đừng làm lớn chuyện.

작은 자본으로 큰 이익을 얻다 nhất bản vạn lợi.

작은 가슴 ngực xép.

작은 거북 ba ba.

작은 것 những điều nhỏ bé.

작은 고리 vòng nhỏ.

작은곰자리(별) tiểu hùng.

작은 꾸러미 phong. 과자 꾸러미 phong kẹo.

작은기둥 cột con.

작은 대나무 tầm vông.

작은 목록 phân mục.

작은 목소리 lý nhí.

작은 목차 tiểu mục.

작은 공장 업주 tiểu chủ.

작은 배수로 tiểu câu.

작은병 lọ, 잉크병 lọ mực.

작은 부분을 보수하다 tiểu tu.

작은 북소리 long tong

작은 성(도) tỉnh lẻ.

작은역(고속열차 서지않는) ga xép.

작은일 때문에 큰일을 그르치지 말라 không nên vì tiểu tiết mà để hư đại sự.

작은 잎 lá phụ.

작은 종 trống bản.

작은가방 nải, 손가방 tay nải.

작은결점 sai sót.

작은 물고기 tép.

작은 아버지 chú ruột, em trai của bố(반)작은 어머니 cô, thím, 작은 형 anh thứ, 큰형 anh cả, 작은 포도원 vườn nho con con

(속)작은 고추가 더 맵다(작지만 일을 더 잘한다) ớt bé càng cay(dù nhỏ mà làm việc gì giỏi hơn)

작은 병원 bịnh xá.

작은 정원 mảnh vườn.

작은 정치 집단 tiểu tổ.

작은 종류 tiểu loại.

작은집 nhà của em trai.

작은 집합체 tập hợp con.

작은 테이블 cái bàn con con.

작은 폭죽 pháo tép.

작자(저자) tác giả, nhà văn, ~ 미상 khuyết danh. ~불명의 편지 phi thư.

짝이 되다(결혼) lấy nhau.
짝짝(의성어) lốp bốp, ~하고 박수치다 vỗ tay ~.
짝짝 씹는 소리 lép nhép, (껌등을) 짝짝 씹다 nhai kẹo ~.
짝짝 찢다 xé rách
짝짝이 lẻ bộ, lẻ đôi
작전 hành quân, thế trận, 정글~ ~ trong rừng, tác chiến, 적의~을 혼란시키다 làm đảo rội thế trận của địch, ~을 변경하다 thay đổi ~, ~기지 căn cứ hành quân, ~지역 khu vực tác chiến, ~계획 kế hoạch ~, 공동~ ~ chung, ~실 phòng tác chiến, ~지휘 điều khiển hành quân. ~복 quân phục tác chiến. ~ 정보 tình báo tác chiến.
작전지도 trận đồ.
작정 dự định, quyết định, 무엇을 할 ~인가? Anh ~ làm gì?
짝짓다 một đôi giao phối, phối hiệp.
작품 tác phẩm, nghệ~ ~ nghệ thuật, 문학~ ~ văn học
작품 모음집 tạp văn.
작품의 일부를 신문에 옮겨 싣다 trích đăng.
작풍 văn phong, phong cách nghệ thuật
짝하다 chung với
작황 vụ mùa thu họach, sản lượng, ~이 좋지 않다 mùa màng thất bát.
잔 tách, ly(남) cốc(북), chén, ~에 술을 붓다 rót rượu vào chén, 물 두 ~ hai ly nước, ~을 들다 cạn ly(북), 나ㅇng ly(남) ~을 비우다 cạn chén. cạn ly. 단숨에~을 비우다 cạn ly một hơi.
잔걸음(잰걸음)bước đi uốn éo

잔고 số dư, số(tiền) còn lại, tồn khoản, 이월~ ~ mang sang, 은행예금의 ~ tồn khoản của tiền gửi ngân hàng.
잔꾀 mẹo vặt(nhỏ).
잔교(다리) cầu tàu, chân cầu
잔 글씨로 쓰다 viết lít nhít.
잔금 tiền còn lại, ~을 치르다 thanh toán~
잔기침 ho khan, ho khúc khắc
잔당 bọn tàn dư, dư đảng.
잔돈 tiền lẻ(nhỏ), ~으로 바꾸다 đổi sang ~
잔돈푼(용돈) tiền túi. đồng hào.
잔돌(작은 돌)đá cuội, sỏi đá, kết sỏi thận
잔디 cỏ, đám cỏ, cỏ tranh, ~를 심다 trồng ~, ~구장 sân ~, ~밭 vườn ~, bãi ~, ~밭에 들어가지 마시오 không dẫn lên vườn cỏ. ~운동장 sân cỏ.
잔뜩 đầy, đầy tràn, 술을~붓다 rót đầy rượu vào ly, 할 일이~있다 việc đầy ra
잔류하다 ở lại, còn lại, 잔류부대 đơn vị còn lại
잔말하다(잔소리) nói nhảm, nói vô ích
짠맛 vị mặn, 짠버터 bơ mặn.
잔명 mạng sống còn lại
잔무 công việc còn lại, ~를 정리하다 thu dọn hết ~
짠물 nước mặn
잔물결 gợn, lô xô, ~이 일다 gợn sóng, lăn tăn, cơn sóng. hồ xuyên ~이 일다 mặt hồ lăn tăn.
잔병 bệnh vặt, ~이 많다 nhiều ~, ~에 잘 걸리는 sài đẹn.
잔설 tuyết còn sót lại

잔소리 nói nhảm, lời không cần, ~꾼 người hay ~. ~가 심한 과 cái. ~ 많은 여자 đàn bà đanh đá.
(속) 잔소리 많은 집안은 가난하다(화목하지 못하는 가정은 결코 유복하지 못한다) Nhà lắm lời thì nghèo(nhà không hòa thuận thì không bao giờ khá giả được).
잔손 thủ công nhỏ, ~질 làm ~, ~ 재주 khiếu tiểu xảo, khéo vặt.
잔심부름 việc lặt vặt, ~꾼 sai dịch.
잔악한 tàn ác, hung ác, tàn ngược. nghiêm khốc, ác nghiệt.
잔액 số dư, tiền còn lại, sai ngạch.
잔업 thêm giờ, tăng ca, ~수당 tiền ~
잔여 còn lại, tàn dư
잔영(그림자) bóng râm.
잔인한 tàn nhẫn, hung tàn, phũ phàng, độc địa, ~정책 chánh sách tàn bạo, (잔폭한) tàn bạo, ~ 살인 vụ giết người ~, ~짓을 하다 làm việc ~, 하게하다 đối xử một cách ~, ~ 하게 수탈하다 hút máu hút mủ. ~거인 ông kẹ. 잔인하고 지독한 phũ phàng nghiệt ngã.
잔일 việc lặt vặt trong nhà
잔잔한 êm ả, êm ấm, yên lặng, ~바다 biển lặng, biển êm gió lặng, 잔잔해지다 rút xuống. ~물 tịnh thủy.
(명)잔잔하게 흐르는 물이 깊다 Dòng sông chảy êm đềm là dòng sông sâu.
(명)잔잔한 물에서만 사물이 일그러지지 않고 비친다 Mặt nước có phẳng lặng mới phản chiếu được sự vật không méo mó.
잔재 tàn tích, rác rưởi, 구제도가 남긴 ~ những ~ do chế độ cũ để lại, (찌꺼기) cặn bã, tàn dư
잔재미(이익)chuyển biến ích lợi
잔재주 tài vặt, láu cá
잔주름 nếp nhăn nhỏ
잔치 tiệc, cỗ, cỗ bàn, ăn(bữa) tiệc(남), ăn cỗ(북), 생일~ ~sinh nhật, 환갑 ~ tiệc mừng thọ 60, ~손님 khách dự tiệc, ~에 참여하다 ăn cỗ, ăn tiệc, ~를 열어 대접하다 làm cỗ khao. ~를 준비하다 làm cỗ, ~상 mâm cỗ.
잔존 sống sót, còn sống
잔털 lông nhỏ
잔폭한(잔인한) tàn bạo.
잔혹한 tàn(thảm) khốc. ~전쟁 chiến tranh ~.
잔혹한 사람(비유)sài lang.
잔풀 bụi rậm.
잔학(혹)한 độc ác, tàn(nanh) ác, tàn bạo.
잔해(허물)xác, (유골) di hài, hài cốt
잔허리 eo mỏng
잘 giỏi, tốt, hay, đẹp, ~생기다 đẹp, 말을~하다 nói năng ~, 일을~하다 làm việc ~, ~살다 giàu có, sống đầy đủ. ~알다 biết rõ, thông thuộc, thừa biết, 자네가 잘 알다시피 như anh thừa biết, 노선을 잘알다 thông thuộc đường lối, ~생각하다 suy nghĩ kỹ, ~어울리는 xứng đôi, tốt đôi, tương xứng, 잘 깎여진 수염 râu cạo nhẫn nhụi. 잘 이해하다 lĩnh hội. am hiểu. ~따르다 đi theo sát.
잘 깨닫는 sáng mắt.
잘 끝맺다 xong xuôi.
잘 단장한 đẹp tường hoa.
잘 둘러대는 gian giảo. xiên xẹo.

잘 사용하다 tận dụng, 모든공간을 ~ ~
  mọi không gian.
잘 찾아내는 thính hơi.
잘강 잘강(질겅 질겅)nhai đi nhai lại
잘게 부순 băm nhuyễn.
잘게 자르다 thái. thái nhỏ, xắt,잘게 썰
  다 xẻo, xắt. vằm, 고기를 ~ vằm
  thịt.
잘게 씹다 mum.
짤그랑거리다 phát ra tiếng lanh canh
잘끈(단단히) chặt căng, 허리끈을~매
  다 cột chặt dây lưng
잘나다 đẹp trai, giỏi giang, 잘난 사람
  người giỏi giang,
잘난체(척) 하다 vênh mặt, tự kiêu, ta
  đây, làm oai, làm ra vẻ ta đây giỏi
  잘난척 하지 마 đừng có làm ra vẻ
  ta đây giỏi, đừng có ta đây, 잘난
  체하는 늙은이 lão già an chi.
잘다 nhỏ, mịn, vụn nhỏ, tủn mủn.
  잔 모래 cát mịn, 글씨를 잘게 쓰다 viết
  sít vào
잘 다듬어진 hoa mỹ.
잘 다듬은 문장 câu tinh lược.
잘 달리는 말 tuấn mã.
잘 달리는 짐승 tẩu thú.
잘되다 tốt đẹp, 모든 일이~ tất cả mọi
  việc ~, 장사가 요즘~ buôn bán
  gần đây ~
잘되어가다 trôi chảy, 일이~ công việc
  rất ~
(속) 잘 되면 술 석잔, 못되면 뺨이 세
  대다(무슨 일이나 소개할 때 신중
  을 기해야 함의 암시) Được việc
  thì ba chén rượu, hỏng việc thì ba
  cái tát(hàm ý khi giới thiệu bất cứ
  việc gì cũng phải cẩn trọng).
잘라내다 cắt(đứt) bỏ. xén. rọc.

잘라먹다 cắt ra ăn, cắt đứt ra, (떼먹
  다)quịt, 빚을 ~ quịt nợ
잘랑 잘랑(짤랑 짤랑) rủng rẻng, leng
  keng, lanh canh, 주머니속에서 동
  전소리가 ~ 난다 trong túi rủng
  rẻng toàn tiền xu.
잘래잘래 머리를 흔들다 lắt đầu ngoay
  ngoảy.
잘록한 lũn cũn, lùn tè, ~허리 eo hẹp.
잘리다 bị cắt(tét), bị chặt đứt, 목이~ bị
  chặt đầu. 나뭇가지가 ~ nhánh cây
  bị tét.
짤막하다 hơi ngắn
잘 맞는 부부 giai ngẫu.
잘못 lỗi, lầm, sai trái, ~인도하다 đánh
  lạc, 인쇄의~ lỗi in, ~을 봐주다 bỏ
  qua ~, ~을 인정하다 chịu lỗi, cáo
  tội, tri quá, ~을 사과하다 xin lỗi
  vì đã mắc lỗi, ~하다 có ~với, lầm
  lạc, ~을 남 에게 돌리다 đổ
  thừa, ...에게 잘못을 전가하다 đổ
  lỗi, vấy, 계산에~이 있다 tính lầm,
  ~된 태도 thái độ sai trái, (틀렸
  다)sai trái, sai lầm, sai, nhầm, ~되
  다 sai quấy, lầm lạc, ~된 생각 suy
  nghĩ sai lầm, ~된 정책 chính sách
  sai lầm, ~된 번역 sự dịch sai, ~이
  있는 có lỗi, ~듣다 nghe lầm, ~전
  달되다 chuyển lạc, ~보다 nhìn
  lầm, ~생각하다 ngỡ là, nghĩ sai,
  tưởng lầm. ~걸다(전화)gọi nhầm
  số(북), gọi lộn số(남), ~을 범하다
  lầm lỡ, ~알아보다 nhìn lộn, ~을
  뉘우치고 고침(개전)hối lỗi. ~된
  기록 hồ sơ sai. ~된 이론 lý luận
  quanh co. ~된 길을 택하다 lầm
  đường. ~을 바로잡다 sửa chữa ~.
  ~된 점을 지적해 주다 méc, ~을

눈감아주다 lơ đi. ~기억하다 nhớ lầm.
잘못된 mậu ngộ.
잘못 계산하다 tính sai(lầm).
잘못 두다 để lạc.
잘못 말하다 buột miệng. nói lộn.
잘못 발음하다 ngọng nghịu.
잘못을 깨닫게 하다 làm tỉnh ngộ.
잘못을 반성하다 tỉnh ngộ.
잘못 이해한 lẫn lộn.
잘못 인식하다 trông gà hóa cuốc.
잘못 추측하다 đoán sai.
잘못하면 không khéo thì.
잘못한 것 뿐만 아니라 sai quấy không thôi.
잘 받아들이다 thụ cảm.
잘보지 않고 사다 mua trâu vẽ bóng.
잘한 것도 những cái gì đã tốt đẹp nữa.
잘살다 sống khá giả, 잘살아보세 hãy thử sống cho tốt.
(속) 잘 살아도 내 팔자 못살아도 내 팔자(모든 것은 운명이 결정한다) Giàu cũng tại số , khổ cũng tại số (tất cả đều tại số phận định đoạt).
잘생기다 đẹp, ưa nhìn, dễ coi, 얼굴이 ~ có khuôn mặt đẹp, khôi ngô tuấn tú.
잘생긴 눈썹 mày ngài(tằm).
잘생긴 남녀 nam thanh nữ tú.
잘생긴 용모 dung quang.
잘 성숙된 chín muồi.
잘 순종하다 chiều chuộng
잘 아는 quen thuộc.
잘 안정적으로 đâu đấy.
잘 안 팔리는 상품 hàng hóa ế ẩm.
잘 알려진(유명한) lừng danh, trứ danh, ~ 얼굴 nhẵn mặt.
잘 알았습니다 xin vâng.

잘 어울리다 đẹp đôi, tương xứng, xứng đôi. ~리는 부부 đẹp đôi. loan phụng(phượng). 잘 어울리는 쌍 vợ chồng xứng đôi, 안 어울리는 부부 vợ chồng không xứng đôi.
잘 우는 mau nước mắt.
잘 익은 chín nẫu, chín muồi.
잘 잊어버리다 lãng(đãng) trí.
잘자다 ngủ ngon(kỹ).
잘자리(침대) giường, ~에 들다 đi ngủ
잘잘 끌다 kéo lê, 치마자락을~ ~đuôi váy áo
잘잘못 đúng sai, ~을 헤아리다 phân biệt ~
잘 정돈된 ngăn nắp, gọn gàng, ~ 문장 bài văn tròn trĩnh.
잘 정돈하다 khuôn xếp.
잘 조화된 부부 vợ chồng xứng đôi vừa lứa.
잘 지내다 khá giả.
잘 차려입다 chỉnh tề, chưng diện. (속어) lên khung.
잘 치장한 ruôn ruốt.
잘 파악하고 있는 sâu sát.
잘 팔리다 bán chạy. đắt hàng. 잘 팔리는 상품 hàng bán chạy. 날개 돋힌 판매 sự ~.
잘하다 giỏi, 영어를~ ~tiếng Anh, 말을 ~ ~ăn nói
(속) 잘 하는 거짓말은 못하는 진실만 못하다(거짓말은 아무리 능숙해도 한마디 진실만 못하다) Lời nói dối trơn tru không bằng lời nói thật vụng về(nói dối thì dù có khéo léo mấy cũng không bằng một lời thật lòng).
잘하면 họa may. 계속 찾아가면 만날 수도 있다 cứ đi tìm ~ được gặp.

잘하든 못하든 hay hèn.
잘해주다 làm tốt.
잘하는(훌륭한) giỏi giang, ~사람 người ~.
잘 했다 được lắm.
잘 훈련된 tinh thục. ~ 무술 võ nghệ tinh thục.
짧은 ngắn, vắn, tắt,(반) 긴 dài, ~ 시간 안에 trong thời gian ~, ~거리 tầm ngắn, ~ 여행 du lịch ~, ~바지 quần~, quần đùi. ~빤츠 áo vắn, 매우~ ngắn chùn chùn, ~ 노 mái dầm. 짧게 줄이다 rút ngắn, ~순간 khoanh khắc ngắn ngủi. ~ 구렛나루 tóc mai, 짧게 말하다 nói tắt, nhát gừng. 짧게걷다 bước ngắn, ~기간 ngày một ngày hai. ~막대 기 trống. ~옷 áo vét, ~ 목숨 chút phận.
짧은 거리 tầm ngắn.
짧은 시간 một khắc.
짧다랗다 hơi ngắn
잠 giấc ngủ, ~을 자다 ngủ, ~이 부족하다 thiếu ngủ, ~을 깊히 자다 ngủ say, ~이 들다 buồn ngủ, ~을 이루지 못하다 mất ngủ, trằn trọc, thao thức, ~을 깨우다 đánh thức,(반) 잠재우다 ru ngủ, 잠이 덜깨다 ngáy ngủ, ~을 청하다 thiu, 잠들도록 달래다 ru con, ~이 덜 깬 눈 mắt nhắm mắt mở. ~에서 깨다 tỉnh(hết) ngủ.
잠이 덜깬 목소리 giọng ngáy ngủ.
(속) 잠을 자야 꿈도 꾼다(원인이 있어야 결과가 있다) Có ngủ thì mới mơ được(có nguyên nhân mới có kết quả).
잠들다 thiêm thiếp.

잠못이루며 밤을 지새다 thức sáng đêm.
잠에서 깨다 hết(thức) ngủ. thức giấc, tự giác. tỉnh ngủ.
잠에 취하다 ngủ quên.
짬(겨를)giờ rảnh rỗi, ~이 있다 có rảnh
잠깐 chốc lát, ~생각하고 나서 suy nghĩ một lát rồi, ~보다 coi ngó, ~만 더 lát nữa, chốc nữa, ~기다리세요 hãy đợi một chút, 잠깐! khoan đã!
잠깐 들리다 ghé tạt vào. ghé lại.
잠깐 눈을 붙이다 chợp.
잠겨들다(사라지다) lọt thỏm.
잠결에 khi ngủ, trong giấc ngủ
잠꼬대 nói mê(vớ), nói sảng, ~소리 ú a ú ớ, ú ú.
잠꾸러기 người dậy muộn
잠그다 đóng, khóa, gài. 방을 ~ ~ phòng, 문을~ ~cửa, 수도를~ ~ nước máy
잠그다(물에)ngâm, nhận xuống, 물에 ~ ~xuống nước, 머리를 물에 ~nhúng đầu xuống nước
잠기다(문이) bị đóng, bị khóa, (물에) bị chìm, lặn, lặn hụp, nhúng mình, (반)뜨다 nổi lên, 배가 물속에 ~ tàu bị chìm xuống nước
잠들다 ngủ, 깊히 ~ ngủ say
잠망경 kính tiềm vọng
잠바 áo khóac, áo gió
잠비아(국명) Găm Bia
잠방이 quần ngắn, quần lửng
잠복하다 tiềm phục, ẩn náu, ẩn nút, (병이) tiềm ẩn
잠사(명주실) chỉ tơ
잠수 lặn, lặn xuống, ~복 áo ~, ~함(정) tàu ngầm(lặn), tiềm đĩnh. ~함 대

원 động thủy, ~어뢰 tiềm thủy lôi, 원자력 ~ 함 tàu ngầm nguyên tử.
잠수어뢰 tiềm thủy lôi.
잠수부 thợ lặn, 진주조개 캐는 ~ ~ mò hột trai.
잠시 một chút, tàm tạm, chốc lát, tạm thời, ~사용하다 dùng tàm tạm, ~후에 một chút sau, ~ 체류하다 ký ngụ, trú, ~휴식하다 rồi tay, ~이별 tạm biệt, ~빌리다 mượn tạm(đỡ), vay đỡ, ~숙박하다 ký cư, ~거주하다 tạm trú, ~기다려주세요 hãy đợi một chút, ~눕다 ngả lưng. ~피난하여 살다 tản cư.
잠시도 가만히 있지 않는 tí toáy, 야! 가 만히 있지 않고 또 무엇을 하고 있냐? mày đang làm gì đấy.
잠시동안 nhất thời.
잠시 들르다 ghé, ghé lại, tạt vào.
잠시 동안 멈추다 tạm đình.
잠시 머물다(임시로살다) ở đậu.
잠시 중단하다 tạm ngừng.
잠시 후에 thư thả, rồi ra.
잠시 휴식하다 rồi tay.
잠시 휴식후 계속 일하다 trả phép.
잠식 ăn mòn, bước dần vào
잠식정책 chính sách tàm thực.
잠언(성경) châm ngôn.
잠업(양잠업) nghề nuôi tằm
잠옷 áo ngủ
(속)잠을 자야 꿈을 꾼다(원인이 있어야 결과가 있다) có ngủ thì mới mơ được(có nguyên nhân mới có kết quả)
잠입하다 rỉ vào, lén vào, lỏn, ngấm vào, rúc ráy.
잠자다 ngủ, 늦잠자다 ngủ muộn
잠자러 가다 đi ngủ(nằm).

잠자는 시간 giờ giấc.
잠자리(곤충)con chuồn chuồn, 고추~ ~đỏ
(속) 잠자리 날개 같다(얇고 가벼움을 암시) Giống như cánh chuồn chuồn(hàm ý mỏng và nhẹ).
잠자리 chỗ ngủ, giường, ~를 같이하다 ngủ chung, ~를 펴다 trải giường, ~를 준비하다 làm giường.
잠자코 있다 im lặng, 잠자코 따르다 mặc nhiên theo. 잠자코 말을 하지 않다 nhịn nói.
잠잠하다 nín thinh, êm đềm, yên tĩnh, tĩnh mịch, im bặt.
잠재 tiềm ẩn, ~능력 sức ngầm, ~력 sức ~, tiềm thế, ~ 가능성 khả năng tiềm tàng. ~의식(무의식)tiềm thức
잠적하다 biến mất, mất tích
잠정 tạm thời, ~적으로 một cách ~. ~협정을 갖다 quyền nhiếp.
잠정적인 tiềm tiệm, tàm tạm. ~ 타협 thỏa hiệp tạm thời.
잠투정하다 càu nhàu trước khi ngủ
잠함(잠수함) tàu ngầm
잠항 du lịch dưới biển, ~정 tàu lặn
잠행 đi dưới nước, lui tủi, (임금의 미행)vi hành
잡가 ca nhạc quần chúng
잡것(잡동사니) vật linh tinh
잡곡 ngũ cốc, hoa mầu, ~밥 cơm độn ~, cơm thập cẩm.
잡귀(요괴) yêu quái, yêu ma
잡균 tạp khuẩn.
잡기장 sổ tạp ký, (수첩) sổ tay, sổ ghi chú
잡년(욕설)đứa con gái hư,(반)잡놈 một gã thấp hèn

잡념 tư tưởng vẩn vơ
잡다 bắt, nắm, nắm(vớ) lấy, cầm, chụp, níu lấy, tóm.(반)놓다 buông, buông thả, 손을잡다(악수하다) ~ tay, nắm tay, 공을 ~ ~ bóng, 도둑을~ ~ kẻ trộm, 기회를~ nắm lấy cơ hội, 약점을~ nắm lấy nhược điểm. 경찰에 체포되다 bị cảnh sát tóm.
잡다(죽이다) cắt tiết. 닭을 ~ ~ gà.
잡다한 tạp nhạp, xam, ~ 이야기 tạp sự. ~일을 다하다 làm xam việc..
잡다하고 복잡한 linh tinh phức tạp
잡담하다 tán gẫu(남), nói chuyện phiếm(북), phiếm đàm. thảo lao.
잡동사니 đồ lặt vặt, đồ linh tinh, tạp nham, đồ bỏ xó.
잡목 gỗ tạp
잡무 công việc thường ngày, tạp vụ.
잡문란(신문의) tạp trở.
잡물(불순물)tính chất tạp nhạp
잡배 bọn gã thấp hèn
잡부 thợ phụ, người làm thuê
잡부금 tiền linh tinh
잡비 phí linh tinh, ~가 더 나가는 tiền rợ quá tiền trâu.
잡사(잡다한일) tạp sự.
잡상스럽다(상스럽다)thô bỉ, thô tục
잡상인 người bán tạp hóa
잡색 sặc sỡ, đủ màu, tạp sắc.
잡세 thuế linh tinh, tạp thuế.
잡소리 lời nói thô tục, nói nhảm.
잡수시다 dùng(mời) cơm, ăn, xơi, 잡수세요 mời dùng (남), mời xơi(북), 저녁 드셨어요? anh đã xơi cơm chưa?
잡수입 hoa lợi lặt vặt, tạp thu.
잡식성 loại ăn tạp, hỗn thực, 잡식동물 động vật ăn tạp
잡아가다 đưa, dẫn, dắt, dẫn độ
잡아놓다 giữ chân.
잡아당기다 kéo, nắm lôi, giằng co, , níu giữ, lôi kéo, đà. 귀를~ ~tai, 잡아당겨 찢다 rứt.
잡아뜯다(잡초따위를) lảy.
잡아매다 buộc lại, trói lại
잡아먹다 bắt ăn thịt, 돼지를~làm thịt lợn, 뱀은 쥐를~ rắn bắt chuột ăn
잡아뽑다 bứt, rứt, làm lông, 머리카락을 ~ ~ tóc.
잡아채다 giằng, giựt. đớp lấy.
잡역(허드렛일) tạp dịch.
잡역(사역) cỏ vê. (허드렛일) tạp dịch.
잡역부 người làm thuê. sai dịch.
잡으려하는데 toan bắt
잡음 tạp âm, tiếng ồn
잡인 người ngoài cuộc
잡다한일 việc linh tinh
짭짤하다 mặn mà, hơi mặn
잡종 tạp chủng, người lai giống, lộn giống, ~개 chó lai giống.
잡지 tạp chí, 여성~ ~phụ nữ, 월간~ ~hằng tháng, 주간~ ~tuần, 대중~ ~ đại chúng. ~의 호수 số hiệu.
잡초 cỏ dại, cỏ hoang, ~를 뽑다 nhổ (giẫy) cỏ, ~가 우거진 mọc đầy ~ (명) 잡초는 빨리 자란다(나쁜 것일수록 쉽게 퍼진다 Cỏ tạp lớn nhanh(Biết xấu lan nhanh).
잡치다(그르치다) đổ nát, hư hỏng
잡탕 canh thập cẩm.
잡품(잡화물) tạp phẩm.
잡혼 tạp hôn, ~제도 chế độ ~.
잡화 tạp hóa, ~점 tiệm ~, ~상 người buôn bán ~, hàng tạp hóa(xén).
잡히다 bị bắt, 경찰에~ bị cảnh sát bắt,

포로로~ ~ làm tù binh, (담보로)đem thế chấp, (흥을) (불길이)dập tắt, (마음이)bình tĩnh, (주름이)làm nhăn
잣나무 cây thông
잣대(긴잣대)thước kẻ.
잣죽 cháo hạch thông và gạo
장(우두머리) xếp, trưởng
장(종이) 한장 một tờ, 우표 두장 hai con tem
장(책의)chương, 제 2 장 ~ hai
장(시장) chợ, 장날 ngày hội chợ, (정기시장) chợ phiên
장(창자) ruột, 대장 đại tràng, 맹장 ~ thừa, ~이 아프다 đau ruột. 장과 위 tỳ vị. ~을 세척하다 xổ.
장, 막(영화의)trường đoạn.
장까지 침투한 nhập lý.
장(간장) nước tương
장가 가다 lấy vợ,
장가 들다(신부를 맞이하다) rước dâu.
장가(노래) bài hát(ca) dài. trường ca.
장갑 bao tay, găng(bít) tay, ~을 끼다 đeo ~
장갑차 xe tăng, xe thiết giáp, xe bọc sắt
장갑포병 pháo binh thiết giáp.
장개석 Giang Khải Siêu(1886 – 1975)
장거리 đường dài, cự ly dài, ~전화 điện thoại ~, ~ 선수 tuyển thủ chạy cự ly dài, ~버스 xe đò. ~포 pháo binh tầm xa.
장검 lưỡi kiếm dài.
장과 위 tỳ vị.
장관 bộ trưởng, 외무부~ ~ ngoại giao, 국방 ~ ~ quốc phòng
장관(경치)cảnh tượng hùng vĩ, cảnh tráng lệ, phong quang.

장교 sĩ quan, ~와 사병 ~ và binh sĩ. 보안 ~ ~ an ninh. 영관급 ~ ~ cấp tá.
짱구(이마가 튀어나온) trán dồ.
장구한 trường cửu, vĩnh viễn, lâu dài
장국(된장국) canh đậu nành
장군 tướng, tướng lãnh. võ tướng, tướng quân, sĩ quan cấp tướng, 중장 trung ~, 대장 đại ~
장글 đám rừng
장기(재주)năng khiếu đặc biệt, tài, sở đắc.
장기(내장)cơ quan nội tạng
장기 cờ, con cờ, cờ tướng, ~고수 cao thủ cờ tướng, ~를 두다 chơi cờ, đánh cờ, ~판 bàn~, 장군 받아라! Chiếu tướng, 바둑 cờ vây, ~를 잘 두는 cao cờ. ~의 경지에 오른 사람 thánh cờ.
장기(기간)thời gian dài, trường kỳ, lâu dài, ~항전 kháng chiến trường kỳ, ~정책 chính sách lâu dài, ~계획 kế hoạch lâu dài(trường cửu), ~전략 chiến lược lâu dài, ~간 소금에 절이 다 muối trường.
장끼(숫꿩) con gà lôi trống(반) 까투리(암꿩) gà lôi mái.
장난 đùa, nghịch, chơi, 장난을 걸다 chọc, 운명의~ trò đùa của số phận, ~으로 말하다 nói đùa, 불로~하다 đùa với lửa, ~스러운 ranh mãnh. ~이 심한 lý lắc. ~을 좋아하는 tinh nghịch. 장난을 좋아하는 아이 trẻ ranh.
(속) 장난 끝에 살인 난다(처음 농담으로 시작한 것이 사소한 언쟁이 되고 마침내 불행한 결과를 초래한다) Cuối trò đùa là vụ giết người(ban đầu chỉ là đùa giỡn,

sau đó sinh chuyện xích mích và dẫn đến hậu quả đáng tiếc).

장난꾸러기야!(꾸짖을 때) ranh con!

장난감 đồ chơi, sản phẩm을~으로 삼다 lấy người làm ~, ~가게 cửa hàng ~

장난치다(까불다)nô đùa, phá phách, vọc, 진흙장난을 치다 vọc bùn.

장난꾸러기 đứa trẻ tinh nghịch. kẻ quậy phá, ranh con, tên hề, thằng bé hoang. khỉ gió.

장날 chợ phiên. buổi chợ.

장남 con cả, anh cả,(북), con thứ hai(남), trưởng nam(반) 장녀 trưởng nữ, 차남 thứ nam, 차녀 thứ nữ

장내에 trong hội trường

장녀 con gái cả (lớn), trưởng nữ

장년 tráng niên, ~시대 thời ~

장년기 tuổi trưởng thành, 장년이 되다 đến ~.

장뇌(좀약: 나프타린)long não

장님 người mù, kẻ mù, mù mắt, 눈뜬 ~người mù chữ, ~이 ~을 인도하다 thằng đui dắt thằng mù đi, ~이 되다 điếm mù.

(속) **장님 개천 나무란다**(자신의 결점은 인정하지 않고 남의 탓으로 돌린다) Kẻ mù mắng dòng suối(không biết tự nhận khuyết điểm của mình, còn đổ lỗi cho người khác).

(명)**장님도 때로는 까마귀를 잡을 때가 있다** Người mù cũng có khi bắt được quạ.

(속) **장님 문고리 잡았다**(의외의 행운을 만나다) Kẻ mù nắm được tay cửa(gặp vận may ngoài mong đợi).

장단(길이)dài và ngắn, ngắn dài.

trường đoàn, ~을 바꾸다 đảo phách. ~이 맞는 đúng điệu. ~을 맞추다 hòa nhịp. (가락) ~ 이 맞지 않는 lỗi điệu.

장단(장단점)ưu nhược, ưu điểm và nhược điểm, 사물에는 모두~이 있다 vật luôn có cả ưu và nhược, ~점 ưu khuyết điểm

장딴지(종아리)bắp chân, trái chân.

장담하다 cam đoan, bảo đảm, chắc chắn

장대한 khôi vĩ, 기골이~관상 tướng mạo ~.

장대 cây sào, cọc tre, ~높이뛰기 nhảy cầu. nhảy sào, (매질하는) trượng. roi.

(속) **장대로 하늘 재기**(능력 밖에 있는 일) Lấy gậy đo trời(việc hoàn toàn nằm ngoài khả năng).

장대비 mưa đạn.

장대하다 nguy nga, vĩ đại

장도 con đường xa, ~에 오르다 lên ~

장도리(망치) búa, ~로 못을 박다 đóng đinh bằng ~

장래(미래) tương lai, 밝은~ ~ sáng sủa, 먼~에 ~ xa, ~가 어두운 đen bạc, ~를 생각하다 suy nghĩ về ~

장래에 희망이 없는 tối tăm mặt mũi.

장래성 tính vị lai.

장려하다 ủng hộ, khích(tưởng) lệ, khuyến khích, ~금 tiền ~

장력 sức ép(căng), 표면~ ~ mặt

장렬하다 anh hùng, hào hiệp, qủa cảm

장례(식)lễ tang, tang lễ, đám tang(북), đám ma. ma chay.(남), ~차 xe tang, ~비 phí tang lễ, tang phí, ~악 phường kèn, ~를 alidạ phó tang, 장례복 xô gai, ~를 치르다

chịu tang, cất đám, hộ tang, ~용품 đồ tang, ~용품제조자 thợ mã, ~식 장 nhà tang lễ, 장례식에 참석하다 đưa đám. văn tống.
장로 trưởng lão, ~교회 giáo hội ~
장롱 tủ quần áo
장르 ngành, loại
장마 mưa dai, ~비 mưa tầm tã, mưa dầm(dai), 장마철 mùa mưa, ~지다 vào mùa mưa
(속) 장마에 논둑 터지듯 한다(나쁜 일이 계속 터진다) Giống như vỡ bờ ruộng khi mưa lũ(việc xấu cứ dồn dập xảy ra).
장막 màn, 밤의~ ~đêm, ~을 치다 vén ~, 철의~ ~ sắt
장만하다 chuẩn bị, xếp đặt, 집을~ mua một căn nhà
장면 cảnh, quang cảnh, tấn, phong cảnh
장면에 어울리는 hợp cảnh.
장모 mẹ vợ, bà gia,(반)장인 cha vợ
장문(긴 편지)bức thư dài
장물 đồ vật ăn trộm, hàng(đồ) gian, (증거물) tang vật. ~아비 oa chủ.
장물을 놓고가다 phao tang.
장미 hoa hồng, tường vi, 가시 없는~ 없다 không có ~ nào không có gai, ~한송이 một bông hồng, 백~ 트랑(반)흑~ ~ đen
장바닥 khu chợ
장발 tóc dài
장방형 hình chữ nhật, ~의 tròn dài.
장벽 bức tường, rào cản, cản trở, ~이 되다 thành ~, 관세~ ~ thuế quan, ~을 없애다 xóa bỏ rào cản, 언어~ rào cản ngôn ngữ, ~을 넘다 vượt rào

장병 sĩ quan và binh sĩ. tướng sĩ.
장복하다 uống thuốc lâu dài
장본인 người cầm đầu, người chính
장부 sổ sách, ~에 기입하다 vào sổ, ~를 정리하다 chỉnh đốn ~, 수하 물을 ~에 등록하다 vào sổ các hành lý, ~검열 kiểm tra hạch tóan, ~를 bảo tồn hạ giữ sổ sách. ~ 목록 trương mục.
장부(대장부) trượng phu, ~의 지기 chí khí trượng phu.
(속) 장부가 뺀 칼을 다시 꽂을까?(큰 결심을 했으면 어려움이 있더라도 그 일을 실행해야 한다) Trượng phu đã tuốt gươm ra lẽ nào lại tra vào bao(người có quyết tâm lớn, dù có khó khăn phải thực hiện việc đó).
(속)장부 일언 중천금(장부의 말은 위신이 있다)lời nói trượng phu giá ngàn vàng(lời nói của trượng phu có uy tín)
장비 trang bị, 대포를~하다 ~ đại pháo, 충분히 ~를 갖춘 부대 bộ đội được ~ đầy đủ.
장사 buôn bán, đi buôn, ~가 번창하는 ~ tấy, ~가 잘되다 ~ tốt, ăn khách. thịnh lợi. ~가 잘 안되는 ế hàng, ~가 잘되는 thịnh lợi, 무슨~를 하세요 anh ~ gì, ~꾼 dân buôn, kẻ đi buôn, ~아치 con buôn.
(속) 장사꾼을 사귀는 것은 촌 늙은이를 사귀는 것만 못하다(믿을 수있는 사람과 사귀고 믿을 수 없는 사람과는 놀지 마라) Chơi với người già trong làng còn hơn là giao tiếp với nhà buôn(giao du với người tin được, chớ chơi với

người không tin được).
장사지내다 tổ chức lễ tang, mai táng
장사 người khỏe mạnh, (장정) tráng sĩ.
장사치 người bán rong
장사진(길게 늘어섬) một vệt dài, ~을 치다 tạo thành ~.
장삼 áo cà sa
장서 bộ sưu tập sách, ~가 người sưu tập sách
장석(화강암의 주성분)tràng thạch.
장성(만리장성)vạn lý trường thành
장성하다 lớn lên, trưởng thành.
장성기(장년에 해당하는 나이) tuổi trưởng thành.
장생 trường sinh, ~불사 ~ bất tử, ~의 비결 bí quyết ~
장소 nơi, chỗ, trường, vị trí, địa điểm, sở, 약속~ chỗ hẹn, 만난~ chỗ gặp, ~가 좋다 vị trí tốt, ~를 예약하다 xí chỗ. 경마장 trường đua ngựa, ~를 차지하다 choán lấy, ~를 바꾸다 dời(đổi) chỗ.
장손(맏손자) cháu trưởng, cháu đích tôn, trưởng tôn.
장송 cây thông cao
장송곡 khúc đám tang
장수(장사)nhà buôn bán, người buôn bán, 행상인 người bán rong
장수하다 sống lâu, trường thọ(sinh), hưởng thọ, trường mệnh, (100 세)trăm tuổi, 장수약 thuốc trường sinh
장수(종이 수) số trang, số tờ
장수(장군) ông tướng
장승 cột gỗ cao
장시간 nhiều giờ, thời gian dài
장시세 giá thị trường
장시일 lâu đời, nhiều năm

장식 trang trí, trang sức, tua, ~품 đồ trang sức, mĩ phẩm, ~용 방울술 ngù, ~된 자동차 cỗ xe, 방을 꽃으로~하다 trang trí phòng bằng hoa, ~물 vật ~, 실내~ nội thất, 무대~ sân khấu, ~용 나무 cây cảnh. 장식끈 thao.
장식가(인테리어)người chuyên nghề.
장식장 tủ ly, tủ phe
장식차 xe hoa.
장식핀 trâm.
장신 vóc cao lớn
장신구 đồ trang điểm cá nhân, đồ trang trí(sức).
장악하다 nắm vững, nắm bắt, nắm giữ, chiếm lấy, 정권을~ nắm chính quyền
장안(수도)thành phố thủ đô
장애 tàn tật, thương tật, trở ngại, cắc cớ, chướng ngại, cản đường, ~자 người ~, 무역의~trở ngại mậu dịch, 많은 ~ 에 직면하다 gặp nhiều điều trở ngại, 진보의~ trở ngại của tiến bộ, ~가 되다 trở thành trở ngại, quan ngại, 장애물 trắc trở, trở lực, vướng mắc, chướng ngại vật, cản trở. 내부적 인 장애요소 những vướng mắc trong nội bộ. 장애인 kẻ ~.
장애가 되다 trắc trở.
장애물을 만나다 va vấp.
장애물에 직면하다 gặp trở lực.
장애물을 제거하다 tháo gỡ.
장애물경기 cuộc chạy đua có chướng ngại.
장어 con lươn, con cá chình
장엄한 trang nghiêm, nguy nga, uy nghi, hùng vĩ, ~궁전 cung điện

nguy nga. 장엄하고 세련된 trang nhã, 장엄하고 아름다운 nghiêm lệ. ~모습 bộ oai.
장염 viêm(sưng) ruột
장원급제 trạng nguyên, ~하다 được ~.
장원합격자 quốc trạng.
장유 già và trẻ
장음 âm dài
장의(장례) lễ tang, ~사 người dịch vụ ~, ~차 xe tang, linh xa.
장이 người chuyên nghiệp, 관상~ thầy bói
장인 cha vợ, bố vợ, ông nhạc(gia), 장모 mẹ vợ, bà nhạc. sui gia.
장인(기능자) thợ thủ công
장자(맏아들) con cả, trưởng tử, đích tôn,(북), con thứ hai(남), trưởng nam, (윗사람)trưởng giả. ~권 quyền con trưởng.
장자와 차자 con so con rạ.
장자(백만장자)nhà triệu phú
장작 củi, que đóm, ~을 패다 chẻ củi, ~더미 đống củi.
장전하다 lên(nạp) đạn, nạp vào súng
장점 ưu điểm, sở(đặc) trường, ~과 단점 ưu và nhược điểm, 용기와 인내가 그의~이다 dũng khí và kiên nhẫn là ưu điểm của anh ta, ~을 발휘하다 phát huy ~.
장정 người lớn, tráng đinh, tráng sĩ.
장정(먼길)trường chinh.
장조(음악) điệu trưởng
장족의 진보 tiến bộ đáng chú ý
장졸 sĩ quan và binh lính
장중한 long trọng, trang trọng(nghiêm).
장중에(손안에) trong tay
장지 ngón tay giữa

장차 trong tương lai, tự hậu.
장창(긴창) cây giáo
장총 cây súng trường
장출혈 ruột xuất huyết.
장치 thiết bị, trang bị(trí), 냉방~ ~ làm lạnh, 무전~ ~ không dây, 전기~ ~ điện, 방화~ ~ phòng hỏa
장침(시계)cây kim dài, kim chỉ phút
장쾌하다 hết sức hài lòng, sảng khoái.
장탄식 tiếng thở dài
장터 nơi chợ
장티푸스 ban cua, bệnh sốt thương hàn, đậu lào. ~성 열 thương hàn.
장파 sóng dài
장판지 giấy dầu
장편 tác phẩm dài, trường thiên, ~소설 tiểu thuyết dài, truyện dài,(반)단편 소설 tiểu thuyết ngắn, truyện ngắn, 중편소설 truyện vừa.
장하다 vĩ đại, nguy nga.
장학 học bổng, ~금 tiền ~, ~생 học sinh được nhận ~, ~관 huấn đạo, ~사 thanh tra học đường, kiểm học, ~기금 qũy ~
장화 giày bốt(ống), giày cao cổ, ủng.
장황하다 dài dòng, chán ngắt, lòng dòng, 장황한 이야기 câu chuyện lòng dòng, 장황하게 말하다 lải nhải. quai mồm. lằng nhằng. 장황하게 늘어놓다(성어)tràng giang đại hải. 장황한 말 lời nói rông rài.
장황하게 lai nhai.
잦다 thường xuyên, nhiều, liên tục, hay xảy ra. 잦은 thường có.
잦혀놓다(뒤집다)lộn ngược, đảo lộn
쟈스민 hoa nhài(lài)
재 tro, tàn, ~가되다 thành tro, 타서 재가 되다 cháy ra tro, 재를 긁어 모

으다 cào tro ra, 담뱃~ tàn thuốc lá, 재를 뒤집어 쓰다 đội tro.
재(고개) đèo, ~를 넘다 qua ~.
(속) 재는 넘을수록 높고, 내는 건널수록 깊다(일은 갈수록 더 어려워진다) Đèo càng trải qua càng cao, suối càng vượt càng sâu(công việc ngày càng trở nên khó khăn hơn).
재(재난)thiên tai, tai họa
재(불공)cúng tế, cúng giỗ.
재(다시)lại, tái. lần nữa, ~출발 lại xuất phát
재가(재혼) tái hôn, tái giá, (집에서) tại gia. (허가함)phê chuẩn
째깍째깍(소리) lách cách liên tục, tanh tách.
재간하다 tái bản, phát hành lại
재간 tài cán, (재주)tài năng, năng lực, 말~ có tài ăn nói, ~을 자랑하다 khoe khoang ~.
재갈 hàm thiếc ngựa, ~을 물리다 bịt miệng. đóng cương, chặn họng.
재감하다 ở tù, 재감자(재소자)tù nhân
재감염 tái nhiễm
재강(다시 강의함)tái giảng.
재개하다 mở lại, 교섭을~ tái giao thiệp.
재건 xây dựng lại, tái thiết(lập), 조국을~하다 xây dựng lại đất nước
재검사 thi lại, kiểm tra lại
재검토 tái kiểm thảo, đánh giá lại
재결하다 giải quyết, phân xử
재결합하다 tái hợp. 재결합한 부부 cảnh vợ chồng ~.
재경기 trận đấu lại, ~를 하다 đánh gỡ.
재계 giới tài phiệt, 경제계 giới kinh tế
재계(마음을 깨끗이 함)làm sạch, trai giới, lễ rửa tội, 목욕 ~ rửa tội, ~를 위한 재단 trai đàn.
재고 tồn kho, ~량 lượng ~, ~품 hàng ~, hàng hóa trong kho, ~조사 kiểm kê(thảo).
재고찰하다 xét lại.
재고하다 xét lại, nghĩ lại
재교부 cấp lại, phát hành lại
재교육 tái giáo dục, chỉnh huấn, 직업~ ~ nghề, ~장 trại giáo hóa.
재구속 tạm giam
재군비 vũ trang lại
재귀하다 trở lại, trở về, 재귀대명사 đại danh từ phản thân
재기발랄하다 rất thông minh tài giỏi
재기하다 hồi phục, bình phục, 재기불능이다 không ~ được
재난 nạn, tai nạn, tai họa, tai biến, (참사)thiên tai, ~ 을 만나다 gặp(ngộ) nạn, ~을 당하다 bị ~, lâm nạn, 갑작스런~ tai bay vạ gió, ~에서 구하다 cứu nạn. ~을 일으키다 tác họa, gây vạ, ~의 연속(속어)gió táp mưa sa. ~을 입은 사람 những người bị tai nạn.
재난에 연루되다 vạ lây.
재난 사건이 많은 사람을 죽게했다 vụ tai nạn làm nhiều người thiệt mạng.
재능 tài(kỹ) năng, năng khiếu, thiên tài, ~이 있다 có tài(thiên tài), tài tú, ~을 믿다 cậy tài, ~을 발휘하다 trổ tài, ~이 뛰어난 tài tình. 수학에~ 이 있다 có thiên tài về toán học, ~ 이 풍부한 tài ba, tài hoa(tình). ~ 이 있는 사람 người có tài, ~을 겨루다 đua tài. ~ 을 썩히다 để tài mai một. ~을 나타내다 ra tài. ~과

덕행 tài đức. ~과 용모 tài mạo. ~을 숨기다 yểm tài. (천부적)thiên tư.
재능없는 vô tài.
재능있는 소년과 아름다운 소녀 trai tài gái sắc.
재능,덕있는 사람앞에 붙이는 말 trang, 남자다운 자 trang nam nhi, 호걸 trang hào kiệt.
재다 đo, (측정) đong, 자로~ ~bằng thước, 키를~ ~chiều cao, 체온을~ ~ nhiệt độ cơ thể, 탄환을~ nạp đạn vào súng, (으시대다)tự kiêu, (쌓다) chồng lên.
재보다 đo xem.
재는 기준 thước đo, 노동능률은 사회 생산능력의 발전정도를 ~ 이다 năng suất lao động là ~ trình độ phát triển của lực lượng sản xuất xã hội.
째다(찢다)xé nát, cắt ra, tách ra
재단 cắt vải, cắt áo(may), ~기 máy cắt, ~사 thợ may, ~반 bộ phận cắt, ~업 nghề ~. ~용 줄자 thước dây.
재단 nghiệp đoàn, 금융~ nghiệp đoàn tiền tệ.
재담하다 bình phẩm khôi hài
재덕 tài đức, ~을 겸비하다 ~ song toàn
재떨이 gạt tàn, đồ đựng tàn thuốc.
(속) 재떨이와 부자는 모일수록 더럽다 (재산이 많을수록 더 인색하다) Cái gạt tàn cũng như người giàu, càng nhiều càng bẩn(càng nhiều của càng keo bẩn).
재두루미 con sếu gáy trắng
재래의 thường thường, thường dùng, 재래식 loại thường, 재래종 loại gốc
재량 giải quyết khôn khéo, suy xét kỹ, ~으로 theo cách ~
재력 khả năng tài chính, tài lực, ~있는 사람 người có ~
재롱을 부리다 hành động khôn ngoan
재료 vật liệu(chất), nguyên liệu, ~를 제공하다 cung cấp ~, 건축~ ~ xây dựng
재류하다 trú tại, ở tại
재림 tái lâm, trở lại, 그리스도의~ ~ của Chúa Jesu Christ
제모(규정된) mũ mão.
재목(목재) gỗ, gỗ xây dựng
제목 tựa đề, đề tài
재무 tài chính(vụ), ~감사 kiểm tra ~, ~장교 sĩ quan ~, ~보고서 báo cáo ~, ~부 bộ ~, ~부 장관 bộ trưởng ~.
재무장 vũ trang lại, tái vũ trang.
재물 tài sản, của cải, vật dụng, 남의~ ~ người khác, ~을 강탈하다 lột của. ~을 잃은 것이 목숨을 잃은 것 보다 낫다 tán tài hơn tán mạng.
재물을 감춘곳을 조사하다 tra của.
재물욕심이 많은 자는 재물 때문에 죽는다 tham phu tuẫn tài.
재미 thú vị, kỳ thú, hay, ~있다 hay thú vị(반)재미없다 không hay, dở, không thú vị, ~있는 이야기 câu chuyện thú vị(lý thú), ~있는 것들 nhiều điều thích thú.
(속) 재미나는 골짜기에 범 난다 (즐거움이 계속되는 곳에는 나쁜 일이 일어난다)Thung lũng mà vui thì hổ tới(nơi nào mà vui chơi cứ tiếp diễn thì sẽ có việc xấu xảy ra).
재미로 피우다 chỉ hút chơi.
재미있는 thú vị, (우스운) buồn cười.

(반)재미없는 tẻ nhạt, 재미없는 이야기 câu chuyện tẻ nhạt.
재미있게 보내다 tọa hưởng.
재미있게 속삭이다 hú hí.
재미교포 Hàn kiều ở Mỹ, 재미유학생 du học sinh ở Mỹ
재민(이재민)nạn nhân, ~구호금 tiền trợ cấp ~
재빠르다 nhanh chóng, 재빨리 một cách ~, 재빠른 nhanh nhẹn, láu linh, lanh lẹ. nhanh nhẩu, xăng xái, (언뜻) thóang, 재빠르게(경쾌하게) thoăn thoắt. chóng váng. láu linh. thau tháu, 재빨리 달리다 chạy tọt. 재빠르게 쓰다 viết quàng.
재빨리 꼭 껴안다 ôm chầm.
(명)재빨리 듣고 천천히 말하고 화는 늦추어라 Hãy nghe cho nhanh, nói cho chậm và đừng nóng vội.
재발하다 tái phát, 전쟁이~tái bùng nổ chiến tranh, 병이~ bệnh tái phát, 통증이~ chứng đau tái phát
재발급하다 tái cấp, cấp lại
재발족하다 bắt đầu lại
재발행하다 tái phát hành, tái bản.
재방송하다 phát lại truyền hình
재배하다 trồng trọt, 차 재배지역 khu vực trồng chè, 재배법 cách trồng, 재배인 nhà ~.
재배치 xếp đặt lại, bố trí lại
재벌 tài phiệt, ~가 nhà ~, 재계 giới ~
재범 tái phạm, ~자 người ~.
재보(재물) của cải, (다시 알림)thông báo lại.
재보험 tái bảo hiểm, bảo hiểm lại
재복무 tái nhập ngũ, đăng ký lại
재봉 may mặc, may học vá, ~사 thợ may, ~용 바늘 kim may. ~업 nghề thợ may.
재봉틀 máy may(khâu).
재분배 phân phối lại
재산 tài sản, của cải, tiền của(tài), sản nghiệp, ~을 만들다 cóp nhặt ~, ~가 người có của, tài chủ. ~을 모으다(부 자가 되다) phát tài. ~을 공개하다 công khai ~, ~을 남기다 để lại ~, để của, ~을 몰수하다. tịch thâu. ~을 물려받다 thừa kế ~, ~을 압류하다 tịch thu ~, 개인~ ~ cá nhân(반) 공유~ ~ chung, ~을 탕진하다 hao tài(tiền), 유형~ ~hữu hình(반) 무형~ ~ vô hình, ~이 완전히 없어 지다 của cải sạch trụi, 사유 ~ tài tư hữu, ~을 기부하다 quyên góp
재산처분권 quyền phân xử tài sản
재삼 ba lần, tái tam, ~강조하다 nhấn mạnh tái tam.
제 3 세계 thế giới thứ ba.
재상 tể tướng, thừa tướng. (수상) thủ tướng
재상영 chiếu lại, phát lại, lặp lại
재색(아름다움과 재능)tài sắc, ~을 겸 비하다 ~ song toàn
재생 tái sinh, sống lại, ~고무 cao su tái chế, ~금속 kim loại tái sinh.
재생된 thứ sinh.
재생산 tái sản xuất
재선출하다 tái cử.
재선하다 bầu lại, 재선되다 được ~
재소자 người tù, tù nhân
재송달 sự truyền tiếp
재수없는 rông. 이제 막 신년 벽두인데 벌써 재수가 없다 mới đầu năm đã rông.

재수좋게 may ra. ~복권에 당첨됐다 may ra trúng số.
재수하다 luyện thi lại, ôn thi lại
재수생 học sinh luyện thi lại
재수(운수)vận may, ~가 있다 có may mắn, ~가 없다 không may, ~없는 hãm tài, 재수없는일 điều rủi
재수입하다 nhập khẩu lại, 재수입품 hàng ~
재수출 xuất khẩu lại, ~품 hàng ~
재시합 trận đấu lại
재시험 thi lại, khúc khảo
재심 phúc thẩm, tái thẩm, xử lại, ~을 청구하다 xin xét xử lại, ~법원 tòa phúc thẩm
재심사 thẩm tra lại
재앙(난)tai nạn, ách, tai ương, tai họa, (반)행운 may mắn, ~을 당하다 gặp ~, bị tai nạn.
재연하다 tái diễn, diễn lại
재외 ở nước ngoài, ~동포 đồng bào ~
재우다 ru ngủ, 아이를~ ru trẻ ngủ
재원 có gái có tài
재원(재화의 원천)tài nguyên, 국가~ ~ quốc gia.
재위하다 tại vị, đương chức, trên ngai vàng, 재위중인(왕)tại triều.
재음미하다 xem lại
재인식 nhận thức lại
재일 ở Nhật, ~교포 Hàn kiều ở Nhật
재임 tái nhiệm, phúc chức
재입국 tái nhập cảnh, nhập cảnh lại
재입대하다 tái ngũ(đăng).
재입학 tái nhập học, nhập học lại
재작년 năm trước
재잘거리다 ríu rít, nói líu lo, nói lắp bắp, tao tác, 재잘 재잘 떠들다 lem lém, 재잘대는 lém lỉnh, 재잘대는 아이 thằng bé lém lỉnh
째째하게구는 bỏn xẻn. bóp chắt.
재적(적혀있음) ghi vào sổ, ~수 số người ghi vào.
재전달하다 truyền tiếp(vận).
재전환 thay đổi lại
재정 tài chính, ~적 원조 viện trợ về ~, ~문제 vấn đề ~, ~자금 qũi ~, ~을 운영하다 lý tài, ~난에 처하다 túng thiếu. ~지원 tài trợ. ~적으로 돕다 tư cấp, 재정적으로 곤란을 겪다 chết dở.
재정복하다 khuông phục.
재정비하다 chỉnh đốn
재제(다시만듦) tái sản xuất, làm lại
재조사 điều tra lại, xem xét lại
재주 tài năng, ~가 있다 có tài, ~있는 tài giỏi(nghề), ~사람 người có tài, ~를 부리다 trổ tài, ~와 지혜 tài trí, ~를 자랑하다 phô tài. ~가 부족한 thua tài.
(속) 재주는 곰이 넘고 돈은 되놈이 먹는다(일을 많이 한 사람이 혜택을 못 본다)Tài thì gấu trổ, tiền thì thằng đều xơi(người làm nhiều thì lại không được hưởng). (물총새가 찾으면 백로가 먹는다 : 쿡 mò cò xơi)
(속) 재주를 다 배우니 눈이 어둡다(오랫동안 공드려 배운 것이 허사가 되다) Học hết tài, mắt bị mờ (công học công làm trong nhiều năm trở thành công cốc).
재주가 뛰어난 tuấn.
재주가 좋은 điệu nghệ.
재주와 미모를 갖춘 tài sắc vẹn toàn.
재주넘다 nhảy lộn nhào, nhào lộn
재주문하다 đặt hàng lại, đặt mua lại

재줏군 người có tài
재즈(음악)nhạc jazz
째지는(떨리는) the thé. ~소리를 내다 kêu ~.
재직하다 tại chức, tại vị, đương chức, 재직기간 thời gian ~
재질 năng khiếu
재차 lần nữa, (한번더)một lần nữa, ~시도하다 thử lại lần nữa, ~ 세우다 lập lại.
재채기 hắt xì, hắt hơi, nhảy mũi.
재천 do trời, 인명은~이다 sống chết ~
재청하다 yêu cầu lại lần nữa
재촉하다 thúc giục, giục, thúc bách, thôi thúc, lối hối. 재촉하여 조사시 키다 thôi tra. (속어)계속해서 ~ giục như giục tà.
재출발하다 bắt đầu lại
재취하다 tái hôn, tái giá
재치 dí dỏm, khôn khéo, cấp trí, thông minh, ~가 있는 có ~, kheo khéo, cơ(lanh) trí. hóm hỉnh. ~있게 láu cá. ~가 빠른 mau trí. ~가 phong phú xiên xẹo.
재침하다 xâm nhập lại
재크나이프 con dao xếp
재탕(다시달임)hâm lại, xào nấu lại
재투표 bầu cử lại, bỏ phiếu lại
재판(재출간) in lại, tái in, tục bản.
재판 tài phán, 민사~ ~ dân sự, xét xử, 공정한~xét xử phạt công bằng, ~을 열다 mở phiên tòa xét xử, 당 đường, ~일 ngày xử án, ~관(장) quan tòa, thẩm phán, quan(chánh) án, ~이 판결에 들어 갔다 tòa vào để nghị án. 재판권 thẩm quyền.
재판에 소송하다 ra tòa.

재판(소송)에서 지다 thua kiện.
재판소 tòa án, tụng đình, ~에 출두하다 hầu tòa.
재판소장 trưởng tòa.
재판권이 없는 vô thẩm quyền.
재편성 tổ chức lại, cải tổ lại
재평가 đánh giá lại, bình giá.
재하자(아랫 사람) kẻ dưới.
(속) 재하자는 유구 무언(아랫 사람은 윗사람에게 말하기 어렵다) Kẻ dưới có miệng không lời(người bề dưới khó nói lại người bề trên).
재학하다 đang đi học, 재학중이다 còn ~
재할인하다 giảm giá lại, hạ giá lại, chiết khấu lại, 재할인율 tỷ lệ ~
재합성 tổng hợp lại
재해(재난)tai nạn, tai hại, tai họa, ~를 입다 bị nạn, gặp ~, ~ 보험 bảo hiểm ~, ~가 발생하다 giáng họa.
재향군인 cựu chiến binh, lính hồi hưu, ~회 hội ~
재현하다 lại xuất hiện, tái hiện, hiện ra lần nữa
재혼 tái hôn, trùng(tục) hôn, tái(cải) giá, ~자 người ~
재혼하다(시키다)tục hôn(huyền).
재혼한 부인 vợ kế.
재혼합물 phức dụng.
재화(상품)hàng hóa, (재산)tài sản. (재난) tai họa.
재확인 xác nhận lại
재활 운동(치료체육)thể dục chữa bệnh.
재활의학 vật lý trị liệu, ~과 khoa vật lý trị liệu
재회 tái ngộ
재흥 phục hưng, khôi phục, phục hồi,

민족문화의 ~ phục hồi văn hóa quốc gia.
짹깍짹깍(의성어) tanh tách. 시계가 ~하고 간다 đồng hồ chạy ~.
짹짹거리다 líu ríu, líu lo
잰체하다 lên mặt.
잼 mứt, 딸기~~dâu, ~단지 hũ mứt.
잼버리 Jambo ree, đại hội hướng đạo
잽(권투) cái thọc mạnh
잽싸다(재빠른)lanh lẹ, nhanh nhẹn.
잽싸게 chảo, ~ 도둑질하다 ăn cắp như chảo.
잿더미 mớ tro tàn
잿밥 cơm cúng phật
잿빛 màu tro, màu xám tro. ~이 되다 xìu.
쟁 tiếng kêu leng keng
쟁그랑 소리 xóc xách, 쟁그랑 하고 부딪치다 chạm ~.
쟁그렁 깨지다 vỡ rổn rảng.
쟁기 cái cày, ~질 luống cày, ~질하다 cày đảo, ~와 써래 cày bừa. ~의 날 diệp cày.
(속) 쟁기질 못하는 농부가 소 탓한다 (자기의 결점은 모르고 다른 사람 탓한다) Ông nông dân cày ruộng không được lại đổ lỗi tại vì bò(đổ lỗi cho người khác mà không nhìn nhận khuyết điểm của mình).
쟁론 cuộc bàn cãi, tranh luận
쟁반 mâm, khay, 은~ mâm bạc, 차 ~ mâm trà.
(속) 쟁반이 광주리같이 길고 깊다고 우긴다(자신의 잘못이 명백한 사실인데도 여전히 인정하지 않는다) Khăng khăng rằng cái khay dài và sâu như cái thúng (sự thật rành rành là mình sai nhưng vẫn

bảo thủ không nhận).
쟁의(분쟁) tranh chấp, ~를 조정하다 giải quyết ~, ~를 일으키다 gây ~, 노동~ ~ lao động
쟁이다(쌓다)chồng lên, chất lên
쟁쟁한 sáng chói, chói lòa, (뛰어나다)nổi bật, nổi tiếng, ~인물 nhân vật nổi bật
쨍쨍한(햇빛) chang chang, 햇빛이 쨍쨍 비춰다 ánh thái dương chiếu xuống ~.
쟁점 điểm tranh cãi, vấn đề tranh chấp
쟁취하다 giành, giành giật, tranh thủ.
쟁탈하다 tranh giành(đoạt),(반)양보하다 nhượng bộ, 권리를 ~ ~ quyền lợi, 쟁탈전 cuộc ~
쟁투 phấn đấu, đấu tranh
쟁패전 cuộc đấu tranh vô địch
저(나) tôi, (자기)bản thân, chính tôi, 저희들 chúng tôi, chúng ta, 제 의견으로는 theo ý kiến tôi
저(피리)ống sáo, cây sáo
저 kia, ~사람 người kia, 저것 cái đó, 저 건너편에 kia kìa. 저기에 kia.
저 này, 저 김선생님 này! ông kim
저(젓가락) đũa, 숟가락 muỗng(남), thìa(북).
저가(낮은가격)giá hạ.
저개발국(후진국)nước chậm phát triển.
저것 cái kia, 이것 저것 cái này cái kia
저격 bắn, ~을 당하다 bị bắn, ~병 người ~
저고리 áo choàng, áo truyền thống Hàn-Quốc
저공 độ thấp, ~으로 비행하다 bay thấp, ~폭격 oanh tạc ~
저금 tiết kiệm, gửi tiền, (출금)rút tiền,

~통 heo bỏ ống, ống tiền, hũ tiết kiệm, ~통장 số ~
저금리 lãi xuất thấp
저급 hạ cấp, thô tục, hèn kém, ~한 영화 phim thô tục, ~품 hàng thứ phẩm
저기 đằng kia, chỗ kia, (거기) đấy, 거기 누구세요? Ai đấy?. ~에 ở ~, tại đó, 여기 저기 ở đây đó
저기압 áp thấp, triền phong, ~의 중심 trung tâm ~, ~ 지대 khu vực ~, 열대~ ~ nhiệt đới
저널리즘(신문 잡지업) nghề viết báo.
저녁 buổi chiều(tối), 오늘 저녁 chiều nay, 어제~ chiều hôm qua, 내일~ ~ mai, ~에 초대하다 mời ăn tối, ~ 때 vào ~, 저녁놀 ráng chiều. 아침놀 ráng sáng. ~이 되어 đến lúc trời tối. ~시장 chợ chiều. ~ 내내 suốt buổi tối. suốt đêm.
저녁풍경 văn cảnh.
저녁이 되다 đến tối.
(속) 저녁 굶은 시어미 꼴 같다(매우 화난 사람을 암시) Giống như mụ gia(mẹ chồng) nhịn cơm tối, (ám chỉ người đang rất giận dữ)
저녁 9시에 lúc 9 giờ tối.
저녁풍경 văn cảnh.
저녁밥(식사)bữa tối, cơm tối, món ăn tối, ~을 먹다 ăn ~
저놈 gã kia, 급살맞을 저놈 tên chết tiệt đó
저능 kém, khờ dại, ~아 đứa yếu kém
저다지 đến thế, như vậy
저당(잡히다)cầm đồ, cầm cố, gán, đợ, để áp, 집을~하다 cầm nhà, 토지를~하다 cầm đất, 집을~하고 대부하다 cầm nhà vay tiền, 집을~잡히다 thế chấp nhà, ~물 vật thế chấp, vật cầm đồ

저대로(그대로) y như vậy, y như cũ, ~ 두다 để ~
저돌적인(성난) liều lĩnh, táo bạo.
저들 họ, những người đó
저러하다 như thế đó, như vậy đó
저런 như vậy, ~사람 người ~, ~놈은 성공할수 없다 như thằng đó thì không thành công được đâu
저런! (감탄사) trời ơi, ôi trời ơi !
저런 바보 같은! rõ khéo!
저력 tiềm lực, nghị lực, ~이 있다 có đủ ~
저렴하다 rẻ, rẻ tiền
저리가! Cút đi !, đi chỗ khác !
저리(싼이자) lãi thấp, ~로 대부하다 cho vay ~
저리다(쑤시다)đau nhức, tê, bại, 다리가~~ chân, tê chân
저마다 mỗi người, ai ai, ~ 제가 옳다고 한다 ai ai cũng tự cho mình là đúng
저만큼 như thế đó, như vậy đó
(속) 저 먹자니 싫고 개 주자니 아깝다 (본성이 매우 인색함을 암시) Mình ăn thì không thích, cho chó thì tiếc(ám chỉ bản tính rất keo kiệt).
저명한 nổi tiếng, nổi danh, cao cả, trứ danh, ~ 작가 nhà văn trứ danh, ~ 인사 người có danh tiếng, tiên chỉ.
저물가 hạ vật giá, ~정책 chính sách ~
저물다 trở nên tối, (기울다) tàn, ngày tàn, 날이 저물기 전에 trước khi trời tối(반)날이 저문 후에 sau khi trời tối
저물때에(저녁때) đến tối.

저물매 đến tối.
저미다(찧다)bằm, thái, lạng, (고기를) bằm thịt, lạng thịt ra
저버리다 quay lưng lại, bỏ rơi, ruồng bỏ, từ bỏ, 약속을~ từ bỏ lời hứa, 처자를~ ruồng bỏ vợ con.
...의 믿음을 저버리다 từ bỏ đức tin.
저벅저벅 bước mạnh, ~걷다 đi ~
저번(지난번)lần trước, lần cuối, trước đây
저변(기초) cơ sở, nền móng
저서(작품) tác phẩm.
(속) 저 살 구멍만 찾는다(다른 사람은 상관하지 않고 자신만 걱정한다) Tìm lỗ sống cho mình(mình chỉ lo cho mình, bất chấp người khác).
저성능 폭약 thuốc nổ chậm.
저속한 tục tĩu, bẩn thỉu, thô tục, ~영화 phim dơ tục, ~ 취미 sở thích bẩn thỉu, ~ 인간 tục tử. ~ 신문 lá cải.
저속도 tốc độ chậm, 저속 기어 số nhỏ
저수지 hồ chứa nước,, 저수량 lượng chứa nước
저수위 mực nước thấp
저술 viết văn, sáng tác, trước tác, trứ thuật, ~가 tác giả, 저작권 quyền trước tác.
저습지 nơi ẩm thấp
저승 thế giới bên kia, (음부) âm phủ, (구천)chín suối. ~으로 가다 qua đời, chết.
(속) 저승길과 변소 길은 대신 못 간다 (자신의 일은 반드시 자신이 끝내야 한다) Chết và đi vệ sinh không ai thay được(việc của mình thì phải tự mình hoàn tất lấy).
(속) 저승길이 대문 밖이라(생사문제는 내가 결정할 수 없다) Đường

chết ở ngoài cổng nhà(chuyện sống chết không thể do mình định đoạt).
저압 điện thế thấp, ~선 dây ~, dây nguội, (반)고압선 dây nóng, dây cao thế, ~전류 dòng ~
저액 số lượng nhỏ, ~소득자 người thu nhập thấp
저널리스트(기자)phóng viên, ký giả, nhà báo
저널리즘 nghiệp viết báo, nghề làm báo
저어하다 e ngại, lo ngại
저열한 đê tiện, thô tục, ~사람 người ~
저온 nhiệt độ thấp(반)고온 nhiệt độ cao, ~소독 khử trùng nhiệt độ thấp
저울 cái cân, ~에 달다 cân trên cân, ~대 cán cân, ~접시 dĩa cân.
저육 thịt heo
저율 tỷ lệ thấp, ~이자 lãi xuất thấp
저음 giọng(nam) trầm, ~ 가수 ca sĩ ~
저의 mục đích chính, ý chí chính, thâm ý, động cơ chính
저 이 anh ấy, cô ấy, người đó, ~들 họ
저인망(예인망) lưới vét, lưới kéo, ~어 업 lưới đánh cá
저임금 lương thấp, tiền công thấp, ~정책 chế độ lương thấp
저자 tác giả, nhà văn, từ sĩ, trứ giả, trước giả. người viết văn.
저자(시장)chợ, thị trường, chợ phiên
저자세를 취하다 làm ra vẻ thấp kém
저작 viết, chế tác, sáng(trứ) tác, trước tác, ~가 nhà văn, tác giả, ~권 tác(bản) quyền, quyền tác giả, trứ tác quyền, ~권을 소유하다 sở hữu quyền sáng tác, ~권을 침해하다

xâm hại bản quyền.

저 잘난 맛에 산다 sống do thấy mình hơn người khác.

저장 chất kho, dự trữ, chứa chất, (축적) tích trữ, ~고 nhà kho, 저장소 vựa, ~물 hàng hóa trong kho, hàng bỏ vào kho, ~ 탱크 thùng để dành

저장실 hầm.

저절로 tự động, tự nó, tự ý, 촛불이~꺼지다 cây nến ~ tắt, 문이~열린다 cửa tự mở ra

저조(침체)trầm trệ, ~한 trì độn

저쪽에 kia, đằng kia, phía kia

저주하다 chửi rủa, nguyền rủa, chúc dữ, rủa sả, 저주받은 bị ~, 저주받은 자 kẻ bị rủa.

저주파 tần số thấp(반)고주파 tần số cao

저지하다 ngăn chặn, ngăn cản, cản trở, kiềm chế, trở chỉ.

저지대 vùng đất thấp

저지르다 phạm sai lầm, mắc lỗi

저질의 tồi tệ, 저질스러운 말을 하다 nói tục. 좋지 않은 풍속 phòng tục ~.

저처럼 như thế, như vậy

저촉(부딪침)xung đột, va chạm, mâu thuẫn, 규칙에~되다 trái với quy định

저축 tiết kiệm, để dành, tích súc, dồn lại, dành tiền, ~운동 vận động ~, ~예금 tiền ~, ~할 엄두를 내지 못하는 상황 vào lỗ hà ra lỗ hổng.

저축하며 검소하게 살다 ăn tiêu chắt lót.

저축(절룩)거리다 đi cà nhắc, khập khiễng

저탄소(장) kho than, vựa than.

저택 dinh thự, lâu đài, ngôi nhà, 훌륭한~ dinh thự nguy nga, 거대한~ ngôi nhà đồ sộ

저편 đằng kia, phía kia

저하 giảm bớt, suy tàn, sút kém, 생산을~시키다 giảm sản xuất, 정신력이 저하하다 tinh thần sút kém.

저학년 lớp thấp hơn

저항 chống, chống đỡ(cự), chống chọi. đề kháng, chống đối, chống báng, cưỡng lại, 공격에~하다 ~ tấn công, ~할 수 없다 không chống đỡ nổi, ~노선 kháng tuyến, ~력 sức~(đề kháng), ứng lực, 전기~ điện trở, 전기저항력 điện trở suất, 전기~계 máy đo điện trở

저항명령 phản lịnh.

저항없는 vô đề kháng.

저해(방해)ngăn trở, trở ngại. 발달을~하다 ~ phát triển

저혈압 huyết áp thấp(반)고혈압 huyết áp cao

저희들 chúng tôi, chúng cháu.

적 địch, giặc, kẻ thù,(반) 친구 bạn, 평화의~ kẻ thù của hòa bình, 적군 quân thù, quân địch, ~과 싸우다 đánh nhau với ~, ~의 진지를 소탕하다 san bằng đồn địch. 아무를~으로 삼다 coi ai là kẻ thù, ~을 유인하다 dụ địch. ~ 을 죽이다 sát địch. ~ 의 구역 địch khu. 적의 상황 địch tình. 적의 후방 địch hậu. ~을 정치적 무력으로 제압하다 hai chân ba mũi. 적 후방기지를 습격하다 hậu tập. 적과 항전하다 kháng cự địch. 적의 수중에 들어가다 sa vào tay quân địch. 적은

많은 희생자를 냈다 ~ bị thiệt hại nặng.
적과 대면하다 ứng địch.
적(때) từng, đã từng, khi, nếu cần~에 khi cần
  그이를 만난적이 없다 chưa ~ gặp anh ta
적갈색 màu nâu đỏ
적개심 lòng căm thù, chí căm thù, tâm trạng thù hận, ~을 야기하다 gây thù. ~을 갖다 hận thù.
적격 đủ tư cách, đủ năng lực, ~자 người đủ khả năng
적국 địch quốc, nhà nước địch.
적국 상황 tình hình địch quân.
적군 quân địch, quân thù. ~앞에서도 떨지 않다 không run trước kẻ thù.
적군을 포위하다 vây bọc quân địch.
적군의 상황 tình hình địch quân.
적극적인 tích cực, sốt sắng, năng nổ, (반)소극적인 tiêu cực, ~ 사람 người có tính ~, ~ 태도 thái độ ~, ~ 전도인 tông đồ, 적극적으로 nức lòng, 적극적으로--- 하다 hăng say.
적금 tiền tiết kiệm, ~을 하다 gửi ~, ~을 찾다 rút ~, ~통장 sổ tiết kiệm, 은행통장 sổ ngân hàng.
적기(시기)đúng lúc, phải lúc, hợp thời
적기(붉은기) cờ đỏ
적기(적의 비행기) máy bay địch.
적나라한(벌거벗은)trần truồng, (솔직한)thật thà, ngay thẳng, 적나라하게 ngay thẳng
적다 nhỏ, ít, 적은 수입 thu nhập ít, 적지않은 손해 tổn thất không nhỏ, 적어도 ít nhất là, 그는 말이 적다 anh ta ít nói, 가망이~ khả năng là ít, 적게 벌고 과소비하다 bóc ngắn cắn dài.
(속) 적게 먹고 가는 똥 눈다(모든 일은 한도가 있고 욕심을 부려서는 안된다) Ăn ít, đi ngoài phân nhỏ (không nên tham lam, mọi việc đều phải có chừng mực)
(속) 적게 먹으면 약주요 많이 먹으면 망주라(무슨 일이나 한도가 있고 과하면 나빠진다) Ăn ít là thuốc, ăn nhiều là bệnh(việc gì cũng có hạn độ của nó, nhiều quá hóa dở)
적다(쓰다)viết, 영어로~ ~ bằng tiếng Anh
적당한 thích đáng, thích hợp, nhàng nhàng, đắc nghi, tiết độ. 적당히 một cách ~, ~직업 nghề phù hợp, ~가격 giá phù hợp, ~때에 vào lúc phù hợp, ~ 처치 xử trí thích nghi. ~방법 biện pháp thích đáng.
적당히(성어) một vừa hai phải, ~ 하다 (일) làm tắc trách.
적당히 기운 hơi xiên, xiên xiên.
적당히 먹고 마시다 ăn uống có tiết độ.
적대 đối kháng, thù địch, địch thù, ~국 nước địch thù, ~행위 hành động thù địch
적대시하다 căm thù, thù hằn, xem như kẻ thù
적대적 hành vi thù nghịch.
적도 xích đạo, ~지방 xích đới, ~를 횡단하다 vượt qua ~
적량 liều lượng thích hợp, ~으로 xắp. 수위가 ~으로 올라온다 nước lên xắp xắp.
적령 đúng tuổi, tuổi thích hợp, 결혼~기 tuổi kết hôn, 징병적령기 tuổi nghĩa vụ, tuổi tòng quân, ~기 여

인 thời nữ
적리(의학)kiết lỵ.
적립하다 tích lũy, để dành, bổ bán, hàng tháng ~ để dành 5000 won mỗi tháng, 적립금 tiền dành dụm
적막한 tĩnh mạc, tĩnh mịch, heo hút, thanh(quạnh) vắng, 적막감 cảm giác ~, ~ 광경 cảnh hoang vắng. ~ 선착장 bến đò quạnh vắng.
적모(친모) người mẹ hợp pháp, mẹ đẻ, mẹ ruột
적반하장(잘못한 사람이 오히려 잘한 사람을 나무람) vừa ăn cướp vừa la làng
적발하다 vạch trần, phát hiện, phơi bày, 부정사실을 ~ vạch trần vụ bê bối, 적발되다 bị phát hiện
적법한 hợp(thích) pháp, đúng luật
적병 quân địch, địch binh.
적부 thích đáng, thích hợp, 인물의~ người ~
적분(수학)đại lượng vô cùng lớn. tích phân. ~ 학 tính tích phân.
적색 màu đỏ, ~리트머스 시험지 giấy quỳ đỏ,
적색분자(공산주의자) người theo cộng sản, người cách mạng
적선하다 thí tài.
적선(적의 배) tàu địch
적선지대(사창가)chốn lầu xanh, xóm nhà thổ
적설(쌓인 눈) đống tuyết
적성 tư cách. (알맞음) năng khiếu, năng lực, khả năng, ~검사 kiểm tra ~, 직업~ năng lực nghề nghiệp
적성국가 quốc gia thù địch
적세(적의 세력)sức mạnh của kẻ thù

적소 nơi chính đáng, 적재~ người ở chính đáng
적송(소나무)cây thông
적송하다(실어 보냄)chuyển chở
적쇠(석쇠) cái vỉ
적수 địch thủ, đối thủ, 나는 그의~가 못된다 tôi không thể là ~của anh ấy
적수(빈손)bàn tay trống không, tay không
적수공권 tay không, ~으로 사업을 시작하다 khởi nghiệp với hai tay không
적시에 kịp thời.
적시의 hợp thời, đúng lúc, 적시안타(야구) cú đánh đúng lúc
적시다 ngâm,đẫm nước, bị ẩm ướt, bị ướt. thấm ướt.
적신(알몸) trần truồng.
적신호 tín hiệu đỏ
적십자 chữ thập đỏ, hồng thập tự, ~사(회) hội ~, ~구호반 đoàn cứu hộ ~, ~ 구급차 xe hồng thập tự, ~병원 bệnh viện ~
적어도 ít nhất là, ít lắm(nữa), bỏ rẻ.
적외선(물리)tia hồng ngoại, tia nhiệt, ~사진 ảnh ~
적요 bản toát yếu, bản tóm tắt, bản sơ lược, trích yếu.
적용 áp dụng, vận(thích) dụng, 법의~ áp dụng luật, ~되다 được ~. 중학생들에게 ~ 하다 thích dụng cho trung học sinh. ~할수 있는 thích dụng.
적운(뭉게구름) mây tích, mây tầng
적은 양 số ít.
적은집(첩)thiếp, vợ bé
적응 thích ứng, thích nghi, ~교육 định

hướng, 새 환경에~시키다 ~ với hoàn cảnh mới, ~성 khả năng ~, 기후에~하지 못하다 chưa thích nghi với khí hậu, 정세에 ~하다 ~ với tình thế.
적의(붉은옷) áo đỏ.
적의(적대시함) thù oán, ~를 품다 có lòng ~
적의(적당)하다 thích đáng, thích hợp
적임 phù hợp, xứng đáng, thích hợp, ~자 người thích hợp
적자(결손) thiếu hụt, hao hụt, lỗ vốn, thâm hụt, ~ 예산 ngân sách ~, ~재정 tài chánh ~, ~경영 kinh doanh thâm hụt(반) 흑자경영 kinh doanh lợi nhuận
적자 đứa con hợp pháp, đích tử, (반) 서자 con vợ lẽ.
적장 tướng địch(giặc).
적재 chất hàng, ~량 trọng tải, lượng chở, ~총량 dung tải, ~화물 hàng hóa chở tàu, ~톤수 tải lượng.
쩍쩍 입맛을~다시다 chép môi, nhép môi.
적적하다 đơn độc, cô độc, cô đơn, lẻ loi
적절한 vừa phải, phù hợp, thích hợp, (충분한) tươm tất, ~비교 so sánh ~, ~비평 phê bình ~
적정 tình hình hoạt động của kẻ thù
적정한 hợp lẽ, đúng đắn, ~ 가격 giá cả hợp lý, giá vừa phải, giá phải chăng, 적정량을 초과한 qúa tải, 적정량을 초과한 차 xe chở qúa tải.
적중하다 trúng đích, đích đáng, (명중)bắn trúng(반) 빗나가다 bắn trật

적지 vùng đất địch, vị trí địch, ~에 침입하다 tiến vào đất địch
적지역에서 연락 안내하다 giao liên.
적진 chỗ đóng quân của địch
적출하다(끄집어냄) nhổ ra, lấy ra, trích. trích xuất.
적출(적자) đứa con hợp pháp
적치하다(쌓다) chất đống, chồng lên
적탄 súng đạn của địch, ~에 쓰러지다 hy sinh dưới ~
적토 đất đỏ. 적토마 ngựa hồng. xích thố.
적폐(폐단) tệ hại
적함 tàu chiến của địch
적합하다 thích hợp, ~ với. hạp.
적합한 시기 thời nghi.
적혈구 tế bào hồng cầu, hồng cầu
적확한 chính xác, ~ 숫자 số ~
적화(좌익화) 하다 xích hóa, ~활동 hoạt động ~.
적히다 được ghi chép
전(밭)cánh đồng, nông trường
전(앞) trước, đăng trước, phía trước, kém, 8 시 5 분전 tám giờ kém năm, 일주일 전 một tuần trước, 오래전 ~đây lâu, 내가 오기 전에 ~ khi tôi đến, 전 남편 chồng cũ, 전수상 cựu thủ tướng, ~날밤 đêm ~, 수일 ~ 에 vài ngày ~, 출발~에 ~ khi lên đường
전(음식)món ăn nướng
전(전체)toàn thể, toàn bộ, 전국민 toàn dân, 전국 toàn quốc, 전세계 toàn cầu
전가하다 đổ, đổ thừa, (책임을)đổ lỗi, (죄를) quy tội
전각 lâu đài
전간(간질)chứng động kinh

전갈 bọ cạp
전갈하다(안부를 묻다) hỏi thăm, thông điệp. (말을 전하다) nhắn tin.
전개하다 triển khai, (군대의)dàn quân
전갱이(물고기) cá bạc má. cá nục.
전거(옮기다)dọn nhà, di cư
전격적 chớp nhoáng, 전격전 chiến tranh ~, ~ 공격 đánh ~
전경(전체의모양)toàn cảnh, 공장의 ~ ~ công trường, (가까이 있는 풍경) tiền cảnh, ~사진 bức ảnh ~, 서울~ ~ Seoul, (전방의) tiền cảnh
전곡(곡식)thóc lúa, (음악) toàn khúc
전골(음식)lẩu bò với rau xanh, xương bò hầm
전공 chuyên môn, chuyên khoa, ~ 논문 chuyên khảo, ~이 아닌 không ~. 수학을~하다 chuyên về toán học, ~이 무엇입니까 ~ của anh là gì, ~분야 lĩnh vực ~
전공 chiến công(tích).
전공(기사) thợ điện, kỹ sư điện
전과 거의 동일한 물가 giá hàng xớ xẩn như cũ.
전과 마찬가지로 như cũ.
전과하다 đổi khóa học, chuyển khóa
전과(이전 죄) tiền án(sự), ~자 cựu tù nhân, kẻ tiền án.. ~ 있는 피고 bị cáo có ~. ~기록이 없다 có tư pháp lý lịch tốt. ~가 있는 이력 lý lịch có tỳ vết.
전과(전쟁의) chiến quả, thành qủa chiến tranh.
전관수역 khu vực được quyền câu cá.
전광(번개) tia chớp, điện quang, ~석화와 같이 như ~, nhanh như chớp
전교(전학) chuyển trường

전교 cả trường, toàn trường, ~생 toàn thể học sinh
전구 bóng đèn(điện), ~가 끊어지다 ~bị cháy, 백열~ ~ trắng
전국 toàn quốc, cả nước, ~적으로 유명한 nổi tiếng ~, ~적인 운동 cuộc vận động ~, ~체육대회 đại hội thể dục thể thao ~, ~일주 đi tham quan cả nước. ~적으로 발행하다 tổng phát hành.
전국(전체상황) toàn cục
전군 toàn quân, ~사령관 thống tướng.
전권 toàn quyền, ~을 위임하다 ủy nhiệm ~, ~을 잡다 nắm ~, 특명~대사 đại sứ đặc mệnh ~
전권을 장악하다 chuyên quyền.
전국민 nhân dân cả nước, toàn dân
전극 điện cực, 양극 cực dương(반)음극 cực âm
전근하다 thuyên chuyển
전근대적 trước thời cận đại
전기한(앞에말한)kể trên, nói trên
전기(전학기)khóa trước, học kỳ trước(반)후학기 khóa sau, học kỳ sau
전기시설(건축) xây dựng điện
전기 điện, điện khí, ~를 켜다 bật ~ (반)~를 끄다 tắt ~, ~회로 mạch điện, điện lộ, ~경보기 chuông báo ~, ~공 thợ ~, ~난로 lò ~, ~코드 phích cắm điện, ~발전기 máy phát ~, ~ 모타 điện động cơ, ~쇼크 điện giựt, ~ 분해 điện tích, ~저항 điện trở, ~요금 tiền ~, culon, ~제품 đồ ~, ~회사 công ty điện lực, 수력 ~ thủy ~, ~계량기 đồng hồ đo ~, ~ 용량 điện dung, ~화학 điện hóa học, ~ 심전도 điện tâm

điện đồ, ~ 에너지 điện năng, ~밥솥 nồi cơm ~, ~다리미 bàn ủi ~, ~가 들어왔다 나갔다 하다 ~ lúc lên lúc tụt, ~용 접을 하다 hàn điện, ~톱 máy cưa, ~ 를 가설하다 lắp đèn. ~치료 điện liệu, ~치료요법 điện liệu pháp, ~벨 điện linh, ~공급 cấp điện. ~차단기 ngắt điện. rơle điện tử. ~가 통하는 물질 chất truyền điện. ~의 전도성 tính truyền điện. ~볼트 von.

전기(기이한 이야기)truyền kỳ.
전기저항 điện trở.
전기저항을 측정하는 도구 ohm kế.
전기차단기 rơle điện tử.
전기(일대기)tiểu sử, truyện ký, ~문학 ~ văn học, ~작가 người viết ~
전기(전환점) bước ngoặt
전기하다(기록하다) ghi vào, điền vào
전깃줄(전선) dây điện
전나무 cây linh sam
전날 hôm trước, ~부터 từ ngày trước
전남편 chồng cũ
전납하다 trả trước, (모두납부)trả đầy đủ
전년 năm trước, năm ngóai
전념하다 tập trung vào, chuyên tâm, vùi đầu, miệt mài. toàn tâm toàn ý, 학문에~ miệt mài kinh sử.
전능(만능)toàn năng, ~하신 하나님 Đức Chúa Trời toàn năng, 만능기능인 thợ giỏi ~, ~ 하신 분 Đấng ~. ~왕 vua ~.
전능력 toàn năng lực
전단 truyền đơn, ~을 뿌리다 rải ~
전단(신문의 앞면)nguyên trang, đầy trang
전달하다 truyền đạt, thông báo, ban ra,

명령을~ ~ mệnh lệnh
전담하다 trách nhiệm toàn bộ, chịu trách nhiệm
전답 đồng ruộng, điền thổ.
전당대회 đại hội đảng phái
전당잡히다 bị cầm đồ, thế chấp, 전당포 nhà(tiệm) cầm đồ, nhà vạn bảo.
전당(신불을 모시는 집)đền thờ, điện thờ
전당포 tiện cầm đồ. ~주인 người ~.
전대(메는 자루) bồng, (배낭) ba lô. (돈주머니) lời.
전대하다(다시 꾸어줌) cho thuê lại
전대 thế hệ trước,
전대미문의 chưa từng nghe, vo tiền.
전도(앞길)tiền đồ, triển vọng, ~가 유망한 청년 thanh niên có ~ sáng sủa
전도(선교) tuyên(hành) giáo, truyền(giảng) đạo, ~사 giáo sĩ, người ~, hành giả.
전도(뒤바뀜)lộn ngược, lật ngược, 본말을~하다 làm ngược.
전도되다(뒤집히다) điên đảo.
전도 bản đồ đầy đủ, 서울~ ~ của Seoul, 세계 ~ bản đồ thế giới
전도(열의)dẫn, 열을~하다 ~ nhiệt, ~체 chất ~, ~율 độ dẫn.
전도서(성경) Truyền Đạo.
전동 chuyển động bằng điện, điện động, ~공구 dụng cụ điện, ~차 xe điện, ~력 suất điện động.
전동(전통)ống đựng tên(của cung thủ)
전동기 động cơ điện
전등 bóng(đèn) điện, bật ~ ~ sáng, ~을 달다 treo~, ~을 켜다 mở(bật) ~(반) ~을 끄다 tắt ~, 회중 ~ đèn nháy, ~신호 quang hiệu.

전등갓(가리개)chụp(đĩa) đèn. rua.
전라의(벗은)trần truồng
전라도 tỉnh Chon-La
전락하다 sa ngã, sa sút, sa chân, 창부로~ ~ gái mại dâm
전락한 부녀 yên hoa.
전란 chiến tranh
전람 triển lãm, ~물 hàng~, ~회 cuộc ~, ~회장 phòng ~.
전래 truyền, truyền giao, ~의 theo ~ 통, 부전 자전 cha truyền con nối
전략 chiến lược, ~적 후퇴 rút lui ~, ~을 세우다 xây dựng ~, ~가 nhà ~, ~gia, ~ 무기 vũ khí ~, ~상품 hàng chiến lược, ~ 산업 ngành công nghiệp ~, ~수출 품목 hàng xuất khẩu ~, ~적 정보 tình báo chiến lược. ~점검 thanh tra chiến thuật. ~적 요충지구 trọng trấn.
전략물자 vật chiến lược.
전량 tổng số lượng, toàn lượng
전력(온힘)hết sức, toàn lực, toàn bộ sức lực, ~을 다하다 dùng ~, cố sức, dốc lòng, dốc chí, thi thố, cố công, chạy long tóc gáy. dũng lực, 먹고살려고~을 다하다 chạy vạy, ~을 기울이다 dốc ~ ra, ~을 다하여 일하다 làm việc hết mình.
전력으로 tận tụy. thật lực, 전력을 다하다 làm thật lực.
전력으로 빠져나가다 tông.
전력을 다하여(힘껏) trí lực.
전력 điện, điện lực, ~을 공급하다 cung cấp ~, ~부족 thiếu ~, ~소비 tiêu thụ ~, ~선 (전기선) dây ~, ~소모량 điện lượng.
전력(과거이력)tiểu sử qúa khứ.

전령(보내는 사람)người đưa tin, sứ giả
전례 tiền(thành) lệ, ~없는 chưa có ~, vô tiền, ~가 되다 thành ~, ~가 없다 không có ~,
전례에 따르다 theo gương.
전류 điện lưu, dòng(luồng) điện, 고압 ~ điện cao áp(반) 저압~ điện thấp áp, ~를 바꾸다 đảo điện.
전류의 이동 chuyên tải.
전리품 chiến lợi phẩm
전립선 tuyến tiền liệt, tiền liệt tuyến.
전립선낭(해부)thông nang.
전마(전투용 말) ngựa trận.
전말 trước sau. (상세)chi tiết, mẩu tin, qúa trình, vân vi, ~이 어찌되었는지 알수 없다 không biết đầu đuôi ra sao
전말서(시말서) kiểm điểm.
전망 triển vọng, viễn cảnh, ~이 좋다 ~ tốt, 앞으로의 ~ ~ về sau, 중공업의 ~ ~ của nền công nghiệp nặng.
전망대 bục quan sát, vọng lâu, 전망탑 tháp canh
전매 độc quyền, ~권 quyền ~, ~품 hàng ~
전매특허 giấy phép độc quyền, ~를 얻다 được cấp ~
전매하다 bán lại, 전매권 điền mại.
전면(앞) phía trước, mặt tiền. ~에 ở ~
전면 toàn diện, ~적 개정 thay đổi ~, ~적 통제 khống chế một cách ~, ~ 공격 tấn công ~, ~ 전 chiến tranh ~, ~적 공황 tổng khủng hoảng.
전면적으로 발전하다 phát triển toàn diện.
전멸 hoàn toàn bị diệt vong, tuyệt diệt, ~시키다 làm cho diệt vong hoàn

toàn, ~한 일가 tuyệt tộc.

전모 toàn cảnh

전몰 trận vong, hy sinh trong trận chiến, ~용사 anh hùng liệt sĩ

전몰장병 tướng sĩ trận vong.

전무하다 hoàn toàn không có, tổng số thiếu, trơ trụi. 잎이 완전히 떨어진 나뭇가지 cành cây trơ rụi.

전무(회사의)giám đốc điều hành, 전무이사 tổng lý.

전무후무한 chưa từng được nghe thấy

전문 chuyên môn, ~적 지식 tri thức ~, 그것은 나의~이다 đó là ~ của tôi, ~가 chuyên gia(viên), nhà ~, tay lõi, ~인 đặc viên, ~학교 trường chuyên môn, ~교육 giáo dục ~,전문 노동 lao động phức tạp, ~기술 kỹ thuật ~, ~어 từ ~, ~ 분야 chuyên ngành, 전문의(의학) chuyên chữa, ~학교 trường dạy nghề, học viện, ~화 ~ hóa, ~ 기관 đơn vị chuyên môn. ~대학 trường cao đẳng. ~잡지 chuyên(tập) san. (전문적으로 맡다) chuyên lo.

전문용어 thuật ngữ học.

전문기관의 장 trưởng ty. 교육장 ~ giáo dục.

전문의 chuyên chú. (의학) chuyên chữa.

전문 의사 bác sĩ chuyên khoa.

전문 인테리어(장식가)người chuyên nghề.

전문 직업인 thợ chuyên nghiệp.

전문적인 업무 nghiệp vụ.

전문적인 영업을 하다 chuyên doanh.

전문(全文) toàn văn, 조약의 ~ ~ điều ước

전문(앞문) cổng trước(반)후문 cổng sau

전문 điện văn, (전신) bức điện tín

전민(모든사람)toàn dân. 모든 인력을 집중하다 tập trung ~ nhân lực.

전반 toàn thể, ~적으로 검사하다 kiểm tra một cách toàn diện

전반기 nửa năm đầu(반)후반기 nửa năm sau, ~운수 tiền vận.

전반적(일반적)으로 말하면 nói chung(반) 개별적으로 말하면 nói riêng

전반전(축구의)nửa hiệp đầu.

전반사(물리)phản chiếu toàn bộ

전방 trước mặt, phía trước, tiền phương, 100 미터 ~에 một trăm mét ~, ~기지 căn cứ tiền tuyến, ~방어지역 khu vực phòng thủ tiền tuyến, ~부대 bộ đội tiền phương, ~지휘소 trạm chỉ huy tiền phương

전방의 응급치료소 trạm cứu thương.

전방지역 tiền phương.

전방(가게) cửa hàng

전번 lần trước, ~에 lần trước, trước đây, ~ 만났을때 약속했다 đã hứa khi ~ gặp nhau

전범 tội phạm chiến tranh, chiến phạm.

전법(전략)chiến thuật, chiến lược

전별(전송)tiễn đưa, ~회 buổi tiệc chia tay

전보 điện báo, điện tín, công điện, bức điện, ~를 치다 đánh ~, gửi ~, ~로 보내다 gửi bằng ~, ~료 tiền ~, 국내 ~ ~ trong nước

전보(채우다) bổ sung, phụ thêm

전보다 확연히 변화하다(성어) thay da đổi thịt.

전보되다 được thuyên chuyển đến

전복(조개)bào ngư, ~죽 canh ~

전복하다 lật đổ, lật úp, đổ nhào, 열차가 전복되다 xe lửa bị ~, 전복 시키다 đảo lộn. lật đổ.

전봇대 cột dây thép, cột đèn điện.

전부 tất cả, toàn bộ, toàn thể, tuốt, (반)부분 bộ phần, ~합해서 gộp tất cả lại, (완전히) trụm, 완전히 패하다 thua trụm, 이야기를~듣다 nghe toàn câu chuyện, 이것이 전부야? cái này là tất cả ư? ~ 해서 얼마냐? Tất cả là bao nhiêu?

전부...뿐 vẻn vẹn, 전부 3 명밖에 없다 ~ có ba người.

전부(전남편)chồng trước, chồng cũ.

전부후빈(전에 부자였다가 가난해진) tiền phú hậu bần.

전분(녹말) tinh bột

전비 qũy chiến tranh, chiến phí.

전비(이전의 잘못) tội lỗi cũ, ~를 뉘우치다 hối hận ~

전사 tử trận, chết vì chiến tranh, ~자 người chết trận, tử sĩ.

전사자 유족들에게 보조금을 주다 trợ cấp gia đình tử sĩ.

전사 chiến sĩ, 무명~ ~ vô danh

전사(복사) sao chép, photo, ghi chép lại

전사(전쟁사)lịch sử chiến tranh, chiến sử.

전산 điện toán, ~화 ~ hóa

전산망 mạng máy tính.

전상 bị thương chiến tranh, ~병(자) thương binh

전색맹(색맹)chứng mù màu

전생 kiếp trước, tiền(đời) kiếp, ~의 인연 nhân duyên ~, tiền duyên. ~의 업보 quả kiếp. ~에 진 빚 nợ tiền kiếp. túc trái. ~에 타고난 인연 túc duyên.

전생의 원인(불교)tiền căn.

전생의 죄과 túc khiên.

전생애 cả cuộc đời, trọn đời, ~를 바치다 tận tụy trọn đời.

전서 pho sách, hiến법~ ~ hiến pháp

전선(줄) dây điện, dây thép, 해저~ dây cáp dưới biển, ~케이블 ống dây điện, ~ 연결고리 đầu nối

전선(전함)chiến hạm, tàu chiến, chiến thuyền.

전선 mặt trận, trận tuyến,(반)후방 hậu phương, 민족~ ~ dân tộc, (일선)tiền(chiến) tuyến, ~의 상황 trận thế, 병력을~으로 보내다 gửi quân ra ~, ~부대 bộ đội ~. ~에 나가다 ra ~.

전설 cổ tích, cổ truyện, truyền thuyết, ~집 tập truyện ~, 오래된 ~ ~ lâu dài.

전성기 thịnh thời(thế).

전성시대 thời kỳ toàn thịnh, thời huy hoàng, thời hoàng kim,.

전성관(소음의)ống loa, ống nói

전세(전생) kiếp(đời) trước, (반)후세 kiếp sau.

전세 cho thuê, ~집 nhà ~, 집을~로 얻다 thuê một căn nhà, ~살다 ở thuê.

전세(전쟁의 형세)tình hình chiến tranh

전세계 toàn(cả) thế giới, toàn cầu, ~에 trên ~, ~에 이름이 알려진 사람 một người nổi tiếng khắp thế giới

전세기 thế kỷ trước

전세대 tiền thế.

전소하다 cháy rụi

전속부관 sĩ quan phụ tá, sĩ quan hầu cận

전속(옮김) chuyển, di chuyển
전속력 tốc độ tối đa, hết tốc lực, ~으로 hết tốc độ, ~으로 달리다 chạy hết tốc độ, ~으로 질주시키다 phi ngựa.
전송하다 gửi, chuyển đệ, giao, tống tiễn. (운송) vận tống,
전송하다(사람을) tiễn đưa(chân), tống tiễn. (반)맞이하다 đón tiếp. 친구를 비행장까지 ~~ bạn ra sân bay.
전송(무선)đánh điện, truyền điện, ~사진 điện báo truyền ảnh
전수하다(받다)truyền thụ, thừa hưởng, được trao tay, 경험을 ~ ~ kinh nghiệm, 비법을~ truyền dạy bí pháp cho
전술 chiến thuật, ~상 mặt ~, ~상의 잘못 sai lầm về mặt ~, ~가 나하 ~, ~전환 thay đổi ~, ~통제 điều khiển ~. ~작전 hành quân ~. ~ 지역 khu ~. ~방어 phòng thủ chiến thuật. ~정찰 thám sát chiến thuật.
전승 thắng trận, toàn thắng. ~국 nước ~, ~ 축하를 하다 hạ công, ~기념일 ngày kỷ niệm ~, ~의 보고 tiếp báo.
전승(완승)toàn thắng.
전시(전 시내) toàn thành phố
전시(열람)trưng bày(ra), bày ra, ~관 phòng ~, ~물 hàng ~, ~회 cuộc triển lãm, hội chợ,~장 trung tâm triển lãm
전시행진 diễn hành biểu dương.
전시(전쟁기간)thời chiến, chiến thời, ~에 trong ~, ~경제 kinh tế ~, ~산업 công nghiệp ~, ~전력(병력) quân số thời chiến.
전시대 thế hệ trước

전신(온몸)toàn thân, ~을 떨다 rung ~, ~에 화상을 입다 bị phỏng ~, ~마비(불수) tê liệt ~, ~사진 cảnh vừa.
전신 điện tín, ~으로 báng ~, ~으로 송금하다 gửi tiền bằng ~
전신(이전의) tiền thân, ~을 조사하다 kiểm tra lại ~ của anh ta
전신주 cột dây thép.
전실(전처) người vợ cũ, ~자식 con của vợ trước
전심 hết lòng, toàn tâm, ~을 다하여 tất tâm, ~을 기울여 dốc ~, ~전력을 다하여 dốc ~ toàn lực
전아한 thanh nhã
전압 điện áp(thế), ~이 높다 ~ cao
전압계 vôn kế, 전압 전류계 vôn am-pe-kế.
전압안전장치 ổn áp.
전액 toàn bộ số tiền, ~지불 trả toàn bộ
전야 đêm trước, 성탄~ ~ Nôen
전에 trước, trước đây, hồi(thưở) trước, rồi, trước khi, 10 년 ~ 10 năm rồi. 식사 ~ trước khi ăn cơm, 떠나기 ~ trước khi đi. 그는 몇 달 ~ 왔습니다 nó đến trước vài tháng.
전언 lời nhắn, ~하다 ~ cho
전업(전기산업) công nghệ điện
전업하다 thay đổi việc làm
전역(전영역) mọi lĩnh vực
전역(전투지역)vùng chiến tranh
전역하다(제대) giải ngũ
전연 hoàn toàn, ~모른다 tôi ~ không biết gì
전열 nhiệt điện, ~기 lò sưởi điện, ~ 체 dẫn nhiệt. ~테이프 vải keo.
전열(앞줄) hàng trước, ~을 가다듬다 điều binh khiển tướng
전염 truyền nhiễm, lây, hay lây, ~경로

đường ~, ~매체 vật gây ~, ~성 tính ~, 공기~병 bệnh ~ qua không khí, ~되기 쉽다 rất dễ lây, ~을 막 다 đẩy lùi. 병을 ~ 시키다 ~ bịnh cho. lây bệnh.

전염병 bệnh truyền nhiễm, bịnh lây, ~예방 cách phòng chống ~, phòng dịch, ~환자 bệnh nhân mắc bệnh truyền nhiễm. ~에 걸린 nhiễm dịch.

저예망 lưới vét.

전용 chuyên dụng, sử dụng riêng, ~차 xe riêng, ~ 비행기 máy bay riêng.

전용하다 dùng vào mục đích khác

전우 bạn quân ngũ, chiến hữu, bạn đồng đội, ~애 tình ~

전운 đám mây đen chiến tranh

전원(논밭) điền viên, vườn ruộng, ~시인 thi sĩ ~, ~곡 dã ca. ~에서의 즐거움 thú ở nhà quê.

전원생활 đời sống ở nhà quê.

전원(전류의 원천) nguồn điện(chạy bằng sức nước)

전원 toàn thể nhân viên

전월 tháng trước

전위(왕위의)ngôi ngai vàng, giao ngai vàng.

전위(전위대)tiền phong. ~예술인 nghệ sĩ ~.

전위(축구) tiền vệ.

전유 chiếm dụng, (소유)sở hữu, ~권 quyền ~

전율(공포)rùng mình, run sợ, hoảng sợ

전음장치(음악) vê.

전의 tinh thần chiến đấu, ~를 상실하다 mất ~

전이되다(옮김)chuyển dịch(di), biến đổi, (환부의) lây bệnh.

전인 toàn dân, ~교육 giáo dục bao quát

전인 미답의 chưa từng thấy, chưa từng xảy ra

전일 ngày hôm trước

전임의 tiền nhiệm.

전임강사 giảng sư trọn ngày

전임자 người tiền nhiệm, tiền nhân.

전입하다 chuyển đến, dọn đến, 전입생 học sinh chuyển sang, 전입학하다 nhập học trường mới

전자 điện tử, ~공업 công nghiệp ~, ~기기 máy ~, ~시계 đồng hồ ~, ~계산기 máy tính ~, ~두뇌 bộ óc ~, ~현미경 kính hiển vi ~, ~파 làn sóng ~, ~등 đèn ~. ~시계 đồng hồ điện. (소립자)hạt beta. ~음악 nhạc ~. ~파 sóng điện tử.

전자공학 điện tử học, ~기술 kỹ thuật ~.

전자제품 đồ điện tử, đồ điện

전장(길이)toàn chiều dài, ~30m dài 30 mét

전장(책의) chương trước

전장(전쟁터)chiến trường(địa).

전재산 toàn bộ tài sản.

전재하다 in lại, tái bản, 전재금지 cấm sao chép

전재민 nạn nhân chiến tranh, 전쟁고아 mồ côi chiến tranh

전쟁 chiến tranh, trận, lửa binh,(반) 평화 hòa bình, ~의 상처 vết thương ~, ~의 참화 thảm họa ~, ~에 나가다 ra trận, ~터 mặt trận, trận mạc, ~에 이기다 thắng trận, (반) ~에 지다 bại trận, ~옹호자 chủ chiến, ~ 전 tiền chiến, ~을 일으키다 gây

~, 세계~ ~ thế giới, 전면~ ~ toàn diện, 침략~ ~ xâm lược, ~상태 tình trạng ~, 핵~ ~ hạt nhân, ~지역 chiến khu, ~터 bãi chiến trường, sa trường. ~의 후유증 di họa chiến tranh. ~준비를 하다 lập trận. ~을 그만 두다 tịnh binh. ~에 패하다 thất trận. ~에서 지다 thua trận.

전쟁물자 quân cụ.
전쟁범 tội phạm chiến tranh.
전쟁 상황 chiến tình.
전쟁의 신 thần chiến tranh.
전쟁중에 지은 죄 trọng tội chiến tranh.
전쟁축소 xuống thang chiến tranh.
전쟁태세를 갖추다 trực chiến.
전쟁 포로 phù lỗ. ~수용소 trại tù binh.
전적으로 một cách toàn diện, một cách hoàn toàn.
전적 chiến tích, 혁혁한 ~ ~ sáng chói
전전날 hai ngày trước, 그저께 ngày hôm kia
전전하다 đi lang thang, thay đổi nhiều lần
전전긍긍하다(두려워 조심함) sợ run cẩn thận. cúm rúm.
전정가위 kéo tỉa cây kiểng.
전제 tiền đề, -- 을~로 하다 lấy làm ~
전제주의 chế độ chuyên chế. ~ 정치 chuyên chính.
전조(징조)điểm báo trước, 좋은 ~ điểm lành
전조등 đèn pha xe hơi, đèn trước.
전죄 tội lỗi trước
전주(전봇대)cột dây điện
전주 tuần trước
전주(자본주)người cho vay, nhà tư bản

전주곡 khúc mở đầu, ~을 연주하다 dạo đầu.
전지(농장)nông trường
전지(건전지) pin, ắc quy
전지 thông suốt mọi sự, toàn tri.
전지전능한 toàn tri toàn năng. ~ 하 나 님 Đức Chúa Trời ~.
전지(전쟁터)chiến trường
전직하다 thay đổi việc làm, chuyển sang nghề khác
전직(이전 직책) nghề cũ, ~장관 cựu bộ trưởng
전진 tiến tới, tiến lên phía trước,(반) 후퇴 lùi, 일보~ tiến lên phía trước một bước, ~기지 tiền đồn, 두발 전진키 위해 한발 물러서다 lúi một bước tiến hai. 전진후퇴를 반복하다 đi tới đi lui.
전질 trọn bộ sách
전집 toàn tập, pho sách, những tác phẩm hoàn chỉnh, 문학~ toàn tập văn học.
전차 xe điện, tàu điện, ~길 đường ~, ~ 정류장 bến xe điện
전차(장갑차)xe tăng, chiến xa, tàu bò. ~부대 đơn vị ~, 수륙 양용~ xe tăng lội nước, 대~포 súng bắn~.
전차포병 pháo binh kéo.
전차하다(다시 빌림) cho thuê lại
전책임 đầy trách nhiệm, ~을 지다 chịu hoàn toàn trách nhiệm
전처 vợ cũ, ~소생 con của ~, ~의 자식 con chồng(riêng).
전처럼 như trước.
전천후 dùng cho mọi thời tiết, ~농업 canh tác phù hợp theo mọi thời tiết
전철 xe điện, ~표 vé ~, ~역 ga tàu điện

전체 toàn thể, tất cả,(반) 부분 bộ phận, ~의 trọn, ~적으로 một cách ~, ~회의 phiên họp ~. ~를 몰수하다 tịch một.
전체적 상황 toàn cục.
전체를 보지 못하고 부분만을 보다 chỉ thấy bộ phần mà không thấy toàn cục.
전체를 다 몰수하다 tịch một.
전초 tiền đồn, ~기지 căn cứ ~, ~부대 bộ đội tiền trạm
전초전 chạm súng. chạm trán.
전축 máy hát
전출하다 chuyển đi
전취하다 thắng được, giành được
전치하다 chữa trị hết
전치사 giới từ
전통 truyền thống, oanh~ ~ lâu đời, 90년~의 대학 trường đại học có 90 năm ~, ~을 깨트리다 phá vỡ ~, ~을 따르다 theo ~, ~을 계승하다 thừa kế ~, chân truyền, ~문화 văn hóa ~, ~음식 món ăn ~, ~적인 cổ truyền, ~적인 설 tết cổ truyền, ~요리(베트남)chả giò, 불굴의 ~ ~ bất khuất.
전통 주의 thuyết truyền thống.
전투 chiến đấu, trận đánh, ~경찰 cảnh sát ~, ~력 sức ~, ~복 chiến bào, áo quần ~, ~참호 chiến hào, ~지휘 chỉ huy ~, ~함 chiến hạm, ~훈련 huấn luyện ~, ~에 임하다 lâm trận. ~시의 암호 mật mã dã chiến. ~ 지구 phân khu. ~부대 đơn vị tác chiến. ~정신 tinh thần chiến đấu. 그 전투는 20 명의 사상자를 냈다 ~ làm chết hết 20 người. ~를 중지하다 bãi chiến.

전투부대원 thành phần chiến đấu.
전투상황 tình hình chiến thuật(đấu).
전투기 chiến đấu cơ, máy bay chiến đấu(tiêm kích).
전투참호 chiến hào.
전파 sóng điện, xung điện, luồng sóng, ~방해 nhiễu ~, ~ 수신기 máy luồng sóng, ~탐지기 hệ thống ra đa, ~방해 phá rối.
전파되다 được giảng ra.
전파하다 truyền bá, quảng bá.
전패하다 chiến bại, bị thua trận
전편(전체) trọn bộ
전편(앞편) tập trước(반)후편 tập sau
전폐하다 hủy bỏ hoàn toàn, 노예제도를 ~ bãi bỏ chế độ nô lệ
전폭적 hết sức, vô cùng, ~으로 một cách đầy đủ
전폭기 máy bay oanh tạc
전표 giấy biên nhận, hóa đơn thanh tóan
전하(임금)điện hạ.
전하다 chuyển đạt, gửi, truyền, loan truyền, 말을~ gửi lời, 정보를 ~ ~ thông tin, 소문은 빨리 퍼진다 tin đồn truyền đi mau, 인사 말씀을 전해주세요 cho tôi gửi lời hỏi thăm, 후세에~ truyền cho hậu thế, 제자에게 지식을~ truyền tri thức cho học trò, 여러분께 인사말씀 전해주세요 làm ơn cho tôi gửi lời thăm quý vị
전학하다 chuyển sang trường khác
전함 chiến hạm, tàu binh.
전항(조항) điều khoản trước
전해(작년) năm ngoái
전해주다 nhắn, 소식을~ ~tin(lời).
전향 biến đổi, biến chuyển, ~자 kẻ

xoay chiều, kẻ phản bội

전혀 hoàn toàn, sất, đến đâu, ~모르다 cóc biết, tịnh chẳng biết. ~ 모르는 사람 người ~ không biết, ~다르다 ~ khác, ~생각지 못하다 ~ không nghĩ tới, ~두려울게 없다 chả sợ gì sất, ~필요치 않는 cóc cần, 그것은~거짓말이다 cái đó ~ là lời nói dối, ~상관 없다 ~ không có liên quan, ~ 없다 chả có gì, ~인기척이 없는 vắng ngắt.

전혀 무서워하지 않다 cóc sợ.

전혀 ...라고는 생각도 못하다 không ngờ chi hết.

전혀 아무것도 없다 tịnh vô, soi tức ~ tin tức.

전혀...않다 trời đất, 그는 전혀 모른다 nó có biết ~ gì đâu.

전혀—없다 đâu có, 그런일이 ~ ~ việc ấy.

전형 điển hình, ~적인 có tính ~, ~ 화 điển hình hóa, 베트남의~적인 집 모형 mô hình nhà ~ V.N

전형(고르다)lựa chọn, tuyển lựa, 1 차 ~에 통과하다 vượt qua vòng sơ tuyển, ~ 위원회 ban giám khảo

전호 số trước, ~에서 계속되다 tiếp theo ~

전화 điện thoại, dây nói, ~심방 cuộc điện thoại thăm viếng, ~로 연락하다 liên lạc bằng ~, ~를 걸다 gọi ~, ~를 받다 nhận ~, 전화를 끊다 cúp máy, ~가 오다 có ~ đến, ~가입자 người lắp ~, ~ 교환 chuyển máy, ~교환수 ~ viên, ~국 trung tâm ~, tổng đài ~, ~기 máy ~, máy nói, ~번호 số ~, ~번호부 danh bạ ~, 공중 ~ ~ công cộng, 국내 ~ ~ trong nước, 국제 ~ ~ quốc tế, ~요금(료)cước phí~, tiền ~, ~ 카드 thẻ ~, 시외 ~ ~ đường dài(liên tỉnh), 시내~ ~ nội thành, ~ 받침대 kệ để ~, ~교환기 máy tổng đài, ~ 통화료 cước phí ~, ~선 đường dây, ~ 걸고 바로 끊어버리다 nhá máy.

전화 메시지 sổ công điện.

전화(재앙) thảm họa chiến tranh, chiến họa, ~에 휩쓸리다 bị tàn phá bởi ~

전화(전기화)điện khí hóa, 철도의 ~ ~ đường sắt

전화위복 chuyển họa thành phúc, họa trở thành phúc

전환 chuyển, chuyển đổi, chuyển hóa, quay, 180 도 ~ quay 180độ, 역사적~기 thời kỳ thay đổi có tính chất lịch sử, 성전환 thay đổi giới tính, ~시키다 khiến muộn. 전쟁시의 경제를 평상시의 경제로 전환하다 chuyển hóa nền kinh tế chiến tranh sang nền kinh tế hòa bình.

전환점 bước ngoặt, ngã ba, 역사의 ~ ngã ba lịch sử.

전황 tình hình chiến đấu

전회 lần trước

전횡 độc đoán, độc tài, ~하다 làm mưa làm gió.

전후 trước sau, tiền hậu, ~모순 tiền hậu bất nhất. 그는 20 세~이다 anh ta khoảng chừng 20 tuổi, ~좌우를 둘러보다 săm soi.

전후(전쟁후)sau khi kết thúc chiến tranh, hậu chiến.

절(사찰)ngôi chùa, chùa chiền, đền thờ, nhà chùa, cửa Phật, 불공드리

러 가다 đi chùa cầu nguyện
절(인사) lạy, xin chào, 공손이~하다 chào một cách lịch sự
절(문법) mệnh đề, đoạn văn, 제 1 절 đoạn một
절(시문의) vế. 한절 một vế.
절감하다 giảm bớt, thu nhỏ, giảm chi
절개 tiết hạnh, tiết trinh, tháo. ~를 지키기 위 해 목숨을 끊다 tử tiết.
절개있는 chung thủy.
절개하다 cắt, mở, mổ xẻ, ~수술 một ca mổ
절경 phong cảnh đẹp, tuyệt cảnh.
절교하다 tuyệt giao, 친구와~ ~ với bạn, (종교를) bội giáo.
절구 cái cối giã, ~통 thân cối, 절구와 공이 cối và chày, ~공이 cái giã
절구(뛰어난 문구) tuyệt cú.
절규 tiếng la hét, sự vọt khí.
절그렁 tiếng leng keng
절기 phân mùa, ngày tiết.
절다(소금에) ướp muối, 발을~ khập khiễng, 저는 자 kẻ què.
절단하다 cắt, 다리를~ cắt cụt chân
절단기 máy cắt.
절대 tuyệt đối, ~로 một cách ~, ~로 금하다 cấm ~, 절대권 quyền chuyên chế(tuyệt đối), 명령을 ~로 복종하다 tuân thủ mệnh lệnh một cách ~, ~반대 ~ phản đối, ~주의 chủ nghĩa ~, ~다수 tuyệt đại đa số, ~안되! dứt khoát không! ~ 침 묵을 지키다 ngậm tăm. ~의 진리 chân lý ~.
절대부분(큰부분) tuyệt đại bộ phận.
절대자 Ngài.
절대적으로 필요한 nhu dụng.
절대적인 tuyệt đối.(반)상대적인 tương đối. ~권력 quyền ~.
절대적 진리 chân lý tuyệt đối.
절대로... 해서는 안된다 tuyệt đối không được....
절도 trộm cắp, ~혐의로 bị nghi là ~, ~범 tội phạm ~, ~죄 tội ~
절도사 tiết độ sứ.
절도있는 điều độ. (한도)cơ mực.
절도있는 생활을 하다 làm ăn có cơ mực.
절뚝(룩)거리다 đi khập khiễng, đi cà nhắc, đi thọt, bước thấp bước cao.
절뚝발이(절름발이) người què, cụt (què) chân
절레절레 흔들다 lắc đầu
절로(저절로) một cách tự động, (저리로) chỗ đó.
절룩(름)거리며 가다 đi khập khiễng.
절름발이 chân què. kẻ què, ~가 되다 què chân(cẳng).
절망 tuyệt vọng, hết hy vọng,(반) 희망 hy vọng, ~적 상태 trạng thái ~, ~적인 상태에서 ở vào một tình trạng ~, ~하게하다 làm cho ~, ~에 빠지다 rơi vào tình cảnh ~, 환자는 이제~적이다 bệnh nhân bây giờ coi như ~
(명)절망에 빠졌을 때 변화가 시작된 다 Lúc rơi vào tuyệt vọng là lúc bắt đầu thay đổi.
절멸 tiêu diệt, tiêu hủy
절명(죽다) chết, tắt thở, tuyệt mệnh.
절목 tiết mục.
절묘한 tuyệt diệu, tuyệt vời, tinh hảo, mả, ~ 예술품 đồ công nghệ phẩm chất lượng cao, 절묘하게 쏘다 bắn mả. ~ 경지에 달하다 nhập diệu. ~계략 mưu kế ~.

절미(쌀을 아끼다)tiết kiệm gạo, ~운동 phong trào ~
절박한 cấp(thúc) bách, cấp thiết, khẩn cấp, bức xúc, ~ 요구 yêu cầu ~, 시간이 절박하다 thời gian ~
절반 một nữa, rưỡi, (반)전체 cả, ~으로 나누다 chia làm hai, ~만 채운(밥) lưng bát(chén). 150 một trăm rưỡi.
절벽(낭떠러지) vách đá, dốc đứng.
절삭(자름)sự cắt, ~공구 dụng cụ cắt
절색 sắc đẹp tuyệt trần, tuyệt sắc.
절세(매우 뛰어난) tuyệt thế(trần), ~미녀 nhan sắc(sắc đẹp) tuyệt trần, thiên hương quốc sắc. ~가인 giai nhân ~.
절손하다 không có con cháu
절수 tiết kiệm nước
절승 phong cảnh tuyệt vời
절식(단식) tuyệt thực, nhịn ăn, kiêng ăn
절실한 thiết thực, thiết thật(yếu), 절실한 요구 yêu cầu ~. sở cầu.
절약하다 tiết kiệm, tiện tặn,(반) 낭비하다 lãng(hoang) phí, (근검) cần kiệm, căn cơ, 전기를~ ~ điện, 연료를~ ~ nhiên liệu, 비용을~ ~ chi phí, 시간을~ ~ thời gian, 조금씩~ tiện tặn từng đồng, 절약해서 쓰다 tiết dụng
(명)절약은 곧 돈을 버는 일이다 Tiết kiệm là cách kiếm tiền.
절연시키는 cách điện, 절연체 vật ~. tuyệt duyên thế.
절연전선 dây bọc.
절연하다(관계를 끊다)ruồng. 아내를 내쫓다 ~ vợ.
절이다(소금에) ướp muối, ngâm muối
절인고기 thịt muối, cá kho. ~는 오래 간다 ~ để được lâu. 절인파 dưa hành.
절전 tiết kiệm điện
쩔쩔매다 hoang mang, bôn ba, ngần ngại, lúng túng, 돈이 없어~ cháy túi, cạn túi
절절이(마디마디) từng chữ từng đoạn
절정(꼭대기) đỉnh, ngọn, (극치) tuyệt đỉnh, (정점)điểm cao nhất, tột bực, tột tinh
절정(무아경) cảm ngẫn. giác đinh.
절제하다 điều độ, kềm chế, kiềm chế, tiết chế, (극기:절제))sự tiết độ, (금욕)trai giới.
절제(피함) kiêng cữ.
절제하는 tiết độ.
절제(잘라버림) cắt bỏ, ~수술 mổ ~, 위 ~수술 sự cắt dạ dày
절조 tiết trinh, tiết hạnh. (충성) tiết tháo.
절족(전멸한 일가) tuyệt tộc.
절주하다 hạn chế rượu
절차 thủ tục, trình tự, 입학~를 밟다 làm ~ nhập học, 소송~ ~ tố tụng
절찬하다 nhiệt liệt ca ngợi, hết sức ca tụng
절창 khúc ca xuất sắc
절충 thỏa hiệp, dàn xếp, chiết trung, ~안 kế hoạch hòa giải
절충(조정)điều đình
절취하다 ăn cắp, lấy trộm
절치(이를 갊)nghiến răng, ~ 부심 giận dữ
절친한 thân mật, thân thiết, ~친구 bạn kim lan(thiết cốt). thân bằng cố hữu.
절통하다 đáng hối tiếc, đáng xấu hổ
절판 không xuất bản được, ~본 đình

bản.
절품 hàng hiếm có, vật qúy hiếm
절품(뛰어난 물건) tuyệt phẩm.
절필(죽음에 임박하여 쓰는 작품) tuyệt bút.
절하 giảm giá, hạ giá, phá giá
절하다 qùy lạy, cúc cung, ví dụ bẻ bacỳ ấy, vúi rạp lạy
절해 biển khơi, ~의 고도 hòn đảo hoang
절호의(더 없이 좋은)huy hoàng, tuyệt hảo, tuyệt vời, ~기회 cơ hội tuyệt hảo.
절호의 기회(비유)long vân.
절후 phân chia của mùa, tiết hậu.
젊다 trẻ, trẻ tuổi,(반)늙다 già, 젊었을 때 khi còn ~, 젊은 여자 người phụ nữ ~, thiếu phụ. 아직 젊은 còn trẻ, 나이보다 ~ ~ hơn tuổi, 젊은이 thanh niên, 젊었을 때부터 từ thời ~, thời tuổi ~, 젊고 건강한 son trẻ, trai tráng, 젊음의 실수 những lỗi lầm mà tuổi trẻ. 이 옷을 입으니까 그녀가 10년은 더 젊어 보인다 cái áo này làm nàng có vẻ trẻ lại mười tuổi.
(속) 젊어 고생은 사서도 한다(고난 끝에 기쁨이 온다) vất vả sớm cũng là bài học(khổ trước sướng sau)
젊어서 죽다 xấu số.
(명)젊었을 때 우리는 배우고 나이가 들면서 우리는 이해하게 된다 Khi trẻ chúng ta có học tập, khi già chúng ta mới hiểu ra.
젊고 연약한 thơ yếu.
젊고 원기왕성한 부부 vợ chồng còn son trẻ.
젊은 trẻ, trẻ tuổi, (한창인)trai trẻ. (미숙 한)) non trẻ.
젊은이 thiếu niên, con trai trẻ tuổi, đầu xanh.
(명)젊은이에게 가장 유익한 투자는 고용주를 위해 헌신적으로 일하는 것이다 Đầu tư có ích nhất của tuổi trẻ là làm việc một cách cống hiến cho chủ tuyển dụng
젊은남녀 cô cậu.
젊은 남자 trai tơ(반)젊은 여자 gái tơ. thanh nữ.
젊은 세대 tuổi xanh.
젊은시절 niên thiếu. ngày xanh.
젊은 여자 thiếu phụ, đàn bà trẻ tuổi. thanh nữ. đào.
젊은 회원을 많이 확보하다 trẻ hóa.
젊을 때 실수는 필수불가결한 것이다 những lỗi lầm mà tuổi trẻ không thể tránh được.
젊음 tuổi xuân, thanh niên, ~의 뜨거운 피 sự hăng hái của tuổi trẻ. ~을 되찾다 trẻ lại.
점 bói, 점쟁이 thầy bói, 점치다 bói.
점보다 bói xem.
점 điểm, chấm, 점수 điểm, điểm số, 50점 50điểm, điều, cái, 좋은 점도 있고 나쁜 점도 있다 có cái xấu và cả cái tốt, (피부의 점) nốt ruồi, 팔에 점이 있다 có nốt ruồi trên tay
점을 찍다 chấm chấm.
점가 gia tăng từ từ(반) 점감 giảm từ từ
점거(점령)chiếm đoạt(cứ), chiếm lĩnh
점검 điểm duyệt, kiểm tra, soát lại, kiểm điểm, 인원을~하다 ~ con số, 정기적~ định kỳ, 불시~ ~ đột xuất, ~을 돌다 đi tua.
점괘 điềm, quẻ bói, ~가 좋다 ~ lành. ~를 보다 gieo quẻ.

점근(천천히 접근)tiến đến từ từ
쩜나무 cây trâm.
점도(점성도) tính nhầy, tính dẻo, (끈적끈적한) niêm độ.
점등하다 thắp đèn, mở đèn
점등(점점 오름)tăng gia dần dần
점령 chiếm lĩnh, chiếm lấy, ~군 quân chiếm đóng, ~지역 khu vực bị chiếm đóng. ~당한 지역에 있던 간첩 tề điệp.
점막 màng nhầy, niêm mạc, ~선 tuyến nhầy
점멸하다 lung linh, chập chờn
점묘 bức tranh có nhiều chấm nhỏ
점박이 con vật có vết lốm đốm
점선 đường nhiều chấm, đường răng-cưa
점성(별자리) tử vi, ~가 thầy số, tinh gia, thầy xem~,nhà chiêm tinh, ~술 thuật~, ~을 보다 xem tử vi.
점수 điểm số.점수를 많이 얻다 được điểm tốt
점술 thuật bói
점심 buổi trưa, ~ 식사 bữa trưa, cơm trưa, 점심을 먹다 ăn trưa,점심시간 giờ ăn trưa
점안하다 đắp thuốc rửa mắt
점액 nước(dịch) nhầy, nước nhớt, niêm dịch, ~분비 tiết ra chất nhầy, 점액선 tuyến nhầy
점원 nhân viên bán hàng, ~아가씨 cô bán hàng
점유 chiếm giữ,sở hữu,점유권 quyền sở hữu,~물 vật sở hữu,~자 người sở hữu, tiên chiếm.
점입가경 gần đạt đến điểm đỉnh, càng ngày càng thú vị hơn, tiệm nhập giai cảnh.

점자 chữ Bray,~를 읽다 đọc loại~, 점자책 sách viết bằng chữ nổi
점잖빼다 làm ra vẻ lịch sự ta đây,làm bộ làm tịch, ra mẻ. chơi trội.
점잖다 lịch sự, tế nhị, đúng đắn, đáng kính, tạo nhã, 점잖은 nhã nhặn, đàng hoàng, từ tốn, khiêm cung, 점잖은사람 người nhã nhặn. 점잖게 từ tốn. ngoan ngoãn. 점잖은 걸음걸이 nước kiệu nhỏ.
점잖은 말투로 uốn giọng.
점잖게 타이르다 từ tốn bảo.
(속) 점잖은 고양이 부뚜막에 먼저 올라간다(사람이 온순하지만 나쁜 일을 하리라고는 아무도 생각 못한다) Mèo ngoan leo trước lên giàn bếp(người bình thường trông có vẻ hiền lành nhưng làm việc xấu không ai ngờ đến)
점쟁이(점장이) thầy bói(phù thủy).
점재하다(듬성 듬성한)lác đác, lưa thưa
점점 dần dần, ngày càng, từ từ, ~악화되다 đổ đốn, ~소모하다 tiêu hao, ~ 어두워 지다 trời sắp tối, ~마르다 ốm đi, 일이~익숙해지다 quen dần với công việc,quan hệ가 ~나빠지다 quan hệ xấu dần đi
~더워지다 ngày càng nóng hơn, ~ 나아지는 khấm khá
점점 젊어지다 trẻ lại.
점점 줄어들다 vãn, 손님이 ~ khách ~ dần.
점증하다 tăng lên dần dần.
점진 phát triển từng bước
점차 từng bước,từ từ, dần dần
점차로 전진하다 tiệm tiến.
점차로 커지다 sinh. 길러도 조금도 커

지지 않는다 nuôi mãi chẳng sinh tí nào.
점치다 chiêm. xem bói.
점토 đất thó, (진흙) đất sét
점포 cửa hàng, cửa tiệm
점프 nhảy, cú nhảy
점하다 chiếm giữ,cầm lấy(차지하다)
점호(출석을 부르다) điểm(xướng) danh
점화 thắp sáng, điểm hỏa, bật lửa, đánh lửa, rọi,(반)끄다 tắt, 점화선 ngòi châm hỏa, 점화관 ống bật lửa, 점화약 thuốc nổ
접(수량단위 100)hàng trăm, trăm
접붙이다 ghép vào
접객 tiếp khách, chiêu đãi, 접객원 người tiếp tân
접객업 nghề phục vụ khách sạn
접견 tiếp kiến, tiếp tân, tiếp đón, tiếp đãi, 접견실 phòng tiếp tân.
접경 biên giới,, ranh giới
접골하다 nắn xương,sắp xếp xương lại
접근하다 lại gần,đến gần, bén mảng, men tới(đến), tiếp cận, tiếp gần, lân la, 접근 방향 phương tiệm cận, (잠입) đi sát,
접근하기 어렵다 khó đến gần, 접근하기 쉬운 dễ tới gần, 접근하기 쉬운 사람 người dễ gần
접다 xếp, (종이를)xếp giấy, gấp lại, cuộn lại, 편지를 ~ ~ bức thư, (우산을)gập ô lại(북) xếp dù(남)
접을 수 있는 의자 ghế bố.
접는기계 máy xếp giấy.
접는사다리 thang xếp.
접는 의자 ghế xếp.
접는 침대 giường xếp.
접때 hôm nọ, hôm trước,~부터 từ vài hôm trước
접대하다 chiêu đãi, đón tiếp, rước khách, thừa(ứng) tiếp, 손님을~ tiếp đãi khách, 접대부 nữ hầu bàn, người phục vụ, 접대소 nhà khách.
접대반 ban tiếp tân.
접두사(어)tiền tố, tiếp đầu ngữ, (반) 접미사 hậu tố, (감정등을 나타내는) mối, 애정 mối tình, 슬픔 mối buồn, 비애 mối sầu.
접목하다 ghép cành, tiếp cây. chiết.
접목하기 tháp cây.
접미사(접미어) hậu(vĩ) tố, tiếp tố, túc từ, (강조) mà, 이미 말하지 않았느냐? đã nói mà.
접 붙이기 lá cẩm.
접사 phụ tố
접선(접촉)tiếp xúc.
접선(수학)tiếp tuyến.
접속 liên kết, nối, kết nối, 접속사 liên từ, kết từ. 접속 조사 tiểu từ liên kết
  접속문 câu liên kết
접수하다 tiếp nhận, tiếp thụ, 접수관리하다 tiếp quản, 공장을 접수관리하다 tiếp quản nhà máy, 원서를~하다 xin nộp
giấy, nhận đơn, 접수기한 thời hạn tiếp nhận
접시 cái đĩa(북) dĩa(남), chĩa, 고기 한 ~một đĩa thịt,~를 씻다 rửa đĩa
(속) 접시 물에 빠져 죽는다(죽을 운명이면 어떻게 되든지 죽는다) Rơi vào đĩa nước mà chết(số phận buộc phải chết thì thế nào cũng phải chết).
접시꽃 cây hoa thục qùy
접안렌즈 thị kính.

ㅈ

접안하다 vẻ.
접어들다 đến vào, bước vào,가을로 ~sắp đến mùa thu
접어 올린 xăn.
접어주다(너그럽게 봐주다)bỏ qua, khoan thứ
접영 수영 bơi bướm.
접의자 ghế xếp
접자(접을수 있는)thước gấp(xếp).
접전 trận đánh xáp lá cà, tiếp chiến, cận chiến, ~하다 đánh xáp lá cà, tiếp chiến.
접점 tiếp(thiết) điểm, (컴퓨터의)giao diện, ~이 없는 토론 cuộc bàn bạc không có ~.
접종 tiêm chủng, tiêm ngừa, 예방 ~chủng ngừa bệnh
접지하다(종이를)gấp giấy,(나무) cành ghép
접질리다 bị bong gân, trặc gân(chân).
접착력 niêm lực.
접착성 tính nhớt.
접착제 chất dính, keo dính,접착하다 gắn dính, ngưng kết, 접착 테이프 băng dán
접촉 tiếp xúc, sờ mó,아무와~하다 tiếp xúc với ai, 개인적~이 있다 có liên lạc cá nhân,접촉면 mặt tiếp xúc,
  접촉을 계속하다 giữ liên lạc với ai, 접촉반응(촉매) xúc tác.
접촉 금지 cấm đụng tới.
접촉성 전염병 bịnh lây
접칼 con dao xếp
접하다 tiếp xúc(nối), 인접하다 sát bên, gần kề, kế bên (응접)tiếp đãi nhiều 사람을~ giao tiếp với nhiều người
접합하다 khớp, kết nối, liên kết, kết hợp
접히다 bị gấp lại, cuộn lại
젓(젓갈) cá muối,dưa chua, 새우젓 món tôm chua, 조개젓 món sò ngâm muối
젓가락 đôi(que) đũa, ~을 놓고 buông đũa, ~으로 음식을 집다 gắp đồ ăn. ~ 짝을 맞추다 so đũa.
젓다(배를)chèo thuyền (액체를)quay, trộn, (머리) lắc đầu
정(연장) đục(끌)
정 그렇다면 thực vậy, thực ra
정(감정)tình cảm, tình,(반)이성 lý tính, 부부의~ tình cảm vợ chồng, 정이 있는 hữu tình,부모 자식간의~tình cảm giữa bố mẹ và con cái, 정이 들다 có cảm tình, 정이 많은 사람 người nhiều tình cảm, 그리운 정 thương cảm, 따뜻한 정 ấm tình, 정이 많은 đa tình, 정을 가볍게 여기다 nhẹ tình.
정가 đúng giá, 정가표 bảng giá
정각 giờ chính xác, đúng, ~3 시 ba giờ đúng
정간하다 đình bản, đình chỉ xuất bản
정갈하다(스럽다)sạch sẽ, ngăn nắp
정감 tình cảm, ~넘치는 mặn nồng. ~이 있는 keo sơn. mùi. mặn. ~과 예가 잔칫상보다 낫다(격언) lời chào cao hơn mâm cỗ.
정강 đường lối chính trị, chính cương.
정강정책(당정) đảng chương.
정강마루 cái bắp chuối
정강이 ống chân, giò, cẳng, ống quyển,~뼈 xương ống chân, xương chày.
(속) 정강이가 맏아들보다 낫다(부모가 늙었지만 무엇이나 스스로 할

수 있으면 자식을 기다리는 것보다 낫다) Ông chân còn tốt hơn con trai cả(cha mẹ tuy già nhưng tự lo, tự làm được cái gì thì làm, còn hơn chờ con nuôi).
정객 chính khách, nhà chính trị
정거하다(멈추다)dừng lại, ngừng lại, đứng lại
정거장 nhà ga, bến xe, trạm xe(정류장)
정겨운 dồi dào tình cảm
정격 hình thức thích hợp, đúng
정견 chính kiến, ~을 발표하다 bày tỏ~của mình, bày tỏ quan điểm chính trị
정결한 trinh khiết(bạch), trinh trắng, chung thủy, tinh sạch(khiết), trong sạch, ~ 부인 vợ chung thủy, (깨끗한) sạch sẽ.
정경 kinh tế chính trị, ~학부 khoa~
정경 분리 việc tách kinh tế ra khỏi chính trị
정경(감흥과 경치)을 묘사하다 tả tình.
정계 giới chính trị, chính trường chính trị, ~에 들어가다 bước vào~, 정계의 불안 bất an chính trị, 정계를 떠나다 ra khỏi ~,
정곡 điểm đen, điểm mắt bò, ~을 찌르다 bắn trúng đích
정공하다 tấn công trước mặt
정관(규칙) qui định, đạo luật, (바라봄)thưởng ngoạn, lặng ngắm
정관(수정관) ống dẫn tinh
정관사(관사)mạo từ xác định, mạo từ
정교 tôn giáo và chính trị, (정치와 교육) chính trị và giáo dục
정교한 tinh vi, tinh xảo, kỹ(thủ) xảo. (반)단순한 đơn giản. ~기계 máy móc tinh xảo.
정교회(정통교회)nhà thờ chính thống.
정교사 chính giáo viên
정구 quần vợt, ten nít, 정구장 sân~, 단식~ trận đấu đơn ~(반)복식~ trận đấu đôi quần vợt
정국 tình hình chính trị, ~의 위기 cơn khủng hoảng chính trị
정권 chính quyền, ~을 잡다 nắm~, cầm quyền,(반)~을 잃다 mất~, 정권을 유지하다 duy trì~, 정권 교체 chuyển giao ~, 군사 ~ chính quyền quân sự
정규 chính quy, ~교육을 받다 được giáo dục ~, ~군 quân ~, ~ 과목 chính khóa. ~교원 giáo viên chính ngạch. ~부대 quân chính quy.
정근 siêng năng, chuyên cần
정글 khu rừng nhiệt đới, rừng rậm
정금(순금) vàng ròng.
정기 định kỳ, thường kỳ, ~ 적으로 một cách ~,정기 검사 kiểm tra, ~회의 hội nghị thường kỳ, 정기시험 thi ~, 정기 예금 tiền tiết kiệm ~, 정기적 으로 건강검진하다 khám sức khỏe thường kỳ, 정기총회 đại hội ~, 정기간행물 xuất bản ~, kỳ san. tập san. ~모임 đám xá.
정기편(비행기) chuyến định kỳ
정기 tinh khí, (정력) nghị lực.
정나미가 떨어지다 chán ghét, mất cảm tình
정남(쪽) chính nam, (숫총각)trai tân.
정녀 trinh nữ(처녀)
정낭 dịch hoàn, tinh hoàn.
정년 người lớn, thanh niên
정년(퇴직) tuổi về(hồi) hưu, hưu trí, quy hưu(lão), ~에 달하다 đến~

정년으로 퇴직하다 nghỉ việc vì ~
정녕 chắc chắn, đúng như thế
정담(담론) cuộc thảo luận chính trị, (정겨운)nói chuyện thân mật
정답 câu trả lời chính xác
정답다 nhiều tình cảm, tình cảm, 정다운 친구 bạn tình cảm, 손님을 정답게 맞다 tiếp đãi khách một cách nhiệt tình
정당한 chính đáng, thỏa đáng, có lý, (반) 부당한 bất công(chính), ~ 사유 lý do ~, ~ 이유없이 không có lý do ~, 정당하게 평가하다 đánh giá một cách ~, ~방법 phương pháp chánh đáng, 그가 정당하다 anh ta là phù hợp cả
정당방위 tội giết người để tự vệ. sự tự vệ.
정당(정치의) chính đảng, đảng chính trị, ~ 대회 đại hội đảng, 양대 ~ cả hai ~, ~의 성향 tính đảng. ~의 당수 thủ lãnh. ~집행부 xứ ủy.
정당을 결성하다 thành lập đảng.
정대하다(바르다) ngay thẳng, chính trực, công bằng
정떨어지다 chán ghét, mất cảm tình
정도(바른길) đường lối ngay thẳng, chính đạo.
정도 mức độ, cấp, trình độ, 고등학교 ~ trình độ cấp ba, 어느 ~ 까지 tới mức độ nào, 문화 정도(학력)trình độ văn hóa, 생활 ~ trình độ sống, 훈련 ~ trình độ huấn luyện, 지능 ~ mức độ thông minh
...정도까지 đến nỗi.
정도를 지나쳐서 qua đỗi.
정도로 đến nỗi, 한발자국도 디디지 못할 ~ 피곤하다 thấy mệt ~ không

bước nữa
정독 đọc kỹ
정돈 dọn dẹp, chỉnh đốn, sắp xếp, sắp đặt, 집안일을~ 하다 sắp đặt việc nhà, 방을 ~ dọn dẹp phòng,
정동 đúng hướng Đông
정들다 mến, cảm tình, 그녀에게 ~có cảm tình với cô ấy, (속)정들면 고향 ở đâu ưa đấy
정들이다 yêu thích, yêu chuộng
정랑(정인)người yêu
정략 hoạt động chính trị, ~가 nhà chính thuật chính trị, ~ 결혼 kết hôn vì lợi, hôn nhân môn đăng hộ đối.
정량 số lượng cố định, định lượng. ~을 재다 trừ bì, 쌀의 ~을 재다 cân gạo trừ bì.
정려 siêng năng, chăm chú
정력 nghị lực, nhựa sống, sức lực, tinh lực, ~ 의 소모 hao mòn ~, ~을 기우리다 dồn sức, ~ 을 회복하다 hồi phục ~, ~ 이 약하다 nghị lực yếu, ~이 왕성한 đầy ~, ~가 người có ~ cao
정력 없는 liệt dương.
정련 tinh luyện, tôi luyện, ~ 소 nhà máy luyện tinh
정렬(지조가 굳음)trinh tiết, trinh bạch, ~ 부인 phụ nữ tiết hạnh
정렬하다 xếp hàng, xếp đặt, 단정히 ~ xếp đặt gọn gàng.
정령 linh hồn, hồn ma
정례 thường lệ, định lệ, thông thường, 정례국무 회의 họp nội các ~
정론 lý thuyết đã được xác minh, (정치적) chính luận.
thảo luận chính trị, 정론하다 bàn

luận chính trị
정류장 bến xe, trạm xe
정리 1.dọn dẹp, thu(sắp) xếp, chỉnh lý, (반) 문란 hỗn độn, bừa bãi, 가사를 ~ 하다 thu xếp việc nhà, ~를 다했다 dọn sẵn
   2. (정리) thanh lý, 회사를 ~ 하다 thanh lý công ty
정리정돈하다 sửa soạn. thu xếp.
정리(인정과 도리) đạo lý và tình cảm
정립하다 ở vị thế tay ba
정막한 tĩnh mạc.
정말 thật, thực, ~같은 거짓말 lời nói dối như thật, ~이다 là sự thật, 정말? há phải, ~부끄럽다 thật là nhục nhã, ~입니까? Thật không? ~모른다 thật sự không biết, ~ 감사합니다 thật là cám ơn anh, ~ 그렇게 할 작정이야 tôi định thế thực mà, 정말로 quả thật. ~ 큰일 났다 thật sự là có chuyện lớn rồi. ~지독한 hết nước hết cái.
정말 잘났다 ! rõ khéo!
정말로 xiết bao, tình thật, 정말 예쁜 đẹp tuyệt vời. thần tiên.
정말 그래 thật thế
정말로 길다 dài xọc.
정말로 둥근 tròn xoe.
정말 잘났다! rõ khéo!
정맥 tĩnh mạch, huyết mạch, ~경화증 chứng xơ cứng ~ 정맥주사 tiêm ~, chích gân, 동맥 động mạch. ~의 순환 tuần hoàn ~.
정맥(보리) lúa mạch
정맥류(의 학) thiên trụy.
정면 chính diện, mặt chính(tiền), ~ 으로 một cách ~, ~ 에서 보다 nhìn ~, ~에 앉다 ngồi ~

정명론(정해진 운명)định mệnh luận.
정묘한 tinh vi, tế nhị.
정무 việc nhà nước, ~ 관 viên chức nhà nước, ~ 차관 thứ trưởng nghị viện
정문 cửa trước, cổng chính
정물 tĩnh vật, ~ 사진 bức tranh~, ~ 화 bức họa ~, ~ 화가 họa sĩ tranh ~
정미 xay, xay lúa, gạo đã chà, ~ 소 máy nhà gạo
정미한(미려한)vẻ đẹp thanh thoát
정밀 chi tiết, tinh xảo, ~ 한 지도 bản đồ ~, ~ 검사 kiểm tra ~, ~저울 cân chính xác, 정밀공학 công nghệ học ~, ~기계 cơ khí tinh vi, ~도 độ chính xác. ~도를 시험해보다 hạo.
정밀하게 살펴보다 sát sao.
정밀한 tinh diệu, tiêm tế. tinh vi. ~ 계산 tính toán sát sao.
정밀(고요하고 편안함)thanh bình, bình an
정박 neo, đậu, đỗ. thả neo, ~료 thuế cặp bến, ~ 지 chỗ đậu tàu, vũng tàu, ~ 항 bến cảng, ~시키다 cặp bến.
정박계주 trụ neo tàu.
정반대 phản đối trực tiếp, phản đề, ~ 인 hoàn toàn ngược lại.
정반합(철학)tổng hợp chính đề và phản đề
정방(과거시험 첫째합격자) chính bảng.
정방형 hình vuông, mặt vuông chữ điền
정배(귀향가다)đi đày, trục xuất
정벌(원정)chinh phục, xâm chiếm.
정벌(토벌)하다 thảo phạt.

정변 chính biến, đảo chính
정병 đội binh tinh nhuệ, tinh binh.
정보 thông tin, tình báo, nguồn tin, ~ 통신 thông tin tình báo, ~를 찾다 dò hỏi, ~에 의하면 dựa theo ~, ~를 교환하다 hội báo, ~장교 sĩ quan tình báo, ~ 를 모으다 thu thập ~, ~ 를 제공하다 cung cấp ~, ~부원 mật thám, ~ 망 mạng ~, ~활동 hoạt động tình báo, 허위 ~ thông tin sai, ~를 수집하다 tình báo, 미중앙정보부 cục tình báo trung ương Mỹ(CIA) 정보부 cục~. sở mật thám.
정보를 얻다 dò la.
정보국(실)nha thông tin.
정보원 tình báo.
정복(정장)đồng phục, ~경찰 cảnh sát mặc ~
정복(정벌)chinh phục, ~자 chinh phục giả, ~ 할수 없는 không ~ được, 알프스를 ~ 하다 chinh phục ngọn núi ALPS, ~ 욕 khao khát ~, ~전쟁 chinh chiến.
정본 bản gốc, bản chính, 사본 bản sao
정부 chính phủ,현 ~ chính phủ hiện nay, 정부를 수립하다 thành lập ~, 정부를 타도하다 lật đổ ~, ~를 전복시키다 đảo chánh(các), 정부 조직법 luật tổ chức ~, ~기관 công sở, 연방정부 chính phủ liên bang, 임시 ~ chính phủ lâm thời
정부고시가격 quan giá.
정부(옳고 그름)đúng và sai
정부 người tình, kẻ ngoại tình, mèo
정부인 vợ chính thức, đích thê.
정북 hướng chính Bắc
정분 lòng yêu thương, cảm mến

정비(여왕) chính phi.
정비하다 bảo trì, (장비를) ~ trang bị, (전투부대를) 전선을 ~ củng cố mặt trận, 정비단 toán sửa chữa.
정비사 thợ bảo trì, thợ máy.
정비례 tỷ lệ thuận,(반) 반비례 tỷ lệ nghịch.
정사(역사) chính sử, lịch sử chính xác
정사(옳고 그름)đúng và sai
정사(나라일)việc nhà nước
정사(사랑의 죽음)cùng chết cho tình yêu, 정사 미수 mưu toan tự sát cả đôi
정사(사랑의)chuyện yêu đương, câu chuyện tình
정사(정밀조사) điều tra kỹ
정사각형 hình vuông, vuông vức, chữ nhật
정산 thanh toán, ~ 서 giấy ~
정삼각형 tam giác đều(vuông).
정상 bình thường(반)비정상 phi thường, ~ 가격 giá cả ~, ~ 속도 tốc độ ~, ~체온 nhiệt độ cơ thể ~, ~적으로 một cách ~. ~화 시키다 ~ hóa. ~체온의 mát da.
정상(사정)hoàn cảnh, tình thế, ~ 을 참작하다 xét theo hoàn cảnh, lượng tình.
정상(상, 최상)đỉnh cao, thượng đỉnh, tột đỉnh, cao cấp, tuyệt đỉnh, ngọn, 정상에 오르다 lên thượng đỉnh, lên đỉnh cao,정상급 회의 hội nghị cao cấp(thượng đỉnh), (정점)tối cao điểm.
정상배 những doanh nhân trong phe phái chính trị
정상화 bình thường hóa
정색하다 vẻ mặt nghiêm chỉnh

정서하다 viết một cách cẩn thận
정서 tình điệu, tình cảm
정석(바둑)nhân tố chính, sách vỡ chính
정선하다 chọn lựa một cách cẩn thận
정설 học thuyết chính
정성(성의)thành tình, tấm lòng thành, tâm thành, 정성껏 với tất cả lòng thành, ~이 하늘에 달했다 tâm thành đã thấu đến trời.
정성을 다하여 돌보다 chăm bẳm.
(속) 정성이 지극하면 돌 위에 풀이 난다(온 정성을 다하면 어려운 일이라도 성공한다) Chí tình thì cỏ cũng mọc trên đá(đã hết lòng hết sức thì việc dẫu khó cũng sẽ thành công).
정세(정황)tình thế, tình hình(thái), 세계 ~tình hình thế giới, 난처한 ~ ~ 되 rối, 일반 ~tình hình chung, ~의 변화 thay đổi tình thế, ~ 악화 tình hình xấu đi, 지금 ~ 로는 với tình hình như hiện nay, ~를 인식하다 tri tình, ~를 파악하다 nắm tình hình, 국내 ~ tình hình trong nước. ~가 악화되다 ~ suy biến.
정소(해부) dịch((tinh) hòan
정수 nước sạch, ~ 기 bình lọc nước,
정수(고인물)nước đọng, nước ao tù
정수(고정된)số cố định, hạn số.
정수(진수)tinh túy, tinh chất, nguyên chất(thể), 동양문화의 정수 tinh túy của văn hóa đông phương
정수(자연수) số nguyên(tự nhiên).
정수리 đỉnh đầu, thóp. ~부분의 trắc mô.
정숙한 thùy mị, trong trắng, nhã độ, tiết hạnh, ~ 처녀 cô bé thùy mị
정숙한(조용하고 엄숙한) tĩnh tịch. 정숙히 하다 tĩnh túc.
정숙치 못한 nhí nha nhí nhảnh. tam bà đát.
정숙(조용함)yên lặng, yên tĩnh
정승 tể tướng, thủ tướng
정시 đúng giờ, (똑바로 봄)nhìn thẳng
정시(회시합격자에게 과하는 시험) thi đình.
정식 chính thức,~으로 một cách ~, đúng lệ, 두사람은 아직 ~으로 결혼하지 않았다 hai người chưa chính thức kết hôn với nhau, ~ 계약 hợp đồng ~, ~구혼하다 hỏi vợ. ~편지(공문) thơ ~.
정식의 thực thụ, 정식교수 giáo sư ~.
정식(본음식)cơm chính, 전식(첫음식) món khai vị, 후식 đồ tráng miệng
정신 tinh(tâm) thần, linh(tâm) hồn, thần khí, (반)육체 thân thể, ~ 적 mặt ~ , ~ 적 과로 mệt mỏi về mặt ~ ,정신적 압력 áp lực về mặt ~, ~적 유산 di sản có tính cuất ~, ~적인 짐 gánh sâu, ~을 가다듬다 tỉnh trí lại, 정신을 집중하다 tập trung ~, hì hục, ~을 차리다 hòan hồn, tỉnh lại, lấy lại ~, ~이 없다(잃다) mất ~, mất hồn, bất tỉnh, bở vía, điếng hồn, ~을 잃을만큼 놀라다 khiếp vía, kinh hồn. 정신력 sức mạnh ~, ~상태 tình trạng ~, ~이상 thần kinh bất thường, ~ 질환 bệnh tâm thần, ~ 박약 suy yếu thần kinh, ~을 연마 하다 tôi luyện tinh thần, ~적 위기 khủng hoảng tinh thần, 정신병원 bệnh viện tâm thần, nhà thương điên, ~이 맑은

tỉnh táo. 고상한 ~ linh hồn cao cả, ~력을 기르다 dưỡng thần. ~이 오락가락하는 노인 ông già quẫn. ~ 병 tâm bệnh.

정신나간듯이 한곳만 바라보다 mắt đờ ra.

정신 노동자의 총칭 thầy thợ.

정신과 의지 thần chí.

정신없는(바쁜) tối tăm mặt mũi.

정신없이 기쁘다 mảng vui. mừng cuồng(húm).

정신없이 날뛰다 quảng mỡ.

정신없이 몰두하는(성어) cắm đầu cắm cổ.

정신없이 지껄이다 nói sảng.

정신없이 춤추다 múa may.

정신없이 취하여 say nhừ.

정신이 나가다 hóa rồ.

정신이 다시 돌아오다 tỉnh hồn.

정신이 들게하다 làm tỉnh.

정신이 맑은 thảnh mảnh. tỉnh táo. tinh tường.

정신이 없다 chú tâm vào, 토론에~ ~ thảo luận.

정신노동 lao động trí óc, lao tâm.

정신병 bệnh tâm thần, bịnh tinh thần, ~ 자 người bị ~

정신병원 bệnh viện tâm thần(điên).

정신이 돌다 ngu ngơ

정신이 들다 lại tỉnh, 정신이 든 환자 bệnh nhân đã ~.

정신이 나가다 phát điên. sợ hết hồn.

정신이 없다(너무 바빠서)căng thẳng

정신이 혼미한 ngày ngạt.

(명)정신적 고통은 신체적 고통보다 더 크다 Nỗi đau tinh thần luôn lớn hơn nỗi đau về thể xác.

정신적 지지 ủng hộ tinh thần.

정신통일 tập trung tinh thần,

정신착란 chứng mất trí, sự loạn trí(óc).

정신분열증 chứng tâm thần phân liệt

정신장애 chứng rối loạn tinh thần

정신(배 길이)chiều dài tàu

정신대 quân phụ nữ an ủi.

정신기능 chức năng tinh thần, khả năng tinh thần

정실(본부인)vợ hợp pháp, chính thất. vợ cả.

정실(사사로운 정) thiên vị, mối quan hệ riêng

정액 tinh dịch, ~ 관 ống dẫn tinh, ~ 사출 xuất tinh

정양하다 nghỉ ngơi, hồi phục, dưỡng sức, tĩnh dưỡng. 고향에 돌아가 ~ 에 quê tĩnh dưỡng.

정어리 cá mòi(lẹp), ~ 통 조림 hộp ~.

정업(정당한 직업)nghề nghiệp chính đáng

정업(일을 그만둠)nghỉ việc

정연하다 ngăn nắp, trật tự

정열 nhiệt tình, nhuệ khí, ~ 적 nồng nhiệt, tình nóng, nồng cháy

정열적으로 일에 착수하다 phấn kích.

정염 ngọn lửa tình, ~에 불타는 nỗi đam mê cháy bỏng

정예 tinh nhuệ, ~화 ~ hóa,~부대 đội quân ~, tinh binh. ~군사 nhuệ binh.

정예군 quân thiện chiến.

정오 buổi trưa, giờ ngọ, đúng ngọ, chính(trung) ngọ, ~ 쯤에 độ trưa, ~가 다 된 trưa trật, ~경에 도착했다 đến vào lúc trưa.

정오의(구어) tròn bóng.

정오표(정정)bản đính chính

정온(일정한 온도) nhiệt độ ổn định

정욕 tình dục, sự ham muốn, ~을 절제하다 tiết dục, ~을 억제하다 hành xác.
정원 vườn, hoa viên, 정원사 người làm vườn, thợ ~.
정원(사람)nhân viên chính thức, ~ 외의 ngoại ngạch, 버스의 ~ số nhân viên theo chỗ ngồi
정월 tháng giêng, tháng một, chinh nguyệt, ~ 초하루 ngày đầu năm mới
정위치 vị trí chính đáng
정유 dầu tinh chế, lọc dầu,~공장 nhà máy lọc dầu
정육점 cửa hàng thịt
정육면체 hình lục giác
정의 định nghĩa, (공의)công lý, ~하기 어렵다 khó ~, ~로 돌아오다 qui chính,
　자유의 ~ định nghĩa về tự do
정의(의로움)chính nghĩa, sự công bình, công đạo, (반) 불의 bất nghĩa, phi nghĩa, ~를 위하여 vì ~, ~의 심판 cân công lý, ~로운 투쟁 đấu tranh ~,
　~를 위해 싸우다 chiến đấu vì ~ , 힘은 정의다 sức mạnh là ~, ~감 nghĩa khí, ~로운 사람 nghĩa sĩ, 정의의 불꽃 ánh sáng của lẽ phải
정의(감정과 의무) tình nghĩa, tình bạn, tình hữu nghị tình cảm, 부부의 정의 ~ vợ chồng, ~ 상통 thông cảm lẫn nhau, 진정한~ ~ chân thành
정인 người yêu, tình nhân, mèo
정자(쉬는)lều, nhà hóng mát
정자(정충)tinh trùng
정장 bộ lễ phục, ~ 하다 mặc lễ phục
정장제 thuốc trị rối loạn tiêu hóa

정쟁 xung đột chính trị
정적 sự tĩnh mịch, ~을 깨뜨리는 xáo động. ~이 흐르는 tịch liêu.
정적(연적) tình địch.
정전(궁전의) cung điện vua họp
정전(전기)cúp điện, mất điện
정전(전투)đình chiến, ~ 회담 hội nghị ~, thương thuyết ngừng bắn. 정전협정 hiệp định ~
정전감응 cảm ứng tĩnh điện
정전기 tĩnh điện,~ 방지제 (피죤)nước xả vải
정절 trinh tiết, tiết hạnh, ~ 있는 chung thủy, ~을 지키다 giữ gìn ~, 수절, 정절을 지키는 여자 gái chính chuyên, ~을 잃다 thất thân, 남편에게 ~ 을 지키다 giữ tiết hạnh với chồng. ~을 버리다 thất tiết. 죽음을 무릅쓰고 ~을 지키다 tiết liệt.
정점 điểm đỉnh, tột đỉnh, cực điểm
정정 đính chính, chữa lại(bài), 이 책은 ~ 이 필요하다 sách này cần ~
정정표 bảng đính chính.
정정(정치상황) tình hình chính trị
정정 đàng hoàng hiên ngang, thẳng thắn, ~ 히 một cách ~, ~하게 đường đường chính chính.
정정한 mạnh khỏe, cường tráng, quắc thước, ~ 한 노인 lão ông tráng kiện
정제(알약) viên thuốc, ~하다 gạn lọc, xên, (정성드려 만듦) tinh chế
정제된 설탕 đường được tinh chế.
정조 trinh tiết, tiết hạnh. trinh, trong trắng, ~ 관념이 약하다 quan niệm thấp về ~ , ~를 잃다 mất trinh(반) ~를 지키다 giữ gìn trinh tiết, ~를 팔다 bán thân, ~ 가 굳은 chung

thủy, chung tình, kiên trinh, 정조를 유린하다 dẫm đạp trinh tiết.
(명) 정조는 여자에게 무엇보다도 가장 중요한 것이다 Đối với phụ nữ, trinh tiết là điều quan trọng hơn hết.
정조가 굳은 여인 trinh phụ.
정족(솥발)ba chân của nồi cơm
정족수 con số chắc chắn
정종 rượu gạo đã tinh chế
정좌하다 tĩnh tọa, ngồi thiền(lên).
정죄하다 lên án. định(kết) tội.
정주하다 định cư, ở tại
정중앙 ngay ở trên, ~의 ngay chính giữa.
정중한 trịnh trọng, lịch sự, đạm nhã, cẩn kính, trân trọng, 정중히 một cách lịch sự, trọng hậu, 정중히 바치다 kính tặng, 정중히 영접하다 đón tiếp trọng hậu, 정중히 보고하다 kính trình.
정중하게 이야기하다 thưa gởi.
정중한 태도 thái độ nhũn nhặn.
정지 đình chỉ(hoãn), dừng(ngừng) lại, dừng, (반)진행 tiến hành, 지급을 ~ 하다 đình chỉ trả, 영업을 ~ 하다 đình chỉ kinh doanh, ~신호 tín hiệu dừng lại, ~선 vạch dừng, ~시키다 dừng máy, tốp, (면직) truất.
정지점 điểm ngừng.
정지(경작의)điều chỉnh lại đất đai
정직한 ngay thẳng, thẳng thắn, trung thực,(반) 속이는 ăn gian, (올바른) ngay ngắn, ~공무원 lương lại, ~ 사람 người ~, 정직하게 một cách ~, 정직하고 충성스런 công trung. 정직하고 착한 thảo ngay, 정직과 비정직 ngay gian. 정직하다 ở lành. 정직하지 못한 사람 người bất lương.
(명)정직이 가장 값진 보석이다 Chính trực là hòn đá quý có giá nhất.
정직(실직)mất làm việc
정진 chăm chú, chuyên tâm, tinh tấn, tập trung tinh thần
정진하다 tịnh tiến.
정차하다 ngừng lại, dừng lại
정착 định cư, ra rễ, ~하여 농사짓다 định canh, ~물 vật cố định
정찬 bữa tiệc chiêu đãi
정찰 bảng giá, ~가격 thực(định) giá, giá thị trường
정찰하다 trinh sát, thám thính, thăm dò, tuần phòng, 적정을 ~thăm dò tình hình địch, 정찰자 thám sát gia, 정찰원 ~ viên, 정찰대 cận(tuần) thám, toán thám thính, 정찰기 máy bay trinh thám, 정찰용 조명탄 hỏa châu thám thính. 정찰장교 sĩ quan thám thính. 정찰대대 tiểu đoàn thám thính. 전략정찰 thám thính chiến lược, 전투정찰 thám thính chiến đấu, 최초정찰 thám sát sơ khởi.
정찰 cuộc thám thính.
정찰을 나가다 tuần thú. 비행 ~ máy bay đi thám thính.
정찰견(동물)thám khuyển.
정찰병 tuần binh. thám báo.
정찰(순시)선 tàu tuần.
정책 chính sách, ~을 쓰다 dùng ~, ~을 바꾸다 thay đổi ~. ~ 을 세우다 lập ~, 정책을 실행하다 thực hiện ~, 경제 ~ chính sách kinh tế, 외교 ~ chính sách ngoại giao, 대외 ~ chính sách đối ngoại

정처 nơi ở cố định, ~없이 không có đích đến, không mục tiêu rõ rệt, ~없이 돌아다니다 chơi phiếm.
정처없이 떠돌다 phiêu lưu(bạt).
정청(큰객실) sảnh.
정체 thực thể, thực chất, ~ 불명의 사람 người hoàn toàn xa lạ
정체(정부형태) chính thể, 군주 ~ chính thể quân chủ,
정체(혼잡)đình trệ, đông nghẹt, 교통 ~ đình trệ giao thông, ~시키다 kìm hãm. 생산~ đình thể sản xuất.
정체하다(활동이)tĩnh tại, 공작활동이 정체되다 công tác ~.
정초 đầu tháng giêng
정초(주춧돌을 놓음) đặt viên đá móng
정충(정자) tinh trùng
정취(기분)tâm trạng, (느낌)tình cảm, 정취 있는 trang nhã, thích thú.
정치 chính trị, ~적 망명 lưu vong ~ , 정치가 nhà ~ ,~ 단체 đoàn thể ~ ,~ 체제 thể chế ~ , ~ 투쟁 đấu tranh ~ , ~ 활동 hoạt động ~, 정치적 견해 chính kiến. ~범 tù chính trị. chính trị phạm, ~범 가두는곳 chuồng cọp, ~상황 chính tình. ~ 에 간여하다 can chính. ~적 사건 chính vụ. ~적 위기 khủng hoảng chính trị, ~위원 chính trị viên, ~ 상황 chính tình, ~경제학 chính trị kinh tế học, ~와 교육 chính giáo, ~와 법률 chính pháp. ~계 giới chính trị.
정치망명자 người ty nạn chính trị.
정치범 수용소 trại tập trung.
정치부 bộ chính trị.
정치에 참여하다 tham chính, 참정권 quyền ~.

정치적 권력(교황등의)thế quyền.
정치적 망명을 요청하다 xin ty nạn chính trị.
정치적 정보 tình báo chính trị.
정치적 상황(정세)tình hình chính trị.
정치계 giới chính trị.
정치하다(놓아둠)đặt vào vị trí, cố định
정치(정교한)mỏng manh, thanh nhã,, tế nhị
정칙 chính tắc.
정탐하다 trinh thám, do thám, 정탐군 quân gián điệp, thám tử
정토(불교) tịnh giới, (극락)miền cực lạc
정통 tính hợp pháp, chính thống, ~ 정부 chính phủ hợp pháp
정통하다(통달) thấu hiểu, tinh thông, rành, sành, thuộc, lõi, 모르는 수업 bài không thuộc, 음악에 정통한 sành âm nhạc, 국내사정에 ~ rành về tình hình trong nước.
정통으로 알다 tường am.
정통한(숙련된) thạo, tinh thạo. thành thục. sành. ~ 무예 võ nghệ thành thục. ~ 전문가 người ~, 불어에 ~ tiếng Pháp. ~사람 앞에서 허튼 수 작을 하다 vải thưa che mắt thánh.
정평있는 danh tiếng
정표 vật kỹ niệm
정품(진품) hàng thật. chính phẩm.
정하다 quyết định, nhất định, tuyển định. định, 정한 시간에 vào thời gian qui định, 법이 정하는 바에 따라 theo luật qui định, 날자를 ~ định ngày. 주소를 ~ tuyển định trú sở.

정할 수 없는 vô định.
정하다(깨끗하다)trong sạch, tinh khiết.
정하게 하다 thật sạch.
정학 đình học, đuổi học, đuổi tạm
정해(답)giải đáp chính xác, trả lời chính xác, 정해자 người trả lời đúng
정해지다 đã được quyết định, 정해진 날짜 kỳ nhật.
정형(교정)chỉnh hình, sửa lại, ~ 수술 phẩu thuật chỉnh hình, ~외과 ngoại khoa ~, ~ 외과 의사 bác sĩ chuyên khoa chỉnh hình
정형 mẫu điển hình, 정형시 câu thơ tiêu biểu
정혼하다 đính hôn, hứa hôn
정혼한 남자 chồng chưa cưới.
정화(뛰어난 부분) tinh túy, tinh hoa
정화(깨끗하게 함) làm trong sạch, lọc, 사회 ~ làm trong sạch xã hội, ~ 수 nước trong sạch, nước lọc, ~시키다 gạn đục khơi trong
정화조 hầm tự hoại.
정확한 chính(đích) xác, tinh xác, xác đáng, (반)부정확한 không chính xác, ~ 발음 phát âm ~ , 정확하게 암기하다 thuộc làu, ~ 의미 sát nghĩa, 정확히 말하면 nếu nói một cách ~ , 정확히 써 주세요 làm ơn viết lại rõ hơn, 정확하게 말하자 면 nói cho phải. 정확히 đích thực. 정확하게 파악 하다 nắm vững chắc, 정확하게 말하다 nói đúng ra.
정확히 겨냥하다 nhắm đúng(trúng).
정확히 말하면 đích thị là.
정확히 추측하다 đoán đúng(trúng).

정확도 sự chính xác.
정황(정치) tình hình chính trị
정황 hoàn cảnh, tình thế(huống).
정회 tạm ngừng phiên họp
정회원 hội viên thường trực
정훈 thông tin và giáo dục, ~교육 huấn chính.
정기휴일 ngày nghỉ thường lệ
젖(유방)vú, (유즙) sữa,어머니 ~ sữa mẹ, (우유)sữa bò, ~ 을 빨다 bú, ~ 을 먹이다 cho bú, 젖가슴 lồng ngực, 젖가슴을 드러내다 thốn thện, 젖을 토하다 sửa, 젖빛 màu trắng sữa, 젖통 bầu vú, 젖을 짜다 vắt sữa, 다른 사람의~을 먹이다 bú nhờ, ~을 떼다 cấm(cai) sữa. thôi bú. 젖몸살 sốt sữa. 젖소 sữa bò. 젖 을 먹여 기르다 nuôi vú. 첫 젖(초유) sữa non.
젖먹이 아이 con đang bú.
(속) 젖 먹던 힘이 다 든다(아주 힘든 일 은 전력을 다 해야 한다) Dồn cả sức từ thời còn bú mẹ(công việc thật sự vất vả, phải dốc hết sức lực ra).
젖꼭지 núm vú, nhũ hoa.
젖내 mùi sữa, ~ 나다 có ~, 젖내나는 hoi sữa. 젖비린내나는 mặt búng ra sữa. miệng còn hoi sữa(속어).
젖니 răng sữa(vẩu).
젖다 bị ướt, 젖은 옷 áo ướt, 비에 젖다 ướt mưa, 땀에 젖다 ướt mồ hôi,. 젖은 sũng nước, ỉ lại. 젖은 모래 cát sũng ướt, 젖어들다 thấm đẫm.. 흠뻑젖은 ướt át, ướt đẫm.
젖어 스며들다 ướt mem.
젖어 착 달라붙은 ướt mềm.
젖은 ướt, ẩm ướt, sũng nước. (반) 마

른 khô, hanh, 조금 ~ hơi ~. 물에 빠진 생쥐처럼 흠뻑젖은 ~ như chuột lột.
젖떨어지다 bị dứt sữa, bị cai sữa
젖몸살 sốt sữa.
젖소 bò sữa.
젖히다(뒤집다) lật mặt, lật, mở tung ra
제(저, 자기)của tôi, bản thân mình, tôi, 제 모자 nón của tôi,제 잘못이다 lỗi tại tôi
제사 cúng lễ, cúng bái
제 4 의 đệ tứ.
제(순서)thứ, 제 2 thứ 2, 제 삼 thứ ba
제가 먹을 것을 타고난다(속어)trời sinh voi(trời) sinh cỏ.
제각기 mỗi, từng người
제간에(제딴은)theo đánh giá riêng
제강 luyện kim, ~기 máy ~, 제강로 lò tạo sắt mạnh
제거하다 loại trừ, loại(lọc) bỏ, tiêu trừ, cởi(trừ) bỏ, trừ khử, 악폐를 ~ trừ khử hủ tục, (오물) phóng uế. 나쁜 인습을 ~ trừ bỏ những thói xấu.
제것 của riêng mình.
(속) 제 것 주고 뺨 맞는다(정성을 다 했는데 오히려 해를 당하다) Cho người khác cái của mình còn bị đánh má(hết lòng với người, ngược lại còn bị người hại).
제격 xứng với địa vị
제고하다 nâng lên, đỡ dậy, 제고시키다 đề cao.
제곱수(수학) lũy thừa.
제공하다 cung cấp, dâng biểu, 정보를 ~ cung cấp thông tin, 제공받다 được ~
제공권 quyền nắm trên không

제과 mứt kẹo, ~ 업자 người làm ~ , ~ 점 cửa hàng ~
제관(왕관)vương miện.
(속) 제 꾀에 제가 넘어간다(혹 떼려다 혹 붙이다) Mình sa vào bẫy do mình đặt(gậy ông đập lưng ông).
제구실 bổn phận của mình
제국 đế quốc, ~ 주의 chủ nghĩa ~
제군 thưa các bạn, ~들! chư quân!.
제금 đàn vi-ô-lôn, ~가 người chơi ~.
제기하다(문제를) nêu lên.
제기 cầu lông, ~를 차다 chơi(đá) ~
제기랄 ! ối(úi) dào, mẹ kiếp, bỏ mẹ, đồ chết tiệt, ~ 쓸데없어!đéo cần.
제기랄 뭐가 무서워!đéo sợ.
제기 đề khởi, đưa ra, (제의) đề nghị.
(속) 제 낯에 침 뱉기(자신의 허물을 드러냄) Mình tự nhổ nước miếng vào mặt mình(vạch áo cho người xem lưng).
제너레이션(세대) thế hệ, đời.
(속) 제 논에 물 대기(오로지 자신에게 이로운 일만 하다) Chỉ tát nước vào ruộng mình(chỉ làm việc có ích cho mình thôi).
재단하다 cắt áo, 재단사 thợ may.
제단 bàn(tran) thờ, tế đài
제당 làm đường, ~ 소 nhà máy đường, lò đường.
제때에 cập thì(thời), đúng giờ, giờ đã định, (당일) cập nhật. ~보고하지 않다 không kịp báo.
제대 giải ngũ, thoát(thoái) ngũ, xuất ngũ, ra quân, ~ 병 lính ~
제대로 두다 để yên vậy, để nguyên như vậy
제도 chế độ,신~하에 dưới ~ mới,사회 ~ chế độ xã hội, 현행 ~ chế độ

hiện hành
제도(구원)하다 cứu rỗi linh hồn
제독하다 chống độc hại, 제독시키다 tảo độc.
제독 đô(đề) đốc, 해군 ~ đô đốc hải quân
제동기 cái thắng, cái phanh, vô lăng, 제동을 걸다 đạp(hãm) phanh(thắng), 공기 제동기 cái phanh hơi, 유압식 ~ thắng dầu, 제동력 lực thắng, 자동제동 cái thắng tự động.
(속) 제 똥 구린 줄은 모른다(자신의 결점을 인식하지 못한다) Đâu có biết phân mình thối(không nhận ra khuyết điểm của mình).
제등(들고 다니는 등) cái đèn lồng
제라늄(식물)cây phong lữ
제련 luyện kim, tinh luyện, ~ 소 nhà máy luyện kim
제련하다(칼등을)trui, 제련된 철 thép ~, 제련법 cách ~.
제련강 thép nung lại.
제례 nghi lễ tôn giáo, tế lễ.
제로(영) con số không
제막하다 khánh thành, 제막식 lễ ~
제멋대로 tùy theo ý mình, bướng bỉnh, ngang tàng, văng tê, tùy tiện,(겁없이) ngang nhiên, ~하는 hoang đàng, ba gai. ~ 행동하다 tung hoành, hành động tự do, làm phứa.
제멋대로 놀아나다 chơi bời sa đà.
제명하다(시키다)xóa tên, trừ danh, ~ 되다 bị ~
제면기(방적기)máy vải vóc
제모 chế tạo nón
제목 tựa đề, đề mục, đề tài. đầu đề, đầu bài.

(명) 제몸보다 소중한 것은 없다 Không có gì quí hơn bản thân mình.
제문 bài điếu văn, văn tế
제물 vật biểu, của lễ, lễ vật, tế phẩm. ~ 로 바치다 tế lễ. ~을 바치다 tế thần.
제반 mọi lọai, các lọai
제발 hãy, mong hãy, tôi mong rằng, cầu xin, 제발 용서해주세요 cầu mong hãy tha thứ cho tôi,제발 농담 그만 하세요 tôi van hãy đừng đùa nữa
제방 con đê, bờ, bờ quai, 보조~ (건축) kè, ~이 물에 무너지다 xói lở, ~보강 đê điều, ~을 쌓다 bồi trúc. ~을 지키다 hộ đê. ~을 따라 가다 ven theo đê. 사람없는 ~ bờ vắng.
(속) 제 방귀에 제가 놀란다(생각없이 일하다가 갑자기 알게 된다) Mình đánh rắm còn ngạc nhiên(việc làm không có suy nghĩ bất ngờ nhận biết được).
(속) 제 버릇 개 줄까(나쁜 습관은 고치기 어렵다) Thói của mình, cho chó hay sao(thói quen xấu rất khó sửa).
제법 khá, kha khá. đáng kể, ~ 덥다 khá nóng
제복 đồng phục, 교복 đồng phục nhà trường
제복(제례복) áo tế lễ, áo bào
제본 đóng sách, ~소 nhà ~.
제분 xay, nghiền, ~ 기 máy xay, ~ 소 (공장)nhà máy bột, 커피 ~ 기 cối xay cà phê.
제비뽑다 rút(bắt) thăm, đánh(rút) số, 제비 뽑아 결정하다 rút thăm

quyết định
제비 yến, én, nhạn, ~ 둥지 yến sào.
제비집(식용) yến sào.
제비꼬리 đuôi nheo. ~모양의 삼각기 cờ ~.
(속) 제비는 작아도 강남 간다(사람이 비록 작고 한도가 있으나 큰 뜻이 있으면 큰 일을 이룰 수있다) Con én nhỏ nhưng đi đến tận Kang nam(người tuy nhỏ bé, sức lực có hạn nhưng có chí lớn thì cũng có thể làm được việc lớn).
(속) 제비도 낯짝이 있고 빈대도 콧잔등이 있는 법(파렴치한 자를 나무람) Én cũng có mặt, rệp cũng có mũi(mắng kẻ vô liêm sĩ).
제비와 꾀꼬리 yến oanh.
제비집 스프 canh yến sào.
제비꽃 hoa bướm
제빙 làm nước đá, ~공장 nhà máy ~, ~기 máy ~.
제사 tế tự, cúng lễ. ~지내다 cúng tế(bái), giỗ, tế lễ, cúng lễ, đám chay, cúng cơm, quải giỗ. 제사장 thầy tế lễ. 제사그릇 vàng mã. ~날 ngày giỗ. 제사를 받들다 phụng thờ. 젯밥을 차리다 quải cơm. ~복 tế phục. ~를 주도하는자 tín chủ. chúa tế. ~지내는 사당 thần từ. ~에 참석하 다 ăn giỗ. ~용 밭 tự điền.
제사장(소수민족 마을의)thầy tào.
제사(실을 만듦)kéo sợi, xe chỉ, ~ 공장 nhà máy tơ, (수)đệ tứ.
제삼 thứ ba, đệ tam, ~ 세력 thế lực thứ ba, ~ 세계 thế giới thứ ba.
제삼국 cường quốc thứ ba
제삼자 người thứ ba, người ngoài.

제설하다 dời tuyết, 제설차 xe ủi tuyết
제소하다 kiện lại.
제수(수학) số trừ.
제수씨 em dâu, 형수 chị dâu
제수품 đồ cúng
제수(봉)하다 phong.
제스처 điệu bộ, cử chỉ, ~게임(수수께끼)mê ngữ.
제습기 máy hút ẩm
제시하다 xuất trình, thưa thốt, cho xem(제출하다)
제시간 thời gian thích hợp, ~ 에 đúng giờ
제아무리 눈이 밝아도 con mắt nào sáng đến mấy.
제안 đề nghị, đề án, ~ 에 응하다 đồng ý ~ , ~ 을 부결하다 phủ quyết ~ , ~ 자 người đưa ra ~
제압하다 đàn áp, (통제)khống chế, áp bức, chỉ huy, 영공을 ~ khống chế không phận.
제야 đêm giao thừa, ~ 의 종소리 tiếng chuông ~
제약 chế tạo thuốc, ~ 공장 nhà máy thuốc, ~ 회사 công ty chế tạo thuốc
제약 chế ước, (조건)điều kiện, hoàn cảnh, (속박)hạn chế, 시간의 ~ 을 받다 giới hạn thời gian
제어하다 kiềm chế, cản, chế ngự, (조절) điều khiển, 제어조직 hệ thống điều khiển.
제언(권고) khuyên bảo.
(속) 제 얼굴에 분 바르고 남의 얼굴에 똥 바른다(좋은 일은 내 몫으로 하고 나쁜 일은 남의 탓으로 돌린다) Bôi phấn vào mặt mình, bôi phân vào người(việc tốt thì dành

phần về mình, việc xấu thì đổ lỗi cho người khác).

제염 sản xuất muối, ~소 xí nghiệp muối

제오 thứ năm, đệ ngũ, 제오열 cột ~ ,제오 공화국 nền cộng hòa thứ 5, 제 5 열분자 tay trong.

제 5 열 부대원 đạo quân thứ năm.

제왕 thượng đế, đế vương, vua, ~이 되다 lên ngôi. ~들 liệt thánh. ~의 법 phép vua.

제외 loại trừ, trừ ra(khi), trừ phi, chừa, 내것만 제외하고 다 가져가세요 hãy mang đi hết trừ cái của tôi,제외시킬수 있나? Có thể được trừ ra không?

-- 을 제외하고 ngoài ra.

제위 ngai vàng, ngôi vua, đế vị, ~ 를 계승하다 nối ngôi.

제위 (여러분) qúy ông bà, qúy vị

제유 chế tạo dầu, ~소 nhà máy dầu

제육 thịt heo, (수)thứ sáu, đệ lục.

제의 đề nghị, đề xuất

제이(두번째)thứ hai, thứ nhì, đệ nhị. ~ 계급 hạng bình. 두번째 달 tháng thứ hai.

제일(제사날)ngày giỗ, ngày cúng tế

제일 thứ(đệ) nhất,nhất, số một, thế giới ~의 부자 người giàu nhất thế giới, ~먼저 trước hết, ~ 높은 산 núi cao nhất, 건강이 ~ 이다 sức khỏe là số một, 제 일 보 bước thứ nhất, ~ 가까운 sát nhất.

제 1 장 chương một.

제 1 집 tập một.

제자 học trò, đệ tử, môn đồ(đệ).

제자리 đúng chỗ, đúng vị trí, 쓴 후에 ~에 두라 dùng xong đặt đúng vị trí, ~ 말둑(건축) cọc khoan nhồi, ~뛰기 nhảy không lấy đà(trớn).

제자리 걸음 dậm chân tại chỗ.

제작 chế tạo, chế(tạo) tác, sản xuất, ~비 chi phí sản xuất, ~소 nhà máy, 영화 ~협회 hiệp hội sản xuất phim

제재 chế tài, pháp적 ~ pháp luật, xử phạt, 경제적 ~xử phạt về kinh tế, ~를 가하다 áp đặt trừng phạt

제재(만듦) cưa gỗ, ~소 xưởng cưa gỗ

제재 đề tài, chủ đề

제적하다 xóa tên, 학교에서 제적당하다 bị xóa tên trong danh sách nhà trường

제전(행사) lễ hội, ngày lễ

제정(만들다) làm ban hành, triệu tạo, 법률을 ~하다 ban hành luật pháp

제정(제사와 정치)cúng tế và chính trị

제정신 ý thức mình, hiểu biết, ~이 들다 tỉnh lại, tự giác. ~을 잃다 ngu ngơ, (기뻐서) ngây ngất, mất trí. lăn lóc,

제정신이 아닌(이성을 잃은) mất trí khôn.

쨰쨰하다(인색)hà tiện, keo kiệt

제조 chế tạo, sản xuất, ~ 공장 nhà máy, xưởng chế tạo, 베트남에서 ~한 기계 máy được chế tạo ở VN, ~능력 năng lực sản xuất, ~품 hàng ~, ~업자 nhà chế tạo.

제주(제사 술) rượu cúng

제주도 đảo CHE-JU

제지하다 kiềm chế, ngăn chặn, khắc chế.

제지 chế tạo giấy, làm giấy, ~공장 nhà máy sản xuất giấy, ~원료 nguyên liệu chế tạo giấy

제직회(교회)ban chấp sự, 제직간부회 ban trị sự.
제차 các loại xe, ~통행금지 cấm ~lưu thông
제창(의)đề nghị, (주창)đề xướng. khởi xướng. xướng xuất.
제창하다 hợp ca
제철이다 đúng mùa, đang mùa, 제철이 지나다 hết mùa
제철(쇠를 만듦) sản xuất sắt, luyện thép, ~소 nhà máy sắt
제쳐놓다 để riêng ra
제초하다 nhổ cỏ, làm cỏ, 제초기 máy cắt cỏ, 제초제 thuốc diệt cỏ
제출하다 nộp, xuất trình, trình ra, đề ra(xuất), đệ trình, 증거를 ~trình chứng cứ ra, 원서를~trình đơn xin, 신청서를 ~ nộp đơn xin. 확인증을 ~ trình giấy căn cước.
제충하다 diệt côn trùng.
제충(살충)제 thuốc trừ sâu. trừ trùng.
제칠 thứ bảy, ~함대 hạm đội ~
제트기 máy bay phản lực, 제트엔진 động cơ phản lực.
제판공(製版工:인쇄판을 만드는 사람) thợ xẻ.
(속) 제 팔자 개 못 준다(제 운명을 벗어날 수 없다) Số phận mình thì cũng không cho chó được(không rũ bỏ được số phận của mình sinh ra).
제패(패권을 잡다) nắm quyền bá chủ, (우승하다) vô địch.
제풀에(로)tự ý, tự nguyện
제품 chế phẩm, sản phẩm, vật sản, hàng hóa, 국내 hàng nội(반)외국 ~ hàng ngoại, ~을 공급하다 tiếp phẩm. ~의 수명 tuổi bền.

제하다 trừ, khấu trừ, trừ ra, 봉급에서~ trừ vào lương, 비용을 다 제하면 남은 것이 없다 trừ tất cả chi phí rồi không còn gì nữa. (빚) tụi.
제하 검사(건축)thí nghiệm nén tĩnh cọc
제한하다 giới hạn, hạn chế, giam hãm, thu hẹp, 제한없이 không ~, 제한구역 cấm(giới) khu, nghiêm hạn, 제한지역 khu dành riêng, 연령제한 giới hạn tuổi, 제한속도 hạn chế tốc độ, 제한시간 hạn chế thời gian, thời hạn, 산아제한 hạn chế sinh đẻ
제한된 분포 phổ biến hạn chế.
제해권 quyền làm chủ trên biển
제헌 thành lập hiến pháp, ~국회 hội đồng hiến pháp, 제헌절 ngày lập hiến
제호 tựa sách
제화공 thợ đóng giày, 제화 làm giày
제후 vua chúa
제휴하다 phối hợp, hợp tác, kết thân
젠장(제기랄!)đồ chết tiệt !
젠체하다 làm ra vẻ ta đây, ra mẽ
젤 리(잼)mứt
젯밥 cơm cúng
쟁(쨍)그렁거리다 kêu chói tai.
조(오곡의 하나) kê. 조밥 cơm kê.
조(수량) một ngàn tỷ
조(조항)điều khoản
조가 bài ca buồn
조가비(조개껍질) vỏ trai
조각 một miếng, một mảnh, mẩu, thỏi, 분필 ~ mẩu phấn, khúc, khứa, 생선 ~ khứa cá, 종이~ miếng giấy, 나무 ~ khúc gỗ, 조각조각 부서지다 tan tành, tan nát.

조각조각 깨지다 vỡ tan, 꽃병이 ~ cái lọ bị ~.
조각 điêu khắc, chạm, ghi dạ, ~같은 얼굴 mặt đẹp như tượng ~, 조각가 nhà ~, 조각하는 thợ chạm, 조각품 hàng ~, 조각칼 dao chạm.
조각달 trăng khuyết.
조각하다(정부)thành lập nội các
조각조각 từng miếng, từng mảnh, ~ 찢어진 rách nát. ~부서지다 tan tành. vụn vỡ.
조간신문(조간)báo buổi sáng
조감도 phối cảnh, bản tóm tắt
조감독 phó giám đốc
조강 thép chưa luyện
조강지처 vợ cũ. vợ tao khang, ~를 멀리하다 phụ tình ~.
조개 ốc, nghêu, sò huyết, ~껍질 vỏ hến, vỏ sò, ~탕 lẩu sò, cháo sò
조개탄(연탄)than nắm(luyện).
쪼개다 chẻ, bổ, rẽ, xẻ, bổ củi, tách(rũ) ra, 나무를 ~chẻ(xẻ) củi
조객 người khách chia buồn
조건 điều kiện, 계약~điều kiện hợp đồng, 아무조건없이 vô điều kiện, 없는 có ~ nào, 동등한 ~으로 bằng ~tương đương, ~을 붙이다 gắn~, ~을 마련하다 ra ~, ~반사 phản xạ có~, 근무~điều kiện làm việc,필수~ điều kiện cần thiết.
조경 cảnh quan, ~사 nhà thiết kế vườn, thợ làm vườn, thợ tỉa tót
조곡(음악)tổ khúc
조공 triều cống, ~을 바치다 tấn cống.
조광권 đặc quyền khai thác mỏ
조교 trợ(phụ) giáo, (대학)phụ giảng
조교수 phó giáo sư
조국 tổ quốc, quê nhà, cố thổ,(반) 외국 nước ngoài, ~을 배반하다 phản quốc, ~의 앞날 tiền đồ tổ quốc, ~을 방위하다 bảo vệ ~, ~의 독립을 되찾다 phục quốc, 조국을 위해 죽다 chết vì tổ quốc, ~에 헌신하다 phụng sự cho tổ quốc.
조국애 tình yêu ~, tình yêu nước. 조국을 위하여 vì ~, ~을 위해 봉사하다 phụng sự cho tổ quốc.
조국을 멀리 떠난 biệt xứ.
조규 điều khoản, điều lệ
쪼그라들다 teo lại. xọp.
조그마한 nhỏ, bé, tí hon, ~꼬마 em bé tí hon, 조그만 이익 tiểu lợi.
(명)조그만한 기회를 포착하는 데서 대사업이 시작될 때가 많다 Rất nhiều sự khởi nghiệp lớn bắt đầu từ những cơ hội nhỏ.
(명)조그마한 불꽃에서 거대한 화염이 일어날 수 있다 Một tàn lửa nhỏ có thể trở thành một đống cháy lớn.
조금 chút xíu(ít), một chút, một ít, mấy hơi. 아주~chỉ một ít thôi, 조금씩 lần lần(hồi), từng chút một, ~ 짠 mằn mặn.
~밖에 없다 chỉ có một ít, ~더 một chút nữa, ~더 주세요 hãy cho tôi một chút nữa, ~전에갔어요 anh ta đi một chút trước đây, ~일하고 차 버림 đá gà đá vịt, 조금전에 vừa mới đây, lúc nảy, hồi nảy, ban nãy, 조금 열다 hé, 문을 조금 열다 hé cửa, mở hé, 조금 드러내다 hơi nhú, 조금알다 quen sơ(반) 잘알다 quen thân, 조금씩 마시다 uống ít ít một, 조금씩 저축하다 cắp nắp, bóp chắt dành dụm, (속)

조금씩 씹어먹다 ăn hương ăn hoa, 조금 아픈 nhưng nhức. ~알고 있다 quen thảo.
조금 기억나는 nhớ lõm bõm.
조금 기울다 hơi xiêu.
조금 내밀다 giau giàu, 입을 앞으로 ~ ~ cái miệng.
조금 냄새가 나는 hơi thối, thôi thối.
조금 더 있으면 tí nữa.
조금 더...하면...뻔했다 tí nữa, 조금 더 하면 깨질뻔 하다 ~ thì vỡ. 조금만 더 했으면 넘어질 뻔 했다 tí nữa thì ngã.
조금 들뜬 hơi vốp.
조금만 더 주세요 xin thêm một tí tỉnh nữa đi.
조금 못 미친 thèm, 팔십에는 ~ 나이 tuổi ~ tám mươi.
조금있다가 chốc nữa. tí nữa.
조금도 một chút cũng, ~ 없다 ~ không có, ~ 모른다 ~ không biết. 조금도 주저치 않고 không chút do dự. ~ 틀리지 않다 khác gì(nào). ~ 웃지 않다 không nhếch mép cười.
조금도...않다 tuyệt không.
조금씩 nhỏ(rỏ) giọt, hàng tôm hàng cá. ~씩 먹다 ăn nhon nhen. tàm thực. ~ 꺼내다 són. ~여러 번 먹다 ăn vặt. ~쓰는 용돈 tiền tiêu vặt.
조금씩 돈을 주다 cho tiền rỏ giọt.
조금씩 비축해두다 chắt chiu.
조금 움직이다 xê xích. 책상을 창문쪽으로 ~ ~ cái bàn về phía cửa sổ.
조금 짠 hơi(mằn) mặn.
조금 취한 say ngà ngà.
조금전 ban(lúc) nãy. nãy giờ. khi nãy(지금막).
조급한 nóng nảy, hấp tấp, 조급히 vội vàng
조기(생선)con cá vàng
조기 lá cờ tang, cờ rũ, ~ 를 달다 treo cờ tang
조기 sớm, ~ 진단 chẩn đoán ~, ~ 치료 trị liệu trước, 조기폭발하다 nổ cướp.
조깅하다 chạy bộ, chạy nhẹ thể dục
조끼 áo lá. áo ghi-lê,
조난 tai họa, ~ 신호 tín hiệu bị nạn
쪼다 mổ, đục, rỉa, (제구실을 못하는 사람) khờ dại.
조달하다 cung cấp
조동사 trợ động từ
쪼들리다 bị túng thiếu, khôn cùng
쪼들리게 가난하고 힘든 thắt ngặt.
쪼들리게 살다 sống thiếu thốn.
조락하다(시들다) khô héo, phai tàn, suy tàn
조력 giúp sức, trợ lực, ~ 을 요청하다 yêu cầu trợ giúp, ~자 trợ thủ.
조련하다 rèn luyện
조령모개 vô nguyên tắc, thường xuyên thay đổi, lưỡi không xương.
조례 điều lệ
조롱(새집) cái lồng
조롱(기롱)하다 nhạo báng, cười chê, chế giễu, chế nhạo, chọc ghẹo, 조롱당하다 bị chọc
조롱박 hồ lô.
조루 xuất tinh sớm, ~증 chứng ~
조류(새무리) loại chim, ~ 독감 cúm gia cầm, ~와 động vật cầm thú.
조류학 điểu loại học. tảo học.
조류(흐름) trào(triều) lưu, thời đại của ~ đi theo trào lưu của thời đại, (풍조) khuynh hướng
조르다 (죄다) thắt, cột, siết chặt, 안전

띠를 ~ thắt dây an toàn, 목을 ~ thắt cổ, (졸라대다) nhõng nhẽo, ráu, 돈 달라고~ ráu tiền.

쪼르륵 ừng ực, 술이~내려가다 rượu chảy ~ xuống.

조리(쌀씻는) cái vá bằng tre, rá.

조리(조섭) giữ gìn sức khỏe

조림(통) thức ăn đóng hộp

조림하다 trồng cây

조리(두서) thứ tự, ~ 가 닿다 có thứ tự, 앞뒤 ~ 가 닿지 않다 trước sau không hợp thứ tự. ~에 맞지 않는 đầu ngô mình sở. ~없는 말을 하다 nói láng cháng.

조리가 맞지않게 말하다 xí xố.

조립하다 lắp ráp, 기계를 ~ lắp ráp máy móc, 조립공장 nhà máy ~, ~식 주택 nhà ~, 조립식 kiểu lắp ghép

조마사 người huấn luyện ngựa

조마조마한 hồi hộp, phập phồng

조만간(이윽고) lát nữa, sớm muộn, kíp chầy.

조망하다 nhìn bao quát. rọi sáng.

조명 đạn chiếu sáng, soi tỏ, rọi sáng, ~탄 pháo sáng, bom phát sáng, ~ 효과 hiệu quả sáng, 무대 ~ ánh sáng sân khấu

조모 tổ mẫu,(할머니) bà(nội, ngoại)

조목 điều khoản(mục), tiết mục

조몰락(주물럭)거리다 sờ mó, dò dẫm, lần mò

조무라기(아이) em bé, các trẻ nhỏ

조문 thăm viếng chia buồn, lời chia buồn, thiệp tang. ~객 khách viếng chia buồn

조문(조사, 추도문)bài điếu văn

조문(조항) điều khoản

조물주 tạo hóa, Đấng sáng tạo, thợ trời. khuôn linh(thiêng).

조미료(양념) gia vị, gia vị nêm, vị liệu, hương vị, ~ 를 넣다 cho~vào, 화학~ bột ngọt(남), mì chính(북)

조밀하다 dày đặc, trù mật, 인구가~ dân số tập trung ~, 조밀한 인구 dân cư trù mật.

조바심 mối lo âu, lo lắng, băn khoăn, ~하는 xăng văng.

조바심내다 thắc thỏm.

조반(식사)bữa điểm tâm, bữa ăn sáng

조발(이발)cắt tóc, hớt tóc.

(속) 조밥에도 큰 덩이 작은 덩이가 있다(다섯 손가락도 긴 것과 짧은 것이 있다) Cơm kê cũng có hạt to hạt bé(5 ngón tay cũng có ngón dài ngón ngắn).

조변석개 thay đổi liên tục

조복(조정에 나갈 때 입는)triều phục.

조부(할아버지) ông (nội, ngoại) ông tổ, tổ phụ, 조부모 ông bà, ~모의 동생 ông trẻ.

조사(죽은자를 위한) điếu văn, lời chia buồn, văn tế.

조사(문법) trợ từ, từ phụ, bổ trợ. 문미에서 동의를 구하는 ~ hén. 그 정도면 됐지요? chừng ấy được rồi hén?

조사(요절) chết non, chết yểu, chết trẻ

조사 điều(kiểm) tra, tìm kiếm, tra cứu, (사건을)dò hỏi, tra khảo. xem(tra) xét, hành hạt. 원인을 ~ 하다 điều tra nguyên nhân, 사이공 전역을 ~ 하다 tìm kiếm khắp Sài Gòn, ~ 결과 kết quả ~, ~보고 báo cáo ~, 조사하여 식별하다 giám biệt. ~ 해내다 moi lên.

조사하다(빛을 반사) chiếu, rọi
조산하다 đẻ non, tảo sản, ~아 đứa trẻ sinh non
조산(산파의) đỡ đẻ, 조산부 bà đỡ, 조산원 nữ hộ sinh. sản bà. cô mụ.
조상 tổ tiên(phụ),(반) 후손 con cháu, ~숭배 cúng tổ, sự thờ phượng ~. ~으로부터 물려받은 tổ truyền.
조상 (조각상)bức tượng.
(속) 조상덕에 이밥을 먹는다(조상덕에 잘 산다) Nhờ tổ tiên, được cơm ăn(sống giàu có nhờ đức tổ tiên).
조상으로부터 내려온 직업 nghề tổ truyền
조상하다 chia buồn
조생종 loại thực vật sớm ra hoa
조서(왕의) sắc lệnh vua, thánh chỉ, chiếu thư.
조석 sáng và chiều, thần hôn, ~으로 양친의 안부를 묻다 thần hôn định tỉnh.
조석으로 sớm hôm(tối). ~ 양친을 돌보다 ~ săn sóc cha mẹ.
조선(북한) Triều Tiên (Bắc Hàn)
조선인삼 nhân sâm triều tiên.
조선(배를 만듦) đóng tàu, tạo thuyền, ~회사 công ty đóng tàu, ~업 ngành ~, ~소 nhà máy tàu, xưởng đóng tàu.
조섭(조리)giữ gìn sức khỏe
조성하다 tạo thành, tạo nên, 산림을 ~ tạo thành rừng, 사회불안을 ~ tạo thành bất an của xã hội
조성(조장, 촉진) đẩy mạnh, xúc tiến, (기여) giúp đỡ
조세 thuế, cống lễ, ~를 과하다 đánh thuế, ~를 납입하다 đóng ~, ~공물을 드리다 tuế cống. ~를 면제하다 miễn ~, ~를 징수하다 thu ~, ~ 체납 nợ thuế.
조소하다 cười chế giễu, cười chê, mỉa mai, trào tiếu, cười nhạt.
조속히 sớm nhanh
조수 trợ thủ(tá), người giúp đỡ, bồi tế, 여조수 trợ thủ nữ, 운전 ~ lái phụ
조수(새와 짐승)loại chim và gia súc
조수 nước thủy triều lên, thủy triều, ~가 빠지다 nước rặc. ~가 밀려오다 thượng triều.
조숙하다 chín sớm, sớm trưởng thành, 조숙한 청년 thanh niên sớm trưởng thành
조신하다 thận trọng
조실부모 cha mẹ mất sớm,
조심 cẩn thận, coi chừng,(반) 조심성 없는 ẩu, qua loa, 말을 ~하다 nói năng ~, 몸을 ~하다 giữ gìn cơ thể, 개조심 coi chừng chó, 불조심 cẩn thận lửa, 조심성 tính ~, 조심성이 없다 không thận trọng, 조심성 없이 행동하다 làm ẩu, 조심해! 넘어질라 khéo ngã, 조심스럽게 말하다 nói khéo, rụt rè lên tiếng. thận ngôn, 조심스레 고르다 lựa lọc. ~스러운 nhỏ nhẹ.
조심하는 thận trọng.
조심해! đứng sững!.
조심스럽게 nương nương, ~ 걷다 đi ~ chân.
(명)조심스럽게 그러나 대담하게... Cẩn thận nhưng phải quả cảm...
조심스럽게 다루다 nương nhẹ(tay).
조심스럽게 말하는 thận ngôn.
조아리다 quỳ lại

쪼아먹다 mổ ăn, ăn nhấm nháp
조악하다 thô lỗ, 조악상품 thứ phẩm
조야 toàn dân, cả nước
조야하고 천박한 thô thiển. ~식견 kiến thức ~.
조약 điều ước, thỏa ước, ~상의 권리 quyền lợi theo ~, ~을 맺다 kết ước, ~을 지키다 tuân thủ ~, ~을 폐기하다 loại bỏ ~, 평화조약 điều ước hòa bình
조약돌 đá sỏi, hạt cuội. hòn đá.
조어법 phép cấu tạo từ
조언 khuyên, huấn giới. 전문가의 ~을 청하다 xin lời ~ của nhà chuyên môn, 조언자 người khuyên bảo. tai mắt.
조업 sản xuất, ~을 단축하다 cắt giảm ~, ~을 중지하다 ngừng ~
조역 việc làm phụ, (사람)vai phụ
조연 đóng vai phụ, làm phụ, 조연자 diễn viên phụ
조예 kiến thức, tri thức, ...에 ~가 깊다 thạo về ...
조왕신(부엌신) táo quân.
조옮김(음악)chuyển điệu.
조용하다 im lặng, tĩnh(yên) lặng, trầm lặng, yên tĩnh, thanh vắng(tịnh), vắng lặng,(반)시끄럽다 ồn ào, 조용한 수면 mặt nước yên lặng, 조용한 곳 ở nơi yên tĩnh, nơi thanh vắng, 조용한 사람 người ít nói, 조용한 성격 điềm đạm, 조용 한 주택 nhà cửa yên tĩnh, 조용히 앉아 있다 ngồi lặng lẽ, ngồi im thin thít, 조용히 걷다 đi khẽ. 조용히 듣다 lặng nghe, lắng lặng mà nghe. (침묵하다) lặng thinh(lẽ), 조용하게 살다 yên thân,

조용한 삶 cuộc đời trầm lặng, 조용한 마음 lòng vắng lặng, 돌연히 조용한 im bặt, 조용히 다가가다 khẽ khàng đến. 조용히 줍다 lặng lặng nhặt. 조용히 해! im đi, câm đi, 조용한 밤 đêm thanh, 조용한(쓸만한) 물가 mé nước bình tịnh. 조용히 노를 저어라 hãy nhẹ mái chèo. 조용히 앉다 yên vị. lặng lặng ngồi. 조용히 말하다 nói se sẽ.
조용히 떠나다 chuồn êm.
조용히 희생함 sự hy sinh thầm lặng.
조용하게 lặng lẽ. 강물이 ~ 흐르다 sông nước chảy ~.
(명)조용한 바다에서는 숙련된 선원이 탄생하지 않는다 Không có thuyền viên giỏi trưởng thành trên biển phẳng lặng.
조용조용 나무라다 nhẹ lời.
조용조용히 웃다 cười ri rí.
조우하다(만나다)gặp gỡ ngẫu nhiên, gặp phải, tao ngộ. đụng đầu.
조위(부의)하다 chia buồn, 조의 금 tiền phúng điếu
조율하다 lên dây, so phím, 조율사 người ~
조을지 어떤지 nên chăng.
조의 lời chia buồn, phân ưu, ~를 표하다 phân ưu, điếu phúng. điếu tang.
조이다 siết, thắt chặt, 가볍게~ siết nhẹ.
조인하다 ký tên, 조인식 nghi thức ~
조작(날조)하다 bịa đặt, ngụy tạo.
조작 thao tác, 자동 ~ thao tác tự động
조잘거리다 ri hơi(răng).
(속) 조잘거리는 아침 까치 같다(말 많고 시끄러운 사람을 가리킴) Giống như ác là rối rít ban mai (chỉ người hay nói chuyện nhiều,

âm ỹ).
조잡한 thô sơ, thô lỗ, tầm thường. bỗ bã.
조장(촉진)하다 xúc tiến, đẩy mạnh
조장 tổ trưởng, thượng sĩ. trưởng kíp.
조적 오픈 배수로(건설)rãnh thoát nước
조전을 치다 gửi điện chia buồn
조절하다 điều chỉnh, điều tiết, 생산을 ~ điều tiết sản xuất, 음량을 ~ ~ âm thanh, 물가를 ~ ~ vật giá, 방의 온도를 ~ điều chỉnh nhiệt độ trong phòng
조정(나라)triều đình, ~ 대신 triều thần, ~에 나아가다 triều kiến, tiến triều. ~에 들어 가다 triều yết, ~의례 triều nghi, ~의 비유 vạc.
조정의 제례음악 nhạc lễ.
조정 과거시험 đình thí.
조정하다 điều đình(chỉnh), liệu lý, giải quyết, hòa giải, (중재) phân giải, (결과를 보고) phản hồi. 조정하여 고치다 hiệu chỉnh. 조정위원회 hội đồng trọng tài. 깜빡거리는 버릇을 조정하여 고치다 hiệu chỉnh máy ngắm.
조정 재판소 tòa hòa giải.
조정(배치)하다 sắp xếp
조정(보트를 저음)chèo thuyền, ~ 경기 đua thuyền, ~술 thuật bơi thuyền
조제하다 điều chế thuốc, bào chế, 조제사 dược sĩ, người bào chế
조조(인물) Tào Tháo
조조(이른 아침)sáng sớm
조종하다 lái, vận hành, điều khiển, chế giễu, 조종하기 어렵다 khó lái, 기계를 ~ vận hành máy, 남편을 마음대로 ~ điều khiển chồng theo ý của mình, 조종법 cách điều khiển, 조종사 phi công
조준하다 nhắm bắn(bia), 조준선 điểm nhắm. đường đạn.
조직 tổ chức, cấu tạo, thành lập, 사회 ~ ~ xã hội, 인체 ~ ~ của cơ thể người, 내각을 ~하다 tổ chức nội các, 세포 ~ tổ chức tế bào, ~을 해체하다 giải tổ. ~위원회 ủy ban ~. ~원 thành viên.
조짐 triệu chứng, điểm, điều triệu, thi sấm. trầm triệu.
조차 ngay cả, ngay như, (심지어) thậm chí, 그는 제이름조차 못쓴 다 ngay cả tên mình anh ta không viết nổi, 나조차 모른다 ngay cả tôi cũng không biết. --- 조차 cả đến, thậm chí, 아이들 ~ 그 일을 알고있다 cả đến trẻ con đã biết việc ấy.
조차하다 cho thuê, 조차지 tô tá địa.
조찬(조반) điểm tâm
조처하다 chỉ đạo, biện pháp, quản lý
조촐한 thanh đạm, ~식사 bữa cơm~.
조촐하게 xềnh xoàng, ~입다 ăn mặc xềnh xoàng.
조총련 hiệp hội của Hàn kiều ở Nhật
조춘 đầu xuân
조치 biện pháp, quản lý
조카 cháu, ~딸 cháu gái, ~며느리 cháu dâu
조커(카드) phăng teo.
조타 lái tàu, ~기 cơ cấu lái, 조타수 người lái tàu, 조타실 buồng lái
조탁하다(새기다) khắc, chạm
조퇴하다 về sớm, nghỉ sớm hơn
조판하다 sắp(xếp) chữ, 조판공 thợ ~.
조폐 đúc tiền, 한국 조폐공사 công ty

조 tiền đúc Hàn Quốc
조포 tiếng pháo chào tiễn biệt
조합 tổ chức(hợp), hiệp hội, (집단)tập đoàn, 노동~ công đoàn, lao động tổ hợp, 생산 ~ ~ sản xuất. ~단체 nghiệp đoàn. ~의 구성원 tổ viên. ~원 xã(tổ) viên.
조항 điều(quy) khoản
조해하다(화학) rữa.
조혈하다 lên máu, tăng máu
조형 tạo hình, ~예술 nghệ thuật ~.
조형 미술 mỹ thuật tạo hình
조혼하다 kết hôn sớm, tảo hôn.
조혼 폐습 tệ tục tảo hôn.
조화(꽃) hoa giả, hoa nhân tạo
조화(조상하는)vòng hoa điếu tang.
조화 điều hòa, hài hòa, hảo hợp. 성장과 안정의 ~ hài hòa phát triển và ổn định, 색의 ~ hài hòa về màu sắc, ~를 잃다 mất hài hòa, 조화로운 hòa thuận, thuận hòa, ~가 잘되는 사랑 tình yêu lứa đôi, ~를 이루다 chan hòa, vừa lứa, hài hòa. ~가 잘된 아름다운 모습(비유) khuôn vàng thước ngọc. ~롭고 행복한 가정 gia đình hạnh phúc hài hòa.
조회 phiên họp buổi sáng, triều hội
조회하다(알아보다) đối chiếu.
조회(문의) xác nhận.
쪽 hướng, đàng, phía, 동쪽 hướng đông, đàng(phía) đông.
쪽(조각) một miếng (머리) búi tóc
쪽(식물)cây chàm
쪽소리(입맞출 때) chụt.
족(다리)chân, bàn chân, (동물의)cẳng, móng chề, 돼지족발 cẳng heo
족(종족)dòng dõi, dòng giống, chủng tộc

쪽박 cái vá
족발 chân giò
족벌 phe cánh, phe phái, ~ 정치 thống trị phe phái
족보 phả hệ, phổ hệ, tộc phổ, gia phả
족속(일가)gia đình, bà con
족 쇄 xích sắt(chân), cái còng, cùm, ~를 채우다 còng lại. xiềng, ~를 풀다 tháo xiềng. ~를 채워 감금하다 giam cùm.
족자 bức ảnh treo
족장 tộc trưởng, trưởng họ, gia trưởng
족적 dấu chân
족제비 con chồn, chuột nhắt.
(속) 족제비도 낯짝이 있다(염치도 체면도 없는 사람을 나무람) Con chồn cũng có mặt mũi(mắng người không có liêm sĩ, không có thể diện).
족족 mỗi khi, 오는 ~ mỗi khi có tới
쪽지(종이) miếng giấy
쪽진 머리(여자) đầu tóc.
족집게 cây nhíp(kẹp).
족하다 đủ, đầy đủ, 족한 월급 lương đủ
족히 đầy đủ
존경 tôn kính, kính trọng(mến), suy tôn, trọng vọng, nể nang, (반) 멸시 xem thường, ~을 받다 được ~, 존경할만한 đáng ~, 스승/상관/웃어른에 대한 ~ sự kính trọng với thầy/cấp trên/người lớn. 존경할만한 đáng ~, 존경하는 선생님 thưa thầy kính mến, 깊은 ~ sự kính mến sâu sắc. 올리다 ~, 표하다 ~ tỏ lòng kính trọng, 존경을 표하다 tỏ lòng kính trọng, 받다 ~ được kính trọng. 불러일으키다 ~ gợi lên sự kính trọng, 깊은 ~을 표하다 tỏ lòng kính trọng sâu sắc. 표하다 ~ tỏ lòng kính trọng, 윗사람을 ~하다 nể nang người trên. ~하여 따르다 phụng thừa. 스승으로 ~하다 ~ lên làm thầy.
존경하는 노장 tôn trưởng.
존경할만한 사람 quý nhân.
존귀한 cao quý

존당(상대 양친에 대한 경칭) tôn đường.
존대하다 tôn trọng, 존대말 lời nói ~
존립하다 tồn tại, sống còn
존망 sống và cái chết, tồn vong, 민족의 ~~ của dân tộc.
존명의 때(살아있는 동안) mồ ma.
존비 cao sang và thấp hèn. (위아래) tôn ti. 위아래 질서가 있는 사회 xã hội có tôn ti trật tự.
존사(학생이 스승을 존경하여 부르는 말) tôn sư.
존속하다 duy trì, tồn tại
존속살해 giết người thân
존숭하다 tôn kính
존엄 tôn nghiêm, 법의 ~을 지키다 giữ gìn tôn nghiêm của pháp luật
존엄한 cao, ~척하다 làm cao.
존장 tôn trưởng, người nhiều tuổi
존재 tồn tại, còn lại. ~하지않는 không tồn tại, 신의 존재 tồn tại của thần linh, 존재하고 있는 hiện hữu, hiện có, hiện còn, ~하고 사라지다 tồn vong.
존중하다 tôn trọng, trọng vọng, kiêng nể(dè), 여론을 ~ tôn trọng dư luận, 학문을 ~ tôn trọng học vấn, 돈보다 명예를 ~ tôn trọng danh dự hơn tiền
존칭 tôn xưng, xưng hô tôn trọng
존체 qúy thể
존폐 duy trì hay bãi bỏ
존함 qúy danh
존형(남자를 존칭할 때 쓰는 말) tôn huynh.
졸(장기의)tốt đen, chốt.
졸깃 졸깃(쫄깃 쫄깃)한 dính, nhớp nháp

졸다 ngủ gật, chợp mắt, thiu thiu, mơ mơ ngủ, ngáy ngủ, 졸면서 운전하다 vừa ngủ gật vừa lái xe
졸다(줄어지다)bị sôi cạn, bị giảm
쫄딱 hoàn toàn, toàn bộ, ~ 망하다 bị tàn phá ~
졸도하다 ngất xỉu, ngã xỉu, bất tỉnh, lăn đùng
졸라대다 gào. (아이가)nhõng nhẽo, (어른이) năn nỉ, gào lên.
졸라매다 cột lại, buộc lại, trói chặt
졸열한 vụng về.
졸리다 buồn ngủ(thiu), 졸려서 견딜수 없다 buồn ngủ qúa không chịu được, (속어)나쁜 thức nửa ngủ.
졸려서 눈이 침침하다 gà gà.
졸병 binh nhì, lính thường(quèn).
졸아(줄어)들다 sôi cạn, giảm xuống
졸업 tốt nghiệp,(반) 입학 nhập học, 수석으로 ~ 하다 tốt nghiệp đứng đầu, 우등으로 ~ 하다 ~ loại giỏi, ~ 논문 luận văn ~, khóa luận. 졸업생 sinh viên đã ~, khóa sinh, 졸업식 lễ ~, lễ mãn khóa, ~장(증서)bằng cấp(tốt nghiệp), cấp bằng, 졸업장을 수여 하다 cấp bằng. ~ 시 험 cuộc thi ra trường(tốt nghiệp).
졸음 buồn ngủ, ~ 이 오다 cảm tyấy ~, ngái ngủ.
졸이다(조마조마하다) hồi hộp, pháp phỏng, lo lắng, mâm을 ~ nôn nao trong lòng
졸이다(끓이다) thắng, 설탕을 바짝 ~ ~ đường.
졸작 việc làm hèn mọn
졸장부 người kém năng lực
졸졸 흐르다 dòng nước róc rách

졸졸 소리내며 흐르다 chảy róc rách. chảy tẻ tẻ.

쫄쫄(콸콸) lóc bóc. róc rách, 시냇물이 졸졸 흐르는 소리 tiếng róc rách của suối, tong tỏng, nước chảy~흐르다 nước chảy tong tỏng.

쫄쫄 따라다니다 lẽo đẽo đi theo. chàng ràng.

졸지에(갑자기) bất thình lình

졸필(악필)chữ viết xấu

졸하다(죽다)chết , qua đời

좀(그 어떻게)thế nào, ra sao

좀(청할때)xin vui lòng, xin, 좀 기다려 주세요 xin anh đời một chút

좀(조금)một chút, một ít, 날씨가 좀 춥다 thời tiết hơi lạnh,그는 좀 이상하다 anh ta hơi khác thường, 좀 만나면 안 될까?tôi gặp một chút được không? 좀 나았는가? Anh đỡ tí nào chưa? 좀 곤란한 kho khó, hơi khó. 좀 옆으로 벗어나 서다 đứng dẻ dé.

좀 부족하다 đuối. 중량이 ~ cân ~.

좀 창백한 tai tái.

좀(곰팡이)nhây. mốc, mọt.

좀더 một chút nữa, ~ 주세요 hãy cho tôi thêm ~, 좀더 가면 학교다 đi ~ là trường học

좀도둑 kẻ cắp(trộm), kẻ móc túi, tiểu yêu. người ăn cắp vặt. ~질 하다 ăn cắp vặt.

좀먹다 bị sâu bọ cắm

좀스럽다(속이 좁은) nhỏ nhen, 좀스런 사람 người ~

좀약 thuốc nấm, (나프타린) viên long não

좀이 쑤셔서 오래앉아있지 못하는 (속어)ngồi chưa nóng đít, ngồi chưa ấm chỗ.

쫌쫌(과일) chôm chôm

좀처럼(여간해서)ít khi, hiếm khi, 이 지방은 ~ 눈이 안온다 vùng này hiếm khi có tuyết rơi, 좀처럼 ...하지 않는다 mấy khi(thưở), 그는 ~ 우리집 에 오지않는다 mấy khi nó đến nhà tôi.

좁다 hẹp, chật chội, chật vật, (반)넓다 rộng, 좁은 방 phòng chật hẹp, 땅이 ~đất chật, 이 옷이 좀 좁다 áo này hơi chật, 마음이 좁은 bụng dạ chật hẹp, 좁은 길 어구 đầu ngõ, 좁은곳을 유유히 지나가다 luồn lách qua. 좁은 의 미(협의)nghĩa hẹp. 좁은 어깨 so vai. 좁은가슴 ngực lép(반)넓은 가슴 ngực nở. 좁은 채소밭 vạt.

좁히다(제한하다)thu hẹp. 활동범위를 ~ ~ phạm vi hoạt động.

좁쌀 gạo nhỏ

종 đầy tớ, tôi mọi, tôi tớ, (머슴)nô lệ, người hầu

종(종류)chủng loại, loại, 종이 다른 khác loại, 여러 종의 물건 hàng hóa nhiều loại, 4 종으로 나누다 chia làm 4 loại

종 chuông, 종소리 tiếng ~ ,종을 치다 đánh ~ , lắc ~ , 종만드는 사람 thợ đúc chuông, 종을 달다 treo ~ , 종을 울리다 rung chuông. 종과 북 chung cổ.

종이 울리다 chuông reo.

종가 dòng chính, chính thất

종가세 thuế theo giá hàng

종각 tháp(gác) chuông

종개념 loài khái niệm

종결 kết thúc, chấm dứt, ~ 어미 đuôi

từ, đuôi từ kết thúc, vĩ tố.

종교 tôn giáo, ~에 입문하다 đi tu, ~를 믿다 tin vào ~, ~규칙 giáo quy, ~의식 giáo lễ, ~ 를전도하다 truyền giáo, bố đạo, ~전쟁 chiến tranh tôn giáo, 무슨 ~ 를 믿습니까?anh theo đạo gì? ~관 đạo quản. ~를 받아들이다 theo đạo. ~가 없는 vô tôn giáo. ~에 헌신적인 sùng đạo.

종교 개혁 cải cách tôn giáo.

종교를 신봉하다(받아들이다) theo đạo.

종교 의식 nghi thức tôn giáo.

종교의 자유 tự do tôn giáo.

종교적인 것과 세속적인 것 thánh với phàm.

종교토론 thảo luận tôn giáo.

종교화 tranh tôn giáo.

종국 đoạn cuối, phần cuối, chung cục, 종국에 cuối cùng

종군하다 phục vụ cho chiến trường, tùng(tòng) quân, 종군기자 phóng viên chiến trường, thông tín viên chiến tranh, 종군목사(군목) tuyên úy.

쫑긋거리다 vểnh tai

쫑긋세우다(귀를) dỏng.

종기 nhọt, chỗ sưng lên, lở loét.

종내(마침내)sau cùng, cuối cùng

종다수 theo ý kiến đa số

종단하다 đi ngang qua, vượt qua

종달새 chim sơn ca, thăng ca.

종대 hàng dọc, 2 열 ~ hai hàng dọc, 횡대 hàng ngang.

종두 tiêm chủng, ~백신주사를 맞다 chủng đậu, trồng trái.

종래의 theo thường lệ

종려수 cây cọ

종렬 hàng dọc

(속)종로에서 뺨맞고 한강에서 눈 흘긴다(꾸지람에 바로 반응하지 않고 다른 데 가서 반응한다) Bị tát ở Chông-no, ra tận sông Hàn mới trơn mắt(bị la mắng không phản ứng ngay mà đợi đến chỗ khác mới dám tỏ thái độ)..

종료 kết thúc, hết, kết liễu.

종루(각) tháp(lầu) chuông

종류 chủng loại, loại, 4 종류로 나누다 chia làm 4 loại, 같은 ~ cùng loại

종마(종자로 쓸 말) ngựa nòi.

종말 tận thế, đoạn cuối, chung mạt, ~의 날 ngày ~, 지구의 ~ chung mạt của trái đất,

종말론 thuyết tận thế, thế mạt luận.

종목 hạng mục, tiết mục, 경기 ~ môn, tiết mục thi đấu, 넓이뛰기~ môn nhảy xa, 영업 ~hạng mục kinh doanh

종묘 mạ, ~를 뿌리다 gieo ~ ,종묘장 vườn mạ, 종묘원 vườn ương cây.

종묘(사당)điện thờ của hoàng tộc, tôn miếu.

종문(일족) tông môn

종반전 giai đoạn cuối

종범 đồng lõa, tòng phạm, 종범자 kẻ ~,
살인 종범 tòng phạm sát nhân

종별 phân loại

종별사(어학) loại từ. (코끼리,정원등에 쓰이는) thớt, 코끼리 한마리 một thớt voi.

종부(남편을 따르다)tòng phu, ~의 도 đạo ~.

종사하다 theo nghề, làm nghề, hành nghề, tòng sự, 무역에 ~ đang làm

thương mại
종선(악보의)gạch nhịp
종성(소리)tiếng chuông, (언어)phụ âm cuối
종소리(댕댕) boong boong.
종속 lệ thuộc, 종속절 mệnh đề phụ thuộc
종손 cháu trai, ~녀 cháu gái
종시(끝내)cho đến cùng
종식하다 chấm dứt, dừng, ngừng, hết
종신 chung thân, suốt đời, ~감옥생활 tù chung thân, ~ 연금 lương hưu suốt đời, ~ 징역 tù chung thân,
종신형 án(hình) chung thân, khổ sai ~, ~ 수 tù chung thân.
종신토록 chung thân, trọn đời.
종실(종친) hoàng gia, (황족)tôn thất.
종아리(장단지)bắp chân, bắp đùi
종알거리다 càu nhàu, phàn nàn
종야등(침실용)đèn chong.
종양 khối u, ác tính ~ ~ ác tính.
종업 kết thúc việc làm(khóa học)
종용하다 thuyết phục, khuyên bảo
종유석 thạch nhũ, nhũ đá. đá vú.
종이 giấy, tờ giấy, ~ 한장 một tờ ~ , 종이에 적다 viết ra giấy, ~컵 cốc ~, 색종이 giấy màu, ~를 구기다 vò ~ , 종이 한장 차이다 khác nhau chỉ là một tờ giấy, ~칼 dao rọc giấy, 종이집게(클립)kẹp giấy, 종이를 구겨서 버려! vò giấy vứt đi!. 종이가방 túi giấy.
종이로 만든 제사 그릇 vàng mã.
종일 cả ngày, suốt ngày, chung nhật, tối ngày, sớm tối. ~ 기다렸다 đợi cả ngày, ~ 울다 khóc suốt ngày, ~ 집에 있었다 ở nhà cả ngày, ~가사에 전념하다 sớm tối chăm chỉ việc nhà. ~일하다 làm việc tối ngày.
종일 촐랑거리며 다니다 nó đi xành xạch suốt ngày.
종자(씨앗) hạt giống, hột(남), hạt(북)
종잡을 수 없는 chật chưởng.
종적 tông tích, tung tích, ~ 을 감추다 giấu tung tích, ~을 찾다 tìm tung tích, ~없이 사라진 biệt tăm(tích)
종전의 trước, ~과 같이 như trước kia
종전 chấm dứt chiến tranh, kết thúc chiến tranh,
종점 điểm cuối cùng, 버스 ~ điểm cuối xe búyt, ~까지 가다 đi đến điểm cuối
종좌표(수학) tung độ.
종족 chủng(tông) tộc, dòng giống, ~이름 tộc danh, ~집단 tộc đoàn, ~보존 bảo tồn~,
종종(가끔)thỉnh thoảng
종종걸음 lúp xúp, lon ton, ~하다 chạy lon ton. xon xon. ~으로 lụt cụt. ~으로 걷다 đi xăm xăm.
종주 bá chủ, ~국 nước bá chủ
종지 chén, tô, đĩa nhỏ
종지부 chấm câu, ~를 찍다 dấu ~
종착역 nhà ga cuối cùng, trạm cuối. 죽음은 인생의 ~ 이 아니다 cái chết không phải là ~ của đời người.
종축장 trang trại nuôi thú gây giống
종탑 tháp chuông
종파 giáo phái, tôn(tông) phái.
종합 tổng hợp, đa khoa, ~적 có tính ~, ~해서 생각하다 tổng hợp lại suy nghĩ, ~경기 các môn đấu ~, 종합 계획 kế hoạch ~, 종합 병원 bệnh viện đa khoa(tổng hợp). ~대학 trường đại học tổng hợp.

종합소득세 thuế thu nhập tổng hợp
종형 người anh họ, 종제 em họ
종횡 bề ngang và bề dọc, ~으로 dọc ngang.
좆 (자지)dương vật, chim cu
쫓기다 bị xua đuổi
쫓다 đuổi theo, theo, 그를 쫓아가다 đuổi theo anh ta
쫓다(쫓아버리다)đuổi đi, đuổi
쫓아가다 theo, theo đuổi, theo(đi) sau
쫓아내다 đánh đuổi, đuổi đi, trục xuất, tống cổ. 문밖으로 ~ ~ ra khỏi cửa.
쫓아다니다 xẩn vẩn.
쫓아버리다 đuổi cổ(đi).
쫓아오다 đuổi theo, chạy theo
좋다 1, tốt, xinh xắn,(반)나쁘다 xấu, 좋든 나쁘든 dù tốt hay xấu, 마음이 ~ tốt bụng, 좋은날 giai kỳ, 그는 머리가 ~ anh ta thông minh, 좋은 점이 많다 có nhiều điểm tốt, 그는 기억력이 ~ trí nhớ của anh ta tốt, 좋은 소식 tin mừng, giai âm, hỉ tín, 좋은 기회 cơ hội ~, 몸에 ~ tốt cho cơ thể, 건강에 ~ tốt cho sức khỏe, 좋은 일 việc lành.
2, được, 가도 ~ đi cũng được, 사람들이 뭐라해도 ~ họ nói cái gì cũng tốt cả, 좋은사람 người tốt, ông ba phải, nhân tốt. 좋은 사위 giai tế.
좋다고 생각했지만 실제로는 나쁘다 tưởng tốt té ra xấu.
좋게 말하다 nói tốt.
좋게 보인다 trông có vẻ tốt.
(명)좋아하는 일을 하고 있으면 하루하루가 모두 휴일이다 Nếu chúng ta làm việc mà chúng ta thích thì mỗi ngày đều là ngày nghỉ.
좋아 보이는 hay hay.
좋아하다 hảo.
좋은 khả quan, lành, ~결과 kết quả ~.
좋은 결과를 얻을 수 없다 không ra gì.
좋은 경치 sơn thanh thủy tú.
(명)좋은 나무에 나쁜 열매가 달릴 수 없고, 썩은 나무는 좋은 열매를 맺을 수 없다 Cây tốt không sinh ra quả xấu, cây mục không thể sinh ra quả tốt.
좋은 기회가 오기를 기다리다 đợi thời.
좋은날(결혼식에) ngày lành tháng tốt.
좋은 날씨 trời đẹp, tốt trời(giời).
좋은 맛 tư vị.
좋은 소리 tiếng tốt, 그녀는 좋은 목소리를 가졌다 nàng có ~.
좋은 술 quỳnh tương.
좋은 씨앗 giống tốt.
(명)좋은 습관을 키우면 그 습관이 당신을 키워 줄 것이다 Nếu bạn nuôi được một tập quán thói quen tốt thì tập quán thói quen đó sẽ nuôi lại bạn.
(명) 좋은 약은 입에 쓰다 Thuốc tốt thì đắng miệng.
좋은 음식보다 친절한 인사말이 더 중요하다 tiếng chào cao hơn mâm cỗ.
좋은 의견 đẹp ý.
좋은 일 việc lành(tốt). thiện(hảo) sự.
좋은 태도를 유지하다 thủ lễ.
좋은 평판을 받다 có tiếng tốt.
좋은 품성 tính thiện.
좋은 품종 tốt giống.
좋은 품행 phẩm hạnh tốt.
좋은 필적 chữ viết tốt.
좋고도 무서운 vừa tốt đẹp vừa đáng sợ.

좋은 계획 lương kế.
좋은 기회를 얻다 gặp dịp.
좋은 것 vật tốt thay.
좋은 노래도 열 번 들으면 싫다 Dù là bài hát hay, nghe mười lần cũng nhàm
좋은 맛 hậu vị.
좋은 물 tinh thủy.
좋은 본보기 gương mẫu tốt.
좋은 약(처방) lương phương.
좋은 음식 giai vị.
좋게 설득하다 đẩy đưa.
좋은 시간을 즐기다 chơi lu bù.
좋은 연분 lương duyên.
좋은 예감 điềm lành.
(명)좋은 일이 지나치게 많은 것은 나쁜 일일 수 있다 Có quá nhiều việc tốt thì không thể không có việc xấu trong đó.
좋은(훌륭한) 정책 lương chính.
좋은 의도 hậu ý.
좋은 일을 하다 làm việc tốt.
좋은 징조 hỷ triệu.
좋은 평판 danh thơm(tiết).
좋은행위 hạnh kiểm tốt.
좋은 환경 thuận cảnh.
좋을대로 tha hồ. mặc sức, phè phỡn.
(속) 좋은 약은 입에 쓰다 thuốc tốt cay đắng miệng, 좋다 내가하겠다 được rồi tôi sẽ làm, 좋다 그렇게 하자 tốt, hãy làm như vậy, 좋은 본보기 tấm gương tốt.
좋아지다 trở nên tốt,, tốt hơn, 병세가 ~ bệnh tình tốt lên, 날씨가 ~ thời tiết tốt nơn lên, 실력이 ~ thực lực tốt hơn lên
좋아하다 thích, ưa, mến, thương yêu, 좋던 싫든 dù tốt hay xấu, 단것을 ~ ưa của ngọt, 좋아하는 사람 người mình thích, 장미보다 백합을 더 ~ thích hoa bách hợp hơn hoa hồng, 좋아하는 것이 뭐요? Anh thích cái gì?
...을 좋아하는 sính. 프랑스식을 ~ ~ kiểu pháp.
(속) 좋으면 거기서 산다 đất lành, chim đậu
좋지않다 không tốt, xấu, tồi tệ,좋지않은 일 việc xấu, 좋지않은 인상 ấn tượng không tốt, 좋아서 팔짝 팔짝 뛰는 tâng tâng, 좋지않은 사람을 다시 그환경에서 활동할수 있게하다(속어) thả hổ về rừng. 좋지않은 여론 điều tiếng.
좋지 않은 의도 có ý xấu.
좋지않은 증거 chứng cớ tiêu cực.
좋지않은 풍속 phong tục tồi tệ.
좋지않은 환경에 빠지다(성어)thất cơ lỡ vận.
좌 bên trái(반) 우 bên phải
좌 경 nghiêng bên trái, tả khuynh, ~ 분자 cánh tả, ~ 사상 tư tưởng cánh tả(tả khuynh), ~기회주 의 chủ nghĩa cơ hội tả khuynh.
좌경 오류 sai lầm tả khuynh.
좌골 đốt xương háng, xương mắt cá
좌담 tọa đàm, ~ 회 cuộc ~
좌르르 chớp nhoáng.
좌변(수학) tả biên.
좌변기 bồn cầu tiêu.
좌불안석 không yên tâm, không dễ chịu
좌상 tấm hình ngồi
좌석 chỗ ngồi, chỗ, tọa vị, 앞 ~ chỗ phía trước, ~ 을 예약하다 đặt(giữ) chỗ, ~을 양보하다

nhường chỗ, ~ 권 배 vé ngồi, ~ 번호 số ghế, 지정 ~ ghế chỉ định, ~의 열 dãy ghế.
좌선 tu(tọa) thiền, tĩnh tọa, ~하다 ngồi thiền, thiền định, ~스님 nhà sư tĩnh tọa.
좌선회(선회하다) quay bên trái
좌시하다 ngồi xem thôi. tọa thị. 위험을 ~ tọa thị nguy hiểm.
좌악(힐끗) thoáng, ~통하다 thông ~.
좌우 phải trái, tả hữu, ~ 로 흔들리다 lung lay tả hữu, ~양쪽의 song phương.
좌우로 조금 움직이다 nhóc nhách.
좌우하다(맘대로하다) nắm, quyết định, 운명을 ~ quyết định số phận, 여론을 ~ nắm dư luận
좌우간(어쨌든) dù sao đi nữa
좌우명 phương châm được ưa thích
좌우익 cánh tả hoặc cánh hữu
좌익 khuynh(cánh) tả, tả dực, ~군 quân tả dực, ~단체 tổ chức cánh tả, 좌익분자 thành phần cánh tả
좌익 급진당 tả đảng.
좌절 sự sụp đổ, thất bại, thụt lùi, mất can đảm, bị nản lòng, bị thất chí, ~감 cảm giác sụp đổ.
좌정하다 ngồi, an tọa
좌지우지하다(마음대로하다) làm tự ý mình. điều khiển, nắm.
좌천하다 bị giáng cấp, bị loại bỏ
좌초하다 mắc cạn, 좌초된 배 tàu bị ~
좌충우돌하다 tả xung hữu đột.
좌측 bên trái, 길 좌측에 bên trái đường, 좌측통행 đi bên trái
좌측수비수(축구) tả nội.
좌파 cánh(phái) tả,(반)우파 phái hữu, ~ 사회당 đảng xã hội ~

좌편 phía bên trái, cạnh trái
좌표 tọa độ, 극~ ~ cực, 평면~ ~ nguyên, 미터~ ~ thước.
좌향 좌! quay bên trái, rẽ trái(반)우향 우 quay bên phải
좌회전하다 rẽ trái, quay bên trái, 좌회전 금지 cấm rẽ trái(quay trái)
좍 좍 내리다 có mưa như thác đổ
죄 tội, tội tình,(반)공로 công lao, ~가 있다 có ~, 죽을 죄 tội chết, ~ 를 범하다 phạm tội, ~ 를 감하다 giảm tội, ~를 인정하다 chịu(nhận) tội, ~를 자백하다 thú tội, xưng tội, ~를 씌우다 đổ tội, ~의 질곡 속에서 trong xiềng xích tội lỗi, 죄를 회개하다 chuộc lỗi. 죄를 뒤집어 씌우다 làm tội. ~를 짓다 đắc tội. tích ác, ~를 면제하다 thoát tội, ~를 씻다 thành thánh, ~를 전가시키다 đổ tội(tại). gán tội. ~를 사하여 주다 giải tội. khoan xá, ~를 논하다 luận tội, ~를 받아들이다 khép tội. 죄를 벗어나다 thoát tội. ~없는 vô tội.
죄 있는 자 người có tội.
(속) 죄는 지은 데로 가고 물은 골로 흐른다(인과 응보) Tội thì về nơi gây ra, nước thì chảy về chỗ trũng(ác giả ác báo).
죄를 대속하다 chuộc tội.
죄를 인정하고 복종하다 thú phục.
죄값 tội nợ, ~을 치르다 đền tội.
죄는 기계(바이스) mỏ cặp.
죄와 허물 tội lỗi và lỡ(sai) làm.
죄과 tội vạ, lỗi lầm, tội tình, ~없는 vô tội vạ
죄다 thắt, 띠를 ~ thắt dây
쬐다(햇빛) chiếu sáng, tỏa sáng, 햇볕

에 ~ (말리다)phơi nắng
죄명(목)tội danh
죄사함 sự tha tội.
죄상 tình huống phạm tội, tội trạng. ~을 불다 thú tội.
죄송하다 xin lỗi, 죄송하지만 xin lỗi nhưng, 방해해서 ~ xin lỗi đã làm phiền anh, 죄송스럽다 cảm thấy có lỗi.
죄수 tội(tù) nhân, tên tù, tội(tù) phạm, ~를 심문하다 cật tội.
죄악 tội ác, tội lỗi, điều ác.
죄업 tội lỗi
죄이다 bị thắt, bị kéo
죄인 tội nhân, kẻ phạm tội, ~을 호송하다 giải tống.
죄짓다 phạm tội.
(속) 죄 지은 놈 옆에 있다가 벼락 맞는다(나쁜 사람 곁에 있으면 재난에 연루되는 날이 있다) Ở bên cạnh kẻ gây tội sẽ bị sét đánh(ở gần người xấu sẽ có ngày bị vạ lây).
죄책 trách nhiệm phạm tội
주(주인)chủ nhân , ông chủ
주(주석)chú giải, chú thích
주(주님) Chúa. ~의 천사 thiên sứ của Chúa. 주께 대해 đối với Chúa.
주(미국의) bang, 뉴욕주 bang New-York
주(주식) cổ phần
주(주간)tuần lễ, 금주 tuần này, 다음~ tuần sau(tới), 매주 mỗi tuần.
주가 giá cổ phần
주간하다 (맡아 처리함) quản lý, điều hành.
주간 tuần, ~지 chu(tuần) san, báo tuần
주간뉴스요약 bản tóm tắt tin tức hằng tuần.

주간(낮)ban ngày(반)야간 ban đêm, 야간근무 làm việc ban đêm.
주객 chủ và khách, chính và phụ.
주객(술꾼) kẻ nghiện rượu.
(속) 주객이 청탁을 가리랴(술꾼은 술을 가리지 않고 마신다) Kẻ nghiện rượu đâu phân biệt rượu trong rượu đục(chỉ kẻ nghiện rượu thì rượu nào cũng uống, không phân biệt).
주거 nơi cư trú. trú sở, ~침입 sự xâm phạm trú sở, ~ 를 정하다 định ~ . 주거 면적 diện tích cư trú, ~지역 khu vực cư trú. khu tập thể.
주거지 trú quán.
주걱 cái vá múc cơm
주검(시체)thi thể, xác chết
주격(문법)chủ cách, chủ ngữ cách, ~조사 tiểu từ ~
주견 ý kiến riêng, quan điểm riêng
주경야독 ngày làm tối học
주고받다 trao đổi lẫn nhau
주관하다 chủ quản, quản lý trông non
주관적 chủ quan, ~ 비평 phê bình một cách ~ (반) 객관적 비판 phê bình khách quan, ~ 으로 말하다 nói một cách ~, 주관에 치우친 duy ý chí. 주관적으로 남을 판단 하다 suy bụng ta ra bụng người.
주교(카톨릭)giám mục, 대주교 tổng giám mục
주구(앞잡이)tay sai, tầu cẩu, người bị lợi dụng
주권 chủ quyền, ~을 잡다 nắm ~, ~침해 xâm hại ~
쭈그러뜨리다 đè nát, vò nát, 쭈그러지다 bị vò nát, bị đè nát
쭈그러들다 co rút.

쭈그리고 앉다 ngồi chồm hổm.
주근깨 tàn nhang, tàn hương, lấm chấm
주금(투자하는)tiền đầu tư cổ phần
주금류(조류)con gà nước
주급 lương tuần.
주기(적)định kỳ, chu kỳ, ~으로 một cách~
주기적 진동(주파수) sóng chu kỳ.
주기도문 kinh cầu nguyện
주님 chúa, ngài, 주님께 아뢰다 thưa với Chúa
주년 chu niên, 제 3 주년 đệ tam ~
주눅들다 cảm thấy rụt rè
주다 cho(남) biếu(북), trao, đưa cho, trả đưa, (부정의 뜻으로) nhằn, (경멸적) thí. 꽃에 물을 주다 tưới nước cho hoa. 편지를 ~ trao thư.
주고 받다 thụ thu.
(손해를) gây ra, 손해를 주다 gây tổn hại, 고통을 ~ gây đau khổ
주단 hàng tơ lụa
주도면밀한 chu đáo, chu toàn, thận trọng, tinh tế.
주도하다 chủ đạo, lãnh đạo, khởi xướng, hướng dẫn, 주도적 역할을 하다 giữ vai trò chủ đạo
주독 chứng nghiện rượu
주동 chủ động, cầm đầu, ~자 người cầm đầu, đầu trò. đầu tên.
주된 의도 chủ bụng.
주둔하다 đóng quân, trú quân, đồn trú, 주둔군 quân đội trú, 주둔지 trạm nghỉ. đồn(quân) trại. vị trí. 주둔부대 quân trấn.
주둥이 mỏ, miệng, mồm, mõm, (부리)mỏ chim, 뾰쪽한 주둥이 mỏ nhọn. ~를 움직이다 mấp máy mỏ.

주란귤(나무) thanh trà.
주량 tửu lượng, ~이 크다 ~ lớn, ~이 세다 ~ rất mạnh.
주렁주렁 lủng la lủng lẳng, chíu chít.
주려고 để cho, 딸 주려고 옷을 샀다 mua áo~ con gái
주력 chủ lực, ~ 부대 bộ đội ~ , ~ 군 quân ~, trung quân.
주렴 tấm bình phong
주례 chủ lễ, chủ tế, người hành lễ, 주례목사 mục sư hành lễ
주로 chính, chính là, chủ yếu, 학생들은 주로 지방출신이다 học sinh chủ yếu là người địa phương, 청중은 주로 여자다 thính giả chủ yếu là nữ
주룩주룩(비가) mưa rào rào, mưa trút xuống
주류 dòng chính, (술) loại rượu
주르르 흐르다 chảy rỉ rả
주름 nếp nhăn, vết nhăn, cánh xếp, 눈가의 ~ nếp nhăn mí mắt, 얼굴에 주름이 생기다 nếp nhăn xuất hiện trên mặt,주름잡다 xếp nếp, lèo nhèo, 주름잡힌 의복 quần áo lèo nhèo, 주름진 nhăn nheo. nhăn nhúm. 주름진 얼굴 mặt nhăn nheo, (옷의)gùn gút.
주름을 잡다 thắt bín.
주름살 seo, 주름진 피부 da ~.
줄름살 있는 이마 trán nhăn.
주름잡다(마음대로 처리) thâu tóm.
주름지다(줄어지다) quắt lại.
주리다 đói khát, chết đói, 주리고 목마르다 đói khát.
(속) 주린 개 뒷간 넘겨다보듯 한다 (개가 뼈를 학수고대하다) Như chó đói nhìn nhà xí(chó hóng xương).

(속) 주린 고양이 쥐를 만난듯(좋은 기회를 만나다) Như mèo đói gặp chuột(gặp cơ hội tốt).

주립대학 trường đại học quốc gia

주마간산 cái nhìn thóang nhanh qua, cưỡi ngựa xem núi(hoa). quan thưởng.

주마가편 quất vào ngựa đang phi

주마등 đèn hoa kỳ, đèn cù, ống kính vạn hoa, cảnh nhiều màu sắc biến ảo

주막(집)quán rượu nhỏ, quán trọ

주말 cuối tuần, ~ 여행 du lịch ~ , 해변에서 ~ 을 보내다 nghỉ cuối tuần ở hải biển

주맹증(의학)trú manh.

주머니 túi, ~를 털다 vét sạch túi, giữ túi, ~ 가 비다 trống túi, ~ 에 넣다 bỏ vào túi, 안 ~ túi trong, 바지 ~ túi quần, ~수첩 sổ bỏ túi. ~ 칼 dao nhíp,주머니 사정에 따라 tùy túi tiền, ~돈 tiền túi, ~칼 dao bỏ ~.

주머니 사정 túi tiền.

주먹(을 쥐다)nắm tay, bàn tay, quả đấm, ~이 빗나가다 đánh hụt, ~을 헛치다 đánh trật, 맨주먹으로 싸우다 đánh nhau bằng nắm đấm, 맨주먹으로 장사하다 buôn bán bắt đầu bằng bàn tay trắng, 주먹밥 cơm nắm, cơm vắt, ~으로 때리다 đấm vào. quai.

(속) 주먹으로 물 찢기(매우 쉬운일을 가리킴) Đấm vào nước(chỉ việc quá dễ).

(명)주먹을 움켜쥐고서는 누구도 맑은 정신으로 생각할 수 없다 Sẽ không có ai có thể tỉnh táo để suy nghĩ khi tay đang chuẩn bị cú đấm.

주먹구구로 theo kinh nghiệm

주먹다짐(주먹질)nắm đấm, đấm đá

주모하다 chủ mưu, bày mưu, 주모자 kẻ chủ mưu, tên đầu sỏ

주목하다 chú ý, chú mục(tâm), để ý, nghe ngóng, để tâm. 주목할 만한 đáng chú ý

주목적인 chủ đích.

주무르다(안마)xoa bóp, đấm, cọ sát, (떡을) mân mê.

주무시다(자다) đang ngủ.

주문 đặt, đặt hàng(mua), giữ trước; 급한 ~ đơn đặt hàng gấp, ~ 에 따라 theo đơn đặt hàng, ~ 을 받다 nhận đơn đặt hàng, ~ 을 취소하다 hủy đơn đặt hàng, 무리한 ~ yêu cầu qúa sức, 견본 ~ đặt hàng theo mẫu, 대량 ~ đặt hàng với số lượng lớn, ~으로 사다 đặt mua

주문(술법) thần(bùa) chú, ~ 을 외다 niệm ~ , đọc ~, trù rủa. sai đồng. ~을 외울 때 내는 소리 úm ba la.

주물(철)đồ gang, ~공 thợ đúc, thợ nặn. ~공장 lò đúc.

주물럭거리다 đấm bóp, xoa

주미 ở Mỹ, ~ 한국 대사 đại sứ Hàn Quốc tại Mỹ

주민 cư dân, trú dân, ~ 등록 đăng ký cư trú, ~ 등록증 giấy chứng nhận cư trú, giấy đăng ký ~, ~을 안심시키다 ninh dân.

주밀하다 chu đáo, thận trọng

주발(사발) liễn.

주방 nhà bếp, ~ 용품 đồ dùng ~ , 주방장 bếp trưởng

주번 nhiệm vụ hằng tuần

주범 thủ phạm, chủ phạm.

주벽 thói say sưa, thói quen uống rượu
주변 xung quanh, quanh quất, châu vi, ~에서 빙빙 돌다 cà rà, ~에 있는 사람 những người ~ , 주변(주위)를 둘러보다 xem vòng quanh
쭈뼛하다(솟다)đứng thẳng lên, 머리끝이~ dựng tóc gáy lên
주보 báo tạp chí hằng tuần, (술보) người thích rượu.
주부 bà nội trợ, người nội trợ
주빈 vị khách chính, (소중한 상객) thượng khách. ~들을 접대하다 đón tiếp các ~.
주사 tiêm(북) chích(남), ~맞다(놓다) chích thuốc, tiêm, 예방주사를 맞다 tiêm phòng, 주사기 ống ~, ~약 thuốc chích(tiêm). ~바늘 kim chích.
주사위 con súc sắc, khuôn đúc, thò lò, ~ 를 던지다 ném ~, ~ 놀이를 하다 lúc lắc.
주산하다 tính tóan bằng bàn tính, 주산 con tính.
주산물 sản phẩm chính
주산지 nơi sản xuất chính
주상(임금)vua, quốc chủ
주상복합아파트 chung cư phức hợp.
주색 tửu sắc, ~ 에 빠지다 đam mê ~, rơi vào ~, ham mê ~
주석 chủ tịch, 국가 ~ chủ tịch nước
주석(광)thiếc, sắt tây, trụ thạch, ~으로 만든 làm bằng ~
주석 lời chú thích, ~을 달다 ghi(phụ) chú, chú thích, ~ 하다 chú dẫn.
주석(해설)사전 từ điển giải thích.
주석을 베풀다 đãi tiệc, mở yến tiệc
주선(알선)하다 giới thiệu, tiến cử, 주선자 người môi giới, ai đó ~으로 nhờ môi giới người nào.
주섬주섬 옷을 싸다 đóng gói quần áo từng cái một
주성분 thành phần chính, (문법)thành phần trung tâm
주세 thuế rượu
주소 địa chỉ, trú sở, ~를 변경하다 thay đổi ~, 현주소 địa chỉ hiện nay(thường thực).
주소를 정하다 tuyển định trú sở.
주술 thần chú. pháp thuật, ~사 thầy pháp, thầy phù thủy. thầy mo.
주술을 외다 niệm thần chú.
주시다 giao.
주시하다 nhìn chằm chặp, canh chừng. ngắm. đăm đăm.
주식 món ăn chính, 쌀을 주식으로 삼다 lấy gạo làm ~
주식 cổ phần, cổ phiếu, ~을 양도하다 chuyển nhượng ~, ~ 을 매매하다 buôn bán ~, ~ 시장 thị trường ~ , ~ 자본 vốn ~ , ~ 배당 tiền lãi ~, ~ 회사 công ty trách nhiệm hữu hạn, ~증명서 cổ phiếu, ~배당률 tỷ lệ phân phối cho chủ cổ phần. ~을 값이 오를때까지 지니다 muối trường. 이자가 붙는 ~ ~ sinh lãi.
주심(경기) trọng tài, 부심 trọng tài phụ
주악하다 trình diễn âm nhạc
주안점 điểm cốt yếu
주안상 bàn rượu, mâm rượu
주야 ngày đêm, trú dạ, ~ 교대 thay ca ~
주어 chủ ngữ, chủ từ, 서술어 vị ngữ
주여 lạy Chúa.
주역 vai chính, ~을 맡다 đóng ~
주연 diễn chính, đóng chính, 주연자

(주연배우) diễn viên chính, (잔치)tiệc nhậu, 주연을 열다 đãi tiệc

주옥(보석)đá qúy, ngọc ngà, ~ 같은 시 câu thơ vàng ngọc

주요 chủ yếu, chính, ~ 성분 thành phần ~, ~ 원인 nguyên nhân ~, chính nhân, căn cái, ~ 인물 nhân vật quan trọng, ~ 도시 thành phố chính, ~ 목적 mục đích chính, ~ 도로 đường cái quan. ~방면 mặt chính.

주요골자의 기록 đề cương.

주요 비밀 yếu quyết.

쥬스 nước ngọc, nước ép

주워담다 nhặt lên, 양손으로 ~ hốt, bốc

주워모으다 thu tập, thu thập, lượm lặt

주위 chu vi, quanh, xung quanh, ~ 사람들 những người xung quanh, 도시 ~ xung quanh thành phố, 호수의 ~ chu vi của hồ nước, ~ 를 둘러싸다 vây bọc, đang vây quanh, ~에 모이다 quây quần, ~를 둘러보다 đảo nhìn xung quanh. ~에 앉다 vi tọa, ~에 악영향을 끼치다(비유) rút dây động rừng. ~를 에워싸다 xúm quanh.

주유(기름을 넣다)bơm xăng,

주유소 trạm xăng, trạm đổ xăng

주유하다(여행) đi du lịch

주은(주님의 은혜)ân điển Chúa

주의 chủ nghĩa, 사회 ~ chủ nghĩa xã hội, 자본 ~ chủ nghĩa tư bản

주의 coi chừng, trông chừng, (주목) chú ý, ~를 끌다 kéo sự ~, ~ 를 집중하다 tập trung sự ~, (유의)lưu ý, 건강에 ~ 하다 chú ý tới sức khỏe, 음식에 ~ 하다 ăn uống, ~ 를 기울이다 chủ ý. để tâm, ~를 기울이지 않다 bỏ ngoài tai, ~력 sức ~. ~깊게(신중한) kỹ càng, dè dặt. ~깊 게 방어하다 cẩn phòng, ~ 깊게 조사하다 sát khảo, sát khán. thẩm duyệt. ~를 소홀이 하다 sểnh tay. ~깊게 살피다 tường sát. ~ 깊게 관찰하다 soi xét.

„„에 주의하다 giới ý.

주의 없는 vô ý.

주의(방침,노선)chính sách, đường lối, 평화 ~ đường lối hòa bình.

주의 주장을 바꾸다 trở cờ.

주인 chủ nhân, chủ nhà,(반) 손님 vị khách, ~ 과 하인 chủ và tớ, thầy tớ, ~과 손님 chủ khách, tân chủ, ~ 계십니까? Chủ nhà có ở nhà không? 주인없는 vô chủ, ~없는 개 chó không có chủ, chó vô chủ, ~이 되다 làm chủ. ~이 바뀌다 đổi tay. ~에게 충실한 하인 khuyển mã.

(속) 주인 많은 나그네 밥 굶는다(많은 일을 도맡아 하면 결국 아무것도 이룰 수 없다) Người làm thuê nhiều chủ chỉ có đói cơm(người quá ôm đồm nhiều việc thì cuối cùng không đạt được thành quả gì).

주인공 nhân vật chính, diễn viên chính

주일(일요일) chủ nhật, Chúa nhật, ~학교 trường Chúa Nhật.

주일 đóng tại Nhật Bản, ~ 베트남 대사관 đại sứ quán VN tại Nhật-Bản

주일 tuần lễ,다음 ~ tuần tới

주임 chủ nhiệm, đứng đầu, 과 ~ chủ nhiệm khoa

주입하다 nhồi nhét, nhồi sọ, tiêm nhiễm, 주입식 교육 giáo dục nhồi sọ, 나쁜 생각을 주입시키다 tiêm nhiễm những tư tưởng sai lầm. 주입식으로 공부를 시키다(속어) nấu sử sôi kinh.

주입식 공부를 하다 học gạo.

주자(야구)đấu thủ

주장하다 chủ trương, tự xưng, quả quyết, khai ra, tự kỷ chủ trương của mình, ý kiến của mình

주장 đội trưởng, 축구팀 ~ đội trưởng đội bóng đá

주재 cư ngụ, cư trú, ~ 국 nước cư trú, 주재원 phóng viên thường trú, ~ 무관 tùy viên quân sự. 한국 주재 베트남 대사관 đại sứ quán VN tại HQ

주재(지휘)하다 chủ trì. đăng cai.

주재(사회)하다 chủ tọa.

주저하다 ngại, e ngại, do dự, lưỡng lự, chần chờ, ngần ngại, tần ngần. 주저하는 trầm ngâm, 주저없이 không chần chờ, 조금도~ 하지 않고 không chút do dự, 주저하면서 말하다 trầm ngâm nói

주저앉다(털석)ngồi phịnh xuống

주저앉히다 bắt ngồi xuống

주전부리하다 ăn vặt

주전자 ấm đun nước, vòi ấm, ấm điện, ấm tích

주전자꼭지 vòi ấm.

주전파 phái chủ chiến.

주절(문법)mệnh đề chính

주절주절 말하다 kể lể.

주점 quán rượu

주접스럽다 háu ăn, ham ăn

주정부리다 say rượu, 주정뱅이(술고래) tửu đồ

주제 chủ đề, 작품의 ~ chủ đề tác phẩm, ~에서 벗어나다 lạc đề. ~로 들어가다 vào đề.

주제에 맞지 않는 말을 하다 nói sang đàng.

주제를 발표하다 nhập đề.

주제도 없이 이러저런 이야기를 하다 gẫu chuyện.

주제넘다(뻔뻔스럽다)trơ tráo, ngạo mạn

주조장 nhà máy bia

주조(화폐)đúc tiền, (지폐발행) phát hành tiền

주조하다 đế đúc, 주조자 thợ đúc.

주종 chủ tớ, thầy trò. ~ 관계 quan hệ giữa ~

주주 cổ đông, ~ 총회 buổi họp ~, 대 ~ đại ~

주지사 thống đốc, chánh(cai) tổng. 뉴욕 ~ ~ tiểu bang Nữu-ước.

주지승 thầy sư, sư cụ. trụ(trú) trì. 주지승이 앉는 장소 phương trượng.

주지육림(술잔치)buổi tiệc xa hoa

주차 đậu xe, đỗ(nhà) xe, ~금지 cấm ~, ~ 료 phí đỗ xe, 주차장 bãi ~, sân đậu.

주창하다 chủ(cổ) xướng, thủ xướng, 주창자 người ~, chim đầu đàn.

주철 gang, 주철소 xưởng đúc gang

주청하다 thỉnh cầu, kiến nghị đến vua

주체 chủ thể, 주체성 tính ~, (문법)주체높임(경어법) phép đề cao chủ ngữ

주체못하다 không có khả năng làm

주최(행사) chủ tọa, tổ chức tài trợ, bảo trợ

주축 trục chính.

주춧돌 đá móng, viên đá nền
주춤거리다 nao núng, do dự, sắp sửa mà ~ không nhất quyết mua
주치의 bác sĩ riêng, chủ trị.
주택 nhà ở, nơi cư trú, 근로자 ~ nhà ở của công nhân, ~ 구역 khu dân cư, 한국주택공사 công ty nhà ở HQ, 주택난 nạn thiếu nhà ở, ~의 담 tường bích.
주파하다 chạy được.
주파수 tần số, tầng sóng, 고~ tầng sóng cao
주판 bàn tính, ~알 con chạy(toán).
주필 chủ bút, người xuất bản chính, tổng biên tập
주해(주석)chú giải, chú thích, 주해자 người ~
주행하다 chạy, đi chuyển, 주행거리 khoảng cách chạy được
주형 khuôn đúc, ~을 뜨다 đúc khuôn
주홍 색 màu đỏ tươi, châu sa. ~말 ngựa tía. ~꽃 rum.
주황색 màu vàng cam, hoa hiên
주한 đóng tại Hàn Quốc, ~ 미군 quân Mỹ ~
주효(술안주)đồ nhắm, đồ nhậu
주효하다 có hiệu quả, thành đạt
주휴 ngày nghỉ hằng tuần
주흥 ăn uống vui vẻ, ~을 깨다 làm mất vui trong bữa tiệc
죽(한 죽) mười miếng
죽 (내내) suốt, 저녁 내내(죽) 잠잘 수 없다 suốt cả đêm ngủ không được, (계속)아침부터 죽 suốt buổi sáng, 손수건을 죽 찢다 xé rách khăn tay, 죽 훑어보다 nhìn khắp,
죽 cháo, 된죽 cháo đặc(반)묽은 죽 cháo lỏng, 죽을 쑤다 ninh ~.

(속)죽도 밥도 안 된다(일이 완전히 실패한다) không nên cơm cháo gì(việc gì hoàn toàn thất bại).
(속) 죽 쑤어서 개 좋은 일 했다(많은 공들인 일이 다른 사람에게 도움이 되었을 뿐이다) Ninh cháo như tốt cho chó(việc mình dày công làm chỉ có lợi cho kẻ khác).
쭉(단숨에마시는소리) ừng ực.
쭉(계속해서) ròng rã.
쭉(곧게) thẳng tuột. 한 길로만 쭉 가다 đi ~ một mạch.
(속) 죽이 끓는지 밥이 끓는지 모른다 (어떤 재주가 잘 하는지 구분할 수가 없다) Không hiểu nấu cháo hay nấu cơm(không tài nào phân biệt được cái gì hay như thế nào).
죽(대나무)cây tre, trúc, 죽의 장막 màn tre.
죽기까지 chí tử, cho đến chết.
죽기를 각오하다 quyết tử, ~하고 진입하다 ~ tiến vào.
죽기를 결심하다 tử chí.
죽 늘어진 lủi.
죽는소리(불평)kêu ca, phàn nàn, (탄식)than thở, ~ 하지 마라 đừng than thở
죽다 chết, qua(hết) đời, mất mạng, lìa đời, bỏ xác, tạ thế. bỏ đời, quy tây, về quê, thọ chung, xuống âm phủ, ăn đất. (반) 살다 sống, (불교)thiên hóa, (비어) mai cốt, 노인은 사망했다 cụ đã thọ chung, ngoẻo, (속어)nhắm mắt xuôi tay, 죽은 사람들 những người ~, 죽어도 말 안 한다 chết cũng không nói, 병으로 ~ chết vì bệnh, 교통사고로 ~ chết vì tai nạn giao

thông, 죽는 날(운이 다한)ngày tận số, 죽어마땅한 đáng chết, 피곤해 죽겠다 mệt qúa chết mất, 욕을 보느니 차라리 죽는게 낫다 thà chết còn hơn chịu nhục, 죽은 체하다 giả chết. 죽은듯이 자 다 ngủ mê như chết.

죽기를 각오하고 나선 군사 tử sĩ.

죽기까지 지키다(사수) tử thủ.

죽겠군! chết nỗi !.

죽다(동물이) toi, 한 놈이 또 개죽음 했다 ~ một thằng nữa.

죽도록 liều chết, ~충성하다 trung thành ~. ~일하는 chết xác. ~ 때리다 đánh chết.

(속)죽을때가 가깝다 gần đất xa trời.

죽을때가 임하다 tới số. 그놈들은 이미 죽음에 다다랐다 bọn chúng đã ~.

죽림 lùm tre, rừng tre

죽림원 viện trúc lâm.

죽마고우 bạn thời thơ ấu, thanh mai trúc mã.

쭉 들이키다 vô.

쭉 뻗다 duỗi thẳng, thẳng cẳng, thò, ườn, 손을 ~ thò tay, 쭉 뻗고 눕다 nằm ườn.

쭉뻗은 thẳng đuột, thông thuộc. 쭉 뻗고 누워있다 nằm ~.

쭉 뻗고 눕다 nằm duỗi thẳng

죽세공 phên tre.

죽순 măng tre, trúc thai, 우후 죽순처럼 나오다 mọc như măng sau cơn mưa

죽어가는 사람 người đang hấp hối.

(속) 죽어봐야 저승을 알지(무슨 일이나 지내보아야 비로소 실제를 이해할 수 있다) Có chết mới biết được thế giới bên kia(bất cứ điều gì cũng thế, có trải qua mới hiểu thực tế).

죽어 있다 nằm chết.

죽었다 다시 살아나다 tử khứ hoạt lai.

죽은 교사에 대한 존칭 tiên sư.

죽은듯 고요함 lặng như tờ.

죽은 사람같이 창백한 tái mét.

죽은 사람과 함께 묻힌 tùy táng.

(명)죽은 사람은 말이 없다 Người chết thì không nói được.

죽은 사람들 가운데서 살아나다 từ kẻ chết sống lại.

죽은사람을 그리워하다 nhớ tiếc.

죽은 사람이 남긴 교훈 di huấn.

죽은 사람의 두개골 hoa cái.

죽은 사람의 눈을 감기다 vuốt mắt.

죽은 사람의 제단 linh sàng.

죽은 사람의 혼 hương hồn.

죽은 사람의 영혼 tiên linh.

죽은 시체 di hình.

죽은이 vong nhân, ~를 기리며 생각하다 tưởng vọng. ~의 죄를 사면하다 xá tội vong nhân, 죽은자를 위해 기도하다 cầu hồn. 죽은 사람의 혼령을 보내는 의식을 행하다 (불교) làm chay.

죽은이의 혼 u hồn(linh).

(속) 죽은 자식 나이 세기(실수한 일을 생각할 때는 이미 늦은 것이다) Tính tuổi đứa con đã chết(nghĩ ra việc sai lầm thì đã muộn).

(속) 죽은 정승이 산 개만 못하다(죽는 것은 끝이다, 힘들지만 살아있는 것은 죽는 것보다 낫다) Quan đại thần chết không bằng chó sống (chết là hết, sống khổ sở còn hơn phải chết).

죽은 자 kẻ chết.
죽은체하다 giả chết.
죽을 때까지 chí tử.
죽을둥 살둥 liều lĩnh, liều mạng, điên rồ.
(속) 죽을망정 부끄러운 짓은 하지 말아야 한다(가난하나 깨끗하게, 옷이 찢어졌지만 향기롭게) Dù chết cũng chớ làm điều xấu hổ (nghèo cho sạch, rách cho thơm).
죽을 뻔하다 súyt nữa thì chết, (비유) thừa sống thiếu chết. 아파서 한 바탕 ~ 앓 một trận ~.
죽을상 vẻ tuyệt vọng.
죽을 운세인 sát.
죽을 정도로 아프다 đau trối chết.
죽을 정도로 지치다 mệt lả.
죽을 지경인 sống dở chết dở.
죽을힘 nỗ lực cuối cùng, ~을 다하여 chí chết(mạng).
죽여버리다 giết đi
죽음 cái chết, sự chết,(반) 삶 sự sống, ~을 견디다 chịu chết, ~ 에 직면하다 đối diện ~, ~ 에서 다시 살아나다 sống lại từ ~, ~이 다가오다 ~ đang đến, 죽음은 누구에게나 있는 것이다 tử thần không tha ai cả, ~에 이르는 병 bệnh tật dẫn đến cái chết. ~에 다다른 kề miệng lỗ. gần đất xa trời. ~에 임박한 ngoắc ngoải.
죽음과 삶 tử sinh.
죽음을 면할수 없다 chớ chết.
죽음 직전 숨넘어가는 상태(속어) hai tay buông xuôi.
(명)죽음에는 내일이 없다, 하나의 두려움만 있다 Cái chết không có ngày mai, chỉ có một nỗi lo.

죽음의 기운 tử khí.
죽음의 전투 trận tử chiến.
(명)죽음은 만인을 평등하게 한다 Cái chết đều bình đẳng với tất cả mọi người.
(명)죽음은 단지 한순간의 고통이지만, 삶은 기나긴 고통이다 Cái chết đau khổ một lát, cuộc sống đau khổ cả đời.
(명)죽음은 모든 것을 사라지게 하지만 진실은 그렇지 않다 Cái chết làm xóa đi tất cả, nhưng sự thật thì không phải thế.
죽음을 두려워하다 sợ chết.
죽음을 면하다 thoát chết, bạn là người vận may nên đã thoát khỏi cái chết anh hên nên ~.
죽음을 무릅쓰고 정절을 지키다 tiết liệt.
죽음을 자초하다(무릅쓰다)thù tử.
죽음직전에 용틀임하다 rẫy chết.
죽이다 giết, giết chết, (동물을)cắt tiết, 닭을~ cắt tiết gà, 때려 ~ đánh chết, 숨을 ~ nín thở, 고의로 ~ mưu sát(반)실수로 ~ ngộ sát
죽이려고 cho được giết.
죽일놈 thằng ranh con, 죽일놈아 ! khốn nạn !, khốn khiếp, đồ chết tiệt !
죽자사자 달리다 chạy bán sống bán chết
죽자꾸나하고 một cách liều mạng
죽장 cây gậy tre
쭉정이 rơm rạ.
죽죽(줄줄이)từng hàng, từng dây, hàng hàng lớp lớp, ~ 읽다 đọc một hơi
쭉쭉소리(빨대의)chóp chép.

죽지(어깨)khớp vai, 날개죽지 khớp cánh
죽창 cây giáo tre
죽책(대울타리)hàng rào tre
준거 căn cứ, 법을 ~ 해서 căn cứ vào luật
준걸 người xuất sắc(lỗi lạc), tuấn kiệt.
준결승전 trận bán kết, ~ 에 진출하다 bước vào ~, 결승전 chung kết
준공하다 được hoàn thành,(반) 착공하다 khởi công.
준교사 phó giáo viên
준 금치산자 người kém cỏi
준동하다 manh động, họat động, luồn lách, 간첩의 준동 họat động gián điệp
준령 chóp núi cao và dốc đứng
준마 tuấn(phi) mã
준말(줄인말)nói tắt
준법 tuân theo luật, ~ 정신 tinh thần ~
준봉(봉우리)đỉnh núi
준비 chuẩn bị, sửa sọan, sắm sanh, sắm sẵn, ~ 없는 연설 diễn thuyết không có ~, 식사를 ~ 하다 chuẩn bị cơm nước, ~ 운동 khởi động, 준비하고 있다 chực cho sẵn. ~된 sẵn sàng. ~ 되었습니까? Anh sẵn sàng chưa?.
준비하다(차리다) biện.
준비된 자 người sẵn có.
준비작업 bếp húc.
준사관 sĩ quan chuẩn úy, chuẩn úy
준사원 nhân viên cấp dưới
준설하다 nạo vét, vét lòng sông(강), 준설 tác công việc vét lòng biển(바다), 준설선 tàu cuốc(vét).
준설기 xáng.
준수하다 tuân thủ, tuân theo, 법을 ~ tuân thủ pháp luật,
준수한(잘생긴)tuấn tú, ~ 용모 khôi ngô tuấn tú, quý tướng.
준엄하다 nghiêm khắc, cứng rắn
준용하다 ứng dụng, theo dùng với
준우승 thắng trận bán kết, á quân, 세계선수권 대회 ~ á quân giải vô địch thế giới
준위 chuẩn úy, thượng sĩ.
준장 chuẩn tướng, thiếu tướng
준준결승 trận tứ kết. bán kết.
준치(물고기) cá đé.
준칙(규칙)quy tắc
준하다 tương ứng, theo đúng với, ứng dụng
준행하다 tuân theo lệnh
준험(험준)하다 hiểm trở, gồ ghề,
준회원 hội viên
줄(열)hàng, 두줄로 서다 xếp hai hàng, 줄에 끼어들다 chen ngang vào hàng, 줄이 안맞는 대열 hàng ngũ loạc choạc.
줄 dây, sợi dây. dây dợ, 줄을 매다 thắt dây(반)줄을 풀다 mở dây, buông dây, 줄이 끊어지다 đứt dây, 거미 줄 màng nhện, 줄에 걸리다 vấp dây, 줄을치다(거미) giăng tơ, 줄 로 묶다 buộc dây. 줄을 잡아당기 다 giăng dây. 줄 에 휘감기다 bị vướng dây thừng.
줄을 감다 quấn dây.
줄에 다리가 걸리다 vướng chân vào một sợi dây.
줄(무늬)이 있는 vằn. ~견직물 vân.
줄을 당겨 씻어내다(변기를) dội cầu.
줄을 서다 sắp(xếp) hàng.
줄을 조율하다 lên dây, 바이올린 ~ ~ vĩ cầm.

줄(방법) cách, cách thức, 수영할 줄 알다 biết cách bơi, 운전할 줄 모른다 không biết cách lái xe
줄거리 cốt truyện, đại khái. (대강) luận cương.
줄곧 liên tục, thẳng giấc, suốt, hà rầm, sa sả. xông xổng, 깨지 않고~자다 ngủ thẳng giấc.
줄을 긋다 gạch hàng
줄을 놓다 thả dây.
줄기(물)dòng suối(nước), (산) dãy núi, (나무) cuống, thân cây, 줄기가 축 늘어지다 rủ xuống. (가닥) cọng.
줄기차다 mạnh mẽ, mãnh liệt, (계속) không ngừng, liên tục
줄넘기 nhảy dây
줄다 giảm bớt, giảm sút, 강물이 ~ nước sông rút,
줄어들다 nhửng. vợi.
줄다리기 chơi kéo co, trò kéo dây.
줄달아서 lần lượt, theo đuổi
줄달음질 치다 chạy vội
줄담배피우다 hút liên tục
줄돌리기 chơi nhảy dây
줄을 걸다 treo dây
줄을서다 xếp hàng, sắp hàng
줄을 꼬다 bện dây
줄을 당겨 종을치다 kéo chuông.
줄을 맞추어 서다 đứng sắp hàng.
줄을 타고 내려오다 thòng dây thả xuống.
줄무늬 sọc vằn, ~ 있는 vằn vện, ~ 바지 quần sọc.
줄사닥다리 cái thang dây
줄어들다 giảm xuống, teo lại, thu nhỏ, vơi.(반) 증가하다 gia tăng,
줄이다 giảm bớt(thiểu), bỏ bớt, cắt bớt, giảm, cắt(tiêu) giảm, (반) 더하다

cộng, 비용을 ~ cắt giảm chi phí, 수명을 ~ rút ngắn tuổi thọ
줄자 thước dây, thước cuốn(cuộn).
줄줄 ròng ròng, hàng hàng, 땀을 ~ 흘리다 mồ hôi chảy ~
줄줄 흐르다 phì phì. nhễ nhại.
줄줄이 계속해서 tràn lan, ~지껄이다 nói ~.
줄짓다 xếp hàng. 입실하기 위해 ~ ~ 해 vào lớp.
줄치다(빨랫줄)căng dây,(선) gạch đường
줄타다 đi trên dây
줄행랑치다 chạy trốn, trốn thoát
줍다 nhặt(북), lượm(남), 동전을 주었다 nhặt đồng tiền, 길에서 시계를 주었다 lượm được đồng hồ trên đường, 기를쓰고 ~ loay hoay lượm
줏대없는(자) ba phải, op ẹp.
줏대없이 다 옳다고 하는 ba phải.
중(승려)nhà sư. ~에게 시주하다 đàn việt. 중모자 nón tu lờ.
(속) 중이 제 머리를 못 깎는다(예리한 칼이라도 칼자루를 깎지 못한다) Nhà sư không cạo được đầu mình(dao sắc không gọt được chuôi).
중(속)trong, trong số, 왕중왕 vua trong các vị vua, (하는중) đang, trong lúc, 휴가중 đang nghỉ phép, 통화중 đang nói chuyện điện thoại, 금주중 trong tuần này, 이틀 중 trong vòng hai ngày, 10 중 8,9 는 8,9 trong số 10.
중간 trung gian, giữa, chính giữa, ~ 무역 mậu dịch ~ , ~ 역할 vai trò ~, ~에 ở giữa. ~축 trục trung gian. (거

리의)trung độ.
중간 주파 증폭 khuếch đại trung tần.
중간 수비수 trung vệ.
중간 이름 tên lót.
중간쯤에 giữa đường.
중간하다 xuất bản lại
중갑판 boong giữa
중개 môi giới, (방언) mai dong, ~ 무역 môi giới mậu dịch, 중개수수료 thù lao ~ , 중개인 người ~ , trung gian, 중개업 nghề ~, ~역을 하다 làm trung gian.
중거리 cự ly trung bình, cự ly vừa, ~ 미사일 tên lửa tầm trung
중견의 trung kiên.
중견작가 nhà văn địa vị trung bình
중경상 bị thương trung bình, ~ 자 người ~
중계 phát truyền, ~ 방송 phát truyền, 라디오~ truyền qua radio.
중계소 đài tiếp vận. trạm, ~의 장 trạm trưởng.
중고 시대 trung đại. trung cổ.
중고품 hàng cũ, hàng đã qua sử dụng, 중고차 xe cũ
중공(중화인민공화국)Trung Cộng.
중공업 công nghiệp nặng, trọng công nghiệp, 경공업 công nghiệp nhẹ
중과세 thuế nặng.
중구(음력 9 월 9 일)trùng cửu.
중구난방 những người nói nhiều, khó mà bịt miệng thiên hạ
중국 Trung-Quốc, ~ 공산당 đảng cộng sản ~ ,중국귤 quất(bắc) tắc(nam), ~ 용춤 múa lân. ~배추 cải thìa. ~차 chè tàu. ~문자 chữ nho. ~무술영화 phim chưởng. ~ 국수 mì. ~조정 thiên triều.

중국사기 sử Tàu ghi.
중국어 tiếng Trung Hoa.
중국의학 trung y.
중궁 bà hoàng, nữ hoàng, (중궁전)hoàng hậu
중금속 kim loại nặng, 경금속 kim loại nhẹ
중근동 trung cận đông
중급 trung cấp(đẳng), ~ 영어 tiếng anh ~, ~기술자를 양성하는 전문학교 trung học chuyên nghiệp. ~간부 cán bộ ~.
중기관총 súng nặng(đại liên).
중년 trung niên, ~기 tuổi ~, ~여자 người phụ nữ ~, 중년층 tuổi ~, 중년의 đứng tuổi, 중년부인 đàn bà đứng tuổi. trung nữ, ~남자(늙어 보이는)ông cụ non. ~의 사람 người sồn sồn. ~을 지나서 có tuổi trọng. ~이 지나다 trọng tuổi, 어떤 일을 중년이 지난 이에게 맡기다 giao phó việc gì cho người trọng tuổi.
중노동 lao động nặng, khổ sai.
중농 trọng nông, ~정책 chính sách nông nghiệp đứng đầu, chính sách trọng nông
중뇌 trung não.
중단 gián đoạn, đình chỉ, ngừng, dừng, chấm dứt, ~시키다 gián đoạn, can vào.
중대 trung đội, ~장 trung đội trưởng
중대한 quan trọng, trọng đại, ~ 책임 trách nhiệm ~, ~ 사건 sự việc ~, 중대성 sự nghiêm trọng. ~실수 를 하다 trót dại.
중대가리(대머리)đầu trọc
중대시하다 coi là quan trọng

중도(도중에)nửa đường, giữa đường, giữa chừng, ~에 그만두다 ngừng lại ~, ~에서 퇴학하다 bỏ học giữa chừng, ~에 포기하다 bỏ dở, ~에서 그만 둘 일 việc bỏ lay lắt, ~에서 내팽개치다 tắc trách. ~에 포기하지않는 đã trót phải trét.

중독 trúng(ngộ) độc, nghiện độc (ngập), 알콜 ~ nghiện rượu, 식~ trúng độc thực phẩm, ~되다 trúng độc, ghiền, nghiện ngập, 흡연 중독자 người ghiền thuốc.

중독증(의학)phong ngứa.

중동 Trung Đông, ~ 지역 khu vực ~

중등(급)trung cấp, ~교육 giáo dục trung học, 중학교 trung học cơ sở, 고등 학교 trung học phổ thông

중량 trọng lượng, ~ 한도를 초과하다 vượt qúa ~ cho phép, ~급 hạng nặng, 총 ~ tổng ~

중량분석 phân giải trọng lượng.

중력 trọng lực, ~의 법칙 nguyên tắc về ~, ~계 ~ kế.

중령 trung tá, 소령 thiếu tá, 대령 đại tá

중론 dư luận quần chúng, ý kiến của nhân dân, chúng luận.

중류 trung lưu, ~ 계급 giai cấp ~ , ~ 가정 gia đình ~

중립 trung lập, ~ 적 태도를 취하다 có thái độ ~, ~ 을 선언하다 tuyên bố ~ , ~ 을 지키다 giữ thái độ ~, ~기어로 돌리다 quay không.중립국 nước ~, 중립국을 손아귀에 넣다 tranh thủ các nước trung lập. ~상태 trạng thái ~, ~화 hóa.

중망(신망)niềm hy vọng của quần chúng, tin tưởng của nhân dân

중매 làm mai, mai mối, mối lái(mai), 친구의 ~로 결혼하다 kết hôn do bạn làm mai, 중매결혼 kết hôn do mai mối, ~인 người mai mối.

중매(중개)môi giới, ~ 인 người ~ 중매장이 xe duyên.

중문 cổng nội bộ

중문(문법)mệnh đề kép, câu ghép

중미 Trung Mỹ

중반전 giai đoạn giữa

중 방공포 trung cao.

중벌 hình phạt nặng

중범 trọng tội(phạm), 중범자 người phạm trọng tội

중병 bệnh nặng, trọng bệnh, bệnh tình trân trọng, ~에 걸리다 mắc ~ , ~ 환자 bệnh nhân nặng.

(속) 중병에 장사 없다(아무리 건강한 사람이라도 위험한 병이 들면 약해진다) Không có tráng sĩ đối với bệnh nghèo(dù là người khỏe mạnh bao nhiêu thì khi mắc bệnh hiểm nghèo cũng trở nên yếu ớt).

중보기도 cầu thay. cầu nguyện trung bảo.

중보자 Đấng trung bảo.

중복 trùng lặp, ~되다 bị trùng, trùng nhau, 중복된 trùng phức.

중복(대서,삼복)thời tiết đại thử

중복(산중턱)giữa dốc núi

중부 trung bộ, miền trung, ~도시 thành phố miền trung, 남부 nam bộ, ~ 베트남 trung Việt (kỳ).

중사 trung sĩ, 하사 hạ sĩ

중산계급 trung cấp, giai cấp trung lưu

중산층 người trung.

중상모략하다 vu cáo(oan), vu khống, nói vu, vu vạ, (성어) vu oan giá họa. (속어)ngậm máu phun người.

중상자 người ~
중상 bị thương nặng, trọng thương, tử thương, 머리에 ~을 입었다 bị thương nặng ở đầu, 중상자 người ~
중상(장례식이 겹치다)trùng tang.
중생 chúng sinh, (인류) loài người, nhân loại, (기독교: 거듭남)tái sinh, sinh lại, hiện thân mới, ~을 구제하여 성불시키다 tế độ.
중생구제(불교)độ sinh. hóa độ. phổ độ chúng sinh.
중생대 kỷ nguyên đại trung sinh
중서부 trung tây
중석기시대 thời đại đồ đá giữa
중선거구 trung khu bầu cử
중성 bê đê, trung tính, giống trung, ~반응 phản ứng trung tính, ~세제 bột giặt trung tính
중성(화학:중성의) trơ.
중성자 trung hòa tử.
중세 trung cổ, ~기 thời ~ , trung thế kỷ, ~ 사 lịch sử ~
중세(중과세)thuế nặng, ~를 과하다 đánh ~ , ~를 부담하다 chịu ~
중소(중국 소련) Hán-Nga
중소 vừa và nhỏ, ~기업 các xí nghiệp ~ , 중소상공업자 những người buôn bán ~, ~ 기업협동조합 hợp tác xã~
중수하다(고침)tu sửa, sửa chữa, trùng tu, 절을 ~ trùng tu chùa phật.
중수(화학) nước nặng
중수소 hydrô nặng
중순 trung tuần, 9 월 ~ trung tuần tháng 9
중시하다 coi trọng, trọng thị, chú trọng,(반)경시하다 khinh thị, (중대시하다) coi là quan trọng.
중신 nhà chính trị lão thành, trọng thần. quan to.
중심 trung(trọng) tâm, 수도의 ~ trung tâm thủ đô, 중심점 trung tâm điểm, ~ 인물 nhân vật chính, cốt cán, ~인물이 되다 cầm đầu. ~선 đường trung bình. ~을 잃다 mất trọng tâm, ~을 벗어난 tâm sai. ~이 되는 사람 cột trụ, 가정의 중심 인물 cột trụ gia đình.
중심구 trung khu.
중심 기둥 cột cái, 작은기둥 cột con.
중심 도로(갈라지는)đường trục.
중심 문제 trung tâm vấn đề.
중압 áp lực, áp suất, ~감 cảm giác ngột ngạt
중앙(센터)trung ương, trung tâm, ~ 아시아 trung tâm Châu-Á, 미 ~정보부 cục tình báo trung ương Mỹ(CIA), sở mật thám trung ương Mỹ, ~ 집권 trung ương tập quyền, ~군사 위원회 quân ủy trung ương.
중앙기관 tổng cơ quan.
중앙선 dải phân cách, vạch lươn, (축구경기의)trung lộ.
중앙 아프리카 Trung Phi
중앙위원회 ủy ban trung ương, tổng bộ.
중앙정부 chính phủ trung ương.
중앙지휘본부 tổng bộ.
중앙집권 trung ương tập quyền. ~ 제도 chế độ ~.
중언부언하다 nói đi nói lại
중얼거리다 lầm bầm, làm nhàm, lâm râm, ấp úng, ấm ớ, lập bập, nói thầm, lắp bắp, bập bẹ, nói ú ớ, tụ

덜거리다 lầm bầm, 중얼 중얼 말하다 đay lại. 중얼거리는 소리 ú ớ.
중역 giám đốc, ~회 ủy ban ~.
중역(이중번역)하다 dịch lại
중엽 trung diệp, giữa, giai đoạn giữa, 15 세기 ~ ~ thế kỷ 15
중외(안팎)trung ngoại. ~ 에 trong nước và nước ngoài
중요한 quan trọng, trọng yếu, chính yếu, cơ yếu, hệ trọng, to tát, (반)사소한 không quan trọng, (전략적으로)xung yếu, ~한 사람 người ~, 역사상 ~사건 vụ việc ~ trong lịch sử, ~역할을 하다 đóng vai trò~, 중요한 사실 을 기록하다 ký yếu, 중요사항 nội dung ~, ~ 서류 hồ sơ ~, ~대목 yếu mục, ~범인 yếu phạm, ~ 소식 yếu văn, ~일 yếu vụ, ~위치 yếu địa, 중요인물 nhân vật ~, trụ thạch, yếu nhân, (VIP), ~일 yếu vụ.
중요도 tầm quan trọng.
중요 지점 trọng địa. ~을 방위하다 trọng trấn.
중요하지 않다 can gì.
중요시하다 coi trọng, có thái độ quan trọng
중요성 tính quan trọng
중용의 ôn hòa, vừa phải, trung dung, ~의 태도 thái độ trung dung.
중용주의 trung bình chủ nghĩa.
중용하다 trọng dụng, thăng tiến, 인재를 ~ ~ nhân tài.
중원(들판)giữa cánh đồng, đồng bằng, trung nguyên.
중위 trung úy, quan hai. 육군 ~ trung úy lục quân
중위(중간)tính trung bình, loại trung bình
중유 dầu diesel, dầu nặng, dầu lửa
중의 dư luận quần chúng, hội ý chung
중의원(국회)chúng nghị viện.
중이염 viêm màng tai, viêm tai giữa
중인(공중) công chúng, quần chúng, ~ 앞에서 trong ~
중임 chức vụ quan trọng, trách nhiệm nặng nề, trọng nhiệm, (재임)bổ nhiệm lại
중장 trung tướng, đại tướng
중장비 đồ trang thiết bị nặng, thiết bị nặng
중재 điều đình, trọng tài, phân giải, can dự. ~를 요청하다 yêu cầu ~, 경찰이 ~ 하다 cảnh sát thường làm trọng tài, 중재위원회 ủy ban ~, ~인 công đoán nhân. trung nhân.
중전 nữ hoàng, hoàng hậu, ~ 마마 muôn tâu hoàng hậu
중절 gián đoạn, 임신 ~ phá thai
중절모 nón ni, nón dạ
중점(가운데 점) trung điểm
중점(중요한점)trọng điểm, 일의 ~ ~ công việc. ~을 두다(강조)nhấn mạnh
중정(바른)trung chính, ~의 태도 thái độ ~.
중죄 trọng tội, tội nặng. đại hình. (교수형이) tội chém đầu, ~ 를 범하다 phạm ~, 중죄인 người phạm ~
중증환자 bệnh nhân nghiêm trọng
중지 đình chỉ, dừng, ngưng, 사격을 ~ 하다 ngưng bắn, 전투를~하다 ngưng chiến, ~되다 bị ~ , 공사를 ~ 하다 đình chỉ công trình, 경기가 ~ 되었다 trận đấu bị dừng, 일

을 ~ 하다 dừng việc
중지(손가락)ngón giữa
중직 trọng trách, chức vụ quan trọng
중진 nhân vật lỗi lạc, 중진국 một quốc gia trung bình.
중창 tốp ca, 합창 đồng ca.
중책 trọng trách, trách nhiệm nặng
중천 giữa bầu trời, trung thiên.
중첩 trùng điệp, trùng lặp, chồng chất lên, ~된 산 núi non ~.
중추 nòng cốt, chủ cốt, ~신경 thần kinh~, thần kinh trung ương.
중추(계절) trung thu, ~ 명월 trăng thu, trăng tròn.
중축 tu bổ lại
중치(크기)kích cỡ trung bình
중침 cây kim cỡ trung bình
중키 chiều cao trung bình
중탕(증류)chưng cất hai lần
중태 bị bệnh nặng
중턱(산)lưng giữa núi
중퇴 bỏ học giữa chừng, ~ 자 người~ , 대학을~하다 bỏ học đại học giữa chừng
중파 làn sóng trung bình
중판(사진)cỡ trung bình
중판하다 xuất bản lại, in lại
중편(제 2 권)tập hai, ~ 소설 tiểu thuyết dài vừa phải(trung thiên). truyện vừa.
중폭격 bom nặng trọng, 중폭기 oanh tạc cơ
중풍 chứng tê liệt, trúng phong, trúng gió, đau bại, ~병 bệnh-bại, ~에 걸리다 bị trúng gió(phong)
중풍병자 người đau bại.
중포(장거리포)trọng pháo, pháo lớn
중하다(무겁다)nặng nề, (병이)trầm

trọng, (일이) quan trọng
중학교 trường cấp hai(trung học),중학생 học sinh cấp hai, 고등학교 trường cấp ba(phổ thông
중형 hình phạt nặng nề, trọng hình, trọng án, (크기) cỡ trung bình
중혼 lấy hai vợ, song hôn. ~ 자 người ~, 중혼죄 tội song hôn
중화민국 Trung – Hoa –Dân-Quốc
중화하다 trung hòa, 중화시키다 hóa độc.
중화기 vũ khí hạng nặng, (기관총) thượng liên.
중화학공업 ngành công nghiệp hóa học nặng
중환자 bệnh nhân nặng, ~ 실 phòng dành cho ~
중후한 lịch sự, hào phóng
중흥 phục hồi, khôi phục, trung hưng, bình phục, 레 왕조의 ~ nhà Lê trung hưng.
중히여기다 coi trọng
쥬스 nước trái cây
쥐 con chuột, ~구멍 hang chuột, ~꼬리 đuôi ~, 쥐덫 cái bẫy ~, 쥐약 thuốc ~, 바 ~, 물에 빠진 쥐같다 như ~ rơi xuống nước, 쥐띠 tý. 쥐굴(집) ổ chuột.
(속) 쥐구멍에도 볕들 날이 있다(비록 곤궁한 사람이라도 행운의 날을 만날 수 있게 된다) Có ngày ánh sáng chiếu vào lỗ chuột(người dù khốn khổ nhưng cũng sẽ có ngày gặp vận may).
쥐(경련)chuột rút, vọp bẻ, ~가 나다 bị ~
쥐꼬리만한 월급 tiền lương thấp(ít)
쥐다 nắm, cầm, 주먹을 ~ nắm chặt

của đấm.

(속) 쥐고 펼 줄을 모른다(돈을 모을 줄만 알지 쓸 줄을 모른다) Nắm rồi không biết mở ra(người chỉ biết gom tiền, không biết tiêu tiền).

(속) 쥐뿔도 모른다(아무것 하나 모른다) Sừng chuột cũng không biết(không hiểu một cái gì hết).

쥐어뜯다 nhổ, vặt, trốc, hái, xé

쥐어박다(때리다)đánh, quýnh, đấm, nện

(속)쥐면 꺼질까 불면 날까(귀한 아이) Cầm thì sợ tắt mà thổi thì sợ bay(con bé qúy báu)

쥐어짜다 vắt, xoắn vắt, ép. nén.

쥐어주다 đặt vào tay, trao cho, (뇌물을) hối lộ, mua chuộc, đút lót,(팁을) cho tiền bo

쥐어 흔들다(어깨)nhún vai

쥐어 지내다 bị khống chế

쥐잡듯이 찾다 sục sạo, tìm từng cái một.

쥐죽은듯하다 lặng như tờ

쥐치(물고기) cá phay

쥐포 cá bò

쥘쌈지(담배쌈지)túi đựng thuốc lá, bao thuốc lá

쯔놈(옛베트남문자) chữ nôm.

즈음 dịp, --- 에 즈음하여 nhân dịp, tiện thể, 이지음 ngày nay, 요지음 dạo này, 그즈음 vào lúc đó

즉(곧)tức là, ấy là, (바로)đúng(nghĩa) là

즉각 tức khắc, tức thì, phăng, ~자르다 đứt phăng. ~적으로 chỉ trong ~.

즉결 quyết định đột ngột, quyết định ngay, ~ 재판 phán quyết sơ lược, ~ 처분 kết tội giản lược

즉결재판소 tòa tiểu hình(trừng trị).

즉답 trả lời ngay.

즉매 bán tại chỗ

즉사 chết ngay tại chỗ, chết không kịp ngáp, 교통사고로 ~ 하다 ~ vì tai nạn giao thông

즉석에서 tại chỗ, thỏai mái, không chuẩn bị trước, 즉석요리 món ă nhanh, ~ 대답하다 trả lời ngay tại chỗ, (곧바로)tươi, ~죽다 chết tươi. ~에서 시를 짓다 xuất khẩu thành thi. 즉석의 ăn liền.

즉시 ngay tức khắc, tức thì, liền, chốc, ngay lập tức, giây phút, 문제를 ~ 해결하다 giải quyết vấn đề ngay tức thì, ~ 가다 đi liền, ~ 잊어버려라 quên phắt đi. ~ 일 을 시작하다 lập khởi.

즉시—하다 tắp, ~대답하다 trả lời ~.

즉시 행하다 làm sấn.

즉식하다 ăn liền

즉위 lên ngôi, lên chức vị, ~식 lễ đăng quang(cực).

즉흥극 kịch cương.

즉흥연주를 하다 xuất khẩu thành chương.

즉흥으로 시를 쓰다 ngẫu hứng làm thơ.

즉흥적 vui chơi không định trước, ứng khẩu. ngẫu hứng. ~으로 시를 지어 읊다 ngâm vịnh, ~ 으로 말하다 nói ứng khẩu.

즉흥적으로 짓다 ứng tác, 시를 ~ ~ bài thơ.

즉흥연설 bài diễn văn ứng khẩu.

즐거움 thú vui, thích thú, lạc thú, 가정의~ lạc thú gia đình, ~에 빠지다 mảng vui, 전원생활의 ~ thú vui cuộc sống điền viên, 독서는 유일한~이다 đọc sách là ~ duy nhất, 즐거운 호 hởi. vui. 즐거운 일에 몰두하는 ham vui. 즐거운 일(희사)hỷ sự. 즐거운 소식 tin mừng(vui).(반)슬픈 소식 tin buồn.

즐거운 vui. vui thú, vui tươi(mừng),(반) slần buồn, ~생활 đời ~. cuộc sống vul tươi, 이것은 내생애 최고의 ~ 날이다 đây là ngày vui vui nhất trong đời tôi.

즐거운 모습 vẻ vui tươi.

즐거운 세상 làng chơi.

즐거움이 겹친 song hỉ.

즐거워 보이는 tươi bưởi, 네 얼굴이 즐거워 보인다 mặt mày ~.

즐거워(싱글벙글)하다 hớn hở

즐겁게 rôn rả, ~웃고 이야기하다 cười nói ~. 관중들은 ~ 손벽쳤다 khán giả thích thú vỗ tay. ~ 놀다 chơi thú vui(vui thú).

즐겁다 vui vẻ, thích thú, hồ hởi, cả mừng, 즐겁게 지내다 sống một cách ~ , 즐거운 추억 một ký ức vui, 즐겁게 모이다 quây quần vui vẻ. 즐겁게 보다 khoái xem. 즐겁게 하다 rôm trò.

즐거운 담소 trò chuyện rôm rả.

즐거운 환성을 지르다 reo mừng.

즐거움이 겹친 song hỉ.

즐기다 thích thú, tận hưởng, ăn chơi. vui đùa, (감상) thưởng, 독서를 ~thích thú đọc sách, 음악을 ~thưởng thức âm nhạc, 꽃을 ~ thưởng hoa.

즐기기 위하여 무슨 일을 하다 trối già.

즐비하다 đứng thành hàng, đứng sát vào nhau

쯤 khoảng chừng, vào khoảng, 지금쯤 khoảng bây giờ, 20 살쯤 khoảng 20 tuổi, 쯤에 độ, 정오쯤에 độ trưa

즙 nước cốt, nước ép, 오렌지~~ cam

증(증세)triệu chứng, 싫증 chán ghét

증가하다 tăng, tăng gia, tăng lên, (반) 감소하다 giảm, 체중이~ tăng cân, lên cân, 인구가~ tăng dân số, 증가율 tỷ lệ tăng

증가시키다 gia tăng.

증간 xuất bản thêm, (간행물)số đặc biệt

증감 tăng giảm, lên xuống, thêm bớt

증강 tăng cường, tăng lên

증거 chứng cớ, chứng cứ, tang chứng, 충분한~ ~đầy đủ, 확실한 ~ ~ chính xác, ~가 되다 là ~, vi bằng, ~를 제출하다 đưa ra ~ , ~ 물 chứng tích, vật chứng, tang vật, ~ 보전 bảo toàn ~, ~품 tang tích. ~로 다루다 vi cứ, ~서류 chứng từ, ~ 인 người làm chứng, 간접 ~ ~ gián tiếp, 직접 ~ ~ trực tiếp. ~가 미진한 소송사건 nghi án.

증거없는 vô tang.

증거를 세우다 dẫn chứng.

증거를 얻다 trưng chứng.

증거를 없애다 phi tang.

증거를 인멸하다 thủ tiêu.

증거를 인용하다 viện chứng.

증거를 조사하다 khảo chứng.

증권 chứng(trái) khoán, ~ 거래소 trạm giao dịch ~ , ~ 시장 thị trường ~ , ~ 투자 chứng khoán đầu tư

증기 hơi nước, ~ 기관 máy hơi nước, ~ 터빈 tuốc bin ~ , ~ 기관차 đầu máy chạy bằng ~ , ~ 선 thuyền chạy bằng ~. hỏa thuyền, ~펌프

bơm hơi nước. ~브레이크 thắng hơi. ~분해 thủy phân.
증대 tăng thêm, tăng gia
증류 chưng cất, ~ 수 nước cất(ròng), ~탑 tháp lên hơi
증류기(정화기)trã cất rượu.
증명 chứng minh, chứng nhận, 증명 하다 bảng, nhận thực, 무죄를 ~ 하다 ~ vô tội, 건강증명서 giấy chứng nhận sức khỏe, ~서 giấy ~. ~해 보이다 chứng tỏ(rõ).
증모 tuyển thêm
증발 bốc hơi, 물이 ~ 하다 nước ~, ~량 lượng ~, ~시키다 bốc hơi. ~되다 lên hơi.
증보하다 thêm vào, mở rộng
증빙서류 tài liệu chứng minh
증산 gia tăng sản xuất, tăng sản lượng
증상 bệnh chứng, triệu chứng, 감기 ~ triệu chứng cảm cúm, 중독 ~ triệu chứng trúng độc, ~이 어떻습니까? bịnh chứng ra sao? ~이 나타나다 nổi cơn.
증서 giấy tờ, chứng thư(chỉ), hóa đơn(영수증), 차용 ~ giấy nợ
증설 xây dựng thêm, thiết lập thêm
증세 triệu chứng, (세금의)tăng thuế
증손 chắt trai, tăng tôn, ~ 녀 chắt gái
증수 số lượng tăng thêm, tăng thu nhập,
(농산물소출)hoa lợi tăng, tăng số thu
증수회 sự kiện một ca hối lộ
증액 số lượng tăng, tăng thêm
증언 làm chứng, can chứng, 목격자의 ~ làm chứng của người nhìn thấy, 증언대 bục dành cho người làm chứng, ~을 청하다 phân chứng.

증여 tăng, biếu, ~ 물 đồ tặng, ~품 lễ lạt, ~재산 tài sản tặng
증오 lòng căm thù, căm ghét, căm giận. oán ghét. tăng ố. ~와 질투 tăng tật.
(명)증오심을 노골적으로 나타내는 것은 유독까스를 사용하는 것과 같아서 가스의 일부분은 자기에게 되돌아 오기 마련이다 Thể hiện lòng căm thù một cách lộ liễu chẳng khác gì sử dụng chất ga có độc nó sẽ quay trở lại hại mình.
증원하다 tăng nhân viên, tiếp ứng, tăng viện, 증원군 quân tiếp viện.
증원해서 작전에 참가하다 trợ chiến. 일개 사단을 ~ đưa một sư đoàn đi ~.
증인 nhân chứng, chứng nhân, người làm chứng, ~ 을 소환하다 gọi ~ , ~ 석 chỗ đứng của ~, ~ 이 되다 làm chứng. – 을 증인으 로 세우다 phân vua.
증자하다 tăng vốn
증정하다 tăng, biếu, 꽃을 ~ tặng hoa, dâng hoa, 증정자 người biếu, 증정품 quà, vật tặng, tặng phẩm.
증조모 cụ bà, bà cố, 증조부 cụ ông, ông cố. tằng tổ phụ, 증조부모 cụ nội. tằng tổ mẫu.
증진 tăng tiến, tiến triển, tiến bộ, tốt lên, 건강을 ~ sức khỏe tốt lên
증축 mở rộng tòa nhà, cất nhà thêm
증파 gửi quân tiếp viện
증폭기 máy khuếch đại.
증표 dấu hiệu làm chứng, chứng từ, biên lai, hóa đơn
증회 hối lộ, đút lót, ~ 자 kẻ ~
증(징)후 triệu chứng
증후군(신드롬) hội chứng

--- 지 tính từ, tính từ khi, 한국에 온지 1년이 되었다 ~ tôi tới Hàn-Quốc đã được 1năm, 헤어진지 1년 되었다 xa cách nhau đã được 1 năm

찌(어망에 달린) phao lưới.

지가(땅값)giá đất, ~가 오르다 ~ tăng, 법정지가 sự định giá đất

지반 vỏ trái đất

지각 ý thức, (인지) tri giác, (느낌)cảm giác, ~을 발달시키다 khải trí, 지각 신경 thần kinh ~, ~이없다 không có ~, 지각기관 cơ quan ~, ~마비 tê liệt ~.

지각이 둔한 노인 ông lão trái tính.

지각없이(변덕스럽게)phù bạc.

지각 trễ giờ, ~하다 đến muộn, muộn, 학교에 ~ 하다 muộn học, 직장에 ~ 하다 đi làm ~ .

지갑 bóp tiền(남), ví tiền. bím. (북), 가죽~ ví da

찌개 lẩu, 된장~ lẩu trong tương

찌꺼기 cặn bã, cáu kinh. ~를 제거하다 thái trừ chất cặn bã.

지껄이다 tán gẫu, ba hoa, nói bá láp, huyên thuyên

지게 cái gùi, đòn gánh, 지겟꾼 người mang gánh, ~를 지다 vác gùi.

지게미(술의)cặn rượu, (눈의)kẹo gôm, chất gôm, (비듬)gàu đầu

지게차 xe nâng, xe nâng chuyển

지겹다 buồn chán, mệt mỏi, chán chường, 생각만 해도~ chỉ nghĩ thôi cũng thấy chán rồi

지경(경계)biên giới, ranh giới, (형편) hoàn cảnh, 파멸할 ~이다 đáng vào hoàn cảnh sụp đổ

.지고하다 tối cao, cao nhất

지고한 뜻 cao chí(khí).

지골(손가락뼈) lóng tay.

지공무사(사사로움이 없음)hoàn toàn vô tư

지관 thầy bói đất, thầy địa.

지구 trái đất, địa cầu, ~궤도 qũi đạo ~, ~의 공전 xoay vòng của trái đất, ~의 종말 chung mạt địa cầu. ~전체 cả hoàn cầu. ~물리학 địa vật lý. ~의 인력 địa triều. hấp ~, ~의 자전 địa từ. ~표면 mặt đất. ~의 중심부 ruột trái đất. 달은 ~ 주위를 돈다 mặt trăng xoay chung quanh ~. ~의 중심 rốn đất. trung địa cầu. ~물리학 vật lý địa cầu.

지구(지역)khu vực, vùng, miền, ~ 당위원 khu ủy viên. 지구당 연맹 위원회 liên chi ủy. ~별로 나누다 phân vùng.

지구력 sức chịu đựng, sức dẻo dai, sức bền, ~있는 dai sức.

지국 chi cục, chi nhánh, ~장 trưởng phòng ~

찌그러진 móp méo(mép), bẹp, rúm ró

지그시(참는 모양) kiên nhẫn, kiên trì, ~보다 nhìn trừng trừng, (슬그머니)nhẹ nhàng, 눈을~감다 nhẹ nhàng nhắm mắt lại

지그재그로 된 도로 đường chữ chi.

지극한 효심 đại hiếu.

지극히 cực kỳ, vô cùng, rất, lắm, tệ, ~ 합당한 rất đáng kể, ~ 훌륭한 hoàn mỹ. ~드문 ít có. ~청결한 sạch trơn. ~아름다운 đẹp tệ.

지극히 작은 nhỏ hèn. rất hèn mọn.

지극히 충성스러운 trung thành đến chết.

지근덕거리다 quấy rối, quấy nhiễu, làm phiền, (머리가)bị đau nhói

지글지글 xèo, ~소리 tiếng xèo xèo. 기름이 ~ 끓다 mỡ cháy ~.

지금 bây giờ, nay, chừ, hiện nay, rày, đương kim,(반)옛날 ngày xưa, ~의 대통령 tổng thống hiện nay, ~까지 cho đến nay, trước nay, đến bây giờ, chí kim, thuở nay, ~부터 từ bây giờ, từ đây, ~부터 3 년후 3 năm sau tính từ bây giờ, ~ 몇시죠? Bây giờ là mấy giờ rồi?, ~부터는 dĩ hậu. ~까지 전혀 없다 trước nay chưa từng có.

지금으로부터 앞으로 từ nay về sau.

지금껏 cho đến bây giờ

지금도 ngay cả bây giờ.

지긋한 hơi nhiều, 나이가~사람 người tuổi hơi nhiều

지긋지긋하다 ghê tởm, (싫증)buồn tẻ, chán ngắt, (잔인)ghê tởm, đáng ghét, 생각만 해도 ~ nghĩ đến là phát tởm

지기(친한 친구)người bạn tri kỷ, 지기지우 bạn thân tình

지기싫어하는 háo(hiếu) thắng

지나해(남지나해)biển Nam hải

지나가다 đi qua, qua, vãng, bước qua. 문앞을~ đi qua trước cửa, 태풍이 지나가는 지역 khu vực có bão đi qua, 지나간 đã qua. vãng khứ, 지나가는 것을 허락하다 nhường đường(bước).

지나오다(통과)thông qua, (겪다)trải qua

지나온 길 bước đường, 나의~ ~ của tôi

지나다 đi qua, vừa qua, (시간이) thấm thoát. 지난 주에 tuần trước, 지난 달에 vào tháng trước(qúa), 기한이 ~ qúa hạn, 세시가 ~ qúa 3giờ. 눈깜짝할 사이에 십년이 지났다 thấm thoát đã mười năm.

지나다닐수 없게 막히다 tắc nghẽn.

지나치다(초월)vượt, (지나가다) đi qua.

지나치게 qúa, quá mức, qúa đáy, thái quá, 술을 ~ 마시다 uống qúa nhiều rượu, 그건 지나친 생각이다 suy nghĩ đó hơi qúa, 농담이 ~ nói đùa qúa mức, ~ 칭찬하다 khen qúa lời. ~친근한 suồng sã. ~소란을 피우다 hò voi bắn súng sậy. ~ 신중한 kỹ tính. ~ 능력을 과시함 một tấc đến trời. ~뜨거운 qúa lửa. ~일하다 làm việc thái quá.

지나친 qúa đáng. ~ 요구 đòi hỏi ~.

(명)지나친 자만이나 지나친 낙심은 자기자신을 전혀 모르는 데서 나온다 Qúa tự mãn hay quá lạc quan là hoàn toàn không hiểu gì về chính bản thân mình.

지난 nọ, ký vãng, ~시절 thời ký vãng, ~날(며칠전)hôm nọ. ~일을 상세히 이야기하다 tường thuật việc đã qua.

지난밤 đêm hôm qua.

지난번 lần trước, 지난봄 mùa xuân qua

지난날 những ngày tháng qua, ~의 추억 những ký ức của ~

지난달 tháng trước, tháng rồi.

지난해 năm qua(cũ), năm rồi.

지남철(자석)nam châm, 전자석 nam châm điện.

지내다 trải qua, hàng ngày~ qua một ngày, (살다)sống, 행복하게~ sống một cách hạnh phúc, 휴가를 해변에서 ~ nghỉ phép tại bãi biển, 어떻게 지내십니까? Sống như thế nào?

지네 con rết(rít), tít, ngô công.

지느러미 vây(vi) cá, 상어 ~ vây cước.

찌는듯한(뜨거운) 날씨 nắng gắt.

지는 달 trăng lặn.

지능 trí năng, trí thông minh,(반)힘 lực, ~이 뛰어난 사람 người có ~ tốt, ~ 면에서 그녀는 매우 탁월하다 về ~ nàng không thua ai cả.

지능이 낮은 thấp 그의 지능은 매우 낮다 tinh thần của nó rất thấp.

지능지수(I Q) chỉ số thông minh, 지능 테스트하다 sát hạch

지니다 mang, giữ, có, thìn, 비밀을~ giữ bí mật, 몸에 권총을~ mang súng cạnh người, 자태를 ~ thìn nết.

지다(짐을)cõng hàng, 빚을~ mang nợ, có nợ, 책임을~ chịu trách nhiệm,

지다(넘어가다) 해가 ~ mặt trời lặn, 그늘이~ che bóng mát.

지다(패배)thua,(반)이기다 thắng lợi, 전쟁에~thua trận, 소송에~ thua kiện, 경기에~ thua trận đấu, 이길때 뿐만이 아니라 졌을때도 신사답게 행동해야 한다 anh phải cư xử đúng đắn lúc thua cũng như lúc thắng(ăn).

지다(꽃이) tàn lụi, hoa héo (반) 피다 nở.

찌다(살이)trở nên mập, lên cân, 살찐 béo mập

찌는듯한 더위 tiết trời oi bức, 찌는 듯이 더운 hừng hực. oi bức.

찌다 hấp, 계란을 ~ hấp trứng

--- 지다 trở nên, 좋아 ~ trở nên tốt hơn (반) 나빠 ~ trở nên xấu đi, 날씨가 더워지다 thời tiết trở nên nóng

지당하다 đương nhiên, hợp lý, thích hợp, (당연한) tự nhiên, 지당한 요구 yêu cầu vừa phải

지대 khu vực, địa đái, 비무장 ~ khu phi quân sự, 삼림 ~ khu rừng núi, 사막~ khu sa mạc

지대한(큰) bao la, rộng lớn, ~ 관심사 một sự việc rất quan trọng

지대공미사일 tên lửa đất đối không

지대지미사일 tên lửa đất đối đất

지덕 tài và đức, trí đức

지도 bản(địa) đồ, 상세한 ~ ~ chi tiết, ~로 찾다 tìm bằng ~ , ~를 그리다 vẽ ~

지도(가르침)chỉ đạo, lãnh đạo, hướng dẫn, 지도층 tầng lớp lãnh đạo, ~에 따르다 theo ~ , 지도적 역할 vai trò ~ , ~교사 giáo viên hướng dẫn

지도자 người lãnh đạo(chỉ đạo), đầu não, đầu tên, lãnh tụ, 유능한~ người lãnh đạo có tài

지독하다 qúa đáng, qúa thể, quá đát(thể), ráo riết, (아주) gớm ghiếc, 지독한 말 lời nói ~ , 지독한 여자 người đàn bà nghiệt ngã, 지독한 날씨 thời tiết khắc nghiệt, 지독히 짠 mặn chát.

~통증 đau điếng, ~체형 khổ hình. ~술냄새 mùi rượu nồng nặc.

찌들다(때가 끼다)trở nên bẩn thỉu, (고생으로)trở nên tiều tụy

지랄하다 động kinh, điên dại, mất tự chủ

지략 tài xoay sở, ~이 뛰어난 사람 người có ~

지렁이 con giun đất(북), trùng đất(남) (속) 지렁이도 밟으면 꿈틀한다(사람이 압박을 받으면 반항할 때가 있다) Con giun xéo mãi cũng phải quằn(người bị áp bức quá cũng có lúc phải phản kháng lại).

지레(막대기) đòn bẩy, xà beng, ~로 들어올리다 nâng bằng ~, ~로 움직이다 xeo.

지렛대 đòn cát. vành đai.

지레짐작하다 dự đoán, phỏng đoán

지력(이해력)trí lực, trí não, năng lực hiểu biết, ~을 잃은 사람 người mất trí. ~을 발휘하다 phát huy ~.

지령 chỉ thị, chỉ bảo

지로(은행의)séc điện chuyển tiền

지뢰 mìn, địa lôi, ~를 묻다 đặt ~, cài ~, 지뢰밭 bãi mìn, ~를 놓다 thả ~, thả thủy lôi, 대인~ ~ chống người. 휴대용~ mìn muỗi, 대전차~ ~ chống xe tăng. ~를 제거하다 tháo gỡ ~. ~를 설치하 다 thả mìn(thủy lôi).

지루한 chán, chán ngán, dài giòng, chán phè, tẻ nhạt, mệt mỏi, lai nhai, miên man, ~ 일 công việc miên man, 지루하게 생각하다 miên man suy nghĩ. 지루하고 길게말하다 nói dông dài. 지루 하게 말을 끌다 lươn mươn.

지루하게 nhì nhèo, ~지껄이다 nói ~.

지류 sông nhánh(con), chi(phụ) lưu.

지르다(소리)hò hét, hét to, 빗장을~ cài chốt, 집에 불을 ~ đốt nhà

찌르다 đâm, châm, (꿰뚫다)xiên, lụi. (쏘다) đốt. 그 는 총검으로 찔렸다 nó bị lưỡi lê đâm xiên qua. 바늘로 손가락을 ~ đâm vào ngón tay bằng kim, 창으로~ đâm lao, 어설프게~ ~ lửng, 등뒤에서~ ~ lén. 찌르는 시늉을 하다 dư dứ.

찌르는 봉(미곡점의)thuốn. ~으로 찔러 검사하다 thuốn.

찌르듯 아픈 chói.

찌르레기 chích chòe.

지름(직경)đường kính, 반~ đường bán kính

지름길 đường tắt, lối tắt, 성공의~ con đường tắt thành công, ~로 왔다 đến bằng ~

지리 địa lý, 지리상 về mặt ~ , 자연 ~ địa lý tự nhiên, ~책 sách địa dư.

지리적 좌표 tọa độ địa dư.

지리멸렬 rời rạc, lộn xộn

지리하다 chán ngắt, nhạt nhẽo

지린내 mùi nước tiểu

--- 지만 tuy, nhưng, nhưng mà, 약점이 있지만 장점도 있다 tuy có nhược điểm nhưng cũng có ưu điểm, 연락했지만 안온다 đã liên lạc nhưng không đến

지망하다 ước mong, mong muốn, 외교관을~ mong muốn trở thành nhà ngoại giao, 지망자(생) thí sinh, 지망학과 khóa học ~

지맥 mạch mỏ, mũi núi, địa mạch.

지면(땅) mặt đất, địa diện, ~에 앉다 ngồi trên ~, ~을 스치고 날다 bay là là. ~을 평평하게 하다 ủi.

지면 mặt giấy, giấy, trên báo, trang báo, ~에 광고하다 quảng cáo trên báo. ~을 스쳐지나가다 bay sà trên mặt đất. ~을 스치고 là là.

지면을 스치고 날다 bay là là.

지명 địa danh

지명인사 người có tiếng tăm

지명(50 세)50 tuổi
지명하다 chỉ định, đề cử. 지명수배자 người bị truy nã đích danh
지모 tài xoay sở, tài tháo vác, (꾀가 있는) trí mưu.
지목하다 xem, chỉ ra, 범인으로 ~ xem như là tội phạm
지문(손도장)dấu tay, dấu vân tay, văn tay, ~을 남기다 để lại ~ , ~ 을 채취하다 lấy ~ , 지문을 찍다 in(lăn) tay, điểm chỉ
지반 cái nền, 단단한 ~ nền vững chắc, ~을 놓다 đổ nền.
지방 địa phương, xứ, ~사투리 tiếng ~ , ~단체 hội đồng ~, ~로 tỉnh lộ. ~행 정기관 nhà việc. ~에서 ở tỉnh. ~풍습 phương tục ~. thổ phong, ~의 호족 thổ quan. ~ 행정소재지 thủ phủ. ~변소 trạm xá. ~생산품 vật phẩm ~.
지방 사령관 tư lệnh quân khu.
지방(향토)색 sắc thái địa phương.
지방의회 hội đồng địa phương.
지방순회공연단체 gánh hát đang lưu diễn.
지방보건소 trạm xá.
지방 자치단체 thị xã.
지방(기름)mỡ, 지방질 chất béo, 지방층(비계)lớp mỡ, ~이 많은 음식 thức ăn nhiều mỡ, ~을 뺀 돼지고기 tóp mỡ.
지배(통치)đô hộ, chi phối, thống trị, trấn nhậm, ~를 받다 bị đô hộ, 환경에 지배되다 bị chi phối bởi hoàn cảnh, 지배자 kẻ thống trị, ~력 sức chi phối, 지배자임을 자칭함 xưng hùng xưng bá.
지배인 người quản lý(điều hành), 총 ~ tổng quản lý
지변(천재)tai họa thiên nhiên
지병 căn bệnh mãn tính
지보 tài sản qúy gía
지부 chi cục, chi bộ, chi nhánh, (정당의) tỉnh bộ, ~ 위원회 chi ủy.
지뿌드드하다 khó ở(반) sung sức(컨디션이 좋은)
지분(화장)phấn son, (금전상)chi phận, tỷ lệ góp vốn, chia phần
지분거리다 trêu chọc, quấy rầy
지불 trả, chi trả,(반) 수납 thu nhập, ~을 거절하다 từ chối ~, ~ 기한 thời hạn chi trả, ~불능 mất khả năng chi trả, ~카드 thẻ chi trả
지불불능자 người bị vỡ nợ.
지불능력 bìu tỉ lệ thành thỏa.
지붕 mái, mái nhà, nóc nhà, mui, ~을 이다 lợp nhà, trài,기와로~을 이다 lợp mái bằng ngói, ~이 바람에 날아가다 tốc mái, ~을 얹다(이다) lợp nhà, ~들보 câu đầu. ~문 cửa trời. ~에 구멍을 뚫고 침입하다 trổ mái nhà, ~에 올라가다 leo lên mái nhà.
지붕에서 처마에 이르는 삼각형 모양의 벽 부분 bít đốc.
지사 chi cục, chi nhánh công ty, chi hội.
지사(애국)nhà ái nước, chí sĩ
지사(도지사)tỉnh trưởng
지상 trên mặt đất, trên bộ, ~부대 lục quân, ~ 전 bộ chiến, cuộc hành quân ~. ~관측 địa sát.
지상으로 활강하다 tụt xuống đất.
지상(신문)trên báo, trên giấy, ~ 의 논쟁 trận bút chiến
지상명령 mệnh lệnh tối cao

지새다(지새우다)thao thức suốt đêm
지서(경찰)đồn cảnh sát
지성 tâm tính. thần trí. (정성) tận tâm(tình), chí thành, sự hết lòng, ~섬기다 hầu việc bằng ~.
(속) 지성이면 감천 sự thành tâm chuyển động lòng trời
지성 trí, trí tuệ, tâm tính, trí thức, trí thông minh, (심성)tâm tánh, ~을 갖춘 dĩnh ngộ.
지성인 nhà trí thức.
지성소 nơi chí thánh.
지세 địa thế, địa hình
지세(땅의 조세) thuế đất
지소 chi cục, chi nhánh
지소(국)장 ty trưởng.
지속 tiếp tục, cầm giữ, ~적인 bất tuyệt. ~적으로 cứ ~, một cách ~.
지수 chỉ số, (계수)hệ số, 물가~ bản kê gía
지시 chỉ thị, sai bảo, ~에 따라 theo ~, ~에 따르다 tuân theo ~, ~대명사 đại từ ~, 지시하신 đã chỉ cho. ~관형사 định từ chỉ định.
지식 tri thức, kiến thức, ~계급 giai cấp ~, 기초~ tri thức cơ bản, 전문~ ~ chuyên môn, ~범위 tầm kiến thức, 지식인 người ~, nhân(nho) sĩ, sĩ phu, thức giả, 지식욕 ham học ~, 과학~ ~ khoa học, ~교육 trí dục.
(명)지식은 가장 좋은 보호 수단이다 Tri thức là phương tiện bảo vệ mình tốt nhất.
(명)지식 자체가 파워다 Bản thân tri thức là sức mạnh.
지식층 bậc thức giả.
지신 ông địa, thần đất, hậu thổ.
지심(본심을 서로 아는)tri tâm, 본심을 아는 친구 bạn ~.
지아비 người chồng(반)지어미 người vợ
지압요법 phép điều trị bằng cách ấn huyệt
지양하다(하지않음) không làm cái gì, (철학) vừa phủ nhận vừa khẳng định
지어내다(꾸며내다)bịa ra, hư cấu
지엄하다 hết sức nghiêm khắc
지역 khu vực, vùng đất, miền, địa vực, thung thổ, 산악 ~ miền núi, 남부 ~ miền nam, ~별로 từng ~, 오래 살아서 손바닥 보듯 지역에 환하다 ở lâu thuộc thung thổ như lòng bàn tay.
지역관계자 nhà đương cuộc sở tại.
지역의 sở tại.
지역번호(전화의) mã vùng.
지역에 trong vùng.
지역장 quận trưởng.
지역개발계획 quy hoạch vùng.
지연되다 hõan lại, trễ, bị hõan lại, trì hõan, 회의 날자가 ~ trì hõan ngày họp, 지연시키다 để chậm. trì hoãn, triển hoãn, 그 배는 역풍 때문에 지연되었다 tàu bị trễ vì gió ngược.
(명)지연시키는 것이 화를 참는 최선의 방법이다 Từ từ là phương pháp tốt nhất để nén giận.
지열(땅의) địa nhiệt, sức nóng ngầm, (열이내림) sự giảm sốt
지엽(가지와 잎)cành và lá, (중요치 않은) nhỏ nhạt, 지엽적인 문제 vấn đề phụ
지옥 địa(hỏa) ngục, âm(diêm) phủ, (반) 천국 thiên đàng, (황천) suối

지인 người quen biết

지장 trở ngại, ~을 주다 gây ~, 지장이 없으면 nếu không có ~

지장(손도장)dấu ấn ngón tay cái, ~을 찍다 in dấu bằng ngón tay cái

지장(지혜가 뛰어난) trí tướng.

지저귀다 hót, líu lo, ríu rít, 새가~ con chim ~

지저귀는 소리 tiếng líu ríu

지저분한 bẩn thỉu, bầy hầy, đen nhẻm, ~ 방 căn phòng ~, 지저분 하게 묻다 nhầy nhụa.

지적(토지기록) hồ sơ đất, ~도 bản đồ địa chính, bản vẽ đăng ký đất, giấy sơ đồ đất

지적하다 chỉ trích, vạch rõ, 잘못을 ~ ~ sai lầm

지적인 một cách trí tuệ(đầu óc), sáng trí.

지전 tiền giấy, 동전 tiền xu

지점 chi(tiệm) nhánh, chi điếm, đại lý, phân cục, 지점망 mạng đại lý, 한국은행 베트남지점 chi nhánh ngân hàng Hàn-Quốc tại VN

지점(장소)địa điểm, nơi, chốn

지정 chỉ định, ~한 대로 theo sự ~ , 장소를 ~ 하다 ~ địa điểm, ~가격 giá ~, 지정 대리인 người ủy nhiệm được ~

지정학 địa chính học

지조 ý chí, chí khí. tháo.

지족하다 bằng lòng, vừa ý, tri túc.

지주 cột chống, 텐트의~ ~ lều, (기둥)cột trụ, rường cột, cọc, 가정의 기둥 rường cột của gia đình

지주(땅의)địa chủ, chủ đất, 대 ~ đại ~ , (옛 농촌의) ác bá.

지주회사 công ty cổ phần

---

vàng, ~같다 như ~, 교통 ~ 나짠 kẹt xe, 생지옥 ~ trần gian, ~의 사자 quỷ sứ

지우 bạn thân tình, 지기지우(친한 벗) bạn tri kỷ, (서로를 잘 알고 대우 하는) tri ngộ.

지우개 cục tẩy(북) gôm(남)

지우다(등에)chất lên lưng, 짐을 말에 ~ chất hàng lên lưng ngựa, (닦다) xóa, xóa bỏ, tẩy, bôi, bôi bỏ, 칠판을 ~ bôi bảng, 이름을 ~ xóa tên, (덧칠해서) gạch

지우산(종이) cây dù giấy

지원 sự giúp đỡ, chi viện, chí nguyện, nâng đỡ, sự ủng hộ, yểm trợ, ~ 화력 hỏa lực yểm trợ, ~군 chí nguyện quân, 정신적~ ủng hộ về mặt tinh thần, 군사적 ~ giúp đỡ về mặt quân sự, ~을 청하다 yêu cầu giúp đỡ, ~사격 hỏa lực cận trợ. ~범위 khoảng cách yểm trợ.

지원(지망)tình nguyện, tự nguyện, ~ 병 lính ~, 지원자 những người ~, 지원서 đơn xin, ~군 quân ~.

지원부대 toán yểm trợ.

지위 địa vị, chức vị, vị trí, (서열) phẩm trật, 사회적 ~ địa vị trong xã hội, ~가 높다 chức vị cao, ~를 잃다 bị mất chức, ~를 남용하다 lạm dụng chức vị, ~가 견고한 chắc thân. ~가 낮은 말단 관리 sai nha. ~가 높은 to đầu.

지육 trí dục. ~및 덕육 ~ và đức dục.

지으신 이(창조자)Đấng Tạo Hóa.

지은(은혜를 알다) tri ân.

지은이 tác giả, người viết

지음(知音:친한 친구) tri âm.

지엔피(GNP)tổng thu nhập quốc dân

지중(땅속) trong lòng đất
지중하다 quan trọng nhất
지중해 địa trung hải
지지하다 ủng hộ, hậu thuẫn, 여론의 지지 ủng hộ của dư luận, 국민의 지지를 얻다 giành được ủng hộ của nhân dân, 지지해 주다 nghinh đầu.
지지(후원)hậu thuẫn.
지지부진하다 chậm chạp, thụt lùi
지지난 달 hai tháng trước, 지지난 해 năm kia
지지다(끓이다)hầm, ninh, xào
지진 động đất, địa chấn, rúng động, ~이 일어나다 xảy ra ~, ~관측소 trạm quan sát ~, ~계 địa chấn ký.
지진아 đứa trẻ kém
지질 địa chất, ~분석 phân tích ~, ~학자 nhà nghiên cứu của ~, ~조사서 tài liệu ~, ~검사 khảo sát ~. ~화학 hóa địa. ~대 đới ~.
지참하다 mang, cầm, vác, 지참금(결혼) của hồi môn
지참금을 요구하다 thách cưới, 신부 집에서 너무 높은 ~ nhà gái ~ rất cao.
지쳐버린 mòn mỏi, 일에~ người ~ vì công việc.
지쳐버리다 mệt lử.
지쳐있다 xoai.
지쳐 피곤하다 mệt lử.
지쳐서 움직이기 싫어하는 xụi lơ.
지쳐서 자다 ngủ mệt mỏi.
지척 khoảng cách thật gần, gang tay, gang tấc, ~지간 rất gần
지천(하늘을 가리킴)chỉ thiên.
지천명(나이) tri thiên mệnh.
지체하다 trì trệ, 지체없이 không một chút trì trệ, lập tức. 일이 지체되다 công việc ~.
지체 chi thể, (신체)thân thể và tay chân
지체(신분)thân phận, ~가 높다 ~ cao
지축 trục của trái đất, địa trục.
지출 chi tiêu, chi trả, tiền xài, chi ra, 수입과 ~ thu và chi, ~장부 sổ chi, 수입 장부 sổ thu, ~ 이 늘다 số chi nhiều ra, ~을 절약하다 tiết kiệm chi tiêu, 예산외 지출 số tiền chi ra ngoài dự toán, 수입 지출장부 sổ chi thu. 과도하게~하다 bội chi
지출담당 장교 sĩ quan phát ngân.
지층 địa tầng, lớp đất.
지치다 kiệt sức, mệt mỏi, rũ mỏi, lả, lả bệt, 힘도 지치고 대책도 없다 sức đã kiệt mà đối phó cũng không có, 배고파~ đói lả, 지치게하다 gây mệt mỏi. 지친 mệt dừ(dừ). 모이. 지칠줄 모르는 vô tận.
지친자 kẻ mệt mỏi.
지치지 않는 dẻo sức.
지치다(얼음)trượt trên băng
지침(자석)kim la bàn, (시계)kim đồng hồ, 시험 지침서 sách luyện thi
지칭하다(부르다) gọi, 이것을 책이라고 ~ cái này gọi là sách.
지켜보다 canh, dòm chừng, dòm dỏ, ngắm nghía, theo dõi, chú ý
지키다 giữ, giữ gìn, canh(trấn) giữ, cảnh vệ, trấn thủ. trông coi, 집을 ~ coi nhà, 나라를 ~ bảo vệ nước, 몸을~ giữ gìn cơ thể, 약속을 ~ giữ đúng lời hứa, 비밀을 ~ giữ bí mật, (준수) tuân thủ, 규칙을 ~ tuân thủ nguyên tắc, 근무시간을~ tuân thủ giờ làm việc.

(속) 지키는 사람 열이 도둑 하나를 못 당한다(의도적인 도둑은 막기 어렵다) Mười người trông không giữ nổi một kẻ trộm(khó ngăn chặn được tên trộm có chủ định).
지키던 자 người canh giữ.
지통제(진통제)thuốc giảm đau
지탱하다 chống đỡ, đỡ. chịu nổi, duy trì, giữ gìn, đài thọ.
지파 chi phái, một nhánh, (혈통) chi họ.
지팡이 cái(cây) gậy, trượng, gậy chống, ~ 를 짚다(의지하다) chống gậy, ~를 똑똑 짚고 loc cọc chống gậy. ~를 가지고 걷다 sách trượng di hành.
지퍼 dây kéo, khóa kéo, ~를 채우다 kéo dây kéo, kéo khóa
지평선 chân(phương) trời, đường chân trời, 수평선 vạch đường biển, chân trời
지폐 tiền giấy, bạc giấy, chỉ tệ, sao phiếu. ~ 의 남발 lạm phát ~, ~ 를 발행하다 phát hành ~, 위조지폐 bạc giả, 동전 tiền xu, ~뭉치 xấp bạc.
지폭(종이의) khuôn khổ.
지표 bản liệt kê, (표본)tiêu chí (수학) đặc điểm
지표(지면) mặt đất, (지수)chỉ số.
지푸라기 rơm rạ, cọng rơm
찌푸리다(날씨) u ám, (얼굴) nhăn mặt, nhăn nhó, cau mày, 눈살을 ~ nhíu mày, 찌푸린 날씨 sầu thiên.
지프(차)gíp. xe díp.
지피다 nhóm lửa, đốt lửa
지필묵 giấy bút mực
지하 tầng hầm, ngầm,(반) 지상 trên mặt đất, ~ 참호 căn hầm, ~에서 일하다 làm việc ~ , 지하도(갱도) đường hầm, tụy đạo. ~ 수 dòng nước ngầm, ~광산 hầm mỏ, ~묘지 hầm mộ, 지하실 tầng hầm, phòng hầm, hầm bí mật, ~전선(전기선) dây điện ngầm, ~ 엘리베이터 thang máy ngầm, ~ 열기 sức nóng dưới đất. ~석탄 창고 hầm chứa than, ~ 케이블 dây đất.
지하수 nước ngầm, ~ 수맥 mạch nước.
지하철 xe điện ngầm, ~역 ga ~ , ~ 1 호선 tàu điện ngầm số một
지향하다 hướng về
지혈하다 cầm máu, 지혈제 thuốc ~
지형 địa hình, ~상의 về mặt ~, ~ 조사 địa thám.
지혜 khôn ngoan, trí tuệ, trí khôn, ~ 있는 có ~, ~를 짜내다 nát óc. ~와 덕 trí đức, ~와 용기가 있는 trí dũng. ~가 붙기 시작하다 lắt đầu có trí khôn. ~가 뒤지는 trí lụt.
지혜로운 사람 người khôn ngoan.
지혜롭게 대답하다 ứng đáp lanh lợi.
지화(수화) ngôn ngữ ngón tay
지화자 tiếng hò hét theo nhịp hát
지환(반지) chiếc nhẫn, 다이아몬드 ~ nhẫn hột xoàn, ~을 빼다 tháo nhẫn ra, 금반지 nhẫn vàng
지휘 chỉ huy, chủ trì, ~관 ~ trưởng, ~자 người ~, 지휘권 quyền ~, 지휘봉 gậy ~, ~기 cờ lịnh. ~대 toán ~. ~의 통일 thống nhất ~. 지휘차 xe ~.
지휘본부 sở chỉ huy.
지휘소 chỉ huy sở.
직각 góc vuông, góc thước thợ, 직각 의 hình chữ nhật, trực giác,

직간하다 báo thẳng vào mặt
직감 trực giác, linh cảm, ~적으로 bằng ~
직거래하다 buôn bán trực tiếp
직격탄 oanh tạc trực tiếp.
직결된 이권 quyền lợi sát sườn.
직결 giải quyết ngay, ~ 재판 phán quyết ngay
직경 đường kính, trực kính, ~ 3 미터 3mét ~, 반경 bán kính
직계 trực hệ, ~ 가족 gia tộc ~
직고하다 báo cáo đúng sự thật
직공(공원) công nhân, (배짜는) thợ dệt. ~훈련소 trung tâm huấn luyện thợ máy.
직관 trực quan, giác quan thứ sáu
직교하다 trực giao.
직구(야구)đường banh thẳng
직권 chức quyền, ~을 남용하다 lạm dụng chức quyền
직급 chức bậc, ~이 가장 낮은 사람 tốt đen.
직녀 chức nữ, 견우직녀 ngưu lang chức nữ
직능 chức năng, công năng.
찍 하고 멈추다 xịch lại.
찍다(도장)đóng dấu, in, (점을)chấm, đánh dấu chấm, (사진)chụp ảnh, (도끼로)chặt đốn, (고기를)xiên cá, (눈여겨 두다)đề ra, vạch ra
직답하다 trả lời ngay
직도(똑바른 길)trực đạo.
직렬(전기) điện chuỗi, ~ 회로 điện chuỗi mạch
직류 mạch trực tiếp, ~발전기 máy phát điện trực tiếp
직립 đứng thẳng
직매 bán thẳng, bán trực tiếp, ~소 cửa hàng bán mối
직면하다 gặp phải, trực diện, (봉착) đường đầu, đối mặt, 고난에~ ~ khổ nạn, 직면한 문제 vấn đề trực diện, 위험에 ~ đối diện với nguy hiểm, 회사가 파산에 ~ công ty đối diện sự phá sản
직명 chức danh.
직무 nhiệm(chức) vụ, công việc, vai trò, ~를 수행하다 thi hành ~ , ~태만 lơi là công việc, ~수당 phụ cấp chức vụ. ~를 수행하는 tại vị.
직무와 지위 danh phận.
직물 vải vóc, hàng tấm, đồ dệt, sợi, sợi vải, ~공장 nhà máy dệt, ~시장 thị trường vải, ~업 nghề dệt, ~을 재단하다 rọc vải.
직분 nhiệm vụ, chức phận, ~을 다하다 làm hết ~, ~에 만족하다 thủ phận.
직분자(새직분자)người mới nhậm chức
직사 trực xạ.
직사포 súng bắn thẳng
직사각형 hình chữ nhật, (사각형)hình vuông
직선의 đường thẳng, trực tuyến, (반)곡선 đường cong, ~ 길 đường thẳng, chiếu thẳng, , ~코오스 đường đi thẳng.
직선적으로 thẳng đuột, ~ 말하다 nói ~.
직선최단코스 đường chim bay.
직설법 cách trình bày.
직설적인 tuệch toạc.
직설적으로 thẳng thắn, ~ 말하는 nói ~. bộc trực.
직성이 풀리다 thỏa mãn, bớt căng thẳng
찍소리 tiếng kêu chim chíp, ~없이 복

종하다 tuân theo không than van
직속 trực thuộc, ~기관 cơ quan ~.
직송하다 gửi thẳng, giao thẳng
직수입 nhập khẩu thẳng, nhập thẳng
직수출 xuất khẩu thẳng
직시하다 nhìn thẳng
찍어 내다 đốn.
직언하다 nói thẳng, nói thẳng thắn. trực ngôn.
직업 nghề nghiệp, việc, nghề, chức nghiệp, việc làm, ~병 bệnh nghề nghiệp, ~별로 từng ngành nghề, ~을 구하다 tìm nghề, ~을 삼다 đi nghề, ~을 안내하다 hướng nghiệp, ~군인 bộ đội chuyên nghiệp, ~분야 lĩnh vực công việc, ~선수 vận động viên chuyên nghiệp, ~을 배우다 học nghề. ~을 가지다(훈련시키다) làm(tập) nghề, ~을 포기하다 giải ~. phá ngang, ~을 그만두다 nghỉ việc. ~소개소 sở tìm việc. ~을 선 택하다 trạch nghiệp. ~을 포기하 다 giải nghệ, ~이 없는 vô ~.
...을 직업으로 하다 hành nghề.
직업댄서 gái nhảy.
직역하다 trực dịch, dịch từng chữ, dịch nguyên văn, dịch sát nghĩa.
직역본 bản dịch sát nghĩa.
직영하다 kinh doanh trực tiếp, quản lý trực tiếp
직원 nhân(chức) viên, ~일동 toàn thể ~
직위 chức vị, cương vị. ~를 가지고 있는 사람 chức dịch.
직인 con dấu chính thức
직장 chỗ làm, sở làm, nơi làm việc, ~을 구하다 tìm ~,(반) ~을 잃다 mất việc, 그는 게을러서 해고당했다 nó bị mất việc vì lười biếng, ~동료 bạn đồng nghiệp
직장(항문과 연결되는) tĩ.
직장일이 끝나다 tan sở
직장 경험 kinh nghiệm làm việc
직장(해부)trực tràng, dom, ~염 viêm ~, ~암 ung thư ~.
직전 ngay trước khi, 시험 ~에 ngay trước khi thi
직접 trực tiếp, tập tay. (반) 간접 gián tiếp, ~적으로 một cách~, ~보다 nhìn~, ~듣다 nghe thấy~, ~만나다 gặp~, ~물어보다 trực tiếp hỏi người đó, ~원인 nguyên nhân~, ~참여하다 mó tay, ~담판 đàm phán~, ~교섭 giao thiệp~, ~보고 들은 것 mắt thấy tai nghe, ~눈으로 목격하다 tận mắt chứng kiến, 직접화법 phép tường thuật ~, ~말하다 nói thẳng. ~추리 suy lý trực tiếp.
직접 눈으로 tận mắt, ~보게되다 được nhìn ~.
직접 대항해 맞서다(속어)thi gan đấu trí.
직접 목적 bổ túc trực tiếp.
직접 선거 tuyển cử trực tiếp.
직접세 thuế chánh, thuế trực thu. thu,(반)간접세 thuế gián thu.
직접 관여하다 nhúng tay
직접 관찰하다 quan sát trực tiếp.
직접 보다(성어) thực mục sở thị. 듣기는 했으나 아직 직접 본적은 없다 mới nghe nói chứ chưa được ~.
직접적인 이유 nguyên nhân trực tiếp.
직접 전하는 편지 thư tay.
직조 공장 xưởng dệt.

직조기(북) thoi.
직종 loại việc, loại nghề
직진하다 đi thẳng
직책 chức trách, trách nhiệm công việc, ~을 맡다 nhậm(sung) chức.
직통(직행)đi thẳng, ~열차 tàu chạy thẳng, ~전화 điện thoại gọi thẳng
찍찍울다 chít chít. chút chút.
찍찍소리를 내다 rúc.
찍 하고 다가오다 xịch đến.
직할 quản lý trực tiếp, ~시 đô thị ~
직함 danh hiệu, ~을 내리다 phong chức.
직항 đi thẳng, vượt thẳng, ~로 tuyến ~
직행 đi thẳng, ~열차 xe lửa thẳng, tàu thẳng(suốt), ~버스 xe búyt đi thẳng.
직후 ngay sau khi, 종전~ ~ kết thúc chiến tranh
찍히다(사진)được chụp ảnh, in sâu
진(나무)nhựa cây, (담배)nhựa thuốc lá, (송진)nhựa thông
진(진영)doanh trại, 진을 치다 cắm trại, đóng(hạ) trại(binh). 진을 거두다 nhổ trại.
진가 giá trị thật, (참과 거짓)thật và giả
진갑 sinh nhật thứ 61
진객 vị khách quý
진걸레 giẻ lau ướt
진격하다 tấn công, 진격명령 lệnh ~
진격시키다 tiến binh.
진공 chân không, ~관 ống ~, ~ 펌프 bơm ~.
진구렁 bùn lầy, ~에 빠지다 sa vào bãi lầy
진국(즙) nước cốt.
진군하다 đi hành quân, tiến quân, 진군가 bài ca hành quân

진군의 축 trục tiến quân.
진귀한 quý hiếm, trân quý, quý giá, ~ 물건 đồ quý báu, trân bảo.
진급 thăng cấp, lên chức, lên lớp, ~시키다 lên chức cho, ~을 유급 시키다 lưu ban, ~이 빠르다 nhanh lên chức, 중령으로~하다 lên chức trung tá
진기한 hiếm có, quý lạ, lỏm loi, ~음식 mâm cỗ lỏm loi.
진노 cơn giận, ~하다 thịnh nộ, nổi giận
진녹색 xanh ngắt.
진눈깨비 mưa tuyết, ~가 내리다 trời ~
진단 chẩn đoán, khám bệnh, ~과 처치 chẩn trị, 의사의~ chẩn đoán của bác sĩ, 정확한~ ~ chính xác, ~을 받다 được ~, 진단서 giấy ~, ~법 phép ~, 건강 진단 chẩn đoán sức khỏe
진달래 hoa đỗ quyên, cây khô
진담 nói chuyện thật, 농담을 진담으로 듣다 nói đùa mà nghe như thật
진땀이 나다 chịu đựng gian khổ
진도 tiến độ, 건축의 ~ ~ của xây dựng, (속도)nhịp độ.
진동 chấn động, dao động, rung, ngân lên, ~시간 thời gian~
진동을 줄이다 giảm chấn.
진동하는(강렬한)(냄새) nồng nặc.
지동기 máy dao động.
진두지휘하다 chỉ huy một đội quân
진드기(곤충)bọ chó, (이)rận, chấy
진득한(침착한) điểm tĩnh
진득하게 앉아있다 ngồi lì.
진력하다 cố gắng, hết sức nỗ lực. tận lực.
진로 đường lối, đường hướng

진료 khám bệnh(chữa), ~를 받다 được khám bệnh, ~실 phòng khám, ~소 bệnh xá, y xá, dưỡng đường. ~기록 y bạ.
진리 chân lý, lẽ phải, ~를 탐구하다 tìm ra chân lý
진맥하다 nghe mạch, xem mạch
진면목 bản chất thật
진멸하다 tiêu diệt, tận diệt, hủy diệt
진무른 눈 mắt toét.
진문(색다른 질문) câu hỏi khó hiểu
진물 ghẻ lở. ~이 나다 chảy ra từ vết thương
진미 miếng ăn ngon, chân(trân) vị.
진미한 음식 trân cam.
진밥 cơm nhão(반)된밥 cơm khô.
찐밥 cơm hấp.
찐빵 bánh mì hấp
진범 chính phạm
진배없다 gần giống
진법(병법)trận pháp, ~에 정통하다 tinh thông ~.
진보 tiến bộ,(반)퇴보 thoái bộ, 놀라운 ~ tiến bộ đáng ngạc nhiên, 과학의 ~ ~ của khoa học, 별 진보가 없다 không có ~ mấy, 진보적 사상 tư tưởng có tính ~, ~적인 tân tiến.
진본 bản gốc, bản chính
진부 đúng hay sai, ~를 확인하다 xác nhận ~.
진부한 cũ rích, cằn cỗi, sáo mòn, ~사상 tư tưởng cũ rích(cằn cỗi).
진사(광석) thần sa.
진상 chân tướng,(사실)sự thật, ~을 규명하다 tìm hiểu~
진상하다 dâng lên vua
진선미 chân thiện mỹ, 진선진미의 tận thiện tận mỹ. toàn thiện toàn mỹ.

진세(세상)thế gian, trần gian, (더러워진) bụi trần.
진수성찬(산해진미)sơn hào hải vị
진수(정화)tinh túy, tinh anh, tinh hoa
진수하다 hạ thủy, 진수식 nghi lễ ~
진술하다 tường trình, trình bày, làm tờ khai, cung khai, trần thuật, điều trần, 진술서 tờ khai, bản điều trần, tờ tường trình, 옛날일을 ~ thuật lại chuyện xưa. 사건을 ~ trần thuật sự kiện.
진술을 취소하다 phiên cung.
진시황(인물) Tần Thủy Hoàng
진실 sự thật, ~로 thực sự, quả thật, 역사적~ ~ lịch sử, ~이 아닌 không phải ~, ~성 lòng trung thành, ~과 거짓 thực giả, nói thật, ~한 본성 그대로 hồn nhiên. ~한 마음 lòng chân thành thiết tha. ~한 chân thật, ~한 사랑 tình yêu chân thật. ~성이 없는 đơn sai, điêu ngoa. ~한 친구 kim bằng. ~을 찾다 tìm sự thật. ~을 드러내다 tiết lộ sự thật.
진실과 거리가 먼 rất xa sự thật.
진실과 동떨어지다 xa rời thực tế.
진실한 thực lòng(bụng). xác thực.
진실과 허위 thực hư.
진실을 말하다 thú thật.
진실된 thiệt tha.
진실하지 않은 lá mặt lá trái.
진실한 애정 tình thật(thực).
(명)진실한 친구는 인생의 영약이다 Một người bạn tốt cũng như một liều thuốc tốt cho cuộc đời.
진심 thật lòng, chân tình, thành tín, (정성)tâm thành, ~으로 một cách tha thiết, thật(hết) lòng, thành thật(tâm), 진심으로 친구를 돕다

진심 thành tâm giúp đỡ bạn, ~으로 존경하는 thành kính, 진심으로 감사하다 chân thành cám ơn, ~을 토로하다 thổ lộ tấm lòng của mình, ~으로 친구를 도와주다 chủ tâm giúp bạn, ~이야! lòng thành lắm!.

진심어린 말 những lời tâm huyết.
진심어린 편지 bức thư tâm huyết.
진심을 말하다 tâm sự.
진심으로 tha thiết, hết lòng, chủ tâm, thành thực(tâm). ~사랑하다 yêu ~. ~ 만족하다 trong bụng thuế thỏa. thỏa mãn. ~ 나라를 사랑하다 hết lòng yêu nước. ~ 존경하는 thành kính. ~감사하다 thành thật cám ơn.
진심으로...을 원하다 tha thiết muốn vật gì.
진압 trấn áp, đánh dẹp, dẹp tan, dập tắt, 폭동을 ~하다 trấn áp bọn phản loạn, 대중운동을 ~ 하다 ~ phong trào quần chúng, 반란을~하다 dẹp loạn, ~부대 tiểu binh.
진앙지 nơi tâm động đất
진애(티끌, 먼지) trần ai.
진액 nhựa cây
진언 khuyên bảo
진열 trưng(dàn) bày, sắp xếp, trần liệt, ~장 kệ bày hàng, (가게의)진열장 tủ kính.
진영 doanh trại, nơi đóng quân, 민주~ phái dân chủ
진용 bố trí đội hình, dàn quân
진원지 tâm động đất
진위 thật hay giả, chân ngụy. thực hư, ~를 확인시키다 điều tra ~.
진의(본심)ý chính, tâm sự, mục đích chính, ý nghĩa chính, ~를 털어놓다 giải bày tâm sự.
진입 đi vào, vào, tiến vào, quỹ đạo에 ~하다 đi vào qũi đạo, ~금지 cấm vào, 진입구 cửa vào
진짜(사물의)hàng thật, đồ thật,(반)가짜 hàng giả, đồ giả, ~와 가짜 thật và giả, ~금 vàng thật, ~처녀 trinh nữ thật, (대화 에서;정말) có thật là. ~이름 tên thật. ~다이어몬드 kim cương thiệt.
진작(더 일찍)sớm hơn, 왜~말하지 않았느냐 tại sao không nói ~
진작하다 khích thích, khích động
진저리나다 run, chán chường.
진전 tiến triển, phát triển, ~이 빠르다 tiến triển nhanh, (변화) diễn biến.
진절머리 ghê tởm
진정한 chân chính, chân tình, mặn nồng, ~사람 người ~, ~사랑 tình yêu mặn nồng, ~학자 học giả ~, ~복 chân phúc, ~마음 tấm lòng thành thật, 진정으로 tận tình. hết lòng(tình).
진정(진실한 감정) chân tình. (마음을 다해서) tận tình.
진정하다 thỉnh cầu, trình bày kêu gọi, 진정서 đơn xin, đơn thỉnh cầu
진정(고요해짐)yên tĩnh, ~제 thuốc an thần, 진통제, ôn dược, 마음을~시키다 lắng dịu, trấn tĩnh, ~하세요 xin anh nguôi giận, ~시키다 trấn tĩnh, trấn định. trấn an, nguôi ngoai(진정되다), 정신을 ~ 시키다 trấn định tinh thần.
진종일 cả ngày, suốt ngày
진주 ngọc trai, trân(chân) châu, hột trai, hạt trai. hòn ngọc, ~와 같다

giống như ngọc, ~양식장 trại nuôi ~, 흑~ ngọc đen, 인조~ ngọc nhân tạo, hột trai giả.
진주하다 chiếm đóng, 진주군 lực lượng ~
진주만 ngọc trai nuôi
진중 trong quân ngũ, ~생활 đời sống quân ngũ
진지(식사)cơm, bữa cơm, ~잡수셨 습니까? đã dùng bữa chưa ạ?
진지 chỗ cắm quân, thê đội, vị trí, (전쟁터)trận địa. 포병 ~ trận địa pháo.
진지한 chân thành, đoan chính, chín chắn, thành khẩn, đứng đắn, 진지하게 một cách ~, 진지하게 이야기하다 nói nghiêm trang. ~한 표정을 하다 nghiêm nét mặt.
진찰 chẩn đoán, khám bệnh, ~권 thẻ ~, ~실 phòng mạch(khám), ~기록 đơn khám bệnh, ~시간 giờ khám bịnh(xem mạch).
진창(흙)bùn, ~에 빠지다 tụt chân xuống ~, 진창의 lầy bùn.
진척되다 tiến hành, tiến bộ, 사업이 진척되고 있다 công việc đang ~.
진출 bước vào, tiến tới, 세계시장으로 ~ 하다 bước vào thị trường thế giới, 결승전에~하다 lọt vào trận chung kết
진취적 tiến thủ, tân tiến, ~기상 chí ~, tinh thần ~
진치다 cắm trại
진탕마시다 uống thỏa mãn
진탕(뇌)chấn động não
진토 đất bụi
진통 cơn đau đẻ, sản giật, ~중이다 đau đẻ, ~제 thuốc giảm đau, ~이 시작

되다 (산고) chuyển bụng(dạ).
진퇴양난(유곡) tiến thoái lưỡng nan, trên đe dưới búa, ~에 빠지다 mắc mứu. túng nước, ~의 정세 tình hình ~.
진폐증 bệnh ho di ứng
진폭(물리) biên độ, dao độ.
진품 hàng thật(반)모조품 hàng giả
진하다(빛깔)sâu thẳm, thẩm tối, (국물)rậm rạp, 진한 nồng đậm, đặc sệt, 진한 죽 cháo đặc sệt, nồng nàn, 진한 애정 tình yêu nồng nàn. 진한커피 cà phê đậm.
진하다(다하여 없어지다) kiệt sức
진학하다 lên lớp cao, 대학에~ vào đại học
진한(짙은) đặm, đậm đà, rậm, nồng nàn. ~눈썹 lông mày rậm.
진행하다 tiến hành, 프로그램을 ~ chương trình, 순조롭게~ tiến hành một cách trôi chảy, (문법)진행형 hình tiếp diễn
진행중이다 tiếp diễn, 조사가 ~ cuộc điều tra đang ~.
진헌하다 dâng lên vua
진혼가(애도가)vãn ca.
진혼곡 lễ cầu siêu, lễ cầu hồn, vãn ca, 진혼하다(불교)độ hồn.
진혼미사를 드리다 độ vong.
진혼제(위령제) lễ truy điệu.
진홍색 màu đỏ thẫm, đỏ tươi. màu cánh kiến. 진홍의 đỏ thắm.
진화 tiến hóa, ~론(설)thuyết ~, tiến hóa luận, ~과정 qúa trình ~, 인간은 원숭이로부터~ hayết con người ~ từ loài khỉ
진화하다(불을)chữa cháy, dập tắt lửa
진흙 bùn(북), đất sét,(남), lầy bùn, 진

흙길 đường lầy lội, ~투성이의 đầy bùn(lội). ~을 훑어내다 vét bùn. ~으로 더러워진 lắm bùn. ~투성이가 되다 lớp nhớp. ~탕 đất sình, ~탕물 nước bùn.

진흙탕에서 놀다 vầy, 어린애가 ~ trẻ con ~.

진흙의 bùn lầy, 진흙탕길 đường ~.

진흥 chấn hưng, 과학 ~ ~ khoa học, 무역~ chấn hưng mậu dịch

질 chất lượng, (반) 량 lượng, ~이 좋다 ~ tốt, ~을 향상시키다 nâng cao ~. 질이 단단한 나무 thiết mộc.

질(순도)thành sắc, 합금의 질을 떨어뜨리다 làm giảm ~ hợp kim.

질(해부)âm đạo, sản môn, (여자의 성기)âm hộ, 톹, 질벽 khe ~

질겁하다 kinh ngạc, giật mình

질겁하여 날아가다 táo tác.

질겅질겅 깨물다 nhai nhóp nhép, bỏm bẻm.

질고 đau khổ bệnh

질곡 cái gông, cùm, xiềng xích, 질곡에서 벗어나다 thoát khỏi xiềng xích.

질권 quyền thế chấp,~설정자 người thế chấp

질그릇 đồ đất, đồ sành, đồ gốm

질근 đông여매다 trói chặt

질근질근 씹다 nhai đi nhai lại

찔금거리다 chảy nhỏ tiểu

질기다 bền, dai, 질긴 고기 thịt dai (반) 연한고기 thịt mềm(nhão).

질녀 cháu gái

질다 nhẽo, 진밥 cơm nhẽo(반)된밥 cơm khô

질량 khối lượng, ~불변의 법칙 luật bất biến của ~

(속)찔러도 피 한방울 나오지 않는다 (지독한 구두쇠) đâm nhưng không một giọt máu ra (người rất keo kiệt)

질러오다 đến bằng lối tắt

찔러끼우다(고정시키다) kẹt.

찔러넣다 dúi

찔러죽이다 đâm chết.

찔레꽃 hoa hồng dại, hồng hoang.

질리다 chán ghét, ngấy, ngán ngâm

찔리다 bị đâm, 손을 가시에~ bị gai đâm vào ngón tay

질문 câu hỏi, hỏi, hỏi bài(han), chất vấn, tra hỏi,(반)대답 trả lời, ~에 답하다 trả lời câu hỏi, ứng đối, ~이 있습니다 tôi có một câu hỏi, 당황스런~을 하다 vấn nạn, ~공세를 하다 hỏi dồn. ~을 재치있게 받아넘기다 tránh một vấn đề.

질박하다 chất phát, ngây thơ, mộc mạc, đơn giản, khườm khì.

질병(질환)bệnh tật, bệnh, ~예방 sự phép phòng bịnh, ~에 걸리다 nhiễm bịnh. ~을 옮기다 sang bịnh. ~을 발생시키다 sinh bịnh.

질색하다 ghê tởm, chán ghét

질서 trật tự, thứ tự, 새~ ~mới, 사회~ ~ xã hội, ~를 지키다 giữ ~, 교통 ~ ~ giao thông, 교실에서 ~를 유지하다 giữ ~ trong lớp học, ~를 회복하다 khôi phục ~, ~있게 일하다 làm việc có ~, làm việc trong ~.

질서정연한 tinh tươm. 질서정연하게 정돈하다 dàn xếp ~.

질서 게 정리하다 xếp hạng.

질서를 지키는(규율있는)có trật tự.

질소 khí nitơ, đạm khí(tố), nitrogen, ~비료 phân đạm, phân bón nitơ

질시하다 sanh nạnh. ghen ghét, nhìn ganh tỵ
질식되다 ngột ngạt. ngộp.
질식시키다 bóp nghẹt(cổ), ngộp thở.
질식하다 nghẹt thở, ngột ngạt, 질식사 chết ngạt, chết ngộp. 질식해 죽은 nghẹt ngòi.
질의 câu hỏi, ~응답 phỏng vấn
질적 phẩm chất
질 좋은 탄 than béo(mỡ).
질주하다 chạy nhanh(tốc), phi, bon bon chạy, 전속력으로~ phi nước đại, lao đi, 꾸준히~ phi dẻo dai, phi nước đại,
질주하는(빨리 지나가는)thoáng qua.
질주시키다 phóng, 차를~ ~ xe.
질질끄는 kéo lê, cù cưa, lượt thượt, 치마를 질질 끌며 걷다 đi kéo lê chiếc váy, 질질 끌리는 옷 áo dài lượt thượt. 질질끌고 심리를 미루다(재판)ngâm tôm.
질질끌다 lê, mân mãi, kéo lôi. 질질끌려가다 đi kéo lết. lôi theo, 발을 ~ ~ chân.
질질끌리는 dài thượt. lê thê, ~바지 quần lê thê.
질책 quở mắng, trách mắng, khiển trách. ~받을 만한 좋지 않는 행동(성어) thành tích bất hảo. (날카롭게) ~하다 thống trách.
질책하여 벌주다 trách phạt.
질컥거리다 bị vấy bùn
질타하다 quở trách, quát mắng.
질투하다 ghen tị, đố kỵ. ghen tuông, 질투가 많다 hay ghen, 어리석은 질투 ghen tị vớ vẩn. 질투심이 일다 nổi ghen.
질투하는 기색 vẻ ghen ghét.

질퍽 질퍽한 lốp bốp, lách tách
질풍 luồng gió, cơn bão, ~같이 như gió bão, thốc tháo, 태풍이 질풍같이 덮쳐왔다 cơn bão(dông) đang thốc tháo ập đến. ~처럼 빠른 truy phong.
질환(병)bệnh tật
진흙 bùn, đất sét
짊어지다 vác, mang, gánh vác, gồng gánh, 무거운 짐을~ mang gánh nặng, 빚을 많이 ~ nặng nợ
짐 hành lý, gánh nặng, ~이 무겁다 hành lý nặng, ~을 싣다 bốc hàng lên. cất hàng. (반) 짐을 내리다 dỡ hàng xuống, 짐을 부리다 đánh té, 짐 검사했습니까? Kiểm nhận ~ chưa? 짐매는 장대 gánh gồng. ~을 내려놓다 cất gánh. 짐을 풀 다 xong nợ, 짐을 운반하다 quảy, 짐을 메어 나르다 gánh gồng, 짐을 바꾸어 메다 đổi vai.
짐(과인) trẫm. tao.
짐꾸리기 sự đóng gói
찜 om, 오리~ vịt om, ~구이하다 chuội.
짐꾼 người khuân vác, phu dịch.
짐마차 xe bò, xe ngựa
짐스럽다 phiền tóai, rắc rối
짐바브에(국명) Dimbabue
짐보따리 bao hàng
짐승 động vật, thú(súc) vật, hùm beo. ~ 같은 chó đểu. ~의 굴 hang thú.
짐승 같은 놈 đồ súc vật.
짐승의 발톱 móng vuốt.
짐승이 다니는 길 lõng, 짐승길을 따라 사냥을 나서다 lần theo ~ để săn thú.
짐자전차 xe đạp thồ.
짐작하다 phỏng đóan, ước đóan,

짐 tưởng chừng, 짐작한일 điều ~
짐짝 chuyến hàng
찜질 chườm nóng, đắp thuốc, 모래~하다 chườm cát
찜찜하다 khó chịu, cảm giác không thỏai mái
짐짓(일부러)cố ý, ~즐거운체하다 giả lả.
짐차 toa hành lý(chở hàng).
찜통 chõ. xửng.
집 nhà, căn nhà, ngôi nhà, 기와 ~ ~ ngói, 초가 ~ ~ tranh, 집을 임대하다 sang nhà, 집을 내버려 두다 sềnh nhà, 집에 돌아가고 싶은 tư gia, 집을 짓다 xây(cất) nhà, 집뒤에 phía sau nhà, 집을 저당잡히다 cầm nhà, ~을 수색하다 khám nhà, 새집 tổ chim, ~으로 돌아가다 hồi gia. ~을 옮기다 dời nhà. ~에 불을 지르다 đốt nhà. ~을 지키다 giữ nhà. 집이 부족한 khan nhà. 집이 없는 không nhà. 집앞 xế cửa, 집없는 아이 đứa trẻ không nhà, 집도절도 없이 가난한 màn sương chiếu đất. 집 한채 một ngôi nhà, 집 의 기반 móng nhà. 집에서 빈둥 거리다 nằm meo ở nhà. 집마다 từng nhà. 집에 있다 ở nhà. 집에만 머물다 ru rú. 집을 비운 vắng nhà, 자주 집을 비우다 thường vắng nhà, 그는 어제 집에 없었다 hôm qua nó vắng nhà. 집에 돌아가고 싶은 tư gia.
집없는(속어)cầu bơ cầu bất.
집의 뼈대 sườn nhà.
(속) 집도 절도 없다(의지 할 곳이 없는 사람) Nhà cũng không có, chùa cũng không có(người không có nơi nương thân).
(속) 집 안 귀신이 사람 잡아간다(자 신을 배반 할 사람을 모르고서 기르다) Qủy thần trong nhà bắt người mang đi(nuôi ong tay áo).
집 안팎의 평온 trong ấm ngoài êm.
(속) 집에 금송아지가 있으면 무슨 소용이냐(집 안에 가치있는 것이 있다해도 사용할 줄 모르면 아무 이로움이 없다) Nhà có bê vàng thì có làm được gì(trong nhà dù có đồ vật giá trị mà không biết sử dụng thì cũng chẳng được ích lợi gì).
(속) 집에서 새는 바가지 들에 가도 샌다(성질이 나쁜 사람은 어디를 가도 역시 나쁘다) Cái gáo rỉ nước từ nhà, ra ngoài đồng cũng rỉ(người uốn xấu tính, đi đến đâu cũng xấu).
집을 고치다 tu nhà cửa.
집을 세로 얻다 thuê nhà.
집을 저당잡다 thế nhà.
집을 조사하다 xét nhà.
집이 무너지다 nhà sụp.
집(권) tập, 제 1 집 tập 1.
집없는 사람 người vô gia cư.
집게 cái kẹp, kềm, cái gắp, cái cặp
집게(빼지) kiềm.
집게손가락 ngón tay trỏ.
집결하다 tập kết, ~지 chỗ tập kết.
집계(총계)tổng cộng, tổng số
집구석 trong nhà
집권 tập quyền, 중앙~ trung ương ~
집권자 nhà cầm quyền.
집기 đồ đạc, 사무용~ dụng cụ văn phòng
집념 chăm chú, kiên trì

집다 gắp, vớ lấy, 고기를~ gắp thịt, 손으로 집어먹다 dùng tay gắp ăn, 책상위의 총을 집었다 vớ lấy súng lục để trên bàn.
집단 tập thể(đoàn), bộ sậu, nhóm, tốp. (반)개인 cá nhân, ~강도 cướp ~, ~경기 trận đấu ~, ~결혼 kết hôn ~, ~ 살인 giết người ~, ~생활 sinh hoạt ~, ~ 자살 tự sát~, ~폭행 bạo lực~, ~체조(마스게임)đồng diễn thể dục, ~사하다 chết chùm. ~화 ~ hóa. 반동 ~ tập đoàn phản động.
집단지도체제 lãnh đạo tập thể.
집단화 tập thể hóa.
집달리 người quản lý địa chủ
집대성 sưu tập, tập đại thành. 그 책은 고전의 ~이다 sách đó là ~ của cổ điển. ~하다 tổng kết
집도 (수술의) cầm dao để phẫu thuật.
집들이 tiệc mừng tân gia, tân gia
집례 chấp lễ, chủ lễ
집돼지 lợn nhà
집 모퉁이 돌 đá đầu góc nhà.
집무 làm việc, ~시간후 sau giờ ~
집문서 giấy hồng, giấy đỏ(땅문서)
집물 đồ đạc nội thất
집배(배달)phân phối, giao hàng
집보는 사람 người trông coi
집비둘기 chuồng chim bồ câu
집사 chấp sự, quản gia.
집사람(아내, 남편) bà xã, ông xã, nhà tôi
집성(편찬) biên soạn
집세 tiền thuê nhà, tiền nhà, ~를 내다 trả ~, ~를 줄이다 giảm tô.
집수조(건설) bể nước ngầm.
짚신 giày rơm, giày dép rơm.
(속) 짚신도 제 짝이 있다(누구나 제 짝이 있다) Giày dép rơm cũng có đôi(ai ai cũng có đôi).
집안에서만 빈둥거리다 ro ró.
집안을 다스리다 tề gia, ~ 리고 나서 나라를 다스린다 ~ rồi mới trị quốc.
집안의 재정관리권(속어) tay hòm chìa khóa.
집안싸움(속어) cơm không lành canh không ngọt.
집안식구 thành viên gia đình, 집안일 công việc nhà
(명)집안에 서재를 만드는 것은 집에 영혼을 깃들게 하는 것이다 Xây dựng phòng đọc sách trong nhà cũng như là gieo linh hồn vào cho ngôi nhà vậy.
집안에만 붙어서 지내다 ru rú.
집안이 다 망하다 khuynh gia bại sản.
집안일을 관리하다 quản sự.
집안일을 잘 돌보는 아내 vợ đảm.
집 안 청소를 하다 chùi nhà.
집약하다 tập trung, chuyên sâu
집약적인 농사를 짓다 thâm canh.
집어넣다 chúm, tra, tron, (가방에)vô bao, (투옥) bỏ tù, (주머니에) đút túi, thọc, 바지 주머니에 손을 ~ thọc tay túi quần. 자물쇠에 열쇠를 ~ tra chìa khóa vào ống khóa. 손을 집어넣어서 병속의 사탕을 꺼내다 tron tay lấy kẹo trong lọ.
집어던저버리다 liệng bỏ.
집어먹다 ăn bằng tay, ăn bốc, (착복)biển thủ, móc túi, ăn cắp
집어삼키다 nuốt
집어주다 chộp giao cho, (뇌물)mua chuộc
집어치우다(중지)ngừng, chấm dứt,

(단념) từ bỏ
집어치워라! đem vật ấy đi đi.
집오리 vịt nuôi, vịt xiêm(남) con ngan(북)
집요하다 ngoan cố, khó bảo, sừng sỏ. 집요하게 một cách ~, 집요하게 묻다 gạn hỏi.
집적거리다 xen vào, cợt nhả, dính vào,(건드리다) trêu chọc
집정관 tổng tài.
집주인 người chủ nhà, trạch chủ.
집중적으로 tới tấp
집중하다 tập trung lại, chăm chú, 집중포화 hỏa lực tập trung, 정력을~ tập trưng sức lực, 집중력 sức tập trung, 집중력 없는 lơi là, 집중하는 힘 gân sức. 집중사격 hỏa lực hội tụ. 집중렌 즈 thấu kính hội tụ.
(명)집중적 노력으로 목표를 찾아내고 모든 노력을 집중해 그 목표에 도달하라 Hãy tập trung, gắng sức tìm ra mục tiêu và tập trung tất cả nỗ lực để đạt mục tiêu đó.
집중시키다 thu tóm.
집중해서 토의 하다 thảo luận xoay quanh.
집중호우 mưa to khoanh vùng.
집진망(먼지주머니) bao hút bụi.
찝질하다(못마땅한)không vừa ý, không thỏa mãn
집집마다 từng nhà.
집집이 nhà nhà, mỗi nhà
집착하다 bám vào, gắn bó, 삶에~gắn bó với cuộc sống
집치장하다 trang trí nội thất
집터 lô đất, mảnh đất, ~의 기초를 고르게 하다 san nền nhà
집필하다 chấp bút, viết, sáng tác, 집필료 tiền nhuận bút, 집필자 tác giả
집하 tập trung hàng hóa
집합 tập trung, tập hợp, 강당에~하다 ~ tại giảng đường, ~명령 lệnh ~, 한곳에 ~하다 quy tụ, ~명사 danh từ tập hợp.
집행 chấp hành, thi hành, thực hành, 형을 ~하다 chịu án tù, ~위원회 cấp ủy, 강제~하다 cưỡng chế chấp hành, ~령 nghị định. ~권 quyền hành pháp.
집행관(법정내의)mõ tòa.
집행유예 tù treo, ~ 3 년 tù treo 3 năm, ~판결 huyền án. ~1 년이 선고된 bị kết án một năm tù treo.
집 호수(주소) số nhà.
집회 hội họp, buổi họp, đám. ~의 자유 tự do ~, 불법~ ~ bất hợp pháp, ~를 열다 hội diện.
짓(행위)cử động, cử chỉ hành động, 몸짓 động tác thân thể, 손짓 cử chỉ của tay, 눈짓 ánh mắt, 무슨 짓이냐? Mày làm cái gì vậy?
짓궂다 quấy rầy, quấy rối
짓다 xây, làm, thổi, 집을~ xây nhà, 밥을~ nấu(thổi) cơm, 농사를~ làm ruộng.
짓무른 눈 mắt toét.
짓밟다 dẫm đạp, đạp lên, chà đạp, xéo,. giẫm.
짓밟히다 bị dẫm đạp
짓부수다 đập vỡ
짓씹다 nhai kỹ
짓이기다 nghiền nát, nhào trộn
징 chiêng, chuông, cồng, ~을 치다 đánh~, 징을 두드리다 túc ~, 징을 연타하다 chiêng khua
징소리 phèng phèng.

징검다리 bậc đá
징계 trừng phạt, xử phạt, 불량배 무리를 ~하다 ~ bọn lưu manh.
징그럽다 ghê rợn, rùng rợn, 징그러운 느낌 cảm giác ~, 보기만해도~ nhìn cũng thấy ghê rợn
찡그리다 cau mày, chau mày, nhăn mặt, nhíu. méo miệng, 찡그린 얼굴 mặt méo xẹo.
징모하다 chiêu mộ, tuyển
징발하다 tuyển quân, trưng thu, trưng dụng, 징발되다 bị trưng dụng
징벌 trừng phạt, chinh phạt, ~을 가하다 hành tội.
징병 triệu tập quân lính, trưng binh, tuyển quân, ~ 검사 kiểm tra tuyển quân
징세 trưng thuế,(징수)thu, trưng thu, 세금을 ~하다 thu thuế
징수하다 trưng thu.
징악 trừng ác, 권선징악 khuyên thiện trừng ác
징얼거리다(칭얼거리다)rẹo rọc, thút thít, rên rỉ
징역 tù, khổ sai, ~살다 đi tù, tù ngồi, 3년 ~을 살다 bị xử 3 năm tù ngồi, 무기~ tù chung thân, 징역살이 đời sống tù tội
징용 trưng dụng, ~가다 bị ~
징조(징후)triệu chứng, trưng triệu, dấu hiệu, điềm báo trước, 머리, 건 망증은 나이 징조다 đãng trí là dấu hiệu tuổi tác, 쾌좋은 ~ mòi khá giả. 모순의 ~ trưng triệu mẫu thuẫn.
징후학 triệu chứng học.
징집(징모)trưng tập, chiêu mộ, tuyển quân, 징집면제 miễn nhập ngũ, ~ 연기 sự hõan nhập ngũ
짓궂게 웃다 cười nham nhở.
짓궂은 nghịch ranh, lục lăng, xỏ lá, ~ 놈 thằng ~.
찢기다 bị rách, gảy gảy giảy ~ bị rách tơi tả
짖다 sủa, hót, kêu, 개가~ chó sủa. 시끄럽게 ~ ~ inh ỏi.
(명)짖는 개는 좋은 사냥개가 못된다 Chó sủa thì không thể là chó đi săn tốt được.
짖는소리 tiếng re ré.
찢다 xé, xé rách, cấu xé, tét ra, gảy gảy giảy~ xé rách từng mảnh, 이빨로~ cắn xé, 찢어지다 bị xé rách, 종이를 반으로 ~ ~ tờ giấy ra làm hai. 달력을~ xé lịch.
찢어지기 쉬운 dạt.
찢어 발기다 xé nát.
찢어지다 bị xé, te, chia xé, nứt vỡ, rách, 가슴이 찢어지듯 아프다 đau như xé một gan, 찢어진 bị rách, lủng đáy, te, 찢어진 수건 cái khăn bị xé, 찢어져 조각난 te tua.
찢어진 상의 áo te(rách).
찢어지는 소리 xoàn xoạt, 종이를 북북 찢다 giấy xé ~.
찢겨진 tưa, ~ 잎 lá ~.
찢어지게 가난한 nghèo rớt mồng tơi.
짙다(색채)thắm, thắm đượm, (안개)dày đặc, đặc quánh, (머리칼) rậm, 눈섭이~ lòng mày đậm, 짙은 화장 trang điểm đậm, 짙은 검정 đen thắm, 짙은 향기 thơm lừng. ~ 사랑 tình yêu thắm thiết. 짙은 사랑 tình yêu thắm thiết. 짙은 갈색의 thâm quầng, 짙은하늘(에메랄드)색 xanh biếc. 짙은 매력 duyên

đượm. 짙은 황색 vàng ệch, 짙노랑색의 vàng khè. 짙은 녹색의 xanh um. 짙은 적색 đỏ xuộm.

짙푸르다 xanh thẫm, xanh um(đậm), 짙붉은색 màu đỏ đô

짚 rơm rạ, 밀짚 lúa mì, 밀짚모자 nón rơm

짚더미 một đống rơm, cây rơm.

짚다 chống, 지팡이를~ chống gậy, 맥을~ nghe mạch

짚신 đôi dép rơm

(속) 짚신도 제 짝이 있다 Giày dép rơm cũng có đôi, thị nở cũng có chí phèo,

(속) 짚신을 뒤집어 신는다(지독한 구두쇠 암시) Lộn giày rơm đi ngược (ám chỉ người vô cùng keo kiệt).

짚차 xe díp.

찧다(정미하다)giã, xay, giã nhuyễn, 빻을, 쌀을~ giã gạo, xay thóc, xay lúa.

(속) 찧는 방아도 손이 드나들어야 한다(무슨 일이나 최선을 다 해야 한다) Khi giã gạo, tay cũng phải vung vẫy(làm việc gì cũng phải vung vẫy).

ㅊ

차(음료) trà(남) chè(북), 녹차 trà xanh, 홍차 hồng trà, trà đen, 차를 마시다 uống trà, trà lá. 차를 따르다 rót trà, 차를 끓이다 pha trà, 차 한 잔 một cốc trà(북) ly (남), 연한 차 trà lõang(반) 진한 차 trà đậm đặc, 찻쟁반 mâm trà, 차숟가락 muỗng uống trà, 차그릇 한벌 bộ đồ trà, 찻잔 tách uống trà, 차 재배농장 vườn trà, 차가 우러 나게 하다 để cho ra trà, để cho ngấm trà. 묽은 차 trà loãng.
찻집과 식당 trà lâu tửu quán.
차쟁반 khay nước.
차 xe, xe hơi, xe cộ, 버스 xe búyt, 기차 xe lửa, tàu hỏa, 택시 taxi, 차에서 내리다 xuống xe, 차에 타다 lên xe, 차창 kiếng xe, 차가 다닐 수 없는 길 đường xe hơi không thể chạy được. 차로가다 đi bằng xe, 차로 같이 가다 đi nhờ xe, 차를 놓치다 lỡ xe(남) nhỡ xe(북), 차 번호 biển số, 차를 질주시키다 phóng thẳng xe. ~의 행열 dãy xe. 차가 부르릉 하고 달리다 xe đi lọc xọc. (손님을 기다리는) màn xế. 차엔진의 공회전 sự chạy không của máy xe hơi. ~를 돌리다 quẹo xe.
차로 운반하다 xe.
차조심 해라 coi chừng xe.
차를 밖으로 빼다 đem xe ra
차(차이)khác biệt, chênh lệch, 연령의 차 cách biệt tuổi tác
차(수학의 나머지) hiệu số.
차 lần, thứ, 제일차 lần thứ nhất, 제 1차 세계대전 chiến tranh thế giới thứ nhất
차가다 bắt đi, nắm lấy, (유괴)bắt cóc
차갑다 se lạnh, rét, hơi lạnh,(반)따뜻한 ấm, 차가운 날씨 thời tiết ~, trời rét, 찬물 nước hơi lạnh, nước lã(맑은 물). 차가운 바람 gió rét, phong lương.
차고 nhà xe, kho xe, ga ra
차꼬(족쇄)cái còng, cùm, gông
차곡 차곡 trong vòng trật tự
차관 thứ trưởng, phó đô trưởng, tham tri, ~급 회담 hội đàm cấp ~
차관(빌려씀)vay tiền, vay vốn, ~을 신청하다 xin vay vốn, ~계약 hợp đồng vay tiền, 현금~ cho vay tiền mặt, 장기~ cho vay dài hạn
차광하다 che bóng, chắn ánh sáng, 차광막 mành che, màng che
차근 차근 từ từ, từng bước, 일을 ~ 처리하다 xử lý công việc ~
차기 lần sau, kỳ tới, ~대통령 tổng thống kỳ tới, ~국회 quốc hội kỳ sau
차남 con trai thứ, thứ nam(tử), 차녀 con gái thứ, thứ nữ
차내 trong xe, ~에서 금연 cấm hút trong xe
차녀(둘째딸)con gái thứ, thứ nữ.
차다 lạnh(남) buốt(북), nguội lạnh, (반) trượng đợi nóng, 찬물 nước lạnh, 찬밥 cơm nguội, 찬바람 gió lạnh, 얼음처럼~ lạnh buốt, 차가운 lạnh nhạt.
차다(가득)đầy tràn, kín, 스케줄이 꽉

차 있다 chương trình kín hết chỗ rồi, 가득 찼습니까? Có đầy không?
(속) 차면 넘친다(흥하면 쇠할 때가 있다) Nếu đầy thì tràn(thịnh rồi có lúc suy).
차다(공을)đá, 공을~ đá bóng, 의자를 차고 일어나다 đá ghế đứng dậy, 발길로 차서 넘어뜨리다 dùng chân đá ngã
차다(패용)mang, đeo, 칼을~ đeo gươm, 칼을 허리에 ~ đeo dao ngang hông
차단하다 cắt đứt, ngăn chặn(cản), (가로막다)trấn át, 교통을 ~ ~ đường giao thông, 보급로를 ~ ~ đường cung cấp, 다른 사람의 의견을 ~ trấn át ý kiến của người khác, 퇴로를~ ~đường về, 길을 ~ chặn đường
차단봉(빗장) ngáng.
차대 khung xe hơi
차도가 있다(병세) trở nên tốt hơn(반) 차도가 없다 không chuyển.
차도 đường cho xe, lòng đường, (반) 인도 đường người đi, (보도) lề đường, vỉa hè, ~에 오르다 lên lề.
차돌(석영) thạch anh
차등(차이) chênh lệch, khác nhau về đẳng cấp, ~이 있다 có sự chênh lệch
차디 차다 lạnh giá, lạnh như băng
차라리...하는편이 낫다 thà, thà rằng, ~ 안 가는 것이 좋겠다 thà không đi còn tốt hơn, 굴욕을 당하느니 ~ 죽는 것이 낫다 tôi thà chết còn hơn là chịu nhục
차량 xe cộ, ~통행금지 cấm xe cộ đi lại, ~ 검사 kiểm tra~, 차량정비 tu sửa ~.
차려 입다(치장)thắng bộ, 옷을 차려 입고 결혼피로연에 가다 ~ vào đi ăn cưới.
차례 thứ tự, thứ, lượt, tua, 내~ lượt của tôi, ~로 theo thứ tự, thay phiên, 키순서(차례)로 theo thứ tự chiều cao, ~가 오다 đến lượt, 누구 차례지? Đến lượt ai đấy? tới tua ai? 자네 차례야 tới tua(lượt) anh, 여러 차례 vài lượt, ~대로 lần lượt, đâu ra đấy, ~를 바꾸다 đổi phiên, ~로 thay(cánh) phiên. 우리는 차례로 일을 했다 chúng tôi thay phiên nhau làm.
차례(제사) buổi tế lễ tổ tiên
차례 차례로(한사람씩)từng người một
차륜(바퀴)bánh xe, 이륜차 xe hai bánh, 차바퀴 자국 vết bánh xe
차리다 chuẩn bị, 음식을 ~ ~thức ăn, 잔치를 ~ ~ tiệc, 정신을 ~ chú ý, tập trung tinh thần.
차림이 좋은 복장을 하다 ăn mặc tươm.
차림표(메뉴) thực đơn
차렷 ! nghiêm !, đứng nghiêm!.
차마 ... 할 수 없다 không có lòng dạ nào để, 차마(우마차) ngựa xe
차멀미 say xe, ~하다 bị ~
차바퀴의 굴대(축) trục.
차반(쟁반) mâm trà
차번호 biển số, ~판 biển kiểm sóat
차버리다 bỏ rơi, đá bay đi, 애인을~ bỏ rơi người yêu
차별 phân biệt, dị biệt, sai biệt, kỳ thị, thiên vị, (반) 평등 bình đẳng, ~없이 không có sự ~, 남녀~없이 không ~ nam nữ, 상하~없이

không ~ trên dưới
차별대우 phân biệt đối xử, ~를 하지 않다 không ~, ~를 받다 bị ~
차분하다 bình tĩnh, trầm tĩnh, dễ tính, tĩnh lặng, 차분한 기분 tâm trạng ~, 차분히 생각하다 suy nghĩ một cách ~, 차분한 자세로 임하다 chăm chắm, 차분히 찾다 mày mò.
차분히 찾아도 발견할 수가 없다 mày mò mãi cũng chẳng kiếm được.
차비 tiền xe, ~를 할인하다 giảm giá ~
차석 người phụ tá, chức vụ kế tiếp, người đoạt giải thứ hai
차선의 thứ yếu, ~문제 vấn đề ~.
차선 tuyến đường, tuyến xe, 4 차선 도로
   4 tuyến đường xe, ~을 지키다 đi đúng luồng xe
차선책 hạ sách(반)최선책 thượng sách
차아트 biểu đồ, (도표) đồ thị
차세대 thế hệ mới
차압(압류) cấm phân xử tài sản, ràng buộc, ~해제 thanh tiêu.
차액 chênh lệch về số tiền
차양 tấm vải bạt che, cánh sáo. ~ 커튼 màn cuốn, 창의 ~ màn che
차양을 내리다 buông mành(rèm).
차오르는 물 nước ương.
차용 vay mượn, vay, ~금 tiền vay
차원(수준) mức độ, (각도) góc độ.
차이 chênh lệch, khác biệt, sự khác nhau, sai suất, cách biệt, 빈부의 ~ ~ giàu nghèo, 의견의~ chênh lệch về ý kiến, 연령의~ khác biệt về tuổi tác, ~가 있다 có khác biệt, 차이점 điểm khác biệt, sai điểm.
차이나타운 phố khách.
차익 lãi suất, 차익금(은행결재)thanh tóan ngân hàng
차일(차양)màn che, mái che
차일피일 miêu tả hõan lại ngày này sang ngày kia
차입하다 vay mượn, 차입금 tiền ~.
차입하다(음식)gửi vào tù.
차입해제(법률) thanh tiêu.
차자 con trai thứ hai, con thứ.
차장 phó giám đốc
차쟁반 mâm trà.
차점 điểm số cao thứ nhì, ~자(미인대회) á hậu
차제에 bây giờ, giờ đây
차주 chủ xe
차주전자 bình chè(trà). xuyến.
차중에 ở trên xe
차지하다 chiếm, chiếm lấy, giữ, nắm lấy, chóan, (쟁취)giành giật, 높은 지위를 ~ nắm chức vị cao, 수석을 ~ đứng đầu trong lớp, 승리를 ~ giành thắng lợi, 밀치고 ~ lấn chiếm
차지다(끈끈함)nhớp nháp
차질 vấn đề, ~이 생기다 ~ phát sinh
차차(점점)dần dần, từ từ, càng, ~어려워 지다 càng khó dần dần, ~추워지다 càng lạnh ~, 돈을~갚아도 됩니다 tiền trả ~ cũng được
차창 cửa sổ xe lửa
차체 khung xe, ~가 긁히다 trầy sơn, ~가 쭈그러지다 xe bị móp méo
차축 trục xe, 뒷축 trục sau.
차츰 차츰 dần dần, từ từ
차츰사라지다 mất lần.
차치하다 để riêng
차탄(탄식)하다 than van, than khóc
차표 vé xe, vé tàu, ~를 예약하다 đặt ~, ~ 판매소 phòng bán vé, 당일 ~ vé

trong ngày, 왕복~ vé khứ hồi,편 도~ vé một chiều
차회(다음회)lần tới, dịp khác, kỳ sau
차후에 sau này, từ ngày trở đi(về sau)
착각 nhầm lẫn, bóng ma, ngỡ, vụng tính, 다른 사람으로~하다 nhầm là người khác, 번호를~하다 nhầm số rồi, ~하기 쉬운 không ảo.
착공(기공) khởi công, ~일 ngày ~, ~식 lễ~
착달라붙다 quến. quyện
착란 hỗn loạn, lúng túng, 정신~ mất trí
착륙 hạ cánh, đáp xuống, xuống đất (반)이륙 cất cánh
 공항에~하다 hạ cánh xuống sân bay, 강제~시키다 bắt phải~, 비상 ~ ~ khẩn cấp, ~장 bến đỗ
착복(횡령)biển thủ, xà xẻo, thụt két, 남의 재산을~하다 biển thủ gia tài người khác, 공공재산을 ~하다 xà xẻo của công.
착 붙어있다 quấn chặt(quít).
착상 nhận thức, quan niệm, tư tưởng, ~하다 tìm ra một tư tưởng
착상식물 dịch cây.
착색하다 sơn, tô, vẽ
착석하다 ngồi xuống
착수하다 bắt đầu, khởi đầu, ra tay vào việc, 개혁에~ bắt đầu cải cách, 계획에~ bắt đầu kế hoạch, 일을~bắt đầu công việc, 착수금 tiền cọc, tiền vào việc, tiền bắt đầu, 모든일은 착수(시작)가 어렵다 vạn sự khởi đầu nan.
착수금을 지불하다 đặt cọc(tiền).
착수하다(수면에)hạ cánh xuống nước, 우주선이 ~ tàu vũ trụ ~

착실하다 trung thực, thực thà, chắc chắn, 착실한 사람 người ~ , 착실한 성격 tính cách chân thật
착안하다 để mắt đến, lưu ý đến, 착안점 điểm nhắm
착오 nhầm lẫn, nhầm, sai trái. 시각~ thị ảo giác, ~ 하다 sai trái. ~를 일으키다 ngộ hoặc. (광차) quang sai.
착용하다 mặc, đội, mang, đeo
착유(우유를 짬)vắt sữa bò
착의(옷을 입음)mặc áo quần
착잡한 lộn xộn, phức tạp, rắc rối
착착 từng bước, ~진행하다 tiến hành ~.
착취하다 bóc lột, (노동력을) lợi dụng, 완전히 ~ ~ đến tận xương tủy, 착취계급 giai cấp~, 착취제도 chế độ ~, 식민지를~ bóc lột dân thuộc địa, 고용인을~ ~người lao động, 철저히 착취당하다 bóc áo tháo cày. 착취자 mọt dân.
착탄 bắn súng đến, ~거리(탄착)tầm súng
착하다 hiền lành, ngoan, hiền khô, thảo lảo. thiện. (반) 악하다 ác, 마음이~ tấm lòng~, 착한 일을 하다 hành thiện, 착한 사람 người ~, 착한 성격 tính cách ~, lành tính, 착한아들 con ngoan.
찬(반찬) món ăn thêm, (찬거리)thức ăn phụ, (식은) nguội.
찬가 bài ca tụng, bài ca ngợi.
찬가(영웅등을 기리는 웅장한 노래) tráng ca.
찬공기(냉기)không khí lạnh.
찬동하다 tán thành, đồng ý, tán đồng, tán thưởng

찬란한 sáng sủa, xán lạn, sáng chói, óng ả, lỗi lạc, rực rỡ, (영광스러운)vẻ vang, ~미래 tương lai xán lạn, (눈부신)vàng son, ~문화 văn hóa rực rỡ

찬물 nước lạnh, ~을 끼얹다(속어) giội gáo nước lạnh.

(속)찬물도 위 아래가 있다(어른은 반드시 존중해야 한다) nước lạnh cũng có trên có dưới(phải tôn trọng người lớn)

찬미하다 ca ngợi, tán dương

찬바람을 맞다 trúng gió.

찬반양론 thuận và chống

찬밥 cơm nguội

찬부 tán thành hay không tán thành, đồng ý hay không đồng ý, 찬부논쟁 tranh cãi thuận hay chống

찬사 khen ngợi, tán tụng, 아낌없는~ khen không tiếc lời, ~를 보내다 gửi lời khen

찬성 tán thành, đồng ý, ưng chịu, ăn cánh. thuận tình(ý), thỏa thuận, (반) 반대 phản đối, 계획에~하다 đồng ý với kế hoạch, 남의 의견에~하다 tán thành ý kiến người khác, ~을 얻다 giành được ~, 찬성투표 bỏ phiếu ~, ~ 하지 않다 (속어)lắc đầu lè lưỡi. ~과 반대 thuận nghịch.

찬송 tán tụng, (찬양)tán dương, ca ngợi, 하나님을~ 하다 ca ngợi Đức Chúa Trời, 찬송가 thánh ca

찬스(기회)cơ hội, ~를 잡다 nắm ~ (반) ~를 놓치다 bị mất~, 절호의 ~ cơ hội vàng(tốt nhất)

찬양하다 tán dương, ngợi khen, trăm trò,공로를~ khen ngợi công lao, 용기를~ khen ngợi dũng khí

찬양(송덕) tụng từ.

찬연한 quang diệu.

찬의 đồng ý, chấp thuận, ~를 표하다 bày tỏ~

찬장 tủ bếp, chạn thức ăn

찬조 giúp đỡ, ủng hộ, (후원)tài trợ, bảo(tán) trợ

찬찬(꼼꼼)한 tỉ mỉ, kỹ càng

찬탄하다 ca ngợi, ngưỡng mộ

찬탈하다 chiếm(thoán) đoạt, tiếm, 찬탈자 người ~, (왕위를)cướp(đoạt) ngôi. tiếm ngôi vua.

찬합 cạp lồng(북) gò mên(남), ổ hộp

찰밥 cơm gạo nếp(남) xôi, xôi xéo(북) su sê. ~고기 xôi thịt.

찰깍(소리)tiếng lác.h cách, tiếng vỗ, ~ 잠그다 đóng sầm lại

찰거머리 con đỉa, ~처럼 떨어지지 않는다 bám dai như đỉa

찰과상 bị thương trầy, ~을 입은 bị trầy. (벗겨진)xể.

찰기 tính dính, 찰흙 đất thịt.

찰라 một lát, chốc lát, khoảnh khắc

찰떡 bánh nếp

찰랑거리다 tràn, tràn ra, 물결이 해안에~ sóng tràn lên bờ biển

찰벼(쌀)gạo nếp, giống gạo nếp

찰싹 cái tát, 뺨을~ đánh tát má

찰싹 đánh tát và.

찰싹 bám dính trét

찰싹찰싹 soi đôm đốp. sòng sọc.

찰싹찰싹하고 울리다 kêu sòng sọc.

찰칵소리(쇠고랑) lách cách

찰흙 đất sét(nung). đất thó.

참(참으로)thật ra, thật vậy, ~ 재미 있었다 thật ra vui vẻ rồi

참(진리)lẽ phải, chân lý, sự thật

참(접두어) 참사랑 mối tình chân thật, 참말 lời thật, 참 난처하다 thật khó xử, 오늘은 참 덥다 hôm nay nóng thật, (정말) 참 바보로구나 đúng là thằng ngốc

참가 tham gia(sự), góp mặt, ~를 신청하다 xin ~, 경기에~하다 ~vào trận đấu, 전쟁에~하다 tham chiến

참가자 người tham gia(dự), ~명부 danh sách những ~

참깨 hồ ma, (깨) mè, (남) vừng(북), 검은깨 mè đen. ~캔디 mè thưng.

참게 sam. (민물게) cua đồng.

참견하다 can thiệp, xen vào, thày lay, nhúng mũi vào, dính vào, (애기에) thọc miệng, 누가 참견하는 것을 좋아하겠는가 ai muốn thày lay, 남의 일에 ~ ~ vào việc của người khác

참견하기 좋아하는 băng xăng.

참경 cảnh tàn khốc

참고 tham khảo, dồi mài, ~가 되다 được ~, 참고로 말하다 nói ~, 참고로 tham khảo thêm, 남의 의견을~하다 ~ý kiến người khác, 참고서류 tài liệu ~, 참고서 sách tham khảo. 사전을~하다 ~từ điển.

참고서 sách tham khảo.

참관 tham quan, thăm, 학교를~하다 tham quan trường học, 참관인(선거) người chứng kiến

참극 thảm kịch, bi kịch

참기름 dầu mè(남) dầu vừng(북), ~을 치다 nêm ~

참나무 cây sồi, ~ 숲 rừng sồi.

참는(인내하는)bền lòng, bền gan

참다 chịu đựng, chịu, chịu nổi, nín, nhịn. nuốt, nhẫn nại, nỡ, (성어)chín bỏ làm mười, 고통을~ ~nỗi đau, 모욕을~ chịu chửi, 참을 수 없다 không chịu được, 눈물을 ~ cầm nước mắt, 웃음을 ~ nhịn cười, 오줌을~ nín đái(tiểu), 참아요! Hãy nín đi !, (감정을) nín nhịn. 참고 견디다 chịu nhịn, nhịn nhục, 참고 기다리다 chịu đựng và trông đợi. 참을성이 없는 nôn nao. 참는 성질 nại tính. 분노를~ nuốt giận. 참을수 없을 정도로 힘든 tóe phở.

참으소서 xin giãn.

참지 못하다 tức mình.

참기힘든 khó chịu. bức bối.

(속) 참고 사는 것이 인생이다(아무도 제 마음대로 살 수는 없다)Đời người là sống và chịu đựng (không ai có thể sống theo ý mình được).

(속) 참는 것이 이기는 것이다(고생과 어려움이 있더라도 참고 살아야 한다) Chịu đựng là thắng(dù có vất vả, buồn khổ thì cũng phải chịu đựng mà sống).

참담한 đau khổ, thảm đạm, tủi cực, 국가를 잃은 국민의 참담함 nỗi tủi cực của người dân mất nước.

참담하다 cách đắng cay.

참되다 chân chính, trung thực, chân thật, 참된 가치 chân giá trị. 참된 재능 chân tài. 참된 정성(충성심) tấm son. 참된 인권 quyền lợi thiết thực. 참된 재능 chân tài.

참뜻 ý nghĩa trung thực

참람한(분수에 지나친)tự tín quá đáng

참례하다 dự lễ, có mặt

참마(식물) khoai mài. củ mài.

참말(정말)lời nói thật,(반)거짓말 nói dối, ~입니까?nói thật không?
참모 tham mưu, ~부 bộ ~, ~총장 tổng tham mưu, ~ trưởng. 참모장 trưởng tham mưu.
참묘(성묘) thăm mộ.
참배 đi lễ, đi cầu nguyện, viếng bái
참변 việc bi thảm, tai họa thảm thương
참 불쌍하다 khổ thân qúa, thật là tội nghiệp.
참빗 cây lược tre dầy, ~의 날 răng lược.
참사(참변)chết bi thảm, tai họa, tai ách
참사관 tham tán, viên tham tán, ủy viên hội đồng, 참사회 hội đồng ~
참사람 người lương thiện, người tốt
참살 sát hại, giết hại, tàn(thảm) sát, 참살체 thi thể tàn sát. 마을 사람을 ~ 참살 dân làng.
참상 một cảnh bi thảm
참새 chim sẻ, ~떼 đàn ~.
(속) 참새가 죽어도 짹한다(아무리 연약해도 압박을 받으면 몸부림 친다) chim sẻ khi chết cũng kêu chiếp chiếp(người dù yếu thế khi bị áp bực cũng vùng lên)
참석 tham dự, tham gia, có mặt, (반) 불참 không tham gia, 결혼식에 ~하다 tham dự đám cưới, 회의에~하다 tham dự cuộc họp, 참석자 người ~
참선 đạo thiền, thiền giáo, tu thiền, tham thiền.
참소하다 vu cáo, vu khống
참수하다 chém đầu, chặt đầu, trảm.
참수형에 처하다 trảm quyết.
참수당하게 되다 rụng đầu.

참숯 than gỗ cứng
참신한 tươi mới, mới mẻ, mới lạ, ~ 생각 sáng kiến.
(명)참아낼 수 있는 사람은 그가 바라는 것을 얻을 수 있다 Người nào có thể chịu đựng được thì người đó có thể dành được điều mình muốn.
참언하다 lời vu cáo
참여하다 tham gia, tham dự, dự vào, 국정에~ tham dự vào tình hình đất nước, 경영에~tham dự vào kinh doanh, 참여자 người ~
참예하다 đi lễ
참외 qùa dưa, dưa lê
(속) 참외 장수는 사촌이 지나가도 못 본 척 한다(인색한 장사 암시) Kẻ buôn dưa khi anh em họ đi ngang tảng lờ không biết(ám chỉ người buôn bán bủn xỉn)
참으로 đúng là, thực là, qủa thật, ~ 고맙다 rất cám ơn, ~잘 하내요 giỏi quá ta, ~ 미인이다 qủa thật mỹ nhân, (대단히) tuyệt vời. ~ 않 좋은 tệ thật.
참을성 tính kiên nhẫn, ~있는 một cách kiên nhẫn. có chí. ~이 없는 nóng. ~이 강한 tốt nhịn. 볍씨를 ~있게 앉아서 하나씩 골라내다 ngồi tỷ mẩn nhặt từng hạt thóc.
(속) 참을 인 자 셋이면 살인도 면한다. (아무리 어려운 일이라도 세 번만 참으면 화를 면할 수 있다) Nếu có chữ nhẫn ba cái thì tránh được nạn giết người(dù có chuyện khó bao nhiêu chịu đựng ba lần thì có thể tránh được tai họa).
참의원 thượng nghị viện

참작하다 cân nhắc, suy xét, tham khảo, chước lương, 정상을 ~ cân nhắc tình hình, 죄상을 ~ chước lương tội trạng.

참전 tham chiến, dự chiến, 여러 ~ 국 các nước ~, 베트남전에 ~하다 tham gia vào chiến tranh V N

참정권 quyền tham chính(đi bầu), quyền bầu cử

참조하다 tham chiếu(khảo), xem xét, 5 페이지 참조 xem trang 5

참치 cá ngừ

참패하다 thảm bại, 경기에~ hoàn toàn thua trận

참하다(참수하다)chém đầu, chặt đầu, (착하다)lịch sự, dịu dàng, hòa nhã, 참한 색시 phụ nữ thanh lịch

참해 thiệt hại nặng nề

참호 hố cá nhân, hầm trú ẩn, đồn lũy, ~를 파다 đào hầm.

참혹한 thảm khốc, bi thảm, ~광경 một khung cảnh ~, cảnh thảm, thảm cảnh, ~죽음 cái chết~, ~ 살인 vụ giết người dã man

참화 thảm họa, 전쟁의~ ~chiến tranh, 전쟁의 참화를 입다 gánh chịu thảm họa chiến tranh

참회 sám hối, ăn năn, hối lỗi, thú nhận, 참회록 sự xưng tội, 참회자 người ăn năn hối cải.

찰밥 xôi, xôi xéo.

찹쌀 gạo(lúa) nếp,(반) 멥쌀 gạo tẻ, ~ 가루 bột nếp, ~과자 bánh tráng(북) bánh đa(남), ~과 멥쌀 nếp tẻ. ~술 rượu nếp.

찻길 đường xe lửa

찻삯 tiền xe

찻잔 tách trà, ~받침 đồ lót ly, 찻장(부엌) chạn.

찻집 phòng trà, hàng nước, quán cà phê(다방)

창(구두)đế giày, 창을 갈다 thay đế mới

창(던지는)cây lao, cây thương, cây giáo, 창으로 찌르다 đâm bằng giáo, ~을 던지다 đâm(phóng) lao.

창(문)cửa sổ, 창틀 khung cửa, 창밖에 목을 내밀다 thò đầu ra ngoài~, 창에서 뛰어 내리다 nhảy qua ~

창가(노래)bài ca, bài hát. hát xướng.

창간하다 ấn phẩm đầu tiên, 창간호 số ra mặt.

창건하다 sáng lập, thành lập

창고 nhà kho, kho hàng, ~에 보관하다 bảo quản ở nhà kho, ~에 넣다 bỏ vào kho, 보세~ nhà kho giữ hàng nhập, 곡물~kho lúa, 물품~ kho hàng, ~지기(관리인)thủ kho, chủ kho, người coi kho.

창공 bầu trời, thiên không, 푸른~ ~xanh.

창구 cửa sổ, cửa nhỏ, 매표~cửa bán vé

창궐하다 hoành hành, qúa khích

창극(오페라)ca kịch

창기(창녀)gái điếm(đĩ), gái mai dâm, gái đứng đường, ~로 팔리다 bị bán làm gái điếm, 허가된(등록된) 창녀 đĩ có giấy.

창녀들 phường đĩ điếm.

창달 nhanh nhẩu, năng động

창당 thành lập đảng

창던지기 sự phóng lao, ném lao, ~선수 người ném lao

창독(의학)sang độc.

창립 thành(sáng) lập, khai sáng, ~ 20 주년기념 kỷ niệm 20 năm ngày thành lập, 이 회사가 창립한지 10 년이 되었다 công ty này thành lập đã được 10 năm rồi, 창립자 người sáng lập, tổ sư, ~총재 chủ tịch sáng lập.

창문 cửa sổ, ~에 유리를 끼우다 lắp kính ~. ~의 커튼 màn cửa sổ. 창틀 모습 khuôn cửa.

창백한 tái mặt, tái xanh, xanh bợt, tái mét, trắng bệch, xanh xao(남) nhợt nhạt(북) ~ 얼굴 mặt mũi tái, mặt bủng, 왜 그렇게 창백해? Sao tái đi thế? 창백해지다 tái da rồi. xám mặt, 창백해진 tái nhợt.

창백하게 변한 trắng phếch.

창부(창기)gái điếm, gái đĩ, 잘 안팔리는~ đĩ móc.

창살 lưới(song) sắt, 창살문 cửa lưới

창상 chỗ bị thương

창생(서민)thương sinh, dân đen.

창설(창립)thành lập, hình thành, thiết lập, sáng tạo, 창설자 người sáng lập

창성(번성)thịnh vượng, hưng thịnh

창세 sáng thế.

창세기(성경)sáng thế ký, ~로부터 từ khi mới có trời đất.

창시자 người sáng lập, (학설)tiên sư, 창시 sự bắt đầu, (각분야) tổ nghề.

창안 kế hoạch ban đầu, khởi xướng

창업하다 khởi đầu, sáng nghiệp, sáng lập

창업비(건축) chi phí thành lập

창유리 kính cửa sổ

창의 sáng tạo, ~적인 có tính~ , 창의력 sức ~, óc sáng kiến.

창자 ruột, rọt, 큰~ ruột già(lớn), ~가 찢어지다 cắt ruột, ~해부 cắt ruột.

~를 꺼내다 rút ruột.

창자를 빼내다 moi ruột.

창작 sáng tác, sáng tạo, ~가 người ~.

창제(발명)하다 sáng chế.

창조 sáng tạo, tạo, dựng nên,(반) 천 연 thiên nhiên, ~적 진화 tiến hóa có tính~. ~력 sức ~. ~물 vật ~. 천 지 창조 tạo thiên lập địa.

창조주 chủ tể sáng tạo, thợ trời(giời), trời già, trời xanh,

창조력 sức~, 창조자 người ~, con tạo, tạo hóa. 창조성 tính ~

창졸간에 giữa lúc cấp bách

창천(궁창)vòm trời.

창출하다 chung đúc.

창파 sóng to, sóng cồn

창포(식물) hoa xương bồ.

창피 xấu hổ, nhục nhã, sĩ nhục, nhơ đời, ~한 xấu mặt, xèn lèn. ~한 일 việc ~, riếu. ~를 đang chịu bị ~, ~를 주다 làm cho ai ~, 창피를 모르 는 không biết sĩ nhục, 창피스러운 nhục nhã, 뭐가 창피해? Anh thẹn gì? 나 자신이 ~하다 tôi tự thẹn

창해 biển cả bao la, (대양)đại dương, ~ 일속 giọt nước trong biển cả

창호지 giấy che cửa

찾다 tìm, lục tìm, kiếm, thăm, rà soát, dò hỏi. lần. (반) 감추다 che dấu, (발견하다)thấy, (추적)truy tìm, 이 술을 어떻게 찾았느냐?anh thấy rượu này thế nào? 실종된 사람을~ tìm người mất tích, 지도로 위치를~ tìm vị trí bằng bản đồ, 일자리를~ tìm việc làm, 친구를~ (방문) thăm bạn, 벌레를 ~ tìm sâu, 찾아온 사람들 những người khách, 찾을 금액 số tiền sẽ rút.

찾는자 kẻ kiếm.
찾아가다 tìm đến.
찾아 나가다 lần ra.
찾아내다 tìm ra, móc máy, khám phá ra, phát hiện ra, đào bới, giải, 타인의 결점을~ móc máy khuyết điểm người khác, 찾아다니다 sục sạo.
찾아 들어가다 lần vào.
찾아보다 tra, 사전에서 단어를 ~ tra từ điển.
찾지 못하다 xiêu bạt.
채(북,장구)cái dùi, (채찍)cái roi da
채(조리)giần sàng.
채(집)tòa nhà, căn nhà, 집 두채 hai căn nhà
채(아직)chưa, 사과가 채 익지 않았다 táo chưa chín
채결하다 biểu quyết, quyết định dự án, rút thăm
채광(채굴)đào, khai thác, ~권 quyền khai thác mỏ
채굴하다 khai mỏ. tuyển khoáng.
채권 trái khóan, con trái, trái phiếu, ~을 발행하다 phát hành~, ~소유자 người sở hữu~, 유기한~ ~có kỳ hạn, kỳ phiếu,
채권자 chủ nợ, trái chủ,(반)채무자 người mắc nợ, ~들로부터 독촉을 받다 bị chủ nợ thúc hối. ~의 권리 trái quyền.
채널 kênh, 티비 ~ ~ TV, ~을 맞추다 dò~, tìm~, 제 3 채널로 theo kênh 3
채념하다 chịu ép.
채다 giật, cướp, 남의 아내를~ ~vợ người khác, 남의 손에서 핸드백을~ ~túi trong tay người khác

채다(눈치를)cảm giác, nhận ra, (말에) bị ngựa đá
채독 bệnh giun móc
채마밭 vườn rau
채무(빚)nợ, trái, trái vụ, ~를 청산하다 thanh tóan ~, ~ 면제 miễn nợ, xóa nợ, 고정~ nợ cố định, 채무자 con nợ. ~를 이행하지 않다 quỵt nợ. ~가 경감되다 nhẹ nợ.
채벌(벌채)하다 chặt cây, đốn cây, đốn ngã
채산 tiền lãi, tiền lời, ~이맞다 sinh lãi
채색하다 tô màu, sơn màu, vẽ tranh, 채색판 in màu
채석하다 khai thác đá, mỏ đá, 채석장 đá trẩy.
채소(야채)rau xanh, rau cỏ, ~를 가꾸다 trồng rau, ~밭 ruộng(vườn) rau, (좁은 채소밭) vạt
채식 ăn(cơm) chay, ăn rau quả, ~동물 động vật ăn cỏ, ~다이어트 phép ~. ~주의자 người ~
채 안되어 không đầy, 일년도 ~ ~ một năm.
채어서 비틀거리다 vấp.
채용(택)thuê lao động, sử dụng lao động, tuyển dụng, 비서로~하다 dùng anh ta làm thư ký, 임시로~하다 sử dụng tạm thời, ~조건 điều kiện tuyển dụng, ~통지 thông báo tuyển dụng
채우다(열쇠)khóa, (단추)cài cúc, 자물쇠를~ khóa ống khóa, bấm ống khóa, 생선을 얼음에~ bỏ cá vào trong đá, (보충)bổ sung vào, lấp vào, nhồi bông, sung điền, 부족액을~ bổ sung số bị thiếu, 배를 ~ cho vào bụng, 병에 물을 ~ cho

채워넣다(밀어넣다)nhét, ninh ních. tọng, 화약을 ~ tọng thuốc súng.
채워주다 cung ứng cho.
채워지지 않은 vơi, ~밥그릇 bát cơm ~.
채점하다 chấm(phê) điểm(bài).
채찍(회초리)roi vọt, roi da, can, ~질하다 đánh bằng roi, roi da. vút, vụt, (채찍질) trận đòn. ~으로 치다 quất. đét, ~자국 lằn roi.
채집하다 sưu tập, sưu tầm, tài liệu, 채집가 nhà ~
채취하다 chọn lọc, tụ tập, thu thập
채치다(썰다)băm nhỏ
채탄하다 khai thác mỏ than đá
채택하다 lựa chọn, thông qua, (뽑다) thái trạch.
채포하다 bắt bớ.
채혈 lấy máu, rút máu
책 sách, quyển sách, 역사~ sách lịch sử, ~을 만들다 làm thành sách, ~을 겨드랑이에 끼다 cắp sách, ~을 내다 phát hành ~, ~을 쓰다 viết(soạn) ~, ~가방 cặp sách, ~의 냄새 thư hương, 책을 저술하다 viết sách, ~을 빌리는 도서관 thư viện cho mượn sách, ~을 펴다 mở sách(남) dở sách(북), ~의 등면 gáy sách, ~을 덮다 đóng(gấp) sách, ~한질 một bộ sách. 책의 여백 lề sách, 책이름 đầu sách. ~을 읽다 đọc(xem) sách, niệm thư, ~에서 인용하다 dẫn sách. 책을 단숨에 읽어버리다 đọc ngấu nghiến sách. 책의 제목(서명)nhan sách.
(명)책은 당신의 마음을 열어주고, 당신의 마음을 넓혀주며 당신의 정신력을 키워준다 Sách làm mở lòng cho bạn, làm rộng lòng bạn, nuôi dưỡng tinh thần cho bạn.
(명)책 한권이 무한한 가치가 있다, 재산은 아무것도 아니다 Một cuốn sách có giá trị vô giá, tài sản đôi khi không có giá trị gì cả.
책이 5 판까지 나왔다 quyển sách xuất bản đã 5 lần rồi.
책꽂이 giá sách, kệ sách, kệ thẳng
책더미 chồng sách.
책동하다 mưu toan, âm mưu
책략 lược thao, mưu mẹo, mưu kế, ~가 kẻ chủ mưu
책망 trách móc, oán trách, cật trách, trách mắng, khiển trách, 돈을 많이 쓴다고 ~하다 trách là dùng nhiều tiền, 자신을~하다 tự trách bản thân mình, 남을~하다 trách người khác
책무 trách vụ, (의무)nghĩa vụ, bổn phận
책받침 vật lót, giấy lót dưới
책방 nhà(hàng) sách, hiệu sách
책벌레(현실에 어두운자) mọt sách. thư đồ, (학구적인 사람)người thích đọc sách.
책보 vải bọc sách, vải bao sách
책봉 sắc(sách) phong. ~을 받다 thụ phong.
책사 nhà chiến thuật, người chủ mưu
책상 bàn sách, bàn học, thư án, ~에 앉다 ngồi vào ~, ~보 khăn trải bàn, 책상위 서류대 khay đựng hồ sơ, 2 단 서류대 khay 2 tầng
책상다리 chân bàn, 책상다리를 하고 앉다 ngồi bắt chéo chân
책상 모서리 mép bàn.
책상물림(세상사에 어두운 사람) một

학자 ngờ nghệch
책상 스텐드 tọa đăng.
책임 trách nhiệm, 무거운~ ~nặng nề, 법률에 대한~ về mặt pháp luật, 사고에 대한~ đối với tai nạn, ~을 맡다 cáng đáng, ~을 묻다 hỏi chịu ~, ~을 전가하다 đổ thừa~, đùn, quy cửu, ~을 지다 chịu~, đứng ra, đảm đương(hà). chuyên(phụ) trách, ~지지마라 chớ có trách, ~을 함께 지다 cùng chịu ~, ~을 회피하다 trốn tránh ~, đào nhiệm, 내 ~이 아니다 không phải là ~ của tôi, ~이 없는 không trách, 공동~ ~chung(반)개인~ ~ cá nhân, 책임정신을 갖고 일을 처리하다 toan lo, lo toan, -- 의 ~으로 하다 trách cứ. ~자 nhà chức trách. ~을 완전히 벗다 rũ hết trách nhiệm, ~ 을 분담하다 phân nhiệm. 여론에 대한 ~을 지다 chịu ~ trước dư luận.
책임감 tinh thần trách nhiệm.
책임감을 갖고 일을 처리하다 toan lo.
책임의식을 가지고 일을 걱정하다 lo toan.
책자 quyển sách
책잡다(흠잡다)bới móc
책장 kệ đựng sách, tủ(tran) sách
책장을 넘기다 qua trang, lột trang giấy.
책임감 tinh thần trách nhiệm, ~이 강하다 có ~ cao, ~이 없는 lơ là. 일에 대해 ~이 없다 lơ là với công việc.
챔피언 vô địch, quán quân, kiện tướng, 세계~ ~thế giới, ~이 되다 trở thành nhà ~, 챔피언 쉽 giải ~, ~

벨트 dải thường ~.
챙기다 chuẩn bị, thu gom, dọn dẹp, 짐을 ~ ~ hành lý, 소지품을~ thu xếp đồ cá nhân, 챙겨놓다(보관) lưu trữ
챙(테)vành, lưỡi trai, 챙이 있는 모자 mũ lưỡi trai, 챙이 넓은 모자 nón ~ rộng
처 vợ, bà xã, thê,(반)남편 chồng, 처가 집 nhà vợ, 처가살이 sống ở bên vợ, ~의 가족 nhà vợ.
처결하다 quyết định, sắp xếp
처남 em vợ. anh em rể.
처 넣다 ngốn ngấu, 책을 상자에~ xếp sách vào hộp
처녀 gái tơ, gái tân, xử nữ, thiếu nữ, còn trinh,(반)총각 trai tơ, (어리고 아름다운 처녀 비유) bồ liễu, 숫~ trinh nữ, thanh tân, ~시절 thời thiếu nữ, ~비행 chuyến bay đầu tiên, ~작 tác phẩm đầu tiên, tác phẩm xử nữ, ~지 vùng đất chưa khai thác, ~막 màng trinh, màng xử nữ, xử nữ mạc, nhị đào, ~막이 찢어지다 bị rách màng trinh, ~림 rừng hoang, ~를 희롱하다 ve gái, 처녀성을 빼앗기다 mất trinh(tân), 처녀총각 chàng và nàng, ~와 난잡하게 놀아나다 gùn ghè con gái.
처녀뱃사공 cô lái đò.
(속) 처녀가 아이를 낳아도 할 말이 있다(실수가 있을 때 변명하기 위해서 방법을 찾는다) Thiếu nữ chưa chồng đẻ con cũng có lời biện bạch(khi có lỗi thì người ta thường tìm ra cách để biện minh).
(명)처녀들의 No 는 Yes 를 의미한다 Con gái nói không thường nghĩa

là có.

처녀성 phong nhụy.

처녀성을 망치다(잃다) phá trinh(tân).

처녀성을 빼앗다 phá thân.

처단하다 xử đoán. 사회정의에 따라 ~ ~ theo công lý xã hội.

처들어 오다 kéo đến.

처량한 thê.buồn thảm, đáng thương, ~ 광경 cảnh đáng thương, 처량하다 thê lương, 처량하게 cú rũ.

...처럼 như, giống như, như là, 한집식 구 처럼 지내다 sống như người trong nhà, 형제~ 대하다 đối xử như anh em, 쇠~무겁다 nặng như sắt, ~ 보이다 vẻ, coi bộ, nhường như, ra dáng, 슬퍼보이다 vẻ buồn.

처리하다 xử lý, liệu cách, phân xử, trị sự, 문제를~giải quyết vấn đề, 열을~ ~ nhiệt, 일을~ ~công việc, (재산정리) thanh lý. 공평하게 ~ phân xử công bằng.

처리하기 어려운 상태에서 ở vào tình trạng khó xử.

처마 mái hiên

(속) 처마 끝에 까치가 울면 좋은 일이 있다(한국 풍습에 까치가 울면 기쁜 소식이 있다) Dưới hiên nhà, chim ác là kêu thì có chuyện tốt (phong tục Hàn Quốc, chim ác là kêu là nhà có tin vui).

처먹다 ăn ngốn ngấu, 처먹어라! nhồi nhét hết đi!

처박다 nhào vô.

처방(전)đơn thuốc, toa(bài) thuốc, 의 사의~대로 theo~của Bác sĩ, ~을 쓰다 viết ~, ~약 bốc thuốc. ~을 받다 chạy thuốc. ~에 따라 조제하다 bào chế theo ~.

처벌하다 xử phạt, sửa trị, trừng phạt, 엄중하게~ ~ nặng, 처벌받다 bị phạt

처벌(형사) 기록 lý lịch tư pháp.

처분하다 xử lý, sắp đặt.

처사 quản lý, điều hành, giải quyết, xử sự, 가혹한 ~ đối xử khắc nhiệt

처세 cách sống, cách đối đãi, xử thế, (행동)cách đối xử, 그는 ~가 능하 다 anh ta có cách sống khá lắm, ~법 cách cư xử.

처세술 cách xử thế.

처소(장소)nơi sống, nơi cư trú

처신 hành vi, thái độ, cách cư xử, ~하 다 cư xử, thủ thường, ~하는데 주저하다 (성어) khó ăn khó nói.

처우 đối xử, ~개선 cải thiện ~

처음 ban đầu. đầu tiên, trước tiên, mẩn 처음에 trước tiên, 처음부터 mới ~. ~알게된 친구 bạn sơ giao. 처음 에 lúc đầu, (태초)에 ban đầu, ~으 로 mới, lần đầu tiên, ~ 으로 알다 mới biết, ~부터 비판하 다 phủ đầu, ~부터 끝까지 từ đầu tới cuối, gốc ngọn, thủy mạt, 처음 뵙겠습 니다 hân hạnh được gặp anh, ~으 로 먹어보다 lạ miệng, 처음으로 임신하다 chửa con so, ~으로 태 어난 so, sơ sinh. 첫아이 con so. ~ 으로 감염되다 sơ nhiễm. ~으로 나라를 세우다 kiến(triệu) quốc.

(속) 처음에는 사람이 술을 먹고, 나중 에는 술이 사람을 먹는다(술 은 알맞게 마시는게 좋다) ban đầu người uống rượu, sau đó rượu uống người(rượu uống vừa phải thì tốt)

(명)처음에 미쳤다고 생각되지 않는

아이디어는 성공가능성이 없다 Những ý tưởng mà ban đầu không bị người ta cho là điên rồ thì khó có khả năng thành công.
처음 듣다 lạ tai.
처음 볼때에(일견하여)thoạt trông.
처음과 끝 thỉ chung.
처음의 đầu tay, bước đầu, 첫번째 승리 thắng lợi bước đầu, 처음으로 그린 그림 bức họa ~.
처음 듣는 소식 tin sốt dẻo
처음 듣다 lạ tai, 처음 듣는 이야기 câu chuyện ~.
처음 알게된 친구 bạn sơ giao.
처음부터 웃다 cười phủ đầu.
처음출연하다 ra mắt.
처자 vợ con, thê tử, ~를 부양하다 nuôi ~, 처자를 버리다 vứt bỏ ~, 처자식을 맡기다 ký thê thác tử.
처자식을 버리고 놀아나다 chơi hoang.
처자식을 학대하다 vùi dập vợ con.
처절한 rùng rợn, hết sức ghê gớm, thống thiết, 처절하게 구급을 외치는 소리 tiếng kêu cứu thống thiết.
처제 em gái vợ
처지 hoàn cảnh, tình huống, ~의 변화 thay đổi ~, 곤란한~ ~ khó khăn, 지금~ 로는 theo tình hình như hiện nay, 같은~에 있다 vào ~giống nhau, 남의 ~에 동정하다 thông cảm với ~của người khác
처지다 sệ xuống, trệ xuống, rũ xuống, 처진 어깨 cặp vai ~, 귀가 처진 개 chó tai rũ, 처진 가슴 vú sệ, 천장이 처지고 있다 trần nhà đang ~, (뒤덜어지다) tụt hậu.
처지는(늘어지는) xủ.

처참(비참)한 thê thảm, bi thảm, ~광경 cảnh thảm khốc, cảnh ác liệt, ~ 한 패배를 하다 thua một cách thảm hại.
처처(도처)에 khắp nơi
처첩(본처와 첩) thê thiếp.
처치(처리) xử lý, xử trí, đối phó
처하다 gặp phải, vấp phải, lâm vào, rơi vào, 나쁜 환경에 ~ gặp hoàn cảnh khó khăn, 역경에~lâm vào nghịch cảnh
처형(아내의 언니) chị vợ
처형 xử tử, xử quyết, hành hình, ~ 되다(받다) bị ~
척(각도 재는 자) thước ta.
척(길이 단위) xích.
척(체)하다 giả vờ, làm ra vẻ
척 chiếc, 배 한 척 một chiếc tàu
척결하다(도려냄)moi ra, khóet ra
척골(추)xương sống
척도 thước đo, biểu thị
척박한 khô cạn, bạc màu(반)비옥한 mỡ màu, phì nhiêu, ~땅 khỉ ho cò gáy.
척살(찔러 죽임)đâm giết
척수(신경중추)tủy sống, dây tủy, tủy xương sống, ~ 마비 tê liệt cột sống, ~신경 thần kinh cột sống
척척하다(물기가)ẩm ướt, có nước, 바닥이~ nền nhà có nước
척척(잘되는)nhanh chóng, mau lẹ, 어려운 문제를~풀다 giải quyết vấn đề khó khăn một cách nhanh chóng
척추(등뼈)xương sống, cột sống, sống lưng. tích trụ, ~ 동물 động vật cơ xương sống. ~골의 돌기(해부)mấu xương.

척출하다(뽑아냄) trích ra, rút ra
척탄병 lính ném lựu đạn
척후(정찰)trinh sát, tuần tra, ~병 lính ~, xích hầu.
천(피륙)vải vóc, 고급천 vải cao cấp, 천으로 싸다 bọc vải. 천으로 만든 단추 nụ áo.
천(숫자)một ngàn(남) một nghìn(북), 수천 hàng ngàn, 천 단위로 lấy đơn vị là ngàn
천거 tiến cử, giới thiệu
천계(天界) thiên giới.
천고(오랜 옛날의) thiên cổ. 고인(죽은 사람)người ~.
천고 불멸의 tính chất bất diệt
천공(구)bầu trời, ~으로 lên trời, ~을 날다 bay trên trời.
천구(천체) thiên cầu.
천국 nước trời, thiên đường, thiên quốc, khuôn xanh, (반) 지옥 địa ngục, 지상의~ ~ trên mặt đất, ~에 가다 lên ~, 천국의 비밀 mầu nhiệm thiên đàng
천국과 지옥 thiên đàng và địa ngục.
천국 복음 tin lành nước Đức Chúa Trời
천군 만마 hàng ngàn binh mã
천군천사 thiên quân thiên sứ.
천금(귀중한) ngàn vàng, thiên kim, 그것은~을 주고도 못 산다 cái đó dù có trả ngàn vàng cũng không mua được
천금비방(의서) thiên kim yếu phương.
천궁(천당) thiên cung.
천기(천후)thời tiết
천기(극비)thiên cơ, thiên cơ bất khả lộ
(속) 천길 물속은 알아도 한길 사람 속은 모른다(사람의 마음은 알기가 어렵다) dù biết ngàn đường dưới nước, khó dò một lối trong lòng người (khó biết lòng người).
천냥(옛날 돈) ngàn lạng tiền.
(속) 천냥 빚도 말로 갚는다(큰 잘못이 있더라도 말을 잘 하면 해결할 수 가 있다) Nợ ngàn vàng cũng dùng lời nói trả được(giỏi ăn nói thì mình có lỗi lớn cũng giải quyết được).
천년 một ngàn năm, thiên ký(tải). ~에 한번 thiên tải nhất thì.
천년근(약초)thiên niên kiện.
천년왕국 vương quốc ngàn năm.
천당(천국)thiên đường(đàng).(반) 지옥 địa ngục, ~에 가다 lên ~.
천대하다 coi thường, đối xử lạnh nhạt, 천대 받다 bị xem thường
천더기(천덕꾸러기)kẻ đáng khinh
천도교(자연숭배의) thiên đạo.
천도복숭아(열매)mãng cầu(남) quả na(북)
천도(도읍을 옮기다) dời thủ đô, chuyển thủ đô, thiên đô.
천둥 sấm, ~번개 sấm sét(chớp), ~을 동반한 비 mưa giông, ~치다 sấm rền, ~이 울리다 sấm nổ, ~소리 tiếng sấm, sấm vang, ~신 thiên lôi.
천등(집밖의)đèn trời.
천래의(타고난)bẩm sinh, bẩm chất
천렵(고기잡이)câu cá
천로역정 chuyến đi của các tín đồ hành hương
천뢰(번개)thiên lôi.
천륜 luân lý đạo đức, ~을 어기다 vi phạm~
천리(먼길)ngàn dặm
(속)천리길도 한 걸음부터(모든 일은

시작이 어려운 것이다) Đường ngàn dặm cũng từ bước đầu(vạn sự khởi đầu nan)
천리(하늘의 도리)thiên lý.
천리마 thần mã, ngựa thiên lý, thiên lý mã, chiến mã
천리 qui luật tự nhiên, ~에 어긋나다 trái với ~
천리안 mắt thần, có thể nhìn thấu.
천막(텐트) cái lều, rạp, ~을 치다 dựng lều, cắm(hạ) trại,(반)천막을 걷다 nhổ trại, 야외용~ lều dã ngoại, ~가게 nhà lồng.
천만 chục triệu, mười triệu, 몇천만이나 된다 giá tới mấy ~, 유감천만이다 thật là đáng tiếc
(명) 천만 재산이 서투른 재능만 못하다(넘치는 재산이 손재주만 못하다) Tài sản ngàn vạn không bằng có nghề mọn.(của bề bề không bằng nghề trong tay).
천만의 말씀입니다(천만해요)không có chi, không dám.
천만년 hằng vạn năm
천만다행이다 thật là may mắn, 천만다행으로 một cách may mắn
천만뜻 밖에 hoàn toàn bất ngờ
천만부당한(천부당 만부당)hoàn toàn bất công, hết sức vô lý
천만불 10 triệu đô la
천만사 mọi việc
천망(정신적 속박) lưới trời.
천명(하늘의 명) thiên mệnh, định mệnh, số phận, mệnh trời, ~을 받아 thừa thiên mệnh, ~덕으로 thừa thiên nhờ vậy. ~을 다하다 trọn vẹn mệnh trời.
천명론(결정론) thuyết thiên định.

천명하다 giải thích rõ, làm cho sáng sủa
천문 thiên văn, ~을 보다 xem ~, ~ 관찰 quan sát ~, 천문학 thiên văn học, tinh học. ~학자 nhà ~. ~현상 thiên tượng. ~수학 tinh toán.
천문학적 계산 thiên toán.
천문대 thiên văn đài.
천민 người thấp hèn. tiện dân.
천박한 thiển bạc, thô thiển, đều cánh, nông nổi, ~생각 ý nghĩ~, ~ 지식 kiến thức ~, ~인간 con người nông nổi. ~웃음 cười đều.
천박하고 상스럽게 생활하다(성어) thay lòng đổi dạ.
천방지축으로 một cách hấp tấp, liều lĩnh
천벌 trời phạt, ~을 받다 bị ~
천변 bờ sông, ~에 살다 sống dọc theo
천변(천재지변)thiên tai
천변만화(끊임없이 변하다) thiên biến vạn hóa.
천병만마(千兵萬馬) thiên binh vạn mã.
천복 thiên phúc
천부의 thiên phú, ~재능 tài năng~, ~음악 소질 tố chất âm nhạc ~
천부적 자질 thiên tư.
천분(타고난 재질)năng khiếu bẩm sinh
천불(1000usd) một ngàn đô la
천사 thiên sứ, thiên thần, (반) 악마 ác ma, ~같은 웃음 nụ cười như ~, ~와 같다 như ~, ~를 보내다 sai ~.
천산갑(동물) tê tê. trút. xuyên sơn giáp.
천산만수(매우 먼)thiên sơn vạn thủy.
천생 bẩm sinh trời sinh, ~연분 thiên

duyên, duyên trời, duyên nợ bởi trời, ~배필 tốt đôi, xứng lứa
천석군 một đại địa chủ
천성 thiên tính, tính bẩm sinh, 습관은 제 2 의 ~이다 thói quen là ~ thứ hai.
천세 thiên tuế.
천수(천명)thiên mệnh, số trời, (빗물)nước mưa, 천수답 ruộng nước mưa
천시(멸시)khinh bỉ, khinh miệt
천식 hen(đàm) suyễn, bịnh hen, ~환자 người mắc bệnh ~
천신 thiên thần, người cõi tiên
천신만고 trăm ngàn gian khổ
천심 ý trời, ~은 인심이다 ~ là lòng dân
천애의 고아 mồ côi đơn độc
천양 trời và đất, ~지차 khác xa nhau
천언만어 lời lẽ bất tận
천연 thiên nhiên, tự nhiên, ~의 미 vẻ đẹp~, ~금속 kim loại nguyên sinh, ~ 가스 ga tự nhiên, khí thiên nhiên, ~자원 tài nguyên thiên nhiên, ~기념물 vật kỷ niệm thiên nhiên, ~동굴 hang động thiên tạo
천연두 đậu mùa. hoa, trái rạ, ~에 걸리다 lên trái rạ, ~전염병 dịch đậu.
천연물(자연산물)thiên sản.
천연비료 phân tươi.
천연색 sắc tự. ảnh màu, sắc tự. 천연색 영화 phim màu
천연스럽다 một cách tự nhiên, 천연스럽게 말하다 nói ~, 천연스런 태도 thái độ tự nhiên
천왕성 thiên vương tinh
천우신조 ơn trời, trời cho, ~로 nhờ ~
천운 vận số, vận mệnh, số phận

천은 thiên ân, ơn trời
천의 ý trời
천인(하늘과 사람)trời và người, (천한 사람)người hèn mọn
천인화(식물) sim.
천일염 muối cục, muối hột
천일야화 chuyện ngàn lẻ một đêm, đêm Á rập
천자 con trời, (임금)thiên tử,
천자문 sách vỡ chữ tàu
천자만홍 phô bày màu sắc
천장 trần nhà, la phông, đụng tròn. (하늘의 장군)thiên tướng.
천장 부지로 올라가는 vật giá tăng lên vùn vụt
천재 thiên tài, tuyệt vời ~ một nhân tài nổi bật, ~적 có tính ~, ~아 thần đồng, ~가 되다 thành thần.
(명)천재는 해야할 việc làm, tài năng có sẵn làm việc có thể làm. Thiên tài thì làm việc phải làm, còn người tài thì làm việc có thể làm.
천재(재앙)thiên tai, thảm họa, ~를 만나다 gặp~, 천재지변 thiên tai địa biến
천재일우의 기회 cơ hội hiếm có
천적 thiên thù
천정 trần, trần nhà, 천정 선풍기 quạt trần, ~을 보다 nhìn lên trần. ~에 달린 등 đèn treo trên trần nhà.
천조각 tấm vải.
천주 Đấng Tạo Hóa, Thiên chúa.
천주교 công giáo, đạo thiên chúa, thiên chúa giáo, ~ 신자 tín đồ ~, ~ 신부 đức cha tòa thánh
천주님 thiên đế
천주교 믿는 마을 xứ đạo toàn tòng.

천지 trời đất, thiên địa, đại khối, ~만물 thiên địa vạn vật, ~의 창조 sáng tạo ra~, ~의 진동 chấn động ~, 신천지 thế giới mới
천지창조 tạo thiên lập địa
천지개벽 khai thiên lập địa
천지신명 thiên địa qủy thần
천직 thiên chức, 여성의~ ~ của phụ nữ, 자녀를 사랑하는 것은 부모의 ~ 이다 yêu con là ~ của cha mẹ.
천진난만(순진무구)ngây thơ, chất phát, hồn nhiên, ~한 아이 nhãi ranh
천차만별 đủ loại đủ dạng.
천천히 từ từ, chầm chậm, thư thư, màn màn, thong thả,(반)빨리 nhanh, (완만히)rì rì, 완만히 흐르다 chảy rì rì, (한걸음씩) bước một, (둔하게) lờ đờ, ~걷다 đi ~, chùn bước, hoãn bộ, ~ 먹다 ăn ~, nhâm nhi, 천천히 하세요 ~thôi, ~흐르다 chảy lững lờ, ~부드럽게 thủng thẳng từ từ. ~ 이야기하다 nói chậm chạp. ~ 씹다 nhai tróm trém, ~불이 타다 riu riu.
천첩(자신을 낮추어 이르는 말) tiện thiếp
천체 thiên thể, thiên cầu, ~관측 quan sát~, ~망원경 kính viễn vọng. ~ 지도 thiên đồ. ~물리학 thiên văn lý học. ~운동 thiên vận.
천추(천년) thiên(ngàn) thu, ~의 한 mối hận ~
천치(바보)thằng ngốc, khờ dại
천태만상 tính đa dạng, thiên hình(thái) vạn trạng.
천편일률로 đều đều, đơn điệu
천포창(의학)thiên bào sang.
천품(타고난 기품) thiên bẩm.
천하 thiên hạ, ~의 영웅 anh hùng~, 천하에 무적이다 ~ vô địch, ~ 장사 tráng sĩ ~ , ~에 없는 chưa từng có.
천하에 모르는 것이 없는 thông thiên đạt địa.
천하만국 các nước thế gian.
천하에 모르는 것이 없는(성어)thông thiên đạt địa.
천하다 tầm thường, thấp kém, hèn hạ, 천한 신분 thân phận thấp kém, phận hèn, 천한 thô bỉ, hèn, hạ(đê) tiện, 천한여자 ả đàn bà. 천한 행동 cử chỉ thô bỉ.
천하일색 phụ nữ đẹp tuyệt trần
천하일품 vô song, có một không hai
천하장사 tráng sĩ thiên hạ, nhà vô địch
천한 신분 xuất thân hèn hạ
천한 직업 mạt nghiệp(nghệ). ti chức.
천행으로 một cách may mắng
천형(문둥)병 bệnh hủi, bệnh phong cùi
천혜의 요새 thành trì của trời cho
천황 thiên hoàng
철(계절)mùa, mùa vụ, 여름~mùa hè, 일년사철 một năm bốn mùa, 사냥철 mùa săn, ~이 지났다 qua mùa, ~이른 야채와 과일 thời trân.
철(쇠)sắt, thép, 철문 cửa~, 철판 tấm sắt, ~구조 kết cấu thép, 철과 강철 sắt thép, 철을 냉수에 집어넣다 tôi sắt, 철제품 vật làm bằng thép.
철갑 giáp sắt, vỏ sắt. ~상어 cá tầm.
철갑선 thiết giáp hạm.
철강 sắt thép, ~업 ngành công nghiệp ~, ~의 강도를 높이다 tôi thép.
철거덕 sủng soảng.
철거하다(건축)tháo dỡ, tháo gỡ. 철거

sự tản cư.
철골 khung sắt, cốt sắt, sườn sắt, ~가공 lắp ráp gia công sắt
철공소 xưởng làm đồ sắt
철관 ống sắt
철광 mỏ(quặng) sắt
철광석 thiết khoáng. quặng sắt.
철교 cầu sắt, cầu xe lửa
철군하다 rút quân, thu quân(binh). triệt quân.
철권(강한주먹)quả đấm thôi sơn
철근 cốt sắt, cốt thép, ~콘크리트 bê tông ~.
철금속 kim loại
철기 đồ sắt
철길 thiết lộ.
철나다 trở nên khôn ngoan
철늦은 trái mùa, ~과일 trái muộn.
철떡거리다 lõm bõm
철도 đường sắt(ray), thiết đạo. ~를 놓다 đặt ~, ~ 사고 tai nạn ~, ~청 cục ~, ~여객 khách ~, ~수송 chuyển chở ~, vận tải bằng xe lửa, ~ 정기 점검 đoạn đầu máy. ~운송 thiết vận.
철두철미(처음부터 끝까지) từ đầu tới cuối, triệt đầu triệt vỹ, tận đáy lòng, suốt qua, ~ 하게 tường tận.
철로(철도)đường sắt
철리(철학윤리) triết lý.
철마(기차)xe lửa, tàu hỏa
철망 mạng lưới sắt, lưới sắt
철면피 mặt bơ bơ, mặt trơ tráo, mặt dầy, dạn mặt, trơ trên, ~ 한 xấc láo
철모 mũ sắt. ca lô.
철모르는 nhẹ dạ, vô tư
철문 cổng sắt

철물 đồ sắt, ~ 점 tiệm ~
철바람(계절풍)gió mùa
철버덩(첨벙)tiếng rơi tỏm
철벅철벅 소리 òm ọp.
철벅거리다 vẫy tung tóe
철벽 bức tường sắt, 금성~ pháo đài sắt, pháo đài vững chắc
철병 triệt binh, (철군)rút quân
철봉 xà ngang sắt, chồi, xà đơn, (평행봉) xà kép
철부지 trẻ con
철분(화학) chất sắt. ~이 함유된 물 nước sắt.
철분이 있는 채로 합금하다 luyện kim đen,(반)철분이 없는 상태로 합금하다 luyện kim màu.
철사(철선) dây sắt, (전선) dây dụi, ~로 묶다 cột bằng~
철삭 dây cáp sắt
철새(후조) chim di trú
철석같은 như sắt đá, thiết thạch, ~맹세 sự thề ~, ~ 마음 lòng sắt đá. tấm lòng thiết thạch.
철석같이 믿다 tin tưởng như sắt đá.
철석 철석(파도) tiếng vỗ nhẹ, ì oạp. long bong, 파도가 ~ 부딪치다 long bong sóng vỗ.
철석 때리다 tát. 뺨을 ~ tát vào má.
철선 dây sắt.
철수하다 rút(thu) quân, rút khỏi, đi lui.
철시하다 đóng cửa tiệm, dẹp chợ
철야 suốt đêm, triệt dạ, thức canh, ~공부하다 học ~, ~ 작업 làm việc ~, ~기도 cầu nguyện sáng đêm.
철없는 thơ dại, hành động ~, ~ 짓 hành động như con nít, sự hành động thiếu suy nghĩ
철옹성 pháo đài sắt, ~같은 hết sức

kiên cố
철의 사나이비유(매우 강한 사람) xương đồng da sắt.
철의 장막 bức màn sắt
철인(도장) chữ triện
철인(철학자)triết gia(nhân), triết học gia
철자 viết chính tả, ~가 틀리다 viết sai chính tả, ~법 chính tả, cách viết, 한글~법 qui tắc chính tả tiếng Hàn
철장(쇠지팡이) cây gậy sắt
철재 vật liệu sắt
철저히 một cách triệt để, đến đầu đến đũa, thấu đáo, (어디까지나) tới nơi, (주의깊게, 철저하게) kỹ lưỡng, ~ 이해하다 thông hiểu, ~ 조사하다 khảo nghiệm(xét), căn(thâm) cứu, xét soi, 철저하게 파괴하다 tàn phá. 일을~하다 làm việc ~, ~파괴하다 đả tiêu. tàn phá, 철저하지 못한 đểnh đoảng. 철저하게 đến nơi đến chốn.
철저한 금연 cấm ngặt hút thuốc.
(명)철저히 일에 미친 사람치고 실패 한 사람은 없었다 Những người say mê với công việc chẳng có ai thất bại cả.
철저하게 지원하다 triệt để ủng hộ.
철조망 kẽm gai, ~울타리 hàng rào ~, ~을 치다 đặt hàng rào ~
철죽 cây dương mai, ~꽃 hoa đỗ quyên
철지단심(변치않는 애정) sắt son.
철창 cửa sổ sắt, (감옥)nhà tù, ~생활 sống trong tù
철책 hàng rào sắt
철천지 원수 kẻ thù truyền kiếp, 철천

지 한을 풀다 trả mối thù xưa
철철 넘치다 trào ra
철칙 điều lệ kiên cố.
철커덩 소리 oang oác.
철컥철컥 sình sịch, 기계가 ~ 움직이다 máy chạy ~.
철통같은 kiên cố, ~ 방위 phòng thủ ~
철퇴 cây búa sắt, ~를 가하다 quay búa tạ vào
철퇴하다(물러가다) rút khỏi
철판 tấm sắt, sắt tấm, thép bản
철편 một miếng sắt
철폐하다 loại bỏ, hủy bỏ, xúp, 보조금을 ~ xúp tiền phụ cấp, 차별대우를 ~ loại bỏ phân biệt đối xử
철필 cây bút
철하다 sắp xếp, 서류를~ ~ hồ sơ
철학 triết học, ~적 có tính ~, 동양~ ~ phương đông, 서양~ ~phương tây, ~자 triết gia. nhà ~. ~사조 tư trào triết học.
철학적 불가지론 thuyết bất khả tri. thuyết không thể biết.
철혈 thiết huyết.
철회하다 bãi bỏ, rút lại, triệt(thu) hồi, phiên cung, bác bỏ, 사표를~ bác bỏ đơn xin từ chức, 소송을~ rút đơn kiện
첨가 thêm vào, ~물 vật ~
첨단 ngọn, tiên tiến, đi đầu, ~기술 kỹ thuật hàng đầu
첨벙(의성어)ùm, chùm, rỏng, ~ 뛰어들다 nháy tõm vào, 첨벙 빠지다 té ùm xuống
첨병 tổ xung kích
첨부하다 kèm theo, thêm vào. gắn vào, đính kèm, 사진 첨부 đính kèm ảnh, 첨부 양식 biểu mẫu đính

kèm, 첨부서류 bản kèm.

첨삭하다 xét lại, hiệu chỉnh

첨예 sắc bén, ~분자 người cấp tiến, 좌익 ~ 분자 cấp tiến cánh tả

첨탑 tháp nhọn, gác chuông, ~ 끝의 방전 lửa tắt.

첩 vợ bé, vợ lẽ, nàng hầu, tì thiếp,(반) 본처 thê, (왕실의)thứ phi, ~을 두다 bao gái, lấy lẽ, nuôi bồ, ~이 되다 làm bé. 그는 첩과의 사이에 두 아이가 있다 nó có hai con với vợ bé của nó. 본처와 ~ thê thiếp.

첩(약) một gói, thang thuốc bắc, 약 한 첩 một thang thuốc bắc

첩경(지름길)đường tắt, 성공의 ~ đường thành công nhanh nhất

첩보 tình báo, ~기관 cơ quan ~, ~망 mạng lưới ~, ~부 cục ~, ~원 nhân viên~, điệp báo viên.

첩자(스파이) gián điệp, thám tử.

첩첩산중 núi non trùng trùng, dãy núi trập trùng. núi trùng điệp.

첩첩이 trùng trùng, ~둘러싼 chập chùng.

첫 đầu tiên, trước tiên, 첫번째 lần đầu tiên, 첫경험 kinh nghiệm ~, 첫아이 con đầu lòng

첫걸음 bước đầu, bước chân đầu tiên, 성공의~ ~ tới thành công, ~을 떼어놓다 đặt ~

첫길(신행길)đường đi đến hôn nhân

첫나들이(신부)chuyến về thăm nhà lần đầu

첫날밤 đêm hoa chúc, đêm tân hôn.

(속) 첫날밤에 지게 지고 들어가도 제 멋이다(내가 좋아하는 것이면 남과 관계없이 내가 한다) Đêm tân hôn có đi vác gùi cũng thú vị

(việc mình thích thì mình làm chẳng liên quan gì đến người khác).

첫눈(일견)cái nhìn ban đầu, ~에 반하다 tiếng sét ái tình, đăm đắm.

첫눈(날씨)tuyết đầu mùa

첫딸 con gái đầu lòng(반)첫아들 con trai đầu lòng

첫돌(돌)ngày thôi nôi, sinh nhật đầu tiên

첫마디 lời mở đầu, lời nói đầu tiên

첫머리(시작) sự bắt đầu

첫무대 trình diễn đầu tiên

첫물(옷) quần áo mới

첫번 lần đầu, 첫경험 kinh nghiệm đầu

첫번째 thứ nhất, ~ 소원 sơ nguyện.

첫번째 사람 người đầu.

첫번째 시험 sơ khảo.

첫번째 제사 giỗ đầu.

첫사랑 mối tình đầu, tình đầu, 짝사랑 yêu đơn phương

첫사랑을 버리기 어렵다 mành tơ vương mối tình đầu.

첫새벽 sáng sớm, ~ 에 từ rạng sáng

첫서리 sương giá đầu

첫소리 phụ âm đầu, âm đầu

첫시합 vòng đầu

첫아기 con đầu lòng, con so

첫아들 con trai đầu lòng

첫여름 đầu hạ

첫울음소리(출생시)tiếng khóc chào đời.

첫인상 ấn tượng ban đầu, ~이 좋다 ~ tốt

첫째 thứ nhất, trước hết, trước tiên

첫정 cảm tình đầu tiên

첫차 chuyến xe đầu,(반) 막차 chuyến xe cuối.

첫추위 gió lạnh đầu đông
첫출근 lần đầu đi làm
첫출발 xuất phát đầu tiên
첫출전 chiến dịch đầu
첫판 vòng đầu
첫페이지 đầu trang.
첫해 năm đầu
청(색) màu xanh
청 mong mỏi, giản thiết 청 cầu xin tha thiết
청각 thính giác, ~신경 thần kinh~, ~이 예민하다 ~ nhạy, ~기관 cơ quan ~
청강 thính giảng, ~자(방청자)thính giả
청개구리 con ếch xanh, cóc nhái.
청결한 sạch sẽ, thanh bạch. thanh khiết, (반) 불결한 bẩn thỉu, 청결하게 닦다 lau chùi một cách ~, 청결한 청과 rau quả, ~히 하다 đánh sạch, ~시장 chợ ~, 청결하고 기품 있는 thanh đạm, ~ 상점 cửa hàng~, 청결하고 고귀한 thanh quý. ~의복 quần áo ~.
청교도 tín đồ thanh giáo
청구 yêu cầu, xin, thỉnh cầu, ngửa tay, mong muốn, ~한대로 theo ~, 손해배상을~하다 ~ bồi thường thiệt hại, ~에 응하다 đồng ý ~, ~를 거절하다 từ chối ~, ~서 giấy ~, ~자 người ~
청국장 mắm nêm
청기와 ngói xanh
청년 thanh niên, ~남녀 ~ nam nữ, ~기 thời ~, ~단 đoàn ~, ~회 hội ~
청년화 하다 trẻ hóa.
청대콩 hạt đậu xanh
청동 đồng thiếc(đen). thòa, ~반지 cái nhẫn thòa, ~제조기술의 달인

thánh sư của nghề đúc đồng.
청라(징) thanh(phèng) la.
청량 sạch sẽ mát mẻ, thanh lương, ~음료수 nước giải khát, nước ngọt. 청량한 날씨 khí trời thanh lương.
청력 sức nghe, ~측정 đo ~, ~계 thính kế. ~기관 thính quan.
청렴한 thanh liêm, ~ 사람 người ~, ~관리 thanh quan. ~법관 quan tòa ~.
청렴 결백한 liêm chính, liêm khiết.
청용검 siêu đao.
청루 nhà thổ, lầu xanh, hành viện. (유각)thanh lâu.
청명(음력 3 월 5 일)thanh minh.
청명한 đẹp, sáng, ~ 하늘(날씨)trời đẹp
청바지 quần jean(남) quần bò(북)
청백색의 trứng sáo.
청백의 xanh bủng. ~피부색 nước da xanh bủng.
청백한 thanh liêm, thanh bạch, ~관리 viên chức~
청백리 công chức liêm chính
청부 thầu khoán, ~맡다 nhận ~, ~ 살인 giết người thuê
청부인 người thầu khoán.
청부업자 chủ thầu, hạ청부업자 người thầu phụ
청산(정산)thanh toán(lý), 부채를~하다 ~ nợ
청빈한 thanh bần, ~ 생활 đời sống ~
청사(역사의 기록)sử xanh, (역사)lịch sử, 이름이~에 빛나다 trứ danh ~
청사 tòa nhà nước, cơ quan nhà nước
청사진 kế hoạch
청산(푸른산) núi xanh, thanh sơn.
청산하다 thanh toán(lý). thanh toán

(tính). (상환)trang trải. xúy xóa,채무를 ~ trang trải nợ nần.

청산유수 trôi chảy, lưu loát, ~같이 một cách ~, ro ro, ~같이 말하다 nói lịa miệng. ~같이 의견을 발표하다 phát biểu ý kiến ro ro.

청산과부 qủa phụ trẻ

청색 màu xanh

청소 dọn vệ sinh, quét dọn, làm vệ sinh, 방을~하다~ phòng, 거리를~하다 ~ đường phố, ~차 xe rác, ~부 người ~, phu đổ rác, 대~ tổng vệ sinh, 청소기 máy hút bụi, ~정리하다 thu dọn.

청소년 thanh thiếu niên, ~범죄 tội phạm ~ , 세계 ~ 축구대회 giải vô địch bóng đá ~ thế giới, ~ 층 tầng lớp ~

청순한 trong trắng, nuột, ~ 처녀 thiếu nữ ~, ~백색 trắng nuột.

청승맞은(애틋한)đáng thương, ~노인 ông già ~

청신한 tươi mới, ~ 기풍 khí thế mới

청신경 thần kinh thính giác

청신호 đèn xanh, tín hiệu xanh(cho qua)

청실 sợi chỉ xanh, ~ 홍실 ~ đỏ.

(속) 청실 홍실 매야만 연분인가(결혼식을 하면 부부 아닌가?) Phải buộc chỉ xanh, chỉ hồng mới là duyên phận hay sao? (cứ phải làm lễ cưới thì mới là vợ chồng hay sao?).

청심(清心:깨끗한 마음) thanh tâm. lòng trong sạch.

청아한 thanh nhã, véo von, thanh lịch, ~ 소리 tiếng lảnh lót. ~고음의 노래 tiếng hát véo von.

청아하고 깨끗한(음성이) ròn.

청약 đơn xin, thỉnh cầu, ~서 đơn xin, ~자 người đệ đơn xin, người thỉnh cầu

청어(물고기) cá trích(mòi).

청옥 ngọc bích

청와대 phủ tổng thống

청요리 món ăn Trung Quốc

청운의 꿈(비유) mây xanh. thanh vân.

청운의 뜻 mong mỏi chức vụ cao

청유문(문법) câu thỉnh cầu

청원하다 cầu xin giúp đỡ, thỉnh nguyện, đệ đơn, cầu xin, 청원서 đơn xin. 사직을 ~ đệ đơn từ chức.

청음기 máy dò âm thanh.

청음능력 khiếu thẩm âm.

청의(青衣) thanh y.

청일전쟁 chiến tranh Trung Nhật

청자(자기)đồ ngọc bích, men ngọc bích, ~색이 xanh da bát, 청자색의 도자기 đồ sứ xanh da bát. (청중) thính giả.

청정한 trong sạch, tinh khiết

청정기(여과장치) máy lóng cặn.

청종하다 vâng lời, nghe theo

청주 rượu gạo lọc trong

청중 thính giả, cử tọa, ~이 많다 đông ~, ~석 thính phòng, ~을 매료시키다 làm thính giả say mê.

청지기 người quản lý, ông bầu

청진기 ống nghe, ~를 대다 áp ~ vào

청진하다(의학) nghe bệnh. thính chẩn.

청천 trời xanh đẹp, ~백일 ngày đẹp trời, thanh thiên bạch nhật.

청천벽력 tiếng sét, sét đánh ngang tai, ~같은 nghe như ~ ngang tai

청첩장 thiệp hồng, giấy mời đám cưới

청청하다 xanh tươi

청초한 xinh xắn, ~여자 cô gái ~
청춘 thanh(tuổi) xuân, xuân xanh, tuổi trẻ. (반) 노년 tuổi già, 이팔 ~ mười tám xuân xanh, tuổi thanh xuân, ~의 꿈 giấc mơ ~, ~기 thời thanh xuân, ~ 남녀 thanh niên nam nữ, ~사업 việc kinh doanh lứa trẻ, ~시절 thiều hoa, ~의 마지막 tàn xuân. ~을 그리워하다 hoài xuân.
청춘의(젊은) xoan.
청출어람 hậu sinh khả úy, phu sinh hồ tử
청취하다 nghe, lắng nghe, nghe theo, 라디오를 ~ nghe đài,
청취자 thính giả, ~ 를 매료시키다 lôi cuốn ~, làm ~ say mê.
청컨데 xin vui lòng, mong là
청탁(깨끗함과 더러움)trong sạch và dơ bẩn
청탁하다 nài xin, đòi hỏi
청태(녹색 이끼)rêu xanh
청풍명월 trăng thanh gió mát, thanh phong minh nguyệt.
청하다 mời, xin, mời mọc, yêu cầu, mong muốn, 청하는대로 theo như ~, 도움을 ~ ~ giúp đỡ, 용서를~ xin tha lỗi, 면회를 ~ ~ gặp riêng
청혼 cầu(thỉnh) hôn, ăn hỏi(북), dạm hỏi(남), 청혼자 người ~
청회색 xám xanh.
쳐다보다 ngước lên, ngó.
체 cái giần, cái sàng, (조리)tràn, ~로 거르다 rây
체로 흔들어 걸러내다 dong.
...체하다 giả vờ, 죽은~ ~chết, 자는~ ~ ngủ
체감하다 giảm bớt, (느끼다) cảm thấy

체격 vóc, vóc dáng, thân hình, dáng vóc, vóc giạc, ~이 좋다 vóc dáng tốt, ~이 좋은 사람 người lực lưỡng. 초라한 ~ thân hình bệ rạc. ~에 따른 맞춤복 quần áo đặt may theo kích thước,
체결하다 ký(giao) kết, 조약을 ~ ~ điều ước, 계약을 ~ ~hợp đồng
체계 thể hệ, hệ thống, tổ chức, cơ chế, ~적으로 có ~, ~화 hóa.
체공 ở trên bầu trời, ~비행 bay trên bầu trời.
체구 vóc dáng người, cơ thể, (덩치) vóc vạc.
체납 chưa nạp, nợ thuế, ~금 số tiền~, ~ 세금 tiền thuế ~.
체내 기생충 nội ký sinh.
체널 kênh, chuyển kênh, TV~ ~ TV.
체념(단념)nhường từ bỏ
체능 sức khỏe, sung sức, ~검사 khám ~
체득하다 hiểu biết, nhận thức, lĩnh hội
체력 thể lực, sức lực(vóc), ~을 증진 하다 tăng ~, ~을 검사하다 kiểm tra ~, ~이 강하다 ~ tốt (반) ~이 약하다 ~ yếu đuối, ~을 hồi phục hồi lấy sức lại. ~을 평가하다 liệu sức.
체류 cư trú, lưu lại, ~기간 thời gian~, 한국에 ~중인 베트남인 người Việt đang sống tại Hàn, 불법 ~ ~bất hợp pháp
체리(버찌) anh đào, ~ 주 rượu ~.
체면 thể diện, sĩ diện, ~에 관계되다 có liên quan tới ~, ~을 세우다 chữa thẹn, đẹp mặt, ~을 차리다 giữ thể diện, ~이 깎이다(손상하다)làm mất ~, ~을 지키다 giữ ~, ~을 손상시키다 xấu mặt, ~을 잃다 mất

~, vạc mặt. sạn mặt. 그것은~문제 다 cái đó là vấn đề ~ 당신~에 그런 일을 할 수 있니? ~ mày có làm được việc đó không?
체미 ở lại Mỹ
체벌하다 hành hạ
체불 nợ lương, 급여~ nợ lương, ~임금 chưa trả tiền lương, lương truy cấp.
체세포 tế bào thể
체스 con cờ, ván cờ, ~를 두다 chơi cờ.
체신부 bộ thông tin giao thông
체액(생리) thể(thủy) dịch.
체언(명사)danh từ, thể từ
체온 nhiệt độ cơ thể, thân nhiệt, thể ôn, ~이 높다 ~ cao, ~이 오르다 ~ tăng lên, ~을 재다 đo thân nhiệt, cặp nhiệt, 체온계(온도계) nhiệt kế
체육 thể dục, thể thao, ~관 nhà thể thao, ~전문가 nhà ~, ~ 단체 đoàn thể thao, ~회 đại hội ~, ~ 스포츠 위원회 ủy ban thể thao thể dục.
체육용품 dụng cụ thể dục.
체인(사슬)dây xích, đai chuyền, 자전거 ~ xích xe(북) sên xe(남)
체인점 cửa hàng chi nhánh
체인지 thay đổi
체재(거류)하다 lưu trú.
체재지(滯在地) lữ thứ.
체적 dung tích, thể tích
체제 thể chế(thức), cơ chế, 사회 ~ ~ xã hội, 정치 ~ ~ chính trị, 시장 경제 ~ cơ chế thị trường.
체조 thể dục nhịp điệu, ~ 경기 thi thể dục thể thao, ~기구 dụng cụ ~, ~ 선수 vận động viên ~
체중 cân nặng, sức nặng, trọng lượng cơ thể, thể trọng, ~이 줄다 xuống cân, sút cân. ~의 증가 tăng ~ (반) 체중감소 giảm ~, ~이 얼마입니까? ~ anh là bao nhiêu? ~이 늘다 lên cân(반)체중이 줄다 sút cân.
체증 chứng khó tiêu, (교통의) kẹt xe
체질 thể chất, tạng người, ~적 결함 khuyết tật có tính~, 건강한 ~ ~ mạnh mẽ, 유연한 ~ ~ mềm, 체질이 약하다 ~ yếu, xấu máu.
체질(키질)하다 sàng, rây
체취 hương thơm cơ thể
체통(체면)thể diện, nhân cách, phẩm cách, thể thống.
체코슬로바키아(국명) Czechoslovakia, Tiệp Khắc
체크 kiểm tra, ~인 làm thủ tục vào(반) 체크 아웃 làm thủ tục ra
체포 bắt, bắt giữ, bắt bớ, 살인 혐의로~ 하다 bắt vì tội giết người, ~ 되다 bị bắt, ~영장 lệnh bắt
...체하다 giả vờ, giả bộ, 놀란 ~giả làm bộ ngạc nhiên, 모르는 ~ giả làm bộ không biết, 못본 ~ giả bộ không nhìn thấy, 죽은 ~ giả bộ chết
체하다(음식) nặng bao tử, đầy(tức) bụng, 체한것 같다 chứng khó tiêu.
체한 중이다 đang ở lại Hàn Quốc
체험 kinh nghiệm, thể nghiệm, từng trải qua, ~ 담 câu chuyện ~, ~ 적인 mang tính ~.
체형(신체에 가하는 벌) thể hình, hình phạt thể xác
첼로 đàn violon-xen
쳐내다 mang đi, lấy đi, xóa bỏ
쳐넣다 đưa vào, nhồi
쳐다보다 nhìn vào, nhìn chằm chằm

vào, ngước lên, ngó,얼굴을~ ~mặt, 하늘을~nhìn lên trời, 쳐다 보기만 해도 চা ẩn nhìn thôi
쳐들다 nâng lên, chống đỡ, quơ.
쳐들어가다 đột kích, xông vào
쳐들어오다 kéo đến.
쳐부수다 tả, 쳐부숴라 ! tả đi !
쳐 죽이다 đánh chết
쳐지다(뒤떨어지다) tụt hậu, lạc hậu
초 cái nến, 촛불 đèn nến, ~을 켜다 đốt nến
초(식초) giấm
초(처음) phần đầu, lúc đầu, 3 월 초 vào đầu tháng 3, 월초 đầu tháng
초 giây, 30 초 ba mươi ~
초 siêu, 초자연의 sieu tự nhiên
초가을 mạnh thu.
초가집 nhà(lều) tranh(lá), thảo am, mao xá(điếm), thảo lư, ~삼간 mái nhà tranh, nhà tranh ba gian.
초가을 đầu thu
초감도 siêu nhạy cảm.
초강대국 siêu cường quốc.
초개같은 인생 cuộc sống vô vị
초겨울 đầu đông, mạnh đông.
초경(인경) canh một.
초계하다 tuần tra, 초계정 tàu ~
초고 bản(dự) thảo, sơ thảo.
초고속 tốc độ tối đa
초고주파 siêu cao tần
초고층빌딩 lâu đại đồ sộ.
초과하다 vượt qúa, thặng dư(과잉), 규정중량을 ~ ~trọng lượng qui định, 수요가 공급을~ cầu ~ cung, 제한연령을~ vượt quá tuổi giới hạn, 예산보다 10 만원~ ~ dự toan 1 trăm ngàn, 초과근무 làm thêm. 초과이윤 siêu lợi nhuận.

초과의 siêu ngạch.
초과하여 thặng, ~납부하다 nộp ~.
초국가적인 siêu quốc gia.
초근목피 rễ cây và vỏ cây, đời sống khổ cực, nghèo rớt mồng tơi
초급 sơ cấp, ~영어 tiếng Anh ~
초급(첫봉급)mức lương đầu
초기 thời kỳ đầu, ban sơ. ~암 ung thư ~, ~ 증상을 보이다 ủ bệnh. ~병력 quân số sơ khởi.
초년(첫해) năm đầu
(속)초년 고생은 사서라도 한다(젊어서 고생은 많은 경험을 얻게되니 좋은 것이다) khổ sở vất và sớm(người sớm gặp vất và thì nhiều kinh nghiệm tốt)
초능력의 siêu đẳng.
초단 cấp một
초단기 대부금 tiền vay qua đêm.
초단파 sóng cực ngắn. ~ 라디오 ~ ra đi ô.
초당(허름한 집)thảo đường.
초당파의 siêu đảng phái
초대(처음)ban đầu, đầu tiên, ~대통령 tổng thống đầu tiên
초대교회 hội thánh sơ kỳ(khai)
초대(초청) mời, mời mọc, thỉnh, thỉnh mời, cáo thỉnh, ~를 받다 được ~, 손님을 ~하다 thỉnh khách, 초대권 vé mời, ~카드 giấy mời, 결혼식에 ~하다 mời đám cưới, ~를 sa tchối 다 từ chối lời mời, ~장 giấy~, thiệp mời, thứ chỉ, thỉnh thiệp, 형식상~하다 mời lơi.
초대면 gặp gỡ đầu tiên, ~의 사람 người không quen biết
초두 khởi đầu, bước đầu
초등 cấp một, cơ bản, ~학교(소학

교)trường tiểu học
초등교육 giáo dục sơ đẳng. sơ học.
초등학교 trường tiểu học sơ đẳng, ~교장 đốc học.
초능력 siêu năng lực
초라한 tồi tàn, tồi tệ, tiêu sơ, đạm bạc, nhỏ mọn(nhen), úp súp, rạc rài, đáng thương, ~ 생활 cuộc sống rạc rài, (수척해진) tiều tụy, ~ 옷 quần áo xài xạc(tồi tàn), ~식사 bữa ăn đạm bạc, ~ 환경 cảnh tiêu sơ. ~집 nhà úp súp.
초래하다 gây ra, sanh lại, đưa đến, xui nên, khiến xui. 결과를 ~ đưa đến kết quả
초려(草廬) thảo lư.
초례(결혼식)lễ cưới, ~청 phòng hôn lễ
초로(이슬)giọt sương trên cỏ, ~같은 인생 cuộc sống ngắn ngủi
초로(노년기 초기) trung niên, ~의 신사 người ~
초록 xanh màu cỏ
(명) 초록은 동색(같은 처지에 있는 상황) Cùng màu xanh lục.(cùng hội cùng thuyền).
초롱 thùng, 한~ một thùng
초롱(호롱)불 đèn lồng
초립동 chồng trẻ con
초막(집) túp lều tranh, nhà tranh
(속) 가난해도 마음은 하나 một túp lều tranh hai quả tim vàng
초만원 người đông đúc, đầy nhà, nghìn nghịt.
초면 gặp gỡ đầu tiên, sơ kiến, ~이다 gặp lần đầu
초목 cây cỏ, thảo mộc, thảo, cây cối, ~산천 ~ núi sông ~
초미의 cấp bách, khẩn cấp, ~의 관심사 vấn đề ~

초반(경기) phần khai mạc, ~전에 패하다 nốc ao.
초벌로 만든 thô chế.
초범 tội phạm đầu, sơ phạm, 초범자 kẻ ~
초병(보초병) lính canh
초보(첫걸음) bước đầu, ~를 배우다 học ~, ~영어 tiếng Anh sơ cấp, ~적인 sơ bộ, giản lậu, ~자 người sơ cấp.
초보단계를 배우다 vỡ lòng.
초보지식 trí thức sơ đẳng.
초보승(불교) chú tiểu.
초복 ngày đầu nóng nhất
초본 bản tóm tắt, hộ tịch ~ bản sao hộ khẩu
초봄 đầu xuân, mạnh xuân.
초봉(봉급)tháng lương đầu
초부(나뭇군)tiều phu
초빙(초청)mời gọi
초사(노심초사)lo âu, lo lắng
초사흗날 ngày thứ 3 trong tháng
초산 sinh đẻ đầu, ~아 đứa con đầu lòng, ~한 부인 mẹ đỏ.
초산과 khoa sơ sinh
초산(식초의) tiêu toan.
초상(상) tang lễ, ~을 당하다 đang có tang, ~집 nhà có tang, nhà mồ.
(속) 초상집 개 같다(의지할 곳 없이 방황하다) Giống như chó nhà mồ (thân cô thế cô, lang thang đây đó).
초상화 bức chân dung, ~가 họa sĩ ~, ~를 그리다 họa hình. 초상을 그리다 truyền thần.
초생달 trăng lưỡi liềm, trăng non.
초서체 nét chữ thảo, ~를 쓰다 viết

thảo.
초석 viên đá móng(nền). tảng. ~을 세우다 đặt viên đá đầu tiên.
초선(처음 선출된)sơ tuyển. ~의원 dân biểu ~.
초성(자음) âm đầu, phụ âm
초소 đồn, điếm canh, 국경 ~ đồn ải.
초 소형화하다 vi tiểu hình hóa.
초속 vận tốc giây, ~20 미터 tốc độ 20 m giây
초속도 siêu tốc, cao tốc
초순 đầu tháng, mùng, sơ tuần, ~에 vào ~, thượng tuần.
초승달 trăng lưỡi liềm, trăng non, 보름달 trăng tròn, 반달 trăng khuyết
초식하다 ăn chay, ăn cỏ, 초식동물 loài ăn cỏ, 초식가(채식가) người ~
초심 ý chí đầu, sơ tâm, mục đích ban đầu, 초심자 người chưa kinh nghiệm, (법률)sơ thẩm, ~재판소 tòa sơ thẩm.
초안 bản(sơ) thảo, bản nháp, thảo án, ~을 쓰다 nháp, ~을 작성하다 làm bản thảo, trúng phong.
초안문 phác thảo.
초야(첫날밤)đêm hoa chúc, đêm động phòng
초야(시골)thảo dã, nhà quê.
초야에 묻혀 살다 sống nơi hẻo lánh
초여름 đầu hạ
초연한(무관심한)đắp tai, thờ ơ, siêu nhiên, thiểu não, vân tiêu, ~ 태도 thái độ dửng dưng
초연하다(음악,연극)biểu diễn đầu tiên
초엽 đầu năm, 20 세기 ~에 vào đầu thế kỷ 20
초엿샛날 ngày thứ 6 trong tháng

초옥(초가집)túp lều tranh
초원 thảo nguyên, bãi cỏ
초월하다 vượt trội hơn, siêu việt, 초월적 사상 tư tưởng siêu việt.
초월수 số siêu việt.
초유(처음)đầu tiên, ban đầu
초유(첫 젖)sữa non.
초음 siêu âm, 초음속 tốc độ ~, siêu thanh, 초음파 sóng ~, siêu thanh.
초음속 비행기 máy bay siêu âm.
초음파 현미경 siêu hiển vi.
초이튿날 ngày thứ hai trong tháng
초인 siêu nhân, bậc siêu đẳng, ~적인 힘 sức lực có tính~, ~적인 행위 hành vi siêu nhân.
초인종 chuông điện(gọi), đồng hồ reo, 초읽기 đếm giây phút, ~의 누르는곳 quai cồng.
초임 bổ nhiệm đầu, 초임금 mức lương ban đầu
초자연의 siêu tự nhiên.
초자연적 siêu(ngoại) nhiên, siêu tự nhiên, ~현상 hiện tượng ~, ~힘을 가지다 khôn thiêng. ~인 힘에 이 끌리다 run rủi.
초자연주의 siêu nhiên chủ nghĩa.
초자연현상 hiện tượng siêu tự nhiên.
초잡다 phát thảo
초장(시조의)chương một
초장(음식)nước tương giấm
초저녁 xế chiều, trước sau.
초전도체의 siêu dẫn.
초점 tiêu điểm, 분쟁의 ~ ~ tranh chấp, ~ 이 맞다 đúng ~, ~에 모이다 tập trung vào ~
초점거리(사격의) tiêu cự.
초제국주의 siêu đế quốc.
초조한 bồn chồn, nóng ruột, nóng lòng,

nôn nao, hồi hộp, pháp phỏng, ~마음 với tâm trạng~, ~기색 sắc mặt lo lắng, 초조해서 묻다 sốt ruột hỏi. 초조하게 기다리다 bồn chồn trông đợi. chờ sốt ruột. 초조하게 굴다 sốt ruột. 초조해하다 nóng vội, bồi hồi.

초주검되다 làm chết dở

초지 ý chí ban đầu, ~를 관철하다 thực hiện ý đồ, ~일관하게 nhất mực

초진 khám sức khỏe đầu tiên, ~환자 bệnh nhân mới

초창 khởi đầu, ~기 thời ~, thiếu thời.

초청하다 mời, 손님을 ~ mời khách, 초청객 khách được mời, 초청장 giấy mời, 초청 받다 được ~

초췌한 gầy mòn, bơ phờ, ~사람 người bơ phờ, ~모습 vẻ mặt bơ phờ

초치하다 mời gọi, triệu tập

초침 kim giây, 분침 kim phút, 시침 kim giờ

초코렛 sô-cô-la

초탈하다 siêu thoát

초토화하다 tiêu thổ hóa, 초토화전술 chiến thuật tiêu thổ.

초특가 giá cả đặc biệt

초특급 tàu hỏa siêu tốc, ~의 siêu loại.

초판 ấn phẩm đầu, sơ bản, ~으로 1000부 인쇄하다 in ra đầu 1000 bản

초하다(베끼다) sao chép

초하다 dự thảo, phát thảo

초하루 mùng một, 초사흘 mùng ba

초하룻 날 ngày đầu tháng

초행길 lên đường mới

초현실주의 chủ nghĩa siêu thực, ~자 người siêu thực

초혼 kết hôn lần đầu

초혼(혼을 부름) cầu hồn, ~제 lễ truy điệu, 례 cầu hồn

촉 mũi nhọn, 살촉 đầu nhọn, đầu tên, mũi tên, 펜촉 đầu ngòi bút

촉각 xúc giác, sờ mó, tua.

촉감 xúc cảm, ~이 부드럽다 cảm giác mềm mại

촉광 ánh nến, 30 촉광의 전구 bóng đèn 30 nến

촉구하다 giục, thúc bách(hối), thôi thúc, 대답을~ giục trả lời

촉망하다 mong đợi, trong mong, 촉망되는 학생 sinh viên có nhiều mong đợi

촉매 vật xúc tác, ~제 chất xúc tác, ~작용을 하다 xúc tác.

촉박하다 cấp bách, khẩn cấp, 시일이~ ngày ~, 촉박한 gấp rút

촉발 ngòi nổ, ~장치 thiết bị kịp nổ

촉성(촉진)xúc tiến

촉수 râu mèo, tia cảm, (감촉기관) xúc tu, ~엄금 cấm đụng vào, cấm sờ mó

촉진하다 xúc tiến, thúc đẩy, 무역을~ ~mậu dịch, 일을~ ~công việc

촉촉하다 ẩm ướt, 촉촉히 rào rào, 촉촉히 내리는 비 mưa rào rào.

촌 thôn, làng, quê, 촌에서 살다 sống ở quê, 농촌 nông thôn

촌각(촌음)một chốc, một lát

촌놈 hai lúa, thằng nhà quê, quê mùa.

(속) 촌놈은 밥그릇 큰 것만 찾는다(지식이 좁은 사람은 양만 탐하고 질은 모른다) Kẻ quê chỉ chọn bát cơm to(người tri thức hạn hẹp chỉ tham số lượng, không biết đến chất lượng).

촌농(농부)thợ cày.

촌뜨기 dân quê, hai lúa. quê kệch.

촌락 làng xóm, làng xã, thôn làng
촌민 dân làng
촌보 vài bước
촌부 phụ nữ nông thôn, (시골사람) thôn phu.
촌사람 người nhà quê
촌수 mối quan hệ họ hàng, ~가 멀다 có quan hệ họ hàng xa
촌스럽다 nhà quê, quê mùa, thổ bỉ, thô lậu, 촌스럽게 차려입다 ăn mặc thôn quê
촌음(촌각)một chốc, một lát
촌장 thôn(xã) trưởng, đại lão. trưởng thôn, hương quản.
촌지 tiền nhỏ biểu lộ
촌충 sán dây, sán lãi, 회충 sán đũa. ~약 thuốc trừ sán dây.
촌탁 (시골 막걸리) rượu của nông thôn
촌티 hương vị quê
촌평 bài bình luận ngắn
출랑거리다 hành động bừa bãi, (물이) tràn ra
촌랑이(초랭이)người nhẹ dạ
촐촐하다 hơi đói
촘촘하다 dày đặc, chặt chẽ
촛농(물)giọt nến
촛대 giá nến, khay đèn, ~에 초를 꽂다 cắm nến vào giá
촛불 cây nến(북), đèn cầy(남), ~을 켜다 thắp nến (반)~을 끄다 tắt nến, ~이 바람에 꺼졌다 đèn cầy bị gió thổi tắt.
촛점 tiêu điểm, ~을 벗어난 sai ~.
총 súng, 총과 탄약 súng đạn, ~을 겨누다 nhắm ~, ~을 매다 mang ~, ~을 쏘다 bắn ~, 총의 개머리 cơ bẩm. bá súng. 총에 탄환을 재다 lắp đạn. 총의 뇌관 ngòi súng. 총과 탄

약 súng đạn.
총(합계)tất cả, toàn bộ, ~수입 tổng thu nhập, ~예산 tổng ngân sách
총각 trai tân, trai tơ, nam chưa vợ, 처녀 ~ trai tân thiếu nữ, gái tơ trai tơ
총감독 tổng giám đốc.
총검 gươm dao súng đạn, lưỡi lê, ~술 diễn tập lưỡi lê
총격 bắn súng, nổ súng
총결산 kết toán
총경 sĩ quan cảnh sát
총경비(경상비) tổng phí.
총계 tổng số(계), tổng cộng, ~하다 tính tổng lại, ~ 3 만원 이다 tổng số là 30 ngàn won, ~를 계산하다 tính gộp.
총공격 tổng công kích, tổng tấn công
총괄 tổng quát, đúc(tổng) kết, ~개념 khái niệm ~, ~보고 báo cáo tổng quan, ~하면 tính chung
총괄적인 tổng quan, ~ 상황 tình hình tổng quát.
총구 mũi súng, miệng súng, ~ 잠금장치 khóa nòng.
총국 tổng cục, ~장 tổng cục trưởng. 철도 ~ ~ đường sắt.
총군사위원회 tổng quân ủy.
총기(무기)súng ngắn, súng nhỏ
총기가 있다 thông minh, sáng dạ
총노동연대 tổng công hội.
총대(개머리판) báng súng
총독 tổng(thống) đốc, tổng trấn, ~의 보좌관 thương tá.
총독관 quan tổng đốc.
총동맹 파업 tổng bãi công.
총동원 tổng động viên, ~령 lệnh ~
총득점 tổng số điểm
총람하다 coi sóc, trông nom

총량 tổng trọng lượng
총력 tổng lực, tất cả sức lực, ~을 다하다 dùng ~
총렬 nòng, ~25 구경 nòng cỡ 25.
총렵 săn bắn, ~면허 giấy phép đi săn
총론 tổng luận, bản tổng giản lược
총리(국무총리)thủ tướng, tể tướng, 부 ~ phó ~, 총리부 ~ phủ.
총망하다 vội vàng, hấp tấp
총망라 tất cả hết
총매출액 kim ngạch
총명한 thông minh, tinh anh(khôn), lanh lợi, sáng sủa, sắc sảo, 총명하고 민첩한 trí tuệ minh mẫn, 총명해 보인다 trông nó sắc sảo, 총명하고 재빠른 nhanh chai.
총명하고 준수한 khôi ngô tuấn tú.
총무 tổng vụ, hành chính, ~처 장관 bộ trưởng bộ hành chính, ~부 bộ phận ~
총반격 tổng phản công
총발행 tổng phát hành.
총본산 chính điện
총봉기 tổng khởi nghĩa.
총부리 miệng súng
총사령관 tổng tư lệnh(chỉ huy), chủ soái, 총사령부 bộ ~, đại bản dinh.
총사직 tổng từ chức, 내각 ~ ~ nội các
총살 bắn chết người, xử bắn
총상 vết đạn, ~을 입다 bị ~
총 생산고 sinh hóa. tổng lượng.
총생산품 tổng sản phẩm.
총서(책) tuyển tập. tùng thư, 과학 ~ ~ khoa học.
총서기 tổng bí thư(thư ký).
총선거 tổng tuyển cử(bầu cử), ~에서 승리하다 thắng trong cuộc ~
총성(총소리)tiếng súng, 사람들이 ~을 들었다 người ta nghe một ~.
총수 thống soái, lãnh tụ, 재벌의 ~ ~ của tài phiệt.
총수(합계) tổng số, tổng cộng, 군대의 ~ ~ những đạo quân.
총신(총열)nòng(lòng) súng
총아 người thân yêu, bé cưng
총알(실탄)viên đạn, đạn súng, đầu đạn, ~자국 vết đạn, ~을 장전하다 nạp súng, ~에 맞다 trúng đạn
총알이 튕겨 되돌아오다 thối hậu(lui).
총알이 팔을 관통했다 viên đạn xuyên qua tay nó.
총애 sủng ái, 임금의 ~를 받다 được vua ~. ~를 잃다 thất sủng.
총액 tổng số tiền
총연습 tổng diễn tập.
총열(총의 포신) nòng.
총영사 tổng lãnh sự, ~관 ~ quán
총예산 tổng dư toán(ngân sách).
총원 tổng số người
총의 ý kiến chung, 국민의 ~ ý dân
총장 hiệu trưởng, 대학~ ~ đại học, 국제연합 사무~ tổng thư ký Liên Hiệp Quốc
총재 chủ tịch, thống chế, thống đốc
총저장 창고 tổng kho.
총점 tổng số điểm
총지배인 vị tổng quản lý
총지출 tổng phí tổn
총지휘하다 chỉ huy tất cả
총질 bắn súng
총참모장 tổng tham mưu trưởng.
총참모 본부 bộ tổng tham mưu, tổng hành dinh.
총체 tất cả, đầy đủ, tổng thể(hòa),(반)부분 bộ phận, ~적으로 말하면 nói chung, 인간은 사회관계의 ~ 다

con người là tổng hòa các mối quan hệ xã hội.
총출동 tổng động viên
총칙 các điều khoản chung
총칭 tên chung, gọi chung
총칼 gươm súng, vũ khí
총탄 viên đạn, đạn súng. ~에 맞다 trúng đạn.
총통 tổng thống, chủ tịch
총투표 tổng đầu phiếu.
총파업 tổng bãi(đình) công.
총판하다 bán riêng, đại lý độc nhất
총평 bình luận chung
총포 các loại súng, ~탄의 속도 tốc độ sơ khởi.
총합(종합) tổng hợp.
총합계 tổng cộng.
총회 tổng hội, phiên họp chung, đại hội đồng, 임시~ phiên họp đặc biệt, 학생~~ sinh viên.
총희(귀여움받는여자)ái thiếp, cô gái được yêu chuộng.
촬영 quay phim, nhiếp ảnh, ~금지 cấm chụp ảnh
최강 mạnh nhất
최고 tối cao, tối đa, hơn cả, cao nhất, ~가격 giá cao nhất, ~기관 cơ quan ~, ~사령관 tư lệnh ~, tổng ủy, ~속도 tốc độ cao nhất, ~수준 mức độ cao nhất, ~로 좋은 tối ưu, ~로 우수한 tối ưu. ~의 관심 quan tâm cao nhất. ~의 지위 hạng ưu, ~로 아름다운 diễm sắc. ~의 미녀 hoa khôi. ~온도 nhiệt độ tới hạn. ~의 권리 quyền cao. ~필요한 tối yếu. ~의 상태 tột bực. 그것이 절정이었다 thế là tột bực rồi.
(명)최고의 방위는 최선의 공격이다 Tấn công là cách phòng ngự tốt nhất.
최고급 cao cấp nhất, ~품질 thượng phẩm.
최고급(최상)의 thượng hảo hạng, 최고급 고기 thịt ~.
최고로 중요한 tối yếu.
최고봉(정상)tột đỉnh
최고사령관 tổng tư lệnh, tư lệnh tối cao.
최고위의 tối thượng.
최고위 기관 cơ quan chóp bu.
최고의 상태 tột bực.
최고 재판소 thượng thẩm.
최고조 tuyệt đích, 성적이 ~에 다다르다 thành tích đạt đến ~.
최고 집행위원회 ban chấp hành.
최고 필요한 tối yếu.
최근 gần(mới) đây, văn cận, vừa qua, vừa rồi, ~3 년동안 trong 3 năm ~, 최근의 mới mẻ, ~뉴스 tin tức mới mẻ. ~며칠간 mấy ngày rày. ~에 설립된 tân lập. ~에 thuở nọ.
최다수 con số tối đa
최단거리 khoảng cách ngắn nhất, đường tối đoản.
최단길이 tối đoản.
최대 lớn nhất, tối đa, cực đại,(반) 최소 tối thiểu, ~압력 áp lực tối đa, ~속도로 달리다 chạy ba chân bốn cẳng, chạy như bay(tốc độ tối đa).
최대속력 tốc lực tối đa.
최대한 빠뜨리지 않고 đến điều.
최대한도 cực độ, ~의 비용 chi phí tối đa
최량의(매우좋은)tối hảo(ưu), ~의 조건 điều kiện ~.
최루탄 bom(lựu đạn) cay, ~가스 khí

cay
최면술 thuật thôi miên, ~에 걸리다 bị thôi miên, ~사 nhà thôi miên
최면을 걸다 ru ngủ.
최상 tốt nhất, ~의 분배 phần hơn, ~품 hàng hóa ~, ~층 tầng nhà cao nhất, ~의 thượng hảo hạng, thượng thặng. ~급의 thượng hạng. ~의 조건에서 여행하다 du lịch trong những điều kiện thuận tiện nhất.
최상급의 hạng cao nhất, thượng hạng.
최상의 품질 thượng phẩm.
최상책 thượng sách.
최선 hết sức, ~의 노력 nỗ lực ~, ~을 다하다 gắng hết sức, gia(rắn) sức, dốc hết sức, ~을 다해 일하다 lăn lưng.
최성기(전성기)thời hoàng kim, tuổi vàng
최소한 ít nhất, nhỏ nhất, ít ra, bỏ rẻ, ~의 tối thiểu, 최소기본생활 cơm áo. ~의 느낌 chút tình(lòng).
최신 mới nhất, tối tân, ~기술 kỹ thuật ~, ~뉴스 tin giờ chót. ~유행의 옷 quần áo kiểu tối tân.
최악 xấu nhất, tồi tệ nhất, ~의 경우 tình huống ~
최우등생 sinh viên ưu tú nhất
최음제 thuốc kích dục(tráng dương), tăng dục.
최 우수 ưu tú nhất, tối ưu, ~선수 vận động viên ~
최장 dài nhất, ~거리 khoảng cách xa nhất
최저 thấp nhất, ít nhất, ~가 giá tối thiểu, giá thấp nhất. ~연령 tuổi ~, ~임금 mức lương ~
최저속력 tốc lực tối thiểu.

최전방 chiến tuyến.
최전선 tuyến trước nhất, ~진지 hỏa tuyến.
최종 sau cùng, chung tất. ~결정 quyết định ~, ~ 심판 chung thẩm. ~시험 chung khảo. thi ra. ~기한 hạn chót.
최종회 vòng cuối cùng
최초 ban đầu, đầu tiên, kỳ thủy, ~의 계 획 kế hoạch ban đầu, ~의 kinh nghiệm đầu tiên, ~부터 từ ~, thoạt tiên, ~에 vào lúc đầu, lần đầu tiên, trước nhất, ~의 phán quyết nguyên án. 최초(원조)의 chính bản. sơ khai. ~속도 vận tốc đầu.
최초로 trước nhất(hết), đầu nước, ~죽 은 chết ~.
최하 thấp nhất, dưới cùng, bét. ~가격 giá ~, 최하층 mạt hạng.
최혜국 tối huệ quốc, ~대우 chế độ ~, ~대우를 받다 nhận được chế độ ~
최후 sau(cuối) cùng, mãn cuộc, tối hậu, ~의 결정 quyết định ~, ~ 까지 đến cùng, tận cùng. đến mãn cuộc, ~에 vào ~, cuối cùng, sau rốt(chót), ~에 나가다 đi ra ~, ~통첩 chiến thư. tối hậu thư, ~ 소식 tin ~. ~의 만남 các thái cực gặp nhau.
최후까지 tận cùng. ~ 싸우다 trận tử chiến.
최후의 날(종말)ngày tận thế. ~ 까지 đến ~.
최후의 숨을 내쉬다 thở thoi thóp.
최후의 역주 nước rút.
추(저울)qủa cân, (시계) qủa(con) lắc
추가 thêm, tăng bổ. 예산에~하다 thêm vào cùng dự toán, ~징수 thu thêm
추가수령하다 truy lãnh, 2 개월분의 급

료를 ~ ~ hai tháng lương.
추격 truy đuổi(kích), đuổi theo, 적을~하다 ~ quân địch, ~기 khu trục cơ.
추곡 thu hoạch mùa thu
추구 theo(đeo) đuổi(đòi), truy, truy cứu, mưu cầu, 행복을~하다 ~ hạnh phúc, 원인을 ~하다 truy nguyên nhân, 목적을~하다 ~ mục đích, (연구)truy cứu.
추궁하다 tìm ra, gạn hỏi, điều tra kỹ.
추근추근하다 nhũng nhiễu, quấy rầy
추기경 Đức Hồng Y
추기다(부추기다, 선동하다)xúi giục, rủ rê, lôi kéo
추남 người đàn ông xấu xí(반) 추녀 đàn bà xấu xí
추녀(지붕)mái hiên
추념 hoài niệm, ~식 nghi lễ ~
추다(춤추다)nhảy múa, nhảy đầm
추대하다 tiến cử, phong chức, 추대식 lễ phong chức.
추도하다 truy điệu, 추도식 lễ ~, 추도사(조문) điếu văn, văn tế. 전몰장병 을 ~ ~ chiến sĩ từ trần.
추돌하다 va chạm, đụng chạm
추락하다 rơi, đâm xuống, rớt, tụt, 비행기가 ~ máy bay bị rớt
추려내다 chọn ra, loại ra.
추력(기계의) sức đẩy.
추렴하다 góp tiền, quyên tiền
추론하다 suy luận. phóng thuyết.
추론하여 판단하다 suy đoán.
추리 suy diễn, suy lý, ~하여 해설하다 lý giải
추리다 chọn lọc, lựa chọn, 추려내다 chọn ra
추맥 lúa mạch thu
추모하다 truy điệu, ấp ủ kỷ niệm

추문 bê bối, tiếng bê bối, ~사건 vụ ~, ~을 무마시키다 dìm ~. ~을 뿌리다 rêu rao.
추물 vật xấu, (사람)một gã xấu
추밀원 hội đồng cơ mật
추방하다 xua đuổi, đuổi, trục xuất, tống cổ, lưu đày, khu trừ, (공직에서) trừng thanh, 섬으로 ~ lưu đày ra một hòn đảo, 빈곤을 ~ ~ đói nghèo, 추방당하다 bị ~, 교민 을 ~ trục xuất kiều dân, 국외로 ~ bị đuổi ra nước ngoài, 학교에서 추방되다 bị đuổi khỏi trường, 그 간첩은 추방되었 다 tên gián điệp bị trục xuất.
추방(귀양) lưu(tội) đồ.
추봉(사후에 봉하다) truy phong
추분(秋分) thu phân
추산하다 ước lượng, cân nhắc
추상 trừu tượng, truy tưởng, ~적으로 một cách ~, ~적으로 말하다 nói một cách ~ , 명사 danh từ ~, 추상화 ~ hóa, 추상파 trường phái ~, 추상화(그림) tranh ~.
추상적인 trừu tượng,(반)구체적인 cụ thể.
추상(가을 서리)sương thu, (엄한) ~ 같은 명령 mệnh lệnh nghiêm khắc
추색 sắc thái mùa thu, thu sắc.
추서 phong tặng, ~하다 được ~. 작위를 ~하다 tước hiệu ~.
추서(추신) tái bút
추석 tết trung thu, lễ hội trung thu
추세 xu thế, xu hướng, khuynh hướng, 일반적 ~ xu hướng chung
추수 vụ thu, vụ gặt, mùa gặt, ~하다 thu hoạch, 곡식을~하다 thu hoạch mùa màng, ~군 thợ gặt.

추수기 vụ gặt.
추수감사절 lễ cảm tạ thu hoạch mùa thu.
추신 tái bút
추심(찾아감)lấy lại, 돈을~하다 rút tiền
추악한 xấu xa, bẩn thỉu, tồi tệ, ~ 면 mặt xấu.
추앙하다 ngưỡng mộ
추어 올리다 nâng lên, kéo lên, vén lên, 치마를 ~ vén váy lên, 친구를 ~ hết sức ca ngợi bạn bè.
추억 ký ức(niệm), truy ức, nỗi nhớ nhung, ~하다 nhớ lại, hồi tưởng, 그의 마음속에 스쳐가는 추억 một kỷ niệm thoáng qua trong qua trong trí nó.
추운 lạnh, rét,(반)따뜻한 ấm. 아주 ~ lạnh buốt, rét, giá rét, ~날씨 trời rét(lạnh), ~바람 gió lùa(lạnh). 살을 에이는듯한 추위 rét như cắt da.
추위하다 dễ bị cảm lạnh
추월하다 vượt qúa, vượt, qua mặt, 추월금지 구역 khu vực cấm vượt qua mặt, 추월금지 cấm vượt
추위 cơn rét, cái lạnh, lạnh lẽo, 심한~ cơn lạnh khắc nghiệt, ~에 몸이 떨리는 lạnh cóng, ~로 떨다 lạnh (rét)run. ~를 몰아내다 đánh gió, ~를 참다 chịu lạnh, ~를 타다 dễ cảm thấy lạnh, ~에 약하다 chịu lạnh kém, ~에 대비하여 옷을 준비하다 tích y phòng hàn. ~에 단련되다 quen lạnh.
추이(변하여 가는 일)chuyển tiếp, luân phiên, thay đổi, 시대의 ~ sự thay đổi thời đại
추인 phê chuẩn, truy nhận, x ác nhận, thông qua, 국회가 예산을 ~ quốc hội truy nhận ngân sách.
추잡한 thô bỉ, bẩn thỉu, tục tĩu. nhơ nhuốc,(반)고상한 thanh cao, 추잡한 늙은 이 dê già.
추장 thủ lĩnh, đầu sỏ, tù trưởng.
추저분하다(추접스럽다) bẩn thỉu
추적하다 truy nã(nhập), theo(đeo) đuổi, trông theo, 추적자 người ~ , 추적하여 나포하다 truy nã, 추적하여 잡다 tầm nã, 흉악범을 추적하여 잡다 tầm nã hung thủ
추정하다 đoán chừng, coi là, phỏng định, 추정량 lượng ước đoán
추종하다 theo, theo chân(đuôi)
추증하다 truy tặng, 훈장을 ~ ~ huân chương.
추진하다 đẩy mạnh(đi), thúc đẩy, xúc tiến, 계획을 ~ xúc tiến kế hoạch
추진장전 폭약 thuốc nổ đẩy(tống).
추천하다 tiến cử, gởi gắm, giới thiệu, 추천자 người được giới thiệu, 추천장 giấy giới thiệu, sự tuyên dương. 인재를 ~ ~ nhân tài.
추첨하다 bốc thăm, rút thăm, mở số, 추첨에 당첨되다 trúng số
추출하다 rút ra, lấy ra
추측하다 đoán, dự(ức) đoán, phỏng đoán, mò đến, (간주) tưởng. đồ, 나는...라고 ~ tôi đồ rằng, 내 추측으로는 theo dự đoán của tôi, 추측하여 말하다 nói mò, 추측이 맞다 đúng như dự đoán, 근거있는 추측 dự đoán có căn cứ
추측법 phép phán đoán.
추켜들다 nâng lên, giơ lên
추태 hành động xấu xa, thái độ đáng trách, ~를 부리다 thái độ khó chịu

추파(눈짓)liếc mắt, sóng thu, (미녀의 눈길)thu ba, ~를 던지다 liếc gái, liếc mắt đưa tình
추풍(가을바람)gió mùa thu, thu phong.
추하다(불결)dơ bẩn, xấu, xấu, xấu, xấu, xấu, xấu, xấu, xấu, xấu, xấu, xấu, xấu, xấu, xấu, xấu, xấu, xấu, xấu, xấu, xấu, xấu, xấu, xấu, xấu, xấu, xấu, xấu, xấu, xấu, xấu, xấu, xấu xí
추행 hạnh kiểm xấu, hành vi xấu
추호도(조금도)không chút nào, không đâu
추후에 sau này, về sau
축(소띠) sửu.
축늘어진 chán nản, lờ đờ, bị xệ, gậm ngực bị xệ
축(자동차)trục xe, 축받이(기계) ổ trục, (종이)cuốn, 종이 두축 hai cuốn giấy, (무리)bọn, 젊은 축 bọn trẻ tuổi
축가 bài ca chúc mừng
축구 bóng đá(북), đá banh(남), (족구) túc cầu, ~경기 trận đấu ~, ~팀 đội ~, ~공 trái banh, ~협회 hội bóng tròn, 국가~대표팀 đội tuyển bóng đá quốc gia, 축구화 giày đá bóng, ~장 sân banh, sân bóng. cầu trường. ~팀 감독 ông bầu đội bóng đá. 축구시합을 구경하다 xem một trận banh. 축구경기 입장권 vé đá banh.
축구 야간 경기 trận đá đèn.
축구의 포드 tiền đạo.
축나다 giảm sút
축내다 làm giảm bớt
축농증 viêm xoàn
축늘어뜨리다 thòng thòng. xụi, 새가 날개를 ~ chim xụi cánh.
축 늘어진 bùng(lùng) nhùng. lùi. nhẽo.

xệ, ~빰 má xệ.
축대 nền đất cao, đê, ~를 쌓다 xây đê.
축도(축복기도) cầu nguyện chúc phước, (줄여 그림) bản vẽ thu nhỏ
축배 chén rượu mừng, ~를 들다 nâng ly chúc mừng
축복 chúc phúc, chúc phước
축사 diễn văn chúc mừng, chúc từ, (가축우리) chuồng, (오두막) túp.
축산 chăn nuôi súc vật, ~시험장 trung tâm thử nghiệm gia súc
축생(비열한자)trâu chó.
축성하다 xây lâu đài
축소하다 thu nhỏ(gọn), làm nhỏ, tài giảm, 군대를 ~ tài giảm binh bị, 규모를 ~ ~ qui mô, 군비를~ rút giảm quân đội, 인원을~ rút bớt nhân viên, (인쇄) 축소판 bản in thu nhỏ
축시 giờ sửu(1 ~ 3)
축연 yến tiệc, (향연) hương ẩm. ~을 베풀다 ăn cỗ.
축열기 máy tái sinh
축원하다 cầu nguyện, cầu xin
축음기(레코드) máy hát
축의 lời chúc mừng
축이다(담그다, 적시다)ngâm, 물에~ ngâm nước
축일 ngày lễ, lễ hội
축재 tích lũy của cải, tích của, ~자 người tích của, 부정~자 người tích của bất hợp pháp
축적하다 tích lũy, chứa chất, súc tích, chất lên, chồng lên. 자본을 ~ ~ vốn.
  경험을 ~ ~ kinh nghiệm,
축전 thông điệp chúc mừng, ~을 치다

gửi~
축전(전기의) tích điện.
축전기 cái(máy) tụ điện, cục sạc bin
축전지(배터리)bình ắc qui
축제 liên hoan, lễ hội, tế lễ, ~를 열다 tổ chức~, ~일 (축일)ngày lễ, ngày hội, ~에 참석하러가다 trẩy hội. 세계청년축제 ~ thanh niên thế giới.
축제(제방을 쌓다)xây đê, đắp bờ, ~공사 công việc xây đê
축제일 tết. (축일)ngày lễ hội
축조심의 cân nhắc từng một
축조하다 xây dựng, xây cất
축처진(피곤으로) dừ.
축척(지도의) tỉ lệ bản đồ.
축첩 giấu vợ lẽ, bao vợ bé
축축하다 ẩm ướt, hơi ướt, 등에 땀이 ~ ướt đẫm mồ hôi ở lưng
축출하다 trục xuất, xua đuổi, thanh trừ. 나쁜 간부를 ~ ~ cán bộ thoái hóa.
축포 bắn súng chào
축하 chúc mừng, chúc hạ, chúc tụng, (반)비난하다 chê, ~의 말씀 lời ~, ~를 받다 được ~, 생일~ sinh nhật, 축하합니다 xin ~ anh, 합격을~하다 ~ thi đỗ, ~ 선물 quà ~, 축하품 đồ mừng, ~장 thư ~, ~ 연주 tấu nhạc ~, ~인사 câu ~, ~ 하는 자리를 열다 khao vọng.
축하파티를 하다(열다) ăn mừng.
춘경 cảnh vật mùa xuân
춘계(춘기) mùa xuân
춘곤(노곤함) mệt nhọc mùa xuân
춘궁기 vụ thu hoạch kém. khi giáp hạt.
춘난 xuân lan.
춘당(椿當:부친) thung đường.
춘몽 ảo mộng, mơ mộng, 인생은 일장

춘몽이다 cuộc đời như giấc mộng ảo
춘부장(존칭) nghiêm(xuân) đường,(cha của người khác)
춘분 xuân phân
춘사(참화)thảm họa, bi kịch
춘삼월 tháng ba âm lịch, ~호시절 những ngày vui đầu năm
춘색 sắc xuân, xuân sắc.
춘설 tuyết xuân
춘정 tình dục của nam nữ, xuân tình.
춘추 xuân và thu, (연령)xuân xanh, tuổi
춘풍 xuân phong, gió xuân
춘하추동 xuân hạ thu đông
춘화도 tranh ảnh khiêu dâm
출가하다 xuất gia, (불교) thế phát. đi tu.
출가(결혼)kết hôn, hôn nhân
출간(출판)xuất bản
출감 ra khỏi tù
출강 đi giảng
출격 tấn công đột ngột, xuất kích.
출결 có mặt hay không
출고 lấy hàng từ kho, xuất kho, ~가격 giá xuất kho
출구 cửa ra, lối ra, (반)입구 lối vào, 비상~ cửa thoát hiểm
출국 xuất cảnh,(반)입국 nhập cảnh, ~비자 thị thực ~
출국증명서 giấy nhận thực xuất cảnh.
출근 đi làm(반)퇴근 về nhà, tan ca, 매일 버스로~하다 hàng ngày đi làm bằng xe búyt, ~카드 thẻ chấm công
출금(지불)trả tiền, ~전표 phiếu ~
출납(금전)thu chi, xuất nạp, ~계(책임자)thủ quỹ, 은행출납계 thu ngân

viên, (장부)sổ quỹ
출동 xuất binh, xuất quân
출두하다 xuất hiện, có mặt
출렁거리다 phủ lên, tràn ra, (물결) 출렁 출렁하다 dập dềnh
출력 công suất, ~ 500 마력 ~ 500 sức ngựa, 낮은 ~ ~ thấp.
출마 tranh cử, ứng tuyển, 선거에~하다 ra ~
출몰하다 thường xuyên xuất hiện
출발 xuất phát, khởi(xuất) hành, ra đi, cất bước, thượng lộ, lên đường, (반) 도착 đến đích, 일찍~하다 ~ sớm, ~시간 thời gian ~, ~신호 tín hiệu ~, 출발점 điểm ~, khởi điểm, ngưỡng cửa, ~준비를 하다(달리기)lấy đà, 인생의~점 ngưỡng cửa cuộc đời. ~준비는 되었습니까? Anh sẵn sàng lên đường chưa?
출범하다 rời cảng, rời bến
출병하다 xuất binh, (파병)phái quân.
출산 sinh đẻ, sinh sản, lâm bồn, (고어)thai sản, 출산율 tỷ lệ sinh sản, ~계획 sinh sản kế hoạch. ~일이 훨씬 지나다 chửa trâu. ~을 돕다 đỡ đẻ. ~후유증 hậu sản.
출산 양육하다 sản dục. sinh dưỡng.
출생하다 sinh ra đời, sinh sản(hạ), 출생신 고하다 khai sanh, 출생사 망 기록부 sổ sinh tử. 출생 전에 trước sinh, 출생신고서(증명서)giấy khai sinh, 출생지 nơi sinh, sinh quán, 출생 년월일 ngày tháng năm sinh, 출생시 울음소리 tiếng khóc chào đời
출생과 사멸 sinh diệt.
출생률 sinh suất.
출석 có mặt, hiện diện, ~을 부르다 điểm(xướng) danh, 회의에~하다 ~ họp
출세하다 thành công(danh), nhập thế, tiến thân, 출세의 비결 bí quyết ~, 출세가 빠르다 ~ nhanh chóng, 장관으로~ ~ trở thành bộ trưởng
출세길 đường mây.
출신 xuất thân, 양반~ ~ tầng lớp qúi tộc, 농민~ ~ nông dân, 선생님 ~ ~ thầy giáo, 출신지 quê quán
출어하다 đi đánh cá
출애굽(성경) Xuất-Ai-Cập
출애굽기(성경) Xuất Ê-díp-Tô Ký
출연하다(도움)quyên góp, đóng góp
출연(배우의) ra mắt, đóng vai, ~자(배우) diễn viên
출영하다 đón tiếp, chào mừng
출옥 ra tù, được tha, ra khỏi nhà tù, xuất ngục.
출원하다 nộp đơn xin, 특허를~ ~ tay nghề
출입 ra vào, ~이 많다 nhiều người ~, ~을 금하다 cấm ~, cấm cửa, ~금지 cấm ~, đường cấm, miễn vào, 미성년자 ~금지 cấm người vị thành niên ~
출입국 xuất nhập cảnh, ~관리소 cục quản lý ~
출자(투자)đầu tư, ~금 vốn ~, 공동~ đầu tư chung
출장 đi công tác, ~비 công tác phí, ~소 một đại lý
출장하다 ra sân, 경기에~ ~ thi đấu
출전하다 xuất trận, ra trận, 경기에~ ~thi đấu
출정(싸움터로)xuất quân(chinh), ra chiến trường
출정(재판소)tham dự phiên tòa

출제(문제)đặt câu hỏi
출중한(뛰어남)nổi bật, xuất sắc, xuất chúng. ~재능 tài năng xuất chúng.
출진(출전)ra trận
출찰 phát hành vé, ~계원 nhân viên bán vé, ~구(소) phòng bán vé
출처 xuất xứ, nguồn gốc, căn nguyên, 뉴스의~ nguồn tin tức
출출하다 cảm giác hơi đói, cảm thấy đói bụng,
출타하다 đi ngoài
출토 đào, khai quật
출퇴근 시간 giờ cao điểm.
출판 xuất bản, 책을~하다 ~ sách, ~법 luật~, ~사 nhà ~, 출판사 thư xã, ~업자 chủ nhà ~, ~허가 giấy phép ~, ~을 중지하다 đình bản. ~물 xuất bản phẩm. san vật.
출판업자 nhà phát hành.
출판의 자유 tự do báo chí.
출표 phiếu xuất.
출품 triển lãm, trưng bày, 그림을~하다 trưng bày bức tranh
출하 gửi hàng hóa
출항 rời bến(hải cảng), nhổ neo(sào), xuống tàu
출현 xuất hiện, hiện ra, hiện lên
출혈 chảy máu, xuất(thọc) huyết, (산후) huyết băng. (월경시의)máu quê.
출혈열 sốt xuất huyết.
춤(무용)khiêu vũ, điệu nhảy, vũ điệu, 춤추다 nhảy đầm, nhảy múa, nhún nhảy, ~을 추듯이 기뻐하다 nhảy cẫng.
춥다 lạnh, (반) 덥다 nóng, 추운 날씨 thời tiết~, 추운 겨울 mùa đông lạnh lẽo, 추워서 떨다 lạnh qúa

run lên, 매섭게 추운 겨울 mùa đông lạnh buốt. 뼈에 사무칠 정도로 ~ lạnh thấu xương.
충(벌레) sâu bọ, côn trùng côn trùng
충격(쇼크)cú sốc, va chạm mạnh, ~을 주다 gây ~, ~을 받다 bị sốc, ~으로 멍하다 bị đập mạnh.
충견 con chó trung thành
충고(조언) lời khuyên, lời dặn, ~하다 dặn, trung cáo, khuyên nhủ(bảo), xui(răn) bảo, ~에 따르다 theo ~, ~ 등을 청하다 vấn kế, ~하여 그만두게 하다 can gián. 건강에 조심하라고~하다 dặn bảo "hãy cẩn thận sức khỏe, ~를 듣다 nghe ~, ~를 주다 cho ai ~
(명)충고를 받는 사람은 많으나 충고로 덕을 보는 사람은 현명한 사람뿐이다 Nhiều người được người khác khuyên bảo, nhưng chỉ có người sáng suốt mới nhận được những lời ích từ những lời khuyên đó.
충군(왕에 대한 충성)trung quân.
충당 bổ sung, dành riêng
충돌 xung đột, 의견 ~ sự xung đột ý kiến.
충돌하다 chạm, va chạm, xung đột, đụng độ, đối đầu, đâm phải, 바위에~đụng vào đá, 자동차가 서로 ~ xe hơi đụng vào nhau, 정면~ đâm thẳng vào nhau, 차 충돌로 죽다 chết vì đâm xe, 감정의 충돌 xung đột tình cảm, 군사적 충돌 xung đột về mặt quân sự, 의견 충돌 xung đột về ý kiến, 충돌을 피하다 tránh xung đột, 무력 충돌 xung đột vũ lực, 개인 권리와 ~ va

chạm với quyền lợi cá nhân.
충동 xung động, 남을~하다 làm ai ~, ~을 받다 bị ~, 성적~ kích động
충렬히 trung liệt.
충매화의(식물)trùng lũy.
충만하다 đầy đủ, đầy dẫy, đầy rẫy, sung(toàn) mãn, no nê, chan chứa. tràn ngập.
충복 người giúp việc tận tâm, (앞잡이) tay sai.
충분 đầy đủ, vừa đủ, sung bị(dụ), (반) 부족 thiếu thốn, ~한 돈 món tiền đủ, 한시간이면~하다 một tiếng đồng hồ thì qúa đủ, 충분히 một cách đầy đủ, kha khá, 무엇을 찾든 충분히하라 kiếm cái gì kha khá làm đi, ~히 설명하다 giải thích một cách đầy đủ, ~히 쉬다 nghỉ ngơi thoải mái, 돈은 ~히 있다 tiền có đầy đủ, 충분히 가득찬 tú hụ. 시간이 ~히 있다 có đủ thời gian, 충분하고말고 đủ đấy. ~히 가지다 khối. ~히 이해하다 thấm thía. ~하다 đủ rồi. ~조건 điều kiện đủ.
충분한 thấm. (반) 불충분한 không ~.
충분한 수확을 거두다 trúng mùa.
충분치 않은(머을 것) đói ăn.
충성 trung thành, (비유) vàng đá. (반) 반역 phản nghịch, ~스러운 tận trung, trung thành. 죽 trung, ~으로 tận tình. ~스러운 마음 tấm lòng ~, ~ 스런 추종자(부하) thủ túc, ~스러운 신하 thần hạ~, 나라 에~ 하다 ~ với đất nước, ~을 다 하다 dốc hết lòng ~. tận trung, 충성스러 운 하인 nghĩa bộc.
충성스럽지 못한 bất trung.

충성심 lòng trung. tiết tháo.
충성심이 깊은 trung hậu. ~행동 ăn ở ~.
충성심이 없는(이심) nhị tâm.
충성심이 있는 son sắt.
충성스럽고 선량한 trung lương.
충성스럽고 지조가 굳은 trung kiên.
충신 trung thần.
충심 lòng trung thành, tấm lòng chân thật, ~으로 một lòng.
충심으로 복종하다 tâm phục.
충실한 trung thực, trung thành, thật thà, chung thủy, (솔직한) lòng ngay dạ thẳng, (반) 부실한 giả dối, ~부하 chân tay, 아내에게 ~ 남편 người chồng chung thủy với vợ, 원문에 ~ 하다 trung thực đúng như nguyên văn, 충실도 độ ~. ~하인 đầy tớ thân bạch.
충언 lời khuyên bảo, trung ngôn, ~은 귀를 거스린다 ~ nghịch nhĩ.
충용 trung dũng, ~의 병사 binh sĩ ~.
충원 bổ sung nhân viên, (군대) tuyển quân
충의 trung nghĩa, vàng đá, ~심 lòng ~, lòng trung thành
충일하다 tràn ngập, chan chứa
충적지 đất sa bồi.
충적토 đất phù sa, đất bồi, bồi tích.
충전 sạc bin, xung(nạp) điện, ~기 máy ~, cục sạc bin.
충절 tiết nghĩa, ~한 lòng chung thủy, trung trinh. ~을 지켜서 죽다 tuẫn tiết.
충정 tận đáy lòng
충족 thỏa mãn, đầy đủ, sung túc, 욕망 을~시키다 thỏa mãn đầy đủ nhu cầu, 조건을 ~ 시키다 thỏa mãn

điều kiện
충천 xung thiên, bay vút lên cao, 사기가~하다 tinh thần ~
충충하다(빛깔) tối tăm, lờ mờ
충치 sâu răng, răng bị sâu, ~가 먹다 bị sâu răng, ~를 빼다 nhổ răng sâu, ~를 치료하다 điều trị bệnh sâu răng, ~가 빠지다 sún răng.
충해(해충) bệnh dịch sâu bọ
충혈 sung huyết, tích huyết, ứ huyết, ~되다 bị~, ứ huyết, ~된 눈 cặp mắt đỏ
충혼 cái chết trung nghĩa, ~비 đài kỷ niệm chiến sĩ trận vong
충효 trung hiếu, hiếu trung.
췌장 tụy tạng, ruột non, ~염 viêm ~, ~암 ung thư ~.
취객 người nghiện rượu, người say rượu
취급 đối xử, mua bán, 개처럼~하다 ~ như chó, 공평한 ~ ~ công bằng, 사용, xử lý, ~ 설명서 giấy hướng dẫn sử dụng, 이 가게는 외국상품 을 ~하지 않는다 cửa hàng này không mua bán hàng ngoại nước.
취급(매매)하다 mua bán
취급 주의 cẩn thận dễ vỡ.
취기 sự say xỉn, ~가 돌다 say sưa.
취기를 깨우다 rã rượu.
취담 lời nói khi say rượu
취득 thu được, giành được, gặt hái được, ~세 thuế thu được
취락 sự định cư, ~지구 khu vực định cư.
취로 bố trí việc, ~사업 dự án khóan việc
취미 sở thích, 독서에~가 있다 có ~ đọc sách, ~에 맞다 hợp ~, 사람마다~가 다르다 mỗi người có ~ khác
취사선택 chọn lọc, chọn lựa
취사(부엌 일) việc nhà bếp, nấu ăn, ~도구 dụng cụ nấu ăn, ~용 화덕 lò bếp.
취사병 hỏa đầu quân.
취색 màu xanh trời, màu ngọc bích
취생몽사 mơ mộng vẩn vơ cả đời
취소하다 hủy(xóa) bỏ, hủy, thu hồi, giải trừ, đính bãi, xí xóa, 취소할 수 없다 không thể ~, 계약을~ hủy hợp đồng, 면허를~ hủy giấy phép, 약혼을 ~ hủy hứa hôn, 취소할 수 없는 계약 tử khế. 영업허가를 ~ thu hồi giấy kinh doanh.
취약한 mỏng manh, dễ gãy, yếu ớt
취약한 상태에 빠지다 yếu thế.
취업 làm việc, 중소기업에~하다 đang làm việc ở doanh nghiệp vừa và nhỏ
취임 nhậm chức, nhận chức, 대통령으로 ~ 하다 nhậm chức tổng thống, ~ 선서를 하다 tuyên thệ nhậm chức, ~ 식 lễ ~
취입하다 thu băng, thu âm
취재하다 thu thập tin tức, chọn đề tài, 취재기자 phóng viên, ký giả
취조 điều(khảo) tra, thẩm tra(tấn), lấy cung, ~실 phòng ~, ~관 điều tra viên
취주하다 thổi sáo, 취주악 nhạc kèn, nhạc sáo, nhạc thổi, 취주악대 dàn nhạc kèn đồng
취중에 khi đã say
(속) 취중에 진담 나온다(취했을 때는 은밀한 일을 모두 드러낸다) Khi

say rượu nói lời thật(trong khi say rượu thường bộc lộ hết những chuyện thầm kín)

취지(생각) ý kiến, (목적) mục đích, ý đồ

취직 xin việc, 신문사에~하다 xin làm việc công ty báo chí, ~시키다 xin việc cho, ~시험 thi vào làm việc, ~알선 giới thiệu việc làm, ~난 nạn khó xin việc, ~하다 hành nghề.

취체(통제) khống chế, kiềm chế

취침 đi ngủ, ~시간 thời gian đi ngủ

취침기도 cầu nguyện trước khi ngủ.

취태 thái độ say rượu, ~를 부리다 tỏ ra say

취하(취소)hủy bỏ, bỏ qua, sóng~하다 hủy bỏ một vụ kiện

취하다(선택)chọn lựa, 제일 좋은 것을 ~ chọn cái tốt nhất, 강한 태도를 ~ có thái độ cứng rắn

취하다(빠지다) chìm đắm, đê(say) mê, (반) 깨다 tỉnh, (술)say rượu, say, say túy, bí tỉ. 취해서 잠들다 say ngủ, 비행기에~ say máy bay, 차에 ~ say xe, (열중) phấn chấn, 음악에 ~ chìm đắm trong âm nhạc, 취하도록 술을 마시다 uống rượu cho đến say.

취학 đi học, tựu trường, ~시키다 cho đi học, ~아동 trẻ học sinh, ~연령 tuổi đi học

취한(취객)người say rượu

취항 sự đi thuyền, ra khơi, ~선 chiếc tàu

취향 thú hướng, (취미)sở thích, ưa thích, gu, 나의 ~ gu tôi. ~에 맞다 thích hợp ~, ~에 따라서 tùy thích.

~에 따라서 하다 làm tùy thích.

취흥 thú vui yến tiệc, ~을 돋우다 ăn uống vui vẻ

측(쪽)phía, bên, 양측 hai bên, hai phía, 잘못이 우리측에 있다 sai lầm ở phía chúng ta

측고법 phép đo độ cao.

측근 ở gần, ~자 người thân cận, 대통령 ~자 cận vệ tổng thống

측량 đo, đo lường, đo đạc, trắc, ~기 máy đo, 수심측량기 máy đo độ sâu nước, 토지를~하다 trắc địa

측량할수 없을만큼 높다 cao vút.

측면 bề mặt, trắc diện, 건물~ ~tòa nhà, 배의 ~ mạn. ~으로 보다 nhìn ~, ~공격 tấn công ~, 측면도 sơ đồ ~, trắc đồ, ~도로 phố phụ.

측백나무 chùm cây sống đời

측성(음성학)trắc.

측실(귀인의첩)vợ lẽ, thứ(trắc) thất.

측연(가엾게 여김) thương xót

측연(수직 재는 연옥) qủa dọi, ~ 줄 dây dò nước.

측우기 máy dò lượng nước mưa

측은하다 thương xót, thương hại, 측은히 여기다 cảm thấy ~, đồng tình, 측은하게 생각하다 thương xót, trắc ẩn.

측전기 dụng cụ đo điện

측정하다 đo, đong lường, trắc định, trắc độ, 거리를 ~ đo chiều dài, 수심을~ đo chiều sâu nước, 측정기 máy đo

측지계(측량할 때 쓰는)thước trắc vi.

측지학 trắc địa học.

측후 quan sát khí tượng, ~소 đài ~

층 từng, tầng(북), lầu(남), 3 층에 ở tầng 3, 4 층 건물 tòa nhà 4 tầng, 7

층 고층건물 nhà cao bảy từng.
(계층)tầng lớp, giai cấp, 근로자층 giai cấp lao động, 사회 최하위층 tầng lớp dưới cùng xã hội, 지식층 tầng lớp tri thức, 석탄층 vỉa than, 몇층에 사나? ở lầu mấy?
충계 cầu thang, 높은~ bậc thang cao
충암절벽 vách đá, 높은~ vách đá cao
충충대 cầu thang
충충이 둘러친 chập chùng.
치가떨리다 nghiến răng căm phẫn
치고(보다) 나이치고는 크다 nó to lớn hơn tuổi
치고 받다 hỗn ẩu.
치골(해부) mu lồn.
치과 nha khoa, ~ 의사 bác sĩ ~, 그 nhổ răng. ~ 병원 bệnh viện ~, ~기 공사 thợ trồng răng.
치국 cai trị, lãnh đạo nhà nước
치근 chân răng
치근거리다 làm bực mình khó chịu. ráu.
치근덕거리다(여자를) sàm sỡ, ơ mèo, chọc gái.
치기배 kẻ cướp, kẻ trộm
치다 đánh, đập, 공을~ đập bóng, 머리를~ đập vào đầu, 북을~ ~ trống, 종을~ ~ chuông, 치기 골프를~ chơi gôn, 카드를~ đánh bài, 꼬리를~ vẫy đuôi, 덫, 그물을~ đặt lưới, 천막을~ lập rèm, 소리를~ kêu gào, nuôi, 개를~ nuôi chó, 치고 도망하다 đụng rồi chạy luôn, 전보를~ gửi điện tín, đánh điện, 시험을 ~ làm thi, (때리다)giáng.
치다꺼리(치닥거리)하다 trôm nom, coi sóc
치닫다 chạy lên, lao vào

치둔하다 đần độn, ngu độn
치뜨다 ngẩng lên, 눈을~ ngước mắt lên
치런 치런 kéo lê, 치마자락을 ~ 늘어 뜨리고 걷다 đi ~ váy áo
치렁치렁 늘어뜨린 thướt tha.
치료 điều trị, chữa trị, trị liệu, ~할 수 없는 병 bệnh không chữa được, ~를 받다 được ~, trị bệnh, 암~를 받다 chữa bệnh ung thư,치료에 전념하다 chuyên trị, ~법 trị liệu pháp, 상처를~하다 điều trị vết thương, 물리~ vật lý trị liệu, ~ 를 잘하는 mát tay, 능숙한 의사 thầy thuốc mát tay.
치르다(돈) trả tiền, 현금으로~ trả tiền mặt
치를 떨다 ghê rợn, nghiến răng
치마 chiếc váy, ~를 입다 mặc váy(반)~를 벗다 cởi váy, ~를 당기다 xắn váy, 치맛자락 đuôi váy, 치맛바람 tác động phụ nữ, ~로 얼굴을 가리고 lấy váy trùm mặt, ~를 걷어올리다 vén váy.
(속) 치마폭이 열두폭이라(남의 일에 자주 간섭하는 사람 암시) Váy rộng mười hai khổ(ám chỉ người hay can thiệp vào việc người khác).
치매 chứng lú lẫn, chứng mất trí
치며 싸우다 đấm đá.
치명적인 trí mệnh, ghê gớm, cực kỳ, gây chết, ~타격 đòn ~, 치명상을 받다 bị thương chết, ~ 병 tử chứng. ~ 상처를 입다 bị tử thương.
치밀한 tinh vi, tiêm tất, tỉ mỉ, 치밀하게 một cách~

치밀다 đẩy lên, phồng ra, 치미는 분노 bừng giận, giận dâng trào, 치밀어 오르는 슬픔 sự buồn phiền lan tỏa trong lòng
치받치다(연기가)bốc lên, bùng lên, (감정이) nổi nóng, phẫn nộ
치부하다 trở nên giàu có
치부(음부) chỗ kín, bộ phận sinh dục
치사량 liều thuốc gây chết người
치사(감사를 표함)biểu lộ lòng biết ơn
치사(부끄러움)đáng xấu hổ, trí trá, (비열)bẩn thỉu, 치사스런 꼴을 당하다 bị nhục. (나쁜) bẩn.
치산치수 trồng cây rừng ngăn lũ lụt
치산(재산관리) quản lý bất động sản
치석 cặn răng, bựa, ~을 제거하다 xỉa răng.
치세(세상을 다스림) trị thế gian, (태평한 세상) thời thái bình
치솔 bàn chải đánh răng
치솟다(도약) cất vó.
치수(크기)cỡ, kích cỡ, kích thước, (가슴둘레의)vòng, ~를 재다 đo ~, tho chừng, đo quần áo, (옷)số đo, 재봉사는 ~에 따라 재봉한다 thợ may may theo kích thước.
치수(물을 다스리는)trị thủy, ngăn chặn lũ lụt, ~공사 công trình ~.
치수염 viêm tủy răng
치신(처신)phẩm cách, uy tín, ~을 잃다 làm giảm uy tín
치신경 thần kinh răng
치신없다 không đàng hoàng, không xứng đáng
치아 cái răng, ~가 눈부실 정도로 하얀 trắng nhởn.
치안 trị an, an ninh, ~이 어지럽다 trị an bất ổn định, ~을 유지하다 duy trì an ninh trật tự, ~을 지키다 bảo vệ ~, ~경찰 cảnh binh. ~판사 pháp quan.
치안방해자 người phá rối trật tự.
치약 kem đánh răng, ~껍질 tút kem(북), hộp kem(남)
치열이 고른 이 răng đều.
치열한 ác liệt, khắc nghiệt, ~경쟁 cạnh tranh ~, ~ 전투 trận chiến ~, (모진) gay go
치열(치아)hàm răng, bộ răng, ~교정 thuật chỉnh răng
치열(이열치열)lấy độc trị độc
치외법권 đặc quyền ngoại giao
치욕 si nhục, cái nhục, 국가의 ~ ~ quốc gia, ~을 당하다 bị ~, ~ 을 주다 ~ cho ai, ~을 씻다 rửa nhục, tuyết sỉ, ~을 참다 chịu nhục, nhịn nhục, nhẫn nhục. ~스러운 đê nhục. ~을 느끼다 tủi nhục.
치우다(정리)dọn dẹp, sắp xếp, cất đi, 방을 ~ dọn phòng, 쓰레기를~ vứt rác, dọn rác
치워라 ! dẹp bỏ đi !
치우치다 lệch lạc, thiên, (편파적) thiên vị, không công bằng, 치우친 생각 quan điểm một chiều, suy nghĩ lệch lạc. ...에 치우친 thiên về.
치우쳐서 이해하다 hiểu thiên lệch.
치유하다 điều trị, chữa bệnh(lành).
치유하기 힘든병 tứ chứng nan y.
치유할 수 없는 bất trị.
치음(잇소리) âm răng
치이다 bị chen lấn, cán, 자동차에 ~ bị xe cán.
치이즈 phô mai, phó mát
치인(어리석은) người khờ dại(ngu si)

치자나무 cây hoa nhài, dành dành.
치장 trang điểm, làm đẹp
치정 tình yêu mù quáng, ~ 살인사건 một vụ giết người do tình yêu
치죄(죄인을 벌함) trị tội.
치중하다 nhấn mạnh
치질 bệnh trĩ, trĩ chứng.
치켜세우다 khen dồi, tán dương, ca tụng, bợ đỡ.
치킨 con gà, thịt gà, ~ 스으프 súp gà
치통 răng đau, nhức răng, ~이 나다 bị đau răng
치하하다 khen ngợi, chúc mừng
치한(호색한)háu gái, xung động thỏa dục
치환 thay đổi, thay thế, hoán vị, (수학) sự chuyển vị.
칙령 sắc lệnh, ~을 발포하다 ban hành một ~, ~을 실시하다 thi hành ~.
칙명 thánh(ngọc) chỉ, lệnh của vua, chỉ dụ. ngọc chiếu.
칙사 đại diện hoàng gia
칙서(교서)sắc thư, giáo hoàng ~ ~ của giáo hoàng.
칙지(황제의) sắc chỉ.
칙칙하다 tối tăm, u ám, (무성한)dày đặc
칙허 giấy phép của hoàng gia
친 thân thiết, ruột thịt, ~형제 anh em ruột, ~ 어머니 mẹ ruột
친가(친정)nhà bên vợ, nhà cha mẹ vợ
친고(피해자가 직접 하는 고소)lời buộc tội có tính cách cá nhân, ~죄 đối tượng phạm tội lên tiếng
친교 tình hữu nghị, tình bạn, thân tình, tương giao thân mật. ~의 tâm giao.
친구 bạn, bạn bè, thân hữu, nghĩa hữu, 술~ ~rượu,(반)원수 kẻ thù, 학교~

(동창) bạn học, 오랜~bạn lâu ngày, 친한~ bạn thân, 평생의~ bạn bình sinh, ~를 사귀다 đánh bạn, (친구 관계를 맺다, 친구가 되다) kết(làm) bạn. 절친한 ~ thân bằng cố hữu. ~를 높여 부르는 말 túc hạ.
(속) 친구 따라 강남간다(원하지 않지만 유혹에 끌려간다) Theo bạn đi Kang nam(mình thì không muốn, nhưng bị rủ rê lôi kéo).
친구삼다 đính giao
친구들 chúng bạn. bạn hữu, ~로부터 사랑을 받다 được bạn bè yêu mến.
친구여 hỡi bạn.
친권 quyền làm cha mẹ, thân quyền, ~자 người có thân quyền làm cha mẹ
친근한 thân cận, thân quen, gần gũi, thân thiết, 친근감을 느끼다 có cảm giác thân cận, ~정 tình ~. ~말 câu chuyện thân mật.
친근미를 나타내는 어조사 hở,무슨 일 이 있느냐 애야! có chuyện gì hở con?
친남매 anh chị em ruột
친누이 chị ruột.
친동기 anh chị em ruột
친동생 em ruột.
친모(생모)thân mẫu, mẹ đẻ.
친목 liên hoan, ~회 hội ~, buổi họp thân mật
친미 phe thân Mỹ, ủng hộ Mỹ, ~정책 chính sách thân Mỹ, ~주의자 người theo chủ nghĩa thân Mỹ
친밀 thân thiết, thân cận, chí thân, ~하게 지내다 sống thân thiện, ~해지 다 trở nên ~, ~한 친구 bạn thân

thiết, ~하게 되다 gắn bó, nên thân, ~히 유대를 맺다 gắn bó keo sơn. ~한 관계(비유) cá nước.

친밀감이 있는 đậm đà.

친밀함과 소홀함 thân sơ.

친부(아버지) thân phụ.

친부모 bố mẹ ruột, cha mẹ đẻ

친분 quen biết, thân tình, ~이 있다 quen biết với

친상 tang cha mẹ, ~을 당하다 có ~

친자(친생자)đứa con ruột

친서 lá thư viết tay

친선 hữu nghị, thân thiện(tình), ~경기 đấu giao hữu, ~관계 quan hệ hữu nghị, thù tạc. ~방문 chuyến thăm hữu nghị, ~조약 hiệp ước ~.

친손자 cháu ruột(nội).

(속) 친손자는 걸리고 외손자는 업고 간 다(친손자보다 외손자를 더 사 랑 한다) Cháu nội thì dắt đi, cháu ngoại thì cõng đi(thương cháu ngoại hơn cháu nội).

친숙한 thân mật(thuộc), quen mặt, quen thuộc thân tình

친숙하지 않은 lạ.

친아들 thân tử.

친아버지 cha ruột(đẻ), bố đẻ, thân sinh, (반) 친어머니 mẹ ruột, mẹ đẻ. thân mẫu. 친아우 em ruột

친애하는 thân ái(mến), kính thưa, thân thương, ~ 김씨에게 thân ái gửi anh Kim, ~ 형제 anh em thân thương 모든 사람들과 친하게 살 다 sống ~ với mọi người. (연설할 때) hỡi.

친우 người bạn. thân hữu.

친위대 vệ sĩ, cận vệ, 친위병 quan thị vệ. thân binh.

친일 thân Nhật, ~파 nhóm ủng hộ Nhật

친자식 con ruột, con đẻ, 양자 con nuôi

친절 lòng tốt, 나는 당신의 ~에 감사하 고 있습니다 tôi rất cám ơn ~ của anh, 나는 당신의 친절을 결코 잊 지 않을 것입니다 Tôi sẽ không bao giờ quên ~ của anh. ~의 빚을 지다 nợ miệng.

친절한 tử tế, tốt bụng, phúc hậu. vồn vã, (반) 불친절한 không thân thiện, 친절한 사람 người ~, 친절 하게 một cách ~, 친절을 ban phát 대우 ~, khai ân, vồn vã, ~ 마음 lòng tốt, từ tâm, 친절하게 보이는 có vẻ ~. (호의) thịnh tình.

(명)친절한 말은 세상의 음악이다 Lời nói thân thiện là âm nhạc của thế giới.

(명)친절한 말은 효과가 많고 밑천이 안든다 Lời nói thân thiện có nhiều hiệu quả mà không mất tiền mua.

(명)친절한 정은 왕관보다 낫다 Tình cảm thân thiện tốt hơn cái ngai vàng.

친정 nhà cha mẹ, ~에 문안하러가다 ninh gia.

친정(임금이 정사를 돌봄)thân chính.

친정(임금이 몸소 정벌함) thân chinh.

친족(친척)anh em họ hàng, bà con, thân cố(gia), thân tộc. họ hàng, 회~ hội đồng gia tộc. ~과 타인 thân sơ.

친척 thân quyến(nhân). thân bằng, ~을 방문하다 thăm hỏi thân bằng.

친한 친구 thâm giao.

(속) 먼 친척보다 가까운 이웃 bán anh

em xa mua láng giềng gần(người láng giềng tốt hơn)
친척 thân quyến. bà con.
친척언니 chị họ.
친지 người quen thân
친친감다 cuộn nhiều vòng
친필 nét chữ, ~로 쓴 서신 thủ thư.
친한 thân mật, thân cận, gần gũi, ~친구 bạn thân, tri hữu, tương tri. 아주~ rất thân, 친하기 어려운 사람 người khó thân, 친하게 되다 quen biết. 친하게 지내다 tri giao.
친할아버지 ông nội, 친할머니 bà nội.
친형 anh ruột.
친화 tình hữu nghị
친히(몸소)bản thân, đích thân, ~ 증정함 thân tặng.
칠(옻) sơn mài, lớp sơn.
칠(일곱) bảy, thất.
칠거지악(1 아이를 낳지 못하는 것, 2 음 탐한 것, 3 시부모에게 불손한 것, 4 말이 많은 것, 5 도둑질하는 것, 6 질투하는 것, 7 나쁜 병이 있는 것) thất xuất(1không đẻ được, 2 dâm dật, 3 không thờ bố me chồng, 4 lắm điều, 5 trộm cắp, 6 ghen tuông, 7 bị những bệnh ác).
칠기 đồ gỗ sơn mài
칠렁칠렁하다 tràn đầy, chan chứa
칠면조 gà tây
7 면체 khối bảy mặt.
7 번째 thứ bảy.
칠레(국명) Chilê
칠월 tháng bảy, ~칠일 song thất.
칠보 bảy vật quý, thất bảo,(vàng, bạc, ngọc bích, pha lê, san hô, mã não, ngọc trai)
칠석 thất tịch,(ngày 7 tháng 7 âm lịch)

칠순날(연령) 70 tuổi
칠십세 이상의 고령 thượng thọ.
칠야(흑야) đêm tối như mực
칠언절구 thất ngôn. thủ vĩ ngâm.
칠언팔구시 thi thất ngôn bát cú
칠월 tháng 7. 칠월 칠석 song thất.
칠장이 thợ sơn
칠전팔기 thất điên bát khởi, người kiên cường đấu tranh với nghịch cảnh
칠전팔도(극히 위험하고 곤란한 상태에 빠지다) thất điên bát đảo.
칠정 7 tình cảm(vui, buồn, giận, sợ, yêu, ghét, tham)
칠칠치 못한 nhếch nhác, đểnh đoảng, dớ dẩn, ~ 복장을 하다 ăn mặc ~, ~ 소년 một thằng bé vụng về
칠칠치 못하게 드러내다 thòi lòi.
칠판 tấm bảng, bảng đen, ~에 쓰다 viết lên bảng, ~을 지우다 xóa bảng
칠하다 tô. quét sơn, dặm ~ ~ lại, 분을 ~ đánh phấn. 진하게 ~ tô thắm.
칠현금 đàn 7 dây. đàn thất huyền.
칠흑 đen sì. đen như mực, đen kịt(nghịt), ~같은 머리 mái tóc đen kịt. ~같이 어두운 tối hù.
칡(식물)cây dong, cát căn. củ dong.
침 nước bọt(miệng), thóa dịch, ~을 뱉다 nhổ, khạc nhổ, phi nhổ, 침이 튀기다 bắn ~, 침 삼키기 어렵다 khó nuốt nước bọt. 얼굴에 침을 뱉다 thóa diện.
침을 흘리다 chảy nước miếng. rỏ dãi.
침을 질질 흘리다 rớt dãi.
침(한의사)cây kim, ~을 놓다 châm cứu, 침 놓을 자리를 잡다 điểm huyệt.

침(시계바늘)kim đồng hồ
침공하다 tấn(tiến) công, công kích
침구 đồ trải giường(chăn khăn trải)
침낭 túi ngủ
침노하다 xâm lược, xâm phạm
침대 giường, sập, 접이식 ~ ~ gấp, ~ xếp, 더불 ~ ~ đôi, ~시트 khăn trải ~, ra trải ~. ~모서리 mép ~, ~칸 toa ngủ, ~ 아랫부분 gầm giường. ~보 vải trải ~. ~깔대 vạc giường. ~매트리스 giường nệm.
침대차 toa chở có giường.
침략 xâm lược, xâm lấn(lăng),경제적~ ~ về mặt kinh tế, 외부의 ~ ~ từ bên ngoài, 이웃 나라를 ~하다 ~ nước láng giềng, ~군 quân ~, ~자 kẻ ~, ~전쟁 chiến tranh ~, 무력 ~ vũ lực, 다른 사람의 권리를 침해하다 xâm lấn quyền lợi của người khác.
침략해서 약탈하다 xâm đoạt.
침례 lễ rửa tội, lễ Bap-Tít, ~교회 nhà thờ Bap-Tít
침맞다 được châm cứu
침몰선박 tàu đắm
침몰하다 chìm, chìm xuống, trầm luân, che lấp, 배와 함께~ chìm cùng với thuyền, 침몰시키다 đánh chìm
침묵 im(trầm) lặng, làm(lặng) thinh, ngậm câm, trầm mặc, nín nói, cấm ngôn, thinh, trầm lặng, ~을 지키다 giữ ~, nín lặng, ngậm tăm. (반)~을 깨뜨리다 phá vỡ sự ~, ~으로 덮어주다 ngậm can.
침묵하다 câm,(반) 꾸짖다 bảo.
침방(침실)phòng ngủ
침뱉다 khạc, nhổ, toẹt. 침뱉지 마세요

cấm khạc nhổ. 톳하고 침뱉다 nhổ toẹt.
(명)침뱉은 우물을 찾는다(전에 박대했던 사람을 다시 찾는다)Tìm lại giếng xưa đã nhổ nước bọt xuống(Tìm lại người mà mình đã đối xử bạc bẽo thuở trước.
침범하다 xâm phạm, sinh hoạt을~ ~ đời tư, 인권을~ ~ nhân quyền, 국경을 ~ ~ biên giới
침 삼키다 nuốt nước bọt, (먹고싶어)nuốt nước miếng
침상 cái giường ngủ, ~용 깔개 vạc.
침선 kim và chỉ
침소(침실)chỗ ngủ
침소봉대(과장)thổi phồng, phóng đại
침수 bị ngập nước, (홍수)nước(nạn) lụt, thủy hoạn(lạo), ~가옥 nhà chìm trong nước, ~지역 khu vực ~
침술 thuật châm cứu
침식 lấn. lấn chiếm, ăn(mài) mòn, xâm thực, 바닷물이 육지를 ~ 하고있다 nước biển đang lấn đất liền, 비바람에~되다 bị mài mòn trong mưa gió, ~작용 tác dụng ăn mòn, ~시키다 xói mòn
침식 ăn và ngủ, ~을 같이하다 sống chung mái nhà, chia xẻ chỗ ăn
침실 phòng ngủ, nhà trong. tầm thất.
침엽수 cây có lá đầu nhọn
침울한 u sầu, sầu muộn, u buồn, trầm uất. ~분위기 tâm trạng ~.
침윤하다 thấm vào, rỉ qua
침을 놓다 châm cứu
침입하다 xâm nhập, 침입자 kẻ ~, 영공을 ~ ~ không phận.
침장이 chuyên gia châm cứu

침전하다 lắng(kết) đọng, đóng cặn, 침전물(화학)chất kết tủa, 침전시키다(앙금) lắng xuống cặn bã

침착한 bình tĩnh, bình tâm, ung dung, điềm đạm, điềm tĩnh,(반)đảng hoàng bối rối, 침착 하지 못한 thấp thỏm, 침착하게 một cách ~, điềm đạm, điềm nhiên, 침착한 사람 người ~, ~ 태도 thái độ~,침착하게 대답하다 điềm tĩnh trả lời. 침착하게 앉아있다 ngồi xếp. 침착하고 단정한 điềm tĩnh chững chạc.

침체 đình trệ, trì(trầm) trệ, suy sụp, ứ đọng. ~ 상태다 bị ~.

침침하다 u ám, tối tăm, mờ mịt, 침침한 방 phòng u ám

침침한 mắt mờ, ~눈 mắt lòa.

침통한 buồn rầu, tang tóc, ~얼굴 mặt u sầu, ~표정 vẻ mặt đau đớn.

침투 thâm nhập, thấm vào, rỉ qua, thấu. ~작용 tác dụng thấm lọc, ~작전 chiến thuật thâm nhập.

침팬지(동물)con vượn, con tinh tinh

침하(沈河:강에 몸을 던져 죽다)trầm hà.

침하하다 chìm xuống, trầm.

침해하다 xâm hại, xâm phạm, 저작권을 ~ xâm phạm quyền tác giả, 권리를 ~ lấn quyền.

침향(식물)cây lô hội, trầm hương.

침흘리개 đứa bé chảy nước dãi

침흘리다(부러워하다)thèm muốn, chảy nước dãi

칩거하다 ẩn cư, ẩn dật, dẫn thoái, 칩거생활 sống nơi hẻo lánh

칫솔 bàn chải đánh răng

칭(인칭)ngôi vị, 3 인칭 단수 ngôi thứ 3 số ít

칭병 giả ốm, giả vờ bệnh

칭송 ca tụng, tán dương, ca ngợi, xưng tụng. truyền tụng. (반) biếm hạ chê, 사람들로부터 ~을 받다 được người ta xưng tụng.

칭얼거리다(보채다)rẹo rọc, ọ ẹ, 밤새껏 보채다 ~ suốt đêm

칭제(황제라칭하다)xưng đế.

칭찬 khen ngợi, ban khen. tán thán, tán mỹ, tụng dương. ~을 받다 được ~, ...을 ~ hạ trầm trồ, ~ hả mãn(받을만한)đáng khen, ~ 하고 비난하다 khen chê, ~할만하다 đó là đáng khen.

(명)칭찬은 큰 소리로 꾸중은 작은 소리로 Khen thì lời to, mắng thì nhỏ nhẹ.

칭탄하다 khâm phục, khen ngợi, 입이 닳게 ~ tấm tắc khen

칭하다 gọi là, đặt tên, gọi tên

칭호 danh xưng, danh hiệu, xưng hiệu, bảng hiệu, 박사 ~ học vị bác sĩ (tiến sĩ). 국사 ~ danh hiệu quốc sư.

ㅋ

카나(식물)cây cà na.
카나다(국명) Canada, Gia-nã-Đại.
카나리아(새) chim hoàng yến, kim tước, bạch yến, (나무) vàng tâm.
카네이션 cây hoa cẩm chướng
카니발(사육제) ngày hội hằng năm
카누 xuồng ca nô, trải, ~ 경기 bơi trải.
카드 thẻ, bài, thiệp, ~ 한벌 bộ bài, ~ 게임 ván bài. 전화~ thẻ điện thoại, 현금인출카드 ~ rút tiền mặt, (놀이카드) con bài, (숫자를 맞추는) 카드놀이 lô tô, ~를 섞다 xào(trộn) bài, 카드섹션 biểu diễn tập thẻ, 초청 ~ thiệp mời, ~놀이 chơi bài, đánh bài, ~놀이 의 일종 tổ tôm.
카드를 돌리다 chia bài.
카드를 첵크하다 quẹt thẻ, bỏ thẻ(사투리)
카랑카랑하다 sạch sẽ bảnh bao
카라반(caravan) tập đoàn buôn bán.
카레 cà ry, 카레라이스 cơm ~
카르테(도표) đồ thị, biểu đồ
카르텔(경제) phối hợp hành động chung.
카리스마(초능력)siêu năng lực, siêu đẳng, (통솔력) năng lực lãnh đạo.
카리에스 충치 sâu răng.
카메라 máy ảnh, máy chụp hình, 일회용 ~ máy ảnh dùng một lần
카메라 렌즈 ống ảnh.
카메룬(국명) Ca me run.
카멜레온(도마뱀) tắc kè, kỳ nhông

카무플라즈(위장) ngụy trang
카바레 hộp đêm, vũ trường
카본지 giấy các-bon(than). thán tinh chỉ. phức tả chỉ.
카부레타 chế hòa khí. phao xăng.
카비넷 capot.
카빈총 súng cạc bin.
카사바(열대산 돼지감자)khoai mì(남), củ sắn(북), ~전분 bột ~.
카세인(화학) can lạc tố.
카세트 máy cassette, ~테이프 băng cassette, cát xét.
카센타 trạm sửa xe
카스테라(빵) bánh bông lan, bánh xốp
카키색 màu ka ki
카아펫 tấm thảm
카우보이(목동) cao bồi
카운셀라 cố vấn hướng nghiệp, cố vấn
카운터 quầy, quầy hàng, (계산대) quầy tính tiền
카운트 sự đếm, ~ 다운 đếm ngược
카인(성경) Ca in
카자스탄(국명) Ka dacx tan.
카지노 sòng bạc casino
카카오 ca-cao. ~나무 cây ~.
카타르(의학)bệnh viêm cổ, viêm họng
카탈로그 quyển ca-ta-lô(hướng dẫn)
카테고리(범주) phạm trù
카(가)톨릭(천주교) thiên chúa giáo. ~ 신자가 되다 đi đạo. ~교회 nhà chung. ~ 수녀원 trường xơ.
카톨릭 신부 thần phụ.
카투사 KATUSA (주한미군부대) bộ đội MỸ tại Hàn-Quốc
카페(다방)quán cà phê, quán rượu
카페인 chất capein
카피(복사)bản sao, bản copy, ~하다 chép lại, sao lại

칵테일 rượu cốc tai
칸 gian(nhà), 세칸집 nhà 3 gian
칸나(식물)khoai đao.
칸막이 vách ngăn, gian nhà. ~ 커튼 màn ngăn cách.
칸쪼네 ca khúc ngắn
칸타빌레(음악)êm dịu, du dương
칼 dao, con dao, gươm, thanh gươm, kiếm, ~끝 mũi ~, 칼끝을 대다 để nhọn dao vào, ~ 날 lưỡi ~, ~등 sống ~, ~을 갈다 mài ~, rèn con dao. 펜은 칼보다 강하다 ngòi bút mạnh hơn ~, ~에 찔리다 bị đâm bằng dao, 칼로 베다 nhát dao. 칼자루 cán gươm. 칼손잡이 cán dao. 풀 베는 칼 dao cày. ~로 나누다 so kiếm.
(속) 칼도 날이 서야 쓴다(일 하기를 원한다면 실력이 있어야 한다) Dao có lưỡi sắc mới dùng được (muốn làm được việc, phải có thực lực).
(명) 칼을 쓰는 자는 칼로 망한다 hễ ai dụng gươm thì sẽ bị chết về gươm.
칼 가는 사람 thợ mài dao.
칼을 뽑아들다 rút(tuốt) gươm(kiếm).
칼(형구)cái gông, ~을 씌우다 bắt ai đeo ~
칼국수 bánh phở, mì sợi
칼날 lưỡi dao, ~이 서다 ~ bén
칼라 cổ áo(sơ mi), (색) màu, ~ 영화 phim màu.
칼럼 cột, cột báo, mục.
칼로리 ca lô, (열량)nhiệt lượng.
칼륨(화학)nguyên tố kali
칼리(화학) ka li. 청산~ ~axit.
칼부림 sự sử dụng kiếm
칼슘 chất calsium, can xỉ, ~과 인 calsium và lân.

칼자국 vết sẹo dao
칼자루 cán dao, chuôi dao
칼자루를 쥐고 있다(더 나은 점을 갖고 있다) nắm đằng chuôi.
칼잡이(백정)đồ tể, kẻ sát nhân
칼질 sự cắt, ~하다 dùng dao cắt, nhát dao.
칼집 bao dao
칼춤 điệu múa kiếm
칼판(도마)tấm thớt
캄캄하다 tối đen, tối mò(xẩm),(반)훤하다 sáng sủa, 캄캄한 밤에 vào một đêm tối trời, 캄캄한 하늘 trời tối xẩm.
캄캄한 곳에(암흑속에)thầm, ~ 앉다 ngồi ~.
캄보디아(국명) Căm Pu Chia. Miên.
캉캉(춤) điệu nhảy căng căng
캐냐(국명) Kê nia.
캐내다 tìm tòi.
캐다 đào, xới, quật lên, 금을 ~ ~vàng, (규명)moi móc, điều tra. 캐기 좋아하는 soi mói.
캐디(골프)người phục dịch chơi gôn
캐럿(단위) ca ra.
캠프라지(위장)ngụy trang, thái độ giả dối
캐묻다 hỏi kỹ, dò xét
캐비넷 tủ hồ sơ, tủ nhiều ngăn
캐비지(양배추)bắp cải
캐스트(배역) vai trò, thành phần diễn viên
캐치프레이즈(광고 문구) câu nói quảng cáo
캐피털리즘(자본주의) chủ nghĩa tư bản
캔디(당과) kẹo đường
캔(깡통) lon, ~맥주 lon bia

캔버스 tấm bạt, vải bạt(bố).
캘린더(달력) cái lịch, cuốn lịch
캠페인 phong trào, cuộc vận động, chiến dịch
캠퍼스 khu đại học, chi nhánh đại học
캠프(장) trại, cắm trại, ~ 파이어 lửa trại, 캠핑 cắm trại, 하계~ hè. (병 영) trại lính.
캡(모자)mũ vải, nắp đậy
캡슐 bao thuốc viên
캡틴 đại úy, hạm trưởng
캥거루 căng-ga-ru, con chuột túi.
커녕 trái lại, ngược lại, 칭찬은~꾸지람을 들었다 bị trách mắng trái lại ngợi khen
커다랗다 to lớn(북) bự(남)khổng lồ, 커다란 to tướng. nặng nề, 커다란 손실 tổn thất nặng nề, 큰축복 hồng phúc.
커리큘럼(교육과정)chương trình giáo dục, giáo án. khóa trình.
커미션 sứ mệnh, (중개료) hoa lợi.
커버 vỏ bọc, bìa sách, ~하다 che đậy, che giấu
커브길 khúc quẹo, đường khúc, khúc cua
커트(자르다)cắt
커튼 cái rèm(북), màn che(남). ~을 내리다(치다) buông(treo) màn. ~을 펴다 giăng màn. ~용의 얇은 천 vải mùng(màn).
커지다 trở nên lớn, lan rộng, phổ biến, (반)작아지다 nhỏ đi.
커피 cà phê. ~셋트 bộ đồ uống ~. ~ 한 잔 một cốc cà phê. ~ 거르는 용기 phin.
커플 một đôi, một cặp
커닝(부정행위)quay cóp, cóp bài

컨디션 sức khỏe, tình trạng sức khỏe, 선수들 ~ 이 좋다 tất cả các tuyển thủ đều sức khỏe tốt, ~이 좋은 sung sức
컨설팅회사 công ty tư vấn.
컨테이너 container, công-ten-nơ
컨트롤 điều khiển, kiểm soát
컬리플라워 bông cải, súp lơ
컬러 màu sắc, ~텔레비전 ti vi màu, ~복사기 máy in màu
컬럼난(신문)cột báo, (잡론)tùng đàm.
컬리지 đại học, học viện
컴컴한 tối đen, tối thui, tối om, mâm lòng dạ đen tối
컴퍼스 compa.
컴퓨터 máy vi tính, máy tính điện tử,, ~로 일하다 làm việc bằng ~, ~를 통해서 thông qua ~. ~로 xử lý. ~ 연결망 topo mạng máy tính. ~공학 tin học.
컴프레샤 máy hơi.
컵 cúp, ly, tách(남), cốc(북), 컵받침 đồ lót ly, 컵 부딪치는 소리 tiếng cụng ly. 데이비스컵 ~ Davis. 컵의 가장자리 miệng chén, 손잡이 없는 컵 ly không chân.
케스터네츠(타악기) sanh. sênh.
케이블 dây cáp, ~ 카 xe ~, 광~ cáp quang. ~망 cáp mạng.
케이스(경우,상황) trường hợp, cảnh ngộ
케오(다운) cú nốc ao
케이크 bánh ngọt, 생일축하 ~ bánh chúc mừng sinh nhật
케케묵은 cũ kỹ.
켕기다(마음이)căng thẳng, (힘줄이)giãn gân cốt
켜다 bật, thắp, đốt lên,(반)끄다 tắt, 전

등을 켜다 ~ điện, 촛불을 ~ đốt nến, 라이터를~ bật lửa, 라디오를 ~ vặn, 적게~ vặn nhỏ.

켤레 một đôi, 구두 한 ~ một đôi giày

케첩(소스) nước sốt, 도마도~ ~ cà chua nấm

케케묵은 cũ, lỗi thời, sáo rỗng, lạc hậu, ~이야기 chuyện cũ

코 mũi, 콧구멍 lỗ~, 콧수염 lông~, ria, râu cá trê, ~가 막히다 tịt ~, ngạt ~, ngàn ngạt, ~를 막다 bịt mũi, ngạt ~, 콧물 nước ~, ~ 흘리다 sổ ~, ~ 감기 cảm sổ ~, sổ mũi. ~를 풀다 hỉ(xì) mũi, 높고 곧은 ~ mũi dọc dừa, (뜨게질 코)mũi khâu, mũi móc, 코가 맹맹하다 mũi khó thở. ~가 벌렁벌렁하다 hếnh(hỉnh) mũi. 코웃음 치다 cười mũi, 코흘리개(애송이) vắt mũi chưa sạch(속어).

(속) 코가 납작해졌다(체면과 열정을 잃어버렸다) Cái mũi bẹp xuống (bị mất thể diện, mất cả nhuệ khí).

코 밑에 조금 기른 수염 râu hoa kỳ.

코를 골다 ngáy, 코를 드르렁드르렁 골 다 ngáy khò khò. khịt mũi.

코를 세우다 nghếch mũi.

코를 찌르는 냄새 mùi hôi nồng nặc.

코를 훌쩍거리다 sịt mũi.

코끼리 con voi, 숫~ voi đực(반) 암~ voi cái, 코를 이리저리 돌리다 huơ vòi. ~부리는 사람 nài voi. quan tượng. ~상아 ngà voi. ~새끼 voi con, ~에게 밟이다 voi giày. ~ 에게 밟혀죽다 bị voi giày chết.

코끼리 코 vòi voi

코너(구석) góc, só cửa.

코너킥 cú đá phạt góc

코딱지 cứt mũi

코뚜레 vòng đeo mũi bò, sẹo.

코란(이슬람교의 경전) kinh cô-ran.

코러스(합창)đồng ca.

코리아(Korea) Hàn-Quốc, Đại Hàn Dân Quốc

코르덴(콜덴) vải nhung

코르셋 áo nịt ngực, cọt xê.

코르크 nút bần, ~ 나무 cây bần

코머(콤머) dấu phẩy

코메디 hài kịch, hý kịch, tấn kịch, tấn trò, kịch vui, kịch khôi hài, ~ 언 diễn viên hài, chú hề

코모로스(국명) Cô mo.

코뮤니스트 cộng sản, 코뮤니즘 chủ nghĩa ~

코뮤니케 thông báo

코뮤니케이션 tin tức, 메스 ~ thông tin đại chúng

코미션(사례금) tiền nước, hoa hồng. (수입)hoa lợi, ~세는 직접 세이다 thuế về hoa lợi là thuế trực thu.

코믹 hài hước

코바늘 cái móc đan(thêu), kim đan.

코방귀 khinh thường, bác bỏ, ~ 뀌다 bác bỏ, chê bai

(속) 콧방귀만 뀐다(들은 척 하나 반응 이 없다) Chỉ có xịt mũi (giả vờ nghe mà không có phản ứng gì).

코방아찧다 ngã sóng soài

코의 병에 대한 총칭 trĩ mũi.

코뿔소 tê ngưu. ~ 뿔 sừng tê. tê giác.

코브라 rắn hổ mang, (방언) mang bành.

코싸인(수학) côsin.

코스 (과정)qúa trình, (길) đường chạy, (노선) tuyến, (암호) mật mã, mã số, 자동검사 ~ mã số riêng

코스모스(꽃) cosmos
코스모스(우주) vũ trụ
코스타리카(국명) Côxtarica.
코스모폴리탄 chủ nghĩa quốc tế
코스트 chi phí
코오란 kinh Koran
코러스 ban hợp ca, ban hợp xướng
코오피(커피) cà phê, ~를 끓이다 pha ~, ~숍 quán ~
코우트 áo tơi.
코일(감은 도선) cuộn, ống xoắn ruột gà, ~ 스프링 dây lò xo.
콘베이어 벨트 băng tải.
콘크리트 공사(건축) móng cọc, ép cọc bê tông
콜걸 gái điếm, gái gọi
콜드게임 một ván bài thi đấu.
콜드크림 kem dưỡng da mặt
콜머니 tiền yêu cầu
코오치 huấn luyện viên, chỉ đạo viên, ~하다 đào tạo huấn luyện
코오크스 than cốc
코우트 áo khoác, áo gió, ~를 걸치다 khoác áo.
코올타아르 nhựa than, bắc ín
코웃음(콧방귀) cười chế nhạo, nhạo báng
코일 cuộn, vòng cuộn
코친차이나(베트남의 남부지방) Nam kỳ.
코팅하다 tráng(láng), 코팅한 종이 giấy ~
코카인 cô-ca-in, ~ 중독 ngộ độc ~
코코넛(야자) trái dừa, ~기름 dầu dừa. ~을 긁어내다 nạo dừa. ~즙 nước dừa.
코코아 nước ca cao
코피 máu cam, ~ 를 흘리다 bị chảy ~

코허리 vùng hẹp mũi
코흘리개 đứa trẻ thò lò mũi xanh, vắt mũi chưa sạch.
콕콕찌르다 châm chích liên tục, 콕콕 찌르듯이 아프다 đau nhức nhối
콘덕타 người chỉ huy
콘덴서 cái tụ điện
콘도미니엄(공동주택) chung cư
콘돔 bao cao su, bao tránh thai.
콘베이어(기계) máy móc, thiết bị
콘서어트 buổi hòa nhạc, nhạc hội.
콘센트(전기소켓) ổ cắm
콘소시움(차관단) tổ hợp tác.
콘크리트 bê tông, 철근 ~ ~ cốt sắt
콘택트 렌즈 kính sát tròng
콘테스트(경쟁) tranh cãi, (선발대회) cuộc ứng cử, 미인 ~ cuộc ứng cử hoa hậu
콘트라베이스 công bạt.
콘트랄토(여성최저음) nữ trầm.
콜롬비아(국명) CÔ LÔM BIA
콜레라 bệnh dịch tả, hoắc loạn.
콜로이드 chất keo
콜록거리다 ho, đằng hắng,
콜록콜록 기침하다 ho khan(khù khụ), thúng thắng, húng hắng.
콜론 dấu hai chấm
콜셋(여자의) đai xương hông.
콜키퍼 thủ môn
콜콜자다 ngủ ngáy
콤마 phết, dấu phẩy
콤바인(수확기계) máy gặt đập
콤비 kết hợp, phối hợp
콤파스 cái com-pa, ~의 구경 khẩu độ.
콤프레서(기계) máy ép hơi, máy nén
콤플렉스 phức tạp
콧구멍 lỗ mũi, 콧김 hơi thở mũi.
(속) 콧구멍 같은 집에 밑구멍 같은 나

그네 온다(집은 가난한데 원치 않는 손님이 온다) Nhà như cái lỗ mũi, khách như hậu môn tìm đến (nhà nghèo lại có khách không mong mà đến).

(속) 콧구멍이 둘이기에 다행이다(억울 한 일을 당해 콧구멍 하나가 막힐 때 다른 하나로 호흡할 수 있어서 다행이다) May mà mũi có hai lỗ (bị oan ức điều gì như bị nghẹt một bên mũi, may còn bên kia nên thở được).

콧날(콧대,콧잔등) sống mũi

콧노래 hát bằng mũi, bài ca mũi. tiếng vo ve, âm ừ, tiếng ngân nga.

콧노래하다 ngao.

콧대 tinh mũi, ~ 센 사람 người cứng đầu.

콧등(날) sống mũi.

(속) 콧등이 세다(고집이 세어 남의 말을 듣지 않는 사람) Sống mũi cứng(người rất ương ngạnh không chịu nghe lời người khác).

콧물 nước mũi, sổ mũi, ~이 나오다 sổ mũi, chảy nước mũi. ~이 흐르다 thò lò, 코에서 콧물이 흐르다 mũi chảy thò lò.

콧방귀 뀌다(킁킁거리다) khịt mũi

콧소리 giọng mũi, ~로 말하다 nói giọng mũi.

콧수염 râu ria, ria mép, ~을 위로 올리다 vành râu.

콩 豆, đậu nành,(남), 됴(북), hạt đậu, 콩깻묵 bánh đậu, 콩껍질 vỏ đậu.

콩가루 bột đậu nành.

(속) 콩으로 두부 만든다 해도 곧이 안 듣는다(거짓말을 밥먹듯 하니 아무도 믿지 않는다) Lấy đậu làm đậu phụ cũng chẳng ai tin cả(nói dối như cơm bữa thì không ai tin)

콩깍지 vỏ đậu.

콩고(국명) CÔNG GÔ

콩과 loại đậu. 콩국 súp đậu

콩기름 dầu đậu nành

콩나물 giá, mầm đậu, ~ 국 cháo đậu, ~ 콩 đậu đũa(nành).

(속) 콩도 닷말 팥도 닷말(공평하게 나누다) Đậu nành cũng 5 thùng, đậu đỏ cũng 5 thùng(chia công bằng như nhau).

콩밥 cơm trộn đậu.

(속) 콩 볶아 먹다가 가마솥 터뜨리다 (작은 것을 탐하다가 큰 것을 잃다) Rang đậu ăn, làm thủng mất nồi rang(tham cái nhỏ làm thiệt cái lớn).

콩 볶듯하다 kêu răng rắc

(속) 콩 심은데 콩나고 팥 심은데 팥난다(나무를 심고 그 결과를 거두다) trồng đậu đỏ có đậu đỏ, trồng đậu đen có đậu đen(trồng cây nào thu hoạch quả đó)

콩자반 đậu nấu với nước tương

콩크르 cuộc tranh cãi, thi đua

콩트 chuyện ngắn

콩팥(신장) qủa thận, trái cật.

콸콸 쏟아붓다 xối ào ào(òng ọc).

콸콸 òng ọc, ~ 흘러나오다 chảy ra ~, tuông ra, 하수도물이 ~흘러 나오다 nước trong cống chảy ra òng ọc.

쾅 ầm, ùm, 주먹으로 책상을 쾅 치다 đấm sầm xuống bàn

쾅쾅(의성어) ình oàng, thịch. lốp đốp. ùng oàng, thình thình. 포탄이 ~ 터지다 bom nổ ùng oàng.

쾌감 khoái cảm, cảm giác thoải mái
쾌거 cử chỉ lịch thiệp, cử chỉ ga lăng
쾌남아 một anh chàng dễ chịu, tốt bụng
쾌락 khóai lạc, 육체적~ ~ về thể xác, 인생의~ ~ cuộc đời, ~을 추구하다 đi tìm ~, hành lạc, ~에 빠져있다 đắm nguyệt say hoa. tầm hoa vấn liễu.
(명)쾌락을 추구하는 젊은이는 어른이 되어 고생한다 Lúc còn trẻ mà chạy theo khoái lạc thì về già sẽ khổ.
쾌락(쾌히 승락하다) sẵn sàng đồng ý
쾌보 tin vui, tin lành
쾌사 sự việc vui vẻ
쾌속 tốc độ cao, ~ 선 tàu cao tốc
쾌승 chiến thắng thần tốc
쾌유(쾌차) phục hồi, bình phục
쾌재를 부르다 kêu lên mừng rỡ
쾌적한 êm ái, dễ chịu, ~ 생활을 하다 mát mặt.
쾌조 điều kiện hoàn hảo
쾌주 chạy nhanh
쾌척 đóng góp rộng rãi, hào phóng
쾌청한 thời tiết tốt, ~날씨 trời nắng.
쾌하다(완쾌) hoàn toàn hồi phục
쾌활한 vui tính, khoái hoạt, hoạt bát, 쾌활하게 một cách vui vẻ
쾌히(유쾌히) một cách vừa lòng(thỏai mái), ~승락하다 sẵn sàng cho phép
쾨쾨한 hôi thối, khó chịu
쿠데타 cuộc đảo chính, (정변) chính biến ~를 일으키다 gây~
쿠바(국명) CU BA
쿠션 cái đệm, thảm mềm, gối đệm. tăm pông.

쿠에이트(국명) CÔ OÉT
쿠우냥(꾸우냥) cô gái Trung-Quốc
쿠우폰 phiếu, vé
쿠우리(인부,노동자) cu-li
쿡찌르다(팔꿈치로) hích vào.
쿡쿡쑤시는 nhoi nhói.
쿨룩거리다 ho khúc khắc.
쿨리(품팔이 인부) dân phu.
쿨쿨 자다 ngủ ngáy
쿵(소리) tiếng vang bum, phịch, ịch. oạch, cùng hạ ngồi phịch. cùng hạ rơi xuống ịch. cùng hạ ngã oạch.
쿵쿵 tùng tùng, thình thình, ~ 치다 đánh ~, lục cục, ~ 걷다 đi lịch bịch.
큐비즘(입체파) lập thể.
쿼터 định mức, chỉ tiêu
숀 câu hỏi, ~ 마크 dấu hỏi
퀴즈 trò thi đố vui, cuộc thi vấn đáp
퀴퀴한 hôi thúi, khó ngửi
(속) 크고 작은 것은 대봐야 안다(직접 비교해보아야 크고 작은 것을 안다) To hay nhỏ có so mới biết (phải trực tiếp so sánh thì mới biết cái nào to, cái nào nhỏ).
크고 듬직한 to lù lù.
크고 무거운 to sụ, ~가방을 메다 đeo chiếc ba lô ~.
크고 작은 lớn bé.
크기 kích cỡ, độ lớn, tầm cỡ, 같은 크기의 cùng cỡ, ~가 같다 to bằng nhau
크나큰 to lớn(북), bự to(남)
크낙새 con chim gõ kiến
크다 lớn(북), bự(남), (중요한)to tát, (반) 작다 nhỏ, 큰 사람 người to lớn, 큰 손해를 입다 chịu tổn hại

lớn, 큰 나라 đất nước lớn, 키른 to lớn, 소리가 큰 to tiếng, lớn tiếng, 큰 사랑 tình yêu lớn, 큰 일 việc lớn, 큰 오빠 anh trai cả, 큰 조카 cháu đầu, 크게 웃다 cười xòa. 크게 부풀다 phưỡn ra. 크게 부어오르다 sưng vù. 크게 번지다(상처) loét. 크고 휑출한 cao lông ngông. 크게 기뻐 하다 mừng rối rít. 크고 무거운 to sự. 크고 작은(대소) to nhỏ.

크도 작도 않은 nhờ nhỡ.
크게 말다툼하다 to mồm cãi.
크게 말하다 nói lớn tiếng. 크게 읽다 đọc lớn tiếng.
크게 벌리다 phanh ra, 가슴을 ~ phanh ngực ra.
크게 붐비는 đen nghịt, ~회의장 hội trường ~.
크게 소동하다 lăng xăng.
크게 소리지르다 to mồm.
크게 소리치며 추적하다 truy hô.
크게 실망하다 tâng hảng.
크게 웃다 cười xòa.
크게 이야기하다 nói oang oang.
크다(자라다)lớn lên, trưởng thành
크라운(왕관)mũ miện, vương miện
크락숀(경적) kèn, toe, 연이어 들리는 경적소리 toe toe.
크랭크 축 trục cơ.
크레딧 카드 thẻ tín dụng
크레온 chì màu, phấn màu
크레인(기중기) cần cẩu, trục kéo, giàn khoan, ~차 xe cần trục, 시추선 tàu giàn khoan, ~고리 móc câu.
크레파스 chì màu nhạt nhẹ
크로노 그래프(시간기록장치)thời ký.
크로노 미터(정밀시계)thời kế.

크로바 잎 tam diệp thảo.
크로스 워드(놀이) ô chữ.
크로스컨트리(5 종경기)chạy việt dã..
크로아티아(국명)Crôatia.
크롬 crom. ~강철 thép ~.
크리스마스 Nôen, giáng sinh, ~ 선물 quà ~, ~ 축하카드 thiệp chúc mừng giáng sinh, ~ 이브(밤) đêm Nôen, ~트리 cây Nôen, ~전야 đêm giáng sinh
크리스천 tín đồ tin lành
크리스탈 pha lê, ~유리 thủy tinh.
크린치못 đinh tán.
크림 kem, ~을 칠하다 bôi ~.
크메르(국명) Khmer.
큰 lớn, cao lớn, to tát. (북), bự(남), 큰 이익 hậu lợi, 큰 사건(하늘을 울릴만한) long trời lở đất. 큰언덕 qủa đồi lớn. (어울리지 않게) to kềnh, 어울리지않게 큰 젓가락 đôi đũa to kềnh. 큰 가뭄 đại hạn, ~의지 hồng chí, 큰걸음으로 걷다 bước dài(sải). 큰기쁨 đại hỷ. 큰뜻 hùng tâm, ~명성 hồng danh. ~계획 hồng đồ. ~ 이익 hồng ích.
큰 건물 tòa.
큰 고기 con cá xộn.
큰 골격 to xương.
큰 권리와 중요한 임무 quyền cao chức trọng.
큰 남비 trã.
큰바위 tảng đá.
큰잘못 lỗi nặng,(반)작은 실수 lỗi nhẹ.
큰곰자리 chòm sao gấu lớn
큰 기침 tiếng hắng giọng lớn
큰길(도로) đường cái, quốc lộ, đại lộ
큰나무 cây gỗ.
큰누이 chị cả

큰딸 con gái đầu lòng, con gái trưởng
큰대자로 눕다 nằm sóng soài, nằn tênh hênh, ~ 나가떨어지다 sóng sượt, ngã sóng sòai
큰댁 nhà con trai cả
큰도끼 rìu.
큰도박을 하다 đánh to.
큰돈 số tiền lớn, tiền chẵn(반)잔돈 tiền lẻ
큰 동상 tượng đài.
큰뜻을 품은 có đầu óc(chí lớn).
큰마누라(정실)vợ chính, người vợ hợp pháp
큰마음(포부)khát vọng, (관대)quảng đại
큰맥주잔 cốc vại.
큰모랫바람 làn bụi cuốn.
큰물(홍수)lũ lụt.
(속) 큰 방죽도 개미 구멍으로 무너진 다(작은 것이라도 소홀히 하면 큰 재난을 가져올 수 있다) Dê lớn cũng vỡ vì lỗ kiến(sơ suất nhỏ mà coi thường là dễ gây tai nạn lớn).
큰바구니 bồ.
큰 바위 tảng đá.
큰뱀 trăn.
큰 보폭 nước kiệu lớn.
큰뿌리 rễ cái.
큰북 cái trống lớn(cái).
큰 부자의 giàu ú sụ.
큰불 đám cháy lớn
큰붓 bút chổi.
큰비 mưa to, ~가 오다 đổ mưa.
큰사랑(방)phòng khách chính
큰사막 đại mạc.
큰사위 con rể lớn
큰살림 sống sang trọng
큰상 (밥상) bàn ăn lớn

큰상을 내리다 trọng thưởng.
큰소리 tiếng la thét, ~치는 사람 người khóac lác, ~ 로 전파하다 rao giảng, ~ 로 부르다 kêu réo, ~를 치다 la toáng lên, ~를 지르다 la tóang lên, hô hoán. tri hô, ~로 외치다 hét lên. ~로 터지다 nổ toang tóac. ~로 울다 gào khóc. ~로 꾸짖다 quát tháo. thét lác, ~로 웃다 cười hơ hớ. cười nắc nẻ,~로 울다 kêu léo nhéo. ~로 말하다 léo nhéo. (속어) nói thánh nói tướng. ~로 떠들다 tru tréo, ~로 서로 싸우다 đánh nhau tru tréo, ~로 노래 부르다 trối giọng hát. ~로 알리다 rao bảo. ~로 소리 치다 hô hoán. ~로 도움을 구하다 kêu cứu. ~를 내다 toang toang.
큰북소리 lùng tùng.
큰빚 nợ chồng nợ chất.
큰사람 bát to. tộ.
큰세계 thế giới vĩ mô.
큰 손실이 나다(도박으로)thua tháy.
큰손해를 입다 lỗ vốn.
큰솥 cái vạc, nồi lớn.
큰실수하다 ngáp gió.
큰아들 con trai đầu lòng
큰아버지 bác trai, anh của cha, 큰어머니 bác(남), bá(북)
큰아이 con đầu lòng(반) 큰아기씨 con gái đầu lòng
큰언니 chị cả, 큰엄마 mẹ già.
큰오리 vịt bầu, bông ông oải vịt cỏ. trai, anh của cha, pháp
큰오빠 anh cả của em gái
큰 우산 tàn tán, ~을 펴다 trương lọng.
큰은혜 hồng ân. long ân.
큰 이익 hậu lợi. ~을 위해 작은 이익을

포기함 thả con săn sắt con cá rô.
큰임무 đại nhiệm.
큰입 miệng rộng.
큰일(중대사)việc lớn
큰잎사귀 tàu lá.
큰저작 đại trước.
큰절 cúi đầu sâu
큰 조개 vẹm.
큰 짐승 muông thú.
큰집 nhà lớn, nhà chính
큰차 to cộ.
큰창자(대장)ruột già
큰천막(서커스) nhà bạt.
큰 체구를 가진 사람 to con.
큰칼 cây kiếm lớn
큰컵 vại
큰 코끼리 vâm, ~처럼 힘센 khỏe như ~.
큰 토기 그릇 thống.
큰 파도 sóng thần.
큰 파장 cơn sóng lớn.
큰 폭탄 bom bi.
큰 표적 dấu lớn.
큰 항아리 vại.
큰 행복 đại hạnh phúc. hồng phúc.
큰형 anh cả, trưởng huynh.
큰 호의 ơn dầy.
큰 화로 lò cừ.
큰 활 nỏ lớn.
클라스 lớp học
클라이맥스(오르가슴)cực khóai, cao điểm
클래식 cổ điển, ~음악 âm nhạc ~
클랙숀 còi điện ô tô
클러치 hộp số, ~를 풀다 ngắt máy.
클럽 câu lạc bộ, 나이트 ~ hộp đêm, sân nhảy
클로렐라(식물)chất diệp lục đố

클로바 cây cỏ ba lá
클로즈업 phóng to để nhấn mạnh
클리이닝 quét sạch
클립 cái kẹp, (머리의)cái cặp tóc, (종이집게)kẹp giấy
클링타워(열식히는 장치)máy làm nguội
큼직큼직한(하다) khá lớn
쿵쿵거리다(코) tiếng ngáy
쿵쿵거리다 khụt khịt, cảm giác lờn dờn ~ mũi ~ như bị cảm.
키(신장) chiều cao, khổ người, tầm vóc, (배의) bánh lái, 키는 크지만 약하다 tuy to lớn nhưng yếu, 키 큰 lớn con, 키큰사람 người lớn con. (반) 키가 작은 lùn tè. 키가 큰 vóc cao lớn, 키가 껑충한 사람 người sếu vườn.
(속) 키 큰 암소 똥 누듯한다(어색한 동작) Như bò cái ia(động tác gượng gạo)
키(곡식고르는)sàng, nia, 키질하다 sàng.
키(평평한 바구니) mẹt.
키니네 thuốc sốt rét, ký ninh.
키다리 người cao ráo
키보드 phím đánh chữ.
키순 theo thứ tự chiều cao
키스(입맞춤) cái hôn, cái hun
키스트(KIST) viện khoa học và kỹ thuật Hàn-Quốc
키우다 nuôi dưỡng, nuôi nấng, 아이를 ~ nuôi con, 나무를~ vun trồng
키이퍼 thủ môn
키작은 사람 người lùn.
키잡이(조타수)người lái tàu, tài công.
키(곡식 고르는) mẹt, 키질하다 sàng.
킥 cú đá

킥복싱 quyền cước.
킥킥거리다 cười khúc khích, tủm tỉm
킥킥웃다 rúc rích cười.
킬로그램 ki lô, ký, cân tây, ~의 약자 lô, 쌀 5 킬로그램 5 lô gạo, 킬로미터 ki lô mét, cây số, 킬로와트 ~ oát. 킬로 사이클(주파 수)ngàn chu trình.
킬킬거리다 cười khà khà, kê úm.
킹(왕) vua, vương, 국왕 quốc vương
킹사이즈 cỡ lớn
킹킹거리다 khịt khịt mũi, (신음하다) rên rỉ

ㅌ

타 (타스) tá, 한타 một tá, một lố
타(다른)cái khác, 타의 추종을 불허하다 có một không hai, vô song
타개하다 khắc phục khó khăn, xuyên qua
타격 cú đánh, thiệt hại, tổn hại, cú sốc, ~을 받다 bị sốc, ~을 주다 gây sốc, 치명적~을 주다 gây cú sốc chí mạng cho ai, 아내의 죽음은 정신적~이다 cái chết của vợ là một cú sốc lớn về mặt tinh thần
,타결 giải quyết, ~을 보다 đi đến ~
타계(죽다) tạ thế, chết, qua đời
타고나다 bẩm sinh, tư bẩm, tiên thiên, phú bẩm, an bài, 타고난 재능 tài năng ~, 천인 tư, 타고난 업보 nghiệp duyên.
타고난 말재주로 남을 설복시키다(속어)uốn ba tấc lưỡi.
타관(타향) tha hương
타구(침뱉는) ống nhổ, (야구의) cú đánh.
타국 đất nước khác, nước ngoài, ~에 살다 sống ở đất khác
타내다 nhận được
(속) 타는 불에 부채질 quạt thêm gió vào lửa (đổ thêm dầu vào lửa)
타다 cháy, thiêu, sém, 타기쉬운 dễ cháy, cháy được, 활활타다 cháy rừng rực, 집이타다 nhà bị cháy, 불에 타 죽다 bị thiêu chết, 햇볕에 탄 얼굴 khuôn mặt cháy nắng mặt trời, 타는듯이 뜨거운 nóng bỏng.
(속) 타는 불에 부채질한다(불에 기름을 더붓는다) Quạt thêm gió vào lửa(đổ thêm dầu vào lửa).
타다 말다하다 lom đom.
타버린 khê, 탄밥 cơm ~. sém. 탄내가 나는 khét mò.
타 pha, (섞다)pha trộn, 물에 ~ pha nước, 우유에 물을 타다 pha nước vào sữa, 설탕을 ~ pha đường
타 먹는 가루약 thuốc cốm.
타다(받다)nhận, lấy, 월급을 ~ lãnh lương, 상을 ~ được thưởng, 아버지한테 용돈을 ~ lấy tiền tiêu vặt từ bố
타다(오르다)trèo, (말을)cưỡi ngựa, đi lên xe, 마차를 ~ đi xe ngựa, 배를 ~ đi thuyền, 자전거를 ~ đi xe đạp, trèo lên xe đạp, 산을 ~ leo núi, 줄을 ~ leo dây, 기회를 ~ nắm bắt cơ hội
타다(느끼다) cảm thấy, 더위를 ~ ~ sự nóng, 부끄럼을 ~ rụt rè mắc cỡ
타다(악기를) chơi, 키타를 ~ chơi ghi ta
타당한 hợp lý, thích(thiết) đáng, ổn thỏa, thỏa đáng, 타당하다고 생각하다 đánh giá đúng, ~ 의견 ý kiến hợp lý, ~ 방법 cách thức đúng đắn, 타당성 có tính thích đáng, 타당성 있는 논의 lời bàn luận thiết đáng, 타당하게 해결하 다 giải quyết thỏa đáng. 타당하게말하다(성어) nói của đáng tội. ~이유 lý do chính đáng.
타당치 않는 이유 viễn nhân.
타도하다 lật(đánh) đổ, đả đảo, quật ngã, 정부를 ~ lật đổ chính phủ, 제

국주의를 ~ lật đổ chế độ đế quốc
타동사 ngoại động từ
타락 sa đọa, sa ngã, trụy(đọa) lạc, ô trọc, tha hóa, 타락한 여자 đàn bà ~, ~한 정치가 nhà chính trị ~, ~한 삶 đốn đời, ~ 시키다 tha hóa, 도덕을 ~시키다 tha hóa đạo đức, ~한 인생 cuộc đời trụy lạc, hư đời, (도덕적으로) ~한 hư hốt, ~하고 멸망하다 ~ và hư mất. ~한 관리 ô lại. 도시가 타락에 빠져있다 thành phố chìm đắm trong trụy lạc.
타력(관성) quán tính
타령 lời hòa hợp
타르 dầu hắc, ~공장 chỗ chế ~.
타마린드(식물) me.
타박(나무라다) chê bai, bới móc, 음식을 ~하다 càu nhàu vì miếng ăn
타박(때리다)đánh, đấm, 타박상 vết bầm, đả thương.
타방(다른 방면)mặt khác
타분하다(고리타분하다) cũ rích
타산적인 tính tóan, ~ 생각 suy nghĩ có ~, 지독히 타산적이군 thằng cha đó thật ~
타살 giết người, ~혐의로 bị nghi là ~, ~ 죄 tội ~
타석(야구) chỗ đánh bóng chày
타성 thói(nọa) tính, thói quen
타수(야구)người đánh bóng chày
타악기 nhạc cụ gõ
타액(침)nước bọt, thóa dịch. nước miếng, ~을 분비하다 chảy nước miếng
타오르다 ngún(bốc) cháy, lửa bốc lên. bùng lên.
타워(탑)cái tháp

타원 hình bầu dục, ~형 hình trái xoan(xuyến).
타원형의(갸름한)trái xoan.
타월(수건)cái khăn, ~로닦다 lau bằng khăn
타율의 thuộc sự dị trị
타의 ý chí khác, suy nghĩ gì khác, ~가 없다 không có ý chí khác
타이(넥타이) cà vạt
타이(태국) Thái lan.
타이르다 dặn dò, khuyên bảo(răn), căn dặn, thuyết phục. nhắn nhủ.
타이어 lốp xe(북), vỏ xe(남), 바람빠진 ~ bánh xe bị xẹp, 빵구난 ~ lốp xe bị thủng, ~에 바람을 넣다 bơm hơi vào lốp xe, bơm vỏ, 고무 ~ bánh cao su, 예비~ lốp dự phòng, 보조~ bánh phụ, ~ 공장 nhà máy vỏ xe, ~를 바꾸다 thay vỏ xe. ~ 바람을 빼다 xả.
타이어 튜브 ruột xe(남), săm xe(lốp)(북)
타이완(대만) ĐÀI LOAN
타이탄(거인) người khổng lồ
타이틀(제목)tựa đề, đầu đề, tít, 신문의 ~ 을 대충 읽어보다 đọc lướt các tít trên tờ báo.
타일 마루 sàn gạch.
타입 mẫu, kiểu, dáng, 같은 ~의 사람 kiểu người giống nhau, 내가 좋아하는 ~ 의 여자 kiểu người phụ nữ mà tôi thích
타이프그래퍼 thợ sắp chữ.
타이프라이터 máy đánh chữ, ~ 연습 tập ~
타이피스트 nhân viên đánh máy
타인 người khác, tha nhân, người ngoài, ~ 앞에서 trước mặt ~, ~ 의

이름을 사칭하다 mạo danh, ~이 누리다 lọt sàng xuống nia. ~을 불행하게 하다(성어) làm tình làm tội, ~에게 병을 옮기다 đổ bệnh. ~에게실수를 전가하다 đổ điêu.

타인의 결점을 들추어 내는 행위 bới lông tìm vết, vạch lá tìm sâu.

타인의 재앙이 나에게 미치다 vạ lây.

타일 gạch men, ~ 을 깔다 lợp ~, lát gạch.

타임 thời gian, ~ 스윗치 công tắc bấm giờ

타자(야구)người đánh bóng chày

타자기 máy đánh chữ, đả tư cơ.

타자를 치다 đánh máy(chữ). tấp.

타자수 người (nhân viên) đánh máy

타작 đập lúa, (추수)vụ gặt, mùa gặt, ~ 마당 sân đập lúa

타전 đánh điện, gửi điện tín

타조 đà điểu

타종하다 rung chuông, gõ chuông

타진하다 gõ, nghe thử

타처 chỗ khác

타코미터 đồng hồ tốc độ

타파 phá vỡ, tàn(đả) phá, 계급 ~ xóa bỏ giai cấp

타합 đồng ý, dàn xếp trước

타향 tha hương(phương), đất khách, quê người. (반)고향 quê hương, ~에서 죽다 chết ở ~, ~에서 방랑하다 lưu lạc ~.

타협 thỏa hiệp, thỏa thuận, châm chế, ~ 적인 태도 thái độ ~ (반) 비타협적인 태도 thái độ không ~, ~ 안 thỏa hiệp án, ~점을 찾다 khoan nhượng. ~점에 달하다 đến chỗ thỏa hiệp.

탁(소리)tiếng thịch, 마음이 탁 놓이다 cảm thấy hoàn toàn bớt căng thẳng, 탁탁(소리) lẹt đẹt, 탁탁 손벽치는 소리 có tiếng lẹt đẹt vỗ tay.

탁탁 때리다 thùm thụp, đấm thùm thụp

탁견 ý kiến xuất sắc, trác kiến.

탁구 bóng bàn, ~ 공 qủa ~, 탁구대 bàn ~, ~ 선수 tuyển thủ ~

탁류 dòng nước đục

탁마(갈다)trác ma.

탁발 khất thực, ~ 승 một tu sĩ ~, 탁발한(탁월한) trác bạt, ~한 인물 nhân vật trác bạt.

탁본(탑본) lấy dấu, rập bản in.

탁상공론 lý thuyết suông, tư tưởng quan liêu.

탁상램프 đèn cây.

탁상전화 điện thoại bàn

탁상시계 đồng hồ để bàn

탁송 ký gửi, ~ 품 hàng ~

탁아소 nhà trẻ, ký nhi viện, viện dục anh. dục anh dưỡng. thác nhi sở.

탁아모 người giữ trẻ con.

탁월한 xuất sắc, trội, vượt trội, lỗi lạc, trác việt, trác tuyệt, cái thế. ~사상 tư tưởng trác tuyệt.

탁자 cái bàn, ~ 에 둘러앉다 ngồi quanh bàn

탁탁 침을 뱉다 khạc nhổ

탁탁두드리다 vỗ đồm độp. gõ lộp bộp.

탁탁소리 bôm bốp, 손벽을 탁탁치다 vỗ tay ~. 팝콘이 탁탁 터지다 ngô rang nổ lép bép. 작은 폭죽이 탁탁 터진다 pháo tép nổ lẹt đẹt.

탁 트인 길 đường sá quang quẻ.

탁한 đục, bẩn, vẩn đục, ngàu đục, (반) 맑은 trong sạch(trẻo), ~ 공기

không khí đục, ~ 물 nước ~, tách해진 đục, đục lầm(lờ lờ), lầm, mâm이~사람 người có tâm địa xấu, 연기는 공기를 탁하게 한다 khói làm đục không khí, ~ 목소리 giọng nói khàn khàn

탄(햇볕에) rám, 햇볕에 탄 피부 da rám

탄(석탄) than, 질 좋은 탄 than béo. 갈탄 than nâu.

탄광 mỏ than, 탄부 thợ mỏ, ~회사 công ty khai thác mỏ than

탄내(타는 냄새) mùi khét

탄대 dây thắt lưng đạn

탄도 đạn đạo, quỹ đạo. ~탄 đầu đạn đạo, 대륙간 ~ tên lửa xuyên lục địa, 중거리 ~ tên lửa tầm trung

탄두 đầu tên lửa, đầu đạn, 미사일 ~ đầu đạn tên lửa, 원자~đầu đạn nguyên tử, 핵탄두 đầu đạn hạt nhân

탄력(튀어오르는 힘) sức bật.

탄력있는 có mịn màng, đàn hồi, co dãn, mềm dẻo, mướt mát, ~ 피부 nước da mịn màng

탄로 tiết lộ, vạch trần, dò ra, vỡ lở

탄막 lưới đạn, ~을 펴다 giăng ~.

탄미(탄상)tán dương, khâm phục

탄밥 cơm khét. sém.

탄복 thán phục, kính phục, 그녀의 아름다움에~하다 thán phục về vẻ đẹp của cô ta.

탄복할 만한 tuyệt diệu.

탄산가스 khí carbon, thán khí

탄생 sinh ra, chào đời, ra đời, đản sanh, sự giáng sinh, (반)죽음 cái chết, ~일 ngày ra đời, ~지 nơi ra đời

탄성 tiếng thở dài, ~을 지르다 tung hô.

(감탄) cảm thán

탄성(탄력성)tính đàn hồi, ~이 없다 không có ~

탄소 cácbon, thán chất(tố), ~를 제거하다 khử các bon. ~를 hàm유하다 chứa ~

탄수화물 hydrate cácbon

탄식 thở dài, thở than, than vãn(thở), thán, than phiền

탄신일 ngày sinh, 석가 ~ ngày sinh của Phật

탄알 đầu đạn, ~에 맞다 trúng đạn, ~ 자국 vết đạn, ~을 뽑다 gắp đạn, lấy đạn ra

탄압 đàn áp, ~ 적인 có tính ~, ~을 받다 bị đàn áp, ~을 gia하다 đàn áp, 언론을 ~ 하다 ~ ngôn luận, 무력~ ~ vũ lực

탄약 băng(thuốc) đạn, đạn dược, ~고 kho đạn, ~자루 túi đạn.

탄우 làn mưa đạn

탄원하다 khẩn khoản, đảo cáo, kêu nài, van xin, van lơn, van nài, đơn thỉnh nguyện, (속어) cắn rơm cắn cỏ, 탄원서 đơn xln, tờ khất, khất từ, sớ, 탄원자 người thỉnh cầu

탄일(탄신일)ngày sinh, đản nhựt.

탄자니아(국명) TANDANIA

탄저병 bệnh loét, nhiệt thán.

탄젠트(수학) thiết diện.

탄전 khu mỏ than, vùng có than.

탄주하다 chơi, biểu diễn, gãy

탄진 bụi than

탄착 va chạm, ~ 거리 tầm bắn

탄창(무기고) kho vũ khí, (실탄) băng đạn. (탄약통)vỏ đạn.

탄층 lớp than, vỉa than đá

탄탄한 cứng, rắn, chắc chắn, ~ 집 ngôi

nhà rắn chắc, 탄탄대로 đường xa lộ bằng phẳng
탄피 hộp đạn, tút.
탄핵하다 đàn hặc, buộc tội, tố cáo, 탄핵안 bản cáo trạng, 탄핵재판소 phiên tòa cáo trạng
탄화(목탄으로 그린 그림)thán họa.
탄화칼슘 điện thạch. thán hóa vật.
탄화수소 hydro-cácbon, thán hóa khinh.
탄화하다 thán hóa.
탄환(탄알)viên đạn, phát đạn, ~이 그의 어깨를 스쳐갔다 ~ chỉ phớt qua vai nó.
탄흔 vết đạn
탈(가면) mặt nạ, ~을 쓰다 đeo ~
탈(흠)lỗi, ~을 잡다 bắt lỗi, (몸의)bệnh tật, 몸에~이 나다 bị bệnh trong người, 기계가~이 나다 máy móc bị hư
탈각하다(허물을 벗다) lột da, lột vỏ
탈것 xe cộ, xe pháo.
탈고 viết xong
탈곡 đập lúa, thoát xác, ~기 máy~, máy xay lúa. 탈곡기용 풍구 quạt thóc. ~송풍기 xe gió.
탈골되다 sai xương.
탈구 sai khớp xương, trật khớp, lọi. trặc. trẹu, 뼈의 관절이 어긋나다 trẹu xương.
탈구되다 trẹo, 말에서 떨어져 어깨가 ~ nó té ngựa và bị ~ vai.
탈나다(사고)xảy ra tai nạn, (몸에) mắc bệnh
탈당 ra khỏi đảng, thoát đảng.
탈락 bị rơi, bị rớt, trượt
탈랜트 tài sĩ(tử), diễn viên, nghệ sĩ
탈루 bỏ qua,세금 ~ ~ thuế

탈모(머리가빠지다) rụng tóc, rụng lông, ~증 bệnh ~
탈모(모자를 벗다) cởi mũ, bỏ nón(남), bỏ mũ(북)
탈바꿈 biến đổi, thay đổi
탈법행위 hành động trái phép
탈싹(털썩)tiếng thịch, ~주저앉다 ngồi ~
탈상 mãn tang, đoạn tang. miễn tang.
탈색 phai màu, bay màu
탈선(기차)trật đường ray, xuất quĩ, trật bánh, bị trật, (언행)lệch lối sai đường, lạc đề, lạc lối. lỗi đạo.
탈세 trốn(bãi) thuế, ~ 자 người ~, ~품 hàng ~, ~ 수단 mánh khóe ~, ~혐 의로 수사하다 điều tra về nghi vấn ~. 탈세한 lậu thuế.
탈속하다 vượt lên thiên hạ, siêu phàm
탈수 trái nước, khử nước, xệ, 자궁 ~ chứng xệ tử cung.
탈습(말리다)phơi khô, hong khô
탈없이 sinh toàn.
탈영 đào ngũ, bỏ(rã) ngũ, ~병 đào binh
탈옥 trốn(sổng) tù, trốn trại, thoát giam, vượt(phá) ngục, 그는~했다 anh ta trốn tù rồi, ~수 tên tội phạm ~, tù vượt ngục.
탈의 thay quần áo, ~실 phòng ~, (가봉 실) phòng thử, phòng giữ mĩ áo
탈자(빠진글자) từ bị bỏ sót, ~가많다 bỏ sót nhiều từ
탈잡다(흠잡다)bới móc, soi mói
탈장 chứng thoát vị, chứng ra ruột, thoát giang. xễ.
탈주 bỏ chạy, đào ngũ, trốn thoát, ~병 đào binh
탈지면 bông gòn, bông hút nước, bông

탈진의 ngắc ngoải.

탈출 bỏ trốn, bỏ chạy, thoát khỏi, giải(tẩu) thoát. sổ lồng. tháo thân, (동물이)sút chuồng. 동물원에서 호랑이 한 마리가 ~ 했다 một trong những con cọp trong vườn thú đã sút chuồng. 기적적으로 ~ 하다 thoát khỏi một cách kỳ diệu.

탈출하려고 했으나 실패했다 toan trốn nhưng thất bại.

탈출구를 찾다 cựa.

탈출을 시도하다 toan trốn, 죄수들이 ~ 했으나 실패했다 các tù nhân ~ nhưng thất bại.

탈출로 lối thoát.

탈춤 vũ mặt nạ, vũ hội hóa trang

탈취 chộp, bắt, tiếm đoạt, tịch thu, (점령) lấn chiếm.

탈퇴 ra khỏi, ly khai

탈피 lột ra, (벗어나다)lộ ra khỏi.

탈홍(밑이 빠짐) lòi dom.

탈환 bắt lại, đoạt lại, chiếm lại

탐(탐하다)tham lam, 탐나는 물건 vật ham muốn

탐관오리 tham quan ô lại, quan tham, viên chức tham ô

탐광 tìm mỏ

탐구 thăm dò, tìm ra, tìm hiểu, tra cứu, tìm tòi, ~심 tinh thần tìm hiểu, 진실을 ~ 하다 tìm tòi sự thật.

탐나다 ham muốn, thèm khát, tham, thèm thuồng. 돈이~ tham tiền. 탐나지만 줍지 않았다 nhìn thèm thuồng nhưng không nhặt.

탐내다 ham muốn, thèm, muốn có, tơ hào, 남의 재산을 ~ ham tài sản người khác, 남의 아내를 ~ muốn có vợ người khác, 먹었는데도 더욱 ~ ăn còn thèm khát.

탐닉(빠짐)nghiện, sa(mê) đắm, rơi vào, ham mê, (미치다) mê tít, 주색에~하다 rơi vào tửu sắc

탐문 điều tra gián tiếp, tham vấn, săn tin

탐미 thẩm mỹ, ~주의 chủ nghĩa ~, ~주의자 nhà thẩm mỹ

탐방 điều tra riêng, phỏng vấn

탐방기사 phóng sự.

탐사 thám sát, điều tra, thăm dò, thám hiểm

탐색하다 dò, dò xét, thăm dò, thám sát

탐스럽다 đáng ao ước, hấp dẫn, 탐스런 사과 táo hấp dẫn

탐승 tham quan, ~객 người ~

탐식 háu ăn, tham ăn

탐욕 hám lợi, máu tham, lòng tham lam, ~심 lòng(túi) tham

탐욕스러운 tham nhũng(lam), gian tham. ~여자 đàn bà ~, ~사람 chó đói. xôi thịt. ~생활을 하다 tham sinh.

탐정 trinh thám, thám tử, ~ 소설 tiểu thuyết ~

탐조 chiếu,

탐조등 đèn pha, 탐조탑 tháp đèn pha, ~으로 탐사하다 thám sát bằng ánh lửa.

탐지하다 dò la, phát hiện, tìm hiểu, 탐지기 máy dò, 전파탐지기 rada thám sát

탐침 cái que thông

탐탁하다(스럽다)hài lòng, thỏa mãn, vừa ý

탐험 thám hiểm, 미~지방 nơi chưa thám hiểm, ~가 nhà ~, 우주~ ~ vũ

trụ, 북극을~하다 thám hiểm bắc cực.
탐험대 đoàn(đội) thám hiểm, 그는 ~에 합류하는 것을 아직도 주저하고 있다 Nó vẫn còn lưỡng lự về việc đi theo ~.
탑 cái tháp, TV 탑 tháp truyền hình, ~을 세우다 xây tháp, làm tháp, 3 층 탑 tháp 3 tầng, 기념탑 đài kỷ niệm, 탑의 수호자 thủ tự.
탑승 lên máy bay, (배에)đáp tàu, ~권 vé máy bay, 탑승원 (승무원)tiếp viên hàng không, ~객 khách đi máy bay, ~자 명단 danh sách hành khách
탑재 cho lên tàu, chở hàng, ~량 trọng tải
탓(잘못)lỗi, sai phạm, 이것은 내 탓이다 cái này là lỗi tại tôi, 남의 탓으로 돌리다 đổ lỗi cho người khác
탓하다 oán trách, đổ lỗi, 네가 잘 못하고 왜 남을 탓하느냐? Lỗi anh sao lại ~ cho người khác?
탕(소리)bang, boom
탕(한약)thuốc thang, thuốc bắc
탕(목욕탕)phòng tắm, 남탕 ~ nam, (온천)thang.
탕감하다 miễn giảm
탕감해주다 tha nợ.
탕건 cái nón ngày xưa
탕관 ấm thuốc thang
탕수육 thịt heo chua ngọt
탕아 kẻ phóng đãng
탕약 thuốc thang, thuốc bắc(sắc)
(속) 탕약에 감초가 빠질까(남의 일에 간섭을 좋아하는 사람을 비유) Thang thuốc thiếu cam thảo đâu được(ám chỉ người hay can thiệp vào chuyện người khác).
탕자(탕아)kẻ phóng đãng, người trụy lạc, phá gia chi tử.
탕진하다 hoang phí, lãng phí, bốc rời, 가산을~ phung phí tài sản
탕탕(소리) bang bang, tằng tằng, rầm rầm
태 ở con, tử cung, (맵시)hình dạng
태감(환관) thái giám.
태고 thái cổ, thời nguyên thủy, 태고사 lịch sử cổ đại, ~시대 thời đại ~.
태교 chăm sóc trước khi sinh, ~를 하다 thai huấn.
태국(국명) Thái lan, Xiêm la.
태권도 taekwondo, thái quyền đạo, thế võ tự vệ
태그매치 cuộc thi đấu vật
태극 thái cực.
태극기 quốc kỳ Hàn Quốc
태기 dấu hiệu có thai
태내 bên trong dạ con
태도 thái độ, bộ dạng, lối, dáng cách(điệu), điệu bộ, 겸손한 ~ ~ khiêm tốn, 냉담한 ~ ~ lạnh nhạt, ~를 보이다 nhận định, ~에 나타나다 biểu hiện ~, ~ 가 부드럽다 thái độ mềm dẻo, 강한 ~ 로 bằng ~ cứng rắn, ~를 바꾸다 thay đổi ~, 그는 ~가 거만하다 ~ anh ta ngạo mạn, ~를 바꿔 양보 하다 xuống nước.
태동 rục rịch, (태아)hoạt động bào thai, ~하다 thai đạp, động thai, 민주화의 ~ kích động dân chủ hóa, ~기 thời kỳ kích động
태두 người có quyền thế lớn
태만한 làm biếng(남), lười nhác(북), lơi là, sơ suất(hở), bê trễ, không

chăm chỉ, chểnh mảng, không để ý, (반) 노력 고 갔딘, 직무에 태만하다 lơi là công việc, phế chức. 태만하게 되다 sinh ra lười.

태만(소홀) sự sơ suất.

태몽 sự mộng có thai

태반(대부분)hầu hết, đa số, phần lớn

태반(해부) lá nhau, rau, thai bàn, thai tòa, ~이 남다 bị sót rau.

태백(금성) thái bạch.

태부족 qúa thiếu, thiếu hụt lớn

태산 thái sơn, 할 일이~같다 việc phải làm nhiều như núi ~, ~ 준령 ngọn núi cao dốc đứng.

(속) 태산을 넘으면 평지를 본다(고생을 이겨내면 즐거운 일이 생긴다) Vượt qua dãy núi Thái là tới đồng bằng(vượt qua gian khổ sẽ đến được sung sướng).

태상왕 thái thượng hoàng.

태생 tính đẻ con, tính thai sinh, nguồn gốc, 미국~의 한국인 người Hàn gốc Mỹ

태세(자세) tư thế, ~를 갖추다 chuẩn bị xong

태수(통치관리) thái thú.

태아 thai nhi, thai y, bào thai, (배아) phôi thai, ~가 유산되다 chửa trứng, ~를 보호하다 dưỡng thai..

태양 mặt trời, thái dương, viêm tinh, (반) 달 mặt trăng, ~계 hệ thái dương(mặt trời), ~광선 ánh sáng ~, ~신 thần ~, vầng kim ô, ~에너지 năng lượng ~, ~ 시계 đồng hồ mặt trời. 지구는 ~의 주위를 공전한다 trái đất xoay chung quanh ~. ~에 그을린 rám nắng. ~같이 눈부시다 chói lọi như ~.

태어나다 sinh ra, đẻ ra, ra đời,(반) 죽다 chết, (예수가) giáng sinh, 태어난곳 nơi sinh, 태어난 때부터 từ khi sinh ra, 태어나서 처음으로 lần đầu từ khi sinh ra đến nay, 갓 태어난 아이 đứa bé mới ~. 1930에 ~ sinh năm 1930. 태어나면서부터 총명하다 phú tính thông minh. 태어나며 한 살 로 치는 나이 tuổi mụ.

(명)태어나서 죽을 때까지 지식을 탐구하라 Từ khi được sinh ra cho đến khi chết hãy cố gắng làm giàu trí thức.

태어난 한살 tuổi mụ.

태업(사보타지) lãn công, làm việc chậm lại, ~을 계속하다 đãi công.

태연한(태연하게) thản nhiên, ~ 태도 thái độ ~, 태연히 một cách ~, 태연 자약한 hết sức bình tĩnh, tĩnh trí, thong dong. bình chân như vại.

태엽(시계) dây thiều.

태우다(연소)đốt cháy, thiêu đốt, 폭탄이 마을을 ~ bom đạn ~ xóm làng. 시체를~ hỏa tang, 쓰레기를 ~ đốt rác, 산채로 ~ đốt sống. 완전히~ đốt phá. 태워서 재로 만들다 đốt ra tro.

태우다(차에) làm lên xe, chở, 승객을 ~ chở khách, 말에~ chở bằng ngựa

태음(달) thái âm, ~력(음력) âm lịch,(반)양력 dương lịch

태의(궁중의) thái y.

태자 thái tử, ~궁 cung điện ~, ~비 thái phi

태조 vị vua đầu tiên, thái tổ.

태질(타작)đập lúa

태초 ban đầu, thái sơ, thời khai thiên lập địa, ~에 hồi ban đầu.
태클(저지) ngăn chặn, ngăn cản
태평한 thái bình, hòa bình, vô ưu, thanh(yên) bình, ~세상 thế giới hòa bình, ~얼굴을 하다 chơi chua, ~ 사람 người vô tư, 태평가 bài ca ~ , 태평성대 một triều đại ~, đời thịnh trị, 태평성대를 누리다 thịnh trị, 태평스럽게(편안히) tuế tóa. 나라가 태평스럽다 nước thanh bình, 태평시대(기)thời thái bình.
태평양 thái bình dương, ~경제협의회 hội nghị kinh tế ~, ~ 지역 khu vực ~, ~ 함대 hạm đội ~, ~ 횡단 비행 đường bay qua ~.
태풍 cơn bão, bão táp, vũ bão, gió cuốn, ~ 권 khu vực gió mưa, ~ 의 눈 mắt bão. ~홍수로 추수에 큰 피해를 보다 mùa màng bị thiệt hại vì bão lụt.
태형 quất bằng roi
태후 thái hậu
택시 tắc xi, ~를 타다 đi ~, ~요금 tiền ~, ~ 운전사 tài xế ~, ~를 부르다 gọi ~, ~로 가다 đi ~. ~정류장 bến xe ~. ~미터기 đồng hồ ~.
택일 chọn ngày, lựa(xem) ngày
택지(땅을 고름)lựa chọn vị trí
택지(집터)mặt bằng, lô đất cất nhà
택하다 chọn, lựa chọn, 길일을 ~ ~ ngày lành, 둘 가운데 하나를 ~ chọn một trong hai.
택함을 입은 자 người được chọn.
탤런트(탈랜트)tài sĩ, diễn viên
탬버린(음악)sênh tiền
탭댄스 điệu nhảy clacket, ~용 신발 thiết hài. ~를 추다 nhảy thiết hài.

탯줄 cán phôi, cuống rốn.
탱고 tango, ~를 추다 nhảy điệu ~
탱자 quýt hoang
탱크 xe tăng, (석유)bể dầu, thùng dầu, 가스~ thùng ga
탱탱한 căng, chặt khít
터 nơi, chỗ, (토대) nền, 진리의 터 nền của lẽ thật, 빈터 chỗ trống, 싸움터 bãi chiến trường, 일터 chỗ làm việc, 터를 닦다 đặt nền móng
터널 đường hầm, đường ngầm, hầm xuyên, ~ 을 뚫다 đục ~, khoan ~, ~을 지나가다 đi qua ~, ~ 공사 xây dựng đường ngầm, ~ 개통 thông hầm
터놓다 buông ra, thả ra, phóng thích
터놓고 말하다 nói toạc móng heo.
터를 다지다 san mặt bằng, làm cho vững chắc
터덕거리다 lê bước, bước đi nặng nề
터뜨리다 bật ra, bung ra, thủng mất, 웃음을 ~ bật cười, 울음을 ~ bật khóc
터득하다 hiểu biết, tinh thông
터럭(털) lông
터무니 없는 không có căn cứ, ngang tai, vô căn cứ, ~ 거짓말 lời nói dối vô căn cứ, ~ 생각 suy nghĩ ~, ~ 말을 하다 nói càn, 터무니 없이 qúa đáng, ~소망을 갖다 nho nhoe. ~가격 giá quá đắt
터밭 sân vườn, vườn rau, sân sau nhà
터미날 bến xe, 버스~ bến xe buýt
터벅거리다 đi lảo đảo, lê bước
터번(인도인이 머리에 감는 수건) khăn xếp.
터부(금기)điều cấm kỵ, kỵ húy, 터부시하다 bị cấm đoán

터빈 tuốc bin, ~ 발전기 máy phát điện ~, 수력터빈 ~ thủy lực

터수(처지)số phận, hòan cảnh

터어키(국명) Thổ Nhĩ Kỳ

턴태이블 bàn xoay

터울 tuổi chênh lệch giữa anh chị em

터잡다 chọn địa điểm

터전 lô đất, khu đất. cơ nghi.

터주다 cho phép, 길을~ mở đường cho

터지다 bùng(phát) nổ, nổ tung, vỡ, bùng ra, (피부가)nứt nẻ, (쪼개지다) nứt ra, 터지는 소리가 울리다 tiếng nổ vọng, 싸움이~ chiến tranh nổ ra, 중대한 사건이~ sự kiện trọng đại xảy ra, 가슴이 터질 것 같다 trái tim như muốn vỡ ra, 둑이 ~ vỡ đê

터져 벌어지다 tách ra.

터진(갈라진) 자리 lỗ hở.

터치 động, chạm

터파기(건축)đào đất hố móng(반)터메우기 lấp đất hố móng

터프(질긴) bền, chắc

턱 cái cằm, hàm, ~을 쓰다듬다 xoa cằm, ~수염 râu cằm, ~을 들어올리다 nâng cằm. 턱을 쑥 내밀다 (친근미를 보이려고) hất hàm.

턱(대접)chiêu đãi, bao, 한턱내다 bao cho, 여러분에게 한턱 내겠소 tôi sẽ bao cho qúy vị

턱(까닭) 그럴~이 없다 không thể như thế được

턱걸이 xà ngang, đòn ngang

턱밑 dưới cằm

턱받이 xây, yếm dãi, (앞치마) áo yếm, tạp dề

턱뼈 xương hàm

턱수염 râu cằm, ~이 자라다 mọc râu. ~이 무성한 râu xồm.

턱없는 vô căn cứ, qúa đáng, ~소문 tin đồn ~, ~ 값 giá qúa đáng

턱 없이 큰 vếu.

턱짓하다 làm điệu bộ cằm

턱턱 tùm lum, 침을~뱉다 khạc nhổ ~, ~ 쓰러지다 rơi xuống liên tục, 숨이~ 막힌다. qúa ngột ngạt

털 lông, lông mao, 겨드랑 털 lông nách, (동물의)súc mao, ~을 뽑다 vặt lông, bứt lông, nhổ lông, ~이 생기다 mọc lông, ~이 더부룩 한 lông lá, ~이 빠지다 rụng lông, ~옷 áo lông, 양털 lông cừu, ~을 갈다 thay lông, 호랑이는 얼룩진 털을 가지고 있다 cọp có ~ rằn. 털이 많은 xồm xàm.

(속) 털도 아니뜯고 먹으려 한다(직접 관여하지 않고 성과만 바란다) Không nhổ lông mà cũng muốn ăn(không nhúng tay vào việc mà cũng muốn hưởng thành quả).

털이 더부룩한 개 chó xồm

털가죽(모피) da lông, lông thú

털갈다 rụng lông, rụng tóc

털갈이 sự thay lông

털구멍 lỗ chân lông, hãn quản.

털끝 ngọn tóc, (근소) ít, ~만큼도 không ít không nhiều, ~만큼도 개의치 않다 bất cần ít

털다 phủi, giũ, rũ ra, 먼지를 ~ ~ bụi, 눈을 ~ giũ tuyết, 주머니를 ~ sạch túi, (빼앗다) ăn cướp.

(속) 털어서 먼지 안 나는 사람 없다 (찾아보면 누구나 결점이 있다) Phủi thì ai cũng có bụi cả(nếu tìm thì ai cũng có khuyết điểm).

털담요 chăn len.
털보 người có râu tóc bờm xờm
털붓 bút lông.
털석 주저앉다 ngồi thụp xuống
털실 sợi chỉ len, sợi len, ~로 스웨터를 짜다 đan áo bằng ~
털어놓다 giũ sạch, tỏ, 주머니를 ~ giũ túi, (마음을) bày tỏ lòng, dốc. 애정을 ~ tỏ tình. 우울해서 누구에게도 털어놓을 수가 없다 trầm uất không thổ lộ được với ai.
털어먹다 vét sạch. 그는 나의 가게를 털어갔다 nó ~ cửa hàng của tôi.
털옷 áo len, 손으로 짠 ~ áo len dệt tay
털털이(빈털털이)người rỗng túi
털털거리다 tiếng kêu leng keng
털털하다 thoải mái, tự nhiên
텀벙 rơi phịch, rơi tòm
텁석 bất ngờ, thình lình
텁석부리 người có râu rậm rạp
텁수룩하다 rối bù, bờm xờm
텁텁하다(입맛)nhạt nhẽo, vô vị, (눈이)lờ mờ
텃세 thuế một địa điểm
텅빈 trống không(rỗng), vắng vẻ, ngoang ngoảng, ~거리 đường phố vắng vẻ, ~도시 thành phố trống, ~가정 gia đình xơ xác, ~채로 tuếch toác. 호주머니가 텅 비었다 ót túi. ~채로 tuếch toác.
텅빈 머리(성경) Ra- ca.
텅텅빈 xơ xác. (속어)trống tuềnh trống toàng.
텅텅 빈 채로 피난하다 vườn không nhà trống.
텅스텐 kim loại cứng
테 vòng, vành, đai, nẹp, khung, 모자~ vành mũ, 안경~gọng kính. 소나무 ~đai thùng. ~를 두르다 đóng đai. 나이테 vòng gỗ.
테너 giọng tê-nơ, giọng nam cao
테니스 tennis, quần vợt, ~경기 trận đấu ~, 단식 ~ đấu đơn ~, ~계 làng quần vợt, ~장(코트)sân quần vợt.
테두리 chu vi, vành, đường tròn(viền), 예산의~안에서 trong phạm vi ngân sách, (가장자리) lề. 손수건의 테두리 vành khăn. ~를 하다 viên tua.
테러 khủng bố, ~습격 vụ ~, ~단 nhóm ~, ~행위 hành vi ~, ~리스트 kẻ ~, ~ 리즘 chủ nghĩa ~, 우익~ ~trắng.
테라스 sân thượng, sân gác.
테레사(인명) Tê-rê-xa
테스트 kiểm tra, ~하다 tét, 체력 ~ kiểm tra thể lực, 학력 ~ ~học lực
테마 chủ đề, đề tài
테이블 cái bàn, ~보 khăn bàn, ~메너 phép ăn uống
테이프 băng keo(nhựa), dây băng, băng từ, ~를 끊다 đứt băng, ~에 녹음하다 ghi hình băng, 카세트 테이프 băng từ, ~ 레코더 máy ghi âm, 음악~ băng nhạc
테크닉 kỹ thuật
텍스트(교과서)sách giáo khoa, bản văn
텐트 túp lều, rạp, ~를 치다 cắm trạl. ~기 둥 trụ ~.
텔레파시 thần giao cách cảm
텔레비전 truyền hình, chiếc đài, 20 인치 ~ ti vi 20 inch, ~을 보다 xem ti vi, ~를 켜다 bật ~, ~에 나오다 xuất hiện trên ti vi, ~ 생방송 ~ trực tiếp, ~ 뉴스 tin ~, ~ 드라마 phim ~.

텔레타이프 máy telex(viễn ấn), ~로 송신하다 đánh điện báo
텔레프린터 máy viễn ký.
텔렉스 hệ thống liên lạc máy điện báo
템포 nhịp độ, tốc độ
토(토요일)thứ bảy
토건 xây dựng, ~회사 công ty ~
토건업 công việc xây dựng, ~자 người thầu công trình kiến trúc xây dựng
토고(국명) Tô gô.
토굴 hang động, sào huyệt
토끼 thỏ, 집~ thỏ nhà, 산~ thỏ rừng, ~사냥 săn thỏ, ~굴 hang thỏ, ~띠 mẹo(mão), ~처럼 수줍어하다 nhát như thỏ, ~같이 겁많은(속어) nhát như cáy. ~가 덫에 걸렸다 con thỏ bị mắc bẫy. ~새끼 thỏ con.
토기 đồ gốm. ~장 thợ gốm.
토너먼트 vòng loại, ~ 경기 cuộc đấu tranh vòng loại, đấu loại.
토닥거리다 vỗ nhẹ, gõ nhẹ
토담집 nhà vách đất
토대 nền móng, nền cửa, nền tảng, cơ sở, ~를 세우다 đắp nền.
토라지다 hờn giận(dỗi), bĩu(trót) môi, trề môi, 토라진 gắt gỏng
토란 khoai sọ(북), khoai môn(남), khoai nước
토로하다 thổ lộ, bày tỏ, bộc bạch. 심정을 ~ ~ tâm tình.
토론 thảo(đàm) luận, bàn luận(tính), bàn soạn(bạc), (세미나)hội thảo, (논쟁)tranh biện, 무익한~ thảo luận vô ích, ~하여 결정하다 bình nghị, ~중 đang ~, ~자 những người ~, ~회 buổi ~, 공개 ~ ~công khai

토마토 cà chua
토막 khúc, giăm, cục, nhựa~ một ~ gỗ, 생선 ~ một lát cá, 토막 토막 từng khúc
토멸하다(쳐서 없애다) triệt tiêu, hủy diệt, chinh phục
토목 thổ mộc, ~ 작업 công việc ~, (토건)kiến trúc xây dựng, công trình xây dựng, ~ 공사 xây dựng cơ bản(cầu đường)
토목기사 kỹ sư cầu đường.
토박이 thổ cư, bẩm sinh, 서울~ dân Seoul chính gốc
토박한 không màu mỡ, cằn cỗi
토벌하다 chinh phục, thảo phạt, đàn áp
토벽 vách đất
토사 đất và cát
토사광란 viêm ruột cấp tính
토사구팽(은혜를 곧 잃어버림) quên ơn ngay, ~ 당하다 đá đít.
토산물(품)thổ vật, thổ sản phẩm, sản phẩm địa phương
토색하다 tống tiền
토성(별) sao thổ, thổ tinh, (성벽)thành trì bằng đất
토속 thổ tục, phong tục địa phương
토스(운동)sự ném
토신 ông địa, vị thần đất, thổ thần
토실토실한 tròn trịa, bụ bẫm, mũm mĩm, trùng trục, phúng phính
토양 đất đai, thổ nhưỡng, 비옥한~ đất đai mầu mỡ
토착민(원주민)thổ dân, dân bản sứ
토치카 bê tông ngầm nhỏ
토큰(대용화폐)đồng xu, 버스~ ~ xe buýt
토템 vật tổ, totem, ~ 숭배(신앙) tín

ngưỡng totem
토픽 topic, đề tài, chủ đề
토오쿄(일본 수도) Tokyo
토키(발성 영화)phim nói
토요일 thứ bảy
토우스트 bánh mì nướng
토의 thảo luận, bàn, bàn tán. ~의 장 nghị trường.
토인(흑인) người da đen, thổ dân
토일렛(변소,화장실) phòng vệ sinh
토장(매장)chôn cất, mai táng
토장(된장) tương, giang nước tương
토제(구토제)thuốc gây nôn mửa, thổ tễ.
토족(베트남 소수민족의 하나)người thổ.
토지 đất, đất đai, (논 밭)đất ruộng, 넓은~ ~ rộng, ~를 개척하다 khai hoang đất đai, ~를 측량하다 trắc địa, ~를 매매하다 buôn bán ~, ~를 부여받다 lãnh canh, ~에 투자하다 đầu tư vào đất, ~불법 점거자 người chiếm dụng đất bất hợp pháp, ~사용권 quyền sử dụng đất, ~소유권 quyền sở hữu đất, ~대장 điền bạ. sổ điền, ~와 가옥 địa ốc. ~구조 kết cấu đất. ~를 담보물로 돈을 빌리다 mượn tiền thế chấp đất. ~장부를 관리하는 직책 thủ bạ.
토지가옥 thổ trạch, ~세 thuế ~.
토지개발국장 tổng ủy dinh điền.
토지(부엌)신 thổ công(địa).
토지조차(할량) tô địa.
토지세 thuế đất, thuế điền.
토착민 người thổ trước.
토치카 lô cốt. hào ụ súng, ~의 총안 lỗ châu mai.

토템 vật tổ, ~ 신앙 tô-têm.
토하다 nôn(북), ói(남), mửa, nôn mửa, nôn ọe. khạc nhổ, thổ, phi ra~ nôn ra máu, thổ huyết, mặc một đồ~ ói những thứ đã ăn
토하게 하는 약 thuốc mửa.
토하고 싶다 buồn nôn, lợm, hơi lợm, 토할듯 속이 울렁거리다 nôn nao khó chịu
토해내다 nhả.
토혈하다 khạc(sặc) máu, ói ra máu
톡탁거리다 gõ cửa liên tục
톡톡이(많이)nhiều, 돈을~벌다 kiếm khá nhiều tiền
톡톡 치는소리 côm cốp.
톤 tấn, 톤당 mỗi tấn, 모래 한 톤 một tấn cát
톨 hạt, hột, 쌀 한톨 hạt gạo
톱 cái cưa, ~으로 자르다 cắt bằng cưa, 쇠톱 cưa sắt, 톱쟁이 thợ cưa. 톱밥 mùn cưa. mạt. ~ 을 갈다 giũa cưa.
톱(정상)đỉnh, cao nhất
톱니 răng bánh xe. ~바퀴 bánh răng, xi luân. ~ 의 이 mấu.
톱니를 갈다 rửa cưa.
톱상어 cá đao(rựa).
톱줄 dũa
톱톱하다(국물이) đậm đặc
톳(한톳) một bó, một gói
통(배추) bắp cải hai đầu bắp cải, (사이에) nội loạn trong nhà chết giữa chiến tranh, (무리) một đoàn, đám hội chung lưng với, (전혀)hoàn toàn, 요즘 그는 통 오지 않는다 gần đây anh ta hoàn toàn không có đến
통(박스) cái thùng, hộp, tĩn, 통에 든

술 rượu thùng, 술통 thùng(tĩn) rượu, 물통 thùng nước, 쓰레기통 thùng rác, 통에 넣다 cho vào thùng
통이 넓은 옷 áo thùng thình.
통가리 một đống thóc lúa
통간(간음)하다 thông gian.
통감하다 thông cảm
통겨주다 vạch trần, phơi bày
통겨지다(드러나다)được phơi bày, đưa ra sáng, (틀어지다) làm hỏng, làm trục trặc
통계 thống kê, ~상 theo ~, ~보고 báo cáo~, ~자료 tư liệu ~, ~학 thống kê học, 범죄~ ~tội phạm, 인구~ ~dân số, ~ 총국 tổng cục ~, ~에 따르면 아직 충분하지 않다 theo ~ chưa đầy đủ. ~학 ~ học.
통계표 biểu mẫu.
통고 thông cáo, thông(loan) báo, 사전 에~하다 ~trước
통곡 than khóc, khóc than
통과하다 thông qua, đi qua, vượt qua, luồn. 세관을~ ~ hải quan, 국회를 ~ ~ quốc hội, 서울 영공을~ đi qua không phận Seoul, 통과시키다 thông qua, cho qua, 국회가 헌법 을 통과시키다 quốc hội ~ hiến pháp. 통과상품 hàng hóa ~. (빛따 위가)yêm nhiễm.
통관 thuế quan, thuế nhập, thuế hải quan, thông quan, ~세 lệ phí hải quan, ~수속 thủ tục nhập khẩu, ~ 허가서 giấy phép xuống hàng, ~ 신고서 tờ khai thuế quan, 세관 ~ thủ tục thông quan,
통괄 tổng quát, khái quát
통구이로 하다 thui.

통근 đi làm việc, ~시간 giờ đi làm
통금(통행금지)giới nghiêm, ~위반 vi phạm ~
통김치 kim chi toàn bắp cải
통나무 cây thông, khúc gỗ, ~집 nhà ~, ~배 thuyền độc mộc
통념 quan điểm chung, khái niệm chung
통달하다 thông thạo, tinh thông. đả thông, am hiểu, giỏi, hiểu biết thấu đáo
통닭 nguyên con gà
통독 đọc sách hết
통람하다 nhìn chung, nhìn bao quát
통렬한 ác liệt, gay gắt, sắc bén, 통렬 히 비판하다 phê bình gay gắt
통령(훈령)thông lệnh.
통례 thông lệ, ~로 theo ~, ~가 되다 thành~
통로 lối đi, con đường, cổng ngõ, ~를 트다 mở đường, ~가 있다 có đường
통론 đại cương, đoạn mở đầu, 법학~ luật ~
통마늘 củ tỏi
통메다(테를 두르다)đóng đai thùng
통발 cái đăng bắt cá, rạo, đó.
통보 thông báo, báo tin, 기상~ dự báo thời tiết
통분하다 hết sức phẫn nộ, căm phẫn
통사(종합적인 역사)thông sử.
통사론(문법)cú pháp học, thông sử cú pháp
통사정하다 nói năng thẳng thắn, bộc trực
통산 tổng cộng, tổng kết, tổng số cuối cùng
통상 thông thường, bình thường, ~우

편 bưu phẩm thường, thông thường 일어나는일 sự việc thường xảy ra, ~적인 말 câu nói ~. ~의 임무 thường vụ, ~범 thường phạm.

통상(무역)thương mại, thông thương, buôn bán, ~을 금지하다 cấm vận, 전쟁으로~이 두절되었다 buôn bán bị gián đoạn vì chiến tranh, ~ 관계 quan hệ thương mại, ~국 nước ~, nước có buôn bán

통설 quan điểm chung, ý kiến đại chúng

통성명 giới thiệu lẫn nhau

통속(한통속)đồng bọn, cùng phe, (밀약) thỏa thuận ngầm

통속 thông tục, (일반풍속) phong tục chung

통솔 thống soái(lãnh), chỉ huy, lãnh đạo, ~권 quyền lãnh đạo, ~자 người lãnh đạo

통수(물이 흐름)chảy nước, nước chảy

통수(일체를 거느림)mệnh lệnh tối cao, ~권 quyền tối cao(chỉ huy).

통신 thông tin, (전신)truyền tin, 비밀~~ bằng mật mã, ~기관 cơ quan ~, ~기술 kỹ thuật ~, 통신망 mạng ~, ~선 đường dây ~, ~위성 thông tin vệ tinh, ~원 ~ viên, ~교육 hàm thụ. ~사 hãng thông tin. ~사(원)hiệu thính viên. thông tín viên. 혼합 ~ ~ hỗn hợp, 최근 입수된~에 의하면 theo ~ mới nhận được. ~학 ~ học. ~센터 trung tâm thông tin. ~장교 sĩ quan truyền tin.

통신병 thông vận binh.

통신사 thông tấn xã.

통신장교 sĩ quan truyền tin.

통신사의 지사 phân xã.

통신정보 tình báo truyền tin.

통신 학교 trường truyền tin.

통심정 lòng thông cảm, đồng cảm

통어(통치)ngự trị, thống trị, (통역)thông dịch

통역 thông dịch(ngôn), phiên dịch, ~관 thông dịch viên, ~인 thầy thông, 동시~ ~ cùng lúc, ~해 주세요 hãy dịch cho tôi với.

통렬한 sục sôi. sôi sục.

통용 thông dụng, 국제간~하다 thông dụng trên quốc tế, ~되는 상품 các mặt hàng ~, 영어가~되다 tiếng Anh trở nên thông dụng, ~어 từ ~

통용되고 있는 회화 thường đàm.

통운 vận tải, ~회사 công ty ~

통원치료하는 chữa ngoại trú.

통으로(통째)toàn bộ, tất cả, ~삼키다 nuốt hết, nuốt gọn

통일 thống nhất, (반) 분단 chia cắt, ~되다 được ~, 나라를~ hàng ~ đất nước, 재~하다 tái ~, ~ 의 길이 아직 멀다 con đường ~ còn xa lắm, 하나로~하다 ~ thành một, ~체 thể ~, 남북~ ~ nam bắc, 천하~ ~ hết cả, 국가 통일의 문제는 온 구민의 생사가 달린 문제다 vấn đề ~ quốc gia là một vấn đề sinh tử của cả dân tộc.

통장(마을) trưởng làng, (은행)예금~ sổ tiết kiệm

통장작 củi tươi, củi mới đốn

통째 toàn bộ, tất cả, ~로 굽다 nướng trui

통절한 thống thiết, ~말 lời lẽ ~.

통절히 một cách gay go, sắc bén

통정하다 ngoại tình, 통정죄 tội thông dâm

통제 khống chế, kiểm soát, điều khiển, quản lý, ~가 없다 không có ~, 정부의~ sự quản lý của chính phủ, 엄격한~를 실시하다 thực hiện ~ chặt chẽ, ~가격 giá ~, ~구역 khu vực kiểm soát, ~범위 phạm vi ~, ~부 bộ ~, ~실 phòng kiểm soát.

통조림 đóng hộp, hộp, thùng, ~식품 thực phẩm đóng hộp, 고기~ thịt hộp, 생선~ cá hộp

통증 chứng đau, ~을 느끼다 cảm thấy đau, ~을 참다 chịu đau, ~이 재발하다 đau lại, ~이 심하다 rất đau

통지 thông báo, cho tin, ~서 giấy(bản) ~, 미리~하다 báo cho trước

통찰하다 nhận thức rõ, đạt thấu, thấu suốt, 통찰력 sức thấu suốt, sức xuyên phá, 통찰력 있는 sáng suốt. minh mẫn.

통첩 thông điệp, 최후~ ~ cuối cùng

통촉 thông cảm, đồng tình, hiểu biết

통치 thống(ngự) trị, trị vì, cai trị, đô hộ, 국가 ~권 quyền thống trị đất nước, ~ 계급 giai cấp ~. ~기관 cơ quan ~, ~제도 chế độ ~

통치를 받다 bị trị.

통치부의 집무관저 phủ đường.

통치마 chiếc váy hình trụ

통치자 thống đốc. thủ hiến.

통칭 danh hiệu phổ biến

통쾌한 hết sức hài lòng, thống khoái, vui tột cùng

(명)통쾌한 웃음소리는 집안의 태양이다 Tiếng cười sảng khoái là mặt trời mọc trong nhà.

통탄하다 khóc than cay đắng, 통탄할 đáng tiếc thương

통통(소리)tưng tưng, thình thình, thùng thùng, ~뛰어나가다 ton ton chạy ra., ~ 거리다 kêu ~

통통한(포동포동한)bụ bẩm, mũm mĩm, phúng phính, nân.

통틀어 suốt cả, 전생애를 ~ ~ cuộc đời

통풍 thông gió, thoáng gió, ~관 ống thông hơi, ~구 cửa ~.

통풍기(벤치레이터) máy hút khí, máy thông hơi(quạt lúa).

통하다 thông với, nối với, (반) 막히다 chặn lại, 바다로~ ~ biển, (바람이) thông gió, thoáng gió, 언어가~ thông hiểu, thông hiểu về ngôn ngữ, (의사가) hiểu biết nhau, 말이 서로~ nói hiểu nhau, 중매인을 통하여 결혼하다 kết hôn thông qua người làm mai

...을 통하여 보다 nhìn qua, 창문을 ~ ~ cửa sổ

통하는(연결된) thông nhau.

통해서 thông qua.

통학하다 đi học, dự học, 도보로~ đi bộ đến trường, 통학생 ngoại trú viên.

통한의 nỗi đắng cay sầu khổ

통할하다 tổng quản lý

통합 tổng hợp, thống nhất,(분석) phân tích, 야당~ ~ đảng đối lập

통행 đi qua, đi xuyên qua, thông hành, ~할 수 있다 có thể qua lại, ~을 금하다 cấm qua lại, ~금지 구역 khu vực cấm đi lại, 일방~ đường một chiều, 우측~ đi bên phải, ~권 hộ chiếu, ~허가증 giấy đi đường(thông hành), ~세 thuế đường(thông hành), lệ phí đường. ~금지 cấm qua lại(đạo). ~금지 시간 giờ giới nghiêm.

통행인 khách qua đường.
통혼하다 kết thông gia với
통화(화폐)tiền tệ, ~개혁 cải cách ~, ~안정 ổn định~, ~위조 tiền giả, ~유통 lưu thông ~, ~ 정책 chính sách ~, ~단위 đơn vị tiền tệ.
통화(말을) nói điện thoại, gọi điện thoại, ~중 máy bận, đường dây, đang nói chuyện điện thoại, ~량 số lượng sử dụng điện thoại, ~료 (요금) tiền điện thoại, cước phí
퇴각 rút lui, lui về, thoái khước, thối bộ. ~로 lộ trình rút lui.
퇴거 rời bỏ, rút lui
퇴고(고침)sửa lại bản thảo
퇴교 bị đuổi ra khỏi trường
퇴근 tan ca, tan sở, tan việc, về nhà, nghỉ làm, 6 시에~한다 nghỉ việc lúc 6giờ, ~ 시간 thời gian đi làm về
퇴로 đường rút lui, ~를 차단하다 cắt đường rút lui, đoạn(chặn) hậu.
퇴물(남은음식)thức ăn còn lại
퇴박맞다 bị từ chối, bị lọai
퇴박하다 lọai bỏ, từ chối
퇴보 thoái bộ, lạc hậu, lui bước.
퇴비 phân bón, bón phân, phân rơm
퇴사(퇴직)nghỉ việc, nghỉ làm, thôi việc
퇴색하다 phai màu, bay màu, 퇴색하기 쉬운 dễ thay màu
퇴역 về hưu, ~시키다 cho về hưu, ~군인 quân nhân về hưu, cựu chiến binh, ~장교 sĩ quan ~, 퇴역(은퇴) 한 사람 dật dân.
퇴역 생활 yên ba.
퇴원 ra viện, xuất viện(반) 입원 nhập viện

퇴위 thoái vị, ~시키다 truất phế(ngôi)
퇴위한 왕 vua thoái vị, (폐제) phế đế.
퇴임(직)하다 về hưu, nghỉ việc, từ chức, thoái chức.
퇴짜(거절)từ chối, ~맞다 bị từ chối
퇴장 rời sân, ra khỏi sân, (반) 입장 vào sân, ~당하다 bị đuổi khỏi sân, (축구의)thẻ đỏ
퇴적 tích lũy, ~물 vật ~, trầm tích.
퇴직 về hưu, hưu trí, thoái chức. ~시키다 cho về hưu, ~기금 quỹ hưu bổng. 강제 ~ ~ bắt buộc, ~연금 lương ~, hưu kim(bổng), ~자 người ~, ~금 tiền ~, tiền thôi việc, 공무원 퇴직금 trợ cấp của nhà nước
퇴진 rút lui, bỏ trốn, ra khỏi
퇴치 đánh bạt, (정벌)xâm chiếm, chinh phục, (박멸) tiêu diệt, lọai ra
퇴침(목침)cái gối gỗ
퇴폐 tham ô, thối nát, đồi bại, đồi trụy, 퇴폐사회 xã hội đồi trụy, ~풍속 đồi phong bại tục,
퇴폐술집 bia ôm
퇴하다(취소,거절)hủy bỏ, từ chối
퇴학 ngừng học, bỏ học, thôi học, ~시키다 cho nghỉ học, 가정형편으로 ~하다 nghỉ học vì lý do gia đình
퇴혼하다 từ chối lời cầu hôn
퇴화하다 thóai hóa, suy đồi
툇마루 hè(북),hàng ba(남), sàn ở hành lang
투견 cuộc ẩu đả chó
투계(닭싸움)cuộc chọi gà, 싸움닭 gà chọi, quân kê. ~장 trường gà
투고 gửi bản thảo, gửi bài, ~란 mục dành cho độc giả, ~자 người gửi

bản
투과성 방사 에너지 bức xạ xuyên thấu.
투구 khôi, mũ trụ, ~와 갑옷 khôi giáp, (철모)nón sắt, mũ sắt
투구(던짐)ném bóng(banh)
투기 đầu cơ, 주식~ ~ cổ phiếu, 부동산 ~ ~ bất động sản
투기장 vũ đài, sới, 씨름장 sới vật.
투기(질투)ganh tị, ghen ghét
투덜거리다 phàn nàn, kêu ca, càu nhàu(남), cằn nhằn. lầm bầm(북)
투덜투덜 불평하다 èo èo.
투망 lưới cá, chài, ~을 던지다 giăng lưới
투매 bán phá giá, bán rẻ
투명 trong suốt, trắng, ~도 độ ~, thấu độ, ~체 vật thể ~, ~지 giấy bóng.
투명한 minh bạch, thấu minh(quang).
투미한(미련한)ngu ngốc, khờ dại
투박한(거친)thô, thô thiển, 투박스러운 dày cộm (cộp), ~안경 kính dày cộp.
투병 cuộc chống bệnh tật
투사하다(비추다) chiếu lại
투사(용사)chiến sĩ, dũng sĩ
투서(익명의 편지) thư nặc danh, ~하다 gửi ~
투석 ném đá
투석(透析,화학)thẩm tích. thấu giải, ~기 máy thấu giải.
투성이 đầy, phủ đầy, 피~ đầy máu, 땀~ ~mồ hôi, 흙~차 xe dính đầy đất
투수(야구)cầu thủ ném bóng
투숙하다 lưu lại, ở lại, ngủ trọ, túc. 투숙자 khách ở khách sạn
투시(뚫어봄)nhìn thấu, ~력 năng lực ~
투신하다 lao(lăn) vào, gieo(lăn) mình, đâm đầu vào, dẫn thân, 정계에~

lao vào chính trường, (물에)trầm mình, 투신자살 trầm mình tự vẫn. (종교계에) tu.
투약 kê toa thuốc, ra toa thuốc.
투열되는 thấu nhiệt.
투영 phản chiếu
투옥 bỏ tù, hạ ngục, tù tội, giam cầm, ~ 되다 ở tù. u bế.
투우 trận đấu bò, ~장 sân đấu bò
투피스 bộ váy áo hai mảnh
투원반 trò ném dĩa, cuộc thi ném dĩa
투입 đưa vào, sử dụng, 병력~đưa binh lực vào, 대량~sử dụng số lượng lớn
투자 đầu tư, bỏ vốn, 토지에~하다 ~ vào đất đai, ~액 tiền ~, ~회사 công ty ~, 부동산 ~ ~ bất động sản, 자본 ~ ~ vốn, 해외 ~ ~ ra nước ngoài, ~기획부 bộ kế hoạch ~, ~ 유치 thu hút ~, ~ 허가신청 đơn xin cấp giấy phép ~.
투쟁 đấu tranh, tranh thủ, (작전) tác chiến. ~적인 có tính chất ~, ~본능 bản năng ~, 계급~giai cấp, 임금인상 ~ ~ đòi tăng lương, 생존을 위한 ~ cuộc ~ để sống còn, 정치적~ những cuộc ~ chính trị, 자유를 위해서 đấu tranh ~ đòi tự do. 독립을 위해서 ~ 하다 tranh thủ độc lập.
투전놀이 đánh đáo lạc.
투전(노름)trò cờ bạc, ~군 con bạc
투정하다 càu nhàu
투지 tinh thần chiến đấu
투창 môn ném lao, ~선수 người phóng lao
투척 ném, cú ném
투철한 thông suốt, triệt để

투포환 đẩy tạ, ~선수 vận động viên ~
투표 bỏ phiếu, đầu phiếu, bầu cử, bỏ thăm, 보수당에~하다 ~ cho đảng bảo thủ, ~로 결정하다 quyết định bằng ~, ~ 반대 ~ chống, ~상자 hòm phiếu, ~용지 phiếu bầu, ~자 người đi bầu cử, ~함 thùng phiếu, 국민~ phổ thông đầu phiếu, 불신임~ ~ bất tín nhiệm, 직접~ ~ trực tiếp, ~수 số phiếu, 기명~ bầu cử công khai, (반)무기명~ bầu cử kín, 부재자 ~ bầu cử vắng mặt, ~권 quyền ~. ~결과를 공포하다 tuyên bố kết quả cuộc đầu phiếu.
투하하다 rơi xuống, hạ xuống, 폭탄투하 thả bom xuống
투항 đầu hàng(phục), hàng. 조건~ ~ có điều kiện, ~자 kẻ ~, ~을 요청하다 cầu hàng.
투혼 tinh thần chiến đấu
툭 떨어지는 소리 đụi. xành xạch. 툭 떨어지다 rơi ~.
툭탁(소리)tiếng tạp-rạp, rat-tat
툭툭(소리)phình phịch, thịch thịch, 등을 ~ 치다 đánh ~ vào lưng,
툭툭한(두툭한) dày đặc
툭하면 không do dự, không chậm trễ
툰(쏜)드라 vùng lãnh nguyên
툴툴거리다 lầm bầm, kêu ca, phàn nàn
퉁겨지다 tách ra, bung ra
퉁명스럽다(무뚝뚝한) cộc lốc, xẳng, 퉁명스런 대답 trả lời ~, 퉁명스런 목소리 xẳng giọng, 퉁명스럽게 말하다 nói xẳng.
퉁방울 cái chuông đồng, ~눈 mắt ốc nhồi.
퉁소(피리) ống sáo
퉁탕거리다 đánh nhau, nện nhau

퉁퉁붓다 sưng lên, phồng lên
퉁퉁한(뚱뚱한) mập mạp
튀게하다 văng, 잉크가 튀었다 làm văng mực lên.
튀기(혼혈아) người lai, giống lai, 한국~ ~ Hàn Quốc.
튀기다 xào, xào nấu, 고기를 ~ xào thịt, rán(북), chiên(남), 닭을~ rán gà, 손가락으로 ~ búng tay, 튀김요리를 하다 xào xáo. 튀긴 감자 khoai tây chiên.
튀긴고기 cá chiên, thịt rán, 튀김가루 bột chiên
튀김라면 mì xào.
튀김만두 nem.
튀니시아(국명) Tuynidi
튀다 nẩy, dội lên, bắn ra, 공이~bóng nẩy lên, 얼굴에 침이 ~ nước bọt bắn lên mặt, 옷에 흙물이 ~ bùn đất bắn vào áo
튀게하다(공)tưng,공을 튀기다 ~ bóng
튀밥 gạo phồng, gạo rang
튀어나가다 nẩy ra.
튀어나다 nhảy lên, nảy lên, 튀어나온 lồi, lòi ra. cộm.
튀어나오다 thách ra. thòi, lòi. 창자가 밖으로 ~ thòi ruột ra ngoài.
튀어오르다 bật lên. nhảy thót lên. vồng lên.
튀쳐나오다 tuôn ra.
튕겨나가다 văng ra(xa)
튜우너 phím điều chỉnh, phím chuyển kênh T V
튜우브 ruột xe(남), xăm xe(북), ~ 에 공기를 넣다 bơm vào
튤립(식물) hoa tulip
트다 mọc, nẩy ra, 싹이~nảy mầm
트다(열다)mở, làm cho thông, đục, 길

을 ~ mở đường, 구멍을 ~ đục lỗ, 먼동이~ bình minh, rạng đông
트더(뜯어)지다 bị bóc ra, 봉투가~ bóc phong bì ra
트라이앵글 hình tam giác
트라코마(결막염)bệnh đau mắt hột
트랙(경주로)đường(trường) đua, 자동차~ ~ xe hơi
트랙터 máy kéo, bừa lia. (경운기)máy cày.
트랜스(변압기) máy biến thế.
트랜스미터기 máy phát.
트랜지스터 đèn bán dẫn, (라디오) máy thu thanh(radio)
트랩 cầu thang lên máy bay
트러블(갈등)rắc rối, điều lo lắng
트러스(건축) giàn, khung đỡ mái nhà, kèo
트럭 xe tải, xe chở hàng.
트럼펫을 불다 thổi kèn.
트럼프 bài tây, quân chủ bài, ~의 하트 lá cơ. ~의 다이아몬드 lá rô. ~ 카드 lá bài.
트렁크 vali, hòm(북), rương(남), (자동차) rương(thùng) xe. ~를 잠그다 khóa hòm.
트레이닝 huấn luyện, tập dượt
트레이드(무역)thương mại, mậu dịch, ~마크 thương hiệu, nhãn hiệu
트레일러 xe móc, xe có toa móc
트로이카 xe ngựa.
트로피 chiếc cúp thể thao
트리오 tam ca, tam tấu
트릭 mưu mẹo, lừa đảo, trò chơi khăm
트림 tiếng ợ, ~하다 ợ hơi
트릿(흐릿)하다 mơ hồ, mờ ám
트위스트 điệu nhảy tuýt
트윈(더블룸) phòng đôi.

트집(결점)nhược điểm, khuyết điểm, ~ 잡다 bới móc, bắt lỗi, hạch sách, ~장이 người hay bắt lỗi, ~을 잡아 불평하다 điều qua tiếng lại. ~잡아 강요하다 sách nhiễu.
특가 giá đặc biệt, ~판매 bán hạ giá
특간 đặc san.
특공대 biệt kích, bộ đội đặc công, đội đặc nhiệm
특과 khóa đặc biệt
특구 đặc khu.
특권 đặc quyền, 외교관의 ~ ~ nhà ngoại giao, 여성의~ ~ của phụ nữ, 특권층 vương tôn quý khách, ~을 주다 thí ân.
특근 việc đặc biệt, ~하다 làm thêm, làm ngoài giờ, ~수당 trợ cấp ngoài giờ, tiền làm ngày chủ nhật
특급 đặc cấp, đặc biệt, ~품 hàng đặc biệt, ~ 열차 xe lửa tốc hành, ~ 비밀 자료 tài liệu tối mật.
특기 năng khiếu riêng, đặc trưởng, khả năng riêng, sở đắc.
특기하다 đề cập riêng, ghi riêng
특대 cỡ lớn nhất, ngoại cỡ, rộng khổ, qúa khổ, ~호(잡지) tạp chí bổ sung đặc biệt
특대하다 ưu đãi, 특대생 sinh viên được cấp học bổng
특등석 chỗ ngồi đặc biệt, 특등실 phòng đặc biệt
특례 ngoại lệ
특매 bán giá đặc biệt, ~기간 thời kỳ khuyên mãi, ~품 hàng hạ giá
특명 đặc mệnh, ~전권대사 đại sứ đặc mệnh toàn quyền
특무 nhiệm vụ đặc biệt
특배 phân phối đặc biệt

특별 đặc(cá) biệt,(반)공통 chung, ~한 관계 quan hệ ~, ~히 một cách ~, ~히 대우하다 đặc đãi, ~상 giải thưởng ~, ~석 chỗ ngồi ~, chỗ dành riêng, 극장의 특 별석 hàng ghế lô, ~한 약 biệt dược. ~한 은혜 thù ân, ~임무 đặc nhiệm vụ, ~한 생각 đặc chỉ, 특별한 기술 기능 đặc biệt, ~가격 đặc giá, 특별한 주제 chuyên đề. ~한 호의 ơn riêng. ~계약 đặc ước, ~히 공부를 잘하다 học trội, ~ 책임을 맡다 đặc trách, ~치료 đặc trị, ~한 호의 đặc huệ, ~지출 đặc phí, 특별한 힘과 능력이 있는 chân đồng vai sắt. ~시험 đặc khóa, ~재능 đặc tài, 기능(재) . thù công, biệt tài. 특별히 대하다 biệt đãi. 특별히 채용된 ngoại ngạch. ~법 phép ~. ~실 phòng ~.

특별객차 tòa phòng khách.
특별군법회의 tòa án quân sự.
특별(전세)기 chuyên cơ.
특별명령 tiêu lịnh đặc biệt.
특별법정 tòa án đặc biệt,
특별수당(보너스) tiền thưởng.
특별실 phòng riêng.
특별한 riêng. 나의 ~ 감정 cảm tình ~ của tôi. ~재능 tài ~.
특별호(호외) số đặc biệt.
특보 tin đặc biệt
특사(특별한 사면) đặc xá, ân xá
특사 phái viên đặc biệt, đặc sứ
특산물(품)đặc sản, 특산지 nơi ~
특상품 hàng tốt nhất, đặc sản
특색 đặc sắc, ~있는 có sự đặc sắc
특선 đặc tuyển, ~품 hàng ~
특설 thiết lập đặc biệt

특성 đặc tính, (기질)tính khí, 국민적 ~ ~ dân tộc, 금속의~ ~ kim loại
특소세 thuế xa xỉ.
특수 đặc biệt, đặc thù, ~한 목적 mục đích ~, ~ 원인 nguyên nhân ~, ~무기 vũ khí ~, ~부대 bộ đội ~, ~성 tính ~, ~지역 khu ~.
특수한 chuyên biệt.
특약 hợp đồng đặc biệt, ~점 chi nhánh đặc biệt
특용작물 nông sản dùng riêng
특유 đặc hữu, ~한 mĩ vẻ đẹp ~
특은(특별한 은혜) đặc ân.
특이 đặc dị, riêng biệt, ~성 đặc trưng
특이한 lạ thường. ~얼굴 mặt mũi ~.
특작 chế tạo đặc biệt, ~품(영화)phim đặc biệt
특전 điện tín đặc biệt
특정 đặc định
특제품 hàng thủ công đặc biệt, ngoại hàng.
특종 đặc chủng, loại đặc biệt, ~기사 tin đạc biệt
특진 thăng cấp đặc biệt
특질 đặc chất, riêng biệt
특집 ấn phẩm đặc biệt, ~기사 bài đặc biệt
특징 đặc trưng(điểm), ~적인 có tính ~, 베트남 기후의 ~ ~ khí hậu V.N
특채 tuyển dụng đặc biệt
특출 độc đáo, nổi bật, xuất chúng
특파 đặc phái, 미국에~하다 ~ đi Mỹ, ~원 đặc phái viên, thông tín viên.
특허 giấy phép độc quyền, đặc hứa, ~권 độc quyền, ~품 hàng độc quyền
특허증 bằng sáng chế. hiếu ước.
특혜 đặc huệ, ân huệ đặc biệt, ~를 받

다 được hưởng ~

특효 hiệu quả đặc biệt, ~가 있는 đặc hiệu. ~약 thuốc đặc hiệu.

특히 đặc biệt là, nhất là, riêng. ~사과를 좋아한다 nhất là thích táo.

특히 나로서는 riêng tôi.

튼(갈라진) 입술 môi nứt.

튼튼한 khỏe mạnh, rắn chắc, vững chắc, (반) 약한 yếu, ~ 집 căn nhà vững chắc, ~몸 cơ thể khỏe mạnh, ~육체 thể rắn. (칼,낫 등) vạm vỡ, 튼튼하게 하다(건설) gia cố.

틀 cái khung(북), sườn(남), khuôn, khuôn mẫu, 사진~khung ảnh, 창~ khung cửa sổ, 수틀 khung thêu.

틀에 끼우다 rập khuôn.

틀에 맞추다 khuôn.

틀니(의치)hàm răng giả, bộ răng. ~를 하다 trồng răng.

틀다 mở, vặn. bật, 가스를~ bật ga, 라디오를~ mở radio, 수도꼭지를 ~ mở vòi nước, 마개를 ~ vặn nút. (묶다)cột, buộc, 머리를~ cột tóc, 오른쪽으로~ quay bên phải

틀리다 sai, sai trái(lạc),(반)맞다 đúng 틀린생각 suy nghĩ sai trái, 틀린 판단 phán đoán sai, 계산이 ~ tính sai, 틀리지 않다 khác nào gì, khác chi(gì), 틀리지 않도록 세밀히 계산하다 tính toán cho kỹ kẻo sai sót.

틀림없다 không sai, chính xác, 틀림없는 계산 tính toán không sai, 틀림없이 chắc thật, ắt. 틀림없이 해치다 ắt thương tổn.

틀어넣다 bỏ vào, nhét vào, xô đẩy

틀어막다 bịt, bít, lấp kín, tắc tị, 귀를~ bịt tai

틀어박다 nhồi nhét, lấp kín

틀어박히다 tự nhốt mình, bị giam lỏng

틀어지다(빗나가다)lệch hướng, sai đường, (꼬이다)bị xoắn lại, cuộn lại

틈 khe hở, (허점) kẽ hở, (시간)thời gian rỗi, 놀 ~ 이 없다 không có thời gian chơi

틈이없는(조밀한) khít, ~고른이 hàm răng khít.

틈을 타다 lừa dịp, lừa khi, 도둑질할 틈을 타다 lừa dịp ăn trộm

틈을 타서 thừa cơ, 온 집안이 외출한 ~ ~ cả nhà đi vắng.

틈새기 khe hở hẹp

틈타다 lợi dụng cơ hội

틈틈이(틈마다)ở mỗi khe hở, (기회마다) vào những lúc cơ hội

티(먼지)hạt bụi, 티가 있는 tì ố, 눈에 ~ 가 들다 có ~ trong mắt, (결점)thói xấu, vết nhỏ, (흠) tì, tì ố, gợn.

티(모양) thớ, dáng vẻ, 학생~ ~học sinh, 학자다운 ~ 가 전혀 없다 chẳng có ~ nhà khoa học.

티격태격하다 cãi nhau với

티끌(먼지)hạt bụi, trần ai

(속)티끌 모아 태산 gom hạt bụi thành núi thái, (góp gió thành bão) (tích tiểu thành đại) (năng nhặt chặt bị) (kiến tha lâu đầy tổ)

티눈 cục chai chân, 발에~이 박히다 có cục chai ở chân

티없는(소박한, 순진한) chân chất

티베트(국명) Tây tạng, Tibét

티비(TV) máy thu hình. ~방송국 đài truyền hình. ~ 채널 kênh T.V.

티 스푼 thìa cà phê.

티이(차) trà(남), chè(북), 티스푼

muỗng cà phê
티엔티 T.N.T. thuốc nổ T.N.T.(cực mạnh).
T-정방형 thước thợ.
티케이오 T.K.O. đánh gục kẻ địch
티파티 tiệc trà
팀 một nhóm, một đội, ~워크 nỗ lực chung
티켓 vé, phiếu, thẻ, ~ 인쇄기 máy in vé.
팀파니(드럼) ráy.
팁 tiền bo(남), chè lá(북), tiền nước, tiền quà, buộc boa. phong bao, 팁 사절 không phải cho ~. ~을 받다 ăn hoa hồng.

ㅍ

파 hành lá, 양파 hành tây, củ hành
파(음악) nốt Fa
파(당파) đảng phái, phe phái, (종파) tôn phái, 급진파 đảng cấp tiến, 보수~ đảng bảo thủ, 소장~ nhóm trẻ, 좌~ phái tả(반)우~ phái hữu, 혁신~ phái cải cách
파격적 bất thường, ngoại lệ, đặc biệt, ~인 가격 giá phá cách.
파견 phái, gửi, biệt(sai) phái. 군대를~하다 phái quân, 대사를~하다 gửi đại sứ, 대표를~ 하다 gửi đại diện, ~군 quân viễn chinh, quân biệt phái
파견되다(보냄을 받다)chịu sai.
파견단장 trưởng phái đoàn.
파경(이혼) ly dị, ~에 이르다 đã ly hôn
파계 phá giới, ~승 thầy tu ~
파고 sóng cao, sóng thần
파고다(불탑) tháp chùa, cái chùa
파고들다 thẩm tra, lách. điều tra, tìm hiểu một cách tỉ mỉ, (가슴을) gây ảnh hưởng sâu sắc
파과기 tuổi dậy thì
파괴되다 tan nát, 도시가 ~ thành phố ~.
파괴하다 phá hoại, đạp đổ, phá hỏng, phá hủy,(반)건설하다 xây dựng, 파괴적인 có tính ~, 평화를~ ~ hòa bình, 마을을 완전히~ phá hủy hoàn toàn một ngôi làng, 파괴분자 phần tử ~, 파괴자 kẻ ~, 완전히~ triệt phá. 파괴된 도시 thành phố tan nát.
파국 sự sụp đổ, ~에 직면하다 đối diện với~
파급되다 lan truyền, ảnh hưởng đến
파기(무효)bãi bỏ, hủy bỏ, 원심을~하다 hủy bỏ quyết định ban đầu
파기원(대심원)tòa phá án.
파김치(김치)kim chi hành lá, dưa hành, (지치다) ~가 되다(녹초가 되다) mệt gần chết
파나마(국명) Panama, ~운하 kênh đào ~
파다(파내다)đào, xẻ, khai quật, bới, bươi, 구멍을~ đào lỗ, 굴을~ đào hang, 땅을~ đào đất, 산을~ xẻ núi, 우물을~ khoan giếng, 도랑을~ xẻ rãnh(mương).
파노라마 toàn cảnh, cảnh rộng
파다하다 trải rộng ra
파닥거리다 vỗ cánh, tung cánh, (물고기) nhảy tung
파당 phe đảng. ~을 짓다 kéo cánh, ~을 지어 분열하다 kéo hè kéo cánh.
파도 sóng, luồng sóng, ngọn(đợt) sóng, thủy triều, 큰 ~ sóng thần, ~소리 tiếng sóng vỗ, ~거품 bọt biển, ~에 휩쓸려 sóng cuốn dìm, ~가 치다 gợn sóng, vỗ, nao nao, ~타기 lướt sóng. ~가 일다 nổi ~. 하얗게 부서지는 ~ ~ bạc đầu.
파도치다 rập rờn. 여물은 벼이삭이 바람에 파도친다 lúa chín ~ trong gió.
파동 sóng gió, biến động, 정치~ biến động chính trị
파라솔 cây dù, cái lọng che
파라핀 pa-ra-phìn, ~지 giấy ~.

파란(폭풍우)dông tố, cơn bão, sóng gió, (소란)rối loạn, rắc rối, (쇠쇠) thăng trầm, ~만장 ba chìm bảy nổi, ~많은 인생 cuộc đời nhiều sóng gió, ~ 만장한 일생 đời đầy dông tố, ~만장한 삶 cuộc đời ngửa nghiêng, ~조개 xa cừ.

파랑(파란)màu xanh, 파란 풀 cỏ xanh, 파랑새 con chim xanh, 파란 눈 mắt xanh,

파랑주의보 báo động có sóng lớn.

파라과이(국명) Paraquay

파래 rau diếp biển

파래지다 trở nên xanh, 안색이~ trở nên tái ngắt

파렴치한 vô liêm sỉ, trơ tráo, vô sỉ, ~사람 một gã ~, ~자 kẻ ~.

파르르 떨다 run rẩy, (분노로) bực tức

파르스름하다 hơi xanh, xanh xanh

파릇파릇하다 xanh tươi, xanh xanh, mơn mởn

파리 con ruồi, ~를 쫓다 đuổi ruồi, ~를 잡다 bắt ruồi, ~채 cái bẫy ruồi, cây đánh ruồi, 끈끈이 giấy bắt ruồi. ~와 모기들 ruồi muỗi.

파리(프랑스) Paris

파리한 gầy mòn, hốc hác, ~얼굴 khuôn mặt gầy gò

파마 sự uốn tóc, ~를 하다 uốn tóc. ~머리 tóc uốn quăn.

파먹다 ăn sâu bọ

파면하다 đuổi sa thải, truất, cất chức, 파면되다 bị ~

파멸 phá hoang, suy tàn, hư hỏng, ~에 직면하다 đối diện với ~, ~시키다 phá diệt, lật đổ. ~을 초래하다 mang lại sự suy tàn

파문(수면의)cơn sóng dơn, (영향) sóng gió xôn xao, ~을 일으키다 gây sóng gió, (종교상)xuất giáo, trục xuất, đuổi ra, khai trừ, (소문)tiếng đồn ra

파묻다 chôn, mai táng, 가슴속 깊이 파묻어 두다 chôn sâu trong lòng, 시체를 ~ chôn xác

파묻히다 bị chôn, bị vùi, bị lấp, 눈에~ bị chôn trong tuyết, 일에~ bị vùi vào công việc

파묻힌 mai một, ~ 재능 tài năng bị ~.

파벌 phe phái, ~다툼 xung đột ~

파병 phái quân, phái binh, cử quân

파삭파삭한 dễ gãy

파산 phá sản, đảo bế, vỡ nợ, hỏng ăn, ~ 을 선고하다 tuyên bố ~, cáo cùng, ~ 지경에이르다 nằm trên bờ vực của ~, ~시키다 làm cho ~

파산자 người bị vỡ nợ.

파상공격 tấn công liên tục

파상풍 bệnh uốn ván, phá thương phong.

파생어 từ phái sinh, chuyển hóa từ, 파생접사 phụ tố phái sinh

파생하다 bắt nguồn

파서 뒤엎다 xới đất.

파선 đắm tàu, chìm tàu, 난파선 chiếc tàu chìm, ~하다 bị chìm tàu

파손 hư hại, hư hỏng, đổi hoại, ~ 되다 bị hư, ~된곳 chỗ bị hư, ~되기 쉬운 dễ hư

파손된 sứt mẻ, ~돼지 여물통 máng lợn ~.

파송 sai phái, gửi, ~ 된 자 kẻ chịu sai.

파쇠(고철)sắt vụn

파쇼 phát xít, ~사상(주의)chủ nghĩa ~

파수(경계)canh gác, canh phòng, ~꾼

người ~, gác dan. đề lao.
파스(약) PAS, thuốc dán.
파슬리(음식) ngò tây
파시스트 người theo chủ nghĩa phát xít, 독일 ~ phát xít Đức
파시즘 chủ nghĩa phát xít
파티 buổi tiệc, tiệc, ~를 열다 mở tiệc, 디너 ~ tiệc tối
파악 nắm, nắm vững, thấu suốt, rõ, ý hội, 문장의 뜻을~하다 nắm ý của câu văn, 이야기 내용을 ~ 하다 nắm bắt nội dung câu chuyện, 당의 모든 정책을 ~ 하다 thấu suốt mọi chính sách của đảng.
파안대소 cười toét miệng
파양(양자와 양친의 관계를 끊음) hủy bỏ việc nhận con nuôi
파업 đình công, bãi công, ~권 quyền ~, 시한~ có thời hạn, 총~ tổng ~
파업을 공포하다 tuyên bố đình công.
파열 vỡ, nổ, 보일러~ nổ nồi hơi, 심장 ~ vỡ tim
파운데이션(화장품) kem lót, phấn nền
파운드(영국화폐) một pao, phú de.
파이(양과자) bánh nướng, chả.
파이프 ống điếu, tẩu thuốc lá, 수도~ ống nước
파이프 오르간 đàn ống, đàn organ
파인에플 trái thơm(남) qủa dứa(북)
파인 플레이 chơi đẹp
파일(말뚝)cọc, ~을 박다 đóng cọc
파옥 phá ngục, ~도주 ~ đào tẩu
파울 lỗi, sai lầm, ~을 하다 mắc lỗi, ~ 로 퇴장하다 rời sân vì phạm lỗi
파키스탄(국명) Pakistan
파일(초파일)nhày lễ phật đản
파일(컴퓨터)dữ liệu thông tin
파일럿(비행사)phi công

파자마 quần áo ngủ
파장 làn(tầm) sóng, bước sóng, 장~ ~ dài, ~을 맞추다 điều chỉnh ~
파장(시장이 파함) đóng cửa thị trường
파쟁 xung đột bè phái
파적(심심풀이)giải trí, tiêu khiển
파전(음식) bánh xèo hành lá
파종 gieo hạt, gieo giống, ~시기 mùa ~
파죽지세 dẹp bỏ nhanh chóng, chẻ tre, vượt qua mọi chướng ngại nhanh chóng
파지(종이) giấy bỏ.
파지다 toạc,등이 많이파진 상의 áo toạc lưng.
파천황(놀랄만한 일을 함)được làm chưa từng xảy ra
파초 loại cây chuối
파출소 đồn cảnh sát
파충류 loài bò sát, lớp bò sát
파키스탄(국명) Pakixtan, Hồi Quốc
파탄 tan vỡ,(실패)thất bại, (결렬)gãy đổ, (파산) phá sản, (파열)rạn nứt.
파트너 đối tác, bạn.
파티 buổi tiệc, ~를 열다 mở tiệc, ~를 시작하다 khai hội.
파파야(과일) trái đu đủ
팍팍(쌩쌩) vùn vụt, ~쓰러지다 ngã xuống ~.
파편(조각) mảnh, mảnh vỡ, mẻ.
파푸아뉴기니아(국명)Papua niu ghinê
파하다 kết thúc, tan cuộc, chấm dứt
파헤치다 bới. tố giác. (흉잡다)moi móc, 개인의 사생활을 ~ ~ đời tư của người ta. 음모를 ~ tố giác âm mưu.
파혼 phá(thoái) hôn, hủy bỏ hôn ước

파흥 mất vui, mất hứng
판 nơi, bãi, 씨름~ ~vật, 노름~ ~bạc, 싸움~ sàn đấu, (경기의) ván, cuộc, 씨름 한~ một ván vật, 장기 한~ một ván cờ, 전투 한 판 할까? Đánh một trận nhé?
판(밸부)van, 안전 ~ ~ an toàn.
판(판자) tấm, miếng, 목판 tấm gỗ, 철판 tấm sắt
판을 쓸어버리다(도박)vùi hết.
판가름 phán xét, phán xử, nhận định.
판각 bản khắc gỗ
판검사 thẩm phán và công tố viên
판결 phán quyết, tuyên án, bản án, án quyết, án thư, xét xử, 살인 사건을 판결하다 xét xử vụ án mạng, ~의 집행 chấp hành ~, 판결의 집행을 정지하다 dừng việc chấp hành ~, ~을 미루다 hoãn quyết, ~을 내리다 ra ~, lên(tuyên) án, xử án, ~을 받다 bị lên án, ra tuyên án, 사형~을 내리다 tuyên án tử hình, ~을 취소하다 hủy bỏ ~, 사형 ~ 을 받다 bị nhận tuyên án tử hình, ~ 유예 án treo, ~ 에 동의하다 y án.
판결을 내리다 lên(tuyên) án.
판결문 bản án, án văn, 합법적~ ~ hợp thức, 유효한~ ~ thành sự.
판결서 văn án.
판결안 nghị án.
판공비 qũy thực tế, bản kê chi phí
판국 tình hình, hoàn cảnh
판권 bản quyền, ~을 얻다 giành ~, ~을 소유하다 sở hữu ~, ~을 침해하다 xâm phạm~, ~양도 nhường ~, ~소유자 người giữ~
판금 tấm biển kim loại
판단 phán (xét) đoán, nhận xét, 내 ~으로는 theo ~ của tôi, 자기 ~으로 theo~của bản thân mình, 운수를 ~하다 ~ vận số, ~ 기준 tiêu chuẩn để ~, 용모로 판 단하다 xét theo bề ngoài.
판단컨대 xét vi, ~ 그는 여전히 젊다 ~ nó còn nhỏ như thế.
판단력 sức phán đoán, ~이 약하다 ~ yếu, ~이 없다 không có ~, ~을 잃다 loạn trí.
판도(영토) lãnh thổ
판도라(인류 최초의 여성) Pandora, phụ nữ ban đầu
판독 giải đoán, giải mã. ~할수 없는 quều quào
판돈 tiền đánh cuộc, tiền chơi cá ngựa. ~을 모두 tất cả ăn hết.
판례 phán lệ, án(pháp) lệ, ~집 sổ ~, sổ ghi án
판로 đầu ra, đường tiêu thụ, đường ra, ~가 없다 không có đầu ra, ~를 개척하다 tìm đầu ra, khai thác đầu ra, ~를 mạc dà chăn đầu ra, 수출~ đầu ra xuất khẩu
판막증 chứng hở van tim
판매 bán, tiêu thụ, ~가격 giá bán ra, thụ giá, ~대리점 đại lý bán hàng, ~망 mạng tiêu thụ, ~원 người bán hàng, 독점~ bán độc quyền, 위탁~ bán ủy thác, 자동~기 máy bán tự động, ~ 선전 rao hàng.
판매계약서 thư khế, khế ước, văn tư.
판명 làm rõ, xác nhận, kiểm tra, 신원이 ~ 되다 làm rõ thân phận, 서류가 위조임이 ~ 되다 tài liệu được ~ là tài liệu giả
판목 khuôn in, bản khắc gỗ in
판몰이하다(판돈을 휩쓸다)vơ hết tiền

판문점 Bàn Môn Điếm
판박이 bản in mẫu sẵn
판별 phân biệt, ~력 sức ~
판사 thẩm phán, quan tòa, ~와 변호사 quan tòa và luật sư
판세(도박)cuộc chơi, (형세)tình huống, (전망)triển vọng
판소리 bài nhạc truyền thống dân tộc Hàn, ~를 부르다 hát bội.
판수(점장이)thầy bói mù
판시 vụ án đang xem xét
판에 박힌 양식의 rờm, rườm.
판연하다 chính xác, chắc chắn
판유리 tấm(mặt) kính
판이하다 hoàn toàn khác
판자 tấm bảng, tấm ván, thanh gỗ, ~울타리 rào ván, ~침대 bộ ván(나), cái phản(북), ~로 깔다 lót ván. ~를 톱으로 자르다 xẻ ván.
판정 phán xử, xử, ~으로 이기다 thắng xử, ~기준 tiêu chuẩn ~, 판정승 thắng do~
판초 áo choàng, áo pon-sô
판치다 vượt trội lên tất cả
판토마임(무언극)giác trắc kế, kịch câm.
판판이 mọi khi, mọi lúc
판판하다 bằng phẳng, 판판한 길 đường ~
판화 tranh đồ họa.
팔 cánh tay, 두~로 들다 nâng bằng hai tay, ~에 안다 bế trong vòng tay, ~을 늘어뜨리다 buông tay. ~을 끼다 vòng tay, ~을 올리다 giơ tay, ~을 잡다 nắm tay, ~이 저리다 ê tay, ~이 부러지다 gãy tay, ~로 목을 감다 bá cổ. 팔을 흔들다 múa tay, ~을 휘두르다 đánh đàng xa, 팔
안고 나르다 xách nách.
팔의 힘이 약해지다 sã cánh.
팔 염증 viêm cơ.
팔(숫자)tám, ~개월 ~ tháng, 8 일 ngày 8
팔각 bát giác, tám cạnh, ~정 căn lều bát giác, ~형 hình ~
팔거리 의자 ghế bành
팔괘 bát quái.
팔괴(점치는 점술) thuật số.
팔꿈치 cùi chỏ, khủyu tay, cẳng tay, ~로 슬쩍 찌르다 lấn. ~로 기대다 chống tay. ~로 밀다 thúc, 그가 ~로 내 옆구리를 찔렀다 nó thúc cùi chỏ vào hông tôi.
팔난봉(파락호) người phóng đãng
팔다 1. bán,(반)사다 mua, 파는 물건 hàng để ~, 다 ~ ~ hết, 노예로 ~ ~ làm nô lệ, 몸을~ ~thân, làm điếm, 2. phản bội, 나라를 ~ ~nước, phản bội nước
판 것을 되사다 thục.
파는자 mại chủ.
팔려고 내놓은 땅 đất bán.
팔다리 tay chân. ~를 기대다 tỳ.
팔딱거리다(가슴)hồi hộp, (물고기)lao vào, đành đạch, loai nhoai.
팔도 tám tỉnh thuộc Hàn Quốc, ~강산 phong cảnh toàn Hàn Quốc.
(속) 팔도를 매주 밟듯 하였다(한 곳도 빼지않고 모두 다녔다) Giống như đạp nhào men rượu cả tám tỉnh (đã đi khắp nơi, không sót một nơi nào).
팔뚝 cánh tay trước.
팔등신(미녀)cô gái đẹp
팔락거리다 xập xòe.
팔랑개비 chong chóng

팔랑거리다 phất phới, phất phơ
팔레트 bảng màu pa-let
팔레스타인(국명)Palestin, Palétin, ~해방기구 tổ chức giải phóng ~ (PLO)
팔리다 được bán, bị bán, bán đi, tiêu thụ, 잘 파리는 물건 hàng dễ bán(반)잘 안 팔리는 물건 hàng khó bán, 팔린 물건 hàng đã bán.
팔매질 ném, liệng, 돌 ~ cú ném đá
팔면체 hình bát giác, hình tám cạnh
팔목 cổ tay, ~시계 đồng hồ đeo tay
팔받이 의자 ghế bành.
팔방으로 mọi phương diện, trong mọi mặt
팔방미인(만물박사)người có nhiều tài, người nổi tiếng
팔베개 gối tay
팔분음표 móc đơn, 16 분음표 móc kép.
팔불출(팔불용)người vô dụng
팔삭동이(조산아)đứa bé sanh non
팔씨름 vật tay, gạt tay, ~을 한 판 하다 vật tay một ván
팔심 sức mạnh của đôi tay
팔십 tám mươi, 80 노인 người sống thọ 80 tuổi, ~명 tám chục người.
(속) 80 노인도 세살 아이한테 배울 것이 있다(아이의 말도 때로는 이치가 있으니 덮어놓고 부인해서는 안된다) Trẻ lên ba có điều để cụ già tám mươi tuổi học (lời người trẻ đôi lúc cũng có lý, không nên luôn phủ nhận).
팔월 tháng tám
팔월 한가위(추석) tết trung thu
팔이(품팔이)người làm việc ăn ngày
팔이 길고 몸통이 짧은옷 áo bà ba.
(속) 팔이 안으로 굽지 밖으로 굽으랴 (마음은 언제나 자기와 가까운 사람에게 쏠린다) Tay gập vào trong, chứ đâu gập ra ngoài (lòng bao giờ cũng hướng về người thân ruột thịt).
팔자(운명)số phận, ~가 좋다 tốt số, ~가 사납다 số không tốt, xấu số, 일찍 죽을 ~다 số chết sớm, 모두가 내 팔자다 tất cả là tại số của tôi, 사람 팔자 알수 없다 người ta ai biết số mình
팔자 걸음 dáng đi nghênh ngang
팔장(을 끼다)khoanh tay, vòng tay, khoác tay, 가슴에 ~ ~ 트rước ngực
팔절판 khổ 8, ~책 sách in ~
팔찌 vòng đeo tay, băng tay, vành cánh.
팔짓하다 ra dấu
팔촌(촌수) anh em họ đời thứ 8
팔팔 끓다 sôi sục, 몸이 ~ bị sốt cao
팔팔하다 hoạt bát, tháo vát
팜플렛 tờ truyền đơn, sách mỏng
팡파르 kèn lệnh
팡팡(의성어) lốp đốp.
팥 đậu đỏ, đậu Ấn độ
팥고물 bột đậu đỏ
팥밥(찰밥)gạo nấu với đậu đỏ
팥죽 cháo đậu đỏ
패 phe, phe phái, 우리~phe chúng tôi, 젊은~ phái trẻ, ~를 짓다 kết bè phái.
패(작은 판자 조각)thẻ bài. 상아패 thẻ ngà.
패가 nhà phá sản, ~망신 phá sản
패거리 bè phái. bối. phe. tụi. cánh.(무리)tụi, (반)개 인 cá nhân, 한~ đồng bối. ~에 가입하다 vô băng.

패군 đội quân chiến bại
패권 uy quyền tối cao, bá quyền, ~을 다투다 đấu tranh vì quyền lực, tranh hùng, (경기의) tranh giải vô địch
패기(기백)khí phách, dũng khí
패기찬 trẻ trung, ~성격 tính nết ~.
패다(장작을) chẻ, bổ củi, (때리다)đánh, đấm, 멍이 들도록 ~ đánh cho tụ máu
패달(자전차의)pê-đan.
패담 lời nói tục tỉu, khiếm nhã
패덕 vô luân, đồi bại, hủ hóa, ~자 người sa đọa, ~행위 hạnh kiểm xấu
패랭이 nón tre, ~꽃 hoa cẩm chướng
패러다이스 chốn thiên đàng, cực lạc
패러독스 ý kiến ngược đãi, nghịch biện
패류(조개) loài giáp xác cua
패륜 vô đạo đức, hành vi đồi bại, ~아 kẻ vô luân
패망 bại vong, (실패)thất bại
패리티 가격(균형잡힌)giá cả cân đối
패물(장식물)đồ trang sức
패배 thất bại, 완전히~하다 thất bại hoàn toàn, ~를 당하다 bị ~, bị thua, (경기에서) thua một ván
패배를 인정하다 chịu thua.
패보 tin chiến bại
패쌈 đánh băng nhóm
패색 dấu hiệu thất bại
패설 lời nói khiêm nhã
패션 thời trang, ~쇼 buổi trình diễn ~, ~모델 mẫu ~
패소하다 thua kiện
패스 thông qua, đi qua, giấy thông hành, 시험에~하다 vượt qua kỳ thi, 국회를~하다 quốc hội thông qua
패를 쓰다(바둑) dở thủ đoạn
패스포드(여권) hộ chiếu
패왕 vương bá.
패용하다 mang, đeo, đội
패인 nguyên nhân thất bại
패자 người thua trận, người bại trận
패자(승리자)vô địch, quán quân
패잔병 tàn binh, tàn quân, (비유) quân hồi vô lệnh.
패장 bại tướng
패전 bại trận, chiến bại, thua trận, ~국 nước ~, 패전군대 đội quân thất trận.
패주하다 bỏ chạy, chạy trốn, rút chạy, thua liểng xiểng. 흉악한 적이 ~ giặc dữ thua liểng xiểng.
패키지 투어(알선여행)du lịch trọn gói
패킷 교환망 mạng chuyển mạch gói.
패퇴 thất bại, chịu thua, thua trận, ~시키다 phá trận.
패트로이카(순찰차)xe tuần tra
패하다 thua, bại, 싸움에 ~ thua trận, 경기에~ thua trận đấu, 전쟁에~ thua trận, thua chiến, 1 대 2 로 ~ thua với tỷ số 1-2, (생존경쟁에서) liệt bại. 심하게 ~ thua đậm.
패자측 bên thua.
패혈증 nhiễm trùng máu
팩(컴퓨터) tệp.
팩스(Fax) ~기 máy Fax
팩시밀리 bản sao, bản chép
팬 người hâm mộ, fan, 축구~ fan bóng đá
팬츠(남자용)sì-líp.
팬케이크 bánh xốp
팬터(판토)마임 vở kịch câm

팬티 quần lót, xi líp, quần xi, ~스타킹 vớ dài(남), tất dài(북)

팸프(뚜장이)ma cô, tú bà, chủ chứa

팽돌다 vòng quanh, 머리가 ~quay cuồng, 눈이 ~ đảo mắt nhìn

팽개치다 bỏ, bỏ mất, vứt bỏ, bỏ rơi, quăng, liệng, quăng vất, (내버려 두다) bỏ mặc, bỏ bê, 일을 ~ sao lãng công việc

팽그르르 돌다 quay tròn

팽글 팽글 quanh quanh, vòng vòng nhanh

팽나무 cây tầm ma

팽배하다 cao trào, 팽배하는 민주사상 cao trào dân chủ

팽이 con xoay(quay), cái cù, ~를 돌리다 chọi ~, xoay cù

팽창 bành trướng, bùng nổ, 인구~ bùng nổ dân số, ~주의 chủ nghĩa ~, ~ 정책 chính sách ~

팽창시키다 phồng ra.

팽팽하다 căng, căng thẳng,(반) 느슨하다 chùng, 줄을 팽팽하게 당기다 kéo căng, giằng co, 팽팽한 경기 một trận đấu căng thẳng

팽팽하게 땡긴, 줄을 ~ 당기다 kéo ~ một sợi dây.

팽하다(그저 그렇다)tàm tạm, không nhiều không ít

퍼내다 múc nước ra(반)퍼 붓다 tát, (푸다)xúc, 모래를 ~ xúc cát.

퍼니 놀다(빈둥거리며 놀다)đi chơi tha thẩn, chơi rong cả ngày.

퍼석거리다(새가)vỗ cánh, (물고기) vùng vẫy

퍼뜨리다 lan truyền, truyền bá, lan ra, 소문을 ~ tung ra tin đồn

퍼뜩(문득)đột nhiên, sực, ~ 떠오르다 sực nhớ, sực nghĩ ra

퍼렇다 xanh thẫm

퍼머 uốn tóc

퍼레이드(열병식) cuộc duyệt binh, diễn binh

퍼먹다(퍼서 먹다)múc lên ăn, ăn nhiều

퍼붓다 tưới, dội, trút nước, 비가~ mưa như trút, (말을)văng, 욕설을~ chửi như tát nước

퍼석퍼석하다 dễ vỡ, dễ gãy

퍼센트 phần trăm, 지원자의 20 ~ hai mươi phần trăm người tình nguyện tham gia, 10 ~의 이익을 남기다 còn lại 10 % lợi nhuận

퍼스트 trước nhất, trước tiên, ~레이디 đệ nhất phụ nữ

퍼 올리다 quăng lên.

퍼져있는 tràn lan.

퍼지다 lan. lan tỏa, tỏa(đồn) ra, lan ra, phình ra, 가지가 ~ cành cây lan ra, 뿌리가 ~ rễ tỏa ra, 독이 온 몸에 ~ chất độc đã lan ra thân cơ thể, 소리가 ~ vang lừng. 이야기 가 ~ câu chuyện lan đi.

퍽(매우) rất, ~ 크다 rất to, ~기뻐하다 rất vui

퍽퍽(연속) ~쓰러지다 ngã liên tục

펀뜻(언뜻) sực, đột nhiên, ~생각나다 sực nhớ

펀치 một cú đấm

펀펀하다 bằng phẳng, ngang bằng

펄럭거리다 bay, bay phần phật, tung bay, phất phới, 깃발이 바람에 ~ cờ bay phần phật trong gió

펄석 주저앉다 ngồi phịch xuống

펄쩍 đột nhiên, ~뛰다 ~ nhảy xuống

펄펄(끓다) đang sôi, sôi sùng sục.

펄프 cùi, tủy
펌프 cái bơm, (양수기) máy bơm
펑하는 소리 tiếng bốp(bùm) !
펑크 bị xì hơi, lốp bẹp
펑퍼짐한 tròn đẹp, ~ 엉덩이 cái hông ~
펑펑 눈이~내린다 tuyết rơi dày nhanh, ~ 나오다 ra ào ào, 눈물이~쏟아지다 nước mắt tuôn ra ào ào
패넌트(우승기) cờ vô địch, cờ tam giác, cờ hiệu.
페널티킥 cú phạt 11 mét, phạt đền
페니실린 penixilin, bạch phiến, ~ 쇼크 sốc ~
페니스(음경) dương vật, con cu, con cặc
페달 bàn đạp, ~의 축 trục bàn đạp.
페더급 võ sĩ hạng lông
페리보트(연락선) chiếc phà
페리호(배) sà lúp.
페루(국명) Pêru
페르시아(국명) Ba tư, Persia.
페미니즘(여권주의) chủ nghĩa nữ quyền, 페미니스트 người ~
페소(화폐단위) đồng pê-sô
페스트(흑사병) dịch hạch, bịnh dịch.
페어플레이 chơi đẹp, fair play
페이스(걸음걸이) bước đi, nhịp đi, tốc độ, ~를 지키다 theo kịp
페이지 trang, 왼쪽 ~ ~ bên trái, 300 ~ 의 책 quyển sách 300 trang, 3 내지 5 ~ từ trang 3 tới trang 5, ~를 넘기다 qua trang, 견본 ~ ~ in thử, 3 ~ 를 펴시요 hãy mở trang 3 ra, 신문의 맨 첫 ~ ~ nhất, 역사의 한 ~ ~ sử, 앞 ~ ~ trước. 다음 ~ ~ sau. 타이프로 친 ~ ~ đánh máy.
페이퍼 giấy

페인트 sơn, sơn quét, ~를 칠하다 trét (quét) ~, 수성~ sơn nước, ~를 조심 하시요 coi chừng sơn ướt, ~가 벗겨지다 sơn bị tróc, ~공 thợ sơn.
페인트 주의 chú ý sơn.
페킹(북경) Bắc Kinh
페퍼 giấy than.
펜 cây bút(북), cái viết(남). 펜촉 bút sắt. 펜대 cán viết. ~꽂이 ống bút.
펜싱(검술)thuật đánh gươm, đấu kiếm, kiếm thuật, ~을 하다 đánh(đấu) gươm, ~선수 kiếm sĩ
펜치 cái kiềm, kiềm cắt kẽm
펜클럽 hiệp hội các nhà văn
펜팔 người bạn văn thư
펠리컨(조류:사다새)thằng bè.
펠트(모직) nỉ, ~ 모자 nón nỉ(남), mũ ni(북)
펩신 vị dịch tố.
펭귄 chim cánh cụt
펴다(펴놓다)mở ra, trải ra, xòe, ưỡn, giơ. trương ra, (반) 접다 gấp lại, 날개를 ~ mở rộng cánh, 담요를 ~ trải chăn, 신문을 ~ mở báo ra, 손을 ~ mở bàn tay, dang, 가슴을 ~ ưỡn ngực, 어깨를~ ưỡn vai, 팔을 ~ giang tay, 꾸러미를~ giở gói
펴지다 mở ra, (형편이)tốt hơn, khá hơn, (주름이)nếp nhăn được bằng phẳng ra, (굽은것이) làm thẳng ra
편(송편떡) bánh gạo
편 1. phía, phe, 반대편 phe đối lập, 어느 편도 따르지 않는 không theo phe nào cả, 우리~ phía chúng tôi(반)상대편 phía đối diện, 2. thuộc dạng, 작은~이다 thuộc loại nhỏ, 나이에 비해 늙은 ~이다 so với tuổi thì anh ta thuộc loại già

편을 들다 về hùa.
편 tập, 제일편 tập một
편가르다 chia làm hai nhóm
편각 góc xiên, độ nghiêng, (수학) biên độ
편견 thiên kiến, thiên vị, tây vị, ~적 có tính thiên kiến, ~없다 vô tư, không thiên vị, ~을 가지다 mang thiên kiến, 외국인에 대해 ~을 가지고 있다 có thiên kiến với người nước ngoài.
편견을 가져서는 안된다 không nên giữ cái thiên kiến.
(속) 편견은 버려야 한다 yêu nên tốt ghét nên xấu
편곡 soạn nhạc, dịch giọng, soạn thảo
편광 phân cực quang, ~기 phân cực nghiệm.
편달(격려) động viên, cố vũ, khích lệ
편대 biên đội
편도 một chuyến, một lượt, ~요금 tiền vé ~.
편도선 bệnh a-mi-đan, hạch cổ, ~ 수술 mổ ~, ~ 염 viêm họng, ~ 이 붓다 sưng ~
편두통 chứng đau nửa đầu, thiên đầu thống.
편들다 theo phe, (두둔하다) bênh vực, ủng hộ, 아들을 ~ bênh con
편람 sổ hướng dẫn
편력(주유) chu du, du hành, du lịch, 전국을 ~ 하다 ~ toàn quốc
편리한 thuận lợi, lợi tiện, tiện nghi, thuận tiện (반) 불편한 bất tiện, 교통이 편리하다 thuận tiện giao thông, 사용이 편리하다 tiện dụng
편리한 교통로 đường giao thông thuận tiện.

편린 cái nhìn lướt qua, ~을 엿보다 nhìn thoáng qua, nhìn lướt qua
편모(홀어머니) bà mẹ góa
편무 nghĩa vụ đơn phương
편물(뜨개질) sự đan, ~ 바늘 kim đan
편발(땋은 머리) bím tóc
편법 phương pháp riêng, mưu chước
편벽(치우침) sự thiên vị, không công bằng, 편벽된 tính cụt bộ
편복(평복) thường phục, quần áo thường
편쌈하다 đám đánh nhau
편성 tổ chức, hình thành, 예산 ~ soạn thảo ngân sách, 전시 ~ tổ chức chiến tranh
편수하다 biên tập, cải biên, 편수관 chủ biên
편승하다 qúa giang(남), đi nhờ(북), (기회의)tận dụng, lợi dụng, (시류에) hùa theo, chạy theo
편식 kén ăn, ăn uống không cân bằng
편심 tư tưởng lệch lạc
편안한 bình(bằng) an, bình yên, vững bụng, yên lành, dễ chịu, thoái mái. ấm cúng, thanh thản, khoan khóai, (반) 불안한 lo lắng, 편안한 생활 cuộc sống ~, 마음이 편안하다 tâm trạng ~, ~자장가 lời ru ấm cúng. ~ 여정 thượng lộ bình an.
편안하게 살다 sống đầy đủ.
(명)편안하게 안락하게 보낼 때가 아니 다 도전 해 이겨내야 하는 때이 다 Bây giờ không phải là lúc bình an hưởng lạc mà là lúc xông lên để giành chiến thắng.
편애 thiên ái, yêu thương thiên vị, ~하다 làm ~, ~하는(속담) mẹ hát con khen hay.

편육 một miếng thịt
편의 tiện nghi, thuận tiện, ~를 제공하다 mang lại ~, đưa lại ~, ~를 도모하다 làm cho ~
편의시설 tiện nghi. 호텔은 모든 현대식 ~을 갖추고 있다 khách sạn có đủ ~ tân thời.
편의상(---하는 김에) tiện thể, tiện dịp
...편이다 dường như, jả sực là편이다 ~ đang sống dư dật
편이하다 thuận lợi, dễ dàng
편익 tiện ích, ~시설 thiết bị ~
편입하다 kết nạp, thêm vào, xếp vào, ~생 sinh viên ~
편자(책)chủ bút, người biên soạn, soạn giả.
편자(말발굽) móng ngựa, ~을 박다 đóng~
편짜다 tổ chức một nhóm, thành lập một nhóm
편재 phân phối không đều
편재(널리 존재함)có mặt khắp nơi
편제 tổ chức thành lập, hình thành
편주(일엽편주) xuồng nhỏ
편중 trội hơn, ưu thế hơn
편지 bức(lá) thư, thư tín, ~를 쓰다 viết thư, ~를 주고 받다 thư đi thư lại, ~를 부치다 gửi thư, ~를 넣다 bỏ thư, ~를 배달하다 chạy giấy, ~를 받다 nhận thư, ~봉투 phong bì thư, bao thư, ~ 를 뜯다 bóc thư, 뜯 thư, ~지 giấy viết thư, 안부 ~ thư hỏi thăm, 연애 ~ thư tình, ~통 hộp(thùng) thư, hòm thư, 개봉한 ~ thư ngỏ, ~왕래를 하다 thư từ. ~를 건네주다 đưa thơ. ~를 읽다 xem thư, ~겉봉을 뜯다 xé thơ. ~를 내 호주머니에 억지로 밀어넣

다 nhét vào túi tôi một lá thư.
편지를 조각조각 찢다 xe lá thơ teng beng.
편지지 giấy viết thư.
편집 biên tập, soạn thảo, ~부 ban ~, bộ ~, tòa soạn, ~자 người ~, ~장 chủ biên. tổng ~. ~서기 thư ký tòa soạn. ~실 tòa soạn.
편차 độ lệch, độ thiên, sự nghiêng, tiêu chuẩn ~ ~ chuẩn
편찬하다 soạn.
편찮다 khó chịu, đau ốm, mệt mỏi,몸이 ~ cơ thể khó chịu, 속이 ~ trong bụng ~, 어디가 편찮으십니까? Anh đau ở đâu?
편취하다 lường gạt lấy, mánh lới lấy.
편친 bà mẹ góa
편파 biệt phái, thiên vị, tính cục bộ, ~ 적으로 một cách ~, 편파적인 사상 tư tưởng cục bộ.
편편한 trệt.
편하다 bình an, yên, (편리)thuận tiện, 마음이 ~ trong lòng bình an, 편하게 một cách dễ dàng, 편히 잠들 수 없다 không chịu ngủ yên
편히 잠자다 êm giấc.
편향 thiên hướng,(경향) xu hướng, khuynh hướng, ~교육 giáo dục sai lệch, ~사상 tư tưởng ~.
편협한 hẹp hòi, thủ cựu, ích kỷ, ~ 민족주의 chủ nghĩa sô vanh.
펼치다 mở ra, trải ra, căng ra, vạch. rê 지도를 ~ mở bản đồ ra. 그물을 ~ rê lưới.
펼쳐놓아 전시하다 bày la liệt.
폄하다 chê bai, nói xấu, khinh thường
평(보통의) 평사원 nhân viên thường
평(평하다)phê bình, phê phán, 신문을

~ bài bình luận báo, 영화를 ~ bài bình luận phim

평(땅 크기 단위) 'pyong', 20 평이다 có 20 pyong, 평수 đất đai

평가 đánh(trị) giá, (산정) tính chừng. 높이 ~ 하다 ~ cao, 과대 ~ 하다 ~quá cao, ~회 hội thao, 재산을 ~ 하다 ~ tài sản, 그의 능력을 높이 ~ 하다 ~cao năng lực của anh ta, ~ 하여 고르다 bình chọn

평각 một góc bẹt

평강 bình khang.

평결 phán quyết, quyết định

평균 trung bình, bình quân, 한사람 ~ ~ mỗi người, 연 ~ trung bình năm, 한달 ~ trung bình bằng tháng, ~ 이상의 trên mức ~, 하루~8 시간 일하다 trung bình mỗi ngày làm việc 8 tiếng đồng hồ, ~ 지소 chỉ số ~, ~ 을 넘어서는 siêu ngạch, ~ 속 도 tốc độ ~, ~수명 tuổi thọ ~, ~ 키인 vừa người, ~ 온도 nhiệt độ ~, ~ 전력 quân số ~.

평균대(저울대) cán cân.

평균인수 trung bình nhân.

평균체격 vóc người tầm thước.

평균치 số trung bình.

평년 một năm bình thường, 기온은 ~ 과 같다 nhiệt độ như năm trung bình

평등 bình đẳng, bằng đẳng, ~ 히 một cách ~, ~ 한 대우 đối xử công bằng, 민족 ~ ~ dân tộc, ~정신 tinh thần bình đẳng.

평론 bình luận, ~가 nhà ~, 문예 ~ ~ văn nghệ

평맥(정상 맥박) mạch bình thường

평면 mặt bằng, bình diện, ~ TV ti vi mặt phẳng, ~도 bản vẽ mặt bằng.

평면좌표 tọa độ nguyên.

평민 bình dân, ~적 một cách~

평방 bình phương, vuông, 1 마일 ~ một dặm vuông, ~미터 mét vuông. thước vuông.

평범한 bình thường, tầm thường, trơn, dung(phàm) tục, xoàng, (단조로운) buồn tẻ, ~ 사람 người ~, ~생활을 하다 sống một cuộc sống ~, ~일 công việc ~, ~아내가 되고 싶다 muốn trở thành vợ ~, ~ 식사 bữa cơm xoàng.

평복(평상복) thường phục, y thường. áo mặc thường, tiện y. ~을 입은 mặc đồ thường

평사원 nhân viên thường(xoàng)

평상 bình thường(반)비상 phi thường.

평상시의 lúc thường, khi thường, 평상시 보다 일찍 일어나다 dậy sớm hơn ~, 평상시대로 như cũ. ~ 의 감정 thường tình.

평상시(평소)처럼 như thường lệ. 평상시 옷을 입다 mặc quần áo thường.

평상 cái giường tre nhỏ, sạp.

평생 cuộc đời, bình sinh, trọn đời, ~의 한 nỗi hận ~, 한 ~ một ~, ~소원 nguyện vọng cả ~, ước mơ cả đời.

평생 기억하다 nhớ đời.

평생동안 bình sinh.

(속) 평생신수가 편하려면 두 집을 거느리지 말랬다(두 집 삶은 결코 편할 수가 없다) Muốn cho số yên ổn, chớ có lấy hai vợ(cảnh sống hai nhà thì chẳng bao giờ yên ổn được).

평서문 câu tường thuật

평소 thường lệ, thường ngày, thông

thường, ~에 vào ngày thường, ~ 와 같이 như thường, theo lệ thường.
평수 diện tích, 건평 ~ tòa
평시(평상시) thời bình, bình thời.
평시전력 quân số thời bình.
평안 bình an, bình yên, an khang, yên ổn(lành), ~ 무사 ~ vô sự. ~을 구 하다 cầu an.
평안하고 한가한 thảnh thơi.
평야 đồng bằng, cánh đồng, (반) 산악 đồi núi, 호남 ~ ~ hồ nam
평양 Bình Nhưỡng
(속)평양감사도 저 싫으면 그만이다 (아무리 좋은 일이라도 내가 싫 으면 그만이다) Dù giám đốc Bình Nhưỡng mà tôi không thích cũng thôi(dù việc tốt mấy mà tôi không thích thì thôi)
평영(수영)kiểu bơi ếch, ~선수 người ~
평온(온도) nhiệt độ trung bình
평온하다 êm đềm, thanh bình, yên tĩnh, 평온한 생활 cuộc đời phẳng lặng. yên ba, 평온한 절 분위기 cảnh chùa tĩnh mịch. 사방이 ~ bốn phương phẳng lặng. (고요한) tĩnh mịch.
평온하게 퇴역하다 yên ba.
평온무사한 bình thản. bình an vô sự.
평온과 광란 êm đềm và cuồng loạn.
평원 bình nguyên, (넓은 들) đồng bằng rộng rãi
평이한(용이한) dễ dàng, bình dị, 평이 하게 một cách ~
평일 ngày thường, bình nhật,
평전 bản lý lịch cơ bản
평점 điểm chuẩn, điểm thi, nốt.
평정하다 đàn áp, dẹp yên(giặc), ngăn chặn, kiềm chế
평정(마음)bình tĩnh, 마음의 ~ ~ tâm sự. ~을 잃다 rối rít tít mù.
평정(평가하여 결정)định giá, 근무 ~ đánh giá khả năng
평준 cân bằng đều, ~화하다 cân bằng hóa, tiêu chuẩn hóa
평지(들)đồng bằng, cánh đồng, đất bằng.
평탄한 phẳng phắn, bình thản, bằng phẳng, phẳng lì, phẳng phiu, 그의 일생은 평탄했다 cuộc sống anh ta phẳng lặng, 평탄케하다 ban bằng, ~길 đường bằng phẳng.
평토(평평하게 함)san bằng sau khi chôn cất
평판(명성) tiếng tăm, danh tiếng, nổi tiếng, ~이 좋다 ~ tốt, (반) ~이 나 쁘다 ~xấu
평판이 좋은 tốt tiếng, ~사람 người ~.
평판이 나쁜(속어) tiếng nọ điều kia.
평평하다 bằng bằng, bằng phẳng, rạp. (반)울퉁불퉁한 gồ ghề, 평평한 지 붕 sân thượng. 평평한 길 đường xuôi. 땅에 평평하게 눕다 nằm rạp xuống đất.
평평하게 메우다 san lấp, 평평하게 하 다 san bằng.
평하다 phê bình, bình luận
평행 song song, bình bình, 길이 철도 와 ~ 해 있다 con đường ~ với đường ray, ~도로 nhật đường.
평행이동하다 tịnh tiến.
평행봉 xà kép.
평행선 đường song song, song hành tuyến, vĩ tuyến.
평형 cân(thăng) bằng, thế cân bằng, bình quân, ~수영 bơi nhái(ếch). ~

을 유지하다 làm thăng bằng.
평화 hòa bình, ~적이다 có tính~, ~적으로 해결하다 giải quyết một cách ~, ~롭게 살다 sống một cách ~, ~를 깨뜨리다 phá vỡ ~ (반) ~를 유지하다 duy trì ~, ~를 사랑하는 hiếu hòa, ~유지군 quân gìn giữ ~, ~공존 chung sống ~, ~회의 hòa nghị(hội), ~조약 hiệp ước ~, hòa ước, ~조약을 낭송하다 bình văn. ~롭게 통치하다 bình trị. ~를 위해 기도하다 kỳ an. ~를 기원하 다 kỳ yên. ~스러운 yên ổn. ~의 사절 sứ giả hòa bình.
평화시 thời bình, ~기 trong ~.
평화주의 chủ hòa.
평화로운 yên ổn(hàn), (조용한)thanh thản. ~생활 đời(cảnh) sống ~.
평화적 정권교체 thay đổi quyền lực một cách hòa bình
폐(해부) phổi
폐(폐단) điều phiền, ~를 끼치다 làm phiền, phiền hà. làm rộn. phiền lụy. ~가 미치다 lụy.
폐가(집) ngôi nhà hoang, (절손)gia đình tan vỡ
폐간 đình chỉ xuất bản, ~되다 bị ~, ~시키다 cấm xuất bản
폐결핵 bệnh lao phổi, phế lao, ho lao, ~ 환자 người bệnh lao phổi
폐경기 thời kỳ mãn kinh
폐관하다 đóng cửa quán
폐광 mỏ hoang, ~하다 bỏ hoang mỏ
폐교하다 đóng cửa trường
폐기 bãi bỏ, phế thải, sự bỏ đi, (법의)hủy bỏ, ~물 phế liệu, hàng bỏ, hàng vứt đi, 핵~물 vật phế thải hạt nhân.

폐기된 돈 tiền chết.
폐농 từ bỏ việc đồng áng
폐단 thói xấu, tệ đoan, tệ hại, ~을 없애다 trừ hại. 거기에는 여러가지 ~이 있다 điều đó thật tệ hại
폐동맥 phế động mạch
폐렴 viêm(sưng) phổi, phế viêm.
폐립하다 phế lập, 왕위를 ~ ~ ngôi vua.
폐막하다 bế mạc, 폐막식 lễ ~
폐문 đóng cửa, đóng lại, ~시간 giờ ~
폐물 đồ phế thải, vật vô dụng, phế vật, ~이용 tận dụng vật phế thải, (폐품)phế phẩm
폐백 quà của chú rể cho cha mẹ cô dâu
폐병 bệnh phổi
폐부(폐)phổi, (마음속)từ đáy lòng, (급소) cuống bao tử
폐사(회사) công ty, hãng
폐색(막힘) phong tỏa, bao vây, ~신호 tín hiệu ngừng, ~음 âm tắc
폐선 chiếc tàu bị vứt bỏ
폐쇄(봉쇄)phong tỏa(bế), đóng, khóa
폐쇄되다 bị lấp.
폐쇄음 tắc âm. 경구 ~ ~ của cứng.
폐쇄거리 phố cấm.
폐수 nước thải, ~처리 xử lý ~, 공장 ~ ~ nhà máy, ~처리장 chỗ xử lý ~
폐습 thói xấu, ~을 버리다 bỏ ~
폐암 ung thư phổi
폐어(사어)từ cổ không còn dùng nữa
폐업 sự nghỉ kinh doanh, đóng cửa tiệm, thôi việc, ~계 biên bản nghỉ việc
폐염 viêm phổi, 급성 ~ ~ cấp tính
폐원하다 bế mạc quốc hội
폐위하다 truất phế, thoái vị, hạ bệ
폐인 phế nhân, người tàn phế
폐일언하고 nói một cách ngắn gọn

폐장하다 đóng cửa
폐적(적자의 신분을 폐지함) tước quyền thừa kế
폐점 đóng cửa tiệm, ~시간 giờ đóng cửa
폐정 giải tán phiên tòa
폐정맥 phế tĩnh mạch.
폐지 xóa bỏ, hủy bỏ, đình(phế) bãi, phá án, (무효하다) thủ tiêu, (빈 터)đất đai trống không, (휴지) giấy vụn, 노예제도를 ~ 하다 thủ tiêu chế độ nô lệ.
폐질 chứng bệnh nan y
폐차 xe phế thải, ~장 nơi ~, nghĩa địa xe
폐출혈 phế huyết băng.
폐품 phế phẩm, ~회수 thu hồi ~, thu gom phế liệu
폐하 tâu bệ hạ
폐하다 thủ tiêu, bãi bỏ, vứt bỏ, (법률)hủy bỏ, bác bỏ, (군주) hạ bệ, 허례를~ bãi bỏ thủ tục
폐합하다 hợp nhất, sắp xếp lại
폐해 thói hư, tật xấu, tệ hại.
폐허 đất hoang, phế hư, 폐허된 hoang tàn
폐활량 dung tích phổi, sức chứa phổi
폐회 bế mạc, kết thúc buổi họp, ~사 lời nói ~
폐회로 một vòng kín
포(대포) pháo, đại pháo, ~를 쏘다 bắn pháo
포개다(겹치다)chất lên, trùng lũy, chồng lên(chéo)
포개어 쌓다 tích tụ.
포격하다 oanh tạc, pháo kích
포경(고래잡이)săn cá voi, ~선 tàu đánh cá voi

포경(의학)chứng hẹp bao qui đầu, ~수술 mổ bao qui đầu hẹp
포고 công bố, bố cáo, tuyên bố, (법령) chiếu(hạ) chỉ, ~문 chiếu chỉ sắc lệnh
포괄 bao quát, ~적 có tính ~, phổ quát.
포교 truyền giáo, ~자 nhà ~
포구 bến cảng, cửa khẩu
포구(총구) miệng súng, họng súng
포근하다 làm êm chịu, ấm áp, (반) 쌀쌀하다 lạnh lùng, 겨울 날씨가 ~ làm ấm vào mùa đông, 포근한 날씨 thời tiết ấm áp, 마음이~ tấm lòng ấm áp
포기 từ bỏ, bỏ cuộc, hủy(rời) bỏ, tự hủy, gác bỏ, cai, 계획을 ~ 하다 ~ kế hoạch, 직장을 ~ 하다 bỏ việc làm, 시험을 ~ 하다 bỏ thi, 박사가 그 환자를 ~ 했다 bác sĩ đã bất lực với bệnh nhân ấy, 술을 ~하다 cai rượu. (연구등을)xếp bút nghiên.
포낭(의학)tiểu nang.
포대 khẩu đội pháo, (요새)pháo đài
포대(자루) khố tải, bao tải.
포대기 chăn, mền
포도 trái nho(남), qủa nho(북), bồ đào, ~주 rượu vang(nho), ~원 vườn trồng nho, ~송이 chùm nho, ~밭 ruộng(vườn) nho, ~한송이 một chùm nho, ~즙 ép nước cốt nho.
포도원 nông phu kẻ trồng nho.
포도당 gơ-lu-cô.
포도(길) đường nhựa, vỉa hè
포동포동하다 đầy đặn, bụ bẫm, mũm mĩm(북), phúng phính(남), ~ 한 얼굴 má bầu, má đầy đặn. khuôn trăng đầy đặn.
포동포동하고 예쁜(건강해 보이는)

tròn trịa.
포란기 phôi kỳ.
포로 tù binh, ~를 수용하다 giam giữ ~, ~ 수용소 trại ~, ~교환 trao đổi~, ~ 송환 trả ~, ~된자 kẻ bị cầm tù. ~를 구출하다 đánh tháo.
포마드 sáp xức tóc.
포만하다 no, đầy, 포만증세 hư mãn.
포르노 sự khiêu dâm
포말 bong bóng, bọt tăm
포르투칼(국명) Bồ Đào Nha
포목 vải vóc, ~전 tiệm bán vải
포병 pháo binh, ~중대 pháo đội, ~사단 sư đoàn ~, ~으로 공격하다 phản pháo. 경포병 pháo binh hạng nhẹ. ~부대 bộ đội pháo binh. ~장교 sĩ quan pháo xạ.
포문 miệng súng
포물선 đường cong, (수학) đường parabol
포복절도하다 cười lăn cười lộn, cười vỡ bụng, cười ngặt nghẽo.
포복하다 toài. (기다) trườn, bò lê, 부대가 ~ bộ đội ~.
포박하다 bắt giữ
포부 nguyện vọng, hoài bão, ý nguyện, tham vọng, ~가 큰 có nhiều tham vọng
포상 giải thưởng, ~하다 ban thưởng, 포상금 tiền khen thưởng
포석(바둑) chiến lược hòa giải
포석(도로의) gạch lát, đá lát đường, ~을 깔다 lát đường băng đá
포섭하다 thu phục
포성 tiếng nổ đại bác
포수(포병의) pháo thủ, (사냥군)thợ săn, người đi săn
포술 thuật bắn pháo

포스터 yết thị, áp phích, 광고~ bướm quảng cáo, ~를 붙이다 niêm yết
포승 dây của cảnh sát
포식 ăn no nê, đủ ăn. ăn đến chán. 포식하는 ham ăn.
포신 nòng súng
포악한 bạo ngược. tàn ác, độc ác, hung bạo, ~적군 quân địch tàn ác.
포연 khói súng
포열 khẩu đội pháo, nòng pháo
포드 xe ford
포드와인 rượu vang đỏ
포옹 ôm lấy, 서로~하다 ôm nhau
포용 bao dung, ~력 sức ~, ~chứa, ~성 tính bao dung
포우커 bài poker
포위 bao vây, vây bọc, bủa(giải) vây, 마을을 ~ 하다 ~ ngôi làng, ~를 풀다 tháo vòng vây, ~ 망 vòng vây, ~공격 tấn công ~, vu hồi, ~망을 뚫다 phá vây, 포위군 đội quân ~, ~를 뚫고 나가다 tháo vòng vây. ~체포하다 vây bắt. 포위하여 침투하다 vây lấn. 포위되다 vi khốn. bị quây. ~를 돌파하 다 phá vòng vây.
포유 cho bú, ~동물 động vật có vú
포유류 loài động vật có vú.
포유동물의 표피 tiêm mau.
포육 thịt khô
포인터(사냥개) chó săn
포인트 điểm, điểm số, ~에서 이기다 thắng điểm, ~를 올리다 nâng ~, ~를 잃다 mất ~
포장 vải bạt, ~마차 xe ngựa có mui che
포장하다 đóng gói, gói ghém, đùm bọc, 포장을 끄르다 tháo mở gói

hàng, 포장기 máy ~, 포장지 giấy gói quà, bao bì, 포장봉투 cái bì(북), cái bao(남), (과장하다) phô trương.

포장(보도) vỉa hè, ~도로 đường nhựa(반) 비 ~ 도로 đường đất, 도로 ~ sự lát đường.

포장(훈포장)huân chương

포좌(포의 위치를 조정하는)ụ pháo.

포주 ma cô, chủ nhà thổ, tú bà

포지션 vị trí, địa vị

포진하다 xếp đội hình

포진지 hỏa điểm.

포차 xe chở pháo, giá súng đại bác.

포착 bắt giữ, đạt, thu, (뜻)hiểu thấu, thu được, ~하기어려운 khó hiểu, không nắm vững

포충망 lưới bắt sâu bọ

포커 tu lơ khơ.

포켓 túi, ~에 손을 넣다 bỏ tay vào túi, ~에서 꺼내다 lấy trong túi ra

포크 cái nĩa, chĩa, (돼지고기)thịt heo

포크댄스 điệu múa dân gian

포크레인(굴삭기) máy đào đất.

포크송 bài ca dân gian

포탄 đạn pháo, trái phá.

포탈하다 trốn thuế

포퓰러(대중적)bình dân, phổ biến, ~뮤직 nhạc đại chúng

포플러(나무)cây dương, cây dương rung, hoàng diệp liễu.

포학하다 bạo ngược, hung ác

포함 bao gồm, chứa đựng, kể cả, 밥값을~한 kể cả tiền cơm, ~ 하지 않은 không kể.

포함(군함)pháo hạm, tàu chiến

포화(화력) hỏa lực

포화상태 trạng thái bão hòa

포환(투포환) ném lao. tạ.

포획하다 nắm bắt.

포효(짐승의)tiếng gầm, ~하다 gầm lên(thét), la hét

폭(넓이) chiều rộng(ngang), bề rộng, (가로) bề ngang, ~이 좁다 chật bề ngang, ~을 넓히다 mở rộng chiều ngang

폭거(난동) hành động bạo lực

폭격 oanh tạc(kích), bỏ bom, ~기 máy bay ~, ~ cơ. máy bay xung kích.

폭군 bạo chúa, kẻ bạo ngược

폭도 hung đồ, kẻ nổi loạn, bọn phiến loạn, nghịch đồ.

폭도들을 격퇴하다 ngự vụ.

폭동 bạo động, ~을 일으키다 gây ~ (반) ~을 진압하다 trấn áp ~, tảo loạn, 무장 ~ bạo động vũ trang

폭등하다 tăng vọt bất ngờ,폭등하는 물가 giá cả tăng vùn vụt

폭락 hạ giá nhanh, sụp đổ nhanh, giảm nhanh, 주식의 ~ cổ phần suy giảm

폭력 bạo lực, 가정~ ~ trong gia đình, ~으로 강제하다 cưỡng chế bằng ~, ~단 băng ~, ~행위 hành vi ~, 조직 ~ tổ chức ~, ~적인 사람 vũ phu

폭로 vạch trần(mặt), bộc lộ, bóc trần, tiết lộ, tố giác, làm lộ ra, 음모를 ~하다 bóc trần âm mưu.

폭리 lợi nhuận cao, lợi quá đáng

폭발 nổ, bùng nổ, 가스~ nổ ga, hơi nổ, ~시키다 làm cho nổ, phát nổ, ~력 sức nổ, sức phá, ~물 chất nổ, ~약 thuốc nổ, ~탄 bom, ~점 điểm nóng, 원자~탄 bom nguyên tử, 인구~ bùng nổ dân số

폭발소리(음) tiếng nổ.
폭발 장전약 thuốc dẫn nổ.
폭발 폭약 thuốc nổ phá.
폭삭 hoàn toàn, 건물이~주저 앉았다 tòa nhà ~ sụp đổ
폭서 sức nóng khốc liệt
폭설 cơn bão tuyết
폭소 cười phá ra, cười khanh khách, ~를 터트리다 cả cười, cười ồ lên
폭식하다 ăn qúa độ, ăn tham
폭신 폭신하다 mềm dẻo, xốp xộp.
폭약 chất(thuốc) nổ, ngòi nổ
폭양 ánh mặt trời chói sáng
폭언 lời nói thô bạo
폭우 mưa xối xả, mưa bão, mưa to, mưa như trút, ~가 쏟아지다 trời mưa lớn như trút nước. mưa như trút.
폭음(소리) tiếng nổ, (비행기)tiếng vù vù
폭음하다 uống qúa độ, uống qúa nhiều, uống thái quá.
폭음폭식하다 ăn uống thái quá.
폭정 chính trị bạo ngược
폭주(달림) chạy thô bạo
폭죽 pháo, thuốc pháo, pháo hoa, ~을 터뜨리다 bộc phá pháo, ~이 울려 퍼지다 pháo ran. ~잔해 xác pháo.
폭탄 bom, 시한~ bom hẹn giờ, 원자~ bom nguyên tử, ~을 투하하다 liệng bom. nén(thả) bom.
폭탄의 일제투하 tràng pháo.
폭파 phá nát, phá tan, bộc phá.
폭포 thác nước, ghềnh thác.
폭풍 bão, gió bão, cơn dông, giông tố, ~의 중심 trung tâm ~, ~의 눈 tâm bão, ~이 지나가다 cơn bão đi qua, ~경보 cảnh báo ~, ~권 khu vực ~,
~피해 thiệt hại do bão gây ra, 광풍(강풍)cuồng phong, ~이 줄어들 때까지 đến lúc bão vơi, ~은 커다란 피해를 야기했다 các trận bão gây nhiều thiệt hại.
폭풍우 mưa bão, bão nước, trận bão, dông (giông) tố, cơn dông, trận bão lụt. ~가 지붕을 휩쓸어 가다 bão trốc mái nhà.
폭한(깡패)kẻ lưu manh, côn đồ
폭행 bạo hành, sự hành hung, (강간) hãm hiếp, ~자 kẻ hành hung, kẻ bạo hành, 성 ~ bạo hành tính
폴랜드(국명) Ba Lan
폴카 điệu nhảy pôn ka
폴리네시아(국명) Poly Nêsia
퐁당(덤벙) kêu tõm
퐁당 물에 빠지다 rơi tõm xuống nước
퐁당 퐁당 bắn tung tóe
폼 mẫu, hình dạng
표 vé, 기차 ~ vé tàu, ~를 예약하다 đặt vé, ~를 검사하다 kiểm tra vé
표 phiếu, ~를 얻다 giành phiếu, 번호~ phiếu thứ tự, 짐 ~ phiếu hành lý, 이름 ~ bảng tên, 상~ nhãn hiệu, 상표 thương hiệu, ~를 하다 làm dấu, (투표의) 표수 số phiếu, 부동표 phiếu trôi nổi
표결하다 biểu quyết, 표결권 quyền biểu quyết, 거수로 ~ ~ bằng cách dơ tay lên. 표결로 결정하다 quyết định bằng ~, 표결에 들어가다 tiến hành ~, đi vào ~. 표결권 quyền biểu quyết.
표고(해발)trên mực nước biển, ~ 2000 미터 cao hơn mực nước biển 2000 mét
표고버섯 nấm đông cô

표구하다 đóng khung, lồng vào khuôn.
표기(쓰기) ghi lên ngoài, 가격~ ghi giá cả
표나다 để lại dấu, có dấu
표독하다 tàn bạo, dã man, độc ác
표류하는 trôi giạt, trôi nổi, lênh đênh, phiêu lưu, tấp, xiêu bạt, 물결 치는 대로 표류하다 phiêu lưu theo sóng nước, 물결따라 표류하다 trôi giạt theo dòng nước. thả trôi.
표류자 kẻ phiêu lưu
표리 hai mặt, xảo trá, ~부동(겉과 속이 다름) bội bạc, khó tin
표매진 bán hết vé
표면 bề mặt, mặt đất, mặt(bên) ngoài, (반) 이면 hai mặt, ~에 나타나다 biểu hiện ra ngoài, ~장력 sức ép mặt. ~적으로 biểu kiến.
표면화하다 để lộ, phá ra bộ mặt, lộ mặt ngoài
표명하다 biểu lộ, biểu thị, bày tỏ, ngỏ ý, 반대의사를 ~ bày tỏ ý phản đối, 찬성을 ~ biểu thị tán thành
표박(방랑) phiêu bạt(bạc).
표방(내세움)ủng hộ, bênh vực, tán thành
표밭 nhóm cử tri ủng hộ
표백 chất tẩy trắng, phiếu bạch, chuội, tẩy, ~제 thuốc tẩy, lơ hồng.
표범(동물)con báo, báo đốm
표변하다 thay đổi bất ngờ
표본 tiêu bản, tiêu chí, điển hình, tấm gương, 식물의 ~ ~ thực vật. 그는 근면의 ~이다 anh ta là tấm gương của cần cù
표상(상징)biểu tượng, tiêu biểu, tượng trưng, phô bày
표시 làm(đánh) dấu, bày tỏ, biểu thị, biểu hiệu, 백기는 항복의 ~다 cờ trắng là biểu hiệu đầu hàng. 감사의 마음을 ~하다 bày tỏ lòng cám ơn
표식 dấu hiệu
표어 biểu ngữ, tiêu ngữ, khẩu hiệu, phương châm, 선거~ khẩu hiệu bầu cử
표연히 một cách tình cờ, bâng quơ
표음문자 biểu tượng ngữ âm
표의문자 nét chữ tiêu biểu
표적 dấu vết, (이적)dấu lạ, dấu hiệu
표적 tiêu đích. (과녁)đích đến, (목표) mục tiêu, ~사격 sự bắn mục tiêu
표절 đạo văn, cắp văn, cóp nhặt, ~자 kẻ ~
표정 nét mặt, sắc mặt, cái nhìn, vẻ mặt, ~이 없다 không thể hiện một nét gì cả, tỉnh khô, 즐거운 ~ vẻ mặt hớn hở, ~없는 얼굴 khuôn mặt không có cảm xúc, ~에 나타나다 bay tỏ qua nét mặt, (신색:안색) thần sắc, sắc mặt, ~을 나타내다 tỏ vẻ.
표제(제목)tựa đề, tiêu đề, chủ đề, nhan đề. đầu(đề) bài.
표주박 qủa bầu, qủa bí, (바가지) múc nước.
표준 tiêu chuẩn, chuẩn mực, 일정한 ~ ~ nhất định, 높은 ~ ~ cao, ~이 높아지다 nâng cao ~, ~발음 chính âm, ~에 미달하다 chưa đạt ~, ~을 정하다 qui định ~, 표준화 ~ hóa. ~규격 qui cách ~, ~어 từ ~, ~형 mẫu ~, ~화 ~hóa, ~시간대 múi giờ, ~이 되다 làm chuẩn. ~목표 chuẩn đích, ~사례 chuẩn lệ. ~시 giờ tiêu chuẩn. ~ 미 터 thước mẫu.

~형 trình thức.
표준시간 giờ chính thức.
표지 bìa sách, bao sách
표징 biểu tượng, tượng trưng
표찰 danh hiệu, thẻ, biển
표창 khen ngợi, tuyên dương, biểu chương, ~식 lễ tuyên dương, ~장 giấy khen
표피 biểu bì, 나무 ~ vỏ cây, ~조직 mô bì
표하다(감정)bay tỏ, biểu lộ, thể hiện, 사의를~ ~ cám ơn, 유감의 뜻을~ ~ sự thương tiếc,애국심을 ~ thể hiện lòng yêu nước.
표하다 đánh dấu, ghi dấu, 연필로~ ~ bút chì
표현 biểu hiện, biểu(diễn) đạt, diễn tả, ngụ ý, ~의 자유 tự do của biểu hiệu, ~ 할 수 없는 아름다운 경치 cảnh đẹp không thể tả được, 무어라고~할수가 없다 không ~ được là cái gì, 말로 ~ 할수가 없다 không ~ bằng lời nói được. ~이 풍부한 biểu cảm.
표호하다 gầm thét
푯대 bảng chỉ đường.
푯말 biển chỉ đường, biển hướng dẫn
푸념(불평) lời than phiền, phàn nàn, bất bình, càu nhàu
푸다(물) múc nước ra, xúc ra, 밥을 ~ múc cơm, 바가지(주걱) cái múc
푸닥거리 lời phù phép, ~하다 đọc thần chú, làm phép thuật
푸대접하다 đối xử lạnh nhạt, tiếp đãi không nhiệt tình
푸드덕거리다 bay phần phật
푸르다 xanh, màu lơ, màu xanh lá cây, (반)붉은 đỏ, 푸른 하늘 bầu trời xanh, mây xanh, thanh thiên, 푸른 눈 mắt ~, 푸른색 thanh thiên, 연한 푸른 색 xanh lợt (서슬이) sắc bén. 푸른 구름 thanh vân.
푸르둥둥한 tím bầm.
푸르른 thanh thanh.
푸르스름하다 hơi xanh
푸른 곰팡이 mốc xanh, meo xanh
푸른 나뭇잎 màu xanh lá cây.
푸른색의 xanh lam. thiên thanh.
푸른 옷 thanh y.
푸른 융단 thảm xanh.
푸른 잎 thúy diệp.
푸른 풀밭 đồng cỏ xanh tươi.
푸릇 푸릇한 lấm chấm xanh, xanh rì, đốm xanh, xanh dờn.
푸석 푸석한 dễ vỡ, dòn tan
푸성귀(채소)rau xanh, cỏ xanh
푸에토리코(국명)Puec Toricô
푸줏간(정육점) hàng(thớt) thịt, hiệu thịt.
(속) 푸줏간에 들어가는 소 걸음(위험에 대면했을 때의 두려움 암시) Bước chân con bò đi vào hiệu thịt (ám chỉ nỗi sợ hãi, khi đối diện với nguy hiểm).
푸지다(넉넉)đầy đủ, sung túc
푸짐한 rình rang, ~식사(성어) mâm cao cỗ đầy. thảo ăn, ~식사를 하다 ăn uống ~.
푸푸 thở phù phù
푹(충분히) 잠을~자다 ngủ ngon, 푹잠들다 ngủ lịm.
푹빠진 lút đầu, 노는데에 ~ chơi ~. 먹는 것도 잊을 정도로 노는데에 ~ chơi ~ quên ăn.
푹 삶다 hoàn toàn sôi, bung, 옥수수를 ~ bung ngô. 푹삶은 luộc chín.

ㅍ

푹 쓰러지다 ngã sóng soài.
푹자다 ngủ ngon.
푹 주저앉다 ngồi phịch xuống đất.
푹하는 소리 tiếng bành bạch
푹신하다 mềm mại, mềm dẻo
푹찌르다 đâm phập.
푹푹 쑤시다 châm kim liên tục, 손가락이~ ngón tay tôi bị gai đâm
푹푹(아낌없이) 돈을 ~쓰다 tiêu tiền như nước, 날씨가 ~찐다 thời tiết oi bức, 발이~ 빠지다 bàn chân lún sâu
푼(돈)đồng xu, 돈 한푼도 없다 không có một ~, 한푼 없이 나가다 ra khỏi nhà không có lấy một ~
푼돈 tiền lẻ, tiền xu, ~을 모으다 dành dụm từng đồng xu
푼푼이 từng xu một, ~모은돈 tiền dành dụm từng xu một
풀 cỏ, 잡초 cỏ dại, 약초 thảo dược, 한 포기의 ~ một bụi cỏ, ~을 뜯다 cắn cỏ, ~을 베다 cắt ~, ~로 엮은 lợp lá, ~을 뽑다 nhổ cỏ, ~밭 bãi cỏ, 소에게 ~을 먹이다 cho bò ăn cỏ, ~을 뜯어먹다 nhai cỏ(남), 뇨리 cỏ(북), 갉다 cỏ. (향이 좋은) thìa là.
(속) 풀 끝에 앉은 새(바람 앞에 등불처럼 불안정한 환경) Chim đậu trên ngọn cỏ(hoàn cảnh bấp bênh, như đèn treo trước gió).
(속) 풀 끝의 이슬(풀 끝의 이슬처럼 인생의 삶이 빠르고 허무함) Hạt sương đầu ngọn cỏ(cuộc đời con người qua nhanh và hư vô như hạt sương trên ngọn cỏ).
풀 hồ dán, keo hồ, ~을 바르다 dán keo lại

풀(최대) 풀 스피드로 hết tốc độ, ~가동 vận hành tất cả
풀(수영장) hồ bơi
풀기 있는 옷 áo có hồ bột cứng, (활기) 풀기 없는 모양 vẻ mặt không có tính hoạt bát
풀다 mở ra, tháo, thả cho, đỡ. 개를 ~ thả chó ra, 구두끈을 ~ tháo dây giày, 단추를 ~ tháo cúc, cởi cúc, 감긴것 을 ~ bung ra, 매듭을 ~ mở gút, 묶인것을 ~ cởi trói, 금지령을 ~ tháo bỏ lệnh cấm vận, 봉쇄를 ~ giải tỏa, 풀 방법이 없다 không cách nào gỡ, 포위를 ~ tháo bỏ bao vây, 오해를~ tránh được hiểu lầm, 풀기 힘든 khó gặp, khúc mắc, 혐의를 ~ xóa bỏ được nghi ngờ, 문제를~ giải quyết vấn đề, 수수께끼를~ giải đáp câu đố
풀기가 매우 어려운(문제) xương.
풀레이보이 một gã phong tình.
풀루트(피리) đàn tiêu.
풀리다 được thả ra, được tháo ra, bị tuột ra, 봉쇄가~ được tháo phong tỏa ra, 바지가~ quần bị tuột xuống, 추위가~ thời tiết trở nên ấm áp, 오해가~ một hiểu lầm đã được xóa tan, 노여움이~ cơn giận đã tan, 밀가루가 잘~ bột tan đều, 돈이~ tiền được lưu thông, 피로가~ mệt mỏi hồi phục lại
풀린다(강이) ấm lên.
풀 먹이다(옷) lơ, làm hồ, làm lơ quần áo
풀무 ống bễ.
풀무질하다 thổi ống bễ
풀밭 bãi cỏ
풀베는 낫 dao rựa.

풀백(축구) hậu vệ
풀솜 vải sồi
풀쑤다(재산을 마구 버림) lãng phí
풀숲 đám cỏ, bụi cây, lùm bụi
풀스피드 hết tốc độ
풀어놓다 mở ra, tháo gỡ, (놓아주다) gỡ, gỡ rối, thả buông ra, phóng thích, 개를 ~ thả chó ra.
풀어주다 gỡ ra.
풀어져 있는 tuột ra.
풀어지다(부풀다)국수가 ~ cọng mì trương
풀어진(느슨한) lỏng lẻo,(반)chặt chẽ.
풀어헤치다 luông(buông) tuồng.
풀이 죽다 ngao ngán. tiu nghỉu. mất ý chí.
풀이 죽은 sầu chí. buồn bực.
풀이하다 giải thích
풀잎 lá(ngọn) cỏ

풀죽은(기죽은) tiu nghỉu.
풀칠하다 dán keo
풀타임 cả ngày, cả buổi, cả giờ
품(가슴) lồng ngực, vòng tay, 아이를~에 안다 bồng con
품(노동)하루~ ngày lao động, ngày công
품(모양)ngoại hình, dáng vẻ
품값 tiền công, tiền lương
품갚음하다 làm đi làm lại
품격 phẩm cách, phong cách
품계 cấp địa vị
품귀하다 hiếm có, khan hiếm
품다(안다) ôm, bồng, alo을 ~ ấp trứng, 희망을 ~ ôm ấp hy vọng, 원한을 ~ ôm hận thù, (악의를) ngậm.
품명 tên hàng hóa
품목(제품) mặt(món) hàng, ~별로 theo ~

품사 từ, từ loại, 명사 danh từ, 동사 động từ, 8 품사 8 loại từ
품삯 tiền công, tiền lương, công xá, ~으로 일하다 làm công. ~을 받다 rẻ.
품성 phẩm tính, tính nết, cá tính
품속 trong lồng ngực, ~에 giấu kiệt ôm vào lồng ngực
품앗이 đổi ca, đổi việc, đổi lao động
품위(품격)phẩm cách, phẩm vị, sự nề nếp, phong cách, ~있는 nề nếp, nho nhã, khả kính, thanh thượng, (세련된)sành điệu, có phong độ, khiêm cung. ~없는 suồng sã. sờm sỡ.
품절되다 đã bán hết
품종 hạng, loại, ~개량 gây giống tốt hơn
품질 chất lượng, phẩm chất, ~이 좋다 ~ tốt(반) ~이 나쁘다 ~ kém, ~향상 nâng cao ~, ~과 양 phẩm lượng. ~에 의한 분류 phẩm loại.
품팔이하다 làm việc, 품팔이(노동자)người ~
품평하다 bình phẩm, phê phán, phê bình, 품평회(전람회)cuộc triển lãm, hội chợ, 농산물 품평회 triển lãm nông sản
품하다 báo cáo cấp trên
품행 phẩm(tính) hạnh, nết, hạnh kiểm, ~ 단정한 nết na, ngoan hiền, ngoan ngoãn. ~을 낮추다 hạ hạnh kiểm. ~이 좋은 tốt nết, ~이 단정한 ngoan ngoãn, ~이 나쁜 hư thân, ~이 좋은 아가씨 cô gái tốt nết. ~ 바른 nết na.
풋(덜익은)chưa chín, con non, con

xanh,
풋 과일 trái sống. trái cây chưa chín, trái non(xanh), ~은 일반적으로 시다 ~ thường thường chua.
풋고추 ớt xanh, ớt tươi
풋김치 kim chi còn xanh non
풋나기 người non nớt(chưa có kinh nghiệm)
풋나물 rau tươi
풋내나다 có mùi còn xanh
풋볼(축구) bóng đá
풋사랑 tình yêu trẻ con, chợt sang mối tình đầu, 짝사랑 tình yêu đơn phương
풋풋한(젊은) tươi trẻ. ~사랑 xuân tình.
풍(바람)gió, phong
풍(양식)kiểu, mẫu, 유럽풍의 건물 tòa nhà kiểu Âu Cuâu
풍각장이 kẻ hát rong, nhạc sĩ lề đường
풍격 phong cách, cá tính
풍경 phong cảnh(quang), cận cảnh, 이곳은~이 좋다 ~chỗ này tốt, bãi của ~ ~biển, ~화 bức tranh~, 전원~ cảnh thôn dã, cảnh đồng quê, ~을 묘사하다 tả cảnh, ~을 감상하다 ngắm ~. ~을 바라보고 감정이 북받쳐 오르다 tức cảnh sinh tình.
풍경(방울)chuông gió hình cá
풍광(경치)phong cảnh, cảnh quang, ~명미 cảnh vật đẹp đẽ
풍금 đàn organ, đàn phong cầm
풍기(기율)kỷ luật, (사회의)đạo đức chung, ~문란 suy đồi đạo đức xã hội
풍기다 tỏa ra, lan ra, rải, bốc ra, hương기를 ~ tỏa hương thơm
풍난(식물) phong lan.
풍년 được mùa, phong niên,(반)흉년 mất mùa
풍뇌(바람과 번개)phong lôi.
풍덩 tung tóe, rơi tõm, vẳng ùm, ~ 빠지다 vẳng ùm xuống. ~물속에 떨어지다 rơi tõm xuống nước.
풍뎅이 con bọ da, bọ hung
풍도 phong độ, phong cách
풍랑 sóng gió, ~이 심하다 sóng nâng cao
풍력 sức gió, ~계 phong lực kế.
풍력의 정도(풍력비율)tỷ lệ tốc lực gió.
풍로 lò than
풍류 phong lưu, tao nhã
풍만한 nở nang, sởn mởn, đầy đặn, đẫy đà, ~ 가슴 bộ ngực ~, ~ 육체 cơ thể ~, (비만)mập mạp
풍모 ngoại hình, phong mạo, ~가 당당한 사람 người oai vệ
풍문(소문)tin đồn, tiếng đồn, lưu ngôn, ~에 의하면 theo lời đồn thì
풍물(경치)phong cảnh, cảnh trí, (경치와 사물)cảnh vật.
풍미(맛) gia vị, hương vị, mùi vị
풍미(휩쓸다)ảnh hưởng trội, chiếm ưu thế
풍병 bệnh thần kinh
풍부하다 phong phú, đầy rẫy, (부유한) dư dật, 내용이 ~ nội dung~, 풍부한 수산자원 tài nguyên thủy sản ~, 경험이~ kinh nghiệm ~, 풍부한 천연자원지(비유) rừng vàng biển bạc ~, tài nguyên thiên nhiên ~, 풍부한 천연자원 nguồn lợi dồi dào, 풍부하고다양한 특색 đậm đà bản sắc. phong phú 연륜 khang niên.
풍부한 경험으로 익숙한 thành tạo.
풍부한 수확을 거두다 trúng mùa.

풍비박산 rải rác khắp nơi, tan cửa nát nhà.
풍상(고생) sương gió, phong sương, gian khổ, ~을 겪다 trải qua nhiều gian khổ
풍선 bóng bay, ~을 날리다 thả bóng
풍설 bão tuyết, (힘든 인생살이) phong sương.
풍설(풍문) tin đồn, tiếng đồn
풍성하다 phong phú, dồi dào, đầy đủ, dư dật.
풍세 sức gió
풍속 phong tục, ~에 따르다 tùy tục, 남의 나라에 가면 그 나라의 풍속을 따라야 한다 nhập gia tùy tục, ~을 바꾸다 sửa đổi~.
풍속(바람 속도) tốc độ gió
풍수 phong thủy, ~설 thuyết ~, ~지리 ~ địa lý. địa vật, ~지리전문가 thầy địa lý. ~지리적 정치설 thuyết địa lý chính trị.
풍수해 thiệt hại bão lụt
풍습 phong tục, tập quán
풍식 phong hóa, soi mòn sức gió
풍악 nhạc cổ điển
풍압 áp xuất gió, ~계 máy đo ~
풍요한 giàu có, phong phú, dồi dào, phì nhiêu. 풍요로운 생활을 하다 ấm no. 풍요롭고 기품있는 가족 nhà giàu sang.
풍우 mưa gió, ~계 phong vũ biểu.
풍운의 뜻 mơ ước nổi tiếng, 풍운아 người ~
풍월 gió trăng, (시가) thi ca, ~을 읊다 làm thơ
풍유법 lời nói bóng
풍자 châm biếm, có biếm, bài báng. ~ 시 thơ ~, ~문 văn trào phúng, ~화 tranh biếm họa, ~화 하다 trào phúng, ~ 만화 hý họa. ~적인 생각 óc ~.
풍자만화를 그리다 vẽ hoạt kê.
풍자극 대본 tiểu phẩm.
풍작 vụ mùa bội thu, được mùa(반)흉작 mất mùa
풍전등화(위태로운)đầu sóng ngọn gió
풍조(추세) xu hướng, phương hướng, nước đời. 세상 ~ chiều hướng thế gian,
풍족한 đầy đủ, sung túc, dư giả, 풍족하게 살다 sống một cách sung túc, ~ 생활을 하다 làm ăn thịnh vượng.
풍진 gió bụi, (티 끝) bụi trần, (속세) việc thế tục, (고난) phong trần, (병) phong độc. (두드러기) tịt, 모기가 물어서 온몸에 ~ 이 나다 muỗi cắn nổi tịt cả người.
풍차 cối xay gió, xe gió.
풍채 phong thái, ngoại hình, ~가 좋다 có ngoại hình tốt. 풍채좋은 to béo.
풍취있는 태도 phong độ.
풍치(운치) tao nhã, phong nhã, (치통)đau răng
풍토 phong thổ, thủy thổ, thổ tục, 기후 ~ 에 맞는 hợp ~, ~에 익숙하다 hợp ~, ~병 bệnh ~, ~에 적ứng hợp ~, ~ 에 적응하다 quen thủy thổ. 기후 ~ thủy thổ, 열악한 ~ thủy thổ khắc nghiệt.
풍파 phong ba, sóng gió, (고생)bão táp, gian khổ, 인생의 ~ phong ba bão táp, ~와 싸우며 나아가다 chống chèo.
풍해 thiệt hại gió
풍향 hướng(chiều) gió, phong tín, 풍향이 바뀌다 chuyển ~, trở gió, ~

기 máy ~
풍화작용 soi mòn gió
퓨리턴(청교도) tín đồ thanh giáo
퓨우즈 cầu chì, dây chì, ~를 갈다 thay ~, ~를 달다 lắp ~, ~가 끊어지다 đứt ~
프놈펜 Phnôm-Pênh.
프라스코(작은 병) ve.
프라이 món rán, ~판 chảo rán, xoong.
프라이드(자존심) tự ái, niềm tự hào
프라이버시 riêng tư, cách biệt
프랑 đồng frăng, quan(đơn vị tiền Pháp), 10 프랑 mười quan.
프랑스 nước Pháp, ~요리 món ăn Pháp, ~사람과 결혼한 베트남 여자(경멸적) me tây, ~국적 pháp tịch..
프랑스산업혁명 cách mạng tư sản Pháp.
프래그머티즘(실용주의)chủ nghĩa thực dụng
프러시아(국명) Prussia, nước Phổ
프레스 máy in, thuật in, (신문)báo, ~복스(신문기자석)chỗ ngồi phóng viên, (기계)máy ép, máy dập, ~공법(건축) ép cọc
프레젠트(선물) quà biếu, tặng phẩm
프렛홈(정거장의) sân ga
프로(전문) chuyên môn, ~로 전향하다 chuyển sang ~, ~ 축구 bóng đá chuyên nghiệp, ~선수 tuyển thủ ~, nhà nghề, ~축구선수 cầu thủ nghề.
프로그램 chương trình, ~ 대로 진행하다 tiến hành như ~, 프로그래머 người lập trình
프러덕션(영화제작소) xưởng phim
프로듀서(제작자)nhà sản xuất phim

프로세스(공정)qúa trình, tiến triển
프로젝트(계획) dự án, kế hoạch
프로카인 một loại ma túy
프로테스턴트(신교) đạo tin lành
프로판가스 ga proban
프로페셔날(전문가)nhà chuyên môn, tay nghề
프로펠러 cánh quạt, chong chóng, (배의) chân vịt, ~ 비행기 máy bay cánh quạt.
프로포즈(구혼) cầu hôn
프로필(윤곽) nét nhìn nghiêng
프론트(카운터)quầy tiếp tân, quầy thu tiền
프롤레타리아(무산계급)giai cấp vô sản(반)부르주아 giai cấp tư sản. ~독재정치 chuyên chính vô sản.
프롤로그(서막)đoạn mở đầu
프리미엄(웃돈) phần thưởng, tiền phụ trội
프리패스(무임승차) vé miễn phí
프리즘 giác trụ, lăng kính, khối lăng trụ
프리킥 đá phạt
프린트 in, ~기 máy in, (복사)photo copy, ~용지 giấy A4
플라스마(혈장) huyết thanh
플라스크(용기) bình cầu. thông.
플라스틱 plastic, chất dẻo(nhựa). ~ 유황 lưu hoàng mềm.
플라이(파리)con ruồi, ~급(권투)hạng ruồi.
플라타너스(나무)cây tiên huyền
플라토닉 러브 tình yêu thuần khiết
플랑크톤 phiêu sinh vật
플래시 đèn nháy, đèn pin, flash
플래카드 băng ron, tranh cổ động
플레티늄(백금) bạch kim

플랜(계획)chương trình, kế hoạch
플랜트(식물) thực vật
플러스 cộng thêm
플러그 phích cắm, lỗ cắm điện, ~를 꽂다 cắm điện
플래쉬 đèn pin.
플래어 스커트(아래가 넓은) váy xòe
플랫폼 ke ga.
플루토늄 plutonium.
플루트(피리) ống sáo(tiêu). ~를 연주하다 thổi tiêu(địch).
피 máu, huyết, ~의 순환 tuần hoàn ~, ~가 나다 chảy~, ra huyết, sặc máu. ~를 묻히다 dánh ~, ~묻은 손수건 khăn tay vấy máu, khăn tay nhuốm ~, ~비린내나는 đẫm ~, ~를 흘리다 đổ ~, ~를 뽑다 chích máu, ~투성이가 되다 ướt đẫm ~, ~가 머리에 오르다 sặc máu. ~가 조금 나오다 chảy chút ít máu. ~가 끓어오르다 máu láu linh nổi lên. ~를 토하다 hộc(trào) máu. ~와 뼈 xương máu, ~와 화염(치열한 전쟁) máu lửa, ~에 굶주린 khát máu. 피와같이 붉은 màu đỏ máu.
피를 마시다(맹세로)sáp huyết.
(명) 피를 보지 않고는 해결되지 않는다 Không nhìn thấy tận mắt thì không giải quyết được.
피로 물들이다 nhuộm máu.
피리 ông sáo, sáo, tiêu.
피검되다 bị bắt giam, 피검자 người ~
피검사(를 하다) thử máu
(속) 피는 물보다 진하다(혈육의 정은 더욱 변함 없다) Máu đặc hơn nước lã(tình ruột thịt vẫn hơn)
피로 얼룩진 bị vấy máu

피겨스케이팅(빙상무용) vũ trên băng
피격당하다 bị bắn, bị tấn công
피고 bị cáo(반) 원고 nguyên cáo, ~를 무죄로 하다 cho trắng án một bị cáo. ~를 석방하다 tha bổng người bị cáo.
피고인에게 재판정에 출두하게 하다 thôi tra.
피고증언석 vành móng ngựa.
피고름 máu mủ
피고용인 công nhân, người thuê
피곤하다 mệt mỏi(lử), nhọc. phiền lao, 아주~ mệt tà tơi, 피곤하고 초췌한 mệt mỏi bơ phờ. 피곤한 눈 rã mắt.
피곤에 지친 ủ ê, mệt mỏi.
피곤해 녹초가 되다 mệt lử rã rời
피곤해 죽을 지경인 mệt lử cò bợ.
피곤해서 힘이 다하다 nhọc sức.
피골 xương và da, ~이 상접하다 chỉ còn da xương, gầy trơ xương, ~이 상접한 사람 khô cốt.
피나무 cây chanh vỏ vàng
피나다 chảy máu
피난 tránh nạn, lánh nạn, tị nạn, ~민 dân tị nạn, ~처 nơi tránh khỏi, nơi nương náu, ~가다 di tản. ~ 지역 khu vực trú ẩn. ~자 dân tỵ nạn.
피난하다(피하다)xa lánh, 전염병이 있는 곳을 피하다 ~ nơi có bệnh truyền nhiễm.
피날레 đoạn cuối, chương cuối, màn chót
피납(납치) bắt cóc
피눈물 lệ máu, giọt lệ cay đắng, hồng lệ.
피다 nở,(반) 지다 héo, 피기시작하다 bắt đầu~, 빨갛게 ~ nở đỏ, (불을)

đốt sáng, (난로를) đốt lò

피땀 máu mồ hôi, ~흘려 번돈 đồng tiền kiếm được bằng mồ hôi đẫm máu, ~흘려 일하다 đổ mồ hôi sôi nước mắt.

피똥 phân máu

피동 bị động,(반)능동 chủ động, ~적 có tính~, ~형 hình thức~

피동사 bị động từ, ~접미사 hậu tố~, ~문 câu ~

피둥 피둥 mập mạp, béo mập, ~살찌다 béo mập

피드백(조정하다) phản hồi.

피라미(물고기) cá tuế

피라미드 kim tự tháp, giác chùy, ~모양 hình ~, ~형 hình chóp, ~식 조직 tổ chức theo mô hình ~

피력하다 bày tỏ, phát biểu, biểu đạt, 의견을 ~ bày tỏ ý kiến

피로연 bữa tiệc, kết hôn ~ tiệc cưới, ~을 열다 tổ chức ~

피로하다 mệt mỏi, 눈이~ mỏi mắt, 일을 많이 해서 ~ làm việc nhiều nên ~, 피로가 풀리다 làm cho hết mệt

피뢰침 cột thu lôi, dây thu lôi. bồ ngắm.

피륙 hàng dệt, vải vóc

피리 cây sáo, đàn sáo, địch, ~를 불다 thổi sáo(tiêu), ~소리 tiếng sáo, ~를 뻭뻭 불다 thổi vo vo.

피리어드(종지부) dấu chấm

피마자(식물) cây thầu dầu, ~유 dầu thầu dầu

피막(비늘) vảy cá

피망 ớt tây.

피바다 vũng máu.

피보험물 vật bảo hiểm, tài sản bảo hiểm

피보호자 người được bảo trợ

피복(의복) y phục

피봉(겉봉)phong bì

피부 da, nước da, 피부가 거칠다 da sần sùi, ~건조증 bệnh khô da, ~병 bệnh ngoài da, ~염 viêm da, 거친 ~ da xù xì, ~가 할퀴다(벗 겨지다)trầy da, ~영양크림 kem trắng(dưỡng) da, kem chống nắng, 탄 ~ da rám, ~과 khoa ngoài da. ~버짐병(백선) mạch lươn. ~색 da dẻ. màu da, ~ 가 시원함을 느끼다 mát da. ~에 반점이 생기다 phát ban. ~와 살 da thịt.

피부이식하다 vá da. **피비린내** mùi máu, ~나는 싸움 trận đánh đổ máu

피부비뇨기과 khoa da liễu

피부 지루염 (의학) sài đẹn.

피살되다 bị giết, 피살자 người ~.

피상적인 nông cạn, hời hợt, thiển cận.

피상적으로 lướt phớt, ~보다 xem ~ qua.

피상적으로 말하다 nói phớt qua.

피상적으로 알다 sáo thông(tri).

피상속인(전소유자) ông bà tổ tiên

피서 nghỉ mát, tránh nắng mùa hè, ~가다 đi ~, đi nghỉ hè, ~객 khách nghỉ hè, ~지 nơi~, 처 ~.

피색깔 đỏ hỏn

피선되다 được tuyển chọn, chọn lọc

피선거권 quyền bầu cử được chọn

피선거인 người có thể chọn được

피스톤 pít tông, van đẩy, ống thụt.

피스톨(권총) súng lục, súng ngắn

피습되다 bị công kích, bị tấn công

피신하다 lánh thân, lánh(đào) nạn

피아간 lẫn nhau, cùng nhau

피아노 đàn piano, đàn dương cầm, ~건반 phím.
피아니스트 người chơi(đánh) piano
피아스타(베트남화폐)đồng bạc. 나는 천 ~를 잃었다 tôi thua mộ ngàn ~.
피압박자 người bị áp bức
피앙세(약혼자) vị hôn phu, hôn thê
PNTR(영구적 정상 무역관계) quan hệ thương mại bình thường vĩnh viễn
피어나다. 숯불이~ khơi lại đống tro tàn, (소생)phục hồi, (꽃) nở ra
피와 뼈 máu xương. 피와 땀 huyết hãn, 피와 눈물 huyết lệ.
피우다(담배)hút thuốc, (향) đốt hương, (불) đốt lửa, (재주)biểu diễn tài mình, (익살) làm trò hề
피의자 kẻ nghi ngờ, 살인~ người bị tình nghi kẻ sát nhân
피크 cao điểm, ~타임(러시 아우어)giờ~
피임 tránh thai, tự nhiệm. ~링(콘돔) bao cao su, ~약 thuốc ~, ~용 자궁 내링(루프) vòng tránh thai.
피임되다(임명)được bổ nhiệm, 피임자 người ~.
피장 파장(서로 같음) bằng nhau
피저당자 người bị cầm đồ.
피조물 vật tạo thành, vật thọ tạo.
피지(국명) Phi Gi
피지(분비물) bã nhờn, ~선 tuyến nhờn
피차 cả hai bên, đây và đó, ~간 giữa chúng ta
피천(천거되다)được tiến cử
피천(한푼)tiền lẻ, ~한잎 없다 không có đồng xu nào cả
피청구인 người thỉnh cầu
피치(작업능률)năng suất làm việc, (음의) độ cao thấp, (야구)ném bóng,

(고조) ~를 올리다 đẩy mạnh, đẩy nhanh
피침 bị xâm chiếm
피켈(등산용)cây rìu phá băng
피콜로(악기) cây sáo kim
피크닉 đi dạo, ~가다 đi picnic
피켓 rào cản, ~을 치다 làm ~
피탈당하다 bị cướp giật
피투성이 vấy máu, đẫm máu. ~의 몸 thân hình nhuộm máu.
피트 이시바(건축) giàn giáo.
피폐한 kiệt quệ, ~ tài chánh ~
피폭되다 bị trúng bom, 원폭피해자 nạn nhân bom (nguyên tử)
피하 dưới da, ~주사 tiêm ~, ~지방 mỡ ~, ~출혈 chảy máu ~
피트 feet
피하다 tránh né(xa), trốn, lánh, tị, lảng tránh, trú, núp. 난을 ~ lánh nạn, 몸을 ~ nương náu, 남의 눈을 ~ tránh ánh mắt của người khác, 위험을~ tránh nguy hiểm, ..하는 것을 ~ tránh làm việc gì, 충돌을 ~ ~ đụng nhau, 비를 ~ trú mưa, 피할 수 없는 khó tránh, không thể tránh né, 의무를 회피하다 trốn nghĩa vụ, 먼곳으로~ di tản, (끊다)xa lánh. (시야 밖으로 벗어 나다) lẩn mặt.
피해 thiệt hại, ~가 크다 ~ nhiều, ~를 입다 bị ~, ~를 입히다 gây ~, ~액 số tiền bị ~, 피해자 người bị ~, khổ chủ.
피해가 되다 tổn hại. 담배를 피우면 건강을 해친다 hút thuốc làm ~ sức khỏe.
피험자 đối tượng thí nghiệm
피혁(가죽) da sống, da thuộc

피후견인 người canh giữ
피 흘리게 하다 làm đổ máu.
픽 쓰러지다 rơi xuống yếu ớt, 픽 웃다 cười bâng quơ
픽션(허구) hư cấu, chuyện hư cấu
픽업 cái pick-up
핀 pin, ghim, 안전~ ~ băng. 핀으로 뽑아내다 lể, 가시를 ~ lể gai.
핀란드(국명) Phần- Lan
핀셋 cây kim nhỏ, cái kẹp, phốt xếp.
핀잔 quở mắng, khiển trách, ~을 주다 mắng mỏ, trách mắng
핀트(초점) tiêu điểm
필(말,소) 말 한 필 một con ngựa, (천, 옷감) 무명 한 필 một cuộn vải bông
필하다(끝내다) đã xong, kết thúc
필경(마침내)cuối cùng, sau hết
필경(글 쓰는 일) sự viết chữ cái, ~사 ký cóp.
필기 sự viết, bút ký. ~시험 thi môn viết, kỳ thi viết, 구두시험 thi miệng, thi vấn đáp, 필기시험에 합격하다 thi đậu viết,(반) 필기시험에 떨어지다 thi hỏng môn viết. ~구 cái viết(남), cái bút(북).
필담 cuộc bút đàm
필답 viết câu trả lời, ~시험 bài thi viết
필독 phải đọc, ~서 sách ~
필두(우두머리)người dẫn đầu
필라멘트 đui(sợi) đèn, dây tóc
필란드(국명) Phần Lan.
필름 phim, phim chụp, ~을 현상하다 hiện ảnh. rửa hình(ảnh).
필리핀 Phi Luật Tân, Philipin
필마 độc mã, ~단창 đơn thương ~
필멸 tiêu diệt, 생자 ~ người sống phải ~.

필명 bút danh, tên tự(chữ).
필묵 bút mực
필법 thuật viết chữ đẹp. bút pháp.
필봉 ngòi bút, ~이 날카롭다 ~ sắc bén
필부 thất phu, (범부)phàm phu, đàn ông thường,
필부필부(평범한 남녀)thất phu thất phụ.
필사본 bản sao, tự thư.
필사적 trói chết, hết sức, (힘껏) nong nả, ~인 노력 nỗ lực hết sức, ~으로(열심히) nong nả, trói chết, ~으로 도망하다 chạy trốn trói chết
필사하다(복사) sao chép. 필사본 sao bản.
필산 viết thành số
필생 chung sống suốt đời
필설 nét chữ và lời nói, ~로 다할 수 없다 không thể bày tỏ bằng ~
필수 bắt buộc, tối cần, ~과목 bài(môn) học ~, ~조건 điều kiện ~. ~의 tối cần.
필수적인 tất(thiết) yếu, thiết dụng, ~결과 kết quả ~.
필수품 hàng tất yếu, nhu yếu phẩm, sinh hoạt ~ hàng tiêu dùng hàng ngày
필승 phải thắng lợi, tất thắng, ~의 결심 quyết tâm ~, ~전사 chiến sĩ quyết thắng.
필시(반드시) chắc chắn
필연코 chả trách, (반드시) nhất thiết.
필연적으로 만나다 gặp phải.
필요 nhu cầu, cần thiết, nhu yếu, 필요할 때에(필요한 경우엔) khi cần (반) 불필요 không cần thiết, ~에 의하면 cần theo ~, 할 필요가 있다 cần thiết phải làm, 갈 ~가 없다 không cần phải đi, ~경비 kinh phí

yêu cầu, ~성 tính tất yếu, ~조건 điều kiện cần thiết, 필요한것 이상 쓰지 마라 đừng dùng hơn số cần, 내가 필요로 하는 일은 아니지만 tuy nó không phải việc tôi cần
필요불가결– thiết dụng.
필요 없는 사람 người vô dụng.
필요없는 일 dư sự.
필요이상으로 thừa thãi, ~ 소비하다 ăn tiêu ~.
필요하면 궁리하게 되어있다 ngộ biến phải tùng quyền.
필요한 모든 정보 tất cả tin tức cần thiết.
필유곡절 chắc hẳn là phải có lý do gì đó
필자 tác giả
필적(글씨) nét chữ, chữ viết, viết tay, mặt chữ, nét bút, bút tích. mẫu chữ, tự dạng, ~을 감정하다 nhận xét nét chữ, 범인을 찾기위해 ~을 비교하다 so ~ để tìm phạm nhân.
필적(상대,적) đối thủ, địch thủ, ~할 자가 없다 không có đối thủ, vô địch. ~할 데가 없는 재주 tuyệt tài.
필전(논쟁) bút chiến. đấu bút.
필지사항 một điều mọi người cần biết
필지(대지) một mảnh đất
필터 lưới lọc, giấy(máy) lọc dầu xăng.
필체 nét chữ, 이 ~는 나에게 낯설다, tôi không biết ~ này
필치(글솜씨)thuật viết tay
필통 giá bút, giá cắm bút chì
필하다(마치다)kết thúc, làm xong
필화 tai họa bài bút
필히(반드시)chắc chắn
핍박 bắt bớ, áp bức, áp lực, ~ 을 받다 chịu bắt bớ. ~중에 trong bắt bớ.

핏기 màu da, nước da, ~가 없는 trắng bệch
핏대(혈관) mạch máu
핏덩이 cục máu, (갓난아이)trẻ sơ sinh.
핏방울 giọt máu. trích huyết.
핏덩이 cục máu,(갓난아이)trẻ sơ sinh
핏발 hăng máu, ~ 서다 bị sung huyết
핏자국 vết máu, đốm máu, ~이 있는 có vết máu, vách에 ~이 있다 có ~ trên tường.
핏줄(혈관)mạch máu, (혈통)huyết thống
(명) 핏줄은 못 속인다 Huyết thống thì không thể lừa dối.
핑돌다 quay vòng tròn
핑둘러서다 đứng trên vòng xiếc
핑계(구실) lời viện cớ, 아프다는~로 viện cớ ốm, ~를 대다(붙이다) thoái(nói) thác. viện(lấy) cớ. kiếm cớ, viện lẽ.
핑계 없는 무덤 없다(무슨 일이나 그 나름의 이유가 있다) Không có ngôi mộ nào không có lý do(bất cứ chuyện gì cũng phải có lý do của nó).
핑그르르 돌다 quay vòng vòng
핑크(분홍) màu hồng
핑퐁(탁구) bóng bàn
핑핑 머리가 ~ 돌다 choáng váng, cảm thấy hoa mắt.

ㅎ

하(입김) hơi thở
하(감탄) ha ! ha ha !
하(아래) dưới, bên dưới, 감독 ~ ở dưới sự giám đốc, 하급 loại thấp
하강 hạ xuống, rơi xuống, chìm, lắng xuống (반) 상승 đi lên.
하객 khách mừng
하게하다 làm cho ai phải ..., bắt ai phải ... 남이 공부 못하게 하다 làm cho người khác không học được
... 하게되다 đâm ra, 의심~ đâm ra nghi ngờ.
하계 mùa hè, ~성경 학교 trường bồi linh mùa hè, ~캠프 trại hè.
하계(현세) hạ giới, trần gian, u minh.
하고 và, với, 너하고 나 anh và tôi, 그녀하고 가다 cùng đi với cô ta
하고많다 quá nhiều, đầy đủ, sung túc
하고 싶다 muốn làm, 하고싶은 일을 다 하다 đầy túi.
하고싶은대로 하다 tứ dục.
-- 하고자 하다 hòng.
하곤한다 làm theo thông lệ
하관(매장) hạ quan, hạ huyệt
하관(아래턱) hàm dưới, ~이 빨다(턱이 뾰쪽하다) cái cằm nhọn
하교하다 về nhà từ trường(반)등교하다 đi học
하교(가르침을 줌) chỉ dẫn
하구 cửa sông, vàm, 메콩강의 ~ vàm sông cửu long.
하극상 phạm(mạn) thượng, hạ tầng chống thượng cấp
하급 cấp dưới, thuộc hạ dưới, ~관리 quản lý ~, ~노동자 lao động cấp thấp, ~반 lớp thấp, ~품 hàng chất lượng thấp, ~장교 sĩ quan ~, ~사원 nhân viên ~, ~노동자 trâu ngựa. ~법원 tòa dưới.
하급생 học sinh lớp dưới
하기 viết dưới đây, ~사항 những nội dung ~, 하기와 같이 như ~
하기(여름) mùa hè, ~방학 nghỉ hè
--- 하기 위해서 để cho, hầu cho, nhằm, ngõ hầu, 아들 주려고 책을 샀다 mua sách ~ con
하기 곤란한 말을 하기 시작하다 buông thõng.
하기는 그래 đó là sự thật, bạn nói đúng
하기식 lễ hạ cờ
하기야 quả thật, thật ra
하나 một, nhứt, nhất, một cái, 하나를 보면 열을 안다 nhìn một biết mười, 하나를 배우면 열을 안다 học một biết mười, cao trình, 하나씩 từng cái một, ~밖에 없다 chỉ có một, ~에 1000 원이다 một cái giá 1000 원, ~가 되다 thành một, hiệp một, 하나씩 줄을지어 tăm tắp. ~ 같이 muôn người như một. ~로 합치 다 hợp nhất, ~ 에서부터 từ chỉ một. 하나하나 nhất nhất.
(명)하나의 친절은 다른 친절을 가져온다 Một sự thân thiện mang đến nhiều sự thân thiện khác.
하나씩 꾸려나가다 thu va thu vén.
(속)하나를 알고 둘은 모른다(생각은 한계가 있다) Biết một mà không biết hai(suy nghĩ hạn hẹp)

하나님(하느님) Đức Chúa Trời, ông trời, thượng đế,살아계신~ ~ hằng sống, ~아버지 Đức Chúa Cha, ~의 말씀 lời của ~, ~의 영광 vinh hiển của ~, ~께 맹세하다 thề với ~, ~께 빌다 cầu nguyện ~, 전능하신 ~ ~ toàn năng, ~살려주세요 cầu chúa trời hãy cứu tôi với, ~께 영광을 tôn vinh Đức Chúa Trời. ~이 기뻐하 시는 đẹp lòng ~.

하나님의 보좌 ngôi của Đức Chúa Trời.

하녀 a hoàn, con ở, con sen, hầu gái, thị nữ, tớ gái. con gái hầu.

하노이 Hạ Nội, ~시의 부녀회 thành hội phụ nữ ~. ~의 옛 이름 Thăng Long.

... 하는 것은 – 때문이다 sở dĩ. 시험 에 떨어진 것은 공부를 게을리 했기 때문이다 ~ thi trượt là vì lười học.

...하는 것은 어리석다 vạ gì, 그에게 시비를 거는 것은 어리석 다 vạ gì sinh sự với nó.

...하는 것이 좋다 hẳng. 그 일은 다음 주에 하는 것이 좋다 việc ấy tuần sau hẳng làm.

---하는김에 nhân tiện, luôn thể(tiện). 자네를 만난김에 함께 차를 마시고 싶네 ~ gặp anh tôi muốn uống trà với anh

-- 하는동안 đang khi, trong lúc.

-- 하는척하다 làm bộ, ra(tỏ) vẻ, 자는 척하다 làm bộ ngủ, 열심히 ~ tỏ vẻ hăng hái.

하는 일이 별 결과가 없는 đánh bùn sang ao.

...하는 찰라에 trong một tích tắc.

하늘 trời, bầu trời, thiên đình, cao(khuôn) xanh, thiên(반)땅 đất, ~을 찌를듯한 như đâm thủng ~, 푸른~ trời xanh, ~의 별따기 khó như hái sao trên trời, ~과 땅을 뒤흔드는(성어)lay trời chuyển đất, ~을 날다 bay lên trời, ~에서 선녀가 내려오다 tiên bị giáng trần, 둥근~ vòm trời, ~을 뒤덮다 rợp trời. ~에 맹세하다(속어) thề sống thề chết. ~끝 đầu cùng trời(반)땅끝 đầu cùng đất. ~과 바다 trời bể. trời biển. 하늘에 구름이 끼다 rợp trời. ~로 올라가 다(등천)đăng thiên. ~에 오르다 lên trời. ~과 땅을 흔들만큼 큰 사건(현상) long trời lở đất. ~끝 까지 tận mây xanh.

하늘은 스스로 돕는자를 돕는다 phải tự giúp mình trước, trời sẽ giúp mình sau.

하늘을 우러러 ngửa mặt.

하늘을 찌르다 xung thiên.

(속) 하늘 보고 주먹질 하다(쓸모 없는 일을 하다) Đấm vào không khí (việc làm vô dụng).

하늘과 땅이 벌하다 trời tru đất diệt.

하늘빛을 xanh lơ.

하늘색 màu xanh da trời.

하늘에서 ở trên trời.(반)땅에서 ở dưới đất, ~내려온 천사 thiên sứ từ trên trời xuống.

하늘의(임금의) 권위 thiên uy.

하늘의 명령에 따르다 vâng mệnh trời.

하늘의 선물(봉록)thiên lộc.

하늘의 섭리 mạng trời. thiên cơ.

하늘의 신선 thiên tiên.

하늘의 운명장부 sổ thiên tào.

하늘의 은혜 ơn mưa móc. thiên ân.

하늘의 이치 thiên đạo.

하늘을 찌르다 xung thiên.
하늘을 향해 손을 들다 dơ tay lên trời.
하늘을 향해 합장하여 기도하다 vái trời.
하늘이 맑다 trời trong, 하늘이 흐리다 trời u ám.
하늘이 열리다 trời mở ra.
(속)하늘보고 침뱉기(자신의 부모를 비방하는 꼴) Nhổ nước bọt lên trời
　(trường hợp phỉ báng bố mẹ mình)
하늘이 무너지고 땅이 꺼지는(성어) thiên phiên địa phúc.
하늘이 어둡다 trời u ám.
하늘이 정하다 thiên định.
하늘나라 선녀 hằng nga
하늘거리다 lắc lư đu đưa
하늘소(곤충)con bọ sừng dài
(속)하늘을 보아야 별을 딴다(남편이 있어야 임신한다) Có nhìn trời mới hái sao được(có chồng mới mang thai)
하늘 다람쥐 con sóc bay
(속) 하늘이 무너져도 솟아날 구멍이 있다(만사가 어렵더라도 해결할 방법이 있다) Trời sập cũng có lỗ chui ra(mọi sự dù thế nào khó khăn cũng có cách giải quyết)
하다 làm, tiến hành, gây ra, 하고있는 일 việc đang làm, 할 수 있다 có thể làm được, 할 일이 없다 không có việc làm, 하기 어렵다 khó làm, 시키는 대로 하다 làm như sai khiến, 하고 싶으면 하세요 nếu muốn làm thì hãy làm đi, 해보세요 hãy làm thử coi, 공무원을 하다 làm viên chức, 사업을 하다 làm ăn kinh doanh, 전쟁을 ~ gây ra chiến tranh, 빠르기도 ~ qủa là nhanh.
...하기로 마음먹다 lăm lăm.
...하기 시작하다 chớm nở, 사랑 ~ tình yêu ~.
...한 것을 수치스럽게 여기다 thẹn vì đã làm việc gì.
...하는 김에 tiện thể(dịp). nhân dịp.
...하는 동안 trong khi(lúc).
...하는자는 거의 없다 mấy ai. 그와 같은 일을 할 수 있는 자는 거의 없다 ~ làm được như thế.
... 하는 중이다 đang, đương.
...하는체 하다 ra vẻ. 고귀한 체 하다 ra vẻ giàu sang.
곧... 하려고 하다 toan làm.
...한 기회에 thừa dịp. 소변보러 가는 기회에 ~ đi tiểu.
... 할 예정이다 toan tính.
... 할 용기가 있다 nở, 그녀를 버릴 용기가 없다 không nở bỏ cô ta.
... 하기 위해서 đặng để, để cho.
... 할 의도가 있다 ý định.
... 해 버리다 cho rồi, 먹어버려라 ăn đi cho rồi.
하다 말다 nên làm hay không đây.
하다못해(마침내)rốt cuộc, ~ 1000 원을 주었다 rốt cuộc tôi cũng phải cho 1000 won
하단(글의 아래쪽)mục dưới cùng (반) 상단 mục trên cùng, (아래쪽) phía dưới.
하단(단에서 내려옴)xuống bục giảng (반) 등단 lên bục giảng
하달하다 sức, 각고을에 ~ sức cho các làng, (명령) mệnh lệnh
하대(소홀이 대함) cư xử không lịch sự

하도(너무)qúa nhiều, 이 책은 ~ 어려 워서 못 읽겠다 sách này qúa khó nên không đọc được
...하도록 내버려두지 않는다 không để.
...하도록하다 xui khiến, 여기로 오도록하다 ~ về đây.
하드웨어 phần cứng.
하등(하급)hạ cấp, hạ đẳng, ~동물 동물 vật hạ đẳng, ~품 hàng chất lượng thấp
하등식물 thực vật bậc thấp.
하라고 해야 비로서 한다 chỉ đâu đánh đấy
하락 đi xuống, rơi, (내려가다) tụt xuống, 물가의 ~ vật giá đi xuống, tụt giá, ~시키다 làm cho tụt, cho tụt xuống, 주가가 ~ 하다 giá chứng khoán rớt xuống, 풍작으로 쌀값이~하다 do được mùa nên giá gạo tụt xuống
하략(이하 생략)bỏ sót phần còn lại
하례 nghi lễ chúc mừng
하롱만 vịnh Hạ Long
하루 một ngày, ~세끼의 밥 cơm ngày 3 bữa, ~ 수당 lương ngày, ~세번 복용하다 uống ngày 3 lần, ~걸리다 mất 1ngày, ~에 trong một ngày, 하루 이틀 một hai ngày, 10년이~ 같다 10 năm trôi qua nhanh như 1ngày, ~종일 cả ngày, suốt(trọn) ngày, sớm chiều, 하루는(어느 날)một ngày nào đó, ~를 헛되이 보내다 qua ngày.
하루 벌어 하루 살다 tay làm hàm nhai, ăn đong.
하루중 가장 뜨거운 오후 nắng xiên khoai.
하루종일 일하다 làm việc luôn tay.

하루 하루 từng ngày từng ngày, ngày qua ngày, 하루이틀 내에 nay mai. ~벌어 하루살다(속어) được bữa nào xào bữa ấy. ~ 살아갈 뿐이다 chỉ sống ~.
하루도 못가서 chẳng qua nổi một ngày.
하루도 빠짐없이 không sót một ngày.
하루거리(병) bệnh sốt rét cách nhật
하루 바삐(빨리)sớm, ~ 회복되기를 빕니다 mong bạn sớm bình phục
하루아침(짧은 동안) trong chốc lát, ~에 một ngày một buổi. một sớm một chiều.
하루이틀내에 nay mai.
하루살이(곤충) phù du, con vờ, vò vò, ~같은 인생 cuộc sống phù du, ~ 인생 phù vân.
하루종일 cả ngày, ~빈둥거리다 xòng xõng ~.
하룻 강아지 bé mới sinh
(속)하룻강아지 범 무서운 줄 모른다 (사람이 모르기 때문에 두려움도 모른다) Bé mới sinh không biết sợ hổ (người không biết nên không biết sợ)
(속)하룻밤을 자도 만리장성을 쌓는다 (비록 은 시간이었으나 정이 깊이 들었다) Chỉ ngủ một đêm , xây Vạn Lý Trường Thành(chỉ qua một thời gian ngắn mà tình nghĩa đã rất sâu nặng)
하룻길 ngày đường.
하룻날(초하루)ngày đầu(tháng)
하룻밤 một đêm, ~사이에 trong ~
하류 hạ lưu(반)상류 thượng lưu,한강 ~ 에 ở hạ lưu sông Hàn
하륙하다 xuống tàu, đổ hàng, bốc

하ㅇ

하ㅇ

hàng

하릴없다(불가피)không thể làm gì cả, (틀림없다)đúng, chính xác

하마(말에서 내리다)hạ mã, xuống ngựa, ~평 lời đồn, tin đồn, ~석 bệ để trèo lên ngựa

하마(동물) hà mã

하마터면 suýt nữa, gần, sắp, ~물에 빠질뻔 했다 tôi ~ chết chìm, ~죽을 번 했다 ~ chết luôn

하명하다 ra lệnh, hạ lệnh(lịnh).

하모니카 kèn hamonica, khẩu cầm.

하문하다 điều tra, thẩm vấn

하물(짐) hành lý.

하물며(더구나)huống(phương) chi, vẫn còn, 그는 영작을 잘한다 ~ 읽는데 있어서랴 anh ta có thể viết tiếng anh còn giỏi hơn là đọc.

하물며 – 은 더욱 그러하다 nữa là

하박국(성경) Ha-ba-cúc

하반 phần dưới, phần sau,

하반기 6 tháng cuối năm, kỳ sau, (반) 상반기 6 tháng đầu năm,

하반신 phần dưới cơ thể.

하복 y phục mùa hạ

하복부(복부) bụng, hạ vị, khúc(dạ) dưới, thắt lưng.

하부 hạ bộ, phần dưới, ~ 구조(조직) hạ tầng cơ sở

하비다(할퀴다) làm trầy, (헐뜯다)bới lỗi

하사하다 ban cho(cấp), hạ tứ.

하사 hạ sĩ, 상병 cai

하사관 hạ sĩ quan, quản cơ. ~학교 trường hạ sĩ quan.

하산하다 xuống núi, hạ sơn

하상(강바닥)đáy sông, lòng sông

하선 xuống tàu, đổ bộ, lên bờ

하선(밑줄)gạch dưới, ~친 부분 phần có ~

하소연하다 van xin, kêu trời, năn nỉ, cầu xin

하수(바둑의)người kém cõi(반) 상수 người khéo, chuyên gia

하수(사람을 죽임)giết người, ám sát, ~인 kẻ sát nhân(하 thủ).

하수도(물)thoát nước, hệ thống ~, ống nước ngầm (반) 상수도 cấp nước, ~공사 công trình~, ~관 ống ~, ống máng, ~구 lỗ ~, ~처리장 bãi xử lý nước thải, ~구멍 miệng cống,

하숙 ở trọ, ăn cơm tháng. ~집 nhà trọ, nhà cho thuê, 하숙(자취)생 học sinh ở trọ, ~을 치다 thuê phòng, ~집을 운영하다 chứa trọ.

하순 hạ tuần, 5 월 ~ ~ tháng 5

하시(얕잡아 봄) coi thường

하시(언제) lúc nào, bao giờ, ~라도 오너라 hãy tới lúc nào

하드웨어(컴퓨터) ổ cứng, phần cứng

하모니(조화) hòa âm, hài hòa

하아프(악기) đàn hạc

하세요 ! (명령,요청) hãy, nhé, 마셔요! Hãy uống !

하세요(권유) xin mời, 들어 오세요 ~ vào (북), ~ vô(남)

하시지요? Nhỉ ?, nhé ? 함께 식사하시 지요 ? ăn cơm với nhau nhé ?

하야하다 về hưu, rời bỏ, trở về cuộc sống riêng

하얗다 trắng, trắng trẻo, tái ngắt, trắng nõn, 흰 살 결 da trắng trẻo, 하얗게 칠하다 sơn cho ~, 하얀 눈 tuyết ~, 나이가 많아서 머리가 ~ tuổi già nên

tóc ~, 하얗게 부서지는 파도 sóng bạc đầu. 하얗게 되다 trắng trợt.
하얗고 깨끗이 씻은 의복 quần áo giặt trắng bong.
하얗고 trắng, ~부드러운 ~ nuột, ~ 매끈 매끈한 ~ muốt, ~고운 ~ ngần, ~ 때가 없는 trắng phau. ~ 부드 러운 비단 lụa trắng nuột.
하얗고 깨끗한 trắng nõn, ~피부 da ~.
하얀 trắng toát, bạc(반)검은 đen, ~상복 áo quần tang ~.
하얘지다 trở nên trắng bạc
하여간(하여튼, 어쨌든) dù sao, dù sao chăng nữa, ~해보겠습니다 ~ tôi sẽ làm vậy, ~그렇게 하자 dẫu sao hãy làm vậy đi, 어쨌든 사실이다 dẫu sao thì cũng là sự thật
하여금(시키다,하게하여) bắt buộc, cưỡng ép, 그로 ~ 돌아오게 하다 ~ nó phải trở về
하역하다 xuống hàng, dỡ hàng, cất hàng, 배에서 ~ cất hàng ở tàu, 하역 인부 người khuân vác
하염없이(끝없이) vô cùng, ~흐르는 눈물 rơi lệ ~, ~ 울다 khóc tầm tã. khóc sướt mướt.
하오(오후)buổi chiều, hạ ngọ, ~3 시에 vào lúc 3 giờ chiều
하옥하다 bỏ tù, hạ ngục
하와(이브) Ê – Va
하와이 Hawaii
하원 hạ viện, ~의원 hạ nghị viên, ~의장 chủ tịch ~
하위의 cấp dưới, thuộc ~, thấp kém, 낮은 지위 địa vị thấp kém.
하위계급 vai dưới.
하의(바지) cái quần
하이웨이(고속도로) đường cao tốc,

đường tốc hành
하이잭(공중납치) vụ cướp máy bay
하이칼라(멋쟁이)người bảnh bao
하이킹 đi bộ đường dài
하이티(국명) Haiti
하이포(황산나토륨) hypo
하이픈(붙임표) vạch ngang, dấu gạch ngắn(nối), dấu nối.
하이힐(구두) giày cao gót
하인 tôi tớ, đầy tớ, người hầu(ở), tớ trai,(반)주인 chủ, thầy, ~을 두다 thuê người hầu, (속어)cơm thầy cơm cô. ~으로 살다 đi ở. ~이 되다 ở đợ.
하인(누구나)dù ai, bất cứ ai, ~을 막론하고 들여서는 안된다 không được để bất cứ ai vào
하일라이트 chỗ sáng nhất
하자(법) sai sót, thiếu sót, nhược điểm
하자마자 ngay khi, đoạn, vừa mới, thoạt, 호치민에 도착 ~ ~ tôi đến Hồ chí minh, 말하자마자 nói đoạn
하잘것 없다 không quan trọng, không đáng kể
하절 mùa hạ, mùa hè
하정(새해를 축하함)chúc mừng năm mới
하제(약품) thuốc xổ
하(화)주(짐주인) chủ hàng, người gửi hàng
하중(짐 무게)cân nặng hàng, trọng lượng hàng
하지(다리) chân cẳng, (계절)hạ chí. 하지와 동지 chí nhật.
하지마라 chớ nên, chớ. 두려워 ~ ~ ngại.
하지만 tuy nhiên, dầu mà, nhưng, 그렇

기는 하지만 tuy là vậy nhưng ...하지 않느냐 há chẳng ...sao.
--- 하지 않다 không hề, chưa hề, 나는 그를 만난적이 없다 tôi chưa hề gặp nó
--- 하지 않으면 안되는 buộc lòng.
--- 하지 않은편이 낫다 tội gì.
하지 않을 수 없다 không còn cách nào khác hơn
하직하다 chia tay
하지 않도록 để không, kẻo, 취하지 않도록 많이 마시지 마라 đừng uống nhiều để không sai, 후회하지 않도록 많이 노력하라 hãy nỗ lực nhiều để không hối hận
하차 xuống xe, (반) 승차 lên xe, 하차역, ga xuống, 도중 ~ xuống giữa chừng
하찮은(보잘것 없다) linh tinh, rơm rác, vi tiện, vụn vặt, rất nhỏ, nhỏ mọn, không đáng kể, ~ 선물 lễ mọn, ~ 이야기 chuyện rơm rác, ~ 꾀 mẹo vặt, ~ 이유 lý do vi tiện, ~ 일 việc nhỏ mọn(linh tinh). việc lặt vặt, ~ 사람 mít xoài, ~ 것까지 트집잡다 chê ông chê eo.
하천(강) con sông, sông nước.
하천 수송 vận tải đường sông.
하청 hợp đồng phụ, ~을 주다 cho thầu lại, ~업자 người thầu phụ
하체 phần dưới cơ thể, hạ thể, vòng dưới, (음부) chỗ kín
하층 cấp thấp, ~계급 giai cấp thấp, ~ 사회 xã hội loại thấp, (집)tầng dưới, hạ tầng.
하치(하품)thứ phẩm, hàng kém chất lượng
하치않다(대수롭지 않다)tầm thường

하치장 kho chứa hàng, chỗ chứa hàng
하키 môn hockey, khúc côn cầu, 아이스~ khúc côn cầu trên băng
하퇴 đùi, ~골 xương đùi (chân).
하편 tập cuối, quyển cuối
하품 ngáp, ngáp ngủ, 손으로 가리고 ~ 하다 dùng tay che để ngáp, ~하며 말하다 ngáp rồi nói, ~을 참다 nhịn ~
하필이면 sao lại thế, mọi trường hợp
하! 하! (웃음) ha ha !
하학 tan học, ~후에 sau giờ học, ~시간 giờ ~
하한선 phạm vi thấp nhất
하행선(열차)chuyến tàu xuôi(xuống)(반) 상행선 chuyến tàu lên
하향(귀향) trở về quê
하향세 xu hướng suy sụp
하현달 trăng hạ huyền. trăng treo.
하혈 chảy máu hậu môn
하회(회답)hồi âm, hồi đáp, (결과)kết qủa, (밑돌다) không đạt tới
학 con cò, sếu, hạc, 종이 ~ sếu bằng giấy
학감 người giám thị nhà trường
학개(성경) A –ghê
학계 giới học thức, học giới.
학과(과목)môn học, bài học, 정규 ~ ~ chính qui, ~ 시험 môn thi, ~ 시간표 thời khóa biểu
학과(대학의) khoa, 일본어과 khoa tiếng Nhật, ~장~ trưởng. ~가 종료하다 mãn khóa.
학관(학원) học viện
학교 trường, trường học, ~성적 điểm học, ~에 다니다 đi học, ~안에서 기거하다 nội trú, ~에 모이다 tựu

trường, 언제 ~가 문을 엽니까? chừng nào ~ mở cửa lại?, ~에 들어가다 vào(nhập) học, ~에 보내다 cho đi học, ~에서 돌아오다 từ trường về, ~를 그만두다 nghỉ học, thôi học, ~를 나오다 ra trường, ~를 졸업하다 tốt nghiệp, ~주변 quanh trường. ~장(교장)hiệu trưởng, ~동창 bạn học, 국민(초등) ~ trường tiểu học, 중학교 trường trung học cơ sở, 고등~ trường trung học phổ thông, 대학교 trường đại học, 대학원 cao học, 학교 운동장 sân trường học, sân chơi.

학교관리위원회 giám hiệu.
학교를 관리하다 cai trường.
학교를 무단 결석하다 đào học.
학교 앞 gần trường học.
학교의 소재지 trưởng sở.
학교전체 cả trường.
학교가 끝나다 tan học
학교앞 서행 gần trường học đi chậm
학구(학문연구) sự nghiên cứu, sự học tập, (구역) khu vực trường học
학구적(학문을 좋아하는) hiếu học
학군 nhóm trường, ~제 qui luật ~
학군단(학도군사훈련단)đoàn huấn luyện sinh viên sĩ quan
학급 lớp, lớp học
학기 học kỳ, 1 학기 học kỳ một, ~말 cuối ~, ~말 시험 kỳ thi ~, thi cuối kỳ, ~초 đầu ~, ~를 시작하다 khai trường(học). tựu trường. 7월 ~의 취학에 들어가다 vào kỳ tựu trường tháng bảy.
학년 năm học, học niên, niên học. 1 학년 sinh viên năm thứ nhất(năm đầu), 몇 학년이냐? Anh học năm thứ mấy? 대학 1 학년입니다 năm đầu đại học, ~말 cuối năm học, ~말 시험 thi cuối năm, ~이 오르다 lên lớp. ~진급 시험 thi lên lớp.
학당(옛 학교) học đường, trường học
학대 ngược đãi, hành hạ, thảm ngược. đày ải(đọa). vùi dập, 심하게 ~하다 thống mạ.
학덕 sự học và đức hạnh
학도(학생) học đồ(겸손한 표현), học sinh
학력 học lực, sức học, trình độ văn hóa, ~이 우수하다 ~ ưu tú, ~이 우수한 학생 học sinh có ~ ưu tú, 대학이상의 ~이 있다 có ~ trên đại học, ~을 불문하고 bất kể ~ nào, ~이 증진하다 học lực tăng tiến.
학력과 출신 học lực và xuất thân
학령(취학 연령)tuổi đi học, ~ 아동 trẻ con độ ~, ~미달의 아이 đứa bé chưa đến ~
학리(학문 원리) học thuyết, lý thuyết học
학명 tên khoa học, 동물~ tên động vật học
학무(교무) giáo vụ
학문 học vấn, kinh sử, ~의 길 đường kinh sử. ~이 없는 사람 người không có ~, ~을 tự hào về ~ của mình, ~의 길을 đi bước vào con đường ~, ~이 sâu ~ cao, ~에 힗쓰다 dùi mài kinh sử, ~을 좋아하다 hiếu học.
학문은 재산보다 귀하다 một kho vàng không bằng mang chữ
학문지식 chữ nghĩa

학벌 học phiệt, (학력)học lực, trình độ văn hóa, học thức.
학병 sinh viên quân đội
학부 khoa, (대학) trường đại học, 이학부 nhóm lý học, 문학부 khoa văn, 경제~ khoa kinh tế
학부모 phụ huynh học sinh, ~회(사친회) hội ~
학비 học phí, ~를 내다 đóng ~, ~를 벌다 kiếm tiền ~, ~를 대주다 trả tiền học phí cho
학사 cử nhân, học sĩ, học sĩ học vị ~, bằng ~, 문학사 cử nhân văn chương
학사(학문에 관한일) công việc giáo dục, ~ 보고 báo cáo ~
학살 tàn(thảm) sát, sát phạt, chém giết, làm cỏ, 양민~ ~lương dân, đại lượng ~ ~ hàng loạt
학생(초중고)học sinh(trò), thư sinh. (반) 선생 thầy, ~용 dùng cho ~, ~의 날 ngày ~, ~특별 할인 giảm giá đặc biệt cho ~, ~복 áo quần ~, đồng phục, ~증 thẻ ~, ~회 hội ~, 학생 회장 hiệu đoàn trưởng, ~회관 hội quán ~, ~시절 thời ~, 대학생 sinh viên.
학생을 선발하다 tuyển sinh.
학생들 sĩ tử.
학생처 phòng đào tạo.
학설(이론) thuyết, học thuyết(반) 실험 thực nghiệm.
학수고대하다 mong đợi hong hóng. trông chờ, 친구의 편지를 ~ ~ thư bạn.
학술 học thuật, văn học và nghệ thuật, ~논문 luận văn ~, chuyên luận. ~어(기술용어)thuật ngữ.

학술원 hàn lâm viện, viện mỹ nghệ và khoa học, ~회원 viện sĩ.
학습 học tập, học hành, ~능력 năng học
(명)학습이란 주어지는 것이 아니라 얻어지는 것이다 Học tập không phải là việc cho mà việc nhận.
학습과정(코스) khóa học
학식 học thức, ~이 있다 có ~, có học, ~이 많다 có nhiều ~, 학식자 nhà thông thái, vân thân. ~있는 사람 sĩ nhân.
학업 việc học hành, học nghiệp, ~에 게으르다 sao nhãng ~, ~에 충실한 siêng học. ~을 마치다 kết thúc ~, ~ 성적이 좋다 thành tích học hành tốt, ~을 포기하다 phá ngang.
학업성적표(학적부) học bạ
학예(문화) văn hóa, ~회 bài tập văn
학용품(문방구) văn phòng phẩm, học phẩm, học cụ
학우 bạn đồng học, bạn cùng lớp
학우회 hiệu đoàn.
학원 học viện, trường học, 외국어 ~ trung tâm ngoại ngữ, trường ngoại ngữ, 자동차~ trường dạy lái xe, ~생 học viên.
학위 học vị, mảnh bằng, ~증서 văn bằng, bằng thành chung, ~를 받다 giành được ~, 문학박사 ~ ~ tiến sĩ văn học, ~ 논문 luận văn làm ~, ~ 수여식 lễ trao ~, 명예 ~ ~ danh dự
학자 học giả, ~의 행실 sĩ hạnh.
학자금(학비) học phí
학장 khoa trưởng, hiệu trưởng
학적 ghi tên nhập học, ~부 sổ đăng ký nhập học, học bạ

학점 điểm học, ~이 모자라다 thiếu ~, ~평균 điểm bình quân
학정 chính thể bạo ngược
학제 chế độ giáo dục, ~개혁 cải cách~
학질(병) bệnh sốt rét, cơn sốt rét
학창생활 sinh hoạt nhà trường.
학칙 nội qui trường, ~을 지키다 tuân thủ~
학파 học(môn) phái, trường phái, bè phái học
학풍 học phong, truyền thống học đường, ~을 세우다 xây dựng ~
학회 viện nghiên cứu ngôn ngữ học, 한글~ viện nghiên cứu tiếng Hàn-Quốc
한 (하나)một, một cái, ~마디 một lời, 밥 ~그릇 một chén cơm(남), một bát cơm(북), 같이 ~방을 쓰다 cùng sử dụng một phòng, ~종류 một loại, ~가지 một thứ, một loại, ~열흘 độ 10 ngày, khoảng 10 ngày, ~가운데 ngay chính giữa
한 품종 một phân giống.
한 다스리는 자가 나오다 ra một tướng.
한 (원한)oán hận, hận, nỗi hận, ~되는 일 việc trở thành mối hận, 천추의 ~ nỗi hận thiên thu, ~을 품다 mang(ôm) hận(반)한을 풀다 thỏa được hận, bỏ được hận
한 (한계)giới hạn, 살아있는 ~ một cuộc sống dài đến nỗi mà, 내가 아는 ~ theo tôi biết, 될수있는 ~ 일찍 càng sớm càng tốt, 따로 규정이 없는~ trừ phi nếu không, miễn là
한 (가운데)vào giữa, ~겨울 ~mùa đông, ~ 여름 giữa mùa hè, lúc nóng nhất
한가구 căn hộ.

한가지 일 một chuyện.
한가한 rảnh rỗi, thanh nhàn, khoan thư, nhàn rỗi(hạ), rảnh việc, (반)바쁜 bận, 한가한 때 khi ~, lúc rỗi rãi, ~ 생활을 하다 sống cuộc sống ~, 한가히 앉아 책을 읽다 rỗi ngồi xem sách, ~ 삶 đời sống thanh nhàn. ~ 즐거움 thú quê. ~사람들 những người nhàn rỗi.
한가로운 thanh thỏa.
한가롭게 누워있는 vắt chân chữ ngũ.
한가롭게 돌아다니다 thả bộ.
한가한 시간(차 마실 수 있는) trà dư tửu hậu..
한가로운 일요일 ngày chủ nhật được thảnh thơi.
한가로이 lững thững, ~ 걷다 đi ~. ~ 산책하다 nhàn du. ~구경하다 nhàn lãm.
한가하게(여유있게)thong thả, lững thững. ~ 걷다 đi ~, 한가하면 나쁜 일을 저지른다 nhàn cư vi bất thiện.
한가위(추석) trung thu, 15 tháng 8 âm lịch
한가을 giữa mùa thu
한가지(동일)giống nhau, như nhau, (종류) một loại, một thứ, ~사실만으로도 chỉ một sự thật thôi. ~일에 충실한 chuyên nhứt.
한가지 일에 도취된 say máu.
(명)한가지가 거짓이면 모든 것이 거짓이 되고 만다 Chỉ cần một điều gian dối thì mỗi điều đều khó tin.
한가지만 하다 vã, 오로지 고기만 먹다 ăn vã thịt.
(명)한가지 어려운 일을 잘 처리하면 백가지 어려움을 덜게 된다 Chỉ

cần giải quyết được một việc khó thì trăm việc khó sẽ bớt đi.
한갓(다만) chỉ là, đơn thuần, 그것은 ~ 핑계에 불과하다 cái đó chỉ là lời bào chữa
한갓지다 bình yên, yên tĩnh, 한갓진 곳 chỗ yên tĩnh
한강 sông Hàn.
(속) 한강에 물붓기(헛수고) đổ ra nước sông Hàn.(cố gắng vô ích).
한개 một cái, 사과 한개 một trái táo(남), một quả táo(북), 비누 한 개 một cục xà bông
한 개씩 từng cái một.
한거(한가이 삶)một cuộc sống êm đềm
한꺼번에 trong một lúc, thốc, thông thốc, ~ 적진에 공격하다 đánh thốc vào đồn địch, 바람이 ~ 집으로 불어 들어왔다 gió thông thốc thổi vào nhà, (동시에)cùng một lúc, đồng thời, ~밀려들다 tủa. 사람들이~밀어 닥치다 những người đồng thời đổ xô lại, ~다 먹다 ăn hết một lần, ~ 몰려오다 ùn ùn vào, chạy đổ xô
한걸음 một bước, ~나아가다 tới ~, 한 걸음 한걸음 từng bước từng bước
한껏(마음껏) hết mình, ~즐기다 tận hưởng hết mình
한결같다 trước sau như một, không thay đổi, (성어) thủy chung như một(nhất), 한결 같은 말씀 lời ~.
한결같이(똑같이)trước sau như một, mãi mãi, một mực, 한결같이 남편을 존경하다 một mực thờ chồng, ~사랑하다 yêu mãi mãi
한계 giới hạn, khoanh vùng, sức, 인간

능력의 ~ sức năng lực con người, ~를 넘다 vượt qúa ~, ~를 정하다 giới(hạn) định, vạch giới hạn, 자기 능력의 ~를 알다 biết ~ năng lực của mình,한계가(격) giá ~, ~ 선 đường biên. ~ 속도 tốc độ ~.
한고비 cơn nguy kịch, lúc khó khăn nhất, đỉnh điểm, ~를 넘기다 vượt qua ~
한고조(인명) Hán Cao Tổ.
한 곳에 모이다 quy tụ, xúm xít.
한곳에 오래살다 chôn chân.
한 괴의 금 một đỉnh vàng.
한구석 góc, xó xỉnh
한구획의 경지 thửa ruộng.
한국 Hàn-Quốc, ~국민 nhân dân ~, ~전쟁 chiến tranh ~, ~음식 món ăn ~, ~계 gốc gác ~, ~계 미국인 người Mỹ gốc Hàn, ~ 도 ngay ở ~.
한국과 베트남의 시간차는 두 시간이다 giờ H.Q giờ V.N chênh lệch nhau là 2 tiếng
한국 과학기술 연구소(KIST) viện khoa học và kỹ thuật H.Q
한국어 tiếng Hàn, ~발음은 쉽다 giọng nói tiếng Hàn dễ, ~과 khoa tiếng Hàn
한국 언론 연구원 viện nghiên cứu báo chí H.Q
한군데 một chỗ, cùng chỗ.
(속) 한 귀로 듣고 한 귀로 흘리다 (듣고는 바로 잊어버리다) Nghe vào một tai, bay ra một tai(nghe xong rồi quên ngay)
한 그물의 어획 mẻ lưới.
한글 chữ Hàn-Quốc, 한국말 tiếng Hàn
한글자 한글자씩 해석하다 dịch từng chữ một.

한끝(가장자리) bìa, mép
한끼 một bữa, 하루 ~밖에 못먹다 một ngày chỉ được ăn ~, 한끼 한끼 어렵게 먹고사는 형편 gạo chợ nước sông.
한기(오한) đợt rét, lạnh rét, nóng lạnh, ~가 나다 lạnh gáy. rét căm căm.
한길(큰길) đường cái, quốc lộ
한 길로만 쭉 가다 đi thẳng đuột.
한길(길이) một sải (1.82m)
한나절 nửa ngày, nửa buổi, ~일 làm việc ~.
(속) 한 날 한 시에 난 손가락도 길고 짧다(형제중에도 잘하는 자와 그렇지 못하는 자가 있다) Cùng giờ cùng ngày sinh ra mà ngón tay có ngón dài ngón ngắn (trong anh em cũng có người giỏi người không).
한낮 mặt trời đứng bóng.
한낱(하잘것 없는)chỉ là, không có gì
한놈이 또 개죽음 했다 toi một thằng nữa.
한눈에 một mắt nhìn một lần, ~ 반하다 tiếng sét ái tình, yêu ngay từ cái nhìn đầu tiên
한눈팔다 nhìn ra chỗ khác, liếc qua liếc lại
한다발 một bó.
한 다스 lố.
한달음에(쉬지않고) không ngừng lại
한달의 첫날 ngày đầu tháng.
한담(잡담)tán gẫu, chuyện phiếm, ~으로 시간을 보내다 ~ cho qua giờ
한때 trong một lúc, trong một thời, tạm thời, lâm thời, nhất thời, ~번창하다 thịnh vượng nhất thời, 미모도 ~ nhan sắc cũng chỉ một thời
한대 vùng lạnh buốt, hàn đới,(반)열대 nhiệt đới
한 떼의 오리 một bầy vịt
한더위(삼복) nóng gắt, cực nóng, nóng nhất
한 떨기 꽃 đóa hoa
한데(밖)ngoài trời, ~서 자다 ngủ ~
한데 어울려서 xập xình.
한도 giới hạn, hạn độ, chừng mực, mực độ, ~안에서 trong mức ~, ~를 넘다 vượt qua ~, vượt mức, 계획의 ~ 를 넘다 vượt mức kế hoạch, ~액 hạng ngạch, ~에 이르다 đạt tới ~, 인내에도 ~가 있다 kiên nhẫn cũng có ~, 최대~ ~ tối đa(반)최소 ~ ~nhỏ nhất
한독 Hàn – Đức, Hàn Quốc và Đức Quốc
한동안 một thời, ~번영하다 ~ phồn hoa, ~머물다 lưu lại một thời gian
한되다 ân hận lưu lại trong lòng
한두 사람 một hai người, 한두 번 một hai lần, 한두 번이 아닌 không phải một hai lần
한두명 ít người.
한들 한들 đu đưa, lắc lư
한뜸(코;바느질) đường chỉ.
한란의 차(온도의 차)chênh lệch nhiệt độ
한란계(온도계) nhiệt kế
한랭 lạnh lẽo, băng giá, ~지구 vùng rét mướt.
한량 người hào phóng, túi cơm
한량없는 vô hạn, không hạn chế
한류 luồng gió lạnh, (한국바람)luồng hơi Hàn-Quốc
한로(계절)hàn lộ.
한림원(과학원) viện hàn lâm.
한마디 một lời, ~도 없이 나가다 ra đi

không nói ~, ~로 말하면 nói tóm tắt lại, ~로 말하다 nói tóm lại một lời, 끝으로 ~ lời nói cuối cùng, ~씩 말하다 nói gióng một. ~에 모두 따르는 nhất hô bá ứng.
(속) 한마리 고기가 강물을 흐린다(작은 행위가 큰 것을 망친다) một con cá làm đục cả nước sông(hành vi nhỏ gây hư hỏng lớn)
한마음 tấm lòng một, ~으로 một cách ~
한 말을 뇌고 또 뇌다 nói ra nói vào.
한모금 hụm, (물한모금) một hụm nước, ~씩 마시다 uống từ hớp.
한목소리로 đồng thanh, rập. ~ 말하다 ~ nói. ~로 함께 소리지르 다 cùng hô rập một tiếng.
한몫 một phần, ~보다 được chia phần
한 몸 một cơ thể (thịt). ~을 희생하다 sát thân.
한무더기 mớ, ~ 머리 mớ tóc
한 무리 bọn.
한문 Hán văn, ~자 chữ Hán
한문교사 thầy đồ.
한무제(인명) Hán vũ đế.
한문제(인명) Hán văn đế.
한물(한창인 때)thời cơ tốt nhất, đỉnh cao, 한물 가다 qua mùa, qua thời
한미 Hàn-Mỹ, ~관계 quan hệ~, ~경제 협력 위원회 ủy ban hỗ trợ kinh tế ~
한밑천 vốn lớn, ~장만하다 góp nhặt, tích lũy của cải
한바퀴 một vòng, tua. ~돌다 quay ~, lòng vòng, 연못을 ~ 돌다 đi ~ xung quanh hồ, 세계를 ~ 돌다 đi ~ thế giới

한바탕(한차례)một lượt, một trận, một lần, ~ 울다 khóc một lần, ~두드리다(치다) nện cho một trận, ~ 야단치고 친밀하게 말하다 mắng cho một trận nên thân bảo.
한발(가뭄) hạn hán, ~대책 chống hạn. (탄알) phát.
한발짝 một bước chân, một bước, ~늦다 chậm ~, 한발로 뛰다 nhảy cò cò, 뒤로 ~물러서다 lùi ~, ~ 양보하다 nhượng bộ một bước
한민족 dân tộc Hàn
한반도 bán đảo triều tiên, ~에서의 평화와 안정유지 duy trì ổn định và hòa bình của ~
한밤(밤중) nửa đêm, di dạ, dạ bán, canh dài. trung dạ(tiêu), ~에 vào lúc ~, ~까지 đến tận ~
한방 đông y, ~약 thuốc bắc(thang), dược thảo, thuốc Tàu, 한방의(사) thầy thuốc bắc, đông y sĩ, (거실)một phòng, ~ 을 같이 쓰다 cùng chung một phòng
한방 치다 tẩn cho một mẻ.
한방울 một giọt(nước), ~씩 떨어뜨리다 rỏ giọt, ~씩 떨어지다 rơi xuống từng giọt một, giỏ giọt xuống.
한배(동복) cùng một thai, anh em cùng mẹ, ~ 병아리 lứa gà. ~ 의 새끼 một lứa. suối nhỏ.
한번 một lần, một phen(bận), ~에 mỗi ~, 다시~ một lần nữa, 단~ chỉ ~, 한달에~ một tháng ~, ~도 안 갔다 chưa đi lần nào cả, ~ 만났는데 잊지 못한다 gặp ~ mà không quên được, 내가 ~ 해 보겠습니다 tôi làm thử ~ coi, 한번만 chỉ một lần,

~보다 nhất kiến, ~에 삼키다 nuốt chửng(trộng).

한번은 그가 3 일동안 보이지 않았다 có một bận nó đi suốt ba ngày không thấy.

(속)한번 엎지른 물은 주워 담지 못한다(지난 일은 후회해 봐야 소용없다) Nước đã đổ ra sàn sao còn hốt lại được(việc đã qua rồi có hối cũng không kịp)

한베 사전 từ điển Hàn-Việt

한벌 một bộ, 겨울옷 ~~ quần áo mùa đông, 가구 ~~ gia cụ

한뼘 một gang, gang tay.

한보루 tút, 담배~ một ~ thuốc lá

한복 Hàn phục, y phục truyền thống H.Q

한복판 ngay chính giữa, trung tâm, 서울 ~ trung tâm Seoul

한 분 một vị.

한블록(한참)의 길 thôi đường.

(속)한부모는 열 자식을 거느려도, 열 자식은 한부모를 못거느린다(부모는 자식을 키워도 공을 말하지 않는데 자식은 부모를 봉양하면서 서로 질투하고 책임을 전가한다) Cha mẹ mình nuôi nổi mười con, mười con không nuôi nổi cha mẹ (cha mẹ nuôi con không kể công lao, con cái nuôi cha mẹ lại tị nạnh đùn đẩy cho nhau).

한 사람 một người, ~씩 từng người một, tia, 나도 그중의 ~ 이다 tôi là ~ trong số họ, ~도 남김없이 nhất loạt. ~씩 쏘다 bắn tỉa. ~에게 모든 책임을 지우다(속어) trăm dâu đổ đầu tằm. ~이 빠 졌다 thiếu một người.

한 사람이 주창하고 다른 사람이 따라 하다 xướng họa.

한사발 가득히 sét chén.

한사코(기어코) liều lĩnh, đánh liều, ~ 달려들다 đi đến ~

한산(한가)하다 rảnh rỗi, (불경기) ế ẩm, ~한 시장 chợ ế ẩm

한산했던 시장 chợ thưa người.

한살(나이) một tuổi

한쌍 một đôi, một cặp, (어울리는) tốt đôi, 좋은 ~을 이루다 tốt đôi, xứng đôi, đẹp đôi

한서(추위와 더위)nóng và lạnh, (한 문서적) sách Tàu

한선(땀샘) tuyến mồ hôi

한 세대가 가면 다른 세대가 온다 tre già măng mọc.

한세상(한평생) cả đời, suốt đời

한세트(한벌) bộ đồ. ~로 사다 mua cả mớ.

한센병(문둥병) bệnh hủi, bệnh phong cùi

한속이다 đồng mưu, 한속이 되다 chung sức

(명) 한손으로는 박수치기 어렵다 Một tay vỗ không thành tiếng.

한수 bậc, ~ 높다 hơn một bậc

한순간 một chốc. phiến thời.

한술 một muỗng(남), một thìa(북), 한 술밥 một muỗng cơm

(속) 한술밥에 배부르랴 (무슨 일이고 단번에 만족한 결과를 얻을 수는 없다)một muỗng cơm no bụng sao được(bất cứ việc gì không thể mang lại kết quả thoải mái một lúc).

한술잔을 나누다(결혼식에서) hợp cẩn.

한숨 một hơi, ~돌리다 thở ~, ~ 자다

ngủ một mạch, (탄식) thở dài, ~
쉬다 thở dài, tủi, 한숨에(단숨에)
một mạch, ~ 놓다 xả hơi.
한숨동안 휴식하다 xả hơi.
한숨쉬다(슬퍼하다)tủi, 운명을 한탄하
다 ~ số.
한시 bài thi Tàu, thi ca Trung-Quốc
한시각 một khắc
한시도(잠시도) trong chốc lát, ~잊지
않다 không quên chốc lát.
한시름(큰걱정) lo lắng lớn, ~놓다 bớt
lo
한식(음식) món ăn Hàn-Quốc, (형태)
kiểu Hàn, ~집 nhà kiểu Hàn
한식(음력 3 월 3 일)hàn thực.
한심하다 đáng tiếc, đáng thương, 한심
한 일 việc ~, 한심한 사람 người
đáng thương
한아름 một bó(ôm), 꽃다발 ~~ hoa
한약 thuốc bắc, thuốc thang, thảo
dược, ~을 처방 하다 bốc thuốc. ~
을 다리다 sắc thuốc.
한약제 '당귀' đương quy.
한약식물 cây thuốc.
한없다 vô cùng, vô biên, vô bờ, khôn
xiết. mênh mông, 한없는 바다
biển mênh mông, 자녀를 한없이
사랑하다 yêu con~, 한없이 기쁘
다 vui mừng khôn xiết. 한없이 넓
은 khoáng đạt.
한없이 원하다 thèm.
한없는 vô cùng, vô hạn(tận), ~기쁨
niềm vui vô tận, (끝없는)vô biên,
~ 용서 tha thứ vô hạn.
한여름 giữa mùa hè, ~더위 mùa hè oi
bức
한역(한문 번역)bản dịch tiếng Hán,
(한글 번역)bản dịch tiếng Hàn, 한
글로 번역하다 dịch ra tiếng Hàn
한영사전 từ điển Hàn-Anh, 한베사전
từ điển Hàn-Việt
한 영혼 từng linh hồn.
한옆 một bên, ~으로 bước sang ~
한옥 nhà kiểu Hàn-Quốc
한움큼 một nhúm(dúm), một nắm, vắt,
một vốc, tay vốc, ~의 쌀 một
nhúm gạo
한의사 thầy thuốc bắc, thầy lang, đông
y sĩ
한인 người Hàn-Quốc, (한가한 사람)
kẻ rong chơi, (중국사람) người
Trung Quốc
한인교민회 hội Hàn Kiều.
한일 Hàn-Nhật, ~각료 회담 hội đàm
nội các ~, ~경제 협의회 hiệp hội
kinh tế ~
한입(한입에) một miếng, một mẩu, ~
가득히(찬) ngụm, tợp.
한입에 마셔버리다 tợp một hơi.
한자 chữ Hán, ~로 쓰다 viết bằng ~, ~
를 모른다 không biết ~, ~철폐 bãi
bỏ~.
한자리 một chỗ, ~에 모이다 tập trung
vào~
한잔 một chén(북), một ly(남), ~하다
nhậu, uống rượu, 오늘밤 ~하자
tối nay đi nhậu nhé, ~가득히 sét
chén.
한잠 một giấc ngủ
한장 một miếng, một tờ, một tấm, ~의
담요 manh chiếu
한재(가뭄피해)thiên tai hạn hán
...한 적이 없느냐? chớ...sao?
한적하다 yên tĩnh, bình yên, 한적한
곳 nơi yên ổn, nơi vắng vẻ, chỗ
héo lánh, 한적한 시장 chợ vắng.

한점 một đốm, một chấm, 하늘에 구름 ~ 없다 trên bầu trời không có một đốm mây, ~으로 모이다 hội tụ.

한정 hạn định, giới hạn, ~된 có giới hạn, ~가 giá qui định, ~판 xuất bản có giới hạn, 한정적으로 사 다 mua đứt.

한조각 một miếng, một mẩu, một khúc, 빵 한조각 một khúc bánh mì, 분필 ~ một mẩu phấn, 종이~ một miếng giấy

한쪽 một bên, một phía, ~모퉁이에 두다 bỏ xó. ~으로 기우는 cấp kênh. ~에 두다 để ~. ~다리로 뛰다 lò cò, cò cò. ~눈이 먼 mắt chột. ~ 다리를 절룩거리다 què một chân.

한쪽으로 기대서다 đứng rạt về một bên.

한쪽으로 비키다 xê, sao người ta dành được xếp một bên cho người nào đi.

한쪽으로 치우친 vẹt, lệ 한쪽을 따라 걷다 đi ~ vào bên đường.

한쪽면 phiến diện(phương).

한족 dân tộc Hán, (중국의) chủng tộc Hán

한종일 cả ngày, suốt ngày, 해가 질때까지 đến lúc mặt trời lặn

한주먹 một nắm, nạm, ~ 씩 먹다 ăn ~. 쌀 ~ một nạm gạo.

한줄 một hàng, một dãy, ~씩 từng hàng một, ~로 서다 xếp một hàng

한줄기 một vệt, ~ 빛 tia, vệt sáng, ~ (한가닥)희망 một tia hy vọng

한줌 một nắm(túm), một nhúm, ~의 쌀 một bụm gạo.

(명)한줌의 인내가 한되의 지혜보다 더 큰 가치가 있다 Một nắm nhẫn nại có giá trị hơn một đấu trí tuệ.

한중 Hàn-Trung, ~무역 mậu dịch ~

한증막 phòng tắm hơi

한지(추운고장) xứ lạnh, vùng lạnh, ~ 식물 giống cây chịu lạnh

한지(창호지) giấy Hàn

--한지 모르겠다 không chừng

한직 chức vị ngồi không ăn lương

한집안 một gia đình, (친척) bà con

(속) 한집에 삼년 살고도 서로 모른다 (서로 가까우나 관심이 없다) Ba năm cùng sống trong một nhà mà không biết họ nhau(gần nhau mà không quan tâm tới nhau)

한차례 một lần(phen), một vòng, 씨름을 ~하다 một vòng thi đấu vật. ~ 시험해보다 làm thử ~.

한참(한동안) ít lâu sau, 그는 ~말이 없었다 anh ta không nói ~, ~ 길을 가다가 qua một thôi đường

한참만에 một lúc lâu sau.

한창(절정)đỉnh điểm, lúc cao nhất, trai trẻ. ~때 hoa niên, đang thời kỳ niên thiếu, 사과는 지금 ~이다 bây giờ đang giữa mùa táo, ~때에 đang lúc thanh xuân, 그는 지금~이다 anh ta đang thời hoàng kim

한천(찬 우물) giếng lạnh

한촌 ngôi làng nghèo

한층(더욱) một tầng nữa, hơn nữa, (층계) một tầng, ~ 더 올라가다 lên ~

한치 một chút, một tí xíu, ~앞을 못본다 không nhìn thấy trước một chút nào

한칸 một căn, 방~ một căn phòng, ~집 một gian nhà.

한칼로(에) một nhát, ~ 베다 chặt một nhát dao

한타스(열두개) một tá, chục đủ đầu.
한탄하다 thở dài, than thở(vãn), tủi. 자신의 환경에 대해 ~ than vãn hoàn cảnh của mình. 한탄하여 울다 khóc than. 한탄스럽다 tủi thẹn.
한턱내다 khao, ăn khao. bao, 친구들에게 ~ bao các bạn uống, (대접) chiêu đãi
한테(에게) với, ~너 ~하고싶은 말이 있다 tôi có chuyện muốn nói ~ anh
한통속 phe phái, đồng mưu, ~이되어 thông đồng, (작당하는) cấu kết
한파(추위) đợt rét, ~가 전국을 엄습했다 ~ kéo dài trên cả nước
(명)한 파운드의 배움을 응용하려면 10 파운드의 상식이 있어야 한다 Nếu muốn ứng dụng một phần đã học, phải có 10 phần tri thức thường.
한판 một ván, 장기를 ~두다 chơi ~ cờ, (시합의)vòng.
한패 đồng bọn, 그도 ~임에 틀림없다 nó hẳn phải là ~, 한패거리 đồng lõa. ~가 되다 móc ngoặc. ~에 가담하다 nhập cuộc.
한편 một mặt, một bên, mặt khác, ~반갑고 ~ 슬프기도 하다 một mặt mừng rỡ mà mặt khác buồn bã, 한편...다른 한편으...một mặt--- mặt khác.
한편의 음악 bản đàn.
한평생 cả đời, cả cuộc đời, suốt đời, 그는 ~ 암에 대하여 연구했다 anh ta nghiên cứu về bệnh ung thư ~
한푼 một xu, một đồng tiền. ~도 없다 một xu cũng không có
한풀 꺽이다 nao núng, chùn bước
한풀다 trút căm thù, rửa hận, hả hận,

(반) 한을 품다 hận thù
한풍(찬바람) cơn gió lạnh, hàn phong.
한한 dành cho, hạn chế, 성인에 ~영화 phim ~ người lớn
한학 hán học, ~자 nhà ~
한 학교(급)의 학생수 sĩ số.
한 학년을 유급하다 ở lại.
한해(한재) thiên tai hạn hán, (일년) một năm, ~의 시작 lịch đầu. ~가다 năm tàn.
한화(화폐) tiền Hàn-Quốc, 천원 1000won
할거 cát cứ, cạnh tranh thế lực, 군웅 ~ ~ của các địa phương.
--- 할 가치가 있다 đáng.
--- 할 것이다 sẽ, 나는 갈 것이다 tôi sẽ đi.
--- 할 나쁜마음을 가지다 đang tâm.
---할 계획이다 lăm lăm, 군것질부터 ~ ~ ăn quà.
...할 때마다 hể.
...할 목적으로 cốt để.
-- 할 생각이다 có ý.
할딱(헐떡)거리다 thở hồn hển
할당하다 phân bổ, phân bố, chia, 일을 ~ chia việc, phân công, phân việc, (임무를) cắt đặt.
할당액 phân ngạch.
할당금 tiền góp. ~을 내다 góp tiền.
할똥 말똥 do dự, lưỡng lự
할듯할듯하다 sắp làm, sẵn sàng làm
할양하다 tô nhượng.
할렐루야(Hallelujah) (여호아를 찬양하라) bài hát ca ngợi Chúa.
할레(종교) cát lễ, sự cắt bao qui đầu, cắt bì.
할말 có điều muốn nói, 네게 ~이 있다 tôi có lời muốn nói với anh, ~을

다 했다 cạn lời, ~을 다 했을 뿐이 다 cạn lời thì thôi.
할머니 bà, bà nội, mẹ, 외~ bà ngoại, 노파 bà cụ, 할멈 bà, bà cụ, bà lão
할미꽃 cây bạch đầu ông
할복하다 tự mổ bụng, tự moi ruột
할부 sự phân chia, ~로 사다 mua trả góp, ~로 팔다 bán trả góp, ~금 tiền trả góp, ~판매 sự bán trả góp
할 수 없군! chậc!.
...할 수 없는 chẳng lẽ, 거절~~ từ chối.
---할수록 더 ---하다 mỗi --- một ---, 날이 갈수록 더 확실하게 이해하다 mỗi ngày một hiểu rõ hơn.
할 수 없이 응하는 đành lòng.
할 수 없이...해야 하는 cực chẳng đã.
할 수 있다 được, đặng, có thể, xuể. (반)할 수 없다 không thể.
할석공(건축)thợ làm sạch đá
--- 할 수 있다면 miễn sao, 당신을 사랑할 수 있다면 죽어도 좋다 chết cũng được ~ yêu em
할애하다 phân chia, chia vật gì, 식량을 ~ 하다 chia phần lương thực
할아버지(할아범) ông, ông nội, 외~ ông ngoại, 고조~ đời ông cố, 노인 ông già, ông lão, ~와 손자 ông cháu.
할양하다(떼어줌) nhường lại, 토지를 ~ 하다 ~ đất đai, 할양한 영토 nhượng địa.
... 할 용기가 없다 nỡ nào.
...할 필요가 있다 cần phải.
할인 giảm giá, hạ giá, mà cả, ~권 phiếu bán ~, ~요금 tiền hạ giá, ~판매 (세일) bán hạ giá(giảm giá)
할일 việc phải làm, (사무) sự vụ. ~이 많다 có nhiều ~, ~이 없다 không

có việc gì làm, 할일없는 nhàn rỗi.
(명)할 일이 있는 사람은 축복받은 것이다, 더 이상의 축복을 바라지 말라 Người có việc để làm sẽ có hạnh phúc và đừng mong điều gì hơn thế nữa.
(명)할 일이 있는 사람에게는 출세할 기회가 있다 Đối với người có nhiều việc để làm thì sẽ có nhiều cơ hội tiến thân.
(명)할 일이 많지 않으면 여가를 제대로 즐길 수 없다 Không có nhiều việc để làm thì không thể tận hưởng được sự vui vẻ của những lúc rỗi rãi.
하릴없이 말썽만 부리는(속어) vô cùng rồi nghề.
핥다 liếm, hớp, 깨끗이 ~ ~sạch, 손을 ~ ~ tay
...할 작정이다 có ý.
...할 정도는 아닌 không đến nỗi.
... 할지라도 dù cho, dù rằng
... 할지 모르겠다 không chừng
~ 할 필요없이 hà tất. 낡은 차를 살 필요없이 ~ phải mua xe cũ.
할증 tiền trả thêm, ~금 (프리미엄) tiền trả thêm(할증요금)
할퀴다(긁힌) trầy, chợt da, quào, 할퀸 자국 vết trầy
함(상자)hộp, thùng, hòm, 편지~ thùng thư, 모금~ thùng gom tiền
함께 cùng, với, cùng với, với nhau, đồng loạt, (반) tách ra riêng biệt, (동시에) một thể, ~하다 ở cùng, 당신과 ~ 일하고 싶다 tôi muốn làm việc với anh, 나도 아이와 ~ 놀았다 tôi đã chơi cùng với trẻ em, ~즐기다 cộng hưởng, giao

hoan, ~살다 ở(ăn) chung, cùng sinh tồn, ~들고 나르다 kiêng, ~노력하다 hè hụi, ~살다 chung sống. 부모와 ~ 살다 ở với cha mẹ, ~가다 dắt díu. đi chung với nhau, ~길을 가다 cùng đường, (더불어) lẫn, ~뒤섞여 살다 chung lộn. ~모으다 chung góp. ~노래하다 hợp ca, ~ 돈을 모으다 chung tiền. ~경쟁하다 sánh bước.

...와 함께 lẫn. 주와 객이 ~ khách lẫn chủ.
함께 따라 읽다 đồng loạt theo đọc.
함께 먹고 자고 일하는 tam cùng.
함께 모으다 thâu hiệp. chung góp.
함께 묻힌 tùy táng, ~물건 đồ ~.
함께 부귀를 누리다 chung hưởng phú quý.
함께 청소하다 tổng vệ sinh.
함께 행동하다 cùng nhau hành động.
함구하다 giữ miệng, giữ mồm, 함구령 cấm mở miệng, cái bị mõm
함대 hạm đội, đoàn tàu, 연합~ liên đội, ~사령관 tư lệnh ~
함락하다 thất thủ, 성이 함락되다 thành bị ~, (함몰시키다)đánh sập, chìm xuống, sụp đổ
함량 hàm lượng, lượng chứa, dung tích, 알코올을 ~하다 bình chứa cồn
함몰 chìm, khuất phục, chịu thua, ~ 시키다 đánh sập
함미 phần sau đuôi tàu
함빡(완전히)hoàn toàn, ~젖은 옷 quần áo ướt sũng, 비에 ~젖다 bị mưa ướt hết
함박꽃 hoa mẫu đơn, hoa mộc lan
함박눈 bông tuyết, ~이 오다 ~ rơi

함부로 bừa bãi, ẩu, tầm bậy, ~쓰다 xài lớn, 말을 ~하다 nói ~, thả giọng, 일을 ~로 하다 việc làm ~, tiền을 ~ 쓰지 마라 đừng tiêu tiền ~, ~말하다 nói mắc. ~지껄이다 nói tầm bậy.
함상 trên tàu, trên boong tàu
함석(아연) kẽm, ~판 kẽm lá
함선 tàu lớn
함성 kêu la, hô hào, tiếng kêu.
함수탄소 chất carbon
함수(수학) hàm số, ~식 công thức toán
함수(짠물) nước mặn(반) đạm nước ngọt, 담수어 cá nước ngọt, 담수호 hồ nước ngọt
함수초(미모사) cây xấu hổ
함씨(남의 조카) cháu trai
함양하다 đào tạo, bồi dưỡng, hàm dưỡng, 덕성을~ trau dồi phẩm hạnh đạo đức
...함에 따라 tùy thế.
함유하다 bao hàm, chứa đựng, 함유성분 thành phần, phần hợp thành
함입(빠지다) sa vào, sa chân, sa lầy
함자(존함) qúy danh
함장 hạm trưởng
함재하다 chở trên tàu
함재기 máy bay trên tàu
함정 hầm bẫy, hố bẫy, ~에 빠지다 mắc bẫy, mắc mưu, sập bẫy
함정(전함) tàu chiến, chiến hạm
함지박 cái múc gỗ, cái vá(남), muôi(북)
함축 hàm súc, hàm ý, ẩn ý, ~성 có tính ~
함포 đại bác chiến hạm, pháo hạm, ~ 사격 bắn đại pháo

(속) 함흥차사(가기만 하면 돌아오지 않음) Ham Hưng sai sứ(chỉ có đi mà không quay trở về)
합계(총계,)tổng số, (돈의)số tiền, ~하다 cộng, cộng chung, tổng lại
합격하다 thi đậu(남), thi đỗ(북), trúng tuyển, đỗ đạt, hợp cách, (반)불합격하다 thi rớt(남), thi trượt(북), 합격자 những người đậu, 합격점 điểm đỗ, điểm chuẩn, 합격생 khóa sinh. 당신이 시험에 합격한 것을 알고 기뻤다 tôi vui mừng được biết anh thi đậu.
합격시켜주다 đỗ vớt.
합격자 명단을 발표하다 treo bảng. yết bảng.
합격자 명단을 부르다 xướng danh.
합금 hợp kim, vàng tây, ~철 thép ~, (남녀의 정사) ngủ chung
합당한 xứng đáng, (적당)thích hợp, thích đáng
합당(양당의)hai đảng kết hợp, hợp đảng
합동 chung, phối hợp, ~관리 quản lý chung, ~회의 họp chung, ~위원회 ủy ban ~
합력(협력)hợp lực, chung sức, nỗ lực chung, (물리)lực tổng hợp
합류 hòa vào, hợp lưu, chảy chung
합리 hợp lý, ~성 tính ~, ~화하다 ~hóa, ~적으로 một cách ~, ~ 적으로 사용하다 điều dụng.
합리적인 가격 giá vừa phải.
합리주의 duy lý luận.
합명회사 công ty trách nhiệm vô hạn, 주식회사 công ty trách nhiệm hữu hạn
합반 hai lớp thành một, ~수업 giảng dạy hai lớp chung
합방 sát nhập, hợp nhất, 한일합방 Hàn-Nhật ~
합법 hợp pháp(반) 불법 bất hợp pháp, ~적 một cách ~, ~의 đúng luật, ~적 수단으로 bằng phương pháp ~, ~성 tính ~, ~적인 결혼 phép cưới.
합병(합방)sát nhập, thôn tính, chung lại, hiệp đoàn.
합병증 biến chứng, chạy hậu.
합본(책) đóng chung vào một tập
합산 cộng chung, cộng thêm
합석 ngồi chung
합선되다(전기) chập điện, điện giựt.
합성 tổng hợp, kết hợp, ~고무 cao su ~, ~비료 phân bón ~, ~세제 bột giặt, ~수지 chất dẻo, nhựa cây, ~물 hợp chất.
합성어 từ ghép hợp thành
합세하다 hợp sức, hợp thế lực, hợp nhất
합숙 ở chung, sống chung, ~소 nhà tập thể
합승 đi xe chung, ~차 xe búyt
합심 hòa hợp, nhất trí
합의 thỏa thuận, 쌍방의 ~ 에 의해 dựa vào sự ~ của hai bên, ~ 결혼하다 ngẫu hợp.
합일 nhất trí
합자(자금의) hùn vốn, kết hợp vốn
합작 hợp(hiệp) tác, cộng tác, ~경영 liên doanh, ~회사 công ty liên doanh, hợp tác xã.
합장하다 chắp tay, 합장기도하다 chắp hai tay cầu nguyện
합장(매장) mai táng chung
합주 hòa nhạc(tấu), hợp tấu, ~곡 khúc ~

합죽이 người không có răng
합중국 liên bang, 미~ ~ Mỹ
합창 đồng ca, hợp xướng, hát chung, (찬양대)ban hát lễ, ~곡 bài hợp ca, khúc hợp ca, 남녀~ ~nam nữ, ~단 đội ~, dàn hợp xướng. ~시 한단락을 독창으로 부르다 lĩnh xướng.
합치 nhất trí. hạp.
합치다 hợp, (결합)kết hợp, phối hợp, (반) 헤어지다 chia ly, 힘을~ cùng sức lực, cùng nổ lực, (합계) cộng vào, gộp lại, (혼합) pha trộn
합판(베니아판) gỗ dán, ván ép.
합하다 kết hợp, hợp với, (맞다) 취미에~ hợp với sở thích, (마음에)vừa ý, hài lòng, thích hợp
합헌적 theo hiến pháp, hợp hiến, thuộc hiến pháp
합환주 rượu cưới, rượu hợp cẩn
핫뉴스 tin tức nóng hổi
핫라인 đường dây nóng
핫도그 bánh mì kẹp xúc xích nóng
핫바지 quần độn bông, (촌뜨기) hai lúa, người vụng về
핫케익 bánh nướng nóng
항(항목)tiết mục, hạng mục
항가리(국명) Hungari, Hung Gia Lợi.
항간 đường phố, ~에 떠도는 이야기 câu chuyện xuất hiện trên ~
항거 chống(kháng) cự
항고(항소)kháng cáo, kháng án, ~기간 thời hạn ~, ~심 phiên tòa ~, ~인 người đi kiện, ~장 thư ~
항공 hàng không, ~기 máy bay, ~모함 ~ mẫu hạm, tàu chở máy bay. ~사 hãng ~, ~편 bằng đường ~, ~사진 không ảnh. ~임무 phi tác, ~수송 không vận, ~대 không đội. ~일지

sổ bay. ~사진 정찰 thám sát bằng không ảnh. ~관제사 trắc thủ.
항공권 vé máy bay.
항공로 đường hàng không.
항공(비행)술 thuật hàng không.
항구 hải cảng, bến cảng, bến tàu, ~도시 thành phố cảng
항구를 폐쇄하다 tỏa cảng.
항구(영구)vĩnh(hằng) cửu, vĩnh viễn
항균(항생) kháng sinh
항담(항설) chuyện tầm phào
항도(항구) thành phố cảng
항독소(항체)kháng độc tố, chất kháng độc
항려 tông chi họ hàng, quan hệ họ hàng
항렬(혈족의) thứ hạng quan hệ họ hàng, (수학) ma trận.
항례(상례) lệ thường
항로(비행)đường hàng không, lộ trình, tuyến đường, 정기~ đường chính (바닷길) đường biển(bể).
항만(만) vịnh, 하롱~ vịnh Hạ-Long
항명하다 kháng mệnh, không vâng lời, 항명죄 tội ~
항목 chi tiết, hạng mục, tiết mục, món, điều khoản, ~별로 나누다 ghi thành từng khoản
항문(똥구멍) hậu môn, lỗ đít, trôn.
항법 cách đi biển, cách hàng hải
항변하다 biện hộ, bào chữa, bác bỏ
항복 đầu(chịu) hàng, đầu(hàng) thú, quy phục, (반) 불복 không đầu hàng, ~기(백기) cờ trắng, 무조건 ~ ~ vô điều kiện, 거짓으 로 항복하여 내통자가 되다 trá hàng để vào làm nội ứng.
항복한 것처럼 꾸며 보이다 trá hàng.

항상 luôn luôn, hằng, ra thú. hoài hoài, (반) 가끔 thỉnh thoảng, (통상)thường thường, thường xuyên, ~따라다니다 đeo theo, đèo đẽo, quấn quít, cặp kè, ~붙어 다니다 kè kè, ~ 활력 있다 người đầy nghị lực, 통상 당신은 몇시에 일어납니까? thường thường mấy giờ anh dậy.
(명)항상 필요이상 친절하려고 노력하다 Hãy luôn cố gắng thân thiện hơn mức cần thiết.
항생 kháng sinh, ~약(제) thuốc ~, ~물질 chất ~, trụ sinh.
항설(항담) chuyện tầm phào, chuyện phiếm
항성 định(hằng) tinh, (반) 행성 hành tinh
항소(항고) kháng cáo, chống(phúc) án, ~를 기각하다 bác bỏ đơn xin(kháng cáo), ~권 quyền ~, ~심 xét xử ~, ~ 인 người ~, ~장 thư ~, ~법정 tòa phúc(thượng) thẩm. ~심 재판 tòa phúc án.
항속 tốc độ bay, ~거리 cự ly ~, ~시간 thời gian ~
항시(항상) luôn luôn, thông thường
항아리 chum, lọ, vại, vò, chĩnh. (북), hũ, lu,(남), 간장 ~ lu tương, 큰~ vại.
항암의 kháng ung thư
항아(달의 이명) hằng nga(미인)
항염제 thuốc kháng viêm
항용(항상) luôn luôn.
항우(인물) Hạng Vũ.
(속) 항우도 낙상할 때가 있다(아무리 잘 하는 사람일지라도 실패할 때가 있다) Hạng Vũ cũng có lúc ngã(chỉ người giỏi mấy cũng có lúc thất bại).
항원(면역원) kháng nguyên
항의 chống cự, kháng cự(nghị), phản đối, ~서 tờ phản kháng
항일 kháng Nhật, chống Nhật, ~운동 hoạt động ~, phong trào ~
항쟁 tranh đấu, kháng cự, tranh chấp, 내부~ cuộc xung đột nội bộ
항전 kháng chiến, ~본부 ổ ~, 대미~ kháng chiến chống Mỹ, ~에서 이기다 thắng lợi kháng chiến.
항정(항공기의) đường chim bay, quãng đường đi. chặng.
항진 tiến hành, đi tới
항체 chất kháng thể, kháng thể
항해 hàng hải, chạy buồm, đi biển, ~도 hải đồ, ~사 thuyền trưởng, 2 등 ~사 thuyền phó, ~술 thuật hàng hải, hoa tiêu.
항행하다 đi biển, đi thuyền trên biển
해(태양) mặt trời, ~가 저물다 ~ lặn (반) 해가 뜨다 ~ mọc lên, ~가 지다 xế(khuất) bóng, ~와 달 nhật nguyệt. 해를 등지다 sấp bóng, 해를 등지고 앉다 ngồi sấp bóng. 해 뜰녘(아직 어두운) tối đất.
해(년) năm, thu, 3 년 ba thu, ~마다 hàng năm, 지난 ~ ~ trước(반) 새해 năm mới, 한해가 지나가다 một năm qua đi, 이미 수년이 흘렀다 đã mấy thu qua.
해(해로움) độc(thiệt) hại, chất hại, 해치다 có hại, 건강을 해치다 có hại cho sức khỏe, ~가 되다 làm hại, 해가 되지는 않는다 hại gì, 건강에 해가 되다 làm hại cho sức khỏe, 해를 입히면 해를 당한다

hại nhân nhân hại.
해를 끼치다 làm thiệt hại. ...에게 해를 입히다 thiệt hại cho.
해갈하다 giải khát, (가뭄을)bớt hạn hán
해결 giải quyết, (반) 미해결 chưa giải quyết, 평화적으로 ~하다 ~ một cách hòa bình, 문제를 ~하다 ~ vấn đề, 원만한 ~ hòa giải, ~책 giải pháp, ~책을 궁리하다 xoay sở, ~방법 biện(giải) pháp.
해결책이 없는(성어)vô kế khả thi.
해결 방법을 찾기 위해 고민하는 모습 vò đầu bóp trán.
해고 sa thải, cách(đoạt) chức, miễn chức, cất(bãi) chức, 해고시키다 phế truất, tài thải. 주인이 일군을 ~ 하다 chủ ~ thợ, 근로자를 ~하다 ~ người lao động, ~를 당하다 bị ~
해골 hài cốt, xương sọ, sọ, đầu lâu
해괴하다 kỳ quái, kỳ lạ, ngông cuồng, kỳ dị, khác lạ
해구(항만 어귀) cửa biển
해구(물개) hải cẩu, ~신 dương vật ~, ~환 hải cẩu hoàn
해구(해적)cướp biển, hải tặc
해구(갈매기) hải âu
해군 hải quân, ~기지 căn cứ ~, ~사관학교 trường sĩ quan ~, ~ 소령 thiếu tá hải quân, 육군 lục quân, 공군 không quân, 해군총 사령관 thủy sư đô đốc. ~장교 sĩ quan ~. ~ 부사령관 phó đô đốc.
해금 đàn He-Kưm của Hàn-Quốc
해금 chấm dứt lệnh cấm đi lại
해기 thuật lái tàu, ~면허장 bằng lái tàu
해낙낙하다 vừa lòng, thỏa mãn, hài lòng

해난 tai nạn trên biển, ~을 당하다 bị ~, ~ 구조 cứu nạn trên biển, ~구조선 tàu cứu nạn
해내다 hoàn thành, lo liệu, xong, mắt được 일을 ~ ~ công việc được giao, ...을 ~ xong việc.
해넘이(일몰) mặt trời lặn (반) 해돋이 (일출) mặt trời mọc
해녀 hải nữ, phụ nữ làm lặn mò ngọc trai
해달(동물) con rái cá
해단식 nghi thức bế mạc
해답 giải đáp, trả lời, 시험문제~ ~ câu hỏi thi, (수학의) lời giải.
해당(바로 들어맞음) đúng, tương ứng
해당화 hoa hải đường
해대다(대들다)xông vào, tấn công
해도(바다지도) hải đồ
해독(독을 없앰)giải độc, ~제 thuốc ~
해독성(의학) tiêu độc. 해독약 thuốc ~.
해독(나쁜 영향) độc hại, ~을 끼치다 ảnh hưởng ~
해독(풀어주다)giải thích, giải đọc, (암호를) mã dịch.
해돋이 mặt trời mọc, hiển minh.
해동(녹아서 풀림) tan tuyết, làm tan
해득하다 hiểu biết, lĩnh hội, tiếp thu
해 뜰녘 tối đất.
해로(바닷길) đường biển(thủy).
해로(평생 같이 늙음) giai lão, bách niên ~ bách niên ~
해롭다 có hại, thương tổn, (반) 이로운 có lợi, 담배는 건강에 ~ thuốc là có hại cho sức khỏe, 해로운 풍토 nước độc.
해롭게 하다 tác(làm) hại.
해류 hải lưu, dòng chảy, ~도 hải đồ
해륙(수륙) hải lục, thủy lục, ~ 양용 bi

행기 thủy phi cơ, ~양면 작전 hành quân thủy lục
해리 hải lý, 200 해리 200 hải lý
해리(바다쥐) con hải ly
해리(분해) phân tích, phân ra
해마(물고기)con cá ngựa,
하마 hà mã
해마다 hàng năm, mỗi năm
해말갛다 có nước da đẹp
해말쑥하다 da trắng đẹp, nước da sáng sủa
해맑다 trắng sạch sẽ
해머(망치) cái búa
해먹(그물침대) cái võng
해먹다 làm việc xấu, 도둑질 ~ làm ăn trộm
해면 mặt biển, (물을 잘 빨아드리는) sốp. (스폰지) rong đá.
해면체(스폰지)xốp, xốp xáp, hải miên, rong đá.
해명 phân trần, minh oan, giải minh, ~을 요구하다 yêu cầu ~
해몽 giải mộng, đoán mộng, ~가 người đoán mộng.
해무(안개) sương mù biển
해묵다 đã qua cũ
해물(해산물) hải sản, sản phẩm biển, ~ 스프 súp hải sản
해미(바다안개) sương mù dày đặc biển
해바라기 hoa hướng dương. quỳ.
해박하다 uyên bác, hiểu rộng, sâu rộng, uyên thâm, 해박한 학자 uyên nho, 해박한 지식 trí thức sâu rộng
해발 mực nước biển, 그 산은 ~ 2000 미터 núi đó cao hơn ~ 2000mét
해방 giải(phát) phóng, thả, ~군 ~ quân,

노예를 ~하다 ~ nô lệ, 여성 ~운동 phong trào~phụ nữ
해방시키다 tháo khoán.
해법 giải pháp, cách giải quyết
해변 bờ(ven) biển, bãi(ngoài) biển, ~에서 하는 낚 시질 nghề lộng.
해병 hải quân lục chiến,, lính thủy đánh bộ, hải binh, ~대 quân đoàn lính thủy, thủy lục chiến.
해보다 làm thử, (경험) kinh nghiệm, 고생을 ~ trải qua gian khổ, 사랑을 ~ có kinh nghiệm yêu
해부 phẫu thuật, giải phẫu, mổ xẻ, ~대 bàn mổ, ~실 phòng mổ, 시체 ~ giải phẫu tử thi, ~술 thuật mổ xẻ.
해빙 tan băng, 한강이~되었다 sông Hàn đã ~, ~기 mùa tuyết tan
해사(해군사관학교) trường sĩ quan hải quân
해사(바다업무)công việc hàng hải, ~법규 luật hàng hải
해사하다(희고 말쑥하다)làn da trắng đẹp
해산(흩어짐)giải tán, (축제등이) rã đám, 강제~하다 bắt ~, 데모를 ~시키다 ~ đám biểu tình, 모임을 ~시키다 ~ một nhóm
해산하다 sinh đẻ, 남아를 ~ đẻ con trai, sinh con trai, 해산의 고통 đau bụng đẻ.
해산중인 여자 đàn bà đẻ.
해산물 hải sản(vật), sản phẩm biển
해산식품 hải vị.
해삼 hải sâm, 인삼 nhân sâm,홍삼 hồng sâm
해상 trên biển, (반) 육상 trên đất liền, ~운송 vận tải biển, thủy vận, ~경비대 đội bảo vệ biển, ~무역 mậu

dịch biển, hải thương, ~보험 bảo hiểm đường biển, thủy hiểm, thủy thượng bảo hiểm.
해상(바다 바닥) đáy biển
...해서는 안된다 không nên. 그곳에 가서는 안된다 ~ đến chỗ đó.
...해서 무엇하느냐 hơi đâu mà.
해석하다 giải tích(nghĩa), giải thích(đoán).
해석의 오류 nghịch nghĩa.
해설 thuyết minh, tường thuật, giải nghĩa, cắt nghĩa, dẫn(diễn) giải, ~자 nhà dẫn giải, 뉴스 해설자 người dẫn giải tin tức
해성(불가사리) con sao biển.
해소(지워서 없앰) xóa bỏ
해손 tổn thất do tai nạn biển
해수(기침) cơn ho, chứng ho, ~약 thuốc ho
해수(바닷물) nước biển, ~욕 tắm biển, ~면 thủy chuẩn.
해수욕장 bãi tắm biển
해쓱하다(창백)xanh xao, 해쓱한 얼굴 mặt mũi ~
해시계 đồng hồ mặt trời
해식(파도로 인한 침식)xói mòn biển
해신 (바다의 신) vị thần biển
해악 có hại, (악영향)ảnh hưởng tai hại
해안 bờ biển, ven biển, 해안선 bãi biển, ~교두보 đầu cầu đổ bộ.
--해야 마땅하다 đáng, 그는 벌을 받아야 마땅하다 nó đáng bị phạt.
--해야한다(문미에서) mới phải, 너는 가지 말아야 한다 anh đừng đi ~.
해안포병 pháo binh duyên hải.
해야할 몫 phần việc phải làm.
해약 hủy bỏ hợp đồng
해양 hải dương, ~물리학 vật lý học ~,

~성 기후 khí hậu có tính ~, ~학 ~học, ~ 대학 trường đại học ~
해양분계선 hải giới.
해양연구소 hải học viện.
해어지다(닳아지다) bị mòn, (참고) 헤어지다 chia tay
해어(바닷고기) cá biển
해역 vùng biển
해열 giải nhiệt, hạ sốt, ~제 thuốc ~, thuốc sốt.
해엽 eo biển.
해오라기(백로) con cò, con diệc trắng
해왕성 Hải vương tinh
해외 nước ngoài, hải(tại) ngoại, ~로 가다 đi ra ~, xuất nhoại, ~로 이민가다 ly hương, ~에서 생활하다 sống ở ~, ~ 여행 du lịch ~, ~ 무역 mậu dịch hải ngoại, ~이주 di cư ra ~, ~시장 thị trường ~, ~전보 điện báo ~, ~ 여행을 가다 đi tây. ~교포 kiều bào hải ngoại.
해운 vận tải biển, hải vận, ~업 ngành ~
해운운송로 đường hàng hải.
해이하다 buông lỏng, buông lơi, giảm chú ý, 해이해지다 lơi ra, 해이해진(느슨한) lỏng lẻo. rão.
해일 tràn ngập biển, cây nước, sóng cồn(dữ)
해임하다 bãi chức, sa thải, 해임되다 miễn nhiệm. 해임시키다 thuyên truất.
해장국 canh luộc thịt
해저 đáy(lòng) biển, ~전선 dây điện dưới biển, 해저파 sóng ngầm.
해적 cướp(giặc) biển, hải(thảo) tặc, thủy tặc, ~선 tàu ~, tàu ô.
해전 trận chiến trên biển, hải(thủy) chiến

해제 giải tỏa, hủy(bãi) bỏ, tháo bỏ, 계약을 ~ 하다 hủy hợp đồng, 계엄령을 ~하다 hủy lệnh giới nghiêm
해조(해로운 새)chim có hại
해조 hải(thủy) triều, (바닷새)chim biển,.
해조(해초;미역)rong biển, hải tảo.
해조(조류) thủy triều.
해주다 làm cho
해중 dưới biển, ~핵실험 thử nghiệm hạt nhân ~
해지다(닳아지다)bị mòn
해지다(해가 지다)mặt trời lặn
해직하다 bãi(giải) chức, sa thải
해질녘(무렵) lúc hoàng hôn, lúc mặt trời lặn, buổi chiều tà. nhá nhem.
해질무렵쯤 vào khoảng tắt mặt trời.
해체(기계)tháo ra, tháo gỡ, giải thể, tan (반) hợp lại hợp, (해산)giải tán, 정당을 ~하다 tháo ra chính đảng, giải tán chính đảng
해초 rong biển, hải đài.
해충(기생충)ký sinh trùng, sâu bọ hại, sâu mọt. ~을 죽이다 diệt trùng. 사회의 ~ sâu mọt xã hội.
해충을 모두 없애다 tiệt trùng.
해치다 có hại, xúc phạm, nhiễu hại, 건강을 ~ có hại cho sức khỏe, 명예를 ~ xúc phạm danh dự
해치우다(마치다)hoàn thành, kết thúc, làm xong
해탄(코크스) than cốc.
해탈하다 thoát khỏi trần gian, qua khỏi trần
해파리 con sứa, thủy mẫu.
해프닝(갑작스런 일) biến cố
해하다(해치다)xúc phạm, có hại
해풍 gió biển

해학 hài hước, khôi hài, ~가 người~, ~소설 chuyện ~, ~극 hài kịch.
해해거리다 cười rúc rích
해협 eo biển, xép, 대한 ~ ~ Đại-Hàn, 배가 ~안으로 들어가다 thuyền đi vào xép.
해후(만남)tương ngộ, ngẫu nhiên gặp, giải cấu, tình cờ gặp, gặp gỡ tình cờ
핵 hạt nhân, ~공격 tấn công ~, ~탄두 đầu đạn ~, ~시험 thử nghiệm vũ khí ~, ~반응 phản ứng ~, ~폐기물 vật phế thải hạt nhân.
핵가족(소가족)tiểu gia đình.
핵과(과실) loại qủa có hạt
핵무기 vũ khí hạt nhân, ~ 보유국 nước sở hữu ~, ~개발 nghiên cứu phát triển ~.
핵무장 vũ trang hạt nhân
핵분열 phân hạch. ~로 인한 원자변화 phân rã.
핵산 acid nucleia
핵실험 thí nghiệm hạt nhân, ~금지협정 hiệp định cấm thử vũ khí hạt nhân, 지하 ~ ~ dưới đất
핵심 cốt lõi, trọng tâm, trung điểm, chỗ chính, chủ chốt, 문제의~ ~ vấn đề, ~적인 사항 mấu chốt.
핵심간부 cán bộ nòng cốt.
핵우산 màn che hạt nhân
핵입자 proton
핵전쟁 chiến tranh hạt nhân
핵타아르(면적) héc- ta, mẫu.
핵탄두 đầu đạn hạt nhân
핵폭탄 bom hạt nhân.
핸드백 túi xách, xách tay, giỏ xách, ví tay(북), bốp tay(남)
핸드볼 bóng ném, (축구의)bị đụng tay

핸드 부레이크 thắng(phanh) tay.
핸들 vô lăng, tay quây(bánh), lái.
핸디캡 bất lợi, cản trở
핸섬 đẹp trai, điển trai, ~해 보인다 trông anh bảnh bao lắm
핼쑥한 xanh xao, nước da xấu
햄 thịt giăm, giăm-bông.
햄버거 hamburger, thịt bò băm
햅쌀 gạo mới, gạo đầu mùa, ~밥 cơm ~, ~가루 thính gạo.
햇곡식 vụ thu hoạch đầu năm
-- 했기 때문에 nhân vì.
햇무리 vòng sóng, vòng hào quang mặt trời, 달무리 hào quang mặt trăng
햇발 tia nắng, tia sáng
햇볕(살) ánh nắng mặt trời, ánh nắng, sạm(ngoài) nắng, ~에 그을은 sạm mặt, ~ 을 쬐다(일광욕)tắm nắng, dãi(dại) nắng, ~에 탄 ăn nắng(남), cháy nắng(북), sạm đen(nắng). ~에 탄 피부 cháy da. ~에 태운 sém nắng. ~에 말리다 phơi khô ngoài nắng.
햇비둘기 bồ câu mới ra ràng.
(속) 햇비둘기 재를 못 넘는다(나이가 어린 사람은 큰 일을 할 수가 없다) Bồ câu mới ra ràng thì không vượt qua được đồi,(người ít tuổi thì không thể làm được việc lớn).
햇빛 ánh sáng mặt trời, ánh nắng, ~에 말리다 phơi (hơ) nắng. ~이 많은 달 tháng nắng, ~이 조금나다 hé nắng. ~을 피하다 trú nắng.
햇살이 내리 쬐는 날씨 trời nắng.
햇수 con số năm
햇콩 đậu mới, 햇팥 đậu đỏ mới
행(줄)hàng, hàng ngang, 3 행 ba hàng

행(다행)may mắn, vận may
--- 행(가는곳)đi về, hướng về, 서울행 열차 xe lửa đi về Seoul
행(글자의)dòng, 행을 바꾸다 xuống ~
행가래 tung bổng lên.
행각(돌아다님)đi lang thang, 사기~ đi lại làm lừa gạt
행간 khoảng cách giữa dòng
행군 hành quân(binh), diễn hành, ~대형 diễn hành theo hàng ngũ, 강 ~ diễn hành ép buộc, ~지원 tiếp liệu hành quân.
행궁 hành cung(tại).
행길(한길)đường cái, đường chính
행낭 túi đựng thư
행동 hành động, điều ăn tiếng nói, (품행) hạnh kiểm, 단체 ~ ~ tập thể, 신중히~ 하다 ~ một cách cẩn thận, ~에 옮기다 thực hiện ~, 단독 ~ ~ riêng, 경솔한 ~ ~ nông nổi, 경솔한 자 người nông nổi, 대담한 ~ ~ mạnh dạn. ~하기 전에 충분히 고려하다 suy nghĩ vì trước khi hành động. ~의 자유 tự do hành động, 행동의 자유를 지니다 được tự do hành động, ~을 감시하다 quản chế.
(명)행동한다 해서 반드시 행복해지는 것은 아니지만 행동 없이는 행복이 없다 Không phải cứ hành động thì làm chúng ta hạnh phúc, nhưng không có hạnh phúc nào không có hành động.
행동방법 cách hành động.
행동보다 말하기가 더 쉽다 nói dễ hơn làm.
행동거지 hành động cử chỉ, hành vi.
행락 đi chơi vui vẻ, giải trí

행랑(복도) hành lang
행렬(줄)hàng, xếp hàng, đám rước, ~을 짓다 xếp hàng. ~의 선두에 서다 đi đầu một đám rước.
행렬을 갖추어 행진하다 rước.
행로(길)đường đi, (살아가는 길)đường lối, 인생 ~ đường lối cuộc đời
행방(자취)dấu vết, ~을 감추다 che đậy ~
행방불명 mất tích, ~이되다 bị ~, ~자 người ~.
행복 hạnh phúc, (반) 불행 bất hạnh, ~하게 살다 sống một cách ~, ~한 생활 cuộc sống ~, ~을 누리다 hưởng ~, ~해 지다 gặp may, đạt vận may, ~을 빌다 chúc ~, 완전한 ~ ~ trọn vẹn, ~ mỹ mãn, ~한 성격 vui tính, ~ 가정을 이루다 kiến lập được một gia đình hạnh phúc, ~의 열매 bông trái ~. ~과 부 phúc lộc. ~과 장수 phúc thọ. ~하다고 생각하다 tự cho là sung sướng. 대단히 행복하게 되었구나 may thay.
(명)행복의 근원은 여러가지가 있겠지만 안정감보다 더 중요한 것은 없다 Cội nguồn của hạnh phúc có nhiều thứ nhưng quan trọng nhất là sự an tâm.
(명)행복은 내재적인 것이지 외향적인 것이 아니다 Hạnh phúc là thứ tồn tại ở ben trong, chứ không có tính hướng ngoại.
(명)행복이란 어느때나 노력의 대가이다 Hạnh phúc bao giờ cũng là giá trị của sự nỗ lực.
행복하게 하다 tác phúc. làm phúc.
행복한 sung sướng, nở mày nở mặt, (반) 불행한 bất hạnh, ~ 생애 cả một đời ~, 행복하고 즐거운 ~ và vui mừng. ~사람 phúc nhân. ~모습 vẻ sung sướng.
행불행 hạnh phúc hay bất hạnh.
행불행으로 점철된 인생사 thế sự thăng trầm.
행사(사용함) sử dụng, dùng, 권력을~ 하다 ~ quyền lực
행사(거행함)tổ chức chương trình, 연중 ~ ~ hàng năm
행상하다 bán rong, hàng xách, buôn chạy. ~인 người ~, hàng rong.
행색(용모)dáng người, dáng điệu
행서(한자)lối viết chữ thảo
행선지 địa điểm mục đích
행성(별)hành tinh.
행세(거짓처신)giả bộ, 학자로 ~하다 ~ học giả
행세(권세를 부림)sử dụng quyền
행수(글줄의) số hàng, số dòng
행실(품행) tính hạnh. (행위) hành vi, thái độ, việc làm. ~이 나쁜 요부 gái giang hồ.
행악자 kẻ làm dữ.
행여 có thể, ngẫu nhiên, ~올까 기다렸다 phải đợi bạn có thể tới
행운 vận(số) may, vận hên, số(vận) đỏ, hạnh vận, (반)불운 vận rủi, ~과 불운 hên xui, ~아 người gặp ~, ~을 빌다(바라다) cầu may, ~을 만나다 gặp may. hạnh ngộ. ~을 입다 gặp gỡ long vân. ~의 날(길일) ngày lành. ~으로 성공한 사람 người chó ngáp phải ruồi. ~의 별 phúc tinh. ~이 있는 vạn hạnh. 행운의 tốt số.
행운의 만남 hạnh ngộ.

(명)행운아를 바다에 던져버리면 그는 고기를 입에 물고 헤엄쳐 나올 것이다 Bạn có vứt đứa bé có số phận may mắn xuống biển thì nó sẽ ngậm cá ở miệng mà bơi vào bờ.

(명)행운아는 친구를 만나고 불운아는 미인을 만난다 Hạnh phúc là được gặp một người bạn tốt, bất hạnh là được gặp một mỹ nhân.

(명)행운에서 불행까지는 한발짝 뿐이다, 그러나 불행에서 행운까지는 머나먼 길이다 Từ hạnh phúc tới bất hạnh chỉ gang tấc nhưng từ bất hạnh tới hạnh phúc lại là cả một quãng đường dài.

(명)행운은 베풀어지는 일은 없다, 다만 거들어 줄 뿐이다 Vận may không phải là việc được ban phát, chỉ là tình cờ lượm được mà thôi.

행운의 좋은 lành(số). ~여신 thần tài.
행원(은행원)nhân viên ngân hàng
행위 hành vi, thần thái, 부정~ quay cóp, 정당~ ~ chính đáng
행인 người đi bộ, khách bộ hành
행장 đồ trang bị cho lu lịch. (휴대품) hành trang.
행재소(행궁)hành tại.
행적 thành tựu trong đời, hành trạng.
행정 hành chính, ~관 khâm sứ, ~청 tỉnh đường, ~ 개혁 cải cách ~, ~감독 giám đốc ~, ~관청 cơ quan ~, ~ 사무 việc ~, ~소송 tranh chấp ~, ~ 조치 biện pháp ~, ~ 처분 xử lý ~, ~감사 thanh tra quản trị, ~직 chức hành chính. ~교육 huấn chính. ~계획 kế hoạch quản trị.
행정학교 trường quân chính.

행정부의 안내장 thông tư.
행정(여정) hành trình
행주 khăn lau chén đĩa, ~치마(앞치마)tạp dề
행진 diễu hành, hành tiến, (열병)duyệt binh, ~곡 hành khúc
행차하다 thăm viếng, (왕의)di giá.
행패 cư xử không đúng, hành động qúa khích, ~를 부리다 làm tổn thương
행하다 thi hành, thực hiện, 선을 ~ làm việc thiện, (거행)tổ chức, 의식을~ tổ chức nghi lễ, 행하며 살다 hành động và sống.
향(방향)phương hướng, 남향집 nhà hướng nam
향(피우는) hương(북), nhang(남), 향을 피우다 thắp(đốt) hương(북), đốt nhang, thiêu hương,(남), 향과 연기 nhang khói
향(향기)mùi thơm, hương thơm
향교 trường nho giáo, hương hiệu.
향군(재향군인)cựu chiến binh, (예비군) lực lượng phòng vệ tổ quốc
향긋하다(향기롭다)thơm tho, thơm ngào ngạt.
향기(향내)mùi thơm(hương), (반) 악취 mùi khó chịu, ~로운 향수 nước hoa có ~, ~로운 꽃 hương hoa, hoa thơm hương, ~가 감돌다 thoảng hương, ~가 퍼지다 thơm sực, ~가 đậm và ngon thơm lựng. ~유 tinh dầu. ~가 강한 thơm hắc. ~를 풍기다 thơm.
향기가 감도는 thơm sực(nức).
향기가 널리 퍼진다 mùi thơm bay ra xa.
향기가 발산하다 sực nức.

향기로운 thơm hương, ~(꽃다운) 이름 tiếng thơm.
향기좋은 thơm ngát(tho), ~포도주 rượu vang ~.
향내나게하다 phần hương.
향나무 cây hương
향난(식물)vương giả.
향년(평생 누린 나이) tuổi thọ, tuổi lúc chết, ~ 80 세 tuổi thọ 80, hưởng thọ 80 tuổi.
향도 người hướng dẫn, dẫn dắt
향락 khóai lạc, hưởng lạc, ~기분 tâm trạng vui vẻ, ~생활 cuộc sống ~, ~주의 chủ nghĩa ~, ~주의자 người theo ~
향로 lư hương(남), bát hương(북), lò đốt hương
향료 đồ gia vị, thơm, (화장품)hương liệu, ~를 넣다 ướp hương.
향료야채 thì là.
향리(고향)quê hương, xứ sở
황마풀(식용) rau đay.
향미(맛)khí vị. ~료 mùi vị, đồ gia vị, đồ nêm
향방 phương hướng, phương diện
향배(복종과 배반)thuận và chống
향버섯 nấm rơm
향불 hương, nhang, ~을 피우다 thắp hương, đốt nhang
향상 nâng cao, nâng lên, ~하는 hướng thượng, 질의~ cải tiến chất lượng, 지위의~ thăng chức
향수하다(나이)hưởng thụ tuổi thọ. (누리다) hưởng thụ, hưởng thức
향수(고향생각)nhớ nhà, nhớ quê, tư gia. ~병 bệnh ~, quy tâm, u hoài, ~의 마음 tâm trạng u hoài, 향수에 젖다 hoài hương(thổ).

향수(화장품)nước hoa(북), dầu thơm(남), ~를 바르다 bôi ~, ~를 뿌리다 xịt(xức) ~, ~병 lọ ~
향시(유생이 보는)thi hương.
향약(마을규칙) bản hương ước.
향연 yến tiệc, tiệc chiêu đãi, buổi tiệc, ~을 베풀다 khoản khách. ~에 참석하다 ăn đám.
향유(누림) hưởng thụ, thưởng thức
향유(수) dầu thơm (cao), (참기름) dầu mè, (머리기름)dầu xức tóc
향유고래 con cá voi
향응 tiệc chiêu đãi, đãi tiệc
향채 rau thơm
향초 rau ngổ(ngò)(북), rau thơm(남)
향촌(농촌)thôn xã, xã thôn.
향토(시골)quê hương, xứ sở, ~사랑 tình yêu ~, ~문학 văn học dân gian, ~색 màu sắc địa phương, ~예비군 lực lượng phòng vệ tổ quốc
향하다 hướng tới, hướng về, chầu, 바다를 ~ hướng về phía biển, 마음이 고향을 ~ tấm lòng hướng về quê hương, 벽을 향하여 앉다 ngồi đối mặt tường, ...을 향하여 가다 trẩy. (임금님 계신곳으로) chầu vua, 축제에 참석하러 가다 trẩy hội. ...로 향하다 chầu.
향학심(열) lòng ham học, ~에 불타다 hăng hái học hỏi
향화(향기로운 꽃) hương hoa.
향후(이후)sau này, về sau, trong tương lai, ~ 부터(지금부터)từ rày về sau
허!(감탄사) ôi, chao ôi, trời ơi
허(약점) hở, không kín, 법의~를 찌르다 đánh vào chỗ hở của luật pháp

허가(허락)cho phép, sự đồng ý, ưng chuẩn, thể tất. ~증 giấy phép, 건설 ~증 giấy phép xây dựng, 영업 ~증 giấy phép kinh doanh, ~받은 술 rượu quốc doanh.
허가없이(자유롭게)...을 하다 trộm phép.
허깨비(환영,유령) ảo ảnh, ảo giác, ma quỷ
허겁지겁 vội vàng, lụp chụp, vội vã, hối hả, ~도망가다 cuốn gói. ~ 달려들다 nhồm nhàm.
허공 khoảng không trung, ~에 뜬 lơ lửng trong không trung, huyền không, ~을 치다 đòn gió.
허구 chuyện hư cấu, phù văn, chuyện bịa đặt, (반) 사실 sự thật, ~의 giả tạo, ~적인 이야기 huyền thoại.
허구한(오랜) ~ 세월 ngày tháng lâu dài
허기(배고픔) sự đói, ~지다 nóng ăn, ~진 bị chết đói, ~를 해소하다 đỡ lòng. đỡ đói bụng.
허니문(신혼여행) tuần trăng mật, du lịch tân hôn, 그들은 ~ 중이다 chúng nó đang hưởng ~.
허다한 nhiều, số nhiều
허덕(헐떡)거리다 thở hổn hển, hổn ha hổn hển, (애쓰다) gắng sức, cố gắng
허두(첫머리) ~ 를 꺼내다 lời mở đầu
허둥거리다 lúng túng, vội vàng
허둥대다 hối hả, chới với, lập cập, nháo nhác. lật đật.
허둥지둥 lật đật. nháo, sớn sác, ~찾다 tìm nháo.
허드렛 일 lặt vặt, công việc lặt vặt, tạp dịch. điều đóm. 허드렛 옷 sà sà.

허들(장애물) nhảy rào. rào cao, ~경기 chạy việt dã. chạy đua rào rào.
허락 cho phép, đồng ý, dung hứa, (반) 거절 từ chối, 결혼을~하다 đồng ý cho kết hôn, ~을 받다 được phép
허랑방탕하다 phóng đãng, chơi bời.
허랑방탕한(속어) mèo đàng chó điếm.
허례 레 hình thức, ~허식 hình thức rỗng
허름한 xơ xác, tầm thường, tồi tàn, ~ 옷 áo quần tồi tàn
허리 eo, lưng, ~띠 dây thắt lưng, dây nịt(남), dây lưng (북), ~를 굽히다 cúi lưng (xuống), lom khom, khom lưng, ~에 매다 thắt lưng, ~띠를 매다 cột dây nịt, 가는 허리 eo lưng ong, ~에 차는 돈주머니 hà bao, ~띠를 조이다 siết dây nịt, ~가 굽은 còng lưng, cọm, ~펴세요 thẳng lưng lên, ~가 은근히 아프다 eo đau âm ỉ, ~를 구부리다 còng lưng. ~에 손을 대다 nắn lưng, 허리띠 물림쇠(바클) khóa dây nịt. ~를 굽혀 일하다 lọm cọm. ~부분 ngang(thắt) lưng.
허리 굽혀 모를 심다 lom khom cấy lúa.
허리 높이의 cao tới thắt lưng.
허리 둘레 vòng eo.
(성어) 허리띠를 졸라매고 절약하다 thắt lưng buộc bụng
(명)허리를 굽힐 줄 아는 사람은 뺨을 맞는 일이 없다 Người biết cúi mình thì sẽ không bao giờ bị tát vào má.
허리춤 bên trong lưng quần
허리통 vòng eo
허망한 hão huyền, không tin cậy

허무 hư vô, hư không, ~주의 chủ nghĩa ~, ~사상 tư tưởng ~, ~주의자 người theo ~
허무맹랑한 hão huyền, ~꿈 mơ mộng ~
허물(껍질) da bọc, da, vỏ, lốt, ~을 벗다 lột vỏ, lột da, bóc vảy, trút bỏ lốt, thoát xác, (매미,뱀이) lột lốt
허물(과실)lỗi lầm, tội lỗi, ~를 벗다 được xác nhận không có ~
허물다 phá đổ, đạp đổ, đánh đổ, vỡ를 허물다 ~ bức tường.
허물어지다 bị sụp đổ, bị phá hủy
허물없는 không khách sáo, không kiểu cách, ~ 사이 thân thiết với nhau
허밍 bài ca mũi, tiếng ngân nga
허방짚다(잘못짚다) tính sai, tính lầm
허벅다리(허벅지) đùi, bắp đùi(vế)
허비하다 hoang(hư) phí, lãng phí, hùi hụi. phí cửa, uổng phí. 재산을 탕진(허비) 하다 uổng phí tiền tài.
허사(헛수고) hoài công, uổng công, hư không, công việc vô ích, ~로 돌아가다 trở nên thất bại(hoài công), ~가 되다 nhão, 일이 ~가 되다 việc nhão rồi.
허사(문법) hư từ(반) 실사 thực từ
허상 ảnh ảo(giả), hư tượng.
허세 khoác lác, khoe khoang, ~를 부리다 khóac lác, vây vo.
허송하다 lãng phí thời gian, 허송세월하다 nằm khàn.
허수 con số ảo(반)실수 con số thật
허수아비 con bù nhìn, ~노릇하다 trở thành con rối. ~처럼 멍청한 lơ láo như bù nhìn.
허술하다(허름하다)thấp kém, tồi tàn,

허술하게 생활하다 ăn ở đoàn.
허스키(탁한 목소리)giọng nói khàn khàn, giọng ồ ề(ồm ồm).
허식(겉칠레)làm ra vẻ ngoài
하실(거짓과 참) giả và thật, hư thực.
허심탄회(솔직함) chất phác thật thà
허약하다 yếu đuối, hư nhược, 신체가 ~ cơ thể ~, (쇠약) suy nhược, 허약한 아이 em bé còm cõi
(명)허약한 정신은 허약한 신체보다 더 문제가 많다 Tinh thần yếu đuối nghiêm trọng hơn là một cơ thể yếu đuối.
허언 hư ngôn, (거짓말) lời nói dối
허여멀겋다 nước da đẹp
허영 phù dự, hư vinh, ~심 lòng phù dự, lòng phù danh, 여자의 허영심 lòng khóac lác đàn bà
허옇다 rất trắng
허욕 lòng tham, hám lợi
허용(락) cho phép, đồng ý, ~범위 giới hạn được phép, ~오차 dung sai. sai số cho phép.
허우적거리다 ngoi ngóp, quào quào.
허위 hư ngụy, võng luận, (거짓) giả dối, (반) 진실 sự thật, ~와 진실 hư thực, ~진술 ngụy ngôn. đầu đuôi xuôi ngược.
허전한 man mác, trống vắng, ~마음 lòng ~
허점 khó nhìn thấy, không rõ ràng.
허탄한 ảo tưởng.
허튼소리 tiếng đỏ đẻ, ~하다 nói nhảm(mất công), nói tầm bậy, nói lung tung, ~하지 마라 đừng nói lếu láo
허튼수작 hành động vô ích
허파(폐) lá phổi

허풍 khóac lác, bốc phét, nói phét, huênh hoang, ~떨다 nói qúa lố, ba hoa chích chòe, nói phét. 나이 khoác. ~떨며 재주가 뛰어난 척하다 thiên binh thiên tướng.
허풍쟁이 người hay khóac lác, miệng hùm gan sứa(비유).
허하다 bụng trống rỗng, (기력이)yếu kém
허하다(허락) cho phép
허허(웃음소리) hơ hơ, hề hề, hả hả 허허 ha ha hơ hơ
허허바다 biển cả mênh mông
허허벌판 đồng bằng bao la
허혼하다 đồng ý kết hôn, cho phép kết hôn
허황하다 không thật, giả, không chắc chắn, 허황된 꿈 cuồng mộng.
혁혁 숨을 내쉬다 phì phì.
헌 cũ, 헌옷 áo cũ, 헌책 sách cũ
헌걸차다(기운차다)khỏe mạnh, hùng dũng
헌것(중고품)đồ cũ, đồ vật đã qua sử dụng
헌계집 gái cũ, phụ nữ từng trải
(성어) 헌 고무신도 제 짝이 있다(어느 솥도 그 뚜껑이 있다) thị nở cũng có chí phèo(nồi nào úp vung nấy)
헌금 tiền đóng góp, (교회) tiền dâng hiến, tiền biếu, lễ vật
헌납하다 đóng góp, cung tiến, quyên góp, 헌납자 người đóng góp, 헌납품 quà biếu
헌데(부스럼) nhọt, chỗ sưng lên
헌법 hiến pháp, quốc hiến, ~을 개정하다 sửa đổi ~, ~을 어기다 vi hiến, ~기관 cơ quan ~
헌병 quân cảnh, hiến binh, cảnh binh

~대 quân cảnh
헌상하다 dâng biếu, (정성껏)tận hiến, 헌상물 lễ vật
헌신 hiến thân, tận tâm, quên mình, (봉헌) hiến dâng, ~봉사 phụng sự tận hiến, ~적인 tận tâm.
헌신예배 lễ thờ phượng tận hiến.
헌신짝 giày cũ
(속) 헌신짝도 제 짝이 있다(어느 솥도 그 뚜껑이 있다) giày cũ cũng có đôi ấy(nồi nào úp vung nấy).
(속) 헌신짝 버리듯 한다(필요시 쓰고 그 후에는 망설이지 않고 버린다) Như là vứt giày cũ(khi cần thì dùng nhưng dùng xong thì vứt không chần chừ gì cả).
헌장 hiến chương, 국제연합 ~ hiến chương liên hiệp quốc
헌정(입헌정치)hiến pháp chính phủ, chính phủ lập hiến
헌정(바치다) biếu, dâng biếu
헌책 sách cũ
헌칠하다(키가) hình dáng cân đối
헌터(사냥군) thợ săn, người đi săn
헌혈 hiến máu, ~자 người ~, ~하는곳 trường xuất huyết.
헐값 giá rẻ mạt, giá thấp, ~의 rẻ thối, ~에 나가는 채소 rau rẻ thối ra.
헐거운(헐렁한) lòng lẻo, lỏng
헐다(피부) có nhọt, có khối u
헐다(쌓은 것을)phá đổ, phá hủy, tháo gỡ.
험담 phỉ báng
헐떡거리다 thở hồn hển, đuối hơi.
헐떡이다 thở gấp(hồn hển).
헐떡이면서 lóp ngóp.
헐뜯다 hay bắt lỗi, phỉ báng, sàm báng, vu khống, (비난) chê bai. 헐뜯기

좋아하는 soi mói. sắc mắt.
헐렁하다 áo rộng qúa (반) 째이다 chật quá, 헐렁헐렁한 rộng, xúng xinh, lùng thùng, thụng thịu, hếch hoác, ~ 옷 quần áo rộng(xúng xinh).
헐렁거리다(헐렁대다) hành động nông nổi
헐렁이(경솔한) người nông nổi, nhẹ dạ
헐레벌떡(숨이찬) thở dốc, thở gấp
헐리다 bị sụp đổ, bị phá hủy
헐벗다 mặc áo rách, rách rưới.
헐하다 (값이) rẻ tiền, (쉽다) dễ dàng
험구 phỉ báng, nói xấu
험난한 khó khăn, hiểm trở, hóc hiểm. ~ 산길 sạn đạo.
험담 phỉ báng, kêu rêu, diếc, vu khống, nói hành. nói vụng(xấu).
험로 đường gồ ghề
험상궂은 hung dữ, dữ tợn, độc ác, ~ 악마 ma mút.
험악한 nham hiểm, quái ác, thiếm độc. hiểm nghèo(ác), hung dữ, long sòng sọc, ~정세 tình thế hiểm nghèo, (날씨) xấu, (길) gồ ghề, (사태) trầm trọng
험준한 dốc cao, dốc đứng
험하다 nguy hiểm, hiểm, (날씨) xấu, (산) nham hiểm
험한 길 đường sềnh.
험한 말을 던지다 văng tục.
험한 산악지 rừng xanh núi đỏ
헙(텁)수룩하다 bờm xờm, bù xù
헛간(광) kho thóc, nhà ngang, lẫm, (변소) nhà vệ sinh, lán.
헛걸음 đi thăm vô ích, đi hoài công
헛구역(트림) ợ hơi, ~질 하는 ốm nghén.

헛기침 hẩm hứ, hắng giọng. ọi. đằng hắng.
헛다리짚다 đi hoài công, tính sai, đoán sai
헛돌다 trượt, máy để chạy không
헛되다 trở thành hoài công, uổng công, hão. không có kết qủa, 헛된일 công dã tràng, cơm tai, trói voi bỏ rọ
헛되게 살다 uổng đời.
헛되게 쓰다 phí sức(lực). tiêu hoang.
헛되게 쓴 돈 tiền toi.
헛되이 소비하다 hoài phí.
헛되이 쓰다 phí cửa.
헛되이 일하다 luống công.
헛된꿈 ước mơ viễn vông. huyễn mộng.
헛된 노력을 하다 luống công vô ích.
헛된말(헛소리)nói sảng, nói suông, nói bậy, chuyện vớ vẩn, 헛된소리를 하다 nói nhăng nói cuội. 헛된 약속을 하다 hứa bão.
헛된 생각 nghĩ trống rỗng.
헛된시간 giờ chết.
헛된 일에 욕심부리며 시간을 낭비하다 thả mồi bắt bóng. 전혀 현실성이 없는 헛된 일을 하다(속 어) trói voi bỏ rọ.
헛듣다 nghe lầm, nghe bậy
헛디디다 lỡ chân, lỡ bước, lỡ sa chân
헛맹세 lời thề suông, cam kết suông
헛물켜다 cố gắng mà vô hiệu quả
헛방치다 cú đấm trật, cú đấm trượt
헛배부르다 không ăn mà no
헛소동 om sòm một việc nhỏ
헛소리 nói tầm bậy, nói bậy, nói càn. kêu tiếng nghe trống rỗng, (환자의)nói sảng, mê sảng.

헛소리를 하는 sảng.
헛소문 tin vịt(nhảm), phao ngôn(유언비어), ~을 내다 phao tin.
헛손질하다 mò mẫm, sờ soạng liên tục
헛수(바둑) một biện pháp vô hiệu quả
헛수고 hoài công, uổng công, công toi, luống công, đáy biển mò kim, công dã tràng, ~했을 뿐이다 chỉ uổng công mà thôi, 어리석은 자를 가르치는 것은 다만 헛수고일 뿐이다(소귀에 경읽기)dạy người ngu chỉ uổng công.
헛웃음(억지웃음)nụ cười gượng
헛일 làm việc vô ích
헛점을 노리다 thừa hư.
헛탕이야! uổng thiệt !
헝가리(국명) Hungary
헝겊 một miếng vải, giẻ rách
헝겊으로 ...의 눈을 가리다 bịt mắt người nào.
헝클다 làm rối tung, 머리를~ làm cho tóc rối tung. 헝크러뜨리다 rũ rượi. vày, vày vò,
헝클어지다 lộn xộn, rối rắm(bời), 헝클어진 머리 tóc rũ rợi, tóc rối.
헤(입을 벌림) há hốc
헤게모니(주도권)quyền lãnh đạo
헤드라이트 đèn pha
헤딩 cú bóng bằng đầu, tét, 점프하여 ~으로 골을 넣다 nhảy lên tét quả bóng vào gôn.
헤로인 loại ma túy, liệt nữ.
헤르니아(탈장) ra ruột
헤매다 đi lang thang, lạc lõng, đi đông dài, (어슬렁거리다)tha thẩn. 여기 저기를 헤매고 다니다 ~ hết chỗ này chỗ kia. 거리를 ~đi lạc đường

헤모글로빈(혈색소) hemoglobin, huyết cầu tố. sắc tố máu.
헤 벌어지다 rộng ra
헤브라이 người Do Thái
헤비급(권투) hạng nặng
헤살놓다(방해하다) gây trở ngại
헤아리다 đếm số, (짐작)đoán, 헤아릴 수 없다 không thể đếm số, không kể xiết.
헤아릴 수 없는 vô cùng tận, ~ 것(엄청난 것) trời bể.
헤어나다 thoát khỏi, thoát ra
헤어드라이어 máy sấy tóc.
헤어진 옷 áo sờn cũ
헤어지다(이별) chia tay(ly), lìa nhau, rời tay. (반) 모이다 đoàn tụ, 만나다 gặp, (갈라서다)thôi, 아내와~ chia tay vợ(ly dị), 헤어지기 싫어서 bịn rịn. 헤어지려는 순간에 lâm biệt.
헤어토닉 thuốc dưỡng tóc, chất dưỡng tóc
헤어핀 cái kẹp tóc
헤엄치다 bơi, bơi lội
헤집다(파 뒤집다) đào bới, đào lên
헤쳐나가다 len lỏi.
헤쳐놓다 vầy vò.
헤치다(파 헤치다)đào lên, (흩어지다) giải tán
헤치고 나아가다 tuông, 소나기를 ~ ~ qua rào.
헤프다 dễ rách, dễ hỏng, 헤프게 쓰다 phung(hoang) phí.
(명)헤픈 사람은 부자인 체 하면서 가난해 진다 Anh chàng sĩ diện làm như giàu thì lại nghèo thêm.
헥타(넓이 단위) hec-ta, hectare, mẫu tây.

헬레니즘 hellenism
헬륨 chất helium, hê-li. ~가스 ga hê-li. ~의 원자핵 hạt alpha.
헬리콥터 máy bay trực thăng, ~로 운송하다 trực thăng vận.
헬리포트(헬리콥터 비행장) sân bay may bay trực thăng.
헬멧(화이바) mũ bảo hiểm(nhựa)(북), nón bảo hiểm(남), ~그물 lưới mũ sắt.
헴(목청가다듬는 소리) hèm.
헷갈리다 xáo lộn, xáo trộn, bối rối
헹가래 nhấc lên, tung bổng lên
헹구다 tráng, xả, 입을~ súc(tráng) miệng, 컵을 ~ tráng ly
혀 cái lưỡi, thiệt, 혈(설) 전 thiệt chiến, ~를 깨물다 cắn lưỡi, ~를 차다 chắc(tắc) lưỡi, chắt lưỡi. tấm tắc. (감탄의 혀를 차다) tấm tắc khen. (관악기의) lưỡi gà, 혀를 내밀다 le (thè)lưỡi, 혀를 깨물어 자살하다 cắn lưỡi tự tử. 혀가 뻣뻣한 ngay lưỡi. ~가 마른 quánh lưỡi. ~가 꼬부라지다 ríu lưỡi. ~가 부어 오르다 rộp lưỡi. ~를 오그리다 rụt lưỡi. ~차는 소리 tắc. tiếng chắc lưỡi.
혀끝 đầu(chót) lưỡi.
혀를 낼름거리다 le lưỡi.
혀를 차다 tấm tắc.
혀꼬부랑이 người nói ngọng
혀끝 đầu lưỡi, chót lưỡi
혀짤배기(혀짧은 사람)người líu lưỡi, 혀짧은 소리하다 ríu ríu, bi bô
혀짧은 소리로 말하다 nói chớt, nói đớt(ngọng).
혁대 dây nịt(남), dây lưng(북), thắt lưng

혁명 cách mạng, (반) 반혁명 phản ~, ~을 일으키다 dấy lên ~, 혁명가 nhà cách mạng, 산업 ~ ~ công nghiệp, 무력 ~ ~ vũ lực, ~ 사상 tư tưởng ~, 프랑스 ~ cách mạng Pháp, ~군 quân đội cách mạng. ~ 정신 tinh thần cách mạng.
혁명의 축 trục xoay vòng.
혁신 cải cách, đổi mới, ~정책 chính sách đổi mới, 정치~ đổi mới chính trị, 혁신파 nhóm cải cách, ~하다 tân trang lại
혁혁하다 vẻ vang, rực rỡ, huy hoàng
현(군) huyện.
현(활 시위) dây cung, (악기)dây đàn
현을 맞추다 so tơ.
현가(현가격)giá cả hiện hành
현격한 khác biệt, chênh lệch lớn
현관 tiền đình, (출입문)lối vào, cổng vào
현관(높은 관리) viên chức cao cấp
현군(명군) minh quân(vua)
현금 tiền mặt, ~으로 사다 mua bằng ~, ~ 인출기 máy rút tiền, ~인출 카드 thẻ rút ~, ~으로 바꾸다 đổi ra tiền mặt, ~출납부 sổ qũy tiền mặt, sổ két. ~판매 sự bán trả ~, ~지불 sự trả ~. ~으로 지불하다 trả ~. ~지급기 máy rút tiền tự động.
현금으로 팔다 bán tiền ngay. 현금 판매 가격 giá bán tiền mặt.
현금(오늘날) bây giờ, ngày nay
현기증 chứng chóng mặt, ~이 나다 chóang váng, váng đầu, lao đao.
현대 hiện đại, đời nay, (반) 고대 cổ đại, ~화 ~ hóa, ~문학 văn học ~, kim văn, 현대어 sinh ngữ, ~작가 nhà văn ~, ~ 물 리학 vật lý hiện

đại, ~전 chiến cận đại, ~사 ~ sử, ~적인 tân thời (반) 시대에 뒤진 lỗi thời
현대극(베트남) tuồng cải lương
현대(현용-)용어 hoạt ngữ.
현란한 sáng chói, vẻ vang, huy hoàng
현명한 hiền minh, thông minh, khôn ngoan, sáng suốt, cao thủ, (똑똑한)thông tuệ, ~선택 lựa chọn sáng suốt, ~판단 phán đoán sáng suốt, 현명하고 덕있는 hiền đức.
현명한 자 kẻ khôn ngoan.
현모양처 hiền mẫu lương thê.
현몽하다 xuất hiện trong mộng, hiện đến.
현묘하다 huyền bí, thâm thúy
현물 hiện vật, ~로 지불하다 trả bằng~, ~ 거래 mua bán bằng ~
현미 cám, gạo chưa xay
현미경 kính hiển vi, 전자 ~ ~ điện tử, ~ 사진 vi ảnh.
현상 hiện tượng, 일시적 ~ ~ nhất thời, 사회~ ~ xã hội, 자연~ ~ tự nhiên, 물리~ ~ vật lý
현상(현재의 상태) tình hình hiện tại
현상(사진) rửa hình, rửa phim, rửa ảnh, hãm(hiện) ảnh.
현상(상을 내 걸다)giải thưởng, ~광고 quảng cáo~, ~금 tiền ~, ~모집 giải thi đấu, ~당선자 người đoạt giải, ~논문 luận văn giải
현상금을 걸다 treo giải.
현상태 hoàn cảnh(tình hình) hiện tại
현세(이승)thế gian này, đời này, hiện thế, cõi trần(tục),(반) 저승 âm phủ
현세에서 내세로 가다 qua bên kia thế giới.

현손(손자의 손자) con cháu đời thứ 4
현수교 cầu treo. phi kiều.
현수막(플래카드) băng ron, treo biểu ngữ
현숙한 hiền, khôn ngoan. ~ 아내 vợ ~.
현시가(시세) thời giá.
현시대 kim thời. đời nay.
현시점 ngày nay, hiện nay
현신(인간의 모습으로) hiện thân.
현실 hiện thực, ~도피 trốn tránh ~, ~성 tính ~, ~주의 chủ nghĩa ~, ~화 ~ hóa, ~세계 thế giới hữu hình.
현악 dây nhạc, ~기 đàn dây, ty. ~사중주 nhóm tứ tấu đàn dây
현악기의 활 mã vĩ.
현안 vấn đề còn lại
현양(드날림) tán dương, ca tụng
현역 đương kim, hiện dịch, đang phục vụ, ~장교 ~ sĩ quan, sĩ quan hiện dịch, ~군 quân đội hiện dịch.
현역병 lính tại ngũ.
현역복무중 đang tại ngũ.
현인 người khôn ngoan, người lịch lãm, hiền nhân.
현인과 철인 nhà hiền triết.
현임 nhiệm vụ hiện tại, chức vụ
현자 hiền giả.
현장 hiện trường, quả tang, sân khấu, ~을 목격하다 chứng kiến ~, tranh đấu của ~ sân khấu của cuộc tranh đấu, ~조사 điều tra ~, hiện trường của (현행범)quả tang, ~에서 체포하다 bắt quả tang.
현재진행형(문법)hiện tại tiếp diễn, 현재시제 thời hiện tại, quá khứ thời quá khứ, tương lai thời tương lai, 현재형 hiện tại thường
현재 hiện tại, hiện nay, (반) 과거 quá

khứ, (소재)sở tại, ~까지 cho đến nay, (실제)thực tế, ~의 회원수 số hội viên thực tế, ~의 젊은층 lớp trẻ hiện nay. ~ 있는 hiện hữu. ~상태 hiện trạng, ~의 정세 hiện tình. ~와 미래 kim lai. ~병력 quân số hiện diện.

현재 사용되는 thường dùng.
현재 시제 thì hiện tại.
현재(지)의 sở tại, 현지 관청 담당자 nhà đương cuộc ~.
현저한 nổi bật, lỗi lạc, xuất sắc, trông thấy, ~결과 kết qủa ~
현존하다 hiện hữu, tồn tại, hiện tồn는 đang tồn tại. hiện(vẫn) có, hiện tồn 작가 nhà văn vẫn sống
현주소 địa chỉ hiện tại, (출생지) nơi sinh
현주민(거주민) dân cư
현지 hiện trường, sở tại, bản địa, ~로케이션(야외촬영) quay phim hiện trường, ~조사 điều tra ~, ~특파원 phóng viên ở ~, ~에서 tại chỗ. ~ 관청 담당자 nhà đương cuộc sở tại.
현직 chức vụ hiện tại
현찰(현금) tiền mặt
현처(어진아내) vợ hiền hậu(반) ác thê vợ xấu
현철(현인)người khôn ngoan
현충일 ngày tưởng nhớ các anh hùng liệt sĩ
현충탑 đài kỷ niệm nhớ các liệt sĩ
현판 bảng treo
현품 hàng hiện hữu
현학적 làm ra vẻ thông thái, 현학자 người ra vẻ thông thái
현행 hiện hành, ~규정 qui định ~, ~법 luật ~, ~가격 giá hiện hành.
현행범 qủa tang
현혹되다(홀리다) bị say mê
현혹하다 huyễn hoặc. 사람을 ~ ~ người ta.
현황 tình hình hiện tại, hiện trạng
혈관 huyết quản, mạch máu, ~파열 vỡ ~, ~경화(동맥경화) xơ cứng động mạch, 혈과 육 thịt và huyết.
혈구(의학) huyết cầu
혈기 sinh khí, sinh lực, ~가 왕성하다 đầy sức sống, huyết tính.
혈뇨(피오줌) tiểu ra máu, huyết niệu
혈담(피 섞인 가래) đờm vấy máu
혈로 huyết lộ, (막힌길) đường chặn
혈루병 bệnh mất huyết.
혈맥(관) huyết mạch
혈맹(굳은 맹세)trích máu ăn thề, ăn thề sông cạn đá mòn
혈색 nước da, ~소 huyết sắc tố
혈색이 좋은 hồng hào. ~피부 da ~.
혈서 huyết thư, ~를 쓰다 viết ~
혈세(가혹한 세금) thuế nặng nề
혈안 mắt đỏ ngầu, ~이되어서 liều lĩnh, liều mạng, điên cuồng
혈압 huyết áp, 고~ ~ cao, (반) 저혈압 ~ 낮, ~계 máy đo ~, 정상 ~ ~bình thường
혈액 máu, máu huyết, huyết dịch, ~형 nhóm(loại) máu, ~검사 kiểm tra ~, ~ 순환 tuần hoàn ~, ~은행 ngân hàng máu.
혈연 quan hệ huyết máu, tình máu mủ
혈육 máu thịt, huyết nhục, ruột thịt, cốt nhục. ~의 정 tình ruột thịt
혈의 막힘 đình thủy.
혈장(혈청) huyết thanh
혈전증(의학) tắc huyết.

혈전 cuộc chiến đẫm máu, huyết chiến, ~하다 đánh chiến đẫm máu. ~을 벌이다 thiệt chiến.
혈족 huyết tộc, ~ 관계 huyết thống, quan hệ họ hàng
혈청 huyết thanh, lâm ba, ~요법 chữa trị ~, huyết thanh liệu pháp, ~ 주사 tiêm ~
혈통 huyết thống, dòng dõi, nòi giống, 귀족~ dòng dõi quý tộc, 정통 ~ dòng dõi chánh thống, ~을 계승하다 kế thống.
혈투 huyết chiến, cuộc chiến đẫm máu
혈판(피도장) con dấu máu, ~을 찍다 đóng dấu máu, ~장(서) lời thề bằng máu
혈혈 단신 mồ côi, chỉ một mình không có chỗ cậy nhờ
혈흔 vết máu
혐오하다 ghét, chán ghét, hắt hủi, ố kỵ, thâm ố, 혐오감 ác cảm, 혐오할만한 khả ố.
혐오스러운 tởm lợm. 혐오스러워 보이다 thấy ~ quá.
혐의(의심) nghi ngờ, ~를 두다 hiềm nghi, ~를 받다 bị ~, ~자 kẻ bị tình nghi, 살인~ tình nghi giết người, ~를 벗다 tị hiềm. ~를 피하다 tỵ hiềm.
협객 hiệp sĩ(khách), người hào hiệp
협곡 cốc, hẻm núi, (계곡)thung lũng hẹp, đèo, ~을 만들다 xoi lũng.
협공 giáp công, tấn công cả hai mặt, ~ 작전 hành quân ~
협궤 đường ray hẹp
협기(호탕한 기상)tinh thần hào hiệp
협동 hợp tác, cộng lao, ~조합 hợp tác xã, ~기업 xí nghiệp liên doanh, ~

정신 tinh thần ~, ~작전 hành quân chung
협력 hợp(hiệp) lực, hiệp(góp) sức, chung sức, (반) 방해 cản trở, (협동)hợp tác, hỗ trợ, ~관계 quan hệ ~
협문 cổng nhỏ bên cạnh
협박 đe dọa, dọa, ức hiếp, bức hiếp. ~장 thư ~, ~죄 tội ~ người khác, 권총으로~하다 ~bằng súng lục 협박하고 강제하다 rúng ép.
협박편지 thư hăm dọa.
협상 bàn bạc, thảo hiệp, thỏa thuận, hiệp thương, thương thuyết(đàm). ~이 진행중이다 những cuộc thương thuyết đang tiến triển.
협소하다 nhỏ hẹp, 협소하고 얕은 thô lậu, 협소하고 얕은 지식 kiến thức thô lậu.
협심하다 đồng tâm, đồng lòng, 협심하여 일하다 ~ làm việc
협심증 chứng đau thắt ngực, nghẽn tim
협약 thỏa(hiệp) ước, giấy hợp đồng, 노동 ~ ~ lao động, 단체 ~ ~ tập thể
협의 bàn bạc, hiệp nghị, thảo luận, hội thương, ~사항 nội dung ~, ~에 참가하다 tham nghị. dự bàn.
협잡하다 gian lận, lừa đảo, mưu mô, 협잡군(사기군) kẻ lừa đảo
협정 hiệp định, ước chương, giấy giao kèo, đồng ý, ~서 ~ thư, ~초안 thảo ước, 휴전~ ~ đình chiến, 상호~ ~ lẫn nhau, ~을 맺다 ký kết ~, định ước, ~이 성립되다 thiết lập ~
협조 hỗ trợ, giúp đỡ, 국제간 ~ ~ quốc

tế, ~적 정신으로 với tinh thần ~
협주곡 bản con-xec-to(concerto)
협착(좁은) chỗ hẹp
협찬(찬동하여 도움) đồng ý giúp đỡ
협화음 hòa âm
협회 hiệp hội, 작가~ ~ nhà văn, 무역~ ~ mậu dịch, ~에 가입하다 vào hội.
혓바닥(혀) lưỡi
혓소리 tiếng bằng lưỡi, phát âm lưỡi
형 anh trai, (존칭)huynh, 맏형(큰형)anh cả(북), anh hai (남), 동생 em, 언니 chị gái.
(속) 형만한 아우 없다(아우가 재주가 많을지라도 경험 많은 형만은 못하다)Chẳng có em nào bằng anh cả(người em dù có tài giỏi cũng không hơn được kinh nghiệm của người anh).
형(형벌)hình phạt, ~을 받다 bị kết án, bị ~, 가벼운 ~ ~ nhẹ, ~을 집행하다 hành quyết, 종신형 ~ chung thân, ~을 선고하다 kết án. 형집행을 연기하다 hoãn hình.
형집행을 유예하다 tù treo.
형(모형)mẫu, kiểu, 최신~ ~ mới nhất
형광 huỳnh quang, ~등 đèn huỳnh quang, bóng đèn tuyết, ~팬 bút màu
형구(고문도구)dụng cụ tra tấn(tra khảo), hình cụ.
형극(고난) bụi gai, ~의 길 đường chông gai, ~의 길을 가다 đạp gai.
형기 hạn tù, ~가 만료되어 출옥하다 hết hạn tù rồi ra tù
형리(옥리) thầy đội.
형무소(감옥) ngục, tù, lao tù, (교도소)trại cải tạo
형벌 trừng(hình) phạt, ~을 받다 bị phạt, thụ tội, ~을 집행하다 gia hình. ~을 감하다 giảm hình(khinh).
형벌을 정하다 định tội. 2 년형을 결정하다 ~ hai năm tù.
형법 hình pháp, 민법 dân pháp.
형부 anh rể, chồng của chị gái, 형수 chị dâu, 매제 em rể
형사(사복경찰) cảnh sát hình sự, hình cảnh, công an chìm, thám tử. 그 의심 받은 첩자는 형사들에 의해 미행 당했다 Tên gián điệp tình nghi bị các thám tử theo dõi.
형사 hình sự, ~상 책임 trách nhiệm về mặt ~, ~범 tội phạm ~, ~법 pháp, ~사건 vụ(hình) án ~, ~재판 xét xử ~, ~소송법 hình sự tố tụng pháp. ~법원 tòa đại hình.
형사재판에 회부되다 bị đưa ra trước tòa đại hình.
형상 hình dáng, hình tượng.
형설(고난) sự khó khăn, ~의 공을 쌓다 học hành trong cực khổ
형성 hình thành, cấu thành.
형성되다 thành tạo.
형세 hình thế, tình thế, 집안의 ~ hoàn cảnh gia đình. ~에 의해 tùy thế.
형수 chị dâu, vợ của anh trai
형식 hình(nghi) thức, (반) 내용 nội dung, ~미 vẻ đẹp ~, ~에 맞는 hợp thức. (예술,문학) loại thể, thể loại. ~론 logic ~. ~에 따르지 않다 sái kiểu.
형식은 낡았으나 내용은 새로운 bình cũ rượu mới.
형식적인 lấy(chiếu) lệ,(반) 정성을 다한 ân cần, ~운동 tập lấy lệ, vận động qua loa(반) 실질적 운동 vận

động kỹ càng, đơn ~문제다 đó chỉ là vấn đề hình thức, 친구간에 형식을 차릴 필요가 없다 không cần phải khách sáo giữa bạn với nhau, 형식적으로 청하다 chào rơi, ~위로의 말을하다 nói vuốt đuôi.
형식적으로 읽다 đọc qua loa.
형식적 모자관계인(정이없는) mẹ gà con vịt.
형식상의 지위 hư vị.
형식상 하다 làm lấy có.
형식적으로 lấy lệ, sơ sịa, ~대답하다 ừ hử, ~ 일하다 làm việc ~, ~만 동의하다 bằng mặt chẳng bằng lòng. ~ 거절하다 từ chối ~.
형식적으로 대접하다 đãi bôi, ~ 초대하다 mời đãi bôi.
형식적인 거수기 노릇하는 국회의원 nghị gật.
형식론 logic hình thức.
형언 diễn tả, biểu lộ, ~할수 없는 không thể nói được.
형용(묘사) mô tả
형용사 tính từ, 명사 danh từ, 동사 động từ, 부사 phó từ
형용사구 tính ngữ.
형이상학 siêu hình học, vô hình học
형이하학 khoa học cụ thể
형장 chỗ chém đầu, ~의 이슬로 사라지다 lên đoạn đầu đài
형적(흔적) dấu vết, vết tích, 아무 ~도 남기지 않은 không còn ~ gì để lại
형제 anh em, huynh đệ, (반) 자매 chị em gái, 사촌 ~ anh em họ (반)친형제 anh em ruột
형제우애 tình anh em.
형제가 서로 대립하다 hai anh em tương khắc.

형제자매 anh chị em, (문학) sân hòe.
형질(성질) tính chất, đặc tính
형집행을 유예하다 tù treo.
형체 hình thể, hình thù(형태). ~ 가 흐트러진 móm xều(xệu).
형태 hình thái, hình thù, thức dạng, ~의 변화 động thái, ~를 바꾸다 thay đổi ~, cải dạng, ~론 hình thái học, ~소 hình vị, từ tố, ~적 특징 tính trạng.
형통하다 hanh thông, thành đạt, được may mắn trong con đường mình, 만사가 ~ vạn sự như ý, mọi việc đều ~
형틀 gông, ~과 사슬 gông xiềng.
형편 hoàn cảnh, tình huống, ~이 어렵다 ~ khó khăn, ~에 따라 theo ~, 재정 형편 tình huống kinh tế, ~이 좋을 때만 따르는 phù thịnh.
형편없다(좋지 못하다) xấu, 시험결과가 ~ kết quả thi xấu quá
형편없는 음식 đồ ăn dở.
형평(균형) cân bằng, thăng bằng
형형색색 đa dạng đủ loại, ô tạp, ~으로 một cách đa dạng, ~으로 수놓은 깃발 thế kỳ.
헤모글로빈(의학) huyết cầu tố.
혜서(귀서) quý thư
혜성 sao chổi, tuệ tinh. ~같은 존재 sự tồn tại như~
혜안(날카로운 눈) cái nhìn sắc bén
혜존(귀하) kính gửi
혜택 ưu đãi, ~을 받다 được ~
호 số nhà, 101 호 nhà số 101
호(아호) bút danh(hiệu), biệt hiệu
호(차례) 제 2 호 số 2, 차호 số tới
호(좋은) tốt, ~기회 cơ hội tốt
호(호수) hồ nước

호가(흥정하다) trả giá, mặc cả
호각 còi điện, tiếng húyt sáo
호감 tình cảm tốt, thiện cảm, ~을 사다 được ~, ~을 갖다 có thiện cảm.
호강하다 sống xa hoa(tiện nghi)
호객(물건을 사도록 권유) chào hàng
호걸 hào kiệt, người hào phóng
호격조사 tiểu từ hô cách
호경기 dịp may, thời cơ tốt
호구(가족수) hộ khẩu, ~조사 điều tra ~
호구(호랑이 입)miệng cọp(hùm), hổ khẩu, (비유: 위기) nguy cơ, nguy hiểm, ~를 벗어나다 qua cơn nguy cơ
호구지책 phương tiện kiếm sống
호국 bảo vệ nhà nước, hộ quốc, phòng thủ tổ quốc
호기 cơ hội tốt, thời cơ, ~를 포착하다 nắm bắt ~, ~를 잡다 sẵn dịp.
호기(패기)hào khí, (호방한 기상)tinh thần hào phóng
호기심 tính tò mò, hiếu kỳ, ~이 강한 tháy máy, ~이 많은 có nhiều tò mò, tọc mạch, thóc mách, ~을 만족시키다 làm cho thỏa mãn tò mò, ~을 가지고 보는 hau háu nhìn. ~ 있는 tò mò, xắc mắc, ~어린 두 눈 cặp mắt tò mò, 지나친 ~ tánh tò mò quá đáng.
호남아 người bảnh trai
호농(부농)phú nông, ~계층 tầng lớp ~
호다(꿰매다) khâu, khâu lại
호담(담대함)gan dạ, dũng cảm
호떡 bánh mì Trung Quốc
호도하다 làm tạm bợ, giải quyết qua loa
호되게 thậm tệ, xơi xơi, ~ 꾸짖다 la

mắng thậm tệ, ~혼내다 mắng xơi xơi, 호되게 얻어맞다 ốm đòn. ~꾸짖고 학대하다 trù dập.
호된 nặng lời, ~비평 phê bình ~.
호두 quả hạch, hồ đào.
호드기(버들피리)ống sáo bằng sậy
호들갑스럽다 nói lông bông, lắc cắc, mỏng môi, bà tám
호락호락(쉽사리) dễ dàng
호랑나비 con bướm lốm đốm
호랑이 con hổ, con cọp, con hùm, chúa sơn lâm, sơn quân, ~ 새끼 hổ con, ~띠 tuổi con cọp, (인) dần, 박제호랑이 con hổ nhồi bông. ~약 cao hổ cốt. ~의 우리 chuồng cọp. ~굴 hang hùm. hổ huyệt. ~뼈 hổ cốt. ~ 발톱 móng cọp. vấu, ~털 lông rằn. ~는 육식동물 이다 con cọp là thú ăn thịt.
호랑이와 늑대 hổ lang.
호랑이는 뛰기전에 몸을 웅크린다 con cọp thu mình lại trước khi nhảy.
(속) 호랑이 담배 먹을적(아주 옛날 옛날에)Cái thời hổ ăn thuốc lá (ngày xưa ngày xưa).
(속) 호랑이도 제말하면 온다(제 삼자에 대한 이야기를 하고 있으면 바로 그 사람이 온다)hổ nghe nói đến tên thì sẽ đến (đang nói về người thứ ba thì người đó xuất hiện).
(속) 호랑이 없는 곳에서는 여우가 왕 노릇 한다(강자가 없는 곳에서 는 약자가 세력을 부린다) Nơi không có hổ thì cáo làm vua(nơi không có kẻ mạnh thì kẻ yếu có thế lực).
(속) 호랑이에게 물려가도 정신만 자

리면 산다(아무리 위험한 상황 일 지라도 정신만 차리면 모면할 수 가 있다) Dù có bị hổ cắn thì cũng phải tỉnh táo thì sống được (dù trong trường hợp nguy kịch thì nếu tỉnh táo cũng có thể thoát ra được).
호래자식 kẻ mất dạy.
호령 mệnh lệnh, (호통)tiếng la hét
호룽불 đèn lồng(ló)
호르몬 kích thích tố, nội tiết tố
호른(악기) cái tù và, kèn co
호리다(꾀다)làm cho say đắm, dụ dỗ, cám dỗ, bỏ bùa.
호리병 chai như quả bầu, hồ. thạp.
호리호리한 thướt tha, thon thả, mảnh khảnh, ~ 몸 người thon, ~몸매 dáng người thon thả
호명하다 điểm danh, gọi tên
호모사피엔스 con người hiện tại
호모섹스(동성연애)đồng tính luyến ái
호미 cây cuốc giẫy cỏ
호밀 cây lúa mạch đen
호박(장식품) hổ phách
호박(식물)trái bí, bí đao, 늙은~ bí đỏ.
호박꽃 hoa bí(bầu).
호반 bờ hồ, ~도시 thành phố có nhiều hồ
호방한 hào phóng, rộng bụng, ~ 행동 cử chỉ rộng bụng. ~성격 hào tính.
호배추 cải bắp Trung Quốc
호별로 từng nhà, 호별방문 đi viếng ~
호봉(급여등급) bậc lương
호사다마 ánh sáng thường theo sau bóng tối
호사(호강)sống xa hoa
호상(돈 많은 상인)thương gia giàu có
호상 người phụ trách tang lễ

호색 sắc dục, dâm đãng, hoang dâm, dâm dục, ~가 kẻ ~, kẻ háu gái
호색적인 hiếu dâm, hiếu sắc.
호선(맞바둑)chơi luân phiên
호선(선거) bầu cử chung
호세아(성경) Ô-sê
호소하다 hô hào, thỉnh cầu, cầu xin, van xin, kêu cầu, 이성에~ kêu gọi lẽ phải, 국민에게~ ~ nhân dân.
호송 hộ tống, 호송차 xe ~, đoàn xe.
호수(집) số hộ nhà
호수(번호수) con số, số thứ tự
호수(연못) hồ nước, 호숫가 ven(bờ) hồ, ~면에 잔물결이 일다 mặt hồ lăn tăn.
호스 ống nước, ~뚜껑 nắp vòi.
호스테스(여주인) nữ tiếp viên quán rượu.
호스텔(합숙소) nhà tập thể, 유스~ ~ thanh niên
호시탐탐 노리다 chờ cơ hội, chờ thời, tráo trưng.
호시절 thời cơ tốt
호신술 thuật tự vệ
호신부(부적) bùa hộ mạng, bùa cứu mạng.
호심(호수의 중심) giữa hồ
호양(양보함)nhượng bộ nhau, ~정신 으로 theo tinh thần ~
호언장담 lời nói khoác, nói tướng, ~하는 đại ngôn.
호연지기 tinh thần hào hiệp, tâm hồn cao thượng, khí hạo nhiên. (성어) tang bồng hồ thỉ.
호열자(콜레라) bệnh dịch tả
호외(신문의)phụ trương. (임시 발간 물) phụ báo, phụ trang
호스 ống nước, 고무~ ống cao su

호우(억수) trận mưa lớn. ~가 내린후 길이 잠겼다 các đường bị ngập nước sau ~. (폭우) mưa xối xả.

홀(hall) phòng khách lớn, đại sảnh, phòng khiêu vũ

호외(집밖) ngoài trời

호위군 quân hộ vệ.

호위단 toán hộ tống.

호위병 vệ binh. 호위부대 vệ đội.

호의(친절) nhã(hảo) ý, ý tốt. đức trạch, thịnh tình(ý), ~를 베풀다 gia ân. làm ơn. vồ vập, ~를 보이다 tỏ ra có hảo ý. ra ơn. 모두의 ~에 감사합니다 cám ơn thịnh ý của mọi người. 호의에 보답하다 trả nghĩa. 호의에 의지하다 trông ơn. (우호) hữu nghị.

호접지몽 mộng điệp.

호조기금(상호돕는) tiền quỹ nghĩa thương.

호지명(베트남의) Hồ Chí Minh, ~ 본명 Nguyễn Sinh Cung.

호프(희망) niềm hy vọng

호위 bảo(hộ) vệ, hộ tống, canh giữ, ~병 vệ sĩ, ~대장 xa trưởng.

호응 đáp ứng nhau, hưởng ứng

(명)호의는 꽃과 같다 Thiện chí cũng giống như hoa đẹp.

호의호식 ăn ngon mặc đẹp

호인 người tốt, (오랑캐) người Mãn Châu

호적 hộ tịch, gia phả, đăng ký hộ khẩu, ~부 sổ hộ khẩu(tịch), ~등본 bản sao hộ khẩu, sổ hộ tịch, ~원본 bản gốc hộ tịch

호적수 một đối thủ ngang sức

호전적인 hiếu(háo) chiến, ưa cãi nhau,

~ 사람 người ~. ~ 청년들 thanh niên chiến đấu.

호전되다 trở nên tốt, sức khỏe, (병세) thuyên giảm, 경기가 ~ kinh tế chuyển biến tốt

호젓하다 cô đơn, cô độc, lẻ loi

호조(서로돕는)기금 nghĩa thương.

호주 chủ nhà, chủ hộ, hộ chủ.

호주(국명) nước Úc, Úc châu.

호주머니 túi áo, ~에 넣다 bỏ vào túi, ~를 뒤지다 lần túi

호출하다 kêu gọi, vời, 호출장 giấy gọi, (소환장)trát tòa, 즉시 ~ bèn vời

호치킷 cái bấm giấy

호칭 xưng hô, danh xưng, gọi tên, ~법 cách ~

호크를 채우다 gài khuy áo

호탕한 hào phóng, hào hiệp, 호탕하게 웃다 cười xởi lởi.

호텔 khách sạn(điếm), ~왕 ông vua ~. ~ 사환 bồi phòng. ~에 묵다 trọ ở ~. ~객실 xăm. ~은 모든 현대식 편의시설을 갖추고 있다 khách sạn có đủ tiện nghi tân thời.

호치민시 thành phố Hồ Chí Minh, 호치민 묘 lăng bác Hồ

호통치다 la mắng, đức lác, 호되게 ~ ~ 심하게 thậm tệ

호투(야구) ném bóng chính xác

호평 đánh giá tốt, phương danh, ~을 받다 được ~

호피 da hổ, da cọp

호학(공부를 좋아함)hiếu học, ham học

호혜 nhượng bộ lẫn nhau, hỗ huệ, ~무역협정 hiệp định mậu dịch công bằng

호호 tiếng phù phù, (웃음소리)cười hô hô
호호백발 tóc bạc râm
호화로운 sang trọng, xa hoa, ~집 나 ~, 호화스러운 choáng lộn. 호화스럽게 지내다 lên xe xuống ngựa. 호화롭게 살다 sống trong cảnh xa hoa.
호황(좋은경기) thị trường sôi động, ~이다 đang buôn bán sôi động
호흡(숨쉬다) hô hấp, thở, 인공~ ~ nhân tạo, ~기 máy trợ giúp ~, máy hút, ~곤란 khó thở, ~이 맞다 phối hợp tốt với nhau
혹 cục bướu, gu, khối u, ~을 떼다 cắt bỏ bướu, 혹(종기) ám ung bướu.
혹주머니 u nang.
(속)혹 떼러 갔다가 혹 붙여 온다(도움을 받으러 갔다가 도리어 해를 당함) Đi cắt bỏ bướu lại mọc thêm bướu khác, (đi đến để được giúp đỡ mà ngược lại bị thiệt hại).
혹 마시다 uống cạn một mạch
혹(혹시)có lẽ, có thể, hầu như, (간혹)đôi khi, thỉnh thoảng, (또는)hoặc, (혹자)người nào đó
혹간(간혹) thỉnh thoảng
혹독한 khe khắt, thậm tệ, khó khăn
혹독한 추위 giá lạnh.
혹부리(혹달린 사람)người có bướu
혹사(혹독하게 부림)ngược đãi, bóc lột
혹사(많이 닮음) gần giống nhau
혹서(심한더위) nóng như đốt
혹설(학설)học thuyết, ý kiến, quan điểm
혹성(행성) hành tinh
혹세무민(세상사람을 속임)lừa đảo công chúng
혹시 nếu mà, có lẽ, có khi nào, hoặc là, hay là, 혹시...라면 phải chi.
혹심하다 gay go, cực kỳ, gay gắt
혹은(또는) hay là.
혹자 người nào đó
혹평 phê bình gay gắt (반)호평 đánh giá tốt
혹하다(반하다)phải lòng, bị say đắm, (매혹되다) bị mê hoặc
혹한(몹시 추운) lạnh cóng(tanh).
혹형 trừng phạt nghiêm khắc
혹혹 불다 thổi từng hơi, 후후 불다 thổi xì xụp
혼(영혼) linh hồn, vía. (정신)tinh thần, (넋)hồn ma(vía), 혼이 없다 hết vía. 혼을 불러내다 phục hồn.
혼을 부르다 lên đồng bóng
혼기 tuổi cơ hội kết hôn, hôn kỳ, ~를 놓치다 lỡ duyên(thời), qúa tuổi kết hôn, nhỡ nhàng, lỡ làng, ~의 소녀 đào yêu, ~의 딸 con gái đang thì. ~를 놓친 처녀 con gái lỡ duyên.
혼기가 찬 소녀 xuân nữ.
혼나다(놀라다)sợ, khiếp sợ, sợ hãi, (곤란을 겪다) trải qua nhiều cay đắng
혼내다(야단치다)chửi mắng, (겁주다)làm cho dọa, làm cho kinh khiếp
혼담 lời cầu hôn
혼돈 hỗn loạn, hỗn độn, ~상태에 빠지다 rơi vào tình trạng ~
혼동되다 rối trí.
혼동하다 lẫn lộn, nhầm lẫn.
혼두라스(국명) Hôn đu rát
혼란 hỗn(rối) loạn, loạn lạc, lộn xộn, ~

을 초래하다 mang lại ~, làm cho ~, ~기 시도 loạn, 혼란스러운 rối ren. rối rắm. (복잡한) lôi thôi, ~시키다 xáo trộn. loạn xạ, sai thác. ~에 빠지다 ở trong tình trạng lộn xộn, ~한 틈을 타서 한몫 보다 đục nước béo cò. ~에 빠뜨리다 phá phách. 혼란스럽게 꼬인 rối tinh. ~스럽고 엉망이 되어버린 rối bòng bong.

혼란한 lộn xộn, tạp loạn, lôi thôi, ~ 일 việc ~. ~정신 tinh thần loạn lạc.

혼령 linh hồn, hồn ma.

혼례 hôn lễ, lễ cưới, ~의 주관자 chủ hôn, ~에 참석하다 tham gia ~

혼령기인 đang thì.

혼미한 hôn mê, ~상태 ở trong trạng thái ~

혼방사(섬유)sợi chỉ pha trộm

혼백 hồn phách, hồn ma

혼비백산 hồn vía tan tác, thất đảm kinh hồn, thất đảm, qúa sợ lúng túng, bạt hồn.

혼사(결혼) hôn sự, việc cưới

혼선 rối dây.

혼성 tiếng lẫn lộn, ~합창 hợp ca nam nữ chung, ~ 4 부합창 hòa âm nhóm 4

혼수상태 trạng thái hôn thụy(mê man). ~가 되다 mê ngủ.

혼수(용품) hồi môn, của hồi môn

혼식하다 ăn thực phẩm pha trộm

혼신(섞여 들리는 일) chạm điện, chập dây

혼신(전신)toàn cơ thể, khắp cơ thể, ~을 다하는 toàn tâm toàn ý. ~을 다하여 자선사업을 하다 toàn tâm toàn ý làm việc từ thiện.

혼약(약혼) hôn ước, hứa hôn

혼연일체 khối thống nhất, hoàn toàn hòa hợp với nhau

혼욕(목욕)tắm chung chạ, tắm bừa bãi

혼용 sử dụng chung

혼인 hôn nhân, kết hôn, 가문에 맞는 ~ ~ môn đăng hộ đối. ~증명서 giấy giá(hôn) thú. gả cưới. ~신고서 sổ giá thú. ~잔치 tiệc cưới.

혼자 một mình, ~살다 sống một mình, ~ 쓸쓸히 돌아가다 lùi thủi ra về, ~ 중얼거리다 làm nhảm. ~웃음 짓다 cười ruồi. ~상상하다 đè chừng bắt bóng. ~걷다 đi lủi thủi. ~모든 책임을 떠맡다 giơ đầu chịu báng. ~서 무술 연습을 하다 múa võ. 혼자서 외롭게 사는 모습(속어) nước lọ cơm niêu.

혼자서 lói. ~ 놀다 chơi ~.

혼자서 하다 làm lấy, 나는 그것을 혼자서 할 수 있다 tôi có thể ~ việc ấy.

혼자 배우다(보고 들어서)học lỏm.

혼작하다 trồng chung

혼잡하다 lộn xộn, hỗn tạp.

혼잣말(독백)độc thoại, độc bạch, ~하다 nói một mình

혼전 hỗn chiến

혼전(결혼전)trước hôn nhân, ~관계 quan hệ trước hôn nhân, ăn cơm trước kẻng (은어), 그녀를 먹어버렸다 anh ta xơi cô ấy rồi

혼처 người có đủ tư cách kết hôn

혼탁 mờ đục, đục vẩn, đồi bại, ~한 사회 xã hội đồi bại

혼합 hỗn hợp, hòa vào nhau, trộn vào nhau, trộn lẫn(lộn), 물과 술을 ~하다 hòa nước lẫn vào rượu, ~된 물

nước hỗn hợp, ~비료 phân bón tổng hợp, ~경기 đánh đôi, xả ~ hạ đổ lộn.
혼합사료 thức ăn hỗn hợp.
혼합통신 truyền tin hỗn hợp.
혼합된 xen lẫn, (소리의) xập xình
혼합되지 않은(단일의)thuần nhất.
혼혈의 lai, máu lai, 혼혈아 con(giống) lai, 흑백혼혈아 con lai da trắng đen, 동서 혼혈아 con lai Âu – Á
홀 phòng khách lớn, phòng khiêu vũ
홀(군왕의) vương trượng
홀가분하다 nhẹ mình(nhàng), 빚을 갚아서 ~ trả hết nợ thấy ~
홀딱 옷을~벗다 cởi áo nhanh chóng, 홀딱 뛰어 넘다 nháy bật lên, ~반하다 tiếng sét ái tình
...에 홀딱 빠지다 say như điếu đổ.
홀란드(국명) Hà Lan
홀랑(홀딱) 옷을~벗다 cởi áo trần trụi ra
홀로 một mình, trơ trọi, thế cô, lẻ. đơn lẻ. ~서다 đứng lẻ, ~가다 đi ên. ~자식을 키우는 과부 mẹ góa con côi. ~사는 vá, ~ sống ở vá.
홀리다 cám dỗ, nhát, (현혹되다)bị say mê, phù phép, mê hoặc, 귀신에 ~ bị ma nhát, 홀린 luyến, phù phép, 경치에 홀린 사람 người luyến cảnh. 홀린듯이 đăm đắm.
홀몸(독신)người độc thân(chưa kết hôn)
홀소리(모음)nguyên âm, 자음 phụ âm
홀수 số lẻ, đơn số,(반)짝수 số chẵn, 단수 số ít, 복수 số nhiều, 복수 비자 thị thực(hộ chiếu) số nhiều
홀수선(배의) món nước
홀시하다 bất chấp, không để ý, coi thường

홀아비 góa vợ, không vợ, quan phụ, ~와 과부 quan quả, 홀어미(과부)góa phụ, ~가 홀로 아이를 키우다 gà trống nuôi con.
(속) 홀아비 사정은 과부가 안다 (환경이 같은 사람들은 같은 상황을 이해한다) Người quả phụ hiểu hoàn cảnh người đàn ông góa(những người ở trong cùng hoàn cảnh như nhau thì sẽ hiểu được cảnh ngộ của nhau).
홀연히(갑자기)thình lình, bất ngờ, bỗng chốc.
홀짝(홀쩍)거리다 sụt sùi, sụt xịt(sịt)
홀짝홀짝 từ hớp, ~ 마시다 uống ~.
홀쭉하다 thon thả, mảnh khảnh, thướt tha, 볼이 ~ đôi gò má lõm vào
홀태(생선)con cá gầy ốm không có trứng
홀태바지 quần da bó sát
홈(home) nhà
홈그라운드 sân vận động của mình, sở trường
홈런(야구) cú đánh lớn, hoàn toàn quay trở lại
홈(패인자리)rãnh, ~을 파다 đào ~. (레코드판 따위의) đường rãnh.
홈빡(흠뻑)젖은 ướt đẫm, ướt sũng
홈빡빠지다(열정적) máu mê.
홈식(향수) nhớ nhà, nhớ quê
홈질(바느질)khâu vá, may vá
홈통(물받이) máng xối(tưới)
홉(단위) rượu một hợp, một hob gạo
홋홋하다(홀가분하다) nhẹ mình
홍(붉은 색) đỏ, màu đỏ
홍당무(당근) cà rốt, (붉어진 얼굴)mặt đỏ

홍두깨 con lăn bằng gỗ
홍등가 khu ăn chơi trụy lạc, khu nhà thổ, làng chơi.
홍루(기녀의) hồng lầu.
홍모(기러기털) hồng mao, lông hồng.
홍반점 tàn hương.
홍보 thông báo khắp nơi, ~활동 hoạt động thông báo, ~원 cổ động viên.
홍보석(루비) hồng ngọc
홍사 dây tơ hồng.
홍삼 hồng sâm, 인삼 nhân sâm
홍색 màu đỏ, ~치마 chiếc váy ~
홍수 lũ lụt, trận lụt, nước lũ, thủy hoạn, nạn lụt, ~가 나다 bị ~, ~지역 khu vực ~, ~예보 dự báo ~, ~와 싸우다 vật lộn với nước rũ, ~ 난 길 đường sá lụt lội.
홍수의 재난 nạn lụt.
홍순(붉은 입술) môi đỏ
홍시 qùa hồng chín đỏ
홍실 sợi chỉ đỏ
홍안 tuổi má hồng, ~의 미녀 má đào, ~의 미소년 thiếu niên má hồng
홍어 cá đuối
홍역 bệnh sởi, ban đỏ, ~에 걸리다 bị lên sởi. 홍역걸린 돼지 lợn gạo.
홍염(불꽃) ngọn lửa đỏ
홍예(무지개) cầu vồng
홍옥 hồng ngọc
홍은(큰 은덕)hồng ân, ân huệ lớn
홍익인간 làm ích lợi cho thiên hạ
홍인종 chủng tộc da đỏ, hồng chủng.
홍일점 người phụ nữ duy nhất trong nhóm
홍조(얼굴)mặt đỏ, (바다)biển đỏ, (월경) kinh nguyệt, ~를 띤 뺨 đôi má ửng hồng
홍진 bụi đỏ, (세상) cõi trần ô, hồng trần.
홍차 hồng trà, trà đỏ
홍콩 Hồng Kông
홍포 áo điều.
홍학(조류)hồng hạc.
홍합(조개) loại sò
홍해 Hồng Hải, biển đỏ
홀몸 độc thân, bà cô, (임신 안한 여자) phụ nữ không mang thai
홑이불 chăn một lớp, tấm phủ giường
홑치마 váy không có nếp gấp
화(불) lửa, hỏa, (재화) tai họa, (분노)tức giận, phẫn nộ, 화가 나서 얼굴이 빨개지다 đỏ mặt tía tai, 화를 잘내는 hay giận(cáu), 화를 풀다 hả giận, 화를 진정시키다 đã giận, 화를 가라앉히다 bớt giận. 화가난 bực tức. tím mặt. 화가 치밀다 giận căm gan. tức khí. 화가 나서 서로 싸우다 tức khí rồi đánh nhau. 화가 나서 눈이 벌겋게 되다 mắt vằn lên.
화가 나서 번득이는 long sòng sọc, mí치광이의 무서운 눈매 mắt người điên ~.
화가 나서 피가 머리끝까지 오르다 tức sặc máu.
화가 난 소리를 지르다 gắt gỏng.
화가 난 얼굴을 돌리다 quầy quậy.
(명)화가 나면 말하기 전에 10 까지 세어라 몹시 화가 나면 100 까지 라도 세어라 Nếu đang nổi nóng hãy đếm đến 10 trước khi nói, nếu đang quá nổi giận thì hãy đếm đến 100.
화를 내다 nổi giận(cáu). phát tức. tức giận. hằn học 화를 몹시 내다 thổi bùng lửa giận.

화(꽃) hoa, 매화 hoa mai
화가 họa sĩ, thợ vẽ, ~가 되다 thành ~, 인물~ ~ chân dung, 풍경~ ~ phong cảnh
화가(받치는 틀)khung vẽ, giá vẽ
화간(간통) gian dâm, thông dâm
화강암(석) đá hoa cương
화공 hỏa công, (화력)hỏa lực, ~하다 tấn công bằng hỏa lực.
화공(화가) họa sĩ, họa công
화관 mũ miện nhỏ, (식물) vành hoa.
화환 vòng hoa, tràng hoa
화광(불빛) ánh lửa(hỏa)
화교(중국 교포) Hoa kiều
화구(아궁이) miệng lửa, 분화구 miệng núi lửa
화근 nguồn gốc của tội ác, họa căn, ~을 없애다 loại trừ ~
화끈하다 cảm giác nóng bức
화끈거리다 nổi nóng, nóng lạnh, tóc ra nóng.
화급하다 hỏa tốc(cấp), khẩn cấp, cấp bách
화기(무기) vũ khí, (소화기)hỏa khí.
화기(분위기) bầu không khí, ~애애한 가정 gia đình hòa thuận
화기(불기운)lửa, ngọn lửa, ~엄금 cấm ~
화나다 nổi giận, tức giận, cáu, 화나게 하다 làm cho ~, chọc tức, khiêu khích, trêu gan, 화났어요? rất giận anh? 화내다 nổi(phát) giận, giận dỗi. nổi nóng, tức giận, nổi cáu, 화내고 소리지르다 gắt gỏng. 화나서 말하지 않다 hậm hực. 화난 cáu kỉnh. nóng tiết, 화나서 얼굴이 빨게지다 đỏ mặt tía tai. 화나게 말하다 nói tức. 화를 내며 반대

하다 vật mình vật mẩy.
화냥년 phụ nữ phóng đãng, đĩ thõa, con vụ.
화냥질 làm ngoại tình.
화농(고름) có mủ, nung mủ
화단(꽃밭) vườn hoa
화단(화가의 사회) giới họa sĩ
화답 trả lời. ~ 편지 hồi âm.
화대 tiền cho gái điếm
화동(화합함) hòa đồng, hòa hợp lại
화락 hòa thuận, hòa hợp
화란(국명) Hà – Lan(네덜란드)
화랑(그림전시관)phòng trưng bày tranh, nhà cầu.
화랑도 võ sĩ Hoa-lang
화려한 sang trọng, nguy nga, hoa lệ, có màu, lộng lẫy, rực rỡ, xán lạn, hào nhoáng, ~ 미래 tương lai xán lạn, ~도시 thành phố hoa lệ, (다채로운)sặc sỡ, 화려하고 활기찬 tưng bừng náo nhiệt, 화려한 아름다움 kiểu diễm. ~ 의복 quần áo sắc sỡ(diêm dúa). ~옷을 입다 ăn mặc xôm. (야한) từ hoa.
화력 hỏa lực, 적의 ~ của địch, ~발전소 nhà máy điện ~, ~발전 nhiệt điện, phát điện ~
화력지원 phân phối hỏa lực.
화로 lò than, lò sưởi, hỏa lò
화롯불 lửa lò than, lửa mừng, đèn đuốc(đóm).
화류계 giới vui chơi, khu vực "đèn đỏ"
화류병(성병) bệnh hoa liễu, tiêm la.
화면 màn hình, màn ảnh
화목(땔나무) củi, (꽃나무) hoa
화목하다 hòa thuận, hòa mục, đầm ấm, 화목한 가정 gia đình ~, lương gia,

화목한가정환경 thuận cảnh, 화목하세요 "dĩ hòa vi qúy"
화문석 chiếu dệt hoa văn
화물 hàng hóa, thủy cước, ~열차 tàu chở hàng, 화물차 xe chở hàng, toa hàng, xe vận tải, ~요금 tiền chở hàng, ~을 싣고 내리다 bốc dỡ. ~기차 toa hàng.
화물선 tàu chở hàng, tàu vận tải. (반) 여객선 tàu chở khách.
화물차(짐차) toa hàng lý.
화물칸 toa hàng hóa.
화방수(송용돌이 치는 물) xóay nước
화백(화가) họa sĩ
화법(그리는 법) họa pháp, thuật vẽ
화법 đàm thoại, 직접~~ trực tiếp, (반) 간접 ~ ~ gian tiếp, (문법)phép tường thuật
화병 bình hoa, chậu, lọ hoa, ~에 꽃을 꽂다 cắm hoa vào bình
화보 họa báo, 월간 ~ ~ nguyệt san, 시사 ~ ~ thời sự
화복 họa phước, may rủi
화부(불을 때는) người đốt lò
화분 chậu hoa, (꽃가루) phấn hoa
화사하다 xa hoa, tráng lệ nguy nga
화산 hỏa sơn, núi lửa, ~대 vùng ~, 활~ núi lửa đang họat động
화살 mũi tên, thỉ, ~촉 đầu mũi tên, mũi nhọn, 소 tên, ~처럼 빠르다 nhanh như tên bay. ~ 통 ống tên. ~을 쏘다 bắn tên. 활과 화살 cung tên. cung thỉ. ~에 붙은 새털 vày.
화상 vết phỏng, ~을 입다 bị bỏng
화상(고승) hòa thượng, thầy tu
화상 Hoa thương, người buôn bán Trung-Quốc
화상(그림장수) người bán tranh

화상(초상) ảnh chân dung
화색(얼굴빛)sắc mặt ôn hòa
화생방전 cuộc chiến hóa chất (CBR)
화석 hóa thạch, 동물의 ~ ~ động vật
화선지 giấy vẽ tranh
화섬(화학섬유) sợi hóa chất
화성 sao Hỏa, Hỏa tinh, ~인 người ~
화성(화음) hòa âm, (음률)hòa điệu.
화성암 đá lửa, thạch hóa thành
화수분(재물이 줄지 않음) tài nguyên vô tận
화수회(일가 모임) buổi họp gia tộc
화술 thuật nói chuyện, ~에 능한 사람 người có tài ăn nói
화승총 súng hỏa mai
화씨 nhiệt độ F, ~ 50 도 50độ F, ~온도계 nhiệt kế F
화식 ăn nấu chín,(반) 생식 ăn sống
화식도(꽃모형도) biểu đồ hoa
화신 hiện thân, hóa thân, 악마의 ~ ma quỷ ~
화실 phòng vẽ tranh, xưởng vẽ.
화약 thuốc nổ(súng), ~을 폭발시키다 cho nổ thuốc nổ, ~고 kho ~.
(속) 화약을 지고 불로 들어간다 (스스로 위험한 곳을 찾아 들어간다) Cõng thuốc súng vào đám lửa (tự mình tìm vào nơi nguy hiểm).
화염(불꽃)ngọn lửa, hỏa mù, ~방사기 cây súng phun lửa
화요일 thứ ba
화용(아름다운 얼굴) khuôn mặt đẹp, dung mạo đẹp, ~월태 nhan sắc tuyệt trần
화원 hoa viên, vườn hoa
화음(하모니) hòa âm
화이바(헬멧) mũ nhựa.
화이트(지우개) bút xóa(tẩy).

화의(화해하는) bàn bạc hòa giải, hội thảo, ~를 제의하다 nghị hòa.
화인 nguyên do của đám cháy
화 있을진저 khốn nạn cho mày.
화장(소매길이)bề dài tay áo
화장(소각) hỏa táng, thiêu đốt(táng), hỏa thiêu(táng), ~터 nơi ~, lò thiêu, ~한 재(뼈가루)thiêu tưởng.
화장 trang(tô) điểm, đánh(son) phấn, hóa trang, vẽ mặt, ~대 bàn ~, đài gương, ~품 mỹ phẩm, son phấn, ~품점 tiệm mỹ phẩm, 기초~크림 kem lót, ~ 한 얼굴 mặt phấn. ~법 mĩ từ pháp.
화장지 giấy vệ sinh.
화장실 nhà vệ sinh, toilet, nhà cầu(남), nhà xí, cầu xí,(북), 공중 ~ cầu tiêu, ~ 이 어디 있습니까? ~ ở đâu?
화장품으로 화장하다 tô son điểm phấn.
화재 hỏa tai, hỏa hoạn, đám cháy lớn, ~경보 báo động hỏa hoạn, ~ 방지 phòng hỏa hoạn, ~경보장치 hệ thống báo động hỏa hoạn, ~방지 주간 tuần lễ chống ~, ~를 진압하다 tắt lửa, ~를 일으키다 gây ra đám cháy, ~가 나다 xảy ra đám cháy, ~보험 bảo hiểm ~, ~ 경보기 chuông cảnh báo ~
화재(그림재주) năng khiếu mỹ thuật, hoa tay vẽ tranh
화저(부젓가락) cái gắp lửa
화전 rẫy(남), nương vườn(북), ~민 nông dân rẫy, ~경작 hỏa canh, ~ 마을 rẫy làng.
화제 đề tài nói chuyện, ~를 딴데로 돌리다 nói quanh, đánh trống lãng.

~를 끄집어 내다 phá đề, ~를 바꾸다 thay đổi ~, nói lảng.
화제를 바꿀 때 thôi, 자 됐다, 먹기나 하자 thôi, ta ăn đi.
화제(그림제명) tên của bức tranh
화주(독한 술) rượu mạnh
화주(화물 주인) chủ hàng
화중지병(그림의 떡) nhem thèm, nhịn thèm
화증(화) cơn giận, nổi giận
화차 xe tải(반)객차 xe chở khách
화차(기차)hỏa xa.
화창하다 trời đẹp, trời ôn hòa. 화창한 봄 thanh tuyền.
화채(음료)nước trái cây lên men
화첩 tập ảnh, album
화초 hoa, cây hoa, hoa huệ. ~밭 vườn hoa, ~재배 trồng hoa, nuôi hoa, ~ 가꾸기 vun tươi cho cây
화촉(결혼) hoa chúc, hôn lễ, ~을 밝히다 đám cưới, ~동방 động phòng ~
화친 tình hữu nghị, ~조약 hiệp ước hữu nghị
화통 ống khói lò
화투(놀이) con bài, ~치다 đánh bài
화판 bàn vẽ, giá vẽ
화평(평화)hòa bình, (화목) hòa thuận, ~유지 duy trì ~
화폐 tiền tệ, ~제도 chế độ~, ~가치 giá trị ~, ~단위 đơn vị ~, 위조~ tiền giả
화포(대포) đại pháo, đại bác
화포(캔버스) vải bố
화폭 vải vẽ tranh
화풀이하다 làm bớt giận, xả hơi
화풍 cách vẽ, lối vẽ
화필(붓) bút lông, cây cọ vẽ.
화하다 biến đổi, biến hóa, trở nên

화학(과목) môn hóa
화학 hóa học, ~적으로 có tính chất ~, ~ 무기 vũ khí ~, ~ 비료 phân bón ~, ~ 기호 ký hiệu ~, ~섬유 sợi ~, ~물질 hóa chất, ~작용 tác động ~, 유기 ~ ~ hữu cơ, ~실험 hóa nghiệm. ~실험실 phòng hóa nghiệm, ~에너지 hóa năng, ~상품 hóa phẩm, ~조미료 mì chính, ~분해 hóa phân. ~가스 khí than.
화학반응 phản ứng hóa học.
화학분석 phân giải hóa học.
화합 hòa(hóa) hợp, ~하여 살다 sống một cách~
화합물 chất hỗn hợp
화해 hòa giải, làm lành, 서로~하다 làm lành với nhau, ~시키다 cầu(đính) hòa. giảng hòa, giải khuyến. xử hòa.
화형 hỏa hình, tử hình bằng lửa
화형대 giàn hỏa.
화환 vòng hoa, tràng hoa
확(절구) cối giã gạo
확(강하게)bùng, 불이 ~ 타오르다 lửa bùng lên
확고한 chắc chắn, vững chắc, ~결심 quyết tâm ~, ~의지 ý chí ~. nhuệ chí
확답 trả lời dứt khoát
확대하다 mở rộng(mang), phóng đại(to), khuếch đại, 확대기 máy phóng đại(khuếch đại), 두배로 ~ ~ gấp hai lần, 공장을~ ~ công xưởng, 확대경(돋보기)kính lúp
확론 lý luận vững chắc
확률 tỷ lệ chắc, xác suất, 성공할 ~은 3분의 1 이다 tỷ lệ thành công là từ 1 đến 3

확립 xác lập, thành lập, thiết lập, ~된 đã được ~, 정권이~되다 chính quyền được xác lập.
확보 bảo quản vững chắc, bảo đảm chắc chắn, 식량을 ~하다 bảo quản lương thực
확붉어지다 đỏ phừng phừng.
확산되다 lan rộng
확산(발산) khuếch tán, 빛을 ~하다 ~ ánh sáng
확성기(앰프) loa(máy) phóng thanh, ống loa.
확신 tin chắc, xác tín, chắc mẩm, 그가 아직 살아있다고~ 한다 tôi tin chắc là anh ta còn sống, ~을 가지다 cầm chắc. tự tin.
확신시키다 tin chắc.
확신하는 thâm tín. vững lòng.
확실한 chắc chắn, ăn chắc. đúng với, rõ ràng, hẳn, xác thực, chuẩn xác, ~사실 sự thật ~, ~대답 trả lời rõ ràng, 그가 성공할 것은 확실하다 anh ta ~ sẽ thành công, ~증거 chứng cớ rõ ràng, tá chứng. sác cứ,
확실치 않은 láng cháng. mong manh. ~ 이유 lý do không vững chắc. ~ 희망 hy vọng mong manh.
확실한 것 thiết án.
확실하게 một cách xác thực.
확실히 chắc. tất nhiên. ~ 알다 thừa biết 자네가 잘 알다시피 như anh ~ biết,. ~해 두다 chắc ăn. ~믿을 수 있는 chắc bụng. ~이해하다 liễu giải. ~ 드러 나다 lồ lộ, 얼굴에 기쁨이 ~ 드러나다 nét mặt lồ lộ nhiều vui.
확실히 기분이 이상하다 mê tít.

확실히 말하다 tỏ lộ. 감정을 ~ ~ tính cảm.
확실히 보여주다 tỏ rõ.
확실히 이해하다 tỏ tường.
확약 hứa chắc
확언하다 nói rõ ràng, nói dứt khoát
확연하다(확실하다) chắc chắn
확인하다 xác nhận, thị thực, kiểm tra, 사실을~ kiểm tra sự thật, 예약을~ ~ đặt trước, 출국 확인 thị thực xuất cảnh.
확장 mở rộng, tăng cường, khuếch trương, 업무를~하다 ~công việc, 군비~ tăng cường quân bị. 기지를 ~하다 ~ cơ sở. ~규모 tỷ lệ bành trướng.
확장기(의료) mỏ vịt.
확전 mở rộng chiến tranh
확정 xác định, quyết định,(반) 미정 bất định, chưa ~, ~일자 ngày quyết định, ~안 bản ~
확증 chứng cớ chắc chắn, xác chứng. ~을 잡다 giữ xác chứng.
확충(장) mở rộng, phóng đại
확 타오르다 cháy phừng lên.
확 트인 바다 giữa biển(khơi).
확확(세게) mạnh, 바람이 ~ 불다 gió thổi mạnh ào ào
환(환약) hoàn dược, thuốc viên(알약)
환(송금증서)séc, chi phiếu, ngân phiếu, (환전)hối đoái, ~시세 tỷ giá hối đoái, ~소 sở hối đoái
환각 ảo giác, bóng ma, ảo ảnh, ~을 일으키다 có ~.
환갑 thọ 60, ~잔치 lễ mừng thọ 60, ~잔치를 베풀다 tổ chức tiệc mừng ~
환경 môi trường, tự nhiên~ ~ tự nhiên,

hoàn cảnh, 가정~ hoàn cảnh gia đình, 생활~ môi trường sống, ~오염 ô nhiễm môi trường. ~에 순응하다 khéo ở. quyền biến.
환경에 적극적으로 대처하다 tòng quyền.
환경에 적응하다 kinh(tùng) quyền
환관 họan quan, thái giám, (내시)quan thị
환국(귀국) trở về nước
환금 đổi tiền
환급(돌려줌) cho lại, trả lại
환기(불러일으킴) thức tỉnh, hoán khởi, 주의를 ~시키다 làm cho chú ý. 애국심을 불러일으키다 hoán khởi lòng yêu nước.
환기(공기를 바꿈)thông gió, thông hơi, đổi gió, thoáng gió, ~가 잘 되다 thoáng mát, thông gió tốt, ~장치 hệ thống ~, ~창 cửa sổ ~
환난(재난)hoạn nạn, tai họa, 외부적인 ~ ~ mang tính ngoại biên.
환납하다 trả lại
환담 nói chuyện vui vẻ
환대 đón tiếp một cách niềm nở, tiếp đãi ân cần, thết(khoản) đãi
환도 trở về thủ đô
환도(군도) cây kiếm
환도뼈(허리뼈) xương sống
환등 đèn chiếu, ~기 máy chiếu phim
환락 vui vẻ, hớn hở, hoan lạc, ~가(홍등가) khu nhà thổ, khu ăn chơi trụy lạc, (번화가)xóm. ~에 빠지다 truy hoan.
환란(근심과 재앙) hoạn nạn, ~에 빠진 tối đèn tắt lửa. ~을 피하다 tỵ nạn(hoạn).
환류(역류)dòng ngược

환률 tỷ giá hối đoái, ~표 bàn hối đoái
환매(교환) đổi chác, đổi chác hàng, (사고 팔다) mua bán lại
환멸(허무감)을 느끼다 vỡ mộng cảm thấy hư vô, cảnh nhiên.
환문(소환해 신문함)triệu tập để thẩm tra
환부 phần bị thương, chỗ bị thương
환불 trả(hoàn) lại cho, trả lại tiền, bồi hoàn.
환산 chuyển tiền, đổi tiền, 달라를 원으로~ 하다 đổi tiền đô la tiền won
환상 ảo tưởng, ảo mộng, huyền ảo, ~가 người mơ mộng hão huyền, ~곡 khúc phóng túng, ~적이에요 thật là khôg tưởng, ~적인 꿈 giấc bướm.
환상의(허위의) trơi, 도깨비불 ma ~.
환상(둥근모양)hình vòng, có dạng tròn, 환상 도로 đường vòng, ~ 경주로 vòng đua.
환생하다 tái(hoàn) sinh, đầu thai kiếp sau. (불교)hóa kiếp.
환설탕(굵은 설탕) đường kính.
환성(호)tiếng hoan hô, tiếng hét vui mừng. ~을 지르다 reo lên, hoan hô lớn. reo mừng.
환속 trở về trần gian, hoàn tục.
환송하다 tiễn đưa, hoan tống, 환송회 tiệc tiễn, tiệc chia tay
환승하다 trung chuyển, chuyển đổi xe, 환승역 ga ~.
환시(둘러서서 봄)nhiều người vòng quanh nhìn, 증인 ~리에 trước tầm nhìn của người chứng
환심(호감)thiện cảm, thiện chí, ~을 사다 được lấy ~, lấy lòng, đắc nhân tâm. ~을 사려고 아첨하다 tán

hươu tán vượn.
환약 hoàn dược, thuốc viên(알약)
환어음 hối phiếu
환언하면 nói đổi lại
환영 hoan nghênh(반)환송 tiễn đưa, đón tiếp(chào), chào đón, tiếp rước, thừa tiếp, ~사 lời chúc mừng, ~식 lễ chào mừng, ~을 받다 được ~, ~회 lễ đón tiếp,
환영하지 않다 không tiếp rước.
환영아치 cổng chào
환영행렬 đám rước.
환영(상)ảo ảnh, bóng ma, ảo tưởng
환우기(날짐승이 깃털을 가는 시기) mùa thay lông
환원 phục hồi lại, rút lại, hoàn nguyên.
환유법(언어) hoán dụ pháp.
환율(환시세)tỷ giá, tỷ giá hối đoái, hối suất, ~변동 biến đổi ~, ~인상 tăng giá hối đoái
환자 bệnh nhân, con(người) bệnh, trì chí, 절망적인 ~ ~ có tính tuyệt vọng, ~실(병실)phòng bệnh, ~명부 danh sách ~, 외래~ ~ ngoại trú(반) 입원~ ~ nội trú
환장하다(미치다) nổi điên, nổi khùng, 너 환장 했니? Anh có khùng không?
환전 đổi tiền, hoán tệ, hối đoái, chuyển đổi, 달라로~하다 đổi ra đô la, ~창구 quầy ~, ~소 tiệm ~, ~비율 tỷ lệ hối đoái, ~시세 thời giá hối đoái. ~증서 thư chuyển tiền.
환절기 mùa biến đổi, mùa thay đổi, (속어)trái gió trở trời.
환표(표를 바꿈) đổi vé, đổi phiếu
환품(바꾸다)đổi hàng hóa, trao đổi hàng

환풍기 quạt máy thông gió
환하다 sáng sủa, sáng chói, (얼굴이)xinh đẹp ưa nhìn, (통달)giỏi, nắm, 시장 시세에 ~ nắm giá chợ
환하게(화려하게) xán lạn.
환향하다 hoàn hương.
환호하다 hoan hô, hò reo, reo lên, 열 열히~ nhiệt liệt ~
환호성 소리 tiếng reo hò.
환호성을 치는 tở mở.
환후(병환)cơn bệnh, bệnh tật
환희 hoan hỉ, niềm vui, vui mừng
활 nỏ, cung, (활과 화살) cung tên, cánh cung, ~을 쏘다 bắn ~, ~을 당기다 giương(trương) cung.
활강 trượt xuống, ~경기 trận ~
활개치다 vùng vẫy, duỗi cẳng duỗi tay, (팔) vung tay, (날개)vỗ cánh
활극 phim lộn xộn, 서부~ phim tây phương
활기 sức sống, hoạt(sinh) khí, 활기를 띠게하다 làm cho có sinh khí. ~ 있다 đầy ~, 활기넘치는 거리 phố xá nhộn nhịp. ~가 없는 trầm trệ, xẹp lép, (느린)lê mê. ~없는 운동 phong trào xẹp lép.
활기넘치는 nhộn nhịp, 오고 가는 사람으로 ~~ kẻ tới người lui.
활기찬 náo nhiệt, (반)조용한 im lặng, (쾌활한)xôm trò. nhộn nhịp, ~ 거리 đường phố ~.
활달한 hào hiệp, vui tính, khoát đạt, rộng lượng. lanh lẹ.
활동 hoạt động, ~력 sức ~, ~범위 phạm vi~, ~사진(영화)phim, ~무대 lãnh vực ~, 활동적인 hiếu động. ~의 욕구를 느끼다 rậm rật.
활동거점 tụ điểm, 밀수꾼들의 ~~ của bọn buôn lậu.

활력 hoạt lực, sinh lực, vía, ~소 sinh tố, ~이 없는 lê(tê) mê. ~이 넘치는 đầy sinh lực. hơ hớ.
활력넘치는 hơ hớ, ~젊은 아가씨 con gái xuân xanh ~.
활로 lối sống, cách sống, ~를 개척하다 tìm cách sống
활발한 hoạt phát, sôi động, mau mắn, nhanh nhẹn, cởi mở, rậm rịch. ~성격 tính cởi mở, 활발하게 이야기 하다 nói trém. 활발히 걷는 발걸음소리 tiếng chân đi rậm rịch.
활보하다 sải bước, 거리를 ~ ~trên đường
활부로 갚다 hoàn giảm.
활석 phấn hoạt thạch.
활성 hoạt tính, ~물질 hoạt chất
활수(흐르는 물) nước đang chảy
활시위(활줄) dây cung
활약(활동) hoạt động, 정계에서~ 하다 ~ trong chính trị
활엽수 cây có lá rộng (반)침엽수 cây có lá mỏng
활용하다 sử dụng, dùng, (문법 활용: 격변화) biến cách, 활용어 từ biến cách
활자 chữ in, ~주조 khuôn ~, ~케이스 ô chữ, ~주조기 máy đúc ~, ~ 주조공 thợ đúc chữ, ~를 주조하다 đúc chữ. ~로 짜다 sắp chữ.
활짝 toang, (넓게)rộng rãi, ~열다 mở toang, 창문을~열다 mở cửa sổ ~, toang hoang cửa nhà
활짝피다 nở toét nhoè.
활주로(공항)đường băng, phi đạo, (경기) đường chạy
활집 túi cung tên

활차(도르래) ròng rọc
활촉 đầu mũi tên
활터 sân tập bắn tên
활판 ván in, ván chữ in, ~인쇄 in máy.
활화산 núi lửa đang cháy (반)휴화산 núi lửa tắt
활활 bừng bừng, đùng đùng, ~타는 지옥불 hỏa ngục ~, 불이~ 타다 lửa bừng bừng, lửa cháy đùng đùng, cháy ngùn ngụt.
활활 타오르는 bập bùng. bùng cháy.
홧김에 lúc nóng giận.
(속) 홧김에 화냥질 한다(화로 인해 이성을 잃다) Nổi giận mà ngoại tình (giận mất khôn).
홧병 bệnh cơn giận
황(노란) vàng, màu vàng, 황갈색 màu nâu vàng, màu hung vàng, 짙은 황갈색 ngăm ngăm, ngăm đen.
황감하여 hết sức mang ơn
황겁(두려움) kinh sợ, kinh hoàng
황고집 ngoan cố, ương ngạnh
황공(송) đáng sợ, kinh dị, 황공하옵니다 폐하 muôn tâu bệ hạ.
황국 hoàng cúc, hoa cúc vàng
황궁 hoàng cung.
황금 hoàng kim, vàng, ~색 màu vàng kim, ~숭배 sùng bái ~, ~시대 thời ~, ~은 만능이다 có tiền mua tiên cũng được, ~알 trứng vàng.
(명)황금도 싫습니다, 은화도 싫습니다, 우리에게 지혜를 주시옵소서 Vàng cũng không thích, châu báo cũng không thích, hãy cầu xin cho chúng ta có trí tuệ.
황금빛 vàng ối(xuộm).
(속) 황금 천냥이 자식 교육만 못하다 (자식교육이 자식의 미래에 재산을 남겨주는 것보다 중요하다) Vàng một ngàn lượng cũng không bằng việc dạy con cái (việc giáo dục dạy dỗ con cái quan trọng hơn là việc để lại tài sản cho con sau này).
황금처럼 귀중한 말을 하다 nói những lời vàng ngọc.
황급하다 khẩn cấp, hấp tấp, lon xon, 황급히 một cách ~, ngấu nghiến, te te. 황급히 찾다 lục tìm, 황급히 하다 làm ùa, 황급히 달려가다 ùa chạy. lon xon chạy về. 황급히 앞서 가다 te te đi trước.
황녀(공주) công chúa,(반) 왕자 hoàng tử
황달(병) vàng mắt, vàng da. hoàng đản. ~에 걸린 ủng.
황당무계한(터무니없는) vu vơ,hão huyền, thăng thiên, hoang đường, ~이야기 câu chuyện ~, chuyện thăng thiên, chuyện hoang đường
황당해하다 luống cuống.
황도(수도) thủ đô, kinh đô
황도(복숭아) qủa đào
황동(놋쇠)chất đồng thau, hoàng đồng.
황량한 hoang vắng, hoang vu, ~들판 cánh đồng ~, ~곳 xứ ~.
황마(식물) ma, ~풀 rau bố(남), rau đay(북)
황막한(황량한) hoang vắng(mạc), hoang vu, ~평야 đồng bằng ~
황망하다 hoang mang, rất bận
황망히 주의를 둘러보는 nhìn dáo dác.
황무지 đất hoang, hoang thổ(địa), ~를 개간하다 khai hoang(canh).
황비(황후)hoàng hậu, hoàng phi
황사(황진) cơn bão cát, bụi vàng

황산 acid sulfuric, lưu toan.
황산염(화학)sun-phát.
황상(폐하)hoàng thượng.
황새 con cò, ~걸음 bước đi sải chân
황색 màu vàng, ~인종 nòi giống da vàng, chủng hoàng.
황성(황도) kinh đô, thủ đô, hoàng thành. thần kinh.
황소(소) con bò, ~걸음 bước chân chậm.
황소개구리 ếnh ương.
(명) 황소 뒷걸음 치다가 쥐 잡는다(뜻 밖의 행운을 얻음) Bò đá hậu bắt được chuột(Chó ngáp phải ruồi).
황손 hoàng tôn.
황송(죄송)한 mang ơn, kinh hoàng
황실 hoàng thất
황야 đất hoang, hoang dã, đồng bằng hoang vu
황어(잉어) cá chép
황열병 bệnh sốt vàng
황옥 hoàng ngọc
황위(왕위) ngai vàng, ngôi vua, ~를 잇다 nối ngôi, ~를 양도하다 thiện nhượng.
황은 hoàng ân, ơn vua
황음 ham mê nhục dục qúa độ
황인종 nòi giống da vàng, hoàng chủng
황제 hoàng đế, vua, (임금)rồng, ~폐하 muôn tâu bệ hạ, ~의 유언 di chiếu, ~의 첩 hoàng phi. ~의 명령 chiếu mệnh. lệnh chỉ, ~의 업적 đế nghiệp, ~의 친족 hoàng thân. ~의 어차 long giá, ~의 마차 thánh giá. 황제의 마차를 경호하다 hộ giá(tất). ~의 방 ngự phòng. ~의 정원 ngự uyển. thượng uyển. ~가 바

꿔다 nhiếp vị, ~가 자리를 물려주다 nhiếp vị. ~의 총애를 받다 được vua sủng ái. ~의 독서 담당관 thị độc(giảng). ~의 숙부 quốc thúc. ~의 정원 thượng uyển. ~의 무덤 u thành. ~의 탄신일 vạn thọ tiết.
황제여 만수무강하소서! thiên tử vạn tuế !
황제의 사자 khâm sứ.
황제의 순행 tuần du.
황제로부터 하사받은 토지 phong địa.
황제의 임명(책봉) sắc phong.
황제의 칙령 sắc chỉ. đan chiếu.
황족 hoàng tộc, hoàng gia
황진(황사) bụi vàng trong không khí
황차(하물며) hơn nữa, huống chi
황천 hoàng tuyền, (지옥)địa ngục, âm phủ, diêm đài, âm ty, suối vàng, ~객 người chết, ~길 đường về ~
황체 loại tế bào, ~호르몬 khích thích tố tế bào
황태자 hoàng thái tử, thế tử, ~비 hoàng phi
황태후 hoàng thái hậu, thánh mẫu, ~의 명령 lịnh chỉ.
황토 hoàng thổ, đất vàng
황폐한 hoang phế, phá hoang, (인적 드문)vắng teo, 황폐케하다 làm cho ~, 황폐하게 버려두다 bỏ hoang. ~ 땅 đất bỏ hoang. ~마을 hoàng thôn. ~집 nhà ọp ẹp. ~길 quãng vắng. ~수림 cây cối xơ hơ.
황하강 sông hoàng hà
황해 biển hoàng hải
황혼 hoàng hôn, bóng tà, lúc mặt trời lặn, chạng vạng, ~이 지다 xuống

황홀(눈이 부심, 마음이 멍함) choáng mắt, mê đắm, mê mẩn
황홀감 sự ngây hồn.
황화(유황)lưu hoàng, (황국)hoa cúc vàng
황화물(화학) sun-phua.
황후 hoàng hậu
홰치다 vỗ cánh, 홰치며 울다~ gà gáy
홰(횃불) đuốc, ánh sáng của đuốc
홰홰(휘두르는)vòng vòng, vung. 단장을 ~휘두르다 vung gậy
홱(날세게) phót, 펄쩍 뛰어 오르다 nhảy ~, 차가 ~지나가다 xe đi nhanh chóng, 공을~던지다 ném bóng mạnh, ~몸을 굽히다 hụp xuống. ~뒤로 돌아서다 quày gót.
횃대(옷거는 막대)giá phơi quần áo
횃불 đuốc, ~을 들다 cầm lấy ~
행하다(정통하다)giỏi thạo, rành, 이곳 지리에 ~ biết rành vị trí này
회(석회)vôi, ~를 바르다 quẹt vôi. 석회암 đá vôi
회(모임)buổi họp, mít ting, hội nghị
회 gỏi, 생선회 gỏi cá
회 (회충) con giun
회(횟수) lần, ván, 3 회 ba lần, lượt, 씨름 한판 một ván đấu vật, 1 회의 분량 phân lượng.
회갑 mừng thọ 60, hạ thọ, hoa giáp, ~잔치 tiệc ~
회개하다 ăn năn, hối cải, 회개의 눈물 nước mắt ~.
회견 phỏng vấn, hội kiến, gặp mặt, 단독 ~ hội kiến riêng, phỏng vấn riêng, (접견)yết kiến, 수상과 ~하다 yết kiến thủ tướng
회계 kế toán, tính toán, ~원 kế toán viên, 출납~원 thủ quỹ, ~감사 kế

tóan kiểm toán, ~장부 sổ ~, 특별 ~ ~ riêng biệt, ~연도 tài khóa, ~담당 tài phú.
회고하다 nhìn lại, hoài cổ, hồi trông, trông lại, 회고록 hồi ký, bản hồi ức, 과거를 ~nhìn lại dĩ vãng, 회고담 nói chuyện dĩ vãng
회고록을 저술하다 soạn hồi ký.
회교 hồi giáo, ~도 tín đồ ~
회관 hội quán, 노인 ~ ~người già
회군하다 rút quân, lui quân
회귀 trở lại, tái hồi, tái hoàn, 회기선 đường hồi qui, ~년(태양년) năm dương lịch, ~곡선 đường vòng ngược lại
회귀열(의학) sốt định kỳ.
회기(기일) ngày về giỗ
회기(시기) phiên họp, kỳ họp, 국회 ~ 중 trong phiên họp quốc hội
회담 hội đàm, 비공식~ ~ không chính thức, 한일~ ~ Hàn-Nhật
회답 trả lời, hồi đáp, 편지로~하다 ~ bằng thư
회당 nhà hội, (예배당)nhà thờ, hội thánh, 성당 thánh đường
회당장 người cai nhà hội.
회독하다 đọc lần lượt
회동하다 nhóm họp, hội họp(đồng), gặp nhau
회람 xem thay phiên, ~문고 sách nhỏ để ~, ~잡지 tạp chí ~
회랑(복도) hành lang
회로(전기)mạch điện, (돌아가는 길)đường về
회로망(전기) mạng.
회뢰(수뢰)hối lộ, đút lót, mua chuộc, ~ 사건 vụ ~
회류(합류) chảy hợp, ~점 chỗ hợp

dòng
회리(회오리)바람 gió lốc
회반죽 nước vôi.
회백색 màu xám tro
회벽 bức tường trát vôi
회보 hồi đáp, báo cáo
회보(간행물)tạp san, ấn phẩm báo, 동창~ tạp san bạn học, (탐방기사)phóng sự xã hội
회복 hồi phục, chữa lành(건강), thu(văn) hồi, khôi phục(경제), 건강이 ~되다 sức khỏe đã ~, 병이 회복하다 khỏi bịnh, 명예를 ~하다 khôi phục lại danh dự, 빠른 ~을 빈다 chúc anh sẽ sớm bình phục, 빠른 ~ mau lành, 질서를 ~시키다 văn hồi trật tự.
회복실 phòng hậu phẫu.
회비 hội phí, tiền ~
회사 công ty, hãng, 항공 ~ hãng hàng không, ~원 nhân viên ~, ~를 운영하다 điều hành ~, ~사장 tổng giám đốc ~, 무역 ~mậu dịch, 건설 ~ ~ xây dựng
회상 nhớ lại, hồi nhớ, hồi(hoài) tưởng, đoái tưởng, ~록 bản hồi ức(ký), tập hồi ký, 과거를~하다 nhìn lại dĩ vãng
회색 màu xám, màu tro, 짙은~ xám xịt
회색빛 xam xám, ~을 띤 hơi xám, nhuôm nhuôm.
회색옷 áo xám.
회생(소생) hồi sinh, sống lại
회서(신) hồi âm, trả lời
회선(전화) mạng điện thoại
회선(빙빙 돌림)xoay vòng, ~포 đại bác quay
회송(환송)gửi lại, trả lại

회수 gom lại, thu lại(hồi).
회수(횟수)lần, nhiều ~ nhiều lần
회수권 thẻ, cùi vé, lớp vé
회시(會試) thi hội.
회식 tiệc, chiêu đãi, ăn cơm chung
회신 hồi âm, thư trả lời
회심(마음에 맞음)tương đắc, ăn ý, vừa ý, ~의 미소를 짓다 cười thỏa mãn
회심(뉘우치는 마음)lòng được ăn năn
회양목(나무)hoàng dương mộc
회오(뉘우침)ăn năn, hối cải, ~의 눈물 nước mắt ~
회오리 bão gió lốc, lốc xoáy, gió xoáy.
회원 hội viên, thành viên, ~카드 thẻ ~, ~국 nước thành viên, quốc gia hội viên, ~의 자격 tư cách ~, ~을 모집하다 chiêu mộ ~, ~명부 danh sách ~, 정~ ~ chính thức, 명예 ~ ~ danh dự, 종신~ ~ chung thân
회유(달램)giải hòa, xoa dịu, dỗ dành, ~책 biện pháp ~, ~정책 chính sách mị dân
회음(함께 마심) uống chung
회음(음부와 항문 사이) chỗ giữa hậu môn và âm hộ, hội âm.
회의 hội nghị, buổi họp, ~실 phòng họp, 국제 ~ ~quốc tế, ~에 참석하다 tham gia ~, ~록 biên bản ~, ~장 hội trường, 국무~ hội đồng nội các, 비밀~ buổi họp bí mật, ~에 아무도 결석할 수 없다 không ai được thiếu mặt trong cuộc họp. ~참석자 thành phần tham gia hội nghị.
회의중 đang họp.
회의(의심)nghi ngờ, tình nghi, hoài

nghi, ~주의 chủ nghĩa hoài nghi
회의 문자(육서의 하나) một loại chữ Hán
회자정리(만나면 반드시 헤어짐) gặp thì phải chia tay(반) 거자필반(헤어지면 반드시 만남)chia tay thì phải gặp lại
회장 chủ tịch, tổng giám đốc, hội trưởng, 삼성그룹 ~ chủ tịch công ty Sam Sung
회장(회의장) hội trường, 박람 ~ nơi triển lãm
회장(장례에 참여함)tham dự lễ tang
회전(답전)điện tín trả lời
회전 vòng, (돌다)quay vòng, xoay, quẹo(quanh), 의자를 돌리다 xoay ghế, 차를 돌리다 quẹo xe, chu chuyển, (윤전) luân chuyển, ~무대 sân khấu quay tròn, ~목마 vòng quay ngựa gỗ, ~날개 rotor, ~의자 ghế quay, ~자금 tiền vốn xoay vòng, 회전포 đại bác xoay, 지구는 태양 주위를 ~한다 trái đất quay quanh mặt trời. 회전기 củ.
회전면 mặt tròn xoay.
회전시키다 xoay tít.
회전동력을 전달하는 축 trục chuyền.
회전(야구) 제 2 ~ lượt thứ nhì
회전금지(교통) cấm rẽ(quẹo).
회중(군중) quần chúng
회중시계 đồng hồ bỏ túi,
회중전등(손전등) đèn bin. đèn cầm tay. ~을 비추다 ló ~.
회진하다 khám bệnh chu kỳ
회집하다 tập họp, hội họp lại
회초리 cây roi, roi vọt, tiên, ~로 때리다 đánh bằng ~, đòn vọt.
회춘 hồi xuân, ~약 thuốc ~

회충 con giun đũa, ~약 thuốc tím(sán)
회칙 quy tắc hội nghị
회칠하다 tô trắng.
회포(품은 생각)tư tưởng trong lòng
회피 tránh khỏi, lẩn tránh, trốn tránh, trút, ~할 수 없는 không thể ~, 책임을 ~하다 trút trách nhiệm.
회한(뉘우침)hối hận, ăn năn, ân hận, ~의 눈물 nước mắt ~
회합하다 nhóm họp, hội họp
회항하다 tàu trở về, tàu đi khắp nơi
회향(고향을 그리워 함)nhớ nhà, nhớ quê, ~병(향수병) bệnh nhớ nhà
회향(귀향) hồi hương.
회화 đàm thoại, nói chuyện, hội thoại, 영어 ~ ~ tiếng Anh, 그는 영어 ~를 잘한다 anh ta nói chuyện tiếng Anh giỏi
회화(그림)bức tranh, bức(hội) họa, tranh ảnh, ~전람회 buổi triển lãm mỹ thuật
회화재료(색연필등) màu phấn.
회회교(회교) hồi giáo, ~ 도 tín đồ ~
획(돌다) quay nhanh chóng, ~불다 thổi mạnh
획(자획)nét chữ, 세 ~으로 된 글자 một chữ có 3 nét, 획수 số nét
획 지나가다 vút qua, 차가 ~ xe ~.
획기적(역사적)kỷ nguyên mới, ~사건 một biến cố lịch sử
획득 đắc, giành, giật, ~물 vật được lượm, 한점을 ~하다 giành được một điểm
획연하다(구별이 분명하다) riêng biệt rõ, cụ thể, 획연히 một cách cụ thể
획일(한결같음) giống nhau, ~화 tiêu chuẩn hóa, ~주의 chủ nghĩa nguyên tắc

획정 phân định, hai nước quốc cảnh을 ~하다 ~ ranh giới hai nước
획책하다(일을 꾸미다)lập mưu kế, âm mưu
횟돌(석회암) đá vôi
횟수(번) phen, lần, 이번에는 lần này. ~를 줄이다 bớt lần.
횡경막(해부)hoành cách mạc, cách mô. cơ hoành.
횡단 đi ngang đường, băng qua, băng ngang, đi ngang qua, xuyên, 기차가 시베리아를 ~하다 xe lửa xuyên qua xi-bê-ri. ~보도 chỗ qua đường, 대양을 ~하다 vượt qua đại dương, ~금지 cấm qua đường
횡단열차 xe lửa xuyên.
횡대(가로)hàng ngang (반) 종대(세로) hàng dọc
횡령 biển thủ, đánh cắp, gian lận, 공금을~하다 biển thủ công qũy, ~자 kẻ ~, ~죄 tội ~, ~한 재산 hoành tài.
횡류(부정한 판매)bán hàng bất hợp pháp
횡보다(잘못보다) nhìn sai
횡사 chết giẫm, (변사)chết vì tai nạn, chết bất ngờ
횡서(가로쓰기)viết ngang(반)종서 (세로쓰기) viết dọc
횡선(가로줄) hàng ngang
횡설수설 lan man, nói càn, nói bậy, xàm bậy.
횡액 tai họa bất ngờ, ~을 만나다 gặp ~
횡자표(횡선) hoành độ.
횡재 vận may bất ngờ, hoạnh tài, ~다 gặp ~
횡포(난폭) bạo tàn, bạo ngược, bạo lực, hoạnh họe. 횡포스러운 ngược bạo. ~를 부리다 tác oai tác quái.
횡행하다 hoành hành, lan tràn
효(효도)hiếu thảo(đạo), lấy thảo, chữ hiếu, báo hiếu, (반) 불효 bất hiếu, ~로 부모를 봉양하다 hiếu dưỡng. ~를 다하다 thờ phụng, 연로하신 부모님께 ~를 다하다 thờ phụng cha mẹ già.
부모에게효도하다 làm hiếu thảo với cha mẹ, 효도를 다하다 định tỉnh.
효과 hiệu qủa, công cán. ~가 있다 có ~, ~가 뚜렷한 linh nghiệm, ~가 뛰어난 약품 thuốc men linh nghiệm. thuốc thần hiệu.
효과없는 vô hiệu, 약을 먹었으나 효과가 없는 thuốc uống ~.
효과적인(유효한) thành hiệu.
효과가 뚜렷한 환약 linh đan.
효녀 hiếu nữ, con gái hiếu thảo, 효자 hiếu tử
효능 hiệu năng, hiệu qủa, ~이 있다 có ~, ~이 뛰어난 약 thuốc thần tiên.
효력 hiệu lực, ~을 발생하다 phát sinh ~. 효력을 마비시키다 phép ếm.
효모 men, rượu의 ~ men rượu, ~균 men nấm
효부 con dâu hiếu thảo
효성(부모에대한 조석의무) thần hôn.
효성스럽다 hiếu thảo, 효성스런 thảo, thảo hiền, có hiếu. 효성있고 감사할줄아는 hiếu nghĩa. 효성스러운 아들 con thảo.
효성(샛별)sao mai, 금성 sao hôm
효소 chất men, men sứ, diếu mẫu.
효수(목베어 매달다)treo đầu, bêu đầu
효시(최초)khởi đầu, ban đầu
효심 lòng hiếu thảo, hiếu tâm.

효용 hữu dụng, hiệu quả tốt, ~이 있다 có hiệu quả
효율 hiệu suất, (효력)hiệu lực, năng lực, 사용 ~~ sử dụng.
효자 hiếu tử, con trai hiếu thảo
효행 đạo làm con, lòng hiếu thảo
효험(효력)hiệu lực, hiệu quả, hiệu nghiệm, ~이 있다 có hiệu quả, ~이 있는 약 thần đơn.
후 불다 thổi nhẹ
후(후에) sau, sau khi, 이틀 ~에 hai ngày sau, 그후 sau đó, 2,3 일후 에 vài 3 ngày sau
후각 khứu giác, ~기관 cơ quan ~, ~신경 thần kinh ~
후견인 người bảo trợ, thủ hộ, người giám hộ
후계 thừa kế, ~자 người ~, thừa tự, kẻ kế tự, 후계자를 세우다 lập tự. 그는 후계자 없이 죽었다 nó chết không người thừa kế.
후계자 없는 không người thừa tự.
후고(뒷날의 근심)lo âu nghĩ cho tương lai
후관(후각기관)cơ quan khứu giác
후광 hào quang, quang bối, quầng. (태양의) ~ mặt trời
후궁(여왕의 궁전)hậu cung, (후비) hậu phi, tì thiếp.
후끈하다 nóng, nóng bừng
후기 thời kỳ sau, hậu kỳ. thời kỳ cuối, giai đoạn sau, ~환자 bệnh nhân giai đoạn cuối
후기(추신) tái bút
후년 năm sau, 내 ~ 2 năm sau
후딱(빨리)nhanh chóng, mau lẹ
후닥닥(급히)khẩn cấp, hối hả
후대 đời sau, thế hệ tương lai

후대에 전하다 truyền thế.
후대하다 tiếp đãi nồng hậu, hậu đãi, trọng đãi, 후대받다 được hậu đãi, 외국손님을 ~ trọng đãi khách ngoại quốc.
후덕한 tốt bụng, hiền lành, ~ 사람 người ~
후대해주다 khoản đãi
후덥지근한 ui ui, oi bức. hơi nực nội,(반)시원한 mát mẻ.
후두(해부)thanh quản, yết hầu, (뒤통수)chẩm, hậu đầu.
후두개(해부) tiểu thiệt.
후둑후둑(툭툭) soi lộp độp. 비가 ~ 내리다 mưa rơi ~.
후드득거리다(방정떨다)hành động nông nổi, nhẹ dạ
후들거리다 rung, rung mình, run rẩy
후띠우(베트남 음식)hủ tiếu.
후라이팬 chảo, nồi rang, quánh, ~에 놓다 bắc chảo
후략 bỏ sót còn lại
후레아들(자식) kẻ mất dạy, gã vô giáo dục
후려치다 đánh, quất, 후려갈기다 quật, tát tai. tạt tai.
후련하다(홀가분하다)nhẹ mình, làm nhẹ bớt,(반) 답답하다 ngột ngạt. bức bối.
후렴 khuôn nhạc, điệp khúc, đoạn điệp
후루룩마시다 uống xì xụp
후리다(꼬시다)tán gái(남), cua gái(북)
후리후리하다 cao lêu nghêu, cao và gầy
후면 mặt sau,(반)전면 mặt trước
후문 cổng sau, cửa sau,(반)앞문 cổng trước
후문(뒷소문)tiếng đồn sau cùng

후물거리다(씹다)nhai trệu trạo
후미 chóp đuôi, đoạn cuối
후미등 đèn sau.
후미진 hẻo lánh, ~곳 chỗ ~
후박나무 sến.
후반 phần sau, hậu bán, 20 세기 ~ hậu bán thế kỷ 20, ~전(경기)hiệp sau(반)전반전 hiệp đầu
후방 hậu phương(tuyến), (반) 전방 tiền phương, ~으로 물러서다 lùi ra ~, ~근무 công tác ~, ~공격 đánh bọc hậu, ~미등 đèn hậu(sau). ~ 근거지 hậu cứ. ~의 원조 hậu viện. ~군 quân hậu bị. 후방을 교란(공격)하다 tập hậu.
후배 đàn em, hậu bối(반)선배 đàn anh, tiền bối, 학교의 ~ đàn em cùng trường
후벼내다 nạo, 귀를 ~ ~ lỗ tai.
후보 ứng cử, ~자 ứng cử viên, hậu tuyển, 대통령 ~ ứng cử tổng thống, 공천~ ứng cử tiến cử, ~를 알리다 báo danh. ~자 기호 số báo danh.
후부 phần sau, đoạn sau, (배의) đuôi sau
후불 trả tiền sau
후비(궁) hậu cung.
후비다 ngoáy, 귀를 ~ ~ tai, bới lên,
후사(뒷일) hậu sự, công việc về sau
후사(후계자)người thừa kế. kẻ nối dòng. ~가 없는 đoạn hậu.
후사(사례)ban thưởng đầy đủ, hậu tạ
후산(뒷산)núi ở đằng sau
후산(태반이 산후에 나옴)cái nhau ra sau
후살이(여자의 재혼)tái hôn, tái giá
후생사업 công việc phúc lợi xã hội, 후생시설 phương tiện phúc lợi
후생(다음세대)thế hệ sau, đời sau, (후배) đàn em, hậu bối
후세 hậu thế, đời sau, hậu sinh, ~에 이름을 남기다 lưu danh, để lại tên cho hậu thế, ~에 전하다 lưu truyền.
후세에 전해지지 않은 thất truyền. ~ 약 제조술 bài thuốc ~.
후세대 hậu thế.
후속 tiếp theo, ~조치 biện pháp ~
후손 con cháu, hậu duệ, hậu côn.
후송 gửi đến hậu phương, gửi lần sau, vận xuất.
후술하다 đề cập sau, nói đến sau
후식(디저트)đồ tráng miệng, 전식(처음 음식) khai vị, 정식(본음식)món chính
후신 hậu thân
후신경(후각)thần kinh khứu giác
후실(첩) vợ bé, vợ hai, vợ thứ
후안(철면피)mặt dày, mặt dạn, vô liêm sĩ, ~무치의 mặt dày mặt dạn.
후에 sau, sau này, rồi đây. ~ 말하다 nói sau.
후열 hàng sau
후예 hậu duệ, con cháu
후원 vườn sau, sân sau
후원하다 ủng hộ, đỡ đầu, bảo trợ, hậu thuẫn, tài trợ, 후원자 người bảo trợ, 후원회 hội bảo trợ, 후원금 tiền quyên góp.
후원육성자 cha đỡ đầu.
후위(군대)hậu quân(đội), (경기)hậu vệ
후유증 di chứng(họa), di tật, hậu qủa, 출산 ~ hậu sản
후은 ơn đặc biệt, đặc ân

후의 lòng qúy mến
후일 ngày sau, ngày khác, ~에 trong tương lai, về sau, mai sau.
후임자 người kế tiếp, người kế vị, người thừa kế, (반) 전임자 người phụ trách trước
후자 người sau, (반)전자 người trước
후작 hậu tước, ~부인 phu nhân ~
후장 buổi chợ chiều(반)전장 chợ sáng
후조(철새) chim di trú
후주 chủ sau, 전주 chủ trước
후줄근하다 ướt mềm
후진(후군)hậu quân, (후배)hậu bối, (후진성) lạc hậu, 후진국 một nước lạc hậu(chậm tiến)
후진하세요 cho xe lui
후처(첩)vợ bé, vợ sau, vợ hai
후천적 tính chất đến sau(반)선천적 bẩm sinh
후추 hạt tiêu, ~가루 tiêu bột, tiêu, ~를 뿌리다 rắc ~. ~를 갈다 xay tiêu.
후취(재취) vợ bé, vợ hai
후탈(해산의)hậu sản, (사건의)hậu quả
후덥지근하다 ui ui, không thóang khí
후퇴하다 lút lui. lùi ra sau, lui ra, lui lại. thối(lui) binh. thoái, tháo lui. (반) 전진하다 tiền tiến, 군대를 후퇴시키다 thoái quân.
후패한 hủ bại.
후편(뒤쪽) mặt sau, mặt hậu, (영화,책)tập cuối
후하다 hậu đãi, hậu hĩ, có lòng tốt, 후하게 대접하다 tiếp đãi hậu hĩ, đãi ngộ.
후 하고 불다 thổi phù.
후후 불다 thổi xì xụp.
후학 đàn em, hậu bối
후한(관대한)hậu hĩ.

후환 hậu họa(hoạn), hậu quả xấu, ~을 남기다 gieo họa, ~을 없애다 giũ sạch tai họa
후회하다 hối hận(tâm), ân hận, hối tiếc, nuối tiếc. hậu(tự) hối. 후회해도 소용없는 hối bất cập. 그를 속인 것을 후회한다 tôi lấy làm tiếc đã đánh lừa nó.
(명)후회는 인생의 종양이다 Hối hận là khối u của đời người.
후후(의성어) vù vù.
후후년 3 năm sau
훅 불다 thổi gió mạnh
훅훅 phù phù, 불을~불다 thổi lửa ~.
훈(테) hào quang
훈계 khuyên răn, răn dạy, khuyên bảo, khuyên dạy, răn đe.
훈공 kỳ tích, kỳ(huân) công
훈기 không khí ấm áp, 몸의~ thân nhiệt
훈도(가르침)sự giảng dạy, đào tạo
훈련 huấn luyện, tập luyện, rèn luyện, diễn tập, ~교관 ~ viên, 군사훈련하다 diễn tập quân sự. ~장교 sĩ quan hành huấn.
훈련생 học viên
훈련소 trường huấn luyện, 신병~~ tân binh
훈령(명령,지시)chỉ thị, mệnh lệnh
훈민정음(백성을 가르치는 바른 소리; 한글) huấn dân chính âm, tiếng Hàn
훈방하다 khuyên răn rồi thả cho
훈수(바둑)lời mách nước, gợi ý bóng gió
훈시 huấn thị, chỉ dạy
훈육 đào tạo, rèn luyện, giáo dục
훈장(글방의 스승) thầy giáo làng

훈장 huân chương, huy chương, bội tinh, 최고~ bội tinh tối cao, ~을 수여하다 tặng thưởng ~, ~을 달다 đeo ~
훈제품(훈제하여 만든) hàng hun khói
훈증 소독하다 xông hơi.
훈풍 làn gió ấm áp(êm dịu)
훈화 lời huấn thị, châm ngôn
훈훈하다 ấm cúng, ấm áp
훌닦다(몹시 꾸짖다) nhiếc móc
훌떡(홀딱) 벗다 cởi hết quần áo
훌라댄스 vũ điệu Hu la
훌륭한 tốt đẹp, hiển đạt. vĩ đại, long trọng, lương hảo, xuất sắc, xuất chúng, nổi bật, giỏi giang, ~생각 mỹ ý, ~인물 nhân vật ~, ~성과 thành qủa ~, ~학자 học giả lỗi lạc, ~사업 sự nghiệp chói lọi, 훌륭하게 성장하다 khôn lớn, ~음식 giai hào,~가문 vọng tộc, thế gia vọng tộc, ~일을 하고자하나 실제로 능력이 없는 lực bất tòng tâm, ~재주 tài oanh liệt, hoành tài, ~문학작품 giai tác. danh bút. ~외모 diệu tướng.
훌륭하게 성공하다 hiển đạt.
(명)훌륭한 사람들은 실수를 통해 현명 해 졌기 때문에 훌륭한 것이다 Những người vĩ đại thông qua thất bại mà sáng suốt hơn chính vì thế họ vĩ đại.
(명)훌륭한 지도자는 임무를 수행 할 때가 아니면 부하들 위에 서는 일이 없다 Người lãnh đạo tài giỏi nếu không phải là lúc thực thi công việc thì không bao giờ đứng trên đầu cấp dưới.
(명)훌륭한 충고로 득을 보려면 충고를 하는 사람보다 더 현명해야 한다 Muốn tìm lợi ích từ một lời khuyên tài giỏi thì phải sáng suốt hơn người khuyên lời nói đó.
훌륭한 덕 thục đức.
훌륭한 사람이 되다 ra người.
훌륭한 아이디어 sáng kiến.
(명)훌륭한 판단이란 다이어몬드와 진주처럼 이 세상에서 희귀한 것이다 Trên thế gian này, phán đoán sáng suốt giống như là kim cương và châu báu, không có gì quý hiếm bằng.
훌쩍 말에 오르다 phóng lên ngựa, 물을 훌쩍 마시다 hớp nước
훌쩍거리다 khụt khịt, sịt. 코를 ~ sịt mũi. 훌쩍훌쩍 울다 khóc nức nở, khóc sùi sụt,
훌쩍거리며 울다 khóc sùi sụt.
훌쩍이며 너절하게 말하다 sụt sùi kể lể.
훌쩍훌쩍 티 tê, ~울다 khóc ~.
훌쭉한 quều quào. ngẳng(반)뚱뚱한 béo, ~얼굴 mặt võ.
훌쭉해지다 xẹp xuống.
훌훌 날다 bay bổng, 훌훌 벗다 cởi ra áo
훑다 đập, tước, 벼를~ đập lúa
훑어보다 nhìn lướt qua.
훔치다 ăn trộm, lấy cắp(lén), lấy trộm, ăn cắp vặt. trầm, thầu, (속어) khoắng. 남의 물건을~ ~ đồ người khác,(닦다)lau chùi, 몰래 돈을 훔쳐내다 trầm món tiền, 훔쳐가다 (모두)dọn sạch.
훔쳐보다 nhìn xoáy. ngó trộm.
훔친물건 của hôi, của gian, đồ ăn cắp. ~을 숨기다 chứa đồ ăn cắp.

홈켜(움켜)잡다 nắm chặt, túm chặt
훗날 vài ngày sau, ~에 trong tương lai
훗일(뒷일)việc mai sau(tương lai)
훤칠하다(키) cao lêu nghêu
훤하다(먼동이 틀 무렵)lờ mờ, (앞이 탁 트이다)mở rộng, (얼굴이)điển trai tươi mát. (통달)thông thạo
훤히 알다 thông tỏ, 강의 모든 지류를 훤히 알고 있다 ~ mọi luồng lạch trên sông.
훨씬 nhiều, chắc chắn, ~나아지다 tốt hơn rất nhiều, 이것이~낫다 cái này tốt hơn nhiều, ~멀다 xa hơn ~
훨훨(훌훌) đùng đùng, ~ 털고 나가다 ~ bỏ đi ra ngoài.
훨훨날다 bay bổng, 훨훨타다 bừng bừng
훼방하다 ngăn cản, làm trở ngại, giao thoa, 교통을~ ~ giao thông, 내 일을 훼방하지 마라 đừng ~ công việc tôi, 훼방물 vật chướng ngại
훼방놓다 thọc sâu.
훼손하다 hư hại(hoại), tổn thương, phá hủy, bôi nhọ, phỉ báng, làm mất, 명예를~ làm mất danh dự
휑하다 trống không, trống rỗng
휘(시호) hèm. tên hèm.
휘갈겨 쓰다 viết ngoáy(thau tháu), ~ 쓴 글씨 chữ như gà bới. 너무 휘갈겨 써서 읽어낼 수가 없다 viết tháu quá đọc không ra.
휘감기다 bị quấn, vương víu, vướng mắc, mắc phải, 휘감다 quấn, cuốn lại.
휘감치다(바느질)vắt sổ.
휘날리다 phất phơ, đùa, (명예를)vang dội, vang lừng, 나뭇잎이 바람에 ~ lá bị gió đùa, 깃발이 바람에~ lá

cờ bay phất phơ
휘늘어지다 rũ xuống
휘다 cong, bị cong, oằn, 나뭇가지가 ~ cành cây ~
휘돌다 quay lộn, xoay vòng
휘두르다(칼) vung, vung tay, (정신을)làm xáo trộn, (무기등을) múa, 칼을 휘두르다 múa gươm.
휘둥그래지다 mở to mắt ra, trợn trắng mắt
휘말리다 bị quấn lại, bị cuộn lại
휘몰다 đẩy mạnh, xúc tiến, theo đuổi
휘발유 xăng, dầu, 휘발성의 dễ bay hơi, ~통 phuy xăng.
휘선(밝게 빛나는 선) tia sáng
휘슬(휘파람)húyt sáo, (호각)tiếng còi
휘어감다 khoanh tròn.
휘어들다 bị ép buộc
휘어잡다 cầm, nắm trong tay, kiểm tra
휘어지다 bị cong, bị vẹo, uốn cong
휘우뚱거리다 lung lay, mất thăng bằng
휘일체어 xe lăn
휘장(커텐)màn cửa, màn che, ~을 치다 kéo màn, (훈장) huy chương
휘적거리며 걷다 đi vênh mặt, 휘적휘적 걷다 đi khoa tay múa chân
휘젓다 vung tay, quậy, quơ tay, khuấy đảo, 휘저어 놓다 khuấy động
휘주근하다(늘어지다)rũ xuống, (지쳐서) chết mệt
휘지다(기운이 빠지다) kiệt sức
휘지비지(흐지브지) 되다 trở nên mơ hồ
휘청거리다 đi lảo đảo, đi loạng choạng, đi chập choạng. ngất ngưởng.
휘파람 húyt sáo, tu hít, ~을 불다 húyt

sáo, xúp lê.
휘하 cấp dưới của một chỉ huy trưởng ...을 휘하에 두다 trù úm.
휘호(휘필) lối viết, văn phong. (시호) tên húy. tên cúng cơm.
휘황찬란한(축제의)tưng bừng, chói lọi, rực rỡ, ~빛 ánh sáng ~.
휘휘감다(실을) quấn sợi chỉ
휘휘한(적막한) hoang vắng
획(의성어)vun vút.
획 바람이 ~불다 gió thổi rít, 돌을 ~던지다 ném đá nhanh nhẹn, 문을 ~ 열다 mở toang cửa
휩싸다 gói lại, (비호)bọc lại, bảo vệ
휩싸이다 bao lại, bao quanh, bị cuốn vào, 불길에~ bị lửa bao quanh
휩쓸다 cuốn, 파도에 휩쓸리다 bị sóng cuốn sạch.
휩쓸리게 하다 can liên.
휩쓸어가다 trốc, 폭풍우가 지붕을 ~ bão ~ mái nhà.
휴가 ngày nghỉ, 여름 ~nghỉ hè, 유급 ~ nghỉ ăn tiền, nghỉ phép ăn lương, ~중에 trong thời gian nghỉ phép, ~병 lính nghỉ phép.
휴간하다 ngừng xuất bản
휴강하다 nghỉ giảng bài, không cho bài giảng
휴게(쉬다)nghỉ ngơi, ~실 phòng nghỉ, ~시간 giờ giải lao
휴경지 đất hưu canh.
휴관하다 đóng cửa, 금일 휴관 hôm nay ~
휴교 nhà trường tạm đóng cửa, ~하다 tạm thời đóng cửa trường.
휴대전등 đèn bin(bấm).
휴대하다 cầm tay, 휴대용 라디오 radio ~, 휴대품 vật dụng cá nhân, những vật tùy thân, (여 행용) hành trang. 휴대품 보관소 phòng giữ vật dụng cá nhân
휴대식기(군대용)ca uống nước.
휴대폰(이동전화기)điện thoại di động (cầm tay), 휴대전등 đèn bin(bấm).
휴등 tắt đèn tạm thời
휴식 nghỉ ngơi, giải lao, yên nghỉ, tịnh dưỡng, yến tức, ~시간 giờ giải lao, 잠깐~하다 nghỉ một chút, ~ 처 trạm(quán) nghỉ. ~을 얻다 rảnh tay.
휴양 thư giãn, dưỡng sức, ~지 nơi ~, nơi nghỉ mát, trung tâm giải trí
휴업하다 đóng cửa, nghỉ, không làm việc, 금일휴업 hôm nay nghỉ
휴매니티(인간성)tính con người, lòng nhân đạo.
휴머니스트(인도주의자)người chủ nghĩa nhân đạo
휴머니즘(인도주의)chủ nghĩa nhân đạo
휴양하다 hưu(an) dưỡng. tiêu khiển.
휴일 ngày nghỉ, ~근무 làm việc vào ~, 임시 ~ ~ đặc biệt
휴전(송전 중단) cúp điện, ~일 ngày ~
휴전(전쟁을 멈춤)đình(hưu) chiến, thôi bắn, ~조약 điều ước ~, ~회담 hội đàm ~, ~교섭 dàn xếp ~
휴정(법원)tòa tạm nghỉ, ~일 ngày không xử án
휴지(화장지)giấy vệ sinh, giấy vụn, ~ 통 thùng giấy vụn, giỏ giấy, sọt giấy, thùng rác(남), sọt rác(북), ~ 조각 giấy rách(lộn), nùi giấy,
휴지부(쉼표) dấu phết, dấu nghỉ, dấu lặng.
휴직하다 nghỉ việc, thôi việc

휴진하다 ngừng khám bệnh, 금일 휴진 hôm nay nghỉ
휴학 tự nghỉ học, ~생 học sinh nghỉ học
휴한지(휴경지) đất bỏ hoang
휴항하다 ngừng chuyến đi
휴화산 núi lửa tắt
휴회 tạm ngừng hội nghị, ~중 đang tạm ngừng
휼계(흉계) âm mưu, mưu mô(chước).
흉(흉터)vết sẹo, (결점)sai sót, khuyết điểm, 흉터가 아직 남아있다 sẹo vẫn đang còn. (불행) rủi ro.
흉가 nhà có ma
흉계 âm mưu tai quái, lá bài, ~를 꾸미다 gây âm mưu, bày âm mưu, lập mưu
흉골(가슴뼈) xương ức, mỏ ác.
흉곽(가슴) ngực
흉금(마음속) tấm lòng, tâm can, ~을 털어놓다 bày tỏ, thổ lộ
흉기 vũ khí phá hoại, vũ khí giết người
흉내내다 bắt chước, học theo, làm theo, theo đuôi(đòi), nhái giả.
흉년 năm mất mùa, năm đói kém, thất mùa,(반)풍년 năm được mùa, ~들다 mất (thất) mùa.
흉노(몽고) Hung nô. ~족 rợ ~.
흉도(악당)lưu manh, côn đồ, (폭도) kẻ bạo lực
흉몽(악몽)ác mộng, (반)길몽) mộng điềm lành
흉물 người xảo trá, người độc ác
흉배(관복에 붙이던 표장) mạo trụ. (가슴과 등) ngực và lưng.
흉벽 lồng ngực
흉변(재앙) tai ách, tai họa, ~을 당하다 bị tai họa
흉보 tin báo tử, tin xấu,(반)길보 tin lành
흉보다 gièm pha, dị nghị, tai tiếng
흉부(가슴) ngực, ức, ~고기(닭) thịt ức.
흉사 thảm họa, cái chết người
흉상 mặt xấu xí, diện mạo xấu xa,(반)길상 bộ mặt đẹp
흉상(상반신) vòng ngực, tượng bán thân, phần trên cơ thể.
흉악한 hung ác(hãn), dữ tợn, thâm độc, 흉악범 tội phạm độc ác, hung thủ(phạm)(살인범).
흉악한 âm mưu thâm độc.
흉악범을 뒤쫓아 체포하다 tầm nã hung thủ.
흉위(가슴둘레)đường vòng quanh ngực, vòng ngực, 넓은~ vòng ngực rộng
흉일 ngày xấu, (반)길일 ngày lành
흉작 vụ mất mùa, sự thất mùa, đói kém, thất bát, (반)풍작 năm được mùa, ~의 해 năm mất mùa, ~이 되다 thất mùa.
흉잡다 xoi móc, bới móc, xoi mói, ~잡히다 bị ~
흉장(훈장) huy chương
흉장(쌓은 담벽)bờ tường cao đến ngực
흉조 điềm xấu(rủi ro), điềm gở, (반)길조 điềm lành
흉중(마음) lòng ngực, tâm can, tấm lòng, ~에 trong lòng
흉측하다 xấu xa, ác độc
흉탄 phát đạn của côn đồ, ~에 쓰러지다 bị chết do một côn đồ
흉터 vết sẹo, theo, ~가 생기다 thành sẹo, ~가 많은 얼굴 mặt đầy theo.

그 ~ 는 아직도 남아있다 vết thẹo vẫn còn.

흉포하다 tàn bạo, hung ác(bạo). hung hăng.

흉하다 xấu, không đẹp mắt, 흉한꿈 ác mộng, 보기 ~ dáng vẻ xấu. 흉한 가옥 nhà cửa tồi tàn.

흉한(조잡한) xá xíu.

흉한(악한)lưu manh, côn đồ, (암살자)kẻ ám sát

흉행 bạo hành, bạo lực, (살인)giết người

흉허물 tội lỗi, sai lầm, thiếu sót, ~이없다 (친하다) thân mặt, thân thiết

흉흉하다 trong trạng thái kinh hoàng, hoang sợ

흐느끼다 nức nở, thổn thức, 흐느껴 울다 khóc ~, khóc rưng rức, thút thít, xì xụt, 흐느끼며 말하다 ~ nói, 이불 속에서 ~ thút thít trong chăn. 몇시간이고 흐느껴 울다 xì xụt hàng giờ.

흐느적거리다 rung rinh, lắc lư nhẹ

흐늘거리다(빈둥거리다) la cà, chơi rong, 흐늘흐늘한 bụng nhụng.

흐들갑(호들갑)스럽다 móng môi, ba hoa, ba tám

흐려지다(날씨)có mây, đầy mây, u ám, (비로)vần vũ, (눈이)lờ mờ, nhìn không rõ, (의식등이) quẫn. (물)lợn cợn, (희미해지 다)xóa nhòa, 친구의 기억이 ~ hình ảnh bạn cũ bị xóa nhòn, 흐려진 물 nước lợn cợn, 흐려진 거울 gương lòa.

흐르다 chảy, tóa, túa, trào ra, 물은 항상 낮은 곳으로 흐른다 nước thường chảy xuống chỗ trũng, (세월이)trôi qua, trôi đi, thấm thoát.

새월이 빨리 흘러간다 ngày tháng trôi qua nhanh, 흐름 dòng chảy. 땀이 ~ mồ hôi tóa(túa) ra. đổ mồ hôi.

흐름에 따르다(맞추어)xung giòng.

흐르는 물 nước chảy, hoạt thủy.

흐리다 mờ, vẫn đục, không sạch, đục ngầu, (반) 맑은 trong sạch, (날씨)u ám, có mây, đầy mây, (희미하다)lờ mờ

흐린 날씨 trời có mây.

흐린 녹색의 xanh lá mạ.

흐리다(말끝을)nói mơ hồ(lập lờ)

흐리멍텅한 mập mờ, lờ đờ, mơ hồ, ~ 눈 mắt lờ đờ, ~ 하게 chủng chẳng.

흐리터분하다 tối mờ, không rõ ràng

흐릿하다 hơi mờ, 흐릿하게 듣다 nghe văng vẳng.

흐무러지다(너무익다)chín nẩu, chín mùi, (물에불어서)nhũn nhùn, quá mềm

흐물흐물하다 chín rục, chín mùi

흐뭇하다 hài lòng, vui lòng

흐뭇이 một cách vui lòng

흐지부지 trở nên mơ hồ, không chủ tâm

흐트러뜨리다 tung, rải rắc, phân(phá) tán, 머리를~ rối bời mái tóc, (정신을) xao lãng

흐트러진 rối tung, rắc, ~머리 mái tóc ~.

흐트러짐 없이 lui cui

흑(색) màu đen

흑갈색 sồng.

흑내장(의학) thong manh.

흑단 gỗ mun, ~처럼 검은 đen ~.

흑두루미 con sếu đen.

흑마 ngựa ô(반)백마 bạch mã

흑막(내막)bên trong, nội bộ
흑발 tóc đen(xanh).
흑백 trắng đen, hắc bạch, ~사진 ảnh đen trắng, ~영화 phim ~, ~을 가리다 làm rõ ~, bóc trần. ~독사 rắn cạp nia.
흑사병(페스트) bệnh dịch
흑사탕 kẹo đen,
흑설탕(굵은)đường cát, đường thô
흑색 màu đen, ~인종 chủng tộc da đen
흑심 lòng đen, ý đồ xấu
흑암(몹시 어두움)đen tối, hắc ám
흑연 chì đen, than chì, thạch mặc.
흑인 người da đen, lê dân, ~해방 giải phóng ~. ~영가 lời ca của ~. ~노예 hắc nô, 흑인종 hắc chủng.
흑자 lợi nhuận cao(반)적자 thâm hụt, 재정이 흑자다 tài chánh có lợi nhuận
흑점 vết đen, chấm đen
흑책질(방해)cản trở, gây trở ngại
흑탄 than đen
흑토 đất đen
흑판 bảng đen, hắc bảng. ~지우개 bôi bảng
흑해 biển đen, hắc hải.
흑흑 느껴울다 khóc nức nở, khóc hu hu.
흔들거리다 chao đảo, thõng, 배가~ thuyền ~, 나무에 앉아서 발을 ~ ngồi trên cây thõng chân.
흔들다 vẫy, vẫy vẫy, lay, lắc, ve vẫy, 병을 ~ lắc chai, 손을 ~ ~tay, 꼬리를 ~ ~ đuôi, 손수건을 ~ ~khăn
흔들어 주다 lắc cho. 흔들어 헹구다 chao.
흔들리다 lay động, lay chuyển, lung lay, long lay, run. chuyển động,

rung, chao đảo, chòng chành, (좌우로) lắc lư, 배가 ~ thuyền lắc lư, (동요) dao động, (바람에) đu đưa, 나뭇가지가 바람에 ~ nhánh cây đu đưa trước gió, (가볍게)lay lay, (땅이)rung chuyển, run đất. lúc lắc, (물결이)rung rinh, 흔들리게 하다 rúng động.
흔들려 움직이다 rung. 식탁을 흔들다 ~ bàn.
흔들리는 long, ~ 이빨 răng long. xi nguy, ~ 다리 cầu run.
흔들흔들하다 đung đưa. đong đưa.
흔들흔들하는 의자 ghế xệu xạo.
흔들어 주다 đung đưa
흔들의자 ghế xích đu, ghế bập bênh
흔연하다(흐뭇하다) vui sướng, hài lòng, 흔연히 một cách vui vẻ
흔적 vết, dấu vết, vết tích, ngấn, dấu ấn. tung tích. lẳn, tăm dạng. 눈물의~ ngấn lệ, 채찍의 ~ lằn roi. ~을 놓치다 thất tích. ~을 뒤따르다 theo dấu.
흔전만전(넉넉한)phong phú, sung túc
흔전하다 phong phú, dồi dào
흔쾌하다 vui lòng, hân hoan, vui vẻ
흔하다 có nhiều, tầm thường, vô khối
흔히 có nhiều, vô khối, ~있는일 công việc thông thường
흘겨보다 liếc, liếc háy, liếc mắt, ngấp ngó
흘끗보다 ngấp ngó, liếc nhìn, trông qua, (흘끔 보다) nhác trông.
흘기다 liếc trộm, liếc sắc bén
흘러들다 chảy vào
흘러가다 trôi qua, ròng. 세월이~ ngày tháng ~
흘러나오다(넘쳐흐르다) tuôn ra.

흘러내리다 trào ra, chảy xuống, chảy tràn ra.(머리카락이)xõa xuống.
흘러넘치다 ứa. lênh láng, 눈물이~ nước mắt ứa ra.
흘려쓴 글자 chữ viết vẹo vọ.
흘리다 trào ra, đổ, 눈물을 ~ nước mắt ~, chảy nước mắt, 책상 위에 잉크를 ~ làm đổ mực trên bàn, 귓전으로~ không để nghe
흘레(교미)giao hợp, dụ(씹하다), 씹할 놈아! đụ mẹ!
흘쩍(훌쩍)거리다 khụt khịt, 코를 ~ mũi ~
흙 đất, bụi đất, cục đất, ~을 파다 đào đất, ~덩이 cục đất, hòn đất, ~으로 둑을 쌓다 bồi, ~으로 채우다 lấp đất, ~으로 덮다 vun. 흙을 덮어 묻다 đắp đất. 흙을 일구어 두렁을 만들다 cào đất thành luống, 흙을 북돋아주다 vun đất. 흙을 다져넣다 nện đất. 흙을 갈아 엎다 sục bùn. 나무뿌리를 흙으로 덮다 vun lên rễ cây.
흙을 갈다 xới xáo.
흙받이(타이어 앞뒤의) vè.
흙을 쌓아올리다 đắp.
흙파는일(굴착) 을 하는 사람 thợ đấu, thợ đào đất.
흙갈색 gụ.
흙감태기(흙투성이)가 되다 phủ đầy bùn đất
흙구덩이 lỗ đất
흙내 mùi đất, ~를 맡다 ngửi thấy ~
흙더미 đống đất, khối(mô) đất, ụ đất.
흙덩이 cục đất
흙먼지 bụi đất, đám bụi
흙뭉치 hòn đất
흙받이(자동차의)cái chắn bùn, (미장이의) mãnh gỗ đựng vữa hồ,
흙벽 vách đất.
흙비(황사) cơn bão cát
흙빛 màu nâu đất, màu xám nâu
흙손(미장삽) cái bay, cái cọ, dao vôi, ~질하다 trát bằng ~
흙일하다 làm đào đắp đất
흙칠하다 vấy bùn
흙탕물 nước đục ngầu
흙투성이 phủ đầy bùn đất
흠(흉터)vết sẹo, thẹo, tì vết, ~이 있는 có tì vết, vện, bị rạn nứt, 흠 이 있는 보석 ngọc có vết, (결점) khuyết điểm, nhược điểm, thiếu sót, tỳ. (티) tì ố, 흠이 많은 lang lổ, 흠집 투성이의 벽 bức tường lang lổ, 흠없고 점없는 không lỗi không vít. 흠이 있는 잔 chén vện.
흠을 잡다 xoi bói(mói).
흠없는(완벽한) toàn thiện.
흠! (인기척 알리는)tiếng dấu hiệu cho biết
흠내다(흠집내다) làm rạn nứt
흠뜯다(헐뜯다) phỉ báng, chê bai
흠모하다 hâm(hoài) mộ, ngưỡng mộ, mê thích, 유명인을 ~ ~ danh nhân.
흠뻑 trọn vẹn, hết sức, đầy đủ, 옷이~ 젖다 áo ướt sũng, ướt đầm, đẫm, ~젖은 ướt át(đẫm), ~적시다 mướt, tưới. vã ra, 땀으로~적시다 mướt mồ hôi, ~젖어 착 달라붙은 ướt mềm. 흠뻑 젖은 옷 quần áo ướt đẫm.
흠뻑 젖다 ướt như chuột. (땀이) vã.
흠뻑젖어 물이 뚝뚝 떨어지는 ướt sượt.
흠씬 đầy đủ, thích đáng, ~먹다 ăn ~
흠앙(우러러 사모함)tôn sùng, tôn kính
흠잡다 bới móc, xoi móc, bắt lỗi, bắt

bẻ, bới lỗi, 흠잡을데가 없다 hoàn hảo, trọn vẹn

흠정(황제가 친히 제정함)nhà vua làm trực tiếp, ~헌법 hiến pháp của vua làm

흠집 thẹo, sẹo lá, vết sẹo, (상처) vết thương, 얼굴에~이 있다 có vết sẹo trên má

흠칫 chùn, bước sau, chùn lại

흡기 hít vào(반)배기 thở ra

흡력(빨아들이는 힘) sức hít vào

흡반(빨대) ống hút

흡사하다(비슷하다)gần giống nhau, hơi giống, hầu như tương tự

흡사...같다 dáng vẻ,행복한 것 같다 dáng vẻ sung sướng.

흡수 hút, hấp thụ, thu hút, thấm, 물을 ~하다 thấm nước, ~관 ống dẫn nước, ~펌프 máy bơm nước, ~력 sức hút, ~제 chất hấp thụ, 새로운 사상을~ 하다 hấp thụ tư tưởng mới, 영양 ~ hấp thụ dinh dưỡng, ~성 tính hút ẩm

흡연 hút thuốc, ~금지 cấm ~, ~ 중독자 người ghiền thuốc lá, ~실 phòng ~

흡인(흡입)hút, hít. hấp thụ, hấp lực, ~기 máy ~, ~력 sức hút, hấp lực, ~ 작용 tác dụng ~, ~관 ống hút

흡족하다 đầy đủ, thỏa thuê(chí), khóai trá, khoái(toại) ý, dư dật, (마음에)thỏai mái, bằng lòng, thỏa mãn, cấp túc, 흡족한 일 việc làm thỏai mái

흡착 ngoại hấp,(접착)dính, dán, ~ 제 chất dính

흡착기 (부항뜨는) ống giác lưỡi

흡혈귀 ma hút máu, ma cà lồ

흥! hứ, (어흠) hừm !

흥(콧소리) hưng !

흥(흥이 남)vui vẻ, vui thích, ~에 겨워서 vui chơi qúa, vui đùa qúa

흥을 깨다(자리의)phá bĩnh(đám).

흥을 돋구다 cù.

흥감하다(과장하다)thổi phồng, khoa trương

흥건하다 đầy nước

흥건히 젖은 ướt rượt.

흥겹다 vui vẻ, thú vị, 흥겹게 một cách ~, 흥겨운 hào hứng. rôm.

흥나다 nổi hứng, thành vui vẻ, 흥이나서 노래를 부르다 vui vẻ thì hát

흥김에 giữa lúc vui vẻ, nhân dịp vui vẻ

흥망 hưng vong, ~성쇠 thăng trầm, thành bại, thấp tho, 민족의~hưng vong dân tộc, 국가의 흥망에 관한 문제 vấn đề liên quan đến hưng vong quốc gia

흥미 hứng thú, thú vị, thích thú, lý thú, ~있다 có ~ (반)흥미 없다 không có hứng thú, ~를 잃다 mất ~, ~를 가지다 hứng thú, ~가 일다 hứng. ~를 갖지 않다 không màng đến.

흥미있는 hay ho. hay hay. lý thú.

흥미진진한 hữu vị.

흥분하다 hưng phấn, phấn chấn, cao hứng, bồng bột, xiến, xao xiến, ~ 시키다 kích phát, làm cho ~, 흥분하지 말라 đừng hưng phấn qúa, 흥분을 일으키다 kích động. 흥분하기 쉬운 cháy được.

흥분에 넘치다 nô nức.

흥분해서 cao hứng.

흥산(산업을 일으킴)phát triển công nghiệp

흥성하다 thịnh vượng, hưng thịnh.

홍신소 phòng hướng dẫn thông tin
홍얼거리다 hát nho nhỏ, ngao, hát ngân nga. (경멸조로) hát hỏng.
홍왕하다 thịnh vượng, hưng vượng.
홍이야 항이야 xen vào, dính vào, can thiệp
홍정하다 mặc cả,(북), trả giá(남), 홍정을 붙이다 làm ~.
(속) 홍정은 붙이고 싸움은 말리랬다 (좋은 일은 권하고 나쁜 일은 막는다) Mặc cả thì xông vào, đánh nhau thì ngăn chặn (khuyến khích làm việc tốt, can ngăn làm việc xấu).
홍청거리다 phấn khởi, rộn rã, (함부로 쓰다) lãng phí
홍취(~홍) thú vị, thích thú, hứng thú.
홍타령 một điệu dân ca ngân nga
홍패 hưng phế, (홍망)hưng vong, thăng trầm
홍하다 thịnh vượng, hưng thịnh, (반) 망하다 diệt vong, 홍하고 쇠하 다 hưng suy.
홍행 trình diễn, chuyến tham quan, biểu diễn, ~권 vé ~, ~단 đoàn kịch, quánh hát, ~물 vở kịch, ~사 ông bầu, ~장 nơi trình diễn, ~주 người tổ chức, ~세 thuế hí cuộc.
홍 홍(콧소리)hưng hưng ! hum hum
흩날리다 tung rắc, rải rắc, lất phất.
흩뿌리다 rải rắc, gieo rắc, vạ vật, vãi, rắc. vương vãi, tơi. 빵에 설탕을~ rắc đường lên bánh. 종자를 ~ vãi hạt giống. 온 정원에 ~ vương vãi khắp sân.
흩어놓다 tung.
흩어져 떨어지다 tàn tạ.
흩어져 있는 võng vãnh. võng vãnh.

흩어지다 rải rắc, lả tả, rời rạc, phân tán, phiêu tán. tản lạc, tan vỡ, tan tác, đánh vãi, 흩어지는 탄알 vãi đạn. 나뭇잎이 ~ lả tả lá cây. tờ. 구름이 ~ đám mây tờ ra.
흩어진 례 례, 드문드문 흩어져 가다 đi lẻ tẻ.
흩어져 떨어지다 tàn tạ, 꽃과 잎이 ~ ~ hoa lá. 흩어진 집기 đồ đạc tản nát.
흩어져 있는 vũng vĩnh.
희가극 hài kịch, kịch vui
희고 깨끗한 trắng nõn, ~피부 da ~.
희고 부드러운 nõn nà. ~ 피부 nước da trắng mịn.
희고 아름다운 trắng trẻo, ~살결 da ~.
희곡(드라마)vở kịch, kích bản, vở tuồng, ~작가 nhà soạn kịch, người viết kịch
희구하다 mong mỏi, ham muốn, nguyện vọng
희귀하다 hiếm có, hiếm hoi, ít có, (반) 많은 có nhiều, 희귀한 물건 hàng ~, hàng qúy, 희귀상품 hàng khan hiếm
희끄무레하다 hơi trắng, nhập nhằng.
희극 hài(hý) kịch, kịch vui, hài hước, ~드라마 vở hài kịch,~배우 diễn viên hài, chú hề(광대), ~의 조연 역 bung xung. ~무대 sân khấu hài.
희끗거리다 hoa mắt, chóang váng
희끗 희끗한 có đốm trắng, lốm đốm, hoa râm(백발)
희년 năm hân hỉ, (70 세) bảy mươi tuổi
희다 trắng, 머리가 ~ tóc bạc, hoa râm, 얼굴이 ~ khuôn mặt trắng đẹp, 희고 깨끗한 피부 nước da nõn nà
희대의 hiếm có, bất thường, ~ 살인사

건 vụ giết người ~
희뜩희뜩하다 tóc bạc, hoa râm
희디희다 trắng trẻo, trắng như tuyết
희락 vui vẻ hạnh phúc
희랍(그리이스) nước Hy-lạp,고대~ ~cổ
희로 vui buồn, ~애락 hỉ nộ ái lạc, vui buồn lẫn lộn
희롱하다 chọc ghẹo(남), trêu(북), ve, chim chuột, làm trò, trò đùa(유희). 처녀를 ~ ve gái.
희망 hy vọng (반)절망 tuyệt vọng, ~을 가지고 với ~, ~의 빛 tia ~, ~이 있다 có ~, ~하다 hy vọng, mong mỏi, ao ước, ước mơ, ky vọng, ~에 넘치다 chứa chan hy vọng. ~에 가득차다 tràn trề hy vọng.
희망이 없는 tối tăm. vô vọng.
희망대로 되다 toại nguyện.
희망을 꺾어버리다 làm tiêu tan hy vọng.
희망을 갖다 ủ ấp hy vọng.
희망봉 mũi hảo vọng
희멀겋다 trắng sáng
희말숙하다 trắng sạch
희미하다 lờ mờ, mờ ảo, mờ mờ, mong manh, 희미한 빛 ánh sáng mờ mờ, 희미한 아침 tơ mơ, 희미하지만 tuy rằng mong manh, 희미해지다 (약화) phai lạt, (자국이)희미해지다 nhòa, xóa nhòa. 눈이~ mắt nhòa đi. 희미한 영상 bóng dáng. hình bóng. tiềm ảnh. 희미 한 등불 ngọn đèn ~, 희미한 기억이 생각났을 때(아 -) ờ, 아 - 이제야 생각나네 ờ bây giờ tôi mới nhớ. (막연한) tờ mờ.
희미하게 lơ mơ, mài mai, mường

tượng, ~생각나다 nhớ ~. ~ 밝아지다 sang sáng, hơi sáng. ~ 빛나다 le lói.
희박한 thưa thớt, loãng, 인구가 ~지역 khu vực thưa dân số
희번덕거리다 trợn tròn mắt ra
희번드르르하다 đẹp rực rỡ
희보 tin vui, tin lành (반)비보 tin buồn
희비 vui buồn, ~가 교차하다 cảm giác ~ lẫn lộn, ~극 bi hài kịch
희사하다 tặng, biếu, 희사금 tiền biếu
희색 sắc mặt vui tươi, ~이 만면한 tươi cười rạng rỡ, hỉ sắc đầy mặt, ~이 만면한 얼굴 mặt hớn hở
희생 hy sinh, thí bỏ, ~제물 con sinh tế lễ, ~적 정신 tinh thần ~, 그는 조국을 위해 ~했다 anh ta ~ vì tổ quốc, ~자 người ~, nạn nhân, 어떤 ~을 치루더라도 bất cứ với giá nào
...의 삶을 ~하다 sát thân.
희서 sách hiếm, sách quý
희석(묽게하는 일)pha loãng, ~ 제 chất ~
희세의(희대의)hiếm có, vô song, ~의 인물 nhân vật ~
희소하다 hiếm, ít có, ~희소물 vật khó tìm, (즐겁게 웃다)cười vui vẻ
희소식 (기독교), tin lành, cát tín, tin vui, 무소식이 ~이다 không có tin gì tức là tin vui
희수(희년)bảy mươi tuổi(칠순)
희열 vui sướng, vui vẻ thích thú
희우(반가운 비)mưa dễ dịu, mưa tốt
희원(희망) hy vọng
희유하다(드물다)hiếm có, ít có
희안하다(썩 드물다)qúy, hiếm
희화(익살스런 그림)tranh châm biếm, biếm họa

희희낙락 vui vẻ, vui mừng, hân hoan
흰 trắng,(반)검은 đen, 눈처럼 흰~ như tuyết.
흰개미 con kiến trắng, mối.
흰곰 gấu trắng
흰나비 bướm trắng
흰닭 gà ác.
흰떡 bánh gạo trắng
흰 도료를 칠하다 tô vôi.
흰말(백마)bạch mã, ngựa trắng
흰무리(시루떡)bánh gạo trắng
흰무명 trúc bâu.
흰밥(백반) cơm trắng
흰쌀(백미)gạo trắng, gạo tẻ(맵쌀), 찹쌀 gạo nếp
흰 살결 da trắng trẻo.
흰수염 râu bạc.
흰여우(백여우)con chồn trắng
흰 옥양목 trúc bâu, ~바지 quần ~
흰옷을 입다 mặc đồ trắng.
흰자(계란의) lòng trắng trứng
흰자위(눈의)lòng trắng mắt, ~가 많은 눈 mắt trắng dã.
흰제비(카나리아새) bạch yến.
흰죽 cháo trắng
흰쥐 chuột trắng
흰털(흰머리)tóc trắng
휭하다(띵하다)sửng sốt, kinh ngạc
휭하게(서둘러) 가버리다 vội vàng đi rồi
히 ! (웃는 소리) hi !
히드라(구두사:머리 아홉달린 뱀) thủy tức.
히로뽕(마약)thuốc philopon, ~중독자 người nghiện philopon
히로인(여걸) nữ anh hùng, (여주인공) nữ diễn viên vai chính
히로시마(도시) Hirosima

히브리인(유태인)dân Do thái, người Hê bơ
히브리서(성경) Hê-bơ-rơ
히스테리 qúa kích động, cuồng loạn, tính hay đố kỵ tam bành.
히야신스 cây hoa dạ lan hương
히어로우(영웅) anh hùng
히어링 sự nghe, tầm nghe
히죽거리다 cười ngọt ngào
히터(가열기) bếp lò
히트 cú đánh, (대성공)thành công lớn
히피족 dân hippy
힌두교 Ấn độ giáo, đạo Hindu
힌트(암시)lời gợi ý, ám chỉ, lời nói bóng gió
힐난 phê bình, phê phán, trách mắng
힐끗 thoáng, 힐끗보다 liếc, liếc mắt, nhìn trộm, nhác thấy
힐문하다 tra hỏi, hỏi kỹ(vặn), chất vấn, gặng hỏi. tra gạn.
힐책하다 la rầy, quở trách, khiển trách
힘 sức, sức lực(mạnh), công sức, (반) 지력 trí óc, (무력)vũ, ~을 쓰다 dùng sức, ~이 없다 không còn ~, (능력)năng lực, (노력)nỗ lực, (효력)hiệu lực, (조력)giúp sức, (강조)nhấn mạnh, (위력)uy lực, (-용기)dũng khí, ~을 합하다 họp sức, kề vai sát cánh, ~을 낭비하 다 lao phí, mất công, ~ 을 잃다 mất sức, ~을 소진하다 hao sức, ~을 다하다 hết sức, 힘든 일 công việc khó khăn, 힘센 mạnh chân khỏe tay, ~이 넘치다 thừa sức, 힘을 겨루다 đọ sức. tranh cường, ~을 다하여 tận tụy. 죽을 힘을 다해서 trối chết, 힘이 빠지다 kiệt ~, rũ rượi. 힘을 모으다 sát cánh. hiệp sức, ~

을 사용하다 dụng lực(vũ). 힘이
다 빠진 đuối sức. 힘을 평가하다
lượng ~. 힘을 아끼다 nương sức,
힘을 아끼지 않고 일하다 không
nương sức. 힘을 넘어선 quá sức.
과학의 힘 sức mạnh của khoa học.
힘을 시험하다 thử sức.
힘(권력)에 의지하다 thị hùng.
힘에 이끌리다 run rủi.
힘의 상관관계 tương quan lực lượng.
...와 힘을 합쳐 서로 의지하다 chuyng
  lưng đấu cật.
힘 닿는데끼지 vừa sức.
...의 힘에 따라(의하여) tùy sức.
힘이 빠진 lùi.
힘이 약한 yếu sức.
힘 있는 사람 người có sức lực.
힘이 좋은 sức dài vai rộng.
힘껏 hết sức, tích cực, nong nả, thỏa
  sức, ~일하다 làm ~ mình, 힘으로
  위협하다 ăn hiếp. ~저항하다 tích
  cực để kháng. ~치다 thoi, 얼굴을
  힘껏치다 thoi vào mặt.
힘겨루기를 하다 đấu(đua) sức. quần
  thảo. đọ sức, (경쟁)tỷ thí.
힘겨룸 cuộc đo sức, thử sức
힘겹다 không đủ sức, góp sức, không
  đủ tài, ngoài khả năng, 그 일은 내
  게는 힘겨운 일이다 công việc đó
  ngoài khả năng của tôi
힘겹게 들어오다 lọt vào, 힘들게 결승
  에 오르다 lọt vào chung kết.
힘겹게 지고가는 lặc lè.
힘내시오 hãy mạnh mẽ.
힘든 khó(cực) nhọc, ráo riết. phiền
  toái, lận đận. bấn lên, long đong.
  (매우 피곤한)thờ hơi tai, ~일
  công việc khó nhọc, ~훈련 khổ

luyện, ~노동(속어) một nắng hai
  sương, 힘들게 헤쳐나가다 len lỏi.
  ~삶을 보내다 sống vất vả.
힘든 농사 chân lấm tay bùn.
힘들게 거동하다 cất nhắc.
힘들게 들어오다 lọt.
힘들게 삼키다 nuốt không trôi.
힘들게 하다 làm khổ.
힘들고 어려운 gian khó.
힘들다 mệt, khó khăn, vất vả.
힘들여 일하다 cất công.
힘들이다(고생하다) quần quật.
힘써 dốc sức, ~기도하다 ~ cầu nguyện
힘세다 khỏe mạnh, tráng kiện, 그는 힘
  이 세다 anh ta rất khỏe
힘센(영향력 있는) sừng sỏ.
힘쓰다 cố gắng(북), rán sức(남), dồn
  sức, nỗ lực hết sức, ra công, bền
  lòng giữ, 기도에 ~ bền lòng giữ
  cầu nguyện.
힘없이 말하다 thều thào.
힘에맞는 vừa sức, ~노동 lao động ~.
힘에서 우월한 cao cường.
힘이다해 넘어지다 quỵ ngã.
힘입다 mang nợ, hàm ơn, mắc nợ,
  được giúp sức, mặc lấy sức mạnh.
힘입어 mặc lấy sức lực. 능력을 ~ ~
  năng lực(quyền phép).
힘있다 khỏe mạnh, 힘있는 말 lời nói
  đanh thép.
힘주다 (강조)nhấn mạnh, giúp sức, (출
  산하기위해)rặn đẻ.
힘줄(근육)bắp thịt, cơ bắp
힘차다 mạnh mẽ, đầy sinh lực, đanh,
  (벅차다)khó khăn, 힘찬 연설 diễn
  văn hùng mạnh
힙(엉덩이)cái hông, mông đít
힝(코푸는 소리)tiếng hỉ mũi

부   록
phụ   lục

phụ lục

한국에 대한 기본 소개
GIỚI THIỆU CƠ BẢN VỀ HÀN QUỐC

면적 : 98.500 km^2
    Diện tích : 98.500km2 vuông
인구 : 약 4천800만명 (2012년 현재)
    Dân số : 48,000.000 người (năm 2012)
수도 : 서울
    Thủ đô : Seoul
언어 : 한국어
    Ngôn ngữ : Tiếng Hàn Quốc
민족 : 단일민족
    Dân tộc : Dân tộc đơn nhất
종교 : 불교29%, 기 교20%, 유교13,6%, 천주교4,2%
    Tôn giáo: Phật giáo29%, Cơ đốc giáo20%, Nho giáo 13,6%, Thiên chúa giáo4,2%
정치체제 : 민주공화국
    Nền chính trị : Dân chủ cộng hòa
정부 구성 : 대통령제
    Cơ cấu chính phủ :Chế độ tổng thống
화폐단위 : 원(USD 1: 960원)
    Tiền tệ : Won (960won : USD 1)
1인당 국민소득 약20,000달러 (2011년)
Thu nhập quốc dân : khoảng20.000USD (2011)

반대말(Từ trái nghĩa)

【ㄱ】

가깝다	멀다	gần - xa
가난하다	부유하다	nghèo - giàu
가늘다	굵다	mỏng - dày
가다	오다	đi – đến
가로	세로	chiều ngang – chiều dọc
가뭄	장마	mùa khô – mùa mưa
가입	탈퇴	gia nhập – thoát ra
가짜	진짜	giả - thật
간간이	자주	ít khi – thường xuyên
간단	복잡	đơn giản – phức tạp
감독	방임	giám sát – bỏ mặc
감사	원망	cảm tạ - oán hận
강대국	약소국	nước mạnh – nước yếu
강한	약한	mạnh – yếu
강제	자진	ép buộc – tình nguyện
개다	흐리다	quang đãng – có mây
객차	화물차	xe khách – xe chở hàng
거칠다	부드럽다	thô – mềm
걱정	안심	lo lắng – yên tâm
검소	사치	giản dị - xa xỉ
겉	속	bề mặt – bên trong
결정	미정	quyết định – không quyết định

겸손	거만	khiêm tốn – kiêu ngạo
경솔	침착	khinh suất – bình tĩnh
계속	중단	tiếp tục – gián đoạn
고요한	요란한	yên tĩnh - ồn ào
고원	평원	cao nguyên – đồng bằng
고통	쾌락	đau khổ - khoái lạc
고향	타향	quê hương – tha hương
곧다	굽다	thẳng - cong
골짜기	봉우리	thung lũng – ngọn núi
공격	방어	tấn công – phòng thủ
공급	수요	cung cấp – nhu cầu
공손한	오만한	lễ phép – ngạo mạn
공로	죄과	công lao – tội tình
과거	미래	quá khứ - tương lai
과학	미신	khoa học – mê tín
관심	무관심	quan tâm – không quan tâm
광명	암흑	tia sáng – bóng tối
교외	시내	ngoại ô – nội thành
구국	매국	cứu nước – bán nước
구별	혼돈	phân biệt – hỗn độn
국내	국외	trong nước – ngoài nước
국제	국내	quốc tế - quốc nội
권리	의무	quyền lợi – nghĩa vụ
귀여운	얄미운	dễ thương – đáng ghét
그늘	양지	bóng mát – chỗ sáng
근심	안심	lo âu – an tâm

금지	해제	ngăn cấm – giải tỏa
급한	느린	khẩn cấp – chầm chậm
기쁨	슬픔	niềm vui – nỗi buồn
꾸짖다	칭찬하다	la mắng – khen ngợi
꿈	현실	giấc mơ – hiện thực
끌다	밀다	kéo – đẩy

【ㄴ】

나중	처음	sau này – lần đầu
낙관	비관	lạc quan – bi quan
낙원	지옥	lạc viên – địa ngục
남극	북극	nam cực – bắc cực
남자	여자	nam – nữ
남쪽	북쪽	phía nam – phía bắc
낮	밤	ban ngày – ban đêm
낮다	높다	thấp - cao
낮익다	낯설다	quen mặt – lạ mặt
내면	외면	mặt trong – mặt ngoài
내용	형식	nội dung – hình thức
내일	어제	ngày mai – hôm qua
냉방	난방	phòng lạnh – phòng nóng
넓다	좁다	rộng – hẹp
노력	태만	nỗ lực – chểnh mảng
눈설다	눈익다	không quen-quen thuộc
느리다	빠르다	chậm - nhanh

늘다	줄다	tăng – giảm
능력	무능력	năng lực-vô năng lực
능숙한	미숙한	khéo – vụng về

【ㄷ】

다정	냉정	đa tình – lạnh lùng
다행	불행	may mắn – bất hạnh
단결	분열	đoàn kết – chia rẽ
단순	복잡	đơn giản – phức tạp
단체	개인	đoàn thể - cá nhân
달다	쓰다	ngọt – đắng
다르다	같다	khác – giống
달성	미달	đạt đến – chưa đạt đến
대강	자세히	đề cương – chi tiết
대다수	소수	đại đa số - thiểu số
대답	질문	trả lời – câu hỏi
대양	대륙	đại dương – đại lục
대항	복종	chống đối – phục tùng
독립	예속	độc lập – lệ thuộc
독창	합창	đơn ca – hợp ca
돕다	방해하다	giúp đỡ – cản trở
두꺼운	얇은	dày – mỏng
드물다	흔하다	hiếm – nhiều
땅	하늘	đất – trời
뚜렷한	희미한	rõ ràng – mờ mịt

뜨다	가라앉다	nổi - chìm

【ㅁ】

마녀	선녀	ma nữ - tiên nữ, nàng tiên
마르다	젖다	khô – ướt
마음	몸	tấm lòng – thể xác
마지막	처음	cuối cùng – lần đầu
막히다	뚫리다	bị tắt – bị khoét
만나다	헤어지다	gặp gỡ - chia tay
만족	불만	bằng lòng – bất mãn
많다	적다	nhiều - ít
맑다	흐리다	sáng sủa – vẩn đục
멀다	가깝다	xa – gần
명령	복종	mệnh lệnh – phục tùng
명예	수치	danh dự - xấu hổ
모으다	흩어지다	gom lại – giải tán
모자라다	넉넉하다	thiếu – đủ
못나다	잘나다	xấu – đẹp
무시하다	중시하다	coi thường – coi trọng
무식한	유식한	thất học – học rộng
무익한	유익한	vô ích – hữu ích
무효	유효	vô hiệu – có hiệu lực
문명	미개	văn minh – dã man
문제	해답	vấn đề - giải đáp
문화	야만	văn hóa – dã man

묻다	대답하다	hỏi - đáp
물음	대답	câu hỏi – câu trả lời
민주주의	독제주의	chủ nghĩa dân chủ-chủ nghĩa độc tài
믿다	의심하다	tin – nghi ngờ
밉다	곱다	xấu – đẹp

【ㅂ】

바쁜	한가한	bận rộn – rảnh rỗi
받다	주다	nhận - cho
발달	퇴보	phát đạt – thoái bộ
발전	쇠퇴	phát triển – suy tàn
밝다	어둡다	sáng – tối
방해	협조	cản trở - hợp lực
배웅	마중	tiễn đưa – đón tiếp
번영	쇠퇴	thịnh vượng - suy tàn
벌받다	상받다	bị phạt – được thưởng
벌써	아직	rồi – vẫn chưa
보통	특별	bình thường – đặc biệt
본부	지부	bộ chỉ huy – chi bộ
본사	지사	công ty mẹ - chi nhánh
부강	빈약	phú cường – nghèo yếu
부모	자식	bố mẹ - con cái
부분	전체	bộ phận – toàn thể
부지런한	게으른	chăm chỉ - lười biếng
분명	불분명	minh bạch – không minh bạch

분주한	한가한	bận rộn – rảnh rỗi
불가능	가능	bất khả năng – khả năng
불리한	유리한	bất lợi – tiện lợi
불만	만족	bất mãn – bằng lòng
불쾌한	유쾌한	bực tức – sảng khoái
불행	행운	bất hạnh – vận may
비겁한	용감한	hèn nhát – dũng cảm
비극	희극	bi kịch – hài kịch
비밀	공개	bí mật – công khai
비싸다	싸다	đắt – rẻ
빈곤	부유	khốn khó – giàu có
빈민	부자	người nghèo - người giàu
빈약한	부강한	nghèo yếu – phú cường

【ㅅ】

사나운	온순한	hung dữ - hiền lành
사랑하는	미워하는	yêu - ghét
사립	공립	tư lập – công lập
사망	출생	chết – sinh đẻ
사실	허위	sự thật – hư ngụy
사치	검소	xa xỉ - tiết kiệm
사투리	표준말	tiếng địa phương - tiếng chuẩn
사회	개인	xã hội – cá nhân
산	들	núi – đồng bằng
삼키다	뱉다	nuốt – nhổ
상	벌	thưởng – phạt
생산	소비	sản xuất – tiêu dùng
생일	기일	ngày sinh – ngày giỗ
서양	동양	tây phương – đông phương
서투르다	익숙하다	vụng về - thành thục
선생	학생	thầy – học sinh
선조	후손	tổ tiên – con cháu
성공	실패	thành công – thất bại
소득	손실	thu nhập – tổn thất
속박	자유	ràng buộc – tự do
송신	수신	truyền tin – nhận tin
수입	수출	nhập khẩu – xuất khẩu
수줍은	활발한	hổ thẹn – hoạt bát
순수	불순	thuần nhất – không thuần

숭고한	저속한	cao thượng – dơ tục
숭배	경멸	tôn sùng – khinh miệt
쉬운	어려운	dễ - khó
슬기로운	어리석은	khôn ngoan – ngu dại
승리	패배	chiến thắng – thất bại
식물	동물	thực vật – động vật
심다	캐다	trồng – nhổ. bới
싸움	평화	chiến tranh – hòa bình

【ㅇ】

아내	남편	vợ - chồng
아름다운	추한	đẹp – xấu
아직	이미	chưa – đã. rồi
악독한	인자한	ác độc – nhân từ
안	밖	trong - ngoài
안녕	불안	an ninh – bất an
안심	불안	an tâm – bất an
압박	해방	áp bức – giải phóng
약한	강한	yếu – mạnh
어른	아이	người lớn – trẻ em
언니	오빠	chị gái – anh trai
얼다	녹다	đóng băng – tan ra
엄금	권장	cấm đoán – khuyến khích
여름	겨울	mùa hè – mùa đông
여성	남성	nữ giới – nam giới

여자	남자	đàn bà – đàn ông
연결	절단	liên kết – cắt rời
열심	태만	nhiệt tâm – chểnh mảng
옅다	짙다	màu nhạt – sẫm màu
염색	퇴색	nhuộm – bạc màu
영리한	우둔한	lanh lợi – ngu độn
영원	순간	vĩnh cửu – chốc lát
예쁜	미운	đẹp – xấu
오늘	내일	hôm nay – ngày mai
오해하다	이해하다	hiểu lầm – thông hiểu
오전	오후	buổi sáng – buổi chiều
온순한	난폭한	hiền lành – dữ tợn. bạo lực
완강한	나약한	ngoan cường – yếu đuối
완성	착수	hoàn thành – bắt đầu
외국	내국	nước ngoài – trong nước
용감한	비굴한	dũng cảm – hèn nhát
우대하다	천대하다	ưu đãi – khinh miệt
우리	너희	chúng tôi – các bạn
우선	나중	trước tiên – sau này
웃다	울다	cười - khóc
원료	제품	nguyên liệu – thành phẩm
원인	결과	nguyên nhân – kết quả
위험	안전	nguy hiểm – an toàn
유명	무명	nổi tiếng – vô danh
유지	폐지	duy trì – xóa bỏ
육군	해군	lục quân – hải quân

육지	바다	đất liền – biển
은혜	원한	ân huệ - oán thù

【ㅈ】

전체	부분	toàn thể - bộ phận
절약	낭비	tiết kiệm – lãng phí
젊은	늙은	trẻ - già
정당한	부당한	chính đáng – bất chính
정리하다	어지럽다	sắp xếp – bừa bãi
정신	육체	tinh thần – thân thể
정의	불의	chính nghĩa – không ~.
정지하다	진행하다	ngừng lại – tiến hành
정확한	부정확한	chính xác-không chính xác
제한	무제한	hạn chế - không hạn chế
조상	자손	tổ tiên – con cháu
조용한	소란한	im lặng - ồn ào
존경	멸시	tôn kính – khinh bỉ
졸업	입학	tốt nghiệp – nhập học
주인	손님	chủ - khách
죽다	살다	chết – sống
준공	착공	hoàn công – khởi công
중요한	사소한	quan trọng – nhỏ nhặt
증가	감소	tăng - giảm
지옥	천국	địa ngục – thiên quốc
지하	지상	dưới đất – trên mặt đất

직선	곡선	đường thẳng – đường cong
직접	간접	trực tiếp – gián tiếp
질문	대답	câu hỏi – câu trả lời
짙다	옅다	dày đặc – không dày
짧다	길다	ngắn – dài

【ㅊ】

찬	뜨거운	lạnh - nóng
차도	인도	đường xe – đường người đi
차별	평등	phân biệt đối xử - công bằng
착한	악한	hiền - ác
찬성	반대	tán thành – phản đối
참석	불참	tham gia – không tham gia
찹쌀	멥쌀	gạo nếp – gạo tẻ
찾다	감추다	tìm – che dấu
처녀	총각	nàng - chàng
천국	지옥	thiên đàng – âm phủ
천사	악마	thiên sứ - ác ma
첫차	막차	chuyến xe đầu - chuyến xe cuối
청결한	불결한	sạch sẽ – bẩn thỉu
청춘	노년	thanh xuân – lão niên
최대	최소	tối đa – tối thiểu
출발	도착	xuất phát – đến đích
춥다	덥다	lạnh - nóng
충분한	부족한	đầy đủ - thiếu thốn

충성	반역	trung thành – phản bội
충실한	부실한	trung thực – không trung thực
친절한	불친절한	tử tế - không tử tế

【ㅋ】

캄캄한	환한	tối đen – sáng sủa
커지다	작아지다	lớn lên – nhỏ đi
켜다	끄다	bật – tắt
크다	작다	lớn – nhỏ

【ㅌ】

타향	고향	tha hương – quê hương
태만	노력	lười nhác – nỗ lực
통일	분단	thống nhất – phân chia
통하다	막히다	thông suốt – chặn lại
퇴장	입장	rời sân – vào sân
특별	보통	đặc biệt – bình thường
튼튼한	약한	mạnh khỏe – yếu
틀리다	맞다	sai - đúng

【ㅍ】

파괴	건설	phá hoại – xây dựng
팔다	사다	bán - mua

펴다	접다	mở ra – gấp lại
편리한	불편한	thuận tiện – bất tiện
편안	불안	bình an – bất an
평야	산악	đồng bằng – đồi núi
포근한	쌀쌀한	ấm áp – lạnh
표면	이면	bề mặt – mặt trái
피다	지다	nở - héo
필요한	불필요한	cần thiết – không cần thiết

【ㅎ】

하류	상류	hạ lưu – thượng lưu
하반기	상반기	nửa năm cuối – nửa năm đầu
하차	승차	xuống xe – lên xe
학생	교사	học sinh – giáo viên
함께	따로	cùng nhau – riêng biệt
항복	불복	đầu hàng – không đầu hàng
항상	가끔	luôn luôn – thỉnh thoảng
해결	미결	giải quyết – chưa giải quyết
해상	육상	trên biển – trên mặt đất
행복	불행	hạnh phúc – bất hạnh
향기	악취	mùi thơm - mùi hôi thối
상승	하락	tăng lên – hạ xuống
허락	거절	cho phép – từ chối
허위	사실	hư ngụy – sự thật
현대	고대	hiện đại – cổ đại

현재	과거	hiện tại – quá khứ
협력	방해	hiệp lực – cản trở
형제	자매	anh em trai – chị em gái
화물선	여객선	tàu hàng – tàu khách
효도	불효	hiếu thảo – bất hiếu
흉년	풍년	năm mất mùa – năm được mùa
희망	절망	hy vọng – tuyệt vọng

유사어
TỪ TƯƠNG TỰ

【ㄱ】

가	가장자리	bờ, lề
가끔	간혹	thỉnh thoảng, đôi khi
가난	빈곤	nghèo, khốn khó
가망	희망	khả vọng, hy vọng
가엾은	불쌍한	đáng thương, tội nghiệp
가족	식구	gia đình, người trong nhà
가짜	거짓	giả, giả dối
간섭	참견	can thiệp, tham gia ý kiến
감격	감동	cảm kích, cảm động
감독	감시	giám sát, giám thị
감정	심정	cảm tình, tâm tình
감탄	감격	cảm thán, cảm kích
강연	연설	giảng thuật, diễn thuyết,
개선	개량	cải thiện, cải tiến
개척	개간	khai thác, khai khẩn
거절	거부	cự tuyệt, từ chối,
걱정	근심	lo lắng, lo âu
겨레	민족	đồng bào, dân tộc
결과	성과	kết quả, thành quả
결심	각오	quyết tâm, quyết đoán
겸손	겸양	khiêm tốn, khiêm nhường

부록

경비	비용	kinh phí, chi phí
경영	운영	kinh doanh, điều hành
경험	체험	kinh nghiệm, thể nghiệm
계속	연속	tiếp tục, liên tục
고국	조국	cố quốc, tổ quốc
고단하다	피곤하다	mệt mỏi
고맙다	감사하다	cám ơn, cảm tạ
공손히	겸손히	khiêm tốn
과실	과일	trái cây, hoa quả
구조	구원	cứu trợ, cứu viện
국가	나라	quốc gia, đất nước
국민	인민	quốc dân, nhân dân
군사	군대	quân sự, quân đội
군함	전함	quân hạm, chiến hạm
권세	세력	quyền thế, quyền lực
근원	근본	căn nguyên, căn bản
글자	문자	chữ viết, văn tự
금년	올해	năm nay
급속히	신속히	cấp tốc, nhanh chóng
기구	도구	công cụ, dụng cụ
기쁜	즐거운	vui vẻ, mừng rỡ
기색	안색	khí sắc, nhan sắc
끌다	당기다	kéo, lôi kéo

【ㄴ】

나라	국가	đất nước, quốc gia
나이	연령	tuổi, niên linh
날씨	일기	thời tiết
낯	얼굴	mặt, khuôn mặt
네모	사각	bốn góc, tứ giác
노력	진력	nỗ lực, hết sức
노예	노비	nô lệ, đầy tớ

【ㄷ】

당신	여보	anh, mình
동지	동료	đồng chí, đồng liêu
동창	동기	bạn học, bạn cùng lớp
두려운	무서운	sợ, sợ hãi
두메	산골	một làng miền núi
둘레	주위	xung quanh, chu vi
들판	평야	cánh đồng, đồng bằng
땅	토지	đất, đất đai
때	시간	khi, thời gian
원인	이유	nguyên nhân, lý do

【ㅁ】

마침내	드디어	cuối cùng, rốt cục
만약	만일	nếu, giả sử
매월	매달	hàng tháng, mỗi tháng
매일	날마다	mỗi ngày, hàng ngày
먼저	우선	đầu tiên, trước tiên
멸시	경멸	coi thường, khinh miệt
명령	지시	mệnh lệnh, chỉ thị
명예	명성	danh dự, danh tiếng
모습	모양	hình dáng, dáng
모욕	치욕	lăng nhục, sỉ nhục
목재	재목	gỗ, gỗ xây dựng
목적	목표	mục đích, mục tiêu
몸	신체	cơ thể, thân thể,
몸짓	행동	điệu bộ, hành động
몹시	매우	rất, lắm
묘한	야릇한	kỳ diệu, kỳ lạ
무덤	묘	mồ, mộ
무리	떼	lũ, bầy
무시	멸시	coi thường, khinh miệt
문명	문화	văn minh, văn hóa
물결	파도	dòng, cơn sóng
물음	질문	câu hỏi
미개	원시	mông muội, nguyên thủy
미처	아직	chưa, vẫn còn

| 믿음 | 신앙 | đức tin, tín ngưỡng |

【ㅂ】

바닷가	해변	bờ biển, bãi biển
바라다	원하다	mong muốn, khao khát
바른	옳은	đúng, chính xác
반격	역습	phản kích, phản công
반대말	반의어	từ trái nghĩa
반대편	맞은편	phía đối diện
반드시	꼭	chắc chắn
발행	발간	phát hành, xuất bản
밝다	환하다	sáng, sáng sủa
방법	방책	phương pháp, phương sách
방면	방향	phương hướng
방법	수단	phương pháp, thủ đoạn
방어	수비	phòng ngự, phòng vệ
뱃사람	선원	thủy thủ
버릇	습관	thói quen, tập quán
법칙	규칙	phép tắc, quy tắc
변화	변동	biến hóa, thay đổi
별안간	갑자기	bất ngờ, bỗng nhiên
병기	무기	binh khí, vũ khí
병력	군사력	binh lực, sức mạnh quân sự
병원	의원	bệnh viện, y viện
보배	보물	báu vật, bảo vật

보복	앙갚음	trả đũa, trả thù
보통	평범	bình thường, xoàng
보호	옹호	bảo hộ, ủng hộ
복종	순종	phục tùng, tuân theo
본보기	모범	mẫu, gương mẫu
부모	양친	bố mẹ, song thân
부부	내외	vợ chồng
부유한	풍족한	giàu có, phong phú
부인	아내	phu nhân, vợ
분간	구별	phân biệt
분명한	확실한	rõ ràng, chắc chắn
분야	부문	ngành, lĩnh vực
불만	불평	bất mãn, kêu ca
비난	비방	phê bình, phỉ báng
비록	다만	dầu, chỉ
비밀	기밀	bí mật, cơ mật
비참	참혹	bi thảm, thảm khốc
뺨	볼	đôi má

【ㅅ】

사나운	악독한	dữ dội, ác độc
사람	인간	người, con người
사명	임무	sứ mệnh, nhiệm vụ
사실	진실	sự thật, chân thật
사연	경위	nội dung, đầu đuôi
사정	형편	tình hình, hoàn cảnh
상대편	상대방	đối phương
생명	목숨	sinh mạng, sự sống
생활	생존	sinh hoạt, sinh tồn
서러운	슬픈	phiền não, đau buồn
선전	광고	tuyên truyền, quảng cáo
성격	성품	tính cách, tính tình
성능	기능	tính năng, kỹ năng
성명(함)	이름	tên gọi, họ tên
성질	성미	tính chất, bản tính
세력	권력	thế lực, quyền lực
세밀히	자세히	tỉ mỉ, chi tiết
세상	세계	thế gian, thế giới
소동	소란	náo động, lộn xộn
소모	소비	tiêu hao, tiêu dùng
소문	풍문	tin đồn, tiếng đồn
소식	소문	tin tức, tin đồn
소용	필요	cần thiết, nhu cầu
소원	소망	mong muốn, khao khát

부록

소중한	귀중한	quan trọng, quí trọng
속국	식민지	nước thuộc địa, thuộc địa
속도	속력	tốc độ, tốc lực
손해	손실	thiệt hại, tổn thất
쇠약	허약	suy nhược, yếu đuối
수고하다	고생하다	khó nhọc, vất vả
숭배	존경	sùng bái, tôn kính
숲	산림	rừng cây, sơn lâm
스승	은사	thầy cô giáo, sư phụ
슬기	재주	năng lực, tài năng
슬픔	설움	nỗi buồn
습관	습성	tập quán, thói quen
승패	승부	thắng bại
시늉	흉내	noi gương, bắt chước
시대	시절	thời đại, thời kỳ
시작	개시	bắt đầu, khởi đầu
시험	실험	thí nghiệm, thử nghiệm
식량	양식	thức ăn, lương thực
신세	처지	số phận, hoàn cảnh
신앙	믿음	tín ngưỡng, đức tin
실망	실의	thất vọng, thất ý

【ㅇ】

아이	어린이	đứa bé, trẻ em
아내	마누라	vợ, bà xã
아마	대개	có lẽ
아우	동생	người em
아주	매우	rất, lắm
애쓰다	노력하다	cố gắng, nỗ lực
애원	간청	cầu xin, van xin
양지	양달	chỗ nắng
어려운	힘든	khó khăn, vất vả
어른	성인	người lớn, người trưởng thành
어린이	아동	đứa trẻ, nhi đồng
언제나	항상	bất cứ lúc nào, luôn luôn
얼른	빨리	nhanh lên
엄격	엄중	nghiêm khắc, nghiêm trọng
업적	공적	công nghiệp, công tích
여간	보통	thông thường, bình thường
열심	열중	nhiệt tình, hăng hái
염려	우려	lo lắng
옆에	곁에	bên cạnh
예쁜	고운	đẹp, xinh
예전	옛날	ngày trước, ngày xưa
예절	예의	lễ tiết, lễ phép
예정	계획	dự định, kế hoạch
오늘	금일	hôm nay

옥좌	왕좌	ngai vàng, bệ ngọc
옷차림	복장	cách ăn mặc, trang phục
완강히	강하게	bướng bỉnh, mạnh mẽ
완성	완료	hoàn thành, kết thúc
완전한	온전한	hoàn toàn, hoàn hảo
외국	타국	ngoại nước, nước ngoài
욕심	욕망	tính tham lam, lòng tham
용감한	용맹한	dũng cảm, dũng mãnh
용기	패기	dũng khí, khí phách
운명	숙명	vận mệnh, số phận
원래	본래	vốn là, nguyên thủy
원수	적	oán thù, kẻ địch
원시	야만	nguyên thủy, dã man
월급	봉급	lương, bổng cấp
위안	위로	an ủi, ủy lạo
유명한	저명한	nổi tiếng, trứ danh
후원	성원	tài trợ, ủng hộ
의견	의사	ý kiến, ý đồ
의기	기상	nghĩa khí, tính khí
의문	의심	nghi vấn, nghi ngờ
의식	정신	ý thức, tinh thần
의욕	욕망	ý muốn, mong muốn
이름	존함	họ tên, qúi danh
이미	벌써	đã rồi
이번	금번	lần này, lượt này
이익	이득	lợi ích, lợi tức

인간	인류	nhân gian, nhân loại
인도하다	안내하다	dẫn đạo, hướng dẫn
인물	인재	nhân vật, nhân tài
인품	인격	nhân phẩm, nhân cách
일생	평생	nhất sinh(cả đời), suốt đời
일시	동시	cùng một lúc, đồng thời
일제히	동시에	nhất loạt, đồng thời
일행	동행	nhóm, đồng hành
임금	왕	vua, vương
임원	역원	nhân viên quản lý
입장	등장	đi vào, xuất hiện

【ㅈ】

자랑하다	뽐내다	khoe khoang, hãnh diện
자료	재료	tư liệu, tài liệu
자신	자기	tự bản thân, mình
자원	자산	tài nguyên, tài sản
잠시	잠깐	tạm thời, một lát
잡음	소음	tạp âm, tiếng ồn
장	시장	chợ, thị trường
장님	소경	người mù
장단	박자	nhịp
장엄한	웅장한	trang nghiêm, hùng vĩ
장치	설비	trang trí, thiết bị
장하다	훌륭하다	vĩ đại, nguy nga

재능	재주	năng khiếu, tài năng
저축	저금	tiết kiệm
적당한	적절한	vừa phải
전부	전체	toàn bộ, toàn thể
전송	배웅	tiễn đưa, tiễn chân
전쟁	전투	chiến tranh, chiến đấu
정말	실제	sự thật, thực tế
정성	성심	chân thành, thành tâm
정신	마음	tinh thần, tấm lòng
정원	뜰	vườn
제안	제의	đề án, đề nghị
제작	제조	chế tác, chế tạo
조사	검사	điều tra, kiểm tra
조상	선조	ông bà tổ tiên
조심	주의	cẩn thận, chú ý
조절	조정	điều tiết, điều chỉnh
조종사	비행사	phi công
존중	존경	tôn trọng, tôn kính
종류	종목	loại, khoản
주의	경고	chú ý, cảnh cáo
주저하다	망설이다	ngập ngừng, lưỡng lự
죽음	사망	cái chết, tử vong
준비하다	마련하다	chuẩn bị, sửa soạn
중단	정지	gián đoạn, đình chỉ
중대한	중요한	quan trọng
중도에	중간에	giữa đường, ở giữa

즈음에	당시에	lúc đó, lúc ấy
지금	이제	bây giờ, hiện nay
지방	지역	địa phương, khu vực
지저분한	더러운	bẩn thỉu
진찰	진단	khám bệnh

【ㅊ】

차도	찻길	đường xe chạy
차례	순서	thứ tự, lần lượt
차별	구별	thiên vị, phân biệt
찬성	동의	tán thành, đồng ý
참석	출석	tham gia, có mặt
책임	임무	trách nhiệm, nhiệm vụ
처리	처치	xử lý, xử trí
처벌	징벌	xử phạt, trừng phạt
천연	자연	thiên nhiên, tự nhiên
초대하다	초청하다	mời, mời mọc
추석	한가위	tết trung thu
축하	축복	chúc mừng, chúc phúc
친구	동무	bạn bè
친근한	친절한	thân thiết, tử tế
칭찬	칭송	khen ngợi, tán tụng

【ㅋ】

캄캄한	어두운	tối tăm, tối đen
컵	잔	cốc, ly
큰길	한길	đường chính, đường cái
큰물	홍수	lũ lụt, nạn lụt
키	신장	chiều cao, vóc người

【ㅌ】

타향	타지	tha hương, xứ khác
탈	가면	mặt nạ
탐정	밀정	điệp viên, gián điệp
탐험	탐색	thám hiểm, truy tìm
토론	토의	hội thảo, thảo luận
통나무	원목	khúc gỗ, gỗ nguyên cây
통지	고지	thông báo, báo tin
퇴직	퇴임	từ chức, thôi việc
특별히	유난히	một cách đặc biệt
특히	특별히	đặc biệt
특징	특색	đặc trưng, đặc sắc
틀림없는	어김없는	chính xác, đúng
틈	사이	khe hở

【ㅍ】

파견	파송	phái đến, phái đi
파멸	멸망	phá diệt, diệt vong
평범	일반	bình thường, tầm thường
평생	일생	suốt đời, cả đời
평소	평시	thường lệ, bình thường
평안	편안	bình an, bình yên
풍경	경치	phong cảnh
풍족한	풍부한	sung túc, phong phú
풍속	풍습	phong tục
피난	피란	tránh nạn
피해	손해	thiệt hại, tổn thất
필경	마침내	rốt cuộc, kết cuộc

【ㅎ】

하늘	허공	bầu trời, khoảng trống
학문	학술	học vấn, học thuật
학자	식자	học giả, thức giả
한참	한동안	một khoảng thời gian lâu
한층	한결	mức độ hơn
함께	같이	cùng với, với
항상	항시	luôn luôn
해안	해변	bờ biển, bãi biển
허락	승락	cho phép, đồng ý

헤엄치다	수영하다	bơi lội
협력	협조	hiệp lực, hợp sức
혹시	행여	nếu, giả sử
확실히	정확히	chắc chắn, chính xác
환영	환대	hoan nghênh, tiếp đãi ân cần
활기	활발	hoạt khí, hoạt bát
활동	활약	hoạt động
회견	접견	hội kiến, tiếp kiến
회담	회의	hội đàm, hội nghị
회복	복구	hồi phục, phục hồi
회상	회고	hồi tưởng, hoài cổ
효과	효험	hiệu quả, hiệu nghiêm
효도	효성	hiếu đạo, hiếu thảo
후회	참회	hối hận, sám hối
훈련	연습	huấn luyện, luyện tập
흉내내다	모방하다	bắt chước, mô phỏng
흔히	자주	thường xuyên
흥미롭다	재미있다	thú vị, thích thú
희망	소망	hy vọng, nguyện vọng
힘	기운	sức mạnh

국 경 일
NGÀY QUỐC LỄ

설날(음력설) 1/1(âm) Tết âm lịch
신정(양력설) 1/1 Tết dương lịch
삼일절   1/3 Ngày kỷ niệm phong trào độc lập
식목일   5/4 Ngày lễ trồng cây
어린이날 5/5 Ngày trẻ em
석탄일   8/4(âm) Ngày lễ Phật Đản
제헌절   17/7 Hgày lập hiến
현충일   6/6 Ngày nhớ các anh hùng liệt sĩ
광복절   15/8 Ngày quốc khánh
개천절   3/10 Ngày khai sinh ra đất nước
성탄절   25/12 Lễ giáng sinh.

게시판
BẢNG HIỆU

갈고리 사용금지 !	cấm sử dụng móc !
개조심 !	coi chừng chó dữ !
깨지는 물건 취급주의	cẩn thận dễ vỡ
건조한 곳에 보관	bảo quản ở nơi khô ráo
경적 금지 !	cấm kéo còi !
고장	hư hỏng
공사중	đang xây dựng
공중전화	điện thoại công cộng
금연 !	cấm hút thuốc !
마시지 못함	không được uống
매진	đã bán hết
면회사절	không tiếp khách
발조심	cẩn thận chân
방문사절	không tiếp khách
벽보금지	cấm dán lên tường
변소(화장실)	nhà vệ sinh
불조심	cấm lửa
비상구	cửa thoát hiểm
사용금지	cấm sử dụng
세일	bán hạ giá
셋집	nhà cho thuê
소매치기 조심 !	cẩn thận bị móc túi !
소변금지	cấm tiểu tiện

속도제한(40킬로)	tốc độ giới hạn(40km/h)
손대지 말 것	cấm để tay
수리중	đang sửa chữa
수화물 보관소	nơi bảo quản hành lý
습기주의	chú ý độ ẩm
관계자외 출입금지	cấm người ngoài ra vào
안내문	bảng hướng dẫn
안내소	nơi hướng dẫn
영업중	đang làm việc
예약필	phải đặt chỗ trước
요금선불	trả tiền trước
우측통행	đi bên phải
우회전	rẽ phải
우회전 금지	cấm rẽ phải
위험	nguy hiểm
위험 고압전류	nguy hiểm, điện cao áp
위험물 진입금지	cấm mang chất nguy hiểm
유턴	quay xe
일방통행	đường một chiều
임시휴업	tạm nghỉ
임대	cho thuê, cho mướn
입구	cửa vào
작업중	đang vận hành
잔디 밟지 마시요	không dẫm lên cỏ
정지선	vạch dừng
조용히	im lặng

부록

좌측통행	đi bên trái
좌회전	rẽ trái
좌회전 금지	cấm rẽ trái
주의	chú ý
주차금지	cấm đậu xe
주차장	bãi đậu xe
직진	đi thẳng
차량통행금지	cấm xe cộ
추월금지	cấm vượt
출구	cửa ra
출입금지	cấm ra vào
침 뱉지 마시요	cấm nhổ nước bọt
통행금지	cấm qua lại
페인트 주의	chú ý sơn
학교앞, 서행	gần trường học, đi chậm
화기 엄금	cấm lửa
화재경보기	chuông cảnh báo hỏa hoạn
회의중	đang họp
회전 금지	cấm rẽ
횡단 금지	cấm qua đường
횡단보도	chỗ qua đường
만원	hết chỗ
탈모	cởi mũ, cởi nón

국 명
TÊN NƯỚC

가나	Gha na
과테말라	Goa-tê-ma-la
괌	Gu-am
그레나다	Grê-na-đa
그루지아	Gru-di-a
그리스	Hy-lạp
나이지리아	Ni-giê-ri-a
남아프리카공화국	Nam phi
네델란드	Hà lan
네팔	Nê-pan
노르웨이	Na uy
뉴질랜드	Niu-di-lân
니카라과	Ni-ca-ra-goa
대한민국(한국)	Đại hàn dân quốc(Hàn quốc)
덴마크	Đan mạch
도미니카	Đô-mi-ni-ca
독일	Đức
동티모르	Đông ti-mo
라오스	Lào
러시아	Nga
레바논	Li-băng
루마니아	Ru-ma-ni
룩셈부르크	Lúc-xem-bua

르완다	Ru-an-đa
리비아	Li-bi
마다가스카르	Ma-đa-gát-xca
마카오	Ma-cao
마케도니아	Ma-xê-đo-ni-a
말레이시아	Ma-lai-xi-a
멕시코	Mê-hi-cô
모나코	Mô-na-cô
모로코	Ma-rốc
모잠비크	Mô-dăm-bích
몽골	Mông cổ
미국	Hoa Kỳ, Mỹ
미얀마	Mi-an-ma
바레인	Ba-ren
바티칸	Va-ti-căng
방글라데시	Băng-la-đét
베네주엘라	Vê-nê-xu-ê-la
베트남	Việt Nam
벨기에	Bỉ
볼리비아	Bô-li-vi-a
부룬디	Bu-run-đi
북한(북조선)	Bắc Hàn(Bắc triều tiên)
불가리아	Bun-ga-ri
브라질	Bra-xin
브루나이	Bru-nây
사우디아라비아	A-rập xê-út

세네갈	Sê-nê-gan
세르비아	Séc-bi-a
소말리아	Sô-ma-li
수단	Su-đăng
스리랑카	Xri-lan-ca
스와질란드	Soa-di-len
스웨덴	Thụy điển
스위스	Thụy sĩ
스페인	Tây ban nha
슬로바키아	Xlô-va-kia
시리아	Xi-ri
싱가포르	Xin-ga-po
아랍에미리트	A-rập thống nhất
아르메니아	Ar-mê-ni-a
아르젠티나	Ar-hen-ti-na
아이슬란드	Ai-xơ-len
아이티	Hai-i-ti
아일랜드	Ai-len
알바니아	An-ba-ni
알제리	An-giê-ri
앙골라	Ăng-gô-la
에콰도르	Ê-cu-a-đo
에티오피아	Ê-ti-ô-pia
영국	Anh
예멘	Yê-men
엘살바도르	En san-va-đo

부록

오만	Ô man
오스트리아	Áo
오스트렐리아	Úc
온두라스	On đu rát
요르단	Gio rư đan
우간다	U gan đa
우루과이	U ru goay
우즈베키스탄	U dơ bê ki xtan
우크라이나	Uc rai na
이라크	I rắc
이란	I ran
이스라엘	I xra en
이집트	Ai cập
이탈리아	Ý
인도	Ấn độ
인도네시아	In đô nê xia
일본	Nhật bản
자메이카	Ja mai ca
잠비아	Dăm bi a
중국	Trung Hoa
중앙아프리카공화국	Trung phi
짐바브웨	Dim ba buê
체코	Séc
칠레	Chi lê
카나다	Ca na đa
카메룬	Ca mơ run

카자흐스탄	Ka dắc xtan
카타르	Ca ta
캄보디아	Cam pu chia
케냐	Kê nia
코스타리카	Cốt xta rica
콜롬비아	Cô lôm bia
콩고	Công gô
쿠바	Cu ba
쿠웨이트	Cô oét
타이완	Đài Loan
탄자니아	Tan da nia
태국	Thái Lan
터키	Thổ nhĩ kỳ
토고	Tô gô
튀니지	Tuy ni di
파나마	Pa na ma
파라과이	Pa ra goay
파키스탄	Pa ki xtan
파프아뉴기니	Papua niu ghi nê
팔레스타인	Pa le xtin
페루	Pê ru
포르투갈	Bồ đào nha
란드	Ba lan
푸에르토리코	Pu-ê-tô ri cô
프랑스	Pháp
피지	Phi gi

핀란드	Phần lan
필리핀	Phi luật tân
헝가리	Hung gia lợi
홍콩	Hồng Công
크로아티아	Crô a tia

국제기구

국제개발협회(IDA)	Hiệp hội phát triển quốc tế
국제권투연맹(IBF)	Liên đoàn quyền Anh Quốc tế
국제농업개발기금 (IFAD)	Quỹ phát triển nông nghiệp quốc tế
국제민간항공기구 (ICAO)	Tổ chức hàng không dân dụng quốc tế
국제배구연맹(FIVB)	Liên đoàn bóng chuyền quốc tế
국제아마추어권투연맹 (AIBA)	Hội quyền Anh nghiệp dư quốc tế
국제올림픽위원회 (IOC)	Ủy ban Olympic quốc tế
국제원자력기구 (IAEA)	Cơ quan năng lượng nguyên tử quốc tế
국제자연보호연맹 (IUCN)	Hiệp hội bảo tồn thiên nhiên thế giới
국제적십자위원회	(RCIC) Ủy ban chữ thập đỏ quốc tế
국제축구연맹	(FIFA) Liên đoàn bóng đá thế giới
국제전기통신연합	(ITU) Liên minh viễn thông quốc tế
국제통화기금(IMF)	Qũy tiền tệ quốc tế
국제노동기구(ILO)	Tổ chức lao động quốc tế
국제연합 (UN)	Liên hợp quốc tế
국제연합무역개발협의회 (UNCTAD)	Hội nghị thương mại và phát triển của liên hợp quốc
국제연합공업개발기구 (UNIDO)	Tổ chức phát triển công nghiệp liên hợp quốc
국제부흥개발은행 (IBRD)	Ngân hàng tái thiết phát triển quốc tế
국제연합식량농업기구 (FAO)	Tổ chức lương thực nông nghiệp liên hợp quốc
국제항공운송협회 (IATA)	Hiệp hội các hãng vận tải hàng không
국제연합아동기금 (UNICEF)	Qũy nhi đồng liên hợp quốc
국제연합평화유지군 (UNTSO)	Tổ chức giám sát ngừng bắn của liên hợp quốc
국제연합환경계획	Chương trình môi trường liên hợp quốc

(UNEP)	
동남아국가연합 (ASEAN)	Hiệp hội các nước Đông Nam Á
북대서양조약기구 (NATO)	Tổ chức hiệp ước Bắc Đại Tây Dương
석유수출국기구 (OPEC)	Tổ chức các nước xuất khẩu dầu mỏ
세계권투평의회 (WBC)	Hội đồng quyền Anh thế giới
세계기상기구 (WMO)	Tổ chức khí tượng thế giới
세계노동조합연맹 (WFTU)	Liên hiệp công đoàn thế giới
세계무역기구(WTO)	Tổ chức thương mại thế giới
세계무역센터 (WTC)	Trung tâm thương mại thế giới
세계보건기구 (WHO)	Tổ chức Ý tế thế giới
세계태권도연맹(ITF)	Liên đoàn Taekwondo thế giới
아시아개발은행 (ADB)	Ngân hàng phát triển Châu Á
아시아유럽정상회의 (ASEM)	Hội nghị thượng đỉnh Á Âu
아시아축구연맹 (AFC)	Liên đoàn bóng đá Châu Á
아세안축구연맹 (AFF)	Liên đoàn bóng đá Đông Nam Á
아시아태평양경제협력체 (APEC)	Hợp tác kinh tế Châu Á Thái Bình Dương
유네스코 (UNESCO)	Tổ chức giáo dục khoa học văn hóa liên hợp quốc
유럽경제협력회의	Hội đồng hợp tác kinh tế Châu Âu
유럽공동체 (EC)	Cộng đồng Châu Âu
유럽연합 (EU)	Liên minh Châu Âu
유럽원자력회의 (CEEA)	Hội năng lượng nguyên tử Châu Âu
유럽축구연맹 (UEFA)	Liên đoàn bóng đá Châu Âu
유엔개발계획 (UNDP)	Chương trình liên hợp quốc về phát triển
유엔경제사회이사회 (ECU)	Liên hiệp lưu thông Châu Âu

기수
SỐ CƠ BẢN

0	영 (공)	không
1	일	một
2	이	hai
3	삼	ba
4	사	bốn
5	오	năm
6	육	sáu
7	칠	bảy
8	팔	tám
9	구	chín
10	십	mười
11	십일	mười một
12	십이	mười hai
13	십삼	mười ba
14	십사	mười bốn
15	십오	mười lăm
20	이십	hai mươi
25	이십오	hai mươi lăm
28	이십팔	hai mươi tám
50	오십	năm mươi
100	백	một trăm
105	백오	một trăm lẻ năm
126	백이십육	một trăm hai mươi sáu

200	이백	hai trăm
300	삼백	ba trăm
1000	천	một ngàn
2300	이천삼백	hai ngàn ba trăm
10000	만	mười ngàn
100만	백만	một triệu
1000만	천만	mười triệu
1억	일억	một trăm triệu
10억	십억	một tỷ
100억	백억	mười tỷ
1000억	천억	một trăm tỷ
1조	일조	một ngàn tỷ

부록

서수
SỐ THỨ TỰ

1	첫째	thứ nhất
2	둘째	thứ nhì
3	셋째	thứ ba
4	넷째	thứ tư
5	다섯째	thứ năm
6	여섯째	thứ sáu
7	일곱째	thứ bảy
8	여덟째	thứ tám
9	아홉째	thứ chín
10	열번째	thứ mười
11	열한번째	thứ mười một
19	열아홉번째	thứ mười chín
20	스무번째	thứ hai mươi
30	서른번째	thứ ba mươi
35	서른다섯번째	thứ ba mươi lăm
40	마흔번째	thứ bốn mươi
50	쉰번째	thứ năm mươi
60	예순번째	thứ sáu mươi
70	일흔번째	thứ bảy mươi
80	여든번째	thứ tám mươi
90	아흔번째	thứ chín mươi
99	아흔아홉번째	thứ chín mươi chín
100	백번째	tnứ một trăm

101	백한번째	thứ một trăm lẻ một
105	백다섯번째	thứ một trăm lẻ năm
120	백스무번째	thứ một trăm hai mươi

사물의 단위

옷 áo	구두 giày 양말 tất	꽃 hoa	연필 bút chì
벌 bộ	켤레 đôi	송이 bông	자루 cây

종이 giấy 엽서 thiệp	배 tàu 군함 chiến hạm	담배 thuốc lá	나무 cây
장 tờ, trang	척 chiếc	개비 que	그루 cây, gốc

커피 cà phê	책 sách	사람 người	차 xe	동물 động vật	집 nhà
잔 cốc, ly	권 cuốn, quyển	명, 사람 người	대 chiếc	마리 con	채 ngôi

현대 한국어 베트남어
(중) 사전

초판 1쇄 인쇄 2014년 4월 15일
초판 1쇄 발행 2014년 4월 30일

지은이 권혁종
펴낸이 서덕일
펴낸곳 도서출판 문예림

주 소 경기도 파주시 회동길 366
전 화 02)499-1281~2
팩 스 02)499-1283
등록번호 1962.7.12   제2-110호
홈페이지 www.moonyelim.com
전자우편 info@moonyelim.com

ISBN 978-89-7482-799-1 (13790)

값 45,000원

* 잘못된 책은 바꿔 드립니다.
* 이 책의 일부 또는 전부를 무단, 복제, 전재, 발췌할 수 없습니다.